வால்மீகி ராமாயணம்

(முதல் பாகம்)

பால காண்டம், அயோத்தியா காண்டம்,
ஆரண்ய காண்டம், கிஷ்கிந்தா காண்டம்

சோ

அல்லயன்ஸ்

(நூற்றாண்டு கண்ட முதல் தமிழ் புத்தக நிறுவனம்)

வால்மீகி ராமாயணம் - பாகம் 1 & 2

Valmiki Ramayanam - Part 1 & 2

உரிமைப் பதிவு

முதற் பதிப்பு	: 2002
இரண்டாம் பதிப்பு	: 2003
மூன்றாம் பதிப்பு	: 2004
நான்காம் பதிப்பு	: 2005
ஐந்தாம் பதிப்பு	: 2007
ஆறாம் பதிப்பு	: 2008
ஏழாம் பதிப்பு	: 2009
எட்டாம் பதிப்பு	: 2009
ஒன்பதாம் பதிப்பு	: 2010
பத்தாம் பதிப்பு	: 2011
பதினொன்றாம் பதிப்பு	: 2012
பனிரெண்டாம் பதிப்பு	: 2013
பதிமூன்றாம் பதிப்பு	: 2014
பதிநான்காம் பதிப்பு	: 2017
பதினைந்தாம் பதிப்பு	: 2019
பதினாறாம் பதிப்பு	: 2021
பதினேழாம் பதிப்பு	: 2024
பதினெட்டாம் பதிப்பு	: 2024

© பதிப்பகத்தார்

விலை : **ரூ. 1,100/-** (இரண்டு பாகங்கள்)

ISBN	:	978-93-6283-345-7
Paper Used	:	21.3 Premium H. B. - Balapur - ML
Total No. of Pages	:	1232 Pages (Vol. 1 = 696 + Vol. 2 = 539)
Laser Typeset	:	Thirumagal Graphics, Chennai - 18
Printing	:	Sree Durga Printers, Chennai - 117

THE ALLIANCE COMPANY
Publishers & Booksellers

Old No. 244, New No. 64, Ramakrishna Mutt Road, Mylapore, Chennai - 600 004.
Tel.: 044 - 2464 1314 | Mob.: 928 928 1314
www.alliancebook.com ♦ email: books@alliancebook.com

All rights reserved in all medias this book may not be reproduced in whole or in part, without the written permission from the publisher, except by a reviewer who may quote brief passages in a review nor may any part of this book be reproduced, stored in a retreieval system, or transmitted in any form or by any means electronic, mechanical, photocopying, recording, or other without written permission from the publisher.

பதிப்புரை

திரு. சோ அவர்கள் எந்த ஒரு விஷயத்தையும் விரைவில் கிரகித்துக் கொண்டு, கம்ப்யூட்டர் போல நினைவில் வைத்துக் கொள்ளக் கூடியவர். 'துக்ளக்' இதழில் 'மஹாபாரதம் பேசுகிறது' தொடர் நிறைவுற்றவுடன், பலரும் திரு. சோ அவர்களை உடனே 'ராமாயணம்' தொடர் எழுத நிர்பந்தித்தனர். திரு. சோ அவர்கள் இதற்குப் பெரும் யோசனை செய்தார். பிறகு, திரு. பி.என். பரசுராமனிடமிருந்து நூற்றுக்கணக்கான சமஸ்கிருத, தமிழ் ராமாயண நூல்களையும்; ஸ்ரீ அனந்தராம தீக்ஷிதர், ஸ்ரீ கிருஷ்ண பிரேமி, ஸ்ரீ கிருபானந்த வாரியார் போன்ற பல ஆன்மீகத் தொண்டர்களின் ராமாயண சொற்பொழிவு 'காஸெட்டு'க்களையும் வாங்கி – அனைத்தையும் ஊன்றி படித்து, கேட்டு – பிறகுதான் இத்தொடரை 'துக்ளக்'கில் எழுத ஆரம்பித்தார்.

இத்தொடரில் இவர் வால்மீகி ராமாயணத்தை முதன்மையாக எடுத்துக் கொண்டு, துளசிதாஸர் ராமாயணம் மற்றும் கம்ப ராமாயணம் ஆகியவற்றோடு ஒப்பிட்டு, இவற்றிலுள்ள ஒற்றுமை, வேற்றுமைகளை ஒப்பிட்டுக் காட்டியிருப்பது, இதுவரை வேறு யாரும் செய்யாத ஒரு புதுமையான முயற்சி. மேலும், உத்தர காண்டப் பகுதிகளை பொருத்தமான இடங்களில் சேர்த்ததோடு நில்லாமல், ஆங்காங்கே கம்பரின் கவிநயத்தையும் சேர்த்து நமக்குக் கொடுத்திருப்பது, மிகவும் அபாரம். இதை இங்கு நாங்கள் பெருமையுடன் எழுதுவதைவிட, வாசகர்களாகிய நீங்களே படித்துப் பாருங்கள். அப்போதுதான் இதன் அருமை உங்களுக்குப் புரியும். இப்படிப்பட்ட அருமையான நூல்களை எழுதி, நமக்கு புண்ணியத்தைத் தேடிக் கொடுத்த ஆசிரியர் அவர்களுக்கு வெறும் வார்த்தைகளால் நன்றி கூறி விட இயலாது. தன்னுடைய அனைத்து நூல்களையும் எங்கள் நிறுவனம் மூலம் வெளியிட அனுமதித்த திரு. சோ அவர்களுக்கு எங்களது பணிவான வந்தனங்கள்.

மேலும், இந்நூல் அச்சாகும்போது, 'ப்ரூப்' பார்த்து உதவிய அன்பர் திரு. பி.என். பரசுராமன் அவர்களுக்கும், மேலும் இந்நூல் அழகாக அமைய உழைத்த ஒவ்வொருவருக்கும் எங்களது மனமார்ந்த நன்றியைத் தெரிவித்துக் கொள்கிறோம்.

– பதிப்பகத்தார்.

'சோ' ராமஸ்வாமி – 5.10.1934 அன்று சென்னையில் பிறந்தார். தந்தை ஆத்தூர் ஸ்ரீநிவாஸ ஐயர், தாயார் ராஜம்மாள். இவர் தன்னுடைய பள்ளிப் படிப்பை மயிலாப்பூர் பி.எஸ். உயர் நிலைப் பள்ளியிலும், கல்லூரிப் படிப்பை லயோலா கல்லூரியிலும் (இன்டர் மீடியேட்), விவேகானந்தா கல்லூரியிலும் (B.Sc.,) பயின்றார். 1953-55ம் ஆண்டு சென்னை சட்டக் கல்லூரியில் பயின்று B.L. பட்டம் பெற்றார். 1957லிருந்து 1962 வரை சென்னை உயர் நீதிமன்றத்தில் வக்கீலாக 'ப்ராக்டிஸ்' செய்தார். 1962-லிருந்து 1979 வரை TTK அனைத்து கம்பெனிகளுக்கும் Legal Advisor ஆக பணியாற்றினார். 1955-ஆம் ஆண்டு நாடகங்களை எழுதத் துவங்கினார். இவருக்கு 1966-ம் ஆண்டு திருமணம் நடந்தது. ஒரு மகன், ஒரு மகள். 1970-ம் ஆண்டு 'துக்ளக்' இதழைத் தொடங்கினார். பின்னர் 1976 வாக்கில் 'Pick Wick' என்ற ஆங்கில இதழைத் தொடங்கினார்.

மொத்தம் 23 தமிழ் நாடகங்களை மேடையேற்றிய இவரது நாடகங்கள் 5000 முறைகளுக்கு மேல் இந்தியாவெங்கும் வெற்றிகரமாக நடத்தப்பட்டது. இவர் 200 திரைப்படங்களில் நடித்திருப்பதோடு, 14 திரைப்படங்களுக்கு கதை – வசனம் எழுதியும், 4 திரைப்படங்களை இயக்கியுமுள்ளார். மேலும், 5 தொலைக்காட்சி படங்களுக்கு கதை எழுதி, இயக்கி, நடித்தும் உள்ளார்.

1970-ல் இவரால் துவக்கப்பட்ட 'துக்ளக்' பத்திரிகை முதலில் மாதம் இருமுறை பத்திரிகையாகவும், பின்னர் 15.1.1996 முதல் வாரப் பத்திரிகையாகவும் வெற்றிகரமாக வெளிவந்து கொண்டிருக்கிறது.

இவர் 23 நாடகங்களையும், 8 நாவல்களையும், கணக்கற்ற அரசியல் மற்றும் பல கட்டுரைகளை தமிழ் மற்றும் ஆங்கிலத்தில் எழுதியுள்ளார்.

இவரது பத்திரிகை சேவைக்காக 1985-ம் வருடம் 'மஹாரானா மேவார்' வழங்கிய 'ஹால்டி காட்டி' விருதும், 1986-ல் 'வீரகேசரி' விருதும், 1994-ம் வருடம் 'கோயங்கா' விருதும், 1998-ம் வருடம் 'நச்சிகேதஸ்' விருதும் வழங்கப்பட்டது. 1999-ம் ஆண்டு டிசம்பர் மாதத்தில், ராஜ்ய சபை உறுப்பினராக நியமனம் செய்யப்பட்டார்.

வடமொழியைப் பள்ளியிலும், கல்லூரியிலும் பயின்ற இவர், புகைப்படக் கலையிலும் மிக்க ஆர்வம் கொண்டவர். இப்படி இவர் பத்திரிகை ஆசிரியர், நாடக ஆசிரியர், நடிகர், வக்கீல் போன்ற பல துறைகளிலும் சிறந்து விளங்குகிறார்.

பொருளடக்கம்

அறிமுகம் - (1-17)

பால காண்டம் (19 - 153)

1. வரலாற்றுக் காவியம் பிறந்தது 19

நாரதர், ராமரின் வரலாற்றுச் சுருக்கத்தை வால்மீகி முனிவருக்குக் கூறியது; இரு பறவைகளில் ஒன்றை ஒரு வேடன் கொன்று விட, வால்மீகியின் வாக்கில் பிறந்த ஸ்லோகம்; நடந்ததையும், நடக்க இருப்பதையும் ப்ரம்ம தேவன் அருளால் வால்மீகி உணர்ந்து ராமாயணம் இயற்றியது; ராமர் முன்பு லவ – குச சகோதரர்கள் ராமாயண காவியத்தை இசைக்கத் தொடங்கியது...

2. அவதூறு செய்த விபரீதம் 28

லவ – குசர்களைப் பற்றி அறிந்து கொள்ள உத்தர காண்டத்திலிருந்து ஒரு பகுதி; ஸீதையைப் பற்றி மக்கள் பேசிய அவதூறு; ஸீதையைத் துறந்து விட ராமர் எடுத்த முடிவு; ராமரின் உத்தரவை நிறைவேற்றிய லக்ஷ்மணன் பட்ட துயரம்; ஸீதையின் அதிர்ச்சி...

3. இரட்டையர் பிறந்தனர் 39

உத்தர காண்டப் பகுதிகள் தொடர்கின்றன – நிர்க்கதியாக நின்ற ஸீதையை, வால்மீகி முனிவர் தன்னுடைய ஆச்ரமத்திற்கு அழைத்துச் செல்வது; எல்லாம் விதித்தபடியே நடக்கிறது என்பதை விளக்க சுமந்திரர், லக்ஷ்மணனுக்கு, துர்வாஸர் முன்பே கூறிய விவரங்களை எடுத்துச் சொல்வது; லவ – குசர்கள் என்ற இரட்டைக் குழந்தைகளை ஸீதை பெற்றெடுத்தபோது, ஆச்ரமத்துக்கு மீண்டும் வந்த சத் ருக்னன், லவ – குச சகோதரர்கள் இசைத்த ராமாயணத்தைக் கேட்டு மனம் நெகிழ்ந்தது...

4. தசரதர் செய்த யாகம் 49

அயோத்தியின் சிறப்பு; அச்வமேத யாகம் செய்ய தசரதர் தீர்மானம்; ரிஷ்யச்ருங்கரின் மூலமாக, தசரதரின் மனக்குறை நீங்கும் என்ற ஸனத்குமாரரின் வார்த்தையை ஸுமந்திரர் கூறுகூது; ரிஷ்யச்ருங்கர் வருவது; அச்வமேத யாகமும், புத்ர காமேஷ்டி யாகமும் நடத்தப்படுவது.

5. ராமர் பிறந்தார் — 58

ராவணனை வதம் செய்து நல்லோர்களைக் காப்பதற்காக, மனிதனாகப் பிறக்க வேண்டும் என்று மஹாவிஷ்ணுவை தேவர்களும், ரிஷிகளும் வேண்டிக் கொள்ள, அவர் அதை ஏற்பது; தசரதர் நடத்திய யாகத்தில், ஒரு தெய்வீக உருவம் தோன்றி தசரதரிடம் பாயசம் அளிப்பது; தசரதர் அதைத் தன் மூன்று மனைவிகளுக்கும் அளிக்க, அவர்கள் கருவுற்று, அதன் பலனாக ராம, பரத, லக்ஷ்மண, சத்ருக்ன சகோதரர்களைப் பெற்றெடுப்பது...

6. மகனை அனுப்புக – முனிவரின் கோரிக்கை — 66

விச்வாமித்திரரை வரவேற்ற தசரத மன்னர், அவருடைய விருப்பத்தை நிறைவேற்றுவதாகக் கூறியது; விச்வாமித்திரர், தான் நடத்துகிற யாகத்தை, ராக்ஷஸர்களிடமிருந்து காப்பாற்றுவதற்காக ராமரைக் கோருவது; தசரதர் மறுப்பு; விச்வாமித்திரரின் கோபம்; வஸிஷ்டரின் அறிவுரை; ராம - லக்ஷ்மணர்கள் விச்வாமித்திருடன் அனுப்பி வைக்கப்படுவது; பலை, அதிபலை என்கிற மந்திரங்கள் உபதேசிக்கப்படுவது...

7. தாடகை வதம் — 75

தாடகையின் வரலாறு; பெண்ணாக இருந்தாலும் தாடகை கொல்லப்பட வேண்டியவளே என்று விச்வாமித்திரர் கூறுவது; தாடகையை ராமர் வீழ்த்தி மாய்ப்பது, பல வகையான அஸ்திரங்களை ராமருக்கு விச்வாமித்திரர் அளிப்பது; சித்தாச்ரமத்தைப் பற்றிய விவரங்கள்......

8. கந்தன் பிறந்தான் — 83

யாகத்தைக் கெடுக்க முனைந்த மாரீசன், ஸுபாஹு ஆகியோர் செய்த முயற்சி; ராமர் கோபம் கொண்டு, ஓர் அஸ்திரத்தினால் மாரீசனை சமுத்திரத்தில் வீழ்த்தியது; ஸுபாஹுவும் பல ராக்ஷஸர்களும், ராமரால் மாய்க்கப்பட, விச்வாமித்திரர் நடத்திய யாகம் தடையின்றி முழுமை பெற்றது; ராமர் கேட்டுக் கொண்டதன் பேரில், சோணா நதிப் பிரதேசம் பற்றியும், அதை யொட்டிய தனது வம்சம் பற்றிய வரலாற்றையும் விச்வாமித்திரர் கூறுவது; கங்கை நதி பற்றிய விவரங்களை விச்வாமித்திரர் கூறுவது; ஆறுமுகனின் பிறப்பு; ஸகர மன்னன் செய்த யாகம்; அவனுடைய மகன்கள் வாசுதேவரால் அழிக்கப்பட்டது; கங்கையை பூமிக்குக் கொண்டு வருகிற முயற்சி பலன் அளிக்காமல் போனது...

9. பகீரதனின் சாதனை — 92

பகீரதன் கடும் தவம் புரிந்து, ப்ரம்ம தேவனிடம் வரம் பெற்று, கங்கையை பூமிக்குக் கொண்டு வந்தது; கங்கையைத் தன் தலையில் தாங்க பரமசிவன் சம்மதித்தது; கங்கை சிவபெருமானின் தலையில் விழுந்து, பின்னர் பூமியில் பாய்ந்தது; ஜஹ்னு மஹரிஷியின் கோபம்; கங்கைக்கு பாகீரதி என்ற

பெயர் வந்தது; பாற்கடல் கடையப்பட்டு அமிர்தம் வெளியாகிய விவரம்; விசாலை நகரின் சரித்திரம்...

10. அஹல்யை பெற்ற சாபம் அகன்றது 101

அஹல்யையின் வரலாற்றை விச்வாமித்திரர், ராமருக்குக் கூறுவது; ராமரின் அருளால் அஹல்யை சாப விமோசனம் பெற்று, தன்னுடைய கணவர் கௌதம மஹரிஷியுடன் சேர்வது; மிதிலைக்கு வந்த விச்வாமித்திரரை, ஜனக மன்னர் எதிர் கொண்டழைப்பது; சதானந்தர் என்ற ஜனகின் புரோகிதர், ராமருக்கு விச்வாமித்திரின் வரலாற்றைக் கூறத் தொடங்குவது...

11. விச்வாமித்திரரின் மேன்மை 109

வசிஷ்டரின் ஆச்ரமத்திற்குச் சென்ற விச்வாமித்திர மன்னர், அங்கே இருந்த காமதேனுவின் மகிமையைப் பார்த்து அதைத் தனக்குத் தருமாறு கேட்க, வசிஷ்டர் மறுப்பது; வசிஷ்டரை எதிர்த்து தோல்வி கண்ட விச்வாமித்திரர், தவம் புரிந்து ப்ரம்ம ரிஷியாக முடிவெடுப்பது; த்ரிசங்குவிற்காக ஒரு புதிய உலகையே விச்வாமித்திரர் படைப்பது; ராஜரிஷி, மஹரிஷி என்ற நிலைகளைக் கடந்து விச்வாமித்திரர் ப்ரம்ம ரிஷியாவது...

12. வில் முறிந்தது 117

ஜனகரிடம் இருக்கும் வில்லை ராமருக்குக் காட்டுமாறு விச்வாமித்திரர் கூறுவது; அந்த வில்லில் நாணேற்றுபவருக்கே தன் மகள் ஸீதையை மணம் முடிக்க நிச்சயித்திருப்பதாகக் கூறுகிற ஜனகர், ஸீதையின் வரலாற்றையும், வில்லின் பின்னணியையும் சொல்வது; ராமர், விளையாட்டுப் போலவே வில்லில் நாணேற்றி அதை முறிப்பது; தசரத மன்னருக்கு ஜனகர் அனுப்பிய தூது; தசரத மன்னர் மிதிலைக்கு வந்து சேர்வது...

13. கொற்றவர் வரிசை 124

தனது சகோதரன் குசத்வஜரை, மிதிலை நகருக்கு ஜனகர் வர வழைப்பது; தசரதரின் பரம்பரையைப் பற்றிய விவரங்களை, விச்வாமித்திரரின் அனுமதியுடன், வசிஷ்டர் எடுத்துரைப்பது...

14. நான்கு திருமணங்கள் 130

ஜனகர் தன்னுடைய குல வரிசையைக் கூறுவது; ராம லக்ஷ்மணர்களுக்கு ஸீதையையும், ஊர்மிளையையும் மணம் முடித்து வைக்க நிச்சயமாவது; ஜனகரின் சகோதரனாகிய குசத்வஜின் மகள்களை பரத, சத்ருக்னர்களுக்கு மணம் செய்து வைக்குமாறு விச்வாமித்திரர் கூறுவதும், அதை ஜனகர் ஏற்பதும்; தசரதரின் நான்கு மகன்களுக்கும் திருமணம் நடந்தேறுவது; விச்வாமித்திரர் விடைபெற்று கைலாயமலை செல்வது; தசரதர் முதலானோர் அயோத்திக்குப் பயணமாகிக் கொண்டிருக்கையில், அவர்களை பரசுராமர் எதிர்கொள்வது...

15. பரசுராமர் பணிந்தார் — 139

சிவனுடைய வில்லை ஒடித்த ராமர், தன் வசமுள்ள விஷ்ணுவின் வில்லில் நாணேற்றிக் காட்ட வேண்டும் என்று பரசுராமர் கூறுவது; தசரதரின் பதற்றம்; பரசுராமர் வசமிருந்த விஷ்ணுவின் வில்லில் ராமர் நாணேற்றுவது; தவங்களின் பயனாக நல்ல உலகங்களை அடைகிற சிறப்பை ராமரின் அம்புக்கு இலக்காகிவிட பரசுராமர் இசைவது; ராமர் விஷ்ணுவின் அவதாரமே என்று பரசுராமர் புரிந்து கொள்வது...

16. அயோத்தி மகிழ்ந்தது — 147

பரசுராமரால் தோன்றிய ஆபத்தை நினைத்து மனம் கலங்கிய தசரதரின் கவலையை ராமர் நீக்குவது; அயோத்தி மக்கள் தசரதரையும், அவருடைய மகன்களையும் வரவேற்பது; பரதனும், சத்ருக்னனும், அயோத்தியை விட்டுக் கேகய நாட்டுக்குப் புறப்பட்டுச் செல்வது; ராமரும் சீதையும் மனமொத்து வாழ்வது...

2. அயோத்தியா காண்டம் (154 – 393)

1. மன்னன் மனதில் தோன்றிய விருப்பம் — 154

ராமரின் உயர்ந்த குணங்கள் வர்ணிக்கப்படுவது; தான் முதுமையை நெருங்கி விட்டதால் ராமருக்கு யுவராஜ் பட்டாபிஷேகம் செய்து வைப்பது நல்லது என்ற முடிவுக்கு தசரதர் வருவது; தன் முடிவைப் பற்றி பெரியோர்களின் கருத்தையும், முக்கியஸ்தர்களின் கருத்தையும், பிற தேச மன்னர்களின் கருத்தையும் அறிதற்காக தசரதர், அவர்களையெல்லாம் அழைத்து சபையைக் கூட்டுவது : .....

2. சபையின் சம்மதம் — 161

ராமருக்கு இளவரசு பட்டம் சூட்ட, தான் விரும்புவதை சபையோரிடம் சொல்லி, அதற்கு அவர்கள் அனுமதியை தசரத மன்னர் கோருவது; ராமருடைய சிறப்புகளையெல்லாம் விவரித்து சபையோர், தசரத மன்னரின் விருப்பத்தை ஆமோதிப்பது; பட்டாபிஷேகத்திற்கான ஏற்பாடுகளைச் செய்ய வசிஷ்டரும், வாமதேவரும் கேட்டுக் கொள்ளப்படுவது; அந்த இரு பெரியவர்களும் பிறப்பித்த உத்திரவுகள்.

3. தசரதர் அளித்த விளக்கங்கள் — 168

சபைக்கு அழைத்து வரப்பட்ட ராமரிடம் தசரத மன்னர் பட்டாபிஷேகச் செய்தியைச் சொல்லி, பிற அறிவுரைகளையும் கூறுவது; கௌசல்யையிடம் சிலர் சென்று பட்டாபிஷேகச் செய்தியைத் தெரிவிப்பது; பட்டாபிஷேகச்

செய்தி கேட்டு கௌஸல்யையின் மகிழ்ச்சி; ராமரை மீண்டும் தன் முன்னிலைக்கு அழைத்து வருமாறு தசரதர் கூற, ஏன் இந்த அழைப்பு என்ற சந்தேகத்துடனேயே ராமர், மன்னர் முன்னிலையில் போய் நிற்பது; அடுத்த தினமே பட்டாபிஷேகம் என்ற முடிவுக்கு வருவதற்கான காரணங்களை தசரதர் ராமரிடம் விளக்கிச் சொல்வது; ராமர், கௌஸல்யையை சந்திக்க அவளுடைய அந்தப்புரத்திற்குச் செல்வது....

4. மந்தரையின் கோபம் 175

கௌஸல்யையின் மாளிகைக்கு ஸுமித்திரை, லக்ஷ்மணன், ஸீதை ஆகியோர் வந்து சேர்வது; ராமரும், ஸீதையும் விரதம் அனுஷ்டிப்பது; நகரத்தின் திருவிழாக் கோலம்; மக்களின் உற்சாகத்தையும், தெருக்களில் காணப்பட்ட அலங்காரங்களையும் பார்த்து என்ன நடக்கிறது என்பதை மந்தரை விசாரித்து அறிவது; ராம பட்டாபிஷேகம் என்பது பெரும் ஆபத்து என்று கைகேயியிடம் மந்தரை எடுத்துச் சொல்வது...

5. மந்தரை தீட்டிக் கொடுத்த திட்டம் 182

ராமருக்கு பட்டாபிஷேகம் என்ற செய்தியைக் கூறிய மந்தரைக்கு கைகேயி பரிசளிப்பது; ராமனின் உயர்வைப் பற்றிய கைகேயியின் பேச்சு மந்தரையின் கோபத்தை மேலும் தூண்டுவது; ராமன் இளவரசனாக முடி சூட்டப்பெற்றால், கைகேயிக்குப் பெரும் தீமை விளையும் என்று மந்தரை எடுத்துரைப்பது; கைகேயியின் மனமாற்றம்; ராமனை ஒதுக்கி வைத்து, பரதன் பட்டம் ஏற்குமாறு செய்வதற்கு மந்தரையிடமே கைகேயி வழி கேட்பது; மந்தரை கூறும் யோசனை...

6. தசரதர் அளித்த வாக்குறுதி 191

தனக்கு நன்மையைக் கூறியதற்காக, கூனிக்கு கைகேயி அளித்த புகழுரை; கோபத்துடன் கைகேயி தரையில் படுத்தது; அவளைப் பார்க்க வந்த தசரதர், அவளது நிலை கண்டு மனம் வெதும்பியது; அவளுடைய விருப்பம் எதுவாயினும் அதை நிறைவேற்றுவதாக தசரதர் வாக்களித்தது...

7. கைகேயி கேட்ட வரங்கள் 199

சூரிய சந்திரர்கள், திசைகள், கந்தர்வர்கள் என்று வானோரையெல்லாம் சாட்சியாக வைத்து, கைகேயி 'பரதனுக்கு பட்டாபிஷேகம், ராமருக்கு பதினான்கு வருட வனவாசம்' என்ற வரங்களை தசரதரிடம் கேட்பது....

8. தசரதரின் புலம்பல் 207

மயக்கம் தெளிந்த தசரதர், கைகேயியிடம் மன்றாடுவது; ராமனின் உயர்வுகளை அவர் கைகேயிக்கு நினைவுறுத்துவது; கைகேயி தனது பிடி வாதத்தை தளர்த்தாமல், தனக்களித்த வாக்குறுதியை நிறைவேற்றுமாறு தசரதரை நிர்பந்திப்பது; கோபத்துடனும், குழப்பத்துடனும் மாறி மாறி தசரதர் பேசுவது....

9. பொழுது விடிந்த போது...   216

தசரதர் எவ்வளவோ மன்றாடியும் கைகேயி சற்றும் விட்டுக் கொடுக்காமல் இருப்பது; முழுவதுமாக மனம் நொந்து போன தசரதர், தன் உயிர் பிரிந்த பிறகு, தன் இறுதிச் சடங்குகளில் கைகேயியும், பரதனும் பங்கேற்கக் கூடாது என்று ஆணையிடுவது; பட்டாபிஷேகத்திற்கான ஏற்பாடுகள் எல்லாம் தயாராக இருக்கும் தகவலை தசரதரிடம் தெரிவிக்குமாறு சுமந்தரிடம் வசிஷ்டர் கூறுவது; வசிஷ்டர் சொல்லை ஏற்று தசரதரிடம் சென்று சுமந்திரர் தகவலைக் கூறுவது; மனம் நொந்த நிலையில் தசரதர் இருக்கும் போது, கைகேயியே முன் வந்து சுமந்திரரைப் பார்த்துப் பேசத் தொடங்குவது...

10. கைகேயியின் கொடுமை!   225

தனது மாளிகைக்கு ராமரை வரச் சொல்லுமாறு, சுமந்திரரைக் கைகேயி பணிப்பது; சுமந்திரரிடமிருந்து செய்தி கேட்டு ராமர், லக்ஷ்மணனோடு சேர்ந்து தசரதரைக் காண, கைகேயியின் மாளிகைக்குப் போவது; தசரதரிடம் தான் கேட்ட இரண்டு வரங்களைப் பற்றி ராமரிடம் எடுத்துரைக்கும் கைகேயி, அவரை உடனடியாகக் காட்டுக்குப் போகும்படி தூண்டுவது; எந்தவித சலனமும் இல்லாமல் ராமர் கைகேயியின் விருப்பத்தை நிறைவேற்றுவதாகக் கூறுவது; தசரதர் மூர்ச்சித்து வீழ்ந்த நிலையில் ராமர், அவரிடமும் கைகேயியிடமும், விடைபெற்றுப் புறப்படுவது......

11. கதறினாள் கௌசல்யை!   233

கௌசல்யையிடம், ராமர், 'தந்தையின் கட்டளைப்படி பரதனுக்குப் பட்டாபிஷேகம் - நான் வனம் செல்கிறேன்' என்று கூற, கௌசல்யை ராமரைத் தடுக்க முயற்சிப்பது; லக்ஷ்மணன் பெரும் கோபமுற்று, தசரதரையே கொன்று விடுவதாகக் கூறுவது; தந்தையின் கட்டளையை நிறைவேற்ற வேண்டிய அவசியம் பற்றி ராமர், கௌசல்யைக்கு எடுத்துக் கூறுவது......

12. லக்ஷ்மணனின் சீற்றம்!   241

தந்தை சொல்லுக்குக் கட்டுப்பட்டு நடப்பதைக் காட்டிலும், சிறந்த தர்மம் வேறு எதுவும் இல்லை என்று கௌசல்யைக்கும், லக்ஷ்மணனுக்கும், ராமர் கூறுவது; ராமரைப் பிரிந்து வாழ என்னால் முடியாது என்று கௌசல்யை மீண்டும் சொல்வது; தர்மத்தை மீறி நடக்கிற தந்தையின் கட்டளையை ராமர் ஏற்க நினைப்பது தனக்கு வெறுப்பைத் தருவதாக லக்ஷ்மணன் சொல்வது...

13. கௌசல்யையின் வாழ்த்துக்கள்   248

பெண்களின் கடமை பற்றி ராமர் கௌசல்யைக்கு எடுத்துச் சொல்வது; தந்தையின் கட்டளையை நிறைவேற்ற வேண்டிய அவசியத்தை அவர் வலியுறுத்துவது; கௌசல்யை ராமருக்குக் கூறுகிற வாழ்த்துரைகள்; தனது

மாளிகையை அடைந்த ராமர், பட்டாபிஷேகம் நிறுத்தப்பட்ட செய்தியை சீதைக்கு தெரிவிப்பது; தான் காட்டுக்குச் செல்ல விரும்புவதாகக் கூறும் ராமருக்கு, சீதை கூறத் தொடங்கிய பதில்...

14. மூவரும் செல்ல முடிவு 256

கணவனை விட்டு பிரியாமல் இருப்பதுதான் ஒரு பெண்ணிற்கு தலைசிறந்த தர்மம் என்று சீதை, ராமருக்குச் சுட்டிக் காட்டுவது; ராமர், காட்டு வாழ்க்கையில் உள்ள சங்கடங்களையும், துன்பங்களையும் எடுத்துரைத்து, தன்னுடன் வரவேண்டாம் என்று சீதையிடம் கூறுவது; மனம் வெதும்பி பதிலுரைக்கும் சீதை தன் வாழ்வையே முடித்துக் கொள்வதாகச் சொன்ன பிறகு, அவளையும் காட்டுக்கு அழைத்துச் செல்ல ராமர் சம்மதிப்பது; லக்ஷ்மணனும் ராமரிடம் வாதாடி, அவர் சம்மதத்தைப் பெறுவது...

15. ஸுமந்திரரின் கோபம் 263

தான தர்மங்களைச் செய்து கொண்டிருந்த ராமரை, த்ரிஜடர் என்ற அந்தணர் அணுகுவது; அவருக்கு ராமர் வைத்த பரீட்சையும், அதன் முடிவில் அவர் அளித்த விளக்கமும்; ராமர், லக்ஷ்மணன், சீதை ஆகியோர் தசரதரைக் காணச் செல்வது; மக்களின் துயரம்; ராமருடன் தாங்களும் காட்டுக்குச் சென்று விடுவதே மேல் என்று மக்கள் பேசிக் கொள்வது; தன்னை சிறை யெடுத்து, ஆட்சியில் அமருமாறு ராமரை தசரதர் கேட்டுக் கொள்வது; தசரதர் கைகேயிக்கு அளித்த வரங்களை மெய்ப்பித்தே ஆக வேண்டும் என்று ராமர் வலியுறுத்தி, காட்டுக்குப் போக விடை கோருவது; தசரதரின் வேண்டுகோள்; ஸுமந்திரர் பெரும் கோபமுற்று, கைகேயியைக் கண்டிப்பது...

16. மரவுரி அணிந்த மூவர் 271

காட்டிலே வாழ்வதற்கு ராமருக்கு உதவியாக இருப்பதற்காக படைகளும், செல்வங்களும் எடுத்துச் செல்லப்பட வேண்டும் என்று தசரதர் இடும் உத்திரவு; அவருடைய உத்திரவை மறுத்து கைகேயி பேசுவது; சித்தார்த்தர் என்ற அமைச்சர் கைகேயியைக் கடிந்து பேசி அறிவுரை கூறுவது; ராமரோடு தானும் காட்டுக்குப் போவதாக தசரதர் சொல்வது; ராமர், லக்ஷ்மணன், சீதை ஆகியோர் அணிவதற்காக மரவுரியை கைகேயியே கொண்டு தருவது; சீதை மரவுரி அணியும் காட்சியைக் கண்டு, வசிஷ்டருக்கு ஏற்பட்ட கோபமும், அவர் கைகேயியைக் கடுமையாகப் பேசுவதும்; ஆடை ஆபரணங்களுடன்தான் சீதை காட்டிலே வாழ்வாள் என்று இறுதியாக வசிஷ்டர் கூறுவது; தனது தாயார் கௌஸல்யையை அக்கறையோடு கவனித்துக் கொள்ளுமாறு தசரதரிடம் ராமர் வேண்டிக் கொள்வது...

17. ராமர் புறப்பட்டார்! 280

ராமர் முதலானோரை அழைத்துச் செல்ல ஒரு அழகான தேரை தசரதரின் உத்தரவின் பேரில் ஸுமந்திரர் கொண்டு வந்து நிறுத்துவது; தீய பெண்கள், நல்ல பெண்கள் ஆகியோரைப் பற்றி சீதைக்கு, கௌஸல்யை சில

விளக்கங்களை அளிப்பது; அதற்கு ஸீதை அளித்த பதில்; ஸுமித்திரை லக்ஷ்மணனுக்குக் கூறிய அறிவுரை; தேரில் ஏறி ராமர் நாட்டை விட்டுச் செல்லும் காட்சியைப் பார்த்து மக்கள் கதறியது; தசரதர் தேரை பின் தொடர்ந்து ஓடியதும், அதைத் தடுத்து நிறுத்த முயற்சித்ததும்; ராமரின் சொல் கேட்டு ஸுமந்திரர், தேரை விரைவாக ஓட்டிய பொழுது, தசரதர் அதைப் பின் தொடர முடியாமல் தடுமாறி விழுந்தது...

18. என்னைத் தொடாதே! 289

ராமர் நகரைவிட்டுப் போய்விட்டதை நினைத்து, அந்தப்புரத்து பெண்களுக்கு ஏற்பட்ட சோகம்; ராமர் விட்டுச்சென்ற அயோத்தியின் நிலை; ராமர் சென்ற திசையைப் பார்த்து நின்ற தசரதர் தரையில் வீழ்வது; அவரைத் தூக்கி விடுவதற்காக கௌஸல்யையும், கைகேயியும் அவரை நெருங்கிய போது, கைகேயியை மட்டும் அவர் தடுப்பது; அவளைத் துறந்து விட்டதாகக் கூறுகிற தசரதர், பரதனையும் பற்றி பேசுவது; கௌஸல்யையின் மாளிகைக்கு தசரதர் அழைத்துச் செல்லப்படுவது; தசரதரின் மனவருத்தமும், கௌஸல்யையின் புலம்பலும்...

19. குஹன் அளித்த வரவேற்பு 296

கௌஸல்யைக்கு, ஸுமித்திரையின் அறிவுரை; தன்னைப் பின் தொடர்ந்து வந்த மக்கள் கூட்டத்தை திசை திருப்ப, ராமர் ஸுமந்திரருக்குக் கூறிய யோசனை; ராமருக்கு குஹன் அளித்த வரவேற்பு; தன்னைப் பின் தொடர விரும்பிய ஸுமந்திரருக்கு, ராமர் அளித்த விளக்கம்; ராமர், லக்ஷ்மணன், ஸீதை - ஆகியோர் கங்கையைக் கடந்து காட்டுக்குள் செல்வது......

20. சித்ரகூடத்தில் மூவர் 305

தசரதரையும், கைகேயியையும் பற்றி ராமர் செய்கிற விமர்சனம்; லக்ஷ்மணன், ராமருக்குஆறுதல் சொல்வது; பரத்வாஜ முனிவர் ஆச்ரமத்தை அடைந்து, அங்கிருந்து மூவரும் சித்ரகூடம் செல்வது; குஹனிடம் விடை பெற்று ஸுமந்திரர் அயோத்தி திரும்புவது.

21. கடுமையாகப் பேசினாள் கௌஸல்யை... 313

அயோத்திக்குத் திரும்பிய ஸுமந்திரர், மக்களிடம் விவரத்தைச் சொல்வது; தசரதரைச் சந்தித்து ஸுமந்திரர், ராமர் தன்னிடம் கூறி அனுப்பிய செய்திகளைக் கூறுவது; கௌஸல்யை தசரதரைக் குத்திக் காட்டிப் பேசுவது; தசரதரின் மன வருத்தம்; தசரதரைப் பழித்து மீண்டும் கௌஸல்யை பேச அவர், அவளிடம் மன்றாடுவது; கௌஸல்யை தன் தவறுக்கு மனம் வருந்தி தசரதரைத் தேற்றுவது....

22. மன்னர் மரணம் எய்தினார் — 321

தான் முன்னால் செய்த ஒரு தவறுதான் தனது இன்றைய நிலைக்குக் காரணம் என்று தசரதர் கௌசல்யையிடம் கூறுவது; வேட்டையாடச் செல்லும் போது தவறுதலாக ஒரு இளம் துறவி மீது அம்பு எய்தி, தான் கொன்று விட்ட விவரத்தை அவர் சொல்வது; அந்தத் துறவியின் தந்தை தனக்கு இட்ட சாபத்தை தசரதர் வர்ணிப்பது; இந்தப் பழைய வரலாற்றைக் கூறி முடித்த மன்னர், தனக்கு மரணம் நெருங்கி விட்டது என்று குறிப்பிடும் வகையில் தசரதர் பேசுவது; நள்ளிரவு கழியும் போது தசரதரின் உயிர் பிரிவது...

23. பரதன் கண்ட கனவு — 328

தசரதர் மரணம் அடைந்த செய்தி பரவுவது; கௌசல்யையின் துயரம்; மன்னரின் உடல் பாதுகாக்கப்படுவது; உடனடியாக தசரதருடைய மகன்களில் ஒருவருக்கு பட்டாபிஷேகம் செய்விக்குமாறு வசிஷ்டரை பலரும் வேண்டிக் கொள்வது; பரதனையும், சத்ருக்னனையும் அழைத்து வர, தூதர்கள் அனுப்பப் படுவது; பெரும் தீமை நடப்பதற்கு அறிகுறியாக ஒரு கனவை பரதன் காண்பது...

24. பரதன் சீறினான் — 335

வசிஷ்டரின் தூதர்கள் பரதனைச் சந்திப்பது; உடனடியாக வந்து சேருமாறு வசிஷ்டர் அனுப்பிய செய்தியை ஏற்று பரதன் அயோத்திக்குப் புறப்படுவது; அயோத்தி நகரம் களை இழந்து இருப்பதைப் பார்த்து, பரதன் கவலையுறுவது; கைகேயியைச் சந்தித்த பரதன், தசரதரைப் பற்றி விசாரிப்பது; தசரதர் இறந்த செய்தியையும், ராமர் முதலானோர் காட்டுக்குச் சென்ற செய்தியையும், ஒன்றன்பின் ஒன்றாக, கைகேயி மகிழ்ச்சியுடன் தெரிவிப்பது; கோபம் கொண்ட பரதன் கைகேயியைத் தூற்றுவது; கௌசல்யை பரதனைக் குத்திக் காட்டிப் பேசுவது...

25. பரதன் விவரித்த பாவங்கள் — 342

ராமர் காட்டுக்குச் செல்வதை தான் விரும்பி யிருந்தால், மிகக் கொடிய பாவங்களைச் செய்த பலன் தன்னை வந்தடையட்டும் - என்று கூறி, பரதன் பெரிய பாவங்கள் என்று கருதப்படுகிற குற்றங்களை விவரிப்பது; கௌசல்யை மனம் நெகிழ்ந்து பரதனை மெச்சுவது; தசரதரின் இறுதிச் சடங்குகள் நடந்து முடிவது; மந்தரையைக் கண்டு சத்ருக்னனுக்கு ஏற்பட்ட கோபமும், அதன் காரணமாக அவன், அவளைத் தாக்கியதும்; பரதன் குறுக்கிட்டு மந்தரையைக் காப்பாற்றுவது; அரச பதவியை ஏற்குமாறு பெரியவர்களும், அமைச்சர்களும் பரதனை வற்புறுத்துவதும், அவன் மறுப்பதும்; காட்டுக்குச் சென்று ராமரைச் சந்தித்து, அவருக்கே பட்டாபிஷேகம் செய்து, அவரை அயோத்திக்கு அழைத்து வர வேண்டும் - என்ற பரதனின் முடிவு கேட்டு எல்லோரும் மகிழ்வது...

26. குஹனுக்கு வந்த சந்தேகம் — 350

பெரும் படையும் மக்களும் பின் தொடர, ராமரைச் சந்திப்பதற்காக பரதன் காட்டுக்குப் புறப்பட்டது; கங்கைக் கரையில் குஹன், பரதன் சந்திப்பு; குஹனின் உதவியோடு எல்லோரும் கங்கையைக் கடப்பது; பரத்வாஜ முனிவர், பரதனின் சேனைக்கு படைத்த விருந்து.

27. ராமர் - பரதன் சந்திப்பு — 357

ராமர் இருக்குமிடத்திற்குச் செல்லும் வழியை, பரத்வாஜ முனிவர் பரதனுக்குக் கூறுவது; கைகேயியைப் பற்றி பரதன் கடுமையாகப் பேசும் போது, பரத்வாஜ முனிவர் அதைத் தடுப்பது; பரதனின் படை வருவதைப் பார்த்து கோபம் கொண்ட லக்ஷ்மணன், அவனைக் கொன்று விடுவதாகக் கூறுவது; பரதனின் நற்குணங்களைப் பற்றி நினைவுபடுத்தி, லக்ஷ்மணனுக்கு ராமர் அறிவுரை கூறுவது; ராமரின் நிலை கண்டு வருந்தி கதறுகிற பரதன், அவர் கால்களில் விழுவது; பரதனைப் பார்த்து பல கேள்விகளை ராமர் கேட்கத் தொடங்குவது.....

28. ராமர் உபதேசித்த ராஜ தர்மம் — 364

அரசன் ஒருவன் கடைப்பிடிக்க வேண்டிய வழிமுறைகள், தவிர்க்க வேண்டிய குறைகள், எச்சரிக்கையோடு அணுக வேண்டிய விஷயங்கள்... போன்ற பல அரச தர்மங்களை கேள்விகளின் உருவில் ராமர், பரதனுக்கு எடுத்துச் சொல்வது; தசரதர் இறந்த செய்தியை ராமருக்கு பரதன் தெரிவிப்பது; ராமர் அடைந்த துன்பம்; தசரதருக்கான சடங்குகளை ராமர் செய்த பிறகு, பரதன் அவரிடம் அயோத்தி திரும்பி, அரசுரிமையை ஏற்குமாறு கேட்டுக் கொள்வது...

29. இரு சகோதரர்களின் விவாதம் — 372

அயோத்திக்குத் திரும்புமாறு கேட்டுக் கொள்ளும் பரதனிடம், மனித வாழ்க்கை பற்றியும், தந்தைக்கு ஆற்ற வேண்டிய கடமை பற்றியும் ராமர் தரும் விளக்கங்கள்; தந்தை செய்த தவறை திருத்துவதுதான் மகனின் கடமை எனக் கூறி, ராமரை அரசுரிமை ஏற்குமாறு பரதன் வற்புறுத்துவது...

30. ஒரு நாத்திக வாதம் — 378

பரதனை முடி சூட்டிக் கொள்ள வேண்டும் என்று ராமர் வற்புறுத்தி முடிப்பது; ஜாபாலி என்ற அந்தணர் நாத்திக வாதம் பேசி, தசரதருக்கு ராமர் கடமைப்பட்டவர் அல்ல என்று கூறுவது; ஜாபாலியின் வாதத்தை நிராகரித்து, அவர் மீது ராமர் கோபம் கொள்வது; வசிஷ்டரின் விளக்கமும், கோரிக்கையும்; முன்னோர்கள் காட்டிய வழியில் செல்வதாக இருந்தால், பட்டத்தை ஏற்பதுதான் ராமர் ஏற்க வேண்டிய வழிமுறை என்று வசிஷ்டர் கூறுவது...

31. பரதன் அயோத்தி திரும்பினான்! 387

அயோத்திக்கு திரும்புமாறு கூறிய வசிஷ்டருக்கு ராமர் கூறிய பதில்; பரதனின் பிடிவாதம்; வானத்தில் ரிஷிகளும், கந்தர்வர்களும் தோன்றி பரதனை வற்புறுத்துவது; அவர்களுடைய அறிவுரையை ஏற்ற பரதன், ராமரின் பாதுகைகளைப் பெற்றுக் கொண்டு வசிஷ்டர் முதலானோருடன் அயோத்தி புறப்படுவது; அயோத்தியில் சிம்மாசனத்தில் ராமரின் பாதுகைகளை வைத்து, அவற்றை முன் நிறுத்தி அரசு காரியங்களை பரதன் கவனிக்கத் தொடங்குவது.....

32. இரு பெண்மணிகள் சந்திப்பு 393

ராக்ஷஸர்களை நினைத்து அஞ்சுகிற துறவிகள் சித்ரகூடத்திலிருந்து புறப்படுவது; ராமரும் அங்கிருந்து புறப்பட்டு அத்ரி முனிவரின் ஆச்ரமத்தை அடைவது; அத்ரி முனிவரின் மனைவி அனஸூயா, ஸீதைக்குக் கூறுகிற அறிவுரை; தனது பிறப்பு, வளர்ப்பு, திருமணம் – ஆகியவை பற்றிய விவரங்களை ஸீதை அனஸூயாவிடம் கூறுவது...

ராமயணத்தையொட்டிய ஆரூடம் (401 – 408)

3. ஆரண்ய காண்டம் (409 – 563)

1. விராதன் வதம் 409

விராதன் என்ற அரக்கன் ராம – லக்ஷ்மணர்களைத் தாக்கி ஸீதையைத் தூக்கிக் கொண்டு செல்வது; விராதன் பெற்ற வரம்; விராதனை ராமர் வீழ்த்திய பிறகு, தான் சாபம் பெற்ற வரலாற்றை அவன் சொல்வது; விராதனைப் புதைத்த பிறகு, ராமர், லக்ஷ்மணன், ஸீதை – ஆகியோர் சரபங்க முனிவரின் ஆச்ரமத்திற்குச் செல்வது; அவருடைய ஆச்ரமத்தில் நிகழ்ந்த அற்புதம்; ராமரிடம் முனிவர்கள் செய்த விண்ணப்பம்; ஸுதீக்ஷ்ணருடைய ஆச்ரமத்திற்குச் சென்று அவரை வணங்கிவிட்டு, மூவரும் அங்கிருந்து புறப்படுவது...

2. ராமருக்கு ஸீதை கூறிய அறிவுரை 417

ராமருக்கு, அரக்கர்கள் எந்தத் தீமையும் இழைக்கவில்லை என்பதால், அவர்களை அழிக்க அவர் முனையக் கூடாது என்று ஸீதை சொல்வது; முனிவர்களுக்குக் கொடுத்த வார்த்தையைக் காப்பாற்றுவதற்காக, அந்த முனிவர்களுக்குத் தீங்கிழைக்கும் அரக்கர்களை அழித்து, அந்த முனிவர்களுக்கு பாதுகாப்பளிப்பது தனது கடமை என ராமர் கூறுவது; காட்டில் பத்து வருடங்கள் வாழ்ந்த பிறகு, ராமர், லக்ஷ்மணன், ஸீதை – ஆகியோர் ஸுதீக்ஷ்ணரின் ஆச்ரமத்திற்குத் திரும்பிச் செல்வது; அகஸ்தியரின் ஆச்ரமம் இருக்குமிடத்தை

ஸுதீக்ஷ்ணரிடமிருந்து கேட்டுத் தெரிந்து கொண்டு, அகஸ்தியரைத் தரிசிக்க மூவரும் புறப்படுவது....

3. ஆயுதங்களை அளித்தார் அகஸ்தியர் 425

அகஸ்தியரின் பெருமையைப் பற்றி ராமர், லக்ஷ்மணனுக்குக் கூறுவது; தெய்வீகத் தன்மை படைத்த சில ஆயுதங்களை அகஸ்தியர், ராமருக்குக் கொடுப்பது; ராமர் கேட்டுக் கொண்டதன் பேரில், அவர்கள் தங்குவதற்கு 'பஞ்சவடி' என்ற இடமே ஏற்றது என்று அகஸ்தியர் கூறுவது; பஞ்சவடிக்குச் செல்கிற வழியில், பெரிய உருவத்தைக் கொண்ட கழுகை அவர்கள் பார்ப்பது...

4. ஜடாயு சந்திப்பு 433

ராமர், லக்ஷ்மணன், சீதை – ஆகியோர் ஜடாயுவைச் சந்திப்பது; மூவரும் பஞ்சவடியை அடைவது; லக்ஷ்மணன், பரதனைப் பற்றி பெருமை யாகவும், கைகேயியைப் பற்றி இழிவாகவும் பேச, ராமர் அவனைத் தடுத்து, பரதனைப் பிரிந்திருக்க நேர்ந்தது பற்றி வருந்திப் பேசுவது; பஞ்சவடியில் ராமரின் பர்ணசாலைக்கு அருகில் சூர்ப்பனகை தற்செயலாக வருவது; ராமரின் தோற்றத்தைக் கண்டு அவள் வியந்து நிற்பது...

5. சூர்ப்பனகை வந்தாள் 440

ராமரைக் கண்டு மோகம் கொண்டு பேசிய சூர்ப்பனகையை, அவர் லக்ஷ்மணனை நாடுமாறு சொல்வது; லக்ஷ்மணன் அவளை ராமரிடமே திருப்புவது; சீதையை நிந்தித்துப் பேசுகிற சூர்ப்பனகை, அவளைத் தாக்க முற்படுவது; ராமரின் உத்திரவின் பேரில் லக்ஷ்மணன் அவளுடைய மூக்கையும், காதுகளையும் அறுப்பது; பயங்கரமாக கதறியபடி சூர்ப்பனகை தனது சகோதரனாகிய கரனிடம் ஓடுவது...

6. கரன், தூஷணன் வதம் 449

அங்கங்கள் அறுபட்ட சூர்ப்பனகை தனது சகோதரனிடம் சென்று, தனக்கு நேர்ந்த கதியைக் கூறுவது; சூர்ப்பனகையை அவமானப்படுத்திய ராமரையும், லக்ஷ்மணனையும், அவர்களோடு சீதையையும் கூட கொல்வதற்காக பதினான்கு அரக்கர்களை கரன் அனுப்புவது; அந்த அரக்கர்கள் ராமரால் கொல்லப்பட்ட பிறகு, மீண்டும் சூர்ப்பனகை கரனிடம் முறையிடுவது; தன்னுடைய சகோதரன் தூஷணன், த்ரிசிரஸ் என்ற அரக்கன் ஆகியோரோடு பதினான்காயிரம் அரக்கர்கள் புடை சூழ, கரன் ராமரை எதிர்த்துச் செல்வது; தனியே நின்று அவர்கள் அனைவரையும் ராமர் அழிப்பது; தேவர்களும், ரிஷிகளும் ராமரைப் பாராட்டுவது....

7. ராவணனின் கோபம் 456

அகம்பனன் என்ற அரக்கன் ராவணனிடம் சென்று கர, தூஷணர்கள் வதத்தைப் பற்றி விவரிப்பது; கோபம் கொண்ட ராவணன் ராமனை அழித்து

விடுவதாக சூளுரைப்பது; ராமனுடைய வீரம் அசாதாரணமானது என்று எடுத்துரைத்து, ராவணனை தடுக்கிற அகம்பனன், சீதையை அபகரித்தால் ராமன் இறந்து விடுவான் என்று ராவணனுக்கு ஆலோசனை கூறுவது; அகம்பனின் யோசனையை ஏற்று, சீதையை அபகரிக்க முடிவு செய்கிற ராவணன், மாரீசனின் உதவியை நாடுவது; மாரீசன், ராவணனைத் தடுத்து அறிவுரை சொல்லி அனுப்புவது; மாரீசனின் அறிவுரையை ஏற்று ராவணன் இலங்கைக்குத் திரும்பிச் செல்வது...

8. ராவணன் புறப்பட்டான் 463

ராவணனைச் சந்திக்கிற சூர்ப்பனகை, அவனை வன்மையாகக் கண்டிப்பது; தனது நாட்டில் நடக்கிற நிகழ்ச்சிகளைக் கூட அறியாதவன் என்று, ராவணனை அவள் தூற்றுவது; கரன், தூஷணன் ஆகியோர் ராமரால் கொல்லப்பட்ட விவரத்தை அவள் சொல்வது; தன்னுடைய அங்கங்கள் அறுபட்டதையும் சொல்வது; சீதையின் அழகைப் பற்றி விவரித்து அவளை ராவணன் அடைய வேண்டும் என்று சூர்ப்பனகை தூண்டுவது; சூர்ப்பனகையின் வார்த்தைகளைக் கேட்ட ராவணன், யோசித்து ஒரு முடிவுக்கு வந்து, அங்கிருந்து புறப்படுவது...

9. ராவணனின் பிறப்பு 472

உத்தர காண்டத்திலிருந்து சில விவரங்கள். ராவணனின் வரலாற்றைப் பற்றி அகஸ்தியர் ராமருக்கு விவரிப்பது; வைச்ரவஸ் என்ற மஹரிஷிக்கு குபேரன் மகனாகப் பிறப்பது; குபேரன் இலங்கையைப் பெறுவது; இலங்கையிலிருந்து அதற்கு முன்பாக ஓடிய ராக்ஷஸர் தலைவன் ஸுமாலி, தன் மகள் கைகஸியை, விச்ரவஸிடம் அனுப்புவது; தசக்ரீவன் (ராவணன்), கும்பகர்ணன், சூர்ப்பனகை, விபீஷணன் ஆகியோரை கைகஸி பெற்றெடுப்பது; தன்னுடைய ஒன்று விட்ட சகோதரனாகிய குபேரனுக்கு நிகரான சிறப்பைப் பெறுவதற்காக, தசக்ரீவன் கடும் தவத்தில் ஈடுபட, அவனுடைய சகோதரர்களும் தவம் புரிவது; பிரம்ம தேவன் காட்சியளிப்பது...

10. உத்திர காண்டப் பகுதி - தசக்ரீவன், ராவணன் ஆனான்! 479

தசக்ரீவனும், அவனது சகோதரர்களும் பெற்ற வரங்கள்; இலங்கையை குபேரனிடமிருந்து தசக்ரீவன் பறித்தது; குபேரனை வென்ற தசக்ரீவன் நந்தி தேவரிடம் சாபம் பெறுவது; கைலாய மலையை அசைத்த தசக்ரீவனின் கை நசுக்கப்பட்டு அவன் ஓலமிடுவது; பரமசிவனை, தசக்ரீவன் துதி செய்ய அவர் திருப்தியடைந்து, அவனை விடுவித்து, 'ராவணன்' என்ற பெயரையும் அளிப்பது...

11. ராவணனின் திக்விஜயம்! 487

வேதவதியை ராவணன் அவமானப்படுத்தியது; வேதவதியே சீதையாகப் பிறந்தது; இக்ஷ்வாகு மன்னன் அனரண்யன் ராவணனுக்குக்

கொடுத்த சாபம்; ராவணன் எமனோடு மோதியது; வருணனை வென்றது; மேகநாதனின் யாகங்கள்; குபேரனின் மகன் ராவணனுக்கு இட்ட சாபம்...

12. மேகநாதன், இந்திரஜித் ஆனது! 496

இந்திரனுக்கும், ராவணனுக்கும் நடந்த போர்; ராவணனின் மகன், இந்திரனை சிறை எடுத்தது; பிரம்ம தேவன் கேட்டுக் கொண்டதன் பேரில், இந்திரன் விடுதலையானது; ராவணனின் மகன் மேகநாதனுக்குக் கிடைத்த வரம்; அவனுக்கு இந்திரஜித் என்ற பெயரையும் பிரம்ம தேவன் அளித்தது; கார்த்தவீர்யார்ஜுனனிடமும், வாலியிடமும் ராவணன் தோற்றது.

ஆரண்ய காண்டத்தில் - மாரீசனை சந்தித்த ராவணன், சீதையைக் கைப்பற்ற மாரீசனின் உதவியை நாடுவது; ராவணனுக்கு மாரீசன் செய்கிற நல்லுபதேசம்...

13. மாரீசன் பணிந்தான்! 503

மாரீசன், ராவணனுக்குத் தொடர்ந்து செய்கிற நல்லுபதேசம்; ஓர் அமைச்சரின் கடமைகளைப் பற்றி மாரீசன் பேசுவது; ராவணன் மாரீசனைக் கடிந்து பேசி, மன்னர்களின் தன்மையைப் பற்றிப் பேசுவது; ராவணனின் நிர்பந்தத்திற்குப் பணிந்து, மாரீசன் தங்க மானின் உருவத்தை எடுத்து, சீதையின் கண்களில் படுவது; சீதையின் வியப்பு...

14. ஓ! சீதா! ஓ! லக்ஷ்மணா! 511

தங்கமானைக் கண்டு சந்தேகப்பட்ட லக்ஷ்மணன், அது மாரீசனாக இருக்கக் கூடும் என்று கூறுவது; சீதை மானைப் பிடித்துத் தருமாறு ராமரை வற்புறுத்துவது; லக்ஷ்மணனின் சந்தேகத்தைப் புறக்கணித்து, ராமர் மானைப் பிடிப்பதற்காக அதைத் துரத்திச் செல்வது; மாரீசன் மரணமடையுமுன், ராமருடைய குரலில் கதறுவது; சீதை லக்ஷ்மணனை கடிந்து பேசி, ராமருக்கு உதவியாகச் செல்லுமாறு அவனை நிர்பந்திப்பது; லக்ஷ்மணன் சென்ற பிறகு, ராவணன் சந்நியாசி வேடத்தில் வர, சீதை அவனை உபசரிப்பது; ராவணன் தான் யார் என்பதை வெளிப்படுத்துதல்....

15. சீதை கவர்ந்து செல்லப்பட்டாள்! 518

ராவணன் தன் சுய உருவைக் காட்டுவது; சீதை அவனைக் கடிந்து பேசுவது; ராவணன் சீதையைத் தூக்கித் தனது புஷ்பக விமானத்தில் வைத்து, அவளை அபகரித்துச் செல்வது; சீதையின் கதறல்...

16. சீதை சிறைப்பட்டாள் ! 527

சீதையை அபகரித்துச் சென்ற ராவணனை வழிமறித்து, ஜடாயு சண்டை இடுவது; சண்டையின் முடிவில் இறக்கைகள் வெட்டப்பட்டு ஜடாயு கீழே விழுவது; மலை உச்சியில் சில வானரங்கள் அமர்ந்திருப்பதைப் பார்த்த சீதை, தனது நகைகளை அங்கே வீசி எறிவது; இலங்கைக்கு சீதையை

எடுத்துச் சென்ற ராவணன், தன் அரண்மனையை அவளுக்குக் காட்டி, தனது பெருமைகளைக் கூறி, தன்னை ஏற்குமாறு மீண்டும் அவளை வற்புறுத்துவது; தன்னை ஏற்க மறுத்த ஸீதையை அசோக வனத்தில் வைத்து பாதுகாக்குமாறு அரக்கிகளுக்கு ராவணன் உத்திர விடுவது; அசோக வனத்தில் ஸீதை மயக்கமுறுவது....

17. ராமரின் மனவேதனை 535

மாரீசனைக் கொன்ற ராமர், சில அபசகுனங்களைப் பார்த்து, மனக்கவலை கொள்வது; தன்னைச் சந்திக்க வந்த லக்ஷ்மணனை, ஸீதையை தனியே விட்டு வந்ததற்காக, ராமர் கடிந்து கொள்வது; லக்ஷ்மணனின் விளக்கம்; ராமரின் திருப்தியின்மை; பர்ணசாலையில் ஸீதையைக் காணாத ராமரின் புலம்பல்; லக்ஷ்மணன் அவருக்கு தைரியம் கூறுவது...

18. லக்ஷ்மணன் கூறிய அறிவுரை 542

ஸீதை சென்ற திசையை தங்களுடைய சமிக்ஞைகள் மூலம், ராம - லக்ஷ்மணர்களுக்கு மான்கள் தெரிவிப்பது; தென் திசையில் ஸீதை சென்றிருக்கிறாள் என்பதை உணர்ந்த ராமரும், லக்ஷ்மணனும் தெற்கு நோக்கிச் செல்ல, ஓரிடத்தில் ஒரு சண்டை நடந்ததற்கான அடையாளங்களைக் காண்பது; தன்னிடம் ஸீதையை தெய்வங்கள் ஒப்படைக்கா விட்டால், மூவுலகையும் நாசம் செய்து விடுவதாகக் கூறுகிற ராமர், பெரும் கோபம் கொள்வது; நிதானத்தை இழப்பது தவறு என்று சுட்டிக் காட்டி, ராமருக்கு லக்ஷ்மணன் அறிவுரை கூறுவது; மீண்டும் அவர்கள் ஸீதையைத் தேட முனைகிற போது, அடிபட்ட ஜடாயு தரையில் வீழ்ந்து கிடப்பதை அவர்கள் பார்ப்பது...

19. ஜடாயு மரணம் 549

ஸீதையை ராவணன் அபகரித்துச் சென்ற செய்தியை, ராம - லக்ஷ்மணர்களுக்குத் தெரிவித்து ஜடாயு உயிர் துறப்பது; ஜடாயுவின் இறுதிச் சடங்குகளை முடித்து விட்டு ராமர், தன்னுடைய துரதிர்ஷ்டத்தை நினைத்து வருந்துவது; அயோமுகி என்ற அரக்கி லக்ஷ்மணன் மீது ஆசை கொண்டு, அவனைத் தழுவ - அவன் அவளுடைய காது, மூக்கு போன்ற அவயவங்களை அறுத்தெறிவது; ஸீதையைத் தேடி காடுகளைக் கடந்து சென்றபோது, அபசகுனங்களைக் காண்பதாகக் கூறி லக்ஷ்மணன், ராமரை எச்சரிப்பது...

20. கபந்தன் கூறிய யோசனை 557

ராம - லக்ஷ்மணர்கள் கபந்தன் என்ற பயங்கரமான அரக்கனிடம் சிக்குவது; அவனுடைய கைகளை அவர்கள் வெட்டி வீழ்த்திய பிறகு, அவன் கேட்டுக் கொண்டதன் பேரில், அவனை அவர்கள் தகனம் செய்வது; தன் வரலாற்றைக் கூறிய கபந்தன், சுக்ரீவனோடு நட்பு கொள்ளுமாறு ராமருக்கு யோசனை சொல்வது; கபந்தன் நற்கதி அடைவது...

21. சபரி என்ற துறவி 563

சபரியை ராம - லக்ஷ்மணர்கள் சந்திப்பது; சபரி தங்கியிருந்த ஆச்ரமத்தின் சிறப்புகளை, அவள் வாயிலாகக் கேட்டு ராம - லக்ஷ்மணர்கள் வியப்பது; சபரி நற்கதி பெறுவது; ராம - லக்ஷ்மணர்கள் சுக்ரீவனை சந்திப்பதற்காகப் புறப்படுவது...

4. கிஷ்கிந்தா காண்டம் (570 – 667)

1. நட்பு மலர்ந்தது! 570

ராம - லக்ஷ்மணர்களைக் கண்ட சுக்ரீவன் அவர்கள் வாலியினால் அனுப்பப்பட்டவர்கள் என்று நினைத்து பயந்து, உண்மையைக் கண்டு வர ஹனுமாரை அனுப்புதல்; ஹனுமார், அவர்களை நெருங்கி, சுக்ரீவன் அவர்களுடைய நட்பை நாடுவதாகக் கூறுதல்; ராம - லக்ஷ்மணர்கள் ஹனுமாருடன் சென்று சுக்ரீவனைச் சந்திப்பது; சுக்ரீவனுக்கும், ராமருக்கும் ஏற்படுகிற நட்பு; வாலியை அழிப்பதாக சுக்ரீவனுக்கு ராமர் சொல்வது; ஸீதை இருக்கும் இடத்தைக் கண்டு பிடித்துத் தருவதாக சுக்ரீவன், ராமருக்கு உறுதி அளிப்பது...

2. சுக்ரீவனின் கதை 578

சோகத்தைத் தவிர்க்குமாறு ராமரிடம், சுக்ரீவன் வேண்டுவது; தன்னுடைய கதையைச் சுக்ரீவன் சொல்வது; வாலிக்கும், மாயாவிக்கும் நடந்த சண்டை; வாலி இறந்து விட்டான் எனச் சுக்ரீவன் நினைத்து, பட்டம் சூட்டிக் கொள்ள இசைந்தது; மாயாவியைக் கொன்று திரும்பிய வாலி, சுக்ரீவன் தனக்கு வஞ்சகம் புரிந்து விட்டான் என்று நினைத்தது; அவன் மனைவியை அபகரித்து, அவனையும் நாட்டை விட்டுத் துரத்துவது; வாலிக்குப் பயந்து சுக்ரீவன் பூமி முழுவதும் சுற்றுவது; ரிஷ்யமூக மலையில் தங்க, சுக்ரீவன் முடிவு செய்வது; வாலியை அழிப்பதாக ராமர் மீண்டும் சுக்ரீவனுக்கு உறுதி கூறுவது...

3. சுக்ரீவன் தப்பி ஓடினான்! 586

ரிஷ்யமூக மலைப் பகுதிக்கு வாலி வராமல் இருப்பதன் காரணத்தை, சுக்ரீவன் விளக்குவது; சுக்ரீவனின் அச்சத்தை விலக்குவதற்காக, ராமர் ஒரே பாணத்தின் மூலம் ஏழு மரங்களைத் துளைத்துக் காட்டுவது; சுக்ரீவன், வாலியைச் சண்டைக்கு அழைப்பது; வாலியைச் சரியாக அடையாளம் காண முடியாததால், ராமர் உதவிக்கு வராமல் இருக்க, சுக்ரீவன், சண்டையிலிருந்து பயந்து திரும்பி ஓடுவது; வாலியிடமிருந்து பிரித்துக் காட்டுவதற்காக சுக்ரீவனுக்கு ஒரு மாலை அணிவிக்கப்படுவது; அவன் மீண்டும் வாலியைச் சண்டைக்கு அழைப்பது; வாலியைத் தடுத்து தாரை கூறும் அறிவுரைகள்...

4. வாலி வீழ்ந்தான் — 593

தன்னைத் தடுத்த தாரரயை மறுத்து வாலி பேசுவது; ஸுக்ரீவனுக்கும், வாலிக்கும் நடந்த சண்டை; ஸுக்ரீவன் பலம் இழப்பது; ராமர், வாலியின் மீது அம்பு எய்து, அவனை வீழ்த்துவது; வாலி ராமரைக் கடிந்து பேசுவது...

5. வாலிக்கு ராமர் அளித்த விளக்கம் — 600

வாலி தொடர்ந்து ராமரை ஏசுவது; ராமர் கூறுகிற பதில்; வாலி, ராமரிடம் மன்னிப்புக் கோரி, தன் மகனுக்குப் பாதுகாப்பு கேட்பது; ராமர் அவனுக்கு உறுதி கூற, அவன் மூர்ச்சையடைவது...

6. வாலி உயிர் நீத்தான் — 606

வாலியின் உடலைப் பார்த்து தாரை கதறுவது; தாரைக்கு ஹனுமான் கூறிய அறிவுரை; ராமரிடம் வாலி வைக்கும் கோரிக்கை; தன் கழுத்துச் சங்கிலியை வாலி சுக்ரீவனுக்குக் கொடுப்பது; அங்கதனுக்கு வாலி கூறும் அறிவுரை; வாலி உயிர் நீத்தல்...

7. விதியின் வலிமை — 612

வாலியின் உடலைக் கட்டிக் கொண்டு தாரை கதறுவது; சுக்ரீவனின் மனக்குமுறல்; தன்னையும் கொன்று, வாலியிடம் அனுப்புமாறு ராமரிடம் தாரை கோருவது; தாரைக்கு ஆறுதல் கூறுகிற ராமர், விதியின் வலிமை பற்றி அளிக்கிற விளக்கம்; வாலிக்கான இறுதிச் சடங்குகள் தொடங்கப்படுவது....

8. வாலி தகனம் — 618

வாலியின் உடல் தகனம் செய்யப்படுவது; (விளக்கக் குறிப்புகள் : கம்ப ராமாயணத்திலும், துளஸிதாஸரின் ராமாயணத்திலும், வருகிற வாலி வதக் காட்சிகள்; வால்மீகி ராமாயணத்தில் சொல்லப்படாத விவரங்கள், கம்ப ராமாயணத்தில் காணப்படுவது.)

9. சுக்ரீவனின் பட்டாபிஷேகம் — 624

(விளக்கக் குறிப்புகள் - வாலியை எதிர்ப்பவர்களின் சக்தியில் பாதி, வாலிக்குப் போய்ச் சேரும் என்று வால்மீகி ராமாயணம் கூறவில்லை; ராமர், மறைந்திருந்துதான் வாலி மீது அம்பு எய்தார் என்று நிச்சயமாகச் சொல்லிவிட வால்மீகி ராமாயணத்தில் ஆதாரம் இருக்கிறதா என்பதைப் பற்றி ஒரு பார்வை; இது விஷயத்தில் கம்ப ராமாயணத்திற்கும், வால்மீகி ராமாயணத்திற்கும் இருக்கும் வேறுபாடுகள்) சுக்ரீவனுக்குப் பட்டாபிஷேகம் செய்விக்க கிஷ்கிந்தை நகருக்கு வர முடியாது என்று ராமர் கூறி, அதன் காரணத்தை விளக்குவது; சுக்ரீவனின் பட்டாபிஷேகம்...

10. ஹனுமானின் அறிவுரை   632

மழைக்காலத்தைக் கழிக்க ஒரு குகையில் ராமரும், லக்ஷ்மணனும் தங்குவது; ராமரின் மன வருத்தத்தைப் போக்க, லக்ஷ்மணன் தைரியம் கூறுவது; மழைக்காலம் முடிந்த பிறகும், சீதையைத் தேடுவதில் சுக்ரீவன் முனையாததால், அவனுக்கு ஹனுமான் கூறுகிற அறிவுரை; சுக்ரீவன் அதை ஏற்று வானரர்கள் எல்லாம் கிஷ்கிந்தைக்கு வந்து சேர வேண்டும் என்று உத்தரவு பிறப்பிப்பது; சுக்ரீவன் ஒன்றும் செய்யாத நிலையில், ராமர், காலம் கடந்து விட்டது என்பதை அவனுக்கு நினைவுபடுத்துமாறு கூறி, லக்ஷ்மணனை கிஷ்கிந்தைக்கு அனுப்புவது...

11. லக்ஷ்மணனின் கோபம்   639

லக்ஷ்மணன் பெரும் கோபத்துடன் கிஷ்கிந்தையை வந்து அடைவது; சிற்றின்பத்தில் ஈடுபட்டுவிட்ட சுக்ரீவன், பயந்து போய் லக்ஷ்மணனை சமாதானம் செய்ய தாரையை அனுப்புவது; லக்ஷ்மணனிடம் தாரையின் பக்குவமான பேச்சு; சுக்ரீவனின் மீது கோபத்தோடு லக்ஷ்மணன் அவளுக்கு பதில் கூறுவது; தாரையின் அழைப்பை ஏற்று அரண்மனைக்குள் சென்று சுக்ரீவனைப் பார்க்கிற லக்ஷ்மணன், பெரும் கோபத்துடன் அவனைப் பார்த்துப் பேசுவது...

12. வானரர் படைகள் புறப்பட்டன   646

சுக்ரீவன் சார்பாக, தாரை மீண்டும் லக்ஷ்மணனிடம் பேசுவது; சுக்ரீவனும் தனது விசுவாசத்தை எடுத்துக் கூறுவது; லக்ஷ்மணனுடன் புறப்பட்டு சுக்ரீவனும், வானரப் படையும் ராமரை சந்திப்பது; நான்கு திசைகளிலும் சென்று, சீதையைத் தேடும் பொறுப்பை வானரப் படைத் தலைவர்களிடம் சுக்ரீவன் ஒப்படைப்பது; தென்திசை செல்லும் ஹனுமானை சுக்ரீவன் முக்கியமாக நம்புவது; ஹனுமானின் வீரத்தையும், அறிவுத் திறனையும் அவன் பாராட்டுவது; ராமர், ஹனுமானிடம் தனது மோதிரத்தைக் கொடுப்பது. வானரப் படைகள் புறப்பட்டுச் சென்ற பிறகு சுக்ரீவனிடம், சிறந்த பூகோள அறிவை அவன் எப்படிப் பெற்றான் என்று ராமர், கேட்பது; வாலிக்கு பயந்து பூமியின் பல மூலைகளிலும் சுற்றியதால், தனக்கு இந்த அறிவு கிடைத்ததாக சுக்ரீவன் கூறுவது; வானரப் படைகள் நாற்றிசையிலும் சென்று, ஒரு மாத காலம் கழிவது.

13. ஸம்பாதி காட்டிய வழி   653

கிழக்கு, மேற்கு, வடக்கு திசைகளுக்குச் சென்ற வானரர்கள் சீதை கிடைக்காமல் திரும்புவது; தெற்குத் திசைக்குச் சென்ற வானரர்கள் செய்வதறியாமல் திகைக்க, அங்கதன் சுக்ரீவனுக்கு எதிராகப் பேசுவது; அவனை சுக்ரீவன் பக்கம் திருப்ப ஹனுமான் செய்யும் முயற்சி; அங்கதன் தனது நிலையில் மாறாமல் இருப்பது; ஸம்பாதி அங்கே வருவதும், சீதையைப் பற்றி விவரங்கள் கூறுவதும்....

14. ஹனுமானுக்கு ஊக்கம் பிறந்தது

ஸீதை ராவணனால் அபகரித்துச் செல்லப்பட்டதைக் கூறிய ஸம்பாதி, கடலைத் தாண்டி இலங்கைக்குச் சென்று ராவணன் இருக்கும் இடத்தை அடைய முடியும் என்று சொல்வது; இந்தத் தகவலை உரியவர்களிடம் தெரிவித்து ராமருக்கு உதவும்போது, சூரியனால் பொசுக்கப்பட்ட ஸம்பாதியின் இறக்கைகள் மீண்டும் முளைப்பது; எந்தெந்த வானர வீரனுக்கு எவ்வளவு தூரம் தாண்டக் கூடிய நம்பிக்கை இருக்கிறது என்பதை அறிய அங்கதன் முனைவது; அங்கதனே தலைவன் என்பதால் கடலைத் தாண்டும் காரியத்தில் அவன் முனையக் கூடாது என்று ஜாம்பவான் கூறி, ஹனுமானை அணுகுவது; ஹனுமானின் பிறப்பைப் பற்றியும், அவர் பெற்ற வரங்களைப் பற்றியும் எடுத்துச் சொல்லி, அவருடைய பலத்தை அவருக்கே ஜாம்பவான் நினைவுபடுத்துவது; ஹனுமானுக்கு ஊக்கம் பெருக, அவர் தனது உருவத்தைப் பெரிதாக்கிக் கொண்டு, தன் சக்தியைக் கூறி, மற்றவர்களை உற்சாகப்படுத்துவது; கடலைத் தாண்டுவதற்காக மகேந்திர மலை மீது ஹனுமான் ஏறுவது; இலங்கையை அடைய அவர் மனம் உறுதி கொள்வது....

பூஜ்ய ஸ்ரீ மஹா ஸ்வாமிகள் வரலாறு

ஸ்ரீ காஞ்சி காமகோடி பீடாதிபதி ஜகத்குரு ஸ்ரீ சந்திர சேகரேந்திர ஸரஸ்வதி ஸ்வாமிகளின் திரு அவதாரம்; இளமைப் பருவம்; பட்டத்திற்கு வருவது; விஜயம் செய்த திருக்கோயில்கள்; அவர் ஆற்றிய புனிதப் பணிகள்; யாத்திரைகள்; அவரை சந்தித்து ஆசி பெற்ற அரசியல் தலைவர்கள்; ஸ்ரீ ஜயேந்திர ஸரஸ்வதி ஸ்வாமிகள் பட்டத்திற்கு வருவது; ஸ்ரீ விஜயேந்திர ஸரஸ்வதி ஸ்வாமிகள் பட்டத்திற்கு வருவது; பூஜ்ய ஸ்ரீ மஹா ஸ்வாமிகளின் நூற்றாண்டு வைபவம்; பூஜ்ய ஸ்ரீ மஹா ஸ்வாமிகளின் திரு அவதாரம் நிறைவு பெறுதல் - போன்ற அனைத்து சம்பவங்களையும், ஸ்ரீ காஞ்சி மடத்தின் ஆலோசனையின்படி முழுமையாக இயற்றப்பட்ட புனித நூல்.

ஓவியர் சில்பியின் ஏராளமான புனிதத் தலங்களின் ஓவியங்கள், ஏராளமான புகைப்படங்களுடன், இரண்டு பாகங்களாக உயர்தர காகிதத்தில் அச்சிடப்பட்டு, நேர்த்தியான பைண்டிங்குடன் - நெடுநாள் பாதுகாக்க ஒரு அட்டைப் பெட்டியில் -

விரைவில் வெளி வருகிறது

இந்தப் புனித நூல் ஸ்ரீ ஸாம்பமூர்த்தி ஸாஸ்த்ரிகள் அவர்களின் 'ஜகத்குரு திவ்ய சரிதம்' என்ற நூலை அடிப்படையாகக் கொண்டு, ஸ்ரீ மஹா ஸ்வாமிகளுடன் நெருங்கிப் பழகிய ஸ்ரீ குப்புஸ்வாமி ஐயர் அவர்களின் பெரும் துணையோடும், காஞ்சி காமகோடி பீடாதிபதி ஜகத்குரு ஸ்ரீ ஜயேந்திர ஸரஸ்வதி ஸ்வாமிகள், ஸ்ரீ விஜயேந்திர ஸரஸ்வதி ஸ்வாமிகள் அவர்களின் ஆலோசனையின்படி 'சொல்லின்செல்வன்' பி.என். பரசுராமன் அவர்களால் எழுதப்பட்டது.

அல்லயன்ஸ் கம்பெனி, மயிலாப்பூர், சென்னை - 600 004.

வால்மீகி ராமாயணம்

முன்னுரை

படிப்பவர்களின் அறிவை நாடுகிறது - மஹாபாரதம்; அவர்களுடைய இதயத்தைத் தொடுகிறது - ராமாயணம். அரசனின் கடமைகள்; மனிதனின் நெறி முறைகள்; பொதுவான தர்ம நியாயங்கள்; விதியின் வலிமை; தர்மம் என்ற நெறியில் அடங்கி யிருக்கும் சூட்சுமங்கள்; யுத்த தர்மம்... போன்ற பல விஷயங்களை மஹாபாரதம் போலவே, ராமாயணமும் எடுத்துக் கூறுகிறது. ஆனால் சூது, சதி, தந்திரம் போன்றவற்றுக்கு மஹாபாரதத்தில் இருக்கும் பங்கு - ராமாயணத்தில் இல்லை. மாறாக மஹா பாரதத்தில் இல்லாத அளவுக்கு, ராமாயணத்தில் தியாகம், பாசம், சுயநலமின்மை போன்ற பண்புகளைக் காட்டும் நிகழ்ச்சிகள் இடம் பெறுகின்றன. என் மனதில் பட்ட அளவில் சொல்கிறேன் - வெல்வதற்குத் தேவையான யோசனைகளைக் கூறுவது மஹா பாரதம்; வாழ்வதற்கு அவசியமான வழிகளைக் காட்டுவது ராமாயணம்.

இதயத்தை நெருங்குவதால், மஹாபாரதத்தை விட ராமாயணமே பலரும் அறிந்த இதிஹாசமாக இருக்கிறது. வியாஸரின் மஹாபாரதத்தை விவரமாக எழுதியுள்ளவர்களைப் போல், பன்மடங்கு அதிகமானவர்கள் ராமாயணத்தைப் பற்றி எழுதியிருக்கிறார்கள் - என்பதற்கும் இதுவே காரணமாக இருக்க வேண்டும். மஹாபாரதத்தைப் பொறுத்தவரையில் வியாஸ பாரதம் ஒரிஜினல்; வில்லிப் புத்தூரார் பாரதம் மாதிரி, ஒரு சில புஸ்தகங்களே அதைத் தழுவி எழுதப்பட்டவை. ஆனால், வால்மீகி ராமாயணத்தை அடுத்து பல்வேறு ராமாயணங்கள் இருக்கின்றன. கம்பர், துளசிதாஸர் போன்றவர்கள் இயற்றியவை போக, அத்யாத்ம ராமாயணம்; ஆனந்த ராமாயணம்; காளிதாஸரின் ரகுவம்சம்; ஜைன ராமாயணம், பௌத்த ராமாயணம்; பாஸ்கர ராமாயணம்; அக்னி வேச்ய ராமாயணம்... என்று இருபதுக்கும் மேற்பட்ட ராமாயண புஸ்தகங்கள் இருக்கின்றன. (100க்கும் மேற்பட்ட ராமாயணங்கள் இருப்பதாக, விவரமறிந்த ஒருவர் என்னிடம் சொன்னார்.)

முன்னுரை

இப்படி பல ராமாயணங்கள் இருப்பதால், வால்மீகி ராமாயணத்தில் இல்லாத பல நிகழ்ச்சிகள், ராமாயண நிகழ்ச்சிகளாகவே பலர் மனதிலும் வேரூன்றி விட்டன. ஜனகர் வசம் இருந்த வில்லை ஒடிப்பதற்கு முன்பாகவே ராமனுக்கும், சீதைக்குமிடையே பரஸ்பர அன்பு தோன்றி விட்டது; லக்ஷ்மணன் கிழித்த கோட்டை சீதை தாண்டிய போதுதான் ராவணன் அவளை அபகரித்துச் சென்றான்; ராமன் கொடுத்த ரங்கநாதர் விக்ரஹத்தை இலங்கைக்கு விபீஷணன் எடுத்துச் சென்றான்; குறித்த நேரத்தில் ராமன் அயோத்திக்கு வரவில்லையென்றால் தீயில் விழுவது என்ற தீர்மானத்துடன் இருந்த பரதன், தீ மூட்டி அதில் விழப் போகும் நேரத்தில் தடுக்கப்பட்டான்; சீதை மீது களங்கம் இருப்பதாக ஒரு சலவைத் தொழிலாளி புகார் செய்தான்... என்பவை போன்ற நிகழ்ச்சிகள், வால்மீகி ராமாயணத்தில் இருந்து முற்றிலும் மாறுபட்ட வடிவில், நன்றாக பரவியிருக்கின்றன.

நான் எழுதி இருப்பது – வால்மீகி ராமாயணம். அதிலிருந்து கம்ப ராமாயணம் பல இடங்களில் மாறுபடுகிறது. கம்பரின் அபூர்வமான கவித்திறன் காரணமாக அவர் கூறியிருக்கிற வகையிலேயே பல ராமாயண நிகழ்ச்சிகள் தமிழகத்தில் ஏற்கப்பட்டிருக்கின்றன. கம்பர் எழுதியது கவிதை என்றால், வால்மீகி எழுதியது வரலாறு. அதில் இடைச்செருகல்கள் இருக்கலாம்; ஆனால் 'எது இடைச்செருகல் – எது ஒரிஜினல்' என்பது இன்று யாரும் நிர்ணயமும் செய்ய முடியாத விஷயம். ஆகையால், சில நூறு ஆண்டுகளாக புழக்கத்தில் உள்ள வால்மீகி ராமாயண புஸ்தகங்களை ஆதாரபூர்வமானவை என்று ஏற்பதுதான் நாம் செய்யக் கூடியது.

இந்தத் தொடரில், ஆங்கில உரையுடன் எழுதப்பட்ட சம்ஸ்கிருத வால்மீகி ராமாயணத்தை, முதன்மையான ஆதாரமாக நான் எடுத்துக் கொண்டிருக்கிறேன். இதைத் தவிர, ராமாயண உபன்யாஸம் செய்கிற பரசுராமன் என்ற நண்பர், பல புஸ்தகங்களை தந்து உதவினார். ஐம்பது, அறுபது வருடங்களுக்கு முன் வெளியாகிய வால்மீகி ராமாயண விளக்கங்கள், சர்ச்சைகள் – போன்றவற்றை எடுத்துக் கூறுகிற அந்தப் புஸ்தகங்களில் காணப்படுகிற வாதங்களும், விளக்கங்களும், எனக்கு இத்

தொடரை எழுதியதில் பெரும் உதவியாக இருந்தது என்பதில் சந்தேகமில்லை.

வியாஸ பாரதத்தை எழுதுவதில் இல்லாத ஒரு சிக்கல், வால்மீகி ராமாயணம் எழுதுவதில் இருக்கிறது. பாரதத்தை இதிஹாசமாக ஏற்பவர்களிடையே, அதில் வரும் நிகழ்ச்சிகள் பற்றி கிட்டத்தட்ட ஒருமித்த கருத்து உண்டு. ஆனால், ராமாயணத்தை இதிஹாசமாக ஏற்பவர்களிடையே, அதில் வரும் பல நிகழ்ச்சிகள் பற்றி, வேறுபட்ட கருத்துக்கள் இருக்கின்றன.

தன் மகனுக்கு பதவி நாடி, ராமனை காட்டுக்கு அனுப்பிய கைகேயியின் செயல்; அவளை ஏசிய பரதனின் போக்கு; பரதனை லக்ஷ்மணன் சந்தேகித்தது; சீதையை தனியே விட்டுச் செல்ல லக்ஷ்மணன் சம்மதித்தது; சீதையை அபகரிப்பதில் ராவணனின் நோக்கம்; வாலியை விட்டு, சுக்ரீவனின் நட்பை நாடிய ராமனின் அணுகுமுறை; வாலி வதம்; ராவணனை விட்டு விலகி, ராமன் பக்கம் சேர்ந்த விபீஷணனின் செயல்; சீதை அக்னியில் பிரவேசம் செய்ய முனையும் அளவுக்கு அவளை ராமன் நடத்திய விதம்; சீதை மீது கூறப்பட்ட புகார் காரணமாக ராமன் எடுத்த நடவடிக்கை... போன்ற நிகழ்ச்சிகள், விஷயங்கள் பற்றி வாதப் பிரதிவாதங்கள் நிறையவே இருக்கின்றன.

வால்மீகி ராமாயணத்தையொட்டியும், அதுபற்றிப் பெரியவர்கள் கூறியுள்ளதை மனதில் வைத்தும், நான் எழுதிய இந்தத் தொடரில் ஆங்காங்கு இவை பற்றி என் கருத்துக்களைக் கூறி இருக்கிறேன். இவை தீர்ப்புகளாக இருக்காது; அம்மாதிரி அவற்றை வாசகர்கள் எடுத்துக் கொள்ளவும் வேண்டாம். பல கருத்துக்களிடையே தோன்றுகிற மற்றொரு கருத்தாக அவற்றை எடுத்துக் கொள்ளுமாறு வாசகர்களைக் கேட்டுக் கொள்கிறேன்.

ஏற்கெனவே நான் குறிப்பிட்ட மாதிரி, சில நிகழ்ச்சிகள் பற்றி பொதுவாகப் பரவியுள்ள விவரங்கள்; வால்மீகி ராமாயணத்தி லிருந்து மாறுபடுகிறபோது, அவற்றை நான் சுட்டிக் காட்டி யுள்ளேன். குறிப்பாக கம்ப ராமாயணம், வால்மீகியின் இதிஹாசத்திலிருந்து மாறுபடுகிற இடங்களில், முக்கியமான வற்றையும் அந்தந்த இடங்களில் நான் எடுத்துக் கூறி இருக்கிறேன்.

முன்னுரை

ஒரு உபதேசத்தைச் செய்வதில் கையாளப்படும் மூன்று வித அணுகு முறைகளை, காமகோடி பீடத்தை அலங்கரித்த மஹாஸ்வாமிகள் ஒரு முறை விவரித்திருந்தார். வேதம் போன்ற நூல்கள் கூறும் வழிமுறைகள் கட்டளைகள்; அவை ஒரு மேலதிகாரி விதிக்கும் உத்தரவுகள் போன்றவை; அம்மாதிரியான உபதேசங்கள் 'ப்ரபுஸம்மிதம்' என்று கூறப்படுகின்றன. ரிஷிகள், ஞானிகள் போன்ற உயர்ந்த நிலையை எட்டிய மனிதர்கள் கூறும் அறிவுரைகள், ஒரு நண்பன் எடுத்துரைக்கும் நல்வார்த்தைகளைப் போன்றவை; அவை 'ஸுஹ்ருத்ஸம்மிதம்' என்று வர்ணிக்கப்படுகின்றன. கண்டிப்பும் இல்லாமல், உபதேசம் செய்யும் தோரணையும் இல்லாமல், நிகழ்ச்சிகளின் போக்கில் சில நூல்களில் எடுத்துக்காட்டப்படுகிற நன்னெறிகளும் உண்டு; அவை பேச்சுவாக்கில், தற்செயலாக ஒரு மனைவி தன் கணவனுக்குச் சுட்டிக் காட்டும் உண்மைகள்; இவை 'காந்தாஸம்மிதம்' என்று கூறப்படுகின்றன. மஹாபாரதம், ராமாயணம் போன்றவற்றில் காணப்படும் உபதேசங்களும், அறிவுரைகளும் இது போன்றவையே – என்று மஹாஸ்வாமிகள் தனது உரை ஒன்றில் குறிப்பிட்டிருக்கிறார்.

இப்படி கட்டளைகளாகவும் இல்லாமல், ஞான உரைகளாகவும் இல்லாமல், வாழும் வழிமுறைகளை இதமாக எடுத்துச் சொல்கிற வால்மீகி ராமாயணம் என்ற இதிஹாசத்தை, பயனுள்ள நல்ல முறையில் நான் எழுதி முடிப்பதற்கு அந்த ஸ்ரீராமனே அருள் புரிவானாக!

அறிமுகம்

1. புராணங்கள், நம்பிக்கைகள் பற்றி சில வார்த்தைகள்

'சூதாட்ட வரலாற்றை காலை வேளையிலும், பெண்ணின் கதையை பிற்பகலிலும், திருடனின் சாகஸத்தை இரவு நேரத்திலும் கேட்டு, நல்லோர்கள் புண்ணியம் அடைகிறார்கள்' என்று நெடுங்காலமாகக் கூறப்பட்டு வருவதாக பெரியவர்கள் சொல்கிறார்கள். இதில் சூதாட்ட வரலாறு – மஹாபாரதத்தையும்; பெண்ணின் கதை – ராமாயணத்தையும்; திருடனின் சாகஸம் – ஸ்ரீமத் பாகவதத்தையும் குறிக்கின்றன. இவற்றைக் கேட்டு நல்லவர்கள் புண்ணியம் எய்துகிறார்கள்!

வேறு எந்த மதத்தினரும், நற்கதி அடைய வழி காட்டும் நூல்களை 'சூதாட்ட வரலாறு' என்றோ, 'திருடனின் கதை' என்றோ கூற மாட்டார்கள். ஆனால் ஹிந்து மதத்தினர் புண்ணிய வரலாறுகளை இப்படி சர்வ சாதாரணமாக வர்ணிக்கிறார்கள். இதற்கு ஓர் அடிப்படை காரணம் இருக்கிறது.

மற்ற மதங்களைப் போல் அல்லாமல், ஹிந்து மதம் இறைவனை எங்கோ இருப்பவனாக, எண்ணிப் பார்க்க முடியாதவனாக, எட்ட முடியாதவனாக வைத்து விடவில்லை. 'அவதாரம்' என்ற தத்துவம் ஹிந்து மதத்தில் மட்டுமே இருக்கிறது. அவதாரம் என்ற சொல்லுக்கே 'இறங்கி வருவது' என்றுதான் அர்த்தம். ஆக, இறைவன் நல்லோர்களைக் காப்பதற்கும், பக்தர்களுக்கு அருள்வதற்கும், துஷ்டர்களுக்குத் தண்டனை அளிப்பதற்கும் இறங்கி வருவான்; மக்களிடையே உலவுவான் – என்ற நம்பிக்கையை ஹிந்து மதம் வலியுறுத்துகிறது.

மத்ஸ்ய, கூர்ம, வராக, நரசிம்ம, வாமன, பரசுராம, ராம, பலராம, கிருஷ்ண அவதாரங்களை எடுத்தவர் மஹாவிஷ்ணு. பக்தி வெள்ளத்தில் மூழ்கிய பிரகலாதனின் வார்த்தையை மெய்ப்பிப் பதற்காக நரசிம்ம அவதாரம் எடுத்து, ஹிரண்யனை வதம் செய்தார் விஷ்ணு; தேவ – மனித தராசுக் கோல், முறையாக நிற்பதற்காக வாமனஅவதாரம் எடுத்து தன்னுடைய பாதங்களினால், மூவுலகையும் அளந்து மஹாபலியின் கர்வத்தை அவர் அடக்கினார்; நல்லோர்களின் விருப்பத்தை நிறைவேற்ற ராமாவதாரம் எடுத்து ராவணனின் வதத்தைச் செய்து முடித்தார். பூமியின் பாரத்தைக் குறைத்து, ஜீவராசிகளின் நல்வாழ்வுக்கு வழி செய்வதற்காக, கிருஷ்ணாவதாரம் எடுத்து, லீலைகள் பல புரிந்து, இறுதியில் மஹாபாரதப் போரின் மூலம் பூபாரத்தைக் குறைத்தார் அவர்.

விஷ்ணுவின் அவதார மகிமைகள் இப்படி என்றால், பரமசிவனோ தன்னுடைய பக்தர்களுக்கு அருள்வதற்காகவும், தீமையை அழிப்பதற்காகவும், பூவுலகில் அவ்வப்போது வெவ்வேறு உருவில் வந்தார். உக்கிர பாண்டியனின் நகரமான மதுரையை மாபெரும் வெள்ளத்தில் மூழ்கச் செய்யும் வகையில், சீறி வந்த கடல் வற்ற, வேல் விடச் செய்து, அந்நகரைக் காத்தார் அவர். மீண்டும் மதுரையை அழிக்க சமணர்களின் வேள்வி ஒன்றின் மூலம் தோன்றிய ஒரு பயங்கரமான யானையை, ஒரு சேவகன் உருவெடுத்து வந்து, அம்பெய்திக் கொன்றார் பரமசிவன்; வளையல் விற்று வணிகப் பெண்மணிகளுக்கு முக்தி அருளினார்; தன்னை நம்பிய பெண்மணியின் சார்பாக நியாய சபையில் தோன்றி, பொய் வழக்கை எதிர்த்து சாட்சியம் அளித்து வாதாடி, உண்மையை நிலை நாட்டினார்; வரகுண பாண்டியனாருக்காக சிவலோகக் காட்சியை பூலோகத்தில் அருளினார்; பாண பத்திரனுக்காக விறகைச் சுமந்து, பாட்டை இசைத்து, போட்டியை விரட்டி, பக்தனின் வெற்றிக்கு வழி செய்தார்; ஒரு ஏழைப் பெண்மணியின் இன்னல் தீர்க்க பிட்டுக்கு மண் சுமந்து, சடை முடிமேல் மண் எடுக்க மாட்டாமல் அடிபட்டு, அந்த அடியின் வலியை சகல ஜீவராசிகளும் பெற்றபோது, தலையில் சுமந்த மண்ணை தண்ணீரில் கொட்டி, வெள்ளத்தை தடுத்து, மக்களைக் காப்பாற்றி அருளினார்.

முருகப் பெருமானோ மரத்திலிருந்து பழங்களை உதிர்த்து, சுட்ட பழம் - சுடாத பழம் என்று கேலி பேசி, ஔவையின் ஞானத்தை ஒளி பெறச் செய்தார். பூவுலகிற்கு வந்து, அகஸ்திய முனிவரை சோதனைக்குள்ளாக்கி, பிறகு அவர் நாடிய புண்ணிய தீர்த்தத்தை அருளி, அதுவே தென்னகத்தின் தாகத்தைத் தீர்க்கும் காவிரி நதியாகப் பெருக்கெடுத்தோடச் செய்தார் – விநாயகர்.

ரிஷிகளும், சித்தர்களும் மட்டுமல்ல – 'சாதாரண மனிதன் கூட, உண்மையான பக்தியின் மூலம் இறைவனைக் கண்டான்' என்று கூறுகிற வரலாறுகள் நமது புராணங்களில் கொட்டிக் கிடக்கின்றன. இப்படி கடவுளோடு மனிதனுக்கு நேரடித் தொடர்பு உண்டு என்று ஹிந்து மத புராணங்கள் நன்றாக ஸ்தாபித்து இருப்பதால், நமது வழிபாடுகள் இந்த நம்பிக்கையை ஒட்டியே அமைந்திருக்கின்றன. கடவுளை முற்றிலும் அந்நியனாகப் பார்க்காமல் ஒரு சகோதரனாக, ஒரு நண்பனாக, தகப்பனாக, தாயாக – சொல்லப் போனால் காதலனாகவும் கூட – பக்தர்கள் கண்டார்கள் என்று எண்ணற்ற வரலாறுகள் கூறுகின்றன.

இப்படி ரொம்பவும் நெருங்கியவனாக கடவுளைப் பார்ப்பதால்தான், திருப்பள்ளியெழுச்சி, பிறந்த தின விழா, கல்யாண உற்சவம் போன்ற வழிமுறைகள் நமது வழிபாட்டில் இடம் பெற்றிருக்கின்றன. கடவுளோடு இப்படியெல்லாம் உரிமை கொண்டாடுகிற அளவுக்கு, அவனை நெருக்கமாக பக்தர்கள் பார்க்கிறார்கள். ஒரு தகப்பன் தன் மகனை செல்லமாக 'போக்கிரிப் பயல்... திருட்டுப் புயல்...!' என்றெல்லாம் வர்ணிப்பது போல, பரிபூரண உரிமையை எடுத்துக் கொண்டு, தான் வணங்குகிற இறைவனையே பக்தன் வர்ணிக்கிறான். இந்த உரிமை பூர்வமான அணுகுமுறை காரணமாகத்தான், ஆரம்பத்தில் குறிப்பிட்ட பழைய வர்ணனை முறையில் ....மஹாபாரதம் 'சூதாட்டக் கதை' என்றும், பாகவதம் 'திருடனின் கதை' என்றும் கூறப்படுகிறது. ராமாயணத்தைப் 'பெண்ணின் கதை' என்று கூறுவதற்கு வால்மீகி ராமாயணமே ஆதாரம் தருகிறது. ராமாயணத்தை 'இது ராமனின் வரலாறு; இது சீதையின் மகத்தான சரித்திரம்; இது ராவணன் வதம் பற்றிய வரலாறு...' என்று வால்மீகி ராமாயணமே வர்ணிக்கிறது. அதனால்தான் இதைப் பெண்ணின் கதை என்று கூறுகிறார்கள்.

வால்மீகி ராமாயணம்

இந்த உரிமை பூர்வமான தொடர்பு பக்தர்களுக்கு இருந்ததால் தான் கிருஷ்ணரை யசோதை அதட்டினாள்; சிவலிங்கத்தின் மீது காலை வைத்து ரத்தப் பெருக்கைத் தடுத்தார் கண்ணப்ப நாயனார்; முருகருடன் வாதாடினாள் ஔவை. இதே முறையில்தான் ராமாவதாரத்தையும் பக்தர்கள் அணுகி இருக்கிறார்கள். மற்ற எந்த ஒரு அவதாரத்திலும் இல்லாத அளவுக்கு, ராமாவதாரத்தில், நீண்ட நெடுங்கால பூலோகவாசத்தை மஹாவிஷ்ணு ஏற்றார். மனிதர் களிடையே நீண்ட காலம் வாழ்ந்து, மனிதர்களுக்குரிய சில பலவீனங்களையும் அனுபவித்து, ஒரு சிறந்த மனிதன் அந்த பலவீனங்களிலிருந்து எப்படி விடுபட வேண்டும் என்பதையும் காட்டிச் சென்றவர் ராமர். புருஷோத்தமன் என்றாலும் அவனை நெருங்கியவனாகப் பார்க்கிற பக்தர்கள், மனிதனாக வாழ்ந்த ராமனை, அவ்விதம் பார்த்ததில் வியப்பில்லை. அந்தப் பார்வையின் காரணமாக ராமாயணக் கதை, பல்வேறு பக்தர்களால் வெவ்வேறு வகைகளில் கூறப்பட்டிருக்கிறது. இதே காரணத்தி னால்தான் 'வாலியை ராமன் வதம் செய்த முறை சரியானதுதானா? சீதையை அவர் நடத்திய விதம் முறையானதுதானா?...' என்பது போன்ற கேள்விகள் இன்றும் கூட உரிமையுடன் விமர்சிக்கப்பட்டு வருகின்றன.

இறைவன் மனிதனாக வாழ்ந்த அவதாரம், ராமாவதாரம் என்பதால், ராமனின் செயல்கள் ஒரு மனிதனின் செயல்களாகவே கருதப்பட்டு, மனிதனின் நியாயங்களுக்கேற்ப அவை அமைந்திருக் கின்றனவா, இல்லையா, என்பது இன்றும் அலசப்பட்டு வருகிறது. வால்மீகி ராமாயணத்தில் ஒரு விஷயம் ஆங்காங்கே தெளிவாக்கப் படுகிறது. சில ரிஷிகளும், மற்ற சிலரும் கூட ராமர், விஷ்ணுவின் அவதாரமே என்பதை உணர்ந்தே இருந்தார்கள். ராவணனுக்கே கூட, ஒரு நிலையில் இந்த எண்ணம் தோன்றுகிறது. அது மட்டுமல்ல, ஒரு சில இடங்களில் ராமரிடமே, 'நீ விஷ்ணுவின் அவதாரமே' என்று எடுத்துச் சொல்லப்படுகிறது. ஆனால், ராமரோ தன்னை மனிதனாகவே கருதிக் கொள்கிறார். ஒரு சில இடங்களில் அவருடைய பேச்சும் செயலும், 'தானே விஷ்ணு என்பதை ராமரே உணர்ந்திருந்தாரோ' என்ற சந்தேகத்தை ஏற்படுத்துகிற வகையில் அமைந்திருப்பது உண்மையே. அப்படி தன்னுடைய அவதார

ரகஸியத்தை அவர் உணர்ந்திருந்தாலும் கூட, மனிதனாக வாழ்வது என்ற தீர்மானத்துடன் இறங்கி வந்ததால், மனிதனாகவே வாழ்ந்து சென்றவர்தான் ராமர்.

ராவண வதம்தான் ராமாவதாரத்தின் முக்கிய நோக்கம். ராவணனோ தேவர்களால் கொல்லப்பட முடியாதவன் என்று வரம் பெற்றவன். மனிதனால்தான் அவனுடைய வதம் நடக்க வேண்டும். (இது பற்றிய விவரங்களை பிறகு பார்ப்போம்). இப்படி மனிதனால் மட்டுமே வதம் செய்யப்படக்கூடிய, ராவணனின் வதத்திற்காகத் தோன்றிய அவதாரம் ராமாவதாரம் என்பதால், இறைவனுடைய சக்திகளை வெளிப்படுத்தாமல் ராமர் மனிதனாகவே வாழ்ந்து முடித்தார். அதனால்தான் அவ்வப்போது ராமர் மனதில் வந்த சந்தேகங்கள், அவருக்கு ஏற்பட்ட மனச் சோர்வுகள், அவருக்குத் தேவைப்பட்ட உதவிகள் போன்றவை எல்லாம் வால்மீகி ராமாயணத்தில் வர்ணிக்கப்படுகின்றன.

கடவுளே மனிதனாக இயங்க முடிவெடுத்தபோது, மனித பலவீனங்களில் சிலவற்றையும் ஸ்வீகரித்துக் கொண்டு, பின்பு அவற்றையும் கடந்து நின்றார் – என்பதைப் புரிந்து கொள்ள ஒரு சிறிய உதாரணத்தைப் பார்ப்போம். தான் பெற்ற மகன் குழந்தை யாக இருக்கும்போது, அவனோடு விளையாட ஒரு தகப்பன் முனைகிறான். கண்ணைக் கட்டிக் கொண்டு ஒன்றுமே தெரியாதது போல் நடந்து கொண்டு, தன்னுடைய தவிப்பைக் காட்டி குழந்தைக்கு அவன் உற்சாக மூட்டுவான். பிறகு குழந்தை ஒளிந்திருக்கும் இடத்தையும் திடீரென்று கண்டுபிடிப்பவன் போல் நடந்து கொண்டு, அதிலும் குழந்தையைத் திருப்திப்படுத்துவான். இதைப் பார்க்கிற வேறு ஒருவன், 'இந்த அப்பன் என்ன இப்படி இருக்கிறானே? குழந்தை ஒளிந்து கொண்ட இடத்தைக் கண்டுபிடிக்க இவ்வளவு நேரமா? இப்படி ஒரு திண்டாட்டமா? இவ்வளவு பலவீனமான ஆசாமியா இவன்? இவனுக்கு வயதாகி தான் என்ன? இவன் அனுபவம் பெற்றுத்தான் என்ன? அத்தனை யும் வீண்' என்று சொல்வானா? குழந்தை அளவுக்கு இறங்கி, அதற்கு திருப்தியை ஏற்படுத்துகிறபோது, அதற்குரிய வகையில் நடந்து கொள்கிறான் தந்தை. அதனால் அவன் குறைந்து போய் விடுவதில்லை. அதேபோல்தான் இறைவன் மனிதனாக வாழ்ந்த

போது, நமது வாழ்க்கையை செழிப்படையச் செய்தான். அதுதான் ராமாயணம்.

இந்த இடத்தில் இன்னொரு விஷயத்தையும் கவனத்தில் வைத்துக் கொள்ள வேண்டும். ராமாவதாரத்தின் மகிமையை எடுத்துக் கூறும் ராமாயணம், ராவணனை ஓர் அற்பனாகச் சித்தரித்து விடவில்லை. 'சாத்திரங்களைப் புரிந்து கொண்டவன்; உலக நடப்பை அறிந்து கொண்டவன்; தர்மத்தை எடுத்துச் சொல்வதில் வல்லவன்; தேவர்களுக்குச் சமமானவன்; ராஜ தர்மத்தை நன்குணர்ந்தவன்...' என்றெல்லாம் ராவணன் வர்ணிக்கப் படுகிறான். இவையன்றி அவன் 'மிகப் பெரிய வீரன்' என்றும், 'அசாதாரண பலம் பெற்றவன்' என்றும் போற்றப் படுகிறான். அவனை வெல்வது என்பது சாதாரண காரியம் அல்ல என்பது வலியுறுத்தப்படுகிறது. நமது புராணங்களுக்கே உரிய 'நேர்மையான பார்வை' என்ற குண விசேஷம் ராமாயணத்திலும் இருப்பதால்தான், ராவணன் தீயவன் என்பதற்காக, அவனை முழுமையாக இருளடைந்தவன் என்று சித்தரித்து விடாமல், அவனிடம் இருந்த நற்குணங்களும், சிறப்புகளும் அதில் போற்றிக் கூறப்படுகின்றன.

இப்படிப்பட்ட ராவணனை எதிர்க்க விஷ்ணுவே அவதாரம் எடுத்து வர வேண்டியதாயிற்று. ஆனால் அவர் நாடியதோ குரங்குகளின் உதவியை! 'குரங்குக் கூட்டத்தை நம்பி ஒரு யுத்தம்; அதில் வெற்றி வேறு; இது என்ன பிதற்றல்?' என்று நினைத்து விடக் கூடாது. ராமாயணத்தில் வரும் வானரங்கள், திருப்பதியில் நம்மிடமிருந்து வாழைப்பழத்தைப் பிடுங்கிக் கொண்டு ஓடும் குரங்குகள் அல்ல. ராவண வதத்திற்காக மஹாவிஷ்ணு ராமராக அவதரிப்பார் என்று தீர்மானமானவுடனேயே அவரோடு சேர்ந்து, அவருக்கு உதவியாக இருப்பதற்காக, ஒரு தேவர் கூட்டம், வானரக் கூட்டமாக பூவுலகில் பிறவி எடுக்கும் என்பதும் முடிவாகியது. அதனால்தான் ராமாயணத்தில் வரும் வானரங்கள், மனித உருவம் எடுத்துக் கொள்ளக் கூடிய சக்தி படைத்தவையாக இருந்தன. தனது பட்டாபிஷேகத்தின்போது மனித உருவை எடுத்துக் கொள்ளுமாறு ராமரே வானரக் கூட்டத்தைக் கேட்டுக் கொள்கிறார். உத்தம வானரனாகிய ஹனுமனோ மிகப் பெரிய ஞானி. வாயுவின்

மைந்தன் அவன். ஆகையால் ராமாயணத்தில் வரும் வானரர்களை நாம் இன்று பார்க்கிற குரங்குகளாக நினைத்துக் கொண்டு, 'இவற்றால் இது எப்படி முடிந்தது?' என்று குழம்பி அவதிப் பட்டால், தவறு நம்முடையதுதானே தவிர, வால்மீகியின் காவியத்தினுடையது அல்ல.

ராமாயணத்தின் போக்கில் ஆங்காங்கே எழக்கூடிய கேள்வி களையும், அவற்றுக்குப் பெரியவர்கள் தந்துள்ள விளக்கங் களையும், அந்தந்த இடங்களில் பார்ப்போம். ஒரு விஷயத்தை மட்டும் இப்போது கூறுவது பொருத்தமாக இருக்கும். ராமாயணத்தில் வரும் 'வருடக் கணக்குகள்' இன்று நம்மிடையே புழக்கத்தில் இருக்கும் வருடக் கணக்குகளை ஒட்டியதாகவே இருக்க வேண்டும் என்று எதிர்பார்க்க முடியாது. ராமாயணம் நடந்தது த்ரேதா யுகத்தில். நாம் வாழ்வது கலி யுகத்தில். ஆகையால் நமது கணக்கை ராமாயணத்தின் மீது திணித்து, அந்தக் கணக்கிற்கு ஏற்ப ராமாயண நிகழ்ச்சிகள் அமைகின்றனவா என்று பார்க்கக் கூடாது. உதாரணத்திற்கு ராமரின் ஆட்சி 11,000 ஆண்டுகள் நடந்ததாக ராமாயணம் கூறுகிறது. இதற்கு ஒரு விளக்கமும் கூறப் படுகிறது. 'சித்த ஸங்கேதம்' – சித்தர்களின் வழிமுறை – என்று ஒன்று இருப்பதாகவும், அதன்படி பார்த்தால், இந்தப் பதினோரா யிரம் வருடம் என்பது இன்றைய 110 வருடங்களுக்கு நிகரானதாகும் என்று ஒரு விளக்கம் கூறுகிறது. என்னைப் பொறுத்தவரையில் அன்றைய கணக்கு, நமக்குத் தெரியாததால், தெரிய வழியும் இல்லாததால், அதைப் பற்றி ஆராய்ச்சியினால் நாம் தெளிவு பெற வாய்ப்பில்லை. வேறு ஒரு வகையிலும் இதைப் பார்க்கலாம்.

இன்றைய மனிதன் 70 அல்லது 80 வருடங்கள் வாழ்கிறான். பல்லாயிரக்கணக்கான வருடங்கள் மனிதர்கள் வாழ்ந்தார்கள் என்பதை நம்ப, 100 வருடங்களுக்கு மேல் வாழாத இன்றைய மனிதனால் முடியாது. தனது சக்தியை வைத்துத்தான் 'இது முடியும், இது முடியாது' என்று மனிதன் தீர்மானிக்கிறான். இது எப்படி இருக்கிறது? சில கொசுக்கள் சந்திக்கின்றன. 'மனிதர்கள் 70 வருடங்கள் வாழ்கிறார்களாமே? இது சாத்தியமா? நாம் ஒரு சில நாட்கள்தானே வாழ்கிறோம்? அப்படியிருக்க 70 வருடங்கள் வாழ்வதாகச் சொல்லிக் கொள்ளும் மனிதர்கள் பெரிய கதை

அல்லவா பேசுகிறார்கள்' என்று அந்தக் கொசுக்கள் பேசிக் கொள்ளலாம். அவற்றுக்குத் தெரிந்த அளவில் வாழ்க்கை என்பது ஒரு சில நாட்கள் சமாச்சாரம். அதைப் போல் நமக்குத் தெரிந்த அளவில் வாழ்க்கை என்பது 100 வருடத்திற்குட்பட்ட சமாச்சாரம். பற்பல பல பல ஆயிர வருடங்களுக்கு முன்னால் நடந்த வரலாற்றில் வருடக் கணக்கு என்பது எந்தெந்த கட்டத்தில், எப்படி எப்படி அணுகப்படுகிறது என்பது நமக்குத் தெரியாத விஷயம் என்பதுதான் உண்மை; நம்மை மீறிய விஷயம் என்பதுதான் உண்மை.

எந்தெந்த கட்டத்தில் வால்மீகி சாதாரண மனிதக் கணக்கை எடுத்துக் கொண்டு வருடங்கள் பற்றி கூறினார் – எந்தெந்த கட்டத்தில் சித்த வழிமுறையினால் அறியக் கூடிய வகையில் வருடக் கணக்கைக் கூறினார் – என்பவை இன்று சந்தேகமற தீர்மானிக்கப்பட முடியாதவை. ஆகையால் என்னைப் பொறுத்த வரையில் ராமாயணத்தில் அந்தந்த இடத்தில் கூறப்படும் வருடக் கணக்கை, இந்தத் தொடரில் அப்படியே எடுத்துக் கொள்கிறேன்.

இந்தத் தொடரைப் படிப்பவர்கள் மனதில் சில இடங்களில் 'இது நாமறிந்த மாதிரி இல்லையே?' என்ற எண்ணம் ஏற்படலாம்... அதற்குக் காரணம் – முன்னுரையிலேயே நான் கூறிய மாதிரி பல ராமாயணங்கள் இருப்பதுதான். உபன்யாசகர்களும், வழக்கில் இருக்கும் கதைகள் பலவற்றைக் கூறுகிறார்கள். பெரும்பாலோர் அறிந்த கம்ப ராமாயணம் பல இடங்களில் வால்மீகி ராமாயணத்தி லிருந்து மாறுபடுகிறது. துளசிதாஸரின் ராமாயணமாகிய 'ராமசரிதமானஸம்' (ராம சரித்திரம் எனும் பெரும் நீர்நிலை) வால்மீகியிடமிருந்து பெரிதும் மாறுபடுகிறது. கம்பர், வால்மீகி ராமாயணத்தையொட்டியே தனது காவியத்தை இயற்றிதாகச் சொல்லியிருக்கிறார். துளசிதாஸரோ, அத்யாத்ம ராமாயணம் போன்ற ஒரு சில ராமாயணங்களையும், வேறு புராணங்களையும் ஒட்டி, தனது நூலை இயற்றி இருக்கிறார்.

முடிந்த இடங்களில் வால்மீகி ராமாயணத்திலிருந்து துளசி தாஸரும், கம்பரும் வேறுபடுகிற இடங்களை நான் சுட்டிக்காட்டி இருக்கிறேன். ஆனால் அம்மாதிரி இடங்கள் எல்லாவற்றையும்

அறிமுகம்

இந்தத் தொடரில் பட்டியலிட்டு விடமுடியாது. இவற்றினிடையே இருக்கும் ஒரு முக்கியமான வித்தியாசத்தை இப்போதே மனதில் கொள்வோம். மனிதனாக வாழ்ந்த ராமனின் வரலாற்றைக் கூறுகிறார் வால்மீகி; வணங்குதற்குரிய தெய்வமாக ராமனைப் போற்றி, கவிதை இயற்றி இருக்கிறார் கம்பர்; துளசிதாஸரோ பரமசிவனால் வணங்கித் துதிக்கப்பட்ட பரப்பிரம்மத்தைப் பற்றிய நூலாக தனது ராமாயணத்தை இயற்றி இருக்கிறார். ஹிந்து மதத்தில் உண்மையான பக்தர்களுக்கு இருக்கும் உரிமை இது. மனதார ஒரு வழியை நம்பி, அந்த வழியில் சலனமில்லாமல் நடந்தால், இறைவனின் அருள் கிட்டும் என்ற நம்பிக்கை ஹிந்து மதத்தில் வேரூன்றி இருப்பதால், பெரியவர்கள் தங்கள் மனதில் தெளிவு ஏற்படுத்துகிற பாதைகளைத் தேர்ந்தெடுத்திருக்கிறார்கள். இது முரண்பாடு அல்ல. ஒரே இடத்திற்குச் செல்லும் பல பாதைகள். அவ்வளவுதான்.

இப்படிப் போடப்பட்ட பாதைகளில் வால்மீகி வகுத்த பாதையில் நாம் செல்ல இருக்கிறோம். நாரதர் விதையை ஊன்ற, பிரம்ம தேவர் அருள் புரிந்து உற்சாகமூட்ட, வால்மீகி முனிவர் இயற்ற, லவன் – குசன் என்ற ரகு வம்ச இளவரசர்கள் இசைக்க, ராமர் நடத்திய அஸ்வமேத யாக சமயத்தில் மஹரிஷிகளோடு அமர்ந்து, ராமராலேயே கேட்கப்பட்ட இந்த இதிகாசத்தைப் பற்றிய மேலும் சில விவரங்களைப் பார்ப்போம்.

2. வால்மீகியின் கதை

ஏழு காண்டங்கள், ஐநூறு ஸர்க்கங்கள், 24,000 ஸ்லோகங்கள் - கொண்டதாக ராமாயணத்தை வால்மீகி அமைத்தார். இதில் காண்டங்கள் என்பது பிரிவுகளையும், ஸர்க்கங்கள் என்பது அந்தப் பிரிவுகளின் உட்பகுதிகளையும் குறிக்கின்றன. இந்த ஏழு காண்டங்கள், ஐநூறு ஸர்க்கங்கள், 24,000 ஸ்லோகங்கள் என்ற கணக்கு, வால்மீகி ராமாயணத்திலேயே கூறப்பட்டிருக்கிறது. பால காண்டம், அயோத்தியா காண்டம், ஆரண்ய காண்டம், கிஷ்கிந்தா காண்டம், சுந்தர காண்டம், யுத்த காண்டம், உத்தர காண்டம் - ஆகியவை வால்மீகி ராமாயணத்தின் ஏழு காண்டங்கள்.

'இந்த ஏழு காண்டங்களில் இறுதி காண்டமாகிய உத்தர காண்டம், வால்மீகியால் இயற்றப்பட்டதே அல்ல' என்ற ஒரு கருத்து சில ஆராய்ச்சியாளர்கள் இடையில் நிலவுகிறது. இந்த வாதத்திற்கு வால்மீகி ராமாயணமேகூட ஓரளவு இடம் கொடுத்து விடுகிறது என்றும் சொல்லலாம். ஏனென்றால் நெடுங்காலமாக வழக்கில் இருந்து வரும் வால்மீகி ராமாயணத்தில் 647 ஸர்க்கங்களும், 24,253 ஸ்லோகங்களும் இடம் பெற்றிருக்கின்றன. வால்மீகி ராமாயணத்தில் ஆரம்பத்தில் கூறப்படும் கணக்கு 24,000 ஸ்லோகங்கள்–500 ஸர்க்கங்கள். இந்தக் கணக்கு வித்தியாசமே கூட பலவிதமான சர்ச்சைகளுக்கு இடமளித்திருக்கலாம். ஆனால் இந்தக் கணக்கு வித்தியாசம் ஒன்றை மட்டும் வைத்துக் கொண்டு உத்தர காண்டம் வால்மீகி ராமாயணத்தைச் சார்ந்தது அல்ல என்று கூறி விட முடியாது - என்பது பல பண்டிதர்களின் கருத்தாக தொடர்ந்து இருந்து வருகிறது. 500 ஸர்க்கம் என்று ஒரு கவிஞன் கூறும்போது அவன், கறாரான கணக்கைக் கூறாமல் ஓரளவு அதனுடைய விரிவைக் காட்டியிருக்கிறான் - என்றுதான் கொள்ள வேண்டும். அதனால்தான் 647 ஸர்க்கம், 24,253 ஸ்லோகம் என்று கூறாமல், 24,000 ஸ்லோகம் என்றும், 500 ஸர்க்கம் என்றும் கவிஞன் கூறியிருக்கிறான் - என்று பல பழைய புத்தகங்களில் கற்றறிந்தவர்கள் விளக்கமளித்திருக்கிறார்கள்.

அறிமுகம்

இதைத் தவிர உத்தர காண்டத்தில் காணப்படும் விவரங்களை நாம் எடுத்துக் கொள்ளவில்லை என்றால், ராமாயணமே ஒரு முழுமை பெறாத காவியமாக அமைந்து விடக் கூடும். ராவணனின் வரலாறு; அவன் பெற்ற சாபங்கள் மற்றும் வரங்கள்; இந்திரஜித்தின் வரலாறும், அவனுடைய பலமும்; ராம பட்டாபிஷேகத்திற்குப் பிறகு ஸீதையைப் பற்றி மக்கள் பேசிய கொடுமையான அவதூறு; ஸீதையை ராமன் நிராகரித்தது; வால்மீகியின் ஆச்ரமத்தில் ஸீதை லவ - குசர்களைப் பெற்றெடுத்தது; ஸீதைக்கு வைக்கப்பட்ட இரண்டாவது சோதனை; ஸீதையின் முடிவு; லவ - குசர்களிடம் ராஜ்ய பாரம் ஒப்படைப்பு; ராம சகோதரர்களின் முடிவு... போன்ற பல விவரங்கள் உத்தர காண்டத்தில்தான் கூறப்பட்டிருக்கின்றன. இதில் ஏதாவது ஒரு சில இடங்களில் இடைச் செருகல்கள் இருக்கலாம் என்று ஆராய்ச்சியாளர்களின் யூகம் கவனத்தில் கொள்ளத்தக்கதே. ஆனால் அதே சமயத்தில் அதையே வால்மீகி ராமாயணம் பற்றிய இறுதித் தீர்ப்பாக எடுத்துக் கொண்டு, உத்தர காண்டத்தைப் புறக்கணித்து 'பட்டாபிஷேகத்திற்குப் பிறகு ராமருக்கும், அவரைச் சார்ந்தவர்களுக்கும் என்ன நடந்தது என்பதைத் தெரிந்து கொள்ளவே வேண்டாம்' என்ற எண்ணம் முறையாக இருக்காது.

தொடக்க காண்டமாகிய பால காண்டத்திலேயே 'ஆறு காண்டங்களும், அவற்றின் தொடர்ச்சியாக உத்தர காண்டமும் வால்மீகி முனிவரால் இயற்றப்பட்டது' என்றும், 'நடந்த நிகழ்ச்சிகள் மட்டுமல்லாது, நடக்க இருக்கின்ற நிகழ்ச்சிகளையும் அறிந்து கொள்ளும் சக்தியை பிரம்ம தேவன் வால்மீகிக்கு அருளியதால் அவர் நடந்தவை, நடக்க இருப்பவை எல்லாவற்றையும் சேர்த்தே ராமாயண காவியத்தை இயற்றினார்' என்றும் கூறப்பட்டிருக்கிறது. ராமனின் வரலாறு முழுமை பெறக் கூடிய வழியில் பல விவரங்களைத் தருகிற காண்டமாக இருப்பதாலும், ஆரம்பத்திலேயே வால்மீகிதான் அதை இயற்றினார் என்று ராமாயணமே கூறுவதாலும், சில ஆராய்ச்சியாளர்களின் கருத்தையும் மீறி, உத்தர காண்டம், வால்மீகி ராமாயணத்தின் இறுதி காண்டமாக பல பண்டிதர்களால் ஏற்கப்படுகிறது; சம்ஸ்கிருத பதிப்புகள் எல்லாவற்றிலும் உத்தர காண்டம் இறுதி காண்டமாக இடம்பெறுகிறது.

இந்தக் காரணங்களினால், நான் எழுதுகிற இந்த வால்மீகி ராமாயணத் தொடரில் உத்தர காண்ட விவரங்கள், விரிவாகவே கவனிக்கப்படும்.

அதே சமயத்தில் என் மனதில் ஒரு கேள்வி எழுகிறது. ராமாயண உபன்யாசம் செய்கிறவர்கள் எல்லோரும் ராம பட்டாபிஷேகத் துடன்தான் ராமாயணத்தை நிறைவு பெறச் செய்கிறார்கள். 'மங்கள கரமான அந்த நிகழ்ச்சியுடன்தான் ராமாயணக் கதை முடிய வேண்டும்' என்ற நினைப்பு பெரியவர்களிடையே பரவி இருப்பதே இதற்கு ஒரு காரணமாக இருக்கலாம். ஸீதை மீது மக்களுக்கு ஏற்பட்ட சந்தேகம்; அதன் காரணமாக எழுந்த அவதூறு; அதன் விளைவாக ராமர், ஸீதையை வெளியேற்றியது; ஸீதைக்கு வைக்கப்பட்ட இரண்டாவது பரீட்சையும், அந்தப் பரீட்சையே ஸீதையின் முடிவாக அமைந்ததும்; ராமரும், அவருடைய சகோதரர்களும் பூவுலக வாழ்க்கையை முடித்துக் கொண்டது... போன்ற விவரங்கள் பெரும் சோகத்தை ஏற்படுத்துவதால், அவற்றையெல்லாம் விவரிக்கும் உத்தர காண்டத்தை பல பண்டிதர்கள் தங்கள் உபன்யாசங்களில் கூறாமல் விட்டு விடுகிறார்களோ என்று நான் நினைக்கிறேன். ஆனால் என்னைப் பொறுத்தவரையில் மேலே குறிப்பிட்ட இந்த இறுதி விவரங்களை, அசுப நிகழ்ச்சிகளாகக் கருத வேண்டிய அவசியமே இல்லை என்று எண்ணத் தோன்றுகிறது. ஸீதை நம்மைப் போல மூச்சு நின்று இறந்து போய் விடவில்லை. கண்டோரெல்லாம் மெய்சிலிர்த்து, வியந்து நிற்க, யாரும் கேட்டிராதொரு அற்புதமான வகையில் பூமாதேவியால், அங்கீகாரம் பெற்றதுதான், ஸீதையின் முடிவு. ராமரும், அவருடைய சகோதரர்களும் விஷ்ணுவின் அம்சமாகப் பிறந்தவர்கள். அவர்களுக்கும் மரணம் நேரிட்டு விடவில்லை. அவதார காரியமும் முடிந்ததால், விஷ்ணு தன்னுடைய அம்சத்தை, தன்னுடனேயே சேர்த்துக் கொண்டார். இவையெல்லாம் அமங்கலமான விஷயங்கள் என்று நினைக்க வேண்டிய அவசியம் இல்லை என்றுதான் நான் கருதுகிறேன். ஆனால் பட்டாபிஷேகத் துடன் ராமாயணத்தை முடிப்பது என்ற பல பெரியவர்கள் வகுத்துள்ள மரபை மீறும் துணிவு எனக்குத் தோன்ற மறுக்கிறது.

அறிமுகம்

ஆகையால், பட்டாபிஷேகம் முடிந்த பிறகு தொடங்குகிற இறுதி காண்டமாகிய உத்தர காண்டத்தை விரிவாகச் சொல்லிக் கொண்டு போவது மரபை மீறிய விஷயமாக இருக்குமோ என்ற அச்சம் என் மனதுள் எழுகிறது. அதே சமயத்தில் ராமாயண வரலாறு முழுமை பெறுவதும், 'ஸீதையின் மகத்தான சரித்திரம்' என்று வால்மீகியே வர்ணிக்கிற அளவுக்கு உயர்வு பெற்ற ஸீதையின் சரித்திரம் தன்னுடைய சிறப்பின் சிகரத்தை எட்டிப் பிடிப்பதும் – ராவணனின் வியக்கத்தக்க சரித்திரமும் – ஸீதை, ராமர், அவருடைய சகோதரர்கள் ஆகியோரின் வரலாற்று முடிவும் – ரகு வம்சம் ராமரோடு முடிந்தது என்ற தவறான எண்ணம் ஏற்பட்டு விடாத வகையில், அந்த மன்னர் வரிசை லவ – குசர்கள் மூலமாக மேலும் தழைத்து ஓங்கியதையும் – மேலும் பல முக்கியமான விவரங்களையும் கூறுவது உத்தரகாண்டம்தான் என்பதால், அதை விட்டு விடவும் என் மனம் இடம் தரவில்லை. அதாவது பட்டாபிஷேகத்துடன் முடிக்க வேண்டும் என்ற எண்ணமும் இருக்கிறது; அதற்கு அடுத்ததாகிய உத்தர காண்டத்தின் விவரங்களையும் கூற வேண்டும் என்ற நினைப்பும் இருக்கிறது. இதனால் ஒரு இடைப்பட்ட வழியை நான் மேற்கொள்வதாக இருக்கிறேன்.

'பட்டாபிஷேகத்துடன் முடிப்பது மரபு என்பதால் அதைப் பின்பற்றுவது – அதே சமயத்தில் உத்தர காண்ட விவரங்கள் மிகவும் முக்கியமானவை என்பதால் அவற்றைப் பட்டாபிஷேகத்திற்கு முன்பாகவே – நிகழ்ச்சிகளின் தொடர்பையொட்டி – ஆங்காங்கே எடுத்துச் சொல்வது' என்று நான் முடிவு செய்திருக்கிறேன்.

உதாரணமாக, ஆரண்ய காண்டத்தில் ராவணனின் அறிமுகம் வரும்போது – ராவணன் பற்றி உத்தர காண்டம் தரும் விவரங்களை யெல்லாம் எடுத்துச் சொல்ல முடியும். ராவணன் அறிமுகமாகும் போது அவனுடைய பிறப்பு, அவனுடைய பலம், பலவீனம் போன்றவை எல்லாம் தெரிந்து கொள்வது பொருத்தமாகவே இருக்கும் என்பதால், உத்தர காண்ட விவரங்கள் சிலவற்றை அந்த இடத்தில் கொடுப்பது முறையாக இருக்கும் என்று நம்புகிறேன். மேலும், ஒரு உதாரணமாக லவ – குசர்களின் கதையைச் சொல்லலாம். ரகு வம்ச திலகங்களாக இந்த இருவரும், பால

காண்டத்தில் அறிமுகமாகும்போது, அவர்களைப் பற்றிய விவரங்கள் எதுவும் கூறப்படவில்லை. அவர்களைப் பற்றிய விவரங்கள் எல்லாம் உத்தர காண்டத்தில் தான் வருகின்றன. ஆகையால், அவர்கள் அறிமுகமாகும்போதே, உத்தர காண்டத்தில் அவர்களைப் பற்றி வருகிற விவரங்களையெல்லாம் நாம் பார்த்து விடலாம்.

இப்படிப் பொருத்தமான இடங்களில் உத்தர காண்டவிவரங்களை நான் எடுத்துக் கூறும்போது, வாசகர்கள் மனதில் எந்தவித சந்தேகமும் எழாமல் இருப்பதற்காக 'இந்த விவரங்கள் உத்தர காண்டத்தில் இருப்பவை' என்று நான் குறிப்பிட்டு விடுவதாக இருக்கிறேன். இதைத் தவிர, ஏற்கெனவே நான் கூறிய மாதிரி, துளசிதாஸரின் 'ராம சரிதமானஸம்' என்கிற ராமாயணமும், கம்பரின் 'இராமாவதாரம்' என்கிற ராமாயணமும், வால்மீகி ராமாயணத்திலிருந்து மாறுபடுகிற முக்கியமான இடங்களை ஆங்காங்கே நான் சுட்டிக் காட்டுகிறேன். இந்த மாதிரியான வித்தியாசம் ஒன்றை இப்போதே கூட பார்த்து விடலாம்.

கம்ப ராமாயணத்தில் உத்தர காண்டம் இடம் பெறவில்லை. தனது, 'இராமாவதாரம்' என்ற பெரும் காவியத்தைக் கம்பர், ராம பட்டாபிஷேகத்துடன் முடித்து விடுகிறார். துளசிதாஸரின் 'ராம சரிதமானஸம்' என்கிற ராமாயணத்தில் உத்தர காண்டம் இடம் பெறுகிறது. ஆனால் அதன் விவரங்கள் வால்மீகி ராமாயணத் திலிருந்து பெரிதும் மாறுபடுகின்றன. அது மட்டுமல்லாமல் உத்தர காண்டத்திற்குப் பிறகு லவ - குச என்பது ஒரு இணைப்பாக, துளசிதாஸரின் ராமாயணத்தில் இடம்பெறுகிறது.

கம்பர், வால்மீகி ராமாயணத்தையொட்டியே தனது காப்பியத்தை அமைத்து இருப்பதாகக் கூறியிருக்கிறார். ஆனால் துளசிதாஸரின் ராமாயணமோ வால்மீகி ராமாயணத்தையொட்டி எழுதப்பட்டது அல்ல. 'அத்யாத்ம ராமாயணம்' என்பது போன்ற நூல்களையொட்டி, தனது படைப்பை துளசிதாஸர் அமைத்திருக் கிறார். வால்மீகி ராமாயணம் இயற்றப்பட்டது ராமர் காலத்தி லேயே - அதாவது த்ரேதா யுகத்தில். கம்ப ராமாயணம் கி.பி. 9-ஆம் நூற்றாண்டிலும், துளசிதாஸரின் ராமாயணம் கி.பி. 16-ஆம்

நூற்றாண்டிலும் இயற்றப்பட்டதாகக் கூறப்படுகிறது. கம்பருக்கு ஆதாரம் – வால்மீகி; துளசிதாஸருக்கு ஆதாரம் – வால்மீகிக்குப் பிறகு நெடுங்காலம் கழித்து யாரால் இயற்றப்பட்டது என்பது பற்றி இன்னமும் சர்ச்சைக்குள்ளாகி இருக்கிற – அத்யாத்ம ராமாயணம்.

ராமர் காலத்திலேயே வாழ்ந்து, நடந்ததையும், நடக்கப் போவதையும் காவியமாகப் படைத்து, மனித குலத்திற்கே நல்வழி காட்டிய முனிசிரேஷ்டரான வால்மீகியின் வரலாறு ராமாயணத்தில் கூறப்படவில்லை. ஆனால் வேறு புராணங்கள் சிலவற்றில் வால்மீகி பற்றிய சில விவரங்கள் காணப்படுகின்றன. ஆதார பூர்வமான வரலாற்றுப் பின்னணி இதற்கு இல்லை என்று ஆராய்ச்சியாளர்கள் கூறினாலும், பலராலும் கூறப்படுகிற வால்மீகியின் கதை இதுதான் என்பதால், அதைப் பார்ப்போம்.

ஒரு மஹரிஷிக்கு மகனாகப் பிறந்து, வேடர்களால் வளர்க்கப் பட்டவர் அவர். அவர் வளர்ந்த கூட்டத்தின் தொழிலாகிய திருட்டும், வழிப்பறிக் கொள்ளையும் இவருக்கும் தொழிலாகியது. அவசியம் நேர்ந்தபோது கொலைகளையும் செய்தார். ஒருநாள் சில ரிஷிகள் காட்டுப் பாதை வழியே போகும்போது இவர் அவர்களை மறித்து, அவர்களிடமிருந்த பொருட்களைக் கொடுத்துச் செல்லு மாறு மிரட்டினார். அந்த ரிஷிகள், தங்களிடமிருந்த உணவு மற்றும் சாதாரண பொருட்களைக் கொடுப்பதாகவும், அதற்குப் பதிலாக இவர் ஒரு காரியம் செய்ய வேண்டும் என்றும் கேட்டுக் கொண்டார்கள். 'உன்னுடைய வீட்டுக்குப் போய், உன்னை நம்பி இருக்கிற உன்னுடைய மனைவியையும், மகன்களையும் பார்த்து, அவர்களிடமிருந்து ஒரு கேள்வியை நீ கேட்க வேண்டும். அவர்களைக் காப்பாற்றுவதற்காக, நீ செய்கிற இந்தத் திருட்டுத் தொழிலின் மூலம் கிடைப்பதை உன்னோடு பங்கிட்டுக் கொள்ளும் அவர்கள், இந்தத் தொழில் மூலம் உனக்குக் கிட்டும் பாவத்தையும் பங்கிட்டுக் கொள்வார்களா? – என்பதை அவர்களிடம் கேட்டுச் சொல்.'

இப்படி அந்த ரிஷிகள் கூறியது அந்த 'வேடுவனுக்கு'ப் புதிதாகவும், புரியாத புதிராகவும் தோன்றவே, தனது குடும்பத் தினரை அணுகி, ரிஷிகள் கூறியவாறே கேட்டான். அதற்குக்

குடும்பத்தினர், "எங்களைக் காப்பாற்ற வேண்டியது குடும்பத் தலைவனாகிய உனது கடமை. அதற்காக நீ திருட்டுத் தொழிலை செய்கிறாய், சம்பாதிக்கிறாய். நீ சம்பாதித்துக் கொண்டு வரும் பொருளினால் நாங்கள் காப்பாற்றப் படுவது உண்மையே. ஆனால் அதற்காக, நீ நாடும் வழிகளில் உனக்கு ஏற்படுகிற பாவம் எங்களை எப்படிச் சாரும்? நீ கொண்டு வரும் பொருளில் எங்களுக்கு உரிமை உண்டே தவிர, நீ செய்யும் பாவங்களில் எங்களுக்குப் பங்கு கிடையாது" என்று கூறி விட்டார்கள்.

இதைக்கேட்டவுடன், அந்த 'வேடுவனுக்கு' சம்சார பந்தம் என்பது உடனடியாக விலகியது. ஆசை, அதனால் ஏற்படும் வேகம், கோபம் போன்ற உணர்வுகள் எல்லாம் அவனை விட்டு அகன்றன. மீண்டும் விரைந்து சென்று ரிஷிகளைச் சந்தித்தான். நடந்ததை அவர்களிடம் சொல்லி, 'உங்களால் நான் தெளிவு பெற்றேன். இத்தனை நாள் நான் வாழ்ந்த வாழ்க்கையில் எனக்குப் பெரும் வெறுப்பு ஏற்பட்டு விட்டது. இந்தத் திருட்டுத் தொழிலைச் செய்து, நான் சேர்த்த பாவத்திற்கெல்லாம் பரிகாரம் காண விரும்புகிறேன். உங்களுக்குத் தீமை புரியும் எண்ணத்தோடு உங்களை அணுகிய எனக்கு, நீங்கள் பெரும் நன்மை புரிந்தீர்கள். அதை முழுமையாக்க, எனது பிறவி கடைத்தேறுமாறு ஒரு வழி காட்டவேண்டும்' என்று கேட்டுக் கொண்டான்.

அந்த ரிஷிகள், அவனுக்கு ராம நாமத்தை உபதேசித்து, அதையே ஜபித்துக் கொண்டிருக்குமாறு கூறினார்கள். (ராம ராம என்பதற்குப் பதிலாக, மரா மரா என்று சொல்லிக் கொண்டிருக்குமாறு, ரிஷிகள் அவரிடம் கூறியதாகவும் கதை உண்டு. 'மரா' சம்ஸ்கிருதம் இல்லை யென்பதால், இது பிற்சேர்க்கை என்றே கருதப்படுகிறது.)

அந்த 'வேடுவன்' ஆசாபாசங்களை அழித்தவனாக, காம குரோதங்கள் அற்றவனாக, விருப்பு வெறுப்பு இல்லாதவனாக, தன் மனத்தை ஒரு நிலையில் நிறுத்தி, ரிஷிகள் கூறியவாறே ஜபித்து வந்தான். ஆண்டுகள் பல கழிந்தன. தவம் கலையவில்லை. அவனைச் சுற்றி ஒரு பெரும் கறையான் புற்றே வளர்ந்து விட்டது. இப்படிப் பல காலம் கழிந்த பிறகு, அந்த ரிஷிகள் மீண்டும் வந்து அவனை அந்தப் புற்றிலிருந்து வெளியில் வருமாறு அழைக்க,

அவனும் வெளியே வந்தான் – வால்மீகியாக! வால்மீகி என்ற பதத்திற்கு, புற்றிலிருந்து வெளியேறியவர் என்ற அர்த்தம் கூறப்படுகிறது. பாவங்களை ஒழித்து, பெரும் புண்ணியத்தை எய்தி, ஞானியாக விளங்கக் கூடிய நிலையை அடைந்து விட்டவராக வால்மீகி, அந்த ரிஷிகளால் போற்றப்பட்டார்.'

முனிவர்களிடையே ஒரு சிம்மமாகவும், பெரும் சிறப்பு வாய்ந்த மஹரிஷியாகவும், ராமாயணத்தில் வால்மீகி குறிப்பிடப் பட்டாலும், அவருடைய வரலாறு அந்த இதிகாசத்தில் சொல்லப் படாததால், மேலே கூறப்பட்ட வேறு சில புராணங்களில் காணப்படுகிற கதையே வழக்கில் இருந்து வருகிறது. வால்மீகி ராமாயணத்தில், வால்மீகி ''நான் பிரம்ம புத்திரராகிய ப்ரசேதஸின் புதல்வன்; கடும் தவம் புரிந்தவன்'' என்று ராமர் முன்னிலையில் கூறுகிறார். வேறு விவரங்கள் இல்லை.

பெரும் ஞானத்தை எய்திய வால்மீகி முனிவரால் இயற்றப்பட்ட – பாவங்களைப் போக்கவல்ல, மக்கள் பேறு இல்லாதவனுக்கு மக்கட் பேறை அளிக்கக் கூடிய, செல்வம் இல்லாதவனுக்குச் செல்வத்தை வாரி இறைக்கக் கூடிய, தர்மத்தின் பாதையைச் சுட்டிக் காட்டுகிற, ஈடு கூற முடியாத உயர்ந்த நலத்தை அளிக்கக் கூடிய – ராமாயணம் எனும் இதிகாசத்தின் முதல் பிரிவு, பாலகாண்டம்.

2

1. பால காண்டம்

அத்தியாயம் - 1

வரலாற்றுக் காவியம் பிறந்தது

> **நா**ரதர், ராமரின் வரலாற்றுச் சுருக்கத்தை வால்மீகி முனிவருக்குக் கூறியது; இரு பறவைகளில் ஒன்றை ஒரு வேடன் கொன்று விட, வால்மீகியின் வாக்கில் பிறந்த ஸ்லோகம்; நடந்ததையும், நடக்க இருப்பதையும் ப்ரம்ம தேவன் அருளால் வால்மீகி உணர்ந்து ராமாயணம் இயற்றியது; ராமர் முன்பு லவ - குச சகோதரர்கள் ராமாயண காவியத்தை இசைக்கத் தொடங்கியது...

"**நே**ர்மையுடையவனாகவும், ஈடில்லா வீரம் படைத்தவனாகவும், தர்மத்தின் சூட்சுமத்தை அறிந்தவனாகவும், நன்றி மறவாதவனாகவும், எந்த நிலையிலும் உண்மையையே பேசுபவ னாகவும், கொண்ட விரதத்தைக் காப்பாற்று பவனாகவும், குல கௌரவத்தைத் தவறவிடாதவ னாகவும், அனைத்துப் பிராணிகளிடத்திலும், அன்பு காட்டுகிறவனாகவும், பண்டிதனாகவும், வல்லவனாகவும், கருணை நிறைந்த பார்வை உடையவனாகவும், பெரும் தைரியம் உள்ளவனாகவும், கோபத்தை வென்றவனாகவும், ஒளி வீசும் முகமுள்ளவனாகவும், பொறாமை சற்றும் இல்லாதவனாகவும், தேவர்களும் அஞ்சி நடுங்கும்படி யுத்த களத்தில் போர்த் தொழில் புரிபவனாகவும் – விளங்குகிற மனிதன் யார்? இப்படிப்பட்ட ஒரு மனிதன் இருந்தால், அவனைப் பற்றி அறிந்து கொள்ள நான் விரும்புகிறேன். நாரத மஹரிஷியே! என்னுடைய இந்த ஆவலைப்

பூர்த்தி செய்வீராக!'' என்று தன்னுடைய ஆச்ரமத்திற்கு வந்த நாரதரைப் பார்த்து, முனிசிரேஷ்டரான வால்மீகி கேட்டுக் கொண்டார்.

வேதங்களை அறிந்தவர்களுள் சிறந்தவரும், மூவுலக நிகழ்ச்சிகளை அறிந்தவருமான நாரத முனிவர், வால்மீகியிடம், ''உங்கள் கேள்விக்கு நான் பதில் அளிக்கிறேன். கவனமாய்க் கேட்டுக் கொள்ளுங்கள்'' என்று கூறி, மேலும் தொடர்ந்தார். ''முனிவரே! உம்மால் விவரிக்கப்பட்ட நற்குணங்கள் அனைத்தும் ஒரு மனிதனிடமே காணப்படுவது என்பது மிகவும் அரிதானது. இருந்தாலும் அப்படிப்பட்ட மனிதன் ஒருவன் இருக்கிறான். இக்ஷ்வாகு வம்சத்தில் பிறந்து, இப்பொழுது அயோத்தியை ஆண்டு வருகிற ராமர் என்கிற அரசர், நீங்கள் கூறிய குணங்கள் அனைத்தும் பெற்றவர். பார்த்தோரை பிரமிக்க வைக்கும் தேஜஸ், தளராத மன உறுதி, போற்றுதற்குரிய வீரம், கூர்மையான அறிவு, நீதி தவறாமை, எவரையும் வசப்படுத்தக் கூடிய முகத் தோற்றம், வாக்கிலே தெளிவு, பலம் வாய்ந்த தோள்கள், சங்கு போன்ற கழுத்து, தசைப்பற்றுள்ள கன்னங்கள், விசாலமான மார்பு, முழங்காலைத் தொடுகின்ற கைகள், கம்பீரமான நடை, அகன்ற கண்கள், விரிந்த மார்பு – போன்ற சிறப்புகள் எல்லாம் ஒருங்கே அமையப் பெற்றவர் அவர். நிகரற்ற வில்லாளி; பகைவர்களை அழித்தவர்; தர்மத்தின் பாதையிலிருந்து தவறாதவர்; உண்மையில் உறுதியாக நிற்பவர்; வேதங்களின் தத்துவங்களை அறிந்தவர்; முழுமையான ஞானம் பெற்ற பேரறிவாளர்; தன்னை நம்பியவர்களுக்குத் தன்னையே அடிமையாக்கிக் கொள்ளும் குணவான்; கம்பீரமானவர்; சாமர்த்தியமறிந்தவர்; அனைத்து உலகங்களிலுமுள்ள எல்லா ஜீவராசிகளிடமும் கருணை காட்டுபவர்; தர்மத்தையும், மக்களையும் காப்பாற்றுபவர்; வியக்கத்தக்க ஞாபக சக்தி உடையவர்; விற்போர் சாத்திரத்தில் முழுமையான தேர்ச்சி பெற்றவர். இப்படி எல்லா நற்குணங்களுக்கும் இருப்பிடமாகத் திகழும் அந்த அயோத்தி மன்னர் ராமர், கம்பீரத்தில், கடல்; தைரியத்தில், இமயமலை; வீரத்தில், விஷ்ணு; இன்பம் அளிக்கும் தோற்றத்தில், சந்திரன்; கோபத்தில் பிரளயாக்னி; பொறுமையில், பூமி; கொடுப்பதில், குபேரன்; உண்மை பேசுவதில், தர்ம தேவதை! வால்மீகி முனிவரே! நதிகள் எல்லாம் பாய்ந்தோடி எப்படிக்

கடலில் போய் சேருகின்றனவோ, அதைப் போல நல்லவர்கள் எல்லாம் விரைந்தோடி, ராமரையே சென்று அடைகிறார்கள்.''

இப்படி ராமரின் சிறப்புகளையெல்லாம் வால்மீகிக்கு எடுத்துக் கூறிய நாரதர், அதன் பின்னர், அதுவரை நடந்த ராமாயண நிகழ்ச்சிகளைச் சுருக்கமாக வால்மீகிக்குச் சொன்னார். ராமருக்கு பட்டம் சூட்ட தசரதர் செய்த முடிவு; கைகேயி கோரிய வரங்களின் விளைவாக ராமர் காட்டுக்குச் செல்ல நேரிட்டது; லட்சுமணனும், ஸீதையும், ராமருடன் கூடவே காட்டுக்குச் சென்றது; தசரதரின் முடிவு; காட்டை விட்டு நாட்டுக்குத் திரும்பி வந்து, பட்டத்தை ஏற்றுக் கொள்ளுமாறு பரதன், ராமரை வற்புறுத்தியது; கொண்ட விரதத்தைக் கெடுத்துக் கொண்டு நாடு திரும்ப ராமர் இசையாத போது, பரதன் ராமருடைய பாதுகைகளுடன் நாடு திரும்பியது; ராமரின் வனவாசம்; சூர்ப்பனகையின் மானபங்கம்; ஸீதையை அபகரிக்க ராவணன் செய்த முடிவு; ஸீதையை ராவணன் கவர்ந்து சென்றபோது, ஜடாயு செய்த போர்; ஸீதையைத் தேடிச் சென்ற ராமருக்கு சுக்ரீவனின் நட்பு கிட்டிய நிகழ்ச்சி; வாலியின் வதம்; அசோகவனத்தில் ஹனுமார் ஸீதையைக் கண்டது; இலங்கையை ஹனுமார் எரித்தது; கிஷ்கிந்தைக்குத் திரும்பிய ஹனுமார், அசோகவனத்தில் ஸீதையைக் கண்ட விவரங்களை எடுத்துக் கூறியது; ராவணனோடு நடந்த போரில் ராமர் கண்ட மாபெரும் வெற்றி; ஸீதை மேற்கொண்ட அக்னி பரீட்சை; விபீஷணன் இலங்கை மன்னனாக முடிசூடிய நிகழ்ச்சி, ராம பட்டாபிஷேகம் – ஆகிய நிகழ்ச்சிகளையெல்லாம், மிகவும் சுருக்கமாக, நாரதர் எடுத்துரைத்தார்.

இப்படிச் சுருக்கமாக ராமரின் வரலாற்றை எடுத்துக் கூறிய பிறகு நாரதர், தான் வால்மீகியோடு பேசிக் கொண்டிருந்த அந்த நேரத்தில் ராம ராஜ்யம் எப்படி நடக்கிறது என்பதையும் விவரித்தார். ''ராமருடைய ஆட்சியில் மக்களிடையே, அல்பாயுசில் குழந்தைகள் இறந்து போனதான நிகழ்ச்சிகள் கிடையாது; பெண்கள், விதவைத் தன்மையை எய்தாமலும், கற்பை இழக்கா மலும் நல்வாழ்வு வாழ்கிறார்கள்; தீ, காற்று, தண்ணீர், இவற்றி னால் எந்த ஆபத்தும் மக்களுக்கு ஏற்படுவதில்லை; திருடர் களினால் ஏற்படக் கூடிய பயமோ, பசியினால் ஏற்படக் கூடிய

துன்பமோ, நோயினால் ஏற்படக் கூடிய தொல்லையோ அந்த ஆட்சியில் இல்லை; பயிர்கள் செழித்து, செல்வம் கொழிக்கிறது; மக்களின் மகிழ்ச்சிக்கு ஒரு குறைவுமில்லாமல் ராமரின் ஆட்சி நடக்கிறது.'' இவ்வாறு கூறி முடித்த நாரதர், இதன் பின்னர் - அதாவது தனக்கும், வால்மீகிக்குமிடையே நடந்து கொண்டிருந்த உரையாடலின் காலத்திற்குப் பின்னர் - ராம ராஜ்யம் மேலும் செழித்தோங்கி, பல அச்வமேத யாகங்களைக் கண்டு, பெரும் கொடைகளைப் பார்த்து, மேன்மேலும் சிறப்புற்று விளங்கப் போகிறது என்றும், இறுதியில் ராமர் ப்ரம்ம லோகத்தை எய்துவார் என்றும் கூறினார்.

ராம சரித்திரத்தின் சுருக்கத்தை மெய்சிலிர்த்துப் போய் அடக்கத்துடன் நின்று கேட்டுக் கொண்டிருந்த வால்மீகி முனிவரைப் பார்த்து, நாரதர், ''பாவத்தைப் போக்குவதும், வேதங்களுக்கும் நிகரானதும், பரிசுத்தமானதுமான ராமருடைய சரித்திரத்தை எவன் படிக்கிறானோ, அவன் எல்லாப் பாவங் களிலிருந்தும் விடுதலை அடைகிறான். நோய் நொடியற்ற, நீண்ட ஆயுளைக் கொடுக்கவல்ல ராம சரித்திரத்தைப் படிக்கிற மனிதன், மக்கட்பேறுடனும், செல்வத்துடனும் கூடியவனாக வாழ்ந்து, தனது உடலை விட்ட பின் மேலுலகத்தில் ஏற்கப்பட்டு கௌரவிக்கப்படுகிறான்'' என்று சொல்லி முடித்தார்.

தர்ம சிந்தனை உடையவரும், சொல்வன்மை மிக்கவருமான வால்மீகி முனிவர், நாரதரை முறைப்படி பூஜித்து, அவருக்கு விடை கொடுத்து அனுப்பி விட்டு, 'தமஸா' நதிக் கரையை நோக்கிச் சென்றார். தன்னுடைய ஜபதபங்களுக்கு உரிய ஓர் இடத்தை நாடி, அவர் சென்று கொண்டிருந்தபோது, அந்தக் காட்டில் ஆண், பெண் ஜோடியாக இரண்டு 'க்ரௌஞ்ச' பக்ஷிகள் விளையாடிக் கொண்டிருந்தன. **(நீர் நிலைகளின் அருகில் காணப்படக் கூடிய, ஒரு பறவை இனத்தைச் சார்ந்தவை – க்ரௌஞ்ச பறவைகள்.)** அப்போது அங்கே வந்த ஒரு வேடன். அந்த இரு பறவைகளில், ஆண் பறவையை ஓர் அம்பு எய்திக் கொன்று வீழ்த்தினான். பெண் பறவை பரிதாபமாக அலறியது. இன்புற்றிருந்த இரண்டு பறவைகளைப் பிரித்து, அதில் ஒன்றைக் கொன்று, மற்றொன்றைப் பரிதவிக்க விட்ட வேடனின் செயலைக்

கண்டு, முனிவர் பெரும் அதிர்ச்சியுற்றார். அந்தக் காட்சி அவருடைய மென்மையான உள்ளத்தைப் பெரிதும் வருத்தியது. வேடன் செய்தது தர்மத்திற்கு முற்றிலும் விரோதமான செயல் என்று அவருடைய மனம் கூற - நடந்த நிகழ்ச்சி அவருடைய உள்ளத்தை உறுத்த - பெண் பறவையின் பரிதாப நிலை அவருடைய நெஞ்சத்தை உலுக்க - வால்மீகி முனிவர் வேடனைப் பார்த்து, ''வேடனே! இன்புற்றிருந்த பறவைகளில் ஒன்றைக் கொன்று வீழ்த்திய நீ, நிலையான வாழ்க்கையை அடைவது என்பது கிடையாது'' என்று சபித்து விட்டார். அந்தச் சாபமே கவிதை நயத்துடன் கூடிய ஒரு ஸ்லோகம் போல அமைந்தது.

(வால்மீகி முனிவரின் இந்தச் சாபம் ஒரு கவிதையாக வெளிவந்தது. இதுவே அவர் இயற்றிய ராமாயணத்திற்கும் ஆரம்பமாக அமைந்தது. இந்த ஸ்லோகத்திற்கு மேலே சொன்ன அர்த்தத்தைத் தவிர, வேறோர் அர்த்தமும் கூறப்படுகிறது. சம்ஸ்க்ருத மொழியில், பதங்களைப் பிரிக்கும்பொழுது, இந்த ஸ்லோகத்திற்கு வருகிற அர்த்தம் 'லக்ஷ்மியின் உறைவிடமாகிய ஸ்ரீநிவாஸனே! ராக்ஷஸ இன்பத்தில் புத்தி மயங்கிய ஒருவனைக் கொன்று, நீண்ட நெடுங்காலத்திற்கு நிலைத்து நிற்கும் கீர்த்தியை நீர் அடைந்தீர்' - என்பது. முனிவர் வாக்கில் வந்த சாபம், ஒரு ஸ்லோகமாக அமைந்தது மட்டுமல்லாமல், ராமாயணத்தின் தொடக்கமாகவும் அமைகிற வகையில் இரு பொருளை உடையதாகக் கொண்டது. இந்த இரண்டாவது அர்த்தம் அந்த ஸ்லோகத்திற்கு இருந்தாலும் கூட, இப்படிப் பதத்தைப் பிரித்து அர்த்தம் பார்க்க வேண்டிய அவசியம் இல்லை என்றும், வேடனுக்கு வால்மீகி முனிவரிட்ட சாபமே ராமாயணத் தொடக்கம் என்றும் சிலர் கூறுகிறார்கள். ஆனால், இந்த நிகழ்ச்சிக்குப் பிறகு ப்ரம்ம தேவன் வந்து, வால்மீகி முனிவரைச் சந்திக்கும்பொழுது, 'நீர் வேடனுக்கு இட்ட சாபமே ஒரு ஸ்லோகம் தான்' என்று அவர் வால்மீகி முனிவரிடம் கூறியது நினைவில் வைக்கத்தக்கது.)

இந்த நிகழ்ச்சிக்குப் பிறகு, வால்மீகி முனிவரின் மனதில் ஒரு எண்ணம் மீண்டும், மீண்டும் தோன்றிக் கொண்டே இருந்தது. 'ஒரு பறவைக்கு ஏற்பட்ட துன்பத்தின் காரணமாக, என் வாக்கிலிருந்து ஒரு சாபம் வெளிப்படுவானேன்? எனது சொல்லாக வந்த அந்த

சாபம், எழுத்து மற்றும் பதங்களின் அமைப்பினால் ஒரு ஸ்லோகம் மாதிரி தெரிகிறதே! நடந்த நிகழ்ச்சிக்கு ஏதோ ஒரு பொருள் இருக்க வேண்டும் போல் இருக்கிறதே' என்ற சிந்தனையில் ஆழ்ந்து, தனது ஆச்ரமத்தில் அமர்ந்திருந்த வால்மீகி முனிவரின் முன்பு, அப்பொழுது ப்ரம்ம தேவன் தோன்றினான்.

''முனிவரே! உமது சொல் எனது அருளினால்தான் பிறந்தது. ராமருடைய வரலாற்றை நீர் முழுமையாக இயற்ற வேண்டும் என்பதற்காகத்தான் இந்தத் தொடக்கம் செய்யப்பட்டது. நாரதரிட மிருந்து ராமரின் சரித்திரத்தைக் கேள்வியுற்ற நீர், அந்தச் சரித்திரத்தில் பலரும் அறிந்த விவரங்களை மட்டுமல்லாமல், பலரும் அறியாத விவரங்களையும் அறிவீராக! அதேபோல ஸீதையின் வரலாறு முழுமையாக உமக்குத் தெரிவதாக! நீர் இயற்றப் போகும் ராம சரித்திர காவியத்தில், உமது ஒரு சொல் கூட மெய்யிலிருந்து விலகியதாக இருக்காது. மனதிற்கினிய ஸ்லோகங் களைக் கொண்டதாக ராமருடைய வரலாற்றை இயற்றுவீராக! உலகில் மலைகளும், நதிகளும் எதுவரை நிலைத்திருக்குமோ, அதுவரை நீர் இயற்றப் போகும் புனித சரித்திரமான ராமாயணமும் நிலைத்திருக்கும்! அந்தப் புண்ணிய வரலாறு எப்படி நிரந்தர மானதோ, அதேபோல நீரும் நிரந்தரத் தன்மையை அடைவீர்.''

இப்படிச் சொல்லிவிட்டு, திடீரென்று தோன்றிய மாதிரியே திடீரென ப்ரம்ம தேவன் அந்த இடத்திலிருந்து மறைந்தான்.

வியப்பும், மகிழ்வும் எய்திய வால்மீகி முனிவர் ப்ரம்மா கூறிய படியே, சோகத்தில் எழுந்த ஸ்லோகத்தையே ஆரம்பமாகக் கொண்டு ராமாயண காவியத்தை இயற்றத் தீர்மானித்தார்.

தான் இயற்ற இருந்த காவியத்தின் உள்ளடக்கத்தைப் பற்றி அவர் ஆழமாகச் சிந்தித்தார். ராமருடைய வரலாற்றில் நடந்த நிகழ்ச்சிகள் அனைத்தும் அவருக்குத் தெளிவாகத் தெரிந்தன. பேசப்பட்ட வார்த்தை, உதிர்க்கப்பட்ட சிரிப்பு, நடத்தப்பட்ட பயணம், செய்யப்பட்ட காரியம்... என, ஒன்றும் விட்டுப் போகாமல் உள்ளங்கை நெல்லிக்கனி போல் முனிவருக்குத் தெளிவாகத் தெரிந்தது.

நடந்ததையும், நடக்க இருப்பதையும், ப்ரம்மனின் அருளால் முழுமையாக அறியப் பெற்ற வால்மீகி, நடந்த நிகழ்ச்சிகளையும் கூறி, நடக்க இருக்கும் நிகழ்ச்சிகளை உத்தர காண்டத்தில் கூறி, ராமாயண காவியத்தை இயற்ற முனைந்தார். சொற்சுவையும், பொருட்சுவையும் கொண்ட 24,000 ஸ்லோகங்களை, 500 ஸர்க்கங்களில், ஆறு காண்டங்களாகவும், அதற்கு மேல் உத்தர காண்டமாகவும் அவர் இயற்றினார். இப்படிக் காவியம் இயற்றிய பிறகு, 'எந்தத் திறமைசாலி இதை எல்லோருக்கும் எடுத்துச் சொல்லப் போகிறான்?' என்ற கேள்வி அவர் மனத்தில் எழுந்தது.

அப்போது ரிஷிகுமாரர்களின் கோலத்தில் அந்த ஆச்ரமத்தில் இருந்த லவன், குசன் ஆகிய இரு சிறுவர்கள் அவருடைய பாதங்களில் விழுந்து வணங்கி நின்றார்கள். தர்மத்தை அறிந்தவர்களும், அரச குமாரர்களும், சகோதரர்களுமான அந்த இரு சிறுவர்கள், வேதங்களை நன்கு கற்றவர்களாகவும் இருந்தார்கள். மகிமை பொருந்திய வால்மீகி முனிவர், ராமரின் சரித்திரமாகவும், ஸீதையின் மகத்தான வரலாறாகவும், ராவணனின் வதம் பற்றிய விவரங்களைக் கூறுவதாகவும், தான் இயற்றிய ராமாயண காவியத்தை அந்த இரு சிறுவர்களுக்கும் கற்பித்தார்.

நல்ல அங்க லட்சணங்களும், இனிய சுபாவமும், கம்பீரமும் கூடிய அந்த இரு சிறுவர்கள், தங்களுடைய இனிமையான குரலில் அந்த காவியத்தை இசைத்தார்கள். பின்னர் ரிஷிகளும், நல்லோரும் கூடியிருந்த இடங்களில், வால்மீகியால் உபதேசிக்கப்பட்ட ராமாயண காவியத்தை லவனும், குசனும் பாடிக் கொண்டு செல்லும்போது, ராமர் நடத்திய அச்வமேத யாகம் நடந்து கொண்டிருந்தது. யாக செயல்பாடுகளுக்கிடையில் இடைவெளி ஏற்பட்ட போதெல்லாம், பல மஹரிஷிகள் இந்த இரு சிறுவர்களின் பாட்டின் மூலமாக, கவிதையில் அமைந்த ராமரின் சரிதையைக் கேட்டு மெய்சிலிர்த்தார்கள். தங்களிடமிருந்த மரவுரிகள், கமண்டலங்கள், காஷாய வஸ்திரங்கள் போன்றவற்றை அந்தச் சிறுவர்களுக்கு பரிசுகளாக வழங்கி, அவர்களை அந்த ரிஷிகள் மனமார வாழ்த்தினார்கள்.

செய்தி பரவியது. நகரத் தெருக்களில் மக்கள் இது பற்றிப் பேச ஆரம்பித்தார்கள். இப்படிப் பலரும் பாராட்டிய சிறுவர்களின்

பாடலைப் பற்றிய தகவல் ராமரை எட்ட, அவர்களை அரண் மனைக்கு அழைத்து வருமாறு அவர் உத்தரவிட்டார். சகோதரர் களால் சூழப்பட்டு, தங்கத்தினாலான அரியாசனத்தில் வீற்றிருந்த சக்ரவர்த்தி ராமர் முன்பு, மிகவும் எளிய கோலத்தில் ரிஷி குமாரர்களாகக் காட்சியளித்த லவனும், குசனும் வந்து நின்றார்கள்.

''தெய்விக ஒளி வீசுகிற இந்த இரு சிறுவர்களும் தாங்கள் இசைத்து வரும் காவியத்தை இங்கே பாடட்டும். அனைவரும் கேட்போம்'' என்று ராமர் கூற, பெரும் உற்சாகத்தோடு அச்சிறுவர்கள் வால்மீகி இயற்றிய காவியத்தைப் பாடத் தொடங்கினார்கள்.

''முனி குமாரர்களாக இருந்தும், அரசலட்சணங்கள் அனைத்தும் பொருந்தியவர்களாகத் திகழும் இந்த இரு சிறுவர்களும் இசைக்கப் போகும் காவியத்தைக் கேட்பது, எனக்கே கூட நன்மையைத் தரும்'' என்று கூறிய ராமர், அவர்கள் பாடப் பாட கொஞ்சம் கொஞ்சமாக தன்னுடைய சிம்மாசனத்திலிருந்தும், அதை எட்டும் படிகளிலிருந்தும் இறங்கி வந்து, சபையோர்களுடன் அமர்ந்து அந்தக் காவியத்தைக் கேட்டார்.

(ராமாயண காவியத் தொடக்கத்தைப் பொறுத்தவரையில், வால்மீகியிடமிருந்து கம்பர், துளஸிதாஸர் இருவரும் மாறுபடு கிறார்கள். கம்ப ராமாயணத்தில் வால்மீகியின் காவியத்தை ஒட்டியே, தனது காப்பியத்தை இயற்றி இருப்பதாகக் கம்பர் கூறியிருக்கிறார். ஆனால், வால்மீகி ராமாயணம் இயற்றுவதற்கு தூண்டு கோலாக அமைந்த நிகழ்ச்சிகள், கம்ப ராமாயணத்தில் கூறப்படவில்லை. லவ-குச சகோதரர்கள் ராம சபையிலேயே ராம சரிதையைப் பாடியதாகவும், கம்பர் கூறவில்லை. 'கோசல நாட்டை உயர்வு செய்யும் சரயு நதியின் சிறப்பு, கோசல நாட்டின் வளம், அயோத்தி நகரத்தின் மேன்மை – ஆகியவற்றை வால்மீகி ராமாயணத்தில் இல்லாத அளவுக்கு வர்ணித்து, தனது காப்பியத்தைத் தொடங்கு கிறார் கம்பர்.

துளஸிதாஸரின் 'ராமசரித மானஸ'த்தின் தொடக்கமோ, வால்மீகி ராமாயணத்திலிருந்து பெரிதும் மாறுபடுகிறது. அதன்படி, 'யாக்ஞவல்க்யர்' என்கிற மஹரிஷி, பரத்வாஜ ரிஷிக்கு, பரமசிவ–

பார்வதி உரையாடலைக் கூறுகிறார். பரமசிவன் பெரும் ராமபக்தர். பரம்பொருளே ராமராக அவதாரம் எடுத்திருக்கிறது என்று சிவன், பார்வதியிடம் சொல்கிறார். பார்வதி சந்தேகம் கொள்கிறாள். ராமரின் சக்தியை அறிவதற்காக, ஸீதை உருவில் ராமர் எதிரில் அவள் தோற்றமளிக்கிறாள். ராமரோ சற்றும் சலனமில்லாமல் வந்தவள் உமையவள் என்று அறிந்து, வணங்கி நிற்கிறார். ராமரின் பெருமையை உணர்ந்துக் கொண்ட பார்வதி, சிவனிடம் திரும்ப, அவர் 'ஒரு தோற்றத்திற்காகவே இருந்தாலும், நீ ஸீதையின் உருவத்தை ஏற்றதால், நான் உன்னைத் தொட மாட்டேன்' என்கிறார். இதன் பிறகுதான் 'தட்சன்' நடத்திய யாகத்திற்கு உமையவள் செல்வது; அங்கு பரம சிவனுக்கு அவமதிப்பு நேரிடுவது; யாகம் அழிவது போன்ற நிகழ்ச்சிகளும் – தன்னையே அக்னியில் அர்ப்பணித்து, பார்வதி 'ஹிமவான்' மகளாகப் பிறப்பதும் நிகழ்கின்றன. ஹிமவான் மகளாகத் தோன்றிய பார்வதியை, சிவன் மணக்கிறார். அதன் பின்னர் ஒரு சமயம் பார்வதி, 'எப்போதும் ராமா ராமா என்று ஜபித்துக் கொண்டிருக்கிறீர்களே, அந்த ராமரின் வரலாற்றை எனக்குக் கூறுங்கள்' என்று சிவனிடம் கேட்கிறாள். விஷ்ணுவின் அவதாரங்கள் சிலவற்றை முதலில் வர்ணித்த பரமசிவன், ராமரின் சரித்திரத்தைப் பார்வதிக்கு எடுத்துக் கூறத் தொடங்குகிறார். இந்த வகையில் தொடங்குகிறது, துளஸிதாஸர் எழுதிய 'ராமசரித மானஸம்' என்கிற ராமாயணம்.

மீண்டும் வால்மீகிக்கு வருவோம். லவ, குச சகோதரர்கள் அரச லட்சணங்கள் பொருந்தியவர்கள், ராமரைப் போன்றே தோற்ற முடையவர்கள் என்றெல்லாம் வர்ணிக்கப்பட்டாலும், அவர்கள் யார் என்பது வால்மீகி ராமாயணத்தின் தொடக்கத்தில் கூறப்படவில்லை. ராமரும் கூட, தன் முன்னே வந்து நிற்பது தான்பெற்ற மகன்களே என்பதை அறியாமல்தான், அவர்களை வால்மீகியின் காவியத்தை இசைக்குமாறு கேட்டுக் கொள்கிறார்.

அறிமுக அத்தியாயத்தில் கூறிய மாதிரி, இந்த இடத்தில் உத்தர காண்ட விவரங்கள் சிலவற்றைப் பார்க்கலாம். லவ–குச சகோதரர் களின் பிறப்பு, உத்தர காண்டத்தில் கூறப்படுகிறது. அந்த விவரங்களைப் பார்க்கும்போது, மனதை உலுக்கக் கூடிய ஸீதையின் பகிஷ்காரம் தொடர்பான நிகழ்ச்சிகளையும் பார்ப்போம்.)

1. பால காண்டம்

அத்தியாயம் – 2

அவதூறு செய்த விபரீதம்

> லவ – குசர்களைப் பற்றி அறிந்து கொள்ள உத்தர காண்டத்திலிருந்து ஒரு பகுதி; ஸீதையைப் பற்றி மக்கள் பேசிய அவதூறு; ஸீதையைத் துறந்து விட ராமர் எடுத்த முடிவு; ராமரின் உத்தரவை நிறைவேற்றிய லக்ஷ்மணன் பட்ட துயரம்; ஸீதையின் அதிர்ச்சி...

(**த**ங்களுடைய பாடலில் மனமுருகி தங்களை ஆசீர்வதித்த ரிஷிகளிடமிருந்து மரவுரிகளையும், கமண்டலங்களையும் பரிசுகளாகப் பெற்று, நகரில் பல இடங்களில் தங்கள் பாடலினால் மக்களை மகிழ்வித்து, அதன் பின்னர் ராமர் சபையில் அரியாசனத்தில் வீற்றிருப்பது தங்கள் தந்தைதான் என்று அறியாமல், அவர் முன்னிலையிலேயே தங்கள் பாடலை இசைத்த லவ, குச சகோதரர்களின் பிறப்பையும், அதற்கு முந்தைய சில நிகழ்ச்சிகளையும் விவரிக்கிற வால்மீகி ராமாயணத்தின் இறுதி காண்டமாகிய, உத்தர காண்டத்திலிருந்து சில பகுதிகள்...)

பட்டாபிஷேகம் நடந்து முடிந்து சில ஆண்டுகள் கழிந்த பின்னர், ஸீதை கருவுற்றிருக்கிறாள் என்று அறிந்த ராமர் அவளிடம், "அழகில் சிறந்தவளே! உன்னுடைய ஆசை என்னவென்று சொல், அதை நான் நிறைவேற்றுகிறேன்" என்று கேட்க ஸீதை தன்னுடைய விருப்பத்தைக் கூறினாள்.

"கனிகளையும் கிழங்குகளையும் மட்டுமே உட்கொண்டு, சிறப்பான நியமத்துடன் கங்கை கரையில் வாழ்ந்து கொண்டிருக்கிற ரிஷிகளின் ஆச்ரமங்களைப் பார்க்கவும், அங்கே ஒரு சில தினங்கள் தங்கவும் ஆசைப்படுகிறேன். ஓர் இரவே கூட அங்கு தங்கினாலும் அது என் மனதிற்கு பெரும் திருப்தியைத் தரும்." இவ்வாறு ஸீதை கூறுவதைக் கேட்ட ராமர், அவளுடைய ஆசையை அடுத்த தினமே நிறைவேற்றுவதாகக் கூறிவிட்டு, வேறு ஓர் அறைக்குப் போனார்.

அங்கே சொற்சுவையும், பொருட்சுவையும் கலந்த பல விஷயங் களை எடுத்துக் கூறுவதில் வல்லவர்களான சிலர் கூடியிருந்தார்கள். சில விஷயங்கள் பேசப்பட்ட பிறகு, கூடியிருந்தவர்களில் ஒருவனான பத்ரன் என்பவனைப் பார்த்து ராமர், "மக்கள் என்ன பேசிக் கொள்கிறார்கள்? தன் கடமையைச் சரிவர செய்யாத அரசனைப் பற்றி நகரங்களிலும், காடுகளிலும் கூட மக்கள் விமர்சனம் செய்வார்கள். ஆகையால் என்னைப் பற்றியும், என் சகோதரர்களைப் பற்றியும், ஸீதையைப் பற்றியும், மற்றவர்களைப் பற்றியும், மக்கள் என்ன பேசிக் கொள்கிறார்கள் என்பதைத் தெரிந்து கொள்ள விரும்புகிறேன்" என்று கேட்டார்.

ராமர் தன்னை இப்படிக் கேட்டவுடன், மக்கள் அவரை எப்படியெல்லாம் புகழ்ந்து பேசுகிறார்கள் என்பதை பத்ரன் எடுத்துச் சொல்லிக் கொண்டிருந்தான். அப்போது ராமர், "எதையும் விட்டு விடாமல் உண்மையை அப்படியே எனக்குச் சொல்வாயாக! மக்கள் பேசும் நல்ல வார்த்தைகளையும் நான் கேட்க விரும்பு கிறேன்; அவர்கள் காணும் குறைகளையும் நான் அறிந்து கொள்ள விரும்புகிறேன். அவர்கள் என்ன பேசுகிறார்கள் என்பதைத் தெரிந்து கொண்ட பிறகு, குறைகளைக் களைந்து விட நான் முனைவேன். ஆகையால், நகரங்களிலும், கிராமங்களிலும், காடு களிலும் மக்கள் என்ன பேசுகிறார்கள் என்ற விவரத்தை முழுமை யாக எனக்குத் தெரிவிப்பாயாக" என்று சொன்னார்.

இரு கைகளையும் கூப்பியவாறே பத்ரன் பதிலளித்தான். "அரசே! உங்களைப் பற்றி மக்கள் பேசும் நல்வார்த்தைகளையும் சொல்கிறேன். அவர்கள் சொல்லும் அமங்கலமான பேச்சுக் களையும் சொல்கிறேன். தெருக்களிலும், சந்தைகளிலும்,

பூந்தோட்டங்களிலும், காடுகளிலும் மக்கள் உங்களை வெகுவாகப் புகழ்கிறார்கள். 'இதற்கு முன் அரசர்களாலோ, அரக்கர்களாலோ, தேவர்களாலோ கூட சாதிக்க முடியாத காரியத்தையும் ராமர் செய்து காட்டியிருக்கிறார். அவருடைய மேற்பார்வையில் கடலின் மேல் ஒரு பாலம் கட்டப்பட்டது என்பது வியக்கத்தக்க விஷயம். தன்னுடைய படையுடன் ராவணன் அழிக்கப்பட்டான் என்பது, மகத்தானதொரு சாதனை. யுத்த களத்தில் ராவணனைக் கொன்று வீழ்த்திய வீர சாகஸச் செயலைப் புரிந்து விட்டு, ஸீதையை மீட்டு, அவளை மீண்டும் தன்னுடைய இல்லத்திற்கே அவர் அழைத்து வந்திருக்கிறார். ஸீதையுடன் கூடி வாழ்வதில் கண்ட இன்பம், அவருடைய இதயத்தை அந்த அளவுக்கு ஆட்கொண்டு விட்டது! பலாத்காரமாக ராவணனால் அபகரிக்கப்பட்டு அவனுடைய மடியில் அமர்த்தப் பட்டு, இலங்கைக்குக் கவர்ந்து செல்லப்பட்டு, அங்கே ராட்சஸர்களின் ஆளுகையின் கீழ் அசோக வனத்தில் வைக்கப்பட்ட ஸீதையை, ராமர் எவ்வாறு திரும்பவும் ஏற்கலாம்? இனி நமது மனைவிமார்கள் இப்படி நடந்து கொண்டால், நாமும் அதைச் சகித்துக் கொள்ள வேண்டியதுதான். அரசன் எவ்வழியோ, அவ்வழியில்தானே மக்களும் சென்றாக வேண்டும்' என்று நகரங்களிலும், கிராமப்புறங்களிலும், மற்ற பல இடங்களிலும் மக்கள் பேசிக் கொள்கிறார்கள்.''

இவ்வாறு பத்ரன் கூறியதைக் கேட்ட ராமர், பெரிதும் மனம் நொந்து போனவராக மற்றவர்களைப் பார்த்து, ''இந்த விவகாரம் பற்றி உங்களுக்கு என்ன தெரியும்?'' என்று கேட்க, அவர்கள் ராமரை வணங்கி நின்று, பல இடங்களிலும் மக்கள் இப்படிப் பேசுவதாகவே உறுதி செய்தார்கள். கவிழ்ந்த முகமும், குலைந்த மனமும் உடையவராகத் தோன்றிய ராமர், தன்னுடைய சகோதரர்களை அழைத்து வருமாறு சேவகனுக்குக் கட்டளையிட்டார். அவருடைய ஆணையை ஏற்று அங்கே வந்த அவருடைய சகோதரர்கள், அவருடைய முகத்தைக் கண்டு அதிர்ச்சி அடைந்தார்கள். கிரஹணத்தால் பீடிக்கப்பட்ட சந்திரன் போலவும், ஒளியை இழந்து விட்ட சூரியன் போலவும், வாடி வதங்கி விட்ட தாமரை போலவும் அவருடைய முகம் காட்சி அளிக்க, அவர் கண்களிலிருந்து நீர் பெருகிக் கொண்டிருந்தது. துன்பத்தினால்

பொசுங்கிக் கொண்டிருந்த ராமர் தன்னுடைய சகோதரர்களைப் பார்த்து, ''என்னுடைய எல்லா சொத்துக்களுமே நீங்கள்தான். நீங்கள்தான் என்னுடைய வாழ்வு. தர்ம சாத்திரங்களை நன்றாக அறிந்தவர்களும், கூர்மையான அறிவு படைத்தவர்களுமாகிய நீங்கள், எனக்கு ஏற்பட்டிருக்கிற பிரச்னையைக் கேளுங்கள்.''

இப்படிப் பேசத் தொடங்கிய ராமர், பத்ரனாலும், மற்றவர்களாலும் கூறப்பட்ட செய்தியைத் தெரிவித்தார். அதன் பின்னர், ''இந்த அவதூறு என் குடலைக் கிழித்துத் தின்கிறது. நான் உதித்தது, கீர்த்தி வாய்ந்த இக்ஷ்வாகு குலத்தில்! ஸீதை பிறந்ததோ, பெரும் புகழ் பெற்ற ஜனகன் குலத்தில்! ராவணனால் அபகரிக்கப்பட்ட அவளை, அவனை வென்று நான் மீட்டபோது, உடனடியாக அவளை அயோத்திக்கு அழைத்து வந்து விடுவது முறையாக இருக்காது என்பதை உணர்ந்தேன். ஆனால் ஸீதையோ அக்னிப் பிரவேசம் செய்தாள். தேவர்களே வானில் தோன்றி, அவளுடைய புனிதத் தன்மைக்கு சாட்சியம் கூறினார்கள். என்னுடைய உள் மனதும் ஸீதையின் புனிதத்தில் ஒரு சிறு மாசு கிடையாது என்பதை வலியுறுத்திச் சொல்கிறது. இந்தக் காரணங்களால் அயோத்திக்கு அழைத்து வரப்பட்ட அவள் மீது, இப்பொழுது மக்களினால் பெரும் அபாண்டம் கூறப்படுகிறது. நகர மக்களிடையே இந்த அவதூறு தீ போலப் பரவிக் கொண்டிருக்கிறது. ஒரு மனிதனுக்கு ஏற்படும் அவப்பெயர் வெகு விரைவில் பரப்பப்படுகிறது அல்லவா? அவப்பெயர் தேவர்களாலும் நிந்திக்கப்படுகிறது. நற்பெயர் அனைவராலும் பாராட்டப்படுகிறது. அவப் பெயர் ஏற்படும் என்றால், நான் உங்களையும் விட்டு விடத் தயாராக இருக்கிறேன். என்னுடைய உயிரையும் துறக்கத் தயாராக இருக்கிறேன். அப்படியிருக்க ஸீதையைத் துறந்துதான் தீர வேண்டும் என்பதில் சந்தேகமில்லை. இதைவிட ஒரு பெரிய துரதிர்ஷ்டம் நேரக் கூடும் என்று நான் நினைக்கவில்லை. துன்பம் என்னும் கடலில் நான் விழுந்து விட்டேன். லக்ஷ்மணா! ரதத்தைப் பிரயாணத்திற்கு ஆயத்தம் செய்யுமாறு சுமந்தரரிடம் கூறுவாயாக! ஸீதையை ரதத்தில் வைத்து அழைத்துச் சென்று, ராஜ்யத்தை விட்டு வெளியேறி, கங்கையின் மறுகரையில் வால்மீகி முனிவரின் ஆச்ரமத்திற்கு அருகே விட்டு விடுவாயாக! லக்ஷ்மணா! இவ்விஷயம் பற்றி

உன் கருத்தை நான் கேட்கவில்லை. ஆகையால் நீ இது பற்றிய உனது எண்ணத்தை, நீ என்னிடம் கூறத் தேவையும் இல்லை. நான் சொன்னதைச் செய். அவ்வளவுதான். இதை நிறைவேற்றுவதில் தயக்கம் காட்டி, என்னிடம் நீ பேச முற்பட்டால் எனக்குத் துன்பம் இழைத்தவனாவாய். சகோதரர்களே! இவ்விஷயத்தில் என்னை சமாதானம் செய்ய முற்பட்டு, என் முடிவுக்கு மாறுபட்ட கருத்தை உங்களில் யாரேனும் பேசினால், அது எனக்கு இழைக்கும் தீங்காகவே இருக்கும். கங்கைக் கரையில் உள்ள ரிஷிகளின் ஆச்ரமத்தைக் காண வேண்டும் என்றும், அங்கே தங்க வேண்டும் என்றும் ஸீதையே ஆசைப்பட்டாள். அவளுடைய ஆசையை நிறைவேற்றுவோம். லக்ஷ்மணா! அவளைக் கொண்டு போய், கங்கை நதிக்கரையில் விட்டு விட்டு வா! இது, என் மீது ஆணை யிட்டு, நான் உனக்கு இடும் கட்டளை!'' இவ்வாறு கூறிவிட்டு, ஒரு யானைபோல பெருமூச்சு விட்டுக் கொண்டு, தாங்க முடியாத துயரத்தை மனதிலே சுமந்து, ராமர் தன்னுடைய அறைக்குச் சென்றார்.

பொழுது விடிந்தது. சுமந்தரரிடம் கூறி, தேரைப் பயணத்திற்காக ஆயத்தம் செய்யச் சொல்லி விட்டு, லக்ஷ்மணன் ஸீதையிடம் சென்று ''தேவி! ரிஷிகளின் ஆச்ரமத்தைக் காண்பதற்காகக் கங்கை கரைக்கு உங்களை அழைத்துச் செல்லுமாறு, அரசர் கட்டளை யிட்டிருக்கிறார்'' என்று கூறினான். பலவிதமான ஆடை, ஆபரணங் களை ரிஷிகளின் மனைவிமார்களுக்குப் பரிசளிக்கப் போவதாகக் கூறி, அவற்றையெல்லாம் ஸீதை தன்னுடன் எடுத்துக் கொண்டாள். நடக்கப் போவதை அறியாமல் உற்சாகம் மிகுந்தவர்களாகவும், ஆச்ரமங்களைக் காண வேண்டும் என்ற தன்னுடைய ஆவலை உடனடியாகப் பூர்த்தி செய்த ராமரின் நற்குணத்தை மனத்திற்குள் போற்றியவளாகவும், ஸீதை ரதத்தில் ஏறி அமர, அவளுடைய இந்தக் கள்ளமறியாத் தன்மையைக் கண்டு கலங்கித் தன் மனம் பட்ட பாட்டை வெளிக்காட்டிக் கொள்ளாமல், லக்ஷ்மணனும் அந்தத் தேரில் அமர்ந்து கொண்டான். சுமந்திரர் ரதத்தை வேகமாக ஓட்டிச் சென்றார்.

ரதம் சிறிது தூரம் சென்றபோது, லக்ஷ்மணனைப் பார்த்து ஸீதை, ''என்னுடைய வலது கண் துடிக்கிறது. என்னுடைய அவயவங்கள்

சோர்கின்றன. இதயமோ, ஏனோ துன்புறுகிறது. பூமியே சூன்யமாகி விட்டது போல் ஒரு தோற்றம் என் மனதில் ஏற்படுகிறது. இந்த அபசகுனங்கள் என் மனதில் கவலையைத் தோற்றுவிக்கின்றன. வரப்போகும் எந்த நிகழ்ச்சிக்கு இவை அறிகுறிகளாக இருந்தாலும், உன்னுடைய அண்ணன் நலமாக இருக்க வேண்டும் என்று நான் வேண்டிக் கொள்கிறேன். எனக்கு மாமியார் முறையாகும் உங்களுடைய தாயார்கள் மூவரும் நலத்தையே காண வேண்டும் என்று நான் பிரார்த்திக்கிறேன். அப்படியே நமது நகரங்களிலும், கிராமப்புறங்களிலும் வாழும் மக்கள் நலமுடனே இருக்க வேண்டும். இதுவே இப்போது என் பிரார்த்தனை'' என்று கூறினாள்.

தனக்கு நேரப் போகும் மிகப் பெரிய துன்பத்தை உணராமல், மற்ற எல்லோரும் நலமுடன் வாழ வேண்டுகிற ஸீதையின் பரிசுத்தமான உள்ளத்தைப் பார்த்து, சோகம் நிரம்பிய இதயத்தைக் கொண்டவனாக லக்ஷ்மணன், ''எல்லோரும் நலமே!'' என்று அவளுக்குப் பதிலுரைத்தான். அடுத்த தினம், பாவங்களைப் போக்குகின்ற கங்கை நதியின் கரையைத் தேர் சென்று அடைந்தது. அங்கே அவர்கள் மூவரும் ஓய்வெடுத்தார்கள். நடக்க இருக்கும் நிகழ்ச்சி பற்றியே அப்போது சிந்தித்துக் கொண்டிருந்த லக்ஷ்மணனின் இதயம், தீயினால் சுடப்பட்டதுபோல் கொழுந்து விட்டு எரிந்தது. நேர இருக்கும் துன்பம், லக்ஷ்மணன் மனதை மீண்டும் மீண்டும் உறுத்த, ஒரு நிலையில் தன்னைக் கட்டுப்படுத்த முடியாதவனாகி விட்ட அவன், வாய் விட்டு 'ஓ' என்று கதறினான்.

அப்போதும் கூட ஸீதை, தனக்கு ஏதோ நேரிடப் போகிறது என்பதை உணரவில்லை. ''கங்கைக் கரைக்கு வந்து மகிழ வேண்டிய நேரத்தில் ஏன் இப்படி அழுகிறாய்? நீ அழுதால் என் மனமும் துன்பப்படுகிறது. எப்போதும் ராமரின் அருகிலேயே இருக்கும் நீ அவரைப் பிரிந்து இங்கு வந்ததால், துன்புறுகிறாய் என்று நினைக்கிறேன். அதனால்தான் நீ இப்படி அழுதிருக்க வேண்டும். எனக்கும் கூட ராமரிடமிருந்து பிரிந்து இருப்பது என்பது, ஒரு சிறிது நேரத்திற்குக் கூட தாங்க முடியாத விஷயம் தான். ஆனால் ராமரின் அனுமதியுடன் நாம் திட்டமிட்டபடி கங்கை நதியைத் தாண்டி, அந்நதியின் அந்தக் கரைக்குச் சென்று ரிஷிகளைப்

பார்த்து விட்டு, ரிஷிகளின் மனைவிமார்களுக்கும் மற்ற பெண்மணிகளுக்கும் ஆடை ஆபரணங்களை அளித்து விட்டு, ரிஷிகளிடம் ஆசீர்வாதம் பெற்று உடனடியாக அயோத்தி திரும்பி விடுவோம். சிம்மம் போன்ற மார்பும், தாமரை இதழ் போன்ற கண்களும், எல்லா நற்குணங்களும் பொருந்திய அந்த ராமரைப் பார்க்காமல் எத்தனை நாள் நம்மால் இங்கு தங்கி விட முடியும்?''

ஸீதை பேசிய இந்தக் களங்கமற்ற வார்த்தைகளைக் கேட்டு, பகைவர்களில் மேம்பட்டோரையெல்லாம் பொசுக்கி விடும் வல்லமை படைத்த லக்ஷ்மணன், செய்வதறியாமல், தனது கண்ணீரைக் கட்டுப்படுத்திக் கொண்டு, கங்கை நதியைக் கடப்பதற்குப் படகை அமர்த்தி, ஸீதையைப் பார்த்து, ''படகு தயாராகி விட்டது. நாம் நதியைக் கடப்போம்'' என்று மட்டும் சொன்னான்.

தேருடன் சுமந்திரர், அவர்கள் முதலில் வந்து இறங்கிய கரையிலேயே நிற்க, ஸீதையும், லக்ஷ்மணனும் கங்கையின் அக்கரையை அடைவதற்காகப் படகில் ஏறினார்கள்.

படகு கங்கை நதியைக் கடந்தது.

ஸீதையும், லக்ஷ்மணனும் படகை விட்டுக் கீழே இறங்கினார்கள்.

லக்ஷ்மணன் கண்களில் நீர் வழிய, கை கூப்பி நின்று ஸீதையைப் பார்த்து, செய்தியைச் சொல்லத் தொடங்கினான். ''எல்லோரும் என்னை ஏசக் கூடிய வகையில் செயலாற்ற வேண்டிய கடமை எனக்கு விதிக்கப்பட்டிருப்பதால், என் இதயம் வேல் கொண்டு குத்தப்படுவது போல் நான் உணர்கிறேன். இதை விட நான் இறந்து போய் விட்டிருந்தால் எவ்வளவோ மேலாக இருந்திருக்கும். மக்களின் கடும் கண்டனத்திற்கு உள்ளாகப் போகிற காரியத்தைச் செய்து முடிக்கும் தன்மை உடையவன், நானல்ல. தேவி! உங்களை மன்றாடிக் கேட்டுக் கொள்கிறேன். நான் செய்யப் போகும் காரியத்தை என்னுடைய குற்றம் எனக் கருத வேண்டாம். புனிதமானவளே! என்னை மன்னித்து அருள்க.''

இப்படிக் கூறிய லக்ஷ்மணன் சாஷ்டாங்கமாக விழுந்து, ஸீதையை வணங்கி எழுந்து இரு கைகளையும் கூப்பியபடி

வால்மீகி ராமாயணம்

நின்றான். இறந்து போவதே மேல் என்று கூறி, பெரிதும் துன்புற்று நின்ற லக்ஷ்மணனைப் பார்த்து, ஸீதையின் மனம் கவலையில் ஆழ்ந்தது. ''நீ என்ன சொல்லப் போகிறாய் என்பது எனக்குத் தெரிய வில்லை. ஆனால் உண்மையைச் சொல்லி விடு. பெரும் சுமையை உன் மீது மன்னர் திணித்திருக்கிறார் என்று தோன்றுகிறது. என்ன அது? ஏன் இப்படி துன்பப்படுகிறாய்? என்ன விஷயம் என்பதை மறைக்காமல் சொல்வாயாக'' என்று அவள் கூறினாள்.

கண்கள் குளமாக, இதயம் வெந்து போக, வாய் உலர, லக்ஷ்மணன் பேசத் தொடங்கினான். ''புகழ் பெற்ற ஜனகர் பெற்றெடுத்த மகளே! எனக்கு இடப்பட்ட கட்டளையை நிறை வேற்றுகிறேன். மக்களிடையே உலவுகிற அபாண்டமான அவதூறைக் கேள்வியுற்ற ராமர், மனம் நொந்து போனவராக, இதயம் வெடித்தவராக, என்னிடம் கூறிய செய்தியை உங்களிடம் நான் விவரிப்பது முறையாக இருக்காது. அந்த அவதூறை உங்கள் முன்னிலையில் பேச, எனக்கு நா எழவில்லை. நீங்கள் அக்னிப் பிரவேசம் செய்து, அக்னியினால் அங்கீகரிக்கப்பட்டதோடு மட்டுமல்லாமல், தேவர்களாலும் அங்கீகரிக்கப்பட்டு, போற்றப் பட்டு, வாழ்த்தப்பட்ட காட்சியை நேரில் கண்டவர்களில் நானும் ஒருவன். அப்படிப்பட்ட என்னை – மக்கள் பேசுகிற அவதூறு காரணமாக உங்களை கங்கை நதிக்கரையில் ஆச்ரமங்களுக்கு அருகில் விட்டு வருமாறு, மன்னர் கட்டளையிட்டிருக்கிறார். மனம் தளர்ந்து போய் விட வேண்டாம் என்று உங்களை மன்றாடிக் கேட்டுக கொள்கிறேன். இந்த ஆச்ரமங்களில், தவங்களினால் மேன்மையுற்ற ரிஷிகள் வாழ்கிறார்கள். என்னுடைய தந்தை தசரத மன்னனுக்கு உற்ற நண்பரும், ரிஷிகளில் உயர்ந்தவருமாகிய வால்மீகியின் ஆச்ரமம் இங்கேதான் இருக்கிறது. ராமரை மனதில் நினைத்தவாறே அந்த மஹரிஷியின் ஆச்ரமத்தில் வாழுமாறு உங்களிடம் நான் விண்ணப்பித்துக் கொள்கிறேன். இதனால் ஏற்கெனவே ஒளி வீசுகின்ற உங்கள் சிறப்பு மேலும் ஓங்கத்தான் போகிறதே தவிர, தாழ்ந்து விடப் போவதில்லை.''

இப்படி லக்ஷ்மணன் பேசியதைக் கேட்ட ஸீதை, அதிர்ச்சி தாங்க முடியாதவளாக, மயக்கமுற்று தரையில் சாய்ந்தாள். மூர்ச்சை தெளிந்து எழுந்தபோது, அந்தப் புனிதவதி கண்களில் நீர் ததும்ப,

லக்ஷ்மணனைப் பார்த்துப் பேசினாள். ''துன்பத்தை அனுபவிப் பதற்காகவே என்னை பிரம்மன் சிருஷ்டித்திருக்கிறான் போலும். ஒரு கணமேனும் நன்னடத்தையிலிருந்து, மனதாலோ உடலாலோ தவறாத நான், இப்படிப்பட்ட துயரை அனுபவிக்குமளவுக்கு என்ன பாவம் செய்தேன்? ராமரை விட்டுத் தனிமையில் ஆச்ரமங்களில் நான் எப்படி வாழ்வேன்? என்ன காரணத்திற்காக ராமர் என்னை பகிஷ்கரித்தார் என்று ரிஷிகள் கேட்கும்பொழுது, நான் அவர்களுக்கு என்ன பதில் கூறுவேன்? ரகுவம்சத் திலகமான ராமரின் வாரிசு என் வயிற்றில் வளர்வதால், என்னால் தற்கொலை செய்து கொள்ளவும் முடியாது. லக்ஷ்மணா! மன்னரின் ஆணையை நீ நிறைவேற்றுவாயாக! இந்த அபாக்கியவதியை இங்கே விட்டு விட்டு நீ செல்வாயாக! ஆனால் மன்னருக்கு நான் தெரிவிக்க வேண்டிய சில வார்த்தைகள் இருக்கின்றன. அவற்றை மட்டும் கேட்டுக் கொண்டு, மன்னருக்கு என்னிடமிருந்து வருகிற செய்தியாக அவற்றைத் தெரிவிப்பாயாக.''

இப்படி சோகமுற்றுப் பேசிய ஸீதை மேலும் தொடர்ந்தாள். ''கூப்பிய கைகளுடன் என் மாமியார்கள் நலம் பற்றியும், மன்னரின் நலம் பற்றியும் நான் அக்கறை கொண்டுள்ளதாக அவர்களிடம் சொல். ஸீதை எந்தவிதக் களங்கமும் இல்லாதவள் என்பதும், ராமரிடம் மாறாத பக்தியுடையவள் என்பதும் – மன்னருக்கே தெரியும் என்பதையும் அவருக்கு நினைவுபடுத்துவாயாக! மேலும் மன்னரிடம் 'மக்களின் அவதூறுக்குப் பயந்து என்னை நீங்கள் கை விட்டிருக்கிறீர்கள். நிகரற்ற பலம் வாய்ந்தவரே! உங்களைத் தவிர வேறு கதி அறியாத நான், உங்களுக்கு நேரிடக் கூடிய அவதூறி லிருந்து உங்களைப் பாதுகாக்கக் கடமைப்பட்டவள். ஆகையால் நேர்ந்திருக்கும் அவதூறு உங்களைப் பாதிக்காத வகையில் நான் விலகியே இருக்கிறேன். உங்கள் சகோதரர்களிடம் நடந்து கொள்வது போலவே, எல்லா மக்களிடமும் நீங்கள் நடந்து கொள்வீர்கள் என்பது எனக்குத் தெரியும். ஏனென்றால் அதுதான் நிலையான புகழைத் தரக் கூடியது. இந்த உடலுக்கு ஏற்பட இருக்கிற துன்பம் பற்றி நான் கவலைப்படவில்லை. ஆனால் மக்களுடைய அவதூறான குற்றச்சாட்டு, உண்மைக்கு முற்றிலும் மாறானது என்பதை அவர்கள் உணரும் வகையில் நீங்கள் நடந்து

கொள்வீர்கள் என்று நம்புகிறேன். கணவரே ஒரு பெண்ணுக்கு தெய்வம். அவரே எல்லா உறவினர்களுமாகிறார். அவரே குருவுமாகிறார். ஆகையால் அவர் கட்டளையை நான் ஏற்கிறேன்' என்று நான் கூறியதாக ராமரிடம் சொல்வாயாக!''

இப்படி யாரும் கண்டும் கேட்டுமிராத மாபெரும் தியாகத்தைச் செய்து விடத் துணிந்தவளாக, ராமர் மீது எந்தவித பழியையும் கூறாமல் மிகவும் தெளிவாகப் பேசிய ஸீதை, லக்ஷ்மணனைப் பார்த்து, ''கர்ப்பவதியாகி விட்ட நிலையில்தான், இங்கு உன்னால் நான் கொண்டு வந்து விடப்பட்டிருக்கிறேன் என்பதை சற்றும் சந்தேகமறப் பார்த்துக் கொள்வாயாக'' என்று கூறி, தன் வயிற்றை லக்ஷ்மணனுக்குக் காண்பித்தாள்.

லக்ஷ்மணன் பதறினான். தலையை தரை மீது வைத்து அழுதான். ''தாயே! களங்கமில்லாதவரே! உங்களுடைய காலடிகளைத் தவிர வேறு எந்த அங்கத்தையும் உங்கள் உடலில் நான் கண்டவனல்ல. அப்படிப்பட்ட எனக்கு இப்படி ஒரு காட்சியா? என்னால் இதைத் தாங்க முடியவில்லை. இந்தப் பாவத்தைச் செய்கிற அளவுக்கு நான் துரதிர்ஷ்டசாலியாகி விட்டேன்.''

இவ்வாறு மனம் நொந்து பேசி விட்டு லக்ஷ்மணன், ஸீதையை நமஸ்கரித்து, படகில் ஏறி கங்கை நதியின் மறு கரைக்குச் செல்ல ஆரம்பித்தான். நிர்க்கதியாக விடப்பட்ட ஸீதை படகைப் பார்த்தவாறே நின்றாள். லக்ஷ்மணன் அக்கரையை அடைந்து தேரில் ஏற, அது புறப்பட்டது. தாங்க முடியாத துக்கத்தினால் ஸீதை உரக்கக் கதறி அழுதாள். மயில்கள் கூவிக் கொண்டிருந்த அந்த வனத்தில், ஸீதையின் கூக்குரலும் சேர்ந்து ஒலித்தது.

1. பால காண்டம்

அத்தியாயம் – 3

இரட்டையர் பிறந்தனர்

உத்தர காண்டப் பகுதிகள் தொடர்கின்றன – நிர்க்கதியாக நின்ற ஸீதையை, வால்மீகி முனிவர் தன்னுடைய ஆச்ரமத்திற்கு அழைத்துச் செல்வது; எல்லாம் விதித்தபடியே நடக்கிறது என்பதை விளக்க சுமந்திரர், லக்ஷ்மணனுக்கு, துர்வாஸர் முன்பே கூறிய விவரங்களை எடுத்துச் சொல்வது; லவ – குசர்கள் என்ற இரட்டைக் குழந்தைகளை ஸீதை பெற்றெடுத்தபோது, ஆச்ரமத்துக்கு மீண்டும் வந்த சத்ருக்னன், லவ – குச சகோதரர்கள் இசைத்த ராமாயணத்தைக் கேட்டு மனம் நெகிழ்ந்தது...

வால்மீகி முனிவரின் ஆச்ரமத்தில் வசித்துக் கொண்டிருந்த ரிஷிகள் சிலருடைய மகன்கள், நெஞ்சைப் பிளக்கக் கூடிய ஸீதையின் கதறலைக் கேட்டு, அங்கு வந்து அவளுடைய பரிதாப நிலையைக் கண்டு, பெரிதும் மனம் பாதிக்கப் பட்டவர்களாக விரைந்து சென்று, வால்மீகி ரிஷியை அடைந்தார்கள். அவர் பாதங்களைத் தொட்டு வணங்கி, அந்த இளைஞர்கள், ''நாங்கள் இதற்கு முன் பார்த்திராத ஒரு பெண்மணி – மஹாலட்சுமி போல் தோற்ற மளிக்கும் ஒரு மாதுசிரோன்மணி – மிக உயர்ந்தவன் ஒருவனுடைய மனைவியாக இருக்கக் கூடிய தோற்றமளிக்கும் பெண் திலகம் – நதிக்கரையில் கதறி அழுது கொண்டிருக்கிறார். வானத்திலிருந்து பூமிக்கு இறங்கி வந்து விட்ட தெய்வம் போல காட்சியளிக்கிற

அவர், இப்படிப் பரிதவிக்கத் தகுந்தவர் அல்ல. அவரைப் பார்த்தால் சாதாரணதொரு பெண்மணியாகத் தெரியவில்லை'' என்று கூறினார்கள்.

தனது தவ வலிமையால், நடந்ததையும், நடந்து கொண்டிருப்பதையும், நடக்க இருப்பதையும், முற்றிலும் அறிந்தவரான வால்மீகி முனிவர், கையில் கமண்டலத்துடனும் தர்பைக் கட்டுடனும், பாதரட்சை அணியாத வெறும் கால்களுடனும் விரைந்து சென்று, நிர்க்கதியாக நிற்கும் அயோத்தி மன்னன் ராமரின் மனைவி ஸீதை இருந்த இடத்தை அடைந்தார். துயரக் கடலில் விழுந்து தத்தளித்துக் கொண்டிருந்த, அந்த மாசற்ற பெண்மணிக்கு வால்மீகி முனிவர் சில ஆறுதல் வார்த்தைகளைக் கூறினார்.

"ஜனகரின் மகள், ராமரின் மனைவி, தசரதரின் மருமகள் என்ற கிடைத்தற்கரிய முப்பெரும் அந்தஸ்தை உடைய பெண் திலகமே! உன் வரவு நல்வரவாகட்டும். கணவனிடம் மாறாத விசுவாசமுடையவளே, நடந்த நிகழ்ச்சிகளை நான் செய்த புண்ணியத்தின் காரணமாக நான் அறிவேன். மூவுலகின் நிகழ்ச்சிகளையும் அறிந்து கொள்ளும் வல்லமையை இறைவன் கருணை கூர்ந்து எனக்கு அளித்திருக்கிறான். உன்னுடைய தூய்மையை நான் அறிவேன். மனதாலும் கூட எந்தப் பாவமும் செய்யாதவள் நீ என்பது எனக்குத் தெரியும். ஜனகன் பெற்றெடுத்த திருமகளே! இங்கே எங்களுடைய ஆச்ரமங்களில் ரிஷிகளின் பத்தினிமார்கள் வாழ்கிறார்கள். அவர்களும் கூட தவ வழிகளை மேற்கொண்டவர்கள்தான். உன்னைக் கண்ணும் கருத்துமாக அவர்கள் பாதுகாப்பார்கள். பெண்ணே! உன்னுடைய காப்பாளனாக நானே பொறுப்பேற்கிறேன். நான் சொல்லும் இந்த வார்த்தைகளை ஏற்றுக் கொண்டு, எங்களுடைய ஆச்ரமத்தை, உன்னுடைய வீடாக நினைத்துக் கொள்வாயாக! வேற்று இடத்திற்கு வந்துவிட்டோம் என்ற வேதனை உனக்கு வேண்டாம். சொந்த இடத்திலேயே சில காலம் தங்குவதற்காக வந்திருப்பதாக நினைத்துக் கொள்வாயாக! புண்ணியவதியே! எல்லாம் நலமாகவே முடியும்.''

குவித்த கரங்களுடனும், கண்ணீர் மல்கிய கண்களுடனும் வால்மீகிக்கு நன்றி கூறிய ஸீதை, அவரைப் பின்தொடர்ந்து சென்றாள். ஆச்ரமத்தை அணுகிய வால்மீகி, ரிஷிகளின்

மனைவிமார்களிடம் ஸீதையை அறிமுகப்படுத்தினார். "இவள் ஜனகரின் திருமகள், தசரதரின் மருமகள், ராமரின் மனைவி. குற்றமேதும் செய்யாத இவளை, அவளுடைய கணவன் துறக்கும் துரதிர்ஷ்டம் நேர்ந்திருக்கிறது. இப்பொழுது முதல் இந்த மங்கையர்க்கரசி, என் பொறுப்பில் இருக்கிறாள். எனக்குக் காட்டும் மரியாதையை நீங்கள் அனைவரும் ஸீதைக்குக் காட்டவேண்டும். பேரன்பு செலுத்தி, அவளுடைய மனதில் ஒரு குறையும் தோன்றாமல், அவளைப் பாதுகாப்பீர்களாக!" இவ்வாறு கூறிவிட்டு வால்மீகி முனிவர் அங்கிருந்து அகன்றார்.

இதற்கிடையில் அயோத்திக்குத் திரும்பிக் கொண்டிருந்த ரதத்தில் பயணம் செய்து கொண்டிருந்த லக்ஷ்மணன், தேரோட்டிக் கொண்டிருந்த சுமந்திரரிடம், "ஸீதையை ராமர் பிரிய நேர்ந்த இந்தக் கொடூரமான நிகழ்ச்சி – விதியின் செயலை யாராலும் மாற்ற முடியாது என்பதைக் காட்டுவதாகவே நான் நினைக்கிறேன். கோபம் கொண்டால் அசுரர்கள், ராக்ஷஸர்களை மட்டுமல்லாமல், கந்தர்வர்களையும், தேவர்களையும் கூட, நடுங்கச் செய்யக் கூடிய ராமர், இப்பொழுது விதிக்கு வசப்பட்டிருக்கிறார். பதினான்கு வருடம் அனுபவித்த வனவாசத்தை விட, ராமருக்குப் பெரும் துயரத்தைத் தரக் கூடியது ஸீதையின் பிரிவு. அபவாதம் பேசிய மக்களின் வார்த்தையை மதித்து, இந்தப் புண்ணியவதியைத் துறந்ததில் ராமருக்கு என்ன நன்மை எய்தி விடப்போகிறதோ, எனக்குத் தெரியவில்லை" என்று மனம் நொந்து பேசினான்.

இப்படி லக்ஷ்மணன் கூறியவுடன், சுமந்திரர் சற்று யோசித்து விட்டு, அவனிடம் ஒரு பழைய நிகழ்ச்சியைக் கூறினார். "இப்போது நடப்பதற்காக வருந்திப் பயனில்லை. ஏனெனில், இது இப்படித்தான் நடக்கப் போகிறது என்பது பற்றி, ஏற்கெனவே ஜோதிட சாத்திர நிபுணர்கள் உன் தந்தை தசரத மன்னனிடம் கூறியிருக்கிறார்கள். ராமர், தன்னுடைய மனைவியையும், சகோதரர்களையும் கூடப் பிரிய நேரிடும் என்பதை அவர்கள் முன்கூட்டியே தசரத மன்னனுக்குச் சொல்லியிருக்கிறார்கள். தனக்கென ஒரு மகிழ்ச்சியில்லாமல், மற்றவர்களுக்காகவே வாழ்ந்து ராமர் ஆட்சி புரிவார் என்பது ஜோதிட சாத்திர வல்லுனர்கள் கூறிய வார்த்தை. அது பொய்யாகவில்லை. இது மட்டுமல்ல, துர்வாஸ

மஹரிஷியும் ஒருமுறை வசிஷ்டரின் ஆச்ரமத்தில், தசரதருக்கு ஒரு விஷயத்தை எடுத்துச் சொன்னார். வசிஷ்டரைக் காண்பதற்காக அவருடைய ஆச்ரமத்திற்குத் தசரதர் சென்றபோது, அங்கு அப்போது தாற்காலிகமாக தங்கியிருந்த துர்வாஸர் சொன்ன விஷயம் மிகவும் ரகசியமானது. அங்கே அப்போது இருந்ததால், அந்தச் செய்தியை அறிந்து கொண்ட நான், மற்றவருக்கு இதைச் சொல்லக் கூடாது என்று பணிக்கப்பட்டேன். ஆனால், இப்போது உன் மனம் படும் பாட்டை நான் பார்க்கிறேன். அதுவுமின்றி, அவ்விஷயத்தை உன்னிடம் மட்டும் கூறும் நிலை வந்து விட்டது என்றும் நினைக்கிறேன். அந்த விவரத்தைக் கூறுகிறேன், கேள்.''

இவ்வாறு கூறிய சுமந்திரர் மேலும் தொடர்ந்தார். ''தன்னுடைய மகன்களாகிய ராமர், அவருடைய சகோதரர்கள் ஆகியோரின் வாழ்வு எப்படி அமையும் என்று தசரத மன்னன் கேட்டபோது, துர்வாஸர், 'மன்னனே! கவனித்துக் கேள்' என்று கூறி, மேலும் சொன்னார். 'முன்னொரு காலத்தில் அசுரர்கள், பிருகு முனிவரின் ஆச்ரமத்தில் சரண் புகுந்து, அவருடைய மனைவியின் கருணையின் காரணமாகக் காக்கப்பட்டு, அங்கே அச்சமில்லாமல் வாழத் தொடங்கினார்கள். தேவர்கள் இது பற்றி விஷ்ணுவிடம் முறையிட, அவர் கோபமுற்று, தகுதியற்றவர்களுக்கு அடைக்கலம் கொடுத்து, அவர்களைக் காப்பாற்ற முனைந்த பிருகுவின் மனைவியின் தலையை, தன்னுடைய சக்ராயுதத்தின் மூலம் அறுத்துத் தள்ளினார். இதைக் கண்ட பிருகு முனிவர் முற்றிலும் நிதானத்தை இழந்தார். அவர் விஷ்ணுவைப் பார்த்து, 'கோபத்தினால் வெல்லப்பட்ட நீர், எந்த நியாயமுமில்லாமல் என் மனைவியைக் கொன்றீர். பாவங்களை எல்லாம் விலக்கும் வல்லமை படைத்தவரே! உம்மை நான் சபிக்கிறேன்! மனிதனாகப் பிறந்து, மனைவியைத் துறந்து, மனவேதனையுடன் நீண்ட காலம் வாழ்வீராக' என்று சபித்தார். தன் நிலை இழந்து இப்படி விஷ்ணுவுக்கே சாபமிட்டாலும், அப்படிச் செய்த உடனேயே பிருகு முனிவருக்குப் பெரும் மனக்கஷ்டம் ஏற்பட்டது. அப்போது விஷ்ணு அவரைச் சமாதானப்படுத்தி, உலக நன்மைக்காக, அவருடைய சாபத்தை தான் ஏற்பதாகக் கூறினார். அதன்படியே அவதாரம் செய்துள்ள ராமர், அயோத்தி மன்னனாக பட்டம் சூடி, இந்தப் பூவுலகம் கண்டிராத வகையில் வியக்கத்தக்க

அளவுக்கு ஆட்சி புரிந்து, தன்னிகரற்ற வீரனாகத் திகழ்ந்து, மக்களையெல்லாம் மகிழ்வித்து, இரண்டு மகன்களையும் ஸீதையின் மூலமாகப் பெற்று, அவர்களிடம் ராஜ்ய பாரத்தை ஒப்படைத்து விட்டு, சகோதரர்களுடன் மேலுலகம் செல்வார் - என்பதும், அவர்களுடைய பிரிவால் ஏற்படும் சோகத்தையும் ராமர் அனுபவிப்பார் என்பதும் ஏற்கெனவே விதிக்கப்பட்டவை. இது துர்வாஸர் மூலமாக, தசரதருக்குத் தெளிவாக எடுத்துரைக்கப் பட்டது. லக்ஷ்மணா! இது உன் சகோதரர்களில் கூட வேறு யாருக்கும் தெரியவேண்டியதில்லை. ஸீதை பெற்றெடுக்கப் போகும் குழந்தைகளால் ரகு வம்சம் மேலும் தழைத்தோங்கப் போகிறது. ஆகையால் நீ வருந்துவதற்கு இதில் இடமில்லை. எல்லாம் விதிப்படியே நடக்கிறது.''

சுமந்திரர் கூறிய வார்த்தைகளால் ஆறுதல் அடைந்த லக்ஷ்மணன், அயோத்தி திரும்பியவுடன் ராமரிடம் சென்று, அவருடைய உத்தரவை, தான் நிறைவேற்றிவிட்டதாகக் கூறினான். "மரியாதைக்கு உகந்தவரே! நன்னடத்தைக்கு உறைவிடமாகிய ஜனகன் மகளை உங்கள் வார்த்தைப்படியே, வால்மீகியின் ஆச்ரமத்திற்கு அருகில் விட்டு விட்டு, உங்கள் காலடியில் மீண்டும் பணிபுரிய வந்திருக்கிறேன். தீரம் மிகுந்தவரே! நடந்த நிகழ்ச்சி குறித்து வருந்த வேண்டாம். விதியின் வசத்தால் இது நடந்திருக் கிறது. குவித்து வைக்கப்பட்டவை, குறைந்து அழிவதும்; உயரத்தை எட்டியவை வீழ்ந்து தாழ்வதும்; இணைந்து கொண்டவை, பிரிந்து விலகுவதும்; பிறப்பெய்தியவை அழிவு எய்துவதும் - விலக்க முடியாத நியதிகள். எல்லாமே பிரிவிற்கும், அழிவிற்கும், விலகுவதற்கும் உட்பட்டவை என்பதால், மனைவி, மக்கள், உறவினர்கள், நண்பர்கள், செல்வம் - ஆகியவற்றுடன் ஏற்படக் கூடிய தற்காலிக ஈடுபாடு தவிர்க்கப்பட வேண்டிய தாகும். உமது மனதைக் கட்டுப்படுத்தி, அதன் மூலம் உலகையே உங்கள் ஆளுகையில் கொண்டு வரக்கூடிய வல்லமை படைத்தவர் நீர். அசுரர்களை வெல்வதற்காக யாருடைய உதவியை தேவர்கள் நாடி வந்தார்களோ, அந்த அரசனின் வம்சத்தில் உதித்தவரே! உமக்குத் துன்பம் என்பது கிடையாது.''

இப்படி லக்ஷ்மணன் பேசியதைக் கேட்ட ராமர், தன் மனதைத் தேற்றிக் கொண்டார். பிறகு சில காலம் கழிந்து, 'லவணன்' என்ற அசுரனைக் கொல்வதற்காக புறப்பட்ட ராமரின் இளைய சகோதரன் சத்ருக்னன், போகும் வழியில் வால்மீகி முனிவரின் ஆச்ரமத்தில் தங்கினான். அவன் அங்கு ஓர் இரவைக் கழித்தபோதுதான், ஸீதை இரட்டைக் குழந்தைகளைப் பெற்றெடுத்தாள். வால்மீகி முனிவருக்குச் செய்தி தெரிவிக்கப்பட்டது. அவர், துர்தேவதைகளால் குழந்தைகளுக்கு எந்தத் துன்பமும் நேராமல் இருப்பதற்காக, செய்ய வேண்டிய வைதீகக் காரியங்களைச் செய்தார். அதன் பின்னர், ஒரு தர்ப்பையை இரண்டாகக் கிள்ளி, அதை ஆச்ரமத்தில் இருந்த வயதான பெண்மணிகளிடம் கொடுத்து, ''இரட்டைக் குழந்தைகளில் முதலில் பிறந்தவன், தர்ப்பையின் 'குசம்' என்கிற இந்த மேல் பாகத்தினால் சுத்தப்படுத்தப்பட்டு, குசன் என்று அழைக்கப்படுவானாக! 'லவம்' என்று அழைக்கப்படுகிற தர்ப்பையின் கீழ் பாகத்தினால் சுத்தப்படுத்தப்படுகிற இரண்டாவது குழந்தை, 'லவன்' என்றே அழைக்கப்படுவானாக! இந்த இரண்டு குழந்தைகளும் எதிர்காலத்தில் பெரும் புகழ் பெற்று விளங்கட்டும்'' என்று கூறினார். ஆச்ரமமே மகிழ்ச்சி வெள்ளத்தில் மூழ்கிய அந்தப் போதினில், அங்கே இருந்த சத்ருக்னன், ஸீதை இரண்டு குழந்தைகளைப் பெற்றெடுத்த செய்தி கேட்டு, பெரிதும் மகிழ்வுற்றான். இதன்பின்னர் சத்ருக்னன் அங்கிருந்து புறப்பட்டுச் சென்று, லவணாசுரனை வென்று வீழ்த்திக் கொன்று திரும்புகையிலும் வால்மீகி ஆச்ரமத்தில் தங்கினான்.

இதற்கு இடைப்பட்ட பனிரெண்டு வருட காலத்தில் காண்போரைக் கவரும், வசீகரத் தோற்றமுடையவர்களாகவும், பிரம்மசாரியர்களுக்குரிய உயர்ந்த கல்வி அறிவைப் பெற்றவர்களாகவும் வளர்ந்திருந்த லவ – குச சகோதரர்கள், சத்ருக்னன் அங்கு தங்கி இருந்தபோதும் கூட, தங்கள் வழக்கம்போல் வால்மீகியினால் உபதேசிக்கப்பட்ட ராமாயணக் காவியத்தைப் பாடிக் கொண்டிருந்தார்கள். தன்னை மறந்து அந்தக் கானத்தில் லயித்துவிட்ட சத்ருக்னனுக்கு, நடந்த நிகழ்ச்சிகளையெல்லாம் நேரில் காண்பது போன்ற உணர்வு ஏற்பட்டது. ராமருடைய வரலாறு, சத்ருக்னனுடைய நெஞ்சத்தைக் கசக்கிப் பிழிய, அவன் ஒரு

நிலையில் மனச்சங்கடம் தாங்க முடியாமல், மூர்ச்சையடைந்து வீழ்ந்தான். அதன் பின்னர், அடுத்த தினம் வால்மீகி முனிவரிடம் விடைபெற்று சத்ருக்னன் அயோத்தி திரும்பினான்.

(லவ – குச சகோதரர்கள் பிறப்பு, வளர்ப்பு பற்றி அறிந்து கொள்வதற்காக இந்தக் கட்டம் வரையில் உத்தர காண்டப் பகுதிகளைக் கூறியிருக்கிறேன். இது பால காண்டத்தைச் சார்ந்தது அல்ல. ஆனால், இந்தத் தொடரில் பால காண்டத்தை ஆரம்பித்த பிறகு, இதைச் சொல்லியிருப்பதற்குக் காரணம் – ராமாயணத்தை இசைத்த லவ – குச சகோதரர்கள் யார் என்பது இங்கேயே தெளிவாக்கப்படுவது பொருத்தமாக இருக்கும் – என்ற என்னுடைய எண்ணம்தான். தனது உபன்யாசங்களில், காலம் சென்ற அனந்த ராம தீட்சிதரால் இந்த அணுகுமுறை பின்பற்றப்பட்டிருக்கிறது. நான் ஏதோ அதிகப் பிரசங்கத்தனம் செய்து விடுவதாக யாரும் நினைத்து விட வேண்டாம் என்பதற்காக இதைச் சொல்கிறேன்.

லவ – குச சகோதரர்கள் விஷயமாக துளசிதாஸரின் ராமாயணம், வால்மீகி ராமாயணத்திலிருந்து மாறுபடுகிறது. ஒரு சலவைத் தொழிலாளி மட்டுமே ஸீதையின் நடத்தைப் பற்றி சந்தேகப்பட்டுப் பேசியதாக ஒரு கதை வழக்கில் உண்டு. இதற்கு ஆதாரம் துளசி தாஸரின் ராமாயணத்தில் வருகிறது. ஒரு சலவைத் தொழிலாளி, சந்தேகத்திற்குரிய வகையில் நடந்து கொண்டு விட்ட தன் மனைவியைக் கண்டித்துப் பேசுகையில், 'நான் என்ன ராமனா? மனைவி எப்படி இருந்தாலும் ஏற்றுக் கொள்வதற்கு?' என்று பேசியதாகவும், அதை வைத்துக் கொண்டு, ராமர் ஸீதையைப் பகிஷ்காரம் செய்ய முடிவு செய்ததாகவும், துளசிதாஸரின் ராமாயணத்தில்தான் வருகிறது. ஆனால், அதில் ராமர் உண்மையான ஸீதையை பகிஷ்காரம் செய்து விடவில்லை. ஸீதையிடம் அவள் மேலுலகம் செல்லும் நேரம் வந்துவிட்டதாக ராமர் கூற – அவள் மேலுலகம் சென்று விட – அவளுடைய தோற்றம் மட்டுமே பூமியில் நிலைத்திருக்க – அந்தத் தோற்றத்தைத்தான் ராமர் பகிஷ்காரம் செய்கிறார் என்று துளசிதாஸரின் ராமாயணம் கூறுகிறது. அப்படி பகிஷ்காரம் செய்யப்பட்ட ஸீதைக்கு, வால்மீகி ஆச்ரமத்தில் பிறந்த லவ – குச சகோதரர்கள் மாபெரும் வீரர்களாகத் திகழ்கிறார்கள். ராமர், அச்வமேத யாகம் நடத்தும்பொழுது, அவர் உலவ விட்ட

குதிரையை அவர்கள் சிறைப்படுத்தி விடுகிறார்கள். பெரும் யுத்தம் நடக்கிறது. லக்ஷ்மணன், பரதன், சத்ருக்னன் மட்டுமல்லாமல், விபீஷணன், ஹனுமார் போன்றவர்களும் கூட லவ - குச சகோதரர்களால் தோற்கடிக்கப்பட்டு விடுகிறார்கள். அந்த நிலையில் ராமரும் போகிறார். அவரும் கூட லவ - குச சகோதரர்களிடம் தோல்வியைக் காண்கிறார். அப்போது வால்மீகி முனிவரின் மூலமாகவும், ஸீதையின் மூலமாகவும், அவர்கள்தான் தன்னுடைய மகன்கள் என்பது ராமருக்குத் தெரிய வருகிறது... இவை துளசிதாஸரின் ராமாயணத்தில் காணப்படும் விவரங்கள்.

இந்த இடத்தில் நினைவுபடுத்திக் கொள்வதற்காக மீண்டும் சொல்கிறேன். நடந்ததையும், நடக்க இருப்பதையும் அறிந்து கொள்ளும் சக்தியை பிரம்மன் மூலமாகப் பெற்று, ராமரின் வரலாற்றை வால்மீகி எழுதினார். அது வால்மீகி ராமாயணம். துளசிதாஸர், கம்பர் போன்றவர்கள் எழுதிய ராமாயணங்கள், ஆயிரக் கணக்கான ஆண்டுகள் கழித்து எழுதப்பட்டவை. அந்தந்தக் கவியின் மனதுக்கேற்பவும், வேறு சில புராணங்களை வைத்தும், கற்பனைகள் கலந்தவையாக, அவை அமைந்திருக்கின்றன. ஆகையால், நாம் ஆதாரபூர்வம் என்று எடுத்துக் கொள்வது வால்மீகி ராமாயணமே. அதற்கு மீண்டும் வருவோம்.

லவ - குசர்களின் பிறப்பை அறிந்து கொண்ட சத்ருக்னன், அது பற்றி ராமரிடம் பேசவில்லை. எந்த நேரத்தில் இந்தச் செய்தியை ராமருக்குத் தெரிவிப்பது என்பது வால்மீகி முனிவருக்குத்தான் தெரியுமே தவிர, தனக்குத் தெரியாது என்ற சத்ருக்னனின் தன்னடக்க சிந்தனைதான் இதற்குக் காரணம். அவரே இந்தச் செய்தியை ராமருக்குத் தெரிவிக்காத நிலையில், தான் தெரிவிப்பது முறையாக இருக்காது என்று சத்ருக்னன் எண்ணினான். பெரியவர்களுக்கு மதிப்பில்லாத இந்தக் காலத்தில், இந்த மாதிரி சிந்தனையைப் புரிந்து கொள்வது கடினமாக இருக்கலாம். ஆனால், ராம சகோதரர்கள் போன்ற உத்தமமான மனிதர்கள், பெரியோர்களின் சிந்தனைக்குக் கொடுத்த மதிப்பைத்தான் இது காட்டுகிறது.

சுமந்திரரிடமிருந்து, துர்வாஸர் கூறிய பிறகு பிருகு முனிவர் சாபம் பற்றிய விவரங்களை அறிந்து கொண்ட லக்ஷ்மணனும், அது பற்றி

ராமரிடம் எதுவும் பேசவில்லை. அவன் பேசாததற்குக் காரணம் – இது யாரிடமும் சொல்லத் தகுந்த விஷயமல்ல என்று சுமந்திரர் கூறியதுதான். அப்போது சுமந்திரரிடமிருந்து அறிந்து கொண்ட விவரங்கள் மூலமாகத்தான், லக்ஷ்மணனுக்கு ராமர், விஷ்ணுவின் அவதாரம் என்ற உண்மையே முழுமையாகப் புரிந்திருக்க வேண்டும். ஏனென்றால், அதற்கு முன்பாக இந்தச் செய்தி தெரிவிக்கப்பட்டிருந் தாலும் கூட, சுமந்திரர் கூறிய அளவு தெளிவாக அதை யாரும் எடுத்துரைக்கவில்லை. சுமந்திரர், லக்ஷ்மணனின் தந்தை தசரதருக்கே அமைச்சராக இருந்தவர்; குடும்ப நலனில் பெரும் அக்கறை கொண்டவர்; பழுதில்லாத ராஜ விசுவாசம் கொண்டவர். ஆகையால், அவர் இது பற்றி யாருக்கும் தெரிய வேண்டாம் என்று சொல்லி விட்டதால், லட்சுமணன் அது பற்றி யாரிடமும் பேசாமல் இருந்து விட்டான்.

ஸீதையைத் துறக்க முடிவு செய்த விஷயத்தில், ராமர் சற்றும் நியாயமில்லாமல் நடந்து கொண்டார் என்ற அபிப்பிராயம் எழுவது இயற்கையே. மனிதாபிமானமற்ற செயலாகவும், ஒரு பெரும் அநீதியாகவும், ஒரு கொடூரமான செயலாகவும் கூடக் காட்சி யளிக்கிற செயல்தான் இது. ஆனால், ஒரு விஷயத்தை நாம் மறந்து விடக் கூடாது. அரசன் என்கிற முறையில், ராமருக்குச் சில கடமை கள் இருந்தன. 'அரசனின் மனைவி சந்தேகத்திற்கு அப்பாற் பட்டவளாக இருக்க வேண்டும்' – என்பது மேலை நாடுகளில் கூடக் கூறப்பட்டு வந்த தத்துவம். அரசன் மீது மக்களுக்குள்ள மரியாதை கடுகளவேனும் குறைந்தாலும் கூட, அது ஆட்சி முறைக்கு நல்லதல்ல – என்ற நம்பிக்கைதான் இதற்குக் காரணம். அரச குடும்பத்தைப் பற்றி மக்கள் கேலி பேசும் நிலையோ, அரசனின் வாழும் நெறி பற்றி மக்கள் குறை காணும் நிலையோ தோன்றிவிட்டால், அந்த அரசனிடம் மக்கள் வைத்திருக்கும் மரியாதை குன்றும். அப்படி மரியாதை குன்றி விட்டால், அரசனின் ஆணைகள் அவமதிக்கப்படும் நிலையும் தோன்றலாம். கணவன் என்ற முறையில், ஒரு தவறும் செய்யாத ஸீதையைக் காப்பாற்ற வேண்டிய பொறுப்பு ராமருக்கு இருந்தது. ஆனால், ஸீதை மீது மக்களுக்கு அநியாயமாக ஏற்பட்டு விட்ட சந்தேகம், 'அரசன் மீது அவமரியாதை' என வளர்ந்து, 'ஆட்சியின் மாட்சிமைக் குலைவு' என்ற விளைவை ஏற்படுத்தி

விடாமல் பார்த்துக் கொள்ளும் பொறுப்பு – மன்னன் என்ற முறையில் ராமருக்கு இருந்தது.

ராஜ்யத்தில் ஏதோ ஓரிருவர் பேசிய வதந்தி அல்ல – ஸீதை பற்றிய அவதூறு. மக்கள் பரவலாகப் பேசத் தொடங்கி விட்ட கொடுமை அது. என்ன செய்து அதை எதிர்கொள்வது? அந்த அவதூறைப் பொசுக்கி விட, அக்னிப் பிரவேசத்தை விட ஒரு வழி உண்டா? அதையே செய்து விட்ட ஸீதையைப் பற்றி அவதூறு தொடர்ந்தது என்றால் அதை எவ்வாறு ஒழிப்பது? 'நியாயமற்ற முறையில் மக்கள் பேசிக் கொண்டால், பேசி விட்டுப் போகட்டும்' என்று விட்டு விடுவது ஒரு வழிமுறை. ஆனால் அப்படிச் செய்தால், அரசன் மீது மரியாதை குன்றி, ஆட்சி அலங்கோலமெய்தும். ஆட்சி கலகலத்தால், அவதியுறுவது மக்கள்தான். மக்களைக் காப்பாற்றும் பொறுப்புடைய மன்னன், இந்த மாதிரி ஒரு வழிமுறையை மேற்கொள்வது, பொறுப்பற்ற தன்மையின் சிகரமாக அமைந்து விடும். ஆகையால், ராமர் அந்த வழியை மேற்கொள்ளவில்லை.

ஸீதையை ராமர் பெரிதும் நேசித்தார். ராவணன் அவளை அபகரித்துச் சென்றபோது, ராமர் பட்ட துயரம் வார்த்தைகளில் அடக்க முடியாதது. ஸீதையின் பிரிவு ராமரை நெருப்பில் போட்டு வாட்டி எடுத்தது. ஸீதையை மக்கள் சந்தேகித்து விடக் கூடாது என்ற நோக்கத்தின் காரணமாகவே, யுத்தம் முடிந்த பிறகு பலர் முன்னிலையில், தன்னுடைய தூய்மையை அவள் நிரூபிக்குமாறு அவர் செய்தார். அதை ஸீதையிடமே விளக்கி, அவளிடம் மன்னிப்புக் கோரியவர் அவர். ஸீதை இல்லாமல் தான் வாழ்வது கடினம் என்று பலமுறை அவர் கூறியிருக்கிறார். அப்படிப்பட்டவர் ஸீதையைத் துறந்தார் என்றால், அது அவர் தனக்குத்தானே விதித்துக் கொண்ட தண்டனை.

ஆகையால், ஸீதையின் பகிஷ்காரம் 'ஒரு மன்னன் செய்த தியாகம்' என்றுதான் பார்க்கப்பட வேண்டுமே தவிர – 'ஒரு கணவன் செய்த கொடுமை' என்று கருதப்பட்டு விடக் கூடாது. இன்னும் மனதை நொறுக்குகிற மாபெரும் தியாகத்தை, மக்களுக்காகச் செய்த மன்னனின் வரலாறாகிய ராமாயணத்தின் தொடக்கப் பிரிவாகிய பால காண்டத்திற்கு மீண்டும் செல்வோம்.)

1. பால காண்டம்

அத்தியாயம் 4

தசரதன் செய்த யாகம்

அயோத்தியின் சிறப்பு; அச்வமேத யாகம் செய்ய தசரதன் தீர்மானம்; ரிஷ்யச்ருங்கரின் மூலமாக, தசரதனின் மனக்குறை நீங்கும் என்ற ஸனத்குமாரரின் வார்த்தையை ஸுமந்திரர் கூறுகூது; ரிஷ்யச்ருங்கர் வருவது; அச்வமேத யாகமும், புத்ர காமேஷ்டி யாகமும் நடத்தப்படுவது.

''ஜீவராசிகளின் தோற்றத்திற்கு ஒரு காரண மாக இருந்த 'வைவஸ்வத மனு'வில் தொடங்கி, பூமியை வெட்டி கடலைத் தோற்றுவித்த 'ஸாகரன்' என்ற புகழ் பெற்ற அரசன் வழியாக, கீர்த்தி மிக்க 'இக்ஷ்வாகு' மன்னன் தொடர்ச்சியாக, சிறப்புற்று விளங்கும் மன்னர் வரிசை, ராமாயணம் என்கிற இந்த மகோன்னதமான வரலாற்றுக்குத் தொடக்கமாக அமைகிறது. மனதில் தீய எண்ணம் இல்லாமல், சிரத்தையுடன் கேட்பவர்களுக்கு அறம், பொருள், இன்பம் – ஆகிய எல்லாவற்றையும் அளிக்கவல்ல ராமாயணம் என்ற இந்த இதிகாசத்தை இப்பொழுது நாங்கள் இசைக்கத் தொடங்கு கிறோம்'' என்ற அறிமுகத்துடன், லவ–குச சகோதரர்கள், வால்மீகி முனிவர் உபதேசித்த ராமாயண காவியத்தை ராம சபையில் பாடத் தொடங்கினார்கள்.

உணவுப் பொருள்களுக்குச் சற்றும் குறைவின்றி எல்லா வளங்களும் பெற்று, செல்வம் கொழித்து விளங்குகிற 'கோசல

நாடு', 'சரயு' நதிக்கரையில் அமைந்திருக்கிறது. இந்த நாட்டில் தான், மனிதர்களுக்கு அதிபதியாகிய வைவஸ்வத மனு, 'அயோத்தி' என்ற நகரத்தை நிர்மாணித்தார். தினமும் தண்ணீர் தெளிக்கப்பட்டு, தூய்மையாகவும், குளுமையாகவும் வைக்கப் பட்டிருக்கும் நீண்ட அழகிய நெடுஞ்சாலைகள்; சிற்பிகளின் கைவண்ணத்தைக் காட்டும் வளைவுகள்; ஒழுங்காக நிறுவப்பட்ட சந்தைகள்; மாந்தோப்புகள்; பற்பல வகையான தோட்டங்கள்; எளிதில் கடந்து விட முடியாத அகலமும், ஆழமும் நிறைந்த அகழி; பல தேசங்களிலிருந்து வியாபார நிமித்தம் வரும் வணிகர்கள்; கப்பம் கட்டுவதற்காக வந்து கொண்டே இருக்கும் பல தேச மன்னர்கள்; அழகான ஏழு மாடிக் கட்டிடங்கள்; முறையாக வரிசைபடுத்தப்பட்ட வீடுகளைக் கொண்ட அழகான தெருக்கள்; தனித்து நிற்கிற, அல்லது புறங்காட்டி ஓடுகிற, எதிரியைத் தாக்கும் பழக்கமில்லாத மாபெரும் வீரர்கள்; காட்டிலே வாழும் புலிகளையும், சிங்கங்களையும் கூட, ஆயுதமின்றி தங்கள் தோள் வலிமையினாலேயே எதிர்கொள்ளும் சூரர்கள்; கரும்புச்சாறு என இனிக்கும் குடிநீர்; பற்பல வகையான ரத்தினங்கள், வைரங்கள், வைடூரியங்கள் – போன்ற பல சிறப்புகளைக் கொண்டு புகழ் ஓங்கி நின்றது அயோத்தி நகரம்.

இந்த அயோத்தி நகரத்தை மாமன்னன் 'தசரதன்' ஆண்டு வந்தார். அவர் வேதங்களை நன்கு அறிந்தவர். தொலை நோக்கு கொண்டவர். 'மஹாரதர்' என்று போற்றப்பட்ட வீரர். பெரும் யாகங்களை நடத்தியவர். மஹரிஷி என்று மற்றவர்கள் கருதுகிற அளவுக்குத் தூய்மை வாய்ந்த ராஜ ரிஷி. இந்திரியங்களை வென்றவர். செல்வத்தில் இந்திரனுக்கும், குபேரனுக்கும் நிகரானவர். நகர்ப்புறங்களிலும், கிராமப்புறங்களிலும் வாழ்ந்த மக்கள் அவரை வாழ்த்தினார்கள். இப்படிப்பட்ட தசரதன், அமராவதியை இந்திரன் காப்பது போல் அயோத்தி நகரைக் காத்து வந்தார்.

அந்த நகரில் வாழ்ந்த மக்கள் பேராசையின்றி, உண்மையில் இருந்து தவறாமல், ஒரு குறையும் இன்றி, நற்குணங்கள் நிரம்பியவர்களாக, தெய்வ நம்பிக்கை கொண்டு, மகிழ்ச்சியுடன் இருந்தார்கள். உணவுப் பொருட்களை தேவையையும் மிஞ்சி

சேமித்து வைக்க முடியாதவர்கள்; தங்க நகைகள் இல்லாதவர்கள்; அழகான ஆடை ஆபரணங்கள் இல்லாதவர்கள்; மாடுகளும், குதிரைகளும், மற்ற செல்வங்களும் இல்லாதவர்கள் – அந்த நகரத்தில் யாருமே கிடையாது. பொறாமை போன்ற அற்ப குணங்களோ, திருட்டு போன்ற குற்றங்களைச் செய்பவர்களோ, நெறிகெட்ட வாழ்க்கையை நடத்துபவர்களோ, தெய்வ நம்பிக்கை அற்றவர்களோ – அந்த நகரத்தில் எவரும் இல்லை. நான்கு வர்ணங் களைச் சார்ந்தவர்களும் இறைநம்பிக்கையுடன், விருந்தோம்பலை ஒரு வாழ்வு நெறியாகவே கொண்டிருந்தார்கள். அம்மக்கள் எல்லோருமே பெருந்தன்மை நிறைந்தவர்களாகவும், ராஜ விசுவாசம் மிக்கவர்களாகவும் ஒரு குறையுமின்றி வாழ்ந்தார்கள்.

மன்னர் தசரதரின் படையைச் சார்ந்த வீரர்கள், அந்நகரில் குழுமி இருந்தனர். அஸ்திர வித்தையில் நிபுணர்களான அவர்கள், பெரும் துணிவுள்ளவர்களாகவும், துரோக சிந்தனை சிறிதுமற்றவர்களுமாக இருந்தார்கள். அவர்களால் காக்கப்பட்ட அயோத்தி நகரம், சிங்கங்கள் நிறைந்த மலைக் குகையைப் போல், எதிரிகள் நெருங்க முடியாத வகையில் அமைந்திருந்தது.

தசரதரின் படையில், இந்திரனுடைய குதிரைக்கு நிகரான சிறந்த குதிரைகளும், விந்தியம், ஹிமாசலம் ஆகிய மலைப் பிரதேசங்களில் பிறந்து, பெரும் பலம் கொண்ட யானைகளும் மிகுந்திருந்தன. இப்படி காக்கப்பட்டதால் 'யுத்தத்தின் மூலம் ஆக்ரமிக்க முடியாதது' – 'அயோத்தியை' என்ற காரணப் பெயரை அந்நகரம் பெற்றது. எதிரிகளுக்கு எமன் போலவும், மக்களுக்கு தந்தை போலவும் இருந்து, தசரத மன்னர், செல்வத்தில் கொழித்த அந்த நகரைக் காப்பாற்றி வந்தார். அவருக்கு, நல்ல ஆலோசனை கூறுவதில் நிபுணர்களான எட்டு மந்திரிகள் இருந்தார்கள். த்ருஷ்டி, ஜயந்தன், விஜயன், ஸித்தார்த்தன், அர்த்தஸாதகன், அசோகன், மந்த்ரபாலன், ஸுமந்திரன் – என்ற அந்த மந்திரிகள், ராஜநீதி சாத்திரத்தை முழுமையாக அறிந்தவர்கள்; அதர்மத்தை விலக்கிய வர்கள்; நூல்களால் விலக்கப்பட்ட விஷயங்களை மனதாலும், செய்கையாலும் விலக்கியவர்கள்; மனம், சொல், செயல் ஆகிய மூன்றிலும் தூய்மை படைத்தவர்கள்; ராஜ விசுவாசிகள்; கருணையிலும், பொறுமையிலும் நிகரற்றவர்கள்; மனோதைரியம்

மிக்கவர்கள்; தவறு செய்தவன் தன் மகனே ஆனாலும், அவனைத் தண்டிக்கும் நியாயவான்கள், ராஜ்யத்தில் செல்வத்தை வளர்ப்பதில் ஊக்கமுள்ளவர்கள்; எதிரிகளைத் தடுத்து வெல்லும் வழிமுறைகளை முற்றிலும் அறிந்தவர்கள்; நீதி தவறாதவர்கள்; நடத்தையில் குற்றம் இல்லாதவர்கள்; எதிரியேயாயினும் குற்றமற்றவனுக்கு தொல்லை தராதவர்கள்; நடக்கப் போவதை முன்கூட்டியே, காரண காரியங்களை வைத்து யூகித்துச் சொல்லும் திறன் படைத்தவர்கள்; அரச ரகசியங்களை வெளியே பேசாதவர்கள். இப்படிப்பட்ட மந்திரிகளின் ஆலோசனையுடன் நாட்டை ஆண்டு வந்த தசரதர், ராஜநீதி தவறாமல் குடி மக்களைக் காப்பாற்றினார். சத்தியம் தவறாதவர் என்றும், கொடுப்பதில் தாராளம் மிக்கவர் என்றும், எதிரிகளை அடக்குவதில் தன்னிகரில்லாத வீரம் படைத்தவர் என்றும், பல தேசத்தவரும் பாராட்டிய தசரத மன்னருக்கு நிகரான ஒரு மன்னனோ, அல்லது அவருக்கு இணையான ஒரு அரசனோ கூட, அக்காலத்தில் ஒருவரும் இல்லை.

(தசரத மன்னர், அவருடைய மந்திரிகள் ஆகியோருடைய குணங்களையும், அயோத்தி நகரின் மேன்மையையும், மக்களின் இயல்பையும், ராமாயணம் வர்ணிக்கிற இந்தப் பகுதியைப் படித்தால், 'ஒரு ராஜ்யம் எப்படி இருக்க வேண்டும்' என்பது புரிய வரும். நீதி தவறாத மன்னன், நன்னடத்தை மாறாத மந்திரிகள், தெய்வ பக்தி நிறைந்த மக்கள் – என்ற இலக்கணம் நல்ல ராஜ்யத்துக்கு வகுக்கப்பட்டிருந்தது என்பதை இந்த வர்ணனையிலிருந்து புரிந்து கொள்ளலாம்.

வால்மீகி, அயோத்தியை மேலே சொன்ன மாதிரி, ஓரளவுக்கு வர்ணித்திருக்கிறார். கோசல நாட்டைப் பற்றி பெரிதாக விவரம் தரவில்லை. ஆனால் கம்பரோ, ஆற்றுப் படலம், நாட்டுப் படலம், நகரப் படலம் என்று வரிசைப்படுத்தி, அந்த பூமியையும், நாட்டையும், நகரத்தையும் பற்றிய வர்ணனைகளை விரிவாகத் தருகிறார். துளிசிதாஸரின் ராமாயணம், நாட்டு, நகர வர்ணனைகளைத் தொடவே இல்லை.)

பெரும் சிறப்புகள் பொருந்திய தசரத மன்னருக்கு மக்கட் பேறு இல்லாதது பெரும் குறையாக இருந்தது. அச்வமேத யாகம்

செய்தால், இந்தக் குறை நீங்கலாம் என்ற எண்ணம் அவருக்குத் தோன்றவே, அதுபற்றித் தனது மந்திரிகளிடம் கலந்து ஆலோசித்தார். அவர்கள் அதை ஏற்க, ஸுமந்திரரிடம் கூறி, வசிஷ்டர் முதலான ஆச்சார்யர்களை அழைத்து வருமாறு கூறினார். வேதங்களை முழுமையாகக் கற்றறிந்த வாமதேவர், காசியபர், ஜாபாலி, ஸுயக்ஞர் ஆகியோரையும் குலகுருவாகிய வசிஷ்ட மஹரிஷியையும், மற்றும் பல பண்டிதர்களையும், ஸுமந்திரர் அழைத்து வந்தார்.

''மரியாதைக்குரியவர்களே! என்னுடைய குலம் நசித்துப் போகாமல் இருக்க, மக்கட்பேறை வேண்டி அச்வமேத யாகம் செய்யலாம் என்று நினைக்கிறேன். அதற்கு உங்களுடைய ஆலோசனையையும், ஆசியையும் கோருவதற்காகவே உங்களை அழைத்தேன்'' என்று அவர்களிடம் தசரதர் பணிவுடன் கூறினார். அவர்கள் மன்னனின் எண்ணத்தை வரவேற்றார்கள். வசிஷ்டரின் மேற்பார்வையில் அச்வமேத யாகத்திற்கான ஏற்பாடுகள் நடக்கும் என்று தசரதர் கூற – மந்திரிகள் அந்த உத்தரவை நிறைவேற்றுவதில் முனைய – ரிஷிகளும், பண்டிதர்களும் ஆசீர்வதிக்க – மனத்திருப்தி அடைந்த தசரத மன்னர், தன்னுடைய மனைவிகளான கௌஸல்யை, ஸுமித்திரை, கைகேயி ஆகியோரிடம் செய்தியைக் கூறி, அவர்களையும் விரதம் மேற்கொள்ளச் சொன்னார். மக்கட்பேறை வேண்டி யாகம் நடக்கப் போகிறது என்ற செய்தி அறிந்து, அந்த மூவரும் பெரும் மகிழ்வு எய்தினார்கள்.

இப்படி அச்வமேத யாகம் நடத்த முடிவெடுத்த நிலையில், தசரதருக்குத் தேரோட்டியும், மந்திரியுமாகிய ஸுமந்திரர், அவரிடம் ''பல பண்டிதர்கள் முன்னிலையில் முன்பு ஒருமுறை சிறப்புமிக்க துறவியாகிய 'ஸனத்குமாரர்' ஒரு விவரத்தை எடுத்துரைத்தார். அதை இப்போது உங்களுக்குக் கூறுவது முறையாக இருக்கும் என்று நம்புகிறேன்'' என்று சொல்லி மேலும் தொடர்ந்தார். ''ஸனத்குமாரர் கூறியது இதுதான்: காசியபருக்கு 'விபாண்டகர்' என்ற புகழ் வாய்ந்த மகன் உண்டு. அவருக்கு 'ரிஷ்யச்ருங்கர்' என்ற மகன் பிறப்பான். வனத்திலேயே வாழ்ந்து வெளியுலகம் அறியாத முனிகுமாரனாக அவன் திகழ்வான். அந்த காலகட்டத்தில், 'ரோமபாதன்' என்ற அரசனால் ஆளப்படுகிற

அங்கதேசத்தில் பெரும் வறட்சி ஏற்படும். அந்த கடும் வறட்சியை நீக்கி மழை பொழியுமாறு செய்வதற்கு என்ன பிராயச்சித்தம் செய்ய வேண்டும் என்ற விவரத்தை ரோமபாத மன்னன் பண்டிதர்களிடம் கேட்பான். அவர்கள், விபாண்டகருடைய மகன் ரிஷ்யச்ருங்கரை அங்க தேசத்திற்கு வரவழைத்தால், அவர் காலடி அந்த பூமியில் பட, மழை பொழிந்து வறட்சி நீங்கும் என்று கூறுவார்கள். அரசனுடைய பெண்ணையே ரிஷ்யச்ருங்கருக்கு மணம் செய்விக்குமாறும் அவர்கள் ஆலோசனை சொல்வார்கள். இதன் பின்னர், விபாண்டகரின் கோபத்திற்குப் பயந்து ரிஷ்யச்சருங்கரை நெருங்க அனைவரும் அஞ்சுகிற நிலையில், பெண்களை வனத்திற்கு அனுப்பி தந்திரமாக ரிஷ்யச்ருங்கரை வரவழைத்து, ரோமபாதன் அவரை உபசரிக்க, அங்க தேசத்தில் பெரும் மழை பொழியும். ரோமபாதனின் மகள் சாந்தையை, ரிஷ்யச்ருங்கர் மணப்பார்.''

ஸுமந்திரர் மேலும் தொடர்ந்தார். ''இவ்வாறு கூறிய ஸனத்குமாரர், இறுதியில் இன்னொரு விஷயத்தையும் சொன்னார். 'மக்கட்பேறு இல்லாமல் தசரத மன்னர் கவலையுறும் காலத்தில், அவருக்குப் புத்திர பாக்கியம் ஏற்பட வழி செய்யப் போவதும் இந்த ரிஷ்யச்ருங்கர்தான்' என்றும் அவர் சொன்னார்.''

இதைக் கேள்வியுற்ற தசரத மன்னர், ''ரிஷ்யச்ருங்கரை, ரோமபாத மன்னன் தன் தேசத்திற்கு அழைத்து வந்த நிகழ்ச்சி, பிறகு எப்படி நடந்தது?'' என்று கேட்க, ஸுமந்திரர் அதையும் விவரித்தார். ''அழகுள்ள பெண்களை காட்டுக்கு அம்மன்னன் அனுப்ப, அவர்களைச் சந்தித்த ரிஷ்யச்ருங்கர், அதுவரை பெண் களையே பார்த்திராதவர் என்பதால் பெரும் வியப்பெய்தி, அவர் களுடைய பணிவிடையை ஏற்று, அவர்களுடைய அழைப்பிற்கு இணங்கி, அங்க தேசத்திற்குச் சென்றார். மழை பொழிந்தது. மனிதர்களும், விலங்குகளும் வாழ்வு பெற்றன. தந்திரமாக அழைத்து வந்ததற்காக அவருடைய மன்னிப்பைக் கோரிய மன்னன், தன் மகளையும் ஏற்குமாறு கூறினான். மன்னனின் விருப்பத்தை அங்கீகரித்து அவன் மகள் சாந்தையை மணம் புரிந்த ரிஷ்யச்ருங்கர், அங்கதேசத்தில் தங்கினார்.''

இப்படிக் கூறிய ஸுமந்திரர், ''அங்க தேசத்தில் தங்கியிருக்கும் ரிஷ்யச்ருங்கரை, தசரத மன்னன் வேண்டிக் கொள்ள, அவருக்கு

மக்கட்பேறு தரக்கூடிய யாகத்தை ரிஷ்யச்ருங்கரே செய்து வைப்பார் – என்றும் ஸனத்குமாரர் சொன்னார்'' என்று சொல்லி முடித்தார். இதைக் கேட்ட தசரத மன்னர் மந்திரிகளையும், மற்றவர்களையும் அழைத்துக் கொண்டு, அங்க தேசம் சென்று, ரோமபாதனுடைய அரண்மனையை அடைந்தார். ரிஷ்யச்ருங்கரையும், அவருடைய மனைவியையும் முக்கியமான காரியத்தை நிறைவேற்றி வைப்பதற்காகத் தன்னுடன் அனுப்புமாறு தசரதன் கேட்டுக் கொள்ள, ரோமபாதனும் அதற்கு இணங்கி ரிஷ்யச்ருங்கரிடம் வேண்டிக் கொள்ள, அவரும் சம்மதித்து, தசரதருடன் புறப்பட்டார்.

அச்வமேத யாகம் செய்வதற்கான யாகசாலை நிர்மாணிக்கப் பட்டது. வசிஷ்டர் கூறியதன் பேரில் ஜனகர், காசிராஜன், கேகய ராஜன், ரோமபாதன் – போன்ற அரசர்களை ஸுமந்திரரே நேரில் சென்று அழைத்தார். பலமன்னர்களும், பண்டிதர்களும், வேத சாத்திர விற்பன்னர்களும் கூடியிருக்க, வசிஷ்டர், ''எதைக் கொடுக்கும் போதும் மலர்ந்த முகத்துடன், தாராள மனதுடன் கொடுக்க வேண்டும். தானம் கொடுக்கும்போது அக்கறை யின்மையோ, அலட்சியமோ காட்டப்பட்டால், அது மன்ன னுக்குக கேடு விளைவிக்கும். ஆகையால், கொடுப்பதை மரியாதை யுடன் கொடுங்கள்'' என்று உத்திரவிட, அவருடைய அனுமதியை யும், ரிஷ்யச்ருங்கருடைய அனுமதியையும் பெற்று தசரதர் யாகசாலைக்குச் சென்றார்.

அச்வமேத யாகத்தின் சிறப்பு அம்சமாக, பூமியை வலம் வருவதற்காக அனுப்பப்பட்ட குதிரை எவராலும் தடுக்கப்படாமல் திரும்பி வந்தது. மந்திரங்கள் ஓதப்பட்டன. வேத கோஷம் நடந்தது. கூட்டம் கூட்டமாக வந்த மக்கள், மனம் திருப்தியுற, விசேஷமான உணவுப் பொருட்களை உட்கொண்டார்கள். சாத்திர விதிமுறை களின்படியும், தூய்மைக்கு எந்தக் குறைவும் இல்லாமலும், வந்தவர்கள் அனைவரும் திருப்தியுறும் வகையிலும், பெரியோர்கள் வாழ்த்த, மக்கள் மகிழ, அச்வமேத யாகம் நடந்து முடிந்தது.

பாவங்களைப் பொசுக்கக் கூடியதும், நல்லுலகத்தைத் தரக் கூடியதும், செய்து முடிப்பதற்குக் கடினமானதுமான அச்வமேத யாகத்தைக் குறைவின்றி நடத்தி முடித்த திருப்தியுடன் தசரத

பால காண்டம்

மன்னர், ரிஷ்யச்ருங்கரை அணுகி, ஒரு விண்ணப்பம் செய்தார். ''மேன்மை பொருந்திய விரதங்களையுடைய முனிவரே! என் குலம் நசித்துப் போகாமல் இருக்க, மக்கட் பேறை வேண்டுகிற என் விருப்பம் நிறைவேற, மேலும் ஏதாவது செய்ய வேண்டி இருந்தால், அதற்கான வழியை நீங்கள் எனக்குக் காட்ட வேண்டும்'' என்று அவர் வேண்டிக் கொண்டார்.

ரிஷ்யச்ருங்கர், ''உன் குலம் புகழ் பெற்று விளங்கும் வகையில், உனக்கு நான்கு மகன்கள் பிறப்பார்கள்'' என்று தசரதனை ஆசீர்வதித்தார். இதைக் கேட்டு மகிழ்வெய்திய தசரதர், இந்த வரத்தை அடைவதற்கு, தான் மேலும் என்ன செய்ய வேண்டும் என்று கேட்டார்.

சிறிது ஆலோசனைக்குப் பிறகு, மாறாத தூய்மையும், நுட்ப மதியும் கொண்ட ரிஷ்யச்ருங்கர் தசரதரிடம், ''உனக்கு நான்கு மகன்கள் பிறப்பதற்காக நான் ஒரு யாகம் செய்கிறேன். அதர்வ வேதத்தில் கூறப்பட்டிருக்கும் அந்த யாகம் நிச்சயமாகப் பலன் தரக் கூடியது'' என்று கூறினார்.

இதைத் தொடர்ந்து ('புத்ர காமேஷ்டி' என்ற) அந்த யாகம் ரிஷ்யச்ருங்கரால் தொடங்கப்பட்டது. அக்னியில் ரிஷ்யச்ருங்கர் நெய்யை சமர்ப்பித்தார். யாகம் தொடர்ந்து நடந்தது. அந்த நேரத்தில், தேவர்கள் ப்ரம்ம தேவன் முன் ஒரு வேண்டுகோளை வைத்தார்கள்.

1. பால காண்டம்

அத்தியாயம் – 5

ராமர் பிறந்தார்

ராவணனை வதம் செய்து நல்லோர்களைக் காப்பதற்காக, மனிதனாகப் பிறக்க வேண்டும் என்று மஹாவிஷ்ணுவை தேவர்களும், ரிஷிகளும் வேண்டிக் கொள்ள, அவர் அதை ஏற்பது; தசரதர் நடத்திய யாகத்தில், ஒரு தெய்வீக உருவம் தோன்றி தசரதரிடம் பாயசம் அளிப்பது; தசரதர் அதைத் தன் மூன்று மனைவிகளுக்கும் அளிக்க, அவர்கள் கருவுற்று, அதன் பலனாக ராம, பரத, லக்ஷ்மண, சத்ருக்ன சகோதரர்களைப் பெற்றெடுப்பது...

தசரதனுக்காகப் புத்ர காமேஷ்டி யாகத்தை ரிஷ்யச்ருங்கர் நடத்தத் தொடங்கியபோது, ப்ரம்மதேவனை அணுகிய தேவர்களும், சித்தர்களும், மஹரிஷிகளும், ''உங்களிடமிருந்து கிட்டிய அருளின் பலத்தினால், ராவணன் என்கிற ராக்ஷஸன் எங்கள் எல்லோரையும் துன்புறுத்தி வருகிறான். மகிழ்ச்சி அடைந்த மனதோடு கூடிய நீங்கள், அவனுக்கு வரம் தந்தீர்கள். அன்று தொடங்கி, அவனால் நாங்கள் பாதிக்கப்பட்டு வருகிறோம். கெட்ட மதியுள்ள ராவணன், மூன்று உலகங்களையும் நடுங்கச் செய்து வருகிறான். பெரியோர்களை அவமதிக்கிறான். தேவர்களுக்கெல்லாம் அதிபதியாகிய இந்திரனையும் கூடக் கேவலப்படுத்த முனைகிறான். உங்களிடம் பெற்ற வரத்தினால், மற்றவர்களால் வெல்ல முடியாத நிலையை

அடைந்து விட்ட அவன், ரிஷிகளையும், கந்தர்வர்களையும், யக்ஷர்களையும் ஹிம்சித்து வருகிறான். சூரியனால் அவனைச் சுட முடியாது. காற்று அவனுக்கு அஞ்சி ஒதுங்குகிறது. அலைகளால் கொந்தளிக்கும் சமுத்திரம் அவனைப் பார்த்து அடங்குகிறது. அவனிடமிருந்து எங்களுக்கு உண்டாகும் தொல்லைகளை நீக்க, அவனை வதம் செய்வது ஒன்றுதான் வழி.''

இப்படி வேண்டிக் கொள்ளப்பட்ட ப்ரம்மா, ''தேவர்களாலும், கந்தர்வர்களாலும், யக்ஷர்களாலும், அசுரர்களாலும், ராக்ஷஸர் களாலும் தான் கொல்லப்படக் கூடாது – என்ற வரத்தையே ராவணன் என்னிடம் கேட்டுப் பெற்றான். மனிதர்களை மதிக்கத் தகுந்தவர்களாக அவன் கருதாத காரணத்தினால், அவர்களிட மிருந்து பாதுகாப்பைக் கோரி அவன் வரம் கேட்கவில்லை. ஆகையால், மனிதப் பிறவியினால் மட்டுமே அவனை வதம் செய்ய முடியும். மற்றபடி ராவணனுக்கு மரணம் என்பது கிடையாது'' என்று கூறினார்.

மனிதனால் ராவணனுக்கு அழிவு உண்டு என்று அறிந்த தேவர்களும், ரிஷிகளும், மன நிம்மதி அடைந்தார்கள்.

(சிருஷ்டி எனும் செயலைப் பூர்த்தி செய்வதற்காக, ப்ரம்ம தேவன் 'ப்ராஜாபதி'களைப் படைத்தான். அவர்களில் ஒருவர் கச்யப ப்ராஜாபதி. இவரை ப்ரம்மாவின் மகன் என்று சில புராணங்களும், ப்ரம்மாவின் பேரன் என்று சில புராணங்களும் வர்ணிக்கின்றன.

தக்ஷனுடைய மகள்களாகிய திதி, அதிதி, தனு ஆகியோரும் இவரது மனைவிகள். கச்யபருக்கும், அதிதிக்கும் பிறந்தவர்கள் தேவர்கள்; கச்யபருக்கும், திதிக்கும் பிறந்தவர்கள் தைத்யர்கள் அல்லது அசுரர்கள்; கச்யபருக்கும், தனுவுக்கும் பிறந்தவர்கள் தானவர்கள் – இவர்களும் அசுரர்களைப் போன்றவர்களே.

யக்ஷர்கள், தேவர்கள் வகையைச் சார்ந்தவர்கள். அவர்கள் கச்யப ப்ராஜாபதியின் வம்சத்தில், அவருடைய ஒரு பேத்தியின் மூலமாக வந்தவர்கள். ராக்ஷஸர்களும் இதே வழியில் வந்ததால், யக்ஷர்களுக்கு ஒரு வகையில் அவர்கள் சகோதரர்கள் ஆவார்கள்.

ராவணன் ராக்ஷஸ வம்சத்தில் வந்தவன்.

யக்ஷர்கள், சித்தர்கள், கின்னரர்கள், கந்தர்வர்கள், அப்ஸரஸ்கள் – ஆகியோர் தேவர்களின் வகையைச் சார்ந்தவர்கள். இந்த விளக்கங்கள் ராமாயணத்தில் கிடையாது. பல நூல்களில் ஆங்காங்கே கொடுக்கப்பட்டிருக்கும் விளக்கங்களின் தொகுப்பாக இதைக் கொடுத்திருக்கிறேன். முக்கியமாகப் பார்க்க வேண்டியது அசுரர்கள் வேறு, ராக்ஷஸர்கள் வேறு என்பதுதான். பிரகலாதன், மஹாபலி போன்றவர்கள் அசுரர்கள். மால்யவான், சுமாலி போன்ற வர்கள் ராக்ஷஸர்கள். அவர்கள் வழியில் வந்தவன் ராவணன்.)

அந்தச் சமயத்தில் உலகங்களின் அதிபதியான மஹாவிஷ்ணு சங்கு, சக்கரம், கதை போன்ற ஆயுதங்களைத் தரித்தவராக அங்கே தோன்றினார். தேவர்களும், ரிஷிகளும் அவரை நமஸ்கரித்து, ''தர்மங்களை அறிந்தவனும், பெரும் வள்ளலுமாகிய தசரத மன்னன் மக்கட்பேறு வேண்டி யாகம் செய்து கொண்டிருக்கிறான். முனிவர்களுக்கு ஒப்பான ஞானம் பெற்ற அந்த அரசனுடைய மூன்று மனைவிமார்களிடத்தில், உங்களுடைய அம்சத்தைப் பகிர்ந்து கொண்டு, அவர்களுக்கு மகன்களாக நீங்கள் தோன்ற வேண்டும். தான் பெற்ற வரத்தின் மூலமாக, தேவர்களால் கொல்லப்பட முடியாத தன்மையை அடைந்து விட்ட ராவணனை, மனிதனாக இருந்தே நீங்கள் வதம் செய்ய வேண்டும். தேவர் களையும், கந்தர்வர்களையும், சித்தர்களையும், ரிஷிகளையும், பெரிதும் துன்புறுத்திக் கொண்டிருக்கிற அவனை வதம் செய்வதற்காக, மனிதர்களிடையே நீங்கள் தோன்ற வேண்டும்'' என்று வேண்டிக் கொண்டார்கள்.

மஹாவிஷ்ணு அவர்களுடைய வேண்டுகோளை ஏற்றார். ''பயத்தை விலக்குங்கள். உங்களுக்கெல்லாம் நன்மை உண்டா கட்டும். நல்லோர்களுக்கு அச்சத்தை விளைவிக்கிற ராவணனை, அவனைச் சேர்ந்தவர்களோடு, உலக நன்மைக்காக அழிப்பதற்கு மனிதனாகப் பிறக்கிறேன்.''

இவ்வாறு கூறிய அவர், தன்னுடைய அம்சத்தை நான்கு பாகங்களாகப் பகிர்ந்து கொண்டு தசரதரைத் தந்தையாக அடைவது என்று மனத்தில் தீர்மானித்தார்.

"பெண்களை மானபங்கப்படுத்துவதையும், ரிஷிகளைத் துன்புறுத்துவதையும், மூன்று உலகத்தினரையும் வருந்தச் செய்வதையும், வழக்கமாகக் கொண்டு விட்ட அந்த ராவணனுக்கு ப்ரம்மதேவர் அளித்த வரத்தின் காரணமாக, மனிதர்களைத் தவிர, வேறு வகையில் அவனுக்கு அழிவு கிடையாது. ஆகையால் மனிதனாக இருந்தே அவனை வதம் செய்வீராக" என்று தேவர்களும், ரிஷிகளும் கூறியதைக் கேட்டுக் கொண்டு, எல்லோராலும் பூஜிக்கப்பட்டவராக மஹாவிஷ்ணு அங்கிருந்து அகன்றார்.

பூவுலகில் தசரதருக்காகச் செய்யப்பட்டுக் கொண்டிருந்த வேள்வித் தீயிலிருந்து அப்போது ஒரு தோற்றம் வெளிப்பட்டது. நிகரில்லாத ஒளியும், பெரும் கம்பீரமும், சிறந்த லக்ஷணங்களும், மலை போன்ற உயரமும், அசாதாரண பலமும் பொருந்திய ஓர் உருவம், யாக அக்னியிலிருந்து தோன்றியது. தங்கத்தினாலானதும், வெள்ளியினாலான மூடியை உடையதுமான, ஒரு பாத்திரத்தை கையில் ஏந்திக் கொண்டு தோன்றிய அந்த தெய்வீக உருவம், தசரத மன்னரைப் பார்த்துப் பேசியது: "அரசனே! ப்ரம்மனைச் சார்ந்தவனாக என்னை அறிந்து கொள்வாயாக! யாகத்தின் மூலம் தேவர்களை வேண்டிக் கொண்ட உனக்கு இப்போது பலன் கிட்டியிருக்கிறது. அரசர்களில் சிறந்தவனே! மக்கட்பேற்றை உனக்கு அளிக்கவல்ல இந்த தெய்வீகமான பாயசத்தைப் பெற்றுக் கொள். உன்னுடைய மூன்று மனைவிமார்களுக்கும், இந்தப் பாயசத்தைக் கொடுப்பாயாக. யாகம் செய்த பலனை நீ அடைவாய்!"

இந்த அற்புதத்தைச் செய்து விட்டு, அந்த உருவம் அப்படியே மறைந்தது. பாயசம் கொண்ட பாத்திரத்தை, அந்த தெய்வீக உருவத்திடமிருந்து பெற்றுக் கொண்ட தசரத மன்னர், பெரும் புதையலை அடைந்த ஏழைபோல் மகிழ்ச்சிக் கடலில் மூழ்கினார்.

சற்றும் தாமதமில்லாமல் தசரதர், தனது மனைவி கௌஸல்யையிடம், அந்தப் பாயசத்தில் பாதியைக் கொடுத்தார். மிகுந்திருந்த பாதியில், பாதி பாகத்தை சுமித்திரைக்குக் கொடுத்தார். மற்ற பாகத்தை கைகேயிக்குக் கொடுத்தபோது, மேலும் கொஞ்சம் மிகுந்திருக்கவே, அதை சுமித்திரைக்கே கொடுத்தார். மூன்று

மனைவிகளும் சிறிது காலத்தில் கர்ப்பம் தரித்தார்கள். தசரத மன்னர் மனம் மகிழ்ந்தார்.

(தசரதருக்கு ஆயிரக்கணக்கான மனைவிகள் உண்டு என்று வால்மீகி ராமாயணத்திலோ, வேறு முக்கிய ராமாயணங்களிலோ சொல்லப்படவில்லை. பௌத்த ராமாயணத்தில் இப்படி வருவதாக ஒரு குறிப்பு சில நூல்களில் காணப்படுகிறது. வால்மீகி ராமாயணத்தைப் பொறுத்த வரையில், அயோத்தியா காண்டத்தில் ஒரு இடத்தில் தசரதனுடைய அரண்மனையின் அந்தப்புரத்தில் 350 பெண்மணிகள் இருந்ததாக, குறிப்பு வருகிறது. ராமனின் சிற்றன்னைகள் என்றும், அவர்கள் வர்ணிக்கப்படுகிறார்கள். ஆனால், 'தசரதரின் மனைவிகள்' என்று ஒரு இடத்திலும் கூட அவர்கள் வர்ணிக்கப்படவில்லை. அந்தக் கால வழக்கத்தை யொட்டி, அரசனுடைய அரண்மனையின் அந்தப்புரத்தில் பல பெண்மணிகள் இருந்திருக்கலாம். இந்த 350 என்ற எண்ணிக்கையை அப்படித்தான் கொள்ள வேண்டியிருக்கிறது. ஏனெனில், ராவணனைப் பற்றிக் கூறுகையில், 'அவனுடைய ஆயிரக்கணக் கான ஸ்த்ரீகள்' என்று கூட ராமாயணம் சொல்கிறது. தசரதர் விஷயத்தில் அப்படிப்பட்ட குறிப்பைக் காணோம்.

தசரதரின் மனைவிமார்கள் என்று தெளிவாகக் கூறப்படு கிறவர்கள் கௌஸல்யை, சுமித்திரை, கைகேயி ஆகியோர்தான். அவர்கள் மூவருக்கும் இந்த வரிசைதான் வால்மீகி ராமாயணத்தில் கூறப்படுகிறது. மஹாவிஷ்ணுவின் அம்சம் பாதியளவில் ராமரிடத்திலும், கால் பாக அளவில் பரதனிடத்திலும், கால் பாக அளவில் லக்ஷ்மணன், சத்ருக்னன் ஆகியோரிடத்திலும் அமைந்த தாகக் கூறுப்பட்டிருக்கிறது. கம்ப ராமாயணத்திலோ – மஹா விஷ்ணுவே ராமராகவும், அவருடைய சங்கு, சக்கரம் மற்றும் அவர் துயிலும் ஆதிசேஷன் – ஆகியவை முறையே பரதன், சத்ருக்னன், லக்ஷ்மணன் ஆகியோராகப் பிறந்ததாகவும் கூறுகிறது. இவ் விஷயத்தில் துளஸிதாஸரின் ராமாயணம், வால்மீகி ராமாயணப் படியே அமைகிறது.

வால்மீகியும், கம்பரும் வேள்வித் தீயிலிருந்து ஒளிமிக்கதோர் உருவம் தோன்றி தசரதனுக்குப் பாயசம் அளித்ததாகக் கூற,

துளஸிதாஸரின் ராமாயணம், அக்னி தேவனே யாகத் தீயிலிருந்து வெளிப்பட்டு, தசரதனிடம் பாயசம் அளித்ததாகக் கூறுகிறது.

இதற்கிடையில் மேலுலகில், 'மனிதனாக இருந்தே ராவணனை வதம் செய்யும் பொறுப்பை ஏற்ற விஷ்ணுவுக்கு, அந்த மனிதக் கடமையைச் செய்து முடிக்க, மற்ற பல தேவர்களும் உதவ வேண்டும்' என்று ப்ரம்ம தேவன் கட்டளையிட்டார். இதற்கேற்ப எல்லா மாய வித்தைகளையும் அறிந்தவர்களாகவும், வீரர்களாக வும், நீதி சாத்திரத்தை உணர்ந்தவர்களாகவும், அறிவாளிகளாகவும், வானர உருவம் படைத்தவர்களாகவும், பல சந்ததிகளை யக்ஷ, கின்னர, அப்ஸரப் பெண்களிடம் தேவர்கள் உண்டாக்கினார்கள்; ப்ரம்ம தேவனே முன்பு படைத்த கரடி வேந்தனான ஜாம்பவானைத் தவிர, சிறந்த வானரப் புருஷனாகிய வாலியை, இந்திரன் உண்டாக்கினான். ஒளி வீசும் சுக்ரீவனை சூரியன் படைத்தான். புத்தி கூர்மை படைத்த நளன் என்ற வானரனை விஸ்வகர்மா படைத்தான். புத்தியிலும் பலத்திலும் தன்னிகரற்ற ஹனுமானை, வாயுதேவன் படைத்தான்.

இப்படி வானரத் தலைவர்களும், வீரர்களும், தேவர் வகையினரால் படைக்கப்பட்டனர். இப்படி உண்டாக்கப்பட்ட வர்கள், வேண்டிய உருவத்தை எடுத்துக் கொள்ளும் வல்லமை படைத்தவர்களாகவும், கடலையும் தாண்டக் கூடியவர்களாகவும், மலைகளையும் அசைக்கக் கூடியவர்களாகவும், பெரும் பலம் வாய்ந்தவர்களாகவும் பிறந்தார்கள். அவர்களையெல்லாம் வாலி ஆளத் தொடங்கினான்.

இந்த வானரங்கள் சாதாரண குரங்குகள் அல்ல என்பது ஏற்கெனவே விளக்கப்பட்டது. சபல புத்தி, எளிதில் உணர்ச்சி வசப்படுதல், விஷமத்தில் ஆர்வம் – போன்ற சில குணங்கள் உடையவர்களாக இவர்கள் வர்ணிக்கப்பட்டாலும், அவர் களுடைய அறிவு கூர்மையும், வீரமும், பலமும், எல்லையற்றதாக சுட்டிக் காட்டப்படுகின்றன. அவர்கள் ஆடை, ஆபரணங்கள் அணிந்தவர்கள் என்பது மட்டுமல்ல, அழகானவர்கள் என்றும் வர்ணிக்கப்படுகிறார்கள். சுக்ரீவனின் பட்டாபிஷேகம் வர்ணிக்கப் படும் விதத்திலிருந்து அவர்கள் சாத்திர அறிவும் கொண்டவர்களாக

இருந்தார்கள் என்பது தெளிவாகிறது. அவர்களுடைய இருப்பிட மாகிய கிஷ்கிந்தை, வெள்ளை மாளிகைகளை உடையதாகவும், அகலமான தெருக்களை உடையதாகவும், செல்வம் கொழிக்கும் இடமாகவும் வர்ணிக்கப்படுகிறது. ஆசனங்களும், படுக்கைகளும், இசைக் கருவிகளும் கூட வானரர்களிடையே பழக்கத்தில் இருந்தது என்பது ராமாயணத்தில் கூறப்படுகிறது. ஆகையால், ராமாயணத்தில் வரும் வானரர்கள் இன்றைய குரங்குகள் அல்ல.)

யாகம் முடிந்து பன்னிரெண்டாவது மாதமாகிய சித்திரை மாதத்தில், சுக்ல பட்சத்தில், நவமி திதியில், புனர்வஸு நட்சத்திரத்தில் (சூரியன், அங்காரகன், சனி, குரு, சுக்ரன் ஆகிய) ஐந்து கிரஹங்கள் தங்களுடைய உச்ச ஸ்தானங்களில் நிற்க, கடக லக்னத்தில், தெய்வீக லட்சணங்கள் பொருந்திய விஷ்ணுவின் அம்சமாக, ராமன் என்ற குழந்தையை கௌஸல்யை பெற்றெடுத்தாள்.

கைகேயி இடத்தில் பரதனும், சுமித்திரைக்கு லக்ஷ்மணன், சத்ருக்னன் ஆகிய இரட்டையரும் பிறந்தார்கள்.

புஷ்ய நட்சத்திரத்தில் பரதனும், ஆயில்ய நட்சத்திரத்தில் லக்ஷ்மணன், சத்ருக்னன் ஆகியோரும் பிறந்தார்கள்.

தேவ வாத்தியங்கள் முழங்கின.

கந்தர்வர்கள் பாடினார்கள்.

அப்ஸரஸ்கள் நடனம் செய்தார்கள்.

வானம் பூ மாரிப் பொழிந்தது.

குல குருவாகிய வசிஷ்டர், கௌஸல்யையின் மகனுக்கு ராமன் என்றும், கைகேயியின் மகனுக்கு பரதன் என்றும், சுமித்திரையின் மகன்களுக்கு லக்ஷ்மணன், சத்ருக்னன் என்றும் பெயர் சூட்டினார். குழந்தைகளுக்கு நடத்தப்பட வேண்டிய எல்லா வைதீக சடங்கு களும் முறையாக நடத்தப்பட்டன.

நால்வருமே, முறையாகப் பயிற்சிகளைப் பெற்று, வேதங்களை அறிந்தவர்களாகவும், வீரம் நிறைந்தவர்களாகவும், உலகத்திற்கு நன்மை செய்வதிலேயே நாட்ட முடையவர்களாகவும், ஞானவான்

பால காண்டம்

களாகவும் வளர்ந்தார்கள். ராமரிடம் மாறாத அன்பு புடைத்தவனாக லக்ஷ்மணன் வளர்ந்தான். லக்ஷ்மணன் அருகில் இல்லாவிட்டால், ராமர் உணவு உட்கொள்ளவும் மறுப்பார் - என்கிற அளவுக்கு அவர்களிடையே அன்பு மேலோங்கியது. இதே போல, பரதனுக்கு நெருங்கியவனாக சத்ருக்னன் வளர்ந்தான்.

நற்குணங்கள் எல்லாவற்றையும் கொண்ட நான்கு சிறுவர்களும், அறியாமல் ஒரு தவறு செய்தாலும், அதை நினைத்து வருந்தும் இயல்புடையவர்களாக இருந்தார்கள். பெரியோர்களுக்குப் பணிவிடை செய்வதிலும், வில் வித்தையில் தேர்ச்சி அடைவதிலும், தர்ம சாத்திரங்களைப் படித்து அறிவதிலும், அந்தச் சிறுவர்களின் ஆர்வம் குறைவற்றதாகத் திகழ்ந்தது.

கிடைப்பதற்கரிய மகன்களைப் பெற்ற மகிழ்ச்சியில் திளைத்த தசரத மன்னர், தன் மகன்களுக்குத் திருமணம் செய்வதைப் பற்றிய ஆலோசனைகளைத் தொடங்க வேண்டிய நேரம் வந்து விட்டதாக உணர்ந்து, மந்திரிகளுடனும், ஆச்சார்யர்களுடனும், உறவினர்களுடனும் அமர்ந்து அது பற்றி யோசிக்க ஆரம்பித்தார்.

அப்போது தசரத மன்னரின் அரண்மனைக்கு, மஹா முனிவராகிய விஸ்வாமித்திரர் வந்தார்.

1. பால காண்டம்

அத்தியாயம் – 6

மகனை அனுப்புக – முனிவரின் கோரிக்கை

விச்வாமித்திரரை வரவேற்ற தசரத மன்னர், அவருடைய விருப்பத்தை நிறைவேற்றுவதாகக் கூறியது; விச்வாமித்திரர், தான் நடத்துகிற யாகத்தை, ராக்ஷஸர்களிடமிருந்து காப்பாற்றுவதற்காக ராமரைக் கோருவது; தசரதர் மறுப்பு; விச்வாமித்திரரின் கோபம்; வஸிஷ்டரின் அறிவுரை; ராம – லக்ஷ்மணர்கள் விச்வாமித்திரருடன் அனுப்பி வைக்கப்படுவது; பலை, அதிபலை என்கிற மந்திரங்கள் உபதேசிக்கப்படுவது...

தசரதரின் அரண்மனைக்கு வந்த விச்வாமித்ர முனிவர், ஆங்கோர் சேவகனைப் பார்த்து, ''குசிகரின் குலத்தில் பிறந்தவன், காதியின் மைந்தன், விச்வாமித்திரன் வந்திருப்பதாக, மன்னனிடம் தாமதமின்றித் தெரிவிப்பாயாக!'' என்று கம்பீரமாகக் கூறினார். இதைக் கேட்ட சேவகர்கள் பலருடைய மனதும் பரபரப்படைந்தது. அவர்கள் சென்று, விச்வாமித்திர முனிவர் வந்திருக்கும் செய்தியை தசரத மன்னருக்குத் தெரிவித்தார்கள்.

தசரத மன்னர் விரைந்து வந்து, விச்வாமித்திரருக்கு மரியாதை செய்து வரவேற்றார். கடுமையான விரதங்கள் உடையவரும், அற்புதமான தவங்களைச் செய்தவரும், ஒளி வீசும் தோற்றத்தைக் கொண்டவருமான விச்வாமித்திர முனிவரைப் பணிந்து, சாத்திர விதிமுறைகளின்படி அவரைப் பூஜித்தார் தசரதர்.

விச்வாமித்திரர் ''அரசனே! சிற்றரசர்கள் எல்லோரும் உன் கீழ் அடங்கி நடக்கிறார்கள் என்றும்; எதிரிகள் உன்னால் வெல்லப் பட்டவர்களாக இருக்கிறார்கள் என்றும்; தெய்வத்திற்கும், மனிதர் களுக்கும் ஆற்ற வேண்டிய கடமைகள் உன்னால் முறையாக நிறை வேற்றப்பட்டு வருகின்றன என்றும் நம்புகிறேன். அங்ஙனமே ஆகுக!'' என்று வாழ்த்தினார்.

இப்படி அரசனிடம் கூறிவிட்டு, விச்வாமித்திர முனிவர், வசிஷ்டரை நெருங்கி அவருடைய நலன் பற்றி விசாரித்தார். பின்னர், அங்கே இருந்த மற்ற ரிஷிகளிடமும் நல்ல வார்த்தைகளைப் பரிமாறிக் கொண்டார். அரச சபையில் தக்க ஆசனங்களில் அனைவரும் அமர்ந்தார்கள். விச்வாமித்திர முனிவர் தன் அரண் மனைக்கு வந்ததால் பெரும் மகிழ்வு எய்திய தசரதர், அவரிடம் மரியாதையுடன் பேசத் தொடங்கினார்: ''முனிவர்களில் சிறந்தவரே! வறட்சியால் துன்புறும் நிலத்தில் மழை பெய்தால், மக்களுக்கு என்ன உணர்வு ஏற்படுமோ, அம்மாதிரி உணர்வு எனக்கு ஏற்படு கிறது. மக்கட்பேறு இல்லாதவனின் மனைவி அவனுக்கு ஒரு மகனைப் பெற்றுத் தரும் போது, அவன் அடையக் கூடிய மகிழ்ச்சியை நான் இப்போது அடைந்திருக்கிறேன். வர்த்தகத்தில் தாங்க முடியாத நஷ்டத்தை அடைந்தவன், எதிர்பாராத விதமாக பெரும் லாபத்தை ஈட்டும் போது எப்படி சந்தோஷமடைவானோ, அப்படி நான் சந்தோஷமடைகிறேன்.''

தனது மகிழ்ச்சியை இப்படித் தெரிவித்துக் கொண்ட தசரதர் மேலும் சொன்னார்: ''தாங்கள் நினைக்கும் எந்தக் காரியமாக இருந்தாலும், அதை நிறைவேற்ற நான் தயாராக இருக்கிறேன். நீங்கள் வந்ததால் என் பிறவிப் பயனை நான் அடைந்தேன். அரசனாக இருந்து, ஆட்சி நடத்தி, ராஜரிஷி என்ற பட்டத்தோடு புகழ் பெற்று விளங்கி, அதன் பிறகு, நினைக்க முடியாத தவங்களைச் செய்து, ப்ரம்ம ரிஷி என்ற சிறப்பையும் பெற்றவர் நீங்கள்! உங்களுடைய பார்வை என் மீது பட்டதால் நான் பரிசுத் தனானேன். நீங்கள் மனதில் என்ன காரியத்தை நினைத்து, இங்கு வந்தீர்களோ, அதை நிறைவேற்றுவது என் கடமை. நீங்கள் எனக்கு

தெய்வம் போன்றவர், உங்களுடைய எண்ணத்தைக் குறைவில் லாமல் நிறைவேற்றி வைப்பேன். ஆகையால் உங்கள் எண்ணத்தைச் சொல்ல ஒரு சிறிய தயக்கமும் வேண்டாம் என்று கேட்டுக் கொள்கிறேன்.''

அரசனின் பேச்சைக் கேட்டு திருப்தி அடைந்த விச்வாமித்திரர், அவரை வாழ்த்தினார். ''மன்னர்களில் சிறந்தவனே! வசிஷ்டரை ஆச்சார்யராகப் பெற்றிருக்கிற உனக்குப் பொருத்தமான வார்த்தை களைத்தான் நீ பேசினாய்.'' இப்படி அரசனைப் பாராட்டி விட்டு, அந்த மாமுனிவர் மேலும் சொன்னார்: ''என் மனதிலிருக்கும் எண்ணம் இப்பொழுது தெரிவிக்கப்படுகிறது. நீ இப்போது கொடுத்த வார்த்தையின்படி, அந்த எண்ணத்தை நிறைவேற்றி வைப்பாயாக! நான் யாகம் செய்து கொண்டிருக்கிறேன். ஆனால் இரண்டு ராக்ஷஸர்கள் அதற்குப் பெரும் இடையூறுகளைச் செய்து வருகிறார்கள். அவர்கள், நினைத்த உருவத்தை எடுக்கக் கூடியவர்கள். மாரீசன், ஸுபாஹு என்ற பெயர்களுடைய அவர்கள், மாமிசத்தையும், ரத்தத்தையும் யாக மேடையில் வீசுகிறார்கள். யாகம் நிறைவு பெறுகிற சமயத்தில் அவர்கள் செய்த இந்த இடையூறின் காரணமாக, நான் உற்சாகம் குன்றியவனாக இருக்கிறேன்.''

முனிவர் மேலும் சொன்னார் : ''நான் நினைத்தால் அவர்களை சபித்து விடலாம். ஆனால் அம்மாதிரி செய்ய என் மனம் இடம் தரவில்லை. நான் செய்ய முனைந்திருக்கிற அந்த யாகம் தொடர்பாக, கோபம் சிறிதும் தலைகாட்டக் கூடாது. ஆகையால் அவர்களை நான் சபிக்க விரும்பவில்லை. அதே சமயத்தில் அவர்களால் செய்யப்படுகிற இடையூறுகளை நீக்கினால்தான் அந்த யாகம் நிறைவு பெறும். ஆகையால், சத்தியத்தின் பாதையிலிருந்து தவறாதவனும், பெரும் வீரம் படைத்தவனும், உனது மூத்த மகனுமாகிய ராமனை என்னோடு அனுப்பி வைப்பாயாக! இடையூறு செய்கிற ராக்ஷஸர்களை அழிக்க வல்லவன் அவனே! என்னோடு வருகிற உன் மகன் ராமனுக்கு நான் எல்லா சிறப்பையும் கொடுப்பேன். மூன்று உலகங்களில் அவன் புகழடையுமாறு செய்கிறேன்.

''பெற்ற பாசத்தை நினைத்து உன் மனதில் இப்போது தயக்கம் ஏற்பட வேண்டாம். நான் உனக்கு உறுதி அளிக்கிறேன். ராமன் கையில் அந்த இரண்டு ராக்ஷஸர்களும் மாண்டார்கள் என்பதைச் செய்தியாக இப்போதே தெரிந்து கொள். நான் ராமனை அறிவேன். அவன் மாபெரும் மனிதன். இதை வசிஷ்டரும் அறிவார். கிடைத்தற்கரிய புண்ணியம், மாறாத புகழ் ஆகியவை உனக்குக் கிட்டட்டும். என்னுடைய பொறுப்பில் ராமனை விடுவாயாக! குழப்பமற்ற மனத்தவனாக, பிரிவு என்ற துன்பத்தில் சிக்காதவனாக, உன் மூத்த மகனை என்னோடு அனுப்பி வை. உனக்கு மங்களம் உண்டாகட்டும்!''

முனிவரின் பேச்சைக் கேட்ட தசரத மன்னர், பயந்து மனம் குலைந்து போனார். விச்வாமித்திரருடைய வார்த்தைகள் அரசனின் நெஞ்சைப் பிளந்தன. தன்னுடைய சிம்மாசனத்தில் சரியாக உட்காரக் கூட முடியாத நிலையை அடைந்து விட்ட அவர், முனிவரிடம் மன்றாடுகிற வகையில் பேசத் தொடங்கினார். ''என்னுடைய ராமன், பதினாறு வயது கூட நிரம்பாதவன். ராக்ஷஸர்களோடு போர் புரியும் வல்லமை அவனுக்கு இருப்பதாக எனக்குத் தெரியவில்லை. பெரும் படைகளைக் கொண்ட நான், அந்தப் படைகளால் சூழப்பட்டவனாக நீங்கள் குறிப்பிடும் ராக்ஷஸர்களை எதிர்த்துப் போர் செய்கிறேன். என்னை அழைத்துச் செல்லுங்கள். ராமனைக் கேட்காதீர்கள். போர் முனையில் தனி ஒருவனாக நின்றாலும் கூட, இறுதி மூச்சு உள்ளவரையில் கையில் வில்லேந்தி, அந்த ராக்ஷஸர்களோடு நான் யுத்தம் செய்கிறேன். உங்கள் யாகத்திற்கு ஏற்பட்டிருக்கும் இடையூறை அகற்றுகிறேன். ராமன் சிறுவன். போர் பயிற்சி இல்லாதவன். ராக்ஷஸர்களை எதிர்க்க அவனால் முடியாது. மஹா முனிவரே! ராமனைப் பிரிந்து சிறிது நேரம் கூட என்னால் வாழ முடியாது. பல காலம் மக்கட்பேறு இல்லாமல் இருந்து, நான் பெற்ற அந்தச் செல்வத்தை என்னிடமிருந்து பிரிக்காதீர்கள்.''

இவ்வாறு மன்றாடிய தசரதர், ''அந்த ராக்ஷஸர்களைப் பற்றி ஒரு விவரம் கூட தெரியவில்லையே? யார் அவர்கள்? எப்படிப் பட்டவர்கள்? அவர்களுடைய வல்லமை என்ன?'' என்றும் கேட்டார்.

பால காண்டம்

விச்வாமித்திரர், அந்த ராக்ஷஸர்களைப் பற்றிய விவரங்களைக் கூறத் தொடங்கினார். "ராவணன் என்கிற ராக்ஷஸன் புலஸ்தியரின் வம்சத்தில் உதித்தவன். ப்ரம்ம தேவனிடம் வரம் பெற்ற காரணத்தினால், பெரும் பலத்துடன் திகழ்ந்து, மூவுலகத்திற்கும் அவன் தொல்லை கொடுத்து வருகிறான். விச்ரவஸினுடைய மகனும், குபேரனின் சகோதரனுமாகிய அந்த ராக்ஷஸர் தலைவன், பெரும் வீரன் என்ற பெயரைப் பெற்று யாகங்களுக்கு இடையூறு விளைவிப்பதை வழக்கமாகக் கொண்டிருக்கிறான். தானே நேரடியாக இடையூறு விளைவிக்காத காலங்களில் – அவனால் ஏவப்பட்டவர்களும் தாங்கள் விரும்பிய உருவை எடுக்கக் கூடியவர்களுமான மாரீசனும், ஸுபாஹுவும் யாகங்களைக் கெடுக்கிறார்கள்."

இந்த விவரங்களைக் கேட்ட தசரதர் மேலும் இடிந்து போனார். "கெட்ட மதி படைத்த ராவணனை எதிர்த்து நிற்கும் சக்தி எனக்கே இல்லை! அப்படியிருக்க, சிறுவனாகிய ராமனால் என்ன செய்ய முடியும்? அவன் மீது கருணை வையுங்கள். தயை காட்டுங்கள். தேவர்கள், அசுரர்கள், கந்தர்வர்கள், யக்ஷர்கள் ஆகியோர்களே கூட ராவணனை அடக்கும் சக்தி படைத்தவர்கள் அல்ல. அப்படியிருக்க, சாதாரண மனிதர்கள் எம்மாத்திரம்? மாய யுத்தங்களின் வகைகளை அறியாத குழந்தை என் மகன். அவனை இக்காரியத்தில் ஏவ, நான் சம்மதிக்கப் போவதில்லை. வேண்டுமானால் நான் வருகிறேன். உங்களைக் கெஞ்சிக் கேட்டுக் கொள்கிறேன். என் குலம் அழியாமல் காக்க வந்திருக்கும் ராமனை அனுப்புமாறு கேட்காதீர்கள்."

இப்படி தசரதர் பேசியதைக் கேட்ட விச்வாமித்திரருக்கு, பெரும் கோபம் உண்டாகியது. நெய் வார்க்கப்பட்டு, கொழுந்து விட்டு எரியும் வேள்வித் தீ போல, அவருடைய முகம் ஜொலித்தது. அவருடைய கடும் கோபம் வார்த்தைகளாக வெளிப்பட்டது. "எது வேண்டுமானாலும் செய்து கொடுப்பதாக முதலில் கூறி விட்டு, இப்பொழுது வார்த்தை மீறுகிறாய். ரகு வம்சத்தில் உதித்தவனே! உன்னுடைய குல தர்மத்திற்கு நீ செய்யும் காரியம் விரோதமானது. அரசனே! சொன்ன சொல் தவறுவது உன்னுடைய குலத்திற்கும், உனக்கும் பொருத்தமானதுதான் என்று நீ நினைத்தால், அதற்கு மேல், நான் பேச எதுவும் இல்லை. கொடுத்த வார்த்தையைக்

வால்மீகி ராமாயணம்

காப்பாற்றாத மனத்திருப்தியுடன், உன் குலத்தினரோடு கூடி, சௌக்கியமாக இரு! நான் வந்த வழி செல்கிறேன்.''

இப்படி விச்வாமித்திரர் பேசியவுடன், அவருடைய கோபத்தை உணர்ந்த பூமி நடுங்கியது. தேவர்கள் அஞ்சினார்கள். மூவுலகங்களும் பதறின. பெரும் கேடு நேர்ந்து விடும் என்று உணர்ந்த அறிவாளியான வசிஷ்டர், தசரத மன்னனுக்கு அறிவுரை கூறத் தொடங்கினார்: ''தர்ம தேவதையே உருவெடுத்து வந்தது போல், ஆட்சி செலுத்துகிற அரசனே! நீ வார்த்தை தவறக் கூடாது. உன் குலதர்மத்திற்கு இது உகந்ததும் அல்ல. ஒரு காரியத்தைச் செய்கிறேன் என்று சொல்லிவிட்டு, அந்த வார்த்தையை நிறைவேற்றாதவனுக்கு எல்லா தர்மங்களும் பயனற்றுப் போகும். ஆகையால் விச்வாமித்திர முனிவரோடு, ராமனை அனுப்பி வைப்பாயாக! அமிர்தத்தைச் சுற்றி நின்று அக்னி எப்படி காப்பாற்றியதோ, அப்படி விச்வாமித்திர முனிவரால் ராமன் பாதுகாக்கப்படுவான். அவரால் பாதுகாக்கப்பட்ட உன் மகனை, ராக்ஷஸர்களால் மட்டுமல்ல, தேவர்களாலும் கூட எதுவும் செய்ய முடியாது. தர்மமே உருவாக வந்தவர் விச்வாமித்திரர். அறிவினாலும், வீரத்தினாலும் மேம்பட்டவர். தவங்களின் இருப்பிடம். அவர் அறியாத அஸ்திரம் இல்லை. தேவர்கள், ரிஷிகள், அசுரர்கள், ராக்ஷஸர்கள், கந்தர்வர்கள், யக்ஷர்கள் யாருமே அறிய முடியாத அஸ்திரங்கள் விச்வாமித்திரருக்குக் கட்டுப் பட்டவை. அது மட்டுமல்ல, புதிய அஸ்திரங்களைப் படைக்கும் சக்தியும் அவரிடம் உண்டு. இப்படிப்பட்ட சிறப்பு வாய்ந்த அந்த மகாத்மா, நடந்தது, நடக்கப் போவது அனைத்தையும் அறிந்தவர். அவர் குறிப்பிடும் இடையூறுகளை விலக்கவும், ராக்ஷஸர்களை அழிக்கவும், அவரால் முடியாது என்று நினைக்க வேண்டாம். உன்னுடைய மகனுக்கு சிறப்பு கிட்ட வேண்டும் என்று நினைத்துத்தான், இக்காரியத்திற்கு அவனை அவர் அழைக்கிறார். அவருடைய ஆளுகையில் விடப்படுவதால் ராமன், பெரும் மேன்மைகளைப் பெறுவான் என்பதில் சந்தேகமில்லை. முனிவருடன் மகனை அனுப்பி வை.''

குல குருவாகிய வசிஷ்டர் கூறிய வார்த்தைகள், தசரதரின் மனக்கலக்கத்தை நீக்கின. மகனை அனுப்பி வைக்க அவர் சம்மதித்தார். லக்ஷ்மணனோடு கூடிய ராமர் வரவழைக்கப்பட்டார்.

(ராமரை மட்டும்தான் விச்வாமித்திரர் கோரினாரே தவிர, லக்ஷ்மணனைப் பற்றி, அவர் ஒரு வார்த்தை பேச வில்லை. மகனை அனுப்புவது பற்றி மனம் கலங்கிய தசரதரும், லக்ஷ்மணன் பற்றி குறிப்பிடவில்லை. குல குருவாகிய வசிஷ்டரும், ராமரை அனுப்பி வைக்குமாறுதான் தசரதரிடம் கூறினாரே தவிர, லக்ஷ்மணனையும் சேர்த்து அனுப்புமாறு ஆலோசனை சொல்லவில்லை. ஆனால், ராமர் வரவழைக்கப்பட்டார் - என்று சொல்லாமல், 'லக்ஷ்மணனோடு கூடிய ராமர் வரவழைக்கப்பட்டார்' என்றுதான் வால்மீகி ராமாயணம் கூறுகிறது. இதுபற்றி வித்வான்கள், 'ராமர் சென்றால் அவருடைய நிழல்போல் லக்ஷ்மணனும் செல்வான்; தனியாக லக்ஷ்மணன் என்று குறிப்பிட வேண்டிய அவசியமே கிடையாது. அவ்வளவு தூரம் ராமருடன் ஐக்கியமாகி விட்டவன் லக்ஷ்மணன் - என்பதையே இது போன்ற இடங்கள் காட்டுவதாக' விளக்கம் கூறுகிறார்கள்.

துளஸிதாஸரின் ராமாயணத்தில், விச்வாமித்திரரே ''ராமர், லக்ஷ்மணன் ஆகிய இருவரையும் என்னோடு அனுப்பி வை'' என்று தசரத மன்னனிடம் கேட்டதாகக் கூறப்பட்டிருக்கிறது.)

பெரியவர்களால் ஆசீர்வதிக்கப்பட்டு, வசிஷ்டரால் காப்பு மந்திரங்கள் ஓதப்பட்டு, விசுவாமித்திரரின் பொறுப்பில் ராம, லக்ஷ்மணர்கள் விடப்பட்டார்கள். அப்போது நறுமணமுள்ள காற்று வீசியது. தேவ வாத்தியங்கள் முழங்கின.

பரமசிவனைப் பின் தொடர்ந்து செல்லும் கந்தன் மற்றும் விசாகன் போலவும், ப்ரம்ம தேவனை நிழல் போல் தொடர்கிற அஸ்வினி தேவர்கள் போலவும், விச்வாமித்திரரைப் பின் தொடர்ந்து ராம, லக்ஷ்மணர்கள் சென்றார்கள்.

(பரமசிவனைப் பின் தொடர்ந்து சென்ற கந்தன், விசாகன் எனும் போது 'இந்த விசாகன் யார்' என்ற கேள்வி எழலாம். கந்தனே தன்னை வளர்க்க விரும்பிய சிவன், பார்வதி, அக்னி, கங்கை – ஆகிய நால்வரையும் திருப்திப்படுத்துவதற்காக, கந்தன், விசாகன், சகன், நைகமேயன்–என்று தன்னையே நான்கு அம்சங்களாகப் பிரித்துக் கொண்டான் என்பது ஒரு புராணக்கதை. இது வால்மீகி ராமாயணத்தில் கிடையாது. ஆக, விசாகனும், கந்தனின் அம்சம் தான்.)

சரயு நதியின் தென் கரையில் கொஞ்ச தூரம் சென்ற பிறகு, விச்வாமித்திரர், ராமரை அழைத்து "அன்புக்குரியவனே! பலை, அதிபலை என்ற இரண்டு மந்திரங்களை உனக்கு உபதேசிக்கிறேன். இதைப் பெற்றால் அதன் பின்னர் உனக்குக் களைப்பு, பசி, பிணி எதுவும் நேரிடாது. மேலும், நீ அலட்சியமாக இருக்கக் கூடிய நேரத்தில் கூட, ராக்ஷஸர்களால் ஒரு ஆபத்தும் நேரிடாமல் இந்த மந்திரங்கள் உன்னைக் காப்பாற்றும். அழகிலோ, செயலாற்றும் திறமையிலோ, வீரத்திலோ உனக்கு நிகரானவன் மூவுலகங்களிலும் தோன்றப் போவதில்லை. அறிவிலும், ஆராய்ந்து தெளியும் வல்லமையிலும், உன்னோடு ஒப்பிடக்கூடியவன் எவனும் இல்லை. அப்படிப்பட்ட நீ, எல்லா ஞானத்திற்கும் அதிபதிகள் போன்ற பலை, அதிபலை என்ற இந்த இரண்டு மந்திரங்களைப் பெற்றுக் கொள்வதுதான் பொருத்தமாக இருக்கும். உலகில் நிகரில்லாத புகழுடன் விளங்கப் போகிறவனே! என் தவத்தினால் பெறப்பட்ட இரண்டு மந்திரங்களை என்னிடமிருந்து பெறுவதற்குத் தகுதி உள்ளவன் நீயே!" என்று கூறி, பலை, அதிபலை என்ற மந்திரங்களை உபதேசித்தார். அந்த உபதேசத்தைப் பெற்ற மாத்திரத்தில், ராமரின் முகம் மேலும் ஒளி வீசியது. விச்வாமித்திரருடன் ராமரும், லக்ஷ்மணனும் சரயு நதிக்கரையில் அந்த இரவைக் கழித்தார்கள்.

(ராமர், லக்ஷ்மணன் இருவருக்கும் பலை, அதிபலை என்ற பசி, தாகத்தைப் போக்குகிற மந்திரங்கள் உபதேசிக்கப்பட்டதாக வால்மீகி ராமாயணம் கூறவில்லை. இவ்விஷயத்தில் ராமர் மட்டுமே குறிப்பிடப்பட்டிருக்கிறார். கம்ப ராமாயணத்தில் விச்வாமித்திர முனிவர் தன்னுடைய பார்வையின் மூலமாகவே, ராமர், லக்ஷ்மணன் இருவருக்குமே 'ப்ரம்ம தேவனால் செய்யப்பட்டு, தனக்கு அளிக்கப்பட்ட இரண்டு வித்தைகளை உபதேசம் செய்தார்' என்று கூறப்பட்டிருக்கிறது.)

பொழுது விடிந்தது.

1. பால காண்டம்

அத்தியாயம் - 7

தாடகை வதம்

> தாடகையின் வரலாறு; பெண்ணாக இருந்தாலும் தாடகை கொல்லப்பட வேண்டியவளே என்று விச்வாமித்திரர் கூறுவது; தாடகையை ராமர் வீழ்த்தி மாய்ப்பது, பல வகையான அஸ்திரங்களை ராமருக்கு விச்வாமித்திரர் அளிப்பது; சித்தாச்ரமத்தைப் பற்றிய விவரங்கள்......

"கௌஸல்யாவின் அன்பு மகனே! ராமா! மனிதர்களில் சிறந்தவனே! இரவும் பகலும் சந்திக்கிற விடியற்காலை நேரம் நெருங்கி விட்டது. தினந்தோறும் செய்வதற்குரிய, தெய்வீகத் தொடர்புள்ள கடமைகள் இப்போது செய்யத் தக்கனவாகின்றன. எழுந்திருப்பாயாக!" என்று கம்பீரமான குரலில் பேசி, உறங்கிக் கொண்டிருந்த ராமரை விச்வாமித்திரர் எழுப்பினார்.

(ராமரை எழுப்புவதற்காக விச்வாமித்திரர் கூறிய 'கௌஸல்யா ஸுப்ரஜா ராம...' என்று தொடங்குகிற இந்த ஸ்லோகம்தான், பலருக்கும் அறிமுகமாகியுள்ள வெங்கடேச ஸுப்ரபாதத்தில் - அதாவது திருப்பள்ளியெழுச்சியில் - முதல் ஸ்லோகமாக எடுத்தாளப்பட்டிருக்கிறது.)

மஹாமுனிவர் விச்வாமித்திரரின் குரலைக் கேட்டு, மனிதர்களில் மேம்பட்ட வீரர்களாகிய ராமரும், லக்ஷ்மணனும்

உறக்கத்திலிருந்து எழுந்து, குளித்து, முறைப்படி செய்ய வேண்டிய ஜபங்களைச் செய்தனர். அதன் பின்னர் அந்த இடத்திலிருந்து முனிவருடன் புறப்பட்ட அவர்கள் ஸரயு நதியும், த்ரிபதகை என்ற நதியும் கலக்கிற இடத்தில் அமைந்திருந்த ஒரு புனித ஆச்ரமம் அமைந்த இடத்தை அடைந்தார்கள். அந்த ஆச்ரமத்தைப் பற்றிய விவரங்களை அறிந்து கொள்ளும் விருப்பத்தை ராமரும், லக்ஷ்மணனும் வெளியிட விச்வாமித்திரர் விளக்கமளித்தார்.

''பண்டிதர்களால் காமன் என்று அழைக்கப்படுகிற மன்மதன், சிவபெருமானின் தவத்தைக் கெடுக்க முயற்சி செய்த இடம் இது. கெட்ட எண்ணம் கொண்டு நடந்த அவனை தன் கண் பார்வையினாலேயே, பரமசிவன் எரித்துப் பொசுக்கினார். தேவர்களுக்கெல்லாம் ஈசனாகிய அவரால், அவன் அங்கங்கள் அற்றவன் ஆனான். அக்காரணம் கொண்டு, அன்றைய தினத்திலிருந்து, அவனுக்கு அனங்கன் (அங்கங்கள் அற்றவன் – உருவமற்றவன்) என்ற பெயர் உண்டாயிற்று. மன்மதன் இவ்வாறு அங்கங்களை இழந்த இந்த இடம், அங்க தேசம் என்ற பெயருடன் வழங்கலாயிற்று. இங்கே இருக்கிற புனிதமான ஆச்ரமம் பரமசிவன் தவம் செய்த இடத்தில் அமைந்திருக்கிறது. இப்போது இங்கே தவம் செய்கிற முனிவர்கள் பரமசிவனின் கருணையைப் பெற்றவர்கள்; புண்ணிய சீலர்கள்.''

இப்படிக் கூறிய விச்வாமித்திரர், அரச குமாரர்கள் இருவரையும் அந்த ஆச்ரமத்திற்கு அழைத்துச் சென்றார். அங்கே இருந்த முனிவர்கள் விச்வாமித்திரருக்கு உரிய மரியாதைகளைச் செய்தார்கள். காமாச்ரமஸ்தானம் என்கிற அந்த இடத்தில் அன்றைய இரவை, அவர்கள் கழித்தனர்.

அடுத்த தினம் பொழுது விடிந்தவுடன், காலைக் கடமைகளைச் செய்து முடித்த பின்னர், முனிவர்கள் ஏற்பாடு செய்த ஓர் ஓடத்தில் அமர்ந்து விச்வாமித்திரரும், ராம லக்ஷ்மணர்களும் நதியைக் கடந்தனர். தென் கரையை அடைந்து நடக்கத் தொடங்கி, சிறிது நேரத்திற்குப் பிறகு, மனித சஞ்சாரமே இல்லாத ஒரு பயங்கரமான காட்டை அவர்கள் அடைந்தார்கள். அதுபற்றிய விவரங்களை விச்வாமித்திரர் எடுத்துச் சொன்னார்.

''ஒருமுறை இந்திரனை பாவம் பீடித்த பொழுது, அவனை அதிலிருந்து விடுவிக்க, தவசிரேஷ்டர்களும் முனிவர்களும் அவனைப் புனித நீராட்டிய இடம் இது. குற்றத்திலிருந்து விடுபட்ட இந்திரன், தான் செய்த பாவத்தை ஏற்று, தன்னை மன்னித்த அந்த பூமிக்கு வரம் அருளினான். மலத நாடுகள் என்றும், கரூச நாடுகள் என்றும் பெயர் கொண்டு, உலகில் அந்தப் பிரதேசங்கள் பெரும் சிறப்போடு விளங்கும் என்று இந்திரனால் வாழ்த்தப்பட்ட இந்த இடம், நீண்ட காலம், பெரும் செழிப்புடன் விளங்கியது. இப்படி சிறப்போடு இந்த பூமி விளங்கி வருகையில், தாடகை என்ற பெயருடைய யக்ஷப் பெண்மணி பிறப்புற்றாள். அவளுடைய கணவனின் பெயர் ஸுந்தன். அவளுடைய மகன் மாரீசன். பயங்கரமான உருவம் கொண்டவன். எல்லோருக்கும் அச்சத்தை விளைவிப்பவன். நினைத்த உருவத்தை எடுக்கும் வல்லமை படைத்தவன். தாடகையோ மிகவும் கெட்ட எண்ணம் கொண்டு மலதம், கரூசம் என்ற பெயருடைய இந்தப் பிரதேசங்களை நாசம் செய்வதிலேயே குறியாக இருக்கிறாள். நாம் இப்போது தாடகை வசிக்கும் காட்டைத்தான் நெருங்கிக் கொண்டிருக்கிறோம். பேரழிவுக்குக் காரணமாகி நிற்கிற அவளுடைய பெயரைக் கொண்டே, அந்தக் காடு 'தாடகை வனம்' என்று அழைக்கப்படுகிறது. ராமா! அந்தத் தாடகையை வீழ்த்தி, மீண்டும் இந்தப் பிரதேசங்களை அச்சமற்ற பூமியாக மாற்றுவது உன் கடமை. இதைச் செய்து முடிக்க உன்னைத் தவிர வேறு ஒருவன் இல்லை.''

விச்வாமித்திரர் கூறியதைக் கேட்ட ராமர், ''யக்ஷர்கள் பெரும் வீரம் படைத்தவர்கள் அல்ல. அப்படியிருக்க உங்களால் யக்ஷப் பெண்மணி என்று கூறப்பட்ட தாடகை, எப்படி அவ்வளவு பலமுள்ளவளாகத் திகழ்கிறாள்? '' என்று கேட்டார்.

விச்வாமித்திரர் விளக்கமளித்தார்: ''முன்னொரு காலத்தில் ஸுகேது என்ற பெயருடைய ஒரு யக்ஷன் இருந்தான். மக்கட்பேறு வேண்டி கடும் தவம் புரிந்த அவனுக்கு ப்ரம்ம தேவன் அருளால், ஆயிரம் யானை பலமுடைய தாடகை என்ற பெண் பிறந்தாள். அவள் வாலிபப் பருவம் எய்திய போது, ஸுந்தன் என்பவனை மணந்தாள். அவர்களுக்குப் பிறந்த மாரீசன் என்ற மகன் ஒரு சாபத்தின் காரணமாக ராக்ஷஸனாகி விட்டான். இதற்கிடையில்

ஸுந்தன் அழிந்தான். அதன் பின்னர் அகஸ்திய முனிவரை அழிக்க நோக்கம் கொண்டவளாக தாடகை மாறினாள். அவளும் மாரீசனும் பெரும் கோபத்துடன் அவரை எதிர்நோக்கி ஓடி வந்த போது அகஸ்திய முனிவர், 'யக்ஷப் பெண்மணியாக இருந்தும், மனிதர்களைத் துன்புறுத்துகிற நீ, கோர உருவம் கொண்டவளாக மாறக் கடவாய்' என்று தாடகையையும், 'நீ ராக்ஷஸத் தன்மையை அடைவாயாக' என்று மாரீசனையும் சபித்தார். அன்றிலிருந்து, தாடகை, அகஸ்தியர் வசித்த இந்தப் பிரதேசங்களை மிகவும் தொல்லைக்கு உள்ளாக்கிக் கொண்டிருக்கிறாள். பெரும் கெட்ட எண்ணம் கொண்ட இந்த பயங்கரமான தாடகையை நீ வதம் செய்வாயாக. பெரும் பலம் படைத்த இவளைக் கொல்ல உன்னைத் தவிர வேறு எவனுக்கும் துணிவு வராது."

விச்வாமித்திரர் மேலும் தொடர்ந்தார். "ராமா! ஒரு பெண்ணைக் கொல்வதா என்று நினைத்து உன் மனம் கூசத் தேவையில்லை. ஏனென்றால், அரச தர்மம் விசேஷமானது. தீய செயலாக இருந்தாலும் சரி, நற்செயலாக இருந்தாலும் சரி, பாவத்தைக் கொடுக்கக் கூடிய செயலாக இருந்தாலும் சரி, புண்ணியத்தைப் பெற வல்ல செயலாக இருந்தாலும் சரி, மக்களைக் காப்பாற்றும் பொருட்டு, எந்தச் செயலையுமே செய்து முடிக்க வேண்டியது அரசர்களின் கடமை. தங்கள் ஆளுகைக்கு உட்பட்ட பிரதேசத்தைக் காப்பது என்பது அரசர்கள் மேற்கொள்ளும் விரதம். அரச குமாரனாகிய நீ, அந்த விரதத்திற்கு உட்பட்டவன். ராமா! பூமியை அழித்துவிட நிச்சயத்திருந்த விரோசனன் மகளை, இந்திரன் கொன்றான். இந்திரனை அழிக்க விரும்பிய ப்ருகு முனிவரின் மனைவி, விஷ்ணுவினால் மாய்க்கப்பட்டாள். தர்மத்தின் பாதையிலிருந்து விலகி, கொடுமை செய்பவர்கள் பெண்களாக இருந்தாலும் கொல்லத் தக்கவர்களே! இந்தத் தாடகை, நீதி, நியாயங்களுக்குக் கட்டுப்படுகிறவள் அல்ல. அநீதியே உருக் கொண்ட அவளைக் கொல்வதுதான் அரச நீதி. ஆகையால், உன் மனதில் தோன்றக் கூடிய சந்தேகத்தை விலக்கி, அவளைக் கொல்வாயாக!"

ராமர் கை கூப்பி நின்று விச்வாமித்திரருக்கு பதில் அளித்தார் : "உங்களுடைய சொல் எதுவாயினும் அதை நிறைவேற்றுமாறு

தந்தையினால் கட்டளையிடப்பட்டவனாக நான் இருக்கிறேன். தந்தையின் வார்த்தைக்கு அளிக்க வேண்டிய கௌரவத்தின் காரணமாக, உங்கள் உத்தரவு எதுவாயினும் அது என்னால் நிறைவேற்றத் தக்கதே! தாடகையின் வதத்தை செய்து முடிப்பேன்'' என்று பணிவுடன் கூறினார் ராமர்.

இப்படிக் கூறினாலும் கூட, இதையடுத்துத் தாடகை பெரும் சப்தத்தை எழுப்பிக் கொண்டு, கோபத்தினால் தன்னை மறந்த வளாக, இவர்களை எதிர் நோக்கி விரைந்து ஓடி வந்த போது, ராமர் தயங்கினார். ''லக்ஷ்மணா! பார்த்தாலே அச்சத்தை உருவாக்கக் கூடிய இவளை, அங்கங்களை அறுத்து, துரத்தி விடுவோம். பெண்ணாக இருப்பதால் இவளைக் கொல்வதற்கு மனம் இடம் கொடுக்க மறுக்கிறது. இவளை அடக்குவதுதானே முனிவரின் நோக்கம்? இவளை அங்கங்கள் இழந்தவளாகச் செய்து, துரத்தி விட்டாலே முனிவரின் நோக்கம் நிறைவேறி விடுமே?'' என்று லக்ஷ்மணனைப் பார்த்துச் சொன்னார் அவர்.

தாடகையோ, பயங்கரமான கர்ஜனை செய்து கொண்டு, கைகள் இரண்டையும் உயரே தூக்கிக் கொண்டு ராமரை நோக்கிப் பாய்ந்தாள். இதைக் கண்ட விச்வாமித்திரர், 'ஹூம்' என்ற ஒரு ஒலியைக் கோபமாக எழுப்பி, அவளை அச்சத்திற்கு உள்ளாக்கி, ''ரகு வம்ச திலகங்கள் இருவருக்கும், வெற்றி உண்டாகட்டும்'' என்று கூறி, அரச குமாரர்களை ஆசிர்வதித்தார்.

தாடகை, பெரும் புழுதியை உண்டாக்கி, அரச குமாரர்கள் மனம் கலங்கும்படி செய்தாள். அதன் பிறகு, கடும் கல் மழை பொழியச் செய்தாள். கோபம் கொண்ட ராமர், அவளுடைய கல் மழையைப் பயனற்றதாகச் செய்து, அவளுடைய இரு கைகளை அறுத்து எறிந்தார். லக்ஷ்மணனோ, அவளுடைய காதுகளையும், மூக்கையும் வெட்டினான். தாடதை பலவித மாய உருவங்களை எடுத்தாள். கல் மழை தொடர்ந்தது. தாடகையின் கல் மழையின் விளைவாக நான்கு புறங்களிலும் கற்களால் சூழப்பட்டவர்களாகக் காட்சி அளித்துக் கொண்டிருந்த அரச குமாரர்களை, விச்வாமித்திரர் பார்த்தார்.

''ராமா! உன் மனதில் ஏற்பட்ட தயக்கத்தை விலக்கு! இவள் கொடிய பாவங்களைச் செய்பவள். கெட்ட நடத்தை உள்ளவள்.

யாகங்களைக் கெடுப்பவள். நீ தயங்கத் தயங்க அவள் தன்னுடைய மாய சக்தியினால் மேலும் மேலும் வளர்ச்சி பெறுவாள். ராமா! மாலை நேரம் நெருங்கிக் கொண்டிருக்கிறது என்பதை மனதில் நிறுத்து. சூரியன் அஸ்தமனமாகி விட்டால், ராக்ஷஸர்களின் பலம் பன்மடங்கு பெருகும். ஆகையால் விரைவில் இவள் உன்னால் கொல்லப்பட வேண்டும். தயக்கத்திலிருந்து விடுபட்டு எடுத்த காரியத்தை முடி! உலகிற்கு நன்மையைச் செய்!'' என்று விச்வாமித்திரர் கூற, ராமர் ஒரே பாணத்தை விடுத்து, அவளை மாய்த்தார்.

தேவர்கள் ''நல்லது நடந்தது'' என்று கூறி, ராம லக்ஷ்மணர்களை வாழ்த்திவிட்டு, விச்வாமித்திரரிடம் ''உமக்கு மங்களம் உண்டாகட்டும். உங்களால் நடந்து முடிந்த இந்தச் செயல் தேவர்களை திருப்தி செய்கிறது. சத்திய வீர்யமுள்ள உமது தவத்தின் பலனால் பெறப்பட்ட அஸ்திரங்கள் அனைத்தையும், ராமனுக்கு அளியுங்கள். தேவர்களுக்கு உகந்த பெரிய செயல்,அரச குமாரனால் நிறைவேற்றப்பட வேண்டியதாக இருக்கிறது. உம்மைப் பணிந்து நிற்கும் ராமன், உம்மிடமிருந்து அந்த உன்னதமான அஸ்திரங் களைப் பெறத் தகுதியுள்ளவன்'' என்று கூறிச் சென்றார்கள்.

தேவர்கள் சொன்னதைக் கேட்டு பெரும் திருப்தியடைந்த விச்வாமித்திரர், ராமரை உச்சி முகர்ந்து மகிழ்ந்தார். அன்றிரவை அவர்கள் வனத்திலேயே கழித் தார்கள்.

அடுத்த தினம் ராமரைப் பார்த்து, ''பெரும் புகழுக்குரிய அரச குமாரனே! உனக்கு எல்லா நலன்களும் கிட்டுவதாக!'' என்று ஆசிர்வதித்த விச்வாமித்திரர், மேலும் சொன்னார்: ''கந்தர்வர்கள், தேவர்கள், அசுரர்கள், உட்பட எல்லோரையும் அடக்கி, போரில் வெற்றி கொள்ள உதவக் கூடிய பல அஸ்திரங்களை இப்போது நான் உனக்குத் தருகிறேன். தெய்வத் தொடர்புடைய இந்த மகத்தான ஆயுதங்களைப் பெற்றுக் கொள்வாயாக!''

''தர்ம சக்கரம், காலச் சக்கரம், மகத்தான விஷ்ணு சக்கரம், இந்திர அஸ்திரம், வஜ்ராயுதம், சிவனுடைய மகிமை வாய்ந்த பாசுபதாஸ்திரம், ப்ரம்ம சிரஸ் என்ற பெருமை வாய்ந்த அஸ்திரம்,

பால காண்டம்

தேவ சக்கரம் ஆகியவற்றை உனக்கு அளிக்கிறேன். உத்தம ஆயுதமான ப்ரம்மாஸ்திரத்தையும் உனக்கு அளிக்கிறேன். கொடிய கதைகளாகிய மோதகி, சிகரி ஆகிய இரண்டு ஆயுதங்களையும் அளிக்கிறேன். தர்ம பாசம், கால பாசம், வாருண பாசம் ஆகிய அஸ்திரங்களை அளிக்கிறேன். பினாகம், நாராயணாஸ்திரம், ஆக்னேயம் ஆகிய அஸ்திரங்களை அளிக்கிறேன்.''

இப்படிக் கூறிய விச்வாமித்திரர், கிழக்கு முகமாக அமர்ந்து, மந்திரங்களின் மூலமாக ராமருக்கு எல்லா அஸ்திரங்களையும் உபதேசித்தார். எந்த அஸ்திரங்களைப் பெறுவது தேவர்களுக்கும் கடினமோ, அந்த அஸ்திரங்கள் எல்லாம், ராமருக்கு அடிமைகளாயின.

இந்தச் சடங்கு நடந்து முடிந்த பிறகு, ராமர், விச்வாமித்திரரிடம், ''உங்கள் அருளினால், தேவர்களாலும் வெல்ல முடியாத அஸ்திரங்களை அடைந்தவனாக இருக்கிற நான், இவற்றை ஏவிய பின் திரும்பப் பெறும் வித்தையையும் அறிந்தவனாகத் திகழ விரும்புகிறேன்'' என்று கேட்டார்.

ஏவப்பட்ட அஸ்திரங்களைத் திரும்பப் பெறும் வல்லமையையும் விச்வாமித்திரர் ராமருக்கு உபதேசித்தார்.

(விச்வாமித்திரர் உபதேசித்த அஸ்திரங்களின் பெயர் பட்டியல் இங்கே முழுமையாகத் தரப்படவில்லை. உதாரணத்திற்காகச் சில பெயர்கள் மேலே கூறப்பட்டன. அவ்வளவுதான். அதே போல, ஏவப்பட்ட அஸ்திரங்களைத் திரும்பப் பெறுகிற வித்தைகளுக்கும் பல பெயர்கள் வால்மீகி ராமாயணத்தில் கூறப்பட்டிருக்கின்றன. அவை இங்கே குறிப்பிடப்படவில்லை.

கம்ப ராமாயணத்தில் அஸ்திரங்களின் பெயர்கள் குறிப்பிடப் படவில்லை. ராமருக்கு அஸ்திரங்களை விச்வாமித்திரர் உபதேசித்தார் என்று மட்டும் கூறப்பட்டுள்ளது. துளஸிதாஸரின் ராமாயணத்திலும், அஸ்திரங்கள் விவரிக்கப்படவில்லை. கம்பரை விட மிகச் சுருக்கமாக, 'தான் அறிந்த அஸ்திர வித்தையை ராமருக்கு, விச்வாமித்திரர் அளித்தார்' என்று துளஸிதாஸர் இவ்விஷயத்தை முடித்து விடுகிறார்.

லக்ஷ்மணனுக்கு அஸ்திர வித்தைகளை விச்வாமித்திரர் அருளியதாக வால்மீகி ராமாயணம் கூறவில்லை. ஆனால் சில மொழி பெயர்ப்புகளில் ராமருக்கும், லக்ஷ்மணனுக்கும் சேர்த்தே அஸ்திர வித்தை உபதேசிக்கப்பட்டதாகக் கூறப்படுகிறது. வால்மீகி ராமாயணத்தின் ஒரு பதிப்பில், 'விச்வாமித்திரரிடமிருந்து, தான் பெற்ற அஸ்திர வித்தைகளை லக்ஷ்மணனுக்கு ராமர் தெரியப்படுத்தினார்' என்று காணப்படுகிறது. அதையொட்டிய மொழி பெயர்ப்புகளிலும் இவ்வாறே கூறப்படுகிறது. வால்மீகி ராமாயண மூலத்தின் பதிப்புகளுக்கிடையிலேயே இம்மாதிரி வித்தியாசங்கள் ஆங்காங்கே இருக்கின்றன.)

மேலும் நடந்த அவர்கள், ஒரு பெரும் சோலையை நெருங்கிய போது, அதுபற்றிய விவரங்களை ராமர் கேட்க, விச்வாமித்திரர் எடுத்துச் சொன்னார். "எல்லா உலகங்களையும் காப்பாற்று கிறவராகிய மஹாவிஷ்ணு, தவம் செய்த ஆச்ரமம் இது. அவர் சித்தி பெற்ற இடமாகையால், இது 'சித்தாச்ரமம்' என்று அழைக்கப் படுகிறது. அந்தக் காலத்தில்தான், தேவர்களையே வெல்ல விரும்பிய மஹாபலியை அடக்க, வாமன அவதாரம் புரிந்து, மூன்று அடி பூமியை தானமாகக் கேட்டு, விச்வ ரூபமெடுத்து, எல்லா உலகங்களிலும் வியாபித்து நின்று, பலிச் சக்கரவர்த்தியை அடக்கினார். வாமனராக அவர் வசித்த ஆச்ரமம் இது. ஒப்புயர்வற்ற இந்த சித்தாச்ரமம்தான் என்னுடைய ஆச்ரமமாகிறது."

சித்தாச்ரமத்தில் வசித்த மனிதர்கள் எல்லோரும் விச்வாமித் திரருக்கு உரிய மரியாதைகளைச் செய்து வரவேற்று, அரச குமாரர்களுக்கும் ராஜ மரியாதைகளைச் செய்தனர். பின்னர், ராமரும், லக்ஷ்மணனும் முனிவரைப் பணிந்து நின்று, "யாகம் புரிவதற்கான விரதத்தை நீங்கள் மேற்கொள்ளுங்கள். உங்களுடைய யாகம் செவ்வனே நடந்து முடியும்" என்று கேட்டுக் கொண் டார்கள். விச்வாமித்திரர், இந்திரியங்களை அடக்கியவராக, ஒளி வீசும் முகத்துடன் யாக விரதத்தை மேற்கொண்டார்.

1. பால காண்டம்

அத்தியாயம் - 8

கந்தன் பிறந்தான்

யாகத்தைக் கெடுக்க முனைந்த மாரீசன், ஸுபாஹு ஆகியோர் செய்த முயற்சி; ராமர் கோபம் கொண்டு, ஓர் அஸ்திரத்தினால் மாரீசனை சமுத்திரத்தில் வீழ்த்தியது; ஸுபாஹுவும் பல ராக்ஷஸர்களும், ராமரால் மாய்க்கப் பட, விச்வாமித்திரர் நடத்திய யாகம் தடையின்றி முழுமை பெற்றது; ராமர் கேட்டுக் கொண்டதன் பேரில், சோணா நதிப் பிரதேசம் பற்றியும், அதையொட்டிய தனது வம்சம் பற்றிய வரலாற்றையும் விச்வாமித்திரர் கூறுவது; கங்கை நதி பற்றிய விவரங்களை விச்வாமித்திரர் கூறுவது; ஆறுமுகனின் பிறப்பு; ஸகர மன்னன் செய்த யாகம்; அவனுடைய மகன்கள் வாசுதேவரால் அழிக்கப்பட்டது; கங்கையை பூமிக்குக் கொண்டு வருகிற முயற்சி பலன் அளிக்காமல் போனது...

அடுத்த தினம் விடியற்காலையில் ஜபங்களை முடித்து விட்டு, விச்வாமித்திர முனிவரை வணங்கி நின்ற ராமரும், லக்ஷ்மணரும் அவரைப் பார்த்து, ''பூஜிக்கத் தகுந்தவரே! அரக்கர்களினால் யாகம் கெட்டு விடாமல் இருக்க நாங்கள் மிகவும் எச்சரிக்கையாக இருக்க வேண்டிய நேரம் எது என்று தெரிந்து கொள்ள ஆவலாக இருக்கிறோம்'' என்று கூறினார்கள். இப்படிக் கூறிய அந்த இரு சகோதரர்களைப் பார்த்து, மற்ற முனிவர்கள், ''விச்வாமித்திர முனிவர் யாக

விரதத்தை மேற்கொண்டுள்ளதால், மௌன விரதம் அனுஷ்டிக்கிறார். ஆகையால், உங்கள் கேள்விக்கு அவர் இப்பொழுது பதில் சொல்ல மாட்டார். இன்று முதல் ஆறு இரவுகள் முடிகிற வரை, நீங்கள் எச்சரிக்கையுடன் இருந்து, இந்த யாகத்தைக் காப்பாற்ற வேண்டும்'' என்று தெரிவித்தார்கள்.

பகைவர்களை அழிக்கும் வல்லமை படைத்த அந்த இரண்டு சகோதரர்களும், இரவு, பகலாக யாகத்தைப் பாதுகாத்துக் கொண்டு மிகவும் எச்சரிக்கையுடன் இருந்த போது, ஆறாவது நாள் வந்தது. வேள்வித் தீ கொழுந்து விட்டு எரிந்து கொண்டிருந்தது. அப்போது வானத்தில் மிகவும் பயங்கரமான ஒரு சப்தம் உண்டாகியது. மழைக் காலத்தில் வானத்தை மறைத்து விடுகிற மேகக் கூட்டங்களைப் போல இரண்டு ராக்ஷஸர்களாகிய மாரீசனும், ஸுபாஹுவும் வானத்திடையே தோன்றி மிகவும் பயங்கரமான ரத்த வெள்ளத்தை வேள்வித் தீ மீது பொழிந்தார்கள்.

''லக்ஷ்மணா! காற்றினால் மேகங்கள் கலைக்கப்பட்டு விடுவது போல், நான் விடும் மானவ அஸ்திரத்தினால் இந்த ராக்ஷஸர்கள் கலைக்கப்பட்டு ஓடுவதைப் பார்!'' என்று கூறி, ராமர் மிகவும் கோபம் கொண்டவராக மானவ அஸ்திரத்தை மாரீசனின் மார்பின் மீது ஏவினார். சிறப்புற்ற அந்த அஸ்திரத்தினால் தாக்கப்பட்ட மாரீசன், பல மைல்கள் கடந்து சமுத்திரத்தில் போய் விழுந்தான். மாரீசனை மாய்த்து விடாமல், அவனை வெகு தொலைவிற்கு அப்பால் தூக்கி எறிந்த அந்த அஸ்திரத்தின் விசித்திர பலத்தை ராமர், லக்ஷ்மணருக்குச் சுட்டிக் காட்டினார். இதன் பின்னர் ஆக்னேய அஸ்திரத்தை ஸுபாஹுவின் மார்பின் மீது ராமர் ஏவ, அவன் மாய்க்கப்பட்டு பூமியில் விழுந்தான். மாரீசனுக்கும், ஸுபாஹுவுக்கும் உதவியாக வந்த ராக்ஷஸர்களும் கொல்லப் பட்டார்கள். விச்வாமித்திரரின் வேள்வி ஒரு தடையும் இல்லாமல் முறையாக நடந்து முடிந்தது.

விச்வாமித்திரர் மனமகிழ்ந்து, ராமரைப் பார்த்து, ''மிகவும் புகழ் வாய்ந்தவனே! உன்னால் வேள்வி முறையாக நடந்து முடிந்தது. இந்த இடத்தின் பெயர் சித்தாச்ரமம். அதாவது நினைத்ததைச் சாதித்துக் கொடுக்கும் இடம். உன்னுடைய வீரத்தினால் இன்று

இந்த இடத்தின் பெயர் அப்படியே உறுதி செய்யப்பட்டதாகிறது'' என்று கூறினார்.

அன்று இரவு அவர்கள் அனைவராலும் அங்கேயே கழிக்கப்பட, அடுத்த தினம் விடியற்காலையில் ராமரும், லக்ஷ்மணரும் முனிவரை வணங்கி, ''உங்கள் உத்திரவை நிறைவேற்றும் பணியாட்களாக நாங்கள் இருக்கிறோம். அடுத்து நாங்கள் என்ன செய்ய வேண்டும் என்ற கட்டளைக்காகக் காத்திருக்கிறோம்'' என்று பணிவுடன் கூறினார்கள்.

அவர்கள் இருவரையும் பார்த்து, அங்கே இருந்த முனிவர்கள் ஒரு தகவலைத் தெரிவித்தார்கள். ''மிதிலை நகரத்து மன்னவனான ஜனக மஹாராஜன் ஒரு யாகம் நடத்தப் போகிறார். அதற்காக நாங்கள் அனைவரும் மிதிலை செல்லப் போகிறோம். நீங்களும் எங்களுடன் வந்தால், ஜனகர் வசம் இருக்கும் மிகவும் அற்புதமான வில் ஒன்றை நீ பார்க்கலாம். அளவற்ற பலமுடையதும், பெரும்போற்றுதலுக்குரியதுமான அந்த வில், முன்னொரு காலத்தில் ஒரு வேள்வியின் போது, ஜனகருக்கு தேவதைகளால் கொடுக்கப்பட்டது. அந்த வில்லில் நாணேற்றும் வன்மை அசுரர்களுக்கோ, ராக்ஷஸர்களுக்கோ, கந்தர்வர்களுக்கோ, தேவர் களுக்கோ கூட இருப்பதாகத் தெரியவில்லை. அப்படியிருக்கும் போது, அந்த வில்லில் நாணேற்றுவது என்பது மனித முயற்சிக்கு அப்பாற்பட்ட காரியமாகவே இருக்கிறது. பல அரசர்களும், அரச குமாரர்களும் செய்து முடிக்க முயன்று, இயலாமல் விட்டுச் சென்ற சாதனை அது. மனிதர்களில் சிறந்தவனே, ராமா! எங்களோடு நீ மிதிலை வந்தால், ஜனக மன்னனின் யாகத்தையும் காணலாம்; அந்த வில்லையும் பார்க்கலாம்.'' ஜனக மன்னன் நடத்த இருந்த யாகத்தைப் பற்றிய செய்தியும், அவர் வசம் இருந்த புகழ் பெற்ற வில் பற்றிய தகவலும், ராம – லக்ஷ்மணர்களுக்குத் தெரிவிக்கப் பட்ட பின்னர், விச்வாமித்திர முனிவர், வன தேவதைகளை யெல்லாம் ஆசீர்வதித்து விட்டு, அந்த இடத்திலிருந்து புறப்பட்டார். அவரைத் தொடர்ந்து மற்ற முனிவர்களும், ராம – லக்ஷ்மணர்களும் சென்றார்கள்.

சித்தாச்ரமத்தின் அருகே இருந்த மிருகங்களும், பறவைகளும் மிகவும் மேன்மை படைத்த அந்த மஹா முனிவரைப் பின்

தொடர்ந்து செல்லத் தொடங்கின. இதைக் கண்ட அவர், அவற்றை ஆசீர்வதித்து, அவை இருந்த இடத்திற்கே திருப்பி அனுப்பினார். சோணா நதிக்கரையை இவர்கள் எல்லோரும் அடைந்த போது, சூரியன் அஸ்தமனமாகியது. அந்த நேரத்திற்கான தெய்வ காரியங்களைச் செய்துவிட்டு, அனைவரும் விச்வாமித்திரரைச் சுற்றி அமர்ந்தார்கள். அந்த இடம் பற்றின தகவல்களை அறிந்து கொள்ளும் ஆவலை ராமர் வெளியிட்ட போது, விச்வாமித்திரர் அவருக்கு ஒரு வரலாற்றை எடுத்துரைத்தார்.

"பெரும் தவங்களைச் செய்து, கடுமையான விரதங்களைக் கடைப்பிடித்து, மேன்மை பெற்ற குசர் என்பவர்– பிரம்மாவின் மகன். க்ஷத்ரிய தர்மத்தைக் காப்பாற்ற விரும்பிய குசருக்கும், வைதேகி என்ற பெண்மணிக்கும் சிறப்பு வாய்ந்த நான்கு மகன்கள் பிறந்தார்கள். தந்தையின் கட்டளையை ஏற்று, அவர்கள் நால்வரும் நான்கு நகரங்களை நிர்மாணித்தார்கள். அவர்களில் குசநாபர் என்பவருக்கு க்ருதாசி என்ற பெண்மணி மூலம் பல அழகான பெண் குழந்தைகள் பிறந்தன. அவர்கள் வாலிபப் பருவம் எய்திய போது, அவர்களுடைய அழகில் மயங்கிய வாயு, அவர்களுடைய தந்தையின் அனுமதியில்லாமலேயே அவர்களைத் தன் வசப்படுத்த எண்ணினான். அவர்கள் மறுத்தார்கள். வாயு கோபம் கொண்டு அவர்களைச் சபித்தான். அவர்களுடைய அழகு குறைந்து, கோர உருவம் படைத்தவர்களாக அவர்கள் மாறினார்கள்.

"இப்படி வாயுவினால் சபிக்கப்பட்டு, அழகை இழந்து விட்ட தன் பெண்களைக் கண்டு குசநாபர் மன வருத்தம் எய்தவில்லை. மாறாக மகிழ்ச்சி அடைந்தார். 'வாயுவை அடைந்து, தெய்வத் தன்மை பெறக் கூடிய வாய்ப்பு கிட்டியும் கூட, தந்தையின் அனுமதி இல்லாமல், எந்த ஒரு ஆடவனுக்கும் இசைய மாட்டோம் என்று கூறிய, உங்கள் மேன்மை பெரிதும் பாராட்டத்தக்கது. சாபம் பெற்றாலும் பரவாயில்லை – தந்தை சொல்லை மீறுவதில்லை என்ற உங்களுடைய வைராக்கியம் போற்றுதலுக்குரியது, நீங்கள் வாயுவிடம் காட்டிய பொறுமை மிகவும் மேன்மையானது. பெண்களுக்காகட்டும், ஆண்களுக்காகட்டும், பொறுமைதான் மிகச் சிறந்த ஆபரணம். பொறுமையைப் போன்ற ஒரு தானம் கிடையாது. பொறுமையைப் போன்ற ஒரு சத்தியம் இல்லை.

பால காண்டம்

பொறுமையைப் போன்ற ஒரு யாகம் கிடையாது. பொறுமையைப் போன்ற ஒரு புகழ் கிடையாது. பொறுமையைப் போன்ற தர்மம் இல்லை. பொறுமையினால்தான் உலகமே நிலைத்து நிற்கிறது. அப்படிப்பட்ட பொறுமையைக் காட்டிய உங்களை நினைத்து நான் மிகவும் பெருமைப்படுகிறேன்' – இவ்வாறு தன்னுடைய பெண்களை ஆசீர்வதித்த குசநாபர், அவர்களுக்கு எப்படி மணம் செய்விப்பது என்று யோசனையில் ஆழ்ந்தார்.

"அந்தக் காலகட்டத்தில் ஸோமதை என்கிற கந்தர்வப் பெண், சூலி, என்பவரை அடைந்து, அவருடைய மேன்மைகளையெல்லாம் தன்னிடத்தே கொண்ட ஒரு மகன் தனக்கு வேண்டுமென்று, அவரை வேண்டினாள். சூலி என்ற அந்த தபஸ்வி, தன்னுடைய மனதினாலேயே உறுதி செய்து, ஸோமதைக்கு ஒரு மகனை அருளினார். அப்படி மன உறுதியினால் மட்டுமே சிருஷ்டி செய்யப்பட்டவன் ப்ரம்மதத்தன் என்கிற க்ஷத்ரியன். ஸோமதைக்குப் பிறந்த அவன், காம்பிலி என்ற நகரத்தை பெரும் சிறப்போடு ஆண்டு வந்தான். இந்த ப்ரம்மதத்தனுக்குக் குசநாபர் தன் பெண்களை மணம் முடிக்க விரும்பினார். அவனும் அவருடைய வார்த்தைக்கு மதிப்பளித்து, அந்தப் பெண்களை கரம் பிடித்த உடனேயே, அவர்கள் தங்கள் பழைய அழகிய உருவங்களை எய்தினார்கள். அவர்களுடைய சாபம் விலகியது.

"தான் பெற்ற மகள்களுக்கு திருமணமும் ஆகி, சாபமும் விலகியபோதும் கூட, ஆண் குழந்தை இல்லாத குறை குசநாபர் மனதில் இருந்தது. ஆகையால், தனக்கு ஆண் மகவு வேண்டி அவர் யாகம் நடத்தினார். அப்போது அவருடைய தந்தை குசர், 'மகனே! குசநாபா! உனக்கு மிகவும் சிறப்பு வாய்ந்த காதி என்ற மகன் பிறப்பான். அவனால் உன் குலம் பெரும் சிறப்புகளைப் பெறும்' என்று ஆசீர்வதித்தார். சில காலத்திற்குப் பிறகு, குசநாபருக்கு ஒரு மகன் பிறந்து, காதி என்ற பெயருடன் விளங்கினார். காதி என்ற அந்த மன்னர் பெரும் புகழ் வாய்ந்தவர். நான் அவருடைய மகன். குசரின் வழித் தோன்றுதலுக்குப் பிறந்ததால், கௌசிகன் என்ற பெயர் எனக்கு வந்தது. குசரின் வம்சத்தில் உதித்த, குசநாபரின் சகோதரர்களில் ஒருவரான வசு என்கிற அரசர் நிர்மாணித்தது கிரிவ்ரஜம் என்கிற நகரம். அதைச் சுற்றித்தான் இந்த சோணா நதி

ஓடுகிறது. ராமா! சத்தியவதி என்ற சகோதரி எனக்கு உண்டு. அவள் ரிசீகர் என்பவரை மணந்தாள். பெரும் புண்ணியம் செய்தவளா கையால், தன் உடலுடனேயே சொர்க்கத்தை அடைந்தாள். பின்னர் கௌசிகி என்ற நதியாக மாறினாள். இமய மலைச் சாரலில் அந்த நதிக்கரையில்தான், நான் வசித்துக் கொண்டிருக்கிறேன். யாகம் செய்வதற்காக இந்த இடத்திற்கு வந்தேன்.''

இப்படி விச்வாமித்திரர், ராமருக்குப் பல விவரங்களை எடுத்துச் சொல்லிக் கொண்டிருந்த போது, இரவு நேரம் ஆகிவிட்டது. அதைப் பார்த்த மஹரிஷி, ''ரகு குலத்தில் உதித்தவனே! மரங்கள் எல்லாம் அசைவதை நிறுத்தி விட்டன. மிருகங்களும், பட்சிகளும் இயங்குவதை நிறுத்தி, உறக்கத்தை எய்தி விட்டன. வானில் நட்சத்திரங்கள் ஒளி விடுகின்றன. சந்திரன் தனது குளிர்ச்சியினால் உலகத்திற்கு இன்பம் அளிக்கிறான். இரவு நேரத்தில் உலவுகிற யக்ஷர்களும், ராக்ஷஸ கூட்டங்களும் இயங்க ஆரம்பித்து விட்டன. நீயும் நல்ல உறக்கம் கொள்வாயாக! உனக்கு மங்களம் உண்டாகட்டும்!'' என்று கூறி விட்டுத் தானும் படுத்து உறங்க லானார். கண்களை மூடி அவர் உறங்கிய காட்சி, சூரியன் அஸ்தமன மாகிற போது, ஏற்படுத்துகிற தோற்றத்தை உண்டாக்கியது.

பொழுது விடிந்ததும், அவர்கள் எல்லோரும் புறப்பட்டு சோணா நதியைக் கடந்தார்கள். பகல் நெருங்கிய போது, கங்கை நதிக்கரையை அடைந்த அவர்கள், ஹோமங்கள், தர்ப்பணங்கள் ஆகியவற்றைச் செய்து முடித்த பிறகு, உணவு உட்கொண்டு கங்கை கரையில் அமர்ந்தார்கள். அப்போது ராமர், ''முனிவரே! மூன்று வழியாகச் செல்கிற நதி என்று அழைக்கப்படுகிற கங்கை, மூன்று உலகங்களிலும் பரவியது எப்படி? இந்த நதி பற்றிய விவரங்களை அறிய விரும்புகிறேன்'' என்று கேட்க, விச்வாமித்திர முனிவர் கங்கை நதியின் வரலாற்றை எடுத்துரைக்கத் தொடங்கினார்.

''மலைகளின் அரசனான ஹிமவானுக்கு இரண்டு பெண்கள். மூத்தவள் கங்கை, இளையவள் உமையவள். மூவுலகுக்கு நன்மையைச் செய்ய விரும்பிய தேவர்களின் விருப்பத்தைப் பூர்த்தி செய்கிற வகையில், ஹிமவான் தனது மகள் கங்கையை அவர்களுக்கு அளித்தார். உமையவளோ தவம் செய்து ருத்ரரை

மணந்தாள். தேவர்களுக்கு அளிக்கப்பட்ட கங்கையோ, தெய்வீக நதியாகி, தேவலோகத்தை அடைந்தாள்.'' விச்வாமித்திரர் இப்படிக் கூறவும் ராமர், ''தேவலோகத்தை அடைந்த கங்கை, மூன்று வழியாகப் பாயத் தொடங்கியது எப்படி?'' என்று கேட்க, விச்வாமித்திரர் மேலும் விளக்கமளித்தார்.

''அசுரர்களின் தொல்லையைப் பொறுக்க முடியாத, தேவர்கள் வேண்டிக் கொண்டதற்கு இணங்க, பரமசிவன் பெரும் வன்மையை உண்டாக்க, அந்த வன்மையை அக்னி ஏந்தி, கங்கையிடம் சேர்ப்பிக்க, அந்த வன்மையைத் தாங்க முடியாத கங்கை, அதை இமய மலை அடிவாரத்தில் கொண்டுவிட, அதிலிருந்து ஒரு தெய்வ மகன் உதிக்க, அவனை வளர்க்கும் பொறுப்பை கிருத்திகை நட்சத்திரங்களின் தேவதைகளிடம், தேவர் கள் ஒப்புவிக்க, கிருத்திகை நட்சத்திரங்களால் வளர்க்கப் பட்ட அந்த தெய்வ மகன் 'கார்த்திகேயன்' என்ற பெயரைப் பெற்றான்! பரமசிவனிடமிருந்து விழுந்த வன்மையின் காரணமாகப் பிறந்தவன் என்பதால், விழுந்தவன் என்ற அர்த்தத்தை தரக்கூடிய 'ஸ்கந்தன்' என்ற பெயரையும் அவன் பெற்றான். கிருத்திகை நட்சத்திரங்களின் தேவதைகளான, ஆறு பெண்மணிகளால் பாலூட்டி வளர்க்கப்பட்ட போது, ஆறுமுகங்களை எய்தியதால், 'ஆறுமுகன்' என்ற பெயரையும் அவன் பெற்றான். அவன் அசுரர் கூட்டங்களை வென்று, தேவர்களைக் காப்பாற்றினான். தேவ சைன்யங்களுக்கு சேனாதிபதியும் ஆனான். அந்த சுப்ரமணியனின் உற்பத்தி, 'குமார சம்பவம்' என்று பிரசித்தி பெற்றது. ராமா! அந்தக் கார்த்திகேயனுடைய சரித்திரத்தைக் கேட்பவர்கள், எல்லா பாவங்களிலிருந்தும் விடுபடுகிறார்கள். அவனை வழிபடுகிறவன் அவன் இருக்கும் உத்தமமான லோகத்தையே அடைவான்.''

விச்வாமித்திரர் மேலும் தொடர்ந்தார். ''முன்னொரு காலத்தில் ஸகரன் என்பவர் அயோத்திக்கு அரசனாக இருந்தார். அவருக்கு கேசினி என்ற பெயரை உடைய வள் மூத்த மனைவி. ஸுமதி என்ற பெயரை உடையவள் இரண்டாவது மனைவி. மக்கட்பேறு வேண்டி அவர் தவம் செய்த போது பிருகு முனிவர், 'உன் மனைவிகளில் ஒருவளுக்கு ஒரு மகன் பிறப்பான்; அவன் மூலமாக, உனது பரம்பரை வளர்ச்சி அடைந்து பெரும் புகழோடு விளங்கும்.

இன்னொரு மனைவி அறுபதினாயிரம் பிள்ளைகளைப் பெற்றெடுப்பாள்' என்று ஆசீர்வதித்தார். வம்சத்தை வளர்க்கும் வகையில் சந்ததியைப் பெற்றுத் தருகிற ஒரு மகனை கேசினி விரும்பினாள். அறுபதினாயிரம் மகன்களை ஸுமதி விரும்பினாள். அவ்வாறே அவர்களுக்கு மகன்கள் பிறந்தார்கள். மூத்த மகனாக பிறந்த அஸமஞ்சன் என்பவன், மக்களைத் தொல்லைக் குள்ளாக்கிக் கொண்டிருந்தான். குழந்தைகளையெல்லாம் எடுத்து நதியில் வீசி எறிந்து கொண்டிருந்தான். இப்படி நல்லோரை யெல்லாம் துன்பப்படுத்திய அவனை, ஸகர மன்னன் நாட்டை விட்டே துரத்தினான். ஆனால் அந்த அஸமஞ்சன் என்கிற மகனுக்குப் பிறந்த அம்சுமான் என்ற பெயருள்ள ஸகரனின் பேரன், பெரும் வீரம் படைத்தவனாகவும், எல்லா நற்குணங்களும் நிரம்பியவனாகவும் திகழ்ந்தான். மக்கள் எல்லோரும் அவன்பால் பெரும் அன்பு செலுத்தினர். அப்போது ஸகரர் ஒரு மாபெரும் யாகத்தை நடத்தினார். யாகக் குதிரையைக் காக்கும் பொறுப்பை அம்சுமான் ஏற்றான். தனக்குப் போட்டியாகப் பதவி அடைந்து விடக் கூடிய அளவுக்கு, ஒரு யாகத்தை ஸகரன் நடத்துவதைக் கண்ட தேவேந்திரன் யாகக் குதிரையை அபகரித்துச் சென்றான். குதிரையை மீட்டு வர ஸகரனின் 60,000 புதல்வர்கள் புறப்பட்டார்கள்.

''பூமியையே பிளந்து தேடியும் கூட, யாகக் குதிரை அவர்களுக்குக் கிட்டவில்லை. இப்படி முயற்சி வெற்றி பெறாமல் திரும்பி வந்த அவர்களை ஸகர மன்னன், மேலும் உற்சாகப்படுத்தி திருப்பியனுப்ப, அவர்கள் பாதாள உலகம் வரை சென்றார்கள். அங்கே பூமியைத் தாங்குகிற பொறுப்பை ஏற்றுக் கொண்டிருக்கும், வாசு தேவர், கபில முனிவர் உருவத்தில் இருந்தார். அவர் அருகிலே யாகக் குதிரையும் இருந்தது. தாங்க முடியாத கோபத்தை அடைந்த ஸகரனின் மகன்கள், கபில முனிவரைத் தாக்க முனைய, வாசுதேவ ராகிய அவர், அவர்களை ஒரே நொடியில் அழித்து சாம்பலாக் கினார். இதன் பின்னர் தன் மகன்களைக் காணாத ஸகர மன்னன், அவர்களைக் கண்டுபிடித்துக் கொண்டு வருமாறு தன் பேரன் அம்சுமானை அனுப்பினான். அம்சுமான் ஏற்கெனவே 60,000 மகன்களால் குடையப்பட்டிருந்த வழியை மேற்கொண்டு பூமிக்குள் இறங்கினான். போகிற வழியில் வெவ்வெறு திக்கு

களைக் காப்பாற்றிக் கொண்டிருக்கும் தேவதைகளுக்கு உரிய வணக்கத்தையும், மரியாதையையும் செலுத்திவிட்டுச் சென்றான். இதனால் மகிழ்வுற்ற, திசைகளைக் காப்பாற்றுகிற, தேவதைகள் அவன் வெற்றி பெற்றுத் திரும்புமாறு ஆசீர்வதித்தன. பாதாள உலகத்தை அடைந்த அம்சு மான், அங்கே 60,000 அரச குமாரர்களும், மாண்டு கிடப்பதைப் பார்த்தான். அவர்களுடைய அருகில் யாகக் குதிரை மேய்ந்து கொண்டிருந்ததையும் அவன் கண்டான். அப்போது அங்கே தோன்றிய கருடன், 'இவர்கள் மரண மடைந்ததை நினைத்து நீ வருந்தத் தேவை இல்லை. உலகின் நன்மைக்காகவே இது செய்யப்பட்டது. கபிலரால் எரிக்கப்பட்டு மாண்டு போன இவர்களுக்குத் தர்ப்பணம் செய்ய கங்கை நீர் தான் உகந்தது. சாம்பல் குவியலாகி விட்ட இவர்களை, கங்கை நீரைக் கொண்டு நீ நனைத்தால், அவர்கள் சொர்க்க லோகத்தை அடைவார்கள். ஆகையால் எப்படியாவது தேவலோகத்தில் இருக்கும் கங்கை பூமிக்குக் கொண்டு வரப்படட்டும். இந்த முயற்சியைச் செய்தே தீருவது என்ற மன உறுதியுடன் இப்போது யாகக் குதிரையைப் பிடித்துச் செல்'' என்று கருட பகவான் கூறினார்.

''யாகக் குதிரையைப் பிடித்துக் கொண்டு சென்ற அம்சுமான், ஸகர மன்னனை அடைந்து, நடந்த நிகழ்ச்சிகளைக் கூறி, கருடபகவான் கூறியதையும் எடுத்துச்சொன்னான். கங்கையை பூமிக்குக் கொண்டு வர முடியாமலேயே ஸகரனின் காலம் முடிந்தது. அப்போது கங்கை தேவலோகத்தில் மட்டுமே பாய்கிற நதியாகவே இருந்தது.''

1. பால காண்டம்

அத்தியாயம் - 9

பகீரதனின் சாதனை

பகீரதன் கடும் தவம் புரிந்து; ப்ரம்ம தேவனிடம் வரம் பெற்று, கங்கையை பூமிக்குக் கொண்டு வந்தது; கங்கையைத் தன் தலையில் தாங்க பரமசிவன் சம்மதித்தது; கங்கை சிவபெருமானின் தலையில் விழுந்து, பின்னர் பூமியில் பாய்ந்தது; ஜஹ்னு மஹரிஷியின் கோபம்; கங்கைக்கு பாகீரதி என்ற பெயர் வந்தது; பாற்கடல் கடையப்பட்டு அமிர்தம் வெளியாகிய விவரம்; விசாலை நகரின் சரித்திரம்...

“கங்கை நதி பூமிக்குக் கொண்டு வரப்படாத நிலையிலேயே காலமாகிய ஸகர மன்னனின் பேரன் அம்சுமான் பட்டத்திற்கு வந்தும் கூட, தன்னுடைய மகன் திலீபனிடம் ராஜ்யத்தை ஒப்படைத்து விட்டு கடும் தவத்தை மேற்கொண்டான். ஆனால் கங்கை நதியைக் கீழே கொண்டு வர முடியவில்லை. அதன் பின்னர், அவனுடைய மகன் திலீபன் எவ்வளவோ முயற்சித்தும், கடும் விரதங்களை மேற்கொண்டும், கங்கை நதியை பூமிக்குக் கொண்டு வர முடியாமல் காலம் சென்றான். அவனுக்குப் பின் பட்டம் எய்திய பகீரதன், மகப்பேறு இல்லாத காரணத்தினால், ராஜ்ய பாரத்தை மந்திரிகளிடத்தில் ஒப்படைத்து விட்டு, ஐந்து தீக்களுக்கு இடையே நின்று கடும் தவத்தைச் செய்யத் தொடங்கினான். அவனுடைய தவத்தின் வலிமையைக் கண்டு ப்ரம்ம தேவர் மகிழ்ச்சி அடைந்து,

அவனைப் பார்த்து ''உன்னுடைய தவத்தினால், நான் பெரும் சந்தோஷமடைந்தேன். உனக்கு என்ன வரம் வேண்டுமோ கேள்'' என்று கூறினார்.

''ஸகர மன்னனுடைய மகன்கள் 60,000 பேருக்குத் தர்ப்பண நீரை நான் செலுத்த வேண்டும். அவர்களுடைய சாம்பல் கங்கை நீரினால் நனைக்கப்பட வேண்டும். எனக்கும் மக்கட்பேறை அளித்து எங்கள் சந்ததி வளர்வதற்கும் நீங்கள் அருள வேண்டும்'' என்று கேட்டுக் கொண்டான்.

ப்ரம்ம தேவர் ''கடுமையான தவம் புரிந்தவனே, பகீரதா! இக்ஷ்வாகு வம்சம் விருத்தி அடையும் வகையில், உனக்கு மக்கட் பேறு உண்டாகட்டும். கங்கை ஹிமவானுக்குப் பிறந்தவள். அவளைத் தாங்குவது என்றால், அவ்வளவு எளிதான காரியம் அல்ல. அவள் பூமிக்கு வந்தால் தாங்கக் கூடிய சக்தி யாருக்கும் கிடையாது. சிவபிரானைத் தவிர அந்தக் காரியத்தைச் செய்யக் கூடியவர் எவரும் இல்லை. அப்படி சிவ பெருமானால் தாங்கப் படாமல் கங்கை பூமியை அடைந்தால், பூமாதேவியினால் அதைத் தாங்க முடியாது. ஆகையால் கங்கையைத் தாங்க, சிவனுடைய சம்மதத்தை நீ பெற்றாக வேண்டும். அப்படிப் பெற்றால் கங்கையை நீ பூமிக்குக் கொண்டு வந்து விடலாம். உனக்கு மங்களம் உண்டாகட்டும்'' என்று ஆசீர்வதித்தார்.

''இதையடுத்து பகீரதன், பரமசிவனை மனதால் நினைத்து கடும் தவம் புரிந்தான். உள்ளம் குளிர்ந்த சிவபிரான், அவன் முன் தோன்றி, ''உன்னுடைய விருப்பத்தை நிறைவேற்றுகிறேன். மலைகளின் அரசனாகிய ஹிமவானின் மகள் கங்கை பூமிக்கு வரும்போது, அவளை நான் என் தலையில் தாங்குகிறேன். கவலையை விடு'' என்று வரமளித்தார்.

''ப்ரம்மன் ஏற்கெனவே கூறியதற்கு இணங்க, தாங்க முடியாத வேகத்துடன் கங்கை, பிரவாகமாக ஆகாசத்தில் இருந்து பூமிக்கு இறங்கினாள். தன்னைத் தாங்குவதற்காக, தயாராக நின்ற சிவனையும் அடித்துக் கொண்டு போகும் வேகத்துடன் வீழ்வது என்ற எண்ணத்தோடு, கங்கை பாய்ந்து வந்த போது, பரமசிவன், அவளுடைய இறுமாப்பை அடக்க நினைத்தார். கங்கை

அவருடைய தலையில் வீழ்ந்தாள். ஆனால் அதன் பின்னர் அவள் எவ்வளவோ முயற்சித்தும், அவருடைய ஜடை முடியிலிருந்து, தப்பிக் கீழே இறங்க அவளால் இயலவில்லை.

‘‘இப்படி கங்கை நதி சிக்குண்டதைக் கண்ட பகீரதன், மேலும் தவம் புரிந்தான். மீண்டும் அவனுக்கு அருள விரும்பிய சிவபிரான், தன் முடியிலிருந்து கங்கையை விடுவித்து, ப்ரம்மனால் சிருஷ்டி செய்யப்பட்ட பிந்துசரஸ் என்னும் நீர் நிலையில் விட்டார். அப்போது கங்கை நதியில் ஏழு நீரோட்டங்கள் உண்டாயின. அவற்றில் மூன்று கிழக்கு திசையை நோக்கிச் சென்றன. மேலும் மூன்று மேற்கு திக்கை நோக்கிப் பாய்ந்தன. ஏழாவதான நீரோட்டம், பகீரத மன்னனை பின் தொடர்ந்து சென்றது.

‘‘இந்த அற்புதக் காட்சியைக் காண தேவர்களும், ரிஷிகளும், கந்தர்வர்களும், யக்ஷர்களும் கூடினார்கள். இப்படி தேவ கணங்களால் சூழப்பட்ட வானம், ஆயிரக்கணக்கான சூரியன் களையுடைய பிரதேசமாகப் பிரகாசித்தது. பரமசிவனின் தலையில் விழுந்து, அங்கிருந்து பூமியில் பாய்ந்ததால், கங்கை நீர் பாவங் களைப் போக்க வல்ல புனிதத் தன்மை உடையதாக ஆயிற்று. சில சாபங்களின் காரணமாக, சொர்க்கலோகத்திலிருந்து பூமியை அடைந்திருந்த பலர், அப்பொழுது அந்த நதியில் நீராடி பாவங்களை நீக்கியவர்களாகி, நல்ல உலகங்களை அடைந்தார்கள். உலகமே கங்கை நீரால், புனிதமடைந்தது. பகீரதன் முன் செல்ல, அவனைப் பின் தொடர்ந்து கங்கை செல்ல, தேவர்களும் ராக்ஷஸர்களும், கின்னரர்களும், கந்தர்வர்களும், ரிஷிகளும், அப்சரஸ்களும் – அதைத் தொடர்ந்து சென்றார்கள்.

‘‘போகிற வழியில் கங்கை நதி, ஜஹ்னு என்ற பெயருடைய ஒரு பெரும் முனிவருடைய யாக பூமியை அழித்து விட்டது. இதைக் கண்டு கோபமுற்ற ஜஹ்னு முனிவர் தன்னுடைய மாபெரும் யோக சக்தியின் மூலமாக, அந்த கங்கை நதி நீரையே அப்படியே குடித்து விட்டார். தேவர்களும்,ரிஷிகளும் இதைக் கண்டு திகைத்தனர். பின்னர் அவர்களுடைய வேண்டுகோளுக் கிணங்க கோபம் தணிந்தவராக, ஜஹ்னு மஹரிஷி, கங்கை நீரை மீண்டும் வெளியே விட்டார். அதிலிருந்து கங்கை, ஜஹ்னு மஹரிஷிக்கு மகள் முறை

ஆவாள் என்று தேவர்களும் முனிவர்களும் வாழ்த்த, அதன் காரணமாக கங்கைக்கு 'ஜான்ஹவி' என்ற பெயரும் உண்டாயிற்று. மீண்டும் கங்கை, பகீரதனைப் பின் தொடர்ந்து சென்று, பாதாள லோகத்தை அடைய, அங்கே சாம்பலாகிக் கிடந்த ஸகரனின் மகன்கள் மீது அவள் பாய்ந்தாள். அதன் காரணமாக அவர்கள் சொர்க்க லோகத்தை அடைந்தார்கள்.

"ப்ரம்ம தேவர் இந்த மாபெரும் சாதனையைப் புரிந்த பகீரத மன்னனைப் பார்த்து, 'மனிதர்களில் சிறந்தவனே! உன்னுடைய சாதனையின் காரணமாக ஸகரனின் மக்கள் 60,000 பேரும் நல்லுலகை எய்தினார்கள். உன்னால் பூமிக்குக் கொண்டு வரப்பட்ட கங்கை, உனக்கு மகள் ஆகிறாள். ஆகையால் அவள் பெயர் 'பாகீரதி' என்று விளங்குவதாக! தேவலோகத்தில் பாய்ந்து கொண்டிருந்த கங்கை, உன் முயற்சியின் காரணமாக பூவுலகிலும், பாதாள உலகிலும் பாய்கிறாள். இப்படி மூன்று வழியாகப் பாய்வதால் 'த்ரிபதகை' என்றும் அவள் போற்றப்படுவாள். உன் முன்னோர்களால் செய்ய முடியாத காரியத்தை நீ செய்து முடித்தாய். இதனால் உன் புகழ் பூமியில் என்றும் அழியாமல் இருக்கும்' என்று ஆசீர்வதித்தார்.

"பகீரதன், சாத்திர விதிமுறைகளின்படி, சகர குமாரர்களுக்குச் செய்ய வேண்டிய காரியங்களைச் செய்தான்."

இப்படி கங்கையின் வரலாற்றைக் கூறிய விச்வாமித்திரர், "ராமா! இந்த வரலாற்றைக் கேட்பவர்கள் பெரும் புண்ணியம் எய்தியவர்கள் ஆவார்கள். ஆயுள், புகழ், செல்வம், மக்கட்பேறு எல்லாவற்றையும் அளிக்க வல்லது இந்த வரலாறு. இந்த வரலாற்றை சிரத்தையுடன் கேட்பவன், தன்னுடைய விருப்பங்கள் அனைத்தும் நிறைவேறியவனாகிறான்" என்று சொல்ல, அவர் கூறிய வரலாற்றைப் பற்றிய தங்கள் வியப்பை பரஸ்பரம், ராம-லக்ஷ்மணர்கள் பரிமாறிக் கொள்ள, அன்று இரவு கழிந்தது. அடுத்த தினம் அவர்கள் ஓடத்தில் ஏறி, கங்கையைக் கடந்து அதனுடைய வடக்குக் கரையை அடைந்தார்கள். அங்கிருந்து பார்த்தபோதே விசாலை என்கிற நகரம் அவர்கள் கண்களுக்குத் தெரிந்தது. அது பற்றிய விவரங்களை, ராம - லக்ஷ்மணர்கள் விச்வாமித்திரரிடம்

கேட்க, அவர், ''முன்பு நடந்த நிகழ்ச்சிகளைச் சொல்கிறேன்'' என்று கூறி, ஒரு பழைய வரலாற்றை எடுத்துச் சொல்லத் தொடங்கினார்.

(வால்மீகி ராமாயணத்தில் இவ்வளவு விவரமாக வருகிற விச்வாமித்திரரின் மூதாதையர் பற்றிய நிகழ்ச்சிகளும், கங்கை நதியின் வரலாறும், கம்ப ராமாயணத்திலும், துளஸிதாஸரின் ராமாயணத்திலும், விவரிக்கப் படவில்லை. வால்மீகி ராமாயணத்திலோ இவை மிகவும் விஸ்தாரமாகச் சொல்லப்பட்டிருக்கின்றன. நான் மேலே கொடுத்திருப்பது கூட ஒரு சுருக்கமே தவிர, முழுமையான மொழி பெயர்ப்பு அல்ல.)

''இந்திரன் தொடர்பு உடைய நிகழ்ச்சி ஒன்று நடந்த இடம் இது. அதற்கு முன்னால் க்ருத யுகத்தில் நடந்த நிகழ்ச்சிகளைச் சொல்லி, அதன் பின்னர் இந்திரன் சம்பந்தப்பட்ட ஒரு வரலாற்றையும் சொல்கிறேன். கவனமாகக் கேட்பாயாக!'' என்ற முன்னுரையுடன் விச்வாமித்திரர், விசாலை நகரம் பற்றிய விவரம் அறிய விரும்பிய ராமருக்கு பதில் சொல்லத் தொடங்கினார்.

''காசியபருக்கு இரண்டு மனைவிகள். திதி, என்ற மனைவியின் புதல்வர்கள் பெரும் பலவான்கள். அதிதி என்ற மனைவியின் மகன்கள் சிறப்பு வாய்ந்தவர்கள். தர்மத்தின்படி நடப்பவர்கள். கவலை, நோய், மரணம் ஆகியவற்றுக்கெல்லாம் அப்பாற்பட்ட நிலையை எய்த விரும்பிய அவர்கள் அனைவரும், நீண்ட ஆலோசனைக்குப் பிறகு பாற்கடலைக் கடைந்து, அதிலிருந்து கிடைக்கக் கூடிய அமிர்தத்தைப் பருகுவது என்ற முடிவுக்கு வந்தார்கள். மந்தர மலையை மத்தாகப் பயன்படுத்தி, வாசுகி என்ற பெயருடைய பாம்புகளின் அரசனை அந்த மத்தைச் சுழற்றுகிற கயிறாக இயக்கி, நெடுங்காலம் இவர்களால் பாற்கடல் கடையப்பட்ட போது, மூவுலகையும் அழித்து விடக்கூடிய அக்னி போன்ற 'ஹாலாஹலம்' என்ற பெயருடைய கொடிய விஷம் வெளிப்பட்டது. திதியின் புதல்வர்களும், அதிதியின் புதல்வர்களும் பெரும் கலக்கமுற்றார்கள். அந்த விஷத்தினுடைய வாடையின் கொடூரத்தைக் கூட சகிக்க முடியாதவர்களாக, நடு நடுங்கிப் போன அவர்கள், தன்னை சரணடைந்தவர்களைக் காப்பாற்றுகிற, பரமேச்வரனை

பால காண்டம்

தஞ்சமென அடைந்தார்கள். போற்றுதலுக்கும், புகழுக்கும் உரியவரும், நன்மைகள் அளிப்பவருமாகிய பரமசிவனை வணங்கி நின்று, 'காப்பாற்றுங்கள், காப்பாற்றுங்கள்' என்று அவர்கள் மிகவும் பணிவுடன் வேண்டிக் கொண்டார்கள்.

''இப்படி தேவர்கள் அனைவரும் பரமசிவனை வேண்டிக் கொண்டிருக்கும்போதே அங்கே, மஹா விஷ்ணு சங்கு சக்கரம் ஏந்தியவராகக் காட்சியளித்தார். தேவர்களின் வேண்டுகோளை கேட்ட அவர், சூலத்தைக் கையில் ஏந்தி நின்ற சிவபெருமானைப் பார்த்து, ''தேவர்களுள் மேம்பட்டவரே! நீங்கள்தான் முதலில் தோன்றியவர். முதல் மரியாதைக்குரியவரும் நீங்களே! ஆகையால் இங்கே முதலில் வெளியாகிய கொடிய விஷத்தை, உங்களுக்குத் தரப்படுகிற முதல் மரியாதையாக ஏற்று, அதை நீங்கள், உங்களுடையதாக்கிக் கொள்ள வேண்டும். எதையும் செய்ய வல்ல நீங்கள், தேவர்களின் இந்த வேண்டுகோளுக்கு இசைய வேண்டும்'' என்று கூறிவிட்டு அகன்றார்.

''தன்னை அண்டியவர்களின் குறைகளையெல்லாம் தீர்த்து வைக்கிற தெய்வமாகிய சிவபெருமான், தேவர்களின் துன்பத்தை விலக்க முடிவு செய்து ஹாலாஹலம் என்ற அந்த பயங்கரமான விஷத்தை அப்படியே உள்ளங்கையில் அடங்குகிற அளவுடைய தாகச் செய்து, அதை உட்கொண்டு விட்டார். எல்லா உலகங் களுக்கும் நன்மை புரிவதற்காக, ஒரு விளையாட்டுப் போல அந்தக் கொடிய ஹாலாஹல விஷத்தை விழுங்கி விட்ட சிவபெருமான், அதைத் தன் கழுத்திலேயே தங்கி விடுமாறு செய்ய, மெய் சிலிர்த்துப் போன தேவர்கள், அசுரர்கள் எல்லோரும் அவரை வணங்கி விட்டு, மீண்டும் மந்தர மலையைக் கொண்டு பாற் கடலைக் கடையத் தொடங்கினார்கள். கடைந்த வேகத்தில் மந்தர மலை பாதாள உலகத்தில் அமிழ்ந்து விட்டது. தேவர்களும், அசுரர்களும் என்ன செய்வது என்று அறியாமல், மஹாவிஷ்ணுவை வேண்டினார்கள். ''படைக்கப் பட்டவை அத்தனைக்கும், நீங்கள் ஒருவரே கதி. எங்களைக் காப்பாற்றுங்கள். எப்படியாவது இந்த மந்தர மலையை மேலே ஏற்றுங்கள்'' என்று அவர்கள் கேட்டுக் கொண்டார்கள். தேவர்களின் வேண்டுகோளுக்கு மனமிரங்கி,

மஹாவிஷ்ணு ஆமை உருவத்தை எடுத்து, பாதாள உலகத்தில் நின்று, மந்தர மலையை தன் முதுகின் மேல் தூக்கி மேலே எழுப்பினார். அதன் பின்னர் அவரும் உதவ, மந்தர மலை மேலும் கடையப்பட்டது.

''பல காலம் கடைந்த பின்னர் ஆயுர்வேதத்தின் ஸ்தாபகரான தன்வந்திரி முதலில் வெளியே வந்தார். பாரிஜாதம் என்னும் மரம், ஐராவதம் என்னும் யானை, அப்சர கன்னிகைகள் ஆகியோர் வெளியே வந்தார்கள். இதன் பின்னர் வருண பகவானுடைய பெண்ணாக வாருணி என்பவள் அங்கிருந்து தோன்றி, தன்னை ஏற்குமாறு ஒரு விண்ணபத்தை முன் வைக்க, அதைத் திதியின் மகன்கள் மறுக்க, அதிதியின் மகன்கள் ஏற்றார்கள். சுரை என்ற ஒரு பெயரும் கொண்ட அந்தப் பெண்ணை, ஏற்க மறுத்த திதியின் புதல்வர்கள், அசுரர்கள் என்று வழங்கப்பட்டார்கள். அவளை ஏற்ற காரணத்தினால் அதிதியின் மகன்கள் சுரர்கள் என்று வர்ணிக்கப் படலாயினர். உச் சச்ரவஸ் என்ற குதிரை தோன்றி, இந்திரனுக்கு அளிக்கப்பட்டது. கௌஸ்துபம் என்ற மிகச் சிறந்த ரத்தினம் தோன்ற, அது மஹாவிஷ்ணுவுக்குச் சமர்ப்பிக்கப்பட்டது. சந்திரன் உண்டாக, உடனே அது மஹாதேவனுக்கு ஏற்றது என்று அவரிடம் ஒப்புவிக்கப்பட்டது. ஆயுர்வேதமே உருவெனத் தோன்றிய தன்வந்திரி, உலக நன்மைக்காக பொதுவானவராக வைக்கப் பட்டார்.

''பாற்கடல் மேலும் கடையப்பட்ட போது, உருக்கிய தங்கத்தாலானவளோ என்ற தோற்றத்தை உண்டாக்கக் கூடிய மஹாலஷ்மி, தாமரை மலரைக் கையில் ஏந்தியபடி தோன்றி, மஹாவிஷ்ணுவின் மார்பை அடைந்தாள். அதன் பின்னர், எதற்காக பாற்கடல் கடையப்பட்டதோ, அந்த அமிர்தம் கிளம்பி மேலே வந்தது. அதைத் தாங்களே பெற்றுவிட வேண்டும் என்ற எண்ணத்தில் சுரர்களும், அசுரர்களும் – அதிதியின் மகன்களும், திதியின் மகன்களும் – பெரும் யுத்தத்தில் இறங்க, அதன் காரணமாக பேரழிவு விளைந்து விட, மஹாவிஷ்ணு வியக்கத்தக்க ஒரு பெண் உருவத்தை ஏற்றுக் கொண்டு, அமிர்தத்தைக் கைப் பற்றினார். அழிவற்றவரான அவரை எதிர்த்துப் போரிட்ட அசுரர்கள் அழிந்தார்கள். அந்த யுத்தத்தில் திதியின் மகன்களான அசுரர்கள்

பெரிய அளவில் மாண்டார்கள். இப்படி தேவர்கள் மாபெரும் வெற்றியைக் கண்ட பிறகு, தேவேந்திரன் ரிஷிகளாலும் மற்றவர்களாலும் சூழப்பட்டவனாக, உலகங்களை ஆண்டு வந்தான்.''

விச்வாமித்திரர் மேலும் தொடர்ந்தார். "ராமா! மேலும் கேட்பாயாக! தன்னுடைய புதல்வர்கள் கொல்லப்பட்டதால், பெரும் வருத்தமுற்ற திதி, இந்திரனையே கொல்லக்கூடிய மகன் ஒருவன் தனக்குப் பிறக்க வேண்டும் என்ற வேண்டுகோளை தன்னுடைய கணவரும், மரீசியின் மகனுமாகிய காசியபர் முன் வைத்தாள். விரதங்களிலிருந்து விலகாமல் தூய்மையுடன் நீண்ட காலம் தவம் செய்தால், அப்படிப்பட்ட மகன் அவளுக்குப் பிறப்பான் என்று அவர் வாழ்த்தினார். திதியின் தவம் ஆரம்பமாகியது.

"தன்னைக் கொல்லும் மகன் வேண்டுமென்ற நிச்சயத்துடன், தவத்தை மேற்கொண்ட திதிக்கு எல்லா விதமான பணிவிடைகளையும் இந்திரன் செய்யத் தொடங்கினான். அவனுடைய பணிவிடைகளால் திதியின் மனம் இளகியது. தவத்தினால் சோர்வுற்ற அவள் உறக்கத்தினால் கவரப்பட்டவளாக, தரையில் சாய, அவளுடைய தலை முடி அவளுடைய கால்களில் பட்டது. தலை முடி காலில் படுவது அசுத்தம் என்பதால், அவள் விரதத்திலிருந்து விலகியவளானாள். இப்படிப்பட்ட ஒரு நேரத்திற்காகக் காத்துக் கொண்டிருந்த இந்திரன், அப்போது அவளுடைய கர்ப்பத்தைத் தன்னுடைய வஜ்ராயுதத்தினால் ஏழு துண்டுகளாக சிதைத்தான்.

"அவனைத் தடுக்க முயன்ற திதி தேவியைப் பார்த்து இந்திரன், 'கால்களின் மீது தலை முடி படுகிற நிலையில் நீங்கள் உறக்க முற்றதால், இங்கே அசுத்தம் விளைந்தது. அந்த உங்களுடைய தவறைப் பயன்படுத்தி, நான் என்னுடைய காரியத்தைச் செய்து கொண்டேன். என்னைக் கொல்லும் மகன் வேண்டும் என்று நீங்கள் விரும்பியதால், நான் இவ்வாறு செய்ய நேர்ந்தது. என்னை மன்னியுங்கள்' என்று கோரினான்.

"இதைக் கேட்டு மனம் நொந்து போன திதி, விரதத்திலிருந்து விலகிய தன்னுடைய தவறை ஒப்புக் கொண்டு, தேவேந்திரனால்

ஏழு துண்டங்களாகச் சிதைக்கப்பட்ட கர்ப்பம், ஏழு மகன்களாக உருவெடுத்து தேவ உலகங்களில் சஞ்சரிக்க வேண்டும் என்று கேட்டுக் கொண்டாள். இந்திரனும் அதற்கு இசைந்தான். திதியின் புதல்வர்களாக ஏழு மருத்துக்கள், தேவ உலகில் சஞ்சரிக்கத் தொடங்கினார்கள்.''

இந்த வரலாற்றைக் கூறிய விச்வாமித்திரர், ''ராமா! திதி தவம் செய்து கொண்டிருந்த இடம் இதுதான். இந்திரன் அவளுக்குப் பணிவிடை செய்யத் தொடங்கிய இடமும் இதுதான். விசாலன் என்ற பெயருடன் பெரும் புகழுடன் விளங்கிய ஒரு மன்னன், இங்கே விசாலை நகரை நிர்மாணித்தான். அவனுடைய வம்சத்தில் வந்த ஸுமதி என்பவன் இப்போது விசாலை நகரத்தை ஆண்டு கொண்டிருக்கிறான்.''

இவ்வாறு கூறிய விச்வாமித்திரர், அன்று இரவை அங்கேயே கழித்து விட்டு, அடுத்த தினம் மிதிலைக்குச் சென்று, ஜனக மஹாராஜனைக் காணலாம் என்றும் கூற, அவர்கள் எல்லோரும் அங்கேயே தங்கினார்கள். விச்வாமித்திர முனிவர் தன்னுடைய நகரத்தின் எல்லைக்கு வந்திருக்கிறார் என்பதைக் கேள்வியுற்ற ஸுமதி என்கிற மன்னன், புரோகிதர்களுடனும் பரிவாரங் களுடனும் அவர் தங்கியிருந்த இடத்திற்கு வந்து, அவருக்கு மரியாதைகளைச் செய்தான். தசரத மன்னனின் புதல்வர்கள் என்றும், தன்னுடைய யாகத்தைக் காப்பாற்றியவர்கள் என்றும், ராம – லக்ஷ்மணர்களை, ஸுமதி மன்னனுக்கு விச்வாமித்திரர் அறிமுகம் செய்து வைத்தார். அதிதிகளாக வந்த தங்களுக்கு ஸுமதி மன்னன் செய்த மரியாதைகளை ஏற்றுக் கொண்ட ராம – லக்ஷ்மணர்கள், விச்வாமித்திரருடன் அன்று இரவை அங்கேயே கழித்து விட்டு, அடுத்த தினம் மிதிலை நகருக்குப் புறப்பட்டார்கள்.

(பாற்கடல் கடையப்பட்டது பற்றியோ, விசாலை நகரம் பற்றியோ, கம்ப ராமாயணத்திலும், துளஸிதாஸரின் ராமாயணத்திலும் எதுவும் சொல்லப்பட வில்லை.)

1. பால காண்டம்

அத்தியாயம் - 10

அஹல்யை பெற்ற சாபம் அகன்றது

அஹல்யையின் வரலாற்றை விச்வாமித்திரர், ராமருக்குக் கூறுவது; ராமரின் அருளால் அஹல்யை சாப விமோசனம் பெற்று, தன்னுடைய கணவர் கௌதம மஹரிஷியுடன் சேர்வது; மிதிலைக்கு வந்த விச்வாமித்திரரை, ஜனக மன்னர் எதிர் கொண்டழைப்பது; சதானந்தர் என்ற ஜனகரின் புரோகிதர், ராமருக்கு விச்வாமித்திரரின் வரலாற்றைக் கூறத் தொடங்குவது...

விச்வாமித்திரர், பல ரிஷிகள் ஆகியோரைத் தொடர்ந்து ராமரும், லக்ஷ்மணனும் மிதிலையை அடைந்தவுடன், தொலைவிலிருந்து நகரின் அழகைக் கண்டு, ரிஷிகள் வியந்து பாராட்ட, அங்கே இருந்த ஒரு தோட்டத்தில் மனித நடமாட்டம் இல்லாத மிகப் பழைய ஆச்ரமம் ஒன்று அழகுடன் விளங்குவதைக் கண்ட ராமர், அதன் விவரங்களைப் பற்றி விச்வாமித்திரரிடம் கேட்டார்.

"இங்கே ஒரு கடுமையான சாபம் முன்னொரு காலத்தில் பிறந்தது. அதன் விவரத்தைக் கூறுகிறேன் கேள்'' என்று தொடங்கி, விச்வாமித்திரர் அந்த ஆச்ரமம் தொடர்பான வரலாற்றை எடுத்துரைக்க ஆரம்பித்தார். "தேவர்களாலும் மதிக்கப்பட்ட கௌதம மஹரிஷியின் ஆச்ரமமாகத்தான் இது இருந்தது. இங்கேயே இருந்து கொண்டு பல கடுமையான தவங்களை அவர் மேற்கொண்டார். ஒரு தினம் ஆச்ரமத்தில் கௌதமர் இல்லாத

நேரத்தில், இந்திரன் அவருடைய உருவத்தை எடுத்துக் கொண்டு, இந்த ஆச்ரமத்திற்கு வந்து, இங்கே இருந்த கௌதமரின் மனைவி அஹல்யையைப் பார்த்து, ஆசை வார்த்தைகளைப் பேசினான். 'காமத்தால் கவரப்பட்டவர்கள், கால நேரத்தைப் பற்றிக் கவலைப்படுவதற்கில்லை. இப்போதே உன்னுடன் சேர நான் விரும்புகிறேன்' என்று கூறிய அவனை, இந்திரன் என்று அஹல்யை புரிந்து கொண்டு விட்டாள். தன்னுடைய கணவரான கௌதமர் உருவத்தைத் தாங்கி அவன் வந்த போதும், உண்மையில் அவன் யார் என்று புரிந்து கொண்டு விட்ட அஹல்யை, தன் மீது இந்திரனே ஆசைப்படுகிறான் என்ற நினைப்பில் பெரும் கர்வம் கொண்டாள். அந்த கர்வத்தினால் ஏற்பட்ட மகிழ்ச்சியில் அவனுக்கு அவள் உடன்பட்டாள். பின்னர் ''தேவர்களுக்கெல்லாம் அரசனே! என்னையும் காப்பாற்றி, உங்களையும் காத்துக் கொள்ளுங்கள். விரைவில் இங்கிருந்து அகன்று விடுங்கள்'' என்று இந்திரனைக் கேட்டுக் கொண்டாள்.

''இந்திரனும் கௌதமரை நினைத்து பயந்தவனாக ஆச்ரமத்தில் இருந்து புறப்பட்டான். ஆனால் தேவர்களாலும் தாங்க முடியாத தவ வலிமையை உடைய கௌதம மஹரிஷி, அக்னியைப்போல் ஜொலித்துக் கொண்டு, மற்றொரு சிவனே போல் அந்த நொடியிலேயே அங்கே தோன்றினார். தன் வேடத்தில் இருந்த, ஆயிரம் கண்ணுடையோன் என்று அழைக்கப்பட்ட இந்திரனைப் பார்த்து நடந்ததை உணர்ந்து, கோபத்தோடு அவர் பேசினார், 'கெட்ட எண்ணம் உடையவனே! என்னுடைய உருவத்தை எடுத்துக் கொண்டு, யாராலும் செய்யத் தகாத காரியத்தை நீ செய்திருக்கிறாய். ஆகையால் நீ ஆண்மை இழந்தவனாகக் கடவாய்' என்று இந்திரனை அவர் சபித்தார். பிறகு தன் மனைவியைப் பார்த்து, 'உண்ண உணவின்றி, காற்றையே உணவாகக் கொண்டு, புழுதியில் புரண்டு, எவர் கண்களுக்கும் தெரியாததோர் பிறவியாக இங்கேயே நெடுங்காலம் விழுந்து கிடப்பாயாக! நடத்தை தவறியவளே! பின்னொரு காலத்தில், தூயவனான ராமர் இந்த இடத்திற்கு வருவார். அப்போது உன் பாவம் நீங்கும். அவரைப் பூஜித்து உன்னுடைய கெட்ட மனம் பரிசுத்தமடையும். அதன் பின்னர் உன்னுடைய பழைய உருவத்தை எய்தி நீ என்னைச்

வால்மீகி ராமாயணம்

சேருவாய்' என்று சபித்து விட்டு, கௌதமர் இமயமலையை நோக்கிச் சென்றார்.''

இதைக் கூறிய விச்வாமித்திரர் பின்னர், அக்னி முதலிய தேவர்களின் அருளால், இந்திரன் சாபத்தின் கடுமை நீங்கப் பெற்றதையும் விவரித்து விட்டு மேலும் தொடர்ந்தார்: ''ராகவா! புண்ணிய சீலராகிய அந்த கௌதம ரிஷியின் ஆச்ரமம்தான் இது. நீ அதில் நுழைவதால், பெரும் அழகியான அஹல்யை சாபம் நீங்கி, பாவம் விலகி, தன் பழைய உருவை எய்துவாள். வருவாயாக!''. விச்வாமித்திரரின் சொல்லை ஏற்று ராமர், லக்ஷ்மணன் பின் தொடர, கௌதமரின் ஆச்ரமத்திற்குள் நுழைந்தார். தேவர்கள், அசுரர்கள், மனிதர்கள்... என்ற எவர் பார்வைக்கும் தெரியாதவளாக அங்கே இருந்த அஹல்யை, ராமர் அங்கே பிரவேசித்ததும் தன் பழைய உருவை அடைந்தாள். அவருக்கு முறையாகப் பூஜை களைச் செய்தாள். நீண்ட நெடுங்காலமாக மனம் திருந்தி செய்த தவத்தின் காரணமாகவும், ராமரின் தோற்றம் என்ற அருளைப் பெற்ற காரணமாகவும், குற்றம் நீங்கப் பெற்ற அஹல்யையை, அப்போது அங்கே தோன்றிய கௌதமர் ஏற்றார். மன மகிழ்ந்த கௌதம ரிஷியால் முறையாக கௌரவிக்கப்பட்ட ராமர், மிதிலையின் நகர்ப்புறத்திற்குச் செல்லத் தொடங்கினார்.

(**வால்மீகி ராமாயணத்தில் - கௌதம ரிஷி வேஷமணிந்து வந்த இந்திரனைப் பார்த்த மாத்திரத்திலேயே அஹல்யை அடையாளம் புரிந்து கொண்டு விடுகிறாள். இருந்தும் கூட அவனுடைய ஆசைக்கு இணங்குகிறாள். அதுமட்டுமல்ல - அவர்கள் உறவு கொண்ட பின்னர், மனமகிழ்ச்சியோடுதான் அவள் பேசுகிறாள். சீக்கிரம் அந்த இடத்திலிருந்து அகன்று விடுமாறு இந்திரனை எச்சரித்து அனுப்புகிறாள். அதாவது - கற்பு நெறியிலிருந்து முழுமையாக அஹல்யை தவறுகிறாள்.**

கம்ப ராமாயணத்தில் - கௌதம முனிவர் வேடம் பூண்டு வந்தவன் இந்திரன்தான் என்பதை அஹல்யை, அவனைப் பார்த்த மாத்திரத்தில் உணரவில்லை. ஆனால் கணவன் என்று நினைத்து அவனோடு உறவு கொண்டபோது, 'இவன் தன் கணவர் அல்ல' என்ற உணர்வு அவளுக்கு ஏற்பட்டது. ஆனால் அப்போதும் தனக்குத் தகுதி

இல்லாத தீச்செயலைப் புரிகிறோம் என்று அவள் நினைக்கவில்லை. மாறாக, அந்த இழிசெயலுக்கு அவள் மனதறிந்தே உடன்பட்டாள்.

வால்மீகி ராமாயணத்தின்படி அஹல்யை செய்தது முழுப் பாவம் என்றால், கம்பரின்படி முக்கால் பாவம். அவ்வளவுதான் வித்தியாசம்.

துளசிதாஸரின் ராமாயணத்தில் இந்த விவரங்கள் எல்லாம் தவிர்க்கப்பட்டிருக்கிறது. அஹல்யை தவறிழைத்து சபிக்கப் பட்டாள் என்ற அளவோடு துளஸிதாஸர் நிறுத்திக் கொள்கிறார்.

மேலும் ஒரு விவரத்தையும் பார்ப்போம். கம்ப ராமாயணத்திலும், துளஸிதாஸரின் ராமாயணத்திலும் அஹல்யை கல்லாக மாறிவிடும்படி சபிக்கப்படுகிறாள். ராமரின் காலடி அவள் மீது பட்டதும் அவள் பாவம் தீர்ந்து, சாபம் நீங்குகிறது. ஆனால் வால்மீகி ராமாயணத்தில் அஹல்யை கல்லாக மாறும்படி சபிக்கப்படவில்லை. யார் கண்ணுக்கும் தெரியாமல் புழுதியோடு புழுதியாகக் கிடக்குமாறு சபிக்கப்படுகிறாள்.

இந்த இடத்தில் ஒரு விஷயத்தை விளக்கி விடுவது நல்லது என்று நினைக்கிறேன். வட பகுதிகளில் வழங்கும் வால்மீகி ராமாயண பதிப்புகளிலிருந்து, தென்பகுதிகளில் வழங்கும் வால்மீகி ராமாயண பதிப்புகள் சில இடங்களில் மாறுபடுகின்றன. அவற்றில் இந்தக் கட்டமும் ஒன்று. நான் இந்தத் தொடரில் வட பகுதிகளில் வழங்கும் பதிப்பையே ஆதாரமாக எடுத்துக் கொண்டிருக்கிறேன்.

'உண்ண உணவின்றி, காற்றையே உணவாக உட்கொண்டு...' என்றுதான் வட பகுதி பதிப்புகளில், கௌதமரின் சாபம் தொடங்குகிறது. ஆனால் தென்னக பதிப்புகளில் 'கல்லாக மாறி காற்றையே உணவாகக் கொண்டு...' என்று அந்த சாபம் தொடங்குகிறது. ஆனால் பிந்தைய ஸ்லோகங்கள் இரண்டு பதிப்பு களிலும் ஒரே மாதிரியாகத்தான் இருக்கின்றன. அதாவது 'யார் கண்ணுக்கும் புலப்படாமல், புழுதியிலே கிடந்து...' என்பது வட பதிப்பு போலவே, தென் பதிப்பிலும் வருகிறது. ஆகையால் 'கல்லாய் மாறி' என்பதைவிட, 'உண்ண உணவின்றி' என்பதே பொருத்தமாக இருக்கிறது என்று பல பண்டிதர்கள் சுட்டிக் காட்டியிருக்கிறார்கள்.

வால்மீகி ராமாயணத்தில் கௌதமரின் சாபத்தினால் ஆண்மையை இழக்கிற இந்திரன், பிறகு, தேவதைகளின் அருளினால் அதற்கோர் பரிகாரத்தைப் பெறுகிறான். ஒரு வேள்விக்கான ஆட்டின் உறுப்பு களைக் கொண்டு, இழந்த ஆண்மையை அவன் மீண்டும் பெறுகிறான். கம்ப ராமாயணத்தில் இந்திரனுக்கு கௌதமர் இட்ட சாபம் வேறு விதமாகக் கூறப்படுகிறது. 'ஆயிரம் மாதர்க்கு உள்ள அறிகுறி உனக்கு உண்டாக...' என்று இந்திரனை கௌதமர் சபித்து விடுகிறார்.

இந்த வேறுபாடுகள் ஒரு புறமிருக்க, அடிப்படையாகவே ஒரு கேள்வி பலர் மனதிலும் எழக் கூடும் – தெரிந்தே கணவனுக்கு துரோகம் செய்த அஹல்யை மன்னிப்பைப் பெறுவது, முறையானது தானா?' என்ற தர்மசங்கடமான இந்த விஷயத்திற்கு, ஒரே ஒரு சமாதானத்தைத்தான் கூற முடியும் என்று நான் நினைக்கிறேன். செய்த தவறுக்கு மிகக் கடுமையான தண்டனை அனுபவித்ததோடு அல்லாமல், யாராலும் காண முடியாத நிலையில் கூட, அஹல்யை கடும் தவம் புரிந்தாள் என்பது கூறப்பட்டிருக்கிறது; இதையெல்லாம் விட மேலாக, அவளுக்கு ராமருடைய அருள் கிட்டுகிறது. அதனால் அவளுடைய பாவம் நீங்குகிறது. அஹல்யையின் தவறு கடுமையானதுதான். ஆனால் அப்படிப்பட்ட தவறிழைத்தும் கூட, மனம் திருந்திய ஒருவரை மீட்கக் கூடிய வல்லமை, ராமரின் அருளுக்கு உண்டு. இந்த வகையில்தான் இதைப் புரிந்து கொள்ள வேண்டும் என்று நான் கருதுகிறேன்.)

மிதிலை நகரில் நுழைந்தபோது, ராம – லக்ஷ்மணர்கள் ஜனக மன்னர் நிர்மாணித்திருந்த யாக சாலையை அடைந்தனர். அங்கேயே தங்குவதாக அவர்கள் யோசித்துக் கொண்டிருந்தபோது, விச்வாமித்திரர் தன் நகரத்திற்கு வந்திருப்பதைக் கேள்வியுற்ற ஜனக மன்னர், தன்னுடைய தலைமைப் புரோகிதரான சதானந்தரை அழைத்துக் கொண்டு, விரைந்து சென்று விச்வாமித்திரரைச் சந்தித்து, அவருக்குரிய மரியாதைகளைச் செய்தார்.

சதானந்தரையும், மற்றவர்களையும் நலம் விசாரித்து ஜனக மன்னரை வாழ்த்திய விச்வாமித்திரரைப் பார்த்து, பணிந்து நின்ற மன்னர் பேசினார் : ''மஹரிஷியே! உங்களை தரிசிக்கும்

பால காண்டம்

பாக்கியத்தை நான் பெற்றதால், நான் நடத்துகிற வேள்வியின் பயனையே பெற்று விட்டேன். யாகம் நடந்து முடிய இன்னமும் பன்னிரெண்டு நாட்கள் ஆகும் என்று பண்டிதர்கள் கூறுகிறார்கள். அதன் பின்னர் தங்களுக்குரிய மரியாதைகளைப் பெற்றுச் செல்ல தேவதைகள் யாகத்துக்கு வருவார்கள். அது வரையில் நீங்கள் இங்கே இருந்து எங்கள் எல்லோரையும் கௌரவிக்குமாறு கேட்டுக் கொள்கிறேன்.''

இவ்வாறு கூறிய ஜனக மன்னர், அங்கே விச்வாமித்திர முனிவரை வணங்கி நின்று கொண்டிருந்த ராமரையும், லக்ஷ்மணரையும் பார்த்தார். ''யானையைப் போன்ற நடை, சிங்கத்தைப் போன்ற கம்பீரம், வேங்கைப் புலியைப் போன்ற வீரம் படைத்த தோற்றம், அழகினால் தேவதைகளை ஒத்திருக்கும் சிறப்பு - எல்லாவற்றையும் கொண்ட, இந்த இருவர் யார்? உலகத்தின் நன்மைக்காகவே பூமியில் தோன்றியிருக்கும் தேவர்களைப் போல இவர்கள் ஒளி வீசுகிறார்கள். என்னையும், என்னுடைய குலத்தையும் கௌரவிப்பதற்காகவும், எங்கள் புகழை உயர்த்துவதற்காகவுமே இவர்களைக் கால்நடையாக இங்கே அழைத்து வந்தீர்களா? அக்னியின் அம்சம் கொண்ட, முருகப் பெருமானைப் போன்றவர்களாகத் திகழ்கிற இவர்கள் யார்? எவருடைய பிள்ளைகள்?'' இவ்வாறு வியந்து பேசிய ஜனகருக்கு, தன்னுடன் வந்த சிறுவர்கள் தசரதரின் மகன்கள் என்ற விவரத்தை எடுத்துக் கூறிய விச்வாமித்திரர், அவர்கள் ராக்ஷஸர்களை அழித்து, தன் யாகத்தைக் காப்பாற்றிய பராக்கிரமச் செயல்களையும், அஹல்யைக்கு மறுவாழ்வு அளித்த ராமருடைய கருணையையும் விவரித்தார். பின்னர், ஜனகரிடமிருக்கும் புகழ் பெற்ற வில்லைப் பற்றிய விவரத்தை நேரில் அறிய வேண்டும் என்ற ஆவல் அந்த சிறுவர்களுக்கு இருப்பதாகவும் விச்வாமித்திரர் கூறினார்.

இதையடுத்து, ஜனக மன்னரின் புரோகிதரான சதானந்தர், விச்வாமித்திரரைப் பார்த்து, ''என் தாயாராகிய அஹல்யை ராமருக்கு உரிய பூஜைகளைச் செய்தார்களா? என் தாயாரின் சரித்திரம் முழுமையாக ராமருக்குத் தெரிவிக்கப்பட்டதா? ராமரின் கருணையினால் தனது பாவத்தை விலக்கிக் கொண்ட எனது தாயார், என்னுடைய தந்தையுடன் சேர்ந்தாளா? ராமரைக் காணும்

பாக்கியம் என் தந்தைக்குக் கிட்டியதா? எல்லா விவரங்களையும் சொல்ல வேண்டும்'' என்று கேட்டுக் கொண்டார்.

விச்வாமித்திரர், "செய்ய வேண்டியவை அனைத்தும் என்னால் செய்யப்பட்டது. எதுவும் தவறவில்லை. ஒரு குறைவுமின்றி, முறையான செயல்கள் என்னால் முழுமையாக முடித்து வைக்கப்பட்டன. ஜமதக்னி முனிவருடன் எப்படி ரேணுகா தேவி கூடி வாழ்கிறாளோ, அம்மாதிரியே அஹல்யை, கௌதம மஹரிஷியின் உடன் இருந்து தர்மத்தின் பாதையில் செல்லும் அருகதை பெற்றாள்'' என்று கூறினார்.

இதைக் கேட்ட சதானந்தர், பெரும் மகிழ்வுற்று, ராமரைப் பார்த்து ''விச்வாமித்திர முனிவரின் அடியொற்றி நீங்கள் இங்கே வந்தது எங்களுடைய நன்மைக்கே. மற்றவர்களால் நினைத்துப் பார்க்கவும் முடியாத அற்புதமான செயல்களைச் செய்து காட்டிய ப்ரம்ம ரிஷியாகிய விச்வாமித்திரரை அண்டி நிற்கும் அதிர்ஷ்டம் உங்களைத் தவிர வேறு யாருக்குக் கிட்டும்? மிகச் சிறப்பு வாய்ந்த இந்த விச்வாமித்திர மஹரிஷியின் வலிமை எப்பேற்பட்டது என்பதை, நான் இங்கே சொல்ல விரும்புகிறேன். நடந்தது நடந்தபடி கூறுகிற என் வார்த்தைகளை செவி கொடுத்துக் கேட்பீராக!'' என்று கூறிவிட்டு, விச்வாமித்திரரின் வரலாற்றை விவரமாக எடுத்துரைக்கத் தொடங்கினார்.

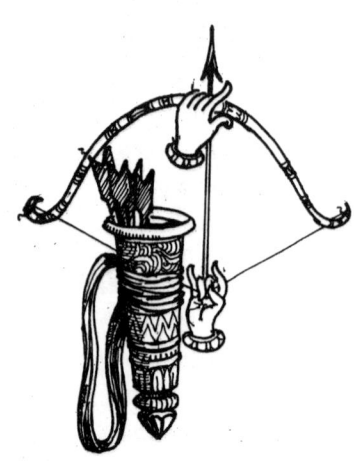

1. பால காண்டம்

அத்தியாயம் - 11

விச்வாமித்திரரின் மேன்மை

வசிஷ்டரின் ஆச்ரமத்திற்குச் சென்ற விச்வாமித்திர மன்னர், அங்கே இருந்த காமதேனுவின் மகிமையைப் பார்த்து அதைத் தனக்குத் தருமாறு கேட்க, வசிஷ்டர் மறுப்பது; வசிஷ்டரை எதிர்த்து தோல்வி கண்ட விச்வாமித்திரர், தவம் புரிந்து ப்ரம்ம ரிஷியாக முடிவெடுப்பது; த்ரிசங்குவிற்காக ஒரு புதிய உலகையே விச்வாமித்திரர் படைப்பது; ராஜரிஷி, மஹரிஷி என்ற நிலைகளைக் கடந்து விச்வாமித்திரர் ப்ரம்ம ரிஷியாவது...

''குடிகளின் நன்மையில் பெரும் அக்கறை கொண்ட, பகைவர்களையெல்லாம் அடக்கிய, கல்விகளை முற்றும் உணர்ந்த அரசனாக இந்த விச்வாமித்திரர் முன்பு இருந்தார். பெரும் புகழ் பெற்ற காதி மன்னன் மகனாகிய இவர், அரசனாக இருந்த போது, ஒருமுறை பெரும் சேனையுடன் உலகைச் சுற்றி வந்தார்'' என்று கூறி சதானந்தர், விச்வாமித்திரரின் வரலாற்றை விவரிக்கத் தொடங்கினார்.

''நதிப்புறங்களிலும், நகர்ப்புறங்களிலும், மலைகளிலும், ஆச்ரமங்களிலும், தனது படை சூழ உலவி வந்த விச்வாமித்திரர், வசிஷ்டரின் ஆச்ரமத்திற்கு வந்து சேர்ந்தார். பழங்களையும், கிழங்குகளையும் மட்டுமே உண்டு, கோபத்தை அடக்கி, இந்திரியங்களை வென்று, தெய்வ காரியங்களைச் செய்து வந்த பல

ரிஷிகளைக் கொண்ட அந்த ஆச்ரமம், மற்றொரு ப்ரம்ம லோகமென விளங்கியதை விச்வாமித்திரர் கண்டார்.

''தன் ஆச்ரமத்திற்கு வந்து தன்னை வணங்கி நின்ற விச்வாமித்திரரை, வசிஷ்டர் வரவேற்று ஆச்ரம உணவாகிய பழங்கள், கிழங்குகள் ஆகியவற்றை அளித்து உபசரித்தார். பின்னர் வசிஷ்டர், 'அரசனே! நீங்கள் நலமாக இருக்கிறீர்களா? மக்களை மகிழ்வித்துக் கொண்டு, நியாயம் தவறாத வழியில் செல்வத்தைத் தேடி, அதே முறையில் அதைப் பெருக்கி நல்வழிகளில் அதைச் செலவிட்டு வருகிறீர்களா? உமது பணியாட்கள் உம்மால் செவ்வனே காப்பாற்றப்பட்டு வருகிறார்களா? உம்முடைய பகைவர்கள் அனைவரும் வெல்லப்பட்டனரா? குற்றம் ஒன்றும் இல்லாத மனிதப் புலியே! உமது மகன்களும், பேரன்களும் நலம்தானே!' என்று விச்வாமித்திரரை விசாரித்தார்.

''தன் மீது பெரும் அன்பு வைத்த வசிஷ்டரிடம், எல்லா விதத்திலும் தானும், ராஜ்யமும், மக்களும் நலமோடு இருப்பதாக விச்வாமித்திரர் தெரிவிக்க, அந்த மன்னனும், மஹரிஷியும் மகிழ்வை எய்தினர். அப்போது வசிஷ்டர் 'பெரும் பலம் வாய்ந்த மன்னரே! உமக்கும், உமது படையினருக்கும் விருந்து படைக்க விரும்புகிறேன். நீங்கள் அதை ஏற்க வேண்டும்' என்று கேட்டுக் கொண்டார். பழங்கள், கிழங்கு வகைகள் ஆகியவற்றை ஆச்ரமத்தில் பெற்றதே தனக்கு திருப்தி அளித்து விட்டது என்றும், விசேஷமான விருந்து எதுவும் வேண்டாம் என்றும் விச்வாமித்திரர் கூறினார். ஆனால் விருந்தை ஏற்குமாறு மீண்டும் வசிஷ்டர் வலியுறுத்த, விச்வாமித்திரரும் சம்மதித்தார்.''

சதானந்தர் மேலும் தொடர்ந்தார். ''மனமகிழ்ந்த வசிஷ்டர், 'சபலை' என்ற பெயருடைய, விரும்பியதை எல்லாம் அளிக்கும் பசுவாகிய காமதேனுவை அழைத்து, பெரும் விருந்துக்கு ஏற்பாடு செய்யும்படி கேட்டுக் கொண்டார். இப்படி வசிஷ்டரால் கேட்டுக் கொள்ளப்பட்ட சபலை என்கிற அந்தப் பசு, கரும்புச் சாறுகள், தேன் வகைகள், பற்பல பழங்கள், ருசியுள்ள பணியாரங்கள், பொரிகள், அளவிட முடியாத அன்னம், தயிர், இனிப்புப் பண்டங்கள், எல்லாம் அடங்கிய மாபெரும் விருந்தை உடனே படைத்தது. விருந்தினால் களிப்புற்ற விச்வாமித்திரர், வசிஷ்டரைப்

பார்த்து, 'உங்களால் நான் கௌரவிக்கப்பட்டேன், முனிவரே! எவை எவை பெரும் சிறப்புடையதோ அவையெல்லாம், அரசனிடமே இருக்க வேண்டும் என்று தர்ம சாத்திரங்கள் கூறுகின்றன. ஆகையால், பசுக்களில் சிறந்ததான இந்த சபலை என்கிற காமதேனு என்னிடம் இருப்பதுதான் முறை. இதை என்னிடம் ஒப்படைத்து விடுங்கள்' என்று சொன்னார்.

"வசிஷ்டர், 'எதை இழந்தாலும், அறிஞன் புகழை இழக்க சம்மதிக்க மாட்டான். அது போல இந்தப் பசு என்னால் இழக்கத்தக்கதல்ல. இங்கே நாங்கள் செய்யும் எல்லா தெய்வ காரியங்களுக்கும் இதுவே ஆதாரமாக இருக்கிறது. ஆகையால் இதைக் கொடுப்பதற்கில்லை' என்று கூறினார். விச்வாமித்திரர், வசிஷ்டருக்கு பலவித வெகுமதிகளைத் தருவதாகக் கூறினார். யானைகள், குதிரைகள், தங்கம், ரதங்கள், பசுக்கள், ஆகியவற்றை யெல்லாம் பெற்றுக் கொண்டு, சபலை என்ற காமதேனுவை தனக்குக் கொடுக்குமாறு கேட்டார். வசிஷ்டர் மறுத்தார்.

"கோபம் கொண்ட விச்வாமித்திரர், அந்தப் பசுவை பலவந்தமாகப் பிடித்து இழுத்தார். அவரிடமிருந்தும், அவரைச் சார்ந்தவர்களிடமிருந்தும் திமிறிக் கொண்டு விடுபட்ட பசு, வசிஷ்டரை நெருங்கி, 'உங்கள் முன்னிலையிலேயே நான் இழுத்துச் செல்லப்படுகிறேன். அப்படியென்றால், நீங்கள் என்னை கொடுத்து விட்டீர்கள் என்று கொள்ள வேண்டியதுதானா?' என்று சோகத்துடன் கேட்டது.

"வசிஷ்டர், 'அரசனுடைய வலிமை தனக்கு இல்லை என்றும், அவன் பலவந்தமாகவே பசுவை அபகரித்துச் செல்லுகிறான்' என்றும் – பதில் கூறினார். அந்தப் பசு, 'உங்களுடைய மந்திரத்தின் சக்தியினால் வளர்க்கப்பட்ட பெருமை எனக்கு உண்டு. நீங்கள் என்னை ஏவினால், இந்த மன்னனின் சேனையை நான் அழிக்கிறேன்' என்று கூறியது.

"வசிஷ்டர் சம்மதித்தார். காமதேனுவாகிய அந்தப் பசு, பெரும் சேனையைப் படைத்தது. அந்தப் படை விச்வாமித்திரரின் படையை நாசம் செய்தது. கோபம் கொண்ட விச்வாமித்திரர் பெரும் யுத்தம் புரிந்தார். இரு தரப்பிலும் பெரும் அழிவு

உண்டாயிற்று. விச்வாமித்திரருடைய மகன்கள் பலர் இறந்தனர். இறுதியில் தனது மகன்களையும், படையினரையும் பலி கொடுத்த விச்வாமித்திரர், மனம் குன்றியவராக அந்த இடத்தை விட்டு அகன்றார்.

''பின்னர் தன் மகன் ஒருவனிடம் ராஜ்ய பாரத்தை ஒப்படைத்து விட்டு, இமயமலைச் சாரலுக்குச் சென்று சிவபெருமானை நோக்கி அவர் தவம் புரிய, அவருடைய தவத்தை மெச்சிய பரமசிவன் அவருக்குக் காட்சி அளித்து, 'உன்னுடைய கோரிக்கை என்னவோ அதைச் சொல்' என்று கூறினார்.

''விச்வாமித்திரர், 'மகாதேவனே! தனுர் வேதம் முழுமையாக எனக்கு அளிக்கப்பட வேண்டும். தேவர்கள், அசுரர்கள், யக்ஷர்கள், ராக்ஷஸர்கள், கந்தர்வர்கள் ஆகியோரிடமெல்லாம் உள்ள அனைத்து அஸ்திரங்களும் எனக்குத் தரப்பட வேண்டும்' என்று வேண்டிக் கொண்டார். தேவர்களுக்கெல்லாம் தேவனாகிய பரம சிவன், 'அப்படியே ஆகுக' என்று விச்வாமித்திரருக்கு வரமளித்துச் சென்றார்.

''எவரிடமும் இல்லாத அளவுக்கு பயங்கரமான அஸ்திரங்களைப் பெற்று விட்டதால், இனி வசிஷ்டர் இறந்தவரே என்று எண்ணி விச்வாமித்திரர் பெரும் கர்வத்தை அடைந்து, வசிஷ்டரின் ஆச்ரமத்திற்குச் சென்று, தான் பெற்ற அஸ்திரங்களைப் பிரயோகித்தார். வசிஷ்டரின் தபோவனம் பொசுங்கியது.

''அங்கிருந்த ரிஷிகளும், சீடர்களும் பல திசைகளிலும் ஓடி விட்டார்கள். 'ஊழித் தீ' என வசிஷ்டர் கோபம் கொண்டு, தன் கையில் உள்ள கோலாகிய ப்ரம்ம தண்டத்தைத் தூக்கிப் பிடித்து, விச்வாமித்திரர் எதிரில் நின்று, 'காதியின் மகனே! உன்னுடைய கர்வத்தையும், உன் அஸ்திரங்களின் வன்மையையும், இப்போது அழிக்கிறேன். தவம் செய்து ப்ரம்ம ரிஷியாகிய நான் பெற்ற சக்தி எங்கே? க்ஷத்ரிய மன்னனாக இருந்து ஆயுத பலம் பெற்ற உன் சக்தி எங்கே?' என்று கூறி, விச்வாமித்திரரின் அஸ்திரங்களை பயனற்றதாகச் செய்தார். இறுதியில் விச்வாமித்திரர் ப்ரம்மாஸ் திரத்தை ஏவ, அதை வசிஷ்டரின் ப்ரம்ம தண்டம் என்கிற கோல் பயனற்றதாகச் செய்தது. பிரளய காலத் தீ என அந்தக் கோல்

ஜொலித்தது. வசிஷ்டரும் மூவுலகத்தையும் வியக்கச் செய்யும் வகையில் ஒளி வீசி நின்றார்.

''முழுமையாகத் தோல்வியுற்று, கர்வ பங்கமடைந்த விச்வாமித்திரர், 'க்ஷத்ரிய பலம் முடிவுடையது. ப்ரம்ம ரிஷியின் பலமோ அளவிட முடியாதது. அந்த பலத்தை அடைய என்ன தவம் செய்ய வேண்டி இருந்தாலும் சரி, அதை இனி செய்வேன்' என்று தீர்மானித்து, கடும் தவம் புரியத் தொடங்கினார்.

''அவருடைய தவத்தால் மகிழ்வுற்ற ப்ரம்ம தேவன், அவரை 'ராஜ ரிஷி' என்று அங்கீகரித்தார். விச்வாமித்திரர் திருப்தியுற வில்லை. ப்ரம்ம ரிஷி ஸ்தானத்தை அடைவது என்ற வைராக்கியத்தி லிருந்து நழுவாதவராக, மேலும் தவம் புரிந்தார். அவருடைய தவத்தினால் மூவுலகமும் நடுங்கியது.

''அந்தக் காலக்கட்டத்தில், த்ரிசங்கு என்று ஒரு மன்னன் இருந்தான். அவனுக்குத் தன் உடலுடனேயே தேவர்களின் உலகத்தை அடைய வேண்டும் என்ற ஆவல் உண்டாகி விட்டது. அதை ஈடேற்ற ஒரு யாகம் நடத்தித் தருமாறு அவன் வசிஷ்டரை வேண்டிக் கொள்ள, அவர் 'அது செய்யக் கூடாத காரியம்' என்று கூறி மறுத்து விட்டார். த்ரிசங்கு மன்னன், பெரும் தபஸ்விகளாக தென் நாட்டில் இருந்த வசிஷ்டரின் புத்திரர்களை அணுகி, யாகம் நடத்தித் தருமாறு கேட்க, அவர்களும் மறுத்தார்கள். தங்களுடைய தந்தையை மீறி, தாங்கள் செயல்பட வேண்டும் என்ற கெட்ட எண்ணத்தில் தங்களை த்ரிசங்கு அணுகியதால், அந்த மன்னனை வசிஷ்ட புத்திரர்கள் சபித்தார்கள். அவன் விகார உருவம் எய்தினான். ஆனாலும் தேவலோகம் செல்லும் ஆசை அவனை விடவில்லை.

''தான் பெற்றுவிட்ட விகார உருவத்துடனேயே, விச்வா மித்திரரை அணுகி, நடந்ததைக் கூறினான். அவர் மனம் இளகியது. 'இக்ஷ்வாகு வம்சத்தில் உதித்தவனே! நான் இருக்கிறேன். நீ பயப்படத் தேவையில்லை. பெரும் புண்ணிய சீலர்களான மஹரிஷிகளையெல்லாம் வரவழைத்து, உனக்காக ஒரு யாகத்தை நடத்துகிறேன். வசிஷ்டரின் மகன்களினால் இந்த விகார உருவத்தை அடைந்து விட்ட நீ, அந்த உருவத்துடனேயே

தேவலோகம் செல்வாய்! இந்த கௌசிகனை சரணமென்று அடைந்து விட்டாய். உன் காரியம் நிறைவேறியது என்று வைத்துக் கொள்' என்று அவர் த்ரிசங்குவிடம் கூறிவிட்டு, யாகம் நடத்துவதற்காக மஹரிஷிகளுக்கெல்லாம் அழைப்பு விடுத்து சீடர்களை அனுப்பினார்.

''அழைக்கப்பட்டவர்கள் அனைவரும் விச்வாமித்திரருக்கு அஞ்சி அழைப்பை ஏற்றனர். ஆனால் மகோதயர் என்ற ரிஷியும், வசிஷ்டரின் மகன்களும் 'நடத்தக் கூடாத யாகத்தை, நடத்தக் கூடாதவர் நடத்துகிறார்' என்று கூறி, அழைப்பை ஏற்க மறுத்தனர். இதையறிந்த விச்வாமித்திரர், பெரும் கோபமுற்று 'எல்லா உலகங்களிலும் நிந்திக்கப்படுகிற ஒரு வேடனாக அந்த மகோதயன் மாறக் கடவான்! நாயின் மாமிசத்தையே உணவாக உட்கொண்டு, விகார உருவமடைந்தவர்களாக வசிஷ்டரின் மகன்கள் மாறக் கடவர்' என்று சபித்தார். அவருடைய சாபம் அந்த நேரமே நிறை வேறியது.

''பின்னர் விச்வாமித்திரர், த்ரிசங்குவிற்காக யாகத்தைத் தொடங்கச் செய்தார். யாகத்தில் அழைக்கப்பட்ட தேவர்கள் அங்கே வர மறுத்தனர். விச்வாமித்திரர் தாங்க முடியாத சினம் கொண்டு, த்ரிசங்குவைப் பார்த்து, 'அரசனே! என்னுடைய மேன்மையை இப்போது பார்! உன்னை இப்போதே இந்த உடலுடனேயே சொர்க்கத்துக்கு அனுப்புகிறேன்! கடும் தவம் செய்து, நான் அடைந்த வன்மை என்னிடம் கொஞ்சமேனும் மீதி உள்ளது என்றால், அரசனே! அந்தத் தவ மகிமையால் நீ ஸ்வர்க்கத்திற்குப் போ!' என்று ஆவேசத்துடன் பேசினார்.

''எல்லோரும் பார்த்துக் கொண்டிருக்கும்போதே த்ரிசங்கு ராஜன், தன் உடலுடன் மேலேறி ஸ்வர்க்கத்தை அடைந்தான்.

''ஆனால் தேவேந்திரன், அவனைப் பார்த்து, 'நீ ஸ்வர்க்கத்தில் இடமுடையவன் அல்ல. திரும்பிக் கீழே போ. தலை கீழாய் பூமியில் விழுவாயாக!' என்று கட்டளையிட்டான்.

''இப்படி தேவேந்திரனால் தள்ளப்பட்ட த்ரிசங்கு, 'விச்வாமித்திர முனிவரே என்னைக் காப்பாற்றுங்கள்' என்று கதறியபடியே பூமியை நோக்கி விழுந்தான்.

''அவனுடைய கதறலைக் கேட்ட விச்வாமித்திரர், 'நில்! அப்படியே நில்!' என்று கீழிருந்து கட்டளையிட்டார்.

'' த்ரிசங்கு அப்படியே நின்றான்.

''கோபத்தினால் தன்னையே மறந்த விச்வாமித்திரர், த்ரிசங்கு தலைகீழாக நின்ற இடத்திலேயே, தன்னுடைய சக்தியினால் சப்த ரிஷி மண்டலத்தைத் தோற்றுவித்தார். அப்படியே நக்ஷத்திரங் களையும் படைத்தார். அதோடு நில்லாமல் 'த்ரிசங்குவைச் சுற்றி தேவர்களை உண்டாக்குகிறேன். மற்றுமோர் தேவேந்திரனையும் நான் படைக்கிறேன்' என்று அவர் கூற, தேவர்களும், ரிஷிகளும், சித்தர்களும், பெரும் கவலை கொண்டவர்களாக அவரைப் பணிவுடன் அணுகினார்கள். அவருடைய கோபத்தை அவர் அடக்கிக் கொள்ள வேண்டுமென்றும், உடலுடன் ஸ்வர்க்க லோகத்தை அடையக் கூடியவனல்லாத த்ரிசங்குவிற்காக, வேறு ஒரு தேவேந்திரனை அவர் படைக்க வேண்டாம் என்றும் அவர்கள் கேட்டுக் கொண்டார்கள். விச்வாமித்திரர் மனமிளகினார். 'த்ரிசங்கு நின்ற இடமே மற்றொரு ஸ்வர்க்க லோகமாக நிரந்தரமாக இருக்கட்டும்!' என்று அவர் கூற, தேவர்களும் அதை அங்கீகரித்தார்கள்.

'' த்ரிசங்குவின் விவகாரத்தினால் தன்னுடைய தவம் கெட்டுப் போனதை விச்வாமித்திரர் உணர்ந்து, விசாலி நதிக்கரையில் மீண்டும் தவம் புரியத் தொடங்கினார். அங்கு தவம் புரிகையில் அம்பரீஷ மன்னனுக்கும், சுனச்சேபன் என்ற பெயர் கொண்ட ரிஷிகுமாரனுக்கும், விச்வாமித்திரரின் அருளால், நன்மை கிட்டியது. ஆனால் அவர் தவம் செய்கையில் அங்கே வந்த மேனகையைக் கண்டு அவர் மனதைப் பறி கொடுக்கவே, தவம் மீண்டும் கலைந்தது.

''ப்ரம்ம ரிஷியாகி விடுவது என்ற வைராக்கியத்தை மட்டும் விடாத விச்வாமித்திரர் மீண்டும் கடும் தவம் புரிய, ப்ரம்ம தேவன் அவர் முன் தோன்றி, 'நீர் மஹரிஷியாகி விட்டீர்' என்று அங்கீகரித்தார். ஆனால் விச்வாமித்திரர் தான் விரும்பிய 'ப்ரம்ம ரிஷி' நிலையை எய்தாததால், அதை நாடி மேலும் தவம் செய்யத் தொடங்கினார்.

''கோடை காலத்தில் நான்கு புறங்களிலும் தீயினால் சூழப்பட்ட வராகவும், குளிர்காலத்தில் நீரினுள்ளே நின்றவராகவும், இரவு பகலாக காற்று ஒன்றையே ஆகாரமாகக் கொண்டு, நீண்ட நெடிய தவத்தை விச்வாமித்திரர் புரிந்தார். அதன் உக்ரத்தைத் தாங்க முடியாத தேவர்கள் இந்திரனை வேண்டிக் கொள்ள அவன் விச்வாமித்திரரின் தவத்தைத் தடுக்க ரம்பையை அனுப்பினான். தனது தவத்தைக் கெடுக்க வந்த அவளை விச்வாமித்திரர் கோபம் கொண்டு சபித்தார்.

''இப்படித் தவ வலிமையை மீண்டும் இழந்த அவர், அப்போது செய்யத் தொடங்கிய தவத்தின் காரணமாக அவருடைய தலையிலிருந்தே ஆவி பறந்தது. தேவர்களும், ரிஷிகளும் கலங்கினார்கள். கடல்கள் கொந்தளித்தன. மலைகள் வெடித்தன. பூமி நடுங்கியது. சுழற்காற்று வீசியது. சூரியன் ஒளி மங்கினான். மூவுலகமும் பொசுக்கப்பட்டு விடுமோ என்ற நிலை தோன்றியது.

''தேவர்கள் எல்லாம் ப்ரம்மனை வேண்டிக் கொள்ள, அவர் விச்வாமித்திரர் முன் தோன்றி, 'நீர் ப்ரம்ம ரிஷியானீர்' என்று தேவர்களோடு கூடி நின்று சொன்னார்.

''அப்போதும் கூட விச்வாமித்திரர் முழு திருப்தி அடையாமல், 'வேதங்களையெல்லாம் முழுமையாக அறிந்தவர்களுள் சிறந்தவரும், ப்ரம்ம தேவரின் மகனுமாகிய வசிஷ்டர் என்னை 'ப்ரம்ம ரிஷி' என்று ஏற்க வேண்டும். அதுவரை என் தவம் முற்றுப் பெறாது' என்று கூறிவிட்டார்.

''தேவர்கள் வசிஷ்டரை அணுக, அவர் விச்வாமித்திரரிடம் வந்து 'நீங்கள் ப்ரம்ம ரிஷிதான். அதில் சந்தேகமில்லை. இனி உங்களுக்குக் கிட்டாதது என்பது எது ஒன்றும் கிடையாது' என்று கூறினார். இப்படி ப்ரம்ம ரிஷியாகிய விச்வாமித்திரர் அதன் பின்னரும் தவங்களைச் செய்து கொண்டு, பூமி முழுவதும் உலவிக் கொண்டு வருகிறார். இவர் ரிஷிகளில் சிறந்தவர். வீர்யத்தின் இருப்பிடம். தவமே உருவெடுத்தவர்.''

இவ்வாறு சொல்லி, விச்வாமித்திரரின் வரலாற்றை, சதானந்தர், ராம – லக்ஷ்மணர்களுக்கு விவரித்து முடித்தார்.

1. பால காண்டம்

அத்தியாயம் - 12

வில் முறிந்தது

ஜனகரிடம் இருக்கும் வில்லை ராமருக்குக் காட்டுமாறு விச்வாமித்திரர் கூறுவது; அந்த வில்லில் நாணேற்றுபவருக்கே தன் மகள் ஸீதையை மணம் முடிக்க நிச்சயித்திருப்பதாகக் கூறுகிற ஜனகர், ஸீதையின் வரலாற்றையும், வில்லின் பின்னணியையும் சொல்வது; ராமர், விளையாட்டுப் போலவே வில்லில் நாணேற்றி அதை முறிப்பது; தசரத மன்னருக்கு ஜனகர் அனுப்பிய தூது; தசரத மன்னர் மிதிலைக்கு வந்து சேர்வது...

விச்வாமித்திரரின் வரலாற்றை சதானந்தர் விவரிக்கக் கேட்டு, வியப்பு எய்தி நின்ற ராம, லக்ஷ்மணர்கள் போலவே, ஜனக மன்னரும் மெய்சிலிர்த்துப் போய் கை கூப்பிக் கொண்டு, ''உயர்வு பெற்ற ப்ரம்ம ரிஷிகளில் உயர்ந்தவரே! உங்களுடைய பார்வை என் மீது பட்டதால் நான் தூய்மை அடைந்தேன். உங்களுடைய தவத்தின் வலிமை அளவிட முடியாதது. உங்களுடைய மன உறுதியின் மேன்மை கற்பனைக்கும் எட்டாதது. எண்ணி எண்ணி வியப்பதற்குரிய அற்புதங்கள் நிறைந்த உங்கள் வரலாற்றைக் கேட்க கேட்க, மேலும் கேட்க வேண்டும் என்ற ஆவலே தோன்றுகிறது. நாளை காலையில் உங்களை மீண்டும் காணும் வாய்ப்பை எனக்கு அருள வேண்டும்'' என்று கேட்டுக் கொண்டார்.

ஜனகருக்கு விடை கொடுத்து அனுப்பி விட்டு விச்வாமித்திரர், ராம, லட்சுமணர்களுடன், அந்நகரத்தில் தங்களுக்கு ஏற்பாடு செய்யப்பட்டிருந்த விடுதிக்குச் சென்றார்.

அடுத்த தினம் ஜனக மன்னர், விச்வாமித்திரரைச் சந்தித்து, ''எனக்குக் கட்டளை இடுங்கள். நான் இப்போது செய்ய வேண்டியது என்ன என்று கூறுங்கள்'' என்று விண்ணப்பித்தார்.

தர்மம் தவறாதவரும், சொல்வன்மை மிக்கவருமான விச்வாமித்திரர், ''அரசனே! தசரத மன்னனின் மகன்களாகிய இந்த ராமனும், லக்ஷ்மணனும் விற்போர் சாத்திரத்தில் வல்லுனர்கள். தர்மத்தின் பாதையிலிருந்து விலகாதவர்கள். உன்னிடம் இருக்கிற சிறப்பான வில்லை இவர்கள் பார்க்க விரும்புகிறார்கள். அதை இவர்கள் பார்ப்பதால், உனக்கு பெரும் நலம் விளையப் போகிறது. அந்த வில் இவர்களுக்குக் காண்பிக்கப்படட்டும். அதன் பின்னர் சக்கரவர்த்தியின் திருமகன் ராமன் தன் விருப்பம் போல் செயல்படட்டும்.''

இவ்வாறு விச்வாமித்திரரால் பணிக்கப்பட்ட ஜனகர், ''இந்த வில்லைப்பற்றிய பின்னணியைச் சொல்ல எனக்கு அனுமதி தர வேண்டும்'' என்று கேட்டுக் கொண்டு மேலே தொடர்ந்தார். ''என்னுடைய முன்னோராகிய நிமி சக்கரவர்த்திக்கு, தேவராதர் என்ற மகன் இருந்தார். புகழ் பெற்ற அந்த மன்னரிடம் தேவர்களாலே ஒப்படைக்கப்பட்ட வில் இது. தக்ஷனுடைய யாகத்தில் தனக்கு அவமதிப்பு நேர்ந்த போது, சிவபெருமான் அங்கு கூடியிருந்த தேவர்களின் சிரங்களைக் கொய்வதாகக் கூறி, தன்னுடைய இந்த வில்லை கையில் எடுத்தார். மனம் கலங்கிய தேவர்கள், சிவனை வேண்டிக் கொள்ள, கோபம் தணிந்த அந்த ருத்ரர், அந்த வில்லை அவர்களிடமே கொடுத்து அவர்களுக்கு அருளினார். அந்த புண்ணிய சீலர்கள், என்னுடைய முன்னோர் களில் ஒருவராகிய தேவராதரிடம் இதை ஒப்படைத்தார்கள்.''

ஜனகர் மேலும் தொடர்ந்தார். ''இது ஒருபுறமிருக்க, முன்பொருமுறை ஒரு யாகம் செய்வதற்காக நான் அதற்காக தேர்ந்தெடுக்கப்பட்ட நிலத்தை கலப்பையால் உழுதேன். அந்தக் கலப்பையின் போக்கினால் நிலத்தில் ஏற்பட்ட கோட்டிலிருந்து,

ஒரு பெண் தோன்றினாள். அப்படி கர்ப்பத்தில் வசிக்காமல் என்னுடைய பெண்ணாகி விட்ட ஸீதையை மணம் செய்து கொள்ள பல அரசர்கள் முன் வந்தார்கள். அற்புதமான வகையில் கிட்டிய பெண்ணாகிய ஸீதையை, சாதாரணமானதொரு அரசனுக்குத் திருமணம் செய்து வைக்க நான் விரும்பவில்லை. பெரும் வீரனே அவளை மணக்க வேண்டும் என்று நான் முடிவெடுத்தேன். ஸீதையை மணக்க விரும்புகிறவன், சிவபெருமானின் வில்லில் நாணேற்ற வேண்டும் என்ற நிபந்தனையை இதனால் நான் விதித்தேன். பல தேச மன்னர்களும் ஸீதையை மணக்க விரும்பி, இந்த வில் சம்பந்தப்பட்ட பரீட்சையில் இறங்கினார்கள். அவர்களில் ஒருவராலும் இதைக் கையால் தூக்கவும் முடியவில்லை. அப்படியிருக்க நாண் ஏற்றுவது என்பது எப்படி? என்னால் அவமானப்படுத்தப்பட்டதாக நினைத்து விட்ட அந்த மன்னர்கள், என் தேசத்தின் மீது படையெடுத்தார்கள். தேவர்களை வேண்டி படை பலத்தைப் பெற்ற நான், அவர்களை முறியடித்து அவர்களுடைய படைகளைச் சிதறடித்தேன். இதுதான் இந்த வில்லினுடைய சரித்திரம். இந்த வில்லுக்கு ராமன் நாணேற்றி விட்டால், கர்ப்பத்தில் வசிக்காமலேயே பிறந்த என்னுடைய மகள் ஸீதை அவருக்கே மனைவியாவாள்.''

இவ்வாறு ஜனகர் கூறியதைக் கேட்ட விச்வாமித்திரர், ''அந்த வில் ராமனுக்குக் காட்டப்படட்டும்'' என்று மட்டும் கூறினார். ஜனகர் கட்டளையிட, எட்டு சக்கரங்கள் கொண்டதொரு வண்டியில் இருந்த வில் வைக்கப்பட்ட பெட்டி, நூற்றுக்கணக்கானவர்களால் இழுத்துக் கொண்டு வரப்பட்டது.

ஜனகர், விச்வாமித்திரரிடம், ''வேதம் உணர்ந்தோரில் மேம்பட்டவரே! பல மன்னர்களால் தூக்கவும் முடியாமற் போன சிறப்பான வில் இதுவே. தேவர்கள், அசுரர்கள், ராக்ஷஸர்கள், கந்தர்வர்கள் ஆகியோரும் கூட இதை வளைக்கவோ, நாணேற்றவோ, அம்பு கோர்க்கவோ சக்தி அற்றவர்களே! அப்படியிருக்க இந்த வில் மனித சக்திக்கு அப்பாற்பட்டது என்பதில் சந்தேகமில்லை. ராஜகுமாரர்கள் இதைப் பார்க்கட்டும்'' என்றார்.

விச்வாமித்திரர், ராமரைப் பார்த்து, ''அன்புக்குரியவனே ராமா! புகழ் பெற்ற இந்த வில்லைப் பார்'' என்று கூறினார்.

விச்வாமித்திரரின் கட்டளையை ஏற்று வில்லைப் பார்த்த ராமர், ''உன்னதமான இந்த வில்லைக் கையிலெடுத்து வளைத்துப் பார்க்க நான் முயற்சிக்கலாம் அல்லவா ?'' என்று கேட்டார்.

விச்வாமித்திரரும், ஜனகரும் அனுமதி அளிக்க, கூடியிருந்தோர் எல்லாம் பார்த்துக் கொண்டிருக்க, ராமர் பெருமுயற்சி இல்லாமலேயே சர்வ சாதாரணமாக, அந்த வில்லை கையிலே எடுத்து நாணேற்றி வளைத்தார்.

வில் முறிந்து விழுந்தது.

இடி முழக்கம் போன்ற பேரோசை எழுந்தது.

ஒரு மாபெரும் மலை பிளந்து வெடித்தது போன்ற அதிர்ச்சி உண்டாயிற்று.

விச்வாமித்திரர், ஜனகர் மற்றும் ராம லக்ஷ்மணர்கள் ஆகியோரைத் தவிர, அங்கு கூடியிருந்த அனைவரும் மூர்ச்சித்து கீழே விழுந்தனர்.

அதன் பின்னர் சிறிது நேரத்தில் அவர்கள் எல்லாம் தெளிவு பெற, ஜனகர், ''என்னால் நினைத்துப் பார்க்க முடியாத நிகழ்ச்சி, என் கண் எதிரிலேயே நடந்து விட்டது. தசரத சக்கரவர்த்தியின் மகனாகிய ராமன், இப்போது காட்டிய வலிமை கற்பனை கூட செய்து பார்க்க முடியாதது. பெரும் வீரத்தைக் காட்டுபவனுக்கே ஸீதை மனைவியாவாள் என்கிற என்னுடைய தீர்மானம் இன்று நிறைவேறியது. ராமனைக் கணவனாகப் பெற்று ஸீதை பெரும்புகழை அடையப் போகிறாள். என்னுடைய மந்திரிமார் களை தசரத மன்னரிடம் அனுப்பி, நடந்ததைக் கூறி அவருடைய சம்மதத்தைப் பெற்று ஸீதையை ராமனுக்கு மணம் முடிக்க விரும்புகிறேன். இதற்கு நீங்கள் என்னை அனுமதிக்க வேண்டு கிறேன்'' என்று கூறி வணங்கி நின்றார்.

விச்வாமித்திர முனிவர் சம்மதம் தெரிவிக்க, ஜனகருடைய மந்திரிகள், அயோத்திக்குப் புறப்பட்டார்கள். அங்கே தசரதரின்

அரண்மனையை அடைந்த அவர்கள், மன்னரை வணங்கி நின்று பேசத் தொடங்கினார்கள். ''மன்னர்களில் சிங்கம் போன்றவரே! புண்ணிய சீலரே! க்ஷத்ரிய தர்மத்தை முழுமையாகக் கடைப்பிடிப்பவரே! மிதிலையின் மன்னர் ஜனகராஜன், உங்களுடைய நலத்தை விரும்புகிறார். உங்களுடைய குருமார் களும், குடிமக்களும் எல்லா நலங்களையும் பெற்றிருப்பார்கள் என்ற நம்பிக்கையை ஜனக மன்னர் தெரிவிக்கிறார். அரசே! விச்வாமித்திர மஹரிஷியின் அனுமதி பெற்று, ஜனக மன்னர் தங்களுடைய சமூகத்திற்கு அனுப்புகிற செய்தி இது: 'தங்களுடைய வீரத்தை நிரூபிக்க முடியாமல், பல மன்னர்கள் என் மகள் ஸீதையை மணக்க விரும்பியும் தோல்வியுற்று திரும்பிய விவரத்தை நீங்கள் அறிந்திருக்கலாம். என்னுடைய அதிர்ஷ்டம் காரணமாக, மிதிலைக்கு விச்வாமித்திரரால் அழைத்து வரப்பட்ட உங்கள் மகன் ராமர், எல்லோர் முன்னிலையிலும் பரமசிவனுடைய வில்லை முறித்து, என்னுடைய வாக்குறுதியை நிறைவேற்றும் வாய்ப்பை எனக்கு அளித்திருக்கிறார். நான் தீர்மானித்து அறிவித்திருந்தபடி, ஸீதையை அவருக்கு மணம் செய்விக்க விரும்புகிறேன். அதற்கு உங்கள் சம்மதத்தைக் கோருகிறேன். உங்களுடைய குருமார் களுடனும், மற்றவர்களுடனும் தாங்கள் மிதிலைக்கு வர வேண்டும் என்று கேட்டுக் கொள்கிறேன்.' தன்னுடைய புரோகிதர் சதானந்தரால் வாழ்த்தப்பட்ட ஜனக மன்னர், விச்வாமித்திரரின் அனுமதி பெற்று தங்கள் முன் சமர்ப்பிக்கிற நற்செய்தி இது. மரியாதைக்குரிய மன்னரே! எங்களுடைய மன்னரின் வேண்டு கோளை ஏற்கக் கோருகிறோம்.''

இவ்வாறு தூதர்கள் சொன்னதைக் கேட்ட தசரதர், வசிஷ்டர், வாமதேவர் போன்றவர்களிடம், ''விச்வாமித்திரரின் ஆதரவு பெற்ற ராமனின் வீரத்தை ஜனக மன்னர் புரிந்து கொண்டதால், தன் மகளை அவனுக்கே திருமணம் செய்ய விரும்புகிறார். உங்களுக் கெல்லாம் சம்மதம் என்றால், காலம் தாழ்த்தாமல், நாம் மிதிலை புறப்பட்டுச் செல்லலாம்'' என்று கூறினார்.

மந்திரிகளும், மஹரிஷிகளும் பெரும் மகிழ்வு எய்தி சம்மதம் தெரிவிக்க, தசரத மன்னர் ஜனகரிடமிருந்து தூது வந்தவர்களைப்

பார்த்து, ''நாளையே நாங்கள் புறப்படுகிறோம்'' என்று கூறி, அவர்களை உபசரித்தார்.

அடுத்த தினம் ஸுமந்திரரை அழைத்து தசரதர், ''பொக்கிஷ அதிகாரிகள் பலவித ஆபரணங்களையும், செல்வத்தையும் எடுத்துக் கொள்ளட்டும். பல்லக்குகளும், ரதங்களும் தயாராகட்டும். வசிஷ்டர், வாமதேவர், ஜாபாலி, காசியபர், காத்யாயனர் மற்றும் நீண்ட ஆயுள் கொண்ட மார்க்கண்டேயர் ஆகியோர் முதலில் செல்ல, அவர்களுடைய தலைமையில் நாம் செல்வோம்'' என்று உத்தரவிட்டார்.

பரிவாரங்கள் புடை சூழ புறப்பட்ட தசரதர், நான்கு நாட்களில் மிதிலையின் எல்லையை அடைந்தார். அவரை எதிர்கொண்டு அழைத்த ஜனகர், ''எல்லா தேவர்களாலும் சூழப்பட்டு இந்திரன் வருவது போல, புண்ணிய சீலர்களால் சூழப்பட்டு என்னுடைய நகரத்திற்கு வந்திருக்கிற உங்களுடைய வரவு நல்வரவாகட்டும். என்னிடமிருந்த குறைகள் எல்லாம் நீங்கள் வந்ததால் நீங்கின. என்குலம் பெருமை பெற்றது. நான் செய்த புண்ணியத்தின் பலனை இன்று அடைந்தேன். நான் நடத்திக் கொண்டிருக்கிற யாகம் நாளை முடிவடைகிறது. அது முடிந்தவுடன், எனது மகளின் கல்யாண உற்சவத்தை நடத்த விரும்புகிறேன். உங்களுடைய அனுமதி வேண்டும்'' என்று பணிவுடன் கூறினார்.

சொல்லின் தன்மையை அறிந்த தசரதர், ''தானம் எப்போது நடக்க வேண்டும் என்பது, தானம் கொடுப்பவரால் நிச்சயம் செய்யப்பட வேண்டிய விஷயம். தானம் வாங்குபவனுக்கு அதற்கான நேரத்தைக் குறிக்கும் அதிகாரம் இல்லை. இங்கே தானம் கொடுக்கப் போகிறவர் நீங்கள். அதைப் பெறப் போகிறவன் நான். ஆகையால் தர்மம் அறிந்த ஜனக மன்னரே! நீர் நியமிக்கிற நேரத்தில் அதை நடத்துவதுதான் முறை'' என்று கூறினார்.

தன்னுடைய அந்தஸ்திற்கும், தகுதிக்கும் ஏற்ப தசரத மன்னர் பேசிய வார்த்தைக்ளைக் கேட்டு, ஜனக மன்னர் மகிழ்வெய்த - இரு தரப்பிலும் இருந்த பல மஹரிஷிகள் நெடுநாட்களுக்குப் பிறகு ஒருவரையொருவர் சந்தித்த திருப்தியை அடைய - முறையான உபசரிப்புகளைப் பெற்ற தசரதர்,

ராமரையும், லக்ஷ்மணரையும் பார்த்து உள்ளம் பூரிக்க – விச்வாமித்திரரோடு கூடித் தங்களுக்காக நியமிக்கப்பட்டிருந்த மாளிகையில் மன்னரும், அவருடைய மகன்களும் அன்றிரவைக் கழித்தார்கள்.

(நிலத்தை உழும்போது கலப்பை பூமியில் போடுகிற கோடு 'ஸீதா' என்ற பெயருடையது. அதிலிருந்து பிறப்புற்றதால், ஜனகரின் மகள் அந்தப் பெயரைப் பெற்றாள்.

வால்மீகி ராமாயணத்தில் - மிதிலை நகரில் நுழைந்த போதோ, வில்லை முறிப்பதற்கு முன்பாகவோ, முறித்த பிறகோ, தசரதன் மிதிலைக்கு வந்து சேர்ந்த உடனேயே கூட – ராமரும் ஸீதையும் சந்தித்துக் கொள்ளவில்லை. ஒருவரையொருவர் பார்க்கும் வாய்ப்பைக் கூட அவர்கள் பெறவில்லை.

துளஸிதாஸரின் ராமாயணத்தில் மலர் கொய்வதற்காக ஒரு நந்தவனத்திற்குச் செல்கையில் ராமரும், லக்ஷ்மணனும் அங்கே ஸீதையைப் பார்க்கிறார்கள். ராமனையே மணக்க விரும்பி, பவானி தேவியின் அருளை ஸீதை வேண்ட, அவளுக்கு அந்த வரம் கிட்டுகிறது. இது ஒரு புறமிருக்க, வில்லைப் பற்றிய விவரத்தைக் கூறும் ஜனகர், ராவணன் கூட அதில் நாணேற்ற முயன்று தோற்றுப் போனான் என்று சொல்கிறார். இதில் நாணேற்றக் கூடிய ஆண்மகனே இல்லை என்று அவர் சொல்லும்போது, லக்ஷ்மணனுக்குக் கோபம் வருகிறது. தானே அதை எடுத்து முறித்துப் போட்டு, ஜனகரின் வார்த்தையைப் பொய்ப்பிக்க தீர்மானித்து, ராமரின் அனுமதியைக் கேட்கிறான். அப்போது விச்வாமித்திரர் அனுமதி அளிக்க, ராமரே அந்த வில்லை எடுத்து நாணேற்றி முறிக்கிறார். இந்த நிகழ்ச்சி ஜனகரின் சபையில் ஸீதையின் கண் முன்னாலேயே நடக்கிறது. அவள் வெற்றி மாலையை ராமரின் கழுத்தில் அணிவிக்கிறாள்.

கம்பர் இந்த நிகழ்ச்சியை வேறு விதமாக எடுத்துரைக்கிறார். அதன் விவரத்தைப் பார்ப்போம்...)

1. பால காண்டம்

அத்தியாயம் - 13

கொற்றவர் வரிசை

தனது சகோதரன் குசத்வஜரை, மிதிலை நகருக்கு ஜனகர் வரவழைப்பது; தசரதரின் பரம்பரையைப் பற்றிய விவரங்களை, விச்வாமித்திரரின் அனுமதியுடன், வசிஷ்டர் எடுத்துரைப்பது...

(வால்மீகி ராமாயணத்தைப் போல் அல்லாமல், கம்ப ராமாயணத்திலே மிதிலை நகருக்குள் நுழைந்த பிறகு, ராமர் ஸீதையைப் பார்த்து விடுகிறார். கன்னி மாடத்தில் ஸீதை நின்று கொண்டிருக்கும் போது, இந்த சம்பவம் நிகழ்கிறது. அப்போதே இருவரும் மனம் ஒத்துப் போயினர். வில் நாணேற்றி முறிபட்டது என்ற செய்தியை ஒரு தோழி கூறும்போது, ஸீதை அந்த சாதனையை நிகழ்த்தியது, தான் கண்ட இளைஞனாகத்தான் இருக்கும் என்று நினைத்தாலும் கூட, அப்படி இல்லாமற் போனால், தன் உயிர் பிரியும் என்று நினைக்கிறாள்.

இந்த இடத்தில் கம்ப ராமாயணம் பற்றி சில வார்த்தைகள்...

நான் எந்த மொழியிலும் புலவனல்ல – தமிழ் உட்பட. ஆனால் ஆங்கிலம், ஸம்ஸ்கிருதம், தமிழ் – ஆகிய மொழிகளில் சிலவற்றை படிக்கும் வாய்ப்பு கிட்டும் போது, அந்தந்த மொழியின் திறனைக் கண்டு எனக்குள் ஒரு பிரமிப்பு ஏற்படும். அவ்வகையில் இந்தத் தொடருக்காக கம்பரின் ராமாயணத்தைப் படிக்கும் போதெல் லாம், அவருடைய கவித் திறன் பெரும் வியப்பை ஏற்படுத்துகிறது.

எண்ணி எண்ணி வியப்புறுகிற வகையில் கம்பரின் காவியத்தில் தமிழ் மொழியின் மேன்மையும், உயர்வும் வெளிப்படுகின்றன. வால்மீகி, காளிதாஸர், கம்பர், பாரதி போன்றவர்களின் கவித் திறனைப் பாராட்டவும் கூட ஒரு தகுதி வேண்டும். அது என்னிடம் இல்லை. இருந்தாலும் கூட – என்னைப் போன்ற இலக்கிய ரசனை பெரிதாக இல்லாத ஒருவனுக்கே கூட, மனக் கிளர்ச்சி ஏற்படுகிற வகையில் இவர்களுடைய கவித் திறன் அமைந்திருக்கிறது என்பதை என்னால் சொல்லாமல் இருக்க முடியவில்லை.

தமிழ் மொழியின் சிறப்பைக் கம்பரின் கவித்திறன் எடுத்துக் காட்டுகிற லாவகத்தைப் பார்த்து என்னளவில் வியக்கின்ற நான், இந்தத் தொடரில் ஆங்காங்கே கம்ப ராமாயணப் பாடல்கள் ஒரு சிலவற்றைச் சொல்ல நினைக்கிறேன். இப்படிச் சில பாடல்களைக் குறிப்பிட்டுச் சொல்வதால், கம்ப ராமாயணத்திலேயே மிகவும் உன்னதமான பகுதிகள் இவை மட்டும்தான் என்பது அர்த்தமல்ல. ஒரு 'சாம்பிளு'க்காக – மாதிரிக்காக – சிலவற்றை சுட்டிக் காட்டுகிறேன். எந்த மொழியிலும் இலக்கியத் திறன் சிறிதுமில்லாத என் போன்றவர்களைக் கூட கவர்ந்து இழுத்து, ஒருபடி மேலே ஏற்றி விடுகிற சிறப்பு, கம்பரின் காவியத்தில் இருக்கிறது என்பதைக் காட்டுவதற்காகவே இந்த முயற்சி.

ராமர் வில்லை முறித்த காட்சியை வர்ணிக்கும்போது, கம்பர் – அங்கிருந்தவர்கள் 'ராமன் தன் கையால் வில்லை எடுத்ததைக் கண்டனர்; முறிந்து விழுந்த பேரொலியைக் கேட்டனர்' என்று சொல்கிறார். அதாவது வில்லில் நாண் ஏற்றியது, வில்லை வளைத்தது.... போன்ற எதுவும் பார்ப்பவர் கண்களுக்குப் புலப்படவில்லை. அவ்வளவு வேகம். 'கையால் எடுத்தது கண்டனர்; இற்றது கேட்டார்'. இப்படி மிகச் சில வார்த்தைகளில் மிகப் பெரிய விஷயத்தை அழகுபடக் கூறுவது கம்பருக்குக் கைவந்த கலையாக இருக்கிறது.

கம்ப ராமாயணம் போன்ற இலக்கியங்களைப் பாராட்டும் தகுதி கூட நமக்கு இல்லையே என்ற தயக்கத்தினால், இந்தத் தொடரின் ஆரம்பத்திலிருந்தே அந்தக் காவியப் பகுதிகளைக் குறிப்பிடாமல் தவிர்த்து வந்தேன். ஆனால் அதைச் சொல்லாவிட்டால் மனம் ஆறாது போல் இருக்கிறது. ஆகையால் என் மனத்திருப்திக்காக மட்டுமே,

கம்பர் காவியப் பகுதிகள் மிகச் சிலவற்றை மட்டும் இந்தத் தொடரில் தருகிறேன் - என்று எடுத்துக் கொள்ளலாம். ஆரம்பப் பகுதிகள் சிலவற்றில் கம்பரின் காவியத் திறனைப் பார்ப்போம். அர்த்தத்தை முதலில் படித்து விட்டு, பிறகு பாடலைப் படிக்கும் போதுதான், அதன் சுவை எனக்குப் புரிகிறது. அதனால், இங்கேயும், முதலில் புலவர்கள் கூறியுள்ள அர்த்தத்தை முதலில் கொடுத்துவிட்டு, பிறகு பாடலைக் குறிப்பிடுகிறேன்.

தசரதனின் மேன்மையைப் பற்றிப் பேசும்பொழுது, 'தோலினால் செய்யப்பட்ட உறையை உடைய வேலைத் தாங்கிய மன்னருக் கெல்லாம் மன்னனாகிய, தள்ளி விட முடியாத பெரும்புகழ் படைத்த, தயரதன் என்னும் பெயருடைய வள்ளலின் ஆட்சியில், நதிகளின் வெள்ளப் பெருக்கும், பறவைகளும், விலங்குகளும், விலை மாதர்களின் உள்ளமும் கூட ஒரே சீரான வழியில், வரம்பு மீறாமல் சென்றன' என்று கம்பர் வர்ணிக்கிறார். அந்தப் பாடல் -

வெள்ளமும், பறவையும், விலங்கும், வேசையர்
உள்ளமும், ஒரு வழி ஓட நின்றவன்;
தள்ள அரும் பெரும் புகழ்த் தயரதப் பெயர்
வள்ளல்; வள் உறை அயில் மன்னர் மன்னனே.

அடுத்து வேறு ஒரு கட்டம். ராமரை உடன் அனுப்புமாறு விச்வாமித்திர முனிவர் கேட்கும் பொழுது, தசரத மன்னர் அதை மறுத்து, அவருடைய யாகத்தைக் காக்க தானே வருவதாகச் சொல்லும்போது, முனிவருக்குக் கோபம் வருகிறது. அதை கம்பர் வர்ணிக்கிறார். 'உலகத்தையே படைக்கத் தொடங்கிய முனிவனாகிய விச்வாமித்திரன் முனிவோடு - சினத்தோடு - எழுந்தான். அம்முனிவனது புருவங்கள் மேலே உயர்ந்து நெற்றியில் முற்றி நின்றன; சினத்தினால் தோன்றிய சிரிப்பும் வந்தது; இரு கண்களும் கோபத்தால் சிவந்தன; வானத்தில் உலவிக் கொண்டிருந்த சூரியன் பயந்து மறைந்தான்; அவ்வுலகத்திலும், இவ்வுலகத்திலும் நின்ற உயிரினங்கள் எல்லாம் திசையறியாமல் நிலை தவறித் திரிந்தன; திக்குகள் எல்லாம் ஒளி இழந்து இருளடைந்தன. தேவர்கள், இது உலகம் அழியும் இறுதி காலமோ என நினைத்து விட்டனர்.' இந்தப் பாடல்:

பால காண்டம்

> "...என்றலும், முனிவோடு எழுந்தனன்,
> மண் படைத்த முனி; 'இறுதிக் காலம்
> அன்று' என, 'ஆம்' என இமையோர் அயிர்த்தனர்;
> மேல் வெயில் கரந்தது; அங்கும் இங்கும்
> நின்றனவும் திரிந்தன; மேல் நிவந்த கொழுங்
> கடைப் புருவம் நெற்றி முற்றச்
> சென்றன; வந்தது நகையும்; சிவந்தன கண்;
> இருண்டன, போய்த் திசைகள் எல்லாம்."

அடுத்து ஒரு நிகழ்ச்சி. கல்லாக மாறி இருந்த அகலிகை ராமரின் கால் பட்டதால், முந்தைய உருவத்தைப் பெறுகிறாள். அப்போது அவளுடைய வரலாற்றை விச்வாமித்திரர், ராமருக்கு எடுத்துச் சொல்கிறார். சொல்லிவிட்டு, 'இந்த விதத்தில்தான் முந்தைய நிகழ்ச்சி நடந்தது. நீ பிறந்ததால் இனி, இந்த உலகத்தில் உள்ள உயிர்களுக்கெல்லாம் கடைத்தேறும் வழி இல்லாமல், வேறு ஒரு துன்பத்தின் வழி அடைவது என்பது உண்டோ? மழை தரும் மேகம் போன்ற நிறமுடைய ராமனே, வருகிற வழியில் அங்கே – மை போன்ற கரிய நிறமுடைய தாடகை என்ற அரக்கியோடு நடந்த போரில் உன் கையின் ஆற்றலைப் பார்த்தேன். இங்கே – இந்த இடத்தில் இப்போது உன் திருவடியின் திறனைப் பார்த்தேன்' என்று சொல்கிறார். இந்தப் பாடல்:

> 'இவ்வண்ணம் நிகழ்ந்த வண்ணம்;
> இனி, இந்த உலகுக்கு எல்லாம்
> உய்வண்ணம் அன்றி, மற்று ஓர்
> துயர் வண்ணம் உறுவது உண்டோ?
> மை வண்ணத்து அரக்கி போரில்,
> மழை வண்ணத்து அண்ணலே! உன்
> கை வண்ணம் அங்கு கண்டேன்;
> கால் வண்ணம் இங்கு கண்டேன்.'

மிதிலை நகருக்கு வந்து சேர்ந்த ராமர், கன்னி மாடத்தில் நின்று கொண்டிருந்த ஸீதையைப் பார்க்கும் பொழுது, 'மனதினால் எண்ணிப் பார்ப்பதற்கும் அரிய அழகுள்ள ஸீதை – இவ்வாறு நின்ற பொழுது, ஒருவர் கண்களோடு மற்றொருவர் கண்கள், இணைந்து பற்றிக் கொள்ள, ஒன்றை ஒன்று சுவைக்க, இருவரது உணர்வும்

தங்கள் இடங்களிலே நிலை பெறாமல் ஒன்றுபட்டு விட, ராமனும் பார்த்தான்; ஸீதையும் பார்த்தாள்' என்று கம்பர் வர்ணிக்கிறார். அந்தப் பாடல்:

'எண்ண அரு நலத்தினாள் இனையள் நின்றுவழி,
கண்ணொடு கண் இணை கவ்வி, ஒன்றை ஒன்று
உண்ணவும், நிலைபெறாது உணர்வும் ஒன்றிட,
அண்ணலும் நோக்கினான்; அவளும் நோக்கினாள்.'

ராமாயணத்தைப் படிக்க விரும்புகிறவர்கள் தமிழ் தெரிந்தவர் களாக இருந்தால், கம்ப ராமாயணத்தைப் படிக்காமல் விட்டுவிடக் கூடாது. வால்மீகி ராமாயணம்தான் வரலாறு. அதிலிருந்து கம்ப ராமாயணம் சில இடங்களில் மாறுபடுகிறது. ஆனாலும் கூட, கம்ப ராமாயணத்தின் காவியச் சிறப்பு அசாத்தியமானது. தெய்வத்தின் அருள் முழுமையாகப் பெற்றிருக்கக்கூடிய ஒருவரால்தான், இப்படி ஒரு காவியத்தைப் படைக்க முடியும். 'காவியச் சுவையில், கவிதைத் திறனில், வால்மீகியையும் கூட கம்பர் மிஞ்சுகிறார்' என்று சில பெரியவர்கள் அபிப்பிராயப்பட்டிருக்கிறார்கள். அந்த அளவுக்கு மேன்மை கொண்டது இந்தத் தமிழ் நூல்.)

அடுத்த தினம் ஜனகர், தன்னுடைய சகோதரனும், ஸாங்காசிய நகரத்து மன்னனுமாகிய குசத்வஜரை தன் நகரத்திற்கு வர வழைத்தார். அதன் பிறகு, ஸுதாமன் என்ற மந்திரியை அனுப்பி, தசரதருக்கு அழைப்பு விடுத்தார். அழைப்பை ஏற்று வந்து சேர்ந்த தசரதர், ஜனகரின் உபசரிப்புகளைப் பெற்றுக் கொண்டு, ''அரசே! இக்ஷ்வாகு வம்சத்தினராகிய நாங்கள், எங்கள் குல குருவாகிய வசிஷ்டரை முன் நிறுத்தித்தான் எந்தக் காரியத்தையும் செய்கிறோம். அந்த வழக்கத்தை யொட்டி இப்பொழுது, விச்வாமித்திரரின் அனுமதியைப் பெற்று, வசிஷ்டர் எனது பரம்பரையைப் பற்றிய விவரங்களை உங்களுக்கு எடுத்துச் சொல்வார்'' என்று கூறினார்.

விச்வாமித்திரரின் அனுமதியுடன் வசிஷ்டர் குல முறை சொல்லத் தொடங்கினார். ''ப்ரம்மனிடமிருந்து மரீசி உண்டானான்; மரீசியின் மகன் காச்யபர்; காச்யபரின் மகன் விவஸ்வான் என்கிற சூரியன்; விவஸ்வானுடைய மகன் மானிடப் பிறவிகளின் தந்தையாகிய மனு; மனுவின் மகன் அயோத்தியின் முதல்

பால காண்டம்

மன்னனாகிய இக்ஷ்வாகு; இக்ஷ்வாகுவின் புதல்வன் மூவுலகிலும் புகழ் பெற்ற குக்ஷி; குக்ஷியின் மகன் கீர்த்தி பெற்ற விகுக்ஷி; விகுக்ஷியின் மகன் பெரும் சூரனாகிய பாணன்; பாணனின் மகன் அனரண்யன்; அனரண்யனின் மகன் ப்ருது; ப்ருதுவின் மகன் த்ரிசங்கு; த்ரிசங்குவின் மகன் பெரும் புகழ் படைத்த துந்துமாரன்; துந்துமாரனின் மகன் மஹாவீரனாகிய யுவனாச்வன்; யுவனாச்வனின் மகன் மாந்தாதா; மாந்தாதாவின் மகன் ஸுஸந்தி; ஸுஸந்திக்கு துருவஸந்தி – ப்ரஸேனஜித் என்ற பெயர்களுடைய இருமகன்கள்; துருவஸந்தியின் மகன் சிறப்பு மிக்க பரதன்; பரதனின் மகன் அஸிதன்; அஸிதனின் மகன் ஸகரன்; ஸகரனின் மகன் அஸமஞ்ஜன்; அஸமஞ்ஜனின் மகன் அம்சுமான்; அம்சுமானின் மகன் திலீபன்; திலீபனின் மகன் பகீரதன்; பகீரதனின் மகன் ககுத்ஸ்தன்; ககுத்ஸ்தனின் மகன் ரகு; ரகுவின் மகன் ஒரு சாபத்திற்குள்ளாகி கறுப்பு கால்களைப் பெற்று, அதன் காரணமாக கல்மாஷபாதன் என்ற பெயரைக் கொண்ட ப்ரவ்ருத்தன்; ப்ரவ்ருத்தனின் மகன் சங்கணன்; சங்கணனின் மகன் சுதர்சனன்; சுதர்சனனின் மகன் அக்னி வர்ணன்; அக்னி வர்ணனின் மகன் சீக்ரகன்; சீக்ரகனின் மகன் மரு; மருவின் மகன் ப்ரசுச்ருகன்; ப்ரசுச்ருகனின் மகன் அம்பரீஷன்; அம்பரீஷனின் மகன் நஹுஷன்; நஹுஷனின் மகன் யயாதி; யயாதியின் மகன் நாபாகன்; நாபாகனின் மகன் அஜன்; அந்த அஜனின் மகன்தான் இந்த தசரதன்! ராமரும், லக்ஷ்மணரும் தசரதனின் மகன்கள்."

வசிஷ்டர் தொடர்ந்தார் "இப்படிப்பட்டதாகிய இக்ஷ்வாகு வம்சம் மிகவும் தூய்மையானது. இந்த வம்சத்தினர் உண்மையையே பேசுபவர்கள்; பெரும் வீரர்கள்; தர்மத்தின் பாதையிலிருந்து தவறாதவர்கள் அப்படிப்பட்ட குலத்தில் பிறந்துள்ள ராமனுக்கும், லக்ஷ்மணனுக்கும் உங்களுடைய இரண்டு பெண்களை மணம் செய்து கொடுக்கும்படி நான் கேட்டுக் கொள் கிறேன். மனிதர்களில் மேம்பட்டவரே! மன்னரே! உங்கள் பெண்களுக்கேற்றவர்கள் ராமனும், லக்ஷ்மணனுமே! இந்தத் திருமணத்திற்கு நீங்கள் சம்மதிக்க வேண்டுகிறேன்."

கோசல நாடாண்ட கொற்றவர் வரிசையைக் கூறி, மிதிலை மன்னரின் பெண்களை ராம, லக்ஷ்மணர்களுக்குத் திருமணம் செய்து வைக்குமாறு முறைப்படி வசிஷ்டர் கேட்டுக் கொண்ட பிறகு, ஜனகர் பேசத் தொடங்கினார்.

1. பால காண்டம்

அத்தியாயம் - 14

நான்கு திருமணங்கள்

> ஜனகர் தன்னுடைய குல வரிசையைக் கூறுவது; ராம லக்ஷ்மணர்களுக்கு ஸீதையையும், ஊர்மிளையையும் மணம் முடித்து வைக்க நிச்சயமாவது; ஜனகரின் சகோதரனாகிய குசத்வஜனின் மகள்களை பரத, சத்ருக்னர்களுக்கு மணம் செய்து வைக்குமாறு விச்வாமித்திரர் கூறுவதும், அதை ஜனகர் ஏற்பதும்; தசரதரின் நான்கு மகன்களுக்கும் திருமணம் நடந்தேறுவது; விச்வாமித்திரர் விடைபெற்று கைலாயமலை செல்வது; தசரதர் முதலானோர் அயோத்திக்குப் பயணமாகிக் கொண்டிருக்கையில், அவர்களை பரசுராமர் எதிர்கொள்வது...

"மகளைத் திருமணம் செய்து வைக்கும் பொழுது, குல வரிசை விவரமாகச் சொல்லப்பட வேண்டும் என்ற மரபையொட்டி, உங்கள் அனுமதியுடன் எங்களுடைய பரம்பரையைக் கூறுகிறேன்'' என்று கூறி விட்டு, ஜனகர் மேலும் தொடர்ந்தார்.

''நிமி; நிமியின் மகன் மிதி; மிதியின் மகன் ஜனகன் - இந்த ஜனகன்தான் முதலாவது ஜனகர் என்று பெயர் பெற்றவர்; அவரை அடுத்து அவருடைய மகன் உதாவஸு, நந்திவர்தனன், ஸுகேது, தேவராதன், ப்ருஹத்ரதன், மஹாவீரன், சுத்ருதி, த்ருஷ்டகேது,

ஹர்யச்வன், மரு, ப்ரதிந்தகன், கீர்த்திராதன், தேவமீடன், விபுதன், மஹீத்ரகன், கீர்த்திரதன், மஹாரோமன், ஸ்வர்ணரோமன், ஹ்ரஸ்வரோமன் – ஆகியோர் எங்கள் வம்சத்தின் கீர்த்திமிக்க முன்னோர்கள்.

''ஹ்ரஸ்வரோமனுக்கு இரண்டு மகன்கள் உண்டு. ஒன்று நான், மற்றொன்று என்னுடைய சகோதரனாகிய குசத்வஜன். என்னுடைய தந்தையாகிய ஹ்ரஸ்வரோமர் காலமான பிறகு, ஒரு நேரத்தில் ஸாங்காஸ்ய மன்னனாகிய ஸுதன்வா என்னிடமிருக்கும் சிவபெருமானது வில்லையும், என் மகள் ஸீதையையும் பெறுவதற்கு முயற்சித்தான். நான் மறுத்தேன். அதனால் அவனோடு போரிட நேர்ந்தது. ஸுதன்வா அந்த யுத்தத்தில் என்னால் கொல்லப்பட்டான். ஸாங்காஸ்ய நகரத்தின் மன்னனாக என்னுடைய இளைய சகோதரன் குசத்வஜனுக்கு நான் முடி சூட்டினேன்.

''கீர்த்திமிக்க வசிஷ்ட முனிவரே! இப்படிப்பட்ட புகழ்வாய்ந்த வம்சத்தில் உதித்த நான், என்னுடைய மகள்களாகிய ஸீதையையும், ஊர்மிளையையும் முறையே ராமனுக்கும், லக்ஷ்மணனுக்கும் திருமணம் செய்து வைக்கிறேன். இதற்கு உங்கள் ஒப்புதலையும் வாழ்த்தையும் தருமாறு கேட்டுக் கொள்கிறேன். முனிவரே! இன்று மக நக்ஷத்திரம். இன்றைய தினத்திலிருந்து மூன்றாவது நாள் உத்திர பல்குனி. திருமணத்தைச் செய்வதற்கு அது மிகச் சிறந்த தினம் என்று பெரியோர்களால் கூறப்படுகிறது. ஆகையால், அந்த தினத்தில் திருமணத்தை நடத்தவும் நீங்கள் அனுமதி தர வேண்டும்.''

இப்படிப் பண்பு தவறாமல் பேசிய ஜனக மன்னரின் வார்த்தைகளை, வசிஷ்டருடன் கூடிக் கேட்டுக் கொண்டிருந்த விச்வாமித்திர முனிவர், ''ஜனக மன்னனே! தசரத மன்னன் சார்ந்துள்ள இக்ஷ்வாகு வம்சத்தின் கீர்த்தியும், உனது விதேஹ தேசத்து மன்னர் வரிசையின் பெருமையும், பெரும் வியப்புக்குரியவை என்பதில் சந்தேகமில்லை. இந்த இரு குலங்களுக்கு நிகரான வேறு குலம் கிடையாது. ஆகையால், ராமனுக்கு ஸீதையும், லக்ஷ்மணனுக்கு ஊர்மிளையும் மணம்

செய்து வைக்கப்படுகிறார்கள் – என்பது மிகவும் பொருத்தமானதே. இப்படி ஒரு நல்ல முடிவு செய்யப்பட்டிருக்கும் இந்த நேரத்தில் நான் சொல்லப் போகும் வார்த்தைகளையும் கேட்பாயாக! உன்னுடைய இளைய சகோதரனாகிய குசத்வஜ மன்னனின் இரண்டு பெண்களுக்கும், இதே முகூர்த்தத்தில் திருமணம் செய்து வைப்பது சிறப்பான செயலாக இருக்கும். தசரத மன்னனின் மகன்களாகிய பரதனுக்கும், சத்ருக்னனுக்கும் குசத்வஜனின் இரண்டு மகள்களை மணம் முடிக்குமாறு நான் கேட்டுக் கொள்கிறேன். பரத, சத்ருக்னர்கள் பேரழகு கொண்டவர்கள்; பெரும் வீரம் படைத்தவர்கள்; தேவர்களுக்கு ஒப்பானவர்கள். ஆகையால் இந்தத் திருமணங்களுக்கு பெருமை மிக்க தசரதனின் வம்சமும், இந்தத் திருமணங்களின் காரணமாக நன்றாக இணைந்து, மேலும் சிறப்புற விளங்கட்டும்'' என்று கூறினார்.

வசிஷ்டரோடு கலந்து பேசி, விச்வாமித்திர முனிவர் கூறிய இந்த வார்த்தைகளைக் கேட்ட ஜனகர் ''உங்களுடைய யோசனையினால் என் குலம் மேலும் பெருமை பெறுகிறது. உங்களுடைய அருள் இது எனும்போது, அது எங்கள் அனைவருக்கும் நல்லதே. நீங்கள் கூறியபடியே எனது இளைய சகோதரன் குசத்வஜனின் இரண்டு பெண்களும், முறையே பரதனுக்கும், சத்ருக்னனுக்கும் திருமணம் செய்து வைக்கப்படுவார்கள். தசரத மன்னனின் நான்கு மகன்களின் திருமணமும் ஒரே தினத்தில் நடக்கட்டும்'' என்று கூறி மேலும் தொடர்ந்தார்.

''முனிவர் பெருமானே! தர்மத்தின் பாதையில் செல்லும் படியாக எனக்கு வழிகாட்டிய நீங்களும் வசிஷ்டரும் எனக்கும், என் சகோதரன் குசத்வஜனுக்கும் குரு ஆகிறீர்கள். நாங்கள் உங்கள் சீடர்களாகிறோம். முனிவர்களில் மேம்பட்டவர்களாகிய நீங்களும், வசிஷ்டரும் என்ன கருதுகிறீர்களோ அது இங்கே அப்படியே நிறைவேற்றப்படும்.''

நான்கு மகன்களுக்கும் திருமணம் நிச்சயமானதால், பெரும் மகிழ்வு எய்திய தசரதர், ஜனகரிடமும் மற்றவர்களிடமும் விடைபெற்றுக் கொண்டு, தன்னுடைய விடுதிக்குத் திரும்பி, அங்கே திருமணத்திற்கு முன் நடத்தப்பட வேண்டிய சடங்குகளைச்

செய்யத் தொடங்கினார். பசுக்களை தானம் செய்கிற சடங்கு நடத்தி முடிக்கப்பட்ட நேரத்தில், கேகய மன்னனின் மகனும், பரதனுக்குத் தாய்மாமனும் ஆகிய யுதாஜித் அங்கு வந்து சேர்ந்தான். பரஸ்பர நலன்கள் விசாரிக்கப்பட்ட பிறகு, யுதாஜித், "தசரத மன்னரே! என் சகோதரியாகிய கைகேயியின் மகன் பரதனைப் பார்க்க என் தந்தை மிகவும் ஆர்வமாக இருக்கிறார். இந்த விஷயத்தை உங்களிடம் தெரிவித்து, பரதனை எங்கள் நாட்டுக்கு, உங்கள் அனுமதியுடன் அழைத்துச் செல்லும் நோக்கத்தில், நான் அயோத்திக்குச் சென்றேன். நீங்களும், உங்கள் மகன்களும், மற்றவர்களும், ராமனின் திருமண விசேஷத்தையொட்டி, மிதிலைக்குச் சென்றிருப்பதாக அயோத்தியில் அறிந்தேன். ஆகையால்தான் நான் உங்கள் அனைவரையும் தேடி மிதிலைக்கு வந்து சேர்ந்திருக் கிறேன்" என்று கூறினான்.

இதையடுத்து திருமண தினத்தில் மகன்களால் சூழப்பட்ட தசரதர் திருமண மண்டபத்தை அடைந்தபிறகு, வசிஷ்டர் சென்று ஜனகரிடம் திருமண வைபவத்தை ஆரம்பிக்க அனுமதி கேட்டு, அவரையும் மண்டபத்துக்கு முறைப்படி அழைக்க, ஜனகர் "முனிவரே! யார், யாரிடம் அனுமதி கேட்பது? இந்த ராஜ்யம் உம்முடையது! ஆகையால் இங்கே நீங்கள் கேட்டுக் கொள்வது என்பது எந்த ஒரு காரியத்துக்கும் அவசியமில்லை. நீங்கள் ஒரு உத்திரவிட்டால் அது உடனே நடந்தேறும்" என்று கூறி, திருமண காரியங்களை உடனே ஆரம்பிப்பதற்கு ஏற்பாடுகளைச் செய்தார்.

ஜனக மன்னர் கேட்டுக் கொண்டதன் பேரில், சதானந்தரையும் விச்வாமித்திரரையும் முன்னிட்டுக் கொண்டு வசிஷ்ட முனிவர் மணப்பந்தலின் நடுவில் அக்னிக்கான மேடையை அமைத்தார். பின்னர் அதை நான்கு புறங்களிலும் மலர்களினாலும், தங்கப் பாத்திரங்களினாலும், வெள்ளி கலசங்களினாலும், செடியின் முளைகளைக் கொண்ட பாத்திரங்களினாலும், ஹோமம் செய்வதற்குண்டான பாத்திரங்களினாலும், பொரிகளால் நிரப்பப் பட்ட கிண்ணங்களினாலும், அக்ஷதைகளினாலும், அலங்கரித்து விட்டு ஹோமத்தை நடத்தத் தொடங்கினார்.

அப்போது முழுமையாக, மங்களகரமாக அலங்காரம் செய்து கொண்டு, மஞ்சள் நிறப்பட்டாடை அணிந்து, தாமரை மலரி லிருந்து இறங்கி வந்த மஹாலக்ஷ்மியின் தோற்றத்தையுடைய ஸீதை, மின்னல் கொடி போல் நடந்து வர, அவளை ஜனக மன்னர் அழைத்து வந்து, ராமருக்கு எதிரில் நிறுத்திவிட்டு, அவரைப் பார்த்துப் பேசத் தொடங்கினார்.

''இந்த ஸீதையானவள் என்னுடைய மகள். நீ நடத்த வேண்டிய தர்மத்தை எல்லாம், உன்னுடன் உனக்கு உதவியாக இருந்து அவள் நடத்தி வைப்பாள். உன் கையினால், அவள் கையைப் பற்றி அவளை ஏற்றுக் கொள்வாயாக! உனக்கு எல்லா மங்களங்களும் உண்டாகட்டும்! இவள் பதிவிரதை. பெரும் பாக்கியவதி. உன் நிழல்போல உன்னை விட்டு என்றுமே பிரியாதவள்.'' இவ்வாறு கூறிய ஜனக மன்னர், மந்திரங்களினால் புனிதமாக்கப்பட்ட நீரை தாரை வார்த்தார். தேவர்கள் கொண்டாட, வானம் பூ மழை பொழிய, தெய்வீக வாத்தியங்கள் முழங்க, ஜனகரும் தசரதரும் பெரும் மகிழ்வு எய்தினார்கள்.

இதையடுத்து ஊர்மிளையை ஏற்குமாறு லக்ஷ்மணனையும், குசத்வஜரின் மகள்களாகிய மாண்டவி, ச்ருதகீர்த்தி–ஆகியோரை ஏற்குமாறு முறையே பரதனையும், சத்ருக்னனையும் ஜனகர் கேட்டுக்கொள்ள, திருமணச் சடங்குகள் நடந்தேறின. அப்போது கூடியிருந்தோரெல்லாம் வியப்பு எய்தும் வகையில், தேவ வாத்தியங்கள் முழங்க, கந்தர்வர்கள் பாட, அப்ஸரஸ்கள் நடனமாட, மீண்டும் ஒருமுறை வானம் பூமாரி பொழிந்தது.

அன்று இரவு கழிந்ததும். விச்வாமித்திர முனிவர், தசரத மன்னரின் மகன்கள் நால்வரையும் வாழ்த்திவிட்டு, மன்னர்களிடம் விடைபெற்று,இமயமலை செல்லும் எண்ணத்துடன் வடதிசை நோக்கிப் புறப்பட்டார். இதன் பின்னர் தசரத மன்னர், ஜனகரிடம் விடைபெற்று தன் மகன்களுடனும், மருமகள்களுடனும், மற்றவர்களுடனும் அயோத்தி நகருக்குப் பயணமானார். வெள்ளி, தங்கம் ஆகியவற்றினால் செய்யப்பட்ட பாத்திரங்கள், யானைகள், குதிரைகள், போன்ற பல செல்வங்களை சீதனமாகக் கொடுத்த ஜனகர், தசரதரைப் பின் தொடர்ந்து சிறிது தூரத்திற்குச் சென்று, அவரை வழி அனுப்பி வைத்தார்.

வால்மீகி ராமாயணம்

ரிஷிகள் முன்னே செல்ல, பெரும் படைகள் பின் தொடர்ந்து வர, மகன்களுடன் கூடி தசரத மன்னர் பயணமாகிக் கொண்டிருந்த அந்த நேரத்தில், பறவைகள் ஆங்காங்கே அசுபமான ஒலிகளை எழுப்பின. அதே சமயத்தில் பல வகையான மிருகங்கள் முறையாகவே வலம் வந்து கொண்டிருந்தன. தசரத மன்னர் வசிஷ்டரிடம், ''இந்த சகுனங்களின் பலன் என்ன? எனக்குக் கொஞ்சம் மனக்கலக்கமாக இருக்கிறது'' என்று கேட்டார்.

வசிஷ்டர் ''ஒரு பெரிய ஆபத்து வெகு விரைவில் வர இருக்கிறது என்பதையும், அதே சமயத்தில் வந்த வேகத்திலேயே அந்த ஆபத்து விலகி விடும் என்பதையுமே இந்த சகுனங்கள் காட்டுகின்றன. பறவைகள் காட்டுவது – ஆபத்து வர இருக்கிறது என்பதை. மிருகங்கள் நமக்குக் குறிப்பது – அந்த ஆபத்து விலகி விடும் என்பதை. ஆகையால், மன்னரே! நீ கவலையுறத் தேவையில்லை'' என்று கூறினார்.

இப்படி இவர்கள் பேசிக் கொண்டிருந்த போதே, பூமி தான் தாங்கி நின்ற மலைகளுடனே நடுங்குகிற மாதிரி ஒரு பெரும் காற்று உண்டாயிற்று. வானத்தில் சூரியனை இருள் கவ்வியது.. திசைகள் எல்லாம் தடுமாறின. தசரத மன்னரைப் பின் தொடர்ந்து வந்து கொண்டிருந்த பெரும் படை திக்குமுக்காடுகிற வகையில் ஒரு பெரும் தூசி படர்ந்தது.

இதைத் தொடர்ந்து, அச்சத்தை உண்டாக்குகிற தோற்ற முடையவரும், தலையில் சடையைத் தாங்கியவரும், க்ஷத்ரிய வம்சத்தை மீண்டும் மீண்டும் அழித்தவரும், கைலாய மலையைப் போல் எவராலும் எதிர்க்க முடியாதவரும், பிரளய காலத்து நெருப்பைப் போல் யாராலும் அணுக முடியாதவரும், தன்னுடைய தவ வலிமையின் காரணமாக பார்ப்போர் கண்களுக்கு தீபோல் காட்சியளிப்பவரும், தோளில் கோடாரியைச் சுமந்தவரும், பெரும் சிறப்பு வாய்ந்த வில்லை கையில் ஏந்தியவரும், முப்புரத்தை எரித்த முக்கண்ணன் சிவபெருமான் இவர்தானோ – என்று பார்ப்போ ரெல்லாம் வியந்து நிற்கும்படி தோற்றமளிப்பவரும், ப்ருகு வம்சத்தில் உதித்தவரும், ஜமதக்னி முனிவரின் மகனுமாகிய பரசுராமர் அங்கே தோன்றினார்!

பால காண்டம்

'க்ஷத்ரியர்களின் நாசத்தை பெருமளவில் செய்து முடித்து, இறுதியில் கோபத்தை ஒழித்து, தன்னுடைய விரோதத்தையும் அழித்துக் கொண்டவரான இந்த பரசுராமர், மீண்டும் க்ஷத்ரியர் களை வதம் செய்ய முனைவார் என்று தோன்றவில்லை' என்று தசரத மன்னரோடு சென்று கொண்டிருந்த ரிஷிகள் அனைவரும் நினைத்தார்கள், அவர்கள் பரசுராமரைப் பார்த்து, ''ராமரே! ராமரே!'' என்று அன்போடு அழைத்து, அவரை உபசரித்தார்கள். இப்படி வசிஷ்டர் உள்ளிட்ட மஹரிஷிகளால் அளிக்கப்பட்ட மரியாதையை மனமுவந்து ஏற்றுக் கொண்ட ஜமதக்னியின் மகனாகிய பரசுராமர், அவர்களுக்கு மறுமொழி ஏதும் சொல்லாமல், ராமரையே பார்த்து பேசத் தொடங்கினார்.

(பரதனையும், தச்ருக்னனையும். மணக்கிற குசத்வஜனின் பெண்கள் மாண்டவி, ச்ருதகீர்த்தி ஆகியோரைப் பற்றி இதற்குப் பிறகு ராமாயணத்தில் பேச்சில்லை என்பது குறிப்பிடத்தக்கது.

விச்வாமித்திரர், வசிஷ்டர், சதானந்தர் ஆகியோருக்கு தசரதர், ஜனகர் ஆகிய மன்னர்களால் அளிக்கப்பட்ட முக்கியத்துவம் கவனத்தில் வைக்கத்தக்கது, இந்தப் பெரியவர்களின் அனுமதி யில்லாமல் ஜனகரோ, தசரதரோ எந்தக் காரியத்தையும் செய்ய முனையவில்லை, பரதனுக்கும், சத்ருக்னனுக்கும், குசத்வஜனின் மகன்களை நிச்சயம் செய்வது ஜனகரோ, குசத்வஜரோ, தசரதரோ அல்ல. விச்வாமித்திரர்தான் உரிமையுடன் அந்தப் பணியைச் செய்து முடிக்கிறார். இதில் கூட ஜனகரிடம்தான் சம்மதம் கேட்கப்படுகிறது; அவர்தான் ஒப்புதல் அளிக்கிறார். பெண்களுக்குத் தந்தையான குசத்வஜன், தனது மூத்த சகோதரன் கூறியதை அப்படியே ஏற்கிறார்.

பரதனின் தாய் மாமன் யுதாஜித், திருமணத்திற்கு அழைக்கப் படவில்லை. அதற்கு நேரமில்லை என்பதைப் புரிந்து கொண்டு, தானாகவே மிதிலைக்கு வந்து சேர்கிறான் அவன். வரட்டு கௌரவத்திற்கு இடம் கொடுக்காமல், ராமனின் திருமணத்திற்கு வந்து நேர்ந்த யுதாஜித்தின் பண்பும் குறிப்பிடத்தக்கதே!

விச்வாமித்திரரும், வசிஷ்டரும் ஒருவருக் கொருவர் தகுந்த மரியாதையை அளிக்கத் தவறவில்லை. அதே போல தசரதரும், ஜனகரும் பரஸ்பரம் மிகவும் மரியாதையுடன் நடந்து கொள்

கிறார்கள். இவையெல்லாம் இந்த நாட்டின் கலாசாரத்தையும், பண்பையும் காட்டுகிற விஷயங்கள் என்று எனக்குத் தோன்றுகிறது. வைதீக காரியங்களை நடத்துவதில் அக்கறை, பெருந்தன்மையான அணுகுமுறை, மன்னனேயானாலும் முனிவரை மதித்து நடப்பது என்ற பக்குவம், பெரியவர்களின் வார்த்தையைத் தட்டிப் பேசாத மகன்கள்.. என்று பல அம்சங்களைக் கொண்ட கலாசார மேன்மை இந்தத் திருமண வைபவம் ஒன்றிலேயே முழுமையாகச் சித்தரிக்கப் பட்டு விடுகிறது.

1. பால காண்டம்

அத்தியாயம் - 15

பரசுராமர் பணிந்தார்

> சிவனுடைய வில்லை ஒடித்த ராமர், தன் வசமுள்ள விஷ்ணுவின் வில்லில் நாணேற்றிக் காட்ட வேண்டும் என்று பரசுராமர் கூறுவது; தசரதரின் பதற்றம்; பரசுராமர் வசமிருந்த விஷ்ணுவின் வில்லில் ராமர் நாணேற்றுவது; தவங்களின் பயனாக நல்ல உலகங்களை அடைகிற சிறப்பை ராமரின் அம்புக்கு இலக்காக்கிவிட பரசுராமர் இசைவது; ராமர் விஷ்ணுவின் அவதாரமே என்று பரசுராமர் புரிந்து கொள்வது...

"தசரத மன்னனின் மகனாகிய ராமனே! உனது வீரத்திறன் பற்றிய அற்புதமான செய்திகள் என்னால் கேட்கப்பட்டன. சிவனுடைய வில்லை, நீ முறித்த விவரமும் என்னால் அறியப்பட்டது" என்று தொடங்கிய பரசுராமர் தொடர்ந்து சொன்னார். "சிவனுடைய அந்த வில் முறிக்கப்பட்டது என்பது வியக்கத்தக்க விஷயம். கற்பனைக்கெட்டாத சாதனைதான் அது. அச்செய்தியைக் கேட்டு, நான் என் வசம் இருக்கும் மற்றொரு சிறப்பு வாய்ந்த வில்லை எடுத்துக் கொண்டு இங்கே வந்திருக்கிறேன். அனைவருக்கும் அச்சத்தை உண்டாக்கக் கூடியதும், என் தந்தை ஜமதக்னி முனிவரிடமிருந்து எனக்குக் கிடைத்ததுமாகிய இந்த வில்லில் நீ நாணேற்றி அம்பு தொடுத்தால், உன் தோள் வலிமையை தெளிவாக நிரூபித்தவனாவாய். அப்படி இந்த வில்லில் நீ நாணேற்றி

விட்டால், உனது வீரத்தை உணர்ந்து, உனது தகுதியை அறிந்து, உன்னோடு நான் போர் புரிவேன். சிறந்த வீரனுக்குரிய போராக அது இருக்கும். உனக்கு இதில் சம்மதம் இல்லை என்றால், தோல்வி அடைந்ததாக ஒப்புக் கொள். ஒன்று – இந்த வில்லில் நாண் ஏற்றி என்னுடன் போர் செய்வாய்; அல்லது – தோல்வியை ஒப்புக் கொண்டு உன் வழியே செல்வாய்.''

பரசுராமரின் இந்தப் பேச்சைக் கேட்ட தசரத மன்னரின் முகத்தை சோகம் கவ்வியது. பெரும் கலக்கமுற்றவராக, கைகளைக் கூப்பிக் கொண்டு, பரசுராமரைப் பார்த்து அவர் மிகவும் பணிவோடு பேசினார். ''க்ஷத்ரியர்கள் மேல் கொண்டிருந்த கோபத்தை வென்று, அமைதி அடைந்தவர் தாங்கள். இங்கே கூடியிருக்கும் ரிஷிகளின் முன்னிலையில், சிறுவர்களாகிய என் மகன்களுக்கு நீங்கள் கருணை காட்ட வேண்டும். ப்ருகு வம்சத்தில் உதித்தவரே! வேதம் ஓதுவதை விரதமாகக் கொண்டிருப்பவரே! ஆயுதங்களை விட்டொழித்ததாக இந்திரனிடத்தில் நீங்கள் வாக்களித்திருக் கிறீர்கள். பூமியைக் கசியபருக்கு தானமாக அளித்து விட்டு, தவ நெறியை மேற்கொண்டு, மஹேந்திர மலையையே உங்கள் இருப்பிடமாக ஆக்கிக் கொண்டுள்ள முனிவரே! என் மகன் ராமன் உயிர் இழந்தால், அதன் பின் நாங்கள் எல்லோரும் மடிந்தவர்களே! என்னையும் என் குலத்தையும் வேரோடு அழிக்க வந்து விட்டீர்களே!''

பெரும் சோகத்துடன் தசரதர் பேசிய இந்த வார்த்தைகளை முற்றிலும் அலட்சியம் செய்து விட்டு, பரசுராமர் மீண்டும் ராமரையே பார்த்துப் பேசினார். ''ஜனக மன்னனிடமிருந்த சிவனுடைய வில், மற்றும் என்னிடம் இருக்கும் இந்த வில் – இவை இரண்டுமே தேவ தச்சனாகிய விச்வகர்மாவினால் செய்யப் பட்டவை. உறுதியுள்ளவையாகவும், பலம் வாய்ந்தவையாகவும், பெரும் வியப்பை அளிக்கக் கூடிய சிறப்புகளைப் பெற்றவை யாகவும் விச்வ கர்மா இந்த வில்களைச் செய்தான். இந்த இரண்டில் ஒன்று – தேவர்களால் முக்கண்ணனாகிய சிவபெருமானுக்குத் தரப்பட்டது. முப்புரங்களையும் நாசம் செய்து விடக்கூடிய சிறப்பு வாய்ந்த அந்த வில், உன்னால் முறிக்கப்பட்டது. விச்வகர்மா செய்த

மற்றொரு வில் தேவர்களால் மஹாவிஷ்ணுவுக்கு அளிக்கப் பட்டது. ராமா! அதுதான் என் வசம் இருக்கும் வைஷ்ணவ வில். சிவனுடைய வில்லுக்கு நிகரான கீர்த்தியைப் பெற்ற வில் இது. இது பற்றி ஒரு விவரம் கூறுகிறேன் கேள்.''

பரசுராமர் மேலும் சொன்னார் : ''சிவபெருமானும், மஹாவிஷ்ணுவும் இந்த இரண்டு வில்களைப் பெற்ற போது, அவர்களுடைய பராக்கிரமத்தைத் தெரிந்து கொள்ளும் ஆவல் தேவர்களுக்கு உண்டாயிற்று. அவர்கள் ப்ரம்ம தேவரிடம், தங்களுடைய ஆவலைத் தெரிவிக்க, அவர் சிவனுக்கும், விஷ்ணுவுக்குமிடையே போட்டியை வேண்டுமென்றே தோற்று வித்தார். ஒருவரை ஒருவர் வெல்ல ஆவல் கொண்ட அவர்கள் இருவரும், ஒருவரை ஒருவர் எதிர்க்க, சிவனுடைய வில் செயலற்றுப் போயிற்று. சிவபெருமானும், செய்வதறியாமல் நின்றார். இதையடுத்து அவர் தாங்க முடியாத கோபம் கொண்ட போது, தேவர்களும் முனிவர்களும் தலையிட்டு அவரையும், மஹாவிஷ்ணுவையும் வேண்டிக் கொண்டு, சமாதானம் செய்து வைத்தனர். இதன் பின்னர் மஹாவிஷ்ணுவை பெருமை மிக்கவர் என தேவர்களும், ரிஷிகளும் கொண்டாடினார்கள். பெரும்புகழ் படைத்த பரமசிவன், விதேஹ மன்னனாகிய தேவராதனிடம் அந்த வில்லைக் கொடுத்து விட்டார். விஷ்ணுவோ, ப்ருகு வம்சத்தில் உதித்த ரிசீகருக்குத் தன் வில்லை அளித்தார். ரிசீகரிடமிருந்து அவருடைய மகனாகிய என் தந்தை ஜமதக்னி அதைப் பெற்றார்.

''எனது தந்தை ஜமதக்னி முனிவர் ஆயுதங்களை விட்டொழித்தவர்; கடும் தபஸ்வி. அப்படிப்பட்ட அவரை, ஆயிரம் கை உடையோன் என்ற பெயர் பெற்ற கார்த்தவீர் யார்ஜுனன் கொன்று விட்டான். இப்படிக் கொடுமையாக என் தந்தை கொலை செய்யப்பட்டதை அறிந்த நான், பெரும் கோபம் கொண்டேன். உலகங்கள் அனைத்தையும் கலக்கக் கூடிய வகையில், பழி வாங்கும் எண்ணம் என்னைச் சூழ்ந்தது. க்ஷத்ரியர் களை வதம் செய்தேன். க்ஷத்ரியர்களின் குலம் தழைக்கத் தழைக்க, மீண்டும், மீண்டும் அவர்களை அழித்தேன். பூமி முழுவதும் என் வசமானது.

''நான் செய்து கொண்டிருந்த யாகத்தின் முடிவில் கசியப முனிவருக்கு நான் வென்ற பூமியை தானமாக அளித்தேன். பின்னர் மஹேந்திர மலையை அடைந்து, தேவர்களாலும் புகழப்படுகிற அந்த இடத்தில், விரதங்களை மேற்கொண்டு தவம் புரிந்து வருகிறேன். நீ சிவனுடைய வில்லை முறித்த செய்தி பற்றி, தேவர்களே வியப்புற்றுப் பேசுவதைக் கேட்டு, இங்கு விரைந்து வந்திருக்கிறேன். ராமா! என் தந்தை வழியாக, என் பாட்டனாரிட மிருந்து நான் பெற்ற மிகச்சிறந்ததாகிய இந்த வைஷ்ணவ வில்லை, க்ஷத்ரிய தர்மத்திற்கேற்ப, கையில் ஏந்தி 'நாணேற்றி' அம்பைத் தொடுப்பாயாக! அதைச் செய்யும் வல்லமை உனக்கு இருக்கிறது என்று நான் அறிந்தால், என்னோடு போர் புரியும் வாய்ப்பை நிச்சயம் உனக்குத் தருவேன்.''

(கசியபருக்கு பூமியை தானமாகக் கொடுத்ததாக பரசுராமர் சொல்வதன் பின்னணியான கீழ்க்கண்ட விவரம், ராமாயணத்தில் கூறப்படவில்லை.

கார்த்தவீர்யார்ஜுனனின் அமைச்சர், தன் தந்தை ஜமதக்னியை கொன்றதற்காக, க்ஷத்தியர்களை அழிக்கத் தொடங்கிய பரசுராமர், 21 முறை அந்த மாபெரும் அழிவை நடத்தி முடித்தார். மனிதர்களைக் கொன்ற பாவத்திற்கு பிராயச்சித்தம் செய்ய அவர் ஒரு யாகமும் நடத்தினார். பூமி க்ஷத்ரியர்களின் ஆட்சியில்தான் இருக்க வேண்டும் என்பதை உணர்ந்தவர் கசியப முனிவர். க்ஷத்ரியர்களை பரசுராமர் அழித்ததால், உலக காரியங்கள் நசித்து போயின. மீண்டும் ஒழுங்கு முறையை நிலை நாட்ட, க்ஷத்ரியர்களின் ஆட்சி வரவேண்டும் என்பதற்காக, பரசுராமர் வென்ற பூமியை அவரிடமிருந்து தானமாகப் பெற்று, கசியப முனிவர் அதை எஞ்சியிருந்த க்ஷத்ரியர்கள் வசம் ஒப்படைத்தார். இந்த நிகழ்ச்சிகளின் சுருக்கத்தைத்தான் பரசுராமர், ராமரிடம் கூறுகிறார்.)

பரசுராமருடைய மொழிகளைக் கேட்ட ராமர், ''அந்தணரே! தந்தையின் கொடூர மரணத்தினால் கோபமுற்று, நீங்கள் செய்த சாகசங்களைப் பற்றி நான் கேள்விப்பட்டிருக்கிறேன். என்னை வலுவற்றவன் என்றும், திறமையற்றவன் என்றும் நினைத்து அலட்சியமாக நீங்கள் பேசுவதால், க்ஷத்ரிய தர்மத்திற்கு உரிய

வகையில், என்னுடைய பராக்கிரமத்தை நான் காட்ட வேண்டி யிருக்கிறது. என் வன்மையைப் பாருங்கள்'' என்று பணிவாகக் கூறி விட்டு, பரசுராமர் கையில் இருந்த வில்லையும், அம்பையும் வாங்கிக் கொண்டார். பெரும் முயற்சி இல்லாமலேயே வில்லை வளைத்து நாண் ஏற்றி அம்பு தொடுத்து விட்டு, அந்த வில்லைப் பிடித்தவாறே, பரசுராமரைப் பார்த்து, ராமர் பேசினார்.

''அந்தணர்களில் மேம்பட்டவராகிய பரசுராமரே! நீங்கள் விச்வாமித்திரருக்கு வேண்டியவர்; ஆகையால் என்னால் பூஜிக்கத் தகுந்தவர். நீங்கள் அந்தணர்; ஆகையால் என்னால் வணங்கத் தகுந்தவர். இக்காரணங்களினால் இந்த அம்பை விடுத்து உங்கள் உயிரை மாய்க்க என் மனம் இடம் தரவில்லை. கடும் தவத்தின் பலனாக மூவுலகங்களிலும் எங்கு வேண்டுமானாலும் செல்லக்கூடிய சிறப்பை நீங்கள் பெற்றிருக்கிறீர்கள் – இந்த அம்பை எய்தி, அந்த சிறப்பை நான் அழிக்கட்டுமா? உமது தவவலிமை யால் தேவர்களுக்குரிய உலகங்களை அடையும் தகுதியை நீங்கள் பெற்றிருக்கிறீர்கள் – இந்த அம்பை எய்தி அந்தத் தகுதியை நான் அழிக்கட்டுமா? வீரத்தையும், கர்வத்தையும் ஒருங்கே அழிக்கக் கூடிய மஹாவிஷ்ணுவின் தொடர்புடைய இந்த அம்பு, ஏதாவது ஒரு குறியை வீழ்த்தாமல் வீணாகி விழுந்து விடக்கூடாதது. இதற்கு இப்போது குறி என்ன – சொல்லுங்கள்?''

இப்படி திட மனத்துடன் ராமர் பேசிக் கொண்டிருந்த போதே, தேவர்களும், ரிஷிகளும், கந்தர்வர்களும், அப்ஸரஸ்களும், சித்தர்களும், யக்ஷர்களும், ராக்ஷஸர்களும் – அங்கே நடந்து கொண்டிருந்த அற்புதத்தைக் காண வானில் கூடி நின்றார்கள். உலகம் ஸ்தம்பித்து நின்றது.

தன்னுடைய ஒளியை இழந்தவராக, பரசுராமர், ராமரைப் பார்த்து, மிகவும் மெதுவாகப் பேசலுற்றார். ''பெரும் பலம் பொருந்தியவனே, ராமா! எனக்கு அருள் புரிவாயாக! கசியபருக்கு பூமியை நான் தானம் செய்த போது அவர், நான் இந்தப் பகுதிகளில் எல்லாம் வசிக்கக் கூடாது என்று எனக்குக் கட்டளையிட்டிருக் கிறார். அதை ஏற்றுத்தான் நான் அவருக்கு பூமியை தானம் செய்தேன். ஆகையால், இந்தப் பகுதிகளில் ஓரிடத்திலும் தங்கி

விடாமல், நான் சஞ்சரித்துக் கொண்டிருக்கிறேன். அந்த என் வல்லமையை அழித்து விட வேண்டாம். என் தவத்தினால், ஒப்பற்ற உலகங்களை அடையும் தன்மையைப் பெற்றேன். உன்னுடைய பாணத்திற்கு அதைக் குறியாக்கி, அழித்து, அதை உனது வசமாக்கிக் கொள்வாயாக!''

இப்படிக் கேட்டுக் கொண்ட பரசுராமர் மேலும் சொன்னார். ''நிகரற்ற வீரனே! இந்த வில்லில் நீ நாணேற்றியதால், நீதான் அழிவற்ற விஷ்ணு என்று நான் தெரிந்து கொண்டேன். வேறு ஒருவராலும் செய்ய முடியாத அற்புதத்தைச் செய்து காட்டிய உனது விந்தையைக் காண்பதற்காகத்தான் தேவர்களும், ரிஷிகளும் கூடி நிற்கிறார்கள். மூவுலகுக்கும் அதிபதியாகிய உன்னால் வெல்லப் பட்டேன் என்பதில், எனக்கு மனக்குறை எதுவும் இருக்க நியாயமில்லை. ஒப்பற்றவனே! தவ வலிமையால் சிறப்பான உலகங்களை அடையும் எனது தன்மையை குறிவைத்து பாணத்தை விடுவாயாக! உன்னுடைய அந்தச் செயல் முடிந்ததும் நான் மஹேந்திர மலைக்கே மீண்டும் சென்று விடுகிறேன்.''

இப்படி பரசுராமர் கூறி நின்றவுடன், ராமர் அந்த அம்பை விடுத்தார். தவத்தினால் தான் பெற்ற சிறந்த உலகங்களை அடையும் தன்மை பறிக்கப்பட்டதை பரசுராமர் உணர்ந்தார். எல்லா திக்கு களும் இருள் நீங்கி ஒளி வீசின. தேவர்கள் ராமரை வாழ்த்தினார்கள். பரசுராமர் ராமரைச் சுற்றி வந்து வணங்கி, புகழ்ந்து விட்டு, மஹேந்திர மலையை நோக்கிச் சென்றார்.

(துளஸிதாஸரின் ராமாயணத்தில் பரசுராமர், ஜனகரின் சபைக்கே வந்து விடுகிறார். சிவனுடைய வில்லை ராமர் முறித்தது பெரிய செயல் அல்ல என்று கூறிய அவரோடு, லக்ஷ்மணனுக்கு கடுமையான வாக்கு வாதம் நேரிடுகிறது. தன்னிடமுள்ள விஷ்ணுவின் வில்லை கையாளுமாறு பரசுராமர், ராமரை நோக்கிச் சொல்ல, ராமர் சம்மதிக்க, அந்த வில் தானாகவே பரசுராமரின் கையில் இருந்து விலகி, ராமரின் கைகளை அடைந்து விடுகிறது. அவர் ராமரை வணங்கிப் புகழ்ந்து விட்டு வனம் செல்கிறார்.

கம்ப ராமாயணத்தில், வால்மீகி ராமாயணம் போலவே இந்த நிகழ்ச்சி வருகிறது. ஆனால், பரசுராமர் 'நிகருக்கு நிகரான வில்கள்'

என்று வால்மீகி ராமாயணத்தில் சிவன் வில்லையும், விஷ்ணுவின் வில்லையும் வர்ணிக்கிறார்; கம்பராமாயணத்தில் பரசுராமர் 'பழுதுபட்ட வில்லை முறித்ததால் உனக்கு ஒரு பெருமையும் இல்லை' என்று ராமனிடம் கூறுகிறார். இது ஒருபுறமிருக்க, கம்ப ராமாயணத்தில், பரசுராமரிடமிருந்து வில்லை கையில் வாங்கிய ராமர், அதில் நாணேற்றி, நின்று, பரசுராமரைப் பார்த்துச் சொல்கிறார். 'பூவுலகை ஆண்ட அரசர்களையெல்லாம் நீ கொன்று தீர்த்தாய் - என்றாலும் கூட, வேதங்களை அழியாது காக்கும் மேலானவனின் ஒருவன் மகன் நீ. விரதமும் மேற்கொண்டிருக் கிறாய். ஆகையால் உன்னைக் கொல்வது சரியாகாது. இந்த அம்பு இலக்கில்லாமல் தவறுவதும் கூடாது. இதற்கு இலக்கு ஆவது எது? காலம் தாழ்த்தாமல் சொல்'. கம்பரின் வார்த்தைகளில் இது இப்படி வருகிறது:

'பூதலத்து அரசை எல்லாம்
 பொன்றுவித்தனை; என்றாலும்,
வேத வித்து ஆய மேலோன்
 மைந்தன் நீ; விரதம் பூண்டாய்;
ஆதலின் கொல்லல் ஆகாது;
 அம்பு இது பிழைப்பது அன்றால்,
யாது இதற்கு இலக்கம் ஆவது?
 இயம்புதி விரைவின்!' என்றான்.

இதையடுத்து, ராமராக நிற்பது திருமாலே என்று புரிந்து கொண்ட பரசுராமர், 'எய்வதற்காக நீ பிடித்துக் கொண்டிருக்கிற அம்பு நடுவில் பழுதாகி வீணாகி விடாதபடி, என்னால் செய்யப்பட்ட தவங்களின் பயன்கள் எல்லாவற்றையும் அழித்து விட வேண்டுகிறேன்' என்று சொல்கிறார்.

'எய்த அம்பு இடை பழுது எய்திடாமல், என்
 செய் தவம் யாவையும் சிதைக்கவே!'

மீண்டும் வால்மீகி ராமாயணத்தில் இந்தக் கட்டம் பற்றி ஒரு வார்த்தை. கூடியிருந்த அனைவரும் அறியும்படியாக, ராமரை மஹாவிஷ்ணு என்று, தான் புரிந்து கொண்டு விட்டதாக பரசுராமர் சொல்கிறார். இந்த மாதிரி வேறு இடத்திலும் ராமர், மஹாவிஷ்ணு

வின் அவதாரம் என்று நேரடியாகவே வர்ணிக்கப்படுகிறார். ஆனால் அவரோ தன்னை மனிதனாகவே கருதி நடந்து கொள்கிறார். இது முரண்பாடு அல்ல. ராமரைப் பொறுத்த வரையில் - மனிதனாகவே இருந்து, ஒரு தெய்வ காரியத்தை முடிப்பதற்காக பூவுலகிற்கு வந்தவர் அவர். முற்றிலும் உணர்ந்தவர்களைப் பொறுத்த வரையில் - அவர் விஷ்ணுவின் அவதாரம். உணராத பலரைப் பொறுத்த வரையில் - விஷ்ணுவாக அவர் வர்ணிக்கப்படுவது, ஒரு போற்றுதலும், பாராட்டுமே தவிர வேறு ஒன்றும் அல்ல.)

1. பால காண்டம்

அத்தியாயம் - 16

அயோத்தி மகிழ்ந்தது

> பரசுராமரால் தோன்றிய ஆபத்தை நினைத்து மனம் கலங்கிய தசரதரின் கவலையை ராமர் நீக்குவது; அயோத்தி மக்கள் தசரதரையும், அவருடைய மகன்களையும் வரவேற்றது; பரதனும், சத்ருக்னனும், அயோத்தியை விட்டுக் கேகய நாட்டுக்குப் புறப்பட்டுச் செல்வது; ராமரும் ஸீதையும் மனமொத்து வாழ்வது...

பரசுராமர் விடை பெற்றுச் சென்ற பிறகு, அவரிடமிருந்து தன்வசம் வந்து சேர்ந்த விஷ்ணுவின் வில்லை ராமர், கற்பனைக் கெட்டாத சக்தி படைத்த வருண பகவானிடம் ஒப்படைத்தார். பரசுராமர் கோபத்துடன் எதிர் கொண்ட போதே, அதிர்ச்சி அடைந்து நின்ற தசரத மன்னரோ, இன்னமும் தனது மனக்கலக்கத்திலிருந்து விடுபடாதவராகவே இருந்தார். அதைக் கண்ட ராமர், தந்தையை அணுகி, "ஜமதக்னியின் மகனாகிய பரசுராமர் இந்த இடத்தை விட்டு அகன்றுவிட்டார். ஆகையால் இனிமேலும் நீங்கள் கவலையுறத் தேவையில்லை. உங்களால் பாதுகாக்கப்பட்ட நமது படை அயோத்தியை நோக்கி நடக்கட்டும்" என்று கேட்டுக் கொண்டார்.

இதைக் கேட்ட தசரதர், பரசுராமரால் தோன்றிய ஆபத்து விலகியது என்ற மகிழ்ச்சியோடு பயணத்தைத் தொடருமாறு தனது படைக்கு உத்தரவிட்டார்.

(ராமர் மட்டுமல்ல, பரசுராமரும் கூட, மஹா விஷ்ணுவின் அவதாரம்தான். அப்படியிருக்க இவர்கள் சந்தித்துக் கொண்டது எப்படி, என்று குழம்ப வேண்டிய அவசியமில்லை. ராமர், லக்ஷ்மணன், பரதன், சத்ருக்னன் - ஆகிய நால்வரும் கூட விஷ்ணு வின் அம்சமே. அதே போல, பரசுராமர் விஷ்ணுவின் ஆக்ரோஷத்தின் வெளிப்பாடாகிய அவதாரம். ராமரைச் சந்தித்த நிகழ்ச்சிக்குப் பிறகு, பரசுராமரின் கோபம் தணிந்து, மனம் குளிர்ந்து அவர் அமைதியை எய்திய போது - அவரிடமிருந்த விஷ்ணுவின் சக்தி நீங்கியது என்றும், அதனால் அதன் பின்னர் அவர் மனிதராகவே இருந்தார் என்று ஒரு விளக்கம் கூறப்படுகிறது.)

அயோத்தி நகருக்குள் தசரதரின் படை நுழையும்போது நகரமெங்கும் மங்கள வாத்தியம் முழங்கிக் கொண்டிருந்தன. கொடிகளால் அலங்கரிக்கப்பட்டிருந்த தெருக்கள், நீர் தெளிக்கப் பட்டு சுத்தம் செய்யப்பட்டிருந்தன. நகர மக்கள் தெருக்களில் நிரம்பி வழிந்தார்கள். பெரியோர்கள் ஆசீர்வாதங்களைச் சொன்னார்கள். இப்படி மக்களால் பெரும் மகிழ்ச்சியுடன் வரவேற்கப்பட்ட தசரத மன்னரும், அவருடைய மகன்களும் அரண்மனையைச் சென்று அடைந்தனர். கௌஸல்யை, சுமித்திரை, கைகேயி ஆகியோர் தசரதரின் மருமகள்களையும், மகன்களையும் வாழ்த்தி உபசரித்தார்கள். தானங்களைப் பெற தகுதியானவர்களுக்கு தானங்களைச் செய்து விட்டு, மரியாதைக் குரியவர்களை வணங்கி விட்டு, நான்கு அரச குமாரிகளும், தத்தம் கணவன்மார்களுடன் தங்களுக்குரிய மனைகளை அடைந்தார்கள். இதன் பின்னர் தசரதரின் மகன்களாகிய, மனிதர்களிலே சிறந்த ராம சகோதரர்கள், நிகரற்ற வீரர்களாகவும், யுத்த சாத்திரத்தை நன்கு அறிந்தவர்களாகவும், எல்லா செல்வங்களையும் பெற்றவர்களாக வும், நல்ல நண்பர்களையுடையவர்களாகவும், நீதி சாத்திரத்தை நன்கு அறிந்தவர்களாகவும், விளங்கிக் கொண்டு, தங்களுடைய குருமார்களுக்கு சரியான நேரத்தில் பணிவிடை செய்பவர்களாக இருந்து கொண்டு, தங்கள் தங்கள் மனைவிகளுடன் இன்புற்று தர்மத்தை அனுஷ்டித்து வந்தார்கள்.

இப்படி சில தினங்கள் கழிந்த பிறகு, களங்கமற்ற செய்கை யுடையவனும், பகைவர்களின் முப்படைகளை அழிக்கவல்ல

வீரனுமாகிய கைகேயியின் மகன் பரதனைப் பார்த்து, தசரதர், "மகனே! உன்னை தங்கள் இடத்திற்கு அழைத்துக் கொண்டு போவதற்காக கேகய மன்னனின் மகனும், உன்னுடைய மாமனுமாகிய யுதாஜித் காத்துக் கொண்டிருக்கிறான். நாம் அனை வரும் மிதிலையில் இருந்த போது ரிஷிகளின் முன்னிலையில் அவனால் இவ்விஷயம் எனக்குத் தெரிவிக்கப்பட்டது. நானும் சம்மதித்தேன். ஆகையால் அவனுடைய இந்த ஆவலை இப்போது நீ பூர்த்தி செய்ய வேண்டும்" என்று உத்தரவிட்டார்.

தந்தையின் வார்த்தைகளைக் கேட்ட பரதன், தன்னுடைய மூன்று தாய்மார்களிடமும், ராம லக்ஷ்மணர்களிடமும் விடை பெற்று, மிகப் பெரிய வீரனாகிய சத்ருக்னன் பின் தொடர யுதாஜித் துடன் புறப்பட்டு கேகய நாட்டுக்குப் போய்ச் சேர்ந்தார்.

(சத்ருக்னன், யுதாஜித்தினால் அழைக்கப்படவில்லை. பரதனுடன் போகுமாறு அவனுக்கு தசரதன் கட்டளையிடவும் இல்லை. ஆனாலும் சத்ருக்னன் பரதனுடன் சென்றான் என்பது ஒரு வாக்கியத்தில் வால்மீகி முனிவரால் கூறப்பட்டு முடிக்கப் படுகிறது. பரதனை சத்ருக்னன் நிழல் போல அண்டியிருந்தான் என்பதுதான் இதிலிருந்து தெளிவாக விளங்குகிற செய்தி. ராமரை, லக்ஷ்மணனும், பரதனை, சத்ருக்னனும் எந்நேரமும் பிரியாதவர் களாக இருந்தனர். ஆகையால் ஒருவரைச் சொல்லும்போது, மற்ற வரைச் சொல்ல வேண்டிய அவசியம் கூட இல்லை என்ற நிலை தோன்றிவிட்டிருந்தது.

விச்வாமித்திர முனிவர் ராமரை அனுப்புமாறுதான் தசரதரிடம் கேட்டார். லக்ஷ்மணன் கோரப்படாமலேயே, ராமரைப் பின் தொடர்ந்து சென்றான். விச்வாமித்திரரைப் பின் தொடர்ந்து சென்ற போது கூட பலை, அதிபலை என்ற மந்திரங்களை விச்வாமித்திரர் ராமருக்கு உபதேசித்ததாகத்தான் சொல்லப்படுகிறது. அங்கு லக்ஷ்மணனும் இருந்ததால் அவனும் தெரிந்து கொண்டான் என்பது யூகத்திற்கு விடப்படுகிற விஷயமாக இருக்கிறது. இப்படி ராமர் என்று சொன்னாலே அதில் லக்ஷ்மணனும் அடக்கம் என்று பல நேரங்களில் சொல்லி விடுகிற அளவுக்கு ராமரோடு, லக்ஷ்மணன் ஐக்கியமாகி இருந்தான். அதே போலத்தான் சத்ருக்னனும், பரதனை விட்டுப் பிரியாதவனாக இருந்தான்.

பரதன் இப்படி கேகய நாட்டுக்கு அனுப்பப்பட்டது பற்றி சில நூல்களில் ஒரு விமர்சனம் காணப்படுகிறது. ராமருக்கு பட்டாபிஷேகம் நடத்தும் பொழுது, பரதன் அயோத்தியில் இருந்தால் அரசுரிமைக்குப் போட்டி ஏற்படும் என்ற காரணத்தினால், திட்டமிட்டு அவனை முன்கூட்டியே அயோத்தியிலிருந்து தசரதர் அகற்றி விட்டார் - என்று ஒரு விமர்சனம் கூறப்படுவது உண்டு. இதை சுவாரஸ்யத்திற்காகக் கூறப்படுகிற ஒரு வாதமாக வேண்டுமானால் எடுத்துக் கொள்ளலாமே தவிர, வால்மீகி ராமாயணத்தின் அடிப்படையில் பார்த்தால் இந்தக் கருத்துக்கு ஆதாரமில்லை. மிதிலை நகருக்கு தசரதர் முதலானோர் சென்ற பொழுது, அங்கு வந்த யுதாஜித் 'பரதனை அழைத்து வருமாறு தந்தை என்னை அனுப்பினார். அதற்காக நான் அயோத்திக்குச் சென்றேன். அங்குதான், நீங்கள் அனைவரும் மிதிலைக்குப் புறப்பட்டுச் சென்று இருப்பது எனக்குத் தெரிய வந்தது. ஆகையால் இங்கு வந்திருக்கிறேன்' என்று தசரதரிடம் கூறுகிறான். அதாவது பரதனை கேகய நாட்டுக்கு அழைத்துச் செல்வது என்ற முடிவோடு வந்தவன் யுதாஜித். அது தசரதர் எடுத்த முடிவு அல்ல.

ஆனால் ராம பட்டாபிஷேகத்தின் போது, அயோத்தியில் இல்லாமல், கேகய நாட்டுக்கு பரதன் சென்று விட்டது தசரதருக்கு ஒரு மன நிம்மதியைத் தரத்தான் செய்தது. இது பற்றி அயோத்தியா காண்டத்தில் பார்ப்போம். அதாவது பரதனின் புறப்பாடு தசரதரின் திட்டமல்ல; ஆனால் அந்த நிகழ்ச்சி அவர் மனதிலிருந்த ஒரு கவலையை நீக்கி அவருக்கு நிம்மதியை அளித்தது.)

பரதன் புறப்பட்டுச் சென்ற பிறகு, ராமரும் மஹாரதனாகிய லக்ஷ்மணனும், தெய்வத்திற்கு நிகரான தந்தையை மிகவும் மரியாதையுடன் நடத்தி, அவருடைய உத்தரவுகளை சிரமேற் கொண்டு செயல்பட்டு, எல்லா விதங்களிலும் அவருக்கு ஆதரவாக இருந்து வந்தார்கள். கட்டுப்பாடுகளை மீறாதவராகிய ராமர், மூன்று தாய்மார்களுக்கும், குருமார்களுக்கும் செய்ய வேண்டிய பணிகளை தவறாது செய்து வந்தார். தேச மக்களும், முதியவர்களும், ராமரின் நடத்தையைக் கண்டு பெரும் மகிழ்வு கொண்டதைப் பார்த்த தசரதரின் மனம் குளிர்ந்தது. எல்லா நற்குணங்களும் பொருந்திய ராமர், ஸீதையின் மனதில் குடி

கொண்டவராக அவளோடு பரிபூரண ஒற்றுமையுடன் விளங்கி வந்தார். தந்தையினால் தனக்கு அளிக்கப்பட்ட மனைவி என்பதாலும், அன்புக்குரியவள் என்பதாலும், பக்தியிலும், அழகிலும் சிறந்தவள் என்பதாலும், நற்குணங்கள் பொருந்தியவள் என்பதாலும், ஸீதை மீது ராமருடைய அன்பு மேன்மேலும் வளர்ந்து கொண்டு இருந்தது.

(இந்த இடத்தில் சிலர் மனதில் ஒரு சந்தேகம் தோன்றலாம். 'தந்தையினால் அளிக்கப்பட்ட மனைவி' என்று ராமர் ஸீதையை எப்படிக் கருதியிருக்க முடியும்? வில்லை முறித்து, அவர் காட்டிய வீரத்தினால் பெறப்பட்ட மனைவியல்லவா அவள் - என்ற கேள்வி எழலாம். இதற்கு பதில் அயோத்தியா காண்டத்தில் வருகிறது. அடுத்த காண்டமாகிய அதில், அனுசூயையிடம், ஸீதை தனக்கு திருமணம் நடந்த விதத்தை விவரிக்கிறாள். அப்போது 'ராமர் வில்லை ஒடித்த உடனேயே என்னை மணக்குமாறு என் தந்தை ஜனக மன்னர், ராமரைக் கேட்டுக் கொண்டார். ஆனால் ராமரோ தன்னுடைய தந்தையின் விருப்பத்தை அறியாமல் என்னை ஏற்க முடியாது என்று கூறி மறுத்து விட்டார்' என்று ஸீதை சொல்கிறாள். இவ்வாறு ஸீதை கூறுகிற விவரம் பால காண்டத்தில் கூறப்பட வில்லை. ஆனால் அயோத்தியா காண்டத்தில் மிகத் தெளிவாக இது குறிப்பிடப்படுகிறது.

ராமாயணம், மஹாபாரதம் போன்ற இதிகாசங்களில் சில நிகழ்ச்சிகள் இரண்டு மூன்று இடங்களில் வர்ணிக்கப்படுகின்றன. அவற்றை ஒட்டு மொத்தமாக எடுத்துக் கொண்டுதான் ஒரு நிகழ்ச்சியைப் பற்றி, அந்த இதிகாசம் என்ன சொல்கிறது என்று பார்க்க வேண்டும். இந்த அணுகுமுறையை நாம் மேற்கொண்டால், அயோத்தியா காண்டத்தில் ஸீதை கூறுவதை வைத்துப் பார்க்கும் பொழுது ராமர், அவளை 'தனது தந்தையால் அளிக்கப்பட்ட மனைவி' என்று கருதியதில் தவறு எதுவும் இல்லை.)

தெய்வங்களுக்கு நிகரான பேரழகுடன் விளங்கிய ஜனகரின் மகளாகிய ஸீதை, ராமர் தன் மனதில் நினைக்கும் எண்ணங்களைக் கூட, மிக நுணுக்கமாகப் புரிந்து கொண்டுவிடக் கூடியவளாக இருந்தாள். பேரழகுள்ளவளும், பெரும் அன்பு செலுத்துபவளு

மாகிய அந்த சிறந்த அரசகுமாரியுடன் சேர்ந்தவராக ராமர் மேலும் சிறந்து விளங்கினார். தேவர்களுக் கெல்லாம் தேவனாகிய விஷ்ணு பகவான் லக்ஷ்மி தேவியுடன் கூடியிருப்பது போல், ராமர் ஸீதையுன் கூடி ஒளி வீசித் திகழ்ந்தார்.

(இத்துடன் பால காண்டம் நிறைவு பெறுகிறது.

ஸ்காந்த புராணத்தில், ராமாயணத்தைப் படிப்பதாலும், கேட்பதாலும் உண்டாகும் நன்மைகள் கூறப்பட்டிருக்கும் பகுதியை சில பண்டிதர்கள் சுட்டிக் காட்டி யிருக்கிறார்கள். அந்த 'ஸ்ரீமத் வால்மீகி ராமாயண மகாத்மியம்' என்பதில் பால காண்டத்தை படிப்பதால் ஏற்படும் நன்மைகள் இவ்வாறு கூறப்படுகிறது. 'மக்கட் பேறைத் தரும்; வியாதிகளை நீக்கும்; மனைவி, மக்களுடன் உண்டாகும் மனஸ்தாபங்களை நீக்கும்; குடும்பத்துக்கு க்ஷேமத்தை அளிக்கும்' என்று பிரம்ம தேவர், நாரதரிடம் விவரித்து உரைக்கிறார்.

மேலும் அதில் குமாரஸம்ஹிதோக்தம் என்ற பகுதியில் சொல்லப்பட்டிருக்கும் சில குறிப்பிட்ட பலன்களையும் சில நூல்கள் விவரிக்கின்றன. அந்தப் பகுதியில் அகஸ்தியர், மாண்டுக முனிவருக்கு எந்தெந்தக் குறை நீங்க ராமாயணத்தில் எந்தெந்தக் கட்டத்தைப் படிக்க வேண்டும் என்று சொல்கிறார். அதில் பால காண்டம் பற்றி இவ்வாறு குறிப்பிடப்பட்டுள்ளது... 'திருமணம் செய்து கொள்ள விரும்புகிற பிரம்மச்சாரியும், நல்ல மாப்பிள்ளையைத் தேடிக் காத்திருக்கும் பெண்ணும், ஸீதையின் திருமண கட்டத்தைப் படிக்க வேண்டும்... தனக்கு மகன் வேண்டும் என்று விரும்புகிறவன், மனைவியுடன் கூட தசரதருக்கு ரிஷ்ய சிருங்கரால் செய்விக்கப்பட்ட யாகம் பற்றிய பகுதிகளைப் படிக்க வேண்டும்... கர்ப்பமாக இருக்கும் பெண்மணியின் சுகப் பிரசவத் திற்காக அந்தப் பெண்மணியின் காதில் விழும் படியாக ராமர் பிறந்த கட்டம் படிக்கப்பட வேண்டும்... குறிப்பிட்டுச் சொல்லப் படாத மற்ற பிரச்னைகள் தீருகிற வகையில் பலன்களை வேண்டு பவர்கள், ராமர் பரசுராமரை வென்ற கட்டங்களைப் படிக்க வேண்டும்...!

இதைத் தவிர ஜாதக ரீதியான சில தோஷங்கள் - குறைகள் - நீங்குவதற்காக ராமாயணத்தில் எந்தெந்த கட்டத்தைப் படிக்க

வேண்டும் என்று பரமசிவன், பார்வதியிடம் கூறுவதாக அமைக்கப் பட்டிருக்கும் ஸ்லோகங்களும் அந்த நூல்களில் காணப்படுகின்றன. அவற்றுக்குச் சில உதாரணங்களைப் பார்ப்போம். நினைவில் கொள்ளுங்கள் - இவை உதாரணங்களே! 'சூரிய தசை தோஷம் செய்யக் கூடியதாக ஒருவனுக்கு இருக்குமேயானால், அவன் பரமசிவன், கங்கையை தனது தலையில் தாங்கிய கட்டத்தைப் படிக்க வேண்டும்... சந்திர தசையில் குஜ அபவாத தோஷ பரிகாரம் என்பதற்கு விச்வாமித்திரர், ராம, லக்ஷ்மணர்களை அழைத்துக் கொண்டு போகும் கட்டங்களைப் படிக்க வேண்டும். சந்திர தசை யில் குரு புக்தி தோஷத்தின் பரிகாரத்திற்காக வால்மீகி முனிவருக்கு ராம கதையைச் சுருக்கமாக நாரதர் உபதேசித்த கட்டத்தைப் படிக்க வேண்டும். சந்திர தசையில் ராகு புக்தி தோஷத்தின் பரிகாரத்திற் காக அஹல்யையின் சாப விமோசன கட்டம் படிக்கப்பட வேண்டும்... ராகு தசையில் சூரிய புக்தி தோஷத்தின் பரிகாரத்திற்காக தசரதரின் வம்ச பரம்பரை அதாவது சூரிய வம்ச பரம்பரையைப் படிக்க வேண்டும்... ராகு தசையில் கேது புக்தி தோஷத்தின் பரிகாரத்திற்காக ராமர், அம்பை எய்தி தெய்வ உலகங்களை அடையக் கூடிய பரசுராமரின் வல்லமையைப் பறித்த கட்டம் படிக்கப்பட வேண்டும். சனி தசை தோஷ பரிகாரத்திற்கு விச்வாமித்திரருடைய யாகத்தில் ராக்ஷஸர்கள் வதம் செய்யப்பட்ட கட்டம் படிக்கப்பட வேண்டும்....'

'ஹே! பார்வதி! நவகிரஹங்களின் மஹா தசைகளையும், அவாந்தர தசைகளையும் உத்தேசித்து, அதற்கான பரிகாரம் என்னால் சொல்லப்பட்டது' என்று பரமேச்வரன் கூறுவதாக, அந்த ஸ்லோகங்களில் வருகிறது.

ஒவ்வொரு காண்டத்திற்குமே இம்மாதிரி பலன்கள் என்ன வெல்லாம் கூறப்பட்டிருக்கின்றன என்பதை, அந்தந்த காண்டத்தின் முடிவில் குறிப்பிட இருக்கிறேன். இவற்றில் எல்லாம் நம்பிக்கை உடையவர்களுக்கு இது பயன் தரும்; மற்றவர்களுக்கு சுவையாவது தரும் என்று நினைக்கிறேன்.)

(வால்மீகி முனிவரால் இயற்றப்பட்ட ஆதி காவியமாகிய ஸ்ரீமத் ராமாயணத்தின் முதல் பகுதியாகிய பால காண்டம் இத்துடன் முற்றுப் பெறுகிறது. அடுத்து அயோத்தியா காண்டம்.)

2. அயோத்தியா காண்டம்

அத்தியாயம் - 1

மன்னன் மனதில் தோன்றிய விருப்பம்

> ராமரின் உயர்ந்த குணங்கள் வர்ணிக்கப்படுவது; தான் முதுமையை நெருங்கி விட்டதால் ராமருக்கு யுவராஜ பட்டாபிஷேகம் செய்து வைப்பது நல்லது என்ற முடிவுக்கு தசரதர் வருவது; தன் முடிவைப் பற்றி பெரியோர்களின் கருத்தையும், முக்கியஸ்தர்களின் கருத்தையும், பிற தேச மன்னர்களின் கருத்தையும் அறிவதற்காக தசரதர், அவர்களையெல்லாம் அழைத்து சபையைக் கூட்டுவது: .....

கேகய நாட்டுக்குப் போய்ச் சேர்ந்த பரதனும், அவனுடன் சென்ற பகைவர்களை அழிக்கும் பேராற்றல் படைத்த சத்ருக்னனும், அங்கே யுதாஜித்தினாலும், அவன் தந்தையினாலும் மிகவும் உபசரிக்கப்பட்டார்கள். பெற்றோர்களால் கவனிக்கப்படுகிற வகையில் அவர்கள் இருவரும் கவனிக்கப்பட்டார்கள். எனினும், அந்த இரண்டு அரச குமாரர்களும் தங்கள் தந்தை தசரதர் பற்றிய நினைவாகவே இருந்தார்கள். இந்திரனுக்கும், வருணனுக்கும் நிகரானவர்களான பரத, சத்ருக்னர்களைப் பற்றிய நினைப்பு தசரத மன்னருக்கும் அடிக்கடி வந்து கொண்டிருந்தது. நான்கு மகன்களையும், தசரத மன்னர் சமமாகவே பார்த்தார் என்றாலும் கூட, எல்லா நற்குணங்களும் பொருந்திய ராமர் மீது அவருக்கு விசேஷமான அன்பு இருந்தது. தேவர்களால் வேண்டிக் கொள்ளப்பட்டு ராவணனுடைய வதத்திற்காக விஷ்ணுவே, ராமராக அவதாரம்

செய்திருக்கிறார் அல்லவா? ஆகையால் படைக்கப்பட்ட உயிர்களில் எல்லாம் சிறந்து விளங்கி, பிரம்மனைப் போல் காட்சி அளித்தார் அவர். அதிதியானவள் தன் மகன் இந்திரனுடன் சேர்ந்து எப்படி சோபையுடன் விளங்கினாளோ, அதே போல ராணி கௌஸல்யை ராமருடன் சேர்ந்து ஒளி வீசித் திகழ்ந்தாள்.

(இந்த இடத்தில் வால்மீகி ராமாயணத்தில் ராமருடைய குணங்களும், அணுகுமுறைகளும், திறமைகளும் மிகவும் விவரமாக வர்ணிக்கப்படுகின்றன. மிகப் பெரியவர்களிடம் - குறிப்பாக மன்னர்களிடம் - எப்படிப்பட்ட குணங்கள் அமைந்திருக்க வேண்டும் என்பதை பட்டியலிட்டுக் காட்டுவது போல ராமரின் குணாதிசயங்கள் வர்ணிக்கப்படுகின்றன. இப்படிப்பட்ட குணங்கள் எல்லாம் ஒரு அரசனிடம் அமையப் பெற்று இருந்தால், அவன் அந்த நாட்டுக்கு அளிப்பது ராம ராஜ்யமாகத்தான் இருக்கும் என்பதில் சந்தேகமில்லை. இன்னமும் அரசனாக பதவி ஏற்காமல், அரச குமாரனாக, இளைஞனாக இருந்த நிலையிலேயே ராமரிடம் இம்மாதிரி சிறப்புகள் எல்லாம் நிரம்பி இருந்தன என்பதை வால்மீகி ராமாயணம் இந்த இடத்தில் விவரிக்கிறது.

அரசனுக்கு வேண்டிய சிறப்பு அம்சங்கள் பற்றி, அந்தக் காலத்தில் என்ன கருத்து நிலவியது என்பதைத் தெரிந்து கொள்வதற்காக அந்த வர்ணனையைப் பார்ப்போம்.)

நிகரில்லாத அழகன்; நிரம்பி நின்ற வீரம் படைத்தவன்; தந்தையை நிகர்த்த நன்னெறிகளின் இருப்பிடம்; நிதானமிழக்காத மனமுடையோன்; நீதிவழி தவறாதவன்; பிறரைக் குத்திக் காட்டிப் பேசுவதில் இன்பம் காணாதவன்; கடுமையாகப் பேசுபவர்களுக்கும் இனிமையாக பதில் கூறுபவன்; பிறரால் தனக்கு முனைந்து செய்யப்பட்ட நூறு தவறுகளை மனதில் கொள்ளாமல், அவர்களால் அலட்சியமாகச் செய்யப்பட்ட ஒரு நல்ல காரியத்தையே நினைத்து, அதில் மகிழ்வு எய்துகிற அளவுக்கு தன்னை வென்றவன்; ஆயுதப் பயிற்சியிலிருந்து ஓய்வு கிடைத்த போதெல்லாம், நேரத்தை வீணடிக்காமல் பெரியவர்களுடன் உரையாடி, தர்ம நெறியின் சூட்சுமங்களை மேலும் மேலும் அறிந்து கொண்டவன்; மற்றவர்கள் பேசுவதற்கு முன்பாகவே, தானே

வலியச் சென்று, அவர்களுடன் உரையாடுபவன்; இன்சொல் அன்றி வன்சொல் அறியாதவன்; பொய் உரைக்காதவன்; கோபத்தை வென்றவன்; துன்புறுபவர்கள் பற்றி தாபத்தை மனதில் வளர்த்தவன்; உள்ளும் புறமும் தூய்மை நிறைந்தவன்; சிறுமையை அறவே தவிர்த்தவன்; தரமற்ற பேச்சுக்களில் ஈடுபடாதவன்; தர்க்க வாதத்தில் தான் பெற்ற திறமையால், ஒரு பிரச்னையின் இரு பக்கவாதங்களையும் பேசி, அதற்கு இறுதியில் நல்ல தீர்வு காண்பதில், பிரகஸ்பதிக்கு நிகரானவன்;

மாறாத பேச்சு, திடமான தேகம், களை நிறைந்த முகம், நோய் விலக்கிய உடல் ஆகியவற்றைப் பெற்றவன்; சொல் வன்மையில் நிகரற்றவன்; நான்கு வேதங்கள், அவற்றின் கிளைகள், ராஜ நீதி, வான சாத்திரம் போன்ற அனைத்து சாத்திரங்களையும் முழுமை யாகக் கற்றுணர்ந்தவன்; விற்போர் சாத்திரத்தின் எல்லையைக் கண்ட, தசரதரையும் மிஞ்சுகிற வில் வித்தை நிபுணன்; பலவித அஸ்திரங்களை கையாளும் திறமை படைத்தவன்; எளியவர்களின் நண்பன்; நினைத்துப் பார்க்கவும் முடியாத நினைவாற்றல் படைத்தவன்; அரசநெறியை உணர்ந்து, தன்னுடைய ஆலோசனைகள் வெளியே பரவி விடாமல் பார்த்துக் கொள்ளும் திறன் படைத்தவன்; தன்னுடைய கோபம், தன்னுடைய மகிழ்ச்சி - இரண்டுக்குமே பலனுண்டு என்று எப்போதுமே நிலை நிறுத்துபவன்; பொக்கிஷத்திலிருந்து செல்வம் செலவழிக்கப்பட வேண்டிய நேரம் எது, சேமிக்கப்பட வேண்டிய நேரம் எது என்பதை நன்குணர்ந்தவன்; தரமற்ற சொல்லைத் தவிர்ப்பது போலவே, தரமற்ற மனிதர்களின் சேர்க்கையையும் தவிர்த்தவன்; மற்றவர் களின் தவறுகளை மனதில் உணர்ந்தது போலவே தன்னைச் சார்ந்தவர்களின் தவறுகளையும் நன்றாக உணர்ந்தவன்; மற்றவர் களின் மன ஓட்டங்களை எளிதில் புரிந்து கொள்ளும் திறன் படைத்தவன்; தண்டனை, வெகுமதி இரண்டையும் நியாயத்தின் அடிப்படையிலேயே வழங்குபவன்; சக்தியைப் பிரயோகிக்க வேண்டிய நேரம் எது என்பதை முற்றிலும் உணர்ந்தவன்; சாத்திரங்கள் சொல்வதுபோல, மக்களிடமிருந்து அவர்களைத் துன்புறுத்தாமல் நிதியை வசூலிக்கும் முறையையும், அதைச் செலவிடும் முறையையும் கற்றறிந்தவன்; இலக்கியம், மொழிகள்,

அயோத்தியா காண்டம்

பற்பல நூல்கள் ஆகியவற்றை நன்றாகக் கற்றவன்; சோம்பலை முற்றிலுமாக ஒழித்தவன்; கலைகளில் பேரார்வம் கொண்டவன்; யானை ஏற்றம், குதிரை ஏற்றம் ஆகியவற்றை முறையே பயின்றவன்; எதிரியின் படையைத் தாக்கவேண்டிய நேரம், யுத்தத்தில் முன்னேற வேண்டிய நேரம், எதிரியை அழிக்க முனைவதற்கு உரிய நேரம் போன்றவற்றைக் கூறும் யுத்த சாத்திரத்தைக் கரைத்துக் குடித்தவன்; அரக்கர்களின் ஆத்திரத்தினாலும், தேவர்களின் சக்தியினாலும் கூட, யுத்தத்தில் வெல்ல முடியாதவன்; ஆசையை அடக்கியவன்; கோபத்தை வென்றவன்; பொறாமையைக் காணாதவன்; தன்னுடைய சிறப்புகளின் காரணமாக மக்கள் மனதைக் கவர்ந்தவன்... என்று முடிவில்லாமல் வர்ணித்துக் கொண்டே போகக் கூடிய பல குணாதிசயங்களையும், திறமைகளையும் பெற்றிருந்த ராமர், அவற்றையெல்லாம் நினைத்து, கர்வம் கொள்ளாதவராகவே திகழ்ந்தார். அயோத்தியில் மட்டுமல்லாமல் மூவுலகங்களிலும் அவர் மதிக்கப்பட்டார். தன்னைக் காப்பதற்கு இந்த ஒப்பற்ற மனிதனே தகுதி படைத்தவன் என்று பூமியே கூட நினைத்தது.

இப்படி நிகரற்ற பல குணங்களைக் கொண்டவனாகவும், மக்கள் மனதையெல்லாம் கவர்ந்தவனாகவும் இருக்கிற தன் மகனைப் பற்றி, மகிழ்ந்து கொண்டிருந்த தசரதர், தன்னுடைய உள் மனதில் ஒரு எண்ணம் தோன்றுவதை உணர்ந்தார். 'நான் உயிருடன் இருக்கும்போதே ராமன் இளவரசனாகப் பட்டம் சூடலாமே? நீரைப் பொழிந்து சகல ஜீவராசிகளுக்கும் நன்மை செய்யும் மழைக் கடவுள் போல, உலக நன்மைக்காகவே வாழ்பவனாக ராமன் விளங்குகின்றான். வீரத்தில் யமனையும், இந்திரனையும் ஒத்திருக்கும் அவன், அறிவுக் கூர்மையில் பிரகஸ்பதியை நிகர்த்திருக்கிறான். அப்படிப்பட்டவன் வசம், இந்த பூமியின் ஆளுமை ஒப்படைக்கப்படுவதை நான் உயிர் வாழும் போதே பார்த்துவிட வேண்டாமா? ராஜ்ய பரிபாலனத்தை ராமன் ஏற்கும் காட்சியைப் பார்த்து விட்டுத்தான் சொர்க்கம் செல்ல விரும்புகிறேன்.'

இப்படி நினைத்த தசரத சக்கரவர்த்தி, மந்திரிமார்களுடனும் மற்ற பெரியவர்களுடனும் கலந்து ஆலோசித்து வேறு எந்த

அரசனிடமும் இல்லாத பெரும் சிறப்புகளைப் பெற்று இருந்த ராமனுக்கு, இளவரசு பட்டம் சூட்ட வேண்டும் என்று தன் மனதில் நிச்சயம் செய்து கொண்டார். அதே சமயத்தில் சிறந்த அறிவாளி யான அவர் வானத்திலும், பூமியிலும் தோன்றிய, சில அப சகுனங்களைக் கண்டார். தன்னுடைய உடல் பலவீனமடைந்து வருவதையும், தான் முதுமையை எய்தி விட்டதையும் அவர் நினைத்துப் பார்த்தார்.

இவ்வாறெல்லாம் பல வகைகளில் சிந்தித்த தசரதர், ராமருக்கு இளவரசு பட்டாபிஷேகம் செய்து வைப்பதில் எந்தத் தாமதமும் நிகழக் கூடாது என்று தீர்மானித்தவராக, பல்வேறு முக்கியஸ்தர் களையும் தன் சபைக்கு அழைத்து வருமாறு உத்திரவு பிறப்பித்தார். கேகய நாட்டு மன்னரும், ஜனக மன்னரும் அயோத்தி வந்து சேர்வதற்கு தாமதமாகும் என்ற நிலையில், அவர்கள் இருவரும் பட்டாபிஷேக நற்காரியம் நடந்து முடிந்த பின்னர், அந்தச் செய்தி கேட்டு, மகிழ்ச்சிதான் எய்துவார்கள் என்று நினைத்து, தாமதத்தைத் தவிர்ப்பதற்காக அவர்களை அழைக்காமலே விட்டார்.

தசரதரால் அழைக்கப்பட்ட மன்னர்களும், முக்கியஸ்தர்களும், விரைவில் அவருடைய சபையை வந்து அடைந்தார்கள். முறையாக உபசரிக்கப்பட்டு வெவ்வேறு ஆசனங்களில் அமர்த்தப்பட்டிருந்த மன்னர்கள், முக்கியஸ்தர்கள், நகர, கிராமவாசிகள் மற்றுமுள்ள பெரியோர்கள் ஆகியோரால் சூழப்பட்டிருந்த தசரத மன்னர், அப்போது தேவர்களால் சூழப்பட்டு விளங்கும் இந்திரன் போல் காட்சியளித்தார்.

(‘ராமனுக்கு யுவராஜாவாக அபிஷேகம் செய்விக்க வேண்டும்’ என்று தசரதர் கருதுவதாகத்தான் வால்மீகி ராமாயணம் கூறுகிறது. அதாவது ராமரை நேரடியாக அரசனாக்கி விட தசரதர் நினைப்பதாக வால்மீகி ராமாயணத்தில் இல்லை. அதே சமயத்தில் யுவராஜாவாக பட்டாபிஷேகம் செய்து கொண்டு ராமர் ஆட்சிப் பொறுப்பை ஏற்க வேண்டும் – என்றும் தசரத மன்னர் விரும்புகிறார். தசரத மன்னர் கூடவே இருக்கப் போவதால், ‘ராமர் இளவரசனாகப் பட்டம் ஏற்பது – அதே சமயத்தில் எல்லா தகுதிகளையும் படைத்திருப்பதாலும், தசரதருக்கு முதுமை நெருங்கிவிட்டதாலும், ராமர் ஆட்சிப்

பொறுப்பை ஏற்பது' என்பதுதான் சக்கரவர்த்தியின் மனதில் எழுந்த ஏற்பாடாகத் தெரிகிறது.

'அரசன்' என்ற பட்டத்தையே, அந்தப் பதவியையே ராமருக்கு அளித்து விடுவதாக தசரதர் முடிவெடுத்தார் என்று வால்மீகி ராமாயணம் கூறவில்லை. ஆனால் அரசனாகப் பதவி ஏற்கிற உரிமையை, ஊர்ஜிதப்படுத்தித் தருகிற இளவரசு பட்டாபிஷேகம் ராமருக்கு நடத்தப்பட வேண்டும் என்று தசரதர் விரும்புகிறார்; ஆட்சிப் பொறுப்பையும் ராமரே ஏற்று ராஜ்ய பாரத்தையும் நிர்வகிக்க வேண்டும் என்றும், நினைக்கிறார்.

கம்ப ராமாயணத்தில் தசரதர், ராமருக்கு அரசு பட்டத்தை யே தர விரும்புவதாகக் கூறப்படுகிறது. இதற்கு ஒரு காரணம் இருக்கலாம். ஒன்று – வால்மீகி ராமாயணத்தில் தசரதர், ராமருக்குத் தர எண்ணியது பெயரளவு இளவரசு பட்டமே தவிர, உண்மையில் ஆட்சிப் பொறுப்புதான். இதைத் தவிர, வால்மீகி ராமாயணத்துக்கும், கம்ப ராமாயணத்துக்கும் ஒரு முக்கியமான வித்தியாசம் காணப் படுகிறது. வால்மீகி ராமாயணத்தில் – ராமருக்கு பட்டம் சூட்டி விட்டு, அயோத்தியையே விட்டு அகன்றுவிடும் எண்ணம் தசரதருக்கு இல்லை. ஆனால் கம்ப ராமாயணத்திலோ ராமருக்குப் பட்டம் சூட்டி விட்டு, தான் துறவை மேற்கொள்ள வேண்டும் என்றே தசரதர் நினைக்கிறார்.

சபையைக் கூட்டிய தசரதர், அங்கு கூடியிருந்த பெரியோர்களிடம், 'ஆகையால் ராமனிடம் ஆட்சியைக் கொடுத்து விட்டு, மன பேதமையினால் வரும் முடிவிலா பிறப்பு என்ற நிலையை நீக்குகின்ற அளவில், ஒரு பெரிய தவத்தைத் தொடங்குவதற்காக நான் காட்டுக்குச் செல்லப் போகிறேன். இதுபற்றி உங்கள் எண்ணம் என்ன?' என்று – இவ்வகையில் தன் கருத்தைத் தெரிவித்தான்'' என்று கம்ப ராமாயணத்தில் கூறப்படுகிறது. கம்பரின் வார்த்தைகளில் –

'ஆதலால், இராமனுக்கு அரசை நல்கி, இப்
பேதைமைத்தாய் வரும் பிறப்பை நீக்குவான்
மா தவம் தொடங்கி அவ் வனத்தை நண்ணுவேற்கு;
யாது நும் கருத்து?' – என, இனைய கூறினான்.

வால்மீகி ராமாயணத்தில் தனக்கு முதுமை வந்ததை எண்ணியும், சில அபசகுனங்கள் தோன்றுவதை நினைத்தும் ராஜ்ய பாரம் மாற்றப்பட வேண்டும் என்று தசரதர் நினைக்கிறார். கம்பரோ, தசரதருக்கு துறவறம் மேற் கொள்ளும் எண்ணம் வந்து விட்டது என்றும் கூறுகிறார். ஆனால் துளஸிதாஸரின் ராமாயணத்தில் இது வேறு விதமாக வருகிறது. தன் காதருகில் நரை தோன்றி வருகிறது என்பதை தசரதர் கவனிக்கிறார். அந்த நரை, அவர் காதில் 'நீ ராமனுக்கு முடிசூட்ட வேண்டிய காலம் நெருங்கி விட்டது என்பதை உணர்ந்து கொள்' என்று கூறுகிறது. இந்தக் காரணத்தினால்தான் ராமரின் பட்டாபிஷேகம் பற்றி தசரதர் முடிவெடுத்தார் என்று துளஸிதாஸரின் ராமாயணம் சொல்கிறது.

இதே கருத்து கம்ப ராமாயணத்தின் சில பதிப்புகளில் இருப்பதாகவும், ஆனால் அது தொடர்பான ஒரு சில பாடல்கள் கம்ப ராமாயணத்தில் நிகழ்ந்து விட்ட இடைச் செருகல்கள் என்றும், தமிழ் பண்டிதர்கள் கூறியிருக்கிறார்கள்.)

கூடியிருந்த முக்கியஸ்தர்களையெல்லாம் பார்த்து தசரதர் நன்மொழிகள் பேசி, அவர்களுடைய நலன்களைப் பற்றி விசாரித்தார். அதன் பின்னர் மேகங்கள் மோதும் போது ஏற்படும் பேரோசை போன்ற காத்திரம் – மற்றும் போர் முரசுகள் கொட்டப்படும்போது தொனிக்கிற கம்பீரம் – ஆகியவற்றைக் கொண்டதுமாக இருந்தாலும், சற்றும் இனிமை குறையாத – மன்னனுக்குரிய லட்சணங்கள் பொருந்திய குரலில் – தசரத மன்னர், சபையோரைப் பார்த்துப் பேசத் தொடங்கினார்.

2. அயோத்தியா காண்டம்

அத்தியாயம் - 2

சபையின் சம்மதம்

ராமருக்கு இளவரசு பட்டம் சூட்ட, தான் விரும்புவதை சபையோரிடம் சொல்லி, அதற்கு அவர்கள் அனுமதியை தசரத மன்னர் கோருவது; ராமருடைய சிறப்புகளையெல்லாம் விவரித்து சபை யோர், தசரத மன்னரின் விருப்பத்தை ஆமோதிப்பது; பட்டாபிஷேகத்திற்கான ஏற்பாடுகளைச் செய்ய வசிஷ்டரும், வாமதேவரும் கேட்டுக் கொள்ளப் படுவது; அந்த இரு பெரியவர்களும் பிறப்பித்த உத்திரவுகள்.

"**தான்** பெற்றெடுத்த மகளை ஒரு தந்தை பாதுகாப்பதைப் போல, இந்த ராஜ்யத்தைப் பேரன்புடன் எனது முன்னோர்கள் பாதுகாத்து வந்திருக்கின்றனர் என்பது உங்கள் அனைவருக்கும் தெரியும்'' என்று தொடங்கிய தசரதர், சபையோரைப் பார்த்து மேலும் சொன்னார். "என் முன்னோர்களால் காப்பாற்றப் பட்டு வந்த மக்களை, என் ஆற்றலுக்கு இயன்றவரையில் நானும் மிகவும் அக்கறையுடன் ஆதரித்து வருகிறேன். வெண் கொடையின் கீழ் அமர்ந்து, இந்த ஆட்சியை நடத்தி வருகிற என்னுடைய உடல், இப்பொழுது பலமிழந்து வருகிறது. நான் ஓய்வை நாடுகிறேன். முறையாக அரசை நடத்துவதில் முழுமை யாக முனைந்திருந்த எனது இந்திரியங்கள் சலிப்பெய்தி விட்டன.

என் மனமோ நான் ஏற்றிருக்கிற மிகப் பெரிய பொறுப்பை எனக்கு எப்போதும் நினைவுறுத்திக் கொண்டே இருக்கிறது. ஆகையால் உங்கள் அனைவரின் சம்மதத்தையும் பெற்று, தேச மக்களைக் காப்பாற்றும் பொறுப்பை என் மகனிடம் ஒப்படைக்க நான் விரும்புகிறேன். ராமன் எனது மூத்த மகன். வீரத்தில் இந்திரனை நிகர்த்தவன். எவராலும் போரில் வெல்ல முடியாதவன். எல்லா நற்குணங்களும் படைத்தவன். அரசனுக்கு வேண்டிய தகுதிகளைப் பெற்றிருப்பதில் எனக்கு எவ்விதத்திலும் அவன் குறைந்தவனல்ல. மனிதர்களில் மேம்பட்டவனும், தர்ம சிந்தனையுடைவர்களில் சிறந்தவனுமாகிய அவனை, இளவரசனாக நியமிப்பது இந்த தேசத்தைப் பற்றிய கவலையை என் மனதிலிருந்து அகற்றி விடும் என்று நான் நினைக்கிறேன். நன்றாக ஆலோசனை செய்த பிறகே, நான் இந்த முடிவுக்கு வந்திருக்கிறேன். என்னுடைய முடிவு சரியானது என்று நீங்கள் நினைத்தால், அதற்கு நீங்கள் ஒப்புதலை அளியுங்கள். அப்படியின்றி, என் முடிவு சரியில்லை என்பது உங்கள் கருத்தாக இருக்குமேயானால், நான் வேறு எந்த வழியை நாடலாம் என்பது பற்றி எனக்கு ஆலோசனை சொல்லுங்கள். நடுநிலையில் நிற்கிற விவரமறிந்தவர்களால் ஆலோசனை செய்து கூறப்படும் முடிவே உலக நன்மைக்கு ஏற்றது. ஆகையால் நீங்கள் சொல்லும் முடிவை ஏற்க நான் தயாராக இருக்கிறேன்.''

(சட்டசபை கிடையாது, பாராளுமன்றம் கிடையாது. ஆனாலும் கூட தன்னுடைய மகன் முடி சூட்டப்படுவதற்கு மற்றவர்களின் அனுமதியை தசரத மன்னர் கோருகிறார். இத்தனைக்கும் ராமருக்கு, மன்னனாக முடி சூட்டப்படும் உத்தேசம் தசரதருக்கு இல்லை. அவரை இளவரசனாக்கவே நினைக்கிறார். 'மகன் என்ற அந்தஸ்தை மட்டும் வைத்துக் கொண்டு, ஆட்சிப் பொறுப்பில் அவரை குறுக்கிட அனுமதிப்பது முறையாக இருக்காது. எக்ஸ்ட்ரா கான்ஸ்ட்டிட்யூஷனல் அத்தாரிட்டியாக ராமர் செயல்படுவது நல்லதல்ல – அதே சமயத்தில் பல சிறப்புகளைக் கொண்ட ராமர், ஆட்சிப் பொறுப்பைக் கவனிப்பது நாட்டுக்கு நல்லதாக இருக்கும்' – என்ற காரணங்களினால் ராமருக்கு முறையாக அதிகாரம் அளிப்பதற்காக, இளவரசு பட்டம் சூட்டுவதே தசரதரின் எண்ணம். ஜனநாயகம் என்ற பெயரில் பரம்பரை ஆட்சி அமல் செய்யப்

படாமல், பரம்பரை ஆட்சி என்ற பெயரில் ஜனநாயகமே அப்போது அமல் செய்யப்பட்டு வந்தது.)

இப்படி தசரதன் பேசியதைக் கேட்ட சபையோர் எழுப்பிய ஆரவாரம், ஏழு மாடிகள் கொண்ட அந்த அரண்மனையையே நடுங்கச் செய்வதாக அமைந்தது. நகர மக்களில் முக்கியஸ்தர்கள், கிராமத்திலிருந்து வந்திருந்த பிரதிநிதிகள், கற்றறிந்த பிராமணர்கள், வீரத்தில் நிகரற்ற க்ஷத்ரியர்கள், படைத் தலைவர்கள், மன்னர்கள் - என்று அந்த சபையில் கூடியிருந்த பலரும், ஒருவரோடு ஒருவர் ஆலோசனை செய்தார்கள். இப்படி தங்களுக்கிடையே ஆலோசனைகளை நடத்தி, அவர்கள் ஏகமனதாக ஒரு முடிவுக்கு வந்து, மன்னரைப் பார்த்துப் பேசத் தொடங்கினார்கள்.

"பூமிக்கு அதிபதியே! பல வருட காலம் முறையாக ஆட்சி நடத்தி இப்பொழுது நீங்கள் வயோதிகத்தை அடைந்திருக்கிறீர்கள். இந்த நேரத்தில் இளவரசராகப் பதவி ஏற்று ஆட்சியில் அதிகாரம் செலுத்தும் பொறுப்பை ராமர் ஏற்பது நல்லதே. உயர்ந்த யானையின் மீது வெண்கொடையின் கீழ் அமர்ந்து, ராமர் ஊர்வலம் வரும் காட்சியைக் காண நாங்கள் ஆவலாக இருக்கிறோம்."

இப்படி சபையோர் தங்கள் ஒப்புதலை அளித்ததும் தசரதர், "மன்னர்களே! மற்றும் உள்ளவர்களே! நீதி முறையிலிருந்து சற்றும் நழுவி விடாமல்தான் இந்த ஆட்சி முறையை நான் நடத்திக் கொண்டிருப்பதாக எண்ணுகிறேன். அப்படி இருந்தும்கூட, நான் ஒரு வார்த்தை சொன்ன உடனேயே ஆட்சிப் பொறுப்பை ராமனிடம் ஒப்படைத்து விடலாம் என்று நீங்கள் அனைவரும் முடிவு செய்வது ஏன்? ஒருவேளை என்னைவிட, அவன் சிறந்தவன் என்று கருதுகிறீர்களா? இந்த சந்தேகம் என் மனதில் வருகிறது. ஆகையால் உங்களுடைய முடிவுக்கு என்ன காரணம் என்பதை எனக்கு விளக்கிச் சொல்லுங்கள்" என்று கேட்டுக் கொண்டார்.

ராமரைப் பற்றி சபையில் கூடியிருந்த பெரியவர்கள் மனக்கருத்தை முழுமையாக அறிந்து கொள்வதற்காக, இப்படி ஒரு கேள்வியைப் போட்ட தசரத மன்னரைப் பார்த்து, சபையினர் மீண்டும் பேசத் தொடங்கினார்கள்.

அயோத்தியா காண்டம்

(சபையினர் மூலமாக இந்தக் கட்டத்தில் வர்ணிக்கப்படுகிற ராமரின் குணாதிசயங்கள் ஏற்கெனவே வால்மீகியால் விவரிக்கப் பட்டவையாக இருக்கின்றன. ஆனால் ஒரு சில புதிய அம்சங்களும் இங்கே கூறப்படுவதால் அவற்றை மட்டும் பார்ப்போம்.)

"மனிதர்கள் கடைப்பிடிக்க வேண்டிய நல்லொழுக்கம், தர்மம் ஆகியவை எவை என்பதை ராமரிடமிருந்து தான் மற்றவர்கள் தெரிந்து கொள்ள வேண்டும் என்ற அளவுக்கு அவருடைய செயல் பாடுகள் அமைந்திருக்கின்றன. அவர் அடியார்களுக்கு இனியவர்; பிறர் உயர்வு பெறுவதைக் கண்டு மனம் களிப்பவர்; உள்ளத்தில் இருப்பதையே உதட்டின் வழியே உரைப்பவர்; தன்னை அண்டியவர்களை என்றுமே கைவிடாதவர்; ஞானமுடைய பிராமணர்களை மதித்து நடப்பவர்; தர்ம சாத்திரங்களில் மட்டு மின்றி சங்கீத கலையிலும் சிறப்புடையவர்; மனத்தளர்ச்சி அற்றவர்; போர்க் களத்தில் வெற்றியைத் தவிர வேறு எதையும் காணாதவர்; யுத்தத்திலிருந்து திரும்பும்போது நகர மக்களையும், கிராம மக்களையும் சந்தித்து அவர்களுடைய நலனைப் பற்றி விசாரித்துத் தெரிந்து கொள்பவர்; மக்கள் சமூகத்தில் ஒவ்வொரு வனையும் தன்னுடைய மகனாகவே எண்ணி, அவனுடைய நலனில் அக்கறை காட்டுபவர்; தன்னால் முடியாதது என்று ஒன்று இல்லை என்பதை நிலை நிறுத்தியவர்; இளம் பெண்களும், வயோதிகப் பெண்மணிகளும் உட்பட மக்கள் அனைவரும் தினந் தோறும் தெய்வத்தை மனதில் நினைத்து 'ராமர் எல்லா நலனும் பெற்று, நீண்ட ஆயுளுடன் திடகாத்திர சரீரத்துடன், மேன்மையுற்று விளங்க வேண்டும்' என்று வேண்டிக் கொள்கிற அளவுக்கு அவர் களின் நம்பிக்கையைப் பெற்றவர். இவ்வாறு எல்லா சிறப்புகளும் பொருந்திய ராமர், எங்கள் நன்மைக்காகவே உங்கள் குலத்தில் பிறந்திருக்கிறார். ஆகவே அவர் இளவரசராக பட்டம் சூட்டப்படு வதை நாங்கள் வரவேற்கிறோம். உலகிற்கு நன்மை புரியும் தேவர் களுக்கு ஒத்தவராகிய நீங்கள், மக்களின் நன்மைக்காக இதைச் செய்ய வேண்டும் என்பதே எங்கள் விருப்பம்."

(ராமரின் குணாதிசயங்கள் என்று சபையினர் வர்ணிப்பதில் இரண்டு அம்சங்கள் கவனிக்கத்தக்கது. ஒன்று - 'ஞானமுள்ள பிராமணர்களை மதித்து நடப்பவர்' என்று கூறப்பட்டிருப்பது. இந்த

வர்ணனை ஜாதி வாதத்திற்கு தூபம் போடக்கூடியது அல்ல. இங்கே குறிப்பிடப்படுவது, இன்றைய பிராமணர்கள் அல்ல. கடுமையான கட்டுப்பாடுகளை ஏற்று, வேதம் ஓதுவதையும், கற்பிப்பதையும் கடமையாகக் கொண்டு, தனக்காக வாழாமல் பிறருக்காக வாழ்ந்தவனே - அன்று பிராமணன் என்று கருதப்பட்டான். அப்படிப்பட்ட பிராமணர்கள்தான் இங்கே குறிப்பிடப்படுகிறார்கள். அவ்வகையான பிராமணன் இன்று இல்லை, இருக்கவும் முடியாது என்றே தோன்றுகிறது.

இரண்டாவது அம்சம் – 'இளம்பெண்களும் வயோதிக பெண் களும் ராமருடைய நலனை வேண்டினார்கள்' என்பது. 'ஒரு ஆட்சி யாளன் சிறப்புற்று விளங்க வேண்டும் என்றால், அவன் நாட்டிலுள்ள பெண்களின் ஒப்புதலைப் பெற வேண்டும். ஒரு ஆட்சியின் மீது பெண்களுக்கு நம்பிக்கை இல்லை என்றால், அது நல்லாட்சியாக இருக்க முடியாது'. ஆட்சி பற்றிய இந்த தீர்மானம் அன்று வலுவாக பதிந்திருக்கிறது. கட்டபொம்மன் நாடகத்தில் கூட நாட்டுக்கு அவலம் ஏற்படப் போகிறது என்பதைக் குறிக்க, 'நாட்டை விட்டு ஒரு பெண் ஓடக் கண்டேன்...' என்பது மிகப் பெரிய அபசகுனமாக எடுத்துக் காட்டப்படுகிறது. ராமருடைய குணாதிசயத்தைப் பற்றிய வர்ணனையில் இந்த அம்சமானது அவருடைய மேன்மையை மட்டுமல்லாமல், அன்று பெண்களின் நலத்தின் மீது இருந்த அக்கறையையும் காட்டுகிறது.)

சபையினர் தங்கள் கருத்துக்களைக் கூறி முடித்த பின்னர் தசரத மன்னர், ''உங்கள் கருத்தானது என் மன விருப்பத்தையும் நிறைவு செய்கிறது. அதே சமயத்தில் இந்த நாட்டுக்கும் பெரும் நன்மையைச் செய்யக் கூடியதாக அமைகிறது. என் விருப்பத்திற்கு நீங்கள் ஒப்புதல் அளித்து விட்டதால், நான் அதை நிறைவேற்று கிறேன்'' என்று சொல்லி விட்டு, அந்த சபையினர் முன்னிலை யிலேயே வசிஷ்டரையும், வாமதேவரையும் பார்த்து, பேசத் தொடங்கினார். ''துளிர் விட்ட செடிகளோடும், பூத்துக் குலுங்கும் கொடிகளோடும் திகழ்கின்ற காலமாகிய இந்த சித்திரை மாதம், திருவிழாக்களுக்கும், நல்ல காரியங்களுக்கும் மிகவும் பொருத்த மான மாதமாக பண்டிதர்களால் ஒப்புக் கொள்ளப்பட்டிருக்கிறது.

அயோத்தியா காண்டம்

ஆகையால் ராமனுக்கு பட்டாபிஷேகம் செய்ய, இதுவே சரியான காலம். பெரியவர்களே! பட்டாபிஷேகத்திற்கு எல்லா ஏற்பாடுகளையும் செய்யுமாறு, உங்களைக் கேட்டுக் கொள்கிறேன். பட்டாபிஷேகத்திற்குச் செய்யப்பட வேண்டிய முன்னேற்பாடுகள் அனைத்தும், உங்கள் கட்டளைப்படியே நடக்கட்டும்''.

இப்படி தசரத மன்னர் கூறியவுடன் சபையோரிடையே, பெரும் மகிழ்ச்சி ஆரவாரம் எழுந்தது. அதன் பின்னர் வசிஷ்டர் அதிகாரிகளை அழைத்து சில உத்தரவுகளைப் பிறப்பித்தார். ''பொன், ரத்தினங்கள், குறையேதுமில்லாத புலித்தோல், பொற் குப்பியினால் அலங்கரிக்கப்பட்ட காளை, தேன், நெய், புதிய ஆடைகள், கொடி, வெண்சாமரங்கள், வெண்கொடை, ஹோமத்தை வளர்ப்பதற்குண்டான சுள்ளிகள், வெண்ணிற மலர் மாலைகள், பொரி, ரதங்கள், யானைகள், குதிரைகள்... ஆகிய எல்லாம் உடனே யாகசாலைக்கு அருகே கொண்டு செல்லப்படட்டும். அரண்மனை வாயில்களும், நகரத்து வீதிகளில் உள்ள வீடுகளின் வாயில்களும், தோரணங்களினால் அலங்கரிக்கப்படட்டும். எல்லா இடங்களிலும் கொடிகள் நாட்டப் படட்டும். ராஜ வீதியில் பன்னீர் தெளிக்கப் படட்டும். பாடுவோரும், ஆடுவோரும் அரண்மனையின் ஒரு பக்கத்தில் வந்து தங்கட்டும். போர் வீரர்கள் யுத்தத்திற்குரிய கவசங்களை அணிந்து, வாட்களை ஏந்தியவர்களாக அணி வகுக்கப்படட்டும். வந்தவர்கள் அனைவரும் போதும், போதும் என்று சொல்கிற அளவுக்கு அவர்களுக்கு உணவு படைப்பதற்காக எல்லா வகையான உயர்ந்த உணவுப் பொருட்களும் சேமித்து வைக்கப்படட்டும். அதிகாரிகளே! நாளை காலையில் முதல் காரியமாக மங்கள வார்த்தைகளைச் சொல்லும் சடங்கு நடக்கும். அதற்கான ஏற்பாடுகளும் செய்யப் படட்டும்.''

இவ்வாறு அதிகாரிகளுக்கு உத்திரவிட்ட பின், வசிஷ்டரும், வாமதேவரும், தசரத மன்னரை அணுகி, தேவையான உத்திரவுகளைப் பிறப்பித்து விட்ட விவரத்தைக் கூறினார்கள்.

2. அயோத்தியா காண்டம்

அத்தியாயம் - 3

தசரதர் அளித்த விளக்கங்கள்

சபைக்கு அழைத்து வரப்பட்ட ராமரிடம் தசரத மன்னர் பட்டாபிஷேகச் செய்தியைச் சொல்லி, பிற அறிவுரைகளையும் கூறுவது; கௌஸல்யையிடம் சிலர் சென்று பட்டாபிஷேகச் செய்தியைத் தெரிவிப்பது; பட்டாபிஷேகச் செய்தி கேட்டு கௌஸல்யையின் மகிழ்ச்சி; ராமரை மீண்டும் தன் முன்னிலைக்கு அழைத்து வருமாறு தசரதர் கூற, ஏன் இந்த அழைப்பு என்ற சந்தேகத்துடனேயே ராமர், மன்னர் முன்னிலையில் போய் நிற்பது; அடுத்த தினமே பட்டாபிஷேகம் என்ற முடிவுக்கு வருவதற்கான காரணங்களை தசரதர் ராமரிடம் விளக்கிச் சொல்வது; ராமர், கௌஸல்யையை சந்திக்க அவளுடைய அந்தப் புரத்திற்குச் செல்வது....

தசரதர், ஸுமந்திரரை அழைத்து, ராமரை உடனே அவ்விடம் அழைத்து வருமாறு உத்திர விட்டார். ராமரை அழைத்துச் செல்ல ஸுமந்திரர் விரைந்தார். ராமரின் வரவை எதிர்பார்த்து பலரும் காத்திருந்தனர். தேவேந்திரனைச் சுற்றி தேவர்கள் இருப்பதைப் போல, தசரத மன்னரைச் சுற்றி, வடக்கு, தெற்கு, கிழக்கு, மேற்கு ஆகிய பல்வேறு திசைகளில் வசிக்கிற மக்களும், மன்னர்களும், பிரபுக்களும், அங்கு அமர்ந்திருந்தார்கள்.

அயோத்தியா காண்டம்

இவ்வாறு நல்லோர்களால் சூழப்பட்டு இந்திரன் போல் காட்சி அளித்துக் கொண்டிருந்த தசரதரை நோக்கி, ராமர் வந்தார். நிகரற்ற முகப் பொலிவு, உருண்ட தோள்கள், நீண்ட கைகள். மத யானையைப் போன்ற நடை ஆகியவற்றோடு அங்கே வந்த ராமரைக் கண்டு, தசரதரின் உள்ளம் சொல்ல முடியாத மகிழ்ச்சியை அடைந்தது.

மன்னரின் அருகே சென்ற ராமர், அவருடைய கால்களில் தனது தலையை வைத்து வணங்கி நின்றார். மகனை மார்போடு அணைத்து மகிழ்ந்த மன்னர், அவரை ஓர் அழகிய சிம்மாசனத்தில் அமருமாறு பணித்தார். அந்த சபையின் நடுவே ராமர் அமர்ந்த போது, சந்திரன் தோன்றியதால் பிரகாசிக்கிற வானம் போல அந்த சபை ஒளி வீசியது.

அப்போது தசரதர், ராமரைப் பார்த்து, பேசத் தொடங்கினார். "என்னுடைய மூத்த மகனாகியவனும், எல்லா நற்குணங்களும் நிறைந்தவனும், இந்த சபையோரால் முழு மனதோடு ஏற்கப்பட்ட வனுமாகிய உனக்கு, இளவரசு பட்டம் சூட்டுவதாக முடிவு செய்திருக்கிறேன். புஷ்ய நட்சத்திரம் கூடிய சுபதினத்தில் உனக்கு பட்டாபிஷேகம் நடக்கும். மகனே! இயற்கையிலேயே உன்னிடம் நற்குணங்கள் நிறைந்திருக்கின்றன. இருந்தாலும், சிறந்த மனிதர் களுக்கும் கூட நலம் தரக்கூடிய ஒரு சில வார்த்தைகளைச் சொல்கிறேன், கேள்! அடக்கத்தை என்றும் கை விடாதே! ஆட்சிப் பொறுப்பேற்ற பிறகு, உன்னுடைய அடக்கம் மேலும் வளர வேண்டுமே தவிர, குறைந்து விடக்கூடாது. பிறர் பார்வைக்குத் தென்படுகிற நற்குணங்கள், மற்றவர் பார்வைக்குப் புலப்படாத நல்ல எண்ணங்கள் ஆகிய இரண்டையுமே மென்மேலும் வளர்த்துக் கொண்டு, எல்லா மக்களையும் நீ மகிழ்விப்பாயாக! பொக்கிஷத்தை ஒழுங்காகப் பராமரித்து, ஆயுத சாலைகளை நன்றாகச் சீரமைத்து, உணவுப் பொருட்களை சேமித்து வைத்து, மக்களை மகிழ்விப்பதில் ஒரு கணமும் தவறி விடாமல், பூமியை எவன் ஆள்கிறானோ அவன் மற்ற மன்னர்களாலும் மதிக்கப் படுகிறான். உனது செயல்பாடு அவ்விதமே ஆகுக! மகனே! ஐம்புலன்களையும் வென்றவனாக இருப்பாயாக! மன்னர்களின் ஏழு குறைகள் உன்னை அணுகாமல் இருக்கட்டும்."

(பிற பெண்கள் மீது ஆசை; சூதாட்டத்தில் விருப்பம்; வரை முறையின்றி வேட்டையாடுவது; மதுபானம் அருந்துவது; அர்த்த மற்ற பேச்சுக்களில் ஈடுபட்டு, மரியாதையைக் குறைத்துக் கொள்வது; தன் முன் நிற்கும் குற்றவாளிக்கு விதிமுறையை மீறிய தண்டனையை அளிப்பது; பொக்கிஷத்தில் இருக்கும் மக்கள் பணத்தை மனம் போன வழியில் செலவிடுவது - ஆகிய ஏழு குணங்கள் மன்னர்களிடம் எளிதில் வந்து சேர்ந்து விடக்கூடிய குறைகளாக தர்ம சாஸ்திரங்களில் குறிப்பிடப்படுகிறது.)

சபையோர் மெய் சிலிர்த்துப் போய் நிற்கும் வகையில், இப்படி தசரத மன்னர் பேசிய பின்னர், அங்கு நின்று கொண்டிருந்த ராமரின் நண்பர்கள் சிலர் அங்கிருந்து உடனே விரைந்து சென்று, கௌஸல்யையிடம் இந்த நற்செய்தியைத் தெரிவித்தார்கள்.

'புஷ்ய நட்சத்திரம் கூடிய நாளைய தினத்திலேயே ராமருக்கு பட்டாபிஷேகம் செய்விப்பது என்று தசரத மன்னர் முடிவெடுத் திருக்கிறார்' என்ற நற்செய்தியை அறிந்த கௌஸல்யை, அந்த செய்தியைக் கொண்டு வந்தவர்களுக்கு, ரத்தினங்களையும், வைரங்களையும் பரிசாகக் கொடுத்து அனுப்பினாள். இப்படி கௌஸல்யை மனமகிழ்ந்து கொண்டிருந்தபொழுது, ராமர் தசரத மன்னரை வணங்கி விடைபெற்று, தனது மாளிகைக்குச் சென்றார். சபையிலிருந்த மற்றவர்கள் எல்லோரும் மன்னரிடம் விடை பெற்றுக் கொண்டு, தங்கள் தங்கள் வீடுகளுக்குப் போய் ராமரின் நன்மைக்காக, தங்கள் தங்களுடைய குலதெய்வங்களுக்குப் பூஜைகளைச் செய்தார்கள்.

சபையை விட்டு எல்லோரும் சென்ற பிறகு தசரத மன்னர் யோசனையில் ஆழ்ந்தார். தீர்மானங்கள் செயலாற்றப்படுவதில் அடங்கியுள்ள நுணுக்கங்களையெல்லாம் முறையாக அறிந்த அந்த மன்னர், தன் மனதில் எழுந்த தீர்மானத்தைப் பற்றி மீண்டும் நினைத்துப் பார்த்தார். 'புஷ்ய நட்சத்திரம் கூடிய நாளைய தினத்தில் என் மகனுக்கு இளவரசு பட்டாபிஷேகம் நடக்கும். நாளைய தினம் முதல், ராமன் இளவரசன் என்ற அதிகாரபூர்வமான உரிமையைப் பெற்று நாடாளத் தொடங்குவான். மீண்டும் ஒரு முறை ராமனிடம் பேசுவது நல்லது' என்று தன் மனதிற்குள்ளே யோசித்த தசரதர்,

அயோத்தியா காண்டம்

தன்னுடைய தனி அறைகளில் ஒன்றுக்குச் சென்று, ஸுமந்திரரை அழைத்து, ராமனை மீண்டும் அழைத்து வரச் சொன்னார்.

தசரதரின் உத்திரவை ஏற்று, ஸுமந்திரர் ராமருடைய மாளிகைக்குச் செல்ல, அங்கே வாயிலைக் காத்துக் கொண்டிருந்தவர்கள், ராமரிடம், ஸுமந்திரர் வந்திருக்கும் செய்தியைத் தெரிவித்தார்கள். அந்த நேரத்தில் அங்கே ஸுமந்திரர் வருவதற்கு என்ன காரணம் இருக்கக் கூடும் என்பது புரியாத நிலையில், ராமர் ஸுமந்திரரை அழைத்து வருமாறு உத்திரவிட, அவ்வாறே ஸுமந்திரர் அவர் முன்னிலையில் வந்து நிற்க, "நீங்கள் மீண்டும் இங்கே வருவதற்கு ஏதோ ஒரு அவசர காரணம் இருக்க வேண்டும் என்று நினைக்கிறேன். அது எதுவாக இருந்தாலும் சரி – அதை முழுமையாக என்னிடம் சொல்லி விடுங்கள்'' என்று ராமர் கூறினார்.

ஸுமந்திரர், "தங்களை மீண்டும் நேரில் பார்க்க விரும்புவதாக மன்னர் கூறினார். செய்தியைச் சொல்லி விட்டேன். இனி மன்னரின் மாளிகைக்குச் செல்வதும், செல்லாமல் இருப்பதும் உங்களுடைய மன விருப்பத்தைப் பொறுத்தது'' என்று கூறினார்.

(ராம பட்டாபிஷேகத்தில் சிக்கல் என்பதற்கு இந்த கட்டத்திலேயே ஒரு கோடி காட்டப்படுவதாக எனக்குத் தோன்று கிறது. மன்னர் தன்னை மீண்டும் அழைப்பதற்கு என்ன காரணம் இருக்கக் கூடும் என்ற எண்ணம் ராமர் மனதில் தோன்றுவதும், செய்தியைத் தெரிவித்த ஸுமந்திரர், 'போவதும், போகாததும் ராமர் இஷ்டம்' என்று கூறுவதும், விவகாரம் ஒன்று வளரப் போகிறது என்பதற்கான அறிகுறிகளாகவே தெரிகின்றன. பட்டாபிஷேக சிக்கல் பற்றி சில விவரங்களை பிறகு பார்ப்போம்.)

ஸுமந்திரர் சொன்ன செய்தியைக் கேட்ட ராமர், தந்தையின் உத்திரவை ஏற்று அவருடைய மாளிகைக்குச் சென்று வணங்கி நின்றபோது, தசரத மன்னர், ராமரை மார்போடு அணைத்து ஓர் ஆசனத்தில் அமருமாறு கூறினார். பின்னர் ராமரைப் பார்த்து கொஞ்சம் விவரமாகப் பேசத் தொடங்கினார். "பல வருடங்கள் கழிந்து போவதை நான் கண்டு விட்டேன். எனக்கு வயது மிகவும் முதிர்ந்து விட்டது. என்னுடைய மன விருப்பங்கள் எல்லாம்

வால்மீகி ராமாயணம்

ஈடேறி விட்டன. அளவற்ற அன்னதானங்களைச் செய்தேன். தாராளமாக வெகுமதிகள் கொடுத்து யாகங்கள் பல நடத்தினேன். நீ மகனாகப் பிறந்ததால், பேரானந்தம் கிடைக்கப் பெற்றேன். உயர்ந்த குணங்கள் நிரம்பிய மகன்; தானம், தர்மம், கருணை, யுத்தம் என்கிற அரசனுக்குரிய செயல்பாடுகளால் கிடைக்கக் கூடிய புண்ணியங்கள்; தேவர்களுக்கும், ரிஷிகளுக்கும், முன்னோர்களுக்கும் செய்ய வேண்டிய கடமைகளை முழுமையாகவும், கவனத்தோடும் செய்வதால் கிடைக்கக் கூடிய நன்மைகள் – ஆகிய எல்லாமே எனக்குக் கிட்டி விட்டன. ஆகையால் இந்த நிலையில் உனது பட்டாபிஷேகத்தை முறையாக முடித்து வைப்பது என்பதைத் தவிர, வேறு ஒரு விருப்பமும் என் மனதில் இப்போது இல்லை. நான் இன்னமும் செய்ய வேண்டிய காரியம் என்று மீதி இருப்பது – உனது பட்டாபிஷேகம் ஒன்றுதான். இந்த நிலையில் நான் சொல்லப் போகும் வார்த்தைகளைக் கவனமாகக் கேட்டுக் கொள்.''

இவ்வாறு ஒரு முன்னுரையுடன் தனது பேச்சைத் தொடங்கிய தசரதர், மேலும் தொடர்ந்தார்.

''மகனே! மக்கள் அனைவரும் ஆட்சியின் அதிகாரம் உன் கையில் வர வேண்டும் என்று நினைப்பதால், உனக்கு இளவரசனாக பட்டாபிஷேகம் செய்ய நான் தீர்மானித்தேன். இது ஒருபுறமிருக்க, இரவில் நான் மிகவும் கெட்ட கனவுகளைக் காண்கிறேன். ஒரு பயங்கரமான இடியின் பேரிரைச்சலோடு ஒரு கொள்ளிக் கட்டை இங்கே வந்து விழுவது போல நான் கனவு காண்கிறேன். அது மட்டுமல்ல. வரும் பேராபத்தைக் குறிக்கிற வகையிலும், மனதிற்கு கவலையைத் தருகிற வகையிலும் பல அபசகுனங்களை நான் காணத் தொடங்கி இருக்கிறேன். மேலும் சூரியன், அங்காரகன், ராகு என்கிற கிரஹங்களால் எனது ஜன்ம நட்சத்திரம் பீடிக்கப் பட்டிருப்பதாக ஜோதிடர்கள் கூறுகிறார்கள். மன்னனின் மரணம், அரசனுக்கு பேராபத்து போன்றவைகளே, இந்த அபசகுனங்களுக்கும், கெட்ட கனவுகளுக்கும் பலனாகக் கூறப்படுகிறது. கிரஹ நிலைகளின் காரணமாக, சம்பந்தப்பட்ட மனிதன் அறிவு தடுமாறுவான் என்றும் சொல்லப்படுகிறது. ராமா! இந்த நிலையில்தான் என் உயிர் உடலை விட்டுப் பிரிவதற்கு முன்பாக உன் பட்டாபிஷேகம்

அயோத்தியா காண்டம்

நடந்து முடிந்து விடவேண்டும் என்று நான் முடிவெடுத்தேன். அப்படி உயிர் பிரியப் போவதில்லை என்று வைத்துக் கொண்டாலும் கூட, மனிதனுடைய அறிவு நிலையற்றது; மாறும் இயல்பை உடையது; அழிந்து விடக்கூடியது. அப்படி எதுவும் நேராமல் இருக்கும்போதே இந்த பட்டாபிஷேகம் நடந்து விட வேண்டும். இன்று புனர்வசு நட்சத்திரம். நாளைய தினம், புஷ்ய நட்சத்திரம். ஜோதிடர்கள் புஷ்ய நட்சத்திரத்துடன் கூடிய தினத்தை மிகவும் பொருத்தமுள்ளதாகக் குறிப்பிடுகிறார்கள்.

"மகனே! நாளைய தினம் பட்டாபிஷேகம் நடக்க இருப்பதால், நீ இன்றைய தினம் உனது மனைவியுடன் கூடியவனாக கடும் விரதங்களை மேற்கொள்ள வேண்டும். முழுமையான உபவாசம் இருந்து, தர்ப்பையினால் ஆன படுக்கையின் மீது படுத்து, தெய்வ சிந்தனையிலேயே உன் மனம் ஈடுபட்டிருக்குமாறு செய்ய வேண்டும். இந்த மாதிரி காரியங்கள் இடையூறுகளினால் கெடுக்கப்படக் கூடியவை என்பது மன்னர்களின் சரித்திரத் திலிருந்து புரியும். ஆகையால் உன் நண்பர்களாலும், காவலர் களாலும் நீ இன்று முற்றிலும் பாதுகாக்கப்பட்டவனாக இருக்க வேண்டும்."

மன்னர் மேலும் தொடர்ந்தார்: "பரதனோ இந்த நேரத்தில் ஊரில் இல்லை. ஆனால் நாளைய தினம்தான் பட்டாபிஷேகத்திற்கு மிகவும் சிறந்த தினம் என்று பண்டிதர்கள் கூறுகிறார்கள். ஆகையினால் பரதன் ஊரில் இல்லை என்றாலும் கூட நாளைய தினமே பட்டாபிஷேகம் நடத்தப்பட வேண்டும் என்று நான் முடிவெடுத்தேன். இதைத் தவிர, வேறு ஒரு காரணமும் இருக்கிறது. உன்னுடைய தம்பியாகிய பரதன் சிறந்த குணங்களைக் கொண்டவன். மஹான்களின் நடத்தையில் பெரும் மதிப்பு வைத்திருப்பவன். இந்திரியங்களை வென்றவன். தர்மத்தில் முழுமையான ஈடுபாடு கொண்டவன். ஆனாலும் கூட என் மனதுக்குத் தெரிந்த ஒரு விஷயத்தைச் சொல்கிறேன். எப்போதுமே தர்ம நெறியின் பாதையிலிருந்து மாறாதவர்கள்கூட, பிறருடைய உயர்வைக் கேட்டு மகிழ்ச்சி அடைவார்கள் என்பது – மிகவும் அபூர்வமாக நடக்கிற விஷயம்". இவ்வாறு கூறிய தசரதர் இறுதி

யில் ராமரைப் பார்த்து, ''இனி நீ திரும்பிப் போகலாம்'' என்று கூறி அனுப்பினார்.

(தசரத மன்னர் கண்ட கனவுகளும், அவர் கண் முன்னே நேரிட்ட அபசகுனங்களும் அவருடைய மனதை பெரிதும் பாதித்து விட்டிருந்தன என்பது தெளிவாகத் தெரிகிறது. அவசர அவசரமாக அடுத்த தினமே பட்டாபிஷேகத்தை நடத்தி முடிக்க, தான் செய்த தீர்மானத்தை ராமருக்கு விளக்கி விடுவது அவசியம் என்று உணர்ந்துதான், தசரதர் அவரை மீண்டும் வரவழைத்து விவரமாகப் பேசியிருக்க வேண்டும். அப்படி பேசும் போது மற்ற காரணங் களுடன், 'பரதன் என்ன செய்வானோ?' என்ற ஒரு அச்சத்தையும் அவர் தெரிவிக்கிறார். பரதன் அப்படிப்பட்டவன் அல்ல என்பது நன்றாகத் தெரிந்திருந்தும் கூட, அரசனுக்கு இந்தக் கவலை ஏற்பட்டதற்குக் காரணம் - அவர் கண்ட கனவுகளும், பார்த்த அபச குனங்களும்தான் - என்றுதான் இந்நிலையில் எண்ணத் தோன்று கிறது. ஆனால் பிறிதொரு கட்டத்தில் ராமர், பரதனிடம் கூறுகிற ஒரு தகவல் மன்னரின் இப்போதைய இந்தப் பேச்சுக்கு, வேறு ஒரு அர்த்தத்தையும் கொடுப்பதாக அமைகிறது. ஆக, தசரத மன்னரின் இந்தப் பேச்சு, பட்டாபிஷேக சிக்கலுக்கான மற்றொரு அறிகுறி யாகவே அமைகிறது. இந்த சிக்கலைப்பற்றிய விவரங்களையும், வாதங்களையும் விரைவிலேயே பார்ப்போம்.)

மன்னரிடமிருந்து விடைபெற்ற ராமர், தனது மாளிகைக்குச் சென்று பிறகு அங்கிருந்து உடனே புறப்பட்டு, தனது தாயான கௌஸல்யையின் அந்தப்புரத்திற்குச் சென்றார். அங்கே கௌஸல்யை புதிய பட்டாடை உடுத்தி, பூஜை அறையில் அமர்ந்து தெய்வங்களைத் துதித்துக் கொண்டிருந்தார்.

2. அயோத்தியா காண்டம்

அத்தியாயம் - 4

மந்தரையின் கோபம்

கௌஸல்யையின் மாளிகைக்கு ஸுமித்திரை, லக்ஷ்மணன், ஸீதை ஆகியோர் வந்து சேர்வது; ராமரும், ஸீதையும் விரதம் அனுஷ்டிப்பது; நகரத்தின் திருவிழாக் கோலம்; மக்களின் உற்சாகத்தையும், தெருக்களில் காணப்பட்ட அலங்காரங்களையும் பார்த்து என்ன நடக்கிறது என்பதை மந்தரை விசாரித்து அறிவது; ராம பட்டாபிஷேகம் என்பது பெரும் ஆபத்து என்று கைகேயியிடம் மந்தரை எடுத்துச் சொல்வது...

ராமர் போய்ச் சேருவதற்கு முன்பாகவே பட்டாபிஷேகச் செய்தியை அறிந்த ஸுமித்திரை, கௌஸல்யையின் மாளிகைக்கு வந்திருந்தார். ஸீதையும், லக்ஷ்மணனும் செய்தி தெரிவிக்கப் பட்டு அங்கே அழைத்து வரப்பட்டிருந்தார்கள். ஸுமித்திரை, லக்ஷ்மணன், ஸீதை ஆகியோரால் உபசரிக்கப்பட்டவளாகவும், மஹாவிஷ்ணுவை மனதில் ஜபித்துக் கொண்டிருந்தவளுமாகிய கௌஸல்யையை முறையாக வணங்கி விட்டு, ராமர் பேசத் தொடங்கினார்: ''தாயே! மக்களைப் பாதுகாக்கும் பொறுப்பு, மன்னரால் எனக்கு அளிக்கப் பட இருக்கிறது. நாளைய தினம் எனக்குப் பட்டாபிஷேகம் நடக்கப் போகிறது. ஸீதையுடன் கூடி விரதங்களை அனுஷ்டித்து இன்றைய இரவைக் கழிக்க வேண்டும் என்றும் மன்னர் எனக்கு உத்தர விட்டிருக்கிறார். ஆகையினால் வழக்கத்தையும், மரபையும் ஒட்டி

என்னென்ன மங்கள காரியங்களைச் செய்ய வேண்டுமோ, அவற்றை வைதேகிக்கும் எனக்கும் செய்து அருளுங்கள்.''

ஆனந்தக் கண்ணீரைச் சொரிந்த வண்ணமாக ராமரைப் பார்த்து கௌஸல்யை பேசினாள்: ''குழந்தாய் ராமனே! நீ பல்லாண்டு காலம் நீடூழி வாழ்வாயாக! ராஜ்ய லக்ஷ்மியுடன் திகழப் போகின்ற நீ, என்னையும், ஸுமித்திரையையும் சார்ந்த சுற்றத்தார்களை யெல்லாம் மகிழ்விப்பாயாக! உனது தந்தை தசரத மன்னரும், உனது நற்குணங்களினால் பெரிதும் திருப்தியுற்று இருக்கிறார். இப்படிப்பட்ட மகனைப் பெற்றெடுத்த நான் பெரும் பாக்கியம் செய்தவள்தான்.''

இப்படிக் கௌஸல்யை பேசியவுடன் ராமர், கை கூப்பியபடி அமர்ந்திருந்த தனது தம்பியாகிய லக்ஷ்மணனைப் பார்த்து, ''எனது உடலுக்கு வெளியே உலவி வரும் எனது ஆத்மா போன்ற லக்ஷ்மணா! நான் அடைய இருக்கும் ராஜ்ய பதவி உனக்குச் சொந்த மானது. என்னுடன் இருந்து இந்த ராஜ்யத்தை நீ ஆட்சி புரிய வேண்டும். அரியாசனத்தில் அமர்வதால் கிடைக்கக் கூடிய சுகங்களையெல்லாம் நீயே அனுபவிப்பாயாக! லக்ஷ்மணா! ராஜ்யத்தையும், செல்வத்தையும் – ஏன் உயிர் வாழ்வதையும் கூட, நான் உன் பொருட்டே விரும்பி ஏற்கிறேன்'' என்று புன்சிரிப்புடன் கூறிவிட்டு, ஸுமித்திரையையும், கௌஸல்யையையும் மீண்டும் ஒருமுறை வணங்கி, ஸீதைக்கு விடைகொடுத்து அவளது மாளிகைக்கு அனுப்பி விட்டு, தனது மாளிகைக்குச் சென்றார் ராமர்.

கௌஸல்யையின் மாளிகையில் இவ்வாறு நடந்து கொண்டிருக்கும்போதே, தசரதர் வசிஷ்டரை அழைத்து, ''செல்வம், புகழ், அரசுரிமை ஆகியவற்றை உறுதியாக அடையும் பொருட்டு, ராமர் மேற்கொள்ள வேண்டிய விரதம் ஆகியவற்றில் எந்த ஒரு குறையும் நேராமல் இருக்கும் வகையில், அவற்றை நடத்தித் தருவதற்காக நீங்கள் இப்பொழுதே ராமரிடம் செல்ல வேண்டும்'' என்று கேட்டுக் கொண்டார்.

மந்திரங்களின் எல்லையை அறிந்தவரும், எல்லாவற்றையும் முழுமையாக உணர்ந்தவரும், பெரும் கீர்த்தி பெற்றவரும், விரதங் களிலிருந்து நழுவாதவருமான வசிஷ்டர், ரதத்தில் ஏறி அமர்ந்து

ராமருடைய மாளிகையைச் சென்று அடைந்தார். வசிஷ்டர் வருவதை அறிந்த ராமர், அவரை எதிர் கொண்டு அழைத்து, தேரிலிருந்து கைகொடுத்து இறக்கி விட்டார். இதன்பின்னர் மாளிகையினுள் சென்று ராமரும், ஸீதையும் கடைப்பிடிக்க வேண்டிய விரதங்களைத் தொடங்கி வைத்துவிட்டு, ராமருடைய மாளிகையிலிருந்து வெளியேறிய வசிஷ்டர், கண்ணுக்கு எட்டிய தூரமெல்லாம் மக்கள் வெள்ளத்தைக் கண்டார். சற்றும் இடை வெளியே இல்லாமல் மக்கள், தெருக்களில் எல்லாம் கூடி நின்று, ராம பட்டாபிஷேகத்தைக் குறித்து பெரும் ஆரவாரம் செய்த வண்ணம் இருந்தனர். வீதிகளும், வீடுகளும் விசேஷமாக அலங்கரிக்கப்பட்டிருந்தன. அடுத்த தினம் பட்டாபிஷேகம் என்பதால் எல்லா மக்களும் சூரிய உதயத்தை ஆவலோடு எதிர் பார்த்திருந்தனர். மிகவும் சிரமப்பட்டு அந்த மக்கள் கூட்டத்தை விலக்கிக் கொண்டு, கொஞ்சம் கொஞ்சமாக முன்னேறி தசரத மன்னரின் மாளிகையை அடைந்த வசிஷ்டர், ராமர் கடைப்பிடிக்க வேண்டிய விரதங்களை ஆரம்பித்தாகிவிட்டது என்ற செய்தியை மன்னருக்குத் தெரிவித்தார். பின்னர் வசிஷ்டரின் உத்தரவைப் பெற்று தசரத மன்னர் தனது மாளிகைக்குச் சென்றார்.

ராமர், வசிஷ்டர் விதித்தபடி விரதத்தை அனுஷ்டித்துக் கொண்டு, பூஜையைச் செய்து, அக்னி காரியங்களை முறையே நடத்தி, அதன் பின்னர் தர்ப்பையைக் கீழே பரப்பி, அதன்மீது படுத்துக் கொண்டு உறங்கி விட்டு, பொழுது விடிவதற்கு முன்பாகவே எழுந்து வாத்யக்காரர்களின் பாட்டுக்களைக் கேட்டுக் கொண்டும், பண்டிதர்கள் உரைத்த மங்கள வார்த்தைகளைக் கேட்டுக் கொண்டும் இருந்தார். நகரெங்கும் ஒலித்த இந்த நல்ல சப்தங்களைக் கேட்டு மக்கள், ராமர் முறையே தனது விரதங்களைக் கடைப்பிடித்து முடித்து விட்டார் என்பதை அறிந்து மகிழ்ந்தனர்.

'நம்மையெல்லாம் காக்கும் பொறுப்பை ராமர் ஏற்கப் போவதால், நாம் பெரும்பாக்கியம் செய்தவர்களாகிறோம். கர்வம் துளியும் இல்லாதவரும், முழுமையாகக் கற்றறிந்தவரும், தர்மம் தவறாதவரும், உடன் பிறந்தவர்களிடம் பேரன்பு கொண்டவரும், எல்லா மக்களையும் உடன் பிறந்தவர்களாகவே எண்ணுகிறவரும் ஆகிய ராமரை, இளவரசராகப் பதவி ஏற்க வழிசெய்த தசரத

மன்னர், நீடூழி வாழ வேண்டும்' என்று மக்கள் பேசிக் கொண்டனர். கிராமத்து ஜனங்களும், பட்டினத்திற்கு வந்து சேர்ந்து விட்ட படியால் தெருவெங்கும் கூட்டம் நிரம்பி வழிந்தது. அந்தக் கூட்டத்தினிடையே எழுந்த பேச்சு ஒலி, கடலின் பேரோசைபோல் முழங்கியது. அயோத்தி மாநகரம் இந்திரனின் பட்டினம்போல் காட்சி அளித்தது.

மலர்களால் நிரப்பப்பட்ட தெருக்கள், தண்ணீர் தெளித்து சுத்தமாக்கப்பட்டிருந்த ராஜ வீதிகள், வழக்கத்தைவிட அதிக அழகுடன் விளங்குகிற நகரம் – என்ற அபூர்வமான காட்சியைக் கைகேயினுடைய மாளிகையின் மேல் தளத்திலிருந்து மந்தரை பார்த்தாள். **(மந்தரையின் பெற்றோர் யார் என்பதோ, அவள் எங்கே பிறந்தாள் என்பதோ, அவளைப் பற்றிய வேறு விவரங்களோ எவருக்குமே தெரியாது. ஆனால் தசரதரை மணந்து கொண்டு, கைகேயி அயோத்திக்கு வந்தபொழுது, அவளுடன் கூடவே அவளுக்கு உதவியாக இருப்பதற்காக கைகேயியின் தகப்பனாரால் அவள் அனுப்பப்பட்டிருந்தாள்.)** சந்தனம் முதலிய வாசனை திரவியங்களைப் பூசிக் கொண்டு மக்கள் கூட்டம் தெருக்களை நிரப்பியிருப்பதை அவள் பார்த்தாள். பண்டிதர்கள் வேத கோஷங் களை எழுப்பிக் கொண்டு தெருவில் செல்வதை அவள் கவனித்தாள். பல வீதிகளிலும் யானைகளும், குதிரைகளும், அணிவகுக்கப் பட்டுக் கொண்டிருப்பதை அவள் கண்டாள்.

வாத்தியங்களின் முழக்கம், பாடகர்களின் இசை, மக்களின் உற்சாகம் – இவையெல்லாம் அந்த நகரத்திற்குப் பெரும் பொலிவை ஊட்டிக் கொண்டிருப்பதையும் அவள் கவனித்து, இதற்கெல்லாம் என்ன காரணம் என்று தெரிந்து கொள்ளும் ஆவலால் தூண்டப்பட்டாள். முன்னொரு சமயம் சிறு குழந்தை ராமனை, கவனித்துக் கொள்ளும் பணிப் பெண்ணாக இருந்த பெண், அப்போது மந்தரையின் அருகில் இருந்தாள். மந்தரை, அந்தப் பெண்மணியைப் பார்த்து, ''கௌஸல்யையின் மாளிகை வாயிலில் பெரும் கூட்டம் நிற்கக் காண்கிறேன். அங்கு மக்களுக்கெல்லாம் செல்வம் தானமாக வாரி இறைக்கப்படுகிறது. ராமனைப் பெற்ற அந்த கௌஸல்யையோ பணத்தைக் கையில் இருந்து எளிதில் விடாதவள். அப்படிப்பட்டவள் இன்று ஏராளமாக

அயோத்தியா காண்டம்

தானம் செய்கிறாள் போலிருக்கிறது. மக்களும் பெரும் உற்சாகத்துடன் நகரமெங்கும் தெருக்களில் கூடி இருக்கிறார்கள். அலங்காரங்கள் செய்யப்பட்டிருக்கின்றன. வாத்தியங்கள் முழங்குகின்றன. இதற்கெல்லாம் என்ன காரணம்? உனக்குத் தெரிந்தால் சொல்'' என்று கேட்டாள்.

இவ்வாறு மந்தரை என்கிற கூனியால் கேட்கப்பட்ட அந்தப் பெண், உண்மையான மன மகிழ்வுடன் அவளுக்குத் தகவலைத் தெரிவித்தாள். "கோபத்தை அழித்தவரும், பாவமற்றவருமான ராமருக்கு, இளவரசராக பட்டாபிஷேகம் செய்து வைக்க தசரத மன்னர் முடிவெடுத்திருக்கிறார். பொழுது விடிந்த பிறகு பட்டா பிஷேகம் நடக்க இருக்கிறது. இதனால்தான் மக்களின் மகிழ்ச்சி வெள்ளம் நகரெங்கும் பாய்ந்தோடுகிறது'' என்று கூறினாள்.

மந்தரையின் முகம் சிவந்தது. அவள் கடும் கோபம் கொண்டாள். மேல் தளத்திலிருந்து வெகு வேகமாகக் கீழே இறங்கினாள். பாவ காரியங்களைச் செய்வதில் முனைப்புடைய அந்த மந்தரை, விரைந்து சென்று அந்த மாளிகையில் படுத்துக் கொண்டிருந்த கைகேயியை அணுகினாள். அவளுடைய வார்த்தைகள் கடும் சினத்தோடு பீறிட்டு வந்தன. "புத்தியற்றவளே! உனக்கு பெரும் ஆபத்து நெருங்கி இருக்கிறது. இப்படிக் கவலை யற்றுப்படுத்துக் கொண்டிருக்கிறாயே! இப்பேர்ப்பட்ட பேராபத்து வரப்போவதை நீ உணராமல் இருந்திருக்கிறாயே! இப்போதாவது எழுந்திரு! விழித்துக் கொள்! தன்னுடைய மற்ற இரண்டு மனைவி களைவிட, உன்னிடமே தசரத மன்னன் ஆசை அதிகம் வைத்திருக் கிறான் என்று பெருமைபட்டுக் கொள்வாயே! அந்தப் பெருமை போயிற்று! நல்ல கோடைக் காலத்தில் நதி வறண்டு போகிற மாதிரி, மன்னன் வைத்திருக்கிற அந்த அன்பு தீர்ந்து போயிற்று!''.

இவ்வாறு பேசிய மந்தரையைப் பார்த்து கைகேயி, "ஏன் இவ்வளவு பதட்டப்படுகிறாய்? என்ன நேர்ந்தது? எல்லோரும் நலமாகத்தானே இருக்கிறார்கள்?'' என்று கேட்டாள்.

தன்னுடைய காரியத்தைச் சாதித்துக் கொள்ளும் வகையில் பேசுவதில் பெரும் சாமர்த்தியம் கொண்டவளாகிய மந்தரை, கைகேயினுடைய நலன் எது என்பது அவளைவிட தனக்குத்தான்

தெரியும் என்ற முழு நம்பிக்கையுடன் மீண்டும் பேசினாள். ''தசரத மன்னர், ராமனுக்கு இளவரசராகப் பட்டம் சூட்டப் போகிறார். நடக்கப்போகிற இந்த வைபவம் உனக்கு என்றென்றும் துன்பம் தரக் கூடியது. உனக்கு நேரப் போகும் ஆபத்து என்னைக் கவலையில் மூழ்கடித்து விட்டது. நான் தீயால் பொசுக்கப்பட்டவள் போல் ஆகிவிட்டேன். உனக்கு ஒரு துன்பம் நேரிட்டால், அது எனக்கும் துன்பமே. உனக்கு ஒரு நல்லது நடந்தால், அது எனக்கும் நன்மையே. கைகேயி! உனக்கு நன்மை செய்வதற்காகவே இப்போது நான் இங்கு வந்திருக்கிறேன். நீ ராஜ குலத்தில் பிறந்தவள். மாபெரும் மன்னருக்கு மனைவியானவள். ஆட்சியில் எடுக்கப்படும் நடவடிக்கைகள் பற்றிய அலட்சியம், பெரும் தீமையை விளைவிக்கும் என்பதை நீ ஏன் அறியாமல் இருக்கிறாய்? கைகேயி! உன் கணவர் உதட்டிலே தர்மம் பேசுகிறவர்; உள்ளத்திலே வஞ்சனையை ஒளித்து வைத்திருப்பவர். சொல்லில் இனிமை யுடையவர்; செயலில் கொடுமை காட்டுபவர். நீயோ வெள்ளை மனம் கொண்டவள். உன்னிடம் கபடம் கிடையாது. ஆகையினால் தசரத மன்னரின் உண்மையான எண்ணத்தை அறிந்து கொள்ளாமல் நீ வஞ்சிக்கப்பட்டு விட்டாய். உன்னிடத்தில் நல்ல பேச்சு - கௌஸல்யைக்கு நல்ல செய்கை - என்று செயல்பட மன்னர் முனைந்து விட்டார். கெட்ட நோக்கமுடைய அந்த மன்னர், உன் மகன் பரதனை உனது தந்தை வீட்டுக்கு அனுப்பி விட்டு, அவன் இல்லாத நேரத்தில் இங்கே ராமனை இளவரசனாக முடிசூட்டப் போகிறார். சூது வாது அறியாதவளே! கைகேயி! கணவன் என்ற நிலையைப் பெற்றிருப்பதால், கொடிய பாம்பாகிய அந்த தசரத மன்னனை நீ அணைத்துக் கொண்டு விட்டாய்! மார்போடு அணைத்துக் கொள்ளப்பட்ட பாம்பு என்ன செய்யுமோ, அதைத் தான் இப்பொழுது அந்த மன்னர் செய்கிறார். மிகவும் நெருக்கத்தில் வைக்கப்பட்ட பகைவன் என்ன செய்வானோ, அதைத்தான் இப்போது அவர் செய்கிறார். உன்னிடம் பொய்யான இனிமை வார்த்தைகளைப் பேசியே, தசரத மன்னர் உன்னை ஏமாற்றி விட்டார். ராமனுக்குப் பட்டாபிஷேகம் என்பது, உனக்கும் உன்னைச் சார்ந்தவர்களுக்கும் பேராபத்து என்பதை உணர்வாயாக! காலம் கடத்தாமல், இந்தச் சரியான தருணத்தை நழுவவிடாமல்,

அயோத்தியா காண்டம்

செய்ய வேண்டியதைச் செய்து, உனக்கும், உன் மகனுக்கும், எனக்கும் நேரிட இருக்கும் துன்பத்தை விலக்குவாயாக!''

– இவ்வாறு மந்தரையிடமிருந்து பொங்கி வழிந்த வார்த்தைகளைக் கேட்டுக் கொண்டிருந்த கைகேயி, தான் படுத்துக் கொண்டிருந்த படுக்கையை விட்டு எழுந்தாள்.

(பட்டாபிஷேகச் சிக்கலில் இங்கே மேலும் ஒரு முடிச்சு விழுகிறது. ராமருக்குப் பட்டாபிஷேகம் செய்விக்க தசரத மன்னர் எடுத்த முடிவு, ராமருடைய நண்பர்களால் கௌஸல்யையுக்குத் தெரிவிக்கப்படுகிறது. 'செய்தியைக் கேள்வியுற்று ஸுமித்திரை, தானாகவே கௌஸல்யையின் மாளிகைக்கு வந்து சேர்ந்தாள்' என்றும் வால்மீகி கூறுகிறார். ஸீதை, லக்ஷ்மணன் ஆகியோருக்குச் செய்தி தெரிவிக்கப்பட்டு, கௌஸல்யையின் மாளிகைக்கு அழைத்து வரப்பட்டதாகவும், அவர் சொல்கிறார். ஆனால், கைகேயிக்கு யார் மூலமாகவும் செய்தி எட்டவில்லை. மாளிகையின் மேல் தளத்தில் நின்று, நகரத்தின் திருவிழாக் கோலத்தைப் பார்த்த மந்தரை ஏதோ நடக்கிறது என்று சந்தேகப்பட்டு, அது என்னவென்று விசாரித்து அறிந்து, கைகேயிடம் வந்து தகவலைச் சொல்கிறாள். அப்போதுதான் பட்டாபிஷேகச் செய்தி கைகேயிக்குத் தெரிய வருகிறது. 'அவளுக்கு ஏன் இது முன் கூட்டியே தெரிவிக்கப்பட வில்லை?' என்ற கேள்வி, இந்தப் பட்டாபிஷேக சிக்கலில் விழுகிற இன்னொரு முடிச்சு. ஏற்கெனவே நான் குறிப்பிட்டபடி இதைப் பற்றியெல்லாம் விரைவிலேயே கவனிப்போம்.)

2. அயோத்தியா காண்டம்

அத்தியாயம் - 5

மந்தரை தீட்டிக் கொடுத்த திட்டம்

ராமருக்கு பட்டாபிஷேகம் என்ற செய்தியைக் கூறிய மந்தரைக்கு கைகேயி பரிசளிப்பது; ராமனின் உயர்வைப் பற்றிய கைகேயியின் பேச்சு மந்தரையின் கோபத்தை மேலும் தூண்டுவது; ராமன் இளவரசனாக முடி சூட்டப் பெற்றால், கைகேயிக்குப் பெரும் தீமை விளையும் என்று மந்தரை எடுத்துரைப்பது; கைகேயியின் மன மாற்றம்; ராமனை ஒதுக்கி வைத்து, பரதன் பட்டம் ஏற்குமாறு செய்வதற்கு மந்தரையிடமே கைகேயி வழி கேட்பது; மந்தரை கூறும் யோசனை...

படுக்கையை விட்டு எழுந்த கைகேயியின் முகத்தில் மகிழ்ச்சிக் குறிகள் தோன்றின. ராமரின் பட்டாபிஷேகச் செய்தி கேட்டு தனக்கே ஒரு பெருமை தோன்றி விட்டதாக எண்ணி, அளவு கடந்த சந்தோஷத்தை அடைந்த அவள், ஓர் ஆபரணத்தை எடுத்து அதைக் கூனி என்கிற மந்தரைக்குப் பரிசாக அளித்து, பேசத் தொடங்கினாள். "மிகவும் நல்ல செய்தியை இப்பொழுது நீ தெரிவித்தாய். எனக்கே பெரும் மகிழ்வு ஊட்டுகிற இந்தச் செய்தியைக் கூறிய உனக்கு, இன்னும் என்னென்ன பரிசு வேண்டுமோ கேள். நீ எது கேட்டாலும் நான் தருகிறேன். ராமனுக்கும், பரதனுக்குமிடையே எந்த வித்தியாசத்தையும் நான் காணவில்லை. ஆகையால் ராமனுக்குப் பட்டாபிஷேகம் நடக்கப் போகிறது என்கிற செய்தி எனக்குப் பெரும் மகிழ்வை ஊட்டுகிறது. நீயே விரும்பினால் கூட, இதை விட ஒரு மகிழ்ச்சிகரமான

அயோத்தியா காண்டம்

செய்தியை உன்னால் எனக்குத் தர முடியாது. அப்படிப்பட்ட ஒரு செய்தியை நீ சொல்லி விட்டாய். அன்புக்குரியவளே! உனக்கு என்ன வேண்டுமானாலும் கேள். நீ எது கேட்டாலும் நான் தருகிறேன்.''

கைகேயியின் வார்த்தைகளைக் கேட்டு மந்தரையின் கோபம் அதிகமாகியது. அவளுடைய வெறுப்பு மேலும் வளர்ந்தது. கைகேயி கொடுத்த நகையைத் தூக்கி எறிந்து விட்டு, மந்தரை பேசத் தொடங்கினாள். ''சரியான நேரத்தில் காரியத்தைச் சாதித்துக் கொள்ளத் தெரியாத கைகேயி! நீ துன்பக் கடலில் விழுந்து கிடக்கிறாய்! ஆனால் அதை நீ உணரவில்லை. இது பெரும் வியப்பு தான். வருத்தப்பட வேண்டிய நேரத்தில் நீ சந்தோஷப்படுகிறாய். பெரும் துக்கத்தால் என் மனம் பீடிக்கப்பட்டிருந்தாலும், உனது அறியாமையைப் பார்த்து என் மனம் சிரிக்கிறது. சக்களத்தியின் பிள்ளை காலனுக்கு நிகரானவன். அப்படிப்பட்டவனுக்கு நேரப் போகும் உயர்வு கண்டு, ஒரு பெண் மகிழ்கிறாள் என்றால், அவளை நினைத்து வருந்தாமல் வேறு என்ன செய்வது? உன் மகன் பரதனை நினைத்து மட்டுமே பயம் கொள்ள வேண்டிய நிலையில் ராமன் இருக்கிறான் என்பதை நினைத்து, நான் கவலையுறுகிறேன். ஒருவனை நினைத்து மற்றொருவன் பயம் கொள்ள நேரிட்டால், அந்த ஒருவனுக்கு, பயத்தினால் பீடிக்கப்பட்டவனிடமிருந்து ஆபத்து நேரும். லக்ஷ்மணன், ராமனை விட்டு அகலாதவன்; அவ்வாறே சத்ருக்னன், பரதனை விட்டு அகலாதவன்; லக்ஷ்மணனும், சத்ருக்னனும் மிகவும் இளையவர்கள் என்பதால், அவர்களுக்கு சிம்மாசனத்தின் மீது உரிமை இருக்க முடியாது. ஆனால் பரதனின் உரிமை, வலியுறுத்தப்படக் கூடியது. ஆகையால் பரதனை நினைத்து ராமனுக்கு பயம் இருக்கும். அது பரதனுக்கு ஆபத்து.

''ராமனோ ராஜ நீதியில் வல்லவன். சிறந்த கல்விப் பயிற்சி உடையவன். எதை எந்தக் காலத்தில் செய்ய வேண்டுமோ, அதை அந்தக் காலத்தில் தவறாது செய்து முடிப்பவன். உன்னுடைய மகனுக்கு ராமனால் பெரும் சங்கடங்கள் நேரும் என்பதில் சந்தேக மில்லை. தான் பெற்ற மகன் இளவரசனாகப் பட்டம் சூட்டிக் கொள்ளப் போவதால், கௌஸல்யை மற்ற மனைவிகளைக்

காட்டிலும் மேம்பட்டவள் என்ற அந்தஸ்தை அடையப் போகிறாள். தனக்கு இடையூறு செய்யக் கூடிய மற்ற மனைவிகளை அடக்கி, மன்னனின் மதிப்பைப் பெற்று, எல்லோராலும் கொண்டாடப்பட்டவளாக, பெரும் சிறப்புடன் விளங்கப் போகிற அந்த கௌஸல்யைக்கு, நீ வேலைக்காரியாக இருந்து பணி விடை செய்யப் போகிறாய். தன்னைப் பெற்ற தாயார் இப்படி வேலைக்காரியாக நடந்து கொள்ளும்போது, பரதனுக்கு ராமனிடம் அடிமைத் தொழில் செய்வது தவிர வேறு வழி இருக்காது. பரதன் இழிவு அடையப் போவதால், உன்னைச் சார்ந்த பெண்களும் பெரும் வேதனைக்குள்ளாகப் போகிறார்கள்.''

('ராமனுக்குப் பட்டாபிஷேகம் நடந்தால், கௌஸல்யையின் கை ஓங்கி, கைகேயியின் கை தாழ்ந்து விடும்; அதனால் கைகேயியைச் சார்ந்து நிற்கும் தன் போன்றவர்களுக்கு அந்தஸ்து இருக்காது' என்ற எண்ணம் மந்தரையின் மனதில் இருப்பதை, அவளுடைய இந்தப் பேச்சு காட்டுகிறது. இதைத் தவிர, 'ராமனுக்குத் தீமை செய்ய மந்தரை ஏன் இவ்வளவு முனைந்தாள்' - என்பதற்கு வால்மீகி ராமாயணத்தில் கிடைக்கிற விளக்கம் 'அவள் தீமை செய்வதில் நாட்டமுடையவள்' என்பதுதான். கம்பர், துளஸிதாஸர் போன்றவர்கள் இது பற்றி என்ன சொல்லியிருக்கிறார்கள் என்பதையும் நாம் பார்க்க இருக்கிறோம்.)

நன்மை செய்யக்கூடிய தன்மையற்ற வார்த்தைகளைக் கூறிய மந்தரையைப் பார்த்து கைகேயி, ராமனின் உயர்வுகளை எடுத்துச் சொல்லத் தொடங்கினாள். ''ராமன் தர்ம நெறி தவறாதவன்; நல்ல குருமார்களிடம் கல்வி கற்றவன்; மன்னருக்கு மூத்த குமாரன் என்பதால் இளவரசு பட்டத்துக்கு உரிமை பெற்றவன்; அவன் தன் உடன் பிறந்தவர்களையும் மற்றவர்களையும் ஒரு தந்தையைப் போலவே தன் வாழ்நாளெல்லாம் பாதுகாப்பான். மந்தரை! இப்படிப்பட்ட ராமனின் பட்டாபிஷேக செய்தி அறிந்து நீ ஏன் வருத்தப்படுகிறாய்? உனக்கு ஒன்று சொல்கிறேன் கேள். பல வருடங்கள் கழிந்த பின், ராமனுக்குப் பிறகு, பரதன் இந்த ராஜ்யத்தை நிச்சயமாக அடைவான். இப்பொழுது நடைபெற இருக்கிற பட்டாபிஷேகம் எல்லோருக்கும் மகிழ்ச்சி தரக்கூடியது. தர்ம விதியை ஒத்திருப்பது. அப்படி இருக்க, நீ மட்டும் ஏன்

வருந்துகிறாய்? என் மகனாகிய பரதன் எனக்கு மிகவும் பிரியமான வனே! ஆனால் ராமன் பரதனைக் காட்டிலும் மேம்பட்டவன்! கௌஸல்யை தேவிக்கு அவன் செய்யும் பணிவிடைகளை விட, எனக்குத்தான் அதிகமாகச் செய்கிறான். உடன் பிறந்தவர்களிடம் உயிரை வைத்திருக்கிறான். ஆகையால் ராஜ்யம் ராமனுடையது என்றால், அது பரதனுடைதாகவுமே காட்சியளிக்கும்.''

கைகேயியின் பேச்சைக் கேட்டுத் தனது துன்பம் மேலும் வளர்ந்த நிலையில் மந்தரை சொன்னாள். ''அறிவில்லாதவர்களுக்கு ஓர் உதாரணமாக நீ விளங்குகிறாய். உனக்கு நேர இருக்கும் ஆபத்தை உன்னுடைய அறியாமை காரணமாக, நீ உணராமல் இருக்கிறாய். இந்த பட்டாபிஷேகம் நடந்து விட்டால் அதற்குப் பிறகு, என்ன நடக்கும் என்பதைச் சிந்தித்துப்பார். ராமன் அரசனாவான். அவனுக்குப் பின்பு அவன் மகன்தான் அரசனாக முடியும். பரதன் பெறக்கூடிய மகன்கள் அரசு உரிமையிலிருந்து விலக்கப்பட்டவர் களாக இருப்பார்கள். அரசாட்சி என்பது கூட்டுப் பொறுப்பு அல்ல. அப்படி இருந்தால் அரசு பதவி சீரழிந்து விடும். ஆகையால் ஒரு மன்னனுடைய மகன்கள் அனைவரும் ஒரே சமயத்தில் அதிகாரத்தில் பங்கு பெற்று விடுவதில்லை. இந்தக் காரணம் கொண்டுதான், தன்னுடைய மகன்களில் எவன் எல்லா சிறந்த குணங்களும் பெற்று, உயர்வுடையவனாகத் திகழ்கிறானோ - அவனிடம் ஆட்சியைக் கவனிக்கும் பொறுப்பை அரசர்கள் விடுகிறார்கள். தன் பக்க நியாயத்தை எடுத்துச் சொல்ல எவரும் இல்லாமல் போய் விட்ட நிலையில் பரதன் அரசுரிமையிலிருந்து என்றென்றும் விலக்கப்படுவான். உன்னுடைய நன்மையை உத்தேசித்துத்தான் நான் இவ்விஷயத்தைப் பேசத் தொடங்கினேன். ஆனால் நீயோ என்னைப் புரிந்து கொள்ளவில்லை.

''உன் சக்களத்தி பெறப் போகிற மேன்மைக்காக நீ எனக்கு பரிசளிக்கிறாய். ராமன் ராஜ்யத்தை அடைந்த பிறகு சும்மா இருக்கப் போகிறானா? தன் பதவிக்கு தொல்லை நேர்ந்து விடக் கூடாதே என்பதற்காக பரதனை வேறு தேசத்திற்கு அனுப்புவான்; அல்லது இந்த உலகத்தை விட்டே அனுப்புவான். ஒரு பாவமும் அறியாத பரதன் உன்னாலேயே தன்னுடைய மாமன் வீட்டுக்கு அனுப்பப் பட்டிருக்கிறான். எந்தப் பொருளாக இருந்தாலும் சரி - அது

அசைகிற பொருளாக இருக்கட்டும், அல்லது அசையாப் பொருளாகவே இருக்கட்டும் - அது எதிரில் இருந்தால்தான் அதன் மீது ஒரு பிடிப்பு உண்டாகிறது; பரதனே இப்போது உன் எதிரில் இல்லை; அதனால்தான் உனக்கு இந்த அலட்சியம் நேருகிறதோ? எப்படி ராமனை விட்டு, லக்ஷ்மணன் விலக மாட்டானோ, அப்படி பரதனை விட்டு விலகாமல் இருக்கும் சத்ருக்னனும் அவனோடு சென்று விட்டான். ஆகையால் பரதனுக்கு இருந்த பாதுகாப்பும் விலகியது. காட்டில் இருக்கும் ஒரு மரம் முட்களால் சூழப் பட்டிருந்தால், அது மரம் வெட்டுபவர்களின் தாக்குதலிலிருந்து விடுபடுகிறது; அதைப்போல பரதனுக்குப் பாதுகாப்பாக நின்றிருக்கக் கூடிய சத்ருக்னனும் இங்கு இப்போது இல்லை. ராமனுக்கும் லக்ஷ்மணனுக்கும் இடையே இருக்கும் பிணைப்பு உலகறிந்த விஷயம்; ஆகையால் லக்ஷ்மணனுக்கு ராமன் ஒரு தீங்கும் செய்ய மாட்டான். ஆனால் பரதன் விஷயத்தில் அவன் அப்படி நடந்து கொள்வான் என்று எதிர்பார்க்க முடியாது. கைகேயி! ஒன்று செய்யலாம். தன்னுடைய மாமன் வீட்டுக்குப் போயிருக்கும் பரதன் அங்கிருந்து நேராகக் காட்டுக்குச் சென்று விடட்டும். அவனுக்கு அதுவே நல்லது என்று எனக்குத் தோன்றுகிறது. உன் மனதுக்கு உகந்ததாகவும் அது இருக்கலாம்.''

கூனி மேலும் தொடர்ந்தாள் ; ''கைகேயி! நடக்க இருக்கும் ஆபத்தை நினைத்து என் மனம் படும்பாட்டினால் உந்தப்பட்ட வளாக நான் பேசுகிறேன். தர்ம விதிகளுக்கு எந்த ஒரு குறையும் இல்லாமல் ஆட்சி புரியக்கூடிய பரதன், அரசாளத் தகுந்தவன். ராமனுக்குப் பகைவனாகிறான். அப்படியிருக்க, ஆட்சி பீடத்தில் ராமன் அமர்ந்திருக்கும் பொழுது,பரதன் எப்படி அவன் அருகில் வாழ முடியும்? யானையை சிங்கம் தாக்கி அழித்து விட நினைப்பது போல், பரதனைக் காப்பாற்றுவது உன் கையில் இருக்கிறது. அவனுக்குப் பட்டாபிஷேகம் நடந்தால் உனக்கும் உன் குலத்துக்கும் பெருமை ஏற்படும். மற்ற மனைவிகளைவிட மன்னன் உன்னிடம் தான் அதிகம் அன்பு வைத்திருக்கிறான் என்ற காரணத்தினால், ஏற்கனவே சில முறைகள் நீ கௌஸல்யையை அவமானப்படுத்தி இருக்கிறாய். பழிக்குப் பழி வாங்கி விட வேண்டும் என்ற துடிப்பு அவள் மனதில் இல்லாமல் போகுமா? ராமனுக்குப்

பட்டாபிஷேகம் நடந்து விட்டால், தன்னுடைய அந்த திட்டத்தை அவள் நிறைவேற்றிக் கொள்ளாமல் இருப்பாளா? ஆகையால் இந்த பட்டாபிஷேகம் நடந்து விட்டால், அதனால் துன்பத்தை அனுபவிக்கப்போவது பரதன் மட்டுமல்ல, நீயும் கூடத்தான். கைகேயி! நீ பெற்ற பிள்ளைக்கு ராஜ்யம் கிட்டுவதும், மற்றவனுக்கு நாட்டை விட்டு பகிஷ்காரமும், அமைவதுதான் உனக்கு நல்லது. ஆகையால் அதற்கான வழியை இப்பொழுதே நீ நாடுவாயாக!''

மந்தரை பேசப் பேச, கைகேயியின் மனதில் கோபம் வளரத் தொடங்கியது. மந்தரை பேசி முடித்தவுடன், பற்றி எரியும் நெருப் பென விளங்குகிற முகம் உடையவளாகத் தகிக்கின்ற வெப்பத்துடன் அவள் பேசினாள். ''இன்றைய தினமே, இப்போதே ராமனைக் காட்டுக்கு அனுப்புகிறேன். விரைவிலேயே பரதனுக்கு இளவரச னாக முடி சூட்டுகிறேன். எந்த வழியைப் பின்பற்றினால் என்னால் இதைச் சாதிக்க முடியும் என்று சொல்வாயாக! ராமன் இந்த இடத்திலிருந்து விலக வேண்டும். நன்றாக யோசனை செய்து இதற்கோர் வழி சொல்வாய்.''

தீமை செய்வதிலேயே நாட்டம் கொண்ட குணமுடைய வளாகிய மந்தரை சொன்னாள். '' நீ நல்ல முடிவு செய்தாய் - கைகேயி! எந்தவித இடையூறும் இல்லாமல் பரதன் ராஜ்யத்தை அடையும் வழியைச் சொல்கிறேன், கேள். உன்னைச் சார்ந்த ரகசியம் ஒன்றை நீ முன்பு என்னிடம் கூறியிருக்கிறாய். அதை இப்பொழுது என் வார்த்தைகளாலேயே கேட்க விரும்புகிறாய் போலிருக்கிறது. ஏன் இப்படி செய்கிறாய்? நீ சொன்ன ரகசியம் உனக்கே மறந்து விட்டதா? அல்லது அதை நினைவில் வைத்துக் கொண்டு, மறந்த மாதிரி நீ நடிக்கிறாயா? எப்படி இருந்தாலும் சரி, நீ சொன்ன அந்த விஷயத்தையே, இப்போது நான் உன்னிடம் சொல்கிறேன்.''

மந்தரை இப்படிக் கூறியவுடன், கைகேயி, ''ராமன் எப்படி இந்த இடத்தை விட்டு அகன்று போவான்? பரதன் எப்படி ராஜ்யத்தை அடைவான்? காரியம் எப்படிக் கை கூடும்? வழியைச் சொல்'' என்று உத்திரவிட்டாள்.

அயோத்தியா காண்டம்

மந்தரை சொன்னாள். "தேவர்களுக்கும், அசுரர்களுக்கும் யுத்தம் நடக்கையில், தேவர்களுக்கு உதவி செய்வதற்காக அந்த யுத்தத்தில் பங்கேற்க உன் கணவர் சென்றபோது, உன்னையும் உடன் அழைத்துச் சென்றார். மாபெரும் வீரராகிய உன் கணவர், அசுரர்களை எதிர்த்துப் போர்க்களத்தில் சாகசங்கள்பல புரிந்தார். ஆனாலும் கூட, ஒரு கட்டத்தில் அவர் மூர்ச்சை அடைய நேரிட்டது. அப்பொழுது மயக்கமுற்று இருந்த அவரை, நீதான் போர்க்களத்திலிருந்து அப்புறப்படுத்தி, வேறு இடத்திற்கு எடுத்துக் கொண்டு போய், அவருக்குப் பாதுகாப்பு அளித்தாய். இதனால் மகிழ்ந்த மன்னர், நீ வேண்டுகிற இரண்டு வரங்களைக் கேட்குமாறு உன்னிடம் சொன்னார். நீயோ, உனக்கு எப்போது அந்த வரங்களைக் கேட்க வேண்டும் என்று விருப்பம் தோன்றுகிறதோ அப்போது கேட்பதாகக் கூறிவிட்டாய். மன்னர் அதற்கும் சம்மதித்தார். இதுபற்றி எதுவும் அறியாமல் இருந்த எனக்கு நீதான் இந்தச் செய்தியை முன்பு தெரிவித்தாய். உன்னிடத்தில் உள்ள அன்பின் காரணமாக, நான் இந்த விஷயத்தை மறக்காமல் இருக்கிறேன்.

"அன்று மன்னர் கொடுத்த வரங்களை இன்று பயன்படுத்திக் கொள். 'ராமனுக்குப் பதினான்கு வருட வனவாசம், பரதனுக்குப் பட்டாபிஷேகம்' – என்ற இரண்டு வரங்களைக் கேள். பதினான்கு வருட காலம் ராமன் நாட்டை விட்டுக் காட்டில் இருந்தான் என்றால், அதற்குள் பரதன் மக்களின் ஆதரவை முழுமையாகப் பெற்று ஆட்சியில் இருந்து அகற்ற முடியாதவனாகி விடுவான். அச்வபதி மன்னர் பெற்ற திருமகளே! அழுக்கான உடைகளை அணிந்து கொள்! ஆபரணங்களைக் கழற்றி எறி! தரையில் படுத்துக் கொள்! அழுது புலம்பு! உன்னை நாடி மன்னர் வரும்போது, அவரை ஏறெடுத்தும் பார்க்காதே! அவர் பேசுவதற்கு முன்பாக, நீ பேசாதே! தசரதமன்னர், மற்ற மனைவிகளைக் காட்டிலும் உன் மீதே அன்பு அதிகம் கொண்டவர். உனக்கு ஒரு மன வருத்தம் என்றால், அவர் தீயிலும் குதித்து விடுவார். இது பற்றி எனக்கு சந்தேகமில்லை. உன் கோபத்தைக் காண அவர் சகிக்கமாட்டார். உனக்குக் கோபம் வரும்படி அவர் நடந்து கொள்ளவும் மாட்டார். உன் கோபத்தைக் கண்டு உன் மனதை மகிழ்வுறச் செய்வதற்காக, அவர் ஆபரணங்

களைக் கொடுப்பார்; மாணிக்கங்களைத் தருவார்; ரத்தினங்களை வாரிக் கொடுப்பார்; முத்து மாலைகளை அளிப்பார்; அவற்றில் எதையும் ஏற்றுவிடாதே!

"தேவாசுர யுத்தத்தின் போது அவர் உனக்கு அளிப்பதாகக் கூறிய இரண்டு வரங்களை அவருக்கு நினைவூட்டு! அப்போது தசரத மன்னர் உன்னைத் தரையிலிருந்து தூக்கி நிறுத்தி, அந்த வரங்களைக் கேட்குமாறு சொல்வார். அப்போது கேள்! அதற்கு முன், கொடுத்த வார்த்தையை மீறாமல் இருக்க வேண்டும் என்று அவருக்கு நினைவுறுத்தி விட்டு, அவரிடம் கேள்! 'ராமன் பதினான்கு வருடங்கள் காட்டில் வசிக்க வேண்டும் என்று கேள்! கைகேயி! இந்த வரங்களை நீ பெற்று விட்டால், ராமன் பதினான்கு வருடங்கள் நாட்டை விட்டு விலகியவனாக, மக்களின் அன்பை முற்றிலும் இழந்து விடுவான். பரதன் பகை ஏதும் இல்லாத அரசனாகப் புகழ் பெற்று விளங்குவான். பதினான்கு வருடங்கள் ராமன் காட்டில் இருக்கும்போது, பரதன் தன் ஆட்சியை ஸ்திரப்படுத்திக் கொள்வான். அதன் பின் அவனை யாராலும் அசைக்க முடியாது, உன் மனதில் குழப்பமில்லாமல் நீ நடந்து கொண்டு தசரத மன்னனை, இந்தக் கோரிக்கைகளுக்கு இணங்குமாறு செய்து, ராமனது பட்டாபிஷேகத்திற்கு நடக்கும் முன்னேற்பாடுகளை யெல்லாம் உடனே நிறுத்துமாறு செய்."

தீமையையே நன்மை போல் எடுத்துரைத்த மந்தரை இவ்வாறு கூறி முடித்தவுடன், கைகேயி எது நல்லது, எது கெட்டது என்று அறியும் தன்மையை இழந்தாள். தூய எண்ணங்கள் நிறைந்த அவள், கூனியின் உபதேசத்தைக் கேட்டு, பெரும் அகங்காரம் கொண்ட வளாக விளங்கினாள். நெறி கெட்ட வழியில் செல்ல தீர்மானித்தாள்.

2. அயோத்தியா காண்டம்

அத்தியாயம் - 6

தசரதர் அளித்த வாக்குறுதி

தனக்கு நன்மையைக் கூறியதற்காக, கூனிக்கு கைகேயி அளித்த புகழுரை; கோபத்துடன் கைகேயி தரையில் படுத்தது; அவளைப் பார்க்க வந்த தசரதர், அவளது நிலை கண்டு மனம் வெதும்பியது; அவளுடைய விருப்பம் எதுவாயினும் அதை நிறைவேற்றுவதாக தசரதர் வாக்களித்தது...

விபரீதத்தை, விவேகமாக நினைக்கிற நிலைக்கு வந்து விட்ட கைகேயி மந்தரையைப் பார்த்துச் சொன்னாள். ''எனக்கு மிக நல்ல ஆலோசனையைக் கூறுகிற உன்னுடைய அறிவுக் கூர்மையை நான் குறைத்து மதிப்பிட மாட்டேன். காரண – காரியங்களை ஆராய்ந்து நல்ல முடிவு எடுக்கிற நீ, கூன் முதுகை உடையோர்களில் மிகச் சிறந்தவள். சொல்லப் போனால் நீ ஒருத்திதான் எனக்கு நல்லது நினைப்பவள். நீ ஒருத்திதான் என்னுடைய நன்மையையே மனதில் கொண்டுள்ளவள். காற்றின் வேகத்தினால் வளைந்திருக்கிற தாமரைப் பூ போல், கவர்ச்சி கொண்டவளே! உன் முதுகிலே கூன் விழுந்திருந்தாலும் பட்டாடை உடுத்தி என்னை நோக்கி நீ நடந்து வரும்போது, என் மனதைக் கொள்ளைக் கொள்கிறாய். அசுரர் தலைவனாகிய சம்பரனிடம் இருந்த ஆயிரக்கணக்கான மாயைகளும், அதை மிஞ்சிய தந்திரங்களும், உன்னிடம் குடி கொண்டிருக்கின்றன. அவைதான் உன் முதுகிலே விழுந்து விட்ட

கூனாகப் பருத்துத் தோற்றமளிக்கின்றன. உனது அருமையான யோசனைகள், ராஜரீக நுட்பங்கள், பெருமையுடன் விளங்குவதற்குத் தேவையான வித்தைகள், எல்லாமாகச்சேர்ந்து தேர்ச்சக்கரத்தின் மையம்போல் உருக்கொண்டு, பருத்த தோற்றமளித்து, உன் முதுகில் கூனாகக் குடி கொண்டிருக்கின்றன. ராமன் காட்டுக்குச் சென்று, பரதனுக்குப் பட்டாபிஷேகம் நடந்து முடிந்தவுடன், உனது கூன்மீது பொன்னால் செய்த ஒரு மாலையை நான் சூட்டுகிறேன். தங்கத்தின் நிறம் கொண்ட உயர்ந்தவகை சந்தனத்தை அந்தக் கூன்மீது நான் பூசுவேன். உன்னுடைய நெற்றியில் தங்கத்தினால் செய்யப்பட்ட திலகத்தை நான் வைப்பேன். உனக்கு ஆபரணங்கள் சூட்டுவேன். நல்ல ஆடைகளை அணிந்து, பல விதமான நகைகளைப் பூண்டு ஒரு தேவதை போல் நீ இங்கே வலம் வரப்போகிறாய். மன்னரின் மற்ற மனைவிகளைச் சார்ந்தவர்கள், துன்பத்தை அடைகிற வகையில் நீ நிலவையொத்த முகத்தோடு சிறப்பான நிலையை அடையப் போகிறாய்.''

இப்படிக் கைகேயியினால் பெரிதும் கொண்டாடப்பட்ட கூனி, ''உத்தமியே கைகேயி! நதியில் வெள்ளப் பெருக்கு உண்டாகி, அது பாய்ந்து தீர்ந்துவிட்ட பிறகு, அணைபோடுவதில் அர்த்தமில்லை, உடனே எழுந்திரு. எடுத்த முடிவை நிறைவேற்று. மன்னரை எதிர்பார்த்துக் காத்திரு'' என்று உற்சாகப்படுத்தினாள்.

தனக்கு வாய்த்த நன்மைகளால் கர்வம் கொண்டவளும், கூனியினால் தூண்டப்பட்டவளுமாகிய கைகேயி, கோபத்தைக் காட்ட வேண்டும் என்று நினைக்கிறபோது செல்கிற அறையை, மந்தரையுடன் சென்று அடைந்தாள். மிகவும் மதிப்பு மிக்க ஆபரணங்களையெல்லாம் கழற்றித் தரையில் வீசி எறிந்தாள். பின்னர், தரைமீது படுத்தாள். ''ராமன் காட்டுக்குச் சென்று விட்டால் பரதன் நாடாள்வான். அது நடக்கவில்லை என்றால், நான் இறந்துவிட்ட செய்தியை நீ மன்னனுக்குத் தெரிவிப்பாய். ராமன் முடிசூட்டிக் கொண்டால், அத்துடன் என் வாழ்வு முடிந்தது'' என்று கூறிய கைகேயியைப் பார்த்து மந்தரை, ''ராஜ்யத்தை ராமன் அடைந்தால் உன் மகன் துன்புறுவான் என்பதை மறக்காதே.

அயோத்தியா காண்டம்

ஆகையால் ராஜ்யத்தை பரதன் பெறுவதற்கு என்ன வழியோ அதை முனைந்து செய்வாயாக'' என்று மேலும் தூண்டினாள்.

கடும் கோபமுற்று இருந்த நிலையில் கூனியால் இப்படி மீண்டும் தூண்டப்பட்டபோது, கைகேயி தன் நெஞ்சின் மீது கை வைத்துப் பேசினாள். ''கூனி! ராமன் காட்டுக்குச் சென்றான் என்ற செய்தி வந்தால் பரதன் தன் விருப்பங்கள் நிறைவேறியவனாவான்; அல்லது நான் இறந்து விட்டேன் என்று செய்தி கேட்டு நீ அதை மன்னனுக்குத் தெரிவிப்பாய். ராமன் காட்டுக்குப் போகவில்லை என்றால், அதன் பிறகு நான் எதையும் விரும்பமாட்டேன். படுக்கைகளை வெறுப்பேன். பூ மாலைகளை வெறுப்பேன். சந்தனம் பூசமாட்டேன். மை தீட்டிக்கொள்ள மாட்டேன். உணவும், பானமும் ஏற்க மாட்டேன். இந்த உலகில் உயிர் வாழ்வதையும் விரும்ப மாட்டேன்.'' இப்படிக் கொடுமையாகப் பேசிவிட்டு கைகேயி வெறும் தரையின்மீது படுத்தாள். ஆபரணங்கள், மாலைகள் எல்லாவற்றையும் கழற்றி எறிந்துவிட்டு, கோபம் என்கிற இருளினால் சூழப்பட்ட முகமுடையவளாகக் காணப் பட்ட கைகேயி, நட்சத்திரங்களை மூடிக்கொண்டு பேரிருளாகக் காட்சி அளிக்கும் ஆகாயம் போல் தோற்றமளித்தாள்.

கைகேயியினால் கழற்றி எறியப்பட்ட மாலைகளும், ஆபரணங் களும் வானத்தை நட்சத்திரங்கள் ஒளி பெறச் செய்வது போல், தரையை ஒளி வீசச் செய்து கொண் டிருந்தன. தலை முடியை ஒரே ஒரு முடிச்சினால் கெட்டியாக முடிந்து கொண்டு, வெற்றுத் தரையில் படுத்திருந்த கைகேயி, கோபம் தலைக்கேறியவளாக காட்சி அளிக்க, மந்தரை தான் எடுத்த காரியத்தை நிறைவேற்றி விட்ட மகிழ்ச்சியை அடைந்தாள்.

(கைகேயியின் தகப்பனாரால், அவளுடன் அயோத்திக்கு அனுப்பப்பட்டவள் என்பதைத் தவிர, வால்மீகி ராமாயணம் மந்தரையைப் பற்றிய விவரங்கள் எதுவும் கூறவில்லை. ஆனால் பத்ம புராணம் இவ்விஷயம் பற்றிக் கூறுவது, வால்மீகி ராமாயண நூல்களில் சுட்டிக்காட்டப்பட்டிருக்கிறது. 'தங்களுடைய காரியத்தை நிறைவேற்றிக் கொள்வதற்காக, தேவர்கள் ஒரு தேவதையை அனுப்பினார்கள். அவள்தான் மந்தரை. தன் மகள் கைகேயிக்கு கேகய மன்னன் இந்த மந்தரையை பணிப் பெண்ணாகக் கொடுத்தான்.

'இங்குத் தேவர்களின் காரியம் என்று குறிப்பிடப்படுவது - ராவணனின் அழிவுக்காக, ராமர் முனைய வேண்டும் என்ற காரணத்தையொட்டி அவர் வனம் செல்வது, ராமர் காட்டுக்குச் செல்லாவிட்டால் ராம - ராவண யுத்தம் நேரிடாது; அவதார காரியம் நடக்காது என்பதால், அயோத்தியில் பட்டாபிஷேகம் தடைப்பட்டு ராமர் காட்டுக்குச் செல்லும் சூழ்நிலை மந்தரை மூலமாக உண்டாக்கப்பட்டது. இது பத்ம புராணம் கூறுவது. மஹாபாரதத்திலும் ஒரு கந்தர்வப் பெண்தான் மந்தரையாக வந்தாள் என்ற குறிப்பு இருக்கிறது.

ராமருடைய பட்டாபிஷேகத்தை நிறுத்துவதில் மந்தரை காட்டிய முனைப்புக்கு, வால்மீகி ராமாயணம் குறிப்பாக எந்த ஒரு காரணத்தையும் கூறவில்லை. மந்தரை பாவம் செய்வதில் நாட்டமுடையவள். தீமை செய்வதில் முனைப்புடையவள் என்று மட்டுமே வால்மீகி ராமாயணம் கூறுகிறது. இதைத் தவிர, கைகேயியை, தூண்டிவிடும் போது மந்தரை பேசும் வார்த்தைகள் மூலமாக, 'பரதனுக்குப் பட்டாபிஷேகம் நடந்தால்தான் தனக்குச் செல்வாக்கு கிட்டும்; ராமனுக்குப் பட்டாபிஷேகம் நடந்தால், தனக்கு எந்த ஒரு முக்கியத்துவமும் இல்லாமல் கௌஸல்யையின் பணிப்பெண்களுக்கு அடங்கித்தான் செயல்பட வேண்டியிருக்கும்' என்ற எண்ணமும் கூனிக்கு இருந்தது நன்றாகவே தெரிய வருகிறது.

துளஸிதாஸரின் ராமாயணம் – 'ராமரின் அவதார காரியம் முடியவேண்டும். அதற்கு அவர் அயோத்தியில் இருப்பது உதவி செய்யாது. இந்தக் காரணங்களினால் தேவர்கள் சரஸ்வதியை வேண்டிக் கொள்ள, சரஸ்வதி தேவி, மந்தரையின் மனதில் புகுந்தாள். அவளுடைய மனதை முதலில் கலைத்தாள். அதன் பிறகு மந்தரை சென்று, கைகேயியின் மனதில் விஷ விதையை ஊன்றினாள்' என்ற கருத்து கூறப்படுகிறது.

'ராமன் சிறுவனாக இருந்தபோது தன் கையில் இருந்த வில்லினால், ஒரு மண் உருண்டையை தன் மீது அடித்ததை நினைத்துப் பார்த்து கூனி, கோபம் கொண்டாள்' என்று கம்ப ராமாயணம் கூறுகிறது. ஆனால் கம்பர் கூட இதை மேலெழுந்த

வாரியாகச் சொல்லி விட்டுப் போவதாகவே தோன்றுகிறது. சதி செய்ய முனைந்த கூனியின் எண்ண ஓட்டத்தை விவரிக்கிற கம்பர், இந்த நிகழ்ச்சியைக் குறிப்பிட்டாலும் கூட, நடந்த விபரீதத்திற்குக் கூனியின் குணத்தைத்தான் முக்கிய காரணமாகக் காட்டுகிறார். 'சினத்தை விளைவிக்கிற ராவணன் செய்த தீமை போல, அணுகுவதற்குக் கடினமான கொடிய மனம் படைத்த கூனி' என்று கம்பர், மந்தரையை வர்ணிக்கிறார்.

கூனியின் குரோதம் கம்ப ராமாயணத்தில் மிகவும் கடுமை யாகவே வர்ணிக்கப்படுகிறது. ராமனுக்குப் பட்டாபிஷேகம் என்ற செய்தியைக் கொண்டு வந்த கூனிக்கு, கைகேயி ஒரு மாலையைப் பரிசாக அளித்தாள் என்று வால்மீகி ராமாயணம் போல, கம்ப ராமாயணமும் கூறுகிறது. அப்படி மாலையைக் கைகேயி அளித்த போது, கூனிக்கு வரும் கோபத்தை கம்பர் வர்ணிக்கிறார். 'கொடுமையான அந்தக் கூனி சப்தம் செய்தாள். அதட்டலாகப் பேசினாள். அவளுடைய சிறிய கண்களிலிருந்து நெருப்புப் பொறிகள் சிதறுகிற மாதிரி விழித்துப் பார்த்தாள். திட்டினாள். சூடாக மூச்சுவிட்டாள். தன்னுடைய தோற்றத்தைத் தானே கெடுத்துக் கொண்டாள். கைகேயி அளித்த பொன் மாலையைப் பூமியை நோக்கி வீசி எறிந்து, அந்த பூமியிலேயே ஒரு குழியை உண்டாக்கினாள்.'

தெழித்தனள்; உரப்பினள்; சிறு கண் தீ உக
விழித்தனள்; வைதனள்; வெய்து உயிர்த்தனள்;
அழித்தனள்; அழுதனள்; அம் பொன் மாலையால்
குழித்தனள் நிலத்தை – அக்கொடிய கூனியே.

வால்மீகி ராமாயணத்தில் வருவது போலவே, கம்ப ராமாயணத்திலும் கூனியின் கெட்ட உபதேசத்தை சற்றும் ஏற்காமல் தான் முதலில் கைகேயி பேசுகிறாள்.

'மதியில்லாத மனத்தை உடையவளே! நீ எனக்கு நல்லது செய்பவள் அல்ல. என் மகன் பரதனுக்கு நல்லது செய்பவளும் அல்ல! தர்மத்தை நன்கு கவனித்தால், நீ உனக்கே நல்லது செய்து கொள்பவள்கூட அல்ல. நீ முன்பு செய்த காரியங்களின் வினைப்பயன் உன்னைத் தூண்டுவதால் உன் மனதிற்கு ஏற்ப இவ்வார்த்தைகளை நீ சொன்னாய்.'

> எனக்கு நல்லையும் அல்லை நீ;
> என் மகன் பரதன் -
> தனக்கு நல்லையும் அல்லை; அத்
> தருமமே நோக்கின்,
> உனக்கு நல்லையும் அல்லை;
> வந்து ஊழ்வினை தூண்ட,
> மனக்கு நல்லன சொல்லினை -
> மதி இலா மனத்தோய்!,

கைகேயியின் மாளிகையில் இவ்வாறு நடந்து கொண்டிருக் கையில் - ராமருடைய பட்டாபிஷேகம் முறையாக நடப்பதற்குத் தேவையான உத்தரவுகளைப் பிறப்பித்த பின்னர், அதிகாரிகளிடம் கூறி விட்டு, தனது அரண்மனைக்குச் சென்ற தசரத மன்னர், இந்த நற்செய்தியைக் கைகேயியிடம் சொல்வதற்காக அங்கிருந்து புறப்பட்டு, அந்தப்புரத்திற்குச் சென்றார். இருளடைந்த வானத்தில் சந்திரன் தோன்றுவதுபோல், தசரத மன்னர் கைகேயியின் மாளிகையினுள் நுழைந்தார். மிகவும் சிறப்பு வாய்ந்த அந்த மாளிகையின் படுக்கை அறையில் கைகேயி இல்லை என்பதை மன்னர் கவனித்தார். ராமன் இளவரசனாக முடி சூட்டப்படப் போகிறான் என்ற நற்செய்தியைக் கைகேயிக்குத் தெரிவிக்கும் ஆவலுடன் தசரதர் அவளை அழைத்துப் பார்த்தார். ஆனால் பதில் இல்லை. கைகேயி தீட்டியிருந்த திட்டத்தை அறியாத தசரத மன்னர், அவள் எங்கே இருக்கிறாள் என்பது பற்றி பணிப் பெண்ணிடம் விசாரித்தார். அந்தப் பணிப்பெண், ''கடும் கோபத்துடன் அரசி, அறையில் இருக்கிறார்'' என்று கூறினாள்.

பாவம் என்பதை அறியாத தசரத மன்னர் அங்கே சென்று, பாபச் செயலை மனதில் கொண்ட கைகேயி, அறுந்து விழுந்த பூங்கொடி போல தரை மீது சாய்ந்து கிடப்பதைப் பார்த்தார். மேலுலகத் திலிருந்து தள்ளி விடப்பட்ட தேவதை போல, வலையிலே சிக்கி விழுந்து விட்ட ஒரு பறவை போல, அங்கே தன் உயிரையும் விட மேலான கைகேயி விழுந்து கிடப்பதை தசரத மன்னர் பார்த்தார். வேடனின் அம்பினால் துளைக்கப்பட்டுக் கீழே விழுந்து கிடக்கிற பெண் யானையை, ஆண் யானை பரிவுடன் பார்ப்பது போல, கைகேயி விழுந்து கிடப்பதை தசரத மன்னர் பார்த்தார். பெரிதும்

பாதிக்கப்பட்டவராக அன்புடன் விசாரித்தார். ‘‘தேவி! உனக்குக் கோபம் வந்த காரணத்தை நான் அறியேன். எவனாவது உன்னை நிந்தித்தானா? யாராவது உன்னை அவமதித்தார்களா? என் மனம் நோகிற வகையில் நீ ஏன் இப்படித் தரையில் படுத்திருக்கிறாய்? நான் பெருமகிழ்வு அடைந்திருக்கிற போது, நீ இப்படி துக்கப்படுவது என் மனதைத் துடிக்கச் செய்கிறதே? ஏதாவது நோய் உன்னை வருத்துகிறதா? நமது வைத்தியர்கள் ஒரு நொடியில் அதை குணப்படுத்துவார்களே! யாராவது உனக்குக் கெடுதல் செய்தார்களா? சொல். எவருக்காவது இப்போது தீமை விளைவிக்க வேண்டுமா? யாருக்காவது நன்மை செய்ய வேண்டுமா? எவனை யாவது விடுவிக்க வேண்டுமா? எவனையாவது கொன்று விட வேண்டுமா? ஒரு செல்வந்தன் ஏழையாக வேண்டுமா? அல்லது ஒரு ஏழை செல்வந்தனாக வேண்டுமா? சொல், என்ன வேண்டும் சொல். உயிர் வாழ வேண்டும் என்ற ஆசையினால் கூட, உனது விருப்பம் எதையும் நான் நிறைவேற்றாமல் இருக்க மாட்டேன். உன் மனதில் இருப்பதைச் சொல்லி விடு. என்னிடத்தில் உனக்கு இருக்கும் செல்வாக்கு நீ அறிந்தது. அப்படி இருக்க உனக்கு தயக்கம் கூடாது. உனது மன விருப்பத்தை நான் முடித்து வைக்கிறேன். நான் பெற்ற புண்ணியத்தின் மேல் ஆணையாகச் சொல்கிறேன். கைகேயி! சூரிய சக்கரம் சுழன்று ஒளி வீசுகிற பிரதேசங்கள் அனைத்தும் என்னைச் சார்ந்தவையே! செல்வம் மிகுந்த திராவிடம், ஸிந்துஸௌவீரம், ஸௌராஷ்டிரம், தக்ஷிணப் பிரதேசம், வங்கம், அங்கம், மகதம், மத்ஸ்யம், காசி, கோசலம் – போன்ற பிரதேசங் களும், அங்கெல்லாம் நிறைந்திருக்கும் உணவு தானியங்களும், ஆடு, மாடுகளும், பலவித செல்வங்களும் நிறைந்த பொக்கிஷங் களும், என்னுடைய உடமையே. இவற்றில் இருந்தெல்லாம் உனக்கு என்ன வேண்டுமோ அதைக் கேள். இப்படி உன்னையே சித்ரவதை செய்து கொள்வதால் என்ன பயன் விளையும்? அழகானவளே, எழுந்திரு! உனக்குத் தோன்றிய அச்சம் என்ன? எங்கிருந்து அந்த பயம் உன்னை அணுகுகிறது? அதைச் சொல். பனியை சூரியன் விரட்டுவது போல், அந்த அச்சத்தை நான் விரட்டுகிறேன்.’’

தீமையையே மனதில் விருப்பமாகக் கொண்டிருந்த கைகேயி மன்னர் கூறிய வார்த்தைகளைக் கேட்டு மனத்துணிவு பெற்று,

அவரை மேலும் வருந்தச் செய்வதில் முனைந்தாள். இயல்பாகவே இளகிய மனம் கொண்டவரும், இப்போது மன்மத பாணத்தால் தாக்கப்பட்டு மோகத்தின் வசப்பட்டு நின்றவருமாகிய மன்னரைப் பார்த்து, வேதனை தரக் கூடிய விஷயத்தைச் சொல்ல கைகேயி தலைப்பட்டாள். ''மன்னரே! எனக்கு எந்த பயமும் இல்லை. யாராலும் நான் அவமதிக்கப்படவும் இல்லை. உங்களால் மட்டுமே செய்து முடிக்கக் கூடிய ஒரு காரியத்தில் நான் விருப்பமுடையவளாக இருக்கிறேன். அதைச் செய்து முடித்துத் தருவதாக நீங்கள் வாக்குறுதி அளித்தால், அதன் பின்னர் என் மனதினுள் இருக்கும் விருப்பத்தை நான் வெளியிடுவேன்.''

ஆசையை அதிகமாகக் கொண்ட தசரதர், புன்னகையுடன் கைகேயியின் தலை முடியைத் தடவிக் கொடுத்து, ''கைகேயி! மனிதர்களில் ராமனைவிட முக்கியமானவன் எவனும் எனக்குக் கிடையாது. அதேபோல பெண்களில் உன்னைவிட முக்கியமானவள் எனக்கு வேறு யாரும் இல்லை. இதை நீ அறிவாய்'' என்று கூறி மேலே தொடர்ந்தார்.

''எவராலும் வெல்ல முடியாதவனும், எல்லோரிலும் மேம்பட்டவனுமாகிய என் மகன் ராமனின் மேல் ஆணையிட்டுச் சொல்கிறேன் – நீ சொல்லும் காரியத்தை நான் முடித்துக் கொடுப்பேன். உன் மனதில் என்ன விருப்பம் இருக்கிறதோ அதைச் சொல். எவனை ஒரு நிமிடம் காணாவிட்டாலும் நான் உயிர் விட்டு விடுவேனோ, அந்த ராமன் மீது ஆணையிட்டுச் சொல்கிறேன் – உன் வேண்டுகோளை நான் நிறைவேற்றுவேன். எனது சுற்றத்தார்கள், எனது செல்வங்கள், எனது உயிர், எல்லாவற்றையும் விட எனக்கு மேம்பட்டவனாகிய ராமன் மீது ஆணையிட்டுச் சொல்கிறேன் – உன் வார்த்தையை நான் நிறைவேற்றித் தருவேன். கவலையை விட்டொழி. உன் மன விருப்பத்தைச் சொல். என்னிடத்தில் உனக்கு இருக்கும் செல்வாக்கை அறிந்த நீ இப்படி தயக்கம் கொள்ளக் கூடாது. எனது புண்ணியத்தின் மீதும் ஆணையிட்டுச் சொல்கிறேன் – உன் விருப்பத்தை நிறைவேற்றுவேன். என்ன அது? சொல்.''

இவ்வாறு தசரத மன்னர் கூறியவுடன், தான் எதிர்பார்த்த வாக்குறுதி கிடைத்து விட்டதால், சொல்லக் கூடாத வார்த்தையைச் சொல்லி விட கைகேயி துணிந்தாள்.

2. அயோத்தியா காண்டம்

அத்தியாயம் - 7

கைகேயி கேட்ட வரங்கள்

> சூரிய சந்திரர்கள், திசைகள், கந்தர்வர்கள் என்று வானோரையெல்லாம் சாட்சியாக வைத்து, கைகேயி 'பரதனுக்கு பட்டாபிஷேகம், ராமருக்கு பதினான்கு வருட வனவாசம்' என்ற வரங்களை தசரதரிடம் கேட்பது....

தசரத மன்னன் வாக்குறுதி கொடுத்து விட்டதால் திருப்தியடைந்த கைகேயி, நியாய மற்றதும், தீமை உடையதுமான பேச்சை எப்படி வெளியிடுவது என்று தன் மனதிலேயே யோசித்து, ஒரு தீர்மானத்திற்கு வந்தவளாகப் பேசத் தொடங்கினாள். "மன்னரே! சபதம் செய்து எனக்கு நீங்கள் அளித்திருக்கும் வாக்குறுதியை, இந்திரனை தலைவனாகக் கொண்ட முப்பத்து மூன்று தேவர்களும் கேட்கட்டும்; சந்திரனும், சூரியனும், ஆகாயமும், கிரஹங்களும், இரவும், பகலும், திசைகளும், சொர்க்கலோகமும், கந்தர்வர்களும், ராக்ஷஸர்களும், இந்த பூமியும் நீங்கள் கொடுத்த வாக்குறுதியைக் கேட்பார்களாக! வீடுகளில் திரிகின்ற பூதங்கள், கிரஹ தேவதைகள் மற்றுமுள்ள பூதங்கள் ஆகியவையெல்லாம் நீர் செய்த சபதத்தைக் கேட்கட்டும். தேவதைகளே! சொன்ன சொல் தவறாதவர் என்று பெயரெடுத்துள்ளவரும், பெரும் புகழ் படைத்தவருமான இந்த தசரத மன்னர், இப்போது எனக்கு ஒரு வாக்குறுதி அளித்திருக்கிறார். அதை எல்லோரும் கேட்பீர்களாக!''

இப்படி தசரத மன்னரை நன்றாகக் கட்டுப்படுத்தக் கூடிய வார்த்தைகளைச் சொல்லி விட்டு, கைகேயி மேலும் பேசினாள். "அரசே! முன்பு தேவர்களுக்கும், அசுரர்களுக்கும் யுத்தம் நேரிட்ட போது, ஒரு நிகழ்ச்சி நடந்தது. அதை இப்போது நினைத்துப் பார்ப்பீராக! அந்த யுத்தத்தில் ஒரு கட்டத்தில் உங்கள் உயிருக்கே ஆபத்து நேரிட்டது. அந்த நேரத்தில் நீங்கள் என்னால் காப்பாற்றப் பட்டீர்கள். கண்ணிமைகளைக் கூட கொட்டாமல், உங்களைப் பாதுகாத்தமைக்காக எனக்கு இரண்டு வரங்களையும் நீங்கள் தந்தீர்கள். வார்த்தை தவறாதவரே! அந்த இரண்டு வரங்களைப் பிறகு பெற்றுக் கொள்வதாக அன்று நான் சொன்னேன். அவற்றை அடைய இப்போது விரும்புகிறேன். அன்று அளித்த வாக்குறுதியை மீறி, இப்போது நான் வெளியிட இருக்கிற என் விருப் பத்தை நீங்கள் நிறைவேற்றாமல் போனால், உங்களால் அவமதிக்கப்பட்டவளாகிய நான், இந்த இடத்திலேயே உயிரை விடுவேன் என்பது நிச்சயம்."

ஒரு வேடன் பொய்யான குரலில் ஏற்படுத்துகிற சப்தத்தைக் கேட்டு மயங்கி, அவனுடைய வலையில் விழுகிற மான் போல் தசரதர், தன் வசம் இழந்தவராக கைகேயி விரித்த வலையில் வீழ்ந்தார். கைகேயி தொடர்ந்தாள். "நான் விரும்புகிற அந்த இரண்டு வரங்களை இதோ கூறுகிறேன். கவனமாகச் செவி கொடுத்து கேளுங்கள். ராமனுக்கு பட்டாபிஷேகம் செய்வதற்காக முறைப்படி தேவையான பொருட்கள் எல்லாம் சேர்த்து வைக்கப் பட்டிருக்கின்றன. அவற்றைக் கொண்டே என் மகன் பரதனுக்கு பட்டாபிஷேகம் செய்விக்கப்பட வேண்டும். அரசே! தேவாசுர யுத்தத்தில் நீர் அளித்த இரண்டாவது வரத்தையும் இப்போது கேட்கிறேன். மரவுரி அணிந்து, சடை முடி கொண்டு, பதினான்கு வருட காலம் ராமன் காட்டிலே வசிக்க வேண்டும். மன்னரே, மறக்க வேண்டாம்! முன்பு நீர் அளித்த வரங்களைத்தான் இப்போது நான் கேட்கிறேன். இன்றைய தினமே ராமன் காட்டுக்குப் புறப்பட்டுப் போவதை என் கண்களால் நான் பார்க்க வேண்டும். பரதன் இளவரசு பட்டம் ஏற்பதற்கு இருந்த இடையூறு நீங்கி விட்டது என்பதை நான் அறிய வேண்டும். அரசே! வார்த்தை தவற வேண்டாம். நீங்கள் பிறந்த குலத்தின் பெருமையைக் காப்பாற்ற

அயோத்தியா காண்டம்

மறக்க வேண்டாம். நல்லொழுக்கத்தைக் கைவிட வேண்டாம். சொன்ன சொல் தவறாமை என்பது, மனிதர்களுக்கு மேலான பதவியைத் தருவது என்று மஹரிஷிகள் சொல்லியிருக்கிறார்கள்; அதையும் மறக்க வேண்டாம். வார்த்தையைக் காப்பாற்றுங்கள்.''

(பரதன் நாடாள வேண்டும் என்றும், ராமன் காட்டுக்குப் போக வேண்டும் என்றும் இரண்டு வரங்களை கைகேயி கேட்டு விட்ட இந்தக் கட்டத்தில், 'பட்டாபிஷேகச் சிக்கல்' என்ற விஷயத்தைப் பற்றிச் சில விவரங்களைப் பார்ப்போம்.

ராமாயணம் பற்றிய விரிவுரைகள் சிலவற்றில், கைகேயியின் செயலை நியாயப்படுத்துகிற ஒரு முயற்சி காணப்படுகிறது. ராமனுக்கு நிகராக பரதனுக்கு இளவரசு பட்டத்திற்கு உரிமை இருந்தது என்றும், தசரதரே கூட கைகேயியை மணந்து கொண்ட போது, அவளுக்குப் பிறக்கும் பிள்ளையே இளவரசு பட்டம் ஏற்பான் என்று வாக்களித்திருந்ததாகவும், இம்மாதிரி விமர்சகர்கள் கூறுகிறார்கள். வால்மீகி ராமாயணத்தில் இப்படிப்பட்ட கருத்துக்கு ஆதாரம் இல்லை என்று நான் நினைக்கிறேன்.

ராமருக்கு முடி சூட்ட வேண்டும் என்ற எண்ணம் தசரதருக்கு ஏற்பட்டதற்குக் காரணம், அவருக்கு உண்டாகியிருந்த மனக் கவலை. கெட்ட சகுனங்களைப் பார்த்தார்; கெட்ட கனவுகள் கண்டார்; அவருடைய அனுபவமும், சாத்திர அறிவும், நாட்டுக்குக் கேடு நிகழப் போகிறது என்று அவருக்கு உணர்த்தின. தனக்கு மரணம் கூட நேரிடலாம் என்பதை அவர் புரிந்து கொண்டார். அவர் பயந்த மாதிரியே பிறகு, அவருக்கே மரணம் சம்பவித்தது என்பதையும் பார்க்கிறோம். இக்காரணங்களினால், ஏற்கெனவே வயது முற்றியிருந்த அவர், ராமருக்கு பட்டாபிஷேகம் செய்வது என்ற முடிவுக்கு வந்தார். அப்படி வந்த போது கூட, தன்னிச்சையாக அந்த முடிவை அவர் எடுத்துவிடவில்லை. சபையைக் கூட்டி, பல மன்னர்களின் கருத்தையும் அறிந்து, பெரியவர்களின் கருத்தையும் கேட்டு, அதற்கு ஏற்பவே இந்த முடிவை அவர் எடுத்தார். ஆகையால் இதில் ஒன்றும் சதி இல்லை.

பரதன் ஊரில் இல்லாத போதே, பட்டாபிஷேகத்தை நடத்தி விட அவர் முடிவு செய்தது ஏன்? – என்ற கேள்வி எழுகிறது. இதற்கு

தசரதரே காரணம் கூறியிருக்கிறார். பட்டாபிஷேகத்திற்கு மிகவும் நல்ல தினம் அடுத்தநாளே அமைந்து விட்ட நிலையில், உடனடியாக வந்துசேர முடியாத தொலைவில் பரதன் இருந்ததால், அவன் வராமலேயே பட்டாபிஷேகத்தை நடத்தி விட தசரதர் முனைந்தார் என்ற விளக்கம் வால்மீகியினாலேயே கூறப்பட்டிருக்கிறது. ராமருக்கு முடி சூட்டுவது என்று முன்பே தீர்மானித்து, அதற்காகவே பரதனை அயோத்தியைவிட்டு தசரதர் அனுப்பி விட்டார் – என்ற வாதமும் தவறானது. ஏனென்றால், பரதனை தன்னுடன் அனுப்பி வைக்குமாறு கேட்டவர் பரதனின் மாமனாகிய யுதாஜித். அந்த வேண்டுகோளை ஏற்றுத்தான், தசரதர் பரதனை அனுப்பி வைத்தார். அது மட்டுமல்ல, கைகேயியின் மனதை மாற்றும் முயற்சியில் ஈடுபட்ட கூனி, 'உன் மகனை நீதானே அனுப்பி வைத்தாய்!' என்று கூறுகிறாள். அதாவது கைகேயியின் மாமனால் கேட்கப்பட்டு, கைகேயியின் இஷ்டத்துடன், பரதன் கேகய நாட்டுக்கு அனுப்பி வைக்கப்பட்டானே தவிர, தசரதரே முன்னின்று செய்த காரியம் அல்ல அது.

பட்டாபிஷேகம் நடத்த தீர்மானம் செய்யப்பட்ட விவரம் கைகேயிக்கு உடனடியாகத் தெரிவிக்கப்படாதது ஏன்? – என்ற கேள்வியும் எழுகிறது. இதில் ஒன்றும் உள்நோக்கம் கிடையாது என்பது ராமாயண நிகழ்ச்சிகளிலிருந்து புரிய வருகிறது. கௌஸல்யைக்கும் தசரதர் சொல்லி அனுப்பவில்லை. ராமனின் தாயாகிய அவளுக்கு, ராமனின் நண்பர்கள் சபையிலிருந்து விரைந்தோடிச் சென்று இந்தத் தகவலைச் சொல்கிறார்கள். சுமித்திரைக்கும் இது விசேஷமாகச் சொல்லி அனுப்பப்பட்ட செய்தி அல்ல. செய்தியைக் கேள்வியுற்று கௌஸல்யையைக் காண அவள் ஓடி வந்தாள் என்றுதான் ராமாயணம் கூறுகிறது. ஆகையால், சபையிலிருந்த பலர், தங்கள் பேச்சுக்கள் மூலம் செய்தியைப் பரப்ப, அது சுமித்திரையாலும் கேட்கப்பட்டிருக்கிறது – அவ்வளவு தான். கைகேயியைப் பொறுத்த வரையில், நகரே விழாக் கோலம் பூண்டிருப்பதைக் கண்டு, என்ன விஷயம் என்பதை விசாரித்து உணர்ந்த மந்தரை சொல்லித்தான், அவளுக்கு விவரம் புரிகிறது. கௌஸல்யைக்கோ, சுமித்திரைக்கோ இந்தச் செய்தியைத் தெரிவிக்காத தசரதர், தானே நேரில் சென்று கைகேயியிடம்

செய்தியைக் கூறுகிறார். 'உன்னிடம் இந்தச் செய்தியைக் கூறுவதற் காகவே நான் இங்கு வந்தேன்' என்று அவரே சொல்கிறார். ஆகையால் மூன்று மனைவிகளில் தன் மனதிற்கு மிகவும் இனியவளான கைகேயியிடம், இந்த நல்ல செய்தியைத் தானே தெரிவிக்க வேண்டும் என்பதற்காகத்தான் தசரதர் காத்திருந்தாரே தவிர – செய்தியை அவளுக்கு தெரிவிப்பதைத் தாமதப்படுத்த வேண்டும் என்று அவர் கருதவில்லை.

இவையெல்லாம் போக, ராமர் வாயிலாக பின்னர் வருகிற ஒரு தகவல் கைகேயியிக்கு ஆதரவாகச் செய்யப்படும் விமர்சனங் களுக்கு ஒரு ஆதாரமாக அமைந்திருக்கிறது. அதையும் பார்ப்போம்.

பரதன் அயோத்திக்குத் திரும்பி வந்து நடந்த நிகழ்ச்சிகளை அறிந்து, பெரிதும் கோபமுற்று, கைகேயியை ஏசுகிறான். அதன் பின்னர் காட்டுக்குச் சென்று, ராமரைப் பார்த்து, மீண்டும் அயோத்திக்கு வந்து ஆட்சி பீடத்தை ஏற்குமாறு மன்றாடுகிறான். அப்போது ராமர், பலவித வாதங்களைக் கூறி, தான் பதினான்கு வருடங்கள் காட்டிலேயே கழிக்க வேண்டும் என்று வற்புறுத்துகிறார். அப்போது அவர் கூறுகிற வாதங்களில் ஒன்று – 'பரதா! உன் தாயான கைகேயிக்குப் பிறக்கும் மகனே, தனக்குப் பின் நாடாள்வான் என்று நமது தந்தையான தசரத மன்னர், கைகேயியின் கல்யாணத்தின் போதே வாக்களித்திருந்தார்' என்று கூறுகிறார். ராமரின் இந்தப் பேச்சை சுட்டிக் காட்டி, கைகேயிக்கு ஆதரவாக விமர்சனம் செய்பவர்கள் 'கைகேயியின் கல்யாணத்தின் போதே, 'பரதனுக்கே நாடாளும் உரிமை' என்று தசரதர் வாக்களித்திருந்தார். ஆகையால், அந்த வாக்குறுதியை நிறைவேற்றுமாறு கைகேயி கேட்டதில் தவறில்லை' என்று வாதிடுகிறார்கள். இதில் கவனிக்க வேண்டிய விஷயங்கள் சில இருக்கின்றன.

கைகேயியின் கல்யாணம் நடந்த பொழுது, உடனிருந்த மந்தரை, கேகய மன்னனால் கைகேயிக்கு உதவியாக இருப்பதற்காக அயோத்திக்கு அனுப்பப்படுகிறாள். ஆக, கைகேயியைப் பற்றி எல்லா விஷயங்களையும் அறிந்தவள் மந்தரை. தேவாசுர யுத்தத்தின் போது, தசரதர் கைகேயிக்கு அளித்த வரங்கள் கூட அவளுக்குத் தெரிந்திருக்கிறது. அப்படியிருக்க, கைகேயியின் கல்யாணத்தின்

போது தசரத மன்னர் அவளுக்கு வாக்களித்திருந்தால், அது மந்தரைக்குத் தெரியாமல் போயிருந்திருக்கிற வாய்ப்பு இல்லை. ஆனால் கைகேயியைத் தூண்டிவிடுகிற கூனி, அந்தக் 'கல்யாண வாக்குறுதி'யைப் பற்றி ஒரு வார்த்தை கூடப் பேசவில்லை. கைகேயியின் தூண்டுதலுக்கு இணங்கி தசரத மன்னரிடம் தன் மகனுக்கே பட்டாபிஷேகம் என்று கூறுகிற கைகேயியும், 'கல்யாண வாக்குறுதி' பற்றி ஒரு வார்த்தை கூட பேசவில்லை. அவளுடைய திருமணத்தின் போது அவளுக்கு தசரத மன்னர் வாக்களித்திருந்தால், அவள் தேவாசுர யுத்தத்தின் போது தரப்பட்ட இரண்டு வரங்களைக் கேட்பதற்கு முன்பாகவே, 'கல்யாண வாக்குறுதி'யை தசரதருக்கு நினைவூட்டி இருக்கலாம். ஆனால் அவள் அவ்வாறு செய்யவில்லை. இதிலிருந்தே அப்படி ஒரு வாக்குறுதியும் கிடையாது என்பது தெளிவாகிறது.

வசிஷ்டரும், சுமந்திரரும் தசரதரின் குடும்பம் பற்றிய எல்லா விவரங்களையும் அறிந்தவர்கள். ஆனால் அவர்களும் தசரத மன்னர் இப்படி ஒரு வாக்குறுதியை கைகேயிக்கு அவள் கல்யாணத்தின் போது அளித்திருந்தார் என்று ஒரு இடத்திலும் சொல்லவில்லை. கவிஞரின் வாக்காக வால்மீகியும் இதுபற்றி எந்த இடத்திலும் குறிப்பிடவில்லை. இவற்றையெல்லாம் வைத்துப் பார்க்கும் பொழுது, கைகேயியின் திருமணத்தின்பொழுது, அப்படி ஒரு வாக்குறுதி அவளுக்கு தசரதரால் அளிக்கப்படவில்லை என்பதுதான் உறுதியாகிறது.

அப்படியானால் அந்தத் திருமண வாக்குறுதி ஒன்று இருந்தது என்று ராமர், பரதனிடம் சொல்வானேன்? – என்ற கேள்வி எழலாம். அதற்குக் காரணம் இருக்கிறது. பரதன் நாடாள வேண்டும் என்றும், தான் காட்டுக்குப் போக வேண்டும் என்றும் கைகேயி கேட்ட வரங்களை தசரதர் கொடுத்து விட்டதால், அவருடைய வார்த்தை பொய்யாகி விடக்கூடாது என்பதில் ராமர் கண்ணும் கருத்துமாக இருந்தார். ஆகையினால்தான் அயோத்தியை விட்டுப் புறப்படும் பொழுது, தேரை நிறுத்துமாறு தசரதர் சுமந்திரரிடம் சொல்ல, ராமர், சுமந்திரரிடம் 'தசரதர் கூறியது ஒருபுறமிருக்கட்டும். அதை கவனிக்காமல் மேலே தேரை ஓட்டிக் கொண்டு போங்கள். பிறகு

தசரத மன்னர் கேட்டால், அவருக்கு நீங்கள் பதில் சொல்லிக் கொள்ளலாம்' என்ற வகையில் பேசுகிறார். அதே காரணத்தினால் தான் தன்னைப் பின் தொடர்ந்து காட்டிற்கு வந்து விட்ட, அயோத்தி மக்களை திசை திருப்புகிற வகையில், ஒரு தந்திரத்தையும் ராமர் கையாள்கிறார். தசரத மன்னரின் வாக்கு பொய்யாகி விடக் கூடாது என்பதற்காக ராமர் கையாண்ட உபாயங்கள் இவை. அதே மாதிரி ஒரு உபாயத்தைத்தான், பரதனிடமும் அவர் கையாண்டிருக்க வேண்டும். அதனால்தான் வேறு யாருமே சொல்லாத ஒரு விவரத்தை, வால்மீகி முனிவரும் சுட்டிக் காட்டாத ஒரு விஷயத்தை, பரதனிடம் ராமர் சொல்கிறார். அது பரதனே திரும்பவும் அயோத்திக்குச் சென்று ஆட்சிப் பொறுப்பை ஏற்குமாறு செய்ய அவர் கையாண்ட ஒரு உபாயமே தவிர, வரலாற்று நிகழ்ச்சி அல்ல. கைகேயியின் திருமணத்தின் போது தசரதர் கொடுத்த ஒரு வாக்குறுதி அவளுக்கே கூட தெரியாது; ஆனால் ராமருக்குத் தெரியும் என்று கருதுவது கொஞ்சமும் சரியாக இருக்காது.

வேறு எப்போதும் கைகேயி இந்தத் திருமண வாக்குறுதியை யாருக்கும் நினைவுறுத்தவில்லை என்றாலும் கூட, பரதன் அவளை சாடும்போதாவது, 'மகனே! ஏற்கெனவே தசரத மன்னர் என் கல்யாணத்தின் போது அளித்திருந்த வாக்குறுதியைத்தான் நான் நினைவுப்படுத்தினேன்' என்று கூறியிருக்கலாம். அதைக் கூட அவள் செய்யவில்லை எனும்போது, அப்படி ஒரு வாக்குறுதி இருக்கவே இல்லை என்பதுதான் ஊர்ஜிதமாகிறது.

இதையெல்லாம் வைத்துப் பார்க்கும் பொழுது கைகேயி மீது தவறில்லை என்று சொல்வது, வால்மீகி ராமாயண விவரங்களுக்கு விரோதமான ஒரு கருத்தாகத்தான் எனக்குப்படுகிறது. 'செல்வத்தில் ஆசை உடையவள், ராஜ்ய உரிமையில் ஆசை உடையவள்' என்றெல்லாம் வால்மீகியினாலேயே கைகேயி வர்ணிக்கப் படுகிறாள். கௌஸல்யையை கைகேயி அவமரியாதையாகவே நடத்தினாள் என்பது கூனியின் வார்த்தைகள் மூலமாகவே வெளியாகின்றன; மூன்று மனைவியரில் தசரதருக்கு மிகவும் இனிமையானவள் என்ற இருமாப்பு கைகேயிக்கு உண்டு என்பது கூட கூனியின் வார்த்தைகள் மூலமாகவே வெளிவருகின்றன; கைகேயியின்

தாயார் தொடர்பான ஒரு நிகழ்ச்சியைச் சுட்டிக் காட்டி, சுமந்திரர், கைகேயியின் குணாதிசயம் பற்றிக் கடுமையான கருத்துக்களைக் கூறுகிறார்; கூனியினால் தூண்டப்படுவதற்கு முன்பாக, ராமரது பட்டாபிஷேகச் செய்தியை அறிந்து மகிழ்ந்த கைகேயி, கூனி செய்த உபதேசத்திற்குப் பிறகு முற்றிலும் மனம் மாறி, தீய நோக்கம் கொண்டு செயல்பட்டாள் என்பதும் வால்மீகி முனிவரால் குறிப்பிடப்படுகிறது; ராமர் காட்டுக்குப் போக வேண்டும் என்ற யோசனையை முதலில் கூனி சொல்லவில்லை; 'ராமன் நாட்டை விட்டு வெளியேற்றப்பட வேண்டும்' என்றுதான் கூனி யோசனை சொல்கிறாள்; கைகேயிதான் 'ராமன் காட்டிற்கு அனுப்பப்பட வேண்டும்' என்று முதலில் கூறுகிறாள். ஸீதை மரவுரி தரித்து காட்டுக்குப் போக வேண்டாம் என்று மற்றவர்கள் மன்றாடிய போதும் கூட, சற்றும் விட்டுக் கொடுக்காமல் கைகேயி செயல்பட்டாள்.... இந்த மாதிரி விவரங்களையெல்லாம் பார்க்கும் பொழுது, கைகேயி மீது தவறில்லை என்று செய்யப்படும் விமர்சனங்கள் ஏற்க முடியாதவை என்றே நான் நினைக்கிறேன்.

கைகேயி என்றால் தசரதருக்கு ஒரு பலவீனம் – கூனியின் தூண்டுதலின் பேரில் அந்த பலவீனத்தை முற்றிலுமாகப் பயன்படுத்திக் கொள்ள கைகேயி துணிந்தாள் – இதன் விளைவு பட்டாபிஷேகச் சிக்கல்).

கேட்கவே முடியாத, கொடூரமான வார்த்தைகளை இப்படி கைகேயி பேசியவுடன், தசரதர் மனக் கலக்கமுற்று நினைவிழந்தார்.

2. அயோத்தியா காண்டம்

அத்தியாயம் - 8

தசரதரின் புலம்பல்

> மயக்கம் தெளிந்த தசரதர், கைகேயியிடம் மன்றாடுவது; ராமனின் உயர்வுகளை அவர் கைகேயிக்கு நினைவுறுத்துவது; கைகேயி தனது பிடிவாதத்தை தளர்த்தாமல், தனக்களித்த வாக்குறுதியை நிறைவேற்றுமாறு தசரதரை நிர்பந்திப்பது; கோபத்துடனும், குழப்பத்துடனும் மாறி மாறி தசரதர் பேசுவது....

சிறிது நேரத்தில் மூர்ச்சை தெளிந்த போது, தசரதர் மனதில் பலவிதமான எண்ணங்கள் மோதின. 'ஒரு வேளை நான் ஏதாவது கனவு காண்கிறேனா? அல்லது எனக்கு சித்தம் கலங்கி விட்டதா? முந்தைய பிறவியின் நினைவு எனக்கு வந்து அதன் காரணமாக, என்னையும் அறியாமல் குழம்புகிறேனா? வெளியே தெரியாத ஏதோ ஒரு நோய் என் உடலைத் தாக்கி என்னை நிலை தடுமாறச் செய்கிறதா?' என்றெல்லாம் அவர் யோசித்தார். இதன் பின்னர் சுயநினைவு வந்தவராக கைகேயியை ஏறிட்டுப் பார்த்த அவர், ஒரு பெண் புலியைப் பார்த்து ஒரு மான் நடுங்குவது போல் அஞ்சினார். சிதறிய மனமும், நொந்த இதயமும் உடையவராக, பெருமூச்சு விட்டுக் கொண்டு, தரையில் உட்கார்ந்தபடியே கைகேயியைப் பார்த்து 'சீ' என்ற ஒரு சொல்லை மட்டும் கூறி விட்டு, மீண்டும் அவர் மூர்ச்சை அடைந்தார். இப்படி இரண்டாவது முறை மூர்ச்சை அடைந்து, அதுவும் தெளிந்த பிறகு, பெரும் கோபம் கொண்டவராக தன்

பார்வையினாலேயே பொசுக்கி விடுபவர் போல் கைகேயியைப் பார்த்து தசரதர் பேசினார்.

''பாவியே! கெட்ட நடத்தை உடையவளே! இந்தக் குலத்தையே அழிக்க வந்தவளே! ராமனாலோ, என்னாலோ உனக்கு என்ன தீமை செய்யப்பட்டது? பெற்ற தாய்க்கு சமமாக அல்லவோ உன்னை ராமன் நடத்துகிறான்? அப்படிப்பட்டவனுக்கு அழிவைத் தேடுவதற்காக நீ புறப்பட்டு இருப்பதற்குக் காரணம் என்ன? கொடிய விஷமுடைய ஒரு பாம்பைக் கொண்டு வந்து வீட்டிலே வைத்துக் கொள்வது போல, உன்னை நான் எனது மாளிகையில் சேர்த்துக் கொண்டு விட்டேன். மக்கள் கூட்டமே ராமனின் புகழைப் பாடுகிறது. அப்படியிருக்க, என்ன காரணத்தைக் கொண்டு என் மனதிற்குகந்த அவனை நான் கை விடுவேன்? கௌஸல்யையைக் கேள்–விட்டு விடுகிறேன்; சுமித்திரையைச் சொல்–விட்டு விடுகிறேன்; எனது செல்வத்தைக் கேள்–கொடுத்து விடுகிறேன்; எனது உயிரைக் கேள், அதையும் நான் விட்டு விடுகிறேன்! ஆனால் என் மனதிற்கினிய ராமனை என்ன காரணம் கொண்டும் நான் கைவிட மாட்டேன். எனது மூத்த மகனாகிய அவனை என் கண் எதிரே கண்டால், என் மனதில் மகிழ்ச்சி பொங்கி எழுகிறது. அவனைக் காணாத நேரத்தில் என் அறிவே தடுமாறுகிறது. 'சூரியன் தோன்றாமலே கூட உலகம் ஒருவேளை இயங்கலாம்; ஒரு துளி தண்ணீரைக் காணாமலே பயிர்கள் ஒருக்கால் வாழலாம்; ஆனால் ராமனைக் காணவில்லை என்றால் என்னுடைய இந்த உடலில் உயிர் தங்கி நிற்காது. தீமை செய்வதில் நாட்டமுடையவளே! இதோடு விட்டு விடு! இந்த எண்ணத்தைக் கை விடு. உனது கால்களில் என் தலையை வைக்கட்டுமா? என் மீது கருணை காட்டு. பாவி! இவ்வளவு பெரிய கொடுமை உன் மனதில் எவ்வாறு நிலை பெற்றது?''

தசரதர் மேலும் சொன்னார். ''நீயே ராமனைப் பற்றி முன்பு என்ன கூறியிருக்கிறாய் என்பதை நினைத்துப் பார். 'தர்மத்தில் உயர்ந்து நிற்பதால் ராமனே எனக்கு மூத்த மகனாவான்' என்று நீ சொல்லியிருக்கிறாய். ராமனைப் பற்றி இப்படிப் பேசிய நீ, எவர் சொல்லையோ கேட்டு, கெட்ட எண்ணத்தை மனதிலே ஏற்றி, என்னை ஏன் வருத்துகிறாய்? கைகேயி! பரதனிடத்தில் நான் அன்பு

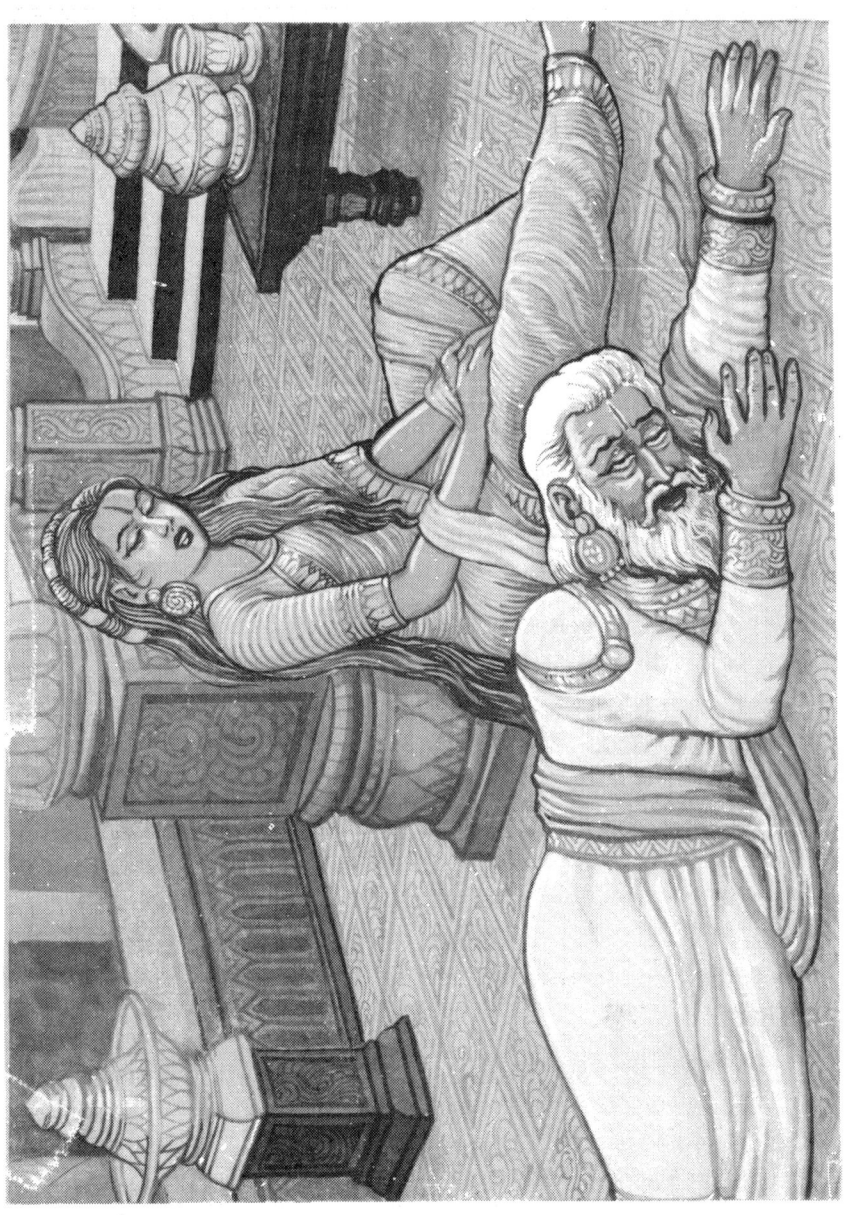

வா.ரா.1 – 14

வைத்திருக்கிறேனா இல்லையா என்ற பரீட்சையை நீ எனக்கு வைக்கிறாயா? அதற்காக இம்மாதிரி பேசுகிறாயா? இதுவரை நீ எனக்குத் தீமை செய்ததில்லை. விரும்பத்தகாததை என்னிடம் நீ பேசியதில்லை. அதனால்தான் என்னால் இப்பொழுது என் காதுகளையே நம்ப முடியவில்லை. பரதனைக் காட்டிலும், ராமனே உனக்கு மேம்பட்டவன் என்று நீயே என்னிடம் பலமுறை கூறியிருக்கிறாய். அப்படிப்பட்ட ராமனுக்கு, அந்த தர்ம நெறி தவறாதவனுக்கு, மூவுலகிலும் புகழ் பெற்ற அந்த மகனுக்கு - பதினான்கு வருட வனவாசத்தை நீ எப்படி விரும்பலுற்றாய்? துன்பத்தை அறியாத சிறுவனாகிய அவன், மிகவும் பயங்கர மானதும், மனித நடமாட்டம் இல்லாததுமாகிய காட்டில் வசிக்க வேண்டும் என்ற எண்ணம் எப்படி உன் மனதிலே புகுந்தது? உலகிற்கே அன்பனாகிய அவன் இப்படி அவஸ்தைப்பட வேண்டும் என்ற முடிவுக்கு நீ வர என்ன காரணம்? ஆயிரக் கணக்கான வேலைக்காரர்களும், பெண்களும் நடமாடுகிற இந்த அரண்மனையில் ராமனைப் பற்றி ஒரு அபவாதம் வந்ததுண்டா? எல்லோர் மனதையும் கவர்ந்தவன் அல்லவா அவன்? எதிரிகளை யுத்தத்தில் கோதண்டம் எனும் தன் வில்லினால் வென்றான்; சொன்ன சொல் தவறாமல் நடப்பதன் மூலம் பெரியோர்களை வென்றான்; கொடையின் மூலம் ஏழைகளை வென்றான்; சத்தியம் தவறாமையால் உலகங்கள் அனைத்தையும் வென்றான்! சத்தியம், தயை, நட்பு, தியாகம், தவம், பரிசுத்தம், தன்னடக்கம், கல்வி ஞானம், பெரியவர்களுக்குப் பணிவிடை - போன்ற எல்லா நற்குணங்களும் ராமனிடத்தில் குடி கொண்டிருக்கின்றன. இத்தகைய தன்னுடைய குணங்களின் காரணமாக, தெய்வத்திற்கு நிகராக விளங்குகிற அவனுக்குத் தீமை செய்ய நீ எப்படி முடிவு செய்தாய்?

"உலகத்திற்கே இனியவனாகிய அவனுக்குத் தீங்கிழைக்க நான் சம்மதிக்க மாட்டேன், கைகேயி! வாழ்வின் இறுதி கட்டத்தை நெருங்கி விட்டவன் நான். மிகவும் வயது முதிர்ந்தவன் நான். இப்போது மனம் நொந்தவனாக உன் முன் நிற்கிறேன். உன்னிடம் மன்றாடிக் கேட்டுக் கொள்கிறேன். உன்னை வேண்டுகிறேன். தயவு செய்து எனக்குக் கருணை காட்டு. கடல் சூழ்ந்த இந்த பூமியில்

என்னவெல்லாம் கிடைக்கிறதோ, அவற்றையெல்லாம் உன்னிடம் கொண்டுவந்து சேர்ப்பிக்கிறேன். உன்னை வணங்குகிறேன். உன் கால்களில் விழச் சொன்னால் விழுகிறேன். என்னிடம் கருணை காட்டு. ராமனிடம் கருணை காட்டு.''

சோகக் கடலில் விழுந்து விட்டவரும், கண்ணீர் விட்டுக் கதறிக் கொண்டிருந்தவரும், மிகவும் பரிதாபத்திற்குரிய நிலையை அடைந்து விட்டவருமாகிய மன்னரைப் பார்த்து, கைகேயி மீண்டும் கொடுமையான வார்த்தைகளைப் பேசினாள்.

''இரண்டு வரங்களை எனக்கு அளித்து விட்டு, அவற்றை நிறைவேற்ற வேண்டிய சமயத்தில் தயக்கம் காட்டுகிற நீர், தர்ம நெறி தவறாத மன்னர் என்று எப்படிச் சொல்லிக் கொள்வீர்? தர்மம் அறிந்தவர்களும், ராஜரிஷிகளும், மற்றும் பல பெரியவர்களும் சபை நடுவே இது பற்றி கேள்விகள் கேட்டால், அப்பொழுது அவர்களுக்கு என்ன பதில் அளிப்பீர்? 'எந்த கைகேயி என் உயிரைக் காப்பாற்றினாளோ, எவள் எடுத்த முயற்சியால் நான் உயிர் வாழ்கிறேனோ – அவளுக்குக் கொடுத்த வார்த்தையை நான் நிறைவேற்றவில்லை' என்று சொல்லிக் கொள்வீர்களா? கொடுத்த வார்த்தைக்கு விரோதமாக இப்போது பேசுகிற நீர், மன்னர் குலத்திற்கே இழுக்கு தேடப் போகிறீர். பருந்தாக வந்த இந்திரனுக்குக் கொடுத்த வாக்குறுதிக்காக, சிபி சக்கரவர்த்தி தனது உடலிலிருந்தே சதையை வெட்டி அதற்குத் தந்தான். அலர்கன் என்ற ஒரு ராஜரிஷி கொடுத்த வார்த்தையைக் காப்பதற்காகத் தனது இரண்டு கண்களையும் பிடுங்கிக் கொடுத்தார். கரையைக் கடப்பதில்லை என்று தேவர்களுக்குக் கொடுத்த வாக்கைக் காப்பாற்றுவதற்காக, சமுத்திரம் இன்று வரை கரையைக் கடக்காதிருக்கிறது. தர்ம நெறியை போதிக்கும் இந்த நிகழ்ச்சிகளை யெல்லாம் மனதில் கொண்டு, நீர் கொடுத்த வார்த்தையைக் காப்பாற்றும்.''

கைகேயி தொடர்ந்தாள். ''அதர்மமான வழியில் மனதைச் செலுத்தி விட்ட அரசனே! கொடுத்த வாக்கை மீறுவது என்ற பாவ காரியத்தைச் செய்து விட்டு, ராமனுக்கு முடி சூட்டி, கௌஸல்யை யுடன் கூடி வாழலாம் என்று திட்டமிடுகிறீரோ? கொடுத்த

வார்த்தையை நிறைவேற்றுவதற்காக செய்ய வேண்டி இருக்கிற காரியத்தின் தன்மை எதுவாக இருந்தாலும், அக்காரியத்தைச் செய்ய வேண்டியதுதான். தர்மமோ, அதர்மமோ - நியாயமோ, அநியாயமோ - எதுவாக இருந்தாலும் சரி, செய்ய வேண்டிய காரியத்தைச் செய்து, வாக்குறுதியைக் காப்பாற்ற வேண்டும். இந்த விதியை மீறுவதற்கு நீர் முயற்சிக்க வேண்டாம். ராமனுக்கு பட்டாபிஷேகம் நடந்தால், உமது கண் முன்பாகவே கொடிய விஷத்தைக் குடித்து, நான் உயிரை மாய்த்துக் கொள்வேன். இது நிச்சயம். ராமனது தாயார் எல்லோரிடமும் மரியாதையைப் பெற்றுக் கொள்ளும் காட்சியை, ஒரு நாள் கூட என்னால் பார்த்துக் கொண்டிருக்க முடியாது. அதை விட மரணமே மேலானது. நீர் பெற்ற மகன் பரதன் மீது ஆணை! நீர் மணந்த என் மீது ஆணை! மன்னரே! ராமன் காட்டுக்குப் போகத்தான் வேண்டும்! வேறு எதிலும் நான் திருப்தியடையப் போவதில்லை."

இவ்வாறு கைகேயி பேசி முடித்தபோது தசரதரின் அங்கமெல்லாம் நொந்தன. அவருடைய இந்திரியங்கள் எல்லாம் செயலற்றுப் போயின. இமை கொட்டாமல் கைகேயியையே அவர் விழித்துப் பார்த்துக் கொண்டிருந்தார். இடிபோல் நெஞ்சைத் தாக்கிவிட்ட கைகேயியின் கோரமான சபதத்தைக் கேட்டு, பெரிதும் மனம் புண்பட்டுப் போன தசரத மன்னர், 'ராமா' என்று வாய் விட்டு அலறி, வெட்டுண்ட ஒரு பெரிய மரம் போல் தரையில் சாய்ந்தார். சித்தம் கலங்கிப் போன மன நோயாளி போல் தாறுமாறாகப் பிதற்றத் தொடங்கி விட்ட, அந்த தர்மம் தவறாத மன்னர், கைகேயியைப் பார்த்து, உறுதி இழந்த குரலோடு மீண்டும் பேசத் தொடங்கினார்.

"உனக்கு இது போன்ற யோசனையைச் சொன்னது யார்? பேய் பிடித்து விட்ட மனதைக் கொண்டவளான நீ, உன்னால் பேசப் படுகிற வார்த்தைகளை நினைத்து வெட்கப்படாமல் இருக் கிறாயே, அது ஒரு விந்தைதான்! இதுவரையில் உன்னிடம் இப்படி ஒரு மாபெரும் குணக்குறை இருக்கிறது என்பதை நான் அறியவில்லையே! புதிதாக அல்லவோ உன்னிடம் இந்தக் கொடுமையை நான் காண்கிறேன். இப்படிப்பட்ட மனத் தடுமாற்றம் உனக்கு வருவதற்கு என்ன காரணம் - புரிய

வில்லையே? இந்த உலகிற்கும், உன்னுடைய கணவனாகிய எனக்கும், எல்லாவற்றுக்கும் மேலாக உன் பரதனுக்கும், நலம் செய்ய நீ விரும்பினால், இந்த விகாரமான எண்ணத்தை விலக்கி விடு. நான் செய்த பாவங்களின் விளைவாக, தீமை செய்வதற் காகவே பிறந்து, அழிவுத் தொழிலில் இறங்கி விட்டவளே! கெட்டவளே! என்னிடம் என்ன குற்றம் கண்டாய்? அல்லது ராமனிடம்தான் என்ன குறை கண்டாய்? ஒன்றைப் புரிந்து கொள். ராமனை விரட்டி விட்டு பரதன் சிம்மாசனத்தில் அமர மாட்டான். ஏனென்றால் அவன் ராமனைக் காட்டிலும் கூட தர்ம நெறியில் மேம்பட்டவன்.''

தசரதர் மேலும் சொன்னார். ''ராமனுடைய பட்டாபிஷேகம் பெரியவர்களுடன் கலந்து ஆலோசித்து நிச்சயிக்கப்பட்டது. தர்ம நெறிக்கு ஒத்தது. அந்த முடிவு தலைகீழாக மாற்றப்படுவதை என்னால் எப்படி சகித்துக் கொள்ள முடியும்? ராமனின் பட்டாபிஷேகம் என்பதை நான் நிறுத்தினால் என்னைப் பற்றி எல்லோரும் என்ன சொல்வார்கள்? 'இக்ஷ்வாகு வம்சத்தில் பிறந்தும் கூட, சிறிதும் முதிர்ச்சியோ, விவேகமோ இல்லாத இந்த தசரதன், இத்தனை நாள் வரையில் எப்படித்தான் இந்த ராஜ்யத்தை ஆண்டு வந்தானோ?' என்று என்னைப் பற்றி பல தேச மன்னர்களும் இகழ்ந்து பேச மாட்டார்களா? இதை விட வேறு அவமானம் எனக்கு வேண்டுமா? வேத சிரோன்மணிகளும், புகழ் பெற்று விளங்கும் பெரியோர்களும், நல்ல குணம் உள்ளவர்களும், ராமனுடைய பட்டாபிஷேகம் ஏன் நின்றது என்று கேட்டால், அதற்கு அவர்களால் ஏற்கக் கூடிய எந்த வாதத்தை நான் பதிலாக எடுத்துரைப்பேன்? 'கைகேயியின் தொல்லை தாங்க முடியாமல், என்னால் ராமன் காட்டுக்கு அனுப்பப்பட்டான்' என்று நான் சொன்னால், அவர்கள் எல்லாம் என்னை இகழ மாட்டார்களா? மன்னரும், மற்ற பெரியவர்களும் கூடிய சபையில் நான் சொன்ன வார்த்தைக்கு அது விரோதமாகி விடாதா?

''ராமனைக் காட்டுக்கு அனுப்பும் காட்சியைக் கண்டால், கௌஸல்யை என்னை ஏச மாட்டாளா? அவளுக்கு இப்படிப்பட்ட ஒரு மிகப் பெரிய கொடுமையைச் செய்து விட்டு, அவள் மனம் சமாதானம் அடையும் வகையில் நான் என்ன சொல்வேன்? அந்த

கௌஸல்யை எனக்கு எப்பேறப்பட்ட மனைவியாக இருந்து வந்திருக்கிறாள்! வேலைக்காரி போலவும், உடன் பிறந்த சகோதரி போலவும், பெற்ற தாய் போல கூடவும் அல்லவா அவள் எனக்கு நல்லதைச் செய்து வந்திருக்கிறாள்! எப்பொழுதும் என் மனம் கோணாமல் பேசுகிறவளும், என் மன விருப்பத்தை அறிந்து கொண்டு நடப்பவளும், கொண்டாடுவதற்குரிய குணங்கள் நிறைந்தவளும், பெறர்க்கரிய மகனைப் பெற்றவளுமாகிய அந்த கௌஸல்யை உன் காரணமாக – என்னால் முறையாக நடத்தப்பட வில்லை. உடம்பை ஏற்காத உணவுகளை உட்கொண்டு விட்ட ஒரு நோயாளியின் உடல் துன்புறுவது போல, உன் அன்பைப் பெரிதாக நினைத்து விட்ட நான், இப்போது துன்புறுகிறேன். ராமன் என்னால் காட்டுக்கு அனுப்பப்பட்டான் என்றால், சுமித்திரைதான் என்னை அதற்குப் பிறகு மதிப்பாளா? என்னிடம் அவளால் அன்பு வைக்க முடியுமா? 'ராமன் காட்டுக்குப் போனான், அதனால் தசரதன் மரணமடைந்தான்' என்ற நெஞ்சைப் பிளக்கிற செய்திகளை ஸீதை கேட்க வேண்டுமா? அவளுக்கு இந்த கஷ்டம் வரத்தான் வேண்டுமா? சோகத்தால் புலம்பி, அவள் உயிரையே விட்டு விடுவாளே? ராமன் காட்டுக்குப் போய் ஸீதையும் துன்பக் கடலில் வீழ்ந்த பிறகு, நான் எதற்காக வாழ வேண்டும்? அதற்கு மேல் நானும் பிழைத்திருக்க மாட்டேன். ராமன் காட்டுக்குச் சென்றால், அந்த நிமிடமே என் உயிர் பிரியும். நீ விதவைக் கோலம் பூண்டு உன் மகனுடன் கூட இருந்து, நிம்மதியாக ஆட்சி புரியலாம்.

''போற்றத் தக்க அழகுடையவள் என்று உன்னை நான் இதுநாள் வரை கருதியிருந்தேன். ஆனால் நீ மனித உருவெடுத்த பேய் என்று இப்பொழுது கண்டு கொண்டேன். வாய்க்கு ருசியாக இருக்கிறது என்று ஒரு பானத்தைப் பருகிய மனிதன், அதில் விஷம் கலந்து இருப்பதை பின்னர் உணர்ந்து கொள்வது போல, இப்போது உன்னை நான் உணர்ந்து கொண்டேன். தேன் சொட்டுகிற சொற்களால் என்னை மகிழ்வித்து, வஞ்சனை புரிந்து விட்டாய். இனிய ஓசைகளை எழுப்பி ஒரு மானை எப்படி வேடன் வலையில் சிக்க வைக்கிறானோ, அப்படி என்னை சிக்க வைத்து விட்டாய்.

''மது அருந்துகிற பிராமணனை மக்கள் கூடும் தெருக்களில் எல்லாம் எப்படி ஏசுகிறார்களோ, அப்படி மகனைத் துறந்து விட்ட

என்னைப் பற்றி நிச்சயமாக எல்லோரும் இகழ்ந்து பேசுவார்கள். முற்பகல் செய்த பாவமே பிற்பகலில் மனிதனை வாட்டுகிறது. உன்னை ஏற்று பாவம் புரிந்தேன். இப்பொழுது அதற்கு அனுபவிக்கிறேன். என்னால் இந்த கஷ்டத்தைத் தாங்க முடிய வில்லையே! மாபெரும் சித்ரவதையாக இருக்கிறதே! என் கழுத்திலே சுருக்கிட்டு, என்னைக் கொல்லும் கயிறாக வந்து சேர்ந்தாயே! உன்னைப் பற்றிய உண்மையைப் புரிந்து கொள்ளாமல், இதுவரை என்னால் கொண்டாடப்பட்டவளாக இருந்து வந்திருக்கிறாயே! உன்னை என் வாழ்வு என்று நினைத்தேனே! என்னுடைய மரணமாக வந்து சேர்ந்து விட்டாயே! அறியாமல் பாம்பைக் கையிலே பிடித்து விடுகிற ஒரு குழந்தையைப் போல், உன் கரத்தை நான் பற்றி விட்டேனே! பெண்ணின் வார்த்தையைக் கேட்டு மகனைக் காட்டுக்கு அனுப்பிய மாபாவி என்றும், பெண்ணாசை பிடித்த மூடன் என்றும், இந்த உலகம் நிச்சயமாக என்னை ஏசப்போகிறது. எனக்கா இப்படிப்பட்ட ஒரு அவமானம்? எனக்கா இப்படிப்பட்ட ஒரு துன்பம்? எனக்கா இப்படிப்பட்ட ஒரு இழிவு?'' - தசரதரின் மனக்குமுறல் ஓயவில்லை.

2. அயோத்தியா காண்டம்

அத்தியாயம் - 9

பொழுது விடிந்த போது...

தசரதர் எவ்வளவோ மன்றாடியும் கைகேயி சற்றும் விட்டுக் கொடுக்காமல் இருப்பது; முழுவதுமாக மனம் நொந்து போன தசரதர், தன் உயிர் பிரிந்த பிறகு, தன் இறுதிச்சடங்குகளில் கைகேயியும், பரதனும் பங்கேற்கக் கூடாது என்று ஆணையிடுவது; பட்டாபிஷேகத்திற்கான ஏற்பாடுகள் எல்லாம் தயாராக இருக்கும் தகவலை தசரதரிடம் தெரிவிக்குமாறு சுமந்தரரிடம் வசிஷ்டர் கூறுவது; வசிஷ்டர் சொல்லை ஏற்று தசரதரிடம் சென்று சுமந்திரர் தகவலைக் கூறுவது; மனம் நொந்த நிலையில் தசரதர் இருக்கும் போது, கைகேயியே முன் வந்து சுமந்திரரைப் பார்த்துப் பேசத் தொடங்குவது...

தசரதர் மேலும் சொன்னார். "காட்டுக்குப் போக வேண்டும் என்று நான் கூறினால், ராமன் உடனே என் இஷ்டப்படி நடப்பதுதான் அவன் கடமை என்று கூறி, என் உத்தரவை ஏற்று மறு சொல் பேசாமல் காட்டுக்குப் போய் விடுவான். நான் காட்டுக்குப் போ என்று சொன்னால் என்னை மறுத்துப் பேசி, அது சரியல்ல என்று வாதாடி, என் உத்தரவை அவன் நிராகரித்தால், இந்த நேரத்திற்கு அது மிகவும் ஏற்றதொரு காரியமாக இருக்கும். ஆனால் அவன் அவ்வாறு செய்யக் கூடியவன் அல்லவே! சிறந்த குணமுடைய அவன், என் வார்த்தையை மறுத்துப் பேச மாட்டானே! ராமன் காட்டுக்குப் போய் விட்டால்,

அயோத்தியா காண்டம்

பிறகு மன்னிப்பதற்கே எந்தத் தகுதியும் அற்ற மாபெரும் குற்றத்தைப் புரிந்து விட்ட நான் எமனால் அழைத்துக் கொள்ளப்படுவேன். ராமனும் காட்டுக்குச் சென்று, நானும் மரணமடைந்த பின்னர், நீ, என் மனதிற்கு மிகவும் இனிய இந்த ராஜ்ய மக்களிடம் என்ன கொடுமைகளைச் செய்யப் போகிறாயோ? கௌஸல்யை, சுமித்திரை, உன் மகனைத் தவிர மற்ற மூன்று மகன்கள், நான் ஆகிய எல்லோரையும் பெரும் ஆபத்தில் வீழ்த்திவிட்டு, நீ ஒருத்தி மட்டும் சுகமாக வாழ்ந்து வருவாயாக! இக்ஷ்வாகு குலத்தவரால் பெரும் அக்கறையோடு காப்பாற்றப் பட்ட இந்த தேசத்தை - என்னால் முறை தவறாமல் நிர்வாகிக்கப் பட்டு வந்த இந்த தேசத்தை ராமனால் துறந்து விடப்பட்ட இந்த தேசத்தை - பெரும் குழப்பத்தில் வீழ்ந்ததாகச் செய்து, நீயே ஆண்டு வருவாயாக!''

இவ்வாறு பேசிய தசரதர், மனதின் ஆற்றாமை தீராமல் மேலும் தொடர்ந்தார். "தீய குணமுடையவளே! எனக்கு எதிரியானவளே! கேகய மன்னன் பெற்ற மகளே! ராமன் காட்டுக்குப் போனான், தசரத மன்னன் இறந்தான் - என்ற செய்திகளைக் கேட்டு மனம் களித்து நீ வாழ்வாயாக! ஒன்றைத் தெரிந்து கொள். ராமன் காட்டுக்குப் போவது என்பது பரதனால் ஏற்கப்பட்டால், எனக்கு அவன் இறுதிச் சடங்கை செய்யக் கூடாது. பரதன் நாடாள வேண்டும் என்று நீ கேட்டது ஒருபுறம் இருக்கட்டும். ராமனுக்கு வனவாசம் என்பதை நீ எப்படி விரும்பலுற்றாய்? பெண்கள் மிகவும் கெட்ட குணமுடையவர்கள், விசுவாச உணர்வு அற்றவர்கள், தங்கள் காரியத்திலேயே முனைப்பு உடையவர்களாக இருப்பவர்கள் - தவறு, எல்லா பெண்களையும் பற்றி இப்படி இகழ்ந்து பேசுவது நியாயமில்லை. பரதனுடைய தாயார் ஒருத்தி மட்டும் இனி இப்படிப்பட்டவள். அதர்மத்தில் நோக்கமுடையவளே! பொருள் ஒன்றுதான் எல்லாம் என்று நினைத்து விட்டவளே! ஈவு இரக்கமற்றவளே! ராமனிடத்தில் நீ கண்ட குற்றம் என்ன? கொடியவளே! ராமன் காட்டுக்குப் போய் விட்டான் என்றால், நாட்டிலுள்ள மக்கள் எல்லோரையும் அந்தச் செய்தி வாட்டி விடும். மகன்களை தகப்பன்மார்கள் துறப்பார்கள்; கணவர்களை மனைவியர்கள் துறப்பார்கள்; உறவினர்களை எல்லா மனிதர்

களுமே துறப்பார்கள்: அசையும் பொருள், அசையாப் பொருள் எல்லாமே அல்லோல கல்லோலமடைந்து விடும். எந்த ஒரு மனிதனும் அவனுடைய தொழிலிலே ஆர்வமுடையவனாக இருக்கமாட்டான். தேசமே பெரும் குழப்பம் எய்திவிடும். கொடிய வார்த்தைகளைப் பேசிய உன் வாயிலிருந்து, பற்களெல்லாம் ஆயிரம் பொடிப் பொடியாக சிதறி விடாமல் இருப்பது எவ்வாறு? என்னாலும், ராமனாலும், லக்ஷ்மணனாலும் கைவிடப்பட்டவனாக பரதன் உன்னோடு சேர்ந்து நாட்டை ஆண்டு வர வேண்டும். என் விரோதிகளுக்கெல்லாம் அவன் மகிழ்ச்சி அளிக்கட்டும்.''

இப்படிப் பேசிய தசரதர் கோபமுற்று தன் வார்த்தையை, தானே மறுத்துப் பேசினார். ''நீ எவ்வளவு வேண்டுமானாலும் துன்பப் பட்டுக் கொண்டே இரு. தீயிலே விழுந்து எரிந்து போ. வேறு ஏதாவது ஒரு வழியில் நீ மடிந்து போ. ஆயிரம் துண்டுகளாகி பூமியில் விழுந்து கிட. அது பற்றியெல்லாம் எனக்கு அக்கறை இல்லை. கேகய மன்னன் குலத்தில் பிறந்த கொடியவளே! எல்லோருக்குமே துன்பம் விளைவிக்கக் கூடிய உனது ஆசையை நான் நிறைவேற்ற மாட்டேன். வஞ்சனையான வார்த்தை பேசி வந்தவளே! இதயத்தில் கொடிய எண்ணம் உடையவளே! குலத்தைக் கெடுக்க வந்தவளே! கணவனிடத்தில் அன்பு என்பதை ஒழித்து விட்டவளே! உன்னை உயிரோடு பார்க்க நான் விரும்பவில்லை.''

இப்படிக் கோபமுற்றுப் பேசிய தசரதர், அந்தக் கோபத்தை விட்டுவிட்டு, கைகேயிக்கு தான் கட்டுப்பட்டு விட்டதை உணர்ந்து, மீண்டும் பழைய பாணியிலேயே அவளிடம் பரிதாப மாக மன்றாடத் தொடங்கினார். ''ராமனை விட்டுப் பிரிந்த பிறகு என் மனதிற்கு மகிழ்வு என்பது எது? அதன் பிறகு எப்படி என் உயிர் தங்கும்? தர்ம நெறி தவறாதவனும் யாருக்கும் தீங்கு இழைக்காத வனுமாகிய எனக்கு இப்படிப்பட்ட ஒரு கெடுதலை நீ செய்ய முனைவது நியாயமில்லை. உனது கால்களில் விழுந்து கும்பிடத் தயாராக இருக்கிறேன். என் மீது கருணை வை'' என்று பேசிக் கொண்டே நீட்டப்பட்டிருந்த கைகேயியின் கால்களை தொடாம லேயே தரையில் வீழ்ந்தார் தசரத மன்னர். அப்போதும் கைகேயியின் மனம் இளகவில்லை.

அயோத்தியா காண்டம்

சூரியன் உதயமான பிறகு ராமன் காட்டுக்குப் போய் விட வேண்டும் என்று கைகேயி மீண்டும் நிர்பந்தித்ததால், மிகவும் மனம் நொந்து போன தசரதர், "இரவே! நீ கழிந்து விடாதே! பொழுது விடிவதை நான் விரும்பவில்லை. என்னுடைய இந்த வேண்டுதலை ஏற்று, இரவே நீ தொடர்ந்து கொண்டே இருப்பாயாக! அது நடக்காது என்றால், தயவு செய்து சீக்கிரமே விடிந்து விடு. என்னுடைய துன்பத்திற்கு முடிவு வந்து விடட்டும். கொடூரமான எண்ணம் கொண்ட கொடியவளாகிய கைகேயியை பார்த்துக் கொண்டிருக்கும் நிலையிலிருந்தாவது நான் விடுபடுகிறேன்" என்று சொல்லி விட்டு, கைகேயியைப் பார்த்து, இரு கைகளையும் கூப்பிக் கொண்டு மிகவும் பரிதாபமாக மீண்டும் பேசினார்.

"நான் வயது முதிர்ந்தவன். மிகவும் துன்பத்தை அனுபவித்துக் கொண்டிருப்பவன். சத்தியம் தவறாதவன். உன்னையே கதியாக அடைந்திருக்கிறேன். எனக்கு தயவு காட்டு. இந்த ராஜ்யத்தை நீ அளித்து, அதை ராமன் பெற்றுக் கொள்ளட்டும். அதனால் உனக்குப் பெரும் புகழ் கிட்டும். ராமனுக்கும், எனக்கும், பரதனுக்கும், உலகுக்கும் நன்மை செய்தவளாவாய்" என்று மன்றாடிக் கேட்டார்.

அழுது சிவந்த கண்களில் இருந்து கண்ணீர் பெருக, தர்ம நெறி தவறாத அந்த மன்னர் கூறிய நல்வார்த்தைகளை, தீமையை மனதில் நிலைநாட்டிக் கொண்டு விட்ட கைகேயி, அலட்சியம் செய்தாள். தசரதர் மீண்டும் மூர்ச்சை அடைந்தார்.

இரவு கழிந்தது. மன்னரை விடியற்காலையில் உறக்கத்தில் இருந்து எழுப்புகிற பணியை உடைய வந்திகள், வாத்தியங்களை முழங்கினார்கள். அந்த நல்ல இசை தன் காதில் விழுவதைக் கூட பொறுக்க முடியாத நிலையை அடைந்து விட்ட தசரதர், அந்த வாத்திய சங்கீதத்தை நிறுத்துமாறு பணித்தார். அப்போது தன் நிலை தடுமாறி தரையின் மீது சுருண்டு விழுந்து கிடந்த மன்னரைப் பார்த்து, கைகேயி "என்ன இது? எனக்கு ஒரு வாக்களித்து விட்டு, இப்போது ஒன்றுமில்லாத விஷயத்தைப் பெரியதாக்கிக் கொண்டு தரை மீது அசைவற்று படுத்துக் கொண்டிருக்கிறீர்களே! இதில் என்ன நியாயம் இருக்கிறது? தர்மத்தில் மனதைச் செலுத்துவீராக! கொடுத்த வாக்கை நிறைவேற்றுமாறு நான் உங்களைக் கேட்டுக்

கொண்டேன். சொன்ன சொல் தவறாமைதான் தர்மம் என்று பெரியோர்கள் சொல்லியிருக்கிறார்கள். ஓர் எழுத்தாகிய ஓம் என்பதே சத்தியம்தான். அறம், பொருள், இன்பம், வீடு – என்கிற நான்கு தர்மங்களுமே சத்தியத்தில்தான் நிலை பெற்றிருக்கின்றன. சத்தியம் ஒன்றினாலேயே ஒரு மனிதனுக்கு மோட்சம் கிட்டுகிறது என்று என்றுமே அழியாத வேதங்கள் பறைசாற்றுகின்றன. ஆகையால் தர்மத்தின் வழி நின்று, சொன்ன சொல்லைக் காப்பாற்றும். என் விருப்பப்படி ராமன் காட்டுக்குப் போய்த்தான் ஆக வேண்டும். இதை நான் மும்முறை சொன்னதாகக் கொள்க! என்னுடைய இந்த விருப்பம் நிறைவேற்றப்படா விட்டால், உம் எதிரிலேயே இங்கேயே நான் என் உயிரை விடுவேன்'' என்று சிறிதும் நாணம் என்பது இல்லாமல் கைகேயி, கருணையற்றுப் பேசினாள்.

மாட்டு வண்டியின் இரு சக்கரங்களுக்கிடையே சிக்கி விட்ட காளை தவிப்பது போல், தவித்துக் கொண்டிருந்த தசரத மன்னரின் கண்களிலிருந்து தொடர்ந்து கண்ணீர் பெருகிக் கொண்டிருந்ததால், அவரால் சரியாகப் பார்க்கவும் முடியாமல் போயிற்று. அந்த நிலையில் கைகேயி இருந்த பக்கம் பார்த்து அவர் மீண்டும் பேசினார். ''கொடியவளே! அக்னி சாட்சியாக என்னால் பிடிக்கப் பட்ட உன்னுடைய கையை இப்போது நான் விடுகிறேன்! உன்னிடம் எனக்குப் பிறந்த மகனையும் உன்னுடன் சேர்த்தே விட்டு விடுகிறேன்! இரவு கழிந்து விட்டது. சூரியோதயம் நிகழ்ந்ததும், குலத்திற்கே குருவான வசிஷ்டர் வந்து பட்டாபிஷேக காரியங்களில் என்னைப் பணிப்பார். பட்டாபிஷேகத்திற்காகக் கொண்டு வரப்பட்டிருக்கிற புனித நீர் முதலானவற்றைக் கொண்டு, எனது இறுதிச் சடங்கை ராமன் நடத்தி வைக்கட்டும். கெட்டவளே! கொடிய காரியத்தைச் சாதித்துக் கொள்ள முனைந்து விட்ட நீயோ, உனது மகனோ, எனது இறுதிச் சடங்கில் பங்கேற்கக் கூடாது! மகிழ்ச்சி குன்றாதவர்களாகவே இந்நாட்டு மக்களைப் பார்த்துப் பழகி விட்ட எனக்கு, வாடிய முகத்தோடு காட்சியளிக்கிற அவர்களைப் பார்க்கும் திறன் இல்லை.''

இவ்வாறெல்லாம் தசரதர் பேசிக் கொண்டிருந்த போதே சூரியன் உதயமானான். பாவத்தை மனதில் நிலைநிறுத்தி விட்ட

வளும், பேசுவதில் வல்லமை பெற்றவளுமாகிய கைகேயி, மிகவும் கோபம் கொண்டவளாக தசரதரைப் பார்த்து, ''நீங்கள் என்ன பேசிக் கொண்டிருக்கிறீர்கள்? நான் கேட்டதற்கு நீங்கள் உரைக்கும் பதில்கள், என் உடலையே பிளக்கக் கூடியதாக இருக்கின்றன. உடனே ராமனை இங்கே அழையுங்கள். அவனைக் காட்டுக்கு அனுப்பி விட்டு, எனது மகன் பரதனுக்கு பட்டாபிஷேகத்தை நடத்தி விட்டு, எனக்கு இணையானவர் யாரும் இல்லை என்ற நிலையில் என்னை வைத்து, தர்மத்தைக் காப்பாற்றுவீராக'' என்று கூறினாள்.

சற்றும் இரக்கமில்லாமல் சவுக்கினால் அடிக்கப்பட்ட குதிரை போலத் துடித்த தசரதர், ''கொடுத்த வாக்கினால் நான் இப்போது கட்டுண்டேன். உயிர் வாழ்வது என்பது எனக்கு இத்துடன் முடிந்தது. ஆகையால் உத்தமனும், தர்மம் தவறாதவனுமாகிய என் மகன் ராமனைப் பார்க்க இப்போது விரும்புகிறேன்'' என்று வருத்துத்துடன் கூறினார்.

(துளஸிதாஸரின் 'ராம சரித மானஸ'த்தில் தசரதரிடம், கைகேயி இரண்டு வரங்களைக் கேட்டதும், அவர் துன்புற்று மன்றாடுவதும், மிகச் சுருக்கமாகவே கூறப்பட்டிருக்கின்றன. வால்மீகி ராமாயணத்தைப் போல் அல்லாமல், துளஸிதாஸரின் ராமாயணத்தில், தசரதர் எடுத்த எடுப்பிலேயே 'பரதனுக்கு பட்டாபிஷேகம் என்கிற உன் கோரிக்கையை ஏற்கிறேன்; மூத்தவனுக்கே பட்டம் என்ற வழிமுறையை ஒட்டித்தான், ராமனுக்கு பட்டாபிஷேகம் செய்ய முடிவெடுத்தேன்; ராமனும், பரதனும் எனது இரு கண்கள்; பரதனே நாடாளட்டும்; சில தினங்களில் பரதனின் பட்டாபிஷேகத்தை நடத்தி விடுகிறேன்; ஆனால் ராமன் காடு போக வேண்டும் என்று வலியுறுத்தாதே' என்று சமாதானம் பேசுகிறார். இதற்கு கைகேயி இணங்காததால், துன்புற்று தசரதர் கதறும் போதே, பொழுது விடிந்து விடுகிறது.

கம்பரின் ராமாயணம் கிட்டத்தட்ட வால்மீகி ராமாயணம் போலவே கைகேயி, தசரதர் உரையாடலை வர்ணிக்கிறது. இந்த கட்டம் தொடர்பான கம்பரின் பாடல்களில் ஒரு சிலவற்றை மட்டும் பார்ப்போம்: கைகேயி வரம் கேட்பதை கொடியவைகள்

எல்லாவற்றையும் விட மிக அதிகக் கொடியவளான கைகேயி, 'இரு வரங்களில் ஒரு வரத்தினால், என் மகன் ஆட்சியில் அமர வேண்டும்; மற்றொரு வரத்தினால், ஸீதையின் கணவனாகிய ராமன், வெளியேறி காட்டை ஆள வேண்டும்' - என்று சொல்லி நின்றாள்'' என்று கம்பர் வர்ணிக்கிறார்.

'ஏய வரங்கள் இரண்டின், ஒன்றினால், என்
சேய் அரசு ஆள்வது; சீதை கேள்வன் ஒன்றால்
போய் வனம் ஆள்வது' எனப் புகன்று, நின்றாள் -
தீயவை யாவையினும் சிறந்த தீயாள்.

ராமனை நீக்கி, பரதன் பட்டமேற்றால் உலகமே கைகேயியை இகழ்ந்து பேசும் – என்று கைகேயியின் காலில் விழுந்து பேசிய தசரதர், இறுதியில் பரதனுக்கு பட்டம் என்பதை ஏற்று ''உன் மகன் ஆட்சியில் அமர்வான்; நீ சுகமாக ஆட்சி புரியலாம்; மண்ணுலகம் முழுவதுமாக உன் வசமாகும்; அதை நீ ஆள்வாயாக; இதோ நான் அவ்வுரிமை கொடுத்தேன்; உரைத்ததிலிருந்து தவற மாட்டேன்; ஆனால், என் மகனும் என் கண் போன்றவனும், என் உயிரான வனும், உயிர்களுக்கெல்லாம் நல்ல பிள்ளையாக இருப்பவனு மாகிய ராமன் இந்நாட்டை விட்டு வெளியேறுதல் இல்லை – என்று மட்டும் விரும்பிடுவாயாக' – என்றார்.''

'நின் மகன் ஆள்வான்; நீ, இனிது ஆள்வாய்; நிலம் எல்லாம்
உன் வயம் ஆமே; ஆளுதி; தந்தேன்; உரை குன்றேன்;
என் மகன், என் கண், என் உயிர், எல்லா உயிர்கட்கும்
நன் மகன், இந்த நாடு இறவாமை நய' – என்றான்.

கைகேயியின் பிடிவாதம் தளராத நிலையில், தசரதர் 'இடி விழுந்த மலைபோல்' சாய்ந்தார். அதற்குப் பிறகு, வால்மீகி ராமாயணத்தில் இல்லாத வகையில், தசரதர் மனம் நொந்து, ராமன் காட்டுக்குப் போக வேண்டும் என்ற கைகேயியின் வரத்தைத் தருவதாக வெளிப் படையாகச் சொல்கிறார். 'வலிமை மிக்க மன்னன், இந்தக் கொடியவள் மடிந்து விடுவாளோ என்று நினைத்து, 'இந்த வரங்களைத் தந்தேன், தந்தேன்; என் மகன் காட்டை ஆளும் போது, நான் மடிந்து போய், மேல் உலகை ஆள்வேன்; நீண்ட காலம், உன் மகனுடன் சேர்ந்து நீ, மக்களின் ஏச்சு வெள்ளத்தில் நீந்திக் கொண்டே இருப்பாயாக.'

'வீய்ந்தாளே இவ் வெய்யவள்' என்னா
மிடல் வேந்தன்
'ஈந்தேன்! ஈந்தேன்! இவ் வரம்;
என் சேய் வனம் ஆள,
மாய்ந்தே நான் போய் வான் உலகு
ஆள்வென்; வசை வெள்ளம்
நீந்தாய், நீந்தாய், நின்
மகனோடும் நெடிது!' – என்றான்.

கைகேயியின் மாளிகையில் இப்படி நடந்து கொண்டிருந்த போது, வசிஷ்டர் தனது சிஷ்யர்களுடன் ராஜ வீதியில் நடந்து வந்து கொண்டிருந்தார். வீதிகள் நீரால் தூய்மைப்படுத்தப்பட்டு, மலர்கள் தூவப்பட்டிருந்தன. எங்கு பார்த்தாலும் தோரணங்கள் எல்லா இடங்களையும் அலங்கரித்துக் கொண்டிருந்தன. கடைகள் முன்பாக சிறந்த பண்டங்கள் எல்லாம் அடுக்கி வைக்கப் பட்டிருந்தன. வாத்ய கோஷ்டிகள் தெருவில் நிறைந்திருந்தன. நகரத்து மக்கள் எல்லாம் மகிழ்ச்சியோடு தெருவெங்கும் காணப்பட்டனர். இந்திரனது பட்டணத்துக்குச் சமமானதாக விளங்கிய அந்த நகரத்தின் தெருக்களைக் கடந்து, நற்குணங் களினால் நிரம்பப் பெற்ற வசிஷ்ட முனிவர், அரண்மனையை நெருங்கிய போது அவர் எதிரில், மன்னருக்கு நல்லதையே நினைத்து செயல்படுகிற அவருடைய தேரோட்டியும், மந்திரியு மாகிய சுமந்திரர் வந்தார்.

அவரிடம் வசிஷ்டர் சொன்னார். ''அமர்வதற்காக அத்திக் கட்டையால் செய்யப்பட்ட ஆசனம்; புனித நீரினால் நிரப்பப்பட்ட தங்கக் குடங்கள்; நவதான்யங்கள்; வாசனை திரவியங்கள்; தேன்; தயிர்; நெய்; பொரி; தர்பை; மலர்கள்; பால்; ரத்தினங்கள்; அழகு வாய்ந்த எட்டு கன்னிப் பெண்கள்; அனைத்து லட்சணங்களும் பொருந்திய யானை; நான்கு குதிரைகள் பூட்டிய தேர்; உத்தமமான கத்தி; சிறப்பான வில்; பல்லக்கு; சந்திரன் போன்ற ஒளி வீசும் வெண்குடை; வெண் சாமரங்கள், புலித் தோல்; சிம்மாசனம்; மான்கள்; பறவைகள்; புண்ணியத்தை அருளும் பசுக்கள், மங்கள வாத்தியங்கள்; பொன் மாலைகளால் அலங்கரிக்கப்பட்ட காளை; வீர்யமுள்ள சிங்கம்; பாய்ந்து செல்லும் குதிரை... போன்ற

பட்டாபிஷேகத்திற்குத் தேவையான எல்லா பொருட்களும் சேகரித்து வைக்கப்பட்டிருக்கின்றன. குருமார்களும், அந்தணர்களும், வர்த்தகர்களும், நகரத்தாரும், கிராமத்தவர்களும், இவர்களுக்கெல்லாம் தலைவர்களும், ராமருடைய புகழையும், தசரதருடைய புகழையும் பேசிக் கொண்டு, பட்டாபிஷேகத்திற்காகக் காத்திருக்கிறார்கள். இந்தச் செய்தியையெல்லாம் தசரத மன்னருக்குத் தெரிவித்து, நான் வந்திருக்கிறேன் என்ற தகவலையும் அவரிடம் தெரிவியுங்கள். குறிக்கப்பட்ட நல்ல முகூர்த்தத்தில் ராமனது பட்டாபிஷேகம் நடந்தேற வேண்டும். ஆகையால், நீர் சென்று மன்னரை துரிதப்படுத்துங்கள்.''

வசிஷ்டர் கூறியதை ஏற்று, தசரதரைக் காண்பதற்காகச் சென்ற சுமந்திரர், அவர் அனுபவித்துக் கொண்டிருந்த மனோவேதனையை அறியாதவராக, அவரைப் பற்றிய உயர்ந்த குணங்களையெல்லாம் கூறி, இனிமையான வார்த்தைகளைச் சொல்லி, இறுதியில் ''வசிஷ்ட முனிவர் காத்திருக்கிறார். ராமருடைய பட்டாபிஷேகம் ஆரம்பிக்கப்பட வேண்டிய நேரம் வந்திருக்கிறது'' என்று கூறினார்.

வாழ்வதில் ஆசையை விட்டு விட்டவராக இருந்த தசரதர், சுமந்திரரைப் பார்த்து, ''உங்களுடைய புகழ் உரைகளால் என் மனம் படும் துன்பம் மேலும் கூடத்தான் செய்கிறதே தவிர, குறைய வில்லை'' என்று சொல்ல, சுமந்திரர் சற்று ஒதுங்கி நின்றார்.

மனம் படும் துன்பத்தின் காரணமாக மன்னரால் எதுவும் பேச முடியவில்லை என்பதைக் கவனித்த கைகேயி, சுமந்திரரைப் பார்த்து, தானே பேசத் தொடங்கினாள்.

2. அயோத்தியா காண்டம்

அத்தியாயம் - 10

கைகேயியின் கொடுமை!

தனது மாளிகைக்கு ராமரை வரச் சொல்லுமாறு, சுமந்திரரைக் கைகேயி பணிப்பது; சுமந்திரரிடமிருந்து செய்தி கேட்டு ராமர், லக்ஷ்மணனோடு சேர்ந்து தசரதரைக் காண, கைகேயியின் மாளிகைக்குப் போவது; தசரதரிடம் தான் கேட்ட இரண்டு வரங்களைப் பற்றி ராமரிடம் எடுத்துரைக்கும் கைகேயி, அவரை உடனடியாகக் காட்டுக்குப் போகும்படி தூண்டுவது; எந்தவித சலனமும் இல்லாமல் ராமர் கைகேயியின் விருப்பத்தை நிறைவேற்றுவதாகக் கூறுவது; தசரதர் மூர்ச்சித்து வீழ்ந்த நிலையில் ராமர், அவரிடமும் கைகேயியிடமும், விடைபெற்றுப் புறப்படுவது......

"**சு**மந்திரரே! ராமன் மீதிருக்கும் அன்பின் மிகுதியால் மன்னர், உறக்கமின்றி தன்னை மறந்த நிலையில் இருக்கிறார்" என்று ஆரம்பித்த கைகேயி, "நீர் சென்று ராமனை உடனே அழைத்து வாரும். இதுபற்றி ஆலோசனை செய்து கொண்டிருக்க வேண்டாம். உடனடியாக இந்தக் காரியத்தை நிறைவேற்றுவது உமக்கு பாராட்டைப் பெற்றுத் தரும்" என்று சொல்லி முடித்தாள். தசரதரின் உத்தரவைத்தான் கைகேயி தன்னிடம் தெரிவித்தாள் என்று நினைத்து, ராமரைக் காண மன்னர் விரும்புவது நன்மைக்காகத் தான் என்ற எண்ணத்துடன், சுமந்திரர் அங்கிருந்து அகன்றார்.

வெளியே மக்கள் சமுத்திரம் அலைமோதிக் கொண்டிருந்தது. ராமரின் பெருமைகளைப் பற்றிப் பேசி மகிழ்ந்து கொண்டிருந்த அந்த மக்கள் கூட்டத்தைக் கடந்து சுமந்திரர் செல்லும் பொழுது, சபை மண்டபத்தின் அருகே கூடியிருந்த மன்னர்களையும் பார்த்தார். பட்டாபிஷேகத்திற்கான நேரம் நெருங்கிய நிலையில், தசரதரை இன்னமும் பார்க்க முடியவில்லையே என்ற கேள்வியை அவர்கள் எழுப்பிய போது, சுமந்திரர், ''தசரதரின் உத்தரவை ஏற்றுத்தான் நான் ராமரைப் பார்க்கப் போய்க் கொண்டிருக்கிறேன். நீங்களோ, ராமர், தசரத மன்னர் ஆகிய இருவருடைய மரியாதையையும், மதிப்பையும் பெற்றவர்கள். ஆகையால் நீங்கள் வந்து கூடிவிட்ட செய்தியை மன்னருக்குத் தெரிவித்து விடுகிறேன்'' என்று கூறிவிட்டு, மீண்டும் கைகேயியின் மாளிகையை அடைந்தார்.

அங்கே தசரதர் படுத்திருந்த அறையில் திரைக்கு வெளியே நின்று, மீண்டும் தசரதரைப் புகழ்ந்து பல நல்ல வார்த்தைகளைச் சொல்லிவிட்டு, ''மன்னரே! படைத் தலைவர்களும், நகர்ப்புற மக்களும், கிராமப்புற மக்களும், பிற தேசத்து மன்னர்களும் வந்து சேர்ந்து விட்டார்கள். எல்லோரும் உங்களுக்காகக் காத்திருக் கிறார்கள்'' என்று பணிவுடன் சொல்லி நின்றார். இதைக் கேட்ட தசரதர், ''நான் உறங்கிக் கொண்டிருக்கவில்லை. ஏற்கெனவே சொன்னபடி ராமனை உடனே இந்த இடத்திற்கு அழைத்து வாரும்'' என்று கூற, சுமந்திரர் மீண்டும் அங்கிருந்து புறப்பட்டுச் சென்று, ராமருடைய மாளிகையை அடைந்தார்.

''சுமந்திரன் வாயிலில் வந்து காத்து நிற்கிறான்... என்று ராமரிடம் அறிவியுங்கள்'' என காவலர்களிடம் சுமந்திரர் கூற, அவர்கள் உடனே சென்று ராமருக்குச் செய்தியைத் தெரிவிக்க, அவர் சற்றும் தாமதிக்காமல் சுமந்திரரை உள்ளே வரவழைத்தார். அங்கே ஸீதையோடு உரையாடிக் கொண்டிருந்த ராமர், சித்திரை நட்சத்திரத்துடன் சேர்ந்த சந்திரனைப் போல் காட்சியளித்தார். அவருக்குத் தனது வணக்கத்தைத் தெரிவித்த சுமந்திரர், ''கௌஸல்யை பெற்ற செல்வ மகனே! கைகேயியின் மாளிகையில் இருக்கும் தசரத மன்னர் உடனே உங்களை அழைத்து வருமாறு

ஆணையிட்டிருக்கிறார். தாமதிக்காமல் அங்கே நீங்கள் செல்ல வேண்டும்'' என்று கேட்டுக் கொண்டார்.

ராமர், ஸீதையைப் பார்த்து, ''பட்டாபிஷேகம் தொடர்பாக தந்தையும், கைகேயி அன்னையும் ஏதோ பேச நினைக்கிறார்கள் போல இருக்கிறது. மற்றவர்களுக்கு நன்மை செய்வதில் நாட்டமுடைய கைகேயி அன்னை, எனக்காக ஏதோ யோசனை செய்து, மன்னரை வேண்டிக் கொள்ள, அவர் என்னை அழைத்திருக் கிறார். நல்ல செய்தி காத்திருக்கிறது. நான் சென்று தந்தையைக் கண்டு வருகிறேன். நீ இங்கே காத்திருப்பாயாக'' என்று சொல்லிவிட்டு, புறப்பட ஆயத்தமானார்.

ஸீதை, ''இந்திரனுக்கு ப்ரம்ம தேவன் செய்விப்பதுபோல, மங்களகரமான பட்டாபிஷேகத்தை மன்னர் உங்களுக்குச் செய்து வைக்க இருக்கிறார். உங்களுக்காக இந்திரன் கிழக்கு திசையைப் பாதுகாப்பானாக! எமன் தென் திசையைப் பாதுகாப்பானாக! வருணன் மேற்கு திசையையும், குபேரன் வடக்கு திசையையும் பாதுகாப்பார்களாக!'' என்று சொல்லியவாறு, ராமரைப் பின் தொடர்ந்து வாயில் வரை சென்றாள். அங்கே காத்திருந்த லக்ஷ்மணன், ராமரைப் பின் தொடர, இருவரும் தேரில் ஏறிக் கொள்ள, கைகேயியின் மாளிகையைத் தேர் சென்று அடைந்தது. ராமரைக் கண்ட மக்கள் பெரும் மகிழ்ச்சி கொண்டு, அவரைப் போற்றினார்கள். 'இவர் நமக்கு அரசராகப் போவதால், இனி நமக்கெல்லாம் ஒரு குறையும் இல்லை!' என்று பேசிக் கொண்டிருந்த, அவர்களை யெல்லாம் விலக்கிக் கொண்டு, தேர் கைகேயியின் மாளிகையை அடைந்தது. மாளிகையினுள்ளே ராமர் சென்ற போது, 'திரும்பி வரும் போது மீண்டும் அவரைப் பார்க்க வேண்டும்' என்ற ஆவலுடன் மக்கள் அங்கேயே காத்து நின்றனர்.

மாளிகையினுள்ளே சென்ற ராமர், தசரத மன்னர் கைகேயியின் அருகில் ஒரு பீடத்தில் அமர்ந்திருப்பதைக் கண்டார். மன்னரின் முகம் பெரிதும் வாட்டமுற்று இருப்பதைக் கவனித்த ராமர், முதலில் அவரை வணங்கிவிட்டு, பின்னர் கைகேயியையும் வணங்கி நின்ற போது தசரத மன்னர், ''ராமா'' என்ற ஒரே ஒரு வார்த்தையை மட்டும் சொல்லிவிட்டு, வேறு எதுவும் பேசத்

திறனற்று, ராமரை ஏறிட்டுப் பார்க்கவும் முடியாமல் தவித்தார். கொந்தளிக்கும் அலைகளினால் கலக்கப்பட்ட சமுத்திரத்தைப் போல், கிரஹணத்தினால் பீடிக்கப்பட்ட சூரியனைப் போல், பொய் ஒன்றைப் பேசிவிட்டுத் துடிக்கிற முனிவரைப் போல் தோற்றமளித்த தசரத மன்னர் – தாங்க முடியாத துக்கத்தினால் துவண்டு கிடப்பதை ராமர் பார்த்தார்.

மனதில் பெரும் கவலை கொண்டவராக, 'ஏதாவது கோபம் இருந்தால் கூட என்னைப் பார்த்தவுடன் அந்த கோபத்தை தந்தை விட்டு விடுவாரே! இன்றைக்கு என்னைப் பார்த்தும், அவருக்கு ஏதோ ஒரு துன்பம் தொடர்ந்து கொண்டே இருப்பது போல் தோன்றுகிறதே! இதுபோல் இன்றுவரை என் தந்தையை நான் பார்த்ததில்லையே' என்றெல்லாம், மனதிற்குள்ளேயே யோசித்து விட்டு, கைகேயியைப் பார்த்து ராமர் சொன்னார்: "என்ன காரணம் கொண்டு தந்தை கோபமுற்றவர் போல் இருக்கிறார் என்பதை எனக்குச் சொல்லுங்கள். அறியாமல் கூட நான் ஒரு தவறும் செய்யவில்லை என்று நினைக்கிறேன். காரணம் எதுவாக இருந்தாலும் சரி, அவரைச் சமாதானம் செய்து அவருடைய கோபத்தைத் தணியுங்கள். என்னிடம் பேரன்பு கொண்ட தந்தை முற்றிலும் முகம் வாடியவராக, என்னைப் பார்த்தும் கூட ஒரு வார்த்தை பேசாமல் இருக்கிறாரே ஏன்? உடலைத் தாக்கும் நோய்களும், மனதைப் பாதிக்கும் நோய்களும் இவரிடம் நெருங்க முடியாதே! மன்னரின் மனத்துயரத்தை விலக்குவது என் கடமை. அதற்காக எதை வேண்டுமானாலும் நான் செய்யத் தயாராக இருக்கிறேன். தனது பிறப்பிற்கே காரணமாகி நிற்கிற தந்தையை மீறி ஒரு மகன் நடக்க முடியுமா? நீங்கள் அவருக்குத் துன்பம் தரக் கூடிய வார்த்தைகளைப் பேசிவிட்டீர்களா? ஏன் இப்படி இருக்கிறார்? சொல்லுங்கள்.''

வெட்கத்தை விட்டவளான கைகேயி, ராமரின் பேச்சைக் கேட்டு, தனது விருப்பத்திற்கேற்ப கொடிய மொழிகளைப் பதிலாக உரைத்தாள். ''ராமா! மன்னருக்குக் கோபம் எதுவும் இல்லை. அவருக்குத் துன்பமும் இல்லை. ஆனால் ஒரு விஷயம் அவருடைய மனதில் உழன்று கொண்டிருக்கிறது. அது உனக்குப் பாதிப்பை ஏற்படுத்தும் என்ற காரணத்தினால் அதை அவர் வெளிப்படை

யாகச் சொல்ல முடியாமல் தவிக்கிறார். அவருடைய அன்பிற்குப் பாத்திரமாகிய உன்னிடம், அன்பற்ற செய்தியைப் பேச அவர் தயங்குகிறார். ஆனால், அவரால் என்ன வாக்குறுதி அளிக்கப் பட்டதோ, அது உன்னால் முடிக்கப்பட வேண்டியதாக இருக்கிறது. முன்னொரு சமயம் என்னுடைய பணியைப் பாராட்டி அவர் எனக்கு ஒரு வாக்களித்தார். அன்று பெருந்தன்மையுடன் அப்படி நடந்து கொண்டவர், இப்பொழுது ஒரு சாதாரண மனிதனைப் போல் தடுமாறுகிறார். சொன்ன சொல் தவறாமல் நடப்பதுதான், மோட்சத்திற்கு வழி தேடித் தரும். ஆகையால் எந்தக் காரணத்தைக் கொண்டும் கொடுத்த வார்த்தையை மீறி ஒரு மனிதன் நடக்கக் கூடாது. அவர் கொடுத்த வார்த்தையை நீ தாமதமில்லாமல் உடனடியாக நிறைவேற்றுவாய் என்றால், அது என்ன என்பதை நானே விவரமாகச் சொல்வேன். அவர் உன்னிடம் பேசப் போவதில்லை என்பது புரிகிறது. அவர் அளித்த வாக்குறுதியை உன்னிடம் விவரிப்பதால் ஒரு பயனும் ஏற்படப் போவதில்லை என்ற அவல நிலை தோன்றிவிடாது – என்ற உறுதியை நீ அளித்தால் அது என்ன என்பதை உனக்கு நான் விளக்குவேன்.''

இப்படி கைகேயி கவலை தரக்கூடிய வார்த்தைகளைப் பேசியபோது ராமர் சொன்னார். ''மன்னரின் ஆணை என்றால் நான் தீயில் விழுவேன். கொடிய விஷத்தை உட்கொள்வேன். கடலில் மூழ்குவேன். ஆகையால் என்னைப் பார்த்து நீங்கள் இப்படிப் பேசுவது தகாது. நான் என்ன செய்வேனோ என்ற சந்தேகம் உங்கள் மனதில் எழுந்தது எனக்குப் பெரும் அவமானம். தந்தை சொன்னது எதுவாக இருந்தாலும் சரி, அதை நான் செய்து முடிக்கிறேன். முதலில் ஒன்று பேசுவது – பின்னர் மாற்றிப் பேசுவது என்ற இரு முறை பேசும் வழக்கம் இந்த ராமனிடம் கிடையாது என்பது நீங்கள் அறிந்ததே!''

சத்தியத்தையே பேசுபவரும், தர்ம நெறியைக் காப்பதில் முனைப்புடையவருமான ராமரைப் பார்த்து, மரியாதைக்குத் தகுதியற்ற கைகேயி சொன்னாள்: ''ராமா! முன்பொரு சமயம் தேவர்களுக்கும், அசுரர்களுக்கும் நடந்த போரில், பாணங்களினால் தாக்கப்பட்ட மன்னரை நான் பாதுகாத்த போது, அவர் எனக்கு இரண்டு வரங்களை அளித்தார். அந்த வரங்களை இப்போது நான்

கேட்டேன். பரதனுக்குப் பட்டாபிஷேகம் நடக்க வேண்டும் என்றும், நீ வனவாசம் செல்ல வேண்டும் என்றும் நான் கூறியிருக்கிறேன். உனது தந்தையை 'வார்த்தை தவறாதவர்' என்ற நிலையில் நீ வைக்க விரும்பினால், இவற்றை நிறைவேற்றித் தருவாயாக! பதினான்கு வருடங்கள் நீ காட்டில் வசிக்க வேண்டும். உனக்குப் பதிலாக பரதனுக்குப் பட்டாபிஷேகம் நடக்க வேண்டும். நீ சடை முடி தாங்கி, மான் தோல் உடுத்தி, ஈரேழு வருடங்கள் காட்டில் வாழ வேண்டும்; எல்லா செல்வங்களும் நிறைந்த இந்தப் பூமியை பரதன் ஆள வேண்டும். இந்த விவரங்களை உன்னிடம் சொல்ல முடியாமல்தான் மன்னர் உன்னை ஏறிட்டுப் பார்க்கவும் தயங்குகிறார். அவர் கொடுத்த வார்த்தையை – நீ நிறைவேற்றப் பட்டதாகச் செய். சத்தியத்திலிருந்து தசரத மன்னர் தவறவில்லை என்ற பெயர் அவருக்கு நிலைக்குமாறு செய்'' – இப்படிக் கைகேயி பேசப் பேச தசரதரின் துக்கம் மேலும் அதிகமாகியது.

ராமரோ மிகவும் கொடுமையானதும், மரணத்திற்கு நிகரானது மான கைகேயியின் பேச்சைக் கேட்டு சற்றும் மனக்கவலை கொள்ளாமல், "நீங்கள் கூறியபடியே நடக்கும். நான் சடை முடி ஏந்தி, மரவுரி அணிந்து, மன்னரின் வார்த்தையை மெய்படச் செய்வேன். இதோ இன்றே காட்டுக்குச் செல்கிறேன். இதில் எனக்கு ஒரு தயக்கமும் இல்லை. ஆனால் என் மனதில் ஒரு வருத்தம் இருக்கிறது. மன்னர் என்னிடம் ஒரு வார்த்தை கூட பேசாமல் இருக்கிறாரே, அது என் மனதை வருத்துகிறது. நீங்கள் கவலையை விடுங்கள். உங்களுடைய விருப்பத்தை நான் நிறை வேற்றுகிறேன். என் உடன்பிறந்தவனாகிய பரதனுக்காக நான் ராஜ்யத்தை மட்டுமல்ல, ஸீதையையும் கூட விட்டு விடத் தயாராக இருக்கிறேன். அப்படியிருக்க மன்னரே உத்தரவிட்டிருக்கும் பொழுது, நான் அந்த வார்த்தைப்படியே நடப்பேன் என்பதில் உங்களுக்குச் சந்தேகம் வரக் கூடாது. ஆனால் மன்னர் தரையையே பார்த்துக் கொண்டு, கண்ணீர் விட்டவராக இதுபற்றி என்னிடம் ஒரு வார்த்தை கூறாமல் இருக்கிறாரே, அதுதான் என் மனதை வருத்துகிறது. இதில் என்ன தயக்கம் வேண்டி இருக்கிறது? சொன்னால் அதைச் செய்ய வேண்டியவன் நான். உடனடியாக மன்னரின் உத்தரவைப் பின்பற்றி, பரதனை அழைத்து வருவதற்

காகக் குதிரைகளில் தூதர்கள் செல்லட்டும். நான் வனம் புறப்படுகிறேன்.''

இப்படி ராமர் கூறியதைக் கேட்ட கைகேயி, தன்னுடைய காரியம் நிறைவேறியது என்பதில் பெரும் மகிழ்வு அடைந்தும் கூட, ராமரை அவசரப்படுத்துவதில் முனைந்தாள். ''பரதனை அழைத்து வர தூதர்கள் விரைந்து செல்வார்கள். அது ஒருபுறம் இருக்கட்டும். அதற்காக இங்கு நீ காலதாமதம் செய்துவிடாதே. அது அவசியம் இல்லை. நீ சற்றும் தாமதமில்லாமல் காட்டுக்குப் புறப்படுவாயாக. மன்னரே உன்னிடம் கூறவில்லையே என்ற மனவருத்தம் உனக்கு வேண்டாம். அன்பின் காரணமாக உன்னிடம் இதைச் சொல்வதற்கு அவர் தயங்குகிறாரே தவிர, வேறு எதுவும் காரணம் கிடையாது. நீ காட்டிற்கு எப்பொழுது புறப்படுகிறாயோ, அதுவரை உன் தந்தை நீராட மாட்டார், உணவும் உட்கொள்ள மாட்டார்.''

இப்படிக் கைகேயி கூறியதைக் கேட்ட தசரத மன்னர், 'இந்த விரோதியை வெல்ல முடியாதவனாகி விட்டேனே?' என்று மனம் நொந்தவாறே மூர்ச்சை அடைந்து, கட்டிலிலேயே படுத்தார். கைகேயியோ, தேரோட்டி குதிரையை சவுக்கால் அடித்து விரட்டுவது போல, காட்டுக்குப் போகுமாறு ராமரை துரிதப் படுத்தினாள்.

உலக வழக்கிற்கு விரோதமானதும், காதுகளால் கேட்க முடியாததும், பெரும் துன்பத்தை விளைவிப்பதுமாகிய கைகேயியின் வார்த்தைகளைக் கேட்டு ராமர் சற்றும் மனம் கலங்கவில்லை. ''முனிவர்கள் போல தர்மம் தவறாமல் நடக்க வேண்டும் என்பதே என் எண்ணம். பொருள் ஒன்றை மட்டும் விரும்பி, எந்த ஒரு செயலையும் நான் செய்ய மாட்டேன். உயிரைக் கொடுத்தாவது தந்தையின் வார்த்தையை நிறைவேற்றுவேன். இதை நீங்கள் உணர்வீர்களாக! தந்தைக்குப் பணிவிடை செய்வது போலவும், அவருடைய உத்தரவை நிறைவேற்றுவதைப் போலவும் சிறந்த ஒரு தர்மம் வேறு எதுவும் இல்லை. இப்பொழுது தந்தையிடமிருந்து நேரடியாக உத்தரவைப் பெறாவிட்டாலும்கூட, நீங்கள் தெரிவித்த அவர் வார்த்தையை நான் காப்பாற்றுவேன்.

பதினான்கு வருடங்கள் காட்டில் வசிப்பேன். என்னிடம் நல்ல குணம் உண்டு என்பதை நீங்கள் மனதில் கருதாமல் விட்டு விட்டீர்கள். அதனால்தான் எனக்குக் கட்டளையிட உரிமை இருந்தும் கூட, நீங்கள் இவ்விஷயத்தில் மன்னரை வேண்டி இருக்கிறீர்கள். பரவாயில்லை. நான் என்னுடைய தாயாரிடம் அடிபணிந்து விடை பெற வேண்டும். ஸீதைக்கு ஆறுதல் சொல்ல வேண்டும். இதை முடித்து விட்டு இன்றே காட்டுக்குப் பயணமாகி விடுகிறேன். தந்தைக்குப் பணிவிடை செய்து கொண்டு, பரதன் நாட்டை நன்கு ஆள்வானாக!''

இப்படி ராமர் பேசிய போது, தசரதர் வேதனையைத் தாங்க முடியாதவராக உரத்த குரலில் வாய் விட்டு அழுதார். அப்படி அழுது மூர்ச்சித்து வீழ்ந்த அவரை வலம் வந்து, அதன் பின்னர் கைகேயியையும் வலம் வந்து, இருவரையும் வணங்கி விட்டு புறப்பட்ட ராமர், அங்கே பெரும் கோபம் கொண்டவனும், துன்பம் தாங்காமல் கண்ணீர் சிந்துபவனுமாகிய லக்ஷ்மணனைக் கண்டார். ஆனால் ராமரிடமோ ஒரு மாறுதலும் காணப்பட வில்லை. இரவு நேரம் சந்திரனுடைய ஒளியை குறைப்பதில்லை. அது போல, அப்போது நேர்ந்த நிகழ்ச்சிகள் ராமரின் முகப் பொலிவை எவ்விதத்திலும் பாதிக்கவில்லை.

2. அயோத்தியா காண்டம்

அத்தியாயம் - 11

> கதறினாள் கௌஸல்யை!

> கௌஸல்யையிடம், ராமர், 'தந்தையின் கட்டளைப்படி பரதனுக்குப் பட்டாபிஷேகம் – நான் வனம் செல்கிறேன்' என்று கூற, கௌஸல்யை ராமரைத் தடுக்க முயற்சிப்பது; லக்ஷ்மணன் பெரும் கோபமுற்று, தசரதரையே கொன்று விடுவதாகக் கூறுவது; தந்தையின் கட்டளையை நிறைவேற்ற வேண்டிய அவசியம் பற்றி ராமர், கௌஸல்யைக்கு எடுத்துக் கூறுவது......

தனது ஆணையை நிறைவேற்றக் காத்திருந்த பரிவாரங்களையும், தனது சிறப்பான தேரையும், வெண்குடையையும், சாமரங்களையும் சிறிதும் மன சஞ்சலமின்றி ஒதுக்கி வைத்துவிட்டு, தெருக்களில் சூழ்ந்திருந்த மக்களை விலக்கிக் கொண்டு, முற்றிலும் துறந்த பற்றற்ற முனிவராகக் காட்சி யளித்த ராமர், கௌஸல்யையின் மாளிகைக்குச் சென்றார். கைகேயியின் மாளிகையில் நிகழ்ந்த சம்பவத்தினால் அவருடைய முகத்தில் ஒரு சஞ்சலமும் ஏற்படவில்லை. அனைவரையும் கவர்கிற முழு நிலவைப்போல் ஒளி வீசிக் கொண்டு சென்ற லக்ஷ்மணனோ மனதில் ஏற்பட்ட பெரும் துக்கத்தை, கஷ்டப்பட்டு வெளிக்காட்டாமல் அடக்கிக் கொண்டு ராமரைப் பின் தொடர்ந்து சென்றான்.

இப்படி கால்நடையாகவே ராமர், கௌஸல்யையின் மாளிகையை நோக்கிச் சென்று கொண்டிருந்த போது, கைகேயியின்

மாளிகையில் உள்ள அந்தப்புரத்தில் பெரும் கலக்கம் ஏற்பட்டிருந்தது. அங்கிருந்த பெண்மணிகள் அனைவரும் 'தனது தாய் கௌஸல்யையிடம் எப்படி நடந்து கொள்வானோ, அதே மரியாதையுடன் நம்மிடமும் நடந்து கொள்ளும் ராமன் வெளியேறப் போகிறான். அநியாயமாகப் பேசுகிறவர்களிடமும் கோபம் கொள்ளாத ராமன், எல்லோரையும் காக்கும் ராமன், இங்கிருந்து வெளியேறப் போகிறான். இனி தசரத சக்கரவர்த்தி அறிவிழந்தவராகக் காலம் கழிக்க வேண்டியதுதான்!' என்று கூறி, கதறி அழுதனர். ஏற்கெனவே நிலைகுலைந்து போயிருந்த தசரதரின் காதுகளில், பெண்களின் இந்த அழுகை சப்தம் கேட்க, அவர் மேலும் பரிதவித்து, மெழுகைப்போல் உருகினார்.

இதற்கிடையில் கௌஸல்யையின் மாளிகையை அடைந்த ராமரை, அங்கிருந்த வாயில் காப்போர் வாழ்த்தினர். அந்தணர்கள் ஆசீர்வதித்தனர். பெண்மணிகள் பெரும் உற்சாகம் கொண்டனர். ராமரின் பட்டாபிஷேகத்தை உத்தேசித்து, விரதமிருந்த கௌஸல்யை மஹாவிஷ்ணுவுக்குப் பூஜை செய்து கொண்டிருந்த போது, ராமர் உள்ளே நுழைய, கௌஸல்யை, பூஜையை முடித்து பெரும் பாசத்துடன் ராமரை வரவேற்று, கட்டியணைத்து உச்சி முகர்ந்தாள்.

"பெரியோர்களின் நடை, தர்மம் தவறாதவர்களின் நெறி, உத்தமர்களின் புகழ், ராஜரிஷிகளின் ஆயுள், அனைத்தையும் பெற்று நீ வாழ்வாயாக! உனது தந்தை உன்னை இளவரசனாக அமர்த்தி பட்டாபிஷேகம் செய்விக்கப் போகிறார். சொன்ன சொல் தவறாத உன் தந்தையைப் பணிந்து நட…'' என்று கௌஸல்யை அன்புடன் சொன்னாள்.

தலைகுனிந்து நின்று கொண்டிருந்த ராமர், தாயாரைப் பார்த்துப் பேசத் தொடங்கினார்.

"அன்னையே! உங்களுக்கும், ஸீதைக்கும், லக்ஷ்மணனுக்கும் வேதனையை ஏற்படுத்தக் கூடிய ஒரு துன்பம் இப்போது ஏற்பட்டிருப்பதை நீங்கள் அறியவில்லை. நான் தண்டகாரண்ய காட்டுக்குப் புறப்பட்டுக் கொண்டிருக்கிறேன். தர்பைகள் பரப்பப்பட்ட ஆசனத்தில் அமர வேண்டியவனாக நான் இருப்பது,

காலத்தின் பயன். மக்கள் சந்தடியில்லாத காட்டில் சுகங்களைத் துறந்து நீர், கிழங்கு, கனி இவைகளை மட்டும் உட்கொண்டு, பதினான்கு வருடங்களை நான் கழிக்கப் போகிறேன். தசரத மன்னர், பரதனுக்கு இளவரசு பட்டத்தை அளிக்க முடிவு செய்திருக்கிறார். தண்டகாரண்யத்தில் வாழுமாறு என்னை அனுப்புவதும் அவருடைய கட்டளையே.''

இந்தச் செய்தியைக் கேட்ட கௌஸல்யை வெட்டுண்ட மரக்கிளை போல, வானத்திலிருந்து தள்ளிவிடப்பட்ட ஒரு தேவதைபோல, தரையில் விழுந்தாள். அம்புக்கு இரையாகி வீழ்ந்துவிட்ட பெண் மான்போல், தரையில் கிடந்த தனது தாயாரை ராமர் கை கொடுத்துத் தூக்கினார். துக்கம் அனுபவிக்கக் கூடாத வளாகிய அந்த கௌஸல்யை ராமரைப் பார்த்து, லக்ஷ்மணனுக்கும் கேட்கும் வகையில் பேசத் தொடங்கினாள். ''ராமா! நீ எனக்குப் பிறக்காமல் இருந்திருந்தாலே நன்றாக இருந்திருக்கும். பிள்ளைப் பேறு இல்லாத மலடி என்ற குறை ஒன்றுதான் எனக்கு அப்போது ஏற்பட்டிருக்கும். அதை நான் தாங்கியிருப்பேன். ஆனால் இப்போது ஏற்படுகிற மன வேதனையை என்னால் தாங்க முடியவில்லை. கணவரின் செல்வாக்கினாலும், அந்தஸ்தினாலும் எந்த நன்மையையும் அடையாதவளாகிய நான், என்னுடைய மகனின் மேன்மையினால் பேரின்பம் அடைவேன் என்று எண்ணி காத்திருந்தேன். இப்பொழுது எனக்கு இளையவர்களான மன்னரின் மனைவிகளிடம் எனக்கு அவமரியாதை கிட்டப் போகிறது. நீ இருக்கும் பொழுதே இங்கே நான் அவமதிக்கப்பட்டவளாகத் தான் வாழ்ந்து கொண்டிருக்கிறேன். நீயும் இங்கிருந்து போய்விட்டால், அதன்பிறகு எனக்கு என்ன நடக்கும் என்பதைச் சொல்லவும் வேண்டுமா?

''கணவர் வெறுக்க, பெருமை ஒழிந்தவளாகக் காட்சியளிக்க, கைகேயியின் வேலைக்காரிகளுக்கு நிகராகவோ அல்லது அவர் களை விடத் தாழ்ந்தவளாகவோ நான் திகழப் போகிறேன். என்னிடத்தில் அன்பு வைத்திருப்பவர்கள், கைகேயியின் மகனை மனதில் நினைத்து அஞ்சி என்னிடம் நெருங்கவும் மாட்டார்கள். எந்த நேரத்திலுமே கோபத்தைக் காட்டிக் கொண்டே இருக்கும் குணமுடைய கைகேயியின் முகத்தை ஏறிட்டுப் பார்க்கும்

துரதிர்ஷ்டத்தை நான் எப்படி தாங்கிக் கொள்வேன்? வயது முதிர்ந்துவிட்ட நிலையில், என்னால் இந்த கஷ்டத்தைச் சகித்துக் கொள்ள முடியாது. விரதங்கள் இருந்து தெய்வத்தை வேண்டி உன்னை நான் வளர்த்தேன். அத்தனையும் இப்போது வீணாகப் போய்விட்டதே! முழு நிலவு போன்ற உன் முகத்தைப் பார்க்காமல் நான் எப்படி காலம் கழிப்பேன்? என்னை இன்னமும் எமன் கொண்டு போகாமல் இருக்கிறானே? எனக்கு மரணம் என்பதே கிடையாதா? எமலோகத்தில் கால் வைக்கவும் எனக்கு இடம் கிடையாதா? பெரும் துக்கத்தால் தாக்கப்பட்டு விட்ட என்னுடைய இருதயம் இன்னமும் பிளவுபடாமல் ஒரு சிலை போல் இருக்கிறதே? இன்னமும் பூமியில் முறிந்து விழுந்து விடாமல் இருக்கிற எனது உடல் இரும்பால் ஆனதோ? என்ன சொல்லி என்ன பயன்? போய்ச் சேருகிற காலம் வராமல் மரணம் கிடையாது. துயரில் சிக்கித் தவிக்கும் மனிதன், தான் விரும்பு கிற போது மரணமடையலாம் என்ற விதிமுறை இருந்தால், இப்பொழுதே நான் உயிரை விடுவேன். உன்னைவிட்டு நான் இங்கு இருப்பது என்பது முடியாது. கன்றைத் தொடர்ந்து செல்கிற பசு போல உன்னைப் பின் தொடர்ந்து நான் காட்டுக்கு வருவேன்.'' இவ்வாறு சொன்ன கௌஸல்யை துக்கம் தாங்க முடியாதவளாக, தாரை தாரையாகக் கண்ணீர் பெருக்கினாள்.

இந்தச் சோகக் காட்சியைப் பார்த்த லக்ஷ்மணனின் மனம் மிகவும் நொந்தது. ''மரியாதைக்குரிய தேவியே! ஒரு பெண்ணின் வார்த்தையை ஏற்று ராஜ்யத்தை உதறி காட்டுக்குப் போக ராமர் எடுத்திருக்கும் முடிவு, எனக்கும் ஏற்புடையது அல்ல'' என்று கூறிய லக்ஷ்மணன் மேலும் தொடர்ந்தான். ''தசரத மன்னருக்கு வயது முதிர்ந்து விட்டது. தடுமாறும் மனம் உடையவராக அவர் ஆகி விட்டார். பெண் ஆசைக்குப் பலியாகி விட்ட அவர், என்ன உத்திரவைத்தான் பிறப்பிக்க மாட்டார்? என்ன காரணத்தைக் கொண்டு, ராமர் காட்டுக்கு அனுப்பப்படுகிறார்? மனதாலும் பிறருக்குத் தீமை நினைக்காதவராயிற்றே ராமர்! ஆசைக்கு அடிமை யாகி, ஒரு பெண்ணால் ஆட்டி வைக்கப்படுகிற தசரத மன்னர், சுய சிந்தனை அற்றவராக, கூச்சத்தை விடுத்தவராக, தர்ம விரோதமாக நடக்கத் தொடங்கி விட்டமையால், அவர் என்னால் கொல்லப்

படத் தகுந்தவராகிறார். ராமர் இல்லாத இடத்திலும் கூட அவரைப் பற்றி எவனுமே அபவாதம் சொல்ல மாட்டானே? தர்மம் எது, அதர்மம் எது என்று அறிகின்ற தன்மையை இழந்துவிட்ட மன்னரின் கட்டளையை எவன் ஏற்பான்?''

இவ்வாறு கூறிய லக்ஷ்மணன், ராமரைப் பார்த்து மேலும் பேசினான். ''உடனே ஆட்சியை உங்கள் கையில் எடுத்துக் கொள்ளுங்கள். கையில் வில்லேந்தி உமக்கு அருகில் எமன்போல நான் நிற்பேன். எவன் நம்மை எதிர்க்கக் கூடும்? அயோத்தி மக்களே உங்களை எதிர்த்தால் கூட, இந்த நகரத்தை மக்கள் இல்லாத நகரமாகச் செய்து விடுவேன். பரதனுக்கு ஆதரவாக எவனாவது வந்தால், அவன் என் அம்புக்கு இரையாவான். கைகேயியிடம் ஆசை வைத்துவிட்ட நமது தந்தை அவளால் தூண்டப்பட்டு, எதிர்த்து வந்தால் அவரைச் சிறையில் அடைப்பேன்! ஏன்? கொன்று போடுவேன்! எது சரி, எது தவறு என்று பாகுபாடு செய்யும் தன்மையை இழந்து, தவறான பாதையில் சென்று அகங்காரம் பிடித்து எதிர்த்து வருபவன், ஆச்சார்யனாக இருந்தாலும், தந்தையாக இருந்தாலும் அவன் அடக்கப்படத் தக்கவனே என்பது சாத்திரத்தின் கட்டளை. உங்களுக்குக் கிடைக்க வேண்டிய ராஜ்யத்தை என்ன காரணத்தினால் கைகேயியின் மகனுக்குத் தந்து விட மன்னர் முடிவெடுத்தார்? இதற்கு அவருக்கு என்ன அதிகாரம் இருக்கிறது?''

இவ்வாறு ராமரிடம் பேசிய லக்ஷ்மணன் மீண்டும் கௌஸல்யையைப் பார்த்துச் சொன்னான். ''நான் கையில் ஏந்தும் வில்லின் மீது ஆணை! சத்தியம், தானம், தெய்வ பக்தி ஆகிய வற்றில் நான் அடைந்திருக்கும் தகுதியின் மீது ஆணை! என்னுடைய மூத்த அண்ணனாகிய இராமர் மீது நான் வைத்திருக்கும் பக்தி அசையாதது. புனிதவதியே! ராமர் காட்டுக்குப் போனாலும் சரி, கொழுந்துவிட்டு எரியும் நெருப்பில் இறங்கினாலும் சரி, அவருக்கு முன்பாக நான் அதில் இறங்கி இருப்பேன்! இருளை விலக்குகிற சூரியன் போல, உங்களுடைய துக்கத்தை என்னுடைய ஆயுத பலத்தினால் இப்போது நான் விலக்குகிறேன். என்னுடைய வீரத்தை தசரத மன்னர் பார்க்கட்டும்! ராமரும் பார்ப்பாராக! கைகேயியிடம் மனதை வைத்து, தனது வயோதிகத்தில் மீண்டும்

குழந்தைப் பருவத்தை அடைந்து, புத்தி பேதலித்துப் போய், அவமதிக்கத் தகுந்தவராகி விட்ட வயோதிகத் தந்தையை நான் கொல்வேன்!''

இப்படி லக்ஷ்மணன் பேசியதைக் கேட்ட கௌஸல்யை ராமரைப் பார்த்து, ''உன்னுடைய இளைய சகோதரன் பேசியதைக் கேட்டாய். என்ன செய்ய வேண்டும் என்ற முடிவை நீயே எடு. ஆனால் என்ன காரணம் கொண்டும், கைகேயியின் உத்தரவின்படி நீ காட்டுக்குப் போவதற்கு எந்த நியாயமும் கிடையாது. ராஜ்யத்தைத் துறந்து, இங்கேயே நீ விரதங்களை அனுஷ்டித்துக் கொண்டு வாழலாம். வீட்டிலேயே இருந்து விரதம் தவறாமல் தாயாருக்குப் பணிவிடை செய்ததால், பெரும் துறவிகளுக்குரிய தகுதியைக் காசியபர் அடைந்தார். தந்தைக்குப் பணிய வேண்டிய நீ, தாயாரைப் புறக்கணிக்க முடியாது. நீ காட்டுக்குப் போக அனுமதி அளிக்க நான் மறுக்கிறேன். நீ இருந்தால் நான் புல்லைத் தின்று கூட வாழ்வேன். நீ அருகில் இல்லாவிட்டால், எனக்கு வாழ்வில்லை. என்னைத் துக்கத்தில் ஆழ்த்திவிட்டு, நீ காடு சென்று விட்டால், நான் பட்டினி கிடந்து சாவேன். அப்படி நேர்ந்தால் உனக்கு மாபெரும் பாவம் வந்து சேரும்'' என்று சொன்னாள்.

பெரும் துன்பத்திற்கு ஆளாகிவிட்ட தாயாரைப் பார்த்து, நெறி முறை தவறாதவராகிய ராமர், உயர்ந்த தர்மத்திற்கு உகந்த வார்த்தை களைப் பேசத் தொடங்கினார். ''தந்தையின் வார்த்தையை மீறுகிற துணிவு எனக்கில்லை. ஆகையால் வனம் செல்ல உங்கள் ஒப்புதலையும் நான் வேண்டுகிறேன். பசுவைக் கொல்வது பெரும் பாவம் என்பதை அறிந்தும் தந்தை செய்யச் சொன்னார் என்பதற் காக, 'கண்டு' என்ற முனிவர் பசுவைக் கொன்றார். நமது குலத்திலேயே கூட ஸகர மன்னனின் மகன்கள் தந்தை சொன்ன தால், பூமியையே தோண்டினார்கள். தந்தை ஜமதக்னி ரிஷியின் வார்த்தைக்குப் பணிந்து, பரசுராமர் தன் தாயாரின் தலையைக் கோடரி கொண்டு வெட்டினார். இவர்களும் வேறு சில புனிதர் களும் எப்படித் தயக்கம் இல்லாமல் தந்தையின் கட்டளையை நிறைவேற்றினார்களோ, அதேபோல நானும் செய்வேன். எனக்கு முன்பு பலர் செய்ததைத்தான் நான் செய்கிறேன். நீங்கள் ஏற்க முடியாத வழிமுறையை நான் புகுத்தவில்லை. பெரியவர்கள்

காட்டிய வழியில் செல்கிறேன். அவ்வளவுதான். ஆகையால் நான் செய்யத்தக்கதை செய்பவன் ஆகிறேன். தந்தையின் கட்டளையை நிறைவேற்றுவதால், ஒருவனுக்கு நல்லதே நடக்கும்.''

(துளஸிதாஸரின் ராமாயணத்தில் கௌஸைல்யை, ராமரின் வனவாச செய்தி அறிந்து பெரும் துயருற்றாலும், காட்டுக்குப் போவதிலிருந்து ராமரைத் தடுப்பது தவறு என்றும் நினைக்கிறாள். ஆகையால் காட்டுக்குச் செல்ல அனுமதி கொடுத்தே, ராமரிடம் பேசத் தொடங்குகிறாள். இடையிடையே தனது மன வருத்தத்தைக் காட்டினாலும் வால்மீகி ராமாயணத்தில் வருவது போல, கௌஸல்யை மனம் துடிதுடித்துப் பேசவில்லை.

கம்ப ராமாயணத்தில் கிட்டத்தட்ட வால்மீகி ராமாயணத்தில் காண்கிற கௌஸல்யையைத்தான் பார்க்கிறோம். லக்ஷ்மணனோ கைகேயி கூறும்போது, வனவாச செய்தியைக் கேட்டுக் கொள்ள அங்கு இல்லை. பிறகு செய்தியைக் கேட்கிறான். கைகேயி வரம் கேட்டு பரதனுக்கு ராஜ்யத்தைப் பெற்றதோடு மட்டுமல்லாமல், ராமன் காட்டுக்குச் செல்லுமாறு பணித்து விட்டாள் என்ற செய்தியை –'இளையவனாகிய லக்ஷ்மணன் கேள்விப்பட்டான். யாரோ ஒருவரால் மூட்டி உண்டாக்கப்படாமல், காலத்தின் இறுதியில் உண்டாகும் பெரும் நெருப்பு என்று கூறும்படியாகக் கோபம் மூண்டு எழுந்தான்.'

**'கேட்டான் இளையோன்;
........யாவராலும்
மூட்டாத காலக்
கடைத் தீ என மூண்டு எழுந்தான்.'**

'கண் முனையிலிருந்து நெருப்புப் பொறி பறக்க, நெற்றியின் மேல் புருவம் ஏறிக் கொள்ள, வானத்தில் ஒளி வீசும் சூரியனின் ஒளி அவனிடம் தோன்ற, உடம்பு முழுவதும் வியர்வைத் துளிகள் பரவ, உடம்பின் உள்ளிருந்து பெருமூச்சு வெளியே தோன்ற, சீறி நின்ற அவன், தனது முந்தைய வடிவத்தை ஒத்தவனானான்' – முந்தைய வடிவம் என்று இங்கே கம்பரால் கூறப்படுவது ஆதிசேஷனின் வடிவம். கம்ப ராமாயணத்தைப் பொறுத்த வரையில், ஆதிசேஷன் தான் லக்ஷ்மணனாக அவதரித்தான் என்பது இங்கே நினைவில்

வைக்கத்தக்கது. அந்த ஆயிரம் தலை பாம்பின் உருவம் லக்ஷ்மணனின் கோபத்தில் தெரிந்தது என்று கம்பர் வர்ணிக்கிறார்.

> கண்ணில் கடைத் தீ உக,
> நெற்றியில் கற்றை நாற,
> விண்ணில் சுடரும் சுடர் தோன்ற,
> மெய்ந்நீர் விரிப்ப
> உள் நிற்கும் உயிர்ப்பு எனும்
> ஊதை பிறக்க, நின்ற
> அண்ணல் பெரியோன் தனது
> ஆதியின் மூர்த்தி ஒத்தான்.'

'தேவர் உலகத்தைச் சார்ந்தவர்கள், மண் உலகத்தைச் சார்ந்தவர்கள், கல்வி அறிவாளர்கள், நாகர்கள் எனப்படுகிற நாடுகளில் இருப்பவர்கள் எல்லோரும் அப்படியே கிடக்கட்டும். அவர்கள் என்ன? மூன்று பேராக நின்று உலகத்தைக் காக்கின்ற விஷ்ணுவும், படைக்கின்ற பிரம்மாவும், அழிக்கின்ற ருத்ரனும் எதிர்த்து வந்தாலும் இனி இவ்வுலகத்தில் பெண்ணின் எண்ணத்திற்கு உடன்பட மாட்டேன்' என்றும் லக்ஷ்மணன் கூறுகிறான்.

> விண் நாட்டவர், மன்னவர்,
> விஞ்சையர், நாகர், மற்றும்
> எண் நாட்டவர், யாவரும்
> நிற்க; ஓர் மூவர் ஆகி,
> மண் நாட்டுநர், காட்டுநர்,
> வீட்டுநர், வந்த போதும்,
> பெண் நாட்டம் ஒட்டேன், இனிப்
> பேர் உலகத்துள்' என்னா.

இப்படி லக்ஷ்மணனின் கோபத்தை கம்பர் வர்ணிக்கும் போது, அவருடைய வார்த்தைகளிலேயே கோபம் கொப்பளிக்கிறது.)

கௌஸல்யையிடம் பேசி விட்டு ராமர், லக்ஷ்மணனை நோக்கிப் பேசத் தொடங்கினார்.

2. அயோத்தியா காண்டம்

அத்தியாயம் - 12

லக்ஷ்மணனின் சீற்றம்!

தந்தை சொல்லுக்குக் கட்டுப்பட்டு நடப்பதைக் காட்டிலும், சிறந்த தர்மம் வேறு எதுவும் இல்லை என்று கௌஸல்யைக்கும், லக்ஷ்மணனுக்கும், ராமர் கூறுவது; ராமரைப் பிரிந்து வாழ என்னால் முடியாது என்று கௌஸல்யை மீண்டும் சொல்வது; தர்மத்தை மீறி நடக்கிற தந்தையின் கட்டளையை ராமர் ஏற்க நினைப்பது தனக்கு வெறுப்பைத் தருவதாக லக்ஷ்மணன் சொல்வது...

"மற்றவர்களுக்குக் கிட்ட முடியாத பராக்கிரமம் உடையவனே!'' என்று கூறி லக்ஷ்மணனைப் பார்த்து ராமர் பேசத் தொடங்கினார். வில்லாளிகள் அனைவருக்கும் தலைமை தாங்கக் கூடிய திறன் பெற்றவரும், தர்ம விதிகளையெல்லாம் முழுமையாக அறிந்தவருமான அந்த உத்தமர், மேலும் சொன்னார். ''லக்ஷ்மணா! சொன்னபடியே ஒரு காரியத்தைச் செய்து முடிக்கிற திறமை உனக்குப் பிறவிக் குணமாகவே அமைந்திருக்கிறது. என்னிடத்தில் நீ வைத்திருக்கும் ஈடு இணையற்ற விசுவாசத்தை நான் அறிவேன். உலகப் புகழ் பெற்றவனே! சத்தியம், தர்மத்தின் பாதை ஆகியவற்றின் சூட்சுமத்தைப் பற்றிய மயக்கம் என் தாயாருக்கு ஏற்பட்டிருக்கிறது. ஆகையால் அவருடைய மனத் துயரம் மிகவும் அதிகமாக இருக்கிறது. அறம், பொருள், இன்பம், வீடு – என்கிற

நான்கு தர்மங்களுக்குமே ஆதாரமானது அறம்தான். சொன்ன சொல் தவறாமல் இருப்பது என்பதோ, அறங்களில் எல்லாம் மிகச் சிறந்த அறம் எனக் கொண்டாடப்படுகிறது. தந்தை, தாய், ஆச்சார்யன் – ஆகியவர்களின் வார்த்தையை நிறைவேற்றுவதாகச் சொல்லி விட்டு, பிறகு அந்த வார்த்தையைப் பொய் ஆக்குவது என்பது கூடாது. நமது தந்தையின் சொல்படிதான் அன்னை கைகேயி எனக்குக் கட்டளையிட்டார். அந்த வார்த்தையை மீறக் கூடாது. உன்னிடத்தில் உள்ள வீரத்தைப் பெரிதாகக் காட்டிக்கொண்டு பேசுவது என்பது தர்மத்திற்கு ஒவ்வாத காரியம். அந்த அணுகுமுறையை விட்டொழி. தர்மமே எல்லாம் என்பதை மனதில் நிறுத்தி செயல்படு. கொடுமையைக் காட்டுவதாகப் பேசாதே.''

இப்படிக் கூறிய ராமர், தனது தாயார் கௌஸல்யையை நோக்கி மீண்டும் பேசினார். ''காட்டுக்குப் போக இருக்கிற எனக்கு, நீங்கள் அமைதியான மனதுடன் விடை கொடுக்க வேண்டும். என் உயிரின் மீது ஆணையிட்டு உங்கள் முன் இந்த வேண்டுதலை நான் வைக்கிறேன். எனக்கு நன்மை உண்டாகுமாறு ஆசீர்வதியுங்கள். தந்தையின் வார்த்தையை நிறைவேற்றிவிட்டு, நான் வனத்தி லிருந்து மீண்டும் உங்களிடம் வந்து சேர்வேன். உங்கள் துயரம் என்பது இத்துடன் விடப்படட்டும். நீங்கள், அன்னை ஸுமித்திரா தேவியார், நான், லக்ஷ்மணன், ஸீதை எல்லோருமே – தந்தைக்குச் செய்ய வேண்டிய கடமையில் தவறிவிடக் கூடாது. துயரத்தை முற்றிலுமாக விடுத்து, கவலையை ஒழித்து, காட்டிலே வாசம் செய்து தந்தையின் வார்த்தையை நான் நிலைநாட்டப் போகிறேன் என்ற மகிழ்ச்சியுடன் என்னை வாழ்த்துங்கள்.''

இப்படிக் கூறிய ராமரைப் பார்த்து கௌஸல்யை, ''மகனே! நீ எவ்வளவு சொன்னாலும் என்னைப் பரிதவிக்க விட்டு நீ வனம் செல்வதை என்னால் ஏற்க முடியவில்லை. உன் அருகிலேயே இருப்பதுதான் என்னுடைய மிகப்பெரிய இன்பம். உன்னைப் பிரிந்து நான் உயிர் வாழ்வதில் ஒரு பயனும் இல்லை'' என்று பெரும் துயரத்துடன் கூறினாள்.

அயோத்தியா காண்டம்

தாயார் இப்படிச் சொன்னதை ராமர் பணிவோடு கேட்டுக் கொண்டு இருந்துவிட்டு, லக்ஷ்மணனைப் பார்த்து மீண்டும் பேசினார். "சரியான அணுகுமுறை எது என்று அறிய முடியாமல் தவிக்கும் என் தாயாரோடு சேர்ந்து நீயும் என்னை வருத்திவிடாதே. பொருளைத் தேடுவதிலோ, இன்பத்தை அடைவதிலோ முழுமை யான நாட்டம் கொண்ட மனிதன் உலகத்தோரால் இகழப் படுகிறான்; ஆனால் அறத்தையே குறிக்கோளாக வைத்து நடப்பவன் எல்லோராலும் போற்றப்படுகிறான். நம் இரு வருக்காயினும் சரி, எனது தாயாருக்காயினும் சரி, கட்டளை இடும் அதிகாரம் உடையவர் தசரத மன்னர். அவருடைய கட்டளை எதுவாயினும் அதை ஏற்று நடக்க வேண்டியவர்கள் நாம். அற்பப் பொருளாகிய இந்த ராஜ்யத்தையே பெரிது என்று எண்ணி, தர்மத்தைக் கைவிட நான் துணியமாட்டேன். கோபத்தை விடு. மன சஞ்சலத்தை வென்று விடு. மனத்திருப்தியை எய்து. என்னுடைய பட்டாபிஷேகம் என்பது பற்றிய நினைவை அகற்றிவிடு!

"நீ எப்படி நடந்து கொண்டால், நமது தாயார்களில் ஒருவராகிய கைகேயியின் மனம் திருப்தியுறுமோ அவ்வாறு நடந்து கொள். தன்னுடைய ஆசை நிறைவேறுமோ, நிறைவேறாதோ என்ற மனக்கவலை அவருக்கு இருக்கிறது. இன்னம் ஒரு நிமிடமும் அந்தக் கவலை அவரிடம் தங்கி இருக்கக் கூடாது. அந்தக் காட்சியைக் காண நான் சகிக்க மாட்டேன். உண்மையிலிருந்து தவறாதவரும், சொன்ன சொல்லைக் காப்பாற்றுகிறவரும், யாராலும் தடுக்க முடியாத வீரம் உடையவருமான நமது தந்தையின் சொல் நிறைவேறியே ஆக வேண்டும். தசரத மன்னர் சொல் தவறினார் என்ற பெயர் வந்தால், அவருக்கும் மன வருத்தம் ஏற்படும். அவருடைய மனவருத்தமே என்னைச் சுட்டு எரித்து விடும். மரவுரி உடுத்தி, மான் தோலை அணிந்து, சடைமுடி ஏற்று நான் காட்டுக்குப் போனால்தான், கைகேயியின் மனம் குளிரும். அப்பொழுதுதான் அவருக்கு நிம்மதி பிறக்கும். அந்த நிலையை அவருக்கு ஏற்படுத்த நான் கடமைப்பட்டுள்ளேன். இதில் காலதாமதம் கூடாது. உடனடியாக நான் காட்டுக்குப் பயணமாவேன்.

"பட்டாபிஷேகம் நடக்கப் போகிறது என்ற நிலையாகட்டும் - ராஜ்யபாரம் என்னிடமிருந்து விடுபட்டு பரதனுக்குப் போகிறது என்கிற நிலையாகட்டும் - எதுவுமே சென்ற ஜென்மத்தில் செய்யப்பட்ட காரியங்களின் பலன்தான். எனக்கு இடர் விளைவிக்க வேண்டும் என்ற எண்ணம் கைகேயிக்குத் தோன்றுவானேன்? இது தெய்வத்தின் செயல் அன்றி வேறு என்ன? பரதனுக்கும், எனக்கும் இடையே எந்த வித்தியாசமும் பாராதவரல்லவோ கைகேயி தேவியார்? அப்படிப்பட்டவர் பட்டாபிஷேகத்தை நிறுத்துகிறார் என்றால், அது தெய்வத்தின் செயல் அன்றிவேறில்லை. இயற்கையிலேயே நல்ல குணம் படைத்த கைகேயி தேவியார் மூர்க்கத்தனமான ஒரு பெண்போல் பேசினார் என்றால், அது தெய்வச் செயல் அன்றி வேறு என்ன? எந்த ஒரு செயலுக்குக் காரண காரியங்களை நம்மால் அறிந்து சொல்ல முடியவில்லையோ, அந்தச் செயல்தான் தெய்வச் செயல் எனப்படுவது. இதுதான் காரணம் - என்று மனதில் ஒரு சமாதானம் ஏற்படுத்திக் கொள்வதற்கு வழியே இல்லாத வகையில் ஒரு காரியம் நடக்கும் என்றால், அதுதான் தெய்வச் செயல். அதை எதிர்த்துப் போர் செய்யும் வல்லமை உடைய மனிதன் எவனும் இல்லை. எந்த ஒரு இன்பத்திற்கோ, துன்பத்திற்கோ, வியாதிக்கோ, கோபத்திற்கோ - ஏற்கக் கூடிய ஒரு காரணத்தைக் கூற முடியாமல் இருந்தால், அது ஈச்வரனின் செயல். இந்திரியங்களையெல்லாம் அடக்கிக் கடும் தவம் செய்யும் முனிவர்கள் கூட, விதி வசத்தால் தாக்கப்பட்டால், தங்கள் நியமங்களையெல்லாம் இழந்து ஆசைக்கும், கோபத்துக்கும் அடிமைப்பட்டுத் தவப் பயனை இழந்து விடுகிறார்கள். இப்படி ஆரம்பிக்கப்பட்ட ஒரு காரியம் தடைப்பட்டு நேர் மாறாக, முடிகிற போது, அது தெய்வச் செயல் அன்றி வேறில்லை. பட்டாபிஷேகம் நிறுத்தப்பட்ட செய்தியை நான் இப்படித்தான் பார்க்கிறேன். இது சாத்திர அறிவின் சாராம்சம். இந்தக் கோணத்தில் இந்த நிகழ்ச்சியை நான் பார்ப்பதால், என் மனதில் இது பற்றி, ஒரு சஞ்சலமும் இல்லை. நீயும் மனசஞ்சலத்திற்கு இடம் கொடுக்காமல், பட்டாபிஷேக நினைப்பை மனதில் இருந்து அகற்றுவாயாக!

"எனது பட்டாபிஷேகத்திற்காகக் கொண்டு வரப்பட்டிருக்கும் உபகரணங்களைக் கொண்டே, என்னுடைய துறவி வாழ்க்கை

அயோத்தியா காண்டம்

ஆரம்பித்து வைக்கப்படட்டும். லக்ஷ்மணா! நாட்டை ஆளும் மன்னனின் வாழ்க்கை - காட்டில் வாழும் துறவியின் வாழ்க்கை - இவ்விரண்டில் துறவியின் வாழ்க்கையே மேம்பட்டது.'' இவ்வாறு கூறிய ராமர் முடிவாக லக்ஷ்மணனைப் பார்த்து, ''லக்ஷ்மணா! பட்டாபிஷேகம் தடைப்பட்டதற்குக் கைகேயி தேவியார் எந்த விதத்திலும் காரணமாகமாட்டார். அது தெய்வத்தின் செயல் என்பதை அறிவாயாக!'' என்று கூறினார்.

ராமர் பேசுவதைத் தலை குனிந்த வண்ணம் பேசாமல் கேட்டுக் கொண்டிருந்த லக்ஷ்மணன், புற்றுக்குள் இருந்து பெரியதொரு பாம்பு சீறுவது போல் சீறினான். அவனுடைய புருவம் நெற்றியில் ஏறியது. கோபம் கொண்ட சிங்கம்போல் அவன் தோற்றமளித்தான். மதம்பிடித்த யானையை ஒத்த தோற்றத்தை அடைந்துவிட்ட அவன், ராமரைப் பார்த்து, ''இந்த நேரத்தில் தர்மத்தைப் பற்றிய பேருரையும், உலகோரின் பழிச்சொல் பற்றிய கவலையும், தகுதியற்றவர்கள் தங்கள் காரியத்தை நிறைவேற்றிக் கொள்ள வழி செய்துவிடும். க்ஷத்திரிய தர்மத்தைக் கடைப்பிடித்து செயல்படு பவர்களில் சிறந்தவரே! மனோதிடத்தை என்றுமே கைவிடாத நீங்கள், இன்று தெய்வச் செயல் பற்றி இப்படி விளக்கம் அளிப்பது எனக்கு விந்தையாக இருக்கிறது. இப்பொழுது நேரிட்டிருக்கும் தொல்லை, தெய்வச் செயலாகவே இருப்பினும்கூட அது சக்தி யற்றது. இது பேராசையால் விளைந்துள்ளது. இதில் குற்ற வாளிகளாக உள்ள இருவர், தர்மத்தின் பாதையிலிருந்து மாறி விட்டார்கள் என்று கூட ஏன் நீங்கள் நினைக்க மறுக்கிறீர்கள்? தர்மம் தவறாதவரே! அறத்தின் வழியே நின்று செயல்படுபவர்கள் போல, நடிப்பவர்கள் இவ்வுலகில் உள்ளார்கள். வேண்டு மென்றே திட்டமிட்டுத்தான் அவ்விருவரும் உங்களுக்கு வஞ்சகம் செய்யத் துணிந்துவிட்டார்கள் - என்ற உண்மை உங்களுக்குப் புலப்படாமல் போவது ஏன்? இப்படி அவர்கள் இருவரிடையே ஒரு வஞ்சக ஒப்பந்தம் இல்லையென்றால், எப்போதோ கொடுக் கப்பட்டதாகக் கூறப்படுகிற இரண்டு வரங்கள், இத்தனை நாள் கொடுக்கப்படாமலேயே இருப்பது ஏன்? உண்மையிலேயே அப்படி இரண்டு வரங்கள் இருந்திருந்தால், என்றோ அவை அளிக்கப்பட்டிருக்காதா? இன்றைய தினத்திற்காக அந்த வரங்கள்

அப்படியே வைக்கப்பட்டிருந்தனவா? உங்களைத் தவிர, வேறு ஒருவனுக்குப் பட்டாபிஷேகம் நடப்பது என்பது மக்கள் வெறுக்கக் கூடியது. என்னால் ஏற்கப்பட முடியாதது.

''உத்தமரே! தந்தை சொல்லைக் காப்பாற்றுவது என்ற பெயரில் நீங்கள் இப்பொழுது ஏற்றுக் கொண்டிருக்கும் அணுகுமுறை, எனக்கு வெறுப்பைத் தருகிறது. கைகேயி அன்னையார் சொன்ன படி ஆடிக் கொண்டிருக்கும் நமது தந்தை, தர்மத்திற்கு விரோத மாகச் செய்ய முனைந்திருக்கிற இந்தக் காரியத்தை, உங்கள் முயற்சியினாலேயே தடுத்துவிடும் திறமை படைத்த நீங்கள், அதை நிறைவேற்றிவிடத் துடிப்பது ஏன்? உங்களுடைய இந்த தர்மம் உலகின் ஏளனத்திற்குரியது. காரணம் சொல்ல முடியாமல் ஒரு காரியம் நடக்கும் பொழுது, அது தெய்வச் செயல் என்று கூறுகிறீர்கள். அந்த தெய்வச் செயலின் சக்தியையும், அதை எதிர்த்து நிற்கும் ஒரு மனிதனுடைய சக்தியையும் இப்பொழுது மக்கள் நன்றாகவே பார்த்துக் கொள்ளட்டும். பட்டாபிஷேகம் நிறுத்தப் பட்டது தெய்வச் செயல் என்றால், அந்தத் தெய்வச் செயல் என்னுடைய மனித முயற்சியினால் வெல்லப்பட்டது என்பதை மக்கள் இப்பொழுது பார்த்து மகிழட்டும். மதயானையை மனிதன் தன்னுடைய அங்குசத்தினால் அடக்கி விடுவது போல, என்னுடைய முயற்சியால் இந்தப் பட்டாபிஷேகத் தடங்கலை நான் விலக்குகிறேன். உங்களுடைய பட்டாபிஷேகம் நடக்க வேண்டாம் என்று மூவுலக மக்களில் ஒருவனும் சொல்ல மாட்டான். அஷ்டதிக் பாலர்கள் கூறமாட்டார்கள். அப்படியிருக்க, அது வேண்டாம் என்று நீங்கள் இப்பொழுது சொல்வது என்ன? ரகசியமாகத் திட்டமிட்டு உங்களுக்கு வனவாசத்தை விதித்தவர்கள்தான், பதினான்கு வருடம் காட்டுக்கு அனுப்பப்பட வேண்டியவர்கள். உங்களுடைய பட்டாபிஷேகத்தை நிறுத்தித் தனது மகனுக்கு முடி சூட்ட வேண்டும் என்ற கைகேயி கொண்டுள்ள ஆசையையும், அதற்கு ஒப்புதல் தந்த நமது தந்தையின் விருப்பத்தையும் இப்பொழுதே நான் ஒட்ட நறுக்குகிறேன். அனைவரிலும் மேம்பட்டவரே! சலிப்பு என்பதை அடையாமல் இப்பொழுது நான் காட்டப்போகிற கொடுமை, தெய்வச் செயலின் கொடுமையைக் காட்டிலும் பன்மடங்கு மேலானது.

''நீங்கள் காட்டுக்குச் செல்லலாம் – பல்லாயிரம் ஆண்டுகள் ராஜ்ய பாரத்தை நிர்வகித்து நடத்தி விட்டு, அதன் பிறகு உங்களுக்குப் பின் நீங்கள் பெற்றெடுக்கக்கூடிய மகன்களே, இந்த ராஜ்யத்திற்கு உரியவர்களாவார்கள். எதையும் சாதிக்க வல்லவரே, பரிசுத்தம் உடையவரே! ராஜ்யத்தை ஏற்றுக் கொள்ளுங்கள்! பட்டா பிஷேகம் நடக்கட்டும்! எதிர்த்து வருபவர்களை விரட்டி அடிக்க நான் ஒருவன் போதும். எனக்கு இரண்டு கைகள் இருப்பது அழகுக் காக அல்ல; என் கையில் வில் இருப்பது ஒரு ஆபரணமாக அல்ல; என் இடையிலே வாள் தொங்குவது ஒரு தோற்றத்திற்காக அல்ல; என்னுடைய அம்பறாத்தூனியில் இருக்கும் பாணங்கள் கைத்தடிகள் அல்ல! பகைவர்களை அழிப்பதற்காகவே இவையெல்லாம் என்னிடம் இருக்கின்றன. உங்களை எதிர்ப்பவன் தேவேந்திரனே யானாலும், அவனை உயிருடன் தப்பித்துச் செல்ல நான் அனுமதிக்கமாட்டேன். என்னுடைய வாளினால் வெட்டுண்டு, சிதறிக் கிடக்கும் யானைகள், குதிரைகள், போர் வீரர்கள், அவர் களுடைய கைகள், தலைகள், கால்கள், இவற்றால் கடப்பதற்குக் கூட இடமில்லாத வகையில் இந்த பூமி நிரப்பப்படப் போகிறது. ஐயனே! தசரத சக்கரவர்த்தியைப் பதவியில் இருந்து விலக்கி, உங்களிடம் ராஜ்யத்தை ஒப்படைக்கும் காரியத்தை நான் செய்து முடிக்கும்போது, என்னுடைய போர்த் திறன் பற்றி உலகமே வியந்து பாராட்டப் போகிறது. சந்தனம் பூசிக் கொள்வதற்கும், தோள் வலைகளை அணிந்து கொள்வதற்கும், தானம் கொடுப் பதற்குமே சில காலமாகப் பயன்பட்டு வந்து விட்ட என்னுடைய கைகள், இப்பொழுது உங்களுடைய பட்டாபிஷேகத்தை நிறுத்து பவர்களைப் பூண்டோடு அழிக்கப் பயன்படப் போகின்றன. உங்கள் கட்டளைக்காகத்தான் காத்திருக்கிறேன். தயவு செய்து கட்டளையிட்டு, எனக்கு அருள் புரியுங்கள்.''

இவ்வாறு பேசி முடித்த லக்ஷ்மணனின் கண்களில் கண்ணீர் தாரை தாரையாக வடிந்தது. ராமர் அவனுடைய கண்ணீரைத் துடைத்து, அவனைத் தேற்றி, ''புண்ணியங்கள் பல செய்தவனே! லக்ஷ்மணா! தந்தையின் சொல்லை நிறைவேற்றுவது என்பதில் எல்லா தர்மங்களும் அடங்கி இருக்கிறது என்ற நம்பிக்கை கொண்டவனாக, என்னை முழுமையாக நீ அறிந்து கொள்ள வேண்டும்'' என்று அமைதியுடனும் உறுதியுடனும் கூறினார்.

2. அயோத்தியா காண்டம்

அத்தியாயம் - 13

கௌஸல்யையின் வாழ்த்துக்கள்

பெண்களின் கடமை பற்றி ராமர் கௌஸல்யைக்கு எடுத்துச் சொல்வது; தந்தையின் கட்டளையை நிறை வேற்ற வேண்டிய அவசியத்தை அவர் வலியுறுத்துவது; கௌஸல்யை ராமருக்குக் கூறுகிற வாழ்த்துரைகள்; தனது மாளிகையை அடைந்த ராமர், பட்டாபிஷேகம் நிறுத்தப்பட்ட செய்தியை ஸீதைக்கு தெரிவிப்பது; தான் காட்டுக்குச் செல்ல விரும்புவதாகக் கூறும் ராமருக்கு, ஸீதை கூறத் தொடங்கிய பதில்...

தனது நிலையைப் பற்றி லக்ஷ்மணனுக்கு விளக்கிய ராமர், மிகவும் நொந்து போயிருந்த தனது தாயாரைப் பார்த்து ''கைகேயி தேவியால் மனக் கஷ்டத்திற்குள்ளாகி இருக்கிற மன்னர் உங்களாலும் கைவிடப்பட்டால், உயிர் வாழ மாட்டார்'' என்று கூறி விட்டு, மேலும் தொடர்ந்தார். ''கணவனை விட்டுப் பிரிந்து செல்வது என்பது ஒரு பெண் செய்யக் கூடிய மிகப் பெரிய பாதகம். மிகவும் நிந்திக்கப்படுகிற அந்தக் காரியத்தை நீங்கள் மனதாலும் நினைக்கக் கூடாது. என்னுடைய தந்தை தசரத மன்னர் உயிருடன் இருக்கிற வரையில், அவருக்குப் பணிவிடை செய்வது உங்கள் கடமை. அதுதான் உயர்ந்த தர்மம். திருமணமான ஒரு பெண்ணுக்கு அவளுடைய கணவன்தான் எஜமானன், தெய்வமும் கூட. மேன்மை பொருந்திய குணங்கள் கொண்டவளாகவும், தெய்வ பக்தி நிறைந்தவளாகவும், உபவாசம் முதலிய விதிகளைக்

கடைப்பிடிப்பவளாகவும் இருக்கிற ஒரு பெண்மணி, தன்னுடைய கணவனுக்குப் பணிவிடை செய்து வாழவில்லையென்றால், அவள் மிகப் பெரிய பாவியாகக் கருதப்படுகிறாள். தெய்வ பக்தி இல்லாத பெண்கூட, கணவனுக்கு உண்மையாகப் பணிவிடை செய்தால் நல்ல உலகங்களை அடைகிறாள். ஆகையால், கணவனின் மனத்திற்கு இசைந்த வகையில் நடந்து கொள்வதும், அவனுக்கு மனதாறப் பணிவிடை செய்து வாழ்வதும், ஒரு பெண்ணுக்கு மாறாத கடமைகளாகும்.

''தந்தை தசரத மன்னரின் கட்டளையை ஏற்று நடப்பது, நம் அனைவரது கடமையாகும். அவர்தான் நமக்கு அரசர்; அவரே நம்மைக் காப்பாற்றுபவர்; அவரே பெரியவர்; அவரே பூஜைக்குரியவர்; அவரே நமது எஜமானன். எந்த வகையிலும் அவர் கட்டளை மீறத்தக்கதல்ல. பரதனோ, எல்லோரிடமும் அன்பாக நடந்து கொள்பவன்; தர்மத்தின் பாதையிலிருந்து தவறாதவன். அவன் உங்களை நன்றாகக் கவனித்துக் கொள்வான். என்னை விட்டுப் பிரிந்த துயரம், என் தந்தையை வாட்டாத வகையில் அவருக்குப் பணிவிடை செய்யுங்கள். பதினான்கு வருடம் முடிந்தவுடன், நான் காட்டிலிருந்து திரும்பி விடுவேன். அதுவரை பொறுமை காத்து வாழுங்கள்.''

இப்படி ராமர் கூறியவுடன் கௌஸல்யை, தனது துக்கத்தை அடக்கிக் கொண்டு பேசினாள். ''உனது தீர்மானத்தை என்னால் மாற்ற முடியாது. விதியை வெல்வது என்பது இயலாது. ஆகையால், மகனே! நீ கொண்ட மன உறுதியுடனேயே சென்று வா! உனக்கு எல்லா நேரங்களிலும் நன்மையே நடக்கட்டும்! நீ மீண்டும் அயோத்திக்குத் திரும்பிய பிறகுதான் என்னால் உண்மையான உறக்கம் கொள்ள முடியும். என் வார்த்தைகளையும் மீறி, காடு செல்ல நீ தீர்மானித்து விட்டது, யாராலும் புரிந்து கொள்ள முடியாத விதியின் செயலே. பெருந்தோள் உடையவனே, சென்று வா! நீ வனத்திலிருந்து திரும்பி வரும் அந்த நேரம், இப்போதே வந்து விடாதா என்று என் மனம் ஏங்குகிறது.''

இப்படி ராமரிடம் கூறிவிட்டு, அவருடைய நன்மைக்காக தெய்வங்களை நினைத்து கௌஸல்யை துதித்தாள். பின்னர்

ராமருக்கு வாழ்த்துரைகளைச் சொன்னாள். ''பெரியோர்கள் காட்டிய வழியில் நடந்து, திரும்பி வா! ரகு குல திலகமே! தர்மத்தை காப்பாற்றுகிறவர்கள், தர்மத்தினால் காப்பாற்றப் படுகிறார்கள். அந்த தர்மம் உன்னை நான்கு திசைகளிலும் காத்து நிற்கட்டும். உன்னால் வணங்கப்படுகிற மக்கள், ரிஷிகளுடன் கூடி நின்று உன்னைக் காப்பார்களாக! கல்வியில் சிறந்த விச்வாமித்திர ரால் உனக்கு அளிக்கப்பட்ட அஸ்திரங்கள் உன்னைக் காக்குமாக! உனது தந்தைக்கும், உனது தாயார்களுக்கும் நீ செய்த பணி விடைகளும், உன்னுடைய உண்மை தவறாத நடத்தையும், யாகப் பொருட்களும் உன்னைக் காத்து நிற்கட்டும். மலைகள், மரங்கள், புதர்கள், நீர் நிலைகள், பறவைகள், காட்டு மிருகங்கள், எல்லாமே உன்னைக் காத்து நிற்கட்டும்.''

கௌஸல்யையின் வாழ்த்துரை தொடர்ந்தது. ''விஸ்வ தேவர் களும், மருத்துக்களும், மஹரிஷிகளும் உனக்கு நன்மையைக் கொடுக்கட்டும். பூஷா, பகன், அரியமன்–ஆகிய தேவர்கள் உனக்கு நன்மை புரியட்டும். இந்திரன் முதலான அனைத்து தேவர்களும், பருவங்களும், வருடங்களும், மாதங்களும், இரவுகளும், பகல் களும், நல்ல நேரங்களும் எக்காலத்திலும் உனக்கு நன்மை புரிந்து நிற்கட்டும். மகனே! சஞ்சலமடையாத உனது மனமும், நீ கற்ற தர்ம நூல்களும் உன்னை விட்டு ஒரு பொழுதும் விலகாது நின்று காக்கட்டும். முருகனும், பிரகஸ்பதியும், இந்திரனும், சந்திரனும், சப்தரிஷிகளும், நாரதரும் உன்னைச் சுற்றி நின்று காக்கட்டும். எட்டு திசைகளுக்கும் அதிபதிகள் காட்டில் உன்னுடன் இருந்து உன்னைக் காக்கட்டும். மலைகளும், கடல்களும், சமுத்திர ராஜனும், வருணனும், சொர்க்கலோகமும், பூலோகமும் அவற்றுக்கிடையே இருக்கும் உலகமும் எல்லா படைப்புகளும், சூரியனும், கிரஹங் களும், இந்த கிரஹங்களுக்கு அதிபதிகளும், இரவு பகல் ஆகிய வற்றின் அதிபதிகளும், காலையும் மாலையும், அஸ்தமன நேரமும், எல்லா நேரங்களிலும் உன்னுடன் இருந்து உன்னைக் காக்கட்டும்.

''அச்சம் என்பதே உன்னை நெருங்காமல் இருக்கட்டும். வன விலங்குகள் உன்னை அணுகாமல் இருக்கட்டும். நீ செல்லும்

வழிகள் நல்லபடியாக அமையட்டும். காட்டிலே கிடைக்கக் கூடிய நல்ல பொருட்கள் யாவும் உனக்குக் கிட்டட்டும். எமனும், குபேரனும், சுக்ரனும் உன்னுடனேயே இருந்து உன்னைக் காக்கட்டும். ரிஷிகளின் வாய்களிலிருந்து உதிக்கிற நல்ல சொற்கள் எல்லாம் உன்னைக் காக்கட்டும். பிரம்ம தேவன் உன்னைக் காக்கட்டும். நான் குறிப்பிடாமல் விட்டு விட்ட தேவர்கள் எல்லாம் சேர்ந்து உன்னைக் காக்கட்டும். மகனே! மகிழ்ச்சியோடு சென்று வா!'' இவ்வாறு ராமரை வாழ்த்தி விட்டு பூஜைகளைச் செய்து, அந்தணர்களை அழைத்து, அவர்களுடைய வாழ்த்துக் களையும் ராமரைக் கேட்கச் செய்து, நன்மை தரக்கூடிய மந்திரங் களை உச்சரித்து, விசால்ய கரணி என்ற ரக்ஷையை ராமர் கையில் கட்டி, ''திட மனமுடைய மகனே! சென்று வா! மக்கள் வாழ்த்த நீ எடுத்த விரதத்தை முடித்து, நீ அயோத்திக்குத் திரும்பும் அந்த நல்ல தினத்திற்காக நான் காத்திருக்கிறேன். தந்தையின் சொல்லை நிறைவேற்றி திரும்பி வா! பரமசிவனின் தலைமையை ஏற்று, தெய்வங்களும், ரிஷிகளும், தேவதைகளும் உனக்கு நன்மை புரிவார்களாக!'' என்று கூறி கௌஸல்யை ராமருக்கு விடை கொடுத்தாள்.

ராமருடைய மாளிகையிலிருந்த ஸீதையோவெனில், பட்டா பிஷேகம் தடைப்பட்ட செய்தியைக் கூட, அறியாமல் இருந்தாள். பூஜைகளை நடத்தி விட்டுப் பெரும் மகிழ்வுடன் ராமரின் வருகைக் காக அவள் காத்திருந்தாள். மனக்கவலையுடன் மாளிகையினுள்ளே நுழைந்த ராமரின் முகத்தைக் கண்டு ஸீதை ''என்ன நடந்தது? ஏன் உங்கள் முகம் கவலையுடன் காட்சி அளிக்கிறது? பட்டத்திற்குரிய வெண்குடையின் கீழ் மகிழ்வுடன் காணப்பட வேண்டிய உங்கள் அழகிய திருமேனி வாட்டமுற்று இருப்பது ஏன்? வெண் சாமரங்கள் வீச, பாணர்கள் பாட்டிசைக்க, அந்தணர்கள் வேதம் ஓத, அமைச்சர்களும், வணிகர்களும், மக்களும் பின் தொடர, அலங்கரிக்கப்பட்ட யானை முன்னே வர, கட்டியம் கூறுபவன் உங்கள் வருகையை அறிவிக்க, நான்கு குதிரைகளால் இழுக்கப் படுகிற சிறப்பான தேரில் அமர்ந்து, மகிழ்வோடு என்னைக் காண்பதற்காக வர வேண்டிய நீங்கள் - இப்படி மகிழ்ச்சியற்ற முகத்தோடு வருவது ஏன்?'' என்று கலக்கத்துடன் கேட்டாள்.

(ஸீதை பார்த்து கவலை கொண்டு, என்ன நடந்தது என்று விசாரிக்கிற அளவுக்கு ராமர் முகம் வாட்டமடைவானேன்? பட்டாபிஷேகம் நின்று போனதில் அவருக்கு அவ்வளவு வருத்தமா? – என்ற கேள்வி எழலாம். பட்டாபிஷேகம் நின்றதில் ராமருக்கு எந்த வருத்தமும் இல்லை என்பது வால்மீகி முனிவராலேயே தெளிவாகக் கூறப்பட்டிருக்கிறது. பரதனுக்குப் பட்டம், தனக்கு வனவாசம் – என்று அறிந்தவுடன் ராமரின் முகம் ஒளி வீசிய சந்திரனை ஒத்திருந்தது என்று வால்மீகியே வர்ணித்திருக்கிறார்.

அப்படி இருக்க, ஸீதையைப் பார்க்க வரும்போது அவர் முகத்தில் கவலை தெரிந்ததற்கு என்ன காரணம்? தாயார் கௌஸல்யையுடன் ஒரு நீண்ட உரையாடலை நடத்தி விட்டு ராமர் வருகிற கட்டம் இது. பெரும் துக்கமுற்று பேசிய கௌஸல்யையை அவர் சமாதானப்படுத்தி விட்டு, ஸீதையைப் பார்க்க வருகிறார். தாயின் சோகம், மற்றும் மனைவிக்குக் கொடுக்கப் போகிற அதிர்ச்சி – ஆகிய இரண்டு சுமைகளையும் மனதில் தாங்கியவாறே, ஸீதையைப் பார்க்க ராமர் வந்ததால், அவருடைய முகத்தில் கவலை தெரிந்தது; அது களையிழந்து காணப்பட்டது. அதிர்ச்சி தரத்தக்க ஒரு சோகமான செய்தியை தெரிவிக்கப் போகிற மனிதனின் முகத்தில் காணப்படக்கூடிய வாட்டம் அது. இந்த விளக்கம் பல உபன்யாசகர்களாலும், பண்டிதர்களாலும் அளிக்கப்பட்டிருக்கிறது.)

மனக்கவலையுடன் பேசிய ஸீதையைப் பார்த்து ராமர் ''பூஜிப்பதற்குரிய என்னுடைய தந்தை, என்னைக் காட்டுக்குச் சென்று வாழுமாறு பணித்துள்ளார். மேன்மை பெற்ற ஜனக மன்னனின் குலத்தில் பிறந்து, செய்யும் செயலின் தன்மை அறிந்து, நல்லதையே செய்கிறவளே! வனவாசம் எனக்கு எப்படி விதிக்கப்பட்டது என்பதைக் கூறுகிறேன் கேள்'' என்று சொல்லி மேலும் தொடர்ந்தார்.

''வார்த்தை தவறாத தசரத மன்னர், முன்பொருமுறை இரண்டு பெரிய வரங்களை கைகேயி தேவியாருக்கு அளித்தார். என்னுடைய பட்டாபிஷேகத்திற்கான ஏற்பாடுகள் நடந்து முடிந்திருக்கிற இன்றைய நிலையில், இந்த இரண்டு வரங்களை தருமாறு கைகேயியினால் மன்னர் வற்புறுத்தப்பட்டார். தர்மத்தின் வழி

செல்கிற எனது தந்தை, தனது வார்த்தைக்குக் கட்டுப்பட்டு, கைகேயியின் விருப்பத்திற்கு இணங்கினார். அதன் விளைவாக நான் பதினான்கு வருடம் தண்டக வனத்தில் வசிக்க வேண்டும்; இளவரசனாக பரதனுக்குப் பட்டம் சூட்டப்படும். காட்டுக்குப் புறப்படுவதற்கு முன்பாக இந்தச் செய்தியை உன்னிடம் தெரிவிப்பதற்காகவே நான் இங்கு வந்தேன்.

''பரதன் முன்னிலையில் எப்பொழுதும் என்னைப் புகழ்ந்து பேசாதே! செல்வமும், அந்தஸ்தும் பெற்றுள்ள மனிதர்கள், தங்கள் முன்னிலையில் மற்றொருவன் புகழப்படுவதை விரும்ப மாட்டார்கள். ஆகையால் என்னுடைய குணங்கள் பற்றி, பரதன் முன்னிலையில் நீ மெச்சிக் கொள்ளக் கூடாது. மற்றவர்கள் முன்னிலையிலும் கூட, நீ என்னைப் புகழ வேண்டாம். பரதனுக்கு உகந்த வகையில் நடந்து கொள்வாயாக! பரதன் இளவரசு பட்டம் சூட்டிக் கொள்ளப் போகிறான் என்பது மட்டுமல்ல, அவனே அரசனும் ஆவான். ஆகையால் அவனுக்கு விருப்பம் இல்லாத வகையில் நீ நடந்து கொள்ளக் கூடாது.

''தந்தையின் வார்த்தையை மெய்ப்பிக்கும் வகையில், நான் இன்றே காட்டுக்குப் புறப்படுகிறேன். நான் காட்டுக்குச் சென்ற பிறகு, தெய்வ வழிபாட்டிலும், விரதங்கள் முதலியவற்றைக் கடைப்பிடிப்பதிலும் முழு கவனம் செலுத்து. தெய்வங்களைத் தொழுத பின், என்னுடைய தந்தையாகிய தசரத மன்னரை வணங்குவது உன் கடமை. நற்குணத்தையே முதன்மையாகக் கொண்டவளே! பெரும் துக்கத்தில் ஆழ்ந்து விட்ட என் தாயார் கௌஸல்யை உன்னால் வணங்கத்தக்கவள். எனக்கு என்னுடைய மற்ற தாயார்களும், என்னுடைய தாயார் கௌஸல்யைக்குக் சமமானவர்களே! அவர்களிடமும் நீ மரியாதை காட்ட வேண்டும். என்னுடைய சகோதரர்களாகிய பரதனையும், சத்ருக்னனையும் உன்னுடைய சகோதரர்கள் போலவும், மகன்கள் போலவும் நினைத்து நடந்து கொள்.

''மீண்டும் சொல்கிறேன். பரதனுக்கு மன வருத்தம் ஏற்பட்டு விடக் கூடாது. நமது குலத்திற்கும், தேசத்திற்கும் அவன் இப்போது அதிபதி போன்றவன். விதேக மன்னனின் புதல்வியே!

நன்னடத்தையினாலும், நல்ல முயற்சி கொண்ட பணிவிடை யினாலும், மன்னர்கள் மகிழ்ச்சி அடைவார்கள்; இதற்கு மாறாக நடந்து கொள்பவர்களிடம் அவர்கள் கோபம் கொள்வார்கள். தனக்கு எதிராக நடந்து கொள்பவர்களை, சொந்த மகன்களே யானாலும் அரசர்கள் புறக்கணித்து விடுவார்கள்! தங்களுக்கு உகந்த முறையில் நடந்து கொள்பவர்கள், சம்பந்தம் இல்லாதவர்களாக இருந்தாலும் அவர்களை அரசர்கள் ஏற்பார்கள். பரதனுடைய கட்டளைக்குப் பணிந்து, தர்மத்தின் பாதை தவறாமல் தெய்வ வழி பாட்டில் ஈடுபட்டு, அயோத்தியில் வாழ்வாயாக! எவர் மனதும் புண்படும்படி நீ நடந்து கொண்டு விடக்கூடாது. நான் காட்டுக்குப் புறப்படுகிறேன்.''

இவ்வாறு ராமர், அறிவுரைகளைக் கூறி முடித்த பின்னர், ஸீதை ராமரைப் பார்த்து பேசத் தொடங்கினாள். "உங்களுடைய வார்த்தை கள் என்னை அற்ப மனம் படைத்தவள் போல் ஆக்குகின்றன. மனிதர்களில் மேம்பட்டவரே! ஆயுதம் ஏந்தும் வல்லமை படைத்து, அஸ்திர வித்தைகளை முழுமையாகக் கற்றறிந்த ஒரு அரச குமாரனுக்கு அருகதையற்ற வார்த்தைகளை நீங்கள் பேசி யிருக்கிறீர்கள். ஆகையால், அவை கேட்டுக் கொள்வதற்கு அரு கதை அற்ற சொற்கள்.''

ஸீதை மேலும் தொடர்ந்தாள்.

2. அயோத்தியா காண்டம்

அத்தியாயம் - 14

மூவரும் செல்ல முடிவு

கணவனை விட்டு பிரியாமல் இருப்பதுதான் ஒரு பெண்ணிற்கு தலைசிறந்த தர்மம் என்று ஸீதை, ராமருக்குச் சுட்டிக் காட்டுவது; ராமர், காட்டு வாழ்க்கையில் உள்ள சங்கடங்களையும், துன்பங்களையும் எடுத்துரைத்து, தன்னுடன் வரவேண்டாம் என்று ஸீதையிடம் கூறுவது; மனம் வெதும்பி பதிலுரைக்கும் ஸீதை தன் வாழ்வையே முடித்துக் கொள்வதாகச் சொன்ன பிறகு, அவளையும் காட்டுக்கு அழைத்துச் செல்ல ராமர் சம்மதிப்பது; லக்ஷ்மணனும் ராமரிடம் வாதாடி, அவர் சம்மதத்தைப் பெறுவது...

"தந்தை, தாய், சகோதரன், மகன், மருமகள் – ஆகியோர் தங்கள் தங்கள் முன்வினைக்கேற்ப நன்மை, தீமைகளை அனுபவிக்கிறார்கள்; ஆனால், மனைவி மட்டுமே, தன் கணவனைச் சார்ந்து நின்று, அவனுடைய இன்ப துன்பங்களையே பகிர்ந்து கொள்கிறாள். ஆகையினால் உங்களுக்கு இப்பொழுது ஏற்பட்டிருக்கும் வனவாசத்தை நானும் அனுபவிக்க வேண்டியவளாகிறேன். தந்தை, மகன், தாய், தோழிகள், யாருமே ஒரு பெண்ணுக்கு அடைக்கலமாக மாட்டார்கள்; கணவன் ஒருவனே எல்லா காலத்திலும் அவளுக்கு அடைக்கலம்.''

இவ்வாறு ராமரைப் பார்த்துக் கூறிய ஸீதை மேலும் சொன்னாள். ''அரண்மனை வாசத்தை விடவும், தெய்வீக ரதங்களில் செல்வதை விடவும், சொர்க்கத்தில் வசிப்பதை விடவும், தன் கணவனின் காலடியில் கிடைக்கும் பாதுகாப்பே ஒரு பெண்ணுக்கு மேலானது. உங்களிடம் நான் எப்படி நடந்து கொள்ள வேண்டும் என்பதை என் பெற்றோர்கள் எனக்குப் பலமுறை எடுத்துச்சொல்லியிருக்கிறார்கள். ஆகையால் இப்போது நீங்கள் அதைச் சொல்ல வேண்டாம். உங்களோடு நான் காட்டுக்கு வருகிறேன். மூவுலக மாட்சிமையை விட, கணவனுக்குப் பணிவிடை செய்து நிற்பதே ஒரு பெண்ணுக்கு மேலான தர்மம் என்பதை உணர்ந்து, என் பிறந்த வீட்டில் வசிப்பது போல் உங்களோடு நான் காட்டில் வசிப்பேன்.

''காட்டில் உங்களை நாடி எத்தனை மனிதர்கள் வந்தாலும், அவர்களுக்கு எல்லாம் ஆதரவு அளிக்கும் வல்லமை படைத்த உங்களுக்கு என்னைக் காப்பாற்றுவது ஒரு பொருட்டல்ல. கனி, கிழங்குகளை உண்டு வாழ்வதில் எனக்கு ஒரு சிரமமும் இல்லை. மலைகளையும், குளங்களையும், ஏரிகளையும் மற்ற இயற்கைக் காட்சிகளையும் கண்டு களிக்க வேண்டும் என்ற என்னுடைய ஆசை உங்களோடு காட்டுக்குச் செல்வதனால் எனக்கு நிறைவேறப் போகிறது. உங்களை விட்டு, தனியாக சொர்க்கத்தில் வாழ்வதை விட, உங்களோடு காட்டிலே வாழ்வதுதான் எனக்கு மகிழ்ச்சியைத் தரும். காட்டில் உங்களுக்கு நான் ஒரு சுமையாக இருக்கமாட்டேன். என் வேண்டுகோளை ஏற்று என்னையும் அழைத்துச் செல்லுங்கள். உங்களை விட்டுப் பிரிந்தால், நான் உயிர் வாழ மாட்டேன்.''

கண்களிலே கண்ணீர் ததும்ப இப்படிப் பேசிய ஸீதையைப் பார்த்து, அவள் மனதை மாற்றும் வகையில் ராமர் பேசத் தொடங்கினார். ''நீ உயர் குலத்தில் பிறந்தவள்; மேன்மையான குணங்களை உடையவள். நான் சொல்வதைக் கேள்! காட்டிலே வாழ்வது என்பது பெரும் துன்பங்களை ஏற்படுத்தக் கூடியது. ஆகையால் அந்த எண்ணத்தை விட்டு விடு. உன்னுடைய நன்மைக்காகத்தான் நான் இதைச் சொல்கிறேன் – காட்டிலே இன்பம் இல்லை; மீளமுடியாத துன்பம்தான் உண்டு. அங்கே குகை

களில் வாழும் சிங்கங்களின் கர்ஜனை மட்டுமல்ல - மலைச் சரிவுகளிலே ஓடும் நீரோடைகள் செய்யும் சப்தம்கூட, மனதைக் கலக்கும்; வனவாசம் துக்கம் தரக்கூடியது! காட்டிலே சுதந்திரமாக ஓடித் திரியும் வனவிலங்குகள், மனிதனைக் கண்டால் நொடியில் தாக்கிவிடும். வனவாசம் துக்கம் தரக்கூடியது! முதலைகளால் நிரப்பப்பட்ட காட்டாறுகள் சுழல்கள் நிறைந்து, யாராலும் கடக்க முடியாமல் இருப்பவை. வனவாசம் துக்கம் தரக்கூடியது! பாதைகள் கரடு முரடானவை; கொடிய முட்களும் புதர்களும் நிறைந்தவை; நெடுந்தூரத்திற்கு நீர் நிலைகளைப் பார்க்க முடியாமல் இவைகளைக் கடந்து செல்ல நேரிடும்; வனவாசம் துக்கம் தரக்கூடியது! பகல் எல்லாம் உணவிற்காக அலைந்து திரிந்துவிட்டு, களைத்துப்போய் இரவில் ஓய்வெடுக்க நினைத்தால், மரங்களில் இருந்து தானாக விழுந்த இலைகள் மீதுதான் படுக்கவேண்டும். வனவாசம் துக்கம் தரக்கூடியது! ஜடை முடி தரித்து, மரவுரி அணிந்து, விரதங்களைக் காத்து, கீழே விழுந்த கனிகளை உண்டு, காட்டில் காலம் கழிக்க வேண்டி இருக்கும்; வனவாசம் துக்கம் தரக்கூடியது! கடுமையாக வீசும் காற்று, கொடிய விஷம் கொண்ட பாம்புகள், முட்புதர்கள் போன்றவை சேர்ந்து காடுகளை மனிதன் வசிக்கத் தகாத இடங்கள் ஆக்குகின்றன; ஆகையால் வனவாசம் துக்கம் தரக்கூடியது! அஞ்சத் தகுந்தவற்றைப் பார்த்துக் கூட அச்சமுறாமல் வாழ வேண்டிய அந்த வாழ்க்கை உனக்கு உகந்தது அல்ல! ஆகையால் உன் எண்ணத்தைக் கை விடுவாயாக!''

ராமர் பேசியதைக் கேட்டு, மனம் வெதும்பிய ஸீதை கண்ணீர் சொரிந்தவாறே பதிலுரைத்தாள். ''காட்டு வாழ்க்கையில் இருப்பதாக நீங்கள் கூறிய ஆபத்துகள் எல்லாம், எனக்கு உங்கள் அன்பினால் கிடைக்கும் ஆசிகளே! வன விலங்குகள் உங்களைக் கண்டால் அஞ்சி ஓடி விடும். உங்கள் அருகில் நான் இருக்கும் போது, தேவர்களின் அதிபதியான இந்திரனால் கூட என்னை ஒன்றும் செய்ய முடியாது எனும்போது, வனவிலங்குகள் எம்மாத்திரம்?''

ஸீதை தொடர்ந்தாள்: ''முன்பு என் தந்தையோடு நான் இருந்த காலத்தில் ஒருமுறை ஜோதிட நிபுணர்கள், காட்டு வாழ்க்கையை

அனுபவிக்கும் நேரம் எனக்கு வரும் என்று கூறியிருக்கிறார்கள். அங்க லக்ஷணங்களை வைத்துக் கொண்டு அவர்கள் கூறிய அந்த வார்த்தைகளைக் கேட்டதிலிருந்து, காட்டு வாழ்க்கையைப் பற்றி என் மனதில் ஒரு ஆசையே தோன்றிவிட்டது. இப்பொழுது அதற்கு வாய்ப்பு கிட்டியிருக்கிறது. வனவாசத்திலுள்ள சங்கடங்களை யெல்லாம் எடுத்துச் சொன்னீர்கள். திட மனமில்லாதவர்களுக்குத் தான் அம்மாதிரி சங்கடங்கள் ஏற்படும். பெற்றோர்களால் தாரை வார்த்துக் கொடுக்கப்பட்டு, இவ்வுலகில் எந்த ஒரு மனிதனை ஒரு பெண் மணக்கிறாளோ, அவனுக்கே அவள் மேலுலகிலும் மனைவியாகத் திகழ்வாள் என்று தர்ம சாத்திரங்கள் கூறுகின்றன. அப்படியிருக்க, என்னை உடன் அழைத்துச் செல்ல நீங்கள் மறுப்பது ஏன்? இவ்வளவு கூறியும் இறுதியில் நீங்கள் என்னைக் காட்டுக்கு அழைத்துச் செல்ல மறுத்தால், நீர் அல்லது நெருப்பு அல்லது கொடிய விஷம் மூலமாக நான் உயிரை விடுவேன்.''

ஸீதை இப்படியெல்லாம் வாதிட்டாலும் கூட ராமர், அவளைக் காட்டுக்கு அழைத்துச் செல்ல சம்மதம் தெரிவிக்கவில்லை. ராமர் மீது மாறாத அன்பு கொண்ட ஸீதைக்குக் கோபம் ஏற்பட்டது. ராமரின் சம்மதத்தைப் பெற்று விடுவதற்காக, அவரைக் குத்திக் காட்டியே ஸீதை பேசத் தொடங்கினாள். ''உங்களை மருமகனாக ஏற்ற என் தந்தை ஜனக மன்னர், நீங்கள் ஆண் வடிவத்தை ஏற்றுள்ள ஒரு பெண் – என்று அறியாமற் போய் விட்டாரோ! சூரியனைப் போல் ஒளிவீசித் திகழ்கின்ற ராமருக்கு தைரியம் என்பது துளியும் இல்லை – என்ற பொய்யான வதந்தி பரவி, அதை அயோத்தி மக்கள் எல்லாம் பேச ஆரம்பித்து விடுவார்களோ என்று அஞ்சுகிறேன். உங்களையே நம்பி இருக்கும் என்னைப் புறக்கணிக்கிற உங்களுக்கு என்ன காரணம் கொண்டு, அச்சம் ஏற்பட்டிருக்கிறது? குலத்திற்கே இழிவு தேடுகிற வகையில் நடந்து கொள்கிற பெண் போல, நான் நடந்து கொள்ள மாட்டேன். மனதாலும் வேறொருவனை நினைக் காத நான், உங்களை விட்டு இங்கே எப்படி வாழ்வேன்? கேளிக்கை யின் மூலம் பிழைப்பு நடத்த விரும்புகிறவன் போல, என்னை மற்றவர்களிடம் விட்டுச் செல்ல நீங்கள் நினைப்பது என்ன நியாயம்? நான் இல்லாமல் நீங்கள் வனம் செல்லக் கூடாது. உங்களோடு காட்டுப் பாதையில் நடப்பது எனக்கு அரண்மனை

யின் நந்தவனத்தில் நடப்பது போலத்தான். காட்டு வழியில் இருக்கும் புதர்களும், முட்களும் எனக்கு மென்மையான பஞ்சு களே. காட்டிலே வீசக்கூடிய புழுதிக்காற்றினால், என் மீது படரக் கூடிய மண், எனக்கு சந்தனப் பொடியே. அங்கே கிடக்கிற கிழங்காயினும் சரி, கனி ஆயினும் சரி, அது எனக்கு அமிர்தமே. உங்களோடு நான் பகிர்ந்து கொள்ளும் இருப்பிடம் எதுவாயினும் அது எனக்குச் சொர்க்கமே. இந்த என் வார்த்தைகளை மீறி நீங்கள் என்னை இங்கு விட்டுச் சென்றால், நான் விஷம் அருந்திச் சாவேன். உங்களால் கைவிடப்பட்ட பிறகு நான் வாழ்வதில் அர்த்தமில்லை.''

இப்படிக் கூறிய ஸீதை 'கோ'வென்று உரக்கக் கதறி அழுதாள். அதைக் கண்ட ராமர் அவளை வாரி அணைத்து, அவளுக்கு ஆறுதல் கூறினார். ''நீ இல்லாவிடில் எனக்கு சொர்க்கமும் கூட துன்பம் தருகிற இடமே. எதை நினைத்தும் என் மனதில் அச்சமும் இல்லை. தன்னை உணர்ந்தவனால் எப்படி கருணையை விட்டுவிட முடியாதோ, அதேபோல, என்னால் உன்னை விட்டு விட முடியாது. உன் மனதில் இருக்கும் எண்ணத்தை அறிந்து கொள்ளவே நான் பற் பல வார்த்தைகளைப் பேசினேன். என்னுடன் வந்தே தீர்வது என்ற உன்னுடைய மனஉறுதியைப் புரிந்து கொண்டேன். நானோ தந்தையின் வார்த்தைக்குக் கட்டுப்பட்டு நடக்கிறேன். கண் எதிரே தெரிகிற, நேரடியாகவே உத்திரவிடுகிற தாய், தந்தை, ஆச்சார்யன் – ஆகியோரை திருப்தி செய்யமுடியாத மனிதனால், கண்ணுக்குத் தெரியாமல் எங்கிருந்தோ கட்டளையிடுகிற தெய்வத்தை எப்படி திருப்தி செய்ய முடியும்? நீயும் என்னோடு வந்து, விரதங்களை மேற்கொண்டு, வனத்தில் வாழ்வாயாக! எனது குலத்திற்கும், உனது குலத்திற்கும் பெருமை தருகிற முடிவை நீ எடுத்திருக்கிறாய். அந்தணர்களுக்கும், யாசகர்களுக்கும், ஊழியர்களுக்கும், உன்னிட முள்ள பொருட்களையெல்லாம் எடுத்து தர்மம் செய்வாயாக! உன்னை நம்பி இங்கு இருப்போர்க்கு உன்னுடைய ஆபரணங்கள், ஆடைகள், மற்ற செல்வங்கள் அனைத்தையும் கொடுத்து விடுவாயாக! இது முடிந்த பின் நாம் விரைவில் புறப்படுவோம்.''

ராமரின் பேச்சைக் கேட்டு பெருமகிழ்வு கொண்ட ஸீதை, தான தர்மங்களைச் செய்யத் தொடங்கினாள். இவர்கள் இருவரும்

அயோத்தியா காண்டம்

பேசியதைக் கேட்டுக் கொண்டிருந்த லக்ஷ்மணன், துக்கம் தாங்க முடியாமல் அழுதான். பின்னர் ராமரின் காலில் தலை வைத்து, வணங்கி உள்ளம் குமுறி அவன் பேசினான்: "காட்டுக்குச் செல்வது என்று தீர்மானித்து விட்டீர்கள் என்றால், நான் உங்களோடு வந்து, உங்களுக்கு முன்பாக கையில் வில்லேந்தி நடந்து பாதுகாப்பளிக்கிறேன். நீங்கள் இல்லாமல் எனக்கு மூவுலக ஆட்சி வேண்டாம்! சொர்க்கலோகம் வேண்டாம். தேவர்கள் அடையக்கூடிய நிலையும் வேண்டாம்.''

ராமரோ, லக்ஷ்மணன் சொல்லை ஏற்காமல் அவனைத் தடுக்க முனைந்தார். "நற்குணம், வீரம், மன உறுதி, தர்மத்தின் பாதை தவறாத நடை - ஆகியவற்றை உடைய லக்ஷ்மணா! என்னிடம் மாறாத அன்பு செலுத்துகிற நீ, எனக்கு என் உயிரினும் மேலானவன். ஆனால் என்னோடு நீயும் காட்டுக்கு வந்து விட்டால், என் தாயார் கௌஸல்யையும், உனது தாயார் ஸுமத்திரையையும் யார் கவனித்துக் கொள்வார்கள்? ஜீவராசிகள் மீது கருணை கொண்டு மழை பொழிகிற வருண தேவன் போல, மக்களிடம் எல்லாம் கருணை பொழிகிற மன்னர், இன்று காமத்தினால் கட்டுண்டு இருக்கிறார். இந்த ராஜ்யத்தை அடையப் பெறுகிற கைகேயி தேவியார், நமது தாய்மார்களிடம் பரிவு காட்ட மாட்டார். அரசுரிமை பெறுகிற பரதன், தாயார் சொல்லுக்குக் கட்டுப்பட்டு, நமது தாய்மார்களிடம் பரிவு காட்ட மாட்டான். நீதான் இங்கே தங்கியிருந்து உனது முயற்சியினாலும், மன்னரின் கருணையினாலும் நமது தாய்மார்களைக் கவனித்துக் கொள்ள வேண்டும். இப்படி அவர்களுக்குப் பணிவிடை செய்வதால் நீ என்னிடம் வைத்திருக்கும் அன்பு நிலைநாட்டப்படும். நீ மேன்மை களும் பெறுவாய். ஆகையால் ஸுமத்திரையின் மகனே! என் பொருட்டு நீ இங்கே இருப்பாயாக!''

சொல்வன்மை படைத்த லக்ஷ்மணன், ராமரை மறுத்து இனிமை யான வார்த்தைகளைப் பேசினான். "உங்களுடைய தர்மத்தின் ஒளி பரதனுக்கு வழி காட்டும். அவன் நமது தாய்மார்களிடம் மிகவும் பணிவோடு நடந்து கொள்வான். இதுபற்றி எனக்குச் சந்தேக மில்லை. அப்படி அல்லாமல், அரசுரிமையைப் பெற்ற ஆணவத் தின் காரணமாக மதியிழந்து பரதன் நமது தாய்மார்களிடம் முறை

யாக நடந்து கொள்ளவில்லை என்றால், அவனை நான் ஒரு நொடியில் வதைப்பேன். அந்த நிலையில் கெட்ட எண்ணம் கொண்டு விட்ட அவனை மட்டுமல்ல, அவனைச் சார்ந்தவர்களை மட்டுமல்ல, மூவுலகத்தினரும் அவனுக்கு ஆதரவாக வந்தால் அவர்களையும் கூட அழிப்பேன். இது நிச்சயம். எல்லா மேன்மைகளையும் பெற்ற கௌஸல்யை தேவியார் தன்னையும், எனது தாயார் ஸுமத்திரையையும் பாதுகாத்துக் கொள்ளும்தன்மை உடையவர். என்னை உங்கள் பணியாளாக உங்களுடன் அழைத்துச் செல்லுங்கள். அது தர்மத்திற்கு விரோதமானது அல்ல. மண் வெட்டியையும், கூடையையும் சுமந்து உங்களுக்கு முன் சென்று நீங்கள் நடக்கும் பாதையை நான் செப்பனிடுவேன். கனி, கிழங்குகள் மற்றும் உண்ணத் தகுந்த பொருள்கள் ஆகியவற்றை உங்களிடம் கொண்டு வந்து சேர்ப்பேன். தீ மூட்டி வேள்வி நடத்த, தேவையானவற்றையெல்லாம் உங்களிடம் கொண்டு வந்து கொடுப்பேன். நீங்கள் விழித்திருக்கும்போதும் சரி, உறங்கும் போதும் சரி, உங்களுக்குப் பணிவிடை செய்வேன்.''

மனம் நெகிழ்ந்த ராமர் சொன்னார் : ''நீ சென்று உனக்கு வேண்டியவர்கள் அனைவரிடமும் விடைபெற்று வா! ஜனகரிடம் வருணன் ஒப்படைத்த இரண்டு தெய்வீக வில்கள், மற்றும் துளைக்க முடியாத இரண்டு கேடயங்கள், தீர்ந்து போகாத அம்புகளைத் தாங்குகிற இரண்டு அம்பறாத் தூணிகள், ஒளிவீசும் இரண்டு கத்திகள் – ஆகியவை நமது ஆச்சார்யர் வசிஷ்ட முனிவரிடம் கொடுத்து வைக்கப்பட்டிருக்கின்றன. அவற்றையும் எடுத்துக் கொண்டு எல்லோரிடமும் விடைபெற்று விரைவில் வா!''

ராமர் கூறியபடியே லக்ஷ்மணன் செய்து முடித்து திரும்பிய பிறகு, தான தர்மங்களைச் செய்வதில் ராமர் முனைந்தார்.

2. அயோத்தியா காண்டம்

அத்தியாயம் - 15

ஸுமந்திரரின் கோபம்

தான தர்மங்களைச் செய்து கொண்டிருந்த ராமரை, த்ரிஜடர் என்ற அந்தணர் அணுகுவது; அவருக்கு ராமர் வைத்த பரீட்சையும், அதன் முடிவில் அவர் அளித்த விளக்கமும்; ராமர், லக்ஷ்மணன், ஸீதை ஆகியோர் தசரதரைக் காணச் செல்வது; மக்களின் துயரம்; ராமருடன் தாங்களும் காட்டுக்குச் சென்று விடுவதே மேல் என்று மக்கள் பேசிக் கொள்வது; தன்னை சிறை யெடுத்து, ஆட்சியில் அமருமாறு ராமரை தசரதர் கேட்டுக் கொள்வது; தசரதர் கைகேயிக்கு அளித்த வரங்களை மெய்ப்பித்தே ஆக வேண்டும் என்று ராமர் வலியுறுத்தி, காட்டுக்குப் போக விடை கோருவது; தசரதரின் வேண்டுகோள்; ஸுமந்திரர் பெரும் கோபமுற்று, கைகேயியைக் கண்டிப்பது...

வசிஷ்டரின் மகனாகிய ஸுயக்ஞர், மேலும் பல அந்தணர்கள், செல்வந்தர்கள் அல்லாதவர்கள், ஊழியர்கள் போன்றவர்களுக்கெல்லாம் பெரும் செல்வங்களை ராமர் வாரி வழங்கினார். கௌஸல்யையின் புரோகிதருக்கும், தேரோட்டிக்கும் பெரும் செல்வங்களை அளித்தார். வசதி இல்லாதவர்களுக்கெல்லாம் தான, தர்மங்களைச் செய்தார்.

இந்த நேரத்தில் த்ரிஜடர் என்ற அந்தணர் ராமரை வந்து அணுகினார். பெரும் வறுமையில் வாடிய அவர், தன் மனைவி

யினால் உந்தப்பட்டு, ராமரிடம் யாசகம் கேட்பதற்காக வந்தார். இடுப்பில், கிழிந்து போன ஒரு துணியை மட்டுமே அணிந்து, ராமரின் அரண்மனைக்கு வந்த அவருடைய முகத்தில் வீசிய ஒளியைப் பார்த்து, காவலர்கள் அவருக்கு வழிவிட்டனர். ராமரை அணுகிய அவர் ''எனக்குப் பல குழந்தைகள் இருக்கின்றன. என்னுடைய வறுமையினால் அவை வாடுகின்றன. நிகரற்ற வீரனே! என் மீது கருணை காட்டு'' என்று கேட்டுக் கொண்டார்.

ராமர், சிரித்துக் கொண்டே ''ஆயிரக்கணக்கான பசுக்கள் இங்கே இருக்கின்றன. உங்கள் கையில் வைத்திருக்கும் கழியை உங்களால் முடிந்த மட்டும் பலமாகத் தூக்கி எறியுங்கள். அது எத்தனை பசுக்களைத் தாண்டி விழுகிறதோ, அத்தனைப் பசுக்களும் உமக்கே சொந்தம்'' என்றார்.

இதைக் கேட்டு அந்த ஏழை அந்தணர், இடுப்பில் இருந்த துணியை வரிந்து கட்டிக் கொண்டு, பெரும் ஆர்வத்துடன் கழியைத் தூக்கி எறிந்தார். அந்தக் கழி சரயு நதிக் கரையைத் தாண்டி, பல்லாயிரக்கணக்கான பசுக்களைக் கடந்து, ஒரு காளையின் அருகே விழுந்தது. அத்தனை பசுக்களையும் த்ரிஜடரின் ஆச்ரமத்திற்கு ஓட்டிச் செல்லுமாறு கட்டளையிட்ட ராமர், அவரைக் கட்டி அணைத்துக் கொண்டு, ''உங்களைக் கழியைத் தூக்கி எறியுமாறு நான் சொன்னதை நீங்கள் தவறாக எடுத்துக் கொண்டுவிட வேண்டாம். விரதங்களின் மேன்மையால் நீங்கள் அடைந்திருக்கும் பலம் எத்தகையது என்பதை எல்லோரும் உணர்வதற்காகத்தான், உங்களுக்கு இந்தப் பரீட்சையை நான் வைத்தேன். உங்களுக்கு வேறு என்ன தேவையோ அதையும் பெற்றுச் செல்லுங்கள். தயக்கம் வேண்டாம்'' என்று கேட்டுக் கொண்டார்.

த்ரிஜடர் பெரும் மகிழ்வு கொண்டவராக, ராமருக்குப் புகழ், பலம், அன்பு, இன்பம் எல்லாம் பெருக வேண்டும் என ஆசீர் வதித்து விடை பெற்றார்.

தேவை இருந்த ஒரு மனிதன், தான் திருப்தியடைகிற அளவுக்குத் தானத்தைப் பெற்றுச் செல்லவில்லை – என்று கூற முடியாதபடி தான, தர்மங்களை ராமர் செய்து முடித்து, ஸீதையும், லக்ஷ்மணனும் பின்தொடர தசரத மன்னரைக் காணப் புறப்பட்டார்.

இவர்கள் மூவரும் நடந்து செல்லும் காட்சியைப் பெரும் துக்கத்தோடு மக்கள் கூட்டம் பார்த்தது. தெருவில் நிற்க இடம் கிடைக்காதவர்கள், ஏழு மாடிக் கட்டிடங்களின் உப்பரிகைகளில் நின்று கொண்டு, இந்தக் காட்சியைப் பார்த்தனர். அந்த மக்கள் கூட்டத்தில் பலர், ''காலாட் படை, குதிரைப் படை, யானைப் படை, ரதங்கள் – ஆகியவை பின்தொடர பவனி வந்த ராமர், இப்பொழுது ஒரு பாதுகாவலன் கூட இல்லாமல் ஸீதையும், லக்ஷ்மணனும் மட்டுமே பின்தொடர நடந்து செல்கின்ற இந்தக் காட்சியைக் காண சகிக்கவில்லை. தந்தை சொல்லை மீறுவதில்லை என்ற நற்குணம் பொருந்திய காரணத்தினால், அரசின் சிறப்புகளை யெல்லாம் உதறி எறிந்து செல்கிறார் அவர்! இதுவரை தேவதைகளும் பார்க்க அஞ்சிய ஸீதை, இப்பொழுது எல்லா மக்களும் பார்க்கும் வகையில் தெருவில் நடந்து செல்கிறாள்! சந்தனக் குழம்பினால் மட்டுமே தொடத் தகுந்த அவளுடைய மேனி, இனி வெயிலிலும் மழையிலும் கிடந்து வாடப்போகிறது. தன்னுடைய மேன்மையான மகனைக் காட்டுக்கு அனுப்ப நிச்சயித்த தசரதரை, ஏதோ துர்தேவதைகள் பீடித்திருக்க வேண்டும். இல்லாவிடில் இப்படி ஒரு காரியத்தை ஒரு மனிதன் செய்வானா? நற்குணமே இல்லாத மகனைக் கூட ஒரு தந்தை இப்படித் துரத்த மாட்டான்; அப்படியிருக்க, கருணை, தயை, கல்வி, இந்திரியங்களை வென்ற தன்மை, சாந்தம் – ஆகிய நற்குணங்களுக்கெல்லாம் இருப்பிடமாகிய ராமரை, இப்படிக் காட்டுக்கு அனுப்புவதா? ராமருக்கு அளிக்கப்பட்ட இந்தத் துன்பம் இப்பொழுது உலகையே வாட்டுகிறது. ஒரு மரத்தின் வேரை வெட்டினால், மலர்களோடும், பழங்களோடும் அந்த மரமே சாய்வது போல், ராமர் பெற்ற துன்பம், மனித குலத்தையே வாட்டுகிறது; மனித குலத்தின் வேர் அவர்; நம்மைப் போன்ற மற்ற மனிதர்கள் எல்லோரும், பூக்கள், பழங்கள், இலைகள்.

''ஆகையினால், லக்ஷ்மணன் செய்வது போல நாமும் ராமரைப் பின் தொடர்ந்து சென்று விடுவோம். நமது வீடுகள், தோட்டங்கள், நிலங்கள், எல்லாவற்றையும் துறந்து ராமரைப் பின் தொடர்ந்து சென்று, அவருடைய இன்ப துன்பத்தில் நாமும் பங்கு பெறுவோம். இங்கே இருப்பதைக் கைகேயி அனுபவிக்கட்டும். நம்மால்

மட்டுமல்லாமல், தெய்வங்களாலும் கைவிடப்பட்ட வீடுகளை யும், பொந்துகளிலிருந்து வெளியே வந்து எலிக் கூட்டங்கள் தாறுமாறாக ஓடுகிற மாளிகைகளையும், உடைந்த பாத்திரங்கள், சுத்தப்படுத்தப்படாத கூடங்கள் போன்றவற்றைக் கொண்ட பாழடைந்த இடங்களையும் – கைகேயி நன்றாக அனுபவித்து மகிழட்டும்! நம்மால் விடப்படுகிற இந்த அயோத்தி, காடாக மாறட்டும்! நம்மால் பின் தொடரப்பட்டு ராமர் அடைகின்ற காடு அழகான நகரமாக மாறட்டும்! கைகேயியும், அவளுடைய மகனும் வாழப் போகிற இந்த நகரத்தில் கொடிய விலங்குகள் உலவித் திரியட்டும்! நாம் ராமருடன் காட்டில் மகிழ்ச்சியுடன் வாழ்வோம்'' என்றெல்லாம் பேசிக் கொண்டார்கள்.

மக்கள் பேசிய இந்தப் பேச்சுகள் எல்லாம் ராமர் காதில் விழுந்தாலும், அவரிடம் ஒரு துளி சலனமும் ஏற்படவில்லை. யானையின் நடை போன்ற கம்பீரமான நடை நடந்து, தந்தையைக் காண்பதற்காக கைகேயியின் மாளிகையை அவர் அடைந்தார்.

அங்கே ஸுமந்திரரைக் கண்ட ராமர், தான் வந்திருக்கும் செய்தியைத் தன்னுடைய தந்தைக்குத் தெரிவிக்குமாறு அவரிடம் கேட்டுக் கொண்டார். கிரஹணத்தினால் பீடிக்கப்பட்ட சூரியன் போலவும், சாம்பலினால் மூடப்பட்ட தீ போலவும், தண்ணீர் இல்லாமல் வறண்டு விட்ட நீர் நிலை போலவும், காட்சியளித்த தசரத மன்னரை அணுகி ஸுமந்திரர், ராமரின் வருகையை அறிவித்தார். ''தான, தர்மங்களைச் செய்து முடித்துவிட்ட உமது மேன்மைக்குரிய மகன், வாயிலில் வந்து காத்திருக்கிறார். சூரியனைச் சுற்றி கிரணங்கள் இருப்பதுபோல், நற்குணங்களால் சூழப்பட்ட ராமர், காட்டுக்குச் செல்வதற்கு முன்பு உங்களைக் காண விரும்புகிறார்.''

தசரத மன்னர், தன்னுடைய மனைவிகளையும் அங்கே அழைத்து வருமாறு ஸுமந்திரரிடம் கூறிவிட்டு, ராமரையும் அழைத்து வரச் சொன்னார். மனைவிமார்கள் வந்து சேர்ந்த பிறகு, தன்னைக் காண்பதற்காக கூப்பிய கரங்களுடன் வருகிற ராமரைப் பார்த்தவுடன் தசரதர், தன்னுடைய இருக்கையில் இருந்து எழுந்து, ராமரை நோக்கி ஓடினார். ஆனால், ராமரை அடைவதற்கு முன்

பாகவே துக்கம் தாள முடியாமல், தரையில் விழுந்தார். ராமரும், லக்ஷ்மணனும் அவரைத் தூக்கி அமர்த்தினார்கள். அரண்மனை முழுவதிலும் பெண்களின் 'ராமா ராமா' என்ற கூக்குரல் கலந்த அழுகை ஒலித்தது.

ஆசனத்தில் அமர்த்தப்பட்ட தசரதரைப் பார்த்து, ராமர் பேசத் தொடங்கினார். ''எங்கள் அனைவருக்கும் எஜமானராகிய மன்னரே! நான் விடை பெறுகிறேன். என்னை ஆசீர்வதிக்கக் கோரு கிறேன். அதேபோல, லக்ஷ்மணனுக்கும், ஸீதைக்கும் ஆசி கூறி அவர்களுக்கும் விடை அளியுங்கள். நான் எவ்வளவோ தடுத்தும் கூட, அவர்கள் என்னுடன் காட்டுக்கு வரத் தீர்மானித்து விட்டார்கள். தவ வாழ்க்கையை மேற்கொள்ள விரும்பிய தன் மகன்களுக்கு, பிரம்ம தேவன் விடை கொடுத்து அனுப்பியது போல், எங்கள் மூவரையும் வாழ்த்தி அனுப்பி வையுங்கள்.''

வைத்த கண் வாங்காமல் ராமரையே பார்த்துக் கொண்டிருந்த தசரதர், ''கைகேயிக்குக் கொடுத்த இரண்டு வரங்களினால் என்னுடைய சுதந்திரத்தை நான் இழந்தேன். ரகு வம்ச திலகமே, ராமா! என்னைச் சிறையெடுத்து இந்த ராஜ்யத்தைக் கைப்பற்றி, மன்னனாக முடி சூட்டிக் கொள்!'' என்று கூறி கதறினார்.

ராமர், ''இன்னும் ஆயிரம் ஆண்டு காலம் நீங்களே அரசராக இருந்து ஆட்சி புரிய வேண்டும். எனக்கு ராஜ்யத்தின் மீது ஆசை இல்லை. பதினான்கு வருட காலம் காட்டில் வாழ்ந்து, உங்களுடைய வார்த்தையையும், என்னுடைய பிரதிக்ஞையையும் நான் காப்பாற்றுவதற்கு, நீங்கள் அனுமதி தர வேண்டும் என்று உங்கள் காலைப் பிடித்துக் கொண்டு கேட்கிறேன்'' என்று பணிவுடன் கூறினார்.

இநத நிலையிலும் கூட கைகேயியினால் மீண்டும் மீண்டும் வற்புறுத்தப்பட்ட தசரதர், ராமருக்கு விடை கொடுக்கிற வகை யில் பேசத் தொடங்கினார். ''சலனமில்லாத மனதுடன் சென்று வா! உன்னை மீண்டும் அயோத்திக்கு மகிழ்ச்சியுடன் கொண்டு வந்து சேர்க்கிற வகையில், உன்னுடைய பயணம் மங்களகரமானதாக அமையட்டும். சத்தியம் தவறாத நீ, உன்னுடைய முடிவை மாற்றிக் கொள்ளப் போவதில்லை. ஆனால் நீ இன்றைய தினமே புறப்பட்டு

விடாதே. இன்றைய இரவை மட்டுமாவது என்னுடன் சேர்ந்து கழிப்பாயாக. இன்னும் ஒரே ஒரு நாளாவது உன்னைப் பார்த்துக் கொண்டு நான் மகிழ்ச்சியோடு இருந்து விடுகிறேன். அடுத்த நாள் காலையில் நீ போய் விடலாம். என்னுடைய திருப்திக்காக நீ காட்டுக்குப் போவதாக நினைத்து விடாதே. சத்தியமாகச் சொல்கிறேன் – நீ காடு போவதில் எனக்குத் துளியும் விருப்ப மில்லை. நீறு பூத்த நெருப்பு போல் இருந்து வந்த கைகேயினால் விளைந்த வினை இது. என்னுடைய வார்த்தையைக் காப்பாற்று வதற்காக, நீ இந்தக் கொடுமையை ஏற்பது என் மனதைப் பெரிதும் வாட்டுகிறது.''

ராமர் சொன்னார் : ''இன்றைய தினம் இங்கு தங்கி இன்பம் அனுபவித்து விட்டால், நாளைய தினம் இந்த இன்பத்தை எங்கே காண்பது? எல்லாவற்றையும் துறந்து இன்றே நான் போவதுதான் முறையாகும். நான் உடனடியாகக் காட்டுக்குச் சென்றால்தான், கைகேயி தேவியார் உங்களிடமிருந்து பெற்ற வரம் காப்பாற்றப் பட்டதாகும். அதுதான் உங்கள் பெருமைக்கு உகந்தது. அரசுரிமை, சுகமான வாழ்க்கை, மனதிற்கு உகந்ததை அனுபவிப்பது – போன்ற வற்றை விட உங்கள் வார்த்தையை மெய்ப்பிப்பதே எனக்குப் பெரும் திருப்தி தரும். உங்கள் துன்பத்தை அகற்றுங்கள். கண்ணீர் சிந்தாதீர்கள். 'காட்டுக்குப் போ' என்பது கைகேயி தேவியார் இட்ட ஆணை; 'போய்க் கொண்டே இருக்கிறேன்' என்பது நான் உரைத்த பதில். என் வார்த்தையை நான் காப்பாற்ற வழி செய்யுங்கள். காட்டு வாழ்க்கையை ஒரு கஷ்டமும் இல்லாமல் நான் முடித்து விடுவேன். நீங்கள் சம்பாதித்த நற்பெருமையின் மீது ஆணை! உங்கள் மூலம் நான் பெற்றுள்ள சிறப்பின் மீது ஆணை! உங்கள் வார்த்தை பொய்யாகப் போவதில்லை! நான் இப்போதே காடு செல்கிறேன். பரதன் இந்த நாட்டை ஆளட்டும். உங்கள் துன்பம் அகலட்டும். உங்கள் மனம் நிம்மதியை எய்தட்டும்.''

இப்படி ராமர் பேசியவுடன் அவரைக் கட்டியணைத்த தசரதர், மூர்ச்சித்து விழுந்து உயிரற்ற சடலம் போல ஆனார். கைகேயியைத் தவிர, சுற்றி இருந்தவர்கள் அனைவரும் கதறி அழுதார்கள். இந்தக் காட்சியைப் பார்த்தார் தசரதரின் தேரோட்டியும், மந்திரியுமான

அயோத்தியா காண்டம்

ஸுமந்திரர். கட்டுக்கடங்காத கோபம் அவரை ஆட்கொண்டது. ஒரு கையால் மற்றொரு கையை அழுத்தி முறுக்கினார். பல்லைக் கடித்தார். ஓங்கி தலையில் அடித்துக் கொண்டார். கண்கள் சிவக்க, துயரம் பொங்கி வழிய, அம்புகளால் துளைப்பது போன்ற வார்த்தைகளைக் கைகேயியைப் பார்த்துப் பேசினார். "தேவி! செய்யத் தகாத காரியம் என்று ஒன்றுமே உங்களுக்குக் கிடையாது போல் இருக்கிறது! இந்தப் பூமிக்கே அதிபதியும், உங்களுக்குக் கணவருமாகிய தசரதரையே விட்டொழித்து விட முனைந்து விட்டீர்கள். கணவனின் உயிரைப் பறிப்பவராக உங்களை நான் பார்க்கிறேன். குலத்தையே வேரோடு நாசம் செய்பவராக உங்களை நான் காண்கிறேன். மலைபோல அசையாது நிற்பவரும், கடல் போல் மகத்தானவரும், இந்திரனாலும் வெல்ல முடியாதவருமான தசரத மன்னரை நீங்கள் துன்புறுத்தியுள்ள செயல் மிகக் கொடுமை யானது."

ஸுமந்திரர் மேலும் தொடர்ந்தார். "மூத்த மகனே அரசுரிமை பெறுவான் என்ற வழக்கத்தையே மாற்ற முனைந்து விட்டீர்! உமது ஆசைப்படியே நடக்கட்டும். பரதனே நாடாளட்டும். நாங்கள் அனைவரும் ராமன் போகும் இடத்திற்குச் செல்கிறோம். நீங்கள் ஆளப்போகும் இந்த நாட்டில் ஒரு அந்தணன் வாழ மாட்டான். ஒரு நல்லவன் வசிக்க மாட்டான். நல்லவர்களும், நாணயமானவர் களும் துறந்து விட்ட இந்த நாட்டை உங்கள் மகன் மூலம் ஆட்சி புரிவதால், என்ன பெருமையைக் காணப் போகிறீர்கள்? இப்படி ஒரு சதிகாரச் செயலை நீங்கள் செய்தும்கூட, இந்த பூமி பிளந்து நாசமாகிவிடவில்லையே? என்ன விந்தை இது! மாமரத்தை வெட்டிச் சாய்த்து விட்டு, அதற்குப் பதிலாக ஒரு வேப்ப மரத்தைப் பாலூற்றி வளர்த்தால், என்ன பயன்? வேப்ப மரத்திலிருந்து தேன் ஒழுகாது என்று ஒரு பழமொழி கூறுகிறது. உங்கள் குணம் அதே போல, வியப்பதற்குரியது அல்ல. உங்கள் தாயார் எப்படியோ அப்படித்தானே நீங்களும் இருக்க முடியும்! உங்கள் தாயாரின் குணத்தைப் பற்றி நாங்கள் அனைவரும் கேட்டு அறிந்திருக்கி றோம்." இவ்வாறு பேசிய ஸுமந்திரர், கேகய மன்னனின் மனைவி யாகிய, கைகேயின் தாயார் பற்றிய ஒரு வரலாற்றை விவரிக்கத் தொடங்கினார்.

"உங்கள் தந்தைக்கு ஒரு புண்ணிய சீலர் ஒரு வரத்தை அளித்திருந்தார். எல்லா பிராணிகளும் பேசுவதைப் புரிந்து கொள்ளக் கூடியத் திறன் அந்த வரத்தினால் உங்கள் தந்தைக்குக் கிட்டியது. ஒருநாள் அவர் படுத்திருக்கும் போது, ஒரு எறும்பு பேசியதைக் கேட்டு அவர் சிரித்தார். அதைப் பார்த்து கோபம் கொண்ட உங்கள் தாயார், சந்தேகம் கொண்டு, சிரித்த காரணத்தைச் சொல்லுமாறு கணவனைக் கேட்டார். 'நான் பெற்ற வரத்தின்படி இந்த ரகசியத்தை எல்லாம் நான் வெளியில் சொல்லக் கூடாது. அப்படிச்சொன்னால் அந்த வினாடியே எனக்கு மரணம் நேரிடும்' என்று அவர் விளக்கினார். ஆனால் உங்கள் தாயாரோ, தன் கணவனைப் பார்த்து சற்றும் கூச்சமில்லாமல், 'நீர் வாழ்ந்தாலும் சரி, இறந்தாலும் சரி! சிரித்த காரணத்தை எனக்குச் சொல்லத்தான் வேண்டும்' என்று பிடிவாதம் பிடித்து, பலவிதமாக மிரட்டினாள். அவளுடைய கணவராகிய கேகய மன்னர், வரம் அளித்த புண்ணிய சீலரையே அணுகி 'என்ன செய்வது?' என்று கேட்டார். அவர், 'உன் மனைவி விஷம் குடித்து சாகட்டும். கத்தியால் குத்திக் கொண்டு இறக்கட்டும். ரகசியத்தை நீ வெளியிடாதே!' என்று கூறினார். உங்கள் தந்தையும், இதை மனதில் கொண்டு, உங்கள் தாயைக் கைவிட்டார்! அதன் பிறகு உங்கள் தந்தையின் வாழ்க்கை சிறப்பாக அமைந்தது! இப்போது உங்கள் தாயைப் போலவே, செய்யும் காரியத்தின் பெரும் தீமைகளைப் பற்றிக் கவலை இல்லாமல், நீங்களும் செயல்படுகிறீர்கள். 'பிள்ளைகள் தகப்பனைக் கொள்வார்கள்; பெண்கள் தாயைக் கொள்வார்கள்' என்று வழங்குகிற பழமொழி உண்மையே என்று இப்போது உணர்கிறேன்.''

கைகேயியின் தாயார் சம்பந்தப்பட்ட நிகழ்ச்சியை விவரித்த ஸுமந்திரர் மேலும் சொன்னார். ''தந்தையை விட்டுப் பிரிந்து, ராமர் காட்டுக்குச் சென்றால் உங்களுக்கு என்றும் அழியாத அவப் பெயர் உண்டாகும். மனக்கொதிப்பைத் துறந்து, ராமருடைய பட்டாபிஷேகத்திற்கு வழி செய்யுங்கள். இந்திரனை ஒத்த கணவனுக்குத் தீமை செய்யாதீர்கள்.''

இவ்வாறு ஸுமந்திரர் கடுமையாகப் பேசியும்கூட, கைகேயி யின் மனம் சிறிதும் கலங்கவில்லை. வெட்கத்தாலோ, பயத்தாலோ, தயக்கத்தாலோ கூட, அவளுடைய முகம் பாதிக்கப்படவில்லை.

2. அயோத்தியா காண்டம்

அத்தியாயம் - 16

மரவுரி அணிந்த மூவர்

காட்டிலே வாழ்வதற்கு ராமருக்கு உதவியாக இருப்பதற்காக படைகளும், செல்வங்களும் எடுத்துச் செல்லப்பட வேண்டும் என்று தசரதர் இடும் உத்திரவு; அவருடைய உத்திரவை மறுத்து கைகேயி பேசுவது; சித்தார்த்தர் என்ற அமைச்சர் கைகேயியைக் கடிந்து பேசி அறிவுரை கூறுவது; ராமரோடு தானும் காட்டுக்குப் போவதாக தசரதர் சொல்வது; ராமர், லக்ஷ்மணன், ஸீதை ஆகியோர் அணிவதற்காக மரவுரியை கைகேயியே கொண்டு தருவது; ஸீதை மரவுரி அணியும் காட்சியைக் கண்டு, வசிஷ்டருக்கு ஏற்பட்ட கோபமும், அவர் கைகேயியைக் கடுமையாகப் பேசுவதும்; ஆடை ஆபரணங்களுடன்தான் ஸீதை காட்டிலே வாழ்வாள் என்று இறுதியாக வசிஷ்டர் கூறுவது; தனது தாயார் கௌஸல்யை அக்கறையோடு கவனித்துக் கொள்ளு மாறு தசரதரிடம் ராமர் வேண்டிக் கொள்வது...

ஸுமந்திரர் கூறிய வார்த்தைகளால் கைகேயி சற்றும் மனம் மாறாமல் காட்சி அளித்த போது, தசரதர், கண்களில் நீர் வழிய, ஸுமந்திரரைப் பார்த்துச் சொன்னார்: ''தேர், யானை, குதிரை, காலாட்படைகள் ராமனைப் பின் தொடர்ந்து செல்லட்டும். கடைகளை விரித்து வர்த்தகத்தைப் பெருக்கும் திறனுடைய வணிகர்கள், தங்கள் செல்வங்களுடன் ராமனுடன் செல்லட்டும். தங்கள்

போட்டிகளினால் அரசரை மகிழ்விக்கக் கூடிய மல்லர்கள் ராமனுடன் செல்லட்டும். காட்டின் தன்மையை நன்கு அறிந்த வேடர்களும், சிறப்பான ஆயுதங்களும், பலவிதமான வண்டிகளும் ராமனைப் பின் தொடர்ந்து செல்லட்டும். ஜனசஞ்சாரமில்லாத காட்டில் வசிக்கப் போகும் ராமனுக்கு உதவியாக, அரண்மனையின் நெற்களஞ்சியமும், பொக்கிஷமும் அவனோடு எடுத்துச் செல்லப் படட்டும். மேன்மை பெற்ற ரிஷிகளைச் சந்திப்பதன் மூலமாகவும், புண்ய ஸ்தலங்களில் யாகங்களை நடத்துவதன் மூலமாகவும், முறையான வழியில் தான தர்மங்களைச் செய்வதன் மூலமாகவும், ராமன் காட்டிலே மகிழ்ச்சியோடு வாழட்டும். பெருந்தோள் கொண்ட பரதன் அயோத்தியை ஆளுகையில், காட்டிலே வாழப் போகும் ராமனும் களிப்போடு இருப்பதற்காக, எல்லா வசதிகளும் அவனுக்குச் செய்து தரப்படட்டும்.''

இப்படி தசரதர் இட்ட உத்திரவைக் கேட்டு, கைகேயியின் நா வறண்டது. அவளுடைய தொண்டை அடைத்துக் கொண்டது. உதடுகள் உலர்ந்தன. பெரும் வருத்தமும், துக்கமும் அடைந்த வளாக அவள் தசரதரைப் பார்த்து, ''போதைப் பொருள் விலக்கப் பட்ட மதுபானம் இன்பத்தைத் தராது. செல்வங்கள் எல்லாம் பறிக்கப்பட்ட ராஜ்யம், அந்த மதுபானம் போன்றதுதான். எதற்கும் உதவாத அந்த ராஜ்யத்தை பரதன் ஏற்க மறுப்பான்'' என்று வெறுப்புடன் பேசினாள்.

சிறிதும் கூச்சமில்லாமல் இப்படி கொடுமையான வார்த்தைக் களைப் பேசிய கைகேயியைப் பார்த்து தசரதர் சொன்னார்: ''கொடியவளே! தரம் கெட்டவளே! தாங்க முடியாத பாரத்தை என் மீது சுமத்தி விட்டாய். தாங்க முடியாத உனது கொடுமையைத் தாங்கிக் கொண்டு, அதை நான் நிறைவேற்றுகிறபோது ஏன் குறுக் கிட்டு, என்னை சவுக்கால் அடிக்கிறாய்? ராமனைக் காட்டுக்கு அனுப்புமாறு என்னிடம் நீ வரம் கேட்ட போது, அவனுடன் எது எடுத்துச் செல்லப்படலாம், எது எடுத்துச் செல்லப்படக்கூடாது என்று நிபந்தனை ஏதும் விதிக்கவில்லையே? இப்பொழுது ஏன் ஆட்சேபனை எழுப்புகிறாய்?''

கைகேயி விடுவதாக இல்லை. ''உங்களுடைய பரம்பரையில், உங்களுடைய முன்னோர்களில் ஒருவனாகிய ஸகர மன்னன், தனது மகன் அசமஞ்சனை நாட்டை விட்டு விலக்கிய போது, அவனுடன் எதுவும் எடுத்துச் செல்ல அவனை அனுமதிக்கவில்லை. அதே போல, எந்த ஒரு வசதியும், செல்வமும் இல்லாமல்தான் ராமன் காட்டுக்குச் செல்ல வேண்டும்''. இப்படி கைகேயி கூறியதைக் கேட்ட தசரத மன்னர், 'ஐயோ அவமானம்' என்று கதற, கூடி யிருந்தவர்கள் எல்லாம், மனம் குன்றிப் போய் நிற்க, கைகேயி மட்டும் எந்த ஒரு கவலையும் இல்லாமல் நின்றாள்.

இந்த நிலையைப் பார்த்து, சித்தார்த்தர் என்ற பெயரைக் கொண்ட தசரத மன்னரின் மூத்த அமைச்சர் கைகேயிக்கு பதில் சொல்லத் தொடங்கினார். ''தெருவில் விளையாடிக் கொண்டிருந்த குழந்தைகளைப் பிடித்து, ஸரயு நதியில் எறிந்து, அவை தண்ணீரில் மூழ்கிச் சாவதைக் கண்டு மனம் களித்தவன் அசமஞ்சன். அவனுடைய கொடுமை பொறுக்க முடியாத மக்கள், மன்னனிடம் சென்று, 'ஒன்று உங்கள் மகன் இந்த ராஜ்யத்தில் இருக்கட்டும் அல்லது நாங்கள் இந்த ராஜ்யத்தில் இருக்கிறோம். இரண்டில் எது வேண்டும் என்று தீர்மானம் செய்து கொள்ளுங்கள்' என்று முறையிட்டனர். அசமஞ்சன் செய்து வந்த அக்கிரமங்களை மக்களிடம் கேட்டுத் தெரிந்து கொண்ட மன்னன், அவர்களை திருப்திப்படுத்தும் வகையில், அசமஞ்சனை நாடு கடத்த முடிவெடுத்தான். அதனால்தான் அப்போது ஒரு மண் வெட்டியை யும், கூடையையும் தவிர வேறு எதுவும் அசமஞ்சனோடு அனுப்பப்படவில்லை. கொடுமையான பாவங்களைச் செய்ததால், அசமஞ்சனுக்கு நேர்ந்த கதி அது. இப்போது அரசுரிமை மறுக்கப் படும் வகையில், ராமன் செய்த பாவம் என்ன என்பதை நீங்கள்தான் விளக்க வேண்டும்! பௌர்ணமி நிலவில் எப்படி ஒரு குற்றமும் கண்டு பிடிக்க முடியாதோ, அப்படி ராமனிடம் எந்தக் குற்றமும் கண்டு பிடிக்க முடியாது. மாறாக, நீங்கள் அறிந்து ராமனிடம் ஏதோ ஒரு குறை இருந்தால், அதை இப்போது எல்லோர் முன்னிலை யிலும் நீங்கள் விளக்க வேண்டும். அப்படி ராமனிடம் உள்ள ஒரு குறையை நீங்கள் இங்கே எடுத்துச் சொல்லி விட்டால், அவன் உடனே நாடு கடத்தப்படட்டும். ராமன் குற்றம் எதுவும் அற்றவன்

மட்டுமல்ல, எல்லா நற்குணங்களும் பொருந்தியவன். தர்மத்தின் பாதையிலிருந்து தவறாதவன். அப்படிப்பட்டவனை காட்டுக்கு அனுப்புவது என்பது ஒரு மன்னர் செய்யக் கூடிய காரியமா? அது எந்த வகையில் நியாயம்? இப்படிப்பட்ட செயல் தேவேந்திரனின் மேன்மையைக் கூட அழித்து விடக்கூடியது. ஆகையால் நமது மன்னர் இதைச் செய்ய வேண்டாம். அழியாத அவப்பெயரிலிருந்து உங்களைக் காப்பாற்றிக் கொள்ளுங்கள். ராமனுக்கு பட்டாபிஷேகம் நடப்பதைத் தடுக்காதீர்கள்.''

இப்படி சித்தார்த்தர் பேசியதைக் கேட்ட பிறகும் கூட, அசராமல் நின்ற கைகேயியைப் பார்த்து தசரதர் மிகவும் கம்மிய குரலில், ''பாவமெல்லாம் ஒரு பெண் என உருவெடுத்து வந்தவளே! அமைச்சர் கூறிய இந்த நல்ல அறிவுரையை உன் மனம் ஏற்கவில்லையா? நாட்டின் நலத்தையோ, எனது நலத்தையோ நீ நாடா விட்டாலும், உன்னுடைய நலத்தைக் கூட நீ நாட வில்லையா? தர்மத்தின் பாதையிலிருந்து முற்றிலும் விலகிய நடையை உடையவளே! ஒன்று சொல்கிறேன், கேட்டுக் கொள். ஆட்சியைத் துறந்து, ராமனைத் தொடர்ந்து நானும் அவனுடன் காட்டுக்குச் செல்லப் போகிறேன். அயோத்தி மக்களும் என்னுடன் வந்து விடுவார்கள். பரதனை பக்கத்திலே வைத்துக் கொண்டு, நீண்ட நெடுங்காலம் நீ இந்த ஆட்சியை நடத்திக் கொண்டிரு'' என்று சொன்னார்.

இதையெல்லாம் பார்த்துக் கொண்டிருந்த ராமர் அமைதியாகப் பேசத் தொடங்கினார். ''சுக போகங்களைத் துறந்து, காட்டிலே கிடப்பதைக் கொண்டு வாழ இருக்கும் எனக்கு படைகளினாலோ, செல்வத்தினாலோ என்ன பயன்? ஒரு நல்ல யானையைத் துறந்து விட்டு, அதனுடைய அம்பாரியை மட்டும் தன் வசம் வைத்துக் கொள்ள விரும்புகிறவன் மூடனல்லவா? அதே போல, தேர், யானை, குதிரை, காலாட்படைகளால் எனக்கு என்ன பயன்? எல்லா செல்வங்களும், படைகளும், ஆயுதங்களும் பரதனால் பயன்படுத்தப்படட்டும். கைகேயி தேவியாரின் பணிப் பெண்கள், நான் காட்டிலே வாழ்வதற்குரிய உடைகளை உடனடியாக இங்கே கொண்டு வரட்டும்''. இப்படிச் சொன்ன ராமர், அங்கே நின்று கொண்டிருந்த கைகேயின் பணிப் பெண்களைப் பார்த்து,

''பதினான்கு வருட காலம் காட்டையே இருப்பிடமாகக் கொள்ளப் போகும் எனக்குத் தகுந்த மரவுரி, மண்வெட்டி, கூடை ஆகிய வற்றைக் கொண்டு வாருங்கள்'' என்று கேட்டுக் கொண்டார்.

ராமர் இப்படிச் சொன்னவுடன் கூச்சத்தை முற்றிலும் துறந்து விட்ட கைகேயி, ஒரு வினாடியும் தாமதிக்காமல் உள்ளே சென்று மரவுரிகளைத் தானே கொண்டு வந்து, ராமரைப் பார்த்து அனைவர் முன்னிலையிலும், ''இதை அணிந்து கொள்'' என்று கூறினாள். மனிதப் புலியான ராமர், சற்றும் சஞ்சலமில்லாமல் இரண்டு மரவுரிகளை வாங்கிக் கொண்டு, அவற்றை இடுப்பிலும், மார்பி லும் அணிந்து கொண்டார். தனது அருமையான ஆடைகளைக் கழற்றிப் போட்ட லக்ஷ்மணனும், அவ்வாறே மரவுரிகளை அணிந்து கொண்டான். தனக்குரிய மரவுரியைக் கையில் எடுத்துப் பார்த்த ஸீதை, அதை எப்படி அணிந்து கொள்வது என்று தெரியாமல் திண்டாடினாள். பழக்கமில்லாத ஆடையை அணிவ தில் பலர் முன்னிலையில் ஏற்பட்ட தடுமாற்றம் அவளை தலை குனியச் செய்தது. பேரழகு பொருந்திய ராமரைப் பார்த்து, ''காட்டிலே வாழும் முனிவர்களும், அவர்களுடைய பெண்களும் இவற்றை எப்படி அணிந்து கொள்கிறார்கள் என்பது எனக்குப் புரியவில்லையே?'' என்று ஸீதை கூச்சத்தோடு கேட்டாள்.

ராமரோ சற்றும் தயங்காமல், அந்த மரிவுரியை கையிலே வாங்கி, ஸீதை அணிந்திருந்த புடவையின் மீதே அதை அணி வித்தார். இப்படி பேரழகு பெற்றவர் – பெரும் ராஜ்யத்திற் குரியவர் – எல்லா நற்குணங்களுக்கும் இருப்பிடமானவர் – எல்லா வித மேன்மைகளும் பெற்ற தன்னுடைய மனைவிக்கு, தன் கையினாலேயே மரவுரி அணிவிக்க முனைந்த காட்சி, அங்கே நின்றவர் மனதையெல்லாம் உலுக்கியது. ''ஸீதைக்கு இந்த கதி நேரிடக்கூடாது. ஸீதை காட்டிலே வாழ வேண்டும் என்ற நிபந்தனை விதிக்கப்படவில்லை. தந்தையின் கட்டளை என்று நினைத்து தனது கடமையை நிறைவேற்றுவதாக முடிவெடுத்து விட்ட ராமர் காட்டுக்குச் செல்லட்டும். ஸீதை காட்டிலே வாழத் தகுந்தவள் அல்ல. அவள் இங்கேயே இருக்க வேண்டியவள்'' என்று அவர்கள் எல்லாம் கதறினார்கள்.

இப்படி எல்லோரும் முறையிட்டும் கூட, ஸீதைக்கு மரவுரியை அணிவிப்பதில் முனைந்திருந்த ராமரைப் பார்த்தார் வசிஷ்டர். அவர் மனம் கலங்கியது. கண்களிலே நீர் ததும்ப, படபடக்கும் நெஞ்சத்துடன் வசிஷ்டர் பேசத் தொடங்கினார். "கெட்ட மதி படைத்தவளே கைகேயி! குடும்பத்திற்கே பெரும் அவமானத்தை இழைத்தவளே! எல்லா எல்லைகளையும் கடந்து விட்டவளே! கண்ணியத்தைத் துறந்தவளே! தீய எண்ணத்துடன் மன்னரை ஏமாற்றியவளே! கேள்! ஸீதை காட்டுக்குச் செல்ல மாட்டாள். அவள் அரியாசனத்தில் அமரப் போகிறாள். எல்லா வகையிலும் கணவனுக்கு நிகரானவள் மனைவி என்று தர்ம சாத்திரங்கள் சொல்கின்றன. கணவனின் அம்சமே மனைவியிடம் குடி கொள்கிறது. ஆகையால், ராமனின் அம்சத்தைக் கொண்ட ஸீதை நாடாள்வாள். இது என் முடிவு."

இவ்வாறு கூறிய வசிஷ்டர் மேலும் தொடர்ந்தார். "நான் சொல்வதையும் மீறி இந்த வைதேகி காட்டுக்குச் சென்றால், ராமனைப் பின் தொடர்ந்து நாங்கள் அனைவரும் சென்று விடுவோம். இந்த நகரமே காட்டுக்குச் சென்று விடும். படை வீரர்கள் ராமனைப் பின் தொடர்ந்து செல்வார்கள். இந்த நாட்டின் தான்யங்கள், இந்த நாட்டின் பொருட்கள், இந்த நாட்டின் செல்வம் எல்லாமே ராமன் பின்னே செல்லும். அவ்வளவு ஏன்? இதே மரவுரியை அணிந்து பரதனும், அவனுடன் கூட சத்ருக்னனும் ராமன் வசிக்கும் காட்டிற்கே சென்று விடுவார்கள். தீமையை நினைத்து, தீமையையே செய்கிற நீ, வெறும் பாலைவனமாகி விட்ட இந்த நாட்டை அப்போது ஆளலாம். ராமன் இல்லாத இந்த நாடு அழியும். அவன் வாழுகின்ற காடு செழிக்கும்.

"தானாக விருப்பப்பட்டு, தசரத மன்னர் இந்த அரசுரிமையை தனக்கு அளிக்காததால் பரதன் இதை ஏற்க மாட்டான். அது மட்டு மல்ல, அவன் தசரத மன்னனுக்குப் பிறந்த பிள்ளை என்றால் – அவன் உன்னுடன் கூட வாழ்வதற்கும் சம்மதிக்க மாட்டான்! தனது முன்னோர்கள் சென்ற பாதையை நன்கு அறிந்த பரதன், நீ ஆகாயம் வரை எகிறிக் குதித்தாலும், தர்மத்திற்கு விரோதமாக நடக்க மாட்டான். ராமனை அண்டி நிற்காதவர் இந்த உலகில் இல்லை;

பரதனும் அதற்கு விலக்கல்ல. ஆகையால் நீ நல்லதைச் செய்ய நினைத்து, அவனுக்கு பெரும் தீங்கைச் செய்திருக்கிறாய். இப்போதாவது நல்லது செய்ய நினைக்கத் தொடங்கு. நீ கொண்டு வந்த மரவுரிகளை ஸீதையிடமிருந்து பெற்றுக் கொண்டு, அவளுக்கு அழகான ஆடை ஆபரணங்களை அளிப்பாயாக. விதேக மன்னனின் மகள் மரவுரி அணியத் தக்கவள் அல்ல.''

கைகேயி பதில் ஏதும் பேசாமல் இருப்பதைப் பார்த்த வசிஷ்டர், சிறிது இடைவெளி விட்டு மேலும் பேசினார். ''சரி. நீ கேட்ட வரம் என்ன? ராமன் காட்டுக்குப் போக வேண்டும் என்பதுதானே! ஸீதைக்கு வனவாசம் – என்பது நீ கேட்ட வரமல்லவே! ஆகையால் ராமனைப் பின் தொடர்ந்து ஸீதை காட்டுக்குச் சென்றாலும், அவள் அங்கே எல்லா வசதிகளுடன் வாழ வேண்டும். எல்லா ஆபரணங் களையும் அணிந்தவளாக, எல்லா அலங்காரங்களையும் செய்து கொண்டவளாக, ஸீதை காட்டிலே வாழட்டும். வெவ்வேறு விதமான நகைகள், வெவ்வேறு வகையான ஆடைகள், வாசனைத் திரவியங்கள், ஆகியவை பணிப்பெண்களால் ஸீதையுடன் எடுத்துச் செல்லப்படட்டும். ஸீதை காட்டு வாழ்க்கையை மேற்கொள்ள வேண்டும் என்று நீ தசரத மன்னரிடம் கேட்கவில்லை என்பதை நினைவில் நிறுத்து.''

அந்தணர்களில் எல்லாம் மேம்பட்டவரும், ஈடு இணையற்ற செல்வாக்குப் பெற்றவருமான வசிஷ்டர் இம்மாதிரி பேசியும் கூட, மரவுரி அணிந்து கணவனைப் பின் தொடர்ந்து, காட்டுக்குச் செல்லும் முடிவிலிருந்து ஸீதை மாறவில்லை.

இறுதியாக அவள் மரவுரி அணிந்த காட்சியைக் கண்ட பலரும் அதைத் தடுத்து நிறுத்தாததற்காக, தசரத மன்னரை சபித்தார்கள். மன்னர் பெருமூச்சு விட்டார். தர்ம நியாயத்திலும், புகழிலும், வாழ் விலுமே கூட ஆசை விட்டவர் போல காட்சியளித்த அவர், பெரும் துக்கத்தோடு கைகேயியைப் பார்த்து மீண்டும் பேசினார். ''கைகேயி! மரவுரி அணிந்து காட்டுக்குச் செல்ல வேண்டியவள் அல்ல ஸீதை. அவளுடைய உரிமைகள் பற்றி ஆச்சார்யர் வசிஷ்டர் கூறிய வார்த்தைகள் அனைத்தும் நியாயமானவையே. மரவுரியை எப்படி அணிவது என்று கூடப் புரியாமல், அதை கையில் வாங்கிக்

கொண்டு திகைத்து நின்ற ஸீதையைப் பார்த்து, உன் மனம் உருகவில்லையா? அவள் மரவுரி அணிய வேண்டாம். அவளைப் பற்றி நான் உனக்கு வரம் கொடுக்கவில்லையே? ஆகையால், ஆச்சார்யர் வசிஷ்டர் கூறிய மாதிரி, எல்லா வசதிகளும் பெற்று அவள் காட்டுக்குச் செல்லட்டும். கடுமையான வரத்தை என்னிடமிருந்து பெற்றாய். அதோடு திருப்தியடையாமல் ஸீதைக்கு நேரிடும் இந்தக் கொடுமையான காட்சியையும் என்னைப் பார்க்க வைக்கிறாய். இனி உயிர் வாழ்வதில் எனக்கு விருப்பமில்லை. எனக்கு அழிவு நெருங்கி விட்டது. ஒரு வேளை ராமன் ஏதாவது உனக்கு தவறு இழைத்திருந்தால் கூட, ஸீதை உனக்கு என்ன செய்தாள்? மென்மையான அவளால் யாருக்கு என்ன கெடுதல் நிகழ முடியும்? ராமனைக் காட்டுக்கு அனுப்புவதோடு நீ திருப்தி அடைய மாட்டாயா? நீ செய்யும் பாவத்தினால், உனக்கே பெரும் துன்பம் நேரிடும் என்பதையாவது உணர மாட்டாயா? ராமனைப் பொறுத்தவரை, நான் உனக்கு அளித்த வரம் என்னைக் கட்டுப்படுத்துவது உண்மைதான். ஆனால் ஸீதையும் மரவுரி அணிந்து காட்டுக்குச் செல்ல வேண்டிய நிலையை நீ ஏற்படுத்துவதால், நரகத்தை நோக்கி நடந்து செல்கிறாய் என்பதை மறந்து விடாதே.'' இப்படிக் கூறிய தசரதர் துக்கம் தாங்க முடியாமல் தலையைக் குனிந்து கொண்டு அமர்ந்தார்.

காட்டுக்குப் புறப்பட்டு விட்ட மனநிலையை அடைந்து விட்ட ராமர், தசரதரைப் பார்த்து, ஒரு வேண்டுகோள் விடுத்தார். ''அரசே! எனது தாயார் கௌஸல்யை உங்களை எதிர்த்து ஒரு வார்த்தை பேசாதவர். மிகவும் மென்மையானவர். என்னுடைய பிரிவு அவ்ரை வாட்டாமல் இருப்பதற்காக, அவரிடம் நீங்கள் விசேஷ அக்கறை காட்ட வேண்டும் என்று நான் கேட்டுக் கொள்கிறேன். நீங்கள் காட்டும் பரிவின் மூலமாக, என்னுடைய பிரிவை அவர் தாங்கிக் கொள்ளுமாறு செய்து விடலாம். என்னிடமிருந்து பிரிந்து விட்டதை நினைத்து மனம் நொந்து, அவர் எமனிடம் போய்ச் சேர்ந்து விடாமல் பார்த்துக் கொள்வது உங்கள் கையில் இருக்கிறது. நீங்கள் காட்டும் அன்புதான் இனி அவருடைய உயிரைக் காப்பாற்றக் கூடியது.''

ராமர் கூறிய வார்த்தைகளைக் கேட்ட தசரத மன்னர் கௌஸல்யையின் துக்கத்தை நினைத்து மேலும் துயரமடைந்தார். ராமர் அரசுரிமை பெறப் போகிற நேரத்தில், காட்டுக்குச் செல் வதற்காக மரவுரி அணிந்து நிற்கும் அவலத்தை மீண்டும் ஒருமுறை அவர் பார்த்தார். அவருடைய மனம் சிதறியது. மூர்ச்சித்து விழுந்தார்.

2. அயோத்தியா காண்டம்

அத்தியாயம் - 17

ராமர் புறப்பட்டார்!

ராமர் முதலானோரை அழைத்துச் செல்ல ஒரு அழகான தேரை தசரதரின் உத்தரவின் பேரில் ஸுமந்திரர் கொண்டு வந்து நிறுத்துவது; தீய பெண்கள், நல்ல பெண்கள் ஆகியோரைப் பற்றி ஸீதைக்கு, கௌஸல்யை சில விளக்கங்களை அளிப்பது; அதற்கு ஸீதை அளித்த பதில்; ஸுமித்திரை லக்ஷ்மணனுக்குக் கூறிய அறிவுரை; தேரில் ஏறி ராமர் நாட்டை விட்டுச் செல்லும் காட்சியைப் பார்த்து மக்கள் கதறியது; தசரதர் தேரை பின் தொடர்ந்து ஓடியதும், அதைத் தடுத்து நிறுத்த முயற்சித்ததும்; ராமரின் சொல் கேட்டு ஸுமந்திரர், தேரை விரைவாக ஓட்டிய பொழுது, தசரதர் அதைப் பின் தொடர முடியாமல் தடுமாறி விழுந்தது...

பெரும் தோள் படைத்தவரும், பெரும் வீரருமாகிய தசரத மன்னர், மூர்ச்சை தெளிந்த பிறகு, ஒரு பேதை போலப் புலம்பினார். "என்னுடைய முந்தைய பிறவிகளில் பல பசுக்களிடமிருந்து கன்றுகளை நான் பிரித்திருக்க வேண்டும். பல ஜீவராசிகளை நான் கொன்று தீர்த்திருக்க வேண்டும். அதனால்தானோ என்னவோ எனக்கு இந்த துன்பம் நேரிட்டிருக்கிறது. நெருப்பு போல் பிரகாசிக்கின்ற என் மகன் மென்மையான ஆடை

களையெல்லாம் கழற்றி எறிந்து விட்டு, மரவுரி அணிந்து துறவி போல காட்சி அளிப்பதைப் பார்த்தும் கூட என் உயிர் இன்னமும் பிரியாமல் இருக்கிறதே! குறிக்கப்பட்ட காலம் வந்து சேராத வரையில், ஒரு மனிதனின் உயிர் பிரிவதில்லை. அதனால்தான் கைகேயினால் இப்படி சித்திரவதை செய்யப்பட்டும் கூட, எனது உயிர் இன்னமும் பிரியாமல் இருக்கிறது. தீய எண்ணம் கொண்ட கைகேயி தனது திட்டத்தை முடிப்பதிலேயே குறியாக இருப்பதால், எல்லா மக்களும் துயருற்று நிற்கிறோமே?''

இப்படித் தனது துக்கத்தை வெளியிட்ட தசரதர், பிறகு ஸுமந்திரரைப் பார்த்து உத்தரவு பிறப்பித்தார். ''ராமனை நாட்டின் எல்லையைக் கடந்து அழைத்துச் செல்வதற்காக சிறந்த குதிரைகள் பூட்டப்பட்ட தேர் தயார் செய்யப்படட்டும். பக்திமானும், வீரனுமான மகன் தனது தந்தையினாலும், தாயினாலும் நாடு கடத்தப் படுகிறான்! நல்லவர்களுக்குக் கிடைக்கும் பரிசு இதுதான் போலும்.'' தசரதரின் கட்டளையை ஏற்று, ஸுமந்திரர் ராமரை அழைத்துச் செல்வதற்காக தேரை தயார் செய்தார். அப்போது பொக்கிஷத்திற்கு பொறுப்பாக இருந்த அதிகாரி தசரதரினால் அங்கே அழைக்கப்பட்டார். ''பல வருடங்கள் காட்டிலே வாழப் போகும் ஸீதைக்கு நல்ல ஆபரணங்களையும், உடைகளையும் கொண்டு வாருங்கள்'' என்று அவரிடம் தசரதர் உத்தரவிட, பல வகையான ஆபரணங்கள் அங்கே கொண்டு வரப்பட்டன. மன்னரின் கட்டளையை ஏற்று, அவற்றை அணிந்து கொண்ட ஸீதை, மேகமூட்டமில்லாத வானில் சூரியன் பிரகாசிப்பது போல் ஜொலித்தாள்.

கண்ணீர் சொரிந்தவாறு ஸீதையை அணைத்துக் கொண்ட கௌஸல்யை, அவளுக்கு சில அறிவுரைகளைக் கூறினாள். ''தன்னிடம் அன்புடன் நடந்து கொள்கிற கணவன் சோதனை காலத்தைச் சந்திக்க நேரிடுகிற போது, அவனிடம் மரியாதைக் குறைவாக நடந்து கொள்கிற பெண் மிகவும் தீயவள் என்று இந்த உலகத்தால் கருதப்படுகிறாள். அந்த மாதிரி தீய பெண்கள், கணவன் மூலமாக வாழ்க்கையின் வசதிகளையெல்லாம் அனுபவித்து விட்டு, அவனுக்கு ஒரு சிறிய சறுக்கல் ஏற்படும்போது அவனை அவமதிக்கிறார்கள், அவனை விட்டுப் பிரிந்தும் விடுகிறார்கள்.

பெண்களுடைய இயற்கை இது. கெட்ட எண்ணத்தில் உறுதியாக நிற்பது, பொய் பேசுவது, உணர்ச்சிகளால் உந்தப்பட்டு நடப்பது, இதயமில்லாமல் நடந்து கொள்வது – ஆகிய குணங்களைக் கொண்ட இந்த தீய பெண்கள், மற்றவர்களால் புரிந்து கொள்ள முடியாதவர்களே. மனம் ஒரு நிலையில் இல்லாத இவர்களுக்கு நல்ல குணம், நல்ல செயல், நல்ல கல்வி ஆகியவை பற்றி எந்த மரியாதையும் இருப்பதில்லை. நல்ல குணமுடைய பெண்களோ வெனில் உண்மையையே பேசுவது, பெரியோரின் வார்த்தையை மதித்து நடப்பது, கணவனையே தெய்வமாகக் கொண்டு வாழ்வது – ஆகிய மேன்மையான குணங்களைக் கொண்டு திகழ்கிறார்கள். ஆகையால் என்னுடைய மகன் காட்டுக்குப் போக நேரிட்டு விட்டாலும் கூட, அவன் உன்னால் மதிக்கத் தகுந்தவனே. செல்வம் இருந்தாலும், செல்வத்தையெல்லாம் இழந்த நிலையை அடைந் தாலும், அவனே உனக்கு தெய்வமாவான்.''

கௌஸல்யை தனக்கு தர்மத்தை எடுத்துரைக்கவே இவ்வாறு பேசுகிறாள் என்பதை நன்றாகப் புரிந்து கொண்ட ஸீதை, தனது இரு கரங்களைக் குவித்துக் கொண்டு மரியாதையுடன் பதில் சொன்னாள். ''நீங்கள் சொன்னவாறே நான் நடந்து கொள்கிறேன். கணவரிடம் எப்படி நடந்து கொள்ள வேண்டும் என்பது பற்றி நானும் நிறையக் கேள்விப்பட்டிருக்கிறேன். தீய எண்ணம் கொண்ட பெண்களோடு என்னை ஒப்பிட்டு விடாதீர்கள். நிலவி லிருந்து எப்படி ஒளி பிரிந்து விடாதோ, அதைப் போல என்னிட மிருந்து நற்குணங்கள் பிரிந்து விடாத வகையில்தான் நான் நடந்து கொள்வேன். கம்பிகள் இல்லாத வீணையும், சக்கரம் இல்லாத தேரும் எந்தப் பயனும் அற்றவை. அதே போல நூறு மகன்கள் இருந்தாலும் கூட, கணவன் இல்லாத மனைவி எந்த சுகத்தையும் காண மாட்டாள். அளவோடுதான் உதவி செய்கிறான் தந்தை; அளவோடுதான் உதவி செய்கிறான் சகோதரன்; அளவோடுதான் உதவுகிறான் மகன்; ஆனால் கணவனோ எல்லையற்ற உதவிகளைச் செய்கிறான். மேன்மைக்குரிய தாயே! கணவன் தெய்வத்திற்கு நிகரானவன் என்பது பற்றியும், மனைவியின் கடமைகள் பற்றியும், பெரியோர்களிடமிருந்து பல அறிவுரைகளைக் கேட்டுப் புரிந்து கொண்டுள்ள நான், என்னுடைய கணவனுக்கு அவமதிப்பு நேர்கிற

வகையில் நடந்து கொள்வேனா? கவலையை விடுங்கள்.'' இதைக் கேட்டு கௌஸல்யை கண்ணீர் விட்டு அழுதாள்.

தாயாரை சமாதானப்படுத்தும் வகையில் ராமர், ''தாயே! தப்பித் தவறியும் கூட, தந்தையின் கட்டளையை நினைத்து நீங்கள் எந்த வருத்தமும் கொண்டு விடக்கூடாது. பதினான்கு வருடங்கள் மிக விரைவில் கழிந்து விடும். நீங்கள் தூங்கிக் கொண்டு இருக்கும் போதே கூட, காலம் கடந்து கொண்டே போகிறது. ஆகையால் திடீரென்று ஒரு நாள் காலை நான் அயோத்தி திரும்பி வந்து விடுவேன். காலம் அவ்வளவு விரைவில் செல்கிறது மனதை வாட்டிக் கொள்ளாதீர்கள்'' என்று சொன்னார். பிறகு எல்லோரையும் பார்த்து ராமர், கைகளைக் கூப்பிக் கொண்டு, ''நான் சொல்லினாலோ செயலினாலோ அறியாமல் உங்களுக்கெல்லாம் ஏதாவது மன வருத்தத்தை ஏற்படுத்தி இருந்தால், தயவு செய்து அதற்காக என்னை மன்னித்து விடுங்கள். உங்களிடமிருந்தெல்லாம் நான் இப்போது விடைபெறுகிறேன்'' என்று கேட்டுக் கொண்டார். அரண்மனையில் இருந்த பெண்கள் எல்லாம் கதறி அழ, அங்கே ஒரு பேரோசை உண்டாயிற்று. மங்கள வாத்தியங்கள் முழங்குகிற அரண்மனையில் அவல ஒலி எழும்பிற்று.

தசரதரின் காலைப் பிடித்து வணங்கி, அவரிடமிருந்து ராமர், லக்ஷ்மணன், ஸீதை – ஆகியோர் விடைபெற்றார்கள். அப்போது ஸுமித்திரை லக்ஷ்மணனைப் பார்த்து, கலங்கிய கண்களோடு பேசத் தொடங்கினாள். ''காட்டிலே வாழும்போது ராமருக்கு பணி விடை செய்வதில் எந்தக் குறையும் வைத்து விடாதே. இன்பத்திலும், துன்பத்திலும் ராமனே உனக்கு அடைக்கலம். பாவமற்றவனே, கேள்! மூத்த சகோதரனுக்குக் கட்டுப்பட்டுத்தான் இளைய சகோதரன் நடக்க வேண்டும் என்பது இந்த உலகில் வாழ்ந்த நல்லவர்களால் விதிக்கப்பட்ட வழிமுறை. தானங்களைச் செய்வதும், யாகங்களை நடத்துவதும் யுத்த களத்தில் உடலை சாய்ப்பதும்தான் ஒரு க்ஷத்ரியனின் தர்மம். இவற்றை மனதில் நிறுத்தி, புறப்பட்டுச் செல்வாயாக. லக்ஷ்மணா, நான் மேலும் சொல்லப் போவதை மனதிலே நன்றாகப் பதிய வைத்துக் கொள். இனி ராமன்தான் உனக்கு, உன் தந்தையாகிய தசரத மன்னன்; ஸீதைதான் உனக்கு, உன்னுடைய தாயாராகிய நான்; நீ செல்லப் போகும்

அயோத்தியா காண்டம்

வனம்தான் உனக்கு, இந்த அயோத்தி மாநகரம். இதை மனதிலிருந்து அகற்றாமல் மகிழ்ச்சியோடு சென்று வா. நல்லதே நடக்கும்.''

இப்படி ஸுமித்திரை பேசி முடித்த பிறகு, ஸுமந்திரர் எல்லோருக்கும் கேட்கிற மாதிரி, ''இனி ராமன் தேரில் ஏறி காட்டுக்குப் புறப்படலாம். பதினான்கு வருடக் கணக்கு இன்றே ஆரம்பித்து விடுகிறது'' என்று சுட்டிக் காட்டினார். அதன் பின்னர், ராம – லக்ஷ்மணர்களின் ஆயுதங்கள், மற்றும் மண் வெட்டி, கூடை போன்ற காட்டிலே பயன்படக்கூடிய உபகரணங்கள், ஸீதைக்கு தசரத மன்னர் அளித்த ஆபரணங்கள் எல்லாம் தேரில் எடுத்து வைக்கப்பட்டன. ராமர், லக்ஷ்மணன், ஸீதை மூவரும் தேரில் ஏறி அமர்ந்தார்கள். ஸுமந்திரர் சிறப்பு வாய்ந்த அந்த தேரை ஓட்டினார். மக்கள் மனமெல்லாம் சிதறியது. அயோத்தி முழுவதும் அவலக் குரல்களால் நிரப்பப்பட்டது. கடும் வறட்சியின் தாகத்தினால் தவிப்பவன் நீர் நிலையைத் தேடி ஓடுவது போலே, ராமரை நாடி மக்கள் கூட்டம் ஓடி வந்தது. தேரை நாலா பக்கங்களிலும் சூழ்ந்து கொண்டு, அதன் பின்புறத்திலும், இரு பக்கங்களிலும் தொற்றிக் கொள்ள முயற்சித்துக் கொண்டு, அந்த மக்கள் கூட்டம் ஸுமந்திரரைப் பார்த்து, ''தயவு செய்து கடி வாளத்தை இழுத்துப் பிடித்து தேரை மெதுவாக ஓட்டுங்கள். ராமரை நன்றாகப் பார்க்க வேண்டும். இனி எப்போது நாங்கள் ராமரைப் பார்க்கப் போகிறோம்! தன் மகனை இப்படிக் காட்டுக்கு அனுப்ப மனம் இசைந்தாளே கௌஸல்யை – அவள் மனம் என்ன இரும்பினால் செய்யப்பட்டதா? இந்த நிலையிலும் கூட தன் கணவனை நிழல் போல பின் தொடரும் ஸீதை, மகா புண்ணிய வதியாகிறாள்! லக்ஷ்மணா, இந்த நிலையிலும் அண்ணனைத் தொடர்ந்து காட்டுக்குச் செல்லும் நீ பேரறிவாளன், பெரும் தர்ம சீலன்'' என்றெல்லாம் பலவாறாகப் பேசிப் பரிதவித்தார்கள்.

இதற்கிடையில் பரிதாபத்திற்குரியவராக ஆகி விட்ட தசரத மன்னர், ''என்னுடைய பேரன்புக்குப் பாத்திரமான மகனை நான் பார்க்க வேண்டும்'' என்று கதறிக் கொண்டு, தட்டுத் தடுமாறி எழுந்து அரண்மனையை விட்டு வெளியே வந்தார். ஆண் யானை சங்கிலிகளால் பிணைக்கப்பட்டு பிடிக்கப்படுவதைப் பார்த்து,

பெண் யானைகள் பல சேர்ந்து ஓலமிடுவது போல கதறிக் கொண்டிருந்த அயோத்தி மாநகரின் பெண்களின் அழுகை, அவர் காதில் ஒலித்தது. கிரஹணத்தினால் பீடிக்கப்பட்டு விட்ட நிலவு போல ஒளி இழந்து, தட்டுத் தடுமாறிப் பின் தொடர்ந்து வருகிற தந்தையைப் பார்த்தும் கூட, ராமர், ஸுமந்திரரிடம் தேரை விரைவாகச் செலுத்துமாறு கூறினார்.

மக்களோ, ''தேரை நிறுத்துங்கள், தேரை நிறுத்துங்கள்'' என்று கதறினார்கள். விரைவாகச் செலுத்தப்பட்ட தேர் எழுப்பிய புழுதி, அயோத்தி மக்களின் கண்ணீரினால் நனைக்கப்பட்டு, அடங்கி மண் மீது விழுந்தது. ஒரு பெரும் தடாகத்தில் மீன் கூட்டங்களினால் கலைக்கப்பட்ட தாமரை மலர்களிலிருந்து, தண்ணீர் துளிகள் சிதறுவது போல், அயோத்தி மக்களின் கண்ணீர் நான்கு திசை களிலும் சிதறியது.

மகனைப் பார்க்கும் ஆவலில் ஓடி வந்த தசரத மன்னர், தடுக்கி விழுந்தார். அதைக் கண்டு மக்களின் துன்பம் மேலும் அதிக மாகியது. 'ராமா! ராமா!' என்று கதறிக் கொண்டு தசரதரும், அவரைப் பின் தொடர்ந்து கௌஸல்யையும் ஓடி வருவதை ராமர் பார்த்தார். தேரில் அமர்ந்து பவனி வர வேண்டிய மன்னர், நடுத் தெருவில் அனாதை போல் கதறிக் கொண்டு ஓடி வரும் காட்சியைப் பார்த்தும் கூட, ராமர் தான் கொண்ட எண்ணத்தில் உறுதியாக இருந்து கொண்டு, ஸுமந்திரரைப் பார்த்து தேரை மேலும் விரைந்து செலுத்துமாறு கூறினார்.

தன்னிடமிருந்து பிரிக்கப்பட்ட கன்றை நாடி ஒரு பசு ஓடுவது போல, கௌஸல்யை கதறிக் கொண்டு தேரை நோக்கி ஓடினாள். 'ராமா, லக்ஷ்மணா, ஸீதா' என்று கதறிக் கொண்டு அவள் ஓடிய காட்சி, மக்கள் மனதையெல்லாம் உலுக்கியது.

தசரத மன்னர் தேரைத் தொடர்ந்து ஓடி வந்து கொண்டே, ''தேரை நிறுத்து, தேரை நிறுத்து'' என்று கூறினார். ராமரோ, மீண்டும் ''தேரை செலுத்து, தேரை செலுத்து'' என்று கூறினார். இப்படி மாறுபட்ட இரண்டு கட்டளைகளுக்கிடையே, தவித்த ஸுமந்திரரைப் பார்த்து ராமர், ''நீங்கள் அயோத்தி திரும்பிய பிறகு தேரை நிறுத்தாதது குறித்து தசரத மன்னர், உங்களை விசாரித்தால்,

அவர் கூறியது உங்கள் காதுகளில் விழவில்லை என்று சொல்லி விடுங்கள். பெரும் சோகத்தில் சிக்கித் தவிக்கும் என் பெற்றோர்கள், கதறுகிற காட்சியை என்னால் இனிமேலும் பார்த்துக் கொண்டிருக்க முடியாது'' – என்று சொன்னார்.

தேர் விரைவாகச் செலுத்தப்பட்டது.

தசரதரைப் பின் தொடர்ந்து ஓடிய அரண்மனை அதிகாரிகள், அங்கேயே நின்றாலும், மக்கள் தேரைப் பின் தொடர்ந்து ஓடினார்கள். அப்போது சில அமைச்சர்கள், தசரத மன்னரிடம், ''ஒருவன் விடைபெற்றுச் செல்லும்போது, அவன் விரைவில் திரும்பி வரவேண்டும் என்று நாம் நினைத்தால், அப்போது அவனைப் பின் தொடர்ந்து நாம் வெகு தூரம் செல்லக் கூடாது'' என்று அறிவுரை சொன்னார்கள். தசரதர் மீள முடியாத சோகத்தில் ஆழ்ந்தார்.

(வால்மீகி ராமாயணத்தைப் பொறுத்த வரையில் ராமர் காட்டுக்குச் செல்ல நேரிடுவது தொடர்பான நிகழ்ச்சிகளில், கௌஸல்யை ஒரு சாதாரண பெண் போலத்தான் நடந்து கொள் கிறாள். ஆனால் ஸுமித்திரையோ பெரும் பக்குவம் அடைந்த வளாகக் காணப்படுகிறாள்.

ஸுமந்திரரிடம் ராமர், 'தேரை விரைவாக ஓட்டுங்கள். பிறகு தந்தை கேட்டால், அவர் தேரை நிறுத்துமாறு கூறியது உங்கள் காதில் விழவில்லை என்று சொல்லி விடுங்கள்' என்ற வகையில் பேசுவது பலவிதமான விளக்கங்களுக்கும், விமர்சனங்களுக்கும் உள்ளாகி இருக்கிற விஷயம். ஸுமந்திரரை பொய் சொல்லுமாறு ராமர் தூண்டி இருக்கிறாரே என்ற கேள்வி, பல பண்டிதர்களால் அலசப் பட்டிருக்கிறது. ஒரு சிலர் ராமர் அப்படிக் கூறவே இல்லை என்று கூட வாதிடுகிறார்கள். என்னைப் பொறுத்த வரையில் ஆயிரம்தான் விளக்கங்கள் கூறப்பட்டாலும், அங்கு ராமர் ஒரு பொய்யை பயன்படுத்துகிறார் என்றுதான் நினைக்கத் தோன்றுகிறது. முறையாக நடக்க வேண்டிய காரியம் நடந்தேறுவதற்காக ஒரு பொய்யைச் சொல்வதில் தவறில்லை என்பது தர்ம சாத்திரங்களில் கூட விளக்கப்பட்டிருக்கிறது. ஆகையால் இங்கே ராமர், ஸுமந்திரரை ஒரு சிறு பொய் சொல்லுமாறு பணித்ததில்,

அவருடைய குணாதிசயத்திற்கு எந்த இழுக்கும் நேர்ந்து விட வில்லை என்றுதான் நான் நினைக்கிறேன். ஆகையால் இதைப் பூசி மெழுக வேண்டிய அவசியம் இல்லை.

தன்னை அயோத்திக்குத் திரும்புமாறு பரதன் வந்து கேட்டுக் கொள்ளும் போது கூட, ராமர் இதே யுக்தியைக் கடைப்பிடிக்கிறார் என்பதையும் மனதில் நிறுத்திப் பார்த்தால், தர்ம சாத்திர விதி முறைப்படிதான் அவர் நடந்து கொள்கிறார் என்பது புலனாகும்.

கைகேயி தசரத மன்னரிடம் இரண்டு வரங்களைக் கேட்டுப் பெற்ற பிறகு, நடக்கும் நிகழ்ச்சிகள் கம்ப ராமாயணத்தில் வர்ணிக்கப்படுகிற வரிசை, வால்மீகி ராமாயணத்தில் இருந்து கொஞ்சம் மாறுபடுகிறது. இப்படி நிகழ்ச்சிகளின் வரிசை மாறி னாலும், அவற்றின் தன்மை இரண்டு நூல்களிலும் சற்றேறக்குறைய ஒரே மாதிரியாகத்தான் விளக்கப்பட்டிருக்கின்றன. இது சம்பந்த மான கம்பராமாயணக் காட்சிகள் ஒரு சிலவற்றைப் பார்ப்போம்.)

2. அயோத்தியா காண்டம்

அத்தியாயம் - 18

என்னைத் தொடாதே!

ராமர் நகரைவிட்டுப் போய்விட்டதை நினைத்து, அந்தப்புரத்து பெண்களுக்கு ஏற்பட்ட சோகம்; ராமர் விட்டுச்சென்ற அயோத்தியின் நிலை; ராமர் சென்ற திசையைப் பார்த்து நின்ற தசரதர் தரையில் வீழ்வது; அவரைத் தூக்கி விடுவதற்காக கௌஸல்யையும், கைகேயியும் அவரை நெருங்கியபோது, கைகேயியை மட்டும் அவர் தடுப்பது; அவளைத் துறந்து விட்டதாகக் கூறுகிற தசரதர், பரதனையும் பற்றி பேசுவது; கௌஸல்யையின் மாளிகைக்கு தசரதர் அழைத்துச் செல்லப்படுவது; தசரதரின் மனவருத்தமும், கௌஸல்யையின் புலம்பலும்...

(கைகேயியை, ஸுமந்திரர் மிகவும் கடிந்து பேசுவதாக வால்மீகி ராமாயணத்தில் வருகிறது. இது கம்ப ராமாயணத்தில் இல்லை. ஆனால், வசிஷ்டர், கைகேயியைப் பார்த்து வெறுப்புற்றுப் பேசுவது கம்ப ராமாயணத்திலும் வருகிறது. ராமரைக் காட்டுக்கு அனுப்புவதில் பிடிவாதமாக நிற்கும் கைகேயியைப் பார்த்து, வசிஷ்டர், 'இரக்கமே இல்லாமல், கணவனுடைய உயிர் பிரியும் இடர் நேர்ந்திருப்பதையும் அறிந்து கொள்ளாமல், புண்ணின் மீது படும் நெருப்போ அல்லது விஷமோ என்று எண்ணுகிற வகையில் பேசுகிறாய்! நீ ஒரு பெண்ணா, அல்லது நெருப்பா, அல்லது அழிவே இல்லாத ஒரு பேயா? நீ மிகவும் கெட்டவள். இந்த நாட்டு

மண்ணோடு உனக்கு என்ன உறவு இருக்க முடியும்? உனக்கு வர இருக்கும் பழி மிகப் பெரியது என்பதை உணர்வாய்' என்ற வகையில் பேசுகிறார்.

"கண்ணோடாதே, கணவன்
உயிர் ஓடு இடர் காணாதே,
'புண்ணூடு ஓடும் கனலோ? விடமோ?'
என்னப் புகல்வாய்;
பெண்ணோ? தீயோ? மாயாப்
பேயோ? கொடியாய்! நீ; இம்
மண்ணோடு உன்னோடு என் ஆம்?
வசையோ வலிதே!" என்றான்.

இவ்வாறு வசிஷ்டர் பேசியும் கூட, மனம் மாறாத கைகேயியைப் பார்த்து, தசரதர் மனம் நொந்து சொல்கிறார். இவ்வாறு பல வார்த்தைகளைப் பேசுகிறவர் (தசரதர்) சிறிதும், மனமிரங்காத அவளைக் குறித்து, 'முனிவரே! இப்பொழுதே நான் சொல்லி விடுகிறேன். இவள் இனி என் மனைவி என்ற அந்தஸ்திற்கு உரியவள் ஆக மாட்டாள். இவளை நான் கைவிட்டு விட்டேன். அரசனாக முடிசூடிக் கொள்வதற்காக வருகின்ற இவளுடைய மகன் பரதனையும் என் மகன் என்று நான் இனி கருத மாட்டேன். எனக்குச் செய்ய வேண்டிய காரியங்களுக்கு அவன் உரிமை படைத்தவனாக மாட்டான்' என்று கூறுகிறார்.

இன்னே பலவும் பகர்வான்,
இரங்காதாளை நோக்கி
'சொன்னேன் இன்றே; இவள் என்
தாரம் அல்லள்; துறந்தேன்;
மன்னே ஆவான் வரும் அப்
பரதன் தனையும் மகன் என்று
உன்னேன்; முனிவா! அவனும்
ஆகான் உரிமைக்கு' என்றான்.

ஸுமித்திரை, லக்ஷ்மணனுக்கு அறிவுரை கூறும்போது, 'ராமனே தசரத மன்னனாவான்; ஸீதையே தாயாவாள்; நீ செல்கிற காடே அயோத்தியாகும்' என்று வால்மீகி ராமாயண ஸுமித்திரை போலவே சொல்லிவிட்டு, மேலும் சொல்கிறாள். 'இந்த ராமன் பின்னால் செல்.

இவனுடைய தம்பி என்கிற முறையில் நடந்து கொள்வதற்காக அல்ல. இவனுடைய தொண்டனைப் போல், அவன் கூறுகிற பணிகளைச் செய்வதற்காக! நிலையாக இருக்கின்ற அயோத்தி நகரத்திற்கு இவன் திரும்பி வந்தால், நீயும் வருவாயாக. இவன் அயோத்திக்குத் திரும்பி வர முடியாமல் போனால், அவனுக்கு முன்பாக நீ உயிரை விட்டுவிடு! என்று கூறித் தன்னுடைய கண்களிலிருந்து கண்ணீர் பெருக நின்றாள்.'

பின்னும் பகர்வாள், 'மகனே!
இவன் பின் செல்; தம்பி
என்னும்படி அன்று, அடியாரினின்
ஏவல் செய்தி;
மன்னும் நகர்க்கே இவன்
வந்திடின், வா; அது அன்றேல்,
முன்னம் முடி' என்றனள்,
வார் விழி சோர நின்றாள்.

'ராமன் வராவிட்டால் நீயும் வராதே. உயிரை விட்டுவிடு' என்று லக்ஷ்மணனுக்கு ஸுமித்திரை இடும் கட்டளை, வால்மீகி ராமாயணத்தில் இல்லை. இது கம்பரின் கற்பனை வளத்தில் பிறந்தது. ஸுமித்திரையின் மேன்மையை இப்படி வெளிப்படுத்துகிற கம்பர், ராமர் காடு போகும் செய்தி கேட்டு அயோத்தி மக்கள் அழுததையெல்லாம் விவரித்துவிட்டு, மிருகங்களும், பறவைகளும் கூட அழுதன என்பதை இப்படிச் சொல்கிறார். 'ராமனுடைய பிரிவால், துன்பமுற்ற தசரதனைப்போல் பசுக்கள் அழுதன; அந்தப் பசுக்கள் ஈன்ற கன்றுகள் அழுதன; அப்பொழுதுதான் மலர்ந்த பூக்கள் கூட அழுதன; நீரில் வாழ்கிற பறவை இனங்கள் அழுதன; தேனைத் தரும் பூஞ்சோலைகள் அழுதன; யானைகளும் அழுதன; காற்றின் வலிமை கொண்ட குதிரைகள் கூட அழுதன.'

ஆவும் அழுத; அதன் கன்று
அழுத; அன்று அலர்ந்த
பூவும் அழுத; புனல் புள்
அழுத; கள் ஒழுகும்
காவும் அழுத; களிறு அழுத;
கால் வயப் போர்

வால்மீகி ராமாயணம்

மாவும் அழுத; – அம்
மன்னவனை மானவே.

'ராம சரித மானஸம்' என்கிற துளஸிதாஸரின் ராமாயணத்தில், கௌஸல்யை தனது மகன் காட்டுக்குப் போவதை முனைந்து தடுக்க முயற்சிக்கவில்லை. மாறாக, தந்தையின் கட்டளையை ஏற்று காட்டுக்குச் செல்வதே ராமனின் கடமை என்பதைப் புரிந்து கொண்டே அவள் பேசுகிறாள். ஸீதையை மட்டும் விட்டுச் செல்லுமாறு ராமரிடம் கௌஸல்யை கேட்க, ஸீதை காட்டுக்குப் போகும் எண்ணத்தை வெளியிட, ராமர், காட்டிலே நிகழக்கூடிய ஆபத்துக்களை வர்ணிக்க, இறுதியில் ஸீதையும் ராமருடன் காட்டுக்குச்செல்வது என்று தீர்மானமாகிறது. ஸுமந்திரர், வசிஷ்டர் போன்றவர்கள் கைகேயியைக் கடிந்து பேசும் நிகழ்ச்சிகள் துளஸிதாஸரின் ராமாயணத்தில் இல்லை.)

பரிதாபகரமான நிலையை அடைந்துவிட்ட தசரத மன்னர் தன்னை விதியின் வசப்பட்டவனாகக் கருதிக் கொண்டு, ராமர் ஏறிச்சென்ற தேர் போகும் திசையையே பார்த்து அப்படியே நின்றார். அந்த நேரத்தில் அந்தப்புரத்தில் இருந்த பெண்களிடையே இந்த நிகழ்ச்சி பற்றிய சோகமான பேச்சு எழுந்தது. "பெற்றோர் களை இழந்தவர்களுக்கும், இயலாத் தன்மையை அடைந்து விட்டவர்களுக்கும், ஆதரவு இல்லாதவர்களுக்கும் அடைக்கலமாக விளங்கிய ராமன், எங்கோ போகிறான்! பிறருக்குத் தீங்கு இழைக்கும் செயல்களை விலக்கியவனும், கோபம் கொண்டவர் களையும் கூட சமாதானப்படுத்துவதில் வல்லவனும், சுடுசொல் பேசாதவனும், பிறர் துயரத்தைத் தன் துயராக நினைப்பவனும், தன்னைப் பெற்ற தாயாகிய கௌஸல்யையிடம் எப்படி நடந்து கொள்கிறானோ, அப்படியே எல்லா பெண்களிடமும் நடந்து கொள்பவனுமாகிய ராமன், எங்கோ போகிறான்! உலகத்திற்கும், மக்கள் சமூகத்திற்கும் ஒரே காப்பாளனாகிய ராமன், கைகேயி யினால் துன்புறுத்தப்பட்ட தசரத மன்னரின் முடிவை ஏற்று, எங்கோ போகிறான்! தன் அறிவை இழந்தவரான தசரத மன்னர் ராமரைக் காட்டுக்கு அனுப்பிவிட்டாரே!''

இப்படிப் பெண்கள் எல்லாம் கதறி அழுததைக் கேட்ட தசரத மன்னரின் துயரம், மேலும் அதிகமாயிற்று.

அயோத்தியா காண்டம்

ராமர் விட்டுச் சென்ற அயோத்தியில் வைதீகச் சடங்குகள் செய்யப்படவில்லை. வீடுகளில் சமையல் நடக்கவில்லை. மக்கள் தங்கள் தங்கள் காரியங்களைச் செய்யாமலே விட்டனர். பாம்புகள் தாங்கள் உண்ட இரையை வெளியே கக்கின. பசுக்கள் கன்று களுக்குப் பாலூட்ட மறுத்தன. செல்வ மகன்களைக் கண்டு, தாயார்கள் உற்சாகம் கொள்ளவில்லை. கிரஹங்கள் உலகிற்கே துன்பம் விளைவிக்கும் நிலையில் நின்றன. நட்சத்திரங்கள் பிரகாசிக்கவில்லை. நான்கு திசைகளும் இருளால் மூடப்பட்டன. கை, கால்களைக்கூட அசைக்காமல் மக்கள் சோர்ந்து விழுந்தனர். மகிழ்ச்சி உடைய மனிதன் ஒருவனும் அங்கே காணப்படவில்லை. காற்று மென்மையாக வீசவில்லை. சந்திரன் குளுமை தரவில்லை. சூரியன் மறைந்தான். உலகமே தாறுமாறாகியது. யாக மேடைகளை உடையதும், பெரும் செல்வம் படைத்ததும், போர் வீரர்கள், யானைகள், குதிரைகள் என்ற படைகளைக் கொண்டதும், அழகு நிரம்பியதுமாகிய அயோத்தி நகரம், தெய்வத்தினாலேயே கைவிடப்பட்டது போன்றது ஆகி, அதன் காரணமாக 'ஓ' என்று கதறி ஓலமிட்டு அழுதது.

ராமர் சென்ற தேரும், அதன் பின்னால் சென்ற மக்களும் கிளப்பிய புழுதி மேகங்கள் கண்களில் இருந்து மறையும் வரை, அந்தத் திசையையே பார்த்துக் கொண்டிருந்த தசரத மன்னர், அந்தப் புழுதியும்கூட அவர் கண்களில் இருந்து மறைந்த பிறகு தன் வசம் இழந்தவராக, தரையில் வீழ்ந்தார். அவரைத் தூக்கி விடுவதற்காக அவருடைய வலது கையைக் கௌஸல்யைப் பிடித்துக் கொள்ள, அதே எண்ணத்துடன் அவருடைய இடது கையைப் பிடிக்க கைகேயி அவரை நெருங்கினாள். விவேகமும், நற்பண்புகளும் நிறைந்த தசரத மன்னர், தன்னைத் தொட வந்த கைகேயியைப் பார்த்து வெறுப்புடன் பேசினார்.

"தீய எண்ணம் கொண்டவளே! தயவு செய்து என்னைத் தொடாதே! உன்னைப் பார்க்கவும் நான் விரும்பவில்லை. நீ என் மனைவி அல்ல. உனக்கும் எனக்கும் இடையே எந்த உறவும் கிடையாது. உன்னை நம்பி வாழ்பவர்கள் யாராக இருந்தாலும் சரி, அவர்கள் எனக்குப் பணியாட்களும் அல்ல, நான் அவர்களுக்கு எஜமானனும் அல்ல. நல்லவற்றை விலக்கி, தீயவற்றை

மேற்கொண்டுள்ள சுயநலமிக்க உன்னை நான் இதோ, கைவிட்டேன்! உனது கரத்தைப் பற்றி அக்னியை வலம் வந்து, உன்னை மனைவியாக ஏற்றதால், சாத்திரங்கள் ரீதியாக இவ்வுலகிலும், மேலுலகிலும் எனக்கு என்ன நன்மைகள் கிட்ட இருந்தாலும் சரி, அவற்றையெல்லாமும் இதோ விட்டேன்! இந்த ராஜ்யத்தை மகிழ்ச்சியுடன் பரதன் ஏற்றுக் கொள்வானேயானால், நான் இறந்த பிறகு, என்னைக் கருதி, அவன் நடத்தக் கூடிய சடங்குகளில் எனக்காக அவன் அளிக்கிற பிண்டமும், நீரும் மேலுலகில் என்னை வந்து அடையாமல் போகட்டும்!''

தரையில் விழுந்து விட்டதன் காரணமாக, உடல் எல்லாம் புழுதி மயமாகிவிட்ட தசரத மன்னர் இப்படி வேதனையோடு பேசிய போது, கௌஸல்யை அவரை கை கொடுத்துத் தூக்கி அரண் மனைக்கு அழைத்துச் சென்றாள்.

தசரத மன்னரோ மனம் துக்கித்த வண்ணமே இருந்தார். ஒரு அந்தணனை வேண்டுமென்றே கொன்று விட்டவன் போலவும், தெரிந்தே தீயில் கையை வைத்துவிட்டவன் போலவும் பதறிய அவருக்கு, ராமரின் தேர் அயோத்தி நகரின் எல்லையைக் கடந்து விட்டது என்ற செய்தி தெரிவிக்கப்பட்டது.

தசரதர், ''ராமனை இழுத்துச் சென்ற குதிரைகளுடைய குளம்பு களின் காலடிகளை, இப்போது சாலைகளில் பார்க்கலாம். ஆனால் ராமனை இனி பார்க்க முடியாது. உடல் எல்லாம் சந்தனம் பூசப் பட்டு, அழகான மெத்தைகளில் படுத்து உறங்கிய ராமன், இனி ஒரு கல்லின் மீது தலையை வைத்துக் கொண்டு ஏதோ ஒரு மரத்தடியில் உறங்கப் போகிறான். எல்லா வசதிகளையும் பெற்று சீரும் சிறப்புடனும் வாழ வேண்டிய ஸீதையோவெனில், காட்டுப் பாதையில் வெறும் காலுடன் நடந்து செல்லப் போகிறாள். மனிதப் புலியாகிய ராமனைப் பார்க்க முடியாததால், என் உயிர் பிரியப் போகிறது. ஏ கைகேயி! விருப்பம் நிறைவேறிய விதவையாக இந்நாட்டையும், அதன் செல்வத்தையும் நீயே அனுபவித்துக் கொள்'' என்று கூறிக் கதறினார்.

இதன் பின்னர் தசரத மன்னர் கேட்டுக் கொண்டதன் பேரில், பணியாட்கள் அவரைக் கௌஸல்யையின் மாளிகைக்கு அழைத்துச்

சென்றார்கள். அவரைக் கைத்தாங்கலாக அழைத்து வந்த அவர்கள் அங்கே ஓர் இருக்கையில் அவரை அமர்த்தினார்கள். இரவு நேரம் வந்தது. உலகத்திற்கே அழிவு நேரம் வந்து விட்டதுபோல் தசரதர் மனம் நினைத்தது. ''கௌஸல்யை! என்னால் உன்னைப் பார்க்க முடியவில்லை. நீ எங்கே இருக்கிறாய்? என்னைத் தொடு. அப்பொழுதுதான் நீ இருப்பதை என்னால் உணர முடியும். ராமன் சென்ற திசையையே பார்த்துக் கொண்டிருந்த என் பார்வை, அவன் மறைந்த பிறகு என்னிடம் திரும்பவே இல்லை'' என்றார்.

இப்படிக் கூறிய மன்னரின் அருகே அமர்ந்த கௌஸல்யை, பலவாறாகப் புலம்பத் தொடங்கினாள். ''கெட்ட வழிகளிலேயே செல்கிற கைகேயி, ராமன் மீது விஷத்தைக் கக்கி விட்டாள்; தோலை உரித்து விட்ட பாம்புபோல், இனி இங்கே அவள் சுதந்திர மாகத் திரிவாள். வீட்டிலேயே சுற்றிக் கொண்டிருக்கிற பாம்பு போல இனி எனக்கு அவள் பெரும் அச்சத்தை விளைவிப்பாள், துன்பத்தையே அனுபவித்திராத ராம – லக்ஷ்மணர்களும், ஸீதையும், கைகேயியின் பேச்சைக் கேட்டு உங்களால் காட்டுக்கு விரட்டப்பட்டதால், இனி துன்பத்தைத் தவிர வேறு எதையும் அவர்கள் சந்திக்கப் போவதில்லை. இனி அவர்கள் மூவரையும் அயோத்தியில் நான் எப்போது மீண்டும் காண்பேன்? இழந்த தனது பெருமையை அயோத்தி மீண்டும் எப்போது அடையும்? கன்னிகை கள் மலர் தூவ, அந்தணர்கள் பழங்களை அளிக்க, மக்கள் எல்லாம் மகிழ்ச்சியில் திளைக்க, அந்த மூவரும் அயோத்தியில் மீண்டும் வலம் வரும் காட்சியை நான் எப்போது காணப் போகிறேன்? தன்னுடைய கன்றுக்குப் பால் ஊட்டுவதற்குத் தயாராக நின்ற ஒரு பசுவின் காம்புகளை, முந்தைய பிறவி ஏதோ ஒன்றில் நான் வெட்டி எறிந்திருக்க வேண்டும். இல்லாவிட்டால் எனக்கு இந்தக் கதி நேருமா? ராமனையும், லக்ஷ்மணனையும் பார்க்காமல் உயிரைக் கையில் பிடித்துக் கொண்டு வாழும் சகதி எனக்கு இல்லை. கோடைக் காலச் சூரியன் பூமியைக் கொளுத்துவது போல, ராமனுடைய பிரிவு என்னைக் கொளுத்துகிறது. எனக்கு இருந்த ஒரே மகனைப் பிரிந்தேன். நான் இனி வாழ மாட்டேன்.''

அழுதுகொண்டே இவ்வாறு பேசிய, மேன்மை பெற்ற கௌஸல்யையைப் பார்த்து, விவேகமுடைய ஸுமித்திரை, தர்மத்திற்கு உகந்த வகையில் பேசத் தொடங்கினாள்.

2. அயோத்தியா காண்டம்

அத்தியாயம் - 19

குஹன் அளித்த வரவேற்பு

> கௌஸல்யைக்கு, ஸுமித்திரையின் அறிவுரை; தன்னைப் பின் தொடர்ந்து வந்த மக்கள் கூட்டத்தை திசை திருப்ப, ராமர் ஸுமந்திரருக்குக் கூறிய யோசனை; ராமருக்கு குஹன் அளித்த வரவேற்பு; தன்னைப் பின் தொடர விரும்பிய ஸுமந்திரருக்கு, ராமர் அளித்த விளக்கம்; ராமர், லக்ஷ்மணன், ஸீதை – ஆகியோர் கங்கையைக் கடந்து காட்டுக்குள் செல்வது......

"நற்குணங்கள் நிரம்பியவனும், மனிதர்களில் நிகரற்றவனுமாகிய ராமனை நினைத்து நீ இப்படி அழுவது சிறிதும் நன்றாக இல்லை" என்று தொடங்கிய ஸுமித்திரை, கௌஸல்யைக்கு மேலும் சொன்னாள் : "தந்தையின் வாக்கு காப்பாற்றப்பட வேண்டும் என்ற சிறப்பான நோக்கத்தில்தான், ராமன் சிம்மாசனத்தைத் துறந்து காட்டுக்குச் சென்றிருக்கிறான். கற்றோர்களால் பாராட்டப்படும் தர்ம வழியைக் கடைப்பிடித்து, ராமன் மேற்கொண்டுள்ள இந்த நடவடிக்கை, சிறப்பான உலகங்களைத் தரக்கூடியது. எல்லா உயிர்களுக்கும் நண்பனும், பாவம் என்பதை அறியாதவனுமாகிய லக்ஷ்மணன், ராமனுக்குப் பணி செய்வதற்காக அவன் கூடவே செல்கிறான். விதேக மன்னனின் மகளாகிய ஸீதையும் செல்கிறாள். உண்மையே பெரிது என்று நினைத்து, செயல்பட்டிருக்கிற ராமனின் புகழ் உலகம் முழுவதும் பரவும். ராமனின் மேன்மையை

அயோத்தியா காண்டம்

உணர்ந்த சூரியன் அவனை தகிக்க மாட்டான்; காற்று எந்நேரத்திலும் அவனை நோக்கித் தென்றலாகவே வீசும்; எல்லா இரவுகளிலும் ராமனை மகிழ்விக்கும் வகையில், சந்திரன் குளுமையைத் தருவான்; விச்வாமித்திரரால் அளிக்கப்பட்ட ஆயுதங்களை உடைய ராமன், அரண்மனையில் வாழ்வது போலவே எந்தக் கவலையுமின்றி காட்டில் வாழ்வான்.

"ராமன் சூரியனுக்கு ஒளி தருபவன்; அக்னிக்கு புனிதத்தை அளிப்பவன்; மேன்மையின் மேன்மை அவன்; சிறப்பின் சிறப்பும் அவனே; ராமன் அயோத்திக்குத் திரும்பி வருவதை நீ பார்க்கத்தான் போகிறாய்; முழு நிலவு போல் காட்சி அளித்துக் கொண்டு, அயோத்திக்குத் திரும்பி வந்து, மன்னனாக அவன் முடி சூட்டிக் கொள்ளும் பொழுது நீ இன்று சிந்துகிற சோகக் கண்ணீர், ஆனந்தக் கண்ணீராகப் பெருகப் போகிறது. துரதிர்ஷ்டம் என்பது ராமனுக்குக் கிடையாது. ராமனின் பிரிவால், துக்கமுற்று நிற்கிற மற்றவர்களுக் கெல்லாம் ஆறுதல் சொல்ல வேண்டிய நீயே, இப்படி சோகத்தில் ஆழ்ந்து விடுவது சரியல்ல." ஸுமித்திரையின் வார்த்தைகளைக் கேட்ட கௌஸல்யையின் மனம் பெரிதும் ஆறுதல் அடைந்தது.

இது இவ்வாறிருக்க, மக்கள் கூட்டம் பின்தொடர, ராமனின் தேர் காட்டை நோக்கிச் சென்று கொண்டிருந்தது. மக்களைத் திரும்பிச் செல்லுமாறு கேட்டுக் கொண்ட ராமர், "என் மீது நீங்கள் காட்டுகிற அன்பையும், மரியாதையையும் பரதனிடம் காட்ட வேண்டும். அவன் உங்களுக்கு நன்மையையே செய்வான். வயதில் சிறியவனானாலும், பரதன் அறிவில் முதிர்ந்தவன்; பெரும் வீரனானாலும் மேன்மையானவன்; உங்கள் மனதில் தோன்றியுள்ள கவலைகளை அவன் விரட்டுவான். பரதனும், தசரத மன்னரும், மகிழும் படியாக நீங்கள் அனைவரும் நடந்து கொள்ள வேண்டும்" என்று கூறினார். இவ்வாறு பல விதமாக வேண்டிக் கொண்டும், மக்கள் ராமரைப் பின்தொடர்ந்தனர். பண்டிதர்களும், வயோதிகர் களும் கூட அந்தக் கூட்டத்தில் இருந்ததைப் பார்த்த ராமர் தேரில் இருந்து இறங்கி, அவர்களோடு நடந்தார். அயோத்திக்குத் திரும்பி வருமாறு மீண்டும் மீண்டும் கேட்டுக் கொண்டே அவர்கள் ராமனைப் பின்தொடர்ந்தனர்.

வால்மீகி ராமாயணம்

இப்படி நடையாகவும், தேரில் அமர்ந்தும், ராமரின் பயணம் தொடர்ந்தது. மக்கள் கூட்டம் பின்தொடர, ராமரின் தேர் தமஸா நதிக் கரையை வந்து அடைந்தது. ராமர், லக்ஷ்மணனைப் பார்த்து, ''நமது வனவாசத்தின் முதல் நாள் இது. இன்று நான் வெறும் தண்ணீரை மட்டுமே ஆகாரமாக உட்கொள்ளப் போகிறேன்'' என்று கூறிவிட்டு மேலும் தொடர்ந்தார். ''நம்மைப் பின் தொடர்ந்து வரும் மக்களின் மனநிலையைப் பார்க்கும்போது – அவர்கள் உயிரை விட வேண்டுமானாலும் தயாராக இருப்பார்களே தவிர, நாம் இல்லாமல் அயோத்திக்குத் திரும்பிச் செல்ல மாட்டார்கள் என்று தோன்றுகிறது. ஆகையால், அவர்கள் நன்றாக உறங்கும் போது, நாம் இங்கிருந்து புறப்பட்டு விட வேண்டும். அரச குமாரர்களுக்கு ஏற்படும் சோதனை நாட்டின் மக்களைப் பாதித்து விடக் கூடாது. ஆகையால், நமக்கேற்பட்டிருக்கிற நிலை, இந்த மக்களுக்கு ஒரு சுமையாகி விடக் கூடாது. அவர்கள் அறியாமல் நாம் இங்கிருந்து சென்று விடுவதுதான் நல்லது.''

பிறகு தேரில் ஏறி அவர்கள் பயணத்தைத் தொடர்ந்தார்கள். தமஸா நதியை ஒட்டிய பிரதேசம் கடக்கப்பட்டது. அப்போது ராமர், ஸுமந்திரரிடம், ''வடக்குப் பக்கமாக தேரைச் செலுத்தி, அங்கிருந்து வேறு வழியாக இங்கே தேரைக் கொண்டு வாருங்கள். தேர்ச் சக்கரங்களின் சுவடுகளைப் பார்த்து தேர் வடக்கு நோக்கிச் சென்று விட்டது என்று மக்கள் நினைப்பார்கள். அதன்பிறகு அவர்களால் என்னைக்கண்டு பிடிக்க முடியாது'' என்று கூறினார். ஸுமந்திரரும் அவ்வாறே செய்தார். அதன் பிறகு ராமர், லக்ஷ்மணன், ஸீதை – ஆகியோர் தேரில் அமர்ந்து காடு நோக்கிச் சென்றனர்.

ராமர் சென்ற பிறகு வெகு நேரம் கழித்து உறக்கத்திலிருந்து விழித்துக் கொண்ட மக்கள், தேர் சக்கரத்தின் சுவடுகளைப் பார்த்து குழம்பி ராமரைத் தவற விட்டு விட்டோம் என்று புரிந்து கொண்டு, செய்வதறியாமல் பெரும் மன வருத்தத்துடன் அயோத்திக்குத் திரும்பினார்கள். அவர்கள் எல்லாம் வீடு திரும்பியபோது, ஒவ்வொரு வீட்டிலும் கைகேயி சபிக்கப்பட்டாள். முழுமையாக வற்றி விட்ட கடல்போல அயோத்தி காட்சி அளித்தது.

கோசல நாட்டின் பிரதேசத்தைக் கடக்கும்போது கிராமப்புற மக்கள் ராமரைச் சூழ்ந்து கொண்டு, தங்களுடைய மன வருத்தத்தைப் பகிர்ந்து கொண்டனர். அவர்களைச் சமாதானப் படுத்தி விட்டு, ராமர் புறப்பட்டார். வேதச்ருதி, கோமதி, ஸ்யந்திகா – ஆகிய நதிகள் பாய்ந்த பிரதேசங்கள் கடக்கப்பட்டன. கோசல பிரதேசத்தை இறுதியாகக் கடந்தபோது ராமர், அயோத்தி இருந்த திசையை நோக்கி, இரு கைகளையும் கூப்பியவாறு, "உன்னதமான நகரமே! உன்னிடமிருந்து நான் விடை பெறுகிறேன். தெய் வங்களாலும், தசரத மன்னராலும் காக்கப்படும் உன்னிடமிருந்து நான் விடை பெறுகிறேன். மன்னரின் வாக்குப்படி, என்னுடைய வனவாசம் முடிந்த பிறகு உன்னை மீண்டும் வந்து பார்க்கிறேன்" என்று கூறினார். அவரைப் பின் தொடர்ந்து வந்த கிராமப்புற மக்கள் அவரை வணங்கி விடை பெற்றார்கள். கங்கை நதிக் கரையை ராமரின் தேர் வந்தடைந்தது.

ச்ருங்கவேரபுரம் என்ற அந்த இடத்தில் தேரை நிறுத்தி, அந்த தினத்தை அங்கேயே கழிக்க ராமர் முடிவு செய்தார். அந்தப் பிரதேசத்தின் அரசன், ராமரின் நெடுநாளைய நண்பன்; ராமரின் உயிருக்கு உயிரானவன். நிஷாதார்கள் என்ற வகுப்பைச் சார்ந்த குஹன் என்ற பெயருடைய அவன், ராமர் வந்திருப்பதை அறிந்து, தனது மந்திரிமார்களுடனும், உறவினர்களுடனும் ராமரை நோக்கி வந்தான். அவன் வருவதைப் பார்த்த ராமரும், லக்ஷ்மணனோடு சேர்ந்து நடந்து, அவனைச் சந்திப்பதற்கு விரைந்தார்.

ராமரை இறுகத் தழுவிக் கொண்ட குஹன், "ச்ருங்கவேரபுரம் உங்களால் அயோத்தியாகக் கருதப்படத்தக்கது. உங்களைப் போன்ற விருந்தாளியைப் பெறுவது யாருக்குமே கிடைக்க முடியாத பாக்கியம். பெருந்தோள் படைத்த அரசகுமாரனே! நான் என்ன செய்ய வேண்டும்? கட்டளை இடுங்கள்!" என்று கூறினான். இவ்வாறு கூறிய குஹன் மேலும் தொடர்ந்தான். "உங்கள் வரவு நல்வரவாகட்டும். என்னுடைய பூமி உங்களுடையது. நாங்கள் அனைவரும் உங்களுடைய பணியாட்கள். உண்ணவும், அருந்தவும் உரிய கிழங்கு வகைகளும் சாதமும், பழ ரசங்களும் இதோ இருக்கின்றன."

ராமர், ''கால் நடையாக வந்து எங்களைச் சந்தித்து, எங்களுக்கு கௌரவம் அளித்து, அன்பைப் பொழிகிற உனக்கு நாங்கள் கடமைப்பட்டிருக்கிறோம். உன்னுடைய பிரதேசத்தில் அரசு நன்றாக நடக்கிறதா? மக்கள் நலம்தானே? நீ கொண்டு வந்திருக்கிற சிறப்பான உணவு வகைகளை ஏற்கிற நிலையில் நான் இப்போது இல்லை. கடுமையான விரதங்களை மேற்கொண்டு நான் இங்கே வந்திருக்கிறேன்'' என்று கூறினார்.

தண்ணீரை மட்டுமே அருந்தி விட்டு ராமர் ஓய்வெடுக்க, குஹன் காவல் புரிந்தான். வசதியின்மை என்பதை அறியாத தசரத மன்னரின் மகன் ராமர் தரையில் படுத்து உறங்கினார். லக்ஷ்மணனையும் உறங்குமாறு குஹன் வற்புறுத்தினான். ஆனால் லக்ஷ்மணன் உறங்க மறுத்து, அயோத்தியின் நிலை, தனது தாய்மார் களின் கதி, தசரத மன்னரின் நிலை ஆகியவை பற்றிக் கவலையோடு குஹனிடம் பேசிக் கொண்டிருந்தான். ''தசரத மன்னர், ராமரின் பிரிவைத் தாங்காமல் உயிரை விடுவார். அதன் பின்னர் கௌஸல்யையின் உயிர் பிரியும். என் தாயாருக்கும் அதே முடிவுதான் ஏற்படும்'' என்று கூறினான் அவன். பெரும் உடல் நோயினால் அவதியுறும் யானை போல், குஹன் கண்ணீர் சிந்தினான்.

பொழுது விடிந்தது. கங்கையைக் கடப்பதற்காக ராமர் முதலியோருக்கு ஓர் அழகான படகு, படகுத் துறைக்குக் கொண்டு வரப்பட்டது. மேலும் உதவி செய்ய விரும்பிய குஹனிடம் ராமர், தசரத மன்னருக்கு அடி பணிந்து நடப்பது ஒன்றே அவன் கடமை என்று வலியுறுத்தினார். ஸுமந்திரரை, அயோத்திக்குத் திரும்பு மாறு ராமர் சொன்னபோது, அவர் வருத்தத்துடன் பதில் சொன்னார். ''சாதாரண மனிதர்களைப் போல், நீங்களும் லக்ஷ்மணனும் ஸீதையும் – இப்படி காட்டில் வசிக்கத் தொடங்கி இருப்பது எவராலும் மாற்ற முடியாத விதியின் செயல். உங்களுக்கே இந்தக் கதி நேரிட்டிருப்பதால் எனக்கு ஒன்று புரிகிறது. வேதங்களைப் படிப்பதாலும், நல்லவனாக வாழ்வ தாலும், ஒரு பயனும் இல்லை. உங்களால் கைவிடப்பட்ட என்னைப் போன்றவர்கள் பாவமே உருவெடுத்த கைகேயியின்

ஆளுகையின் கீழ் சிக்கி, துன்பத்தை அனுபவிக்கப் போகிறோம்'' என்றார்.

ராமர், ஸுமந்திரரைத் தேற்றினார். ''இக்ஷ்வாகு குலத்திற்கு உங்களைப் போன்ற நண்பர் வேறு எவரும் இல்லை. தசரத மன்னர் என்னைக் குறித்து கவலைப்படாமல் இருக்கும் வகையில் நீங்கள் நடந்து கொள்ள வேண்டும். பெரும் மனக்குழப்பத்தில் சிக்கியிருக்கும் அவர், கைகேயியைத் திருப்தி செய்வதற்காக, ஏதாவது ஆணையிட வேண்டி வந்தால், அதை நீங்கள் தயக்கமில்லாமல் நிறைவேற்ற வேண்டும். நானோ, லக்ஷ்மணனோ, ஸீதையோ அயோத்தியை விட்டு வெளியேறி காட்டில் வசிக்க நேர்ந்ததால், சிறிதும் வருத்தப்படவில்லை – என்பதை நீங்கள் மன்னருக்குத் தெரிவியுங்கள். பதினான்கு ஆண்டுகள் கழிந்த பிறகு, நாங்கள் மூவரும் மீண்டும் மன்னரைச் சந்திப்போம் என்பதையும் கூறுங்கள். நான் நலமுடன் இருப்பதாக என் தாயாரிடம் சொல்லுங்கள். ஸீதையும், லக்ஷ்மணனும் தங்களுடைய வணக்கத்தைத் தெரிவிப்பதாகவும் கௌஸல்யை தேவியிடம் சொல்லுங்கள். பரதன் விரைவில் அயோத்திக்கு அழைக்கப்பட்டு சிம்மாசனத்தில் அமர்த்தப்பட வேண்டும் என்பதை மன்னரிடம் வலியுறுத்துங்கள். மூன்று தாய்மார்களிடமும் ஒரே வகையில், அன்போடு நடந்து கொள்ளுமாறும் பரதனிடம் கூறுங்கள். மன்னருக்கு திருப்தி ஏற்படும் வகையில் ஆட்சி புரிந்து, எல்லா சிறப்புகளையும் பெறுவான் என்று என் சார்பில் பரதனை வாழ்த்துங்கள்.''

ஸுமந்திரர், ''உங்களை மறுத்துப் பேசுவதற்காக என்னை மன்னிக்க வேண்டும்'' என்ற பீடிகையோடு ராமருக்குப் பதில் சொல்லத் தொடங்கினார். ''நீங்கள் இல்லாமல் நான் எப்படி அயோத்திக்குத் திரும்புவது? நீங்கள் இல்லாத தேர் அயோத்திக்குத் திரும்புவதைக் காண மக்கள் சகிக்க மாட்டார்கள். நீங்கள் இல்லாமல் அயோத்திக்கு நான் திரும்பும்போது மக்கள் எழுப்புகிற ஓலம், நீங்கள் அயோத்தியை விட்டு வெளியேறுகிற போது, அவர்கள் எழுப்பிய அழுகுரலை விட நூறு மடங்கு கடுமையானதாக இருக்கும். நீங்கள் நலமாக இருக்கிறீர்கள் என்று

அயோத்தியா காண்டம்

கௌஸல்யை தேவியிடம் நான் எப்படிச் சொல்வது? நீங்கள் இல்லாத தேரை இழுக்கக் குதிரைகள் கூட மறுத்து விடும்! நீங்கள் இல்லாமல் அயோத்திக்குத் திரும்ப நான் விரும்பவில்லை. உங்களோடு நானும் காட்டில் வாழ்கிறேன். அதற்கு அனுமதி தர நீங்கள் மறுத்தால், உங்களைப் பிரிந்தவுடன், தேருடனும், குதிரை களுடனும் நான் நெருப்பில் வீழ்கிறேன். 'எனக்கு நண்பனாக என்னுடன் காட்டில் இருப்பாயாக' என்ற அன்பான வார்த்தைகளை உங்களிடமிருந்து கேட்க நான் விரும்புகிறேன். வனவாசம் முடிந்து, நீங்கள் அயோத்திக்குத் திரும்பும்போது, உங்களை இந்தத் தேரில் அமர்த்தி, நான் அதைச் செலுத்த வேண்டும். அதுதான் என் விருப்பம். விசுவாசம் மாறாத இந்த வேலைக்காரனை துரத்தி விடாதீர்கள்.''

ராமர் மீண்டும் ஸுமந்திரருக்கு அறிவுரை கூறினார். ''என்னிடம் தாங்கள் வைத்திருக்கும் விசுவாசத்தை நான் அறிவேன். ஆனாலும் கூட, நீங்கள் அயோத்திக்குத் திரும்புவது அவசியம் என்பதற்கான காரணத்தைக் கூறுகிறேன், கேளுங்கள். நீங்கள் அயோத்திக்குத் திரும்பினால்தான், நான் உண்மையாகவே காட்டில் வாழத் தீர்மானித்து விட்டேன் என்பது என்னுடைய சிறிய தாயார் கைகேயிக்கு தெளிவாகத் தெரிய வரும். மாறாக, நீங்கள் இங்கே என்னுடனே தங்கிவிட்டால், நான் காட்டில் வாழப் போகிறேனா அல்லது திரும்பி வரப் போகிறேனா என்ற சந்தேகம் கைகேயியின் மனதை வாட்டும். நான் காட்டுக்குச் சென்று, பரதனுக்குப் பட்டாபிஷேகம் நடந்து, அவன் ஆட்சி புரிவான் – என்ற மன நிம்மதி கைகேயிக்கு ஏற்பட ஒரே வழி, நீங்கள் என்னை இங்கே விட்டுத் தனியாக அயோத்திக்குத் திரும்புவதுதான். நீங்கள் அயோத்திக்குத் திரும்பாவிட்டால், நான் உடனே திரும்பி வந்தாலும் வந்து விடுவேன் என்ற எண்ணத்தில், பரதனை அயோத்திக்கு வரவழைக்காமலே இருந்தாலும் இருந்து விடுவார் கள். ஆகையால், மன்னரின் வார்த்தை காப்பாற்றப்படுவதற்கு நீங்கள் அயோத்தி திரும்புவது அவசியமாகிறது. செல்லுங்கள். ஒவ்வொருவரிடமும் நான் ஏற்கெனவே கூறியதைத் தெரிவியுங்கள்.''

இப்படி ஸுமந்திரரிடம் கூறிவிட்டு, குஹனிடமும் ராமர் சில வார்த்தைகளைப் பேசினார். ''உன்னுடைய கூட்டத்தாரின் ஆதரவோடு நான் இங்கே வாழ்வது முறையல்ல. நானும், ஸீதையும், லக்ஷ்மணனும் – துறவிகள் போல் வாழ வேண்டும் என்பதுதான் முறை. ஆலமரத்தின் பாலைக் கொண்டு வரச்சொல். அதை முடியில் தடவி, நானும் லக்ஷ்மணனும் சடைமுடி தரிக்க வேண்டும்'' என்று அவர் குஹனைக் கேட்டுக் கொண்டார். அவன், அவருடைய வேண்டுகோளை நிறைவேற்ற ராமரும், லக்ஷ்மணனும் சடைமுடி தரித்தார்கள்.

இதன் பின்னர் ராமர், லக்ஷ்மணன், ஸீதை மூவரும் படகில் ஏறிக் கொள்ள, குஹனின் ஆட்கள் படகைச் செலுத்தினார்கள். மூவரும் கங்கையை வணங்கினார்கள். பதினான்கு வருட வனவாசம் முடிந்து ராமர் நல்ல நிலையில் திரும்ப வேண்டும் என்று ஸீதை, கங்கையை வேண்டிக் கொண்டாள். கங்கை கடக்கப்பட்டவுடன், கரையில் இறங்கிய ராமர், லக்ஷ்மணனைப் பார்த்து, ''ஸீதையை முறையாகப் பாதுகாப்பதற்கு உன்னைத் தயார் செய்து கொள். நீ முன் செல்ல, ஸீதை உன்னைப் பின்தொடர, உங்கள் இருவரையும் தொடர்ந்து நான் வருகிறேன். நாம் ஒருவருக்கொருவர் பாதுகாப்பாக இருப்போம்'' என்று கூறினார். மூவரும் காட்டினுள் நடந்து சென்று, ஒரு மரத்தடியை அடைந்து, அன்று இரவை அங்கே கழிக்கத் தீர்மானித்தனர்.

கங்கையின் அக்கரையில் நின்ற ஸுமந்திரர், நீர் வழியும் கண்களோடு ராமர் சென்ற திசையையே பார்த்து நின்றார்.

2. அயோத்தியா காண்டம்

அத்தியாயம் - 20

சித்ரகூடத்தில் மூவர்

தசரதரையும், கைகேயியையும் பற்றி ராமர் செய்கிற விமர்சனம்; லக்ஷ்மணன், ராமருக்குஆறுதல் சொல்வது; பரத்வாஜ முனிவர் ஆச்ரமத்தை அடைந்து, அங்கிருந்து மூவரும் சித்ரகூடம் செல்வது; குஹனிடம் விடை பெற்று ஸுமந்திரர் அயோத்தி திரும்புவது.

மரத்தின் அடியில் தரையிலே அமர்ந்து கொண்டிருந்த ராமர், ''சீதையை பாதுகாப்பது நமது பொறுப்பு; ஆகையால் இரவிலும்கூட நாம் எச்சரிக்கை உணர்வோடு இருக்க வேண்டும்'' – என்று லக்ஷ்மணனை பார்த்து சொல்லிவிட்டு, மேலும் தொடர்ந்தார். ''இப்போது தசரத மன்னர் உறக்கத்தை இழந்து தவித்துக் கொண்டிருப்பார். ஆனால் தன்னுடைய எண்ணத்தை நிறைவேற்றிக் கொண்ட கைகேயியோ மனத் திருப்தியுடன் இருப்பார். பரதன் நாடு திரும்பிய பிறகு, கைகேயி அரசியல் ஆட்சியை முழுமையாகப் பெற்று விடுவதற்காக தசரத மன்னருடைய உயிருக்கே முடிவு தேடி விடாமல் இருக்க வேண்டும். வயது முதிர்ந்த காலத்தில் கைகேயியின் பிடியில் சிக்கிவிட்ட மன்னரால் என்ன செய்ய முடியும்? பொருளை ஈட்டுவதிலும், தர்மத்தை நாடுவதிலும் மனிதனுக்கு இருக்கும் ஈடுபாட்டை விட, இன்பத்தை தேடுவதில்தான் அவனுடைய கவனம் அதிகமாக இருக்கிறது – என்று மன்னரின் கதியைப் பார்க்கும் போது எனக்குத்

தோன்றுகிறது. அறிவே இல்லாத மனிதன் கூட, ஒரு பெண்ணை திருப்தி செய்வதற்காக, தன் சொல்படி கேட்டு நடக்கும் மகனை துறக்கத் துணிவானா? நான் காட்டுக்கு வந்து விட்டேன் – தசரத மன்னரோ தன் வசமிழந்து விட்டார். ஆகையால் அரசுரிமையை முழுமையாகப் பெற்றுவிடுவதில் பரதனுக்கு எந்தவித தொல்லையும் இருக்காது. அவன் திருப்தியோடு இருப்பான். தர்மத்தையும், செல்வத்தையும் துறந்து, ஆசை ஒன்றிலேயே மனம் கொண்டவனாக நடந்துக் கொள்ளும் மனிதன் தசரத மன்னர் போல் துயரத்தில் வீழ்வான் என்பதில் சந்தேகமில்லை. என்னை காட்டிற்கு அனுப்புவதற்காகவும், பரதனுக்கு சிம்மாசனத்தைப் பெறுவதற் காகவும், தசரத மன்னரின் வாழ்வை முடித்து வைப்பதற்காக வும்தான், கைகேயி நமது அரண்மனைக்கு வந்தார் போலும்! நம்மைப் பெற்ற தாயார்களான கௌஸல்யை தேவியையும், ஸுமித்திரை தேவியையும், கைகேயி துன்புறுத்துவார் என்று நான் அஞ்சுகிறேன். ஆகையால் இந்த இடத்தோடு நீ, உனது பயணத்தை முடித்துக் கொண்டு அயோத்திக்குத் திரும்பி விடுவது நல்லது. நான் தண்டக வனத்திற்குச் செல்லுகிறேன். நீ சென்று, கௌஸல்யை தேவிக்கும், ஸுமித்திரை தேவிக்கும் பாதுகாப்பாக இரு. துவேஷத் தினால் தூண்டப்பட்ட கைகேயி, அவர்கள் இருவருக்கும் விஷம் வைக்கவும் தயங்க மாட்டார்.

''தாயாருக்குப் பணிவிடை செய்ய வேண்டிய காலத்தில், நான் அவளை விட்டுப் பிரிந்திருக்கிறேன். இது என்ன துரதிர்ஷ்டம்? இவ்வளவு துன்பத்தை ஒரு தாய்க்கு விளைவிக்கிற என்னைப் போன்ற ஒரு மகனை, இனி எந்தத் தாயும் பெறாமல் இருப்பாளாக! பெரும் துயரத்தில் வீழ்ந்து விட்ட என் தாயாருக்கு, இப்போது என்னால் என்ன பயன்? நான் கோபம் கொண்டால் அயோத்தியை மட்டுமல்ல; இந்த உலகத்தையே வென்று என்னால் அடக்கி விட முடியும். ஆனால் வீரத்தைக் காட்டுவது என்பது எல்லா நேரங் களிலும் சிறந்த தர்மமாகி விடாது. தந்தையின் சொல்லை நிறை வேற்றுவதுதான் என் கடமை. அதுதான் மேலுலகத்திலும் கூட நன்மையைத் தரும். தந்தைக்கும் அதுதான் மேன்மையைப் பெற்றுத் தரும். ஆகையால்தான், நானே முனைந்து இளவரசு பட்டத்தைப் பறிக்காமல் இருந்தேன்.''

இவ்வாறு பெரும் துக்கத்துடன், மிகவும் பரிதாபகரமாக பேசி முடித்த போது, ராமரின் கண்களில் நீர் வழிந்தது. லக்ஷ்மணன், அவருக்கு ஆறுதல் சொன்னான். ''நீங்கள் இவ்வாறு துக்கமுறுவது நல்லதல்ல. உங்கள் துக்கத்தால் எனக்கும் ஸீதைக்கும் பெரும் சங்கடம் ஏற்படும். என்னுடைய தாயார் ஸுமித்ரா தேவியையோ, என்னுடைய சகோதரன் சத்ருக்னனையோ, என்னுடைய தந்தை தசரத மன்னரையோ பார்க்க நான் விரும்பவில்லை. சொர்க்கமே யானாலும், நீங்கள் இல்லாமல் இருந்தால் அது எனக்கு வேண் டாத இடமே...'' இவ்வாறு தொடங்கிய லக்ஷ்மணன், ராமரைப் பிரிந்து அயோத்திக்குச் செல்ல தான் விரும்பவில்லை என்பதை எடுத்துக் கூறினான். அவனுடைய பேச்சின் இறுதியில் ராமர், அவனுடைய முடிவை ஏற்றார். அச்சம் என்பது சற்றும் இல்லாமல் காட்டிலே தங்க தீர்மானித்த அந்த இருவரும், இரண்டு சிங்கங்கள் போல் திகழ்ந்தார்கள்.

(தசரத மன்னர் பற்றியும், கைகேயி பற்றியும் ராமர் பேசிய வார்த்தைகள், சிலருக்கு பொருத்தமற்றவையாகத் தெரியலாம். 'ராமர் போய் இப்படிப் பேசுவதா?' என்ற கவலை நமக்கு வேண்டாம். மனிதனாக பூமிக்கு வந்தவர், மனிதனாகவே வாழ்ந்தார். அதனால் ஒரு மனிதனுக்குரிய குணாதிசயங்களை அவர் காண்பித்தார். அதே சமயத்தில் ஒரு உயர்ந்த மனிதன், எப்படி சிறு குறைகளைக் கூட களைந்து பெரும் உயர்வை எய்த வேண்டும் – என்பதையும் அவர் தன்னுடைய நடத்தையின் மூலமாக நிலை நாட்டினார்.

ஆகையால், இந்த மாதிரி கட்டங்கள் வருகிற போது, ராமர் இப்படிச் செய்யலாமா என்று மனதைக் குழப்பிக் கொள்வதைவிட, மனிதன் இப்படித்தான் செய்வான் என்று புரிந்து கொள்வதுதான் பொருத்தமாக இருக்கும். தன்னிடம் காணப்படுகிற சிறிய குறைகளைக் கூட களைந்து, தர்மத்தின் பாதையை நாடி, மென் மேலும் உயர்வடைவதுதான் மனிதன் கடைப்பிடிக்க வேண்டிய வழிமுறை. இதை ராமர் எவ்வாறு செய்து காட்டினார் என்பதை ராமாயணம் விளக்குகிறது. அந்த வகையில்தான் இந்த மாதிரி நிகழ்ச்சிகளைப் பார்க்க வேண்டும்.

மனிதனிடம் குறைகளே இருக்காது என்று நமது புராணங்கள் கூறவில்லை. மிகச் சிறந்தவனிடம் கூட சில குறைகள் இருக்கும்.

அவனும் சில தவறுகளைச் செய்வான். தவறுகளுக்கு வருந்தி, குறைகளை நீக்கிச் செயல்படுகிற மனிதன் சிறந்தவனாகிறான். நமது புராணங்களில் வருகிற புருஷர்களைப் பற்றி படிக்கும்போது இந்த எண்ணம்தான் ஏற்படுகிறது.

மஹாபாரதத்து தர்மபுத்திரனிடமும் சில குறைகள் இருந்தன. ராமாயணத்தில் ராமரும், ஒரு சில இடங்களில் தனது பேச்சிலும், செய்கையிலும் சிறிய குறைகளைக் காட்டுகிறார். ஆனால் இவற்றை எல்லாம் கடந்து, தர்மத்தின் பாதையில் உறுதியாக நின்று, மனித குலத்துக்கே வழிகாட்டிகளாகத் திகழ்ந்தவர்கள் அவர்கள்.)

அன்றிரவை அங்கேயே கழித்த ராமர், லக்ஷ்மணன், ஸீதை – ஆகியோர் பொழுது விடிந்தவுடன், கணிசமான தூரத்தைக் கடந்து, கங்கையைச் சந்திக்க யமுனை நதி பாய்ந்து வரும் இடத்துக்குச் சென்றார்கள். "லக்ஷ்மணா! கங்கையும், யமுனையும் ஒன்றாக ஓடும் இடம் இது. ப்ரயாகைக்கு அருகில் நாம் வந்துவிட்டோம். இங்கேதான் பரத்வாஜ முனிவர் வசிக்கிறார்" என்று ராமர் கூறினார். மேலும் சிறிது தூரம் நடந்து, பரத்வாஜ முனிவரின் ஆச்ரமத்தை அவர்கள் அடைந்தார்கள். அங்கே முனிவரை வணங்கி நின்று, தந்தையின் கட்டளையை ஏற்று தாங்கள் காட்டுக்கு வந்த விவரத்தை ராமர் எடுத்துக் கூறினார்.

அவர்களை வரவேற்று உபசரித்த பரத்வாஜ முனிவர், "உங்கள் வரவை நானே எதிர்பார்த்துக் கொண்டுதான் இருந்தேன். அயோத்தியில் நடந்த நிகழ்ச்சிகள் பற்றியும் கேள்விப்பட்டேன். இரண்டு பெருநதிகள் சங்கமமாகிற இந்த இடம், புனிதமானது மட்டும் அல்ல; அழகானதும் கூட. நீங்கள் மூவரும் இங்கேயே நிம்மதியாக வாழலாம்" என்று கூறினார்.

ராமர் "அயோத்தியில் இருந்து இந்த இடத்தை சுலபமாக வந்து அடைந்து விடலாம். ஆகையால் நாங்கள் இங்கே வாழ்ந்தால், அயோத்தி மக்கள் எங்களைக் காண இங்கே வந்து விடுவார்கள். இன்னமும் தனிமையான இடம் வேறு ஏதாவது இருந்தால், அது நாங்கள் வசிக்க உகந்ததாக இருக்கும்" – என்று கேட்டுக் கொண்டார்.

பரத்வாஜ முனிவர் ராமரின் கருத்தை புரிந்து கொண்டு பதில் உரைத்தார். ''இங்கிருந்து 60 மைல்கள் கடந்து சென்றால், ஒரு புனிதமான மலை இருக்கிறது. அந்தப் பிரதேசம் உனக்கு உகந்ததாக இருக்கும். அங்கே ரிஷிகள் வாழ்கிறார்கள். அந்த இடத்துக்கு 'சித்ரகூடம்' என்று பெயர்.

''சித்ரகூடத்தில் இருக்கும் மலைகளின் சிகரங்களைப் பார்க்கும் மனிதன், எல்லா கெட்ட எண்ணங்களில் இருந்தும் விடுபடுகிறான். தனிமையை விரும்பினால் நீங்கள் மூவரும் அந்த இடத்துக்குச் சென்று வாழலாம். அல்லது இங்கே என்னுடனேயே தங்கவும் செய்யலாம். எது விருப்பமோ அப்படிச் செய்யுங்கள்.''

பரத்வாஜ முனிவர் கூறிய இடத்துக்கே செல்வது என்று தீர்மானித்த ராமர், லக்ஷ்மணன், ஸீதை – ஆகியோர் அன்றிரவை அங்கேயே கழித்தார்கள். பரத்வாஜ முனிவரும், ராமரும் பற்பல விஷயங்கள் பற்றி பேசிக் கொண்டு இருந்தார்கள். இரவு கழிந்தது. பொழுது விடிந்தவுடன் பரத்வாஜ முனிவர், அவர்களுக்காக சில சடங்குகளை நடத்தி, அவர்களை ஆசிர்வதித்தார். மூவரும் அதன் பின்னர் சித்ரகூடம் புறப்பட்டார்கள். யமுனை நதிக்கரையை அவர்கள் அடைந்த போது, அந்த நதியை கடப்பதற்காக ஒரு கட்டுமரத்தை ராமரும், லக்ஷ்மணனும் உருவாக்க, மூவரும் அதில் அமர்ந்து யமுனை நதியின் அக்கரையை அடைந்தார்கள். அங்கே சிறிது தூரம் நடந்த பிறகு, அன்றைய இரவை ஒரு மரத்தடியில் கழித்துவிட்டு, அடுத்த நாள் விடியற்காலையில் மீண்டும் நடந்துச் சென்று சித்ரகூடத்தை அவர்கள் அடைந்தார்கள். எழில் மிகுந்த காட்சிகளைப் பார்த்தவாறே, வால்மீகி முனிவரின் ஆச்ரமத்தை அவர்கள் நெருங்கிய போது, அவர்களை அவர் வரவேற்று ஆசிர்வதித்தார். ராமரின் உத்தரவின் பேரில் லக்ஷ்மணன் ஒரு பர்ண சாலையை (குடிசையை) அமைத்தான். நதியில் நீராடிவிட்டு ராமர், சிவனையும், விஷ்ணுவையும் குறித்து பூஜைகளைச் செய்தார். வாஸ்து புருஷனுக்குரிய வழிபாடுகளும் அவரால் செய்து முடிக்கப் பட்டன.

எழில் நிறைந்த சித்ரகூடம், புகழ் பெற்ற மால்யவதி நதிக்கரை, புனிதமான பர்ணசாலை ஆகியவை கொண்ட அந்த சூழ்நிலையில்,

அயோத்தியா காண்டம்

அயோத்தியில் இருந்து வெளியேற வேண்டி வந்த நிலையை ஒட்டிய பிரச்னைகள் ராமரின் மனதில் இருந்து அகன்றன.

(தசரத மன்னரையும், கைகேயியையும் நினைத்து, கடுமையாக ராமர் பேசும் வார்த்தைகளை இந்த அத்தியாயத்தின் தொடக்கத்தில் பார்த்தோம். இது வால்மீகி ராமாயணத்தில் காணப்படுகிறதே தவிர, கம்ப ராமாயணத்தில் இல்லை.

'தந்தையின் வார்த்தையைக் காப்பாற்றுவதற்காக நான் காட்டிற்கு வந்ததால் – உனக்கும் இன்னலை விளைவித்து விட்டேன்' என்று லக்ஷ்மணனிடம் கூறி ராமர் வருந்துவதாகத்தான் கம்ப ராமாயணத்தில் வருகிறது. ராமரின் சொல்லில் ஒரு சிறு குறைகூட வந்துவிடக் கூடாது என்று கம்பர் நினைத்திருக்கலாம்.

இந்தக் கட்டத்திற்கு முன்பாக, குஹனை ராமர் சந்திக்கும் போது... வால்மீகி, 'குஹன் ராமருடைய நெடுநாளைய நண்பன்' என்று கூறுகிறார்; கம்பராமாயணத்தில் இப்படி இல்லை. குஹனை ஒரு அரசனாகவே – சிற்றரசனாக இருக்கலாம் – வால்மீகி சித்தரிக்கிறார். கம்பரோ 'ஆயிரக்கணக்கான ஓடங்களை உடைய தலைவன்' என்ற வகையில்தான் குஹனை வர்ணிக்கிறார்.

வால்மீகி ராமாயணத்தில் இல்லாத வகையில், குஹனைப் பற்றிய கம்பரின் வர்ணனை இப்படித் தொடர்கிறது; 'நல்ல வலிமை தருகிற மாதிரி, மிருகங்களின் மாமிசத்துடன் மீனையும் உண்டு, நாற்றம் பொருந்திய, சிரிப்பு என்பது இல்லாத முகத்தைக் கொண்டவன்; கோபம் ஏற்படாத போதும் கூட அனல் தெறிக்கிற மாதிரி பார்ப்பவன்; எமனே கூட அஞ்சுகிற வகையில் குமுறுகிற குரலைக் கொண்டவன்.'

> ஊற்றமே மிக ஊனோடு மீன் நுகர்
> நாற்றம் மேய நகை இல் முகத்தினான்,
> சீற்றம் இன்றியும் தீ எழ நோக்குவான்,
> கூற்றம் அஞ்சக் குமுறும் குரலினான்.

வால்மீகி தராத ஒரு சிறப்பை குஹனுக்கு கம்பர் தருகிறார். 'நாங்கள் நான்கு சகோதரர்களாக முன்னம் இருந்தோம்; முடிந்தது – என்று கூற முடியாதபடி வளரும் பரஸ்பர அன்பு கொண்டுவிட்ட நாம், இனி உன்னோடு சேர்ந்து ஐந்து சகோதரர்கள் ஆகிவிட்டோம்....

....முன்பு உளெம், ஒரு நால்வேம்;
முடிவு உளது என உன்னா
அன்பு உள, இனி, நாம் ஓர்
ஐவர்கள் உளர் ஆனோம்.)

இதற்கிடையில், கங்கை நதியின் தெற்குக் கரையை ராமர் முதலானோர் அடைந்து விட்டதைப் பார்த்த குஹன், தன்னுடைய இருப்பிடத்திற்குத் திரும்பினான். பரத்வாஜ முனிவர் ஆச்ரமத்தை ராமர் அடைந்தது, பிறகு சித்ரகூடத்திற்குப் போய்ச் சேர்ந்தது – ஆகிய விவரங்களை, குஹனுடைய ஆட்கள் அவனுக்குத் தெரிவித்தார்கள். இவற்றை குஹனிடமிருந்து அறிந்து கொண்ட ஸுமந்திரர், அவனிடம் விடைபெற்று, தேரில் ஏறி அயோத்திக்குப் பயணமானார்.

2. அயோத்தியா காண்டம்

அத்தியாயம் - 21

கடுமையாகப் பேசினாள் கௌஸல்யை...

அயோத்திக்குத் திரும்பிய ஸுமந்திரர், மக்களிடம் விவரத்தைச் சொல்வது; தசரதரைச் சந்தித்து ஸுமந்திரர், ராமர் தன்னிடம் கூறி அனுப்பிய செய்தி களைக் கூறுவது; கௌஸல்யை தசரதரைக் குத்திக் காட்டிப் பேசுவது; தசரதரின் மன வருத்தம்; தசரதரைப் பழித்து மீண்டும் கௌஸல்யை பேச அவர், அவளிடம் மன்றாடுவது; கௌஸல்யை தன் தவறுக்கு மனம் வருந்தி தசரதரைத் தேற்றுவது....

அயோத்தி நகரத்தை ஸுமந்திரரின் தேர் நெருங்கிய போது, அந்த நகரமே வெறிச்சோடிக் கிடந்தது. துன்பம் எனும் தீயால் அயோத்தியே பொசுங்கி விட்டதோ என்ற பிரமை தோன்றும் படியாக அங்கே ஒரு வெறுமை நிலவியது. நகரத்தின் நுழைவாயிலை தேர் கடந்து சென்று, நகரத்தினுள் நுழைந்த போது ஆயிரக்கணக்கான மக்கள், ஸுமந்திரரைச் சூழ்ந்து கொண்டு 'ராமர் வரவில்லையா' என்று கேட்டார்கள். கங்கை நதி தீரத்தில் ராமரை விட்டுவிட்டு, தான் திரும்ப நேர்ந்ததாக ஸுமந்திரர் அவர்களிடம் கூறினார். மக்கள் 'ராமா ராமா' என்று கதறினார்கள். கதறி அழுகின்ற மக்களை விலக்கிக் கொண்டு கடை வீதிகளைக் கடந்து, தசரதர் இருந்த மாளிகையை ஸுமந்திரர் சென்று அடைந்தார். ராமர் இல்லாமல் தனியாக ஸுமந்திரர் திரும்பி வருவதைப் பார்த்த அரண்மனைப் பெண்மணிகள் எல்லோரும் பெரும் துக்கத்தோடு தங்களுக்

குள்ளேயே ''ராமரை காட்டிலே விட்டு விட்டு திரும்பியிருக்கிற ஸுமந்திரர், கௌஸல்யையிடம் என்ன கூறப் போகிறார்? கௌஸல்யை தேவி இன்னமும் உயிரைக் கையில் பிடித்துக் கொண்டிருப்பதிலிருந்து ஒன்று புரிகிறது. உயிரைத் தக்க வைத்துக் கொள்வது கடினம் என்றால், உயிரை முடித்துக் கொள்வது அதை விடக் கடினம்'' என்று பேசிக் கொண்டார்கள்.

ஸுமந்திரர், தசரதர் இருந்த இடத்துக்குச் சென்று அவரை வணங்கி, ராமர் சொல்லியனுப்பிய செய்தியைக் கூறினார். தசரதர் மயக்கமுற்று தரையில் சாய்ந்தார். ஸுமித்திரையின் உதவியோடு தசரதரைத் தூக்கி அமர்த்திய கௌஸல்யை அவரைப் பார்த்து, ''ராமன் கூறிய செய்தியுடன் வந்திருக்கும் ஸுமந்திரரிடம், நீங்கள் ஏன் எதுவும் பதில் பேசாமல் இருக்கிறீர்கள்?'' என்று கேட்டு விட்டு மேலும் தொடர்ந்தாள். ''ரகு குல திலகமே! செய்யத் தகாத காரியத்தைச் செய்து விட்ட உங்களுடைய மனம் இப்போது வெட்கமுறுகிறதா? ராமனைப் பற்றி ஏதாவது விசாரித்தால், கைகேயி மேலும் கோபித்துக் கொள்வாளோ – என்ற அச்சம் உங்களை வாட்டுகிறதா? கைகேயிதான் இங்கு இல்லையே! ஆகையால் நீங்கள் தைரியமாக ஸுமந்திரரிடம் பேசலாம்!'' இப்படி பேசிவிட்டு கௌஸல்யையும் தடுமாறித் தரையில் வீழ்ந்தாள்.

தசரதர், ஸுமந்திரரிடம், ''ராமன், லக்ஷ்மணன், ஸீதை – ஆகிய மூவரும் காட்டிலே என்ன செய்தார்கள்?'' என்று கேட்டுவிட்டு, அம்மூவரின் நிலை பற்றி பெரிதும் மனம் வருந்திப் பேசினார். அவர்களைப் பற்றி ஏதாவது தகவல் கூறுமாறு ஸுமந்திரரிடம் மன்றாடினார்.

ஸுமந்திரர், ''ராமன் கூறியதைச் சொல்லுகிறேன். கேளுங்கள்'' என்று கூறிவிட்டு, ராமரின் வார்த்தைகளை அப்படியே தசரதரிடம் எடுத்துரைத்தார். 'ராமன் சொன்னான் : தன்னை உணர்ந்தவரும், மேன்மை பொருந்தியவருமான என்னுடைய தந்தை தசரத மன்னரை என் சார்பில் வணங்குங்கள். அரண்மனைப் பெண் களிடம் எல்லாம் என்னுடைய மரியாதையைத் தெரிவியுங்கள். என்னுடைய தாயார் கௌஸல்யையிடம் நான் நலமாக

இருக்கிறேன் என்ற செய்தியைக் கூறி, தெய்வத்தை வணங்குவது போல, எனது தந்தையை தொடர்ந்து வணங்கி நிற்கச் சொல்லுங்கள். என் தந்தையின் அபிமானத்தைப் பெற்ற கைகேயியை, உயர்ந்தவர்களாகக் கருதி நடந்து கொள்ளுமாறும் என் தாயாரிடம் சொல்லுங்கள் – வயதில் குறைந்தவர்களாக இருந்தாலும், அரசர்கள் மரியாதைக்குரியவர்கள் என்பதை உணர்ந்து, அரசனுக்கு உரிய மரியாதைகளைக் காட்டி, பரதனிடம் நடந்து கொள்ள வேண்டும் என்றும் என் தாயாரிடம் சொல்லுங்கள். நான் நலமுடன் இருக்கும் செய்தியைப் பரதனுக்கும் தெரிவித்து, மூன்று தாய்மார்களிடமும் ஒரே விதமாக நடந்து கொள்ள வேண்டும் என்று நான் அவனுக்குக் கூறியதாகச் சொல்லுங்கள். பரதனுக்கு இளவரசு பட்டம் சூட்டப் பட்டாலும், இன்னமும் அயோத்திக்கு மன்னராக இருப்பவர் தசரதர்தான் என்பதால், அவருக்குக் கீழ்ப் படிந்து அவன் நடக்க வேண்டும் என்று நான் கூறியதாக அவனிடம் சொல்லுங்கள். வயது முதிர்ந்து விட்டது என்ற காரணத்தினால், அவர் சிம்மாசனத்தி லிருந்து இறக்கப்படத்தக்கவர் ஆகிவிடவில்லை. அவருடைய அதிகாரத்திற்கு பங்கம் வராத வகையில் பரதன் தனது பொறுப் புகளை நிறைவேற்ற வேண்டும். என்னுடைய தாயார் கௌஸல் யையை தன்னுடைய தாயாராகவே மதித்து பரதன் நடந்து கொள்ள வேண்டும் என்று நான் கேட்டுக் கொண்டதாக அவனிடம் சொல்லுங்கள்...' இவ்வாறெல்லாம் ராமன் என்னிடம் கூறிய போது, அவனுடைய கண்கள் கலங்கி இருந்தன.''

ஸுமந்திரர் மேலும் தொடர்ந்தார். ''ராமன் இவ்வாறு கூறினாலும், லக்ஷ்மணன் மிகவும் கோபமுற்று என்னிடம் பேசினான். 'என்ன தவறு செய்தார் என்பதற்காக ராமர் இப்படி நாடு கடத்தப்பட்டிருக்கிறார்? நிறைவேற்றத் தக்கதா இல்லையா என்றுகூடப் பார்க்காமல், கைகேயியின் கட்டளையை மன்னர் நிறைவேற்றிவிடத் துணிந்ததால், நாங்கள் இப்போது இந்த நிலையில் இருக்கிறோம். முற்றிலும் விரும்பத் தகாத காரியத்தை மன்னர் செய்து முடித்திருக்கிறார். மன்னரின் விருப்பப்படி நடந்ததாக இருந்தாலும் சரி – விதி வசத்தால் நடந்ததாக இருந் தாலும் சரி – ராமர் காட்டுக்கு வந்தது என்பது எந்த தர்மத்திற்கும் அடுக்காதது. நான் இப்போது தசரத மன்னரை என்னுடைய

தந்தையாகக் கருதவில்லை. என்னுடைய மூத்த சகோதரர் ராமரே எனக்கு எஜமானர். அவரே எனக்கு தந்தையும் கூட. மக்களின் மனதைக் கவர்ந்த ராமரைக் காட்டுக்கு அனுப்பி விட்ட மன்னர், ஆளும் தகுதியை இழந்தவராகிவிட்டார்.' இவ்வாறு லக்ஷ்மணன் சீறிக் கொண்டே பேசினான்.''

ஸுமந்திரர், மேலும் சொன்னார் : ''ராமனும், லக்ஷ்மணனும் இவ்வாறு பேச, ஸீதையோவெனில் ஒன்றுமே புரியாதவளாக எதுவும் பேசாமல் நின்றாள். ராமரின் நிலையைக் கண்டு அவளுடைய மனம் வெதும்பியதை அவளுடைய கண்களில் வழிந்து கொண்டிருந்த நீர் எனக்குச் சுட்டிக் காட்டியது. அவர்களை யெல்லாம் வணங்கி விட்டு, நான் அயோத்தி திரும்பினேன். அவர்களைப் பிரிந்ததில் என் மனம் படுகிற பாடு கொஞ்ச நஞ்சமல்ல. அவர்களுடைய நிலை கண்டு என் குதிரைகள் கூட கண்ணீர் சிந்தின. மன்னரே! ராமனுக்கு நேர்ந்த கதி கண்டு நமது ராஜ்யத்தில் செடி கொடிகள் எல்லாம் வாடி விட்டன. நீர் நிலைகள் வற்றி விட்டன. காட்டாறுகளில் உள்ள தாமரைப் பூக்கள் வதங்கி வீழ்ந்து விட்டன. அவற்றில் உள்ள மீன்கள் உயிரை விட்டன. நகரத்தில் உள்ள நந்தவனங்கள் கூட, நசிந்து விட்டன. மக்கள் கதறி அழுத வண்ணம் இருக்கிறார்கள். ராமனைப் பிரிந்து துயருற்று நிற்கும் கௌஸல்யை தேவியாரைப் போலவே, அயோத்தி மாநகரமும் தனது மகனை இழந்ததாகி விட்டது.''

ஸுமந்திரர் கூறுவதையெல்லாம் கேட்டுக் கொண்ட தசரதர் மிகவும் பரிதாபமாகத் தட்டுத் தடுமாறி, பேசத் தொடங்கினார். ''நல்ல ஆலோசனை வழங்குவதில் வல்லமை பெற்றவர்களிடம் கலந்து ஆலோசிக்காமல், கெட்ட மதி கொண்ட கைகேயியின் எண்ணத்தை நான் உடனடியாக நிறைவேற்றினேன். வேதத்தை நன்றாகக் கற்றவர்கள், நல்ல அமைச்சர்கள், இந்த தேசத்தின்பால் நல்லெண்ணம் கொண்டவர்கள் என்று பலர் இருக்க, அவர்கள் எவரிடமும் எந்த யோசனையும் கேட்காமல் – கைகேயியிடம் நான் கொண்ட அளவற்ற ஆசையின் காரணமாக, அவளை மகிழ்விக்க எண்ணி, இந்த மாபெரும் பாவத்தைச் செய்து விட்டேன். இது இப்படித்தான் நடந்ததா, அல்லது விதி திடீரென்று விளையாடி விட்டதா? எனக்குப் புரியவில்லை. ஸுமந்திரா! நீ எனக்கு ஏதாவது

அயோத்தியா காண்டம்

நன்மை செய்ய விரும்பினால், என்னை உடனே ராமனிடம் அழைத்துச் செல். நான் சொல்வதைக் கேட்பவர்கள், இந்த ராஜ்யத்தில் இன்னமும் மிகுதி இருந்தால், அவர்களில் யாராவது சென்று ராமனை உடனே இங்கே அழைத்து வரட்டும். அல்லது என்னையாவது ராமனிடம் அழைத்துச் செல்லுங்கள். ராமனை இப்போது நான் பார்க்கவில்லையென்றால் நான் எமனிடம் சென்று விடுவேன். ராமா! லக்ஷ்மணா! ஸீதை! கதியற்றவனாகி துன்பத்தைத் தாங்க முடியாமல் நான் மரணத்தை நோக்கிச் சென்று கொண்டிருக்கிறேன் என்பதை நீங்கள் மூவரும் அறிய மாட்டீர்கள்.''

பெரும் மனவேதனையுடன் பேசிய தசரதர், மேலும் சொன்னார்: "துன்பம் எனும் கடலில் நான் வீழ்ந்து விட்டேன். இங்கே நாம் எல்லோரும் விட்டுக் கொண்டிருக்கும் பெருமூச்சுகளே அந்தக் கடலில் எழும் அலைகள். இங்கே அனைவரும் சிந்திக் கொண்டிருக்கும் கண்ணீரே அந்தக் கடலில் சேரும் நதிகள்; அரண்மனைப் பெண்கள் அழும்போது வீசப்படுகிற அவர்களுடைய கைகள், அந்தக் கடலில் துள்ளுகிற மீன்கள்; தலைவிரி கோலமாகக் கிடக்கிற பெண்களின் கூந்தல்களே அந்தக் கடலில் காணப்படுகிற கொடிகள்; மந்தரையின் வார்த்தைகளே, அந்தக் கடலில் வாழ்கிற கொடிய முதலைகள்; கைகேயிக்கு நான் அளித்த இரண்டு வரங்களே நம் கண்ணுக்குத் தெரிகிற அதன் இரண்டு பக்கங்கள்; ராமனுக்கு விதிக்கப்பட்ட பதினான்கு வருட வனவாசம் இதனுடைய நீர் பரப்பு! இந்தக் கடலில் வீழ்ந்து விட்ட நான் இனி உயிரோடு திரும்பப் போவதில்லை.'' இப்படி பேசிய தசரதர், தனது இருக்கையில் சாய்ந்தார்...

உடல் நடுக்கமுற்றவளாக கௌஸல்யை, ஸுமந்திரரைப் பார்த்து, ''ராமன், லக்ஷ்மணன், ஸீதை ஆகியோர் இருக்கு மிடத்துக்கு என்னை உடனடியாக அழைத்துச் செல்லுங்கள். இல்லாவிட்டால், நான் உயிரை விட்டு விடுவேன்'' என்று கேட்டு கதறினாள். காட்டில் ராமன், லக்ஷ்மணன், ஸீதை ஆகியோர் எந்தக் கஷ்டத்தையும் அனுபவிக்கவில்லை என்றும், அவர்கள் மகிழ்வுடனே இருக்கிறார்கள் என்றும் கூறி ஸுமந்திரர்,

கௌஸல்யையை சமாதானப்படுத்த முயற்சித்தார். அவருடைய முயற்சி பலிக்கவில்லை.

கதறி அழுத வண்ணமே இருந்த கௌஸல்யை, தசரதரைப் பார்த்துச் சொன்னாள். ''தயை, தாராளம் ஆகிய நற்குணங்கள் படைத்த உமது புகழ் மூவுலகிலும் பரவி இருந்தாலும் கூட, உம்முடைய இரண்டு மகன்களும், ஸீதையும் காட்டிலே நேரக்கூடிய சோதனைகளையும், ஆபத்துக்களையும் எப்படித் தாங்கி நிற்பார்கள் என்று நீங்கள் சிறிதும் எண்ணிப் பார்க்கவில்லை. என்னால் ராமனுடைய பிரிவைத் தாங்க முடியவில்லை. பதினான்கு வருடங்கள் வனவாசம் முடிந்து, பதினைந்தாவது வருடம் ராமன் திரும்பி அயோத்திக்கு வந்தாலும் கூட, பரதன் ஆட்சியையும், பொக்கிஷத்தையும் விட்டுக் கொடுப்பான் என்று யாருமே எதிர்பார்க்கவில்லை. அப்படியே அவன் விட்டுக் கொடுத்தாலும், அதை ராமன் ஏற்பானா? சிராத்த தினங்களில் வேதம் ஓதுகிற அந்தணர்களுக்கு உணவு படைப்பதற்கு முன்பாக, தங்கள் வீட்டில் உள்ளவர்களுக்கு உணவு படைத்து விடும் வழக்கம் சில இல்லங்களில் உண்டு. அம்மாதிரி படைக்கப்படுகிற உணவை, கற்றறிந்த அந்தணர்கள் ஏற்பதில்லை. மற்றவர்களுக்குப் படைக்கப் பட்டது போக மீதி இருக்கும் உணவு, சிராத்த காலங்களில் தங்களால் ஏற்கப்படத் தகாதது என்பதை நற்குணமும், கல்வியும் நிரம்பிய அந்தணர்கள் உணர்கிறார்கள்; அதே போல தனது இளைய சகோதரனால் அனுபவிக்கப்பட்ட ராஜ்யத்தை, அவனுக்குப் பிறகு தான் பெறுவது தனக்கு இகழ்ச்சி என்றுதான் ராமன் நினைப்பான். வேறு ஒரு மிருகத்தினால் கொண்டு வரப்பட்ட உணவை புலி தின்னாது. அதேபோல வேறு ஒருவன் அனுபவித்த ராஜ்யத்தை ராமன் ஏற்க மாட்டான். வேறு ஒரு யாகத்தில் பயன்படுத்தப்பட்ட அரிசி, நெய் போன்ற பண்டங்களை கற்றறிந்தவர்கள் தாங்கள் நடத்தும் யாகத்தில் பயன்படுத்த மறுப்பார்கள். அதே போல வேறு ஒருவனால் அனுபவிக்கப்பட்ட ராஜ்யத்தை ஏற்க ராமன் மறுப்பான்.''

கௌஸல்யை தொடர்ந்தாள். ''எல்லா உலகங்களும் சேர்ந்து நின்று எதிர்த்தாலும் கூட, யுத்த களத்தில் அஞ்சாமல் நிற்கக்

அயோத்தியா காண்டம்

கூடியவன் ராமன். தர்மத்தில் இருந்து தவறியவர்களைக் கூட, தர்மத்தின் - பாதைக்குக் கொண்டு வருகிற மன உறுதி படைத்தவன் என்பதால்தான் ராமன், தனது வன்மையின் மூலமாக சிம்மாசனத்தைப் பெற்று விட முயற்சிக்கவில்லை. தான் ஈன்ற மகளை தானே அழிக்கிற மீன் வர்க்கத்தைப் போல, ராமன் தனது தந்தையாலேயே அழிக்கப்பட்டான். நற்குணங்கள் நிரம்பிய மகனை நாடு கடத்திய உங்களிடம், ரிஷிகள் கூறியுள்ள அரச லக்ஷணங்கள் இருக்கிறதா என்பதே எனக்கு சந்தேகமாக இருக்கிறது.

"ஒரு பெண்ணுக்கு ஆதாரம் - முதலாவதாக கணவன்; இரண்டாவதாக மகன்; மூன்றாவதாக நெருங்கிய உறவினர்; நான்காவது ஆதாரம் என்று எதுவும் ஒரு பெண்ணுக்குக் கிடையாது. இதில் முதல் ஆதாரமாகிய கணவனின் ஆதரவு எனக்குக் கிடையாது; ராமனை காட்டுக்கு அனுப்பியதன் மூலம், இரண்டாவது ஆதாரமாகிய மகனின் ஆதரவையும் நீங்கள் எனக்கு இல்லாமற் செய்து விட்டீர்கள்; மூன்றாவது ஆதாரமாகிய உறவினர்களின் ஆதரவை நாடும் நிலையில் நான் இல்லை. இவ்வகையாக என்னையும் நீங்கள் முழுமையாக அழித்து விட்டீர்கள்! கோசல தேசத்தையும் அழித்தீர்கள்! உங்களை அண்டி இருப்பவர்களை யெல்லாம் அழித்தீர்கள்! மக்களையும் அழித்தீர்கள்! உங்கள் மகன் பரதனும், உங்கள் மனைவி கைகேயியும் மட்டுமே இன்புற்று இருக்கிறார்கள்."

இவ்வாறு கௌஸல்யை நிந்தித்துப் பேசியபோது, தசரதர் பரிதாபமாக "ராமா ராமா" என்று மட்டுமே கதறினார். அதன் பின்னர் கௌஸல்யையைப் பார்த்து, தனது இரு கைகளையும் கூப்பிக் கொண்டு தசரத மன்னர் நடுங்கும் குரலில் பேசினார்; "கௌஸல்யை! நான் உனது கருணையை வேண்டுகிறேன். உன்னை வணங்கிக் கேட்டுக் கொள்கிறேன். விரோதிகளிடமும் கூட அன்பு காட்டுகிற தன்மை உடையவள் நீ. நற்குணங்கள் நிரம்பியவன் என்றாலும், நல்ல குணமே அற்றவன் என்றாலும், கணவன்தான் ஒரு பெண்ணுக்கு தெய்வம் போன்றவன். தர்மத்தை அறிந்தவளும், இன்பம், துன்பம் இரண்டையும் அனுபவித்துள்ள

வளும், நற்குணங்கள் நிரம்பியவளுமான நீ, ஏற்கெனவே துன்பத்தில் சிக்கித் தவிக்கும் என்னைப் பார்த்து இந்த சகிக்க முடியாத வார்த்தைகளைப் பேசி இருக்கக் கூடாது.''

இவ்வாறு தசரதர் கூறிய போது, கௌஸல்யை துடி துடித்து, கூப்பிய அவரது இரண்டு கரங்களைப் பிடித்து, அவற்றை தனது தலை மேல் வைத்துக் கொண்டு, பெரும் சோகத்துடன் அழுதவாறே பேசினாள். ''என் மீது தயை வையுங்கள். உங்கள் காலடியில் விழுந்து நான் மன்றாடுகிறேன். எனக்குக் கட்டளையிட வேண்டிய நீங்கள், இரு கரம் கூப்பி என்னை வேண்டியதால், நான் இன்றோடு அழிந்தேன்! உங்களால் மன்னிக்கப்படும் அருகதையையும் நான் இழந்து விட்டேன்! நற்குணங்கள் நிரம்பிய கணவன் தன் மனைவியிடம் மன்றாடி வேண்டிக் கொள்ளும் நிலை வந்தால், அந்த மனைவி நல்ல குடியில் பிறந்தவளாக இருக்க மாட்டாள். எனக்கு உங்கள் மேன்மையும் தெரியும்; என்னுடைய கடமையும் தெரியும். மகனைப் பிரிந்த துக்கத்தில், நான் பேசக்கூடாத வார்த்தை களைப் பேசினேன். துக்கம் பொறுமையை அழிக்கிறது; துக்கம் கல்வி அறிவை அழிக்கிறது; துக்கம் எல்லாவற்றையும் அழிக்கிறது; துக்கத்திற்கு நிகரான விரோதி வேறு எதுவும் இல்லை. எதிரியின் கோரமான தாக்குதலை தாங்கி ஒரு மனிதன் நிற்க முடியும்; ஆனால் திடீரென நேரிடும் ஒரு சிறிய துக்கம் கொடுக்கிற அடியை எவனாலும் தாங்க முடியாது. ராமன் காட்டுக்கு சென்று இன்றோடு ஐந்து இரவுகள் கழிகின்றன. இது எனக்கு ஐந்து வருடம் போல் இருக்கிறது. நான் பேசிய சுடு சொற்களை மனதில் கொள்ளாமல் என்னை மன்னியுங்கள்.''

இவ்வாறு தனது தவறை உணர்ந்து, கௌஸல்யை பேசிக் கொண்டிருந்த போது சூரியன் அஸ்தமனமானான். கௌஸல்யை யின் பேச்சினால், ஓரளவு ஆறுதல் அடைந்த தசரத மன்னர், நேரம் செல்லச் செல்ல உறக்கத்தில் ஆழ்ந்தார்.

2. அயோத்தியா காண்டம்

அத்தியாயம் - 22

மன்னர் மரணம் எய்தினார்

தான் முன்னால் செய்த ஒரு தவறுதான் தனது இன்றைய நிலைக்குக் காரணம் என்று தசரதர் கௌஸல்யையிடம் கூறுவது; வேட்டையாடச் செல்லும் போது தவறுதலாக ஒரு இளம் துறவி மீது அம்பு எய்தி, தான் கொன்று விட்ட விவரத்தை அவர் சொல்வது; அந்தத் துறவியின் தந்தை தனக்கு இட்ட சாபத்தை தசரதர் வர்ணிப்பது; இந்தப் பழைய வரலாற்றைக் கூறி முடித்த மன்னர், தனக்கு மரணம் நெருங்கி விட்டது என்று குறிப்பிடும் வகையில் தசரதர் பேசுவது; நள்ளிரவு கழியும் போது தசரதரின் உயிர் பிரிவது...

ராமர் காட்டுக்குச் சென்ற ஆறாவது நாள் இரவு வந்தது. அன்றைய நள்ளிரவில் தசரதருக்கு, தான் முன்பு செய்த ஒரு மாபெரும் தவறு நினைவுக்கு வந்தது. மகனைப் பிரிந்து பரிதவிக்கும் நிலையை தான் அடைந்ததற்கு, தான் முன்பு செய்த அந்தத் தவறே காரணம் என்று உணர்ந்த அவர், கௌஸல்யையிடம் அது பற்றிப் பேசத் தொடங்கினார். ''தான் செய்த காரியத்தின் தன்மைக்கேற்ற விளைவுகளை ஒவ்வொரு மனிதனும் அனுபவித்தே தீருவான். தன்னுடைய செயலைப் பற்றிய கவலை சற்றும் இல்லாமல் காரியத்தில் இறங்குபவன், அறிவற்றவன் என்று பண்டிதர்களால் அழைக்கப்படுகிறான். இளைஞனாக இருந்த போது நான் செய்த ஒரு பாவ காரியத்தைப் பற்றி உனக்குக் கூற நான் விரும்புகிறேன். கண்ணுக்குத் தெரியாமல்

இருக்கிற ஒரு இலக்கு எழுப்பக் கூடிய சப்தத்தை வைத்துக் கொண்டே, குறி தவறாமல் அதை அடித்து வீழ்த்தக் கூடிய வல்லமை படைத்த வில்லாளன் என்ற புகழ், அப்போதே எனக்கு வந்து சேர்ந்தது. அந்த என்னுடைய வல்லமையின் காரணமாகவே நான், மாபெரும் துயரத்தை அனுபவிக்க நேர்ந்திருக்கிறது. அப்போது நான் இளவரசன். அந்த நேரத்தில் உனக்கும், எனக்கும், திருமணம் நடந்திருக்க வில்லை. அந்தக் கால கட்டத்தில், ஒரு நாள் நான் வேட்டையாடும் எண்ணத்துடன் தேரில் ஏறி, ஸரயு நதிக்கரைக்குச் சென்றேன். சூரியன் அஸ்தமனமாகியிருந்தது. வானில் மேகமூட்டம் காணப்பட்டது. இருள் சூழத் தொடங்கிய நேரம். அப்போது ஒரு யானை ஆற்றில் தண்ணீர் குடிக்கிற சப்தம் எனக்குக் கேட்டது. யானை நீர் குடிக்கும் சப்தத்தைக் கொண்டு, அதை வீழ்த்தும் எண்ணத்துடன் நான் அதற்குக் குறி வைத்து அம்பை எய்தினேன். யானையின் அலறல் ஒலிப்பதற்குப் பதிலாக, ஒரு மனிதனின் ஓலக்குரல் எழுந்தது. நான் திடுக்கிட்டேன்.

ஒரு குரல் கேட்டது. 'என் போன்ற ஒரு துறவி மீது ஆயுதம் பாயுமா? தண்ணீர் எடுப்பதற்காக இந்த நீர் நிலைக்கு வந்த என்னை, அம்பு கொண்டு தாக்கியது யார்? ஜீவ காருண்யத்தை உறுதியாக மனதில் நிறுத்தி, காட்டிலே கிடைக்கும் பொருட்களைக் கொண்டு வாழ்கிற நான், யாருக்கு என்ன கெடுதல் செய்திருப்பேன்? மரவுரி அணிந்து, சடை முடி தரித்து, காட்டிலே வாழ்கின்ற ஒரு துறவியைக் கொல்வது என்பது எந்த தர்ம சாத்திரத்தால் ஏற்கப்படும்? என் மீது அம்பு எய்த மனிதனுக்கு நான் செய்த தீமை என்ன? நான் என் உயிரை நினைத்துக் கவலைப்படவில்லை. ஆனால், எனக்குப் பிறகு எனது பெற்றோர்கள் கதி என்னவாகும் என்று நினைத்துக் கவலைப்படுகிறேன். என் உயிர் பிரிந்த பிறகு, அவர்களை யார் கவனிப்பார்கள்? என்னோடு சேர்ந்து அவர்களும் கொல்லப்பட்ட தாகவே நான் நினைக்கிறேன். சித்தத்தைக் கட்டுப்படுத்தத் தெரியாத எந்த அறிவற்றவன் இதைச் செய்தானோ தெரிய வில்லையே...' என்று ஒரு மனிதன் பரிதாபகரமாகப் பேசுவது என் காதில் விழுந்தது.

''இந்தக் குரல் என் காதில் விழுந்தவுடன் என்னையும் அறியாமல் என் கைகளில் இருந்து வில்லும், அம்பும் விடுபட்டு

கீழே விழுந்தன. தாள முடியாத துக்கத்துடன் குரல் வந்த திசையை நோக்கி நடந்து சென்றேன். அங்கே ஒரு இளம் துறவி விழுந்து கிடந்தார். அவர் மீது அம்பு பாய்ந்திருந்தது. அவர் உடலில் இருந்து ரத்தம் வழிந்தது. நீரை எடுத்துச் செல்வதற்காக, அவர் கொண்டு வந்திருந்த குடம் சாய்ந்து அதில் இருந்து தண்ணீர் வழிந்து கொண்டிருந்தது. என்னைப் பார்த்து அவர் பேசத் தொடங்கினார்: 'அரசனே! உனக்கு நான் செய்த தீமை என்ன? நான் கொல்லப்பட்டதால், கண் பார்வையற்ற என்னுடைய வயதான பெற்றோர்களும் இறந்தார்கள் என்றே கொள்ள வேண்டும். கண் பார்வையும் அற்று, உடலில் சக்தியும் அற்று, பரிதவிக்கத் தக்க நிலையில் வாழ்கிற அவர்களுக்கு என்னை விட்டால் வேறு கதியில்லை. இப்பொழுது, தங்களுடைய தாகத்தைத் தீர்க்க நான் தண்ணீர் கொண்டு வருவேன் என்று அவர்கள் எதிர்பார்த்துக் கொண்டிருப்பார்கள். தவத்தினாலும், நற்குணத்தினாலும் ஒரு பயனும் கிட்டாது போலும்! இல்லாவிட்டால் எனக்கு இந்தக் கதி நேருமா? அல்லது எனக்கு நேர்ந்த கதியை அறியாமல் என்னுடைய பெற்றோர்கள் எனக்காகக் காத்திருப்பார்களா? என்ன அவலம் இது? என் முடிவை அவர்கள் அறிந்தாலும்கூட அவர்களால் என்ன செய்துவிட முடியும், அவர்கள்தான் சக்தியற்றவர்கள் ஆயிற்றே? ரகு குலத் தோன்றலே! உன்னிடம் ஒன்று வேண்டுகிறேன். இதோ இந்த வழியாகச் சென்றால், என்னுடைய தந்தையின் ஆச்ரமத்தை அடையலாம். தயவு செய்து அங்கே சென்று, நடந்த விவரத்தை அவரிடம் சொல்லி, அவருடைய மன்னிப்பைக் கோருவாயாக. தனது தவ வலிமையினால் உன்னைப் பொசுக்கி விடவும் அவரால் முடியும். ஆனால், மன்னிப்புக் கேட்டாயானால் அவருடைய கடும் கோபத்திலிருந்து தப்பி விடலாம். அரசே! என் உடலில் பாய்ந்திருக்கும் அம்பை தயவு செய்து உடலிலிருந்து வெளியே எடுத்து விடு. அதனால் ஏற்படும் வலியை என்னால் தாங்க முடியவில்லை. என் உயிர் பிரியட்டும். நீ எய்த அம்பை எடுத்து விடுவாயாக!'. இப்படி அந்தத் துறவி கூறியவுடன், நான் சற்று யோசித்தேன். அம்பை எடுத்து விட்டால் அவருடைய உயிர் உடனே பிரிந்து விடும்; அம்பை எடுக்கா விட்டால் வலி தொடர்ந்து கொண்டே இருக்கும் – உயிர் சிறிது நேரம் கழித்துப் பிரியும்; ஆகையால் அந்த நிலையில் அவருக்கு நன்மை செய்வதாக இருந்தால்,

அம்பை எடுத்து விடுவதுதான் ஒரே வழி என்று தீர்மானித்து, அவர் கேட்டுக் கொண்டபடியே, அவர் உடலில் பாய்ந்திருந்த அம்பை நான் எடுத்தேன்.

''அவருடைய தலை சாய்ந்தது; அவருடைய உயிர் பிரிந்தது; ஸரயு நதியின் தண்ணீர் அவர் உடலைக் கழுவியது. தாங்க முடியாத மன வருத்தத்துடன் சிறிது நேரம் அங்கே நின்ற நான், அந்தத் துறவி கொண்டு வந்த குடத்திலே நீரை நிரப்பிக் கொண்டு, அவர் காட்டிய வழியில் சென்று, அவருடைய தந்தையின் ஆச்ரமத்தை அடைந்தேன். அங்கே பார்வையற்ற, சக்தியற்ற அவருடைய பெற்றோர்கள் இருவரையும் கண்டேன். யாரோ ஒரு பாவியினால் சிறகுகள் வெட்டப்பட்ட இரு பறவைகள் போல், அவர்கள் எனக்குக் காட்சி அளித்தனர். ஏற்கெனவே துன்பத்தை அனுப வித்துக் கொண்டிருந்த நான், அவர்களைக் கண்டவுடன் முழுமை யாக துயரில் வீழ்ந்தேன்.''

தசரதர் தொடர்ந்தார்: ''என்னுடைய காலடி ஓசை கேட்டு அவர் கள் இருவரும் தங்களுடைய மகன்தான் வந்துவிட்டான் என்று நினைத்தார்கள். 'மகனே! நீயே எங்களுடைய கண்கள்; நீயே எங்களுடைய ஆதாரம்; உன் நினைவின்றி வேறு சிந்தனை எங்களுக்குக் கிடையாது; அப்படிப்பட்ட எங்களிடம் பேசாமல் வந்து நிற்கிறாயே! ஏன்? தண்ணீர் எடுத்துக் கொண்டு வர நேரமாகி விட்டதால் உனக்கு என்ன நேர்ந்ததோ என்ற கவலை உன் தாயாரைப் பற்றிக் கொண்டு விட்டது. ஏன் இவ்வளவு தாமதம்? சொல்' என்று அவருடைய தந்தை பேசினார்.

''கவலை, அச்சம், துக்கம், எல்லாமே என்னை வாட்ட தட்டுத் தடுமாறி, நான் அவருக்குப் பதில் உரைத்தேன். 'நான் உங்களுடைய மகன் அல்ல. நான் ஒரு க்ஷத்திரியன். என் பெயர் தசரதன். வேட்டை யாடுவதற்காக இந்தக் காட்டுக்கு வந்த நான், நதியில் யானை நீர் குடிக்கும் சப்தம் கேட்டு என் அம்பை எய்தேன். ஆனால், அங்கே இருந்தது யானை அல்ல. உங்கள் மகன். நான் எய்த அம்பு அவரைத் தாக்க, அவர் உயிர் நீத்தார். என்னுடைய அஜாக்கிரதையின் காரண மாக இது நேர்ந்து விட்டது. இது நடந்த விவரம். இனி நீங்கள் என்ன சொல்கிறீர்களோ, அதன்படி நடக்கிறேன்' என்று கூறி அவர்களை வணங்கி நான் நின்றேன்.''

தன்னுடைய இளம் வயதில் நடந்த அந்த நிகழ்ச்சியைப் பற்றி, கௌஸல்யையிடம் விவரித்துக் கொண்டிருந்த தசரதர் மேலும் சொன்னார். ''கடுமையாக சபித்து விடும் தவ வலிமை பெற்றிருந்த அந்த வயோதிக முனிவர், நானே என் குற்றத்தை ஒப்புக் கொண்டதால், என் மீது கோபப்பட்டு விடாமல் பேசத் தொடங்கினார். 'நீயாக வந்து இந்த விவரத்தை என்னிடம் கூறியிருக்கா விட்டால், உன் தலை சுக்கு நூறாக வெடித்திருக்கும். ஒரு பாவமும் அறியாத துறவியைக் கொன்று விடுகிற க்ஷத்திரியனின் தலை அவன் உடலில் தங்காது. அவன் இந்திரனேயானாலும் அவனுடைய கதை அன்றோடு முடியும். ஆனால், நீ உனது குற்றத்தை உணர்ந்து, நீயே வந்து அதை எங்களுக்குத் தெரிவித்திருக்கிறாய். அது மட்டுமல்ல, இது நீ அறியாமல் செய்த குற்றம். அதனால்தான் நீ இன்னமும் உயிர் வாழ்கிறாய். இல்லாவிட்டால், நீ மட்டுமல்ல, ரகு வம்சமே இன்றோடு அழிந்திருக்கும். இப்போது எங்களை, எங்களுடைய மகனின் உடல் விழுந்திருக்கும் இடத்திற்கு அழைத்துச் செல்!' இவ்வாறு அந்த முனிவர் கூறியதும் நான் அவரையும், அவருடைய மனைவியையும், ஸரயு நதிக்கரையில் அவர்களுடைய மகனின் உடல் இருந்த இடத்திற்கு அழைத்துச் சென்று, அங்கே அந்த முனிவருடைய கையை எடுத்து, அவருடைய மகன் உடல் மீது வைத்தேன்.

''அந்த முனிவர், மகனின் உடலை மீண்டும் மீண்டும் தொட்டுக் கொண்டே, பேசத் தொடங்கினார் : 'இரவு நேரத்தில் சாத்திரங் களைப் படிக்கும் உனது இனிய குரலை நான் இனி எப்போது கேட்பேன்? பார்வையும், உடலில் சக்தியுமற்ற எங்களுக்கு இனி யார் உணவு தேடித் தருவார்கள்? உன் மீது தனது உயிரையே வைத்திருக்கும் உனது தாயாரை இனி நான் எப்படித் தேற்றுவேன்? மகனே! இன்றே தனியே எமனிடம் சென்று விடாதே. நாங்கள் இருவரும் கூட உன்னுடன் வந்து விடுகிறோம்.' இவ்வாறும் – மேலும் பலவாறும், பரிதாபகரமாகப் பேசிய அந்த முனிவர், தன்னுடைய மகனுக்குச் சில இறுதி சடங்குகளைச் செய்தார். அப்போது இந்திரனே ஆகாயத்தில் தோன்றினான். இறந்து கிடந்த முனிவரின் மகன், இந்திரனோடு வானுலகம் எய்துவதை நான் பார்த்தேன். அப்போது அந்த மகன் தனது பெற்றோர்களிடம், 'உங்களுக்கு நான் தவறாமல் பணிவிடை செய்ததால்தான் எனக்கு

இந்த நற்கதி கிடைத்திருக்கிறது. விரைவில் நீங்களும் கூட என்னு டன் வந்து சேர்ந்து கொள்வீர்கள். கவலை வேண்டாம்.' என்று கூறினான். இந்திரனும், அந்த இளம் துறவியும் தெய்வீகமான தேரில் அமர்ந்து வானுலகிற்குச் சென்றார்கள்.

''இதன் பின்னர் அந்த வயோதிக முனிவர் என்னைப் பார்த்து, 'என் மகனைக் கொன்ற மாதிரியே என்னையும் கொன்று விடு. தவறு செய்தாலும் அதை அறிந்தே செய்யவில்லை என்பதால், நீ இன்னமும் உயிர் வாழ்ந்தாலும், உன்னுடைய தவறின் விளைவு உன்னையும் பாதிக்க வேண்டும். இது தவிர்க்க முடியாதது. மகனைப் பிரிந்து நான் படும் துன்பம் உனக்கும் நேரும். நீயும் உன் மகனைப் பிரிந்து அந்தப் பிரிவின் காரணமாக ஏற்படுகிற துன்பத்தின் விளைவாக உயிர் விடுவாய். தான் செய்யும் நல்ல காரியங்களுக்கு ஏற்ற பலனை ஒரு மனிதன் அடைவது போல, தன்னுடைய தவறுகளின் விளைவுகளையும் ஏற்றுத்தான் தீர வேண்டும்' – இவ்வாறு கூறிய அந்த முனிவர், மகனின் சிதைக்கு தீ மூட்டி, தன் மனைவியுடன் தானும் அதில் விழுந்தார். அவர்கள் சொர்க்க பதவியை அடைந்தார்கள்.

''இப்போது எனக்கு நேர்ந்திருக்கும் கதியை பார்க்கும் பொழுது, எனக்கு இந்தச் சம்பவம்தான் நினைவுக்கு வருகிறது. நல்ல உணவோடு சேர்ந்து, கெட்ட உணவையும் உட்கொண்டால், வியாதி வந்துதான் தீரும். அதே போல, பல நற்காரியங்களைச் செய் திருந்தாலும், அதனுடன் சேர்ந்து நாம் செய்யும் ஒரு தவறு அதன் பலனைத் தராமற் போகாது. அன்று அந்த முனிவர் சொன்ன வார்த்தை இன்று பலிக்கிறது. கௌஸல்யை! என்னுடைய பார்வை மங்குகிறது. நீ இருப்பதைக் கூட என்னால் பார்க்க முடியவில்லை. என்னுடைய நினைவு தவறத் தொடங்கி விட்டது. நான் எம தூதர்களைக் காண்கிறேன். அவர்கள் என்னை விரைந்து வருமாறு அவசரப்படுத்துகிறார்கள். ராமா! நீ உண்மையாகவே என்னைப் பிரிந்து சென்று விட்டாயா? கௌஸல்யை! உன்னை என்னால் பார்க்க முடியவில்லையே! நற்குணங்கள் பொருந்திய ஸுமித்திரை! நீ எங்கே இருக்கிறாய்? குலத்திற்கு நேரிட்ட அவமானமே, கைகேயி! என்னுடைய விரோதியே! நீயும் இங்கேதான் இருக்கிறாயா?''

(பிள்ளையின் பிரிவு தரும் துயரத்தினால் – அதாவது புத்திர சோகத்தினால் – மடிய வேண்டும் என்கிற சாபம் தசரதருக்கு இருந்த வரலாறு, வால்மீகி ராமாயணத்தில் நாம் மேலே கண்டபடி, ஸுமந்திரர் காட்டிலிருந்து திரும்பி வந்து ராமர், லக்ஷ்மணர், ஸீதை – ஆகிய மூவரும் அங்கேயே தங்கி விட்டார்கள் என்ற செய்தியைக் கூறிய பிறகு வருகிறது. ராமர் காட்டுக்குச் சென்ற ஆறாவது நாள் கிட்டத்தட்ட நள்ளிரவு நெருங்கும் சமயத்தில், தசரதர், கௌஸல்யையிடம் தான் சாபம் பெற்ற வரலாற்றை விவரிக்கிறார். துளஸிதாஸரின் ராமாயணத்திலும் இப்படித்தான் கூறப்பட்டிருக் கிறது.

கம்ப ராமாயணம் இந்த விஷயத்தில் மாறுபடுகிறது. ராமர் காட்டுக்குச் செல்வது என்று தீர்மானம் ஆகிவிட்ட பிறகு – ஆனால் காட்டுக்கு ராமர் முதலானோர் புறப்படுவதற்கு முன்பாக – தசரத மன்னர், தான் சாபம் பெற்ற வரலாற்றை கௌஸல்யையிடம் வர்ணிக்கிறார். அந்த நிகழ்ச்சியின் விவரங்கள் எல்லாம் கிட்டத் தட்ட வால்மீகி ராமாயணத்தில் இருப்பது போலவே, கம்ப ராமாயணத்திலும் வந்தாலும் – ஒரு மாறுதல் இருக்கிறது. வால்மீகி ராமாயணத்தில் தசரதர், கௌஸல்யையை மணப்பதற்கு முன் பாகவே அவர் முனிவரிடம் சாபம் பெற்ற நிகழ்ச்சி நடக்கிறது. ஆகையால் தனக்கு மகன் பிறப்பானா மாட்டானா என்பது பற்றி தசரதர் மனதில் கவலையும் இருக்கவில்லை; முனிவர் 'மகனைப் பிரிவதால் துன்புற்று நீ உயிர் விடுவாய்' என்று சாபமிட்ட போது, தனக்கு மகப்பேறு உண்டு என்ற மகிழ்ச்சியும் அவருக்கு ஏற்பட வில்லை.

ஆனால் கம்ப ராமாயணத்தில் தசரதர், இந்த வரலாற்றை கௌஸல்யையிடம் வர்ணிக்கும்போது, 'மகனைப் பிரிந்து அந்தச் சோகத்தினால் நீ உயிர் விடுவாய் – என்று முனிவர் சாபமிட்டதால், எனக்கு ஒரு மகன் பிறப்பான் என்பது உறுதியாகவே, அந்த மகிழ்ச்சியோடு நான் நகரத்திற்கு வந்து சேர்ந்தேன்' என்று கூறுகிறார்.)

இவ்வாறும், இன்னும் பலவாறும் தசரதர் கதறிக் கொண்டு இருக்கையிலே நள்ளிரவு கழிந்தது.

தசரத மன்னரின் உயிர் பிரிந்தது.

2. அயோத்தியா காண்டம்

அத்தியாயம் - 23

பரதன் கண்ட கனவு

தசரதர் மரணம் அடைந்த செய்தி பரவுவது; கௌஸல்யையின் துயரம்; மன்னரின் உடல் பாது காக்கப்படுவது; உடனடியாக தசரதருடைய மகன்களில் ஒருவருக்கு பட்டாபிஷேகம் செய்விக்குமாறு வசிஷ்டரை பலரும் வேண்டிக் கொள்வது; பரதனை யும், சத்ருக்னனையும் அழைத்து வர, தூதர்கள் அனுப்பப்படுவது; பெரும் தீமை நடப்பதற்கு அறிகுறி யாக ஒரு கனவை பரதன் காண்பது...

விடியற்காலையில் மன்னரை எழுப்புவதற்காக, வாத்தியங்கள் இசைக்கப்பட்டன; வந்திகள் பாடினார்கள்; புரோகிதர்கள், மந்திரங்களைக் கூறினார்கள்; மன்னரின் உத்திரவுகளை நிறைவேற்றுவதற்காக பணியாட்கள் தயாராக நின்றனர். இவற்றைத் தொடர்ந்து வழக்கம் போல மன்னர் வெளியே வராததைக் கண்டு, அரண்மனைப் பெண்மணிகள் அவர் அருகில் சென்று அவரை எழுப்ப முயற்சித்தார்கள். மன்னரின் நாடித் துடிப்பு நின்று விட்டிருந்தது என்பதையும், இதயம் ஓய்ந்து விட்டது என்பதையும் அப்போது அவர்கள் உணர்ந்தார்கள். மன்னர் மரணம் அடைந்து விட்டார் என்பதை அறிந்த அவர்கள் 'ஓ'வென்று கதறி ஓலமிட்டார்கள். முந்தைய தினம் மன்னர் உறங்கிய போது, தாங்களும் உறங்கி விட்ட கௌஸல்யையும், ஸுமித்திரையும் தூக்கம் கலைந்து எழுந்து, நடந்ததை அறிந்து கதறி அழுதார்கள்.

தூக்கத்திலேயே மன்னர் உயிர் பிரிந்தது என்ற செய்தி அரண்மனை முழுவதும் பரவியது. கைகேயி உட்பட எல்லாப் பெண்களும் ஓலமிட்டு அழுதனர். அந்தப்புறம் அழுதது; அரண்மனை அழுதது; அனைவரும் அழுதார்கள்.

'(தசரதரின் உயிர் பிரியும் கட்டமும் கூட கம்ப ராமாயணத்தில், வால்மீகி ராமாயணத்திலிருந்து கொஞ்சம் மாறுபட்டு காணப் படுகிறது. வால்மீகி ராமாயணத்தில் நாம் இந்த அத்தியாயத்தில் பார்த்த மாதிரி, தான் சாபம் பெற்ற வரலாற்றையெல்லாம் விவரித்து விட்டு, நள்ளிரவில் தசரத மன்னர் உறங்கிய போது அவருடைய உயிர் பிரிகிறது. ஆனால் கம்ப ராமாயணத்தில் இந்தச் சாபம் பெற்ற வரலாறு ராமர் காட்டுக்குப் போவதற்கு முன்பாகவே கூறப்படுவது மட்டுமல்ல; ஸுமந்திரர் காட்டிலிருந்து திரும்பி வந்து, தன்னுடன் ராமன் நகருக்குத் திரும்பவில்லை என்ற செய்தியைக் கூறியவுட னேயே தசரதரின் உயிர் பிரிந்து விடுகிறது. 'ராமர் வரவில்லை – என்ற செய்தி கேட்டவுடனேயே தசரதரின் உயிர் பிரிந்தது என்று காட்டுவதற்காகவே, கம்பர் இந்த நிகழ்ச்சிகளை இப்படி மாற்றி அமைத்திருக்கிறார்' என்ற கம்ப ராமாயணத்தை நன்கு ஆராய்ந் துள்ள பண்டிதர்கள் சிலர் கூறியிருக்கிறார்கள்.

காட்டில் இருந்து திரும்பிய ஸுமந்திரர், முதலில் வசிஷ்டரிடம் விஷயத்தைத் தெரிவிக்கிறார். அப்பொழுதே வசிஷ்டர் இதன் பின் மன்னர் வாழ மாட்டார் என்று கூறுகிறார். இதையடுத்து ஸுமந் திரரும், வசிஷ்டரும் தசரத மன்னரிடம் செல்கிறார்கள். அவர், 'ராமன் திரும்பி வந்தானா' என்று வசிஷ்டரிடம் கேட்கிறார். அந்த காட்சியைக் கம்பர் இவ்வாறு வர்ணிக்கிறார்: 'ராமன் வரவில்லை என்று சொல்ல முடியாதவராக வசிஷ்ட முனிவர், மனம் வருந்திப் பேசாமல் இருந்தார். தவம் என்ற பலத்தைப் பெற்ற வசிஷ்டரின் முகமே, ராமன் திரும்பி வரவில்லை என்கிற சொல்லை தசரதருக்குக் கூறி விட்டது. தசரத மன்னர் சோர்ந்து போனார். துயர் கொண்ட முனிவர் வசிஷ்டர், இந்தத் துன்பத்தைக் காணும் சக்தி எனக்கில்லை என்று சொல்லி, அங்கிருந்து அகன்று போகிறார்.

'இல்லை' என்று உரைக்கலாற்றான்
ஏங்கினன், முனிவன் நின்றான்;

வல்லவன் முகமே, 'நம்பி
வந்திலன்' என்னும் மாற்றம்
சொல்லலும், அரசன் சோர்ந்தான்;
துயர் உறு முனிவன், 'நான் இவ்
அல்லல் காண்கில்லேன்' என்னா,
ஆங்கு நின்று அகலப் போனான்.

இப்படி வசிஷ்டர் அங்கிருந்து நகர்ந்து போன பிறகு, தசரதர், ஸுமந்திரரிடம் ராமனைப் பற்றி விசாரிக்கிறார். 'நாயகனாகிய தசரதர் பின்னர் தன்னுடைய தேரோட்டியாகிய ஸுமந்திரரைப் பார்த்து, ராமன் வெகுதூரத்தில் உள்ளானா அல்லது அருகில் உள்ளானா என்று கேட்க, ஸுமந்திரர், ராமனும், லக்ஷ்மணனும், மிதிலையின் செல்வமாகிய ஸீதையும் மூங்கில்கள் உயர்ந்து வளர்ந்திருக்கிற வனத்துக்குச் சென்று விட்டார்கள்' என்று கூறிய போதே, தசரதர் உயிர் நீத்தார்.'

நாயகன், பின்னும், தன் தேர்ப்
பாகனை நோக்கி, 'நம்பி
சேயனோ? அணியனோ?' என்று
உரைத்தலும், தேர் வலானும்,
'வேய் உயர் கானம், தானும்,
தம்பியும், மிதிலைப் பொன்னும்,
போயினன்' என்றான்; என்ற
போழ்தத்தே ஆவி போனான்.)

துன்பக் கடலில் வீழ்ந்து விட்ட கௌஸல்யை, தசரதரின் தலையை கைகளில் பிடித்துக் கொண்டு கதறினாள். பின்னர், கைகேயியைப் பார்த்து, ''தீயவளே! கெட்ட எண்ணம் கொண்டவளே! இனி நீ நிம்மதியாக ஆட்சியை அனுபவிக்கலாம். உனக்குப் போட்டியாக வரக் கூடியவர்கள் இனி எவரும் இல்லை. ராமன் காட்டுக்குச் சென்று விட்டான். என் கணவரோ மேல் உலகத்திற்கே சென்று விட்டார். மந்தரையின் சொல் கேட்டு, ரகு குலத்தையே நீ அழித்து விட்டாய். மன்னரின் உடலுக்குத் தீ வைக்கப்படும் பொழுது, நான் அவரோடு உடன்கட்டை ஏறுவேன்'' என்று கூறினாள்.

அயோத்தியா காண்டம்

உயிரற்ற உடலைப் பாதுகாக்கக் கூடிய எண்ணெய் நிரம்பிய தொட்டியில், தசரத மன்னரின் உடல் வைக்கப்பட்டது. அந்த நிலையில் கடைப்பிடிக்கப்பட வேண்டிய வழிமுறைகள், வசிஷ்டரும், குடும்ப புரோகிதர்களும் எடுத்துச் சொன்னவாறு செய்யப்பட்டன. மன்னரின் மகன்களில் ஒருவர் கூட இல்லாமல் இறுதிச் சடங்குகள் செய்ய முடியாது என்பதால், அவருடைய உடல் பாதுகாக்கப்பட்ட நிலையில் வைக்கப்பட்டது.

அயோத்தி நகரம் கணவனை இழந்த பெண் போல் ஆகியது.

பொழுது விடிந்தவுடன், உடனடியாக நிறைவேற்றப்பட வேண்டிய அரசு காரியங்களைக் கவனித்துக் கொண்டிருந்த பெரியவர்கள் எல்லாம் ஒன்று கூடினார்கள். மார்க்கண்டேயர், மௌத்கல்யர், வாமதேவர், கச்யபர், காத்யாயனர், கௌதமர் மற்றும் புகழ் பெற்ற ஜாபாலி ஆகியோரும் அங்கே அமர்ந்திருந் தனர். அனைவரின் முகங்களும் வசிஷ்டரை நோக்கியே திரும்பி இருந்தன. அவர்கள் அனைவரும் ஒருவர் பின் ஒருவராக வசிஷ்டரிடம், அந்த நிலையில் கடைப்பிடிக்கப்பட வேண்டிய அணுகுமுறை பற்றிய தங்கள் கருத்துக்களை எடுத்துச் சொல்ல ஆரம்பித்தார்கள்.

"மன்னர் மறைந்து விட்டார். மூத்த மகனாகிய ராமனோ காட்டுக்குச் சென்று விட்டான். பெரும் சக்தி படைத்த லக்ஷ்மண னும் ராமனுடன் சென்று விட்டான். எதிரிகளை அழிக்கவல்ல பரதனும், சத்ருக்னனும், தாய் வழிப்பாட்டன் வீட்டுக்குச் சென்றிருக்கிறார்கள். தசரத மன்னரின் மகன்களில் ஒருவனுக்கு உடனடியாகப் பட்டாபிஷேகம் செய்விக்கப்பட வேண்டும். ஏனெனில் அரசன் இல்லாத ராஜ்யம் அழிந்து விடும் என்பதை நாம் அனைவரும் அறிவோம். அரசன் இல்லாத நாட்டில் விவசாயம் நடக்காது; மகன், தந்தையின் கட்டுப்பாட்டுக்குள் அடங்கி இருக்க மாட்டான்; மனைவி, கணவனின் கட்டுப்பாட்டுக்குள் அடங்கி இருக்க மாட்டாள்; யாராலும் தங்களுடைய சொத்துக்களைக் காப்பாற்றிக் கொள்ள முடியாது; பொதுமக்கள் வசதிக்காக பொது இடங்களை யாரும் நிர்மாணிக்க மாட்டார்கள்; வழக்குகள் தீர்த்து வைக்கப்பட மாட்டாது; பெண்கள் நல்ல நகைகளை அணிந்து

நந்தவனங்களுக்குச் செல்ல முடியாது; வீட்டின் கதவைத் திறந்து வைத்து யாரும் உறங்க முடியாது; வணிகர்கள் தங்கள் வர்த்தகத்திற்காக பொருளை எடுத்துக் கொண்டு பிரயாணம் செய்ய மாட்டார்கள்; சேனைகள் விரோதிகளை எதிர்த்து நிற்காது; ஆயுதப் பயிற்சி நடக்காது – சாத்திர ஆராய்ச்சியும் நடக்காது; எந்த ஒரு மனிதனும், எந்தப் பொருளையும் தன்னுடையது என்று நினைக்க முடியாமற் போய் விடும்; மனிதர்கள் மீன்கள் போல ஒருவரை ஒருவர் அழிப்பார்கள்; நாத்திகர்கள் தங்கள் கருத்தைப் பிரச்சாரம் செய்வார்கள்.

''ரதத்திற்கு கௌரவம் கொடி; நெருப்பை அறிவிப்பது புகை; நமக்கு ஆதாரம் மன்னர். அரசன் இல்லாத ராஜ்யம் தண்ணீர் இல்லாத நதி; செடிகளற்ற காடு; மடியற்ற பசு. அரசனே மக்களுக்குத் தாய்! அரசனே அவர்களுக்குத் தந்தை! அரசனே அவர்களுக்கு நன்மை புரிபவன். அரசனே சத்தியம்; அரசனே தர்மம். நன்மை தீமைகளை வகுத்துப் பிரித்து, ஒழுங்கு முறையை நிலை நிறுத்தும் அரசன் இல்லாவிடில், உலகை இருள் சூழ்ந்துவிடும். அந்தணர்களில் சிறந்த வசிஷ்டரே! இக்ஷ்வாகு குலத்தில் பிறந்த ஒரு மகனுக்கு உடனடியாகப் பட்டாபிஷேகம் செய்து அரச பதவியில் அமர்த்துங்கள்.''

இப்படி பெரியவர்களும், ராஜதந்திரிகளும், மந்திரிகளும் கூறிய கருத்தை வசிஷ்டர் ஏற்றார். பரதனையும், சத்ருக்னனையும் உடனடியாக அயோத்திக்கு தருவிப்பதாகக் கூறி அவர், சித்தார்த்தன், விஜயன், ஜெயந்தன், அசோகன், நந்தனன் என்பவர்களை அழைத்து ஒரு உத்திரவு பிறப்பித்தார். ''தனது மாமன் வீட்டுக்குச் சென்றுள்ள பரதனையும், அவனுடன் இருக்கும் சத்ருக்னனையும் விரைந்து சென்று அழைத்து வாருங்கள். என்னுடைய கட்டளை என்று கூறி, இந்தச் செய்தியையும் பரதனுக்குத் தெரிவியுங்கள். 'வசிஷ்டர் உன்னுடைய நலனைப் பற்றி விசாரித்தார். மந்திரிகளும் அவ்வாறே உனது நலன் கோருகிறார்கள். சற்றும் தாமதம் செய்யாமல், நீ உடனடியாகப் புறப்பட்டு அயோத்திக்கு வந்து சேருவாயாக! நீ அவசரமாகச் செய்ய வேண்டிய ஒரு காரியம் அங்கே உன் வரவுக்காகக் காத்திருக்கிறது. பரதன் அங்கிருந்து புறப்படும்

போது அவனுக்கு, அவனுடைய தந்தை இறந்து விட்ட விஷயமும், ராமன் காட்டுக்குச் சென்று விட்ட செய்தியும் தெரிய வேண்டிய அவசியம் இல்லை.''

வசிஷ்டரால் நியமிக்கப்பட்ட தூதர்கள் சிறப்பான குதிரைகளில் ஏறிப் புறப்பட்டனர். அவர்கள் பரதன் இருந்த ராஜக்ருஹம் என்ற நகரத்தை அடைந்த இரவில், பரதன் ஒரு கனவு கண்டான். அதை நினைத்து அவன் மனச் சங்கடத்துடன் காணப்பட்டான். நண்பர்கள் அவனுக்கு உற்சாகமூட்டுவதற்காகச் செய்த முயற்சிகள் வீணாயின. தன்னுடைய கவலைக்கான காரணத்தைப் பற்றி விசாரித்த அவர்களுக்கு, பரதன் தான் கண்ட கனவை விவரித்தான். ''தலைவிரி கோலமாக, அழுக்கடைந்தவராக, எனது தந்தை தசரத மன்னர் ஒரு மலை உச்சியிலிருந்து, மாட்டுச் சாணம் நிரம்பிய ஒரு குட்டையில் விழுவதாகக் கனவு கண்டேன். அந்தக் குட்டையில் மிதந்து கொண்டு, அவர் தன்னுடைய கரங்களில் வைத்திருந்த எண்ணெயைக் குடிப்பதைப் பார்த்தேன். கடல் வறண்டு போகக் கண்டேன். சந்திரன், தரையில் விழுவதைப் பார்த்தேன். பட்டத்து யானையின் தந்தம் முறிவதைக் கண்டேன். பூமி தீப்பற்றி எரிவதைப் பார்த்தேன். உலகை இருள் சூழக் கண்டேன். அந்த நிலையில், ஒரு இரும்பு ஆசனத்தில், கறுப்பு உடை அணிந்து அமர்ந்திருந்த என் தந்தையை, மஞ்சள் நிறமுடைய பல பெண்கள் கேலி செய்தார்கள். கழுதை பூட்டிய ரதத்தில் ஏறி, என் தந்தை தெற்கு நோக்கி செல்லக் கண்டேன். ஒரு ராக்ஷஸி அவரைப் பிடித்து இழுப்பதையும் பார்த்தேன்.''

பரதன் மிகவும் மனம் நொந்தவனாக மேலும் பேசினான்: ''எனக்குப் பெரும் பயத்தை ஏற்படுத்தியுள்ள இந்தக் கனவு, இரவு முடிகிற நேரத்தில் என்னால் காணப்பட்டது. ஆகையால் இதற்குப் பலன் உண்டு என்று நான் அஞ்சுகிறேன். தசரத மன்னர், ராமர், லக்ஷ்மணன் ஆகியோரில் ஒருவரோ அல்லது நானோ மரணத்தைச் சந்திக்க நேரிடலாம். கழுதை பூட்டிய' வண்டியில் ஏறி ஒருவன் செல்லும் நிகழ்ச்சி கனவில் தோன்றினால், அந்த மனிதனுடைய சிதையிலிருந்து வெகு சீக்கிரம் புகை கிளம்பும். இதையெல்லாம் எண்ணித்தான் நான் உற்சாகம் இழந்திருக்கிறேன். எனது நா

வறண்டு விட்டது. என்னுடைய தொண்டை உலர்ந்து விட்டது. என் மனம் ஒரு நிலையில் இல்லை. எனது ஒளி குன்றிவிட்டது. என்னையே நான் வெறுக்கிறேன். அதற்கு என்ன காரணம் என்றும் புரியவில்லை. என் மனதில் இருக்கும் பயத்தை என்னால் அகற்ற முடியவில்லை.

இவ்வாறு முந்தைய இரவு தான் கண்ட கனவை, தன்னுடைய நண்பர்களிடம் பரதன் வர்ணித்துக் கொண்டிருந்தபோது, வசிஷ்டரால் அனுப்பப்பட்ட தூதர்கள் அரண்மனையை வந்து அடைந்து, அந்த மன்னரிடம், உடனடியாக பரதனைக் காண வேண்டும் என்று தங்கள் விருப்பத்தைத் தெரிவித்தனர். பரதன் தருவிக்கப்பட்டான்.

2. அயோத்தியா காண்டம்

அத்தியாயம் - 24

பரதன் சீறினான்

வசிஷ்டரின் தூதர்கள் பரதனைச் சந்திப்பது; உடனடியாக வந்து சேருமாறு வசிஷ்டர் அனுப்பிய செய்தியை ஏற்று பரதன் அயோத்திக்குப் புறப்படுவது; அயோத்தி நகரம் களை இழந்து இருப்பதைப் பார்த்து, பரதன் கவலையுறுவது; கைகேயியைச் சந்தித்த பரதன், தசரதரைப் பற்றி விசாரிப்பது; தசரதர் இறந்த செய்தியையும், ராமர் முதலானோர் காட்டுக்குச் சென்ற செய்தியையும், ஒன்றன்பின் ஒன்றாக, கைகேயி மகிழ்ச்சியுடன் தெரிவிப்பது; கோபம் கொண்ட பரதன் கைகேயியைத் தூற்றுவது; கௌஸல்யை பரதனைக் குத்திக் காட்டிப் பேசுவது...

பரதனிடம் அழைத்து வரப்பட்ட வசிஷ்டரின் தூதர்கள், ''குல குருவான வசிஷ்டர் உங்கள் நலம் விசாரிக்கிறார். அதேபோல மந்திரிமார்களும் உங்கள் நலன் விரும்புகிறார்கள். உங்களால் உடனடியாகச் செய்யப்பட வேண்டிய காரியம் இருப்பதால், விரைவாகப் புறப்பட்டு அயோத்திக்கு வருமாறு நீங்கள் அழைக்கப்படுகிறீர்கள்'' என்ற செய்தியைத் தெரிவித்தார்கள்.

பரதன், ''எனது தந்தை மற்றும் ராமர், லக்ஷ்மணர் ஆகியோர் நலமாக இருக்கிறார்கள் என்று நம்புகிறேன். கௌஸல்யை தேவியும், ஸுமித்திரா தேவியும் நலமே என்றும் நம்புகிறேன். பிடிவாத குணமுடையவளும், எந்நேரமும் சண்டை போடு

பவளும், தனக்கே அனைத்தும் தெரியும் என்ற எண்ணமுடையவளும், சுயநலவாதியுமாகிய எனது தாயார் கைகேயி தேவியும் நோயற்று இருக்கிறாரா? என்ன சொல்லி அனுப்பினார்?'' என்று அவர்களிடம் கேட்டான்.

அந்தத் தூதர்கள், ''எல்லோரும் நலமே'' என்று கூற, பரதன் தனது பாட்டனார் கேகய மன்னரிடம் விடைபெற்று, அயோத்திக்குப் புறப்பட்டான். தசரத மன்னரைப் பற்றியும், வசிஷ்டர் முதலானோரைப் பற்றியும், ராமர், லக்ஷ்மணன், ஸீதை ஆகியோரைப் பற்றியும் தான் மிகவும் விசாரித்ததாகச் சொல்லுமாறு கேகய மன்னர், பரதனிடம் கூறி, பெரும் செல்வத்தை பரிசாக அளித்து பரதனை அனுப்பி வைத்தார். சில நதிகள், பல கிராமங்கள், பல நந்தவனங்கள் ஆகியவற்றையெல்லாம் கடந்து அயோத்தி நகரத்து எல்லையை அடைந்த பரதனுடைய மனம் கலக்க முற்றது. மக்கள் உற்சாகமாக இருப்பதற்கான எந்த அறிகுறியும் அவனுடைய கண்ணில்படவில்லை. நகரமே களை இழந்து காணப்பட்டது. நாடு காடாகி விட்டது போல் உணர்ந்த பரதன், தனது தேரோட்டியைப் பார்த்து, ''நமது ராஜ்யத்தில் எல்லோரும் நலமாக இருக்கிறார்களா என்ற சந்தேகம் எனக்கு வருகிறது. நான் எதற்காக உடனடியாக வரவழைக்கப்பட்டேன் என்பது பற்றியும், என் மனம் இப்பொழுது சந்தேகமுறுகிறது'' என்று கூறியவாறே, நகரத்தினுள் நுழைந்தான்.

முதலில் தந்தையைக் காண வேண்டும் என்பதற்காக தனது தாயாரான கைகேயியின் மாளிகையை பரதன் அடைந்தான். கைகேயி அவனை எதிர்கொண்டு அழைத்தாள். தனது கால்களில் விழுந்து வணங்கிய மகனைப் பார்த்து அவள், ''உனது பாட்டனாரின் நகரத்திலிருந்து புறப்பட்ட உனக்கு, இங்கு வந்து சேர எவ்வளவு தினங்கள் ஆயின? உனது பாட்டனார் நலமாக இருக்கிறாரா? உனது மாமனாகிய யுதாஜித் நலம்தானே? எல்லா வற்றையும் எனக்கு விவரமாகச் சொல்'' என்று கேட்டாள்.

பரதன், ''எனது பாட்டனாரின் நகரத்திலிருந்து புறப்பட்டு இன்று ஏழாவது நாள். அவரும், யுதாஜித்தும் நலமாக இருக்கிறார்கள். பல பரிசுகளைக் கொடுத்து அவர்கள் என்னை அனுப்பி

அயோத்தியா காண்டம்

வைத்தார்கள். இங்கிருந்து வந்த தூதர்கள் என்னை உடனடியாகப் புறப்பட்டு வரச் சொன்னதற்கு என்ன காரணம்? இங்கே தந்தையைக் காணவில்லையே? இந்த நேரத்தில் வழக்கமாக இந்த மாளிகையில்தானே இருப்பார்? முதலில் அவர் காலில் விழுந்து வணங்க விரும்புகிறேன். அவர் எங்கே?'' என்று கேட்டான்.

ராஜ்யத்தின் மீது கொண்டு விட்ட பேராசை காரணமாக, தான் சொல்லப் போகிற கொடிய செய்தியைக் கூட நல்ல செய்தி போலவே நினைத்துக் கொண்டு, பரதனுக்கு கைகேயி பதிலுரைத்தாள்: ''பல யாகங்களைச் செய்தவரும், நல்லவர்களுக்கெல்லாம் அடைக்கலம் தருபவரும், மகாத்மாவுமாகிய உன்னுடைய தந்தை தசரத மன்னர் - எல்லா உயிர்களுக்கும் என்ன முடிவு ஏற்படுமோ அந்த முடிவை அடைந்தார்.''

கைகேயி கூறிய இந்த வார்த்தைகளைக் கேட்ட பரதன் அதிர்ச்சி அடைந்து, ''ஆ! நான் கெட்டேன்'' என்று கதறி, பலவாறாகப் புலம்பினான். அதன் பின்னர், ''தாயே! மன்னர் என்ன வியாதியின் காரணமாக இறந்தார்? அவருக்கு இறுதிச் சடங்குகளைச் செய்த ராமர் முதலானோர் கொடுத்து வைத்தவர்கள். தாய்க்கு நிகரான வரும், தந்தைக்குச் சமமானவருமாகிய என்னுடைய மூத்த சகோதரர் ராமரை நான் காண விரும்புகிறேன். நான் வந்திருக்கும் செய்தியை அவருக்குத் தெரியப்படுத்துங்கள். தர்மத்தை அறிந்தவனுக்கு மூத்த சகோதரனே தந்தையாகிறான். இனி அவர்தான் எனக்கு கதி'' என்று கூறிய பரதன், மேலும் பலவாறாகப் பேசி விட்டு, ''தசரத மன்னர் இறுதியாக என்ன கூறினார் என்பதைத் தெரிந்து கொள்ள ஆவலாக இருக்கிறேன்.'' என்று சொன்னான்.

கைகேயி, ''ஹா ராமா! ஸீதா! லக்ஷ்மணா! - என்று புலம்பிக் கொண்டே உன் தந்தை உயிரை விட்டார். 'எந்த மனிதர்கள் புண்ணியம் செய்தவர்களோ, அவர்கள்தான் ஸீதையுடனும், லக்ஷ்மணனுடனும், ராமன் மீண்டும் அயோத்திக்கு வந்து சேருகிற காட்சியைக் காண்பார்கள்' என்றும் மன்னர் சொன்னார்'' என்று பரதனுக்கு பதில் கூறினாள்.

துக்ககரமான இரண்டாவது செய்தியும் ஒன்று இருக்கிறது என்பதை உணர்ந்து, மேலும் கலக்கமுற்ற பரதன், வாட்டமுற்ற

முகத்தோடு, ''ராமர், லக்ஷ்மணர், ஸீதா தேவி ஆகியோர் எங்கிருக்கிறார்கள்'' என்று கேட்டான். மகிழ்ச்சி தரப் போகிற நிகழ்ச்சியை விவரிக்கிறவள் போல கைகேயி, நடந்த துக்ககரமான செய்தியைக் கூறினாள். ''லக்ஷ்மணன் பின் தொடர ஸீதையுடன், ராமன் மரவுரி அணிந்து காட்டுக்குச் சென்றான்.''

கைகேயி கூறிய செய்தியைக் கேட்டு பரதனின் உள்ளம் நடுக்கமுற்றது. 'என்ன தவறு நடந்ததோ' என்று நினைத்து பதறினான். ''வேதம் அறிந்த அந்தணர்களின் பொருட்கள் ராமரால் அபகரிக்கப்படவில்லை என்று நம்புகிறேன். பணக்காரனோ, ஏழையோ – எந்த ஒரு மனிதனும் ராமரால் துன்பத்திற்கு ஆளாகி இருக்க மாட்டார்கள் என்றும் நினைக்கிறேன். பிறன் மனைவியை மனதாலும் ராமர் கருத மாட்டார் என்றும் தெரியும். இது இவ்வாறெனில், எந்தக் காரணத்தினால் ராமர் காட்டுக்கு அனுப்பப்பட்டார்?'' என்று அவன் பதற்றத்துடன் கேட்டான்.

பெண்களுக்கே உரிய குணங்களினால் தூண்டப்பட்ட கைகேயி, விளைவைக் கருதாமல் தான் செய்த காரியத்தை அப்படியே எடுத்துரைத்தாள். ''எவருடைய பொருளையும் ராமன் அபகரிக்கவில்லை. ஒரு பணக்காரனோ, ஏழையோ அவனால் துன்பத்திற்கு ஆளாகவில்லை. பிறர் மனைவியை ராமன் கண்ணெடுத்தும் பார்த்ததில்லை. ராமனுக்குப் பட்டாபிஷேகம் நடக்க இருக்கிறது என்ற செய்தி கேட்ட நான், உனக்கு அரசு உரிமையையும், ராமனுக்கு வனவாசத்தையும் மன்னரிடம் கோரினேன். ஏற்கெனவே எனக்கு வாக்களித்திருந்ததன் காரணமாக மன்னர் இணங்கினார். ராமன், லக்ஷ்மணனுடனும், ஸீதையுடனும் காடு சென்றான். தனது அன்புக்குரிய மகனைக் காணாதவராக, புத்திர சோகத்தினால் பீடிக்கப்பட்ட உன் தந்தை மரணமடைந்தார்.''

கைகேயி மேலும் தொடர்ந்தாள்: ''தர்மம் அறிந்தவனே! நீ துயர்படக் கூடாது. தவறு நடந்து விட்டதாக நினைத்து வருந்தவும் கூடாது. மனோதைரியத்தை மேற்கொள்வாயாக! இந்த நாடு உனதாயிற்று. ராஜ்யத்தின் அதிகாரம் உன் வசமானது. உனக்காகவே இதையெல்லாம் நான் செய்து முடித்திருக்கிறேன். தந்தையின் இறுதிச் சடங்குகளை முடித்து விட்டு, பிறவியிலேயே நீ பெற்றுள்ள

துணிவைத் துணையாகக் கொண்டு, பட்டாபிஷேகம் செய்து கொண்டு, பூமியை ஆள்வாயாக'' என்று மிக்க மகிழ்ச்சியுடன் கூறினாள்.

செய்வதறியாமல் நின்ற பரதன் நினைவிழந்தான். பின்னர் பெரும் கோபத்துடன் பேசத் தொடங்கினான் : ''உலகமே அழிந்தது! இந்த ராஜ்யத்தை அனுபவிப்பதற்காக, மன்னரைப் பிணமாக்கினாய். ராமரைக் காட்டுவாசியாக்கினாய். கணவனைக் கொன்ற உன் வயிற்றில் பத்து மாதங்களைக் கழித்தவன் என்பதால், நான் உலகத்தின் நிந்தனைக்குரியவனாகிறேன். கெட்டவளே! உனக்கு நான் செய்த தீமை என்ன? எனக்கு ஏன் இந்த நிலையைக் கொடுத்திருக்கிறாய்? தந்தையை இழந்து விட்டு, தந்தைக்குச் சமமான அண்ணனையும் துறந்து விட்ட எனக்கு, இந்த ராஜ்யத்தால் ஆவதென்ன? இறுதி அழிவை ஏற்படுத்தும் பிரளய காலம் போல, இந்தக் குலத்திற்கு நீ வந்து சேர்ந்தாய்! என்னதென்று தெரியாமல் நெருப்பை அணைத்துக் கொள்வது போல், மன்னர் உன்னை ஏற்று விட்டார். பாவியே! இக்ஷ்வாகு குலத்தின் மேன்மையை அழிக்க வந்த கெடுமதியாளே! தர்மம் தவறாத எனது தந்தை, ராமரைத் துறக்க எப்படி சம்மதித்தார்? அவருக்கு ஏற்பட்ட நிர்பந்தம் என்ன? கௌஸல்யை தேவியாரும், ஸுமித்திரை தேவியாரும் உன்னைக் கண் எதிரில் பார்த்த பிறகும் உயிர் வாழ்கிறார்கள் என்றால், அது ஓர் அதிசயமே! அந்த நல்ல பெண்மணிகளுக்கு எப்பேர்ப்பட்ட தீங்கைச் செய்து விட்டாய்? கௌஸல்யை தேவி உன்னை சகோதரி போல் நடத்தினார். ராமரோ உன்னைத் தாயாகவே நினைத்தார். அவரைக் காட்டுக்கு அனுப்பி விட்டு, நீ மகிழ்ச்சியாக இருப்பது மிகப் பெரிய விபரீதம்.

''ராமருக்கு என் மனதில் இருக்கும் இடத்தை நீ அறியவில்லை. அதனால்தான் இந்த வினையை நீ செய்திருக்கிறாய். மிகப் பெரியோர்களால் நிர்வகிக்கப்பட்ட பொறுப்பை ஏற்க நான் யார்? அப்படியே பலவித உபாயங்களினாலும், அறிவின் உதவியினாலும் நாட்டை நிர்வகிக்கிற திறன் எனக்கு ஏற்படும் என்றால் கூட, நான் அதை ஏற்க மாட்டேன். அதை ஏற்று உன் எண்ணத்தை நிறைவேற்ற மாட்டேன். முன்னோர்களின் ராஜ்யம் மூத்தவனுக்கே உரிமை என்பது உலக வழக்கு. குறிப்பாக, இக்ஷ்வாகு குலத்தில் இவ்

வழக்கம் மாறுபடுவதில்லை. ஈவு இரக்கமற்ற பெண்மணியே! இந்த ராஜ மரபைக் கூட நீ மதிக்கவில்லை. உனது முன்னோர்களும் கூட புண்ணியவான்கள்தானே! அப்படி இருக்க இந்தப் பேராசை உன் மனதில் எப்படி உண்டாயிற்று? நான் ராமரை மீண்டும் அழைத்து வருவேன். அவரை சிம்மாசனத்தில் அமர்த்தி நான் அவருக்குத் தொண்டு புரிவேன். குலத்தைக் கெடுத்த உன்னை மன்னர் மணந்ததால், கௌஸல்யை தேவியும், ஸுமித்திரா தேவியும் இன்று துக்கத்தினால் துடிக்கிறார்கள். கேகய மன்னன் அச்வபதியின் மகள் அல்ல நீ. எப்படியோ அக்குலத்தில் பிறந்து விட்ட அரக்கி நீ.

''கன்றைப் பிரிந்த பசுவும் கூட துடிக்குமே? அப்படியிருக்க, ராமரைப் பிரிந்த கௌஸல்யை தேவியார் இனி எப்படி உயிரோடு இருப்பார்? அவருக்கு இந்தக் கொடிய நிலையை உண்டாக்கிய நீ, இறந்தாலும் கூட துக்கத்தை அனுபவிப்பாய். எனக்கு பெரும் அவப்பெயரை உண்டாக்கி விட்ட உன்னுடைய திட்டம் நிறைவேறுவதற்கு நான் உதவ மாட்டேன். நான் காட்டுக்குப் போகப் போகிறேன். ராமர் மீண்டும் அயோத்தி திரும்பி சிம்மாசனத்தில் அமர்ந்தால்தான் எனது பாவம் ஒழியும். தீய ஒழுக்கம் உடையவளே! நீ இந்த ராஜ்யத்தை விட்டு ஓடி, காட்டுக்குப் போ. நெருப்பில் விழு. விஷத்தை அருந்து. அல்லது கழுத்தில் சுருக்கிட்டு வாழ்வை முடித்துக் கொள். உனக்கு வேறு கதியில்லை. நீ பாழ் நரகத்தைத்தான் அடைவாய். அதிலும் சந்தேகமில்லை.''

இவ்வாறு பொரிந்து தள்ளி விட்டு, பாம்பு போல் சீறிக் கொண்டே பரதன் தரையில் வீழ்ந்தான். பின்னர் அங்கே வந்த மந்திரிமார்கள் முன்னிலையில் பரதன் மீண்டும் பேசத் தொடங்கினான். ''இந்த ராஜ்யத்தை நான் ஒரு பொருட்டாக நினைக்கவில்லை. ராமருக்குப் பட்டாபிஷேகம் செய்விக்க மன்னர் எடுத்த முடிவு பற்றியும் எனக்கு எதுவும் தெரியாது. எனது தாயாரிடத்தில் அது பற்றி நான் எப்போதும் எதுவும் பேசவுமில்லை. நான்தான் சத்ருக்னனுடன் கேகய நாட்டில் இருந்தேனே! ராமரும், லக்ஷ்மணரும், ஸீதையும் நாடு கடத்தப்பட்டு வனவாசம் தொடங்கி இருக்கிறார்கள் என்பது எனக்கு இப்போதுதான் தெரியும்.''

இவ்வாறு பரதன் பேசிக் கொண்டிருந்தபோது, அவனுடைய குரல் கௌஸல்யைக்குக் கேட்டது. அவள் ஸுமித்திரையிடம், ''தீய காரியம் செய்கிற கைகேயியின் மகன் பரதன் வந்திருக்கிறான். அவன் ஆழ்ந்து சிந்திப்பவன். அவனை நான் பார்க்க வேண்டும்'' என்று கூறிவிட்டு, நடுங்கிக் கொண்டிருக்கிற தனது உடலைத் தாங்கிக் கொண்டு, பரதனைப் பார்க்கப் புறப்பட்டாள். அதே நேரத்தில் பரதன் சத்ருக்னனுடன், கௌஸல்யை தேவியைச் சந்திப்பதற்காகப் புறப்பட்டான். நடுவழியில் கௌஸல்யையைச் சந்தித்து வணங்கிய அவர்களை, அவள் அணைத்துக் கொண்டாள்.

மன வேதனையைத் தாங்க முடியாமல் தவித்துக் கொண்டிருந்த கௌஸல்யை அப்போது பரதனைப் பார்த்து கடுமையான வார்த்தைகளைக் கூறினாள். ''கொடிய எண்ணமுடைய கைகேயி, என் மகனை காட்டுக்கு அனுப்பியதில் என்ன மேன்மையைக் காண்கிறாய்? அவன் இருக்கும் இடத்திற்கு என்னையும், இப்போதே அவள் அனுப்பி விடுவது நல்லது. இல்லாவிட்டால் நானும், ஸுமித்திரையும் புறப்பட்டு அங்கே போய்ச் சேருகிறோம். அல்லது நீயே இப்பொழுது அங்கே எங்களைக் கொண்டு போய் விட்டு விடு! கைகேயினால்தானே எல்லா சிறப்புகளும் நிறைந்த இந்த ராஜ்யம் உனக்குக் கிட்டியிருக்கிறது! நாட்டை ஆளும் உரிமை பெறுவதில் விருப்பம் கொண்டு விட்ட உனக்கு ஒருவித இடையூறு மில்லாமல், கைகேயியின் கொடிய காரியத்தால் ராஜ்யம் கிட்டி விட்டது. இனி என்ன?''

புண்ணில் ஊசி கொண்டு குத்துவது போல், கௌஸல்யை கூறிய கொடூரமான வார்த்தைகளால் பெரிதும் துன்புற்ற பரதன், அவள் காலில் விழுந்து வணங்கி விட்டு, இரு கைகளையும் கூப்பியபடி பேசத் தொடங்கினான்.

2. அயோத்தியா காண்டம்

அத்தியாயம் - 25

பரதன் விவரித்த பாவங்கள்

ராமர் காட்டுக்குச் செல்வதை தான் விரும்பியிருந்தால், மிகக் கொடிய பாவங்களைச் செய்த பலன் தன்னை வந்தடையட்டும் - என்று கூறி, பரதன் பெரிய பாவங்கள் என்று கருதப்படுகிற குற்றங்களை விவரிப்பது; கௌஸல்யை மனம் நெகிழ்ந்து பரதனை மெச்சுவது; தசரதரின் இறுதிச் சடங்குகள் நடந்து முடிவது; மந்தரையைக் கண்டு சத்ருக்னனுக்கு ஏற்பட்ட கோபமும், அதன் காரணமாக அவன், அவளைத் தாக்கியதும்; பரதன் குறுக்கிட்டு மந்தரையைக் காப்பாற்றுவது; அரச பதவியை ஏற்குமாறு பெரியவர்களும், அமைச்சர்களும் பரதனை வற்புறுத்துவதும், அவன் மறுப்பதும்; காட்டுக்குச் சென்று ராமரைச் சந்தித்து, அவருக்கே பட்டாபிஷேகம் செய்து, அவரை அயோத்திக்கு அழைத்து வர வேண்டும் - என்ற பரதனின் முடிவு கேட்டு எல்லோரும் மகிழ்வது...

''மரியாதைக்குரியவரே! ஒரு பாவமும் அறியாத நிரபராதியாகிய என்னை நீங்கள் இப்படிப் பழித்துப் பேசலாமா? ராமரிடத்தில் என்றுமே நிலைத்து இருக்கும் அன்பு கொண்டவன் நான் என்பதும் உங்களுக்குத் தெரியுமே?'' என்று கௌஸல்யையைப் பார்த்துக் கூறிய பரதன், மேலும் தொடர்ந்தான்.

(கௌஸல்யையின் பேச்சினால் மனம் நொந்து போன பரதன் இந்தக் கட்டத்தில், பாவங்களின் பட்டியல் ஒன்றையே வெளியிடு கிறான். ராமர் காட்டுக்குச் செல்ல வேண்டும் என்று தான் விரும்பி யிருந்தால், கொடுமையான பாவங்களின் பலன் தனக்கு வந்து சேரட்டும் என்று கூறுகிற பரதன், அப்படிப்பட்ட பாவங்கள் என்னென்ன என்பதையும் சொல்லிக் கொண்டே போகிறான். முன் காலத்தில் எவையெல்லாம் பெரும் பாவங்களாக – குற்றங்களாக – கருதப்பட்டன என்பதைப் புரிந்து கொள்வதற்காக பரதனுடைய பேச்சை சற்று விரிவாகவே இங்கு காண்போம்.

இந்த மாதிரி ஒரு 'பாவப் பட்டியல்' கம்ப ராமாயணத்திலும் வருகிறது. சற்று சுருக்கமாக துளஸிதாஸரின் ராமாயணத்திலும் வருகிறது. இப்பொழுது பரதன் வாயிலாக வால்மீகி ராமாயணத் தில் தரப்பட்டிருக்கிற பாவங்களின் பட்டியலில் ஒரு பகுதியைப் பார்ப்போம்.)

''என்னுடைய விருப்பத்தின் பேரில் ராமர் காட்டுக்குச் செல்ல வில்லை. நான் இங்கு திரும்பிய பிறகுதான் இங்கே நடந்த நிகழ்ச்சிகளைப் பற்றித் தெரிந்து கொண்டேன். எவனுடைய விருப்பத்தின் பேரில் ராமர் காட்டுக்குச் சென்றாரோ, அவனுடைய புத்தி, தர்ம சாத்திரங்களை ஒட்டியதாக ஒரு பொழுதும் இயங்க வேண்டாம். ராமர் காட்டுக்குச் செல்வதை எவன் விரும்பினானோ அவன் உறங்கிக் கொண்டிருக்கிற பசுவைக் காலால் எட்டி உதைத்ததன் பலனை அனுபவிக்கட்டும். எவனுடைய விருப்பத் தின் பேரில் ராமர் காட்டுக்குச் சென்றாரோ, அவன் முறையாக ஆட்சி புரிந்து கொண்டிருக்கும் அரசனுக்குத் தீமை செய்த பாவத்தை அடையட்டும். வேலையாளிடம் வேலையை வாங்கிக் கொண்டு கூலியைக் கொடுக்காமல் இருக்கிறவன் என்ன பாவத்தைச் செய்தவனாகிறானோ, அந்தப் பாவத்தை – ராமர் காட்டுக்குப் போக வேண்டும் என்று விரும்பியவன் அடை யட்டும். மக்களிடம் ஆறில் ஒரு பங்கு வரியை வசூலித்துக் கொண்டு, அவர்களைப் பாதுகாக்காமல் விட்டு விடுகிற அரசன் என்ன பாவத்தை அடைவானோ, அந்தப் பாவம் ராமர் காட்டுக்குச் செல்ல வேண்டும் என்று விரும்புகிறவனை வந்து சேரட்டும்.

''போர்க்களத்தில் யுத்த நெறிகளை மீறுகிறவன் அடைகிற பாவம்; நண்பனுக்குத் துரோகம் செய்யும் எண்ணம் கொண்டவன் அடைகிற பாவம்; பெரியோர்களைப் பற்றி அவதூறு பேசுகிறவன் அடைகிற பாவம்; தன் மீது நம்பிக்கை வைத்துத் தன்னிடம் ஒருவன் ஒப்புக் கொண்ட தவறை வெளியே சொல்லி விடுகிறவன் அடைகிற பாவம்; நன்றி கெட்டு இயங்குகிறவன் அடைகிற பாவம்; மனைவி, மக்கள், பணியாட்கள் ஆகியோருக்குத் தராமல் தான் மட்டுமே நல்ல உணவை உண்கிறவன் அடைகிற பாவம்; குழந்தையைக் கொன்ற பாவம்; பெண்மணியைக் கொன்ற பாவம்; வயோதிகனைக் கொன்ற பாவம்; மன்னனைக் கொன்ற பாவம்; தன்னைச் சார்ந்திருப்பவர்களைக் காப்பாற்றாமல் விட்ட பாவம்; அரக்கு, தேன், மாமிசம், இரும்பு – ஆகியவற்றை விற்று தன்னைச் சார்ந்திருப்பவர்களைக் காப்பாற்றுகிறவன் அடைகிற பாவம்; யுத்தத்தில் புறமுதுகு காட்டி ஓடுகிறவன் அடைகிற பாவம் – ஆகிய பாவங்கள் எல்லாம் ராமர் காட்டுக்குச் செல்ல வேண்டும் என்று விரும்பிய கெட்ட மதி கொண்டவனை அடையட்டும்.''

பரதன் மேலும் தொடர்ந்தான்: ''விடியற்காலையிலும், மாலையிலும் தூங்குகிறவன் அடைகிற பாவம்; பிறர் உடமைகளுக்குத் தீ இடுகிறவன் அடைகிற பாவம்; நம்பிக்கைத் துரோகம் செய்கிறவன் அடைகிற பாவம்; பசு, கன்றை ஈன்று பத்து தினங்கள் முடியாமல் இருக்கும்போதே, அந்தப் பசுவிடம் பால் கறப்பவன் அடைகிற பாவம்; தன்னுடைய மனைவியை விட்டு பிறன் மனைவியை நாடுகிறவன் அடைகிற பாவம்; நீர் நிலைகளை அசுத்தப்படுத்துகிறவன் அடைகிற பாவம்; தன்னிடம் உதவியை நாடி வருபவர்களுக்குப் பொய்யாக வாக்களிப்பவன் அடைகிற பாவம்; இருவரிடையே வாக்குவாதம் நடக்கிறபோது நியாயம் அறிந்தும் கூட, பாரபட்சமாக நடந்து கொள்கிறவன் அடைகிற பாவம் – ஆகிய பாவங்கள் ராமர் காட்டுக்குப் போக வேண்டும் என்று விரும்பியவனைச் சென்று அடையட்டும்.''

இவ்வாறு கூறிய பரதன், ''ராமர் காட்டுக்குச் செல்ல வேண்டும் என்று விரும்பிய தீயவனுக்கு நல்ல உலகங்கள் கிட்டாது என்பது இன்றே முடிவாகட்டும்! அவனுக்கு என்றும் நற்பெயர் கிட்டாது என்பது இன்றே தீர்மானமாகட்டும்! நல்லவர்கள் சென்ற பாதை

அயோத்தியா காண்டம்

அவனுக்குக் கிடையாது என்பது முடிவாகட்டும்! அவனுக்கு நோய் வரட்டும்! அவன் துன்புறட்டும்! யாராலும் நம்பமுடியாதவனாக – மற்றவர்களைப் பற்றி புறம் பேசுபவனாக – தர்மத்தின் பாதை யிலிருந்து முழுவதும் தவறியவனாக அவன் ஆகக்கடவான்! மது தரும் போதையிலும், மாதர்கள் தரும் இன்பத்திலும் நேரத்தைக் கழித்து, சூதாட்டத்தில் மனதைச் செலுத்தி, பேராசை கொண்டு அலைந்து, கையில் திருவோடு ஏந்தி, அவன் இறுதியில் கிழிந்த ஆடைகளை உடுத்தி, பைத்தியமாகத் திரிந்து அலையட்டும்'' என்று கூறி தரையில் சாய்ந்தான்.

பரதனின் நிலை கண்டு மனம் நெகிழ்ந்த கௌஸல்யை, ''கடுமையான சபதங்கள் மூலம் உன் குற்றமற்ற தன்மையை நீ நிலைநாட்டினாய். இது என்னை மேலும் வருத்துகிறது. பரதா! எல்லாச் சிறப்புகளையும் பெற்ற நீ, தர்மத்தின் பாதையிலிருந்து தவறவில்லை. நிச்சயமாக உனக்கு எல்லா மேன்மைகளும் கிட்டும்'' என்று கூறி அவனைத் தழுவிக் கொண்டாள்.

(ஏற்கெனவே கூறிய மாதிரி கம்ப ராமாயணத்திலும் பலவித குற்றங்கள் பற்றி பரதன் வர்ணிக்கிறான். துளஸிதாஸரின் ராமா யணத்திலும் இது வருகிறது. ஆனால், ஒரு மாற்றம் இருக்கிறது. கௌஸல்யைப் பரதனை பார்த்தவுடனேயே அவனுடன் அன்போடுதான் பேசுகிறாள். அவனைச் சந்தேகித்தோ, அவனிடம் குற்றம் கண்டோ பேசவில்லை. ஆகையால், பரதனுக்குத் தன்னுடைய குற்றமற்ற தன்மையை நிரூபிக்கிற அவசியம் நேரிட வில்லை. இருந்தாலும் கூட அவன் 'ராமர் காட்டுக்குச் செல்ல வேண்டும் என்று விரும்பியவன், இன்னின்ன பாவங்கள் செய்த வனாகிறான்' என்று ஒரு சிறிய பட்டியலைக் கொடுக்கிறான்.

துளஸிதாஸரின் ராமாயணத்தில், தசரதனை நினைத்து வருந்துகிற பரதனை, வசிஷ்டர் தேற்றுகிற கட்டம் எப்படி அமைந் திருக்கிறது என்பதையும் இங்கே பார்ப்போம். வசிஷ்டர் சொல்கிறார்: ''மற்றவர்கள் நினைத்து வருந்தத்தக்கவன் அல்லன் தசரதன். நீ வருந்த நினைத்தால் – வேதம் அறியாத அந்தணனுக்காக வருந்துவாயாக! ராஜநீதி அறியாத அரசனுக்காக வருந்து. பிடிவாதக் காரியாகவும், சதா சண்டையிடுகிறவளுமாக உள்ள பெண்ணை

நினைத்து வருத்தப்படு. கடமையை மறக்கும் இல்லத்தரசனை நினைத்து பரிதாபப்படு. வசதியை விரும்புகிற துறவியை நினைத்து வருந்து. ஆனால், கோசல நாட்டு அதிபனாக, ஈரேழு பதினான்கு உலகங்களிலும் புகழ் பெற்று விளங்கிய தசரத மன்னனை நினைத்து யாரும் வருந்துவது தகாது. தனக்கு முன்னும், தனக்குப் பின்னரும், தனக்கு நிகராக ஆட்சி புரிந்தவர் எவருமில்லை – எனக் கூறும்படி அரசாண்ட தசரதன் பரிதாபத்திற்கு உரியவன் அல்ல.'')

அடுத்த தினம் வசிஷ்டர், பரதனிடம் ''சோகத்திலேயே மூழ்கிக் கிடப்பது பொருத்தமல்ல. பல சிறப்புகளைப் பெற்ற இளவரசனே! உனக்கு நன்மை உண்டாகட்டும். மன்னரின் இறுதிச் சடங்குகள் ஏற்கெனவே தாமதப்பட்டு விட்டன. மேலும் தாமதிக்காமல் தசரத மன்னரின் இறுதிச் சடங்குகளை நடத்தி முடிப்பாயாக'' என்று கூறினார்.

பாதுகாப்பாக மூலிகை எண்ணெயில் வைக்கப்பட்டிருந்த தசரதரின் உடல் வெளியே எடுக்கப்பட்டது. பெரும் துக்கத்துடன் பரதன் இறுதிச் சடங்குகளைச் செய்து முடித்தான். பலரும் கதறி அழ, தசரதரின் உடலுக்குத் தீ மூட்டப்பட்டது. தான தர்மங்கள் செய்யப்பட்டன. சத்ருக்னன், ''கைகேயியின் வார்த்தைகள் என்ற முதலைகளைக் கொண்ட மந்தரையினால் உண்டாக்கப்பட்ட கடல், நம் எல்லோரையும் மூழ்கடித்து விட்டதே!'' என்று கூறி பலவாறாகக் கதறினான்.

தசரதர் இறந்து பதிமூன்றாவது தினம் வந்தது. அன்று செய்ய வேண்டிய சடங்குகளைச் செய்து முடிக்குமாறு வசிஷ்டர் கூற, பரதன் தாங்க முடியாத துக்கத்துடன் பேசினான். ''படைக்கப்பட்ட எல்லா உயிர்களுக்கும் பாதுகாப்பு அளிக்கும் வல்லமை படைத்த ராமர், ஒரு பெண்ணினால் காட்டுக்கு அனுப்பப்பட்டார் என்பது எப்பேற்பட்ட விந்தை! உலகையே அழித்து விடக்கூடிய வன்மை படைத்த லக்ஷ்மணர், தசரத மன்னரின் முடிவைத் தடுக்க முடியாமற் போனது எப்பேற்பட்ட விசித்திரம்! ஒரு பெண்ணின் வார்த்தையைக் கேட்டு தவறு செய்ய முடிவு செய்து விட்ட தசரத மன்னர், தடுக்கப்பட்டிருக்க வேண்டாமா?'' என்று புலம்பினான். இதன் பின்னர் பதிமூன்றாவது தினச் சடங்குகள் நடத்தி முடிக்கப்

அயோத்தியா காண்டம்

பட்டன. அப்போது பலவிதமான நகைகளை அணிந்து, அலங்காரங்களைச் செய்து கொண்டு ஒரு கதவருகில் மந்தரை நின்று கொண்டிருந்தாள். அந்தக் கூனியை ஒரு சேவகன் பிடித்து இழுத்து, சத்ருக்னனிடம் கொண்டு வந்து நிறுத்தி, "ராமர் காட்டுக்குப் போகவும், மன்னர் மரணமடையவும் காரணமாகிய தீயவள் இதோ இருக்கிறாள். இவளை என்ன செய்ய வேண்டுமோ செய்து கொள்ளுங்கள்" என்று கூறினான்.

மந்தரை என்ற பெயருடைய அந்தக் கூனியைப் பார்த்து பெரும் கோபம் கொண்ட சத்ருக்னன், "ராமருக்கும், லக்ஷ்மணருக்கும், என் தந்தைக்கும் பெரும் கொடுமையைச் செய்த இவள் தன் பாவத்திற்கேற்ற பயனை இப்போது அனுபவிக்கட்டும்" என்று கூறி அவளைப் பிடித்து இழுத்தான். சத்ருக்னனால் கரகரவென்று இழுக்கப்பட்ட கூனியின் நகைகள் எல்லாம் சிதறின. "மந்தரையின் தோழிகள் என்பதால் நம்மையெல்லாம் கூட சத்ருக்னர் தண்டித்து விடுவார். நம்மைக் காப்பாற்றிக் கொள்ள கௌஸல்யை தேவியை சரணடைவது ஒன்றுதான் நமக்கு வழி" என்று கூறிக் கொண்டு மந்தரையின் தோழிகள் கௌஸல்யையை நாடி ஓடினார்கள். சத்ருக்னனோ, கூனியைத் தரையில் போட்டு இழுத்தான். அப்பொழுது கூனியைக் காப்பாற்ற வந்த கைகேயியைப் பார்த்து சத்ருக்னன் மிகவும் கடுமையான வார்த்தைகளைப் பொழிந்தான். சத்ருக்னனின் கோபத்தைக் கண்டு பயந்தவளாக, கைகேயி பரதனிடம் ஓடினாள்.

பரதன், சத்ருக்னனைச் சமாதானம் செய்தான். "சத்ருக்னா! படைக்கப்பட்ட ஜீவராசிகள் அனைத்திலும், துன்புறுத்தலுக்கு உட்படுத்தத் தகாதவர்கள் பெண்கள்தான். ஆகையால் இந்த மந்தரையை மன்னித்து விடு. என்னுடைய தாயை நானே கொன்றேன் என்றால், ராமர் என் மீது கடும் கோபம் கொள்வார். அந்த ஒரு காரணத்தினால்தான் பாவியாகிய இந்தக் கைகேயியை நான் கொல்லாமல் இருக்கிறேன். இந்தக் கூனியை நாம் கொன்றோம் என்பது தெரிந்தால் கூட, ராமர் உன்னிடமோ, என்னிடமோ முகம் கொடுத்துப் பேச மாட்டார். ஆகையால் இவளை விட்டு விடு."

இப்படி பரதன் சொன்னதைக் கேட்டு, சத்ருக்னன் அந்தக் கூனியை விடுவித்தான். பெரும் பயத்துடன் தனது கால்களில் விழுந்த அவளுக்குக் கைகேயி ஆறுதல் கூறினாள்.

(வால்மீகி ராமாயணத்திலும், துளஸிதாஸரின் ராமாயணத்திலும் தசரதரின் இறுதிச் சடங்குகளைப் பரதனேதான் செய்கிறான். 'நான் கைகேயியைத் துறக்கிறேன். ராஜ்யத்தை ஏற்றுக் கொள்ள பரதன் சம்மதித்தால், அவனும் என்னால் துறக்கப்படுகிறான்' என்று வால்மீகி ராமாயணத்தில் தசரதர் கூறியிருந்தார். ராஜ்யத்தை ஏற்க பரதன் சம்மதிக்காததால், அவன் தசரத மன்னரால் துறக்கப் பட்டவன் ஆகாமல் தப்பிக்கிறான். இந்தக் காரணத்தினால் வசிஷ்டர், இறுதிச் சடங்குகளைச் செய்யுமாறு பரதனுக்குக் கூறுகிறார் – இது வால்மீகி ராமாயணம்.

கம்ப ராமாயணத்திலோ, தசரதர் 'நான் கைகேயியைத் துறக்கிறேன். எனக்கு இறுதிச் சடங்கு செய்யும் அதிகாரம் பரதனுக்கும் கிடையாது' என்று சொல்லி விடுகிறார். ராஜ்யத்தை ஏற்பது, ஏற்காதது பற்றி அவர் எதுவும் பேசவில்லை. ஆகையால், கம்ப ராமாயணத்தில் சத்ருக்னன்தான், இறுதிச் சடங்குகளைச் செய்கிறான்.)

தசரதர் இறந்து பதினான்காவது நாள், மன்னரின் ஆலோசகர்களும், அமைச்சர்களும் கூடி பரதனை முடிசூட்டிக் கொள்ளுமாறு வற்புறுத்தினார்கள். ''ராமரும், லக்ஷ்மணனும் காட்டுக்குப் போக, மன்னர் உயிரும் பிரிந்து விட, இந்த நாடு இப்போது அரசன் இல்லாமல் இருக்கிறது. நடந்த நிகழ்ச்சிகளுக்கு நீ காரணமல்ல. தந்தையின் ஆணை என்பதால், பட்டாபிஷேகம் செய்து கொள்ள உனக்கு உரிமையும் வருகிறது. ஆகையால் நீ அரசனாக முடிசூட்டிக் கொண்டு, மக்களைக் காப்பாயாக.''

இவ்வாறு பெரியோர்கள் கூறியதைக் கேட்ட பரதன், அங்கே சேகரித்து வைக்கப்பட்டிருந்த பட்டாபிஷேகத்திற்கு வேண்டிய உபகரணங்களையெல்லாம் ஒரு முறை சுற்றி வந்தான். பிறகு அங்குள்ளவர்களையெல்லாம் பார்த்து, பேசத் தொடங்கினான். ''மூத்தவனுக்கே அரசுரிமை என்ற வழக்கம் நமது குலத்தில் தொன்று தொட்டு இருந்து வருவதை, முழுவதும் அறிந்த

உங்களைப் போன்ற பெரியோர்கள் இப்படிப் பேசக் கூடாது. ராமர்தான் மூத்தவர். அவர்தான் பூமியாள்வார். நான், காட்டில் பதினான்கு வருடங்கள் வாழ்வேன். முதற்காரியமாக காட்டுக்குச் சென்று ராமரை அழைத்து வரவேண்டும். பட்டாபிஷேகத்திற்குரிய சாதனங்கள், உபகரணங்கள் எல்லாம் வண்டிகளில் ஏற்றி வைக்கப் படட்டும். ராமரைக் கௌரவிக்கும் வகையில் பெரும்படை அணி வகுக்கப்படட்டும். சற்றும் தாமதமில்லாமல் காட்டிலேயே, ராமருக்குப் பட்டாபிஷேகம் நடத்தப்பட்டவுடன், அவரை நான் அயோத்திக்கு அழைத்து வருவேன். என்னுடைய தாயார் என்று பெயர் வைத்துக் கொண்டு உலா வருகிற பெண்மணியின் ஆசை நிறைவேறுவதை நான் அனுமதிக்க மாட்டேன். அயோத்தியி லிருந்து காட்டுக்குச் செல்லும் பாதை செப்பனிடப்படட்டும். காட்டுப் பாதையை அறிந்தவர்கள் நம்முடன் வரட்டும். நாம் அனைவரும் சென்று ராமரை காட்டில் சந்தித்து, அவருக்கே பட்டா பிஷேகம் செய்விப்போம்.''

இவ்வாறு பரதன் பேசியதைக் கேட்ட அங்கிருந்த பெரியோர் கள் அனைவரும் பெரிதும் மகிழ்ந்து, ''மூத்த சகோதரராகிய ராமனுக்கே பட்டம் என்று கூறுகிற உன்னுடன் என்றுமே மஹா லக்ஷ்மி வாசம் செய்வாளாக'' என்று கூறி வாழ்த்தினார்கள். பரதன் மனம் நெகிழ்ந்து ஆனந்தக் கண்ணீர் சொரிந்தான். எல்லோர் மனதிலும் மகிழ்ச்சி நிலவியது. அப்போது சில அமைச்சர்கள் பரதனை நெருங்கி ''பாதை அமைக்கவும், மற்ற பணிகளைச் செய்து முடிக்கவும், தொழில் நுட்பம் அறிந்த வல்லுனர்களிடம் பொறுப்பு ஒப்படைக்கப்பட்டாகி விட்டது'' என்ற செய்தியைத் தெரிவித்தார்கள்.

2. அயோத்தியா காண்டம்

அத்தியாயம் - 26

குஹனுக்கு வந்த சந்தேகம்

> பெரும் படையும் மக்களும் பின் தொடர, ராமரைச் சந்திப்பதற்காக பரதன் காட்டுக்குப் புறப்பட்டது; கங்கைக் கரையில் குஹன், பரதன் சந்திப்பு; குஹனின் உதவியோடு எல்லோரும் கங்கையைக் கடப்பது; பரத்வாஜ முனிவர், பரதனின் சேனைக்கு படைத்த விருந்து.

பாதைகளை செப்பனிடுபவர்கள், நிலத்தடியில் நீர் இருக்கும் இடங்களைக் கண்டு பிடிப்பவர்கள், அணை கட்டுபவர்கள், ஆறுகளைக் கடக்க படகுகளைச் செய்பவர்கள்... போன்ற பல தொழில்நுட்ப வல்லுனர்கள் மும்முரமாக வேலை செய்து, கங்கை கரைக்கு பாதை அமைத்தார்கள். ராமரைத் திரும்ப அழைத்து வரும்பொழுது, அந்தப் பயணம் விமரிசையாக அமைய வேண்டும் என்பதற்காக, பரதன் இட்ட உத்திரவுகளை ஏற்று இவர்கள் செயல்பட்டார்கள்.

இதற்கிடையில் அமைச்சர்களும், பெரியோர்களும் வசிஷ்டர் தலைமையில் ஒன்று கூடி, அரசுரிமை ஏற்குமாறு பரதனை மீண்டும் வற்புறுத்தினார்கள். ராமருக்குரிய ராஜ்யத்தை தான் ஏற்பது, பெரும் பாவமாக இருக்கும் என்று கூறி பரதன் மீண்டும் மறுத்தான். "திட்டமிட்டபடி காட்டுக்குச் சென்று ராமரை மீண்டும் அழைத்து வருவேன். அது இயலாமற் போனால் லக்ஷ்மணனைப் போல்

ராமருடன் நானும் காட்டிலேயே தங்கி விடுவேன்'' என்று அவன் தீர்மானமாகச் சொல்லி விட்டான்.

ராமரை அழைத்து வருவதற்காக பரதன் காட்டுக்குச் செல்ல முடிவெடுத்த செய்தி நகரெங்கும் பரவியது. மக்களும் கூட பரதனோடு புறப்படத் தயாராகி விட்டார்கள். அடுத்த தினம் பரதனும், அவனைத் தொடர்ந்து, அமைச்சர்களும், புரோகிதர் களும், பெரியோர்களும் தேர்களில் புறப்பட்டனர். கௌஸல்யை, ஸுமித்திரை, கைகேயி ஆகியோர் தனித்தனி தேர்களில் பரதனைப் பின் தொடர்ந்தனர். 9,000 யானைகள், 60,000 தேர்கள், ஆயிரக்கணக்கான வில்லாளிகள், ஒரு லட்சம் குதிரை வீரர்கள் – ஆகியோரைக் கொண்ட படையும் பரதனைப் பின் தொடர்ந்தது. ஒரு மக்கள் வெள்ளமும் இவர்களோடு சென்றது.

கங்கை நதிக்கரையில் குஹனின் ஆளுகைக்குட்பட்ட ச்ருங்கவேரபுரத்தை, பரதனும் மற்றவர்களும் சென்றடைந்தார்கள். ''எல்லோரும் இங்கே ஓய்வெடுங்கள். மறைந்த என் தந்தைக்கு கங்கை நதியில் செய்ய வேண்டிய சடங்குகளைச் செய்ய நான் விரும்புகிறேன்'' என்று பரதன் கூற, எல்லோரும் அங்கே தங்கினார்கள்.

இந்தப் பெரும்படையும், மக்கள் கூட்டமும், கங்கை நதிக்கரைக்கு வந்திருப்பதை குஹன் பார்த்தான். ''இதன் முடிவு எங்கிருக்கிறது என்று தெரியாத அளவில் அமைந்திருக்கிற பெரும் படை வந்திருக்கிறது. தேரின் மீது பறக்கும் கொடியைப் பார்க்கும் போது, இங்கே வந்து சேர்ந்திருப்பது பரதன்தான் என்பது புரிகிறது. அவன் கெட்ட எண்ணத்துடன் வந்திருந்தால், ராமருக்கு நண்பர்களாகிய நம்மை எல்லாம் கொன்று விடுவான் – அல்லது சிறையெடுப்பான். கிடைத்தற்கரிய ராஜ்யம் தனக்குக் கிட்டி விட்ட தால், அதை உறுதி செய்து கொள்ள, கைகேயியின் மகனாகிய பரதன், ராமரையே கொன்று விட முடிவு செய்து விட்டான் போலும்! என்னுடைய நண்பரும், எனக்கு அரசனுமாகிய ராமர் நலனைக் காப்பாற்ற வேண்டியது நம்முடைய பொறுப்பு. நமது 500 படகுகள் ஒவ்வொன்றிலும் ஆயுதம் தாங்கிய நூறு இளைஞர்கள் தயாராக நிற்கட்டும். கங்கையைக் கடக்க யாரையும்

அனுமதிக்காமல் பாதுகாப்பாக ஆயுதம் எந்தி எல்லோரும் நில்லுங்கள்'' என்று குஹன் பேசினான்.

இப்படிச் சொன்ன அவன், சிறிது யோசித்து விட்டு, ''ஒருவேளை நல்ல எண்ணத்துடன் ராமரைச் சந்திக்க பரதன் வந்திருக்கிறான் என்றால், அவனுடைய படை கங்கையை கடக்க நாமே உதவுவோம்'' என்றும் சொல்லி விட்டு, தேன், பழங்கள் முதலியவற்றை எடுத்துக் கொண்டு, பரதனைச் சந்திப்பதற்காகச் சென்றான்.

தங்களை நோக்கி குஹன் வருவதைப் பார்த்த ஸுமந்திரர், ''தன்னுடைய உறவினர்கள் புடை சூழ, குஹன் வந்து கொண்டிருக்கிறான். அவன் நிஷாதர்களின் அதிபன். ராமரின் நெருங்கிய நண்பன். தண்டகாரண்யத்தைப் பற்றி நன்கு அறிந்தவன். ராமரும், லக்ஷ்மணரும் எந்த இடத்தில் இருக்கிறார்கள் என்பது அவனுக்கு நிச்சயமாகத் தெரிந்திருக்கும். ஆகையால் அவனை சந்திப்பது உனக்கு நல்லது'' என்று பரதனிடம் கூறினார்.

பரதன் அனுமதிக்க, அவன் முன்னிலைக்கு வந்த குஹன், மரியாதையுடன் பேசினான். ''இந்தப் பிரதேசம் உங்கள் அரண்மனையின் ஒரு பகுதியே! உங்கள் படைக்கு உணவு சமைக்க நான் விரும்புகிறேன். நீங்களும் இங்கே தங்கி எங்களை கௌரவப்படுத்த வேண்டும்.''

இப்படிக் கூறிய குஹனைப் பார்த்து, பரதன், ''இவ்வளவு பெரிய படைக்கு உணவு சமைக்க வேண்டும் என்ற உன்னுடைய எண்ணமே எங்களுக்கு மகிழ்வூட்டுகிறது. எந்த வழியில் சென்றால், பரத்வாஜரின் ஆசிரமத்தை அடைய முடியும் என்பதை எங்களுக்குக் கூறு'' என்று கேட்டான்.

இரு கைகளையும் கூப்பியவாறு குஹன் பதில் கூறினான். ''இந்தப் பகுதிகளையெல்லாம் நன்கு அறிந்த படகோட்டிகள் உங்களுடன் வரத் தயாராக இருக்கிறார்கள். நானும் கூட உங்களோடு வரத் தயாராகத்தான் இருக்கிறேன். ஆனால் ஒன்றைப் புரிந்து கொள்ள விரும்புகிறேன். ராமருக்கு தீங்கு செய்யும் எண்ணத்தோடு நீங்கள் வரவில்லையே? இந்தப் பெரும் படையைப்

பார்க்கும் பொழுது என் மனதில் சந்தேகம் எழுவதால் நான் இப்படிக் கேட்கிறேன்.''

பரதன் குஹனைப் பார்த்து அமைதியாகப் பேசினான். ''ராமருக்கு எதிராகச் செயல்பட வேண்டும் என்ற தீய எண்ணம் என் மனதில் என்றுமே எழாமல் இருப்பதாக! என்னுடைய மூத்த சகோதரர் ராமரை நான் என்னுடைய தந்தையாக மதிக்கிறேன். காட்டிலே வாழத் தொடங்கி விட்ட அவரை மீண்டும் அயோத்திக்கு அழைத்துச் செல்லவே நான் வந்திருக்கிறேன். இதுதான் உண்மை. என்னைப் பற்றி உன் மனதில் சந்தேகம் எழக்கூடாது.'' இப்படி பரதன் சொன்னவுடன், குஹன் பெருமகிழ்வு எய்தினான். ''நீங்கள் பெரும் பாக்கியவான். தானாக வந்து சேர்ந்த ராஜ்யத்தை இப்படி உதறி விடத் துணிந்த உங்களைப் போன்ற வேறு ஒரு மனிதனை இந்த உலகில் பார்க்க முடியாது. சோதனை காலத்தைச் சந்திக்க வேண்டிய நிலைக்கு வந்து விட்ட ராமரை மீண்டும் அயோத்திக்கு அழைத்துச் செல்வதற்காக இங்கே வந்திருக்கிற உங்களுடைய புகழ், மூவுலகிலும் பரவி நிரந்தரமாக நிற்கும் என்பதில் சந்தேகமில்லை'' என்று குஹன் உற்சாகத்தோடு பேசினான்.

சூரியன் அஸ்தமனமாகியது.

(கம்ப ராமாயணத்தில் குஹனும், பரதனும் சந்திக்கும் கட்டம் சற்று மாறுபட்டிருக்கிறது. பரதனின் சேனையைக் கண்டவுடன், குஹனுக்கு அவனுடைய எண்ணம் பற்றிய சந்தேகம் வருகிறது. ஆனால், ஸுமந்திரர் வாயிலாக குஹனைப் பற்றிய விவரங்களைப் புரிந்து கொண்ட பரதன், அவனைச் சந்திப்பதற்காக தானே முன் செல்கிறான். அப்போது பரதனின் கோலத்தைப் பார்த்து குஹன் திகைக்கிறான். மரவுரி, சடை முடி அணிந்து பரதன் வருவதைப் பார்த்தவுடனேயே குஹனுக்கு பரதனுடைய நல்ல எண்ணம் விளங்கி விடுகிறது. தன் மனதில் அவனை தவறாக நினைத்ததற்காக வருந்திக் கொள்கிறான். அது மட்டுமல்ல – பரதனின் நற்பண்பை உணர்ந்து, 'ஆயிரம் ராமர்கள் சேர்ந்தாலும், உன் ஒருவனுக்கு நிகராகுமோ' என்று கூறி வியக்கிறான்.

'புகழ் பெற்றவனே! உன் தாயாரின் சொல்லை ஏற்று உன் தந்தை அளித்த நாட்டின் ஆட்சி உரிமையை, தீய விஷயம் வந்து சேர்ந்தது

போல் நினைத்து, கவலை கொண்ட முகத்தோடு இங்கே வந்தாய் என்கிற போது – இந்த உனது நல்ல தன்மையைப் பார்க்கும் போது – ஆயிரம் ராமர்கள் உன் ஒருவனுக்குச் சமமாவார்களோ!' என்ற கம்பரின் கருத்து இந்தப் பாடலில் வருகிறது.

'தாய் உரைகொண்டு தாதை உதவிய
           தரணிதன்னை,
"தீவினை" என்ன நீத்து,
           சிந்தனை முகத்தில் தேக்கி,
போயினை என்ற போழ்து, புகழினோய்!
           தன்மை கண்டால்,
ஆயிரம் இராமர் நின் கேழ் ஆவரோ,
           தெரியின் அம்மா!'

வால்மீகி ராமாயணத்தில் பரதன் மரவுரி ஏந்தும் கட்டம் இனி வருகிறது. ஆனால் தனது ராமாயணத்தில் அந்தக் கட்டத்தை முன்பே கம்பர் கொண்டு வந்து விடுகிறார். அதனால்தான் குஹன் பரதனைப் பார்த்தவுடனேயே, அவனுடைய எண்ணத்தைப் புரிந்து கொள்கிறான். இவ்விஷயத்தில் துளஸிதாஸரின் ராமாயணம், வால்மீகி ராமாயணத்தை, ஒட்டியே வருகிறது.)

அன்றிரவு குஹன், ராம – லக்ஷ்மணர்கள் அங்கே வந்து போது நடந்த நிகழ்ச்சிகளையெல்லாம் பரதனிடம் விவரமாக எடுத்துச் சொல்லி விட்டு, "இதே கங்கைக் கரையில்தான் முனிவர்கள் போல, ராமரும், லக்ஷ்மணரும் சடை முடி தரித்து, இரண்டு யானைகள் போல கம்பீரமாக கங்கையைக் கடந்தார்கள்" என்று கூறி முடித்தான். "ராமர் எங்கே படுத்துக் கொண்டார்? ஸீதையும், லக்ஷ்மணனும் என்ன செய்தார்கள்?" என்றெல்லாம் பரதன் கேட்டான். வெறும் தரையில் புல்லின் மீது ராமர் படுத்துறங்கிய இடத்தை குஹன் சுட்டிக் காட்டினான். பரதன் கதறினான். "ஜனக மன்னரின் மகளாகிய ஸீதையும், தசரத மன்னரின் மகனாகிய ராமரும் இங்கே வந்து வெறும் தரையின் மீது படுத்துறங்க நேரிடுகிறது என்றால், காலத்தை விட சக்தி வாய்ந்த தெய்வம் எதுவும் இல்லை என்று ஆகிறது! என் பொருட்டு அல்லவோ இது நடந்தது? நான் அழிந்தேன். இன்றைய தினத்திலிருந்து நான்

கிழங்குகளையும், கனிகளையும் மட்டுமே உண்பேன். சடை முடி தரிப்பேன். மரவுரி அணிவேன். வெறும் தரையில்தான் படுப்பேன். ராமர் அயோத்திக்குத் திரும்பா விட்டால் அவருடன் காட்டில் திரிவேன்'' என்றெல்லாம் சொல்லிப் புலம்பினான்.

பொழுது விடிந்த பிறகு பரதனும், அவனுடைய பரிவாரமும் கங்கையை கடப்பதற்காக குஹன் கொண்டு வந்த படகுகளில் ஏறிக் கொண்டார்கள். வண்டிகள் கூடப் பெரும் படகுகளில் ஏற்றப் பட்டன. யானைகள் நீந்திச் சென்றன. மக்களும் கூட பலர் நீந்தி கங்கையைக் கடக்க முனைந்தார்கள். இப்படி கங்கையைக் கடந்து, அவர்கள் எல்லாம் பரத்வாஜ முனிவரின் ஆச்ரமத்தை வந்தடைந்தார்கள்.

நடந்தவற்றையெல்லாம் அறிந்திருந்த பரத்வாஜ முனிவர், வசிஷ்டரையும் பரதனையும் வரவேற்று விட்டு, பரதனைப் பார்த்து, ''அயோத்தியை ஆண்டு கொண்டிருக்க வேண்டிய சமயத்தில், நீ இங்கு வந்ததன் காரணம் என்ன? ராமனுக்கோ, லக்ஷ்மணனுக்கோ தீங்கு செய்யும் எண்ணம் உனக்கு இருக்காது என்று நம்புகிறேன்'' என்று கூறினார்.

கண்களில் நீர் வழிய, கம்மிய குரலோடு பரதன் பதிலுரைத் தான். ''நீங்களும் என்னைப் பற்றி தவறாக நினைத்தால், அதற்குப் பிறகு எனக்கு கதி இல்லை. தயவு செய்து என்னிடம் இப்படிப் பேசாதீர்கள். என் தாயார் செய்த காரியம் எனக்கு ஏற்புடையதல்ல. மனிதப் புலியாகிய ராமரின் கால்களில் விழுந்து, மன்றாடிக் கேட்டு அவரை, அயோத்திக்கு அழைத்துச் செல்வதுதான் என்னுடைய நோக்கம். ஆகையால் பூமிக்கு அரசராகிய ராமர், இப்போது எங்கே இருக்கிறார் என்பதை எனக்குச் சொல்லுங்கள்.''

பரத்வாஜ முனிவர் அன்பு பொங்க பரதனைப் பார்த்துச் சொன்னார். ''பெரியோர்களுக்கு பணி செய்வது, தன்னடக்கம், முன்னோர்கள் காட்டிய வழியில் நடப்பது – ஆகிய குணங்களைக் கொண்டவனே! உன்னுடைய குலமாகிய ரகு குலத்தின் பெருமைக் கேற்ற வழியில் நீ நடந்து கொள்கிறாய். உன் மனநிலை ஏற்கெனவே நான் அறிந்ததே! உனக்கு இருக்கும் நல்ல எண்ணம் உன் மனதில் மேலும் உறுதிப்படுவதற்காகவும், உன் புகழை மற்றவர்கள்

அறிவதற்காகவும்தான், உன் எண்ணம் பற்றி நான் கேள்வி கேட்டேன். ராமன் இப்போது சித்ரகூடத்தில் இருக்கிறான். நாளை காலை நீ அங்கு செல்லலாம். இப்போது என்னுடைய ஒரு விருப்பத்தை பூர்த்தி செய்வாயாக! மேன்மை பெற்றவனே! உன்னுடைய பெரும் சேனைக்கு விருந்தளிக்க நான் விரும்புகிறேன். எங்கே உனது படை? ஏன் அதை எங்கோ நிறுத்தி விட்டு, நீ மட்டும் இங்கு வந்தாய்?''

பரதன் ''உங்கள் முன்னிலையில் சேனையுடன் வருவது அவமரியாதையாக இருக்கும் என்று நான் கருதியதால், அவர்களை பின்னால் நிறுத்தி விட்டு வந்திருக்கிறேன்'' என்று கூறினான்.

இதையடுத்து, முனிவரின் விருப்பத்திற்கேற்ப பரதனின் சேனை அவருடைய ஆச்ரமத்திற்கே அழைக்கப்பட்டது. அந்த பெரும் சேனைக்கு மகிழ்வூட்டவும், விருந்து படைக்கவும் பரத்வாஜ முனிவர் முனைந்தார். ''தேவர்களின் தச்சனாகிய விச்வகர்மாவை இங்கு நான் அழைக்கிறேன்! பரதனின் சேனைக்கு நான் விருந்து படைக்கப் போகிறேன். அதற்குரிய ஏற்பாடுகளை விச்வகர்மா செய்வானாக! எமன், வருணன், குபேரன் ஆகியோர்களும் இங்கே வந்து பரதனின் சேனையை ஆசீர்வதிப்பார்களாக! கந்தர்வர்கள் இங்கே வரட்டும்! அப்சர கன்னிகைகள் இங்கே வந்து நடனமாடட்டும்!'' என்று பரத்வாஜ முனிவர் கூற, கனவில் காண முடியாத ஒரு அற்புத சூழ்நிலை அங்கே உருவாக்கப்பட்டது. நந்தவனங்கள், சிற்றோடைகள், மாளிகைகள் உருவாயின. கந்தர்வ கானம் இசைக்கப்பட்டது. அப்சரஸ்கள் நடனமாடினார்கள். யாரும், கண்டும் கேட்டுமிருக்க முடியாத விருந்து படைக்கப் பட்டது. நம்புதற்கரிய விந்தையை அனுபவித்த சேனையும், மக்களும் பெரும் திருப்தி அடைந்தார்கள். பரதனின் நற்பண்புக் கேற்ற மரியாதையைச் செய்யும் வகையில் பரத்வாஜ முனிவர் படைத்த அந்த அற்புத விருந்து, எல்லோரையும் மகிழ்விக்க அன்று இரவு கழிந்தது.

2. அயோத்தியா காண்டம்

அத்தியாயம் - 27

ராமர் — பரதன் சந்திப்பு

ராமர் இருக்குமிடத்திற்குச் செல்லும் வழியை, பரத்வாஜ முனிவர் பரதனுக்குக் கூறுவது; கைகேயியைப் பற்றி பரதன் கடுமையாகப் பேசும் போது, பரத்வாஜ முனிவர் அதைத் தடுப்பது; பரதனின் படை வருவதைப் பார்த்து கோபம் கொண்ட லக்ஷ்மணன், அவனைக் கொன்று விடுவதாகக் கூறுவது; பரதனின் நற்குணங்களைப் பற்றி நினைவுபடுத்தி, லக்ஷ்மணனுக்கு ராமர் அறிவுரை கூறுவது; ராமரின் நிலை கண்டு வருந்தி கதறுகிற பரதன், அவர் கால்களில் விழுவது; பரதனைப் பார்த்து பல கேள்விகளை ராமர் கேட்கத் தொடங்குவது.....

பொழுது விடிந்தவுடன் பரதன், பரத்வாஜ முனிவரை வணங்கி, தன்னுடைய சேனைக்கு அவர் படைத்த விருந்திற்காக நன்றி கூறி விட்டு, ''ராமர் தங்கியிருக்கும் இடத்தையும், அதற்குச் செல்லும் வழியையும் எனக்குக் கூறுங்கள்'' என்று கேட்டுக் கொண்டான்.

''இங்கிருந்து இரண்டரை யோஜனை தூரத்தில் உள்ள காட்டில் சித்ரகூடம் என்ற மலை இருக்கிறது. அழகான குகைகள், தோட்டங்கள் நிறைந்த கண்ணுக்கு இனிய இடம் அது. அதற்கு வடக்கில் மந்தாகினி நதி ஓடுகிறது. அந்த நதிக்கரையில் சித்ரக்கூடத்தின் அருகில் இரண்டு குடிசைகளை அமைத்துக்

கொண்டு ராமர், லக்ஷ்மணன், சீதை ஆகியோர் வாழ்கிறார்கள்'' என்று கூறிய பரத்வாஜ முனிவர், பரதன் செல்ல வேண்டிய வழியையும் விவரித்தார்.

(இரண்டரை யோஜனை தூரம் என்பதற்கு ஒரு ராமாயணப் பதிப்பில் விளக்கம் அளிக்கப்பட்டிருக்கிறது: 'ராமாயண சிரோமணி – என்ற புத்தகத்தில் பூர்வமீமாம்ஸ தத்துவத்தில் அடங்கியுள்ள ஒரு வழிமுறையை ஒட்டி கணக்கிடும் போது, இது அறுபது மைல் ஆகிறது' என்று அந்தக் குறிப்பு கூறுகிறது. இன்றுள்ள பிரயாகைக்கும், சித்ரக்கூடத்துக்கும் இடையே உள்ள தூரம் எண்பது மைல் என்பது குறிப்பிடத்தக்கது.)

இப்படி பரத்வாஜர் கூறிய பிறகு, கௌஸல்யை, ஸுமித்ரை, கைகேயி ஆகியோர் அவரை நெருங்கி வந்து வணங்கினார்கள். பரதன், தனது மூன்று தாய்மார்களைப் பற்றி, பரத்வாஜ முனிவரிடம் பேசினான். ''தெய்வத்துக்கு நிகரான கௌஸல்யை தேவி இவர்; என் தந்தையின் மூத்த மனைவி; சிங்கம் போன்ற மகனாகிய ராமர் காட்டுக்குச் சென்றதால், உடல் இளைத்துத் துரும்பாகி இருக்கிறார்..... இவர் புகழ் பெற்ற ஸுமித்ரை தேவியார்; மன்னரின் இரண்டாவது மனைவி; உடைந்து போன இதயத்துடன் இவர் இங்கே உங்கள் முன்னால் நிற்கிறார்; எவராலும் தோற்கடிக்க முடியாத வல்லமை படைத்த லக்ஷ்மணனும், சத்ருக்னனும் இவருடைய மகன்கள்.... எந்தப் பெண்மணியினால் என் தந்தை உயிரிழந்தாரோ, அந்தப் பெண்மணியாகிய இந்தக் கைகேயி என்னுடைய தாயார்; கோபக்காரி; கர்வம் கொண்டவள்; கொடுமைக்காரி; பாவ சிந்தனை உடையவள்; தன்னை பேரழகி என்று கருதிக் கொள்பவள்; குறுகிய மனம் கொண்டவள்; ஈவு இரக்கமற்றவள்; எனக்கு நேர்ந்திருக்கும் மிகப்பெரிய துன்பத்திற்கு இவளே காரணமானவள் என்பதையும் அறிந்து கொள்வீர்களாக.''

இப்படித் தனது தாயாரைப் பற்றி கோபத்துடனும், வெறுப்புடனும் பேசிய பரதனைப் பார்த்து, ''உன் தாயார் கைகேயியை குற்றமுள்ளவளாக நீ கருதுவது சரியல்ல. நாட்டை விட்டு ராமர் காட்டுக்கு வந்ததால் விளையப் போவது நன்மையே.

அயோத்தியா காண்டம்

தேவர்களுக்கும், ரிஷிகளுக்கும், நினைத்த காரியம் கை கூடி, உலக நன்மையில் முடியப் போவதுதான் ராமரின் வனவாசம்'' என்று பரத்வாஜ முனிவர் கூறினார்.

முனிவரை வலம் வந்து வணங்கி விட்டு விடை பெற்ற பரதன், அங்கிருந்து சித்ரகூடத்துக்குப் புறப்படுவதற்கான ஏற்பாடுகளைச் செய்யுமாறு படையினருக்கு உத்திரவிட்டான். யானைகள், குதிரைகள், காலாட்படைகள் கொண்ட அந்த சேனை நகர்ந்த போது, பெரும் இடி முழக்கம் போன்ற ஓசை ஏற்பட்டது. பெரும் தூரத்தைக் கடந்த பிறகு, அவர்கள் வந்தடைந்த இடத்தைப் பார்த்த பரதன், சித்ரகூடத்தை நெருங்கி விட்டோம் என்பதை உணர்ந்து சில படை வீரர்களை அனுப்பி, அங்கு ராமர் தங்குமிடம் எங்கே இருக்கிறது என்று பார்த்து வருமாறு பணித்தான். அவர்கள் சற்று தூரம் சென்றபோது, ஒரு இடத்திலிருந்து புகை கிளம்புவதைப் பார்த்தார்கள். திரும்பி வந்து பரதனிடம் இந்தத் தகவலை கூறிய அவர்கள், ''மனிதர்கள் வசிக்காத இடத்திலிருந்து புகை கிளம்புவதற்குக் காரணம் இருக்க முடியாது என்பதால், அந்த இடத்தில்தான் ராமரும், லக்ஷ்மணரும் வசிக்கிறார்கள் என்று நினைக்கிறோம்'' என்று கூறினார்கள்.

எல்லோரையும் அங்கேயே இருக்கச் சொல்லி விட்டு, வசிஷ்டர், ஸுமந்திரர் மற்றும் த்ருதி என்ற அமைச்சர் ஆகியோரை மட்டும் உடன் அழைத்துக் கொண்டு, ராமர் இருக்கும் இடம் தேடி பரதன் புறப்பட்டான்.

இதற்கிடையில் ராமர் சித்ரக்கூடத்தின் அழகை, ஸீதைக்கு வர்ணித்துக் கொண்டிருந்தார். ''இவ்வளவு பேரழகு நிரம்பிய இந்த இடத்தில் உன்னோடும், லக்ஷ்மணனோடும் கட்டுப்பாடு குலையாத, தர்மம் தவறாத, வாழ்க்கையை நடத்தி நமது குலத்துக்கே நான் பெருமை சேர்க்க விரும்புகிறேன்'' என்று கூறிக் கொண்டிருந்தார்.

அந்த நேரத்தில் சற்று தொலைவில் பெரும் புழுதி கிளம்பியதை அவர் பார்த்தார். காட்டு யானைகள் பயந்து, நான்கு பக்கங்களிலும் ஓடத் துவங்கி இருந்தன. ஒரு பேரோசையும் எழுந்தது. இவற்றை கவனித்த அவர் லக்ஷ்மணனிடம், ''இதற்கெல்லாம் என்ன காரணம்

என்பதை அறிந்து வா. யாரோ ஒரு அரசன் காட்டுக்கு வேட்டையாட வந்திருக்கிறானா? அல்லது வேறு என்ன நடக்கிறது? இந்தப் பிரதேசத்தை யாரும் வந்து அடைவது என்பது அவ்வளவு எளிதானதல்லவே? போய் விவரம் அறிந்து வா'' என்று கூறினார்.

லக்ஷ்மணன் ஒரு உயரமான மரத்தில் ஏறி நான்கு புறமும் பார்வையைச் செலுத்தினான். கிழக்கு திசையில்தான் ஏதோ நடக்கிறது என்பதை உணர்ந்த அவன், அத்திசையை கூர்மையாக நோக்கினான். தேர்கள், யானைகள், குதிரைகள் கொண்ட பெரும் படை ஒன்று வருவதை பார்த்து அவன், ராமரிடம் ஒரு சேனை நெருங்கி வருவதைக் கூறி, ''இங்கே உள்ள தீயை அணைத்து விடுவோம். அதிலிருந்து கிளம்பும் புகை நமது இடத்தைக் காட்டிக் கொடுத்து விடும். ஸீதா தேவியார் ஒரு குகைக்குள் சென்று பத்திரமாக இருக்கட்டும், இருவரும் வில் ஏந்தும் நேரம் வந்து விட்டது'' என்று கூறினான்.

ராமர், ''நன்றாகக் கவனித்துப் பார். வருவது யாருடைய சேனை என்று புரிந்து கொள்ள முடிகிறதா? அதை கவனித்துச் சொல்'' என்று கூறினார்.

லக்ஷ்மணன், மீண்டும் அந்தப் படையை உற்றுப் பார்த்து விட்டு, ராமரிடம் கூறினான். ''அயோத்தி மன்னனுக்குரிய அத்தி மரக்கொடியை, அந்த சேனையின் முன்னே நான் பார்க்கிறேன். அந்தப் படை நமது இடத்தை நோக்கித்தான் வருகிறது. அயோத்தியின் சிம்மாசனத்தைக் கைப்பற்றி விட்ட பரதன், நம்மைக் கொன்று விடும் நோக்கத்தில் இங்கு வருகிறான் என்று நினைக்கிறேன். நாம் இருவரும் வில் ஏந்தி மலையின் மீது ஏறி நின்று, அவர்களைத் தாக்குவோம். நீங்கள் காட்டிலே வந்து வாழ்வதற்குக் காரணமாகிய பரதனை, நேரில் சந்திக்கும் வாய்ப்பு இப்போது கிட்டியிருப்பதில் எனக்கு மகிழ்ச்சிதான். எதிரியாக வருகிற பரதனைக் கொல்வது எல்லா விதத்திலும் நியாயமே. நாம் ஒன்றும் செய்யாமல் இருக்கும்போது, நமக்கு தீங்கு இழைக்கும் ஒருவனைக் கொல்வது தர்ம சாத்திரப்படி பாவமாகாது. அவனைக் கொல்லாமல் விடுவதுதான் பாவம். யானையினால் பிடுங்கி

எறியப்பட்டு அழிக்கப்பட்ட மரம் போல, என்னால் அழிக்கப்படப் போகிற பரதனை, கைகேயி பார்க்கட்டும்! அதன் பிறகு, அவளையும், அவளைச் சார்ந்தவர்களையும் கொன்று விடுகிறேன்! அடக்கப்பட்ட என் கோபத்திற்கு இன்று விடுதலை அளிக்கிறேன். இந்த சித்ரகூட வனத்தை பரதனுடைய படை வீரர்களின் ரத்தத்தால் நனைக்கிறேன். இவை பற்றி சந்தேகத்திற்கு இடமில்லை.''

இப்படிப் பேசிவிட்டு பெரும் கோபத்தோடு திகழ்ந்த லக்ஷ்மணனை சமாதானம் செய்ய ராமர் முற்பட்டார். ''தந்தையின் வாக்கை நிறைவேற்றுவதாக உறுதியளித்து விட்டு, இங்கே வந்து பரதனைக் கொன்று, அப்படிப் பெறுகிற ராஜ்யத்தை நான் ஆள வேண்டும் என்கிறாயா? அந்த இழிவை நான் தாங்கத்தான் வேண்டுமா? அப்படிப்பட்ட ராஜ்யம் எனக்கு விஷம் போன்றது. செல்வமாக இருக்கட்டும், மன திருப்தியாக இருக்கட்டும், இந்த பூமியையே ஆளும் உரிமையாக இருக்கட்டும் – இவற்றில் எதை நான் விரும்பினாலும் அதை என் சகோதரர்களுக்காகவே விரும்புவேனே தவிர, எனக்காக அல்ல. ஒரு வார்த்தை கேட்டுக் கொள்! அரசுரிமையை நான் நாடுவதாக இருந்தால், அதுவும் எனது சகோதரர்களுக்காகவே!''

ராமர் மேலும் தொடர்ந்தார் : ''சமுத்திரத்தினால் சூழப்பட்ட இந்த பூமி முழுவதையும், என் ஆளுகையின் கீழ் கொண்டு வருவது எனக்கு ஒரு கடினமான காரியமல்ல. ஆனால் நீ, பரதன் மற்றும் சத்ருக்னன் ஆகியோரில் ஒருவர் இல்லாமல் எனக்கு ஒரு மகிழ்ச்சியோ, உரிமையோ வருவதாக இருந்தால், அது பொசிங்கி சாம்பலாகட்டும். அயோத்திக்குத் திரும்பிய பிறகு, நான் காடு சென்று விட்டேன் என்ற செய்தியை அறிந்து, பரதன் துக்கத்தில் ஆழ்ந்திருப்பான் என்று நான் நிச்சயமாக நம்புகிறேன். மனதிலே அன்பு பொங்க என்னைக் காண வேண்டும் என்று, அவன் இங்கே ஓடோடி வந்திருக்கிறான். அவன் மனதில் கெட்ட எண்ணத்திற்கு இடம் கிடையாது. தனது தாயார் கைகேயியிடம் கோபித்துக் கொண்டு, தசரத மன்னரின் அனுமதி பெற்று, என்னை சிம்மா சனத்தில் அமர்த்த வேண்டும் என்ற எண்ணத்தில்தான் அவன் இங்கு வருகிறான். இதற்கு முன் பரதனின் எந்த நடத்தையினால் நீ இப்பொழுது அவன் மீது சந்தேகப்படுகிறாய்? பரதனைப் பற்றி

கூறப்படுகிற கடும் சொற்கள் என்னைப் பற்றி கூறப்பட்டவை யாகும் என்பதை மறந்து விடாதே. தனது சகோதரனைக் கொல்வது என்ற எண்ணம் ஒருவன் மனதில் எழலாமா? அரசுரிமை பிரச்னையின் காரணமாக, மீண்டும் ஒருமுறை நீ இம்மாதிரி பேசினால், நான் பரதனிடம் பேசி, உனக்கே ஆட்சியை வாங்கித் தருகிறேன். 'ஆட்சியை லக்ஷ்மணனிடம் ஒப்படைத்து விடு' என்று நான் கூறினால், பரதன் நிச்சயமாக 'அப்படியே ஆகட்டும்' என்றுதான் பதில் சொல்வான். அப்படிச் செய்யட்டுமா?''.

இப்படி ராமர் பேசிய வார்த்தைகள், லக்ஷ்மணனின் மனதைத் துளைக்க, அவன் வெட்கி, கூனி குறுகினான். அதன் பின்னர் அவன் பணிவுடன் ராமரை நோக்கி, ''நமது தந்தை தசரத மன்னர் கூட, உங்களைப் பார்ப்பதற்காக இங்கே வந்திருக்கிறாரோ என்று நினைக்கிறேன்'' என்று சொன்னான்.

தானும் அப்படியே நினைப்பதாகக் கூறிய ராமர், தந்தையின் வெண்குடையை அந்தப் படையின் முன்னிலையில் பார்க்காததால் சந்தேகம் கொள்வதாகக் கூறினார். இதன் பிறகு லக்ஷ்மணன் மரத்திலிருந்து இறங்கினான்.

படையினரை நிற்கச் செய்து விட்டு முன்னேறி வந்து கொண்டிருந்த பரதன், வசிஷ்டரிடம், தனது மூன்று தாய் மார்களையும் அழைத்து வருமாறு கூறிவிட்டு, ஸுமந்திரர், சத்ருக்னன் ஆகியோர் பின் தொடர, தொலைவில் தெரிந்த இரண்டு குடிசைகளை நோக்கி நடந்தான். குடிசைகளுக்கு அருகில் வந்ததும், ராமர் ஒரு குடிசையில் தரையில் அமர்ந்திருப்பதை பரதன் பார்த்தான். சடை முடி தரித்து, மரவுரி அணிந்து தரையில் அமர்ந்திருந்த ராமரைப் பார்த்து அவன் மனம் பதறியது. துக்கம் தாள முடியாமல், பரதன் ராமரை நோக்கி ஓடினான். ''மன்னர் களும், மந்திரிமார்களும் கூடுகிற அரச சபையில் அமர வேண்டிய எனது அண்ணன், இங்கே மான்களோடும், மற்ற மிருகங்களோடும் உறவாடிக் கொண்டு தரையிலே அமர்ந்திருக்கிறார்! விலை மதிக்க முடியாத ஆடை ஆபரணங்களை அணிய வேண்டியவர், இங்கே மரவுரி அணிந்து காட்சியளிக்கிறார்! யாகங்களை நடத்தி மேன்மையுற வேண்டியவர், இங்கே உடலை வருத்தி

அயோத்தியா காண்டம்

மேன்மையுறுகிறார்! சந்தனம் பூசப்பட வேண்டிய அவருடைய உடல் மீது, புழுதி படிந்து இருக்கிறது! நான் அல்லவோ இந்தக் கொடுமைக்கெல்லாம் காரணமாகி விட்டேன்! இந்த உலகம் என்னை இகழட்டும்!"

இவ்வாறு கதறிக் கொண்டே ராமரை நோக்கி ஓடி வந்த பரதன், தடுமாறி ராமர் காலருகில் கீழே விழுந்தான். பேச முடியாமல் அவன் தொண்டை வறண்டது. சத்ருக்னனும் ராமரின் காலடியை வணங்கி நின்றான். அவர்கள் இருவரையும் கட்டியணைத்துக் கொண்ட ராமரின் கண்களில் நீர் வழிந்தது. ராமரும், லக்ஷ்மணனும், ஸுமந்திரரையும், குஹனையும் கட்டித் தழுவினார்கள்.

இதன் பின்னர் ராமர், பேரன்புடன் பரதனைப் பார்த்துப் பேசத் தொடங்கினார். "நமது தந்தையை தனியே விட்டு விட்டு, நீ மட்டும் தனியே காட்டுக்கு வரக் காரணம் என்ன? அவர் உயிரோடு இருக்கும்போது நீ காட்டுக்கு வரலாமா? நீ காட்டுக்கு வந்திருப்பதால் கேட்கிறேன் – நமது தந்தை உயிரோடு இருக்கிறாரா? திடீரென்று அவர் மேலுலகம் சென்றிருக்க மாட்டார் என்று நம்புகிறேன். எனது தாயார் கௌஸல்யை தேவியாரும், ஸுமித்ரா தேவியாரும் நலம்தானே? அன்னை கைகேயி மகிழ்ச்சியோடு இருக்கிறாரா? விருப்பு, வெறுப்புக்கு அப்பாற்பட்டு நிற்கிற, அடக்கமே உருவாகிய நமது குரு வசிஷ்டருக்கு உரிய கௌரவத்தை அளித்து நீ நடந்து கொள்கிறாயா?" – இவ்வாறு தொடங்கிய ராமர், பரதனைப் பார்த்து மேலும் பல கேள்விகளை கேட்க முனைந்தார்.

2. அயோத்தியா காண்டம்

அத்தியாயம் - 28

ராமர் உபதேசித்த ராஜ தர்மம்

> அரசன் ஒருவன் கடைப்பிடிக்க வேண்டிய வழி முறைகள், தவிர்க்க வேண்டிய குறைகள், எச்சரிக்கை யோடு அணுக வேண்டிய விஷயங்கள்... போன்ற பல அரச தர்மங்களை கேள்விகளின் உருவில் ராமர், பரதனுக்கு எடுத்துச் சொல்வது; தசரதர் இறந்த செய்தியை ராமருக்கு பரதன் தெரிவிப்பது; ராமர் அடைந்த துன்பம்; தசரதருக்கான சடங்குகளை ராமர் செய்த பிறகு, பரதன் அவரிடம் அயோத்தி திரும்பி, அரசுரிமையை ஏற்குமாறு கேட்டுக் கொள்வது...

"பரதா! வில் வித்தையிலும் நீதி சாத்திரத்திலும் நிபுணராகிய நமது ஆச்சார்யர் ஸுதன்வா உன்னால் முறையாக கௌரவிக்கப்படுகிறாரா? தர்ம சாத்திரத்தை அறிந்தவர்களும், இந்திரியங்களை அடக்கியவர்களும், நல்ல குடும்பங்களைச் சார்ந்தவர்களும், உனக்கு நிகரான வீரமுடையவர்களும், உனது மந்திரிகளாக நியமிக்கப்பட்டிருக்கிறார்களா? ராஜநீதி அறிந்தவர்களும், ஆலோசனை கூறுவதில் வல்லவர்களுமாகிய மந்திரிகள் கூறும் ஆலோசனைகள் ரகசியமாக வைக்கப் பட்டிருக்கின்றனவா?" என்று பரதனைப் பார்த்துக் கேட்ட ராமர், மேலும் தொடர்ந்தார்.

"உரிய காலத்தில் கண் விழித்து, உனது கடமைகளை நிறைவேற்றுகிறாயா? அடுத்த தினம் செய்ய வேண்டிய காரியங்கள்

அயோத்தியா காண்டம்

பற்றி, அதற்கு முன்னிரவில் ஆழ்ந்து யோசிக்கிறாயா? நீ மட்டுமே யோசித்து, முடிவுகளை எடுத்துவிடாமல் இருக்கிறாயா? பல பேரோடு கலந்து ஆலோசிக்காமல் குறிப்பிட்ட சிலரோடு மட்டும் ஆலோசனை நடத்துகிறாயா? சிலரோடு ஆலோசித்து நீ அளிக்கும் முடிவு, காரியத்தை நிறைவேற்றுவதற்கு முன்பாக, வெளியே பரவாமல் இருக்கிறதா? நீ எடுக்கிற முடிவு, அது நிறைவேற்றப் பட்ட பிறகு-அல்லது நிறைவேற்றப்படுகின்ற நிலையில்தான் மற்ற மன்னவர்கள் அறியக்கூடியதாக இருக்க வேண்டும் – அவ்வாறே நடக்கிறதா? அறிவற்றவர்கள் ஆயிரம் பேரைக் காட்டிலும், அறிவுள்ளவன் ஒருவன், சிக்கலான நேரங்களில் பெரும் உதவியாக இருப்பான்; அறிவற்றவர்கள் பல்லாயிரம் பேர் இருந்தாலும் அவர்களிடம் எந்த உதவியும் கிடைக்காது; மனதில் உறுதி, எண்ணத்தில் தூய்மை, காரியத்தை நிறைவேற்றுவதில் சாமர்த்தியம் ஆகியவை கொண்ட ஒரு மந்திரி– அரசனுக்குப் புகழ் சேர்ப்பான். இதை அறிந்து நீ அம்மாதிரியானவர்களை உன்னுடைய உதவிக்கு வைத்திருக்கிறாயா? செல்வத்திலேயே நாட்டம் கொண்டு, மக்களுக்குத் தீங்கிழைத்து, கெட்ட வழி காண்பதில் நிபுணனாக இருப்பவன், அடக்கப்படவில்லை என்றால், அது பேராபத்தில் முடியும்; அம்மாதிரியானவர்கள் ஒடுக்கப் பட்டிருக்கிறார்களா? அரசனிடம் விசுவாசம், தளராத முயற்சி, குறையாத ஊக்கம், மனதில் தூய்மை – ஆகியவை கொண்டவன் உனது படைத் தலைவனாக நியமிக்கப்பட்டிருக்கிறானா? ஊழியர்களுக்கு ஊதியத்தை அளிப்பதில் காலதாமதம் நிகழ்ந்தால், அவர்களுடைய விசுவாசம் கெடுகிறது என்பதை உணர்ந்து, அவர்களுடைய தேவைகள் நேரத்தில் கவனிக்கப்படுகின்றனவா?

"மற்ற மன்னர்களின் பதினெட்டு அதிகாரிகள் - உன்னுடைய பதினைந்து அதிகாரிகள் ஆகியோர், உன்னுடைய ஒற்றர்களால் கண்காணிக்கப்பட்டு வருகிறார்களா?"

(இங்கே 'பதினெட்டு அதிகாரிகள்' என்று குறிப்பிடப்படு கிறவர்கள் யார் யார் என்பது பற்றி பல ராமாயண உரை நூல்களில் குறிப்புகள் தரப்பட்டிருக்கின்றன. 1. மந்திரி, 2. குலகுரு, 3. இளவரசன், 4. படைத்தலைவன், 5. அரசனின் உத்திரவுக்கேற்ப தண்டனைகளை நிறைவேற்றுபவன், 6.மலை, காடு, நீர்

ஆகியவற்றால் அமைந்துள்ள அரண்களை நிர்வகிப்பவன். 7. ராஜ்யத்தின் எல்லையைக் காப்பவன். 8.சிறைச்சாலையை நிர்வகிப்பவன், 9. பொக்கிஷ நிர்வாகி, 10. அரசனின் உத்திரவுகளை அறிவிக்கும் அதிகாரி, 11. வழக்குகளை விசாரிப்பவன், 12. நகர சோதனையை நிர்வகிப்பவன், 13. பங்காளிகளின் சண்டையை தர்ம சாத்திரப்படி தீர்த்து வைப்பவன், 14. படை வீரர்களுக்கு ஊதியங்களை விநியோகிப்பவன், 15. படை வீரர்கள் நீங்கலாக மற்றவர்களுக்கு ஊதியங்களை விநியோகிப்பவன், 16. அந்தப்புர நிர்வாகி, 17. அரச சபையை நிர்வகிப்பவன், 18. கோட்டை வாயிலுக்குப் பொறுப்பாளி.

'மற்ற அரசர்களுடைய இந்தப் பதினெட்டு அதிகாரிகளையும் அரசன் ஒருவன் வேவு பார்க்க வேண்டும்; தன்னுடைய இந்தப் பதினெட்டு அதிகாரிகளில் மந்திரி, குலகுரு, இளவரசன் ஆகிய மூவர் நீங்கலாக மற்ற பதினைந்து அதிகாரிகளையும் கூட ஒற்றர்கள் மூலமாக அரசன் கண்காணிக்க வேண்டும்' என்று ராஜ நீதி கூறுகிறது. இதைத்தான் ராமர், பரதனிடம் 'மற்ற மன்னர்களின் பதினெட்டு அதிகாரிகள் - உன்னுடைய பதினைந்து அதிகாரிகள் ஆகியோர், உன்னுடைய ஒற்றர்களால் கண்காணிக்கப்பட்டு வருகிறார்களா?' என்று கேட்டார்.)

ராமருடைய கேள்விகள் தொடர்ந்தன. ''நாட்டுக்குப் பகைவர்களாகச் செயல்பட்டதால், நாட்டை விட்டு விரட்டப் பட்டு, பின்னர் திரும்பி வந்தவர்களை வலிமையிழந்தவர்கள் என்று அலட்சியம் செய்யாமல் முறையாகக் கண்காணித்து வருகிறாயா? தங்களைப் பெரிய அறிவாளிகளாக நினைத்துக் கொண்டு, வறட்டு வாதத்தில் நேரம் கழித்து, தவறான கருத்துக்களைக் கூறி தீங்கு விளைவிக்கும் நாத்திக அந்தணர்கள் உன்னை நெருங்காமல் பார்த்துக் கொள்கிறாயா? பெண்களை மரியாதையுடன் நடத்துகிறாயா? அவர்களுக்குச் சரியான பாதுகாப்பு அளிக்கப்படுகிறதா? அவர்களை முற்றிலும் நம்பி விடாமல் இருக்கிறாய் அல்லவா? அவர்களுக்கு ஒரு ரகசியமும் தெரிவிக்கப்படாமல் இருக்கிறது அல்லவா? வர்த்தகர்கள், மற்றும் பயிர்த் தொழில் செய்பவர்கள் இடையூறுகளைச் சந்திக்காமல் இருக்கிறார்களா?

''பணியாட்கள் அரசனை எப்போது வேண்டுமானாலும் சந்திக்கலாம் என்ற நிலையும் தவறானது – அவர்களால் அரசனைச் சந்திக்கவே முடியாது என்ற நிலையும் தவறானதே; இவ் விஷயத்தில் நடுத்தரமான நிலைதான் நன்மை பயக்கும்; அதைக் கடைப்பிடிக்கிறாயா? உன்னுடைய செலவு, உன்னுடைய வரவை மிஞ்சாமல் இருக்கிறதா? நன்னடத்தை உடைய ஒருவன், சரியான விசாரணையின்றி ஒரு பொய் சாட்சியின் மூலமாக தண்டனைக் குள்ளாகாமல் இருக்கின்றானா? முறையான விசாரணையில் ஒருவனுடைய குற்றம் சந்தேகமற நிரூபிக்கப்பட்ட நிலையில், விசாரணையில் சம்பந்தப்பட்டவர்களின் பொருளாசை காரண மாக, அந்தக் குற்றவாளி விடுவிக்கப்படாமல் இருக்கிறானா? பணக்காரனுக்கும், ஏழைக்குமிடையில் ஒரு விவகாரம் வரும்போது, உனது அதிகாரிகள் பாரபட்சமின்றி அந்த வழக்கை விசாரிக்கிறார்களா? பரதா! தவறாக தண்டிக்கப்பட்டவன் சிந்துகிற கண்ணீர், மன்னனுடைய குலத்தையே அழிக்கவல்லது என்பதை உணர்ந்து, வழக்குகள் விசாரிக்கப்படுகின்றனவா? அறம், பொருள், இன்பம் – என்ற மூன்றில், இன்பத்தில் கொண்ட மிகையான நாட்டம் காரணமாக, அறம், பொருள் ஆகியவற்றில் குறை ஏற்படாமல் பார்த்துக் கொள்கிறாயா?''

கேள்விகளின் உருவில் வந்த ராமரின் அறிவுரைகள் மேலும் தொடர்ந்தன. ''ஒரு அரசனிடம் பதினான்கு குறைகள் ஏற்படக்கூடும். நாத்திக வாதம்; பொய் பேசுதல்; காரணமின்றி கோபம் கொள்ளுதல்; அஜாக்கிரதை; காரியம் செய்வதைத் தாமதப்படுத்தல்; அறிவாளிகளைச் சந்திக்காமல் இருத்தல்; சோம்பல்; இந்திரியங்களை அடக்காமல் இருத்தல்; அரசின் நடவடிக்கைகளைப் பற்றி, தான் மட்டுமே தனியாக யோசித்தல்; அறிவற்றவர்களைக் கலந்து ஆலோசித்தல்; முடிவு செய்யப்பட்ட காரியங்களைத் தொடங்காமல் இருப்பது; ரகசியத்தைக் காப்பாற்றுவதில் அலட்சியம்; எல்லோருக்கும் நன்மை புரிவதில் அக்கறையின்மை; ஒரே சமயத்தில் பல பக்கங்களில் போருக் குச் செல்வது – என்ற அந்தப் பதினான்கு அ்ரச குற்றங்களை நீ அகற்றி இருக்கிறாயா?''

அயோத்தியா காண்டம்

(இதன் பிறகு, அரசன் ஒருவன் சில விஷயங்களை நன்கு ஆராய்ந்து தெளிவு பெற்று நடந்து கொள்ள வேண்டும் - என்று குறிப்பிடுகிற ராமர், 'பத்து வகையானவை, ஐந்து வகையானவை, நான்கு வகையானவை...ஆகியவற்றை ஆராய்ந்து அறிகிறாயா?' என்று பரதனைக் கேட்கிறார். இந்த எண்ணிக்கைகள் எவற்றை யெல்லாம் குறிக்கின்றன என்பது பற்றி தர்ம சாத்திரங்களில் காணப்படும் விளக்கங்களை சில ராமாயண புத்தகங்கள் விவரிக்கின்றன. அவற்றைச் சுருக்கமாகப் பார்ப்போம்.

அரசன் தவிர்க்க வேண்டிய பத்து குறைகள் : வேட்டை யாடுவது; சூதாடுவது; பகலில் உறங்குவது; வீண் பேச்சில் காலம் கழிப்பது; பெண்களோடு உறவு; குடிப்பழக்கம்; நடனத்தில் ஆர்வம்; இசைக்கலையில் காலம் கழிப்பது; வாத்தியம் வாசிப்பதில் நேரம் செலவிடுவது; தேசத்தை விட்டு வெளியே செல்வது.

அரசனுக்கு ஏற்படக்கூடிய ஐந்து விரோதங்கள் : பகைவர்கள் வேண்டும் என்றே வளர்த்துக் கொள்கிற விரோதம்; பொருளாசை யினால் ஏற்படுகிற விரோதம்; பெண்களால் ஏற்படுகிற விரோதம்; கடும் சொல்லினால் ஏற்படும் விரோதம்; தீங்கிழைப்பதால் ஏற்படும் விரோதம்.

அரசன் கையாள வேண்டிய உபாயங்கள் நான்கு : சாம, தான, பேத, தண்டம்.

அரசன் தவிர்க்க வேண்டிய மூன்று: செய்யக் கூடாத காரியத்தில் முனைவது; செய்ய வேண்டிய காரியத்தில் முனையாமல் இருப்பது; செய்ய வேண்டிய காரியத்தில் காலதாமதம் செய்வது.

எதிரிகளிடம் கையாள வேண்டிய இரண்டு வழிமுறைகள் : நட்பு, பிளவு.

...இப்படி பல அறிவுரைகளை ராமர், பரதனிடம் கூறுவது வால்மீகி ராமாயணத்தில் விவரமாக வர்ணிக்கப்படுகிறது.)

இறுதியாக ராமர், "நல்ல உணவை நீ ஒருவன்தான் உண்ண முடியும் என்ற நிலை உன் ராஜ்யத்தில் தோன்றாமல் இருக்கிறதா? என்னால் கூறப்பட்ட விஷயங்கள் யாவும் உன் கவனத்தில் இருக்கிறதா? பரதா! மக்களின் குறைகளைத் தீர்ப்பவனாகவும்,

அறிவுடையவனாகவும், தர்ம சாத்திரங்களை நன்கு அறிந்த வனாகவும், அறநெறி தவறாமல் மக்களைக் காப்பாற்றுபவனாகவும் இருந்து ஆட்சி நடத்துகிற அரசன், மேலுலகில் பெரும் நன்மைகளைப் பெறுகிறான்'' என்று கூறி முடித்தார்.

ராமர் கூறியதையெல்லாம் கவனமாகக் கேட்டுக் கொண்டிருந்த பரதன், ''எல்லா தர்மங்களுக்கும் விரோதமாக நிறுத்தப்பட்டு விட்ட எனக்கு, அரச தர்மம் மட்டும் என்ன செய்து விடப் போகிறது? மூத்தவன் இருக்கும்போது, இளையவன் மன்னனாகக் கூடாது என்ற ஒரு தர்மத்தைக் கூடக் காப்பாற்ற முடியாத நான், வேறு எந்தத் தர்மத்தைக் காப்பாற்றப் போகிறேன்?'' என்று மனம் நொந்து பேசிவிட்டு, ''லக்ஷ்மணனோடும், ஸீதா தேவியுடனும் நீங்கள் காட்டுக்கு வந்து விட்டதால், மனவேதனை தாங்க முடியாமல் தசரத மன்னர் மேலுலகம் எய்தி விட்டார். நானும், சத்ருக்னனும் அவருக்கு இறுதிச் சடங்குகளைச் செய்தோம். உங்களைப் பற்றியே நினைத்து உயிரைவிட்ட நமது தகப்பனாருக்கு, உங்களாலும் இப்போது சடங்குகள் செய்யப் படட்டும்'' என்று கூறினான்.

தந்தை இறந்தார் என்ற செய்தி கேட்ட ராமர், ஒரு பெரிய மரம் வெட்டப்பட்டு தரையில் வீழ்வது போல் வீழ்ந்தார். மற்றவர்கள் அவர் முகத்தில் நீரைத் தெளித்து அவரை எழுப்பினார்கள். துக்கத்தைத் தாங்க முடியாத நிலையில் இருந்த ராமர், ''எனது தந்தை இல்லாத அயோத்திக்கு, என்னுடைய வனவாசத்தை முடித்துக் கொண்டு நான் திரும்பி வந்து என்ன பயன்? அவருடைய இறுதிச் சடங்குகளைக் கூட செய்ய முடியாத என்னால், அவருக்கு என்னதான் பயன் விளைந்தது? பரதா! நீயும் சத்ருக்னனும் கொடுத்து வைத்தவர்கள். அவருடைய இறுதிச்சடங்குகளையாவது உங்களால் செய்ய முடிந்ததே!'' என்று கூறிப் புலம்பினார்.

இதன்பின்னர் மற்றவர்கள் எல்லோரும் சேர்ந்து ராமரைத் தேற்ற, அவர்கள் பின்தொடர, அவரும் லக்ஷ்மணனும் மந்தாகினி நதியை அடைந்து, அங்கே தசரத மன்னருக்கான சடங்குகளைச் செய்தார்கள். அதன்பிறகு அங்கிருந்து தங்களுடைய குடிசை களுக்குத் திரும்பி வந்து, அங்கே பிண்டங்களை வைத்து

சடங்குகளைச் செய்து முடித்தார்கள். அப்போது அங்கே எழும்பிய அழுகைக் குரல், தூரத்தில் தள்ளி முகாமிட்டிருந்த பரதனின் படை வீரர்களுக்குக் கேட்டது. ''இறந்து போன தந்தையைப் பற்றிய செய்தியை ராமர் அறிந்திருக்கவேண்டும். அதனால்தான் இந்த ஒலி எழுகிறது. பரத மன்னர், ராமரைச் சந்தித்து விட்டிருக்கிறார். நாமும் அங்கே செல்வோம்'' என்று பேசிக் கொண்டு அவர்களும், அயோத்தியிலிருந்து வந்திருந்த மக்கள் கூட்டமும் அங்கிருந்து புறப்பட்டன.

அவர்கள் எல்லாம் ராமரும், மற்றவர்களும் இருந்த இடத்தை வந்து அடைந்தபோது, கண்ணீர் நிறைந்த கண்களுடன் ராமர் அவர்களை முறைப்படி வரவேற்றார். இதற்கிடையில் வசிஷ்டர் தசரதரின் மூன்று மனைவிகளையும் அழைத்துக் கொண்டு அங்கே வந்தார். ராமரைப் பார்த்து அவர்கள் கதறினார்கள். ராமரும், லக்ஷ்மணனும் தாய்மார்களை வணங்கினார்கள். ஸீதையும், அவர்களை வணங்கி நின்றாள். பின்னர், அனைவரும் அமர்ந்து கொள்ள, ராமர், பரதனைப் பார்த்துப் பேசத் தொடங்கினார் : ''நீ மரவுரி, சடைமுடி அணிந்து இந்தக் காட்டுக்கு என்ன எண்ணத்தோடு வந்தாய் என்பதை என்னிடம் இப்போது சொல்'' என்று கேட்டார்.

பரதன், ''என்னுடைய தாயார் என்ற பெண்ணின் வார்த்தையினால் கட்டப்பட்ட தசரத மன்னர், தன் புகழையே அழிக்கக்கூடிய காரியத்தைச் செய்து விட்டார். அந்த எனது தாயாரோ, தான் விரும்பிய பயனை அடையாமல், அதற்கு மாறாக விதவைக் கோலத்தை எய்தி இருக்கிறார். அவள் நரகத்திற்குச் செல்வாள் என்பதில் சந்தேகமில்லை. செய்யத் தகாத காரியத்தை அவள் பொருட்டு செய்த தந்தையும் மறைந்து விட்டார். இப்பொழுது நீங்கள் என் மீது கருணை வைக்க வேண்டும். அரசனாக நீங்கள் பட்டம் ஏற்க வேண்டும். மந்திரிமார்களோடு சேர்ந்து வணங்கி உங்கள் தம்பியும், தொண்டனும், சீடனு மாகிய நான் கேட்டுக் கொள்கிறேன். மந்திரிகள், மக்கள் ஆகிய எல்லோர் மனதையும் திருப்தி செய்யும் வகையில், முடி சூட்டிக் கொண்டு அயோத்தியைக் காப்பாற்ற ஒப்புக் கொள்ளுங்கள்'' என்று கேட்டுக் கொண்டு, ராமரை வணங்கி நின்றான்.

2. அயோத்தியா காண்டம்

அத்தியாயம் - 29

இரு சகோதரர்களின் விவாதம்

அயோத்திக்குத் திரும்புமாறு கேட்டுக் கொள்ளும் பரதனிடம், மனித வாழ்க்கை பற்றியும், தந்தைக்கு ஆற்ற வேண்டிய கடமை பற்றியும் ராமர் தரும் விளக்கங்கள்; தந்தை செய்த தவறை திருத்துவதுதான் மகனின் கடமை எனக் கூறி, ராமரை அரசுரிமை ஏற்குமாறு பரதன் வற்புறுத்துவது...

அரசுரிமையை ஏற்குமாறு கேட்டுக் கொண்ட பரதனைக் கட்டியணைத்து, ராமர், "தர்ம நெறியிலிருந்து தவறாத நீ, இப்படிப் பேசக் கூடாது. உன் தாயாரையும் இகழக் கூடாது. மனைவி மற்றும் தான் பெற்ற மகன்கள் ஆகியோரை எந்த வகையில் வேண்டுமானாலும் செலுத்தும் அதிகாரம் ஒரு மனிதனுக்கு இருக்கிறது. நமது தந்தை என்னைக் காட்டில் வசிக்குமாறு கட்டளையிட்டார். அவருடைய வார்த்தையை நான் நிறைவேற்ற வேண்டும். அவர் கூறியபடியே நீ அரசுரிமையை ஏற்க வேண்டும். அவரே நமக்கு முழுமையான அதிகாரி. மூவுலகங்களும் கிட்டுவதாக இருந்தாலும், அவருடைய சொல்லை நான் மீற மாட்டேன்" என்று கூறினார்.

பரதனும், மற்றவர்களும் மனம் நொந்து போனார்கள். அன்று இரவு கழிந்தது. பொழுது விடிந்ததும் மந்தாகினி நதிக் கரைக்குச் சென்று, செய்ய வேண்டிய சடங்குகளைச் செய்து விட்டு மீண்டும் ராமர் வசித்துக் கொண்டிருந்த இடத்திற்கு அனைவரும் திரும்பி

அயோத்தியா காண்டம்

வந்தனர். எல்லோரும் அமர்ந்த பிறகு, பரதன் தனது வேண்டுகோளை மீண்டும் கூற ஆரம்பித்தான். ''என் தாயாருக்கு தசரத மன்னர் கொடுத்த வார்த்தையின்படி, அவர் நடந்து கொண்டு விட்டார். ராஜ்யம் எனக்கு அளிக்கப்பட்டது. இப்பொழுது அதை நானே உங்களிடம் கொடுக்கின்றேன். ஆகையால், நீங்கள் அதை ஏற்றுக் கொள்வதில் எந்தத் தவறும் இல்லை. பெரும் வெள்ளத்தினால் உடைந்து போய் விட்ட அணை போல, மன்னர் இல்லாமல் தவிக்கும் தேசத்தை உங்களால்தான் சரியான நிலைக்குக் கொண்டு வர முடியும். குதிரையோடு கழுதையை ஒப்பிட முடியாது; கருடனோடு ஒரு சாதாரண பறவையை ஒப்பிட முடியாது; அதேபோல உங்களோடு என்னை ஒப்பிட முடியாது. பிறரால் காப்பாற்றப்படுபவனுக்குத் துன்பம் இல்லை; பிறரைக் காப்பாற்றும் பொறுப்பை ஏற்பவனுக்கு இன்பம் இல்லை; நானும் மற்றவர்களும் உங்களால் காப்பாற்றப்படத்தக்கவர்கள். ஒரு மரத்தை வளர்க்கிற மனிதன், அது பழங்களைத் தராத போது ஏமாற்றமடைகிறான்; உங்களுடைய முடிவு அப்படி அமைந்து விடக் கூடாது. திசையெங்கும் ஒளிபரப்பும் சூரியனைப் போல் சிம்மாசனத்தில் அமர்ந்து, உங்களை நம்பியிருக்கும் எங்களை யெல்லாம் காப்பாற்றுங்கள்.''

பரதனுடைய சொற்கள் மேன்மை மிகுந்தவை என்றும், நன்மை பயக்கக் கூடியவை என்றும் அங்கே கூடியிருந்தவர்கள் அனைவரும் மகிழ்ந்தார்கள். அப்போது ராமர், பரதனுக்கு பதில் கூறத் தொடங்கினார். ''தன்னுடைய இஷ்டத்துக்கு ஏற்ப நடப்பது என்ற வாய்ப்பு மனிதனுக்கு இல்லை; மனிதன் சுதந்திரமற்றவன்; முன் பிறவிகளின் வினைப்பயன் அவனை அங்குமிங்கும் இழுக்கிறது. சேகரித்து வைக்கப்பட்டவை எல்லாம் அழிவையே முடிவாகக் கொண்டவை; எல்லா உயர்வுகளும் தாழ்வுகளையே முடிவாகக் கொண்டவை; சேர்க்கைகள் எல்லாம் பிரிவை முடிவாகக் கொண்டவை; மனிதனின் உயிரோ எனில் மரணத்தை முடிவாகக் கொண்டது. உறுதியான தூண்களை உடையதாகக் கட்டப்பட்ட வீடு காலப் போக்கில் பலவீனமடைந்து இடிந்து விழுகிறது; வலிமை பொருந்திய ஒரு மனிதன் காலப் போக்கில் வயோதிகம், மரணம் ஆகியவற்றை எய்தி அழிகிறான். கழிந்து போன இரவு

மீண்டும் வருவதில்லை; சமுத்திரத்தில் கலந்து விடுகிற நதியின் நீர் மீண்டும் திரும்புவதில்லை; இரவும் பகலும் கொஞ்சம் கொஞ்சமாக எடுத்துச் செல்கிற மனிதனின் ஆயுள் மீண்டும் திரும்புவதில்லை. மனிதனுடைய ஆயுள் குறைந்து கொண்டே போகிறது; இந்த விதிக்கு உட்பட்ட மனிதன், தான் நற்கதியை அடையும் வழியைப் பற்றி சிந்திக்காமல், உயிருடன் இருக்கும் மற்றவர்களைப் பற்றியோ அல்லது மேலுலகம் சென்று விட்ட பிறரைப் பற்றியோ சிந்தனையில் ஆழ்வது, ஒரு விந்தைதான்.

"எமன் எப்போதும் உன் கூடவே நடந்து வருகிறான்; நீ செல்கிற வழி நீண்ட வழியாக இருந்தாலும் உன்னுடனே சென்று மீண்டும் உன்னுடனே திரும்புகிறான். தன்னுடைய உடலில் சுருக்கம் விழுவதையும், தன்னுடைய தலைமுடி நரைப்பதையும் கூட தடுக்க முடியாதவன்தான் மனிதன். சூரியன் உதிக்கும் போதும், அஸ்தமிக்கும் போதும் தன்னுடைய ஆயுள் குறைந்து கொண்டே போகிறது என்பதை உணராத மனிதன், மகிழ்ச்சியில் திளைக்கிறான். பருவங்கள் மாறி மாறி வரும் போது, தன்னுடைய ஆயுள் குறைந்து கொண்டே போகிறது என்பதை உணராத மனிதன், அந்தப் பருவ மாறுதல்களினால் உற்சாகம் எய்துகிறான்!

"கடலில் மிதக்கின்ற இரண்டு கட்டைகள் ஒரு நேரத்தில் ஒன்று சேர்கின்றன; சிறிது நேரம் அப்படி இணைந்து இருந்து விட்டு அவை பிரிந்து விடுகின்றன; அம்மாதிரியே மனைவி, மக்கள், உறவினர்கள், செல்வம் எல்லாம் ஒரு மனிதனுடன் சிறிது காலம் சேர்ந்திருந்து பிறகு பிரிந்து விடுகின்றன; பிரிவு என்பது மட்டுமே இவற்றுக்கு நிச்சயமான ஒன்றாகிறது. முன் பிறவிகளின் வினைப்பயனை விலக்கி விடும் சக்தி பெற்ற ஜீவராசி உலகில் எதுவும் இல்லை. அப்படி இருக்க, இறந்தவனுக்காக வருந்துவதால் எந்த ஒரு பயனும் உண்டாகப் போவதில்லை. பாதை தெரியாமல் நிற்கும் ஒரு மனிதன், வழியை அறிந்த ஒரு கூட்டம் செல்லும் போது, தானும் அவர்களோடு சேர்ந்து பயணத்தை மேற்கொள்கிறான்; அதே போல, தந்தை, பாட்டன் என்று தலைமுறை தலைமுறையாக கடைப்பிடிக்கப்பட்டு வந்த நிரந்தரமான தர்ம நெறியையொட்டி நடப்பவன் பாதை தவற மாட்டான். இதையெல்லாம் சிந்திக்கும் பொழுது, நற்கதியை அடையும்

வழியை மேற்கொள்வதுதான் மனிதனின் கடமை என்பது புரிய வரும்.

"பரதா! நமது தந்தையாகிய தசரத மன்னர், பெரும் புண்ணியங் களைச் செய்து, நல்ல கதியை அடைந்திருக்கிறார். அவர் தன்னிடம் பணி புரிந்தவர்களை நன்கு காப்பாற்றினார்; தன் தேச மக்களுக்கு பாதுகாப்பளித்தார்; பெரும் தானங்களைச் செய்தார்; தர்ம விதிமுறைகளை மீறாமல் நடந்தார். ஆகையால் அவர் சொர்க்கத்தை அடைந்தார் என்பதில் சந்தேகமில்லை. அப்படி மேலுலகில் நற்கதியை அடைந்து, நல்லவர்களால் பாராட்டப் படுகிற அவரைப் பற்றி வருந்துவது கூடாது. மனித சரீரத்தை விட்டு தெய்வப் பதவியை அவர் எய்தியிருக்கிறார். ஆகையால் நல்ல அறிவுடைய உன் போன்றவன், அவர் பொருட்டு துக்கம் அடையக் கூடாது. மனத் துன்பம், அழுது புலம்பல், போன்றவை அறிவுள்ளவனால் என்றென்றும் விடத்தக்கவை."

ராமர் மேலும் தொடர்ந்தார் : "தர்ம நெறி தவறாதவனே! நீ மீண்டும் அயோத்திக்குத்தான் செல்ல வேண்டும். அங்கே நீ ஆட்சி நடத்த வேண்டும். அதுதான் நமது தந்தையின் கட்டளை. நான் இங்கு காட்டில் வாழ வேண்டும்; அதுவும் அவர் கட்டளை என்பதை நீ அறிவாய். அவருடைய கட்டளை உன்னாலும் சரி, என்னாலும் சரி மீறத்தகாதது. மக்கள் நிரம்பிய அயோத்தி உனது ராஜ்யம்; மிருகங்கள் கூடிய இந்தக் காடு எனது ராஜ்யம். நமது தந்தை நமக்களித்த இந்த பொறுப்புகளை தவறாமல் நடத்துவதுதான், நமது கடமை."

இவ்வாறு பொருள் செறிந்த வார்த்தைகளைப் பேசிய ராமரைப் பார்த்து, பரதன் பணிவுடன் பதில் கூறத் தொடங்கினான். "எதிரிகளை வாட்டுபவரே! துக்கமோ, மகிழ்ச்சியோ உங்களை ஒரு போதும் ஆட்டிப் படைக்காது. உயிரற்றவனை எந்தத் துன்பமும் தீண்டப் போவதில்லை; உயிருள்ள போதே அப்படி நடந்து கொள்ளும் அதிசயத் தன்மை படைத்தவர் நீர். எங்களையெல்லாம் வாட்டி எடுக்கிற மனத்துயரம், சகல ஜீவராசிகளின் ஆரம்பத்தையும் முடிவையும் முழுமையாக அறிந்த உங்களைத் தீண்டாது – என்பது எனக்குப் புரிந்தே இருக்கிறது."

இவ்வாறு ராமரைப் போற்றிப் பேசிய பரதன், மேலும் சொன்னான். ''நான் நாட்டில் இல்லாதபோது என் பொருட்டு என் தாயாரினால் செய்யப்பட்ட காரியம், என்னால் வெறுக்கப்படு கிறது. ஆகையால் நீங்கள் என்னிடம் கருணை காட்ட வேண்டும். பெரும் பாவத்தைச் செய்து விட்ட என் தாயாரை, தர்ம நியாயத்திற்கு அஞ்சியே நான் கொல்லாமல் விட்டிருக்கிறேன். பல புண்ணிய காரியங்களைச் செய்தவரும், சிறப்பான யாகங்களை நடத்தியவரும், நன்றாக ஆட்சி புரிந்தவருமாகிய நமது தந்தையைப் பற்றி பலர் முன்னிலையில் குறை சொல்லிப் பேசுவது தகாது. ஆனால் தர்ம நெறிமுறைகளை நன்றாக அறிந்த ஒரு மனிதன், ஒரு பெண்ணை திருப்தி செய்வதற்காக, இப்படிப்பட்ட ஒரு மாபெரும் பாவகாரியத்தைச் செய்வானா? அழிவு காலத்தை நெருங்கும் போது, மனிதனின் புத்தி தடுமாறுகிறது என்கிற பழ மொழியை, நமது தந்தையின் செயல் நிரூபிக்கிறது.

''எனது தாயார் கைகேயியின் கோபத்திற்கு அஞ்சியோ அல்லது அவளுடைய சாகசத்தில் மயங்கியோ, நமது தந்தை செய்து விட்ட தவறான செயலை திருத்தி அமைப்பது உங்களுடைய கடமை. தர்மநெறி தவறிய தந்தையின் செயலை எந்த ஒரு மகன் திருத்தி முறையாக அமைக்கிறானோ, அவனே நல்ல மகன் என்று கொண்டாடப்படுகிறான். ஆகையால் நமது தந்தை செய்து விட்ட தவறை அப்படியே நிலைத்து இருக்குமாறு விட்டு விடாமல், அதைச் சரி செய்வது உங்கள் பொறுப்பல்லவா? நீங்கள் அவ்வாறு செய்தால்தான், இந்த நாடும், மக்களும் காப்பாற்றப்படுவார்கள்; நானும் காப்பாற்றப்படுவேன். அது மட்டுமல்ல, எனது தாயார் கைகேயியும் கூட அப்போதுதான் காப்பாற்றப்படுவாள். காட்டுக்கும், க்ஷத்திரியனுடைய கடமைக்கும் என்ன தொடர்பு இருக்கிறது? சடை முடிக்கும், அரச தர்மத்திற்கும் என்ன சம்பந்தம் இருக்கிறது? மக்களைக் காக்கும் கடமையை உதறி விட்டு, ஒரு மன்னன் மரவுரியை ஏற்பதா? மக்களைக் காப்பாற்றுவதுதான் ஒரு க்ஷத்திரியனின் முதல் கடமை. அதற்கு மன்னனாக முடிசூட்டிக் கொள்வதுதான் ஒரே வழி. கண்ணெதிரே தெரியும் கடமையை உதறித் தள்ளி விட்டு, என்றோ ஒரு நாள் எங்கேயோ நற்கதியைத் தரும் என்கிற நிச்சயமற்ற வழிமுறையை மேற்கொள்வது தகாது.

அயோத்தியா காண்டம்

"பிரம்மச்சரியம், இல்லறம், வானப்ரஸ்தம், சந்நியாசம் – என்கிற நான்கு நிலைகளில் இல்லறம்தான் மிக உயர்ந்தது என பெரியோர்கள் கூறியிருக்கிறார்களே! அப்படியிருக்க நீங்கள் அதை எப்படி உதறித்தள்ள முனைகிறீர்கள்? உங்களை விட, எல்லா விதத்திலும் நான் சிறியவன். அப்படியிருக்க, நீங்கள் இருக்கும்போது நான் எப்படி ஆட்சியை மேற் கொள்ள முடியும்? வசிஷ்டர் முன்னிலையில் உங்களுக்கு முறைப்படி பட்டாபிஷேகம் நடக்கட்டும். அயோத்தி மக்களைக் காப்பாற்றும் பொறுப்பை ஏற்றுக் கொள்ளுங்கள். தீயவர்களை அழித்து நல்லோர்களைக் காப்பாற்றுங்கள். நீங்கள் அப்படிச் செய்தால்தான், எனது தாயாரின் பாவம் விலகும்; நமது தந்தையின் தவறு மறையும். தனது பக்தர்களிடம் கருணை காட்டும் பரமசிவன் போல், நீங்கள் உங்கள் தொண்டனாகிய என்னிடம் கருணை காட்ட வேண்டும். இந்த என்னுடைய வேண்டுகோளை மறுத்து, நீங்கள் காட்டிலேயே இருக்கப் போவதாகத் தீர்மானித்து விட்டால், நானும் உங்களுக்குப் பணி செய்து கொண்டு இங்கேயே இருப்பேன்."

இப்படி பரதன் மன்றாடிக் கேட்டுக் கொண்ட போதும் ராமர், தன்னுடைய முடிவை மாற்றிக் கொள்ளவில்லை. இதைப் பார்த்தபோது அங்கே சூழ்ந்திருந்தவர்கள் அனைவர் மனதிலும் அவருடைய மன உறுதியை நினைத்து பெருமிதமும், அவர் அயோத்திக்குத் திரும்ப மறுக்கிறார் என்பதை நினைத்து துயரமும் ஒரு சேரத் தோன்றின. கண்களில் நீர் வழிய அவர்கள் எல்லோரும் பரதனோடு சேர்ந்து கொண்டு, அயோத்திக்குத் திரும்புமாறு ராமரை வேண்டி நின்றார்கள்.

அப்போது ராமர், "தசரதர் பெற்றெடுத்த, கைகேயி மகனே! உனக்குத் தகுந்த வார்த்தைகளைத்தான் நீ பேசினாய். ஆனால் சில விஷயங்களை நீ நினைத்துப் பார்க்க வேண்டும்" என்று கூறிவிட்டு மேலே தொடர்ந்தார்.

2. அயோத்தியா காண்டம்

அத்தியாயம் -30

ஒரு நாத்திக வாதம்

பரதனை முடி சூட்டிக் கொள்ள வேண்டும் என்று ராமர் வற்புறுத்தி முடிப்பது; ஜாபாலி என்ற அந்தணர் நாத்திக வாதம் பேசி, தசரதருக்கு ராமர் கடமைப் பட்டவர் அல்ல என்று கூறுவது; ஜாபாலியின் வாதத்தை நிராகரித்து, அவர் மீது ராமர் கோபம் கொள்வது; வசிஷ்டரின் விளக்கமும், கோரிக்கையும் ; முன்னோர்கள் காட்டிய வழியில் செல்வதாக இருந்தால், பட்டத்தை ஏற்பதுதான் ராமர் ஏற்க வேண்டிய வழிமுறை என்று வசிஷ்டர் கூறுவது...

''கைகேயி தேவியாரை மணம் புரியும்போது நமது தந்தை உன்னுடைய தாய் வழிப் பாட்டனாரிடம் தனக்குப் பிறகு அயோத்தியின் அரசுரிமை, கைகேயி பெறக்கூடிய மகனையே சாரும் என்று வாக்களித்தார்'' என்று பரதனைப் பார்த்துக் கூறிய ராமர், மேலும் தொடர்ந்தார். ''பின்னர், தேவாசுர யுத்தத்தின் போது தேவர்களுக்காக நமது தந்தை போர் செய்யும் நேரத்தில், கைகேயிக்கு இரண்டு வரங்கள் அளித்தார். அந்த வரங்களைச் சுட்டிக்காட்டி, கைகேயி தேவியார் தசரத மன்னரிடம் உனக்கு பட்டாபிஷேகத்தையும், எனக்கு வனவாசத்தையும் கோரினார். வார்த்தை மீறாத தசரத மன்னர், கைகேயி கோரியதை ஏற்றார். தந்தையின் வார்த்தையை நிறைவேற்றுவதற்காக லக்ஷ்மணனும், ஸீதையும் பின் தொடர

நான் இந்தக் காட்டுக்கு வந்திருக்கிறேன். அதேபோல நீயும் தந்தையின் வார்த்தையை நிறைவேற்றுவதற்காக, அயோத்தி மன்னனாக முடிசூட்டிக் கொள்ள வேண்டும். நீ பட்டாபிஷேகம் செய்து கொண்டால்தான் நமது தந்தை உன் தாயாருக்கு பட்ட கடன் தீரும். அவர் கடன் தீர்ப்பது உன் கடமை. பரதா! 'புத்' என்ற நரகத்திலிருந்து தந்தையைக் காப்பாற்றுவதால், அவனுடைய மகன் புத்திரன் என்று அழைக்கப்படுகிறான்' என்று தர்ம சாத்திரம் கூறுகிறது. நமது தந்தை நரகத்தில் விழாமல் காப்பாற்றும் வாய்ப்பு உனக்குக் கிட்டியிருக்கிறது. அதை நிறைவேற்று. அயோத்திக்கு திரும்பிச் செல். அயோத்தி மக்களுக்கு மன்னனாக நீ திகழ்வாயாக! இங்கே காட்டிலிருக்கும் மிருகங்களுக்கு அரசனாக நான் இருப்பேன். கொற்றவனின் வெண்கொடை, சூரியனின் கிரணங் களை மறைத்து, உனக்கு நிழலை அளிக்கட்டும்; காட்டு மரங்கள் எனக்கு நிழலை அளிக்கட்டும். சத்ருக்னன் உனக்கு துணைவனாக இருக்கட்டும்; லக்ஷ்மணன் எனக்குத் துணைவனாக இருப்பான். நமது மன்னர் அளித்த வார்த்தையை நாம் காப்பாற்றுவோம்.''

(கைகேயியை மணம் புரிந்த போதே, கைகேயியின் தகப்பனாரிடம், தனக்குப் பிறகு அயோத்தி மன்னனாகப் போவது கைகேயிக்குப் பிறக்கக் கூடிய மகனே – என்று தசரதர் வாக்களித்திருந்ததாக ராமர், பரதனிடம் கூறுகிறார். இது பல ராமாயண உரைகளில் பெரும் விவாதங்களுக்கு இடமளித் திருக்கிறது.

'மணம் புரியும்போது வாக்களித்திருந்ததால்தான், கைகேயி பரதனுக்குப் பட்டத்தைக் கேட்டாள். ஆகையால் அவள் மீது தவறில்லை' – என்பது சில விரிவுரையாளர்களின் வாதம். இது ஏற்கத்தக்கது அல்ல என்று கூறும் தரப்பில் பல கேள்விகள் எழுப்பப்படுகின்றன. 'கைகேயியின் திருமணத்தின் போதே அவளுக்குப் பிறக்கும் மகன்தான் பட்டத்திற்குரியவன் என்று தசரதர் வாக்களித்திருந்தால், கைகேயி ஏன் அதைத் தசரதரிடம் நினைவுபடுத்தவில்லை? பரதனுக்கு பட்டம் உறுதியாக வேண்டும் என்பதற்காக ராமரையே காட்டுக்கு அனுப்புமாறு தசரதரிடம் கோரிய அவள், மணம் புரியும்போது பெற்ற வாக்கை ஏன்

நினைவுபடுத்தவில்லை? தேவாசுர யுத்தத்தின் போது கைகேயி பெற்ற வரங்களை அவளுக்கு நினைவுபடுத்துகிற கூனி என்கிற மந்தரை, இந்தத் திருமண வாக்குறுதியை ஏன் நினைவுபடுத்த வில்லை? இப்படி திருமணத்தின்போது வாக்குக் கொடுத்திருந்தால், அதை மீறி ராமருக்கு பட்டாபிஷேகம் செய்ய தசரதர் முடிவெடுத் திருப்பாரா? வார்த்தை தவறாதவர் என்று வால்மீகியினால் வர்ணிக்கப்படுகிற அவர், கொடுத்த வாக்கை மீறுபவரா? கைகேயியின் மகனுக்கு இப்படி ஒரு உரிமை இருக்கிறது என்று ராமருக்குத் தெரிந்திருந்தும் அவர் எப்படி பட்டத்தை ஏற்க முதலில் சம்மதித்தார்? தனக்குத் தெரிந்த விவரத்தை ஏன் தந்தையிடம் ராமர் நினைவுபடுத்தவில்லை? குல குருவும், எல்லா விவரங்களையும் அறிந்தவருமான வசிஷ்டர், இதைப்பற்றி ஏன் ஒரு வார்த்தை சொல்லவில்லை? இப்படி ஒரு வாக்குறுதி இருந்திருந்தால், ஸுமந்திரர் அதுபற்றி தசரதரிடம் பேசாமல் இருந்திருப்பாரா? எல்லாவற்றிற்கும் மேலாக கேகய மன்னன் ஏன் இதுபற்றி எதுவும் கூறவில்லை?

இப்படி எழுப்பப்படுகிற கேள்விகளுக்கு கைகேயி தரப்பாளர்களால் எந்த பதிலும் கூற முடிவதில்லை... இன்னொரு விஷயத்தையும் கவனிக்க வேண்டும். ஆங்காங்கே தனது கருத்துக்களை ஆணித்தரமாக எடுத்துச் சொல்கிற வால்மீகி முனிவர் கூட, இதுபற்றி எதுவும் சொல்லவில்லை. அவருக்கு ராமா யணத்தைக் கூறும் நாரதரும் சொல்லவில்லை. ஆகையால் இதையெல்லாம் வைத்து பார்க்கும் பொழுது, மேற்கூறிய கட்டத்தில் ராமர், பரதனிடம், 'உன் தாயாரை மணக்கும்போதே அவளுக்குப் பிறக்கும் மகனுக்குத்தான் பட்டம் என்று மன்னர் வாக்களித்தார்' எனக் கூறுவது, பரதனைச் சமாதானப்படுத்துகிற முயற்சியாகத்தான் தெரிகிறது. இப்படி ஒரு செய்தி உண்மையிலேயே ராமருக்குத் தெரிந்திருந்தால், அவர் பட்டத்தை ஏற்கவே சம்மதித்திருக்க மாட்டாரே!.

'அப்படியென்றால், இந்தக் கட்டத்தில் ராமர், பரதனிடம் பொய் சொல்கிறாரா?' என்று கேட்கலாம். ராஜ்ய பாரத்தை நிர்வகிக்க பரதனை திருப்பி அனுப்பிவிட்டு, தந்தையின் வார்த்தையை மெய்ப்பிக்க தான் காட்டில் வாழ வேண்டும் என்ற முடிவை

நிறைவேற்றுவதற்காக ராமர் கையாண்ட உபாயம் இது. கறாராக பார்த்தால் பொய்தான். இதற்கு முன்பு அயோத்தியிலிருந்து வெளியேறும்போது, தேரை நிறுத்துமாறு தசரதர் உரக்கக் கூவிய நிலையில் ராமர், ஸுமந்திரரிடம் 'தேரை ஓட்டுக. திரும்பி வந்தவுடன், 'நான் கூவிய போது ஏன் தேரை நிறுத்தவில்லை?' என மன்னர் கேட்டால், அது காதில் விழவில்லை என்று சொல்லி விடுங்கள்' என்று கூறவில்லையா? அது போலத்தான் இதுவும்.)

ராமர் பேசி முடித்ததும் அங்கு கூடியிருந்தவர்கள் அனைவரும் மறுமொழி கூறாமல் இருந்த சமயத்தில், அந்தணர்களில் புகழ் பெற்றவரான ஜாபாலி என்பவர், ராமரைப் பார்த்து சில வார்த்தைகள் கூற முனைந்தார். ''நீ பேசுகிற பாமரத்தனமான இந்தக் கருத்து – கடமைகளில் பற்று உடையவனும், நல்ல ஒழுக்கமுடையவனுமாகிய உனக்கு பொருந்தாத ஒன்று. யார், எவனுக்கு உறவினன்? ஒரு மனிதனால் இன்னொரு மனிதனுக்கு ஆக வேண்டிய காரியம் என்ன இருக்கிறது? ஒவ்வொரு ஜீவராசியும் தனியாகவே பிறக்கிறது. தனியாகவே மடிகிறது. ஆகையால் தாயார் என்றும், தந்தை என்றும் கூறி, பிறர் மீது பாசம் வைக்கும் மனிதன், முழுமையான பைத்தியக்காரன் என்று நம்மால் அறியத்தக்கவன். ஏனென்றால் யாருக்கும் எவனும் உறவினன் அல்ல. ஒரு மனிதன் பயணம் செய்கையில் ஒரு ஊரில் ஒரு இரவைக் கழிக்கிறான்; அடுத்த நாள் – முந்தைய இரவில் தான் தங்கிய இடத்தை விட்டு விட்டுப் புறப்பட்டு விடுகிறான்; தாய், தந்தை, வீடு, செல்வம் எல்லாமே இவ்வாறான – சில பொழுதுகள் தங்குமிடங்களே! ஆகையால் அறிவுடையவர்கள் யாரிடமும் பாசம் வைக்க மாட்டார்கள்.''

ஜாபாலி தொடர்ந்து பேசினார்:

''ராஜ்யத்தைத் துறப்பது, வக்ரமான வழிமுறை. உனது குலத்தில் யாரும் செய்யாத காரியம். பட்டாபிஷேகம் செய்து கொள்வாயாக! தேவலோகத்தில் இந்திரன் அனுபவிப்பது போன்ற ராஜபோகங்களை அனுபவிப்பாயாக! உன்னைப் பொறுத்த வரையில் தசரதர் ஒன்றுமில்லை. அவ்வாறே அவரைப் பொறுத்தவரையில் நீயும் ஒன்றுமில்லைதான். அவர் வேறு, நீ

அயோத்தியா காண்டம்

வேறு. ஆண், பெண் வீர்யங்கள் கலப்பதால், கரு உருவாகிறது; ஆகையால் அப்படிப் பிறக்கிற ஜீவனுக்கு தந்தை என்று அழைக்கப்படுபவன் ஒரு கருவி மட்டுமே. மன்னருக்கு நேரிட்ட மரணம் என்பதோ மனிதர்களுக்கு இயல்பானது. அப்படி யிருக்க கற்பனையான உணர்வுகளை வளர்த்துக் கொண்டு நீ வருந்துகிறாய். என்னைப் பொறுத்தவரையில், தர்மத்திலேயே பற்று கொண்டவர்களாக வாழ்பவர்களை நினைத்துத்தான் நான் வருந்துகிறேன்; ஏனென்றால் அவர்கள் இங்கேயே கஷ்டத்தை அனுபவிக்கிறார்கள். பிறகு என்ன ஆகிறதோ?

"இறந்தவர்களுக்கு சிராத்தம் செய்வது ஒரு பழக்கமாகி இருக்கிறது. இறந்தவனால் எதையும் உண்ண முடியாது எனும்போது, இப்படி சிராத்தத்தில் படைக்கப்படும் உணவு வெறும்தண்டமே. இங்கே சிராத்தம் செய்பவனால் உண்ணப்படும் உணவு இறந்து விட்ட மனிதனுக்குப் போய்ச் சேரும் என்றால் – ஒன்று செய்யலாமே? வெளியூர் செல்பவனுக்கு இங்கே சிராத்தம் செய்துவிட்டால், அவனுக்கு உணவு கிடைத்து விடுமே? கையில் கட்டுச் சாதம் எடுத்துக் கொண்டு போக வேண்டிய அவசியமே இல்லையே? யாகம் செய்வது, தானம் கொடுப்பது, போன்றவை யெல்லாம் தான தர்மங்களை வளர்ப்பதற்காக சிலரால் சாமர்த்தியமாக விதிக்கப்பட்டிருக்கும் வழிமுறைகள் – அவ்வளவே."

இவ்வாறு பேசிக் கொண்டு வந்த ஜாபாலி இறுதியில் ராமரைப் பார்த்து, "புத்தி உடையவனே! மேலுலகம் ஒன்று இல்லை என்பதை தீர்மானித்துக் கொள்! கண்ணுக்குத் தெரிந்ததை இருப்பதாக ஏற்றுக் கொள்! கண்ணுக்கோ அல்லது மற்ற புலன்களுக்கோ புலப்படாதவைகளை இல்லாதவை என்று எடுத்துக் கொள்! மனதை அலைபாய விடாமல் பரதன் கேட்டுக் கொண்டபடி ராஜ்யபாரத்தை ஏற்று நடத்துவாயாக!" என்று கூறி முடித்தார்.

சத்தியத்திலும், தர்மத்திலும் மாறாத பற்றுடைய ராமர், தனது குணநலன்களுக்கு ஏற்ற பதிலை ஜாபாலிக்குக் கூற முற்பட்டார். "ராஜ்யத்தை நான் அடைய வேண்டும் என்ற எண்ணம் கொண்டு,

ஏற்கத் தகாத வார்த்தைகளையெல்லாம், ஏற்கத்தக்கவை போல பேசினீர்கள். மரியாதைகளை விடுத்து, பாவ வழியில் சென்று தர்மத்திற்கு விரோதமான நடத்தையை மேற்கொள்கிற மனிதன், நல்லவர்களின் மதிப்பைப் பெறுவதில்லை. ஒருவன் நற்குலத்தில் பிறந்தவனா அல்லது தாழ்ந்த குலத்தில் பிறந்தவனா – வீரனா அல்லது கோழையா – நேர்மையானவனா அல்லது நேர்மையற்றவனா – என்பதெல்லாம் அவனுடைய நடத்தையை பொறுத்தே இருக்கிறது. நீங்கள் கூறுகிற, உலகிற்கே தீமை செய்யக்கூடிய வழிமுறையை நான் ஏற்றால், அறிவுள்ளவன் எவனும் என்னை மதிக்க மாட்டான். மன்னனைப் பின்பற்றியே மக்கள் நடக்கிறார்கள். உங்கள் ஆலோசனையை ஏற்று, நான் நடந்தால் மக்களும் அப்படியே நடப்பார்கள். அதன்பிறகு எந்த ஒழுக்கமும், நெறிமுறையும் மிச்சம் மீதி இருக்காது.

''சத்தியமே ஒரு அரசனுக்கு மிகவும் முக்கியமான குணம் என்று சாத்திரங்கள் விதித்திருக்கின்றன. ஒரு ராஜ்யத்தின் உயிர் நாடியே சத்தியம்தான். உலகத்திற்கு ஆதாரமும் அதுவே. பாம்பைக் கண்டு நடுங்குவது போல், பொய் பேசுகிற மனிதனைக் கண்டு மனிதர்கள் நடுங்குகிறார்கள். ஈச்வரன் என்று கூறப்படுவதே சத்தியம்தான். சத்தியத்தை ஆதாரமாகக் கொண்டே இயற்கை பலவிதங்களில் வியாபிக்கிறது. சத்தியத்திற்குக் கட்டுப்பட்டே தந்தை என்னைக் காடு செல்லுமாறு பணித்தார். அவருக்குக் கொடுத்த வாக்கைக் காப்பாற்றி நான் சத்தியத்தை நிலை நிறுத்துவேன். தந்தைக்குக் கொடுத்த வாக்கை மீறி, இப்போது பரதனின் அழைப்பை ஏற்று என்னால் நாடு திரும்ப முடியாது. ஒரு மனிதனின் மனதில் தீய எண்ணம் உதிக்கிறது; அதை நிறைவேற்ற அவன் தனது நாவினால் பொய் பேசுகிறான்; பிறகு தன் உடலினால், அந்தத் தீச்செயலை செய்து விடுகிறான்; இப்படி மூவகை தீமைகளினால் ஒரு பாவச் செயல் உருவாகிறது! இதை நான் செய்ய மாட்டேன்.

''தர்ம வழியிலிருந்து முற்றிலும் மாறுபட்டவராக, கேடு விளைவிக்கக் கூடிய நாத்திக வழிமுறையை ஏற்பவராக, நீங்கள் பேசுவதை பார்க்கும் பொழுது, உங்களை என் தந்தை ஏற்றது சரியான செயலோ என்ற சந்தேகம் என் மனதில் தோன்றுகிறது. நாத்திக வாதம் பேசுகிறவன் சந்தேகிக்கத்தக்கவன். உங்களைவிட

அயோத்தியா காண்டம்

மேன்மை பெற்ற அந்தணர்கள் யாகங்களையும்! தானங்களையும், வைதீக காரியங்களையும் செய்து இவ்வுலகிலும், மேலுலகிலும் நற்கதி அடைந்தார்கள். தர்மத்தில் பற்றுடைய முனிவர்கள் உலகினால் பூஜிக்கப்படுகிறார்கள். நீங்களோ இதற்கெல்லாம் மாறுபட்டவராக இருக்கிறீர்கள்.'' இவ்வாறு ஜாபாலியைக் கண்டிக்கிற வகையில் ராமர் பேசி முடித்தார்.

இப்படிக் கோபத்துடன் ராமர் பேசியதைக் கேட்ட ஜாபாலி, ''நான் நாத்திகம் பேசவில்லை. நான் நாத்திகனுமல்ல. அயோத்திக்குத் திரும்புவதில்லை என்ற உன்னுடைய தீர்மானத்தை மாற்ற விரும்பி, நான் அவ்வாறு பேசினேன். ஆகையால் என்னைப் பற்றி தவறாக நினைத்துவிடாதே'' என்று அமைதியாகக் கூறினார்.

இப்படி ஜாபாலி பேசியும், முழுமையாக திருப்தி அடையாத ராமரைப் பார்த்து, வசிஷ்டர், ''இந்த உலகின் ஆரம்பம், இதன் முடிவு, எல்லாமே ஜாபாலிக்கு நன்றாகவே தெரியும். தர்ம, நியாயங்களை அறிந்தவர்தான் அவர். உன்னை அயோத்திக்குத் திரும்ப அழைத்துப் போவதற்காக அவர் பேசிய வார்த்தை களைக் கொண்டு, நீ அவரைப் பற்றிய முடிவுக்கு வந்து விடாதே'' என்று கூறிவிட்டு, இக்ஷ்வாகு குலத்தில் உதித்த முக்கிய மன்னர்களைப் பற்றியெல்லாம் ராமருக்கு நினைவு படுத்தினார். பின்னர் தொடர்ந்து, ''இந்த இக்ஷ்வாகு வம்சத்தில் மூத்த மகன்தான், ஒரு மன்னனுக்குப் பிறகு பட்டம் ஏற்கிறான். மூத்தவன் இருக்கும்போது, அவனுக்குப் பின் பிறந்த மகனுக்கு பட்டாபிஷேகம் நடப்பதில்லை. அந்த உன்னுடைய குல தர்மத்தை இப்போது நீ கை விடக்கூடாது. ஆகையால் பட்டத்தை ஏற்றுக் கொள்வாயாக!'' என்று கூறினார்.

இப்படிக் கூறிவிட்டு வசிஷ்டர் மேலும் சொன்னார். ''இவ்வுலகத்தில் பிறக்கிற ஒரு மனிதனுக்கு தாய், தந்தை, ஆசிரியன் - என்ற மூன்று குருமார்கள் உண்டு. இவர்களில் தாயும், தந்தையும் மனிதனின் பிறப்புக்குக் காரணமாகி நின்றாலும் அவனுக்கு அறிவு புகட்டுபவன் ஆச்சாரியனே. ஆகையால் மூவரில் அவரே உயர்ந்தவர் என்று கூறப்படுகிறது. நானோ உன் தந்தைக்கு மட்டுமல்லாமல் உனக்கும் கூட ஆச்சாரியன்.

அப்படிப்பட்ட என்னுடைய சொல்லை ஏற்று நீ நடந்தால், உன் முன்னோர்கள் சென்ற வழியில் சென்றவனாவாய்! இங்கே சூழ்ந்து நிற்கிற பரிவாரங்களையும், மக்களையும் காப்பாற்றும் பொறுப்பை நீ ஏற்றுக் கொண்டால், உன் முன்னோர்கள் சென்ற வழியில் சென்றவனாவாய்! நீ ராஜ்யத்தை ஏற்க வேண்டும் என்ற உன் தாயாரின் விருப்பத்தை நீ நிறைவேற்றினால், உன் முன்னோர்கள் சென்ற வழியில் சென்றவனாவாய்! ஆகையால் பரதனுடைய கோரிக்கையை ஏற்று, பட்டாபிஷேகம் செய்து கொள் வாயாக!'' இவ்வாறு கூறி முடித்தார் வசிஷ்டர்.

2. அயோத்தியா காண்டம்

அத்தியாயம் -31

பரதன் அயோத்தி திரும்பினான்!

அயோத்திக்கு திரும்புமாறு கூறிய வசிஷ்டருக்கு ராமர் கூறிய பதில்; பரதனின் பிடிவாதம்; வானத்தில் ரிஷிகளும், கந்தர்வர்களும் தோன்றி பரதனை வற்புறுத்துவது; அவர்களுடைய அறிவுரையை ஏற்ற பரதன், ராமரின் பாதுகைகளைப் பெற்றுக் கொண்டு வசிஷ்டர் முதலானோருடன் அயோத்தி புறப்படுவது; அயோத்தியில் சிம்மாசனத்தில் ராமரின் பாதுகைகளை வைத்து, அவற்றை முன் நிறுத்தி அரசு காரியங்களை பரதன் கவனிக்கத் தொடங்குவது.....

வசிஷ்டரின் இனிமையான வார்த்தைகளைப் பணிவோடு கேட்டுக் கொண்ட ராமர், "தங்களால் இயன்றது எல்லாவற்றையும் மிச்சம் வைக்காமல், மகனுக்கு தந்து விடுகிற தாய் – தந்தையரின் கடன், ஒரு மகனால் தீர்க்க முடியாதது. இதைக் கருத்தில் கொண்டு சொல்கிறேன் – என் தந்தை தசரத மன்னர் கூறிய வார்த்தை பொய்த்துப் போகக் கூடாது'' என்றார்.

பரதன் பார்த்தான். "உண்ண உணவின்றி, சூரிய ஒளியையும் பார்க்காமல், ராமரின் குடிசையின் வாயிலில் நான் அமர்ந்து விடப் போகிறேன். ராமர் அயோத்திக்குத் திரும்புவதாக ஒப்புக் கொண்டால் ஒழிய, இந்த இடத்தை விட்டு நகர மாட்டேன்'' என்று சொல்லி அமர்ந்தான் அவன்.

ராமர் மிகவும் அமைதியாக அவனுக்குப் பதில் கூறினார். ''உண்ண உணவின்றி, என் குடிசை வாயிலில் அமர்ந்து என்னை நீ வற்புறுத்த வேண்டிய அளவுக்கு, நான் உனக்கு என்ன தீமை செய்தேன்? இம்மாதிரி வழிமுறைகளினால் ஒருவனை வற்புறுத்து வதற்கு, கற்றறிந்த அந்தணனுக்கு மட்டுமே உரிமையுண்டு. மற்றொருவன் வீட்டு வாயிலில் எதையோ வேண்டிக் கொண்டு ஒரு க்ஷத்ரியன் அமரக் கூடாது. அது க்ஷத்ரியனுக்கு அழகல்ல. மனிதப் புலியே! எழுந்திரு! அயோத்திக்குத் திரும்பிச் செல். ஆட்சியை நடத்தத் தொடங்கு!''

இவ்வாறு ராமர் கூறியபோது பேசாமல் நின்ற மக்களையும், தனது பரிவாரங்களையும் பார்த்து பரதன், ''நீங்கள் எல்லோரும் ஏன் பேசாமல் இருக்கிறீர்கள்? ஏன் அயோத்தி திரும்புமாறு ராமரை வேண்டிக் கொள்ளாமல் நிற்கிறீர்கள்?'' என்று கேட்டான்.

அவர்கள், ''நீங்கள் ராமரிடம் பேசுவது அனைத்தும் முறையாகவே இருக்கிறது. ஆனால், அவரோ தந்தை சொல்லினால் கட்டுப்பட்டு இருக்கிறார். ஆகையால்தான் நாங்கள் எதுவும் பேச முடியாமல் நிற்கிறோம்'' என்று கூறினார்கள். அப்போது ராமர், ''மக்கள் கூறியதை நன்றாக மனதில் வாங்கிக் கொள்! என்னையும் தொட்டு, தண்ணீரையும் தொட்டு, நீ இப்பொழுது மேற்கொண்ட விரதத்தை முடித்துக் கொள். அயோத்தி திரும்பு'' என்று கூறினார்.

பரதன், மேலும் பிடிவாதமாக இருக்க, ராமர், தொடர்ந்து அவனுக்கு அறிவுரை சொன்னார்: ''தந்தை ஒரு பொருளை விற்றாலோ, வாங்கினாலோ, அடமானம் வைத்தாலோ கூட, அந்தப் பரிவர்த்தனையை மறுதலிக்கும் உரிமை மகனுக்குக் கிடையாது. இந்த விஷயங்களுக்கே இப்படி என்றால், தந்தையின் சொல்லை மாற்றக் கூடிய உரிமை, உனக்கோ, எனக்கோ நிச்சயமாக இருக்க முடியாது. கைகேயிக்குக் கொடுத்த வார்த்தையைக் காப்பாற்றுவதற்காகத்தான் தந்தை என்னை காட்டுக்கு அனுப்பி, உனக்கு பட்டம் என்று கூறினார். சொன்ன சொல்லைக் காப்பாற்றும் செய்கை என்பதால், அது நற்செயலே. அவர் கடன் தீர்ப்பது நம் கடமை. பதினான்கு வருடம் காட்டில் வாழ்ந்து விட்டு, அந்தக் கடனைத் தீர்த்து, அதன்பிறகு அயோத்திக்கு வந்து நாடாள நான் இசைகிறேன். இப்போது நீ திரும்பிச் சென்று, ஆட்சியை நடத்து.''

அயோத்தியா காண்டம்

இந்தச் சமயத்தில், கண்களுக்குப் புலப்படாத ரிஷிகளும், கந்தர்வர்களும் பரதனின் கண்ணெதிரில் தோன்றினார்கள். ராவணனின் முடிவை விரும்பிய அவர்கள் பரதனைப் பார்த்து, "பேரறிவு கொண்டவனே பரதா! உன் தந்தையை நீ மதிப்பதாக இருந்தால், இப்போது ராமர் கூறிய அறிவுரையை ஏற்று நடந்து கொள். ராமர் தனது தந்தைக்குக் கொடுத்த வார்த்தையை மீறினார் என்று ஆகிவிடக் கூடாது" என்று கூறிவிட்டு, மறைந்தனர்.

இந்தக் காட்சியைக் கண்ட பரதன், உடலெல்லாம் நடுங்க, "நீங்கள் ஆள வேண்டிய ராஜ்யத்தைத் தகுதி இல்லாத நான் எப்படி காப்பாற்றுவேன்?" என்று விண்ணப்பித்து, ராமர் காலில் விழுந்தான். ராமர், அவனைச் சமாதானப்படுத்தி, "உனக்கு இயல்பாகவே உள்ள அறிவைக் கொண்டும், மந்திரிகள், பெரியவர்கள் ஆகியோரின் அறிவுரையைக் கொண்டும், ராஜ்யத்தை நடத்து வாயாக! உனக்குப் பட்டம் வேண்டும் என்று தாயார் கைகேயி, நமது தந்தையை நிர்பந்தித்ததற்கு உன் மீது அவர் கொண்ட அன்பு காரணமாக இருந்தாலும் சரி, அல்லது ஆட்சியின் மீது அவர் கொண்ட பேராசையே இதற்குக் காரணமாக இருந்தாலும் சரி, அதுபற்றிய மனவருத்தத்தை நீ மனதிலிருந்து அகற்ற வேண்டும். தாய்க்குரிய மரியாதையையும், அன்பையும் கைகேயியிடம் காட்டி நீ நடந்து கொள்ள வேண்டும். அவர் மீது கோபம் கொள்ளக் கூடாது. இது உனக்கு நான் இடும் கட்டளை! இது உனக்கு ஸீதையிடும் உத்திரவு!" என்று சொன்னார்.

பௌர்ணமி நிலவு போல, ஒளி வீசிக் கொண்டிருந்த ராமரைப் பார்த்து, பரதன், "பொன்னாலான வேலைப்பாடுகளினால் அலங்கரிக்கப்பட்ட இந்த மரத்தினால் செய்யப்பட்ட காலணிகள் மீது நின்று, அவற்றை எனக்கு அளியுங்கள். ராஜ்யத்தையும், மக்களையும் இவை பாதுகாக்கட்டும்" என்று கூற, ராமர் அவன் கேட்டுக் கொண்டவாறே செய்தார். அந்தக் காலணிகளை வணங்கிய பரதன், ராமரிடம், "ஆட்சியின் மாட்சிமை உங்கள் காலணிகளுடையது. சடை முடி தரித்து, மரவுரி அணிந்து, பழங்களையும், கிழங்குகளையும் மட்டுமே உண்டு நான் நிர்வாகத்தைக் கவனிக்கிறேன். நகரத்துக்கு வெளியே வாழப் போகிற நான், நீங்கள் திரும்பி வருவதற்காகக் காத்திருப்பேன்.

வால்மீகி ராமாயணம்

பதினான்கு வருடங்கள் முடிந்த அடுத்த தினம் உங்களை நான் காணவில்லை என்றால், தீயில் இறங்குவேன். இது உறுதி'' என்று கூறினான்.

''அப்படியே ஆகட்டும்'' என்று கூறி ராமர், அவனுக்கு விடையளித்தார். வந்திருந்தவர்களுக்கெல்லாம் ராமர் மரியாதைகளைச் செய்த பின்னர், அனைவரும் விடை பெற்றனர். ராமருடைய தாய்மார்களுக்கு துக்கம் மேலிட்டதால், அவர்களால் ராமரிடம் ஒரு வார்த்தை கூடப் பேச முடியாமற் போயிற்று. எல்லோரும் அங்கிருந்து புறப்பட, புகழ் வாய்ந்த ராமர், கண்ணிலே நீர் ததும்ப குடிசைக்குள் திரும்பிச் சென்றார்.

(ரிஷிகளும், கந்தர்வர்களும், பரதனின் பார்வைக்குத் தோன்றி வற்புறுத்திய பிறகு, பரதன் அயோத்தி திரும்ப ஒப்புக் கொண்டான் – என்று வால்மீகி ராமாயணம் கூறுவதை மேலே பார்த்தோம். கம்ப ராமாயணத்தில் இதில் ஒரு சிறிய மாறுதல் இருக்கிறது. 'இப்பொழுது இந்தப் பரதன் ராமனை அயோத்திக்குத் திருப்பி அழைத்துக் கொண்டு போய்விட்டால், அரக்கரை ஒழிக்க வேண்டிய நமது காரியம் நடைபெறாமல் போகும்' என்று தேவர்கள் கூடி முடிவு செய்து, வானிலே தோன்றினார்கள். பரதனைப் பார்த்து அவர்கள், ராமர் பதினான்கு வருடம் காட்டில் வாழ்வதும், நாட்டின் ஆட்சிப் பொறுப்பை அதுவரை பரதன் ஏற்பதும், அவர்கள் இருவரும் நிறைவேற்ற வேண்டிய கடமைகள் என்று கூறியதைக் கேட்ட பின், பரதன் இசைகிறான்.

பிறகு, ராமரிடம் கேட்டு, அவருடைய காலணிகள் இரண்டையும் பெற்றுக் கொள்கிற பரதன், பேசுவது, கம்ப ராமாயணத்தில் இப்படி வருகிறது: 'மண்ணின் புழுதி படிந்து காணப்படுகிற பொன்னைப் போன்ற முகமுடைய பரதன், அழுத கண்களுடன் ராமரின் இரண்டு காலணிகளையும் – எனக்கு கிரீடங்கள் இவையே – என்று ஏற்றுக் கொண்டு, அவற்றை முறைப்படி தலையின் மேல் வைத்துக் கொண்டு, மண்ணில் விழுந்து ராமரை வணங்கி, அயோத்திக்குப் புறப்பட்டான்.'

அடித்தலம் இரண்டையும், அழுத கண்ணினான்,
'முடித்தலம் இவை'என, முறையின் சூடினான்;

படித்தலத்து இறைஞ்சினன், பரதன் போயினான்–
பொடித்தலம் இலங்குறு பொலம் கொள் மேனியான்.

ஜாபாலியின் நாத்திக வாதம் கம்ப ராமாயணத்தில் இடம் பெறவில்லை என்பது குறிப்பிடத்தக்கது.

துளஸிதாஸரின் ராமாயணத்தில் பரதன் ராமரைச் சந்திக்க வரும் போது, அங்கு ஜனகரும் வந்து சேர்கிறார். ராமரை விட்டுப் பிரிந்து பரதனால் வெகு நாட்கள் உயிர் வாழ முடியாது என்று அஞ்சிய கௌஸல்யை, லக்ஷ்மணனுக்குப் பதிலாக பரதன், ராமரோடு காட்டில் வாழட்டும் என்ற யோசனையைக் கூட சொல்கிறாள். பரதனின் மனஉறுதியைப் பார்த்த தேவர்கள், தங்கள் காரியம் கெட்டு விடுமோ என்று அஞ்சி அவன் மனதை மாற்ற தீர்மானித்து, அதற்கு சரஸ்வதியின் உதவியை நாடுகிறார்கள். 'ராமனும் ஸீதையும், பரதனின் இதயத்தில் வாழ்கிறார்கள். அப்படிப்பட்டவனின் மனதை மாற்ற என்னால் முடியாது' என்று சரஸ்வதி கூறி விடுகிறாள். இந்திரன் தலைமையில் தேவர்கள் தாங்களாகவே முனைந்து விளைவித்த மாயைக்கு அங்கு கூடியிருந்தவர்கள் கட்டுப்படு கிறார்கள். பரதன் இதை உணர்கிறான். அந்த நிலையில், ராமரின் கட்டளையை அவன் ஏற்று அயோத்தி செல்ல சம்மதித்து, அவருடைய காலணிகளைப் பெறுகிறான்.

இப்படிச் சிறிய வேறுபாடுகள் சில இருந்தாலும் வால்மீகி, கம்பர், துளஸிதாஸர் – ஆகிய மூவரின் ராமாயணங்களிலுமே பரதனின் சிறப்பு மிகவும் விரிவாக எடுத்துச் சொல்லப்படுகிறது. அவனுடைய உயர்வைப் பற்றி ராமரே மீண்டும் மீண்டும் பேசுவதும் மூன்று ராமாயணங்களிலும் வருகிறது.)

ராமரிடம் விடை பெற்று புறப்பட்டவர்கள், வசிஷ்டர், வாமதேவர், ஜாபாலி போன்றவர்களை முன்னிறுத்தி பயணத்தைத் தொடங்கினார்கள். அவர்கள் பரத்வாஜரின் ஆச்ரமத்தை வந்தடைந்தபோது, நடந்த நிகழ்ச்சிகள் எல்லாம் அந்த மாமுனிவருக்குத் தெரிவிக்கப்பட்டன. வசிஷ்டர் சொல்ல, நடந்ததையெல்லாம் அறிந்து கொண்ட பரத்வாஜ முனிவர், பரதனைப் பார்த்து, ''தண்ணீர் தனது நிலையை தானே அடைவது போல, உயர்ந்த குணமெல்லாம் தாமகவே உன்னை வந்து

அடைந்திருக்கின்றன. உன்னால் உனது தந்தையின் கடன் தீர்ந்தது'' என்று சொல்லி பரதனை வாழ்த்தினார்.

அவரிடமிருந்து விடைபெற்று புறப்பட்ட பரதனும், மற்றவர்களும், ச்ருங்கிபேரபுரத்தைக் கடந்து மேலும் பயணத்தைத் தொடர்ந்து, அயோத்தியின் எல்லையை வந்தடைந்தனர். அப்போது பரதன், "அதோ பாருங்கள். அயோத்தி பொலிவிழந்து காணப்படுகிறது'' என்று கூறி, அயோத்தியை ஸுமந்திரருக்குச் சுட்டிக் காட்டினான். பரதன் கூறியபடியே அயோத்தி ஒளியிழந்து, இருளடைந்த இடம் போல் காட்சி அளித்துக் கொண்டிருந்தது.

தேரில் அமர்ந்தபடியே பரதன், "இந்த நகரத்தின் மேன்மை யெல்லாம், ராமர் இதை விட்டுச் சென்றபோதே அவருடன் சென்று விட்டன. வறண்ட பூமிக்கு மழை வந்து சேர்வது போல, ராமர் எப்போது இங்கு திரும்பி வரப் போகிறாரோ!'' என்று கூறி வருத்தப்பட்டான். அவர்கள் எல்லோரும் அரண்மனையை வந்தடைந்த பிறகு, வசிஷ்டர், வாமதேவர் ஆகியோரிடம் பரதன், "நான் இந்த நகரத்தை விட்டு வெளியேறி நந்தி கிராமத்தில் வசிக்கப் போகிறேன்'' என்று கூறி தேரை ஏற்பாடு செய்யச் சொன்னான்.

சத்ருக்னன் பின்தொடர, வசிஷ்டர் போன்றவர்கள் எல்லாம் உடன் வர, நந்தி கிராமத்தை பரதன் சென்று அடைந்தான். அங்கே, ராமரிடமிருந்து பெற்றிருந்த காலணிகளை சிம்மாசனத்தில் வைத்து, அதற்கு மேல், தானே வெண்குடையைப் பிடித்தான். "இவை ராமரின் திருவடிகள். ஆட்சியின் உரிமை இவற்றிற்கே உண்டு. மனதால் இவற்றின் அனுமதி பெற்று, நான் நிர்வாகத்தை நடத்துவேன். ராமர் திரும்பி வந்து ஆட்சிப் பொறுப்பை ஏற்கிற போதுதான், எனக்கு நேர்ந்த இழிவிலிருந்து நான் விடுதலை பெறுவேன்'' என்று கூறினான் பரதன்.

அதன்பின்னர் ராமரின் பாதுகைகளை முன்னிறுத்தி, அரசின் காரியங்களை நடத்தத் தொடங்கினான் பரதன்.

2. அயோத்தியா காண்டம்

அத்தியாயம் - 32

இரு பெண்மணிகள் சந்திப்பு

ராக்ஷஸர்களை நினைத்து அஞ்சுகிற துறவிகள் சித்ரகூடத்திலிருந்து புறப்படுவது; ராமரும் அங்கிருந்து புறப்பட்டு அத்ரி முனிவரின் ஆச்ரமத்தை அடைவது; அத்ரி முனிவரின் மனைவி அனஸூயா, ஸீதைக்குக் கூறுகிற அறிவுரை; தனது பிறப்பு, வளர்ப்பு, திருமணம் – ஆகியவை பற்றிய விவரங்களை ஸீதை அனஸூயா விடம் கூறுவது...

பரதன் அயோத்திக்குத் திரும்பிய பிறகு சித்ர கூடத்தில் இருந்த ரிஷிகள், கவலை கொண்ட மனத்தினராக இருப்பதை ராமர் கவனித்தார். எதையோ நினைத்து நிம்மதி இழந்து, தங்களுக் குள்ளேயே அவர்கள் பேசிக் கொண்டிருப்பதையும் ராமர் பார்த்தார். தன்னால் அவர்களுக்கு ஏதாவது இன்னல் நேர்ந்து விட்டதோ என்ற அச்சம் ராமருக்கு வந்தது.

அந்த ரிஷிகளில் ஒருவரிடம் ராமர், ''என் முன்னோர்களுக்கு பெருமை சேர்க்காத வகையில் நான் நடந்து கொண்டு விட்டேனோ என்ற பயம் எனக்கு வருகிறது. நான் ஏதாவது தவறு செய்து விட்டேனா? அல்லது லக்ஷ்மணன் ஏதாவது முறை தவறி நடந்து கொண்டு விட்டானா? உங்களுக்கெல்லாம் உரிய மரியாதையைக் காட்டித்தானே ஸீதை நடந்து வருகிறாள்? ஏன் எல்லோரும் கவலை கொண்டவர்களாகக் காணப்படுகிறீர்கள்?'' என்று கேட்டார்.

தவத்திலும், வயதிலும் முதிர்ச்சியை எய்தி விட்ட அந்தத் துறவி, ''உங்கள் மூவரிடம் தவறு காண முடியுமா? நீ இங்கே வந்திருப்பதால், உன் மீது குரோதம் உள்ள ராக்ஷஸர்கள் எங்களை துன்புறுத்த திட்டமிட்டு வருகிறார்கள். பலமிக்கவனும், நெஞ்சிலே ஈரமில்லாதவனும், பெரும் கொடுமைக்காரனும், யுத்தங்களிலே வெற்றி காண்பவனுமாகிய கரன் என்ற பெயருடைய ராவணனின் சகோதரன், உன் மீது பெரும் கோபமுடையவனாக இருக்கிறான். ஆகையால் ராக்ஷஸர்கள் எங்களைத் துன்புறுத்தத் தொடங்கி இருக்கிறார்கள். பல கோரமான உருவங்களை எய்துகிற அவர்கள், எங்கள் யாகங்களைக் கெடுக்கிறார்கள். இந்த நிலையிலிருந்து விடுபடுவதற்காக இவ்விடத்தை விட்டு வேறு இடம் நோக்கிச் சென்று விடலாம் என்ற அபிப்ராயத்தை பல துறவிகளும் என்னிடம் தெரிவித்துக் கொண்டிருக்கிறார்கள். ஆகையால் நாங்கள் அனைவரும் அச்வ என்ற முனிவருடைய ஆச்ரமத்திற்குப் போய்விடலாம் என்று முடிவெடுத்திருக்கிறோம். நீயும் கூட, இந்த இடத்தை விட்டு வேறு இடம் நாடி செல்வது நல்லது என்று நாங்கள் நினைக்கிறோம். உன்னுடைய பராக்கிரமமும், வீர தீரமும் உலகறிந்த விஷயங்கள். ஆனாலும் கூட, நீ இங்கே இருப்பது நல்லதல்ல என்பது எங்கள் கருத்து''என்று கூறினார்.

அந்தத் துறவி கூறியதை மறுத்துப் பேச ராமர் விரும்பவில்லை. அந்தத் துறவிகள் அனைவரும் ராமரிடம் விடைபெற்று, அந்த இடத்தை விட்டு அகன்றார்கள். ரிஷிகளுக்கு விடை கொடுத்து அனுப்பிவிட்டு தன்னுடைய குடிசைக்குத் திரும்பிய ராமர், யோசனையில் ஆழ்ந்தார். 'பரதனையும், என் தாய்மார்களையும் நான் இங்கு சந்தித்தேன். இந்த இடம் அவர்களைப் பற்றிய எண்ணங்களை என் மனதில் தூண்டிவிட்டுக் கொண்டே இருக்கிறது. பரதனுடன் வந்த சேனையில் இருந்த குதிரைகளும், யானைகளும், தங்கள் கழிவுகளால் இந்த இடத்தைப் பெரிதும் அசுத்தப்படுத்தி விட்டன.ஆகையால் நாமும் வேறு இடம் நாடிச் செல்வதுதான் நல்லது' என்று சிந்தித்து முடிவு செய்த ராமர், ஸீதையும் லக்ஷ்மணனும் பின் தொடர சித்ரகூடத்தை விட்டுப் புறப்பட்டு, அத்ரி முனிவரின் ஆச்ரமத்தை அடைந்தார்.

படைக்கப்பட்ட எல்லா உயிரினங்களுக்கும், நலனை விரும்புகிற புகழ் பெற்ற அத்ரி முனிவரும், அவருடைய மனைவி அனஸூயாவும் ராமர், லக்ஷ்மணன், ஸீதை - ஆகியோரை வரவேற்றார்கள். தன்னுடைய மனைவி அனஸூயாவைச் சுட்டிக்காட்டி, ராமரிடம் அத்ரி முனிவர், ''இந்த அனஸூயா உனக்குத் தாய் போன்றவள். இவள் பெரும் தவங்களைப் புரிந்தவள். புனிதமான விரதங்களை மேற்கொண்டவள். பத்து ஆண்டுகள் மழையில்லாமல் பூமி வறண்டு போனபோது, கங்கையைப் பிரவாகம் எடுத்து ஓடச் செய்தவள். கோபத்தை முழுமையாகத் துறந்து, உலகில் புகழ் பெற்று விளங்குகிற இவளிடம், ஸீதை ஆசி பெறட்டும்'' என்று கூறினார்.

அனஸூயையின் பெருமையை ராமரும் எடுத்துச் சொல்ல, ஸீதை அவளை வணங்கி ஆசி பெற்று நலம் விசாரித்தாள். முதுமையை எய்திவிட்ட அனஸூயை, ஸீதையிடம் அன்போடு பேசினாள். ''உன்னுடைய பார்வை நல்வழியிலேயே பதிந் திருக்கிறது. உறவினர்களைத் துறந்து, உயர்வுகளை துறந்து, ராமனைப் பின்தொடர்ந்து நீ காட்டுக்கு வந்திருப்பது உன்னுடைய மேன்மையைக் காட்டுகிறது.

''நாட்டிலிருந்தாலும், காட்டிலிருந்தாலும் - மேன்மையான நிலையிலிருந்தாலும், தாழ்வான நிலையை அடைந்தாலும் - கணவன் மீது மாறாத அன்பு கொண்ட பெண்மணி, எல்லா நலன்களையும் பெறுகிறாள். மேன்மை கொண்ட குணமுடைய பெண்மணிகள், கணவன் எந்த கதியில் இருந்தாலும் சரி, அவன் எத்தகைய குணங்களைக் கொண்டவனாக இருந்தாலும் சரி, அவனை தெய்வமாகவே மதிப்பார்கள். அழியாத பலனைக் கொடுக்கிற தவங்களைப் போல, ஒரு பெண்ணுக்கு நலனையெல்லாம் தருபவன் கணவனே – என்பது பற்றி எனக்குச் சந்தேகம் இல்லை.

''ஆசையினால் உந்தப்பட்டு நடந்து கொள்கிற தீய பெண்மணிகள், கணவனை தெய்வமாக மதிக்காமல், நல்லது கெட்டது பாராமல் அவன்மீது அதிகாரம் செலுத்த முற்படு கிறார்கள். மிதிலை அரசனின் மகளே! அவ்வாறான பெண்கள் நிந்தனைக்குரியவர்கள். ஆனால் உன்னைப் போன்ற பெண்

மணிகள் நன்மைகள், தீமைகளைப் பற்றி நன்றாக அறிந்து, நல்ல வழியை மேற்கொண்டு நடப்பதால், மேலான கதியை அடைகிறார்கள். ஆகையால் மகளே! கணவனுக்குப் பணிவிடை செய்வதையே பெரிதாகக் கொண்டு, அவனோடு சேர்ந்து எல்லா தர்மங்களையும் அனுசரித்து நடப்பாயாக! நீ பெரும் பேரும் புகழும் பெற்று விளங்குவாய்!''

அனஸூயை பேசிய உயர்ந்த கருத்துக்களைக் கேட்டுக் கொண்ட ஸீதை, பணிவோடு பதில் கூறினாள். ''உங்களுடைய வார்த்தைகள் எனக்கு நன்மையைத் தரும். என்னுடைய கணவர், எந்த நற்குணமும் இல்லாதவராகத் திகழ்ந்திருந்தாலும் நான் அவரிடம் இப்படியேதான் நடந்து கொண்டிருப்பேன். அப்படியிருக்க, எல்லா நற்குணங்களும் நிரம்பியவரும், தர்மத்தின் பாதையை விட்டு தவறாதவரும், தாய், தந்தையர் மீது மாறாத பக்தி கொண்டவரும், இந்திரியங்களை அடக்கியவரும் பெரும் சிறப்புகளைப் பெற்றவருமாகிய இவரிடம் நான், நீங்கள் கூறியபடியேதான் நடந்து கொள்வேன் என்பதில் சந்தேகம் வேண்டாம். இவர் தனது தாயார் கௌஸல்யையிடம் நடந்து கொள்வது போலவே மற்ற தாய்மார்களிடமும் நடந்து கொள்கிறார். அவர்களிடம் இவர் பேதம் காண்பதில்லை.

''காட்டுக்கு நான் புறப்பட்ட போது, என்னுடைய மாமியார் கூறிய அறிவுரைகள் என் நெஞ்சில் பதிவாகி இருக்கின்றன. திருமணத்திற்கு முன்பாக என்னுடைய தாயார் கூறிய நல்ல மொழிகளும் என் நெஞ்சை விட்டு அகலவில்லை. இப்பொழுது அந்த அறிவுரைகளையெல்லாம் உங்கள் வாயிலாக மீண்டும் ஒருமுறை கேட்டுக் கொண்டேன். கணவனுக்குச் செய்த பணிவிடையின் காரணமாக சாவித்திரி மேன்மை அடைந்தாள். அதே முறையில் ரோகிணியும் சிறப்பு பெற்றாள். நீங்களும் அவ்வாறே. நானும் அந்தப் பாதையையே பின்பற்றுவேன்.''

இப்படி ஸீதை கூறியதைக் கேட்டு பெரும் மனத்திருப்தியை அடைந்த அனஸூயா, ''தவங்கள் செய்ததால், எனக்குச் சில சக்திகள் இருக்கின்றன அவற்றைக் கொண்டு உனக்கு ஒரு வரம் கொடுக்க விரும்புகிறேன். சொல். உனக்காக நான் என்ன செய்ய வேண்டும் என்பதைச் சொல்'' என்று மகிழ்ச்சியோடு கூறனாள்.

வரம் கேட்குமாறு கோரிய அனஸுயாவிடம் அவருடைய கருணையால் தனக்குத் தேவைகள் எதுவும் இல்லாத நிலை இருப்பதாக ஸீதை கூற, அனஸுயா மனமகிழ்ந்து, தன்னிடமிருந்த புனித மாலை, நகைகள் போன்றவற்றை ஸீதையிடம் கொடுத்து, ''இவை எப்போதுமே உன்னிடம் இருக்கட்டும். மஹா விஷ்ணுவுக்கு லஷ்மிதேவி புகழ்சேர்ப்பது போல உன் கணவனுக்கு நீ புகழ் கூட்டுவாய்'' என்று கூறி ஆசிர்வதித்தாள்.

அவற்றை ஸீதை, ஏற்ற பிறகு, அவளை அமரச் சொல்லிய அனஸுயா, ''உன்னுடைய திருமணச் செய்தி எனக்குத் தெரியும் என்றாலும், உன் வாயினால் அதுபற்றிக் கேட்க விரும்புகிறேன். எனக்கு விவரமாகச் சொல்'' என்று கேட்டுக் கொண்டாள். ஸீதை சொன்னாள்: ''க்ஷத்திரிய தர்மத்தை நன்கு அறிந்து, நியாயமான முறையில் பூமியை ஆள்கிற ஜனக மன்னர், யாக பூமிக்காக நிலத்தை உழுத போது, நான் அவருக்குக் கிடைத்தேன். என்னை அவர் கையில் ஏந்தி, ''இனி நீ என் மகளாவாய்''என்று கூறிய போது, 'இவள் உன் மகள்தான். அதுவே தர்மம்' என்று ஒரு அசரீரி வாக்குக் கூறியதாகச் சொல்கிறார்கள்.

''அன்போடு வளர்க்கப்பட்ட நான், மணப் பருவத்தை அடைந்தேன். திருமணத்திற்குத் தயாராக இருக்கிற பெண்ணைச் சார்ந்தவர்கள் எவ்வளவுதான் உயர்ந்த நிலையில் இருந்தாலும், மணமகனைச் சார்ந்தவர்களிடம் அவர்கள் அவமதிப்பையே பெறுகிறார்கள்; இந்த நினைப்பு என் தந்தையையும் கலங்கச் செய்தது. இது இப்படியிருக்க, ஜனக மன்னரின் முன்னோராகிய தேவரதரிடம், வருணனால் ஒப்படைக்கப்பட்ட சிவனுடைய வில் இருந்தது. அதை அசைப்பதே கூட யாராலும் முடியாத காரியமாக இருந்தது. மன்னர் கூடிய சபையில், என்னுடைய தந்தை ''இந்த சிவனுடைய வில்லை கையில் எடுத்து, அதில் நாணேற்றுபவனுக்கே என் மகள் மாலையிடுவாள்'' என்று அறிவித்தார்.

ஸீதை தொடர்ந்தாள்: ''அந்த வில்லில் நாணேற்றுகிற எண்ணத்தோடு வந்த பலரும் தோல்வியுற்று திரும்பினர். இந்த நிலையில் ராமரும், அவருடைய சகோதரர் லக்ஷ்மணரும் விச்வாமித்ரரால் அழைத்து வரப்பட்ட போது, என் தந்தை

அவர்களுக்குரிய மரியாதைகளைச் செய்து வரவேற்றார். 'தசரதன் மகன்களாகிய இந்த இருவரும் உன்னிடம் இருக்கும் சிவனுடைய வில்லைப் பார்க்க விரும்புகிறார்கள். ஆகையால் அவர்களுக்கு அதைக் காட்டுவாயாக' என்று விச்வாமித்திரர், என் தந்தையைப் பணித்தார். வில் கொண்டு வரப்பட்டது.ஒரே நொடியில் அதைக் கையில் எடுத்து நாணேற்றி, வளைத்தார் ராமர்.அப்பொழுது அந்த வில் இரண்டாக ஒடிந்தது. பேரிடி போன்ற சத்தம் கேட்டது. உடனே என் தந்தை ராமருக்கு என்னை மணம் முடிவிக்க முன் வந்தார்.

''ஆனால் ராமர்,தன்னுடைய தந்தை தசரதரின் மனதைத் தெரிந்து கொள்ளாமல், என்னை ஏற்க மறுத்து விட்டார். இதன் பின்னர் ஜனக மன்னர், தசரத மன்னரை அழைத்துவர ஏற்பாடுகளைச் செய்தார். அவர் வந்த பிறகு எங்களுடைய திருமணம் நடந்தது. என்னுடைய இளைய சகோதரி ஊர்மிளை, லக்ஷ்மணருக்கு மணம் செய்விக்கப்பட்டாள். வீரர்களில் முதன்மை யான என் கணவரிடம் அன்று முதல் நான் மாறாத பக்தி செலுத்தி வருகிறேன்.''

(தசரதன் மனதை அறிந்து கொள்ளாமல், ஸீதையை மணக்க ராமர் மறுத்தார் என்ற செய்தி, இந்த இடத்தில்தான் வருகிறது. இதற்கு முன்பாக ராமருக்கும், ஸீதைக்கும் திருமணம் நடந்தபோது, இதை யார் வாயிலாகவும் வால்மீகி கூறவில்லை. மிதிலையில் நடந்த திருமணத்தையும், அதற்கு முந்தைய நிகழ்ச்சிகளையும் வர்ணிக்கிற போது, விட்டுப் போன ஒரு விவரம், இங்கு ஸீதையின் வாயிலாக வெளியாகிறது-என்று எடுத்துக் கொள்ளலாம்.)

ஸீதை கூறியதையெல்லாம் பெரும் ஆர்வத்தோடு கேட்டுக் கொண்டிருந்த அனஸூயா, ''நீ சொல்லச் சொல்ல, மேலும், மேலும் கேட்க வேண்டும் போல் எனக்கு ஆவல் ஏற்படுகிறது. ஆனால் நேரம் ஆகிக்கொண்டிருக்கிறது. சூரியன் அஸ்தமனமாகி விட்டான். உணவு தேடி அலைந்து திரிந்து கொண்டிருந்த பறவைகள், மீண்டும் தங்கள் கூடுகளுக்குத் திரும்பிக் கொண் டிருக்கின்றன. நதியில் நீராடி விட்டு, ஈரத் துணிகளோடு துறவிகள் தங்கள் ஆச்ரமங்களுத் திரும்பிக் கொண்டிருக்கிறார்கள்.

என்னுடைய கணவர் ஹோமம் செய்வதற்காக வளர்த்த தீயின் புகை அங்கே உயரக் கிளம்பிக் கொண்டிருக்கிறது. இரவில் நடமாடும் ராக்ஷஸர்கள் ஆங்காங்கே உலவ ஆரம்பித்து விட்டனர். வானத்திலே நிலவு பிரகாசிக்கிறது. நீ சென்று ராமனுக்குச் செய்ய வேண்டிய பணிவிடைகளைக் கவனிப்பாயாக. நான் கொடுத்த ஆடைகளையும், ஆபரணங்களையும் அணிந்து முழு அலங்காரத் தோடு நீ விளங்குவதையும் நான் காணவேண்டும்'' என்று கூறினாள்.

அனஸூயாவின் விருப்பத்தை நிறைவேற்றுவதற்காக, அவள் கொடுத்த ஆடை, ஆபரணங்களை அணிந்து, அவளிடமிருந்து விடைபெற்ற ஸீதை, ராமரிடம் சென்றாள். அப்படி அலங்காரம் செய்து கொண்டு வந்த ஸீதையைப் பார்த்து ராமர் பெருமகிழ்வு கொண்டார்.

இதன் பின்னர் ராக்ஷஸர்களால் விளையும் தொல்லை களையெல்லாம் எடுத்துக் கூறிய ரிஷிகள் காட்டிய வழியில் லக்ஷ்மணனும், ஸீதையும் பின்தொடர ராமர் காட்டினுள் சென்றார்.

(இத்துடன் அயோத்தியா காண்டம் நிறைவு பெறுகிறது.)

ராமாயணத்தையொட்டிய ஆருடம்

வால்மீகி ராமாயணத்தின் மூன்றாவது பகுதியான ஆரண்ய காண்டத்தைத் தொடங்குவதற்கு முன்பாக, ஒரு சிறிய இடைவேளை இது.

'ஸ்ரீ ராம சாலக பிரச்னாவளி' என்கிற ஓர் ஆருட வழிமுறை துளஸிதாஸர் இயற்றிய ராமாயணத்தையொட்டி, வட மாநிலங்களில் வழக்கில் வந்திருக்கிறது. அது பற்றிய விவரங்களை இங்கே பார்க்கிறோம். தன் மனதில் எழும் கேள்விக்கு விடை காண விரும்புகிற மனிதன், ராம நம்பிக்கையையொட்டி, 'பிரச்னா வளி' என்ற வழியை நாடினால், பிரச்னை பற்றிய தெளிவு பிறக்கும் – என்ற நம்பிக்கை பரவியது. இது ஆருடம் – ஜோதிடம் மாதிரிதான். இருந்தாலும், ஒரு ராமாயண காவியத்தையொட்டி ஏற்படுத்தப் பட்ட ஆருட முறை என்பதால், இதன் விவரத்தை இங்கே தருகிறேன். ஆருடம் பார்ப்பதற்காகவோ, ஜோதிட பலனை அறிவதற்காகவோ அல்லது – சுவாரஸ்யத்திற்காகவோ – இதைப் படிக்கலாம்.

முதலில் துளஸிதாஸரின் ராமாயண புத்தகங்களில் இந்த ஆருட வழிமுறை எப்படி விளக்கப்பட்டிருக்கிறதோ, அப்படியே விளக்கம் தருகிறோம். அதன் பிறகு இதையே எளிமைப்படுத்தி சுருக்கமாகவும் விளக்கம் தருகிறோம்.

'ஸ்ரீராம சாலக பிரச்னாவளி' என்று அழைக்கப்படுகிற, இந்த அமைப்பு – அடுத்த பக்கத்தில் கொடுக்கப்பட்டிருக்கும் எழுத்துக் கட்டங்களை அடிப்படையாகக் கொண்டது.

ராமரை மனதால் நினைத்து, இந்த 225 கட்டங்களில், ஒன்றை ஒரு மலரின் காம்பினால், கண்களை மூடியபடி தொட வேண்டும். எந்த எழுத்து தொடப்பட்டதோ, அதை ஒரு காகிதத்தில் எழுதிக் கொள்ள வேண்டும். அப்படி தொடப்பட்ட கட்டத்திலிருந்து 9-ஆவது கட்டத்தில் உள்ள எழுத்தை, எழுதிக் கொள்ள வேண்டும். அதன் பிறகு, அதையடுத்து ஒன்பதாவது கட்டத்தில் இருக்கும் எழுத்தை எழுதிக் கொள்ள வேண்டும். இப்படியே ஒன்பதை

ஸ்ரீ ராம சாலக பிரச்னாவளி

1 ஸு	2 ப்ர	3 உ	4 பி	5 ஹோ	6 மு	7 க	8 ப	9 ஸு	10 நு	11 பி	12 க	13 தி	14 இ	15 த
16 ர	17 ரு	18 ப	19 ஸி	20 ஸி	21 ரேம்	22 பஸ	23 ஹை	24 மம்	25 ல	26 ன	27 ல	28 ய	29 ந	30 அம்
31 ஸுஜ	32 ஸோ	33 க	34 ஸு	35 கு	36 ம	37 ஸ	38 க	39 த	40 ந	41 ஈ	42 ல	43 தா	44 பே	45 நோ
46 த்ய	47 ர	48 ந	49 கு	50 ஜோ	51 ம	52 ரி	53 ர	54 ர	55 அ	56 கீ	57 ஹோ	58 ஸம்	59 ரா	60 ய
61 பு	62 ஸு	63 த	64 ஸீ	65 ஜை	66 இ	67 க	68 ம	69 ஸம்	70 க	71 ரே	72 ஹோ	73 ஸ	74 ஸ	75 நி
76 த	77 ர	78 த	79 ர	80 ஸ	81 ஹும்	82 ஹ	83 ப	84 ப	85 ப	86 சி	87 ஸ	88 ய	89 ஸ	90 து
91 ம	92 கா	93 ா	94 ர	95 ர	96 மா	97 மி	98 மீ	99 ம்ஹா	100 ா	101 ஜா	102 ஹு	103 ஹும்	104 ா	105 ஜு
106 தா	107 ரா	108 ரே	109 ரி	110 ஹ்ரு	111 கா	112 ப	113 கா	114 ஜி	115 ஈ	116 ர	117 ரா	118 பூ	119 த	120 ல
121 நி	122 கோ	123 மி	124 கோ	125 ந	126 ம	127 ஜி	128 ய	129 நே	130 மனி	131 க	132 ஜ	133 ப	134 ஸ	135 ல
136 ஹி	137 ரா	138 மி	139 ஸ	140 ரி	141 க	142 த	143 ந	144 க	145 க	146 கி	147 ஜி	148 மநி	149 த	150 ஜம்
151 ஸிம்	152 மு	153 னு	154 ந	155 கோ	156 மி	157 ஜ	158 ர	159 க	160 து	161 க	162 ஸு	163 கா	164 ஸ	165 ர
166 கு	167 க	168 ம	169 அ	170 த	171 நி	172 ம	173 ல	174 ா	175 ந	176 ப	177 தீ	178 ந	179 ரி	180 ப
181 நா	182 பு	183 வ	184 அ	185 டா	186 ர	187 ல	188 கா	189 ஏ	190 து	191 ர	192 ந	193 னு	194 வ	195 த
196 ஸி	197 ஹ	198 ஸு	199 ம்ஹ	200 ரா	201 ர	202 ஸ	203 ஹிம்	204 ர	205 த	206 ந	207 க	208 ா	209 ஜ	210 ா
211 ர	212 ஸா	213 ா	214 லா	215 தீ	216 ா	217 ரி	218 ா	219 ஹு	220 ஹீம்	221 ஷா	222 ஜீ	223 ஈ	224 ரா	225 ரே

அடுத்து, ஒன்பதாவது கட்டங்களில் இருக்கும் எல்லா எழுத்துக்களையும் ஒன்றன் பின் ஒன்றாக எழுதிய பிறகு, ஒரு விஷயத்தை கவனத்தில் கொள்ள வேண்டும்.

நம்மால் முதலில் தொடப்படுகிற எழுத்து, 10-ஆவது அல்லது அதற்கும் அடுத்த கட்டம் ஏதாவது ஒன்றில் அமைந்தால் – அப்போது, ஒன்பது, ஒன்பது கட்டங்களைத் தாண்டி, எழுத்துக் களைக் கணக்கில் எடுத்துக் கொண்டு போகும் போது 225-ஆவது கட்டத்தைத் தாண்டிய பிறகு, முதலில் உள்ள கட்டங்களுக்குச் செல்ல வேண்டும்.

இரண்டு உதாரணங்களைப் பார்ப்போம். முதலில் கண்களை மூடியபடி தொடப்படுகிற எழுத்து, இரண்டாவது கட்டத்தில் உள்ள 'ப்ர' என்பதாக வைத்துக் கொள்வோம். அதைத் தொடர்ந்து 11-ஆவது கட்டத்தில் 'பி', 20-ல் 'ஸி', 29–ல் 'ந', 38–ல் 'க', 47 –ல் 'ர', 56–ல் 'கீ', 65–ல் 'ஜை', 74–ல் 'ஸ', 83–ல் 'ப', 92–ல் 'கா', 101–ல் 'ஜா', 110–ல் 'ஹ்ரு', 119–ல் 'த', 128–ல் 'ய', 137–ல் 'ர', 146–ல் 'கி', 155–ல் 'கோ', 164–ல் 'ஸ', 173–ல் 'ல', 182–ல் 'பு', 191–ல் 'ர', 200–ல் 'ரா', 209–ல் 'ஜ', 218–ல் 'ா'. இவற்றை வரிசையாகச் சேர்த்தால்,

ப்ரபிஸி நகர கீஜைஸப காஜா
ஹ்ருதய ராகி கோஸலபுர ராஜா –

என்ற ஸ்லோகம் இருக்கிறது.

இரண்டாவது உதாரணம் : முதலில் தொடப்படுவது 68–ஆவது கட்டத்தில் உள்ள 'ம' என்றால், அதை எழுதிக் கொண்டு, அதைத் தொடர்ந்து முன் சொன்ன மாதிரியே, ஒன்பது, ஒன்பது கட்டங் களில் உள்ள எழுத்துக்களை எழுதி வரும்போது – 221-ல் வருகிற 'ஷா'வுடன்

'ம ரசி ராகா கோகரி தரக
படா வஹிம் ஸாஷா' என்று வருகிறது.

பாதி கட்டத்தில் தொடங்க நேர்ந்ததால், ஸ்லோகம் முழுமையாகாது. அப்போது, 221-லிருந்து, 9-ஆவது எழுத்துக்கான ஆரம்பத்துக்குப் போக வேண்டும். 221–லிருந்து 9 – கட்டம். இவ்வாறு பார்த்தோமானால் அது 5–ஆவது கட்டத்தில் உள்ள

'ஹோ', இதையடுத்து 14, 23, 32, 41, 50, 59 கட்டங்களில் உள்ள எழுத்துக்களை எடுத்துக் கொள்ள வேண்டும். இது 'ஹோ இ ஹை ஸோ இ ஜோ ரா' என்று வருகிறது. இதையே ஸ்லோகத்தின் முதல் பகுதியாகக் கொண்டு எழுத வேண்டும். அதாவது 5, 14, 23, 32, 41, 50, 59 கட்டங்களின் எழுத்தைத் தொடர்ந்து, அதன் பிறகு வருவதாக 68-லிருந்து 77,86 என்று 221 வரை முதலில் சேர்த்த எழுத்துக்களைச் சேர்க்க வேண்டும். அப்போது ஸ்லோகம் 'ஹோ இ ஹை ஸோ ஈ ஜோ, ராம ரசி ராகா கோகரி தரக படா வஹிம் ஸாஷா என்று வருகிறது.

சுருக்கமான வழிமுறை

மேலே கண்ட விளக்கத்தில் சொல்லியபடியே ஏதேனும் ஒரு கட்டத்தை நீங்கள் தொட வேண்டும். எந்தெந்த கட்டத்தைத் தொட்டால், எந்தெந்த பாடல் வரும் - என்பதை மேற்கூறிய வழிமுறையின்படி நாங்கள் கணக்கிட்டுப் பார்த்தோம். அதன்படி நீங்கள் தொடுகிற கட்டம் எந்தப் பாடலுக்குரியது என்பது இங்கே கொடுக்கப்பட்டிருக்கிறது.

1, 10, 19, 28, 37, 46, 55, 64, 73, 82, 91, 100, 109, 118, 127, 136, 145, 154, 163, 172, 181, 190, 199, 208 மற்றும் 217-ஆம் எண் உள்ள கட்டங்களைத் தொடுகிறவர்கள். முதலாவது பாடலுக்கும்;

2, 11, 20, 29, 38, 47, 56, 65, 74, 83, 92, 101, 110, 119, 128, 137, 146, 155, 164, 173, 182, 191, 200, 209 மற்றும் 218-ஆம் எண் உள்ள கட்டங்களைத் தொடுகிறவர்கள் இரண்டாவது பாடலுக்கும்;

3, 12, 21, 30, 39, 48, 57, 66, 75, 84, 93, 102, 111, 120, 129, 138, 147, 156, 165, 174, 183, 192, 201, 210 மற்றும் 219-ஆம் எண் உள்ள கட்டங்களைத் தொடுகிறவர்கள் மூன்றாவது பாடலுக்கும்;

4, 13, 22, 31, 40, 49, 58, 67, 76, 85, 94, 103, 112, 121, 130, 139, 148, 157, 166, 175, 184, 193, 202, 211 மற்றம் 220-ஆம் எண் உள்ள கட்டங்களைத் தொடுகிறவர்கள் நான்காவது பாடலுக்கும்;

5, 14, 23, 32, 41, 50, 59, 68, 77, 86, 95, 104, 113, 122, 131, 140, 149, 158, 167, 176, 185, 194, 203, 212, மற்றும் 221-ஆம் எண் உள்ள கட்டங்களைத் தொடுகிறவர்கள் ஐந்தாவது பாடலுக்கும்;

6, 15, 24, 33, 42, 51, 60, 69, 78, 87, 96, 105, 114, 123, 132, 141, 150, 159, 168, 177, 186, 195, 204, 213 மற்றும் *222*–ஆம் எண் உள்ள கட்டங்களைத் தொடுகிறவர்கள் ஆறாவது பாடலுக்கும்;

7, 16, 25, 34, 43, 52, 61, 70, 79, 88, 97, 106, 115, 124, 133, 142, 151, 160, 169, 178, 187, 196, 205, 214 மற்றும் *223*–ஆம் எண் உள்ள கட்டங்களைத் தொடுகிறவர்கள் ஏழாவது பாடலுக்கும்;

8, 17, 26, 35, 44, 53, 62, 71, 80, 89, 98, 107, 116, 125, 134, 143, 152, 161, 170, 179, 188, 197, 206, 215 மற்றும் *224*–ஆம் எண் உள்ள கட்டங்களைத் தொடுகிறவர்கள் எட்டாவது பாடலுக்கும்;

9, 18, 27, 36, 45, 54, 63, 72, 81, 90, 99, 108, 117, 126, 135, 144, 153, 162, 171, 180, 189, 198, 207, 216 மற்றும் *225*–ஆம் எண் உள்ள கட்டங்களைத் தொடுகிறவர்கள் ஒன்பதாவது பாடலுக்கும் உரிய பலன்களை முறையே எடுத்துக் கொள்ள வேண்டும்.

அதாவது, துளஸிதாஸரின் ராமாயண புத்தகத்தில் சொல்லியுள்ளபடியே ஒவ்வொரு கட்டத்துக்கும் உரிய பாடல் எது என்பதைக் கணக்கிட்டு நாங்களே கொடுத்திருக்கிறோம். அவ்வளவுதான்.

இந்த ஆருடம் பலித்தால், அது இந்த வழிமுறையின் சிறப்பைக் காட்டும். பலிக்காவிட்டால், உங்களுக்கு ராமர் மீதுள்ள நம்பிக்கை சந்தேகத்திற்குரியதாகி விடும். *'ஜாக்கிரதை!'*

பாடல்களும் பலன்களும்

1. ஸுநு ஸிய ஸத்ய அஸீஸ ஹமாரி
பூஜிஹி மந காமநா தும்ஹாரி

ஓ ஸீதா! தவறாத என் ஆசி மொழியைக் கேள்! நீ இதயபூர்வமாக நினைப்பது நிறைவேறும்.

(இது பால காண்டத்தில் வருவது. கௌரி தேவியை வேண்டிக் கொண்டு ஸீதை பூஜை செய்யும்போது அவளுக்குக் கிடைக்கிற அனுக்ரஹம். கட்டத்தைத் தொடுவதன் மூலம் இந்தப் பாட்டைப் பெறுகிறவர்களுக்கு – நினைப்பது நிறைவேறும்.)

**2. ப்ரபிஸி நகர கீ ஜை ஸப காஜா
ஹ்ருதய ராகி கோஸலபுர ராஜா**

கோசல நாட்டு அதிபர் ராமரை மனதில் நினைத்துக் கொண்டு, இந்த நகரத்தினுள் நுழைந்து, நினைத்த காரியத்தை சாதிப்பாயாக!

(இலங்கைக்குள் நுழைகிறபோது, ஹனுமாரால் வெல்லப் பட்ட இலங்கிணி என்ற அரக்கி, அவரை வாழ்த்திக் கூறுகிற இந்த வாசகம் சுந்தர காண்டத்தில் வருவது. கட்டத்தைத் தொடுவதன் மூலம், இந்தப் பாட்டைப் பெறுகிறவர்களுக்கு – மனதில் நினைப்பது நிறைவேறும். தைரியமாக முன்னேறலாம்.)

**3. உகரேம் அம்த ந ஹோஇ நிபாஹூ
காலநேமி ஜிமி ராவந ராஹூ**

இறுதியில் காலநேமி ராஹு ராவணன் போன்றவர்களின் வேஷம் கலைந்து, அவர்கள் தோல்வி அடைகிறார்கள்.

(பால காண்ட துவக்கத்தில் பொதுவாகக் கூறப்படுகிற வார்த்தைகள் இவை. கட்டத்தைத் தொடுவதன் மூலம் இந்தப் பாட்டைப் பெறுகிறவர்களுக்கு – மனதில் நினைத்த காரியம் தோல்வி அடையும்.)

**4. பிதி பஸ ஸுஜந குஸம்கத பரஹீம்
பநி மனி ஸம நிஜ குந அனுஸரஹீம்**

விதி வசத்தால் நல்ல மனிதர்கள், தீய நட்பில் வீழ்கிற போது கூட, நாகத்தின் தலையில் இருக்கும் ரத்தினம் போல், அவர்கள் தங்களுடைய பிரகாசமான நடத்தையைத் தொடர்கிறார்கள்.

(இதுவும் பால காண்டத்தின் தொடக்கத்தில் பொதுவாகக் கூறப்பட்டிருப்பது. கட்டத்தைத் தொடுவதன் மூலம் இந்தப் பாடலைப் பெறுகிறவர்கள் – தீய நட்பைத் தவிர்க்க வேண்டும். மனதில் நினைக்கிற காரியம் வெற்றி பெறுவது சந்தேகம்.)

**5. ஹோஇ ஹை ஸோஈஜோ ராம ரசி ராகா
கோகரி தரக படா வஹிம் ஸாஷா**

ராமரால் எது நிர்ணயிக்கப்பட்டதோ, அது நடந்தே தீரப் போகிறது. அப்படியிருக்க விவாதத்தை வளர்ப்பது வீண்வேலைதான்.

(பால காண்டத்தின் தொடக்கத்தில் சிவனுக்கும், பார்வதிக்கும் நடக்கும் உரையாடலை முடித்து, பரமசிவன் பேசும் வார்த்தைகள் இவை. கட்டத்தைத் தொடுவதன் மூலம் இந்தப் பாடலைப் பெறுகிறவர்கள் – மனதில் நினைக்கிற காரியத்தின் தன்மை சந்தேகத்திற்குரியது; தோல்வி ஏற்படலாம். முயற்சி பலிப்பதற்கு தெய்வத்தை வேண்டிக் கொள்வது நல்லது.)

6. முத மம்கலமய ஸம்த ஸமாஜூ
ஜிமி ஜக ஜம்கம தீரதராஜூ

மகிழ்ச்சிக்கும், நன்மைக்கும் இடம் தருகிற இந்தத் துறவிகளின் கூட்டம், புண்ணிய தீர்த்தமாகிய பிரயாகையின் பிரவாகம் போன்றது.

(துறவிகள் சேர்க்கையின் பெருமை பற்றிப் பேசுகிற இந்தப் பாடல் பால காண்டத்தின் தொடக்கத்தில் வருகிறது. கட்டத்தைத் தொடுவதன் மூலம் இந்தப் பாடலைப் பெறுகிறவர்களுக்கு – மனதில் நினைக்கிற காரியம் கைகூடும்.)

7. கரல ஸுதா ரிபு கரய மிதாஈ
கோபத ஸிம்து அநல ஸிதலாஈ

விஷம் அமிர்தமாகிறது; பகைவன் நண்பனாகிறான்; சமுத்திரம் சிறிய நீர் குட்டையாகிறது; நெருப்பு குளிர்ச்சியைத் தருகிறது.

(ஹனுமாரால் வெல்லப்பட்ட இலங்கிணி என்ற அரக்கி, அவர் இலங்கைக்குள் நுழையும்போது, அவரை வாழ்த்திக் கூறுகிற நிகழ்ச்சி. இது சுந்தர காண்டத்தில் வருவது. கட்டத்தைத் தொடுவதன் மூலம் இந்தப் பாடலைப் பெறுகிறவர்களுக்கு – இது வெற்றியைத் தரும்.)

8. பருன குபேர ஸுரேஸ ஸமீரா
ரந ஸநமுக தரி காஹந தீரா

வருணன், குபேரன், இந்திரன், வாயு பகவான் ஆகியோருக்குக் கூட உம்மை போர்க்களத்தில் எதிர்த்து நிற்கும் துணிவு இருந்தது கிடையாதே!

(போரில் ராமரால் கொல்லப்பட்ட தனது கணவன் ராவணனின் உடலைப் பார்த்து, அவனுடைய மனைவி மண்டோதரி கதறியபடி கூறும் வார்த்தைகள் இவை. கட்டத்தைத் தொட்டு இந்தப் பாடலைப் பெறுகிறவர்களுக்கு – நினைத்த காரியம் தோல்வியில் முடியும்.)

**9. ஸுபல மநோரத ஹோஹூம் தும்ஹாரே
ராம லகனு ஸுநி பஏ ஸுகாரே**

நீங்கள் நினைக்கும் காரியங்கள் கை கூடட்டும் என்ற முனிவரின் ஆசியை, ராமரும், லக்ஷ்மணரும் மகிழ்வுடன் பெற்றுக் கொண்டார்கள்.

(ராமரும், லக்ஷ்மணனும் மிதிலையில் ஒரு நந்தவனத்தில் இருந்த பூக்களைப் பறித்துக் கொண்டு, விச்வாமித்திரரிடம் சமர்ப்பிக்க, அவர் அவர்களை ஆசீர்வதித்துக் கூறுகிற இந்த வார்த்தைகள் பால காண்டத்தில் வருகிறது. கட்டத்தைத் தொட்டு இந்தப் பாடலைப் பெறுகிறவர்களுக்கு – மனதில் நினைக்கிற காரியம் நல்ல விதமாக முடியும்.)

3. ஆரண்ய காண்டம்

அத்தியாயம் – 1

விராதன் வதம்

விராதன் என்ற அரக்கன் ராம – லக்ஷ்மணர்களைத் தாக்கி ஸீதையைத் தூக்கிக் கொண்டு செல்வது; விராதன் பெற்ற வரம்; விராதனை ராமர் வீழ்த்திய பிறகு, தான் சாபம் பெற்ற வரலாற்றை அவன் சொல்வது; விராதனைப் புதைத்த பிறகு, ராமர், லக்ஷ்மணன், ஸீதை – ஆகியோர் சரபங்க முனிவரின் ஆச்ரமத்திற்குச் செல்வது; அவருடைய ஆச்ரமத்தில் நிகழ்ந்த அற்புதம்; ராமரிடம் முனிவர்கள் செய்த விண்ணப்பம்; ஸுதீக்ஷ்ணருடைய ஆச்ரமத்திற்குச் சென்று அவரை வணங்கி விட்டு, மூவரும் அங்கிருந்து புறப்படுவது...

தண்ட காரண்யத்தினுள் பிரவேசித்த ராமர் அங்கே முனிவர்களின் ஆச்ரமங்கள் இருக்கும் பகுதியை அடைந்தார். எல்லா உயிரினங்களும் நலமுடன் திகழ்வதையே தங்கள் நலன் என்று கருதுகிற அந்த முனிவர்கள் அனைவரும், ராமர், லக்ஷ்மணன், ஸீதை – ஆகியோரை மகிழ்வுடன் வரவேற்றனர்.

''ரகு குல திலகமே! நெறி தவறாமல் வாழ்பவர்களைப் பாதுகாப்பவன் அரசன்; அவர்களுக்கு அடைக்கலம் தருபவனும் அவனே; நல்லவர்களுக்குப் பாதுகாப்பு அளித்து மேன்மை பெற்றிருக்கிற செங்கோலைக் கையில் ஏந்தி, ஆட்சி செலுத்தும் மன்னர்கள், பெரும் மரியாதைக்குரியவர்கள்; இந்திரனின் ஒரு

அம்சமே மன்னர்களின் உருவில் மக்களை பாதுகாக்கிறது. அதனால் தான்அரசன் எல்லா உயர்வுகளுக்கும் உரியவனாகிறான். காட்டிலே வாழ்பவர்களுக்கும் சரி, நாட்டிலே வசிப்பவர்களுக்கும் சரி, அரசனே பாதுகாப்பாளன் என்கிற முறையில் எங்களுக்கும் பாதுகாப்பு அளிப்பது நீயே! உன்னுடைய குடிமக்களாகிய எங்களை, ஒரு தாய் தனது கருவை பாதுகாப்பது போல், நீ பாதுகாப்பாய் என்ற நம்பிக்கை எங்களுக்கு உண்டு'' என்று கூறி, ராமரையும், லக்ஷ்மணனையும், ஸீதையையும் அந்த முனிவர்கள் உபசரித்தார்கள்.

பொழுது விடிந்ததும் அவர்களிடமிருந்து விடைபெற்று லக்ஷ்மணன், ஸீதை ஆகியோருடன் ராமர் அங்கிருந்து புறப்பட்டு, காட்டினுள் வெகு தூரம் சென்றார். அப்போது மிகவும் பயங்கரமான உருவம் படைத்த ஓர் அரக்கன் அவர்கள் எதிரே தோன்றி, அவர்களைத் தாக்கினான். மனிதர்களையெல்லாம் அழிக்கும் காலனைப் போல விளங்கிய அவன், பெரும் கோபத்தோடு அவர்கள் மீது பாய்ந்து, தன்னுடைய கைகளில் ஸீதையைத் தூக்கிக் கொண்டு, ராமரையும், லக்ஷ்மணனையும் பார்த்து, ''தலையிலே சடை முடி; உடலிலே மரவுரி! ஆனால் கூடவே ஒரு மனைவி! கையிலே ஆயுதம்! நீங்கள் துறவிகளானால் ஒரு பெண் உங்களோடு இருப்பது எப்படி? துறவுக்கே இழிவு தேடித் தரும் இரண்டு பாவப் பிறவிகள் அல்லவா நீங்கள்? என் பெயர் விராதன். முனிவர்களின் மாமிசமே எனக்கு உணவு. உங்கள் இருவரின் ரத்தத்தையும் குடித்து, இந்தப் பெண்ணை என் மனைவியாக்கிக் கொள்ளப் போகிறேன்'' என்று பயங்கரமான குரலில் உரக்கக் கூவினான்.

விராதன் கையில் சிக்கிய ஸீதை, புயலில் சிக்கிய வாழை மரம் போல் தவித்தாள். தனது மடியின் மீது ஸீதையைப் போட்டுக் கொண்டு, பயங்கரமாகச் சிரித்த விராதனைப் பார்த்த ராமர், லக்ஷ்மணனிடம், ''ஜனக மன்னரின் மகளுக்கு நேர்ந்துள்ள கதியைப் பார். தன் மகனுக்கு அரசுரிமையைப் பெற்றதுடன் திருப்தி யடையாத கைகேயி, என்னைக் காட்டுக்கு அனுப்பியதன் நோக்கம் இப்போது நிறைவேறியது. அந்த நமது தாயாரின் ஆசை

பூர்த்தியாகியது! ராஜ்யத்தை இழந்ததை விட, தந்தையைப் பறிகொடுத்ததைவிட, எனக்கு அதிகத் துன்பம் அளிப்பது என் மனைவியை மாற்றான் ஒருவன் தொட்டு விட்ட இந்தக் காட்சிதான்'' என்று கூறி வருந்தினார்.

இப்படிக் கூறி கண்கலங்கி நின்ற ராமரைப் பார்த்து, லக்ஷ்மணன், ''இந்திரனைப் போல் சகல ஜீவ ராசிகளுக்கும் தலைவனாகிய தாங்களா, இப்படி ஒரு அநாதையென என்னைப் போன்ற ஒரு பணியாளனிடம் துக்கித்துப் பேசுவது? இன்று இந்தப் பூமி இந்த அரக்கன் விராதனின் ரத்தத்தைக் குடிக்கப் போகிறது. வஜ்ராயுதத்தை ஏவுகிற தேவனைப் போல், இந்த விராதன் மீது நான் ஆயுதம் எய்துகிறேன். சுழற்றி அடித்துக் கொண்டு அவன் பூமியில் விழப் போகும் காட்சியைப் பாருங்கள்'' என்று கோபத்தோடு கூறினான்.

அந்தக் காடு முழுவதும் கேட்கக் கூடிய உரத்த குரலில் விராதன், ''நீங்கள் இருவரும் யார்?'' என்று கேட்டான்.

''வனத்திற்கு வந்துள்ள க்ஷத்திரியர்கள் நாங்கள். இந்தத் தண்டக வனத்திலே உலவும் நீ யார்?'' என்று ராமர் கேட்டார்.

விராதன் சொன்னான் : ''மன்னனே கேள்! என் தந்தையின் பெயர் ஜவன். தாயின் பெயர் சதஹ்ரதை. அரக்கர்களிடையே விராதன் என்று அழைக்கப்படுபவன் நான். ஆயுதங்களினால் வெல்லப்படாத தன்மையைத் தவத்தின் மூலமாகப் பிரம்மாவிட மிருந்து வரமாகப் பெற்றுள்ளவன் நான். இந்தப் பெண்ணை என்னிடம் விட்டு விட்டு நீங்கள் ஓடி விட்டால், உங்களை நான் உயிரோடு விடுவேன்.''

''நீ மரணத்தை வலிய அழைக்கிறாய். நீ என்னிடமிருந்து உயிரோடு தப்பப் போவதில்லை'' என்று கூறிய ராமர், விராதன் மீது அம்புகளை எய்தார். விராதன் உடலில் பாய்ந்து ரத்தம் தோய்ந்தவைகளாக அந்த அம்புகள் தரையிலே விழுந்தன. கோபம் கொண்ட விராதன், ஸீதையை, தரையிலே இருத்திவிட்டு, ராம – லக்ஷ்மணர்களை நோக்கி பெரும் கோபத்துடன் பாய்ந்தான். ராமரும், லக்ஷ்மணனும் எய்த அம்புகள், விராதன் உடலில்

தைத்தாலும், மீண்டும் கீழே விழுந்தவாறே இருந்தன. கையில் சூலத்தை ஏந்தியபடி அவன், ராமர், லக்ஷ்மணன் ஆகியோர் மீது பாய்ந்தான். ராமர் விடுத்த பாணம் அவனுடைய சூலத்தை உடைத்தது. தங்களுடைய வாட்களை உருவி ராமரும், லக்ஷ்மணனும் அவனைத் தாக்க, தன்னுடைய இரு கைகளில் அவர்ளை அவன் தூக்கி தன் தோள்களின் மீது வைத்துக் கொண்டு, காட்டுப் பாதையில் ஓடினான்.

இந்தக் காட்சியைக் கண்ட ஸீதை, ''அரக்கனே! என்னைத் தூக்கிச் சென்று விடு. என்னைக் காட்டு விலங்குகளுக்கு இரையாக்கி விடு. ஆனால் அவர்கள் இருவரையும் விட்டு விடு'' என்று கதறினாள்.

ஸீதையின் இந்த ஓலத்தைக் கேட்ட ராமரும், லக்ஷ்மணனும் அவளுடைய பரிதாப நிலையைக் கண்டு அரக்கனின் மீது பெரும் கோபம் கொண்டவர்களாக அவனுடைய கைகளை வெட்டினார்கள். இரு கைகளும் வெட்டப்பட்டவனாக அவன் தரையில் வீழ்ந்தான். ஆனாலும் இறக்கவில்லை. இதைக் கண்ட ராமர், ''இவன் செய்த தவத்தின் காரணமாக, யுத்தத்தில் வெல்ல முடியாத தன்மையை இவன் பெற்றிருக்கிறான். ஒரு குழி தோண்டி, அதில் இவனைப் புதைப்போம். யானை போன்ற உடலைக் கொண்ட இவனை, புதைக்கக் கூடிய அளவுக்கு ஒரு பெரிய குழியைத் தோண்டு வாயாக'' என்று லக்ஷ்மணனிடம் கூற, லக்ஷ்மணன் அவர் சொன்ன வாறே செய்யத் தொடங்கினான்.

ராமர், விராதனின் கழுத்திலே காலை வைத்து அழுத்திக் கொண்டு நின்றார். அப்போது, இந்த விராதன், ராமரைப் பார்த்து, ''இந்திரனுக்கு சமமான வலிமை படைத்தவன் நீ என்பதை அறிந்து கொண்டேன். உன்னை முதலில் நான் புரிந்து கொள்ளவில்லை. நீ யார் என்பதை இப்போது நான் உணர்கிறேன். உன் தாயார் கௌஸல்யை பாக்கியம் செய்தவள். உன் சகோதரன் லக்ஷ்மணனின் புகழும் நாடறிந்ததே! உன் மனைவி ஸீதை போற்றுதலுக் குரியவள்'' என்று கூறிவிட்டு மேலே தொடர்ந்தான்.

''தும்புரு என்ற பெயருடைய கந்தர்வனாகிய நான், குபேரனின் சாபத்திற்குள்ளாகி, அரக்கத் தன்மையை அடைந்தேன். அவனிடம்

மன்னிப்புக் கேட்டு நின்ற என்னிடம் அவன், 'தசரதனின் மகனாகிய ராமன் உன்னை யுத்தத்தில் வீழ்த்தும்போது, நீ உன்னுடைய பழைய தன்மையை எய்தி, மேலுலகத்தை அடைவாய்' என்று கூறினான். இப்பொழுது உன் தயவினால் நான் குபேரனின் சாபத்திலிருந்து அவன் கூறியபடியே விடுதலை அடைந்தேன். எதிரிகளைக் தகிக்கச் செய்பவனே! உனக்கு எல்லா நலன்களும் கிட்டுமாக! இங்கிருந்து சற்று தூரத்தில் சூரியனைப் போன்ற ஒளி வீசுகிற சரபங்க முனிவர் வாழ்கிறார். விரைவில் அவரைச் சென்று அடைவாயாக. அவருடைய வார்த்தைகள் உனக்கு நல்லது செய்யும். லக்ஷ்மணன் தோண்டியுள்ள குழியில் என்னைப் போட்டுப் புதைத்து விடு. அதுதான் எனக்கு உகந்த முடிவு. அதன்பின்னர் நான் விடுதலை பெறுவேன்.''

லக்ஷ்மணன் தோண்டிய குழியில் ராமர், விராதனைத் தூக்கி எறியும்போது, அவன் பயங்கர ஓலமிட்டான். ராமரால் புதைக்கப் பட்ட பின்னர் அவன் விடுதலையும் பெற்றான்.

இதன் பின்னர் ராமர், ஸீதையை சமாதானப்படுத்தி விட்டு, லக்ஷ்மணனிடம், ''நாம் விரைவாக சரபங்க முனிவனின் ஆச்ரமத்திற்குச் செல்வோம்'' என்று கூறினார்.

சரபங்கரின் ஆச்ரமத்திற்கு லக்ஷ்மணனும், ஸீதையும் பின்தொடர, ராமர் வருவதை அப்போது அந்த முனிவரோடு உரையாடிக் கொண்டிருந்த தேவேந்திரன் கண்டான். ''ராமன் வருகிறான். அவன் என்னைப் பார்த்து பேசத் தொடங்குவதற்கு முன்பாக, நான் இங்கிருந்து மறைகிறேன். அவன் ராவணனைக் கொன்ற பிறகு, நான் அவனைச் சந்திப்பதுதான் முறையாக இருக்கும். யாராலும் செய்ய முடியாத பெரும் சாதனையை அவன் நிகழ்த்துவதற்கு முன்பாக நான் அவனைச் சந்திப்பது சரியல்ல'' என்று கூறி, இந்திரன் சரபங்க முனிவரிடம் விடைபெற்றுச் சென்றான்.

இதன் பின்னர் முனிவரின் ஆச்ரமத்தை வந்தடைந்த ராமர், லக்ஷ்மணன், ஸீதை – ஆகியோர் அவர் காலைத் தொட்டு வணங்கினார்கள்.

ராமரிடம் முனிவர், ''என்னைப் பிரம்ம லோகத்திற்கு அழைத்துச் செல்வதற்காக தேவேந்திரன் இங்கு வந்தான். ஆனால் உன்னைச் சந்திக்கும் வாய்ப்பை நழுவ விட்டு, பிரம்ம லோகம் செல்ல நான் விரும்பவில்லை. நல்ல உலகங்களைப் பெற்றிருக்கிற நான், அந்தப் பலனை உனக்கு அளிக்கிறேன். பெற்றுக் கொள்வாயாக'' என்று கூறினார்.

ராமர் பணிவுடன், வணங்கி நிற்க, அந்த முனிவர் மேலும் சொன்னார்: ''ராமா! தர்ம நெறி தவறாதவரும், தன்னை வென்றவருமாகிய ஸுதீக்ஷ்ணர் என்ற மஹரிஷி இந்தக் காட்டில் வாழ்கிறார். அவரைச் சந்திப்பதன் மூலம் உனக்கு நன்மைகள் கிட்டும். மந்தாகினி நதியின் நீரோட்டத்திற்கு எதிர் திசையில் செல். அப்போது அவர் இருக்கும் இடத்தை நீ அடைவாய். நான் இந்தச் சரீரத்தை விடப் போகிறேன். அதுவரை இங்கு இருந்து விட்டு, பிறகு செல்வாயாக!''

இப்படிக் கூறிய சரபங்க முனிவர் தீயை வளர்த்து, அதில் ஹோமம் செய்த பின்னர், அதனுள் தானே புகுந்தார். அப்போது ஓர் அதிசயம் அங்கே நிகழ்ந்தது. தங்க மயமான ஓர் இளைஞன் போல் பிரகாசித்துக் கொண்டு, அந்தத் தீயிலிருந்து முனிவர் எழுந்தார். ஒரு ஜோதி என விளங்கிய அவர், மேலுலகம் சென்றார்.

இந்த அற்புதத்தை ராமர் கண்ணுற்ற பிறகு, அப்போது அங்கே கூடிய ரிஷிகள் அவரிடம் ஒரு விண்ணப்பம் செய்தார்கள். ''மக்களிடமிருந்து ஆறில் ஒரு பங்கு வரி வசூலித்துக் கொண்டு, அவர்களைத் தன் குழந்தைகள் போல் காப்பாற்றாமல் விடுகிற அரசன், பெரும் அநீதியை இழைத்தவனாகிறான். தன் பிள்ளைகளைக் காப்பாற்றுவது போலவும், தன் உயிரைக் காப்பாற்றிக் கொள்வது போலவும், எல்லா மக்களையும் காப்பாற்றுகிற அரசனின் புகழ், மேலுலகிலும் திகழ்கிறது. கிழங்குகளையும், கனிகளையும் தின்று கொண்டு கடும் தவம் புரியும் ரிஷிகள் அடைகிற பலனில் நான்கில் ஒரு பங்கு, அம்மாதிரி அரசனைச் சென்று அடைகிறது.''

அவர்கள் மேலும் தொடர்ந்தார்கள். ''அரக்கர்களால் ரிஷிகளாகிய நாங்கள் கொல்லப்பட்டு வருகிறோம். பம்பை

நதிக்கரையிலும், மந்தாகினி நதியின் அருகிலும், சித்ர கூடத்திலும் வாழ்கிற ரிஷிகள் எல்லாம் இந்தப் பேரழிவுக்கு உள்ளாகி இருக்கிறார்கள். எங்களையெல்லாம் காப்பாற்று. எங்களைப் போன்றவர்களுக்கு அடைக்கலம் நீ ஒருவனே!''

இவ்வாறு ரிஷிகள் கூறுவதைக் கேட்ட ராமர், அவர்களைப் பார்த்து பணிவுடன் பதிலுரைத்தார். ''நீங்கள் என்னிடம் இம்மாதிரி பேசக் கூடாது. எனக்குக் கட்டளையிட வேண்டியவர்கள் நீங்கள். எனக்கு இம்மாதிரி நல்ல காரியம் செய்ய வாய்ப்பு கிடைத்ததால், என்னுடைய வனவாசம் பயனுள்ளதாகிறது. அரக்கர்களை நான் அழிக்கிறேன். லக்ஷ்மணனும், நானும் காட்டப்போகும் வீரத்தை நீங்கள் எல்லாம் பார்ப்பது எங்களுக்குக் கிடைத்த அதிர்ஷ்டம்'' இவ்வாறு அவர்களிடம் உறுதியளித்த ராமர், ஸுதீக்ஷ்ணரைச் சந்திப்பதற்காக அங்கிருந்து புறப்பட்டார்.

ஸுதீக்ஷ்ணரின் ஆச்ரமத்தை அவர்கள் அடைந்தவுடன், அந்த முனிவரின் முன் நின்று ராமர், ''என் பெயர் ராமன். உங்களைக் காண வந்திருக்கிறேன். தர்மத்தின் இருப்பிடமே! உங்கள் ஆசியை வேண்டுகிறேன்'' என்று கூறினார்.

ஸுதீக்ஷ்ணர், ராமரை அணைத்துக் கொண்டார். பிறகு, ''சத்தியத்தை நிலை நிறுத்துவதில் தன்னிகரற்றவர்கள் ரகு வம்சத்தினர்; அந்த வம்சத்தின் மகுடம் நீ! நீ வந்ததால், இந்த ஆச்ரமம் தன்னுடைய எஜமானனைக் காணும் பாக்கியத்தைப் பெற்றது. உன் வரவை எதிர்பார்த்துதான் நான் இந்தச் சரீரத்தை விட்டு, மேலுலகம் செல்லாமல் காத்திருக்கிறேன். இந்திரன் இங்கே வந்திருந்தான். நீ ராஜ்யத்தைத் துறந்து சித்ரகூடம் வந்தடைந்ததையும் நான் அறிந்தேன். நான் அடைந்த நல்லுலகங்களை நீ பெறுவாயாக!'' என்று ஆசீர்வதித்தார்.

மேலும், ''இந்த ஆச்ரமத்திலேயே நீ தங்கலாம்'' என்றும் அவர் சொன்னார். அன்றிரவை ராமர், லக்ஷ்மணன், ஸீதை – ஆகியோர் அங்கு கழித்தார்கள். பொழுது விடிந்த பின்னர், அந்த வனத்தில் வாழ்கிற பல முனிவர்களைத் தரிசிக்க விரும்புவதாக ஸுதீக்ஷ்ணரிடம் கூறிய ராமர், அவரிடம் விடை கோரினார்.

''முனிவர்களையும் பார்த்துவிட்டு, இந்த வனத்திலே உள்ள அழகான இயற்கைக் காட்சிகளையும் கண்டு விட்டு, நீ இந்த ஆச்ரமத்திற்கு மீண்டும் வரவேண்டும் என்பது என்னுடைய விருப்பம்'' என்று கூறி, ஸுதீக்ஷ்ணர் அவர்களுக்கு விடையளித்தார்.

மூவரும் அங்கிருந்து புறப்பட்டனர்.

3. ஆரண்ய காண்டம்

அத்தியாயம் - 2

ராமருக்கு ஸீதை கூறிய அறிவுரை

ராமருக்கு, அரக்கர்கள் எந்தத் தீமையும் இழைக்க வில்லை என்பதால், அவர்களை அழிக்க அவர் முனையக் கூடாது என்று ஸீதை சொல்வது; முனிவர் களுக்குக் கொடுத்த வார்த்தையைக் காப்பாற்று வதற்காக, அந்த முனிவர்களுக்குத் தீங்கிழைக்கும் அரக்கர்களை அழித்து, அந்த முனிவர்களுக்கு பாதுகாப்பளிப்பது தனது கடமை என ராமர் கூறுவது; காட்டில் பத்து வருடங்கள் வாழ்ந்த பிறகு, ராமர், லக்ஷ்மணன், ஸீதை – ஆகியோர் ஸுதீக்ஷ்ணரின் ஆச்ரமத்திற்குத் திரும்பிச் செல்வது; அகஸ்தியரின் ஆச்ரமம் இருக்குமிடத்தை ஸுதீக்ஷ்ணரிடமிருந்து கேட்டுத் தெரிந்து கொண்டு, அகஸ்தியரைத் தரிசிக்க மூவரும் புறப்படுவது....

கம்பீரமான மலைகள் நிறைந்த பகுதிகள், அழகான நதிகள் ஓடும் பிரதேசங்கள் – போன்ற வற்றை கடந்து, ராமர், லக்ஷ்மணன், ஸீதை ஆகியோர் காட்டில் முன்னேறிக் கொண்டிருந் தார்கள். அப்போது ஸீதை ராமரைப் பார்த்து, மிகவும் அமைதியுடன் சில வார்த்தைகளைப் பேசத் தொடங்கினாள்.

''மிகவும் நல்ல மனிதர்கள் கூட சந்தர்ப்ப சூழ்நிலைகளின் காரணமாக, தங்களையும் அறியாமல் தர்மத்துக்கு விரோதமான

பாதையை அடைந்து விடுகிறார்கள். விருப்பத்தினால் ஏற்படும் விளைவுகளை தவிர்ப்பதால் மட்டுமே இந்த நிலையிலிருந்து ஒரு மனிதன் தப்ப முடியும். விருப்பத்தினால் விளைகிற தவறுகள் மூன்று. பொய் பேசுதல், பிறன் மனைவியை அடைதல், விரோதமின்றியே ஒருவனைக் கொடுமைக்குள்ளாக்குதல் – என்ற இந்த மூன்றில், முதல் குற்றமாகிய பொய் பேசுதல் என்பது உங்களை என்றும் தீண்டப் போவதில்லை. பிறன் மனைவியை மனதாலும் நீங்கள் நினைக்கப் போவதில்லை. தர்மமும், சத்தியமும் உங்களிடம் நிலைபெற்றிருக்கின்றன. தந்தையின் சொல்லை மதிப்பதிலும், சொன்ன சொல்லைக் காப்பாற்று வதிலும், உங்களுக்கு நிகராக ஒருவரைப் பார்க்க முடியாது. நீங்கள் இந்திரியங்களை வென்றவர் என்பதால், இந்த நேர்மையான குணங்கள் உங்களிடம் இயல்பாகவே அமைந்திருக்கின்றன.''

ஸீதை மேலும் தொடர்ந்தாள். ''ஆனால், விரோதமின்றியே மற்றொருவனைக் கொடுமைக்குள்ளாக்குவது என்கிற தவறு உங்களைச் சார்ந்து விடுமோ என்று நான் அஞ்சுகிறேன். தண்டக வனத்தில் வாழ்கிற முனிவர்களைப் பாதுகாப்பதற்காக, அவர் களைத் தொல்லை செய்கிற அரக்கர்களை அழித்து விடுவதாக நீங்கள் அவர்களுக்கு உறுதி அளித்திருக்கிறீர்கள். இதைச் செய்து முடிப்பதற்காக உங்களுடைய இளைய சகோதரருடன் ஆயுதமேந்தி முன்னேறிக் கொண்டிருக்கிறீர்கள். உங்கள் நடத்தை என் மனதில் கவலையைத் தோற்றுவிக்கிறது. அரக்கர்களை அழிக்கிற எண்ணத்துடன் தண்டக வனம் நோக்கி, நீங்கள் முன்னேறுவது முறையான செயலாக எனக்குத் தெரியவில்லை. நான் இப்படி நினைப்பதற்கு காரணத்தைச் சொல்கிறேன். தயவு செய்து கேளுங்கள்.

''தீயின் அருகில் வைக்கப்படுகிற எரிபொருள், அந்த அக்னியின் வேகத்தை வளர்க்கிறது; க்ஷத்திரியனுக்கு அருகில் வைக்கப்படுகிற வில், அவனுடைய சூரத் தன்மையை வளர்க்கிறது. ஆயுதங்களைக் கையில் ஏந்திய பிறகு, ஒருவன் அமைதியை நாடுவது கடினம். முனிவர்களும் கூட இதற்கு விலக்கல்ல என்பதை விளக்குகிற ஒரு நிகழ்ச்சியைக் கூறுகிறேன். முன்னொரு காலத்தில் உண்மையைப்

பேசுபவரும், தூய்மை உள்ளவருமான ஒரு முனிவர் பறவை களிடமும், மிருகங்களிடமும் கூட கருணை காட்டி வாழ்ந்து வந்தார். அவருடைய மேன்மையான தவத்துக்கு இடையூறு செய்ய விரும்பிய இந்திரன், ஒரு போர் வீரனின் உருவத்தைத் தாங்கிக் கொண்டு, அந்த முனிவரின் ஆச்ரமத்திற்குச் சென்றான். தன்னிடமிருந்த பேரொளி வீசுகிற கத்தியை அவன், முனிவரிடம் கொடுத்து தனக்காக, அதைப் பாதுகாத்து வந்து, பிறகு தான் கேட்கிறபோது தன்னிடம் அதைத் திரும்பத் தருமாறு கேட்டுக் கொண்டான். முனிவர் சம்மதித்தார். அன்றைய தினத்திலிருந்து அந்தக் காட்டில் அவர் எங்கு சென்றாலும் அந்தக் கத்தியை இழந்து விடக்கூடாது என்பதற்காக அதைக் கையில் எடுத்துக் கொண்டே போனார். தவம் செய்யும்போது அந்தக் கத்தி அவர் பக்கத்திலேயே இருந்தது; அவர் பழங்களையும், கிழங்குகளையும் சேகரிக்கச் சென்றபோது அவருடனேயே கத்தியும் எடுத்துச் செல்லப்பட்டது; அவர் நீராடும் போதும், அது நீர் நிலையின் அருகிலேயே வைக்கப்பட்டது. கத்தியைப் பார்த்துப் பார்த்து, முனிவரின் மனம் கொஞ்சம் கொஞ்சமாக திசை மாறியது. தன்னுடைய கடமை களிலிருந்து அவர் தவறத் தொடங்கினார். கத்தியின் சக்தியில் நம்பிக்கை பிறந்ததால், அவர் மனத்தில் கொடுமை குடிகொண்டது. அவர் கொடியவரானார். அதன் விளைவாக நரகத்தில் வீழ்ந்தார். ஆயுதத்தின் நட்பு ஒரு துறவியையும் கூட, கொடுமையுடைய வனாக மாற்றி விடக்கூடும் என்று விளக்குகிற கதை இது."

முனிவரின் கதையைக் கூறி விட்டு ஸீதை மேலும் தொடர்ந்தாள். ''ஆயுதத்தின் சேர்க்கை, தீயோடு கூடி நிற்பது போன்றது. நான் உங்களுக்குப் போதனை செய்ய முற்படவில்லை. உங்கள் மீது இருக்கும் மரியாதையின் காரணமாகவும், அன்பின் காரணமாகவும், நீங்களே அறிந்த விஷயத்தை உங்களுக்கே நினைவுபடுத்துகிறேன் – அவ்வளவுதான். உங்களுக்குக் குற்றம் இழைக்காத அரக்கர்களை அழித்துவிட நீங்கள் செய்து கொண் டிருக்கும் தீர்மானம் உகந்ததல்ல. தனக்கு தீங்கிழைக்காதவனை ஒரு மனிதன் கொடுமைப் படுத்துவது தகாத காரியமாகும்.

''துன்பத்திற்குள்ளாகிறவர்களை காப்பாற்றுவதற்குத்தான் க்ஷத்ரியன் வில் ஏந்துகிறான். ஆனால், காட்டு வாழ்க்கைக்கும்,

ஆயுதத்திற்கும் என்ன தொடர்பு இருக்கிறது? துறவற வாழ்க்கையை மேற்கொண்டு காட்டுக்கு வந்தவர்களுக்கு க்ஷத்ரியதர்மம் எவ்வாறு பொருத்தமானதாகும்? நாம் வாழ்கிற இடத்தின் தர்மத்தை நாம் கடைப்பிடிப்போம். துறவு வாழ்க்கைக்கு வந்த இடத்தில் ஆயுதம் ஏந்துவது சரியல்ல. அயோத்தியை மீண்டும் சென்று அடைந்த பிறகு, நீங்கள் க்ஷத்ரிய தர்மத்திற்கேற்ப நடந்து கொள்ளலாம். காட்டில் காலம் கழிக்கிற வரையில், மன்னர் பரம்பரையின் பணிகளை ஒதுக்கி வைத்து, துறவற வாழ்க்கையை முழுமையாக மேற்கொண்டவராக நீங்கள் நடந்து கொண்டால், அது உங்களது தாயார்களுக்கும், திருப்தியளிக்கும்.

''அறம், பொருள், இன்பம், வீடு என்கிற நான்கு நிலைகளுக்கும் அறம்தான் அஸ்திவாரம் போன்றது. இந்த உலகமே தர்மத்தினால்தான் காப்பாற்றப்படுகிறது. உடலை வருத்தி, சிரத்தையுடன் தவம் புரிகிறவன் தர்மத்தின் பாதையை அடைகிறான். அந்த நலம் எளிதாக பெற்றுவிடக்கூடியது அல்ல. மூவுலகங்களின் இயல்புகளையும் முழுமையாக அறிந்தவர் தாங்கள். பெண்களுக்குரிய, ஊசலாடுகிற என் மனதில் எழுந்த எண்ணங்களைக் கூறி விட்டேன். இதுதான் தர்மம் என்று உங்களுக்கு எடுத்துச் சொல்லும் அருகதை யாருக்கு இருக்கிறது? நீங்களாகவும், உங்களுடைய தம்பியின் ஆலோசனையுடனும், இவ்விஷயத்தைப் பற்றி சிந்தனை செய்து, என்ன தீர்மானத்திற்கு வருகிறீர்களோ அதைச் செய்யுங்கள்.''

கணவன் மீது இருந்த பக்தியினால் உந்தப்பட்டு, ஸீதை பேசிய வார்த்தைகளை கேட்டுக் கொண்டிருந்த ராமர், ஸீதையைப் பார்த்து பதில் அளிக்கத் தொடங்கினார். ''தர்மத்தை முற்றிலும் அறிந்த ஜனக மன்னரின் மகளே! நீ பேசிய வார்த்தைகள் நீ பிறந்த குலத்தின் பெருமைக்கு ஏற்றவை. நீ கொண்டிருக்கும் பேரன்பை அடிப்படையாக வைத்து நீ பேசினாய். துன்பத்தை அனுபவிப்பவர்களை பாதுகாப்பதற்காகத்தான், க்ஷத்ரியன் வில்லை ஏந்துகிறான் என்று நீயே சொல்லிவிட்ட பிறகு, நான் மேலும் சொல்ல என்ன இருக்கிறது? தண்டக வனத்தில் கடுமையான தவங்களை மேற்கொண்டு வாழ்கிற முனிவர்கள் என்னிடம் பாதுகாப்பு கேட்டார்கள். கிழங்குகளையும், கனிகளையும் உட்கொண்டு

தவத்தையே வாழும் வகையாக மேற்கொண்டு விட்ட அந்த முனிவர்கள், அரக்கர்களால் கொடுமைபடுத்தப்படுகிறார்கள்.

''அப்படிப்பட்டவர்கள் என்னைப் பார்த்து 'எங்களைக் காப்பாற்று' என்று கேட்டுக் கொண்டபோது, எனது கடமையை மனதில் நினைத்து, நான் அவர்களிடம் 'பணியத் தகுந்தவர்களாகிய நீங்கள் என்னை வேண்டிக் கேட்டுக் கொள்வதால், எனக்கு மன வருத்தம்தான் ஏற்படுகிறது. எனக்கு உத்திரவிட வேண்டியவர்கள் நீங்கள். ஆணையிடுங்கள், செய்து முடிக்கிறேன்' என்று கூறினேன். அவர்கள் 'எங்கள் தவத்தின் பயனாக நாங்கள் பெற்றிருக்கும் சக்தியைக் கொண்டு, அரக்கர்களை அழித்து விட முடியும் என்றாலும், நீண்ட காலத் தவத்தின் பயனை இப்படி வீணாக்கு வதில் எங்களுக்கு விருப்பம் இல்லை. ஆகையால் நீயும் உன் இளைய சகோதரனும், எங்களைக் காப்பாற்ற வேண்டும். காட்டி லிருந்தாலும் கூட நீயே எங்களுக்கு அரசன் அல்லவா?' என்று கூறினார்கள்.

''அரக்கர்களை அழித்து முனிவர்களைக் காப்பாற்றுவதாக நான் வாக்களித்தேன். சொன்ன வாக்கு தவற முடியாது. சத்தியத்தைக் காப்பாற்றுவதற்காக, நான் உன்னையும் கை விடுவேன், லக்ஷ்மணனையும் கை விடுவேன், என் உயிரையும் விடுவேன். முனிவர்கள் கேட்டிரா விட்டால் கூட, அவர்களைப் பாதுகாப்பது என் கடமையே. அவர்கள் கேட்ட பிறகு அதைச் செய்யாமல் இருப்பது என்பது முடியாது.

''நீ நல்ல எண்ணத்தில்தான் பேசினாய் என்பதை நான் உணர்கிறேன். அன்பு வைக்காதவனிடத்தில் யாரும் ஆலோசனை கூறுவதில்லை. தர்மத்தின் பாதையில் நடந்து செல்ல நீ எனக்கு வழித்துணை ஆவாய். நீ கூறிய வார்த்தைகள் உனக்கும், உன் குலப்பெருமைக்கும் உகந்தவையே. ஆனால் நானோ முனிவர் களுக்குக் கொடுத்த வாக்குறுதியை நிறைவேற்ற கடமை பட்டவனாக இருக்கிறேன்.''

இப்படி ராமர் தனது நிலையை விளக்கிய பிறகு, அவர்கள் காட்டில் தொடர்ந்து நடந்தார்கள்.

ஆரண்ய காண்டம்

('ராமருக்கு ஸீதை ஆலோசனை சொல்வதா, அறிவுரை கூறுவதா?' என்ற கேள்வியை சில ராமாயண உரைகள் விரிவாக அலசுகின்றன. நம்மைப் பொறுத்தவரையில் நாம் பார்க்க வேண்டிய ஒரு விஷயம் இதில் இருக்கிறது.

'பெண்கள் அடிமைப்பட்டிருந்த காலம்' - என்று இப்போது பலரால் வர்ணிக்கப்படுகிற அந்தப் புராண காலத்தில், ஆலோசனை கூறும் உரிமை தங்களுக்கு இருப்பதாக நினைத்தே பெண்கள் பேசினார்கள்; அதைக் கேட்டுக் கொள்ளும் கடமை இருப்பதாக நினைத்தே ஆண்கள் நடந்து கொண்டார்கள். இதற்குப் புராணங் களில் பல சான்றுகள் இருக்கின்றன. அந்த மரியாதை பெண்களுக்கு அளிக்கப்பட்டிருந்தது. 'உன்னை விட நான் எல்லாம் நன்கறிந்தவள் - என்ற வகையில் அந்தப் பெண்களும் பேசவில்லை; நீ எனக்கு எதுவும் சொல்லத் தேவையில்லை' - என்ற வகையில் ஆண்கள், அவர்கள் வாயை மூடவும் இல்லை. முடிவை கணவனிடமே விட்டு, தனக்கு நியாயம் என்று பட்டதை மனைவி எடுத்துச் சொன்னாள்; மனைவியின் கருத்தை ஏற்காத நேரத்தில், அதன் காரண காரியங்களை விளக்கி விட்டு முடிவை எடுத்தான் கணவன்.

இங்கே ஸீதை பேசியது க்ஷத்ரிய தர்மம் அல்ல. தனக்கு தனிப்பட்ட முறையில் தீமை செய்தவனை மட்டுமல்லாமல், சமுதாயத்திற்குக் கேடு விளைவிப்பவனையும் கூட அடக்குவதும், அழிப்பதும் க்ஷத்ரியனின் தர்மமே. காட்டில் நுழைந்ததால் ராமர் தவ நிலையை மேற்கொண்டு விடவில்லை. அது தவிர, முனிவர்கள் தனது பாதுகாப்பை நாடிய போது, அவர்களைக் காப்பாற்றுவது தன் கடமை என்பதால் அரக்கர்களை அழிப்பதாக அவர்களுக்கு ராமர் வாக்களித்தார். அதனாலும் ஸீதை சொன்னதை தன்னால் ஏற்க முடியவில்லை என்று அவர் விளக்குகிறார்.

இது குறித்து இரண்டு அபிப்பிராயங்கள் இருக்கலாம். தர்மத்தின் பாதை சூட்சுமமானது என்று அதனால்தான் சொல்கிறார்கள். நன்கு உணர்ந்தவர்களே தர்மத்தின் பாதையை முழுமையாகப் புரிந்து கொள்ள முடியும். ராமர் அதைப் புரிந்து கொண்டவர். நம்மைப் போன்ற அரைகுறை ஆசாமிகளுக்காக, தர்ம சாத்திரங்கள், 'பெரியவர்கள் சென்ற பாதையில் செல்' என்று கூறுகிறது. தர்மத்தின் வழியை நாடுவதற்கு நமக்குள்ள வழி காட்டி அதுவே.

ஸீதை தெரிவிக்கும் கருத்துக்களும், அதற்கு ராமர் கூறுகிற பதிலும் கம்ப ராமாயணத்திலும், துளஸிதாஸரின் ராமாயணத்திலும் இடம் பெறவில்லை. வால்மீகி ராமாயணத்தில்தான் இந்தக் கட்டம் காணப்படுகிறது.)

பல முனிவர்களின் ஆச்ரமங்களுக்கு அவர்கள் மூவரும் சென்றார்கள். சில இடங்களில் பத்து மாதங்கள், வேறு சில இடங்களில் ஒரு வருடம், மற்றும் சில இடங்களில் நான்கு ஐந்து மாதங்கள் என்று அவர்கள் வாழ்ந்தார்கள். இப்படியே பத்து வருடங்கள் கழிந்தன.

(பத்து வருடங்கள் கழிந்தன என்பதை நான் இங்கே சுருக்கமாகச் சொல்லி விட்டேன் என்று நினைக்க வேண்டாம். வால்மீகி ராமாயணத்திலேயே இப்படித்தான் வருகிறது.)

இந்த நிலையில் ராமர், லக்ஷ்மணன், ஸீதை ஆகியோர் ஸுதீக்ஷ்ணரின் ஆச்ரமத்திற்குத் திரும்பி வந்து சேர்ந்தனர். அங்கே அவர்கள் தங்கியிருந்த போது, ஒரு நாள் ஸுதீக்ஷ்ணரிடம் ராமர், ''அகஸ்திய முனிவர் இந்தக் காட்டில்தான் வாழ்கிறார் என்று சில முனிவர்கள் சொன்னார்கள். இந்தக் காடோ அகன்று விரிந்து கிடக்கிறது. அவர் இருக்கும் இடம் எனக்குத் தெரியவில்லை. அவருடைய ஆச்ரமம் எங்கிருக்கிறது என்று தெரிந்தால், என் தம்பியுடனும், மனைவியுடனும் அங்கு சென்று அவரை வணங்க விரும்புகிறேன்'' என்று கூறினார்.

ஸுதீக்ஷ்ணர், ''நானே உன்னிடம் இதுபற்றிக் கூற நினைத் திருந்தேன். அகஸ்திய முனிவரை தரிசிப்பது உனக்கு பெரும் மேன்மையைத் தரும்'' என்று கூறிவிட்டு, அகஸ்தியரின் ஆச்ரமத்தைச் சென்று அடையும் பாதையை விவரித்தார்.

ஸுதீக்ஷ்ணரை வணங்கி விட்டு, அவர் கூறிய வழியில் மூவரும் நடந்து சென்றார்கள்.

3. ஆரண்ய காண்டம்

அத்தியாயம் -3

ஆயுதங்களை அளித்தார் அகஸ்தியர்

> அகஸ்தியரின் பெருமையைப் பற்றி ராமர், லக்ஷ்மணனுக்குக் கூறுவது; தெய்வீகத் தன்மை படைத்த சில ஆயுதங்களை அகஸ்தியர், ராமருக்குக் கொடுப்பது; ராமர் கேட்டுக் கொண்டதன் பேரில், அவர்கள் தங்குவதற்கு 'பஞ்சவடி' என்ற இடமே ஏற்றது என்று அகஸ்தியர் கூறுவது; பஞ்சவடிக்குச் செல்கிற வழியில், பெரிய உருவத்தைக் கொண்ட கழுகை அவர்கள் பார்ப்பது...

ஒரு குறிப்பிட்ட இடத்திற்கு மூவரும் வந்து சேர்ந்த போது, ராமர், "ஸுதீக்ஷ்ணர் கூறிய அடையாளங்களை வைத்துப் பார்த்தால், இதுதான் அகஸ்தியருடைய இளைய சகோதரரின் ஆச்ரமம் உள்ள இடமாக இருக்கும் என்று தோன்றுகிறது" என்று லக்ஷ்மணனிடம் கூறினார்.

இப்படிக் கூறிய ராமர் மேலும் லக்ஷ்மணனைப் பார்த்துப் பேசினார். "முன்பு வாதாபி, இல்வலன் என்ற இரண்டு அரக்க சகோதரர்கள் இருந்தார்கள். தான் நடத்துகிற சடங்கிற்கு வந்து விருந்து உண்ண வேண்டும் என்று கூறி, அந்தணர்களை இல்வலன் தன்னுடைய இடத்திற்கு அழைப்பான்; அவன் படைக்கும் விருந்தில் ஒரு விபரீதம் நடக்கும். அவனுடைய சகோதரன் வாதாபி கண்ட துண்டமாக வெட்டப்பட்டு, உணவுடன் அவன் உடல் பாகங்கள் கலக்கப்பட்டிருக்கும். இல்வலனால் அழைக்கப்பட்ட

அந்தணர்கள் விருந்துண்ட பிறகு, அவன் உரத்த குரலில் 'வாதாபி வெளியே வா' என்று குரல் கொடுப்பான்.

இந்தக் குரலைக் கேட்டவுடன் விருந்துண்ட அந்தணரின் வயிற்றைக் கிழித்துக் கொண்டு வாதாபி வெளியே வருவான். இப்படித் தங்களுடைய மாயா சக்தியைப் பயன்படுத்தி இந்த அரக்க சகோதரர்கள் பல அந்தணர்களைத் தொடர்ந்து கொன்று கொண்டிருந்தார்கள். அப்போது, தேவர்களின் விருப்பத்திற் கிணங்க அகஸ்தியர், இல்வலனின் அழைப்பை ஏற்றார்; அவன் வழக்கம்போல வாதாபியை உணவிலே கலந்து விருந்து படைக்க, அதை அகஸ்தியர் உண்டார்; இல்வலனும் வழக்கம்போல் 'வாதாபி வெளியே வா' என்று கூறினான். மீண்டும் மீண்டும் அவன் கூவி அழைத்தும், வழக்கத்திற்கு மாறாக வாதாபி வெளியே வரவில்லை. அகஸ்தியர் 'வாதாபி என்னால் ஜீரணம் செய்யப்பட்டான். என்னால் எமனுலகம் அனுப்பப்பட்ட அவனை திரும்பி அழைக்க உன்னால் இயலாது' என்று சிரித்துக் கொண்டே கூறினார்.

''இல்வலன் அகஸ்தியரைத் தாக்க முற்பட்டான். அனல் கக்கும் விழிகொண்ட அகஸ்தியர் அவனை நோக்கினார். அவன் வீழ்ந்தான். அப்படிப்பட்ட அசாதாரணமான செயலைச் செய்த அகஸ்திய முனிவரின் சகோதரருடைய ஆச்ரமத்தைத்தான் நாம் இப்போது நெருங்க இருக்கிறோம்.''

இப்படி ராமர், லக்ஷ்மணனுக்கு அகஸ்தியர் பற்றிய விவரங் களைக் கூறிக் கொண்டிருந்த போதே சூரியன் அஸ்தமனமானான். அகஸ்தியரின் இளைய சகோதரர் இவர்களைக் கண்டு வரவேற்று உபசரித்தார். அன்று இரவை அங்கேயே கழித்த ராமர், லக்ஷ்மணன், ஸீதை – ஆகிய மூவரும் அடுத்த நாள் காலையில் அந்த முனிவரிடம் விடைபெற்று, அகஸ்தியரின் ஆச்ரமம் செல்வதற்காக மீண்டும் புறப்பட்டார்கள்.

வேள்வித் தீ மூட்டப்பட்டதற்கான அறிகுறிகளும், வேள்வித் தீயிலிருந்து புறப்பட்ட புகையும் காணப்பட்ட இடத்தை அவர்கள் நெருங்கிய போது ராமர், அகஸ்தியரின் ஆச்ரமத்திற்கு சமீபமாக தாங்கள் வந்து விட்டோம் என்பதை உணர்ந்தார். ''லக்ஷ்மணா! இங்கேதான் அகஸ்தியரின் ஆச்ரமம் இருக்கவேண்டும்.

தன்னுடைய தவ வலிமையால் மரணத்தையே வென்றவர் அவர். மக்களுக்கு நல்லது செய்வதற்காக அரக்கர் பயத்தை அறவே ஒழித்து, இந்தத் தென் பகுதியைப் பாதுகாப்பு நிறைந்த இடமாக மாற்றியது அகஸ்தியர்தான். கொடுமை நினைப்பவர்களால் பாதிக்கப்பட முடியாத பகுதி என்று, இவரால் தென்பகுதி பெயர் பெற்று விளங்குகிறது. இவருடைய ஆணைக்குக் கீழ்ப்படிந்து விந்திய மலை, சூரியனின் பாதையை மறைக்கும் அளவுக்கு வளராமல், தன்னைத்தானே கட்டுப்படுத்திக் கொண்டிருக்கிறது. தேவர்களும், கந்தர்வர்களும், சித்தர்களும், மாபெரும் முனிவர் களும் இங்கே அகஸ்தியரை வணங்குவதற்காகக் காத்திருக் கிறார்கள். பொய் பேசுகிறவன், கொடுமை செய்பவன், தீய எண்ணம் கொண்டவன், பாவ நோக்கம் உடையவன் – ஆகியோர் இங்கே வாழ முடியாதபடி, அகஸ்தியரின் ஒளி இங்கே பரவி வீசுகிறது. முக்தியடைகிற முனிவர்கள், வானத்திலிருந்து வருகிற ரதங்களில் ஏறி மேலுலகம் செல்வதும் இங்கிருந்துதான். நாமும் அவரை வணங்கி ஆசி பெறுவோம். நாம் மூவரும் இங்கே வந்திருக்கிற விவரத்தை அவருடைய அச்ரமத்தில் தெரிவிப்பாயாக.''

இவ்வாறு ராமர் கூறியவுடன், லக்ஷ்மணன் அந்த ஆச்ரமத்தை நெருங்கி அங்கே இருந்த அகஸ்தியரின் சீடர்களில் ஒருவரிடம், ''தசரதர் என்ற ஒரு சக்கரவர்த்தி இருந்தார். அவருடைய மூத்த மகன் ராமர். அவரும், அவருடைய இளைய சகோதரனாகிய லக்ஷ்மணன் என்ற பெயர் கொண்ட நானும், ராமருடைய மனைவி ஸீதையும் வந்திருக்கிறோம். அகஸ்திய முனிவரைக் கண்டு ஆசி பெற விரும்புகிறோம்'' என்று கூறினான்.

அகஸ்தியரின் சீடர், ஆச்ரமத்தினுள் சென்று இந்தத் தகவலை முனிவரிடம் தெரிவித்தார். அப்போது அகஸ்தியர், ''ராமனைப் பார்க்கும் நேரம் வரும் என்று நானும் ஆவலோடுஎதிர்பார்த்துக் கொண்டுதான் இருந்தேன். அவர்கள் நேராக உள்ளே வந்திருக்க வேண்டியதுதானே? ஏன் அவர்களைக் காக்க வைத்தாய்?'' என்று கூற, அவருடைய சீடர் இத்தகவலை ராமர் முதலானோரிடம் தெரிவிக்க, அவர்கள் மூவரும் ஆச்ரமத்தினுள் நுழைந்தார்கள். அங்கே பிரம்மா, சிவன், விஷ்ணு, இந்திரன், சூரியன், சந்திரன்,

குபேரன், வாயு, வருணன், காயத்ரி, வாசுகி, கருடன், கார்த்திகேயன், தர்மதேவதை – ஆகியோருக்காகவென்று தனித்தனியே நிர்ணயிக்கப்பட்டிருந்த இடங்களை ராமர் கண்டார். அப்போது அகஸ்திய முனிவர், தங்களை நோக்கி வருவதைக் கண்ட ராமர், லக்ஷ்மணனிடம், ''தவங்களுக்கான சிறப்பிடம் இது. அதோ அகஸ்தியர் வருகிறார்'' என்று கூற, மூவரும் அவர் காலில் விழுந்து வணங்கினார்கள்.

அவர்களையெல்லாம் அன்போடு வரவேற்ற முனிவர், அவர்களை அமரச் சொல்லி, அக்னியில் ஹோமம் செய்து, அவர்களுக்கு உணவு படைத்தார். பின்னர் ராமரைப் பார்த்து, அகஸ்தியர், ''துறவறத்தை மேற்கொண்டுள்ள முனிவன் அக்னிக்குச் சேர வேண்டியதை அளித்துவிட்டு, விருந்தாளியை உபசரித்து உணவு படைக்க வேண்டும். அனைத்துலகின் தலைவனும், தர்மத்தின் பாதையிலிருந்து தவறாதவனும், பெரிய வீரனும், எல்லா விதத்திலும் மரியாதைக்கு உகந்தவனுமாகிய நீ, எனக்கு விருந்தாளியாக வந்திருக்கிறாய். உன்னை உபசரிப்பது என் கடமை'' என்று கூறினார்.

பழங்கள், கிழங்குகள் ஆகியவற்றை விருந்தாகப் படைத்த பிறகு, அகஸ்தியர் ராமரிடம் ஒரு வில், அம்புகள், ஒரு கத்தி – ஆகியவற்றைக் கொடுத்து விட்டு அவை பற்றிய விவரங்களைக் கூறினார். ''பொன்னாலும், ரத்தினத்தாலும் அலங்கரிக்கப்பட்டு விளங்குகிற இந்த வில், விச்வகர்மாவினால் செய்யப்பட்டது; தெய்வத்தன்மை கொண்ட இது விஷ்ணுவினுடையது. இந்த இரண்டு அம்புறாத் தூணிகள், இந்திரனால் கொடுக்கப்பட்டவை; நெருப்புக்கு நிகரான பாணங்கள் நிறைந்தவை; எடுக்க எடுக்க இவற்றிலிருந்து பாணங்கள் வந்து கொண்டே இருக்கும்; தீர்ந்து போகாது. இந்த அம்பு, சூரியனுக்கு நிகரானது; பிரம்மனால் கொடுக்கப்பட்ட இது என்றுமே தோல்வியைச் சந்திக்காது. தெய்வ சக்தி பொருந்திய கத்தி, இந்தத் தங்கத்தினாலான உறையில் இருக்கிறது. ராமா! விஷ்ணு பகவான் முன்னொரு சமயம் அசுரர்களைப் போரில் வென்றபோது, இந்த வில்லைத்தான் பயன்படுத்தினார். அந்த வில், இரண்டு அம்புறாத் தூணிகள், இந்த பாணம், இந்தக் கத்தி ஆகியவற்றை இந்திரன் எவ்வாறு

வஜ்ராயுதத்தைக் கையில் ஏந்திக் கொண்டானோ, அவ்வாறே என்னிடமிருந்து பெற்றுக் கொள்வாயாக.''

இப்படி அகஸ்தியர் அன்புடன் கொடுத்த ஆயுதங்களையெல்லாம் ராமர் பெற்றுக் கொண்டார். அதன்பின்னர், ''ராமா! நீயும், லக்ஷ்மணனும், ஸீதையும் இங்கு வந்தது பற்றி நான் மிகவும் மனநிறைவு பெறுகிறேன்'' என்று கூறி மேலும் தொடர்ந்தார்.

''ஸீதையின் முகத்தைப் பார்த்தால், அவள் களைத்திருப்பது நன்றாகத் தெரிகிறது. கணவனிடம் கொண்ட அன்பின் காரணமாக, கொடுமைகள் நிறைந்த வனத்திற்கு அவள் வந்திருக்கிறாள். என்ன செய்தால் அவள் மனதிற்கு திருப்தி ஏற்படும் என்று அறிந்து, அதைச் செய்வாயாக! உன்னோடு அவள் காட்டுக்கு வந்திருப்பது சாதாரண காரியம் அல்ல. ஒரு மனிதன் நன்றாக இருக்கும்போது அவனிடம் அன்பு காட்டுவதும், அவனுக்குச் சோதனைகள் வரும்போது அவனை விட்டு விலகுவதும், ஜீவராசிகளின் சிருஷ்டி ஆரம்பிக்கப்பட்ட காலத்திலிருந்தே பெண்களின் இயற்கையாக இருந்து வருகிறது. பெண்கள் மின்னலைப் போல் கண நேரத்தில் மாறும் தன்மை கொண்டவர்கள்; ஆயுதங்களைப் போல் கூர்மையானவர்கள்; கழுகைப் போலவும், சூறைக்காற்றைப் போலவும் வேகமுடையவர்கள். ஆனால் உன் மனைவியாகிய ஸீதையோ, இந்தக் குறைகளுக்கெல்லாம் அப்பாற்பட்டவள். போற்றத் தகுந்தவள். அருந்ததி போல தெய்வீகத் தன்மை நிறைந்த பெண்களுக்கு நிகரானவள். நீயும், லக்ஷ்மணனும், ஸீதையும் வந்ததனால், இந்த இடம் அழகு செய்யப்பட்டதாகிறது.''

ராமர், இரு கை கூப்பி நின்று முனிவரைப் பார்த்து, ''உங்களுடைய ஆசியைப் பெற்ற நாங்கள் மூவரும் பெரும் அதிர்ஷ்டசாலிகள். இந்த வனத்தில் நாங்கள் எங்கு தங்கலாம் என்பதை, நீங்களே எங்களுக்குச் சொல்ல வேண்டும் என்று கேட்டுக் கொள்கிறோம்'' என்று கூறினார்.

அகஸ்தியர், ''இங்கிருந்து இரண்டு யோசனை தூரத்தில் பஞ்சவடி என்ற இடம் இருக்கிறது. அங்கு சென்று ஒரு ஆச்ரமும் அமைத்துக் கொண்டு, நீங்கள் மூவரும் அங்கேயே இருக்கலாம். உன் தந்தையின் கட்டளையை ஏற்று நீ காட்டுக்கு வந்த விஷயமும்,

அது தொடர்பான மற்ற விவரங்களையும் நான் அறிவேன். உங்களுடைய மனநிலைக்கு ஏற்ற இடம் பஞ்சவடிதான்'' என்று கூறினார்.

முனிவர் இவ்வாறு கூறிய பிறகு, அவர்கள் மூவரும் அவரை வணங்கி, விடைபெற்று, அங்கிருந்து அவர் கூறிய வழியைப் பின்பற்றி பஞ்சவடியை நோக்கி நடந்தார்கள்.

(நான் ஆரம்பத்திலேயே குறிப்பிட்ட மாதிரி வட பகுதிகளில் வழங்குகிற ஒரு ராமாயண நூலை அடிப்படையாகக் கொண்டுதான் இந்தத் தொடரை நான் எழுதி வருகிறேன். அதற்கும், தென் பகுதிகளில் வழங்குகிற சில ராமாயண நூல்களுக்கும் ஒரு சில இடங்களில் வித்தியாசங்கள் இருக்கின்றன என்பதை முதலிலேயே குறிப்பிட்டிருந்தேன்.

இந்தக் கட்டத்தில் ராமரிடம் அகஸ்தியர், 'இந்தப் பகுதி முனிவர்களால் விலக்கப்பட்டதாக, கொடிய வனமாக இருந்தது; இங்கே காற்று கிடையாது; மழை கிடையாது; நான் எதேச்சையாக இந்த இடத்திற்கு வந்தேன்; மழை கொண்ட மேகங்களை இங்கே வரவழைத்து, இதைச் செழிப்பாக்கினேன். அதன் பிறகு இங்கே நதிகள் உண்டாயின; குளங்களும், ஆறுகளும், ஓடைகளும் ஏற்பட்டன; முனிவர்களும் இங்கே வசிக்கத் தொடங்கினார்கள்; ஆனால் அரக்கர்களின் தொல்லை எப்போதும் இங்கே இருக்கிறது; ஆகையால் அரக்கர்களிடமிருந்து நீதான் முனிவர்களுக்கு பாதுகாப்பு அளிக்க வேண்டும்' என்று ராமரை அகஸ்தியர் கேட்டுக் கொண்டதாக, தென் பகுதி ராமாயண நூல்களில் காணப்படுகிறது. இது வட பிரதேச நூல்கள் பலவற்றில் இல்லை.

துளஸிதாஸரின் ராமாயணத்தில், அகஸ்தியரைத் தரிசிக்க ராமர் சென்ற போது, அவரிடம் ராமர், 'துறவிகளை துன்புறுத்தும் அரக்கர்களை அழிக்கும் வழியை எனக்குக் கூறுங்கள்' என்று கேட்கிறார்; அதற்கு அகஸ்தியர், 'என்னுடைய பக்தியின் காரணமாக உன்னுடைய மகிமையை நான் அறிவேன். உலகையெல்லாம் ஆளுகிற நீ, என்னிடம் அறிவுரை கேட்பதா? நான் உன்னிடம் ஒரு வரம் கேட்கிறேன். ஸீதையுடனும், உன்னுடைய இளைய சகோதரனுடனும் கூடி நீ என் இதயத்தில் என்றென்றும் வாழ

வேண்டும். உன்னுடைய நிர்க்குண ரூபத்தை அறிந்தவன் என்றாலும், உன்னுடைய இந்த ஸர்க்குண ரூபத்தைக் கண்டு நான் உவகை கொள்கிறேன். உன்னுடைய தொண்டனாகிய என்னை உயர்வு படுத்துவதற்காக நீ என்னிடம் ஆலோசனை கேட்கிறாய். 'சரி. சொல்கிறேன்' என்று கூறிவிட்டு, பஞ்சவடிக்குப் போகும் வழியை அகஸ்தியர், ராமருக்குச் சொல்கிறார்.

துளஸிதாஸரின் ராமாயணத்தைப் பொறுத்தவரையில் ராமர், விஷ்ணுவின் அவதாரம் என்பது ஆங்காங்கே நிலை நிறுத்தப் படுவதோடு மட்டுமல்லாமல், பல பாத்திரங்களும் இந்த உண்மையை உணர்ந்தவர்களாகக் காட்டப்படுகிறார்கள். இந்த அணுகுமுறையை ஒட்டியே துளஸிதாஸரின் ராமாயணத்தில் ராமர், அகஸ்தியர் சந்திப்பு வர்ணிக்கப்படுகிறது.

இனி, கம்ப ராமாயணத்தைப் பார்ப்போம். அகஸ்தியரின் பெருமையைக் கூறும்போது கம்ப ராமாயணம் இப்படிச் சொல்கிறது: ''தேவர்கள் எல்லாம் முன்னொரு சமயத்தில், 'அரக்கர்கள் சமுத்திரத்தில் மூழ்கி ஒளிந்து கொண்டு விட்டனர். ஆதலால் அவர்கள் இனி அழியக் கூடியவர்கள் அல்ல' என்று நினைத்து, அகஸ்தியரிடம், 'பெரிய தவம் செய்த முனிவரே! எங்களுக்கு அருள் புரியுங்கள்' என்று தங்களுடைய குறையைக் கூறிக் கேட்டுக் கொள்ள, அவர்கள் அனுபவிக்கிற துயரத்தை அறிந்து, அகஸ்தியர் ஏழு சமுத்திரங்களில் உள்ள தண்ணீரையெல்லாம், தன்னுடைய ஒரு கையால் அள்ளி எடுத்து குடித்துவிட்டு, பிறகு அந்த வானவர்கள் 'அக்கடல் நீரை உமிழ்ந்து விடுங்கள்' என்று வேண்டிக் கொண்ட போது மீண்டும், அதை உமிழ்ந்து, அந்தச் சமுத்திரங்களையெல்லாம் தண்ணீரால் நிரப்பினார்.''

> பண்டு, 'அவுணர் மூழ்கினர்;
> படார்கள்' என வானோர்,
> 'எண் தவ! எமக்கு அருள்க'
> எனக் குறையிரப்பக்
> கண்டு, ஒரு கை வாரினன்
> முகந்து, கடல் எல்லாம்
> உண்டு, அவர்கள் பின், 'உமிழ்க'
> என்றலும், உமிழ்ந்தான்.

இல்வலன், வாதாபி கதையும் வால்மீகி ராமாயணத்தில் உள்ளது போல இதில் குறிப்பாகச் சொல்லப்படுகிறது. ராமரைக் கண்டவுடன், அகஸ்தியர், 'அந்த பரம்பொருளோடு எதிரே நின்று பேசும் வாய்ப்பு கிட்டியது' என்று எண்ணி மகிழ்வதாக கம்பராமாயணம் சொல்கிறது. மேலும் ராமர் வந்ததால், அகஸ்தியர் பெரும் மகிழ்வு எய்துகிறார். 'தனது அதிகாரத்தை உலகம் முழுவதும் செலுத்துகிற தசரதன் பெற்ற மகனே! நீ இங்கே வந்ததால் இனி வேதங்கள் எல்லாம் வாழும். மனு நீதி வாழும். தர்மங்கள் எல்லாம் நிலைபெறும். அரக்கர்களால் தாழ்மையான நிலையை அடைந்த தேவர்கள் உயர்ந்த நிலையை எய்துவார்கள். ஏழு உலகங்களும் வாழும். இதில் சந்தேகமே இல்லை. இவையெல்லாம் உண்மையே. இவ்விடத்தில் நீ தங்குவாயாக' என்று அகஸ்தியர் கூறுகிறார்.

**'வாழும் மறை; வாழும் மனு நீதி;
அறம் வாழும்;
தாழும் இமையோர் உயர்வர்;
தானவர்கள் தாழ்வார்;
ஆழி உழவன் புதல்வ! ஐயம்
இலை; மெய்யே;
ஏழ் உலகும் வாழும்; இனி, இங்கு
உறைதீ' என்றான்.**

இதன்பிறகுதான் அந்த இடத்திலேயே தங்கி விடாமல், இன்னமும் முன்னேறி அரக்கர்களை எதிர்கொண்டு அழிப்பது நல்லது என்று ராமர் கூற, அதை அகஸ்தியர் ஏற்கிறார். ராமருக்கு வால்மீகி ராமாயணத்தில் உள்ளது போல, ஆயுதங்களையும் தந்து ஆசீர்வதிக்கிறார்.)

பஞ்சவடிக்கு ராமர், லக்ஷ்மணன், ஸீதை – ஆகியோர் செல்லும் போது, போகிற வழியில் பெரும் உருவைக் கொண்டதும், அளவில்லாத சக்தி படைத்ததுமான ஒரு கழுகை அவர்கள் கண்டார்கள். அந்தக் கழுகின் தோற்றத்தைக் கண்டு, ஓர் அரக்கனைத் தாங்கள் காண்பதாகவே அவர்கள் நினைத்தார்கள்.

3. ஆரண்ய காண்டம்

அத்தியாயம் -4

ஜடாயு சந்திப்பு

ராமர், லக்ஷ்மணன், ஸீதை – ஆகியோர் ஜடாயுவைச் சந்திப்பது; மூவரும் பஞ்சவடியை அடைவது; லக்ஷ்மணன், பரதனைப் பற்றி பெருமையாகவும், கைகேயியைப் பற்றி இழிவாகவும் பேச, ராமர் அவனைத் தடுத்து, பரதனைப் பிரிந்திருக்க நேர்ந்தது பற்றி வருந்திப் பேசுவது; பஞ்சவடியில் ராமரின் பர்ணசாலைக்கு அருகில் சூர்ப்பனகை தற்செயலாக வருவது; ராமரின் தோற்றத்தைக் கண்டு அவள் வியந்து நிற்பது...

ராமரும், லக்ஷ்மணனும் தங்கள் எதிரே காணப்பட்ட அந்தக் கழுகைப் பார்த்து, ''நீ யார்?'' என்று கேட்டார்கள்.

அதற்கு அந்தக் கழுகு, ''அன்புக்குரியவனே! என்னை உனது தந்தையின் நண்பன் என்று அறிவாயாக'' என்று ராமரைப் பார்த்துக் கூறியது.

இதைக் கேட்டு மகிழ்ந்த ராமர், அந்தக் கழுகிடம் மேலும் விவரங்களைக் கூறுமாறு கேட்டார். அதற்கு அந்தக் கழுகு, ஜீவராசிகளின் படைப்பு பற்றிய விவரங்களைக் கூறி, அதன் தொடர்ச்சியாக தன்னுடைய குலத்தைப் பற்றிச் சொல்லி, பிறகு தன்னையும் அறிமுகப்படுத்திக் கொண்டது. ''பெருந்தோள் படைத்தவனே ராமா! ப்ரஜாபதிகளாக இருந்தவர்களின் வரிசையை முதலில் சொல்கிறேன் கேள்'' என்று தனது விளக்கத்தை அந்தக் கழுகு ஆரம்பித்தது.

(தன்னுடைய படைப்புப் பணியைத் தொடங்கிய ப்ரம்ம தேவன் முதலில் 21 ப்ரஜாபதிகளை உண்டாக்கினான். மக்கள், குழந்தைகள், மனித இனம், ஜனசமூகம் – என்றெல்லாம் 'ப்ரஜா' என்ற வார்த்தைக்கு அர்த்தம் கூறலாம். அதன் 'பதி' அதாவது அதன் 'அதிபன்' ப்ரஜாபதி. 'ஜீவராசிகளுக்கு ஒரு தலைவன்' அல்லது 'படைப்புத் தொழிலை மேற்கொண்டவன்' என்று இந்த வார்த்தைக்குப் பொருள் கூறலாம். ப்ரஜாபதிகள் எத்தனை பேர் என்பதில் ஒவ்வொரு புராணத்திற்கு இடையே சில வேறுபாடுகள் இருக்கின்றன. வால்மீகி ராமாயணத்தில் இங்கு கூறப்படுகிற ப்ரஜாபதிகளின் எண்ணிக்கை 17.)

''ப்ரஜாபதிகளில் முதல்வர் – கர்தமர். அவருக்குப் பின் விச்ருதர்; தொடர்ந்து சேஷர்; பிறகு வரிசையாக ஸம்ச்ரயர்; பஹுபுத்ரர்; ஸ்தாணு; மரீசி; அத்ரி; க்ரது; புலஸ்த்யர்; ஆங்கிரஸ்; ப்ரசேதஸ்; புலஹர்; தக்ஷர்; விவஸ்வான்; அரிஷ்டநேமி; கச்யபர்.'' இந்த ப்ரஜா பதிகளின் வரிசை யைக் கூறிய அந்தக் கழுகு, பின்னர் தக்ஷ ப்ரஜாபதியின் மகள்களில் எண்மரை கச்யபர் மணம் புரிந்த விவரத்தையும், அவர்களுடைய வம்சத்தின் பல தலை முறைகளுடைய விவரங்களையும் கூறி இறுதியில், ''அருணன் என்பவனுக்கு நான் பிறந்தேன். என்னுடைய தமையனின் பெயர் சம்பாதி. என் பெயர் ஜடாயு'' என்று கூறி, தன்னுடைய அறிமுகத்தை முடித்தது.

அதன் பின்னர் ராமரிடம் ஜடாயு, ''இந்தக் காடு எளிதில் கடக்க முடியாதது. கொடிய மிருகங்களும், அரக்கர்களும் நிறைந்தது. இந்த இடத்தில் உனக்குத் துணையாக நான் இருக்க, நீ என்னை அனுமதிக்க வேண்டும். லக்ஷ்மணனும், நீயும் வெளியே செல்லும் போது, ஸீதைக்கு நான் பாதுகாப்பாக இருப்பேன்'' என்று கேட்டுக் கொண்டது.

ஜடாயுவின் அன்பைப் பார்த்து பெரிதும் மனம் மகிழ்ந்த ராமர், தனது தந்தையான தசரத மன்னருக்கும், ஜடாயுவுக்கும் ஏற்பட்ட நட்பு பற்றிய விவரங்களையெல்லாம் கூறுமாறு கேட்க, ஜடாயுவும் அந்த விவரங்களையெல்லாம் கூறியது. அனைவரும் பஞ்ச வடியை அடைந்தார்கள். ஸீதையைப் பாதுகாக்க ஜடாயு கிடைத்து

விட்டதால், விட்டில் பூச்சிகளைக் கொல்கிற மாதிரி அரக்கர்களைக் கொன்றுவிட, நல்ல வாய்ப்பு கிடைத்திருக்கிறது என்று ராமர் கருதிக் கொண்டார்.

(தசரத மன்னனுக்கும், ஜடாயுவுக்கும் நட்பு எப்படி ஏற்பட்டது என்பதை பத்ம புராணம் கூறுவதாக சில புத்தகங்களில் குறிப்பிடப்பட்டிருக்கிறது. அந்த விவரம் : ஒரு முறை வசிஷ்டர் தசரத மன்னனிடம், 'சனி பகவான் இடம் பெயர இருக்கிறார். அந்த நேரத்தில் கடும் வறட்சி தோன்றி, மக்களுக்கு தாங்க முடியாத துயரம் ஏற்படக்கூடும். அந்த நிலையை தடுப்பதற்கு இப்பொழுதே ஏற்பாடுகளைச் செய்வாயாக' என்று எச்சரித்தார். சனியின் பாதையையே மறைத்து விட தசரதர் நினைத்த போது, அந்த அரசனின் மீது சனி பகவானின் பார்வை பட்டு விட்டது. அந்தப் பார்வையின் தாக்குதலை தாங்க முடியாமல் தசரத மன்னன் வீழ்ந்த போது ஜடாயு, தசரதரை தன் மீது தாங்கி காப்பாற்றியதாகவும், அதன் பின்னர் பிரச்னை தீர்ந்ததாகவும் புராணக் கதை கூறுகிறது.

வால்மீகி ராமாயணத்தில் தசரத மன்னரைப் பற்றி ஜடாயு, ராமரிடத்தில் விசாரித்ததாக எதுவும் சொல்லப்படவில்லை. ஆனால், கம்ப ராமாயணத்தில் தசரதரைப் பற்றி ஜடாயு கேட்டதாகவும், அவர் மரணமடைந்த செய்தியை ராமர் மூலமாக அறிந்து வருந்தியதாகவும் குறிப்பிட்டிருக்கிறது. அதேபோல ராமரும், லக்ஷ்மணனும் காட்டுக்கு வந்த காரணத்தையும், ஸீதையைப் பற்றிய விவரங்களையும் கூறுமாறு ஜடாயு கேட்க, லக்ஷ்மணன் அவற்றையெல்லாம் விவரிப்பதாக கம்ப ராமாயணத்தில் வருகிறது. வால்மீகி ராமாயணத்தில் இதுவும் இல்லை.

கம்ப ராமாயணத்தில் – தசரதர் இறந்து விட்டார் என்ற செய்தியை ராமர் வாயிலாகக் கேட்ட ஜடாயு, உணர்வு நீங்கியவன் போல் கிடந்த போது, ராமரும், லக்ஷ்மணனும் ஜடாயுவை சமாதானப்படுத்து கிறார்கள். 'ராமர், லக்ஷ்மணன் என்ற இருவரும் தங்களுடைய பலம் பொருந்திய கைகளினால் தழுவி (ஜடாயுவை) எடுத்து, தங்கள் கண்ணீரினாலேயே, ஜடாயுவின் முகத்தை கழுவினார்கள். நீங்கி விட்டது என நினைக்க வைத்த அந்த இனிய உயிர், திரும்பவும் வரப் பெற்ற அந்தக் கழுகு அரசன், நெஞ்சு உரம் அழிந்தவனாக வாய் விட்டுப் புலம்பினான்.'

தழுவினர், எடுத்தனர், தடக் கையால்; முகம்
கழுவினர் இருவரும், கண்ணின் நீரினால்;
வழுவிய இன் உயிர் வந்த மன்னனும்,
அழிவுறு நெஞ்சினன், அரற்றினான் அரோ.

இப்படி வால்மீகி ராமாயணத்தில் இல்லாத சில விவரங்களை கம்ப ராமாயணம் கூறுகையில், துளஸிதாஸரின் ராமாயணமோ வெனில், ஜடாயு, ராமர் சந்திப்பை மிகவும் சுருக்கமாகக் கையாண்டு, விட்டு விடுகிறது. 'கழுகு அரசனைச்சந்தித்து, தங்களுக்கிடையே இருந்த அன்புப் பிணைப்பை மேலும் உறுதி செய்து கொண்ட பிறகு, கோதாவரி நதிக்கரையில் ஆச்ரமம் அமைத்துக் கொண்டு, அங்கே ராமர் தங்கினார்' என்று இந்த சந்திப்பை மிகச் சுருக்கமாகவே துளஸிதாஸரின் ராமாயணம் கூறுகிறது.)

பஞ்சவடியை அவர்கள் அடைந்தபோது, ராமர், லக்ஷ்மணனைப் பார்த்து, "பஞ்சவடி என்கிற இடம் இதுதான். நாற்புறங்களிலும் உன் பார்வை செலுத்தப்படட்டும். வனங்களின் தன்மையை அறிந்தவன் நீ. இங்கே எந்த இடத்தில் நாம் ஆச்ரமம் அமைத்துக் கொள்வது பொருத்தமாக இருக்கும் என்பதை நிச்சயித்து அதற்கான ஏற்பாடுகளைச் செய்" என்று கூறினார்.

லக்ஷ்மணன், "உங்களுடைய பணியாள் நான். ஆகையால் எந்த இடம் உகந்தது என்று நீங்கள் கூறுகிறீர்களோ, அங்கேயே ஆச்ரமத்தைக் கட்டுகிறேன். எனக்குக் கட்டளையிடுங்கள்" என்று பதிலளித்தான்.

ராமர் புன்சிரிப்புடன் லக்ஷ்மணனைப் பார்த்து, ஒரு குறிப்பிட்ட இடத்தைச் சுட்டிக் காட்டி, "இந்த இடம் சமபூமியாக இருக்கிறது. மரங்கள் நிறைந்திருக்கிறது. தாமரைக் குளம் அருகில் இருக்கிறது. அகஸ்திய முனிவரால் விவரிக்கப்பட்ட வண்ணம் இந்த இடம் காணப்படுகிறது. கோதாவரி நதிக்கரையான இங்கேயே நமது ஆச்ரமத்தைக் கட்டிக் கொள்வோம். இது பரிசுத்தமான இடமாகக் காட்சியளிக்கிறது" என்று கூறினார்.

இதையடுத்து லக்ஷ்மணன், மண் சுவரை எழுப்பி, மூங்கில் களால் பிணைக்கப்பட்ட கிளைகளையும் பரப்பி, வைக்கோல்,

ஆரண்ய காண்டம்

நாணல் ஆகியவற்றைக் கொண்டு கூரையும் வேய்ந்து, ஓர் அழகான பர்ண சாலையைக் கட்டி முடித்தான். பின்னர், சாத்திர முறைப்படி கோதாவரி நதிக்குச் சென்று, நீராடி பழங்களையும், புஷ்பங் களையும் கொண்டு வந்து அந்தப் பர்ணசாலைக்கு சாந்தி செய்து, அதை ராமனுக்குக் காட்டினான். அதைக் கண்டு ராமர் பெரும் மகிழ்வு எய்தினார்.

சொர்க்கலோகத்தில் இந்திரன் வாழ்வது போல் ராமர், அங்கே ஸீதையுடனும், லக்ஷ்மணனுடனும் கொஞ்ச காலம் வாழ்ந்தார்.

பருவம் மாறி, குளிர் காலம் வந்தது. கோதாவரி நதியில் நீராடுவதற்காக ராமர் விடியற்காலையில் எழுந்து செல்ல, அவரைப் பின் தொடர்ந்து லக்ஷ்மணனும், ஸீதையும் சென்றார்கள். அப்போது லக்ஷ்மணன் அந்தக் குளிர்காலத்தை வர்ணிக்கத் தொடங்கினான். "இந்தப் பருவத்தில் தண்ணீரை கையால் தொட முடியவில்லை. நெருப்போ சுகத்தைத் தருகிறது; சூரியன் பகலில் கூட உக்கிரமுடையவனாக இல்லை; நதிகள் பனியால் மறைக்கப்பட்ட நீரை உடையனவாகக் காணப்படுகின்றன; குளிர்காற்று, பனியால் குளிர்விக்கப்பட்டதாக, மேலும் குளிர்ச்சி உடையதாக வீசுகிறது."

இவ்வாறு அந்தப் பருவத்தைப் பற்றி விவரித்துக் கொண்டே போன லக்ஷ்மணன், பரதனின் நினைவு வந்து, அவனைப்பற்றிப் பேசத் தொடங்கினான். "தர்மத்தின் பாதையிலிருந்து தவறாத வனாக, உங்கள் மீதுள்ள பக்தியால் ஒரு தவத்தையே மேற் கொண்டுள்ள பரதன், இந்தக் குளிர் காலத்திலும் வெறும் தரையில்தான் படுத்திருப்பான். இந்த விடியற்காலை வேளையில் நீராடுவதற்காக அவன் ஸரயு நதிக்குச் சென்று கொண்டிருக்கலாம். சோதனைகளைச் சந்திக்காமல், சுகமாகவே வாழ்ந்து விட்ட பரதன், இந்தப் பனியைத் தாங்கிக் கொண்டு ஸரயு நதியில் எப்படித்தான் நீராடுவானோ? பெருந்தோள் படைத்தவனும், தர்மத்தின் பாதையை நன்கு அறிந்தவனும், சத்தியத்தைக் கடைப் பிடிப்பவனும், வெறுக்கத்தக்க காரியங்களைச் செய்யாதவனு மாகிய அந்த பரதனை நினைத்தால், எனக்கு மன வருத்தம் ஏற்படுகிறது. நீங்கள் தவக்கோலத்தில் இருப்பதால், அவனும் தவக் கோலத்தை மேற்கொண்டு விட்டான்."

இவ்வாறு பரதனின் நிலைபற்றி மனம் வருந்திப் பேசிய லக்ஷ்மணன், அதன் முடிவில், "பொதுவாக மனிதர்கள் தாயாரின் குணத்தைக் கொண்டவர்களாகத்தான் விளங்குகிறார்கள்; தந்தையின் குணத்தைக் கொண்டவர்களாக விளங்குவதில்லை – என்று உலகில் பேசப்படுகிறது. பரதனால் இது பொய்யாக்கப் பட்டது. பரிசுத்த மனமுடைய பரதனுக்குத் தாயாகிய அந்த கைகேயி, எப்படித்தான் இவ்வளவு கொடியவளாக இருக்கிறாளோ!" என்று சொன்னான்.

கைகேயியைப் பற்றி லக்ஷ்மணன், இப்படிப் பேசிய போது, அவனைத் தடுத்த ராமர், "நமது தாயார் நிந்திக்கத் தக்கவள் அல்ல. நமது குலத்திற்குப் பெருமை சேர்க்கிற பரதனைப் பற்றிப் பேசிக் கொண்டிருந்தாயே, அந்தப் பேச்சையே பேசு. அதைக் கேட்க இனிமையாக இருக்கிறது. இந்த வனவாசத்தில் என் மனம் உறுதியாக நிலைத்திருந்தாலும் கூட, பரதனை நினைக்கும்போது, கொஞ்சம் தடுமாற்றம் ஏற்படுகிறது. அமிர்தத்தை ஒத்த அவனுடைய பேச்சைக் கேட்க என் மனம் அவ்வப்போது விரும்பு கிறது. லக்ஷ்மணா! உன்னோடும், பரதனோடும் சத்ருக்னனோடும் சேர்ந்து, நான் வாழ்கிற நேரம் எப்போதுதான் வரப் போகிறதோ?" என்று கூறினார்.

இதன் பின்னர் கோதாவரி நதியில், அவர்கள் நீராடி விட்டு வந்த போது, லக்ஷ்மணனும், ஸீதையும் பின் தொடர வந்த ராமர், நந்தி தேவனுடனும், பார்வதி தேவியுடனும் சேர்ந்து காட்சியளிக்கிற ருத்ர பகவான் போலவே தோற்றமளித்தார்.

நீராடி விட்டு வந்த அவர்கள், பர்ணசாலைக்குள் நுழைந்தனர். அங்கே அமர்ந்து தனது இளைய சகோதரனாகிய லக்ஷ்மணனுடன் ராமர், பல விஷயங்களைப் பற்றிப் பேசிக் கொண்டிருந்தார். மகரிஷிகளால் போற்றப்பட்டவராக இப்படியே அங்கு அவர் காலத்தைக் கடத்திக் கொண்டிருந்தார்.

ஒரு சமயம் இப்படி லக்ஷ்மணனுடன் அவர் உரையாடிக் கொண்டிருந்தபோது, அந்த இடத்திற்கு தற்செயலாக ஓர் அரக்கி வந்து சேர்ந்தாள்.

ஆரண்ய காண்டம்

சூர்ப்பனகை என்ற பெயர் கொண்ட ராவணனின் தங்கையாகிய அவள், ராமரைப் பார்த்தவுடன், ஒரு தேவனைக் கண்டது போல் வியப்புற்று நின்றாள்.

அகன்ற மார்பு, நீண்ட கைகள், தாமரை இதழையொத்த கண்கள், ஒளி வீசுகிற முகம், யானையை ஒத்த கம்பீரமான நடை, மன்மதனை நிகர்த்த தோற்றம், இந்திரனுக்கு நிகரான கம்பீரம் – ஆகியவற்றோடு விளங்கிய ராமரைப் பார்த்து, சூர்ப்பனகை என்ற அரக்கி காமவெறி பிடித்தவளானாள்.

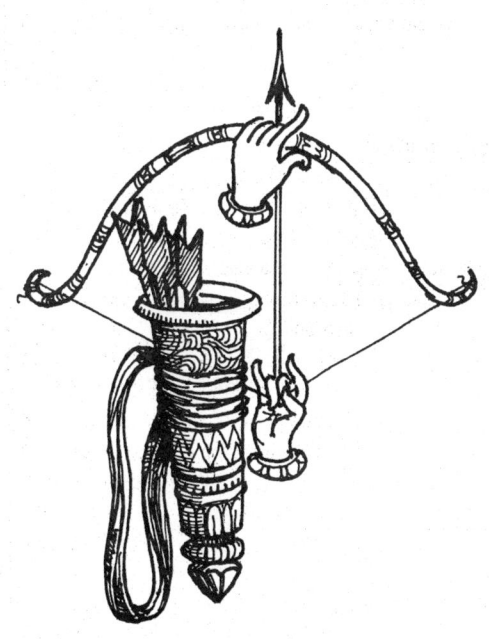

3. ஆரண்ய காண்டம்

அத்தியாயம் -5

சூர்ப்பனகை வந்தாள்

ராமரைக் கண்டு மோகம் கொண்டு பேசிய சூர்ப்பனகையை, அவர் லக்ஷ்மணனை நாடுமாறு சொல்வது; லக்ஷ்மணன் அவளை ராமரிடமே திருப்புவது; ஸீதையை நிந்தித்துப் பேசுகிற சூர்ப்பனகை, அவளைத் தாக்க முற்படுவது; ராமரின் உத்திரவின் பேரில் லக்ஷ்மணன் அவளுடைய மூக்கையும், காதுகளையும் அறுப்பது; பயங்கரமாக கதறியபடி சூர்ப்பனகை தனது சகோதரனாகிய கரனிடம் ஓடுவது...

விகாரமான முகம், பருத்த வயிறு, கோணலான கண்கள், தாமிரத்தின் நிறத்தை யொத்த தலைமுடி, பயங்கரமான குரல், கொடூரமான இதயம் - ஆகியவற்றைக் கொண்டவளும், வயதானவளுமான அந்த அரக்கி உணர்ச்சியினால் உந்தப்பட்டவளாக - கண்ணைக் கவரும் முகம், சிறுத்த இடை, ஒளி வீசும் கண்கள், அழகிய தலை முடி, அன்பு பொங்கும் குரல், இளமை, நேர்மையான நடை - ஆகியவற்றைக் கொண்ட ராமரைப் பார்த்துப் பேசத் தொடங்கினாள்.

"சடை முடி, மரவுரி, துறவியின் கோலம்! ஆனால் கையிலே வில்லும், அம்பும் இருக்கின்றன! கூடவே மனைவியும் இருக்கிறாள்! யார் நீ? ராக்ஷஸர்கள் வாழும் இந்தப் பகுதிக்கு இப்படிப்பட்ட கோலத்தில் நீ வரக் காரணம் என்ன?''

ஆரண்ய காண்டம்

இவ்வாறு கேட்ட அந்த அரக்கியைப் பார்த்து ராமர் சொன்னார்: "தெய்வங்களுக்கு நிகரான சக்தியைக் கொண்ட தசரதன் என்ற ஒரு மன்னர் இருந்தார். நான் அவருடைய மூத்த மகன். என்னை ராமன் என்று அழைப்பார்கள். என்னிடம் மாறாத அன்புடைய என்னுடைய இளைய சகோதரன் லக்ஷ்மணன் இவன். இவள் என்னுடைய மனைவி. விதேக மன்னனின் மகளாகிய இவளுடைய பெயர் ஸீதை. என்னுடைய தாய்-தந்தையரின் கட்டளையை ஏற்று இந்த வனத்திலே வாழ்வதற்காக நான் வந்திருக்கிறேன்."

இவ்வாறு கூறிய ராமர், அந்த அரக்கியைப் பார்த்து தொடர்ந்து, "நீ யார்? யாருடைய மகள்? உன் பெயர் என்ன? நீ யாருடைய மனைவி? நீ ராக்ஷஸ குலத்தைச் சார்ந்தவளோ என்று நான் நினைக்கிறேன். நீ யார் என்பதையும், எதற்காக இங்கு வந்திருக்கிறாய் என்பதையும் ஒளிவு மறைவில்லாமல் கூறுவாயாக" என்று கேட்டார்.

"நான் கூறுவதைக் கேள். ராமா! உன்னிடம் உண்மையை ஒளிக்காமல் சொல்கிறேன். நான் ஒரு அரக்கி. என் பெயர் சூர்ப்பனகை. நினைத்த உருவத்தை எடுக்க வல்லவள் நான்." இவ்வாறு கூறிய சூர்ப்பனகை மேலும் தொடர்ந்தாள்.

"கண்டவர் மனதில் எல்லாம் அச்சத்தை உருவாக்கிக் கொண்டு இந்த வனத்தில் நான் திரிகிறேன். எனக்கு ராவணன் என்ற பெயருடைய ஒரு சகோதரன் இருக்கிறான். நீ அவனுடைய பெயரை கேள்விப்பட்டிருப்பாயோ என்னவோ தெரியவில்லை. விச்ரவஸ் என்பவருடைய மகன் அவன். பெரும் உறக்கம் கொள்பவனாகிய கும்பகர்ணனும் எனக்கு சகோதரனே. அடுத்து பெரும் பக்திமானாகியவனும், அரக்கர்களுக்கு உரிய நடத்தை எதுவும் இல்லாதவனுமாகிய வீபிஷணனும் என்னுடைய சகோதரனே. இவர்களைத் தவிர யுத்த களத்தில் பெரும் வீரத்தைக் காட்டக் கூடிய கரன், தூஷணன் - ஆகிய இருவரும் கூட என்னுடைய சகோதரர்களே. ஆனால் ராமா! நான் இவர்கள் எல்லோரையுமே மிஞ்சுபவள். உன் மீது என் பார்வை பட்ட நேரத்திலிருந்து உன்னை என்னுடைய கணவனாக நான் வரித்து விட்டேன்."

சூர்ப்பனகை தொடர்ந்தாள். "நான் அபரிமிதமான சக்தியைக் கொண்டவள். எங்கு வேண்டுமானாலும் செல்லக் கூடிய திறன் படைத்தவள். இந்த ஸீதையை மனைவியாகக் கொண்டிருப்பதால், உனக்கு ஆகப் போவது என்ன? விகார உருவம் படைத்த இவள் உனக்கு உகந்தவள் அல்ல. உனக்கு ஏற்றவள் நான்தான். என்னை உன் மனைவியாக ஏற்றுக் கொள். கோரமான முகமும், ஒடுங்கிய வயிறும் படைத்த இந்தப் பெண்ணை, இந்த உன் தம்பியோடு சேர்த்து நான் அழித்து விழுங்கி விடுகிறேன். அதன் பின்னர் நீயும், நானும் இந்த தண்டக வனத்தில் அலைந்து திரிந்து கொண்டு, அழகான மலைப் பிரதேசங்களைக் கண்டு களிப்போம். பல வகையான காட்டுப் பகுதிகளைப் பார்த்து மகிழ்வோம்."

காமத்தினால் கவரப்பட்டு இப்படிப் பேசிய அந்த அரக்கியைப் பார்த்து, சிரித்துக் கொண்டே ராமர் பதில் சொன்னார்: "பெண்ணே! நான் ஏற்கெனவே திருமணமானவன். என் மனைவி என்னுடனேயே இருக்கிறாள். தன்னுடைய கணவனுக்கு இன்னொரு மனைவி இருப்பது என்பது, உன் போன்ற பெண்களுக்கு பெரும் துக்கத்தைத் தரும். ஆனால் இதோ இருக்கிற என்னுடைய இளைய சகோதரன் லக்ஷ்மணன் நல்ல நடத்தை உள்ளவன். அழகு நிறைந்தவன். பெருமைக்குரியவன். தைரிய சாலி. அதுவுமின்றி அவனோடு ஒரு மனைவியில்லை. அவன் இப்போது ஒரு மனைவியை நாடினால், உன்னுடைய அழகான உருவத்திற்கு ஏற்ற கணவன் உனக்குக் கிடைப்பான். பேரழகு பொருந்தியவளே! அவனையே உன் கணவனாக ஏற்றுக் கொள்."

இப்படி ராமர் கூறியதைக் கேட்ட சூர்ப்பனகை, உடனே லக்ஷ்மணனைப் பார்த்து, பேசத் தொடங்கினாள். "இளமை கொப்பளிக்கும் உருவம் படைத்த உனக்கு, அழகு படைத்த மேனியுடைய நான் பொருத்தமான மனைவியாவேன். நீயும், நானும் மகிழ்ச்சியாக இந்த தண்டக வனத்திலே உலவித் திரிவோம் வா!."

லக்ஷ்மணன் சிரித்துக் கொண்டே பதில் சொன்னான்: "செந்தாமரை மலரை நிகர்த்த மேனி கொண்டவளே! அடிமைத் தொழில் செய்யும் எனக்கு மனைவியாகி, ஒரு பணிப் பெண்ணாகச்

செயல்பட நீ ஏன் விரும்புகிறாய்? களங்கமே இல்லாத முகமும், எல்லா மேன்மைகளும் படைத்தவரும், செல்வம் நிறைந்தவருமான என்னுடைய மூத்த சகோதரருக்கு மனைவியாவதுதான் உன் சிறப்புக்கு உகந்ததாக இருக்கும். ஒடுங்கிய வயிறுள்ளவளும், கெட்டவளும், அவலட்சணமானவளும், கிழவியுமான இந்தப் பெண்ணை கை விட்டு விட்டு, உன்னை அவர் மனைவியாக அங்கீ கரிப்பார். உன்னைப் போன்ற அழகி கிடைக்கும் வாய்ப்பை உதறி விட்டு, மனித ஜாதியைச் சார்ந்த பெண்ணிடம் அறிவுள்ள ஒரு மனிதன் மனதைச் செலுத்துவானா?''

இப்படி லக்ஷ்மணன் சொன்னவுடன், சூர்ப்பனகை ராமரைப் பார்த்து மீண்டும், ''குரூபியும், அவலட்சணம் பொருந்தியவளும், ஒடுங்கிய வயிற்றுள்ளவளும், கிழவியுமாகிய இந்தப் பெண்ணை மனைவியாக நினைத்துக் கொண்டு நீ, என்பால் அன்பு செலுத்த மறுக்கிறாய். மானிட ஜாதியைச் சேர்ந்த இந்தப் பெண்ணை உன் கண் எதிரிலேயே நான் தின்று விடப் போகிறேன். அதன் பின்னர், சக்களத்தி என்ற தொல்லை இல்லாமல் உன்னோடு இந்தக் காட்டில் அலைந்து திரிவேன்'' என்று சொல்லி விட்டு, பெரும் கோபத்துடன் ஸீதையை நெருங்கினாள்.

இதைப் பார்த்து மனம் கொதித்த ராமர், எமனுடைய பாசக்கயிறு போல் ஸீதையை நெருங்கிக் கொண்டிருந்த அந்த அரக்கியைத் தடுத்து விட்டு, லக்ஷ்மணனைப் பார்த்து, ''பரிகாசம் என்பது கொடியவர்களோடு செய்யத்தக்கது அல்ல. ஸீதையைக் காப்பாற்று. கெட்ட நோக்கமுடையவளும், வெறி பிடித்தவளும், பெரு வயிறு படைத்தவளும், கோர உருவம் கொண்டவளுமான இந்த அரக்கியை உருக்குலைப்பாயாக'' என்று கட்டளையிட்டார்.

இவ்வாறு ராமரால் உத்திரவிடப்பட்ட லக்ஷ்மணன், பெரும் கோபத்தோடு தனது கத்தியை உருவி, சூர்ப்பனகையின் காது, மூக்கு ஆகியவற்றை அறுத்துத் தள்ளினான். அறுந்து போன காது, மூக்குகளை உடைய அந்த சூர்ப்பனகை பயங்கரமான குரலில் கதறிக் கொண்டே காட்டினுள் ஓடினாள்.

(ராமரும், லக்ஷ்மணனும் சூர்ப்பனகையிடம் முதலில் நடந்து கொண்ட விதம் பற்றி வெவ்வேறு ராமாயண விரிவுரையாளர்கள்

பலவிதமான கருத்துக்களைத் தெரிவித்திருக்கிறார்கள். அவர்கள் இப்படி அந்த அரக்கியிடம் பரிகாசத்தில் இறங்கி இருக்கலாமா என்ற கேள்வி பலர் மனதிலும் எழக்கூடும். மோசடி செய்யும் எண்ணம் இல்லாமல், குருவினிடம் கூட நகைச்சுவையில் இறங்கலாம் என்று தர்ம சாத்திரங்கள் கூறுவதை, ஒரு புத்தகம் சுட்டிக் காட்டுகிறது. ஸீதையைத் துரத்தி விட்டு தன்னை மணக்க ராமர் இசைவார் என்று சூர்ப்பனகை நினைத்ததே சிரிப்புக்குரிய ஒரு விஷயம்தான். எந்த மனிதனுமே அந்த நிலையில் கொஞ்சம் பரிகாசம் கலந்துதான் பேசுவான். மனித அவதாரம் எடுத்த ராமரும் பரிகாசத்தில் இறங்கினார்.

ராமர், 'லக்ஷ்மணன் திருமணமாகாதவன்' என்று கூறியதாக வால்மீகி சொல்லவில்லை. 'மனைவியோடு இல்லாதவன்' என்று ராமர் சொன்னதாகவே வால்மீகி ராமாயணத்தில் வருகிறது. ஆகையால் அதில் பொய் இல்லை; சாமர்த்தியம் கலந்த பரிகாசம் இருக்கிறது. சூர்ப்பனகையை எடுத்த எடுப்பிலேயே தண்டிக்க ராமர் நினைக்கவில்லை. அவளை அலட்சியப்படுத்தத்தான் முனைகிறார். அதனால் எழுந்ததுதான் அந்த பரிகாச வார்த்தைகள். சிம்மாசனத்தையும், செல்வத்தையும், ராஜ்யத்தையும், எல்லா சுகங்களையும் துறந்து விட்டு காட்டிலே, வாழ்ந்து கொண்டிருந்தவர்களுக்கு, சூர்ப்பனகையின் விசித்திரமான கோரிக்கை ஒரு பொழுது போக்காக அமைந்ததில் வியப்பில்லை. இதன் பின்னர் ஸீதையைத் தாக்கி அழித்து விட சூர்ப்பனகை முனைந்த போதுதான், அவளை தண்டிக்குமாறு ராமர் கூற, லக்ஷ்மணன் அவளுடைய காதையும், மூக்கையும் அறுத்துத் துரத்துகிறான்.

கம்ப ராமாயணத்தில் சூர்ப்பனகை சம்பந்தப்பட்ட இந்த நிகழ்ச்சி மிகவும் விரிவாகக் கூறப்பட்டிருப்பது மட்டுமல்லாமல், வால்மீகி ராமாயணத்திலிருந்து மிகவும் மாறுபட்டதாகவும் இருக்கிறது. ராமரைப் பார்த்து சூர்ப்பனகை மயங்கி நிற்பது, அவளுடைய எண்ண ஓட்டங்களாக மிகவும் விரிவாக கம்பரால் வர்ணிக்கப்படுகிறது. அதன் பின்னர் தன்னுடைய அரக்க உருவத்தோடு ராமன் அருகில் சென்றால், அவன் தன்னை ஏற்க மறுப்பான் என்று நினைத்து, திருமகளை மனதில் நினைத்து துதித்து சூர்ப்பனகை, ஓர் அழகிய பெண்ணின் வடிவை எய்துகிறாள். அவள் ராமரை நெருங்குகிற

போது ராமரே அவள் அழகைக் கண்டு வியக்கிறார். 'இந்த அழகு யாருக்கு அமையக் கூடும்? இந்தப் பெண்ணின் அழகிற்கு ஒரு எல்லைதான் இருக்கிறதோ? இவளுக்கு நிகராகச் சொல்லக் கூடிய பெண்தான் உண்டோ?' என்றெல்லாம் ராமர் நினைக்கிறார். பிறகு சூர்ப்பனகை எதுவும் பேசுவதற்கு முன்பாக அவரே, அவள் யார் என்பதை விசாரிக்கிறார்.

ராவணனின் தங்கை என்று சூர்ப்பனகை சொல்ல, ராமருக்குச் சந்தேகம் வருகிறது. 'சிவந்த கண்களையும், கொடிய உருவத்தையும் கொண்ட ராவணனின் தங்கை நீ என்பது உண்மையானால், உனக்கு இந்த அழகான உருவம் எப்படி ஏற்பட்டது?' என்று ராமர் கேட்கிறார். அதற்கு சூர்ப்பனகை, அரக்கர்களோடு வாழ்வதை விரும்பாதவளாக தர்ம நெறியை மேற்கொண்டு, பாவம் ஒழிவதற்காக தவம் செய்து, தேவர்களின் அருளால் இந்த அழகிய உருவத்தைப் பெற்றதாக பதில் சொல்கிறாள். பின்னர் ராமர் மேல் தான் கொண்டு விட்ட ஆசையையும் வெளிப்படுத்துகிறாள்.

அப்போது ராமர், விச்வரஸ் என்ற அந்தணருக்குப் பிறந்த சூர்ப்பனகையும், க்ஷத்ரிய குலத்தில் பிறந்த தானும் மணப்பது முறையாக இருக்காது என்று கூறுகிறார். அப்போது அவள் தொடர்ந்து வற்புறுத்த, அவளுடைய சகோதரர்களாகிய ராவணன், குபேரன் போன்றவர்கள் முறையாக அவளை தனக்கு அளித்தால் ஏற்பதாகச் சொல்கிறார். அவளோ காந்தர்வ முறையில் தங்களுக்குள்ளேயே திருமணத்தை முடித்துக் கொண்டு, பிறகு தன்னுடைய சகோதரர்களுக்குத் தெரிவிக்கலாம் என்று சொல்கிறாள்.

இப்படி இவர்களுடைய உரையாடல் நடந்து கொண்டிருக்கும் போது அங்கே ஸீதை வருகிறாள். அவளுடைய அழகைக் கண்டு வியந்த சூர்ப்பனகை, தன்னைப் போல் அவளும் காட்டிலே ராமனை நாடி வந்து சேர்ந்து கொண்டவள் என்று நினைக்கிறாள். ராமனிடம் ஸீதையை இகழ்ந்து பேசி, ராமரைப் பார்த்து, 'இந்தப் பெண் மேற்கொண்டுள்ள அழகிய உருவம் உண்மையானது அல்ல. இவள் அரக்கி. இவளை விலக்கி விடு' என்று கூறுகிறாள். இப்படியே தொடர்ந்து விவாதம் நடக்கிறது.

ஆரண்ய காண்டம்

அந்த நிலையில் கோபத்தோடு சூர்ப்பனகை ஸீதையை நெருங்க, ஸீதை பயந்து போய் ராமரை அணைத்துக் கொள்ள, இருவரும் பர்ணசாலைக்குள் போய் விடுகிறார்கள். அப்போதைக்கு அங்கிருந்து விலகிச் சென்ற சூர்ப்பனகை, காம வேட்கையில் சிக்கித் திணறுகிறாள். அடுத்த நாள் காலை ராமர் தங்கியிருந்த இடத்திற்கு மீண்டும் அவள் வருகிற போது ராமர், நீர்த்துறைக்குப் போய் இருப்பதையும், அங்கே உள்ள சோலையில் ஸீதை இருப்பதையும், அவளுக்குப் பாதுகாப்பாக லக்ஷ்மணன் இருப்பதையும் சூர்ப்பனகை காண்கிறாள். அவள் ஸீதையைத் தொடர்வதைப் பார்த்த லக்ஷ்மணன், 'நில்' என்று கூவிக் கொண்டே விரைந்து வந்து, சூர்ப்பனகையின் தலைமுடியைப் பிடித்து அவளைக் காலால் உதைத்துத் தள்ளி கத்தியை எடுத்து அவள் மூக்கு, காதுகள் ஆகியவற்றோடு மட்டுமல்லாமல், மார்பகங்களையும் கூட அறுத்து எறிந்து விடுகிறான்.

பின்னர் சூர்ப்பனகை கதறுகிறாள். ராமர் அங்கு வந்த போது அவரிடம், லக்ஷ்மணன் செய்ததைக் கூறி புலம்புகிறாள். அப்போதும் கூட அவளுடைய ஆசை தணியவில்லை. ராமரோ அவளை எச்சரிக்கிறார். அவருக்கும் சினம் வருகிறது என்பதைப் பார்க்கிற சூர்ப்பனகை, இனி தான் அங்கிருந்தால் உயிரோடு பிழைக்க முடியாது என்பது அறிந்து அங்கிருந்து போய் விடுகிறாள்.

இப்படி வால்மீகி ராமாயணத்திலிருந்து பல வித்தியாசங்களைக் கொண்டதாக, இந்தக் காட்சி கம்ப ராமாயணத்தில் அமைந்திருக் கிறது.

துளஸிதாஸரின் ராமாயணத்தில், இந்தச் சம்பவம் மிகவும் சுருக்கமாகக் கூறப்பட்டிருக்கிறது. வால்மீகி ராமாயணம் போலவே ராமர் உத்திரவிட, லக்ஷ்மணன் சூர்ப்பனகையின், மூக்கையும், காதுகளையும் அறுத்து எறிந்தான் என்று துளஸிதாஸர் குறிப்பிடு கிறார்.)

ரத்தத்தினால் நனைக்கப்பட்ட உடலோடு, மழைக்காலத்து மேகம் போல சப்தம் எழுப்பிக் கொண்டு, இரு கைகளையும் தூக்கியவாறு ஜனஸ்தானம் என்ற இடத்தில் உள்ள தனது தம்பியாகிய கரன் என்பவனை அடைந்து, ஆகாயத்திலிருந்து

இடியே பூமியில் விழுந்து விட்டதோ என்ற நினைப்பை ஏற்படுத்துகிற வகையில், சூர்ப்பனகை தரையில் வீழ்ந்தாள். பின்னர் ராமரும், லக்ஷ்மணனும் அந்தக் காட்டுக்கு வந்திருக்கும் செய்தியையும், அவர்களால் தன்னுடைய அங்கங்கள் அறுக்கப்பட்ட நிகழ்ச்சியையும், தாங்க முடியாத வலியினால் துடித்துக் கொண்டே சூர்ப்பனகை, கரனிடம் விவரித்துச் சொன்னாள்.

3. ஆரண்ய காண்டம்

அத்தியாயம் -6

கரன், தூஷணன் வதம்

அங்கங்கள் அறுபட்ட சூர்ப்பனகை தனது சகேகரனிடம் சென்று, தனக்கு நேர்ந்த கதியைக் கூறுவது; சூர்ப்பனகையை அவமானப்படுத்திய ராமரையும், லக்ஷ்மணனையும், அவர்களோடு ஸீதையையும் கூட கொல்வதற்காக பதினான்கு அரக்கர்களை கரன் அனுப்புவது; அந்த அரக்கர்கள் ராமரால் கொல்லப்பட்ட பிறகு, மீண்டும் சூர்ப்பனகை கரனிடம் முறையிடுவது; தன்னுடைய சகோதரன் தூஷணன், த்ரிசிரஸ் என்ற அரக்கன் ஆகியோரோடு பதினான்காயிரம் அரக்கர்கள் புடை சூழ, கரன் ராமரை எதிர்த்துச் செல்வது; தனியே நின்று அவர்கள் அனைவரையும் ராமர் அழிப்பது; தேவர்களும், ரிஷிகளும் ராமரைப் பாராட்டுவது....

அங்கங்கள் அறுபட்டு, உடல் முழுவதும் ரத்தத்தினால் நனைக்கப்பட்டு, தன் எதிரே வந்து வீழ்ந்த தனது சகோதரி சூர்ப்பனகையைப் பார்த்த கரன், ''எழுந்திரு! உன் மனக்கலக்கத்தை ஒழித்து விட்டு, நடந்ததை நடந்தபடி சொல். உனக்கு யாரால் இந்தக் கதி நேர்ந்தது?'' என்று கேட்டு விட்டு மேலும் தொடர்ந்தான்.

''படுத்துக் கிடக்கிற விஷப் பாம்பை சீண்டுவது போல் உன்னைச் சீண்டி இருப்பவன் யார்? பெரும் பலமும், தளராத துணிவும் உள்ளவளும், விரும்பிய உருவத்தை எடுக்கக் கூடியவளு

மான உன்னை, இந்த நிலைமைக்குக் கொண்டு வந்தது யார்? எவனாவது ஒருவன் இந்திரனைச் சீண்டினாலும் சீண்டலாம்; ஆனால் என்னை எதிர்க்கத் துணிபவன் யார்? என்னால் கொல்லப்பட்டு எவனுடைய ரத்தத்தை இந்த பூமி குடிக்கப் போகிறது? என்னால் சிதைக்கப்பட்டு எவனுடைய மாமிசத்தை இங்குள்ள பறவைகள் உண்ணப் போகின்றன? உனக்கு இந்தக் கதியை ஏற்படுத்தியவனைக் காப்பாற்ற தேவர்களாலும் முடியாது. யார் அவன்? சொல்!''

தனது இளைய சகோதரனின் இந்த வார்த்தைகளைக் கேட்ட சூர்ப்பனகை, ''இரண்டு இளைஞர்கள். பேரழகு பொருந்தியவர்கள். நிகரற்ற தோள் வலிமை உடையவர்கள். மரவுரி அணிந்தவர்கள். தசரத மன்னனின் மகன்கள். ராமன், லக்ஷ்மணன் என்ற பெயர்களைக் கொண்டவர்கள். அவர்களோடு ஒரு பேரழகி. அவள் பொருட்டு எனக்கு இந்தக்கொடுமை இழைக்கப் பட்டிருக்கிறது'' என்று சொல்லி விட்டு மேலும் சொன்னாள்.

''உன்னால் யுத்தத்தில் அந்த இரு சகோதரர்களும் கொல்லப்பட வேண்டும். அந்தப் பெண்ணும் கொல்லப்பட வேண்டும். நுரையுடன் பொங்கி வழிகிற அவர்களுடைய ரத்தத்தை நான் குடிக்க வேண்டும்.''

இவ்வாறு ஆவேசத்துடன் சூர்ப்பனகை பேசி முடித்தவுடன் கரன், எமனையொத்த பதினான்கு அரக்கர்களை அழைத்து, ''இரண்டு மானிடர்களும் ஒரு பெண்ணும் இந்தத் தண்டக வனத்திற்கு வந்திருக்கிறார்கள். அவர்கள் மூவரையும் கொன்று விட்டுத் திரும்பி வாருங்கள். அவர்களுடைய ரத்தத்தை சூர்ப்பனகை குடிப்பாள். அதனால் அவள் மனம் பூரிக்க வேண்டும்'' என்று கட்டளையிட்டான்.

அந்தப் பதினான்கு அரக்கர்களோடு புறப்பட்ட சூர்ப்பனகை, ராமர் முதலானோர் தங்கியிருந்த இடத்தை அவர்களுக்குக் காட்டினாள். இப்படி ஒரு கூட்டம் வந்ததைப் பார்த்த ராமர், லக்ஷ்மணனிடம், ''நீ ஸீதைக்கு பாதுகாப்பாக இரு. நான் இவர்களைக் கொன்று தீர்க்கிறேன்'' என்று கூறி விட்டு, அவர்களை எதிர்க்கப் புறப்பட்டார்.

ஆரண்ய காண்டம்

உயிரைக் காப்பாற்றிக் கொள்ள விரும்பினால் அவர்கள் எல்லாம் திரும்பிப் போய் விடுவதுதான் நல்லது என்று ராமர் கூறியும், அந்த அரக்கர்கள் அவரைத் தாக்க முனைந்தார்கள். அதன் விளைவாக நடந்த மோதலில், அந்தப் பதினான்கு பேரும் வேரறுக்கப்பட்ட மரங்கள் போல், மார்புகள் பிளக்கப்பட்டவர்களாக உயிர் இழந்து பூமியில் விழுந்தார்கள். சூர்ப்பனகை இதைக் கண்டு நடுங்கி பெரும் ஓசையை எழுப்பிக் கொண்டு, மீண்டும் கரனை அணுகி அவனால் அனுப்பப்பட்ட அரக்கர்கள், ராமரால் கொல்லப்பட்ட செய்தியைக் கூறினாள்.

"பெரும் பலசாலிகளாகிய அந்தப் பதினான்கு பேரையும், வெகு விரைவாக வீழ்த்திய ராமனது செயல் எனக்கு, பெரும் பயத்தை உண்டாக்கி விட்டது. உன்னையே சரணடைந்தேன். பயத்திலும் துக்கத்திலும் வீழ்ந்து கிடக்கும் என்னைக் காப்பாற்று. என் மீது உனக்குக் கொஞ்சமாவது கருணை உள்ளதென்றால், தண்டக வனத்திற்கு வந்திருக்கும் அந்த மானிடர்களை அழித்து விடு - அவர்களை நீ கொல்லா விட்டால், உன் எதிரிலேயே நான் என் உயிரை விடுவேன். நீ பேசாமல் இருப்பதைப் பார்த்தால், அந்த ராமனை போரில் வெல்லும் திறமை உனக்கு இல்லையோ என்று எனக்குத் தோன்றுகிறது. வீரன் என்று மனதிற்குள்ளே எண்ணிக் கொண்டிருக்கிற நீ, உண்மையாக ஒரு வீரன் அல்ல. ஆண்மையற்ற வனும், வீரமற்றவனுமாகிய நீ, உறவினர்களோடு இந்த இடத்தை விட்டு ஓடி விடு. அல்லது ராமனும், அவனது தம்பியும் உன்னையும் அழித்து விடுவார்கள்."

இப்படிக் கூறி, இரு கைகளினாலும் தன் வயிற்றை அடித்துக் கொண்டு கதறிய சூர்ப்பனகையைப் பார்த்து கரன் சொன்னான் : "உனக்கு நேரிட்ட அவமானத்தினால், உனக்கு வருகிற கோபம், உன்னால் அடக்க முடியாததாக இருக்கிறது. அதனால்தான் ஏதேதோ பேசுகிறாய். உனது கண்ணீரை நிறுத்து! உன்னுடைய பயத்தை விலக்கு! ராமனையும், அவன் தம்பியையும் நான் எமனிடம் அனுப்புகிறேன். அந்த ராமனுடைய சிவந்த ரத்தத்தை சுடச்சுட நீ குடிக்கும் காட்சியை நான் காணத்தான் போகிறேன்."

இப்படி கரன் கூறியவுடன், சூர்ப்பனகை பெரும் மகிழ்ச்சி அடைந்து அவனைப் புகழ்ந்து கொண்டாடினாள். அதைத் தொடர்ந்து கரன், தனது சகோதரனும் சேனாதிபதியுமாகிய தூஷணனை அழைத்து, "பார்ப்பவர்களுக்கு பயத்தை உண்டாக்கும் பலமுடையவர்களும், உலகத்தைத் துன்புறுத்துவதை தங்களுடைய விளையாட்டாகக் கொண்டவர்களும், புலி போன்ற கோபம் கொண்டவர்களும், ராக்ஷஸ குலத்தில் பிறந்தவர்களுமாகிய பதினான்காயிரம் பேர் கொண்ட நமது படையை தயார் செய். எனது ரதமும் தயாராகட்டும். ஆயுதங்களை எடுத்து வை. சூர்ப்பனகையை துன்புறுத்திய ராமனைக் கொல்ல நான் புறப்படுகிறேன்" என்று கூறினான்.

கரன், தூஷணன், த்ரிசிரஸ் – என்ற மூன்று தலை கொண்ட அரக்கன் ஆகியோர், பதினான்காயிரம் அரக்கர்கள் புடை சூழ, பெரும் வேகத்தோடு புறப்பட்டார்கள். அப்போது பலவிதமான அபசகுனங்கள் தோன்றின. இதைக் கவனித்த கரன், சிரித்துக் கொண்டே தனது படையினரைப் பார்த்து, "வீரமுள்ளவன், பலமற்றவனை எப்படிப் பார்ப்பானோ அப்படித்தான் இந்த அபசகுனங்களை நான் பார்க்கிறேன். வானத்திலிருக்கும் நக்ஷத்திரங்களை என்னுடைய பாணத்தினால் கீழே விழச் செய்யும் வல்லமை படைத்தவன் நான். எமனுக்கே மரணத்தை அளிக்கும் திறமை கொண்டவன் நான். ஆகையால், இந்த அபசகுனங்களைப் பற்றி நான் கவலைப்படவில்லை. இதுவரை தோல்வியை நான் கண்டதுமில்லை. தேவேந்திரனையே கொல்லக் கூடிய எனக்கு முன்னால் அந்த அற்ப மனிதர்கள் எம்மாத்திரம்? அவர்களைக் கொல்லாமல் திரும்பப் போவதில்லை" என்று உரத்த குரலில் கூறினான். அவனுடைய படையினரின் உற்சாகம் கரை புரண்டு ஓடியது. வேகமாக முன்னேறினார்கள்.

நடக்கப் போகிற யுத்தத்தைப் பார்க்க, தேவர்களும், கந்தர்வர்களும், சித்தர்களும், ரிஷிகளும் கூடினார்கள். "உலகங்களுக்கெல்லாம் நன்மை புரிபவர்களுக்கு நலம் உண்டாகட்டும். போரில் ராமன் அந்த அரக்கர்களை வெல்வானாக" என்று தங்களுக்குள்ளேயே அவர்கள் கூறிக் கொண்டார்கள்.

ஆரண்ய காண்டம்

பெரும் படை வருகிற சத்தத்தை ராமர் கேட்டார். சகுனங்களையும் கண்டார். லக்ஷ்மணனிடம், ''நமக்கு வெற்றியையும், எதிரிகளுக்கு தோல்வியையும் சகுனங்கள் காட்டுகின்றன. உனது முகம் ஒளி வீசுகிறது; அதுவும் வெற்றியின் அறிகுறியே. அரக்கர்கள் விரைந்து வரும் பேரொலி கேட்கிறது. வெற்றியை விரும்புகிற மனிதன் முன்னேற்பாடு செய்வதை தவற விடக்கூடாது; ஸீதையை அழைத்துக் கொண்டு, மரங்களினால் மூடப்பட்ட குகைக்குள் நீ செல்; நம்மை எதிர்ப்பவர்களை நான் அழிக்கிறேன். நீ ஒருவனே இவர்களைக் கொல்வாய் என்பது பற்றி எனக்குச் சந்தேகமில்லை. ஆனால், இந்த அரக்கர்களை நானே கொல்ல விரும்புகிறேன். ஆகையால் மறுத்துப் பேசாதே!'' என்று ராமர் சொல்ல, ஸீதையை அழைத்துக் கொண்டு, ஒரு குகையினுள் லக்ஷ்மணன் சென்றான். ராமர் போருக்குத் தயாரானார். கோபம் கொண்ட ருத்ர பகவானைப் போல் அப்போது ராமர் தோற்றமளித்தார்.

கரனுடைய படை ராமரை எதிர்க்க முனைந்து நின்றது. ராமர் மீது பல பாணங்களைகரன் கரன் செலுத்தினான். அவர், அவர்கள் மீது அம்புமாரி பொழிந்தார். அவருடைய பாணங்கள் அரக்கர்களைக் கொன்று குவித்தன. அந்த நிலம் முழுவதும் ஆயிரக்கணக்கான அரக்கர்களின் உடல்களால் நிரப்பப்பட்டது. தூஷணன் மேலும் சில ஆயிரம் அரக்கர்களை ராமர் மீது ஏவினான். அவர்களும் கொல்லப்பட்டார்கள். இதைக் கண்டு கொதித்த தூஷணன் இடியையொத்த பாணங்களை ராமர் மீது வீசினான். அவனுடைய தேரை இழுத்துச் சென்ற குதிரைகளை ராமர் தனது பாணங்களால் வீழ்த்தினார். பிறகு அவனுடைய தேரோட்டியான அரக்கன் கொல்லப்பட்டான். தூஷணனின் வில்லும் ஒடிக்கப் பட்டது. குதிரைகளை இழந்து, தேரைப் பறி கொடுத்து, வில்லும் ஒடிந்து போன நிலையில், தனது கதையால் ராமரைத் தாக்க தூஷணன் பாய்ந்தான். அவர், அவனை எதிர்த்து, அவன் கைகளை வெட்டி, பிறகு கொன்று வீழ்த்தினார். பெரும் யானை பூமியில் சாய்வது போல் அவன் வீழ்ந்தான்.

இதைக் கண்ட கரனின் கோபம் கரை மீறியது. ராமரை தானே தாக்க முனைந்த அவனை, தடுத்து நிறுத்திய த்ரிசிரஸ் என்ற அரக்கன் ''நீ நில். எனக்குக் கட்டளையிடு. ராமனை நான்

வீழ்த்துகிறேன். மாறாக, ராமனை எதிர்த்து நான் வீழ்ந்தால், அதன் பிறகு அவனோடு நீ போர் செய்'' என்று கேட்டுக் கொண்டான். திருப்தியடைந்த கரன், இதற்கு அனுமதியளிக்க, த்ரிசிரஸ், ராமரைத் தாக்கினான். அவனுடைய வீரத்தை ராமர் தனது மனதுக்குள் பாராட்டிக் கொண்டார். பின்னர் அவரால் அவனுடைய மூன்று தலைகளும் வெட்டித் தள்ளப்பட்டன. அவனும் சாய்ந்தான். ராமருடைய இந்தப் பராக்கிரமத்தைக் கண்டு, கரனுக்கு பயமுண்டானது. இருந்தாலும் ராமரை தானே எதிர்க்க முனைந்தான்.

அப்போது ராமர், ''இதயத்தில் ஈரமில்லாமல் கொடிய செயல்களில் இறங்குபவன், ஈச்வரனாக இருந்தாலும் நிலையாக நிற்க மாட்டான். தண்டக வனத்தில் தவம் செய்யும் ரிஷிகளைக் கொல்வதால் உனக்கு ஏற்படுகிற நன்மை என்ன? பருவ காலம் வந்தடைகிற போது, மரங்கள் மலர்கின்றன. அதே போல் உரிய காலம் வந்தவுடன், பாவம் செய்தவன் அதற்குரிய பலனை அடைகிறான். அப்பாவிகளுக்குத் தீமை இழைக்கிறவர்களை அழிக்க நான் உறுதி பூண்டிருக்கிறேன். உன்னுடைய படை யினரைப் போல் இப்போது நீயும் மாண்டு இந்தத் தரை மீது கிடக்கப் போகிறாய்'' என்று கரனைப் பார்த்துக் கூறினார்.

இதைக் கேட்ட கரனுடைய கண்கள் கோபத்தினால் சிவந்தன. ''போரில் திறனற்ற அரக்கர்களைக் கொன்றதால் உன்னைப் பற்றி உயர்வான எண்ணம் உனக்கு வந்து விட்டது. உன்னை நீயே புகழ்ந்து கொள்கிறாய். உண்மையான வீரன் தன்னைத்தானே புகழ்ந்து கொள்ள மாட்டான். அற்பமான க்ஷத்ரியர்கள்தான் தங்களைத் தாங்களே புகழ்ந்து கொள்வார்கள். உன்னுடைய தற்புகழ்ச்சியால், உன்னுடைய அற்பத்தனம்தான் பிரகடனமாகி யிருக்கிறது. உன் எதிரே நிற்கும் நான், மலையைப் போல் அசைக்க முடியாதவன் என்பதை நீ உணரவில்லை. உன்னை மட்டுமல்ல, மூன்று உலகங்களையும் அழிக்கும் வல்லமை படைத்தவன் நான். உன்னைக் கொன்று அதன் மூலம் இங்கே இறந்த அரக்கர்களின் உறவினர்களின் கண்ணீரைத் துடைக்கிறேன்'' என்று கூறிய அவன், ராமர் மீது ஒரு கதையை வீசினான்.

அதைத் துண்டித்த ராமர், ''அரக்கர்களிலே இழிவானவனே! முனிவர்களை துன்புறுத்தும் நீ உன்னுடைய படையினர் போலவே இந்தப் பூமியில் விழப் போகிறாய். வீணாகப் பிதற்றாதே. நல்லவர் களுக்கு தீங்கு இழைக்கும் நீ உயிர் வாழ அருகதையற்றவன்'' என்று கூறினார். மேலும் யுத்தம் தொடர்ந்தது. இறுதியில் ராமர் விட்ட பாணம், கரனுடைய மார்பில் பாய்ந்து, அவன் பூமியில் வீழ்ந்தான்.

இந்தப் போரைப் பார்த்துக் கொண்டிருந்த ரிஷிகள், ராமரைப் புகழ்ந்து கொண்டாடினார்கள். ''தீச்செயல் புரிகிற அரக்கர்களை அழிப்பதற்காக மஹரிஷிகளால் நீ இங்கு கொண்டு வரப்பட்டாய். தசரதரின் மகனே! நீ இப்போது செய்த நல்ல காரியத்தினால், இனி முனிவர்கள் இந்தத் தண்டக வனத்தில் நிம்மதியாக தங்கள் தவங்களில் ஈடுபடுவார்கள்'' என்று அவர்கள் கூற, தேவர்கள் வாத்தியங்களை முழக்க, அங்கே வானத்திலிருந்து பூ மாரி பொழிந்தது.

''பதினான்காயிரம் அரக்கர்கள், கரன், தூஷணன், த்ரிசிரஸ் - ஆகிய கொடுஞ்செயல் புரிபவர்கள் எல்லோரையும், ஒன்றரை நாழிகையில் தனி ஒருவனாக நின்று, வீழ்த்திக் கொன்ற ராமரின் சாகசம் மகத்தானது'' என்று பாராட்டிக் கொண்டே தேவர் களும், ரிஷிகளும் மறைந்தார்கள்.

அந்த நேரத்தில் ஸீதையை அழைத்துக் கொண்டு லக்ஷ்மணன் குகையிலிருந்து வெளிப்பட்டான். மஹரிஷிகள் ராமரைப் பாராட்டினார்கள். ஸீதை பெரும் மகிழ்வு எய்தினாள். ராமர், லக்ஷ்மணன், ஸீதை - மூவரும் தங்களுடைய ஆச்ரமத்திற்குள் மீண்டும் சென்றார்கள்.

3. ஆரண்ய காண்டம்

அத்தியாயம் -7

ராவணனின் கோபம்

அகம்பனன் என்ற அரக்கன் ராவணனிடம் சென்று கர, தூஷணர்கள் வதத்தைப் பற்றி விவரிப்பது; கோபம் கொண்ட ராவணன் ராமனை அழித்து விடுவதாக சூளுரைப்பது; ராமனுடைய வீரம் அசாதாரணமானது என்று எடுத்துரைத்து, ராவணனை தடுக்கிற அகம்பனன், ஸீதையை அபகரித்தால் ராமன் இறந்து விடுவான் என்று ராவணனுக்கு ஆலோசனை கூறுவது; அகம்பனின் யோசனையை ஏற்று, ஸீதையை அபகரிக்க முடிவு செய்கிற ராவணன், மாரீசனின் உதவியை நாடுவது; மாரீசன், ராவணனைத் தடுத்து அறிவுரை சொல்லி அனுப்புவது; மாரீசனின் அறிவுரையை ஏற்று ராவணன் இலங்கைக்குத் திரும்பிச் செல்வது...

கரன், தூஷணன் மற்றும் ஆயிரக்கணக்கான அரக்கர்களை ராமர் வதம் செய்தபோது, அந்தப் போர்க் களத்திலிருந்து தப்பிய அகம்பனன் என்ற அரக்கன் விரைந்தோடி ராவணனை அடைந்தான். ''அரசே! ஜனஸ்தானத்தில் ஆயிரக்கணக்கான அரக்கர்கள் அழிக்கப்பட்டார்கள். கரனும் யுத்தத்தில் மாண்டான். நான் எப்படியோ தப்பிப் பிழைத்து இங்கே ஓடி வந்திருக்கிறேன்'' என்று கூறி, அவன் ராவணனை வணங்கி நின்றான்.

இதைக் கேட்ட ராவணனின் கண்கள் சிவந்தன. அகம்பனனை விழுங்கி விடுபவன் போல் பார்த்த அவன், ''நினைத்தவர்கள்

உள்ளத்தில் எல்லாம் நடுக்கத்தை ஏற்படுத்தக்கூடிய அந்த ஜனஸ்தானத்தை அழிக்க முற்பட்டவன் எவன்? தன் உயிரைத் துறக்க முடிவு செய்து விட்ட அவன் யார்? மூவுலகிலும் அடைக்கலம் புக வழியில்லாமல், என்னை விரோதித்துக் கொள்ள துணிந்து விட்ட அவன் யார்? என்னிடம் மோதி விட்டு, நிம்மதியாக இருக்க இந்திரனாலும் முடியாது; குபேரனாலும் முடியாது; எமனாலும் முடியாது; அந்த விஷ்ணுவினாலும் முடியாது. காலத்திற்கும் நானே காலன். நெருப்புக்கு நானே தீ. மரணத்திற்கு சாவை அளிக்கக் கூடியவன் நான். நான் கோபம் கொண்டால், காற்றை நிறுத்துவேன்; சூரியனை எரிப்பேன்! நீ கூறும் அழிவு யாரால் ஏற்பட்டது – என்பதைச் சொல்.''

ராவணன் பேசியதைக் கேட்டும் கூட அகம்பனின் பயம் தணிந்து விடவில்லை; அவன் பலவாறாகத் தயங்கி நின்ற போது, ராவணன், தான் அவனைப் பாதுகாப்பதாகவும், அவனுக்கு தன்னால் எந்த ஆபத்தும் இல்லை என்றும் கூறிய பிறகு, அகம்பனன் ஒருவாறாக மனதைத் தேற்றிக் கொண்டு, ஜனஸ்தானத்து நிகழ்ச்சிகளைப் பற்றிய விவரங்களை ராவணனுக்குச் சொல்லத் தொடங்கினான். ''தசரத மன்னனுக்கு ராமன் என்ற பெயரில் ஒரு மகன் இருக்கிறான். நீண்ட கைகள், பரந்த தோள்கள், நிகரில்லாத பலம், எல்லையில்லாத வீரம்– ஆகியவற்றைக் கொண்ட அவன், சிங்கம் போன்று தோற்ற மளிக்கிறான். ஜனஸ்தானத்தில் அவன்தான் கரனையும், தூஷணனையும் கொன்று விட்டான்.''

இப்படி அகம்பனன் கூறிய தகவலை கேட்ட ராவணன், ''அகம்பனா! அந்த ராமனுடன் ஜனஸ்தானத்திற்கு இந்திரனோ அல்லது மற்ற தேவர்களோ வந்திருக்கிறார்களா?'' என்று கேட்டான்.

''தேவர்கள் யாரும் அவனோடு வரவில்லை. அந்தக் கவலை நமக்குத் தேவையில்லை'' என்று கூறிய அகம்பனன் மேலும் தொடர்ந்தான். ''வில்லாளிகளில் அந்த ராமன்தான் முதல்வன் என்பதில் எனக்குச் சந்தேகமில்லை. தெய்வீகமான பாணங்களை அவன் பெரும் லாவகத்துடன் கையாள்கிறான். யுத்த களத்தில்

வீரத்தின் உச்சியை அவன் தொட்டு விட்டான். அவனுடைய இளைய சகோதரனாகிய லக்ஷ்மணனும், மிகப்பெரிய வீரனாகவே தெரிகிறான். சந்திரனை நிகர்த்த முகம் கொண்ட அவன் - பேசினால், இடி முழக்கத்தைக் கேட்பது போல் இருக்கிறது. அவனோடு சேர்ந்து ராமன் நிற்கும்போது, பெரும் காற்றும், பெரும் நெருப்பும் சேர்ந்து நிற்பது போல் தெரிகிறது. ராமன் ஒருவனே தனியாக நின்று ஜனஸ்தானத்தில் இந்தப் பெரும் நாசத்தை விளைவித்தான். பயந்து ஓடிய நமது அரக்கர்கள் எந்தத் திசையை நோக்கினாலும், அங்கு அவர்கள் கண்களுக்கு ராமன் நிற்பது போலவே தோன்றியது. அப்படிப்பட்ட, நினைத்துப் பார்க்க முடியாத ஒரு வேகத்தை ராமன் அந்தப் போர்க் களத்தில் காட்டினான்.''

இப்படி ஜனஸ்தானத்தில் நடந்ததை அகம்பனன் விவரித்த வுடன், ராவணன், ''நானே ஜனஸ்தானத்திற்குச் சென்று அந்த ராமன், லக்ஷ்மணன் ஆகியோரின் கதையை முடித்து வைக்கிறேன்'' என்று கூறினான்.

இதைக் கேட்ட அகம்பனன், ''அரசே! நான் சொல்வதை சற்று கேளுங்கள்'' என்று கூறி, மேலும் தொடர்ந்தான். ''ராமனுக்குக் கோபம் ஏற்பட்டு விட்டால், அதன் பிறகு அவனை அடக்குவது என்பது யாராலும் முடியாத காரியம் என்று நான் நினைக் கிறேன். பாய்ந்தோடும் காட்டாற்று வெள்ளத்தையும், தன்னுடைய பாணங்களினால் நிறுத்தி விட ராமனால் முடியும்; வானத்திலே ஒளிவீசித் திகழும் நக்ஷத்திர மண்டலங்களையும், கிரஹங்களையும் கூட, தன்னுடைய அஸ்திரத்தினால் இழுத்து கீழே தள்ளி விட ராமனால் முடியும்; சமுத்திரத்தின் கரைகளை உடைத்து உலகையே தண்ணீரில் மூழ்கும்படி செய்துவிட ராமனால் முடியும்; உலகையே அழித்து விட்டாலும் கூட, மீண்டும் ஓர் உலகத்தைப் படைக்கவும் அவனால் முடியுமோ என்ற பிரமிப்பும் எனக்கு ஏற்பட்டது! அரசே! ராமனை போரில் வெல்வது என்பது எளிதான காரியமல்ல. அரக்கர்கள் மட்டுமல்ல, அவர்களோடு தேவர்களும் சேர்ந்து கொண்டாலும் கூட ராமனை போரில் வீழ்த்துவது நடக்காத காரியமே. ஆனால் அவனுக்கு மரணத்தை ஏற்படுத்த ஒரு வழி

இருக்கிறது. தயவு செய்து நான் சொல்வதைக் கவனத்தோடு கேளுங்கள்.''

அகம்பனன் தொடர்ந்தான் : ''ராமனோடு அவன் மனைவி ஸீதையும் வந்திருக்கிறாள். உலகில் அவளை விட ஒரு சிறந்த பெண் இருக்க முடியாது. மெல்லிய இடை, சீரான அங்கங்கள் ஆகியவற்றைக் கொண்ட அவள் பெண்மைக்கே பெருமை சேர்ப்பவள். ஒரு கந்தர்வப் பெண்ணையோ, ஒரு தேவலோக மங்கையையோ, ஒரு நாகலோக கன்னிகையையோ ஸீதையோடு ஒப்பிட முடியாது என்று கூறுகிற போது, மற்ற மனித குலப் பெண்களை அவளோடு ஒப்பிட்டுப் பேசுவது, எவ்வாறு சரியாக இருக்கும்? அவளுக்கு ஈடு, இணை கிடையாது. ஏதாவது ஒரு வகையில் ராமனின் கவனத்தைத் திசை திருப்பி, அங்கிருந்து அவனை அகற்றி விட்டு, ஸீதையை பலாத்காரமாக நீங்கள் தூக்கி வந்து விட்டால், அதன் பின்னர் அவளைப் பிரிந்து உயிர் வாழ முடியாமல் ராமன், மரணத்தைத் தழுவுவான். இதில் சந்தேகமில்லை.''

அகம்பனன் கூறிய யோசனை ராவணனின் மனதுக்குப் பிடித்து விட்டது. ''மிகவும் சரியே. நான் என்னுடைய தேரோட்டியுடன் சென்று, அந்த ஸீதையை இந்தச் சிறப்பு வாய்ந்த நகரத்திற்கு, நாளை காலையில் கொண்டு வந்து விடுகிறேன்'' என்று அவன் கூறினான். அதன் பின்னர் தேரை எடுத்துக் கொண்டு புறப்பட்ட ராவணன், மாரீசனைக் காண்பதற்காக அவனுடைய இருப்பிடம் நோக்கிச் சென்றான்.

(மாரீசன், ஸுபாஹு – ஆகிய இருவரும் தாடகையின் மகன்கள். தாடகை ஒரு யக்ஷ கன்னிகையாக இருந்து, அகஸ்தியரின் சாபத்தின் காரணமாக அரக்கியாக மாறியவள். ராமரால் கொல்லப்பட்ட போது, அவள் மேலுலகம் சென்றாள்.

மாரீசனைப் பொறுத்தவரையில், அவன் வைகுந்தத்தில் ஒரு வாயில் காப்போனாக இருந்தவன் என்றும், ஒரு முறை அவனுடைய நடத்தை மஹாவிஷ்ணுவுக்குக் கோபத்தை உண்டாக்கவே, அவர் அவனை அரக்கர் குலத்தில் பிறக்குமாறு சபித்ததாகவும், ஒரு புராணக் கதை உண்டு. 'ராமனாக விஷ்ணு அவதரிக்கும்பொழுது,

அவர் கையால் கொல்லப்பட்டு நற்கதி எய்துவதுதான் அவனுக்கு சாப விமோசனம்' என்றும் அப்போதே கூறப்பட்டதாக அந்தப் புராணக் கதை விவரிக்கிறது.

ராமாயணத்தில், பால காண்டத்தில் மாரீசன் தோன்றும் கட்டம் வருவது வாசகர்களுக்கு நினைவிருக்கலாம். தன்னுடைய தவத்தைக் காப்பதற்காக ராம – லக்ஷ்மணர்களை விச்வாமித்திரர் அழைத்துச் சென்ற போது, அவர் நடத்திய வேள்வியைக் கலைக்க வந்த மாரீசன், ராம பாணத்தால், தூக்கி எறியப்பட்டு கடல்களுக்கு அப்பால் போய் விழுகிறான். இந்த நிகழ்ச்சிக்குப் பின்னர் மாரீசன் சடை முடி தரித்து, மரவுரி அணிந்து, ஆச்ரம வாழ்க்கையை மேற்கொண்டான். அதனால் தான், இப்போது இந்தக் கட்டத்தில், ராவணன் அவனைச் சந்திக்கச் சென்றபோது, அவன் ஆச்ரமத்தில் வாழ்ந்து கொண்டிருக்கிறான்.

கம்ப ராமாயணத்திலும், துளஸிதாஸரின் ராமாயணத்திலும் அகம்பனன் தொடர்பான நிகழ்ச்சி கூறப்படவில்லை. கர, தூஷணர்கள் வதத்தை ராவணனுக்கு முதலில் தெரிவிப்பது அகம்பனன் என்பதும், ஸீதையை ராவணன் கவர்ந்து செல்ல வேண்டும் என்ற யோசனையை முதலில் கூறுவதும் அகம்பனன் தான் என்பதும் வால்மீகி ராமாயணத்தில் வருபவை. துளஸிதாஸரின் ராமாயணத்திலும், கம்ப ராமாயணத்திலும், சூர்ப்பனகையே நேராகச் சென்று ராவணனிடம் முறையிடுகிறாள்.)

தன்னுடைய ஆச்ரமம் நாடி வந்த ராவணனை தாடகையின் மகனாகிய மாரீசன் வரவேற்று, உபசரித்தான். பின்னர், ''அரசனே! உன்னுடைய ராஜ்யத்தில் ஒரு குறையும் இல்லை என்று நம்புகிறேன். அங்கு யாருக்கும் எந்த ஆபத்தும் இல்லை என்று நம்ப விரும்புகிறேன். ஆனால் நீ திடீரென்று அவசரமாக என்னைக் காண வந்திருப்பதால், என் மனதில் சந்தேகம் எழுகிறது. அரக்கர்களின் அரசனே! எல்லாம் நலமாக இல்லையோ என்ற எண்ணம் எனக்குத் தோன்றுகிறது'' என்று ராவணனைப் பார்த்து மாரீசன் சொன்னான்.

பெரும் புகழ் வாய்ந்த ராவணன், ''அன்பிற்குரிய எனது நண்பனே, மாரீசா! கரனும், ஆயிரக்கணக்கான அரக்கர்களும் ராமனால் கொல்லப்பட்டார்கள். அழிக்க முடியாத ஜனஸ்தானத்தை அவன் நாசம் செய்து விட்டான். அவனுடைய

மனைவியை அபகரித்து விட நான் முடிவெடுத்திருக்கிறேன். இதில் உன் உதவி எனக்குத் தேவைப்படுகிறது'' என்று சொன்னான்.

"ஸீதையை நீ அபகரித்து விடலாம் - என்ற யோசனையை உனக்குச் சொன்ன அந்த உன்னுடைய விரோதி யார்?" என்று ஆரம்பித்த மாரீசன், மேலும் பேசினான்: "உன்னை அறிந்தவர்கள், உன்னால் மகிழ்விக்கப்பட்டவர்கள், அவர்களில் இந்தத் தவறான வழியை உனக்குக் காட்டியது யார்? ஸீதையை இலங்கைக்குக் கொண்டு வந்து விடு - என்று உனக்கு யோசனை சொல்லி, உன்னுடைய அழிவுக்குத் திட்டமிடுபவன் எவன்? இந்த யோசனையை உனக்குக் கூறியவன் நிச்சயமாக உன்னுடைய விரோதிதான்; அதில் சந்தேகமில்லை. நீ கவனக்குறைவாக இருக்கிற போது, உன் தலையில் அடித்து உன்னை வீழ்த்துவது போல, இந்த யோசனையை உனக்கு எவனோ தெரிவித்திருக் கிறான். ராமனுக்குக் கோபம் வந்தால், அவன் மதம் கொண்ட யானையை நிகர்த்தவனாகிறான். அவனை நீ ஏறெடுத்துப் பார்ப்பதும் கூட உனக்கு நல்லதல்ல. அவன் உறக்கத்தில் இருந்தால், அதைக் கலைப்பதும் கூட, உனக்கு நல்லதல்ல. ஆழம் காண முடியாத சமுத்திரம் அவன். அவனுடைய வில் அந்த சமுத்திரத்திலுள்ள முதலைகள்; அவனுடைய அம்புகள் அந்த சமுத்திரத்தில் எழும் பேரலைகள்; அவனுடைய தோள் வலிமை, அந்த சமுத்திரத்தின் ஆழத்தில் இருக்கும் சுழல்! நீ அதில் சிக்குவது உனக்கு நல்லதல்ல. உன்னுடைய மனைவிமார்களோடு நீ உல்லாசமாக இரு. ராமன் அவன் மனைவியோடு வாழட்டும். நீ கொண்ட இந்த எண்ணத்தை விட்டு விடு... இலங்கைக்குத் திரும்பிச் செல். அதுதான் உனக்கு நல்லது.''

இப்படி மாரீசன் கூறிய அறிவுரையை ஏற்று ராவணன், ஸீதையை அபகரிக்கும் எண்ணத்தைக் கை விட்டு, மீண்டும் இலங்கைக்குத் திரும்பினான். இதற்கிடையில் கரன், தூஷணன் ஆகியோரின் வதத்தைக் கண்டு, பயந்து அலறி ஓடிய சூர்ப்பனகை, ராவணனைக் காண்பதற்காக வந்து சேர்ந்தாள். அவள் வந்த போது - வாயு தேவதைகள், புடை சூழ இந்திரன் அமர்ந்திருப்பது போல் தோற்றமளித்துக் கொண்டு, ராவணன் தனது ஏழடுக்கு

அரண்மனையில் பெரும் ஒளி வீசிக் கொண்டு, தங்கத்தினால் செய்யப்பட்ட சிம்மாசனத்தில் சூரியனை நிகர்த்தவனாக அமர்ந்திருந்தான்.

கந்தர்வர்களாலும், ரிஷிகளாலும், தேவர்களாலும், அழிக்கப் பட முடியாத அவன் எமனைப் போல் தோற்றமளித்தான். இந்திரனின் யானையாகிய ஐராவதம், ஒரு போரில் ஏற்படுத்திய காயங்களின் வடுக்களும், தேவர்கள் வீசிய இடி போன்ற ஆயுதங்களினால் விளைந்த காயங்கள் ஏற்படுத்திய வடுக்களும், அவன் உடலில் காணப்பட்டன. அரச லக்ஷணங்கள் அனைத்தும் பொருந்தியவனாகத் திகழ்ந்த அவன், பல விதமான ஆபரணங்களை அணிந்திருந்தான். அவன் சமுத்திரங்களைக் கடைந்தவன்; மலைகளைப் பெயர்த்து எறிந்தவன்; தெய்வத் தன்மை படைத்த ஆயுதங்களைக் கையாளும் வல்லமை படைத்தவன்; நாகர்களின் அரசனான வாசுகியை தோற்கடித்து, தக்ஷனையும் வீழ்த்தி, அவனுடைய மனைவியைக் கவர்ந்தவன்; கைலாயத்திற்குச் சென்று குபேரனை வென்று, நினைத்த இடத்திற்குச் செல்லக்கூடிய அவனுடைய புஷ்பக விமானத்தைப் பறித்தவன்; இந்திரனின் நந்தவனத்தையே அழித்துக் காட்டியவன்; ஒரு பெரும் மலையை ஒத்தவனாக நின்று, தன்னுடைய கைகளினால் சூரியனையும், சந்திரனையும் தடுத்தவன்; கடுமையான தவம் புரிந்து தன்னுடைய பத்து தலைகளில் ஒன்பதை ஒவ்வொன்றாகக் கிள்ளி, வேள்வித் தீயில் இட்டவன்; இந்த தவத்தின் பயனாக, தேவர்கள், கந்தர்வர்கள், ராக்ஷஸர்கள், பறவைகள், பாம்பினங்கள்... என்று மனிதர்கள் நீங்கலாக மற்ற எந்த ஒரு சக்தியிடமிருந்தும் தனக்கு மரணம் கிடையாது என்ற வரத்தைப் பெற்றவன்; யாகங்களை அழிப்பவன்; பிறரின் மனைவிகளைக் கவர்பவன்; தர்ம நெறிகளை புறக்கணித்தவன்; மூவுலகங்களுக்கும் பேராபத்தாகத் திகழ்ந்தவன்; அனைத்து உலகங்களையும் நடுங்கச் செய்தவன்.

எதிரிகளை வாட்டுகிற இப்படிப்பட்ட அந்த அரக்க மன்னன் முன்னிலையில் வந்து சூர்ப்பனகை நின்றாள்.

3. ஆரண்ய காண்டம்

அத்தியாயம் -8

ராவணன் புறப்பட்டான்

ராவணனைச் சந்திக்கிற சூர்ப்பனகை, அவனை வன்மையாகக் கண்டிப்பது; தனது நாட்டில் நடக்கிற நிகழ்ச்சிகளைக் கூட அறியாதவன் என்று, ராவணனை அவள் தூற்றுவது; கரன், தூஷணன் ஆகியோர் ராமரால் கொல்லப்பட்ட விவரத்தை அவள் சொல்வது; தன்னுடைய அங்கங்கள் அறுபட்டதையும் சொல்வது; ஸீதையின் அழகைப் பற்றி விவரித்து அவளை ராவணன் அடைய வேண்டும் என்று சூர்ப்பனகை தூண்டுவது; சூர்ப்பனகையின் வார்த்தைகளைக் கேட்ட ராவணன், யோசித்து ஒரு முடிவுக்கு வந்து, அங்கிருந்து புறப்படுவது...

''சிற்றின்பத்தில் மூழ்கி மனதில் தோன்றிய படி நடந்து கொள்கிற நீ, உன்னை அடக்கக் கூடியவனை இதுவரை சந்திக்கவில்லை. அற்ப சுகத்தில் காலம் கழிப்பவனே! ஒரு பேராபத்து உன்னை சூழ்ந்திருப்பதை நீ அறியவில்லை!'' ராவணனைப் பார்த்து இப்படிச் சொன்ன சூர்ப்பனகை, பெரும் கோபத்தோடு மேலும் தொடர்ந்தாள். ''காமத்தில் மூழ்கிக் கிடக்கிற மன்னனை அவனுடைய மக்கள் மதிக்க மாட்டார்கள் என்பதைப் புரிந்து கொள். எந்த ஒரு அரசன் செய்ய வேண்டிய காரியத்தை, அதைச் செய்யத்தக்க சமயத்தில் செய்யாமல் விடுகிறானோ, அவன் தனது ராஜ்யத்தோடு சேர்ந்து அழிகிறான். ஒற்றர்கள் மூலம் நாட்டு

நிகழ்ச்சிகளை அறிந்து கொள்ளாதவனும், மக்கள் தன்னைப் பார்க்க சந்தர்ப்பம் அளிக்காதவனுமாகிய மன்னன், மக்களால் புறக்கணிக்கப்படுகிறான். தன்னுடைய ராஜ்யத்தில் தனது கட்டுப்பாட்டிலிருந்து விலகி விட்ட பகுதிகளை மீட்டுக் கொள்ளாமல் விட்டு விடுகிற அரசன், கடலில் மூழ்கிவிட்ட சிறு மலையைப் போல் ஆகிவிடுகிறான். உனது நாட்டில் என்ன நடக்கிறது என்பதை ஒற்றர்கள் மூலம் தெரிந்து கொள்ளாத நீ, நிச்சயமான புத்தி இல்லாதவன். இந்த லட்சணத்தில் தேவர்களையும், கந்தர்வர்களையும் விரோதித்துக் கொண்டிருக்கிறாய்! நீ சிறுவன்! நீ அறிவற்றவன்! எப்படி நீ இந்த அரச பதவியைக் காப்பாற்றிக் கொள்ளப் போகிறாய்?''

சூர்ப்பனகையின் கோபம் கலந்த வார்த்தைகள் தொடர்ந்தன. ''ஒற்றர்படை, பொக்கிஷம், எதிரிகளை அடக்குகிற திட்டம் - ஆகியவற்றை தன்னுடைய நேர் பார்வையில் வைக்காதவன் மன்னன் அல்ல, சாதாரண மனிதன். உன்னைச் சார்ந்தவர்கள் ஆயிரக்கணக்கில் கொல்லப்பட்டதையும், அவர்கள் வாழ்ந்த பகுதி நாசம் செய்யப்பட்டதையும் அறிந்து கொள்ளாமல் இருக்கிற நீ, ஆட்சி நடத்தத் தகுதியற்றவன். கரனும், தூஷணனும் கொல்லப்பட்டார்கள். பதினான்கு ஆயிரம் அரக்கர்களின் உயிர் முடித்து வைக்கப்பட்டது. இத்தனையையும் ராமன் என்கிற மனிதன், தனி ஒருவனாக நின்று செய்து முடித்திருக்கிறான். ரிஷிகளுக்கு உகந்த வகையில், தண்டக வனத்தை ஆபத்து விலகியதாகவும், பாதுகாப்பு நிறைந்ததாகவும் மாற்றித் தர வாக்களித்த ராமன், தனது வார்த்தையை நிறைவேற்றி இருக்கிறான். ஜனஸ்தானத்தை அழித்திருக்கிறான். ஆனால், உணர்ச்சிகளுக்கு அடிமையாகி, அகங்காரம் பிடித்துத் திரிகிற நீயோ, உனது தேசத்தை சூழ்ந்து விட்ட ஆபத்தைக் கூட புரிந்து கொள்ளாமல் இருக்கிறாய். கர்வம் பிடித்தவனும், எச்சரிக்கை உணர்வற்றவனுமாகிய அரசனுக்கு சங்கடம் வரும்போது, அவனுக்கு உதவ யாரும் முன் வர மாட்டார்கள். தனக்குத் தெரியாதது எதுவுமில்லை என்று நினைத்துக் கொண்டு, தன்னைத்தானே புகழ்ந்து கொண்டு, நாட்டு நடப்பை அறியாமல் இருக்கும் அரசனை, அவனுக்குக் கஷ்டம் நேரும்போது அவனுடைய மக்களே அழித்து விடுவார்கள். அவன்

துரும்புக்கு சமமாக மதிக்கப்படுகிறான். காய்ந்து போன கட்டை களால் ஏதாவது பயன் கிடைக்கலாம்; துருப்பிடித்த இரும்பு எதற்காவது உதவலாம்; தூசியினால் ஏதாவது ஒரு காரியம் சாதிக்கப்படலாம்; ஆனால் தனது உயர்ந்த பதவியில் இருந்து நழுவி விட்ட அரசனால், யாருக்கும் எந்தப் பயனும் கிடையாது! கிழிந்து போனதால் தூக்கி எறியப்பட்ட துணி; வாடிப் போனதால் கசக்கி எறியப்பட்ட பூமாலை – ஆகியவற்றுக்கு நிகரானவன் அப்படிப் பட்ட அரசன்.''

உலகங்களையெல்லாம் கதற அடிக்கக் கூடிய வல்லமை படைத்த ராவணனைப் பார்த்து, அவனுடைய மந்திரிமார்களின் முன்னிலையில், கடும் வார்த்தைகளைப் பேசிக் கொண்டிருந்த சூர்ப்பனகை மேலும் சொன்னாள் : ''எளிதில் ஏமாந்து போகாதவனாகவும், தனது இந்திரியங்களை அடக்கிய வனாகவும், ராஜநீதியை உணர்ந்தவனாகவும், நாட்டின் நடப்பை அறிந்தவனாகவும், எந்த ஒரு மன்னன் திகழ்கிறானோ அவனே நீண்ட காலம் ஆட்சி புரிகிறான். தன்னுடைய இரு கண்களை மூடிக் கொண்டு, அவன் உறங்கிக் கொண்டு இருக்கும் போதும், ராஜநீதி என்ற அவனுடைய கண் விழித்துக் கொண்டிருந்து அவனைக் காப்பாற்றுகிறது. அப்படிப்பட்ட மன்னனே மக்களால் கொண்டாடப்படுகிறான். எதை, எப்போது செய்ய வேண்டும் என்பதை அறியாத மன்னன், நல்ல குணங்களினால் நெருங்க முடியாதவனாகிறான். நீ அப்படி இருப்பதால்தான், ஆயிரக் கணக்கில் அரக்கர்கள் மடிந்த விவரம் கூட உனக்குத் தெரிய வில்லை. எதிரிகளை இப்படி அலட்சியமாக நினைக்கும் அரசன் துன்பமடைவான்.''

செருக்கும், ஆற்றலும் ஒரு சேரப் பெற்ற ராவணன், சூர்ப்பனகையின் வார்த்தைகளை கவனத்துடன் கேட்டுக் கொண்டிருந்து விட்டு, கோபத்தோடு அவளைப் பார்த்துப் பேசினான் : ''ராமன் என்று சொன்னாயே, அவன் யார்? எதற்காக அவன் தண்டக வனத்திற்கு வந்தான்? ஆயிரக்கணக்கான அரக்கர்களோடு கரனையும், தூஷணனையும் கொன்று விட்ட அவனிடம் இருக்கும் ஆயுதங்கள் என்ன? அவை எத்தன்மை படைத்தவை?''

சூர்ப்பனகை ராவணனுக்கு பதில் கூறினாள் : ''ராமன் என்ற பெயருடைய அவன், தசரதனின் மகன். நீண்ட கைகள், அகன்ற விழிகள் கொண்ட அவன் மன்மதனைப் போன்ற அழகு படைத்தவன். இந்திரனுடைய வில்லுக்கு நிகரான வில்லில் நாணேற்றி, கொடிய பாம்புகள் போன்ற அம்புகளை அவன் எய்கிறான். அவன் வில்லை வளைப்பதும், அம்பைத் தொடுப்பதும், அந்த அம்பை விடுப்பதும் எப்போது நடக்கின்றன என்பதைக் கூட உணர முடியாத வேகத்தில் அவன் போர் செய்கிறான். ராமன் வில்லை எடுத்தான், ஆயிரக்கணக்கான அரக்கர்கள் வீழ்ந்தனர்! இதைத்தான் பார்க்க முடிந்தது. அவ்வளவு வேகம்! தன்னுடைய போர்த்திறனினால், அவன் ரிஷிகளுக்கு ஆபத்தில்லாமல் செய்து, தண்டக வனத்தை அமைதியான இடமாக மாற்றி விட்டான்.

''பெண் கொலை கூடாது என்பதால், என் அங்கங்களை அறுத்ததோடு மட்டும் என்னை விட்டு விட்டார்கள். ராமனின் தம்பி லக்ஷ்மணன் ஒளி வீசுகிற முகம் படைத்தவன்; ராமனிடம் பெரும் அன்பு கொண்டவன்; பார்த்தாலே வீரன் என்று புரிகிற தோற்றம். ராமனுடைய மனைவியின் பெயர் ஸீதை; சந்திரனைப் போன்ற முகம் கொண்டவள்; தெய்வப் பெண் போன்று பேரழகு படைத்தவள்; லக்ஷ்மியே பூமிக்கு இறங்கி வந்தது போல் அவள் தோற்றமளிக்கிறாள்! ஆனால் அவள் தெய்வப் பெண் அல்ல; கந்தர்வப் பெண்ணும் அல்ல; யக்ஷ கன்னிகையும் அல்ல; வேறு எங்கிருந்துதான் வந்தாளோ! – இப்படிப்பட்ட அழகு வாய்ந்த ஒரு மானிடப் பெண்ணை பார்ப்போம் என்று நான் நினைத்துப் பார்த்தது கூட இல்லை. தங்கத்தை உருக்கி அதனால் செய்யப்பட்ட சிலை போல் ஒளி வீசுகிறாள். ஸீதை யாருக்கு மனைவியாவாளோ, அவன் மேன்மை பெற்றவனாவான். அவளை அடைந்தவன், இந்திரனுக்கு நிகரானவனாவான். உனக்கேற்ற மனைவி அவள்தான். அவளுக்கேற்ற கணவன் நீதான். ராவணா! உனக்கு அவளைத் திருமணம் செய்விப்பதற்காக அவளை இங்கு கொண்டு வர நான் முயன்ற போதுதான், லக்ஷ்மணன் என் அங்கங்களை அறுத்து எறிந்து விட்டான். ஒருமுறை நீ அந்த ஸீதையைப் பார்த்தால் போதும், மன்மதன் வீசுகிற பாணத்திற்கு நீ

அடிமையாவாய். அவளை உன் மனைவியாக்கிக் கொள். அந்த எண்ணத்தை மனதில் கொண்டு, அந்தக் காரியம் நிறைவேறு வதற்காக உன் வலது காலை தூக்கி முன்னே வை! அற்ப மானிடனாகிய அந்த ராமனைக் கொன்று, அரக்கர்கள் மேல் உனக்கு இருக்கும் அன்பை நிலை நிறுத்து! உனது வீரத்தினால் ராமனையும் லக்ஷ்மணனையும் கொன்று, கணவனை இழந்த ஸீதையை உனது மனைவியாக்கிக் கொள்!''

இவ்வாறெல்லாம் பேசிய சூர்ப்பனகை இறுதியாக, ''ராவணா! ஸீதையைப் பற்றி நான் கூறியது உனக்கு ஏற்புடையது என்றால், அவளை அபகரித்துக் கொண்டு வந்து விடு. அவளை உன் மனைவியாக்கிக் கொள். அரக்கர்கள் அழிக்கப்பட்டதற்கு பழிக்குப் பழி வாங்குவது உன் கடமை. அதை நிறைவேற்று'' என்று ராவணனைப் பார்த்துக் கூறினாள்.

இவ்வாறு சூர்ப்பனகை கூறிய பின், மந்திரி மார்களுக்கெல்லாம் விடை கொடுத்து அனுப்பிய ராவணன், தனியே அமர்ந்து சிந்தனையில் ஆழ்ந்தான். நடந்த நிகழ்ச்சிகளை நினைத்துப் பார்த்தான். மனதில் கொண்ட எண்ணத்திற்கு சாதக, பாதகமான சூழ்நிலைகளை சீர்தூக்கிப் பார்த்தான். பிறகு, ஒரு தீர்மானத்திற்கு வந்தவனாக, தன்னுடைய இருக்கையில் இருந்து எழுந்து தன்னுடைய தேர் நிறுத்தி வைக்கப்பட்டிருந்த இடத்திற்குச் சென்றான்.

(கம்ப ராமாயணத்தில் சூர்ப்பனகை தன் எதிரில் தோன்றிய வுடனேயே ராவணன், அங்கங்கள் இழந்த அவளைப் பார்த்து, அந்த கதியை அவளுக்கு உண்டாக்கியது யார் என்று விசாரிக்கிறான். ராவணனைக் கண்டித்து சூர்ப்பனகை பேசுகிற வால்மீகி ராமாயண வார்த்தைகள் மாதிரி, கம்ப ராமாயணத்தில் காணப்படவில்லை.

வால்மீகி ராமாயணத்தில் ஸீதையைப் பற்றி, சுருக்க மாக சூர்ப்பனகை பேசுகிறாள். கம்ப ராமாயணத்திலோ இது மிகவும் விவரமாக வருகிறது. ஸீதையின் அழகை வர்ணித்து, ராவணனின் ஆசையை கம்ப ராமாயண சூர்ப்பனகை நன்றாகவே தூண்டி விடுகிறாள்.

ஸீதையை வர்ணிக்கிற சூர்ப்பனகை சொல்கிறாள் : 'வில்லைப் போல் நெற்றி என்று கூறினாலும் – வேல் போல் காட்சியளிக்கிற கண்கள் என்று சொன்னாலும் – முத்துக்களைப் போன்ற பற்கள் என்று கூறினாலும் – பவளமே அவளுடைய இதழ்கள் என்று சொன்னாலும் – சொல் பொருத்தம் இருக்கும்; ஆனால் பொருள் பொருந்தாது. சொல்லத்தக்க உவமை வேறு உண்டோ? புல்லைப் போல் இருக்கும் நெல் என்று கூறினால், பொருத்தமாகக் கூறியதாகுமா?' இந்த அர்த்தமுடைய கம்பரின் பாடல் இது :

'வில் ஒக்கும் நுதல் என்றாலும், வேல்
ஒக்கும் விழி என்றாலும்,
பல் ஒக்கும் முத்து என்றாலும்,
பவளத்தை இதழ் என்றாலும்,
சொல் ஒக்கும்; பொருள் ஒவ்வாதால்;
சொல்லல் ஆம் உவமை உண்டோ?
"நெல் ஒக்கும் புல்" என்றாலும்,
நேர் உரைத்து ஆகவற்றோ!'

அடுத்து சூர்ப்பனகை இப்படிச் சொல்கிறாள்! 'ஐயனே! இந்திரன் சசியை மனைவியாகப் பெற்றான். ஆறுமுகனின் தந்தையாகிய பரமசிவன் உமையை மனைவியாகப் பெற்றான்; தாமரைக் கண்ணனாகிய விஷ்ணு லக்ஷ்மியை மனைவியாகப் பெற்றான்; நீயும் ஸீதையை மனைவியாக அடைகிறாய். இதில் உயர்வு யாருக்கு என்று பார்த்தால், எல்லா நலன்களும் உன்னையே அடைகின்றன. அவர்களுக்கெல்லாம் இந்த உயர்வில்லை.'

'இந்திரன் சசியைப் பெற்றான்;
இரு – மூன்று வதனத்தோன்தன்
தந்தையும் உமையைப் பெற்றான்;
தாமரைச் செங்கணானும்
செந் திருமகளைப் பெற்றான்;
ஸீதையைப் பெற்றாய் நீயும்;
அந்தரம் பார்க்கின் நன்மை
அவர்க்கு இலை உனக்கே; ஐயா!'

இப்படியெல்லாம் பேசுகிற சூர்ப்பனகை 'ஸீதையை அடைந்து நீ மகிழ்ந்திரு. நான் மகிழ, ராமனை என்னிடம் ஒப்படைத்து விடு' என்று சொல்கிறாள். அவள் இப்படி கேட்பதாக வால்மீகி ராமாயணத்தில் கூறப்படவில்லை. கம்ப ராமாயணத்தில் – கரன் மாண்ட விஷயம், சூர்ப்பனகையின் அங்கங்கள் அறுபட்ட விஷயம் போன்ற பலவற்றையும் மறந்து ராவணன், ஸீதையின் நினைவிலேயே ஆழ்ந்து விடுகிறான். அந்த அளவுக்கு அவன் காமத்தால் கவரப்படுகிறான். இதுவும் வால்மீகி ராமாயணத்தில் இல்லை.

ஸீதை மேல் கொண்ட ஆசையினால் ராவணன் படுகிற பாட்டையெல்லாம் விவரித்து, அதன் பின்னர் அவன் மந்திரிகளோடு ஆலோசனை செய்ததாகவும் காட்டுகிறார் கம்பர். இதுவும் வால்மீகி ராமாயணத்தில் இல்லை. மந்திரிகளுடன் ஆலோசனை செய்து விட்டு – தன் மனதில் நினைத்ததையே செய்து முடிக்கும் தன்மை படைத்த ராவணன், அங்கிருந்து புறப்பட்டான் – என்று கூறி இந்த நிகழ்ச்சியை முடிக்கிறது கம்ப ராமாயணம்.

துளஸிதாஸரின் ராமாயணத்தின் அணுகுமுறையோ, வேறு விதமாக இருக்கிறது. சூர்ப்பனகை ராவணனிடம் செய்கிற முறையீடு மிகவும் சுருக்கமாக அதில் அமைக்கப்பட்டிருக்கிறது. ஸீதையின் அழகைப் பற்றியும் கூட சூர்ப்பனகை பெரிதாக வர்ணிக்கவில்லை. 'ஆயிரம் ரதிகள் அவளுக்கு ஈடாக மாட்டார்கள்' என்று கூறி முடித்து விடுகிறார் துளசிதாஸர். கரன், தூஷணன் ஆகியோருடைய வதம், ராவணனை வாட்டுகிறது. அப்போது ராவணன் இப்படி நினைக்கிறான் : 'கரனும், தூஷணனும் பலத்தில் எனக்கு ஈடானவர்கள். திருமாலே அல்லாமல் வேறு யார் அவர்களைக் கொன்றிருக்க முடியும்? பூமியின் பாரத்தை குறைக்கவும், தேவர்களின் மனதை திருப்தி செய்யவும், விஷ்ணுவே பூமிக்கு இறங்கி வந்து விட்டிருந்தால், நான் சென்று அவரோடு போரிட வேண்டியதுதான். அவரால் கொல்லப்பட்டால், சாரமற்ற இந்த வாழ்க்கையிலிருந்து நான் விடுபட்டு நற்கதி அடைவேன். இருள் நிறைந்த இந்த வாழ்க்கையில், அவரை வணங்கி நிற்பதில் எனக்கு விருப்பமில்லை. அவரால் கொல்லப்பட்டு, நற்கதி அடைவதே மேல். ஒருவேளை வந்திருப்பவர்கள் சாதாரண மனித குலத்தைச்

ஆரண்ய காண்டம்

சார்ந்த அரச குமாரர்களாகவே இருந்தால், அவர்களை போரில் வென்று, அந்தப் பெண்ணை கவர்ந்து விடுவேன்' – என்று ராவணன் தீர்மானித்துக் கொள்கிறான்.

இந்த மாதிரி வால்மீகி ராமாயணத்தில் இல்லை. இவையெல்லாம் கம்பரும், துளஸிதாஸரும் செய்துள்ள மாற்றங்கள். துளஸிதாஸர் செய்துள்ள மாற்றங்களுக்கு வேறு சில பழைய கதைகளில் முன்னுதாரணம் உண்டு – என்று சில விரிவுரையாளர்கள் கூறியிருக்கிறார்கள்.)

தேரோட்டியைப் பார்த்து, தேரை தயார் செய்யுமாறு ராவணன் சொல்ல, விரைவில் குதிரைகள் தேரில் பூட்டப்பட்டன. அரக்கர் மன்னனாகிய ராவணன், பொன்னினால் இழைக்கப்பட்டதும், ரத்தினங்களால் அலங்கரிக்கப்பட்டதும், நினைத்த இடத்திற்கு செல்லும் நுட்பம் படைத்ததுமான அந்தத் தேரில் ஏறி அமர்ந்து புறப்பட்டான்.

3. ஆரண்ய காண்டம்

அத்தியாயம் -9

உத்தர காண்டப் பகுதி

> ராவணனின் பிறப்பு

உத்தர காண்டத்திலிருந்து சில விவரங்கள். ராவணனின் வரலாற்றைப் பற்றி அகஸ்தியர் ராமருக்கு விவரிப்பது; வைச்ரவஸ் என்ற மஹரிஷிக்கு குபேரன் மகனாகப் பிறப்பது; குபேரன் இலங்கையைப் பெறுவது; இலங்கையிலிருந்து அதற்கு முன்பாக ஓடிய ராக்ஷஸர் தலைவன் ஸுமாலி, தன் மகள் கைகஸியை, விச்ரவஸிடம் அனுப்புவது; தசக்ரீவன் (ராவணன்), கும்பகர்ணன், சூர்ப்பனகை, விபீஷணன் ஆகியோரை கைகஸி பெற்றெடுப்பது; தன்னுடைய ஒன்று விட்ட சகோதரனாகிய குபேரனுக்கு நிகரான சிறப்பைப் பெறுவதற்காக, தசக்ரீவன் கடும் தவத்தில் ஈடுபட, அவனுடைய சகோதரர்களும் தவம் புரிவது; பிரம்ம தேவன் காட்சியளிப்பது...

வானத்தில் பறக்கக் கூடிய திறன் படைத்த அந்தத் தேர் விரைந்து செல்ல, வெகு சீக்கிரமே ராவணன் மாரீசனின் ஆச்ரமத்தை அடைந்தான். சடை முடி தரித்து, மரவுரி அணிந்து, அமர்ந்திருந்த மாரீசன் ராவணனை சிறப்பாக உபசரித்து வரவேற்றான்.

(இந்தத் தொடரின் ஆரம்பத்தில் இதில் நான் கையாளப் போகும் ஓர் அணுகுமுறையை இப்படி விவரித்து இருந்தேன் : 'பட்டாபி

ஷேகத்துடன் முடிப்பது மரபு என்பதால், அதைப் பின்பற்றுவது – அதே சமயத்தில் உத்தர காண்ட விவரங்கள் மிகவும் முக்கியமானவை என்பதால், அவற்றைப் பட்டாபிஷேகத்திற்கு முன்பாகவே – நிகழ்ச்சிகளின் தொடர்பை ஒட்டி – ஆங்காங்கே எடுத்துச் சொல்வது என்று நான் முடிவு செய்திருக்கிறேன். உதாரணமாக, ஆரண்ய காண்டத்தில் ராவணனின் அறிமுகம் வரும்போது, ராவணன் பற்றி உத்தர காண்டம் தரும் விவரங்களையெல்லாம் எடுத்துச் சொல்ல முடியும். ராவணன் அறிமுகமாகும் போது அவனுடைய பிறப்பு, அவனுடைய பலம், பலவீனம் போன்றவற்றையெல்லாம் தெரிந்து கொள்வது பொருத்தமாகவே இருக்கும் என்பதால், உத்தர காண்ட விவரங்கள் சிலவற்றை அந்த இடத்தில் கொடுப்பது முறையாக இருக்கும் என்று நம்புகிறேன்... இப்படி பொருத்தமான இடங்களில் உத்தர காண்ட விவரங்களை நான் எடுத்துக் கூறும்போது, வாசகர்கள் மனதில் எந்தவித சந்தேகமும் எழாமல் இருப்பதற்காக – இந்த விவரங்கள் உத்தர காண்டத்தில் இருப்பவை – என்று நான் குறிப்பிட்டு விடுவதாக இருக்கிறேன்...'

இப்படி நான் ஆரம்பத்திலேயே கூறிய அணுகுமுறையை யொட்டி, இப்பொழுது உத்தர காண்டப் பகுதிக்குச் செல்கிறேன். ஏனெனில் ராவணனின் பிறப்பு, அவன் பெற்ற வரங்கள் போன்ற விவரங்கள் எல்லாம், உத்தர காண்டத்தில்தான் கூறப்பட்டிருக் கின்றன. மாரீசனை ராவணன் சந்தித்த பிறகு, அவர்களிடையே நடந்த வாக்கு வாதமும், அதையடுத்து நடந்த ஆரண்ய காண்ட நிகழ்ச்சிகளும் பிறகு எடுத்துக் கொள்ளப்படும்.

உத்தர காண்டத்தில் அந்தப் பகுதியைப் பார்ப்போம்.

உத்தர காண்டப் பகுதி

ராமருக்குப் பட்டாபிஷேகம் முடிந்த பிறகு, பல மஹரிஷிகள் அவரை வாழ்த்துவதற்காக அவருடைய சபைக்கு வந்தார்கள். அவர்களை வணங்கி நின்ற ராமரை ஆசீர்வதித்து விட்டு, அவர்கள் எல்லோரும் அமர்ந்த போது, அவர்கள் "ராமா! நீ ராவணனைக் கொன்றது நல்லோர்களின் அதிர்ஷ்டம். அதே போல, வேறு பல

அரக்கர்களையும் யுத்தத்தில் வென்று அழித்தாய். இப்படி ராவணனையோ மற்றவர்களையோ நீ வென்றது வியப்புக்குரிய விஷயமல்ல. ஆனால் ராவணனின் மகன் இந்திரஜித்தை நீ வென்று வீழ்த்தினாயே—அதுதான் பிரமிப்புக்குரியது! அவனை வீழ்த்தி எங்களுக்கு அபயம் அளித்தாய்! நிலையான புகழ் உன்னுடைய தாகுக'' என்று கூறினார்கள்.

இதைக் கேட்ட ராமர் சற்று வியப்புடன் பேசினார். ''மிகவும் பலம் வாய்ந்த கும்பகர்ணன், ராவணன், மகோதரன் போன்றவர் களையெல்லாம் நான் வென்றதை விட, ராவணனின் மகனை வென்றதே குறிப்பிடத்தக்கது என்று நீங்கள் கூறுவதன் காரணம் என்ன? தந்தையைக் காட்டிலும் பலவானாக அவன் உங்களால் கருதப்படுவது ஏன்? தயவு செய்து எனக்கு விளக்குங்கள்'' என்று அவர் கேட்டுக் கொண்டார்.

அப்போது அகஸ்தியர், ராமரைப் பார்த்து, ''நிகரற்ற வீரம் படைத்த இந்திரஜித்தைப் பற்றியும் சொல்கிறேன். அதற்கு முன்பாக அவனுடைய தந்தை ராவணனைப் பற்றிய விவரங் களையும் கூறுகிறேன். அவனுடைய பிறப்பு, அவன் பெற்ற வரங்கள் போன்றவற்றையும் நீ அறிந்து கொள்ள வேண்டும்'' என்ற பீடிகையுடன் பேசத் தொடங்கினார்.

''புலஸ்தியர் என்ற மஹரிஷி பெரும் கீர்த்தி படைத்தவர். அவர் பிரம்ம தேவனின் மகன். த்ருணபிந்து என்ற ரிஷியின் மகள், அனுமதி இன்றி, விதிமுறையை மீறி, புலஸ்தியரின் ஆச்ரமத்திற்கு அருகில் சென்று விட்டாள். இப்படிக் கட்டுப்பாட்டை மீறி நடப்பவர்களுக்கு அவர் ஏற்கெனவே விதித்திருந்த சாபத்தின்படி, அவள் கர்ப்பம் தரித்தாள். இதன் பின்னர் அவளுடைய தந்தையின் வேண்டுகோளை ஏற்று, புலஸ்தியர் அவளை தனது மனைவியாக அங்கீகரித்தார். அவள் பெற்றெடுத்த மகனின் பெயர் விச்ரவஸ். தந்தையைப் போலவே நிகரற்ற தவ வலிமையை இவரும் பெற்றார். இவர் பரத்வாஜ மஹரிஷியின் மகளாகிய தேவவர்ணனி என்ற பெண்ணை மணந்தார். இவர்களுக்குப் பிறந்தவன் வைச்ரவணன். அவனும் பெரும் தவங்களைச் செய்தான். அவன் முன் பிரம்ம தேவன் தோன்றி, வேண்டிய வரத்தைக் கேட்குமாறு

சொல்ல, 'உலக நாயகர்களில் ஒருவனாக இருந்து, எல்லோருக்கும் நன்மை புரிய விரும்புகிறேன்' என்று அவன் கூறினான்.

''இதைக் கேட்டு மகிழ்ந்த பிரம்மதேவன், 'எமன், இந்திரன், வருணன் ஆகிய மூவரோடு நான்காவது உலக நாயகனைத் தேர்ந்தெடுக்க வேண்டும் என்று நானே நினைத்திருந்தேன். அந்தப் பொறுப்பை உனக்கு அளிக்கிறேன். இந்தப் புஷ்பக விமானத்தையும் பெற்றுக் கொள். விரும்பிய இடத்திற்குச் செல்லும் தன்மை வாய்ந்தது இது. நீ செல்வத்திற்கு அதிபதிஆகிறாய்' என்று வரமளித்தார்.

''வைச்ரவணன் இப்படி குபேர பதவியைப் பெற்று குபேரனானான். இதன் பின்னர் தனது தந்தை விச்ரவஸை அணுகி குபேரன், தனக்கு உகந்ததோர் இடத்தைத் தேர்ந்தெடுத்து அளிக்குமாறு வணக்கத்துடன் கேட்டுக் கொண்டான். அவர் 'தெற்கு கடற்கரைக்கு அப்பால், திரிகூட மலையை ஒட்டி, இலங்கை என்ற பெருடைய ஒரு அழகான நகரம் இருக்கிறது. ராக்ஷஸர்களின் ஆணையை ஏற்று, தேவ தச்சன் விச்வகர்மாவினால் நிர்மாணிக்கப் பட்ட நகரம் அது. இந்திரனுடைய அமராவதிக்கு நிகரான இடம் அந்த இலங்கை. விஷ்ணுவின் தாக்குதலுக்கு பயந்து, ராக்ஷஸர்கள் அந்த இடத்தை விட்டு ஓடி விட்டார்கள். இப்போது அந்த நகரத்தில் அரசனும் இல்லை, பிரஜைகளும் இல்லை. நீ அங்கு போய் இருந்து கொண்டு உலகிற்கு நன்மை செய்வாயாக'' என்று கூறினார்.

''இதன் பிறகு குபேரனின் சிறப்பான நிர்வாகத்தின் காரணமாக, இலங்கை எல்லா மேன்மைகளையும் பெற்றது. கந்தர்வர்களாலும், தேவர்களாலும் பாராட்டப்பட்டவனாக, செல்வத்திற்கு அதிபதியான குபேரன் என்ற பெயர் கொண்ட வைச்ரவணன் அங்கே வாழ்ந்தான்.''

ராவணனின் வரலாற்றை ராமருக்குச் சொல்லிக் கொண்டிருந்த அகஸ்தியர் மேலும் தொடர்ந்தார் : ''குபேரன் இலங்கைக்குச் செல்வதற்கு முன்பாக – அங்கிருந்த ராக்ஷஸர்கள் புரிந்து வந்த கொடுமைகளை எடுத்துக் கூறி, அவர்களை அழிக்குமாறு தேவர்களால் வேண்டிக் கொள்ளப்பட்ட விஷ்ணு, ராக்ஷஸர்களை எதிர்த்து யுத்தம் புரிந்தார். மால்யவான், ஸுமாலி, மாலி என்ற

மூன்று சகோதரர்கள் பெரும் தவங்கள் புரிந்தவர்கள். அதன் காரணமாக பல வரங்களைப் பெற்றவர்கள். அவர்களுடைய ஆளுகையில்தான் இலங்கை இருந்தது. இவர்களை எதிர்த்து போரிட்ட விஷ்ணுவினால், மாலி கொல்லப்பட்டான். மேலும் பல ராக்ஷஸர்கள் மாண்டார்கள். ஸுமாலி, மால்யவான் ஆகியோரும் மிஞ்சியிருந்த ராக்ஷஸர்களும் பயந்து ஓடி, ரசாதளம் என்ற கீழுலகில் புகுந்து கொண்டார்கள். இதன் பின்னர்தான் குபேரனாகிய வைச்ரவணன் ஏற்கெனவே நான் சொன்னவாறு இலங்கையைத் தன் இருப்பிடமாக்கிக் கொண்டான்.''

அகஸ்தியர் தொடர்ந்தார் : ''சிறிது காலம் சென்றது. ரசா தளத்தில் புகுந்திருந்த ஸுமாலி வெளிப்பட்டு, தன்னுடைய பெரும் அழகு பொருந்திய பெண்ணாகிய கைகஸியுடன், மனம் ஒரு நிலையில் கொள்ளாமல் பூவுலகில் பல பாகங்களில் அலைந்து திரிந்தான். அப்போது தன்னுடைய தந்தை விச்ரவஸைப் பார்ப்பதற்காக குபேரன், தனக்குப் பிரம்ம தேவனால் அளிக்கப் பட்டிருந்த புஷ்பக விமானத்தில் பறந்து சென்று கொண்டிருந்தான். ஒளி வீசுகிற அவன் முகத்தையும், அவனுடைய புகழையும் நினைத்துப் பார்த்துக் கொண்டே, ஸுமாலி தன்னுடைய இருப்பிடத்திற்குத் திரும்பினான்.

''அங்கே தன் மகளிடம், 'உனக்குத் திருமணப் பருவம் வந்து விட்டது. லக்ஷ்மியிடம் நிறைந்திருக்கும் சிறப்புகள் உன்னிடம் அமைந்திருக்கின்றன. தங்களுடைய கௌரவத்தை மதிப்பவர்கள் திருமணமாகாத பெண் வீட்டில் இருப்பதால் கவலை கொள்ளுகிறார்கள். தாய் வீடு, தந்தை வீடு, தான் கைப்பிடிக்கப் போகும் கணவனின் வீடு ஆகிய மூன்றுக்குமே அவப் பெயர் உண்டாக்கி விடக்கூடிய தன்மை நிறைந்தவள், திருமண மாகாத பெண். நான் சொல்வதைக் கேள். பிரம்ம தேவனின் மகனாகிய புலஸ்தியர் பெற்ற மகன் விச்ரவஸ். அவரை நீ சென்று அடைவாயாக. அப்போதுதான், குபேரனுக்கு நிகரான மகன் உனக்குப் பிறப்பான். புகழ் பெற்ற பிள்ளையைப் பெற்றெடுக்க இதுதான் வழி'' என்று கூறினான்.

''தவம் செய்து கொண்டிருந்த விச்ரவஸ் இருக்கும் இடத்திற்கு கைகஸி சென்றாள். அவள் வந்த காரணம் பற்றி விச்ரவஸ் கேட்க,

கைகஸி இரு கை கூப்பி வணக்கத்துடன் பதில் கூறினாள். 'என் பெயர் கைகஸி. என் தந்தையின் கட்டளையை ஏற்று இங்கே நான் வந்திருக்கிறேன். முற்றும் உணர்ந்த முனிவராகிய உங்களுக்கு முழு விவரமும் தெரிந்திருக்கும் என்பதால், நான் இதற்கு மேல் எதுவும் சொல்ல அவசியமில்லை.'

''இப்படிப் பேசிய கைகஸியைப் பார்த்து, விச்ரவஸ், 'உன் மனதில் உள்ள எண்ணம் புரிகிறது. ஆனால், நீ என்னை வந்து அணுகியிருக்கும் நேரம் நல்ல நேரம் அல்ல. ஆகையால் உனக்குப் பிறக்கப் போகும் மகன்கள் கொடுமை செய்பவர்களாகவும், பயங்கர உருவம் படைத்தவர்களாகவும் இருப்பார்கள். நீ ராக்ஷஸர்களையே பெற்றெடுப்பாய்' என்று கூறி விட்டார்.

''விச்ரவஸ் இப்படிக் கூறியதைக் கேட்டு அதிர்ச்சியுற்ற கைகஸி, 'இப்படிப்பட்ட பிள்ளைகளைப் பெற நான் விரும்பவில்லை. என்னிடம் கருணை காட்டுங்கள்' என்று கேட்டுக் கொண்டாள். அப்போது விச்ரவஸ், 'உனக்குப் பிறக்கப் போகும் கடைசி மகன் தெய்வ பக்தி நிறைந்தவனாகவும், என்னுடைய குணங்களுக்கு ஒத்தவனாகவும் இருப்பான். கவலையை விடு' என்று கூறி ஆசீர்வதித்தார்.

''சிறிது காலத்தில் கைகஸிக்கு பத்து தலைகளும், இருபது கைகளும் கொண்ட பயங்கர உருவம் படைத்த ராக்ஷஸ குழந்தை பிறந்தது. அந்த மகன் பிறந்தபோது மழை ரத்தமாகப் பொழிந்தது; மேகங்கள் பயங்கரமான இடி முழக்கம் செய்தன; சூரியனின் ஒளி மங்கியது; வால் நக்ஷத்திரங்கள் பூமியில் விழுந்தன; பயங்கர மான காற்று வீசியது; பூமியே நடுங்கியது; கடல் கொந்தளித்தது. பத்து தலைகளுடன் இந்த மகன் பிறந்ததால், அவனுக்கு தசக்ரீவன் என்று விச்ரவஸ் பெயரிட்டார்.

''இவனையடுத்து, பெரும் பலம் வாய்ந்த கும்பகர்ணனும், அவனுக்குப் பிறகு கோர உருவம் கொண்ட சூர்ப்பனகை என்ற மகளும் கைகஸிற்குப் பிறந்தார்கள். கடைசியாக கைகஸி விபீஷண்னைப் பெற்றெடுத்தாள். அவன் பிறந்த போது வானம் பூ மாரி பொழிந்தது; தேவ வாத்தியங்கள் முழங்கின; அசரீரிகள் வாழ்த்தின. காலப் போக்கில் கும்பகர்ணனும், தசக்ரீவனும் பெரும்

பலம் கொண்டவர்களாக வளர்ந்து எல்லோரையும் துன்புறுத்தும் இயல்புடையவர்களாகத் திகழ்ந்தார்கள். விபீஷணனோ, இந்திரியங்களை அடக்கி, வேதங்களை கற்று அமைதியே உருக் கொண்டவனாகத் திகழ்ந்தான்.

"இந்த நிலையில் ஒரு சமயம் விச்ரவஸைப் பார்க்க, தன்னுடைய புஷ்பக விமானத்தில் குபேரன் வந்தான். ஒளி வீசுகிற அவனுடைய சிறப்பைக் கண்ட கைகஸி, தன்னுடைய மகனாகிய தசக்ரீவனை அழைத்து, தன் மனதில் எழுந்த எண்ணத்தைக் கூறினாள். 'உன்னுடைய ஒன்றுவிட்ட சகோதரனைப் பார்! ஒளிவீசும் அவன் முகத்தைப் பார்! அப்படியே உன்னையும் நீ பார்த்துக் கொள்வாயாக! அவனைப் போல் நீ ஆக வேண்டாமா? உன்னுடைய வன்மையோ எல்லையற்றது. ஆகையால், உன்னுடைய சகோதரன் போல் உயர்வைப் பெற நீ முயற்சி செய்வாயாக.'

"தாயாரின் இந்த வார்த்தையைக் கேட்ட தசக்ரீவனின் மனதில் பொறாமை கொழுந்து விட்டு எரிந்தது. 'தாயே! வைச்ரவணனுக்கு நிகராக என்ன, அவனையும் விட சக்தி வாய்ந்தவனாக நான் உருவெடுப்பேன். மனதில் இருக்கும் துன்பத்தை அகற்று. நான் சொல்வது சத்தியம்' என்று கூறிய அவன், தன்னுடைய சகோதரர் களுடன் கூடி, கடுமையான தவங்களில் ஈடுபட்டான்.

"கடுமையான வெய்யிலில் நாற்புறமும் தீயினால் சூழப்பட்டு நின்று, கும்பகர்ணன் தவம் இருந்தான்; குளிர்காலத்திலோ தண்ணீரில் நின்று அவன் தவம் செய்தான். விபீஷணன் ஒற்றைக் காலில் நின்று தவம் புரிந்தான். தசக்ரீவன், எந்த உணவையும் உட்கொள்ளாமல் தவம் புரிந்து, தன்னுடைய தலைகளில் ஒவ்வொன்றாக வெட்டி, அவற்றை யாகத் தீயில் அர்ப்பணித்தான். இப்படியாக அவனது பத்து தலைகளில் ஒன்பது. வேள்வித் தீயில் விழுந்தன. பத்தாவது தலையையும் அவன் வெட்டிக் கொள்ள துணிந்த போது, பிரம்ம தேவன் அவன் முன்னிலையில் தோன்றினார்.

3. ஆரண்ய காண்டம்

அத்தியாயம் -10

உத்தர காண்டப் பகுதி

தசக்ரீவன், ராவணன் ஆனான்!

தசக்ரீவனும், அவனது சகோதரர்களும் பெற்ற வரங்கள்; இலங்கையை குபேரனிடமிருந்து தசக்ரீவன் பறித்தது; குபேரனை வென்ற தசக்ரீவன் நந்தி தேவரிடம் சாபம் பெறுவது; கைலாய மலையை அசைத்த தசக்ரீவனின் கை நசுக்கப்பட்டு அவன் ஓலமிடுவது; பரமசிவனை, தசக்ரீவன் துதி செய்ய அவர் திருப்தியடைந்து, அவனை விடுவித்து, 'ராவணன்' என்ற பெயரையும் அளிப்பது...

ராவணன் முதலானோர் வரலாற்றை, ராமருக்கு விவரித்துக் கூறிக் கொண்டிருந்த அகஸ்திய முனிவர் தொடர்ந்து சொன்னார்: "மற்ற தேவதைகளும் சூழ நின்ற பிரம்ம தேவன், தசக்ரீவனை (ராவணனை)ப் பார்த்து, விரும்பிய வரத்தைக் கேட்குமாறு கூறினார். சாகா வரத்தை தசக்ரீவன் கோர, அதை அவனுக்குத் தர இயலாது என்று கூறிய பிரம்மதேவன், வேறு எந்த வரத்தை வேண்டுமானாலும் கேட்குமாறு சொன்னார்.

'படைக்கப்பட்ட அனைத்து ஜீவராசிகளுக்கும் தலைவனே! நாகர்கள், கழுகு இனங்கள், தேவர்கள், யக்ஷர்கள், தைத்யர்கள், தானவர்கள், ராக்ஷஸர்கள்-ஆகியோர்கள் மூலமாக எனக்கு மரணம்

ஏற்படக் கூடாது. மனிதர்களைப் பற்றி நான் கவலைப்பட வில்லை. அவர்களை புல்லுக்கு நிகராக நான் மதிக்கிறேன்' என்று தசக்ரீவன் வரம் கேட்டான்.

(யக்ஷர்கள், தைத்யர்கள், தானவர்கள் போன்றவர்கள் யார் என்பதைப் பற்றிய ஒரு சிறு விளக்கம், இந்தக் கட்டத்தில் பொருத்தமாக இருக்கும் என்பதால் – அதைப் பார்ப்போம்.

பிரம்ம தேவனின் மகன் என்று ராமாயணத்திலும், பேரன் என்று மஹாபாரதத்திலும் குறிப்பிடப்பட்டிருக்கிற கச்யபர் – சகல ஜீவராசிகளுக்கும் உற்பத்தி ஸ்தானம் என கருதப்படுகிறவர். அதிதி, திதி, தனு – ஆகியோர், இவருடைய மனைவிகளில் மூவர். இவர்களில் அதிதியின் மூலம் தேவர்களும், திதியின் மூலம் தைத்யர்கள் எனப்படுகிற அசுரர்களும், தனுவின் மூலம் தானவர்கள் என்ற அசுர வகையைச் சார்ந்தவர்களும் பிறந்தனர்.

யக்ஷர்கள் தேவர்களின் வகையைச் சார்ந்தவர்கள். கச்யபரின் பேத்தியாகிய முனி என்பவருக்கு சில ராக்ஷஸர்களும், யக்ஷர்களும் பிறந்தார்கள் என்று ஒரு புராணக் கதை உண்டு. மஹா பாரதத்தில் புலஸ்தியரின் வம்சத்தில் யக்ஷர்கள் தோன்றியதாக ஒரு குறிப்பு வருகிறது. அவர்களுடைய பிறப்பு பற்றி இப்படி மாறுபட்ட தகவல்கள் இருந்தாலும், அவர்கள் தேவர்களின் வகையைச் சார்ந்தவர்கள் என்பதில் புராணங்களிடையே எந்த மாறுபாடும் இல்லை.

ஆக, தேவர்கள், யக்ஷர்கள் – தேவ வகை; தைத்யர்கள், தானவர்கள் – அசுர வகை.)

"தசக்ரீவன் கேட்ட வரத்தை அளித்த பிரம்ம தேவன், அவனுடைய தவத்தினால் பெரும் திருப்தி அடைந்திருந்த காரணத்தினால், 'வேள்வித் தீயில் வெட்டி எறியப்பட்ட உனது ஒன்பது தலைகளையும் நீ மீண்டும் பெறுவாய். அதோடு, வேண்டிய உருவத்தை நினைத்த மாத்திரத்தில் எடுத்துக் கொள்ளும் வல்லமையையும் உனக்கு நான் அளிக்கிறேன்' – என்று வரமளித்தார்.

ஆரண்ய காண்டம்

"அடுத்து விபீஷணனைப் பார்த்து, வேண்டிய வரத்தைக் கேட்குமாறு பிரம்ம தேவன் சொல்ல, அவன் 'மிகவும் நெருக்கடியான காலத்தில் கூட என் மனம் நல்ல வழியை விட்டு மாறக் கூடாது. முறையாக உபதேசிக்கப் படாமலேயே பிரம்மாஸ்திரம் எனது வசமாக வேண்டும். என் மனதில் எழும் எண்ணங்கள் எல்லாம் தர்மத்தை ஒட்டியவையாகவே இருக்க வேண்டும்' என்று கேட்டுக் கொண்டான். இந்த வரங்களை அவனுக்கு அளித்த பிரம்ம தேவன், 'நீ சிரஞ்சீவியாக இருப்பாய்' என்றும் கூறினார்.

"கும்பகர்ணனைப் பார்த்து, விரும்பிய வரத்தைக் கேட்குமாறு பிரம்ம தேவன் கூற முற்பட்ட போது, அவரைச் சுற்றியிருந்த தேவர்கள் அவரைத் தடுத்து, அவரிடம் ஒரு வேண்டுகோள் வைத்தார்கள். 'நீங்கள் ஒரு வரமும் தராத நிலையிலேயே கும்பகர்ணன் செய்கிற அட்டகாசங்களினால் மூவுலகங்களும் நடுங்குகின்றன. ரிஷிகளையும், மற்ற மனிதர்களையும், இந்திரனின் காவலர் களையும் கூட அவன் அழித்திருக்கிறான். இந்த நிலையில் நீங்கள் அவனுக்கு வரமளித்தால், அவன் மூவுலகங்களையும் அழித்து விடுவான். அவனுக்கு வரமளிப்பதற்கு முன்பாக, அவனை உங்களது மாயைக்கு உட்படுத்துமாறு கேட்டுக் கொள்கிறோம். அப்பொழுதுதான் உலக நன்மை பாதுகாக்கப்படும்.'

"இப்படி தேவர்கள் கேட்டுக் கொண்டவுடன் பிரம்மதேவன், சரஸ்வதியை மனதில் நினைத்து, கும்பகர்ணனின் நாவில் விருப்பம் தவறிய சொல் வரும்படி செய்யுமாறு அவளைப் பணித்தார். சரஸ்வதியும் அவ்வாறே செய்தாள். அந்த நிலையில், விரும்பிய வரத்தைக் கேட்குமாறு கூறிய பிரம்மதேவனைப் பார்த்து கும்பகர்ணன், 'நீண்ட நெடுங்காலம் உறங்குகிற தன்மையை எனக்கு அளிக்க வேண்டும்' என்று கேட்டு விட்டான். அவன் கேட்க நினைத்தது அழியாத் தன்மை – அவன் வாயில் வந்த சொல் உறங்குகிற தன்மை. பிரம்ம தேவன் அந்த வரத்தை அளித்தார். கும்பகர்ணன் தன் தவறை நேரம் கழித்து உணர்ந்தான்."

(**'நித்யத்வம் – என்று கேட்பதற்குப் பதிலாக, 'நித்ரத்வம் – என்று கும்பகர்ணன் கேட்டு விட்டான்' என்பது பண்டிதர்களின் விளக்கம்.**)

வால்மீகி ராமாயணம்

ராம சபையில் பேசிக் கொண்டிருந்த அகஸ்தியர் மேலும் தொடர்ந்தார்: ''தசக்ரீவனின் பாட்டனாகிய ஸுமாலிக்கு தன்னுடைய பேரப் பிள்ளைகள் வரங்களைப் பெற்ற செய்தி எட்டியது. மாரீசன், ப்ரஹஸ்தன், விருபாக்ஷன், மகோதரன் ஆகிய தன்னுடைய அமைச்சர்களோடு புறப்பட்டு ஸுமாலி, தசக்ரீவனை வந்து சந்தித்தான். 'பெற முடியாத வரங்களை பிரம்ம தேவனிடமிருந்து பெற்று விட்டாய். இனி நீ செய்ய வேண்டிய காரியம் ஒன்று இருக்கிறது. இலங்கை நமது ராஜ்யம். அங்கிருந்து நாம் விரட்டப் பட்டோம். ஆகையால் அதை நீ இப்போது திரும்பப் பெற வேண்டும். இனிய மொழிகள், அன்பளிப்புகள், பலாத்காரம் ஆகியவற்றில் எதையோ ஒன்றைப் பயன்படுத்தி இலங்கையை மீண்டும் அடைவாய்' என்று தசக்ரீவனிடம் ஸுமாலி சொன்னான்.

''தசக்ரீவன் முதலில் இதை ஏற்கவில்லை. தனக்கு சகோதரன் முறையாகிய குபேரனை விரட்டி விட்டு, இலங்கையை அடைய முயற்சிப்பது தவறு என்று அவன் கூறினான். இதன் பின்னர் ஸுமாலியும், ப்ரஹஸ்தனும் மீண்டும் வலியுறுத்த, அவர்கள் யோசனையை இறுதியில் தசக்ரீவன் ஏற்று, இலங்கையை தன்னிடம் ஒப்படைக்குமாறு குபேரனுக்கு தூது அனுப்பினான்.

''குபேரனின் தந்தை விச்ரவஸ், பெரும் வரங்களைப் பெற்றிருக்கும் தசக்ரீவனை விரோதித்துக் கொள்ள வேண்டாம் என்றும், கைலாய மலையிலேயே குபேரன் தன்னுடைய இருப்பிடத்தை அமைத்துக் கொள்ளலாம் என்றும் கூறினார். அதோடு அவர், 'தசக்ரீவன் என் முன்னிலையில் கூட இலங்கையைக் கைப்பற்றுவதாகப் பேசினான். நான் அவனைக் கண்டித்தேன். நல்ல வழியை நாட அவன் இசையாததால், அவன் அழிந்து போவான் என்று சபித்தேன்' என்றும் சொன்னார்.

''குபேரன் இலங்கையை விட்டு கைலாய மலைக்குச் சென்று விட, இலங்கை தசக்ரீவன் வசமாகியது. இதன் பின்னர் தசக்ரீவன், தனது தங்கை சூர்ப்பனகைக்கு திருமணம் செய்து வைத்தான். அதைத் தொடர்ந்து மயனுடைய மகள் மந்தோதரியை அவன் மணந்தான். பின்னர் கும்பகர்ணனுக்கும், விபீஷணனுக்கும் திருமணம் முடித்து வைத்தான். மந்தோதரி தசக்ரீவனுக்கு ஒரு

மகனை ஈன்றெடுத்தாள். அந்தக் குழந்தை பிறந்தவுடனேயே பெரும் இடியோசை போன்ற ஒரு ஒலியை எழுப்பியது. அந்த சத்தத்தைக் கேட்டு இலங்கை நகரமே ஸ்தம்பித்து நின்றது. மேகங்களிலிருந்து கேட்கிற ஒலியைப் போல சப்தம் எழுப்பிய அந்த தனது மகனுக்கு தசக்ரீவன், மேகநாதன் என்று பெயரிட்டான்.

''இதற்கிடையில் தான் பெற்ற வரத்தின்படி கும்பகர்ணன் பேருறக்கத்தில் ஆழ்ந்தான். அப்போது தசக்ரீவன் பல ரிஷி களையும், யக்ஷர்களையும், கந்தர்வர்களையும் அழித்தான்; ஒரு மத யானை விளையாடுவது போல, அலைந்து திரிந்த அவன், இந்திரனின் நந்தவனத்தையே அழித்தான். தசக்ரீவனின் செயல்களைக் கண்டு தேவர்களும் நடுங்கினார்கள். அவனைத் தடுக்கும் வல்லமை யாருக்கும் இருக்கவில்லை.

''தசக்ரீவன் உண்டாக்கி வருகிற பெரிய அழிவைப் பார்த்த குபேரன், ஒரு தூதுவனை அனுப்பி அவனுக்கு நல்ல வழியைக் காட்ட முயற்சித்தான். அந்தத் தூதுவன் குபேரன் கூறிய செய்தியை, தசக்ரீவனுக்கு தெரிவித்தான் : 'நான் தவம் செய்து கொண்டிருந்த போது சிவனையும், உமையையும் கண்டேன். பார்வதி தேவியைக் காணும் ஆவலில் என்னையும் அறியாமல் எனது இடது கண் அந்த தேவியின் மீது சற்றே நிலைக்க, அது சுட்டெறிக்கப்பட்டது. நான் மேலும் கடுமையான தவம் புரிந்தேன். பரமசிவன் என் தவத்தைக் கண்டு மெச்சி, என்னை தனக்கு நெருங்கியவனாக்கிக் கொண்டார். உனக்கு ஒரு செய்தி சொல்கிறேன். தேவர்கள் உன் அழிவுக்கான திட்டத்தை வகுத்துக் கொண்டிருக்கிறார்கள். ஆகையால் தீய வழிகளைக் கை விட்டு, நல்ல பாதைக்குத் திரும்பி விடு. இல்லாவிட்டால் நீ அழிந்து விடுவாய்.'

''குபேரனின் தூதன் கூறிய இந்தச் செய்தியைக் கேட்ட தசக்ரீவன், கொதித்தெழுந்தான். 'மஹேஸ்வரனுக்கு நெருங்கிய வனாகி விட்டதால், ஆணவம் கொண்டு எனக்கு ஆலோசனை சொல்ல குபேரன் துணிந்து விட்டானா? மூத்த சகோதரனைக் கொன்று விடக்கூடாது என்று கருதி, இத்தனை நாள் பேசாமல் இருந்தேன். இப்போது எனது பொறுமையை நான் இழந்து விட்டேன். குபேரனை மட்டுமல்லாமல் மற்ற மூன்று உலக

நாயகர்களாகிய இந்திரன், வருணன், யமன் ஆகியவர்களையும் நான் அழிப்பேன்' - இவ்வாறு கோபத்தோடு கூறிய தசக்ரீவன், குபேரனின் தூதுவனை வெட்டி வீழ்த்தி விட்டு, மற்ற பலர் பின் தொடர, தனது ரதத்தில் ஏறி, புறப்பட்டான்.

"கைலாய மலையை அடைந்த தசக்ரீவனையும், அவனோடு வந்த ராக்ஷஸர்களையும் எதிர்த்த யக்ஷர்கள், வைக்கோல் எரிவது போல் எரிந்து போனார்கள். எஞ்சியிருந்தவர்கள் பயந்து ஓடினார்கள். கோர தாண்டவம் புரிந்து கொண்டிருந்த தசக்ரீவன் எதிரில் அப்போது குபேரன் தோன்றி, சில வார்த்தைகள் சொன்னான்! 'மூர்க்கனே! உன்னுடைய தீச்செயல்களின் காரணமாக உனது அழிவை நீயே தேடிக் கொள்கிறாய். விஷம் என்று தெரியாமல் அதை அருந்தியவன், அதன் விளைவை அனுபவிப்பது போல, உன்னுடைய செயல்களின் பயனை நீ பெறத்தான் போகிறாய்! தாய், தந்தை, ஆச்சார்யன் ஆகியோரை நிந்திப்பவன் அதற்குரிய விளைவை அனுபவித்தே தீர வேண்டும்; ஒழுக்கத்தையும், கட்டுப்பாட்டையும் கடைப்பிடிக்காதவன் இறுதியில் அதற்கான பலனை அனுபவித்தே தீர வேண்டும்; வினை விதைத்தவன், வினை அறுப்பான்; பாவத்தின் பலன் துன்பம்; அதை நீ அனுபவிப்பாய்! இனி உன்னோடு பேசுவதில் பயனில்லை.'

"இப்படிப் பேசிய குபேரனைத் தாக்கி அவனையும் வீழ்த்தினான் தசக்ரீவன். இப்படி குபேரனை வென்று விட்டு, அவனிடமிருந்த புஷ்பக விமானத்தை தனது வெற்றியின் சின்னமாக கைப்பற்றிக் கொண்டு தசக்ரீவன் அங்கிருந்து அகன்றான். இதையடுத்து முருகக் கடவுள் அவதரித்த சரவணப் பொய்கையை தசக்ரீவனும், அவனோடு வந்த மற்ற ராக்ஷஸர்களும் அடைந்தார்கள். அங்கே புஷ்பக விமானம் நகராமல் தடைப்பட்டு நின்றது. அங்கிருந்த நந்தி தேவர், தசக்ரீவனைப் பார்த்து, 'திரும்பிப் போ! பரமசிவனும், உமையும் இங்கிருக்கிறார்கள்' என்று எச்சரித்தார்.

"தசக்ரீவன் சர்வ அலட்சியமாக, 'யார் அந்த பரமசிவன்?' என்று கேட்டு விட்டு, நந்தி தேவரின் உருவத்தைப் பார்த்து பரிகாசம் செய்தான்.

''நந்தி தேவர் கோபம் கொண்டு அவனை சபித்தார். 'உன்னை இப்போதே என்னால் கொன்று விட முடியும். ஆனால் உன்னுடைய தீச்செயல்களின் காரணமாக, நீ ஏற்கெனவே மாண்டு போனவன். ஆகையால் என் போன்றவர்கள் உன்னைக் கொல்லக் கூடாது என்பதால் உன்னை விடுகிறேன். அழகில்லாத என் உருவத்தைக் கண்டு நீ பரிகாசம் செய்தாய். ஆகையால் அழகில்லாத இனமாகிய குரங்குகள் மூலமாக, உனது இனம் அழியட்டும். என்னைப் போன்ற வீரமும் ஒளியும் படைத்த குரங்குகள் உனது ஆணவத்தை ஒழிப்பார்களாக!'

''இப்படி நந்தி தேவர் சொன்னதை லட்சியம் செய்யாத தசக்ரீவன், 'நான் வந்த பிறகும் கூட, தனக்கு ஆபத்து வந்து விட்டதை உணராத அந்த பரமசிவனுக்கு, நான் யார் என்பதை இப்போது காட்டுகிறேன்' என்று கூறி விட்டு, கைலாய மலைக்குக் கீழ் தனது கையைக் கொடுத்து அதைத் தூக்கலுற்றான். பரமசிவனின் அடியார்கள் நடுங்கினார்கள்; பார்வதி தேவி தடுமாறி விழப் பார்த்தாள். பரமசிவன் தனது கால் கட்டை விரலினால் கைலாய மலையை அழுத்தினார். தசக்ரீவனின் கை நசுங்கியது. வலி தாங்க முடியாமல், கோபத்தோடு தசக்ரீவன் பெரும் சப்தத்தை எழுப்பினான். அவன் போட்ட சப்தம் மூவுலகங்களையும் கலக்கியது. உலகத்தின் அழிவு காலத்தில் இடியோசை இப்படித் தான் கேட்குமோ என்று நினைத்து, தசக்ரீவனின் உடன் வந்தவர்கள் திகைத்து நின்றார்கள்.

''அப்போது மஹாதேவனை வேண்டிக் கொள்ளுமாறு பலரும் கூற, தசக்ரீவன் சிவ ஸ்துதிகளையும், சாம வேதத்தையும் பக்தியோடு பாடினான். பரமசிவனின் மனம் இளகியது. 'உன்னுடைய வீரத்தை நான் மெச்சுகிறேன். உன்னுடைய பக்தி எனக்குத் திருப்தி அளித்தது. மூன்று உலகங்களும் திகைக்கிற அளவுக்கு ஒலி எழுப்பியதால், இனி நீ எல்லோராலும் 'ராவணன்' என்று அழைக்கப்படுவாய்' என்று அவர் அருளினார்.

(ராவண – என்ற சொல்லுக்கு சம்ஸ்கிருதத்தில் அழுவது, கதறுவது, ஓலமிடுவது என்று அர்த்தம்.)

"இவ்வாறு கூறிய பரமசிவனைப் பார்த்து, தனக்கு ஏற்கெனவே அளிக்கப்பட்டிருந்த வரத்தினால் தனக்கு நீண்ட ஆயுள் கிடைத்திருப்பதாக கூறிய ராவணன், 'அதை நீங்கள் மேலும் உறுதி செய்ய வேண்டும்; எனக்கு ஒரு மேன்மையான ஆயுதத்தையும் நீங்கள் தர வேண்டும்' என்று பணிவோடு கேட்டுக் கொண்டான். சந்திரஹாஸம் என்ற சிறப்பான கத்தியை அவனுக்கு அளித்து, அவனை பரமசிவன் அனுப்பி வைத்தார். இதன் பின்னர் ராவணன் பூமியின் பல பகுதிகளுக்கு விஜயம் செய்து க்ஷத்ரியர்களையும், மற்ற மனிதர்களையும் துன்புறுத்திக் கொண்டிருந்தான்.

3. ஆரண்ய காண்டம்

அத்தியாயம் – 11

உத்தர காண்டப் பகுதி

ராவணனின் திக்விஜயம்!

> வேதவதியை ராவணன் அவமானப்படுத்தியது; வேதவதியே ஸீதையாகப் பிறந்தது; இக்ஷ்வாகு மன்னன் அனரண்யன் ராவணனுக்குக் கொடுத்த சாபம்; ராவணன் எமனோடு மோதியது; வருணனை வென்றது; மேகநாதனின் யாகங்கள்; குபேரனின் மகன் ராவணனுக்கு இட்ட சாபம்...

ராவணனின் வரலாற்றை ராமருக்கு விவரித்துக் கூறிக் கொண்டிருந்த அகஸ்தியர் தொடர்ந்து சொன்னார்: "பலரை வீழ்த்தி வெற்றி வாகை சூடி, பலரை துன்புறுத்திக் கொடுமைகள் புரிந்து, ராவணன் பூமியில் பல பாகங்களில் சுற்றிக் கொண்டிருந்த போது, ஒரு நேரத்தில் இமயமலைச் சாரலில் கடும் தவம் புரிந்து கொண்டிருக்கும் ஒரு பெண்ணைக் கண்டான். பேரழகு பொருந்திய அவள், தவக் கோலம் பூண்டிருப்பதைக் கண்டு வியப்புற்ற அவன், அவளைப் பற்றிய விவரங்களை கூறுமாறு அவளிடமே கேட்டான். அதற்கு அந்தப் பெண் 'என்னுடைய தந்தையின் பெயர் குசத்வஜர். பெரும் தவங்களைப் புரிந்து பிரம்ம ரிஷியான அவருக்கு, வேதங்களே உருவெடுத்த பெண்ணாக நான் பிறந்தேன். ஆகையால் எனக்கு வேதவதி என்று அவர் பெயரிட்டார். விஷ்ணுவே தனக்கு

மருமகனாக வர வேண்டும் என்று விரும்பிய அவர், தேவர்கள், ரிஷிகள், கந்தர்வர்கள் ஆகியோரில் பலர் என்னை திருமணம் செய்து கொள்ள அனுமதி கோரியபோது. அதற்கு இணங்க மறுத்து விட்டார். இப்படி மறுக்கப்பட்ட ஒருவன் என் தந்தையைக் கொன்று விட்டான். அவரோடு என் தாயும் சிதையில் ஏறினாள். அதன் பின்னர் என் தந்தையின் விருப்பத்தை நிறைவேற்றும் உறுதி பூண்டு நாராயணனையே மனதில் நிலை நிறுத்தி, நான் இந்தத் தவத்தைச் செய்து வருகிறேன். கடுமையாக தவம் செய்து வருவதால், மூவுலக நிகழ்ச்சிகளும் எனக்குத் தெளிவாகவே தெரிகின்றன. நீ யார் என்பதையும் நான் உணர்கிறேன். விச்ரவஸின் மகனே! பேசியது போதும். சென்று வா!'

"அந்த வேதவதியைக் கண்ட உடனேயே காமத்தினால் பீடிக்கப்பட்டிருந்த ராவணன், 'கட்டழகு பொருந்திய நீ, இந்த இளம் வயதில் இப்படி தவக்கோலம் மேற்கொள்வது பொருத்த மல்ல. நான் இலங்கையின் அரசன் என்பதை நீ அறிவாய். எனக்கு மனைவியாகி, உன் பருவத்திற்கேற்ற இன்பங்களை அனுபவிப் பாயாக!' என்று கூறிவிட்டு, இறுதியாக கர்வத்துடன் 'அது சரி. விஷ்ணு, நாராயணன் என்றெல்லாம் சொல்கிறாயே? யார் அவன்?' என்று கேட்டான்.

"வேதவதி 'மூவுலகுக்கும் அதிபதியான விஷ்ணுவைப் பற்றி உன்னைத் தவிர, வேறு யார் இப்படி பேசுவார்கள்? அறிவுள்ளவன் பேசுகிற சொல் அல்ல இது. சென்று வா' என்று கூறினாள்.

"இப்படிக் கூறிய வேதவதியின் கூந்தலைப் பிடித்து, ராவணன் முரட்டுத் தனமாக இழுத்தான். மனம் நொந்து போன வேதவதி, தன்னுடைய அழகிய கூந்தலை தன்னுடைய கையினாலேயே அறுத்து எறிந்தாள். அவ்வாறு அவள் செய்யத் துணிந்த பொழுது, அவளுடைய கையே ஒரு வாள் போல செயல்பட்டது. இதைத் தொடர்ந்து, அங்கேயே தீ மூட்டி விட்டு, ராவணனைப் பார்த்து அவள் சொன்னாள்: 'உன்னால் அவமதிக்கப்பட்ட நான், இனி உயிர் வாழ விரும்பவில்லை, உன் கண் எதிரிலேயே நான் இந்தத் தீயில் விழப் போகிறேன். உன்னால் அவமதிக்கப்பட்ட நான் உன்னுடைய அழிவிற்காகவே, மீண்டும் பிறப்பேன். நான் செய்த

தவங்களின் மீது ஆணையிட்டுச் சொல்கிறேன்! நான் புரிந்த நற்காரியங்களின் மீது ஆணையிட்டுச் சொல்கிறேன்! நற்குணங்கள் நிரம்பிய ஒருஅரசனின் மகளாக, கர்ப்பத்திலிருந்து உதிக்காம லேயே நான் பிறக்கப் போகிறேன். இவ்வாறு கூறிவிட்டு அவள் தீ புகுந்தாள். அப்பொழுது வானத்திலிருந்து பூ மாரி பொழிந்தது.

''பெரும் வியப்பெய்தி ராவணன் நின்ற போது, அவன் கண் எதிரிலேயே அங்கே ஒரு தாமரை மலரிலிருந்து அவள் மீண்டும் தோன்றினாள்.ராவணன் அவள் கரத்தைப் பிடித்து இழுத்து பலாத்காரமாக, தன்னுடைய அரண்மனைக்கு அவளைக் கொண்டு போனான். அங்கே மந்திரிமார்கள், 'இவளுடைய அங்க லட்சணங் களைப் பார்த்தால், இவள் உன் அழிவுக்குக் காரணமாவாள் என்பது புரிகிறது. ஆகையால் இவளை விட்டு விடு' என்று அவனுக்கு ஆலோசனை சொன்னார்கள். இதைக் கேட்ட ராவணன் அந்த வேதவதியைக் கடலில் தூக்கி எரியச் செய்தான் அதே சமயத்தில் ஜனக மன்னனின் யாக சாலை உழுது செப்பனிடப்பட்டுக் கொண்டிருந்தது. அந்த நிலத்தில் தோன்றிய வேதவதியே ஜனக மன்னனின் மகளாகிய ஸீதை!''

ராம சபையில் பேசிக் கொண்டிருந்த அகஸ்தியர், மேலும் சொன்னார் ''ராவணனின் திக்விஜயம் மீண்டும் ஆரம்பமானது. பல மன்னர்களை வென்றான். ராவணன் பெற்றிருந்த வரங்களைப் பற்றியும், அவனுடைய வீரத்தைப் பற்றியும் கேள்வியுற்றியிருந்த பல அரசர்கள், யுத்தம் செய்யாமலேயே அவனிடம் சரணடைந்து தோல்வியை ஒப்புக் கொண்டார்கள். ஆனால் அயோத்தி மன்னனாகிய அரனண்யன் என்ற அரசன் மட்டும் பணிய மறுத்து ராவணனை எதிர்த்துப் போரிட்டான். அவனுடைய படைகள் முழுவதும் ராவணனால் நாசம் செய்யப்பட்டன. அதன் பின்னர் அந்த மன்னனும் வீழ்ந்தான். இவ்வாறு யுத்தத்தில் வீழ்த்தப்பட்டு, மரணத்தின் வாயிலை எட்டி விட்ட அயோத்தி மன்னன் அனரண்யன், ராவணனைப் பார்த்து, 'நான் உன்னால் வீழ்த்தப்பட்டதாகக் கருதவில்லே. விதி என்னை வீழ்த்தியிருக்கிறது. அந்த விதிக்கு நீ ஒரு கருவியாகச் செயல்பட்டிருக்கிறாய். ஆனால், இக்ஷ்வாகு குலத்தை இன்று அவமானப்படுத்தி விட்ட நீ, அதற்குரிய பலனை

அனுபவிக்காமல் போக மாட்டாய். நான் நல்ல முறையில் ஆட்சி நடத்தினேன் என்பது உண்மையானால்-நான் வேள்விகளை ஒழுங்காகச் செய்து முடித்திருக்கிறேன் என்பது உண்மையானால் - எனது மக்களை முறை தவறாமல் நான் பாதுகாத்திருக்கிறேன் என்பது உண்மையானால் – என்னுடைய இக்ஷ்வாகு குலத்தில் தோன்றப் போகும் ஒரு அரச குமாரனால் யுத்தத்தில் வீழ்த்தப்பட்டு நீ மரணமடைவாய்' என்று கூறினான். அனரண்யன் இவ்வாறு சொன்னபோது, தேவ வாத்தியங்கள் முழங்கின. வானம் பூ மாரி பொழிந்தது.

''இதன் பின்னரும் ராவணன் பல அரசர்களையும் வேறு பலரையும் அழித்துக் கொண்டிருந்த போது, அவனை ஒரு நேரத்தில் சந்தித்த நாரத முனிவர், 'உன்னுடைய வீரம் என்னை மெய் சிலிர்க்க வைக்கிறது. ஆனால் ஒரு விஷயம். மனிதர்களைக் கொல்வதால் உனக்கு என்ன பெருமை? பலவிதமான துன்பங்கள், நோய்கள், மூப்பு, பசி – ஆகியவற்றை அனுபவிக்கிற மனிதர்கள் இறுதியில் மரணத்தையும் எய்துகிறார்கள். அப்படிப்பட்டவர்களை வெல்வதால் உனக்கு என்ன பெருமை சேரப்போகிறது என்பது எனக்குப் புரியவில்லை. இறுதியில் இந்த மனிதர்களையெல்லாம் கொண்டு செல்கிற எமனை நீ வென்றால்; அது உனக்குப் பெருமை. ஆகையால் நீ போரிட வேண்டியது எமனிடமே தவிர, இந்த மனிதர்களிடம் அல்ல' என்று கூறினார்.

''ராவணன், 'மோதலை விரும்புகிற முனிவரே! எமனையும் நான் வெல்வேன். பாற்கடலையும் கடைவேன். அதிலிருந்து அமிர்தத்தை எடுத்து அதையும் பருகுவேன். நீங்கள் பார்த்துக் கொண்டே இருங்கள். எமனை நான் வென்றாகி விட்டது என்று இப்பொழுதே முடிவு செய்து கொள்ளுங்கள்' என்று கூறி சிரித்தான்.

''ராவணனிடமிருந்து விடைபெற்ற நாரதர், நேராகச் சென்று எமனை சந்தித்து, 'உன்னோடு போரிட்டு உன்னை வெல்வதற்காக ராவணன் இங்கே வந்து கொண்டிருக்கிறான். அதை உன்னிடம் கூறவே உன்னை நீ தயார் செய்துகொள்வாயாக' என்று கூறினார்.

''சிறிது நேரத்திற்கெல்லாம் அங்கே எமனோடு போரிட வந்த ராவணனை, எமனுடைய படைகள் எதிர்த்தன. ஆனால் ராவணன்

அவர்களையெல்லாம் வென்று தீர்த்தான். இதைக் கண்ட எமன், உலகையே அழிக்கக் கூடிய ஆயுதமான தன்னுடைய கால தண்டத்தைக் கையில் ஏந்தி, ராவணனை அழிக்கப் புறப்பட்டான். இந்தக் காட்சியைப் பார்த்த மூவுலகங்களும் நடுங்கின. தேவர்களும், கந்தர்வர்களும் கூட பயந்தனர்.

ஆனால் ராவணனோ, சற்றும் அஞ்சாமல் எமனை எதிர்த்து போரிட்டான்.

''கடுமையான யுத்தம் நடந்தும் கூட, ராவணன் வீழ்த்தப் படாததால், எமன் தனது காலதண்டத்தைப் பிரயோகிக்க ஆயத்தமானான். அப்போது பிரம்ம தேவன், அவன் முன் தோன்றி தேவர்களாலும், யக்ஷர்களாலும் ராக்ஷஸர்களாலும், கந்தர்வர் களாலும் மரணம் கிடையாது என்று ராவணனுக்கு நான் வரமளித்திருக்கிறேன். உனது கால தண்டத்தைப் பிரயோகித்து, அதை வீணாக்கிவிடாதே! அந்தக் கால தண்டம் என்கிற ஆயுதமே உனக்கு நான் அளித்ததுதான். இப்பொழுது நீ அதைப் பிரயோகித்து ராவணன் மடிந்தால், அவனுக்கு நான் அளித்த வரம் பொய்யாகும்; மாறாக கால தண்டத்தைப் பிரயோகித்தும் கூட அவன் மரண மடையவில்லை என்றால், நான் உனக்கு அளித்த அந்த ஆயுதம் வல்லமை அற்றது என்று ஆகிவிடும்; ஆகையால் இந்த முயற்சியை நிறுத்து. இது தவிர, நீ கால தண்டத்தைப் பிரயோகித்தால், அதனால் உலகத்தில் பேரழிவு உண்டாகும். அது உன்னால் செய்யத்தக்க காரியம் அல்ல' என்று கூறி அவனைத் தடுத்தார்.

''இவ்வாறு பிரம்ம தேவன் சொன்னவுடன், எமன் அவருடைய சொல்லுக்குத் தலை வணங்கி அந்த இடத்திலிருந்தே அகன்றான். ராவணன் பெரும் வெற்றி அடைந்ததாக மகிழ்வுற்றான். ராக்ஷஸர்கள் அவனைப் போற்றிக் கொண்டாடினார்கள்.

''இதையடுத்து ராவணன் நாகர்களின் உலகத்திற்குச் சென்று, அவர்களை வென்றான். அடுத்து, நிவாதகவசர்கள் என்று பெயர் பெற்றவர்களும், சிறப்பான வரங்களைப் பெற்றிருந்தவர்களு மாகிய அரக்கர்களை எதிர்த்து, 'ராவணன் போர் செய்ய, அந்தப் போர் ஒரு முடிவுக்கு வராத நிலையில், அவர்கள் ராவணனுடன் சமாதானம் செய்து கொண்டார்கள்.

ஆரண்ய காண்டம்

"இதன் பின்னர் ராவணன், வருணனை எதிர்க்கத் துணிந்து, அவனை போருக்கு அழைத்தான். வருணனின் படை வீரர்களும், வருணனின் மகன்களும், ராவணனால் யுத்த களத்தில் துன்புறுத்தப் பட்டு, அங்கிருந்து ஓடினார்கள். வருணன் நேரில் போருக்கு வராமையால் - அவன் மகன்களை வென்ற ராவணன், வருணனையே வென்றவன்தான் என்று வருண பகவானின் ஆலோசகரே ஒப்புக் கொண்டார்.

"ராவணனின் அட்டகாசம் தொடர்ந்தது. மன்னர்கள், ரிஷிகள், தேவர்கள் என்று எவர் குடும்பத்தையும் விட்டு வைக்காமல் ராவணன், பலரிடமிருந்தும் அவர்களுடைய பெண்களை அபகரித்து, தன்னுடைய புஷ்பக விமானத்தில் ஏற்றி, இலங்கைக்குக் கொண்டு செல்வதை வழக்கமாக்கிக் கொண்டான். இப்படி அவனால் புஷ்பக விமானத்தில் கடத்திச் செல்லப்பட்ட பெண்கள் அனைவரும், தங்களுடைய தாய்மார்கள், தந்தையர், கணவன்மார்கள், சகோதரர்கள், மகன்கள் - ஆகியோரையெல்லாம் நினைத்து கதறிய வண்ணம் இருந்தார்கள். 'மற்றவர்களின் மனைவிகளைக் கடத்திச் சென்று மகிழ்வடைய நினைக்கிற இந்த ராவணன், ஒரு பெண்ணின் காரணமாகவே அழிவுறுவான் என்பதில் சந்தேகமில்லை' என்று அவர்கள் எல்லாம் மனதார சபித்தார்கள். இந்தச் சாபத்தின் காரணமாக, ராவணனுடைய ஒளி கூட கொஞ்சம் மங்கியது."

அகஸ்தியர் மேலும் சொன்னார்:

"இதற்கிடையில் ஒரு நாள் சூர்ப்பனகை ராவணனிடம் ஓடி வந்து, 'காலகேயர்களை உன்னுடைய வீரத்தினால் அழித்த போது, என்னுடைய கணவனும் அங்கே கொல்லப்பட்டான். நீயே என்னை விதவை ஆக்கி விட்டாய்' என்று கூறி அழுதாள்.

"ராவணன், 'யுத்தகளத்தில் வெல்ல வேண்டும் என்பதே என் குறியாக இருப்பதால், எதிர்த்து நின்றவர்களில் உன் கணவனும் இருந்ததை நான் கவனிக்கவில்லை. அழாதே! உறவினனாகிய கரனின் பாதுகாப்பில் நீ வாழ, நான் ஏற்பாடு செய்கிறேன். தண்டக வனம் உன்னுடையதாகட்டும். கரனும், தூஷணனும் உனக்கு பாதுகாப்பளிப்பார்கள்' என்று கூறி அவளை அனுப்பி வைத்தான்.

''இதன் பிறகு ஒரு நாள், தன்னுடைய மகன் மேகநாதன் சடை முடிதரித்து, மரவுரி அணிந்து தவக்கோலத்தில் இருப்பதையும், அவன் ஒரு யாகம் செய்து கொண்டிருப்பதையும் பார்த்த ராவணன், என்ன நடக்கிறது என்று விசாரித்தான்.

''மேகநாதனுக்காக யாகம் நடத்திக் கொண்டிருந்த அசுரர்களின் ஆச்சார்யர்களில் ஒருவராகிய உசனர், 'நான் சொல்கிறேன்' என்று தொடங்கி, பதில் அளித்தார். 'உன்னுடைய மகன் ஏழு யாகங்களை நடத்திவிட்டான். விஷ்ணுவும், பரமசிவனும் அவனால் மகிழ்விக்கப்பட்டிருக்கிறார்கள். ஒரு சக்தி வாய்ந்த ரதத்தையும் சிவன் அவனுக்கு அளித்திருக்கிறார். யுத்த களத்தில் எதிரிகளின் படையில் இருள் சூழவும், தான் எவர் பார்வையிலும் படாமல் இருக்கவும், உதவக்கூடிய மந்திர சக்தியும், பரமசிவனால் மேகநாதனுக்கு அளிக்கப்பட்டிருக்கிறது. சக்தி வாய்ந்த வில், பேரழிவை விளைவிக்கக் கூடிய ஏவுகணை, எப்போதும் அம்புகள் நிறைந்திருக்கக் கூடிய அம்பறாத் தூணி - ஆகியவற்றையும் மேகநாதன் பெற்றிருக்கிறான்!

''உசனர் கூறியதைக் கேட்ட ராவணன் அதிருப்தியுடன் பேசினான். 'இந்திரனைத் தலைவனாகக் கொண்ட தேவர்கள் எனது எதிரிகள். அவர்களை இங்கே என் மகன் வணங்குகிறான்! நடந்தது நல்லதற்கே என்று விடுவோம். இது போதும்' என்று கூறிய அவன், மேகநாதனைப் பார்த்து, 'என்னுடன் உடனே திரும்புவாயாக' என்று கூறினான்.

''பிறகு ஒரு சமயம் ரம்பையைச் சந்திக்க நேர்ந்த ராவணன், தன்னை அடையுமாறு அவளிடம் கூறினான். அவள் இரு கை கூப்பி அவனை வணங்கி, 'என் மீது கருணை காட்டுங்கள். உங்களுடைய மூத்த சகோதரன் குபேரனின் மகனாகிய நளகூபரன் என் கணவன். ஆகையால் உங்களுக்கு நான் மருமகளாகிறேன். நீங்கள் என்னால் மதிக்கப்படத்தக்கவர். நான் உங்களால் பாதுகாக்கப்படத்தக்கவள். ஆகையால் இப்படி முறை தவறிப் பேசாதீர்கள்' என்று வேண்டிக் கொண்டாள்.

''ஆனால், ராவணன் அவள் கூறிய வார்த்தைகளை அலட்சியம் செய்து, அவளைக் கெடுத்தான். நளகூபரனை அடைந்து தனக்கு

ஆரண்ய காண்டம்

நேரிட்ட கதியை ரம்பை எடுத்துக் கூறினாள். பெரும் கோபம் கொண்ட நலகூபரன் தண்ணீரை கையில் எடுத்து முறைப்படியான மந்திரங்களைக் கூறி, 'இனி ஒருமுறை அந்த ராவணன் தன்னை விரும்பாத ஒரு பெண்ணை மானபங்கப்படுத்த முற்பட்டால், அவனுடைய தலை ஏழு துகள்களாகப் பிளக்கட்டும்' என்று சபித்தான்.

"தெய்வங்கள் இதை ஆமோதித்தன.

"ரிஷிகள் நளகூபரனை ஆசிர்வதித்தனர்.

"ராவணனால் அபரிக்கப்பட்ட பெண்கள் இச்செய்தி கேட்டு மகிழ்ந்தனர்."

3. ஆரண்ய காண்டம்

அத்தியாயம் -12

உத்தர காண்டப் பகுதி

மேகநாதன், இந்திரஜித் ஆனது!

இந்திரனுக்கும், ராவணனுக்கும் நடந்த போர்; ராவணனின் மகன், இந்திரனை சிறை எடுத்தது; பிரம்ம தேவன் கேட்டுக் கொண்டதன் பேரில், இந்திரன் விடுதலையானது; ராவணனின் மகன் மேகநாதனுக்குக் கிடைத்த வரம்; அவனுக்கு இந்திரஜித் என்ற பெயரையும் பிரம்ம தேவன் அளித்தது; கார்த்தவீர் யார்ஜுனனிடமும், வாலியிடமும் ராவணன் தோற்றது.

ஆரண்ய காண்டத்தில் – மாரீசனை சந்தித்த ராவணன், ஸீதையைக் கைப்பற்ற மாரீசனின் உதவியை நாடுவது; ராவணனுக்கு மாரீசன் செய்கிற நல்லுபதேசம்...

ராவணனைப் பற்றி பல விவரங்களை எடுத்துக் கூறிய அகஸ்தியர், ராவணன், இந்திரனை எதிர்க்கத் துணிந்த நிகழ்ச்சியை விவரித்துச் சொன்னார்: ''பலரை வென்ற ராவணன், இந்திர லோகத்தை அடைந்தவுடன், கவலையுற்ற இந்திரன், விஷ்ணுவிடம் சென்று, 'பல வரங்களைப் பெற்று விட்ட ராவணனை எப்படி அடக்குவது?' என்று கேட்டு, ராவணனை வீழ்த்துமாறு முறையிட்டான்.

''ராவணன் பெற்ற வரங்களை விவரித்த விஷ்ணு, 'தனது சக்தி பற்றிய மிதமிஞ்சிய கர்வத்தினால், ராவணன் செய்து வருகிற

ஆரண்ய காண்டம்

நீமைகளை கணக்கிட முடியாது. நேரம் வரும்போது அவனுடைய முடிவுக்கு நானே காரணமாவேன்' என்று கூறி இந்திரனை அனுப்பி வைத்தார்.

''இதையடுத்து இந்திரனின் கட்டளையை ஏற்று, ராவணனையும், அவனுடைய படையினரையும் எதிர்த்து தேவர்கள் போர் புரிந்தார்கள். தேவர்களையெல்லாம் விரட்டியடித்துக் கொண்டிருந்த ராவணனின் பாட்டன் ஸுமாலி, இறுதியில் அந்தப் போரில் உயிர் இழந்தான். இதைக் கண்டு கொதித்த ராவணனின் மகன் மேகநாதன், யுத்த களத்தின் மத்தியில் தன்னை நிறுத்திக் கொண்டு, தேவர்களை பெரும் தாக்குதலுக்கு உள்ளாக்கினான். மேகநாதன் செய்த கடும் போரைத் தாங்க முடியாமல் தேவர்கள் சிதறினார்கள். இந்திரனின் மகன் ஜயந்தன், புலோமா என்பவனால் கடத்தப்பட்டு, கடலுக்கு அடியில் எடுத்துச் செல்லப்பட்டான். இந்தக் கட்டத்தில் இந்திரனும் நேரடியாகப் போரில் இறங்கினான்.

''மேகநாதனை பின்னுக்குத் தள்ளி விட்டு, ராவணனே முன்னின்று இந்திரனை எதிர்த்தான். கும்பகர்ணனோ கையில் கிடைத்த ஆயுதத்தை எல்லாம் எடுத்து தேவர்களை கடுமையாகத் தாக்கிக் கொண்டிருந்தான். இந்திரனின் தாக்குதலைத் தாங்க முடியாமல், ராக்ஷஸர்கள் நாலாபுறமும் சிதறி ஓடினார்கள். பலர் உயிர் இழந்தார்கள். தன்னுடைய படைக்கு நேர்ந்து கொண்டிருக்கும் கதியைக் கண்ட ராவணன் பெரும் கோபம் கொண்டு, இந்திரனைத் தாக்குவதற்காக அவனை நோக்கி ஓடினான். இருவரும் ஒருவரையொருவர் எதிர்த்தபோது, ஒரு அம்பு மழையே பொழிந்தது. ராவணனின் படை மேலும் அழிவைச் சந்தித்தது. கோபம் கொண்ட ராவணன் தன்னுடைய தேரோட்டியைப் பார்த்து, 'எதிரியின் படைக்குள்ளே தேரைச் செலுத்து, யாரும் கண்டறியாத வீரத்தை இப்போது நான் காட்டுகிறேன். இந்திரன், குபேரன், வருணன், எமன் ஆகியோரையும், அவர்களைச் சூழ்ந்து நிற்கும் தேவர்களையும் கொன்று விடுகிறேன்' என்று உரக்கக் கூவினான்.

''அவனுடைய தேர், தேவர்களின் படைக்கு உள்ளே புகுந்தது.

''ஒரு பெரும் கடல் அலை வருவது போல சீறி வந்து கொண்டிருந்த ராவணனைக் கண்ட இந்திரன், தேவர்களிடம்

இவன் பெற்றிருக்கும் வரங்களின் காரணமாக இவனை நம்மால் கொல்ல முடியாது. உயிருடன் அவனை சிறையெடுப்போம்' என்று சொன்னான். தேவர்களின் படையினுள் புகுந்து, அம்புமாரி பொழிந்து கொண்டிருந்த ராவணனை பல தேவர்கள் சூழ்ந்து கொண்டு விட்டதால், தனது படையிலிருந்து அவன் முழுமையாக தனிமைப்படுத்தப்பட்டான்.

ராவணனின் இந்த நிலையைக் கண்டு கோபம் கொண்ட மேகநாதன், தன்னுடைய மாயாசக்தியைப் பயன்படுத்தி, கண்களுக்குப் புலப்படாத தன்மையை அடைந்து, இந்திரனை நோக்கிப் பாய்ந்து, அவனை சிறையெடுத்து விட்டான்.

"ராவணனைப் பார்த்து மேகநாதன், 'தந்தையே! போர் நின்று விட்டது. நாம் வென்று விட்டோம். இந்திரன் சிறைப்படுத்தப் பட்டதால், தேவர்களின் கர்வம் அழிந்தது. மூன்று உலகங்களையும் நீங்களே ஆளலாம். ஆகையால், நாம் திரும்பிச் செல்வோம்' என்று கூறினான்.

"ராவணன் மனம் பெரிதும் மகிழ்ந்து, 'நம் குலத்தின் பெருமையை உயர்த்த வந்தவன் நீ. தேவர்களையும், அவர்கள் தலைவனாகிய இந்திரனையும் வென்றது நீதான். அவனை உன் தேரில் வைத்து இலங்கைக்கு எடுத்துச் செல். நான் மற்றவர்களோடு உன்னை பின் தொடர்கிறேன்' என்று கூற, எல்லோரும் புறப்பட்டார்கள்.

"இந்திரன் சிறைப்படுத்தப்பட்டதால் கவலையுற்ற தேவர்கள், பிரம்மதேவனின் தலைமையில் இலங்கைக்குச் சென்று ராவணனைச்சந்தித்தார்கள். பிரம்ம தேவன், ராவணனைப் பார்த்து சமாதானமாகப் பேசினான். 'உன்னுடைய மகனின் வீரத்தையும், பராக்கிரமத்தையும் கண்டு நான் வியப்படைகிறேன். அவன் உனக்கு நிகரானவன் என்று சொன்னால் கூட போதாது - உன்னையும் மிஞ்சியவன் அவன். மூவுலகத்தையும் நீ வென்றவனா கிறாய். இந்திரனை வென்றதால், உன் மகன் இன்றைய தினத்திலிருந்து 'இந்திரஜித்' என்று அழைக்கப்படுவான். அவனை யாராலும் வெல்ல முடியாது. என்பதால், இனி உனக்கு யாரைப் பற்றியும் அச்சம் இருக்க நியாயம் இல்லை. ஆகையால், இந்திரனை

ஆரண்ய காண்டம்

விடுவித்து விடு. இந்திரனை நீ விடுவிப்பதற்காக தேவர்கள் என்ன செய்ய வேண்டும் என்று சொல்.'

"இப்படிப் பேசிய பிரம்ம தேவனைப் பார்த்து ராவணன் பேசுவதற்கு முன்பாக, மேகநாதன் என்கிற இந்திரஜித் பேசினான். 'இந்திரனை நாங்கள் விடுவிப்பதாக இருந்தால், நான் இறவாத தன்மையைப் பெற வேண்டும்.'

"இப்படி வரம் கேட்ட இந்திரஜித்தைப் பார்த்து, பிரம்ம தேவன் சொன்னார். 'நீ கேட்கிற வரம் மனிதர்களுக்கோ, பறவைகளுக்கோ, மிருகங்களுக்கோ அல்லது வேறு எந்த ஜீவராசிக்கோ கிடைக்கக் கூடியது அல்ல. ஆகையால் வேறு ஏதாவது கேள்.'

"இந்திரஜித், 'சரி. போரில் எதிரிகளைச் சந்திக்க நேரிடும்போது, நான் ஒரு யாகம் நடத்துவேன். அப்போது அந்த வேள்வித் தீயிலிருந்து எனக்கோர் ரதம் வர வேண்டும். அந்த ரதத்தில் அமர்ந்து நான் போர் செய்கிற வரை, நான் எவராலும் வெல்லப்பட முடியாதவனாக இருக்க வேண்டும்! யாகம் செய்யாமல் நான் போரில் புகுந்தால் மட்டுமே, எனக்கு மரணம் சம்பவிக்கலாம். மற்றவர்களைப் போல, நான் தவம் செய்து இந்த வரத்தை நாடவில்லை. என் வீரத்தினால் இந்த வரத்தைக் கேட்கிறேன்' என்று கூறினான்.

"பிரம்ம தேவன், 'அப்படியே ஆகட்டும்' என்று சொல்லி, இந்திரஜித் கோரிய வரத்தை அளித்தார். பின்னர் விடுவிக்கப்பட்ட இந்திரனைப் பார்த்து, பிரம்ம தேவன், 'அகல்யையை நீ நாடியதால், உனக்கு கௌதம மகரிஷி இட்ட சாபத்தின் விளைவை இன்று நீ அனுபவித்தாய்' என்று கூற, இந்திரன், தனது பாவத்திற்கு பிராயச்சித்தமாக மஹாவிஷ்ணுவை துதி செய்து, யாகம் நடத்தினான்."

இவ்வாறு கூறிய அகஸ்தியர், "ராமா! இந்திரஜித் எவ்வளவு பராக்கிரமம் படைத்தவன் என்பதை இப்போது நீ அறிந்திருப்பாய்" என்று சொல்லி, மேலும் ராவணனின் சரித்திரத்தைக் கூற முனைந்தார்.

"இதன் பின்னர், கார்த்தவீர்யார்ஜுனனை எதிர்க்க துணிந்த ராவணன், அவனால் சிறை பிடிக்கப்பட்டான். தன்னுடைய

பேரனாகிய ராவணனுக்கு நேர்ந்த கதியை அறிந்த புலஸ்திய மஹரிஷி, அவனை விடுவிக்குமாறு கார்த்தவீர்யார்ஜுனனை கேட்டுக் கொள்ள, அவனும் இசைந்தான். இப்படி கார்த்தவீர் யார்ஜுனனிடம் அவமானப்பட்ட ராவணன், அடுத்து வாலியை எதிர்க்க, வாலி, ராவணனை தன் கை இடுக்கில் சொருகிக் கொண்டு, ஆகாய மார்க்கமாகத் தாவி, கடல்களைக் கடந்தான். வாலியின் அபாரமான சக்தியைக் கண்டு வியந்து நின்ற ராவணன், அவனது நட்பைக் கோர, வாலியும் இசைந்தான். இப்படிப்பட்ட வாலியையும் நீ வீழ்த்தினாய்.''

(இப்படி ராமரிடம், ராவணனின் வரலாற்றை விவரித்த அகஸ்தியர், இதையடுத்து ஹனுமாரைப் பற்றிய பல விவரங்களைக் கூறினார். அதைப் பின்னர் பார்ப்போம்.

சூர்ப்பனகையின் முறையீட்டைக் கேட்டு, ஸீதையை அபகரிக்குமாறு அவள் கூறிய யோசனையை ஏற்று, மாரீசனின் உதவியை நாடுவதற்காக, அவன் இருக்கும் இடத்தை ராவணன் அடைந்த கட்டத்தில் – ராவணனைப் பற்றிய விவரங்களைக் கூறுகிற உத்தர காண்டப் பகுதியை சில அத்தியாயங்களில் பார்த்தோம். இப்போது மீண்டும் – மாரீசனை, ராவணன் சந்திக்கிற கட்டத்திற்குச் செல்கிறோம். அதாவது உத்தர காண்டப் பகுதியை நிறுத்தி, ஆரண்ய காண்டத்திற்கு வருகிறோம்.)

தன்னை உபசரித்து வரவேற்ற மாரீசனைப் பார்த்து ராவணன் பேசத் தொடங்கினான். ''பெரும் மனத்துன்பத்தோடு நான் உன்னை நாடி வந்திருக்கிறேன். கரனையும், தூஷணனையும் ராமன் என்பவன் கொன்று விட்டான். சூர்ப்பனகையையும் அவமதித்தான். கொடுமையான மனம் படைத்தவனும், அறிவற்ற வனும், கர்வம் கொண்டவனுமாகிய அவன், எல்லோருக்கும் தீங்கு இழைக்க நினைக்கிறான். சூர்ப்பனகையின் அங்கங்களை அறுத்த அவனுடைய மனைவியை நான் கடத்தி விடப் போகிறேன். உன் உதவியோடுதான் இந்தக் காரியத்தை நான் முடித்தாக வேண்டும். பலவிதமான வித்தைகளை அறிந்த நீ எனக்குத் துணையாக நின்றால், எனக்கு தேவர்களைப் பற்றியும் கவலை இல்லை.''

இப்படிக் கூறிய ராவணன், மாரீசன் என்ன உதவியைச் செய்ய வேண்டும் என்பதையும் எடுத்துச் சொன்னான். ''வெள்ளிப்

புள்ளிகள் அமைந்த தங்க மானாக நீ உருவெடுக்க வேண்டும். இப்படி உன்னைக் காண்கிற ஸீதை 'அந்த மானைப் பிடித்துத் தாருங்கள்' என்று நிச்சயமாக ராமனையும், அவன் தம்பி லக்ஷ்மணனையும் கேட்பாள். அவர்கள் உன்னைப் பின் தொடர்ந்து செல்கிற போது, ஒரு தடையும் இல்லாமல் நான் ஸீதையை அபகரித்து விடுவேன். ஸீதையை இழந்த துக்கத்தினால் சோர்வடைந்த நிலையில் ராமன் இருப்பான். அப்போது அவனைத் தாக்குவது எனக்கு எளிதாக இருக்கும்.''

ராமரைப் பற்றிய பேச்சைக் கேட்டவுடனேயே, மாரீசனின் நாக்கு வறண்டது. உடல் உலர்ந்தது. மனம் தளர்ந்தது. அப்போதே மரணம் அடைந்து விட்டவன் போல் அவன் தோற்றமளித்தான். இரு கை கூப்பி, ராவணனைப் பார்த்து அவன், ''மனதிற்குப் பிடித்த மான வார்த்தைகளைப் பேச மனிதர்கள் பலர் கிடைப்பார்கள். ஆனால் மனதிற்குப் பிடிக்காத நல்ல வார்த்தைகளைப் பேசுகிற மனிதனைக் காண்பது அரிது'' என்று கூறிவிட்டு, மேலும் தொடர்ந்தான்.

''நீ ஒழுங்கான ஒற்றர்களை நியமிக்கவில்லை. அப்படி நியமித்திருந்தால், ராமனின் வீரம் பற்றிய உண்மை உனக்குப் புரிந்திருக்கும். அவன் இந்திரனுக்கு நிகரானவன். வருணனுக்குச் சமமானவன். அவனுடைய வீரத்திற்கு ஒரு எல்லை இல்லை. அவனுடைய கோபத்தை நீ கிளறினால், இந்த உலகம் ராக்ஷஸர்கள் இல்லாத இடமாகி விடும். உன் அழிவிற்காகத்தான் அந்த ஸீதை பிறந்தாளோ என்று தோன்றுகிறது! அவள் காரணமாக நீ அழிந்து விடாதே! தன்னைக் கட்டுப்படுத்திக் கொள்ளத் தெரியாத உன்னால், இலங்கை அழிந்தது என்ற நிலை வரவேண்டாம். தீய எண்ணம் கொண்டவனாகவும், கட்டுக்கடங்காதவனாகவும், பாவிகளை ஆலோசகர்களாகக் கொண்டவனுமாக ஒரு மன்னன் இருந்தால், அவன் தன்னையும் அழித்துக் கொள்வான்; தன்னைச் சார்ந்தவர்களையும் அழிப்பான்; தன் நாட்டின் அழிவிற்கும் அவனே காரணமாவான்.''

மாரீசன் தொடர்ந்தான்: ''நீ சொல்வது போல் ராமன் கர்வியும் அல்ல. யாருக்கும் தீமை புரிபவனும் அல்ல. எல்லா ஜீவராசிகளின் நலனைத்தான் அவன் விரும்புகிறான். தந்தையின் வார்த்தையை

மெய்ப்பிப்பதற்காக, ராஜ்யத்தைத் துறந்து காட்டுக்கு வந்திருப்பவன் அவன். நற்குணங்களின் மனித வடிவம் அவன். ஆகையால் அவனைப் பற்றி பழித்துப் பேசாதே! ஸீதையோ வெனில் தனது தூய்மையினாலேயே காப்பாற்றப்பட்டு வருபவள். நீ ராமனை எதிர்க்கத் துணிந்தால் மரணத்தைச் சந்திக்க விரும்புகிறாய் என்றுதான் அர்த்தம். எந்தப் பயனும் இல்லாத இந்தக் காரியத்தில் நீ ஏன் இறங்க நினைக்கிறாய்? விபீஷணன் போன்றவர்களிடம் ஆலோசனை கேள். உன்னுடைய பலத்தையும், ராமனுடைய பலத்தையும் சீர் தூக்கிப் பார். நான் அறிந்ததைச் சொல்கிறேன் – நீ ராமனுக்கு நிகரானவன் அல்ல. ராக்ஷஸர்களின் அரசனே! நான் சொல்கிற நல்ல வார்த்தைகளுக்கு செவி மடுப்பாயாக!''

பதில் பேசாமல் இருந்த ராவணனைப் பார்த்து மாரீசன் மேலும் சொன்னான் : ''தண்டக வனத்தில் நான் மனம் போன போக்கில் அலைந்து திரிந்து, ரிஷிகள் செய்த யாகங்களையெல்லாம் அழித்துக் கொண்டிருந்தேன். அப்போது ஒரு நிலையில் விச்வாமித்திரரால் அழைத்து வரப்பட்ட ராமன் எய்த அம்பு, என்னைக் கடலில் கொண்டு போய் தள்ளியது. ராமன் அப்போது சிறுவன்; யுத்த சாத்திரத்தை அனுபவத்தில் அறியாதவன். அவன் அந்த நிலையில் இருக்கும்போதே, எனக்கு இப்படிப்பட்ட கதி நேர்ந்தது. என் வார்த்தையைக் கேட்காமல் நீ உனது வழியிலேயே சென்றால், இலங்கை அழியும். பாம்புகள் நிறைந்த ஏரியில் உள்ள மீன்கள் அழிகின்றன; அதே போல, தீய மன்னனைக் கொண்ட ராஜ்யத்தில் உள்ள ஒரு பாவமும் அறியாத மக்கள் அழிகிறார்கள். மற்றொரு மனிதனின் மனைவியை நாடுவது போன்ற பாவம் வேறு எதுவும் இல்லை. உன் மனைவிகளோடு நீ மகிழ்ந்திரு. உன் குலத்தைக் காப்பாற்றிக் கொள். உன் கௌரவத்தைப் பாதுகாத்துக் கொள். உன்னுடைய உயிரும் தப்பிக்கட்டும். ராமனை விரோதித்துக் கொள்ளாதே!

''ராவணா! ராமனால் ஒரு முறை உயிரோடு விடப்பட்ட எனக்கு நேரிட்ட இன்னொரு அனுபவத்தையும் கூறுகிறேன் கேள்'' என்று கூறி, ராமனிடம் தனக்கு ஏற்பட்ட அனுபவத்தை, மாரீசன் விவரிக்கத் தொடங்கினான்.

3. ஆரண்ய காண்டம்

அத்தியாயம் -13

மாரீசன் பணிந்தான்!

> மாரீசன், ராவணனுக்குத் தொடர்ந்து செய்கிற நல்லுபதேசம்; ஓர் அமைச்சரின் கடமைகளைப் பற்றி மாரீசன் பேசுவது; ராவணன் மாரீசனைக் கடிந்து பேசி, மன்னர்களின் தன்மையைப் பற்றிப் பேசுவது; ராவணனின் நிர்பந்தத்திற்குப் பணிந்து, மாரீசன் தங்க மானின் உருவத்தை எடுத்து, ஸீதையின் கண்களில் படுவது; ஸீதையின் வியப்பு...

ஸீதையை அபகரிக்கும் எண்ணத்தை ராவணன் கைவிட வேண்டும் என்கிற நோக்கத்தோடு மாரீசன் கூறிய உபதேசங்கள் மேலும் தொடர்ந்தன. ''மரவுரி தரித்து ராமனும், லக்ஷ்மணனும் ஸீதையுடன் தண்டக வனத்தில் வசிக்க ஆரம்பித்தபோது, எனக்கு ராமனுடன் இரண்டாவது அனுபவம் ஏற்பட்டது. நான் அப்பொழுது வேறு இரண்டு ராக்ஷஸர்களுடன், மாமிசங்களைத் தின்று விடுகிற கோரமான மான் உருவம் எய்தி, வனத்தில் திரிந்து, முனிவர்களை அழித்துக் கொண்டிருந்தேன். அந்தத் தண்டக வனத்தில் ராமனைப் பார்த்த பொழுது, என்னுடைய பழைய அனுபவத்தை மறந்து, அவனைத் தாக்கி அழித்து விடுவதற்காக, நான் அவன்மீது பாய்ந்தேன். ராமன் மூன்று அம்புகளை என்மீது எய்தான். என்னுடைய ரத்தத்தை அப்படியே உறிஞ்சி விடுவதற்காக, பெரும் ஒளி வீசிக் கொண்டு அந்த அம்புகள், என்னை நோக்கிப் பாய்ந்து வந்த போது, என்னுடைய தந்திரத்தின் மூலமாக நான் அவற்றுக்கு

இரையாகாமல் தப்பி ஓடினேன். அந்த அனுபவத்தை நினைத்தால், இப்பொழுதும் எனக்கு நடுக்கமாக இருக்கிறது. எப்படியோ உயிர் பிழைத்தேன். அதன் பின்னர்தான், நான் நன்றாகச் சிந்தித்து ஒரு முடிவுக்கு வந்து, தவக்கோலத்தைப் பூண்டேன்!''

மாரீசன் தொடர்ந்தான். ''ராவணா! ஒவ்வொரு மரத்திலும் நான் ராமனின் உருவத்தைப் பார்க்கிறேன். அவன் என் கழுத்தை இறுக்கக் கூடிய கயிற்றுடன் காத்திருப்பது போல என் கண்கள் முன்னே ஒரு தோற்றம் ஏற்படுகிறது. திரும்பிய திசையெல்லாம் ராமனின் உருவத்தை நான் பார்க்கிறேன். இந்தக் காடு முழுவதும் ராமன்களால் நிரப்பப்பட்டு இருப்பது போல ஒரு பிரமை என் மனதில் தோன்றுகிறது. என் கனவில் ராமன் தோன்றுகிறான்; நான் அலறி அடித்துக் கொண்டு தூக்கம் கலைந்து எழுந்து விடுகிறேன். ரத்தினம், ரதம் என்கிற சொற்களில் 'ர' என்ற எழுத்து இருப்பதால், அவைகூட எனக்கு ராமனின் நினைப்பை ஏற்படுத்தி என்னை அச்சுறுத்துகின்றன. உடன் இருப்பவர்களின் தீச்செயலால் நல்லவர்கள்கூட, அழிந்து விடுகிறார்கள். உன்னுடைய கொடுமையின் காரணமாக, உன்னோடு சேர்ந்து நானும் அழிய விரும்பவில்லை. ராவணா! நீ என்ன நினைக்கிறாயோ அப்படியே நடந்து கொள். ஆனால், உன்னோடு சேர்ந்து இம்மாதிரி முயற்சிகளில் இறங்க நான் விரும்பவில்லை. நான் சொல்கிற நல்ல வார்த்தைகளைக் கேட்டு மனம் திருந்தி, உன்னுடைய எண்ணத்தை நீ கை விடா விட்டால், உன் குலத்தோடு நீ அழிந்து போவாய்.''

சாவது என்று முடிவெடுத்து விட்ட ஒருவன், மருந்தை உட்கொள்ள மறுப்பது போல், மாரீசனின் வார்த்தைகளை ஏற்க ராவணன் மறுத்தான். ''இழிகுலத்தில் பிறந்தவனே, மாரீசா! நீ பேசிய வார்த்தைகள் தரிசு நிலத்தில் ஊன்றப்பட்ட விதைகள் போல, எந்தப் பயனும் அற்றவை என்பதை உணர்ந்து கொள். அறிவற்றவனும், பாவியுமான ராமனை எதிர்த்து நான் செய்யத் துணிந்த காரியத்தை நான் கைவிடப் போவதில்லை. ஒரு பெண் பேசிய பயனற்ற வார்த்தைகளைப் பெரிதாக நினைத்துக் கொண்டு, ராஜ்யத்தையும், உற்றாரையும் சுற்றத்தாரையும் துறந்து, காட்டுக்கு வந்திருக்கிற அவனுடைய மனைவியை உன் எதிரிலேயே நான்

கலைமதி

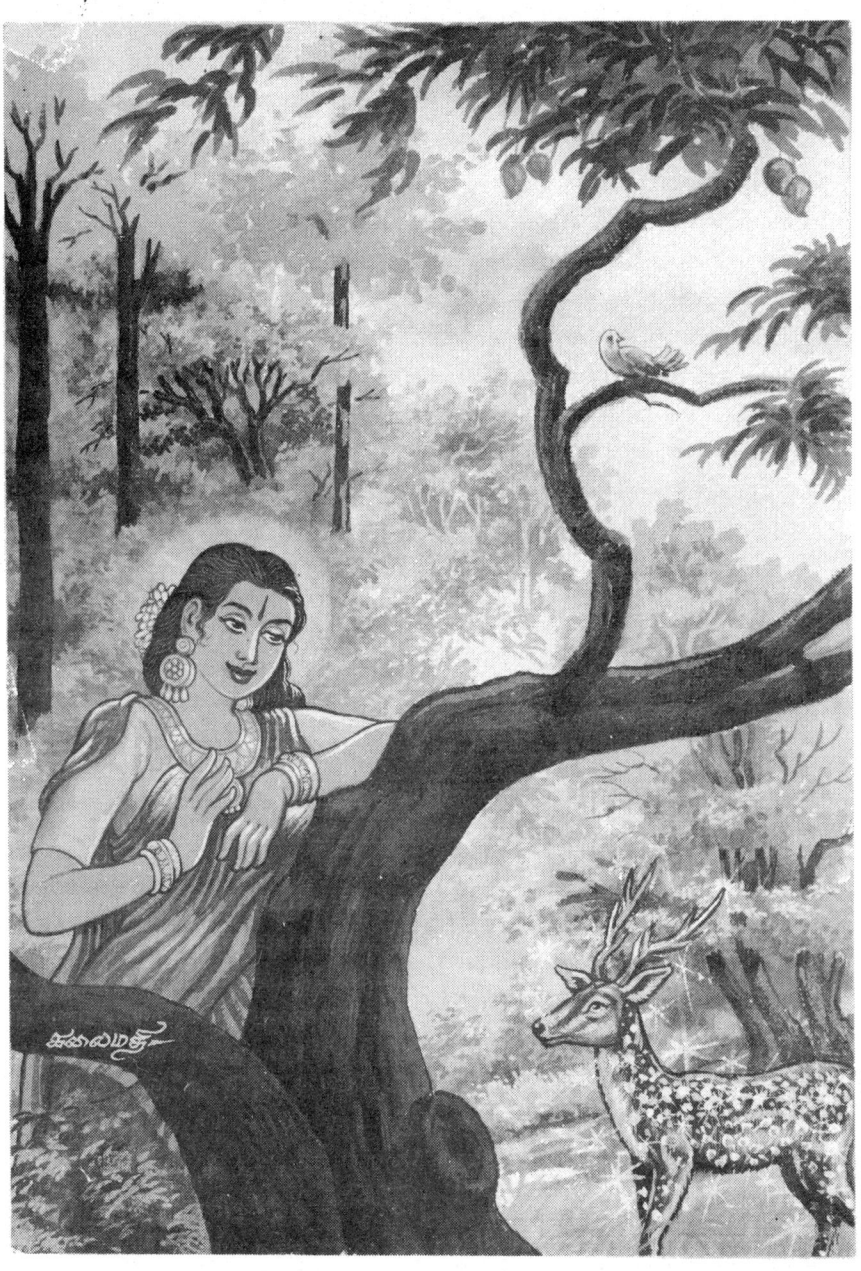

அபகரிக்கத்தான் போகிறேன். அரக்கர்களாலோ, தேவர்களாலோ என்னுடைய இந்த முடிவை மாற்ற முடியாது'' என்று கூறிய ராவணன், மேலும் சொன்னான்:

"நான் செய்ய நினைக்கிற காரியத்தினால் ஏற்படக்கூடிய சாதக, பாதகமான விளைவுகளைப் பற்றி உன்னிடம் நான் அபிப்பிராயம் கேட்டிருந்தால், நீ எனக்கு ஆலோசனை கூறியிருக்கலாம். நான் செய்ய நினைக்கிற காரியத்தில், அடங்கி இருக்கும் ஆபத்துக்கள் என்ன என்று உன்னிடம் நான் விளக்கம் கேட்டிருந்தால், இப்பொழுது நீ பேசிய வார்த்தைகளை நீ பேசியிருக்கலாம். தன்னிடம் அபிப்பிராயம் கேட்கப்படும் போது, இரு கை கூப்பி, பணிவுடன் தன் கருத்தைக் கூறுகிறவனே ஒரு அரசனுக்குரிய நல்ல ஆலோசகன் ஆவான். ஒரு அரசன் முன்னிலையில் அர்த்தமுள்ள கருத்துக்களைக் கூறும்போது கூட, பேச்சில் பணிவிருக்க வேண்டும். பேசப்படுகிற வார்த்தைகளில் நல்ல அர்த்தம் இருந்தாலும், அவை பேசப்படுகிற தொனியில் ஏளனம் இருந்தால், அவற்றைக் கூறுகிற மனிதனை எந்த மன்னனும் மதிக்க மாட்டான். மாரீசா! அரசர்களுக்கு ஐந்து உருவங்கள் உண்டு. அக்னி தேவன், இந்திரன், சந்திரன், எமன், வருணன் ஆகிய ஐவரின் அம்சங்கள் அரசனிடம் அடங்கி இருக்கின்றன. இதையொட்டியே அரசர்கள் வெவ்வேறு சமயங்களில் சுட்டெரிக்கும் தன்மை, வீரம், மென்மை, தண்டனை அளிக்கும் தன்மை, இதமளிக்கும் தன்மை – ஆகிய வற்றை வெளிக்காட்டுகிறார்கள்.

"மாரீசா! அரசனின் குணங்களை அறியாத நீ, அரசனிடம் எவ்வாறு பேச வேண்டும் என்பதை உணராத நீ, ஏதோ மதி மயக்கத்தில் சிக்கி, கடுமையான வார்த்தைகளை என் முன் பேசி விட்டாய். நான் செய்யப் போகும் காரியத்தின் நன்மை – தீமைகளைப் பற்றி உன்னிடம் நான் கருத்துக் கேட்கவில்லை. நான் அந்தக் காரியத்தைச் செய்யலாமா, கூடாதா என்ற அபிப்பிராயத்தை உன்னிடம் நாடி நான் இங்கு வரவில்லை. நீ என்ன செய்ய வேண்டும் என்பதை உன்னிடம் உரைக்கவே நான் இங்கு வந்தேன். ஸீதையை நான் அபகரிக்க, நீ எனக்கு உதவியாக இருக்க வேண்டும். அவ்வளவுதான் நீ செய்ய வேண்டியது. இதில் உன் அபிப்பிராயத்திற்கு இடமில்லை.

ஆரண்ய காண்டம்

"நான் செய்ய முனைந்திருக்கிற காரியத்தில் உன்னுடைய பங்கு என்னவென்று கூறுகிறேன் கேள். வெள்ளிப் புள்ளிகளுடன் கூடிய தங்க மயமான மானின் உருவத்தை எடுத்துக் கொண்டு, ஸீதையின் முன் நீ காட்சி அளிக்க வேண்டும். உன்னைப் பிடித்துத் தருமாறு ஸீதை, ராமனிடம் கேட்பாள். அவளுடைய ஆவலைப் பூர்த்தி செய்ய ராமன் முனையும்போது, நீ அங்கிருந்து ஓடி, ராமனை அந்த இடத்திலிருந்து விலக்கிய பிறகு, நீ ராமனுடைய குரலில் 'ஓ! ஸீதா! ஓ! லக்ஷ்மணா!' என்று கதற வேண்டும். இப்படி ராமனின் குரலில் நீ கதறுவதைக் கேட்கும் பொழுது, ஸீதை என்ன நடந்தது என்று பார்ப்பதற்காகவும், ராமனைக் காப்பாற்றுவதற்காகவும் லக்ஷ்மணனை அனுப்புவாள். இப்படி ராமனும், லக்ஷ்மணனும் அந்த இடத்தை விட்டு விலகிய பிறகு, நான் ஸீதையை அபகரித்து வந்து விடுவேன். அத்தோடு இந்தக் காரியத்தில் உன் பங்கு முடிந்து விடும். அதன் பிறகு நீ உன்னுடைய மனம் போல எங்கு வேண்டுமானாலும் போகலாம். இந்த உதவியைச் செய்வதற்காக, என் ராஜ்யத்தில் பாதியை நான் உனக்குத் தரத் தயாராக இருக்கிறேன். எந்தவித தொல்லையுமில்லாமல், ஸீதையை இப்படி அபகரித்து விட்ட நான், இலங்கைக்குத் திரும்புவேன். அரசனை எதிர்ப்பவன் நல்லபடியாகத் தன் வாழ்க்கையை நடத்திச் செல்ல முடியாதவனாகிறான். நான் சொன்னபடி செய். நீ நிம்மதியுடன் வாழ்வதற்கு அதுதான் வழி. ராமனை எதிர்ப்பதால், உன் உயிருக்கு ஆபத்து ஏற்படக்கூடிய சூழ்நிலையை நீ சந்திக்கலாம்; ஆனால், என்னுடைய உத்தரவிற்குக் கீழ் படிந்து நீ நடக்கா விட்டால், இந்த நிமிடமே நீ உயிர் இழப்பாய். ஆகையால் இரண்டில் எது சிறந்தது என்று தீர்மானித்துக் கொண்டு, அதன்படி நடப்பாயாக."

இப்படி ராவணன் தீர்மானமாகச் சொல்லிவிட்ட பிறகு, மாரீசன் இறுதியாக சில வார்த்தைகளைச் சொன்னான். "உன்னுடைய மகன்களோடும், ராஜ்யத்துடனும், அமைச்சர்களுடனும் நீ அழிந்து விடக்கூடிய இந்தப் பாதையை மேற்கொள்ளுமாறு, எந்தப் பாவி உனக்கு வழி காட்டினான்? தவறான பாதையில் நீ செல்லும் பொழுது, உன்னைத் தடுக்காத உன்னுடைய அமைச்சர்கள் கொல்லப்படத்தக்கவர்கள். காமத்தினால் பீடிக்கப் பட்ட மன்னன், தீய வழிகளை நாடும் பொழுது அவனைத் தடுத்து நிறுத்துவ

தல்லவோ அமைச்சர்களின் கடமை! ராவணா! நற்குணமும், புகழும் அரச பதவியில்தான் வேரூன்றி இருக்கின்றன. அரசன் தறி கெட்டு அலைந்தால், அவன் ஆட்சிக்கு உட்பட்ட ராஜ்யத்தில் உள்ள மக்களும் அதே கதியை அடைகிறார்கள். கொடுமையான வழிகளினால் ஒரு ராஜ்யத்தைத் திறமையாக ஆள முடியாது. கரடு முரடான பாதையில் கண் மூடித்தனமாக தேரை செலுத்தி, அதைக் கவிழ்த்து அழித்து விடுகிற தேரோட்டி போல, தவறான வழியில் அரசனை இட்டுச் செல்கிற அமைச்சர்கள், ராஜ்யத்தின் அழிவுக்குக் காரணமாகிறார்கள். வன்முறையிலும், தீய வழிகளிலும் நாட்டமுடைய மன்னனால் ஆளப்படுகிற மக்கள், நரியினால் பாதுகாக்கப்படுகிற ஆடுகள் போன்றவர்களே! ராவணா! நீ உன்னுடைய அழிவையும், உன் மக்களுடைய அழிவையும் நாடத் தொடங்கி விட்டாய்.

"ராமனால் நான் அழிக்கப்படுவேன் என்பது உறுதி. ஆனால் என்னைக் காட்டிலும் நீதான் பரிதாபத்திற்குரியவன். ராமனின் கைகளினால் மரணத்தைச் சந்திப்பது எனக்கு மேன்மையைத்தான் தரும். என்னைக் கொன்ற பிறகு, ராமன் யுத்த களத்தில் உன்னை அழிப்பான்! உன்னுடைய ராஜ்யம் அழியும்! உன்னுடைய மக்கள் அழிவார்கள்! நீயோ, இலங்கையோ தப்பித்து விடக்கூடும் என்று கனவு காணாதே.'' இவ்வாறு கூறிய மாரீசன் மனம் நொந்து, "இப்படி உன்னிடம் நான் பேசுவதால் எந்தப் பயனும் விளையப் போவதில்லை என்பதையும் நான் உணர்கிறேன். அழிவை நெருங்கி விட்ட மனிதர்கள், நல்ல நண்பர்களின் உயர்ந்த அறிவுரைகளை செவி மடுப்பதில்லை என்பது உலக நியதி. இதோ நான் புறப்படுகிறேன். நீ சொன்ன மாதிரியே செய்கிறேன். என் அழிவை நோக்கி நான் செல்கிறேன். அதன் பின்னே நீ அழிவாய்'' என்று கூறி, தன் பேச்சை முடித்துக் கொண்டான்.

ராவணன், "மாரீசா! நீ எடுத்த முடிவுதான் சரியானது. இதற்காக உன்னை நான் மெச்சுகிறேன். இந்தக் காரியத்தில் உன்னுடைய பங்கை நீ செய்து முடித்த பிறகு, நான் ஏற்கெனவே சொன்னது போல், நீ உனக்கு இஷ்டமான இடத்திற்குச் செல்லலாம்'' என்று சொன்னான்.

ஆரண்ய காண்டம்

(கம்பரும், மாரீசன் – ராவணன் உரையாடலை விவரித்திருக் கிறார். ராவணனுக்கு உபதேசம் செய்கிற மாரீசன், 'அன்பு வழி நாடாமல் நாட்டைக் கைப்பற்றுபவர்கள் – நெறி சார்ந்த நடை முறையை விட்டு, வரி வசூலிப்பவர்கள் – மற்றொருவருக்கு உடைய, அவருடன் வாழ்கிற மனைவியை, தான் கொள்ள முனைபவர்கள் – என்ற இவ்வகையானவர்களை தர்மம் அழித்து விடும் என்பதை உணர்வாயாக. ஐயனே! தீயவர்களில் தப்பிப் பிழைத்தவர்கள் யார்?' என்று கூறுகிறான்.

நாரம் கொண்டார் நாடு கவர்ந்தார்,
நடை அல்லா வாரம் கொண்டார், மற்று
ஒருவற்காய் மனை வாழும்
தாரம் கொண்டார், என்ற
இவர் தம்மைத் தருமம்தான்
ஈரும் கண்டாய்; கண்டகர்
உயர்ந்தார் எவர்? ஐயா!

ராவணனோ, 'மூவுலகிற்கும் தலைவனாக வென்று முடித்தேன். இந்நிலையில் எதிரிகள் கிடைத்தால், அதைவிட இனியது வேறு உண்டோ? என் உத்திரவின்படி ஏவல் புரி! சிந்தனை செய்து அரசனுக்குப் பாதுகாப்பு செய்கிற அமைச்சரின் வேலையை, நீ செய்யக் கூடுமோ?' என்று கூறி விடுகிறான்.

மூவுலகினுக்கும் ஒரு
நாயகம் முடித்தேன்;
மேவலர் கிடைக்கின், இதன் மேல்
இனியது உண்டோ?
ஏவல் செயகிற்றி, எனது
ஆணை வழி; எண்ணிக்
காவல் செய் அமைச்சர் கடன்
நீ கடவது உண்டோ?

இதைத் தொடர்ந்து ராவணனின் விருப்பத்தை நிறைவேற்ற மாரீசன் இசைந்து, தங்க மானாக உருவெடுத்து ஸீதையைத் தேடிச் செல்கிறான்.

துளசிதாஸர், ராவண – மாரீச உரையாடலை மிகவும் சுருக்கமாக முடித்து விடுகிறார். தான் கூறிய நல்வழியை மேற்கொள்ள ராவணன்

மறுக்கும் போது, மாரீசன் 'இவன் கையில் சாவதை விட, ராம பாணத்திற்கு இரையாவது மேலானது' என்று தீர்மானித்து, ராமரின் பாதங்களை மனதில் நிறுத்தி, தனக்கு நற்கதி கிட்டப் போகிறது என்று மகிழ்ந்து, தங்க மானாக உருவெடுக்கிறான்.)

இதன் பின்னர், ராவணனுடைய தேரில் அவனும், மாரீசனும் ஏறிக் கொண்டு புறப்பட்டார்கள். ராமருடைய ஆச்ரமம் அமைந்துள்ள இடத்தின் அருகில் சென்ற போது, ராவணன் அந்த இடத்தை மாரீசனுக்கு அடையாளம் காட்டி, "இங்குதான் நீ உருமாறி ஸீதையின் முன் காட்சியளித்து, அதன் பின்னர் நான் சொன்னபடி நடந்து கொள்ள வேண்டும்" என்று கூறினான்.

மாரீசன், தங்க மானாக உருவெடுத்தான். ரத்தினங்களால் இழைக்கப்பட்ட கொம்புகள், மூக்கின் மேல் தாமரையை ஒத்த ஒரு மாணிக்கம், வயிறு பாகத்தில் பலவித வைரங்கள், உடலெங்கும் வெள்ளிப் புள்ளிகள் கொண்ட ஒளிவீசுகின்ற அந்த தங்க மான், ராமருடைய ஆச்ரமத்திற்கு அருகே ஓடியது. இங்குமங்கும் அந்த மான் ஓடிய போது, நான்கு திசைகளிலும் அது பரப்பிய ஒளியினால் அந்தக் காடே பிரகாசித்தது.

ஸீதையின் கவனத்தைக் கவருகிற வகையில், அவள் கண் எதிரில் தோன்றி, பிறகு மறைந்து, மீண்டும் அது தோற்றமளித்தது.

ஸீதை அதைப் பார்த்தாள். பார்த்து பெரும் வியப் பெய்தினாள்.

தாமரை இதழ் போன்ற தன்னுடைய கண்களை அகல விரித்து, மீண்டும் மீண்டும் அந்த மானைப் பார்த்த ஸீதை பரவசம் எய்தி நின்றாள்.

தன் மனதைக் கவர்ந்த அந்த விசித்திரமான மானைப் பார்த்து பெரும் மகிழ்வு எய்திய ஸீதை, "என் பிரபுவே! வாருங்கள். விரைந்து வாருங்கள். உங்கள் சகோதரனோடு இங்கு வந்து இந்த அதிசயத்தைப் பாருங்கள்" என்று ராமரைக் கூவி அழைத்தாள். இப்படி சில முறைகள், ஸீதை அழைத்ததைக் கேட்டு, ராமரும், லக்ஷ்மணனும், அங்கு வந்து சேர்ந்து, அந்த மானைப் பார்த்தார்கள்.

அதைக்கண்ட மாத்திரத்திலேயே லக்ஷ்மணனுக்கு ஒரு சந்தேகம் தோன்றியது.

3. ஆரண்ய காண்டம்

அத்தியாயம் -14

ஓ! ஸீதா! ஓ! லக்ஷ்மணா!

தங்கமானைக் கண்டு சந்தேகப்பட்ட லக்ஷ்மணன், அது மாரீசனாக இருக்கக் கூடும் என்று கூறுவது; ஸீதை மானைப் பிடித்துத் தருமாறு ராமரை வற்புறுத்துவது; லக்ஷ்மணனின் சந்தேகத்தைப் புறக்கணித்து, ராமர் மானைப் பிடிப்பதற்காக அதைத் துரத்திச் செல்வது; மாரீசன் மரணமடையுமுன், ராமருடைய குரலில் கதறுவது; ஸீதை லக்ஷ்மணனை கடிந்து பேசி, ராமருக்கு உதவியாகச் செல்லுமாறு அவனை நிர்பந்திப்பது; லக்ஷ்மணன் சென்ற பிறகு, ராவணன் சந்நியாசி வேடத்தில் வர, ஸீதை அவனை உபசரிப்பது; ராவணன் தான் யார் என்பதை வெளிப்படுத்துதல்....

அந்த அதிசய மான் ஓர் உண்மையான மிருகமல்ல என்று எடுத்த எடுப்பிலேயே தீர்மானம் செய்து விட்ட லக்ஷ்மணன், ''ரத்தினங்களால் இழைக்கப்பட்ட உருவம் அமைந்த இது போன்ற மான், பூமியின் மீது இல்லை. இது ஒரு மாயையே. அதில் சந்தேகமில்லை. நினைத்த உருவத்தை எடுத்துக் கொள்ளும் வல்லமை படைத்த மாரீசன், இது போன்ற உருவங்களை எடுத்துக் கொண்டு, காட்டில் பலரைக் கொன்றிருக்கிறான் என்பதை நாம் அறிவோம். இந்த மான் மாரீசனாகத்தான் இருக்க வேண்டும்'' என்று கூறினான்.

லக்ஷ்மணனைக் குறுக்கிட்டு ஸீதை, ''இந்த மான் என் மனதைக் கவர்ந்து விட்டது. பிரபுவே! அதை எனக்குப் பிடித்துத் தாருங்கள்.

இது போன்ற ஓர் அற்புதமான மானை இதுவரை நான் கண்டதில்லை. வனவாசம் முடிவடைந்து, நாம் அனைவரும் அயோத்தி திரும்பி, நீங்கள் மன்னராக முடி சூட்டிக் கொண்ட பிறகு, இந்த மான் நமது அந்தப்புரத்தை அலங்கரிப்பது மிகவும் பொருத்தமாக இருக்கும். இளவரசர் பரதனுக்கும், எனது மாமியார்களுக்கும், உங்களுக்கும், எனக்கும், இது பெரும் மகிழ்ச்சியை அளிக்கும்'' என்று கேட்டுக் கொண்டாள்.

இப்படி ஸீதை பேசிக் கொண்டிருக்கும்போதே, தானும் அந்த மானின்பால் கவரப்பட்டவராக ராமர் அதனுடைய அழகைக் கண்டு வியந்து பாராட்டினார். பின்னர் தனது இளைய சகோதரனைப் பார்த்து, ''லக்ஷ்மணா! ஸீதை சொல்வதைக் கேட்டாயா? இந்த மான் உண்மையிலேயே மிகவும் அற்புதமாகக் காட்சி அளிக்கிறது. நீ சொல்வதே சரியாக இருந்தால், அப்போது இந்த மான் ஓர் அரக்கன்; கொல்லப் படத்தக்கது. அக்காரணம் கொண்டும் நான் அதை துரத்திச் செல்வது முறையாகத்தானே இருக்கும்? நான் சென்று அந்த மானை உயிரோடு பிடிக்கிறேன். அல்லது கொன்று விடுகிறேன். அதற்கிடையில், இங்கே ஸீதைக்கு அருகிலேயே இருந்து நீ அவளைப் பாதுகாப்பாயாக! பெரும் பலம் வாய்ந்த ஜடாயுவும் உனக்கு உதவியாக இருப்பார். ஸீதையின் ஆசையை நான் நிறைவேற்றுகிறேன்'' என்று கூறிவிட்டு, அம்புகளையும், அம்பறாத் தூணியையும் எடுத்துக் கொண்டு ராமர் புறப்பட்டார்.

ராமரால் துரத்தப்பட்ட மான் அங்குமிங்கும் ஓடியது. தாவி, துள்ளிக் குதித்தது. சில சமயங்களில் சற்று நின்று ராமர் தன்னைப் பின் தொடர்ந்து வருகிறாரா, இல்லையா என்று கவனித்து விட்டு மீண்டும் ஓடியது. இடையிடையே அது சாதாரண மான்களால் இயலாத அளவுக்கு எகிறி குதித்தது. திடீரென கண்ணுக்குத் தோன்றாமல் மறைந்தது. மீண்டும் மற்றொரு இடத்திலே காட்சி அளித்து ஓடியது. இப்படி அந்த மானினால் அலைக்கழிக்கப்பட்ட ராமர், ஒரு கட்டத்தில் கோபம் கொண்டு, அதன் மீது அம்பு எய்தார். அந்த அம்பு மானை துளைத்தது. மானாக இருந்த நிலையில் இப்படி ராமரால் வீழ்த்தப்பட்ட மாரீசன், தரையில் சாய்ந்தபோது சுய உருவை எடுத்துக் கொண்டு, ராவணனின் எண்ணத்தை

நினைவில் நிறுத்தி, அவனுக்கு உதவுவதற்காக 'ஓ ஸீதா! ஓ லக்ஷ்மணா!' என்று ராமர் கதறுவது போல் அவர் குரலில், ஓலமிட்டுக் கொண்டே உயிர் விட்டான்.

இதைப் பார்த்த ராமருக்கு, லக்ஷ்மணனின் வார்த்தைகள் நினைவுக்கு வந்தன. 'லக்ஷ்மணன் கூறியது சரியாகி விட்டது. இது மாரீசன் செய்த தந்திரம்தான்' என்பது தெளிவாகியது. இறக்கும் போது என்னுடைய குரலை எடுத்துக் கொண்டு, ஸீதையையும், லக்ஷ்மணனையும் இவன் கூவி அழைத்திருக்கிறானே, இப்போது ஸீதை என்ன நினைப்பாளோ? லக்ஷ்மணனுடைய மனதில் என்ன எண்ண ஓட்டங்கள் ஏற்படுமோ?' என்றெல்லாம் அவர் சிந்தித்தார். அவருடைய மனதை கவலை பற்றிக் கொண்டது. ஜனஸ்தானம் என்ற பகுதியில் இருந்த தனது பர்ணசாலையை நோக்கி அவர் விரைந்தார்.

இறக்கும்போது மாரீசன்; 'ஸீதா! லக்ஷ்மணா!' என்று ராமர் கதறுவது போல் ஓலமிட்டது ஸீதையின் காதுகளில் விழ, அவள் லக்ஷ்மணனைப் பார்த்து, "உடனே போய் ராமருக்கு என்ன நடந்தது என்று பார்ப்பாயாக! என் மனம் ஒரு நிலையில் இல்லை. என் இதயத் துடிப்பும் சரியில்லை. பரிதாபமாக ஓலமிடும் உன்னுடைய தமையனைக் காப்பாற்றுவது உன் கடமை அல்லவா? உடனே அங்கு விரைவாயாக!" என்று கூறினாள்.

ஆனால் லக்ஷ்மணனோ, அந்த இடத்தை விட்டு அகலவில்லை. இதைக் கண்ட ஸீதைக்குக் கோபம் ஏற்பட்டது. "ஆபத்து காலத்தில் அண்ணனுக்கு உதவ மறுக்கிற நீ, நல்லவன் போல் வேடமிட்ட கொடியவன். உன் தமையனுக்கு நீ விரோதி. அவர் அழிய வேண்டும் என்று நீ விரும்புகிறாய். என்னைப் பற்றிய பேராசை உன் மனதிலே இருக்கிறது" என்று லக்ஷ்மணனைப் பார்த்து கடிந்து பேசினாள்.

இப்படி ஸீதை அழுது கொண்டே பேசியபோது, லக்ஷ்மணன் மிகவும் அமைதியாக அவளுக்கு பதில் கூறினான். "நாகர்களாலும் அரக்கர்களாலும், கந்தர்வர்களாலும், தேவர்களாலும் கூட ராமரை வெல்ல முடியாது. ஆகையால் உங்கள் மனதில் கவலை கொள்ள நியாயமில்லை. இப்போது உங்களை இங்கு தனியாக விட்டுப்

போக எனக்கு மனம் வரவில்லை. பிரம்ம தேவன், சிவன், விஷ்ணு – ஆகியோர் தலைமையில் மூவுலகங்களும் எதிர்த்து வந்தாலும் கூட, ராமரை வீழ்த்த முடியாது. துன்பத்தை விடுங்கள். இப்போது நம் காதுகளில் விழுந்த பரிதாபகரமான ஓலம், ராமரால் எழுப்பப்பட்டது அல்ல. அது அவருடைய குரல் அல்ல. இதுவும் கூட அந்த அரக்கனின் தந்திரமே. உங்களை பாதுகாக்க வேண்டிய புனிதமான கடமையை என்னிடம் ஒப்படைத்துவிட்டு ராமர் சென்றிருக்கிறார். ஆகையால், உங்களை இங்கே தனியாக விட்டு விட்டு, நான் இந்த இடத்தை விட்டு அகன்று விடுவது என்பது நினைக்க முடியாதது. ஜனஸ்தானத்தில் இருந்த பல அரக்கர்களை அழித்து விட்ட காரணத்தினால், ராக்ஷஸர்கள் அனைவரும் நம் மீது மிகவும் கோபமாக இருக்கிறார்கள். அவர்களுடைய தந்திரம்தான் இது. அவர்கள் நினைத்த உருவத்தை எடுப்பார்கள், நினைத்த குரலில் பேசுவார்கள். ஆகையால் இது ராமருடைய கதறல் என்று நினைத்து நீங்கள் கவலைப்படத் தேவையில்லை.''

இப்படி லக்ஷ்மணன் மிகவும் அமைதியுடன் கூறிய விளக்கத்தை ஸீதை ஏற்கவில்லை. அவளுடைய கோபம் அதிகமாகியது. கண்கள் சிவந்தன. அவள் மிகவும் கொடுமையான வார்த்தைகளைப் பேசத் தொடங்கினாள். ''கருணையற்றவனே! கொடுமையானவனே! மேன்மையற்றவனே! குலத்தின் பெருமையை நாசம் செய்ய வந்தவனே! ராமரின் துன்பம் உனக்கு இன்பத்தை அளிக்கிறது. அதனால் தான் ராமருக்கு பெரும் சோதனை ஏற்பட்டிருக்கிற இந்த நேரத்தில் நீ இவ்வளவு அமைதியாகப் பேசிக் கொண்டிருக்கிறாய். உன்னைப்போல் வேஷமிட்டு அலைகிற எதிரிகளின் மனதில் தீய எண்ணங்கள் இருப்பது வியப்புக்குரியதல்ல. என்னை அடையும் எண்ணத்தை மனதில் கொண்டு, அதை ராமரிடம் இருந்து வெகு சாமார்த்தியமாக மறைத்து, அவரைப் பின் தொடர்ந்து நீ இந்த காட்டுக்கு வந்திருக்கிறாய். அல்லது ஒருவேளை பரதன் உன்னை இப்படி அனுப்பியிருக்கிறானோ என்னவோ? அது உன்னுடைய எண்ணமாக இருந்தாலும் சரி, பரதனுடைய நோக்கமாக இருந்தாலும் சரி, அது பலிக்கப் போவதில்லை. ராமர் போன்ற உத்தமரை கணவனாகப் பெற்ற நான், உன்னைப் போன்றவனை ஏற்பது நடக்கும் என்று நினைக்கிறாயா? உன் எதிரிலேயே நான்

உயிர் விடுவேன். ராமருக்குப் பின் வாழ நான் விரும்பவில்லை. ஆகையால் உன் எண்ணம் நிறைவேறாது.''

இந்திரியங்களை வென்றவனாகிய லக்ஷ்மணன், ஸீதை பேசிய கடும் மொழிகளைக் கேட்டு, அவளை நோக்கி இரு கை கூப்பி நின்று பதில் கூறத் தொடங்கினான். ''நீங்கள் எனக்கு தெய்வம் போன்றவர். ஆகையால், உங்களை மறுத்துப் பேச எனக்கு விருப்பமில்லை. ஆனால் ஒன்று சொல்கிறேன். இந்த மாதிரி வார்த்தைகளையெல்லாம் ஒரு பெண் பேசுகிறாள் என்பது வியப்புக்குரியது அல்ல. இது பெண்களின் இயற்கை என்பது உலக அனுபவத்தில் கண்டறியப்பட்ட உண்மை. நெறிமுறைகளை காற்றிலே எறிந்து, மனதை ஒரு நிலையில் நிறுத்தாமல், கொடுமையுடன் நடந்து கொண்டு, உறவுகளிலே பிரிவினைகளை ஏற்படுத்துபவர்கள் பெண்கள். நீங்கள் பேசிய வார்த்தைகளைக் கேட்ட நான், பழுக்கக் காய்ச்சிய இரும்பு என் காதுகளிலே செலுத்தப்பட்டது மாதிரி உணர்கிறேன்.''

இவ்வாறு கூறிய லக்ஷ்மணன், இதன் பின்னர் மனம் நொ ந்த நிலையில் மேலும் சொன்னான். ''காட்டிலே உள்ள அனை து தேவதைகளும் நான் கூறுவதைக் கேட்கட்டும். அவர்களே எனது சாட்சிகள். மூத்த சகோதரனின் வார்த்தைகளை மீறாத என் மீது அவநம்பிக்கை கொண்டு, பெண்மையின் இயற்கையினால் தூண்டப்பட்டு, தகாத மொழிகளையெல்லாம் பேசினீர்கள். நீங்கள் இப்படி நடந்து கொண்டதால் எனக்கு ஒன்று புரிகிறது. நீங்கள் அழிவை நாடுகிறீர்கள். நாசம் விளையப் போகிறது. இதற்கு மேலும் இங்கே நான் தங்குவதில் அர்த்தமில்லை. ராமரைத் தேடி நான் செல்கிறேன். வன தேவதைகள் உங்களுக்கு பாதுகாப்பாக இருக்கட்டும். கெட்ட சகுனங்கள் பலவற்றை நான் காண்கிறேன். தேவி! நான் ராமரோடு திரும்பி வரும்போது, உங்களை இங்கு காண்பேனா என்பது எனக்கு சந்தேகமாக இருக்கிறது.''

இப்படிப் பேசி விட்டு, புறப்பட ஆயத்தமான லக்ஷ்மணனைப் பார்த்து, ''ராமர் இல்லையென்றால் நான் கோதாவரி நதியில் விழுந்து உயிர் விடுவேன். அல்லது ஒரு மலைச் சிகரத்தில் ஏறி விழுந்து உயிரை மாய்த்துக் கொள்வேன். தீயில் புகுவேன்.

விஷத்தை அருந்துவேன். ஆனால் ராமரைத் தவிர, வேறு ஒரு ஆண் மகனை நான் தொட மாட்டேன்'' என்று கூறிய ஸீதை 'ஓ' வென கதறி அழுதாள்.

புறப்படுவதற்கு முன் லக்ஷ்மணன், அவளை சமாதானம் செய்ய முயன்றான். ஆனால், ஸீதை ஒரு வார்த்தை மறுமொழி பேச வில்லை. இரு கை கூப்பி அவளை வணங்கி விட்டு, புகழ் வாய்ந்த லக்ஷ்மணன், ராமரைத் தேடி புறப்பட்டான்.

இப்படி ஸீதையை தனியே சந்திப்பதற்கான நேரத்திற்காகவே காத்திருந்த ராவணன், ஒரு சந்நியாசியின் வேடத்தை மேற்கொண்டு ஸீதையை நெருங்கினான். காஷாய உடை, தலையிலே சடை முடி, மரக்கட்டையாலான காலணி, கையிலே கமண்டலம் போன்றவற்றோடு - சந்திரனும், சூரியனும் இல்லாத நேரத்தில், வானத்தை இருள் கவ்வுவது போல - ராவணன் ஸீதையை நெருங்கினான். அங்கே ராவணன் வந்தபோது, காற்று வீசாமல் நின்றது; மரங்கள் அசைவதை நிறுத்திக் கொண்டன; கோதாவரி நதி தனது வேகத்தைத் தணித்தது. இப்படி இயற்கையே அஞ்சுகிற அளவுக்குக் கொடியவனான அவன், துன்பத்தில் ஆழ்ந்து அழுது கொண்டிருந்த ஸீதையைப் பார்த்து, வேத மந்திரங்களை ஓதி, அவளோடு மென்மையான குரலில் பேசத் தொடங்கினான். ''பெண்ணே! நீ யார்? லக்ஷ்மி தேவியா? அடக்கத்தின் தேவதையா? ரதியா? யார் நீ? இவ்வளவு அழகு வாய்ந்த நீ, இந்த மாதிரி காட்டில் தங்கலாமா? நினைத்த உருவத்தை எடுக்கவல்ல அரக்கர்கள் இங்கே நடமாடுகிறார்கள். நீ எப்படி இங்கு வந்தாய்? நீ எவனுக்கு உரியவள்?''

வந்த விருந்தாளியை உபசரிக்கும் எண்ணத்துடன் ஸீதை, ராவணன் அமர ஆசனம் அளித்து, அவன் கால்களைக் கழுவ தண்ணீர் கொடுத்து, ''அந்தணரே! அமருங்கள். 'சமைக்கப்பட்ட உணவு' தயாராக இருக்கிறது'' என்று சொல்லிவிட்டு, தன்னைப் பற்றி அந்த விருந்தாளி கேட்ட கேள்விகளுக்கு பதில் கூறா விட்டால், அவர் தன்னை சபித்து விடுவார் என்று மனதில் நினைத்து, தன்னை அறிமுகம் செய்து கொண்டாள். ''மிதிலை மன்னன் ஜனகரின் மகளாகிய ஸீதை நான். ராமரின் மனைவி.

இக்ஷ்வாகு வம்சத்தில் தோன்றிய அவருடைய அரண்மனையில் நான் வசித்துக் கொண்டிருந்தபோது, அவருக்கு பட்டாபிஷேகம் செய்ய முடிவெடுக்கப்பட்டது. அப்போது என்னுடைய மாமியார்களில் ஒருவரான கைகேயி வரம் கேட்டு, தசரத மன்னரைக் கட்டுப்படுத்தி, தன் மகன் பரதருக்கு முடிசூட்ட அவரை இசையுமாறு செய்தாள். என்னுடைய கணவர் ராமர், உண்மை தவறாதவர்; எல்லோரிடமும் அன்பு காட்டுபவர்; மிகப்பெரிய வீரர். ஆனால் கைகேயிக்கு தசரத மன்னன் அளித்த வரத்தின்படி அவர் காட்டுக்கு வர வேண்டியதாகியது. ராமரும், அவரைப் பின் தொடர்ந்து நானும் எங்களோடு, மனிதப் புலியாகிய லக்ஷ்மணன் என்ற பெயர் கொண்ட ராமரின் இளைய சகோதரரும் மன்னரின் கட்டளைப்படி பதினான்கு வருட காலம் காட்டில் வசிப்பதற்காக இங்கே வந்தோம்.'' இப்படி தன்னைப் பற்றிய விவரங்களைக் கூறி விட்டு, ஸீதை ராவணனைப் பார்த்து, ''இப்போது உங்களைப் பற்றி நீங்கள் சொல்லுங்கள். நீங்கள் யார்? எதற்காக இந்தக் காட்டில் உலவிக் கொண்டிருக்கிறீர்கள்?'' என்று கேட்டாள்.

''அரக்கர்களும், தெய்வங்களும் கூட அஞ்சி நடுங்குகிற ராக்ஷஸர் தலைவனாகிய என் பெயர் ராவணன். ஸீதே! பேரழகு பொருந்திய உன்னைப் பார்த்த பிறகு, என் மனைவிமார்களை நினைத்து என் மனதில் மகிழ்ச்சி உண்டாகவில்லை. இங்கிருந்தும் அங்கிருந்தும் என்னால் கவர்ந்து செல்லப்பட்ட பெண்களிடையே முதன்மை பெற்று, நீ என்னுடைய ராணியாக விளங்குவாயாக! கடல் நடுவே, மலை மீது நிர்மாணிக்கப்பட்டுள்ள இலங்கை எனது நகரம். அங்கே என்னுடன் நீ உல்லாசமாக இருக்கலாம். ஆடை, ஆபரணங்கள் அணிந்த ஐயாயிரம் பணிப் பெண்கள் உனக்கு ஏவல் செய்ய காத்திருப்பார்கள். ஸீதே! என் மனைவியாகி விடு!'' என்று ராவணன் சொன்னான்.

3. ஆரண்ய காண்டம்

அத்தியாயம் -15

ஸீதை கவர்ந்து செல்லப்பட்டாள்!

ராவணன் தன் சுய உருவைக் காட்டுவது; ஸீதை அவனைக் கடிந்து பேசுவது; ராவணன் ஸீதையைத் தூக்கித் தனது புஷ்பக விமானத்தில் வைத்து, அவளை அபகரித்துச் செல்வது; ஸீதையின் கதறல்...

தனக்கு மனைவியாகி விடுமாறு ராவணன் கூச்சமின்றி கூறியதைக் கேட்டு பெரும் கோபமுற்ற ஸீதை, "மலையைப் போல நிலை பெற்றவரும், கடலைப் போல அசையாமல் இருப்பவரும், ஆலமரம் போல, அனைவருக்கும் அடைக்கலம் தருபவரும், சத்தியம் தவறாதவருமான என் கணவர் ராமரை விட்டுப் பிரிவேன் என்று எதிர்பார்த்தாயா?" என்று கூறிவிட்டு, மேலும் தொடர்ந்தாள். "சிங்கம் போன்ற ராமரின் மனைவி நான். நரி போன்றவனாகிய நீ, என்னை அடையப் பார்க்கிறாய். உன்னுடைய முடிவை நீயே தேடிக் கொள்கிறாய். ஒரு சிங்கத்தின் வாயிலிருந்து பல்லைப் பிடுங்க முயற்சிப்பது போல, ராமரோடு விளையாட நினைத்து விட்டாய். மேரு மலையைக் கையில் தூக்கிக் கொண்டு போக நினைப்பவன் போலவும், கழுத்திலே பெரும் பாறாங் கல்லைக் கட்டிக் கொண்டு கடலிலே நீந்திச் சென்றுவிட முனைபவன் போலவும், ராமரின் மனைவியை அபகரிக்க நினைத்து விட்டாய். பெரும் நெருப்பைத் துணியில் கட்டி எடுத்துச் செல்ல நினைக்கிறாய். ராமர் சந்தனம் என்றால், நீ களிமண்; அவர் யானை என்றால், நீ பூனை; அவர் சிங்கம் என்றால், நீ நரி; அவர்

ஆரண்ய காண்டம்

கடல் என்றால், நீ கால்வாய்; அவர் கருடன் என்றால், நீ காக்கை. இப்படிப்பட்ட அற்பனாகிய நீ, என்னைக் கடத்திச் சென்றால், அதன் மூலம் உன் அழிவைத்தான் தேடிக் கொள்வாய்." இவ்வாறு கோபமாகப் பேசிய ஸீதை, உடல் நடுக்கமுற்று, பெரும் காற்றில் சிக்கித் தவிக்கிற வாழை மரம் போல் அல்லலுற்றாள்.

நெற்றி சுருங்க நின்று ஸீதையின் பேச்சைக் கேட்டுக் கொண்டிருந்த ராவணன், "பேரழகு பொருந்தியவளே! என்னைப் பற்றி நீ முழுமையாகத் தெரிந்து கொள்" என்று கூறிவிட்டு, தொடர்ந்து சொன்னான். "பத்து தலைகள் பொருந்திய நான், குபேரனுடைய சகோதரன். ராவணன் என்ற பெயரைக் கேட்டு கந்தர்வர்களும், தெய்வங்களும் கூட நடுங்குகின்றனர். என்னால் தாக்கப்பட்ட குபேரன், இலங்கையை விட்டே ஓடினான். எங்கு வேண்டுமானாலும் செல்லக் கூடிய புகழ் வாய்ந்த புஷ்பகம் என்ற அழகிய விமானம், அவனிடமிருந்து என்னால் அபகரிக்கப்பட்டது. கோபம் கொண்ட என் முகத்தைப் பார்க்க முடியாமல், இந்திரனின் தலைமையில் தேவர்கள் அலறி ஓடினார்கள். நான் நிற்கிற இடத்தில் காற்று மெல்ல வீசும்; சூரியன், சந்திரனுக்கு நிகராகக் குளுமை தருவான்; சப்தம் செய்ய அஞ்சி மரங்களின் இலைகள் ஆடாமல் நிற்கும்; நதிகள் தங்கள் பிரவாகத்தைக் கட்டுப்படுத்திக் கொண்டு, சலனமில்லாத நீர் நிலைகளாக மாறிவிடும்.

"கடலைத் தாண்டி என்னுடைய நகரமாகிய இலங்கை இருக்கிறது. அது இந்திரனின் அமராவதி நகரத்திற்கு ஒப்பானது. அங்கே வந்து நீ என்னுடன் வாழ்வாயாக! அங்கே உள்ள இன்பங்களை எல்லாம் அனுபவிக்கிற நீ, ராமனையும் மறப்பாய். ராமனால் உனக்கு என்ன பயன்? மூத்த மகனாக இருந்தும், அவனுக்கு பட்டம் இல்லை என்று கூறி, தசரத மன்னன் ஏன் அவனைக் காட்டுக்கு அனுப்பினான்? ராமன் பலம் குன்றியவன் என்பதுதானே காரணம்? அதனால்தானே, அவனுக்கு இளையவனான பரதனுக்கு முடி சூட்ட தசரத மன்னன் முடிவெடுத்தான்? அரசுரிமையை இழந்து, சுய புத்தியையும் பறிகொடுத்து, காட்டிலே துறவியாக வாழ்கிற இந்த ராமனால் உனக்கு ஒரு பயனும் இல்லை. அரக்கர் தலைவராகிய ராவணனே உன்னை நாடி வந்திருக்கிறான்; அவனை ஏற்றுக் கொள்; அவன்பால் அன்பைச் செலுத்து. யுத்த

களத்திலே ராமன் எனக்கு நிகராக மாட்டான். அழகிய கண்களைப் படைத்தவளே! என்னை ஏற்றுக் கொண்டு என்னோடு வந்து விடு.''

இவ்வாறு ராவணன் பேசியதைக் கேட்ட ஸீதையின் கண்கள் சிவந்தன. ''எல்லோராலும் போற்றப்படுகிற குபேரனின் சகோதரன் என்று சொல்லிக் கொள்கிற நீ, இவ்வளவு கொடுமை யான செயல்புரிய எப்படித் துணிந்தாய்? என்னை அபகரிக்க நினைப்பதன் மூலம், நீ உன் அழிவை மட்டுமல்ல, உன்னுடைய அரக்கர் குலத்தின் அழிவையே தேடிக் கொள்கிறாய் என்பதை மறந்து விடாதே! நீ இறவாத்தன்மையைப் பெற்றவனாக இருந்தாலும் கூட, ராமரின் மனைவிக்குத் தீங்கு இழைத்தால், அதன் பின் நீ உயிர் வாழ மாட்டாய்'' என்று அவள் கூறினாள்.

ஸீதை இப்படிச் சொன்ன போது ராவணன், பத்து தலைகள் கொண்ட தன்னுடைய உருவத்தை எடுத்துக் கொண்டான். ''உன்னுடைய அறிவின்மையின் காரணமாக என்னுடைய வீரத்தையும், திறமையையும் நீ சரியாக உணரவில்லை. என்னால் பூமியை அப்படியே தூக்கி விட முடியும்; கடலை அப்படியே குடித்து விட முடியும்; மரணத்திற்கே என்னால் மரணத்தைத் தர முடியும்! என்னுடைய அம்புகள் சூரியனையே துன்புறுத்தக் கூடியவை. நினைத்த உருவத்தை எடுக்கக் கூடிய வல்லமை படைத்த என்னை நீ நன்றாகப் பார்.''

இப்படிப் பேசிய போது ராவணனின் உருவம் ஒரு பயங்கரத் தன்மையை எய்தியது. நெருப்பு போல் ஜொலிக்கின்ற கண்கள், பத்து தலைகள், இருபது கைகள் ஆகியவை கொண்ட தன்னுடைய சுய உருவத்துடன் ஒரு பெரிய கரு மேகம் போல் திகழ்ந்த ராவணன், ஸீதையைப் பார்த்து மேலும் சொன்னான். ''மூவுலகங்களிலும் பெருமை பெற்ற ஒருவனைக் கணவனாக அடைய விரும்பினால், நீ என்னை ஏற்றுக் கொள். நீ விரும்பாதது எதையும் நான் செய்ய மாட்டேன் என்று உனக்கு நான் வாக்குறுதி தருகிறேன். அற்ப மானிடன் மீது வைத்திருக்கும் அன்பை, அவனிடமிருந்து விலக்கி என் மீது வை. தனக்குரிய ராஜ்யத்தைக் கூட தக்க வைத்துக் கொள்ளத் தெரியாத கையாலாகாத இந்த ராமன், உனக்குத் தகுதியானவன் அல்ல. ஒரு பெண்ணின் வார்த்தைக்காக, அரச

பதவியையும், உற்றார், சுற்றாரையும் துறந்து இந்தக் காட்டிலே வந்து வன விலங்குகளோடு கூடி வாழ்கிற அவன், உனக்கு உகந்தவனா? வா என்னுடன்!''

உணர்ச்சிகளுக்கு அடிமையாகி விட்டவனும், தீய எண்ணம் கொண்டவனுமான ராவணன் இவ்வாறு பேசி விட்டு, ஸீதையை நெருங்கி தன்னுடைய இடது கையினால் அவளுடைய கூந்தலையும், தன்னுடைய வலது கையினால் அவளுடைய தொடைகளையும் பிடித்து, அவளைத் தூக்கி, அப்போது அங்கு வந்து நின்ற தனது புஷ்பக விமானத்தில் அவளை அமர்த்தினான்.

அவனுடைய இந்தக் கொடிய செய்கையைக் கண்ட வன தேவதைகள் எல்லாம் அவனிடம் அஞ்சி அங்கிருந்து மறைந்தன.

துன்பக் கடலில் விழுந்த ஸீதை பரிதாபமாக உரத்த குரலில் 'ஓ ராமா' என்று கதறினாள்.

புஷ்பக விமானம் ஆகாயத்தை நோக்கிக் கிளம்பியது.

(மேற் சொன்னவாறு ஸீதையைத் தீண்டி ராவணன் அவளைத் தூக்கிச் சென்றான் என்று வால்மீகி ராமாயணத்தில் வர்ணிக்கப் பட்டிருக்கிறது. கம்பரும், துளஸிதாஸரும் தங்களுடைய ராமாயணங்களில் இந்தக் காட்சியை மாற்றி அமைத்திருக்கிறார்கள்.

சந்நியாசி வேடத்தில் வருகிற ராவணன், ஸீதையிடம் 'ராவணன் மிகவும் போற்றுதலுக்கு உரியவன்' என்ற வகையில் பல வார்த்தைகளைப் பேசுகிறான். இதைக் கேட்ட ஸீதை, ராமரைப் பற்றியும், அவருடைய வீரத்தைப் பற்றியும் புகழ்ந்து பேசுகிறாள். அவள் பேசப் பேச பொறுமையை இழந்த ராவணன், சந்நியாசி வேடத்தில் இருந்து கொண்டே, 'சில வார்த்தைகளைப் பேசுகிற அறியாத பெண்ணே! மேரு மலையைப் பெயர்த்து எடுக்க விரும்பினாலும் சரி, வானத்தை இடிக்க விரும்பினாலும் சரி, கடல் நீரை கலக்க விரும்பினாலும் சரி, பெரும் அக்னியை அணைத்து விட விரும்பினாலும் சரி, உலகத்தையே பெயர்த்து எடுத்துவிட விரும்பினாலும் சரி - இப்படிப்பட்ட காரியங்களில் எதுவாக இருந்தாலும் ராவணனால் செய்ய முடியாதது என்று ஒரு காரியம்

ஆரண்ய காண்டம்

உண்டா? ராவணனை யார் என்று நினைத்து நீ பேசுகிறாய்?' என்று கூறுகிறான். அந்தப் பாடல் :

'மேருவைப் பறிக்க வேண்டின்,
விண்ணினை இடிக்க வேண்டின்,
நீரினைக் கலக்க வேண்டின்,
நெருப்பினை அவிக்க வேண்டின்,
பாரினை எடுக்க வேண்டின்,
பல வினை, – சில சொல் ஏழாய்!
யார் எனக் கருதிச் சொன்னாய்? –
இராவணற்கு அரிது ஏன்?' என்றான்.

இதையும் மறுத்து ஸீதை பேசும் பொழுது, ராவணனுடைய கோபம் எல்லை மீறுகிறது. அவன் வேடம் கலைகிறது. 'ஸீதை பேசியவுடன், ராவணனின் இருபது கண்களும் நெருப்பைக் கக்கின. அவனுடைய திரண்டிருந்த தோள்கள் எல்லா திசைகளையும் எட்டி வளர்ந்தன. அவனுடைய பத்து தலைகளும் மேலுலகத்தையே தொடுவனவாகின. அவனுடைய இருபது பலம் பொருந்திய கைகளும் ஒன்றோடொன்று அடித்துக் கொண்டன. அவன் பற்களைக் கடித்த போது, மேகத்திலிருந்து வருகிற இடி சப்தம் கேட்டது. கோபம் அதிகமாகியதால், அவனது கபட வேடம், அவனை விட்டு அகன்றது' என்று கம்பர் கூறுகிறார். அந்தப் பாடல்:

என்று அவள் உரைத்தலோடும் எரிந்தன
நயனம்; திக்கில்
சென்றன திரள் தோள்; வானம்
தீண்டின மகுடம்; திண் கை
ஒன்றொடு ஒன்று அடித்த, மேகத்து உரும்
என; எயிற்றின் ஒளி
மென்றன; வெகுளி பொங்க,
விட்டது மாய வேடம்.

இதன் பின்னர், ஸீதையை தன்னுடன் வந்து விடும்படி பேசி விட்டு ராவணன், ஸீதை இருந்த பர்ணசாலையைத் தரையோடு பெயர்த்து – ஒரு யோசனை தூரம் – அதாவது ஒரு காத தூரம் பூமியை

பெயர்த்து எடுத்து – ஸீதையை தீண்டாமலேயே, அவளை அபகரித்து, அந்த பர்ணசாலையை அப்படியே தனது புஷ்பக விமானத்தில் வைத்து, அவளைக் கடத்திச் செல்கிறான். 'தான் பெற்ற சாபம் ராவணனுக்கு நினைவு இருந்ததால், அவன் ஸீதையைத் தீண்டாமலேயே அவளைத் தூக்கிச் சென்றான்' என்று கம்பர் கூறுகிறார்.

கம்பர் இந்தக் காட்சியை இப்படி அமைத்திருக்க, துளஸிதாஸரின் ராமாயணத்தைப் பார்ப்போம். அவருடைய ராம சரித மானஸத்தில், சூர்ப்பனகை வந்து ராம, லக்ஷ்மணர்கள் மீது புகார் சொல்லி, ஸீதையைப் பற்றியும் சொன்ன பிறகு, ராவணன் யோசிக்கிறான். 'வந்திருப்பவர்கள் மனிதர்கள் என்றால், யுத்தத்தில் அவர்களை வென்று, அந்தப் பெண்ணை நான் கவர்ந்து வருவேன். வந்திருப்பவர் நாராயணனே என்றால், அப்பொழுது அவரை எதிர்த்து நின்று, அவருடைய அம்புக்கு இரையானால், எனக்கு மோட்சம் கிட்டும். அறியாமையிலும், இருளிலும் சிக்கி இருக்கும் இந்தப் பிறவியில் அவரைத் துதித்து மோட்சம் அடைவது என்பது கிடையாது. ஆகையால், அவரை எதிர்த்து, அவர் கையால் உயிர் விட்டு, நல்லுலகம் எய்துவேன்' என்று ராவணன் தன் மனதில் தீர்மானித்துக் கொள்கிறான்.

இதன் பின்னர்தான் அவன் சென்று மாரீசனை வற்புறுத்தி, அவனை மாய மானாக உருவெடுத்து, தனக்கு உதவச் சொல்கிறான்.

இதற்கிடையில் மாய மான் தோற்றமளிப்பதற்கு முன்பாகவே, ராமர் ஒரு திட்டம் வகுக்கிறார். 'சுவை மிக்கதொரு மனித காரியம் ஒன்றை நான் இப்பொழுது தொடங்க இருக்கிறேன். அதை ஆரம்பித்து, அரக்கர்களை நான் அழித்து முடிக்கிற வரையில் நீ அக்னியில் வாழ வேண்டும்' என்று ஸீதையிடம் அவர் சொல்கிறார். இதைக் கேட்ட ஸீதை, தனது மாய உருவத்தை மட்டும் அங்கு விடுத்து, அக்னியில் புகுந்து விடுகிறாள். இப்படி உண்மையான ஸீதை அக்னியில் அடைக்கலம் புகுந்து இருப்பதையும், பர்ணசாலையில் இருப்பது மாயா ஸீதைதான் என்பதையும் லக்ஷ்மணன் கூட அறியவில்லை. இந்த ரகசியம் ராமருக்கும், ஸீதைக்கும் மட்டுமே தெரியும். இதன் பின்னர்தான் மாயமான்

தோன்றுகிறது; ராமர் அதைத் துரத்திச் செல்கிறார்; ராமருக்கு ஆபத்து என்று நினைத்த ஸீதை, லக்ஷ்மணனையும், பின் தொடர்ந்து அனுப்புகிறாள்; ராவணன் வருகிறான்; ராவணனுக்கும், ஸீதைக்கும் ஒரு சிறிய உரையாடல் நடக்கிறது; அதன் இறுதியில் ராவணன் கபட சந்நியாசி வேடத்தை விட்டு, தன்னுடைய சுய உருவத்தை மேற்கொண்டு, ஸீதையை அபகரித்து, தனது புஷ்பக விமானத்தில் அமர்த்தி, கவர்ந்து செல்கிறான். ஸீதை கதறுகிறாள். ஆனால், இப்படி அபகரிக்கப் படுவதும், கதறுவதும் மாயா ஸீதையே!

அதாவது வால்மீகி தனது ராமாயணத்தில் 'நாசூக்கு' வேலைகளைச் செய்யவில்லை. கம்பரும், துளஸிதாஸரும் தங்களது கற்பனை வளத்திற்கேற்ப மாற்றங்களைச் செய்து, ஸீதையை ராவணன் தீண்டாமலேதான் எடுத்துச் சென்றான் – என்று இந்தக் காட்சியை அமைத்திருக்கிறார்கள். ஆனால் வால்மீகி ராமாயணம் தான் 'இதிகாசம்' – அதாவது 'இப்படி நடந்தது' என்று சொல்லக் கூடியது. கம்பரும், துளஸிதாஸரும் தங்களுடைய கற்பனையைச் சேர்த்திருக்கிறார்கள்.

இந்த சந்தர்ப்பத்தில் வேறொரு விஷயத்தையும் பார்ப்போம். 'லக்ஷ்மணன் கிழித்த கோட்டை தாண்டிய போதுதான், ஸீதை ராவணனால் கவரப்பட்டாள்' என்று பரவலாகக் கேள்விப் படுகிறோம். வால்மீகி, கம்பர், துளஸிதாஸர் – ஆகிய மூவரில் ஒருவர் கூட இது பற்றி எதுவும் சொல்லவில்லை. பின், இம்மாதிரி 'லக்ஷ்மணன் கிழித்த கோடு' என்று ஒரு விஷயம், எப்படி ஆரம்பித்தது? வால்மீகி, ராமாயணத்தை படைத்தார்; அதன் பிறகு பல ராமாயணங்கள் வழக்கில் வந்தன; அவற்றில் ஒன்று ஆனந்த ராமாயணம். இந்த ஆனந்த ராமாயணத்தில்தான் லக்ஷ்மணன் கோடு கிழித்த நிகழ்ச்சி இவ்வாறு இடம் பெறுகிறது – என்று சில ராமாயண விளக்கப் புத்தகங்கள் சுட்டிக் காட்டுகின்றன; 'ஸீதை தன்னைக் கடிந்து பேசிய பின்னர், ராமனைத் தேடி புறப்பட ஆயத்தமான லக்ஷ்மணன், தன்னுடைய வில்லின் நுனியினால், தரையில் மூன்று கோடுகளைக் கிழித்து, 'எக்காரணம் கொண்டும் இவற்றைத் தாண்ட வேண்டாம்' என்று ஸீதையிடம் கூறிச் செல்கிறான். ராவணன் சந்நியாசி வேடத்தில் வந்த போது, அவனுக்கு பிட்சை இட ஸீதை

இந்தக் கோடுகளைத் தாண்டி விடுகிறாள். அப்போதுதான் ராவணன் அவளைக் கவர்ந்து செல்கிறான்' என்று ஆனந்த ராமாயணம் கூறுவதாக ஒரு குறிப்பு சில புத்தகங்களில் இருக்கிறது. லக்ஷ்மணன் கோடு பிறந்த கதை இதுதான்.)

ராவணனால் கவர்ந்து செல்லப்பட்ட ஸீதை, புஷ்பக விமானத்திலிருந்து கதறினாள். ''பெருந்தோள் படைத்தவனே, லக்ஷ்மணா! ராமரின் மனதை மகிழ்விப்பவனே! நான் கவர்ந்து செல்லப்படுவது உனக்குத் தெரியவில்லையே! மனிதர்கள் விரும்பக் கூடியது எல்லாவற்றையும் துறந்தவனே! ராமருக்காக உயிரையே பணயம் வைத்துள்ளவனே! நினைத்த உருவத்தை எடுக்கவல்ல அரக்கனால் நான் கவர்ந்து செல்லப்படுவதை நீ அறியவில்லையே! எதிரிகளை பொசுக்குபவனே! ஏன் இந்த ராவணனை தண்டிக்காமல் இருக்கிறாய்?''

இவ்வாறு லக்ஷ்மணனை நினைத்துக் கதறிய ஸீதை, பின்னர் ராவணனைப் பார்த்துச் சொன்னாள்! ''தீய காரியத்தின் பலன் உடனே கண்ணுக்குத் தெரிவது இல்லை. காலத்தினால் பழுக்கும் தானியங்கள் போல, தீய காரியமும் கூட உரிய காலத்தில் பலனைத் தந்து விடும் என்பதை உணர்வாயாக! ராமர் கையில் உன் உயிர் முடியப் போகிறது!''

இதன் பிறகு ஸீதை தன் நிலையை நினைத்து நொந்து கொண்டாள். ''இன்று நான் அடைந்துள்ள கதியின் காரணமாக, கைகேயி தேவியாரும், அவருடைய உறவினர்களும் தங்களுடைய ஆவல் நிறைவேறியவர்களானார்கள். ஏ மரங்களே! ராவணன் என்னைக் கவர்ந்து செல்கிறான் – என்று ராமரிடம் கூறுங்கள். கோதாவரி நதியே! ராவணன், ஸீதையை கவர்ந்து செல்கிறான் – என்று ராமரிடம் அறிவிப்பாயாக! வன தேவதைகளே! நான் அபகரித்துச் செல்லப்படுவதை ராமருக்குத் தெரிவியுங்கள். மிருகங்களின் பாதுகாப்பை நான் நாடுகிறேன். பறவைகளின் பாதுகாப்பை நான் கேட்கிறேன். எமனே என்னை கவர்ந்து சென்றால் கூட, என்னை மீட்டு விடக்கூடிய வல்லமை படைத்த ராமருக்கு, என் துன்பச் செய்தியை எல்லோரும் தெரிவியுங்கள்.'' இப்படிப் பலவிதமாக ஓலமிட்டு அழுத ஸீதை, அப்போது ஒரு மரத்தின் மீது அமர்ந்திருந்த ஜடாயுவைப் பார்த்தாள்.

3. ஆரண்ய காண்டம்

அத்தியாயம் -16

ஸீதை சிறைப்பட்டாள் !

ஸீதையை அபகரித்துச் சென்ற ராவணனை வழிமறித்து, ஜடாயு சண்டை இடுவது; சண்டையின் முடிவில் இறக்கைகள் வெட்டப்பட்டு ஜடாயு கீழே விழுவது; மலை உச்சியில் சில வானரங்கள் அமர்ந்திருப்பதைப் பார்த்த ஸீதை, தனது நகைகளை அங்கே வீசி எறிவது; இலங்கைக்கு ஸீதையை எடுத்துச் சென்ற ராவணன், தன் அரண்மனையை அவளுக்குக் காட்டி, தனது பெருமைகளைக் கூறி, தன்னை ஏற்குமாறு மீண்டும் அவளை வற்புறுத்துவது; தன்னை ஏற்க மறுத்த ஸீதையை அசோக வனத்தில் வைத்து பாதுகாக்குமாறு அரக்கிகளுக்கு ராவணன் உத்திர விடுவது; அசோக வனத்தில் ஸீதை மயக்கமுறுவது....

ஆழ்ந்த உறக்கத்தில் இருந்த ஜடாயு, ஸீதையின் கதறலைக் கேட்டு கண் விழித்துப் பார்த்தபோது, ராவணன் அவளை தன்னுடைய புஷ்பக விமானத்தில் கவர்ந்து செல்வதைக்கண்டு, "ராவணா கேள்! நான் கழுகுகளின் அரசன். என் பெயர் ஜடாயு. நீ என்ன காரியம் செய்யத் துணிந்து விட்டாய்! படைக்கப்பட்ட எல்லா உயிர்களுக்கும் ராமர் நண்பனாகிறார். நீயோ அவருடைய மனைவியை அபகரித்துச் செல்கிறாய். மாற்றான் மனைவியை தீண்டுபவனுக்கு பெரும் கேடுகள் நேரும் என்பது நீ அறியாததா? மற்ற மனிதர்களால் இகழத்தக்க காரியத்தை, எந்த ஒரு மனிதனும்

செய்யக் கூடாது. மற்றவர்கள் தீண்டாத வண்ணம் தன் மனைவியைக் காப்பாற்றுவது போலவே, பிறர் மனைவிகளையும் கூட ஒருவன் காப்பாற்ற முனைய வேண்டும். ராவணா! ஓர் அரசன் எவ்வகையான நெறிமுறைகளைப் பின்பற்றுகிறானோ, அவ்வகை யான நெறிமுறைகளையே மக்களும் பின்பற்றுகிறார்கள். அதனால் தான் நன்மையும் சரி, தீமையும் சரி, அரசனிடமே நிலைபெற்று, அவனிடமிருந்தே பரவுகின்றன. உனக்கு ஒரு தீமையும் செய்யாத ராமருக்கு இப்படிப்பட்ட தீங்கை நீ இழைக்கலாமா? எல்லா எல்லைகளையும் மீறி நடந்து கொண்ட கரனை, ராமர் யுத்தத்தில் கொன்றது நியாயமே அல்லவா?'' என்று ராவணனைப் பார்த்துப் பேசி விட்டு மேலும் தொடர்ந்தது.

''ராமரால் நீ அழிவுறுவாய் என்பதில் எனக்குச் சந்தேகமில்லை. உன்னுடைய ஆடையின் நுனியில் ஒரு பாம்பை எடுத்துக் கட்டிக் கொண்டதுபோல, உன் கழுத்தில் கயிற்றினால் சுருக்கிட்டுக் கொண்டதுபோல செயல்பட்டு உன்னுடைய அழிவை நீ தேடிக் கொள்கிறாய். ராவணா! தன்னால் சுமக்கக் கூடிய பாரத்தைத்தான் ஒரு மனிதன் ஏற்க வேண்டும்; தன்னால் ஜீரணம் செய்யக் கூடிய உணவைத்தான் ஒரு மனிதன் உண்ண வேண்டும்; புண்ணியமோ, புகழோ, பெருமையோ வேறு எந்த நன்மையோ விளைய முடியாத ஒரு காரியத்தை அறிவுள்ள மனிதன் செய்வானா? நீ இளைஞன்; நான் வயோதிகன். ஆனாலும் கூட, என் கண் எதிரிலேயே நீ ஸீதையை அபகரித்துச் செல்வதை நான் அனுமதிக்க மாட்டேன். நீ வீரனாக இருந்தால் என்னோடு போரிடுவாயாக! ராம – லக்ஷ்மணர்களிடம் சென்று செய்தியைத் தெரிவிக்கலாம் என்று பார்த்தால், நான் இந்த இடத்தை விட்டு அகன்றால், நீ ஸீதையை அபகரித்துக் கொண்டு ஓடி விடுவாய். ஆகையால், இங்கேயே இருந்து உன்னுடன் சண்டை இடுவது என்று தீர்மானம் செய்து விட்டேன். இது தசரத மன்னரின் குடும்பத்திற்கும், ராமருக்கும் நான் செய்ய வேண்டிய கடமை. நில்! அரக்கர் தலைவனே! மரத்திலிருந்து பழத்தை வீழ்த்துவது போல, உன்னுடைய தேரிலிருந்து உன்னை நான் வீழ்த்திக் காட்டுகிறேன்.''

இப்படி ஜடாயு பேசியதைக் கேட்டு கோபம் அடைந்த ராவணன், அதை நோக்கிப் பாய்ந்தான். கழுகுகளின் அரசனான

ஆரண்ய காண்டம்

ஜடாயுவும், அரக்கர்களின் அரசனான ராவணனும் மோதிக் கொண்டது, இரண்டு மேகங்கள் மோதிக் கொண்டது போலக் காட்சி அளித்தது. ராவணன், ஜடாயுவின் மீது அம்புமாரிப் பொழிந்தான். தொடர்ந்து நடந்த போரில், ராவணனுடைய வில் ஒடிந்தது. அவனுடைய தேரோட்டி கொல்லப்பட்டான். ஆனால், ஜடாயு களைப்படைந்து கொண்டிருப்பதைப் பார்த்த ராவணன், மகிழ்ச்சி மேலிட்டவனாக ஸீதையைக் கையில் பற்றியவாறே மீண்டும் புஷ்பக விமானத்தில் ஏறி ஆகாயத்தில் புறப்பட ஆயத்தமானான். பெரும் களைப்பை அடைந்திருந்த போதும் ஜடாயு, வானத்திலே பறந்து மீண்டும் அவனைத் துரத்தித் தாக்கியது.

ஸீதையைத் தனது இடது தொடையின் மீது கிடத்தி அழுத்திப் பிடித்தவாறே ராவணன், ஜடாயுவை எதிர்த்தான். ஜடாயுவின் தாக்குதலால் ராவணனின் பத்து இடது கைகள் வெட்டப்பட்டன. ஆனால் புற்றிலிருந்து திடீரென்று கிளம்புகிற பாம்புகள்போல் அந்தக் கைகள் மீண்டும் தோன்றின. அங்கே நடந்த சண்டையில் இறுதியாக ராவணன், பெரும் கோபம் கொண்டு ஜடாயுவின் இறக்கைகளை அறுத்து எறிந்தான்.

அந்தக் கழுகுகளின் அரசன் தரையில் வீழ்ந்தான்.

முழுமையாக ரத்தத்தில் நனைந்து, தரையில் விழுந்த ஜடாயுவைப் பார்த்து ஸீதை, அதன் அருகே ஓடினாள்.

"என்னுடைய துரதிர்ஷ்டத்தின் காரணமாக, என்னைக் காப்பாற்ற வந்த ஜடாயுவுக்கு இந்தக் கதி நேர்ந்து விட்டது. ராமா! லக்ஷ்மணா! என்னைக் காப்பாற்றுங்கள்" என்று ஸீதை கதறிக் கொண்டிருந்தபோதே, ராவணன், அவளுடைய தலைமுடியைப் பிடித்து இழுத்து, மீண்டும் அவளை புஷ்பக விமானத்தில் அமர்த்தி, வானத்திலே பறந்தான்.

உலகத்தையே இருள் கவ்வியது. காற்று வீசவில்லை. ஸீதைக்கு நேர்ந்த கதியை அறிந்து ரிஷிகள் பெரிதும் மனம் வருந்தினர். அதே சமயத்தில் ராவணனுடைய அழிவு உறுதி செய்யப்பட்டது என்ற நினைப்பு அவர்களுக்கு நிம்மதியையும் அளித்தது.

வால்மீகி ராமாயணம்

பிரம்ம தேவன், 'தேவ காரியம் நிறைவேறத் தொடங்கியது' என்று கூறினான்.

ராவணனுடைய மடியிலே கிடத்தப்பட்டிருந்த ஸீதை, கொடியிலிருந்து பறிக்கப்பட்ட தாமரை மலர் போலத் துவண்டு கிடந்தாள். அவள் தனது காலில் அணிந்திருந்த நகை கழன்று, வானத்திலிருந்து மின்னல் ஒன்று வீழ்வது போலத் தரைமீது வீழ்ந்தது. பின்னர் வானத்திலிருந்து கங்கை நதி பூமியில் விழுவது போல, முத்துக்கள் பதித்த நகைகள் ஸீதையின் கழுத்திலிருந்து நழுவி தரையில் விழுந்தன. வேறு நகைகளும் அவ்வாறே விழுந்தன.

இவ்வாறாக ராவணன், ஸீதையை அபகரித்துச் செல்லும் காட்சியைக் கண்டு தாமரைக் குளங்கள் வருந்தின. சிங்கங்களும், புலிகளும் கூட வருந்தி, கோபமுற்று, தரையின் மீது விழுந்த புஷ்பக விமானத்தின் நிழலை பின் தொடர்ந்து ஓடின. மலைகள் கண்ணீர் சொரிந்தன. சூரியன் ஒளி இழந்தான். வன தேவதைகள் நடுக்கமுற்றன.

இப்படி சகல ஜீவராசிகளும், அசையும் பொருட்களும், அசையாப் பொருட்களும் ஸீதையின் கதியை நினைத்து துன்புற்று இருந்தபோது, ராவணனால் அபகரிக்கப்பட்ட ஸீதை, அழுது அழுது கண்களும், முகமும் சிவந்த நிலையில், ராவணனைப் பார்த்து பெரும் துக்கத்தோடு பேசினாள் : ''கொடியவனே! ராவணா! உனக்கு வெட்கமாகவே இல்லையா? தன்னந் தனியாக இருந்த நேரத்தில் என்னை அபகரித்து கோழைபோல் பறந்து செல்கிறாயே? உனக்கு வெட்கமாகவே இல்லையா? நான் தனியாக விடப்பட வேண்டும் என்பதற்காகவே, ஒரு அரக்கனை பொய் மானாக அனுப்பி, என் கணவரை அங்கிருந்து அகற்றியது நீதான் என்பது எனக்கு நன்றாகப் புரிகிறது. என்னைக் காப்பாற்ற வந்த ஜடாயுவும் இறந்தாகி விட்டது. மாற்றான் மனைவியை இப்படி அபகரித்துச் செல்கிறாயே, உன்னை உலகம் இகழாதா? உன்னுடைய வீரத்தைப் பற்றி என்னிடம் பேசி விட்டு இப்படி கோழைத்தனமாக நடந்து கொள்கிறாயே! ராம– லக்ஷ்மணர்களின் அம்புகளை எதிர்க்கும் வல்லமை உனக்கு உண்டா? நீ படையோடு

ஆரண்ய காண்டம்

வந்தால் கூட அவர்கள் உன்னை ஒரு கணத்தில் அழித்து விடுவார் களே! உனது நன்மைக்காகவாவது என்னை விட்டு விடு! உன்னுடைய எண்ணம் நிறைவேறப் போவது இல்லை. என்னுடைய கணவரைப் பிரிந்து வெகுநாள் நான் உயிர் வாழ மாட்டேன். அழியப் போகிற மனிதன் தனக்கு எது நன்மையோ அதைச் செய்வது இல்லை. உன் கழுத்தில் நீயே சுருக்கிட்டுக் கொண் டிருக்கிறாய். எந்த இடத்தில் ஒளிந்து கொண்டு நீ என்னுடைய கணவரிடமிருந்து தப்பிக்கப் போகிறாய்? நீ செய்துள்ள காரியம் விஷத்தை அருந்தியதற்குச் சமமானது. உன் அழிவு நிச்சயம்.'' ராவணனிடம் இருந்து விடுபட பெரும் முயற்சிகளைச் செய்தவாறே, இவ்வாறு ஸீதை பேசியபோது, ராவணனுடைய உடலிலே ஒரு நடுக்கம் ஏற்பட்டாலும் கூட, அவன் அவளை விடுவிக்கவில்லை.

புஷ்பக விமானம் பறந்து கொண்டிருந்தபோது, ஐந்து வானரங்கள் ஒரு மலை உச்சியில் அமர்ந்திருப்பதை ஸீதை பார்த்தாள். ஒருவேளை அந்த வானரங்கள் தன்னுடைய கணவரைச் சந்திக்க நேர்ந்தால், அவை அவருக்கு ராவணன் செய்த கொடுமையை எடுத்துச் சொல்லக் கூடும் என்ற நம்பிக்கையில், ஸீதை தனது மேல் வஸ்திரத்தில் தனது நகைகளைக் கட்டி, அந்தச் சிறு மூட்டையை அந்த வானரங்களிடையே எறிந்தாள். ராவணன் இதை கவனிக்கவில்லை. இந்த நகை மூட்டை வானரங் களிடையே வந்து விழுந்தவுடன் ஸீதை கதறிக் கொண்டே புஷ்பக விமானத்தில் போவதை அவை பார்த்தன.

அந்த விமானம் காடுகள், நதிகள், மலைகள், ஏரிகள் எல்லாவற்றையும் கடந்து, விரைவாகப் பறந்து சென்று இலங்கையை அடைந்தது. அங்கே தனது அந்தப்புரத்தில் சில அரக்கிகளிடம் ஸீதையை ஒப்படைத்து, ''என்னுடைய அனுமதியைப் பெறாத வேறு எந்த ஆணோ, பெண்ணோ ஸீதையைப் பார்த்து விடக்கூடாது. முத்துக்கள், ரத்தினங்கள், தங்க ஆபரணங்கள் என்று ஸீதை எதை விரும்பினாலும், அந்த நொடியிலேயே அவளுக்கு அது தரப்பட வேண்டும். அறிந்தோ, அறியாமலோ ஸீதையிடம் சுடுமொழி பேசுபவர்கள், உயிர் மீது ஆசையை விட்டவர்களாகத்

தான் இருக்க முடியும். அப்படிப்பட்டவர்கள் அதற்குப் பின் உயிர் வாழ முடியாது'' என்று எச்சரித்து விட்டு, மிகவும் பலம் வாய்ந்த எட்டு அரக்கர்களை அழைத்தான்.

அவர்களுடைய பலத்தைப் புகழ்ந்து விட்டு, ராவணன் அவர்களுக்கு உத்திரவிட்டான். ''கரனும், தூஷணனும் தங்கள் படையோடு, ராமனால் அழிக்கப்பட்டனர். இதன் காரணமாக, இதுவரை ஏற்படாத கோபம் எனக்கு ஏற்பட்டிருக்கிறது. ராமனை அழிக்கும்வரை எனக்கு உறக்கம் கிடையாது. கரனையும், தூஷணனையும் கொன்ற, அந்த ராமனைக் கொன்ற பிறகுதான் என் மனம் அமைதி கொள்ளும். உடனே நீங்கள் எட்டு பேரும், ஜனஸ்தானத்திற்குச் சென்று அங்கே தங்குங்கள். ராமனின் நடவடிக்கைகள் உடனுக்குடன் உங்களால் எனக்குத் தெரிவிக்கப் பட வேண்டும். ராமன் அழிய வேண்டும் என்பதிலேயே நீங்கள் கண்ணும் கருத்துமாக இருக்க வேண்டும்.'' இப்படி ராவணனால் உத்திரவிடப்பட்ட அந்த எட்டு அரக்கர்களும், இலங்கையை விட்டு ஜனஸ்தானத்திற்குச் சென்றார்கள். தனது அறியாமையின் காரணமாக, பெரிய காரியத்தைச் சாதித்து விட்டவனாகத் தன்னை எண்ணிக் கொண்டு ராவணன் மகிழ்ந்தான்.

பின்னர், கண்ணீர் சிந்திக் கொண்டு பெரும் துக்கத்தில் ஆழ்ந்திருந்தவளும், கொடிய விலங்குகளிடம் சிக்கிக் கொண்ட மான் போல துடித்துக் கொண்டிருந்தவளுமான ஸீதையை அவன் நெருங்கினான். அவள் விரும்பவில்லை என்றாலும், அவளை நிர்பந்தப்படுத்தி, தன்னுடைய அந்தப்புரத்தை அவளுக்குச் சுற்றிக் காண்பித்தான். ஏழு மாடிக் கட்டிடங்கள் நிறைந்ததும், பலவித ரத்தினங்களால் இழைக்கப்பட்டதும், அழகான மாடிப் படிகளைக் கொண்டதும், குளங்களை உடையதுமான தனது அரண்மனையை ஸீதைக்கு காண்பித்த பிறகு, அவளைப் பார்த்து ராவணன், சில வார்த்தைகள் பேசினான்.

''இந்த அரண்மனை, எனது ராஜ்யம், எனது வாழ்வு, எல்லாம் நீ வந்ததால் சிறப்புற்றன. எனக்கு மனைவியாகி இதற்கெல்லாம் ராணி என்ற அந்தஸ்தை நீ பெறுவாயாக! யக்ஷர்கள், கந்தர்வர்கள், வேத முனிகள் உட்பட மூவுலகிலும் எனக்கு நிகரானவன் எவனும்

இல்லை. ராமனோ, ராஜ்யத்தை இழந்து கால் நடையாகப் பயணம் செய்கிற பரிதாபத்திற்குரியவன். ஆகையால் உனக்கேற்றவன் நான்தான். இளமைப் பருவம் நிரந்தரமற்றது. அதை இழந்து விடாமல் என்னோடு சேர்ந்து களித்திருப்பாயாக!''

ராவணன் மேலும் சொன்னான்: ''மீண்டும் ஒருமுறை ராமனைப் பார்ப்போம் என்று கனவு காணாதே. இந்த இடத்தை எவனாலும் நெருங்கக் கூட முடியாது. உன்னை இனி என்னிடமிருந்து ஒருவன் பறிப்பது என்பது – காற்றைக் கயிறால் கட்ட நினைப்பது போல – நெருப்பு ஜ்வாலையை கைகளுக்குள் அடக்க நினைப்பது போல – நடக்காத காரியம். இலங்கையை நீ ஆளலாம். எனக்குக் கீழ்ப்படிய வேண்டிய நிலையில் இருக்கிற தேவர்களும், அரக்கர்களும், படைக்கப்பட்டவை அனைத்துமே, உன்னுடைய ஏவலாட்களாக இருப்பார்கள். புஷ்பக விமானத்தில் ஏறி, நாம் உலகை வலம் வரலாம். ஆகையால் வேறு யோசனை யில்லாமல் என்னை மணந்து கொள்வாயாக! ஒரு பெண்ணிடம் ராவணன் தலை குனிந்து நின்றான் என்பது இதுவரை நடந்ததில்லை. அப்படிப்பட்ட நான் உன்னிடம் மன்றாடிக் கேட்கிறேன். என்னை ஏற்றுக் கொள்!''

துன்பத்தில் ஆழ்ந்திருந்த ஸீதை, ராவணனைப் பார்த்து, அச்சமில்லாமல் மறுமொழி கூறினாள். ''ராமராலும், லக்ஷ்மணனாலும் நீ அழிக்கப்படப் போகிறாய். பலி பீடத்தில் கட்டப்பட்ட பிராணி போல் நிற்கிற உனக்கு அழிவு நிச்சயம். உன்னுடைய அந்தஸ்து குறைந்தது; உன்னுடைய பலம் ஒழிந்தது; உன்னுடைய மதி அழிந்தது; உன்னுடைய உயிரும் பிரிந்தது! உன்னால் இலங்கை, விதவைகள் நிரம்பிய இடமாகப் போகிறது. அழிவு காலத்தை நெருங்கி விட்ட மனிதன், வழி தவறி நடந்து கொள்கிறான். உன்னை மரணம் நெருங்கி விட்டது. உன்னால் இந்த அந்தப்புரமும் அழியும். இலங்கையும் அழியும். அரக்கர் குலமே அழியும்.''

இப்படி ஸீதை கூறியதைக் கேட்ட ராவணன் கோபம் பொங்கி எழ, ''என்னுடைய எச்சரிக்கையை நீ கேள்'' என்று கூறிவிட்டு மேலும் சொன்னான். ''உனக்கு நான் பன்னிரெண்டு மாத கால

அவகாசம் தருகிறேன். அதற்குள் நீ என்னை ஏற்க இணங்கா விட்டால், எனக்கு உணவு படைப்பவர்களால் நீ துண்டு துண்டாக வெட்டப்பட்டு, எனக்கு உணவாக வைக்கப்படுவாய்.''

இப்படிக் கடுமையான எச்சரிக்கையை விடுத்த ராவணன், பூமி அதிர நடந்து கொண்டே அங்கிருந்த அரக்கிகளைப் பார்த்துச் சொன்னான்: ''இவளை அசோக வனத்திற்கு இட்டுச் செல்லுங்கள். அங்கே உங்கள் பாதுகாப்பில் இவள் இருக்கட்டும். ஒரு பெண் யானையைப் பழக்கப்படுத்துவது போல, மாறி மாறி மகிழ் வூட்டியும், மிரட்டியும், இவளை வழிக்குக் கொண்டு வாருங்கள்.''

ராவணன் சொல்லை ஏற்ற அரக்கிகள், ஸீதையை அசோக வனத்திற்கு அழைத்துச் சென்றனர். பலவிதமான பூக்களையும், பழங்களையும் தாங்கிய மரங்கள் நிறைந்த அந்தச் சோலையில், ஸீதை நிம்மதியைக் காணவில்லை. தாங்க முடியாத துன்பத்தினால் சூழப்பட்டவளாக, சுயநினைவு இழந்து அவள் மயக்க முற்றாள்.

3. ஆரண்ய காண்டம்

அத்தியாயம் -17

ராமரின் மனவேதனை

மாரீசனைக் கொன்ற ராமர், சில அபசகுனங்களைப் பார்த்து, மனக்கவலை கொள்வது; தன்னைச் சந்திக்க வந்த லக்ஷ்மணனை, ஸீதையைக் தனியே விட்டு வந்ததற்காக, ராமர் கடிந்து கொள்வது; லக்ஷ்மணனின் விளக்கம்; ராமரின் திருப்தியின்மை; பர்ணசாலையில் ஸீதையைக் காணாத ராமரின் புலம்பல்; லக்ஷ்மணன் அவருக்கு தைரியம் கூறுவது...

மாரீசனைக் கொன்ற உடனேயே, விரைவாக தனது பர்ணசாலை இருந்த இடத்தை நோக்கி திரும்பச் செல்ல முனைந்த ராமர் மனதில் கவலை குடி கொண்டது. தனது குரலில் மாரீசன் எழுப்பிய அபயக்குரல், விபரீதத்தை விளைவிக்கும் என்று அவருடைய உள்ளுணர்வு கூறியது. அந்த நேரத்தில் ஒரு நரி பயங்கரமாக ஊளையிட, ராமர் 'பெரும் தீமை நடக்க இருப்பதைத்தான் இந்த நரியின் ஊளை சுட்டிக் காட்டுகிறது. மாரீசன் எழுப்பிய குரலைக் கேட்டு ஸீதையை விட்டு விட்டு, லக்ஷ்மணன் என்னைப் பார்க்க ஓடி வந்திருந்தால் என்ன நேருமோ? ஸீதையே கூட, என்னைக் காப்பாற்றச் செல்லுமாறு லக்ஷ்மணனை அனுப்பி யிருக்கக் கூடுமே' என்று தன் மனதில் நினைத்துக் கொண்டே நடந்து கொண்டிருந்தபோது, ராமரைக் கடந்து சென்ற மிருகங்களும் அவலக் குரலை எழுப்பின. இந்த அபசகுனங்களைக் கண்டும் ராமரின் மனம் மேலும் கவலையுற்றது.

அப்போது பதட்டத்துடன் லக்ஷ்மணன் தன்னை நோக்கி சற்று தொலைவில் வருவதை ராமர் கண்டார். விரைந்து சென்று அவனைச் சந்தித்த அவர், "லக்ஷ்மணா! நிந்திக்கத் தகுந்த காரியத்தை நீ செய்து விட்டாய்" என்று கூறிவிட்டு, மேலும் தொடர்ந்தார். "ஸீதையைத் தனியாக விட்டு வந்திருக்கிறாயே? அவளை அரக்கர்கள் என்ன செய்தார்களோ? அவளை நாம் உயிரோடு காணப் போகிறோமா? அவளுக்குப் பெரும் தீங்கு நேர இருக்கிறது என்பதையே, நான் கண்ட அபசகுனங்கள் எனக்கு உணர்த்துகின்றன. மாயமானாகத் தோற்றமளித்து, என்னை இழுத்து வந்த மாரீசன் என்னால் கொல்லப்பட்ட பிறகுதான், சுய உருவை அடைந்தான். குறுக்குமதி படைத்த மாரீசன் என் குரலில் ஓலமிட்டதைக் கேட்டு, பயந்து ஸீதை உன்னை இங்கே அனுப்பியிருக்கிறாள். உன் மனதிலும் பயம் தோன்றி விட்டதோ என்னவோ?"

ராமர் மேலும் சொன்னார் : "என்னுடைய இடது கண் துடிக்கிறது. ஸீதை இறந்தே விட்டாளோ என்னவோ? அல்லது யாராலாவது கவர்ந்து செல்லப்பட்டாளா? என்னைத் தொடர்ந்து தண்டக வனத்திற்கு வந்த அந்த அரசகுமாரி எங்கே? என் துன்பத்தில் எல்லாம் பங்கு கொண்ட, அந்த ஸீதை எங்கே? தெய்வத்தின் மகள் போல் தோற்றமளிக்கும் அந்த ஸீதை எங்கே? அவள் இல்லாமல் என்னால் உயிர் வாழ முடியாது. ஸீதை என்னுடன் இல்லையென்றால், தெய்வங்களுக்கு நிகரான அந்தஸ்தையும் நான் ஏற்க மாட்டேன். அப்படியிருக்க ஒரு ராஜ்யத்தின் ஆட்சி என்பது எம்மாத்திரம்? லக்ஷ்மணா, சொல்! ஸீதை இன்னமும் உயிரோடு இருக்கிறாளா இல்லையா? ஸீதை இறந்தாள் என்றால், நானும் உயிர் விடுவேன்; அப்போது தனியாக அயோத்தி திரும்பக் கூடிய உன்னிடமிருந்து செய்தி அறியக்கூடிய கைகேயி, பெரும் மகிழ்ச்சி அடைவாள்! தன் மகன் அரசு புரிய, தன் விருப்பம் போல் அதிகாரம் செலுத்தி, தான் நினைத்ததை சாதித்து விட்ட மகிழ்ச்சியில் இருக்கக் கூடிய கைகேயிக்கு, தன் மகனை இழந்த கௌஸல்யை பணிவிடை செய்ய நேரிடுமோ?

"லக்ஷ்மணா பேசு! பதில் சொல்! ஸீதையினால் அனுப்பப்பட்டே நீ வந்திருந்தாலும், அவளைத் தனியே விட்டு விட்டு வந்த உன் செயல் பெரும் குற்றம். அரக்கர்களுக்கு ஒரு

ஆரண்ய காண்டம்

வாய்ப்பை நீ தந்து விட்டாய். கரனையும், தூஷணனையும் நான் கொன்றதால் பழி வாங்கத் துடித்துக் கொண்டிருந்த அரக்கர்கள், இந்நேரம் ஸீதையைக் கொன்றிருப்பார்கள்.''

இப்படிப் பேசிக் கொண்டே லக்ஷ்மணனுடன் ஜனஸ்தானத்தை நோக்கி ராமர் விரைந்தார். அப்படிப் போகும்போது ராமர் மீண்டும் லக்ஷ்மணனைப் பார்த்து, மனம் நொந்து பேசினார். ''உன்னுடைய பாதுகாப்பில் நான் ஸீதையை விட்டு விட்டு வந்திருக்கும்போது, நீ எப்படி அவளை தனியே விட்டு விட்டு வரலாம்? ஸீதையை விட்டு விட்டு நீ தனியே நடந்து வருவதைப் பார்த்த உடனேயே, விபரீதம் நிகழப் போகிறது என்பதை நான் உணர்ந்தேன். என்னுடைய இடது கண் துடித்தது; என்னுடைய இடது கை நடுங்கியது; என்னுடைய இதயம் வேகமாக அடித்துக் கொள்ளத் தொடங்கியது. ஏன் இப்படி செய்தாய் லக்ஷ்மணா?''

இப்படித் தொடர்ந்து ராமர் பேசியதைக் கேட்டுக் கொண்டிருந்த லக்ஷ்மணன், பெரும் துக்கத்துடன் அவருக்கு பதில் கூறினான் : ''நானாக ஸீதையை விட்டு விட்டு இங்கே வந்து விடவில்லை. மிகவும் கொடுமையான வார்த்தைகளால் ஸீதை என்னைப் பார்த்து கடிந்து பேசிய பிறகுதான், நான் அங்கிருந்து புறப்பட்டேன். லக்ஷ்மணா என்று கதறிய உங்கள் குரலைக் கேட்ட ஸீதை, பெரும் அச்சமுற்று உடனே சென்று உங்களைக் காப்பாற்றுமாறு என்னை வற்புறுத்தினார்.''

லக்ஷ்மணன் தொடர்ந்து சொன்னான் : ''நான் ஸீதையிடம் எவ்வளவோ எடுத்துச் சொன்னேன். 'ராமருக்கு பயம் உண்டாக்கக் கூடிய அரக்கன் ஒருவனும் இல்லை. நாம் கேட்ட குரல் ராமருடையது அல்ல. தெய்வங்களுக்கே பாதுகாப்பு அளிக்கக் கூடிய ராமர், இப்படிப் பரிதாபமாக ஓலமிடுவாரா? கெட்ட நோக்கத்துடன் ராமர் குரலில் எழுப்பப்பட்ட ஓலமிது. அச்சம் வேண்டாம். ராமரை ஆபத்திற்குள்ளாக்கக் கூடிய மனிதனோ, வேறு எவனோ மூவுலகிலும் இல்லை. தேவர்களாலும் வெல்ல முடியாதவர் அவர்'. இவ்வாறு நான் சொன்னதைக் கேட்டு, ஸீதை என்னைப் பார்த்துக் கடுமையாகப் பேசினார். 'உன்னுடைய மூத்த சகோதரர் கொல்லப்பட்ட பிறகு, என்னை அடைந்து விடலாம்

என்ற கொடிய எண்ணம் உன் மனதில் இருக்கிறது. பரதனோடு நீ ஏதோ ஒப்பந்தம் செய்து கொண்டிருக்கிறாய். அதனால்தான் ராமரின் அபயக்குரல் கேட்டும் கூட அவரைக் காப்பாற்ற விரைந்து செல்ல நீ மறுக்கிறாய். நல்லவன் போல் வேடமிட்டு நடந்து கொண்ட நீ, உண்மையிலேயே ராமரின் விரோதி' என்று பெரும் கோபத்தோடு ஸீதை கூறவேதான், நான் அவரைப் பர்ண சாலையில் விட்டு உங்களை நாடி வந்தேன்.''

இவ்வாறு லக்ஷ்மணன் கூறிய போது ராமர், சோகமுற்ற மனத்தினராய் அவனைப் பார்த்து மறுமொழி சொன்னார். ''நீ செய்தது செய்யத் தகாத காரியமே! அரக்கர்களை அழிக்கக் கூடிய என்னுடைய வல்லமை பற்றி நீ நன்றாக உணர்ந்திருந்தும் கூட, ஆத்திரத்தில் பேசிய ஸீதையின் வார்த்தைகளைப் பொறுக்க முடியாமல் நீ அங்கிருந்து புறப்பட்டு விட்டாய். ஒரு பெண் ஆத்திரத்தில் பேசுகிற சுடுசொல்லைக் கேட்டு, இப்படி நடந்து கொள்வது முறையல்ல. நீ செய்தது எனக்கு மகிழ்ச்சி அளிக்க வில்லை. ஸீதையின் வார்த்தைகளைக் கேட்டு நீ கோப முற்று இருக்கிறாய். அதனால்தான் என்னுடைய உத்திரவையும் மீறினாய்.''

இவ்வாறு பேசிக் கொண்டே இருவரும் பர்ணசாலையை அடைந்தனர். அங்கே மான்களும், பறவைகளும் உற்சாகமிழந்து காணப்பட்டன; மலர்கள் வாடி இருந்தன; பர்ணசாலையிலிருந்த பொருட்கள் சிதறிக் கிடந்தன; அந்த இடமே சூன்யமாக இருந்தது. ராமர் பெரும் சோகத்தோடு, ''ஸீதை ஏதாவது மலர் பறிக்கப் போயிருப்பாளா? அல்லது தண்ணீர் கொண்டு வருவதற்காக நதிக் கரைக்குப் போயிருப்பாளா? அல்லது விளையாட்டாக எங்காவது ஒளிந்திருப்பாளா? இல்லையென்றால் நான் அஞ்சுகிற மாதிரி அரக்கர்களால் அவள் கவர்ந்து செல்லப்பட்டாளா? அல்லது கொல்லப்பட்டாளா?'' என்று பலவாறாகப் பரிதவித்துக் கொண்டு, அங்குமிங்கும் ஓடி அவளைத் தேடினார். மலைச்சாரலில் அவளைத் தேடினார்; நதிக்கரையில் தேடினார்; மரங்களிடையே தேடினார். செடி, கொடிகள், மரங்கள், மிருகங்கள், பறவைகள் – ஆகியவற்றை யெல்லாம் பார்த்து, 'ஸீதையைப் பார்த்தீர்களா? ஸீதை எங்கே?' என்று கேட்டுப் பரிதவித்தார்.

ஆரண்ய காண்டம்

காடு முழுவதும் ஸீதைக்காக அலைந்து திரிந்து தேடிப் பார்த்து விட்டு, லக்ஷ்மணனிடம், "ஸீதை எங்கே இருப்பாள்? அல்லது யாரால் கவர்ந்து செல்லப்பட்டு இருப்பாள்? நான் என்ன செய்வேன்? ஸீதையைப் பிரிந்து நான் உயிர் விட்டு மேலுலகம் செல்லும்பொழுது, தசரத மன்னர் என்னைப் பார்த்து, 'பதினான்கு வருடங்கள் முடிவதற்குள்ளாக நீ ஏன் வனவாசத்தை முடித்துக் கொண்டாய்?' என்று கேட்பாரோ? அவராலும் நான் நிந்திக்கப்படுவேனோ?" என்று கூறி விட்டு, "ஸீதா! நீ இல்லாமல் நான் உயிர் வாழப் போவதில்லை" என்று உரக்க அலறினார்.

ஆழமான சேற்றில் சிக்கிக் கொண்டு விட்ட யானை போல், ஓலமிட்டுக் கொண்டிருந்த ராமரைப் பார்த்து லக்ஷ்மணன், சில வார்த்தைகள் சொன்னான். "மனத்தளர்ச்சிக்கு இடம் கொடுக்காதீர்கள். பேரறிவு படைத்தவரே! முயற்சியைக் கை விட வேண்டாம். இங்கே உள்ள மலையில் நிறைய குகைகள் இருக்கின்றன. அவற்றில் ஏதாவது ஒன்றில் ஸீதை இருக்கலாம். அல்லது தனக்கு மிகவும் பிடித்தமான காட்டுப் பகுதியில் அவர் காணப்படலாம். நாம் தேடிக் கண்டு பிடிக்க வேண்டும் என்பதற்காக விளையாட்டாக எங்காவது ஒளிந்து கொண்டிருக்கலாம். மீண்டும் ஒருமுறை இந்த வனம் முழுவதும் நாம் தேடுவோம். துக்கத்திற்கு அடிமையாகி விடாதீர்கள்."

லக்ஷ்மணனின் பேச்சைக் கேட்டு ஓரளவு மனச் சமாதானம் அடைந்த ராமர், அவனோடு மீண்டும் ஸீதையைத் தேடினார். நாற்புறங்களிலும் தேடிப் பார்த்த பிறகு, ஸீதை கிடைக்காத போது, லக்ஷ்மணன் எவ்வளவோ சமாதானம் செய்தும், தாங்க முடியாத துக்கத்தினால் கவரப்பட்ட ராமர் மீண்டும் மீண்டும் கதறி அழுதார்.

"ஸீதையே நீ எங்கு போனாய்? இதனால் கைகேயிக்குத்தான் மனதிருப்தி ஏற்படும். ஸீதையோடு அயோத்தியிலிருந்து புறப்பட்ட நான், அவள் இல்லாமல் அங்கு எப்படி திரும்பிச் செல்வேன்? வீரமும், கருணையும் இல்லாதவன் என்று மக்கள் என்னை இகழ மாட்டார்களா? ஸீதை கவர்ந்து செல்லப்பட்டாள் என்று அறிகிறவர்கள், என்னை கோழை என்று தூற்ற மாட்டார்களா? தன்னுடைய மகள் பற்றி, அன்புடன்

விசாரிக்கக்கூடிய ஜனக மன்னரின் முகத்தை, நான் எப்படி ஏறிட்டுப் பார்ப்பேன்? லக்ஷ்மணா! நான் அயோத்திக்குத் திரும்பப் போவ தில்லை. ஸீதை இல்லாமல் சொர்க்கம் கூட எனக்கு நரகமே! ஆகையால் என்னை இங்கேயே விட்டு விட்டு, நீ அயோத்திக்கு திரும்பிச் செல். பரதனிடம் நாட்டை நன்றாக ஆளச் சொல். கௌஸல்யை, ஸுமித்ரை, கைகேயி - ஆகிய தாயார்களை கவனமாகப் பாதுகாப்பாயாக! ஸீதை இறந்த விஷயத்தை அவர்களுக்கெல்லாம் நீயே தெரிவித்து விடு'' என்று கூறி, ராமர் புலம்பினார்.

இவ்வாறெல்லாம் கதறிய ராமர் மேலும் சொன்னார் : ''துன்பத்திற்கு மேல் துன்பம் வந்து என் இதயத்தை நொறுக்கு வதைப் பார்த்தால், என் அளவு பாவம் செய்தவன் இந்த பூமியில் வேறு எவனும் இருக்க முடியாது என்றே தோன்றுகிறது. முந்தைய பிறவிகளில் நான் கொடும் பாவங்களைச் செய்திருக்க வேண்டும். ஆகையால்தான் ஒரு துன்பத்தைக் கடந்தவுடன், எனக்கு மற்றொரு துன்பம் வந்து சேருகிறது. ராஜ்யத்தை இழந்ததும், உறவினர்களை விட்டுப் பிரிந்ததும், தந்தை இறந்ததும், தாயாரை விட்டுப் பிரிய நேர்ந்ததுமான நிகழ்ச்சிகள் மீண்டும் மீண்டும் என்னால் நினைத்துப் பார்க்கப்பட்டவைகளாக, என் மன வேதனையை அதிகப் படுத்தின. வனத்திற்கு வந்த பிறகு, இதையெல்லாம் நான் மறந்தேன். ஆனால் இப்போது ஸீதையின் பிரிவு என்னுடைய துக்கத்தை, புதிய விறகுக் கட்டைகளால் வளர்க்கப்பட்ட தீ போல, மேலும் தூண்டி விட்டது.''

இவ்வாறு பேசிய ராமர் சூரியனைப் பார்த்து, ''சூரிய தேவனே! நடந்ததையும், நடக்கப் போவதையும் முழுமையாக அறிந்தவன் நீ. மக்கள் செய்யும் நன்மைக்கும், தீமைக்கும் நீயே சாட்சியாக இருக்கிறாய். ஸீதை என்ன ஆனாள்? சொல்!'' என்று கதறினார். பின்னர் ''வாயு பகவானே! உலகில் நடப்பதில் நீ அறியாதது எதுவுமில்லை. ஸீதைக்கு என்ன நேர்ந்தது என்று என்னிடம் சொல்'' என்று கூறி புலம்பினார்.

தன்னை மறந்த நிலையை அடைந்து விட்ட ராமரைப் பார்த்து, தைரியத்தைக் கை விடாமல் இருந்த லக்ஷ்மணன் சில ஆறுதல்

மொழிகளைக் கூறினான். ''மனச்சோர்வை அகற்றுங்கள். உங்களுக்கே இயல்பான தைரியத்தை மனதில் நிலை நிறுத்துங்கள். மன உறுதி உள்ளவர்கள் இதயச் சோர்வு அடைவதில்லை. செய்து முடிப்பதற்குக் கடினமான காரியங்களை மேற்கொள்ளும்போது, உங்களைப் போன்றவர்கள் மனத்தளர்ச்சி அடையக் கூடாது'' என்று அவன் கூறினான்.

இதையடுத்து கோதாவரி நதிக்கரைக்குச் சென்று ஸீதையைத் தேடி வருமாறு, ராமரால் பணிக்கப்பட்ட லக்ஷ்மணன் அங்கு சென்று, ஸீதையை அங்கும் காணவில்லை என்ற செய்தியுடன் திரும்பினான். மீண்டும் பறவைகள், மிருகங்கள், நதிகள், மரம், செடி, கொடிகள் – எல்லாவற்றிடமும் ஸீதைக்கு நேர்ந்த கதி பற்றி ராமர் விசாரிக்கத் தொடங்கினார். அப்போது, இப்படி ராமரால் கேள்வி கேட்கப்பட்ட ஒரு மான், மீண்டும் மீண்டும் ராமரைப் பார்த்தது. அது தன்னிடம் ஏதோ சொல்ல நினைப்பதாகக் கருதிய ராமர், அதை உற்று கவனித்து, ''ஸீதை எங்கே?'' என்று தழுதழுக்கும் குரலில் அதனிடம் கேட்டார்.

3. ஆரண்ய காண்டம்

அத்தியாயம் -18

லக்ஷ்மணன் கூறிய அறிவுரை

ஸீதை சென்ற திசையை தங்களுடைய சமிக்ஞைகள் மூலம், ராம – லக்ஷ்மணர்களுக்கு மான்கள் தெரிவிப்பது; தென் திசையில் ஸீதை சென்றிருக்கிறாள் என்பதை உணர்ந்த ராமரும், லக்ஷ்மணனும் தெற்கு நோக்கிச் செல்ல, ஓரிடத்தில் ஒரு சண்டை நடந்ததற்கான அடையாளங்களைக் காண்பது; தன்னிடம் ஸீதையை தெய்வங்கள் ஒப்படைக்கா விட்டால், மூவுலகையும் நாசம் செய்து விடுவதாகக் கூறுகிற ராமர், பெரும் கோபம் கொள்வது; நிதானத்தை இழப்பது தவறு என்று சுட்டிக் காட்டி, ராமருக்கு லக்ஷ்மணன் அறிவுரை கூறுவது; மீண்டும் அவர்கள் ஸீதையைத் தேட முனைகிற போது, அடிபட்ட ஜடாயு தரையில் வீழ்ந்து கிடப்பதை அவர்கள் பார்ப்பது...

ராமரால் கேள்வி கேட்கப்பட்ட மானும், அதைச் சுற்றி இருந்த மற்ற மான்களும், திடீரென வானத்தை நோக்கி எகிறிக் குதித்தன. அப்படி குதிக்கும்போது அம்மான்களின் தலைகள் தென் திசையை நோக்கித் திரும்பின. இப்படிச் செய்த மான்கள் வானத்தையும், பூமியையும் மாறி மாறிப் பார்த்தவாறே, தென் திசையை நோக்கி ஓடவும் செய்தன.

இப்படி மான்கள் செய்த சமிக்ஞைகளைப் புரிந்து கொண்ட லக்ஷ்மணன், ராமரைப் பார்த்து, தன் கருத்தைக் கூறினான். ''ஸீதை எங்கே என்று நீங்கள் கேட்டவுடன், இந்த மான்கள் எல்லாம்

வானத்தைப் பார்த்தவாறு குதித்து, தென் திசையை நோக்கின. நாமும் அந்தத் திசையிலேயே செல்வோம். ஸீதையே நமக்குக் கிடைக்கலாம் அல்லது ஸீதை சென்ற பாதையைப் பற்றிய அடையாளங்களாவது நமக்குக் கிடைக்கும்.''

லக்ஷ்மணன் கூறியதை ராமரும் ஏற்க, இருவரும் தென்திசையை நோக்கி விரைவாக நடந்தார்கள். போகும் வழியில் ஓரிடத்தில் சிதறிக் கிடந்த மலர்களைப் பார்த்த ராமர், ''லக்ஷ்மணா! ஸீதைக்கு நான் கொடுத்த மலர்கள் இவை. என் நன்மைக்காக பூமா தேவியும், சூரிய தேவனும், வாயு தேவனும் இவற்றை வாடாமலே வைத்திருக்கிறார்கள்'' என்று சொன்னார்.

இதன் பின்னர் அங்கே இருந்த நீர் அருவிகள் நிறைந்த ஒரு மலையைப் பார்த்த ராமர், ''இந்த வழியாக ஒரு இளம் பெண் செல்வதைப் பார்த்தாயா?'' என்று கேட்டார். பதில் கூறாத மலையைப் பார்த்து, ''என்னுடைய அஸ்திரங்களால் உன்னைநான் சாம்பலாக்குவேன்'' என்று கூறிய அவர், லக்ஷ்மணனைப் பார்த்து, ''லக்ஷ்மணா! எனக்கு இப்போது பதில் கிட்டவில்லையென்றால், நான் கோதாவரி நதியையே வறண்டதாக்கி விடப் போகிறேன்'' என்று கோபத்துடன் கூறினார்.

அப்போது ஸீதையின் காலடிகளை அவர்கள் பூமியிலே பார்த்தனர். அதனருகில், ராக்ஷஸனுடைய காலடியாக இருக்கக் கூடிய கால் சுவட்டு அடையாளத்தையும் பார்த்தனர். இவற்றைத் தவிர, ஒரு ரதத்திலிருந்து சிதறிய சில பாகங்கள், ஓர் ஒடிந்த வில், அம்புகள், அம்பறாத் தூணி – ஆகியவற்றையும் அவர்கள் கண்டனர்.

''லக்ஷ்மணா! மலர்கள் சிதறிக் கிடக்கின்றன. ஸீதையின் ஆபரணங்களில் ஒரு சில துண்டுகள் இங்கே இறைந்து கிடக்கின்றன. பூமியில் ஆங்காங்கே ரத்தம் சிந்தியிருக்கிறது. அரக்கர்கள் ஸீதையைக் கிழித்துக் கொன்று விட்டார்கள் என்று நினைக்கிறேன். இங்கு ஒரு யுத்தமே நடந்தது போல் இருக்கிறது. ஸீதையை அடைவதற்காக இரண்டு அரக்கர்கள் சண்டையிட்டுக் கொண்டார்களோ என்னவோ? இங்கே வந்தது யாருடைய ரதமாக இருக்கும்? யாருடைய அம்புகளும், வில்லும் இங்கே ஒடிந்து கிடக்கின்றன? அந்த அம்பறாத்தூணி யாருடையது? அதோ

விழுந்து கிடக்கும் அந்தத் தேரோட்டி யாருடைய தேரை ஓட்டிச் சென்றான்?''

இவ்வாறெல்லாம் லக்ஷ்மணனைப் பார்த்து பெரும் துக்கத்துடன் கேட்ட ராமர் மேலும் தொடர்ந்தார். ''ஸீதையின் நற்குணம் கூட அவளைக் காப்பாற்றவில்லையே? கொடுமை நடக்கும் போது கருணை காட்டிக் கொண்டு பேசாமல் இருந்தால், பரமசிவனையே கூட உலகம் இகழும். கட்டுப்பாட்டை நம்பி, கருணை உள்ளத்தோடு வாழ நினைக்கிற என்னை கோழை என்று தெய்வங்கள் கூட நினைத்து விட்டன போலும்! லக்ஷ்மணா! இனி பொறுப்பதில்லை. அரக்கர்கள், யக்ஷர்கள், கின்னரர்கள், கந்தர்வர்கள், மனிதர்கள் என்று யாருக்குமே இனி நிம்மதி இல்லை! மூவுலகங்களையும் நான் ஸ்தம்பிக்கச் செய்கிறேன். சூரியனின் ஒளியை அழிப்பேன்! மலைகளை நொறுக்குவேன்! நீர் நிலைகளை வறண்டு விடச் செய்வேன்! வனங்களைப் பொசுக்குவேன்! கடலை நீரற்றதாகச் செய்வேன். ஸீதையை தெய்வங்கள் என்னிடம் ஒப்புவிக்காவிட்டால், என்னுடைய சக்தியை எல்லோருக்கும் நான் காட்டுவேன்! உலகம் அழிவதை நீ பார்க்கப் போகிறாய்! மூவுலகங்களையும் நான் அழித்த பிறகு, தேவர்களோ அரக்கர்களோ கூட இருக்கப் போவதில்லை. படைக்கப்பட்டவை அனைத்தையும் அழிக்கிறேன். அசையும் தன்மையுடையவை – அசையாத் தன்மை யுடையவை – எல்லாவற்றையும் அழிக்கிறேன். என்னுடைய கோபத்தையும், என்னுடைய சக்தியையும் தேவர்களே இப்போது காணட்டும்!''

இவ்வாறு கூறிவிட்டு, தனது மரவுரியை ராமர் இறுக்கமாக இழுத்துக் கட்டினார். சடை முடியை இறுக்கி முடிந்தார். அவருடைய உதடுகள் துடித்தன. கண்கள் சிவந்தன. பேரழிவுக் குரிய காலத்தில் காணப்படுகிற பரமசிவன் போல் – காட்சியளித்து நின்ற அவர், லக்ஷ்மணன் வசம் இருந்த தன்னுடைய வில்லை கையில் வாங்கி, அதில் அம்பைப் பொருத்தினார். ''வயோதிகம், மரணம், விதி, காலம், ஆகியவற்றைப் போல் – இப்போது நான் தடுக்கப்பட முடியாதவன்! உலகங்களை அழிப்பேன்'' என்று பெரும் கோபத்தோடு கூறி, நீண்ட பெருமூச்சு விட்டு நின்றார்.

தான் எப்போதும் கண்டிராத அளவு கோபமுற்றிருந்த ராமரைப் பார்த்த லக்ஷ்மணன், மிகவும் பணிவுடன் பேசத் தொடங்கினான்.

(லக்ஷ்மணன், ராமரிடம் பேசிய கருத்துக்களைப் பார்ப்பதற்கு முன்பாக ஒரு விஷயம். வால்மீகி ராமாயணத்தில் ராமர் புலம்புவதை – அது புலம்பல்தான் – பார்த்தோம். ஸீதையைப் பறிகொடுத்த துக்கம் தாங்கமாட்டாமல், ராமர் பரிதவித்ததையும், கதறி அழுததையும் பார்த்தோம். 'ராமரா இப்படி?' என்று கேட்பதில் பயனில்லை. ராமர் எடுத்திருந்தது மனித அவதாரம்; ஆகையால் மனிதர்களுக்குரிய குண விசேஷங்களைப் பல இடங்களில் ராமர் காட்டியிருக்கிறார்; அவற்றில் இந்தக் கட்டம் ஒன்று. வால்மீகி எழுதியது இதிகாசம். இதிகாசம் என்றால் 'இப்படி நடந்தது' என்று பொருள். ஆகையால் வால்மீகி 'நகாஸு' வேலைகளைச் செய்யவில்லை. நாமும் 'ராமரா இப்படிச் செய்தார்?' என்று நம்மை நாமே கேட்டுக் கொள்வதற்கு பதிலாக, 'மனிதனாகப் பிறந்தால், இப்படித்தான்' என்று நமக்கு நாமே சொல்லிக் கொள்வோமாக!

ராமரை தெய்வமாகப் பார்த்த கம்பர், இப்படி ராமர் புலம்பியதைச் சித்தரிக்கவில்லை. அது மட்டுமல்ல, வால்மீகி ராமாயணம் போல ஸீதையை தனியே விட்டு வந்ததற்காக, லக்ஷ்மணன் மீது ராமர் குற்றம் சுமத்துவதாகவும், கம்ப ராமாயணத்தில் கூறப்படவில்லை.

துளஸிதாஸரின் ராமாயணத்திலும், ராமர் மனம் வருந்திப் பேசுவது அதிகமில்லை.)

''கட்டுப்பாட்டை மீறாதவரும். எல்லா உயிரினங்க்ளுக்கும் நல்லது செய்வதையே லட்சியமாகக் கொண்டவருமான நீங்கள், உங்களுடைய அந்த இயற்கையான குணத்தை கைவிட்டு விடக்கூடாது. சந்திரனிடம் அழகு நிலைத்திருப்பது போல், சூரியனிடம் ஒளி நிலைத்திருப்பது போல், காற்றிடம் வேகம் நிலைத்திருப்பது போல், பூமியிடம் பொறுமை நிலைத்திருப்பது போல், உங்களிடம் புகழ் நிலைத்திருக்கிறது. அப்படிப்பட்ட நீங்கள், யாரோ ஒருவன் செய்த தவறுக்காக உலகங்களையெல்லாம் அழிக்க முற்பட்டு விடக்கூடாது.

''இங்கே வந்த தேர் யாருடையது என்பதைக் கண்டறிய நான் முயல்கிறேன். யாரால் அது தாக்கப்பட்டது என்பதையும் அறிய முயற்சிக்கிறேன். இங்கே சிதறிக் கிடக்கிற அம்பு, வில் போன்றவற்றையும், சிந்திக் கிடக்கிற ரத்தத்தையும் பார்த்தால், இங்கே ஒரு சண்டை நடந்திருக்கிறது என்பது தெரிகிறது. ஆனால், ஒரு பெரிய படை இங்கே வந்ததற்கான அடையாளம் எதுவுமில்லை. பூமியில் அம்மாதிரி காலடி சுவடுகளைக் காணோம். ஆகையால், நடந்திருப்பது ஒரு மனிதன் செயலே. அதற்காக உலகை அழிக்கக் கூடாது. மன்னர்கள் அளிக்கும் தண்டனைகள் நியாயமானவையாக இருக்க வேண்டும். படைக்கப்பட்டவை அனைத்துக்கும் அடைக்கலம் தரக் கூடியவர் நீங்கள். அப்படிப் பட்ட நீங்கள், கோபத்தில் நாசத்தை ஏற்படுத்தி விடக்கூடாது.

''கையிலே வில்லேந்தி, துணைக்கு என்னைக் கொண்டு, மஹரிஷிகளின் ஆசியோடு, ஸீதையைத் தேடுவதில் நீங்கள் முனைய வேண்டும். காடுகள், மலைகள், கடல்கள், குகைகள் – என்று ஒரு இடத்தையும் மீதம் விட்டு வைக்காமல் தேடுங்கள். சமாதானமாகவே, நிதானம் இழக்காமல், ஸீதையைத் தேடுவதில் நீங்கள் வெற்றி அடையவில்லையென்றால், அதன் பிறகு உலகங்களை அழியுங்கள் தவறில்லை.''

ராமருக்கு, நியாயங்களை எடுத்துச் சொல்ல முனைந்த லக்ஷ்மணன், மேலும் பேசினான் : ''பெரும் தவங்கள் புரிந்த தசரத மன்னர் உங்களைப் பெற்றெடுத்தார். நற்குணங்கள் நிரம்பிய உங்களைப் பிரிந்ததால், மன்னர் உயிரிழந்தார். அப்படிப்பட்ட உங்களால் ஒரு துன்பத்தைத் தாங்கிக் கொள்ள முடியவில்லையென்றால், சாதாரண மனிதர்களின் கதி என்ன? மனிதர்களில் சிறந்தவரே! பாய்ந்து வருகிற தீயைப் போல், மனிதனை நெருங்குகிற துன்பம் திடீரென ஒரு நொடியில் மறைந்து விடும் தன்மையையும் உடையது. இப்போது துன்பத்தைச் சந்தித்த காரணத்தினால் உலகங்களை நீங்கள் அழித்து விட்டால், எல்லா ஜீவராசிகளுக்கும் நிம்மதி கிட்டி விடுமா? துன்பங்களை சந்திக்காத ஜீவராசி ஒன்று உண்டா? இந்திரலோகத்தையே அடைந்த யயாதிக்கு அங்கே துன்பம் காத்திருந்தது; நூறு பிள்ளைகளைப்

பெற்றெடுத்த, வேத விற்பன்னராகிய வசிஷ்ட மஹரிஷி ஒரே நாளில் அத்தனை பிள்ளைகளையும் இழந்தார்; எல்லாவற்றையும் பொறுத்துக் கொள்ளும் பூமாதேவி மீது எரிமலை வெடிக்கிறது; பேரொளி படைத்த சூரியனும், குளிர் நிலவும் கிரஹணத்தினால் பீடிக்கப்படுகின்றன; விதியின் வசத்திற்கு யாருமே விலக்கல்ல! ஆகையால் உங்களுக்கு நேர்ந்திருக்கும் துன்பத்தை நினைத்து, நீங்கள் உங்கள் மனஉறுதியை இழந்து விடக்கூடாது. ஸீதை உயிரையே இழந்திருந்தாலும் கூட, ராமர் நிதானம் இழந்தார் என்ற செய்தி வரக்கூடாது. ரகு குல திலகமாகிய ராமர், சாதாரண மனிதனைப் போல் துக்கித்தார் என்பது நடக்கக் கூடாதது.

''நல்லதையும் கெட்டதையும் அறிந்து இயல்பாகவே செயல்படக் கூடியவர் நீங்கள். நன்மை, தீமைகளை ஆராய்ந்து செய்யப்படாத காரியம் நிலையாக நிலைத்து நிற்கக் கூடியது அல்ல; ஆனால் அக்காரியத்தின் விளைவோ தவிர்க்க முடியாதது. உங்களைப் போன்ற பேரறிவாளர்கள், ஒரு காரியத்தின் நன்மை, தீமையை ஆராய்ந்த பிறகுதான் அதில் இறங்குகிறார்கள்.''

லக்ஷ்மணன் மேலும் தொடர்ந்தான் : ''இவையெல்லாம் முன்பு எனக்கு நீங்கள் கூறியுள்ள அறிவுரைகளே! அவற்றைத்தான் நான் உங்களுக்கு நினைவுபடுத்துகிறேன். தேவர்களின் குருவாகிய பிரகஸ்பதியே கூட, உங்களுக்குக் கற்றுத் தரக் கூடியது என்ன இருக்கிறது? உங்களுடைய அறிவின் ஆழம், எவராலும் புரிந்து கொள்ளத்தக்கது அல்ல. துக்கத்தின் காரணமாக மறைக்கப் பட்டிருக்கிற உங்களுடைய ஞானத்தை விழிப்படையச் செய்வதே என் நோக்கம். அதனால்தான் இவ்வளவு பேசினேன். உங்களுடைய எதிரிகளை அழிப்பதில் முனையுங்கள். அதைவிட்டு உலகங்களையே அழிப்பதில் யாருக்கு என்ன பயன்? தீங்கிழைத்தவனைக் கண்டு பிடிப்போம். அவனை நீங்கள் வேரோடு அறுத்தெறியுங்கள்.''

லக்ஷ்மணனை விட மூத்தவராக இருந்தபோதும் கூட, அவன் கூறியதில் உள்ள நியாயங்களை ராமர் ஏற்றார். வில்லை தரையில் ஊன்றி, கோபத்தைத் தணித்துக் கொண்டு, லக்ஷ்மணனைப் பார்த்து, ராமர் நிதானமாகப் பேசினார். ''என் அன்புக்குரியவனே! இப்பொழுது நாம் என்ன செய்யலாம் என்பது உன் கருத்து?

ஸீதையை இந்த வனத்திலே கண்டு பிடிக்கிற வழி என்ன?'' என்று அவர் கேட்டார்.

லக்ஷ்மணன், ''முதலில் ஜனஸ்தானத்திலேயே நாம் நன்றாகத் தேடுவோம். இங்கேயே ஏராளமான மலைகள், பள்ளத்தாக்குகள், குகைகள், நீர் அருவிகள், செடி கொடிகள், மரங்கள் இருக்கின்றன. இங்கே நாம் இன்னமும் முழுமையாகத் தேடவில்லை. முதலில் அந்தக் காரியத்தில் முனைவோம். புயல்காற்று மலைகளை அசைத்து விடுவதில்லை; துன்பம் ராமரை பாதித்து விடக்கூடாது.''

இப்படி லக்ஷ்மணன் கூறிய பின்னர் ராமர், அவனோடு சேர்ந்து ஜனஸ்தானத்தில் இருந்த காட்டில் ஸீதையைத் தேடத் தொடங்கினார். அவ்வாறு தேடுகையில் ஓரிடத்தில், பட்சிகளில் முதன்மை பெற்றதான ஜடாயு, ரத்த வெள்ளத்தில் மிதந்து கொண்டு, தரையில் வீழ்ந்து கிடப்பதை ராம, லக்ஷ்மணர்கள் பார்த்தார்கள்.

ராமருக்கு சந்தேகம் வந்தது. ''லக்ஷ்மணா! ஸீதையை இந்தக் கழுகு விழுங்கியிருக்க வேண்டும். கழுகின் உருவை எடுத்துக் கொண்ட ஒரு அரக்கன் இவன்! விழுங்க முடியாமல் ஸீதையை விழுங்கி, இங்கே தவித்துக் கொண்டிருக்கிறான். இப்போது இவனை நான் கொல்லப் போகிறேன்'' என்று கூறிவிட்டு, ராமர் தனது வில்லிலே ஓர் அம்பைத் தொடுத்தவாறு, அந்தக் கழுகை நெருங்கினார்.

பூமியே அதிர்கிற வகையில் கோபத்தோடு தன்னை நோக்கி விரைந்து வந்து கொண்டிருந்த ராமரை, ஜடாயு பார்த்தது.

3. ஆரண்ய காண்டம்

அத்தியாயம் -19

ஜடாயு மரணம்

> ஸீதையை ராவணன் அபகரித்துச் சென்ற செய்தியை, ராம - லக்ஷ்மணர்களுக்குத் தெரிவித்து ஜடாயு உயிர் துறப்பது; ஜடாயுவின் இறுதிச் சடங்குகளை முடித்து விட்டு ராமர், தன்னுடைய துரதிர்ஷ்டத்தை நினைத்து வருந்துவது; அயோமுகி என்ற அரக்கி லக்ஷ்மணன் மீது ஆசை கொண்டு, அவனைத் தழுவ - அவன் அவளுடைய காது, மூக்கு போன்ற அவயவங்களை அறுத்தெறிவது; ஸீதையைத் தேடி காடுகளைக் கடந்து சென்றபோது, அபசகுனங்களைக் காண்பதாகக் கூறி லக்ஷ்மணன், ராமரை எச்சரிப்பது...

வாயிலிருந்து ரத்தம் கொப்பளித்துக் கொட்ட ஜடாயு, ராமரைப் பார்த்து பரிதாபமாகப் பேசத் தொடங்கியது. ''ஏற்கெனவே ராக்ஷஸனால் வீழ்த்தப்பட்டு விட்ட என்னை நீ கொல்ல நினைப்பது தகாது. உயிரைக் காப்பாற்றுகிற மூலிகையைத் தேடி ஒருவன் வனத்திலே அலைவது போல அலைந்து, உன்னால் தேடப்படுகிற தெய்வீகப் பெண்ணும் சரி, என் உயிரும் சரி, ராவணனால் பறிக்கப்பட்டு விட்டன. நீயும் லக்ஷ்மணனும் உடனில்லாமல், ஸீதை ராவணனால் கவர்ந்து செல்லப் படுவதைக் கண்ட நான், அவளைக் காப்பாற்றுவதற்கு முனைந்தபோது எனக்கும், ராவணனுக்கும் இடையே பெரும் சண்டை மூண்டது.

ராவணன் தன் தேரோடு தரையில் வீழ்ந்தான். இங்கே சிதறிக் கிடக்கிற அம்புகளும், ஒடிந்து கிடக்கிற வில்லும் அவனுடையவையே. ராமா! அங்கே விழுந்து கிடக்கும் அவனுடைய தேரின் பாகங்களைப் பார்! அதோ அங்கே என்னால் கொல்லப்பட்டு வீழ்ந்து கிடக்கிற ராவணனின் தேரோட்டியையும் பார்! சண்டையின் இறுதியில் ராவணன் என் இறக்கைகளை வெட்டி வீழ்த்தினான். அந்த நிலையில் நான் ஓய்ந்து போனேன். ஸீதையைத் தூக்கிக் கொண்டு ராவணன் ஆகாய மார்க்கமாகச் சென்று விட்டான்.''

இவ்வாறு ஜடாயு கூறியதைக் கேட்ட ராமர், தன் நிலை இழந்தவராக தரையிலே விழுந்து, ஜடாயுவை அணைத்தவாறே கண்ணீர் சொரிந்து கொண்டு, லக்ஷ்மணனை நோக்கி பெரும் துயரத்தோடு பேசினார்: ''அரசுரிமையை இழந்தேன்; காட்டுக்குச் செல்லுமாறு கட்டளையிடப்பட்டேன்; ஸீதையையும் பறி கொடுத்தேன்; துணையாக வந்த ஜடாயுவும் இப்போது மரணத் தறுவாயில் இருக்கிறது. என்னுடைய துரதிர்ஷ்டம், நெருப்பையே கூட விழுங்கி விடக் கூடியது! கடலின் அருகே நான் சென்றால், என்னுடைய துர்பாக்கியத்தின் காரணமாக, அந்தக் கடலே கூட வற்றி விடும்போல் இருக்கிறது. இந்த உலகிலுள்ள அனைத்து ஜீவராசிகளிலும் என்னைப் போன்ற துரதிர்ஷ்டம் வேறு யாருக்கும் இருக்காது. பெரும் பலம் படைத்திருந்தும் கூட, பறவைகளின் அரசனாகிய இந்த ஜடாயு, என்னுடைய துரதிர்ஷ்டத்தின் காரண மாகத்தான் இங்கே அடிபட்டு வீழ்ந்திருக்கிறது''.

இவ்வாறு கூறிவிட்டு ராமர் மீண்டும் மீண்டும் ஜடாயுவைத் தடவிக் கொடுத்து, தன்னுடைய அன்பைக் காட்டியவாறே, ரத்தத்தில் விழுந்த கிடந்த அந்தப் பறவையிடம், ''மிதிலை ராஜகுமாரியாகிய ஸீதை, என்னுடைய உயிரினும் மேலான ஸீதை, எங்கே சென்றாள்?'' என்று கேட்டு விட்டு, மேலும் தொடர்ந்தார். ''எதற்காக ராவணன் ஸீதையைக் கவர்ந்து சென்றான்? நான் அவனுக்கு என்ன குற்றம் இழைத்தேன் என்பதற்காக, இப்படி ஒரு காரியத்தை அவன் செய்திருக்கிறான்? நீ பார்த்தபோது, ஸீதையின் முகம் எப்படி இருந்தது? அவள் என்ன சொன்னாள்? ராவணனின்

வலிமை எப்படிப்பட்டது? அவனுடைய இருப்பிடம் எங்கே இருக்கிறது? தயவு செய்து எனக்கு பதில் சொல்!''

தட்டுத் தடுமாறியவாறே ஜடாயு, ராமருக்கு பதில் உரைத்தது. ''மாயச் செயல்களை செய்து, புயலையும், இருள் சூழ்ந்த வானத்தையும் உருவாக்கி, கெட்ட மதி கொண்ட ராவணன் ஸீதையைக் கவர்ந்து சென்றான். எனது இறக்கைகளை வெட்டி விட்டு, நான் வீழ்ந்த பின்னர், ஸீதையை ராவணன் தெற்கு முகமாக எடுத்துச் சென்றான். ராமா! எனது சித்தம் மழுங்குகிறது. எனது பார்வை மங்குகிறது. மரங்கள் எல்லாம் தங்கத்தினால் ஆனவை போல் என் கண்ணுக்குத் தெரிகின்றன. எனக்கு முடிவு நேரம் நெருங்கி விட்டது. ஒன்று மட்டும் உனக்குச் சொல்ல விரும்புகிறேன். ஸீதையை ராவணன் அபகரித்துச் சென்ற நேரத்திற்குப் பெயர் விந்தை. அந்த நேரத்தில் ஒருவனுக்கு உரிமையானது கவர்ந்து செல்லப்பட்டால், அது மீண்டும் அவனையே வந்து அடையும் என்று சாத்திரங்கள் கூறுகின்றன. இதை ராவணன் அறியவில்லை. தூண்டிலில் சிக்கிய மீன் போல, ராவணன் விரைவில் அழிவான் என்பதில் எனக்குச் சந்தேக மில்லை. நீ ஸீதையை நினைத்துக் கவலை கொள்ள வேண்டாம். ராவணனை யுத்தத்தில் வென்று ஸீதையோடு நீ இணைவாய். இது நிச்சயம்.''

இப்படி நம்பிக்கையூட்டுகிற வகையில் பேசிய ஜடாயு, ரத்தத்தைக் கக்கியவாறே மீண்டும் பெரும் சிரமத்துடன் பேசியது. ''இந்த ராவணன், மஹரிஷியாகிய விச்ரவஸின் மகன். குபேரனின் சகோதரன்.''

ராமர், ''பேசு மேலும் பேசு'' என்று இரு கை கூப்பியவாறு ஜடாயுவைப் பார்த்துக் கதறிக் கொண்டிருந்தபோதே, அது உயிர் நீத்தது.

பின்னர், ''நீண்ட காலம் வாழ்ந்த ஜடாயு, இப்போது உயிர் நீத்தது'' என்று லக்ஷ்மணனிடம் கூறிய ராமர் மேலும் சொன்னார் : ''பறவைகளின் அரசனாகிய ஜடாயு, எனக்காக ராவணனுடன் போரிட்டு உயிர் நீத்திருக்கிறது. மனித இனத்தில் மட்டுமல்லாமல் மற்ற ஜீவராசிகளிலும் கூட, உயர்ந்த குணங்களைக் கொண்ட

ஆரண்ய காண்டம்

ஜீவன்கள் இருக்கின்றன என்பதை ஜடாயு நிரூபித்திருக்கிறது. ஸீதையின் பிரிவு தரும் துன்பத்தை விட, எனக்காக உயிர் நீத்த இந்தப் பறவையின் மறைவு எனக்குப் பெரும் துயரத்தைத் தருகிறது. நமது தந்தை தசரத மன்னரைப் போலவே மதிக்கத் தகுந்தது ஜடாயு. லக்ஷ்மணா! மரக்கட்டைகளைக் கொண்டு வா. தீ மூட்டி, ஜடாயுவின் இறுதிச் சடங்குகளை முறையாகச் செய்து முடிப்போம்.''

இவ்வாறு லக்ஷ்மணனிடம் கூறி விட்டு ஜடாயுவைப் பார்த்து, ''பறவைகளின் அரசனே! நீ நல்லுலகம் செல்வாயாக! யாகங்களை நடத்துபவர்கள் அடையும் நல்லுலகத்தை நீ அடைவாயாக! யுத்த களத்திலிருந்து பின் வாங்காமல் போரிட்டு, உயிர் நீக்கும் வீரர்கள் அடையும் நல்லுலகத்தை நீ அடைவாயாக!'' என்று ராமர் சொன்னார்.

பின்னர் ஜடாயுவின் இறுதிச் சடங்குகளை லக்ஷ்மணனுடன் ராமர் செய்து முடித்தார். ஜடாயுவுக்கு நற்கதி கிட்டியது. அது நல்லுலகம் எய்தியது. ஸீதையைத் தேடுவதில் ராமரும், லக்ஷ்மணனும் மீண்டும் முனைந்தார்கள்.

(ஜடாயு விழுந்து கிடப்பதைப் பார்த்தவுடன் ஓர் அரக்கன்தான் ஸீதையைக் கொன்று விட்டு, இப்படி விழுந்து கிடக்கிறான் என்று ராமர் மனதில் சந்தேகம் தோன்றியதாக, வால்மீகி ராமாயணத்தில் வருவதுபோல் கம்ப ராமாயணத்தில் இல்லை. மாறாக, கீழே சிதறிக் கிடந்த வில், கவசம், கிரீடத்தின் பாகங்கள் போன்றவற்றைப் பார்த்த ராமர், ஸீதையைக் கவர்ந்து சென்றவனோடு ஜடாயுதான் போரிட்டிருக்க வேண்டும் என்ற முடிவுக்கே வந்து விடுகிறார். பலரோடு போர் நடந்திருக்கிறது என்று அவர் கூறும்போது, லக்ஷ்மணன் 'ராவணனுடன்தான் போர் நடந்திருக்கிறது' என்ற முடிவுக்கே வந்து விடுகிறான். ஆக, ஸீதைக்கு என்ன நேர்ந்தது என்பதை ஜடாயு மூலம் ராம – லக்ஷ்மணர்கள் அறிந்து கொண்டதாக வால்மீகி கூறுகிறார். கம்பரோ, ராம – லக்ஷ்மணர்களே பெருமளவு இதை யூகித்து விடுவதாகச் சொல்கிறார்.

பின்னர் ஜடாயு விழுந்து கிடப்பதைப் பார்க்கிற ராமர், அது இறந்து விட்டதாகவே கருதி விடுவதாக கம்பர் வர்ணிக்கிறார்.

'தம்முடைய தந்தைமார்களை கொலை செய்ய உதவியவர்கள் எனக்கு முன் எவர் இருந்திருக்கிறார்கள்; முன்பு என்னைப் பிரிந்ததால் தசரத மன்னர் உயிர் இழந்தார். இப்போது என்னுடைய தந்தை போன்ற ஜடாயுவே! நீயும் எனக்காக இறந்தாயா? நான் தீய வினையை உடையவன். ஐயோ! உங்களுக்கு நான் எமனானேன்!' என்று ஜடாயுவைப் பார்த்து, ராமர் கதறுவதாக கம்ப ராமாயணத்தில் வருகிறது. அந்தப் பாடல் :

'தம் தாதையரைத் தனையர்
கொலை நேர்ந்தார்
முந்து ஆரே உள்ளார்? முடிந்தான்
முனை ஒருவன்;
எந்தாயே! எதற்காக
நீயும் இறந்தனையால்;
அந்தோ! வினையேன் அருங்
கூற்றம் ஆனேனே!'

மனத்துயரம் நீங்காதவராக ராமர் தன்னுடைய வீரத்தை தானே இகழ்ந்து பேசி, வருந்துவதாகவும் கம்பர் கூறுகிறார். 'இனிமேல் என்னைப் போல் கீர்த்தி படைத்தவர்கள் யாருண்டு? இறகுகள் உடையவனே! பலம் வாய்ந்த அலகு உடையவனே! என் மனைவி காண, உதவுவதற்காக வந்த உன்னை படை கொண்ட பகைவன் கொன்று விட்டுச்செல்ல, நான் வில்லை ஏந்தி வெறுமனே நின்றேன். நான் மிகப் பெரிய வீரம் உள்ளவன் அல்லவா?' என்று ராமர் தன்னைத்தானே நொந்து கொள்கிறார். அந்தப் பாடல் :

'சொல் உடையார் என் போல் இனி
உளரோ? தொல் வினையேன்
இல் உடையாள் காண, இறகு
உடையாய்! எண் இலாப்
பல் உடையாய்! உனைப் படை
உடையான் கொன்று அகல,
வில் உடையேன் நின்றேன்;
விறல் உடையேன் அல்லேனோ?'

இப்படி ராமர் துன்புற்று கதறும்போது, ஜடாயு ஓரளவு உணர்வு திரும்பிய நிலையில், அவரிடம் நடந்த செய்தியைக் கூறுகிறது. ராமர் பெரும் கோபம் கொண்டு, 'ஸீதையை ஒருவன் பற்றிச் செல்ல, ஜடாயு உயிர் இழக்க, வாளாவிருந்த எண் திசைகளைக் கொண்ட உலகத்தையே அழிப்பேன்' என்று கூறுகிறார். ஆனால் ஜடாயு ராமரைத் தடுத்து, 'பொய் மானைத் துரத்திக் கொண்டு சென்று, நீயும் லக்ஷ்மணனுமாக ஸீதையை இழந்து விட்டு, அதற்கு மற்றவர்கள் மீது பழி சொல்வது நியாயமல்ல!' என்று நியாயம் பேசி அவருடைய கோபத்தைத் தணிக்கிறது.

துளஸிதாஸரின் ராமாயணத்திலோ, ஜடாயு சம்பந்தப்பட்ட விஷயங்கள், வால்மீகி ராமாயணம் போலவே அமைந்திருந்தாலும், அவை மிக சுருக்கமாகச் சொல்லப்பட்டிருக்கின்றன.)

சில காட்டுப் பகுதிகளைக் கடந்து ராமரும், லக்ஷ்மணரும் சென்ற போது, ஒரு பயங்கரமான மலை குகைக்கு அருகில், பேருருவம் படைத்து, கண்டவர்களை நடுங்க வைக்கும் தோற்றத்துடன் விளங்கிய ஒரு அரக்கியைக் கண்டார்கள். ராமருக்கு முன்னால் நடந்து கொண்டிருந்த லக்ஷ்மணனைப் பார்த்து, அந்த அரக்கி, ''வா! நாம் கூடி மகிழ்வோம்'' என்று உரக்கக் கூவி அழைத்து, தாவிச் சென்று லக்ஷ்மணனை இறுக அணைத்து, ''என் பெயர் அயோமுகி. உன்னைக் கண்டு நான் மயங்கி விட்டேன். மலைப் பகுதிகளிலும், நதிக் கரைகளிலும் நாம் கூடி மகிழ்வோம்'' என்று சொன்னாள்.

லக்ஷ்மணன், தனது வாளை உருவி அவளுடைய காதுகளையும், மூக்கையும், மார்பகத்தையும் அறுத்தெறிந்தான். அந்த அரக்கி கதறிக் கொண்டே, தான் வந்த வழியே திரும்பி ஓடினாள்.

(அயோமுகி வதத்தையும் கூட கம்பர் வேறு விதமாகச் சித்தரித்திருக்கிறார். தண்ணீர் கொண்டு வருமாறு லக்ஷ்மணனை ராமர் அனுப்ப, வழியில் லக்ஷ்மணன் மீது அயோமுகி காதல் கொண்டு, தன்னுடைய மாயா சக்தியால் அவனை மயக்கி எடுத்துச் சென்று விட, அந்த மாயை நீங்கிய நிலையில் லக்ஷ்மணன், அவளுடைய உறுப்புக்களை அறுத்தெறிந்து ராமரிடம் திரும்புவதாக கம்பர் வர்ணிக்கிறார்.)

அயோமுகி ஓடிய பிறகு ராமரும், லக்ஷ்மணனும் மேலும் பயணம் செய்து ஓர் அடர்ந்த காட்டை அடைந்தார்கள். அப்போது ராமரைப் பார்த்து, லக்ஷ்மணன் ''எனது இடது கை துடிக்கிறது. எனது மனதில் ஒரு கலவரம் தோன்றியிருக்கிறது. இது தவிர, வரப்போகிற ஆபத்தைக் குறிக்கிற சகுனங்களை நான் காண்கிறேன். ஆகையால் நாம் எச்சரிக்கையுடன் இருக்க வேண்டும். அதே சமயத்தில் இங்கு ஒரு பறவை கூவியபோது, வரப்போகிற ஆபத்தைக் கடந்து நாம் வெற்றி கொள்வோம் என்பதையும் நான் உணர்கிறேன்'' என்று கூறினான்.

இவ்வாறு பேசிக் கொண்டே அவர்கள் நடந்து சென்ற போது, அந்தக் காடே அழிந்து விடுகிற மாதிரி ஒரு மிகப் பெரிய சப்தம் உண்டாகியது.

3. ஆரண்ய காண்டம்

அத்தியாயம் -20

கபந்தன் கூறிய யோசனை

ராம – லக்ஷ்மணர்கள் கபந்தன் என்ற பயங்கரமான அரக்கனிடம் சிக்குவது; அவனுடைய கைகளை அவர்கள் வெட்டி வீழ்த்திய பிறகு, அவன் கேட்டுக் கொண்டதன் பேரில், அவனை அவர்கள் தகனம் செய்வது; தன் வரலாற்றைக் கூறிய கபந்தன், சுக்ரீவனோடு நட்பு கொள்ளுமாறு ராமருக்கு யோசனை சொல்வது; கபந்தன் நற்கதி அடைவது...

அந்தப் பெரிய சப்தம் எப்படி உண்டாயிற்று என்று ராம – லக்ஷ்மணர்கள் யோசித்துக் கொண்டிருக்கும்போதே, மிகப் பெரிய உடலைக் கொண்டவனும், பயங்கர உருவம் படைத்தவனுமாகிய ஓர் அரக்கனை அவர்கள் கண்டார்கள். அவனுக்குத் தலையோ, கழுத்தோ இருக்கவில்லை; அவன் வாய் வயிற்றிலே இருந்தது; தொடைகள் இல்லை; மிக நீண்ட கைகளை அவன் கொண்டிருந்தான்; ஒரே கண்ணுடன் காட்சியளித்த அவன், கருமேகத்தை நிகர்த்தவனாகக் காணப்பட்டான்; இப்படிப்பட்ட உருவம் படைத்த கபந்தன் என்ற பெயருடைய அந்த அரக்கனை ராமரும், லக்ஷ்மணனும் நெருங்கினார்கள். அவன் தனது நீண்ட கைகளினால், அவர்கள் இருவரையும் இறுகப் பிடிக்க, பெரும் பலசாலிகளும், வாளை ஏந்தியவர்களுமாக இருந்த ராம – லக்ஷ்மணர்கள் செயலற்ற நிலைக்குத் தள்ளப்பட்டார்கள்.

அந்த நிலையிலும் மனச்சோர்வடையாத ராமரைப் பார்த்து, லக்ஷ்மணன், ''இந்த அரககனிடம் சிக்கிவிட்ட நான், உயிர் துறக்கத்

துணிந்து விட்டேன். நீங்கள் என்னை இவனுக்குப் பலியாக அளித்து விட்டு, தப்பித்துக் கொள்ளுங்கள். விரைவில் ஸீதையை அடையப் போகிற நீங்கள், ராஜ்யத்தை அடைந்த பிறகும் கூட, என் நினைவை உங்கள் மனதில் இருந்து அகற்றாமல் இருக்க வேண்டும்'' என்று கேட்டுக் கொண்டான்.

ராமர், லக்ஷ்மணனுக்குத் தைரியம் கூறினார்: ''இப்படிப்பட்ட மனச்சோர்வை நீ அடையக் கூடாது. உன்னைப் போன்றவர்களுக்கு இது தகாது'' என்று அவர் சொன்னார்.

இவர்கள் இருவரும் பேசிக் கொள்வதைப் பார்த்த கபந்தன், ''எனக்கு உணவாக வந்திருக்கிறீர்கள். என்னிடம் சிக்கியவர்கள் உயிர் பிழைத்ததில்லை'' என்று பயங்கரமான குரலில் கூறினான்.

இதைக் கேட்ட ராமர், லக்ஷ்மணனைப் பார்த்து, ''வீணாகாத வீரம் படைத்தவனே! சோதனைக்கு மேல் சோதனையைச் சந்தித்த நாம், இப்போது நம் உயிருக்கே ஆபத்தை உண்டாக்கக் கூடிய நெருக்கடியைச் சந்திக்கிறோம். விதியின் விளைவை எந்த ஜீவ ராசியாலும் விலக்க முடியாது; விதியை மீறக்கூடியவன் எவனும் இல்லை; சிறந்த வீரர்களாயினும் சரி, பெரும் பலம் படைத்தவர்களாயினும் சரி, அஸ்திர வித்தையில் நிபுணர்களா யினும் சரி, விதியை வெல்ல முடியாமல், மணலால் கட்டப்பட்ட அணைகள் பெரும் வெள்ளத்தில் கரைவது போல் கரைந்து விடுகிறார்கள்'' என்று சொல்லிவிட்டு, கபந்தனை வீழ்த்தும் உறுதியைத் தன் மனதில் வளர்த்துக் கொண்டார்.

லக்ஷ்மணன் சொன்னான் : ''ஆயுதம் ஏந்தாத இந்த அரக்கனுடைய பலம் அவனுடைய கைகளில்தான் இருக்க வேண்டும். ஆகையால் அவன் கைகள் இரண்டையும் நாம் வெட்டித் தள்ளுவோம்.''

இதைக் கேட்ட கபந்தன், அவ்விருவர்களையும் விழுங்கி விட முயற்சித்தான். அந்த அரக்கனின் வலது கையை ராமரும், இடது கையை லக்ஷ்மணனும் தங்களுடைய வாள்களால் வெட்டித் தள்ளினார்கள். எட்டு திசைகளும் நடுங்குகிற மாதிரி பெரும் கூச்சலிட்டு கபந்தன் தரையில் வீழ்ந்து, ரத்த வெள்ளத்தில் கிடந்த நிலையில், ''நீங்கள் இருவரும் யார்?'' என்று கேட்டான்.

அவனுக்கு லக்ஷ்மணன் பதில் கூறினான். ''ராமர் எனப் பெயர் கொண்ட இவர், இக்ஷ்வாகு குலத்தில் தோன்றியவர். இவருக்குத் தம்பியாகிய என் பெயர் லக்ஷ்மணன். பட்டத்து உரிமை பறிக்கப்பட்டு, ஒரு தாயாரினால் காட்டுக்கு அனுப்பப்பட்டவராக, மனைவியோடு வனத்துக்கு வந்த ராமருடன், நானும் வந்திருக்கிறேன். வனத்தில் நாங்கள் வசித்துக் கொண்டிருக்கும் போது, இவருடைய மனைவி ஒரு அரக்கனால் அபகரிக்கப் பட்டாள். அவளைத் தேடுகையில்தான் நாங்கள் இங்கு வந்தோம். இப்படிப்பட்ட கோர உருவம் கொண்ட நீ யார்?''

''மனிதர்களில் மேம்பட்டவர்களை எனது அதிர்ஷ்டத்தால் நான் இன்று காணப் பெற்றேன். என் கதையைச் சொல்கிறேன், கேளுங்கள் : ''இந்திரனுக்கும், சூரியனுக்கும், சந்திரனுக்கும், நிகரான தோற்றம் பெற்றவனாக நான் ஒரு காலத்தில் இருந்தேன். ஆனால் விரும்பியபோது, கோர உருவத்தை எடுத்துக் கொண்டு, முனிவர்களைத் துன்புறுத்தினேன். அப்படி என்னால் அவமதிக்கப் பட்டு துன்புறுத்தப்பட்டவர்களில் ஒருவரான ஸ்தூலசிரஸ் என்ற மஹரிஷி, 'காண்பவர் வெறுக்கக் கூடிய இந்த அருவறுக்கத்தக்க உருவமே உனக்கு எப்போதும் நிலைத்திருக்கக் கடவது' – என்று என்னைச் சபித்து விட்டார். பாப விமோசனத்திற்காக நான் அவரை வேண்டிக் கொண்டேன். அப்போது அவர் என்மீது கருணை காட்டி, 'ராமரால் உன் கைகள் வெட்டப்பட்டு, அவராலேயே உன் உடல் எப்போது தகனம் செய்யப்படுகிறதோ – அப்பொழுது நீ உன்னுடைய முந்தைய உருவத்தை அடைவாய்' என்று கூறினார்.''

கபந்தன் மேலும் தொடர்ந்தான் : ''இதன் பின்னர், பிரம்ம தேவரை வேண்டி, நீண்ட ஆயுளை நான் பெற்றதால், மனம் போனபடி நடந்து கொள்ளத் தொடங்கினேன். இந்திரனையே எதிர்க்கத் துணிந்தேன். அவன் வஜ்ராயுதத்தை ஏவ, என் தலை உடம்பினுள் இறங்கியது. ஆனால் பிரம்ம தேவன் கொடுத்த வரம் பொய்த்துப் போகாமல் இருப்பதற்காக, இந்திரன் என்னை உயிரோடு விட்டான். 'இந்த உருவத்தோடு நான் நீண்ட காலம் எப்படி வாழ முடியும்?' என்று கேட்டபோது, இந்திரனும் எனக்கு நீண்ட கைகளை அருளி, 'லக்ஷ்மணனுடன் கூடிய ராமர், உன்

கைகளை அறுத்துத் தள்ளும்போது நீ நற்கதியை அடைவாய்' என்று சொன்னான்.

"அந்தச் சமயத்திலிருந்து நான் யாரைத் தாக்கினாலும் 'இது ராமராக இருக்க வேண்டுமே' என்று நினைத்துக் கொள்வேன். இப்போது உண்மையாகவே ராமர் என் எதிரில் வந்து, என் கையை வெட்டி விட்டார். ராமரே! என்னைத் தகனம் செய்யுங்கள். உங்களுக்கு உதவி புரியக் கூடியவன் யார் என்பதை நான் உங்களுக்குச் சொல்கிறேன்."

இவ்வாறு கபந்தன் கூறி முடித்தவுடன், ராமர், "ராவணன் என் மனைவி ஸீதையை அபகரித்துச் சென்று விட்டான். ராவணன் என்ற பெயர்தான் எனக்குத் தெரியுமே தவிர, அவன் இருப்பிடத்தை நான் அறியவில்லை. அவனது வீரம் பற்றி எனக்கு எதுவும் தெரியாது. அவனுடைய குணம் பற்றியும் நான் எதுவும் அறியவில்லை. இந்த நிலையில் ஸீதையைத் தேடி அலையும் எங்களுக்கு, ஸீதையைப் பற்றி உனக்குத் தெரிந்ததைச் சொல்லி உதவி செய்வாயாக! நீ கேட்டுக் கொண்டபடியே உன்னை ஒரு பெரிய குழியில் இட்டு உனக்கு நாங்கள் தகனம் செய்கிறோம்" என்று சொன்னார்.

"எல்லாவற்றையும் அறிந்து கொள்ளக் கூடிய சக்தி எனக்கு இல்லை" என்று கூறிய கபந்தன் தொடர்ந்து சொன்னான் : "சாப விமோசனம் அடையாத நிலையில் நான் அறிவிழந்தவனாக இருக்கிறேன். சூரியன் அஸ்தமனம் அடைவதற்கு முன்பாக என்னை சாத்திர முறைப்படி நீங்கள் தகனம் செய்து, அருள வேண்டும். உங்களால் தகனம் செய்யப்பட்டால் என் சாபம் தீரும். அந்த நிலையில் உங்களுக்கு என்னால் உதவ முடியும். ஸீதையைத் தூக்கிச் சென்ற அரக்கன் யார், அவன் எப்படிப்பட்டவன் – என்று உங்களுக்குக் காட்டக் கூடிய ஒருவனை, உங்களுக்கு நான் அடையாளம் காண்பிப்பேன். நல்ல குணம் படைத்தவனும், எல்லா இடங்களுக்கும் செல்லக் கூடிய வல்லமை படைத்த வனுமாகிய அவனோடு நீங்கள் நட்பு பூண்டால், அவன் உங்களுக்கு உதவுவான். முன்னொரு சமயம் ஒரு குறிப்பிட்ட காரணத்தால், அவன் உலகில் பல பாகங்களிலும் சுற்றி வந்து விட்டான். அவன் அறியாத இடமில்லை. என்னைத் தகனம் செய்யுங்கள். நான் விவரம் சொல்கிறேன்" என்று கபந்தன் கூறினான்.

இதையடுத்து ராம – லக்ஷ்மணர்கள் ஒரு சிதையை ஏற்படுத்தி, கபந்தனை அதில் வைத்து, தீயிட்டு, அவனை தகனம் செய்தார்கள். சிதை நன்றாக எரிந்தபோது, தூய ஆடைகள் இரண்டையும் ஒரு மாலையையும் அணிந்தவனாக, புகையே இல்லாத நெருப்பு போல் ஜொலித்துக் கொண்டு, கபந்தன் அதிலிருந்து வெளிப்பட்டான். தெய்வீக விமானம் ஒன்று அங்கே தோன்றியது. அதில் அமர்ந்த கபந்தன் கூறினான் : ''ராமா! ஒன்றை அடைவதற்கு ஆறு வழிகள் உண்டு. அவ்வழிகளைப் பின்பற்றியே எல்லாமே அடையப் படுகின்றன. மிகக் கொடிய துன்பத்திற்கு ஆளாகிறவனுக்கு தேவையான உதவி, அதே போன்ற துன்பத்தை அனுபவித்த மற்றொருவனிடம்தான் கிட்டும். ராஜ்யத்தையும் துறந்து, மனைவியையும் இழந்து நீ பெரும் துன்பத்தை அடைந்திருக்கிறாய். இம்மாதிரியான சோதனையைச் சந்தித்த ஒருவனை நீ உன்னுடைய துணையாகச் சேர்த்துக் கொள்ள வேண்டும். அப்படிப்பட்ட ஒருவனை நான் உனக்குச் சொல்கிறேன். சுக்ரீவன் என்ற வானரத் தலைவன், இந்திரனின் மகனாகிய வாலியினால் தனது இடத்தை விட்டு துரத்தப்பட்டிருக்கிறான். பம்பை நதிக்கரையில் இருக்கிற ரிச்யமூகம் எனும் மலையில் சில வானரங்களோடு அவன் இப்போது வசிக்கிறான். அவன் தைரியசாலி; அழகு பொருந்தியவன்; வாக்கு தவறாதவன்; உறுதியான மனம் படைத்தவன்; சாமர்த்தியசாலி; பலவான்; வீணாகாத முயற்சி உடையவன். அப்படிப்பட்டவனின் ராஜ்யம் கவரப்பட்டிருக்கிறது. ஸீதையைத் தேடும் விஷயத்தில் உனக்கு அவன் உற்ற நண்பனாக இருப்பான்.''

கபந்தன் தொடர்ந்தான். ''விதியை வெல்ல ஒருவராலும் முடியாது. அது அனுபவித்துத் தீர வேண்டிய ஒன்று. ஆகையால் மனதைத் தளரவிடாமல், இந்த சுக்ரீவனைச் சந்தித்து, அக்னியின் முன்பாக அவனுடைய நட்பை ஏற்றுக் கொள்வாயாக. நினைத்த உருவம் எடுக்கும் திறன் படைத்த அந்தச் சுக்ரீவன், நன்றி மறவாதவன். சூரியனின் அம்சம் உடைய அவன், மற்ற வானரர்களோடு கூடி உங்கள் மனைவி இருக்கும் இடத்தைக் கண்டு பிடிப்பான். அவள் மேரு மலையின் உச்சியில் வைக்கப் பட்டிருந்தாலும் சரி, பாதாள லோகத்திற்கே எடுத்துச்

செல்லப்பட்டிருந்தாலும் சரி – அந்த உத்தமியை சுக்ரீவனின் உதவி கொண்டு நீ மீட்டு விடுவாய் என்பதில் எனக்குச் சந்தேமில்லை.''

('ஒன்றை அடைவதற்கு ஆறு வழிகள் உண்டு' என்று கபந்தன் கூறுவதற்கு, ராமாயண விரிவுரையாளர்கள் இரண்டு விதமான விளக்கங்களைத் தருகிறார்கள். முதலாவது விளக்கம் – ஆறு உபாயங்களாவன : நட்பு கொள்ளுதல்; பகைமை பாராட்டுதல்; படையெடுத்துச் செல்வது; எதிரியை எதிர்பார்த்து காத்திருப்பது; பிரித்தாள்வது; பணிந்து போவது.

இரண்டாவது விளக்கம் – இந்த விளக்கத்தின் படி கபந்தன் குறிப்பிட்டது உபாயங்களை அல்ல; வழிகளை 1. நேரில் கண்டறிவது; 2. யூகித்து அறிவது; 3. அதையொத்த விஷயங்களால் ஒன்றை அறிவது; 4. சப்தத்தின் மூலம் அறிவது; 5. கண்களுக்குப் புலப்படாததால் அது இல்லை என்று அறிவது; 6. பார்த்த, கேட்ட விஷயங்களைக் கொண்டு ஒரு தீர்மானத்துக்கு வருவது.

இந்த விளக்கங்கள், ஏற்கெனவே சொன்னபடி விரிவுரைகளில் காணப்படுகின்றனவே தவிர, வால்மீகியின் காவியத்தில் இல்லை.)

சுக்ரீவனைப் பற்றி ராமருக்கு விவரங்களை எடுத்துக் கூறிய கபந்தன், பம்பை என்ற நீர் நிலையைச் சென்று அடையும் வழியையும் சொல்லி விட்டு, மேலும் தொடர்ந்தான். ''ராமா! அந்த இடத்தில் மதங்க முனிவருடைய சீடர்களான பல முனிவர்கள் இருந்தார்கள். மிகவும் புனிதமான இடமாகிய அங்கு, அங்கிருந்த முனிவர்களுக்குத் தொண்டு செய்தே வாழ்ந்த சபரி என்ற பெயரைக் கொண்ட பெண் துறவி காணப்படுவாள். உன்னைக் கண்ட பிறகு அவள் சொர்க்கத்தை அடைவாள். அந்தப் பம்பை ஏரிக்கு எதிரில், ரிச்யமூகம் என்ற மலை இருக்கிறது. அந்த மலையில்தான் சுக்ரீவன் வாழ்கிறான். அவனைச் சென்று அடைவாயாக.''

இவ்வாறு கூறி முடித்த கபந்தன், ராம லக்ஷ்மணர்களிடம் விடைபெற்று, வான வீதியில் சென்று கொண்டே, மீண்டும் ஒருமுறை ராமரைப் பார்த்து, ''நட்பை ஏற்படுத்திக் கொள்வாயாக'' என்று சொல்லி மறைந்தான்.

3. ஆரண்ய காண்டம்

அத்தியாயம் -21

சபரி என்ற துறவி

சபரியை ராம – லக்ஷ்மணர்கள் சந்திப்பது; சபரி தங்கியிருந்த ஆச்ரமத்தின் சிறப்புகளை, அவள் வாயிலாகக் கேட்டு ராம – லக்ஷ்மணர்கள் வியப்பது; சபரி நற்கதி பெறுவது; ராம – லக்ஷ்மணர்கள் சுக்ரீவனை சந்திப்பதற்காகப் புறப்படுவது...

கபந்தன் குறிப்பிட்டுச் சொன்ன பாதையில் சென்று ராம – லக்ஷ்மணர்கள், பம்பையின் மேற்குக் கரையை அடைந்த போது, அங்கே சபரியின் ஆச்ரமத்தைக் கண்டார்கள். மரங்களால் சூழப்பட்டு மிகவும் அமைதியாக விளங்கிய அந்த ஆச்ரமத்தினுள் அவர்கள் நுழைந்த போது, சபரி எழுந்து நின்று கை கூப்பி, ராம – லக்ஷ்மணர்களின் கால்களில் விழுந்து, அவர்களை வணங்கி வரவேற்றாள்.

மிகவும் போற்றத்தக்க தர்ம நெறியை கடைப்பிடித்து வாழ்ந்த அந்தப் பெண் துறவியைப் பார்த்து ராமர், ''உங்களுடைய தவம் நாளுக்கு நாள் சிறப்படைந்து வருகிறதா? கோபம் உங்களால் அறவே நீக்கப்பட்டதா? நீங்கள் மேற்கொள்கிற விரதங்கள் எந்தத் தடையுமின்றி முடிவு பெறுகின்றனவா? மனத்திருப்தியை அடைந்தீர்களா?'' என்று அடக்கத்துடன் விசாரித்தார்.

சித்தர்களால் கொண்டாடப்படுகிற அளவுக்கு, தர்மத்தின் பாதையைக் கடைப்பிடித்து வந்த சபரி என்ற அந்த வயதான பெண் துறவி, ராமரைப் பார்த்து, ''உன்னுடைய தரிசனத்தால்,

என்னுடைய தவத்தின் பயன் என்னால் அடையப்பட்டது. என் பிறவியின் பயனை இன்றுதான் நான் அடைந்தேன். எனக்கு நிச்சயமாக நற்கதியும் கிட்டும். ராமா! உன்னுடைய பார்வையினால் நான் நிரந்தரமான உலகங்களை அடையப் போகிறேன். பாவங்களையெல்லாம் ஒழிப்பவனே! நான் இங்கு பல ரிஷிகளுக்கு பணிவிடை செய்து வந்தேன். நீ சித்ரகூடத்திற்கு வந்த போது, அவர்கள் எல்லாம் ஒளி பொருந்திய தெய்வ விமானங்களில் அமர்ந்து, சொர்க்கத்திற்குச் சென்றார்கள். புண்ணிய சீலர்களான அந்த ரிஷிகள் அப்போது என்னைப் பார்த்து, 'ராமர் உன்னுடைய இந்த ஆச்ரமத்திற்கு வரப் போகிறார். லக்ஷ்மணனுடன் சேர்ந்து, அவர் இங்கே வரும்போது அவரை முறையாக வணங்குவாயாக. நீ அவரை தரிசித்த பின் நிரந்தரமான நல்லுலகங்களை அடைவாய்' என்று கூறினார்கள்.

''மனிதர்களில் மேம்பட்டவனே! பம்பைக்கரையில் கிட்டுகிற பல வகைப்பட்ட பழங்களையும், கிழங்குகளையும் உனக்கென்று எடுத்து வைத்திருக்கிறேன்'' என்று கூறினாள்.

புறக்கணிக்கப்படத் தகாதவளாகிய அந்தச் சபரியைப் பார்த்து ராமர், ''ப்ரம்ம ஞானத்தை அடைந்து விட்டவளே! கபந்தனிடமிருந்து உங்களுடைய தவத்தின் பெருமை என்னால் அறியப்பட்டது. இந்த இடத்தின் சிறப்பைப் பற்றி உங்களிட மிருந்தும் தெரிந்து கொள்ள நான் விரும்புகிறேன்'' என்று கேட்டுக் கொண்டார்.

''ராமா! மதங்கவனம் என்று புகழ் பெற்றுள்ள இந்த வனத்தைப் பார்ப்பாயாக! ஞானிகளாகிய மஹரிஷிகள் இந்த இடத்தில் சாத்திர முறை தவறாமல் யாகங்களைச் செய்தார்கள். அவர்கள் நிர்மாணித்த யாக மேடையைப் பார். அவர்களுடைய தவத்தின் வலிமை காரணமாக, இன்றும் கூட அது ஒளி வீசிக் கொண்டிருக்கிறது. அவர்கள் தவ வலிமையினால், இங்கு கலந்து ஓடிய ஏழு கடல்களின் நீர் – அதோ பார்! அவர்களால் அர்ச்சிக்கப்பட்ட மலர்கள் இன்னமும் வாடாமல் இருப்பதையும் பார்ப்பாயாக!'' என்று ராமருக்கு பதில் கூறிய சபரி, இறுதியில் ''இந்த உடலை ஒழித்து, விடைபெற என்னை அனுமதிக்கக் கோருகிறேன். இந்த

ஆச்ரமம் எந்த முனிவர்களுக்கு உரியதோ, எவர்களுக்குத் தொண்டு புரிவது என் கடமையோ, அந்த ஆத்ம ஞானிகளின் முன்னிலைக்குப் போக நான் விரும்புகிறேன்'' என்றும் கேட்டுக் கொண்டாள்.

ராமர், ''பெண்களில் சிறந்தவளே! உங்களால் கௌரவிக்கப் பட்டேன். உங்கள் இஷ்டப்படியே ஆகட்டும்'' என்று சொல்ல, மரவுரியும், மான்தோலும் அணிந்திருந்த, பற்றை முற்றிலுமாக அறுத்திருந்த, அந்தப் பெண் துறவி தனது பூத உடலை அழிக்க எண்ணம் கொண்டவளாகத் தீயினுள் புகுந்தாள்.

அப்போது சிறந்த ஆபரணங்களையும், அழகான மாலை களையும் அணிந்தவளாகவும், சந்தனம் முதலிய வாசனை திரவியங்கள் பூசப்பட்டவளாகவும், நல்ல ஆடைகளை உடுத்திய வளாகவும், பெரும் அழகோடு, ஓர் அக்னி பிழம்பு போல ஜொலித்துக் கொண்டு, அந்த வனப்பிரதேசத்தையே ஒளி பெறச் செய்தவாறு, ராமரை நமஸ்கரித்து, சொர்க்கத்தைச் சென்று அடைந்தாள் சபரி.

இதன் பின்னர், ராமர், லக்ஷ்மணனைப் பார்த்து, ''மகாத்மாக்கள் வாழ்ந்த இடம் என்பதால், இங்கே மான்களும், புலிகளும் கூட நட்புறவோடு வாழ்கின்றன. பல வியப்புகளை உள்ளடக்கிய இந்த ஆச்ரம பிரதேசத்தைத் தரிசனம் செய்தது நம்முடைய அதிர்ஷ்டம். இங்கே உள்ள தண்ணீரில் நீராடியதால் ஏழு கடல்களில் குளித்த பயனும் நமக்குக் கிட்டியிருக்கிறது. லக்ஷ்மணா! நமது மனவேதனை ஒழியும் காலம் வந்து விட்டது. நாம் இனி நன்மையை அடையப் போகிறோம். என் மனம் இப்பொழுது பெரும் திருப்தி அடைந்திருக்கிறது. இந்த நல்ல நேரத்தில் நாம் புறப்பட்டு, பம்பைக்கரையின் அருகில் உள்ள ரிச்யமூக மலையைச் சென்று அடைவோம். வாலியிடமுள்ள பயத்தின் காரணமாக சுக்ரீவன், ஒரு சில வானரர்களோடு அங்கே வசிக்கிறான் என்று அறிந்தோம். அவனுடன் சேர்ந்து நாம் ஸீதையைத் தேடுவோம்'' என்று சொன்னார்.

பேரழகு வாய்ந்த அந்த பம்பையின் கரையை அவர்கள் அடைந்த போது ராமர், ''ரிச்யமூகம் என்ற மலை இங்கேதான்

இருக்கிறது. ரிக்ஷரஜன் என்ற வானரத்தின் மகனும், வீரமுள்ளவனும், புகழ் பெற்றவனுமான சுக்ரீவனை அங்கு சென்று நீ சந்தித்து வா'' என்று லக்ஷ்மணனிடம் கூறிவிட்டு, மீண்டும் மனதைச் சோகம் கவ்வியவராக, ''ஸீதை இல்லாமல் நான் எப்படி உயிர் வாழ்வேன்?'' என்று மனம் கலங்கியவாறு பேசினார். இவ்வாறு பேசிக் கொண்டே அவர்கள் பம்பையை அடைந்து, அதன் அருகே இருந்த வனத்தினுள் பிரவேசித்தார்கள்.

(சபரி வேடுவ குலங்களில் ஒன்றைச் சார்ந்தவள் என்ற கருத்து பல்வேறு விளக்கங்களில் கூறப்பட்டிருக்கிறது. ஆனால், வால்மீகி ராமாயணத்தில் அப்படி எதுவும் சொல்லப்படவில்லை. துளஸிதாஸர் தனது ராமாயணத்தில் சபரியை ஒரு தாழ்ந்த ஜாதிப் பெண்ணாக வர்ணிக்கிறார்.

புராணக் கதைகள் தொடர்பான ஒரு நூலில், சபரியைப் பற்றி ஒரு பூர்வ கதை காணப்படுகிறது. அந்தக் கதையைப் பார்ப்போம்.

'... சித்திரக்கவசன் என்ற கந்தர்வ மன்னனுக்கு மாலினி என்ற பெண் இருந்தாள். அவள் பெரும் பண்டிதனாகிய விதிஹோத்ரன் என்பவனை மணந்தாள். அவனோ ப்ரம்மத்தை உணர்வதிலேயே முழுவதுமாக ஈடுபட்டு, இல்லறத்தை மறந்திருந்தான். இந்த நிலையில், கல்மாஷன் என்ற பெயருடைய ஒரு வேடனுடன் மாலினிக்குத் தொடர்பு ஏற்பட்டது. இதையறிந்த அவளுடைய கணவன் விதிஹோத்ரன், 'ஒரு வேடுவனுக்கு நீ இணங்கியதால், நீ வேடுவப் பெண்ணாகவே மாறக்கடவது' என்று சாபமிட்டான்.

மாலினி கண்ணீர் விட்டுக் கதறி அழுது, கணவனிடம், சாபத்திற்கு விமோசனம் கூறுமாறு கேட்டாள். ராமர் மூலமாகவே அவளுக்கு விமோசனம் கிட்டும் என்று விதிஹோத்ரன் கூறினான்.

மாலினி உடனடியாக வேடுவப் பெண்ணாக மாறினாள். அவள் மதங்கரின் ஆச்ரமம் இருந்த இடத்திற்கு வந்து சேர்ந்து, அங்கு முனிவர்களுக்கு எல்லாம் பணிவிடை செய்ய ஆரம்பித்தாள்...'

சபரி பற்றிய இந்தக் கதைக்கு வால்மீகி, கம்பர், துளஸிதாஸர் ஆகியோர் இயற்றிய ராமாயணங்களில் எந்த ஆதாரமும் இல்லை.

வால்மீகி ராமாயணம்

சபரி தாழ்ந்த ஜாதியைச் சார்ந்தவள்... வேடுவ குலத்தைச் சார்ந்தவள் – என்ற கருத்து வருவதற்கு வேறு காரணமும் இருக்கலாம்.

சபரி என்கிற சம்ஸ்க்ருத வார்த்தை 'சபர' என்ற சொல்லில் இருந்து வருகிறது. 'சபர' என்பதற்கு 'வனத்திலே வாழ்கிற ஒரு இனத்தைச் சார்ந்தவர்கள்' என்று பொருள் கூறப்பட்டிருக்கிறது. இதை வைத்துக் கொண்டுதான், சபரி என்ற பெயர் இருப்பதால், அந்தப் பெண் துறவி ஒரு வேடுவ இனத்தைச் சார்ந்தவள் என்ற கருத்து பல விளக்கங்களில் கூறப்பட்டிருப்பதாகத் தோன்றுகிறது. ஆனால், வால்மீகி, சபரியின் பிறப்பு, அதாவது அவளுடைய குலம் அல்லது ஜாதி பற்றி எதுவுமே குறிப்பிடவில்லை. சபரியின் வார்த்தைகளிலோ, ராமரின் வார்த்தைகளிலோ சபரி ஒரு தாழ்ந்த ஜாதிப் பெண்மணி என்ற குறிப்பு வரவில்லை.

'சபரி தான் கடித்து, ருசி பார்த்த பழங்களை ராமருக்குக் கொடுக்க, அவற்றை அவர் விரும்பி ஏற்று, மிகவும் சுவைத்து உண்டார்' – என்று கூறப்படுவதும் உண்டு. இதற்கும் வால்மீகி ராமாயணத்தில் எந்த ஆதாரமும் இல்லை. கம்பரும், துளஸிதாஸரும் கூட இப்படிச் சொல்லவில்லை. இப்படி அத்யாத்ம ராமாயணத்திலும் கூட குறிப்பிடவில்லை என்று ஒரு பௌராணிகர் கூறியிருக்கிறார். அப்படியிருக்க, இந்தக் கதை எப்படி வழக்கில் வந்தது?

இது பற்றி ஒரு விரிவுரையாளர் இப்படிச் சொல்கிறார் : 'சங்கீத மும்மூர்த்திகளில் ஒருவரான தியாகராஜர் தன்னுடைய ஒரு கீர்த்தனையில் – சபரியைப் போல் நான் சாப்பிட்ட மிச்சத்தை உனக்கு நான் கொடுத்தேனோ' – என்று எழுதியிருக்கிறார்.

ஒருவேளை, இதுதான் இந்தக் கதைக்கு ஆதாரமாக அமைந்ததோ என்னவோ? அல்லது தியாகராஜரே கூட வழக்கிலிருந்த ஒரு கதையைத் தன்னுடைய பாட்டிற்கு ஆதாரமாக வைத்துக் கொண்டாரோ என்னவோ? முக்கியமாகக் கவனிக்கப்பட வேண்டியது வால்மீகி ராமாயணத்தில் இப்படி சபரி, தான் உண்ட மிச்சத்தை ராமருக்குக் கொடுத்ததாகக் கூறப்படவில்லை என்பதுதான்.

சபரி, சொர்க்கத்தை அடைந்த கட்டத்தில் துளஸிதாஸர் தனது ராமாயணத்தில், ஒரு புதிய கற்பனையைச் சேர்த்திருக்கிறார். நாரதர், ராமரைப் பார்க்க வருகிறார். அப்போது அவரிடம் தனது பக்தியைத் தெரிவித்து விட்டு நாரதர், புவே! மணம் செய்ய திட்டமிட்டிருந்த என்னுடைய விருப்பம் நிறைவேறாதவாறு முன்பு செய்து விட்டாயே? அது ஏன்?' என்று கேட்கிறார்.

ராமர் இப்படி பதில் சொல்கிறார் : 'ஒரு தாய் தனது குழந்தையைப் பாதுகாப்பது போல், என்னிடம் பக்தி செலுத்துபவர்களை நான் பாதுகாக்கிறேன். குழந்தை நெருப்பையோ, பாம்பையோ தீண்ட நினைத்தால், தாய் என்ன செய்வாள்? அதைத் தடுத்து அந்த இடத்திலிருந்து குழந்தையை அகற்றுவாள். நாரதா! பேராசை, கோபம், கர்வம் போன்றவற்றை விட ஆபத்தானவள் பெண். எல்லா தீமைகளுக்கும் ஒரு பெண்ணே தொடக்கமாகிறாள். எல்லா சோதனைகளுக்கும் பெண்ணே காரணம். ஆகையால்தான் நீ திருமணம் செய்து கொள்வதை நான் தடுத்தேன்.'

இந்த மாதிரி காட்சி எந்தப் புராணத்திலும் இருப்பதாகத் தெரியவில்லை. இது முழுக்க முழுக்க துளஸிதாஸரின் கற்பனையாகவே தெரிகிறது.

அடுத்து சுக்ரீவன் விஷயம். ரிக்ஷரஜஸின் மகன், சூரியனின் மகன் என்று இரண்டு விதமாக சுக்ரீவன் வர்ணிக்கப்பட்டிருப்பதை வாசகர்கள் கவனித்திருப்பார்கள். வாலியும், சுக்ரீவனும் அருணிக்குப் பிறந்தவர்கள். வாலியின் தந்தை இந்திரன்; சுக்ரீவனின் தந்தை சூரியன். பின்னர், வாலி, சுக்ரீவன் இருவருமே ரிக்ஷரஜஸ் என்ற வானரத்தின் வளர்ப்பு மகன்களாக வளர்ந்தார்கள். இந்த ரிக்ஷரஜஸ் கிஷ்கிந்தையின் அரசகுப் பின்னர் வாலிக்குப் பட்டம் கிட்டியது. ஆக, சுக்ரீவன் சூரியனின் மகன், ரிக்ஷரஜஸின் வளர்ப்பு மகன்.)

இத்துடன் ஆரண்ய காண்டம் முற்றுப் பெறுகிறது. அடுத்து கிஷ்கிந்தா காண்டம்

4. கிஷ்கிந்தா காண்டம்

அத்தியாயம் 1

நட்பு மலர்ந்தது!

ராம – லக்ஷ்மணர்களைக் கண்ட சுக்ரீவன் அவர்கள் வாலியினால் அனுப்பப்பட்டவர்கள் என்று நினைத்து பயந்து, உண்மையைக் கண்டு வர ஹனுமாரை அனுப்புதல்; ஹனுமார், அவர்களை நெருங்கி, சுக்ரீவன் அவர்களுடைய நட்பை நாடுவதாகக் கூறுதல்; ராம – லக்ஷ்மணர்கள் ஹனுமாருடன் சென்று சுக்ரீவனைச் சந்திப்பது; சுக்ரீவனுக்கும், ராமருக்கும் ஏற்படுகிற நட்பு; வாலியை அழிப்பதாக சுக்ரீவனுக்கு ராமர் சொல்வது; ஸீதை இருக்கும் இடத்தைக் கண்டு பிடித்துத் தருவதாக சுக்ரீவன், ராமருக்கு உறுதி அளிப்பது...

பம்பை நீர் நிலையை அடைந்த ராமர் கதறி அழுதார். பம்பையும் அதைச் சுற்றியிருந்த அழகு நிரம்பிய இயற்கைக் காட்சிகளும், ஸீதையின் பிரிவினால் ஏற்பட்ட அவருடைய துக்கத்தை மிகவும் அதிகப் படுத்தின. இந்த இயற்கைக் காட்சிகளை யெல்லாம் வர்ணித்து, அவற்றோடு ஸீதையின் அழகை ஒப்பிட்டு அவர் புலம்பினார். இறுதியில், ''என்னைப் பிரிந்ததால் ஸீதை இனி உயிர் வாழ மாட்டாள் என்று நான் நினைக்கிறேன். அவளைப் பிரிந்து நானும்தான் எப்படி வாழ்வேன்?'' என்று கூறி அவர் அழுதார்.

லக்ஷ்மணன் அவருக்கு ஆறுதல் கூறினான். ''நீங்கள் மனஉறுதியோடு திகழ வேண்டும். உங்களுக்கு எல்லா நலன்களும்

உண்டாகட்டும். பாவமே அறியாதவர்களின் மனம் அலை பாய்வதில்லை. பிரிவினால் ஏற்படக்கூடிய துன்பத்தை நினைத்துப் பார்த்து, ஒரு மனிதன் பாசத்தை வளர்த்துக் கொள்ளாமல் இருப்பதே நல்லது. ஒன்று சொல்கிறேன். பாதாள உலகத்திற்கோ அல்லது வேறு எந்த உலகிற்கோ ராவண்ன் சென்று விட்டாலும் சரி, அவன் உயிருடன் இருக்கப் போவதில்லை. முதலில் அவன் இருக்கும் இடத்தைக் கண்டு பிடிப்போம். அவனாகவே ஸீதையை நம்மிடம் ஒப்படைத்தால் சரி, இல்லாவிடில் அவனைக் கொன்று ஸீதையை நான் மீட்பேன். முயற்சி இல்லாமல் எந்தக் காரியமும் சாதிக்கப்படுவது கிடையாது; மிகவும் சக்தி வாய்ந்தது முயற்சியே; முயற்சியுடைய மனிதனுக்கு அடையப்பட முடியாதது என்று எதுவும் இல்லை. அன்பினால் ஏற்படுகிற மனத் தவிப்பை விடுங்கள். கோபத்தை விலக்குங்கள். தாங்கள் தன்னைத்தானே வென்றவர் என்பதை, தாங்களே மறந்து விட்டது பெரிதும் வருந்தத்தக்கது.''

லக்ஷ்மணனின் மொழிகளைக் கேட்டு ராமர், ஆறுதல் அடைந்து துன்பத்தின் பிடியிலிருந்து மீண்டார். இருவரும் சுக்ரீவன் இருக்கும் இடம் தேடி விரைவாக நடந்தார்கள்.

ரிஷ்யமூக மலையிலிருந்த சுக்ரீவன், இவர்கள் இருவரும் வந்து கொண்டிருப்பதைப் பார்த்து பெரும் கவலை கொண்டான். அவர்கள் வாலிக்கு வேண்டியவர்களோ என்ற சந்தேகம் அவனுக்கு வந்தது. அவனும், அவனோடு இருந்த வானரங்களும் பதற்ற முற்றார்கள். ''வாலியினால் அனுப்பப்பட்ட இரண்டு இளவரசர்கள், மரவுரி தரித்து, மாறு வேடத்தில், அடைய முடியாத இந்த இடத்தை அடைந்திருக்கிறார்கள்'' என்று சுக்ரீவன் பயத்தோடு கூறினான்.

இதைக் கேட்ட ஹனுமார், ''வாலியை நினைத்து, ஏற்படுகிற இந்தப் பதற்றத்தை எல்லோரும் விட்டொழியுங்கள். இந்த மலையில் வாலியினால் எந்தப் பயமும் கிடையாது. நாம் வானரங்கள் என்பதால்தான் உங்கள் மனதை ஒரு நிலையில் நிறுத்த உங்களால் முடியவில்லை. வருகிறவர்களின் நடவடிக்கைகளைப் பார்த்து அவர்களின் எண்ணங்களை நாம் புரிந்து கொள்ள

வேண்டும். அறிவைப் பயன்படுத்தாத அரசனால் ஆட்சி செலுத்த முடியாது. நீங்களோ பேரறிவு படைத்தவர். இந்த நேரத்தில் என்ன செய்ய வேண்டும் என்று ஆலோசித்து அதைச் செய்யுங்கள்'' என்று கூறினார்.

சுக்ரீவன் சொன்னான்: ''மாறுவேடம் அணிந்து வரும் எதிரிகளைப் பார்த்தவுடனேயே, புத்தியுள்ள மனிதன் கண்டு கொள்ள வேண்டும். ஒற்றர்களை நியமித்து வேவு பார்க்கக் கூடிய சாமர்த்தியம் படைத்தவன்தான் வாலி என்பதை நாம் மறந்து விடக்கூடாது. வருகிற இரண்டு பேரையும் சந்தித்து அவர்கள் முக பாவங்களிலிருந்தும், பேச்சிலிருந்தும், நடவடிக்கையிலிருந்தும் அவர்களுடைய உண்மையான எண்ணத்தை நீ தான் அறிந்து வரவேண்டும். அவர்கள் எதற்காக இந்தக் காட்டுக்கு வந்தார்கள் என்பதை நீ நாசூக்காக விசாரிக்க வேண்டும். சென்று வா.''

சுக்ரீவனின் ஆணையை ஏற்ற வாயுவின் மகனாகிய ஹனுமார், அவர்கள் இருந்த இடத்திலிருந்து ராமரும், லக்ஷ்மணனும் இருந்த இடத்திற்குத் தாவினார். வந்தவர்களைப் பற்றிய சந்தேகம் மனதில் இருந்ததால், சுய உருவை மறைத்துக் கொண்டு, ஒரு நாடோடி சந்நியாசியாக உருவெடுத்த ஹனுமார், ராம லக்ஷ்மணர்களை அணுகி வணங்கி நின்று, ''ராஜரிஷிகள் போலவும், தேவர்கள் போலவும், விளங்குகிற தபஸ்விகளே! நீங்கள் இருவரும் இங்கு என்ன காரியத்திற்காக வந்திருக்கிறீர்கள்?'' என்று கேட்டுவிட்டு மேலும் தொடர்ந்தார்.

''சிங்கத்தைப் போன்ற தோற்றமுடையவர்களே! இந்திரன் வில் போன்ற இரண்டு வில்களைப் பிடித்துக் கொண்டு, மரவுரியையும் தரித்து, இந்தப் பகுதியையே அழகுறச் செய்கிற நீங்கள் யார்? தெய்வத்தின் ஆணைக்குக் கட்டுப்பட்டு சந்திரனும், சூரியனும் சேர்ந்து பூமிக்கு இறங்கி வந்து விட்டதுபோல் காட்சியளிக் கிறீர்களே! உங்கள் அம்பறாத் தூணிகள் கூர்மையான அம்புகளால் நிரப்பப்பட்டிருக்கின்றன. உங்களுடைய கத்திகள் இந்திரனுடைய வஜ்ராயுதத்தைப் போல் தோற்றமளிக்கின்றன. இந்தப் பூமி முழுவதையும் பாதுகாக்க நீங்கள் இருவர் போதும் என்றே தோன்றுகிறது.''

வால்மீகி ராமாயணம்

ராம – லக்ஷ்மணர்கள் பதில் ஏதும் கூறாததைப் பார்த்து, "நான் இவ்வளவு பேசுகிறேன். நீங்கள் ஏன் வாய் திறந்து ஒன்றும் சொல்லாமல் இருக்கிறீர்கள்?" என்று கேட்டு விட்டு ஹனுமார் மேலும் தொடர்ந்தார்.

"வானரங்களில் சிறந்தவரும், தர்ம சிந்தனை உள்ளவரும், வீரருமான சுக்ரீவர் என்ற பெயருடையவர், தனது அண்ணனால் துரத்தப்பட்டு, மனம் நொந்து, இந்த பூமியில் அலைந்து கொண்டிருக்கிறார். அந்த வானர அரசனால், அனுப்பப்பட்ட நானும் ஒரு வானரனே. என் பெயர் ஹனுமான். சுக்ரீவர் உங்களோடு நட்பை விரும்பி, என்னைத் தூதனாக அனுப்பி இருக்கிறார். இந்த நாடோடி உருவம் நான் எடுத்துக் கொண்டிருக்கும் மாற்று உருவம். நினைத்த உருவை எடுக்கும் சக்தி எனக்கு இருக்கிறது. நினைத்த வேகத்தில் செல்லவும் என்னால் முடியும். என்னைச் சுக்ரீவனுடைய அமைச்சனாக அறியுங்கள். அவருடைய நட்பை ஏற்றுக் கொள்ளுங்கள்."

சொல் வன்மை படைத்த ஹனுமார் பேசி முடித்த பிறகு, ராமர், லக்ஷ்மணனைப் பார்த்துச் சில வார்த்தைகள் சொன்னார். "நாம் தேடி வந்திருக்கும் சுக்ரீவனுடைய அமைச்சர் இந்த ஹனுமார். சாத்திரங்களைக் கற்றறிந்த தன்மை இவருடைய பேச்சில் வெளிப்படுகிறது. நடத்தையிலோ, சொல்லிலோ ஒரு பழுதுமில்லை. கேட்பவரைக் கவரும் வல்லமை இந்த ஹனுமாரின் சொல்லுக்கு இருக்கிறது. இப்படிப்பட்ட ஒரு தூதனைப் பெற்றிருப்பவரின் காரியம் எப்படிக் கை கூடாமல் போகும்?"

ராமரின் குறிப்பறிந்த லக்ஷ்மணன், ஹனுமாரைப் பார்த்து, "சுக்ரீவனின் சிறப்புகள் பற்றி நாங்கள் அறிவோம். அந்த சுக்ரீவனைத் தேடித்தான் நாங்கள் வந்திருக்கிறோம். அந்த சுக்ரீவனின் ஆணையை ஏற்று இங்கே வந்திருக்கிற நீங்கள் சொல்கிறபடி செய்வோம்" என்று கூறினான்.

'சுக்ரீவருக்கு ராஜ்யம் மீண்டும் கிடைக்கும் நேரம் வந்துவிட்டது போல் இருக்கிறது. அதனால்தான் இவர்களுடைய நட்பு கிட்டுகிறது' என்று மனதில் நினைத்து மகிழ்ந்த ஹனுமார்,

கிஷ்கிந்தா காண்டம்

ராமரைப் பார்த்து, ''பல வகைக் கொடிய மிருகங்கள் உலவக் கூடிய இந்தக் காட்டுக்கு, உங்கள் தம்பியோடு நீங்கள் வந்த காரணம் என்ன?'' என்று கேட்டார்.

ராமர் பட்டத்தைத் துறந்தது முதற்கொண்டு, ஸீதை அபகரிக்கப்பட்டது வரை எல்லா விவரங்களையும் லக்ஷ்மணன் எடுத்துக் கூறினான். சுக்ரீவனைப் பற்றி, கபந்தன் தங்களிடம் கூறிய விவரங்களையும் சொல்லிவிட்டு, லக்ஷ்மணன், ''உலகத்தையே பாதுகாக்கும் வல்லமை படைத்த ராமர், இப்போது சுக்ரீவனின் உதவியை நாடுகிறார். மற்றவர்களுக்கெல்லாம் அடைக்கலம் தரும் ராமர், இப்போது சுக்ரீவனிடம் அடைக்கலம் நாடுகிறார். ஆழ்ந்த துன்பத்திற்கு உள்ளாகி இருக்கிற ராமருக்கு, சுக்ரீவன் உதவி செய்ய வேண்டும்'' என்று சொல்லி முடித்தான்.

ஹனுமார், ''உங்களைச் சந்திக்க நேர்ந்தது எங்களுடைய அதிர்ஷ்டம். வாலியினால் சுக்ரீவன் ராஜ்யத்தை இழந்தார், மனைவியை இழந்தார். நகரத்திலிருந்தும் துரத்தப்பட்டார். அவரைச் சென்று நாம் காண்போம்'' என்று கூறிவிட்டு, தன்னுடைய சந்நியாசி கோலத்தைத் துறந்து, சுய உருவை எடுத்துக் கொண்டு, ராம - லக்ஷ்மணர்களை தோளில் சுமந்து, சுக்ரீவன் இருக்கும் இடத்திற்குத் தாவினார்.

சுக்ரீவன் முன்னிலையை அவர்கள் அடைந்தவுடன், ''நிகரில்லா வீரம் படைத்த ராமரும், அவருடைய தம்பி லக்ஷ்மணனும் வந்திருக்கிறார்கள்'' என்று அறிவித்து விட்டு, அவர்களைப் பற்றிய வரங்களையெல்லாம் ஹனுமார் எடுத்துச் சொன்னார்.

சுக்ரீவன், ராமரைப் பார்த்துச் சொன்னான்: ''தர்மத்தின் பாதையிலிருந்து நீங்கள் தவறாதவர். எல்லோரிடமும் அன்பு காட்டுபவர். என் நட்பை நீங்கள் நாடுவது, நீங்கள் எனக்குச் செய்கிற கௌரவம். இதோ என்னுடைய கையை நீட்டுகிறேன். என்னுடைய இந்தக் கை உங்களால் இறுகப் பிடிக்கப்பட்டு, நமது நட்பு உறுதி செய்யப்படட்டும்.''

பெரிதும் மகிழ்ந்த ராமர், சுக்ரீவனின் கையைப் பற்றினார். பின்னர் அவனைத் தழுவிக் கொண்டார். ஹனுமார் ஒரு தீயை மூட்டினார். ராமரும், சுக்ரீவனும் முறைப்படி அக்னியை வணங்கி,

வலம் வந்தார்கள். "இனி நமது துன்பமும், இன்பமும் ஒன்றேதான்" என்று கூறி சுக்ரீவன் மகிழ்ந்தான்.

பின்னர் எல்லோரும் அமர்ந்து கொண்ட பிறகு ராமரிடம் சுக்ரீவன், தன்னுடைய நிலையை எடுத்துச் சொன்னான். "என் அண்ணன் வாலியினால் நாடு கடத்தப்பட்டு, நான் இங்கே அலைந்து கொண்டிருக்கிறேன். என் மனைவியும் அவனால் அபகரிக்கப்பட்டாள். அச்சத்தினால் தவிக்கும் எனக்குப் பாதுகாப்பு அளியுங்கள். என் அச்சத்தை நீங்கள்தான் ஒழிக்க வேண்டும்" என்று அவன் சொன்னான்.

"உதவி என்பது, நட்பு தரும் கனி" என்று கூறிய ராமர் மேலும் சொன்னார். "'உன் மனைவியை அபகரித்த வாலியை நான் அழிக்கிறேன். என்னுடைய அம்புகள் சூரியனை நிகர்த்தவை. இந்த அம்புகளால் தாக்கப்படுகிற வாலி, பிளந்து சிதறிய மலைபோல் தரை மேல் வீழ்ந்து கிடப்பான்."

சுக்ரீவன், "உங்களுடைய உதவியினால் ராஜ்யத்தை மட்டுமல்லாது என்னுடைய மனைவியையும் திரும்ப அடைவேன் என்ற நம்பிக்கை எனக்கு இருக்கிறது. வாலியின் தொல்லை எனக்கு இல்லாதவாறு நீங்கள்தான் செய்ய வேண்டும்" என்று சொன்னான்.

இப்படி ராமருக்கும், சுக்ரீவனுக்குமிடையே நட்பு உறுதி செய்யப்பட்ட நேரத்தில் – வெவ்வேறு இடங்களிலிருந்த ஸீதை, வாலி, ராவணன் ஆகியோருக்கு ஓர் அனுபவம் ஏற்பட்டது. தாமரையையொத்த கண்கள் படைத்த ஸீதை, தங்கத்தை நிகர்த்த கண்கள் படைத்த வாலி, நெருப்பை நிகர்த்த கண்கள் படைத்த ராவணன் – ஆகியோரின் இடது கண்கள் ஒரே நேரத்தில் துடித்தன.

('சகுனங்கள், நிமித்தங்கள் ஆகியவற்றைக் கூறுகிற சாத்திரங்களின்படி பெண்களுக்கு இடது கண் துடித்தால், நன்மை விளைவதற்கு அறிகுறி; ஆண்களுக்கு இடது கண் துடித்தால் தீமைக்கு அறிகுறி' என்று கூறுவதை பண்டிதர்கள் சுட்டிக் காட்டு கிறார்கள்.)

சுக்ரீவன், ராமரிடம் "உங்கள் மனைவி உலகின் எந்த மூலையில் இருந்தாலும் சரி, அல்லது வேறு உலகிலேயே இருந்தாலும் சரி, அவளை உங்களிடம் நாங்கள் சேர்ப்போம். இந்த என்னுடைய

வார்த்தை பொய்யாகாது'' என்று உறுதி அளித்து விட்டு, மேலும் தொடர்ந்தான். ராவணன் உங்கள் மனைவியை கடத்திச் செல்லும் போது நான் அவர்களைப் பார்த்தேன் என்றுதான் நினைக்கிறேன். 'ராமா, லக்ஷ்மணா' என்று ராவணன் கையில் சிக்கியிருந்த அந்தப் பெண்மணி, தன்னை விடுவித்துக் கொள்ள முயற்சித்துக் கொண்டே கத்றினாள். மலையின் மீது நானும் வேறு சில வானரங்களும் இருப்பதைப் பார்த்து, ஒரு சிறு மூட்டையையும், நகைகளையும் எங்களை நோக்கி வீசினாள். அவற்றை நாங்கள் பாதுகாப்பாக எடுத்து வைத்திருக்கிறோம். அவை ஸீதையினுடையதுதானா என்று நீங்கள் பார்த்துச் சொல்லுங்கள்''.

இவ்வாறு சுக்ரீவன் கூறியதைக் கேட்ட ராமர், அவனை விரைவுபடுத்தினார். சுக்ரீவன், குகைக்குள் சென்று நகைகளையும், அந்தச் சிறு மூட்டையையும் கொண்டு வந்து ராமரிடம் கொடுத்தான். அதைக் கண்டு ராமர் கண்ணீர் சொரிந்து, கதறியவாறு தரையில் வீழ்ந்தார். பின்னர் அவர் லக்ஷ்மணனைப் பார்த்து, ''அரக்கனால் கவரப்பட்ட ஸீதை, இந்த நகைகளை வீசி எறிந்திருக்கிறாள்'' என்று சொல்லி அழுதார்.

லக்ஷ்மணன், ''காதில் அணியப்படுகிற ஆபரணங்களையோ, கையில் அணியப்படுகிற நகைகளையோ, என்னால் அடையாளம் சொல்ல முடியவில்லை. ஸீதையின் கால்களையே வணங்கி பழக்கப்பட்ட எனக்கு, இந்தக் கால் கொலுசுகளைத்தான் அடையாளம் தெரிகிறது'' என்று கூறினான்.

ராமர், சுக்ரீவனைப் பார்த்து, ''எந்தத் தேசத்திற்கு ஸீதை எடுத்துச் செல்லப்பட்டிருக்கிறாள்? என்பதைக் கண்டு பிடிப்பாயாக! அவளை எடுத்துச் சென்ற அரக்கன் எங்கே இருக்கிறான் என்பதைக் கண்டு பிடித்துச் சொல். அவன் செய்த கொடுமையின் காரணமாக, அரக்கர் குலமே அழியப் போகிறது. என் மனைவியை அபகரித்து, தன்னுடைய மரணத்தை அவனே தன்னிடம் அழைத்துக் கொண்டு விட்டான்'' என்று சொன்னார்.

ராமருடைய கண்களில் கண்ணீர் நிறைந்து இருப்பதையும், அவர் பெரும் துக்கத்தில் மூழ்கி விட்டதையும் கண்ட சுக்ரீவன், அவருக்கு ஆறுதல் கூறத் தொடங்கினான்.

4. கிஷ்கிந்தா காண்டம்

அத்தியாயம் 2

சுக்ரீவனின் கதை

சோகத்தைத் தவிர்க்குமாறு ராமரிடம், சுக்ரீவன் வேண்டுவது; தன்னுடைய கதையைச் சுக்ரீவன் சொல்வது; வாலிக்கும், மாயாவிக்கும் நடந்த சண்டை; வாலி இறந்து விட்டான் எனச் சுக்ரீவன் நினைத்து, பட்டம் சூட்டிக் கொள்ள இசைந்தது; மாயாவியைக் கொன்று திரும்பிய வாலி, சுக்ரீவன் தனக்கு வஞ்சகம் புரிந்து விட்டான் என்று நினைத்தது; அவன் மனைவியை அபகரித்து, அவனையும் நாட்டை விட்டுத் துரத்துவது; வாலிக்குப் பயந்து சுக்ரீவன் பூமி முழுவதும் சுற்றுவது; ரிஷ்யமூக மலையில் தங்க, சுக்ரீவன் முடிவு செய்வது; வாலியை அழிப்பதாக ராமர் மீண்டும் சுக்ரீவனுக்கு உறுதி கூறுவது...

“அந்த அரக்கனின் இருப்பிடம் பற்றியோ, அவனது வலிமை பற்றியோ எந்த விவரமும் எனக்குத் தெரியாது. ஆனால், நீங்கள் ஸீதையை மீட்பது உறுதி. அதற்கான முயற்சிகளை நாம் எடுப்போம்'' என்று ராமரைப் பார்த்து மிகவும் பணிவுடன் கூறிய சுக்ரீவன் மேலும் தொடர்ந்தான். ''பகையை முறியடிப்பவரே! துயரத்தை விடுங்கள். உங்களுக்கே இயல்பான மன உறுதியை மீண்டும் அடையுங்கள். உங்களைப் போன்றவர்களுக்கு இந்த மனத் தளர்ச்சி கூடாது. மனைவியைப் பிரிகிற துக்கம் எனக்கும்தான் நேரிட்டிருக்கிறது. ஆனால், உங்களைப்போல் நான் தைரியம் இழந்து, துயரத்தில் மூழ்கி விடவில்லை. ஒரு சாதாரண வானரனாகிய நானே இப்படி

கிஷ்கிந்தா காண்டம்

நடந்து கொள்ளும்போது, மனித குலத்திலேயே மேம்பட்டவராகிய நீங்கள் துயரத்திற்கு அடிமை ஆகலாமா? கண்ணீர் சிந்துவதை நிறுத்தி, தைரியமாக இருங்கள். பிரிவினாலோ, பொருளை இழப்பதாலோ, ஆபத்தில் சிக்குவதாலோ, உயிர் போகிற சூழ்நிலை ஏற்படுவதாலோ, உண்டாகிற மனக்குழப்பத்திற்கு அடிமையாகாமல், அறிவைக் கொண்டு சரியான வழிமுறையை ஆலோசித்து செயல்படுபவன், மனத்தளர்ச்சி அடையாமல் இருக்கிறான். பிரச்னை ஏற்படும் பொழுது மனக் குழப்பத்திற்கு இடம் கொடுத்து, சோகத்தில் ஆழ்ந்து விடுபவன் – அதிக சுமை ஏற்றப்பட்ட ஓடம் தண்ணீரில் மூழ்குவது போல் துயரத்தில் மூழ்கி, அழிவு எய்துகிறான். கை கூப்பி உங்களை வேண்டிக் கேட்டுக் கொள்கிறேன். சோகத்திற்கு இடம் கொடுக்காதீர்கள்! சோகத்திலிருந்து விடுபடாதவர்களுக்கு மன நிம்மதி என்பது கிடையாது; அவர்களுக்கு இயல்பாக உள்ள பலமும் குன்றிப் போய் விடுகிறது; மிதமிஞ்சிய சோகத்தினால் ஒருவன் மரணத்தையும்கூட, தழுவி விடக் கூடும். உங்களுக்கு உபதேசம் செய்யும் தகுதி எனக்கு இல்லை. ஆனால், உயிர் நண்பனாகி விட்டேன் என்ற உரிமையில் நான் பேசுகிறேன். தைரியம் ஒன்றையே தழுவி நிற்பீராக!''

இவ்வாறு சுக்ரீவனால் ஆறுதல் கூறப்பட்ட ராமர், கண்ணீரால் நனைந்திருந்த தனது முகத்தைத் துடைத்துக் கொண்டு, சுக்ரீவனைக் கட்டித் தழுவி, ''இந்தச் சமயத்தில் நீ என்ன செய்ய வேண்டுமோ அதைத்தான் செய்தாய். நீ பேசியதால், என்னுடைய இயல்பான குணத்தை நான் மீண்டும் பெற்றேன்'' என்று சொல்லிவிட்டு மேலும் கூறினார்.

''கொடியவனான ராவணனையும், ஸீதையையும் கண்டு பிடிக்கும் முயற்சியை நீ தொடங்க வேண்டும். இதில் நான் செய்ய வேண்டியது என்ன என்பதையும் சொல். உனக்குக் கொடுத்த வாக்குறுதியை நான் காப்பாற்றுகிறேன். என்னால் இதுவரை பொய் பேசப்பட்டதில்லை. இனியும் அப்படியே.''

(ஒரு குரங்கு புத்திமதிகள் கூறி, தைரியம் ஊட்டுகிற நிலைமைக்கா ராமர் வந்து விட்டார் – என்று நினைக்கக் கூடாது.

ஏற்கெனவே சில முறைகள் சுட்டிக் காட்டப்பட்ட மாதிரி, மனிதனாக அவதரித்த காரணத்தினால், மனிதனுக்குரிய பலவீனங்களையும் ராமர் காட்டுகிறார். ஆனால், அவற்றை எப்படி கடந்து நின்று உயர்வு பெறுவது என்பதையும் காட்டுவதால்தான், அவர் மனிதர்களில் மேம்பட்டவராகிறார். பிரச்னைகளையே சந்திக்காதவன், அவற்றினால் எந்தப் பாதிப்புக்கும் ஆளாகாதவன், துயரத்தில் சிக்காதவன், அதனால் வாட்டமுறாதவன் – உயர்ந்து நிற்பது இயல்பாக நடக்கக் கூடியதே. சோதனைகளைச் சந்தித்து, துன்பத்தில் மூழ்கி எழுந்து, துயரத்தில் சிக்கி பிறகு விடுபட்டு, தனது முயற்சியினால் மன உறுதியோடு வெளிப்படுகிறவன் – முழு மனிதனாகிறான். அதைத்தான் ராமர் காட்டுகிறார் என்றே எடுத்துக் கொள்ள வேண்டும்.

மற்றொரு விஷயம். சுக்ரீவன், வாலி, ஹனுமார் போன்றவர்களை வெறும் குரங்குகளாக நினைத்து விடக் கூடாது. அவர்களைப் பற்றி ராமாயணத்தில் சொல்லப்பட்டிருப்பதை யெல்லாம் பார்த்தால், அவர்கள் சாதாரண குரங்கினத்தைச் சார்ந்தவர்கள் அல்ல என்பது புரியும். 'அற்புதங்களைச் செய்து காட்டக் கூடியவர்கள்; தைரியம் மிக்கவர்கள்; காற்றின் வேகத்தில் செல்லக் கூடியவர்கள்; ஆட்சி முறையை அறிந்தவர்கள்; அறிவிற் சிறந்தவர்கள்; அமிர்தத்தை உண்ட தேவர்களுக்கு நிகராக ஆயுதங்களைக் கையாளக் கூடியவர்கள்...' என்றெல்லாம் வானரர்கள் வால்மீகி ராமாயணத்தில் வர்ணிக்கப்படுகிறார்கள்.

வால்மீகி ராமாயணத்தில் கூறப்பட்டிருக்கும் விவரங்களின்படி, வானரர்கள் ஆடைகள் அணிந்தனர்; சுக்ரீவனின் அரண்மனை பிரமிப்பூட்டும் வகையில் அமைந்திருந்தது; நினைத்த உருவத்தை எடுக்கும் சக்தி படைத்தவர்களாக அவர்கள் இருந்தனர்; அரசு முறைமை, அரசனுக்குப் பின் மூத்த மகன் பட்டம் பெறுவது, அமைச்சரவை, உளவு வேலை... போன்ற அம்சங்கள் வானரர்களின் ராஜ்யத்தில் இருந்தன; வானரப் பெண்கள் அழகு நிரம்பியிருந்தனர்; அவர்கள் ஆபரணங்களை அணிந்தனர்; தான் உடுத்துகிற இரண்டாவது ஆடையான மேல் துணியும் இல்லாமல், வாலியால் துரத்தப்பட்டதாகச் சுக்ரீவன் சொல்வதிலிருந்து, வானரங்கள் இரண்டு துணிகளை அணிவது வழக்கமாக இருந்தது என்பதும்

தெரிகிறது; சண்டைகளின்போது, வானரர்கள் வேஷ்டியை இறுக்கிக் கட்டிக் கொண்டு சண்டையில் முனைந்தது வர்ணிக்கப்படுகிறது; வாசனைத் திரவியங்களை அவர்கள் பயன்படுத்தினார்கள்; சுக்ரீவனின் பட்டாபிஷேகம் சாத்திரமுறைப்படி நடத்தப்பட்டது என்பதிலிருந்து, அந்த வழிமுறைகளை வானரர்கள் அறிந்திருந்தனர் என்பதும் தெரிகிறது; சுக்ரீவனைச் சந்திக்க லக்ஷ்மணன் செல்லும்போது, தலைநகரமான கிஷ்கிந்தை நகரைப் பார்க்கிறான் – அப்போது மாளிகைகளையும், ஏழு மாடிக் கட்டிடங்களையும் அவன் காண்கிறான் – சுக்ரீவனின் அரண்மனை இந்திரனின் அரண்மனையை ஒத்ததாக இருப்பதையும் அவன் பார்க்கிறான்; தர்ம, நியாயங்களை வானரர்கள் விவரமாகப் பேசுகிறார்கள்; வேதங்களைக் கற்றுணர்ந்தவராக ஹனுமார் வர்ணிக்கப்படுகிறார்; பல்வேறு சாத்திரங்களையும், நீதிகளையும் பல வானரர்கள் கற்று உணர்ந்திருந்தனர்.

இப்படி வர்ணிக்கப்படுகிற வானரர்களிடம் சில பலவீனங்களும் இருந்தன. வெகு சீக்கிரம் உணர்ச்சி வசப்படுவது; கோபம் கொள்வது; மகிழ்ச்சியைக் கட்டுப்படுத்த முடியாமல் இருப்பது; எளிதில் ஏமாந்து போவது; ஸ்திர புத்தி இல்லாமல் இருப்பது... போன்ற குணங்கள் வானரர்களுக்கு இருந்தன. அவர்களுக்கு வால் இருந்தாலும், நடத்தையிலும், அறிவிலும், பழக்க வழக்கங்களிலும் அவர்கள் மனிதர்களைப் பெரிதும் ஒத்திருந்தனர்.

வால்மீகி ராமாயணத்தில் காணப்படும் இந்த விவரங்களை யெல்லாம் மனதில் நிறுத்திக் கொண்டுதான் – சுக்ரீவன், வாலி, ஹனுமார் போன்ற பாத்திரங்களின் செயல்களையும், பேச்சுக் களையும் நாம் அணுக வேண்டும். இந்த ராமாயணத் தொடரின் ஆரம்பத்தில் நான் கூறிய மாதிரி, நாம் திருப்பதியில் பார்க்கிற குரங்குகள் அல்ல அவை. சற்றேரக்குறைய மனிதர்களை ஒத்திருந்த ஒரு இனமே ராமாயணத்தில் வருகிற வானர இனம். ஆகையால் சுக்ரீவன் மிகவும் பக்குவமாகப் பேசி, ராமரின் துயரத்தை அகற்ற முயன்றதில் வியப்பில்லை. அவன் சூரியனின் மகன் என்பதையும் மறந்து விடக் கூடாது.)

ராமரின் வார்த்தைகளைக் கேட்டு மகிழ்ந்த சுக்ரீவன், ''என் மனதில் உள்ளதையெல்லாம் ஒளிக்காமல் உங்களிடம் கொட்டி

விட விரும்புகிறேன். அனுமதி அளியுங்கள்'' என்று கூறி விட்டு, முன்பே தான் சுருக்கமாகக் கூறிய தனது கதையைச் சற்று விவரித்துக் கூறத் தொடங்கினான். ''நான் வாலியினால் அவமானப் படுத்தப்பட்டேன்; நாட்டை விட்டுத் துரத்தப்பட்டேன்; என் மனைவியும் அவனால் கவர்ந்து செல்லப்பட்டாள். எனக்கு வேண்டியவர்கள் சிறையிலிடப்பட்டு விட்டார்கள். என்னைக் கொல்வதற்காக அவன் அனுப்பிய வானரர்களை நான் கொன்று விட்டேன்.''

ராமர், ''என்ன காரணத்தினால், உனக்கும் வாலிக்கு மிடையே பகைமை ஏற்பட்டது?'' என்று கேட்டார்.

சுக்ரீவன் சொன்னான் : ''வாலி என்னுடைய மூத்த சகோதரன். தந்தை இறந்த பிறகு, அவன் பட்டத்தைப் பெற்றான். நான் அவனுக்கு அடங்கி நடப்பவனாக இருந்தேன். வாலிக்கும், மாயாவி என்ற அரக்கனுக்குமிடையே ஒரு பெண்ணின் காரணமாக விரோதம் ஏற்பட்டிருந்தது. ஒருமுறை அவன் நள்ளிரவில் கிஷ்கிந்தைக்கு வந்து, தன்னோடு சண்டைக்கு வருமாறு வாலியை அழைத்தான். பெரும் கர்ஜனை புரிந்த மாயாவியின் குரலைக் கேட்டு, வாலி உடனே சண்டைக்குப் புறப்பட்டான். அவனுடைய மனைவிமார்களும், நானும் அவனைத் தடுக்க முயற்சித்தோம். ஆனால் வாலி எங்களையெல்லாம் உதறித் தள்ளிவிட்டு சண்டைக்குப் புறப்பட்டு விடவே, நானும் அவன் பின் சென்றேன். நாங்கள் இருவரும் வருவதைப் பார்த்த அந்த அசுரன், மிக வேகமாக ஓடினான்.''

சுக்ரீவன் தொடர்ந்தான் : ''நாங்கள் இருவரும் அவனைப் பின்பற்றிச் செல்ல, அவன் பூமியில் இருந்த ஒரு பெரிய பள்ளத்தில் புகுந்து விட்டான். வாலி என்னிடம், 'நானும் இந்தப் பள்ளத்தினுள்ளே இறங்கிச் சென்று, அந்த அசுரனைக் கொல்லப் போகிறேன். நான் திரும்பி வரும்வரை நீ இங்கேயே காத்திரு' என்று கூறிவிட்டு, நான் தடுத்தும் கேளாமல், அந்தப் பள்ளத்தினுள்ளே புகுந்தான். ஒரு வருட காலம் நான் அந்தப் பள்ளத்தின் வாயிலிலேயே காத்திருந்தேன். வாலி திரும்பவில்லை. அவன் இறந்து விட்டானோ என்ற கவலை என் மனதில்

தோன்றியது. அந்த நிலையில், அந்தப் பள்ளத்திலிருந்து ரத்தம் நுரைத்துக் கொண்டு வெளிப்பட்டது. ஒரு அசுர கர்ஜனை என் காதில் விழுந்தது. அண்ணனின் குரலை நான் கேட்கவில்லை. இதையெல்லாம் வைத்து என்னுடைய தமையன் இறந்துவிட்டான் என்ற முடிவுக்கு நான் வந்தேன். ஆகையால் ஒரு பாறையை தள்ளி பள்ளத்தின் வாயிலை மூடிவிட்டு, அங்கேயே வாலிக்கு இறுதிச் சடங்குகள் செய்துவிட்டு, நான் கிஷ்கிந்தைக்குத் திரும்பினேன்.

"மந்திரிகள் தங்களுடைய விடா முயற்சியின் மூலமாக என்ன நடந்தது என்பதை அறிந்து கொண்டார்கள். நானாக அவர்களிடம் வலுவில் எதுவும் சொல்லவில்லை. அவர்களாகவே அறிந்து கொண்ட பிறகு, அவர்கள் ஆலோசனை செய்து எனக்கு முடி சூட்டினார்கள். நான் ஆட்சி புரிந்து வரும்போது, மாயாவியைக் கொன்ற வாலி திரும்பி வந்தான். நான் சிம்மாசனம் ஏறியதைப் பார்த்து பெரும் கோபம் கொண்டு, அமைச்சர்கள் அனைவரையும் சிறையில் வைத்தான். அவன் உயிருடன் திரும்பி வந்ததைப் பார்த்து மகிழ்ந்த நான் அவனைப் பணிவோடு வரவேற்றேன். அவனுடைய இரண்டு கால்களையும், என்னுடைய தலையிலுள்ள கிரீடத்தினால் பணிந்து அவனைக் கௌரவித்தேன். 'உங்களால் பகைவன் கொல்லப்பட்டான். நீங்களே இனி எனக்குத் தலைவன். ஒரு வருட காலம் பள்ளத்தின் வாயிலில் காத்திருந்த நான், அங்கே கொப்பளித்து வந்த ரத்தத்தைக் கண்டு நீங்கள் இறந்து விட்டதாக முடிவு செய்து, பள்ளத்தை மூடி விட்டேன். பிறகு கிஷ்கிந்தை வந்து சேர்ந்தேன். பட்டம் சூட வேண்டும் என்று நான் கேட்கவும் இல்லை. விரும்பவும் இல்லை. மக்களாலும், மந்திரிமார்களாலும்தான் அந்த முடிவு எடுக்கப்பட்டது. ஆகையால் என்னை மன்னியுங்கள். நீங்கள் இல்லாத நேரத்தில் முறையாகக் காப்பாற்றி, ராஜ்யத்தை உங்களிடமே இப்போது நான் ஒப்படைக்கிறேன். அரசன் இல்லாத தேசமாகி விடக் கூடாது என்ற ஒரே காரணத்தினால் மற்றவர்களின் கட்டாயத்திற்கு இணங்கி, நான் ஆட்சியில் அமர்ந்ததால், என் மீது நீங்கள் கோபம் கொள்ளக் கூடாது" என்றெல்லாம் அவனிடம் நடந்ததைக் கூறி வேண்டிக் கொண்டேன்.

"ஆனால் வாலியோ மிகக் கொடுமையான வார்த்தைகளால் என்னைத் திட்டினான். பிறகு மற்றவர்களைப் பார்த்து "மிகக்

கிஷ்கிந்தா காண்டம்

கொடியவனான மாயாவி என்னைச் சண்டைக்கு அழைத்த விவரம் உங்களுக்கெல்லாம் தெரியும். நானும் சுக்ரீவனும் அவனைப் பின் தொடர்ந்து போனபோது, அவன் ஒரு பெரிய பள்ளத்தினுள் புகுந்தான். அவனைக் கொல்லாமல் திரும்ப எனக்கு மனம் இல்லாததால், நான் திரும்பி வரும் வரை அங்கேயே இருக்குமாறு சுக்ரீவனைப் பணித்து விட்டு, நான் அந்தப் பள்ளத்தில் இறங்கினேன். அங்கே அவனைத் தேடி அலைந்து கொன்று தீர்க்க ஒரு வருடமாகி விட்டிருக்கிறது. என்னால் கொல்லப்பட்ட அவன் கக்கிய ரத்தம், அந்தப் பள்ளத்தில் நிரம்பி விட்டது. நான் பள்ளத்திலிருந்து வெளியே வர முயற்சித்தபோது, அது ஒரு பாறையினால் மூடப்பட்டிருப்பதைக் கண்டேன். பலமுறை சுக்ரீவனைக் கூவி அழைத்தேன். பதில் இல்லை. மிகவும் சிரமப்பட்டு, காலினால் உதைத்து, பாறையை நொறுக்கி, பள்ளத்திலிருந்து வெளியே வந்தேன். சகோதரன் என்ற அன்பைக் கூட காட்டாமல், ராஜ்யத்தை அடையத் திட்டமிட்ட இந்தச் சுக்ரீவன் எனக்கு வஞ்சகம் புரிந்து விட்டான்' என்றெல்லாம் வாலி கூறினான்.''

சுக்ரீவன் மேலும் சொன்னான் : ''மேலே அணிய இரண்டாவது துணிகூட இல்லாமல் என்னை அவன் நாட்டை விட்டுத் துரத்தினான். என் மனைவி பறிக்கப்பட்டாள். வாலியிடம் உள்ள பயத்தின் காரணமாக, இந்தப் பூமி முழுவதையும் நான் சுற்றி விட்டேன். ஒரு குறிப்பிட்ட காரணத்தினால், இந்த ரிஷ்யமூக மலைப்பிரதேசத்தில், வாலியினால் நுழைய முடியாத நிலை இருக்கிறது. ஆகையால் இந்த இடத்தையே தேர்ந்தெடுத்து, தொடர்ந்து இங்கேயே இருந்து வருகிறேன். நிரபராதியான எனக்கு நீங்கள் உதவ வேண்டும். வாலியிடமிருந்து என்னைக் காப்பாற்ற, அவனை அழிக்க வேண்டும்.''

இவ்வாறு தன் கதையை விவரமாகக் கூறி முடித்த சுக்ரீவனைப் பார்த்து ராமர், ''உன் மனைவியை அபகரித்த வாலியை எதுவரை நான் பார்க்காமல் இருக்கிறேனோ, அதுவரைதான் அவன் உயிரோடு இருப்பான். என்னுடைய துன்பம் போலவே உனக்கும் நேர்ந்திருக்கிறது. அதிலிருந்து உன்னை நான் விடுவிக்கிறேன்'' என்று சொன்னார்.

சுக்ரீவன் மகிழ்ந்தான்.

4. கிஷ்கிந்தா காண்டம்

அத்தியாயம் 3

சுக்ரீவன் தப்பி ஓடினான்!

ரிஷ்யமூக மலைப் பகுதிக்கு வாலி வராமல் இருப்பதன் காரணத்தை, சுக்ரீவன் விளக்குவது; சுக்ரீவனின் அச்சத்தை விலக்குவதற்காக, ராமர் ஒரே பாணத்தின் மூலம் ஏழு மரங்களைத் துளைத்துக் காட்டுவது; சுக்ரீவன், வாலியைச் சண்டைக்கு அழைப்பது; வாலியைச் சரியாக அடையாளம் காண முடியாததால், ராமர் உதவிக்கு வராமல் இருக்க, சுக்ரீவன், சண்டையிலிருந்து பயந்து திரும்பி ஓடுவது; வாலியிடமிருந்து பிரித்துக் காட்டுவதற்காக சுக்ரீவனுக்கு ஒரு மாலை அணிவிக்கப்படுவது; அவன் மீண்டும் வாலியைச் சண்டைக்கு அழைப்பது; வாலியைத் தடுத்து தாரை கூறும் அறிவுரைகள்...

''படைப்புகளெல்லாம் அழிய வேண்டிய காலத்தில் தகிக்கக் கூடிய சூரியனைப் போல, அனைத்து உலகங்களையுமே உங்களுடைய அம்புகளால் அழித்து விடக்கூடிய ஆற்றல் உங்களுக்கு உண்டு என்பது எனக்குப் புரிகிறது. அதே சமயத்தில் வாலியின் திறமைகளைப் பற்றியும் நான் உங்களுக்குச் சொல்ல விரும்புகிறேன். அதை அறிந்து கொண்ட பிறகு, என்ன செய்ய வேண்டுமோ அதைச் செய்யுங்கள்'' என்று ராமரிடம் கூறிய சுக்ரீவன், வாலியின் பலத்தைப் பற்றி விவரிக்கத் தொடங்கினான்.

''கிழக்கிலிருந்து மேற்காகவும், வடக்கிலிருந்து தெற்காகவும் பல கடல்களைத் தாண்டிச் செல்லும்போது கூட, வாலிக்குக் களைப்பு என்பது சிறிதும் ஏற்படுவதில்லை. மிகப்பெரிய மலைகளில் ஏறிச் செல்லும்போதும், அவன் சோர்வடைவதே கிடையாது. எருமையின் உருவம் கொண்ட துந்துபி என்ற பெயருடைய ஒரு அரக்கன் இருந்தான். தான் பெற்ற வரத்தின் காரணமாக, பெரும் மமதை படைத்திருந்த அவன், சமுத்திர ராஜனைத் தன்னோடு சண்டையிட அழைத்தான்.

''துந்துபியுடன் சண்டையிடக் கூடியவன் மலைகளின் அரசனாகிய ஹிமவான் மட்டுமே என்று சமுத்திர ராஜன் கூற, துந்துபி விரைந்து சென்று ஹிமவானைத் தொல்லைப்படுத்தினான். அப்போது ஹிமவானும் துந்துபியுடன் சண்டையிடும் வல்லமை தனக்குக் கிடையாது என்று சொல்லி, இந்திரனின் மகனாகிய வாலியுடன் போரிட்டு வெற்றி பெறுவதே துந்துபிக்குப் பெருமை சேர்க்கும் என்று கூறினான். பெரும் கோபத்துடன் கிஷ்கிந்தையை வந்தடைந்த துந்துபி, வாலியைச் சண்டைக்கு அழைத்தான். துந்துபியை எதிர்ப்பதற்கு இணங்கிய வாலி, மிகவும் அனாயாசமாக அவனைத் தரையில் அடித்துக் கொன்றான். துந்துபியின் உடலில் பல பாகங்களிலிருந்தும் ரத்தம் வழியத் தொடங்கியது. அந்த நிலையில் வாலி, துந்துபியைத் தூக்கி எறிய, அவன் உடல் வெகு தூரத்திற்கு அப்பால் போய் விழுந்தது. நான்கு திசைகளிலும் ரத்தம் சிதறிச் சிந்த, அவனுடைய உடல் சென்று விழுந்த இடத்தில் மதங்க முனிவரின் ஆச்ரமம் இருந்தது.

''புனிதமான தனது ஆச்ரமம் இப்படிப் பாழாக்கப் பட்டதைக் கண்ட மதங்க முனிவர், தரையில் விழுந்து கிடந்த எருமையின் உருவம் கொண்ட துந்துபியின் உடலைப் பார்த்தார். தன்னுடைய தவ வலிமையின் மூலமாக, அந்த உடலைத் தூக்கி எறிந்தது ஒரு வானரன்தான் என்பதைப் புரிந்து கொண்ட மதங்க முனிவர், கோபத்துடன் ஒரு சாபமிட்டார். 'புனிதமான இந்த இடத்தைப் பாழ்படுத்திய வானரன், இனி இந்தக் காட்டிற்குள் காலெடுத்து வைக்கக் கூடாது. அப்படி அவன் இந்தக் காட்டிற்குள் காலடி எடுத்து வைப்பானேயாகில், அவன் அந்தக் கணமே இறக்கக் கடவான். அவனைச் சார்ந்தவர்கள் இந்தக் காட்டில் இருந்தால்,

அவர்கள் அனைவரும் உடனே இந்தப் பகுதியை விட்டு அகன்றுவிட வேண்டும். இந்தத் தீய செயலைச் செய்த வானரனைச் சார்ந்தவர்களை நாளைய தினம் நான் இங்கு கண்டால், அவர்கள் கல்லாகி விடுவார்கள்.' இவ்வாறு மதங்க முனிவர் இட்ட சாபத்தை அறிந்த வாலியைச் சார்ந்த வானரர்கள், அந்தக் காட்டை விட்டு வாலியிடம் ஓடினார்கள்.

சுக்ரீவன் மேலும் சொன்னான்: ''முனிவரின் சாபத்தைப் பற்றி வாலியிடம் வானரர்கள் முறையிட, அவன் விரைந்து சென்று மதங்க முனிவரைக் காண்பதற்காகக் காத்து நின்றான். வணக்கத் துடன் கை கூப்பி அவரிடம் மன்னிப்புக் கோர முனைந்த வாலியை, அவர் முற்றிலும் அலட்சியம் செய்து ஆச்ரமத்தினுள்ளே நுழைந்தார். அடுத்த தினத்திலிருந்து சாபம் பலிக்கத் தொடங்கும் என்பதால் வாலியும் பெரும் குழப்பமுற்று, அங்கிருந்து திரும்பி வந்து விட்டான். அன்றைய தினத்திலிருந்து அந்த ரிஷியின் சாபத்திற்கு அஞ்சி, இந்த ரிஷ்யமூக மலை இருக்கும் பகுதியை வாலி நெருங்குவதே கிடையாது. அவனால் இங்கு வர முடியாது என்பதால்தான், நான் என்னைச் சார்ந்த சிலருடன் இங்கே தைரியமாக வசிக்க ஆரம்பித்தேன்.''

இவ்வாறு வாலியைப் பற்றிப் பல விவரங்களைக் கூறிய சுக்ரீவன், அதைத் தொடர்ந்து அந்தப் பகுதியில் விழுந்து கிடந்த துந்துபியின் உடலை ராம – லக்ஷ்மணர்களுக்குச் சுட்டிக் காட்டினான். இவ்வாறெல்லாம் வாலியின் திறமைகளைப்பற்றிப் பயந்து பேசிக் கொண்டிருந்த சுக்ரீவனைப் பார்த்து லக்ஷ்மணன், ''ராமர் என்ன சாதனை புரிந்து காட்டினால், அவர் வாலியை அனாயாசமாக வென்று விடுவார் என்ற நம்பிக்கை உனக்கு ஏற்படும் என்று சொல்'' என்று கேட்க, சுக்ரீவன் சொன்னான் :

''இதோ இங்கே இருக்கிற ஏழு மரங்களை ஒவ்வொன்றாக வாலி துளைத்திருக்கிறான். இந்த ஏழு மரங்களில் ஒன்றை ராமர் தனது ஒரே அம்பினால் துளைத்து விட்டால், எனக்கு வாலி ஒழிந்தான் என்ற நிம்மதி ஏற்படும். அல்லது இங்கே விழுந்து கிடக்கிற துந்துபியின் எலும்புக் கூட்டைத் தனது காலால் வெகு தூரத்திற்கு ராமர் எட்டி உதைத்து விட்டால், அப்போதும் எனக்கு அந்த நம்பிக்கை ஏற்படும்'' என்று கூறினான்.

இப்படிச் சொல்லிய சுக்ரீவன், மேலும் ''நான் ராமரிடம் சரண் புகுந்திருக்கிறேன். ஆனால் எனக்கு என்னுடைய சகோதரனின் வலிமை பற்றி நன்றாகத் தெரியும். ராமருடைய வலிமையை நான் நேரில் கண்டதில்லை. அதனால்தான் இவ்வாறு சொல்கிறேனே தவிர, பரீட்சை நடத்துகிறேன் என்று நினைத்து விடக்கூடாது. வாலியின் பலத்தை நினைத்து நான் மிகவும் பயந்த நிலையில் இருக்கிறேன் என்பதை நீங்கள் மனதில் கொள்ள வேண்டும். ராமரை நான் குறைத்து மதிப்பிடுவதாகவோ, அவருடைய வலிமையைச் சோதித்துப் பார்ப்பதாகவோ நினைத்துக் கொள்ளாமல், மிகவும் அச்சத்துடன் வாழ்ந்து கொண்டிருக்கும் என் மனதில் ஒரு நிம்மதி ஏற்படுவதற்காக, ராமர் இந்தச் செயலைச் செய்து காட்ட வேண்டும் என்று நான் கேட்டுக் கொள்கிறேன்'' என்று பணிவோடு கூறினான்.

இப்படிப் பேசிய சுக்ரீவனைப் பார்த்துச் சிரித்துக் கொண்டே ராமர், தனது கால் கட்டை விரலினால் துந்துபியின் உடலை நெம்பித் தள்ள, அது வெகு தூரத்திற்கு அப்பால் போய் விழுந்தது. சுக்ரீவனின் மனமோ நிம்மதியைக் காணவில்லை. ''முன்பு வாலியினால் எறியப்பட்ட போது, அந்த உடலில் சதையும், ரத்தமும் நிறைந்திருந்தது. இப்போதோ அது உலர்ந்து கிடக்கிறது. ஆகையால் முன்பு அதை அனாயாசமாகத் தூக்கி எறிந்த வாலியின் சாதனை பெரிதா அல்லது இப்போது அதை அனாயாசமாக நெம்பி எறிந்த ராமரின் வலிமை பெரிதா என்று எனக்குப் புரியவில்லை. நான் ஏற்கெனவே கேட்டுக் கொண்ட மாதிரி இந்த ஏழு மரங்களில் ஒன்றை, ஒரே அம்பினால் துளைக்குமாறு கோருகிறேன்'' என்று ராமரைப் பார்த்து, அவன் கேட்டுக் கொண்டான்.

சுக்ரீவனின் அச்சத்தை விரட்ட முடிவு செய்த ராமர், தனது வில்லிலே ஒரு அம்பைத் தொடுத்து, அந்த மரங்களைப் பார்த்து அதைச் செலுத்த, அந்த அம்பு ஏழு மரங்களையும் துளைத்துக் கொண்டு சென்று, பின்னர் ராமரின் அம்பறாத் தூணியையே வந்து அடைந்தது. இந்த அதிசயத்தைக் கண்ட சுக்ரீவன் பெரும் உவகை கொண்டு, ராமரைப் பாராட்டினான். வாலியின் கதை முடிந்தது என்ற மன நிம்மதி அவனுக்கு ஏற்பட்டது. அப்போது சுக்ரீவனிடம்

ராமர், ''நாம் கிஷ்கிந்தைக்குப் புறப்படுவோம். அங்கு சென்று வாலியை நீ சண்டைக்கு அழைப்பாயாக!'' என்று கூற, அவர்கள் அனைவரும் புறப்பட்டு, வாலியின் தலைநகரமாகிய கிஷ்கிந்தையை அடைந்து, அங்கே இருந்த ஒரு அடர்ந்த காட்டுப் பகுதியில் தங்கினார்கள்.

அங்கிருந்தபடியே சுக்ரீவன் உரத்த குரலில் கர்ஜனை செய்து, வாலியைச் சண்டைக்கு அழைத்தான். பெரும் பலவானாகிய வாலி கோபம் கொண்டு, வெளியே வந்து சுக்ரீவனை எதிர்க்க, இருவருக்குமிடையே கடும் சண்டை நடந்தது. இருவரும் ஒருவரையொருவர் பலமாகத் தாக்கிக் கொண்டார்கள். கையிலே வில்லை ஏந்தி நின்ற ராமர், இருவரையும் கூர்ந்து கவனித்தார். ஆனால், அந்த இருவரும் ஒருவரையொருவர் மிகவும் ஒத்திருந்ததால், அவர்களில் யார் சுக்ரீவன், யார் வாலி என்பதை ராமரால் புரிந்து கொள்ள முடியவில்லை. ஆகையால் தனது அம்பையும் அவர் ஏவவில்லை. சண்டையில் மிகவும் துன்புறுத்தப்பட்ட சுக்ரீவனோ, ஒரு கட்டத்திற்கு மேல் அதைத் தாங்க முடியாமல், சண்டையிலிருந்து விலகி உயிர் பிழைப்பதற்காக மீண்டும் ரிஷ்யமூக மலையை நோக்கி ஓடினான்.

அவனைத் துரத்திச் சென்ற வாலி, அந்த மலைப் பிரதேசத்தின் எல்லையில் நின்று விட்டான். அந்த எல்லையைக் கடந்தால், மதங்க முனிவரின் சாபம் காரணமாகத் தனக்கு முடிவு ஏற்பட்டு விடும் என்பதை உணர்ந்ததால், அவன் சுக்ரீவனைத் தப்பிக்க விட்டு கிஷ்கிந்தைக்குத் திரும்பினான்.

இதற்கிடையில், ராமர், லக்ஷ்மணர், ஹனுமார் ஆகியோரும் ரிஷ்யமூக மலைக்குத் திரும்பி வந்து சேர்ந்தார்கள். சுக்ரீவன், ராமரை மிகவும் பரிதாபமாகப் பார்த்தான். ''வாலியைச் சண்டைக்கு அழைக்குமாறு என்னிடம் கூறிவிட்டு, எனக்கு நீங்கள் என்ன உதவி செய்தீர்கள்? அவனால் நான் மிகவும் துன்புறுத்தப் பட்டேன். வாலியைக் கொல்லப் போவதில்லை என்று நீங்கள் என்னிடம் தெளிவாகச் சொல்லியிருந்தால், நான் இந்த இடத்திலிருந்து நகர்ந்திருக்கவே மாட்டேன்'' என்று அவன் மனம் நொந்து பேசினான்.

கிஷ்கிந்தா காண்டம்

ராமர், மிகவும் அமைதியோடு அவனுக்குப் பதில் கூறினார். "சுக்ரீவா! வருத்தத்தைத் தவிர்ப்பாயாக! தோற்றம், நடை, உடை, பாவனை – எல்லாவற்றிலும் நீயும், வாலியும் ஒரே மாதிரியாக இருப்பதால், நீங்கள் இருவரும் சண்டையிடும்போது வாலி யார் என்பதை என்னால் புரிந்து கொள்ள முடியவில்லை. தவறாக அடையாளம் புரிந்து கொண்டு நான் அம்பை எய்தால், எங்கே உன்னை மாய்த்து விடுவேனோ என்ற கவலையின் காரணமாகத் தான் நான் அம்பைச் செலுத்தாமல் இருந்தேன். உன்னைப் பாதுகாக்கிறேன் என்று உனக்கு வாக்குறுதி அளித்திருக்கும் நான், தவறுதலாகவேகூட உன்னைக் கொன்றுவிட்டால், அது பெரும் பாவம் அல்லவா?" – இவ்வாறு சொன்ன ராமர், மேலும் தொடர்ந்தார்.

"மீண்டும் வாலியை நீ சண்டைக்கு அழைக்க வேண்டும். ஆனால் இந்த முறை உன்னுடைய உடலில், நான் புரிந்து கொள்கிற மாதிரி ஏதாவது ஒரு அடையாளம் இருக்க வேண்டும்." இவ்வாறு சொல்லி விட்டு, ராமர், லக்ஷ்மணனைப் பார்த்து, "இங்கே இருக்கிற இந்த கஜபுஷ்பி என்ற மலர்க் கொடியைச் சுக்ரீவனின் கழுத்தில் கட்டு" என்று கூறினார்.

வாலியிடமிருந்து பிரித்துக் காட்டுவதற்காக இப்படி ஒரு மலர்க் கொடியைக் கழுத்தில் அணிந்த சுக்ரீவன், ராமர், லக்ஷ்மணன், ஹனுமார் இன்னும் சில வானரங்கள் ஆகியோருடன் மீண்டும் கிஷ்கிந்தையைச் சென்று அடைந்து, முன்பு போலவே அங்கிருந்த ஒரு காட்டுப் பகுதியில் தங்கிக் கொண்டு, உரத்த குரலெடுத்து வாலியைச் சண்டைக்கு அழைத்தான்.

சுக்ரீவனின் அறைகூவலைக் கேட்ட வாலியின் கண்கள் சிவந்தன. அவன் பெரும் கோபமுற்று எழுந்தான். இதைக் கண்ட அவனுடைய மனைவி தாரை, அவனை அணைத்துக் கொண்டு, "உங்களுடைய கோபத்தை விடுங்கள். இப்படி உடனடியாக நீங்கள் மீண்டும் சண்டைக்குப் புறப்படுவதை நான் விரும்பவில்லை" என்று கேட்டுக் கொண்டாள்.

பின்னர் தாரை மேலும் சொன்னாள் : "இப்போது தான் உங்களை ஒருமுறை சண்டைக்கு அழைத்து, உங்களால்

தோற்கடிக்கப்பட்டு, சுக்ரீவன் துரத்தப்பட்டான். ஆனால் உடனே மீண்டும் வந்திருக்கிறான். இப்படி உடனே அவன் திரும்பி வந்து, உங்களோடு மோதுவதற்குத் தயாராக இருப்பதற்கு ஏதோ ஒரு காரணம் இருக்க வேண்டும். அவனுக்கு ஏதோ ஒரு உதவி கிடைத்திருக்கிறது. அவனுக்கு ஒரு துணை கிட்டியிருக்க வேண்டும். சுக்ரீவன் அறிவில் சிறந்தவன். சாதாரணமானவர்களின் துணையை அவன் நாடிப் பெற மாட்டான். இது ஒருபுறமிருக்க, அங்கதன் கூறிய ஒரு செய்தியையும் உங்களுக்கு நான் தெரிவிக்க விரும்புகிறேன்."

தாரை மேலும் சொன்னாள்: "இக்ஷ்வாகு குலத்தைச் சார்ந்த அயோத்தி மன்னர் பரம்பரையில் வந்த ராமர், லக்ஷ்மணன் என்ற இரண்டு மாபெரும் வீரர்கள் சுக்ரீவனுக்கு உதவ முன் வந்திருக்கிறார்கள் – என்பது அங்கதன் காட்டுப் பகுதியில் சுற்றிய போது அறிந்து வந்த செய்தி. எதிரிகளைத் தீயைப் போல் பொசுக்கும் வல்லமை படைத்த ராமர், பெரும் கருணைமிக்கவரும் கூட. எளியவர்களுக்கெல்லாம் அடைக்கலம் தருபவர் அவர். எல்லா நற்குணங்களின் இருப்பிடம் அவர். சுக்ரீவனின் காரணமாக, இப்படிப்பட்ட ராமரை நீங்கள் விரோதித்துக் கொள்வதும் நல்லதல்ல. இந்த நிலையில் நீங்கள் சுக்ரீவனுக்கு இளவரசுப் பட்டம் சூட்டுவதே நல்லது என்று நான் நினைக்கிறேன். பழைய விரோதங்களை மறந்து விடுங்கள். சுக்ரீவனை ஏற்றுக் கொள்ளுங்கள். ராமரின் நட்பை நாடுங்கள். அதுதான் உங்களுக்கு நல்லது.

"சுக்ரீவனைப் போல் உங்களுக்கு ஒரு துணைவன் கிடைக்க மாட்டான். அவனை உடன் வைத்துக் கொண்டால், உங்களுக்குப் பெரும் மன நிம்மதி ஏற்படும். அவனுடன் தொடர்ந்து பகைமை பாராட்டுவது உங்களுக்கு அழகல்ல. மேலும் இந்திரனுக்கு நிகரான வலிமை படைத்த ராமரோடு நீங்கள் போரிடுவது சற்றும் நல்லதல்ல."

தாரையின் இந்த யோசனையை ஏற்க வாலியின் மனம் ஒப்பவில்லை.

4. கிஷ்கிந்தா காண்டம்

அத்தியாயம் 4

வாலி வீழ்ந்தான்

தன்னைத் தடுத்த தாரையை மறுத்து வாலி பேசுவது; ஸுக்ரீவனுக்கும், வாலிக்கும் நடந்த சண்டை; ஸுக்ரீவன் பலம் இழப்பது; ராமர், வாலியின் மீது அம்பு எய்து, அவனை வீழ்த்துவது; வாலி ராமரைக் கடிந்து பேசுவது...

"எதிரியின் ஆணவத்தைப் பொறுத்துக் கொள்வது என்பது, மரணத்தை விடவும் கொடியது. ஆகையால் ஸுக்ரீவனின் இந்த அறைகூவலை என்னால் பொறுக்க முடியாது. நன்மை, தீமையை முற்றும் உணர்ந்த ராமர், என்னை எப்படிக் கொல்வார்? ஆகையால் அந்தக் க்வலையும் உனக்கு வேண்டாம். ஸுக்ரீவனின் கர்வத்தைத்தான் நான் அழிக்கப் போகிறேனே தவிர, அவனுடைய உயிரை அல்ல. என்னுடைய தாக்குதலைத் தாங்க முடியாமல் அவன் மீண்டும் தப்பித்துச் சென்று விடவே முயல்வான். உன்னுடைய கவலை எனக்குப் புரிகிறது. ஆனால் என் உயிர்மீது ஆணையிட்டுச் சொல்கிறேன் – நீ இப்போது குறுக்கிட்டு என்னைத் தடுக்காதே! ஸுக்ரீவனை மீண்டும் வென்றுதான் நான் திரும்புவேன்" என்று வாலி சொல்ல, தாரை அவனை வலம் வந்து வணங்கி விட்டு, அவனுடைய வெற்றிக்காக, சில சடங்குகளைச் சாத்திரங்களில் விதிக்கப்பட்ட வகையில் செய்து முடித்தாள்.

ஸுக்ரீவன் இருந்த இடம் நாடி வாலி செல்ல, அங்கே இருவரும் ஒருவரையொருவர் பலமாகத் தாக்கிக் கொள்ளத்

தொடங்கினர். பெரும் சண்டை மூண்டது. இருவருமே பெரும் வீரர்கள். இருவருமே பலவான்கள். எதிரியை அழிக்கும் திறன் இருவரிடமும் இருந்தது. இரண்டு மேகங்கள் ஒன்றுடன் ஒன்று மோதுவது போல அவர்கள் இருவரும் மோதிக் கொண்டனர். நேரம் செல்லச் செல்ல வாலியின் கை ஓங்கியது. ஸுக்ரீவனின் கை தாழ்ந்தது. பெரிதும் துன்புறுத்தப்பட்டவனாக, பலம் குன்றியவனாக, செயலற்று நின்று, நாற்புறமும் அவன் திரும்பத் திரும்பப் பார்த்துக் கொண்டிருந்தான். இதை ராமர் கண்டார்.

(வாலி இரண்டாவது முறையாக ஸுக்ரீவனுடன் சண்டையிடப் போகிற கட்டத்தை அடைந்திருக்கிறோம். இந்த இடத்தில் சற்று நிறுத்தி சில விவரங்களைப் பார்ப்போம்.

சூரியனின் தேரோட்டி அருணன். இவன் ஒரு சமயம் பெண்மையை அடைந்தான். அப்பொழுது அவனுக்கு அருணி என்ற பெயர் வந்து சேர்ந்தது. இந்த அருணிக்கும், இந்திரனுக்கும் பிறந்தவன் வாலி; அருணிக்கும், சூரியனுக்கும் பிறந்தவன் ஸுக்ரீவன். வாலி, ஸுக்ரீவன் இரண்டு பேருமே கௌதமரின் ஆச்ரமத்தில் வளர்க்கப்பட்டார்கள். கிஷ்கிந்தை அரசனாகிய ரிக்ஷரஜஸ், தனக்கு மகப்பேறு இல்லாத குறையை இந்திரனிடம் கூறி வருந்தியபோது, கௌதமரின் ஆச்ரமத்திலிருந்து வாலி, ஸுக்ரீவன் ஆகிய இருவரையும் இந்திரன் அழைத்து வந்து ரிக்ஷரஜஸிடம் ஒப்படைத்தான்.

வாலி தாரையை மணந்தான்; ஸுக்ரீவன் ருமையை மணந்தான். ரிக்ஷரஜஸ் மரணம் அடைந்தபோது வாலி, கிஷ்கிந்தைக்கு அரசனாகப் பட்டம் ஏற்றான். வாலி, ஸுக்ரீவன் இருவருமே மிகப்பெரிய பலசாலிகள், வீரர்கள். ஆனால், வாலியின் பலம் அசாதாரணமானது. தன்னை எதிர்க்க வந்த ராவணனை, வாலி எவ்வாறு சர்வ அலட்சியமாகப் பல கடல்களைத் தாண்டித் தூக்கிச் சென்றான் என்பதை முன்பு ராவணனுடைய வரலாற்றில் பார்த்தோம். அப்படிப்பட்ட வீரனாக வாலி திகழ்ந்ததால்தான், ராவணன் அக்னி சாட்சியாக வாலியோடு நட்பு ஒப்பந்தம் செய்து கொண்டான். 'வானரர்களின் அரசனே! இன்றைய தினத்திலிருந்து என்னுடைய ராஜ்யம், என்னுடைய கீர்த்தி, என்னுடைய நகரம்,

என்னுடைய மகிழ்ச்சி - எல்லாமே உனக்கும் எனக்கும் பொதுவானவை' என்று ராவணன் கூறினான். இவ்வாறு அவர்களிடையே ஒரு உறுதியான நட்பு மலர்ந்தது.

வாலி, ஸுக்ரீவன் ஆகியோர்களின் இந்தப் பூர்வகதை பல்வேறு புராணங்களின் அடிப்படையில் கொடுக்கப்படுகிறது. வால்மீகி ராமாயணத்திலேயே இந்த விவரங்கள் எல்லாம் இருக்கின்றன என்று நினைத்து விடக் கூடாது. அதே சமயத்தில் ஹனுமானைப் பற்றி வால்மீகி ராமாயணத்தில், உத்தர காண்டத்தில், பல விவரங்கள் அகஸ்தியர் வாயிலாகத் தரப்படுகின்றன.

பட்டாபிஷேகம் நடந்த பிறகு, பல விவரங்களை தனக்கு எடுத்துச் சொல்லிக் கொண்டிருந்த அகஸ்தியரிடம், ராமர் 'ராவணனும், வாலியும் தன்னிகரற்ற வீரர்கள் என்று நீங்கள் சொன்னீர்கள். ஆனால் ஹனுமானுடைய வீரம், அவர்கள் இருவருடைய பலத்தையும் மிஞ்சியது என்று நான் நினைக்கிறேன். வீரம் மட்டுமல்லாமல், தாராள மனம், பொறுமை, புத்தி கூர்மை, விஷய அறிவு, விடா முயற்சி, எல்லாமே ஹனுமானிடம் நிறைந்திருப்பதாக நான் கருதுகிறேன். வாயு மைந்தனாகிய அந்த ஹனுமானின் உதவியினால்தான், நான் ஸீதையை மீட்டேன்; யுத்தத்தில் வெற்றியும் அடைந்தேன். இவ்வளவு பலம் வாய்ந்த ஹனுமான், ஸுக்ரீவனுக்கு உதவி செய்து வாலியை அழித்திருக்கலாமே? ஏன் ஹனுமான் அவ்வாறு செய்யவில்லை? ஸுக்ரீவனுடைய துன்பங்களை யெல்லாம் ஹனுமான் செயலற்றுப் போய்ப் பார்த்துக் கொண்டே இருந்ததன் காரணம் என்ன?'' என்று கேட்டார்.

அப்போது அகஸ்தியர், ஹனுமானைப் பற்றிய விவரங்களை ராமருக்கு எடுத்துச் சொன்னார். ''ஹனுமானின் தாயார் பெயர் அஞ்சனை. அவளுடைய கணவன் கேசரி என்ற வன அரசன். மகப்பேறு அடைவதற்காக வாயு பகவானை அஞ்சனை வேண்டிக் கொள்ள, வாயுவின் அம்சத்தோடு ஹனுமான் அவளுக்கு மகனாகப் பிறந்தார். குழந்தையாக இருக்கும்போதே, அவருடைய அசாத்தியமான பலம் வெளிப்பட்டது. பழம் என்று நினைத்து, தாவிப் பாய்ந்து, இளம் சூரியனையே பிடிக்க முயன்றவர் அவர். வாயு பகவானைத் திருப்தி செய்வதற்காகப் பல தேவர்களும், ஹனு மானுக்கு வரங்களைப் பொழிந்தார்கள். சூரியன் தன்னுடைய

சாத்திர ஞானத்தை ஹனுமானுக்கு அருளினான்; வருணன் நீண்ட ஆயுளைக் கொடுத்தான்; எமன் நோயின்மையையும், மரண மின்மையையும் அளித்தான்; சிவன், விச்வகர்மா, குபேரன் ஆகியோரும் வரங்களைத் தந்தார்கள். பிரம்ம தேவன், 'இவன் எதிரிகளை வென்று, நண்பர்களைக் காப்பாற்றுவான்; யாராலும் வெல்ல முடியாதவனாக விளங்குவான்; நினைத்த உருவை எடுக்கும் வல்லமை இவனுக்குக் கிட்டும்; நினைத்த மாத்திரத்தில் எங்கு வேண்டுமானாலும் செல்லக் கூடிய திறனையும் இவன் பெறுவான்; பெரும் புகழ்பெற்று விளங்கப் போகும் இவனுடைய வேகத்தைக் கட்டுப்படுத்த எவராலும் முடியாது. இவனுடைய சாகசங்கள், ராவணனை அழிக்க ராமனுக்கு உதவும்' என்று ஆசிர்வதித்தார்" – என்று கூறிய அகஸ்தியர் தொடர்ந்து சில விபரங்களைச் சொன்னார்:

"இப்படி மிகவும் சிறப்பான வரங்களைப் பெற்ற ஹனுமான், பின்னர் ரிஷிகள் யாகங்களை நடத்தும் இடங்களுக்குச் சென்று பல விஷமங்களைச் செய்யத் தொடங்கினார். எந்த சக்தியினாலும் வெல்ல முடியாது என்று சிவனிடம் பெற்ற வரத்தின் காரணமாக, ஹனுமானை யாராலும் ஒன்றும் செய்ய முடியவில்லை. அவர் பெற்றுள்ள வரங்களைப்பற்றி அறிந்த ரிஷிகள், அவருடைய விஷமங்களையெல்லாம் சகித்துக் கொள்ள வேண்டியதாயிற்று. ஆனால், அவருடைய தொல்லைகள் அத்துமீறியபோது, ரிஷிகள் பொறுமை இழந்து, 'உன்னுடைய பலத்தை நீயே மறந்து போகக் கடவாய்! யாராவது நினைவுறுத்தினால்தான், உன்னுடைய பலத்தை நீ அறிவாய்' என்று சாபமிட்டனர்.

"இவ்வாறு ரிஷிகளிடம் பெற்ற சாபத்தின் காரணமாகத்தான், ஹனுமான், ஸுக்ரீவன் – வாலி ஆகியோர் சண்டையில் தலையிடவில்லை. ஸுக்ரீவனுக்கோ, ஹனுமானின் பலம் பற்றிய உண்மை முழுவதுமாகத் தெரியாது. இந்தக் காரணத்தினால்தான், கட்டுண்ட யானையைப் போல் ஹனுமான், வாலியை ஒன்றும் செய்யாமல் இருந்து விட்டார். ஆனால் பலத்திலும், உற்சாகத்திலும், அறிவிலும், புகழிலும், நன்னடத்தையிலும், இனிமையிலும், ராஜரீகத்திலும், சாத்திர அறிவிலும், பொறுமையிலும், சாமர்த்தியத்திலும் அவரை மிஞ்ச இந்த உலகில் வேறு ஒருவன் இல்லை."

இவ்வாறு ஹனுமானைப் பற்றி, அகஸ்தியர் கூறுகிற விவரங்கள் உத்தர காண்டத்தில் வருகின்றன. வாலி, ஸுக்ரீவன், ஹனுமான் ஆகியோரின் பூர்வகதையைத் தெரிந்து கொண்டோம். இனி மீண்டும் கிஷ்கிந்தா காண்டத்தில் வாலி, ஸுக்ரீவனோடு இரண்டாவது முறையாக மோதுகிற கட்டத்தைப் பார்ப்போம்.)

வாலியை வதம் செய்யும் தீர்மானத்தோடு, கொடிய பாம்பை ஒத்த தனது அம்பை வில்லிலே பொருத்தி, ராமர் நாண் ஏற்றிய போது மிருகங்கள் ஓடின; பறவைகள் நாற்புறமும் பறந்தன. ராமர் அம்பை எய்தார். சக்தி மிகுந்த அந்த அம்பு, பேரிடியைப் போன்ற சப்தத்துடன் பாய்ந்து சென்று வாலியின் மார்பைத் தாக்கியது. வாலி தரையில் வீழ்ந்து வலி தாங்க முடியாமல் கதறி, மதியிழந்தவ னானான். இந்திரனால் அளிக்கப்பட்ட தங்கச் சங்கிலி அவன் கழுத்தை அலங்கரித்துக் கொண்டும், அவனுடைய உயிரைக் காப்பாற்றிக்கொண்டும், அவனுடைய ஒளி மங்காமல் பாதுகாத்துக் கொண்டும் – இருந்தது.

தங்களையே உற்றுப் பார்த்துக் கொண்டிருந்த வாலிக்கு மரியாதை செய்கிற வகையில், ராமரும் லக்ஷ்மணனும் அவனை நெருங்கினார்கள். வாலி, ராமரைப் பார்த்து கடுமையான வார்த்தைகளைப் பேசத் தொடங்கினான்.

"புகழ் பெற்ற மன்னனின் மகன் நீ. யுத்தத்தில் உன்னை எதிர்த்து நிற்காத ஒருவனைக் கொன்றதால், இப்போது நீ அடைந்திருக்கும் பெருமை என்ன? 'ராமன் மேன்மையானவன்; நற்பண்புகள் நிறைந்தவன்; வீரம் மிக்கவன்; தர்மங்களைக் காப்பவன்; மக்களின் நன்மையை நாடுகிறவன்; கருணை மிக்கவன்; எந்த நேரத்தில் எதைச் செய்ய வேண்டும் என்பதை அறிந்தவன்' என்று எல்லோரும் உன்னைப் பற்றிப் பேசுகிறார்கள். மனதை அடக்குவதும், மன்னிக்கும் மனப்பான்மை உடையவனாக இருப்பதும், சத்தி யத்தில் இருந்து தவறாதவனாக நடந்து கொள்வதும், தீயவர்களைத் தண்டிக்கும் குணமுடையவனாக இருப்பதும் அரசனின் லட்சணங்கள். உன்னுடைய குலப் பெருமையை நினைத்தும், உன்னிடம் இந்தக் குணங்கள் எல்லாம் நிரம்பி இருக்கும் என்று நம்பியும், நான், தாரை தடுத்தும் கேளாமல் ஸுக்ரீ

வனோடு போரிட முனைந்தேன். உன்னை நான் பார்க்காமல் இருந்த வரையிலும் - வேறு ஒருவனோடு நான் சண்டை போட்டுக் கொண்டு, கவனமில்லாமல் இருக்கும் நிலையில் நீ என்னைத் தாக்க மாட்டாய் என்று நினைத்தேன். நற்குணம் கொண்டவன் போல் நடித்துக் கொண்டு, தீய காரியத்தைச் செய்பவன் நீ என்பது இப்போது புரிகிறது. புல் மற்றும் செடி கொடிகளால் மூடப்பட்டு, வெறும் தரையைப் போலவே காட்சி அளிக்கும் ஆழமான கிணறு நீ! மேன்மை என்பது நீ அணிந்திருக்கும் முகமூடி! உண்மையில் நீ பாவம் செய்பவனே! உனக்கு ஒரு தீங்கும் இழைக்காத என்னைக் கொல்ல, நீ ஏன் முனைந்தாய்? உன்னை எதிர்க்காத என்னைக் கொல்ல, நீ ஏன் முனைந்தாய்? வேறு ஒருவனோடு சண்டையிட்டுக் கொண்டிருந்த என்னைக் கொல்ல, நீ ஏன் முனைந்தாய்?

"ரகு வம்சத்தில் பிறந்திருந்தும், நல்லவன் என்று பெயர் எடுத்திருந்தும் நீ கொடுமையானவனே! அப்படிப்பட்ட நீ, ஏன் மரவுரி அணிந்து, சாதுவைப் போல காட்சியளித்துக் கொண்டு திரிகிறாய்? நீ மனித குலத்தைச் சார்ந்தவன்; நாங்கள் வானர இனத்தைச் சார்ந்தவர்கள்; எங்களோடு உனக்கு என்ன பகைமை? மனம் போன போக்கில் நடந்து கொள்வது மன்னர்களுக்கு அழகல்ல. விரும்பியபடியெல்லாம் அம்பை செலுத்திக் கொண்டிருப்பதுதான் உன் லட்சியமோ? உன் மனம் நிலையில்லாதது. நற்பண்புகளை நீ மதிக்கவில்லை. ஒரு குற்றமும் செய்யாத என்மீது அம்பு எய்தி என்னைக் கொன்று விட்டு, மேலோர்கள் நடுவில் நீ அதற்கு என்ன விளக்கம் கூறுவாய்?''

ராமரைப் பார்த்து வாலி பேசிய கடுமையான வார்த்தைகள் மேலும் தொடர்ந்தன.

4. கிஷ்கிந்தா காண்டம்

அத்தியாயம் 5

வாலிக்கு ராமர் அளித்த விளக்கம்

வாலி தொடர்ந்து ராமரை ஏசுவது; ராமர் கூறுகிற பதில்; வாலி, ராமரிடம் மன்னிப்புக் கோரி, தன் மகனுக்குப் பாதுகாப்பு கேட்பது; ராமர் அவனுக்கு உறுதி கூற, அவன் மூர்ச்சையடைவது...

"அரசனைக் கொல்பவன், பிராமணனைக் கொல்பவன், பசுவைக் கொல்பவன், உயிர்களை வாட்டுபவன், நாத்திகன் ஆகிய எல்லோருமே நரகத்திற்குச் செல்கிறார்கள்; கருமி, காட்டிக் கொடுப்பவன், ஆச்சார்யனின் மனைவியை அடைய முயற்சிப்பவன், நண்பனையே கொலை செய்யத் துணிபவன் – ஆகியோர் பெரும் பாவம் செய்தவர்களாக, நரகத்தை அடைகிறார்கள். அப்படிப்பட்ட பாவம் எதையாவது நான் செய்தேனா? எதற்காக என்னை நீ இப்படிக் கொல்ல முனைந்தாய்? தாரை எவ்வளவோ தடுத்தும் கேளாதது என் தவறு. நீ இந்த பூமிக்கு அதிபதி என்பது இந்தப் பூமியின் துர்பாக்கியம்! தர்மம் தவறாத பெண்ணுக்கு, வழி தவறி நடக்கும் கணவன் வாய்த்தால், அவளுக்கு என்ன கதி நேரிடுமோ – அதே கதிதான் உன்னைப் பாதுகாப்பாளனாகப் பெற்றிருக்கும் பூமிக்கும் ஏற்படும். மோசம் செய்வதில் விருப்பம் உடையவனாகவும், சிறுமதி படைத்தவனாகவும், அமைதியான மனம் கொண்டவன் போல் வேஷம் போடுபவனுமாகிய உன்னை, மேன்மை பொருந்திய தசரதன் மகனாகப் பெற்றது எப்படி என்பதே எனக்கு விளங்கவில்லை!

''தர்மம் என்ற சங்கிலியை அறுத்தெரிந்து, நன்னெறி என்ற கட்டுக்களைத் தளர்த்தி, நியாயம் என்ற அங்குசத்தை அலட்சியம் செய்து, ஓடி வந்த ராமன் என்கிற யானையினால் நான் கொல்லப்பட்டு இருக்கிறேன்.

''உன் விஷயத்தில் குறுக்கிடாத என்னிடம் காட்டப்பட்ட உன்னுடைய இந்தப் பராக்கிரமத்தை, உனக்கு அபகாரம் செய்தவர்களிடம்கூட நீ காட்டுவதாகத் தெரியவில்லை. என்னால் பார்க்கப்பட்ட நிலையில் நீ என்னுடன் போர் புரிந்தால், உன்னை எமன் உலகிற்கு அனுப்பி இருப்பேன். குடி மயக்கத்தில் தூங்கிக் கொண்டிருக்கிற ஒரு மனிதன், ஒரு பாம்பினால் தீண்டப்பட்டு கொல்லப்படுவது போல, என்னால் பார்க்கப்படாமல் இருந்த உன்னால் நான் கொல்லப்பட்டேன். எந்தக் காரியத்தை நினைத்து, சுக்ரீவனுக்கு உதவுவதற்காக உன்னால் நான் கொல்லப் பட்டேனோ – அந்தக் காரியத்துக்காக முதலிலேயே நீ என்னை அணுகி இருந்தால், ஸீதையை நான் ஒரே நாளில் உன்னிடம் கொண்டு வந்து கொடுத்திருப்பேன். அதில் சந்தேகமில்லை. உன் மனைவியை அபகரித்த கெட்டவனாகிய ராவணன் கழுத்தில் சுறுக்குப் போட்டு, அவனை உன்னிடம் கொண்டு வந்திருப்பேன். ஸீதையை அவன் சமுத்திரத்திற்கு அடியில் வைத்திருந்தாலும் சரி, பாதாள உலகத்திற்கு எடுத்துச் சென்றிருந்தாலும் சரி, அவளை நான் மீட்டிருப்பேன்.''

வாலி தொடர்ந்தான்: ''நான் சொர்க்கத்திற்குச் சென்ற பின் சுக்ரீவன் ராஜ்யத்தை அடைந்தான் என்றால் அது நியாயம்; ஆனால், அதற்காக உன்னால் நான் தர்மத்திற்கு விரோதமாகக் கொல்லப்பட்டேன் என்பது அநியாயம். உலகமே விதியால் இப்படித்தான் நடத்திச் செல்லப்படுகிறது என்பதால், இந்த நிலையை நான் ஏற்க வேண்டியதுதான். ஆனால், உன்னால் செய்யப்பட்ட காரியம் நியாயமானது என்றால் – நான் ஒப்புக் கொள்ளத்தக்க பதிலை, யோசனை செய்து கூறுவாயாக!'' இந்திரனின் மகனும், பெரும் தைரியம் படைத்தவனுமான வாலி, அடிபட்டு மிகுந்த உபாதையுடன் இவ்வாறெல்லாம் பேசி விட்டு மௌனமானான்.

இவ்வாறு நிந்தித்துப் பேசப்பட்ட ராமர், ஒளியை இழந்து விட்ட சூரியனைப் போல் இருந்தவனும், நீரைப் பொழிந்து விட்ட மேகத்தைப் போல் இருந்தவனும், அணைந்து விட்ட நெருப்பைப் போல் இருந்தவனுமாகிய அந்த வானர மன்னனைப் பார்த்துப் பேசத் தொடங்கினார். ''தர்மம், தர்ம நெறியை மீறாத உலக நடத்தை ஆகியவை பற்றி முழுமையாக அறிந்து கொள்ளாமல், நீ என்னைக் குற்றம் கூறுகிறாய். தர்மத்தின் நுட்பத்தை அறிந்தவர்கள், மற்றும் ஆச்சார்யர்களால் அங்கீகரிக்கப்பட்டவர்கள் ஆகியோர் களிடம் கேட்டுப் புரிந்து கொள்ள முயற்சிக்காமல், நீ என்னைத் தூஷிக்கிறாய்'' என்ற முகவுரையுடன் ஆரம்பித்த அவர், மேலும் தொடர்ந்தார்:

''மலைகள், வனங்கள், நதிகள் – ஆகியவை கொண்ட இந்த உலகமும், அதில் வாழ்கிற மனிதர்கள், மிருகங்கள், பறவைகள் ஆகிய இனங்களும் இக்ஷ்வாகு மன்னர்களின் அதிகாரத்திற்குட் பட்டவை. இந்த இனங்களைப் பாதுகாப்பது இக்ஷ்வாகு மன்னர் களின் கடமை. தவறும்போது இவற்றைத் தண்டிப்பது அம்மன்னர் களின் உரிமை. தர்மத்தின் பாதையிலிருந்து தவறாதவனும், சத்தியமான வார்த்தை உடையவனும், நேர்வழியில் செல்பவனு மாகிய பரதன் – பாதுகாத்தல், தண்டித்தல் ஆகிய இரு பொறுப்புகளிலும் எச்சரிக்கையுடன் நடந்து கொண்டு, இந்தப் பூமியை நிர்வகித்து வருகிறான். ராஜ நீதி, பெரியவர்களிடம் மரியாதை ஆகிய இரண்டும் அவனிடம் குடி கொண்டிருக்கின்றன. நாங்கள் பரதனின் ஆக்ஞைக்கு உட்பட்டே, அறநெறி தவறிய வர்களைத் தண்டித்து, இந்த வனங்களில் வாழ்ந்து வருகிறோம்.

''உன்னைப் பொறுத்தவரையில் நீ தர்மம் தவறியவன். இழிவான காரியத்தைச் செய்தவன். காமவெறிக்கு ஆட்பட்டவர் களில் முதற்பட்டவன். தர்ம வழியில் செல்பவன், தமையன், தந்தை, ஆச்சார்யன் ஆகிய மூன்று பேரையுமே தந்தையாகக் கருதுகிறான்; தம்பி, மகன், சீடன் ஆகிய மூவருமே மகனாகக் கருதப்படத்தக்கவர்கள்; இந்த அணுகுமுறைக்குத் தர்ம சாத்திரங்களே ஆதாரம். பிறவிக் குருடன் ஒருவன், மற்ற பிறவிக் குருடர்களோடு சேர்ந்து கொண்டு, எவ்வாறு வழி காணுவான்?

கிஷ்கிந்தா காண்டம்

சபல சித்தம் படைத்த நீ உன்னை ஒத்த சபல சித்தம் படைத்தவர்களோடு சேர்ந்து என்ன தெளிவு பெறப் போகிறாய்? நீ வதம் செய்யப்பட்ட காரணத்தை விவரிக்கிறேன். தொன்று தொட்டு வருகிற தர்மத்தை விட்டு, உனது தம்பியின் மனைவியை நீ அடைந்தாய். உனக்கு மருமகள் ஆக வேண்டிய அவளை, நீ மனைவியாகக் கருதத் துணிந்தது எப்படி? நீ அவளைக் கற்பழித்தாய். காமத்தின் வசப்பட்டு, நீ செய்த குற்றத்திற்கு உனக்கு இப்போது தண்டனை அளிக்கப்பட்டது. எல்லோருக்கும் பொதுவான விதிகளை மீறுகிறவன் தண்டிக்கப்பட்டே ஆக வேண்டும். மகள், சகோதரி, சகோதரனின் மனைவி ஆகியோரைக் கற்பழிக்க முயல்பவனுக்கு மரணம்தான் தண்டனையாக விதிக்கப் பட்டிருக்கிறது. பரதனின் ஆணைக்குட்பட்டு செயல்படும் நாங்கள், உன் போல் எல்லை கடந்த தவறு செய்பவர்களைத் தண்டிக்கக் கடமைப்பட்டிருக்கிறோம்.''

ராமர் மேலும் தொடர்ந்தார் : ''சுக்ரீவனுக்கு, வானரர்கள் முன்னிலையில் நான் வாக்குறுதி அளித்தேன். அந்த வாக்குறுதியை நான் எவ்வாறு புறக்கணிக்க முடியும்? இந்தக் காரணங்களினால் தான் உன்னைத் தண்டித்தேன். அது எந்த வகையில் பார்த்தாலும் தர்மமே. இந்த நேரத்தில் தர்ம சாத்திரங்களில் நிபுணர்களாக இருப்பவர்களால் மிகவும் மதிக்கப்படுகிற இரண்டு தத்துவங்களை உனக்கு நான் சொல்ல விரும்புகிறேன். இவை மனுவினால் இயற்றப்பட்டவை... 'குற்றங்களைச் செய்த மனிதர்கள் அரசனிடம் தண்டனை பெற்று அதை அனுபவித்து விட்டால், அவர்கள் பாவம் நீங்கியவர்களாவார்கள்... குற்றத்திற்கான தண்டனை பெற்றாலும் சரி, மன்னிப்பைப் பெற்றாலும் சரி, குற்றச்சாட்டுக்கு உட்பட்டவன் பாவத்திலிருந்து விடுபடுகிறான்; குற்றவாளியைத் தண்டிக்காத அரசன், அந்தக் குற்றத்திற்குரிய பாவத்தைப் பெறுகிறான்...' ஆகையால் நீ இப்போது தண்டிக்கப்பட்டதும் உனக்கு நல்லதே.''

ராமர் மேலும் சொன்னார்: ''இப்போது வேறு கோணத் திலிருந்தும் இதைப் பார்க்கலாம். மன்னர்களும், மனிதர்களும், மிருகங்களை வலைகளால் பிடிக்கிறார்கள்; துரத்திச் சென்று அடிக்கிறார்கள்; மறைந்திருந்தும் வேட்டையாடுகிறார்கள். நீ

என்னோடு யுத்தம் செய்து கொண்டிருந்தாலும் சரி, என்னோடு யுத்தம் செய்யாமல் இருந்தாலும் சரி, நீ மிருக இனத்தைச் சார்ந்தவன். மிருக இனத்தைச் சார்ந்தவனாகிய நீ என்னை எதிர்த்து யுத்தம் செய்து கொண்டிருந்தாயா, இல்லையா என்பது இங்கு கேள்வி இல்லை. நீயோ யுத்தத்தில் என் அம்பினால் வீழ்த்தப் பட்டாய். இதில் எந்தத் தவறும் கிடையாது. கோபத்தின் வசப்பட்டவனாக இருக்கிற நீ தர்மத்தை முழுமையாக அறியாமல் என்னை ஏசுகிறாய்.''

இவ்வாறு ராமர் பேசியதைக் கேட்ட வாலிக்கு அவர் மீதிருந்த கோபம் நீங்கியது. இரு கை கூப்பியவனாக வாலி, ராமரைப் பார்த்து மீண்டும் பேசினான்: ''நீங்கள் கூறியது உண்மைதான். உங்களை மீறி நான் பேசுவது தவறு. என்னுடைய அறியாமையின் காரணமாக ஏதேதோ சொல்லி விட்டேன். அதைத் தாங்கள் பெரிதாக எடுத்துக் கொள்ளக் கூடாது. காரியம், அதன் காரணம் – ஆகிய இரண்டையும் தெளிவுபட அறிவது உங்களால் முடியும். அற நெறியை உணர்ந்தவரே! தர்மத்தை மீறி நடந்த என்னை, நீங்கள்தான் காப்பாற்ற வேண்டும்.''

சேற்றில் சிக்கி விட்ட யானை போல தவித்துக் கொண்டிருந்த வாலி, கண்ணீர் சொரிந்து கொண்டு, ராமரிடத்தில் மேலும் வேண்டிக் கொண்டான்: ''நான் என்னைப் பற்றிக் கவலைப்பட வில்லை; என் மனைவி தாரையைப் பற்றியோ, மற்ற உறவினர்களைப் பற்றியோகூட நான் கவலைப்படவில்லை; ஆனால் என் மகன் அங்கதனை நினைத்துப் பெரும் கவலை கொள்கிறேன். குழந்தைப் பருவம் முதல் அவனை மிகவும் செல்லமாக வளர்த்து விட்டேன். இனி என்னைப் பார்க்க முடியாமல் அவன் மழையைப் பார்க்காத குளம் போல வறண்டு விடுவான். அவன் சிறுவன்; இன்னமும் தெளிவான பக்குவம் பெறாதவன்; என்னுடைய ஒரே மகன்; பெரும் பலசாலி. நீங்கள்தான் அவனைப் பாதுகாக்க வேண்டும். சுக்ரீவனிடத்தில் காட்டுகிற அன்பை அங்கதனிடத்திலும் நீங்கள் காட்ட வேண்டும். பரதன், லக்ஷ்மணன் ஆகியோரிடம் எப்படிப்பட்ட அன்பை வைத்திருக்கிறீர்களோ, அதே போன்ற அன்பை சுக்ரீவனிடமும், அங்கதனிடமும் நீங்கள் வைக்க வேண்டும். என் குற்றத்தால்

கிஷ்கிந்தா காண்டம்

ஏற்பட்ட விளைவுகளை அனுபவிக்கப் போகிற தாரையை, சுக்ரீவன் அவமரியாதையாக நடத்தாமல் இருக்குமாறும் நீங்கள்தான் பார்த்துக் கொள்ள வேண்டும்.''

இவ்வாறெல்லாம் ராமரைக் கேட்டுக் கொண்ட வாலி, இறுதியாக ஒரு வார்த்தை சொன்னான்: ''உங்கள் கையால் மரணத்தை விரும்பிய நான், தாரையினால் தடுக்கப்பட்டும் கூட, சுக்ரீவனுடன் யுத்தம் புரிய முனைந்தேன்.''

இவ்வாறு கூறி விட்டுப் பேச்சு இழந்த வாலியைப் பார்த்து ராமர், ''வானரர்களில் மேம்பட்டவனே! உனக்கு மனக்குறை இருக்கக் கூடாது. நீ கூறிய விஷயங்களைப் பற்றி நீ கவலைப்பட வேண்டியதில்லை. எங்களையும் தவறு செய்தவர்களாக நினைக்காதே! குற்றத்திற்குத் தண்டனை பெறுகிறவன், தண்டனைக்குரியவனுக்குத் தண்டனை அளிப்பவன் – ஆகிய இருவருமே குறை இல்லாதவர்கள். தண்டனை அடைந்ததால் நீ செய்த குற்றத்திற்கான பாவம் அழிந்தது. மன வேதனையை அகற்று. அஞ்ஞானத்தை விடு. மனதிலிருக்கும் சஞ்சலத்தை நீக்கு. விதியை விலக்கி விட ஒருவராலும் முடியாது. நீ அங்கதனைப் பார்த்துக் கொண்டது போலவே, நானும் சுக்ரீவனும் அவனைப் பார்த்துக் கொள்வோம். இதுபற்றி உனக்குக் கவலை வேண்டாம்.''

இவ்வாறு பேசிய ராமரைப் பார்த்து வாலி, ''இந்திரனுக்கு நிகரான பராக்கிரமம் உடையவரே! உங்களுடைய அம்பினால் அடிக்கப்பட்டு சித்தம் கலங்கிய நிலையில், நீங்கள் என்னால் இகழ்ந்து பேசப்பட்டீர்கள். அதற்காக என்னை மன்னிக்க வேண்டும்'' என்று கூறி விட்டு, அதற்கு மேல் பேச முடியாமல் மூர்ச்சையுற்றான்.

4. கிஷ்கிந்தா காண்டம்

அத்தியாயம் 6

வாலி உயிர் நீத்தான்

> வாலியின் உடலைப் பார்த்து தாரை கதறுவது; தாரைக்கு ஹனுமான் கூறிய அறிவுரை; ராமரிடம் வாலி வைக்கும் கோரிக்கை; தன் கழுத்துச் சங்கிலியை வாலி சுக்ரீவனுக்குக் கொடுப்பது; அங்கதனுக்கு வாலி கூறும் அறிவுரை; வாலி உயிர் நீத்தல்...

பெரிய மரங்களினாலும், பாறைகளினாலும் தாக்கப்பட்டும், ராமருடைய அம்பினால் வீழ்த்தப்பட்டும் மூர்ச்சையடைந்து வாலி தனது முடிவை நெருங்கிக் கொண்டிருந்த போது, அவனுடைய மனைவி தாரை இந்தச் செய்தியைக் கேள்வியுற்று, தன்னுடைய மகன் அங்கதனுடன் புறப்பட்டுச் சென்று, வாலி வீழ்ந்து கிடந்த இடத்தை அடைந்தாள். அவள் அங்கே சென்ற போது, வாலியைச் சார்ந்த வானரங்கள் பெரும் பயத்துடன் அலறிக் கொண்டு ஓடி வந்தனர். அவர்களைக் கண்ட தாரை, "சிங்கத்திற்கு நிகரான உங்கள் தலைவனுக்கு உதவி செய்ய வேண்டிய நீங்கள், இப்படி ஓடி வருவதா? தொலை தூரத்தில் நின்று ராமர் ஏவிய அம்பினால் வீழ்த்தப்பட்ட வாலியை நிர்க்கதியாக விட்டு, நீங்கள் இவ்வாறு நடந்து கொள்வது கொஞ்சம் கூட சரியில்லை" என்று கடிந்து கொண்டாள்.

நினைத்த உருவத்தை எடுக்கும் வல்லமை படைத்த அந்த வானரர்கள், இப்படி தாரை சொல்வதைக் கேட்டு, மிகவும்

தெளிவுடன் பதில் கூறினார்கள். ''தாயே! நீ திரும்பிப் போய் விடு. உன்னுடைய மகன் அங்கதனைக் காப்பாற்றிக் கொள். வாலி தூக்கி எறிந்த மரங்களையும், பாறைகளையும் ஒரே நொடியில் ஒரு மின்னலைப் போல் பொடி செய்து, ராமர் அவரை வீழ்த்தி விட்டார். வானரர்களிடையே புலி போன்று திகழ்ந்த அந்தத் தலைவர் வீழ்ந்ததால், அவருடைய படை சிதறி ஓடிக் கொண்டிருக்கிறது. அங்கதனுக்கு முடி சூட்டுவாயாக. இனி அங்கதனுக்குப் பணி செய்து கிடப்பதே வானரர்களாகிய எங்களுடைய கடமை. நீங்கள் இங்கு தாமதிப்பது சற்றும் நல்லதல்ல. சுக்ரீவனைச் சார்ந்த வானரர்கள் கிஷ்கிந்தையைக் கைப்பற்ற இப்போது முயல்வார்கள். கிஷ்கிந்தை பாதுகாக்கப்படட்டும்.''

வானரர்கள் கூறியதைக் கேட்ட தாரை, ''வாலியே தனது முடிவை நெருங்கிக் கொண்டிருக்கிற நேரத்தில், ஆட்சியினால் என்ன பயன்? அங்கதனால் என்ன பயன்? அல்லது என்னால்தான் என்ன பயன்? விழுந்து கிடக்கிற வாலியின் காலடியை நாடுவதே இப்போது என்னுடைய கடமை'' என்று கூறி, மார்பில் அடித்துக் கொண்டு கதறியவாறு, வாலியை நெருங்கினாள்.

யுத்த களத்திலிருந்து புறமுதுகு காட்டி ஓடாதவனும், இந்திரனுக்கு நிகரான வீரம் படைத்தவனும், புயலை ஒத்த உக்ரம் கொண்டவனுமாகிய வாலி வீழ்த்தப்பட்டு, தரையிலே பரிதாபமாகக் கிடப்பதையும், அவனருகில் கையிலே வில்லேந்திய ராமரும், லக்ஷ்மணனும், சுக்ரீவனும் நிற்பதையும் தாரை பார்த்தாள். அப்போது அங்கே அங்கதனும் வந்து சேர்ந்தான். பெரும் துக்கத்தில் ஆழ்ந்த தாரை, வாலியைப் பார்த்து, ''உன்னைப் போன்ற அரசர்கள் தரையிலே படுத்துக் கிடக்கலாமா? எழுந்து நில்! என்னிடம் பேசு! நான் அருகில் நிற்கும்போது, என்னை அலட்சியப்படுத்தி, பூமியை அணைத்தவாறு நீ படுத்திருக்கிறாயே – இந்தப் பூமியின்மீது உனக்கு அவ்வளவு ஆசையா? படைத் தளபதிகளுக்கெல்லாம் தலைவனே! உனக்கே இந்தக் கதி நேரிட்டிருக்கிற போது, நான் உயிர் வாழ்ந்து என்ன பயன்?'' என்று கதறி, மேலும் தொடர்ந்தாள்.

''சுக்ரீவனை நாடு கடத்தி, அவன் மனைவியை அபகரித்த பாவச் செயலுக்கான பலன்தான் இன்று உன்னால் அடையப்

பட்டிருக்கிறது. நல்ல வழியை எடுத்துக் காட்டி, நான் ஆலோசனை கூறிய போது என்னையும் நீ தூற்றினாய். யாராலும் கட்டுப்படுத்த முடியாத நீ, சுக்ரீவனிடம் கட்டுண்டாய் என்பது காலத்தினால் ஏற்பட்டுள்ள முடிவு. சுக்ரீவனோடு சண்டையிட வந்த உன்னை, ராமர் எப்படி வீழ்த்தலாம்? கண்டனத்திற்குரிய இந்தச் செயலைச் செய்ததற்காக அவர் வருந்த வேண்டாமா? இனி நான் என் செய்வேன்? மென்மையான நமது அங்கதனின் கதி என்ன?''

தாரை மேலும் தொடர்ந்தாள். ''யோசித்துப் பார்க்கும்போது, ராமர் செய்திருக்கும் காரியம் பெரும் சாதனை என்பதில் சந்தேகம் இல்லை. சுக்ரீவனுக்கு அளித்த வாக்குறுதியையும் அவர் காப்பாற்றி விட்டார். இனி சுக்ரீவன் மகிழ்ச்சியோடு இருக்கலாம். தனது மனைவி ருமையை அவன் மீண்டும் அடையலாம்'' என்று கூறி விட்டு, சுக்ரீவனைப் பார்த்து தாரை, ''உன்னுடைய சகோதரன் கொல்லப்பட்டு விட்டதால், இனி நீ ராஜ்யத்தை மகிழ்ச்சியோடு ஆளலாம்'' என்று மனம் வெதும்பிச் சொன்னாள்.

பின்னர், தாரை மீண்டும் வாலியைப் பார்த்து, ''உன் மனதிற்கு விருப்பம் இல்லாத வகையில் நான் ஏதாவது செய்திருந்தால், அதற்காக என்னை மன்னித்து விடு. உன் காலைத் தொட்டு நான் வணங்கிக் கேட்டுக் கொள்கிறேன்'' என்று கூறி கதறினாள். வானரப் பெண்மணிகள் எல்லாம் அவளோடு சேர்ந்து கதறியழுதார்கள். சோகத்தினால் பீடிக்கப்பட்ட தாரை உண்ண உணவின்றி, எதுவும் அருந்தாமல், மரணத்தை எதிர் நோக்கி, வாலி வீழ்ந்த இடத்திலேயே காத்திருப்பது என்ற முடிவுக்கு வந்தாள்.

அப்போது தாரைக்கு ஹனுமான் ஆறுதல் கூற முனைந்தார். ''இந்தச் சரீரம் நீர்க்குமிழி போன்றது. அப்படியிருக்க யாரை நினைத்து, யார் துக்கிப்பது? உன்னை நினைத்து நீ துக்கப்படுவதா? அல்லது மற்றவர்களை நினைத்து துக்கப்படுவதா? நாம் அனைவருமே துக்கத்திற்கு உரியவர்கள்தானே! இதில் ஒருவரை நினைத்து மற்றொருவர் துக்கிப்பதில் என்ன அர்த்தம் இருக்கிறது? ஒருவன் செய்யும் நற்காரியங்கள், தீய செயல்கள் ஆகியவற்றுக்கு உரிய பலனை அவன் அடைந்தே தீருகிறான். இந்த நிலையில் நீ செய்ய வேண்டிய காரியம் என்ன என்பதை நினைத்துப் பார். அங்கதனைப் பாதுகாப்பதுதான் இப்போது உன் கடமை. மேலும்,

கிஷ்கிந்தா காண்டம்

வாலி நற்கதி அடைவதற்காக, அவனுக்குரிய சடங்குகளையும் நடத்தியாக வேண்டும். ஜீவராசிகளின் பிறப்பும், இறப்பும் எப்போது நடக்கும் என்பது நிச்சயமற்ற ஒன்று. தனக்கு விதிக்கப் பட்ட காலகெடுவை வாலி அடைந்து விட்டார். அவர் தன்னுடைய ஆட்சியை முறையாக நடத்தினார்; துன்புற்றவர்களுக்குப் பாதுகாப்பாக நின்றார்; தகுதியும், தேவையும் இருந்தவர்களுக்குச் சன்மானங்களை அளித்தார்; தவறு செய்தாலும் மன்னிக்கப் படத்தக்கவர்களாக இருந்தவர்களுக்கு மன்னிப்பு வழங்கினார். இவ்வாறு நீதி தவறாத ஆட்சியைச் செலுத்திய வாலி, அதன் காரணமாக நல்லுலகங்களை அடையப் போகிறார் என்பதில் சந்தேகமில்லை. ஆகையால் அவரை நினைத்து நீ வருந்துவது தகாது. வாலியைச் சார்ந்து நின்ற வானரர்களுக்கும், உனது மகன் அங்கதனுக்கும் இப்போது பாதுகாப்பளிக்க வேண்டிய நிலையில் நீ இருக்கிறாய். வாலியின் முடிவை நினைத்து சுக்ரீவரும்கூட மனம் நொந்து நிற்கிறார். சுக்ரீவருக்கும், அங்கதனுக்கும் இப்போது தைரியம் அளித்து, அவர்களைச் செயல்பட வைக்க வேண்டிய கடமையும் உன்னுடையதேயாகும். இங்கே நடந்திருப்பது காலத்தின் கட்டளை. ஆகையால் அதை நினைத்து, துக்கத்தில் சிக்காமல் இருப்பாயாக! வாலியின் தகனக் கிரியைகள் முறையாகச் செய்யப்படட்டும். அங்கதன் சிம்மாசனம் ஏறட்டும். அதைக் கண்டு நீ ஆறுதல் அடையலாம்.''

ஹனுமானின் வார்த்தைகள், தாரைக்கு மன நிம்மதியை அளிக்கவில்லை. ''அங்கதனைப் போன்ற நூறு மகன்கள் இருந்தால்தான் என்ன? இங்கே வீழ்ந்து கிடக்கிற வாலியின் கரங்கள் என்னை அணைக்கும்போது, எனக்குக் கிடைக்கிற நிம்மதி, வேறு எதனால் கிடைக்க முடியும்? அங்கதனைப் பற்றியோ, ஆட்சியைப் பற்றியோ, எந்த முடிவும் செய்யும் அதிகாரம் எனக்கில்லை. அங்கதனின் சிற்றப்பனாகிய சுக்ரீவரே அந்த முடிவுகளையெல்லாம் எடுக்கட்டும். அங்கதன் சிம்மாசனம் ஏற வேண்டும் என்ற உன் யோசனையும் ஏற்புடையது அல்ல. தந்தையும், அவர் இல்லாத போது சிறிய தந்தையும்தான் ஒரு மகனுக்கு உற்ற நண்பர்களே தவிர, தாயார் அல்ல. ஆகையால் சுக்ரீவரின் முடிவுக்கே இந்த விஷயங்களை நான் விட்டு விடுகிறேன். வாலி வீழ்ந்து கிடக்கிற இந்தப் பூமிதான் எனக்குரிய

படுக்கை. அவரைப் பின் தொடர்ந்து செல்வதை விட, வேறு சிறப்பான கதி எனக்குக் கிட்ட முடியாது'' என்று அவள் கூறினாள்.

இந்த நிலையில் வாலிக்குச் சற்று உணர்வு திரும்பியது. அவன் சுற்றும் முற்றும் பார்த்தான். அப்போது அவன் கண்களில் சுக்ரீவனே தென்பட்டான். அவனைப் பார்த்து வாலி பேசத் தொடங்கினான். ''சுக்ரீவா! உனக்கு நான் இழைத்த தீமையை உன் மனதில் நிலையாக நிறுத்திக் கொண்டு விடாதே. விதிக்கப்பட்ட நிகழ்ச்சிகளின் போக்கைத் தடுக்க சக்தியற்றவனாக, நான் சில காரியங்களைச் செய்திருக்கிறேன் என்று புரிந்து கொள். நாம் இருவரும் ஒரே கால கட்டத்தில் மகிழ்ச்சியாக இருப்பது என்பது விதியினால் விலக்கப்பட்டு விட்டது. ஆகையால்தான் சகோதரர்களுக்கிடையே இருக்க வேண்டிய ஒற்றுமை நம்மிடம் இல்லாமற் போய் விட்டது. யமன் உலகிற்குச் செல்ல தயாராகி விட்டவன் நான். இனி நீதான் இந்த வானரர்களின் தலைவனாக இருக்க வேண்டும். என்னுடைய உயிர், என்னுடைய ஆட்சி, என்னுடைய புகழ் எல்லாவற்றையும் விட்டு நான் செல்கிற நேரத்தில், உன்னிடம் நான் கூறுவதை நீ நிறைவேற்ற வேண்டும்.

வாலி, சுக்ரீவனைப் பார்த்து மேலும் சொன்னான்: ''அங்கே தரையில் விழுந்து அழுது கொண்டிருக்கும் அங்கதனைப் பார். அவன் வசதியாக வாழ்ந்தவன். வசதியாக வாழும் தகுதி பெற்றவன். சிறுவனாக இருந்தாலும், அவன் பக்குவம் நிறைந்தவன். நீ பெற்ற மகன் போலவே கருதி, நீ அவனைப் பாதுகாக்க வேண்டும். என் உயிரை விட மேலானவனாகிய அங்கதனுக்கு ஒரு குறை இல்லாமல் நீ கவனித்துக் கொள்ள வேண்டும். நீ அவனுக்குத் தந்தையாக இருக்க வேண்டும்; அவனுக்கு போஷகனாக இருக்க வேண்டும்; அவனுக்கு பாதுகாப்பாளனாக இருக்க வேண்டும். அரக்கர்களோடு உனக்கு நேரிடக் கூடிய மோதல்களில், அவன் உன்னுடன் சேர்ந்து, உனக்கு நிகராகச் சண்டையிடுவான். இதோ இருக்கிற என் மனைவி தாரை, நுட்பமான அறிவு படைத்தவள். எல்லா விஷயங்களையும் எளிதாகப் புரிந்து கொள்வாள். அவள் சரி என்று சொல்வதை நீ செய்; அது உனக்கு நல்லது; அவள் கூறுகிற கருத்து என்றும் தவறாகப் போனதில்லை. சுக்ரீவா! இன்னமும் கேள். ராமருக்குக்

கொடுத்த வாக்கை நீ காப்பாற்ற வேண்டும். அவருடைய காரியத்தை நீ முடித்துத் தர வேண்டும். இல்லாவிடில் உன்னை பெரிய பாவம் வந்து சேரும்.''

இவ்வாறு கூறிய வாலி, தன் கழுத்திலிருந்த தங்க சங்கலியைக் கழற்றி, அதை சுக்ரீவனிடம் கொடுத்து, ''சுக்ரீவா! இந்த சங்கிலியில் வெற்றியின் தேவதை குடி கொண்டிருக்கிறாள். நான் உயிர் விட்ட பிறகு, என் உடலில் இந்த சங்கிலி இருந்தால், அந்த தேவதையின் சக்தி சங்கிலியை விட்டுப் போய் விடும். ஆகையால், என் உயிர் போவதற்குள்ளாக இதை என்னிடமிருந்து பெற்றுக் கொள்'' என்று சொன்னான்.

கண்கள் கலங்கி, மனம் வருந்தி, சகோதர பாசத்தினால் தவித்துக் கொண்டு, கிரஹணத்தினால் பீடிக்கப்பட்ட சந்திரனைப் போல் காட்சியளித்துக் கொண்டு நின்ற சுக்ரீவன், அழுது கொண்டே அந்த சங்கிலியை வாலியிடமிருந்து பெற்றுக் கொண்டான்.

அடுத்ததாக வாலி, அங்கதனைப் பார்த்து சில வார்த்தைகள் கூறினான். ''அங்கதா! இனி நீ சுக்ரீவனுக்குக் கட்டுப்பட்டு நடக்க வேண்டும். அப்படி நடக்கும்போது உன் மனதிற்குப் பிடித்தது, பிடிக்காதது என்ற பாகுபாடுகளை நீ வைத்துக் கொள்ளக் கூடாது. காலம், நேரம், இடம் அறிந்து செயல்பட வேண்டும். என்னிடம் உரிமையோடு நடந்து கொண்ட விதத்தில் சுக்ரீவனுடன் நீ நடந்து கொண்டால், அது அவனுக்குப் பிடிக்காமற் போகக்கூடும் என்பதையும் மனதில் நிறுத்திக் கொள்வாயாக. சுக்ரீவனுக்கு விரோதியாக இருப்பவர்களிடம் மட்டுமல்ல, அவனுக்கு யார் நண்பர்கள் இல்லையோ அவர்களிடமும் கூட, நீ எந்தவிதத் தொடர்பும் வைத்துக் கொள்ளக் கூடாது. சுக்ரீவனே இனி உன் எஜமான். ஆகையால் அவனுக்குக் கீழ்ப்படிந்தே நீ நடக்க வேண்டும். யாரிடமும் பேரன்பு வைத்து விடாதே; எவரிடமும் அன்பு காட்டாமலும் இருந்து விடாதே; இந்த இரண்டுமே நல்லதல்ல; இவற்றுக்கு இடைப்பட்ட நிலையே மேலானது. என்றுமே அதைக் கடைப்பிடிப்பாயாக.''

இவ்வாறு அங்கதனிடம் கூறி முடித்த வாலி, கண்களை அகல விழித்து, வாயைத் திறந்த படி, வானத்தைப் பார்த்தவாறே உயிர் நீத்தான்.

4. கிஷ்கிந்தா காண்டம்

அத்தியாயம் 7

விதியின் வலிமை

> வாலியின் உடலைக் கட்டிக் கொண்டு தாரை கதறுவது; சுக்ரீவனின் மனக்குமுறல்; தன்னையும் கொன்று, வாலியிடம் அனுப்புமாறு ராமரிடம் தாரை கோருவது; தாரைக்கு ஆறுதல் கூறுகிற ராமர், விதியின் வலிமை பற்றி அளிக்கிற விளக்கம்; வாலிக்கான இறுதிச் சடங்குகள் தொடங்கப்படுவது....

வாலியின் உடலைச் சுற்றி நின்ற வானரர்கள் எல்லோரும், வாலியின் புகழைப் பற்றிப்பேசிப் பேசி கதறி அழுதார்கள். தாரை தரையில் வீழ்ந்து கதறினாள். "இந்த வானரர்கள் எல்லாம் கதறி அழுவது, உன் காதில் விழவில்லையா? எழுந்து அவர்களைச் சமாதானப்படுத்த மாட்டாயா? அங்கதனும், நானும் அழுது ஓலமிடுவது உன் காதுகளில் விழவில்லையா? எழுந்து எங்களுக்கு ஆறுதல் கூற மாட்டாயா? என்னை தனியே விட்டு இப்படியே நீ போய் விடலாமா? இனி ஒன்று சொல்வேன். அறிவுள்ள எவனும் தன் மகளை ஒரு வீரனுக்குத் திருமணம் செய்து கொடுக்கக் கூடாது. வீரனை மணந்து இன்றுவிதவையாகி விட்ட என் நிலையைப் பார்த்து, எல்லோரும் இதைப் புரிந்து கொள்ள வேண்டும். என் பெருமை அழிந்தது; என் மகிழ்ச்சி ஒழிந்தது; துக்கம் எனும் ஆழம் காணமுடியாத கடலில் நான் வீழ்ந்தேன். மகன் இருந்தாலும் சரி, பெரும் செல்வங்கள் இருந்தாலும் சரி கணவனை இழந்து நிற்கிற பெண்மணி 'விதவை'

என்றே அழைக்கப்படுகிறாள். அந்த நிலையை நான் அடைந்தேன்.ஐயோ! உன் மார்பில் அம்பு குத்தியிருப்பதன் காரணமாக, உன்னைக் கட்டித் தழுவிக்கொண்டு கதறக்கூட என்னால் முடியவில்லையே! ''

இப்படித் தாரை கதறிய போது, சுக்ரீவனின் தளபதிகளில் ஒருவனாகிய நீலன் என்பவன், வாலியின் மார்பிலிருந்த அம்பைப் பிடுங்கினான். சூரியனின் ஒளிபோல் அந்த அம்பு பிரகாசித்தது. வாலியின் உடலிலிருந்து ரத்தம் வழிந்தது. தாரை வாலியின் உடலைக் கட்டிக்கொண்டு, கண்ணீரால் அதை நனைத்தாள். பின்னர் ''அங்கதா! என் அருமை மகனே! முன்பிறவிகளில் செய்த பாவத்தின் காரணமாகத்தான் உன் தந்தைக்கு சுக்ரீவனோடு விரோதம் ஏற்பட்டிருக்க வேண்டும். அவருக்கு நேர்ந்துள்ள கதியைப்பார்'' என்று அங்கதனைப் பார்த்துக் கூறி, அவள் அழுதாள். அங்கதன் தந்தையின் காலைத் தொட்டுக் கொண்டு கதறினான். அப்போது தாரை, நீடுழி வாழ்க என்று நமது மகனைப் பார்த்துச் சொல்லக்கூடாதா?'' என்று கூவி வாலியின் உடலைக் கட்டிக் கொண்டு மீண்டும் கதறி அழுதாள்.

வாலியின் உடலையும், கதறி அழுது கொண்டிருந்த தாரையையும், அங்கதனையும் சுக்ரிவன் பார்த்தான். வாலியின் முடிவுக்குக் காரணமாகி விட்ட தன்னைத் தானே அவன் பெரிதும் நொந்து கொண்டான்.வாலியின் முடிவுக்குக் காரணமாகிவிட்ட தன் மீதே சுக்ரீவனுக்குப் பெரிதும் வெறுப்பு வந்தது. தன்னுடைய ஆதரவாளர்களால் சூழப்பட்டு நின்ற அவன், தன்னையே தான் வெறுத்தவனாகவும், மெதுவாக நடந்து ராமரை அணுகி பேசலுற்றான்: ''மனிதர்களில் மேம்பட்டவரே! எனக்குக் கொடுத்த வாக்குறுதியை நீங்கள் நிறைவேற்றி வீட்டீர்கள். ஆனால் இப்போது நான் இன்பங்களையும், சுகத்தையும் விரும்ப வில்லை.உயிர் வாழவும் நான் விரும்பவில்லை. தாரை துக்கம் தாங்க முடியாமல் கதறுகிறாள்.அங்கதன் பெரும் ஆபத்தில் சிக்கி விட்டது போல் தவிக்கிறான். என்னால் இதைக் காணச் சகிக்க வில்லை. ஆட்சியில் எனக்கு விருப்பம் இல்லை. நான் பட்ட அவமானத்தினாலும், அதன் காரணமாக எனக்கு ஏற்பட்ட கோபத்தினாலும், என்னுடைய மூத்த சகோதரனின் அழிவை நான்

நாடினேன். ஆனால், இப்போது வாலி கொல்லப்பட்ட நிலையில், இனி இந்தக் காரியத்திற்காக என் வாழ்நாள் முழுவதும் நான் வருந்த வேண்டியதுதான் என்பதை உணர்கிறேன். இப்படி ஒரு காரியத்தைச் செய்து ஆட்சியைப் பெறுவதை விட, நான் ரிஷ்யமூக மலையிலேயே எப்படியோ அலைந்து திரிந்து, என் வாழ்நாளைக் கழித்திருக்கலாம். அது எவ்வளவோ மேலான நிலையாக இருந்திருக்கும்.

''நான் முன்பு வாலியோடு மோதியபோது, அவன் என்னைப் பார்த்து, 'உன்னைக் கொல்ல நான் விரும்பவில்லை. ஓடிப்போ' என்று கூறினான்; அது அவனுடைய தகுதிக்கு ஏற்றது. அவனைக் கொல்ல உங்கள் உதவியை நாடி, நான் என் விருப்பத்தை நிறைவேற்றிக் கொண்டேன்; இது என்னுடைய தகுதி! நான் உயிரிழக்க வேண்டும் என்று வாலி எப்போதும் விரும்பியதில்லை. ஆனால் என்னுடைய வக்ர புத்தியின் காரணமாக, அவனுடைய அழிவை நான் விரும்பினேன். அவனோடு சண்டையிட்டு நான் தவித்த போது கூட அவன், மீண்டும் இம்மாதிரி தவறு செய்யாதே' என்றுதான் கூறினான். அவனிடம் சகோதரப் பாசம் இருந்தது; தர்மம் இருந்தது. மேன்மை இருந்தது; என்னிடமோ கோபமும், பேராசையும் பொறுப்பின்மையும்தான் இருக்கின்றன! உடன் பிறந்த சகோதரனின் அழிவை விரும்பிய நான், பெரும்பாவியாகி விட்டேன். என்னுடைய பாவம் என்னைக் கொளுத்துகிறது. என் மனதில் உண்டாகி விட்ட துக்கத்தை என்னால் தாங்க முடியவில்லை.''

இவ்வாறெல்லாம் மனம் வருந்திப் புலம்பிய சுக்ரீவன் மேலும் தொடர்ந்தான். ''த்வஷ்டாவின் மகனைக் கொன்றதால், இந்திரன் அடைந்த கொடிய பாவத்தை நான் அடைந்து விட்டேன். அன்று இந்திரனின் பாவத்தை - நதிகளின் முதல் பெருக்கும், பூமியும், பெண்களும், மரங்களும் வாங்கிக் கொண்டன. இன்று என் பாவத்தை யார் ஏற்றுக் கொள்வார்கள்? குல நாசத்தை விளைவிக்கிற இப்படிப்பட்ட பாவத்தைச் செய்து விட்டு, மக்களின் தலைமையை ஏற்க எனக்கு என்ன தகுதி இருக்கிறது? இளவரசு பட்டத்திற்குக் கூட நான் அருகதை அற்றவனாகி விட்டேன். நான் ஆட்சிக்குரியவன்

அல்ல. மழையினால் தோன்றுகிற வெள்ளம், பள்ளத்தாக்குகளில் தேங்கி நிற்பது போல, தீச்செயலினால் ஏற்பட்ட துக்கம் என்னிடம் வந்து நிலைத்து விட்டது. நெருப்பில் காய்ச்சப்படுகிற தங்கம், தன்னிடம் ஒட்டி விட்ட அசுத்தத்தை எப்படி வெறுத்து ஒதுக்குகிறதோ அப்படி என் மனதில் ஏற்படுகிற நல்லெண்ணம், நான் செய்த பாவச் செயலை வெறுக்கிறது.

''இந்த வானரர்களின் கூட்டமும் சரி, அங்கதனும் சரி, வாலியின் மரணம் காரணமாக, பாதி உயிர் போனவர்களாகத் தெரிகிறார்கள். அங்கதனுக்கு நிகராக நற்குணங்களைப் பெற்ற ஒரு மகனை யார் பெறப் போகிறார்கள்? அவனுக்கு என்னால் நேர்ந்து விட்ட கதிதான் என்ன? அங்கதனை வளர்ப்பதற்காக வேண்டுமானால் தாரை உயிரோடு இருக்கலாம். மற்றபடி அவளுக்கு இனி உயிர் வாழ விருப்பம் இருக்காது. இந்த நிலையில் நான் செய்யக்கூடியது ஒரே ஒரு காரியம்தான். கொழுந்து விட்டு எரியும் தீயில் நான் விழுந்து விடப்போகிறேன். இங்கே இருக்கிற வானரர்கள் ஸீதையைத் தேடுவதில் முனைவார்கள். நான் உயிர் விட்ட பிறகும், அந்தக் காரியம் நடந்தேறும். ராமரே! குலத்தைக் கெடுத்தவனும், உயிர் வாழ அருகதையற்றவனுமான, இந்தப் பாவிக்கு விடையளியுங்கள். நான் மரணத்தைத் தழுவ விரும்புகிறேன்.''

இப்படியெல்லாம் துன்புற்றுப் பேசிய சுக்ரீவனின் வார்த்தைகளைக் கேட்டு, ராமர் கண்களில் நீர் ததும்பியது. அழுது கொண்டிருக்கும் தாரையையும் அவர் பார்த்தார். அப்பொழுது வாலியின் உடலைக் கட்டிக் கொண்டு அழுது கொண்டிருந்த தாரையைச் சில வானரர்கள் எழுப்பி,ராமர் அருகில் அழைத்து வந்தார்கள். ''நீங்கள் எல்லாம் அறிந்தவர். இந்திரியங்களை வென்றவர். நிகரற்ற பலம் வாய்ந்தவர். மனித சரீரத்திற்குரிய தோற்றத்தை மீறி தெய்வீகமான ஒரு தோற்றமுடைய ராமரே! நான் இல்லாமல் வாலி மகிழ்ச்சியோடு இருக்க மாட்டார். ஆகையால் நானும் அவர்சென்ற இடத்திற்கே செல்ல விரும்புகிறேன். அவரைக் கொன்ற அதே அம்பினால் என் உயிரையும் முடித்து விடுங்கள். நான் அவரை அடைகிறேன். ஸீதையைப் பிரிந்து உங்கள் மனம் பரிதவிப்பது போல, என்னைப் பிரிந்த துக்கத்தினால் வாலியும் துன்பத்தில் வீழ்வார். அன்புக்குரிய மனைவியைப்

வால்மீகி ராமாயணம்

பிரிந்தவன் எப்படிப்பட்ட மனவேதனையை அடைவான் என்பது உங்களுக்கு நன்றாகத் தெரியும். ஆகையால் என் உயிரை முடித்து வாலிக்கு அந்த மனவேதனை கிட்டாமல் காப்பாற்றுங்கள்" என்று அழுது கொண்டே முறையிட்ட தாரை மேலும் தொடர்ந்தாள்.

"பெண்ணைக் கொன்ற பாவத்தை நீங்கள் அடைய மாட்டீர்கள். மனைவி கணவனின் ஆத்மா என்று சாத்திரங்களை அறிந்த பண்டிதர்கள் கூறுகிறார்கள். ஆகையால் நான் வாலியின் மறுபாகமே அல்லவா? கணவனோடு அவனுடைய மனைவியைச் சேர்த்து வைப்பது நல்ல காரியம்தானே? என்னை வாலியோடு சேர்த்து வையுங்கள்."

"வீரபத்தினியே! தவறான எண்ணத்திற்கு இடம் கொடுத்து விடாதே" என்று தொடங்கிய ராமர் சொன்னார்: "உலக இயக்கம் பிரம்மாவினால் நடத்தப்படுகிறது. சுகம், துக்கம் என்கிற அனுபவங்கள் அந்தப் பிரம்ம தேவனாலேயே விளைவிக்கப் படுவதாக சாத்திரங்கள் கூறுகின்றன. மூன்று உலகங்களில் வாழும் சகல ஜீவராசிகளும் அவருடைய ஆணைக்கு உட்பட்டே நடக்கின்றன. இவ்வாறு விதிக்கப்பட்ட விதியை மீறி நடக்கக் கூடியவர் எவரும் இல்லை. உனது மகன் இளவரசு பட்டத்தை இப்போது பெறுவான். அதன் பின்னர் உன் மனம் நிம்மதியைக் காணும். சுத்த வீரர்களின் மனைவிமார்கள், மனக்கலக்கத்தை அடைவதில்லை என்பதை நினைவில் நிறுத்தி, துக்கத்திலிருந்து விடுபடுவாயாக."

இப்படி ராமரால் ஆறுதல் கூறப்பட்ட தாரை, அழுவதை நிறுத்தி மௌனமாக நின்றபோது, அங்கதனையும் சுக்ரீவனையும் தேற்றிவிட்டு, ராமர் சொன்னார்: "இறந்தவனைக் குறித்து மற்றவர்கள் சோகத்தினால் சூழப்பட்டு நின்றால், அதனால் அவனுக்கு நன்மை விளைவதில்லை. உலகில் நடக்கும் எந்த ஒரு நிகழ்ச்சிக்கும் விதிதான் காரணம். எல்லா ஜீவராசிகளுடன், கூடவே இருந்து, விதிதான் அவர்களைச் செலுத்துகிறது. எந்த ஒரு நிகழ்ச்சிக்கும் நடத்துபவன் என்பவன் வேறு ஒருவன் அல்ல, விதிதான். விதி தனது எல்லையை மீறுவதில்லை; கூடுவதும் இல்லை, குறைவதும் இல்லை; அதற்கு விலக்காகவும் எவன்

ஒருவனும் இல்லை. விதிக்கு வேண்டியவன், வேண்டாதவன் என்பது கிடையாது; விதியின் எதிரே உறவும் இல்லை, பலமும் இல்லை, பராக்கிரமும் இல்லை,அறம், பொருள், இன்பம் யாவும் விதியின் பயன்களே! உயிரைப் புல்லென மதித்த வீரனாகிய வாலி, அரச தர்மத்தைக் காத்து, நல்லுலகத்தை எய்தியிருக்கிறான். அவன் அடைந்திருக்கும் முடிவு மேன்மையானதே! ஆகையால் சோகத்தில் மூழ்காமல், இப்போது செய்யவேண்டிய கடமைகளை எல்லோரும் செய்ய வேண்டும்.''

இவ்வாறு ராமர் கூறிய பிறகு, லக்ஷ்மணன், நிலை குலைந்து கிடந்த சுக்ரீவனைப் பார்த்து, ''வாலிக்கு நடக்க வேண்டிய இறுதிச சடங்குகளை ஆரம்பிக்க ஏற்பாடு செய்வாயாக! மனம் நொந்து இருக்கும் அங்கதனைத் தேற்றுவது உன் கடமை என்பதை மறந்து, நீயே சிறுபிள்ளைத்தனமாக நடந்து கொள்ளாதே. கிஷ்கிந்தை உனது பாதுகாப்பை எதிர்நோக்கி இருக்கிறது. வாலியின் உடலை எடுத்துச் செல்ல பல்லக்கு ஒன்று கொண்டு வரப்படட்டும். அவன் உடலைப் பல்லக்கில் சுமந்து செல்வது எந்தெந்த வானரர்களுடைய பொறுப்பு என்பது நிர்ணயிக்கப்படட்டும்'' என்று சொன்னான்.

அவன் கூறியவாறே சிறந்த பல்லக்கு ஒன்று கொண்டு வரப்பட்டது. அங்கதனுடன் சேர்ந்து சுக்ரீவன், வாலியின் உடலை தூக்கி பல்லக்கில் வைத்தான். வாலியின் உடலுக்கு அலங்காரங்கள் செய்யப்பட்டன. சுக்ரீவன் கட்டளையிட, பல வானரர்கள் விதவிதமான ரத்தினங்களையும், நகைகளையும் பல்லக்கிற்குப் பக்கத்தில் வாரி இறைத்துக் கொண்டே போக, வாலியின் மனைவிமார்கள் எல்லாம் கதறி அழ - மணல் திட்டில் சிதை ஒன்று ஏற்பாடு செய்யப்பட்டது.

4. கிஷ்கிந்தா காண்டம்

அத்தியாயம் 8

வாலி தகனம்

வாலியின் உடல் தகனம் செய்யப்படுவது; (விளக்கக் குறிப்புகள் : கம்ப ராமாயணத்திலும், துளஸிதாஸரின் ராமாயணத்திலும், வருகிற வாலி வதக் காட்சிகள்; வால்மீகி ராமாயணத்தில் சொல்லப்படாத விவரங்கள், கம்ப ராமாயணத்தில் காணப்படுவது.)

பல்லக்கிலிருந்து வாலியின் உடல் இறக்கப்பட்டபோது, தாரை துக்கம் தாங்க முடியாதவளாக, வாலியின் தலையைத் தன் மடி மீது தூக்கி வைத்துக் கொண்டு, மீண்டும் புலம்பினாள். ''பேராற்றல் பெற்றவரே! மன்னர்களின் தலைவனே! கொஞ்சம் கண் விழித்துப் பாருங்கள். சோகத்தால் கதறி அழுகிற வானரர்களைப் பார்க்கக் கூடாதா? சுக்ரீவனையாவது பார்க்கக் கூடாதா? உயிர் பிரிந்த பின்னும் உங்கள் முகம் களை இழக்கவில்லை. நான் அருகே நிற்கும்போது, மற்ற வானரர்களை விடை கொடுத்து அனுப்புவதுதானே உங்கள் வழக்கம்? இப்போது நான் உங்கள் அருகில் நிற்கிறேனே! எழுந்து மற்றவர்களுக் கெல்லாம் விடை கொடுத்து அனுப்புங்கள். உங்களோடு தனிமையில் இருக்க நான் விரும்புகிறேன்'' – இவ்வாறு தாரை கதறி அழுதபோது, மற்ற வானரப் பெண்மணிகள் அவளைத் தேற்றினார்கள்.

அங்கதனும், சுக்ரீவனும் வாலியின் உடலை சிதை மீது வைக்க, அங்கதன் வாலியின் உடலுக்குத் தீயிட்டு வலம் வந்தான்.

கிஷ்கிந்தா காண்டம்

எல்லோரும் வாலிக்கு முறையான மரியாதைகளைச் செய்து விட்டு, அருகில் இருந்த நதிக்குச் சென்று நீராடினார்கள். மற்றவர்களின் துன்பத்தைக் கண்டு மனம் நொந்த ராமர், சுக்ரீவனைக் கொண்டு முறையான சடங்குகளைச் செய்வித்தார். இவ்வாறு வாலியின் இறுதிச் சடங்குகள் நடந்து முடிந்த பிறகு, அனைவரும் ராமர் அருகில் கூடி, பேசாமல் நின்றார்கள். அப்போது ஹனுமான், ராமரிடம் ஒரு விண்ணப்பம் செய்தார்.

(இந்தக் கட்டத்தில் நிறுத்தி சில விளக்கங்களைப் பார்ப்போம். வாலி வதம், பண்டிதர்களால் பல விதமாக விமர்சிக்கப்பட்டு வருகிற விஷயம். வாலியை ராமர் வீழ்த்திய விதம் பற்றி இன்றுவரை சர்ச்சைகள் தொடர்கின்றன. இது ஒருபுறமிருக்க, கம்ப ராமாயணமும், துளஸிதாஸரின் ராமாயணமும், இந்த நிகழ்ச்சியை வேறு விதங்களில் வர்ணிக்கின்றன. இவை எல்லாவற்றையும் சற்று விவரமாகப் பார்த்து விட்டு, பிறகு மேலே தொடர்வோம்.

துளஸிதாஸரின் ராமாயணத்தில் வாலியும், சுக்ரீவனும் மோதிக் கொண்டபோது, ராமர் இந்தச் சண்டையை ஒரு மரத்தின் பின்னால் இருந்து பார்க்கிறார். சுக்ரீவன் பலம் இழந்து பயந்து நின்றபோது, ராமர் அம்பை எய்து வாலியை வீழ்த்துகிறார். 'ஏன் இப்படிச் செய்தீர்கள்?' என்று வாலி கேட்கிறான். அதற்கு ராமர், 'மருமகள், மகள், சகோதரி ஆகியவர்கள் போன்றவளே, தம்பியின் மனைவி. கெட்ட எண்ணத்துடன் இவர்களை அணுகுபவனைக் கொல்வது தான் நியாயம். அதில் பாவம் எதுவும் கிடையாது. உன் மனைவி தடுத்தும் நீ கேட்கவில்லை. மூடனே! உன்னுடைய தம்பி, என்னுடைய பலத்தை நம்பி, என்னிடம் அடைக்கலம் புகுந்து இருக்கிறான் என்பதும் உனக்குத் தெரியும். அப்படி இருந்தும் உன்னுடைய அகங்காரத்தின் காரணமாக நீ அவனைக் கொல்ல முனைந்தாய்!' என்று மட்டுமே சொல்கிறார். இதற்கு மேல் வேறு விளக்கம் இல்லை. வாலி தன் தவறை உணர்கிறான். மீண்டும் எந்தப் பிறவி எடுத்தாலும், ராமரின் பாதங்களையே தான் பற்றி இருக்க வேண்டும் என்று அவரிடம் வரம் கேட்கிறான். அங்கதனைக் காப்பாற்றுமாறு கேட்டுக் கொள்கிறான். சுக்ரீவனுடைய பட்டாபிஷேகம் நடக்கிறது. வால்மீகி ராமாயணம் வாலி வதத்தை விவரமாக வர்ணிக்கிற மாதிரி, துளஸிதாஸரின் ராமாயணத்தில்

வர்ணிக்கப்படவில்லை. ராமரை கடவுளாகவே துளஸிதாஸர் சித்தரித்துக் கொண்டு போவதால் – இந்தக் கட்டத்திலும், வாலியும் கூட, ராமர் கடவுள் என்பதை உணர்ந்தே பேசுகிறான்.

அடுத்து கம்ப ராமாயணத்தைப் பார்ப்போம்.

கம்பர், வாலி வதத்தை விவரமாகவே கூறியிருக்கிறார். ஆனால் வால்மீகி ராமாயணத்திலிருந்து அவருடைய வர்ணனை சில இடங்களில் மாறுபடுகிறது. சுக்ரீவனிடம் ராமர், 'நீ வாலியை அழைத்து அவனோடு போர் செய்யும்போது, நான் மற்றொரு இடத்தில் நின்று அம்பு தொடுக்க தீர்மானித்துள்ளேன். இந்தச் சூழ்நிலைக்கு இந்த யோசனையே பொருத்தமானது' என்று கூறுகிறார். ஆக, வேறு ஓரிடத்தில் இருந்து அடிப்பது என்பது அப்போதே தீர்மானமாகிறது.

வாலி, சுக்ரீவன் சண்டை நடக்கும்போது, அதைப் பார்த்துக் கொண்டிருக்கிற ராமரிடம், லக்ஷ்மணன் 'மனத்தெளிவில்லாமல், தர்ம நெறி கெடுகிற வகையில் தீச்செயல்களைச் செய்பவர்களை நம்புவது கூடாது. தனது அண்ணனையே பகைவனாகக் கருதி, அவனைக் கொன்று விடுவதற்காக முனைந்துள்ள சுக்ரீவன், நமக்கு ஏற்ற துணையாவது எப்படி?' என்று கேட்கிறான்.

ராமர், 'எல்லா தம்பிகளும் தங்கள் அண்ணன்மார்களிடத்தில் அன்பும், பணிவும் கொண்டவர்களாக நடந்து கொண்டு விட்டால், பிறகு பரதனுக்கு என்ன பெருமை?' – என்று கேட்கிறார். மேலும் 'உலகில் நல்லொழுக்கத்தைக் கடைப்படிப்பவர்கள் சிலரே' என்றும், 'நண்பனாக வருபவனிடத்தில் உள்ள நல்லதை மட்டும் எடுத்துக் கொள்ள வேண்டும்' என்றும் பதில் கூறுகிறார். இதெல்லாம் வால்மீகி ராமாயணத்தில் இல்லை.

வாலி, சுக்ரீவன் சண்டை நடக்கிறது. சுக்ரீவன் பலவீனமடைந்து கொண்டே போகிறான். அவனைத் தரையில் மோதி விடும் எண்ணத்துடன் அவன் கழுத்தில் ஒரு கையும், இடுப்பில் ஒரு கையும் வைத்து, வாலி அவனை மேலே தூக்குகிறான். அப்போது வாலியின் மார்பில் ராமர் அம்பை எய்து விடுகிறார். அவன் வீழ்கிறான்.

பின்னர் வாலி, தன் மார்பிலிருந்த அம்பைப் பிடுங்கி, அதைப் பார்க்கிறான். அதில் 'இராமன்' என்ற பெயர் பொறிக்கப் பட்டிருக்கிறது. அதைப் பார்த்த வாலி சிரிக்கிறான். இதைக் கம்பர் இப்படி வர்ணிக்கிறார். 'மனைவியுடன் அனுபவிக்க வேண்டிய இல்லற வாழ்க்கையைத் துறந்து, காட்டுக்கு வந்துள்ள சிறந்த மனிதனும், வானரங்களாகிய எங்கள் பொருட்டு, தன் மரபுக்குரிய விற்போர் தர்மத்தை விட்டு விட்ட வீரனுமாகிய இராமன் பிறந்ததால் – நல்ல வேத நூல்கள் சொல்கிற தர்மங்களைத் துறந்து விடாமல் விளங்கிய சூரிய குலமும், தொன்று தொட்டு வருகிற அறநெறியை விட்டு விட்டது – என்று நினைத்து சிரிப்பு வரவே மனதில் ஏளனம் தோன்ற அவன் நாணமுற்றான்' அந்தச் செய்யுள் வருமாறு :

'இல்லறம் துறந்த நம்பி,
எம்மனோர்க்காகத் தங்கள்
வில் அறம் துறந்த வீரன்
தோன்றலால், வேத நல் நூல்
சொல் அறம் துறந்திலாத
சூரியன் மரபும், தொல்லை
நல் அறம் துறந்தது' என்னா
நகை வர நாண் உட்கொண்டான்.

பின்னர் ராமர் தன் எதிரில் வந்து நிற்க, என்ன காரியம் செய்தாய் நீ, என்று தொடங்கி வாலி, அவருடைய செயலை இகழ்ந்து பேசுகிறான். 'நீ பிறந்த குலமோ, பெருமை வாய்ந்தது; நீ கற்ற கல்வியோ, பயனளிக்கும் தன்மை உடையது. உன்னுடைய வெற்றி களோ சிறப்புடையவை. உன்னிடமுள்ள நற்பண்புகள் உனக்கு இயல்பானது. மூவுலகங்களையும் ஆளும் தன்மை உன்னுடையது அன்றோ? உன்னுடைய பெரும் வல்லமை இத்தகையது. இந்த உலகத்தை காக்கும் தன்மை இது என்று சொல்வதானால் – எல்லா வற்றையும் அறிந்தும் மதி மயங்கியவன் போல உன் சிறப்புகள் கலைந்து போகுமாறு ஒரு செயலை நீ செய்யலாமோ?' என்று கேட்கிறான் வாலி.

'குலம் இது; கல்வி ஈது;
கொற்றம் ஈது; உற்று நின்ற

நலம் இது; புவனம் மூன்றின்
 நாயகம் உன்னது அன்றோ?
வலம் இது; இவ் உலகம் தாங்கும் வண்மை
 ஈது; என்றால் – திண்மை
அலமரச் செய்யலாமோ,
 அறிந்திருந்து அயர்ந்துளார்போல்?

இதற்குப் பிறகும் ராமரைக் கண்டித்துப் பேசும் வாலி, 'நீ செய்தது வீரத்தைக் காட்டும் செயலில்லை; விதிமுறைகளுக்கு ஒத்தது மில்லை; உண்மையைச் சார்ந்து நிற்பதும் அல்ல; உனக்குரிய இந்தப் பூமிக்கு என் உடல் ஒரு பாரமில்லை. உனக்கு நான் பகைவனுமல்ல; அப்படியிருக்க, பண்பு கெட்டு, இரக்கமில்லாமல் நீ இவ்வாறு செய்தது ஏன்?' என்று வாலி கேட்கிற பாடல் இது:

'வீரம் அன்று; விதி
 அன்று; மெய்ம்மையின்
வாரம் அன்று; நின்
 மண்ணினுக்கு என் உடல்
பாரம் அன்று; பகை அன்று;
 பண்பு அழிந்து
ஈரம் இன்றி, இது
 என் செய்தவாறு அரோ?

மேலும் வாலி கேட்கிறான். 'அரக்கர்களுடைய இனத்தைச் சேர்ந்த ஒருவன் உனக்கு ஒரு கெடுதலைச் செய்து சென்று விட்டால், அதற்காக அந்த இனத்திலிருந்து வேறுபட்ட குரங்கு இனத்தைச் சேர்ந்த அரசனைக் கொன்று விடுமாறு, மனு தர்ம நெறிகள் சொன்னதுண்டோ? கருணை என்பதை எங்கே உதறி விட்டாய்? என்னிடத்தில் என்ன குற்றம் கண்டாய்? ஐயனே! இந்தப் பெரும் பழியை நீ ஏற்றுக் கொண்டால், பிறகு புகழை யார் தாங்கிக் கொள்வது?

அரக்கர் ஓர் அழிவு செய்து
 கழிவரேல், அதற்கு வேறு ஓர்
குரக்கு இனத்து அரசைக் கொல்ல,
 மனு நெறி கூறிற்று உண்டோ?

இரக்கம் எங்கு உகுத்தாய்? என்பால்
எப் பிழை கண்டாய்? அப்பா!
பரக்கழி இது நீ பூண்டால்,
புகழை யார் பரிக்கற்பாலார்?

வாலியின் பேச்சுக்கு ராமர் பதில் கூறுகிறார் : 'மாயாவியோடு சண்டை செய்து நீ திரும்பி வராததால், மற்றவர்களின் வற்புறுத்தலுக்கிணங்க சுக்ரீவன் முடிசூட்டிக் கொள்ள நேர்ந்தது. நீ திரும்பி வந்தபோது இந்த விவரமெல்லாம் உனக்கு எடுத்துச் சொல்லப்பட்டது. அவன் மீது குற்றம் இல்லை என்று உணர்ந்தும், நீ அவனைக் கொல்ல முற்பட்டாய். அவன் ரிஷ்யமூக மலைக்குச் சென்று விட, முனிவர் சாபத்திற்கு பயந்து நீ அங்கு செல்லாமல் இருந்தாய். மற்றொருவன் மணந்த பெண்ணின் கற்பை நீ மதிக்கவில்லை. தம்பியின் மனைவியையே நீ அடைந்தாய். இப்படி உன்னால் நடத்தப்பட்ட சுக்ரீவன் எனக்கு ஆருயிர் நண்பனானான். மேலும் எளியவரின் துன்பத்தைப் போக்குவது என்னுடைய கொள்கை.'

இவ்வாறு சொன்ன ராமர், மேலும் விளக்கங்களைத் தந்தபோது, வாலி, 'நீ கூறியது சரியாகவே இருக்கட்டும்; போர்க் களத்தில் என் முன் நின்று அம்பு தொடுக்காமல், கொடிய வேடன் போல, விலகி மறைந்து நின்று என் மேல் அம்பு செலுத்தியது ஏன்?' என்று கேட்கிறான்.

வாலியின் இந்தக் கேள்விக்கு லக்ஷ்மணன் பதில் கூறுகிறான்: 'உன் தம்பியான சுக்ரீவன் முதலில் வந்து சரணடைய, விதிமுறைகளை மீறிய உன்னை எமனுலகிற்கு அனுப்புவதாக அவனுக்கு ராமர் வாக்களித்தார். இங்கே போர்க் களத்தில் நீயும், உன் உயிரைக் காப்பாற்றிக் கொள்வதற்காக – நானும் உன்னைச் சரணடைந்தேன் – என்று கூறி விடுவாய் என்பதை நினைத்தே, ராமர் உன் கண்ணில் படாமல் மறைந்து நின்று உன்மீது அம்பு எய்தினார்.

பிறகு தன் செயல்களைப் பொறுத்தருளுமாறு வாலி, ராமரைக் கேட்டுக் கொள்கிறான்.

இப்போது வால்மீகி ராமாயண வாலி வத நிகழ்ச்சியைப் பார்ப்போம்.)

4. கிஷ்கிந்தா காண்டம்

அத்தியாயம் 9

சுக்ரீவனின் பட்டாபிஷேகம்

(விளக்கக் குறிப்புகள் – வாலியை எதிர்ப்பவர்களின் சக்தியில் பாதி, வாலிக்குப் போய்ச் சேரும் என்று வால்மீகி ராமாயணம் கூறவில்லை; ராமர், மறைந்திருந்து தான் வாலி மீது அம்பு எய்தார் என்று நிச்சயமாகச் சொல்லிவிட வால்மீகி ராமாயணத்தில் ஆதாரம் இருக்கிறதா என்பதைப் பற்றி ஒரு பார்வை; இது விஷயத்தில் கம்ப ராமாயணத்திற்கும், வால்மீகி ராமாயணத்திற்கும் இருக்கும் வேறுபாடுகள்) சுக்ரீவனுக்குப் பட்டாபிஷேகம் செய்விக்க கிஷ்கிந்தை நகருக்கு வர முடியாது என்று ராமர் கூறி, அதன் காரணத்தை விளக்குவது; சுக்ரீவனின் பட்டா பிஷேகம்...

(வாலி வதம் பற்றிய வால்மீகி ராமாயண நிகழ்ச்சிகளைப் பற்றிச் சிந்திக்கும்போது, முதலிலேயே ஒரு விஷயத்தைப் பார்த்து விடலாம். பொதுவாக ஒரு கதை கூறப்படுவதுண்டு. வாலி யோடு யார் சண்டையிட்டாலும், அவர்களுடைய பலத்தில் பாதி பலம் வாலிக்கு வந்து விடும் என்றும், அதனால்தான் ராமர், வாலியின் எதிரில் வராமலே அம்பு செலுத்தினார் என்றும், போகிறது இந்தக் கதை. இது வால்மீகி ராமாயணத்தில் இல்லை. ஆனால் கம்ப ராமாயணத்தில் வாலியே இப்படி ஒரு சக்தி தனக்கு இருப்பதாகத் தாரையிடம் சொல்கிறான். ஏற்கெனவே சில முறைகள் இந்தத் தொடரில் விளக்கப்பட்டிருக்கிற

மாதிரி, வால்மீகி ராமாயணம்தான் ஆதி நூல். கம்பர், துளஸிதாஸர் போன்றவர்கள் தங்களுடைய கற்பனைகளையும், வழக்கிலிருந்த கதைகளையும் சேர்த்து, தங்களுடைய நூல்களை இயற்றி இருக்கலாம். ஆகையால் அவை வால்மீகி ராமாயணத்திலிருந்து மாறுபடுகிறபோது, வால்மீகி ராமாயணத்தைத்தான் ஆதாரமாக எடுத்துக் கொள்ள வேண்டும். அப்படிப் பார்க்கும்போது, எதிர்த்து சண்டையிடுபவர்களின் பலத்தில் பாதி, வாலிக்குப் போய்ச் சேர்ந்து விடும் என்பதற்கு ஆதாரம் இல்லை. வால்மீகி ராமாயணத்தில் வாலியின் கழுத்தில் இருக்கிற மாலை பற்றி கூறப்படுகிற விவரம் ஒன்று உண்டு. அந்தத் தங்க சங்கிலி, இந்திரனால் வாலிக்கு அளிக்கப்பட்டது. வெற்றியைத் தருவது. இதைத்தான் வாலி மரணத்தறுவாயில் சுக்ரீவனுக்கு அளிக்கிறான். இந்தச் சங்கிலிக்கு எதிராளியின் பலத்தில் பாதியை இழுத்து விடுகிற சக்தி கிடையாது.

அடுத்து வாலி மீது ராமர் அம்பு எய்திய விவகாரத்தைப் பார்ப்போம். கம்ப ராமாயணத்திலும், துளஸிதாஸரின் ராமாயணத் திலும் ராமர், மறைந்து இருந்து அம்பு எய்தினார் என்று வருகிறது. ஆனால் வால்மீகி ராமாயணத்தில் எந்த ஒரு இடத்திலும் ''ராமர் மறைந்திருந்து வாலியின் மீது அம்பு எய்தினார்'' என்று கூறப் படவில்லை. ஆனால் 'ஒருவேளை மறைந்திருந்துதான் அடித்தாரோ' – என்ற எண்ணம் ஏற்படுகிற வகையில் வால்மீகி ராமாயண வர்ணனைகள் சில அமைந்திருக்கின்றன. அதனால்தான் இதுபற்றி இன்றும்கூட சர்ச்சை தொடர்ந்து கொண்டிருக்கிறதோ என்னவோ?

வால்மீகி ராமாயணத்தில் இந்தச் சந்தேகத்தை ஏற்படுத்துகிற மாதிரி காணப்படுகிற விவரங்கள் என்ன? 'கிஷ்கிந்தைக்குச் சென்ற ராமர், லக்ஷ்மணன், சுக்ரீவன், ஹனுமான் மற்ற வானரர்கள் ஆகியோர் அங்கிருந்த அடர்த்தியான காட்டில் மரங்களுக்குப் பின்னால் மறைந்து நின்றனர்; அதன் பின்னர் வாலிக்கு, சுக்ரீவன் உரத்த குரலில் அறைகூவல் விடுத்தான்' என்று வால்மீகி ராமாயணத்தில் வருகிறது.

சுக்ரீவன் உட்பட இவர்கள் யாருமே அந்த இடத்திலிருந்து வெளிப்பட்டதாகவும் கூறப்படவில்லை; அங்கேயே இருந்ததாகவும் கூறப்படவில்லை. ஆனால், வாலி சண்டைக்கு வந்தபோது, 'சுக்ரீவன் பரிவாரங்கள் எல்லோராலும் சூழப்பட்டு நின்றான்' என்று

வருகிறது. அதாவது மரங்களுக்குப் பின்னால் இருந்து அவர்கள் வெளியே வந்திருக்க வேண்டும். இந்த விளக்கத்தைப் பிரதிவாத பயங்கர, ராமாயண சிரோமணி, வால்மீகி ராமாயண பிரவசன சக்கரவர்த்தி... என்ற பட்டங்களைப் பெற்ற பிரம்மஸ்ரீ சீதாராம சாஸ்திரிகள் என்பவர், ஒரு நூலில் தந்திருக்கிறார். இது 1939-ஆம் வருடம் அவரால் இயற்றப்பட்டிருக்கிறது. அவர் வேறு பல விளக்கங்களையும் கூட, இந்த நூலில் தந்திருக்கிறார். நான் இங்கே வாலி வத சர்ச்சை பற்றி கூறுகிற விஷயங்களில் பல, அந்த நூலில் காணப்படுகிற கருத்துக்களின் அடிப்படையில் அமைந்தவைதான்.

வாலி 'என் பார்வையில் படாமல் இருந்து, நீ என்னை அடித்து விட்டாய்' என்று ராமரைப் பார்த்துக் கூறுகிறான். மேலும் 'எதிர்த்துப் போர் புரியாத ஒருவனை நீ வீழ்த்தி விட்டாய். வேறு ஒருவனோடு மோதிக் கொண்டு, உன்னைக் கவனிக்காமல் இருந்த என்னை எதிர்க்க நீ உடன்படுவாய் என்று நான் எதிர்பார்க்கவில்லை' என்றெல்லாம் கூறி, ராமரைக் கண்டிக்கிறான்.

அவனுக்குப் பதிலளிக்கிற ராமர் குற்றம் புரிபவர்களைத் தண்டிக்க வேண்டிய தனது இக்ஷ்வாகு குல கடமையை எடுத்துரைக்கிறார்; வாலி செய்த குற்றத்தையும் சுட்டிக் காட்டுகிறார்; அவனுக்கு நேர்ந்த முடிவு, அவனுக்கு அளிக்கப்பட்ட தண்டனை என்றும் கூறுகிறார்; சுக்ரீவனுக்கு தான் அளித்த வாக்குறுதியைச் சொல்கிறார். இப்படியெல்லாம் சொல்லி விட்டு, 'நீ வானரன். மிருகங்களை வேட்டையாடுபவர்கள் நேராக நின்றோ, மறைந்திருந்தோ அடிக்கிறார்கள். நீயோ என்னால் யுத்தத்தில் வீழ்த்தப்பட்டாய்' என்று சொல்கிறார்.

வாலி, ராமரைக் கடிந்து பேசுவதெல்லாம் – 'அவன் சித்தம் கலங்கிப் பேசிய வார்த்தைகள்' என்பது வால்மீகியாலேயே கூறப்படுகிறது. அவனே கூட பிறகு, 'நான் தவறாகப் பேசி விட்டேன்' என்று சொல்கிறான். இப்படி அவன் சொல்வது ராமரை மனம் போனபடி ஏசியதை நினைத்தும் இருக்கலாம் – அல்லது அவர் தன்னால் பார்க்கப்படாமல் இருந்தபோது, தன்னை அடித்தார் என்று கூறியதற்காகவும் இருக்கலாம்.

ஆனால் 'யுத்தத்தில் உன்னை வீழ்த்தினேன்' என்று ராமர் சொல்வதற்கு வாலி மறுப்புக் கூறவில்லை என்பது கவனிக்கத் தக்கது. இவை ஒரு புறமிருக்க, வாலி வீழ்ந்த செய்தியைத் தாரைக்கு தெரிவிக்கிற வானரர்கள், 'வாலி தூக்கி எறிந்த மரங்களையும், பாறைகளையும் ஒரே நொடியில் ஒரு மின்னலைப் போல் பொடி செய்து, ராமர் அவரை வீழ்த்தி விட்டார்!' என்று கூறுகின்றனர். அந்த வானரர்கள் பொய் சொல்ல வேண்டிய அவசியமும் இல்லை; அவர்கள் பொய் சொன்னதாக வால்மீகி சொல்லவும் இல்லை. இப்படியிருக்க, வாலி பார்க்காத போது, ராமர் அவனை வீழ்த்தினார் என்று எப்படி உறுதியிட்டுச் சொல்வது? 'தனது வில்லில் ராமர் நாணேற்றியபோது உண்டாகிய பேரொலியைக் கேட்டு பயந்து பறவைகளும், மான்களும் சிதறி ஓடின' என்றும் வால்மீகி கூறுகிறார். அப்படியிருக்க, வாலி மட்டும் இதை அறியவில்லை என்பது எப்படி?

கம்ப ராமாயணத்தில் வருவது போல் – வால்மீகி ராமாயணத்தில் மறைந்து நின்று அடிக்க ராமர் திட்டமிடவில்லை; கம்ப ராமாயணத்தில் – லக்ஷ்மணன், ராமர் மறைந்து அடித்ததாக ஒப்புக் கொள்வதுபோல், வால்மீகி ராமாயணத்தில் எதுவும் கூறப்படவில்லை; 'என்னால் பார்க்கப்படாதபோது நீ அடித்தாய்' என்று வாலி சொன்னபோது, அவன் சித்தம் கலங்கிய நிலையில் இருந்தான் என்று வால்மீகி கூறுகிறார். 'அவன் குழப்பத்துடன் பேசினான்' என்றும் சொல்கிறார்; அவனுக்குப் பதில் கூறுகிற ராமர், தர்ம நியாயங்களையும், மிருகங்களை அடிக்கிற அரசர்கள் வழக்கத்தையும் எடுத்துச் சொல்லியது, அவனுடைய வாதங்களுக்கு பதில் அளிப்பதற்காக; ஆனால் ராமர் அதோடு நிற்கவில்லை; மிகவும் தெளிவாக 'யுத்தத்தில் என்னால் நீ வீழ்த்தப்பட்டாய்' என்று கூறுகிறார்; இதை வாலி மறுக்கவில்லை; ராமரின் வீரத்தைப் பிறகு பாராட்டுகிற சுக்ரீவன், அவர் மறைந்திருந்து அடித்திருந்தால் பாராட்டியிருப்பானா? என்ற கேள்வியும் எழுகிறது; ஒருவன் பாராத போது அவனை அடிப்பதை ஹனுமானே கூட இகழ்ந்து பேசுவதாக யுத்த காண்டத்தில் பின்னர் வருகிறது. ராவணனோடு ஏற்பட்ட மோதலின் போது ஹனுமான் அவ்வாறு பேசுகிறார். அப்படியிருக்க ராமர் அவ்வாறு செய்திருந்தால், அதை ஹனுமான் உட்பட யாராவது பாராட்டியிருப்பார்களா?' என்ற கேள்வியும் எழுகிறது.

கிஷ்கிந்தா காண்டம்

இவற்றையெல்லாம் விட முக்கியமாக இன்னொரு விஷயமும் இருக்கிறது. வால்மீகிக்கு ராமாயண வரலாற்றை முதலில் கூறியவர் நாரதர் என்பதை இந்தத் தொடரின் ஆரம்பத்தில் பார்த்தோம். அவ்வாறு கூறிய நாரதர், 'சுக்ரீவனின் வேண்டுகோளை ஏற்று, வாலியை யுத்தத்தில் ராமர் வதம் செய்தார்' என்று சொல்கிறார். இது போதாதென்று ராமரின் பட்டாபிஷேகத்தின்போது ராவணன், வாலி, ஹனுமான், இந்திரஜித் போன்றவர்களின் பூர்வ கதைகளையும், அவர்களுடைய சக்திகளையும் ராமருக்கு விவரிக்கிற அகஸ்திய முனிவர், வாலியை வீழ்த்தியதற்காக ராமரின் வீரத்தைப் பாராட்டுகிறார். நாரதரோ, அகஸ்தியரோ – மறைந்து இருந்து அடித்ததற்காகவா ராமரைப் பாராட்டுகிறார்கள்?

வாலியும், சுக்ரீவனும் இறுகப் பிடித்துக் கொண்டுதான் முழுச் சண்டையும் போட்டுத் தீர்த்தார்கள் என்று நினைத்துக் கொள்ளக் கூடாது. ஒருவர் மீது ஒருவர் மலைகளைப் பிடுங்கி எறிந்தார்கள். மரங்களைத் தூக்கி எறிந்தார்கள் என்றெல்லாம் வால்மீகி வர்ணிக்கிறார். இவையெல்லாம் ஒருவருக்கொருவர் அருகில் நின்று செய்யும் தாக்குதல்கள் அல்ல. இதுதவிர, சண்டையிடும்போது அவர்கள் இருவரும் அந்தக் காட்டில் பல இடங்களில் அலைந்தார்கள் என்று வால்மீகி கூறுகிறார். கம்ப ராமாயணத்தில் – தனது இரு கைகளால் வாலி, சுக்ரீவனைத் தூக்கியபடி நின்றபோது ராமர் அம்பெய்தினார் என்று கூறப்பட்டுள்ளது. ஆனால் வால்மீகி ராமாயணத்தில் இப்படி இல்லை. சுக்ரீவன் சண்டையில் ஓய்ந்து போய் விட்டான்; என்ன செய்வது என்று தெரியாமல் நாலா புறமும் நோக்குகிறான். அந்தச் சமயத்தில்தான் ராமர் அம்பு எய்துகிறார். அதாவது ராமர் அம்பு எய்தது – வாலி சுக்ரீவன் சண்டை நடந்து கொண்டிருந்தபோது அல்ல; சுக்ரீவன் ஓய்ந்து, ஒதுங்கி நின்ற போதுதான். ஆகையால் வாலி, சுக்ரீவனோடு சண்டையிட்டுக் கொண்டிருந்தபோது, ராமர் அவனை அடித்து வீழ்த்தினார் என்று எப்படிச் சொல்வது?

இந்தக் கோணங்களில் இருந்தெல்லாம் இந்த விவகாரத்தைப் பார்க்கும்போது ராமர், வாலியை மறைந்திருந்து அடித்தார் என்றோ, அவர் பார்க்காமல் இருந்த போது, அவனை வீழ்த்தினார் என்றோ

சொல்வது – சரியாக இருக்கும் என்று தோன்றவில்லை. மீண்டும் ராமாயண நிகழ்ச்சிகளுக்கு வருவோம்.)

பொன்மலை போன்ற தோற்றமுடையவரும், இளம் சூரியனைப் போன்ற முகம் படைத்தவரும், வாயுவின் மகனுமாகிய ஹனுமான், இருகரங்களைக் குவித்து, ''தலைமுறை தலைமுறையாய் வந்ததும், பெறுவதற்கு அரியதுமான ராஜ்யம் உங்களுடைய அருளினால் சுக்ரீவருக்கு வந்து சேர்ந்தது. எல் லோருடனும் கூட, நீங்களும் கிஷ்கிந்தை நகருக்கு வந்து, சுக்ரீவருக்குப் பட்டாபிஷேகம் செய்விக்க வேண்டும்'' என்று ராமரைப் பார்த்துக் கேட்டுக் கொண்டார்.

சொல்லின் நயங்களை அறிந்து பேசுவதில் வல்லவராகிய ராமர், ''நல்லவனே! தந்தையின் கட்டளையை ஏற்று காட்டுக்கு வந்த நான், ஒரு கிராமத்தினுள்ளோ, நகரத்தினுள்ளோ பதினான்கு வருடங்கள் நுழைய மாட்டேன். ஆகையால் என்னால் கிஷ்கிந்தை நகருக்கு வர இயலாது. வானரர்களில் மேம்பட்டவனாகிய சுக்ரீவனுக்கு முறைப்படி பட்டாபிஷேகம் நடக்கட்டும்'' என்று ஹனுமானைப் பார்த்துச் சொல்லிவிட்டு, சுக்ரீவனைப் பார்த்து சில வார்த்தைகள் கூறினார். ''வீரனே! எல்லா தகுதிகளையும் பெற்ற அங்கதனை இளவரசனாக முடி சூட்டுவாயாக! இப்போது மழைக்காலம் வந்து கொண்டிருக்கிறது. இது முடிந்து கார்த்திகை மாதம் ஆரம்பமானதும், நீ செய்ய வேண்டிய காரியத்தைத் தொடங்குவாயாக! இந்த மழைக் காலத்தை நான் லக்ஷ்மணனுடன் இந்த மலைப் பிரதேசத்திலேயே கழிக்கிறேன். இப்போது நீ உன் அரண்மனைக்குச் செல், முடி சூட்டிக் கொள். வானரர்களின் மனதை மகிழச் செய்.''

இப்படி ராமர் கூறிய பிறகு, சுக்ரீவனும் மற்றவர்களும் அவரிடம் விடைபெற்று கிஷ்கிந்தைக்குச் சென்றார்கள். அங்கே சுக்ரீவனுடைய பட்டாபிஷேகம் நடந்தேறியது. மந்திரங்கள் ஜபிக்கப்பட்டன. ஹோமம் செய்யப்பட்டது. மேன்மையான ஆடைகளும், உயர்ந்த ரத்தினங்களும் தானங்களாக அளிக்கப் படடன. கஜன், கவாக்ஷன், கவயன், சரபன், கந்தமாதனன், மைந்தன், த்விவிதன், ஹனுமான், ஜாம்பவான், நளன் –

கிஷ்கிந்தா காண்டம்

ஆகியவர்கள் புண்ணிய தீர்த்தங்களிலிருந்தும், சமுத்திரங்களிலிருந்தும் நீரைக் கொண்டு வந்து, பொற்குடங்களினால் வேதங்களில் சொல்லப்பட்ட விதிமுறைப்படி, சுக்ரீவனுக்கு அபிஷேகம் செய்தார்கள். வானரர்கள் மகிழ்ச்சி ஆரவாரம் செய்தார்கள். சுக்ரீவன் அங்கதனுக்கு இளவரசனாக முடிசூட்டினான். அப்போது அதுவரை வாலியைச் சார்ந்திருந்த வானரர்கள், சுக்ரீவனைப் புகழ்ந்து கொண்டாடினார்கள். எல்லோரும் ராமரையும், லக்ஷ்மணனையும் பாராட்டி மகிழ்ந்தார்கள்.

(கம்ப ராமாயணத்தில் சுக்ரீவனின் பட்டாபிஷேகம் வேறு விதமாக வர்ணிக்கப்படுகிறது. காட்டிலேயே சுக்ரீவனுக்கு முடிசூட்டுமாறு ராமர், லக்ஷ்மணனுக்குக் கட்டளையிடுகிறார். வேண்டிய பொருட்களை ஹனுமான் கொண்டு வருகிறார். லக்ஷ்மணன், சுக்ரீவனுக்கு முடி சூட்டுகிறான். ராமர் அவனுக்கு நல்லாட்சி பற்றிய அறிவுரைகளைக் கூறி, கிஷ்கிந்தைக்கு அனுப்புகிறார்.)

கிஷ்கிந்தையில் வாழ்ந்த மக்கள் குறைவற்று விளங்கினார்கள். நகரமே எழில் பொங்க விளங்கியது. பட்டாபிஷேகச் செய்தியை ராமருக்கு அனுப்பி விட்டு, சுக்ரீவன் தன் மனைவி ருமையை மீண்டும் அடைந்து, ராஜ்ய பாரத்தை ஏற்றான்.

4. கிஷ்கிந்தா காண்டம்

அத்தியாயம் 10

ஹனுமானின் அறிவுரை

> மழைக்காலத்தைக் கழிக்க ஒரு குகையில் ராமரும், லக்ஷ்மணனும் தங்குவது; ராமரின் மன வருத்தத்தைப் போக்க, லக்ஷ்மணன் தைரியம் கூறுவது; மழைக்காலம் முடிந்த பிறகும், ஸீதையைத் தேடுவதில் சுக்ரீவன் முனையாததால், அவனுக்கு ஹனுமான் கூறுகிற அறிவுரை; சுக்ரீவன் அதை ஏற்று வானரர்கள் எல்லாம் கிஷ்கிந்தைக்கு வந்து சேர வேண்டும் என்று உத்தரவு பிறப்பிப்பது; சுக்ரீவன் ஒன்றும் செய்யாத நிலையில், ராமர், காலம் கடந்து விட்டது என்பதை அவனுக்கு நினைவுபடுத்துமாறு கூறி, லக்ஷ்மணனை கிஷ்கிந்தைக்கு அனுப்புவது...

சுக்ரீவனின் பட்டாபிஷேக வைபவங்கள் கிஷ்கிந்தையில் நடந்து முடிந்தபோது, ராமர் தானும் லக்ஷ்மணனும் வசிப்பதற்காக ஒரு குகையைத் தேர்ந்தெடுத்து, ''லக்ஷ்மணா! நாம் இங்கேயே மழைக்காலத்தைக் கழிப்போம்'' என்று கூறினார்.

அங்கே வசித்துக் கொண்டிருக்கையில் எந்த நேரமும், ஸீதையின் நினைவாகவே மன அமைதியில்லாமல் ராமர் தவிப்பதைக் கண்ட லக்ஷ்மணன், அவரைத் தேற்ற முனைந்தான். ''மனக்கலக்கத்தை அடைந்தது போதும். மனத்தளர்ச்சி கொண்டவனுக்கு, எல்லாக் காரியங்களும் நாசமடைகின்றன என்று நீங்களே கூறியிருக்கிறீர்கள். பெரும் சக்தி வாய்ந்த

ராவணனை போரில் வெல்லக்கூடியவர் நீங்கள் ஒருவரே! நீங்கள் நினைத்தால் சமுத்திரங்களையும், மலைகளையும், மூவுலகங் களையும் உங்களால் அழித்து விட முடியும். அப்படியிருக்க ராவணன் எம்மாத்திரம்? மழைக்காலம் தொடங்கி விட்டது. இது முடிந்தவுடன், ராவணனுடன் போரிட்டு அவனையும், அவனது படைகளையும், நீங்கள் நாசம் செய்வீர்கள். அப்படிப்பட்ட முயற்சியை எதிர்நோக்கி இருக்கிற உங்களுக்கு, சோகம் உகந்ததல்ல. நீறுபூத்திருக்கிற நெருப்புபோல், நீங்கள் இருப்பதால் உங்கள் வீரத்தை நான் உங்களுக்கே நினைவுபடுத்துகிறேன். அவ்வளவுதான்.''

நேரத்திற்கு உகந்த லக்ஷ்மணனின் பேச்சைக் கேட்ட ராமர், ''வீண் போகாத வீரம் படைத்தவனே! சொல்லத் தகுந்த வார்த்தைகளைத்தான் நீ பேசினாய். காரியங்களைக் கெடுக்கிற சோகத்தை நான் விட்டொழித்தேன். நீ கூறியபடியே முயற்சிகளை மேற்கொள்வேன். ஸீதையைத் தேடுவதில் சுக்ரீவனின் உதவியை நாம் எதிர்பார்த்திருக்கிறோம். நன்றி மறந்தவன், நல்லவர்களின் மனதை புண்படுத்துகிறான்; தர்மம் தவறாத வீரன், ஒருவனிடம் பெற்ற உதவிக்கு கைமாறு செய்யாமல் இருக்க மாட்டான். சுக்ரீவன் நமக்கு உதவுவான்'' என்று சொல்ல, லக்ஷ்மணன், ''தனது வாக்கை சுக்ரீவன் காப்பாற்றுவான். மழைக் காலம் முடிகிற வரை நீங்கள் பொறுத்துக் கொள்ளுங்கள்'' என்று கூறினான்.

மழைக்காலம் தொடர்ந்தது. அப்போது ஒரு நாள் ராமர், லக்ஷ்மணனிடம், ''சுக்ரீவன் தனது எதிரியை அழித்தவனாகவும், மனைவியை மீண்டும் பெற்றவனாகவும் ஆட்சியில் நிலை பெற்றிருக்கிறான். நானோ மனைவியைப் பறி கொடுத்தவனாகவும், ராஜ்யத்திலிருந்து வெளியேற்றப்பட்டவனாகவும் இருக்கிறேன். நீண்ட காலத்திற்குப் பிறகு சுகத்தை அனுபவிக்கத் தொடங்கி யிருக்கிற சுக்ரீவனுக்கு எந்தச் செய்தியையும் அனுப்ப நான் விரும்பவில்லை. மழைக்காலம் முடிகிற தருவாய் வந்து விட்டதால், சுக்ரீவன் தானாகவே தனது கடமையில் இறங்குவான் என்று எதிர்பார்க்கிறேன்'' என்று கூறினார்.

ராமரின் எண்ண ஓட்டம் இவ்வாறு இருந்தபோது, மழைக்காலம் முடிந்தது. அப்போது கிஷ்கிந்தையில் சுக்ரீவன்

பெண்களுடன் காலத்தைக் கழித்துக் கொண்டு, தர்மத்தை மறந்தவனாக இருந்தான். தன் மனைவி ருமை மற்றும் தாரை ஆகியோரை அடைந்தவனாக, சிற்றின்பத்தில் காலம் கழித்துக் கொண்டு, மந்திரிகளிடம் அரசு காரியங்களை ஒப்படைத்து விட்டு, இன்பத்தையே அவன் நாடிக் கொண்டிருந்தான்.

இதையெல்லாம் கவனித்துக் கொண்டிருந்த ஹனுமான், நல்ல பயன் தரக்கூடிய அறிவுரைகளை சுக்ரீவனுக்குச் சொல்ல முற்பட்டார். ''உங்களால் ராஜ்யம் அடையப்பட்டது. புகழ் பெறப்பட்டது. ஆனால் உங்களுக்கு உதவி செய்தவர்களுக்கு கைமாறு செய்ய வேண்டிய உங்கள் கடமை, இன்னமும் முடிக்கப்படாமலே இருக்கிறது. எதையும் அதற்குரிய காலத்தில் செய்ய வேண்டும் என்பதை அறிந்து, எவன் ஒருவன் தனக்கு உதவியவர்கள் விஷயத்தில் நடந்து கொள்கிறானோ – அவனுக்கு ராஜ்யம் நிலைக்கிறது; புகழ் பெருகுகிறது; செல்வாக்கு கூடுகிறது. ஆகையால், உங்களுக்கு உதவி புரிந்தவருக்கு நீங்கள் நியாயப்படி செய்ய வேண்டிய காரியத்தைச் செய்ய முனைய வேண்டும். எவன் ஒருவன், தனது சொந்த காரியங்களைக் கூட ஒதுக்கி வைத்து, தனக்கு உதவி புரிந்தவனுடைய காரியத்தில் ஊக்கமுடன் ஈடுபடு கிறானோ – அவன்தான் தீமைகளால் தாக்கப்படாமல் விளங்குகிறான். நண்பனுடைய காரியத்தைச் செய்ய, காலம் கடந்து முயற்சிப்பவன், எவ்வளவு பெரிய செயலைச் செய்தாலும் கடமை தவறியவனே!''

ஹனுமான் தொடர்ந்தார் : ''ஸீதா தேவியை தேடுகிற காரியம் இப்போதே தொடங்கப்படட்டும். நாம் ராமருக்கு ஆற்ற வேண்டிய கடமை அது. எதை எந்த வேளையில் செய்ய வேண்டும் என்பதை அறிந்தவரும், காலத்தில் நடக்க வேண்டிய காரியத்தில் ஊக்கம் காட்டுகிறவருமான ராமர், நீங்கள் செய்ய வேண்டிய அவருடைய காரியத்திற்கான நேரம் வந்தும் கூட, உங்களுக்கு அதை அறிவிக்காமல் இருக்கிறார். பிறர் மனம் கோணாமல் நடக்கும் அவருடைய தன்மையினால்தான் அவர் இப்படி பொறுமை காட்டுகிறார். அவரால் உங்களுக்கு ஆக வேண்டிய காரியம் நடந்தேறி விட்டது. நீங்கள் அவருக்குச் செய்ய வேண்டிய காரியம்

செய்யப்படாமல் அப்படியே இருக்கிறது. நீங்கள் இப்பொழுதே அந்தக் காரியத்தை முடிப்பதற்கான ஆணைகளைப் பிறப்பித்தால், சரியான காலத்தில் செயல்பட்டவராவீர்கள். மாறாக, ராமரால் நினைவூட்டப்பட்ட பிறகு, காரியத்தைத் தொடங்கினால், காலத்தில் செயல்படத் தவறியவராவீர்கள். உங்களுக்கு உதவி செய்யாதவர்களுக்குக் கூட உதவுகிற சுபாவம் உடைய நீங்கள், உதவி புரிந்த ராமர் விஷயத்தில் ஏன் இப்படி இருக்கிறீர்கள்? அவருக்காக இந்த பூவுலகு முழுவதிலும் மட்டுமல்லாமல், ஆகாயத்திலும் கூட, ஸீதையைத் தேடி அலைய நாம் கடமைப் பட்டவர்கள். உங்கள் உத்திரவு கிடைத்தால், பாதாளம், பூமி, கடல், ஆகாயம் எங்கும் செல்ல, இந்த வானரர்களின் கூட்டத்தில் எவருக்கும் ஒரு தடையும் கிடையாது. கட்டளை இடுங்கள்.''

தகுந்த காலத்தில் பொருத்தமான அறிவுரை கூறிய ஹனுமானுடைய வார்த்தைகளை, சுக்ரீவன் மனதில் நினைத்துப் பார்த்து, சேனைகளையெல்லாம் ஓரிடத்தில் கொண்டு வந்து சேர்க்கும் வல்லமை படைத்த நீலனை அழைத்து, உத்திரவு பிறப்பித்தான் : ''எனது படை வீரர்கள், அவர்களை வழி நடத்தும் தலைவர்கள், ஆகியோர் எல்லாம் இங்கே வந்து சேர வேண்டும். எல்லைகளைக் காப்பவர்களும், பெரும் வீரமுள்ளவர்களும், நினைக்க முடியாத வேகத்தில் செல்பவர்களுமாகிய வானரர்கள் எவர்களோ - அவர்களெல்லாம், சற்றும் காலதாமதமில்லாமல் இங்கே அழைத்து வரப்பட வேண்டும். இதற்கு மேல் இன்னொரு உத்தரவுக்குக் காத்திராமல், இதையெல்லாம் செய்து முடிப்பாயாக! எந்த ஒரு வானர வீரன், இன்றிலிருந்து பதினைந்து இரவுகள் கழிவதற்குள் இங்கு வந்து சேராமல் இருக்கிறானோ, அவனுக்கு மரண தண்டனை விதிக்கிறேன். இவ்விஷயத்தில் வேறு விசாரணை கிடையாது. அங்கதனுடன் கூடி, என்னுடைய உத்தரவை அதிகாரமாகக் கொண்டு, வானரர்களையெல்லாம் இங்கே கொண்டு வந்து சேர்ப்பாயாக.'' இவ்வாறு உத்தரவு பிறப்பித்து விட்டு சுக்ரீவன், தனது அரண்மனைக்குள் போய்ச் சேர்ந்தான்.

இதற்கிடையில், மழைக்காலம் முடிந்தும் கூட, சுக்ரீவன் ஏதும் செய்யாமல் இருப்பதை நினைத்து ராமர், செய்வதறியாமல் நின்று ஸீதையை நினைத்துப் பெரிதும் பரிதவித்தார். இதைக் கண்ட

கிஷ்கிந்தா காண்டம்

லக்ஷ்மணன் ''அடிக்கடி இப்படி நிம்மதியைக் குலைத்துக் கொள்வதால், என்ன பயன்? ஆண்மையை மறந்து விடுவதால் ஆகும் காரியம் என்ன? எதற்கும் சலியாதவரே! ஸீதையை நினைத்து இப்படி நீங்கள் வருந்துதல் தகாது. அவளை அணுக நினைப்பவன் கொழுந்து விட்டு எரிகின்ற நெருப்பால் பொசுக்கப்படுகிறவனாவான். ஆகையால் ஸீதைக்கு ஒரு ஆபத்தும் நேரிடாது'' என்று அவரை உற்சாகப்படுத்தினான்.

ராமர் அவனுக்கு பதிலுரைத்தார் : ''முறையான வார்த்தைகளையே சொன்னாய்! கையில் இருக்கும் காரியம் உடனே கவனிக்கப்படத்தக்கது; அதை நிறைவேற்றுவதில் விடாமுயற்சி என்பது கை கொள்ளத்தக்கது; ஆனால், அதன் பலன் என்ன என்பது நினைத்துப் பார்க்கத் தகாதது. இவ்வாறு கூறிய ராமர் மேலும் தொடர்ந்து, ''யுத்தத்தை விரும்புகிற மன்னர்கள் போர்க்கோலம் பூணுகிற பருவம் வந்துவிட்டது. அப்படிப்பட்ட மன்னர்கள் படைகளைச் செலுத்துகிற காலம் வந்தும் கூட, தனது கடமையை நிறைவேற்ற சுக்ரீவன் முனைவதாகக் காணோம். மனைவியைப் பறி கொடுத்தவனாகவும், ராஜ்யத்தை விட்டு வந்தவனாகவும், ராவணனால் வஞ்சிக்கப்பட்டவனாகவும், இருக்கிற நான், சுக்ரீவனின் உதவியை நாடியதால், அவன் என்னை அவமதிக்கிறான்! ஸீதையைத் தேடுகிற முயற்சியை மேற்கொள்வதில் அலட்சியம் காட்டுகிறான்! ஆகையால், நீ கிஷ்கிந்தைக்குச் சென்று, சுக்ரீவனிடம் நான் சொன்னதாக இவ்வாறு சொல்'' என்று சொல்லி சுக்ரீவனிடம் லக்ஷ்மணன் கூற வேண்டிய தகவலைச் சொன்னார்.

'எவன் ஒருவன் தனக்கு உதவி செய்தவர்களுக்கு ஒரு காரியம் செய்வதாக வாக்களித்து விட்டு, அதை செய்யாமல் இருக்கிறானோ, அவன் உலகிலேயே மிகவும் கீழ்ப்பட்டவன். சொன்ன சொல்லை நிறைவேற்றுவது கடினமாக இருந்தாலும் சரி, எளிதாக இருந்தாலும் சரி, அதைச் செய்து முடிப்பவன் எவனோ, அவன்தான் பிறவிகளில் மேம்பட்டவன். உதவி செய்தவனுக்கு, தான் செய்ய வேண்டிய கடமையைச் செய்யாதவன், உயிர் இழந்து பிணமாகும் போது, நாய் நரிகள் கூட அவன் உடலைத் தீண்டாது. என் வில்லினுடைய மகிமையை நேரில் காண சுக்ரீவன் விரும்புகிறான் போலும். நான் நாணேற்றும் ஓசையை அவன் கேட்க

நினைக்கிறான் போலும். சிற்றின்பத்தில் பொழுதைக் கழித்துக் கொண்டு, நான்கு மாதங்கள் கழிந்ததைப் பற்றி கவலை இல்லாமல் அவன் இருக்கிறான். எப்படி வாலி என்னால் கொல்லப்பட்டானோ, அதே கதி சுக்ரீவனுக்கும் நேராமல் இருக்கட்டும். வாலி ஒருவனை மட்டும் அன்று கொன்றேன். சொன்ன சொல்லிலிருந்து, தவறிய சுக்ரீவனையோ சுற்றத்தாரோடு சேர்த்துக் கொல்வேன்.'

இவ்வாறு சுக்ரீவனுக்குத் தெரிவிக்க வேண்டிய செய்தியை லக்ஷ்மணனிடம் கூறிவிட்டு, ராமர் மேலும் ''லக்ஷ்மணா! காலம் ஏற்கெனவே கனிந்து விட்டது என்பதை எடுத்துச் சொல்லி, வாலியை மேலுலகில் நேரில் பார்க்கும் கதியை சுக்ரீவன் அடைய வேண்டாம் என்பதை அவனுக்கு எடுத்துச் சொல்'' என்று சொல்லி முடித்தார்.

அளவு கடந்த கோபம் கொண்டவராக ராமரைப் பார்த்த லக்ஷ்மணனுக்கும் கோபம் பொங்கி வந்தது. ''அந்த சுக்ரீவன் ஆட்சியை அனுபவிக்கப் போவதில்லை. அதனால்தான் அவனுடைய புத்தி நல்ல வழியில் செல்லாமல் இருக்கிறது. இப்பொழுதே சென்று சுக்ரீவனைக் கொன்று விடுகிறேன். வாலியின் மகன் அங்கதன் மற்ற வானரர்களோடு சேர்ந்து, ஸீதையைத் தேடுவதில் முனையட்டும்.''

இவ்வாறு அவன் கூறியபோது, ராமரின் கோபமே கூட தணிந்து விட்டது. ''லக்ஷ்மணா! இந்தக் கோபம் தகாது'' என்று கூறிவிட்டு, அவர் மேலும் தொடர்ந்தார். ''பெருந்தன்மையை கைக் கொள்பவன்தான் உண்மையான வீரன். சுக்ரீவனிடம் நீ செல். ஆனால் அவன் மனதைப் புண்படுத்தும் வகையில் பேசாதே! சமாதானமாகவே பேசு'' என்று மனம் சாந்தமடைந்த நிலையில் அவர் கூறினார்.

லக்ஷ்மணனோ தனது கோபம் தணியாமலே, கிஷ்கிந்தைக்குப் புறப்பட்டான்.

4. கிஷ்கிந்தா காண்டம்

அத்தியாயம் 11

லக்ஷ்மணனின் கோபம்

> லக்ஷ்மணன் பெரும் கோபத்துடன் கிஷ்கிந்தையை வந்து அடைவது; சிற்றின்பத்தில் ஈடுபட்டுவிட்ட சுக்ரீவன், பயந்து போய் லக்ஷ்மணனை சமாதானம் செய்ய தாரையை அனுப்புவது; லக்ஷ்மணனிடம் தாரையின் பக்குவமான பேச்சு; சுக்ரீவனின் மீது கோபத்தோடு லக்ஷ்மணன் அவளுக்கு பதில் கூறுவது; தாரையின் அழைப்பை ஏற்று அரண்மனைக்குள் சென்று சுக்ரீவனைப் பார்க்கிற லக்ஷ்மணன், பெரும் கோபத்துடன் அவனைப் பார்த்துப் பேசுவது...

கிஷ்கிந்தை நகரத்தை நோக்கி, லக்ஷ்மணன் வந்த வேகத்தையும், அவனுடைய கோபத்தையும் கண்ட பல வானரர்கள், ஓடிச்சென்று சுக்ரீவனுக்குச் செய்தி தெரிவித்தார்கள். ஆனால், தாரையுடன் கூடி மகிழ்ந்து கொண்டிருந்த சுக்ரீவன், இந்த வானரர்களின் சொல்லைக் காதில் வாங்கிக் கொள்ளவில்லை.

(வாலியின் மறைவுக்குப் பிறகு சுக்ரீவன் தனது மனைவி ருமையை மட்டுமல்லாமல், வாலியின் மனைவி தாரையையும் அடைந்து விட்டான். சுக்ரீவனின் மனைவியை வாலி அபகரித்தது பெரும் குற்றமாகக் கூறப்பட்டது; ஆனால் வாலியின் மனைவி தாரையை, சுக்ரீவன் அடைந்தது ஒரு சாதாரண நிகழ்ச்சியாகக் கூறப்பட்டு விடுகிறது. இதற்கு ஒரு காரணமுண்டு. சுக்ரீவன்

உயிருடன் இருக்கும்போதே அவன் மனைவி ருமையை வாலி பலவந்தமாக அபகரித்தான்; ஆகையால் அது குற்றமாகியது. வாலி மறைந்த பிறகு, தாரை சுக்ரீவனோடு வாழத் தொடங்கினாள். 'கணவன் காணாமற் போய் பல வருடங்களாகி, அவனைப் பற்றி ஒரு தகவலும் இல்லாமற் போனாலோ – கணவன் இறந்து விட்டாலோ – அவனுடைய மனைவிக்கு வேறு ஒருவனோடு வாழ்கிற உரிமை வந்து சேருகிறது' என்று சில நூல்களில் கூறப்படுகிற வழிமுறையை வானரர்கள் ஏற்றனர் என்பதைத்தான் இதிலிருந்து தெரிந்து கொள்ள வேண்டும்.)

லக்ஷ்மணன் கோபத்தோடு வந்திருக்கிறான் என்ற செய்தியைக் கேள்வியுற்ற சுக்ரீவனுடைய மந்திரிகள் ஆணையிட, பல வானர வீரர்கள் நகரத்திலிருந்து கிளம்பி, லக்ஷ்மணனை – எதிர்கொள் வதற்காகச் சென்றார்கள். ஆயுதங்களை ஏந்திய அவர்களைக் கண்டதும் லக்ஷ்மணனின் கோபம் மேலும் கூடியது. கோட்டை வாயில்களைக் காப்பதில் முனைந்திருந்த அங்கதனைக் கோபத்தால் சிவந்து விட்ட தன் கண்களால் பார்த்த லக்ஷ்மணன், ''என் வரவு சுக்ரீவனுக்கு இவ்வாறு தெரிவிக்கப்படட்டும். 'ராமரின் தம்பியும், எதிரிகளைப் பொசுக்கி விடுபவருமாகிய லக்ஷ்மணன், உமது வாசலில் காத்து நிற்கிறார். நல்லது நடக்க வேண்டுமெனில் நல்லது செய்யப்படட்டும்.' இவ்வாறு சுக்ரீவனிடம் சொல்லி, திரும்பி வா!''

இப்படி லக்ஷ்மணனால் கூறப்பட்ட அங்கதன், சுக்ரீவனிடம் சென்று செய்தியைக் கூறினான். குடிபோதையில் ஆழ்ந்து, சிற்றின்பத்தில் ஈடுபட்டுக் கொண்டிருந்த சுக்ரீவன், அப்பொழுது வானரர்கள் எழுப்பிய சப்தத்தினால் உணர்வு திரும்பியவனானான். அங்கதனைத் தவிர வேறு இரண்டு அமைச்சர்கள் சுக்ரீவனுக்கு மீண்டும் செய்தியைத் தெரிவித்தார்கள். அப்போது ஹனுமான், சுக்ரீவனைப் பார்த்துப் பேசத் தொடங்கினார். ''ராமரும், லக்ஷ்மணனும் நமக்கு இந்த ஆட்சியைத் தந்தவர்கள். அந்த சகோதரர்களில் ஒருவராகிய லக்ஷ்மணர், நமது வாயிலில் வில்லும் கையுமாக நிற்கிறார். வானரர்கள் நடுங்கி நிற்கிறார்கள். கோபத்தால் எரிகிற தன் கண்களாலேயே அவர் வானரர்களைப் பொசுக்கி

விடுவார் போலிருக்கிறது. விரைந்து சென்று அவரை வணங்கி நின்று, அவருடைய கோபத்தைத் தணியுங்கள். ராமருக்குக் கொடுத்த வார்த்தையை நிறைவேற்றுங்கள்.''

இப்படி ஹனுமான் கூறியவுடன், சுக்ரீவன் சுய நினைவு பெற்றவனாகி, தனது இருக்கையை விட்டு எழுந்து, அரசு காரியங்களில் நிபுணர்களாகிய, தனது அமைச்சர்களைப் பார்த்து, ''நான் ஒன்றும் தவறாக நடக்கவில்லையே! லக்ஷ்மணர் ஏன் கோபமுற்று இருக்கிறார் என்பது புரியவில்லையே? எனக்கு தீங்கு நினைப்பவர்கள் யாரோ, என்னிடம் இல்லாத குற்றங்களையெல்லாம் லக்ஷ்மணரிடம் கூறி இருக்கிறார் போலிருக்கிறது. நட்பை அடைவது சுலபம்; அதைக் காப்பாற்றிக் கொள்வது கடினம். மனங்களின் சஞ்சலத்தன்மையினால் அற்ப காரணங்களுக்காகக் கூட நட்புகள் குலைந்து விடுகின்றன. ஆகையால்தான் நான் அஞ்சுகிறேன். ராமர் செய்த உதவிக்கு ஏற்ற கைமாறு செய்ய என்னால் இயலுமா என்ன? அப்படியிருக்க நான் ஏன் அந்த நட்பைப் புறக்கணிக்கிறேன்?'' என்று கூறினான்.

ஹனுமான் அவனுக்கு பதில் சொன்னார் : ''ராமர் செய்த உதவியை நீங்கள் மறக்கவில்லை என்பது வியப்புக்குரிய விஷயமல்ல. உமக்காகவே வாலி அவரால் கொல்லப்பட்டார். இங்கே லக்ஷ்மணரை அனுப்பியுள்ள ராமருக்கு, நட்பு எனும் உரிமை காரணமாகத்தான் கோபம் வந்திருக்கிறது. உங்களுடைய அஜாக்கிரதையின் காரணமாக, மழைக்காலம் முடிந்து விட்டது என்பதை நீங்கள் உணராமல் இருக்கிறீர்கள். உங்கள் முயற்சியைத் தொடங்க வேண்டிய காலம் வந்தும், நீங்கள் ஏதும் செய்யாமல் இருப்பதால்தான், லக்ஷ்மணர் இங்கே கோபத்துடன் வந்திருக்கிறார். ஆகையால், ராமரிடமிருந்து செய்தி கொண்டு வந்திருக்கிற அவர் பேசக்கூடிய கடுமையான வார்த்தைகளை பொறுத்துக் கொள்ள நீங்கள் கடமைப்பட்டிருக்கிறீர்கள். லக்ஷ்மணரிடம் கை கூப்பி நிற்பதுதான் உமக்கு இந்த நேரத்தில் நன்மை பயக்கக் கூடியது. ராமருக்குக் கோபம் வந்தால் வில்லை கையில் ஏந்தி, தேவர்கள், அசுரர்கள், கந்தர்வர்கள் எல்லோரையும் தன் வசத்தில் நிறுத்த அவரால் முடியும். உங்களைச்

சார்ந்தவர்களோடு அவருடைய ஆளுகைக்கு உட்பட்டு நிற்பதுதான் உங்களுக்கு நல்லது.''

இதன் பின்னர் சுக்ரீவனால் அனுப்பப்பட்ட அங்கதன் சென்று லக்ஷ்மணனை வரவேற்க, லக்ஷ்மணன் நகரினுள் நுழைந்தான். வானரர்கள் இருபுறமும் நின்று அவனுக்கு மரியாதை செலுத்தினர். மாளிகைகள் பல நிறைந்ததாகவும், கடைத்தெருக்கள் உள்ள தாகவும், நன்கு பூத்த மரங்கள் காணப்படுவதாகவும், அழகுற்று விளங்கிய அந்த நகரை லக்ஷ்மணன் கண்டான். இந்திரனது மாளிகை போல் இருந்த சுக்ரீவனின் அரண்மனைக்குள் லக்ஷ்மணன் நுழைந்தான். அந்தப்புரத்திலிருந்து வீணை இசை கேட்டது. அழகுற்று விளங்கிய பல வானரப் பெண்மணிகள் அங்கே காணப்பட்டனர். சுக்ரீவனுடைய அடிமைகள் கூட, நல்ல ஆடை ஆபரணங்களை அணிந்திருந்தார்கள். பெண்கள் அணிந்திருந்த சிலம்புகளின் ஓசையும், நகைகள் உராய்வதால் ஏற்பட்ட சப்தமும் லக்ஷ்மணனை கூச்சமடையச் செய்தன. இதனால் வெறுப்புற்ற அவன், ஒருவருமில்லாத ஒரு தனி இடத்தை அங்கே அடைந்து, தனது வில்லின் நாணோசையை எழுப்பினான். அந்த சப்தம் சுக்ரீவனின் காதுகளில் விழ, அவன் லக்ஷ்மணன் வந்து விட்டான் என்பதை அறிந்து, கவலையுற்று, தாரையைப் பார்த்து, ''இளகிய மனம் கொண்ட லக்ஷ்மணர் இவ்வளவு கோபத்தோடு வந்திருக்கும் காரணம் என்ன?'' என்று கேட்டு விட்டு மேலும் தொடர்ந்தான்.

''அவருக்கு விருப்பம் இல்லாத ஏதாவது காரியத்தை நான் செய்திருப்பேன் என்று நினைக்கிறாயா? உனது நுண்ணறிவைக் கொண்டு எனக்கு பதில் சொல். இப்பொழுது முதலில் நீ சென்று அவரைப் பார்ப்பதுதான் நல்லது என்று எனக்குத் தோன்றுகிறது. அவர் உன்னிடம் கோபத்தைக் காட்ட மாட்டார். ஏனென்றால், பெரிய மனிதர்கள் பெண்களின் மனம் நோகும்படி நடந்து கொள்ள மாட்டார்கள். எதிரிகளைப் பொசுக்கும் லக்ஷ்மணரின் கோபத்தை, உன்னுடைய சாந்தமான பேச்சினால் நீ தணித்த பிறகு, நான் அவரை சந்திக்கிறேன்.''

தாரையும் கூட குடி மயக்கத்தில் இருந்ததால், அவளுடைய இடுப்பில் இருந்து ஒட்டியாணம் நழுவி இருந்தது; கண்கள் ஓரளவு

சொருகி இருந்தன; இந்த கோலத்தில் அவள் தள்ளாடி நடந்து, லக்ஷ்மணன் இருக்கும் இடத்தை அடைந்தாள். இப்படி தாரை தன்னை நோக்கி வந்தபோது, லக்ஷ்மணன் தலை குனிந்து நின்றான். பெண் என்பதால் தனக்கு கிடைத்த உரிமையைப் பயன்படுத்திக் கொண்டு, தாரை லக்ஷ்மணனைப் பார்த்து பேசத் தொடங்கினாள்.

''அரச குமாரனே! உங்களுடைய கோபத்திற்கு என்ன காரணம்? உங்கள் கட்டளையை எவனாவது மீறுகிறானா? காட்டுத் தீயை சீண்டுவதுபோல், உங்களைச் சீண்ட எவனுக்குத் துணிவு வந்திருக்கிறது'' என்று தாரை பணிவுடன் கேட்டாள்.

பக்குவமான அவள் பேச்சைக் கேட்டு, லக்ஷ்மணன், ''கணவனுக்கு நன்மை செய்ய விரும்புகிற பெண்மணியே, கேள்! உன் கணவன் சிற்றின்பத்தில் ஈடுபட்டு தர்மத்தை மறந்து விட்டான். ராஜ்யத்தை அடைந்து விட்டதால், எங்களைப் பற்றிய நினைப்பு அவனுக்குப் போய் விட்டது. தன்னைச் சார்ந்தவர்களோடு சேர்ந்து குடிப்பதிலேயே அவன் காலம் கழித்து வருகிறான். அறத்தினால் ஏற்படும் நன்மைகளை, குடிப்பதால் அடைய முடியும் என்று எங்கு சொல்லியிருக்கிறது? குடிப்பதால் பொருள் அழிகிறது; அறம் அழிகிறது; இறுதியில் இன்பமும் அழிகிறது. பெற்ற உதவிக்கு உற்ற கைமாறைச் செய்யாதவனும் அழிவையே அடைவான். சொன்ன சொல் தவறாதவனும், நண்பனுக்கு ஆற்ற வேண்டிய உதவியைச் செய்பவனும் போற்றத்தக்கவர்கள். சுக்ரீவனிடம் இந்த குணம் இல்லை. நீ செயல்களின் தன்மையைப் புரிந்த பெண்மணி. இந்தச் சூழ்நிலையில் நாங்கள் எப்படி நடந்து கொள்ள வேண்டும் என்று நீயே சொல்வாயாக!'' என்று அவளைப் பார்த்துக் கூறினான்.

''வீரரே! தன்னைச் சார்ந்தவர்களிடத்தில் அதிகக் கோபம் அடையத்தக்கதில்லை. உங்களுடைய காரியத்தில் உண்மையான அக்கறையுள்ள சுக்ரீவரின் குற்றத்தை நீங்கள் பொறுத்துக் கொள்ள வேண்டும். சிறந்த குணங்களையுடைய ஒருவன், சாதாரணமான வரிடம் கோபத்தைக் காட்டலாமா? உங்கள் காரியம் கவனிக்கப் படாமல் இருப்பதை நான் அறிவேன்; நீங்கள் சுக்ரீவருக்கு ஆற்றிய உதவியையும் நான் அறிவேன்; என்ன கைமாறு செய்யப்பட வேண்டுமோ, அதையும் நான் அறிவேன். அதே சமயத்தில் உடல்

இன்பம் அடக்க முடியாதது என்பதும் எனக்குத் தெரியும். சுக்ரீவர் அப்படிப்பட்ட இன்பத்தில் ஆழ்ந்து கிடப்பதையும் நான் புரிந்து கொண்டிருக்கிறேன். சிற்றின்பத்தில் உங்களுக்கு அனுபவம் இல்லை. அதனால்தான் அதனுடைய பற்றி இழுக்கும் சக்தியை உங்களால் புரிந்து கொள்ள முடியவில்லை. சிற்றின்பத்தினால் கவரப்பட்டவன் காலம், நேரம், இடம் ஆகியவற்றைப் பற்றிக் கவலைப்பட மாட்டான்; அறம், பொருள் ஆகியவற்றையும் நினைக்க மாட்டான். ஆகையால் என் பக்கத்தில் இருந்து கொண்டு, காம வெறியினால் தன்னை மறந்து விட்ட சுக்ரீவரை மன்னித்து அருளுங்கள். தர்மத்திலும், தவத்திலும், ஈடுபட்டிருக்கும் மஹரிஷிகள் கூட, காமத்தினால் இழுக்கப்பட்டு தவறி இருக்கிறார்கள். வானரர்களோ பிறவியிலேயே நிலை இல்லாத மனம் கொண்டவர்கள். அப்படியிருக்க, வானரர் தலைவன் சிற்றின்பத்தில் மூழ்கி விடுவது புரிந்து கொள்ளக் கூடியதே அல்லவா?''

இவ்வாறெல்லாம் பேசிய தாரை, இறுதியில் லக்ஷ்மணனைப் பார்த்து, ''மனிதர்களில் மேம்பட்டவரே! ராமருக்குச் செய்ய வேண்டிய காரியத்தை முடிக்கிற வகையில் ஏற்கெனவே சுக்ரீவர் ஆணைகளைப் பிறப்பித்து விட்டார். பல மலைப் பிரதேசங்களில் வசிக்கிற, நினைத்த உருவம் எடுக்கும் திறனுடைய வீரர்களான வானரர்கள் இங்கு வந்து குவிய இருக்கிறார்கள்'' என்று சொன்னாள். பின்னர், தலை குனிந்தே நின்று கொண்டிருந்த லக்ஷ்மணனைப் பார்த்து தாரை, ''நட்பு முறை இருக்கும்போது பிறர் மனைவியைப் பார்ப்பது குற்றமாகாது. ஆகையால் நல்லொழுக்கத்தைக் கடைப்பிடிக்கும் நீங்கள், ஒரு தவறுக்கும் ஆளாகாமல் என்னைப் பின் தொடரலாம். உள்ளே வாருங்கள்'' என்று அழைத்தாள்.

தாரையின் அழைப்பை ஏற்ற லக்ஷ்மணன், அவளைப் பின் தொடர்ந்து சுக்ரீவனின் அரண்மனைக்குள் நுழைந்தான். அங்கே அழகிய ஆபரணங்களால் அலங்கரிக்கப்பட்ட சுக்ரீவன், சிறந்த ஆடைகளை அணிந்து, வானர பெண்மணிகளால் சூழப்பட்டு, தங்கத்தினால் செய்யப்பட்ட பீடத்தில் அமர்ந்து, ருமையை இறுகத்

கிஷ்கிந்தா காண்டம்

தழுவிய நிலையில் இருந்தான். இதைக் கண்ட லக்ஷ்மணனுக்கு முன்னிலும் அதிகமான கோபம் உண்டாகியது. எமனை நிகர்த்த தோற்றத்தோடு, லக்ஷ்மணன், சுக்ரீவனை எரித்து விடுபவன் போல் பார்த்தான். அவனைக் கண்டு சுக்ரீவன் நடுக்கம் கொண்டு, தன்னுடைய இருக்கையை விட்டு எழுந்து நிற்க, அவனுடைய மனைவிமார்கள் பயத்துடன் அவனைச் சூழ்ந்து நின்றார்கள். மிதமிஞ்சிய குடியினால் சிவந்த கண்களைக் கொண்டவனாக விளங்கிய சுக்ரீவன், கை கூப்பி நிற்க, லக்ஷ்மணன், கோபத்துடன் அவனைப் பார்த்துப் பேசத் தொடங்கினான்.

"புலன்களை வென்றவனும், செய்நன்றி உள்ளவனும், உண்மையையே பேசுகிறவனுமாகிய அரசன் உலகோரால் கொண்டாடப்படுகிறான். உதவி புரிந்த நண்பர்களுக்குக் கொடுத்த வாக்கைக் காப்பாற்றாத மன்னனைக் காட்டிலும் கொடியவன் இல்லை. ஒரு குதிரையை தானம் செய்கிற விஷயத்தில் பொய் சொல்பவன் நூறு குதிரைகளைக் கொன்றவனாகிறான்; ஒரு பசுவை தானம் செய்கிற விஷயத்தில் பொய் சொல்கிறவன், நூறு பசுக்களைக் கொன்றவனாகிறான்; ஒரு மனிதனுக்குச் செய்த வாக்கு தானத்தைப் பொய்யாக்குகிறவனோ, தன் குலத்தையும் கொன்று, தானும் தற்கொலை செய்து கொண்டவனாகிறான். செய்நன்றி கொன்றவன், அவனைக் காண்பவர் யாராயினும் அவரால் கொல்லத்தக்கவன். இது விஷயமாக பிரம்ம தேவன் கூறியுள்ளதை உனக்கு நினைவுபடுத்துகிறேன். 'பிராமணனைக் கொன்றவன், கள்ளுண்டவன், திருடன், விரதம் தவறியவன் ஆகியோருக்கு பிராயச்சித்தம் உண்டு. ஆனால் செய்நன்றி கொன்றவனுக்கு பிராயச்சித்தம் என்பது கிடையாது. சுக்ரீவா! வானரனே! நீ செய்நன்றி கொன்றவன். ஆகையால் நீ மரியாதைக்குரியவன் அல்ல. ராமரால் ராஜ்யம் பெற்ற நீ, அந்த உதவியை மனதாலும் நினைக்காததால், அவரால் கொல்லப்பட்டு, வாலியைக் காண்பாய்.''

சினத்தால் ஜொலிக்கிற முகத்துடன் லக்ஷ்மணன் இவ்வாறு பேசி முடித்தவுடன், சுக்ரீவன் பயந்து ஸ்தம்பித்து இருந்தபோது, தாரை பேசத் தொடங்கினாள்.

4. கிஷ்கிந்தா காண்டம்

அத்தியாயம் 12

வானரர் படைகள் புறப்பட்டன

சுக்ரீவன் சார்பாக, தாரை மீண்டும் லக்ஷ்மணனிடம் பேசுவது; சுக்ரீவனும் தனது விசுவாசத்தை எடுத்துக் கூறுவது; லக்ஷ்மணனுடன் புறப்பட்டு சுக்ரீவனும், வானரர் படையும் ராமரை சந்திப்பது; நான்கு திசை களிலும் சென்று, ஸீதையைத் தேடும் பொறுப்பை வானரர் படைத் தலைவர்களிடம் சுக்ரீவன் ஒப்படைப்பது; தென்திசை செல்லும் ஹனுமானை சுக்ரீவன் முக்கிய மாக நம்புவது; ஹனுமானின் வீரத்தையும், அறிவுத் திறனையும் அவன் பாராட்டுவது; ராமர், ஹனுமானிடம் தனது மோதிரத்தைக் கொடுப்பது. வானரப் படைகள் புறப்பட்டுச் சென்ற பிறகு சுக்ரீவனிடம், சிறந்த பூகோள அறிவை அவன் எப்படிப் பெற்றான் என்று ராமர், கேட்பது; வாலிக்கு பயந்து பூமியின் பல மூலைகளிலும் சுற்றியதால், தனக்கு இந்த அறிவு கிடைத்ததாக சுக்ரீவன் கூறுவது; வானரப் படைகள் நாற்றிசையிலும் சென்று, ஒரு மாத காலம் கழிவது.

நெருங்கியவர்களைப் பொசுக்கி விடும் அக்னி போல் பிரகாசித்துக் கொண்டிருந்த லக்ஷ்மணனைப் பார்த்து, குளுமை நிறைந்த சந்திரனையொத்த தோற்றமுடைய தாரை, பணிவுடன் பேசத் தொடங்கினாள்: ''வானரர்களின் தலைவராகிய சுக்ரீவரிடம் நீங்கள் இம்மாதிரி பேசுவது கூடாது. அவர் நன்றி மறப்பவரும் அல்ல, சொன்ன

வார்த்தை தவறுபவரும் அல்ல. தனக்கு ராமர் செய்த பெரும் உதவியை அவர் நினைவிலிருந்து அகற்றி விடவும் இல்லை. ராமரால்தான் இந்த ராஜ்யத்தையும், ருமையையும், என்னையும் கூட அடைய முடிந்தது என்பதை சுக்ரீவர் நன்றாகவே உணர்ந்திருக்கிறார். ஆனால், முன்பு நிம்மதியாக உறங்கவும் கூட முடியாத நிலையிலிருந்த சுக்ரீவர், இப்பொழுது எல்லா நன்மைகளையும் ஒரே சமயத்தில் அடைந்தவுடன், காலம் உருண்டோடிக் கொண்டிருப்பதைக் கூட கவனிக்காமல் இருந்து விட்டார். பெரும் மஹரிஷிகளுக்குக் கூட இந்த மாதிரி நிலைமை ஏற்பட்டிருக்கிறது. அப்படியிருக்க, சுக்ரீவரைப் போன்ற தபஸ்வி அல்லாத சாதாரணமான ஒருவருக்கு இப்பேற்பட்ட நிலை தோன்றுவது புரிந்து கொள்ளக் கூடியதே அல்லவா?

''உங்களைப் போன்ற மேன்மையான குணம் பொருந்திய மனிதர்கள், எளிதில் கோபத்திற்கு ஆளாகி விடக்கூடாது. இலங்கையில் லட்சக்கணக்கான அரக்கர்கள் இருப்பதாகவும், அவர்கள் எல்லாம் மிகவும் பலம் வாய்ந்தவர்கள் என்றும், நினைத்த உருவத்தை எடுக்கும் சக்தி படைத்தவர்கள் என்றும், வாலியின் மூலமாக நான் அறிந்திருக்கிறேன். அந்த அரக்கர்களை வீழ்த்தாமல் ராவணனை வெல்ல முடியாது. ஆகையால்தான் ஒரு சிறந்த வானரர் படையை திரட்டுவதில் சுக்ரீவர் முனைந்திருக்கிறார். அந்த வானரர் படை இங்கு வந்து சேர்ந்தவுடன், ஸீதையைத் தேடும் காரியம் தொடங்கப்பட்டு விடும். படை வந்து சேர்வதற்காகத்தான் சுக்ரீவர் காத்திருக்கிறார். ஆகையால் உங்களுடைய கோபத்தைத் தணித்துக் கொள்ளுங்கள்.''

இவ்வாறு தாரை சொன்னதைக் கேட்ட லக்ஷ்மணன், அந்தப் பேச்சை ஏற்கிற வகையில் தலையசைப்பதைப் பார்த்த சுக்ரீவனுக்கு ஓரளவு தைரியம் வந்தது. அவன் லக்ஷ்மணனைப் பார்த்துப் பேசத் தொடங்கினான். ''பெயர், புகழ், ராஜ்யம், மனநிறைவு எல்லாவற்றையும் ராமரால்தான் நான் பெற்றேன். இந்தப் பேருதவிக்கு உரிய கைம்மாறு செய்ய என்னால் இயலாது என்றாலும், ஸீதையைத் தேடுவதிலும், மீட்பதிலும் ராமருக்கு நான் உற்ற துணையாக இருப்பேன். தன்னுடைய வில்லிலே நாண்

ஏற்றுகிற போதே, உலகங்களை நடுங்கச் செய்கிற ராமருக்கு, என்னுடைய உதவி ஒரு பொருட்டே அல்லதான். ஆனாலும் கூட ராவணனை வீழ்த்த அவர் புறப்படும்போது, அவருக்கு முன்னால் நான் செல்வேன். நான் உங்களுடைய பணியாள். நம்மிடையே ஏற்பட்ட அன்பும் நட்பும் அளித்துவிட்ட தைரியத்தின் காரணமாக, நான் ஏதாவது தவறு செய்திருந்தால் அதை மன்னித்து விடுங்கள்.''

''சுக்ரீவா! உன்னுடைய உதவியுடன் ராமர், தன்னுடைய எதிரிகளை போர்க்களத்தில் வீழ்த்துவார் என்பதில் சந்தேகமில்லை. நன்மை, தீமைகளை அறிந்த நீ இப்போது பேசிய வார்த்தைகள், ஏற்கத் தக்கவையாக இருக்கின்றன. இப்போதே என்னுடன் வந்து ராமரைச் சந்தித்து என்னிடம் சொன்ன உறுதிமொழிகளை அவரிடம் சொல். அவர் அனுபவிக்கும் துன்பத்தை சகிக்க முடியாமல்தான், நான் உன்னிடம் கோபமாகப் பேசிவிட்டேன். அதற்காக என்னை மன்னித்து விடு'' என்று லக்ஷ்மணன் சொன்னான்.

இதையடுத்து ஹனுமானிடம், சுக்ரீவன் வானரப் படைகளை குவிப்பதற்கான உத்திரவுகளை மேலும் பிறப்பித்தான். ஏற்கெனவே அவன் உத்திரவின்படி வந்து சேர்ந்து கொண்டிருந்த வானரர் கூட்டத்தோடு மேலும் பெரும் கூட்டங்களும் வந்து சேர்ந்தன. இப்படி வானரர்ப் படை குவிந்து கொண்டிருந்த நிலையில் சுக்ரீவனின் ஆணைப்படி அவனுடைய சிறந்த பல்லக்கு கொண்டு வரப்பட, அதில் அவனும் லக்ஷ்மணனும் ஏறி அமர்ந்து கொள்ள, அவர்கள் பெரும் வானரப் படையினால் பின் தொடரப்பட்டு, ராமர் இருக்கும் இடத்தைச் சென்று அடைந்தார்கள்.

படைகளோடு வந்து தன் காலில் விழுந்து வணங்கி நின்ற சுக்ரீவனை ராமர் கட்டியணைத்துக் கொண்டார். ''அறம், பொருள், இன்பம் ஆகிய மூன்றையும் அது அதற்கு உரிய காலத்தில் முறையாக அனுபவிப்பவனே அரசனாவான். அறம், பொருள் ஆகிய இரண்டையும் மறந்து இன்பத்திலேயே ஊறித் திளைத்திருக்கும் அரசன் வீழ்ச்சியடைகிறான். சுக்ரீவா! இப்போது முயற்சிக்கான நேரம் வந்துவிட்டது'' என்று அவர், சுக்ரீவனைப் பார்த்துச் சொன்னார்.

வா.ரா.1 – 42

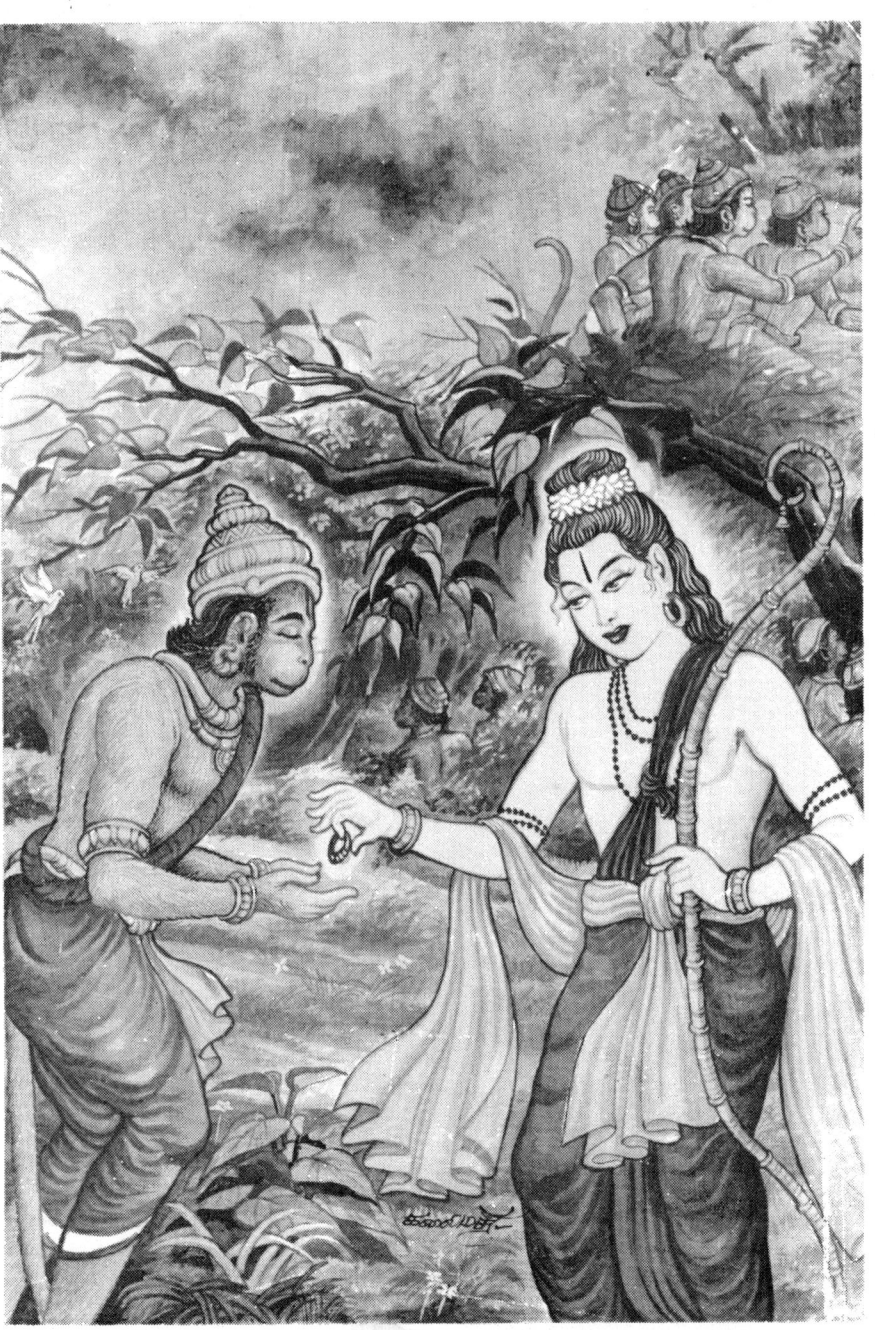

"நான் இழந்த சிறப்புகளையெல்லாம் உங்கள் உதவியால் பெற்றேன். நன்றி மறப்பவன் எல்லா ஜீவராசிகளுக்கும் அவமானத்தைத் தருபவன் ஆகிறான். நான் அப்படிப்பட்டவன் அல்ல. உங்களுடைய பணியைச் செய்ய இந்த வானரர் படை காத்திருக்கிறது" என்று கூறி, சுக்ரீவன் வணங்கி நின்றான்.

"சுக்ரீவா! உன் உதவியுடன் போரில் என் எதிரிகளை வீழ்த்துவேன் என்பதில் எனக்கு சந்தேகம் இல்லை" என்று ராமர், மனம் மகிழ்ந்து கூறினார்.

இதற்கிடையில் வானரப் படைகள் மேலும் வந்து குவிந்தன. தாரையின் தந்தை ஸுஷேனன், சதபலி, ருமையின் தந்தை தாரன், ஹனுமானின் தந்தை கேசரி, கவாக்ஷன், தூம்ரன், பனஸன், தரீமுகன், கவயன், மைந்தன், த்விவிதன்... போன்றவர்களின் தலைமையில், சூரிய ஒளியையே மறைக்கக் கூடிய புழுதியை எழுப்பியவாறு வானரர்கள் வெள்ளமென வந்து சேர்ந்தார்கள்.

அவர்களையெல்லாம் ராமருக்குச் சுட்டிக் காட்டிய சுக்ரீவன், "இவர்கள் எல்லாம் களைப்பை வென்றவர்கள். அரக்கர்களை யொத்த பலம் வாய்ந்தவர்கள். வெற்றியடையாமல் போர்க் களத்தை விட்டு விலகாதவர்கள். என்ன காரியத்திற்காக இங்கு வந்திருக்கிறோம் என்பது அவர்கள் அறிந்த விஷயமாக இருந்தாலும் கூட, உங்கள் உத்திரவை எதிர்நோக்கி அவர்கள் காத்திருக் கிறார்கள்" என்று சுக்ரீவன் சொன்னான்.

ராமர், எல்லோரையும் பார்த்து பேசத் தொடங்கினார்: "ஸீதை உயிரோடு இருக்கிறாளா இல்லையா என்பது அறியப்படட்டும். ராவணன் எங்கே கொண்டு போய் அவளை வைத்திருக்கிறான் என்பதும் அறியப்படட்டும். ராவணனுடைய இருப்பிடமும், ஸீதை வைக்கப்பட்டிருக்கிற இடமும் கண்டுபிடிக்கப்பட்டு விட்டால், அதன் பிறகு நாம் என்ன செய்ய வேண்டும் என்பதை ஆலோசித்து முறையாக முயற்சியில் இறங்குவோம்" என்று கூறிய ராமர், இதற்குத் தேவையான உத்திரவுகளைப் பிறப்பிக்குமாறு சுக்ரீவனையே கேட்டுக் கொண்டார்.

இதையடுத்து சுக்ரீவன், வினதன் என்ற படைத் தலைவனை அழைத்து கிழக்குப் பிரதேசத்தில் பல இடங்களைக் குறிப்பிட்டு,

கிஷ்கிந்தா காண்டம்

அங்கெல்லாம் சென்று ஸீதையைப் பற்றிய தடயங்கள் கிடைக்கிறதா என்று பார்த்து விட்டு, ஒரே மாதத்தில் திரும்புமாறு கட்டளையிட்டு, அந்தக் கட்டளையை மீறுபவர்களுக்கு மரண தண்டனை என்றும் அறிவித்தான்.

இதே போல தெற்குப் பிரதேசத்திற்கு ஹனுமான், நீலன், அங்கதன் ஆகியோரை படைகளோடு செல்லுமாறு பணித்த சுக்ரீவன், மேற்கு பகுதியில் தேடுவதற்கு ஸுஷேணனையும், வடக்கில் தேடுவதற்கு சதபலியையும் நியமித்தான். இப்படி நான்கு திசைகளிலும் தேடுவதற்கு பலருக்கு உத்தரவிட்ட போதிலும் கூட, சுக்ரீவன் எடுத்த காரியத்தை வெற்றிகரமாக முடிப்பதற்கு, ஹனுமானையே நம்பினான்.

"பூமியிலோ, ஆகாயத்திலோ, நீர் நிலைகளிலோ, எந்தத் தடையுமில்லாமல் செல்லக் கூடியவன் நீ. கந்தர்வர்கள், நாகர்கள், மனிதர்கள், மட்டுமல்லாமல் தேவர்கள் வசிக்கும் இடங்களைக் கூட நீ நன்கு அறிவாய். உன் தந்தை வாயுவின் வேகத்தை அப்படியே பெற்றிருப்பவன் நீ, உன் பலத்திற்கு நிகரான பலத்தைப் படைத்தவன் வேறு ஒருவன் இந்த உலகத்தில் இல்லை. பலம், புத்தி, மன உறுதி ஆகிய எல்லா குணங்களையும் கொண்ட நீ, கால நேரம் அறிந்து காரியம் செய்பவனாகவும், அரசு காரியங்களை அறிந்தவனாகவும் இருக்கிறாய். ஆகையால் ஸீதையைத் தேடும் விஷயத்தில் உன்னைத்தான் நான் முழுமையாக நம்புகிறேன். அதில் முனைவாயாக" என்று அவன் ஹனுமானைப் பார்த்துச் சொன்னான்.

காரியம் வெற்றி அடைவதற்கு சுக்ரீவன், ஹனுமானையே மிகவும் நம்பியிருக்கிறான் என்பதைப் பார்த்த ராமருக்கும், அதே எண்ணம் தோன்றியதால், மனநிறைவுடன் அவர் தன் பெயர் பொறித்த தனது மோதிரத்தைக் கழற்றி, அதை ஹனுமானிடம் கொடுத்து, "இந்த மோதிரத்தைப் பார்த்தால், ஸீதை உடனே நீ என்னால் அனுப்பப்பட்டிருக்கிறாய் என்பதைப் புரிந்து கொள்வாள். உன்னுடைய மன உறுதியும், சக்தியும், சுக்ரீவன் உன் மீது வைத்திருக்கும் நம்பிக்கையும் - நாம் எடுத்த காரியம் வெற்றிகரமாக முடியப் போகிறது என்ற எண்ணத்தை எனக்குத்

தந்து விட்டன. அளவற்ற சக்தி படைத்தவனே! உன்னுடைய வீரத்தினாலும், திறமையினாலும் ஸீதை இருக்கும் இடத்தை வெற்றிகரமாகக் கண்டுபிடிப்பாயாக!'' என்று அவர் சொன்னார்.

பணிவுடன் அந்த மோதிரத்தை ராமரிடமிருந்து பெற்றுக் கொண்டு, அதை தலைமேல் வைத்தவாறு ஹனுமான் விடைபெற, மற்ற வானரத் தலைவர்களும் தங்கள் தங்களுக்கு சுக்ரீவன் விதித்த திசைகளை நோக்கி பெரும் ஆரவாரத்துடனும், ஊக்கத்துடனும் புறப்பட்டனர்.

ஒவ்வொரு திசைக்கு ஒவ்வொரு வானரர் தலைவனை நியமித்த போது, சுக்ரீவன் அந்தந்த திசையிலுள்ள ஆறுகள், மலைகள், வனங்கள் – ஆகியவை பற்றியும்; பூகோள ரீதியாக ஒவ்வொரு திசையும் பெற்றிருந்த சிறப்புகள் பற்றியும், முழுமையாக விவரித்ததைக் கவனித்துக் கொண்டிருந்த ராமர், அவனைப் பார்த்து ''உலகம் முழுவதையும் பற்றி இத்தனை விவரங்களை அறிந்து வைத்திருக்கிறாயே? இது எப்படி?'' என்று கேட்டார்.

சுக்ரீவன் மீண்டும் ஒருமுறை வாலிக்கும், தனக்கும் ஏற்பட்ட பிரச்னை பற்றி எடுத்துச் சொல்லிவிட்டு, ''வாலியால் துரத்தப்பட்ட நான், பூமி எங்கும் சுற்றி அலைந்தேன். அப்போது நான் பார்க்காத இடம் இல்லை. அவனிடமிருந்து தப்பி வாழ்வதற்காக பூமியின் ஒவ்வொரு மூலைக்கும் சென்றதால்தான், எனக்கு இந்த விவரங்கள் எல்லாம் முழுமையாகத் தெரிந்திருக்கின்றன. இறுதியில் ஹனுமான்தான் 'ரிஷ்யமூக மலைப் பகுதிக்கு வாலி செல்ல முடியாது. ஏனென்றால், அங்கே வாலி சென்றால், அவனுடைய தலை சுக்கு நூறாக வெடிக்கும் என்று மதங்க முனிவர் சபித்திருக்கிறார். ஆகையால் நாம் அங்கு போய் இருக்கலாம். எனக்கே இப்போதுதான் இது நினைவுக்கு வருகிறது' என்று எனக்கு எடுத்துச் சொன்னான். அதற்குப் பிறகுதான் நான் ஏற்கெனவே கூறிய மாதிரி ரிஷ்யமூக மலையிலேயே தங்கிவிட முடிவு செய்தேன்'' என்று கூறினான்.

வானரப் படைகள் நாற் திசையிலும் சென்று, ஒரு மாதமாகியது.

கிஷ்கிந்தா காண்டம்

அத்தியாயம் 13

ஸம்பாதி காட்டிய வழி

கிழக்கு, மேற்கு, வடக்கு திசைகளுக்குச் சென்ற வானரர்கள் ஸீதை கிடைக்காமல் திரும்புவது; தெற்குத் திசைக்குச் சென்ற வானரர்கள் செய்வதறியாமல் திகைக்க, அங்கதன் சுக்ரீவனுக்கு எதிராகப் பேசுவது; அவனை சுக்ரீவன் பக்கம் திருப்ப ஹனுமான் செய்யும் முயற்சி; அங்கதன் தனது நிலையில் மாறாமல் இருப்பது; ஸம்பாதி அங்கே வருவதும், ஸீதையைப் பற்றி விவரங்கள் கூறுவதும்....

சுக்ரீவனால் கிழக்கு திசைக்கு அனுப்பப்பட்ட வினதன், வடக்கு திசைக்கு அனுப்பப்பட்ட சதபலி, மேற்கு திசைக்கு அனுப்பப்பட்ட ஸுஷேணன் –ஆகிய மூவரும் சுக்ரீவன் கூறிய எல்லா இடங்களிலும் ஒரு மாத காலம் அலைந்து திரிந்தும் கூட ஸீதையைக் கண்டுபிடிக்க முடியாதவர்களாக, சுக்ரீவனிடம் திரும்பி வந்து, தங்களுடைய தோல்வியை எடுத்துக் கூறி, ''ஹனுமான் ஒருவரால்தான் இந்தக் காரியத்தை வெற்றிகரமாக முடிக்க முடியும்'' என்று கூறி விட்டார்கள்.

இதற்கிடையில் ஹனுமானோடு சென்று, தென்திசையில் தேடுதல்களை நடத்தியவர்களும், வெற்றி காண முடியாதவர்களாக மனச்சோர்வை அடைந்தார்கள். அப்போது அங்கதன், மூத்த வானரர்களுக்கு உரிய மரியாதையைச் செய்து விட்டு,

எல்லோரையும் பார்த்துப் பேசத் தொடங்கினான்: "ஒரு மாதமாகி விட்டது. நம்மால் ஸீதையைக் கண்டுபிடிக்க முடியவில்லை. சுக்ரீவன் இரும்புக் கரம் கொண்டு நிர்வாகத்தை நடத்துபவர். அவர் நம்மையெல்லாம் கடும் தண்டனைக்குள்ளாக்குவார் என்பதில் சந்தேகமில்லை. சுக்ரீவன் கையில் மரண தண்டனை பெற்று உயிர் இழப்பதை விட, நாம் அனைவரும் பேசாமல் இங்கேயே உணவு உட்கொள்ளாமல் பட்டினி கிடந்து உயிரை விட்டு விடலாம்."

இவ்வாறு அங்கதன் மனம் நொந்து பேசிய வார்த்தைகளை மற்ற வானரர்களும் கூட ஏற்றனர். "தவறு செய்தவர்கள் தலைவன் முன்னிலையில் போய் நிற்காமல் இருப்பதுதான் நல்லது. ஒன்று ஸீதையைக் கண்டுபிடித்து விட்டு, சுக்ரீவன் முன்னிலைக்கு நாம் செல்ல வேண்டும். அல்லது பேசாமல் இங்கிருந்தே எமனுலகம் சென்று விடலாம். இந்த நிலையில் எந்த வகையில் செயல்பட்டால் நாம் அழிவைச் சந்திக்காமல், தப்பிப்போமோ அந்த வகையில் ஒரு யுக்தி தீர்மானிக்கப்படட்டும்" என்று அவர்கள் அனைவரும் கூறினார்கள்.

இதையெல்லாம் பார்த்துக் கொண்டிருந்த ஹனுமான், அங்கதன் ஆளுகைக்கு உட்பட்டுச் செயல்பட வானரர்கள் தயாராகி வருவதாகப் புரிந்து கொண்டார். 'வாலியின் புதல்வனாகிய அங்கதன், எட்டு வித அங்கங்கள் கூடிய புத்தி கொண்டவன்; நான்கு வகை பலம் பெற்றவன்; பதினான்கு குண விசேஷங்களை உடையவன். ஆகையால் சுக்ரீவனை முழுமையாக ஏற்கிற வகையில் அங்கதனை மாற்ற வேண்டும்' என்று அவர் தீர்மானித்து சாம, தான, பேத, தண்டம் என்ற வழிமுறைகளில் மூன்றாவதான பேதத்தை உண்டாக்குகிற அணுகுமுறையைக் கடைப்பிடித்து வானரர்கள் ஒருவருக்கொருவர், மாறுபட்ட கருத்தைக் கொள்ளும் வகையில் மிகத் திறமையுடன் பேசினார்.

பின்னர் அவர் திட்டமிட்டவாறே, வானரர்கள் ஆளுக்கொரு கருத்தைக் கூறத் தொடங்கிய நிலையில், அச்சுறுத்தல் கலந்த அறிவுரைகளை அங்கதனைப் பார்த்துச் சொல்லத் தொடங்கினார்.

"அங்கதா! நீ மிகவும் சக்தி வாய்ந்தவன் என்பதில் சந்தேகமில்லை. சொல்லப் போனால், சுக்ரீவரை விடவும் அதிக

சக்தி படைத்தவன் நீ. ஆனால் இப்பொழுது உன்னை ஆதரிக்கிற வானரர்கள் தங்கள் நிலையை மாற்றிக் கொண்டு விடுவார்கள் என்பதை மட்டும் மறந்து விடாதே! வானரர்களாகிய நாம் இயல்பாகவே மாறுகிற புத்தி படைத்தவர்கள். லக்ஷ்மணனிடமிருந்து நாமெல்லாம் நம்மை எவ்வாறு காத்துக் கொள்வது? அவனுடைய வீரத்தை யார் தாங்குவது? சில நாட்கள் சென்ற உடனேயே இந்த வானரர்களுக்கெல்லாம், மனைவி மக்கள் நினைவு திரும்பி வந்துவிடும். அப்பொழுது ராமர், லக்ஷ்மணன், சுக்ரீவர் – ஆகியோரையெல்லாம் நினைத்து அஞ்சி, இவர்கள் எல்லாம் உன்னை விட்டுப் பிரிந்து போய் விடுவார்கள். இப்படி எல்லோர் ஆதரவையும் இழந்த நிலையில் உனக்கு புல்லைக் கண்டுகூட பயந்து சாக வேண்டிய நிலை ஏற்பட்டு விடும். லக்ஷ்மணனுடைய அம்புகள் உன்னை சும்மா விடாது. இது ஒரு புறம்.

"மறுபுறத்தையும் சிந்தித்துப் பார். நீ எல்லோருடனும் திரும்பி வந்து முறையான வழியில் சுக்ரீவரிடம் நடந்ததைக் கூறி, அவர் முன்பு பணிந்து நின்றால், உனக்கு எதிர்காலத்தில் கிஷ்கிந்தையின் சிம்மாசனம் கிட்டும். சுக்ரீவர் நற்குணங்கள் படைத்தவர். சொன்ன சொல் தவறாதவர். நல்ல எண்ணம் கொண்டவர். உன்னிடம் அவர் அன்பைத் தவிர வேறு எதையும் எதிர்பார்க்கவில்லை. ஆகையால் அவர் உன்னை எக்காரணம் கொண்டும் கொல்ல மாட்டார். அதுவு மன்றி தாரையின் மதிப்பைப் பெறுவதற்காகவாவது, அவளுடைய மகனாகிய உன்னை சுக்ரீவர் நன்றாகவே நடத்துவார். ஆகையால், இதையெல்லாம் நன்றாக சீர்தூக்கிப் பார்த்து, முடிவு செய். நாம் கிஷ்கிந்தைக்குத் திரும்புவதுதான் நல்லது.''

இப்படி ஹனுமான் கூறிய அறிவுரைகளை ஏற்க, அங்கதனின் மனம் விரும்பவில்லை.

(அங்கதனுக்கு எட்டு வித அங்கங்கள் கூடிய புத்தி, நான்கு வகை பலம், பதினான்கு குண விசேஷங்கள் ஆகியவை இருப்பதாக ஹனுமான் நினைத்தார் என்று கூறுகிற வால்மீகி, இவற்றைப் பற்றிய விவரங்களைத் தரவில்லை. ஆனால் ராமாயண குறிப்புகளை எழுதியிருக்கிற பண்டிதர்கள் சிலர் இவற்றை விவரித்திருக்கிறார்கள். அந்த விவரங்களைப் பார்ப்போம்.

கிஷ்கிந்தா காண்டம்

புத்திமானின் அறிவில் அடங்கியுள்ள எட்டு அங்கங்கள்: பிறர் பேச்சை உடனடியாகப் புரிந்து கொள்வது; புரிந்து கொண்டதை மனதில் நிறுத்துவது; மனதில் நிறுத்தியதை வேண்டியபோது நினைவுக்குக் கொண்டு வருவது; அப்படி நினைவுக்குக் கொண்டு வருவதை பிறர் புரிந்து கொள்ளும் வகையில் எடுத்துச் சொல்வது; சாமர்த்தியமாகப் பேசுவது; பிறர் தவறான வழியில் சாமர்த்தியத்தைக் காட்டும்போது, அதைப் புரிந்து கொள்வது; பிறர் மனதில் நினைப்பதை அறிந்து கொள்வது; ஒவ்வொரு விஷயத்தின் உண்மையான சாராம்சத்தைப் புரிந்து கொள்வது.

நான்கு வித பலங்கள்: தன்னுடைய உடல் வலிமை; தன்னுடைய மன வலிமை; தன்னுடைய யுக்தி வலிமை; தன்னுடைய கூட்டாளிகள் சேர்க்கும் வலிமை.

பதினான்கு குண விசேஷங்கள்: காலம், தேசம், இடம் - இவற்றின் தன்மையை அறிதல்; மன உறுதி; சோதனைகளைப் பொறுத்துக் கொள்ளும் தன்மை; எல்லா விஷயங்களைப் பற்றிய அறிவு; சாமர்த்தியம்; ஊக்கம்; தனது ரகசியங்களைக் காப்பாற்றிக் கொள்ளும் தன்மை; வார்த்தை தவறாமல் இருப்பது; வீரம்; தனது சக்தியை மட்டுமல்லாமல் எதிரியின் சக்தியையும் அறிந்திருப்பது; நன்றியுணர்வு; அண்டியவர்களைக் கை விடாமல் இருப்பது; அறியாமல் செய்த தவற்றை மன்னிப்பதும், அறிந்து செய்த தவற்றை தண்டிப்பதும்; கலக்கத்திற்கு ஆளாகாமல் இருப்பது.

இப்படிப்பட்ட குணங்கள் அங்கதனிடம் நிறைந்திருப்பதாகத் தான் ஹனுமான் நினைத்தார்.)

தர்மத்திற்கு ஏற்றதும், சுக்ரீவனுக்கு நன்மை பயக்கக் கூடியதுமான, வகையில் பேசிய ஹனுமானுக்கு, அங்கதன் பதில் கூறத் தொடங்கினான். "நேர்மை, தைரியம், ஆண்மை - ஆகியவை சுக்ரீவனிடம் கிடையாது. தன்னுடைய அண்ணன் வெளியே வந்து விடக் கூடாது என்பதற்காக பள்ளத்தின் வாயிலை மூடினான் சுக்ரீவன். அது மட்டுமல்ல, இப்போது தாயாருக்கு நிகரான தனது மூத்த சகோதரனின் மனைவியை, தனக்கு உரியவளாக்கிக் கொண்டு விட்டான். ராமர் தனக்குச் செய்த பேருதவியையும் கூட, மறந்தவன் சுக்ரீவன். ஸீதையைத் தேடுமாறு நம்மையெல்லாம் அவன்

பணித்தது, தர்மத்தின் படி செயல்பட வேண்டும் என்ற எண்ணத்தினால் அல்ல. லக்ஷ்மணனின் கோபத்திற்கு பயந்தே அவன் இவ்வாறு நடந்து கொண்டிருக்கிறான்.

''அந்த பெரும் பாவியிடம் நம்பிக்கை வைக்க நான் தயாராக இல்லை. அவனுடைய விரோதிக்குப் பிறந்த என்னை அவன் உயிருடன் விட்டு வைப்பான் என்று நான் நம்பவில்லை. இரக்கமற்றவனும், கெட்டவனுமாகிய சுக்ரீவன் தனது சிம்மாசனத்தைக் காப்பாற்றிக் கொள்ளும் பொருட்டு, என்னை சிறையில் வைக்கவும் தயங்க மாட்டான். ஆகையால் வானரர் களே! எனக்கு விடை தாருங்கள். நீங்கள் எல்லோரும் உங்கள் வீடுகளுக்குப் போய்ச் சேருங்கள். நான் இங்கிருந்து பட்டினி கிடந்து உயிர் விடப் போகிறேன். ருமை, தாரை ஆகியோருக்கு ஆறுதல் கூறுங்கள். சுக்ரீவனிடம் இந்தச் செய்தியைத் தெரிவியுங்கள்.''

இவ்வாறு பேசி விட்டு கண்களில் நீர் மல்கக் காட்சியளித்த அங்கதனைப் பார்த்தவுடன், வானரர்கள் சுக்ரீவனைப் கண்டித்து கோஷங்களை எழுப்பினார்கள். வாலியைப் புகழ்ந்தார்கள். அங்கதனோடு சேர்ந்து தாங்களும் உயிர் விடுவது என்று தீர்மானித்தார்கள். அப்படிப்பட்ட முடிவுடன் அமர்ந்த அவர்கள் அனைவரும், ராமர் காட்டில் வசிக்க நேர்ந்ததிலிருந்து தொடங்கி, ஸீதை ராவணனால் அபகரிக்கப்பட்டது, ஜடாயு ராவணனை எதிர்த்து போர் புரிந்து மடிந்தது, ராமருக்கும் சுக்ரீவனுக்கும் நட்பு ஏற்பட்டது, வாலியின் மரணம், சுக்ரீவன் தங்களையெல்லாம் ஸீதையைத் தேடுமாறு கட்டளையிட்டு நான்கு திசைகளுக்கும் அனுப்பியது – ஆகிய எல்லா விவரங்களையும் பற்றி, தங்களுக்குள்ளேயே பேசிக் கொண்டார்கள்.

அப்போது அங்கு வந்து சேர்ந்த ஜடாயுவின் மூத்த சகோதரனும், கழுகுகளின் தலைவனுமாகிய ஸம்பாதி இவர்களுடைய பேச்சைக் கேட்டுத் திகைத்து, அவர்களிடம் தன்னை ஜடாயுவின் மூத்த சகோதரன் என்று அறிமுகப்படுத்திக் கொண்டு, ஜடாயுவின் மரணத்தைப் பற்றிய விவரங்களை விசாரித்தான்.

அங்கதன், தங்களையெல்லாம் அறிமுகம் செய்து கொண்டு, ராமர் காட்டுக்கு வந்தது முதல் அன்று வரை நடந்த விவரங்களை யெல்லாம், மீண்டும் ஒருமுறை விளக்கமாக எடுத்துச் சொன்னான்.

இந்த விவரங்களையெல்லாம் அறிந்த ஸம்பாதி மனம் வருந்தி, ''என் தம்பியாகிய ஜடாயுவைக் கொன்ற ராவணனை பழி தீர்க்கும் வலிமை என்னிடம் இப்போது இல்லை. முன்னொரு முறை நானும், ஜடாயுவும் ஒருவரையொருவர் வென்று விட விரும்பி, வானத்தில் பறந்தபோது, சூரியனைச் சுற்றி வேகமாகச் சென்றோம். அப்போது ஜடாயுவுக்கு களைப்பு ஏற்பட்டது. சூரிய கிரணங் களிலிருந்து அவனைக் காப்பாற்றுவதற்காக நான் என் சிறகுகளால் அவன் உடலை மூடி மறைத்தேன். அப்போது என்னுடைய இறக்கைகள் சூரிய கிரணங்களால் பொசுக்கப்பட்டன. அப்படியே விந்திய மலையின் மீது வீழ்ந்தேன். அதன் பிறகு என் தம்பியைப் பற்றிய செய்தி எதையும் நான் கேள்விப்படவில்லை. இப்போது அவனுடைய மரணத்தை உங்கள் மூலம் அறிந்து கொண்டேன்'' என்று பெரும் துக்கத்துடன் கூறினான்.

ராவணனுடைய இருப்பிடம் பற்றி ஏதாவது தகவல் தெரியுமா என்று வானரர்கள் கேட்ட போது, ஸம்பாதி, ''நான் சிறகுகளை இழந்தவன்; வலிமை குன்றியவன்; ஆனாலும் ராமருக்கு உதவ விரும்புகிறேன். ஆகையால் எனக்குத் தெரிந்த விவரங்களைச் சொல்கிறேன், கேளுங்கள்'' என்று கூறி மேலும் சொன்னான் :

''எனக்கு வேண்டிய உணவை என்னால் தேடிக் கொள்ள முடியாது என்பதால், என் மகன்தான் எனக்கு உணவு சேகரித்துக் கொண்டு வந்து கொடுப்பான். அப்படி ஒரு நாள் சென்ற அவன் உணவு சேகரிக்காமல் திரும்பவே, நான் அவனை கோபித்துக் கொண்டேன். அவன் அப்போது நடந்த நிகழ்ச்சிகளை விவரித்தான். 'இரை தேட நான் பறந்து கொண்டிருந்த போது சூரியனைப் போல் ஒளி வீசிக் கொண்டிருந்த ஒரு பெண்மணியை ஒருவன் கவர்ந்து செல்வதைப் பார்த்தேன். நான் வழி மறித்தபோது, அவன் தனக்கு வழி விடுமாறு என்னை பணிவுடன் கேட்டுக் கொண்டதன் பேரில், நான் அவனை எதிர்த்து சண்டையிடாமல் அவனுக்கு வழி விட்டேன். இப்படி நான் செய்த போது பல

மஹரிஷிகள், ஸீதா தேவியார் பிழைத்திருக்கிறார் என்றும், நல்லதுதான் நடக்கப் போகிறது என்றும் வாழ்த்தினார்கள். மேலும் அவர்கள், பெரும் துன்பத்தில் ஆழ்ந்து கதறிக் கொண்டிருந்த அந்தப் பெண்மணியின் பெயர் ஸீதை என்றும், அவளுடைய கணவர் ராமர் என்றும், அவளைக் கடத்திக் கொண்டு செல்கிறவன் அசுரனாகிய ராவணன் என்றும் எனக்கு எடுத்துச் சொன்னார்கள். இறுதியில் நல்லதே நடக்கும் என்றும் அவர்கள் கூறவே, நான் திரும்பி வந்து விட்டேன்.' இவ்வாறு கூறிய என் மகன் மூலமாகத்தான், ஸீதை அபகரிக்கப்பட்டுச் சென்ற செய்தியை நான் கேள்வியுற்றேன்'' என்று கூறிய ஸம்பாதி, மேலும் தொடர்ந்தான்.

4. கிஷ்கிந்தா காண்டம்

அத்தியாயம் 14

ஹனுமானுக்கு ஊக்கம் பிறந்தது

ஸீதை ராவணனால் அபகரித்துச் செல்லப்பட்டதைக் கூறிய ஸம்பாதி, கடலைத் தாண்டி இலங்கைக்குச் சென்று ராவணன் இருக்கும் இடத்தை அடைய முடியும் என்று சொல்வது; இந்தத் தகவலை உரியவர்களிடம் தெரிவித்து ராமருக்கு உதவும்போது, சூரியனால் பொசுக்கப்பட்ட ஸம்பாதியின் இறக்கைகள் மீண்டும் முளைப்பது; எந்தெந்த வானர வீரனுக்கு எவ்வளவு தூரம் தாண்டக் கூடிய நம்பிக்கை இருக்கிறது என்பதை அறிய அங்கதன் முனைவது; அங்கதனே தலைவன் என்பதால் கடலைத் தாண்டும் காரியத்தில் அவன் முனையக் கூடாது என்று ஜாம்பவான் கூறி, ஹனுமானை அணுகுவது; ஹனுமானின் பிறப்பைப் பற்றியும், அவர் பெற்ற வரங்களைப் பற்றியும் எடுத்துச் சொல்லி, அவருடைய பலத்தை அவருக்கே ஜாம்பவான் நினைவுபடுத்துவது; ஹனுமானுக்கு ஊக்கம் பெருக, அவர் தனது உருவத்தைப் பெரிதாக்கிக் கொண்டு, தன் சக்தியைக் கூறி, மற்றவர்களை உற்சாகப்படுத்துவது; கடலைத் தாண்டுவதற்காக மகேந்திர மலை மீது ஹனுமான் ஏறுவது; இலங்கையை அடைய அவர் மனம் உறுதி கொள்வது....

தான் அறிந்த விவரங்களை வானரர்களிடம் கூறிக் கொண்டிருந்த ஸம்பாதி தொடர்ந்து பேசியபோது "நான் அறிந்த மற்ற விவரங்களையும் உங்களுக்குச் சொல்கிறேன். ராவணன்,

குபேரனின் சகோதரன். இலங்கையின் அதிபன். பெரும் பலவான். அவன் இலங்கையில் தன்னுடைய அந்தப்புரத்தைச் சார்ந்த ஒரு இடத்தில்தான், ஸீதையை கடும் காவலில் வைத்திருக்கிறான். சுக்ரீவனால் பணிக்கப்பட்ட நீங்கள் அனைவரும், வீரத்திலும், அறிவிலும் சிறந்தவர்கள். எப்படியாவது முனைந்து கடலைத் தாண்டிச் சென்று ஸீதை இருக்கும் இடத்தைக் கண்டுபிடித்து ராமரிடம் தெரிவித்து விடுங்கள்'' என்று சொன்னான்.

ஸம்பாதி மேலும் ஒரு விவரத்தையும் எடுத்துச் சொன்னான் : ''இந்த நிகழ்ச்சிகள் எல்லாம் இப்படித்தான் நடக்கும் என்பதை எனக்கு நிசாகரர் என்ற மஹரிஷி முன்பே எடுத்துச் சொன்னார். 'ராமருக்கு உதவக் கூடிய செய்தியை எடுத்துச் சொல்லும் வாய்ப்பு உனக்குக் கிட்டும். அந்த நல்ல காரியத்தை நீ செய்து முடிக்கும்போது, பொசுக்கப்பட்ட உனது இறக்கைகளை நீ மீண்டும் பெறுவாய்' என்றும் அந்த முனிவர் ஆசி கூறினார். என் பணி முடிந்தது. இனி உங்கள் பணி தொடங்கட்டும்'' என்று ஸம்பாதி கூறி முடித்தபோது, அங்கே கூடியிருந்த வானரர்கள் அனைவரும் அதிசயிக்கும் வகையில், அவனுக்கு இறக்கைகள் முளைத்தன.

''முனிவரின் வார்த்தை பலித்தது. எல்லாம் நல்லபடியாகவே நடந்து முடியும் என்ற நம்பிக்கை எனக்கு வந்து விட்டது. உங்கள் காரியம் நிச்சயம் வெற்றியடையும். புறப்படுங்கள்'' என்று கூறிவிட்டு, ஸம்பாதி அவர்களிடம் விடை பெற்றுப் பறந்து சென்றான்.

வானரர்கள் புதிய உற்சாகத்தோடு புறப்பட்டு, சமுத்திரக் கரையை வந்தடைந்தார்கள். ஆனால் முடிவே காணப்படாமல் விரிந்து கிடந்த கடலைக் கண்டு அவர்கள் தைரியம் இழந்து நின்றார்கள். புதிதாக உற்சாகம் அடைந்திருந்த அங்கதன், ''யாரும் தைரியத்தை இழக்க வேண்டாம். கெடுதல்களுக்கெல்லாம் ஆரம்பமே அதைரியம்தான். தோல்வி மனப்பான்மை எவனை பீடிக்கிறதோ, அவனுக்கு தோல்விதான் நிச்சயம். ஆகையால், எடுத்த காரியத்தை எவ்வாறு முடிப்பது என்ற சிந்தனையில் நமது மனங்கள் செல்லட்டும்'' என்று வானரர்களுக்கு தைரியம் ஊட்டும்

வகையில் பேசிவிட்டு, "நீங்கள் அனைவருமே பெரும் பலம் உடையவர்கள். எதற்கும் அஞ்சாத வீரர்கள். இப்போது கடலைத் தாண்டிச் செல்ல வேண்டிய பணியை உங்களில் யார் மேற் கொள்வது என்பதை நாம் தீர்மானிக்க வேண்டும். உங்களில் யார் யாருக்கு எவ்வளவு தூரம் தாண்ட முடியும் என்ற நம்பிக்கை இருக்கிறது? அதைச் சொல்லுங்கள்" என்று கேட்டான்.

வானரர்கள் ஒருவர் பின் ஒருவராக, தங்களால் எவ்வளவு தூரம் தாண்ட முடியும் என்பதை கணித்துச் சொன்னார்கள்.

அவரவர்கள் தங்கள் சக்திக்கு ஏற்றவாறு பதில்களைக் கூற, இறுதியில் அங்கதன், "என்னால் இங்கிருந்து கடலைத் தாண்டி, இலங்கையை அடைந்து விட முடியும் என்று நினைக்கிறேன். அப்படிச் செய்த பிறகு, அங்கிருந்து மீண்டும் இப்படி ஒரு சாதனையைப் புரிந்து என்னால் திரும்ப முடியுமா என்பது சந்தேக மாக இருக்கிறது" என்று கூறினான்.

இதைக் கேட்ட ஜாம்பவான், "இங்கிருந்து போவதற்கு மட்டுமல்ல, திரும்புவதற்கும் வல்லமை படைத்தவன் நீ. ஆனால் நீ எங்கள் தலைவன். உன்னால் மற்றவர்கள் அனுப்பப்பட வேண்டுமே தவிர, நீயே தூதுவனாகச் செல்லக் கூடாது. அது முறையல்ல. நீ எங்களுக்குக் கோட்டை போன்றவன். உன்னைக் காப்பாற்றி நிற்பதுதான் எங்கள் கடன். மரத்திற்கு வேர் போன்றவன், ஒரு கூட்டத்திற்குத் தலைவன். அந்த வேர் பாதுகாக்கப்பட வேண்டும். அப்பொழுதுதான் மரத்திலிருந்து மலர், காய், கனி என்ற பலவகை பலன்கள் கிட்டும். ஆகையால் இளவரசனாகிய நீ, இந்தக் காரியத்தை மேற்கொள்ளக் கூடாது. அதற்கு எங்களில் ஒருவன்தான் நியமிக்கப்பட வேண்டும்" என்று சொன்னார்.

அங்கதன் "நான் போகவில்லை என்றால், வேறு யாரை அனுப்புவது? அவரவர் கூறிய கணக்கைப் பார்த்தால், கடலைத் தாண்டி இலங்கைக்குச் சென்று மீண்டும் கடலைத் தாண்டி திரும்பி விடும் சக்தி உள்ளவர் இங்கு யாரும் இருப்பதாகத் தெரிய வில்லையே? சுக்ரீவர் இட்ட ஆணையை நிறைவேற்றாமல், நாம் எப்படி அவர் முன் போய் நிற்பது?" என்று கேட்டான்.

அப்போது ஜாம்பவான், "நாம் எடுத்த காரியம் நிறைவேறும். இங்கே இருக்கிற ஒருவன் நமது காரியத்தை சாதிக்கும் வல்லமை படைத்தவன். அவனைத்தான் இப்போது கேட்டுக் கொள்ள வேண்டும்" என்று கூறிவிட்டு, ஒதுங்கி அமர்ந்திருந்த ஹனுமானை அணுகி பேசத் தொடங்கினார்.

"பலத்திலும் சரி, முக ஒளியிலும் சரி, ராமருக்கும், லக்ஷ்மணனுக்கும் நிகரானவனே! நீ ஏன் பேசாமல் இருக்கிறாய்?" இவ்வாறு ஆரம்பித்த ஜாம்பவான், ஹனுமானைப் பார்த்து மேலும் சொன்னார் : "கேசரி என்ற புகழ் படைத்த வானரனுக்கு அஞ்சனையிடம் வாயுவின் அருளால் பிறந்தவனே! கேள்! உன்னை அஞ்சனைக்கு அருளியபோது, வீரத்திலும், நெடுந்தூரம் கடப்பதிலும், பராக்கிரமத்திலும், புத்தியிலும், தனக்கு சமமானவனாக ஒரு மகன் பிறப்பான் என்று வாயு பகவான் அவளிடம் கூறினான். அப்படிப்பட்ட ஒரு சிறப்பான பிறப்பைக் கொண்டவன்தான் நீ.

"பின்னர் நீ குழந்தையாக இருக்கும்போதே, பழம் என்று நினைத்து சூரியனையே பிடிக்கத் தாவினாய். அதனால் கோபம் கொண்டு, இந்திரன் உன்னைத் தாக்க முனைந்தபோது, வாயு பகவானுக்கு பெரும் கோபம் வந்தது. அவர் உலகில் காற்றே இல்லாமல் செய்தார். அனைவரும் வேண்டிக் கொள்ள மீண்டும் வாயுவின் அருளால் உலகில் காற்று வீசியது. அப்போது தேவர்கள் உனக்கு சிறந்த வரங்களை அளித்தார்கள்.

"எந்த ஆயுதத்தாலும் உனக்கு மரணமில்லை என்ற வரத்தை பிரம்மன் உனக்கு அளித்தான். உன் இஷ்டப்படியேதான் உனக்கு மரணம் நேரிடும் என்று இந்திரன் வரமளித்தான்.

"அறிவிலும், வீரத்திலும், மனஉறுதியிலும், நற்குணத்திலும், கருணையிலும், சாமர்த்தியத்திலும், அச்சமின்மையிலும், உனக்கு நிகரானவன் வேறு ஒருவன் இல்லை. உனக்கு நிகரான பலம் படைத்த மற்றொரு பிறவி கிடையாது.

"ஆகையால் வானரர்களில் மேம்பட்டவனே! ஹனுமானே! நீதான் இந்தக் கடலைத் தாண்டி இலங்கைக்குச் செல்ல வேண்டும். உன்னால் அது முடியும். நீயே இந்தக் காரியத்தைச் சாதித்து, சுக்ரீவர்

இட்ட பணியை நிறைவேற்றத் தக்கவன். ஆகையால் நீ இதில் முனைவாயாக!

(சுக்ரீவன், வானரர் படையைக் குவிப்பதும், அவர்கள் நான்கு திசைகளில் அனுப்பப்படுவதும், ஹனுமான் கடலைத் தாண்ட முடிவெடுப்பதும் துளஸிதாஸரின் ராமாயணத்தில் மிகச் சுருக்கமாகக் கூறி முடிக்கப்படுகின்றன.

கம்ப ராமாயணத்தில், நான்கு திசைகளுக்கும் படைகளை அனுப்புகிற சுக்ரீவன் ஹனுமானை அதிகம் நம்புவதால், ராமருக்கும் நம்பிக்கை வர, அவர் ஹனுமானை தனியே அழைத்துச் செல்கிறார். ஸீதையைத் தேடிச் செல்லும் ஹனுமானுக்கு, ஸீதையின் அங்க அடையாளங்களை விவரித்துச் சொல்கிறார்.

இதைத் தவிர, மிதிலைக்குச் சென்று கன்னிமாடத்தில் ஸீதையைக் கண்டபோது, நடந்த நிகழ்ச்சிகள், காட்டுக்குப் புறப்படும்போது நடந்த நிகழ்ச்சிகள் – ஆகியவற்றையும் விவரித்துச் சொல்கிறார். ஸீதையை, ஹனுமான் கண்டுபிடிப்பதற்கு உதவியாக, இவற்றையெல்லாம் ராமர் சொல்கிறார்.

வால்மீகி ராமாயணத்தில் ஹனுமானிடம், ஸீதையின் அங்க அடையாளங்களைப் பற்றி ராமர் வர்ணிப்பதும் கிடையாது; தனக்கும், ஸீதைக்கும் நடந்த நிகழ்ச்சிகளைப் பற்றி எடுத்துச் சொல்வதும் கிடையாது. தனது காவிய நயத்திற்காக கம்பர் இவற்றைச் சேர்த்திருக்கலாமோ என்னவோ எனக்குத் தெரியாது.

அடுத்து ஹனுமானைக் கடலைத் தாண்டுமாறு, ஜாம்பவான் கூறும்போது கம்ப ராமாயணத்தில், வால்மீகி ராமாயணம் போலவே ஹனுமானின் சிறப்புகள் வர்ணிக்கப்படுகின்றன.

ஜாம்பவான், 'நீதி நெறியில் நிலைபெற்று நிற்கிறீர். உண்மையில் நிலை பெற்றிருக்கிறீர். மகளிர் இன்பத்தை மனதில் கொள்ளாமல் வளர்ந்திருக்கிறீர். வேதங்களையெல்லாம் ஓதி, அவற்றின் பொருளை உணர்ந்துள்ளீர். உலகங்களின் அழிவு காலத்தையும் கடந்த ஆயுளை உடையவராக இருக்கிறீர். உலகங்களைப் படைக்கும் பிரம்ம தேவன், நீர்தான் என்று யாவரும் சொல்லக் கூடியவராக இருக்கிறீர்' என்று வர்ணிக்கிற பாடல் இது:

> நீதியின் நின்றீர்; வாய்மை
> அமைந்தீர்; நினைவாலும்
> மாதர் நலம் பேணாது
> வளர்ந்தீர்; மறை எல்லாம்
> ஓதி உணர்ந்தீர்; ஊழி
> கடந்தீர்; உலகு ஈனும்
> ஆதி அயன்தானே என
> யாரும் அறைகின்றீர்;

மீண்டும் வால்மீகி ராமாயணக் காட்சிகளுக்கு வருவோம்.)

தனது பலத்தையும், சக்தியையும், அறிவையும் பற்றி ஜாம்பவான் எடுத்துச் சொல்லச் சொல்ல, ஹனுமானுக்கு ஊக்கம் பெருகியது.

ஹனுமான் தன் உருவத்தை அப்போது பெரிதாக்கத் தொடங்கினார்.

அவர் உருவம் வளர வளர, மற்ற வானரர்களுக்கெல்லாம் பெரும் உற்சாகம் தோன்றியது.

அந்த நிலையில் அவர்களிடையே பெரிதும் உயர்ந்து நின்ற ஹனுமான், பெரியோர்களையெல்லாம் வணங்கி நின்று பேசத் தொடங்கினார். "மேரு மலையை ஆயிரம் முறையை தடையில்லாமல் சுற்றி வருவேன். சமுத்திரத்தில் இறங்கி நான் நீரைத் தள்ளினால், இந்த உலகமே அதில் மூழ்கும். கடலை வற்றச் செய்வேன். பூமியை பிளப்பேன். மலைகளைப் பொடி செய்வேன். நான் ஆகாயத்தில் உயரே எழும்புவதையும், அதிவேக மாக வானிலே செல்வதையும், பின்னர் கீழே இறங்கு வதையும் ஜீவராசிகள் அனைத்தும் பார்க்கப் போகின்றன. வாயு பகவானின் ஆற்றல் என்னிடம் உள்ளது. மூன்றே காலடிகளில் உலகை அளந்த திருமாலின் உருவம் போல, எனது உருவம் இருப்பதை இந்த உலகம் காணட்டும்! நான் ஸீதையைக் காண்பேன்! காரியத்தை முடிப்பேன்! கவலையை விடுங்கள்!''

வானரர்கள் ஆனந்தக் கூத்தாடினர்.

கிஷ்கிந்தா காண்டம்

ஜாம்பவான் வாழ்த்தினார்.

அப்போது ஹனுமான், ''நான் தாவும்போது, அந்த அழுத்தத்தை இந்த இடம் தாங்காது. மகேந்திர மலையின் சிகரங்கள்தான் உறுதியாக இருக்கின்றன. ஆகையால் அங்கு நின்று தாவி நான் வானத்தில் செல்வேன்...'' என்று கூறிவிட்டு, மகேந்திர மலை மீது ஏறினார்.

அவர் கால்கள் ஊன்றப்பட்ட உடனேயே, மலையில் ஒரு நடுக்கம் ஏற்பட்டது.

அந்த மலையில் வாழ்ந்த மிருகங்களும், பறவைகளும் பயந்து ஓடி ஒளிந்தன.

பாறைகள் அசைந்ததால், அவற்றுக்கிடையே சிக்கிய பாம்புகள் நெளிந்து, தலைகளை வெளியே நீட்டிக் கொண்டு தாவ முயற்சித்த போது, அந்த மலை முழுவதும் கொடிகள் நட்டதுபோல் ஒரு காட்சி தோன்றியது.

பாறைகள் பிளந்து ஆங்காங்கே நீர் ஊற்றுகள் கிளம்பின.

தன்னுடைய காரியத்தில் மனம் நிலைத்தவராக ஹனுமான், இலங்கையை தன் மனதில் நினைத்தார்.

(இத்துடன் கிஷ்கிந்தா காண்டம் முற்றுப் பெறுகிறது – அடுத்து சுந்தர காண்டம்.)

எங்கே பிராமணன்?
சோ

ஹிந்து மதம் சிந்தனைக்கு முக்கிய இடத்தை கொடுத்ததால்தான், அதை ஏற்றவர்களால், பல சாதனைகளைச் செய்ய முடிந்திருக்கிறது என்று நான் நினைக்கிறேன். உபநிஷத்துக்களிலும், புராணங்களிலும் வாதங்கள் கொட்டிக் கிடக்கின்றன. அவனவன் சிந்தனை செய்து, சரியான வழி எது என்று தெளிந்து அதை மேற்கொள்ள வேண்டும் – என்று வலியுறுத்துவது ஹிந்து மதத்தின் அடிப்படை அணுகுமுறை. ராஜ நிர்வாகத்திலிருந்து சாதாரண மனிதன் அன்றாடம் கடைபிடிக்கக் கூடிய வழிமுறைகள் வரை இன்றைய நடைமுறைகளுக்கும் ஏற்ற அறிவுரைகள் என்று ஹிந்து மத இலக்கியங்களில் நிறையவே இருக்கின்றன.

வேதங்கள், உபநிஷத்துக்கள், ஸ்மிருதிகள், புராண இதிகாசங்கள் இவற்றிலிருக்கும் கருத்துக்களை – கதையாக எடுத்துரைத்து – அறிமுகம் செய்து வைக்கலாம் என்று நினைக்கிறேன்.

...ஒரு மிகப் பெரிய பொக்கிஷம் நம்மிடம் இருக்கிறது என்பதையாவது, நாம் புரிந்து கொள்ள வேண்டும்.

விலை ரூ.85.00

அல்லயன்ஸ் கம்பெனி, மயிலாப்பூர், சென்னை - 600 004.

வால்மீகி ராமாயணம்

(இரண்டாம் பாகம்)

சுந்தர காண்டம், யுத்த காண்டம்

சோ

அறிவே விளக்கு
அல்லயன்ஸ்

அல்லயன்ஸ்

(நூற்றாண்டு கண்ட முதல் தமிழ் புத்தக நிறுவனம்)

வெறுக்கத்தக்கதா பிராமணீயம்?
சோ

நான்கு வர்ணங்கள் பிறப்பின் அடிப்படையில் ஏற்படுத்தப்பட்டவை அல்ல. குணம், வாழும் வகை – ஆகியவற்றின் அடிப்படையில் மனிதர்கள் இப்படி வகைப்படுத்தப்பட்டனர்... வேதத்தில் ஜாதி என்ற சொல் கிடையாது. அது பிறகு காலப் போக்கில் வந்து விட்ட விஷயம். 'மனத்தை அடக்குவது, இந்திரியங்களை வெல்வது, தவம், மனத் திருப்தி, பொறுமை, ஞானம், கருணை, இறைவனிடத்தில் மனத்தைச் செலுத்துவது, சத்தியம் தவறாமை – இந்த லட்சணங்களை உடையவன் பிராமணன்' என்று நாரதர் கூறுவதாக மஹாபாரதத்தில் வருகிறது. பிராமணனுக்கு வசதியான வாழ்க்கை இருக்கக் கூடாது; ஆட்சியும் கூடாது. விரதங்கள், தவங்கள் போன்ற கடுமையான விஷயங்களே அவனுக்கு விதிக்கப்பட்டன. இந்த மாதிரி நிலையில் பிராமணனை வைத்து, சாத்திரங்களையும், சூத்திரங்களையும், புராணங்களையும் பிராமணர்கள்தான் உருவாக்கினார்கள் என்றால் – அந்தத் தன்மைதான் பிராமணீயம் என்றால் – அதில் வெறுப்பதற்கு என்ன இருக்கிறது?

விலை ரூ.30.00

அல்லயன்ஸ் கம்பெனி, மயிலாப்பூர், சென்னை - 600 004.

பொருளடக்கம்

5. ஸுந்தர காண்டம் (668 – 756)

1. ஹனுமான் இலங்கையை அடைந்தார் 668

ஹனுமான் கடலைத் தாண்டுவது; இலங்கையை அடைகிற ஹனுமான், அதன் எழிலைக் கண்டு வியப்பது; இலங்கையைப் பாதுகாக்கும் அரக்கியை அவர் வீழ்த்துவது; ராவணனின் அந்தப்புரத்தையும், அவனையும் ஹனுமான் பார்ப்பது; ஸீதையைக் காண முடியாமல், அவர் உளச்சோர்வு அடைவது...

2. அசோக வனத்தில் ஸீதை 676

ஸீதையைக் காணாததால், உயிரைத் துறந்து விடலாமா என்று யோசிக்கிற ஹனுமான், அந்த எண்ணத்தைக் கை விடுவது; அசோக வனத்தினுள் நுழைகிற ஹனுமான் அங்கே ஸீதையைக் காண்பது; அப்போது ராவணன் அந்த வனத்திற்கு வந்து ஸீதையைத் தனக்கு இணங்குமாறு கேட்பதும், ஸீதை மறுப்பதும்...

3. ராவணனுக்கு ஸீதையின் அறிவுரை 683

ஸீதை கூறிய அறிவுரைகளை அலட்சியம் செய்கிற ராவணன், அவளுடைய மனதை மாற்றுமாறு அரக்கிகளிடம் சொல்லிவிட்டு, அரண்மனை திரும்புதல்; அரக்கிகள் ஸீதையிடம் சமாதானமாகப் பேசி, பின்னர் அச்சுறுத்துவது; ஸீதை அவர்களை மறுத்துப் பேசுவது; த்ரிஜடை என்ற அரக்கி, தான் ஒரு கனவு கண்டதாகக் கூறி, மற்ற அரக்கிகளை எச்சரிப்பது...

4. ஹனுமானைப் பார்த்த ஸீதையின் சந்தேகம் 689

தான் கண்ட கனவின் விவரங்களை மற்ற அரக்கிகளுக்கு விவரிக்கிற த்ரிஜடை, ராவணனின் அழிவு நிச்சயம் என்று சொல்வது; ஸீதை நல்ல சகுனங்களைக் காண்பது; நடப்பதையெல்லாம் கவனித்துக் கொண்டிருந்த ஹனுமான், தான் செய்ய வேண்டியது என்ன என்பதைச் சிந்தித்து தீர்மானித்து, ஸீதையை நெருங்கிப் பேசுவது; ஸீதைக்கு வருகிற சந்தேகங்கள்; ஸீதையின் நம்பிக்கையைப் பெற ஹனுமானின் முயற்சி...

5. ஹனுமானின் யோசனை 697

ராமர் அளித்த மோதிரத்தை ஸீதையிடம் ஹனுமான் கொடுப்பது, தன்னை இன்னமும் ராம – லக்ஷ்மணர்கள் வந்து காப்பாற்றாதது பற்றி ஸீதை வருந்துவது; ஸீதை இருக்குமிடம் அவர்களுக்குத் தெரியாததால்தான், தாமதம்

நேர்ந்தது என்று கூறுகிற ஹனுமான், ஸீதைக்கு தைரியம் அளிப்பது; தன்னைப் பிரிந்து ராமரின் மனம் பெரிதும் அவதியுறுகிறது என்று கேட்டு ஸீதை வருந்துவது; ராவணன் விதித்த கெடுவில் இரண்டு மாதங்களே மீதம் இருப்பதால், ராமர் விரைந்து செயல்பட வேண்டும் என்று ஸீதை ஹனுமானிடம் வலியுறுத்துவது; ஸீதையை தன் முதுகிலே சுமந்து கடலைக் கடந்து சென்று விடுவதாக ஹனுமான் கூற, ஸீதை அந்த யோசனையை ஏற்க மறுப்பது...

6. ஸீதையிடம் விடை பெற்றார் ஹனுமான் 704

முன்பு நடந்த ஒரு நிகழ்ச்சியை விவரித்து, ராமரிடம் அதை நினைவுபடுத்துமாறு ஸீதை கூறுவது; ஸீதையிடமிருந்து அவள் தலையில் சூடியிருந்த நகையை அடையாளமாகப் பெற்றுக் கொண்டு ஹனுமான், அவளிடம் விடை பெறுவது; விரைவில் ராமர் வந்து தன்னை மீட்காவிட்டால், தான் உயிர் இழந்து விடுவது நிச்சயம் என்று ஸீதை கூறுவது....

7. நந்தவனம் நாசமடைந்தது! 711

ஸீதையிடமிருந்து விடைபெற்ற ஹனுமான், ராவணனின் நந்தவனத்தை அழித்து, ஒரு மோதலை உருவாக்கி, அரக்கர் கூட்டத்தின் பலத்தை அறிந்து கொள்ளத் தீர்மானிப்பது; நந்தவனத்தை ஹனுமான் நாசம் செய்வது; அந்தச் செய்தி கேட்டு ராவணன் முதலில் கிங்கரர்களையும், பின்னர் ஜம்பு மாலியையும், அவனைத் தொடர்ந்து வேறு பலரையும் ஹனுமானை அடக்குவதற்காக அனுப்புவது; ராவணனின் மகன் உட்பட, தன்னை எதிர்த்தவர்களையெல்லாம் ஹனுமான் வீழ்த்துவது...

8. ஹனுமான் கட்டப்பட்டார் 719

தனது மகன் அக்ஷன் கொல்லப்பட்டதை அறிந்த ராவணன், ஹனுமானை எதிர்க்க இந்திரஜித்தை அனுப்புவது; இந்திரஜித் ஹனுமானை பிரம்மாஸ்த்திரத்தினால் கட்டுவது; ராவணன் முன்னிலைக்கு அழைத்துச் செல்லப்பட்ட ஹனுமான், அவனுடைய தோற்றத்தைக் கண்டு வியப்பது; ராவணன் மனதில் எழுந்த கேள்விகள்...

9. ஹனுமானின் எச்சரிக்கை ! 726

ராவணனால் உத்திரவிடப்பட்ட ப்ரஹஸ்தன் ஹனுமானை விசாரிப்பதும், ஹனுமான் ராவணனைப் பார்த்து பதில் கூறுவதும்; ராமரின் பலம், ஸீதையின் உயர்வு, உயர்ந்த பண்புகள், தர்ம நியாயம் போன்ற பலவற்றை ராவணனுக்கு உணர்த்த ஹனுமான் முயல்வது; ராவணனை ஹனுமான் எச்சரிப்பது; ஹனுமானைக் கொன்று விடுமாறு ராவணன் உத்திரவிடுவது......

10. இலங்கைக்கு இட்ட தீ! 733

ஹனுமானைக் கொல்ல வேண்டாம் என்று விபீஷணன் யோசனை சொல்வது; ஹனுமானின் வாலுக்குத் தீயிட்டு அவரை நகர் வீதிகளில் இழுத்துச் செல்லுமாறு ராவணன் உத்திரவிடுவது; அரக்கிகள் மூலம் செய்தி அறிந்த ஸீதை, ஹனுமானுக்குத் தீங்கிழைக்காமல் இருக்குமாறு அக்னி பகவானை வேண்டுவதும், அதன் பயனாக, தீ ஹனுமானுக்குக் குளுமை அளிப்பதும்; இலங்கையில் பல இடங்களை ஹனுமான் தீக்கிரையாக்குவது; பின்னர் அவருக்கு ஓர் அச்சம் தோன்றுவது...

11. விடைபெற்றார் ஹனுமான் ! 741

தன்னால் இலங்கையின் பல பகுதிகளில் இடப்பட்ட தீ, ஸீதையையும் எரித்திருக்கும் என்று நினைத்து ஹனுமான் தன்னைத்தானே நொந்து கொள்வது; சில நல்ல சகுனங்களைப் பார்த்து அவர் நம்பிக்கை பெறுவது; தன்னையே எரிக்காத தீ, ஸீதையை நிச்சயமாக எரிக்காது என்று அவர் தீர்மானிப்பது; வானில் தோன்றுகிற முனிவர்களின் பேச்சு அவருக்கு தெளிவைத் தருவது; ஸீதையைச் சந்தித்து அவர் விடை பெறுவது; கடலைத் தாண்டி, மற்ற வானரர்கள் இருக்குமிடத்தை அவர் அடைவது; ஸீதை காணப்பட்ட செய்தி அறிந்து அனைவரும் மகிழ்ச்சியடைவது; ஸீதையை தாங்களாகவே மீட்டு விட வேண்டும் என்று அங்கதன் கூறுவது...

12. ராமரின் மகிழ்ச்சி ! 750

ஸீதையை தாங்களே மீட்டு விட வேண்டும் என்ற அங்கதனின் யோசனையை ஜாம்பவான் நிராகரிப்பது; அங்கதன், ஜாம்பவான், ஹனுமான் ஆகியோர் வானரர் கூட்டத்துடன் கிஷ்கிந்தைக்குப் புறப்படுவது; செல்லும் வழியில் சுக்ரீவனின் நந்தவனத்தை அவர்கள் அழித்து விடுவது; சுக்ரீவனிடம் நந்தவனம் அழிந்த தகவலை ததிமுகன் தெரிவிக்க, 'ஸீதை காணப்பட்டிருக்க வேண்டும்' என்று சுக்ரீவன் தீர்மானிப்பது; ஹனுமான் வந்து, ஸீதை காணப்பட்டாள் என்பதை ராமர், லக்ஷ்மணன், சுக்ரீவன் ஆகியோருக்குத் தெரிவிப்பது; மீண்டும் மீண்டும் ஸீதையைப் பற்றிய தகவல்களைக் கூறுமாறு ஹனுமானிடம், ராமர் கேட்டுக் கொள்வது...

6. யுத்த காண்டம் (757 – 1122)

1. வானர சேனை புறப்பட்டது ! 757

வானர சேனை சமுத்திரத்தை எப்படி கடக்கும் என்று ராமர் கவலையுறுவது; சுக்ரீவன் ராமருக்கு தைரியம் சொல்வது; ராமர் தலைமையில் வானர சேனை புறப்படுவது; இலங்கையில் – ராவணன் வானர சேனை

இலங்கை நோக்கி வரும் நிலையில், தான் கையாள வேண்டிய அணுகுமுறை பற்றி அரக்கர்களிடம் ஆலோசனை கேட்பது; ராவணனின் வீரத்தைப் புகழ்கிற அரக்கர்கள், ராமனை வெல்வது மிக எளிது என்று கூறுவது...

2. விபீஷணனின் யோசனை நிராகரிக்கப்பட்டது   765

தாங்களே சென்று ராம, லக்ஷ்மணர்களை வென்று விடுவதாக பல அரக்கர்கள் ராவணனிடம் கூறுவது; எல்லோரும் ராவணனை இப்படி உற்சாகப்படுத்திக் கொண்டிருந்தபோது, விபீஷணன் அவர்களை மறுத்துப் பேசி, ஸீதையை ராமரிடம் மீண்டும் ஒப்படைத்து விடுவதுதான் இலங்கைக்கும், அரக்கர்களுக்கும் நல்லது என்று கூறுவது; சபையைக் கலைத்து விட்டு தனது மாளிகைக்குச் சென்ற ராவணனை, அடுத்த தினம் சந்தித்து விபீஷணன் தனது கருத்தை மீண்டும் வலியுறுத்துவது; ராவணன், விபீஷணனுடைய யோசனையை நிராகரிப்பது; ராவணன் மீண்டும் தனது அரச சபையை அடைவது...

3. ராவணனுக்கு கும்பகர்ணனின் கண்டனம் !   772

ஸீதையிடம் மனதை இழந்துவிட்ட தனது நிலையை ராவணன், தனது சபையில் வர்ணிப்பது; ஸீதையை அபகரித்த ராவணனின் செயலைக் கண்டித்துப் பேசி விட்டு, கும்பகர்ணன் இறுதியில், ராம - லக்ஷ்மணர்களைக் கொல்வதாகக் கூறுவது; பலாத்காரம் மூலம் ஸீதையை இணங்கச் செய்து விட வேண்டும் என்று கூறுகிற மஹாபார்ஷ்வனுக்கு ராவணன் அளிக்கிற விளக்கம்; விபீஷணன் மீண்டும் ராவணனுக்கு நல்லறிவு கூறுவது; இந்திரஜித்தின் கோபம்...

4. விபீஷணன் மீது ராவணன் சீறினான் !   780

விபீஷணனை இகழ்ந்து பேசிவிட்டு, இந்திரஜித், ராம - லக்ஷ்மணர்களைக் கொல்வது எளிது என்று பெருமை பேசுதல்; அவனுடைய அறியாமையைக் கடிந்து பேசுகிற விபீஷணன், ஸீதையை ராமரிடமே ஒப்படைக்குமாறு மீண்டும் ராவணனை வற்புறுத்துவது; உறவினர்களே ஆபத்தானவர்கள் என்று கூறுகிற ராவணன், விபீஷணனை மிகவும் கடுமையாகப் பேசுவது...

5. விபீஷணன் மீது வானரர்களின் சந்தேகம் !   786

ராவணனை கடைசியாக எச்சரித்து விட்டு விபீஷணன், அங்கிருந்து அகல்வது; ராமர் இருக்கும் இடத்தை அடைந்து அடைக்கலம் கோருகிற விபீஷணன் மீது ஸுக்ரீவன் சந்தேகப்பட்டு, அவனைக் கொன்று விட வேண்டும் என்று கூறுவது; பல வானரர்களும் முக்கியஸ்தர்களும் அவ்வாறே கூற, ஹநுமான் விபீஷணனை ஏற்பதே தகும் என்று அபிப்பிராயம் சொல்வது; தான் அவ்வாறு கூறுவதற்கு ஹநுமான் கூறுகிற காரணங்கள்...

6. விபீஷண சரணாகதி !   793

விபீஷணன் நல்லெண்ணத்துடனேயே வந்திருப்பதாக தானும் நினைப்பதை ராமர் கூறுவது; ஸுக்ரீவன் மீண்டும் மீண்டும் விபீஷணனைப் பற்றிய தனது சந்தேகத்தைத் தெரிவிப்பது; இறுதியில் ராமர், தன்னிடம் அடைக்கலம் கோரியவனை, எல்லா ஜீவராசிகளிடமிருந்தும் காப்பது தனது விரதம் என்று கூறுவது; ராமரிடம் அழைத்து வரப்பட்ட விபீஷணன், அவரிடம் சரண் அடைவது; அவனிடம் அரக்கர்களின் பலம், பலவீனம் ஆகியவற்றைப் பற்றி ராமர் விசாரிக்க, அவனும் விவரங்களைக் கூறுவது...

7. ஒற்றன் பிடிபட்டான் !   801

ராவணனைக் கொன்று, இலங்கை மன்னனாக விபீஷணனுக்கே முடி சூட்டுவதாக ராமர் சொல்வது; கடலை எப்படிக் கடப்பது என்று ஹனுமானும், ஸுக்ரீவனும் கேட்க, ராமர் ஸமுத்திர ராஜனின் உதவியை நாடவேண்டும் என்று விபீஷணன் கூறுவது; ராவணன், சுகன் என்பவனை, ஸுக்ரீவனிடம் தூதுவனாக அனுப்புவது; பறவை உருவத்தில் வந்த சுகன், ராவணன் அனுப்பிய செய்தியைக் கூறியவுடன், வானரர்கள் அவனைத் தாக்குவது; ராமர், விபீஷணனிடம் அவனை விடுவிக்குமாறு கூறுவது; ஸமுத்திர ராஜனை மனதில் நினைத்து, உறக்கமும் உணவுமின்றி மூன்று இரவுகளை ராமர் கழிப்பது; உதவ முன்வராத ஸமுத்திர ராஜன் மீது கொண்ட கோபத்தால், ஸமுத்திரத்தின் மீது ராமர் பாணங்களைத் தொடுப்பது; கடலில் பயங்கரமான கொந்தளிப்பு ஏற்படுவது...

8. பாலம் கட்டப்பட்டது !   808

லக்ஷ்மணன் ராமரின் கோபத்தைத் தணிக்க முயற்சிப்பது; ராமர் ப்ரம்மாஸ்திரத்தை வில்லிலே பூட்ட, உலகம் நடுங்குவது; ஸமுத்திர ராஜன், நேரில் தோன்றி, ராமருக்கு விளக்கங்களை அளிக்க, அவன் கேட்டுக் கொண்டவாறே ப்ரம்மாஸ்திரத்தை ராமர் செலுத்துவது; நளன் என்ற வானரனைக் கொண்டு கடல் மீது பாலம் கட்டப்படுவது; வானர சேனையுடன் ராம - லக்ஷ்மணர்கள் பாலத்தின் மூலமாக மறு கரையை அடைவது...

9. மீண்டும் ஒற்றர்கள் !   816

கடலைக் கடந்த பிறகு, வானர சேனை முகாமிடுதல்; ஏற்கெனவே பிடிக்கப்பட்ட சுகன் விடுவிக்கப்படுவது; அவன் ராவணனை அடைந்து, தனக்கு நேரிட்ட கதியைக் கூறி, ராமரின் திறனையும், அவருடைய படையின் பலத்தையும் வர்ணிக்க, 'தன்னை வெல்ல யாராலும் முடியாது' என்று ராவணன் பெருமை பேசுவது; மீண்டும் ராவணன் ஒற்றர்களை அனுப்புவது; அவர்கள் ராமர் கூறிய எச்சரிக்கையைத் தாங்கி, மீண்டும் ராவணனை சென்றடைவது; தனது அரண்மனையின் மேல் ஏறி நின்று, வானர சேனையைப் பார்க்கிற ராவணன், அதில் உள்ள முக்கியஸ்தர்களைப் பற்றி தனக்குக் கூறுமாறு கேட்பது; ஸாரணன் முக்கியமான வானர வீரர்களைக்

காட்டி, அவர்களுடைய பராக்கிரமத்தைப் பற்றி ராவணனுக்கு விளக்கிக் கூறுவது.

10. ராவணன் செய்த தந்திரம் 822

விபீஷணனைத் தொடர்ந்து சுகனும் பல வானர வீரர்களை சுட்டிக் காட்டி விட்டு, ராமர், லக்ஷ்மணன், ஹனுமான், சுக்ரீவன் ஆகியோரையும் காட்டி, அவர்களுடைய பெரும் திறனை விளக்குவது; ஸார்தூலன் என்பவன் தலைமையில் மீண்டும் ஒற்றர்களை வானரப் படையிடம் ராவணன் அனுப்புவது; அவர்களும் விபீஷணனால் பிடிபட்டு, ராமரால் விடுவிக்கப் படுவது; ராவணன், மாயையில் வல்லவனான வித்யுஜ்ஜிஹ்வன் என்பவனிடம், ராமரின் தலையைப் போன்ற ஒரு தலையையும், அவருடைய வில்லைப் போன்ற ஒரு வில்லையும் தயார் செய்யச் சொல்வது; ராவணன் ஸீதையை அடைந்து, ராமர் கொல்லப்பட்டார் என்று கூறுவது...

11. ஸீதையின் கதறல் ! 830

ராமரின் தலை போன்ற தலையைப் பார்த்து, கதறி அழுகிற ஸீதை தன்னையே கொன்று விடுமாறு ராவணனிடம் கேட்பது; அந்த தலை ராமருடையது அல்ல என்றும்; அவர் வானரப் படையுடன் இலங்கைக்கு வந்து விட்டார் என்றும் கூறி, ஸரமை எனகிற அரக்கி ஸீதையைத் தேற்றுவது; ராவணனின் திட்டத்தை அறிந்து வருமாறு ஸரமையை ஸீதை கேட்டுக் கொள்வது...

12. மால்யவானின் அறிவுரை 837

நல்ல அறிவுரை கூறுகிற மால்யவானை நிந்தித்து, அவனுடைய யோசனையை ராவணன் நிராகரிப்பது; விபீஷணனின் அமைச்சர்கள், ராவணன் செய்து வருகிற யுத்த ஏற்பாடுகளை அறிந்து வந்து, ராமரிடம் தெரிவிப்பது; ராவணனின் படை பலத்தை எடுத்துக் கூறி, ராமரை விபீஷணன் எச்சரிப்பது...

13. இலங்கை முற்றுகையிடப்பட்டது ! 844

ஸுவேல மலை மீது ஏறி, இலங்கையை ராமர் முதலானோர் பார்வையிடுவது; ராவணனைப் பார்த்து கோபம் தாங்க முடியாமல், அவன் மீது தாவுகிற ஸுக்ரீவன் அவனோடு சண்டையிட்டுத் திரும்புவது; ராமர் அன்புடன் ஸுக்ரீவனைக் கடிந்து கொள்வது; அங்கதன் மூலமாகச் செய்தி அனுப்பி, ராவணனை ராமர் இறுதியாக எச்சரிப்பது; இலங்கை முற்றுகையிடப்படுவது...

14. ராம - லக்ஷ்மணர்கள் கட்டுண்டனர்! 852

வானரர்களுக்கும், அரக்கர்களுக்குமிடையே யுத்தம் தொடங்குவது; அங்கதனிடம் சிக்கி இந்திரஜித் அவதியுறுவது; கோபமுற்ற இந்திரஜித், மாயா யுத்தம் தொடங்குவது; அவன் எய்த அம்புகளினால் ராம - லக்ஷ்மணர்கள் கட்டப்படுவது; வீழ்ந்த அவர்களைப் பார்த்து, ஸுக்ரீவன் மனக்கலக்கம்

அடைவது; விபீஷணன் அவனுக்கு தைரியம் கூறுவது; ராம - லக்ஷ்மணர்கள் கொல்லப்பட்டார்கள் என்று இந்திரஜித், ராவணனிடம் தெரிவிப்பது; ராவணனின் மகிழ்ச்சி...

15. ஸீதை கண்ட காட்சி ! 858

ஸீதையை புஷ்பக விமானத்தில் ஏற்றிச் சென்று, ராம - லக்ஷ்மணர்கள் வீழ்ந்து கிடக்கிற காட்சியை அவளுக்குக் காட்டுமாறு, ராவணன் அரக்கிகளுக்குக் கட்டளையிடுவது; ராம - லக்ஷ்மணர்கள் வீழ்ந்து கிடப்பதைப் பார்த்த ஸீதை கதறி அழுவது; த்ரிஜடை அவளுக்கு ஆறுதல் கூறுவது; சுய நினைவு பெற்ற ராமர், லக்ஷ்மணன் வீழ்ந்து கிடப்பதைப் பார்த்து விரக்தியுற்றுப் பேசுவது; விபீஷணனின் மனக் குழப்பம்...

16. கருடன் ஆற்றிய பணி ! 866

ராமரையும், லக்ஷ்மணனையும் கிஷ்கிந்தைக்கு எடுத்துச் செல்லுமாறு உத்திரவிட்ட ஸுக்ரீவன், தானே போரில் ராவணனை வென்று ஸீதையை மீட்பதாகக் கூறுவது; ராம - லக்ஷ்மணர்களின் உயிரைக் காப்பாற்ற ஸுஷேணன் தெரிவித்த யோசனை; கருடன் பறந்து வந்து ராம - லக்ஷ்மணர்களை கட்டுகளிலிருந்து விடுவிப்பது; ராமரும், லக்ஷ்மணனும் இந்திரஜித்தின் கட்டிலிருந்து தப்பித்து விட்டார்கள் என்ற செய்தி கேட்டு ராவணன் கவலையுறுவது; ராவணனால் அனுப்பப்பட்ட தூம்ராக்ஷன் என்ற அரக்கர் படைத் தலைவன், ஹனுமானால் கொல்லப்படுவது...

17. ராவணன் வந்தான் ! 872

ராவணனால் யுத்த களத்திற்கு அனுப்பப்பட்ட வஜ்ரதம்ஷ்ட்ரன், அகம்பனன் - ஆகியோர் யுத்த களத்தில் உயிர் விடுவது; ப்ரஹஸ்தன், முன்பே ஸீதையை திரும்பவும் ராமரிடமே ஒப்படைத்திருக்க வேண்டும் என்பதைச் சுட்டிக் காட்டி விட்டு, யுத்த களத்தில் கடும் போர் புரிந்து, உயிர் துறப்பது; இதையடுத்து ராவணனே யுத்தத்திற்குப் புறப்படுவது; ராவணனின் தோற்றத்தைக் கண்டு ராமருக்கு ஏற்பட்ட பிரமிப்பு; ராவணன் வானர படையை சிதறடிப்பது; ஸுக்ரீவன் வீழ்வது...

18. ஓய்வெடுத்து, மீண்டும் வா ! 879

ராமரின் அனுமதி பெற்று லக்ஷ்மணன் ராவணனை எதிர்க்கச் செல்வது; ஹனுமானை நிலை குலையச் செய்து விட்டு ராவணன், நீலனை வீழ்த்துவது; லக்ஷ்மணனுக்கும், ராவணனுக்குமிடையே கடும் யுத்தம் நடப்பது; லக்ஷ்மணனும் ராவணனால் வீழ்த்தப்படுவது; லக்ஷ்மணன் வீழ்ந்ததனால் கோபமுற்ற ஹனுமான், ராவணனை வீழ்த்திவிட்டு, லக்ஷ்மணனை ராமரிடம் எடுத்துச் செல்வது; ஹனுமானின் வேண்டுகோளின் பேரில், அவருடைய தோளின் மீது ஏறி ராமர், ராவணனை எதிர்க்கச் செல்வது; தன்னுடைய ஆயுதம், ரதம் ஆகியவற்றையெல்லாம் இழந்து நிற்கும் நிலையை ராவணன் அடையுமாறு செய்த ராமர், அவனை வீழ்த்துவது; சோர்வுற்ற ராவணனை

மேலும் தாக்காமல், ஓய்வெடுத்து, பிறகு யுத்த களத்திற்குத் திரும்புமாறு, அவனிடம் ராமர் கூறுவது...

19. ராவணன், மனம் நொந்தான் ! 887

பெரும் அவமானத்துடன் ராவணன் நகருக்குத் திரும்புவது; தனது சபையில் அரக்கர்களிடம் ராவணன், தனக்கு நேர்ந்த கதியைக் கூறி வருந்துவது; தான் பெற்ற சாபங்கள் பலிக்கத் தொடங்கி விட்டன என்று அவன் நினைப்பது; கும்பகர்ணனை எழுப்பி, யுத்த களத்திற்கு அவனை அனுப்பி, வெற்றி பெற முயற்சிப்பது என ராவணன் தீர்மானிப்பது; பெரும் முயற்சிக்குப் பிறகு அரக்கர்கள் கும்பகர்ணனை எழுப்புவது; ராவணனைச் சந்திக்க கும்பகர்ணன் புறப்படுவது; இலங்கையின் தெருக்களில் கும்பகர்ணன் நடந்து செல்லும் காட்சியை தூரத்தில் இருந்து கண்ட வானரர்கள், பயத்தினால் தவிப்பது...

20. அண்ணனுக்கு தம்பி கூறிய அறிவுரை ! 894

கும்பகர்ணனின் பலத்தைப் பற்றி, விபீஷணன் ராமருக்கு எடுத்துச் சொல்வது; கும்பகர்ணன் ராவணனின் அரண்மனையைச் சென்று அடைவது; ராவணன், இலங்கைக்கு நேர்ந்து விட்ட ஆபத்தை எடுத்துச் சொல்லி, எதிரிகளை அழித்து தனக்கு உதவி செய்யுமாறு கும்பகர்ணனைக் கேட்டுக் கொள்வது; தான் செய்த பாவத்தின் விளைவைத்தான், ராவணன் அனுபவிக்க நேரிட்டிருக்கிறது என்று கும்பகர்ணன் சுட்டிக் காட்டுவது; ராஜநீதியைப் பற்றி கும்பகர்ணன் அளிக்கிற விளக்கங்கள்; விபீஷணன் கூறிய ஆலோசனைதான் ஏற்கத்தக்கது என்று கும்பகர்ணன் ராவணனுக்கு எடுத்துச் சொல்வது...

21. கும்பகர்ணனின் சூளுரை ! 901

ராவணன், கும்பகர்ணனைக் கடிந்து பேசுவது; நிகழ்ந்த தவறை சரி செய்ய முடியாத நிலையில், இனி நடக்க வேண்டியதையே கவனிக்க வேண்டும் என்று ராவணன் கூறுவது; யுத்தத்திற்குப் போகுமாறு கும்பகர்ணனை அவன் கேட்பது; கும்பகர்ணன், ராவணனுடைய விருப்பத்தை நிறைவேற்றுவதாகக் கூறுவது; தன்னுடைய பலத்தைப் பற்றிப் பெரும் உற்சாகத்துடன் பேசி, ராவணனுக்கு கும்பகர்ணன் தைரியமூட்டுவது...

22. வானரப் படை சிதறியது ! 907

கும்பகர்ணனை மஹோதரனான் பழித்துப் பேசுவது; யுத்தமின்றியே காரியத்தை முடித்துக் கொள்ள ராவணனுக்கு ஒரு வழியை அவன் கூறுவது; மஹோதரனை கும்பகர்ணன் பழித்துப் பேசி, யுத்தகளத்திற்குச் செல்ல ராவணனின் அனுமதியைப் பெறுவது; ராவணனின் மகிழ்ச்சி; யுத்த களத்தில் நுழைந்த கும்பகர்ணனைக் கண்டு பயந்து வானரப் படை சிதறுவது; வானரப் படைத் தலைவர்களுக்கு அங்கதன் விடுக்கும் அழைப்பு....

23. மடிந்தான் கும்பகர்ணன் ! 915

கும்பகர்ணன், வானரப் படையில் பேரழிவை உண்டாக்குவது; கும்பகர்ணனின் தாக்குதலில் சிக்கி ஹனுமான் தவிப்பது; ஸுக்ரீவனை வீழ்த்துகிற கும்பகர்ணன், அவனைத் தூக்கிச் செல்வதும், ஸுக்ரீவன் தப்பி விடுவதும்; லக்ஷ்மணன், கும்பகர்ணனை எதிர்ப்பது; ராமர், கும்பகர்ணனை வீழ்த்திக் கொல்வது...

24. ராவணனின் துக்கம் 922

கும்பகர்ணன் மாண்ட செய்தி கேட்டு, ராவணன் மயக்கமுறுவது; அவனுடைய மகன்களும், சகோதரர்களும் துக்கத்தில் ஆழ்வது; இனி வாழ்ந்து என்ன பயன் என்று ராவணன் புலம்புவது; த்ரிசிரன் ராவணனுக்கு உற்சாகம் ஊட்டும் வகையில் பேசுவதும்; பின்னர் ராவணனின் மகன்களும், சகோதரர் களும் ராமரை அழிப்பதாகக் கூறி யுத்த களத்திற்குப் புறப்படுவதும்...

25. ராம – லக்ஷ்மணர்கள் மயங்கி வீழ்ந்தனர்! 929

யுத்த களத்தில் ராவணனின் மகன்களும், சகோதரர்களும் மடிவது; ராவணனின் துக்கம்; இந்திரஜித், ராவணனுக்கு தைரியம் சொல்லி விட்டு, ராம – லக்ஷ்மணர்களை அழிப்பதாக சபதம் செய்வது; யுத்த களத்தில் இந்திரஜித்தின் சாகசம்; ராம – லக்ஷ்மணர்கள் மயங்கி வீழ்வதைக் கண்ட இந்திரஜித், இலங்கைக்குத் திரும்புவது; வானரத் தலைவர்கள் திகைத்து நிற்பது...

26. இந்திரஜித்தின் மாயாஜாலம் 937

ஜாம்பவான் கூறிய யோசனையை ஏற்று, ஹனுமான் இமயமலைப் பிரதேசத்திற்குச் சென்று மூலிகைகள் நிறைந்த மலைச் சிகரத்தை யுத்த களத்திற்குக் கொண்டு வருவது; அந்த மூலிகைகளின் வாசனையை நுகர் வதால், வானரர்களும், ராம – லக்ஷ்மணர்களும் தங்களுக்கு ஏற்பட்ட பாதிப்பிலிருந்து விடுபடுவது; ராவணன் அனுப்பிய பல அரக்கர் தலைவர்கள் யுத்த களத்தில் உயிர் இழப்பது; இந்திரஜித் மீண்டும் யுத்த களத்திற்கு வந்து, கடும் தாக்குதலை நடத்துவது; ஸீதையைப் போன்ற ஒரு பெண்ணை உருவாக்கி, ஹனுமானின் முன்னிலையில் அந்த மாயப் பெண்ணை இந்திரஜித் கொல்வது; ஸீதை இறந்து விட்டாள் என்று நம்புகிற ஹனுமான், விரைந்து சென்று ராமரிடம் அந்தச் செய்தியை தெரிவிப்பது; ராமர் மயங்கி விழுவது...

27. தர்மத்தை நிந்தித்தான் லக்ஷ்மணன் ! 945

ராமரின் நிலை கண்டு வருந்திய லக்ஷ்மணன், மனமுடைந்து தர்மத்தை நிந்தித்துப் பேசுவது; இந்திரஜித்தை தான் வென்று, ராவணன் உட்பட எல்லா அரக்கர்களையும், இலங்கை நகரத்தையும் அழிப்பதாக அவன் சொல்வது; மயங்கிய நிலையிலிருந்த ராமரைப் பார்த்து, விபீஷணன் திகைத்து நிற்க, 'ஸீதை கொல்லப்பட்டாள்' என்று ஹனுமான் கொண்டு வந்த செய்தியை, லக்ஷ்மணன் அவனிடம் தெரிவிப்பது; விபீஷணன் அதை மறுத்துப் பேசுவது...

28. விபீஷணனை இந்திரஜித் தூற்றுவது...! 952

இந்திரஜித், ஸீதையின் மாயா உருவத்தைத்தான் கொன்றான் என்று கூறிய விபீஷண், அவன் ஒரு யாகம் நடத்தப் போவதாகவும், அதை நடத்தி முடித்தால், அவனை யாராலும் வெல்ல முடியாது என்றும், ராமரிடம் கூறுகிறான்; ராமர், லக்ஷ்மணனை பெரும் படையுடன் அனுப்பி, இந்திரஜித் யாகத்தை நடத்துவதற்கு முன்பாகவே அவனைக் கொன்று விட வேண்டும் என்றும் விபீஷண் ஆலோசனை கூறுகிறான்; விபீஷணின் ஆலோசனையை ஏற்ற ராமரின் கட்டளைப்படி, லக்ஷ்மணன், இந்திரஜித்தை எதிர்ப்பதற்காக அவன் யாகம் நடத்துகிற இடத்திற்குச் செல்கிறான்; அரக்கர் படைக்கும், வானரர் படைக்குமிடையே கடும் யுத்தம்; ஹனுமானின் வீர சாகசம்; விபீஷணை இந்திரஜித் கடிந்து பேசுவது; இந்திரஜித்திற்கு விபீஷண் அளிக்கும் பதில்...

29. இந்திரஜித் மாண்டான் ! 959

லக்ஷ்மணனைப் பார்த்து இந்திரஜித் கர்வமாகப் பேசுவது; இந்திர ஜித்துக்கும், லக்ஷ்மணனுக்குமிடையே கடும் போர் மூள்வது; தேரை இழந்த இந்திரஜித், நகருக்குத் திரும்பி மற்றொரு தேருடன் யுத்த களத்திற்குத் திரும்புவது; மீண்டும் பெரும் யுத்தம் நிகழ்வது; ராமரை மனதில் நினைத்து, லக்ஷ்மணன் ஒரு பாணத்தை ஏவ, இந்திரஜித் கொன்று வீழ்த்தப்படுவது; வானரர்களும், தேவர்களும், ரிஷிகளும் லக்ஷ்மணனைக் கொண்டாடுவது; அனைவரும் சென்று ராமரை வணங்கி நிற்க, விபீஷண், இந்திரஜித் கொல்லப்பட்ட செய்தியை அவருக்குத் தெரிவிப்பது; ராமர், லக்ஷ்மணனைப் பெரிதும் பாராட்டுவது....

30. ராவணனின் துக்கம் ! 967

இந்திரஜித்துடன் போரிட்டு உடலில் காயங்களைப் பெற்றவர்களுக்குச் சிகிச்சை செய்யுமாறு ஸுஷேணனை ராமர் பணிப்பது; இந்திரஜித்தினால் தாக்கப்பட்டவர்கள் உடல் நலம் பெறுவது; இந்திரஜித்தின் மரணத்தை அறிகிற ராவணன், மயக்கமுற்று வீழ்வது; மூர்ச்சை தெளிந்த பின்னர், இந்திரஜித்தை நினைத்து ராவணன் புலம்புவது....

31. அரக்கிகளின் புலம்பல் ! 974

கோபத்தில் ராவணன் காட்டியளித்த விதம்; ஸீதையைக் கொன்றுவிட ராவணன் எடுத்த முடிவு; ஸீதையின் புலம்பல்; ஸுபார்ச்வன் அறிவுரையை ஏற்று ராவணன் தனது முடிவை மாற்றிக் கொண்டு, ஸீதையைக் கொல்லாமல் விடுவது; ராவணனால் அனுப்பப்பட்ட படை ராமரால் அழிக்கப்படுவது; அரக்கிகளின் புலம்பல்; ராவணன் போருக்குப் புறப்பட தீர்மானிப்பது...

32. யுத்த களத்தில் மீண்டும் ராவணன் 982

ராவணன் யுத்தத்திற்குப் புறப்படுவது; வானரர்களுக்கும், அரக்கா களுக்கும் நடுவே யுத்தம் நடப்பது; மஹாபார்ச்வன், மஹோதரன்,

விரூபாக்ஷன் – ஆகியோர் கொல்லப்படுவது; ராமருக்கும், ராவணனுக்கு மிடையே போர் நடப்பது; விபீஷணனை, ராவணன் தாக்குவது; விபீஷணனைக் காப்பாற்ற முனைந்த லக்ஷ்மணன் மீது, ராவணனின் வேல் பாய்வது; ராமருடைய வீர உரை...

33. இந்திரனின் தேர் வந்தது ! 990

ராமருக்கும், ராவணனுக்குமிடையே நடந்த கடும் போர்; ராவணன் யுத்த களத்தை விட்டு ஓடுவது; லக்ஷ்மணன் ரத்த வெள்ளத்தில் வீழ்ந்து கிடப்பதைப் பார்த்து, ராமர் புலம்புவது; ஸுஷேணன் ராமருக்கு தைரியம் சொல்லி விட்டு, மூலிகைகளைக் கொண்டு வர ஹனுமானை அனுப்புவது; ஹனுமான் மூலிகைகளோடு மலையைக் கொண்டு வந்து விடுவது; ஹனுமான் கொண்டு வந்த மூலிகைகள் மூலமாக லக்ஷ்மணன் உடல் நிலை சீராவது; ராமருக்கு உதவி செய்வதற்காக இந்திரன் தனது தேரையும், தேரோட்டியையும் அனுப்புவது; ராமருக்கும், ராவணனுக்கும் இடையே மீண்டும் நடக்கிற யுத்தம்...

34. ராமர் செய்த 'சூரியன் துதி' ! 998

ராவணன் களைத்து விட்டதைப் பார்த்த அவனுடைய தேரோட்டி, யுத்த களத்திலிருந்து தேரைத் திருப்புவது; தேரோட்டியின் மீது கோபம் கொண்ட ராவணன், அவனை ஏச, தேரை யுத்தகளத்திலிருந்து திருப்பியதற்கான காரணங்களை தேரோட்டி விளக்குவது; மனம் மகிழ்ந்த ராவணன் தேரோட்டிக்குப் பரிசளித்து, மீண்டும் யுத்த களத்திற்குத் தேரைச் செலுத்தச் சொல்வது; ராவணனை இறுதியாக வெல்வது எப்படி என்பதைத் தீர்மானிக்க முடியாமல் இருந்த ராமருக்கு, அகஸ்திய முனிவர் செய்த உபதேசம்; ஆதித்ய ஹ்ருதயம் என்கிற சூரிய துதியை, அகஸ்தியர் உபதேசித்தவாறே ராமர் செய்து முடிக்க, அவருடைய மனதிலே தெளிவு ஏற்படுவது; ராமரும், ராவணனும் மீண்டும் யுத்த களத்தில் சந்திப்பது; ராவணனுடைய அழிவைக் குறிக்கிற அபசகுனங்கள் பல தோன்றுவது; சகுன சாத்திரங்களை அறிந்த ராமர் மனமகிழ்வது...

35. ராவணன் மடிந்தான் ! 1006

தேவர்களும் வியக்குமாறு, ராம – ராவண யுத்தம் கடுமையாக நடப்பது; அதற்கு உவமையே இல்லை என்று கந்தர்வர்களும், அப்சரஸ்களும் கூறுவது; ராவணனைக் கொல்வது எப்படி என்ற சிந்தனையில் ஆழ்கிற ராமருக்கு, ப்ரம்மாஸ்திரத்தை ஏவுமாறு மாதலி யோசனை கூறுவது; ராமர் ப்ரம்மாஸ்திரத்தை ஏவ, ராவணன் மடிந்து வீழ்வது; வானம் பூமாரி பொழிவது; வானர சேனையின் மகிழ்ச்சி ஆரவாரம்...

36. மண்டோதரியின் துயரம் ! 1014

இறந்து விட்ட ராவணனை நினைத்து, விபீஷணன் துயருறுவது; ராவணனைப் பற்றிய பெருமைகளை விபீஷணன் விவரிப்பது; விபீஷணனுக்கு

ராமர் கூறுகிற ஆறுதல்; இறுதிச் சடங்கு நடத்த அவன் விரும்புவதும், ராமர் சம்மதிப்பதும்; ராவணனின் மனைவிமார்கள், அவன் உடலைக் கண்டு அழுவது; மண்டோதரியின் துயரம்...

37. விபீஷணன் பட்டாபிஷேகம் ! 1021

ராவணனின் மறைவு குறித்து புலம்பிய மண்டோதரிக்கு, அவனுடைய மற்ற மனைவிமார்கள் கூறுகிற ஆறுதல்; ராவணனின் இறுதிச் சடங்குகளை நடத்துமாறு ராமர், விபீஷணனிடம் கூறுவது; பெரும் தவறுகளை இழைத்து விட்ட ராவணனுக்கு, இறுதிச் சடங்கு நடத்துவது பற்றி விபீஷணனுக்கு ஏற்படுகிற தயக்கம்; விபீஷணனின் தயக்கத்தை விலக்கி அவனுக்கு அறிவுரை கூறி, இறுதிச் சடங்கு நடத்துமாறு அவனிடம் மீண்டும் ராமர் கூறுவது; ராவணனின் இறுதிச் சடங்குகள்; விபீஷணனுக்குப் பட்டாபிஷேகம் செய்விக்குமாறு, லக்ஷ்மணனை ராமர் பணிப்பது; விபீஷண் பட்டா பிஷேகம்; ஸீதையைச் சந்தித்து யுத்தத்தில் ராவணன் வீழ்த்தப்பட்ட செய்தியைத் தெரிவித்து, அவளிடமிருந்து செய்தி பெற்று வருமாறு ஹனுமானை ராமர் கேட்டுக் கொள்வது; அசோக வனம் சென்று ஹனுமான், ஸீதையைச் சந்தித்து, ராமர் பெற்ற வெற்றி பற்றிய செய்தியைத் தெரிவிப்பது; ஸீதையின் மகிழ்ச்சி...

38. ஸீதை வந்தாள் ! 1029

அரக்கிகளைக் கொல்வதற்கு ஸீதையின் அனுமதியை ஹனுமான் கேட்பது; ஸீதை, ஹனுமானுக்குக் கூறுகிற நல்லுபதேசம்; கணவரை உடனே பார்க்க விரும்புவதாக ஸீதை ஹனுமானிடம் கூறி அனுப்புகிற செய்தி; ஸீதையை அலங்கரித்து அழைத்து வருமாறு ராமர் கூறியது; விபீஷணனால் பல்லக்கில் அழைத்து வரப்படுகிற ஸீதையைப் பார்க்க வானரர்கள் கூடுவதும், அவர்களை அரக்கர்கள் விரட்டுவதும்; ராமரின் கோபம்; ஸீதை கால் நடையாகவே அழைத்து வரப்படுவது; ராமரைக் கண்ட ஸீதையின் மகிழ்ச்சி...

39. சுட்டெரிக்கும் சொற்களைப் பேசினார் ராமர்! 1037

ஸீதையைக் கண்டு ராமரின் மனப்போராட்டம்; ஸீதையைப் பார்த்து அவர் பேசுகிற சுடு சொற்கள்; ஸீதை மனம் கலங்கி நிற்பது...

40. அகனிப் பிரவேசம் 1043

ராமர் பேசிய கடுமையான மொழிகளைக் கேட்டு மனம் வருந்திய ஸீதை, அவரிடம் முறையிடுவது; பின்னர், லக்ஷ்மணனிடம் அவள் தீ மூட்டச் சொல்வது; ஸீதையின் அக்னிப் பிரவேசம்; தெய்வங்கள் ராமருக்கு அவர் யார் என்பதைக் கூறுவது; பிரம்ம தேவனின் துதி; அக்னி பகவான் ஸீதையை ஏந்தி வருவது; ராமரின் தன்னிலை விளக்கம்; ஸீதை, ராமரோடு இணைவது...

41. பரமசிவன் காட்சியளித்தார் 1050

பரமசிவன் காட்சியளிப்பது.
தொடக்க அத்தியாயங்களில் கூறப்பட்ட உத்தர காண்டப் பகுதி

42. சீதை பூமிக்குள் பிரவேசித்தாள்   1060

உத்தர காண்ட நிகழ்ச்சிகள் - சீதை மீண்டும் தனது தூய்மையை நிரூபிக்க வேண்டும் என்று ராமர் கூறுவது; வால்மீகி முனிவர், சீதையை அழைத்து வருவது; சீதை சபதம் செய்வது; பூமி பிளந்து, ஒரு சிம்மாசனத்தில் அமர்ந்து வெளியே வந்த பூமாதேவி, சீதையை ஏற்றுக் கொண்டு, பூமிக்குள்ளேயே திரும்பிச் சென்று விடுவது; ராமரின் மன வருத்தம் ; ப்ரம்ம தேவனின் விளக்கம் ....

43. லக்ஷ்மணன் மறைந்தான்!   1069

உத்தர காண்டப் பகுதிகள் - ராமரின் ஆட்சி சிறப்பாக நடப்பது; லக்ஷ்மணன், பரதன், சத்ருக்னன் ஆகியோரின் மகன்கள் வெவ்வேறு பிரதேசங்களுக்கு மன்னர்களாக முடி சூட்டப்படுவது; கால முடிவு - மரணம் - முனிவர் உருவத்தில் ராமரை அணுகுவது; லக்ஷ்மணன், ராமரைப் பிரிந்து சென்று சரயூ நதிக்கரையை அடைந்து, தேவர்கள் உலகத்தை எய்துவது; அயோத்தி மன்னனாக பரதனுக்கு முடி சூட்ட ராமர் விரும்புவது; பட்டம் ஏற்க மறுக்கிற பரதன், லவ - குசர்களுக்கு முடி சூட்டுவதே முறையாக இருக்கும் என்று சொல்வது; ராஜ்யத்தை விட்டுச் செல்ல விருப்பம் தெரிவிக்கிற ராமரைத் தொடர்ந்து தாங்களும் வருவதாக மக்கள் கூறுவது...

44. தசரதர் மகிழ்ந்தார் !   1 076

உத்தர காண்ட நிகழ்ச்சிகள்; லவ - குசர்கள் வட, தென் கோசலங் களுக்கு அரசர்களாக முடிகுட்டப் படுவது; தன்னைப் பின் தொடர்ந்து வர விருப்பம் தெரிவிக்கிற விபீஷணனுக்கு ராமரின் அறிவுரை; ராமர் சரயூ நதியில் இறங்குவது; ப்ரம்ம தேவன் அவரைத் துதிப்பது; அவர் விஷ்ணுவாக தன்னுடைய இயல்பை அடைவது....

யுத்த காண்டத்தில், தசரதர் தோன்றி ராமரிடம் பேசுவது; தனக்கு ஏற்பட்டுள்ள மகிழ்ச்சியை அவர் வெளிப்படுத்துவது.

45. ராமர் அயோத்திக்குப் புறப்பட்டார்!   1084

தசரதரிடம் ராமர் வைத்த வேண்டுகோள்; லக்ஷ்மணையும், சீதையையும் தசரதர் வாழ்த்துவது; யுத்தத்தில் உயிர் இழந்த வானரர்கள் மீண்டும் உயிர் பெறுமாறு இந்திரன், ராமருக்கு வரமளிப்பது; புஷ்பக விமானத்தில் ஏறி விபீஷணன், சுக்ரீவன், ஹனுமான் ஆகியோரோடு ராம - லக்ஷ்மணர்களும், சீதையும் அயோத்திக்குப் புறப்படுவது...

46. விமானப் பயணம்   1092

புஷ்பக விமானம் பறந்து செல்லும்போது, யுத்தம் நடந்த இடத்தை ராமர், சீதைக்குக் காட்டுவது; அதைத் தொடர்ந்து, மற்ற இடங்களையும் காட்டி, தாங்கள் கட்டிய பாலத்தையும் காட்டுவது; அந்த இடத்தில்தான் மஹாதேவனின் அருள் தனக்குக் கிட்டியது என்றும் ராமர், சீதையிடம்

சொல்வது; கிஷ்கிந்தையில் விமானம் இறங்கி, வானரப் பெண்மணிகளையும் ஏற்றிக் கொண்டு, மீண்டும் புறப்படுவது; பரத்வாஜ முனிவரின் ஆச்ரமத்திற்கருகில் விமானம் இறங்குவது; முனிவரை ராமர் வணங்குவது...

47. பரதனைச் சந்திக்க ஹனுமான் புறப்பட்டார் 1099

பரத்வாஜர், பரதனைப் பற்றிய செய்தியைக் கூறிவிட்டு ராமருக்கு அருள் புரிவது; ராமர் பரதனைச் சந்திப்பதற்காகவும், வழியில் குஹனைச் சந்தித்து செய்தி தெரிவிப்பதற்காகவும், ஹனுமானை அனுப்புவது; பரதனின் மனநிலையைக் கூர்ந்து கவனிக்குமாறு, ஹனுமானிடம் ராமர் சொல்வது; ராமரின் உத்திரவை ஏற்று, ஹனுமான் புறப்படுவது...

48. ராமர் இசைந்தார் 1107

குகனைச் சந்தித்து விட்டு, நந்தி கிராமத்தை அடைந்த ஹனுமான், பரதனின் துறவிக் கோலத்தைக் காண்பது; ராமர் திரும்பி வருகிற செய்தியைப் பரதனுக்குத் தெரிவித்து விட்டு, ஹனுமான், காட்டில் நடந்த நிகழ்ச்சிகளின் சுருக்கத்தை அவனுக்குக் கூறுவது; ராமரை வரவேற்க நடந்த ஏற்பாடுகள்; நந்தி கிராமம் வந்தவுடன், ராமர், பரதனை அணைத்து மகிழ்வது; கௌஸல்யை முதலியோருக்கு, ராமர் மரியாதை செலுத்துவது; பரதன் ராஜ்யத்தை ராமரிடம் ஒப்படைப்பது...

49. ராம பட்டாபிஷேகம் 1116

சடை முடியை அவிழ்த்து, நீராடி, ராமரும், லக்ஷ்மணனும் அலங் கரித்துக் கொள்வது; அயோத்தி நகரில் ராமரும், மற்றவர்களும் பிரவேசிப்பது; ஸுக்ரீவனின் ஆணையை ஏற்று வானரர்கள், நாற்புறங்களிலுமிருந்த சமுத்திரங் களிலிருந்து நீரைக் கொண்டு வருவது; ராம பட்டாபிஷேகம்; ஸுக்ரீவன் முதலானோர் தங்கள் இடத்திற்குப் புறப்படுவது; ராமராஜ்யம்; ராமாயணம் படிப்பதாலும், கேட்பதாலும் கிட்டுகிற பலன்கள்.....

ராமாயண அனுபந்தம்

1. தத்துவங்களின் தொகுப்பு : 1123 - 1170

2. பெயர் அகராதி : 1171 – 1186

5. ஸுந்தர காண்டம்

அத்தியாயம் 1

ஹனுமான் இலங்கையை அடைந்தார்

> ஹனுமான் கடலைத் தாண்டுவது; இலங்கையை அடைகிற ஹனுமான், அதன் எழிலைக் கண்டு வியப்பது; இலங்கையைப் பாதுகாக்கும் அரக்கியை அவர் வீழ்த்துவது; ராவணனின் அந்தப்புரத்தையும், அவனையும் ஹனுமான் பார்ப்பது; ஸீதையைக் காண முடியாமல், அவர் உளச்சோர்வு அடைவது...

பிரம்ம தேவன், வாயு தேவன், இந்திரன், சிவ கணங்கள் – ஆகியோரையெல்லாம் மனதில் நினைத்து இரு கை கூப்பி வணங்கி விட்டு, கடலைத் தாண்டுவதற்குத் தயாராக ஹனுமான், தனது இரு கைகளையும், கால்களையும் அந்த மலையில் வைத்து அழுத்தினார். மலையிலிருந்த மரங்கள் எல்லாம் ஆடின. அவற்றிலிருந்து மலர்கள் எல்லாம் உதிர்ந்து ஹனுமான் மீது சிதறின. மலை முழுவதும் மலர்கள் விழுந்ததால், மலையே மலர்களால் மூடப்பட்டதாகியது. அந்த மஹேந்திர மலையின் பாறைகளிலிருந்து தங்கத்தையும், வெள்ளியையும் அடித்துக் கொண்டு தண்ணீர் பெருக்கெடுத்து ஓடியது. பாறைகள் தெறித்து, ஒன்றோடு ஒன்று மோதி, பெரும் நெருப்பு உண்டாயிற்று. மிருகங்களும், பறவைகளும், பாம்புகளும் பயந்து அலறின.

மிகப் பெரிய உருவத்தை எடுத்துக் கொண்ட ஹனுமான், கூடி நின்ற வானரர்களைப் பார்த்து, "காற்றின் வேகத்தில் பாய்ந்து

செல்கிற ராமர் விடுகிற அம்பு போல, இப்போது நான் ராவணனால் காக்கப்படும் இலங்கையை நோக்கிப் பாய்வேன். அங்கு என்னால் ஸீதையைக் கண்டுபிடிக்க முடியாமற் போய்விட்டால், நான் ராவணனைச் சங்கிலியால் கட்டி இழுத்து வருவேன். குறித்துக் கொள்ளுங்கள். ஸீதையைக் காண்பேன் – அல்லது ராவணனோடு இலங்கையையும் சேர்த்து இழுத்து வருவேன்'' என்று உரக்கக் கூறிவிட்டு, ஆகாயத்தை நோக்கித் தாவினார்.

அப்போது ஹனுமானுடைய இரண்டு கண்கள் சூரியனையும், சந்திரனையும் போல் ஒளி வீசின. ஆகாய மார்க்கமாக பாய்ந்து செல்கிற ஹனுமானின் பிரதிபிம்பம் கடலிலே தெரிந்தபோது, வானத்திலே ஒரு விண்கலம் பறப்பது போலவும், அதே நேரத்தில் அதே வேகத்தில் கடலிலே ஒரு கப்பல் சீறிச் செல்வது போலவும், ஒரு காட்சி தோன்றியது. கந்தர்வர்கள் ஹனுமான் மீது பூமாரி பொழிந்தனர். வாயு பகவான் குளுமையான காற்று வீசினான்.

எல்லா மேன்மைகளும் பொருந்திய ஹனுமான், கடலின் மறுகரையை அடைந்தபோது, தனது உருவத்தை சுருக்கிக் கொண்டு, தனது இயற்கையான நிலையை அடைந்தார். திரிகூட மலையின் மீது நின்று இலங்கையைப் பார்வையிட்ட ஹனுமான், அந்நகரத்தின் எழிலைக் கண்டு அதிசயித்தார். குளங்கள், ஏரிகள், கணக்கற்ற மாளிகைகள், நந்தவனங்கள் ஆகியவற்றுடன் பேரழகு பெற்று விளங்கிய அந்த இலங்கை, ஆயிரக்கணக்கான அரக்கர் களால் மிகவும் கடுமையாகப் பாதுகாக்கப்பட்டு வருவதைக் கண்ட ஹனுமான், சிறிது நேரம் சிந்தனையில் ஆழ்ந்தார்.

'தேவர்களாலும் கூட இந்த நகரத்தை எளிதில் கைப்பற்றி விடமுடியாது. வானரர்களிடையே சுக்ரீவன், அங்கதன், நீலன், நான் – ஆகிய நால்வரால் மட்டுமே கடலைக் கடந்து இங்கு வந்து சேர முடியும் என்று நினைக்கிறேன். அப்படியிருக்க, வானரர் படை இந்த இடத்தை அடைவது எப்படி? ஸீதையை மீட்பது எப்படி? முதலில் ஸீதையைத் தேடிக் கண்டுபிடித்து விட்டு, பிறகு இதுபற்றி யெல்லாம் யோசிக்க வேண்டும்' – என்று அவர் நினைத்துக் கொண்டார்.

பின்னர், 'அரக்கர்களின் கண்களைக் கட்டி விட்டுத்தான், இலங்கையில் ஸீதையைத் தேட முடியும் போல் இருக்கிறது. என்ன இருந்தாலும் இரவு வருகிற வரை காத்திருக்க வேண்டும். அதன் பின்னர்தான் என் காரியத்தில் நான் முனைய வேண்டும். ஸீதையைத் தனியே சந்தித்து நான் பேசாவிட்டால், வந்த காரியம் முழுமை பெறாது. அமைச்சர்களுடன் கூடி ஆலோசித்து ஒரு அரசனால் எடுக்கப்படும் முடிவு கூட, திறமையற்ற ஒரு தூதனால் பாழாகி விடக்கூடும். ராமரின் காரியத்தை அப்படி நான் பாழாக்கி விடாமல் இருக்க, என்ன வழி என்பதை ஆராய வேண்டும். கடலைக் கடந்து நான் வந்தது வீணாகி விடக்கூடாது. இங்கே அரக்கர்களின் கண்களில் படாமல் தப்பிப்பது என்பது எளிதான காரியம் அல்ல. அவர்களுடைய கண்களில் படாமல் இங்கு காற்று கூட வீச முடியாது போல் இருக்கிறது' என்றெல்லாம் பலவாறாகச் சிந்தித்த ஹனுமான், யார் கண்களிலும் படாமல் இருப்பதற்காக, தனது உருவத்தை மிகவும் சிறியதாக சுருக்கிக் கொண்டு, இரவு நேரம் வருவதற்காகக் காத்திருந்தார்.

சூரியன் அஸ்தமனமானான். வெளிச்சம் மறைந்தது. இரவு நேரம் வந்தது. அப்போதும் மிகவும் பயங்கரமான உருவம் கொண்டவளும், இலங்கையே உருவெடுத்து வந்தவளும், அந்நகரைப் பாதுகாத்து நின்றவளுமான அரக்கி, அவர் முன் தோன்றி, கோபத்துடன் அவரைப் பார்த்து சில கேள்விகளைக் கேட்க, அவற்றிற்கெல்லாம் ஹனுமான் பதில் கூற, அவருடைய பதில்களினால் திருப்தியுறாத அந்த அரக்கி, அவரைத் தாக்கினாள். கோபம் தாங்க முடியாத ஹனுமான், ஒரேயடியில் அவளை வீழ்த்தி விட்டார்.

அப்போது அந்த அரக்கி, "இந்த நகரைப் பாதுகாக்கிற நான்தான், இந்த நகரத்தின் உருவம் என்று அறிவாயாக! உன்னால் நான் வெல்லப்பட்டேன். ஒரு வானரன் என்னை வீழ்த்தும்போது இலங்கையின் அழிவு ஆரம்பித்து விட்டது என்பதை நான் அறிந்து கொள்ள வேண்டும் - என்று பிரம்மன் முன்பு குறிப்பிட்டான். இப்போது நீ என்னை வீழ்த்தினாய். இலங்கையின் அழிவு ஆரம்பமாகி விட்டது என்பதை நான் உணர்கிறேன். ஸீதையின்

காரணமாக, ராவணனும் அவனைச் சார்ந்தவர்களும், அழியப் போகிறார்கள் என்பது எனக்குப் புரிகிறது. நீ எடுத்துக் கொண்ட முயற்சியின் வெற்றியை யாராலும் தடுத்து நிறுத்த முடியாது. நகரத்தினுள் செல்வாயாக'' என்று கூறி, ஹனுமானுக்கு வழி விட்டாள்.

அதன் பின்னர், அந்த நகரத்திலிருந்த மாளிகைகள், வீடுகள், வீதிகள் ஆகியவற்றையெல்லாம் சுற்றிச் சுற்றி வந்த ஹனுமான், பல வீடுகளிலிருந்து உற்சாகமான ஒலிகள் எழும்புவதையும், சில மாளிகைகளிலிருந்து வேத கோஷங்கள் வருவதையும் கேட்டார். பலவித ஆடை ஆபரணங்களை அணிந்து செல்லும் அரக்கர்களையும் அவர் கண்டார். அங்கே இருந்த மாளிகைகளில் எல்லாம் சிறந்ததாக ஓர் அரண்மனை தென்பட, அதுதான் ராவணனுடைய அரண்மனை யாக இருக்க வேண்டும் என்று முடிவு செய்த ஹனுமான் அதை நெருங்கி, தங்கத்தினால் இழைக்கப்பட்ட சுவர்களைக் கொண்ட அதன் ஒரு பகுதிக்குள் செல்ல, அங்கே அழகான பல பெண்களைக் கண்டார். அதுதான் ராவணனின் அந்தப்புரம் என்று தீர்மானித்த ஹனுமான், நிலவையொத்த முகம் கொண்ட அந்தப் பெண்மணிகளையெல்லாம் கூர்ந்து கவனித்தார். அவர்களில் ஸீதை இருப்பதாக அவருக்குத் தோன்றவில்லை. ஸீதையை எங்கு காண முடியும் என்று சிந்தித்தவாறே, குபேரனின் மாளிகைக்கு நிகராகச் செல்வம் கொழிக்கும் ராவணனின் அற்புதமான மாளிகையைச் சுற்றிச் சுற்றி வந்த ஹனுமான், அங்கே ஓர் இடத்தில் புஷ்பக விமானம் நிற்பதைக் கண்டார்.

தங்கத்தினாலும், வெள்ளியினாலும் ஆன தூண்களைக் கொண்டதாகவும், சிறப்பான அறைகளையும், மண்டபங்களையும் கொண்டதாகவும் விளங்கிய அந்த புஷ்பக விமானத்தின் மீது ஏறி, அவர் நின்று சுற்றிலும் ஒருமுறை பார்த்தார். அங்கிருந்து பார்த்த போது, ராவணனுடைய மாளிகையின் உட்புறம் அவருக்கு நன்றாகவே தெரிந்தது. ரத்தினங்களால் இழைக்கப்பட்ட மாடிப் படிகளை உடையதும், தந்தங்கள், முத்துக்கள், வைரங்கள் ஆகியவற்றால் இழைக்கப்பட்ட தரைகளைக் கொண்டதும், அற்புதமான வேலைப்பாடுடைய விரிப்புகளைக் கொண்டதுமாக

ஸுந்தர காண்டம்

விளங்கிய அந்த மாளிகையின் உட்புறம் அவரை பிரமிக்க வைத்தது. புஷ்பக விமானத்திலிருந்து இறங்கிய ஹனுமான், அந்த அரண்மனையின் அந்தப்புரத்தை நெருங்கிச் சென்று பார்த்தார். நன்றாகக் குடித்து விட்டு விரிப்புகளின் மீது உருண்டு கொண்டிருந்த பல பெண்களை அவர் பார்த்தார். பெண்களின் ஆபரணங்கள் கலைந்திருந்தன. உடைகள் அலங்கோலமாக இருந்தன. அந்த இடத்திலிருந்து வீசிய மதுவின் நெடி மூக்கைத் துளைத்தது. அரசர்கள், முனிவர்கள், அந்தணர்கள், கந்தர்வர்கள், அரக்கர்கள் ஆகிய பலரை அடக்கி, ராவணன் கவர்ந்து வந்த பெண்கள் கூட்டம், அந்த அறைகளையெல்லாம் நிரப்பியது.

அந்தச் சிறப்பான அறையில் அமையப் பெற்றிருந்த ஓர் அற்புதமான மேடையில் ரத்தினங்களால் இழைக்கப்பட்ட ஒரு தங்க ஆசனமிருந்தது. அதன் மீது அமர்ந்திருந்த ராவணனை ஹனுமான் பார்த்தார். கருமேகத்தை நிகர்த்த சரீரம், சிவந்த கண்கள், சந்தனம் பூசப்பட்ட உடல், பலவித ஆடை, ஆபரணங்கள் ஆகியவற்றோடு காட்சியளித்த ராவணன், அந்த ஆசனத்தில் அமர்ந்தவாறே, கண்ணயர்ந்து விட்டதையும் ஹனுமான் கவனித்தார். ராவணனுடைய இரண்டு கைகளிலும், யுத்தத்தினால் ஏற்பட்ட வடுக்கள் தென்பட்டன. ராவணனின் முகமோ கவர்ச்சிகரமாகத் தோற்றமளித்தது. இடுப்பில் ஒரு வெண் பட்டாடையையும், மார்பிலே விலையுயர்ந்ததொரு மஞ்சள் துணியையும் அவன் அணிந்திருந்தான்.

(இங்கே ஹனுமான் பார்த்தபோது அவன் பத்து தலைகளுடனும், இருபது கைகளுடனும் காட்சியளிக்கவில்லை. ராவணன், விரும்பியபோது மட்டுமே பத்து தலைகளுடன் கூடிய உருவத்தை எடுத்துக் கொண்டான்.)

அங்கே மற்றொரு விலையுயர்ந்த ஆசனத்தில் ராவணனின் மனைவி மந்தோதரி உறங்கிக் கொண்டிருந்தாள். அவளுடைய அழகையும், அவளுக்கு அளிக்கப்பட்டிருந்த முக்கியமான ஆசனத்தையும் கண்டு ஹனுமான், முதலில் அவளை ஸீதை என்றே நினைத்து துள்ளிக் குதித்தார். பிறகு, அவசரப்பட்டு முடிவுக்கு வருகிற தன்னுடைய வானர இயல்பை நொந்து கொண்டு,

'ராமரிடமிருந்து பிரிந்த ஸீதை, உறக்கம் கொள்வாளா? இப்படிப்பட்ட ராவணனின் அறையில் அவளைக் காண முடியுமா? இந்த மாதிரி எண்ணம் ஒரு வினாடி என் மனதில் தோன்றியது கூட தவறு' என்று தீர்மானித்துக் கொண்டு, மீண்டும் ஒருமுறை ஸீதையைத் தேடி, அரண்மனையைச் சுற்றி வரலானார்.

அப்போது ஹனுமான் மனதில் 'தங்களை மறந்த நிலையில் இருந்த பல பெண்மணிகளை, நான் பார்த்தது பெரும் பாவமாயிற்றே? மாற்றான் மனைவியை ஒருவன் இவ்வாறு பார்ப்பது தர்ம விரோதமாயிற்றே' என்ற எண்ணம் எழ, அவர் தன்னைத் தானே கடிந்து கொண்டார். ஆனால், இதைத் தொடர்ந்து 'என் மனதில் கெட்ட நோக்கம் இல்லை; ஒரு பெண்ணைத் தேடி வந்த நான், பெண்களின் மத்தியில்தான் அவளைத் தேட முடியும்; ஆகையால் தீய எண்ணம் இன்றி, ராவணனின் மனைவிமார்களைப் பார்த்த எனக்கு எந்த பாவமும் வந்து சேராது' என்று மனம் தெளிந்து தன்னைத் தேற்றிக் கொண்டார்.

இப்படி தெளிவு பெற்று, பிறகு அவர் மேலும் பல இடங்களைச் சுற்றிப் பார்த்தார். எங்கு தேடியும் ஸீதையைக் காண முடியாமற் போனபோது, ஹனுமானை கவலை சூழ்ந்து கொண்டது. 'ராவணன் ஸீதையைக் கொன்றிருப்பானோ? அல்லது துக்கம் தாள முடியாமல் ஸீதை உயிர் விட்டிருப்பாளோ? சுக்ரீவனுக்கு நான் என்ன பதில் சொல்வேன்? அங்கதனிடம் என்ன விளக்கம் தருவேன்?' என்றெல்லாம் அவர் மனம் அங்கலாய்க்கத் தொடங்கியது.

பிறகு அவர், தன்னைத் தானே சமாதானப்படுத்திக் கொண்டு, 'விடாமுயற்சிதான் நன்மைக்கு வேர் போன்றது. விடாமுயற்சிதான் எல்லா நற்பயன்களையும் அளிக்கக் கூடியது. ஆகையால் மீண்டும் ஸீதையை நான் தேடுவேன்' என்று தனக்குத்தானே கூறிக் கொண்டு, தனது முயற்சியை மேலும் தொடர்ந்தார்.

மீண்டும் பல இடங்களில் தேடியும் ஸீதை கிடைக்காத போது, அவருடைய மனம் மறுபடியும் சோர்வடைந்தது. 'ராவணன் கடத்திச் சென்ற போது, அவனிடமிருந்து தப்பிப்பதற்காக முயற்சி செய்து கொண்டிருக்கையில், ஸீதை கடலில் வீழ்ந்திருப்பாளோ? அல்லது ராவணனைச் சார்ந்த அரக்கிகள் யாராவது, அவளைக்

கொன்று தின்றிருப்பார்களோ? ராமரை நினைத்தவாறே ஸீதையே உயிர் விட்டிருப்பாளோ? இப்படி ஏதாவது நடந்திருந்தால், இந்தச் செய்தியை ராமரிடம் எவ்வாறு தெரிவிப்பது? இந்தச் செய்தியைக் கேள்விப்பட்டால் ராமர் உயிரை விட்டு விடுவார். அதன்பிறகு விபரீதங்கள் பல நிகழும். இதற்காக இந்தச் செய்தியை நான் தெரிவிக்காமலே இருந்து விட்டால், பெரும் குற்றம் புரிந்தவனாகி விடுவேன். என்ன செய்வது?' என்றெல்லாம் அவர் யோசனை செய்தார்.

5. ஸுந்தர காண்டம்

அத்தியாயம் 2

அசோக வனத்தில் ஸீதை

> ஸீதையைக் காணாததால், உயிரைத் துறந்து விடலாமா என்று யோசிக்கிற ஹனுமான், அந்த எண்ணத்தைக் கை விடுவது; அசோக வனத்தினுள் நுழைகிற ஹனுமான் அங்கே ஸீதையைக் காண்பது; அப்போது ராவணன் அந்த வனத்திற்கு வந்து ஸீதையைத் தனக்கு இணங்குமாறு கேட்பதும், ஸீதை மறுப்பதும்...

ஸீதையைக் காணாததால் ஹனுமானுக்கு ஏற்பட்ட சிந்தனைக் கலக்கம் தொடர்ந்தது. 'ஸீதையைக் காண முடியாமல் நான் திரும்பி விட்டால், கடலைத் தாண்டிய முயற்சியே வீணானதாகி விடுமே? நான் கிஷ்கிந்தையைச் சென்று அடையும்போது சுக்ரீவன் என்ன சொல்வார்? ஸீதையைக் காண முடியவில்லை என்று ராமரிடம் தெரிவித்தால், ராமர் உயிர் விடுவார். அதன்பிறகு லக்ஷ்மணன் வாழ மாட்டார். இவர்கள் இருவரும் மடிந்ததைக் கேட்டால், பரதனின் உயிர் தங்காது. அதன்பிறகு சத்ருக்னனும் போய் விடுவார். இவர்களைத் தொடர்ந்து, இனி வாழ்வதில் அர்த்தமில்லை என்று கௌஸல்யை, ஸுமித்திரை, கைகேயி ஆகியோரும் உயிர் விடுவார்கள். இந்த நிலை ஏற்பட்டதற் கெல்லாம் தானே காரணம் என்று நொந்து சுக்ரீவன் உயிர் விடுவார். அவரைத் தொடர்ந்து, ருமை, தாரை, அங்கதன் ஆகியோரும் மடிந்து விடுவார்கள். இவர்கள் எல்லாம் போன பின் வாழ்வதில்

அர்த்தமில்லை என்று வானரர்கள் கூட்டம் கூட்டமாக மடிவார்கள். கிஷ்கிந்தை அழியும், அயோத்தி அழியும். இப்படிப்பட்ட ஒரு பேரழிவிற்கு நான் காரணமாகி விடக்கூடாது. ஆகையால், ஸீதையைக் காணவில்லை என்றால் நான் மீண்டும் திரும்பிச் செல்லக் கூடாது.

'நான் திரும்பிச் செல்லாமலே இருந்து விட்டால், ராமரும், லக்ஷ்மணனும், என்ன நடந்தது என்பதை அறிந்து கொள்வதற் காகவாவது தொடர்ந்து உயிர் வாழ்வார்கள். அப்பொழுது மற்ற அழிவுகள் ஏற்படாமல் தடுக்கப்படும். நான் இந்த இலங்கையி லேயே ஏதோ ஓர் இடத்தில் துறவியாக வாழ்ந்து விட்டுப் போகிறேன். அல்லது நெருப்பிலே விழுந்து விடுகிறேன். அதுவும் இல்லையென்றால், இறுதியில் ஸீதையைக் காண முடியாமற் போய் விட்டது என்பது நிச்சயமானால், நான் ஜலசமாதி அடைந்து விடுகிறேன்' என்றெல்லாம் அவருடைய மனம் பலவாறாகச் சிந்தித்தது.

பிறகு இறுதியில் 'உயிர் வாழ்வது முக்கியம். உயிரை முடித்துக் கொள்வது விவேகமல்ல. ஒருவன் தன் உயிருக்கு முற்றுப்புள்ளி வைப்பதால், ஒரு நற்பயனும் விளைவதில்லை. மாறாக, தொடர்ந்து முயற்சியுடன் வாழ ஒருவன் தீர்மானித்தால், அவனுக்கு ஏதாவது ஒரு நிலையில் காரியம் கை கூடுகிற வாய்ப்பு தோன்றக் கூடும். வாழ்பவன்தான் வெற்றியைக் காண முடியும்' என்று தீர்மானித்து, உயிர் விடும் எண்ணத்தை அவர் கை விட்டார்.

'ஸீதையைக் காண முடியாமலேயே போய் விட்டால், ராவணனை சும்மா விட்டு விடக்கூடாது. அவனை நானே அழித்து விடுகிறேன். அல்லது அவனைத் தூக்கிக் கொண்டு கடலைக் கடந்து போய், ராமரின் காலடியில் அவனைப் போட்டு, ருத்ரனுக்கு பலியிடுகிறேன்' என்றும் அவர் தனக்குத்தானே கூறிக் கொண்டார். பின்னர், மீண்டும் ஸீதையைத் தேட அவர் முனைந்தபோது, ஒரு பெரிய அசோக வனம் அவர் கண்ணில் பட்டது. இதற்கு முன்பாக தான் அதைப் பார்க்கவில்லை என்று அவருக்குத் தோன்றியது. ஆகையால் அந்த அசோக வனத்தில் ஸீதையைத் தேட தீர்மானித்து, அவர் 'ராமரை வணங்குகிறேன்! லக்ஷ்மணனை நமஸ்கரிக்கிறேன்!

ஸீதையைத் துதிக்கிறேன்! ருத்ரனை வேண்டுகிறேன்! இந்திரனை, எமனை, வாயுவை, அக்னியை, சந்திரனை, வருணனை, விஷ்ணுவை வேண்டுகிறேன்! எனக்கு வெற்றியை அளியுங்கள்' என்று எல்லாத் தெய்வங்களையும் வேண்டியவாறே, ஹனுமான் அசோக வனத்தினுள் நுழைந்தார்.

பூத்துக் குலுங்கும் பலவித மரங்களும், பழங்களின் பாரம் தாங்காமல் வளைந்த கிளைகளும், விதவிதமான பறவைகளும், ஓடைகளும், மான்களும், மயில்களும் நிறைந்த அந்தத் தோட்டம் இனிமையாகக் காட்சியளித்தது. தனது உருவத்தை மிகவும் சிறிய தாக்கிக் கொண்டிருந்த ஹனுமான் மரத்திற்கு மரம் தாவியபோது, பழங்களும், மலர்களும், இலைகளும் நாலாபுறமும் சிதறி விழுந்தன. அங்கு ஒரு தாமரைக் குளத்தைக் கண்ட ஹனுமான் அங்கு ஓர் ஓடையையும் பார்த்தார். ஸீதை அந்த வனத்தில் இருந்தால், அந்த இடத்திற்கு அருகே அவள் வரக்கூடும் என்று அவர் நினைத்ததால், அங்கே இருந்த ஒரு மரத்தின் மீது அமர்ந்து, தனது பார்வையைச் சுற்று முற்றிலும் செலுத்தினார். அப்போது பவளத்தினாலான படிகளைக் கொண்டதும், தங்கத்தினாலான மேடைகள் அமைந்ததும், மிகவும் உயர எழும்பி நின்றதுமான ஒரு சிறந்த மண்டபத்தை அவர் கண்டார்.

அந்த மண்டபத்தின் அருகிலேயே பௌர்ணமி நிலவை ஒத்தவளும், ஓர் அழுக்கு ஆடையை உடுத்திக் கொண்டு, புகையினால் சூழப்பட்ட நெருப்பு போல் தோற்றமளித்தவளும், தனது தாமரை மலர்களை இழந்துவிட்ட தாமரைக் குளம் போல் காட்சியளித்தவளும், பெரும் துன்பத்தில் சிக்கித் தவித்துக் கொண் டிருந்த தோற்றத்தை உடையவளுமாக ஒரு பெண்மணியை அவர் கண்டார். அவளைச் சுற்றிலும் கோர உருவங்கள் கொண்ட அரக்கிகள் காணப்பட்டனர். தெய்வீக தோற்றம் படைத்த அந்தப் பெண்மணியே ஸீதை என்று ஹனுமான் புரிந்து கொண்டார்.

'குறைவில்லாத முகலட்சணம் கொண்டவளாக ஸீதை தோற்றமளிக்கிறாள். அவள் அணிந்திருக்கும் ஆபரணங்கள், ரிஷ்யமூக மலையில் ராவணனின் புஷ்பக விமானத்திலிருந்து அவள் வீசிய நகைகளை ஒத்ததாக இருக்கின்றன. அவள்

அணிந்திருக்கும் மஞ்சள் நிற மேலாடை அழுக்கு படிந்திருந்தாலும் கூட, ரிஷ்யமூக மலையில் அவளால் வீசி எறியப்பட்ட துணி போலவே இருக்கிறது. பெரும் துன்பத்தில் ஆழ்ந்திருக்கும் இந்தப் பெண்மணிதான் ஸீதை' என்றெல்லாம் சிந்தித்து தீர்மானம் செய்து கொண்ட ஹனுமான், 'இப்பேர்ப்பட்ட பெண்மணியைத் துறக்க நேரிட்டும் கூட, ராமர் இன்னமும் உயிர் வாழ்கிறார் என்பதே பெரிய சாதனைதான்' என்றும் நினைத்துக் கொண்டார்.

அதைத் தொடர்ந்து 'எல்லா மேன்மைகளுக்கும் உரிய ஸீதையே இப்படிப்பட்ட துன்பத்திற்கு ஆளாகி இருக்கிறார் என்றால், விதி யாராலும் வெல்லப்பட முடியாதது என்பதைத்தான் புரிந்து கொள்ள வேண்டும். சுற்றி இருக்கும் அரக்கிகளையோ, அசோக வனத்தையோ, ஒரு பொருட்டாக மதிக்காமல் ராமரை நினைத்தே அவருக்காகவே ஸீதை உயிர் வாழ்ந்து கொண்டிருக்கிறாள்' என்று நினைத்துக் கொண்ட ஹனுமான், தான் அமர்ந்திருந்த மரத்தின் மீது இருந்தே அங்கிருந்த அரக்கிகளையெல்லாம் கவனித்தார்.

நள்ளிரவு கடந்து சென்றது. பொழுது விடிவதற்கு முன்பாக பல அரக்கர்களின் மாளிகைகளிலிருந்து வேத கோஷங்கள் மீண்டும் எழும்பின. வாத்திய இசை முழங்க, தூக்கத்தில் இருந்து விழித்துக் கொண்ட ராவணன், ஸீதையைப் பற்றி நினைக்கத் தொடங்கினான். உணர்ச்சிகளைக் கட்டுப்படுத்த முடியாமல், ஸீதையைச் சந்திப்பது என்ற தீர்மானத்துடன் அவன் அசோக வனத்திற்குப் புறப்பட்ட போது, அவனைப் பின் தொடர்ந்து பல அரக்கிகளும், அவனால் கவர்ந்து வரப்பட்ட பல்வேறு பெண்மணிகளும் சென்றனர். குடி போதையில் இருந்து முழுவதும் விடுபடாத அரக்கிகள் சிலர், கைகளில் தீவட்டிகளை ஏந்தி இருந்தனர். சிலர் கையில் மது நிறைந்த தங்கக் குடங்கள் இருந்தன. தங்கத்தினால் இழைக்கப்பட்ட குடையைச் சிலர் தாங்கிச் சென்றனர். இவர்களால் சூழப்பட்ட ராவணன், காண்போர் மனதைக் கவரக்கூடிய தோற்றமுடையவனாக, நிதானமாக நடந்து அசோக வனத்தை அடைந்தான்.

அசோக வனத்தில் நுழைந்த ராவணனை, ஹனுமான் பார்த்தார். ஒளி வீசுகின்ற அவனுடைய தோற்றத்தைக் கண்டு ஹனுமான்

வியந்தபோது, அவன் ஸீதையை அணுகினான். பாழ்பட்ட புகழ் போல, மோசம் செய்யப்பட்ட நம்பிக்கை போல, தாழ்ந்து போய்விட்ட தன்னம்பிக்கை போல, புறக்கணிக்கப்பட்ட உத்திரவு போல, கிரஹணத்தினால் பீடிக்கப்பட்ட சந்திரன் போல, மேகத்தினால் மறைக்கப்பட்ட சூரியன் போல, காட்சியளித்துக் கொண்டு, கணவனை விட்டுப் பிரிந்து தவித்துக் கொண்டிருந்த ஸீதையை நெருங்கி, ராவணன் பேசத் தொடங்கினான்.

"அன்புக்குரியவளே! என்னைப் பற்றிய அச்சத்தை விலக்கி விடு. என் மீது அன்பு காட்டு. மாற்றான் மனைவியைக் கவர்ந்து செல்வது அசுரர்களுக்கு உரிய செயலே என்று ஏற்கப் பட்டிருக்கிறது. அப்படி இருந்தும் கூட, நீ என்னிடம் அன்பு செலுத்த சம்மதிக்கிற வரையில், உன்னை நான் தொட மாட்டேன். இப்படி, ஓராடை அணிந்து தனிமையில் அமர்ந்து, துக்கத்தில் ஆழ்ந்து கிடப்பது உனக்கேற்ற நிலை அல்ல. என்னை ஏற்றுக் கொள். எல்லா இன்பங்களையும் அனுபவிக்கத் தொடங்கு. உன்னுடைய இளமை கழிந்து கொண்டிருக்கிறது. கடந்து போனவை மீண்டும் கிடைக்காதவையே! பெண்ணே! உன்னைப் படைத்த பிறகு, பிரம்மன், இனி உனக்கு நிகராக வேறு ஒருத்தியைப் படைக்க முடியாது என்று எண்ணி, படைப்புத் தொழிலையே நிறுத்தி விட்டானோ என்னவோ, நான் அறியேன்! உன்னைப் பார்த்தால் அந்த பிரம்மதேவனும் தன் வசம் இழப்பான் என்பதில் எனக்குச் சந்தேகம் இல்லை. அப்படியிருக்க, என்கண்கள் உன்னை விட்டு அகல மறுப்பதில் எனக்கு வியப்பில்லை. இந்த மூடத்தனத்தை விட்டு ஒழி. என்னுடைய ராணிகளுக்கெல்லாம் தலைவியாகி விடு. பல மன்னர்களோடு போரிட்டு நான் குவித்து வைத்திருக்கும் செல்வம் அனைத்தையும் உனக்குத் தருகிறேன். உலகம் முழுவதையும் வென்று அதை உன்னுடைய தந்தையான ஜனக மன்னனுக்கு காணிக்கையாக்குகிறேன்."

ராவணன் மேலும் தொடர்ந்தான் : "எனக்கு நிகரான பலம் படைத்தவன் இந்த உலகில் வேறு எவனும் இல்லை. தேவர்களும் கூட என்னால் வெல்லப்பட்டவர்களே! ஆகையால் என் மீது அன்புவை. யார் யாருக்கெல்லாம் என்னென்ன தானங்களை அளிக்க விரும்புகிறாயோ, அவற்றையெல்லாம் அளிக்கத்

தொடங்கு. எனக்குக் கட்டளையிட வேண்டும் என்று நினைத்தால், அதையும் செய். இப்படிப்பட்ட வாய்ப்புள்ள நீ, ராமனையே நினைத்து அழுது என்ன சாதிக்கப் போகிறாய்? வெற்றி பெறுவோம் என்ற நம்பிக்கையை இழந்தவன் ராமன். தன்னுடைய அதிர்ஷ்டத்தை இழந்தவன் அவன். காட்டிலே வசித்துக் கொண்டு தரையிலே படுத்து உறங்குகிற அவன், இன்னமும் உயிரோடு இருக்கிறானா என்பதே எனக்கு சந்தேகமாக இருக்கிறது. இங்கு வந்து அவன் உன்னைச் சந்திப்பது என்பதோ நடக்காத காரியம். அப்படியிருக்க, அவன் என்னிடமிருந்து உன்னை மீட்டுச் செல்வது என்பது நிச்சயமாக நடக்கப் போவதில்லை. செல்வத்திலோ, சக்தியிலோ, புகழிலோ, தவத்திலோ, ராமன் எனக்கு நிகரானவன் அல்ல. வாழ்க்கையில் இன்பங்களை சுவைக்கத் தொடங்குவாயாக! அதன் பின்னர் உன்னுடைய உறவினர்கள் எல்லாம் கூட இங்கே வந்து, இன்பத்தில் பங்கு பெறலாம். என் மீது அன்பு வைக்கத் தொடங்கு.''

இவ்வாறு ராவணன் பேசியதையெல்லாம் கேட்டுக் கொண்டிருந்த ஸீதை, அவனுக்கு மறுமொழி சொல்வதற்கு முன்பாக, அவனுக்கும், தனக்கும் இடையில் ஒரு புல்லை எடுத்துப் போட்டாள்.

(ராவணனை புல்லென மதித்து ஸீதை நடந்து கொண்டாள் என்பது அல்ல இதற்கு அர்த்தம். தீய எண்ணம் கொண்ட அயலான் என்பதால், அவனோடு நேரடியாக உரையாடுவதற்கு இஷ்டமில்லாமல், அவர்களுக்கு இடையில் ஒரு தடுப்பை ஸீதை போட்டாள் – என்றுதான் இதற்கு அர்த்தம் கொள்ள வேண்டும் என ராமாயண விரிவுரையாளர்கள் சிலர் கூறியிருக்கிறார்கள்.)

அவ்வாறு செய்த ஸீதை, பின்னர் ராவணனுக்கு பதில் உரைக்கத் தொடங்கினாள் : ''என்னை மறந்து விடு. நீ என்னை விரும்புவது என்பது ஒரு மாபாவி மோட்சத்தை விரும்புவது போல. மற்றவர்களுடைய மனைவிகளைக் காப்பாற்றுவது உன் கடமை அல்லவா! உன் மனைவிகளோடு கூடி வாழ்வதில் இன்பம் காணுவதுதானே உனக்கு நல்லது? பிறர் மனைவி மீது ஆசை வைப்பவன் இறுதியில் அவமானத்திற்கு உள்ளாகிறான். இங்கு

உனக்கு நல்வழியை எடுத்துக் கூறக்கூடிய நல்ல மனிதர்களே இல்லையா? அல்லது அவர்கள் சொல்வதையெல்லாம் நீ புறக்கணிக்கிறாயா? தன் மனத்தைக் கட்டுப்படுத்தமுடியாதவனும், நியாயமற்ற முறையில் நடந்து கொள்பவனுமாகிய ஒரு மன்னன் ஒரு ராஜ்யத்திற்குக் கிட்டினால், அந்த ராஜ்யமும், அதைச் சார்ந்த மக்களும் அழிவு எய்துவார்கள். ஆகையால் உன் பொருட்டு இலங்கை விரைவில் அழிந்து விடும்.''

இவ்வாறு ராவணனை எச்சரித்த ஸீதை, மேலும் அவனுக்கு அறிவுரை கூற முனைந்தாள்.

5. ஸுந்தர காண்டம்

அத்தியாயம் 3

ராவணனுக்கு ஸீதையின் அறிவுரை

ஸீதை கூறிய அறிவுரைகளை அலட்சியம் செய்கிற ராவணன், அவளுடைய மனதை மாற்றுமாறு அரக்கிகளிடம் சொல்லிவிட்டு, அரண்மனை திரும்புதல்; அரக்கிகள் ஸீதையிடம் சமாதானமாகப் பேசி, பின்னர் அச்சுறுத்துவது; ஸீதை அவர்களை மறுத்துப் பேசுவது; த்ரிஜடை என்ற அரக்கி, தான் ஒரு கனவு கண்டதாகக் கூறி, மற்ற அரக்கிகளை எச்சரிப்பது...

ராவணனின் அச்சுறுத்தலுக்கு அஞ்சாமல், அவனுக்கு அறிவுரை கூறத் தொடங்கிய ஸீதை, சொன்னாள் : ''உன்னுடைய சக்தியினாலோ, செல்வத்தினாலோ என்னைப் பணிய வைத்து விட உன்னால் முடியாது. ராமரை மணந்த நான் இன்னொருவனை மனதாலும் நினைப்பேனா? உன்னையும், இலங்கையையும் காப்பாற்றிக் கொள்ள நீ நினைத்தால், என்னை ராமரிடம் ஒப்படைத்து, அவருடைய நட்பைப் பெற முயற்சி செய்வாயாக. அடைக்கலம் தேடி வந்தவர்களை ராமர் கைவிட மாட்டார். இதற்கு மாறாக நீ நடந்து கொண்டால், உன்னுடைய அழிவைச் சந்திக்க நீ முடிவெடுத்து விட்டாய் என்றுதான் அர்த்தம். தீயவனை வஜ்ராயுதம் விட்டு விடலாம்; மரணமும் நெடுங்காலம் அவனை அணுகாமல் இருக்கலாம்; ஆனால், தீச்செயலினால் மூட்டப்பட்டு விடுகிற ராமரின் கோபம், எளிதில் தணியாதது. ராமரும், அவருடைய தம்பி லக்ஷ்மணனும், ஏவுகிற அம்பு மழையினால்

வால்மீகி ராமாயணம்

இலங்கை அழியும். அரக்கர் கூட்டம் அழியும். நீயும் அழிவாய். இரண்டு புலிகளை எதிர்த்து ஒரு நாயினால் நிற்க முடியுமா? உன்னால் ராம, லக்ஷ்மணர்கள் முன்னால் நிற்க முடியுமா? அவர்களுடைய அம்புகளுக்கு நீ இரையாகப் போகிறாய் என்பதில் சந்தேகமில்லை."

ஸீதையினுடைய இந்த வார்த்தைகளால் மனம் மாறி விடாத ராவணன், அவளுக்கு பதில் சொல்லத் தொடங்கினான்: "அமைதியாகப் பேசும் மனிதனை பெண்கள் விரும்புவார்கள் என்பது உலக இயல்பு. ஆனால், நான் அமைதியாகப் பேசப் பேச, நீ என்னை மேலும் மேலும் அவமதிக்கிறாய். தவறான பாதையில் தேரை இழுத்துச் செல்கிற குதிரைகளை ஒரு வீரன் கட்டுப் படுத்துவது போல, உன் மீது நான் வைத்து விட்ட அன்பினால், இப்போது உன் மீது ஏற்படுகிற கோபத்தை நான் தணித்துக் கொள்கிறேன். உன் பேச்சின் காரணமாகவும், நடத்தையின் காரணமாகவும் நீ மரணத்துக்குரியவளாகிறாய். ஆனால், என்னுடைய அன்பின் காரணமாக நான் உன்னைக் கொல்லாமல் விடுகிறேன்."

இவ்வாறு பேசிய, ராவணன் இறுதியாகச் சில வார்த்தைகள் கூறினான்... "உனக்கு நான் முதலிலேயே பன்னிரெண்டு மாதங்கள் அவகாசம் அளித்திருக்கிறேன். அது முடிய இன்னும் இரண்டு மாதங்கள் இருக்கின்றன. அதன் பிறகு நீ எனக்கு உரியவளாக வேண்டும். இல்லாவிட்டால், நீ கண்டதுண்டமாக வெட்டப்பட்டு அரக்கர்களுக்கு உணவாகச் சமைக்கப்படுவாய்."

இப்படி ராவணன் கூறியபோது அவனைப் பின் தொடர்ந்து வந்த பெண்களில் சிலர், ஸீதைக்கு தைரியம் அளிக்கிற வகையில் அவளைப் பச்சாதாபத்துடன் பார்த்தார்கள். இதனால் ஓரளவு ஆறுதலடைந்த ஸீதை, ராவணனுக்கு மீண்டும் அறிவுரைகள் சொல்ல முனைந்தாள்.

"தீய செயலைச் செய்யாமல் உன்னை யாரும் இங்கு தடுக்கவில்லை என்பதால், இந்த இலங்கையில் உன்னுடைய நன்மையை வேண்டுகிற ஒருவரும் இல்லை என்று நினைக்கிறேன்" என்று ராவணனின் பேச்சுக்கு பதில் கூறத் தொடங்கிய ஸீதை

மேலும் சொன்னாள் : ''நீ உலகின் எந்த மூலைக்குச் சென்றாலும் சரி, ராமரின் மனைவியிடம் இப்படி பேசியதன் விளைவை அனுபவிக்காமல் தப்பித்து விட உன்னால் முடியாது. ராமரின் பார்வையில் நீ படாத வரையில்தான், உன்னால் இப்படி தற்பெருமை பேச முடியும். என் மீது உன் பார்வை பட்டவுடனேயே உனது கொடிய கண்கள் பிதுங்கி விழாதது எனக்கு வியப்பைத் தருகிறது! மேன்மைகள் பொருந்திய தசரத மன்னரின் மருமகளும், தர்மம் தவறாத ராமரின் மனைவியுமாகிய என்னிடம், தகாத வார்த்தைகளைப் பேசிய உனது நாக்கு அறுந்து விழாதது ஏனோ தெரியவில்லை! என் முன் வந்து நின்றவுடனேயே நீ சாம்பலாகி விடவில்லை என்றால், அதற்கு ஒரே காரணம் – உன்னை அழிப்பதற்கு ராமரின் அனுமதி எனக்கில்லை என்பதுதான். ராமரின் மனைவி மற்றொருவனால் கடத்தப்படக் கூடியவள் அல்ல. இருந்தாலும், நான் கடத்தப்பட்டிருக்கிறேன் என்றால், அதற்கு என்ன அர்த்தம்? உன்னுடைய அழிவு காலம் ஆரம்பித்து வைக்கப்பட்டிருக்கிறது! அதற்காகத்தான் இந்தக் கடத்தல், விதியினால் அனுமதிக்கப்பட்டிருக்கிறது! இதில் சந்தேகமில்லை.''

சிங்கம் போன்ற நடையும், தோற்றமும் உடையவனும், மலையை ஒத்தவனுமாகிய ராவணன், சிவந்திருந்த தன் கண்களால் ஸீதையைக் கோபத்துடன் பார்த்து, ''துரதிர்ஷ்டம் பிடித்த ஒரு மனிதனின் மீது வைத்து விட்ட அன்பை மாற்றாதவளே! சூரியன் இருளை விலக்குவது போல, உன்னை ஒரு நொடியில் அழித்து விட என்னால் முடியும்'' என்று கூறி விட்டு, அங்கு ஸீதைக்குக் காவலாக இருந்த கோர உருவம் கொண்ட அரக்கிகளைப் பார்த்து சில வார்த்தைகள் சொன்னான் : ''ஸீதை எனக்கு விரைவில் இணங்க வேண்டும். தன் கணவன் மீது அவள் கொண்டிருக்கும் அன்பு மாற வேண்டும். இதற்குத் தேவையான வழிகளை மேற்கொள்ளுங்கள். நல்ல வார்த்தைகளால் அவள் மனதை மாற்ற முடியவில்லை என்றால், கடுமையான அணுகு முறையை மேற்கொள்ளுங்கள்.''

இவ்வாறு கோபததுடன் கூறிய ராவணனை அணுகிய அவனுடைய மூத்த மனைவி மந்தோதரியும், இளைய மனைவி தான்யமாலினியும் அவனுடைய கடுமையைத் தணிக்க

முயன்றார்கள். ''இந்த மானிடப் பெண்மணியினால் உங்களுக்கு ஆவது என்ன? உங்களை நாடுவதினால் கிடைக்கக் கூடிய பெருமைகள் எல்லாம் அவளுக்கு உரியவை அல்ல என்று பிரம்ம தேவன் தீர்மானித்திருக்கிறான். ஆகையால்தான் அவள் உங்களை ஏற்க மறுக்கிறாள். பேரரசே! தன்னை விரும்பாத பெண் மணியினால், ஒரு மனிதன் துன்பத்தையே அடைகிறான்; தனக்காக ஏங்குகிற பெண்மணியினால் ஒரு மனிதன் அடையக் கூடிய இன்பத்திற்கு எல்லை கிடையாது.'' இவ்வாறு மந்தோதரியும், தான்யமாலினியும் பேச, ராவணன் உரக்க சிரித்தவாறே அந்த இடத்தை விட்டு செல்வதற்காக நடக்க ஆரம்பித்த போது, பூமி நடுங்கியது.

ராவணன் தனது மாளிகைக்குப் போய் சேர்ந்ததும், ஸீதையைச் சுற்றியிருந்த அரக்கிகள் அவனுடைய கட்டளையை நிறைவேற்றுவதற்காக, ஸீதையின் மனத்தை மாற்றும் முயற்சியில் இறங்கினார்கள். ஏகஜடை, ஹரிஜடை, விகடை, துர்முகி – என்ற பெயர்களைக் கொண்ட அந்த அரக்கிகள், ராவணனின் பெருமைகளை ஸீதையிடம் எடுத்துக் கூறி விட்டு இறுதியாக, ''ராவணன் மீதுள்ள பயத்தினால், சூரியன் கூட தனது வெப்பத்தின் கடுமையைக் குறைத்துக் கொள்கிறான். ராவணனுக்கு அஞ்சி, காற்று கூட தனது வேகத்தைக் கட்டுப்படுத்திக் கொள்கிறது. ராவணன் நினைத்த போது, அவனுடைய ஒரு பார்வைக்கு பயந்து மேகம், நீரைப் பொழிகிறது. இப்படிப்பட்ட ராவணனை ஏற்பதில் உனக்கு என்ன தயக்கம்? அவரை ஏற்க நீ மறுத்தால், நீ உயிர் இழக்க நேரிடும்'' என்று சொன்னார்கள்.

அரக்கிகளின் பேச்சைக் கேட்ட ஸீதை ''நிபந்தனைக் குரிய உங்கள் வார்த்தைகளை நான் ஒரு கணம் கூட நினைத்துப் பார்க்கப் போவதில்லை. அரசனாக இருந்தாலும் சரி, அரசுரிமை இழந்தவனாக இருந்தாலும் சரி, என் கணவரே எனக்கு தெய்வம். இந்திரன் மீது சசி வைத்திருப்பது போல, வசிஷ்டர் மீது அருந்ததிக்கு உள்ளது போல, சந்திரனிடம் ரோகிணிக்கு இருப்பது போல, அகஸ்தியரிடம் லோபாமுத்திரைக்கு உள்ளதுபோல, ச்யவனரிடம் சுகன்யைக்கு இருப்பது போல, சத்தியவானிடம் சாவித்திரிக்கு உள்ளது போல, நளனிடம் தமயந்திக்கு இருந்தது போல, ராமரிடம் எனக்கு மாறாத அன்பு இருக்கிறது. ஆகையால்

உங்கள் வார்த்தைகள் என் செவியில் விழப் போவதில்லை. நீங்கள் விரும்பினால் என்னை அழிக்கலாம்; என்னை விழுங்கலாம். அதுபற்றி எனக்கு அக்கறை இல்லை'' என்று தீர்மானமாகக் கூறிவிட்டாள்...

அரக்கிகள் கோபம் கொண்டு அவளை மிரட்டினார்கள். தங்கள் கைகளாலேயே அவளைக் கிழித்து விழுங்கி விடுவதாக அச்சுறுத்தினார்கள். ராமரை இகழ்ந்து பேசினார்கள். ராவணனை புகழ்ந்து பேசி, அவனை ஏற்குமாறு வற்புறுத்தினார்கள். கடைசியாக ப்ரகசை என்ற பெயருடைய அரக்கி, ''இவளோடு என்ன பேச்சு வேண்டிக் கிடக்கிறது? நாம் எதற்காகக் காத்திருக்கிறோம்? இவளுடைய முடிவை நாம் ராவணனிடம் எடுத்துச் சொன்னால் அவர், இவளை விழுங்கி விடுமாறு நமக்குக் கட்டளையிடப் போகிறார். இது தெரிந்த விஷயம்தானே!'' என்று கூற, அஜாமுகி என்ற அரக்கி, ''இவளைக் கண்ட துண்டமாக வெட்டுவோம். அதன் பின்னர் அந்தத் துண்டுகளைப் பங்கிட்டு, நாம் உண்ணுவோம். நேரம் கடத்த அவசியமில்லை'' என்று கூறினாள்.

இவ்வாறு அரக்கிகள் பேசப் பேச, ஸீதை மனமொடிந்து அழுது கொண்டே அவர்களைப் பார்த்து, ''என்னை விழுங்கிக் கொள்ளுங்கள். அல்லது வேறு என்ன வேண்டுமானாலும் செய்து கொள்ளுங்கள். ஆனால் உங்கள் வார்த்தைகளின்படி நடக்க மாட்டேன்'' என்று கூறி விட்டு, பெரும் புயலில் சிக்கிய வாழை மரம் போல துடித்துக் கொண்டே ராமரை நினைத்துப் புலம்பினாள். ''ராமா! லக்ஷ்மணா! தாயே கௌஸல்யா! என் நிலையைப் பாருங்கள்! விதிக்கப்பட்ட முடிவு காலம் வராத வரையில் மனித உயிர்கள் பிரிவதில்லை என்பதால்தான், ராமரிடமிருந்து பிரிந்தும் கூட நான் இன்னமும் உயிர் வாழ்ந்து கொண்டிருக்கிறேன் போலும்! என்னுடைய முந்தைய பிறவிகளில் நான் என்ன பாவம் செய்து, இந்தத் துன்பத்தை அனுபவிக் கிறேனோ தெரியவில்லை. நினைத்த மாத்திரத்தில் உயிரை விடும் சக்தி எனக்கு இல்லாமற் போய்விட்டதே! என்னைக் காப்பாற்றி இங்கிருந்து மீட்டுச் செல்ல ராமர் ஏன் இன்னமும் இங்கு வரவில்லை? சமுத்திரத்தைத் தாண்டி இந்தத் தீவு

வால்மீகி ராமாயணம்

அமைந்திருந்தாலும்கூட, கடலைக் கடப்பது ராமருக்கு ஒரு பெரிய காரியமா? நான் இருப்பது இந்த இடத்தில்தான் என்பது ஒருவேளை அவருக்குத் தெரியாமற் போயிருக்கிறதோ? அவருக்குத் தெரிந்திருந்தால், உடனே இங்கு வந்திருப்பாரே! அவருடைய கோபத்தைத் தாங்க மூன்று உலகங்களினாலும் முடியாதே! இலங்கையையும், இந்த அரக்கர்களையும் அழிக்க லக்ஷ்மணன் ஒருவன் போதுமே! லக்ஷ்மணனின் கோபத்தை இவர்கள் யாராவது தாங்குவார்களா?''

இவ்வாறெல்லாம் புலம்பிய ஸீதையின் மனம் தைரியம் இழந்தது. ''என்னுடைய பிரிவைத் தாங்க முடியாமல் ராமர் உயிரை விட்டிருப்பாரோ! அல்லது என்னிடமுள்ள ஏதோ ஒரு பெரும் குறையின் காரணமாகத்தான், இந்த மாதிரி துன்பத்தை நான் அனுபவிக்கிறேனா? ஏதாவது தந்திரம் செய்து ராவணன், ராமரையும், லக்ஷ்மணனையும் கொன்றிருப்பானோ? இந்த நிலையில் உயிர் பிரிவதை விட நன்மை வேறு எதுவும் எனக்கு இருக்க முடியாது'' என்று நினைத்து அவள் புலம்பினாள்.

இவ்வாறெல்லாம் புலம்பிக் கொண்டிருந்த ஸீதையின் பிடிவாதத்தை, ராவணனுக்குத் தெரிவிப்பதற்காக சில அரக்கிகள் அரண்மனைக்குச்செல்ல, வேறு சில அரக்கிகள் ஸீதையை மேலும் அச்சுறுத்தத் தொடங்கினார்கள். அவளை உடனே விழுங்கி விடுவதாக மிரட்டினார்கள். அதுவரை உறக்கத்தில் ஆழ்ந்திருந்து, அப்பொழுது விழித்துக் கொண்ட த்ரிஜடை என்ற அரக்கி மற்ற அரக்கிகளைப் பார்த்து, ''நீங்கள் எல்லோரும் உங்களையேதான் விழுங்கிக் கொள்ள வேண்டும்; ஸீதை உங்களுக்கு உணவாகப் போவதில்லை. இப்போது நினைத்தாலும், என் உடலை சிலிர்க்க வைக்கிற ஒரு பயங்கரமான கனவை நான் கண்டேன். அதில் அரக்கர்களின் அழிவை நான் பார்த்தேன். ஸீதையின் கணவர் சிறப்புடன் வாழ்வதையும் பார்த்தேன்'' என்று கூறினாள்.

சில வினாடிகளுக்கு முன்பு கோபத்தினால் கொதித்துப் போயிருந்த அந்த அரக்கிகள், த்ரிஜடை கூறியதைக் கேட்டவுடன் பயத்தினால் பீடிக்கப்பட்டவர்களாக மாறி, அவளைப் பார்த்து ''நீ கண்ட கனவு என்ன என்பதை முழுமையாகச் சொல்'' என்று கேட்டுக் கொண்டார்கள்...

5. ஸுந்தர காண்டம்

அத்தியாயம் 4

ஹனுமானைப் பார்த்த ஸீதையின் சந்தேகம்

> தான் கண்ட கனவின் விவரங்களை மற்ற அரக்கிகளுக்கு விவரிக்கிற த்ரிஜடை, ராவணனின் அழிவு நிச்சயம் என்று சொல்வது; ஸீதை நல்ல சகுனங்களைக் காண்பது; நடப்பதையெல்லாம் கவனித்துக் கொண்டிருந்த ஹனுமான், தான் செய்ய வேண்டியது என்ன என்பதைச் சிந்தித்து தீர்மானித்து, ஸீதையை நெருங்கிப் பேசுவது; ஸீதைக்கு வருகிற சந்தேகங்கள்; ஸீதையின் நம்பிக்கையைப் பெற ஹனுமானின் முயற்சி...

மற்ற அரக்கிகள் கேட்டுக் கொண்டதற்கிணங்க, பொழுது விடிவதற்கு சற்று முன்பாக, தான் கண்ட கனவின் விவரங்களை த்ரிஜடை எடுத்துச் சொன்னாள் : ''வெள்ளை குதிரைகளால் இழுக்கப் பட்ட தந்தத்தினாலான தேரில், வெண் பட்டாடை அணிந்து, ராமனும், லக்ஷ்மணனும் இலங்கைக்கு வந்து சேர்கிறார்கள். ஸீதையும், ராமனும் இணைவதை நான் கண்டேன். அவர்களுக்கு அருகில் லக்ஷ்மணனும் நின்றான். பின்னர் ராமனையும், லக்ஷ்மணனையும் ஒரு சிறப்பான யானை மீது நான் பார்த்தேன். அந்த யானை மீது ஸீதை ஏறி நிலவையே தன் கையால் தொட்டாள். பின்னர் ஒரு காட்சியில், ராமன், புஷ்பக விமானத்தில் அமர்ந்து செல்வதாக நான் பார்த்தேன். ராமன், லக்ஷ்மணன், ஸீதை ஆகியோர் மிகவும் மகிழ்ச்சியோடு இருந்தார்கள்.''

கனவில் தான் கண்ட காட்சிகளை த்ரிஜடை மேலும் விவரித்தாள்: ''ராவணனையும் நான் பார்த்தேன். அவனுடைய தலை மொட்டை அடிக்கப்பட்டிருந்தது. அவனுடைய உடல் எல்லாம் எண்ணெய் பூசப்பட்டிருந்தது. புஷ்பக விமானத்திலிருந்து கீழே தள்ளப் பட்டு, அவன் தரையிலே புரண்டு கொண்டிருந்தான். பின்னர் கறுப்பு ஆடை உடுத்தி, சிகப்பு மாலையை அணிந்து, கழுதைகளினால் இழுக்கப்பட்ட ஒரு ரதத்தில் அவன் செல்வதையும் நான் பார்த்தேன். அதற்குப் பிறகு, அவன் ஒரு கழுதை மீது சவாரி செய்வதையும், தென்திசை நோக்கிச் செல்லும்போது, கீழே விழுவதையும் கண்டேன். பைத்தியம் பிடித்தவனைப் போல் ராவணன் ஏதேதோ உளறுவதையும் பார்த்தேன். அதைத் தொடர்ந்து கரிய உருவம் கொண்ட ஒரு பெண், சிகப்பு ஆடை உடுத்தி, அங்கங்கள் எல்லாம் மண் பூசப்பட்டவளாகத் தோன்றி, ராவணனை தென் திசையில் இழுத்துச் சென்றாள். கும்பகர்ணன், ராவணனின் மகன்கள் ஆகியோரெல்லாம், தலை மொட்டை அடிக்கப்பட்ட வர்களாக தென்திசைக்குச் செல்வதைப் பார்த்தேன்...

''விபீஷணன் மட்டுமே வெள்ளை ஆடை அணிந்து, சந்தனம் பூசப்பட்ட உடலைக் கொண்டவனாக, யானை மீது மகிழ்ச்சியோடு அமர்ந்திருந்தான். இலங்கை நகரத்தின் மாளிகைகள் இடிந்து விழுவதையும், இலங்கையே சமுத்திரத்தில் மூழ்கி விடுவதையும் நான் பார்த்தேன். ராமனின் தூதுவனாக வந்த ஒரு வானரன் இலங்கைக்குத் தீயிட, இந்த நகரம் பற்றி எரிவதையும் நான் கண்டேன்; மாட்டு சாணம் மலையென குவிக்கப்பட்டிருக்க, கும்பகர்ணனும் அரக்கர்கள் பலரும் அதில் அமுங்குவதையும் நான் பார்த்தேன்.''

இவ்வாறு தான் கண்ட பயங்கர கனவை விவரித்த த்ரிஜடை, மற்ற அரக்கிகளைப் பார்த்துச் சொன்னாள் : ''ராமன் ஸீதையை மீட்கப் போகிறான் என்பதில் இனி எனக்கு சந்தேகம் இல்லை. அவன் நம்மையெல்லாம் அழித்து விடுவான். ஆகையால், ஸீதையிடம் கடுமையாகப் பேசுவதைவிட்டு, அவளுடைய அன்பைப் பெறுவதற்கு முயற்சி செய்யத் தொடங்குங்கள். அவளுடைய மன்னிப்பைக் கோருங்கள். ராமன் என்ற பேராபத்து

நம்மையெல்லாம் நெருங்கிவிட்டது. அதிலிருந்து நம்மைக் காப்பாற்ற ஸீதையைத் தவிர வேறு யாராலும் இயலாது.''

த்ரிஜடை மேலும் தொடர்ந்தாள் : ''மேலும் ஸீதையின் அங்க லட்சணங்களில் ஒரு சிறு குறையையும் கூட நான் பார்க்கவில்லை. துடைத்தால் நீங்கி விடுகிற தூசிபோல, அவளுக்கு தாற்காலிகமாக ஒரு துன்பம் நேரிட்டிருக்கிறது, அவ்வளவுதான். ராவணனின் அழிவும், ராமனின் வெற்றியும் உறுதி செய்யப்பட்டவை. ஸீதையின் இடது கண்துடிக்கிறது; மிகவும் நல்ல செய்தியை அவள் கேட்கப் போகிறாள் என்பதற்கு இது அறிகுறி. அவளுடைய இடது கையும், இடது காலும் துடிக்கின்றன; அதே நேரத்தில் அங்கே ஒரு பறவை மீண்டும் மீண்டும் இனிமையான சப்தங்களை எழுப்பிக் கொண்டிருக்கிறது; ஸீதைக்கு நேர இருக்கும் இன்பத்தைத்தான் இவையெல்லாம் குறிக்கின்றன.''

இவ்வாறு பேசிய த்ரிஜடையின் வார்த்தைகளைக் கேட்டு மனமகிழ்ந்த ஸீதை, அவளைப் பார்த்து, ''நீ சொல்வதெல்லாம் அப்படியே நடக்கட்டும். அந்நேரத்தில் உன்னை நான் பாதுகாப்பேன்'' என்று மனநிறைவோடு கூறினாள். ஆனால் சிறிது நேரத்திற்கெல்லாம், ராவணனின் அச்சுறுத்தலும், அரக்கிகளின் மிரட்டல்களும் அவளுக்கு மீண்டும் நினைவுக்கு வர, அவள் மீண்டும் மனச்சோர்வடைந்தாள். தனது தலைமுடியில் கட்டப்பட்டிருந்த கயிறைப் பயன்படுத்தி, தூக்கிலிட்டுக் கொண்டு விடலாமா என்று கூட அவள் சிந்தனை ஓடியது. அந்த நேரத்தில் த்ரிஜடை கூறிய நல்ல சகுனங்கள் எல்லாம் தன் உடலில் தோன்றுவதை அவள் பார்த்து, மீண்டும் நம்பிக்கை கொண்டாள்.

இவ்வாறு மனச்சோர்வையும், நம்பிக்கையையும் ஸீதை மாறி மாறி அனுபவித்துக் கொண்டிருந்த நிலையில், ஒரு மரத்தின் மீது அமர்ந்து, அங்கு நடப்பதையெல்லாம் கவனித்துக் கொண்டிருந்த ஹனுமான், தான் அடுத்து செய்ய வேண்டியதைப் பற்றிய சிந்தனையில் ஆழ்ந்தார்.

'தூதனாக அனுப்பப்பட்ட நான், ஸீதையை இங்கு கண்டு விட்டேன்; இந்த நகரத்தின் அமைப்பு எப்படிப்பட்டது என்பதைப் பார்த்து புரிந்து கொண்டு விட்டேன்; ராவணன் சாதாரணமானவல்ல

என்பதையும் நேரில் கண்டேன்; இனி நான் செய்ய வேண்டியது என்ன?' என்று யோசித்த அவர் ஒரு முடிவுக்கு வந்தார். 'இப்போது ஸீதைக்கு ஆறுதலும், தைரியமும் அளிப்பது என் கடமை. நினைத்துப் பார்க்க முடியாத துன்பங்களையெல்லாம் அனுபவித்த பிறகும், துன்பத்தின் முடிவை இன்னமும் தொட்டு விடாத இந்த உத்தமப் பெண்மணிக்கு எந்த உறுதியும் அளிக்காமல், நான் திரும்பிச் சென்று விட்டால், குறையுள்ள காரியத்தைச் செய்தவனாவேன். நான் ஸீதையைப் பார்த்துப் பேசாமலே திரும்பி விட்டால், அவள் முழுமையாக நம்பிக்கையை இழந்து உயிர் விட்டு விடக்கூடும். ஆகையால் ஸீதையிடம் நெருங்கிப் பேசியாக வேண்டும்!'

அவர் மேலும் சிந்தித்தார். 'அரக்கிகளின் முன்னிலையில் ஸீதையிடம் எவ்வாறு பேசுவது? பேசாமலே திரும்பி விட்டால் – ஸீதை என்ன கூறினாள் என்று ராமர் கேட்கும்போது – என்ன பதில் சொல்வது? அரக்கிகள் கவனமாக இல்லாத சமயம் பார்த்து ஸீதையிடம் பேசி விட வேண்டும். நானோ மிகச்சிறிய உருவத்தை எடுத்துக் கொண்டிருக்கிறேன். ஆகையால் இது சாத்தியமே! என்னைப் பார்த்தவுடன் ஸீதை பயந்து விட்டாலோ அல்லது ராவணனின் ஒரு தந்திரம் என்று நினைத்து விட்டாலோ, அவள் உரக்கக் கத்தக் கூடும். அப்போது காரியமே கெட்டு விடும். அரக்கிகளின் கவனம் என் பக்கம் திரும்பும். அவர்கள் தாக்குவார்கள். நான் அவர்களை அழிக்க நேரிடும். ராவணனுக்குச் செய்தி போகும். அல்லது அவர்கள் கோபம் கொண்டு ஸீதையை அழித்து விடலாம். புத்திசாலி என்ற நினைப்பில் நான் ஏதாவது செய்து, காரியத்தைக் கெடுத்து விடக்கூடாது. தன்னை அறிவாளி என்று நின னத்துக் கொள்கிற தூதன், பல சமயங்களில் தான் மேற்கொண்ட காரியத்தை நாசம் செய்கிறான். என்ன செய்யலாம்?'

இப்படி பலவாறாக யோசித்த ஹனுமான், இறுதியில் ஒரு முடிவுக்கு வந்தார். 'அரக்கிகளின் கவனத்தை சற்றும் என் பேச்சின் பக்கம் திருப்பிவிடாமல், ஸீதையின் காதுகளில் மட்டும் விழுகிற மாதிரி, ராமரின் பெருமைகளைப் பேசிக் கொண்டே, ஸீதையை அணுகுவேன். அப்போது ஸீதைக்கு நம்பிக்கை வரும். நான் தெரிவிக்கும் செய்தியைக் கேட்பாள்.' இவ்வாறு தீர்மானித்துக்

கொண்டு, மரத்திலிருந்தவாறே, ஸீதையைப் பார்த்து ஹனுமான், 'இக்ஷ்வாகு குலத்தின் மேன்மையைச் சிறப்புறச் செய்த தசரத மன்னரின் மூத்த மகனாகிய ராமர், வில்லாளிகளில் சிறந்தவர்; தர்மத்தின் காவலர்; மக்களின் பாதுகாப்பாளர்; படைக்கப்பட்ட உயிரினங்களுக்கெல்லாம் அவரே, பாதுகாப்பாளர்' என்று ஆரம்பித்து, மிகமிகச் சுருக்கமாக, ராம பட்டாபிஷேகம் தடைப்பட்டதிலிருந்து, தான் கடலைத் தாண்டியது வரை எல்லா விவரங்களையும் கூறி முடித்தார்.

இவர் கூறியதையெல்லாம் கேட்ட ஸீதை பெரும் வியப்புற்றாள். யார் பேசியது என்று பார்ப்பதற்காக ஹனுமான் அமர்ந்திருந்த மரத்தை அண்ணாந்து பார்த்த ஸீதை, வெள்ளை ஆடை அணிந்து மரக்கிளையில் அமர்ந்திருந்த அவரைக் கண்டாள். இப்படி ஒரு வானரம் தன்னிடம் பேசியது எப்படி என்று நினைத்து அவளுக்கு குழப்பமே ஏற்பட்டது. ஏதாவது கனவு காண்கிறோமா என்ற சந்தேகமும் வந்தது. அரக்கிகள் தன்னை கவனிக்கிறார்களா என்பதற்காக சுற்று முற்றிலும் பார்த்துவிட்டு, அவர்களுடைய கவனம் தன் பக்கம் இல்லை என்பதை நிச்சயித்துக் கொண்டு, மீண்டும் ஸீதை மரக்கிளையைப் பார்த்தபோது, அங்கிருந்து கீழே இறங்கிய ஹனுமான், அவள் முன்னால் இரு கை கூப்பி வணங்கி நின்று, ''குற்றம் காண முடியாத பெண்மணியே! நீ யார்? ராவணனால் கடத்தப்பட்டு வந்த ராமரின் மனைவி ஸீதைதான் நீ என்றால், அதை என்னிடம் தெரிவிப்பாயாக! உனக்கு எல்லா நலன்களும் உண்டாகட்டும்'' என்று கூறினார்.

ராமரின் பெயரை மீண்டும் கேட்டதால் மகிழ்ந்த ஸீதை, ஹனுமானைப் பார்த்து, ''ஜனக மன்னனின் மகளும், தசரத மன்னரின் மருமகளும், ராமரின் மனைவியுமாகிய ஸீதை நான்தான்'' என்று சொல்லிவிட்டு, அயோத்தி நிகழ்ச்சிகளையும், காட்டில் தான் ராவணனால் கடத்தப்பட்டதையும் எடுத்துச் சொன்னாள். ஸீதையின் பேச்சைக் கேட்டு மனம் நெகிழ்ந்த ஹனுமான், ''ராமரின் தூதுவனாகத்தான் நான் இங்கே வந்திருக்கிறேன்'' என்று தொடங்கி, மேலும் சொன்னார்: ''ராமர் நலமாக இருக்கிறார். உங்கள் நலனைப் பற்றி மிகவும் கவலை

ஸுந்தர காண்டம்

யோடு இருக்கிறார். லக்ஷ்மணனும் நலமே. துன்பத்தைத் தாங்க முடியாமல் தவிக்கும் அந்த உத்தமர், உங்களை வணங்குகிறார்.''

இப்படிப் பேசிக் கொண்டே ஹனுமான், ஸீதையை மேலும் நெருங்கிய போது, அவளுக்கு மீண்டும் சந்தேகம் வரவே, 'நினைத்த உருவத்தை எடுக்கக் கூடிய ராவணன் இப்படி ஓர் உருவத்தில் வந்திருக்கிறானோ? அவனிடம் இவ்வளவு விவரமாகப் பேசிய எனக்கு அவமானம்தானே மிஞ்சுகிறது?' என்று தன்னை நொந்து கொண்டு, அவள் பேசத் தொடங்கினாள் : ''நீ ராவணன்தானே? உருமாறி வந்து ஏன் என்னை தொல்லைப்படுத்துகிறாய்?'' என்று கேட்டாள். தான் அனுபவித்துவிட்ட பெரும் துன்பங்களினால் அலை பாய்கிற மனம் கொண்டவளாக பரிதவித்த ஸீதை இப்படிப் பேசிய பிறகு மீண்டும் நம்பிக்கை கொண்டாள். ''ஒரு வேளை உண்மையாகவே நீ ராமரின் தூதுவன்தானோ? அப்படி இருந்தால், உனக்கு எல்லா நலமும் கிட்டுவதாக! நான் காண்பது கனவு இல்லையே? ஏதாவது மாயைக்கு உட்படுத்தப்படுகிறேனா? என் சித்தம் கலங்கி விட்டதா? அப்படியும் தெரியவில்லையே? எதிரே நீ நிற்பதையும் பார்க்கிறேன். என்னையும் உணர்கிறேனே!''

இப்படிப் பேசிய ஸீதைக்கு ஒரு வானரத்தினால் கடலைத் தாண்டி வர முடியுமா என்ற சந்தேகம் மனதில் வரவே, வானர உருவில் வந்திருப்பது ராவணன்தான் என்று மீண்டும் அவள் நினைக்கத் தொடங்கி, அதன் காரணமாக ஏதும் பேசாமல் மௌனம் சாதித்தாள்.

அவளுக்கு நம்பிக்கை ஊட்டுவதற்காக ஹனுமான் மீண்டும் பேசினார் : ''நான் ராமரின் தூதன்தான். ராமரின் நட்பைப் பெற்ற வானரர் வேந்தன் சுக்ரீவனும் கூட, உங்களுடைய நலத்தை அறிய ஆவலாக இருக்கிறார். ராமர், லக்ஷ்மணன், சுக்ரீவன் ஆகிய மூவருமே உங்கள் நலனில் அக்கறை உடையவர்களாக இருக்கிறார்கள். விரைவில் அவர்கள் மூவர் தலைமை தாங்க, பெரிய வானர சேனை இங்கு வந்த சேரப் போகிறது. என் பெயர் ஹனுமான். நான் ஒரு வானரன். சுக்ரீவனின் அமைச்சன். கடலைத் தாண்டி வந்து, இலங்கையினுள் நுழைந்தேன். உங்கள் அவநம்பிக்கையைத் தகர்த்து எறியுங்கள். என்னை நம்புங்கள்.''

ஸீதை அமைதியாகப் பதில் கூறினாள். "நீ ராமரை எங்கே சந்தித்தாய்? லக்ஷ்மணனை உனக்கு எப்படித் தெரியும்? வானரர்களுக்கும், ராம, லக்ஷ்மணர்களுக்குமிடையே சந்திப்பு ஏற்பட்டது எப்படி? இதையெல்லாம் விவரமாகக் கூறி, ராம, லக்ஷ்மணர்கள் எப்படி தோற்றமளிப்பார்கள் என்பதையும் வர்ணிப்பாயாக" என்று அவள் கேட்டாள்.

வாயுவின் மைந்தனாகிய ஹனுமான், "ராம, லக்ஷ்மணர்களைப் பற்றி வர்ணிக்கும் வாய்ப்பை எனக்கு நீங்கள் அளித்துள்ளது என்னுடைய அதிர்ஷ்டம்" என்று கூறிவிட்டு, ராம லக்ஷ்மணர்களின் தோற்றத்திலும், குணத்திலுமுள்ள சிறப்புகளையெல்லாம் மிகவும் விவரமாக எடுத்துச் சொன்னார். சுக்ரீவனோடு அவர்களுடைய சந்திப்பு எவ்வாறு நிகழ்ந்தது என்பதையும் சொல்லி, வாலி வதத்தையும் விவரித்தார். ஸீதையைப் பார்க்காமல் ராமர் படுகிற துன்பத்தையும் எடுத்துச் சொன்னார். வாயு பகவானுக்குப் பிறந்த, தான் சாதனைகள் பல புரிந்துள்ளதாகவும், அடக்கத்தைத் தவற விடாமல் ஸீதையிடம் சொன்னார்.

ஸீதைக்கு நம்பிக்கை பிறக்கத் தொடங்கியது.

5. ஸுந்தர காண்டம்

அத்தியாயம் 5

ஹனுமானின் யோசனை

> ராமர் அளித்த மோதிரத்தை ஸீதையிடம் ஹனுமான் கொடுப்பது; தன்னை இன்னமும் ராம – லக்ஷ்மணர்கள் வந்து காப்பாற்றாதது பற்றி ஸீதை வருந்துவது; ஸீதை இருக்குமிடம் அவர்களுக்குத் தெரியாததால்தான், தாமதம் நேர்ந்தது என்று கூறுகிற ஹனுமான், ஸீதைக்கு தைரியம் அளிப்பது; தன்னைப் பிரிந்து ராமரின் மனம் பெரிதும் அவதியுறுகிறது என்று கேட்டு ஸீதை வருந்துவது; ராவணன் விதித்த கெடுவில் இரண்டு மாதங்களே மீதம் இருப்பதால், ராமர் விரைந்து செயல்பட வேண்டும் என்று ஸீதை ஹனுமானிடம் வலியுறுத்துவது; ஸீதையை தன் முதுகிலே சுமந்து கடலைக் கடந்து சென்று விடுவதாக ஹனுமான் கூற, ஸீதை அந்த யோசனையை ஏற்க மறுப்பது...

ஸீதைக்கு முழுமையான நம்பிக்கையை ஏற்படுத்தும் எண்ணத்துடன், ஹனுமான் ''நான் ஒரு வானரன். ராமரின் தூதுவன். இதோ ராமரின் பெயர் பொறித்த மோதிரம். உங்கள் நம்பிக்கையை நான் பெறுவதற்காக, ராமர் இதை அடையாளமாகக் கொடுத்து அனுப்பியுள்ளார். உங்களுக்கு எல்லா நலன்களும் உண்டாகட்டும். உங்களுடைய துன்பங்கள் முடியும் நேரம் வந்து விட்டது'' என்று கூறி, ராமர் அளித்திருந்த மோதிரத்தை ஸீதையிடம் கொடுத்தார்.

அந்த மோதிரத்தை கையில் வாங்கி அதையே பார்த்துக் கொண்டிருந்த ஸீதை, ராமரே நேரில் வந்து விட்டது போல் மகிழ்ந்தாள். பின்னர் ஹனுமானைப் பார்த்து, ''அரக்கர்களின் இந்தக் கோட்டைக்குள் நீ நுழைந்ததே, உன்னுடைய அறிவுக்கும், துணிவுக்கும் போதுமான சான்று. ஒரு மாட்டுக் குளம்பினால் ஏற்பட்ட பள்ளத்தில் நீர் தங்கியிருந்தால் - அதை ஒருவன் எவ்வளவு அலட்சியமாகத் தாண்டுவானோ அவ்வளவு அலட்சியமாக இந்த மாபெரும் கடலையே நீ தாண்டி வந்திருக்கிறாய். நீ சாதாரண வானரன் அல்ல. ஒருவனுடைய சக்தியையும், திறமையையும், அறிவையும் புரிந்து கொள்ளாமல் அவனை ராமர் இங்கே அனுப்ப மாட்டார். ராமர் நலமாக இருக்கிறார் என்பதை அறிந்து என் மனம் நிம்மதியை அடைகிறது. அதே சமயத்தில், நலமுடன் இருக்கும் அவர் ஏன் இந்த பூமியை இன்னமும் அழிக்காமல் இருக்கிறார்? தெய்வங்களையும் அடக்கக் கூடிய வல்லமை படைத்தவர்களாயிற்றே ராம - லக்ஷ்மணர்கள்? என்னுடைய துன்பம் முடியும் நேரம் வரவில்லை போலிருக்கிறது. அதனால்தான் அவர்கள் பேசாமல் இருக்கிறார்கள்'' என்று கூறி விட்டு, மேலும் தொடர்ந்தாள்.

''என்னுடைய பிரிவு அளித்திருக்கும் துன்பத்தின் காரணமாக, ராமர் தன் கடமைகளிலிருந்து தவறி விடாமல் இருக்கிறாரா? அவருடைய நண்பர்கள் அவரை முறையாக மதித்து நடத்து கிறார்களா? எடுத்த காரியங்களை முடிப்பதற்கு சுய முயற்சியையும், தெய்வ பலத்தையும் நம்பி ராமர் செயல்பட்டு வருகிறாரா? கௌஸல்யை, ஸுமித்திரை, பரதன் ஆகியோரின் நலன் பற்றி அவ்வப்போது ராமருக்குச் செய்தி வந்து சேர்ந்து கொண்டிருக்கிறதா? என்னுடைய பிரிவின் காரணமாக ராமர் மனச்சோர்வில் சிக்கி விடாமல் இருக்கிறாரா?

''ராமர் என்னை இங்கிருந்து மீட்டுச் சென்று விடுவார் அல்லவா? ராமர் மீது மாறாத அன்பு வைத்திருக்கும் பரதன், என்னை மீட்பதற்கு உதவியாக ராமருக்கு ஒரு பெரும் படையை அனுப்பி வைத்தான் அல்லவா? என்னை மீட்டுச் செல்ல ராமருக்கு சுக்ரீவன் உதவுவாரல்லவா? இங்கிருக்கும் அரக்கர்களையெல்லாம்

லக்ஷ்மணன், தான் பொழியும் அம்பு மழையினால் அழித்து விடுவான் அல்லவா? யார் மீதும் வைக்காத அளவு அன்பை என் மீது வைத்திருக்கும் ராமரைப் பற்றிய செய்தியை அறிந்து கொள்ளக் கூடிய நிலை இருக்கும் வரைதான் நான் உயிரோடு இருப்பேன்.''

இவ்வாறெல்லாம் ஸீதை பேசியவுடன் ஹனுமான், தனது இரு கரங்களையும் கூப்பி தலை மீது வைத்துக் கொண்டு, அவளுக்கு பதில் சொல்லத் தொடங்கினார். ''நீங்கள் இங்கேதான் இருக்கிறீர்கள் என்பது ராமருக்கு இதுவரை தெரியாது. அதனால்தான், இதுவரை அவர் வந்து உங்களை மீட்டுச் செல்லவில்லை. நான் எடுத்துச் செல்லும் தகவலைக் கேட்டவுடன் ராமர் இங்கு பெரும் வானரப் படையுடன் வருவார். அதன் பிறகு இலங்கையில் அரக்கர்கள் இருக்க மாட்டார்கள். அந்தப் பேரழிவைத் தடுத்து நிறுத்த தெய்வங்களே வந்தால் கூட, அவர்களும் ராமரால் அழிக்கப் படுவார்கள். பெருமைக்குரிய பெண்மணியே! உங்களைப் பிரிந்ததனால் ராமர், புலியினால் தாக்கி காயப்படுத்தப்பட்ட யானை போல துடித்துக் கொண்டிருக்கிறார். அவர் நிம்மதி என்பதைக் காணவில்லை. மலைகளின் மீது ஆணையிட்டுச் சொல்கிறேன். எல்லோரையும் கவரக் கூடிய ராமரின் முகத்தை நீங்கள் வெகு விரைவில் காண்பீர்கள். பெண் திலகமே! உங்களுடைய நினைவு ராமரை விட்டு அகலுவதே இல்லை. அவர் உறக்கத்தைக் கூட விட்டு விட்டார். தப்பித் தவறி எப்போதாவது உறங்கினால், அப்போதும் உங்கள் பெயரைச் சொல்லியவாறே விழித்துக் கொண்டு விடுகிறார். உங்களை மீட்டுச் செல்வதில் மட்டுமே அவர் மனம் நாட்டமுடையதாக இருக்கிறது.''

''வேறு சிந்தனையில்லாமல் ராமர் என் நினைவாகவே இருக்கிறார் என்று நீ கூறிய செய்தி நஞ்சு கலந்த அமிர்தம் போல இருக்கிறது'' என்று பதில் கூறிய ஸீதை மேலும் சொன்னாள்: ''அவர் என் நினைவாகவே இருக்கிறார் என்ற செய்தி அமிர்தம் போல இருக்கிறது; ஆனால், என் நினைவு காரணமாக அவர் மனம் கவலையில் ஆழ்ந்து, வேறு சிந்தனையின்றி தவிக்கிறது என்கிற செய்தி அந்த அமிர்தத்தில் கலந்து விட்ட நஞ்சாக இருக்கிறது. ராவணன், ஒரு வருடமே கெடு வைத்திருக்கிறான். ஆகையால் என் உயிர் அதுவரைதான் நிலைக்கும். ராமர், விரைந்து செயல்பட

வால்மீகி ராமாயணம்

வேண்டும் என்று நீ அவரிடம் சொல். ராவணன் விதித்துள்ள காலக்கெடுவில் ஏற்கெனவே பத்து மாதங்கள் கழிந்து விட்டன. அதை ராமருக்கு நினைவுபடுத்து.

''ராவணனுடைய தம்பியாகிய விபீஷணன், என்னை மீண்டும் ராமரிடமே சேர்ப்பித்து விடுமாறு, ராவணனிடம் எவ்வளவோ எடுத்துச் சொன்னான். ஆனால், ராவணன் அதை மறுத்து விட்டான். யுத்தத்தில் சாக வேண்டும் என்ற விதி அவனுக்கு இருக்கிறது போலும். விபீஷணனின் மூத்த மகள் பெயர் கலா. அவள்தான் விபீஷணன் ராவணனுக்குச் சொன்ன அறிவுரை பற்றி என்னிடம் கூறினாள். அவிந்த்யன் என்ற ஓர் அரக்கன் இருக்கிறான். அவன் நன்கு கற்றவன், அறிவு பொருந்தியவன். நன்னடத்தையை விரும்புகிறவன். வயதான அவனை ராவணன் பெரிதும் மதிக்கிறான். அந்த அவிந்த்யனும் கூட, என்னை ராமரிடம் சேர்க்கா விட்டால், அரக்கர் குலமே ராமரால் அழிக்கப்பட்டு விடும் என்று ராவணனை எச்சரித்தான். ஆனால் அந்த நல்ல அறிவுரையையும் ராவணன் காதில் போட்டுக் கொள்ளவில்லை. இதையெல்லாம் ராமரிடம் சொல். யுத்தத்தில் ராமரையோ, லக்ஷ்மணனையோ எதிர்த்து நிற்கும் வல்லமை படைத்தவர் எவர் உண்டு? விரைவில் வந்து என்னை அழைத்துச் செல்லுமாறு ராமரிடம் சொல்.

கண்களில் நீர் ததும்ப இவ்வாறெல்லாம் பேசிய ஸீதையைப் பார்த்து ''பெரும் வானரப்படையுடன் வந்து ராமர் உங்களை விரைவில் காப்பாற்றப் போகிறார் என்பதில் சந்தேகமில்லை. ஆனால் அதற்கு முன்பாகவே, உங்களை இந்த தினமே இந்தத் துன்பத்திலிருந்து நான் விடுவிக்கிறேன்'' என்று கூறிய ஹனுமான், மேலும் தொடர்ந்தார். ''என்னுடைய முதுகில் அமருங்கள். குற்றமற்ற பெண்மணியே! உங்களைத் தூக்கிக் கொண்டு நான் கடலைக் கடந்து சென்று விடுகிறேன். என்னை நம்புங்கள். இந்த இலங்கை நகரம், இந்த ராவணன், அவனைச் சார்ந்த அரக்கர்கள் – அனைவரையும் கூட என் முதுகில் சுமந்து என்னால் கடலைத் தாண்டி விட முடியும். ஆகையால் என் முதுகில் அமர்ந்து கடலைத் தாண்டி விட நீங்கள் சம்மதித்தால், இன்றைய தினமே நீங்கள் ராமரைக் காணலாம். என்னுடைய வேகத்திற்கு ஈடு கொடுத்து, என்னைப் பின் தொடர்ந்து வரக்கூடியவன் எவனும் இந்த

இலங்கையில் இல்லை. இங்கு வந்தது போலவே நான் உங்களைச் சுமந்து கொண்டு, வானவெளி வழியாகவே ராமரைச் சென்று அடைகிறேன். வாருங்கள்.''

மகிழ்ச்சியூட்டக் கூடிய ஹனுமானின் வார்த்தைகளைக் கேட்ட ஸீதை, ''இவ்வளவு சிறிய உருவம் கொண்டுள்ள நீ, எவ்வாறு என்னை உன் முதுகின் மீது அமர்த்தி கடலைக் கடந்து செல்வாய்?'' என்று கேட்டாள்.

தன்னுடைய வலிமையையும், திறமையையும் ஸீதை சரியாகப் புரிந்து கொள்ளவில்லை என்பதால், நினைத்த போது தன்னால் எடுக்கக் கூடிய பெரும் உருவத்தை அவள் பார்க்கட்டும் என்று தீர்மானித்த ஹனுமான், அப்போது தான் மேற்கொண்டிருந்த சிறிய உருவத்தை விட்டு, கடலைத் தாண்டி வந்தபோது எடுத்த பெரும் உருவத்தைப் பெற்றார். மேலும் மேலும் வளர்ந்து கொண்டே போன அவருடைய உருவத்தைக் கண்டு ஸீதை பிரமித்தாள். மலை போன்று நின்ற ஹனுமான், ''இந்த நகரத்தில் உள்ள சந்தைகள், கோட்டை மதில் சுவர்கள், அலங்கார வளைவுகள், காடுகள், குன்றுகள், இங்கே அதிகாரம் செலுத்தும் ராவணன், அவனுடைய படையினர், ஆகிய எல்லோரையும் என்னால் சுமக்க முடியும். ஆகையால், தெய்வத்திற்கு நிகரான பெண்மணியே, நீங்கள் தயங்குவதற்கு நியாயம் இல்லை. என் முதுகில் நீங்கள் அமர்ந்து கொண்டால், வெகு விரைவில் ராமரையும், லக்ஷ்மணரையும் காணலாம். அவர்களுடைய துன்பமும் உடனடியாக அகன்று விடும்'' என்று கூறினார்.

''உன்னுடைய திறமைகளும், துணிவும், அறிவும், எனக்கு நன்றாகப் புரிகிறது. ஒரு சாதாரண வானரனால் எப்படி இந்தக் கடலைக் கடந்து வந்திருக்க முடியும்? உன்னுடைய வேகத்தையும், விவேகத்தையும் நான் உணர்கிறேன். ஆனால் உன் முதுகில் நான் அமர்ந்து வந்தால், காற்றுக்கு நிகரான உன்னுடைய வேகத்தைத் தாங்க முடியாமல் நான், மயக்கமடைந்து விடுவேன்'' என்று கூறிய ஸீதை மேலும் சொன்னாள் : ''உன்னுடைய வேகத்தைத் தாங்க முடியாமல், நான் கடலிலேயே கூட தவறி விழுந்து விடலாம். அது மட்டுமின்றி என்னைச் சுமந்து நீ சென்றால், அரக்கர்கள் உன்னைப்

பார்த்து பின் தொடர்வார்கள். என்னையும் சுமந்து கொண்டு ஒரு பெரும் அரக்கர் படையோடு போரிட நேரிட்டால், உன்னை ஆபத்து சூழக்கூடும். நீ அரக்கர்களோடு சண்டையிடும்போது, நான் பயத்தினாலேயே நடுங்கி, உன் முதுகில் இருந்து நழுவி கடலிலே விழுந்து விடுவேன். அரக்கர்கள் எப்படியோ உன்னை வென்று விட்டாலோ அல்லது நீ அவர்களோடு சண்டையிட்டுக் கொண்டிருக்கும்போது, நான் தவறி விழுவதைப் பார்த்து அவர்கள் என்னைப் பிடித்துக் கொண்டாலோ – நான் மீண்டும் அவர்கள் வசமாவேன். யுத்தத்தில் வெற்றி தோல்வி நிச்சயமில்லாதது. ஆகையால் அரக்கர்கள் என்னைக் கவர்ந்து சென்று என்னைக் கொன்று விடக்கூடும். இப்படி ஏதாவது நடந்து விட்டால், உன்னுடைய முயற்சி வீணாகி விடும். இப்படி எல்லாம் நடக்காமல், நீ என்னை முதுகில் சுமந்து கடலைத் தாண்டிச் சென்று ராமரிடமே சேர்த்து விட்டால் கூட, அது ராமரின் பெருமைக்கு ஒரு களங்கத்தைத் தேடித் தரும்.

''நான் சொல்கிற மாதிரி அசம்பாவிதம் ஏதாவது நிகழ்ந்து விட்டால், அந்தச் செய்தியை அறிந்து ராமரும், லக்ஷ்மணனும் உயிரை விட்டு விடுவார்கள். அதற்குக் காரணமாகி விட்டோம் என்று நினைத்து வானரர்கள் கூட்டமும் தங்கள் உயிர்களை முடித்துக் கொள்ளத் தீர்மானிக்கலாம். இவையெல்லாம் தவிர, ஒரு முக்கியமான விஷயம் இருக்கிறது. நானாகத் தீர்மானித்து ராமரைத் தவிர, வேறு எவரையும் நான் தீண்ட மாட்டேன். ராவணன் பலவந்தமாக, இழுத்து வந்ததால் நான் எதுவும் செய்ய முடியாதவளாக இருந்தேன். அந்த நிலைமையையும், இப்பொழுது நானாக மற்றொருவனைத் தீண்டுவதையும் ஒப்பிட்டுப் பேச முடியாது'' என்று ஸீதை கூறினாள்.

(ராமரைத் தவிர வேறொருவரை, நானாகத் தீர்மானித்து தீண்ட மாட்டேன் – என்று இறுதியாகச் சொல்கிற ஸீதை, அதற்கு முன்பாக, 'பயமாக இருக்கிறது, தவறி கடலில் விழுந்து விட்டால்...?' என்றெல்லாம் பேசுவது பலருக்கு ஒரு நெருடலாகத் தெரியலாம். ஆனால், ஒரு விஷயத்தை நினைத்துப் பார்க்க வேண்டும். கடக்க முடியாத கடலைத் தாண்டி, அரக்கர் பலத்தைப் பற்றி கவலைப்படாமல், துணிந்து தன்னை வந்து சந்தித்துள்ள ஹனுமான்,

அவருடைய ஆர்வத்தின் காரணமாக 'என்னோடு வாருங்கள்' என்று அழைக்கும்போது, 'தீண்ட மாட்டேன்' என்று மட்டும் சொல்வது, கடுமையான பதிலாக இருக்கும் – என்று ஸீதை நினைத்திருக்கிறாள். அதனால், வேறு சாதாரணமான பல பயங்களைக் காரணமாகக் கூறி, இறுதியில் தன் வைராக்கியத்தையும் கூறுகிறாள். ஆக, ஸீதையின் பேச்சு, இங்கிதம் அறிந்து பேசுகிற, அவளுடைய பண்பைத்தான் காட்டுகிறது.)

ஸீதை தொடர்ந்து, ஹனுமானிடம் தனது எண்ணத்தை விவரித்தாள்: ''ராமர் இங்கே படையெடுத்து வந்து ராவணனையும் மற்ற அரக்கர்களையும் அழித்து, என்னை மீட்டுச் சென்றால் – அதுதான் அவருக்குப் பெருமை அளிக்கக் கூடியது. யுத்த களத்தில், அரக்கர்கள் மட்டுமல்ல, அவர்களோடு கந்தர்வர்களும், நாகர்களும், தேவர்களும் சேர்ந்து கொண்டால் கூட, ராமரை எதிர்க்க அவர்களால் முடியாது. யுத்த களத்தில், மிகவும் சிறப்பு வாய்ந்த வில்லை கையில் ஏந்தி, நெருப்பு போல் ஜொலித்துக் கொண்டு நிற்கக் கூடிய லக்ஷ்மணனுடன் கூடிய ராமரை வெல்ல யாரால் முடியும்? உலகங்கள் அழிய வேண்டிய காலத்தில் தகிக்கக் கூடிய சூரியன் போல, யுத்தகளத்தில் நிற்கக் கூடிய ராமரை, எதிர்க்க வல்லவன் யார்? ஆகையால் உன்னுடைய எண்ணத்தைக் கைவிட்டு ராமரையும், லக்ஷ்மணனையும் விரைவில் இங்கு வருமாறு செய்வாயாக!''

5. ஸுந்தர காண்டம்

அத்தியாயம் 6

ஸீதையிடம் விடை பெற்றார் ஹனுமான்

முன்பு நடந்த ஒரு நிகழ்ச்சியை விவரித்து, ராமரிடம் அதை நினைவுபடுத்துமாறு ஸீதை கூறுவது; ஸீதையிடமிருந்து அவள் தலையில் சூடியிருந்த நகையை அடையாளமாகப் பெற்றுக் கொண்டு ஹனுமான், அவளிடம் விடை பெறுவது; விரைவில் ராமர் வந்து தன்னை மீட்காவிட்டால், தான் உயிர் இழந்து விடுவது நிச்சயம் என்று ஸீதை கூறுவது....

ஸீதையின் வார்த்தைகளைக் கேட்டு மனம் நெகிழ்ந்து போன ஹனுமான், "நீங்கள் கூறியவை யெல்லாம் நியாயமே. ஒரு பெண்ணாகிய உங்களால் என் முதுகில் அமர்ந்து கடலைக் கடப்பது என்பது மிகவும் சிரமமான காரியமே. நீங்கள் இரண்டாவதாகக் கூறிய காரணம், உங்களுடைய மேன்மையைக் காட்டுகிறது. 'ராமரைத் தவிர மற்றொருவரை நானாக நினைத்து தீண்ட மாட்டேன்' என்று நீங்கள் கூறியது, உங்கள் மேன்மைக்கும், பெருமைக்கும் தகுதியான வார்த்தையே! ராமர் மீது நான் வைத்துள்ள பெரும் மரியாதையின் காரணமாக, அவருடைய மனக்கவலை உடனடியாக தீரக்கூடிய வழி என்று நினைத்துத்தான், நான் எனது யோசனையை வெளியிட்டேன். கடலைக் கடந்து இந்த இலங்கை நகரத்தினுள் புகுந்து செயல்படுவது என்பது எளிதான காரியம் அல்ல. ஆகையால்தான் உங்கள் இருவரையும் உடனடியாக ஒன்று சேர்த்து விட வேண்டும் என்று நினைத்து, நான்

அந்த யோசனையைக் கூறினேன். உங்கள் மீது நான் வைத் திருக்கும் மரியாதையின் காரணமாகவும், ராமர் மீது வைத்திருக்கும் அன்பின் காரணமாகவும் நான் தெரிவித்த யோசனைதான் அது. அதற்காக என்னை மன்னித்து விடுங்கள்'' என்று சொல்லிவிட்டு, ''நான் உங்களைச் சந்தித்து விட்டுத்தான் திரும்பியிருக்கிறேன் என்பதை ராமர் முழுமையாக உணர்வதற்காக, என்னிடம் ஏதாவது ஓர் அடையாளச் சின்னத்தைக் கொடுக்குமாறு உங்களைக் கேட்டுக் கொள்கிறேன்'' என்று கூறி, பணிவோடு நின்றார்.

(ஸுந்தர காண்டம் தொடங்கி நாம் இதுவரை பார்த்த நிகழ்ச்சிகளைப் பொறுத்த மட்டில், கம்பரும், துளஸிதாஸரும் வால்மீகியிடமிருந்து எவ்வாறு மாறுபடுகிறார்கள் என்பதை ஓரளவு பார்ப்போம்.

கம்ப ராமாயணத்தில் இந்த நிகழ்ச்சிகள் எல்லாம் கிட்டத்தட்ட வால்மீகி ராமாயணத்தில் இருப்பது போலவே அமைந்துள்ளன. ஆனால், அதற்குள்ளே ஒரு சில விவரங்களில் கம்பர் தனது கற்பனைக்கும் இடமளித்திருக்கிறார். உதாரணமாக, ஹனுமான் பார்த்துக் கொண்டிருக்கும்போது, நந்தவனத்திற்கு ராவணன் வந்து ஸீதையிடம் பேசுகிற இடத்தில், கம்பரின் கற்பனை செல்கிற விதத்தைப் பார்ப்போம். 'ராமர் இல்லாத நேரத்தில் நீ என்னை அபகரித்து வந்து விட்டாய். இதுதான் உன் வீரமா? உனக்கு ராம – லக்ஷ்மணர்களை எதிர்க்கும் தைரியம் கிடையாது' என்று கூறினாள். அதற்கு ராவணன் பதில் சொல்கிறான் : 'ஒரு சொல்லை நான் கூற நீ கேட்பாயாக! உனக்கு உயிர் போன்றவனும், உனக்கு உரிமையான வனுமாகிய ராமனைக் கொன்ற பிறகு, உன்னைக் கொண்டு வரும் காரியத்தை நான் செய்தால் – அக்காரணம் கொண்டு நீ உன் உயிரை விட்டால், அப்போது எமன் வருவான். என்னுடைய உயிரும் என்னை விட்டு நீங்கிவிடும் என்பதை நிதானித்து ஆராய்ந்து, அதனால் நான் அந்தத் தினத்தில் வஞ்சகம் செய்தேன். பேரரில் எனக்கு சமமானவன் எவன்?' – அந்தப் பாடல் :

ஒன்று கேள். உரைக்க : ''நிற்கு ஓர் உயிர் என
உரியோன் தன்னைக்
கொன்று கோள் இழைத்தால், நீ நின் உயிர்விடின்,
கூற்றம் கூடும்;

என்தன் ஆர் உயிரும் நீங்கும்'' என்பதை இயைய
எண்ணி,
அன்று நான் வஞ்சம் செய்தது; ஆர், எனக்கு
அமரில் நேர்வார்?

லக்ஷ்மணனைப் பற்றி நினைத்து அவனை தான் பழித்துப் பேசியதை எண்ணி, இந்தக் கட்டத்தில் ஸீதை வருந்துவதாக வால்மீகி ராமாயணத்தில் கூறப்படவில்லை. ஆனால் ஸீதை 'பொய் மானுக்குப் பின்னே தலைவனான ராமபிரானை அனுப்பி விட்டு, என் மகன் போன்ற லக்ஷ்மணனை, ராமரைத் தேடிச் செல்லுமாறு பணித்து, அவனை இழித்துப் பேசி, ராவணனின் வீட்டை அடைந்த நான், இன்னமும் சாகாமல் இருப்பதை உலகம் ஏற்குமோ?' என்று நினைத்து வருந்துவதாகக் கம்பர் காட்டுகிறார்.

மேலும் கம்ப ராமாயணத்தில் ஸீதை, 'தீவினை செய்த நான் இளையவராகிய லக்ஷ்மணனைப் பார்த்து சொன்ன வார்த்தை களைக் கேள்விப்பட்டு, ராமர் என்னை அறிவு இல்லாதவள் என்று நினைத்து ஒதுக்கித் தள்ளி விட்டாரோ? அது இல்லையென்றால் பழைய பாவமானது என்னைத் துன்புறுத்த தீர்மானித்து விட்டதோ – என்று பலவாறு சொல்லிச் சொல்லி நா வறண்டு, உணர்ச்சி தேய்ந்து, உயிர் துடித்து வருந்தினாள்' என்று கூறப்பட்டிருக்கிறது. அந்தப் பாடலைப் பார்ப்போம் :

'என்னை, நாயகன், இளவலை, எண்ணலா
வினையேன்
சொன்ன வார்த்தை கேட்டு, ''அறிவு இலள்'' எனத்
துறந்தானோ?
முன்னை ஊழ்வினை முடிந்ததோ?' என்று,என்று,
முறையால்
பன்னி, வாய் புலர்ந்து, உணர்வு தேய்ந்து, ஆர் உயிர்
பதைப்பாள்.

தன் தலையில் சூடியிருந்த ஒரு நகையை ஹனுமானிடம் அடையாளமாக ஸீதை கொடுத்தனுப்புகிறாள் என்று கூறுகிற வால்மீகி ராமாயணம், 'பின்னர் ஒரு கட்டத்தில், தலையில் சூடியிருந்த நகையை ஆடையில் முடித்து வைத்திருந்த ஸீதை. அந்த

ஹனுமானிடம் கொடுத்தாள்' என்றும் கூறுகிறது. கம்ப ராமாயணமும் தன்னுடைய சேலையில் முடித்து வைத்திருந்த சூடாமணியை ஸீதை, ஹனுமானிடம் கொடுத்து அனுப்புவதாகச் சொல்கிறது. ஸம்ஸ்கிருத மொழியில் 'சூடா' என்ருல், 'உச்சி முடி' என்று அர்த்தம் கொள்ளலாம். 'சூடாமணி' என்பது 'உச்சி முடியின் மீது அணியப்படுகிற நகை'. இப்படிப்பட்ட சூடாமணியை, ஸீதை ஹனுமானிடம் கொடுப்பதை கம்பர் இப்படி வர்ணிக்கிறார்: 'உண்மையான புகழ் படைத்த ஸீதை, ஹனுமானை அணுகி – என்னுடைய உயிரை வழங்கியவனே, சிறந்தவனே, இந்தச் சூடாமணி என்னுடைய கண்ணின் மணி போன்றது. நெடு நாட்களாக என்னுடைய ஆடையில் வைக்கப்பட்டிருந்த பெரிய அடையா ளமாகும் இது. இதனைப் பெற்றுக் கொள் என்று கூறி, அதை ஹனுமானிடம் வழங்கினாள்'. அந்தச் செய்யுள் :

'சூடையின்மணி கண்மணி ஒப்பது, தொல் நாள்
ஆடையின்கண் இருந்தது, பேர் அடையாளம்;
நாடி வந்து எனது இன் உயிர் நல்கினை, நல்லோய்!
கோடி' என்று கொடுத்தனள், மெய்ப் புகழ்
கொண்டாள்.

துளஸிதாஸரின் ராமாயணத்தைச் சற்று பார்ப்போம். இலங்கைக்கு வந்த ஹனுமான், ஸீதையைப் பார்ப்பதற்கு முன்பாக, விபீஷணனைச் சந்திக்கிறார். ராம நாமங்களைக் கூறி, அவன் துதி செய்து கொண்டிருப்பதைப் பார்த்து, அவனைச் சந்தித்து அவனுடைய மேன்மையான குணங்களை ஹனுமான் அறிந்து கொள்கிறார். அப்போது ஸீதையைச் சந்திக்கும் எண்ணத்தை ஹனுமான் வெளியிட, விபீஷணன், அவர் காரியம் வெற்றி அடைவதற்கு அவர் கையாள வேண்டிய அணுகுமுறையை, எடுத்துச் சொல்கிறான். பின்னர் ஒரு மரத்தின் மீது அமர்ந்து ஸீதையைக் கவனிக்கிற ஹனுமான், மரத்தில் அமர்ந்தவாறே, ராமர் தன்னிடம் கொடுத்தனுப்பிய மோதிரத்தை ஸீதை எதிரில் போடுகிறார். இவ்வாறு ஸீதையின் மனதை நெகிழச் செய்து விட்டு, பிறகு அவளைச் சந்திக்கிறார். ஸீதையிடம் விவரங்களையெல்லாம் கூறிய பிறகு, ஹனுமானுக்கு பசி எடுக்கிறது. அந்த நந்தவனத்தி

லுள்ள மரங்களிலிருந்து பழங்களைப் பறித்துத் தின்பதற்கு, ஸீதையின் அனுமதியை அவர் கோருகிறார். ஸீதை சம்மதிக்க, பழங்களைத் தின்ற பிறகு, ஹனுமான் நந்தவனத்தையே அழிக்கத் தொடங்கி விடுகிறார். இப்படித்தான் நந்தவனம் அழிகிறது. ஸீதையைத் தன் முதுகில் ஏற்றிக் கொண்டு, கடலைக் கடந்து விடுவதாகவும் ஹனுமான் சொல்லவில்லை. 'நான் நினைத்தால் இப்பொழுதே உங்களை ராமரிடம் எடுத்துச் சென்று விட என்னால் முடியும். ஆனால் அந்த உத்திரவை ராமர் எனக்குத் தரவில்லை. ஆகையால் இன்னும் சில நாட்கள் பொறுத்துக் கொள்ளுங்கள். ராமரே வானரப் படையுடன் வந்து விடுவார்' என்றுதான் அவர் சொல்கிறார்.

இது தவிர, வால்மீகி ராமாயணத்தில் உள்ளது போலவே, ஸீதை தனது கூந்தலில் அணிந்திருக்கும் நகையாகிய சூடாமணியை கழற்றி, ஹனுமானிடம் அடையாளமாகக் கொடுத்தனுப்புகிறாள். மொத்தத்தில் இந்த நிகழ்ச்சிகள் எல்லாம் துளஸிதாஸரின் ராமாயணத்தில் மிகவும் சுருக்கமாகவே வர்ணிக்கப்படுகின்றன.

மீண்டும் வால்மீகி ராமாயணத்திற்கு வருவோம்.)

சற்று யோசித்து விட்டு ஸீதை சொன்னாள் : "நாங்கள் இருவர் மட்டுமே அறிந்த ஒரு நிகழ்ச்சியைக் கூறுகிறேன். அதை ராமருக்கு நினைவுபடுத்துவாயாக! ஒரு காகம் என்னைத் துன்புறுத்தியது என்பதற்காக, ஒரு புல்லை அஸ்திரமாக மாற்றி, அந்தக் காகத்தையே அழிக்க ராமர் முனைந்து விட்டார். காகம் மிகவும் மன்றாடியது. ஆனால், அஸ்திரம் பயனற்றுப் போய்விடக்கூடாது என்பது விதி. ஆகையால் காகத்தின் ஒரு கண்ணை மட்டும் அஸ்திரத்தினால் அழித்து, ராமர் அதை உயிரோடு வாழ விட்டார். இந்த நிகழ்ச்சியை அவருக்கு நினைவுபடுத்தி, 'என்னைத் துன்புறுத்தியது என்ற காரணத்திற்காக ஒரு காகத்தின் மீதே இவ்வளவு கோபம் கொண்ட நீங்கள், என்னை உங்களிடமிருந்து பிரித்து விட்ட இந்த அரக்கனிடம் ஏன் இன்னமும், பொறுமை காட்டுகிறீர்கள்?' என்று நான் கேட்டதாகச் சொல். 'நிகரற்ற வீரனாகிய லக்ஷ்மணன் ஏன் இன்னும் என்னை வந்து காப்பாற்ற வில்லை' என்று நான் கேட்டதாகச் சொல்.

ஸுந்தர காண்டம்

"ராமரின் நலனை நான் விசாரித்ததாக அவரிடம் சொல். யாரைப் பெற்றதனால் ஸுமித்திரை பெருமை அடைந்தாளோ, அந்த லக்ஷ்மணனை நான் விசாரித்ததாகச் சொல். அரண்மனையையும், சுகபோகமான வாழ்க்கையையும் துறந்து ராமரைப் பின் தொடர்ந்து காட்டுக்கு வந்த அந்த லக்ஷ்மணன் மனிதர்களிலே சிங்கம் போன்றவன். ராமரை தந்தையாகவும், என்னை தாயாகவும் மதித்து நடக்கிற அவன், என்னைக் காட்டிலும் ராமருக்கு வேண்டியவன். அவன் மனது வைத்தால், என் துன்பங்களுக்கு ஒரு முடிவு ஏற்பட்டு விடும். அப்படி அவனை இயக்குகிற வகையில், நீ என்னைப் பற்றி அவனிடம் எடுத்துச் சொல். இன்னமும் ஒரு மாதம்தான் நான் உயிர் வாழ்வேன் என்று ராமரிடமும் லக்ஷ்மணனிடமும் சொல். அதற்குள் என்னை வந்து அவர்கள் காப்பாற்ற வேண்டும் என்று நான் வேண்டிக் கொண்டதாகச் சொல்."

இவ்வாறு கூறிய ஸீதை, தன்னுடைய தலையில் சூட்டப்பட்டிருந்த அழகான நகையை எடுத்து ஹனுமானிடம் கொடுத்தாள். மீண்டும் சிறிய உருவத்தை அடைந்து விட்டிருந்த ஹனுமான், அந்த நகையை கையில் வாங்கிக் கொண்டு ஸீதையை வலம் வந்து வணங்கினார். அப்போது ஸீதை அவரிடம், "இந்த நகையைப் பார்த்தவுடன் ராமருக்கு நீ என்னைச் சந்தித்து விட்டுத்தான் வந்திருக்கிறாய் என்பது புரியும். இதைப் பார்த்தவுடனேயே ராமருக்கு என் நினைவு மட்டுமல்லாமல், என்னுடைய தாயார் மற்றும் அவருடைய தந்தை ஆகியோரின் நினைவும் வரும். ஏனென்றால், இது தசரத மன்னர் முன்னிலையில் என் தாயார் எனக்குப் பரிசாகக் கொடுத்தது. வானரர்களில் சிறந்தவனே! எடுத்த காரியத்தை முடிக்கும் வல்லமை உன்னிடம் இருக்கிறது. என்னை மீட்க முயற்சி எவ்வாறு செய்யப்பட வேண்டும் என்பதைத் தீர்மானம் செய்து கொள். நான் இன்னமும் நலமாகத்தான் இருக்கிறேன் என்பதை ராம-லக்ஷ்மணர்களிடமும், சுக்ரீவன், மற்றும் அவருடைய அமைச்சர்கள் ஆகியோரிடமும் தெரிவிப்பாயாக" என்று கூறினாள்.

ஹனுமான், ஸீதையிடம், "கடல் சூழ்ந்த பூமி முழுவதையும் வெல்ல ராமரால் முடியும். ஆகையால் இங்கு நடக்கப் போகிற

யுத்தத்தில் அவர் வென்று உங்களை மீட்பார் என்பதில் உங்களுக்குச் சந்தேகம் சற்றும் வேண்டாம்'' என்று கூறிவிட்டு, புறப்பட ஆயத்தமானார்.

அப்போது ஸீதை அவரைப் பார்த்து, ''முடிந்தால் இன்னமும் ஒரு நாள் இங்கேயே தங்கிவிட்டுப் போகிறாயா? ஏதாவது ஓர் இடத்தில் மறைந்து கொண்டு நீ இருந்து விடலாமே? ஏனென்றால் நீ இங்கே இருப்பது எனக்குப் பெரும் நிம்மதியைத் தருகிறது. அதனால் என்னுடைய துன்பம் குறைகிறது. நீ இங்கிருந்து போய் விட்டால், நான் தைரியத்தை இழந்து விடுவேனோ என்று அச்சமாக இருக்கிறது. நீ எவ்வளவு சொன்னாலும் வானர சேனையினால் இந்தக் கடலைக் கடந்து வர முடியுமா என்பது பற்றி எனக்குச் சந்தேகம் இருக்கிறது. இந்த மாபெரும் கடலைக் கடப்பது என்பது கருடனால் இயலலாம்; வாயு தேவனால் முடியலாம்; உன்னால் முடியும் என்பதைக் கண்டு கொண்டேன். வேறு யாரால் முடிகிற காரியம் இது? நீ நினைத்தால் உன் ஒருவனாலேயே இந்த இலங்கையை அழித்து, என்னை மீட்டுச் சென்று விட முடியும் என்பதும் எனக்குப் புரிகிறது. ஆனால் ஒரு படையோடு வந்து ஒரு யுத்தம் நடத்தி, அதில் வென்று, என்னை மீட்டுச் சென்றால்தானே ராமருக்குப் பெருமை?'' என்று கூறினாள்.

5. ஸுந்தர காண்டம்

அத்தியாயம் 7

நந்தவனம் நாசமடைந்தது!

ஸீதையிடமிருந்து விடைபெற்ற ஹனுமான், ராவணனின் நந்தவனத்தை அழித்து, ஒரு மோதலை உருவாக்கி, அரக்கர் கூட்டத்தின் பலத்தை அறிந்து கொள்ளத் தீர்மானிப்பது; நந்தவனத்தை ஹனுமான் நாசம் செய்வது; அந்தச் செய்தி கேட்டு ராவணன் முதலில் கிங்கரர்களையும், பின்னர் ஜம்புமாலியையும், அவனைத் தொடர்ந்து வேறு பலரையும் ஹனுமானை அடக்குவதற்காக அனுப்புவது; ராவணனின் மகன் உட்பட, தன்னை எதிர்த்தவர்களையெல்லாம் ஹனுமான் வீழ்த்துவது...

''உங்களை மீட்பதற்காக ராமருக்கு உதவி செய்வது என்பதில் சுக்ரீவர் மிகவும் தீவிரமாக இருக்கிறார்'' என்று ஆரம்பித்த ஹனுமான் மேலும் சொன்னார். ''சுக்ரீவருடைய படையில் இருக்கக் கூடிய வானரர்கள், பெரும் துணிவும், வீரமும் படைத்தவர்கள். அவர்கள் எந்த அளவு தூரம் தாண்ட வேண்டும் என்று மனதால் நினைக்கிறார்களோ – அந்த அளவு தூரத்தைத் தாண்டி விட அவர்களால் முடியும். வான மார்க்கமாகவே இந்த பூமியை அவர்கள் சுற்றி வந்தவர்கள். எனக்கு நிகரானவர்கள் மட்டுமல்ல, என்னை விட மேலானவர்களும் கூட. சுக்ரீவரின் படையில் இருக்கிறார்கள். சொல்லப் போனால் என்னை விடத் திறமை

குறைவானவன் எவனும் அந்தப் படையில் கிடையாது. மேன்மை பொருந்திய பெண்மணியே! ஒரு காரியத்திற்காக ஏவப்பட்டு அனுப்பப்படுகிறவன் மற்றவர்களை விடத் தாழ்ந்தவனாகத்தான் இருப்பான், மற்றவர்களை விட மேன்மையானவனாக இருக்க மாட்டான். ஏவலுக்குப் பணிந்து அப்படி வந்திருக்கிற என்னாலேயே இந்தக் கடலைத் தாண்டி விட முடிந்தது என்றால், அங்குள்ள மற்றவர்களைப் பற்றிக் கேட்பானேன்? வானரர்கள் புடை சூழ, சந்திர, சூரியர்கள் போல் ராமரும், லக்ஷ்மணரும் இங்கு வந்து சேர்வார்கள்! இலங்கை அழியும்! ராவணன் மடிவான்! அரக்கர்கள் அழிவார்கள்! நீங்கள் மீட்டுச் செல்லப்படுவீர்கள்! உங்கள் துன்பத்திற்கு முடிவு காலம் நெருங்கி விட்டது! ராமரை நான் மீண்டும் சென்று சந்திக்கும் வரை பொறுத்திருங்கள், போதும். அத்தோடு உங்கள் துன்பத்திற்கு ஒரு முற்றுப்புள்ளி விழும்.''

''வாடிய பயிருக்கு மழை எவ்வாறோ, அவ்வாறே உனது வார்த்தைகள் எனக்கு அமைகின்றன. இன்னும் ஒரு மாத காலம்தான் நான் உயிருடன் இருப்பேன், என்பதை மட்டும் ராமரிடம் தெரிவித்து விடு, போதும்'' என்று கூறிய ஸீதையை வணங்கி விடை பெற்ற ஹனுமான், தான் முனைந்த காரியத்தில் ஒரு சிறிய பகுதி மட்டுமே செய்யப்படாமல் மீதம் இருக்கிறது என்று நினைத்தவாறு, வடதிசையில் செல்லத் தீர்மானித்தார்.

ஸீதையிடம் விடை பெற்று வட திசையில் செல்லும்போதே ஹனுமான் சிந்தனையில் ஆழ்ந்தார். 'ஸீதையைக் கண்டு விட்டதால் நான் வந்த காரியத்தின் முக்கியப் பகுதி முடிந்து விட்டது. இனி, மீதமிருப்பது ஒரு சிறிய பகுதிதான். எடுத்த காரியத்தில் வெற்றியடைய நான்கு வழிகள் இருக்கின்றன. அவை – பேச்சு வார்த்தை, தானம் கொடுப்பது, பிளவை ஏற்படுத்துவது, தண்டனை என்பவையாகும்; இவற்றில் இந்த நேரத்திற்கு உரியது தண்டனைதான் என்று நினைக்கிறேன். அரக்கர்களிடம் பேச்சு வார்த்தை நடத்திப் பயனில்லை; ஏராளமான செல்வத்தை வைத்திருக்கும் அவர்களுக்கு தானம் கொடுப்பதில் அர்த்தமில்லை; அதிகார போதையினால் மயக்கத்தில் இருக்கும் அவர்களிடம் பிளவை உண்டாக்குவதும் கடினம்; ஆகையால் துணிவின் மூலம் அவர்களுக்குத் தண்டனை அளிப்பதே இப்போது நான் செய்ய

வேண்டிய காரியம். அதுவுமின்றி அரக்கர்களில் பலரை இப்போது நான் அழித்தால், பின்பு நடக்க இருக்கும் யுத்தத்திலும் அது நமக்கு உதவியாக இருக்கும். தான் செய்து முடித்து விட்ட முக்கியமான சாதனைக்குப் பழுதில்லாத வகையில், வேறு சில சிறிய காரியங்களையும் செய்து முடிப்பவனே நல்ல தூதுவனாகிறான். ஒரு காரியத்தைச் செய்து முடிக்க ஒரே ஒரு வழிதான் உள்ளது என்பது இவ்வுலகில் இல்லை. ஒரே காரியத்தை பல வழிகளில், எந்த ஒரு வழியினாலும் செய்து முடிக்கக் கூடிய திறன் படைத்தவனே இவ்வுலகில் போற்றப்படுகிறான். நமக்கும், அரக்கர்களுக்குமிடையே நடக்க இருக்கும் யுத்தத்தில், அவர்களது பலம் எத்தன்மையதாக இருக்கும் என்பதை அறிந்து கொண்டு நான், சுக்ரீவருக்கு அதுபற்றி விவரித்தால், அப்போதுதான் எடுத்த காரியத்தை முழுமையாக முடித்தவனாவேன். ஆகையால் ராவணனைச் சந்திக்க வேண்டும்; அவனுடைய அமைச்சர்களைப் பார்க்க வேண்டும்; அவனுடைய படையை எதிர் கொள்ள வேண்டும்; அவர்கள் மனதில் நினைக்கும் எண்ணங்களை அறிய வேண்டும்; இவ்வாறெல்லாம் செய்து, அவர்களுடைய பலத்தை அறிந்து கொண்டு திரும்புவதுதான் இப்போது என்னுடைய கடமை.'

இவ்வாறெல்லாம் சிந்தித்த ஹனுமான், இறுதியாக ஒரு முடிவுக்கு வந்தார். 'ராவணனுடைய இந்த நந்தவனம் மிகவும் அழகாக இருக்கிறது. இங்கு காணப்படாத கொடிகளோ, மரங்களோ எதுவும் இல்லை. கண்களுக்கு விருந்தாகவும், மனதிற்கு அமைதியைத் தருவனவாகவும் விளங்குகின்ற இந்த நந்தவனத்தை நான் அழித்து விட்டால், ராவணன் பெரும் கோபம் கொள்வான். அப்போது தனது படையை அனுப்பி, என்னை அழிக்கச் சொல்வான். பின்னர் ராவணனே இங்கு வர நேரிடலாம். எதிரியின் பலத்தை அறிந்து கொள்ள இதுதான் சரியான வழி. இங்கு நடக்கிற மோதலில் அரக்கர்களை அழித்து, நான் மீண்டும் சுக்ரீவரிடம் திரும்புகிறேன்.'

இவ்வாறு முடிவு செய்து கொண்ட ஹனுமான், அந்த நந்தவனத்தை நாசம் செய்யத் தொடங்கினார். பேரழிவு விளைந்தது. மரங்கள் சரிந்தன. கொடிகள் வீழ்ந்தன. குளங்களின்

படிகள் தகர்க்கப்பட்டன. அழகைக் கூட்டிக் கொண்டிருந்த குன்றுகள் நொறுங்கின. காட்சியகங்கள் அழிந்தன. இவ்வாறு பெரும் நாசத்தை விளைவித்து விட்டு, ஹனுமான் அந்த நந்தவனத்தின் நுழைவாயில் இருந்த இடத்தில் தன்னை இருத்திக் கொண்டார்.

(நந்தவனத்தை அழிக்க முற்பட்ட ஹனுமான் விளைவித்த நாசத்தை – ஹனுமானின் கால்களால் மிதிக்கப்பட்ட மரங்களில் சிலவற்றுக்கு ஏற்பட்ட அழிவை – கம்பர் இப்படி வர்ணிக்கிறார்; அந்த மரங்களில் சில... 'அழிந்தன; பிளவுண்டன; வளைந்து விட்டன; ஒன்றின் மேல் ஒன்று விழுந்து நொறுங்கிப் போயின; தலை சாய்ந்தன; பொடிப் பொடியாகப் போயின; தலை குப்புற விழுந்தன; துண்டு துண்டாகின; இடிபட்டன; சிதள்களாக தெறித்தன; தீப்பற்றி எரிந்தன; கருகி விட்டன; ஒடிந்து போயின; துவண்டு விழுந்தன; வலு இழந்து உதிர்ந்து விட்டன; சின்னா பின்னமாக்கப்பட்டன'. இதைக் கூறுகிற பாடல்:

முடிந்தன; பிளந்தன; முரிந்தன; நெரிந்த;
மடிந்தன; பொடிந்தன; மறிந்தன; முறிந்த;
இடிந்தன; தகர்ந்தன; எரிந்தன; கரிந்த;
ஒடிந்தன; ஒசிந்தன; உதிர்ந்தன; பிதிர்ந்த.

மேலும் கம்பர் கூறுகிறார்: 'சில மரங்கள் வேரோடு விழுந்தன; சில மரங்கள் வெந்து விட்டன; சில மரங்கள் வானில் தூக்கி எறியப்பட்டு, மேகங்களை நெருங்கின; சில மரங்கள் காற்றினால் அடித்துச் செல்லப்பட்டு கடலில் விழுந்தன; சில வண்டுகளுடன் வான வீதியில் சென்று மோதின; சில சிதறி விழுந்தன''. இந்தப் பாடல்:

வேரொடு மறிந்த சில; வெந்த சில; விண்ணில்
காரொடு செறிந்த சில; காலினொடு வேலைத்
தூரொடு பறிந்த சில; தும்பியொடு வானோர்
ஊரொடு மலைந்த சில; உக்க, சில நெக்க.)

நந்தவனத்திற்கு ஏற்பட்ட பெரும் அழிவைக் கண்ட அரக்கிகள் ஸீதையிடம் ஓடி, "இங்கே வந்தவன் யார்? அவன் யாருடைய

தூதன்? எதற்காக இங்கு வந்தான்? உன்னிடம் அவன் பேசிக் கொண்டிருப்பதை நாங்கள் பார்த்தோம். யார் அவன்? உன்னிடம் என்ன சொன்னான்?'' என்றெல்லாம் அவளைக் கேட்டார்கள்.

ஸீதை, ''தங்கள் மனம் விரும்பிய உருவத்தை ஏற்கக் கூடிய அரக்கர்கள் என்ன செய்கிறார்கள் என்பதை நான் எப்படி அறிவேன்? உங்களுக்குத்தான் இவையெல்லாம் பற்றித் தெரியும். பாம்பின் கால் பாம்பறியும். ஓர் அரக்கன் ஏதோ உருவத்தை எடுத்துக் கொண்டு இங்கே வந்தானோ என்னவோ – நான் என்ன கண்டேன்?'' என்று கூறி விட்டாள்.

இதைக் கேட்ட அரக்கிகள், ராவணனிடம் ஓடிச் சென்று, நடந்த நாசத்தை விவரித்து, ''வந்தவன் யார் என்று சொல்ல ஸீதை மறுக்கிறாள். அவன் இந்திரனின் தூதுவனா, குபேரனின் தூதுவனா, அல்லது ராமனே அவனை அனுப்பி வைத்தானோ என்னவோ, எங்களுக்குத் தெரியவில்லை. நந்தவனத்தில் அழியாத இடம் இப்போது மீதியில்லை. ஆனால், ஸீதை அமர்ந்திருக்கும் இடம் மட்டும் அப்படியே பாதுகாப்பாக இருக்கிறது. அவள் எந்த மரத்தின் கீழ் அமர்ந்திருக்கிறாளோ, அந்த மரமும், வீழ்த்தப்பட வில்லை'' என்று கூறி முடித்தார்கள்.

பெரும் கோபம் கொண்ட ராவணன், ஹனுமானைப் பிடிக்குமாறு உத்திரவிட்டு கிங்கரர்கள் என்ற பெயர் கொண்ட அரக்கர்களை அனுப்பினான். பலவிதமான ஆயுதங்களைத் தாங்கி வந்த அவர்கள், ஹனுமானை எதிர்கொண்ட போது அவர் பெரிய உருவத்தை எடுத்துக் கொண்டு, உரத்த குரலில் ''ராமனுக்கு வெற்றி! லக்ஷ்மணனுக்கு வெற்றி! சுக்ரீவனுக்கு வெற்றி! வாயுவின் மைந்தனாகிய நான், ராமனின் சேவகன். ஆயிரம் ராவணர்கள் சேர்ந்து வந்தாலும், என்னை எதிர்க்கும் வல்லமை அவர்களுக்கு இருக்காது. இலங்கையை அழித்து, ஸீதையை வாழ்த்தி, எடுத்த காரியத்தை முடித்து, எல்லா அரக்கர்களும் பார்த்துக் கொண்டிருக்கும் போதே நான் திரும்பிச் செல்வேன்'' என்று கூறினார். அவருடைய கர்ஜனையைக் கேட்டு, கிங்கரர்கள் என்ற அந்த அரக்கர்கள் பயந்தனர். அதன் பிறகு நடந்த மோதலில், ஹனுமான் வெகு எளிதில் அந்தக் கிங்கரர்களையெல்லாம் அழித்து விட்டு, மீண்டும் நந்தவனத்தின் வாயிலில் வந்து நின்றார்.

ஸுந்தர காண்டம்

உயிர் பிழைத்துத் தப்பிய ஒரு சில கிங்கரர்கள், ராவணனிடம் ஓடிச் சென்று, தங்கள் கூட்டம் அழிந்ததை எடுத்துச் சொன்னார்கள். ராவணனுடைய கண்கள் கோபத்தினால் சுழலத் தொடங்கின. பெரும் அழிவை ஏற்படுத்திவிட்ட ஹனுமானை எதிர் கொள்ள, பிரஹஸ்தனின் மகனாகிய ஜம்புமாலி என்ற அரக்கனை ராவணன் அனுப்பினான்.

இதற்கிடையில் நந்தவனத்தையொட்டியிருந்த ஒரு மண்டபத்தைக் கண்ட ஹனுமான், அதையும் அழித்து விடுவது என்று முனைந்து மலை போல் காட்சியளித்த அந்த அழகிய மண்டபத்தை நொறுக்கினார். அதைக் காவல் காத்து நின்ற அரக்கர்கள் பலவித ஆயுதங்களோடு ஹனுமானை தாக்க வந்த போது, அவர்களையெல்லாம் அழித்தார். அப்போது ராவணனின் உத்திரவை நிறைவேற்றுவதற்காக ஒரு தேரில் ஏறி, ஹனுமானுடன் போரிட வந்த ஜம்புமாலி அவர் மீது அம்புகளைப் பொழிந்தான். இருவருக்குமிடையே யுத்தம் நிகழ்ந்தது. இறுதியில் ஒரு மரம் சரிவது போல் ஜம்புமாலி வீழ்ந்தான்.

அவனுடைய அழிவு ராவணனுக்குத் தெரிவிக்கப்பட்டது. ஹனுமானை எதிர்கொள்ள ராவணன் தன்னுடைய முக்கியமான அமைச்சரின் ஏழு மகன்களை பெரும் படையோடு அனுப்பினார். அந்த ஏழு மகன்களும் ஹனுமானால் கொல்லப்பட்டனர். அந்தப் படைகள் சிதறி ஓடின. மீண்டும் நந்தவனத்தின் வாயிலில் சென்று நின்ற ஹனுமான், மற்றொரு யுத்தத்திற்குத் தயாரானார்.

தன்னுடைய படையின் தளபதிகளில் ஐவரை படை வீரர்களோடு ராவணன் அனுப்பினான். அவர்களையும் ஹனுமான் அழித்தார்.

அடுத்து, ராவணன் தன் மகன்களில் ஒருவனான அக்ஷன் என்பவனை அனுப்பினான். அவனுக்கும், ஹனுமானுக்கு மிடையே கடும் யுத்தம் நடந்தது. கீர்த்தி பெற்ற பலவானாகிய அக்ஷன், ஹனுமானைக் கடுமையாக எதிர்த்து போர் புரிந்தான். அவனுடைய வீரத்தைக் கண்டு பிரமித்து நின்ற ஹனுமான், 'உதய சூரியனை ஒத்த ஒளியோடு இவன் விளங்குகிறான். தன் வயதை மீறிய சாதனைகளைப் புரிகிறான். இவனுடைய வீரத்தைக் கண்டு

தேவர்களும் மகிழ்வார்கள். அப்படிப்பட்ட இவனைக் கொல்ல எனக்கு மனம் வரவில்லை. ஆனால் இவனை விரைவில் நான் வீழ்த்தா விட்டால், இவன் என்னை வீழ்த்தி விடுவான். பரவும் தீயை கவனிக்காமல் விட்டு விடக் கூடாது. ஆகையால், இவனை நான் அழித்தே தீர வேண்டும். வேறு வழியில்லை' என்று தன் மனதில் யோசித்து, ஒரு முடிவுக்கு வந்தார்.

பிறகு நடந்த யுத்தத்தில் அக்ஷன் கொல்லப்பட்டான். ஹனுமானின் இந்தச் சாதனையை வானத்தில் இருந்து கண்ட ரிஷிகளும், தேவர்களும் வியந்தனர்.

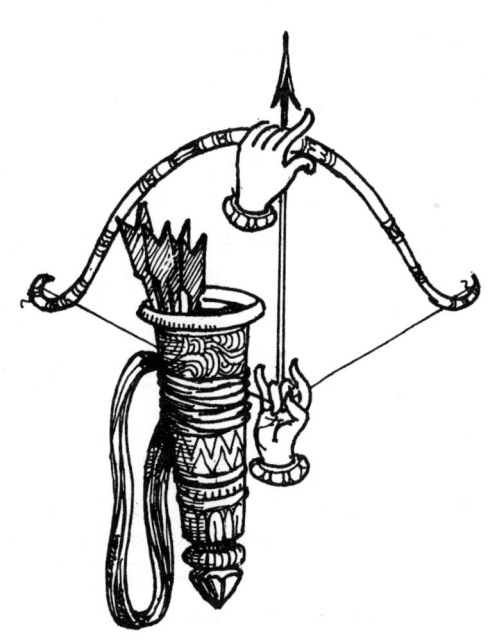

5. ஸுந்தர காண்டம்

அத்தியாயம் 8

ஹனுமான் கட்டப்பட்டார்

தனது மகன் அக்ஷன் கொல்லப்பட்டதை அறிந்த ராவணன், ஹனுமானை எதிர்க்க இந்திரஜித்தை அனுப்புவது; இந்திரஜித் ஹனுமானை பிரம்மாஸ்த் திரத்தினால் கட்டுவது; ராவணன் முன்னிலைக்கு அழைத்துச் செல்லப்பட்ட ஹனுமான், அவனுடைய தோற்றத்தைக் கண்டு வியப்பது; ராவணன் மனதில் எழுந்த கேள்விகள்...

ஹனுமானால் தன்னுடைய மகன் அக்ஷன் கொல்லப்பட்டதைக் கேட்ட ராவணன், பெரும் கோபமுற்றாலும், தெளிவாகச் சிந்தித்து ஒரு முடிவுக்கு வந்து இந்திரஜித்தைப் பார்த்து விவரமாகப் பேசினான். ''உன்னுடைய வீரத்தினால் தெய்வங்களுக்கே கூட பயத்தை ஏற்படுத்தக் கூடியவன் நீ. யுத்த களத்தில் நீ காட்டக் கூடிய வீரத்தினால் உன்னால் சாதிக்க முடியாதது என்பது எதுவுமில்லை. அதே போல, தீர்க்கமாக ஆலோசனை செய்து நீ எடுக்கக் கூடிய முடிவுகளினால் சாதிக்கப்பட முடியாதது என்பதும் எதுவுமில்லை. மூவுலகிலும் உன்னுடைய திறமையை அறியாதவரும் எவரும் கிடையாது. உன்னுடைய தவம், உன்னுடைய பலம், உன்னுடைய போர்த்திறன், எல்லாமே என்னுடைய திறமைகளுக்கு நிகரானவை.''

ராவணன் தொடர்ந்தான். ''கிங்கரர்கள் கொல்லப்பட்டார்கள்; ஜம்புமாலி வீழ்ந்தான்; அமைச்சரின் ஏழு மகன்கள் இறந்தார்கள்;

ஐந்து படைத் தளபதிகள் வீழ்ந்தார்கள்; யானைகள், ரதங்கள், குதிரைகள், போர் வீரர்கள் எல்லோரும் மடிந்தனர்; உன்னுடைய சகோதரன் அக்ஷனும் வீழ்ந்தான்! ஆனால் என்னுடைய சக்தி என்பது, இவர்களை நம்பித் திகழ்வது அல்ல. அது உன்னை நம்பி இருப்பது. நீ படைகளை அழைத்துக் கொண்டு சென்று ஹனுமானைச் சந்திக்க வேண்டும் என்று நான் நினைக்கவில்லை. படை வீரர்கள் அவனைக் கண்டு ஓடுகிறார்கள், அல்லது அலறி வீழ்கிறார்கள். ஹனுமானுடைய பலத்திற்கு எல்லை இல்லை என்று தோன்றுவதால், ஆயுதங்களும் கூட சரியான பலனைத் தராமற் போகலாம். உன்னை இப்போது ஹனுமானை எதிர்க்க அனுப்புவது என்பது, புத்திசாலித்தனமற்ற காரியமாகக் கூட இருக்கலாம். ஆனால், அரசனுடைய கடமைக்கும், வீரர்களுடைய வழிமுறைக்கும் ஏற்றதுதான் இந்த முடிவு. உன்னுடைய பலம், எதிரியின் பலம் – இரண்டைப் பற்றியும் நன்றாக ஆலோசித்து, என்ன செய்தால் இந்த அழிவு தடுத்து நிறுத்தப்படுமோ, அதைச் செய்வாயாக!''

ராவணனின் கட்டளையை ஏற்று இந்திரஜித், ஹனுமானை எதிர்ப்பதற்காக தன்னுடைய ரதத்தில் ஏறி அவர் நிற்கும் இடம் நோக்கிப் புறப்பட்டான்.

போர் செய்வதில் ஆர்வமுடையவனாக இந்திரஜித் கையில் ஆயுதங்களை ஏந்திப் புறப்பட்ட போது, நான்கு திசைகளும் களை இழந்தன; பறவைகள் உரக்க சப்தமிட்டன; வன விலங்குகள் பலவித வகைகளில் அலறின; ரிஷிகளும், சித்தர்களும், யக்ஷர்களும், நாகர்களும் வான வீதியில் கூடினர்.

(இந்திரஜித், ஹனுமானை எதிர்க்கப் புறப்பட்டவுடன் அண்ட கோளமும் பிளவுபட்டது என்று வர்ணிக்கிற கம்பர், மேலும் சொல்கிறார்: 'இந்திரஜித் அணிந்திருந்த கழல்களும், மாலைகளும், அவனோடு சென்ற முரசுகளும், இடியும் அஞ்சி நடுங்கும்படி ஒலித்தன; இந்த சப்தத்தைக் கேட்டு, தேவர்களின் தலைவனாகிய இந்திரனின் உயிர் நடுங்க, உடல் வியர்க்க, அவன் பயத்தினால் வெதும்பி துன்பமுற்றான்; தேவர்களுக்கெல்லாம் தேவர்களாகிய மும்மூர்த்திகளும், யுத்தம் உச்ச கட்டத்தை அடைந்தது என்று

உணர்ந்து, அவரவர் கடமையை (படைத்தல், காத்தல், அழித்தல்) செய்யத் தவறினர்' இந்தப் பாடல்:

> **ஆர்த்தன, கழலும் தாரும் பேரியும், அசனி அஞ்ச;**
> **வேர்த்து, உயிர் குலைய, மேனி வெதும்பினன்,அமரர் வேந்தன்;**
> **'சீர்த்தது போரும்'என்னா, தேவர்க்கும் தேவர் ஆய**
> **மூர்த்திகள் தாமும், தம்தம் யோகத்தின் முயற்சி விட்டார்.**

தன்னை நோக்கி இந்திரஜித் வேகமாக வருவதைக் கண்ட ஹனுமான், மிகப்பெரிய உருவத்தை எடுத்துக் கொண்டு உரக்க சப்தமிட்டார். இந்திரனிடமிருந்து தன்னால் பறிக்கப்பட்ட தேரில் அமர்ந்து வந்து கொண்டிருந்த இந்திரஜித், தனது வில்லினுடைய நாண் கயிறை இழுத்தான். அது இடி போன்ற சப்தம் எழுப்பியது. இதையடுத்து ஹனுமானை நோக்கி இந்திரஜித் அம்பு மழை பொழியத் தொடங்கினான். ஹனுமான் மிகவும் லாவகமாகவும், அலட்சியமாகவும் அந்த அம்புகள் தன் மீது படாதவாறு வெவ்வேறு திசைகளில் நகர்ந்து கொண்டிருந்தார். பின்னர் இருவருக்கிடையே நடந்த மோதலில் ஒரு சமநிலையே நிலவியது. இந்திரஜித்தை வீழ்த்தும் வழியை ஹனுமானால் காண முடியவில்லை; அதேபோல ஹனுமானை வீழ்த்தும் வழியை இந்திரஜித்தினால் காண முடியவில்லை; இந்த நிலையில் ஹனுமானை வீழ்த்திக் கொல்வது என்பது இயலாத காரியமாகப் போய்க் கொண்டிருக்கிறது என்பதை உணர்ந்த இந்திரஜித், எப்படியாவது ஹனுமானை சிறைப்பிடித்து விட வேண்டும் என்று தீர்மானித்துக் கொண்டான்.

ஹனுமானைச் சிறைபிடிக்கும் தனது தீர்மானத்தைச் செயல்படுத்தும் எண்ணத்தோடு, தனது வில்லில் பிரம்மனுக்கு அடங்கிய அஸ்திரத்தைப் பொருத்தி, அதை ஹனுமான் மீது அவன் ஏவினான். அந்த அஸ்திரம் ஹனுமானைக் கட்டியது. அவர் தரையில் சாய்ந்தார்.

தான் பிரம்மனுக்கு அடங்கிய அஸ்திரத்தினால்தான் கட்டப்பட்டு வீழ்ந்து விட்டோம் என்பதை ஹனுமான் உணர்ந்து கொண்டார். அதே சமயத்தில், முன்பு பிரம்மதேவன் தனக்கு அளித்திருந்த வரத்தின் காரணமாக, தனக்கு இந்த அஸ்திரத்தினால்

எந்த விதமான வலியும் ஏற்படவில்லை என்பதையும் அவர் புரிந்து கொண்டார். இந்த அஸ்திரத்தினால் கட்டுப்பட்டாலும் ஹனுமான் அதிலிருந்து விரைவில் விடுபடுவார் – என்றும் பிரம்ம தேவன் அளித்திருந்த வரமும் அவருக்கு நினைவுக்கு வந்தது. இந்த நிலையில் ஹனுமார், 'பிரம்மனின் சக்தியால் இயங்குகிற இந்த அஸ்திரத்திலிருந்து என்னை விடுவித்துக் கொள்ள என்னால் முடியாது. ஆகையால் இதிலிருந்து விடுபடுகிற நேரம் வருகிற வரை, நான் பேசாமல் இந்த நிலையை ஏற்க வேண்டியதுதான்' என்று நினைத்துக் கொண்டார்.

அதே சமயத்தில் இப்படி சிறை பிடிக்கப்பட்டதால், ராவணனைச் சந்தித்து அவனோடு பேசும் வாய்ப்பு தனக்கு உருவாகக் கூடும் என்று நினைத்த ஹனுமான், தன்னை அரக்கர்கள் பிடித்து இழுத்துச் செல்வது ஒரு வகையில் நல்லதுதான் என்ற முடிவுக்கும் வந்தார்.

இதற்கிடையில் இந்திரஜித்தின் அஸ்திரத்தினால் சாய்ந்த ஹனுமானின் அருகில் பல அரக்கர்கள் ஓடி வந்தனர். அசைவற்றுக் கிடந்த அவரைப் பார்த்ததும், அவர்கள் செடி, கொடிகளினால் பின்னப்பட்ட கயிறுகளைக் கொண்டு, அவரை இறுக்கக் கட்டினார்கள். இப்படி அவர்கள் செய்தவுடன் பிரம்மனின் அஸ்திரம் ஹனுமானை விடுவித்தது. வேறு வகையில் கட்டப் பட்டவனை பிரம்மனின் அஸ்திரம் கட்டாது – என்பது விதி.

இதையறிந்த இந்திரஜித் இப்படி அரக்கர்கள் ஹனுமானைக் கட்டியவுடன், அதைப் பார்த்து வருத்தப்பட்டான். பிரம்மனுடைய அஸ்திரத்தின் விதியை அறியாத அரக்கர்கள், அதிலிருந்து ஹனுமான் விடுபடும் வாய்ப்பைத் தோற்றுவித்து விட்டார்களே என்று அவன் வருந்தினான். 'நான் செய்த ஒரு சாதனை, இந்த அரக்கர்களால் பயனற்றதாகி விட்டது. மறுமுறை அந்த அஸ்திரத்தை ஏவுதலும் இப்போது நடக்காது' என்று நினைத்து இந்திரஜித் தனக்குள்ளே வருந்தினான்.

இதற்கிடையில் பிரம்மனின் அஸ்திரத்திலிருந்து விடுபட்ட போதிலும் கூட, அதனால் கட்டுண்ட மாதிரியே கிடந்த

சுந்தர காண்டம்

ஹனுமானை, அரக்கர்கள் கயிறுகளைக் கொண்டு இழுத்துச் சென்று, ராவணனின் முன்னால் நிறுத்தினார்கள்.

அமைச்சர்களும், மற்றவர்களும் புடைசூழ சபையில் வீற்றிருந்த ராவணன், தன் முன்னிலையில் ஹனுமான் அங்குமிங்கும் அரக்கர்களால் இழுக்கப்படுவதைப் பார்த்தான். அப்போது சபையில் இருந்த பலர், 'இவன் என்ன பிறவி? இவன் யாருடைய மகன்? அல்லது எவனுடைய சேவகன்? இவன் எங்கிருந்து வருகிறான்? எதற்காக இங்கு வந்திருக்கிறான்? இவனுக்கு பக்கபலமாக இருப்பது யார்?' என்றெல்லாம் தங்களுக்குள்ளேயே கேள்விகளை எழுப்பிக் கொண்டார்கள். 'இந்த வானரனைக் கொன்று விட வேண்டும்; அல்லது விழுங்கியும் விடலாம்' என்றும் சில அரக்கர்கள் பேசினார்கள்.

இப்படி அரச சபையில் பலர் பலவிதமாகப் பேசிக் கொண்டிருந்த போது, ஹனுமான், ராவணனைக் கவனித்தார். சூரியனை நிகர்த்தவனாக ஒளி வீசிக் கொண்டிருந்த அவன் கோபத்தினால் தனது கண்கள் சிவக்க ஹனுமானைப் பார்த்து விட்டு, தனது ஆலோசகர்களை நோக்கி, ஹனுமானை விசாரணைக்கு உட்படுத்துமாறு கூறினான். ஹனுமான் இலங்கைக்கு வந்த காரணம், முனைந்த வேலை, மேற்கொண்ட லட்சியம் - போன்றவற்றைப் பற்றியெல்லாம் கேள்விகள் கேட்கப்பட்டன. இவை எல்லாவற்றுக்கும் ஒரே பதிலாக, ஹனுமான், ''நான் சுக்ரீவனிடமிருந்து வந்திருக்கும் தூதன்'' என்று சொன்னார்.

இப்படி பதில் சொல்லும்போதே ஹனுமானின் மனம், சிந்தனையில் ஆழ்ந்தது. இந்திரஜித்தின் வீரத்தை நினைத்து அவர் வியந்தார். ராவணனைப் பார்க்கும்போதோ அவர் மனம் பிரமித்தது. இயற்கையாகவே ஒளி வீசுகிற தோற்றம்; அதற்கு ஒளி சேர்ப்பது போல பலவிதமான சிறப்பு வாய்ந்த ஆபரணங்கள்; மார்பிலே அசைந்தாடும் ஒரு வெண் முத்துமாலை; அழகான பட்டாடை; சந்தனம் பூசப்பட்ட உடல் - ஆகியவற்றோடு பேரொளியைப் பரப்பிக் கொண்டு ராவணன், மாணிக்கங்களாலும், வைடூரியங்களாலும், ரத்தினங்களாலும் அலங்கரிக்கப்பட்ட

சிறப்பான சிம்மாசனத்தில் அமர்ந்திருக்க, அவனைச் சுற்றி ராஜநீதியை அறிந்த அமைச்சர்களும் அமர்ந்திருந்தார்கள். இந்தக் காட்சியைக் கண்ட ஹனுமான், ராவணன் மேரு மலையின் மீதிருக்கக் கூடிய ஒரு கருமேகத்தை நிகர்த்திருப்பதாகவே நினைத்தார்.

'என்ன அழகு? முகமே எடுத்துக் காட்டுகிற மதிநுட்பம்தான் என்னே? கண்களிலே தெரியும் துணிவுதான் எப்பேர்ப்பட்டது? என்ன வீரம்? மங்கலம் பொருந்திய அனைத்து லட்சணங்களும் அமையப் பெற்ற, இப்படி சிறப்புகளுடன் திகழ்கிற ஓர் அரக்கர் தலைவனா? இவன் மட்டும் நன்னடத்தையை விட்டு விலகாமல் இருந்திருந்தால், தேவர்களின் உலகத்தையே ஆண்டிருப்பானே! இந்திரன் உட்பட எல்லா தெய்வங்களையும் இவனே காப்பாற்றி இருப்பான் போலிருக்கிறதே! ஆனால், தன்னுடைய தீய நடத்தை காரணமாகவும், தான் புரிகிற கொடுமைகளின் காரணமாகவும், இப்போது இவன் உலகோரால் நிந்திக்கப்பட்டவனாக எல்லோரையும் அச்சுறுத்துபவனாக மட்டுமே இருக்கிறான். இவன் நினைத்தால் பூமி முழுவதையும் கூட ஒரு சமுத்திரமாக்கி விடுவான்.'

(ஹனுமான் கட்டி இழுத்து வரப்பட்டபோது, தனது சபையில் ராவணன் வீற்றிருந்த காட்சியைப் பற்றி கம்பரின் வர்ணனை இது: 'பெரும் செல்வத்திற்கும், சிறப்பு வாய்ந்த வேதங்களுக்கும், ஆகாயத்தை விடப் பெரிதான பலத்திற்கும், ஒரே இருப்பிடமாக உள்ள ராவணன் – தனது பத்து முகங்களையும் முனைப்படுத்தி திசைகளைப் பார்த்த போதெல்லாம், யானைகளோடு அந்தத் திசைகளைப் பாதுகாக்கிற எட்டு திசை காவலர்களுக்கும் – (**அஷ்டதிக் பாலர்கள்**) இது தவிர, மேல் திசை, கீழ் திசை ஆகியவற்றிலிருந்து காத்து அருள்கிற (*துருவன், ஆதிசேஷன்*) இருவருக்கும் – பெரும் பயம் தோன்றியது.'

வண்மைக்கும் திரு மறைகட்கும், வானினும் பெரிய
திண்மைக்கும், தனி உறையுளாம் முழு முகம், திசையில்
கண் வைக்கும்தொறும் களிற்றொடு மாதிரம் காக்கும்
எண்மர்க்கும் மற்றை இருவர்க்கும் பெரும் பயம் இயற்ற.)

ஸுந்தர காண்டம்

ராவணனின் பிரமிக்கத் தக்கத் தோற்றம் பற்றி ஹனுமான் சிந்தித்துக் கொண்டிருந்த போது, பெரும் கோபத்தோடு அவரைப் பார்த்துக் கொண்டிருந்த ராவணனின் மனம் ஹனுமானைப் பற்றிச் சிந்திக்கத் தொடங்கியது. 'நான் இகழ்ந்து பேசினேன் என்ற காரணத்தினால் கோபமுற்று, முன்பு எனக்கு சாபமிட்ட நந்திதேவன்தான் இப்படி வந்திருக்கிறாரோ? பெரும் அரக்கனாகிய பாணன்தான் இப்படி ஓர் உருவத்தை மேற்கொண்டு வந்திருக்கிறானோ? யார் இவன்?' என்றெல்லாம் யோசனை செய்த ராவணன், தன்னுடைய மந்திரிமார்களில் முக்கியமானவனாகிய ப்ரஹஸ்தனைப் பார்த்து, "இந்தத் தீயவன் எங்கிருந்து வந்தான் என்பதும், எதற்காக வந்தான் என்பதும், ஏன் நந்தவனத்தை அழித்தான் என்பதும் அறியப்படட்டும். புயலாலும் அணுக முடியாத எனது நகரத்திற்குள் அவன் வந்ததும், வேண்டுமென்றே இங்கு ஒரு மோதலைச் சந்திக்க அவன் விரும்பியதும் ஏன் – என்பதும் அறியப்படட்டும்" என்று உத்திரவிட்டான்.

5. ஸுந்தர காண்டம்

அத்தியாயம் 9

ஹனுமானின் எச்சரிக்கை !

ராவணனால் உத்திரவிடப்பட்ட ப்ரஹஸ்தன் ஹனுமானை விசாரிப்பதும், ஹனுமான் ராவணனைப் பார்த்து பதில் கூறுவதும்; ராமரின் பலம், ஸீதையின் உயர்வு, உயர்ந்த பண்புகள், தர்ம நியாயம் போன்ற பலவற்றை ராவணனுக்கு உணர்த்த ஹனுமான் முயல்வது; ராவணனை ஹனுமான் எச்சரிப்பது; ஹனுமானைக் கொன்று விடுமாறு ராவணன் உத்திரவிடுவது......

ராவணனால் உத்திரவிடப்பட்ட ப்ரஹஸ்தன், ஹனுமானைப் பார்த்துப் பேசத் தொடங்கினான். ''உனக்கு நலன்கள் உண்டாகட்டும். நீ உன் மனதில் அச்சமுறத் தேவையில்லை. இந்திரனாலேயே நீ இங்கு அனுப்பப்பட்டு இருந்தாலும் சரி, உண்மையைச் சொல். நீ பயப்பட வேண்டிய அவசியம் இல்லை. நீ விடுவிக்கப்படுவாய். குபேரனோ, வருணனோ, யமனோ யார் உன்னை அனுப்பி யிருந்தாலும் சரி – எதற்காக நீ ஓர் ஒற்றன் போல, இங்கு நுழைந்தாய் என்பதை மட்டும் சொல்லி விடு. நீ உருவத்தில் வானரனைப் போல் இருந்தாலும், உன்னுடைய சக்தி வானர சக்தியை மீறியதாக இருக்கிறது. யார் உன்னை அனுப்பியது? விஷ்ணுவா? என்ன காரணத்தினால் இங்கு நுழைந்தாய்? நீ பொய் சொன்னால், உன்னால் உயிர் பிழைத்திருக்க முடியாது. உண்மையைச் சொல்.''

ஸுந்தர காண்டம்

இப்படி ப்ரஹஸ்தனால் கேட்கப்பட்ட ஹனுமான், ராவணனைப் பார்த்தே பதில் சொல்லத் தொடங்கினார்:

(தன் எதிரில் அழைத்து வரப்பட்ட ஹனுமானைப் பார்த்த ராவணன் - 'இவன் நந்தி தேவனா? பாணாசுரனா?' என்றெல்லாம் தன் மனதில் நினைத்து, தனது அமைச்சரை விட்டு ஹனுமானை விசாரிக்குமாறு கூறுகிறான்; இது வால்மீகி ராமாயணம்.

கம்ப ராமாயணத்தில், ராவணன் தனது மனதில் எழுகிற பிரமிப்பை, ஹனுமானிடமே கேள்விகளாக கேட்டு விடுகிறான். ராவணனுடைய இந்த வியப்பு நிறைந்த கேள்விகள், கம்பரால் நான்கு பாடல்களில் கூறப்படுகின்றன. அவற்றைப் பார்ப்போம்: 'நீ சக்ராயுதம் ஏந்திய விஷ்ணுவோ? வஜ்ராயுதம் தாங்கிய இந்திரனோ? நீண்ட சூலாயுதம் ஏந்திய சிவனோ? தாமரை மலரில் உதித்த, மூத்தோன் பிரம்மனோ? பயமின்மையும், பல தலைகளையும் உடைய, பூமியைத் தாங்குகிற ஆதிசேஷனோ? போரிட்டு இலங்கையை அழிப்பதற்காக உண்மை உருவத்தையும், பெயரையும் மறைத்துக் கொண்டு இங்கு வந்து சேர்ந்தாயோ!...

'நிலையாக நின்று, தனது பாசக்கயிற்றினால் கட்டி உயிர்களைப் பறிக்கும், கருநிறம் கொண்ட காலனோ? குன்றின் மீது பட்டு - தனது வேலாயுதம் அதனுள்ளே புகும்படியாக, அக்குன்றைத் தாக்கிய வெற்றிக்குரியவனாகிய முருகனோ? தெற்கு திசை அதிபதியாகிய எமதர்மனோ? மற்ற திசைகளை ஆள்பவர்கள் என்று கூறப்படுகிறவர்களில் நீ ஒருவனோ?'...

'முனிவர்கள், யாகத்திலிருந்து உண்டாக்கி இங்கு வந்து அடையும்படி ஆணையிட்டு அனுப்பிய வலிமை மிக்க ஒரு பூதமோ, நீ? எல்லாவற்றுக்கும் முந்தையவனாக தாமரை மலரில் இருக்கின்ற பிரம்ம தேவன், இலங்கையை மீதமில்லாமல் அழித்து விடு என்று ஏவிப் படைத்து அனுப்பிய எரிக்கும் கண்களையுடைய தேவனோ?...

'நீ யார்? இங்கு வந்த காரணம் என்ன? உன்னை அனுப்பியது யார்? என் கட்டளையை ஏற்று, நான் தெரிந்து கொள்கிற வகையில், தவறில்லாமல் சொல்லுவாயாக - என்று தேவர்களுடைய புகழை எல்லாம் வேரோடு ஜீரணம் செய்து விட்ட ராவணன் கூறினான்'...

அந்த நான்கு பாடல்கள் இவை :

'நேமியோ? குலிசியோ? நெடுங் கணிச்சியோ?
தாமரைக் கிழவனோ? தறுகண் பல் தலைப்
பூமி தாங்கு ஒருவனோ? – பொருது முற்றுவான்,
நாமமும் உருவமும் கரந்து நண்ணினாய்!

'நின்று இசைத்து உயிர் கவர் நீலக் காலனோ?
குன்று இசைத்து அயில் உற எறிந்த கொற்றனோ?
தென் திசைக் கிழவனோ? திசை நின்று ஆட்சியர்
என்று இசைக்கின்றவர் யாருள், யாவன் நீ?

'அந்தணர் வேள்வியின் ஆக்கி, ஆணையின்
வந்துற விடுத்தது ஓர் வய வெம் பூதமோ?
முந்து ஒரு மலருளோன், "இலங்கை முற்றுறச்
சிந்து" எனத் திருத்திய தெறு கண் தெய்வமோ?...

'யாரை நீ? என்னை, இங்கு எய்து காரணம்?
ஆர் உனை விடுத்தவர் அறிய, ஆணையால்
சோர்விலை சொல்லுதி' என்னச் சொல்லினான் –
வேரொடும் அமரர்தம் புகழ் விழுங்கினான்.)

"இந்திரனோ, யமனோ, வருணனோ, குபேரனோ, விஷ்ணுவோ அனுப்பி நான் இங்கு வரவில்லை" என்று அமைச்சர் கேட்ட கேள்விகளுக்கு, ராவணனையே பார்த்துக் கூறிய ஹனுமான், மேலும் தொடர்ந்தார். "நான் வானரன். அரக்கர்களின் அரசனைப் பார்க்க வேண்டும் என்று தோன்றியது; வந்தேன். அரக்கர்களின் அரசனாகிய ராவணனைப் பார்ப்பதற்காகவே, நந்தவனத்தை அழித்தேன். அப்போது அரக்கர் கூட்டங்கள் என்னை வந்து தாக்கியதால், நான் என்னைப் பாதுகாத்துக் கொள்ள அவர்களைத் தாக்கி அழிக்க வேண்டியதாகி விட்டது. ஒன்று புரிந்து கொள்ளுங்கள். என்னை ஆயுதங்களினால் வீழ்த்துவது என்பதோ, கட்டுவது என்பதோ, தெய்வங்களாலும் முடியாத காரியம். அப்படிப்பட்ட வரத்தை நான் பிரம்மனிடமிருந்தே பெற்றிருக்கிறேன். நான் அஸ்திரத்தினால் கட்டப்பட்ட போது, அதற்கு என்னை நானே உட்படுத்திக் கொண்டதற்குக் காரணம்,

அரக்கர்களின் அரசனைப் பார்க்க வேண்டும் என்ற ஆவல்தான். அந்த அஸ்திரத்தின் கட்டிலிருந்து நான் விடுபட்ட பிறகு கூட, நான் கட்டப்பட்டவன் போலவே இருந்ததற்குக் காரணம், உன்னைப் பார்க்க வேண்டும் என்ற என்னுடைய விருப்பம்தான். ராமரின் ஒரு காரியத்திற்காக நான் உன் முன்னிலையில் வர விரும்பினேன். தங்கு தடை ஏதும் இல்லாத சக்தியைப் பெற்ற ராமருடைய தூதுவனாக என்னை அறிந்து கொள்வாயாக! அரசனே! அந்த வகையில், நான் கூறுகிற நன்மொழிகளையும் காது கொடுத்துக் கேட்பாயாக.''

இவ்வாறு பதில் அளித்த ஹனுமான், ராவணனை மிகவும் உன்னிப்பாகக் கவனித்துக் கொண்டே, மேலும் பேசினார். ''ராமரின் காரியமாக சுக்ரீவனிடமிருந்து தகவலைத் தாங்கி நான் உன்னை நாடி வந்திருக்கிறேன். சுக்ரீவ மன்னர், உன்னுடைய நலன் பற்றி விசாரிக்கிறார். நன்னடத்தை, இவ்வுலக வாழ்க்கையில் இன்பம், மேலுலக வாழ்க்கையில் நன்மை – ஆகியவற்றை பெறுவதற்கு வழி காட்டக்கூடிய சுக்ரீவ மன்னரின் வார்த்தைகளைக் கேட்பாயாக.''

இப்படிக் கூறிய ஹனுமான், தசரத மன்னருக்கு ராமர் மகனாகப் பிறந்தது; தந்தையின் கட்டளையை ஏற்று ராமர் காட்டுக்கு வந்தது; வனத்தில் ஸீதையை இழந்தது; சுக்ரீவருக்கும், ராமருக்கும் நட்பு ஏற்பட்டது; வாலி வதம் செய்யப்பட்டது; ஸீதையைத் தேடுவதற்காக நான்கு திசைகளிலும் வானரர்களை சுக்ரீவன் ஏவியது; அப்படி ஏவப்பட்டவர்களில் ஒருவனாகிய தான், கடலைத் தாண்டி இலங்கைக்கு வந்து ஸீதையைக் கண்டது - ஆகிய நிகழ்ச்சிகளையெல்லாம் விவரித்தார்.

பின்னர் ராவணனைப் பார்த்து, ''அரசனே! நீ தவங் களைச் செய்தவன். எது உண்மை, எது நலம் தருவது, எது தர்மத்தின் பாதை – என்ற விவரமெல்லாம் நன்கு அறிந்தவன் நீ. ஆகையால் மாற்றானின் மனைவியைப் பிடித்து வைப்பது என்கிற காரியம் உன்னால் செய்யப்படத் தகாதது. நற்குணத்திற்கு விரோதமானதும், பெரும் தீமைகளை விளைவிப்பதும், செயல்படுபவனை கிளையோடும், வேரோடும் அழித்து விடக்கூடியதுமான காரியத்தை, உன்னைப் போன்ற அறிவு படைத்தவர்கள் செய்ய

மாட்டார்கள். ராமருடைய கோபத்தினால் தூண்டப்பட்டவனாக, லக்ஷ்மணன் அம்பு மழை பொழிந்தால் அதைத் தாங்கக் கூடிய சக்தி, தேவர்களுக்கோ, அரக்கர்களுக்கோ உண்டா? ராமருக்குத் தீங்கு இழைத்து விட்டு, அதன் பின்னர் மகிழ்ச்சியோடு வாழக்கூடிய வாய்ப்பு மூவுலகிலும் எவன் ஒருவனுக்காவது கிட்டுமா? சென்ற காலம், நிகழ் காலம், வருங்காலம் ஆகிய மூன்று காலங்களையும் மனதில் நினைத்துப் பார். நான் சொல்லும் யோசனை நன்னடத்தைக்கு உகந்தது. அதனால் எல்லா நன்மைகளும் கிட்டும். உடனடியாக ஸீதையை ராமரிடம் சேர்ப்பித்து விடுவாயாக!

''உன்னால் பிடித்து வைக்கப்பட்டிருக்கும் ஸீதையைப் பார்ப்பது என்பதே கடினமான காரியம். அதை நான் செய்து முடித்து விட்டேன். இனி இதைத் தொடர்ந்து செய்ய வேண்டிய காரியத்தைச் செய்வது ராமருக்கு மிக எளிது. ஐந்து தலை நாகத்தைப் பிடித்து அருகில் வைத்துக் கொண்டிருப்பதை போல, நீ ஸீதையைப் பிடித்து வைத்துக் கொண்டிருக்கிறாய். அவர் பெரும் துன்பத்தில் ஆழ்ந்திருப்பதை நான் கண்டேன். விஷம் கலந்த உணவை ஜீரணிப்பது என்பது எவ்வாறு முடியாத காரியமோ, அதே போல ஸீதையை ஒருவன் அடைந்து விடுவது என்பதும் முடியாத காரியமே. நீண்ட நாள் பெருமையோடு வாழக்கூடிய வாய்ப்பைப் பெறுவதற்கான தவங்களையெல்லாம் நீ செய்திருக்கிறாய். அப்படிப் பெற்ற அரிய வாய்ப்பை, இப்பொழுது பறி கொடுத்துவிடாதே.

''நீ செய்த தவங்களின் காரணமாகத்தான், அரக்கர் களிடமிருந்தோ, தேவர்களிடமிருந்தோ உனக்கு அழிவு கிடையாது என்ற வரத்தையும் நீ பெற்றிருக்கிறாய். ஆனால் சுக்ரீவனோ, ராமரோ – தேவர்களும் அல்ல, யக்ஷர்களும் அல்ல, அரக்கர்களும் அல்ல. ராமர் மனிதர். சுக்ரீவனோ வானரன். அப்படியிருக்க, அவர்களிடமிருந்து உன்னை எப்படிக் காப்பாற்றிக் கொள்ளப் போகிறாய் என்பதையும் சிந்தித்துப் பார்ப்பாயாக! தீய வழிமுறைகளை மேற்கொண்டு விட்ட மனிதனை, அவனுடைய தீச்செயல்களே பின் தொடர்ந்து வரும். அதே போல, தீமை புரிந்தவன், நற்செயல் புரிய ஆரம்பித்து விட்டால், அப்போது

அவனுடைய தீமை மன்னிக்கப்படும். நீ முன்பு செய்த நற்காரியங்கள் எல்லாம், நீ பின்னர் செய்த தீமைகளால் அழிந்து விட்டன. இதுபற்றி துளியும் உனக்குச் சந்தேகம் வேண்டாம். இப்போது நீ செய்திருக்கிற தீமைக்கும் நீ பலனை அடையாமற் போக மாட்டாய்.

''ஜனஸ்தானத்தில் அரக்கர்களுக்கு ஏற்பட்ட அழிவை நினைத்துப் பார்! வாலியின் வதத்தை நினைத்துப் பார்! சுக்ரீவருக்கும், ராமருக்கும் ஏற்பட்டுள்ள நட்பை நினைத்துப் பார்! உன்னுடைய நலனையும் மனதில் கருதிப் பார்! ஸீதையை ராமரிடம் அனுப்பி விடுவதுதான் உனக்கு நல்லது.''

ஹனுமான் மேலும் தொடர்ந்தார்: ''இந்த நகரம், அதிலிருக்கும் யானைகள், ரதங்கள், அரக்கர்கள், எல்லாவற்றையும் என் ஒருவனாலேயே அழித்து விட முடியும். ஆனால் ராமரின் விருப்பம் அதுவல்ல. ஸீதையை அபகரித்தவனையும், அவனைச் சார்ந்தவர்களையும் அழித்து விடுவதாக வானரர்கள் முன்னிலையில் ராமரே சபதமிட்டிருக்கிறார். ராமருக்குத் தீங்கு இழைத்து விட்டு இந்திரனால் கூடத் தப்ப முடியாது எனும்போது, நீ எம்மாத்திரம்?

''ஸீதையை யார் என்று நினைத்தாய்? உலக அழிவுக்குத் தலைமை தாங்கும் தெய்வமான காலராத்திரி அவர். நீ அவரை இலங்கையில் வைத்திருப்பது இலங்கையின் அழிவிற்காகத்தான். ஸீதை, உன் கழுத்திலே நீயாகப் போட்டுக் கொண்டிருக்கும் சுருக்கு. அதிலிருந்து தப்புகிற வழியைப் பார். எப்போது நீ ஸீதையை அபகரித்தாயோ, அப்போதே இலங்கைக்குத் தீ மூட்டப்பட்டு விட்டது. ஸீதையின் தார்மீக சக்தியினால் ஏற்கெனவே இலங்கை அழிந்து விட்டது. உன்னுடைய மகன்கள், உன்னுடைய உறவினர்கள், உன்னுடைய சகோதரர்கள், உன்னுடைய நண்பர்கள், உன்னுடைய அமைச்சர்கள், உன்னுடைய பெண்மணிகள், உன்னுடைய ஆலோசகர்கள், உன்னுடைய இன்பங்கள், உன்னுடைய இலங்கை, எல்லாவற்றின் அழிவுக்கும் நீயே காரணமாகி விடாதே. ராமரின் சேவகன் வாயிலிருந்து வரும் வார்த்தைகள், உண்மையில் பொதிந்து நிற்பவையாகத்தான் இருக்கும் என்பதை மறந்துவிடாதே!

''அசைவன, அசையாதன உட்பட, படைக்கப்பட்ட அனைத்து உயிர்கள் எல்லாவற்றோடும் இந்த உலகை அழித்து விடவும் ராமரால் முடியும். அதை மீண்டும் அவரால் உருவாக்கவும் முடியும் என்று நான் கருதுகிறேன். யக்ஷர்கள், நாகர்கள், அரக்கர்கள், கந்தர்வர்கள், சித்தர்கள், கின்னரர்கள் – என்று படைக்கப் பட்டவர்கள் யாராக இருந்தாலும் சரி, அவர்களில் எவராலும் ராமரை எதிர்த்து நிற்பது என்பது இயலாத காரியம். அவர் விஷ்ணுவை நிகர்த்த சக்தி படைத்தவர். ராமருக்கு நீ தீங்கு இழைத்து விட்டதால், உனது உயிர் இனி தப்புவது என்பது நடவாத காரியமே. நான்முகனாகிய பிரம்மன், திரிபுரங்களை எரித்த முக்கண்ணனாகிய ருத்ரன், தேவர்களின் தலைவனாகிய இந்திரன் ஆகியோரும் ராமரை எதிர்த்து யுத்தம் செய்யக் கூடிய சக்தி படைத்தவர்கள் அல்ல என்பதை உணர்ந்து கொள்.''

(இப்பகுதியில் எல்லாம் பெரும்பாலும் வால்மீகியை ஒட்டியே, தனது காவியத்தை அமைத்திருக்கும் கம்பர், ஹனுமான் ராவணனுக்குச் சொல்லும் அறிவுரையை இப்படிக் கூறுகிறார்: 'பெரும் கோபம் கொண்டு, திரிபுரங்கள் தப்ப முடியாத தீயைத் தோற்றுவித்த சிவபெருமான் - உன்னுடைய கை, நரம்புகளை மீட்டி நீ இசைத்த பாடலுக்கு மனம் உருகி, உனக்குக் கொடுத்த வரம் தவறினாலும் தவறலாம் - ஆனால் வேத நெறியிலிருந்து விலகாதவனாகிய ராமனின் அம்பு தவறிப் போகும் என்று நீ நினைத்தால், அது பொருந்துமா?'

புரம் பிழைப்பு அருந் தீப் புகப் பொங்கியோன்,
நரம்பு இழைத்தன பாடலின் நல்கிய
வரம் பிழைக்கும்; மறை பிழையாதவன்
சரம் பிழைக்கும் என்று எண்ணுதல் சாலுமோ?)

ஹனுமான் பேசி நிறுத்திய போது ராவணன் பெரும் கோபம் கொண்டான். அவனுடைய கண்கள் கோபத்தினால் நாற்புறமும் சுழன்றன.

ஹனுமானைக் கொன்று விடுமாறு அவன் கட்டளை யிட்டான்.

5. ஸுந்தர காண்டம்

அத்தியாயம் 10

இலங்கைக்கு இட்ட தீ!

ஹனுமானைக் கொல்ல வேண்டாம் என்று விபீஷணன் யோசனை சொல்வது; ஹனுமானின் வாலுக்குத் தீயிட்டு அவரை நகர் வீதிகளில் இழுத்துச் செல்லுமாறு ராவணன் உத்திரவிடுவது; அரக்கிகள் மூலம் செய்தி அறிந்த ஸீதை, ஹனுமானுக்குத் தீங்கிழைக்காமல் இருக்குமாறு அக்னி பகவானை வேண்டுவதும், அதன் பயனாக, தீ ஹனுமானுக்குக் குளுமை அளிப்பதும்; இலங்கையில் பல இடங்களை ஹனுமான் தீக்கிரையாக்குவது; பின்னர் அவருக்கு ஓர் அச்சம் தோன்றுவது...

ராவணன் ஹனுமானைக் கொன்றுவிடுமாறு உத்திரவிட்டவுடன், அவன் பெரும் கோபமுற்று இருக்கிறான் என்பதையும், ஹனுமானின் மரணம் எந்நேரமும் நிகழக்கூடியது என்பதையும் பார்த்த, நன்னடத்தையிலேயே நாட்டமுள்ள விபீஷணன், தன்னுடைய கடமை பற்றி சிந்தித்து ஒரு முடிவுக்கு வந்தவனாக, தன்னால் மதிக்கப்பட்ட தனது தமையனாகிய ராவணனைப் பார்த்து, பேசத் தொடங்கினான். ‘‘என்னை மன்னிக்குமாறு கேட்டுக் கொள்கிறேன். அரக்கர்களின் தலைவரே! என்னுடைய வேண்டுகோளை தயவுசெய்து கேளுங்கள். பொதுவாக பூமி ஆளும் அரசர்கள் தூதுவனின் உயிரைப் பறிப்பது வழக்கமில்லை. ஆகையால், இந்த வானரனுக்கு மரண தண்டனை

விதிப்பது உலக வழக்கிற்கோ, உங்களுடைய மேன்மைக்கோ உகந்தது அல்ல. எது சரி என்பதை அறிந்தவர் நீங்கள். அரசனின் கடமைகளை அறிந்தவர் நீங்கள். மேன்மையானது எது, தாழ்வானது எது என்பதை முழுமையாகப் புரிந்து கொண்டவர் நீங்கள். உங்களுக்கு ஒருவனால் செய்யப்பட்ட சேவையை என்றும் மறவாதிருப்பவர் நீங்கள். இவை மட்டுமல்ல, வாழ்க்கையின் அர்த்தம் என்ன என்பதையே உணர்ந்தவர் நீங்கள். இப்படிப்பட்ட உங்களைப் போன்றவர்களே கோபத்தினால் பீடிக்கப்படுவீர்கள் என்றால், சாத்திரங்களை முறையாகப் பயில்வது என்பது வீண் வேலை என்று ஆகிவிடும்! ஆகையால் அரக்கர்களின் அரசனே! எது முறையானது, எது முறையற்றது என்பதை நிதானித்து யோசித்து, அதன் பிறகு இந்தத் தூதுவனுக்கு என்ன தண்டனை விதிப்பது என்பதை முடிவு செய்யுங்கள்.''

விபீஷணன் கூறிய ஆலோசனையைக் கேட்டு மேலும் கோபமுற்ற ராவணன், ''ஒரு பாவியைக் கொல்வதால் எந்தப் பாவமும் வந்து சேராது. எதிரிகளை அழிப்பவனே, விபீஷணா! இந்த வானரன் ஒரு பாவி. ஆகையால் அவன் உயிரை நான் முடித்து வைக்கிறேன்'' என்று சொன்னான்.

அரசனின் தவறான முடிவைக் கேட்ட விபீஷணன் மீண்டும் பணிவுடன் சில உண்மைகளை எடுத்துச் சொன்னான். ''இலங்காதி பதியே! தர்மத்திற்கும், உலக வாழ்வில் இன்பமுறுவதற்கும் உகந்த ஆலோசனையைத்தான் நான் சொல்கிறேன். எந்த இடமாயினும் சரி, எந்த நேரமாயினும் சரி, தூதுவர்களைக் கொல்லக் கூடாது என்றுதான் கற்றறிந்தவர்கள் கூறுகிறார்கள். இந்த வானரன் சாதாரணமான எதிரி அல்ல என்பது புரிகிறது. அவன் விளைவித்த நாசமோ மிகப் பெரியது. அப்படியாயினும் கூட தூதுவனைக் கொல்லக் கூடாது. தூதுவனுக்கென்று வேறு பல தண்டனைகள் கூறப்பட்டிருக்கின்றன. சாட்டையால் அடிப்பது, தலையை மொட்டை அடித்து முத்திரை குத்தி அனுப்புவது, ஒரு அங்கத்தைத் துண்டிப்பது போன்ற தண்டனைகள் தூதுவனுக்கு விதிக்கப்படக் கூடிய தண்டனைகள். ஆனால், ஒரு தூதுவன் கொல்லப்பட்டான் என்பதை நாம் இதுவரை கேள்விப்பட்டதில்லை. எல்லா

விஷயங்களையும் கற்றறிந்த உங்களைப் போன்றவர் கோபத்திற்கு அடிமை ஆகி விடக்கூடாது. உண்மையான சக்தி படைத்தவர்கள், கோபத்திற்கு பலியாகி விடுவதில்லை. தர்மம் எது, உலக வழக்கு என்ன என்பவற்றைப் பற்றி விவாதம் நடத்துவதில் உங்களுக்கு நிகரானவர் எவரும் இல்லை. அது மட்டுமல்ல, சாத்திரங்கள் கூறுவது என்ன என்பதை நீங்கள் அறிந்திருப்பது போல் அறிந்திருப்பவர் எவரும் இல்லை. தேவர்களையும், அரக்கர் களையும், அசுரர்களையும், மனிதர்களையும் பலமுறை வென்றவர் நீங்கள். உங்களை எதிர்க்கத் துணிந்தவர்களுக்கு உயிரிழப்பு ஒன்றே முடிவாக இருந்திருக்கிறது. அப்படிப்பட்ட நீங்கள், இந்த வானரனின் உயிரை வாங்குவதில் அர்த்தம் இருப்பதாக எனக்குத் தெரியவில்லை.

''மரணம் என்ற தண்டனை இந்த வானரனை அனுப்பியவர் களுக்கு உரியது. அனுப்பியவன் நல்லவனோ, தீயவனோ - அவன் உங்கள் எதிரியே. ஆனால், அவனுடைய சொல்லை ஏற்று இங்கு வருகிற தூதன், மரணத்திற்குரியவன் அல்ல. அதுவுமின்றி இந்த வானரனைக் கொன்று விட்டால், இந்த மாபெரும் கடலைக் கடந்து இங்கு வரக்கூடியவர் இன்னொருவர் இருப்பதாகவும் எனக்குத் தெரியவில்லை. ஆகவே அதன் பிறகு அந்த இரண்டு அரச குமாரர்களை உங்களுக்கு எதிராக யுத்தம் செய்யுமாறு தூண்டக் கூடியவர்கள் யார் இருக்கிறார்கள்? அந்த இருவருக்கும் யுத்தம் செய்வதில் ஏற்பட்டிருக்கும் ஆர்வத்தை நீங்கள் தணிப்பதா? உங்களுடைய மேன்மையை அந்த எதிரிகள் புரிந்து கொள்ளும் வகையில், சில வீரர்கள், போர் திறன்மிக்கவர்கள், யுத்தத்தில் ஆர்வமுடையவர்கள், ஒரு படையுடன் உங்களால் அனுப்பப் படட்டும். ஸீதையைப் பிரிந்திருப்பதால், மனமொடிந்து போயிருக்கும் அந்த இரண்டு அரச குமாரர்களையும் அந்தப் படையினர் பிடித்து இழுத்து வரட்டும்.''

அரக்கர்களின் தலைவனும், தேவர்களை விரோதித்துக் கொண்டவனும், பெரும்பலம் வாய்ந்தவனுமாகிய ராவணனுக்கு விபீஷணனின் பேச்சு பிடித்திருந்தது. ''தூதுவனைக் கொல்லக் கூடாது என்று கூறப்பட்டிருப்பது உண்மையே! ஆனால் இவனுக்கு ஏதாவது தண்டனை அளித்தாக வேண்டும். வானரர்களுக்கு

தங்களுடைய வாலின் மீது பிரியம் அதிகம் என்று கேள்விப்படுகிறோம். ஆகையால், இவனுடைய வாலுக்கு தீ இடப்படட்டும். பொசுங்கிய வாலுடன் இவன் திரும்பிச் செல்லட்டும். இப்படி அங்கஹீனம் செய்யப்பட்ட இவனை, இவனுக்கு வேண்டியவர்கள் எல்லோரும் பார்த்து மகிழட்டும்! இவனுடைய வாலுக்கு நெருப்பு வைக்கப்பட்டு, இவன் நமது நகரத்தின் வீதிகளில் இழுத்துச் செல்லப்படட்டும்!'' என்று அவன் உத்திரவிட்டான்.

ராவணனின் உத்திரவை ஏற்ற அரக்கர்கள், ஹனுமானின் வாலில் பஞ்சினாலான துணிகளைச் சுற்றி, அதை எண்ணெயில் நனைத்து அதற்குத் தீயிட்டார்கள். உதய சூரியனுக்கு ஒப்பாக ஹனுமானின் முகம் சிவந்தது. கோபத்துடன் அவர் அந்த அரக்கர்களையெல்லாம் தன் வாலினாலேயே அடித்தார். அந்த அரக்கர்கள் அவரை மேலும் இறுக்கக் கட்டினார்கள். அந்தக் காட்சியைக் கண்ட அரக்கர்களும், அவர்களைச் சார்ந்த பெண்மணிகளும், குழந்தைகளும், வயோதிகர்களும் மகிழ்ச்சிக் கூத்தாடினார்கள்.

ஹனுமானோ, தன்னால் இப்போதும் கூட இந்த அரக்கர்களை யெல்லாம் அழிக்க முடியும் என்றாலும், அது ராமர் செய்ய வேண்டிய காரியம் என்பதால், தான் இப்போதைக்கு ராமரை எண்ணி இந்த அவமானத்தைச் சகித்துக் கொள்ள வேண்டியதுதான் என்று நினைத்தார். அதே சமயத்தில் மீண்டும் ஒருமுறை இலங்கையின் பாதுகாப்புகள் எப்படி அமைந்திருக்கின்றன என்பதை, நன்றாகப் பார்த்துப் புரிந்து கொள்ளும் வாய்ப்பும் இப்போது தனக்குக் கிட்டுகிறது என்ற நினைப்பு அவருக்கு ஒரு மகிழ்ச்சியையும் தந்தது.

சங்குகள் ஊதியும், முரசு அறைந்தும், ஹனுமான் இழுத்துச் செல்லப்படுவதை அரக்கர்கள் இலங்கை மக்களுக்கு அறிவித்து, நகரின் பல வீதிகளில் அவரை நடத்திச் சென்றனர். நகரின் அமைப்பை நன்றாகக் கவனித்துக் கொண்டே சென்ற ஹனுமான், அங்கு ஏழு மாடிக் கட்டிடங்கள் இருந்ததையும், தெருக்கள் சீராக அமையப் பெற்று இருந்ததையும், நாற்சந்திகள் முறையாக

நிறுவப்பட்டிருந்ததையும் பார்த்தார். எல்லா இடங்களிலும் வாலில் நெருப்பிடப்பட்ட ஹனுமானைக் காண்பதற்கு மக்கள் கூடினர். இந்தச் செய்தி பரவியது.

ஸீதையைக் காத்துக் கொண்டிருந்த அரக்கிகள் சிலர், அவளிடம் இந்தச் செய்தியைத் தெரிவித்தார்கள். தான் கடத்தப்பட்ட போது எவ்வகையான துன்பத்தை அடைந்தாளோ, அவ்வகையான துன்பத்தை இப்போதும் ஸீதை அடைந்தாள். தன் மனதில் அக்னி பகவானை நினைத்து அவள் துதித்தாள். ''கணவனுக்குப் பணிவிடை செய்ததற்கு ஏதாவது பலன் உண்டு என்றால் - நான் விரதங்களை முறையாகக் கடைப்பிடித்திருக்கிறேன் என்பது உண்மை என்றால் - என் மனதில் ராமர் நினைவு மட்டுமே உண்டு என்பது சத்தியம் என்றால் - அக்னி தேவனே! ஹனுமானிடம் குளுமையைக் காட்டு! இன்னமும் என்னைப் பற்றிய கருணை ராமர் உள்ளத்தில் இருக்கிறது என்றால், இன்னமும் எனக்கு ஏதோ கொஞ்சமாவது நல்ல அதிர்ஷ்டம் மீதமிருக்கிறது என்றால், அக்னி தேவனே! ஹனுமானிடம் குளுமையைக் காட்டு! நல்ல மனம் படைத்த சுக்ரீவன், தனது முயற்சியில் வெற்றி பெறுவான் என்பது உண்மையானால், ஏ அக்னி தேவனே! ஹனுமானிடம் குளுமையைக் காட்டு!'' என்று ஸீதை அக்னி பகவானை வேண்டிக் கொண்டாள்.

ஹனுமானிடம் வாலில் கொழுந்து விட்டு மேல் நோக்கி எரியத் தொடங்கியிருந்த நெருப்பு இப்போது, நன்மைக்கு அறிகுறிகளைக் காட்டுவது போல், வலது புறம் சாய்ந்து மிகவும் மென்மையாக எரியத் தொடங்கியது. ஹனுமான், திகைப்புற்று 'நாற்புறமும் எரியும் தீ, என்னைத் தகிக்காமல் இருப்பது ஏன்? கொழுந்து விட்டு எரிகிற தீ, என்னைக் காயப்படுத்தாமல் இருப்பது எவ்வாறு? எனது வாலில் ஏதோ குளுமையான வஸ்துவை வைத்தது போல் அல்லவோ இருக்கிறது? ராமரின் சக்திதான் இதற்குக் காரணமாக இருக்க வேண்டும். ஸீதையின் கருணை, ராமரின் மேன்மை, என் தந்தையாகிய வாயு தேவன் அக்னி பகவானோடு கொண்டிருக்கும் நட்பு ஆகியவைதான் இப்போது என்னைப் பாதுகாத்துக் கொண்டிருக்கின்றன' – என்று தன் மனதில் வியந்து கொண்டார்.

ஸுந்தர காண்டம்

இவ்வாறு நினைத்துக் கொண்ட ஹனுமான் ஒரு தீர்மானத்திற்கும் வந்தார். இந்த அரக்கர்களிடம் நான் அகப்பட்டு திண்டாடியதாக இருக்கக் கூடாது. அவர்கள் செய்த அட்டூழியத்திற்கு நான் சரியாக அவர்களைப் பழி வாங்க வேண்டும்? - இவ்வாறு முடிவெடுத்த ஹனுமான், தனது கட்டுகளை அறுத்து எறிந்து, வானத்திலே தாவி, பெரும் சப்தத்தை எழுப்பினார். பின்னர் மிகவும் உயரமாக அமைக்கப்பட்டிருந்த நகரின் நுழைவாயிலை அடைந்து, சிறிய உருவத்தை எடுத்துக் கொண்டு தனது கட்டுகளை மேலும் முழுமையாகத் தளர்த்தி விட்டு, பின்னர் மீண்டும் பெரிய உருவத்தை எடுத்துக் கொண்டார். அருகில் இருந்த ஓர் இரும்புத் தடியைக் கொண்டு நுழைவாயிலை தகர்த்தெறிந்தார். அங்கு காவல் காத்து நின்ற அரக்கர்களையும் அழித்தார். இப்போதும்கூட அவருடைய வாலில் எரிந்து கொண்டிருந்த தீ, அவர் வால் சுழன்றபோது சூரியன் போல் தோற்றமளித்தது.

இதையடுத்து ஹனுமான், கட்டிடங்களின் மீதும் மாளிகைகளின் மீதும் தாவி, தனது வாலில் இருந்த நெருப்பினால் அவற்றுக்கெல்லாம் தீ வைத்தார். ப்ரஹஸ்தன், மஹாபார்ச்வன், சுகன், சரணன், இந்திரஜித், ஜம்புமாலி, ஸுமாலி, ரச்மகேது, சூர்யசத்ரு, ரோமசன், கரலன், விசாலன், கும்பகர்ணன், ப்ரம்மசத்ரு... என்று பல அரக்கர் தலைவர்களின் மாளிகைகள் எல்லாம் தீக்கிரையாக்கப்பட்டன. விபீஷணனின் மாளிகையை மட்டும் ஹனுமான் விட்டு வைத்தார்.

இவ்வாறு ஒரு பெரும் நெருப்பை உண்டாக்கிவிட்டு, ராவணனின் மாளிகையை அடைந்து, அம்மாளிகையில் பல இடங்களுக்கும் ஹனுமான் தீயிட்டார்.

காற்று பலமாக வீசியதால், நெருப்பு வேகமாகப் பரவியது.

மாளிகைகள் அழிந்தன.

அவற்றில் எல்லாம் இருந்த முத்துக்கள், ரத்தினங்கள், தங்கம் - போன்ற விலை உயர்ந்த கற்கள் எல்லாம் வெடித்துச் சிதறின.

'அக்னி பகவான்தான் வானர உருவில் வந்திருக்கிறான்' என்று அரக்கர்கள் கதறினர்.

பல மாளிகைகளிலிருந்து தங்கம், வெள்ளி, பவளம், ரத்தினங்கள் போன்றவையெல்லாம் நெருப்பிலே உருகி, சிறு சிறு நீரோடைகளாக வெளியேறுவதை ஹனுமான் கண்டார்.

திரிகூட மலை உச்சியிலும் ஹனுமான் நெருப்பு வைக்க, அது இலங்கையையே சூழ்ந்து கொண்டது.

"இவன் ஒரு வானரனல்ல. இவன் காலனேதான். அல்லது நான்முகனாகிய ப்ரம்மன்தான் வானர உருவில் வந்து அரக்கர்களை அழிக்க முற்பட்டு விட்டானோ! நினைத்துப் பார்க்க முடியாதவனும், இப்படித்தான் இருப்பான் என்று வர்ணிக்க முடியாதவனுமாகிய தூய்மையான விஷ்ணு, அரக்கர்களை அழிக்க, இங்கு வானர உருவில் வந்து விட்டானோ?" என்றெல்லாம் அரக்கர்கள் கூக்குரல் இட்டுக் கொண்டிருந்தனர்.

எங்கு பார்த்தாலும் அழுகை, எங்கு பார்த்தாலும் ஓலம், எங்கு பார்த்தாலும் கதறல். பேரழிவு விளைந்தது. இலங்கை நகரமே ஒரு சாபத்திற்கு உள்ளாகி விட்டது போல் காட்சி அளித்தது.

அப்போது மலை உச்சியிலிருந்து இலங்கையைப் பார்த்த ஹனுமான், பரமசிவனின் கோபத்தினால், பேரழிவுக்கு உள்ளாகி விட்ட பூமியைப் பார்ப்பது போல் உணர்ந்தார். கந்தர்வர்களும், தேவர்களும் ஹனுமானின் சாகசத்தைப் பாராட்டி வாழ்த்தினர். இறுதியில் ஹனுமான் தனது வாலை சமுத்திரத்தில் நனைத்து, தீயை அணைத்தார்.

அதன் பின்னர் அவர் மனதில் திடீரென்று ஓர் அச்சம் தோன்றியது. 'இலங்கையை எரித்ததால், நான் பெரும் கேட்டை விளைவித்து விட்டேனே' என்று நினைத்துக் கதறிய அவர், மேலும் கவலையுற்றார்.

5. ஸுந்தர காண்டம்

அத்தியாயம் 11

விடைபெற்றார் ஹனுமான் !

தன்னால் இலங்கையின் பல பகுதிகளில் இடப்பட்ட தீ, ஸீதையையும் எரித்திருக்கும் என்று நினைத்து ஹனுமான் தன்னைத்தானே நொந்து கொள்வது; சில நல்ல சகுனங்களைப் பார்த்து அவர் நம்பிக்கை பெறுவது; தன்னையே எரிக்காத தீ, ஸீதையை நிச்சயமாக எரிக்காது என்று அவர் தீர்மானிப்பது; வானில் தோன்றுகிற முனிவர்களின் பேச்சு அவருக்கு தெளிவைத் தருவது; ஸீதையைச் சந்தித்து அவர் விடை பெறுவது; கடலைத் தாண்டி, மற்ற வானரர்கள் இருக்குமிடத்தை அவர் அடைவது; ஸீதை காணப்பட்ட செய்தி அறிந்து அனைவரும் மகிழ்ச்சியடைவது; ஸீதையை தாங்களாகவே மீட்டு விட வேண்டும் என்று அங்கதன் கூறுவது...

இலங்கைக்குத் தீயிட்டதால், ஒரு பெரும் கேட்டைத் தான் விளைவித்து விட்டதாக அஞ்சிய ஹனுமான், தன்னைத் தானே நொந்து கொண்டார். ‘தீயைத் தண்ணீரினால் அணைத்து விடுவது போல, தங்களுக்கு எற்படுகிற கோபத்தை அடக்கி விடுகிற மேன்மையாளர்கள் பாக்கியம் செய்தவர்கள். கோபம் கொண்ட மனிதன் எந்தப் பாவத்தைத் தான் செய்ய மாட்டான்? கோபமுற்றவன் தன்னுடைய மூத்தோர்களைக் கொல்வான்; மதிக்கத் தகுந்த பெரியவர்களை

அவமரியாதையாகப் பேசுவான்; எதை பேசலாம், எதை பேசக்கூடாது என்ற பாகுபாட்டையெல்லாம் மறந்து விடுவான்; கோபம் கொண்ட மனிதனால் பேசத்தகாத வார்த்தை என்று ஒன்று கிடையாது; செய்யத்தகாத தீமை என்றும் எதுவும் கிடையாது! பாம்பு தனது தோலை உரித்துத் தள்ளுவது போல, கோபத்தைத் தன்னிடமிருந்து விலக்கி விடுபவனே, மனிதன் என்ற சொல்லுக்கு அருகதை உடையவனாகிறான். நானோ, எனது வானர புத்தியைக் காட்டி விட்டேன். ஸீதையைப் பற்றிய நினைவு சற்றுமில்லாமல் பெரிய தீயை மூட்டி, அவருடைய அழிவுக்கு நான் காரணமாகி விட்டேனே!

'இந்தப் பெரிய நகரமே பற்றி எரியும்போது, மேன்மை பெற்ற அந்தப் பெண்மணியும் நிச்சயமாக எரிந்திருப்பார். என்ன காரியத்திற்காக நான் அனுப்பப்பட்டேனோ, அந்தக் காரியத்தையே கெடுத்து விட்டேன். ஸீதை அழிந்திருப்பார். அதில் சந்தேக மில்லை. இலங்கைதான் முழுவதுமாக எரிந்துவிட்டதே! நான் இனி உயிர் வாழ அருகதை அற்றவன். நெருப்பிலே விழுந்து விடலாமா? என்ன செய்வேன்?

'சுக்ரீவன், ராம – லக்ஷ்மணர்கள் ஆகியோர் முகத்தில் நான் எப்படி விழிப்பேன்? மூவுலகமும் அறிந்த வானர புத்தியை எனது கோபத்தின் காரணமாக, நான் இங்கே காட்டி விட்டேனே! ஸீதை அழிந்து விட்டால், ராம – லக்ஷ்மணர்கள் நிச்சயமாக உயிரை விட்டு விடுவார்கள். அதன் பிறகு சுக்ரீவர் உயிர் வாழ மாட்டார். அவரைச் சார்ந்தவர்களும் இறந்து விடுவார்கள். இந்தச் செய்திகளை அறிந்தவுடன், தன் சகோதரர்கள் மீது உயிரையே வைத்திருக்கும் பரதன் தன்னுடைய முடிவை நாடுவார். சத்ருக்னனும் அவரைப் பின் தொடர்வார். இக்ஷ்வாகு குலமே அழியும். அதனால் அந்நாட்டு மக்கள் எல்லாம் தங்கள் உயிர்களை முடித்துக் கொள்வார்கள். இப்படி என்னுடைய கோபத்தின் காரணமாக, பேரழிவிற்கு வழி வகுத்து விட்ட குற்றத்தைப் புரிந்தவனாக நான் நிற்கிறேன்.'

இவ்வாறெல்லாம் நினைத்து ஹனுமான் பெரிதும் வருந்தி தவித்தபோது, ஒரு சிறிய நம்பிக்கை அவருக்கு ஏற்படும் வகையில், நல்ல சகுனங்கள் பலவற்றை அவர் கண்டார். அவற்றைப் பார்த்து

தன் மனதைத் தேற்றிக் கொண்ட அவர், 'ஸீதையின் உயர்வு அவரைக் காப்பாற்றி இருக்கலாமே? ஸீதையைத் தீண்டும் தைரியம் நெருப்பிற்கு இருந்திருக்குமா? தீயினால் தீயைப் பொசுக்கிவிட முடியுமா? தன்னால் தீண்டப்பட்டவற்றையெல்லாம் எரித்துத் தள்ளுகிற நெருப்பு, என்னுடைய வாலை ஏதும் செய்யாமல் விட்டதற்கு என்ன காரணம்? ஸீதையின் மேன்மைதானே அதற்குக் காரணமாக இருந்திருக்க வேண்டும்? ராமரின் உயர்வுதானே என்னைக் காப்பாற்றியிருக்க வேண்டும்? என்னுடைய வாலையே எரிக்காத நெருப்பு ஸீதையை எரித்து விடுமா?' என்றெல்லாம் நினைத்துப் பார்த்து, ஹனுமான் தன்னைத் தானே தேற்றிக் கொள்ள ஆரம்பித்தார்.

அப்போது வான வீதியில் சில முனிவர்கள், "ஹனுமானால் பெரும் சாதனை புரியப்பட்டிருக்கிறது. இலங்கை முழுவதையும் அவர் அழித்தும் கூட, ஸீதைக்கு ஓர் ஆபத்தும் நேரிடவில்லை. இது ஓர் அற்புதம்தான்" என்று அவருடைய காதுகளில் விழுகிற மாதிரி பேசினார்கள். இதைக் கேட்டுப் பேருவகை கொண்ட ஹனுமான், விரைந்து சென்று ஸீதையைச் சந்தித்து, "நல்ல வேளையாக உங்களுக்கு ஓர் ஆபத்தும் நேரிடவில்லையே" என்று கூறி வணங்கி நின்றார்.

ஸீதை மீண்டும் ஹனுமானிடம், விரைந்து வர வேண்டும் என்று ராமரை வற்புறுத்துமாறு கேட்டுக் கொண்டாள். கவலையுற்றுப் பேசிய ஸீதைக்கு ஆறுதல் மொழிகளைக் கூறி, விரைவில் ராமர் வருவார் என்ற தைரியத்தையும் அளித்து, அவளிடமிருந்து விடை பெற்ற ஹனுமான், அரிஷ்டம் என்ற பெயர் கொண்ட மலையை அடைந்தார். பெரும் சிறப்பு வாய்ந்த அந்த மலை மீது ஏறி, மீண்டும் கடலைக் கடப்பதற்காக, அவர் தனது கால்களை பலம் கொண்டு அழுத்தி எம்பியபோது, அந்த மலை தரையோடு தரையாகியது.

ஹனுமான் வானில் தாவினார்.

வானவெளியில் வேகமாகச் சென்று, ஹனுமான் விரைவில் கடலின் அக்கரையை நெருங்கிய போது, மஹேந்திர மலையை அவர் கண்டார். உடனே அவர் பெருமகிழ்ச்சியோடு, ஒரு பேரொலியை எழுப்பினார்.

ஸுந்தர காண்டம்

அந்த சப்தத்தைக் கேட்ட வானரர்கள் எல்லோரும், சமுத்திரக் கரையை அடைந்து, ஹனுமான் விரைந்து வருவதைக் கண்டு பேரானந்தம் அடைந்தனர்.

அப்போது ஜாம்பவான், "ஹனுமான் வெற்றியுடன் திரும்புகிறான் என்பதில் சந்தேகமில்லை. அவன் எழுப்புகிற ஒலி, அவனுடைய வெற்றியைக் குறிக்கிறது" என்று மற்ற வானரர்களிடம் உற்சாகத்துடன் கூறினார்.

பேருவகை கொண்ட வானரர்கள் எல்லோரும் துள்ளிக் குதித்தனர். தனது இரண்டு தொடைகளால் காற்றை விலக்கிக் கொண்டு, ஹனுமான் வந்து கொண்டிருந்த காட்சி, பெரும் மேகங்கள் வானிலே நகர்ந்து செல்வதைப் போன்ற தோற்றத்தை அளித்தது.

வானரர்கள் அனைவரும் கை கூப்பி நிற்க, மஹேந்திர மலையின் மீது இறங்கிய ஹனுமான், மூத்தவராகிய ஜாம்பவானையும், இளவரசனாகிய அங்கதனையும் முதலில் வணங்கினார். அவர்கள் இருவரும் ஹனுமானை வாழ்த்த, மற்ற வானரர்கள் உற்சாகக் குரல்களை எழுப்ப, அவர் 'ஸீதை காணப் பட்டார்' என்ற செய்தியைத் தெரிவித்தார்.

பின்னர் அங்கதனின் கையைப் பற்றிக் கொண்டு தரையில் அமர்ந்த ஹனுமான், அசோக வனத்தில் ஸீதையை தான் சந்தித்ததையும், ஸீதை அங்கு அரக்கிகளின் காவலில் இருப்பதையும், ராமரையே நினைத்து அவள் வாடிக் கொண்டிருப்பதையும் எடுத்துரைத்தார். பின்னர் அங்கதன், ஹனுமானைப் பார்த்து, "தைரியத்திலோ, துணிவிலோ உனக்கு நிகரானவன் வேறு எவனும் கிடையாது. வானரர்களின் வாழ்வே நீதான். உன்னுடைய எஜமான விசுவாசம் வியக்கத்தக்கது. உன்னுடைய துணிவு பிரமிக்கத்தக்கது. உன்னுடைய மனஉறுதி திகைக்க வைப்பது. நீ செய்த காரியத்தினால் ராமரின் துன்பம் விலகும்" என்று சொல்லி மகிழ்ந்தான்.

(ஸுந்தர காண்டத்தைப் பொறுத்தவரையில், நிகழ்ச்சிகளின் தொகுப்பில், கம்ப ராமாயணம், வால்மீகி ராமாயணத்தை ஒட்டியே

செல்கிறது. ஒரு முக்கியமான வித்தியாசம் – 'ஹனுமானுக்கு சிரஞ்சீவத்துவம் அளித்து ஸீதை ஆசீர்வதித்தாள்' என்று கம்பர் கூறுகிறார். இது வால்மீகி ராமாயணத்தில் இல்லை. ஆனால், துளஸிதாஸரும் கூட, இதேபோல், ஹனுமானுக்கு ஸீதை அருளியதாகக் கூறுகிறார்.

இது தவிர, துளஸிதாஸரின் ராமாயணத்தில் விபீஷணன், ராவணனிடம் ஸீதையை திருப்பி அனுப்பி விடுமாறு கூறுவது, ஸுந்தர காண்டத்திலேயே இடம் பெறுகிறது. அதோடு மட்டுமல்ல, துளஸிதாஸரின் ராமாயணத்தில் ஸுந்தர காண்டத்திலேயே – விபீஷணனை, ராவணன் எட்டி உதைக்கிறான்; விபீஷணன், ராமரிடம் சரணாகதி அடைகிறான்; அரசு திலகம் இடப்பெறுகிறான்; கடலைக் கடக்க முடிவு எடுத்து ராமரும், வானரப் படையினரும் சமுத்திரக் கரையை அடைகின்றனர்; ராவணன் ஒற்றர்களை அனுப்புகிறான்; அவர்கள் திரும்பி வந்து ராமர், விபீஷணனுக்குச் செய்த ராஜ மரியாதையை எடுத்துச் சொல்கிறார்கள்; அவரும், அவருடைய படையினரும் வெல்வதற்குரியவர்கள் – என்றும் கூறுகிறார்கள். இதெல்லாம் ஸுந்தர காண்டத்திலேயே துளஸிதாஸரால் கூறப்படுகின்றன. இவ்விஷயத்தில், அவருடைய ராமாயணம், வால்மீகியின் இதிகாசத்திலிருந்தும், கம்பரின் காவியத்திலிருந்தும் மாறுபடுகிறது.

துளஸிதாஸரின் ராமாயணத்தில், ராவணனிடம் அவனது அமைச்சர்கள் 'கவலை வேண்டாம்; தேவர்களையும், அசுரர்களையும் வெல்வதில் உங்களுக்கு ஒரு சிரமமும் இருக்கவில்லை; அப்படியிருக்க மனிதர்களும், குரங்குகளும் எந்த மூலை?' என்று கூறுகிறார்கள்.

இதுபற்றி துளஸிதாஸர் சொல்கிற கருத்து, அர்த்தம் நிறைந்தது: ஆலோசனை கேட்கப்படும் போது, 'அச்சத்தின் காரணமாகவோ, ஆசையினால் தூண்டப்பட்டோ, கேட்பதற்கு இனிய வார்த்தைகளைப் பேசி விடுவது என்று ஓர் அமைச்சர், ஒரு வைத்தியர், மற்றும் ஒரு குரு – தீர்மானிக்கும் போது, நாசம் விளைகிறது; வைத்தியர் அப்படிப் பேசினால் உடல் கெடுகிறது; குரு அப்படிப் பேசினால் – உள்ளம் கெடுகிறது; அமைச்சர் அப்படிப்

பேசினால் – ராஜ்யம் கெடுகிறது'. துளஸிதாஸரின் இவ்வார்த்தை கள் இன்றும் பொருந்தக் கூடியவையே.

நாம் மீண்டும் வால்மீகி ராமாயணத்திற்கு வருவோம்.)

பின்னர் வானரர்கள் அனைவரும் ஆங்காங்கே பாறைகள் மீது அமர்ந்தனர். அப்போது ஜாம்பவான், ஹனுமானைப் பார்த்து, ''ஸீதையை உன்னால் எப்படிப் பார்க்க முடிந்தது? அவர் அங்கே எப்படி இருக்கிறார்? கொடுமைக்காரனாகிய ராவணன் அவரிடம் எப்படி நடந்து கொள்கிறான்? உன்னிடம் ஸீதை என்ன சொன்னார்? எல்லாவற்றையும் விவரமாகச் சொல்வாயாக! என்ன நடந்தது என்பதை உன்னிடமிருந்து முழுமையாக அறிந்து கொண்ட பிறகு, மேற்கொண்டு நாம் செய்ய வேண்டியது என்ன என்பதைப் பற்றிய முடிவுக்கு நாம் வரலாம். விவேகமுடையவனே! ராமரிடம் நாம் சொல்ல வேண்டிய விவரங்கள் என்ன – அவரிடம் நாம் சொல்லாமலே விட்டு விட வேண்டிய விவரங்கள் என்ன – என்பதையும் நீயே சொல்லி விடு'' என்று கூறினார்.

மூத்தவராகிய ஜாம்பவானால் இவ்வாறு பணிக்கப்பட்ட ஹனுமான், மஹேந்திர மலையிலிருந்து தாவி கடலைக் கடக்கத் தொடங்கியதிலிருந்து, இலங்கைக்குத் தீயிட்டு அதன் பின்னர் ஸீதைக்கு ஓர் ஆபத்தும் நேரிடவில்லை என்பதையும் அறிந்து கொண்டு, அரிஷ்ட மலைக்குச் சென்று அங்கிருந்து தாவி கடலைக் கடந்து திரும்பி வந்தது வரை, எல்லா நிகழ்ச்சிகளையும் விவரமாகக் கூறி முடித்தார். பின்னர், ''ராமரின் அருளாலும், நீங்கள் அனைவரும் அளித்த உற்சாகத்தாலும், இலங்கையில் இந்தக் காரியங்கள் என்னால் செய்து முடிக்கப்பட்டன. அங்கு செய்ய முடியாதவையும், இன்னும் செய்யப்பட வேண்டியவையுமான காரியங்கள் இருக்கின்றன. அவற்றை நீங்கள் அனைவரும் சாதிப்பீர்கள் என்ற நம்பிக்கை எனக்கு இருக்கிறது'' என்று கூறி மேலும் தொடர்ந்தார்.

''ஸீதையின் தூய்மையைப் பார்த்தால், என் மனம் பெரும் நிறைவைப் பெற்றிருக்கிறது. அவருடைய விரத வலிமை காரணமாக, மூவுலகங்களையும் பொசுக்கிச் சாம்பலாக்கி விட அவரால் முடியும் என்பதையும் நான் உணர்ந்தேன். ராவணன்

செய்த தவங்கள், மிகவும் மேன்மையானவையாக இருக்க வேண்டும். அதனால்தான் ஸீதையைத் தீண்டியும் கூட, அவன் சாம்பலாகாமல் இருக்கிறான். என்னாலேயே கூட ராவணன், இந்திரஜித், எல்லோரையும் எதிர்கொண்டு அரக்கர்களையெல்லாம் அழித்து விட முடியும். அதே போல ஜாம்பவானை யுத்தத்தில் எதிர்த்து நிற்கும் வல்லமை படைத்தவன் எவன்? கடல் தனது கரையைக் கடக்கலாம்; மஹேந்திர மலை நகர்ந்து விடலாம்; ஆனால் ஜாம்பவானை யுத்தத்தில் எதிர்த்து ஒரு படை வெல்லும் என்பது நடக்காத காரியம். வாலியின் மகனாகிய இளவரசன் அங்கதன், ஒருவனாக தனித்து நின்றே அரக்கர் குலத்தையே அழிக்கும் வல்லமை படைத்தவன். மிகப் பெரிய வீரனாகிய நீலன் யுத்த களத்தில் நிற்கும்போது, அவனுடைய தொடைகளுக்கு இடையே சிக்கிய யார் பிழைத்திருக்க முடியும்? மலைகளும் கூட, நொறுங்கி விடுமே? அப்படியிருக்க, அரக்கர்கள் எந்த மூலை? மைந்தனையோ, த்விவிதனையோ எதிர்க்கக் கூடிய கந்தர்வனோ, யக்ஷனோ, அரக்கனோ, தேவனோ, உண்டா? இப்படிப்பட்ட வல்லமை படைத்த நாம் அனைவரும், இங்கு குழுமியிருக்கிறோம். ஸீதையின் துயரத்திற்கு முடிவு கட்ட முறையான வழி என்ன என்பதைப் பற்றி ஆலோசனை செய்ய இது சரியான தருணம்.''

இவ்வாறு ஹனுமான் பேசிய பிறகு, அங்கதன் எல்லோரையும் பார்த்து தன் கருத்தைக் கூறினான். ''மைந்தன், த்விவிதன் ஆகிய இரண்டு மாவீரர்கள் மட்டுமே போதும், இலங்கையை அழித்து விட! ஏன் நான் ஒருவனே கூட, தனித்து நின்றே அரக்கர்களோடு சேர்த்து ராவணனையும் கொன்று, இலங்கையையும் அழித்து விடும் சக்தி படைத்தவனே! அப்படியிருக்க எல்லோரும் கூடி, நாம் முனைந்தால் முடியாத காரியம் என்று ஒன்று உண்டா? 'ஸீதையைப் பார்த்தாகி விட்டது; ஆனால் மீட்டு வரவில்லை?' என்று கிஷ்கிந்தையில் போய் நாம் செய்தி சொல்வது சரியாக இருக்காது. வானர வீரர்களே! தேவர்களுக்கும், அசுரர்களுக்கும் நிகரான சக்தி படைத்தவர்கள் நீங்கள். நாம் அனைவரும் சென்று இலங்கையை வென்று அரக்கர்களை அழித்து, ராவணனைக் கொன்று, ஸீதையை மீட்டு, அவரை கிஷ்கிந்தைக்கு அழைத்துச் சென்றுவிட வேண்டும்.

ஏற்கெனவே ஹனுமான் இலங்கையில் பெரும் நாசத்தை விளைவித்து விட்டான். நாம் சென்று ஸீதையை மீட்க வேண்டியதுதான் மீதமிருக்கிறது. அவரை மீட்போம்! ராமருக்கும், லக்ஷ்மணருக்கும் முன்னிலையில் அவரை நிறுத்துவோம்! அதை விட்டு, கிஷ்கிந்தைக்குச் சென்று ஸீதையைப் பார்த்தாகி விட்டது என்ற தகவலை மட்டும் சொல்லி, அங்குள்ளவர்களையும் கடலைக் கடக்குமாறு நாம் செய்வானேன்? இது நாமே முடித்து விடக் கூடிய காரியம் அல்லவா? ஸீதையை மீட்டு, அதன் பின்னர் ராமர், லக்ஷ்மணர், சுக்ரீவர் ஆகியோரைச் சந்திப்போம்.''

இவ்வாறு பேசிய அங்கதனை ஜாம்பவான் மறுத்துப் பேசினார்.

5. ஸுந்தர காண்டம்

அத்தியாயம் 12

ராமரின் மகிழ்ச்சி!

ஸீதையை தாங்களே மீட்டு விட வேண்டும் என்ற அங்கதனின் யோசனையை ஜாம்பவான் நிராகரிப்பது; அங்கதன், ஜாம்பவான், ஹனுமான் ஆகியோர் வானரர் கூட்டத்துடன் கிஷ்கிந்தைக்குப் புறப்படுவது; செல்லும் வழியில் சுக்ரீவனின் நந்தவனத்தை அவர்கள் அழித்து விடுவது; சுக்ரீவனிடம் நந்தவனம் அழிந்த தகவலை ததிமுகன் தெரிவிக்க, 'ஸீதை காணப்பட்டிருக்க வேண்டும்' என்று சுக்ரீவன் தீர்மானிப்பது; ஹனுமான் வந்து, ஸீதை காணப்பட்டாள் என்பதை ராமர், லக்ஷ்மணன், சுக்ரீவன் ஆகியோருக்குத் தெரிவிப்பது; மீண்டும் மீண்டும் ஸீதையைப் பற்றிய தகவல்களைக் கூறுமாறு ஹனுமானிடம், ராமர் கேட்டுக் கொள்வது...

"**ந**ல்ல அறிவு படைத்த நீ பேசுகிற வார்த்தைகள் விவேகம் நிறைந்தவையாக இல்லை" என்று கூறி அங்கதனை மறுத்துப் பேசத் தொடங்கினார் ஜாம்பவான். "ஸீதையை மீட்டு வர வேண்டும் என்பது நமக்கு இடப்பட்ட கட்டளை அல்ல. தன்னைத் தவிர, வேறு யாராலும் ஸீதை மீட்கப்படுவதை ராமர் விரும்புவார் என்று நான் நினைக்கவில்லை. அவருடைய குலத்திற்கு அது பெருமை அல்ல. எல்லா வானரர்கள் முன்னிலையிலும் தான் ஸீதையை மீட்பதாகச் சபதம் செய்த ராமர், அந்த சபதம் வீணாவதை விரும்புவாரா? நீ

சொல்கிற மாதிரி நாமே ஸீதையை மீட்டு விட்டால், இப்போது ஹனுமான் சாதித்து வந்திருக்கிற பெரிய காரியம் கூட வீணாகி விடும். அவன் காட்டிய வீரம் வியர்த்தமாகி விடும். நாம் கிஷ்கிந்தைக்குச் சென்று ஹனுமானின் சாதனையை விவரிப்போம். இளவரசனே! அங்கதா! நீ சொல்கிற காரியம் நம்மால் செய்யப்படக் கூடியதுதான். ஆனாலும் ராமரின் தீர்மானப்படிதான் நாம் நடந்து கொள்ள வேண்டும். ஆகையால் அதற்குரிய வகையில் நாம் முடிவெடுப்போம்.''

இவ்வாறு ஜாம்பவான் கூறிய யோசனையை ஹனுமானும், மற்ற அனைவரும் ஏற்று, கிஷ்கிந்தையை நோக்கி விரைந்தனர். அந்த வானரர் கூட்டத்தில் அனைவருக்கும் உற்சாகம் மிகுந்து விட்டது. ராவணனை வெல்லப் போகிறோம் என்று அவர்கள் மகிழ்ந்தார்கள். ராமருக்கு உதவப் போகிறோம் என்று அவர்கள் பெருமைப்பட்டார்கள். யுத்தத்தைச் சந்திக்கப் போகிறோம் என்ற மகிழ்ச்சியும் அவர்களுக்கு ஏற்பட்டிருந்தது. இப்படிப்பட்ட உற்சாகம்மிகுந்த மனநிலையில் அவர்கள் அனைவரும் மதுவனம் என்ற நந்தவனத்தை அடைந்தார்கள். அது சுக்ரீவனுடையது. மிகவும் சிறப்பு வாய்ந்த அந்த நந்தவனம் ராவணனின் நந்தவனத்தை நிகர்த்தது. சுக்ரீவனுக்கு மிகவும் விருப்பமான இடமாக அது திகழ்ந்தது. அதை ததிமுகன் என்ற பெயருடைய சுக்ரீவனின் தாய் மாமன் காத்து வந்தான். அந்த நந்தவனத்தில் புகுந்து அங்கிருந்த பழங்களை சுவைத்து, தேனைப் பருக வேண்டும் என்று வானரர் கூட்டம் விரும்பியது. இதற்கு ஜாம்பவான், அங்கதன், ஹனுமான் எல்லோருமே அனுமதி அளித்தார்கள்.

வானரர் கூட்டம் அந்த நந்தவனத்தில் புகுந்து தேனைப் பருகும் ஆர்வத்தில் பெரும் நாசத்தை விளைவித்தது. மிதமிஞ்சி தேனைப் பருகியதால், அந்த வானரர்கள் அனைவரும் போதையுற்றவர் களானார்கள். அப்போது ததிமுகனும், அவனுக்கு உதவியாக இருந்த காவலாளிகளும் வானரர் கூட்டத்தால் தாக்கப் பட்டனர். அவர்களைத் தடுக்க ததிமுகனும், மற்ற காவலாளிகளும் எவ்வளவோ முயன்றும் அது பயனில்லாமற் போயிற்று. மிகவும்

கடுமையாகத் தாக்கப்பட்ட நிலையில் ததிமுகன், நடந்த நிகழ்ச்சிகளை சுக்ரீவனுக்குத் தெரிவிப்பது ஒன்றுதான் வழி என்று தீர்மானித்து, மற்ற காவலாளிகள் பின்தொடர, கிஷ்கிந்தைக்கு விரைந்து சென்று, சுக்ரீவனைச் சந்தித்து அவனைப் பணிந்தான்.

சுக்ரீவன், ''எழுந்திரு! ஏன் இப்படி என் காலில் விழுகிறாய்? நீ என்ன தவறு செய்திருந்தாலும் உன்னை நான் மன்னிக்கிறேன். ஆனால் உண்மையைச் சொல்லி விடு. எதனால் உனக்கு பெரும் பயம் ஏற்பட்டிருக்கிறது? நந்தவனம் பாதுகாப்பாக இருக்கிறது அல்லவா? என்ன நடந்தது சொல்!'' என்று கூறினான்.

நடுக்கத்துடனும், பணிவுடனும் ததிமுகன் பதில் சொன்னான் : ''உங்கள் தந்தையான ரிக்ஷரஜஸோ, உங்களுடைய அண்ணனாகிய வாலியோ, நீங்களோ, யாரையுமே அந்த நந்தவனத்தில் நுழையக் கூட விடுவதில்லை. அப்பேர்ப்பட்ட நந்தவனம் இப்பொழுது நமது வானரர்களால் நாசம் செய்யப்பட்டு விட்டது. நான் எவ்வளவோ தடுத்தும் கூட, அந்த வானரர் கூட்டம் பழங்களைத் தின்று, தேனைக் குடித்து, நந்தவனத்தையும் நாசம் செய்து விட்டது. நாங்கள் எல்லோரும் கடுமையாகத் தாக்கப்பட்டோம். உங்கள் ஆட்சியில், உங்கள் பணியைச் செய்து கொண்டிருந்த நாங்கள் தாக்கப்பட்டது என்ன கொடுமை? அதோடு மதுவனமும் அழிந்தது என்பதை எங்களால் தாங்க முடியவில்லை.''

இவ்வாறு ததிமுகன், சுக்ரீவனுக்கு தகவல் சொல்லிக் கொண்டிருந்த போது லக்ஷ்மணன் அங்கு வந்து, என்ன நடந்தது என்பதைப் பற்றி சுக்ரீவனிடம் விசாரித்தான். அதற்கு சுக்ரீவன், ''என்னால் அனுப்பப்பட்ட வானரர் கூட்டம், என்னுடைய நந்தவனத்தில் நுழைந்து தேனைப் பருகி, பெரும் நாசமும் விளைவித்து விட்டதாக இங்கே வந்துள்ள ததிமுகன் என்னிடம் சொல்லிக் கொண்டிருக்கிறான். தாங்கள் எடுத்த காரியத்தை சாதித்திருக்கா விட்டால், இப்படி நடந்து கொள்ளும் தைரியம் அந்த வானரர்களுக்கு வந்திருக்காது. என்னுடைய நந்தவனத்தையே அழிக்கிற துணிவு அவர்களுக்கு வந்துவிட்டது என்றால், அவர்கள் தங்கள் காரியத்திலே வெற்றி பெற்றிருக்கிறார்கள் என்றுதான் அர்த்தம். ஸீதை காணப்பட்டு விட்டாள்! அதை ஹனுமான்தான்

செய்திருக்க வேண்டும்! வேறு எவராலும் அதைச் சாதித்திருக்க முடியாது! அறிவு, எடுத்த காரியத்தில் முனைப்பு, அதைச் செயலாற்றுவதில் துணிவு, எல்லாமே ஹனுமானிடம் ஒருங்கே குடி கொண்டிருக்கும் குணங்கள். பேரறிவு படைத்த ஜாம்பவான், பெரும் வீரனாகிய அங்கதன் ஆகியோரோடு, ஹனுமானும் இருக்கும் படைக்குத் தோல்வி என்பது கிடையாது. மீண்டும் சொல்கிறேன். எடுத்த காரியத்தில் வெற்றி கண்டிருக்கா விட்டால், எங்கள் பரம்பரைக்கு தேவர்களால் அளிக்கப்பட்ட அந்த நந்தவனத்தை அழிக்கும் துணிவு இந்த வானரர்களுக்கு வந்திருக்காது'' என்று கூறினான்.

இப்படி சுக்ரீவன் சொன்னதைக் கேட்டு லக்ஷ்மணனும், அருகில் இருந்த ராமரும் பெரிதும் மகிழ்ந்தார்கள். அப்போது சுக்ரீவன் ததிமுகனைப் பார்த்து, ''நமது வானரர்களால் நந்தவனம் அழிக்கப் பட்டது என்ற செய்தி, எனக்கு மகிழ்ச்சியைத் தருகிறது. கடமையைச் செய்து முடித்தவர்கள் வரம்பு மீறி நடக்கும்போது, அது மன்னிக்கப்பட வேண்டும். ராமரும், லக்ஷ்மணரும், நானும், உடனடியாக அந்த வானரர்களிடம் பேச விரும்புகிறோம்'' என்று கூறி விட்டு, ''நீ சென்று ஹனுமானின் தலைமையில் அந்த வானரர் கூட்டத்தை இங்கே அனுப்பி வை'' என்று உத்திரவிட்டான்.

ததிமுகன், ராமரையும், லக்ஷ்மணனையும், சுக்ரீவனை யும் வணங்கி விட்டு மற்ற காவலாளிகளுடன் மதுவனத்தை நோக்கிப் பாய்ந்தான். விரைந்து மதுவனத்தை அடைந்தவுடன், அங்கதனைப் பார்த்து கை கூப்பி நின்று ததிமுகன், ''நாங்கள், உங்கள் அனைவரையும் தடுக்கப் பார்த்ததை நினைத்து, நீங்கள் கோபம் கொள்ளக் கூடாது. நீண்ட தூரத்தில் இருந்து வருகிற நீங்கள் தேனைப் பருக வேண்டும் என்று விரும்பியதில் ஒரு தவறும் இல்லை. நீங்கள் இளவரசர். ஆகையால் இந்த நந்தவனம் உங்களுடையது. சுக்ரீவர் எப்படியோ, அப்படியேதான் வாலியும் எங்களுக்கு! வாலியின் மைந்தனாகிய நீங்களும் அவ்வாறே! நாங்கள் கோபமுற்று உங்களைத் தாக்க முனைந்ததற்காக எங்களை மன்னியுங்கள். இங்கு நடந்த நிகழ்ச்சிகளை நாங்கள் சென்று சுக்ரீவரிடம் கூறினோம். அவர் நந்தவனம் அழிந்ததைப் பற்றி சற்றும் கவலைப்படவில்லை. அதுபற்றிக் கேட்டுக் கொள்ளக் கூட

அவர் விரும்பவில்லை. உங்கள் அனைவரையும் உடனே அனுப்பி வைக்குமாறு என்னை அவர் பணித்தார்'' என்று பணிவோடு கூறினான்.

இப்படி ததிமுகன் கூறியதைக் கேட்ட அங்கதன், மற்ற வானரர்களைப் பார்த்து தன் கருத்தைத் தெரிவித்தான். "ததிமுகன் கவலையில்லாமல் மகிழ்ச்சியோடு பேசுவதிலிருந்தே, அவன் உண்மையைத்தான் சொல்கிறான் என்று எனக்குத் தோன்றுகிறது. ஆகையால் நந்தவனத்தை அழித்து விட்டதை நினைத்து அஞ்சி, நாம் இங்கேயே இருக்க வேண்டியதில்லை. நாம் கிஷ்கிந்தைக்குச் சென்று சுக்ரீவரைக் காணலாம் என்று எனக்குத் தோன்றுகிறது. ஆனால், உங்களுக்கெல்லாம் கட்டளையிடும் அருகதை எனக்கில்லை. நான் இளவரசனாக இருந்தாலும் கூட, நீங்கள் சொல்வதைக் கேட்டு, உங்கள் ஆலோசனைப்படி நடப்பதையே நான் விரும்புகிறேன். ஆகையால், இந்த நிலையில் என்ன செய்ய வேண்டும் என்று சொல்லுங்கள்'' என்று கூறினான்.

அங்கதனின் வார்த்தைகளைக் கேட்டு வானரர்கள் மகிழ்ந்தனர். "உங்களைத் தவிர இவ்வாறு பேச வேறு யாரால் முடியும்? அதிகாரம் என்ற போதை எல்லோருக்கும் மமதையைத்தான் தரும். ஆனால், நீங்களோ எல்லோரிடமிருந்தும் மாறுபட்டு நிற்கிறீர்கள். உங்களுடைய அடக்கம், உங்களுடைய மேன்மைக்கு எடுத்துக் காட்டாக இருக்கிறது. சுக்ரீவரைக் காண நாம் உடனடியாகச் செல்ல வேண்டும் என்றுதான் நாங்களும் நினைக்கிறோம். ஆனால், உங்களுடைய உத்திரவு இல்லாமல் ஓர் அடி எடுத்து வைக்க மாட்டோம். நாங்கள் என்ன செய்ய வேண்டும் என்று நீங்களே கட்டளையிடுங்கள்'' என்று அவர்கள் எல்லோரும் ஒருமித்த குரலில் கூறினார்கள்.

இதையடுத்து உடனடியாகக் கிஷ்கிந்தைக்கு அனைவரும் புறப்பட வேண்டும் என்று அங்கதன் உத்திரவிட, அந்த வானரர் கூட்டம் வானில் தாவியது.

பெரும் மகிழ்ச்சியோடு அந்த வானரர் கூட்டம் கிஷ்கிந்தையை நோக்கி வந்து கொண்டிருந்தபோது, அவர்கள் எழுப்பிய சப்தத்தை சுக்ரீவன் கேட்டான். அப்போது அவன் ராமரைப் பார்த்து,

அவருக்கு நம்பிக்கையூட்டும் வகையில் பேசினான். "எல்லா நலமும் உங்களுக்கு விளைவதாக. ஸீதை காணப்பட்டு விட்டாள். அதில் சந்தேகமில்லை. நான் வானரர்களுக்கு விதித்திருந்த காலக்கெடு கடந்து விட்டது. அப்படி இருந்தும் கூட அவர்கள் என்னைக் காண மகிழ்ச்சியோடு வருகிறார்கள் என்றால், காரியத்தைச் சாதித்து விட்டார்கள் என்றுதான் அர்த்தம். காரியம் வெற்றி அடைய வில்லை என்றால் என் முன்னிலையில் வந்து நிற்க, அங்கதன் துணிந்திருக்க மாட்டான். ஆகையால் இனி உங்களுக்குக் கவலை இல்லை."

இப்படி சுக்ரீவன் பேசிக் கொண்டிருந்த போதே, அங்கதன், ஹனுமான் ஆகிய இருவர் தலைமையில் வானரர் கூட்டம் சுக்ரீவன், ராமர் ஆகியோர் முன்னிலைக்கு வந்து சேர்ந்தது.

தனது தலையைத் தாழ்த்தி, ராமர், லக்ஷ்மணன், சுக்ரீவன் ஆகியோரை வணங்கி நின்ற ஹனுமான், ஸீதை காணப்பட்டாள் என்பதையும், அவள் உடல் நலத்துடனேயே இருக்கிறாள் என்பதையும் தெரிவித்தார்.

அமிர்தம் பொழிவது போல், ஹனுமான் உதடுகளிலிருந்து வந்த வார்த்தைகளைக் கேட்டு ராமரும், லக்ஷ்மணரும் பெரும் நிம்மதி அடைந்தார்கள்.

லக்ஷ்மணன் கனிவு பொங்க சுக்ரீவனைப் பார்த்தான்.

ராமர், பேரன்புடன் ஹனுமானைப் பார்த்தார்.

ஸீதைக்கு ராவணன் விதித்திருந்த காலக்கெடுவும் குறிப்பிடப்பட்டது.

ராமர், "ஸீதை எப்படி இருக்கிறாள்? என்னைப் பற்றி என்ன நினைக்கிறாள்? அவளைப் பற்றி எல்லா விவரங்களையும் ஒன்று விடாமல் சொல்லுங்கள்" என்று கேட்டுக் கொண்டார். எல்லாவற்றையும் விவரமாகக் கூறுமாறு வானரர்களும் ஹனுமானைக் கேட்டுக் கொண்டனர்.

ஸீதை தன்னிடம் அளித்திருந்த அழகிய நகையை ராமரிடம் சமர்ப்பித்து விட்டு ஹனுமான், தனது அனுபவங்கள்

எல்லாவற்றையும் விவரித்தார். ஒரு காகத்தின் மீது ராமர் கொண்ட கோபத்தை நினைவுபடுத்துமாறு ஸீதை கூறியதையும் ஹனுமான் எடுத்துச் சொன்னார். ஒரு மாதத்திற்கு மேல் உயிர் வாழப் போவதில்லை என்று ஸீதை கூறியதையும் ஹனுமான் ராமரிடம் சொன்னார். இறுதியில், ''ரகு குல திலகமே! கடலைக் கடந்து செல்லும் வழிமுறை ஆலோசிக்கப்படட்டும்'' என்று ஹனுமான் ராமரைக் கேட்டுக் கொண்டார்.

ஹனுமான் மூலம் ஸீதை அனுப்பியிருந்த நகையை வாங்கி மார்போடு வைத்துக் கொண்ட ராமரின் கண்களில் நீர் மல்கியது. அவர், சுக்ரீவனைப் பார்த்து, ''இந்த நகை ஜனக மன்னரால் எங்கள் திருமணத்தின்போது ஸீதைக்கு அளிக்கப்பட்டது. ஜனகர் நடத்திய ஒரு யாகத்தினால், மிகவும் மனம் மகிழ்ந்த இந்திரன், அவருக்குப் பரிசாக அளித்த நகை இது. இதைப் பார்க்கும்பொழுது, எனக்கு என்னுடைய தந்தையின் நினைவு வருகிறது. ஜனக மன்னரின் நினைவு வருகிறது. ஸீதையை என் கண் எதிரிலேயே நான் பார்க்கிறேன்.''

இவ்வாறு சுக்ரீவனைப் பார்த்துக் கூறி விட்டு, ராமர் ஹனுமானைப் பார்த்து, ''ஸீதை என்ன சொன்னாள் என்பதை மீண்டும் மீண்டும் என்னிடம் சொல்வாயாக! நினைவு தவறி விட்டவனுக்கு தண்ணீர் தெளித்து, அவனுக்கு மூர்ச்சை தெளிவிப்பது போல, ஸீதை கூறிய வார்த்தைகளை மீண்டும் மீண்டும் சொல்லி என்னைத் தேற்றுவாயாக!'' என்று கேட்டுக் கொண்டார்.

ராமர் கேட்டுக் கொண்டதற்கிணங்க, ஸீதைக்கும், தனக்கும் இடையே நடந்த உரையாடல்களின் முழு விவரங்களையும் கூறிய ஹனுமான், இறுதியில் ''ராம-லக்ஷ்மணர்கள் வானரப் படையுடன் வந்து உங்களை மீட்டுச் செல்வார்கள் என்று நான் ஸீதைக்கு உறுதி அளித்து திரும்பியிருக்கிறேன்'' என்று கூறினார்.

(ஸுந்தர காண்டம் முற்றுப் பெறுகிறது - அடுத்து யுத்த காண்டம்.)

6. யுத்த காண்டம்

அத்தியாயம் - 1

வானர சேனை புறப்பட்டது!

> வானர சேனை சமுத்திரத்தை எப்படி கடக்கும் என்று ராமர் கவலையுறுவது; சுக்ரீவன் ராமருக்கு தைரியம் சொல்வது; ராமர் தலைமையில் வானர சேனை புறப்படுவது; இலங்கையில் – ராவணன் வானர சேனை இலங்கை நோக்கி வரும் நிலையில், தான் கையாள வேண்டிய அணுகுமுறை பற்றி அரக்கர்களிடம் ஆலோசனை கேட்பது; ராவணனின் வீரத்தைப் புகழ்கிற அரக்கர்கள், ராமனை வெல்வது மிக எளிது என்று கூறுவது...

இலங்கையில் நடந்த நிகழ்ச்சிகளை ஹனுமான் விவரித்தவுடன் ராமர் மனமகிழ்ந்து, "மற்றவர்களால் நினைத்தும் பார்க்க முடியாத காரியத்தை ஹனுமான் சாதித்து விட்டு வந்திருக்கிறார்!" என்று பாராட்டி விட்டு, மேலும் சொன்னார். "வாயு பகவானையும், கருடனையும் தவிர்த்துப் பார்த்தால், இப்படி சமுத்திரத்தைக் கடக்கக் கூடியவன் ஹனுமானைத் தவிர, வேறு எவனும் கிடையாது. ராவணனால் காக்கப்பட்டு வரும் இலங்கையில் நுழைந்து விட்டு, உயிருடன் திரும்பக் கூடியவன் ஹனுமானைத் தவிர வேறு யார் உண்டு? பணிபுரிபவர்கள் மூன்று வகையானவர்கள்; சொன்ன காரியத்தைச் செய்து முடிக்காதவன், சொன்னதை மட்டும் செய்து முடிப்பவன், சொல்லப்பட்ட காரியத்திற்கு உகந்த வகையில், மேலும் சில காரியங்களைச் செய்து

விட்டு வருபவன். இந்த மூவரில் முதலில் சொல்லப்பட்டவன் தாழ்ந்தவன், இரண்டாவதாகக் கூறப்பட்டவன் இடைப்பட்டவன், மூன்றாவதாகக் கூறப்பட்டவன் சிறப்பானவன். ஹனுமான் இந்தச் சிறப்பான வகையில் செயல்பட்டு திரும்பியிருக்கிறான். ஸீதை இருக்கும் இடத்தையும் அறிந்து கொண்டு, மேலும் பல காரியங்களையும் செய்து விட்டு திரும்பியிருக்கிற இந்த ஹனுமானுக்குத் தகுந்த பரிசளிக்கக் கூடிய நிலையில் நான் இல்லையே என்பதை நினைத்து வருந்துகிறேன்'' – இவ்வாறு கூறிவிட்டு ராமர் ஹனுமானைக் கட்டித் தழுவினார்.

பின்னர் ''ஸீதையைத் தேடுதல் என்ற காரியம் சரியாகவே செய்து முடிக்கப்பட்டிருக்கிறது. ஆனால், என் மனதைக் கவலை சூழ்கிறது. வானர வீரர்கள் சமுத்திரத்தை எப்படிக் கடக்கப் போகிறார்கள் என்பது எனக்குப் புரியவில்லை. அதை நினைத்தால் எனக்குத் திகைப்பாக இருக்கிறது'' என்று கூறிவிட்டு ராமர் சோகத்தில் ஆழ்ந்தார்.

இதைக் கண்ட சுக்ரீவன், ராமரின் மனக்கவலையை விரட்டி அடிக்கும் வகையில் பேசத் தொடங்கினான்: ''சாதாரண மனிதர்களைப் போல நீங்கள் வருத்தத்திற்கு இடமளிக்கக் கூடாது. நன்றி கெட்டவன் நட்பை உதறுவது போல், அவ்வளவு வேகமாக நீங்கள் இந்த வருத்தத்தை உதறி விட வேண்டும். ஸீதை இருக்கும் இடத்தை நாம் அறிந்து கொண்டு விட்டோம். எதிரியின் நிலைமையும் நமக்குப் புரிந்து விட்டது. தாங்களோ எல்லாம் அறிந்தவர். அப்படியிருக்க கவலைக்கு இடம் ஏது? சமுத்திரத்தைக் கடந்து, இலங்கையை அடைந்து, ராவணனை வீழ்த்தி, ஸீதையை மீட்போம். துணிவும், ஆர்வமும் இன்றி கவலையில் சிக்குகிற மனிதனுடைய காரியங்கள் வீணாகின்றன; அவனும் துன்பத்தில் வீழ்கிறான். இதை அறிந்த தாங்கள் இப்படி துயரப்படலாமா? சமுத்திரத்தைக் கடக்க ஒரு பாலத்தை அமைப்பது எப்படி என்பதைப் பற்றி யோசனை செய்யுங்கள். அப்படி ஒரு பாலம் அமைக்கப்பட்டவுடன், என்னுடைய வானரப் படை சமுத்திரத்தை தாண்டிச் சென்று இலங்கையை அடைந்து வெற்றியைப் பெறும். பாலம் நிர்மாணிக்கப்பட்டது என்றால், அந்த நிமிடமே ராவணன் வீழ்ந்தான் என்று அர்த்தமாகும். ஆகையால், துயரத்தை விடுங்கள்.

சோகம் தோல்வியைத் தருவது; சோகம் வீரத்தை அழிப்பது; வீரமும் ஆர்வமும்தான் வெற்றியைத் தேடித் தருவன. யுத்த களத்தில் உங்களை எதிர்த்து நிற்கக் கூடியவனை மூவுலகிலும் நான் காணவில்லை. ஸீதையை விரைவில் நீங்கள் சந்திப்பீர்கள். சமுத்திரத்தை இந்த சேனை கடப்பதற்கான வழி என்ன என்பதைத் தீர்மானியுங்கள். அதன் பிறகு மற்றவையெல்லாம் நாம் நினைத்தபடியே நடக்கும்.''

சுக்ரீவன் இவ்வாறு கூறியதைக் கேட்ட ராமர், தன்னுடைய தவ வலிமையின் காரணமாகவோ, ஒரு பாலத்தை நிர்மாணித்தோ, சமுத்திரத்தை வற்றச் செய்தோ கூட, தன்னால் சமுத்திரத்தைக் கடந்து விட முடியும் என்று குறிப்பிட்டு விட்டு, ஹனுமானைப் பார்த்து, இலங்கையின் பாதுகாப்பு பற்றிய விவரங்களையெல்லாம் கேட்டார். ஹனுமான் இலங்கையின் செல்வம், அரக்கர்களின் பலம், அவர்களுடைய படை பலம், இலங்கையின் பாதுகாப்பு ஏற்பாடுகள் ஆகியவை பற்றி அவருக்கு விவரமாக எடுத்துரைத்து விட்டு, இறுதியில், ''அங்கதன், த்விவிதன், மைந்தன், ஜாம்பவான், நளன், நீலன் ஆகியோர் மட்டுமே கூட இலங்கைக்குச் சென்று ஸீதையை மீட்டு வரும் திறன் படைத்தவர்கள். அப்படியிருக்க இந்த வானரப்படையே சமுத்திரத்தைக் கடந்து விட்டால், பிறகு சாதிக்க முடியாதது ஒன்று இருக்கிறதா? இப்படை வெல்லும். ஸீதை மீட்கப்படுவார்'' என்று சொன்னார்.

இப்படி ஹனுமான் கூறியதைக் கேட்டு மகிழ்ந்த ராமர், மனத்தெளிவு அடைந்து ஒரு முடிவுக்கு வந்தவராக பேசத் தொடங்கினார். ''தாமதமின்றி இலங்கையை அழிப்பேன்! சுக்ரீவா! உனது வானர சேனை புறப்படத் தயாராகட்டும். சூரியன் உச்சியை அடைந்திருக்கிறான். வெற்றியைத் தேடி புறப்படுபவர்களுக்கு பயணத்தைத் தொடங்க இது சரியான நேரம். இன்று உத்தர நக்ஷத்திரம். நாளை ஹஸ்த நக்ஷத்திரம். புறப்படுவதற்கு இது சரியான நேரம். நல்ல சகுனங்கள் பலவற்றை நான் காண்கிறேன்'' என்று அவர் திருப்தியுடன் கூற, லக்ஷ்மணனும், சுக்ரீவனும் அவரைக் கொண்டாடினார்கள்.

இதையடுத்து சுக்ரீவன், நீலன் என்கிற தனது படை தளபதியை அழைத்து, வானர சேனையை அணி வகுக்குமாறு கூறினான்.

யுத்த காண்டம்

மேலும் அணி வகுத்துச் செல்லும் சேனையின் பல்வேறு பகுதிகளுக்கு யார் யார் தலைமை தாங்குவது என்பதையும் தீர்மானித்து, சுக்ரீவன் உத்திரவுகளைப் பிறப்பித்தான்.

வானர சேனை அணி வகுக்கப்பட்டது. கணக்கில் அடங்காத அளவுக்கு வானர வீரர்களைக் கொண்ட அந்தப் படை நகர்ந்து சென்ற போது, சமுத்திரமே பொங்கி எழுவது போன்ற தோற்றம் ஏற்பட்டது. தென் திசையை நோக்கி விரைந்து செல்லத் தொடங்கிய அந்த வானர வீரர்கள், 'ராவணனையும், அவனைச் சார்ந்த அரக்கர்களையும் கொன்று குவிப்போம்' என்று கோஷமிட்டுக் கொண்டே சென்றனர்.

ராமரைப் பார்த்து, "ராவணனைக் கொன்று ஸீதையை மீட்டு அயோத்திக்குத் திரும்புவோம். உங்கள் காரியமும் நிறைவேறும். அயோத்தியும் மகிழ்ச்சி அடையும். நான்கு திசைகளிலும் நல்ல சகுனங்களையே நான் பார்த்துக் கொண்டு வருகிறேன். காற்று நறுமணத்துடன் தென்றலாக வீசுகிறது. நமது படை செல்லும் திசையை நோக்கியே காற்றும் வீசுகிறது. பறவைகள் இனிமையாகக் கூவிக் கொண்டு செல்கின்றன. சூரியன் மேக மூட்டமில்லாமல் காணப்படுகிறான்" என்று கூறிய லக்ஷ்மணன், நக்ஷத்திரங்களின் நல்ல நிலைகளையெல்லாம் விவரித்தான்.

வானரப் படை நதிகளைக் கடந்து, மலைகளைக் கடந்து, வனங்களைக் கடந்து, பின்னர் ஸஹ்ய மலைப் பிரதேசத்தையும் கடந்து, மலய மலைப் பிரதேசத்தையும் தாண்டி, மஹேந்திர மலையையும் கடந்து, சமுத்திரக் கரையை அடைந்தது. ராமருடைய உத்திரவின் பேரில் அந்தப் படை சமுத்திரக் கரையிலேயே முகாமிட்டது.

எல்லோரும் ஓய்வெடுத்துக் கொண்டிருந்த போது ராமர், லக்ஷ்மணனிடம் "காலம் கடந்தால் துன்பத்தின் சுமை குறையும் என்று கூறுவார்கள். ஆனால், ஸீதையைப் பிரிந்ததனால் எனக்கு ஏற்பட்டிருக்கும் துன்பம் நாளுக்கு நாள் வளர்ந்து கொண்டே போகிறது. ஸீதை கடத்திச் செல்லப்பட்டாள் என்பதை நினைத்து இப்போது நான் துன்பம் அடையவில்லை; அவளைப் பிரிந்திருப்பதால் வந்ததல்ல இந்தத் துயரம்; குறிப்பிட்ட

நாட்களுக்குள் தான் மீட்கப்படா விட்டால் உயிர் விடுவதாக ஸீதை சொல்லி அனுப்பியிருக்கிறாள். அதை நினைத்துத்தான் நான் கவலை கொள்கிறேன்'' என்று கூறி விட்டு, பலவாறாகத் துக்கித்துப் பேசினார். சூரியன் அஸ்தமனமாகியது. லக்ஷ்மணனின் தூண்டுதலின் பேரில், மாலை நேரத்தில் செய்ய வேண்டிய பூஜைகளை ராமர் செய்யத் தொடங்கினார்.

இலங்கையில் ராவணன், அரக்கர்கள் கூடியிருந்த சபையில் பேசிக் கொண்டிருந்தான். ''நுழைவதற்கே கடினமான நகரமாகிய இலங்கைக்குள் நுழைந்தது மட்டுமல்லாமல் - ஹனுமான் என்கிற குரங்கினத்தைச் சார்ந்தவன் - பெரும் நாசத்தையும் விளைவித்து விட்டுப் போயிருக்கிறான். ஸீதையையும் அவன் பார்த்து விட்டுச் சென்றிருக்கிறான். இந்த நேரத்தில் நான் எடுக்க வேண்டிய நடவடிக்கை என்ன? எந்த முயற்சியை நாம் செய்தால் வெற்றி காண்போமோ அதைச் சொல்லுங்கள். வெற்றி என்பது, ஒருவனுக்குக் கிடைக்கும் நல்ல ஆலோசனையைப் பொறுத்தது என்று அறிஞர்கள் கூறுகிறார்கள். ஆகையால் ராமன் விஷயத்தில் எப்படி நடந்து கொள்ள வேண்டும் என்பதை உங்களிடமிருந்து அறிந்து கொள்ள நான் விரும்புகிறேன்.''

ராவணன் மேலும் தொடர்ந்தான். ''ஒரு விஷயத்தில் சரியான முடிவைக் கூறக் கூடிய நண்பர்களுடனோ, உறவினர்களுடனோ, அல்லது தன்னைக் காட்டிலும் உயர்ந்தவர்களுடனோ ஆலோசனை செய்து முடிவெடுத்து, அதன் பின்னர் தெய்வத்தையும் நம்பி செயல் படுபவன் சிறப்புற்று விளங்குகிறான்; தானே தனக்குள் ஆலோசனை செய்து, தானாக ஒரு காரியத்தில் முனைபவன் நடுத்தரமான மனிதனாகக் கருதப்படுகிறான்; ஒரு காரியத்தின் பலாபலனை ஆராயாமல், சாதக பாதக அம்சங்களை அலசிப் பாராமல் நான் இதைச் செய்வேன் என்று தெய்வத்தையும் நம்பாமல் முனைபவன், தாழ்ந்த மனிதனாகக் கருதப்படுகிறான்!

''மூன்று வகை மனிதர்களைக் கூறினேன். மனிதர்களால் எடுக்கப்படும் முடிவுகளும் மூன்று வகைப்பட்டவை. சாத்திர வழிமுறைகளின்படி ஏற்கத்தக்க முடிவு ஒருமித்த கருத்தோடு எடுக்கப்பட்டால் – அது சிறப்பானதாகக் கருதப்படுகிறது;

மாறுபட்ட அபிப்பிராயங்கள் இருந்தாலும், எளிதில் ஒருமித்த கருத்து உருவாகும்போது எடுக்கப்படுகிற – முடிவு நடுத்தரமானது; அவரவர்கள் தங்கள் தங்கள் கருத்தை பிடிவாதமாக வலியுறுத்தி, பேச்சு, மறுபேச்சு – என்று விவாதம் நடத்தி ஒற்றுமை காணாமலே ஒரு முடிவு எடுக்கப்படும்போது – அது தாழ்வானது.''

ராவணன் தொடர்ந்தான். ''நீங்கள் எல்லோரும் அறிவில் சிறந்தவர்கள். ஆகையால் நன்றாக ஆலோசனை செய்து நான் கடைப்பிடிக்க வேண்டிய அணுகுமுறையை எனக்கு எடுத்துச் சொல்லுங்கள். பெரும் வானரப் படையுடன் ராமன் இலங்கையை நோக்கி புறப்பட்டிருக்கிறான். தனது தம்பியோடு சேர்ந்து ராமன் சமுத்திரத்தையே வற்றச் செய்தாலும் செய்வான், அல்லது வேறு வகையிலாவது சமுத்திரத்தைக் கடந்து விடுவான். இந்தச் சூழ்நிலையில் இலங்கைக்கும், நமது படைக்கும் நன்மை பயக்கக் கூடிய வழிமுறை என்ன?''

''பலவிதமான ஆயுதங்களைக் கொண்ட பெரிய படை நம்மிடம் இருக்கிறது. அப்படியிருக்க, உங்களுக்குக் கவலை தோன்றுவானேன்?'' என்று பதில் கூற ஆரம்பித்த அரக்கர்கள், மேலும் சொன்னார்கள். ''போகவதிக்குச் சென்று நாகர்களை அடக்கினீர்கள். யக்ஷர்களால் சூழப்பட்டு கைலாய மலையில் வாழும் குபேரனை பணிய வைத்தீர்கள். அவனிடமிருந்து புஷ்பக விமானமும் உங்களால் பறிக்கப்பட்டது. தானவர்களின் தலைவனான மதுவை வென்றீர்கள். ரஸாதல பிரதேசத்தில் நுழைந்து வாசுகி, தக்ஷகன் போன்ற நாகர்களை அடக்கினீர்கள். வருணனின் மகன்கள் உங்களால் வெல்லப்பட்டனர். யமன் உங்களால் விரட்டப்பட்டான்.

''இந்தப் பூமியில் இந்திரனுக்கு நிகரான பலம் படைத்த க்ஷத்ரிய வீரர்கள் வாழ்ந்துள்ளனர். ஆண்மையிலோ, ஆற்றலிலோ, ஆர்வத்திலோ ராமன் அவர்களில் ஒருவனுக்கும் நிகரானவனல்ல. நீங்களோ அந்த க்ஷத்ரியர்களையெல்லாம் வென்றவர். ஆகையால் கவலைக்கு இடமில்லை. நீங்கள் இங்கேயே இருக்கலாம். போரில் நீங்கள் முனையத் தேவையில்லை. இந்திரஜித் தனி ஒருவனாக நின்று அந்த வானர சேனையை அழித்து விடுவான். அரசே! சிவனை

வேண்டி, பெறுவதற்கு அரிய வரத்தைப் பெற்றவன் இந்திரஜித். இந்திரனே அவனால் சிறைப்பிடிக்கப்பட்டு, பிறகு பிரம்ம தேவனின் வேண்டுதலுக்கு இணங்க விடுவிக்கப்பட்டான். ஆகையால் உங்கள் மகன் இந்திரஜித்தை அனுப்புங்கள். சமுத்திரத்தை கடப்பதற்கு முன்பாகவே கூட அந்த வானர சேனையையும், ராமனையும் அழித்து விட்டு அவன் திரும்புவான். ராமன் உங்களுக்கு நிகரானவனல்ல. ஆகையால் நீங்கள் கலக்கமுறுவதற்குக் காரணமில்லை.''

இவ்வாறு அரக்கர்கள் பலர் கூறி முடித்த பிறகு, ப்ரஹஸ்தன் பேசத் தொடங்கினான்.

6. யுத்த காண்டம்

அத்தியாயம் - 2

விபீஷணனின் யோசனை நிராகரிக்கப்பட்டது

தாங்களே சென்று ராம, லக்ஷ்மணர்களை வென்று விடுவதாக பல அரக்கர்கள் ராவணனிடம் கூறுவது; எல்லோரும் ராவணனை இப்படி உற்சாகப்படுத்திக் கொண்டிருந்தபோது, விபீஷணன் அவர்களை மறுத்துப் பேசி, ஸீதையை ராமரிடம் மீண்டும் ஒப்படைத்து விடுவதுதான் இலங்கைக்கும், அரக்கர்களுக்கும் நல்லது என்று கூறுவது; சபையைக் கலைத்து விட்டு தனது மாளிகைக்குச் சென்ற ராவணனை, அடுத்த தினம் சந்தித்து விபீஷணன் தனது கருத்தை மீண்டும் வலியுறுத்துவது; ராவணன், விபீஷணனுடைய யோசனையை நிராகரிப்பது; ராவணன் மீண்டும் தனது அரச சபை்யை அடைவது...

"**நா**ம் எல்லோரும் அஜாக்கிரதையாக இருந்த நேரத்தில் ஹனுமானால் ஏமாற்றப்பட்டோம். அவ்வளவுதானே தவிர தேவர்கள், அஸுரர்கள், கந்தர்வர்கள் ஆகிய அனைவரையும் போரில் வென்ற உங்கள் முன்பு வானரர்கள் நிற்கவும் சக்தியற்றவர்களாகவே இருப்பார்கள். அரசே! கட்டளையிடுங்கள். மலைகள், காடுகள், தோட்டங்கள், எல்லாவற்றையும் கொண்ட பூமி முழுவதிலும், ஓரிடத்திலும் ஒரு வானரன்கூட கிடையாது என்று செய்து காட்டுகிறேன்'' என்று கூறி அமர்ந்தான் மேகத்தை ஒத்தவனும், மிகப்பெரிய வீரனும், ராவணனின் சேனாதிபதியுமான ப்ரஹஸ்தன்.

வால்மீகி ராமாயணம்

இதையடுத்து துர்முகன் என்ற அரக்கன், "நமது பட்டணத்தையும், அந்தப்புரத்தையும் ஒரு குரங்கு தாக்கிச்சென்றது என்பது உங்களுக்கு மிகப்பெரிய அவமரியாதையாகும். உடனே சென்று பாதாள லோகத்திலோ, ஆகாயத்திலோ, வானரர்கள் ஒளிந்து கொண்டாலும், அவர்களைத் தேடிப் பிடித்துக் கொன்று, திரும்பி வருகிறேன்" என்று கூறினான்.

வஜ்ரதம்ஷ்ட்ரன், "சுக்ரீவன், லக்ஷ்மணன் ஆகியோரோடு சேர்ந்து கர்வம் தலைக்கேறியவனாக ராமன் நம்மை எதிர்த்து வருகிற நேரத்தில் – ஓர் அற்பப் பிறவியாகிய ஹனுமானோடு நமக்கு என்ன வேலை? என்னை அனுப்புங்கள். சுக்ரீவன், லக்ஷ்மணன் ஆகியோரோடு சேர்த்து ராமனையும் கொன்று திரும்புகிறேன்" என்று கூறிவிட்டு தொடர்ந்து பேசினான் : "அரசே! நான் மேலும் ஒரு விண்ணப்பம் செய்ய விரும்புகிறேன். எச்சரிக்கையுடன் இருப்பவனும், உபாயங்களைக் கையாள்வதில் நிபுணனாக இருப்பவனும் எவனோ, அவன்தான் எதிரிகளை வெல்வான். நமது அரக்கர்களுள் பெரும் வீரர்கள் இருக்கிறார்கள். அவர்கள் மனதால் நினைக்கிற உருவத்தை எடுத்துக் கொள்ளும் வல்லமை படைத்தவர்கள். அவர்களில் பலர் மானிடர்களாக உருவம் கொண்டு, ராமனை அடைந்து அவனிடம் பின் வருமாறு தெரிவிக்க வேண்டும் : 'உங்கள் தம்பியாகிய பரதனால் நாங்கள் அனுப்பப்பட்டு இருக்கிறோம். பரதனும் படையோடு உங்களுக்கு உதவுவதற்காக வந்து கொண்டிருக்கிறார்' – இவ்வாறு ஒரு செய்தியை நாம் ராமனுக்குத் தெரிவித்தால், அவன், பரதன் படை வந்து கொண்டிருக்கும் பாதை என்று எதை நாம் சொல்கிறோமோ, அதை நோக்கி தனது படையைத் திரட்டிக் கொண்டு விரைவான். நாம் அந்த இடத்தில் ஆயுதங்களோடு முன்னதாகவே காத்திருந்து, திடீரென்று ராமனின் படைகளைத் தாக்கி, அவர்கள் அனைவரையும் எமன் உலகுக்கு அனுப்புவோம். இந்தச் சூதில் ராமனும், லக்ஷ்மணனும் சிக்கிக் கொள்வார்கள். சூழ்ச்சியினாலேயே அவர்களைக் கொல்வோம்."

இப்படி சிலர் பேசிய பிறகு, கும்பகர்ணனின் மகனும், பெரும் வீரனுமாகிய நிகும்பன், "நீங்கள் அனைவரும் மன்னரோடு இங்கேயே இருங்கள். நான் ஒருவனாகவே லக்ஷ்மணன், ராமன்,

சுக்ரீவன், ஹனுமான், வானரர்கள் எல்லோரையும் அழித்து விட்டுத் திரும்புகிறேன்'' என்று கூறினான். இப்படி மேலும் சிலரும் பேசிய பிறகு, பல அரக்கர்கள் கையில் ஆயுதங்களை ஏந்தியவர்களாக, பெரும் கோபத்தோடு ராவணனைப் பார்த்து, ''இதோ நாங்கள் புறப்பட்டு விட்டோம். ராமன், லக்ஷ்மணன் ஆகியோரை எல்லாம் அழித்து விட்டுத் திரும்புகிறோம். ஹனுமானையும் கொன்று விட்டு வருகிறோம்'' – என்று தீர்மானமாகக் கூறினார்கள்.

இப்படிப் பேசியவர்களையெல்லாம் அமருமாறு கூறிவிட்டு, ராவணனைப் பார்த்து கையை கூப்பியவாறு விபீஷணன் பேசத் தொடங்கினான். ''எந்த ஒரு காரியம் சாம, தான, பேதம் என்ற மூன்று வழிமுறைகளினால் சாதிக்க முடியாமல் இருக்கிறதோ, அந்தக் காரியத்திற்குத்தான் அடுத்த உபாயமான தண்டனை என்பதைப் பயன்படுத்த வேண்டும். இதைப் பெரியோர்கள் வற்புறுத்திச் சொல்லியிருக்கிறார்கள். அஜாக்கிரதையுடன் இருப்பவர்கள், தெய்வத்தால் கை விடப்பட்டவர்கள் – ஆகியோருக்கு நமது வீரத்தின் மூலம் முறையாக நாம் அளிக்கும் தண்டனை பலிக்கும். ஆனால் எச்சரிக்கையுடன் இருப்பவரும், வெற்றியை இயல்பாக உடைய வீரரும், தெய்வ பலம் பெற்றவரும், சினத்தை வென்றவரும், எளிதில் அணுக முடியாதவருமான ராமரை எவ்வாறு எதிர்ப்பது? பயங்கரமான சமுத்திரத்தை மிக எளிதில் தாண்டி வந்து, இலங்கையில் ஹனுமானால் செய்யப்பட்ட காரியத்தையும் நினைத்துப் பாருங்கள். கூடியிருக்கும் அரக்கர்களே! எதிரிகளுடைய படை பலமும், அவற்றின் பராக்கிரமும் நம்மால் நிச்சயமாக அறிந்து கொள்ள முடியாதவை. அப்படிப்பட்ட சூழ்நிலையில் அவசரப்பட்டு ஒரு காரியத்தில் முனையக் கூடாது. நற்குணம் படைத்த அவருடைய மனைவியை, மன்னர் அபகரித்து வந்தார். அதற்கு முன் அந்த ராமரால் நமது மன்னருக்கு செய்யப்பட்ட குற்றம் என்ன? வரம்பு கடந்து நடந்து கொண்டதால் கரன், ராமரால் போரில் கொல்லப்பட்டான். அதற்காக ராமரிடம் நாம் தவறு காண முடியுமா? தன் உயிரைக் காப்பாற்றிக் கொள்ளும் உரிமை எல்லா உயிரினங்களுக்கும் இருக்கிறது.

"பிறன் மனைவியைக் கண் எடுத்தும் பார்ப்பது, ஒருவனுடைய புகழுக்குக் கேடு விளைவிக்கக் கூடியது; அவனுடைய ஆயுளைக் குறைக்கக் கூடியது; அவனுடைய பொருளை நாசம் செய்யக் கூடியது; அனைத்தையும் ஒழித்துக் கட்டக் கூடியது; பாவத்தை வளர்ப்பது. ஆகையால் ஸீதையினால் நமக்குப் பெரும் விபத்து வந்தே தீரும். அபகரிக்கப்பட்ட அவள், மீண்டும் உரிய இடத்தில் சேர்ப்பிக்கப்பட வேண்டியவளாகிறாள். விபத்தை ஏற்படுத்துகிற செயலால் யாருக்கு என்ன பயன்? அவர் தர்மத்திலிருந்து தவறாதவர். பேராற்றல் படைத்தவர். அவரோடு விரோதத்தை வளர்த்துக் கொள்வது நமக்கு நல்லதல்ல. ஸீதை அவரிடமே சேர்ப்பிக்கப் படட்டும். யானைகளும், குதிரைகளும், ஏராளமான ரத்தினங்களும் நிறைந்து விளங்குகிற நமது பட்டணம், ராமரின் பாணங்களால் அழிவதற்கு முன்பாக ஸீதை, அவரிடம் சேர்ப்பிக்கப்படட்டும். ஒரு பெரிய வானர சேனை இலங்கையை நாசம் செய்வதற்கு முன்பாக, ஸீதை ராமரிடம் சேர்ப்பிக்கப் படட்டும். அரக்கர் குலத்தின் நன்மைக்காக ஸீதை ராமரிடம் சேர்ப்பிக்கப்படட்டும். இல்லாவிடில் இலங்கை நாசமாகும். அரக்கர்கள் அழிவார்கள். சகோதர பாசத்தினால் தூண்டப்பட்டு, நான் உங்களிடம் மன்றாடுகிறேன். என்னுடைய வேண்டு கோளை ஏற்றுக் கொள்ளுங்கள். உங்களை அழித்து விடுவதற்காக, ராமர் அம்பு மழை பொழிவதற்கு முன்னால், ஸீதை அவரிடம் சேர்ப்பிக்கப்படட்டும். கோபத்தை விடுங்கள். மனதில் சாந்தியை வளர்த்துக் கொள்ளுங்கள். அறநெறியைக் கடைப்பிடியுங்கள். எல்லோருக்கும் நல்லது செய்யுங்கள். நம் மக்களோடும், சுற்றத்தோடும் நாம் வாழ வழி செய்யுங்கள். ஸீதை ராமரிடம் சேர்ப்பிக்கப்படட்டும்."

இப்படி விபீஷணன் பேசிய பிறகு, அந்தக் கருத்துக்களுக்கு எதுவும் பதில் சொல்லாமல், ராவணன் எல்லோருக்கும் விடை கொடுத்து அனுப்பி விட்டு, தனது மாளிகைக்குப் போய்ச் சேர்ந்தான்.

அடுத்த தினம் சூரியன் உதயமானதும், தர்மத்தில் நாட்ட முடையவனும், வீரனுமான விபீஷணன், தனது மூத்த சகோதரனாகிய ராவணனின் இருப்பிடத்திற்குச் சென்றான். மலைச்

சிகரத்தை ஒத்ததும், நன்றாக அமைக்கப்பட்ட சுற்றுச் சுவர்களைக் கொண்டதும், யானைகளின் பெருமூச்சோடு கலந்து வரும் காற்றை உடையதும், மகிழ்வுற்ற பெண்கள் நிரம்பியதும், ராஜ வீதிகளை உடையதும், தங்கத்தினால் செய்யப்பட்ட கதவுகளைக் கொண்டதும், ரத்தினக் குவியல்களால் அலங்கரிக்கப்பட்டதும், அரக்கர்களால் நான்கு திசைகளிலும் பாதுகாக்கப்பட்டதும், பெரியோர்களால் நாடி வரப்பட்டதும், அறிவிற் சிறந்தவர்களும் துரோக சிந்தனை இல்லாதவர்களுமான மந்திரிகளால் அணுகப் பட்டதுமான, ராவணனின் மாளிகையினுள் – மேகத்தினுள்ளே புகும் சூரியனைப் போல் விபீஷணன் நுழைந்தான்.

அப்போது ராவணனின் மாளிகையில் வேத கோஷங்கள் ஒலித்துக் கொண்டிருந்தன. தனது இயல்பான ஒளியினால் சிறந்து விளங்கியவனும், தன்னால் பாதுகாக்கப்பட்டவர்களினால் மிகவும் கொண்டாடப்பட்டவனும், பெரும் தோளுடையவனுமான ராவணனை விபீஷணன் வணங்கி விட்டு, ராவணனின் சமிக்ஞையை ஏற்று, பொன்னால் அலங்கரிக்கப்பட்ட ஓர் ஆசனத்தில் அமர்ந்தான். இடம், காலம், நேரம் ஆகியவற்றுக்கு பொருந்துகிற வகையில் பேசக் கூடியவனும், உலக வழக்குகளை நன்றாக அறிந்தவனுமான விபீஷணன், நல்ல சொற்களினால், மந்திரிமார்கள் புடைசூழ அமர்ந்திருந்த ராவணனின் உள்ளம் குளிரச் செய்து விட்டு, அவனைப் பார்த்து நன்மையளிக்கக் கூடிய வார்த்தைகளைப் பேசத் தொடங்கினான்.

''எதிரிகளை வெல்பவரே! ஸீதை இந்த இடத்திற்கு எப்போது வந்து சேர்ந்தாளோ, அந்த நாள் முதலே நமக்கு அழிவை அறிவிக்கக் கூடிய அபசகுனங்கள் பலவற்றை நான் கண்டு வருகிறேன். யாகத்திற்காக மூட்டப்படுகிற அக்னி, மந்திரங்களினால் வளர்க்கப் படாமல், தீப்பொறிகள் கலந்ததாகவும், புகை கலந்த ஜ்வாலையை உடையதாகவும், மங்கலாகவும் இருக்கிறதே தவிர, சுடர் விட்டு எரிவதில்லை. யாக சாலைகளிலும், வேதம் ஓதும் இடங்களிலும், எறும்புகளும், பாம்புகளும் அவ்வப்போது காணப்படுகின்றன. பசுக்களிடம் பால் வற்றிப்போய் விட்டது. யானைகள் சோர்ந்து கிடக்கின்றன. குதிரைகள் உணவைச் சரியாக உட்கொள்வதில்லை. ஒட்டகங்களின் முடி உதிர்ந்தவாறு இருக்கிறது. தவிர,

சிகிச்சைகளைச் செய்தாலும், அவை கண்ணீர் வடித்துக் கொண்டே இருக்கின்றன. காக்கைகள் கூட்டம் கூட்டமாக நகரெங்கும் கரைகின்றன. பெண் நரிகள் ஊளையிடுகின்றன. கழுகுகள் ஒன்று கூடி நகரின் மீது பறந்த வண்ணம் இருக்கின்றன. நகரத்தின் எல்லைகளில் மாமிசங்களை உண்ணும் விலங்குகள் பெரும் கர்ஜனை செய்து கொண்டு, அலைகின்றன.

"இந்த அபசகுனங்களை நாம் எச்சரிக்கைகளாகக் கொள்ள வேண்டும். ராமரிடம் ஸீதையைச் சேர்ப்பிப்பதுதான் நமக்கு வரக்கூடிய தீங்கைத் தடுக்கும். நான் ஏதோ பேராசையினால் உந்தப்பட்டோ, அல்லது பயத்தினாலோ, தீமை விளைவிப்பதற்காக இப்படி பேசுவதாக நீங்கள் நினைத்து விடக் கூடாது. நான் பார்த்த அபசகுனங்களையெல்லாம் அரக்கர்களும், அவர்களுடைய மனைவிமார்களும், நகரத்தின் ஜனங்கள் அனைவருமே கூட பார்த்திருக்கிறார்கள். இது தொடர்பாக உங்களுக்கு ஆலோசனை கூறும் விஷயத்தில், மந்திரிகள் தயக்கம் காட்டுகிறார்கள். கண்டதையும், கேட்டதையும் உங்களிடம் ஒளிவு மறைவு இல்லாமல் தெரிவிக்க வேண்டிய கடமையிலிருந்து அவர்கள் தவறி விட்டார்கள். நான் சொன்ன விவரங்களைப் பற்றி சிந்தித்து, எது முறையானதோ அதைச் செய்யுமாறு உங்களைக் கேட்டுக் கொள்கிறேன்."

இவ்வாறு நல்ல பயனை, அளிக்கத்தக்க வார்த்தைகளை விபீஷணன் பேசிய போது ராவணன் கோபமுற்றான். "எந்த வகையிலும் ஆபத்து என்பது என் கண்களுக்குத் தெரியவில்லை. ராமன், ஸீதையை அடையப் போவதும் இல்லை. இந்திரனோடும், மற்ற தேவர்களோடும் சேர்ந்து அவன் வந்தாலும் என் முன் அவனால் நிற்க முடியுமா?" பெரும் போர்த் திறன் படைத்தவனும், யுத்தத்தில் தோற்பதற்கரிய மேன்மையைக் காட்டுபவனும், தேவர்களின் படைகளையெல்லாம் சிதற அடித்தவனுமான ராவணன், விபீஷணனைப் பார்த்து இவ்வாறு சொல்லி விட்டு, அவனுக்கு விடை கொடுத்து அனுப்பி விட்டான்.

ஸீதையின் மீது வைத்து விட்ட ஆசையின் காரணமாக, நிலை தடுமாறி இருந்த ராவணன், ஆலோசனைக்குரிய காலம் கடந்து

விட்ட தருணத்தில், தனது மந்திரிமார்களிடமும், ஆதரவாளர்களிடமும் ஆலோசனை நடத்த விரும்பி, ரத்தினங்களால் இழைக்கப்பட்டு, தங்கத்தினால் செய்யப்பட்டிருந்த சிறப்பு வாய்ந்த தனது தேரில் ஏறிக் கொண்டு, அரச சபையை நோக்கிச் சென்றான்.

பலவிதமான ஆயுதங்களைத் தாங்கிய அரக்கர்கள் ராவணனின் தேருக்கு முன்னும் பின்னும், இரு புறங்களிலும் அணி வகுத்துச் சென்றார்கள். அதிரதர்கள் என்ற பெயருக்குரிய சிறந்த தேர் வீரர்கள் ராவணனைப் பின் தொடர்ந்து தங்களுடைய தேர்களில் சென்றார்கள். யானைகளைச் செலுத்தி போரிடுகிற வீரர்களும், ராவணனைப் பின் தொடர்ந்தார்கள். கதைகள், சூலங்கள், வில் அம்புகள், கத்திகள் போன்ற பலவிதமான ஆயுதங்களைத் தாங்கி அந்தக் கூட்டம் சென்றது. அப்போது ஆயிரக்கணக்கான சங்குகளும், வாத்தியங்களும் முழங்கின. இருபுறமும் அரக்கர்கள் ராவணனை வணங்கி நிற்க, அவன், தங்கத்தினாலும், வெள்ளியினாலும் அமைக்கப்பட்ட தரையை உடையதும், பளிங்குக் கற்களினால் அமைக்கப்பட்டதும், நன்கு பாதுகாக்கப்பட்டதுமான அரச சபையினுள் நுழைந்து, வைடூரிய கற்களினால் செதுக்கப்பட்டு, மான் தோல் விரிக்கப்பட்டிருந்த தனது உயர்ந்த சிம்மாசனத்தின் மீது அமர்ந்து, அனைவரையும் பார்த்து பேசத் தொடங்கினான்.

6. யுத்த காண்டம்

அத்தியாயம் - 3

ராவணனுக்கு கும்பகர்ணனின் கண்டனம் !

ஸீதையிடம் மனதை இழந்துவிட்ட தனது நிலையை ராவணன், தனது சபையில் வர்ணிப்பது; ஸீதையை அபகரித்த ராவணனின் செயலைக் கண்டித்துப் பேசி விட்டு, கும்பகர்ணன் இறுதியில், ராம - லக்ஷ்மணர்களைக் கொல்வதாகக் கூறுவது; பலாத்காரம் மூலம் ஸீதையை இணங்கச் செய்து விட வேண்டும் என்று கூறுகிற மஹாபார்ச்வனுக்கு ராவணன் அளிக்கிற விளக்கம்; விபீஷணன் மீண்டும் ராவணனுக்கு நல்லறிவு கூறுவது; இந்திரஜித்தின் கோபம்...

நகரத்தைப் பாதுகாக்கும்படி படைத் தளபதிக்கு உத்திரவு பிறப்பித்து விட்டு, ராவணன் சொன்னான்: ''இன்பத்தின் போதும், துன்பத்தின் போதும் - லாபம் அடையும்போதும், நஷ்டம் அடையும் போதும் - சாதகமான சூழ்நிலையிலும், பாதகமான சூழ்நிலையிலும் - உங்கள் கடமையை உணர்ந்து நீங்கள் செயலாற்ற வேண்டும். உங்களைக் கொண்டு நான் நடத்த முனைந்த காரியங்கள் எல்லாம் இதுவரை வெற்றியைத்தான் கண்டிருக்கின்றன. வாயு தேவதைகளாலும், சந்திரனாலும், கிரஹங்களினாலும், பல தேவதைகளினாலும் சூழப்பட்டிருக்கிற இந்திரன் போல - உங்களால் சூழப்பட்டிருக்கும் நான், தொடர்ந்து நற்பயன்களையே காண விரும்புகிறேன்.''

இவ்வாறு தொடங்கிய ராவணன் மேலும் பேசினான்: ''நான் செய்த ஒரு காரியம் பற்றிய விவரங்களை உங்களுக்கெல்லாம் சொல்ல வேண்டும் என்றுதான் நினைத்திருந்தேன். ஆனால் கும்பகர்ணனின் உறக்கம் கலையாத நிலையில், நான் இந்த விஷயம் பற்றிப் பேசவில்லை. ஆயுதம் தாங்கியவர்களில் முதன்மையானவனும், வியப்பதற்குரிய பலம் படைத்தவனுமான கும்பகர்ணன், ஆறு மாதம் உறங்கி விட்டு இப்போதுதான் விழித்தான். நான் தண்டகவனத்திலிருந்து ராமனின் மனைவியாகிய ஸீதையை அபகரித்து வந்தேன். என்னுடைய ஆசைக்கு இணங்க அவள் மறுக்கிறாள். நானோ அவளைப் போன்ற பெண்ணை மூவுலகிலும் பார்த்ததில்லை. முழு நிலவை யொத்த அவள், தங்கத்தினால் செய்யப்பட்ட பதுமை போல் காட்சி அளிக்கிறாள். அவள் கால்களைப் பார்த்தால் கூட, என் இதயத்தில் காதல் சுரக்கிறது. நெருப்பு போல ஜொலிக்கும் அவளைப் பார்த்து விட்ட நான், என் வசம் இழந்தவனாகி விட்டேன். உணர்ச்சிகளுக்கு அடிமையாகி விட்டேன். கோபம் கொள்ளும்போதும், வேதனையில் வாடும்போதும் கூட, மனதை விட்டு அகலாத காமம், என்னை வாட்டுகிறது. ராமனைச் சந்திப்போம் என்ற நினைப்பில் ''ஸீதை என்னிடம் ஒரு வருட கால அவகாசம் கேட்டிருக்கிறாள்.''

(ஸீதை, ராவணனிடம் அவகாசம் எதுவும் கேட்கவில்லை. அவனுக்கு இணங்க உறுதியாக மறுத்து விடுகிறாள். ராவணன்தான் 'ஒரு வருட காலம் உனக்கு அவகாசம் தருகிறேன். அதற்கு மேலும் நீ இணங்க மறுத்தால், விபரீதம் விளையும்' என்று கூறி ஸீதைக்கு அவகாசம் தருகிறான்.

ஆனால் சபையில் பலர் முன்னிலையில் இந்த உண்மையைத் திரித்து, ஸீதை அவகாசம் கேட்டதாகச் சொல்கிறான் ராவணன். தன்னுடைய கௌரவத்தைக் காப்பாற்றிக் கொள்வதற்காக அவன் சொன்ன பொய் இது.)

ராவணன் மேலும் தொடர்ந்தான்: ''ஸீதை கேட்ட அவகாசத்தை நான் அவளுக்கு அளித்திருக்கிறேன். இது ஒரு புறமிருக்க, வானரப் படையுடன் புறப்பட்டிருக்கும் ராமனும், லக்ஷ்மணனும் எப்படி

இந்த மாபெரும் கடலைக் கடக்கப் போகிறார்கள்? ஆனால், ஹனுமான் இங்கு வந்து விளைவித்த நாசத்தை நினைத்துப் பார்க்கும் போது, ஒரு காரியம் எப்படி சாதிக்கப்படுகிறது என்பதை அறிந்து கொள்வது கடினமே என்பதும் புரிகிறது. இவை யெல்லாவற்றையும் மனதில் கொண்டு, உங்கள் கருத்துக்களைச் சொல்லுங்கள்.''

இவ்வாறு கூறிய ராவணன் இறுதியாக, ''தேவர்களுடனும், அசுரர்களுடனும் போரிட்டு வெற்றி காண எனக்கு உதவியவர்கள் நீங்கள்தான். அன்று என் கூட இருந்தவர்கள், இன்றும் இருக்கிறீர்கள். நமக்கு எதிர் புறத்தில் – ஸீதை இருக்கும் இடத்தை அறிந்து கொண்ட ராமனும், லக்ஷ்மணனும் சுக்ரீவனின் வானரப் படையோடு கடற்கரைக்கு வந்திருக்கிறார்கள். இந்த நிலையில் ஸீதையை மீண்டும் அவர்களிடம் ஒப்படைக்காமலே, ராமனையும், லக்ஷ்மணனையும் கொன்று தீர்க்கும் உபாயத்தை யோசியுங்கள். வெற்றி நமக்கே நிச்சயமாகக் கிட்டுவதாகட்டும்'' என்று சொல்லி முடித்தான்.

ராவணனின் பேச்சைக் கேட்டு கோபமுற்ற கும்பகர்ணன், ''தரையை நோக்கிப் பாய்கிற போதே யமுனை நதி மடுவில் வந்து விழுவது போல, ஸீதை அபகரித்துக் கொண்டு வரப்பட்ட போதே, நீங்கள் இதுபற்றியெல்லாம் ஒரு முடிவுக்கு வந்திருக்க வேண்டும். நீங்கள் செய்த காரியம் உங்கள் தகுதிக்கு உகந்தது அல்ல. அப்போதே எங்களையெல்லாம் நீங்கள் கலந்து ஆலோசித்திருக்க வேண்டும். நன்கு ஆலோசனை செய்து, நியாயத்திலிருந்து தவறி விடாமல் முடிவெடுத்து, அரசு காரியங்களைச் செய்கிற மன்னன், பின்னால் வருந்த நேரிடுவதில்லை. முறைப்படி நடத்தப்படாத யாகங்கள் போல, நெறி தவறி செய்யப்படுகிற காரியங்கள் கேட்டையே விளைவிக்கின்றன. பின்பு செய்யப்பட வேண்டிய காரியங்களை முன்கூட்டியே செய்பவனும்; விரைவில் செய்யப்பட வேண்டிய காரியங்களை தாமதித்துச் செய்பவனும், நன்மை எது, தீமை எது என்பதை அறியாதவர்களாகிறார்கள். ஆலோசனை எதுவும் இல்லாமல், தன்னுடைய பலத்தையே பெரிதாக நினைத்து செயலில் முனைபவனை, எதிரிகள் விரைவில் வீழ்த்துகிறார்கள்.

எந்தவித யோசனையும் இல்லாமல், இந்தத் தகாத காரியம் உம்மால் தொடங்கப்பட்டது. உமக்கு இன்னமும் ஆயுள் பலம் இருக்கிறது போலும்! அதனால்தான், விஷம் கலந்த உணவு போன்ற ராமன், உம்மை இன்னமும் கொல்லாமல் இருக்கிறான்.'' என்று கூறினான்.

இப்படி ராவணனின் தவறுகளை எடுத்துக் காட்டிய கும்பகர்ணன், இதன் பின்னர், அவனுக்கு நம்பிக்கை அளிக்கும் வகையில் பேசத் தொடங்கினான். ''நடந்தது நடந்து விட்டது. உம்முடைய எதிரிகளைக் கொன்று, உம்மை துன்பத்திலிருந்து விடுவிக்கிறேன். உமது எதிரிகளிடம் நீங்கள் ஆரம்பித்து வைத்த தகாத செயலை நான் முடித்து வைக்கிறேன். அந்த இரண்டு அரச குமாரர்கள் இந்திரனும், சூரியனுமாக இருந்தாலும் சரி; அக்னி தேவனும், வாயு தேவனுமாக இருந்தாலும் சரி; குபேரனும், வருணனுமாக இருந்தாலும் சரி – அவர்களை நான் நாசம் செய்கிறேன். மலை போன்ற உடலைப் படைத்த நான், பெரும் இரும்புத் தடியைச் சுழற்றிக் கொண்டு யுத்தம் செய்யும்போது, இந்திரனும் நடுங்குவான். ராமன் இரண்டாவது அம்பை என் மீது எய்வதற்கு முன்பாக, அவனுடைய ரத்தத்தை நான் குடித்து விடுகிறேன். ஆகையால், நீங்கள் கவலையை விடுங்கள். ராமனையும், லக்ஷ்மணனையும் கொன்று, அவர்களோடு வருகிற வானரர்களை என்னுடைய உணவாக்கிக் கொள்கிறேன். நீங்கள் உங்கள் மனம் விரும்புகிற மாதிரி இன்பத்தை அனுபவியுங்கள். ஸீதை உங்களுக்கு உட்பட்டவளாவாள். மனக்கவலையை உதறுங்கள்.''

இப்படி கும்பகர்ணன் பேசிய பிறகு, அதுவரை ஆலோசனையில் ஆழ்ந்திருந்த மஹாபார்ச்வன், ''கொடிய விலங்குகளும், மான்களும் நிறைந்திருக்கிற ஒரு காட்டை கஷ்டப்பட்டு அடைகிற ஒரு மனிதன், அங்கு கிடைக்கிற தேனைப் பருகாமல் இருந்தால், அவன் சிறுமதி படைத்தவனாகிறான். எதிரிகளின் தலை மீது உங்கள் காலை வைத்து, ஸீதையோடு இன்புற்று இருங்கள். மீண்டும் மீண்டும் ஸீதையை வற்புறுத்தி, பலவந்தமாக அவளை இணங்கச் செய்யுங்கள். அதன் பிறகு உங்களுக்கு மனக்குறை ஏது? எங்களோடு சேர்ந்து கும்பகர்ணனும்,

யுத்த காண்டம்

இந்திரஜித்தும் நின்றால் – எங்களை மீறிக் கொண்டு வருகிற சக்தி, வஜ்ராயுதத்தை ஏந்திய இந்திரனுக்கும் கிடையாது. எதிரிகளை நாங்கள் பார்த்துக் கொள்கிறோம். இதில் சந்தேகமில்லை'' என்று சொன்னான்.

ஸீதையை இணங்கச் செய்து, அவளோடு சேர்ந்து இன்பத்தை அனுபவிக்க வேண்டும் என்று கூறிய மஹாபார்ச்வனைப் பார்த்து ராவணன், ''முன்பு ஒருமுறை 'இனி ஒரு பெண்ணை நீ பலாத்காரம் செய்தால் உன் தலை சுக்கு நூறாக வெடிக்கும். இது தவறாது' என்று நான் சபிக்கப்பட்டிருக்கிறேன். ஆகையால்தான் நான் ஸீதையை பலவந்தமாக இணங்கச் செய்ய முயற்சிக்கவில்லை'' என்று விளக்கமளித்து விட்டு மேலும் சொன்னான்.

''என்னுடைய கோபம் கடலின் கொந்தளிப்பை ஒத்தது. என்னுடைய வேகம் காற்றின் சீற்றத்தை நிகர்த்தது. இதை அறியாததால் ராமன் என்னை எதிர்க்க முனைந்திருக்கிறான். இல்லாவிட்டால் தூங்குகிற சிங்கத்தை எவனாவது சீண்டி எழுப்புவானா? சாவை எவனாவது விரும்பி அழைப்பானா? நான் போரில் விடுக்கும் அம்புகளை ராமன் கண்டதில்லை. அதனால் என்னை எதிர்த்து வருகிறான். அவனை ஒரு நொடியில் நான் வீழ்த்துவேன். நக்ஷத்திரங்களின் ஒளியை உதயசூரியன் சிதற அடிப்பது போல, அவனுடைய படையை நான் சிதற அடிப்பேன். குபேரனால் ஆளப்பட்ட இந்த இலங்கையை நான் வென்றது என் தோள் வலியால். அப்படியே ராமனையும் வெல்வேன்.''

தற்பெருமை பேசிய ராவணன், கர்ஜனை புரிந்த கும்பகர்ணன் ஆகியோரின் உரைகளைக் கேட்டுக் கொண்டிருந்த விபீஷணன், ராவணனைப் பார்த்து மீண்டும் நல்ல அறிவுரை கூற முனைந்தான். ''ஐந்து விரல்களை – ஐந்து தலைகளாகவும், ஆழ்ந்திருக்கும் சிந்தனையை விஷமாகவும் கொண்டுள்ள ஸீதை எனும் இந்த நாகசர்ப்பத்தை, உங்கள் கழுத்தில் கட்டியது யார்? வேண்டாம் இந்த விபரீதம். வானரப் படை இலங்கை மீது படையெடுத்து விடுவதற்கு முன்பாக, ஸீதை ராமனிடம் மீண்டும் ஒப்புவிக்கப்படட்டும். இடி போன்ற ராமனின் அம்புகள், அரக்கர்களின் தலைகளை அறுத்து எறிவதற்கு முன்பாக, ஸீதை

ராமனிடம் ஒப்புவிக்கப்படட்டும். அதிகாயனோ, கும்பனோ, நிகும்பனோ, மகோதரனோ, மஹாபார்ச்வனோ, இந்திரஜித்தோ, கும்பகர்ணனோ போர்க்களத்தில் ராமனை எதிர்த்து நிற்கக் கூடியவர்கள் அல்ல. சூரியனாலும் வாயு தேவனாலும் பாதுகாக்கப் பட்டாலும், இந்திரனின் மடியில் அமர்ந்தாலும், எமனே உதவி செய்தாலும், ராமனுடைய அம்புகளிலிருந்து உங்களால் தப்ப முடியாது. ஸீதை ராமனிடம் ஒப்புவிக்கப்படட்டும்.''

இதைக் கேட்ட ப்ரஹஸ்தன், ''தேவர்கள், அசுரர்கள், யக்ஷர்கள், கந்தர்வர்கள், நாகர்கள் – என்று யாரிடமிருந்தும் நமக்கு ஆபத்து கிடையாது. அப்படியிருக்க, மனிதர்களுக்கு அரசனான ஒருவனுக்குப் பிறந்த ராமனிடமிருந்து போர்க்களத்தில் ஆபத்து நமக்கு எவ்வாறு ஏற்படும்?'' என்று அலட்சியமாகக் கேட்டான்.

அறம், பொருள், இன்பம் என்ற மூன்றையும் அலசி ஆராய்ந்த அறிவை உடைய விபீஷணன், ப்ரஹஸ்தனைப் பார்த்து, ''அதர்மத்தில் நாட்டமுடையவனாக வாழ்ந்தவன் சொர்க்கத்தை அடைவான் என்றால் – நீங்கள் எல்லாம் திட்டமிடுகிற வெற்றி உங்களுக்குக் கிடைக்கும். ப்ரஹஸ்தா! ராமனை எதிர்க்கக் கூடியவன் நம்மில் எவனுமில்லை. அவனை எதிர்க்க தேவர்களும் அஞ்சுவார்கள். ராமனுடைய அம்புகள் இன்னமும் உன் உடலில் பாயவில்லை. அதனால் இப்படிப் பெருமை பேசுகிறாய். தீமையினால் அடிமைபடுத்தப்பட்ட நமது அரசர், உன்னைப் போன்ற நண்பர்களால் சூழப்பட்டிருப்பது அரக்கர் களின் அழிவுக்காகவே. இந்த மாதிரி ஆபத்தில் சிக்கியுள்ள அரசனை, அவனுடைய ஆதரவாளர்கள் ஒன்று கூடி, பலாத்காரத்தைப் பயன்படுத்தியாவது, அவனுடைய முடியைப் பிடித்து இழுத்தாவது – பேய் பிடித்தவனை உறவினர்கள் காப்பாற்றுவது போல் – காப்பாற்ற வேண்டும். உங்களால் காப்பாற்றப்படும் தகுதி படைத்தவரே ராவணன். நான் இந்த நகரத்தின் நன்மைக்காகப் பேசுகிறேன். அரக்கர்களின் நன்மைக் காகப் பேசுகிறேன். அரசனின் நன்மைக்காகப் பேசுகிறேன். ராமனிடம் ஸீதை ஒப்புவிக்கப்படட்டும். எதிரியின் பலத்தையும், தங்கள் தரப்பு பலத்தையும் சீர்தூக்கி, சூழ்நிலையையும் ஆராய்ந்து,

அரசனுக்கு நல்ல பயன் தரத்தக்க யோசனையைச் சொல்பவனே மந்திரி எனப்படுகிறான். ஸீதை, ராமனிடம் ஒப்புவிக்கப் படட்டும்'' என்றும் சொன்னான்.

ஆர்வமும், உற்சாகமும் மிகுந்தவனான இந்திரஜித், விபீஷணனைப் பார்த்து கோபத்தோடு, ''சிற்றப்பனே! இப்படி அலறி நடுங்கி நீங்கள் பேசக் காரணம் என்ன? இந்தக் குலத்தில் பிறக்காத ஒருவன் கூட இப்படி பயந்து நடுங்க மாட்டானே!'' என்று சொல்லி விட்டு, சபையோரைப் பார்த்துப் பேசத் தொடங்கினான்.

6. யுத்த காண்டம்

அத்தியாயம் – 4

விபீஷணன் மீது ராவணன் சீறினான்!

விபீஷணனை இகழ்ந்து பேசிவிட்டு, இந்திரஜித், ராம - லக்ஷ்மணர்களைக் கொல்வது எளிது என்று பெருமை பேசுதல்; அவனுடைய அறியாமையைக் கடிந்து பேசுகிற விபீஷணன், ஸீதையை ராமரிடமே ஒப்படைக்குமாறு மீண்டும் ராவணனை வற்புறுத்துவது; உறவினர்களே ஆபத்தானவர்கள் என்று கூறுகிற ராவணன், விபீஷணனை மிகவும் கடுமையாகப் பேசுவது...

"நம் குலத்திலேயே தைரியமும், துணிவும், பராக்கிரமும், வீரமும், வலிமையும், அற்றவன் இந்த விபீஷணன் மட்டுமே" என்று கூறிவிட்டு, இந்திரஜித் மேலும் தொடர்ந்து பேசினான்: "இந்த இரண்டு அரசகுமாரர்களை, நமது அரக்கர் கூட்டத்தில் உள்ள மிக பலவீனமானவனே கூட கொன்று விடுவான். அப்படியிருக்க, இந்தக் கோழை நம்மைப் பயமுறுத்தப் பார்ப்பது ஏன்? தேவர்களின் அரசனும், மூவுலகையும் பாதுகாப்பவனுமாகிய இந்திரனை இழுத்து தரையில் தள்ளியவன் நான் என்பதை மறக்க வேண்டாம். அந்த நேரத்தில் தேவர் கூட்டம் பயந்து நடுங்கி, நான்கு திசைகளிலும் சிதறி ஓடியது. இந்திரனின் புகழ்பெற்ற ஐராவதம் என்ற சிறப்பு வாய்ந்த யானை, என்னால் பூமியில் தள்ளப்பட்டது. இப்படி தேவர்களையே நடுங்கச் செய்த என்னால், இந்த இரண்டு மானிடர்களைத் தாக்க முடியாதா, அடக்க முடியாதா?"

இப்படித் தற்பெருமை பேசிய இந்திரஜித்தை மறுத்து, விபீஷணன் மீண்டும் பேசினான் : ''அறிவு முதிர்ச்சி அடையாத சிறுவனே! எது நன்மை பயக்கக் கூடியது? எது தீமையை விளைவிக்கக் கூடியது? – என்பது புரியாததால் ராவணனுடைய அழிவுக்குரிய பாதையையே சுட்டிக் காட்டி நீ பேசுகிறாய். ராமனுடைய கையினால், அழிவு நேரிடும் என்று நான் ராவணனை எச்சரித்தும் கூட, மகன் என்ற பெயர் கொண்டு, மன்னனுக்குத் தீங்கு விளைவிக்கக் கூடிய வழியைக் காட்டுகிற நீ, உண்மையில் அரசனின் எதிரியே. கெட்ட மதி படைத்த நீ, அழியத்தக்கவன்! இந்த ஆலோசனை மண்டபத்தில் உன்னை அனுமதித்த அரசனும் மரணமடையத் தக்கவனே! இந்திரஜித்! நீ பொறுப்புணர்வு இல்லாதவன். மூடன், பண்பற்றவன், வன்முறையில் விருப்பம் கொண்டவன், அறிவில்லாதவன், தீயவன், கெட்டதையே நினைப்பவன்! சிறுவன்போல் உளறுகிற இந்திரஜித்தே! எமனுடைய ஆயுதத்தை ஒத்த ராமனுடைய அம்புகளை எதிர்த்து நிற்கும் வல்லமை யாருக்கு இருக்கிறது? மீண்டும் சொல்கிறேன். ராமனிடம் ஸீதையை ஒப்படைத்து, ரத்தினங்கள், உயர்ந்த ஆபரணங்கள், வைரங்கள் – போன்ற பலவற்றையும் அவளுக்கு அளித்து, மரியாதையுடன் அவளை அனுப்பி வையுங்கள். அரசனே! நாம் அச்சமின்றி வாழ இது ஒன்றுதான் வழி.''

(கம்ப ராமாயணத்திலும், வால்மீகி ராமாயணம் போலவே, ராவணனிடம் 'ஸீதையை நீ அபகரித்து வந்தது தவறு' என்று சுட்டிக் காட்டி கும்பகர்ணனும், விபீஷணனும் பேசுகிறார்கள்.

'ஒரு தவறும் இல்லாத மாற்றான் மனைவியை சிறையில் நாம் அடைத்து வைப்போம்; ஆனால் ஒரு குறையுமில்லாத புகழை அடையவும் நாம் விரும்புவோம்! பெருமை கொண்டு நாம் பேசுவதோ வீர வசனங்கள்; ஆனால் அதற்கிடையில், நாம் விரும்புவதோ காமத்தை! மானிடர்களைப் பார்த்து அஞ்சவும் செய்கிறோம். நமது வெற்றி ரொம்பவும் நன்றாகத்தான் இருக்கிறது' என்று கும்பகர்ணன் சொல்லுவதாகக் காட்டுகிற கம்பரின் வார்த்தைகள்.

'ஆசு இல் பர தாரம் அவை அம் சிறை அடைப்பேம்;
மாசு இல் புகழ் காதலுறுவேம்; வளமை கூரப்

பேசுவது மானம்; இடை பேணுவது காமம்;
கூசுவது மானுடரை; நன்று, நம் கொற்றம்!

கும்பகர்ணன் தொடர்ந்து, 'அரசனே! சிறப்பானவர்கள் செய்யும் நல்ல காரியத்தை நீ செய்யவில்லை. நமது குலத்திற்கே சிறுமை உண்டாக்கக் கூடிய காரியத்தைச் செய்து விட்டாய். தேன் சிந்துகிற பூக்களை அணிந்துள்ள கூந்தலைக் கொண்ட ஸீதையை, இனிமேல் ராமனிடம் செல்ல விட்டு விட்டால், நாம் பலமற்ற எளியவர்கள் என்று அர்த்தமாகும். அந்த மனிதர்கள் போரில் நம்மை வெல்ல, நாம் இறந்து விடுவோமாயின் அதுவும் கூட, நல்லதே! நமக்குப் பழியாவது உண்டாகாமல் இருக்கும்' என்றும் சொல்கிறான். அந்தச் செய்யுள்.

சிட்டர் செயல் செய்திலை; குலச் சிறுமை செய்தாய்;
மட்டு அவிழ் மலர்க் குழலினாளை, இனி, மன்னா!
விட்டடுதுமேல், எளியம் ஆதும்; அவர் வெல்ல,
பட்டிடுதுமேல், அதுவும் நன்று; பழி அன்றால்.

இப்படியெல்லாம் கூறிய கும்பகர்ணன், வால்மீகி ராமாயணத்தில் வருவது போலவே, கம்ப ராமாயணத்திலும் இறுதியில் அவனையும், அவனுடைய வானரப் படையையும் தான் அழித்து வருவதாகச் சொல்கிறான்.

விபீஷணன் ராவணனுக்கு அறிவுரை கூறுகிறபோது, கம்ப ராமாயணத்தில், 'எனக்குத் தந்தையும் நீதான், தாயும் நீதான், எனக்கு மூத்த சகோதரனும் நீதான். தவத்தினால் நான் வணங்கி நிற்கிற தெய்வமும் நீதான். எல்லாமே நீதான். இந்திரப் பதவியை ஒத்த பெரிய அரச பதவியை, நீ இழக்கப் போகிறாயே என்று மனம் வருந்தினேன். அதனால் இதைச் சொல்கிறேன்' என்று தன்னுடைய அறிவுரையை ஆரம்பிக்கிறான். அந்தச் செய்யுள் :

எந்தை நீ; யாயும் நீ; எம்முன் நீ; தவ
வந்தவனைத் தெய்வம் நீ; மற்றும் முற்றும் நீ;
"இந்திரப் பெரும் பதம் இழக்கின்றாய்" என
நொந்தனென் ஆதலின், நுவல்வது ஆயினேன்.

இப்படி தொடங்குகிற விபீஷணன், 'நெருப்பிலே விழுந்து உயிர் துறந்த, அந்தத் தெய்வீகமான கற்பை உடைய வேதவதி என்பவள்,

தனது வாயினால் மொழிந்த சாப மொழிகளை மறுத்து விடுகிற வல்லமை நமக்கு இருக்கிறதா? நான் உனக்கு நோயாவேன் – என்று அவள் கூறியுள்ளாள். அவளேதான் ஸீதை. முன்பு பாற்கடலில் அமுதத்தோடு தோன்றிய லக்ஷ்மியும் அவளே!' என்று சொல்கிறான். அந்தச் செய்யுள் :

தீயிடைக் குளித்த அத் தெய்வக் கற்பினாள்
வாயிடை மொழிந்த சொல் மறுக்க வல்லமோ?
"நோய் உனக்கு யான்" என நுவன்றுளாள் அவள்;
ஆயவள் சீதை, பண்டு அமுதின் தோன்றினாள்.

இப்படி பல அறிவுரைகளைக் கூறுகிற விபீஷணன் இறுதியில், 'சற்றும் தளராத கற்பை உடைய அந்த ஸீதையை, ராமரிடம் விட்டு விடு. இதைத் தவிர சிறந்த ஒரு வெற்றி உனக்குக் கிடையாது' – என்று சொல்லி முடிக்கிறான்.

இரண்யன் – பிரகலாதன் ஆகியோர் வரலாற்றை மிக விவரமாக விபீஷணன் எடுத்து ராவணனுக்கு உரைப்பதாகவும், கம்பர் காட்டுகிறார். இது வால்மீகி ராமாயணத்தில் இல்லை. இரண்யன் பற்றிய பேச்சே அங்கு கிடையாது. ஆனால் கம்ப ராமாயணத்தில், இரண்யன் எப்படி அழிந்தான் என்பதை விவரமாக எடுத்துச் சொல்லி, ராவணனை விபீஷணன் எச்சரிக்கிறான்.

இப்படி இரண்யனின் கதையை விபீஷணன் எடுத்துச் சொல்லி எச்சரிக்கிற போது, ராவணன் கோபம் கொண்டு, 'பலம் மிக்க இரண்யனுடைய மகனாகிய பிரகலாதனுக்கு என்ன குணமோ, அந்தக் குணத்தை உடைய நீ, சூழ்ச்சியை நடத்தி நான் அந்த மனிதனிடம் தோல்வி அடைந்த பிறகு, இலங்கை எனும் என் செல்வத்தை அடைந்து, அதன் பிறகு அரசனாக வாழலாம் என்று நினைக்கிறாயா? அது நடக்கக் கூடிய காரியமா?' என்று கேட்கிறான். அந்தச் செய்யுள் :

பாழி சால் இரணியன் புதல்வன் பண்பு என,
சூழ்வினை முற்றி, யான் அவர்க்குத் தோற்றபின்,
ஏழை நீ என் பெருஞ் செல்வம் எய்தி, பின்
வாழவோ கருத்து? அது வர வற்று ஆகுமோ?

பின்னர் ராவணன் விபீஷணனைப் பார்த்து, 'இம்மாதிரி யெல்லாம் என்னிடம் பேசுவதை விட்டு விட்டு, நீ இங்கிருந்து போய் விடு' என்றும் கூறி விடுகிறான்.)

அழிவு காலத்தை நெருங்கி விட்டதால், தன் வசம் இழந்திருந்த ராவணன், விபீஷணனின் பேச்சைக் கேட்டு கோபமுற்றான். "நண்பன் என்று கூறிக் கொண்டு நமது விரோதிக்கு விசுவாசமாக இருப்பவனோடு வாழ்வதை விட, கொடுமையான கோபத்துடன் இருக்கிற கடுமையான விஷம் கொண்ட பாம்புடன் வாழ்வது மேல். உலக வழக்கில், உறவினரின் தன்மை எத்தகையது என்பதை நான் அறிவேன். ஒருவனுக்கு துன்பம் நேரிடும்பொழுது அவனுடைய உறவினன் மகிழ்கிறான். ஒருவன் புகழ் வாய்ந்தவனாக இருந்து விட்டால், அவன் எவ்வளவு சிறப்பாக தனது கடமைகளைச் செய்தாலும் சரி, அவனுடைய உறவினர்கள் அவனை அவமதிக்கிறார்கள்; அவனுடைய வீழ்ச்சியை நாடுகிறார்கள். உறவினர்களிடையே பொறாமைதான் நிலவுகிறது. கெட்ட எண்ணமே மேலோங்கி நிற்கிறது. அவர்கள் அஞ்சத் தகுந்தவர்கள்.

"முன்பு ஒருமுறை, தாமரைக் குளத்தில் நின்றிருந்த யானைகள் தங்களைப் பிடிக்க சில கருவிகளோடு வந்து கொண்டிருந்த மனிதர்களைப் பார்த்து, தங்களுக்குள் பேசிக் கொண்டதை நான் கேட்டேன். அதை இப்போது இங்கு சொல்கிறேன். மிருகங்களினால் ஆபத்தில்லை; ஆயுதங்களினால் ஆபத்தில்லை; ஆனால் சுயநலம் கொண்ட நம்மவர்களினாலேயே நமக்கு ஆபத்து நேரிடும். நம்மை பிடிக்கும் வழியை நம்மைச் சார்ந்தவர்களே காட்டிக் கொடுப்பார்கள் என்பதில் சந்தேகமில்லை. நமக்கு நேரிடக் கூடிய ஆபத்துக்களில் எல்லாம் மிகப்பெரிய ஆபத்து, நம்மவர்களிடமிருந்து வரக்கூடிய ஆபத்துதான்' என்று அந்த யானைகள் பேசிக் கொண்டன."

ராவணன் தொடர்ந்தான் : "அரசனிடம் செல்வம் இருக்கிறது; அந்தணனிடம் தவம் இருக்கிறது; பெண்களிடம் சபலம் இருக்கிறது; உறவினர்களிடம் ஆபத்து இருக்கிறது! மூவுலகங்களிலும் நான் மதிக்கப்படுகிறேன் என்பதும், பெரும்

வல்லமை படைத்தவனாக இருக்கிறேன் என்பதும், என்னுடைய விரோதிகளின் தலைகள் மீதெல்லாம் என் கால் வைக்கப்பட்டது என்பதும், உன்னால் சகித்துக் கொள்ள முடியாத விஷயங்களாக இருக்கின்றன. தாமரை இலைமீது விழுந்த நீர், அதை ஈரமாக்கி விடுவதில்லை; தகாதவர்களிடம் வைத்த அன்பு, அவர்களுடைய இதயத்தை ஈரமாக்குவதில்லை. பெரும் கோடையில் வறண்டு கிடக்கிற பூமியை, பெரும் மழை ஈரமாக்கி விடுவதில்லை; தகாத மனிதர்களிடம் வைத்த அன்பு, அவர்களுடைய இதயத்தை ஈரப்படுத்துவதில்லை. ஒரு மலரிலிருந்து தேனைப் பருகுகிற வண்டு, அந்த மலரிடம் அன்பு காட்டுவதில்லை – நீயும் அவ்வாறானவனே! நல்ல நீரிலே குளித்த யானை, குளித்து முடிந்த பிறகு, தனது தும்பிக்கையினால் மண்ணை வாரி தன் மீது போட்டுக் கொள்வது போல, நீ நடந்து கெள்கிறாய். உன்னைத் தவிர வேறு ஒருவன் நீ இப்போது பேசிய மாதிரி பேசி இருந்தால், அவன் இந்நேரம் உயிருடன் இருந்திருக்க மாட்டான். மதி கெட்டவனே! இந்தக் குலத்தைக் கெடுக்க வந்தவன் நீ!''

விபீஷணன் எழுந்தான். அவனோடு அவனுடைய ஆதரவாளர்கள் நால்வர் எழுந்து நின்றனர். ''என்னைப் பார்த்துக் கொடுமையான வார்த்தைகளைப் பேசிய மன்னனே! நீ உன்னையே ஏமாற்றிக் கொள்கிறாய். ஆகையால், என்னவெல்லாம் சொல்ல விரும்புகிறாயோ சொல்லிக் கொள். என்னுடைய மூத்த சகோதரன் என்பதால் தந்தைக்கு சமமான மரியாதையை என்னிடம் இருந்து பெறத்தக்கவனாகிறாய். ஆனால், தர்மத்தின் பாதையிலிருந்து நீ தவறுவதால், உன்னுடைய ஏசுதல்களை என்னால் சகித்துக் கொண்டிருக்க முடியவில்லை'' என்று கூறிய விபீஷணன் மேலும் தொடர்ந்து பேசினான்.

6. யுத்த காண்டம்

அத்தியாயம் - 5

விபீஷணன் மீது வானரர்களின் சந்தேகம் !

ராவணனை கடைசியாக எச்சரித்து விட்டு விபீஷணன், அங்கிருந்து அகல்வது; ராமர் இருக்கும் இடத்தை அடைந்து அடைக்கலம் கோருகிற விபீஷணன் மீது ஸுக்ரீவன் சந்தேகப்பட்டு, அவனைக் கொன்று விட வேண்டும் என்று கூறுவது; பல வானரர்களும் முக்கியஸ்தர்களும் அவ்வாறே கூற, ஹனுமான் விபீஷணனை ஏற்பதே தகும் என்று அபிப்பிராயம் சொல்வது; தான் அவ்வாறு கூறுவதற்கு ஹனுமான் கூறுகிற காரணங்கள்...

ராவணனைப் பார்த்து விபீஷணன் இறுதியாகப் பேசிய வார்த்தைகள் தொடர்ந்தன. ''தன்னை அடக்காதவனும், தன்னுடைய அழிவு காலத்தை நெருங்கி விட்டவனும், தன்னுடைய நலனை விரும்புகிறவர்களுடைய நல்ல அறிவுரைகளை காதில் போட்டுக் கொள்வதில்லை. ஒருவனுடைய மனதிற்கு பிடித்தமான வார்த்தைகளையே பேசுகிறவர்களை, எங்கு வேண்டுமானாலும் பார்க்கலாம். ஆனால் கேட்பதற்கு கசப்பாக இருந்தாலும், நலனை மட்டுமே விளைவிக்கக் கூடிய வார்த்தைகளை பேசுபவர்களைப் பார்ப்பதும் அரிது; அப்படிப்பட்ட வார்த்தைகளைக் கேட்பவர்களைப் பார்ப்பதும் அரிது. மரணத்தின் பிடியில் சிக்கி விட்ட, தீயினால் பொசுங்கி விடப் போகிற, உன்னை இப்படியே விட்டு விட என் மனம் இடம் கொடுக்கவில்லை. அதனால்தான் நான் இவ்வளவு

பேசினேன். ராமனின் அம்புகளுக்கு நீ இரையாவதை நான் விரும்பாததால்தான் நான் இவ்வளவு பேசினேன். கேடு காலம் வந்து விட்டால், வீரனும், பலவானும் கூட, மணலினால் கட்டப்பட்ட அணை போல சாய்கிறான். உன்னுடைய நலனையே நினைத்து நான் பேசிய வார்த்தைகளை, மறந்து விடு. உன்னைக் காப்பாற்றிக் கொள். அரக்கர்களை காப்பாற்று. இந்த நகரத்தையும் காப்பாற்று. உனக்கு எல்லா நலன்களும் கிட்டட்டும். நான் இல்லாத நேரத்தில் நீ இன்புற்று இருப்பாயாக. ஒருவனுடைய வாழ்வு காலம் முடிந்து அவன், தன்னுடைய கேடு காலத்தை நெருங்குகிற போது, எந்த நல்ல மொழியும் அவன் காதுகளில் விழுவதில்லை. ஆகையால்தான் நீ, நான் சொல்லும் வார்த்தைகளைக் கேட்டுக் கொள்ள மறுக்கிறாய்.'' இவ்வாறு பேசி முடித்து விட்டு விபீஷணன் அங்கிருந்து அகன்றான்.

ராவணனிடம் கடுமையாகப் பேசி விட்டுப் புறப்பட்ட விபீஷணன், ஒரு முகூர்த்த நேரத்தில் ராம, லக்ஷ்மணர்கள் இருந்த இடத்திற்கு வந்து சேர்ந்தான். கூடியிருந்த வானரர்கள், வானிலே நிலைபெற்ற விபீஷணனையும், அவனைச் சார்ந்த நால்வரையும் கண்டு மலைத்தனர். மாபெரும் மேகத்தையும், மலையையும் ஒத்திருந்த விபீஷ்ணனும், அவனைச் சார்ந்த நால்வரும் பலவகையான ஆயுதங்களைத் தாங்கி இருந்ததைப் பார்த்து, ஸுக்ரீவன் சிந்தனையில் ஆழ்ந்தான். பிறகு ஹனுமானையும், மற்ற வானரர்களையும் பார்த்து, ''நால்வரோடு சேர்ந்து பல ஆயுதங்களைத் தாங்கி வருகிற இந்த அரக்கன், நிச்சயமாக நம்மைக் கொல்வதற்காகவே வந்திருக்கிறான்'' என்று தனது முடிவான கருத்தைக் கூறினான்.

இதைக் கேட்டு வானரர்கள், விபீஷணனைத் தாக்க தயாராகிய நிலையில் விபீஷணன், வானத்தில் இருந்தவாறே உரக்கப் பேசினான். ''ராவணன் என்ற பெயர் கொண்ட தீய நடத்தை படைத்தவன் அரக்கர்களின் தலைவனாக இருக்கிறான். நான் அவனுடைய இளைய சகோதரன். என் பெயர் விபீஷணன். ஜனஸ்தானத்திலிருந்து, ஜடாயுவைக் கொன்று, ஸீதையை அபகரித்த ராவணன், அவளை அரக்கிகளின் காவலில் வைத்திருக்கிறான். நான் அவனிடம் வெவ்வேறு வகையில் வாதம் புரிந்து,

ராமனிடமே ஸீதை ஒப்படைக்கப்பட வேண்டும் என்று எடுத்துக் கூறினேன். தனது முடிவை நெருங்கி விட்ட மனிதன், எப்படி நல்ல மருந்தை உட்கொள்ள மறுப்பானோ – அப்படி விதியின் வசப்பட்டு விட்ட ராவணன், என் சொல்லை ஏற்க மறுத்தான். அவனால் நான் கடுமையாகப் பேசப்பட்டேன். அடிமை போல் அவமரியாதை செய்யப்பட்டேன். அவனுக்கு நான் நல்லதையே உரைத்தாலும், இப்படி அவன் என்னை நடத்தி விட்ட காரணத்தினால், என் மனைவி மக்களை விட்டு, நான் ராமனிடம் அடைக்கலம் கோரி வந்திருக்கிறேன். அனைத்து உலகங்களுக்கும் பாதுகாப்பு அளிக்கக் கூடிய உயர்ந்த மனம் படைத்த ராமனிடம், விபீஷணன் வந்திருக்கிறான் என்று அறிவியுங்கள்.''

இப்படி விபீஷணன் பேசியவுடன், ராமரும், லட்சுமணனும் இருந்த இடத்தை நோக்கி ஸுக்ரீவன் விரைந்தான்.

(இந்த இடத்தில் ஒரு விஷயம் கவனிக்கத்தக்கது. ஹனுமான் சமுத்திரத்தைக் கடந்த போது, அது எவ்வளவு அதிசயிக்கத்தக்க, பிரமிக்கத்தக்க, அசாத்தியமான காரியம் என்பது வால்மீகி ராமாயணத்தில் மிக விவரமாகக் கூறப்பட்டிருக்கிறது. ஆனால் விபீஷணனோ சர்வ சாதாரணமான, ஒரு முகூர்த்த நேரத்தில் சமுத்திரத்தைக் கடந்து, வான வீதியில் வந்து விடுகிறான். அவன் மட்டுமல்ல, அவனைச் சார்ந்த நால்வரும் கூட அவ்வாறே வருகிறார்கள். அப்படியானால் ஹனுமான் செய்தது மிகச் சாதாரணமான காரியம்தானா – என்ற கேள்வி சிலர் மனதில் எழலாமோ என்னவோ? என் மனதில் எழுந்தது. இதற்கு ராமாயண விரிவுரைகளில் ஏதாவது விளக்கம் கிடைக்கிறதா என்று பார்த்தேன். கிடைக்கவில்லை. நானாகவே ஒரு முடிவுக்கு வருகிறேன்.

விபீஷணனும், அவனுடன் வந்த அவனுடைய நான்கு ஆதரவாளர்களும் அரக்கர் குலத்தைச் சார்ந்தவர்கள். அவர்கள் அனைவருமே நினைத்த உருவத்தை எடுக்கும் வல்லமை படைத்தவர்கள். இவ்வாறு பலவித சக்திகளையும், வல்லமை களையும் படைத்த அரக்கர் குலத்தினருக்கு, தாண்ட முடியாத சமுத்திரத்தையும், வான வீதியின் வழியாக கடக்கக் கூடிய சக்தியும் இருந்தது என்றுதான் கொள்ள வேண்டும்.)

யுத்த காண்டம்

"ராவணனைச் சார்ந்தவன் ஒருவன் நம்மிடம் வந்து சேர்ந்திருக்கிறான். சரியான தருணத்தில் ஓர் ஆந்தை, காகங்களைக் கொல்வது போல, அவன் நம்மைக் கொன்று விடுவான். எதிரியை வீழ்த்துவதற்காக படைகளை அணி வகுப்பு செய்வதோடு, சாம, தான, பேத, தண்டம் என்ற நான்கு உபாயங்களுக்கான நேரங்களையும் முடிவு செய்து, ஒற்றர்களின் நடவடிக்கையையும் நீங்கள் கவனிக்க வேண்டும். அரக்கர்களோ பிறர் கண்ணுக்குத் தெரியாமல் சஞ்சரிக்கக் கூடியவர்கள். நினைத்த உருவத்தை எடுக்கக் கூடியவர்கள். பெரும் வீரம் படைத்தவர்கள். தந்திரங்கள் நிறைந்தவர்கள். ஆகையால் அவர்கள் விஷயத்தில் மிகவும் கவனமாக இருக்க வேண்டும். இப்போது வந்திருப்பவன் ராவணனின் ஒற்றனாக இருக்கலாம். எப்படியாவது நம்மிடையே புகுந்து நமக்குள் பிளவை ஏற்படுத்த அவன் முயற்சிக்கலாம். அல்லது நமது பலவீனங்களை அறிந்து கொண்டு சரியான தருணத்தில் நம்மை அவன் தாக்கலாம். கூட்டாளிகள், வனத்திலே வாழ்பவர்கள், தொன்று தொட்டு வேலை செய்கிற பணியாட்கள், தேவையான, சம்பளம் பெற்று பணிபுரிபவர்கள் – ஆகியோரிடமிருந்து கிட்டும் உதவிகள் ஏற்கப்படத்தக்கவை; ஆனால் எதிரியிடமிருந்து கிடைக்கும் உதவி நிராகரிக்கத் தகுந்தது. இவற்றையெல்லாம் மனதில் நிறுத்திப் பார்க்கும்பொழுது, இப்பொழுது வந்திருப்பவனை நாம் நம்பக்கூடாது என்பது தெளிவாகிறது. வந்திருப்பவன் ராவணனின் இளைய சகோதரன். அவனுடன் நான்கு அரக்கர்களும் வந்திருக்கிறார்கள். ராவணன்தான் இந்த விபீஷணனை அனுப்பி இருக்க வேண்டும் என்று நான் நினைக்கிறேன். ஆகையால் அவனை சிறைப் படுத்துவதுதான் நல்லது. ராவணனின் உத்திரவை ஏற்று, தருணம் வாய்ந்த போது உங்களைக் கொல்வதற்காக வந்திருக்கிற இவனை, அவனுடன் வந்திருப்பவர்களோடு சேர்த்து கொன்று விடுவோம்" என்று ராமரை அடைந்த ஸுக்ரீவன், அவரிடம் கேட்டுக் கொண்டான்.

ஸுக்ரீவன் கூறியதை அமைதியாகக் கேட்டுக் கொண்டிருந்த ராமர், அவன் பேசி முடித்த பிறகு, ஹனுமானையும் மற்ற வானரர்களையும் பார்த்து, "ஸுக்ரீவன் கூறியதை நீங்கள்

அனைவரும் கேட்டீர்கள். தங்களை நம்பியவனுக்கு நன்மை விளைவிப்பதற்காக, தங்கள் மனதைத் திறந்து, எல்லா நேரங்களிலும் தங்களுடைய உண்மையான கருத்தைப் பேசுவது– நண்பர்களுக்கு உரிய லட்சணம். ஆகையால் நீங்கள் உங்கள் கருத்துக்களைக் கூறுங்கள்'' என்று சொன்னார்.

வானரர்களில் பலர், ''உங்களுக்குத் தெரியாதது எதுவும் இல்லை. எங்களை கௌரவப்படுத்துவதற்காக எங்களிடம் நீங்கள் கருத்து கேட்கிறீர்கள். எதையும் ஆராயாமல் எந்த ஒரு காரியத்திலும் நீங்கள் இறங்கப் போவதில்லை. தவறாத விரதமும், தளராத மனமும், குறையாத தைரியமும், நீங்காத சக்தியும் படைத்த தாங்கள், உங்களுடைய நல்ல மனதின் காரணமாக, எங்களுடைய கருத்துக்களைக் கேட்டதால், இங்கே இருக்கிற மூத்தவர்கள் ஒருவர் பின் ஒருவராக அவர்களுடைய கருத்துகளைக் கூறட்டும்'' என்று பணிவுடன் கூறினார்கள்.

அங்கதன் எழுந்தான். ''எதிரியிடமிருந்து வந்திருப் பதால் விபீஷணனை நாம் சந்தேகத்துடன்தான் அணுக வேண்டும். ஒரு காரியத்தில் முனைவதால் நமக்கு நன்மை கிடைக்குமா, தீமை கிடைக்குமா என்பதை ஆராய்ந்து, நன்மை கிட்டும் என்றால் அதில் நாம் இறங்க வேண்டும். இல்லையென்றால் அதைத் தவிர்க்க வேண்டும். இவனை ஏற்பதால் நமக்கு தீமைகளே கூடும் என்றால், இவனை நாம் நிராகரிப்போம். ஆனால் இவனை ஏற்பதால் நமக்குச் சில நன்மைகள் கிட்டக் கூடும் என்று நமது ஆலோசனையின் முடிவில் நமக்குத் தெரிய வந்தால், இவனை ஏற்போம்.'' என்று கூறி அவன் அமர்ந்தான்.

சரபன் எழுந்து, ''விபீஷணனிடம் உடனடியாக ஓர் ஒற்றன் அனுப்பவிக்கப்படட்டும். அந்த ஒற்றன் மூலமாக விபீஷணனின் மனதை பரிசோதித்து, அதன் பிறகு நாம் ஒரு முடிவுக்கு வருவோம்'' என்று கூறினான்.

ஜாம்பவான், ''காலனே உருவாகிய ராவணனிடமிருந்து வந்திருக்கிற இவனை, நாம் நம்பி விடக் கூடாது'' என்று கருத்து தெரிவித்தார்.

மைந்தன், "ராவணனுடைய இளைய சகோதரனாகிய விபீஷணனை நாம் கொஞ்சம் கொஞ்சமாக விசாரிப்போம். அப்படிச் செய்தால் அவன் தீய எண்ணத்துடன் வந்திருக்கிறானா இல்லையா என்பது நமக்கு ஒரு நிலையில் புரிந்து விடும். அதற்குப் பிறகு நாம் இவ்விஷயத்தில் ஒரு முடிவுக்கு வரலாம்" என்று சொன்னான்.

இறுதியாக ஹனுமான் எழுந்து நின்று, மிகப் பணிவுடன் பேசத் தொடங்கினார். "அறிவிற் சிறந்தவரே! உங்களோடு வாதம் புரிய ப்ரஹஸ்பதியினாலும் முடியாது. ஆனாலும் எங்களுடைய கருத்தை நீங்கள் கேட்பதால் நாங்கள் பேசுகிறோம். நான் இப்போது பேசப்போவது, வாதத்திற்காக அல்ல; ஆசையினால் உந்தப்பட்டும் அல்ல. இந்த நேரத்தின் முக்கியத்துவம் கருதியே நான் பேசுகிறேன். இங்கே பேசியவர்களின் கருத்தில் நான் தவறு காண்கிறேன். விபீஷணனைப் பரிசோதித்து அவனுடைய மனதை அறிந்து கொள்வது என்பது இப்போது நடைமுறைக்கு ஒவ்வாத காரியம். ஒருவனிடம் ஏதாவது ஒரு காரியத்தை ஒப்படைத்து விட்டு, அதன் பிறகு அந்த காரியத்தில் அவன் எப்படி நடந்து கொள்கிறான் என்று கவனித்தால் ஒழிய, அவனுடைய மன நிலையை நம்மால் புரிந்து கொள்ள முடியாது. ஒற்றர்களை அனுப்பியும் பயனில்லை. அவன் மனதை ஆழம் பார்ப்பதற்காக, ஒற்றர்களை நாம் அனுப்பியிருக்கிறோம் என்பது அவனுக்கு நிச்சயமாகப் புரியத்தான் செய்யும். அந்த நிலையில் அவன் நல்ல எண்ணத்தோடு வந்திருப்பவனாக இருந்தால், அவன் மனம் புண்படும்; அவன் கோபமுறுவான்; அதனால் எந்த நற்பயனும் விளையப் போவதில்லை. மாறாக அவன் தவறான எண்ணத்தோடு வந்திருந்தால், தன்னை நாடி வந்திருப்பவர்கள் ஒற்றர்கள் என்று அறிந்து கொண்டு, அதற்கு ஏற்ற முறையில் அவன் நடந்து கொண்டு விடுவான். ஆகையால் அவ்வகையிலும் இம்முயற்சி பயன் தரத்தக்கது அல்ல."

ஹனுமான் தொடர்ந்து பேசினார்: "விபீஷணன் முகத்தில் நான் அமைதியைக் காண்கிறேன். உளவு வேலை செய்கிற எண்ணத்தோடு வருகிற மனிதனின் முகம் அவனைக் காட்டிக் கொடுத்து விடும். அம்மாதிரி முகத்தில் தெரியக்கூடிய பதட்டம்,

விபீஷணனின் முகத்தில் காணப்படவில்லை. அவன் பேச்சில் தெளிவிருக்கிறது. கெட்ட எண்ணத்தோடு வருகிறவனின் பேச்சில் தெளிவு இருக்காது. காலத்தையும், இடத்தையும் அனுசரித்தே இங்கு இப்போது வந்திருக்கிறான் என்று நான் நினைக்கிறேன். ராவணனை விட எல்லா விதத்திலும் நீங்கள் மேம்பட்டவர் என்பது அவனுக்குப் புரிந்திருக்கிறது. ராவணனிடம் தீமைகளை அவன் காண்கிறான்; உங்களிடம் நிறைவையும் அவன் காண்கிறான். உங்களுடைய பலத்தையும் அவன் அறிந்திருக்கிறான். அதனால்தான், இங்கு வந்து சேருவதற்கு இது சரியான தருணம் என்று கருதி, அவன் இங்கு வந்திருக்கிறான். நீங்கள் இலங்கையைத் தாக்கப் போகிறீர்கள் என்பதைப் புரிந்து கொண்டு, வாலிக்கு உங்களிடம் என்ன கதி நேரிட்டது என்பதையும் அறிந்து கொண்டு, உங்களோடு இப்பொழுது ஸுக்ரீவனும் சேர்ந்திருக்கிறார் என்பதையும் உணர்ந்து கொண்டு, விபீஷணன் திட்டமிட்டேதான் இங்கு வந்திருக்கிறான். காலம் அறிந்து, திட்டமிட்டு செய்யப்படும் செயல் வெற்றியைக் காண்கிறது. விபீஷணன் இப்படி செயல்படுபவனாகவே எனக்குக் காட்சி அளிக்கிறான். அவன் ஏற்கத்தக்கவன் என்பதே என் கருத்து. என்னால் இயன்றவரை என் கருத்தை தெளிவாகக் கூறி விட்டேன். இனி இவ்விஷயத்தில் ஒரு முடிவுக்கு வருவது, உங்கள் பொறுப்பு.''

தன் மனதில் இருந்த கருத்தையே, ஹனுமானும் பேசியதைக் கண்டு மகிழ்ந்த ராமர், பேசத் தொடங்கினார்.

6. யுத்த காண்டம்

அத்தியாயம் - 6

விபீஷண சரணாகதி !

விபீஷணன் நல்லெண்ணத்துடனேயே வந்திருப் பதாக தானும் நினைப்பதை ராமர் கூறுவது; ஸுக்ரீவன் மீண்டும் மீண்டும் விபீஷணனைப் பற்றிய தனது சந்தேகத்தைத் தெரிவிப்பது; இறுதியில் ராமர், தன்னிடம் அடைக்கலம் கோரியவனை, எல்லா ஜீவராசிகளிடமிருந்தும் காப்பது தனது விரதம் என்று கூறுவது; ராமரிடம் அழைத்து வரப்பட்ட விபீஷணன், அவரிடம் சரண் அடைவது; அவனிடம் அரக்கர்களின் பலம், பலவீனம் ஆகியவற்றைப் பற்றி ராமர் விசாரிக்க, அவனும் விவரங்களைக் கூறுவது...

"நானும் விபீஷணனைப் பற்றிக் கொஞ்சம் பேச விரும்புகிறேன்" என்று கூறிவிட்டு, ராமர் மேலும் சொன்னார்: "நீங்கள் கூறியதையெல்லாம் நான் கேட்டேன். எல்லா கருத்துக்களுமே என்னுடைய நன்மையை உத்தேசித்துக் கூறப்பட்டவை என்பதையும் நான் உணர்கிறேன். ஒரு விஷயத்தை தெளிவாக்கி விடுகிறேன். சரண் அடைந்தவனை எந்தக் காரணம் கொண்டும் நான் நிராகரிக்க மாட்டேன். அவன் மனதில் தீய எண்ணம் இருந்தாலும் கூட, அவனை ஏற்பதை, நல்லவர்கள் நிந்திக்க மாட்டார்கள்."

ராமர் கூறிய இந்த வார்த்தைகள், ஸுக்ரீவனுக்கு மனச் சமாதானத்தை அளிக்கவில்லை. "அவன் தீயவனாக இருந்தால்

என்ன? நல்லவனாக இருந்தால் என்ன? அவன் ஓர் அரக்கன். பெரும் ஆபத்திலே சிக்கி விட்ட தனது சகோதரனையே விட்டு விட்டு ஓடி வந்து விட்ட இவன், வேறு யாரைத்தான் காட்டிக் கொடுக்க மாட்டான்?'' என்று கேட்டு, ராமரின் கருத்துக்கு தனது ஆட்சேபனையைத் தெரிவித்தான்.

ஸுக்ரீவன் பேசியதைக் கேட்டு, லேசாகச் சிரித்துக் கொண்டே ராமர் சொன்னார்: ''ஸுக்ரீவன் சொல்வது நமது நன்மையைக் கருதியே. ஆனால் அரசர்களின் முகத்தில் இருக்கும் சில லட்சணங்களை நான் விபீஷணனிடம் காண்கிறேன். ஒரு மன்னனுக்கு ஆபத்து நேரும்போது, அவனுடைய அண்டை நாட்டு அரசர்களும், அவனுடைய உறவினர்களும், அவனைத் தாக்கி ராஜ்யத்தைக் கைப்பற்ற முயற்சிக்கிறார்கள். இது உலக இயல்பு. விபீஷணனும் அவ்வாறே இங்கு வந்திருக்கிறான். சாதாரணமாக உறவினர்கள், நண்பர்களைப் போல் பார்க்கப்படுகிறார்கள் என்றாலும், அரசர்கள் விஷயத்தில் நல்ல குணம் படைத்த உறவினன் கூட சந்தேகத்துடன் பார்க்கப்படத்தக்கவனே! இவனுக்கு ராஜ்யத்தின் மீது ஆசை வந்திருக்கிறது. அதனால்தான் அவன் இங்கு வந்திருக்கிறான். அவன் இங்கே வந்திருப்பது அரக்கர்களிடையே அச்சம் தோன்றி விட்டது என்பதைத்தான் காட்டுகிறது. இவனை நாம் ஏற்பதால், அரக்கர்களிடையே பிளவுகூட உண்டாகலாம். இந்தக் காரணங்களினால் அவன் ஏற்கத்தக்கவனே! ஸுக்ரிவா! எல்லா சகோதரர்களும் பரதனைப் போன்றவர்கள் அல்ல; எல்லா மகன்களும் ராமனைப் போன்றவர்கள் அல்ல; எல்லா நண்பர்களும் உன்னைப் போன்றவர்களும் அல்ல! இதை மனதில் நன்றாகப் பதிய வைத்துக் கொள்.''

ஸுக்ரீவன் மீண்டும் ஒருமுறை ராமரிடம், ''இந்த விபீஷணன் கொல்லத்தக்கவன். நேரம் பார்த்து உங்களையோ, லக்ஷ்மணனையோ, அல்லது என்னையோ கொல்லத்தான் அவன் வந்திருக்கிறான். அவன் அப்படிச் செய்வதற்கு முன்பாக, அவன் கதையை நாம் முடித்து விடுவோம். அவன் மிகக் கொடுமை யான ராவணனின் சகோதரன் என்பதை மறக்க வேண்டாம் என்று

கேட்டுக் கொள்கிறேன்'' என்று தனது கருத்தையே வலியுறுத்திப் பேசினான்.

ராமர், அவன் கூறியதைப் பற்றி நன்றாகச் சிந்தித்து விட்டு, ''விபீஷணன் கெட்ட எண்ணத்தோடு வந்திருந்தாலும் சரி, நல்ல எண்ணத்தோடு வந்திருந்தாலும் சரி, அவனால் எனக்கு என்ன தீங்கு செய்து விட முடியும்? நான் நினைத்தால் கந்தர்வர்களையும், யக்ஷர்களையும், அரக்கர்களையும் சேர்த்து என்னுடைய விரல் நுனியால் அழித்து விடுவேன். தனக்குக் கெடுதல் செய்த வேடனிடமும் கூட, ஒரு புறா அன்பு காட்டிய நிகழ்ச்சியைப் பற்றி நாம் அறிந்திருக்கிறோம். ஒரு பறவையே அவ்வாறு நடந்து கொள்ளும் என்றால், மனிதன் எப்படி நடந்து கொள்ள வேண்டும் என்பதை நாம் சிந்தித்துப் பார்க்க வேண்டும்.

''கண்வ மஹரிஷியின் மகனாகிய கண்டு என்கிற ரிஷி ஒரு மிக நல்ல கருத்தை வலியுறுத்தி இவ்வாறு சொல்லியிருக்கிறார் : 'கை கூப்பி, பாதுகாப்பு வேண்டி வந்து விட்டவன் விரோதியே ஆனாலும் அவனைத் தாக்கி விடக் கூடாது. இதுதான் மனிதத் தன்மை. ஒருவனுடைய விரோதிகளிடமிருந்து பாதுகாப்பு நாடி, நமது விரோதி நம்மை நாடி வந்தால், நமது உயிரையே பணயம் வைத்து அவனுக்கு பாதுகாப்பு அளிக்க வேண்டும். அதுதான் தன் மனதை வென்றவன் செய்யக் கூடிய காரியம். அச்சத்தினாலோ, அறியாமையினாலோ, அல்லது ஒரு பயனைக் கருதியோ கூட, ஒரு மனிதன், தன்னிடம் அடைக்கலம் கோரி வந்தவனை பாதுகாக்கத் தவறி விட்டால் – உலகமே நிந்திக்கிற மிகப்பெரிய பாவத்தை அவன் அடைகிறான். ஒருவனிடம் அடைக்கலம் கோரி வந்தவன், தான் அவனால் பாதுகாக்கப்படாததால், அவன் கண் எதிரிலேயே அழிந்து விட்டால், அப்பொழுது – பாதுகாப்பளிக்கத் தவறியவனின் புண்ணியம் எல்லாம், அவனிடம் அடைக்கலம் நாடி வந்து அழிந்து விட்டவனைப் போய்ச் சேர்ந்து விடுகிறது. ஆகையால் அடைக்கலம் நாடி வந்தவர்களைப் பாதுகாக்கத் தவறுவதால், பாவமே வந்து சேருகிறது. அந்த மாதிரி நடத்தை நல்லுலகை நாட முடியாமல் நம்மைத் தடுத்து விடும். இகழ்ச்சியைத் தேடித் தரும். நமது பலத்தையே அழிக்கும்' –

இவ்வாறு கண்டு முனிவர் கூறியிருக்கிறார். அவர் கூறிய வார்த்தைகள் நல்லுலகைத் தேடித் தருபவை. புகழ் கூட்டுபவை.''

ராமர் இறுதியாகச் சொன்னார். ''ஸுக்ரீவா! ஒன்று சொல்கிறேன். 'இனி நான் உன்னுடையவன்' என்று கூறி, என்னுடைய பாதுகாப்பைக் கோரி, என்னை ஒரே ஒருமுறை ஒருவன் நாடி வந்து விட்டாலும் சரி - எல்லா ஜீவராசி களிடமிருந்தும் அவனை நான் காப்பாற்றுவேன். இது என் விரதம்! ஆகையால் வந்திருப்பவன் விபீஷணனாக இருந்தாலும் சரி, ராவணனாகவே இருந்தாலும் சரி, அவனை என்னிடம் அழைத்து வா! அவனுக்கு நான் அபயம் அளித்து விட்டேன்!''

இவ்வாறு ராமர் கூறியவுடன், ஸுக்ரிவன், ''எது சரி, எது தவறு என்பதைத் தீர்மானமாக அறிந்தவரே! தர்மத்தின் பாதையிலிருந்து நழுவாத நீங்கள், உங்கள் தகுதிக்கேற்ப பேசினீர்கள். ஹனுமானும் ஆராய்ந்து தன் கருத்தைக் கூறியிருக்கிறான். இவற்றையெல்லாம் நினைக்கும்பொழுது என்னுடைய உள் மனதும், விபீஷணன் நல்ல எண்ணத்துடன் வந்திருப்பான் என்றே கூறுகிறது. ஆகையால் விரைவில் விபீஷணனை இங்கு கொண்டு வர ஏற்பாடு செய்கிறேன்'' என்று கூறிவிட்டு, விபீஷணனை அழைத்து வர ஏற்பாடு செய்தான்.

ராமரிடம் தனக்கு பாதுகாப்பு கிடைக்கும் என்று உறுதியாகிவிட்ட நிலையில், விபீஷணன் வானத்திலிருந்து இறங்கி, தன்னுடன் வந்த நால்வரோடு சேர்ந்து ராமரை வணங்கி, எழுந்து நின்று, ''நான் ராவணனின் இளைய சகோதரன். அவனால் அவமதிக்கப்பட்டேன். உங்களை நாடி வந்திருக்கிறேன். படைக்கப்பட்ட எல்லா உயிர்களுக்கும் பாதுகாப்பு அளிக்கக் கூடியவர் நீங்கள். என்னுடைய நண்பர்கள், என்னுடைய உடமைகள், என்னுடைய உற்றார், எல்லாவற்றையும் துறந்து உங்களை நாடி வந்திருக்கிறேன். என்னுடைய ராஜ்யம், என்னுடைய வாழ்வு, என்னுடைய நலன்கள், எல்லாம் இப்போது உங்களையே சார்ந்து நிற்கின்றன'' என்று கூறினான்.

(விபீஷணன் வருகிறபோது, வால்மீகி ராமாயணத்தில் ராமரே கூட, 'இவன் ராஜ்யத்தை விரும்புகிறான்' என்று அவனைப் பற்றி

கூறுகிறார். ஆனால் கம்ப ராமாயணத்தில் ஹனுமான், விபீஷணனை இவ்வாறு சந்தேகப்படக் கூடாது என்ற கருத்தை கூறி விட்டு, அவன் மேன்மையானதாகிய 'வீட்டு அரசை'ப் பெறும் பொருட்டு வந்திருக்கிறான் என்று கூறுகிறார். அறம், பொருள், இன்பம், வீடு, (அதாவது மோட்சம்) – இவற்றில் மிக உயர்ந்த நிலையாகிய அந்த 'வீட்டை'ப் பெறும் எண்ணம்தான் அவனுக்கு உண்டு என்பது ஹனுமானின் கருத்து. ஆனால் சில உரைகளில் – 'மேல் அரசு எய்துவான் விரும்பி' – என்பதற்கு இலங்கையில் ஆட்சியைப் பெறுகிற ஆசையை முன்னிறுத்துவது வைணவ மரபுக்குப் பொருந்தாது என்றாலும், உலக இயல்புப்படி இதனை அணுகும்போது, இலங்கையின் ஆட்சியைப் பெறுகிற ஆசை விபீஷணனுக்கு இருப்பதாக, கம்பனின் சொல் நயம் காட்டுகிறது' என்று கூறப்பட்டிருக்கிறது. வால்மீகி ராமாயணத்தில், இதுபோன்ற விளக்கங்களுக்கு அவசியமில்லாமற் போய் விட்டது. ராமர் வெளிப்படையாகவே, 'இவன் ஆட்சியை விரும்பி வந்திருக்கிறான்' என்று ஓரிடத்தில் சொல்லி விடுகிறார்.

தன்னை சரணடைந்தவர்களுக்கு அபயம் அளிப்பது தன்னுடைய கடமை, என்பதை வால்மீகி ராமாயணம் போலவே கம்ப ராமாயணத்திலும் ராமர் வலியுறுத்திக் கூறுகிறார். 'நான் கடைத்தேறுவதற்கு உன்னை சரண் புகுந்தேன் – என்று வருகிற ஒருவனுடைய உயிரை, தன்னுடைய உயிராக நினைத்து காப்பாற்றாத கீழ்மகனும் – ஒருவன் செய்த உதவியைக் கருத்தில் வைக்காமல் மறந்தவனும் – குற்றமில்லாத அறநெறியை அறிந்து, சிறந்த வேத தர்மப்படி நின்று ஒழுகும் உண்மை நெறியைப் பொய் என்று கூறுபவனும், மீள முடியாத கொடிய நரகத்தில் வீழ்ந்து துன்புறுவார்கள்.' என்று ராமர் சொல்கிறார். அந்தச் செய்யுள் :

உய்ய, "நிற்கு அபயம்!" என்றான் உயிரைத் தன்
உயிரின் ஓம்பாக்
கய்யனும், ஒருவன் செய்த உதவியில் கருத்திலானும்,
மய்அற, நெறியின் நோக்கி, மா மறை நெறியில் நின்ற
மெய்யினைப் பொய் என்றானும், மீள்கிலா நரகில்
வீழ்வார்."

ஈரேழு உலகங்களும், என் பெயரும் எத்தனை காலம் இருக்குமோ, அத்தனை காலம் வரை இலங்கையை உனக்குத் தந்தேன் – என்று கூறுகிற ராமர், விபீஷணனைப் பார்த்து, 'முன்பு குகனோடு சேர்ந்து நாங்கள் ஐந்து சகோதரர்கள் ஆகி விட்டோம். அதன் பிறகு மேரு மலையைச் சுற்றி வருகிற சூரியனுடைய மகனாகிய ஸுக்ரீவனுடன் சேர்ந்து ஆறு பேர் ஆனோம். எங்களிடம் பற்று கொண்டு, உள்ளத்திலே முழுமையான அன்புடையவனான உன்னுடன் சேர்ந்து, இப்போது நாம் ஏழு சகோதரர்களாகி விட்டோம். புகுவதற்கு அரிய வன வாழ்க்கையை எனக்குத் தந்த, உன்னுடைய தந்தையாகிய தசரத மன்னன் இப்பொழுது நிறைய புதல்வர்களைப் பெற்றவனாகி விட்டான்' என்றும் விபீஷணனைப் பார்த்துச் சொல்கிறார்.

குகனொடும் ஐவர் ஆனேம் முன்பு; பின், குன்று சூழ்வான்
மகனொடும்,அறுவர் ஆனேம்; எம்முழை அன்பின் வந்த
அகன் அமர் காதல் ஐய! நின்னொடும் எழுவர் ஆனேம்;
புகல் அருங் கானம் தந்து, புதல்வரால் பொலிந்தான் நுந்தை!

இந்த அளவுக்கு விபீஷணனைப் பார்த்து ராமர் பேசுவதாக வால்மீகி ராமாயணத்தில் இல்லை.)

தனது கண்களினாலேயே விபீஷணனைக் குடித்து விடுபவர் போல, அவனைப் பார்த்துக் கொண்டே, ராமர் ''அரக்கர்களின் பலம், அவர்களுடைய பலவீனம் ஆகியவற்றை உண்மையாக இப்போது இங்கே எடுத்துரைப்பாயாக'' என்று கூறினார்.

விபீஷணன், பணிவோடு அவருக்கு பதில் அளித்தான். ''பிரம்மன் அளித்த வரம் காரணமாக, கந்தர்வர்கள், நாகர்கள், பறவைகள் உட்பட படைக்கப்பட்ட எந்த ஜீவராசியினாலும் ராவணனைக் கொல்வது என்பது முடியாது. மிகவும் பலம் வாய்ந்தவனும், ராவணனுக்கு இளையவனுமாகிய என்னுடைய மூத்த சகோதரன் கும்பகர்ணன், போரில் இந்திரனை எதிர்க்கக் கூடியவன். கைலாய மலையில் குபேரனின் படைத் தலைவனாகிய மணிபத்ரனை வீழ்த்திய ப்ரஹஸ்தன், ராவணனின் படைத் தளபதியாக இருக்கிறான். நீங்களும் கூட அவனைப் பற்றிக் கேள்விப்பட்டிருக்கலாம். ராவணனின் மூத்த மகனாகிய

இந்திரஜித், பற்பல ஆயுதங்களை வல்லமையோடு ஏந்துகிறவன்; வில்லேந்தி போர்க்களத்தில் அவன் நிற்கும்போது மற்றவர்களின் கண்களுக்கு தெரியாத நிலையையும் அடையக் கூடியவன்; அக்னி தேவனை வணங்கி விட்டு, இந்திரஜித் எதிரிகளைத்தாக்கும் பொழுது, அவன் தன்னிகரில்லாதவனாகத் திகழ்கிறான். மஹோதரன், மஹாபார்ச்வன், அகம்பனன் - ஆகியோர் ராவணனின் படையில் முக்கியமானவர்கள். இவர்களைத் தவிர, கணக்கில் அடங்காத அரக்கர்கள் அந்தப் படையில் இருக்கிறார்கள். அவர்கள் மாமிசத்தையும், ரத்தத்தையும் உண்பவர்கள். அவர்கள் பின் தொடர, ராவணன் மூவுலகினரையும் எதிர்த்தவன். தேவர்களையும் கூட யுத்தத்தில் வென்றவன்தான் கெட்ட மதி படைத்த ராவணன்.''

இவ்வாறு விபீஷணன் கூறி முடித்த பிறகு, ராமர் பேசத் தொடங்கினார்.

6. யுத்த காண்டம்

அத்தியாயம் – 7

ஒற்றன் பிடிபட்டான் !

ராவணனைக் கொன்று, இலங்கை மன்னனாக விபீஷணனுக்கே முடி சூட்டுவதாக ராமர் சொல்வது; கடலை எப்படிக் கடப்பது என்று ஹனுமானும், ஸுக்ரீவனும் கேட்க, ராமர் ஸமுத்திர ராஜனின் உதவியை நாடவேண்டும் என்று விபீஷணன் கூறுவது; ராவணன், சுகன் என்பவனை, ஸுக்ரீவனிடம் தூதுவனாக அனுப்புவது; பறவை உருவத்தில் வந்த சுகன், ராவணன் அனுப்பிய செய்தியைக் கூறியவுடன், வானரர்கள் அவனைத் தாக்குவது; ராமர், விபீஷணனிடம் அவனை விடுவிக்குமாறு கூறுவது; ஸமுத்திர ராஜனை மனதில் நினைத்து, உறக்கமும் உணவுமின்றி மூன்று இரவுகளை ராமர் கழிப்பது; உதவ முன்வராத ஸமுத்திர ராஜன் மீது கொண்ட கோபத்தால், ஸமுத்திரத்தின் மீது ராமர் பாணங்களைத் தொடுப்பது; கடலில் பயங்கரமான கொந்தளிப்பு ஏற்படுவது...

''ஏற்கெனவே ராவணனின் வரங்கள் பற்றி அறிந்திருப்பதால், நீ கூறியவை எல்லாம் உண்மையே என்பது எனக்குப் புரிகிறது'' என்று விபீஷணனைப் பார்த்துக் கூறிய ராமர், மேலும் சொன்னார் : ''ராவணனையும், அவனைச் சார்ந்தவர்களையும் கொன்று இலங்கையின் அரசனாக உனக்கு நான் முடி சூட்டுகிறேன். பாதாளத்திற்கே போய் ஓடி ஒளிந்து கொண்டாலும் சரி, ப்ரம்ம

தேவனிடம் அடைக்கலம் புகுந்தாலும் சரி, என்னிடமிருந்து ராவணன் தப்புவது என்பது இனி கிடையாது. புகழ்பெற்ற எனது மூன்று சகோதரர்களின் மீது ஆணையாகச் சொல்கிறேன் - ராவணனையும், அவன் மகன்களையும், அவனுடைய அரக்கர்களையும், உறவினர்களையும், போரில் கொல்லாமல் நான் அயோத்தி திரும்ப மாட்டேன்.''

ராமர் கூறிய வார்த்தைகளைக் கேட்டவுடன், தலை குனிந்து மீண்டும் அவரை வணங்கிவிட்டு விபீஷணன், ''நீங்கள் அரக்கர்களைக் கொல்லவும், இலங்கையைத் தாக்கவும் என்னால் இயன்ற எல்லா உதவிகளையும் நான் செய்கிறேன். அரக்கர் படையைப் பிளந்து நீங்கள் உள்ளே நுழைந்துவிட நான் உதவுகிறேன்'' என்று கூறினான்.

விபீஷணனை ராமர் கட்டித் தழுவிக் கொண்டு, மகிழ்ச்சியுடன் லக்ஷ்மணனைப் பார்த்து, ''ஸமுத்திரத்திலிருந்து தண்ணீர் கொண்டு வா. அரக்கர்களின் மன்னனாக இப்போதே விபீஷணனுக்கு அபிஷேகம் செய்து வைப்பாயாக! மற்றவர்களை கௌரவிப்பதில் ஆர்வம் உடையவனே! உடனே இதைச் செயல்படுத்து!'' என்று கூற, லக்ஷ்மணனும் அவ்வாறே ஸமுத்திரத்திலிருந்து நீரைக் கொண்டு வந்து, வானரர்களின் மேன்மையானவர்களின் முன்னிலையில் ராமரின் கட்டளையை ஏற்று, விபீஷணனுக்கு அபிஷேகம் செய்து வைத்தான். வானரர்கள் 'நன்று, நன்று' என்று கொண்டாடினார்கள்.

இது நடந்து முடிந்த பிறகு, ஹனுமானும், ஸுக்ரீவனும் விபீஷணனிடம் தங்களது கவலையைத் தெரிவித்தார்கள். ''ஒரு வானரப் படையோடு நாங்கள் அனைவரும் இந்தக் கடலைக் கடப்பது என்பது எப்படி? ஸமுத்திரத்தை எவ்வாறு அணுகினால் நாங்கள் அதைக் கடந்து செல்ல முடியுமோ, அந்த வழியைச் சொல்லுவாயாக'' என்று அவர்கள் கேட்டுக் கொண்டார்கள்.

விபீஷணன், ''ராமர், ஸமுத்திர ராஜனை அணுகி அவனுடைய உதவியை நாட வேண்டும். இக்ஷ்வாகு வம்சத்தைச் சார்ந்த ஸகர மன்னனின் முயற்சியினால் தோன்றியதுதான் ஸமுத்திரம். ஆகையால், அக்குலத்தைச் சார்ந்த ராமனுக்கு ஸமுத்திர ராஜன் நிச்சயம் உதவி புரிவான்'' என்று பதிலளித்தான்.

விபீஷணன் கூறியதை ராமரிடம் ஸுக்ரீவன் தெரிவிக்க, அவருக்கு அந்த யோசனை பிடித்திருந்தது. அவர் லக்ஷ்மணனைப் பார்த்து, ''விபீஷணன் சொல்வது என் மனதிற்கு ஏற்புடையதாக இருக்கிறது. ஸுக்ரீவன் கற்றறிந்தவன். நீயோ ஆலோசனை கூறுவதில் வல்லவன். ஆகையால் இந்த விஷயத்தைப் பற்றி சிந்தித்து, உங்கள் இருவருக்கும் எது ஏற்புடையதோ, அதைச் சொல்வாயாக'' என்று கூறினார்.

லக்ஷ்மணன், ஸுக்ரீவனோடு சேர்ந்து ''மகிழ்ச்சியை விளை விக்கக் கூடியதும், நற்பயனை விளைவிக்கக் கூடியதுமான, விபீஷணனின் யோசனை எவ்வாறு எங்களுக்கு ஏற்புடையதாக இல்லாமல் போய் விடும்? ஒரு பாலத்தை ஸமுத்திரத்தின் மீது கட்டவில்லையென்றால், இந்த வானரப் படையினால் இலங்கையை அடைய முடியாது. ஆகையால் நேரத்தை வீணாக் காமல், நாம் இலங்கைக்குப் போய்ச் சேரும் வகையில் நமக்கு உதவுமாறு ஸமுத்திர ராஜனைக் கேட்டுக் கொள்வதுதான் சிறந்த வழி'' என்று கூறினான்.

இதற்கிடையில் ராவணனால் அனுப்பப்பட்ட சார்தூலன் என்கிற பெயருடைய சிறந்த ஒற்றன், ஸுக்ரீவனால் பாதுகாக் கப்பட்ட வானர சேனையைச் சுற்றிப் பார்த்துவிட்டு, விரைவில் இலங்கைக்குத் திரும்பிச் சென்று, ராவணனைப் பார்த்து தான் அறிந்த தகவலைக் கூறினான் : ''மற்றுமொரு ஸமுத்திரமோ என்று நினைக்குமளவுக்கு வானரசேனை பரவிக் கிடக்கிறது. ஸீதையை மீட்டு வருவதற்காக ராமனும், லக்ஷ்மணனும் முனைந் திருக்கிறார்கள். அவர்கள் கடற்கரையை அடைந்து, அங்கு முகாமிட்டிருக்கிறார்கள். நான்கு திக்குகளிலும் பல மைல் தூரத்திற்கு அந்தப் படை விரிந்திருக்கிறது. சமாதானம் செய்து கொள்வது அல்லது எதிரிப் படையில் பிளவுகளைத் தோற்று விப்பது போன்ற உபாயங்களில் எது கடைப்பிடிக்கத்தக்கது என்பதை உடனேயே நீங்கள் தீர்மானிக்க வேண்டியவராகிறீர்கள்.''

சார்தூலன் கூறிய தகவலைக் கேட்டு கவலை கொண்ட ராவணன், உடனடியாக கடமையைச் செய்பவர்களுள் சிறந்தவனாகிய சுகன் என்கிற அரக்கனை அழைத்து, ஓர்

உத்திரவைப் பிறப்பித்தான். ''உடனே புறப்படு. ஸுக்ரீவனை சென்று அடை. என் சார்பாக அவனிடம் இனிமையாகப் பேசி, இந்தத் தகவலைத் தெரிவிப்பாயாக! 'புகழ் வாய்ந்த மன்னர் களைக் கொண்ட வம்சத்தில் பிறந்தவன் நீ. என்னால் உனக்கு ஒரு தீங்கும் விளைந்தது கிடையாது. ராமனின் மனைவியை நான் அபகரித்துச் சென்றதால் உனக்கு நேர்ந்த கெடுதல் என்ன? ஆகையால், நீ கிஷ்கிந்தைக்குத் திரும்பி விடுவாயாக! உன்னுடைய வானரர்களினால் இந்த இலங்கையை அடைய முடியாது. தேவர்களாலும், கந்தர்வர்களாலும் சாதிக்க முடியாத அந்தச் செயலை, சாதாரண மனிதர்களும், வானரர்களும் எப்படி செய்துவிட முடியும்?' என்று நான் சொன்னதாக, ஸுக்ரீவனிடம் இனிமையான முறையில் பேசி எடுத்துச் சொல்வாயாக!''

இப்படி ராவணன் கூறியவுடன், சுகன் ஒரு பறவையின் உருவத்தை எடுத்துக் கொண்டு வானிலே பறந்தான். வானர சேனை இருந்த இடத்தை நெருங்கியபோது, வானத்திலிருந்தவாறே ஸுக்ரீவனைப் பார்த்து, ராவணன் கூறிய தகவலை அவன் தெரிவித்தான்.

உடனே வானத்தை நோக்கித் தாவி, பறவை உருவத்தில் இருந்த அந்த அரக்கனைத் தாக்க பல வானரர்கள் முனைந்தனர். பலவாறாக அவர்களால் துன்புறுத்தப்பட்டு, அவன் தரையில் கொண்டு வந்து சேர்ப்பிக்கப்பட்டான். அப்போது சுகன், 'அரசர்கள், தூதுவர்களைக் கொல்வதில்லை. ராமா! வானரர்களை விலகி நிற்கச் சொல். தன்னை அனுப்பி வைத்தது யாரோ, அவன் காட்டிய வழியைப் பின்பற்றாமல், அவன் கூறிய தகவலையும் மாற்றி, தன்னுடைய கருத்துக்களைக் கூறுகிற தூதுவன்தான் கொல்லப்படத் தகுந்த வனாகிறான். எந்தத் தகவலை ஏந்தி வந்தானோ, அந்தத் தகவலை முறையாகத் தெரிவிக்கும் தூதன், கொல்லப்படத்தக்கவன் அல்ல'' என்று பரிதாபமாகக் கேட்டுக் கொண்டான்.

இதைக் கேட்ட ராமர், வானரர்களிடம், ''அவனைக் கொல்ல வேண்டாம்'' என்று கூற, அவர்களால் விடுவிக்கப்பட்ட சுகன், மீண்டும் உடனே ஆகாயத்தில் பறந்து, அங்கேயே நின்றவாறு,

"ராவண மன்னனிடம் நான் தெரிவிக்க வேண்டியது என்ன என்பதைச் சொல்லு" என்று ஸுக்ரீவனைப் பார்த்துக் கேட்டான்.

ஸுக்ரீவன், "ராவணனைப் பார்த்து பின்வரும் தகவலைக் கூறுவாயாக: 'நீ எனக்கு நண்பன் அல்ல. என் நலனை விரும்புகிறவனும் அல்ல. என் அன்புக்குரியவனும் அல்ல. நீ ராமரின் எதிரி. ஆகையால் நீயும் உன் உறவினர்களும் கொல்லப்படத் தகுந் தவர்கள். நான் படையோடு வந்து உங்கள் அனைவரையும் அழிப்பேன். இலங்கையை சாம்பலாக்குவேன். இந்திரன் உட்பட அனைத்து தேவர்களும் வந்து உன்னைக் காத்து நின்றாலும், ராமரிடமிருந்து நீ தப்பி விடப் போவதில்லை. உன்னுடைய மாயையினால், நீ வானுலகத்திற்குச் சென்றாலும் சரி, பாதாள உலகத்தில் இறங்கினாலும் சரி, சிவனுடைய காலடியையே அடைந்து விட்டாலும் சரி, அல்லது கண்களிலிருந்து மறைந்து விட்டாலும் சரி – நீயும் உனது சகோதரன் கும்பகர்ணனும் ராமரால் கொல்லப்படப் போவது நிச்சயம். மூவுலகிலும் உன்னைக் காப்பாற்றக் கூடிய வல்லமை படைத்தவர் யாரும் இல்லை. நீ உண்மையிலேயே சக்தி வாய்ந்தவன் என்றால், வயோதிகத்தை அடைந்து விட்ட ஜடாயுவை நீ கொல்வானேன்? உண்மையிலேயே நீ சக்தி படைத்தவன் என்றால், ராமரும், லக்ஷ்மணனும் இல்லாதபோது ஸீதையை நீ ஏன் கடத்தினாய்? இந்தத் தகாத காரியத்தைச் செய்து விட்டு, உனக்கு வரப்போகும் ஆபத்தைக் கூட உணராமல் இருக்கிறாயே, அது ஏன்? ராமரை போரிலே வெல்லக்கூடிய திறன் தேவர்களிடமும் கிடையாது. ஆகையால் உன் முடிவு நிச்சயம்' – இந்தச் செய்தியை ராவணனிடம் தெரிவிப்பாயாக!''

இவ்வாறு ஸுக்ரீவன், சுகனிடம் கூறி முடித்த பிறகு, அங்கதன் ராமரைப் பார்த்து, "இவன் வெறும் தூதன் அல்ல. இவன் ஓர் ஒற்றன். நமது படை பலத்தை முழுவதுமாக இவன் அறிந்து கொண்டு விட்டான். ஆகையால் அவனை உடனே சிறைப் படுத்துவோம். இவனை இலங்கைக்குப் போகும்படி நாம் விட்டு விடக் கூடாது" என்று கூறினான். வானரர்கள் மீண்டும் வானத்தில் தாவி, சுகனை மீண்டும் பூமிக்கு இழுத்து வந்து அவனைக் கட்டிப் போட்டனர்.

சுகன், ராமரைப் பார்த்து, ''என் கண்களை இந்த வானரர்கள் குத்துகிறார்கள். என்னுடைய இறக்கைகளை ஒடிக்கிறார்கள். இப்படி உன் கண் எதிரிலேயே என் உயிர் போகுமானால், நான் எந்த இரவில் பிறந்தேனோ, அந்த இரவிலிருந்து, இப்பொழுது என் உயிர் போகிற இரவு வரையில் நான் செய்த பாவங்கள் அனைத்தும் உன்னையே சேரும்'' என்று உரக்கக் கூவினான்.

ராமர், வானரர்களைப் பார்த்து, ''அவன் தூதுவனாக வந்தவன். ஆகையால் அவன் உயிருடன் திரும்பிச் செல்லட்டும். அவனை விடுவியுங்கள்'' என்று உத்திரவிட, வானரர்கள் அவனை விடுவித்தனர். ஆனால் அவனை திருப்பி அனுப்பி விடவில்லை...

இதன் பிறகு கடற்கரையில் தரையின் மீது தர்ப்பை புல்லை விரித்து, அதன் மீது அமர்ந்து உடல், மனம் ஆகியவற்றைக் கட்டுப்படுத்திய ராமர், தனது கைகளை தலையணையாகக் கொண்டு அங்கேயே மூன்று இரவுகளைக் கழித்தார். ஸமுத்திர ராஜனையே ஜபித்தவாறு மூன்று இரவுகளை இவ்வாறு உணவின்றி, உறக்கமின்றி, ராமர் கழித்தும் கூட ஸமுத்திர ராஜன் அவருக்குக் காட்சி அளிக்கவில்லை. இதனால் கோபமடைந்த அவருடைய கண்களின் ஓரங்கள் சிவப்பாக மாறிவிட, அவர் தனது அருகிலேயே நின்று கொண்டிருந்த லக்ஷ்மணனைப் பார்த்துப் பேசினார்.

''நமக்கு இன்னமும் காட்சியளிக்காத ஸமுத்திர ராஜனின் கர்வத்தைப் பார்த்தாயா? பொறுமை, மன்னிக்கும் மனப்பான்மை, தந்திரமின்மை, மனதுக்கு இதமான பேச்சு என்கிற நல்லவர்களின் குணங்கள் – அந்த நற்குணங்கள் இல்லாதவர்களிடம் காட்டப்படுகிற போது பலவீனங்களாகக் கருதப்பட்டு விடுகின்றன. தன்னைத்தானே புகழ்ந்து கொண்டு, அடக்கமின்றி தன்னையே விளம்பரப்படுத்திக் கொண்டு, கண்டவர்களையும் கண்மூடித்தனமாகத் தண்டிப்பவனுக்கு இந்த உலகம் மரியாதை அளிக்கிறது. புகழோ, செல்வாக்கோ, வெற்றியோ, சமாதானமான அணுகுமுறையினால் கிட்டி விடுவதில்லை. நீர்களால் நிரப்பப்பட்டு பரந்து விரிந்து கிடக்கும் இந்தக் கடல், இப்பொழுது என்னுடைய அம்புகளால் தாக்கப்பட்டு, கொந்தளிக்கப் போகும்

காட்சியைப் பார்! சங்குகளாலும், முத்துக்களாலும், மீன்களாலும், முதலைகளாலும் நிரப்பப்பட்டிருக்கிற இந்த ஸமுத்திரத்தை இப்போது நான் வற்றச் செய்கிறேன். பொறுமையைக் கடைப்பிடிப்பதால் என்னை சக்தியற்றவன் என்று ஸமுத்திர ராஜன் நினைத்து விட்டான். தகாதவனிடம் காட்டப்பட்ட இந்தப் பொறுமை, இத்துடன் முடிகிறது. உடனே என்னுடைய வில்லையும், அம்புகளையும் கொண்டு வா, இந்த ஸமுத்திரத்தை நான் வெறும் நிலமாக மாற்றுகிறேன். வானரப் படை நடந்தே இலங்கையை அடையலாம்!''

கோபத்தின் காரணமாக, உலகின் அழிவு காலத்தில் தோன்றுகிற அக்னியை ஒத்த முகத்தோடு விளங்கிய ராமர், அப்போது எவராலும் வெல்லப்படத் தகாதவராகக் காட்சி அளித்தார். லக்ஷ்மணன் கொண்டு வந்து தந்த வில்லில் நாணேற்றி, அம்புகளைப் பூட்டி, அவற்றை அவர் எய்து விடத் தொடங்கினார்.

இந்திரனின் வஜ்ராயுதத்திற்கு ஒப்பான அந்த அம்புகள், கடல் நீரைத் துளைத்துக் கொண்டு சென்று, கடலில் வாழ்கிற பிராணிகளை எல்லாம் வாட்டத் தொடங்கின.

முத்துக்களும், சங்குகளும், மீன்களும் கடலின் மேல் தூக்கி அடிக்கப்பட்டன.

6. யுத்த காண்டம்

அத்தியாயம் – 8

பாலம் கட்டப்பட்டது !

லக்ஷ்மணன் ராமரின் கோபத்தைத் தணிக்க முயற்சிப்பது; ராமர் ப்ரம்மாஸ்திரத்தை வில்லிலே பூட்ட, உலகம் நடுங்குவது; ஸமுத்திர ராஜன். நேரில் தோன்றி, ராமருக்கு விளக்கங்களை அளிக்க, அவன் கேட்டுக் கொண்டவாறே ப்ரம்மாஸ்திரத்தை ராமர் செலுத்துவது; நளன் என்ற வானரனைக் கொண்டு கடல் மீது பாலம் கட்டப்படுவது; வானர சேனையுடன் ராம – லக்ஷ்மணர்கள் பாலத்தின் மூலமாக மறு கரையை அடைவது...

ஸமுத்திர ராஜன் மீது கோபம் கொண்டு, ராமர் எய்த நெருப்பை ஒத்த அம்புகள் கடல் நீருக்கு மேல் ஒரு தீயை தோற்றுவிக்க, அங்கே எழுந்த புகை மண்டலம் வானத்தையே மூடியது. கடல் கொந்தளித்தது. பேரலைகள் எழுந்தன. தூக்கி அடிக்கப்பட்ட முதலைகள் ஓலமிட்டன. மேலும் அம்புகளை எய்வதற்காக வில்லிலே மீண்டும் நாணேற்றிய ராமரை, லக்ஷ்மணன், 'போதும் போதும்' என்று கூறி தடுத்து, அவருடைய வில்லைக் கைப்பற்றினான். ''கடலை வற்றச் செய்யாமலேயே நமது காரியம் நடந்தேறும். உங்களைப் போன்ற உத்தமர்கள் கோபத்திற்கு அடிமையாவதில்லை. ஆகையால் கடலைக் கடக்க, கோபத்தை விட்டு வேறு வழியை நாடுங்கள்'' என்று அவன் ராமரிடம் கேட்டுக் கொண்டான். இந்த நிகழ்ச்சியைக் கண்டு பயத்தினால் பீடிக்கப்பட்ட தேவர்களும், ரிஷிகளும்

வானத்தில் நின்று, ''கஷ்டம் கஷ்டம், போதும், போதும் நிறுத்து'' என்று உரக்கக் கூவினர்.

அப்போது ராமர் அம்பு எய்வதை நிறுத்தி, ஸமுத்திரத்தைப் பார்த்து, ''ஸமுத்திர ராஜனே! இன்று உன்னை வற்றச் செய்து விடுவேன். இந்தக் கடலில் வெறும் மணல் பரப்புதான் மீதமிருக்கும். அப்பொழுது இந்த வானர சேனை நடந்தே அக்கரைக்குச் சென்று விடும். என்னுடைய சக்தி பற்றி நீ அறியவில்லை. என்னிடம் இன்று பெரும் துன்பத்தை அனுபவிப்பது என்று தீர்மானித்து விட்டாய் போலும்'' என்று கூறினார்.

இவ்வாறு எச்சரித்து விட்டு, ப்ரம்மாஸ்திரத்தின் சக்தியை ஓர் அம்பில் ஏற்றி, அதை வில்லிலே பூட்டி, பயங்கரமான ஓசையுடன் நாணேற்றினார் அவர். மலைகள் நடுங்கின. பூமி அதிர்ந்தது. முற்றிலும் இருள் சூழ்ந்தது. சூரியனும், சந்திரனும் நிலை தடுமாறினர். காலத்தையும் கூட இருள் கவ்வியது. காற்று பயங்கர மாக வீசியது. மரங்கள் சரிந்தன. மலைச் சிகரங்கள் நொறுங்கின. பேரிடியும், நெருப்பைக் கக்கும் மின்னல்களும் தோன்றின. விலங்குகள் அலறின. பிரளய காலமே வந்து விட்டது என்று எண்ணும்படியாக கடல் கொந்தளித்து கரையை மீறிப் பாய்ந்தது.

அப்போதும் ராமர் தனது இடத்தை விட்டு அசையவில்லை. அந்த நேரத்தில் கிழக்கு திசையில் மலையின் அடிவாரத்திலிருந்து உதிக்கிற சூரியன் போல, ஸமுத்திர ராஜன் எழுந்தான். சிவந்த மலர்களாலான மாலையை அணிந்தவனாகவும், தாமரை இதழ்களையொத்த கண்களைக் கொண்டவனாகவும், பலவித மலர்களால் அலங்கரிக்கப்பட்டவனாகவும், வெவ்வேறு வகையான நகைகளை அணிந்தவனாகவும், கங்கை, சிந்து ஆகிய நதிகளினாலும், மேகங்களினாலும் சூழப்பட்டவனாகவும் காட்சி அளித்த ஸமுத்திர ராஜன் இரு கரங்களைக் கூப்பி, ராமரை வணங்கி நின்று பேசத் தொடங்கினான்.

''பூமி, காற்று, ஆகாயம், நீர், நெருப்பு – ஆகியவையெல்லாம் தங்கள் தங்கள் இயற்கையில் நிலைத்திருக்கின்றன. ஆழத்தை அறிய முடியாமை, நீந்திச் சென்று கடக்க முடியாமை – ஆகியவை

என்னுடைய இயற்கை. அதற்கு மாறாக நடந்தால், நான் இயற்கையின் நியதியிலிருந்து நழுவியவனாவேன். இருந்தாலும் என்னைக் கடக்கும் வகையை நான் சுட்டிக் காட்டுகிறேன். என்னுடைய கர்வத்தினால் இந்த நீர் வற்றி விடக்கூடாது. உன்னுடைய படை, கடந்து செல்ல நான் வழி சொல்கிறேன்.''

இவ்வாறு ஸமுத்திர ராஜன் பணிவோடு கூறிய போது, ராமர், ''வில்லிலே பூட்டி நாணேற்றிய பிறகு, வீணாகக் கூடாத இந்த அஸ்திரத்தை, இப்போது நான் எங்கே செலுத்தட்டும்?'' என்று கேட்டார்.

ஸமுத்திர ராஜன், ''எனக்கு வடக்கு திசையில் த்ருமகுல்யம் என்கிற புண்ணியஸ்தலம் இருக்கிறது. ஆனால், அங்கே பாவத்தையே செய்து வரும் கெட்டவர்கள் பலர் இருக்கிறார்கள். அவர்கள் என்னுடைய நீரை பயன்படுத்துவதை நான் விரும்பவில்லை. உன்னுடைய அம்பை அந்த இடத்தில் செலுத்து வதால் எனக்கு உதவி செய்தவனாவாய்'' என்று கூறினான்.

ஸமுத்திர ராஜன் கேட்டுக் கொண்டவாறே ராமர், தனது அம்பை எய்த போது, அம்பு விழுந்த பிரதேசத்தில் பேரொலி கேட்டது. ரஸாதலத்திலிருந்து தண்ணீர் பாய்ந்தது. அதிலிருந்து அந்த இடத்திற்கு மறுகாந்தாரம் என்ற பெயரே உண்டாயிற்று. அந்தப் பகுதி ராமரின் அருளினால் அதன் பின்னர் பல வளங்களையும் பெற்று விளங்கத் தொடங்கியது. தன்னுடைய கோரிக்கை நிறைவேற்றப்பட்டவனாக, பெரும் திருப்தியுற்ற ஸமுத்திர ராஜன் ராமரிடம், ''தேவ தச்சனாகிய விச்வகர்மாவின் மகன் நளன், தந்தையிடமிருந்து வரம் பெற்றவன். என் மீது பேரன்பு கொண் டவன். அந்த வானரன் என் மீது ஒரு பாலத்தைக் கட்டட்டும். நான் அதைத் தாங்குகிறேன்'' என்று கூறி மறைந்தான்.

அப்போது நளன் எழுந்து, ராமரிடம் பணிவாக, ''என் தந்தையுடைய திறமையைக் கொண்டு நான் இந்தப் பாலத்தைக் கட்டுவேன். எனக்கு இப்போது ஒன்று புரிகிறது. நன்றி கெட்டவர்களிடம் தண்டனையைத் தவிர வேறு எதுவும் பலிக்காது; சமாதானம், பொறுமை ஆகியவை அவர்களிடம் பயனற்றவையே. உங்கள் குலத்தில் தோன்றிய சகர மன்னரால், ஸமுத்திரம்

தோற்றுவிக்கப்பட்டது. அப்படி இருந்தும் கூட, உங்களுடைய தண்டனைக்குப் பயந்துதான் ஸமுத்திர ராஜன் நமக்கு வழி செய்ய முன் வந்திருக்கிறான்'' என்று சொன்னான்.

இவ்வாறு கூறிய நளன், ''வானரர்களில் சிறந்தவரே! பாலம் கட்டுவதற்கான எல்லா பொருட்களும் உடனே சேகரிக்கத் தொடங்கட்டும்!'' என்று ஸுக்ரீவனைக் கேட்டுக் கொண்டான். பொருட்களைத் திரட்டுவதற்காக வானரர்கள் காடுகளில் புகுந்தார்கள். மரங்கள் வேரோடு பிடுங்கப்பட்டன. பெரும் பாறைகள் தகர்க்கப்பட்டு, கடற்கரைக்குக் கொண்டு வந்து சேர்ப்பிக்கப்பட்டன. அவ்வாறு கொண்டு வரப்பட்ட பாறைகள், ஸமுத்திரத்தை நிரப்பத் தொடங்கின. பாறைகளை ஒரு நேர் கோட்டில் நிலை நிறுத்துவதற்காக, கயிறுகள் பயன்படுத்தப் பட்டன. இப்படி நளனின் கட்டளைக்கேற்ப பாறைகளை ஸமுத்திரத்தில் தள்ளிக் கொண்டும், மரங்களை நளன் விரும்பிய வாறு, அந்தப் பாறைகள் மீது நிறுத்தியும், எண்ணிலடங்காத வானரர்கள் வேலை செய்து கொண்டிருந்தபோது பெரும் சப்தம் எழுந்தது. ஒரு சில நாட்களில் நளனின் தலைமையில் வானரர்கள் கட்டி முடித்த அந்தப் பாலம், வான வீதியில் தெரிகிற நக்ஷத்திர மண்டலம் போல் காட்சியளித்தது. இந்த அற்புத காட்சியைப் பார்ப்பதற்கு, வானத்தில் தேவர்களும், கந்தர்வர்களும், சித்தர்களும் கூடினார்கள்.

மேல் வானத்திலிருந்து பார்ப்பதற்கு, ஒரு பெண்ணின் கூந்தலை இருபுறமும் விலக்கி எடுக்கப்பட்ட வகிடு போல காட்சியளித்த அந்தப் பாலத்தை, வானர சேனை கடக்கத் தொடங்கியது. ராமரை, ஹனுமானும்; லக்ஷ்மணனை, அங்கதனும் தங்களுடைய தோள்களிலே ஏற்றிச் செல்ல வேண்டும் என்று விரும்பிய ஸுக்ரீவனின் ஆவல் நிறைவேற்றப்பட்டது. ஸமுத்திரம் எழுப்பிய பேரோசையையும் அடக்கி விடுகிற வகையில் சப்தம் எழுப்பிக் கொண்டு, வானரப்படை ஸமுத்திரத்தைக் கடந்து மறுகரையை அடைந்த பிறகு, ஸுக்ரீவனின் ஆணைப்படி அங்கேயே முகா மிட்டது. இந்த சாதனையைப் பாராட்டி மகிழ்ந்த ரிஷிகளும், சித்தர்களும் ராமரை வாழ்த்தி, ''எதிரிகளை வெல்வாய்! எண்ணற்ற

வருடங்களுக்கு இந்த பூமியை ஆள்வாய்!'' என்று ஆசி கூறினார்கள்.

(துளஸிதாஸரின் ராமாயணத்தை சற்று பார்ப்போம். ஸமுத்திர ராஜன் பணிவதற்கு முன்பாக, அவனிடம் வேண்டியும், அவன் அலட்சியமாக இருந்தபோது கோபம் கொள்கிற ராமர், தன்னுடைய வில்லில் அம்பைத் தொடுத்து ஸமுத்திரத்தையே வற்றச் செய்து விடத் தயாராக நின்றது வால்மீகி ராமாயணத்திலும் வருவது போலவே, துளஸிதாஸரின் ராமாயணத்திலும் வருகிறது.

அப்போது ராமர் சொல்வதாக துளஸிதாஸர் கூறியிருக்கிற வார்த்தைகள் மிக நன்றாக இருக்கின்றன. 'லக்ஷ்மணா! என்னுடைய வில்லையும் அம்புகளையும் கொண்டு வா! கடலை நான் வற்றச் செய்கிறேன். முட்டாளிடம் வேண்டுகோள் வைப்பது; முரடனிடம் அன்பு காட்டுவது; பிறவிக் கஞ்சனிடம் தாராள மனம் பற்றிப் பேசுவது; உலக வாழ்க்கையில் ஈடுபாடு கொண்டு விட்டவனுக்கு, ஞான உரைகளை எடுத்துக் கூறுவது; கோபிஷ்டனுக்கு மனதை அடக்குவது எப்படி என்று எடுத்துச் சொல்வது; நம்பிக்கை அற்றவனிடம் தெய்வத்தின் சக்தியை எடுத்துரைப்பது – இவை எல்லாமே வறண்டு போன பூமியில் விதை விதைப்பது போலத்தான்.'

இவ்வாறு சொல்லி விட்டு, ராமர் அம்பு தொடுக்க ஆயத்தமாகிற போது, ஸமுத்திர ராஜன் பணிந்து, தன் மீது பாலம் கட்டிச் செல்லுமாறு வால்மீகி ராமாயணம் போலவே, துளஸிதாஸரின் ராமாயணத்திலும் சொல்கிறான். பின்னர், பாலம் கட்டி முடிக்கப் பட்ட பிறகு, 'வார்த்தைகளால் வர்ணிக்கப்பட முடியாத அளவுக்கு அழகு நிரம்பிய இந்த இடத்தில், சிவலிங்கம் பிரதிஷ்டை செய்ய நான் விரும்புகிறேன்' என்று ராமர் கூற, ஸுக்ரீவன் வானரர்களை அனுப்பி மஹரிஷிகள் சிலரை அழைத்து வரச் செய்ய, அவர்களைக் கொண்டு, அவர்கள் முன்னிலையில் சிவலிங்கத்தை ராமர் அங்கே பிரதிஷ்டை செய்கிறார். பரமசிவனை ஏற்காதவன் என்னை பூஜிப்பதால், ஒரு போதும் மேன்மையடைய மாட்டான். சிவனை அலட்சியம் செய்கிறவன், என்னை அடைந்து விட முடியும் என்று நினைத்தால், அவன் அறிவில்லாதவன். சிவனை ஆராதித்து, என்னை ஏற்க மறுப்பவர்களும் சரி, என்னை ஏற்று சிவனை மறுப்பவர்களும்

சரி, ஒரு யுக காலம் நரகத்தில் விழுவார்கள். இந்த ராமேஸ்வரத்திற்கு யாத்திரை மேற்கொள்பவர்கள், உயிர் நீங்கியவுடன் என் உலகத்தை வந்து அடைவார்கள். கங்கையிலிருந்து நீர் கொண்டு வந்து, அதை இங்கே சிவலிங்கத்தின் மீது அபிஷேகம் செய்பவன் மோட்சத்தை அடைவான்' என்று ராமர் கூறுகிறார்.

இப்படி துளஸிதாஸரின் ராமாயணத்தில் வருவது போல், வால்மீகி ராமாயணத்தில் கூறப்படவில்லை. ஆனால், யுத்தம் முடிந்து ஸீதையின் அக்னி பிரவேசமும் முடிவடைந்து, அவளையும் அழைத்துக் கொண்டு ராமர் புஷ்பக விமானம் ஏறி, அயோத்திக்குத் திரும்பும் பொழுது, பல இடங்களையும் சுட்டிக் காட்டி, அது சம்பந்தமான நிகழ்ச்சிகளையும் ஸீதைக்கு வர்ணித்துக் கொண்டே வருகிறார். அப்படி வரும்போது ஸமுத்திரத்தின் மீது அணை கட்டப்பட்ட நிகழ்ச்சியைக் கூறி, 'அதோ அங்கேதான் என்னுடைய படைகள் நிறுத்தப்பட்டிருந்தன. அங்குதான் பாலம் கட்டப் படுவதற்கு முன்பாக பரமசிவன் எனக்கு அருள் புரிந்தார்! சேது பந்தம் என்ற பெயரோடு மூவுலகிலும் பெயர் பெற்று விளங்கப் போகிற இந்த இடம், மிகவும் புனிதமானதாகக் கருதப்படும். எல்லா பாவங்களையும் நாசம் செய்யக் கூடிய க்ஷேத்திரமாக இது இருக்கும்' – என்று வால்மீகியின் ராமாயணத்தில் ராமர் கூறுவதாக விவரிக்கப்பட்டிருக்கிறது.

இதே இடத்தைத்தான் துளஸிதாஸர் இன்னமும் விரிவாக, தனது ராம சரித மானஸத்தில் மேலே சொல்லியபடி வர்ணித்திருக்கிறார்.)

ஸமுத்திரத்தின் மறுகரையை வானர சேனையுடன் அடைந்து விட்ட ராமர், லக்ஷ்மணனைப் பார்த்து, "கனி வகைகளைத் தருகிற மரங்களும், நல்ல நீரும் உடைய இடத்தில் இந்த சேனை தங்கி எப்பொழுதும் கவனத்துடனேயே இருக்கட்டும். லக்ஷ்மணா! இலங்கையே அழியப் போகிறது என்பதற்கான சகுனங்கள் பலவற்றை நான் காண்கிறேன். பலமான காற்று புழுதியோடு கலந்து வீசுகிறது. நில நடுக்கம் உண்டாகிறது. மரங்கள் வீழ்கின்றன. மாமிசத்தை தின்னும் மிருகங்கள் போல தோற்றம் கொண்ட மேகங்கள் காணப்படுகின்றன. அவற்றிலிருந்து ரத்தம் கலந்த நீர்த் துளிகள் விழுகின்றன. மாலை நேர சூரியனில் ஒரு

களங்கம் தெரிகிறது. சந்திரன் குளுமை தரவில்லை. பலவித பறவைகள் தரையில் வீழ்ந்து கொண்டிருக்கின்றன. பெண் நரிகள் ஊளையிடுகின்றன. லக்ஷ்மணா! பூமி மாமிசத்தாலும், ரத்தத்தாலும் நிரப்பப்படப் போகிறது என்பதைத்தான் இவை காட்டுகின்றன. சிந்தித்துப் பயனில்லை. விரைவில் இலங்கை நகரத்தை நோக்கி நமது படை செல்லட்டும்'' என்று கூறினார்.

6. யுத்த காண்டம்

அத்தியாயம் - 9

மீண்டும் ஒற்றர்கள் !

கடலைக் கடந்த பிறகு, வானர சேனை முகாமிடுதல்; ஏற்கெனவே பிடிக்கப்பட்ட சுகன் விடுவிக்கப்படுவது; அவன் ராவணனை அடைந்து, தனக்கு நேரிட்ட கதியைக் கூறி, ராமரின் திறனையும், அவருடைய படையின் பலத்தையும் வர்ணிக்க, 'தன்னை வெல்ல யாராலும் முடியாது' என்று ராவணன் பெருமை பேசுவது; மீண்டும் ராவணன் ஒற்றர்களை அனுப்புவது; அவர்கள் ராமர் கூறிய எச்சரிக்கையைத் தாங்கி, மீண்டும் ராவணனை சென்றடைவது; தனது அரண்மனையின் மேல் ஏறி நின்று, வானர சேனையைப் பார்க்கிற ராவணன், அதில் உள்ள முக்கியஸ்தர்களைப் பற்றி தனக்குக் கூறுமாறு கேட்பது; ஸாரணன் முக்கியமான வானர வீரர்களைக் காட்டி, அவர்களுடைய பராக்கிரமத்தைப் பற்றி ராவணனுக்கு விளக்கிக் கூறுவது.

ராமருடைய கட்டளையை ஏற்று, விபீஷணன், ஸுக்ரீவன், லக்ஷ்மணன் ஆகியோர் அவரைப் பின் தொடர, வானர சேனை முன்னேறியது. அப்போது அவர்கள் எழுப்பிய சப்தம் இலங்கையை எட்டியது. அரக்கர்கள் முரசுகளையும், பேரிகைகளையும், முழங்கினார்கள். இந்த சப்தம் வானரர்களை வந்து அடைய, அரக்கர்களையும் விட அதிகமான சப்தத்தை வானரர்கள் எழுப்பினார்கள். இப்படி இரு புறங்களிலும் இருந்து எழும்பிய

போர் ஒலி, வானத்தையே அதிரச் செய்தது. முன்னேறிக் கொண்டிருந்த வானர சைன்யத்தின் கண்களில், இலங்கை நகரம் தென்பட்டது. அப்போது ராமர், வானரப் படையை எவ்வாறு அணி வகுக்க வேண்டும் என்பதையும், யார் யார் எந்தெந்த இடத்தில் தலைமை தாங்கி நிற்க வேண்டும் என்பதையும், விவரமாக எடுத்துக் கூறினார். வானரப் படையினர் மிகவும் உற்சாகமாக 'உடனே சென்று, நமது கைகளினாலேயே இலங்கையில் இருக்கும் மலைகளை தகர்த்து எறிந்து விடுவோம்' என்று கூறினர்.

இந்த நிலையில், ஸுக்ரீவனிடம் ராமர், "நமது படையின் அணி வகுப்பைக் கூட தீர்மானம் செய்தாகி விட்டது. இப்போது ராவணனால் அனுப்பப்பட்ட சுகன் என்ற ஒற்றனை விடுதலை செய்து விடு" என்று கூற, அவ்வாறே சுகனும் விடுவிக்கப்பட, அவன் விரைந்து சென்று ராவணனின் முன்னிலையை அடைந்தான்.

அவன் அலங்கோலமாக வந்து சேர்ந்திருப்பதைப் பார்த்த ராவணன், "என்ன நடந்தது? வானரர்களின் கையில் நீ சிக்கி விட்டாயா?" என்று கேட்டான்.

ராவணனின் கேள்விக்கு சுகன் விரிவாக பதில் சொல்லத் தொடங்கினான்: "அரசே! நீங்கள் கூறிய தகவலை வானத்தில் இருந்தவாறே நான் தெரிவித்தேன். அப்போது திடீரென்று வானரர்கள் வானத்தில் தாவி, என்னைப் பிடித்து பலவாறாகத் தாக்கினார்கள். என்னுடைய இறக்கைகளைக் கூட அறுத்தார்கள். அந்த வானரர்களோடு பேச்சு வார்த்தை நடத்துவது என்பது முடியாத காரியம். அவர்களைக் கேள்விகள் கேட்டுக் கொண்டிருக் கவும் அப்போது எனக்கு வாய்ப்பில்லை. அந்த அளவுக்கு வன்முறையில் அவர்கள் இறங்கி விட்டார்கள். ஸுக்ரீவன் உதவியுடன் ராமன், ஸீதையைக் காப்பாற்றி அழைத்துச் செல்ல வந்திருக்கிறான். கடலின் மீது பாலம் கட்டப்பட்டு விட்டது. அந்தப் பாலத்தின் மூலமாக, எண்ணிக்கையில் அடங்காத வானரர்கள் கூட்டம் ஸமுத்திரத்தின் மறுகரையை அடைந்து விட்டது. நமது பாதுகாப்பு அரண்களை அவர்கள் நெருங்குவதற்கு முன்பாக, ஸீதையை அவர்களிடமே ஒப்படைத்து, சமாதானம் செய்து கொள்வதா – அல்லது அவர்களை யுத்தத்தில் சந்திப்பதா என்பதை தீர்மானம் செய்து கொள்ளுங்கள்."

சுகனின் வார்த்தைகளைக் கேட்ட ராவணன், கோபமுற்று, ''தேவர்களும், கந்தர்வர்களும், அசுரர்களும் சேர்ந்து எதிர்த்தாலும் கூட, ஸீதையை திருப்பி அனுப்புவது என்ற ஒன்று நடக்கப் போவதில்லை. மலர்கள் நிறைந்த செடியை நோக்கி ஆவலோடு வண்டுகள் பாய்ந்து செல்வது போல, ராமனை நோக்கி என் அம்புகள் பாயும் நேரத்தை, நான் எதிர்பார்த்துக் காத்திருக்கிறேன். ரத்தம் தோய்ந்த அவனது உடலை, எனது அம்புகள் துளைத் தெடுக்கும் காட்சியைக் காண விரும்புகிறது என் மனம். நக்ஷத்திரக் கூட்டத்தை சூரியன் ஒளி இழக்கச் செய்வதுபோல, ராமனின் படையை நான் ஒளி இழக்கச் செய்கிறேன். என்னுடைய கோபம் கடலை ஒத்தது; என்னுடைய பலம் காற்றை ஒத்தது; இதை அறியாததால் ராமன் யுத்தத்தில் என்னைச் சந்திக்க வந்து கொண்டிருக்கிறான். என்னுடைய அம்பறாத் தூணியில் இருக்கிற பாம்புகளை ஒத்த அம்புகளை ராமன் பார்த்ததில்லை; அதனால் அவன் என்னை யுத்தத்தில் சந்திக்க வந்து கொண்டிருக்கிறான். யுத்த களத்தில் என்னுடைய போர்த்திறனை அவன் கண்டதில்லை. அதனால் என்னை யுத்தத்தில் சந்திக்க அவன் வந்து கொண்டிருக் கிறான். இந்திரன், கருடன், எமன், குபேரன் ஆகியோரும் கூட யுத்த களத்தில் என்னை சந்திக்கும் திறன் அற்றவர்கள் என்பதை ராமன் அறியவில்லை; அதனால் என்னை அவன் யுத்தத்தில் சந்திக்க வந்து கொண்டிருக்கிறான்.''

இவ்வாறு கூறிய ராவணன், சுகனிடமும், ஸாரணன் என்கிற தனது அமைச்சரிடமும் மேலும் சொன்னான் : ''வானரப் படை கடலைக் கடந்திருக்கிறது என்பது வியப்புக்குரியதுதான். இது ஒருபுறமிருக்க, இந்தப் படையின் எண்ணிக்கை என்ன என்பதை நாம் அறிந்து கொள்ள வேண்டும். நீங்கள் இருவரும், எவரும் அறியாமல் அந்தப் படையினுள் கலந்து அதனுடைய அளவு என்ன என்பதையும், வானரர்களின் பலம் என்ன என்பதையும், அவர் களுடைய தலைவர்களின் ஆலோசகர்கள் யார் என்பதையும், அவர்கள் எப்படிக் கடலின் மீது பாலத்தைக் கட்டினார்கள் என்பதையும், அவர்கள் முகாமிட்டிருக்கும் இடத்தையும், ராமனும் லக்ஷ்மணனும் பயன்படுத்தக்கூடிய ஆயுதங்களின் தன்மை பற்றியும், எல்லா விவரங்களையும் அறிந்து கொண்டு வாருங்கள்.''

ராவணனின் உத்தரவை ஏற்று சுகனும், ஸாரணனும் வானரர்கள் போல உருவத்தை மேற்கொண்டு, ஸுக்ரீவனின் வானரப் படையினுள் நுழைந்தனர். அதன் எண்ணிக்கையை எப்படி அறிந்து கொள்வது என்பதே அவர்களுக்குப் புரியவில்லை. கடல் போல் பரவி, விரிந்து கிடந்த அந்தப் படையைப் பார்த்து, அவர்களுக்கு மயிர்க் கூச்செரிந்தது. இவ்வாறு அவர்கள் திகைத்து நிற்கையில், விபீஷணன் அவர்களைப் பார்த்து விட்டான். அவர்கள் யார் என்பது அவனுக்குப் புரிந்து விட்டது. உடனே அவன் அவர்களை சிறைப்படுத்தி, ராமரின் முன்னிலையில் கொண்டு போய் நிறுத்தி, ''சுகன், ஸாரணன் என்ற பெயருடைய இவர்கள் இருவரும் ராவணனின் அமைச்சர்கள். ஒற்றர்களாக இங்கே வந்திருக் கிறார்கள்'' என்று கூறினான்.

அவர்கள் இருவரும் 'இப்போது தங்கள் வாழ்வு முடிந்தது' என்று நினைத்து, ராமரின் முன்னிலையில் கை கூப்பி நின்று அவரைப் பார்த்து, ''உங்களுடைய படையைப் பற்றிய எல்லா விவரங்களையும் அறிந்து கொள்வதற்காக, ராவணனால் அனுப்பப் பட்டு நாங்கள் இங்கு வந்து சேர்ந்தோம்'' என்று கூறி, உண்மையை ஒப்புக் கொண்டனர்.

இதைக் கேட்ட ராமர், மனம் விட்டு உரக்க சிரித்தவாறு, ''நீங்கள் எங்களுடைய படையை முழுமையாகப் பார்த்து விட்டீர்கள் என்றால் – அதோடு எங்களையும் நன்றாகவே கவனித்து விட்டீர்கள் என்றால் – உங்கள் காரியம் முடிவு பெற்றதாகிறது. ஆகையால் நீங்கள் உங்களுடைய அரசரிடம் திரும்பிச் செல்லலாம். மாறாக, இன்னமும் உங்களால் அறிந்து கொள்ள முடியாத விவரங்கள் இருக்கின்றன என்று நினைத்தால், மீண்டும் மீண்டும் படையை நன்றாகச் சுற்றிப் பாருங்கள். விபீஷணனை விட்டு உங்களுக்கு எல்லாவற்றையும் காட்டச் சொல்கிறேன். சிறைப்பட்டு விட்டதால், உங்கள் உயிரைப் பற்றிய கவலை உங்களுக்கு ஏற்பட வேண்டியதில்லை. நீங்கள் ஆயுதங்கள் அற்றவர்களாக இருக்கிறீர்கள். சிறைப்படுத்தப்பட்டிருக்கிறீர்கள். உங்களைக் கொல்வது சரியல்ல'' என்று கூறி விட்டு, வானரர்களைப் பார்த்து, ''இந்த அரக்கர்களை விடுதலை செய்து விடுங்கள். அவர்கள் ஒற்றர்களாகவே வந்திருந்தாலும் சரி, அவர்கள் உயிரோடு போகட்டும்'' என்று சொன்னார்.

அதன் பின்னர், சுகனையும், ஸாரணனையும் பார்த்து, ''இப்போது நான் சொல்கிற வார்த்தையை நான் சொன்ன மாதிரியே நீங்கள் ராவணனிடம் தெரிவிக்க வேண்டும். 'உன்னுடைய பலம், உன்னுடைய உறவினர்களின் பலம், உன்னுடைய படையின் பலம் முதலியவற்றை நம்பி ஸீதையை அபகரித்திருக்கிறாய். அந்த பலத்தையெல்லாம் நீ காட்டுகிற நேரம் வந்துவிட்டது. நாளைய தினம் இலங்கையையும், அரக்கர்கள் கூட்டத்தையும் முழுமையாக அழிக்க நான் முனைவேன். இந்திரனின் வஜ்ராயுதம் போல் என்னுடைய அம்புகள் அரக்கர்களைத் தாக்குவதை நீ காண்பாய். என்னுடைய கோபத்திற்கு இலக்காகி விட்ட உன்னுடைய படைகள் அழிவது நிச்சயம்' – இவ்வாறு நான் கூறி அனுப்பியதாக ராவணனிடம் தெரிவியுங்கள்.''

இப்படிக் கூறி தங்களை அனுப்பி வைத்த ராமரை வாழ்த்தி விட்டு, அந்த இரண்டு அரக்கர்களாகிய சுகனும், ஸாரணனும் ராவணன் முன்னிலைக்கு வந்து சேர்ந்து, நடந்த விவரத்தைக் கூறிவிட்டு மேலும் சொன்னார்கள் : ''வானரப் படைகள் முழுமையாக ஒதுங்கி நின்றாலும் கூட, ராமன், லக்ஷ்மணன், விபீஷணன், ஸுக்ரீவன் – ஆகிய நால்வர் மட்டும் சேர்ந்து, இலங்கை மாநகரத்தை அதன் அஸ்திவாரத்துடன் சேர்த்து பெயர்த்து, வேறு இடத்தில் வைத்து விடக்கூடிய வல்லமை படைத்தவர்களாகத் திகழ்கிறார்கள். நால்வர் கூடத் தேவையில்லை. ராமன் ஒருவனே இலங்கையை அழித்து விடுவான். ராமனாலும், லக்ஷ்மணனாலும், ஸுக்ரீவனாலும் காக்கப்படுகிற அந்த வானரப் படையை வெல்வது என்பது தேவர்களுக்கும், அசுரர்களுக்கும் கூட கடினமான காரியமே. வானரர்களோ போரிடுவதில் பெரும் உற்சாகம் கொண்டவர்களாக இருக்கிறார்கள். இந்தச் சூழ்நிலையில் மீண்டும் ஸீதையை ராமரிடமே ஒப்படைத்து அவனுடன் சமாதானம் செய்து கொள்வதே சிறந்தது.''

இவ்வாறு கூறிய ஸாரணனையும், சுகனையும் பார்த்து ராவணன், ''வானரர்களால் பலமாக தாக்கப்பட்டதால், நீங்கள் அஞ்சி நடுங்கி, ஸீதையை மீண்டும் ராமனிடம் ஒப்படைத்துவிட வேண்டும் என்று சொல்கிறீர்கள். யுத்தத்தில் என்னை எதிர்த்து நிற்கும் வல்லமை படைத்தவன் எவனும் இல்லை என்பதை மறந்து

விட்டீர்கள்'' என்று கூறிவிட்டு, பல அடுக்குகளைக் கொண்ட தனது வெண்ணிற அரண்மனையின் மேல் தட்டில் நின்று, அங்கிருந்து சுற்றும் முற்றும் பார்த்து, வானரப் படையைக் கண்டான். பரந்து விரிந்து கிடந்த அந்தப் படையைப் பார்த்துவிட்டு, ஸாரணனிடம் ''அந்தப் படையில் எந்த வானரர்கள் முக்கியமானவர்கள்? அவர்களுடைய வீரம் எத்தகையது? படையின் பின்பகுதியில் வருபவர்கள் யார்? யாருடைய ஆலோசனையை ஸுக்ரீவன் நாடுகிறான்? இந்தப் படையின் தளபதிகள் யார்? எல்லாவற்றையும் எனக்கு விவரமாகச் சொல்லுங்கள்!'' என்று கேட்டான்.

ஸாரணன், வானரப் படையில் நின்று கொண்டிருந்த நீலன், அங்கதன், நலன், ச்வேதன், குமுதன், சண்டன், ரம்பன், சரபன், சனசன், பனஸன், வினதன், க்ரோதனன், கவயன், ஹரன்... என்ற பல வானரர்களைச் சுட்டிக் காட்டி, அவர்களுடைய வீரத்தையும், போர்த் திறனையும், யுத்த ஆர்வத்தையும் புகழ்ந்து கூறினான். அதேபோல தூம்ரன், ஜாம்பவான் ஆகிய கரடி இனத்தைச் சார்ந்தவர்களையும் சுட்டிக் காட்டி, அவர்களுடைய வீரத்தையும் போற்றினான்.

பின்னர் சுகன், ஹனுமானைக் காட்டி, ''அங்கே மதம் பிடித்த யானையைப் போல் நிற்பவனும், கோபம் கொண்டால் கடலையே கடைந்து விடக்கூடியவனுமான ஹனுமான்தான், ஸீதையைத் தேடிக் கொண்டு இலங்கைக்கு வந்தவன். இப்போது இரண்டாவது முறையாக அவன் இங்கு வந்திருக்கிறான். கேஸரியின் மூத்த மகனாகிய அவன், வாயுதேவனின் ஆசியால் பிறந்தவன். நினைத்த உருவத்தை எடுக்கக் கூடிய திறன் படைத்தவன். சிறுவனாக இருக்கும்போதே சூரியனைப் பிடிக்கும் எண்ணத்தோடு வானில் தாவியவன். அவனுடைய பலம், அவனுடைய கவர்ச்சி, அவனுடைய பெருமை – இவையெல்லாம் வர்ணனைக்கும் அப்பாற்பட்டவை. தான் ஒருவனே இலங்கையை அழித்து விட வேண்டும் என்று அவன் முனைந்திருக்கிறான். தன் வாலிலே வைக்கப்பட்ட நெருப்பைக் கொண்டு, இலங்கையில் பெரும் நாசம் விளைவித்த அவனை உங்களால் மறந்து விட முடியாதல்லவா?'' என்று கூறினான்.

6. யுத்த காண்டம்

அத்தியாயம் - 10

ராவணன் செய்த தந்திரம்

விபீஷணனைத் தொடர்ந்து சுகனும் பல வானர வீரர்களை சுட்டிக் காட்டி விட்டு, ராமர், லக்ஷ்மணன், ஹனுமான், சுக்ரீவன் ஆகியோரையும் காட்டி, அவர்களுடைய பெரும் திறனை விளக்குவது; ஸார்தூலன் என்பவன் தலைமையில் மீண்டும் ஒற்றர் களை வானரப் படையிடம் ராவணன் அனுப்புவது; அவர்களும் விபீஷணனால் பிடிபட்டு, ராமரால் விடுவிக்கப்படுவது; ராவணன், மாயையில் வல்ல வனான வித்யுஜ்ஜிஹ்வன் என்பவனிடம், ராமரின் தலையைப் போன்ற ஒரு தலையையும், அவருடைய வில்லைப் போன்ற ஒரு வில்லையும் தயார் செய்யச் சொல்வது; ராவணன் ஸீதையை அடைந்து, ராமர் கொல்லப்பட்டார் என்று கூறுவது...

பின்னர் சுகன், ராமரை, ராவணனுக்குச் சுட்டிக் காட்டினான். "அங்கே நிற்பவர்தான் ராமர். தாமரை போன்ற கண்களை உடையவர். உங்களால் கவர்ந்து கொண்டு வரப்பட்ட ஸீதையின் கணவர். அவருடைய வீரம் உலகம் முழுதும் போற்றப் படுகிறது. நற்குணம் அவரிடமிருந்து தவறுவ தில்லை. தர்மத்தின் பாதையிலிருந்து அவர் என்றும் நழுவுவ தில்லை. ப்ரம்மாஸ்திரத்தை அறிந்தவர்; அதே போல வேதங்களை அறிந்தவர்களிலும் அவர் முதன்மையானவரே! ஆகாயத்தையும் அவரது அம்புகள் பிளக்கும். பூமியையும் அது துளைத்து விடும்.

அவருடைய கோபம் எமனின் கோபத்தை ஒத்தது. அவருடைய பலம் இந்திரனின் பலத்தை நிகர்த்தது. இப்படிப்பட்ட ராமர்தான் இப்போது உங்களோடு யுத்தம் செய்ய வந்திருக்கிறார்.

"ராமருக்கு வலப்புறம் நிற்பவன் லக்ஷ்மணன். சூரியன் போல் பிரகாசிப்பவன். அகன்ற மார்பையுடையவன். ராஜதந்திரமும், போர்த் திறனும் ஒருங்கே அமையப் பெற்றவன். ஆயுதம் ஏந்தியவர்களில் சிறந்தவன் என்று அவன் போற்றப்படுகிறான். ராமனின் நலனையே தன் நலனாகக் கருதுகிற லக்ஷ்மணன், அவருக்குக் கெடுதல் செய்தவர்களை மன்னிப்பதில்லை. வீரன், பலம் மிக்கவன், வெற்றி காண்பவன், ராமனின் வலது கை, அல்லது ராமனின் உயிர் மூச்சு என்று கூறி விடலாம். அரக்கர்களை கூண்டோடு அழித்து விடும் எண்ணத்தோடு அவன் இங்கே வந்திருக்கிறான்.

"ராமருக்கு இடதுபுறம் நிற்பவர் விபீஷணன். இலங்கைக்கு அரசனாக ராமரால் அவர் முடிசூட்டப்பட்டிருக்கிறார். பெரும் கோபம் கொண்டு, உங்களை எதிர்க்க அவர் வந்திருக்கிறார்.

"இவர்களுக்கு நடுவே நிற்கிற ஸுக்ரீவன் வானரர்களின் தலைவன். பேராற்றலும், நுண்ணறிவும் ஒருங்கே அமையப் பெற்றவன். அவன் அணிந்திருக்கிற தங்கச் சங்கிலியில் லக்ஷ்மி வாசம் செய்கிறாள். இதுவும், தாரையும், அவனுக்கு வாலியினால் அளிக்கப்பட்ட பரிசுகள்."

இவ்வாறு வர்ணித்து முடித்த சுகன், முடிவாக சில வார்த்தைகள் சொன்னான். "நூறு ஆயிரங்களை நூறால் பெருக்கினால் வருவது கோடி என்று கணக்கறிந்தவர்கள் கூறுகிறார்கள். லக்ஷம் கோடிகள் சேர்ந்தது ஒரு சங்கு. ஒரு லக்ஷம் சங்குகள் சேர்ந்தது ஒரு மஹாசங்கு. ஒரு லக்ஷம் மஹாசங்குகள் சேர்ந்ததை வ்ருந்தம் என்று கூறுகிறார்கள். ஒரு லக்ஷம் வ்ருந்தங்கள் சேர்ந்தால், அது மஹாவ்ருந்தம். ஒரு லக்ஷம் மஹாவ்ருந்தங்கள் பத்மம் என்று அழைக்கப்படுகிறது. ஒரு லக்ஷம் பத்மங்கள் மஹாபத்மம் என்று அறியப்படுகிறது. ஒரு லக்ஷம் மஹா பத்மங்கள், கர்வம் என்று கூறப்படுகிறது. ஒரு லக்ஷம் கர்வங்களுக்கு மஹாகர்வம் என்று பெயர். ஒரு லக்ஷம் மஹா கர்வங்கள் ஸமுத்திரம் என்று

கூறப்படுகிறது. ஒரு லக்ஷம் ஸமுத்திரங்கள் சேர்ந்தால் அது ஓகம். ஒரு லக்ஷம் ஓகங்கள் சேர்ந்தால் அது, மஹௌகம். இவற்றில் எதைப் பயன்படுத்தி, இந்த வானரப்படையின் எண்ணிக்கையை வர்ணிப்பது என்பது தெரியவில்லை. பெரும் பலம் படைத்த ஸுக்ரீவன் இப்படிப்பட்ட படை, புடை சூழ உங்களை எதிர்த்து வந்திருக்கிறான். இவ்வளவு வல்லமை படைத்த எதிரிகளின் கையில் நமக்கு ஆபத்து வராமல் இருக்க பெரும் முயற்சி தேவைப்படும்.''

இவ்வாறு சுகனும், அதற்கு முன் ஸாரணனும் கூறிய விவரங்கள் ராவணனை கவலை கொள்ளச் செய்தாலும், அவன் தலைகுனிந்து நின்று கொண்டிருந்த அந்த இருவரையும் பார்த்து கோபத்தோடு பேசினான். ''தண்டிக்கவோ, பரிசளிக்கவோ சக்தி படைத்த மன்னனைச் சார்ந்து நிற்கும் அமைச்சர்கள், அவனுக்கு வெறுப்பை ஏற்படுத்தக் கூடிய வார்த்தைகளைப் பேசுவது என்பது முறை யில்லை. நம்மோடு யுத்தம் செய்வதற்காக வந்து நிற்கிற எதிரிகளைப் புகழ்வது என்பது நேரம் கெட்ட காரியம். ஆச்சார்யர் கள், பெற்றோர்கள், மூத்தோர்கள் ஆகியோருக்குப் பணிவிடை செய்து, நீங்கள் கற்ற ராஜநீதியை, இப்போது மறந்து விட்டீர்கள் போலும்! இப்போது நீங்கள் தாங்கி நிற்பது அறியாமை மட்டுமே! இப்படிப்பட்ட மூடர்களை அமைச்சர்களாக என்னைச் சுற்றி வைத்துக் கொண்டும்கூட, நான் இன்னமும் அரசனாக இருப் பதற்குக் காரணம் – என்னுடைய அதிர்ஷ்டம்தான். தீமையையும், நன்மையையும் நாவினாலேயே பொழிந்து விடக்கூடிய மன்ன னைப் பார்த்து, இம்மாதிரி வார்த்தைகளைப் பேசும்பொழுது, உங்கள் மனதில் மரண பயம் தோன்றவில்லையா? காட்டில் பெரும் தீ ஏற்பட்டு, அதனால் தீண்டப்பட்டாலும் கூட சில மரங்கள் தப்பிக்கலாம்; ஆனால் அரசனை எதிர்த்து அவனுக்குத் தீமை புரிபவர்கள் அவனுடைய தண்டனையிலிருந்து தப்புவது என்பது நடப்பதில்லை. எதிரிகளைப் புகழ்கிற உங்கள் இருவரை யும் நான் கொன்றிருக்க வேண்டும். ஆனால் நீங்கள் முன்பு ஆற்றிய பணிகள் காரணமாக என்னுடைய கோபம் தணிகிறது. என்னுடைய சபையை விட்டு விலகுங்கள். உங்களை நான் கொல்ல விரும்பாததற்கு ஒரே காரணம் உங்களுடைய முந்தைய பணிகளே

என்பதையும் மறக்காதீர்கள். ஆனால், நான் கொல்லா விடினும் கூட, உங்களுடைய நன்றி கெட்ட தனத்தினாலேயே நீங்கள் உயிர் இழந்தவர்களாகிறீர்கள். போங்கள்!'' இவ்வாறு ராவணனால் கண்டிக்கப்பட்ட ஸாரணனும், சுகனும், அவனை வெற்றி பெறுமாறு வாழ்த்தி விட்டு, அங்கிருந்து வெளியேறி னார்கள்.

அப்போது ராவணன் மஹோதரனை அழைத்து, ''வேறு நல்ல ஒற்றர்களை அழைத்து வா'' என்று கட்டளையிட்டான். இவ்வாறு மஹோதரனால் அழைத்து வரப்பட்ட ஒற்றர்கள், ராவணனை வணங்கி, அவன் யுத்தத்தில் வெற்றி பெற வாழ்த்தி நின்றனர். ராவணன் அவர்களைப் பார்த்து, ''இங்கிருந்து சென்று, வானரப் படை இருக்கும் இடத்தை அடைந்து, ராமனின் திட்டங்கள் என்ன என்பதை அறிந்து வாருங்கள். ஒரு விவரத்தையும் விடக் கூடாது. அவன் எப்படி படுக்கப் போகிறான்? என்ன நேரத்தில், எப்படி விழித்துக் கொள்கிறான்? இன்று அவன் செய்ய முனையும் காரியங்கள் என்ன... என்பது போன்றவற்றையும் கூட நீங்கள் அறிந்து வர வேண்டும். நல்ல அறிவு படைத்த மன்னர்கள், ஒற்றன் மூலமாக எதிரியின் நடவடிக்கைகளையும், அவனுடைய பலத்தையும், பலவீனத்தையும் அறிந்து கொண்டு, அவனை மிக விரைவில் வென்று விடுகிறார்கள். ஆகையால், சென்று எல்லா விவரங்களையும் அறிந்து வாருங்கள்'' என்று உத்திரவிட்டான்.

சார்தூலன் என்பவனை தலைவனாகக் கொண்டு அந்த ஒற்றர்கள் ராவணனை வலம் வந்து வணங்கி விடைபெற்று அங்கிருந்து புறப்பட்டு, ராமர், லக்ஷ்மணன், வானரப்படை ஆகியோர் தங்கி முகாமிட்டிருந்த ஸுவேலம் என்ற மலைப் பகுதியை அடைந்தனர். வானரப் படைகளைப் பார்த்தவுடன் அவர்களை அச்சம் கவ்வியது. விபீஷணனோ, அவர்களையும் கண்டுபிடித்து விட்டான். குறிப்பாக சார்தூலனை அவன் ஒரு பாவி என்று விபீஷணன் அடையாளம் காட்டியும் கூட, அந்த ஒற்றர்களையும் ராமரின் உத்திரவுக்குக் கீழ்படிந்து வானரர்கள் விடுதலை செய்தனர். இருந் தாலும் கூட, வானரர்களால் துன்புறுத்தப்பட்ட அந்த ஒற்றர்கள் அனைவரும் அங்கிருந்து புறப்பட்டு ராவணனைச் சென்று அடைந்து, நடந்த விவரத்தைக் கூறினர். பின்னர் சார்தூலன், ''அந்த

யுத்த காண்டம்

வானரர்கள் பார்ப்பதற்கு மலைகளைப் போல் இருக்கின்றனர். அவர்களால் துன்புறுத்தப்பட்ட நாஙகள், ராமரின் ஆணையினால் விடுவிக்கப்பட்டோம். அவர் நமது கோட்டையை நெருங்குவதற்கு முன்பாக, ஸீதையையாவது திருப்பி அவரிடமே ஒப்படைத்து விடுங்கள். அல்லது யுத்தத்தைச் சந்திக்கவாவது தயாராகி விடுங்கள்'' என்று கூறினான்.

அதைக் கேட்ட ராவணன், ''ஸீதையை மீண்டும் அனுப்புவது என்பது நடக்கப் போவதில்லை'' என்று சொல்லி விட்டு, அந்த வானரப் படையின் விவரங்களைப் பற்றி சார்தூலனிடமும் விசாரித்தான். சார்தூலனும், முன்பு ஸாரணனும், சுகனும் வர்ணித்த மாதிரி, முக்கியமான வானரர்களின் பலத்தையும், ராம–லக்ஷ்மணர்களின் வீரத்தையும், ஸுக்ரீவனின் திறமையையும் விவரமாக வர்ணித்தான்.

இப்படி ஒற்றர்கள் மூலமாக பல விவரங்களையும் அறிந்து கொண்ட ராவணன், தனது சகோதரர்களையெல்லாம் அழைத்து, உடனடியாக செய்ய வேண்டியது என்ன என்பது பற்றி யோசனைகளைக் கேட்டுக் கொண்டான். பின்னர், தனது அரண் மனைக்குள் சென்ற அவன், பெரும் பலம் படைத்தவனும், தந்திரங் களிலும், மாயைகளிலும் கை தேர்ந்தவனுமாகிய வித்யுஜ் ஜிஹ்வனை அழைத்து, ''தந்திரத்தினால் ஸீதையின் மனதைக் கவர்ந்து விட நான் தீர்மானித்திருக்கிறேன். ராமனின் தலையைப் போல ஒரு தலையை உருவாக்கிக் கொண்டு வா. அதனுடன் கூட, சிறப்பு வாய்ந்த வில், அம்பு ஆகியவற்றையும் எடுத்து வா. விரைவில் செயலாற்றுவாயாக'' என்று ராவணன் அவனுக்கு உத்திரவிட்டான்.

ராவணன் கூறியவாறே, ராமரின் தலை போன்ற ஒரு தலையையும், ஒரு சிறந்த வில், அம்பு ஆகியவற்றையும் தன்னு டைய மாயையினால் வித்யுஜ்ஜிஹ்வன் உருவாக்க, ராவணன் அவற்றைப் பார்த்து மகிழ்ச்சி அடைந்து, அவனுக்கு ஓர் உயர்ந்த ஆபரணத்தை பரிசாக அளித்தான்.

இதைத் தொடர்ந்து ராவணன், ஸீதை வைக்கப்பட்டிருந்த அசோக வனத்தினுள் நுழைந்து, அங்கே, தலை கவிழ்ந்து, தனது

வால்மீகி ராமாயணம்

கணவனையே நினைத்து துன்பத்தில் ஆழ்ந்திருந்த ஸீதையைப் பார்த்து பேசத் தொடங்கினான் : ''நான் எவ்வளவோ வேண்டியும் கூட, எந்த ராமனை நினைத்து நீ என்னிடம் இன்னமும் அவமரியாதையாக நடந்து கொள்கிறாயோ, அந்த ராமன் யுத்தத்தில் கொல்லப்பட்டான்! உன்னுடைய வேர் அறுந்து விட்டது. உன்னுடைய ஆணவம் என்னால் நசுக்கப்பட்டது. இப்போது உனக்கு நேர்ந்து விட்ட துரதிர்ஷ்டத்தின் காரணமாக, நீ இனி என் மனைவியாவாய். மூடப் பெண்ணே! உன்னுடைய பிடிவாதத்தை இனியேனும் விட்டு விடு. உன்னுடைய கணவன் இல்லாமல் நீ என்ன செய்யப் போகிறாய்? உன்னுடைய கணவன் இறந்து விட்டதால், நீ நினைத்தது இனி நடக்கப் போவதில்லை. அப்படியிருக்க, என் ராணிகளின் தலைவியாவதில் உனக்கு என்ன தடை? நீ உன்னை பெரும் அறிவுடையவளாக நினைத்துக் கொண்டிருக்கிறாய்? ஆனால் நீ அறிவற்றவள். பெண்ணே! உன்னுடைய கணவன் கொல்லப்பட்ட கோரமான விவரத்தை வர்ணிக்கிறேன் கேள்.''

இவ்வாறு ஸீதையைப் பார்த்துக் கூறிய ராவணன், மேலும் தொடர்ந்தான். ''என்னைத் தாக்குவதற்காக ஸுக்ரீவனால் திரட்டப்பட்ட பெரும் படையுடன் எனது கடற்கரையை நெருங்கிய ராமன், அங்கே முகாமிட்டான். கடும் பயணத்தினால் களைத்திருந்த அவனுடைய படையினர் அனைவரும் தூங்கிக் கொண்டிருந்த நள்ளிரவு நேரத்தில், என்னுடைய ஒற்றர்கள் முதலில் அங்கு சென்று பல விவரங்களை அறிந்து வந்தார்கள். இறுதியில் ப்ரஹஸ்தன் தலைமையில் சென்ற என்னுடைய பெரிய படை, அந்த நள்ளிரவு நேரத்தில் ராமனும், லக்ஷ்மணனும் தங்கியிருந்த இடத்தில் அந்தப் படையினரைத் தாக்கி, எல்லோரையும் அழித்தது.

''அப்போது தூங்கிக் கொண்டிருந்த ராமனின் தலை, ப்ரஹஸ்தனின் வாளால் துண்டிக்கப்பட்டது. பின்னர் விபீஷணன் சிறையெடுக்கப்பட்டான். லக்ஷ்மணன் நாலு திசைகளிலும் ஓடினான். ஸுக்ரீவன் கழுத்து ஒடிக்கப்பட்டவனாக விழுந்து கிடக்கிறான். ஹனுமான் அரக்கர்களால் கொல்லப்பட்டான். கால் ஒடிக்கப்பட்ட ஜாம்பவான் மரம் போல் வீழ்ந்தான். வானரர்

களில் சிறந்தவர்களாகிய மைந்தனும், த்விவிதனும் இடுப்பில் கத்தியால் வெட்டப்பட்டு இரு துண்டுகளாக்கப்பட்டனர். பழுத்த பலாப்பழம் வெடிப்பது போல வெடித்து பனஸன் தரையில் வீழ்ந்து கிடக்கிறான். தரிமுகன், குமுதன் ஆகியோர் ரத்த வெள்ளத்தில் மிதக்கிறார்கள். அங்கதன் ரத்தம் கக்கியவாறு வீழ்ந்தான். மற்ற வானரர்கள் யானைகளாலும், ரதங்களாலும் நசுக்கப்பட்டனர். பயந்து ஓடிய வானரர்கள் கடலில் குதித்து உயிரை விட்டனர்.

"இவ்விதமாக உன்னுடைய கணவன் ராமனும், அவனுடைய படைகளும் நாசம் செய்யப்பட்டனர். ரத்தத்தில் தோய்ந்து, குருதியினால் மூடப்பட்ட ராமனின் தலை, இங்கே கொண்டு வரப்பட்டிருக்கிறது." இவ்வாறு ஸீதையிடம் கூறிவிட்டு ராவணன், ஸீதைக்கு காவலாக அங்கிருந்த அரக்கிகள் ஒருவளிடம் ஸீதையின் காதுகளில் விழுமாறு, "வன்செயல்களைப் புரியக் கூடிய வித்யுஜ்ஜிஹ்வனை இங்கே அழைத்து வருவாயாக. அவன்தான் யுத்த களத்திலிருந்து ராமனின் தலையைக் கொண்டு வந்தவன். அவனை நான் அழைத்ததாகச் சொல்" என்று உத்திரவிட்டான்.

6. யுத்த காண்டம்

அத்தியாயம் - 11

ஸீதையின் கதறல் !

> ராமரின் தலை போன்ற தலையைப் பார்த்து, கதறி அழுகிற ஸீதை தன்னையே கொன்று விடுமாறு ராவணனிடம் கேட்பது; அந்த தலை ராமருடையது அல்ல என்றும்; அவர் வானரப் படையுடன் இலங்கைக்கு வந்து விட்டார் என்றும் கூறி, ஸரமை என்கிற அரக்கி ஸீதையைத் தேற்றுவது; ராவணனின் திட்டத்தை அறிந்து வருமாறு ஸரமையை ஸீதை கேட்டுக் கொள்வது...

ராவணனின் உத்திரவின் படி, அரக்கிகளால் அழைக்கப்பட்டு, கையில் ராமனின் முகத்தை ஒத்த தலையுடனும், சிறப்பு வாய்ந்த வில்லுடனும் வந்த வித்யுஜ்ஜிஹ்வன், ராவணனின் முன் நின்றான். அப்போது ராவணன் அவனைப் பார்த்து, ''ராமனின் தலையை ஸீதையின் எதிரில் வைப்பாயாக. அந்தப் பேதைப் பெண், தன் கணவனுக்கு நேர்ந்து விட்ட கதியை நன்றாகப் பார்க்கட்டும்'' என்று கூற, அந்தத் தலையை ஸீதையின் முன்னிலையில் வைத்து விட்டு, வித்யுஜ்ஜிஹ்வன் அங்கிருந்து மறைந்தான்.

ராவணன், வித்யுஜ்ஜிஹ்வனால் கொண்டு வரப்பட்ட வில்லையும் அங்கே போட்டு, ''மூவுலகிலும் புகழ்பெற்ற ராமனுடைய வில் இதுதான். அந்த மானிடனைக் கொன்ற பிறகு, ப்ரஹஸ்தன் அந்த வில்லையும் கொண்டு வந்தான்'' என்று கூறினான்.

இறுதியாக ராவணன் ஸீதையைப் பார்த்து, ''பெண்ணே! என்னுடைய ஆசைக்கு இனி நீ இணங்குவாயாக!'' என்று கூறினான்.

அந்தத் தலையை ஸீதை பார்த்தாள். ஸுக்ரீவன் ராமனுக்காக பெரும் படையை திரட்டிய செய்தி ஹனுமானால் கூறப்பட்டதையும் அவள் நினைத்துப் பார்த்தாள். அங்கு வைக்கப்பட்ட தலை அதனுடைய நறுமணங்களின் காரண மாகவும், லக்ஷணங்களின் காரணமாகவும், இதர அடையாளங் களின் காரணமாகவும், ராமரின் தலையையே ஒத்திருந்தது. இதைக் கண்டு ஸீதை பெரும் துன்பத்தில் வீழ்ந்து 'ஓ'வென்று கதறினாள்.

துக்கம் தாங்க முடியாமல் புலம்பியவாறே ''கைகேயி! இனி நீ திருப்தியாக இருக்கலாம். குலத்திற்கே மேன்மையைச் சேர்த்த ராமர் கொல்லப்பட்டார். கலகம் செய்வதிலேயே விருப்பம் உடைய உன்னால், இந்தக் குலமே நாசமடைந்தது. உனக்கு ராமர் செய்த கெடுதிதான் என்ன? அவருக்கு மரவுரியை கொடுத்து என்னோடு காட்டுக்கு அனுப்ப என்ன காரணம் கண்டாய்?'' என்று கதறியவாறு அந்தப் பேதை துயரம் தாங்க முடியாமல், ஒரு வாழை மரம் தரையில் சாய்வது போல் சாய்ந்து மூர்ச்சை அடைந்தாள்.

சிறிது நேரம் கழித்து சுய நினைவு திரும்பியவளாக ஸீதை, அந்தத் தலையின் அருகே அமர்ந்து மீண்டும் புலம்பத் தொடங்கினாள். ''உங்களுடைய இறுதி நிலையைப் பார்க்கிற துரதிர்ஷ்டம் படைத்த விதவையாகி விட்டேன். மனைவிக்கு முன்பாக கணவன் உயிர் இழப்பது என்பது, பெரும் துயர சம்பவம் என்று கூறப்பட்டிருக்கிறது. நல்ல நடத்தையுடைய மனைவியாகிய எனக்கு முன்பாக, மேன்மையாக குணங்கள் படைத்த கணவராகிய நீங்கள், மறைந்தது எவ்வாறு? பசுவிடமிருந்து கன்று பிரிக்கப் படுவது போல, கௌஸல்யா தேவியிடமிருந்து நீங்கள் பிரிக்கப்பட்டு விட்டீர்களே? உங்களுக்கு நீண்ட ஆயுள் உறுதி என்று கூறிய ஜோதிட நிபுணர்களின் வார்த்தை பொய்த்து போய் விட்டதே! பேரறிவாளராகிய தாங்கள், எதிரியின் கையில் சிக்கி விடுகிற அளவுக்கு அஜாக்கிரதையாக இருந்து விட்டீர்களே! எல்லா உயிர்களையும் முடித்து வைக்கும் காலத்தின் சக்தி கொடுமை

யானது. ஆபத்தைத் தவிர்க்கும் வழிமுறைகளையெல்லாம் அறிந்த நீங்கள், இப்படி எதிர்பாராத வண்ணம் மரணமடைந்தது எவ்வாறு? தங்கத்தினால் அழகு செய்யப்பட்டதும், என்னால் எப்பொழுதும் பூஜிக்கப்பட்டதுமாகிய உங்கள் வில் இதோ இருக்கிறது. உங்கள் தந்தையும், என்னுடைய மாமனாருமாகிய தசரத மன்னருடன் நீங்கள் சொர்க்கத்தில் நுழைந்து விட்டீர்கள். ஆனால் உங்கள் குலத்தை தவிக்க விட்டு விட்டீர்களே? ஏன் என்னை பார்க்க மாட்டேன் என்கிறீர்கள்? என்னோடு பேச ஏன் மறுக்கிறீர்கள்? 'உன்னோடு சேர்ந்து, நான் தர்மத்தைக் கடைப்பிடிப்பேன்' என்று திருமணத்தின் போது நீங்கள் அளித்த வாக்குறுதி என்னவாயிற்று? அயோத்தியிலிருந்து என்னை அழைத்து வந்த தாங்கள், இப்படி நிர்க்கதியாக விட்டு, தனியே சென்று விடலாமா?'' என்றெல்லாம் கூறி அழுத ஸீதையின் கதறல் மேலும் தொடர்ந்தது.

''காட்டுக்குச் சென்ற மூவரில் லக்ஷ்மணன் மட்டுமே திரும்பி வருகிற காட்சியைக் காணப் போகிற கௌஸல்யையின் துரதிர்ஷ்டம் மிகவும் வருந்தத்தக்கதே! இரவு நேரத்தில் உங்களுடைய எதிரிகளான அரக்கர்களினால் நீங்கள் கொல்லப் பட்ட செய்தியை, லக்ஷ்மணன் நிச்சயமாக கௌஸல்யா தேவிக்குத் தெரிவிப்பான். நீங்கள் இறந்து விட்டீர்கள் என்பதையும், நான் அரக்கர்களின் கையில் சிக்கி விட்டேன் என்பதையும் அறிகிற கௌஸல்யாதேவி, அதற்குப் பிறகு உயிர் வாழ மாட்டார். தகுதியில்லாத எனக்காக ஸமுத்திரத்தைக் கடந்து வந்த பாபமற்ற இளவரசே! என்னை மணந்த துரதிர்ஷ்டத்தின் காரணமாகத்தான் உங்களுக்கு இந்த முடிவு நேரிட்டதோ? என் குலத்தின் பெயரையே நாசம் செய்ய வந்த என்னை மணந்ததுதான் நீங்கள் செய்த குற்றமோ? ஏதோ ஒரு பிறவியில் ஒரு திருமணத்தையே நான் தடுத்திருக்க வேண்டும். இல்லாவிட்டால் இந்த வயதில், இவ்வாறு கணவனை இழந்து நான் தவிப்பேனா?'' என்றெல்லாம் புலம்பிய ஸீதை, ராவணனைப் பார்த்து, ''தயவு செய்து என்னைக் கொன்று விடு. என்னைக் கொன்று ராமரின் உடலின் மீது என் உடலைப் போட்டு விடு. அப்படியாவது கணவனையும் மனைவியையும் சேர்த்து வைப்பதால் உனக்கு நன்மையே கிட்டும். என்னுடைய தலையை ராமருடைய தலையுடன் சேர்த்து விடு. என்னுடைய

உடலை அவருடைய உடலுடன் இணைத்து விடு. அவர் சென்ற வழியிலேயே நானும் போகிறேன். எனக்கு இந்த உதவியைச் செய்'' என்று கேட்டுக் கொண்டாள்.

இப்படி ஸீதை கதறி அழுது கொண்டிருந்த பொழுது, காவல் காக்கும் பணியைச் செய்து கொண்டிருந்த ஓர் அரக்கன் ஓடி வந்து, ராவணனைப் பார்த்து வணங்கி நின்று, ''மந்திரிமார்களோடு கூடி ப்ரஹ்ஸ்தன் உங்களுக்காகக் காத்திருக்கிறார். உங்களை உடனே காண அனைவரும் விரும்புகிறார்கள் – என்ற செய்தியை உங்களுக்குத் தெரிவிக்குமாறு என்னை அவர் பணித்தார். ஏதோ மிகவும் முக்கியமான காரியம் இருப்பதால், இந்தச் செய்தி என் மூலம் அனுப்பப்பட்டிருக்கிறது. அரசர்களுக்கே உரிய மன்னிக்கும் குணம் உங்களிடம் இருப்பதால், துணிந்து வந்து இந்தச் செய்தியைத் தெரிவித்தேன்'' என்று கூறினான்.

ராவணனும் உடனடியாக அசோக வனத்தை விட்டுப் புறப்பட்டு, தனது ஆலோசனை மண்டபத்தை அடைந்தான். ராவணன் அங்கிருந்து சென்ற உடனேயே, ராமரின் தலைபோல் செய்யப்பட்டிருந்த தலையும், அவருடைய வில்லைப் போல் செய்யப்பட்டிருந்த வில்லும் அங்கிருந்து மறைந்தன.

ஆலோசனை மண்டபத்தில் கூடியிருந்தவர்களோடு கருத்துப் பரிமாற்றம் செய்து கொள்ளத் தொடங்கிய ராவணன், எடுத்த எடுப்பிலேயே ''முரசுகள் ஒலிக்கட்டும்; பேரிகைகள் முழங்கட்டும். படைகள் அணி வகுக்கப்படட்டும். ஆனால் என்ன காரணத்திற்காக இது நடக்கிறது என்பது அறிவிக்கப்பட வேண்டாம்'' என்று கூற, சபையோர் அதை ஆமோதித்தனர்.

இதற்கிடையில் அசோக வனத்தில் ஸீதை பெரும் துன்பத்தில் வீழ்ந்து விட்டதைப் பார்த்த ஸரமை என்கிற பெயருடைய அரக்கி, ஸீதையை அணுகி ஆறுதல் மொழிகளைப் பேசத் தொடங்கினாள்.

(ஸரமை, விபீஷணனின் மனைவி என்று ராமாயண விளக்க உரைகள் கூறுகின்றன.)

''நீ நம்பிக்கையை இழக்க வேண்டாம். துன்பத்தை உன் மனதிலிருந்து அகற்றுவாயாக. ராவணன் உன்னிடம் கூறிய

வற்றையும், உன்னுடைய புலம்பலையும் நான் இங்கே ஒரு மறைவிடத்திலிருந்து கேட்டுக் கொண்டிருந்தேன்'' என்று தொடங்கிய ஸரமை, மேலும் சொன்னாள் : ''ராமரைக் கொல்வது என்பது நடக்காத காரியம். உறக்கத்தில் இருந்தாலும் கூட ராமரைக் கொல்பவன் யாருமில்லை. ராமரால் பாதுகாக்கப்படுகிற வானரர்களைக் கொல்வதும் அவ்வளவு எளிதான காரியமில்லை. அகன்ற மார்பும், திடமான தோள்களையும் படைத்த ராமரின் வீரம் உலகம் அறிந்த விஷயம். லக்ஷ்மணனோடு கூடி நிற்கிற ராமர், தன்னையும் பாதுகாத்துக் கொள்வார்; மற்றவர்களையும் பாதுகாப்பார். நினைத்துப் பார்க்க முடியாத திறமையும், பலமும் படைத்த ராமர் கொல்லப்படவில்லை. இங்கே உன் முன் நடத்தப்பட்ட காட்சி, ராவணனின் வக்கிரமான சிந்தையில் பிறந்த தந்திரம் என்பதைப் புரிந்து கொள். உனக்காக அதிர்ஷ்டம் காத்திருக்கிறது. உன் துன்பம் எல்லாம் முடிகிற காலம் வந்து விட்டது. ராவணன் இங்கிருந்து எதற்காக அவசரமாக அழைக்கப்பட்டான் என்பதையும், நான் அறிந்து கொண்டு விட்டேன். அதையும் கூறுகிறேன் கேள். வானர சேனையுடன் கடலைக் கடந்து விட்ட ராமர், தனது படையினரோடு இலங்கைக்கு வந்து சேர்ந்து முகாமிட்டிருக்கிறார். ராவணனால் அனுப்பப்பட்ட ஒற்றர்கள் ராமரின் படை எண்ணுவதற்கு அரிது என்ற செய்தியோடு திரும்பியிருக்கிறார்கள். அதனால்தான் அவசரமாக ஆலோசனை நடத்த ராவணன் இங்கிருந்து சென்றான்.''

இவ்வாறு ஸரமை கூறிக் கொண்டிருந்த பொழுது, பேரிகைகளின் முழக்கம் பலமாகக் கேட்டது. ''படைகள் யுத்தத்திற்குத் தயாராகின்றன என்பதைக் குறிக்கிற ஒலிகளைக் கேட்டாயல்லவா?'' என்று மீண்டும் ஸீதையைப் பார்த்து பேசத் தொடங்கிய ஸரமை சொன்னாள் : ''குதிரைகள் ரதங்களில் பூட்டப்படுகின்றன. யானைகள் போருக்குத் தயார் செய்யப்படுகின்றன. யுத்தத்தைச் சந்திப்பதற்காக வீரர்கள் ஆயுதங்களை எடுத்துக் கொண்டிருக்கிறார்கள். வீதிகள் எல்லாம் போர் வீரர்களால் நிரப்பப்பட்டு வருகின்றன.

''ராவணனை போரில் வீழ்த்தி, ராமர் உன்னை மீட்பார். விஷ்ணுவின் உதவியோடு இந்திரன், அசுரர்களை அழித்தது போல்,

லக்ஷ்மணனின் உதவியோடு உன் கணவர் இலங்கையில் உள்ள அரக்கர்களை அழிப்பார். ராமரோடு இணைந்து நீ மகிழ்வதை நான் பார்க்கத்தான் போகிறேன். முழு நிலவையொத்த ராமருடைய முகத்தை மீண்டும் பார்த்த பிறகு, நீ உன் கண்ணீருக்கு விடை அளித்து அனுப்புவாய். பருவத்தில் பெய்யும் மழையினால் பூமி மகிழ்ந்து பயிர்களைத் தருவது போல், ராமரின் ஆதரவைப் பெற்று நீ மகிழ்ந்திருப்பாய். பெண்ணே! இந்த நேரத்தில் சூரியனை வழிபடுவாயாக. இன்பம், துன்பம் எல்லாவற்றுக்கும் அவனே அதிபதி என்பதால் அவனை வணங்கு.'' ஸீதைக்கு காவல் இருப்பதற்காக ராவணனால் நியமிக்கப்பட்ட அரக்கிகளில் ஒருத்தி யாகிய ஸரமை, ஏற்கெனவே ஸீதையின்பால் பச்சாதாபம் உடையவளாக இருந்ததால், அவளுக்கு இப்படி பல ஆறுதல் மொழிகளைக் கூறிவிட்டு, மேலும் ஓர் உதவி செய்வதாகவும் சொன்னாள்.

"யாரும் அறியாமல் நான் சென்று ராமரைச் சந்தித்து உன்னைப் பற்றிக் கூறிவிட்டு, அவர் கூறும் செய்தியை உனக்கு எடுத்து வரத்தயாராக இருக்கிறேன்."

இப்படி ஸரமை முன் வந்தபோது ஸீதை, "நீ எனக்கு உதவி செய்வதாக இருந்தால், இவ்வாறு செய்யலாம். ராவணனிடம் சென்று அவன் அடுத்து என்ன செய்ய திட்டமிட்டிருக்கிறான் என்பதை அறிந்து வா. அது எனக்கு உதவியாக இருக்கும். தந்திரங்கள் செய்யும் வல்லமை படைத்த அவன், இப்போது என்னை குழப்பத்தில் ஆழ்த்தியதை நீயே கண்டாய். ஒவ்வொரு வினாடியையும் நான் கவலையிலேயே கழித்துக் கொண்டிருக்கிறேன். ராவணன் அடுத்து என்ன செய்வானோ என்று தெரியாமல் திகைக்கிறேன். ஆகையால் நீ சென்று, அவனுடைய திட்டங்கள் என்ன என்பதை அறிந்து வந்து, என்னிடம் கூறினால் மிகவும் உதவியாக இருக்கும்" என்று கேட்டுக் கொண்டாள்.

6. யுத்த காண்டம்

அத்தியாயம் – 12

மால்யவானின் அறிவுரை

நல்ல அறிவுரை கூறுகிற மால்யவானை நிந்தித்து, அவனுடைய யோசனையை ராவணன் நிராகரிப்பது; விபீஷணனின் அமைச்சர்கள், ராவணன் செய்து வருகிற யுத்த ஏற்பாடுகளை அறிந்து வந்து, ராமரிடம் தெரிவிப்பது; ராவணனின் படை பலத்தை எடுத்துக் கூறி, ராமரை விபீஷணன் எச்சரிப்பது...

ஸீதை கேட்டுக் கொண்டபடியே செய்வதற்கு இணங்கிய ஸரமை, அங்கிருந்து சென்று, ராவணன் தன்னுடைய ஆதரவாளர்களுடன் நடத்திய ஆலோசனையை மறைந்திருந்து கேட்டு விட்டு, ஸீதையிடம் திரும்பி வந்து, தான் அறிந்த விவரங்களைக் கூறத் தொடங்கினாள்.

''ஸீதையை மீண்டும் ராமரிடமே ஒப்படைத்து விடுமாறு ராவணனின் தாயார் அவனுக்கு அறிவுரை கூறினாள். மிகவும் மூத்தவரான ஒருவரும் அவ்வாறே சொன்னார். 'ஜனஸ்தானத்தில் கரனுக்கும், தூஷணனுக்கும், ஆயிரக்கணக்கான அரக்கர்களுக்கும் ராமரிடம் நேர்ந்த கதியை நினைத்துப் பார். அது ஒன்றே உன் கண்களைத் திறக்க போதுமானது. ஹனுமானைப் போல் கடலைத் தாண்டி வந்து, ஸீதையைக் கண்டு திரும்பச் செல்லும் வல்லமை படைத்தவன் வேறு எவன் உண்டு? இவற்றையெல்லாம் நினைத்துப் பார்த்து ராமனை மரியாதையுடன் அழைத்து, ஸீதையை அவனிடம் ஒப்படைத்து விடு' என்று அவர்கள் கூறினார்கள். மூத்தவர்களின் இந்தச் சொல்லை ராவணன் காதில்

போட்டுக் கொள்ளவில்லை. அவனுடைய முடிவு நெருங்கி விட்டதால், அவனுடைய பிடிவாதம் தளர மறுக்கிறது. ராவணன் போரில் வீழ்த்தப்பட்டால்தான் அவனிடமிருந்து நீ தப்ப முடியும். ஆனால் நீ கவலையுறாதே. ராமன், ராவணனை போரில் வீழ்த்தி உன்னை மீட்பான்.''

அசோக வனத்தில் இவ்வாறு ஸீதையிடம் ஸரமை பேசிக் கொண்டிருந்த போதே, வானரப் படை எழுப்பிய பேரொலி இலங்கை முழுவதும் ஒலித்தது. ராவணனைச் சார்ந்த பணியாட்களும், வீரர்களும் மனதிடத்தை இழக்கத் தொடங்கினர். அவர்களுடைய அரசன் செய்த குற்றத்தின் காரணமாக, நல்லது நடக்கும் என்ற நம்பிக்கை அவர்களை விட்டு அகன்றது. வானரப் படை எழுப்பிய சப்தத்தை ஆலோசனை மண்டபத்திலிருந்த ராவணனும் கேட்டான். அப்போது அவன், ''ராமருடைய சக்தி பற்றி இங்கே சில வார்த்தைகள் பேசப்பட்டன. அவற்றை நான் கேட்டுக் கொண்டேன். ஆனால் யுத்தகளத்தில் நீங்கள் அனைவரும் காட்டக் கூடிய திறனையும் நான் அறிந்தவனாகவே இருக்கிறேன். ஆகையால் நாம் கவலைப்படுவதற்கு எதுவும் இல்லை'' என்று தீர்மானமாகச் சொன்னான்.

இப்படி ராவணன் தனது எண்ணத்தைக் கூறியவுடன் அவனுடைய தாய்வழிப் பாட்டனாகிய மால்யவான், ''அரசனே! விவேகத்தின் பாதையில் செல்கிற மன்னன் நீண்ட காலத்திற்கு தன்னுடைய ஆட்சியையும் காப்பாற்றிக் கொண்டு, எதிரிகளையும் அடிபணிய வைக்கிறான். எதிரிகளோடு சமாதானம் செய்து கொள்ள வேண்டிய நேரமும் உண்டு; அவர்களோடு போரிட வேண்டிய நேரமும் உண்டு; இந்த நேரங்களை அறிந்து செயல்படுகிற அரசன், பெரும் சக்தி வாய்ந்தவனாகத் திகழ்கிறான். தன்னுடைய பலத்தில் இழப்பை அனுபவிக்கிற அரசனும், தனக்கு நிகரான பலம் கொண்ட எதிரியை சந்திக்க நேரிடுகிற அரசனும், எதிரியோடு சமாதானத்தையே நாட வேண்டும். எதிரியின் பலத்தைக் குறைவாக மதிப்பிட்டு, யுத்தத்தில் இறங்கக் கூடாது. ஆகையால் ராவணா! ராமனோடு நீ சமாதானம் செய்து கொள்வதுதான் சிறந்தது என்பது என் கருத்து. எந்த ஸீதைக்காக இப்போது உன் மீது போர் தொடுக்கப் படுகிறதோ, அந்த ஸீதையை மீண்டும் ராமனிடமே ஒப்படைத்து

விடு. மஹரிஷிகளும், கந்தர்வர்களும் கூட ராமன் வெற்றி பெற வாழ்த்துகிறார்கள். அவனோடு விரோதம் வேண்டாம்'' என்று அறிவுரை கூறினான்.

இவ்வாறு பேசி விட்டு, மால்யவான் மேலும் சொன்னான்: ''ப்ரம்ம தேவனின் அனைத்து படைப்புகளும், இரண்டே வகைகளில் அடங்குகின்றன. தர்மத்தின் பாதையில் செல்கிறவர்கள் – இது தேவ வகை; அதர்மத்தின் பாதையில் செல்பவர்கள் – இது அசுர வகை. நற்குணம் என்பது தேவ வகையைச் சார்ந்தவர்களின் அஸ்திவாரமாக இருக்கிறது; அசுரர்கள், ராக்ஷஸர்கள் – ஆகியோருக்கு தீய வழியே அடிப்படையாக அமைந்து விடுகிறது. க்ருத யுகத்தில் நன்மை, தீமையைக் காணாமற் போக்கி விடுகிறது; கலியுகத்திலோ தீமை, நன்மையை விழுங்கி விடுகிறது. நீயோ நற்குணத்தின் வேரையே அறுத்தவன். ஆகையால்தான் தர்மத்தையே வழிமுறையாகக் கொண்ட நமது எதிரிகள், நம்மை விட பலத்தில் மிகுந்தவர்களாக இருக்கிறார்கள். நாம் செய்த குற்றத்தின் காரணமாக, உனது தீமை என்கிற மலைப் பாம்பு, நம்மையெல்லாம் விழுங்க முனைந்து விட்டது. நெருப்பையொத்த ரிஷிகளையெல்லாம் நீ துன்புறுத்த முனைந்தாய், அவர்களுடைய சக்தியோ சாதாரணமானதல்ல. தவத்தினால் தூய்மை பெற்றவர்கள் அவர்கள். வேதங்களை ஓதி, தெய்வத்தை வழிபட்டு, யாகங்களை நடத்தி, தர்மத்தை வளர்த்தவர்கள் அவர்கள். அவர்கள் நடத்துகிற யாகங்கள் இன்று நம்மை வாட்டுகின்றன. ராவணா! தேவர்களிடமிருந்தும், ராக்ஷஸர்களிடமிருந்தும், யக்ஷர்களிட மிருந்தும், மரணம் கிடையாது என்ற வரத்தை நீ பெற்றாய். ஆனால் இங்கு வந்திருக்கும் படையோ மனிதர்களையும், வானரர்களையுமே கொண்டது என்பதை மறந்து விடாதே.

''அரசனே! நான் அபசகுனங்கள் பலவற்றைக் காண்கிறேன். இலங்கையில் ஆங்காங்கே மேகங்கள் ரத்தத்தைப் பொழிகின்றன. குதிரைகள், யானைகள் ஆகியவற்றின் கண்களிலிருந்து கண்ணீர் வழிந்தவாறு இருக்கிறது. கழுகுகள், நரிகள், மாமிசத்தை உண்ணும் மிருகங்கள் ஆகியவை நகரத்து நந்தவனங்களில் புகுந்து விட்டன. அவை எழுப்புகிற ஓலம் சகிக்க முடியாததாக இருக்கிறது. அரக்கர்களுடைய கனவுகளில் – மிகவும் கருத்த உருவம் படைத்த

கோரமான பெண்கள் பயங்கரமாகச் சிரிக்கிறார்கள். தெய்வங்களுக்கு வைக்கப்பட்ட உணவை, நாய்கள் தின்று விடுகின்றன. பறவைகளும், மிருகங்களும் சூரியனைப் பார்த்தவாறு கோரமான சப்தத்தை எழுப்புகின்றன. ராவணா! நமக்கு பேரழிவு காத்திருக்கிறது என்பதைத்தான் இந்த சகுனங்கள் காட்டுகின்றன.''

இவ்வாறு கூறிய மால்யவான் இறுதியாக, "மனித உருவத்தை ஏற்றுக் கொண்ட விஷ்ணுவாகத்தான், ராமனை நாம் பார்க்க வேண்டும். அவனுடைய உத்திரவினால்தான் அற்புதமான பாலம் ஒன்று கடல் மீது அமைக்கப்பட்டு விட்டது. அவன் விரும்பினால் சாதிக்க முடியாத காரியம் என்று ஒன்று கிடையாது. ராவணா! ராமனோடு சமாதானம் செய்து கொள். நன்றாக ஆலோசித்து எதிர்காலத்திற்கு நன்மை பயக்கக்கூடிய முடிவை நீ எடுப்பாயாக!" என்று சொல்லி விட்டு, அதற்கு மேல் எதுவும் பேசாமல் இருந்தான்.

புருவத்தை நெறித்து, கண்களை உருட்டியவாறு ராவணன் கடும் கோபத்தோடு மால்யவானுக்கு பதில் கூறினான் : "கடுமையானதும், அருவருக்கத்தக்கதும், எதிரிக்கே சாதகமானதுமான உன்னுடைய வார்த்தைகள் என்னுடைய காதுகளில் விழாதவையே! தந்தையினால் துரத்தப்பட்டு, காட்டிலே புகுந்து, வானரர்களின் பாதுகாப்பை நாடியுள்ள ஒரு பரிதாபத்துக்குரிய மனிதனாகிய ராமனை, பெரும் சக்தி படைத்தவன் என்று நீ எவ்வாறு கூறுகிறாய்? அதே போல எல்லா சக்திகளும் படைத்தவனும், அரக்கர்களின் மன்னனும், தேவர்களை நடுங்கச் செய்பவனுமாகிய என்னை, குறையுள்ளவனாக நீ எவ்வாறு காண்கிறாய்? என் மீது உள்ள வெறுப்பினால் நீ இவ்வாறு பேசியிருக்கிறாய். அல்லது எதிரியினால் தூண்டப்பட்டுத்தான் நீ இவ்வாறு பேசுகிறாயோ, என்னவோ? அம்மாதிரி தூண்டுதல் இல்லாமல், உன்னைப் போன்ற சாத்திரங்களை கற்றறிந்த ஒருவன், இன்னமும் ஆட்சியில் இருக்கும் அரசனைப் பார்த்து இம்மாதிரி முறையற்ற வார்த்தைகளைப் பேசுவானா?

"வெண்தாமரை இல்லாத லக்ஷ்மி போல விளங்குகிற ஸீதையைக் கவர்ந்து வந்து விட்டு, அவளை நான் திருப்பிக் கொடுப்பதாவது? கோடிக்கணக்கான வானரர்கள் மத்தியில்

ஸுக்ரீவன், லக்ஷ்மணன் – ஆகியோருடன் இன்னும் சில தினங்களில் ராமன் என்னால் கொல்லப்படுவதை நீ காண்பாய்! யுத்தத்தில் தேவர்களும் அஞ்சுகிற ராவணன் யாரைப் பார்த்து பயப்படுகிறான் என்று நினைக்கிறாய்? நான் இரண்டாக முறிந்தாலும் முறிவேனே தவிர, எவர் எதிரிலும் வளைய மாட்டேன்; இது என்னுடன் பிறந்த குணம்; இயற்கையை மீறி நடப்பது என்பது மிகவும் கடினமே. ஸமுத்திரத்தின் மீது ஒரு பாலத்தை அமைத்து விட்டதால் அந்த ராமனைப் பார்த்து நான் அஞ்சி நடுங்க வேண்டுமா? வானரப் படையுடன் ஸமுத்திரத்தைக் கடந்து விட்டால் போதுமா? அப்படி கடந்து இங்கே வருகிற ராமன் நிச்சயமாக உயிரோடு திரும்பப் போவதில்லை. இதை நான் உனக்கு ஒரு வாக்குறுதியாகவே தருகிறேன்.''

ராவணன் யுத்தத்திலேயே நாட்டமுடையவனாக இருப்பதைப் பார்த்த மால்யவான், அவனுக்கு பதில் எதுவும் கூறாமல், வாழ்த்துகளையும், யுத்தத்தில் வெற்றி பெற ஆசிகளையும் கூறி விட்டு,தன்னுடைய இருப்பிடத்திற்குப் போய் சேர்ந்தான்.

அதன் பின்னர் ராவணன் இலங்கையின் பாதுகாப்புக்கான உத்திரவுகளை பிறப்பித்தான். ப்ரஹஸ்தன், மஹாபார்ச்வன், மஹோதரன், இந்திரஜித், சுகன், ஸாரணன், விரூபாக்ஷன் ஆகியோர் எந்தெந்த இடங்களைப் பாதுகாக்க வேண்டும் என்று கூறிவிட்டு, தன்னுடைய இடம் எது என்பதையும் ராவணன் தீர்மானித்துக் கூறிய பிறகு சபை கலைந்தது.

தங்களுடைய போர்த் திட்டங்கள் என்ன என்பதை ராமரும் வானரப் படையும் தாங்கள் தங்கியிருந்த இடத்தில் விவாதித்துக் கொண்டிருந்தார்கள். அப்போது விபீஷணன், ''என்னுடைய அமைச்சர்களான அனலன், பனஸன், ஸம்பாதி, ப்ரமதி – ஆகிய நால்வரும் பறவையின் உருவத்தை எடுத்துக் கொண்டு, எதிரியின் படைகளில் புகுந்து, அங்கே அவர்கள் செய்து கொண்டிருக்கும் ஏற்பாடுகளையெல்லாம் அறிந்து கொண்டு திரும்பியிருக்கிறார்கள். கிழக்கு வாயிலில் ப்ரஹஸ்தன் நிறுத்தப்பட்டிருக்கிறான். மஹாபார்ச்வன், மஹோதரன் ஆகிய இருவரும் தெற்கு வாயிலில் நிறுத்தப்பட்டிருக்கிறார்கள். இந்திரஜித்தை ராவணன் மேற்கு

வாயிலில் நிறுத்தியிருக்கிறான். வடக்கு வாயிலோ ராவணனாலேயே பாதுகாக்கப்படுகிறது. விரூபாக்ஷன், மத்தியில் நிறுத்தப்பட்டிருக்கிறான். அவர்களுடைய படையில் யானைகளின் எண்ணிக்கை பத்தாயிரம். ரதங்களின் எண்ணிக்கையும் பத்தாயிரம்தான். குதிரைகள் இருபதாயிரம். போர்ப்படையினர் ஒரு கோடி இருப்பார்கள். அனைவருமே வீரர்கள். பலம் மிக்கவர்கள். யுத்த களத்தில் கொடுமையாக நடந்து கொள்ளக் கூடியவர்கள். ராவணனின் அன்பைப் பெற்றவர்கள்.''

இப்படிக் கூறிய விபீஷணன், இலங்கை சென்று திரும்பிய நால்வரையும் அழைத்து, தாங்கள் அறிந்த விவரங்களை ராமரிடம் நேரடியாகச் சொல்லுமாறு பணித்தான். பின்னர், ''ராவணனின் படையை குறைத்து மதிப்பிட்டு விடக்கூடாது. உங்களில் யாரையும் பயமுறுத்துவதற்காக நான் இதைச் சொல்லவில்லை. தேவர்களையும் வெல்லக் கூடிய திறன் படைத்தவர் நீங்கள் என்பது எனக்குத் தெரியும். ஆனால், ராவணனின் படையைச் சார்ந்தவர்கள் சக்தியிலும், வீரத்திலும், ஊக்கத்திலும், துணிவிலும் ராவணனை நிகர்த்தவர்கள் என்பதை மறந்து விடக்கூடாது என்பதற்காகத்தான் இவ்வளவு பேசினேன்'' என்று விபீஷணன் கூறினான்.

விபீஷணன் கூறியதைக் கேட்டுக் கொண்ட ராமர், தன்னுடைய படையில் முக்கியமானவர்களுக்கு பொறுப்புகளை பகிர்ந்தளித்தார். ''நீலன், கிழக்கு வாயிலில் காத்து நிற்கும் ப்ரஹஸ்தனை எதிர்ப்பான். தெற்கு வாயிலை பாதுகாக்கிற மஹாபார்ச்வனையும், மஹோதரனையும் அங்கதன் எதிர்ப்பான். மேற்கு வாயிலை தகர்த்து உள்ளே புகுந்து விடுவது ஹனுமானின் பொறுப்பு. ரிஷிகளுக்கு இன்னல் விளைவிப்பதில் ஆர்வம் உடையவனும், ப்ரம்மனிடமிருந்து சிறந்த வரத்தைப் பெற்றவனும், எல்லா ஜீவராசிகளையும் அச்சுறுத்திக் கொண்டு உலகில் சஞ்சரிப்பவனுமாகிய ராவணன் காத்து நிற்கிற வடக்கு வாயிலை நானும், லக்ஷ்மணனும் தாக்குவோம். ஸுக்ரீவன், ஜாம்பவான், விபீஷணன் ஆகியோர் மத்திய பகுதியைத் தாக்கும் பொறுப்பை ஏற்பார்கள். யுத்த களத்தில் எந்த நேரத்திலும் வானரர்கள் யாரும் மனித உருவத்தை எடுத்துக் கொண்டு விடக்கூடாது. உங்களுடைய வானர

உருவம்தான், நமது படையினரை அடையாளம் கண்டு கொள்ளக்கூடிய சிறப்பு அம்சமாகத் திகழ வேண்டும். நான், லக்ஷ்மணன், மற்றும் விபீஷணன், அவனோடு வந்திருக்கிற நால்வர் – ஆகிய ஏழு பேர் மட்டுமே மனித உருவத்தில் இருப்போம்.''

இவ்வாறு உத்திரவுகளைப் பிறப்பித்துவிட்டு, லக்ஷ்மணன், சுக்ரீவன், விபீஷணன் – ஆகியோர் பின் தொடர, ஸுவேல மலை மீது ராமர் ஏறினார்.

6. யுத்த காண்டம்

அத்தியாயம் - 13

இலங்கை முற்றுகையிடப்பட்டது!

ஸுவேல மலை மீது ஏறி, இலங்கையை ராமர் முதலானோர் பார்வையிடுவது; ராவணனைப் பார்த்து கோபம் தாங்க முடியாமல், அவன் மீது தாவுகிற ஸுக்ரீவன் அவனோடு சண்டையிட்டுத் திரும்புவது; ராமர் அன்புடன் ஸுக்ரீவனைக் கடிந்து கொள்வது; அங்கதன் மூலமாகச் செய்தி அனுப்பி, ராவணனை ராமர் இறுதியாக எச்சரிப்பது; இலங்கை முற்றுகையிடப் படுவது...

ராமரைப் பின் தொடர்ந்து பல வானரர்களும் அந்த ஸுவேல மலை மீது ஏறினார்கள். அங்கிருந்து எழில் மிகுந்த இலங்கை நகரத்தை அவர்கள் பார்த்தார்கள். அரக்கர்கள் போருக்குத் தயாராகிக் கொண்டிருக்கிற காட்சியைப் பார்த்த வானரர்கள், பெரும் சப்தங்களை எழுப்பினர். மாலை நேரம் முடிந்து இரவு நேரம் வந்த போது, அனைவரும் அங்கேயே ஓய்வெடுத்தனர்.

அடுத்த தினம் சூரியன் உதயமானதும், வானரர்கள் அனைவரும் திரிகூட மலையின் மீது ஆகாயத்திலிருந்து தொங்கவிடப்பட்டது போல் காட்சியளித்துக் கொண்டிருந்த, பேரழகு பொருந்திய இலங்கை நகரத்தைப் பார்த்துக் கொண்டிருந்த நேரத்தில், உயரமான இடத்தில் ராவணன் நின்று கொண்டிருப்பதை ராமர் பார்த்தார். தங்கத்தினால் இழைக்கப்பட்ட ஆடையை அணிந்திருந்த ராவணனின் மார்பில், இந்திரனின் யானையான

யுத்த காண்டம்

ஐராவதத்தின் தந்தங்கள் ஏற்படுத்திய காயங்களின் வடுக்கள் இருந்தன. அஸ்தமன நேரத்தில் வீசுகிற சூரியனின் ஒளியில் மேகங்கள் திகழ்வது போல், ராவணன் காட்சியளித்துக் கொண்டு நின்றான்.

இந்த நிலையில் ராவணனை ராமர் கவனித்துக் கொண்டிருந்த போது, அவருடைய அருகில் இருந்த ஸுக்ரீவன், கோபத்தினாலும், ஆர்வத்தினாலும் உந்தப்பட்டு அந்த மலை சிகரத்திலிருந்து ராவணனை நோக்கி தாவினான்.

"நான் ராமரின் நண்பனும், சேவகனுமாவேன். கொடியவனே! இன்று நான் உன்னை விடுவதில்லை" என்று உரக்கக் கூறியவாறே ஸுக்ரீவன், ராவணனைத் தாக்கினான். ராவணனின் கிரீடம் தரையில் உருண்டது.

ராவணன், "என் கண்களில் படாதவரையில் உனக்கு அழகான கழுத்து இருந்தது. அதை நீ இன்று இழப்பாய்" என்று கூறி, ஸுக்ரீவன் மீது எதிர் தாக்குதல் நடத்தினான். இருவரும் பயங்கரமாக மோதினார்கள். ஸுக்ரீவனைப் பிடித்துத் தூக்கி அவனைத் தரை மீது ராவணன் வீசி எறிந்தான். வீசப்பட்ட பந்து ஒன்று தரையிலிருந்து துள்ளுவது போல, துள்ளி எழுந்த ஸுக்ரீவன், ராவணனைத் தூக்கி அவ்வாறே தரை மீது வீசி எறிந்தான். இருவரும் பயங்கரமாக மோதிக் கொண்டனர். மல்யுத்தத்தில் தேர்ந்தவர் களான அவர்கள் இருவருமே, மிகவும் லாவகமாக நகர்ந்து சண்டையிட்டுக் கொண்டிருந்த போது, ராவணன் தனது மாயா சக்தியை பயன்படுத்தத் தீர்மானித்தான். இதை உணர்ந்து விட்ட ஸுக்ரீவன் மீண்டும் ஆகாயத்தில் தாவி, ராவணனைக் களைப் படையச் செய்த மகிழ்ச்சியோடு, ராமரிடம் வந்து சேர்ந்தான்.

வானரப் படையின் தலைவர்கள் எல்லோரும் அவனைக் கொண்டாடினர். ராமர், அவனை இறுகத் தழுவிக் கொண்டு, "என்னோடு கலந்து ஆலோசிக்காமல் திடீரென்று நீ இவ்வாறு செய்து விட்டாய். அரசர்கள் இம்மாதிரி ஆபத்தான காரியங்களை தாங்களாக மேற்கொள்வதில்லை. இங்குள்ளவர்கள் அனைவரையும் ஆபத்துக்குள்ளாக்குகிற வகையில், இந்தக் காரியத்தை நீ தொடங்கி இருக்கக் கூடாது. மீண்டும் ஒருமுறை இம்மாதிரி செய்யாதே.

உனக்கு இப்போது ஏதாவது அசம்பாவிதம் நிகழ்ந்திருந்தால், அதன் பின்னர் ஸீதை, பரதன், லக்ஷ்மணன், சத்ருக்னன் - ஆகியோரைப் பற்றியோ, என்னைப் பற்றியோ கூட, அதற்குப் பிறகு நான் கவலைப்பட்டிருக்க மாட்டேன். உன்னுடைய வீரத்தைப் பற்றி எனக்கு நன்றாகவே தெரியும் என்றாலும் கூட, நீ ராவணன் இருந்த இடத்திற்குத் தாவி உடனடியாகத் திரும்பாத போது, நான் ஒரு தீர்மானத்திற்கு வந்தேன். ராவணனையும், அவன் மகன்களையும், அவனது படையையும் நாசம் செய்துவிட்டு, விபீஷணனுக்கு இலங்கையின் மன்னனாக பட்டாபிஷேகம் செய்ய வேண்டிய காரியத்தையும் முடித்து விட்டு, பரதனை அயோத்தியின் சிம்மாசனத்தில் அமர்த்திவிட்டு, நானும் என் உயிரை விடுவதாக இருந்தேன். ஸுக்ரீவா! ஆகையால் மீண்டும் ஒருமுறை இம்மாதிரி நடந்து கொள்ளாதே!'' என்று அன்போடு கூறினார்.

ஸுக்ரீவன், ''உங்கள் மனைவியை அபகரித்துச் சென்றுவிட்ட ராவணனைப் பார்த்தவுடன், என்னால் என் கோபத்தைத் தாங்க முடியாமற் போயிற்று... எப்படி நான் அவனை விட்டு விடுவது?'' என்று கேட்க, ஸுக்ரீவனுடைய நல்ல எண்ணத்தை ராமர், பாராட்டிவிட்டு, லக்ஷ்மணனைப் பார்த்து, ''இனி தாமதம் இருக்கக் கூடாது. நமது படை இலங்கையை நோக்கி முன்னேற வேண்டும்'' என்று கூறினார்.

லக்ஷ்மணன் மலையிலிருந்து விரைவாகக் கீழே இறங்க, அவனைப் பின் தொடர்ந்து வந்த ராமர், வானரப் படையை மீண்டும் ஒருமுறை பார்வையிட்டுவிட்டு, அவை முன்னேற வேண்டும் என்று உத்திரவு பிறப்பித்தார்.

விபீஷணன், ஸுக்ரீவன், ஹனுமான், ஜாம்பவான், நளன், நீலன் - ஆகியோருடன் லக்ஷ்மணனும் பின் தொடர, ராமர் முன்னேறத் தொடங்க, வானரப்படையும் அவர்களைத் தொடர்ந்து சென்றது.

இலங்கையை அவர்கள் அனைவரும் அடைந்த பிறகு, ராவணனால் பாதுகாக்கப்பட்ட வடக்கு வாயிலை அடைந்த ராமரும், லக்ஷ்மணனும் அங்கே முகாமிட்டனர். யுத்தத்திற்குத் தேவையான ஆயுதங்கள் எல்லாம் முறையாக எடுத்து

வைக்கப்பட்டன. நீலன் கிழக்கு வாயிலுக்குச் சென்றான். அங்கதன், தெற்கு வாயிலுக்கும், ஹனுமான் மேற்கு வாயிலுக்கும் சென்றனர். தனக்கு குறிப்பிடப்பட்ட இடத்திற்கு ஸுக்ரீவன் பொறுப் பேற்றான். ஒவ்வொரு வாயிலிலும், இடைப்பட்ட இடங்களிலும் கணக்கில்லா வானரப்படையினரை லக்ஷ்மணன் நிறுத்தினான். யுத்தம் தொடங்கும் நேரத்தை ஆவலோடு எதிர்பார்த்து, வானரர்கள் அனைவரும் காத்திருந்தனர். காற்று கூட புக முடியாத அளவுக்கு வானரர்கள் இலங்கையைச் சூழ்ந்து நின்றனர்.

இந்த நிலையில், தனது ஆலோசகர்களோடு மீண்டும் மீண்டும் விவாதித்து, ஒரு முடிவுக்கு வந்தவராக ராமர், அங்கதனை அழைத்து, ''பாதுகாப்பு அரண்களைக் கடந்து ராவணனிடம் சென்று, நான் கூறியதாக அவனைப் பின் வருமாறு எச்சரித்து விட்டுத் திரும்புவாயாக! 'நீ செய்த பாவங்களுக்கான தண்டனையை நீ அனுபவிக்கிற காலம் நெருங்கி விட்டது. ரிஷிகள், தேவர்கள், கந்தர்வர்கள், தேவ கன்னிகைகள், நாகர்கள், யக்ஷர்கள், மனிதர்கள் – ஆகியோருக்கெல்லாம் எதிராக நீ செய்த கொடுமைகளுக்குரிய பலனை நீ அனுபவிக்க வேண்டிய காலம் நெருங்கிவிட்டது. ஆகையினால்தான் என்னை அப்புறப்படுத்தி விட்டு, ஸீதையை நீ கவர்ந்து வந்தாய். உன்னை தண்டிக்க நான் இலங்கையின் வாயிலில் வந்து நிற்கிறேன். ஸீதையை என்னிடம் ஒப்படைத்து விட்டு, என்னுடைய பாதுகாப்பை நீ கோராவிட்டால், உன்னையும், அரக்கர் கூட்டத்தையும் நான் அழிக்கப் போகிறேன். விபீஷணன் இலங்கையின் மன்னனாக முடி சூட்டப்படுவான். யுத்த களத்தில் என்னுடைய அம்புகளுக்கு இரையாவதால் நீ தூய்மை பெறுவாயாக! மூவுலகங்களில் எங்கு போய், எந்த உருவத்தில் ஒளிந்தாலும் சரி, நீ என்னிடம் இருந்து தப்பப் போவதில்லை. உனக்கு நான் ஒரு வழி சொல்கிறேன். உன்னுடைய இறுதிச் சடங்குகளுக்கு இப்போதே ஏற்பாடு செய்து விடு! இலங்கையை கடைசியாக ஒருமுறை நீ பார்த்து விடு! இனி உன் உயிர் என் கையில்...'. இந்தச் செய்தியை நான் தெரிவித்ததாக ராவணனிடம் கூறி வா'' என்று உத்திரவிட்டார்.

அங்கதன், ராமரின் உத்திரவை ஏற்று ஆகாயத்தில் தாவி, ராவணனின் அரண்மனையை அடைந்து, தன்னுடைய

மந்திரிமார்களோடு அமர்ந்திருந்த அந்த அரக்கர்களின் அரசனைப் பார்த்தான். ''கோசல நாட்டு மன்னர் ராமரின் தூதன் நான். வாலியின் மகனாகிய என் பெயர் அங்கதன். ரகு குலத்தில் தோன்றிய ராமர், உன்னிடம் இச்செய்தியைத் தெரிவிக்குமாறு என்னைப் பணித்திருக்கிறார். இதுதான் அந்தச் செய்தி'' என்று கூறிய அங்கதன், ராமர் கூறி அனுப்பிய செய்தியை எடுத்துரைத்தான்.

(கம்ப ராமாயணத்தில் கடைசியாக ராவணனுக்கு ஒரு சந்தர்ப்பம் தர நினைக்கிற ராமர், அங்கதனை தூது அனுப்புவதற்கு முன்பாக லக்ஷ்மணன் தனது ஆட்சேபத்தைத் தெரிவிக்கிறான். ராமர் 'தேவர்களின் குருவான வியாழ பகவானும், அசுரர்களின் ஆச்சார்யரான சுக்ராச்சாரியரும் கூறியுள்ள ராஜநீதிகளை நாம் காக்க வேண்டாமா? தர்மத்தைக் கடைப்பிடித்து வாழ்வதுதான், வெற்றிக்கான சரியான பாதை என்று ராஜநீதி சொல்கிறது' – என்று கூறி விட்டு, அங்கதனை தூது அனுப்புகிறார்.

'அவனுக்கு – ராவணனுக்கு – கூற வேண்டியது என்ன என்று அங்கதன் கேட்க, ஸீதையை சிறையிலிருந்து விடுதலை செய்து, உன்னுடைய உயிரைப் பாதுகாத்துக் கொள்ளப் போகிறாயா அல்லது உன்னுடைய பத்து தலைகளும் சின்னாபின்னமாக்கப்பட்டு, போர்க்களத்தில் கிடப்பது நல்லதா? தான் கூறிய இந்த இரண்டில் ஒன்றைத் தேர்ந்தெடுத்துச் சொல்லுக – என்று சொல்வாயாக!' என்று ராமர் கூறுகிறார். அந்தப் பாடல் :

'என் அவற்கு உரைப்பது?' என்ன,
''ஏந்திழையாளை விட்டுத்
தன் உயிர் பெறுதல் நன்றோ?
அன்று எனின், தலைகள் பத்தும்
சின்னபின்னங்கள் செய்ய,
செருக்களம் சேர்தல் நன்றோ?
சொன்னவை இரண்டின் ஒன்றே
துணிக!'' எனச் சொல்லிடு'' என்றான்.

ராமர் மேலும், 'உன்னைக் காப்பாற்றிக் கொள்வதற்காக கோட்டைக்குள்ளே மறைந்து ஒதுங்கி வாழ்வது, தர்மம் இல்லை.

வீரனுக்கு அது அழகுமில்லை, ஆண்மையுமில்லை. வீரத்தன்மையும், வழியும் அதுவன்று. உடம்பிலே தைக்கிற மாதிரி அம்புகளைத் தொடுத்துக் கொண்டு, எதிரே வந்து எதிர்த்து நிற்கும் வன்மை உனக்கு இருந்தால், இலங்கை நகருக்கு வெளியே வந்து நேருக்கு நேர் நின்று போர் புரிவாயாக!' என்ற செய்தியையும், அங்கதன் மூலமாக ராமர் அனுப்புகிறார். அந்தப் பாடல்.

'அறத் துறை அன்று, வீரர்க்கு
  அழகும் அன்று, ஆண்மை அன்று,
மறத் துறை அன்று, சேமம்
  மறைந்து உறைந்து ஒதுங்கி வாழ்தல்;
நிறத்து உற வாளி கோத்து,
  நேர் வந்து நிற்கும்ஆகின்,
புறத்து உற எதிரே வந்து
  போர் தரப் புகல்தி' என்றான்.

ராவணனிடம் தூது போகிற அங்கதன், வால்மீகி ராமாயணத்தில் 'கோசலையின் மன்னனும், கௌஸல்யா தேவியின் மகனுமாகிய ராமரின் தூதன் நான்; வாலியின் மகன்' என்று அறிமுகப்படுத்திக் கொள்கிறான். இதையே கம்ப ராமாயணம் இப்படிக் கூறுகிறது :

'ராமர் ஐந்து பூதங்களுக்கும் தலைவர். கடலால் சூழப்பட்ட இந்த பூமிக்கும் அவரே தலைவர். அழகிய தாமரை மேல் வாழ்கிற ஸீதைக்கும் அவரே தலைவர். மற்றுமுள்ள தெய்வங்களுக்கெல்லாம் அவரே தலைவர். ஓதுகிற வேதங்களுக்கும் அவரே தலைவர். இனிமேல் நீ சந்திக்கப் போகிற விதியின் விளைவுக்கும் அவர்தான் தலைவர். இத்தகையவர் உனக்கு அனுப்பியுள்ள தூதன் நான். அவர் உன்னிடம் சொல்லுமாறு பணித்த தகவலைச் சொல்லி விட்டுப் போகவே இங்கே வந்துள்ளேன்' என்று அங்கதன் தன்னை அறிமுகப்படுத்திக் கொள்கிறான். அந்தச் செய்யுள் :

'பூத நாயகன், நீர் சூழ்ந்த
  புவிக்கு நாயகன், அப்பூமேல்
சீதை நாயகன், வேறு உள்ள
  தெய்வ நாயகன், நீ செப்பும்
வேத நாயகன், மேல் நின்ற
  விதிக்கு நாயகன், தான் விட்ட

தூதன் யான்; பணித்த மாற்றம்
சொல்லிய வந்தேன்' என்றான்.)

ராமர் அனுப்பிய செய்தியைக் கேட்டு பெரும் கோபம் கொண்ட ராவணன், தன்னுடைய அமைச்சர்களைப் பார்த்து, ''கெட்ட மதி படைத்த இந்த வானரன் சிறைப் பிடிக்கப்பட்டு, கொல்லப் படட்டும்'' என்று உத்திரவிட்டான்.

உடனே நான்கு அரக்கர்கள், பாய்ந்து அங்கதனைப் பிடித்தார்கள். தன்னுடைய வலிமையை அந்த அரக்கர் கூட்டம் பார்க்க வேண்டும் என்று நினைத்த அங்கதன், அந்த நால்வரிடம் தானாகவே பிடிபட்டான். பின்னர் தன் கைகளைப் பிடித்திருந்த நால்வரையும், கைகளில் அமர்ந்து விட்ட சிறிய பறவைகளைத் தூக்கிச் செல்வது போல தூக்கிக் கொண்டு, அங்கதன் அப்படியே தாவி அரண்மனையின் உப்பரிகையை அடைந்தான். அங்கிருந்து அவன் உதறிய போது, அந்த நான்கு அரக்கர்களும் கீழே விழுந்தார்கள். இதையெல்லாம் ராவணன் பார்த்துக் கொண்டிருக்கும் போதே அங்கதன், அரண்மனையின் உப்பரிகையின் முகப்பை கால்களாலேயே மிதித்து, இடித்துத் தள்ளி விட்டு, மீண்டும் ஆகாயத்தில் தாவி, ராமரிடம் போய்ச் சேர்ந்தான்.

தன்னுடைய அழிவு நெருங்கி விட்டது என்ற உணர்வு ராவணனுக்கு ஏற்பட, அவன் பெருமூச்செறிந்தான்.

ராமரின் படைகள் முன்னேறி இலங்கையை முற்றுகையிட்டன.

இதைக் கண்ட அரக்கர் கூட்டத்தில் ஒரு பகுதியினர் அஞ்சி நடுங்க, மற்றொரு பகுதியினர் யுத்தம் வந்து விட்டது என்பதால் பெரும் மகிழ்ச்சி கொண்டனர்.

நான்கு பக்கங்களிலும் கோட்டைச் சுவர் போல குவிந்து விட்ட வானரப் படையைக் கண்டு பயந்த அரக்கர்கள், ராவணனிடம் சென்று, ராமரின் படை இலங்கையை முற்றுகையிட்டு விட்டது என்ற தகவலைத் தெரிவித்தனர்.

6. யுத்த காண்டம்

அத்தியாயம் – 14

ராம – லக்ஷ்மணர்கள் கட்டுண்டனர்!

> வானரர்களுக்கும், அரக்கர்களுக்குமிடையே யுத்தம் தொடங்குவது; அங்கதனிடம் சிக்கி இந்திரஜித் அவதியுறுவது; கோபமுற்ற இந்திரஜித், மாயா யுத்தம் தொடங்குவது; அவன் எய்த அம்புகளினால் ராம - லக்ஷ்மணர்கள் கட்டப்படுவது; வீழ்ந்த அவர்களைப் பார்த்து, ஸுக்ரீவன் மனக்கலக்கம் அடைவது; விபீஷணன் அவனுக்கு தைரியம் கூறுவது; ராம - லக்ஷ்மணர்கள் கொல்லப்பட்டார்கள் என்று இந்திரஜித், ராவணனிடம் தெரிவிப்பது; ராவணனின் மகிழ்ச்சி...

ராவணன் தனது அரண்மனையின் மீது ஏறி அங்கிருந்து இலங்கையைப் பார்த்தான். மலைகள், காடுகள், பூங்காவனங்கள், தோட்டங்கள் ஆகியவை நிறைந்த அந்த எழில் நகரத்தை, ஒரு வானர சமுத்திரமே ஆக்கிரமித்திருப்பதைக் கண்டான். அந்த வானர சேனையை எப்படி அழிப்பது என்பது பற்றிய சிந்தனையில் அவன் மனம் ஆழ்ந்தது.

இதற்கிடையில், காலதாமதமின்றி எதிரிகளை அழிக்குமாறு ராமர், உத்திரவு பிறப்பிக்க, வானரர்கள், 'மலைச் சிகரங்கள் நிறைந்த இந்த இலங்கையை நமது கைகளினாலேயே பெயர்த்து விடுவோம்' என்று உரக்கக் கூவிக் கொண்டு, பாறைகள், பெரிய மரங்கள், போன்றவற்றைப் பெயர்த்து, தங்களது தாக்குதலைத் தொடங்கினார்கள். ராவணன் பார்த்துக் கொண்டிருக்கும்போதே

யுத்த காண்டம்

வானரர்கள் கூட்டம் கூட்டமாக, கோட்டைச் சுவர்கள் மீது அனாயாசமாக ஏறினார்கள். கோட்டையைச் சுற்றிக் கட்டப்பட்டிருந்த அகழிகளை மரங்கள், பாறைகள் ஆகியவற்றைக் கொண்டு அவர்கள் நிரப்பி விட்டார்கள். தாக்குதல் தொடங்கி விட்டது.

வீரபாஹு, ஸுபாஹு, நலன், பனஸன், குமுதன், ஸதபலி, தாரையின் தந்தையான ஸுஷேணன், ஜாம்பவானின் சகோதரனாகிய தூம்ரன் போன்றவர்கள் அவரவர்க்கு விதிக்கப்பட்டிருந்த இடங்களில் தங்களை நிலை நிறுத்திக் கொண்டார்கள். வடக்கு வாயிலில் ராமர், லக்ஷ்மணன், ஸுக்ரீவன், விபீஷணன் ஆகியோர் நின்றனர்.

ராவணனால் ஊக்குவிக்கப்பட்ட அரக்கர் படை, சங்குகளை ஊதிக் கொண்டும், பேரிகைகளை முழங்கிக் கொண்டும், ரதங்களின் மீதும், யானைகளின் மீதும் ஏறி போருக்குப் புறப்பட்டது. தேவர்களுக்கும், அசுரர்களுக்கும் இடையே நடந்த போரைப் போல, அரக்கர்களுக்கும், வானரர்களுக்குமிடையே ஒரு கடும் சண்டை தொடங்கியது. அரக்கர் கூட்டமும், வானரர் கூட்டமும் ஒன்றையொன்று தாக்கிக் கொள்ள, ஒரு பெரும் குழப்பமான நிலை அந்த யுத்த களத்தில் தோன்றியது.

அங்கே இந்திரஜித், அங்கதனை எதிர்த்தான்; ஸம்பாதி, ப்ரஜங்கனை எதிர்த்தான்; ஹனுமான், ஜம்புமாலியையும்; விபீஷணன், ஸத்ருக்னனையும்; நீலன், நிகும்பனையும்; ஸுக்ரீவன், ப்ரக்ஸனையும்; லக்ஷ்மணன் விரூபாக்ஷனையும் – எதிர்த்துப் போரிட்டார்கள். எண்ணற்ற வானரர்களின் உடல்களும், அரக்கர்களின் உடல்களும் வெட்டி சாய்க்கப்பட்டன. ரத்தம் வெள்ளமென பாய்ந்து ஓடியது. அந்த ரத்த வெள்ளத்தில் விழுந்த வீரர்களின் உடல்கள், மரக் கட்டைகள் போல் மிதந்து சென்றன. இப்படி ஒரு பெரும் யுத்தம் நடந்து கொண்டிருந்தபோது, சூரியன் அஸ்தமனமானான். அதன் பின்னர் இரவு நேர யுத்தம் தொடங்கியது. பிரளய கால இரவு போல தோற்றமளித்த அந்த இரவில் வானரர்களும், அரக்கர்களும், பெருமளவில் அழிந்தனர்.

அந்த நிலையில் அரக்கர்கள், ராமரைத் தாக்க ஆரம்பித்தார்கள். கண் இமைக்கும் நேரத்தில் ராமர் ஆறு அம்புகளை ஏவி, அந்த அரக்கர் கூட்டத்தில் முக்கியமாகத் திகழ்ந்த ஆறு பேரை வீழ்த்தினார். வெல்வதற்கு அரிய யக்ஞசத்ரு, மஹாபார்ஸ்வன், மஹோதரன், பேருருவம் கொண்ட வஜ்ரதம்ஷ்ட்ரன், சுகன், ஸரணன் – ஆகிய அந்த அறுவரும் ராமரால் தாக்கப்பட்டு, உயிரைக் காப்பாற்றிக் கொள்ள யுத்த களத்திலிருந்து தப்பித்து ஓடினார்கள். ராமரை எதிர்த்து வந்த அரக்கர் கூட்டம், விளக்கை நோக்கிப் பறந்து வருகிற விட்டில் பூச்சிகளைப் போல அழிந்தது.

தன்னை எதிர்த்துப் போர் புரிந்த இந்திரஜித்தை, அங்கதன் பெரிதும் வாட்டினான். இந்திரஜித்தின் தேரோட்டியும், அந்த தேரை இழுத்துச் சென்ற குதிரைகளும், அங்கதனால் கொல்லப்பட்ட போது, களைப்படைந்து விட்ட இந்திரஜித், போர்க்களத்தை விட்டு அகன்றான். ராமரும், லக்ஷ்மணனும் கூட அங்கதனின் வீரத்தைப் பாராட்டினார்கள். ஸுக்ரீவனும், விபீஷணனும் அவனைப் போற்றினார்கள்.

இப்படி அங்கதனால் துன்புறுத்தப்பட்ட இந்திரஜித், மற்றவர் கண்களுக்குத் தெரியாமல் தன்னை மறைத்துக் கொண்டு யுத்தம் செய்கிற, தன்னுடைய மாயா யுத்தத்தில் இறங்கினான். பெரும் கோபம் கொண்ட அவன், தன்னை மறைத்தவாறே ராமரையும், லக்ஷ்மணனையும் அம்புகளின் உருவம் பெற்ற பாம்புகளினால் தாக்கி, அவர்களைக் கட்டினான். மனித சக்திகளை மீறிய சக்தி படைத்த அந்த இந்திரஜித், சூழ்ச்சிகரமான யுத்தம் நடத்தி, அந்த சகோதரர்களை தனது அம்புகளினால் கட்டிப்போட்டு விட்டான். மனிதர்களிடையே புலிகளைப் போல் திகழ்ந்த, அந்த இரண்டு சகோதரர்கள் திடீரென இப்படி கட்டப்பட்டதைக் கண்டு, வானரர் கூட்டம் திகைத்தது. மற்றவர் கண்களுக்குத் தெரியும்படியாக நின்று யுத்தம் புரிந்தபோது, எதுவும் செய்ய இயலாதவனாகத் திகழ்ந்த இந்திரஜித், இப்படி தன்னை மறைத்துக் கொண்டு யுத்தம் செய்தபோது, தந்திரத்தின் மூலம் அந்த இரண்டு இளவரசர்களைக் கட்டுண்டவர்களாகச் செய்து விட்டான்.

இந்திரஜித்தினால் ஏவப்பட்ட அம்பு உருவம் கொண்ட பாம்புகள், ராமர்–லக்ஷ்மணன் ஆகியோரின் உடல்களை ஓர் இடம் மீதி இல்லாமல் துளைத்தன. அவர்களுடைய உடல்களின் பல்வேறு பாகங்களிலிருந்தும் ரத்தம் வழிந்தோடியது. இதைக் கண்டு பெரும் மகிழ்ச்சியடைந்த இந்திரஜித், இன்னமும் தன்னை மறைத்தவாறே, ''நான் மாயா யுத்தம் புரிகிற போது, தேவர்களின் அதிபதியாகிய இந்திரனாலும் என்னை நெருங்க முடியாது. அப்படியிருக்க, நீங்கள் இருவரும் என்னைக் கண்டு கொள்வது என்பது நடக்காத காரியமன்றோ? உங்கள் இருவரையும் யமன் உலகிற்கே அனுப்புகிறேன்'' என்று கூவினான்.

இப்படிச் சொல்லி விட்டு, அவன் ராம- லக்ஷ்மணர்கள் மீது மேலும் அம்புகளைப் பொழிந்தான். அங்கு ரகு வம்ச திலகங்கள் இருவரும், தலை நிமிர்ந்தும் பார்க்க சக்தியற்றவர்களாகி தரையில் வீழ்ந்தனர். அவர்களுடைய உடலில் பதிந்து விட்ட அம்புகளுக்கிடையே ஒரு விரல் அளவு கூட இடைவெளி இருக்கவில்லை; அவர்களுடைய உடலில் அம்புகளால் துளைக்கப்படாத ஓர் அங்கம் கூட காணப்படவில்லை; ஒரு பெரிய நீர் ஊற்று தண்ணீரைப் பொழிவது போல், அவர்களுடைய உடல்கள் ரத்தத்தைப் பொழிந்து கொண்டிருந்தன. நாராசங்கள் என்ற பெயருடைய அம்புகளால் இந்திரஜித், ராமரின் உடலைத் துளைக்க, முதலில் அவர் தரையில் வீழ்ந்தார்; அவருடைய பிடி தளர்ந்து போக, அவருடைய வில் அவர் கையிலிருந்து நழுவியது; ராமருக்கு நேர்ந்த இந்த கதியைப் பார்த்த லக்ஷ்மணனுக்கு, தன்னுடைய உயிரைப் பற்றிய கவலை அற்றுப் போனது. அவனும் தரையில் சாய, அந்த இரு சகோதரர்களைச் சுற்றி, வானரர்கள் கூடி நின்றார்கள். விபீஷணனும், ஸுக்ரீவனும், நீலன், த்விதன், மைந்தன், ஸுஷேனன், குமுதன், அங்கதன், ஹனுமான் ஆகியோருடன் சேர்ந்து நின்று – ரத்தத்தில் மூழ்கி மூச்சு விடவே திணறிக் கொண்டிருந்த அந்த இரண்டு சகோதரர்களைப் பார்த்து துக்கித்து நின்றனர்.

இந்திரஜித்தைப் பார்க்க நினைத்த வானரர்கள், நான்கு புறத்திலும், ஆகாயத்திலும் அவன் எங்கிருக்கிறான் என்று கூர்ந்து கவனித்தும், தன்னை மறைத்துக் கொண்டு விட்ட அவனைக் காண

அவர்களால் இயலவில்லை. அந்த நிலையில் இந்திரஜித்தின் குரல் ஒலித்தது. "கர தூஷணர்களை வதம் செய்த இந்த இரண்டு பெரும் வீரர்களும் என்னால் வீழ்த்தப்பட்டனர்; என்னுடைய அம்புகளிலிருந்து இவர்களை விடுவிப்பது என்பது தேவர்களினாலும் முடியாது; ராக்ஷஸர்களினாலும் முடியாது; வேத, மந்திரங்களைக் கண்டறிந்த ரிஷிகளினாலும் முடியாது. எங்களையெல்லாம் பீடித்திருந்த நோய் எனத் திகழ்ந்த இவர்களை – எனது தந்தை துன்பத்தில் ஆழ்ந்து விட காரணமாக இருந்த இவர்களை – உறங்கவும் முடியாமல் தவிக்கிற நிலைக்கு எனது தந்தையை இட்டுச் சென்ற இவர்களை – இலங்கையையே பெரும் அவதிக்குள்ளாக்கி விட்ட இவர்களை – நான் வீழ்த்தி விட்டேன். அவர்கள் தொலைந்தார்கள். ஒரு நொடியில் கலைகின்ற மேகங்கள் போல, ராம – லக்ஷ்மணர்களின் வீரப் பிரதாபங்களும், வானரர் கூட்டத்தின் பெருமைகளும் அழிந்தன."

இப்படிக் கூறி விட்டு இந்திரஜித், வானரர் தலைவர்களைப் பார்த்து பல அம்புகளை ஏவினான். நீலன், மைந்தன், த்விவிதன், ஜாம்பவான், ஹனுமான், கவாக்ஷன், ஷரவண், அங்கதன் – ஆகிய பலரும் அவனால் தாக்கப்பட்டு பெரும் அவதிக்குள்ளானார்கள். ராம – லக்ஷ்மணர்களை வீழ்த்திய இந்திரஜித்தின் சாதனையைக் கண்டு அரக்கர்கள் வியப்பு எய்தி, மகிழ்ந்தனர். இதற்குள் மூச்சு விட முடியாத நிலையை அடைந்தவர்களாக, தரையில் வீழ்ந்து கிடந்த அந்த சகோதரர்களைப் பார்த்து, இந்திரஜித்தும், அரக்கர்களும், அவர்கள் இறந்து விட்டார்கள் என்ற முடிவுக்கு வந்தனர். ராம – லக்ஷ்மணர்களின் நிலையைக் கண்டு ஸுக்ரீவனும் பெரிதும் பயந்தான்.

விபீஷணன், "ஸுக்ரீவா! அச்சத்தை விடுவாயாக! கண்ணீரைத் துடைத்துக் கொள். யுத்தம் என்பது இவ்வகையானதே! வெற்றி என்பது அதில் நிச்சயமில்லை. நம்முடைய அதிர்ஷ்டம் கரைந்து போய் விடவில்லை என்றால், இந்த இரு சகோதரர்கள் இன்னமும் கூட உயிருடன் இருக்கலாம். நம்பிக்கை கொள். தங்களை உண்மையில் நிலை நிறுத்தி, தெய்வ நம்பிக்கையோடு திகழ்பவர்களை மரண பயம் ஆட்கொள்வதில்லை" என்று கூறி,

கையிலே தண்ணீரை எடுத்து, சில புனிதமான மந்திரங்களை ஓதி, அந்த நீரைக் கொண்டு ஸுக்ரீவன் முகத்தைக் கழுவினான்.

பின்னர், ''மனத்தளர்ச்சிக்கான தருணம் இதுவல்ல. வானரர்களின் அரசனே! அளவுக்கு மிஞ்சிய உணர்ச்சிக் கொந்தளிப்பு அழிவுக்குத்தான் வழி வகுக்கும்! இந்த இரண்டு சகோதரர்களும் இப்போது இருக்கும் நிலையிலிருந்து விடுபட்டு, மீண்டும் நமக்குத் தலைமை தாங்கி போரை நடத்தத்தான் போகிறார்கள். ராமரின் முகத்தைப் பார். அதில் ஒளிமங்கவில்லை. அதிலிருந்தே அவர் உயிர் இழக்கவில்லை என்பது தெளிவாகிறது. தன்னம்பிக்கை இழந்து விடாதே. வானரர் கூட்டத்திற்கும் ஊக்கத்தைக் கொடுப்பாயாக!'' என்று ஸுக்ரீவனைப் பார்த்து விபீஷணன் மேலும் கூறினான்.

இதற்கிடையில் அரக்கர் கூட்டம் பின் தொடர, இந்திரஜித், ராவணனை அடைந்து, ராம – லக்ஷ்மணர்கள் கொல்லப்பட்டார்கள் என்ற செய்தியைத் தெரிவித்தான். ராவணன் தனது இருக்கையில் இருந்து குதித்து எழுந்தான். இந்திரஜித்தை மனமாற தழுவிக் கொண்டான். அவனை உச்சி முகர்ந்தான். பெரும் உவகை கொண்டவனாக, ராம-லக்ஷ்மணர்களின் வீழ்ச்சி எப்படி நடந்தது என்ற விவரங்களைக் கேட்டான். இந்திரஜித்தும், தன்னுடைய அம்புருவம் கொண்ட பாம்புகளினால் கட்டப்பட்டு, அந்த இரண்டு சகோதரர்கள் செயல் இழந்து, வீழ்ந்த விவரங்களைக் கூறினான். ராவணன் மனதிலிருந்து கவலை அகன்றது. ராமரினால் ஏற்பட்ட துன்பம் அவனை விட்டொழிந்தது. தன்னுடைய மகன் இந்திரஜித்தை பாராட்டிக் கொண்டாடினான்.

6. யுத்த காண்டம்

அத்தியாயம் – 15

ஸீதை கண்ட காட்சி!

ஸீதையை புஷ்பக விமானத்தில் ஏற்றிச் சென்று, ராம – லக்ஷ்மணர்கள் வீழ்ந்து கிடக்கிற காட்சியை அவளுக்குக் காட்டுமாறு, ராவணன் அரக்கிகளுக்குக் கட்டளையிடுவது; ராம – லக்ஷ்மணர்கள் வீழ்ந்து கிடப்பதைப் பார்த்த ஸீதை கதறி அழுவது; த்ரிஜடை அவளுக்கு ஆறுதல் கூறுவது; சுய நினைவு பெற்ற ராமர், லக்ஷ்மணன் வீழ்ந்து கிடப்பதைப் பார்த்து விரக்தியுற்றுப் பேசுவது; விபீஷணனின் மனக் குழப்பம்...

ராமனை தான் வீழ்த்தி விட்ட செய்தியைக் கூறிய இந்திரஜித், ராவணனின் முன்னிலையை விட்டு அகன்ற பின்பு, அந்த அரக்கர் மன்னன் பெரும் உவகையில் திளைத்தவனாக, ஸீதையைக் காத்து நின்ற அரக்கிகளை அழைத்து வருமாறு உத்திரவு பிறப்பித்தான். த்ரிஜடையும், பல அரக்கிகளும் அவனுடைய உத்திரவுக்குக் கீழ்ப் படிந்து, அவன் முன்னே வந்து நின்றபோது, அவர்களைப் பார்த்து, ''ராமனும், லக்ஷ்மணனும் இந்திரஜித்தினால் கொல்லப் பட்டார்கள் என்ற செய்தியை ஸீதைக்குத் தெரிவியுங்கள்'' என்று கூறிய ராவணன், மேலும் தொடர்ந்து சொன்னான் :

''எவனுடைய ஆதரவு தனக்கு இருக்கிறது என்ற கர்வத்தில், ஸீதை எனக்குக் கீழ்ப்படிய மறுத்தாளோ அந்த ராமனும், லக்ஷ்மணனும் யுத்தத்தில் இந்திரஜித்தினால் கொல்லப்பட்டார்கள். புஷ்பக விமானத்தில் ஸீதையை அமரச் செய்து, அவளை

அழைத்துச் சென்று, யுத்த களத்தில் வீழ்ந்து கிடக்கிற அந்த இரண்டு இளவரசர்களையும் அவளுக்குக் காட்டுங்கள். நம்பிக்கையெல்லாம் இழந்தவளாக, அந்த ஸீதை அதன் பிறகு என்னைச் சார்ந்து நிற்கட்டும். மரணத்தை எய்திவிட்ட ராமனையும், யுத்த களத்தில் உயிரை விட்ட லக்ஷ்மணனையும் பார்த்த பிறகு, வேறு வழியில்லாதவளாக, ஸீதை அவளாகவே என்னை நாடி வருவாள்.''

இப்படி ராவணன் உத்திரவிட்டவுடன், அந்த அரக்கிகள் புஷ்பக விமானத்தை எடுத்துச் சென்று, அசோக வனத்தை அடைந்து ஏற்கெனவே ராமன் கொல்லப்பட்ட செய்தியைக் கேள்வியுற்று வருத்தத்தில் ஆழ்ந்திருந்த ஸீதையை த்ரிஜடையுடன், அந்த விமானத்தில் ஏற்றினார்கள். விமானம் பறந்து சென்றபோது, வானரர் கூட்டங்கள் பெருமளவில் அழிக்கப்பட்டு தரையில் வீழ்ந்து கிடந்ததை ஸீதை பார்த்தாள். பின்னர் வானரர்கள் பலர் சூழ்ந்து நிற்க ராமனும், லக்ஷ்மணனும் தரையில் வீழ்ந்து கிடப்பதையும் ஸீதை கண்டாள். அவர்களுடைய வில்களும், கேடயங்களும், அம்புகளும் தாறுமாறாகச் சிதறிக் கிடந்தன. அவர்களுடைய உடல்கள் பல அம்புகளால் துளைக்கப் பட்டிருந்தன. அக்னி தேவனின் இரண்டு மகன்கள் புல்லினாலான படுக்கையின் மீது படுத்திருப்பது போல காட்சியளித்துக் கொண்டு, அந்த இரண்டு வீரர்களும் அம்புப் படுக்கையின் மீது கிடந்த காட்சியைக் கண்ட ஸீதை, 'ஓ'வென்று கதறினாள்.

மனம் பதறி துடிதுடித்து அழுது கொண்டே அவள் புலம்பத் தொடங்கினாள். ''அங்க லட்சணங்களைக் கொண்டு மனிதர்களின் எதிர்காலத்தைக் கணிக்கக் கூடிய பலர், என்னைப் பார்த்து எனக்கு மகன்கள் உண்டு என்றும், நான் விதவையாக வாழ நேரிடாது என்றும் கணித்துச் சொன்னார்கள்; அவர்கள் இன்று பொய்யர்களாகி விட்டார்கள். நான் பட்டமகிஷியாவேன் என்று ஆருடம் கூறியவர்கள், இன்று பொய்யர்களாகி விட்டார்கள். அயோத்தி மன்னனாக ராமர் முடிசூடிக் கொள்ள, அவர் அருகே இருந்து அந்தக் காட்சியைக் கண்டு நான் களிப்பேன் என்று கூறிய, ஜோதிட சாஸ்திரத்தை நன்கு அறிந்த அந்தணர்கள் இன்று பொய்யர்களாகி விட்டார்கள்.''

வால்மீகி ராமாயணம்

ஸீதை மேலும் கதறி அழுது கொண்டே பேசினாள். ''என்னுடைய பாதங்களில் தாமரைக் குறி இருக்கிறது; இந்த அடையாளமுடையவர்களின் கணவர்கள் அரசாள்வார்கள் என்று கூறப்படுகிறது; ஒரு பெண்ணின் பாதத்தில் இந்தத் தாமரைக் குறி இருந்தால், சந்தேகத்திற்கு இடமில்லாமல் அவளுடைய கணவன் சிம்மாசனத்தில் வீற்றிருப்பான் என்று ஜோதிட சாஸ்திரத்தை நன்கு அறிந்தவர்கள் கூறுகிறார்கள்; அது இன்று பொய்யாகி விட்டது. என்னுடைய பற்கள் நெருக்கமாக அமைந்திருக்கின்றன; என்னுடைய புருவங்கள் ஒன்று சேர்ந்து விடவில்லை; என்னுடைய அங்கங்கள் ஒழுங்காக அமைந்திருக்கின்றன; என்னுடைய கால் விரல்கள் பத்தும், பாதத்தின் இரண்டு பகுதிகளும், தரையில் படுவதைக் கண்டு, அங்க லட்சணங்களை அறிந்தவர்கள் மிகவும் சுலபமான அறிகுறிகளைத் தாங்கியவளாக நான் விளங்குகிறேன் என்று கூறினார்கள். விரல்களுக்கிடையே இடைவெளி இல்லாமல் அமைந்திருப்பதால், நான் சிறப்புற்று விளங்குவேன் என்று அவர்கள் சொன்னார்கள். அங்க லட்சணங்கள் ஒழுங்காக அமையப் பெற்றிருப்பதைக் கண்டு, அவர்கள் இப்படிச் சொல்ல – ஜோதிட சாஸ்திரத்தை அறிந்த அந்தணர்கள், என் கணவனோடு எனக்கும் பட்டாபிஷேகம் நடக்கும் என்று கூறினார்கள். இவையெல்லாமே இன்று பொய்த்து விட்டன.

''இந்திரஜித்தின் மாயைக்கு இரண்டு சகோதரர்களும் பலியாகி விட்டார்கள். ராமரின் பார்வையில் பட்டால், தான் அழிந்து விடுவோம் என்பதை உணர்ந்த இந்திரஜித், மறைந்திருந்து தந்திரமாக யுத்தம் புரிந்து அவரை வீழ்த்தி விட்டான். ராமரையும், லக்ஷ்மணனையும் சாய்த்து, அந்த சுமையையே ஏற்கத் துணிந்து விட்ட காலன், இனி எந்தச் சுமையைத்தான் தாங்க மாட்டான்! நான் என்னை நினைத்து வருந்துவதை விட, ராமரை நினைத்து வருந்துவதை விட, லக்ஷ்மணனை நினைத்து வருந்துவதை விட, என் மாமியார் கௌஸல்யா தேவியை நினைத்துத்தான் அதிகம் வருந்துகிறேன். நாங்கள் மூவரும் அயோத்திக்குத் திரும்பும் நேரத்தை எதிர்பார்த்து, அந்த அம்மையார் காத்திருக்கிறார். இந்தச் செய்தியை அறிந்தால் அவருக்கு என்ன கதி நேரிடுமோ?''

வால்மீகி ராமாயணம்

இப்படி பலவாறாக ஸீதை புலம்பிய போது, த்ரிஜடை அவளைப் பார்த்து, ''பெண்மணியே வருந்தாதே! உன்னுடைய கணவர், உயிர் வாழ்கிறார் என்றுதான் நான் நினைக்கிறேன். காரணம் இல்லாமல் நான் இப்படிக் கூறவில்லை. தங்களுடைய தலைவன் போரில் கொல்லப்பட்டால், அப்போது போர் வீரர்கள் கோபத்தினால் உடனே பீடிக்கப்பட்டு விடுவதில்லை; அவர்களுக்கு மகிழ்ச்சியும் ஏற்படாது என்பது புரிந்து கொள்ளக் கூடியதே! அந்த நிலையில் செயல்திறனை இழந்தவர்களாக போர் வீரர்கள் யுத்த களத்தில் தாறுமாறாக அங்குமிங்கும் அலைவார்கள். மாலுமி இல்லாத கப்பல், புயலால் கொந்தளிக்கிற கடலில், சிக்கித் தவிக்கிற மாதிரி அவர்கள் திக்கு திசை தெரியாமல் தவிப்பார்கள். ஆனால் இங்கே நாம் காண்பது என்ன? வானரர் படையிடையே குழப்பத்தை நான் காணவில்லை. அவர்கள் மிகவும் எச்சரிக்கை யுடன் ராம – லக்ஷ்மணர்களுக்குக் காவலாக நிற்கிறார்கள். இது ஒருபுறமிருக்க, வேறு ஒரு விஷயத்தையும் நீ அறிந்து கொள்வாயாக. இந்த புஷ்பக விமானம் கணவனைப் பறி கொடுத்த பெண்களை ஏற்றிச் செல்லாது. ஆனால், உன்னை நான் இதில் ஏற்றி வந்திருக்கிறேன். தரையிலே விழுந்து கிடந்தாலும் கூட, அந்த இரண்டு இளவரசர்களின் முகம் களையிழந்து விடவில்லை. அவர்கள் ஏதோ மயக்கமுற்று இருப்பதாகத்தான் எனக்குத் தோன்றுகிறது. இறந்து விட்டவர்களின் முகத்தில் காணப்படுகிற அச்சத்தைத் தருகிற ஒரு தோற்றம் இவர்கள் முகத்தில் இல்லை. துணிவை கை கொள்வாயாக! இந்திரன் வந்தாலும் இந்த இரண்டு இளவரசர்களை போரில் வீழ்த்த முடியாது. தேவர்களும், அசுரர்களும் சேர்ந்து வந்தாலும் இவர்களை வெல்ல முடியாது. அப்படியிருக்க, நீ கவலைப்படுவது தேவையற்றது. துன்பத்தை விட்டொழி. உன்னுடைய நற்குணங்களையெல்லாம் நேரில் கண்டு, உன் மீது பேரன்பு கொண்டு விட்ட காரணத்தினால் நான் இந்த விளக்கங்களை உனக்கு சொல்கிறேன். இதுவரை நான் பொய் பேசியதில்லை. இனியும் பேச மாட்டேன். நான் பேசியது அனைத்தும் உண்மை. ராம – லக்ஷ்மணர்கள் வாழ்கிறார்கள். அவர்கள் இறக்கவில்லை. தைரியமாக இரு.''

இப்படி த்ரிஜடை தைரியமூட்டியபோது, ஸீதை இரண்டு கைகளையும் குவித்தவாறு த்ரிஜடையைப் பார்த்து, ''அப்படியே ஆவதாக!'' என்று பரிதாபமாகக் கூறினாள். புஷ்பக விமானம் மீண்டும் அசோக வனத்திற்கு வந்து சேர்ந்தது. த்ரிஜடையும், ஸீதையும் அதில் இருந்து இறங்கினார்கள். அரக்கிகள் ஸீதையை அவளுடைய இடத்திற்கு அழைத்துச் சென்றனர். அவள் மீண்டும் கவலையில் ஆழ்ந்தாள்.

இதற்கிடையில் தன்னுடைய மனோதைரியத்தின் காரணமாகவும், பலத்தின் காரணமாகவும், சுயநினைவு பெற்று விட்ட ராமர், அருகில் லக்ஷ்மணன் ரத்த வெள்ளத்தில் வீழ்ந்து கிடப்பதைப் பார்த்து, மனம் துடித்தார். ''இந்தக் காட்சியைக் கண்ட பிறகு நான் உயிர் வாழ்வதில் என்ன அர்த்தம்? அல்லது ஸீதையை அடைவதால்தான் என்ன சாதிக்கப் போகிறேன்? இந்த உலகில் முனைந்து தேடினால் ஸீதையைப் போன்ற மற்றொரு மனைவி கிடைக்கக் கூடும். ஆனால் லக்ஷ்மணனைப் போன்ற ஒரு சகோதரன் எங்காவது கிடைப்பானா? லக்ஷ்மணன் இறந்துதான் போய் விட்டான் என்றால் – நானும் இங்கேயே உயிரை விடுவேன். உயிரோடு அயோத்திக்குத் திரும்பினால், நான் என் தாயார் கௌஸல்யையிடம் என்ன சொல்வேன்? ஸுமித்திரா தேவிக்கு எவ்வாறு ஆறுதல் கூறுவேன்? என்னோடு காட்டுக்கு வந்த லக்ஷ்மணனை இழந்து விட்டு நான் திரும்பியிருக்கிறேன் என்பதை சத்ருக்னனிடமும், பரதனிடமும் எவ்வாறு எடுத்துச் சொல்வேன்? லக்ஷ்மணனைத் துறந்த பழியை என்னால் தாங்க முடியாது. நான் உயிர்வாழ விரும்பவில்லை. இங்கேயே உயிர் துறக்கிறேன். நான் நிந்திக்கத் தகுந்தவன். என்னால்தான் லக்ஷ்மணனுக்கு இந்தக் கதி நேரிட்டு விட்டது. நான் ஒரு மகாபாவி.''

இவ்வாறு தன்னைத்தானே நொந்து கொண்ட ராமர், லக்ஷ்மணனைப் பார்த்து, ''நான் துன்புற்றபோதெல்லாம் எனக்கு ஆறுதல் சொல்வாயே! இப்போதோ, நான் பெரும் துன்பத்தை அனுபவிக்கிற நேரத்தில், ஆறுதல் சொல்லும் நிலையில் நீ இல்லையே! எண்ணற்ற அரக்கர்களை எந்த யுத்த களத்தில் நீ கொன்று குவித்தாயோ, அதே யுத்த களத்தில் நீ சாய்க்கப்

பட்டிருக்கிறாயே! ரத்தத்தில் தோய்ந்து, அம்புப் படுக்கையில் வீழ்ந்து கிடக்கிற உன்னைப் பார்த்தால், அடி வானத்தில் வீழ்ந்து கொண்டிருக்கிற அஸ்தமன சூரியன் போலல்லவா இருக்கிறது!'' என்று கூறி கலங்கினார்.

இவ்வாறு லக்ஷ்மணனைப் பார்த்துக் கதறி விட்டு, ராமர் மற்றவர்களைப் பார்த்துச் சொன்னார்: ''எப்படி லக்ஷ்மணன் என்னைப் பின்தொடர்ந்து காட்டுக்கு வந்தானோ, அப்படியே அவனைப் பின்தொடர்ந்து நான் யமன் உலகிற்குச் செல்வேன். எந்த நிலையிலும் லக்ஷ்மணன் என்னிடம் விரும்பத்தகாத சொல் ஒன்றைக்கூட பேசியதில்லை. அவன் எவ்வளவு பெரிய வீரன்! நினைத்த மாத்திரத்தில் ஐநூறு அம்புகளைத் தொடுக்கக் கூடிய அவன், விற்போரில் கார்த்தவீர்யனையும் மிஞ்சியவன். இந்திரன் ஏவக்கூடிய ஆயுதங்களைக் கூட பொடிப் பொடியாகச் செய்யும் வல்லமை படைத்த லக்ஷ்மணன், இங்கே இப்படி வீழ்ந்து கிடக்கிறானே? இது என்ன கோலம்!

''விபீஷணனுக்கு இலங்கை அரசனாகப் பட்டாபிஷேகம் செய்விக்கிறேன் என்று நான் கூறியது, வெறும் வாய்ச் சொல் வீரமாகி விட்டது. அரக்கர் மன்னனாக அவனுக்கு நான் பட்டாபிஷேகம் செய்விக்கவில்லை. அந்த என்னுடைய வெறும் சொல் என்னை இப்போது சுட்டெரிக்கிறது. ஸுக்ரீவா! இப்போதே இலங்கையை விட்டு நீ கிஷ்கிந்தைக்குத் திரும்பி விடு. நானும் துணைக்கில்லாத நிலையில், ராவணன் உன்னை வென்று விடுவான். அங்கதனை முதன்மையாகக் கொண்டு, வானரர் படையோடு மீண்டும் கடலைக் கடந்து கிஷ்கிந்தையை அடைந்து விடு. யுத்த களத்தில் நீ பல சாதனைகளைப் புரிந்தாய். அவ்வாறே ஜாம்பவான், கவாக்ஷன், அங்கதன், மைந்தன், த்விவிதன், கேசரி, ஸம்பாதி எல்லோருமே பல அற்புதங்களைப் புரிந்தார்கள். எனக்காக அவர்கள் புரிந்த தியாகங்கள் எண்ணற்றவை. ஆனால் விதியை யாரால் வெல்ல முடியும்? ஒரு நண்பனால் என்ன செய்ய முடியுமோ, அவை அனைத்தையும் நீ செய்து விட்டாய். உனக்கு நான் அனுமதி அளிக்கிறேன். ஸுக்ரீவா! நீ திரும்பிச் செல்லலாம்.''

யுத்த காண்டம்

இவ்வாறு ராமர் கூறி களைத்தவுடன், அங்கே சூழ்ந்து நின்ற வானரர்கள் கண்கள் எல்லாம் கலங்கின. இதற்குள்ளாக கதை ஏந்திக் கொண்டு விபீஷணன் அந்த இடத்தை நெருங்கினான். அவனைக் கண்ட வானரர்கள் இந்திரஜித்துதான் மீண்டும் வருகிறான் என்று நினைத்துக் கொண்டு, பயந்து நாலாபுறமும் சிதறி ஓடினார்கள். இந்தக் காட்சியைக் கண்ட ஸுக்ரீவன், "இவர்கள் அனைவரும் இந்திரஜித் வந்து விட்டதாக நினைத்து, பயந்து ஓடுகிறார்கள். அவர்களை மீண்டும் அணிவகுத்து நிற்கச் செய்யுங்கள்" என்று ஜாம்பவானுக்கு உத்திரவிட்டான். அதன்படியே சிதறிய வானரர் படை மீண்டும் ஒன்று சேர்க்கப்பட்டது.

விபீஷணன், நீரில் கையை நனைத்து ராம - லக்ஷ்மணர்களின் கண்களைத் துடைத்தான். பின்னர் "பெரும் சக்தி படைத்த இந்த இரண்டு இளவரசர்கள், தந்திரத்தினால் வீழ்த்தப்பட்டார்கள்" என்று கூறிய அவன் மேலும் தொடர்ந்தான். "தந்திரம் இல்லாத நேர்மையான யுத்தம் புரிந்த இவர்களை, இந்திரஜித் அரக்கர்களுக்கே உரிய நேர்மையற்ற வழியில் வீழ்த்தி விட்டான். இலங்கையின் சிம்மாசனத்தில் ஏற, எந்த இரண்டு மனித ரத்தினங்களின் உதவியை நான் நாடினேனோ, அவர்கள் இப்பொழுது தங்களுடைய உடல்கள் அழியும் நேரத்தை எதிர்நோக்கி இருக்கிறார்கள். அரசனாகும் என்னுடைய ஆசை, நாசமடைந்ததால் நான் இப்பொழுது உயிரற்றுப் போனவனே! ஸீதையைத் தன்னுடனேயே வைத்துக் கொள்ள வேண்டும் என்கிற ராவணனின் ஆசை நிறைவேறியது."

இவ்வாறு விரக்தியுற்றுப் பேசிய விபீஷணனைப் பார்த்து, ஸுக்ரீவன் சில வார்த்தைகளைக் கூறினான்.

6. யுத்த காண்டம்

அத்தியாயம் - 16

கருடன் ஆற்றிய பணி!

ராமரையும், லக்ஷ்மணனையும் கிஷ்கிந்தைக்கு எடுத்துச் செல்லுமாறு உத்திரவிட்ட ஸுக்ரீவன், தானே போரில் ராவணனை வென்று ஸீதையை மீட்பதாகக் கூறுதல்; ராம - லக்ஷ்மணர்களின் உயிரைக் காப்பாற்ற ஸுஷேணன் தெரிவித்த யோசனை; கருடன் பறந்து வந்து ராம - லக்ஷ்மணர்களை கட்டுகளிலிருந்து விடுவிப்பது; ராமரும், லக்ஷ்மணனும் இந்திரஜித்தின் கட்டிலிருந்து தப்பித்து விட்டார்கள் என்ற செய்தி கேட்டு ராவணன் கவலையுறுவது; ராவணனால் அனுப்பப்பட்ட தூம்ராக்ஷன் என்ற அரக்கர் படைத் தலைவன், ஹனுமானால் கொல்லப்படுவது...

"இலங்கைக்கு அரசனாக நீ முடி சூட்டிக் கொள்வாய். அதில் ஒருவித சந்தேகமும் இல்லை" என்று விபீஷணனைப் பார்த்துக் கூறிய ஸுக்ரீவன் மேலும் தொடர்ந்தான்: "தான் விரும்பியதை ராவணன் அடையப் போவதில்லை. ராமரும், லக்ஷ்மணனும் மயக்க முற்றிருக்கிறார்கள்; அவ்வளவே, அந்த மயக்கத்தில் இருந்து அவர்கள் விடுபட்ட பிறகு, யுத்தகளத்தில் ராவணனையும், அவனைச் சார்ந்தவர்களையும் அவர்கள் அழிப்பார்கள் என்பதிலும் எனக்குச் சந்தேகமில்லை."

விபீஷணனுக்கு இவ்வாறு ஆறுதல் கூறிய ஸுக்ரீவன் அதன் பின்னர், தன்னுடைய மாமனாராகிய ஸுஷேணனைப் பார்த்து,

''ராம – லக்ஷ்மணர்களைப் பத்திரமாக கிஷ்கிந்தையில் கொண்டு சேர்க்க வேண்டும். அதற்காக நமது போர் வீரர்கள் சிலருடன் நீ செல்வாயாக. ராம – லக்ஷ்மணர்கள் மயக்கத்திலிருந்து விடுபட்ட பின்னர், இதை நீ செய்து முடிக்க வேண்டும். ராவணனையும், அவன் மகன்களையும், உறவினர்களையும், அவனைச் சார்ந்த அரக்கர் கூட்டத்தையும் அழித்து விட்டு, ஸீதையை மீட்டுக் கொண்டு நான் திரும்பி வருவேன்'' என்று கூறினான்.

இதைக் கேட்ட ஸுஷேணன், ''தேவர்களுக்கும், அசுரர் களுக்கும் முன்பு ஒரு முறை பெரும் யுத்தம் நடந்தது. அதைக் கண்டவர்களில் நானும் ஒருவன். அப்பொழுது அசுரர்கள் தங்களை மறைத்துக் கொண்டே யுத்தம் புரிந்து, மீண்டும் மீண்டும் தேவர் களிடையே பெரும் அழிவை உண்டாக்கினார்கள். அந்த நிலையில் மகரிஷியாகிய பிரஹஸ்பதி சில மந்திரங்களை ஓதி, துதிகளைப் புரிந்து, சில மருந்துகளைப் பயன்படுத்தி, தேவர்களை மீண்டும் மீண்டும் உயிர்ப்பித்தார். அந்த மருந்துகள் இப்பொழுதும் பாற்கடலில் கிடைக்கும். ஸம்பாதி, பனஸன் ஆகியோர் தலைமையில் நமது வானரர்கள் சிலர் சென்று அந்த மருந்துகளைக் கொண்டு வரட்டும். பாற்கடலிலிருந்து சந்திரம், துரோணம் என்கிற இரண்டு மலைகள் எழுகின்றன. அவற்றில் ஒன்றில் சஞ்சீவகரணி என்ற – இறந்தவர்களைப் பிழைக்க வைக்கும் சக்தி உடைய மூலிகை கிட்டும். மற்றொன்றில் விசால்யம் என்கிற – அம்புகளினால் உண்டாக்கப்பட்ட காயங்களைக் குணப்படுத்துகிற தன்மை படைத்த மூலிகை கிட்டும். அந்த இரண்டு மூலிகைகள் கொண்டு வரப்பட்டால், நாம் இப்பொழுது ராம – லக்ஷ்மணர்களைக் குணப்படுத்தி விடலாம். ஹனுமான் மனது வைத்தால் போதும், அந்த மூலிகைகள் வெகு விரைவில் இங்கு வந்து சேர்ந்து விடும்'' என்று கூறினான்.

இவர்கள் இவ்வாறு பேசிக் கொண்டிருக்கும்போதே திடீரென்று ஆகாயத்தில் ஒரு பேரோசை கிளம்பியது. மேகங்கள் மோதின. மின்னல்கள் உண்டாயின. சமுத்திரம் கொந்தளித்தது. மலைகள் கூட நடுங்குவது போன்ற ஒரு தோற்றம் ஏற்பட்டது. இரண்டு இறக்கைகள் உண்டாக்கிய காற்றின் வேகத்தைத் தாங்க முடியாமல், பல மரங்கள் சாய்ந்தன. வானரர்கள் அனைவரும்

வியந்து பார்த்துக் கொண்டிருக்கையில் கருடன் பறந்து வந்து கொண்டிருப்பதை அவர்கள் கண்டார்கள்.

பெரும் பலம் படைத்தவனும், தீயை நிகர்த்தவனுமாகிய அந்த கருடன் வந்து சேர்ந்ததைக் கண்டவுடனேயே ராமரையும், லக்ஷ்மணனையும் அம்புகளின் தோற்றத்தில் கட்டியிருந்த பாம்புகள் அவர்களை விட்டு விட்டு பயந்து ஓடின.

ராம - லக்ஷ்மணர்களின் முகங்களை கருடன் தன் கைகளினால் துடைத்து விட்டான். அவர்களுடைய முகங்கள் மீண்டும் ஒளி வீசின. அவர்களுடைய திறமை, அவர்களுடைய பலம், அவர்களுடைய தேஜஸ், எல்லாமே இரு மடங்காகி விட்டது போல ஒரு தோற்றம் ஏற்பட்டது.

எழுந்து நின்ற அந்த இரண்டு இளவரசர்களையும் கருடன் கட்டித் தழுவி மகிழ்ந்தான். அப்போது ராமர், கருடனைப் பார்த்து, ''உன்னுடைய நல்லெண்ணத்திற்கு நன்றி. எங்களைச் சூழ்ந்த பெரும் ஆபத்து விலகியது. உன்னைச் சந்தித்ததில் எங்கள் தந்தையைச் சந்தித்த மகிழ்ச்சி என் மனதில் ஏற்படுகிறதே! அப்படிப்பட்ட உணர்வை என் மனதில் தோற்றுவிக்கும் நீ யார்?'' என்று கேட்டார்.

''நான்தான் கருடன். உன்னுடைய அன்புக்கு பாத்திரமானவன்'' என்று கூறிய கருடன் மேலும் தொடர்ந்து சொன்னான்: ''நினைத்துப் பார்க்கவே முடியாத வல்லமை படைத்த அசுரர்களும், பெரும் திறமை கொண்ட கந்தர்வர்களும், பல தேவர்களும் ஒன்று கூடி, இந்திரனின் தலைமையில் இங்கு வந்திருந்தாலும் கூட, இந்திரஜித்தின் மாயையினால் உருவாக்கப்பட்ட இந்த கட்டுகளிலிருந்து உங்களை விடுவித்திருக்க முடியாது. இந்திரஜித், தனது மாயா சக்தியினால் பாம்புகளையே அம்புகளாக்கி விட்டிருந்தான். இங்கு நடந்ததை அறிந்து கொண்ட நான், நம்மிடையே நிலவும் அன்பு பிணைப்பை மனதில் கொண்டு, இங்கு பறந்து வந்தேன். என்னைக் கண்டதும் அம்பு உருவம் தாங்கிய அந்தப் பாம்புகள் ஓடின. நீ எப்போதுமே முன்னெச்சரிக்கையுடன் இருக்க வேண்டும். யுத்த களத்தில் சதியின்

மூலமாகவே வெல்ல நினைப்பது அரக்கர்களுக்கு இயல்பான வழிமுறை: ஆனால், தூய உள்ளம் கொண்ட உங்களைப் போன்றவர்களுக்கோ, நேர் வழிதான் பலம் அளிப்பது. அரக்கர்கள் கோணல் புத்தி படைத்தவர்கள் என்பதால், அவர்கள் விஷயத்தில் நீ மிகவும் எச்சரிக்கையாக இருக்க வேண்டும்.''

இவ்வாறு கூறிய கருடன் இறுதியில், ''உன்னிடமிருந்து நான் விடை பெறுகிறேன். நமது நட்பு என்ன, எப்படிப்பட்டது என்பது பற்றியெல்லாம் நீ சிந்திக்கத் தேவையில்லை. உன்னுடைய கடமை முடிந்த பிறகு, நீ நமது நட்பை அறிவாய். இளைஞர்களும், வயோதிகர்களும் நீங்கலாக இலங்கையில் உள்ளவர்களை யெல்லாம் அழித்து, ராவணனைக் கொன்று, நீ ஸீதையை மீட்பாய்'' என்று கூறி, ராமரை வலம் வந்து, மீண்டும் ஆகாயத்தில் பறந்து சென்று விட்டான்.

(கருடனின் சரித்திரத்தை சுருக்கமாக இங்கு பார்ப்பது பொருத்தமாக இருக்கும். கத்ரு, வினதை என்பவர்கள் ஒன்று விட்ட சகோதரிகள். இவர்கள் காச்யப முனிவருக்கு பணிவிடை செய்த போது, அவரிடமிருந்து வரங்களைப் பெற்றார்கள். கத்ருவிட மிருந்து, சர்ப்பங்களாகிய நாகர்கள் பிறந்தார்கள். வினதைக்கு அருணனும், கருடனும் பிறந்தார்கள். கருடன் பேரொளியும், பெரும் பலமும் படைத்தவனாகத் திகழ்ந்தான். அவனைக் கண்டு, சர்ப்பங்களாகிய நாகர்கள் நடுங்கினார்கள். பாற்கடலைக் கடைந்த போது மத்தாகப் பயன்படுத்த மந்திர மலையை, விஷ்ணுவின் ஆக்ஞையை ஏற்றுக் கொண்டு வந்து சேர்த்ததே கருடன்தான். மயக்கமுற்றுக் கிடந்த ராமரைச் சந்திக்க நேர்ந்த போது, கருடன் 'நான் உன்னுடைய அன்புக்குரியவன்' என்று சொல்வது - விஷ்ணுதான் ராமர் என்பதை மனதில் வைத்துத்தான். ஆனால், ராமர், மஹாவிஷ்ணுவின் அவதாரமே என்பதை அவருக்கு, தான் சொல்வது முறையல்ல என்று நினைத்தே கருடன் முழு விவரங்களையும் கூறாமல், ராமரை மனிதராகவே வாழ விட்டு, பறந்து சென்று விடுகிறான்.)

ராம - லக்ஷ்மணர்கள் தளைகளிலிருந்து விடுபட்டதைக் கண்ட வானரர்கள் சிங்கங்கள் போல கர்ஜித்தனர். முரசுகள் முழங்கின.

பெரும் உற்சாகத்துடன் முன்னேறிய வானரர் படை, பேரோசையை எழுப்பிற்று.

இந்த சப்தத்தை செவியுற்ற ராவணன், தன்னுடைய ஆலோசகர்களிடம், தன் மனதில் எழுந்த சந்தேகத்தைத் தெரிவித்தான்: ''மேகங்கள் மோதுவதால் ஏற்படக் கூடிய ஒலியை நிகர்த்த சப்தம் வானரர்களால் எழுப்பப்படுகிறது. அவர்கள் பெரும் உற்சாகத்தில் திளைத்திருக்கிறார்கள் என்பதில் சந்தேகமில்லை. ராமனும், லக்ஷ்மணனும் கட்டுண்டு கிடக்கும்போது, வானரர்களுக்கு உற்சாகம் ஏற்பட என்ன காரணம்? அந்த இரண்டு சகோதரர்களும் விடுபட்டு விட்டார்கள் என்ற சந்தேகம் என் மனதில் எழுகிறது.''

ராவணன் மேலும் தொடர்ந்தான். ''என்ன காரணத்தினால் வானரர்களுக்கு இந்த உற்சாகம் ஏற்பட்டிருக்கிறது என்பது உடனே அறியப்பட வேண்டும்.''

இவ்வாறு உத்திரவிடப்பட்ட அரக்கர்கள், கோட்டை மதில் சுவர்கள் மீதேறி, வானரர் படையை பார்வையிட்டனர். ராம – லக்ஷ்மணர்கள் தளைகளிலிருந்து விடுபட்டு, வானரர் படையை முன் நடத்திச் செல்வதை அவர்கள் கண்டனர். உடனே ராவணனிடம் சென்று, ''இந்திரஜித்தினால் கட்டுண்ட ராமனும், லக்ஷ்மணனும் சங்கிலிகளை யானைகள் அறுப்பது போல, தங்கள் கட்டுகளை அறுத்து விடுபட்டு விட்டார்கள்'' என்ற செய்தியைத் தெரிவித்தனர்.

ராவணன் சிறிது சிந்தனையில் ஆழ்ந்தான்: 'தான் பெற்ற வரங்களின் மூலமாக அம்புகள், என் பாய்ந்து செல்லும் பாம்புகளினால் ராமனையும், லக்ஷ்மணனையும் இந்திரஜித் கட்டினான். விலக்க முடியாத அந்த கட்டுகளை விலக்கிக் கொண்டு, அவர்கள் இருவரும் விடுதலை பெற்றிருக்கிறார்கள் என்றால் – எனது படைக்கு ஆபத்து வந்து விட்டது என்று நான் உணர்கிறேன். அக்னியை நிகர்த்த எனது அம்புகள் பயனற்றுப் போகுமோ என்ற எண்ணம் எனக்கு ஏற்படுகிறது'.

இவ்வாறு தனக்குத்தானே சொல்லிக் கொண்ட ராவணன், தனது தளபதிகளில் ஒருவனாகிய தூம்ராக்ஷனைப் பார்த்து, ''பெரும்

படையுடன் உடனே செல்வாயாக. ராமனை அழித்துத் திரும்பு'' என்று உத்திரவிட்டான்.

ராவணனின் கட்டளையை ஏற்று, தூம்ராக்ஷன் அரக்கர்களின் படையை அணிவகுத்தான். பற்பல விதமான ஆயுதங்களை ஏந்தி, ஒரு பெரும் அரக்கர் படை தூம்ராக்ஷனை பின் தொடர்ந்து சென்றது. வானரர்கள் அப்படையை எதிர்த்து வந்தனர். அப்போது நடந்த யுத்தத்தில் இரு தரப்பிலும் பெரும் அழிவு உண்டாயிற்று. வானரர்களை பல திக்குகளிலும் ஓடச் செய்த தூம்ராக்ஷன், வானரர் படையிலே பலரைக் கொன்று குவித்தான்.

தங்கள் படையில் பெரும் நாசம் விளைந்து கொண்டிருப்பதைக் கண்டு கோபமுற்ற ஹனுமான், தூம்ராக்ஷன் மீது பாய்ந்தார். ஹனுமானுக்கும், தூம்ராக்ஷனுக்குமிடையே பெரும் யுத்தம் மூண்டது.

இருவரும் ஒருவரையொருவர் பலமாகத் தாக்கிக் கொண்டனர். இறுதியில் தூம்ராக்ஷன் கொல்லப்பட்டு வீழ்ந்தான். வானரர் படை ஹனுமானின் வீரத்தைக் கொண்டாடி மகிழ்ந்தது.

தூம்ராக்ஷன் அழிந்த செய்தி ராவணனுக்குத் தெரிவிக்கப் பட்டது. பெரும் கோபம் கொண்ட அவன், பாம்பு போல் சீறினான்.

6. யுத்த காண்டம்

அத்தியாயம் - 17

ராவணன் வந்தான் !

ராவணனால் யுத்த களத்திற்கு அனுப்பப்பட்ட வஜ்ரதம்ஷ்ட்ரன், அகம்பனன் - ஆகியோர் யுத்த களத்தில் உயிர் விடுவது; ப்ரஹஸ்தன், முன்பே ஸீதையை திரும்பவும் ராமரிடமே ஒப்படைத்திருக்க வேண்டும் என்பதைச் சுட்டிக் காட்டி விட்டு, யுத்த களத்தில் கடும் போர் புரிந்து, உயிர் துறப்பது; இதையடுத்து ராவணனே யுத்தத்திற்குப் புறப்படுவது; ராவணனின் தோற்றத்தைக் கண்டு ராமருக்கு ஏற்பட்ட பிரமிப்பு; ராவணன் வானரர் படையை சிதறடிப்பது; ஸுக்ரீவன் வீழ்வது...

பெருமூச்சு விட்டுக் கொண்டே ராவணன் வஜ்ரதம்ஷ்ட்ரனை அழைத்து, ''நீ போய் ராமனையும், ஸுக்ரீவனையும், அந்த வானரப் படையையும் அழித்துத் திரும்புவாயாக'' என்று உத்திரவிட்டான்.

வஜ்ரதம்ஷ்ட்ரனின் தலைமையில் வந்த அரக்கர் படைக்கும், வானரர் படைக்கு மிடையே நடந்த யுத்தத்தில், இரு தரப்பிலும் பலர் அழிந்தார்கள். தங்கள் தரப்பில் ஏற்பட்ட அழிவைக் கண்டு கோபமுற்ற அங்கதன், அரக்கர்களைத் தாக்கி அவர்களிடையே பேரழிவைத் தோற்றுவித்தான். பெரும் காற்றினால் சிதறடிக்கப்படுகிற மேகங்களைப் போல, அரக்கர் படை அங்கதனால் சிதறடிக்கப்பட்டது. இதைக் கண்டு கோபமுற்ற

வஜ்ரதம்ஷ்ட்ரன், வானரர் படை மீது அம்புமழை பொழிந்தான். இரு தரப்புக்குமிடையே பெரும் யுத்தம் மூண்டது.

கோபத்தினால் சிவந்த கண்களுடன் வஜ்ரதம்ஷ்ட்ரன் பல வானரர்களை ஒரு சேர அழிக்கத் தொடங்கினான். பயத்தினால் பீடிக்கப்பட்ட வானர வீரர்கள், அங்கதனின் பாதுகாப்பை நாடி, அவனிடம் ஓடினார்கள். அப்போது அங்கதன் மீண்டும் வஜ்ரதம்ஷ்ட்ரனைத் தாக்க, அவர்கள் இருவருக்குமிடையே கடும்போர் மூண்டது. அதன் இறுதியில் அங்கதனின் வாளால் இரு துண்டாக்கப்பட்ட வஜ்ரதம்ஷ்ட்ரன் விழுந்து மாண்டான்.

இந்தச் செய்தியைக் கேள்வியுற்ற ராவணன், தனது படைத் தளபதியை அழைத்து, அவனிடம் ''அகம்பனனை யுத்த களத்திற்கு அனுப்புவாயாக! என்னுடைய நலத்தில் மாறாத அக்கறையுடைய அவன், எதிரிகளை நாசம் செய்வான். ராம – லக்ஷ்மணர்களையும், ஸுக்ரீவனையும், வானரர் படையையும் அழித்து அகம்பனன் வெற்றியோடு திரும்புவான் என்பதில் எனக்குச் சந்தேகமில்லை'' என்று உத்திரவிட்டான்.

தேவர்களையும் எதிர்க்கும் வல்லமை படைத்த அகம்பனன், ராவணனின் உத்திரவிற்கேற்ப தனது படைகளோடு யுத்த களத்தில் நுழைந்தான். வெகு தூரத்திலிருந்தே அம்புமாரி பொழிந்த அகம்பனனை எதிர்த்து, யுத்தம் செய்ய சக்தி அற்றவர்களாக வானரர் படையினர் திண்டாடினர். ஒருவர் கூட யுத்த களத்தில் நிற்கும் சக்தி பெற்றவர் இல்லையோ என்று நினைக்கும் அளவுக்கு, வானரர் படை தப்பியோட முயற்சிக்கிற காட்சியைக் கண்ட ஹனுமான், அகம்பனனை நோக்கி முன்னேற, வானரர்களுக்கு மீண்டும் தைரியம் வந்தது.

தன் மீது அகம்பனனால் பொழியப்பட்ட அம்புகளைப் பற்றி கவலைப்படாமல் ஹனுமான், அவனை அழிப்பதிலேயே கண்ணும் கருத்துமாக இருந்தார். அகம்பனின் படையில் இருந்த தேர் வீரர்களையும், யானை வீரர்களையும், யானைகளையும் ஹனுமான் அழிக்கத் தொடங்கியபோது, அரக்கர் படை சிதறி ஓடியது. பதினான்கு அம்புகளைக் கொண்டு ஹனுமானின் உடலைத் துளைக்க அகம்பனன் முனைந்தபோது, ஹனுமான் ஒரு

மரத்தைப் பிடுங்கி, அதனால் அகம்பனனை அடித்தார். அகம்பனன் உயிரை விட்டான். அவனோடு வந்த அரக்கர் படையில் எஞ்சி இருந்தவர்கள் அனைவரும் ஓடிச்சென்று ராவணனிடம் நடந்த நிகழ்ச்சியைத் தெரிவித்தார்கள்.

தலை கவிழ்ந்தவாறு சிறிது நேரம் யோசனையில் ஆழ்ந்த ராவணன், தன்னுடைய ஆலோசகர்களை அழைத்துக் கொண்டு, இலங்கையின் பாதுகாப்பு ஏற்பாடுகளை ஒருமுறை பார்வை யிட்டான். பின்னர் ஒரு முடிவுக்கு வந்தவனாக அவன், ப்ரஹஸ்தனை அழைத்து சில வார்த்தைகள் கூறினான்: ''எதிரி களால் சூழப்பட்டிருக்கிற நமது இலங்கையை இப்பொழுது காப்பாற்ற நானே முனைய வேண்டும். அல்லது கும்ப கர்ணனோ, இந்திரஜித்தோ, நிகம்பனோ, எனது படைத் தளபதியாகிய நீயோ முனைந்தால் இலங்கையை காப்பாற்றலாம். வேறு யாராலும் இப்பொழுது இந்தக் காரியத்தைச் செய்ய முடியாது. ஆகையால், பெரும் படையுடன் சென்று வானரர் படையை அழித்துத் திரும்புவாயாக! உன்னுடைய கர்ஜனையைத் தாங்கும் சக்தி கூட வானரர்களுக்கு இருக்காது. அவர்கள் பயந்து ஓடினால், அதன் பிறகு ராமனையும், லக்ஷ்மணனையும் அழித்து விடுவது உனக்கு மிகவும் எளிதான காரியமாக இருக்கும். ப்ரஹஸ்தனே! எந்தவித ஆபத்தும் இல்லாமல் இயற்கையாக வருகிற மரணத்தை விட, யுத்த களத்தில் ஏற்படுகிற மரணமே மேலானது. இந்த நிலையில் நீ என்ன நினைக்கிறாய் என்பதையும் நான் அறிந்து கொள்ள விரும்புகிறேன். நீ சொல்லக் கூடிய கருத்து எனக்கு விருப்பமானதா அல்லது எனக்கு விருப்பமில்லாததா என்பதைப் பற்றிய கவலை இல்லாமல் உன் கருத்தைக் கூறுவாயாக.''

''இந்த விஷயம் அனுபவம் வாய்ந்த ஆலோசகர்களுடன் கூடி ஏற்கெனவே விவாதிக்கப்பட்ட விஷயம்'' என்று பதில் கூறத் தொடங்கிய ப்ரஹஸ்தன், ராவணனைப் பார்த்து மேலும் சொன்னான்; ''அப்போது நம்மிடையே இதுபற்றி ஒரு கருத்து வேற்றுமை உண்டாகியது. அந்தச் சமயத்தில் நான், ஸீதையை ராமனிடமே மீண்டும் ஒப்படைத்தால்தான் நமக்கு நன்மை உண்டாகும் என்றும், அப்படிச் செய்யவில்லை என்றால் கடும்

வால்மீகி ராமாயணம்

யுத்தத்தைத்தான் நாம் சந்திக்க நேரிடும் என்றும் முடிவு செய்தேன். எதிர்பார்த்த மாதிரியே பெரும் போர் மூண்டிருக்கிறது. என் மீது நீங்கள் எப்போதும் அன்புகாட்டி வந்திருக்கிறீர்கள். என்னிடம் நல்ல வார்த்தைகளையே பேசியிருக்கிறீர்கள். எனக்கு பலவித கௌரவங்களை அளித்திருக்கிறீர்கள். அப்படியிருக்க, இம்மாதிரி ஒரு சோதனையான காலத்தில், நான் உங்களுக்கு என்னாலான சேவையைச் செய்யக் கடமைப் பட்டிருக்கிறேன். என் உயிர், என் மனைவி, என் மக்கள், என் செல்வம் எதைத் துறந்தாலும் சரி, அதுபற்றி எனக்குக் கவலை இல்லை. உங்களுக்காக யுத்த களத்தில் புகுந்து எந்த தியாகத்தையும் செய்ய நான் தயாராக இருக்கிறேன். அதை நீங்கள் பார்க்கப் போகிறீர்கள்.''

இப்படி ராவணனிடம் கூறிய ப்ரஹஸ்தன் பெரும் படையை அணிவகுத்து, அந்தப் படையினரைப் பார்த்து, ''மாமிசம் தின்னும் பறவைகளுக்கு இன்று நான் பெரும் தீனி படைக்கப் போகிறேன். யுத்தகளத்தில் என்னுடைய அம்புகளினால் வீழ்த்தப்பட்ட வானரர்களின் உடல்களை, அந்தப் பறவைக் கூட்டங்களுக்கு இன்று நான் போடப் போகிறேன்'' என்று கூறி உற்சாகப் படுத்தினான். பின்னர் ராவணனிடம் விடை பெற்று தனது தேரில் ஏறி, அரக்கர் படை பின் தொடர ப்ரஹஸ்தன் யுத்த களத்தில் நுழைந்தான்.

அவன் வருவதைப் பார்த்த ராமர், விபீஷணனிடம் ''மலை போல் இருக்கிற இவன் யார்? இவனுடைய பலம் எத்தகையது?'' என்று கேட்டார்.

விபீஷணன், ''அவனுடைய பெயர் ப்ரஹஸ்தன். ராவணனின் படைத் தளபதி அவன். தன்னிகரற்ற பலம் படைத்தவன். பலவிதமான ஆயுதங்களின் பிரயோகத்தைக் கற்றறிந்தவன்'' என்று பதில் அளித்தான்.

அப்போது மூண்ட யுத்தத்தில் ப்ரஹஸ்தன் தேரில் அமர்ந்த வாறே அலட்சியமாக அம்புகளை ஏவி, வானரர்களை அழிப்பதைக் கண்ட நீலன், அரக்கர்களிடையே பெரும் நாசத்தை விளை வித்தான். இதைக் கண்ட ப்ரஹஸ்தன் நீலனை எதிர்த்தான். இரு தளபதிகளுக்கிடையே யுத்தம் மூண்டது. ஒருவரையொருவர்

கடுமையாகத் தாக்கிக் கொண்டனர். இறுதியில் ஒரு பெரும் பாறையை எடுத்து நீலன், ப்ரஹஸ்தனைத் தாக்க, ப்ரஹஸ்தனின் தலை பல துண்டுகளாகச் சிதறி விழுந்தது.

இதைக் கண்டு பின் வாங்கி ஓடிய அரக்கர் படையினர் ராவணனிடம் சென்று, ப்ரஹஸ்தன் உயிர் இழந்தான் என்ற செய்தியைத் தெரிவித்தார்கள். அரக்கர் படையின் தலைவர்களைப் பார்த்து ராவணன், "இந்திரனையும் வெல்லும் வல்லமை படைத்த ப்ரஹஸ்தனையே வீழ்த்தியிருக்கிறார்கள் என்றால், இந்த வானரர் படையைப் பற்றி நாம் குறைவாக மதிப்பிட முடியாது. ஆகையால் நானே யுத்தகளத்திற்குச் சென்று எதிரிகளை அழிக்கிறேன். நான் ஏவுகிற அம்பு வெள்ளத்தில் சிக்கி, வானரர்களும் அழிவார்கள், ராம - லக்ஷ்மணர்களும் அழிவார்கள்! இந்த பூமி வானரர்களின் ரத்தத்தால் நிரப்பப்படட்டும்!" என்று கூறி விட்டு யுத்தத்திற்குப் புறப்பட்டான்.

சூரியன் போல் ஒளி வீசிய தனது தேரில் ஏறி ராவணன் புறப்பட்ட போது, சங்குகள், பேரிகைகள், முரசுகள் ஒலித்தன. பல அரக்கர் தலைவர்களால் சூழப்பட்டு, ராவணன் பூத கணங்களால் சூழப்பட்ட ருத்ரன் போல் காட்சி அளித்தான்.

இவர்கள் வருவதைக் கண்ட ராமர், விபீஷணனிடம், "அசைக்க முடியாத தோற்றத்தை ஏற்படுத்திக் கொண்டு, வருகிற இந்த அணிவகுப்பில் யார் யார் இருக்கிறார்கள்?" என்று கேட்டார்.

விபீஷணன் விவரித்தான்! "இந்திரனின் வில்லைப் போன்ற வில்லைத் தாங்கிக் கொண்டு, சிம்மக் கொடி பறக்கின்ற தேரில் வருகிற மாபெரும் வீரன் இந்திரஜித்; விந்திய மலையே நகர்ந்து வருகிறதோ என்ற தோற்றத்தை ஏற்படுத்துகிறவன் அதிகாயன்; அளவுக்கு மீறிய உடலைப் படைத்ததால், அதிகாயன் என்ற பெயருடைய அவன் தேர்ச் சண்டையில் வல்லவன்; உதய சூரியனின் நிறத்தையொத்த கண்களை உடையவனும், பெரும் பலமுடையவனுமான மஹோதரனும் அந்த அணி வகுப்பில் இருக்கிறான்; வேகத்தில் இடியையொத்த பிசாசனனும் வருகிறான்; வேலைக் கையில் ஏந்தியவனாக த்ரிசிரன், மேகத்தை நிகர்த்த கும்பன் - ஆகியோரும் அந்த அணி வகுப்பில் இருக்கிறார்கள்."

விபீஷணன் தொடர்ந்தான்: "தெய்வங்களையும் கூட கொன்று விடக்கூடிய வல்லமை படைத்தவனும், பெரும் துணிவு உள்ளவனும், இமய மலையை ஒத்தவனும், இந்திரனையும் - எமனையும் வென்றவனும், ருத்ரனை நிகர்த்தவனுமாகிய ராவணன் இந்த அணிவகுப்புக்குத் தலைமை தாங்குகிறான்."

விபீஷணன் இப்படிக் கூறி முடித்த போது, ராமர், ராவணனை கவனித்தார். "அரக்கர் தலைவனாகிய இந்த ராவணனுக்குத்தான் என்ன தேஜஸ்! அவனிடமிருந்து வீசுகிற ஒளியின் காரணமாக, அவனைப் பார்ப்பது சூரியனைப் பார்ப்பது போல் கடினமாக இருப்பதால், அவனுடைய உருவத்தை என்னால் முழுமையாகப் பார்க்கவும் முடியவில்லையே! தேவர்களுக்கும் கூட இப்படிப் பட்ட ஒளி வீசுகிற சரீரம் இருக்குமா என்பது சந்தேகமே! அவனுடன் வருகிற அரக்கர் தலைவர்களோ, மலைகளை யொத்தவர்களாக இருக்கிறார்கள்! இப்படிப்பட்டவர்கள் சூழ வருகிற ராவணன், மரணமே நகர்ந்து வருவது போல் வருகிறான்! இப்படிப்பட்டவன் என்னுடைய பார்வையில் பட்டது நல்லதுதான். ஸீதையின் அபகரிப்பு காரணமாக எனக்கு ஏற்பட்ட கோபத்தின் விளைவை அவன் இன்று பார்க்கட்டும்."

இவ்வாறு ராமர் ஒருபுறம் பேசிக் கொண்டிருந்த போது, மறுபுறத்தில் முன்னேறி வந்து கொண்டிருந்த ராவணன், தன்னுடன் வந்து கொண்டிருந்த அரக்கர் தலைவர்களைப் பார்த்து, "நீங்கள் எல்லாம் கோட்டைக்குக் காவலாகவே இருங்கள். எல்லோருமே இங்கு வந்து விட்டால், வானரர்கள் திடீரென தாக்கி கோட்டையை அழித்து விடலாம்" என்று கூறி அவர்களை அனுப்பி விட்டு, வானரர் படையை நான்கு திக்குகளிலும் கலைக்கத் தொடங்கினான்.

ஸுக்ரீவன் பெரும் பாறையொன்றை ராவணன் மீது தூக்கி எறிய, ராவணன் தனது அம்புகளினால் அதைப் பொடிப் பொடியாக்கிவிட்டு, மேன்மை வாய்ந்த ஓர் அம்பை ஸுக்ரீவனைப் பார்த்து ஏவினான். க்ரௌஞ்ச மலையைப் பிளந்த முருகனின் ஆயுதம் போல, அந்த அம்பு ஸுக்ரீவனின் மார்பில் பாய, அவன் நிலை குலைந்து வீழ்ந்தான். கோபம் கொண்ட வானரர்கள் பலர், ராவணனைத் தாக்க, அவன் அவர்களையும், தனது அம்புகளினால் வீழ்த்தினான். வானரர் படை ராமரின் பாதுகாப்பை நாடி ஓடியது.

6. யுத்த காண்டம்

அத்தியாயம் - 18

ஒய்வெடுத்து, மீண்டும் வா !

ராமரின் அனுமதி பெற்று லக்ஷ்மணன் ராவணனை எதிர்க்கச் செல்வது; ஹனுமானை நிலை குலையச் செய்து விட்டு ராவணன், நீலனை வீழ்த்துவது; லக்ஷ்மணனுக்கும், ராவணனுக்குமிடையே கடும் யுத்தம் நடப்பது; லக்ஷ்மணனும் ராவணனால் வீழ்த்தப்படுவது; லக்ஷ்மணன் வீழ்ந்ததனால் கோபமுற்ற ஹனுமான், ராவணனை வீழ்த்திவிட்டு, லக்ஷ்மணனை ராமரிடம் எடுத்துச் செல்வது; ஹனுமானின் வேண்டுகோளின் பேரில், அவருடைய தோளின் மீது ஏறி ராமர், ராவணனை எதிர்க்கச் செல்வது; தன்னுடைய ஆயுதம், ரதம் ஆகியவற்றையெல்லாம் இழந்து நிற்கும் நிலையை ராவணன் அடையுமாறு செய்த ராமர், அவனை வீழ்த்துவது; சோர்வுற்ற ராவணனை மேலும் தாக்காமல், ஓய்வெடுத்து, பிறகு யுத்த களத்திற்குத் திரும்புமாறு, அவனிடம் ராமர் கூறுவது...

வில்லைக் கையில் ஏந்தியவாறு ராமர் உடனே புறப்பட, லக்ஷ்மணன் அவரைத் தடுத்து நிறுத்தி, தானே ராவணனை அழித்து விடுவதாகச் சொல்ல, அவரும் அனுமதி அளித்து, ''ராவணன் பெரும் பலம் படைத்தவன். அவனை எதிர்ப்பது என்பது சாதாரண காரியமல்ல. அவனுடைய பலவீனம் என்ன என்பதை அறிந்து கொண்டு கவனமாகப் போர் புரிவாயாக!'' என்று சொல்லி அனுப்பினார்.

இதற்கிடையில் தானே ராவணனை எதிர்க்கும் நோக்கத்துடன் அவனை நெருங்கிய ஹனுமான், அவனைப் பார்த்து, "தேவர்கள், அசுரர்கள், கந்தர்வர்கள், யக்ஷர்கள், அரக்கர்கள் ஆகியோரிடமிருந்து ஆபத்து கிடையாது என்ற வரத்தை நீ பெற்றிருந்தாலும், அது வானரர்களிடமிருந்து உனக்கு வரக்கூடிய ஆபத்தைத் தடுக்கப் போவதில்லை. இதோ தூக்கப்பட்டிருக்கிற என் வலது கரத்தைப் பார்! இந்த ஐந்து விரல்களினால் நான் கொடுக்கிற அடி, உன் உடலில் உள்ள பஞ்ச பூதங்களையும் ஓய்வடையச் செய்யப் போகிறது" என்று உரக்கக் கூவினார்.

இதைக் கேட்ட ராவணன், "சிறிதும் தயங்காமல் நீ சொல்கிற மாதிரியே என்னை அடித்து, அதனால் பெரும் புகழ் படைப்பாயாக! அதன் பிறகு உன்னுடைய பலமும் எனக்குப் புரியும். உன்னையும் நான் அழிப்பேன்" என்று அலட்சியமாகக் கூறினான்.

ஹனுமானோ, "உன்னுடைய மகன் அக்ஷனை நான் அழித்ததை நினைவில் வைத்துக் கொள்" என்று கூறி, ராவணனைத் தூண்டினார்.

கோபம் கொண்ட ராவணன், ஹனுமானின் மார்பில் ஓங்கி அறைந்தான். ஹனுமான் சுழன்றார். ஆனால், தன்னை சுதாரித்துக் கொண்டு நின்ற அவர், தன்னுடைய கையினால் ராவணனின் மார்பில் ஓங்கி அறைந்தார். பூகம்பத்தினால் அசைக்கப்பட்ட மலை போல் அசைந்த ராவணன், "மிக நன்று. உன்னுடைய பலம் என்னால் பாராட்டத்தக்கது" என்று ஹனுமானைப் பார்த்துக் கூற, அவர், "என்னுடைய பலம் பயனற்றதே! நீ இன்னமும் உயிரோடிருக்கிறாயே!" என்று கூறினார்.

கோபமுற்ற ராவணன், தனது கையைக் குவித்து ஹனுமானின் மார்பில் ஓங்கிக் குத்தினான். தன் நிலை தடுமாறிய ஹனுமான், சுழன்று சுழன்று திக்குமுக்காடிப் போனார். அந்த நிலையில் அவரை விட்டு விட்டு ராவணன், நீலனை நோக்கி தன்னுடைய ரதத்தைச் செலுத்தினான்.

(ராவணன் யுத்த களத்திற்கு வந்த காட்சியை கம்பர் இப்படி வர்ணிக்கிறார் : 'அப்போது தேவர்கள் பயப்படுகிற வகையில்,

ராவணன் தன்னுடைய கொடிய கண்களிலிருந்து தீப்பொறி பறக்க, வில்லினுடைய நாண் கயிற்றை தன் கையுறையில் உராயும் வகையில் இழுத்து விட்ட போது, வானரர்கள் அஞ்சி ஓடினர். எல்லா திக்குகளிலும் அவர்கள் சிதறினார்கள்.

அவ்வழி, இராவணன் அமரர் அஞ்ச, தன்
வெவ் விழி நெருப்பு உக, வில்லின் நாணினைச்
செவ் வழிக் கோதையின் தெறிக்க, சிந்தின,
எஃவழி மருங்கினும் இரிந்த, வானரம்.

கம்பர் மேலும் சொல்கிறார்: 'விபீஷணனும், இளைய வீரனாகிய லக்ஷ்மணனும், வானரர்கள் தலைவனாகிய சுக்ரீவனும், வீரமெனும் கொள்கையை நினைத்து அங்கே நின்றனர்; இவர்களைத் தவிர மற்றவர்கள் நான்கு திசைகளிலும் ஓடினார்கள்; வானுலகோரும் மறைந்து கொண்டார்கள்.'

வீடணன் ஒருவனும், இளைய வீரனும்,
கோடு அணை குரங்கினுக்கு அரசும், கொள்கையால்
நாடினர், நின்றனர்; நாலு திக்கினும்
ஓடினர், அல்லவர்; ஒளித்தது, உம்பரே.)

ஹனுமான் திணறிய போதும், நீலன் மிகத் துணிவுடன் போர் புரிந்து ராவணனை எதிர்த்துக் கொண்டிருந்த போது, அவர்கள் இருவரும் போர் புரிந்து கொண்டிருந்த இடத்திற்கு ஹனுமான் வந்து சேர்ந்தார். 'வேறு ஒருவனுடன் சண்டையிட்டுக் கொண்டிருக்கும் நிலையில், உன்னை நான் எதிர்ப்பது சரியாக இருக்காது' என்று ராவணனைப் பார்த்துக் கூறி, ஹனுமான் ஒதுங்கி நிற்கையில், ராவணன், நீலனைக் கடுமையாகத் தாக்கி வீழ்த்தினான். ராவணனின் தாக்குதலை தாங்க முடியாத நீலன், தரையில் வீழ்ந்தாலும் உயிரிழந்து விடவில்லை.

இவ்வாறு நீலனை வீழ்த்தி விட்டு ராவணன், லக்ஷ்மணனை நோக்கி முன்னேறினான். ''வானரர்களை எதிர்ப்பதை விட்டு விட்டு, என்னோடு போர் புரிய முன் வருவாயாக!'' என்று லக்ஷ்மணன் அறைகூவல் விடுக்க, ராவணன் அவனைப் பார்த்து, ''நீ என்னை எதிர்க்க வந்திருப்பது என்னுடைய அதிர்ஷ்டமே.

இன்றோடு உன் கதை முடிந்தது'' என்று கூற, லக்ஷ்மணன், ''வீரர்கள் போர்க்களத்தில் தங்கள் பெருமையைப் பேசிக் கொண்டு நிற்பதில்லை. உன்னை எதிர்க்க நான் தயாராகவே இருக்கிறேன். வில், அம்பை கையில் ஏந்தி நிற்கும் என்னை எதிர்க்காமல், நீ வீணாகப் பேசிக் கொண்டிருப்பதேன்?'' என்று பதில் அளித்தான்.

இருவருக்கும் போர் மூண்டது. தான் பொழிந்த அம்பு மழையை லக்ஷ்மணன் சர்வ சாதாரணமாக விலக்கியதைக் கண்ட ராவணன், வியப்புற்றான். மேலும், தான் எய்த அம்புகள் எல்லாம் பயனற்றுப் போனதைக் கண்ட அவன், ப்ரம்மனால் அளிக்கப்பட்ட ஓர் அம்பை லக்ஷ்மணனின் நெற்றியில் ஏவினான். நிலை தடுமாறிய லக்ஷ்மணன், மீண்டும் தன்னை சுதாரித்துக் கொண்டு ராவணனைத் தாக்க, அந்த நிலையில் ராவணன் நிலை தடுமாறினான். ஆனால் லக்ஷ்மணனைப் போலவே, அவனும் சுதாரித்துக் கொண்டு மீண்டும் தாக்குதலில் இறங்கினான்.

இறுதியில் மிகவும் சக்தி வாய்ந்த ஒரு வேல் லக்ஷ்மணன் மீது ராவணனால் பெரும் கோபத்துடன் எறியப்பட்டது. அந்த வேல் லக்ஷ்மணனின் மார்பிலே பாய்ந்தது. லக்ஷ்மணன் தரையில் வீழ்ந்தான். ராவணன் விரைந்து சென்று, தரையிலே கிடந்த லக்ஷ்மணனின் கையைப் பிடித்து அவனைத் தூக்க முயற்சித்த போது, அவனால் லக்ஷ்மணனை அசைக்கவும் முடியவில்லை என்பது கண்டு அவன் திகைத்தான். அந்த நேரத்தில், தான் விஷ்ணுவின் அம்சம் என்கிற உணர்வு லக்ஷ்மணனின் மனதில் தோன்றி விட, அவனை அசைப்பது என்பது ராவணனால் இயலாத காரியமாகப் போயிற்று.

இந்த நிலையில் ஹனுமான் பெரும் கோபத்துடன் எதிர்த்து வந்து, ராவணனின் மார்பில் தனது முஷ்டியால் தாக்க, ராவணன் ரத்தம் கக்கிக் கொண்டு, கீழே விழுந்தான். ஹனுமான் தரையில் விழுந்து கிடந்த லக்ஷ்மணனை தூக்கிக் கொண்டு, ராமரைக் காண்பதற்காக விரைந்தார். ராவணனால் அசைக்கவும் முடியாத அளவுக்குத் திகழ்ந்த லக்ஷ்மணன், ஹனுமானின் அன்பின் காரணமாகவும், பக்தியின் காரணமாகவும், அவருக்கு பாரமானவனாகத் தெரியவில்லை. லக்ஷ்மணன் வீழ்ந்த பிறகு,

அவன் மீது பாய்ந்திருந்த ராவணனின் வேல் மீண்டும் ராவணனிடமே சென்று விட்டது.

ஒரு சிறிய இடைவெளிக்குப் பிறகு லக்ஷ்மணன், மீண்டும் சுய நினைவு பெற்றான். ஹனுமானால் தாக்கப்பட்டிருந்த ராவணனும் முழுமையாக சுதாரித்துக் கொண்டு, மீண்டும் போரிடத் தயாரானான். அப்போது, யுத்த களத்தில் ராவணனால் வானர சேனை பெரும் அழிவுக்குள்ளாகியிருப்பதைக் கண்ட ராமர், தானே ராவணனை எதிர்ப்பதற்குத் தீர்மானித்த போது, ஹனுமான், "என் தோள்களின் மீது அமர்ந்து, ராவணனோடு நீங்கள் போரிட்டு, அவனை வெல்ல வேண்டும் என்பது என்னுடைய ஆசை" என்று கேட்டுக் கொள்ள, ராமரும் அதற்கு இசைந்தார்.

(லக்ஷ்மணன் மயக்கமுற்று வீழ்ந்த பிறகு, ராமரைத் தனது தோள் மீது சுமந்து ஹனுமான் செல்கிற காட்சியை, கம்பர் வர்ணிக்கும் விதம் இது :

'ஹனுமான் பாற்கடலை ஒத்திருந்தான், அந்தக் கடலில் அரிதுயில் கொண்டு தங்குகிற திருமாலை ராம பிரான் ஒத்திருந்தான் – என்று கூற நினைத்தால், ராம பிரான் உறங்கவில்லை; பின் எந்த உவமை பொருந்தும்? ஹனுமான் நான்கு வேதங்களைப் போன்றவனானான்; ராமனோ வேதத்தின் மகுடம் என்று புகழப்படும் ஞானத்தின் தெளிவைப் போன்றவனானான் – என்று கூறலாம். இதைவிடப் பொருத்தமான உவமையைக் கூற இயலவில்லை.'

ஓதம் ஒத்தனன் மாருதி; அதன் அகத்து உறையும்
நாதன் ஒத்தனன் என்னினோ, துயில்கிலன் நம்பன்;
வேதம் ஒத்தனன் மாருதி; வேதத்தின் சிரத்தின்
போதம் ஒத்தனன் இராமன்; வேறு இதின் இலை பொருவே.)

ஹனுமானின் தோள் மீது அமர்ந்து, ராவணனைப் பார்த்து வேகமாக முன்னேறிய ராமர், "நில்! அரக்கர்களிடையே புலி போன்றவனே! நில்!" என்று அவனைப் பார்த்துச் சொல்லி விட்டு, மேலும் தொடர்ந்தார் :

"எங்கு போனாலும் நீ என்னிடமிருந்து தப்பிக்கப் போவதில்லை. நீ இந்திரனிடம் சரணடைந்தாலும் சரி, எமனுடைய

பாதுகாப்பை நாடினாலும் சரி, பிரம்ம தேவனைக் கேட்டுக் கொண்டாலும் சரி, அல்லது அக்னி தேவனையோ, சிவனையோ நாடினாலும் சரி – என்னிடமிருந்து நீ தப்பிப்பது என்பது ஒன்று கிடையாது. உன்னுடைய வேலினால் தாக்கப்பட்டு, சிறிது நேரம் நினைவிழந்திருந்த லக்ஷ்மணன், மீண்டும் எழுந்து உன்னையும், உன் அரக்கர் கூட்டத்தையும் யுத்த களத்தில் நாசம் செய்யத் தயாராக இருக்கிறான். அது ஒருபுறமிருக்க, இப்போது உன்னை எதிர்க்க வந்திருப்பது – ஜனஸ்தானத்தில் உன்னைச் சார்ந்த அரக்கர் கூட்டத்தை ஆயிரக்கணக்கில் அழித்தவன் என்பதை நினைவில் நிறுத்துவாயாக!''

இப்படி ராமர் கூறியதைக் கேட்ட ராவணன் கோபமுற்று, அவரைத் தாங்கி நின்ற ஹனுமான் மீது பல அம்புகளை ஏவினான். இதைக் கண்ட ராமர், ராவணனுடைய தேரை பொடிப் பொடியாக்கினார். பின்னர், மேரு மலையை தனது வஜ்ராயுதத்தின் மூலம் இந்திரன் தாக்குவது போல, ராமர், ராவணனின் மார்பு மீது அம்புகளை எய்தார். ராவணன் நிலை தடுமாறினான்.

அப்போது ராமர், மேலும் ஓர் அம்பை எய்தி ராவணனுடைய கிரீடத்தை வீழ்த்தினார். ஒளி இழந்த சூரியன் போலவும், விஷத்தை இழந்துவிட்ட கொடிய பாம்பு போலவும், தன்னுடைய சக்தியை இழந்து நின்ற ராவணனைப் பார்த்து ராமர், ''என்னைச் சார்ந்த பலரை நீ வீழ்த்தியதன் மூலம் ஒரு மாபெரும் சாதனையைப் புரிந்திருக்கிறாய் என்பதில் சந்தேகமில்லை. ஆனால், இப்போது நீ மிகவும் சோர்ந்து விட்டாய். ஆகையால் இந்த நிலையில் உன்னை நான் மாய்க்கப் போவதில்லை. தொடர்ந்து யுத்தம் புரிந்ததால் மிகவும் களைத்துப் போய் விட்ட நீ, இப்பொழுது யுத்த களத்தை விட்டு வெளியேறலாம். நீ உன்னுடைய நகரத்திற்குத் திரும்பிச் சென்று ஓய்வெடுத்துக் கொண்டு, அதன் பின்னர் மீண்டும் உன் ரதத்தில் ஏறி, கையில் வில் ஏந்தி வருவாயாக! அப்போது என்னுடைய வன்மையை நீ பார்ப்பாய்'' என்று கூறினார்.

(தன்னுடைய சக்தி அனைத்தையும் இழந்து ராவணன் நின்றபோது, ராமர் அவனைப் பார்த்து, 'இன்று போய் நாளை வா!' என்று சொன்ன வார்த்தைகள் மிகவும் பிரபலம். கம்பருடைய

பாடலில் இந்தக் கட்டம் இப்படி அமைந்திருக்கிறது. ''அரக்கர்களை ஆள்கின்ற ஐயா! உனக்கு அமைந்த படைகள் அனைத்தும் பெருங்காற்றினால் தாக்கப்பட்ட பூக்களைப் போல சிதைந்து போனதை நீ பார்த்தாய்; இன்று திரும்பிச் சென்று நாளைக்கு மீண்டும் போருக்கு வருவாயாக! என்று அருள் புரிந்து விடுத்தான் – இளைய கமுகு மரத்தின் மீது மீன்கள் தாவிப்பாயும், நீர் நில வளம் மிக்க கோசல நாட்டின் வள்ளலாகிய ராமன்.''

'ஆள் ஐயா! உனக்கு அமைந்தன மாருதம் அறைந்த
பூளை ஆயின கண்டனை; இன்று போய், போர்க்கு
நாளை வா' என நல்கினன் – நாகு இளங் கமுகின்
வாளை தாவுறு கோசல நாடுடை வள்ளல்.)

தன்னுடைய வில்லை இழந்தவனாக, தன்னுடைய தேரையும், குதிரைகளையும் பறி கொடுத்தவனாக, தன்னுடைய கிரீடம் துண்டு துண்டாக சிதறிச் சாய்ந்ததைக் கண்டவனாக, அம்புகளினால் தாக்கப்பட்டவனாக, தனது கர்வமும், பெருமையும் நசுக்கப்பட்டவனாக, மிகவும் சோர்ந்து போய் இருந்த ராவணன், 'ஓய்வெடுத்து, மீண்டும் வா' என்ற ராமரின் வார்த்தைகளைக் கேட்டுக் கொண்டு, தலை கவிழ்ந்து நகரத்திற்குத் திரும்பினான்.

தேவர்களும், ரிஷிகளும், நான்கு திசைகளின் அதிபதிகளும் ராமர் புரிந்த சாதனையைப் பாராட்டி மகிழ்ந்தனர்.

6. யுத்த காண்டம்

அத்தியாயம் - 19

ராவணன், மனம் நொந்தான்!

பெரும் அவமானத்துடன் ராவணன் நகருக்குத் திரும்புவது; தனது சபையில் அரக்கர்களிடம் ராவணன், தனக்கு நேர்ந்த கதியைக் கூறி வருந்துவது; தான் பெற்ற சாபங்கள் பலிக்கத் தொடங்கி விட்டன என்று அவன் நினைப்பது; கும்பகர்ணனை எழுப்பி, யுத்த களத்திற்கு அவனை அனுப்பி, வெற்றி பெற முயற்சிப்பது என ராவணன் தீர்மானிப்பது; பெரும் முயற்சிக்குப் பிறகு அரக்கர்கள் கும்பகர்ணனை எழுப்புவது; ராவணனைச் சந்திக்க கும்பகர்ணன் புறப்படுவது; இலங்கையின் தெருக்களில் கும்பகர்ணன் நடந்து செல்லும் காட்சியை தூரத்தில் இருந்து கண்ட வானரர்கள், பயத்தினால் தவிப்பது...

நகருக்குத் திரும்பிய ராவணன், தன்னைத் தாக்கிய ராமரின் வன்மையை நினைத்து, மீண்டும் மீண்டும் மனம் கலங்கினான். தன்னுடைய சபையில் தனது சிம்மாசனத்தின் மீது அமர்ந்து, அவன் அரக்கர்களைப் பார்த்து தன் மனக் கவலையை வெளியிட்டான். "நான் புரிந்த தவங்கள் எல்லாம் வீணாகப் போய் விட்டன. நான் பெற்ற வரங்கள் எல்லாம் பயனற்றுப் போய் விட்டன. இந்திரனுக்கு நிகரான நான், இன்று ஒரு மானிடனால் தோற்கடிக்கப்பட்டேன். 'மனிதர்களிடமிருந்து உனக்கு ஆபத்து உண்டு' என்று பிரம்மன் கூறியது மெய்யாகி விட்டது. தேவர்கள்,

அசுரர்கள், கந்தர்வர்கள், யக்ஷர்கள், அரக்கர்கள் – ஆகியோர் களிடமிருந்து எனக்கு மரணம் கிடையாது என்று வரம் பெற்ற நான், மனிதர்களிடமிருந்து மரணமில்லை என்ற வரத்தைப் பெறவில்லை. முன்பு ஒரு முறை இக்ஷ்வாகு வம்சத்தைச் சார்ந்த அனரண்யன் என்கிற மன்னன் என்னைப் பார்த்து – 'அரக்கர்களிடையே கொடியவனே, கேள்! என்னுடைய வம்சத்தில் ஒருவன் பிறப்பான். அவன் யுத்த களத்தில் உன்னையும், உன் மகன்களையும், மந்திரிமார்களையும், படையினரையும் வேறோடு அழிப்பான்' – என்று மனம் நொந்து கூறினான். அதுவும் இன்று மெய்யாகி விட்டது.

''வேதவதியை நான் பலாத்காரம் செய்ய முனைந்த போது, அவள் எனக்கு சாபமிட்டாள். அவள்தான் ஸீதையாகப் பிறந்திருக்கிறாள் என்பதிலும் சந்தேகமில்லை. நந்தீஸ்வரன் எனக்கு இட்ட சாபமும் இன்று பலிக்கிறது.''

(வால்மீகி ராமாயணத்தில் – நகருக்குத் திரும்பிய ராவணன் தனது சபையில், தனக்கு நேரிட்டிருந்த சாபங்களையெல்லாம் விவரித்து, அவற்றின் பலனை தான் அனுபவிப்பதாகக் கூறி வருந்துகிறான். கம்பர் இந்தக் கட்டத்தை கொஞ்சம் வேறு விதமாக அணுகுகிறார். பலர் சிரிக்க நேர்ந்தது பற்றி ராவணன் வருந்துகிறான்; ராமரின் போர்த்திறனை நினைத்து வியக்கிறான்; அந்தப் பாடல்களில் இரண்டைப் பார்ப்போம்.

'வைரம் போன்ற உறுதி படைத்த நீண்ட தோள்களை உடைய ராவணன், தன்னைக் கண்டு வானவர் சிரிப்பார்கள்; மண்ணுலக மனிதர்களும், பிறரும் சிரிப்பார்கள்; தான் வென்ற பகைவர்கள் சிரிப்பார்கள் – என்றெல்லாம் எண்ணி, அதற்காக வெட்கப்படாமல் – வேலைப் பழிக்கிற நீண்ட கண்களையும், சிவந்த வாயையும், மெல்லிய சாயலையும் உடைய, மிதிலையிலிருந்து வந்த, ஜனகன் மகளாகிய ஜானகி சிரிப்பாளே என்று; எண்ணியே வெட்கத்தால் வாடினான்' என்று கூறுகிறார் கம்பர். அந்தப் பாடல் :

வான் நகும்; மண்ணும் எல்லாம்
நகும்; – நெடு வயிரத் தோளான் –

நான் நகு பகைஞர் எல்லாம்
நகுவர் என்று, அதற்கு நாணான்;
வேல் நகு நெடுங் கண், செவ் வாய்,
மெல் இயல், மிதிலை வந்த,
ஜானகி நகுவள் – என்றே
நாணத்தால் சாம்புகின்றான்.

ராமருடைய போர்த் திறமை பற்றி ராவணன் இப்படி வியந்து பேசுவதாகக் கம்பர் வர்ணிக்கிறார்; 'அந்த மனிதன் ஏந்தியுள்ள வில், மேற்குப் பகுதியில் உள்ளதா, கிழக்குப் பகுதியில் உள்ளதா, திசை மூலத்தில் உள்ளதா, வடக்குப் பகுதியில் உள்ளதா, தெற்குப் பகுதியில் உள்ளதா, அகன்ற பெரிய உலகில் வியாபித்துள்ளதா அல்லது ஆகாயத்தில் உள்ளதா, இல்லை எல்லா இடங்களிலும் உள்ளதா – என்று அவனுடன் போரிட்ட என்னால் உணர முடியவில்லை. இன்னமும் கூட அது இடப்புறத்தில் உள்ளதா, வலப்புறத்தில் உள்ளதா என்று என்னால் உணர முடியவில்லை.'

'குடக்கதோ? குணக்கதேயோ?
கோணத்தின் பாலதேயோ?
தடத்த பேர் உலகத்தேயோ?
விசும்பதோ? எங்கும்தானோ?
வடக்கதோ? தெற்கதோ? என்று
உணர்ந்திலன்; – மனிதன் வல்வில் –
இடத்ததோ? வலத்ததோ? என்று
உணர்ந்திலேன், யானும் இன்னும்.)

பலவாறு மனம் நொந்து பேசிய ராவணன், அதன் பின்னர் அரக்கர்களைப் பார்த்து, ''எப்படியாவது எதிரிகளை வெல்வதற்கான முயற்சிகளைச் செய்யுங்கள். கோட்டையை முறையாகப் பாதுகாப்பதில் எல்லோரும் முனையுங்கள். பிரம்மனின் வார்த்தைகளினால் ஆழ்ந்த தூக்கத்தில் விழுந்து விடுகிற கும்பகர்ணனை எழுப்புங்கள். அசுரர்களின் கர்வத்தையும், தேவர்களின் பெருமைகளையும் ஒரு சேர கெடுக்கக் கூடிய அவனை உறக்கத்திலிருந்து எழுப்பி, நான் அழைத்ததாக அவனிடம் சொல்லுங்கள். பெரும் பலம் படைத்த அவன், வானரர் படையையும் அழிப்பான்; ராம –

லக்ஷ்மணர்களையும் ஒழிப்பான். ராமனால் ஏற்படுத்தப்பட்ட துன்பம், கும்பகர்ணனால் விலக்கப்படட்டும்!'' என்று உத்திர விட்டான்.

(கம்ப ராமாயணத்தில் கும்பகர்ணனை எழுப்பி போருக்கு அனுப்பும் யோசனையை ராவணனுக்கு, மஹோதரன்தான் கூறுகிறான். அதன் பின்னர்தான் கும்பகர்ணனை அனுப்ப ராவணன் முடிவெடுக்கிறான். வால்மீகி ராமாயணத்திலோ ராவணன் தானாகவே அந்த முடிவுக்கு வருகிறான். மஹோதரன் ராவணனுக்கு இவ்வாறு கூறி, கும்பகர்ணனை நினைவுபடுத்துவதாக கம்பர் வர்ணிக்கிறார்: 'என் தந்தையே! முன்பு உன்னிடம் மும்மூர்த்திகளும் தோற்றனர்; அதன் பின் தேவர்கள் அனைவரும் தோற்றனர்; மூவுலகையும் உனக்கு ஏவல் செய்யுமாறு வென்றாய்; அப்படிப்பட்ட நீ, புல்லின் நுனியில் ஒட்டியுள்ள பனி நீரைப் போன்ற அற்ப மனிதர்களை ஒரு பொருளாக மதித்து, அதே நேரத்தில் உனக்கு இளையவனாகிய கும்பகர்ணனை இகழ்வது போல், அவனை மறந்தது எவ்வாறு?'

'முன், உனக்கு, இறைவர் ஆன
மூவரும் தோற்றார்; தேவர்
பின், உனக்கு ஏவல் செய்ய,
உலகு ஒரு மூன்றும் பெற்றாய்;
புல் நுனைப் பனி நீர் அன்ன
மனிசரைப் பொருள் என்று உன்னி,
என், உனக்கு இளைய கும்ப
கருணனை இகழ்ந்தது? - எந்தாய்?)

ராவணனின் கட்டளையை ஏற்று அரக்கர்கள், கும்பகர்ணனின் மாளிகைக்குச் சென்றார்கள். அங்கே ஒரு மலை சாய்ந்து விட்டதைப் போல, படுத்துக் கிடந்த அவன் விட்டுக் கொண்டிருந்த மூச்சே, எதிரே நின்றவர்களையெல்லாம் வீழ்த்தும் வேகம் படைத்ததாக இருந்தது. உடல் எல்லாம் முடியினால் மூடப்பட்டவனாக, தனது பெரிய கைகளில் தங்க ஆபரணங்களை அணிந்தவனாக, பாதாளத்தின் நுழை வாயில் போல் தோற்றமளித்த வாயைத் திறந்த வண்ணம், கும்பகர்ணன் உறங்கிக் கொண்டிருந்தான்.

யுத்த காண்டம்

அவனை எழுப்புவதற்காக வந்த அரக்கர்கள், அவன் எதிரில் பல மிருகங்களை நிறுத்தினார்கள். அவனருகில் குடம் குடமாக ரத்தத்தை வைத்தார்கள். பல வகையான மாமிசமும், பல தட்டுக்களில் அங்கே அவர்களால் வைக்கப்பட்டது. இப்படி அவனுக்குப் பிடித்தமான உணவு வகைகளை தயாராக வைத்து விட்டு, அவன் மீது சந்தனம் பூசி, மாலை அணிவித்து, வாசனை திரவியங்களை ஊற்றினார்கள். பின்னர் பலவிதமான சப்தங்களை அரக்கர்கள் தொடர்ந்து எழுப்பினார்கள். சங்குகள் ஊதப்பட்டன. அரக்கர்கள் பெரும் சப்தங்களை எழுப்பியவாறே அவனை அசைக்க முயன்றார்கள்.

இப்படியெல்லாம் முயற்சி செய்தும் கும்பகர்ணனின் உறக்கம் கலையாததால், அரக்கர்கள் மேலும் பலவிதமான சப்தங்களை எழுப்பினார்கள். கும்பகர்ணனை பல விதத்திலும் அசைத்துப் பார்த்தார்கள். அவன் உடலை துன்புறுத்தவும் செய்தார்கள்; இதற்கெல்லாம் அசைந்து கொடுக்காத கும்பகர்ணன் இறுதியில், அவன் மீது பல யானைகளை நடக்குமாறு பல அரக்கர்கள் ஏவிய போது, தன் மீது ஏதோ ஊர்வது போல உணர்ந்தான். அதன் காரணமாக அவன் எழுந்து நின்ற போது, படைக்கப்பட்டவை அனைத்தையும் அழிக்கக் கூடிய காலனைப் போல் தோற்ற மளித்தான். பின்னர் தனக்காக வைக்கப்பட்டிருந்த அனைத்தையும் அவன் உண்டான். அப்போதும் கூட அவனுடைய பசி தீரவில்லை.

இன்னமும் கூடத் தன்னுடைய உறக்கம் முழுமையாகக் கலைந்து விடாதவனாகத் தோற்றமளித்த அவன், தன்னைச் சுற்றியிருந்த அரக்கர் கூட்டதைப் பார்த்து, ''எதற்காக என்னை எழுப்பினீர்கள்? ராவணன் நலமாகத்தானே இருக்கிறான்? அவனுக்கு ஓர் ஆபத்தும் இல்லையே! எதிரிகளிடமிருந்து ஏதோ ஒரு பெரும் ஆபத்து நேரிட்டிருக்கா விட்டால், நீங்கள் அனைவரும் என்னை வந்து இப்படி எழுப்பியிருக்க மாட்டீர்கள். ராவணனுக்கு என்ன பயம் நேர்ந்தது, சொல்லுங்கள். அவனுக்காக நான் மஹேந்திர மலையைப் பிளப்பேன். அற்ப காரணத்திற்காக என்னை எழுப்புமாறு உங்களையெல்லாம் ராவணன் அனுப்பியிருக்க மாட்டான். என்ன நேர்ந்தது? எதற்காக என்னை எழுப்பினீர்கள்?'' என்று கேட்டான்.

அரக்கர்கள் அவனுக்கு பதில் சொன்னார்கள்: ''தேவர்களால் நமக்கு ஆபத்து வரப் போவதில்லை. ஆனால், ஒரு மானிடனால் நமக்கு பெரும் ஆபத்து நேர்ந்திருக்கிறது. ஸீதை அபகரிக்கப் பட்டதால் ஏற்பட்ட கோபத்தின் காரணமாக ராமனும், அவனைச் சார்ந்த வானரர் படையும், இலங்கையை முற்றுகையிட்டிருக் கிறார்கள். அதற்கு முன்னதாக இலங்கைக்குத் தீயிட்டு ராவணனின் மகனாகிய அக்ஷனையும் ஒரு வானரன் தனியாக நின்று கொன்றான். யுத்த களத்திலோ அந்த ராமன், தேவர்களும் கண்டு அஞ்சுகிற நமது மன்னனாகிய ராவணனைப் பார்த்து, 'ஓய்வு எடுத்துக் கொண்டு திரும்பி வா' என்று சொல்லி அனுப்பினான். இப்படிப்பட்ட கதி ராவணனுக்கு இதற்கு முன் நேர்ந்ததில்லை.''

இவ்வாறு தெரிவிக்கப்பட்டதும் கும்பகர்ணன், ''இன்றே அந்த எதிரிகளின் படையை முழுமையாக அழிக்கிறேன். ராமனையும் கொல்கிறேன். அதற்குப் பின்னர்தான் நான் ராவணனைப் பார்ப்பேன். வானரர்களின் மாமிசத்தையும், ரத்தத்தையும் அரக்கர் களுக்கு உணவாகப் படைத்து விட்டு, அந்த ராமனையும், லக்ஷ்மணனையும் எனக்கு உணவாகக் கொள்வேன்'' என்று கூறிய போது, மஹோதரன் இரு கை கூப்பியவாறு, அவனைப் பார்த்து சில வார்த்தைகள் பேசினான் :

''ராவணனைப் பார்த்து என்ன வழிகளை மேற் கொள்ளலாம் என்று கட்டளைகளைப் பெற்று, அதன் பிறகு யுத்தத்தில் எதிரிகளை நீ சந்திப்பதுதான் முறையாக இருக்கும்.'' இவ்வாறு மஹோதரன் கூற, அதற்குள்ளாக ராவணனிடம், கும்பகர்ணன் எழுந்துவிட்ட செய்தியை தெரிவித்த அரக்கர்கள், கும்பகர்ணனிடம் திரும்பி வந்து, அவனை உடனே சந்திக்க ராவணன் விரும்புகிற செய்தியைத் தெரிவித்தார்கள்.

கும்பகர்ணன் நீராடி விட்டு, ராவணனைப் பார்க்கப் புறப்பட்ட போது பூமி நடுங்கியது.

இலங்கையின் சில வீதிகளில் கும்பகர்ணன் நடந்து செல்வதை தூரத்தில் இருந்து வானரர்கள் பார்த்தார்கள். ஒரு மலையே நகர்ந்து செல்வது போல் காட்சியளித்துக் கொண்டு, பெரும் ஒளி வீசிக் கொண்டு, கும்பகர்ணன் செல்வதைப் பார்த்தவுடனேயே, அந்த

வானரர்களுக்கெல்லாம் நடுக்கம் ஏற்பட்டது. அந்தக் காட்சியின் குரூரத்தைத் தாங்க முடியாமல் சில வானரர்கள் மயங்கி விழுந்தார்கள். மேலும் சிலர் பயந்து ஓடினர். மற்ற வானரர்களோ, ராமரிடம் சென்று அடைக்கலம் தேடினர்.

கும்பகர்ணன் நடந்து செல்லும் காட்சியை தொலைவில் இருந்து ராமரும் கண்டார். இந்த பிரபஞ்சத்தை இரண்டு காலடிகளுக்குள் அடக்கிய மஹாவிஷ்ணுவைப் போல, காலடி எடுத்து வைத்து, மழை பொழியப் போகும் பெரும் மேகம் போலவும், மலை போலவும், தோற்றம் கொண்டு நடந்து சென்ற கும்பகர்ணனையும், அவனைக் கண்டு அஞ்சி ஓடிய வானரர் கூட்டத்தையும் பார்த்த ராமர், வியப்புற்று, விபீஷணனைப் பார்த்து, ‘‘மலையை நிகர்த்த இவன் யார்? பூமியிலே வந்து இறங்கி விட்ட ஒரு வால் நட்சத்திரம் போல காட்சியளிக்கும் இவன் யார்? இதுவரை இப்படிப்பட்ட ஒருவனை நான் பார்த்ததே இல்லையே’’ என்று கேட்டார்.

6.யுத்த காண்டம்

அத்தியாயம் - 20

அண்ணனுக்கு தம்பி கூறிய அறிவுரை !

கும்பகர்ணனின் பலத்தைப் பற்றி, விபீஷணன் ராமருக்கு எடுத்துச் சொல்வது; கும்பகர்ணன் ராவணனின் அரண்மனையைச் சென்று அடைவது; ராவணன், இலங்கைக்கு நேர்ந்து விட்ட ஆபத்தை எடுத்துச் சொல்லி, எதிரிகளை அழித்து தனக்கு உதவி செய்யுமாறு கும்பகர்ணனைக் கேட்டுக் கொள்வது; தான் செய்த பாவத்தின் விளைவைத்தான், ராவணன் அனுபவிக்க நேரிட்டிருக்கிறது என்று கும்பகர்ணன் சுட்டிக் காட்டுவது; ராஜநீதியைப் பற்றி கும்பகர்ணன் அளிக்கிற விளக்கங்கள்; விபீஷணன் கூறிய ஆலோசனைதான் ஏற்கத்தக்கது என்று கும்பகர்ணன் ராவணனுக்கு எடுத்துச் சொல்வது...

"மஹரிஷியான விச்ரவஸின் மகனாகிய கும்பகர்ணன் அவன்'' – என்று கூறி, கும்பகர்ணனைப் பற்றிய விவரங்களைக் கேட்ட ராமருக்குப் பதில் சொல்லத் தொடங்கிய விபீஷணன், மேலும் சொன்னான் : ''இந்த கும்பகர்ணனால் யமனும், இந்திரனும் வெல்லப்பட்டார்கள். உருவத்தில் இவனுக்கு நிகரான வேறு ஓர் அரக்கனும் கிடையாது. யக்ஷர்கள், கந்தர்வர்கள், கின்னரர்கள் போன்ற எல்லோரையும் வீழ்த்தியவன் அவன். சூலத்தைக் கையில் ஏந்தி நின்ற அவனைப் பார்த்து, தேவர்களும் கூட மரணமே உருவெடுத்து வந்தவனாக அவனைக் கருதி அஞ்சினர். மற்ற

அரக்கர்களின் பலத்திற்கு, அவர்கள் பெற்ற வரங்கள் காரணம் என்று சொல்லக் கூடும். ஆனால் கும்பகர்ணனுக்கோ பிறவிலேயே பெரும்பலம்அமைந்துவிட்டது.

விபீஷணன் மேலும் தொடர்ந்து சொன்னான் : ''பிறந்த நேரத்தில் இருந்தே மனிதர்களை அழிக்கத் தொடங்கி விட்ட இந்த கும்பகர்ணனை ஒழிக்க, இந்திரன் செய்த முயற்சி தோல்வியுற்றது. கும்ப கர்ணனின் அடிதாங்க முடியாமல், இந்திரனே அவதியுற்றான். 'இப்படியே கும்பகர்ணன் தொடர்ந்தால் உலகில் மனிதர்களே இருக்க மாட்டார்கள்' என்று இந்திரன் முறையிட, ப்ரம்ம தேவன், ''கும்பகர்ணன் மீளா தூக்கத்தில் ஆழ்ந்து கிடப்பான்'' – என்று கூறி விட்டார். பின்னர் ராவணன், இந்த தண்டனையின் கடுமையைக் குறைக்குமாறு ப்ரம்மனிடம் முறையிட, அவர் 'அவன் தொடர்ந்து ஆறு மாதம் தூங்குவான். பின்னர் ஒரு நாள் விழித்திருப்பான். அந்த ஒரு தினத்தில் அவன் இஷ்டப்படி உலகைச் சுற்றித் திரிவான்' என்று கூறினார். இப்பொழுது தனக்கு ஏற்பட்டிருக்கும் ஆபத்திலிருந்து, தன்னை விடுவிப்பதற்காகராவணன், கும்பகர்ணனை எழுப்பி யிருக்கிறான்.''

இந்த விவரங்களையெல்லாம் ராமர் கேட்டு தெரிந்து கொண்ட பின், வானர தலைவர்களுக்கு உத்திரவுகள் பிறப்பிக்கப்பட்டன. நீலன், ஹனுமான், அங்கதன், கவாக்ஷன், ஸரபன் – ஆகியோர் ராமரின் உத்திரவுகளை ஏற்று, தங்கள் தங்கள் நிலைகளை அடைந்து, கும்பகர்ணனை எதிர்க்கத் தயாரானார்கள்.

(கும்பகர்ணன் நீண்ட உறக்கத்தில் ஆழ்வது பற்றி இங்கே கூறப்பட்டிருக்கும் காரணத்திற்கும் – உத்தர காண்டத்தில் கூறப்பட்டிருக்கும் காரணத்திற்கும் வித்தியாசம் இருப்பதை வாசகர்கள் கவனித்திருப்பார்கள். உத்தர காண்டத்தில் – தவங்கள் முடிந்த பிறகு ராவணன் முதலானோர் வரங்களைக் கோரியபோது, ப்ரம்ம தேவனிடம், தேவர்கள் 'தன்னுடைய பலத்தினால் ஏற்கெனவே பலருக்கும் துன்பம் விளைவித்துக் கொண்டிருக்கும் கும்பகர்ணனுக்கு வரம் அளிக்கப்பட்டால், அதன் பிறகு அவனைக் கட்டுப்படுத்த யாராலும் முடியாது' என்றும் முறையிட்டதால், அவர்

சரஸ்வதியின் துணை கொண்டு, அவனை தவறாக வரம் கேட்குமாறு செய்ய, அவன், 'நீண்ட உறக்கத்தை வேண்டுகிறேன்' என்று கேட்டு விட்டான். இது உத்தர காண்டத்தில் கூறப்பட்டிருப்பது. இங்கோ இந்த நிகழ்ச்சி வேறு விதமாக வர்ணிக்கப்பட்டிருக்கிறது. இந்த முரண்பாட்டிற்கு, என்ன காரணம் என்பது எந்த ஒரு விளக்கத்திலும் எனக்குக் கிட்டவில்லை என்றாலும், எனக்குத் தோன்றுகிற காரணத்தைக் கூறுகிறேன்.

உத்தர காண்டத்தில் – கும்பகர்ணன் ப்ரம்ம தேவனிடமிருந்து பெற்ற வரம் பற்றிய விவரங்கள் அகஸ்தியரால், ராமருக்கு விளக்கப்படுகின்றன. ராமருக்கு அகஸ்தியரினால் எடுத்துச் சொல்லப்பட்ட ராவணனுடைய வரலாற்றின் ஒரு பகுதி அது. இப்பொழுது யுத்த காண்டத்தில் நாம் பார்ப்பதோ – விபீஷணன் ராமருக்குக் கூறுகிற விவரம். ஒரு புறத்தில் அகஸ்தியர் கூறுகிற வரலாறு; மற்றொரு புறத்தில் விபீஷணன் கூறுகிற விவரம். இவற்றில் அகஸ்தியர் கூறுகிற வரலாற்றுக்குத்தான் முக்கியத்துவம் அளிக்கப்பட வேண்டும் என்பதால்தான், பொதுவாக விபீஷணன் கூறுகிற இந்த விவரம், பெரிதாக எடுத்துக் கொள்ளப்படுவதில்லை. இது என்னுடைய அபிப்பிராயம்.)

இதற்கிடையில் பூமியே நடுங்கும்படியாக காலடிகளை எடுத்து வைத்து நடந்து வந்த கும்பகர்ணன், ராவணனின் மாளிகையைச் சென்று அடைந்தான். அங்கு கவலையோடு அமர்ந்திருந்த ராவணனைப் பார்த்து அவன், ''என்னிடமிருந்து என்ன பணி எதிர்பார்க்கப்படுகிறது?'' என்று கேட்டான்.

கும்பகர்ணனைப் பார்த்தவுடனேயே பெரும் மகிழ்ச்சி அடைந்து, அவனை இறுகத் தழுவிக் கொண்ட ராவணன், அவனைத் தன் அருகில் அமருமாறு செய்தான். அப்போது கும்பகர்ணன், ''என்ன காரணத்தினால், நான் என்னுடைய உறக்கத்திலிருந்து எழுப்பப்பட்டிருக்கிறேன்? அரசனே! யாரிடமிருந்து உனக்கு பயம் தோன்றியிருக்கிறது? அந்த பயத்திற்குக் காரணமானவன் யார்? என் கையால் இன்று அழியப் போகும் அவன் யார் என்பதைச் சொல்!'' என்று கேட்டான்.

ராவணன், பெரும் கோபத்துடன் தன் கண்களை உருட்டியவாறே, கும்பகர்ணனுக்கு பதில் அளித்தான். ''பெரும்

பலம் படைத்த சகோதரனே! நீ உறங்கிக் கொண்டிருந்தபோது, நீண்ட காலம் கழிந்து விட்டது. ஆகையினால்தான் ராமனிடமிருந்து எனக்கு எப்பேற்பட்ட ஆபத்து உண்டாகி இருக்கிறது என்பதை நீ அறியவில்லை. ஸுக்ரீவனின் உதவியோடு கடலைக் கடந்து வந்திருக்கிற, தசரதன் மகனாகிய, பெரும் புகழ் படைத்த மனிதன் – நமது வேர்களையே அறுக்கத் தொடங்கி விட்டான். இலங்கையே வானரங்களின் கடல் போல் தோற்றமளிக்கிறது. அரக்கர்களில் முதன்மையானவர்கள் பலர் வானரர் சேனையினால் கொல்லப்பட்டு விட்டார்கள். இந்த வானரப் படையை அழிப்பதற்கு ஒரு வழி இருப்பதாக எனக்குத் தெரியவில்லை. எங்களையெல்லாம் இப்போது நீதான் காப்பாற்ற வேண்டும். அவர்கள் எல்லோரையும் இன்றே அழித்து விடு. அதற்காகத்தான் உன்னை எழுப்பியிருக்கிறேன். எனக்குத் தெரிந்த வழிகளையெல்லாம் முயன்று பார்த்து விட்ட நான், இப்பொழுது இலங்கையையும், அதன் மக்களையும் காப்பாற்ற உன்னை மட்டுமே நம்பி இருக்கிறேன். மற்றவர்களால் சாதிக்க முடியாத காரியத்தை, உன் சகோதரனுக்காக நீ சாதித்துத் தர வேண்டும். யுத்த களத்தில் தேவர்களையும், அசுரர்களையும், வென்றவன் நீ. ஆகையால் உன் வீரத்தைக் கொண்டு இன்று வெற்றி காண்பாயாக! படைக்கப்பட்டவைகளில் உனக்கு நிகரான பலம் எந்த ஒரு சிருஷ்டியினிடத்தும் கிடையாது என்பது உலகிற்கே தெரியும். யுத்தத்தை விரும்புகிறவனே! உறவினர்களை மதிக்கிறவனே! சகோதரா! மேகத்தைப் புயல் காற்று கலைப்பது போல, நமக்கு வந்திருக்கும் ஆபத்தை நீ கலைத்து விடுவாயாக!''

ராவணனின் இந்தப் பேச்சைக் கேட்டு கும்பகர்ணன் உரக்க சிரித்து விட்டு, அதற்கு பதில் சொல்லத் தொடங்கினான். ''எங்களையெல்லாம் நீ கலந்து ஆலோசித்த போது, பலர் மீதும் அவநம்பிக்கை கொண்டு இறுதியாக ஒரு முடிவெடுத்தாய். அப்போது என்ன ஆபத்து நமக்கு நேரிடும் என்று எச்சரிக்கை செய்யப்பட்டதோ, அந்த ஆபத்துதான் இப்போது நேர்ந்திருக்கிறது. ஒருவன் செய்கிற பாவத்திற்கான பலன் விளைந்தே தீரும். நீ செய்த பாவத்தின் பலன் மிகவும் விரைவாகவே உன்னை வந்து அடைந்திருக்கிறது! உன்னுடைய பலத்தில் நீ கொண்ட

பெருமையின் காரணமாக விளைவுகளைப் பற்றிக் கவலைப் படாமல் நீ தவறான காரியத்தில் இறங்கினாய். தன்னுடைய பலத்திலேயே பெரும் நம்பிக்கை வைத்து, விரைவில் செய்யப்பட வேண்டிய காரியத்தைத் தள்ளிப் போடுகிறவனும் சரி – சற்று தள்ளிப் போட வேண்டிய காரியத்தை உடனேயே செய்து முடித்து விடுபவனும் சரி – செய்யத் தக்கதற்கும், செய்யத் தகாததற்கும் இடையே பாகுபாடு காணத் தவறுகிறவர்கள் ஆகிறார்கள். காலத்தையும், இடத்தையும் கருதாமல் காரியத்தில் இறங்குபவனுடைய முயற்சிகள் வீணாகின்றன. தன்னை எதிர்க்கிற அரசனிடம் ஒரு மன்னன் கையாள வேண்டிய மூன்று விதமான அணுகுமுறைகளின், ஐந்து வகையான அம்சங்கள் எப்போதுமே மனதில் வைக்கத் தக்கவை. அவற்றின்படி நடந்தால் காரியம் கை கூடும். மந்திரிகளிடம் முறையாகக் கலந்து ஆலோசனை செய்து, ராஜ நீதியை நன்றாகப் புரிந்து கொண்டு, எந்த ஒரு மன்னன் தன்னுடைய கடமையை உணர்ந்து செயல்படுகிறானோ, அவன் சரியான வழியில் செல்வான். அறம், பொருள், இன்பம் – ஆகியவற்றுக்கும் கூட, உகந்த நேரங்களும் வகுக்கப்பட்டிருக் கின்றன. இவற்றில் சிறந்ததாகிய அறத்தைப் பற்றி நன்கு கற்றறிந்த மன்னன் மிகவும் கவனம் கொள்கிறான்.''

(கும்பகர்ணனின் உரையில் சற்று குறுக்கிட்டு ஒரு விளக்கத்தைப் பார்ப்போம்.

தன்னை எதிர்க்கிற அரசர்களிடம் காட்ட வேண்டிய மூன்று அணுகுமுறைகளின், ஐந்து அம்சங்கள் என்று கும்பகர்ணன் கூறுவது பற்றி ராமாயண புத்தகங்களில் சிலவற்றில் ஒரு விளக்கம் இருக்கிறது. அதைப் பார்ப்போம். சமாதானத்தை நாடுவது; பொருள் கொடுத்து கூட்டுறவை ஏற்படுத்திக் கொள்வது; போர் செய்வது – ஆகியவை தன்னை எதிர்த்து வருகிற அரசனிடம், ஒரு மன்னன் காட்டக்கூடிய அணுகுமுறைகள். இதில் தன் பலமும், எதிர்க்கிறவனின் பலமும் கிட்டத்தட்ட ஒரே அளவில் இருந்தால், முதல் வழி முறையை நாட வேண்டும்; தன்னுடைய பலம் தாழ்ந்தும், எதிரியின் பலம் ஓங்கியும் விளங்குகிற கால கட்டமாக இருந்தால், அப்போது இரண்டாவது வழியை மேற்கொள்ள வேண்டும். தான் பலம் மிகுந்தும், எதிரி பலவீனப்பட்டும் இருக்கிற நிலையில் மூன்றாவது வழியை நாட வேண்டும்.

இந்த மூன்று அணுகுமுறைகள், ஐந்து அம்சங்களை உள்ளடக்கியவை. ஒரு காரியத்தைத் தொடங்குகிற விதம்; அந்த காரியத்தைச் செய்து முடிப்பதற்கான மனிதர்களையும், பொருட்களையும் சேமிப்பது; காரியத்தைச் செய்து முடிப்பதற்கான நேரம், இடம் ஆகியவற்றை முடிவு செய்து கொள்வது; போடப்பட்ட திட்டம் தவறுமானால் என்ன செய்வது என்பதை ஆலோசித்து வைத்துக் கொள்வது; வெற்றிக்கான வாய்ப்பு எவ்வளவு கனிந்து வந்திருக்கிறது என்பதை நிர்ணயம் செய்து கொள்வது – ஆகியவை அந்த ஐந்து அம்சங்கள்.

அறம், பொருள், இன்பம் – ஆகியவற்றுக்கு உரிய காலம் பற்றியும் கும்பகர்ணன் பேசுகிறான். மன்னர்களைப் பொறுத்தவரையில், அவர்கள் அறத்தின்பாற்பட்ட காரியங்களை காலையிலும், பொருளின்பாற்பட்ட காரியங்களை பகலிலும், இன்பத்தின் பாற்பட்ட காரியங்களை இரவிலும் செய்ய வேண்டும் என்று ராஜநீதியை வகுக்கிற நூல்கள் சொல்கின்றன. அறம், பொருள் – ஆகிய இரண்டுக்கும் தொடர்புள்ள காரியங்களையும் காலையில் செய்ய வேண்டி வரலாம்; அதேபோல பொருள், இன்பம் – ஆகிய இரண்டுக்கும் தொடர்புடைய காரியங்களும் இரவு நேரத்தில் செய்து முடிக்க வேண்டிய அவசியம் நேரிடலாம். ஆனால், எந்த ஓர் அரசன் இன்பத்தை அனுபவிப்பதில் மட்டுமே நாட்டமுடையவனாக இருக்கிறானோ – அவன் வீழ்ச்சியடைகிறான் என்றும் ராஜநீதியை வகுக்கும் நூல்கள் கூறுகின்றன.

சில ராமாயண புத்தகங்களில் இருக்கும் விளக்கங்கள் இவை. இப்பொழுது மீண்டும் கும்பகர்ணனின் உரைக்குச் செல்வோம்.)

கும்பகர்ணன் தொடர்ந்தான் : "தன்னை அடக்கிய அரசன், தன்னுடைய அமைச்சர்களுடன் கலந்து ஆலோசனை செய்து, பொருள் கொடுத்து காரியத்தை சாதிக்க வேண்டிய நேரம் எது; எதிரியின் ஆதரவாளர்களிடையே பிளவை ஏற்படுத்த வேண்டிய நேரம் எது, தன்னுடைய பலத்தைக் காட்ட வேண்டிய நேரம் எது, சமாதானத்திற்குரிய நேரம் எது, அறம், பொருள், இன்பம் ஆகியவற்றில் கவனம் செலுத்த வேண்டிய நேரங்கள் எவை... என்பதையெல்லாம் அறிந்து, சரியான நேரத்தில், சரியான

இடத்தில், சரியான வகையில் செயல்பட்டு, எந்த நேரத்திலும் தனக்கு ஆபத்து வராமல் தன்னைக் காத்துக் கொள்கிறான். தங்களுடைய அறிவைக் கொண்டே வாழ்கிற அமைச்சர்கள் கூறுகிற ஆலோசனைகளை நன்றாகக் கருத்தில் கொண்டு, சரியான வழிமுறையை நாடுகிற மன்னன், வீழ்ச்சியைக் காண்பதில்லை. மிருகங்களின் அறிவுக்கு நிகரான அறிவையே படைத்தவர்களுக்கு, அரச சபையில் இடம் அளிக்கப்பட்டால், அவர்கள் எல்லாவற்றையும் உணர்ந்தவர்களாகத் தங்களை பற்றித் தாங்களே முடிவு செய்து கொண்டு, சாத்திரங்களின் தன்மையை அறியாமல், தங்களுடைய கர்வத்தினால் தூண்டப்பட்டு, கண்டபடியும் ஆலோசனை சொல்வார்கள். பொருள் ஈட்டுவதையே மனதில் கொண்டு ராஜநீதி பற்றி எதுவும் அறியாமல் பேசுகிற அம்மாதிரியானவர்களின் கருத்துக்களை ஏற்கக் கூடாது. அப்படிப் பட்டவர்களை ஓர் அரசன் தன்னுடைய ஆலோசனைகளிலிருந்து தவிர்த்துவிட வேண்டும். எதிரிகளோடு சேர்ந்து கொண்டு, தன்னுடைய அரசனின் வீழ்ச்சியை நாடுகிற ஆலோசகர்களும் உண்டு. இப்படி எதிரியினால் கவரப்பட்டு, தனக்குத் தீமையை உண்டாக்கக் கூடிய வழிமுறைகளை எடுத்துச் சொல்கிற ஆலோசகர்களை, அரசன் புரிந்து கொள்ள வேண்டும். முடிவெடுக்கும் நேரத்தில் அரசன், நண்பர்கள் வேடத்தில் இருக்கிற இந்தப் பகைவர்களின் உட்கருத்தைப் புரிந்து கொண்டு செயல்பட வேண்டும். எதிரியின் பலத்தை அறியாமல், தன்னை பாதுகாத்துக் கொள்ளத் தவறுகிற அரசன், ஆட்சியை இழக்கிறான்.''

இவ்வாறெல்லாம் ராவணனுக்குப் பல விஷயங்களை விளக்கிய கும்பகர்ணன் இறுதியாக, ''அரசனே! முன்பு உன்னுடைய இளைய சகோதரன் விபீஷணன் கூறிய ஆலோசனைகளும், உன்னுடைய மனைவி எடுத்துரைத்த வழிமுறையும்தான் உன்னால் ஏற்கப்படத்தக்கவை. அந்த ஆலோசனைகள்தான், உன்னுடைய மேன்மைக்கான பாதையைக் காட்டுகிற விளக்கங்கள். நம் அனைவருக்கும் நன்மை செய்யக் கூடியது அந்த ஆலோசனைகளே. இனி என்ன செய்யப் போகிறாய் என்பது உன் இஷ்டம்'' என்று கூறி முடித்தான்.

கும்பகர்ணன் பேசியதையெல்லாம் புருவத்தை நெறித்தவாறு கேட்டுக் கொண்டிருந்த ராவணனுக்குக் கோபம் பொங்கியெழுந்தது.

6. யுத்த காண்டம்

அத்தியாயம் - 21

கும்பகர்ணனின் சூளுரை!

ராவணன், கும்பகர்ணனைக் கடிந்து பேசுவது; நிகழ்ந்த தவறை சரி செய்ய முடியாத நிலையில், இனி நடக்க வேண்டியதையே கவனிக்க வேண்டும் என்று ராவணன் கூறுவது; யுத்தத்திற்குப் போகுமாறு கும்பகர்ணனை அவன் கேட்பது; கும்பகர்ணன், ராவணனுடைய விருப்பத்தை நிறைவேற்றுவதாகக் கூறுவது; தன்னுடைய பலத்தைப் பற்றிப் பெரும் உற்சாகத்துடன் பேசி, ராவணனுக்கு கும்பகர்ணன் தைரியமூட்டுவது...

"மரியாதைக்குரிய வார்த்தைகளைப் பேசுகிற ஒரு தந்தை போலவும், ஓர் ஆச்சார்யன் போலவும் நீ ஏன் பேசுகிறாய்? வீணான வார்த்தைகளைப் பேசிக் கொண்டிருப்பதால் ஆகப் போவது என்ன? எது செய்யப்பட வேண்டுமோ, அது கவனிக்கப்படட்டும்" என்று கும்பகர்ணனைப் பார்த்துக் கூறிய ராவணன் மேலும் சொன்னான்: "கர்வத்தின் காரணமாகவோ, தெளிவின்மை காரணமாகவோ, அறிவின்மை காரணமாகவோ அல்லது என்னுடைய பலத்தின் மீதும், வீரத்தின் மீதும் இருந்த அசாத்திய நம்பிக்கையின் காரணமாகவோ - முன்பு என்னால் நிராகரிக்கப்பட்ட ஆலோசனையைப் பற்றி, இப்பொழுது பேசுவதால் எந்தப் பயனும் விளையப் போவதில்லை. இந்த நேரத்தில் எது செய்யத் தக்கதோ அதைப் பற்றி மட்டும் ஆராய்வோம். நடந்து போனவைகளைப் பற்றி,

விவரமறிந்தவர்கள் வருந்துவது இல்லை. நடந்தவை, இனி நம்மால் சீர் செய்ய முடியாதவை.

''கும்பகர்ணா! என்னுடைய தவறின் காரணமாக நேர்ந்திருக்கும் ஆபத்தை, உன்னுடைய சக்தியினால் நீ அழிக்க வேண்டும். என் மீது உனக்கு அன்பு இருக்குமேயானால் – உன்னுடைய பலத்தை நீ உணர்ந்திருப்பாயானால் – நான் கூறுகிற காரியத்தை முடிக்க வேண்டும் என்ற எண்ணம் உன் மனதில் இருக்குமேயானால் – நீ இதைச் செய்து முடிப்பாயாக! துர்பாக்கியத்தினால் பீடிக்கப்பட்ட நிலையில் இருப்பவனுக்கு உதவி செய்பவனே நண்பன் எனப்படுகிறான்; நேர் பாதையிலிருந்து திசை மாறிச் சென்றவனுக்கு உதவுகிறவனே உறவினன் என்று கூறப்படுகிறான்.''

இவ்வாறு ராவணன் கூறியதைக் கேட்ட கும்பகர்ணன், தன்னுடைய மூத்த சகோதரன் பெரிதும் மனம் கலங்கி விட்டான் என்பதை உணர்ந்து, அவனுக்கு தைரியமூட்டும் வகையில் பதில் கூறத் தொடங்கினான்.

(ராவணனைக் கண்டித்து கும்பகர்ணன் பேசுவதை கம்பர் இப்படி வர்ணிக்கிறார். 'யுத்தம் வந்து விட்டதோ? அப்போர், அழகிய ஸீதையைக் காரணமாகக் கொண்டதோ! கண்ணில் விஷமுடைய பாம்பு போன்ற கற்புக்கரசியை, முன்னர் நான் கூறிய வார்த்தைகளை நினைத்துப் பார்த்து நீ விட்டு விடவில்லையோ! அவ்வாறு விடாமல் நீ இருந்தது விதியின் செயலன்றோ!' அந்தப் பாடல் :

'கிட்டியதோ, செரு? கிளர் பொன் சீதையைச்
சுட்டியதோ? முனம், சொன்ன சொற்களால்,
திட்டியின்விடம் அன்ன கற்பின் செல்வியை
விட்டிலையோ? இது விதியின் வண்ணமே!

கும்பகர்ணன் மேலும் சொல்கிறான் : 'சீதையை விடாததால், உன்னிடம் தோற்ற இந்திரனுக்கு அவனுடைய உலகத்தையும், வெற்றியையும் நீ மீண்டும் கொடுத்து விட்டாய்; உன்னுடைய பெரிய உறவினர்களான அரக்கர்களையும் கெடுத்து விட்டாய்; உன்னையும் நீ அழித்துக் கொண்டாய்; பல வகைப்பட்ட தேவர்களையெல்லாம் சிறையிலிருந்து விட வேண்டியவனாகி விட்டாய்; இதிலிருந்து நீங்குவதற்கு வேறு வழியுமில்லை.' இந்தப் பாடல் :

‘கொடுத்தனை இந்திரற்கு உலகும் கொற்றமும்;
கெடுத்தனை, நின் பெருங் கிளையும்; நின்னையும்
படுத்தனை; பல வகை அமரர் தங்களை
விடுத்தனை; வேறு இனி வீடும் இல்லையால்.

மேலும் கும்பகர்ணன், ‘இப்பொழுது உன் செயலைப் பார்த்து தர்மம் அஞ்சி ஒளிந்து கொண்டது; நீர் தர்மத்தின் கூறுபாட்டைச் செய்தபோது, அந்த தர்மம் உனக்கு வலிமை, செல்வம் ஆகிய மேன்மைகளையெல்லாம் கொடுத்தது; அந்த தர்மத்தை நீக்கி நீ அழியும்போது, வேறு யார் வந்து உன்னை மீட்கும் வல்லமை படைத்தவர்கள்?’. இந்தப் பாடல் :

‘அறம் உனக்கு அஞ்சி, இன்று ஒளித்ததால்; அதன்
திறம் முனம் உழத்தலின், வலியும் செல்வமும்
நிறம் உனக்கு அளித்தது; அங்கு அதனை நீக்கி, நீ
இற, முன் அங்கு, யார் உனை எடுத்து நாட்டுவார்?

இப்படிப் பலவாறாக ராவணனைக் கண்டித்துப் பேசுகிற கும்பகர்ணன் இறுதியில், ‘ஸீதையை சிறையிலிருந்து விட்டு, அவள் பாதங்களை வணங்கி, சந்தேகப்படத் தகாதவனாகிய உன் தம்பி விபீஷணனுடன் நட்பு கொள். நாம் உயிர் பிழைத்திருக்க அது ஒரு வழி’ என்றும் அறிவுரை சொல்கிறான்.

வால்மீகி ராமாயணத்தில் தன்னைக் கண்டித்துப் பேசுகிற கும்பகர்ணனிடம் ராவணன், தன்னுடைய தவறை ஒப்புக் கொள்ளும் வகையிலேயே பேசிய மாதிரி வருகிறது. ஆனால் கம்ப ராமாயணத்திலோ, தன்னுடைய தவறை நினைத்து ராவணன் வருந்திப் பேசுவதாக இந்தக் கட்டத்தில் வரவில்லை. கும்ப கர்ணனின் பேச்சைக் கேட்டுக் கோபம் கொண்ட ராவணன், அவனைப் பழித்துப் பேசுகிறான். – ‘உன்னை இங்கு அழைத்தது என்ன செய்ய வேண்டும் என்பதைத் தெரிந்து கொள்வதற்காக அல்ல; போரிடச் சென்று, சிறு தொழில் புரிகிற மனிதர்களைக் கொல்வாயாக; எனக்கு யோசனை சொல்வதற்கு நீ அறிவுபடைத்த அமைச்சன் அல்ல; நீ போருக்கு பயப்படுகிறாய்; உன் வீரம் வீணானது’ என்று கூறுகிறான் ராவணன். அந்தப் பாடல் :

'உறுவது தெரிய அன்று, உன்னைக் கூயது;
சிறு தொழில் மனிதரைக் கோறி, சென்று; எனக்கு
அறிவுடை அமைச்சன் நீ அல்லை, அஞ்சினை;
வெறுவிது, உன் வீரம்' என்று இவை விளம்பினான் :

இவ்வாறு கூறிய ராவணன் இறுதியில், கும்பகர்ணனைப் பார்த்து, 'அந்த இரண்டு மனிதர்களை வணங்கி நின்று, அதோடு கூனல் முதுகுடைய அந்தக் குரங்கையும் கும்பிட்டுக் கொண்டு, உயிர் வாழ்ந்திருக்கும் வேலை. ஊன் உடலுடன் உயிர் வாழ்வதையே விரும்புகிற உன் தம்பியாகிய விபீஷணனுக்கும், உனக்குமே ஒத்த செயலாகும். அந்தச் செயலை நான் செய்ய மாட்டேன். நீ எழுந்து போகலாம்' என்றும் கூறுகிறான். அந்தப் பாடல் :

'மானிடர் இருவரை வணங்கி, மற்றும் அக்
கூனுடைக் குரங்கையும் கும்பிட்டு, உய் தொழில்
ஊனுடை உம்பிக்கும் உனக்குமே கடன்;
யான் அது புரிகிலேன்; எழுக போக!' என்றான்.

இவ்வாறு கூறிவிட்டு ராவணன் தன்னுடைய தேர், படை, ஆயுதங்கள் ஆகியவற்றைக் கொண்டு வருமாறு உத்திரவிட்டு, போருக்குப் புறப்படத் தயாராகிறான். அதைக் கண்ட பிறகு, கும்பகர்ணன் தானே போருக்குச் செல்வதாக அறிவித்து, 'மூத்த சகோதரனே! இனி உன் முகத்தில் விழிக்கும் வாய்ப்பு எனக்கு இல்லாமற் போகப் போகிறது. விடை பெறுகிறேன்' என்று கூறி புறப்படுகிறான்.

மீண்டும் வால்மீகி ராமாயணத்திற்கு வருவோம்.)

''அரசனே! நான் சொல்வதை சற்று கேட்பாயாக! மனதில் துக்கத்தை வளர்த்துக் கொள்வதால் ஒரு பயனும் இல்லை. அரக்கர்களின் அரசனே! கோபத்தையும் விடுத்து, துக்கத்தையும் தவிர்த்து, மீண்டும் சாதாரணமான நிலையை அடைவாயாக! நான் ஒருவன் இருக்கிற வரையில் உனக்கு துக்கம் ஏன்? எவர்களால் உன் மனம் இப்படி வருந்துகிறதோ, அவர்களையெல்லாம் நான் அழிக்கிறேன்'' என்று ராவணனை உற்சாகப்படுத்துகிற வகையில் பேசிய கும்பகர்ணன் மேலும் தொடர்ந்தான்.

யுத்த காண்டம்

"சகோதர பாசத்தினால் உந்தப்பட்டு இந்த நேரத்தில் உனக்கு நான் சொல்லக் கடமைப்பட்டுள்ள அறிவுரைகளை இதுவரை கூறினேன். சொல்லத்தக்க வார்த்தைகளைப் பேசிய நான், இப்போது அன்புமிகுந்த சகோதரன் செய்யத்தக்க காரியத்தைச் செய்யப் போகிறேன். ஒட்டு மொத்தமாக எதிரிகள் யுத்த களத்தில் அழியப் போவதை நீர் பார்ப்பாயாக!

"பெருந்தோள் படைத்த சகோதரனே! ராமனும், அவனுடைய தம்பியும் யுத்த களத்தில் என்னால் கொன்று வீழ்த்தப்படுவதையும், அதைத் தொடர்ந்து வானரர் படை சிதறி ஓடுவதையும், இன்று நீ காண்பாய்! புகழ்பெற்ற அந்த ராமனின் தலை, யுத்த களத்திலிருந்து என்னால் கொண்டு வரப்படுகிற காட்சியை, இன்று நீ காண்பாய்! யுத்தத்தில் உறவினர்களையெல்லாம் பறிகொடுத்து, பெரிதும் வருந்திக் கொண்டிருக்கும் இலங்கை மக்கள், ராமனின் மரணத்தைப் பார்த்து மகிழ்ச்சியுறும் காட்சியை, இன்று நீ காண்பாய்! போர்க்களத்தில் உயிர் நீத்த தங்களுடைய உறவினர்களை நினைத்து, துக்கத்தினால் வருந்திக் கொண்டிருக்கும் மக்களின் கண்ணீரை நான் துடைக்கும் காட்சியை, இன்று நீ காண்பாய்! மலையைப் போன்றவனாகிய வானரர் தலைவன் ஸுக்ரீவனை, சூரியன் மேகத்தை விரட்டுவது போல், நான் விரட்டுகிற காட்சியை, இன்று நீ காண்பாய்!"

கும்பகர்ணன் மேலும் தொடர்ந்தான். "என்னைக் கொன்றால்தான் ராமனால் அதன் பிறகு உன்னைக் கொல்ல முடியும். கவலையை விடு. போரிடுவதற்காக வேறு யாரையும் நீ அழைக்கத் தேவையில்லை. எனக்குக் கட்டளையிடு. நான் போர்க்களம் செல்கிறேன். தேவர்களின் அதிபதியாகிய இந்திரனாக இருந்தாலும் சரி, தண்டனை அளிக்கிற யமனாக இருந்தாலும் சரி, வாயு தேவனாகவோ, அக்னி தேவனாகவோ இருந்தாலும் சரி, குபேரனாகவோ, வருணனாகவோ இருந்தாலும் சரி - உன் எதிரிகளை நான் அழிக்கிறேன். ஆயுதங்களே இல்லாமல் நான் போர்க்களத்தில் புகுந்தாலும், எதிரிகளால் என் வன்மையைத் தாங்க முடியாது. அவர்களை நான் நசுக்குவேன். ஒன்று சொல்கிறேன். என்னுடைய சூலத்தினாலோ, கதையினாலோ, கத்தியினாலோ, அம்புகளினாலோ நான் சண்டையிடப்

போவதில்லை. வெறும் கைகளினாலேயே அந்த ராமனின் கதையை முடித்து வைக்கிறேன். என் கைகளுக்கு அவன் தப்பினால்தான், அதன் பிறகே நான் அம்பு தொடுப்பேன். நான் இருக்கும்பொழுது உனக்கு, கவலை ஏன்? உனக்கு மேன்மேலும் புகழும், நலனும் கூடுவதுதான் எனக்கு முக்கியம்.

''எனக்குக் கோபம் வந்தால் தேவர்களும் நடுங்கு வார்கள் என்பதை நீ அறிவாய். சூரியனையும், நட்சத்திர மண்டலத்தையும் பிடித்து இழுத்து பூமியின் மீது நான் எறிவேன். இந்திரனைக் கொல்வேன். கடல் நீரைக் குடித்து விடுவேன். மலைகளைப் பொடிப் பொடியாக்குவேன். உறங்கிக் கொண் டிருந்த கும்பகர்ணன் எழுந்து விட்டான். அவன் பலத்தை இன்று எல்லோரும் பார்க்கட்டும். ராமனையும், லக்ஷ்மணனையும் கொன்று விட்டு, வானரர் தலைவர்களையெல்லாம் எனக்கு உணவாக்கிக் கொள்கிறேன். அரசனே! மகிழ்ச்சியில் திளைப் பாயாக! மது உண்டு களிப்பாயாக! கவலையை விரட்டுவாயாக! உன் கடமைகளைக் கவனிப்பாயாக! எமனுலகிற்கு ராமனை நான் அனுப்பிய பிறகு, ஸீதை உன் வசமாகி, நெடுங்காலம் உனக்கு உட்பட்டுக் கிடப்பாள்.''

இவ்வாறு கும்பகர்ணன் பேசியதை ராவணன் உற்சாகத்துடன் கேட்டுக் கொண்டிருக்க, மஹோதரன், கும்பகர்ணனை மறுத்துப் பேச முற்பட்டான்.

6. யுத்த காண்டம்

அத்தியாயம் - 22

வானரப் படை சிதறியது !

கும்பகர்ணனை மஹோதரனான் பழித்துப் பேசுவது; யுத்தமின்றியே காரியத்தை முடித்துக் கொள்ள ராவணனுக்கு ஒரு வழியை அவன் கூறுவது; மஹோதரனை கும்பகர்ணன் பழித்துப் பேசி, யுத்தகளத்திற்குச் செல்ல ராவணனின் அனுமதியைப் பெறுவது; ராவணனின் மகிழ்ச்சி; யுத்த களத்தில் நுழைந்த கும்பகர்ணனைக் கண்டு பயந்து வானரப் படை சிதறுவது; வானரப் படைத் தலைவர்களுக்கு அங்கதன் விடுக்கும் அழைப்பு....

''மேன்மை பொருந்திய குலத்தில் பிறந்திருந்தாலும் உனக்கு அகங்காரமும், மடமையும் அதிகமாக இருக்கிறது. கூர்மையான அறிவில்லாததால் எந்த நேரத்தில் எதைச் செய்ய வேண்டும் என்று புரிந்து கொள்ள உன்னால் முடியவில்லை'' என்று கும்பகர்ணனைப் பார்த்துப் பேசத் தொடங்கிய மஹோதரன் மேலும் சொன்னான். ''எது செய்யத் தகுந்தது? எது செய்யத் தகாதது என்பதை அறியாதவரல்ல நமது மன்னர். அவருக்கு காலம், இடம் ஆகியவற்றின் தன்மையும், தனக்கு எது சரியான தருணம் என்பதும் நன்கு தெரியும்; மேலும், தன்னுடைய பலம் மற்றும் பலவீனம், எதிரியின் பலவீனம் மற்றும் பலம் - ஆகியவை எல்லாமே அவருக்குத் தெரிந்துதான் இருக்கின்றன. அறம், பொருள், இன்பம் ஆகியவற்றின் உண்மையான தன்மையைப் புரிந்து கொள்ளக்

கூடிய மதி படைத்தவன் அல்ல நீ. ஆகையால்தான் அவை ஒன்றுக்கொன்று முரண்பட்டவை என்ற வகையில் பேசுகிறாய்.

"அறம், பொருள், இன்பம் மூன்றுக்குமே செயல்பாடு என்பது வேர் போன்றது. அந்தச் செயல்பாடுகளைப் பொறுத்துத்தான் பாவமும், புண்ணியமும் ஒரு மனிதனை வந்தடைகின்றன. அறத்தின்பாற்பட்ட செயல்பாடு கூட, ஊக்கமின்றி செய்யப் பட்டால், அதன் பலன் மாறிப் போகிறது. பொருளின் பாற்பட்ட காரியங்களில் சிறிய தவறு கூட இழப்புக்குக் காரணமாகி விடுகிறது. ஆனால், இன்பத்தைத் தேடியே ஒருவன் விடா முயற்சியுடன் முனைந்தால், அவன் இந்தப் பிறவியிலேயே அதை அடைகிறான். ஆகையால் இன்பத்தை நாடுகிற மன்னரைத் தடுப்பதில் அர்த்தமில்லை. பார்க்கப் போனால், அவருடைய செயல் நமது விரோதியை எதிர்த்துச் செய்யப்படும் மிகவும் துணிவுள்ள காரியமாகும். அப்படிப்பட்ட செயலில் என்ன தவறு இருக்கிறது?''

மஹோதரன் தொடர்ந்தான் : "இது ஒருபுறமிருக்க தனித்தே யுத்தத்திற்குச் செல்ல நீ எடுக்கிற முடிவு பற்றியும் என் அபிப்ராயத்தைக் கூற விரும்புகிறேன். ஜனஸ்தானத்தில் எண்ணற்ற அரக்கர்களை தனி ஒருவனாக நின்று அழித்த அந்த ராமனை, உன் ஒருவனால் தனித்து எப்படி வெல்ல முடியும்? ஜனஸ்தானத்தில் ராமனிடமிருந்து தப்பி ஓடி வந்த பெரும்பலம் படைத்த அரக்கர்கள், இன்றும் கூட ராமனை நினைத்து நடுங்கிக் கொண்டே வாழ்கிறார்கள் என்பது நீ அறியாததல்ல. ராமன் கோபம் கொண்ட சிங்கம். தூங்குகின்ற அந்தப் பாம்பை சீண்டி விட நீ நினைக்கிறாய். அந்த ராமனை எதிர்த்து நிற்கும்போது, நமது படை முழுவதற்குமே கூட ஆபத்து உண்டாக முடியும். நெருங்க முடியாத காலன் போன்றவன் அவன். ஆகையால் நீ தனித்தே சென்று ராமனை எதிர்ப்பது என்பதை என்னால் ஏற்க முடியவில்லை. இந்திரனையும், சூரியனையும் நிகர்த்தவனும், மனிதர்களிலே தனக்கு நிகரில்லாதவனுமாகிய ராமனை யுத்தத்தில் எதிர்க்க முடியும் என்ற நினைப்பு உனக்கு எப்படி வந்தது?''

வால்மீகி ராமாயணம்

இப்படி கும்பகர்ணனைப் பார்த்து ஏளனமாகப் பேசிய மஹோதரன், அதன் பின்னர் ராவணனைப் பார்த்து, தன் கருத்தைக் கூறத் தொடங்கினான். ''ஸீதையை அபகரித்து வந்த நீங்கள், வீணாக ஏன் காலம் கடத்திக் கொண்டிருக்கிறீர்கள்? அவளைப் பணிய வைத்தே தீருவது என்று நீங்கள் முடிவெடுக்கும் நேரத்தில், அவள் உங்களுக்குப் பணிவாள். அதற்கான ஒரு வழியை நான் யோசித்து வைத்திருக்கிறேன். அந்த வழியை நான் கூறக் கேட்ட பின்னர், உங்கள் அறிவுக்கு அது ஏற்றுக் கொள்ளத்தக்கதாகத் தோன்றினால் அதன்படி நீங்கள் நடக்கலாம். த்விஜிஹ்வன், ஸம்ராதி, கும்பகர்ணன், விதர்தனன், மற்றும் நான்–ஆகிய ஐவரும் ராமனோடு சண்டையிடச் செல்கிறோம் என்று முரசு கொட்டி அறிவியுங்கள். நாங்கள் யுத்த களத்திற்குச் செல்கிறோம். உங்களுடைய விரோதிகளை நாங்கள் உண்மையிலேயே வென்று விட்டால், அத்துடன் காரியம் தீர்ந்தது – யுக்தி எதுவும் தேவையில்லை.

''மாறாக, ராமனைக் கொல்ல முடியாமல் எங்கள் உடல் முழுவதும் காயங்களோடு நாங்கள் திரும்பினால், அப்போது, என் மனதில் தோன்றிய திட்டத்தைச் செயல்படுத்தலாம். ராமனால் கடுமையாகத் தாக்கப்பட்டு, ரத்தம் தோய்ந்த உடல்களுடன் நாங்கள் அரண்மனைக்கு வந்து, உங்கள் காலடியைப் பற்றிக் கொண்டு, 'வெற்றி! ராமனையும், லக்ஷ்மணனையும் நாங்கள் கொன்று விழுங்கி விட்டோம்' என்று சொல்கிறோம். நீங்கள் எங்களுக்குப் பல பரிசுகளை அளியுங்கள். பின்னர், நகரம் முழுவதும் முரசு கொட்டி ராமனும், லக்ஷ்மணனும் அவர்களுடைய படையினரும் அழிந்தனர் என்று அறிவியுங்கள். பணியாட்களுக் கெல்லாம் பரிசுகளை வாரி வழங்குங்கள். நீங்களும் மது அருந்தி இன்பத்தில் திளையுங்கள். இந்தச் செய்திகள் நிச்சயமாக ஸீதையைச் சென்றடையும். அந்த நிலையில் அவளை அணுகி, அவளுக்கு தங்க நகைகளையும் பலவித பரிசுகளையும் அளித்து, அவளுடைய ஆசையைத் தூண்டுங்கள். தன்க்குப் பாதுகாப்பாக இருந்த ராமன் போய் விட்டான் என்ற நிலையில் அவள் உங்கள் வசமாவாள். இது பெண்மைக்குரிய பலவீனம். இனி தன்னுடைய மகிழ்ச்சி உங்களைப் பொறுத்துத்தான் இருக்கும் – என்று

செல்வத்திலே வளர்ந்த அந்த ஸீதை முடிவு செய்து, முழுமையாக உங்களுடையவள் ஆவாள். எனக்குத் தெரிந்து இதுதான் சிறந்த வழி.''

இவ்வாறு தனது திட்டத்தை விவரித்த மஹோாதரன் இறுதியாக, ''ராமனை எதிர்க்க நேரிட்டால் தங்களுக்கு அழிவு நிச்சயம். ஆகையால் எந்தவித சண்டையும் இல்லாமல், பெரும் மகிழ்ச்சியை எய்தக்கூடிய இந்த வழியை மேற்கொள்வதுதான் நல்லது. அரசனே! யுத்தமின்றி எதிரிகளை வென்று விடுகிற மன்னன் நீண்ட காலம் புகழோடு வாழ்ந்து, தன்னையும் தன் மக்களையும் அழிவிலிருந்து காப்பாற்றுகிறான்'' என்று சொல்லி முடித்தான்.

ராவணனைப் பார்த்து கும்பகர்ணன், ''உங்களுக்குத் தோன்றியிருக்கும் பயத்தை விலக்குகிறேன். நான் சொன்னபடியே யுத்த களத்தில் ராமனைக் கொல்கிறேன். சாதிக்க முடியாதது என்று மற்றவர்கள் நினைப்பதை ஒரு வீரன் சாதித்துக் காட்டுகிறான். அப்படிப்பட்ட வீரன் பேசுகிற வார்த்தைகள் வெறும் வார்த்தைகள் அல்ல. மழையைத் தாங்காத மேகங்கள் இடியை உண்டாக்குவது போல, வீரன் வெறும் சப்தத்தை எழுப்புவதில்லை. யுத்த களத்திலே நான் செய்யப் போகிற கர்ஜனை, என்னுடைய போர்த்திறனை உலகிற்கு அறிவிக்கும். உங்கள் எதிரி தொலைவான். நீங்கள் மகிழ்ச்சி அடைவீர்கள்.''

இவ்வாறு ராவணனைப் பார்த்துக் கூறி விட்டு கும்பகர்ணன், மஹோதரனைப் பார்த்துப் பேசத் தொடங்கினான். ''கோழைகளாகவும், அறிவற்றவர்களாகவும் இருந்து கொண்டு, தங்களை விவேகம் மிக்கவர்களாக நினைக்கின்ற மன்னர்கள், நீ கூறியது போன்ற ஆலோசனையை ஏற்பார்கள். மஹோதரா! யுத்த களத்தில் கோழைகளாக நடந்து கொண்டு, மன்னனுக்குப் பிடித்தவற்றையே பேசுகின்ற உன் போன்றவர்களால் எல்லா காரியங்களுமே கெட்டுப் போகின்றன. இலங்கையின் கஜானா காலியாகிக் கொண்டிருக்கிறது; படை நாசமடைந்து கொண்டிருக்கிறது; குடிமக்கள் அழிந்து கொண்டிருக்கிறார்கள்; மன்னன் தனிமைப்படுத்தப்பட்டு விட்டான். இந்த நிலையில் மன்னனுக்கு நெருக்கமாகி விட்ட சிலர், விரோத எண்ணத்தை மனதிலே

வைத்துக் கொண்டு, நண்பர்களைப் போல் நடித்துக் கொண்டு, அவனைச் சூழ்ந்து நிற்கிறார்கள். இந்த நிலை மன்னனுக்குப் புரியட்டும்.''

இவ்வாறு கூறிய கும்பகர்ணன் முடிவாக, ''மஹோதரா! தவறான ஆலோசகர்களாகிய உன் போன்றவர்கள் ஆரம்பித்து வைத்த மிகப்பெரிய ஆபத்தை முடித்து வைக்க, நான் யுத்தகளம் செல்கிறேன்'' என்று சொன்னான்.

கும்பகர்ணனைப் பார்த்து, சிரித்துக் கொண்டே ராவணன் பேசலுற்றான். ''இந்த மஹோதரனுக்கு ராமனை நினைத்தாலே அச்சமாக இருக்கிறது. அதில் சந்தேகமில்லை. அதனால்தான் அவன் யுத்தத்தைத் தவிர்க்க நினைக்கிறான். ஆருயிர் சகோதரனே! கும்பகர்ணா! யுத்த சாத்திரத்தை நன்கு அறிந்தவனே! அன்பு காட்டுவதில் உனக்கு நிகரானவன் எவனுமில்லை. எதிரியை அழித்து வெற்றிக் கொடியை நாட்டுவதற்குப் புறப்படுவாயாக! கையிலே சூலம் ஏந்தி, காலனே வந்து விட்டது போல் யுத்த களத்தில் நுழைவாயாக! சூரியனை நிகர்த்த அந்த இரண்டு அரச குமாரர்களையும், அவர்களுடைய படையினரையும் விழுங்குவாயாக! உன் உருவத்தைப் பார்த்தவுடனேயே வானரர்கள் பறந்தோடப் போகிறார்கள். ராம - லக்ஷ்மணர்களின் இருதயங்கள் பிளக்கப் போகின்றன. வெற்றி உன்னுடையதுதான்!''

தன்னுடன் பேசியதால் பெரும் ஊக்கம் எய்திய ராவணனைப் பார்த்து, கும்பகர்ணன், ''நான் தனியாகவே செல்ல விரும்புகிறேன். எனது படை இங்கேயே இருக்கட்டும்'' என்று கூறி விட்டு, மிகவும் சக்தி வாய்ந்த ஓர் அம்பைக் கையில் எடுத்தான்.

ராவணன், ''கதைகளையும், வேல்களையும் தாங்கிய படையினரோடு நீ செல்வதுதான் நல்லது. வானரர்கள் பலம் மிக்கவர்கள் மட்டுமல்ல. பெரும் மனஉறுதி படைத்தவர்களாகவும் இருக்கிறார்கள். ஆகையால் படை சூழ நீ செல்வதுதான் நல்லது'' என்று சொல்லி விட்டு, கும்பகர்ணனின் கழுத்தில் ஒரு தங்க நகையை அணிவித்தான். அவனது கைகளில் ஆபரணங்களைப் பூட்டினான். அவனுக்கு மாலைகளைச் சூட்டினான். இப்படி அலங்கரிக்கப்பட்ட கும்பகர்ணன் நெய் வார்க்கப்பட்டு, கொழுந்து

விட்டு எரிகிற வேள்வித் தீ போல் காட்சியளித்தான். எந்தவித தாக்குதலையும் தாங்கக் கூடிய கவசம் அவனால் அணியப்பட்டது. கையில் சூலமேந்தி நின்ற பேருருவம் படைத்த கும்பகர்ணன், அப்போது மூன்று காலடிகளால் உலகை அளக்க தீர்மானம் செய்து விட்ட உத்தமனாகிய நாராயணனைப் போல் தோற்றம் அளித்தான்.

ராவணனை வணங்கி வலம் வந்து கும்பகர்ணன் புறப்பட, ஆசீர்வாத மந்திரங்கள் முழங்கப்பட்டன. சங்குகள் ஒலித்தன. முரசொலி எழுந்தது. சிறந்த ஆயுதங்களைத் தாங்கிய வீரர்கள் தேர்களிலும், யானை, குதிரைகள் மீதும் அமர்ந்து அவனைப் பின் தொடர்ந்தார்கள். தேவர்களும் கண்டு நடுங்கும் கும்பகர்ணன் இவ்வாறாக யுத்தத்திற்குப் புறப்பட்டான். அரக்கர்கள் பேரொலி எழுப்பினார்கள். கடலையும் கலக்கக் கூடிய அந்த சப்தம் நான்கு திசைகளையும் எட்டியது.

இப்படி அவன் யுத்தகளத்திற்குப் புறப்பட்ட போது, மேகங்கள் தங்கள் நிறத்தை இழந்தன. நக்ஷத்திரங்கள் வீழ்ந்தன; மின்னல்கள் தோன்றின; நிலம் நடுங்கியது; நரிகள் ஊளையிட்டன; பறவைகள் இடப்புறம் நோக்கிப் பறந்தன; கும்பகர்ணனின் இடது கண் மற்றும் இடது கை ஆகியவை துடித்தன; ஒரு வால் நக்ஷத்திரம் விழுந்தது; சூரியன் தனது ஒளியை இழந்தான்; ஒரு கழுகு கும்பகர்ணனின் சூலத்தின் மீது வந்து அமர்ந்தது. மயிர்க் கூச்செறியும் வகையில் தோன்றிய இந்த அபசகுனங்களையெல்லாம் சிறிதும் பொருட்படுத்தாமல், அறிவாளியாகிய கும்பகர்ணன் முன்னேறினான்.

யுத்தகளத்தில் போருக்குத் தயாராக நின்ற வானரர்கள், கும்பகர்ணனைப் பார்த்தனர். பெரும் அச்சம் அவர்களைக் கவ்விக் கொள்ள, புயற்காற்றினால் தூக்கி எறியப்பட்டவர்கள் போல, நான்கு திசைகளிலும் அவர்கள் சிதறினார்கள். இதைக் கண்ட கும்பகர்ணன் இடியோசை போல கர்ஜித்தான். அதைக் கேட்ட வானரர்கள் பயத்தினாலேயே, சாய்க்கப்பட்ட மரங்கள் போல் தரையில் வீழ்ந்தனர். உலக அழிவிற்கான நேரத்தில் தோற்றமளிக்கக் கூடிய கால ருத்ரன் போல், காட்சியளித்துக் கொண்டு கும்பகர்ணன் மேலும் விரைவாக முன்னேறினான்.

இவ்வாறு அவன் முன்னேறிய போது கடல் கொந்தளித்தது; மலைகள் நடுங்கின; இந்திரனாலும், எமனாலும், வருணனாலும் வெல்லப்பட முடியாதவனாகத் திகழ்ந்த கும்பகர்ணன், தனது பார்வையிலேயே நெருப்பைக் கக்கிக் கொண்டு முன்னேறிய போது, வானரர்கள் விழுந்தடித்துக் கொண்டு ஓடவே, நெரிசலின் விளைவாக அவர்களிடையே மேலும் நாசம் விளைந்தது.

இதைப் பார்த்த அங்கதன் பெரிதும் கவலை கொண்டான். கவாக்ஷன், நளன், நீலன், குமுதன் போன்ற வானரர் தலைவர்களைப்பார்த்து, ''உங்களுடைய திறமைகளை நினைத்துப் பார்க்காமல் ஏன் இப்படி ஓடுகிறீர்கள்? பயந்தது போதும். அப்படியாவது உயிரைக் காப்பாற்றிக் கொள்ள வேண்டுமா? அந்த அரக்கர்களை நாம் அழிப்போம். யுத்தகளத்திற்குத் திரும்பி வாருங்கள்'' என்று கூவி அழைத்தான். வானரர்கள் திரும்பத் தொடங்கினர்.

யுத்த காண்டம்

அத்தியாயம் - 23

மடிந்தான் கும்பகர்ணன் !

கும்பகர்ணன், வானரப் படையில் பேரழிவை உண்டாக்குவது; கும்பகர்ணனின் தாக்குதலில் சிக்கி ஹனுமான் தவிப்பது; ஸுக்ரீவனை வீழ்த்துகிற கும்பகர்ணன், அவனைத் தூக்கிச் செல்வதும், ஸுக்ரீவன் தப்பி விடுவதும்; லக்ஷ்மணன், கும்பகர்ணனை எதிர்ப்பது; ராமர், கும்பகர்ணனை வீழ்த்திக் கொல்வது...

அங்கதன் விடுத்த அறைகூவலால், தங்களுடைய தைரியத்தைத் திரும்பப் பெற்றவர்களாக வானரர் படைத் தலைவர்களும், அவர்களைத் தொடர்ந்து மற்ற வீரர்களும் போர்க்களத்திற்குத் திரும்பினர். கும்பகர்ணன் மீது அவர்கள் பாறைகளையும், குன்றுகளையும், பெரும் மரங்களையும் வீசி எறிந்தனர். ஆனால், இவையெல்லாம் அவன் மீது விழுந்து நொறுங்கிப் பொடிப் பொடியாகி விட்டன. வானரர்களின் தாக்குதலால் கோபமுற்ற அவன், அவர்களை அழிக்கத் தொடங்கினான். மீண்டும் பயத்தினால் பீடிக்கப்பட்டு, வானரர்கள் நான்கு திசைகளிலும் ஓடினர். சிலர் கடலில் விழுந்து மூழ்கி விட்டனர். சிலர் குகைகளில் புகுந்து கொண்டனர். சிலர் தாங்கள் நின்ற இடத்திலேயே தரையில் வீழ்ந்தனர்.

அங்கதன் அவர்களைப் பார்த்து, ''இப்படியாவது உயிரைக் காப்பாற்றிக் கொள்ள முனைய வேண்டுமா? நிந்திக்கத் தகுந்த கோழையின் வாழ்க்கை உங்களுக்குத் தேவைதானா? மேன்மை

யானவர்கள் சென்ற வழியை நாடுங்கள். அச்சத்தை விட்டொழி யுங்கள். எதிரியை வீழ்த்தினால், நாம் மிகப்பெரிய புகழை எய்துவோம்; அவனால் நாம் வீழ்த்தப்பட்டால், வீரர்களுக்குரிய நல்ல உலகை அடைவோம். இதில் பயப்பட என்ன இருக்கிறது? எவ்வகையில் பார்த்தாலும் போரிடுவது நமக்கு மேன்மையைத் தான் தரும். ராமரை எதிர்த்து நின்றால், நெருப்பில் வீழ்ந்த பூச்சி போல, கும்பகர்ணன் அழிவான். யுத்த களத்திலிருந்து ஓடி நாம் உயிர் வாழ்ந்தால், நமது புகழ் அத்தோடு ஒழியும், போர்க் களத்திற்குத் திரும்புங்கள்'' என்று உரக்கக் கூவி அழைத்தான்.

ஆனால் வானரர்கள், ''கும்பகர்ணன் பெரும் நாசத்தை விளைவிக்கிறான். போரிடுவதற்கு இது தருணமல்ல. எங்களுக்கு எங்களுடைய உயிர் பெரிதுதான். நாங்கள் போகிறோம்'' என்று கூறி, அங்கதனின் அழைப்பை மறுத்தனர்.

அங்கதன் மீண்டும் மீண்டும் அவர்களுக்கு உற்சாக மூட்டினான். இறுதியில் ரிஷபன், சரபன், மைந்தன், தூம்ரன், நீலன், குமுதன், ஸுஷேனன், கவாஷன், ரம்பன், தாரன், த்விவிதன், பனஸன் ஆகியோர் ஹனுமானைப் பின் தொடர்ந்து, போர்க்களத்திற்கு மீண்டும் வந்து, கும்பகர்ணனை கடுமையாகத் தாக்கினார்கள்.

கும்பகர்ணனின் படை நாசத்திற்குள்ளாகியது. ஹனுமான், கும்பகர்ணன் மீது குன்றுகளையும், பாறைகளையும் வீசி தாக்கினார். பின்னர் கைகளினாலேயே ஹனுமான், கும்ப கர்ணனின் மார்பில் ஓங்கி அறைய, அவன் தடுமாறினான். தன்னை சுதாரித்துக் கொண்டு, தன்னுடைய சூலத்தினால், ஹனுமானின் மார்பில் அவன் தாக்கியபோது, ஹனுமான் தன்னிலை இழந்து, ரத்தத்தைக் கக்கிக் கொண்டு, தடுமாறித் தவித்தார். இதைக் கண்ட வானரர்கள் மீண்டும் ஓடத் தொடங்கினர்.

ஓடிய வானரர்களைத் தடுத்து நிறுத்திய நீலன், கும்பகர்ணனைத் தாக்கினான். அவனோடு சேர்ந்து மேலும் ஐந்து வானரத் தலைவர்கள் கும்பகர்ணனைத் தாக்கியபோது அவன், கைகளினாலேயே அவர்களைத் தாக்க, அந்தப் படைத் தலைவர்கள் எல்லாம் வீழ்ந்தனர். உலர்ந்த மரங்களைக் கொண்ட காட்டை, ஒரு பெரும் தீ அழிப்பது போல, கும்பகர்ணன் வானரர்களை அழிக்கத்

தொடங்கினான். வானரர்கள் ஓடி ராமரிடம் அடைக்கலம் புகுந்தனர். இதைக் கண்ட அங்கதன், தானே தாக்குதலில் இறங்கினான். அவன் கும்பகர்ணனை கடுமையாக எதிர்த்தாலும், தனது கையினால் கும்பகர்ணன் அவனைத் தாக்கியபோது, அவன் நினைவிழந்து தரையில் வீழ்ந்தான். இந்த நிலையில் ஸுக்ரீவனைப் பார்த்து, கும்பகர்ணன் விரைந்தான்.

அப்போது ஸுக்ரீவன், ''வானரர்கள் பலரைக் கொன்றதாலும், பெரும் வீரர்களை வீழ்த்தியதாலும், உன் பெருமை ஓங்கத்தான் செய்கிறது. ஆனால், வானரர் தலைவனாகிய என்னோடு அல்லவா நீ சண்டையிட வேண்டும்? அதை விடுத்து, சாதாரண வீரர்களிடம் உன் பலத்தைக் காட்டுவதில் என்ன சாதனை இருக்கிறது?'' என்று கேட்டு, ஒரு பெரும் பாறையை கும்பகர்ணனின் மார்பை நோக்கி வீசினான். அது கும்பகர்ணனின் மார்பின் மீது மோதி, தூள் தூளாகியது. கும்பகர்ணன், தனது சூலத்தை ஸுக்ரீவன் மீது எறிந்தபோது, இதற்கிடையில் மீண்டும் எழுந்து நின்று விட்ட ஹனுமான் பாய்ந்து அந்த சூலத்தைத் தடுத்து, தன் கையில் பிடித்து, அதை இரண்டு துண்டாக உடைத்து விட்டார். வானரர்கள் நாற்புறங்களிலிருந்தும் பாராட்டு கோஷங்களை எழுப்பினார்கள். பெரும் கோபம் கொண்ட கும்பகர்ணன், ஒரு மலையின் சிகரத்தை உடைத்து ஸுக்ரீவன் மீது எறிந்தான். ஸுக்ரீவன் நினைவிழந்து தரையில் வீழ்ந்தான். அரக்கர் படையினர் வெற்றிக் களிப்பில் கர்ஜித்தனர்.

கும்பகர்ணன் தனது கட்கத்தில் ஸுக்ரீவனை இடுக்கிக் கொண்டு, ஒரு பெரும் காற்று மேகத்தைத் தள்ளிச் செல்வது போல, அவனை தூக்கிச் சென்றான். தேவர்கள் திகைத்தனர். ஸுக்ரீவன் தன்னால் கொல்லப்பட்டதாக நினைத்த கும்பகர்ணன், இதன் மூலம் வானரர் படையே அழிந்தது என்றும், ராமரும் தோற்றார் என்றும் முடிவு செய்தான்.

கும்பகர்ணன், ஸுக்ரீவனை தூக்கிச் செல்லும் காட்சியையும், வானரர் படை நாற்புறத்திலும் சிதறியதையும் பார்த்த ஹனுமான், தனக்குள்ளேயே சற்று சிந்தித்தார். 'இந்த நேரத்தில் நான் செய்ய வேண்டியது என்ன? மலைபோல் வளர்ந்து, கும்பகர்ணனை

அழிக்க முனையலாம். நான் அவனைக் கொன்றவுடன், ஸுக்ரீவனும் மீட்கப்படுவார்; வானரர் படையும் உற்சாகம் எய்தும். அல்லது – தேவர்களால் சிறையெடுக்கப்பட்டாலும், தன்னை விடுவித்துக் கொள்ளும் மதி படைத்த ஸுக்ரீவன், தானாகவே கும்ப கர்ணனிடமிருந்து தப்பித்தும் விடலாம். கும்பகர்ணனால் தாக்கப்பட்ட ஸுக்ரீவனுக்கு இன்னமும் நினைவு திரும்பவில்லை. சுயநினைவை அடைந்தவுடன், தனக்கும், வானரர்களுக்கும் எது நன்மையோ, அதைச் செய்ய ஸுக்ரீவன் முனைவார். நானாக முந்திக் கொண்டு அவரைக் காப்பாற்றினால், அவருடைய புகழ் என்றென்றும் மங்கும். ஆகையால், ஸுக்ரீவன் தானாகவே தன்னை விடுவித்துக் கொள்கிறாரா என்பதைப் பொறுத்திருந்து பார்ப்பது தான் நல்லது. அதுவரை எனது சக்தியைக் காட்டாமல், வானரர்களை ஊக்கப்படுத்துவதில்தான் நான் முனைய வேண்டும்.'

இவ்வாறு முடிவு செய்த ஹனுமான், வானரர்களை உற்சாகப்படுத்த முனைந்து கொண்டிருந்தபோது, கும்பகர்ணன், தன்னால் தூக்கி வரப்பட்ட ஸுக்ரீவனுடன் இலங்கையில் நுழைந்தான். இதற்குள்ளாக ஸுக்ரீவனுக்கு நினைவு திரும்பியிருந்தது. கும்பகர்ணனின் கையில் சிக்கியிருந்த நிலையில் அவன், 'வானரர்களுக்கு நன்மை புரியும் வகையில் செயல் பட்டு, இவனிடமிருந்து நாம் தப்பிப்பது எப்படி?' என்ற யோசனையில் ஆழ்ந்தான். பின்னர், திடீரென அவன் கும்பகர்ணனைத் தாக்கினான். கோபம் கொண்ட கும்பகர்ணன், ஸுக்ரீவனை ஓங்கி தரையின் மீது அறைந்தான். உடனே ஸுக்ரீவன் இதுதான் தருணம் என்று பாய்ந்து, வானத்தை நோக்கி எகிறித் தாவினான். கும்பகர்ணன் திகைத்து நிற்கையில், ஸுக்ரீவன் வானவீதி வழியாகவே ராமரைச் சென்று அடைந்து விட்டான். கும்பகர்ணன் கோபம் கொண்டு ஆயுதமில்லாத நிலையில் ஒரு கதையை கையில் ஏந்தி, மீண்டும் யுத்த களத்தில் நுழைந்தான். வானரர் படையில் மீண்டும் பெரும் நாசத்தை அவன் விளைவித்தான்.

வானரர்கள் ராமரை சரணடைய, லக்ஷ்மணன் கும்பகர்ணனை எதிர்த்து நின்று அவன் மீது அம்புகளை ஏவ, அவன் ''உன்னுடைய

தைரியத்தை நான் மெச்சுகிறேன். காலனையொத்த என் எதிரில் ஒருவன் வந்து நின்றால், அதுவே மிகவும் பாராட்டத்தக்க செயலாக இருக்கும்! அப்படியிருக்க, உன்னைப் போல் என் எதிரில் வந்து நின்று, என்னுடன் போர் செய்கிறவன் மிக மிக மெச்சத் தகுந்தவனாவான்! ஐராவதத்தின் மீது அமர்ந்து, தேவர்கள் புடைசூழ நிற்கிற இந்திரன் கூட, யுத்த களத்தில் என் எதிரில் நிற்க அஞ்சுவான். ஆகையால் இளைஞனே! உன் வீரத்தை நான் மெச்சுகிறேன். ஆனால், நான் வந்திருப்பது ராமனுடன் சண்டையிடுவதற்காக! ஆகையால் இப்போது உன்னை நான் விடுகிறேன். ராமனை நான் அழிக்கிறபோது இந்தப் படை முழுதும் அழிந்ததாகி விடும்'' என்று கூறினான்.

லக்ஷ்மணன், ''இந்திரனாலும் தடுக்க முடியாதவன் நீ என்பது உண்மையே. உன்னுடைய வீரத்தை இந்தப் போர்க்களத்தில் நானும் பார்த்தேன். மலைபோல் அசையாமல் நிற்கக் கூடிய ராமர், இங்கேதான் இருக்கிறார்'' என்று கூற, கும்பகர்ணன் ராமரை நோக்கி விரைந்தான்.

ராமர் அவன் மீது அம்புகளை ஏவிய போது, அவன் ரத்தம் கக்கத் தொடங்கினாலும், வானரர்களை அழிப்பதை அவன் நிறுத்தவில்லை. அவன் வீசிய பாறையை ராமர் பொடி செய்து விட்டார். கடும்போர் நடந்தது. இதைப் பார்த்துக் கொண்டிருந்த லக்ஷ்மணன், ''கும்பகர்ணனால் வானரர் படையில் பெரும் அழிவு நேரிட்டுக் கொண்டிருக்கிறது. இதைத் தடுத்தாக வேண்டும். அவனுடைய பெரும் உடலில் வானரர்கள் கூட்டம் கூட்டமாக ஏற வேண்டும். இதனால் தொல்லையுறும் கும்பகர்ணன், தொடர்ந்து வானரர்களை அழிக்க முடியாமல் திணறுவான்'' என்று யோசனை கூறினான். இதை ஏற்ற வானரர்கள், அவ்வாறே செய்தனர்.

கும்பகர்ணனோ, தன் உடலின் மீது பாய்ந்து ஏறிய வானரர்களையெல்லாம் உதறி வீழ்த்த, ராமர் கோபத்துடன் அவனை அணுகி, தன்னிகரில்லாத தனது வில்லில் நாணேற்றி, கும்பகர்ணன் மீது பாணத்தைத் தொடுக்க ஆயத்தமாகி, அவனைப் பார்த்து, ''அரக்கர்களில் சிறப்புற்றவனே வா! பாணம் தயாராக இருக்கிறது. அரக்கர்களை அழிப்பவன் என்று என்னை நீ அறிவாயாக! சிறிது

நேரத்தில் நீயும் என் கையால் அழியப் போகிறாய்'' என்று கூறினார்.

பெரும் கோபத்தோடு அவரை நெருங்கிய கும்பகர்ணன், ''உன் எதிரில் வந்திருப்பவன் விராதனோ, கபந்தனோ, கரனோ, வாலியோ அல்லது மாரீசனோ அல்ல. உன் எதிரே நிற்பவன் கும்பகர்ணன் என்பதைப் புரிந்து கொள்! தேவர்களையும், அசுரர்களையும் வீழ்த்துவதற்கு உதவிய பயங்கரமான கதை, என் கையில் இருப்பதைப் பார்! இக்ஷ்வாகு குலப் புலியே! உன் பலத்தைக் காட்டுவாயாக! அதன் பின்னர் உன்னை நான் விழுங்குகிறேன். பாவமற்ற வீரனே! உன் முடிவு நெருங்கி விட்டது'' என்று பதில் கூறினான்.

ராமர், அம்புகளை ஏவினார். அவைகளினால் கும்பகர்ணனுக்கு ஒரு பாதிப்பும் ஏற்படவில்லை. மேலும் ராமர் ஏவிய அம்புகளை கும்பகர்ணன், தன் கதையினால் தடுத்தான். அடுத்து ராமர் ஏவிய வாயு அஸ்திரம், கும்பகர்ணனின் கையை வெட்டியது. ஒரு மலையையொத்த அந்தக் கை கீழே விழுந்த பொழுது, அதில் சிக்கி பல வானரர்கள் இறந்தனர்.

ஒரு கையை இழந்தவனாக, பெரும் கதறலுடன் கும்பகர்ணன் மற்றொரு கையினால் ஒரு மரத்தைப் பிடுங்கி, ராமர் மீது எறிய குறி வைத்தான். அப்போது ராமர் ஏவிய அம்பு அந்தக் கையையும் அறுத்தது.

இரு கைகளையும் இழந்தவனாக அவன் பாய்ந்தபோது, ராமர் பல அம்புகளினால் அவன் கால்களை அறுத்தார். அந்தக் கால்கள் தரையில் சாய்ந்தபோது, நான்கு திசைகளும் நடுங்கின. கடல் கொந்தளித்தது.

அப்போது ராமர் விடுத்த பாணம், பேரொளி வீசிக் கொண்டு பாய்ந்து சென்று, மலைச் சிகரத்தையொத்த கும்பகர்ணனின் தலையை அறுத்தது. சந்திரனைப் போல் ஒளி வீசிய கும்பகர்ணனின் தலை, தரையில் வீழ்ந்தபோது கட்டிடங்கள் நொறுங்கின. கோட்டை வாயில் இடிந்தது. கும்பகர்ணனின் மீதி இருந்த உடலும் கடலில் விழுந்தது. அதன் விளவாக முதலைகளும், பெரும் மீன்களும் நசுங்கின. மலைகள் நடுக்கமுற்றன. தேவர்கள்

மகிழ்ந்தனர். ரிஷிகளும், கந்தர்வர்களும், யக்ஷர்களும் ராமரைப் பாராட்டினர்.

வானரர்கள் மகிழ, ராமர் சூரியன் போல் ஒளிவிட்டுப் பிரகாசித்தார். அதுவரை எந்த யுத்தத்திலும் தோல்வியுறாத கும்பகர்ணன் வீழ்ந்து மடிந்தது, வானரர் படைக்குப் பெரிய உற்சாகத்தைத் தர, அரக்கர்கள் விரைந்து சென்று ராவணனிடம், கும்பகர்ணனின் மரணச் செய்தியைத் தெரிவித்தனர்.

6. யுத்த காண்டம்

அத்தியாயம் - 24

ராவணனின் துக்கம்

> கும்பகர்ணன் மாண்ட செய்தி கேட்டு, ராவணன் மயக்கமுறுவது; அவனுடைய மகன்களும், சகோதரர்களும் துக்கத்தில் ஆழ்வது; இனி வாழ்ந்து என்ன பயன் என்று ராவணன் புலம்புவது; த்ரிசிரன் ராவணனுக்கு உற்சாகம் ஊட்டும் வகையில் பேசுவதும்; பின்னர் ராவணனின் மகன்களும், சகோதரர்களும் ராமனை அழிப்பதாகக் கூறி யுத்த களத்திற்குப் புறப்படுவதும்...

"வானரப் படையில் பலரைக் கொன்று அவர்களிடையே பெரும் நாசம் விளைவித்த பிறகு, ராமரால் வீழ்த்தப்பட்ட கும்பகர்ணனின் உடல் கடலிலே போய் விழுந்துவிட அவனுடைய தலை கோட்டை வாயிலில் வந்து விழுந்தது" என்று அரக்கர்கள் கூறக் கேட்ட ராவணன், பெரும் துன்பமுற்று மயங்கி விழுந்தான். அவனுடைய மகன்களாகிய தேவாந்தகன், நராந்தகன், த்ரிசிரன், அதிகாயன் ஆகியோரும், அவனுடைய ஒன்றுவிட்ட சகோதரர்களாகிய மஹோதரன், மஹாபார்ச்வன் ஆகியோரும் பெரும் துக்கத்தில் ஆழ்ந்தனர்.

சிறிது நேரம் கழித்து மூர்ச்சை தெளிந்த ராவணன், கும்பகர்ணனை நினைத்து துக்கித்துப் பேசினான். "எவன் என்னுடைய வலதுகரமாக விளங்கினானோ, அவனை இழந்து விட்டேன்.

எவனது துணை இருந்ததால், தேவர்களை நினைத்தும் கூட எனக்கு அச்சமற்றுப் போயிற்றோ, அவனை இழந்து விட்டேன். இனி நான் வாழ்வது எப்படி? தேவர்கள், அசுரர்கள் ஆகியோரின் பெருமையை அடக்கியவன், இன்று ராமனால் கொல்லப்பட்டது எப்படி? மின்னலே வந்து தாக்கினாலும், அயராது நிற்கக் கூடியவன், இன்று ராமனால் மரணத்தைத் தழுவியது எப்படி? கும்பகர்ணா! நீ யுத்தத்தில் உயிரிழந்த செய்தி கேட்டு ரிஷிகள் கொண்டாடுகிறார்கள். வானரர்களும் கூட, இனி இலங்கையின் கோட்டையைத் தாண்டுவது எளிது என்றே முடிவு செய்வார்கள்.

''இனி எனக்கு ராஜ்யத்தினால் கூட ஆவது ஒன்றுமில்லை. அப்படியிருக்க ஸீதையினால் ஆகப்போவது என்ன? கும்பகர்ணன் இல்லாமல் நான் வாழவே விரும்பவில்லை. என் சகோதரனைக் கொன்ற அந்த ராமனை நான் கொல்லாவிட்டால், நான் மரண மடைவதே மேல். அப்படியில்லா விட்டால் கூட, இந்த வாழ்க்கையில் இனி என்ன அர்த்தம் இருக்கிறது? கும்பகர்ணன் எந்த உலகை அடைந்தானோ, அதை நோக்கி நானும் இன்றே புறப்படுகிறேன்.''

ராவணன் மேலும் புலம்பினான் : ''கும்பகர்ணா! நீ இல்லாமல் இனி நான் இந்திரனை வெல்ல முடியுமா? தேவர்களுக்குத் தீங்கிழைத்தவனான என்னைப் பார்த்து, அவர்கள் சிரிக்க மாட்டார்களா? இப்படியெல்லாம் நேரும் என்று எடுத்துக் கூறிய மேன்மையான உள்ளம் படைத்த விபீஷணனின் வார்த்தைகளை, என்னுடைய அறியாமையின் காரணமாக நான் ஏற்க மறுத்தேன். அதன் விளைவை இன்று அனுபவிக்கிறேன். கும்பகர்ணா! நீயும், ப்ரஹஸ்தனும் உங்கள் முடிவை அடைந்த விதத்தை நினைக்கிற போது, விபீஷணனின் வார்த்தைகள் என் நினைவுக்கு வந்து என் தலை குனிகிறது. அவனை வெளியேற்றியதன் பலன் இப் போது என்னை வந்து அடைந்திருக்கிறது.'' இவ்வாறு பேசிய ராவணன் சோர்ந்து போய், மௌனமானான்.

(கம்ப ராமாயணத்தில் கும்பகர்ணனின் வதைப் படலம், வால்மீகி ராமாயணத்திலிருந்து சில மாறுதல்களை உள்ளடக்கியிருக்கிறது. யுத்த களத்திற்கு வந்த கும்பகர்ணனைப் பார்க்கிற ராமர்,

'இவனுடைய ஒரு தோளோடு, மற்றொரு தோள் வரை முழுவதுமாக தொடர்ந்து பார்க்க முயற்சித்தால் பல தினங்கள் கழிந்து விடும். கால் முளைத்த மேரு மலை உலகின் நடுவே இவ்வாறு வந்ததோ? போரை விரும்பி வந்த ஒரு வீரன் என்றும் இவனை நினைக்க முடிய வில்லையே? இவன் யாரோ?' என்று விபீஷணனிடம் கூறுகிறார். அந்தப் பாடல் :

'தோளொடு தோள் செலத் தொடர்ந்து நோக்குறின்,
நாள் பல கழியுமால்; நடுவண் நின்றது ஓர்
தாளுடை மலைகொலாம்; சமரம் வேட்டது ஓர்
ஆள் என உணர்கிலேன்; ஆர்கொலாம் இவன்?

விபீஷணன், கும்பகர்ணனின் பெரும் உடல் வலிமையையும், நிகரில்லாத வீரத்தையும் வர்ணிக்கிறான். பிறகு, 'மாற்றான் மனைவியைக்கடத்தி வந்து, சிறை வைத்த செயல் நமக்கு நன்மையைத் தருவதல்ல – என்று நீதி சார்ந்த சொற்களை ராவணனுக்கு இவன் எடுத்துச் சொன்னான். அவன் அதைக் கேளாமையால், அவனுக்கு முன் சாவது நலம் என்று இப்போது எமனுக்கு முன்னே வந்து சேர்ந்திருக்கிறான்' என்று கூறி விபீஷணன், ராமனை வணங்கி நின்றான்.'

''நன்று இது அன்று நமக்கு'' எனா,
ஒன்று நீதி உணர்த்தினான்;
இன்று காலன் முன் எய்தினான்
என்று சொல்லி, இறைஞ்சினான்.

ஸுக்ரீவன், கும்பகர்ணனை போரில் கொல்வதால் பயன் ஒன்றும் இல்லை என்றும், அவன் தங்களோடு சேர்ந்து விடத் தயாராக இருந்தால் அவனையும் சேர்த்துக் கொண்டு, மேலே யுத்தத்தை நடத்துவது நலம் – என்றும் சொல்கிறான். தவிர, அவ்வாறு செய்வது விபீஷணனுக்கும் நல்லது என்று ஸுக்ரீவன் கருத்து தெரிவிக் கிறான். ராமரும் இந்த யோசனையை ஏற்கிறார். தானே போய் கும்பகர்ணனிடம் இது பற்றிப் பேசுவதாகக் கூறி, விபீஷணன் புறப்பட்டுச் செல்கிறான்.

அவனைப் பார்த்த கும்பகர்ணன், ''ராமனிடம் அடைக்கலம் புகுந்ததால், நீ மரணம் என்ற நிலையைக் கூட கடந்து விட்டாய்.

உனக்குப் புதிய பிறப்பு என்ற இழிவும் இல்லை. மிக்க தவம் செய்து நல்ல அறிவையும், தர்மத்தைச் சார்ந்து நடக்கும் தன்மையையும் பெற்ற விபீஷணா! இவ்வளவு மேன்மைகள் உனக்கு இருந்தும், அரக்கர் ஜாதியின் இழிவை நீ இன்னமும் விடவில்லை போலும்! அதனால்தான், ராமனை விட்டு விட்டு, பிறர் மனைவியை கவரும் எங்களுடைய உறவு நாடி மீண்டும் வந்திருக்கிறாய். நீயும் ராமனை விட்டு வந்து விட்டால், ராமனுடைய அம்பு மழையில், நாங்கள் அனைவரும் இறந்து போகும்போது, கையிலே எள்ளோடு கூடிய நீரை, இறந்தவர் பொருட்டுக் கொடுத்து இறுதிச் சடங்கு செய்ய யார் இருக்கிறார்கள்?''

இப்படி சந்தேகப்பட்டுப் பேசுகிற கும்பகர்ணனைப் பார்த்து விபீஷணன், ''நீயும் அடைக்கலமாக வந்தால் ராமன் உனக்கும் அருள் புரிவான். உனக்கு அபயம் கிட்டும். அதோடு பிறவிப் பிணிக்கு அவன் மருந்துமாவான். உருண்டு செல்லும் வண்டிச் சக்கரம் போன்ற உலக வாழ்வை நீக்கி, வீடு எனும் பேற்றையும் உனக்கு அளிப்பான். ஆகையால் உன்னையும், ராமனிடம் அழைக்கவே வந்தேன்'' என்று கூறுகிறான். பின்னர், ''ஐயனே! நீதியையும், தர்மத்தையும் பற்றி நிற்பவனே! இந்தப் போரில் நீ உயிர் தப்பிப் போவது என்பது அரிது. அவ்வாறு தப்பிப் போனாலும், அதன் பின்னர் புகலிடமும் இருக்காது. விரைவாக மடிவதுதான் உறுதி. ஆகையால், இருக்கும் உயிரை வீணாகப் போக்கிக் கொள்வதால் என்ன பயன்? வேத நூல்களில், கூறப்பட்டுள்ள வழிமுறைக்கு ஏற்ப நல்லொழுக்கத்தையே கடைப்பிடிக்க வேண்டும்'' – என்றும் விபீஷணன் சொல்கிறான். அந்தப் பாடல் :

'போதலோ அரிது; போனால், புகலிடம் இல்லை; வல்லே,
சாதலோ சரதம்; நீதி அறத்தொடும் தழுவி நின்றாய்
ஆதலால், உளதாம் ஆவி அநாயமே உகுத்து என்? ஐய!
வேத நூல் மரபுக்கு ஏற்ற ஒழுக்கமே பிடிக்க வேண்டும்.

கும்பகர்ணனோ, விபீஷணனின் அழைப்பை ஏற்க மறுக்கிறான். ''மார்பிலே மாலையணிந்த உடம்பை உடைய மைந்தனே! என்னை நீண்ட நாள் வளர்த்து இன்று போர்க் கோலம் சூட்டி, யுத்தத்திற்கு அனுப்பியுள்ள ராவணனுக்காக என் உயிரைக் கொடுக்காமல் – நீரில்

எழுதிய கோலத்தைப் போல உடனே அழிந்து விடும் செல்வ வாழ்க்கையை விரும்பி, அந்த ராமனிடம் நான் போய்ச் சேர மாட்டேன். என் துன்பத்தைத் தவிர்க்க நீ விரும்பினால் கரிய மேனியை உடைய ராமனை விரைவில் சென்று அடைவாய்.' என்று கூறிவிட்டு மேலும் சொல்கிறான் : ''ஆலோசனை கேட்கிற தன்மை இல்லாத தலைவன் தீமை செய்யக் கருதினால், அவனைத் தடுத்து திருத்துவது முடியும் என்றால் அல்லவோ அவ்வாறு செய்யலாம்? அது முடியாமற் போனால், அவனை எதிர்த்து நின்று, பொருளை அடைய நினைப்பது நன்றோ? ஒருவனுடைய உணவை உண்டு வளர்ந்தவர் செய்யக் கூடிய நற்செயல் அவனுக்காகப் போர் புரிந்து அவன் முன்னமே சாதல் அன்றோ?'' என்று சொல்கிறான். அந்த இரண்டு பாடல்கள் :

'நீர்க் கோல வாழ்வை நச்சி,
நெடிது நாள் வளர்த்துப் பின்னைப்
போர்க் கோலம் செய்து விட்டாற்கு
உயிர் கொடாது, அங்குப் போகேன்;
தார்க் கோல மேனி மைந்த! என்
துயர் தவிர்த்தி ஆகின்,
கார்க் கோல மேனியானைக்
கூடுதி, கடிதின் ஏகி

'கருத்து இலா இறைவன் தீமை
கருதினால், அதனைக் காத்துத்
திருத்தலாம் ஆகின் அன்றோ
திருத்தலாம்? தீராது ஆயின்,
பொருத்து உறு பொருள் உண்டாமோ?
பொரு தொழிற்கு உரியர் ஆகி,
ஒருத்தரின் முன்னம் சாதல்,
உண்டவர்க்கு உரியது அம்மா.

இறுதியாக ''சிரஞ்சீவியாக வாழ்பவனே! உரிய காலத்தில் நடக்க வேண்டியது நடந்தே தீரும்; அழிய வேண்டியது அழிந்து சிதறிப் போகும்; பக்கத்தில் நின்று பாதுகாத்தாலும் கூட, அது அழிவது திண்ணம். சந்தேகமற இதை உணர்ந்து தெளிவடைந்தவர்கள்

உன்னைக் காட்டிலும் யார் இருக்கிறார்கள்? வருத்தப்படாமல், எங்களை நினைத்து பரிதாபப்படாமல் நீ செல்வாயாக' என்று கும்பகர்ணன், விபீஷணனிடம் கூறி அனுப்புகிறான்.

'ஆகுவது ஆகும், காலத்து;
அழிவதும், அழிந்து சிந்திப்
போகுவது; அயலே நின்று
போற்றினும், போதல் திண்ணம்;
சேகு அறத் தெளிந்தோர் நின்னில்
யார் உளர்? வருத்தம் செய்யாது,
ஏகுதி; எம்மை நோக்கி
இரங்கலை; என்றும் உள்ளாய்!

இதன் பிறகு கும்பகர்ணன் பெரும் போர் புரிகிறான். இறுதியில் ராமனால் வீழ்த்தப்படுகிறான். அந்த நிலையில் ராமனைப் பார்த்து, ''நற்குணம் இல்லாத ராவணன், விபீஷணனை தம்பி என்று நினைத்து இரக்கம் காட்ட மாட்டான். கண் எதிரில் கண்டவுடன் கொன்று விடுவான். ஆகவே, உன்னையும், உன் தம்பியையும், ஹனுமானையும் ஒரு கணப்பொழுதும் கூட விபீஷணன் பிரியாமல் இருக்குமாறு அருள்வாயாக என்று நான் வேண்டிக் கொள்கிறேன்'' – என்று கும்பகர்ணன் கூறுகிறான். பின்னர் அவன் கேட்டுக் கொள்கிற படியே, அவன் தலையை அறுத்து கடலுக்குள் மூழ்கச் செய்கிறார் ராமர்.

கும்பகர்ணனிடம், விபீஷணன் சென்று பேசுவது; ராமரிடமே தொடர்ந்து இருக்குமாறு விபீஷணனிடம் கும்பகர்ணன் கூறுவது; போரில் உயிர் இழப்பதற்கு முன்பாக விபீஷணனைக் காப்பாற்று மாறு ராமரிடம் அவன் கேட்டுக் கொள்வது; அவன் கேட்டுக் கொண்டவாறே, அவனுடைய தலையை அறுத்து ராமர் கடலில் தள்ளுவது – ஆகியவை வால்மீகி ராமாயணத்தில் இல்லாதவை. இவை கம்பரின் கை வண்ணம்.

துளசிதாஸரின் ராமாயணத்திலும், யுத்த களத்திற்கு வந்த கும்பகர்ணனை விபீஷணன் சென்று சந்திக்கிறான். ராமரையே தொடர்ந்து அண்டியிருக்குமாறு அவனிடம் கூறுகிற கும்பகர்ணன், பெரும் போர் புரிகிறான். இறுதியில் ராமரால் துண்டிக்கப்பட்ட

கும்கர்ணனின் தலை, ராவணனின் காலடியில் போய் வீழுகிறது. உயிர் இழந்த அவனுக்கு மேலுலகில் ஒரு நல்ல இடம் கிடைக்க ராமர் அருள் புரிகிறார். இதுவும் வால்மீகி ராமாயணத்திலிருந்து மாறுபட்டதே)

சோகத்தில் மூழ்கி விட்ட ராவணனைப் பார்த்து, த்ரிசிரன், ''பெரும் பலம் படைத்த கும்பகர்ணன் கொல்லப்பட்டான் என்பது உண்மையே. ஆனால், சிறப்பு வாய்ந்தவர்கள், நீங்கள் இப்போது செய்வது போல துக்கத்தில் சிக்குவது இல்லை'' என்று ராவணனைப் பார்த்துக் கூறி விட்டு மேலும் சொன்னான் : ''மூவுல கத்தையும் வெல்லக் கூடிய திறன் படைத்த நீங்கள், சாதாரண மனிதனைப் போல் துக்கிப்பதா? தேவர்களையும், தானவர் களையும் ஒரு முறை அல்ல. பலமுறை நீங்கள் வென்றிருக்கிறீர்கள். ஆகையால் ராமனை வெல்வது உங்களுக்கு எளிதான காரியம். நீங்கள் இங்கேயே இருந்தால் கூட, நாங்கள் சென்று எதிரியின் படைகளை அழிப்போம். ராமனை நானே மாய்ப்பேன்''

இப்படி ஆவேசமாகப் பேசிய த்ரிசிரனின் வார்த்தைகள் ராவணனுக்குப் பெரும் ஆறுதலாக அமைய, அவன் மீண்டும் உற்சாகமடைந்தான். ராவணனின் மகன்கள் ஒருவரோடு ஒருவர் போட்டி போட்டுக் கொண்டு, தாங்களே தலைமை தாங்கி படையை நடத்திச் செல்வதாக அறைகூவல் விடுத்தனர். ராவணன் அவர்கள் அனைவரையும் கட்டித் தழுவி, அவர்களுக்குப் பலவித ஆபரணங்களை அணிவித்தான். த்ரிசிரன், தேவாந்தகன், நராந்தகன், அதிகாயன் ஆகிய ராவணனின் மகன்களோடு அவனுடைய ஒன்று விட்ட சகோதரர்களாகிய மஹாபார்சவன், மஹோதரன் ஆகியோரும், பெரும் படையுடன் யுத்த களத்திற்குப் புறப்பட்டனர்.

6. யுத்த காண்டம்

அத்தியாயம் – 25

ராம – லக்ஷ்மணர்கள் மயங்கி வீழ்ந்தனர்!

யுத்த களத்தில் ராவணனின் மகன்களும், சகோதரர்களும் மடிவது; ராவணனின் துக்கம்; இந்திரஜித், ராவணனுக்கு தைரியம் சொல்லி விட்டு, ராம – லக்ஷ்மணர்களை அழிப்பதாக சபதம் செய்வது; யுத்த களத்தில் இந்திரஜித்தின் சாகசம்; ராம – லக்ஷ்மணர்கள் மயங்கி வீழ்வதைக் கண்ட இந்திரஜித், இலங்கைக்குத் திரும்புவது; வானரத் தலைவர்கள் திகைத்து நிற்பது...

ராவணனின் மகன்களும், சகோதரர்களும் யுத்தத்திற்குப் புறப்பட்டபோது, யானை மீது அமர்ந்து அஸ்தமனமாகும் சூரியனைப்போல் மஹோதரன் காட்சியளித்தான்; தேரின் மீது ஏறி அமர்ந்த த்ரிசிரன், பெரும் மழையைத் தாங்கி வரும் கரும் மேகம் போல் தோற்றமளித்தான்; சிறந்த குதிரைகளால் இழுக்கப்பட்ட தேரில் அமர்ந்த அதிகாயன், மேரு மலை போல் தோன்றினான்; மயில் வாகனத்தின் மீது கையில் வேல் தாங்கி ஏறி அமர்ந்த முருகன் போல, நராந்தகன் காணப்பட்டான்; தேவாந்தகனோ, விஷ்ணு போலவே காட்சியளித்தான்; மஹாபார்ச்வன், குபேரன் போல ஒளி வீசித் திகழ்ந்தான். இவர்கள் எல்லாம் இப்படி யுத்தத்திற்குத் தயாரானபோது, பூமி நடுங்கியது. ‘வானர சேனையின் அழிவு; இல்லையேல் மரணம்’ என்ற உறுதியுடன், பெரும் படை பின் தொடர இவர்கள் அனைவரும் யுத்த களத்தில் புகுந்த போது, வானரர்களும் கடும் தாக்குதலுக்குத் தயாரானார்கள். இரு படைகளுக்கிடையே பெரும் போர் நிகழ்ந்தது.

சிறிது நேரத்திற்கெல்லாம், தூக்கி எறியப்பட்ட மலைகளாலும், பிடுங்கி வீசப்பட்ட மரங்களினாலும், மடிந்து தரையில் சாய்ந்து விட்ட அரக்கர்கள் மற்றும் வானரர்கள் ஆகியோர்களின் உடல் களாலும் நிரப்பப்பட்ட பூமி, கடப்பதற்கே கடினமானதாகக் காட்சியளித்தது.

வானர சேனையில் பெரும் நாசத்தை விளைவித்துக் கொண்டிருந்த நராந்தகனை எதிர்க்குமாறு அங்கதனுக்கு ஸுக்ரீவன் கட்டளையிட, அங்கதன், நராந்தகனை எதிர்த்துப் போரிடத் தொடங்கினான். அவர்களுக்கிடையே நடந்த யுத்தத்தின் இறுதியில் நராந்தகன் கொல்லப்பட்டு வீழ்ந்தான். இதைத் தொடர்ந்து மேலும் கடுமையான யுத்தம் நடந்தது. இரு தரப்பிலும் பேரழிவு உண்டாயிற்று. இறுதியில் த்ரிசிரனும், தேவாந்தகனும், ஹனுமானால் கொல்லப்பட்டனர். மஹோதரனை நீலன் கொன்றான். மஹாபார்ச்வனை ரிஷபன் வீழ்த்திக் கொன்றான்.

ஆனால், ப்ரம்மனிடமிருந்தே வரம் பெற்ற அதிகாயன், போர்க்களத்தில் பெரும் சாதனைகளைப் புரிந்து கொண்டிருந்தான். அவனைக் கட்டுப்படுத்த முடியாமல், வானர வீரர்கள் அனைவரும் திணறினர். கும்பகர்ணனே மீண்டும் உயிருடன் வந்து விட்டானோ என்று அதிகாயனைப் பார்த்து நினைத்து அஞ்சிய வானரர்கள், நான்கு திசைகளிலும் சிதறி ஓடினர். மஹா விஷ்ணுவே தங்களை எதிர்க்க வந்து விட்டது போல் பயந்த வானரர்கள், ராமரிடம் சென்று அடைக்கலம் புகுந்தனர்.

அப்போது அதிகாயனைப் பார்த்து வியப்புற்ற ராமர், விபீஷணனிடம் அவனைப் பற்றிய விவரங்களைக் கேட்டார். ''யார் இவன்? எண்ணற்ற குதிரைகளினால் இழுக்கப்பட்ட சிறப்பு வாய்ந்த தேரில் அமர்ந்து, பரமசிவன் போல் காட்சியளித்துக் கொண்டு, காலனைப் போல் நாசம் விளைவித்துக் கொண்டு திகழ் கின்ற இவன் யார்? நான்கு திசைகளிலும் ஒளிவீசிக் கொண்டு திகழ்கிற வில்லை உடையவனாகக் காட்சியளிக்கிற, இவன் யார்? யுத்த களம் எங்கும் சூரியனைப் போல் ஒளியைப் பரப்பிக் கொண்டு முன்னேறிக் கொண்டிருக்கிற புலியை ஒத்த இவன் யார்?''

இப்படி ராமரால் கேட்கப்பட்ட விபீஷணன், அதிகாயனைப் பற்றிய விவரங்களைக் கூறினான். ''ராவணனின் மகனாகிய இவன், தந்தைக்கு நிகரான வீரன். வேதங்களை முழுமையாகக் கற்றறிந்தவன். மாயம் நிறைந்த ஆயுதங்களைப் பயன்படுத்துவதில் வல்லவன். குதிரை மீது அமர்ந்தும், யானை மீது அமர்ந்தும் யுத்தம் புரிவதில் மிகவும் தேர்ச்சி பெற்றவன். வாட்போரிலும், விற்போரிலும் சிறந்து விளங்குபவன்; எதிரிப் படைகளிடையே பிளவைத் தோற்றுவிப்பதில் எப்படி இவன் திறன் படைத்த வனோ, அதே போல, சமாதானம் செய்வதிலும் கூட இவனுக்கு நிகர் யாருமில்லை. அரசியல் ஆலோசனை கூறுவதில் இவன் பெரும்புகழ் படைத்தவன். தான்யமாலினி என்கிற ராவணனின் மனைவிக்குப் பிறந்த இவன் பெயர் அதிகாயன். இவன் இருக்கும் வரை கவலையில்லை என்று இலங்கையில் எல்லோருமே நினைக்கிறார்கள்.''

விபீஷணன் மேலும் தொடர்ந்து சொன்னான் : ''பெரும் தவத்தின் மூலமாக இந்த அதிகாயன் பிரம்மனைத் திருப்திப்படுத்த, அவர் இவனுக்கு மாயாசக்தி நிறைந்த பல ஆயுதங்களைக் கொடுத்தருளினார். அதைத் தவிர, அசுரர்களிடமிருந்தும் தேவர் களிடமிருந்தும் மரணம் கிடையாது என்ற வரத்தையும் இவன் பெற்றான். ஒளி வீசுகிற இவனுடைய தேரும், கவசங்களும் கூட ப்ரம்ம தேவனால் அளிக்கப்பட்டவையே. அரக்கர்களிடையே இவன் பெரும் புகழ் படைத்தவன். தேவர்களை வென்றவன். அசுரர்களை வீழ்த்தியவன். பேரறிவு படைத்தவன். இந்திரனின் வஜ்ராயுதத்தை அடக்கியவன். வருணனை நேர்கொண்டு எதிர்த்து வென்றவன். ஆகையால், இவனை வீழ்த்துவதில் சற்றும் தாமதம் காட்டப்படக் கூடாது. கொஞ்சம் தாமதித்தாலும் வானரர் படையை இவன் முழுவதுமாக அழித்து விடுவான்.''

இவ்வாறு விபீஷணன், அதிகாயனின் சிறப்புகளை ராமரிடம் எடுத்துக் கூறிக் கொண்டிருந்தபோதே அவன், ஒரு சிங்கம் மான் கூட்டத்தை நடுங்கச் செய்வதுபோல, வானரர் சேனையை கதிகலங்கச் செய்து கொண்டிருந்தான். குமுதன், த்விவிதன், மைந்தன், நீலன், ஸரபன் – ஆகிய வானர வீரர்கள் ஒன்றாக முனைந்தும் கூட, அதிகாயனைத் தடுத்து நிறுத்த அவர்களால்

முடியவில்லை. இவ்வாறு வானரர் படையில் நாசத்தை விளைவித்துக் கொண்டிருந்த அதிகாயன் மீது, லக்ஷ்மணனுக்குப் பெரும் கோபம் உண்டாகவே, அவனே சென்று அதிகாயனை எதிர்ப்பதற்காக, அவன் முன்பாக நின்றான். தன்னை நேரிடையாக வந்து எதிர்க்காத வானரர்களைக் கூட தாக்காமல் விட்டு விட்ட அதிகாயன், அப்போது லக்ஷ்மணனைப் பார்த்து சில வார்த்தைகள் கூறினான். ''ஸுமித்ரையின் மகனே! நீ இன்னமும் ஒரு சிறுவனாகவே இருக்கிறாய்! அப்படியிருக்க, காலனையொத்த என்னோடு மோதி உனது பலத்தைப் பரீட்சித்துப் பார்க்கப் போகிறாயா? என்னால் ஏவப்படுகிற அம்புகளைத் தாக்கக் கூடிய சக்தி, இமயமலைக்கும் கிடையாது. ஆகையால், உன்னுடைய வில்லைத் தூக்கி எறிந்து விட்டு, திரும்பிச் செல்வாயாக! மாறாக, உயிரை விடுவது என்ற தீர்மானத்துடன் என்னை எதிர்க்க நீ முனைந்தால், உன்னை உடனடியாக நான் எமனிடம் அனுப்பி வைக்கிறேன்.''

இவ்வாறு கர்வத்துடன் பேசிய அதிகாயனைப் பார்த்து லக்ஷ்மணன், ''வெறும் பேச்சினால் ஒருவன் வீரனாகி விடுவதில்லை; பெருமை பேசுவதால் மட்டும் ஒருவன் உயர்ந்தவனாகி விடுவதும் இல்லை; உன்னை எதிர்த்து நான் வில், அம்பு தாங்கி நிற்கும் பொழுது, உன்னுடைய பலத்தைக் காட்டுவதுதான் அழகு. வெற்றுப் பேச்சை நிறுத்தி விட்டு, செயலின் மூலமாக உன்னுடைய வீரத்தைக் காட்டுவாயாக! நான் ஒரு குழந்தையாக இருந்தாலும் சரி, வளர்ச்சி அடைந்தவனாக இருந்தாலும் சரி, உன்னுடைய மரணமே நான்தான் என்பதை நீ அறிந்து கொள்வாயாக! கெட்ட மதி படைத்தவனே! மஹா விஷ்ணு மூன்று அடிகளால் உலகை அளந்தது, அவர் குழந்தை உருவில் இருந்தபோதுதான் என்பதை நினைவில் வைத்துக் கொள்'' என்று கூறினான்.

கோபமுற்ற அதிகாயன், லக்ஷ்மணன் மீது போர் தொடுத்தான். கந்தர்வர்கள், ரிஷிகள், தேவர்கள், எல்லோரும் வான வீதியில் கூடி, அங்கே விளைய இருந்த அற்புதமான யுத்தத்தைக் காணத் தயாரானார்கள். அவர்கள் இருவருக்குமிடையே கடும் போர் நிகழ்ந்தது. ஆனால், லக்ஷ்மணன் தன்னுடைய முழு வீரத்தைக் காட்டியும், பற்பல விதமான ஆயுதங்களை ஏவியும், அதிகாயன்

ஒரு பாதிப்பும் இல்லாமல் திகழ்ந்தான். இதைக் கண்டு திகைத்து நின்ற லக்ஷ்மணனின் காதில், அப்போது வாயு பகவான், ''ப்ரம்மனிடம் வரம் பெற்ற இந்த அரக்கன், துளைக்க முடியாத கவசத்தை அணிந்திருக்கிறான். ப்ரம்மாஸ்திரத்தை ஏவி மட்டுமே இவனை உன்னால் வீழ்த்த முடியும். இவனிடம் வேறு அஸ்திரங்கள் பயனளிக்காது'' என்று கூறினார்.

இப்படி வாயு பகவானால் உபதேசிக்கப்பட்ட லக்ஷ்மணன், ப்ரம்மாஸ்திரத்தை ஏவத் தயாரானான். சந்திரனும், சூரியனும், பூமியும் நடுங்கின. லக்ஷ்மணனால் ப்ரம்மாஸ்திரம் ஏவப்பட்டது. அதை வீழ்த்த அதிகாயன் ஏவிய அஸ்திரங்கள் எல்லாம் பயனற்று வீழ்ந்தன. ப்ரம்மாஸ்திரம் அதிகாயனின் தலையைக் கொய்து, அதைத் தரையில் சாய்த்தது. சிறப்பு வாய்ந்த அவனுடைய தலை, இமயமலை என தரையில் வீழ்ந்தது. லக்ஷ்மணனை எல்லோரும் கொண்டாடினார்கள்.

அதிகாயன் கொல்லப்பட்ட செய்தி ராவணனை எட்ட, அவன் பெரும் கவலை கொண்டான். தூம்ராக்ஷனை அழைத்து, ராவணன் தனது கவலையைத் தெரிவித்தான் : ''பெரும் வல்லமையும், பலமும் படைத்த நமது வீரர்கள் பலரும் உயிரிழந்து விட்டனர். கும்பகர்ணனே கூட வீழ்ந்து விட்டான். இந்திரஜித்தின் திறமையினால் கட்டுண்ட ராமனும், லக்ஷ்மணனும், ஏதோ ஒரு சக்தியினால் விடுவிக்கப்பட்டு விட்டனர். அது எப்படி நடந்தது என்று கூட என்னால் புரிந்து கொள்ள முடியவில்லை. ராமனையும் லக்ஷ்மணனையும் வீழ்த்தக் கூடிய வீரன் எவனையும் என்னால் காண முடியவில்லை. ரகு குலத்தில் தோன்றிய அந்த ராமன், நாராயணனேதான். இந்த நிலையில் நாம் செய்யக் கூடியது இலங்கையின் கோட்டையையும், மற்ற இடங்களையும் பாதுகாப்பதுதான். முக்கியமாக, ஸீதை தங்கி இருக்கிற அசோக வனம் மிகவும் கவனமாகப் பாதுகாக்கப்பட வேண்டும். இலங்கையின் எல்லா நுழைவாயில்களும், அசோக வனமும் உன்னால் மிகவும் கவனமாக, மீண்டும் மீண்டும் சோதனை யிடப்பட வேண்டும். வானரர்களின் ஒவ்வொரு நடவடிக்கையும் உன்னிப்பாகக் கவனிக்கப்பட வேண்டும். அவர்களை சாதாரணமாக நினைத்து, சிறிதும் அலட்சியம் காட்டப்பட்டு விடக்

கூடாது. வானர சேனை முன்னேறினாலும் சரி, ஓய்வெடுத்தாலும் சரி, அவர்கள் மீது நமது கவனம் இருந்து கொண்டே இருக்க வேண்டும்.''

இவ்வாறு தூம்ராக்ஷனுக்கு உத்திரவிட்ட ராவணன், தனது மகன்களும் சகோதரர்களும் மடிந்ததை நினைத்துப் பெரிதும் துக்கித்தான். அவனுடைய கண்கள் குளமாயின. மனதை சோகம் கவ்விக் கொள்ள, சிந்தனையில் ஆழ்ந்து விட்ட ராவணனைப் பார்த்து வருத்தமடைந்த அவனுடைய மகன் இந்திரஜித், அவனுக்கு தைரியம் கூற முற்பட்டான். ''உங்கள் மகனாகிய இந்த இந்திரஜித் உயிருடன் இருக்கும் பொழுது, நீங்கள் எதை நினைத்தும் கவலைப்படுவது தகாது. பேரன்பு காட்டுகிற தந்தையே! இந்திரனின் எதிரியாகிய உங்கள் மகன் ஏவுகிற அம்பிலிருந்து தப்பி விடக்கூடிய வல்லமை படைத்தவன் எவனும் இல்லை என்பதை நீங்கள் அறிவீர்கள். என்னுடைய அம்புகளினால் வீழ்த்தப்பட்டு, ரத்தத்தைக் கக்கிக் கொண்டு, ராமனும், லக்ஷ்மணனும் தங்கள் உடல்கள் சிதற, தரை மீது விழுந்து கிடக்கும் காட்சியை நீங்கள் காணப் போகிறீர்கள். தெய்வங்கள் அருளிய பலமும், ஆண்மையும் மிக்க உங்கள் மகன் இந்திரஜித் செய்கிற இந்த சபதத்தைக் கேட்டுக் கொள்ளுங்கள்! குறி தவறாத என்னுடைய அம்புகள் இன்று ராமனையும், லக்ஷ்மணனையும் வீழ்த்திக் கொல்லும்! தேவர்களின் தலைவனான இந்திரனும், சூரியனின் மகனாகிய எமனும், மூவுலகங்களைக் காக்கும் விஷ்ணுவும், சம்ஹார மூர்த்தியான ருத்ரனும், தேவர்களாகிய சாத்யர்களும், அக்னி தேவனும், சந்திரனும், சூரியனும் கண்டு வியக்கும்படி இன்று யுத்த களத்தில் நான் விந்தைகள் புரியப் போகிறேன்.''

இப்படி சூளுரை செய்து விட்டு, இந்திரஜித் சிறப்பு வாய்ந்த தனது தேர் மீது ஏறி அமர்ந்தான். யானைகள் மீதும், குதிரைகள் மீதும் அமர்ந்து அரக்க வீரர்கள் அவனைப் பின் தொடர்ந்து செல்லத் தயாரானார்கள். முரசுகள் முழங்கின. சங்குகள் ஊதப்பட்டன. இந்தக் காட்சியைக் கண்டு பேருவகை கொண்ட ராவணன், ''உனக்கு நிகரானவன் ஒருவன் இதுவரை எந்த யுத்த களத்திலும் காணப்பட்டதில்லை. மகனே! இந்திரனையே வென்றவன் நீ.

ஆகையால் ஒரு சாதாரண மனிதனாகிய ராமனை வெல்வது என்பது உனக்கு எளிதான காரியமே! வென்று வா!'' என்று தன்னுடைய மகனை ஆசீர்வதித்தான்.

யுத்த களத்தில் நுழைவதற்கு முன்பாக இந்திரஜித், அக்னி தேவனை வேண்டிக் கொண்டு பூஜைகளைச் செய்தான். அப்போது அக்னிதேவனே ஹோமத்தீயிலிருந்து வெளியே வந்து, இந்திரஜித்தினால் தரப்பட்ட காணிக்கையை ஏற்றுக் கொண்டான். இதைத் தொடர்ந்து இந்திரஜித், தனது வில், தேர், ஆயுதங்கள் ஆகியவற்றின் மீது, மாயா சக்தி படருமாறு மந்திரங்களை ஓதினான். இவ்வாறு தனது வழிபாட்டை முடித்து விட்டு, யுத்த களத்திற்குப் புறப்பட்ட இந்திரஜித், சூரியனை நிகர்த்து ஒளி வீசினான்.

போர்க் களத்தில் நுழைந்ததும், தனது அரக்கர் படையை அணி வகுத்து விட்டு, இந்திரஜித் தன்னுடைய மாயா சக்தியைப் பயன்படுத்தி கண்ணுக்குத் தெரியாமல் மறைந்து கொண்டு யுத்தம் புரியலானான். வானர வீரர்களை கூட்டம் கூட்டமாக அவன் அழித்தான். கந்தமாதன், நலன், நீளன், ஜாம்பவான், கஜன், த்விவிதன், ரிஷபன், அங்கதன் ஆகியோர் மட்டுமல்லாமல், ஸுக்ரீவனும் கூட இந்திரஜித்தின் தாக்குதலில் சிக்கித் தவித்தார்கள். நான்கு புறங்களிலும் வானரர் படை நசுங்கிக் கொண்டே இருந்தது. வானரர் படைத் தலைவர்கள் எல்லாம் கடுமையாகத் தாக்கப்பட்டு, உடல் முழுவதும் காயங்களை ஏற்றவர்களானார்கள்.

இதன் பின்னர், ராம – லக்ஷ்மணர்கள் மீதும் அம்பு மழை பொழிந்த இந்திரஜித், அவர்களை அம்புகளாலேயே மூடினான். அப்போது ராமர், ''லக்ஷ்மணா! ப்ரம்ம தேவனிடமிருந்து பெற்ற வரத்தின் பலத்தினால், இவன் வானரர் படையை அழித்துக் கொண்டிருக்கிறான். ப்ரம்ம தேவரினால் அருளப்பட்ட அஸ்திரத்தை அவன் ஏவும்பொழுது, நாம் செய்யக் கூடியது எதுவுமில்லை. நாம் இதைத் தாங்கிக் கொள்ள வேண்டியதுதான். நாம் நினைவிழந்து விழும்போது வானரர் படையின் கதியை நினைத்தும், நம்முடைய நிலையைப் பார்த்தும், உற்சாகமடையப் போகிற இந்திரஜித், இலங்கைக்குத் திரும்புவான்'' என்று கூறினார்.

இம்மாதிரி பேசிய ராமரும், லக்ஷ்மணனும் இந்திரஜித்தின் அஸ்திரங்களினால் தாக்கப்பட்டு நினைவிழந்தனர். தன்னை மறைத்துக் கொண்டு வான வீதியிலிருந்தே அம்புமழை பொழிந்து கொண்டிருந்த இந்திரஜித், ராம - லக்ஷ்மணர்களின் கதியைப் பார்த்து மகிழ, அரக்கர்கள் அவனைக் கொண்டாட, அவன் இலங்கைக்குத் திரும்பித் தனது தந்தையிடம் நடந்த நிகழ்ச்சிகளை விவரித்தான்.

இதற்கிடையில், நினைவிழந்து வீழ்ந்து விட்ட ராம - லக்ஷ்மணர்களைக் கண்டு வானர வீரர்கள் அனைவரும் திகைத்து நின்றார்கள். ஸுக்ரீவன், நீலன், அங்கதன், ஜாம்பவான்... போன்ற பெரிய வீரர்கள் கூட செய்வதறியாமல் திகைத்து நின்றனர்.

6. யுத்த காண்டம்

அத்தியாயம் – 26

இந்திரஜித்தின் மாயாஜாலம்

ஜாம்பவான் கூறிய யோசனையை ஏற்று, ஹனுமான் இமயமலைப் பிரதேசத்திற்குச் சென்று மூலிகைகள் நிறைந்த மலைச் சிகரத்தை யுத்த களத்திற்குக் கொண்டு வருவது; அந்த மூலிகைகளின் வாசனையை நுகர்வதால், வானரர்களும், ராம – லக்ஷ்மணர்களும் தங்களுக்கு ஏற்பட்ட பாதிப்பிலிருந்து விடுபடுவது; ராவணன் அனுப்பிய பல அரக்கர் தலைவர்கள் யுத்த களத்தில் உயிர் இழப்பது; இந்திரஜித் மீண்டும் யுத்த களத்திற்கு வந்து, கடும் தாக்குதலை நடத்துவது; ஸீதையைப் போன்ற ஒரு பெண்ணை உருவாக்கி, ஹனுமானின் முன்னிலையில் அந்த மாயப் பெண்ணை இந்திரஜித் கொல்வது; ஸீதை இறந்து விட்டாள் என்று நம்புகிற ஹனுமான், விரைந்து சென்று ராமரிடம் அந்தச் செய்தியை தெரிவிப்பது; ராமர் மயங்கி விழுவது...

வானரப் படையில் எல்லோரும் முழுமையான மனச்சோர்வை அடைந்து விட்ட நிலையில், ஹனுமான் முதலானோரைப் பார்த்து விபீஷணன், ''அச்சப்பட வேண்டிய அவசியமில்லை; மனச்சோர்வு அடையுமாறு எதுவும் நிகழ்ந்துவிடவில்லை'' என்று தொடங்கி மேலும் சொன்னான் : ''இந்திரஜித் ஏவியது ப்ரம்ம தேவனால் நிர்வகிக்கப்படுகிற அஸ்திரம் என்பதால், அதற்குக் கட்டுப்பட வேண்டிய அவசியம் ராம – லக்ஷ்மணர்களுக்கு ஏற்பட்டிருக்கிறது. அவ்வளவு தான்.''

அப்போது ஹனுமான், "அப்படியென்றால் இவர்களையும், இந்தப் படையில் இன்னமும் உயிருடன் இருக்கும் வானர வீரர்களையும், அந்த அஸ்திரத்தின் பாதிப்பிலிருந்து மீட்பது நமது கடமை" என்று சொல்ல, அந்த இரவு நேரத்தில் விபீஷணனும், ஹனுமானும் யுத்த களத்தின் நாற்புறங்களிலும் சென்று பார்த்தார்கள். ஏற்கெனவே விழுந்தவர்கள் தவிர, அங்கதன், நீலன், ஜாம்பவான், ஸுக்ரீவன் ஆகியோர் கூட வீழ்ந்து விட்டதை அவர்கள் பார்த்தார்கள். ஜாம்பவானை நெருங்கிய விபீஷணன், "மரியாதைக்குரியவரே! இந்திரஜித்தின் பாணத்திற்கு நீங்கள் பலியாகி விடவில்லை அல்லவா?" என்று விசாரித்தான்.

விழுந்து கிடந்த ஜாம்பவான், கஷ்டப்பட்டுப் பேசி பதில் கூறினார். "உன்னுடைய குரலைத்தான் என்னால் கேட்க முடிகிறது. அதை வைத்துக் கொண்டு நீ விபீஷணன் என்று அறிகிறேன். உடலின் பல பாகங்களும் அம்பினால் துளைக்கப்பட்டதால், எனது பார்வை மங்கி விட்டது. வாயுவின் மைந்தனும், வானரர்களில் சிறந்தவனுமாகிய ஹனுமான் உயிருடன் இருக்கிறானா?"

இப்படிக் கேட்ட ஜாம்பவானைப் பார்த்து விபீஷணன், "ராம - லக்ஷ்மணர்களைப் பற்றிக் கூட விசாரிக்காமல், ஹனுமானைப் பற்றி மட்டும் நீங்கள் கவலைப்படுவது ஏன்? ஸுக்ரீவ மன்னனுக்கோ, அங்கதனுக்கோகூட காட்டாத பரிவை, ஹனுமான் மீது நீங்கள் காட்டுவது ஏன்?" என்று வியப்புடன் கேட்டான்.

ஜாம்பவான், "அரக்கர்களில் மேம்பட்டவனே! ஹனுமான் உயிருடன் இருந்தால், பெரும் அழிவுக்குள்ளாகிய இந்த வானர சேனை, இன்னமும் கூட காப்பாற்றப்பட்டதாகவே திகழும். ஹனுமான் உயிர் இழந்திருந்தால், நாம் அனைவரும் வாழ்ந்தாலும் கூட உயிரற்றவர்களே! ஹனுமான் இறக்க வில்லையென்றால், நமக்கெல்லாம் நம்பிக்கைக்கு இடமிருக்கும்" என்று பதில் சொன்னான்.

அப்போது ஹனுமான், மிகவும் பணிவுடன் ஜாம்பவானை நெருங்கி, நலம் விசாரித்தார். ஹனுமானின் குரலைக் கேட்ட ஜாம்பவான், "வானரப் புலியே! வா! நீதான் இப்போது எல்லோரையும் காப்பாற்ற வேண்டும். உன்னுடைய உண்மையான

பலத்தைக் காட்ட வேண்டிய நேரம் இது. வானரர்களுக்கு மீண்டும் மகிழ்ச்சியைத் தருவாயாக! ராம – லக்ஷ்மணர்களையும், அவர்களுக்கு ஏற்பட்டிருக்கும் பாதிப்பிலிருந்து மீட்பாயாக!'' என்று கூறி விட்டு மேலும் தொடர்ந்தார்.

''கடலைக் கடந்து இமயமலைச் சாரலுக்குச் செல். அங்கே ரிஷபம் என்ற மலையை நீ பார்ப்பாய். மிகவும் உயர்ந்திருக்கும் அந்த மலையின் மீது ஏறினால் கைலாச மலையை நீ காண்பாய். அந்த இரண்டு மலைச் சிகரங்களுக்கிடையில், ஒளி விட்டுப் பிரகாசிக்கும் மூலிகைகளையுடைய ஒரு மலையையும் நீ பார்க்கலாம். ம்ருதசஞ்சீவினி, விசல்யகரணி, ஸுவர்ணகரணி, ஸம்தாணி என்கிற நான்கு மூலிகைகள் அங்கே தென்படும். அவற்றை எடுத்துக் கொண்டு நீ விரைவாகத் திரும்பி வந்தால், நம் எல்லோரையும் காப்பாற்றி விடலாம்.''

(இங்கே குறிப்பிட்டுள்ள மூலிகைகளின் விவரங்களைப் பற்றி, வால்மீகி ராமாயணம் எதுவும் கூறிவில்லை என்றாலும், ராமாயண விளக்கவுரைகள் சில விவரங்களைத் தருகின்றன. ம்ருதசஞ்சீவினி என்ற மூலிகை – இறந்தவர்களையும் பிழைப்பிக்கும் சக்தி கொண்டது; விசல்யகரணி – ஆயுதங்களினால் ஏற்பட்ட காயங்களை குணப்படுத்தக் கூடியது; ஸுவர்ணகரணி – பாதிக்கப்பட்ட உடலை முன்பிருந்த தோற்றத்திற்குக் கொண்டு வருவது; ஸம்தாணி – வெட்டப்பட்ட அங்கங்களையும், முறிவடைந்த எலும்புகளையும் சேர்க்கக் கூடியது... என்ற விவரங்களைச் சில விளக்க உரைகள் தருகின்றன.)

ஜாம்பவானின் வார்த்தைகளைக் கேட்ட ஹனுமானுக்கு பெரும் சக்தி உண்டாகியது. த்ரிகூட மலையின் மீது நின்று, அந்த மலையே நடுங்குகிற வகையில் தனது கால்களை அழுத்தி, சமுத்திர ராஜனை வணங்கி, வானத்திலே தாவி, இமயமலைச்சாரலை நோக்கி அவர் விரைந்தார். வான வீதியில் பாய்ந்து சென்ற அவர் அப்போது, விஷ்ணுவினால் ஏவப்பட்ட சக்ராயுதம் போல் காட்சியளித்தார். மிகவும் விரைவாக ஜாம்பவான் கூறிய மலைச் சிகரத்தை அடைந்த ஹனுமான், குறிப்பிடப்பட்ட மூலிகைகளை அங்கே காண முடியாமல் கோபம் கொண்டு, பல விதமான மூலிகைகளைக் கொண்ட அந்த மலையின் சிகரத்தையே

பிளந்தெடுத்துக் கொண்டு, மீண்டும் வான வீதியில் பறந்து, வானர சேனை இருந்த இடத்தை வந்தடைந்தார்.

ஜாம்பவானால் குறிப்பிடப்பட்ட மூலிகைகளைத் தாங்கி நின்ற மலைச் சிகரம், ஹனுமானால் இப்படி கொண்டு வரப்பட்ட உடனேயே அந்த மூலிகைகளின் வாசனை நாற்புறமும் பரவியது. வீழ்ந்து கிடந்த வானர வீரர்கள் தெளிவோடு எழுந்து நின்றார்கள். மரணமடைந்து தரையிலே கிடந்த வானரர்களும் கூட, உயிர் பெற்று எழுந்தனர். ராம – லக்ஷ்மணர்கள் மயக்கத்தில் இருந்து விடுபட்டு, காயங்கள் குணப்படுத்தப்பட்டு எழுந்தனர்.

அதே சமயத்தில் அரக்கர்களுக்கு இந்த மூலிகைகளினால் எந்த பலனும் விளையவில்லை. ஏனென்றால், யுத்தம் தொடங்கியதி லிருந்தே வீழ்ந்து விட்ட அரக்கர்கள் எல்லாம், ராவணனின் உத்தரவின் பேரில் கடலில் வீசி எறியப்பட்டு விட்டனர். அரக்கர் தரப்பில் உயிர் இழப்பு எந்த அளவில் நிகழ்ந்தது என்பது வானரர் தரப்புக்குத் தெரியக் கூடாது – என்ற எண்ணத்தில் ராவணன் செய்த காரியம், இப்போது அவர்களுக்கு மூலிகையின் பலன் கிடைக்காமல் செய்து விட்டது. வானரர் தரப்பில் மூலிகைகளினால் பலரும் குணப்படுத்தப்பட்ட பிறகு, ஹனுமான் மூலிகைகள் நிறைந்த அந்த மலைச் சிகரத்தை சுமந்து, மீண்டும் வான வீதி வழியாகவே சென்று அது இருந்த இமயமலைப் பிரதேசத்திலேயே அதை வைத்து விட்டு, ராமர் முதலானோரை மீண்டும் வந்து அடைந்தார்.

பின்னர் ஹனுமானின் யோசனையின் பேரில், இலங்கையின் மீது கடும் தாக்குதலை வானரர்கள் நிகழ்த்தினார்கள். இலங்கையில் பேரழிவு நிகழ்ந்தது. ராமரும், லக்ஷ்மணனும் எய்த பாணங்களும் இலங்கையை மேலும் அழிவுக்கு உள்ளாக்கின. கோபம் கொண்ட ராவணன், கும்பன், நிகும்பன் ஆகிய கும்பகர்ணனின் மகன் களையும், யுபாக்ஷன், சோணிதாக்ஷன், ப்ரஜாங்கன், கம்பனன் – ஆகிய அரக்க வீரர்களையும் யுத்த களத்திற்கு அனுப்பினான்.

வானரர்களுக்கும், இந்த அரக்கர்களுக்குமிடையே கடும்போர் நிகழ்ந்தது. இறுதியில் அங்கதன், கம்பனனையும், ப்ரஜாங் கனையும் கொன்றான். த்விவிதன், சோணிதாக்ஷன் என்ற அரக்கனைக் கொன்றான். விருபாக்ஷனன் என்ற அரக்கனை

மைந்தன் கொன்றான். பெரும் வீரனாகிய கும்பனை, ஸுக்ரீவன் வீழ்த்திக் கொன்றான். நிகரற்ற போர்த்திறன் கொண்ட நிகும்பன், ஹனுமானால் கொல்லப்பட்டான்.

இவர்களுடைய மரணத்தைக் கேள்விப்பட்ட ராவணன், கரனுடைய மகனாகிய மகராக்ஷனை யுத்த களத்திற்கு அனுப்ப, பெரும் போர் புரிந்த அவன், வானர சேனையில் பேரழிவை உண்டாக்கி விட்டு இறுதியில் ராமரால் வீழ்த்தப்பட்டு இறந்தான்.

மகராக்ஷனும் இறந்த செய்தி ராவணனை எட்டியது. எல்லா யுத்தங்களிலும் வெற்றியையே கண்ட அவன், அடுத்தடுத்து நிகழ்ந்து கொண்டிருந்த பின்னடைவுகளை நினைத்து, தன் பற்களை நறநறவென்று கடித்து, கோபம் பொங்கியெழ இந்திரஜித்தை அழைத்து, அவனை யுத்த களத்திற்கு அனுப்பினான். பூஜைகளைச் செய்து, தெய்வங்களைத் தொழுது விட்டு, யுத்த களத்திற்குப் புறப்பட்ட இந்திரஜித் கண்ணுக்குத் தெரியாமல் இருந்து கொண்டு, எண்ணற்ற அம்புகளை ராம - லக்ஷ்மணர்கள் மீது பொழிந்தான். அவர்கள் இருவரும் ஏவிய அம்புகள், இந்திரஜித்தைத் தொடக் கூட இல்லை. வானத்தில் ஓரிடத்தில் இருந்து மற்றொரு இடத்திற்கு அவன் நகர்ந்து கொண்டே இருந்ததாலும், அவன் எங்கிருக்கிறான் என்பது அவர்களுக்கு பார்வையின் மூலமாகவோ, ஒலியின் மூலமாகவோ புரியவில்லை.

பிறகு இந்திரஜித்தின் அம்புகள் வரும் திசையை நோக்கி, ராம - லக்ஷ்மணர்கள் தங்களுடைய பாணங்களை ஏவினார்கள். இவ்வாறு அவர்கள் யுத்தம் புரிந்த போது, அவனைத் தாக்கிய அம்புகள் ரத்தம் தோய்ந்து தரையில் வீழ்ந்தன. ராம - லக்ஷ்மணர்களும் இந்திரஜித்தின் அம்புகளால் துளைக்கப்பட்டு, உடலில் ஆங்காங்கே ரத்தம் கசிய நின்றார்கள். இந்திரஜித்தின் பாணங்களினால் நூற்றுக்கணக்கில் வானரர்கள் வீழ்ந்து மடிந்தார்கள்.

யுத்தத்தின் நிலை கண்ட லக்ஷ்மணன் கோபமுற்று, பெரும் அழிவை உண்டாக்கக் கூடிய அஸ்திரத்தை ஏவத் தயாரானான். ராமர் அவனைத் தடுத்து, "ஒருவனை எதிர்கொள்வதற்காக பலரை அழிப்பது நியாயமல்ல. எதிர்த்து யுத்தம் புரியாதவன், மறைந்திருப்பவன், கை கூப்பி அடைக்கலம் நாடுபவன்,

போதையில் இருப்பவன், புறம் காட்டி ஓடுபவன் – ஆகியோரை தாக்கிக் கொல்வது முறையல்ல. மறைந்திருந்தே தாக்குதலை நடத்துகிற இவனை எப்படி வீழ்த்துவது என்று சற்று யோசிப்போம்'' என்று கூறினார்.

ராமரின் எண்ணத்தைப் புரிந்து கொண்ட இந்திரஜித், யுத்த களத்தை விட்டு விலகி மீண்டும் இலங்கைக்குள் நுழைந்தான். புலஸ்திய மஹரிஷியின் குலத்தில் உதித்தவனும், தேவர்களுக்கு அச்சத்தை விளைவிப்பவனும், பெரும் சக்தி படைத்தவனுமாகிய இந்திரஜித், தன்னுடைய மாயாஜாலத் திறனைப் பயன்படுத்த முடிவெடுத்தான். ஸீதையைப் போன்றே ஒரு பெண்ணைத் தோற்றுவித்து, அந்த பொய்யான ஸீதையை தனது தேரில் ஏற்றிக் கொண்டு, மீண்டும் அவன் யுத்தகளத்தை அடைந்தான். அவனுடைய தேரில் இருந்த பெண்ணைப் பார்த்து ஸீதை என்று நம்பிய ஹனுமான், பெரும் கோபம் கொண்டார். அவர் அசோக வனத்தில் பார்த்த போது ஒரு கிழிந்த ஆடையுடன் ஆபரணங்கள் இல்லாமல், உடல் எல்லாம் தூசி படிந்து எப்படி ஸீதை காணப் பட்டாளோ, அப்படியே இந்திரஜித்தின் தேரிலிருந்த பெண்ணும் தோற்றமளித்தாள். தான் பார்த்தபோது, ஸீதையின் முகத்தில் படர்ந்திருந்த சோகத்தையும் இந்தப் பெண்ணின் முகத்தில் பார்த்த ஹனுமான், இந்திரஜித்தைக் கொன்று விடும் எண்ணத்தோடு முன்னேறினார்.

பல வானரர்கள் பின் தொடர, தன்னை நோக்கி ஹனுமான் வந்து கொண்டிருந்த போது, இந்திரஜித், தன்னுடைய வாளை உருவி, அந்தப் பெண்ணைத் தாக்கி விடத் தயாரானான். அவளுடைய தலை முடியைப் பிடித்து இந்திரஜித் இழுத்தபோது, அவள் 'ராமா, ராமா' என்று கதறினாள். இதைப் பார்த்து துடித்த ஹனுமான், ''உன்னுடைய அழிவிற்காகத்தான் நீ ஸீதையின் தலை முடியைப் பிடித்து இழுக்கிறாய். வீட்டை இழந்து, ராஜ்யத்தை இழந்து, ராமரின் பாதுகாப்பையும் இழந்து நிற்கும் இந்த ஸீதை, உனக்கு என்ன தீங்கு செய்தாள்? ஸீதையை நீ கொன்று விட்டால், அதன் பிறகு உன் உயிரும் உன் உடலில் தங்கப் போவதில்லை. ஒரு பெண்ணைக் கொல்வது என்பது, எல்லோராலும் வெறுக்கத்தக்க காரியங்களைச் செய்பவர்கள் கூட வெறுக்கிற காரியம்'' என்று கோபத்துடன் எச்சரித்தார்.

வால்மீகி ராமாயணம்

இப்படிக் கூறி விட்டு ஹனுமான், இந்திரஜித்தை நோக்கிப் பாய்ந்தார். அப்போது இந்திரஜித், ஹனுமானைப் பார்த்து, ''நீ பார்க்கும்பொழுதே ஸீதையை நான் கொல்லத்தான் போகிறேன். யாரைக் காப்பாற்றுவதற்காக ஸுக்ரீவனும், ராமனும், நீயும் வந்திருக்கிறீர்களோ, அந்த ஸீதையை நான் கொல்லத் தான் போகிறேன். அதன் பிறகு ராமன், லக்ஷ்மணன், நீ, ஸுக்ரீவன், வீபிஷணன் எல்லோருக்கும் முடிவு கட்டுகிறேன். நீ கூறியபடியே, ஒரு பெண்ணைக் கொல்லக் கூடாது என்பது உண்மைதான். ஆனால், எதிரிக்கு எது பாதிப்பை ஏற்படுத்துமோ அது செய்யத் தக்கதுதான் என்பதை மறந்து விடாதே'' என்று சொல்லி விட்டு, தன்னுடைய வாளினால் ஸீதை போன்று விளங்கிய அந்த மாயப் பெண்ணை, வெட்டி இரண்டு துண்டாக்கி வீழ்த்தினான்.

ஹனுமான் பதறிப் பதைபதைத்து நிற்க, அவரைப் பார்த்து, ''ராமனின் மனைவி என்னால் கொல்லப்பட்டதைப் பார்த்தாய். இனி ஸீதையைக் காப்பாற்றுகிற உங்கள் எண்ணம் அர்த்தமற்றது'' என்று இந்திரஜித் கொக்கரித்தான்.

கோபம் கொண்டு ஹனுமானும், மற்ற வானரர்களும் இந்திரஜித்தையும், மற்ற அரக்கர்களையும் தாக்கினார்கள். இரு தரப்பிலும் பெரும் உயிர்ச்சேதம் ஏற்பட்டது. அப்போது ஹனுமான், ஸீதை மரணமடைந்த செய்தியை ராமரிடம் தெரிவிக்க நினைத்து, வானரர்களோடு அந்த இடத்தை விட்டு அகன்றார். இந்திரஜித், ஒரு யாகத்தைச் செய்து முடிக்கும் எண்ணத்தோடு நிகும்பிலம் என்ற இடத்தை அடைந்தான்.

விரைவாக ராமரைச் சென்று அடைந்த ஹனுமான், ''யுத்த களத்தில் நாங்கள் போரிட்டுக் கொண்டிருந்தபோது, ராவணனின் மகன் இந்திரஜித் ஸீதையைக் கொன்று விட்டான். என்ன செய்வது என்று புரியாமல் ஸ்தம்பித்து விட்ட மனதுடன், நான் உங்களுக்குச் செய்தி தெரிவிக்க உங்கள் முன் வந்து நிற்கிறேன்'' என்று கூறினார்.

ஹனுமான் கொண்டு வந்த செய்தியைக் கேட்டு துக்கம் தாங்க முடியாமல், வேரறுந்த மரம் போல் ராமர் கீழே வீழ்ந்தார். நாற்புறத்திலிருந்தும் வானரர்கள் தண்ணீர் கொண்டு வந்து ராமர் முகத்தில் தெளித்தனர். லக்ஷ்மணன் ராமரை வாரி எடுத்து தன் மடியின் மீது வைத்துக் கொண்டான்.

யுத்த காண்டம்

அத்தியாயம் - 27

தர்மத்தை நிந்தித்தான் லக்ஷ்மணன் !

ராமரின் நிலை கண்டு வருந்திய லக்ஷ்மணன், மனமுடைந்து தர்மத்தை நிந்தித்துப் பேசுவது; இந்திரஜித்தை தான் வென்று, ராவணன் உட்பட எல்லா அரக்கர்களையும், இலங்கை நகரத்தையும் அழிப்பதாக அவன் சொல்வது; மயங்கிய நிலையிலிருந்த ராமரைப் பார்த்து, விபீஷணன் திகைத்து நிற்க, 'ஸீதை கொல்லப் பட்டாள்' என்று ஹனுமான் கொண்டு வந்த செய்தியை, லக்ஷ்மணன் அவனிடம் தெரிவிப்பது; விபீஷணன் அதை மறுத்துப் பேசுவது...

''தூய்மையிலேயே நிலைத்து நிற்கும் சகோதரரே! இந்திரியங்களை வென்றவரும், அற வழியில் இருந்து எப்போதும் தவறாதவருமாகிய உங்களுக்கு நன்மை செய்ய, நீங்கள் காப்பாற்றி வந்த தர்மத்தினால் முடியவில்லை. ஆகையால், அந்த தர்மம் பயனற்றது என்று நான் கருதுகிறேன்'' என்று ராமரைப் பார்த்து, பேசத் தொடங்கிய லக்ஷ்மணன் மேலும் சொன்னான் : ''படைக்கப்பட்ட உயிரினங்களுக்கு மகிழ்ச்சி என்ற உணர்வு ஏற்படுவதை நாம் பார்க்கிறோம்; ஆனால் அந்த உணர்வுக்கு தர்மம்தான் காரணம் என்று காட்டுவதற்கு எந்த ஆதாரமும் நமக்குத் தெரிவதில்லை. ஆகையால், மகிழ்வுக்குக் காரணம் தர்மம் அல்ல என்ற முடிவுக்கே நான் வருகிறேன்.

''அசையும் பொருள் இன்ன என்பது நமக்குத் தெரிகிறது; அசையாப் பொருள் இன்ன என்பதும் நமக்குப் புரிகிறது. ஆனால்,

அந்த மாதிரி தர்மம் என்ன என்பது நமக்குப் புரிவதில்லை. அசைகிற பொருள் மாதிரி, அசையாத பொருளும் படைப்பின் ஒரு பகுதியே. அந்த அசையாத பொருள், தர்மத்தைப் பின்பற்றுவதாலா இந்த உலகில் இருக்கிறது? அதே போல, அசைகிற ஜீவராசிகளும், தர்மத்தைப் பின்பற்ற வேண்டிய அவசியம் இல்லை என்றே கருதுகிறேன்.

"தர்மத்தைக் கடைப்பிடிப்பவன்தான் மேன்மையுறுவான் என்ற எண்ணத்திற்கு எந்தவிதமான ஆதாரமும் இல்லை. ஏனென்றால், அது உண்மையாக இருந்தால், உங்களுக்கு எப்படித் துன்பம் நேரலாம்? தர்மத்தின் வலிமை மிகப் பெரிது என்றால், இந்நேரம் ராவணன் நரகத்தில் வீழ்ந்திருக்க வேண்டாமா? தர்மத்தின் வலிமை மிகப் பெரிது என்றால், நீங்கள் ஒரு துன்பத்தை அனுபவிக்குமாறு எந்த நிகழ்ச்சியும் நடந்திருக்காதே? ராவணனுக்குப் பேராபத்து எதுவும் நேர்ந்து விடாததாலும், தர்மத்திலிருந்து தவறாத உங்களுக்குப் பலவிதமான துன்பங்கள் நிகழ்ந்திருப்பதாலும், தர்மம், அதர்மம் என்ற தத்துவங்களே தலைகீழாக மாறி விட்டது போல் அல்லவா இருக்கிறது?

"தீயவனை அவன் செய்த அதர்மமே அழிக்கும் என்று கூறப்படுகிறது; அவ்வாறு செயல்படும்போது, அந்த அதர்மமானது ஒருவனைக் கொல்கிறது; அவன் தீயவனாகவே இருந்தாலும் கூட, அவனைக் கொன்ற பாவம் அந்த அதர்மத்திற்கு வந்து சேருகிறதே? அப்படியானால், அந்த அதர்மமும் உடனே அழிந்து போய் விடுகிறது அல்லவா? அப்படி அழிவெய்தக் கூடியதுதான் அதர்மம் என்றால், அதனால் ஏற்படக்கூடிய நிரந்தரமான ஆபத்து ஒன்றும் கிடையாதே! அல்லது - ஒருவன் கொல்லப்படுவது என்பது விதியின் செயல் என்றால், அதனால் ஏற்படுகிற பாவம் விதியைத்தானே சென்று அடைய வேண்டும்? அந்த நிலையில், கொன்றவனுக்கு எந்தப் பாவமும் கிடையாது அல்லவா?

"இந்த குழப்பமான கேள்விகள் எல்லாம் ஒருபுறம் இருக்க, ஒன்று தெளிவாகத் தெரிகிறது. தர்மம் கண்ணுக்குப் புலப்படாதது; ஆகையால் இல்லாதது என்றே கருதப்படக்கூடியது; பதிலுக்குப் பதில் தாக்குதலில் இறங்கத் தெரியாதது தர்மம்; இப்படிப்

பட்ட தர்மத்தினால், யார் வீழ்ச்சிக்குரியவன் என்பதை அறிந்து கொள்ள முடியுமா? நிச்சயமாகச் சொல்கிறேன் – தர்மம் என்ற ஒன்று உண்டு என்றால் – உங்களுக்கு எந்த துரதிர்ஷ்டமும் நேர்ந்திருக்க முடியாது. உங்களுக்குப் பல துன்பங்கள் நிகழ்ந்தது என்பது ஒன்றைக் கொண்டே, தர்மம் என்பதே கிடையாது என்ற முடிவுக்கு நான் வருகிறேன்.

"கையாலாகாமலும், பலவீனமாகவும் திகழ்ந்து கொண்டு, பலவான்களைச் சார்ந்தே தர்மம் இருக்கிறது என்றால், திறனற்ற அந்த தர்மத்தை நம்பி எந்தப் பயனும் கிடையாது. சுயமாகத் திறனற்றுக் கிடப்பதால் பலத்தைச் சார்ந்தே தர்மம் நிற்கும் என்கிற போது, அந்த தர்மத்தை நம்புகிறதை விட, அது எந்த பலத்தை நம்புகிறதோ அந்த பலத்தையே நாம் சார்ந்து விடலாமே!"

லக்ஷ்மணனின் ஆவேசப் பேச்சு மேலும் தொடர்ந்தது. "தந்தையின் சொல்லை நிறைவேற்றுகிற மேன்மையான குணத்தைப் பின்பற்றுவதாக நீங்கள் சொல்லலாம். ஆனால், உங்களுக்கே பட்டாபிஷேகம் என்று அறிவிப்பு செய்து விட்டு, பின்னர் தனது வார்த்தையிலிருந்து தவறியவர் நமது தந்தை. தர்மமே பெரிது என்று நீங்கள் வாதிட்டால் கூட, அப்படிப் பொய் பேசியவரை அடக்கி இருக்க வேண்டாமா? ஏனென்றால், பட்டாபிஷேகம் என்று அவர் கூறியதை நீங்களும் ஏற்றீர்கள். அப்பொழுது உங்களுக்கும் அந்த வாக்குறுதியில் பங்கு வந்து சேர்கிறது. அதை நிறைவேற்றும் பொருட்டாவது அந்த தந்தையை அடக்கி இருக்க வேண்டாமா? தர்மம்தான் பெரிது என்று நீங்கள் கூறுவீர்களானால் – தர்மத்தின் பயனாகக் கிடைத்த ராஜ்யத்தை துறந்த போதே, நீங்கள் தர்மத்திலிருந்து தவறியவராகி விட்டீர்கள்.

"மலையிலிருந்தே அருவிகள் பாய்ந்து ஓடுகின்றன; அதே போல செய்கையினால் கிட்டுகிற செல்வத்திலிருந்துதான் பலவித நற்காரியங்களும் நிகழ்கின்றன. செல்வத்தை ஈட்டுகிற, செயல் பாட்டைப் புறக்கணிக்கிற அற்ப புத்தி கொண்ட மனிதனுடைய காரியங்கள், கோடை காலத்தில் அருவிகள் வற்றி விடுவதைப் போல், வறண்டு போய் அழிகின்றன. செல்வத்தைத் துறக்க முடிவு செய்கிற மனிதன், ஏற்கெனவே தான் அனுபவித்த சுகங்களை

மீண்டும் அனுபவிப்பதற்காகத் திருட்டிலும் கூட இறங்க வாய்ப்புண்டு. அதனால் அவன் பாவமே செய்கிறான்.

''இவையெல்லாம் ஒருபுறம் இருக்க, செல்வம் உடையவனிடம் நண்பர்கள் சேர்கிறார்கள்; செல்வம் உடையவனிடம் உறவினர்கள் சேர்கிறார்கள்; செல்வம் உடையவனிடம் கல்வியும், அறிவும் நிறைந்திருப்பதாகக் கருதப்படுகிறது; செல்வம் உடையவன் தைரியம் மிக்கவனாக நினைக்கப்படுகிறான்; செல்வம் உடையவனே புத்திமானாகப் போற்றப்படுகிறான்; செல்வம் உடையவனே எல்லாச் சிறப்புகளும் பெற்று விளங்குகிறான்.

''செல்வத்தைத் துறப்பவனோ, மேற்கண்ட எல்லா வாய்ப்புகளையும் இழந்து, அதற்கு நேர் எதிரான பலன்களைப் பெறுகிறான். எந்த அடிப்படையில், என்ன காரணத்திற்காக, நீங்கள் ராஜ்யத்தையும், அதன் மூலம் கிடைக்கிற செல்வத்தையும் துறந்து விட முடிவெடுத்தீர்கள் என்பது எனக்குப் புரியவில்லை. அறம், பொருள், இன்பம் என்ற மூன்றில் – பொருள் இருந்தால்தான், அறத்தை மேற்கொள்ள முடியும், இன்பத்தை அடைய முடியும். பொருள் இல்லாதவனுக்கு அறமும் இல்லை; இன்பமும் இல்லை. பொருள் இல்லாதவன், என்ன நற்காரியத்தைச் செய்துவிட முடியும்? செல்வம் உடையவனுக்குத்தான் இன்பம் கிட்டுகிறது. செல்வம் உடையவனுக்குத்தான் உயர்வு கிட்டுகிறது. செல்வம் உடையவன்தான் நற்குணத்தைக் காட்டுகிறான். செல்வம் உடையவன்தான் மனதை அடக்குதலும் செய்ய முடியும். இப்படி எல்லா செயல்பாடுகளுமே செல்வம் உடையவனுக்கே உரியவை ஆகின்றன. உங்களுடைய உயிரினும் மேலான மனைவி ஓர் அரக்கனால் கடத்திச் செல்லப்பட்டாள் என்பதைத் தவிர, செல்வத்திற்குரிய ராஜ்யத்தைத் துறந்ததால் நீங்கள் கண்ட பலன்தான் என்ன?''

இவ்வாறெல்லாம் பேசிய லக்ஷ்மணன் இறுதியாக சில வார்த்தைகளைச் சொல்லி, தன்னுடைய பேச்சை முடித்துக் கொண்டான். ''இளவரசே! இன்று என்னுடைய போர்த் திறனை நீங்கள் பார்ப்பீர்கள். இந்திரஜித்தினால் ஏற்பட்ட துன்பங்களை

நான் விலக்குகிறேன். பெருந்தோள் படைத்தவரே! எழுந்திருங்கள். அறிவிலும், வீரத்திலும் உங்களுக்கு நிகரானவர் யாருண்டு? நீங்களே பரம்பொருள் என்று ஏன் நீங்கள் உணரவில்லை? உங்களை திருப்தி செய்வதற்காகவே இப்பிறவி எடுத்துள்ள நான், ஸீதா தேவிக்கு நேர்ந்த கதியை மனதில் வைத்து, இலங்கையை அழிக்கிறேன். யானைகள், குதிரைகள், அரக்கர்கள், ரதங்கள், உட்பட அந்த ராவணனையும் சேர்த்து எல்லாவற்றையும் நாசம் செய்கிறேன்.''

(தர்மத்தைப் பழித்துப் பேசி, செல்வத்தின் தன்மையைப் போற்றுகிற லக்ஷ்மணன் இறுதியாக, 'உங்களுக்கு ஆறுதல் கூறுவதற்காகவே, இந்த மாதிரி வாதங்களை நான் எடுத்து வைத்தேன்...' என்று கூறுவதாக, சில ராமாயண உரைகள் விளக்கமளிக்கின்றன. ஆனால், வால்மீகி ராமாயணத்தை எடுத்துக் கொண்டால், இந்த மாதிரி விளக்கம் அதில் தெளிவாக இல்லை. ராமரின் நிலை கண்டு மனம் நொந்த லக்ஷ்மணன், சோகத்தினால் கவரப்பட்ட நிலையில் தர்மத்தை நொந்து பேசுகிறான் – அவ்வளவு தான். தெய்வாம்சம் பொருந்தியவர்களாக இருந்தாலும், ராம – லக்ஷ்மணர்கள் மனிதர்களாகவே வாழ்ந்தவர்கள். ஆகையால் தான் மனிதர்களுக்குரிய குணாதிசயங்களை, அவ்வப்போது அந்த பாத்திரங்கள் முழுமையாகவே காட்டி விடுகின்றன.

ராமருக்கு ஏற்படும் மனச்சோர்வு, ஸீதையின் பிரிவால் அவருக்கு ஏற்பட்ட குழப்பங்கள் போன்றவற்றை, நாம் இதற்கு முன்பே பார்த்திருக்கிறோம். அதேபோல ஒரு மனிதனாகவே இருந்து, கோபத்தைத் தாங்க முடியாத நிலையில் லக்ஷ்மணன் பேசுகிற வார்த்தைகள், மேலே காணப்பட்டவை. பெரும் ஏமாற்றம் நிகழும்போதும், ஒரு காரணமும் இல்லாமல் துன்பத்தை அனுபவிக்க நேரிடுகிறபோதும், நல்லதையே செய்து கொண்டு போனாலும், சோதனைகளையே தாங்க வேண்டிய கட்டம் வரும்போதும், எந்த மனிதனும், நற்குணத்தை இகழ்ந்து பேசக்கூடும். அதைத்தான் லக்ஷ்மணன் செய்கிறான். ஆனால், அம்மாதிரியான எண்ணம் ஏற்பட்டாலும் கூட அதைக் களைந்து, மனச்சோர்வு நீங்கி, எப்படி மீண்டும் தனது கடமையில் மனிதன் மனதைச் செலுத்த

வேண்டும் என்பதை அவனுடைய பிந்தைய நடவடிக்கைகள் காட்டுகின்றன.

ராமரும் சரி, லக்ஷ்மணனும் சரி மனிதர்களாகவே வாழ்ந்தார்கள்; மனிதர்களுக்குரிய குணாதியசங்களைக் காட்டினார்கள்; ஆனால், மனிதன் வாழ வேண்டிய முறைகளையும், தங்கள் அணுகுமுறைகளினால் எடுத்துக் காட்டினார்கள். ஏமாற்றம், சோகம், மனச் சோர்வு, அவநம்பிக்கை, வெறுப்பு... போன்ற உணர்வுகள் மனிதனுக்கு அவ்வப்போது ஏற்படக்கூடும்; அவற்றை அனுபவிக்கிற மனிதன் எப்படி அவற்றிலிருந்து தன்னை விடுவித்துக் கொண்டு, மேலும் தன்னுடைய கடமையில் முனைய வேண்டும் என்பதை அவர்கள் சொல்லால் அல்ல – செயல் மூலமாகவே காட்டினார்கள். இதை மனதில் வைத்துக் கெண்டோமானால், லக்ஷ்மணனின் மேற்கண்ட தர்ம நிந்தனைகள் நமக்கு விசித்திரமாகத் தோன்றாது.)

இதற்கிடையில் சிதறிக் கொண்டிருந்த வானர சேனையை ஒழுங்கு படுத்திய விபீஷணன், ராம – லக்ஷ்மணர்கள் இருந்த இடத்தை வந்தடைந்தான். லக்ஷ்மணன் மடியில் ராமர் கிடப்பதையும், லக்ஷ்மணன் பெரும் துக்கத்தில் ஆழ்ந்திருப்பதையும் பார்த்து, அவன் திகைத்து நின்றான். அப்போது விபீஷணனையும், அவன் அருகில் நின்ற ஸுக்ரீவனையும் பார்த்து லக்ஷ்மணன், ''இந்திரஜித்தினால் ஸீதை கொல்லப்பட்டாள் என்கிற செய்தியை ஹனுமான் மூலமாகக் கேள்வியுற்ற ராமர், துயரத்தைத் தாங்க முடியாமல் மயக்கமடைந்து விட்டார்'' என்று கவலையோடு கூறினான்.

இதைக் கேட்ட விபீஷணன், லக்ஷ்மணன் மேலும் எதுவும் பேசுவதற்குள் குறுக்கிட்டு, ''ஹனுமான் கொண்டு வந்த செய்தி பற்றி என் கருத்தைக் கூறுகிறேன். சமுத்திரம் வறண்டு விட்டது என்ற செய்தி எவ்வளவு அபத்தமானதாக இருக்க முடியுமோ, அவ்வளவு அபத்தமானது இந்தச் செய்தி. ஸீதை பற்றி ராவணன் என்ன நினைக்கிறான் என்பது எனக்குத் தெரியும். என்ன நேர்ந்தாலும் சரி, ஸீதையைக் கொல்வது என்ற முடிவை ராவணன் எடுக்க மாட்டான்'' என்று சொல்லி விட்டு, மேலும் தொடர்ந்தான்.

6. யுத்த காண்டம்

அத்தியாயம் - 28

விபீஷணனை இந்திரஜித் தூற்றுவது...!

இந்திரஜித், ஸீதையின் மாயா உருவத்தைத்தான் கொன்றான் என்று கூறிய விபீஷணன், அவன் ஒரு யாகம் நடத்தப் போவதாகவும், அதை நடத்தி முடித்தால், அவனை யாராலும் வெல்ல முடியாது என்றும், ராமரிடம் கூறுகிறான்; ராமர், லக்ஷ்மணனை பெரும் படையுடன் அனுப்பி, இந்திரஜித் யாகத்தை நடத்துவதற்கு முன்பாகவே அவனைக் கொன்று விட வேண்டும் என்றும் விபீஷணன் ஆலோசனை கூறுகிறான்; விபீஷணனின் ஆலோசனையை ஏற்ற ராமரின் கட்டளைப்படி, லக்ஷ்மணன், இந்திரஜித்தை எதிர்ப்பதற்காக அவன் யாகம் நடத்துகிற இடத்திற்குச் செல்கிறான்; அரக்கர் படைக்கும், வானரர் படைக்குமிடையே கடும் யுத்தம்; ஹனுமானின் வீர சாகசம்; விபீஷணனை இந்திரஜித் கடிந்து பேசுவது; இந்திரஜித்திற்கு விபீஷணன் அளிக்கும் பதில்...

"இந்திரஜித்தின் திட்டம் எனக்கு நன்றாகப் புரிகிறது. அவனால் இங்கே கொல்லப்பட்ட ஸீதை, ஒரு மாய உருவமே. இப்பொழுது அவன் நிகும்பிலம் என்ற இடத்திற்குச் செல்லப் போகிறான். அங்கு அவன் ஒரு யாகம் செய்வான். அந்த யாகத்தை முடித்து விட்டு, அவன் போர்க்களத்திற்கு வந்தால், அவனை வெல்ல இந்திரனாலும் முடியாது. அந்த யாகத்தை இடையூறு இல்லாமல்

முடிப்பதற்காகத்தான், அவன் இங்கே ஸீதை போன்ற ஒரு மாயா உருவத்தைக் கொன்று, நம்மிடையே குழப்பத்தை விளைவித்திருக்கிறான். இந்தக் குழப்பத்தில் நாம் ஆழ்ந்திருக்கும் பொழுது, அங்கே தனது யாகத்தை எளிதாக முடித்து விடலாம் என்பதே அவன் திட்டம். இல்லாவிட்டால் நமது வானரப் படையினால், அவனது யாகம் தடைபடும் என்று அவன் அஞ்சுகிறான். நமது குழப்பத்திலிருந்து நாம் விடுபட்டு, உடனடியாக, அவன் யாகம் நடத்த இருக்கிற இடத்தைச் சென்று அடைய வேண்டும்'' என்று பேசிய விபீஷணன், ராமரைப் பார்த்து மேலும் சொன்னான்:

''காரணமே இல்லாமல் உங்கள் மனதில் தோன்றி விட்ட சோகத்தை நீங்கள் உதறித் தள்ள வேண்டும். உங்கள் மனம் வருத்தப்படுவதால், நமது வானரப்படை முழுவதுமே துக்கத்தில் ஆழ்ந்து விட்டது. மனோதைரியத்தில் நிகரில்லாதவரே! நீங்கள் மனச்சோர்வை விடுத்து, தெளிவு பெற்று, லக்ஷ்மணன் தலைமையில் இங்கிருந்து ஒரு படையை அனுப்புங்கள். இந்திரஜித் செய்ய இருக்கும் யாகத்தை லக்ஷ்மணன் சிதற அடிக்கட்டும். எதிரியைக் கொல்வதில் காலதாமதம் செய்து விடக் கூடாது. யாகத்தை இந்திரஜித் செய்து முடித்து விட்டால், அதன் பிறகு அவன் தேவர்களின் கண்களுக்கும் புலப்பட மாட்டான்; அசுரர்களின் கண்களுக்கும் தெரிய மாட்டான். அந்த யாகத்தை அவன் முடித்த பிறகு, அவனால் வரக் கூடிய ஆபத்து நமக்கு மட்டுமல்ல, தேவர்களுக்கும் கூடத்தான் என்பதை உணர்வீர்களாக!''

ராமர் இருந்த நிலையில், விபீஷணன் சொன்னதை அவரால் முழுமையாக கிரஹித்துக் கொள்ள முடியவில்லை. ஆகையால், மீண்டும் ஒருமுறை தனது விளக்கத்தைக் கூறுமாறு விபீஷணனை அவர் கேட்டுக் கொண்டார். விபீஷணன் தனது கருத்தை வலியுறுத்தி மீண்டும் பேசினான். ''உங்களுடைய மனச்சோர்வு எதிரிக்குத்தான் இன்பம் அளிக்கக்கூடியது. அதை விடுங்கள். அரக்கர்களை அழித்து, ஸீதையை விடுவிப்பதற்கு முழுமூச்சுடன் நாம் முயற்சியில் இறங்க வேண்டும். பெரும் படையுடன் லக்ஷ்மணன், இந்திரஜித் யாகம் நடத்துகிற இடமாகிய நிகும்

பிலத்தைச் சென்று அடைய வேண்டும். யாகத்தை முடித்து அவன் எழுந்து நின்றால், நாம் அனைவரும் கொல்லப்பட்டவர்களே! ப்ரம்மதேவன், இந்திரஜித்திற்கு வரம் அளிக்கும்போது, 'நிகும்பிலத்தில் உள்ள ஆலமரத்தடியை நீ அடையாதபோது, அல்லது அங்கு யாகத்தை நீ நடத்தி முடிக்காத போது, உன்னை தாக்குகிற உனது எதிரி, உன்னுடைய மரணத்திற்குக் காரணமாவான்' என்று கூறினார். ஆகையால், யாகத்தை முடிப்பதற்கு முன்பாக இந்திரஜித் கொல்லப்பட வேண்டும். அவன் கொல்லப்பட்டால் ராவணனும், அரக்கர் கூட்டத்தினரும் கொல்லப்பட்டவர்களாகவே கருதப்படத்தக்கவர்கள்.''

விபீஷணன் இவ்வாறு கூறிய பிறகு, ராமர் அதற்கு பதில் உரைத்தார். ''அந்த இந்திரஜித் கடைப்பிடித்த தந்திரத்தை நான் உணர்கிறேன். ப்ரம்மாஸ்திரத்தைக் கையாளக் கூடியவனும், பேரறிவு படைத்தவனும், மாயா ஜால யுத்தத்தில் கை தேர்ந்தவனுமாகிய அந்த இந்திரஜித், வருணன் உட்பட அத்தனை தேவர்களையும், யுத்தத்தில் வீழ்த்தக்கூடியவனே! பெரும் மேகக் கூட்டத்திற்குப் பின்னால், மறைந்து செல்கிற சூரியன் போல, யுத்த களத்தில் அவன் மறைந்து நின்று போரிடும் பொழுது, அவன் யார் கண்களுக்கும் புலப்படுவதில்லை.'' இவ்வாறு விபீஷணனிடம் கூறி விட்டு, லக்ஷ்மணனைப் பார்த்து ராமர், ''ஹனுமான், ஜாம்பவான் உட்பட, பெரும் படையுடன் நீ சென்று இந்திரஜித்தை வீழ்த்துவாயாக! விபீஷணனும் உன்னைப் பின் தொடர்ந்து வருவான்'' என்று கூறினார்.

ராமரின் காலைத் தொட்டு வணங்கி, ஆயுதங்களை ஏந்தி, லக்ஷ்மணன் இந்திரஜித்தை எதிர்ப்பதற்காகப் புறப்படுவதற்கு ஆயத்தமானான். அவனை வாழ்த்தி மந்திரங்கள் ஒலிக்கப்பட்டன. ''இந்திரஜித்தை வீழ்த்தித் திரும்புகிறேன்'' என்று லக்ஷ்மணன் சூளுரைத்தான். ஹனுமான், ஜாம்பவான், விபீஷணன், அங்கதன் – ஆகியோர் பெரும் படையுடன் அவனைப் பின் தொடர்ந்து சென்றார்கள்.

அவர்கள் அனைவரும் இந்திரஜித் யாகம் நடத்துகிற நிகும்பிலம் என்ற இடத்தைச் சென்று அடைந்தார்கள். அங்கே பெரும் அரக்கர்

படை பற்பல விதமான ஆயுதங்களுடன் குவிக்கப்பட்டிருந்தது. விபீஷணன், லக்ஷ்மணனைப் பார்த்து, "லக்ஷ்மணா! பலம் வாய்ந்த இந்தப் பெரும் படையை முதலில் சிதற அடிக்க வேண்டும். தனது படை, நாசத்தைச் சந்தித்தால், அதைப் பொறுக்க மாட்டாமல், இந்திரஜித் வருவான். அவனுடைய யாகம் முடிவுறாத நிலையில், அந்த தீய குணம் படைத்தவனை நீ வீழ்த்தி விட முடியும். ஆகையால் உடனே இந்த அரக்கர் படையை அழிப்பதில் முனைவாயாக!" என்று கூறினான்.

இதைக் கேட்ட லக்ஷ்மணன், அரக்கர் படை மீது அம்பு மழை பொழிந்தான். வானரப் படையினரும், அரக்கர்களைக் கடுமையாகத் தாக்கத் தொடங்கினார்கள். அரக்கர்களும், பதில் தாக்குதலில் இறங்கியபோது, வானம் அம்புகளினாலும், பலவிதமான ஆயுதங்களினாலும் மூடப்பட்டதாகி விட்டது. லக்ஷ்மணன் நடத்திய கடும் தாக்குதலை எதிர் கொள்ள முடியாமல், அரக்கர் படை தவித்தது. அந்தப் படையினர் சோர்வுற்று சிதறத் தொடங்கினர். யாகத்தை நடத்திக் கொண்டிருந்த இந்திரஜித், அரக்கர்கள் எழுப்பிய கூக்குரலைக் கேட்டு, யாகம் முடிக்கப்படாத நிலையிலேயே தனது ஆசனத்தை விட்டு எழுந்து, தன்னுடைய ரதத்தில் ஏறி, சிறப்பு வாய்ந்த வில்லைத் தாங்கி, கனல் தெறிக்கும் கண்களோடு லக்ஷ்மணனை நோக்கி விரைந்தான். இதைக் கண்ட அரக்கர்கள் உற்சாகமுற்று அவனைத் தொடர்ந்து சென்றனர். அப்போது ஹனுமான், அரக்கர் படையில் விளைவித்துக் கொண்டிருந்த நாசத்தைக் கண்ட இந்திரஜித், தனது தேரோட்டியைப் பார்த்து, "அந்த வானரன் நிற்கும் இடத்திற்குத் தேரைச் செலுத்துவாயாக! அவனைக் கவனிக்காமல் விட்டோமானால், அவன் எல்லா அரக்கர்களையுமே அழித்து விடுவான்" என்று கூற, இந்திரஜித்தின் தேர் ஹனுமான் இருக்கும் இடத்தை நோக்கி விரைந்தது.

ஹனுமான் மீது பலவித ஆயுதங்களை இந்திரஜித் ஏவ, அவை ஹனுமானின் தலையைத் தாக்கின. ஹனுமான் அவற்றை சர்வ சாதாரணமாக ஏற்றுக் கொண்டு, "வாயுவின் மைந்தனாகிய என்னை யுத்த களத்தில் சந்தித்த பிறகு, இப்போது நீ உயிருடன் மீண்டும் திரும்பப் போவதில்லை. வா! இருவருடைய பலத்தையும்

சோதித்துப் பார்ப்போம். உன்னுடைய கைகளினாலேயே என்னுடன் சண்டையிடத் தயாராக இருந்தால், தேரில் இருந்து இறங்கி வந்து என்னை எதிர்ப்பாயாக! என்னுடைய பலத்தை தாங்குகிற சக்தி உனக்கு உண்டு என்று நீ நிரூபித்தால்தான், நீ உண்மையிலேயே அரக்கர்களில் மேன்மையானவன் என்ற பெயருக்கு உரியவனாவாய்'' என்று அறைகூவல் விடுத்தார்.

லக்ஷ்மணனுக்கு, விபீஷணன் இந்தக் காட்சியைக் காட்டி, ''ஹனுமானைக் கொல்ல இந்திரஜித் முனைகிறான். இப்பொழுதே அவனுடைய கதையை முடித்து வைப்பாயாக!'' என்று கூற, லக்ஷ்மணன், தேரில் அமர்ந்திருந்த இந்திரஜித்தைப் பார்த்தான். அப்போது, விபீஷணன், லக்ஷ்மணனுக்கு இந்திரஜித் யாகம் செய்யும் இடத்தையும் காண்பித்தான். அங்கே இருந்த ஓர் ஆலமரத்தைச் சுட்டிக் காட்டி விபீஷணன், ''இந்த இடத்தில் யாகத்தை முடித்து விட்டுத்தான் யுத்தகளத்திற்குப் போவது இந்திரஜித்தின் வழக்கம். அதன் பிறகுதான் அவன் சுத்தமாக யார் கண்களுக்கும் தெரியாதவனாகி விடுகிறான். அப்போது அவனுடைய எதிரிகள் அவனுடைய அம்புகளுக்கு இரையா கிறார்கள். ஆகையால், இப்பொழுதே தேர், குதிரைகள், தேரோட்டி ஆகியோர் உட்பட இந்திரஜித்தையும் சேர்த்து அழிப்பாயாக!'' என்று சொன்னான்.

இதை ஏற்ற லக்ஷ்மணன் அங்கிருந்தவாறே, தன்னுடைய வில்லில் நாணேற்றி பேரொலியை எழுப்ப, இந்திரஜித் அங்கே வந்து லக்ஷ்மணனை எதிர்க்கத் தயாரானபோது, லக்ஷ்மணன், ''என்னுடன் போர் செய்ய உன்னை நான் அழைக்கிறேன். உன் மனதில் தைரியம் இருந்தால், என்னுடைய அறைகூவலை ஏற்பாயாக!'' என்று கூற, இந்திரஜித், லக்ஷ்மணனை ஒரு பார்வை பார்த்து விட்டு, விபீஷணனின் பக்கம் பார்த்துப் பேசத் தொடங்கினான்.

''புலஸ்தியரின் குலத்தில் உதித்த என் தந்தையின் சகோதரன் நீ. ஆகையால் உனக்கு ஒரு வகையில் நான் மகனாகிறேன். அப்படிப்பட்ட மகனுக்கு எதிராக யுத்தம் செய்ய, நீ தயாரானது எவ்விதம்? உன் பிறப்பு பற்றிய பெருமையோ, உன் உடன்

பிறந்தவர்கள் மீது பாசமோ, உன் அரசனுக்கு விசுவாசமோ, நியாயமான அணுகுமுறையோ, தெளிவு பெற்ற தீர்மானமோ உன்னிடம் காணப்படாமல் போனது ஏன்? நற்குணங்களை யெல்லாம் ஒதுக்கி விட்டவனே! நீ பரிதாபத்திற்குரியவனாக நிற்கிறாய். தீய மதி படைத்தவனே! உன்னைச் சார்ந்தவர்களை யெல்லாம் ஒதுக்கி விட்டு, அவர்களுக்கு துரோகம் இழைத்து, எதிரியின் பக்கம் போய் நின்றிருக்கிற உன்னை, நல்லவர்கள் எல்லோரும் அவமதிக்கிறார்கள்.

''தன்னைச் சார்ந்தவர்களுடன் வாழ்வது, எதிரிகளிடம் சரணடைவது – என்ற இரண்டு நிலைகளும் ஒன்றுக்கொன்று நேர் எதிரானவை. ஒருவனுடைய உறவினன், நற்குணம் இல்லாதவனாக இருந்தாலும் கூட, எதிரி சிறப்பு வாய்ந்தவனாக இருந்தாலும் கூட, அந்த நிலையிலும் உறவினனுக்குத்தான் முதன்மை அளிக்க வேண்டும். எவனொருவன் தன் உறவினர்களை விட்டு, எதிரிகளின் பக்கம் போகிறானோ அவனை, உறவினர்கள் அழிந்த பிறகு, அந்த எதிரிகளே அழித்து விடுவார்கள். என் தந்தையின் இளைய சகோதரனே! என்னுடைய பலத்தைப் பற்றிய ரகசியத்தை, எதிரிகளுக்கு எடுத்துரைத்த உன்னுடைய கொடூரத் தன்மை, வேறு எவனுக்கும் வராது'' என்று கூறி முடித்தான் இந்திரஜித்.

''என்னுடைய வயதைக் கருதியாவது, உன்னுடைய வார்த்தைகளில் நீ கடுமையைத் தவிர்த்திருக்க வேண்டும்'' என்று பதில் கூறத் தொடங்கிய விபீஷணன், மேலும் சொன்னான்: ''என்னுடைய குணத்தை அறியாதவன் போல் நீ பேசுகிறாய். அரக்கர் குலத்திலே பிறந்திருந்தாலும் கூட, நான் நற்குணங்கள் நிரம்பியவனாகவும், சமாதானத்தை விரும்புகிறவனாகவுமே வாழ்ந்திருக்கிறேன். என்னுடைய குணங்கள் அரக்கர் குணத்தை ஒத்தது அல்ல. கொடுமையிலோ, அதர்மத்திலோ என் மனம் நாட்டம் கொள்வதில்லை. இப்படி நான் வித்தியாசமான குணங்களை உடையவனாக இருந்தாலும், என்னை ராவணன் வெளியேற்றினான். இப்படி ஒரு சகோதரனை வெளியே துரத்துவது முறையான செயலோ?''

"தர்மத்தின் பாதையிலிருந்து தவறி பாவங்களைச் செய்ய துணிந்து விட்ட மனிதனை ஒருவன் உதறினால், அவன் தன் கையைச் சுற்றி விட்ட பாம்பை உதறியவன் போல, நிம்மதியை அடைகிறான். மற்றவன் சொத்தை அபகரிப்பவனும், மாற்றான் மனைவியோடு உறவு கொள்பவனும் தவிர்க்கத் தக்கவர்கள்; தீயின் நடுவில் வாழ்கிற வாய்ப்பை ஒதுக்குவது போல, அவர்களோடு வாழ்வதை ஒதுக்கி விட வேண்டும் என்று அறிஞர்கள் கூறுகிறார்கள். மற்றவனின் சொத்தை அபகரிப்பது, மாற்றான் மனைவியோடு உறவு கொள்வது, தன்னுடைய நண்பர்கள் மீது அனாவசியமாகச் சந்தேகப்படுவது – ஆகிய மூன்று குற்றங்கள் ஒருவனை அழிவுக்கு இட்டுச் செல்கின்றன. ஒருவனுடைய வாழ்க்கையையே அழிக்கக் கூடியவையும், அவனுடைய முதன்மையை ஒழிக்கக் கூடியதுமாகிய, பல செயல்கள் என்னுடைய மூத்த சகோதரனால் செய்யப்பட்டன; ரிஷிகளை துன்புறுத்தி, தேவர்களோடு சண்டையிட்டு ஆத்திரத்தையும், கர்வத்தையுமே காட்டி, தன்னுடைய மற்ற பெரும் சிறப்புகளுக் கெல்லாம் என்னுடைய மூத்த சகோதரன் நாசத்தைத் தேடிக் கொண்டான். ஒரு பெரும் மலையை மேகங்கள் மறைத்து விடுவதுபோல, ராவணனுடைய சிறப்புகளையெல்லாம் அவனுடைய இந்த தீச் செயல்கள் மறைத்து விட்டன.

"இப்படிப்பட்ட தீச் செயல்களின் காரணமாகத்தான், நான் உன்னுடைய தந்தையை விட்டு விலக வேண்டியதாகி விட்டது. இலங்கையோ, நீயோ, உன் தந்தையோ அழிவிலிருந்து தப்பப் போவதில்லை. மரியாதை தெரியாதவனும், அறிவு கெட்டவனும், கர்வம் நிறைந்தவனுமாகிய நீ, மரணத்தின் பிடியில் சிக்கி இருக்கும் நிலையில் என்ன பேச விரும்புகிறாயோ பேசிக் கொள். நீ, யாகத்தை முடிக்கப் போவது என்பது ஒன்று கிடையாது. லக்ஷ்மணனைத் தாக்கிய பிறகு, நீ உயிரோடு வாழ்வது என்பதும் நடக்காது. லக்ஷ்மணனோடு யுத்த களத்தில் மோதுவாயாக! அப்போது எமனுலகிற்குச் சென்று நீ தேவர்களை மகிழ்விக்கலாம். நீ இன்று உயிரோடு திரும்பப் போவதில்லை.''

6. யுத்த காண்டம்

அத்தியாயம் - 29

இந்திரஜித் மாண்டான்!

லக்ஷ்மணனைப் பார்த்து இந்திரஜித் கர்வமாகப் பேசுவது; இந்திரஜித்துக்கும், லக்ஷ்மணனுக்குமிடையே கடும் போர் மூள்வது; தேரை இழந்த இந்திரஜித், நகருக்குத் திரும்பி மற்றொரு தேருடன் யுத்த களத்திற்குத் திரும்புவது; மீண்டும் பெரும் யுத்தம் நிகழ்வது; ராமரை மனதில் நினைத்து, லக்ஷ்மணன் ஒரு பாணத்தை ஏவ, இந்திரஜித் கொன்று வீழ்த்தப்படுவது; வானரர்களும், தேவர்களும், ரிஷிகளும் லக்ஷ்மணனைக் கொண்டாடுவது; அனைவரும் சென்று ராமரை வணங்கி நிற்க, விபீஷணன், இந்திரஜித் கொல்லப்பட்ட செய்தியை அவருக்குத் தெரிவிப்பது; ராமர், லக்ஷ்மணனைப் பெரிதும் பாராட்டுவது....

விபீஷணன் பேசியதைக் கேட்ட இந்திரஜித் பெரும் கோபமுற்றான். கறுப்புக் குதிரைகள் பூட்டப்பட்டதும், மிகவும் சிறப்பான முறையில் அலங்கரிக்கப்பட்டதுமான தேரில் அமர்ந்து, எப்பேர்ப்பட்ட எதிரிகளாயினும் அவர்களை வீழ்த்துகிற வல்லமை படைத்த வில்லையும், அம்புகளையும் ஏந்தி, எமனைப் போலவே காட்சியளித்துக் கொண்டு எல்லோருக்கும் அழிவு காலம் நெருங்கி விட்டது என்பதை அறிவிப்பவன் போல, அங்கே நின்ற இந்திரஜித், ஹனுமானின் தோள் மீது அமர்ந்திருந்த லக்ஷ்மணனைப் பார்த்து, சில வார்த்தைகள் பேசினான்.

"என்னுடைய சக்தியை இப்போது நீ பார்ப்பாய். வானத்திலிருந்து வீழ்கின்ற பெரும் மழையைப் போல், என் வில்லில் இருந்து அம்புகள் பொழியும் காட்சியை நீ காணப் போகிறாய். பஞ்சு மூட்டையைத் தீ எரித்து விடுவது போல, என்னுடைய அம்புகள் உங்கள் அனைவரையும் எரித்துப் பொசுக்கப் போகின்றன. சென்ற முறை நாம் யுத்த களத்தில் சந்தித்தபோது, பெரும் புகழ் பெற்ற நீயும், உன்னுடைய மூத்த சகோதரனும் என்னுடைய அம்பு களினால் வீழ்த்தப்பட்டு, சுய நினைவு இழந்து கிடந்தீர்கள். கோபம் கொண்ட கொடிய பாம்புக்கு நிகரான என்னை எதிர்க்க நீ மீண்டும் இங்கே வந்திருப்பதால், அந்த முந்தைய நிகழ்ச்சி உன் மனதில் இருந்து அகன்று விட்டது என்று நினைக்கிறேன். எமனுலகைக் காணும் ஆவலோடு வந்திருக்கிறாய் போலும்! உன்னை நான் அங்கே அனுப்பி வைக்கிறேன்.''

"எவனொருவன் வெறும் வார்த்தைகளினால் அன்றி செயல் மூலமாக, தன்னுடைய திறனைக் காட்டுகிறானோ அவனே அறிவுடையவனாவான்'' என்று இந்திரஜித்துக்குப் பதில் கூறத் தொடங்கிய லக்ஷ்மணன், மேலும் தொடர்ந்து சொன்னான் : "நினைத்த காரியத்தை சாதிக்கும் திறன் உன்னிடம் இல்லா விட்டாலும் கூட, நினைத்ததைச் செய்து முடித்ததாகவே நீ எண்ணுகிறாய். முன்பு நீ யுத்த களத்தில் கையாண்ட வழிமுறை என்ன? மறைந்திருந்து போர் செய்தாய். இது திருடர்களுக்கு உரிய அணுகுமுறை. இம்மாதிரி செயல்படுவது வீரர்களுக்கு அழகல்ல. இப்போது உன் எதிரிலே நான் நிற்கிறேன். உன்னுடைய போர்த்திறனை காட்டுவதற்குப் பதிலாக, எதற்காக வீண் பேச்சு பேசுகிறாய்?''

இவ்வாறு லக்ஷ்மணன் பதில் கூறியவுடன், இந்திரஜித் கொடிய பாம்புகளை நிகர்த்த அம்புகளை லக்ஷ்மணன் மீது ஏவினான். பெரும் வேகத்தோடு லக்ஷ்மணனின் உடலில் வந்து பாய்ந்த அந்த அம்புகள், அவனை ரத்தத்தில் நீராட்டின. கூர்மையான அம்புகளினால் துளைக்கப்பட்ட லக்ஷ்மணனின் உடல் முழுவதும் ரத்தத்தினால் சிவப்பாகி, புகையே இல்லாத ஒரு நெருப்பு போல காட்சியளித்தது. அந்த நிலையில், இந்திரஜித், ''பெயரளவில் மட்டுமே க்ஷத்ரியனாகிய தனது இளைய சகோதரன் இங்கே

கொல்லப்பட்டான் – என்பதை அறிவு கெட்ட உன்னுடைய மூத்த சகோதரன் இன்று அறிவானாக! ஸுமித்திரையின் மகனே! உன்னுடைய கவசம் தரையிலே கிடக்க, உன்னுடைய வில் ஒடிந்து சிதறி விழ, உன்னுடைய தலை உன் உடம்பிலிருந்து அறுபட்டு ஒரு மூலையில் விழுந்து கிடக்கும் காட்சியை ராமன் இன்று காண்பான். நரிகளுக்கும், கழுகுகளுக்கும் உன்னுடைய உடல் இன்று உணவாகட்டும்'' – என்று கர்வத்தோடு கூறினான்.

''மீண்டும் நீ வெறும் சொல்லையே நம்புகிறாய். மனித குலத்தின் விரோதியே! உன்னைப் போல் கொடுமையான வார்த்தைகளைப் பேசாமலேயே, உன்னை நான் தீர்த்துக் கட்டுகிறேன்'' என்று கூறிய லக்ஷ்மணன், பல அம்புகளை இந்திரஜித் மீது தொடுத்தான். இருவருக்குமிடையே பயங்கரமான யுத்தம் மூண்டது. பெரும் தைரியம் கொண்ட அந்த இரண்டு வீரர்களும், கோபம் கொண்ட இரண்டு சிங்கங்கள் மோதுவது போல் மோதினார்கள். லக்ஷ்மணனின் போர்த்திறன், இந்திரஜித்தின் மனதில் கவலையைத் தோற்றுவிக்க அவன் முகம் வெளுத்து விட்டது.... இதைப் பார்த்த விபீஷணன், லக்ஷ்மணனிடம், ''இந்திரஜித்தின் முகத்தைப் பார்த்தாலேயே அவன் சோர்வடையத் தொடங்கி விட்டான் என்பது நன்றாகத் தெரிகிறது. ஆகையால், விரைந்து அவனைக் கொன்று விட இதுதான் தருணம். காரியத்தை முடித்து வைப்பாயாக!'' என்று கூறினான். இதைக் கேட்ட லக்ஷ்மணன், மீண்டும் இந்திரஜித் மீது கடுமையான பாணங்களைத் தொடுக்க அந்தத் தாக்குதலை எதிர் கொள்ள முடியாமல், இந்திரஜித் சற்று நேரம் தடுமாறி, பின்னர் மீண்டும் சுயநிலையை அடைந்தான்.

இவ்வாறு தன்னை நிதானித்துக் கொண்ட இந்திரஜித் – லக்ஷ்மணன், விபீஷணன், ஹனுமான் ஆகிய மூவர் மீதும் அம்புகளை ஏவினான். லக்ஷ்மணனோ, சற்றும் கவலைப்படாமல் சிரித்துக் கொண்டே, ''யுத்த களத்தில் இப்படிப்பட்ட அம்புகளை ஒருவன் ஏவுவது எனக்கு வியப்பாக இருக்கிறது. எந்தவித சக்தியு மில்லாத உன்னுடைய அம்புகள் என் மனதை மகிழ்விக்கின்றன. வீரர்கள் இவ்வாறு போர் புரிவதில்லை'' என்று கூறிக் கொண்டே, தனது கடுமையான பாணங்களினால் இந்திரஜித்தின் கவசத்தை

உடைத்தெறிந்தான். ரத்தத்தில் முழுமையாக நனைந்து விட்ட இந்திரஜித், கோபமுற்று லக்ஷ்மணனைக் கடுமையாகத் தாக்க, அவனுடைய கவசமும் உடைக்கப்பட்டது. இரண்டு நீர் வீழ்ச்சிகளிலிருந்து தண்ணீர் பாய்ந்து செல்வதுபோல, இருவர் உடல்களிலிருந்தும் ரத்தம் வழிய, சற்றும் சளைக்காமல் நீண்ட நேரம் இருவரும் போரிட்டுக் கொண்டே இருந்தனர். இருவரில் ஒருவரும் களைப்புறவில்லை; புறமுதுகு காட்டவில்லை; தளர்ச்சியுறவில்லை.

இப்படி அவர்கள் இருவரும் போரிட்டுக் கொண்டிருக்கையில், இந்திரஜித்தைச் சுற்றி நின்ற அரக்கர் கூட்டத்தைத் தாக்க முனைந்த விபீஷணன், வானர சேனைக்கும் உற்சாக மூட்டினான். ''ப்ரஹஸ்தன் கொல்லப்பட்டான்; நிகும்பன் உயிரிழந்தான்; கும்பகர்ணன் மாண்டான். தூம்ராக்ஷன், ஜம்புமாலி, அகம்பனன்... போன்ற பலரும் யுத்த களத்தில் உயிர் விட்டனர். இப்போது ராவணனைத் தவிர மீதமிருப்பது இந்த இந்திரஜித் ஒருவன்தான். இவனே ராவணனின் கடைசி நம்பிக்கை. இவனுடைய கதை முடிந்தால், அதோடு ராவணனின் கதையும் முடிந்தது. அப்படி யிருக்க, நீங்கள் எல்லாம் பேசாமல் இருப்பது ஏன்? முனைந்து அரக்கர்களைத் தாக்குங்கள். இந்திரஜித்தை நானே கூட கொன்று விடுவேன். ஆனால், அவன் என்னுடைய அண்ணன் மகன் என்பதால் அவனைப் பார்க்கும் பொழுது என் கண்களை கண்ணீர் மறைக்கிறது. லக்ஷ்மணனே இந்திரஜித்தைக் கொன்று வீழ்த் தட்டும். நாம் அவனுடைய பரிவாரங்களை ஒழித்துக் கட்டுவோம்'' என்று வானரர்களிடம் கூறி, அவர்களை விபீஷணன் ஊக்குவித்தான்.

இதையடுத்து ஜாம்பவானின் தலைமையில், வானரர்கள், அரக்கர்கள் மீது பாய்ந்து கடுமையாகத் தாக்கினர். தேவர்களுக்கும், அசுரர்களுக்குமிடையே நடந்த யுத்தம்போல, அப்போது வானரர்களுக்கும், அரக்கர்களுக்குமிடையே யுத்தம் மூண்டது. ஹனுமானும், லக்ஷ்மணனைத் தரையில் இறக்கி விட்டு, அரக்கர்களைத் தாக்குவதில் முனைந்தார். மற்றொரு புறத்தில் இந்திரஜித்திற்கும், லக்ஷ்மணனுக்குமிடையே பெரும் போர்

தொடர்ந்து கொண்டிருந்தது. இப்படி ஒரு பயங்கரமான யுத்தம் அங்கு நடந்த போது, வானமே அம்புகளினால் மூடப்பட்டு விட்டது. இருள் சூழ்ந்தது. இரு தரப்பினரும் சிந்திய ரத்தம், ஒரு நதியாகப் பாய்ந்து ஓடியது. கழுகுகளும், நரிகளும் ஊளையிட்டுக் கொண்டு பிணங்களைத் தின்பதற்காக அங்கே கூடி விட்டன. காற்று வீசவில்லை. இந்த பயங்கரக் காட்சியைக் கண்ட ரிஷிகள், ''உலகிற்கு நன்மை விளையட்டும், உலகிற்கு நன்மை விளையட்டும்'' என்று வேண்டிக் கொள்ளத் தொடங்கினர். யுத்தத்தைக் காண்பதற்காக அங்கே வந்த கந்தர்வர்கள், இந்தக் காட்சிகளைக் காண சகிக்காமல் அங்கிருந்து விரைந்தனர்.

தொடர்ந்து கொண்டிருந்த யுத்தத்தில், லக்ஷ்மணன், இந்திரஜித்தின் தேரோட்டியைக் கொன்று வீழ்த்தினான். அப்போது இந்திரஜித், தானே தேரைச் செலுத்திக் கொண்டு, யுத்தம் புரியத் தொடங்கினான். காண்போர் வியக்க, தேரையும் செலுத்திக் கொண்டு, கையிலே வில் ஏந்தி போரையும் நடத்திக் கொண்டிருந்த அவனுடைய சாகசம், எல்லோரையும் மெய் சிலிர்க்க வைத்தது. இந்திரஜித் தன்னுடைய தேரை இழுத்துக் கொண்டிருந்த குதிரைகளை செலுத்த முனைந்த போது, லக்ஷ்மணன் அவன் மீது அம்புகளைப் பாய்ச்சினான்! இந்திரஜித் அம்புகளை ஏவ முனைந்தபோது, அவனுடைய தேர்க் குதிரைகள் மீது லக்ஷ்மணனின் அம்புகள் பாய்ந்தன. இந்திரஜித்திற்கு யுத்தத்தில் உற்சாகம் குறைய ஆரம்பித்தது.

இந்த நேரத்தில் பொறுமையை இழந்த சில வான்ரர்கள், இந்திரஜித்தின் குதிரைகள் மீது தாவி, அவற்றைக் கொன்று விட்டனர். இந்திரஜித் தேரில் இருந்து இறங்கி, சிறிது நேரம் லக்ஷ்மணனோடு போரைத் தொடர்ந்து நடத்தினான். பின்னர், தன்னை சூழ்ந்திருந்த அரக்கர்களைப் பார்த்து, ''நம்மைச் சார்ந்த வர்கள் யார், எதிரியைச் சார்ந்தவர்கள் யார் – என்பது கூட தெரியாத அளவுக்கு இங்கே இருள் சூழ்ந்து விட்டது. இந்த வானரர்களை அழித்து விடுவதில் நீங்கள் முனையுங்கள். நான் சென்று, வேறொரு தேரை எடுத்துக்கொண்டு திரும்புகிறேன்'' – என்று கூறி விட்டு, நகருக்குத் திரும்பினான்.

அங்கு ஆயுதங்களால் நிரப்பப்பட்ட ஓர் அழகான தேரை எடுத்துக் கொண்டு, மேலும் சிறந்த அரக்கர்களால் சூழப்பட்டு,

யுத்த காண்டம்

மண்டோதரியின் மகனான இந்திரஜித் யுத்த களத்திற்குத் திரும்பி, மீண்டும் லக்ஷ்மணன், விபீஷணன் ஆகியோரைக் கடுமையாகத் தாக்கத் தொடங்கினான். இந்திரஜித்தின் தாக்குதலை சமாளிக்க முடியாமல், வானரர்கள் திணறி, லக்ஷ்மணனிடம் அடைக்கல மாகப் புகுந்தனர். இந்திரஜித் மூன்று அம்புகளால் விபீஷணனைத் தாக்க, உடலில் ரத்தம் கசிய, விபீஷணன் கோபம் கொண்டு கதை யினால் தாக்கி, இந்திரஜித்தின் தேரை இழுத்து வந்த குதிரைகளைக் கொன்றான். கோபம் கொண்ட இந்திரஜித் தேரில் இருந்து குதித்து, தரை மீது நின்றபடியே விபீஷணன் மீது தனது வேலை எறிந்தான். இதைக் கண்ட லக்ஷ்மணன் தனது அம்பினால், அந்த வேலை பத்து துண்டுகளாகப் பிளந்து எறிந்தான். அப்போது லக்ஷ்மணனும், இந்திரஜித்தும் ஏவிய பாணங்கள் ஒன்றோடு ஒன்று மோதி, வானத்தையே ஒளி பெறச் செய்யும் வகையில் நெருப்பைக் கக்கின. இந்திரனின் தலைமையில் தேவர்களும், ரிஷிகளும், கந்தர்வர் களும், கூடி நின்று லக்ஷ்மணனை வாழ்த்தியவாறே அங்கு நடந்து கொண்டிருந்த அற்புதமான யுத்தத்தைக் கண்டு வியந்தனர்.

லக்ஷ்மணன் தனது வில்லிலே நாணேற்றி, இதுவரை எவராலும் வீழ்த்தப்படாததும், இந்திரனை அதிபதியாகக் கொண்டதுமான ஒரு பாணத்தைப் பூட்டி, அதை முழுமையாக இழுத்து, 'ராமர் தன்னிகரற்ற சக்தி படைத்தவர் என்பது உண்மையென்றால், ராமர் கொடுத்த வார்த்தை தவறாதவர் என்பது உண்மையென்றால், ராமர் தர்மத்தின் பாதையிலிருந்து என்றும் விலகாதவர் என்பது உண்மை யென்றால், இந்த பாணம் ராவணனின் மகனாகிய இந்த இந்திரஜித்தைக் கொன்று வீழ்த்துவதாக!' என்று வேண்டிக் கொண்டு அதை ஏவினான்.

பாய்ந்து சென்ற அந்த பாணம், இந்திரஜித்தின் தலையைக் கொய்து, அதைத் தரையில் கிடத்தியது.

பூமியில் விழுந்து விட்ட இந்திரஜித்தின் தலை ரத்தம் கசிய, தங்கக் குடம் போல் பிரகாசித்தது.

விபீஷணனும், வானரர்களும், லக்ஷ்மணனைப் பாராட்ட, வானத்திலிருந்து ரிஷிகளும், தேவர்களும் அவனை வாழ்த்தினார்கள்.

பெரும் மகிழ்ச்சி எய்திய கந்தர்வர்கள், லக்ஷ்மணன் மீது பூ மாரி பொழிந்தனர். வானம் தெளிவுற்றது.

அரக்கர் கூட்டமோ, பெரும் பயம் கொண்டு சிதறி ஓடியது.

'வெற்றி வீரன் லக்ஷ்மணன் வாழ்க' என்று ஜாம்பவானும், ஹனுமானும், விபீஷணனும், வானரர்கள் பலரும் உவகை பொங்க, உரத்த குரலில் லக்ஷ்மணனைப் பாராட்டினார்கள்.

பின்னர், ஜாம்பவான், ஹனுமான் போன்றவர்கள் பின் தொடர, ராமரைச் சென்று அடைந்த லக்ஷ்மணன், அவரைச் சுற்றி வலம் வந்து வணங்கி நின்றான். இந்திரஜித் கொல்லப்பட்ட செய்தியை விபீஷணன், ராமரிடம் தெரிவித்தான். ராமர், பெரும் மகிழ்ச்சி கொண்டு அவனைப் பாராட்டி, ''சாதிக்க முடியாததைச் சாதித்திருக்கிறாய். இந்த யுத்தத்தில் நாம் வென்றோம் என்பது உன்னுடைய செயலால் உறுதியாக்கப்பட்டு விட்டது'' என்று கூறி, லக்ஷ்மணனை வாழ்த்தினார்.

மேலும் ''இந்திரஜித் மாண்டதால், ராவணனும் மாண்டு விட்டதாகவே நான் நினைக்கிறேன். ராவணனுடைய வலது கரத்தை நீ அறுத்து விட்டாய். ராவணன் நின்று கொண்டிருந்த அஸ்திவாரத்தை நீ தகர்த்து விட்டாய். லக்ஷ்மணா! எனக்குப் பாதுகாப்பாக நீ இருக்கும்பொழுது, ஸீதையை மீட்பதும் எளிதே! இந்தப் பூமியை பாதுகாப்பதும் எளிதே!'' என்று கூறிய ராமர், லக்ஷ்மணனைக் கட்டித் தழுவி, உச்சி முகர்ந்து மகிழ்ந்தார்.

யுத்த காண்டம்

அத்தியாயம் – 30

ராவணனின் துக்கம் !

இந்திரஜித்துடன் போரிட்டு உடலில் காயங்களைப் பெற்றவர்களுக்குச் சிகிச்சை செய்யுமாறு ஸுஷேணனை ராமர் பணிப்பது; இந்திரஜித்தினால் தாக்கப்பட்டவர்கள் உடல் நலம் பெறுவது; இந்திரஜித்தின் மரணத்தை அறிகிற ராவணன், மயக்கமுற்று வீழ்வது; மூர்ச்சை தெளிந்த பின்னர், இந்திரஜித்தை நினைத்து ராவணன் புலம்புவது....

பலவாறாக லக்ஷ்மணனைக் கொண்டாடிய பிறகு ராமர், வானரர் படைத் தலைவர்களில் ஒருவனாகிய ஸுஷேணனை அழைத்து, ''உடம்பைத் துளைத்த அம்புகளினால் ஏற்பட்ட வலி முழுமையாக நீங்கி, லக்ஷ்மணன் விரைவில் உடல் நலம் பெறும் வகையில் அவனுக்கு மருத்துவம் செய்வாயாக! லக்ஷ்மணன் மட்டுமின்றி, விபீஷணன் மற்றும் காயமுற்ற வானர வீரர்கள் அனைவருக்குமே உன் மருத்துவம் தேவைப்படுகிறது'' என்று கூறினார்.

ஸுஷேணன் ஒரு மூலிகையின் மணத்தை மூக்கின் வழியாக லக்ஷ்மணன் இழுக்குமாறு செய்தான். சிறிது நேரத்தில் லக்ஷ்மணனுக்கு, உடல் வலி நீங்கியது. அவன் குணமடைந்தான். பின்னர் ராமர் கூறியபடி விபீஷணனுக்கும், மற்றவர்களுக்கும் ஸுஷேணன் மருத்துவம் செய்ய, அவர்களும் குணமடைந்தார்கள். ஸுக்ரீவன், ஜாம்பவான் ஆகியோரும் மற்ற வானர வீரர்களும்

பெரிதும் மகிழ, இந்திரஜித்தினால் தாக்கப்பட்டவர்கள் அனைவரும் உடல் நலம் முழுமையாகத் திரும்பப் பெற்றனர்.

இதற்கிடையில் ராவணனுடைய அமைச்சர்கள் அவனை அடைந்து, ''பெரும்புகழ் வாய்ந்த உங்கள் மகன் இந்திரஜித், விபீஷணனின் உதவி பெற்ற லக்ஷ்மணனால் போர்க்களத்தில் கொல்லப்பட்டான். தோல்வி என்பதை இதுவரை அறியாத இந்திரஜித், வீழ்ந்தான். லக்ஷ்மணனோடு அற்புதமான யுத்தம் புரிந்து, அவன் வானுலகம் எய்தினான்'' என்று கூற, ராவணன் மயக்கமுற்று வீழ்ந்தான்.

(கம்ப ராமாயணத்தில் நிகும்பில யாகம், லக்ஷ்மணனால் தடுக்கப்பட்டபோது, இந்திரஜித் கவலையுற்றாலும், விரைவில் அந்தக் கவலையிலிருந்து மீண்டு லக்ஷ்மணன் மீது போர் தொடுக்கிறான். அவன் மீது ஏவிய சில அஸ்திரங்கள் வீணாகிய போது சிவபெருமான் கொடுத்த ஆயுதத்தைப் பிரயோகிக்க இந்திரஜித் முடிவெடுக்கிறான். 'வேதியனாகிய ப்ரம்ம தேவன் படைத்த உலகங்கள் அனைத்தையும், ஒரு பொழுதுக்குள்ளாகவே அழித்துத் தீர்த்து விடக்கூடியவனாகிய பரமசிவனின் ஆயுதத்தை தொடுத்து விடுவது, என இந்திரஜித் தீர்மானித்தான் என்பதை அறிந்து, வானத்தில் பரவி நின்ற தேவர் கூட்டம் நடுங்கியது. இவன் இப்பொழுதே சர்வ நாசம் புரிந்து விடுவான் என்று எல்லா உலகங்களும் மயங்கித் தடுமாறின' என்று கம்பர் கூறுகிறார். அந்தப் பாடல் :

'பார்ப்பான் தரும் உலகு யாவையும், ஒரு கால், ஒரு பகலே,
நீர்ப்பான் படை தொடுப்பேன்' எனத் தெரிந்தான்; அது தெரியா,
மீப் பாவிய இமையோர் குலம் வெருவுற்றது; 'இப்பொழுதே
மாய்ப்பான்' என, உலகு யாவையும் மறுகுற்றன, மயங்கா.

இந்திரஜித்துக்கும், லக்ஷ்மணனுக்குமிடையே நடந்த போரை விவரமாக வர்ணிக்கும் கம்பர், விபீஷணனைப் பார்த்து இந்திரஜித் பேசும் காட்சியையும் தனது பாடல்களில் வடிக்கிறார். 'நீர் இருக்கிற வரையில் உயிர் தாங்குகிற மீன் போன்ற அரக்கர்கள், ராவணன் இருக்கும் வரை போரிட்டு, அவனோடு இறந்து விடுவார்கள். இலங்கை ஆகிய ஊர் மட்டும் மீதி இருக்கும். நீ ஒருவன் உயிரோடு

நின்றிருப்பாய். ஆனால், அரசனாக அமர்ந்திருக்க, உனக்குத் துணையாக நிற்க அரக்கர் இனத்தில் வேறு யார் இருப்பார்கள்?' என்று கேட்டு விட்டு, இந்திரஜித் மேலும் சொல்கிறான்: 'வெற்றித் திறன் படைத்த தோள்களை உடையவனே! அழகிய, வலிமை படைத்த தோள்களை உடைய ராவணன், ராமனது அம்பினால் தாக்கப்பட்டு புழுதிபடிந்த தரையைப் பாயாகக் கொண்டு, அதன் மீது புரள்கிற தினத்தில், நீயும் அப்புழுதியில் புரண்டு அவன் மீது விழுந்து அழப் போகின்றாயா? அல்லது பகைவரோடு சேர்ந்து மகிழ்ச்சி ஆரவாரம் செய்வாயா? அண்ணனைக் கொன்றதற்காக அந்த ராமனை வாழ்த்தி வணங்கப் போகிறாயா? இவற்றுள் எதைச் செய்ய நீ துணிந்து விட்டாய்?' என்றும் கேட்கிறான். இந்த இரண்டு பாடல்கள் :

'நீர் உளதனையும் உள்ள
 மீன் என, நிருதர் எல்லாம்
வேர் உளதனையும் வீரர்,
 இராவணனோடு; மீளார்;
ஊர் உளது; ஒருவன் நின்றாய் நீ
 உளை; உறைய; நின்னோடு
ஆர் உளர் அரக்கர் நிற்பார்,
 அரசு வீற்றிருக்க? ஐயா!

'எழுதி ஏர் அணிந்த திண் தோள்
 இராவணன், இராமன் அம்பால்,
புழுதியோ பாயல் ஆகப்
 புரண்ட நாள், புரண்டு மேல்வீழ்ந்து
அழுதியோ? நீயும் கூட
 ஆர்த்தியோ? அவனை வாழ்த்தித்
தொழுதியோ? யாதோ, செய்யத்
 துணிந்தனை? – விசயத் தோளாய்!

பிறகு லக்ஷ்மணன் அவனுடைய தேரை அழித்த போது, இந்திரஜித் இலங்கை திரும்புகிறான். அங்கிருந்து அவன் வேறொரு தேரை எடுத்துக் கொண்டு வந்தான் என்று வால்மீகி ராமாயணம் சொல்கிறது. ஆனால் கம்ப ராமாயணமோ இந்திரஜித், ராவணனிடம் 'அவர்களுடைய படையை மிஞ்சுகிற படை நம்மிடம் இல்லை. நம்

அரக்கர் குலம் செய்த பாவத்தினால், நீ அவர்களுடைய பகையைத் தேடிக் கொண்டாய். லக்ஷ்மணனுக்குக் கோபம் வந்தால், அவன் ஒருவனாகத் தனித்து நின்று, மூவுலகங்களையும் அழித்து விடுவான். இத்தகைய ஆற்றல் படைத்தவர்களாக அவர்கள் இருப்பதால் ஸீதையின் மீது உள்ள ஆசையை நீ விட்டு விடுவது நல்லது. அப்போது அவர்களுடைய கோபம் தணியும். நம்மோடு போர் செய்யாமல் திரும்பிப் போவார்கள். உன் மீது கொண்ட அன்பினால் இதைச் சொல்கிறேனே தவிர, அவர்களிடம் கொண்ட அச்சத்தினால் அல்ல' என்று கூறுவதாக விவரிக்கிறது. இந்த மாதிரியான இந்திரஜித்தின் அறிவுரை வால்மீகி ராமாயணத்தில் இல்லை.

கம்ப ராமாயணத்தில் – இப்படி இந்திரஜித் கூறியதைக் கேட்ட ராவணன், அவனை இகழ்ந்து பேசுகிறான். மனிதனைக் கண்டு இந்திரஜித் அஞ்ச வேண்டாம் என்றும், போரிலிருந்து அவன் விலகலாம் என்றும் கூறுகிற ராவணன் மேலும், 'நான் இந்தப் பகையைத் தேடிக் கொண்டது – உனக்கு முன்பாக யுத்தம் செய்து இறந்தவர்கள் எல்லாம் இந்தப் பகையை முடித்து விடுவார்கள் என்று நினைத்து அல்ல; இன்னமும் போர் செய்யக் கூடியவராய் உயிருடன் நிற்கிறவர்கள் என் பகைவர்களை வென்று மீள்வார்கள் என்று நினைத்தும் அல்ல; நீ அவர்களை வீழ்த்தி, அந்த வெற்றியை எனக்கு அளிப்பாய் என்று நினைத்தும் அல்ல. என்னுடைய பலத்தை மனதில் வைத்தே, இந்தக் கொடும் பகையை நான் தேடிக் கொண்டேன்' என்று சொல்கிறான். அந்தப் பாடல் :

'முன்னையோர், இறந்தார் எல்லாம்,
இப் பகை முடிப்பர் என்றும்,
பின்னையோர், நின்றோர் எல்லாம்,
வென்றனர் பெயர்வர் என்றும்,
உன்னை, "நீ அவரை வென்று
தருதி" என்று உணர்ந்தும், அன்றால்;
என்னையே நோக்கி, யான் இந்
நெடும் பகை தேடிக் கொண்டேன்.

மேலும் ராவணன் சொல்கிறான் : 'நான் வெற்றி பெறவில்லை என்றாலும் கூட, இந்த ராமனின் பெயர் நிலைத்து நின்றால்,

அவனால் வெல்லப்பட்ட என் பெயரும், வேதம் நிலைத்திருக்கிற காலம் வரையில் நிலை பெற்றிருக்கும் அல்லவா? மரணம் என்பது தவிர்க்கக் கூடியது அல்லவே? அது எல்லா உயிர்களுக்கும் பொதுவானது அன்றோ? இன்று இருப்பவர்கள் நாளை மடிவார்கள். ஆனால் புகழுக்கு அத்தகைய இறுதி முடிவு என்பது உள்ளதோ?'. அந்தப் பாடல் :

'வென்றிலென் என்ற போதும்,
  வேதம் உள்ளளவும், யானும்
நின்றுளென் அன்றோ, மற்று
  அவ் இராமன் பேர் நிற்கும்ஆயின்?
பொன்றுதல் ஒரு காலத்தும்
  தவிருமோ? பொதுமைத்து அன்றோ?
இன்று உளார் நாளை மாள்வர்;
  புகழுக்கும் இறுதி உண்டோ?

பின்னர் ராவணனை சமாதானப்படுத்தி விட்டு இந்திரஜித் மீண்டும் ஒரு தேரை எடுத்துக் கொண்டு வந்து, லக்ஷ்மணனுடன் கடும் போர் புரிகிறான். அப்போது லக்ஷ்மணனிடம் விபீஷணன் 'சிவபெருமான் அருளினால் இந்திரஜித்துக்குக் கிடைத்துள்ள இந்த தேரும், வில்லும் அழியாமல் இருக்கும்வரை அவனும் அழிய மாட்டான்' என்று கூறி, இந்திரஜித்தை மாய்க்கும் உபாயத்தைச் சொல்லித் தருகிறான். இது வால்மீகி ராமாயணத்தில் இல்லை. பின்னர் விபீஷணனின் யோசனைப்படியே போரிட்டு, லக்ஷ்மணன் இந்திரஜித்தைக் கொல்கிறான்.

ராமரின் காலில் இந்திரஜித்தின் தலை கொண்டு வந்து வைக்கப்படுகிறது. பெரும் களிப்புற்ற அவர், லக்ஷ்மணனைத் தழுவி 'தம்பி உடையான், பகை அஞ்சான்' – அதாவது தம்பியையுடையவன் பகைக்கு அஞ்ச வேண்டிய அவசியம் இல்லை – என்று கூறி பாராட்டுகிறார். இதுபற்றி இறுதியாக கம்பர் சொல்கிறார் : 'இதழ்கள் விரிந்த மலர் மாலை அணிந்த மார்பையுடைய ராமன், லக்ஷ்மணனைப் பார்த்து – ஆண்களில் சிறந்தவனே! இந்த வெற்றி உன்னால் கிடைத்தது அல்ல. உயர்ந்த பண்பு கொண்ட ஹனுமானால் கிட்டியதும் அல்ல. இந்த வெற்றிக்குக் காரணம், வேறு எந்த

தெய்வத்தின் சிறப்புமல்ல. இது விபீஷணன் தந்த வெற்றி, என்று உண்மையான காரணத்தைக் கூறி பாராட்டி விட்டு இன்புற்று இருந்தான்'. அந்தப் பாடல் :

'ஆடவர் திலக! நின்னால்
 அன்று; இகல் அனுமன் என்னும்
சேடனால் அன்று; வேறு ஓர்
 தெய்வத்தின் சிறப்பும் அன்று;
வீடணன் தந்த வென்றி,
 ஈது' என விளம்பி மெய்ம்மை,
ஏடு அவிழ் அலங்கல் மார்பன்
 இருந்தனன், இனிதின், இப்பால்.

இந்திரஜித்தின் தேரையும் வில்லையும் அழித்தால் ஒழிய, அவனை வெல்ல முடியாது என்று லக்ஷ்மணனுக்குச் சொல்லிக் கொடுத்ததாலும், நிகும்பிலை யாகத்தை தடுத்தால்தான் அவனை வெல்ல முடியும் என்பதை அறிவித்ததாலும், ராமரிடம் இந்தப் பாராட்டை விபீஷணன் பெறுகிறான் போலும். வால்மீகி ராமாயணத்தில் இவ்வாறு இல்லை.

துளஸிதாஸர் தனது ராமாயணத்தில், இந்திரஜித் போரில் பங்கு பெறும் காட்சியை மிக சுருக்கமாக அமைத்திருக்கிறார். ராமரை நினைத்து அம்பு எய்தி அவனை லக்ஷ்மணன் கொன்று விடுகிறான். இறக்கும்போது இந்திரஜித், 'ராமரின் இளைய சகோதரன் எங்கே? ராமர் எங்கே?' என்று கேட்டுக் கொண்டே இறக்கிறான். இப்படி உயிர் பிரியும் நேரத்தில் ராம – லக்ஷ்மணர்களின் பெயர்களை அவன் சொன்னதால், அவனுடைய தாயார் பெரும் புண்ணியம் செய்தவள் என்று ஹனுமானும், அங்கதனும் வாழ்த்துகிறார்கள். இதுவும் வால்மீகி ராமாயணத்தில் இல்லை.

மீண்டும் வால்மீகி ராமாயணத்திற்கு வருவோம்.)

மூர்ச்சை தெளிந்து எழுந்த பின்னர் ராவணன் இந்திரஜித்தை நினைத்து பெரிதும் துக்கித்தான். ''அரக்கர் படைக்குத் தலைவனே! பெரும் பலம் படைத்தவனே! இந்திரனையே வென்ற நீ எவ்வாறு லக்ஷ்மணனால் வெல்லப்பட்டாய்? கோபமுறும்போது, மந்திர

மலையைப் பிளக்க வல்லவன் நீ! எமனை வீழ்த்தக் கூடியவன் நீ! மரணத்திற்கே மரணத்தை அளிக்கக் கூடியவன் நீ! அப்படியிருக்க லக்ஷ்மணன் உனக்கு எம்மாத்திரம்? எமதர்மனைப் பற்றிய என் மதிப்பு இப்போது உயர்கிறது. அவன் இட்ட கணக்கின்படி காலத்தின் முடிவிற்கு அல்லவா நீ பலியாகி விட்டாய்! தன்னுடைய அரசனின் நன்மைக்காக போரில் உயிரை விடுபவன் சொர்க்கத்தை அடைகிறான். உனக்கு நிச்சயம் நற்கதிதான் கிட்டும்.''

ராவணனுடைய புலம்பல் தொடர்ந்தது. ''இந்திரஜித் இறந்தான் என்ற செய்தியைக் கேட்டு தேவர்களும், ரிஷிகளும் இன்று நிம்மதியுறுவார்கள். இந்திரஜித் இல்லாமல் வனங்கள் நிறைந்த இந்த பூமி எனக்கு வெற்றிடமாகக் காட்சியளிக்கிறது. மூவுலகங்களும் சூன்ய பிரதேசங்களாகத் தெரிகின்றன. அந்தப்புரங்களில் இருக்கும் அரக்கர் பெண்களின் அழுகுரல் என் காதுகளில் ஒலிக்கிறது. எதிரிகளை வாட்டுபவனே! இளவரசு பதவியையும், இலங்கையையும், அரக்கர்களையும், உன் மனைவிமார்களையும் உனது தாயாரையும், என்னையும் விட்டு விட்டு, நீ எங்கே சென்றாய்? நான் மரணத்தை எய்துகிற போது, எனக்கு இறுதிச் சடங்கு செய்ய வேண்டியவன் அல்லவா நீ? ஆனால் இப்போது உனக்கு நான் இறுதிச் சடங்கு செய்ய வேண்டியவன் ஆகிவிட்டேன்! ஏன் இப்படிப்பட்ட முரண்பாட்டை தோற்றுவித்தாய்? நீ எங்கே சென்றாய்?''

இப்படி அழுது புலம்பிய ராவணன் மனதில், அப்போது ஒரு பெரும் கோபம் உண்டாயிற்று.

6. யுத்த காண்டம்

அத்தியாயம் - 31

அரக்கிகளின் புலம்பல்!

கோபத்தில் ராவணன் காட்சியளித்த விதம்; ஸீதையைக் கொன்றுவிட ராவணன் எடுத்த முடிவு; ஸீதையின் புலம்பல்; ஸுபார்ச்வன் அறிவுரையை ஏற்று ராவணன் தனது முடிவை மாற்றிக் கொண்டு, ஸீதையைக் கொல்லாமல் விடுவது; ராவணனால் அனுப்பப்பட்ட படை ராமரால் அழிக்கப்படுவது; அரக்கிகளின் புலம்பல்; ராவணன் போருக்குப் புறப்பட தீர்மானிப்பது...

ஒளி மிகுந்த சூரியன் கோடை காலத்தில் மேலும் அதிக ஒளியோடு பிரகாசிப்பது போல, இயல்பாகவே கோபமுடைய ராவணன், தனது மகனின் மரணம் காரணமாக மேலும் கோபமுற்றான். பிரளய காலத்து சமுத்திரத்தில் பேரலைகள் மோத, பெரும் முதலைகள் நெளிவது போல அவனுடைய புருவங்கள் நெளிந்தன. அவன் வாயைத் திறந்தபோது, அதிலிருந்து நெருப்பு கக்கப்படுவது போல ஒரு தோற்றம் உண்டாயிற்று. இயற்கையிலேயே சிவப்பு நிறம் கொண்டதாகிய ராவணனின் கண்கள், இப்பொழுது மேலும் சிவப்பாகி பயங்கரமாகக் காட்சியளித்தன. இயல்பாகவே பயங்கர தோற்றமுடைய அவன், இப்பொழுது கோபமுற்ற ருத்ரன் போல் காட்சியளித்தான். எரியும் விளக்கிலிருந்து சொட்டுகின்ற சூடான எண்ணெய்த் துளிகள் போல, அவன் கண்களிலிருந்து கண்ணீர் துளிகள் விழுந்தன. அவன் பற்களைக் கடித்தபோது, பாற்கடலை

மந்திர மலையினால் கடையப்பட்ட போது, ஏற்பட்ட ஒலி போல ஒரு சப்தம் உண்டாயிற்று. அவன் பார்வை எந்தெந்த அரக்கர்கள் மீது பட்டதோ, அவர்கள் எல்லாம் அந்தப் பார்வையின் கடுமையைத் தாங்க முடியாமல் ஓடி ஒளிந்தனர். அசையும் பொருட்கள், அசையாப் பொருட்கள், எல்லாவற்றையும் அழித்து விடக்கூடிய காலனைப் போல் தோற்றமளித்துக் கொண்டு, நான்கு புறமும் திரும்பித் திரும்பிப் பார்த்துக் கொண்டிருந்த ராவணனை ஏறெடுத்துப் பார்க்கவும் அரக்கர் கூட்டம் அஞ்சியது.

''பல ஆண்டு காலம் கடும் தவம் புரிந்து, ப்ரம்ம தேவனை நான் திருப்தி செய்தேன். எனது கடும் தவத்தினால் மகிழ்வுற்ற ப்ரம்ம தேவன், 'அசுரர்களாலும், தேவர்களாலும் எனக்கு ஒரு தீங்கும் வர மாட்டாது' என்று வரமளித்தான். தேவர்களாலும், அசுரர்களாலும் பிளக்க முடியாத ஒளி வீசும் கவசத்தை ப்ரம்ம தேவனிடமிருந்து நான் பெற்றேன். அன்று ப்ரம்ம தேவன் எனக்கு அளித்த சிறப்பு வாய்ந்த வில்லும், அம்புகளும், வாத்தியங்கள் முழங்க இங்கே கொண்டு வரப்படட்டும்! புகழ் வாய்ந்த என்னுடைய தேரில் அமர்ந்து நான் யுத்த களத்தில் நுழையும்போது, என்னை எதிர்க்க வல்லவன் எவன் இருக்கிறான்? ராமனுக்கும், லக்ஷ்மணனுக்கும் இன்று முடிவு கட்டுகிறேன்.''

இப்படிப் பேசிய ராவணன், பெரும் வீரனாயினும் கோபத்தினால் பீடிக்கப்பட்டவனாகி விட்டதால், தன் நிலை தடுமாறி, ஸீதையைக் கொன்று விடுவது என்ற தீர்மானத்துக்கு வந்து, சூழ்ந்திருந்தவர்களைப் பார்த்து, ''என்னுடைய மகன் இந்திரஜித், யுத்த களத்தில் ஸீதையைப் போன்ற ஒரு மாய உருவத்தைக் கொன்று, 'ஸீதை கொல்லப்பட்டாள்' என்று வானரர்களை நம்ப வைத்தான். அந்த மாயக் காட்சியை இப்போது நான் உண்மை நிகழ்ச்சியாக மாற்றிக் காட்டுகிறேன். பெயரளவில் மட்டுமே க்ஷத்ரியனான ராமனையே நினைத்திருக்கும் அந்த வைதேஹியை, இன்று கொல்கிறேன்'' என்று கூறிவிட்டு, தனது வாளை உருவிக் கொண்டு மண்டோதரி மற்றும் அமைச்சர்கள் பின் தொடர, ஸீதை இருந்த இடத்திற்கு விரைந்தான். அவனுடைய அமைச்சர்கள் பயத்தினால் பீடிக்கப்பட்டவர்களாக ஒருவருக்கொருவர் ''இந்த அரக்கர் மன்னனை இன்று பார்த்தாலே

போதும் - ராமனும், லக்ஷ்மணனும் அஞ்சி நடுங்குவார்கள். உலகத்தைக் காக்கும் நான்கு தேவர்களும், இவனால் வெல்லப் பட்டவர்கள். இவனுக்கு நிகரான வல்லமை படைத்தவர்கள் இந்த பூமியில் கிடையாது'' என்று பேசிக் கொண்டார்கள்.

அவனுடைய அமைச்சர்கள் தடுத்தும் கூட கேளாமல், ராவணன் வாளை உருவியவாறு ஸீதையை நோக்கி விரைந்து நடந்தான். மற்றவர்கள் தடுத்தும் அவர்களை மீறிக் கொண்டு, தன்னை நோக்கி வாளைக் கையில் ஏந்தி ராவணன் வருவதைக் கண்ட ஸீதை, மனம் வெதும்பினாள். "என்னை இவன் இன்று கொன்றுவிடப் போகிறான் என்று நினைக்கிறேன். அவன் விரும்பியும் மீண்டும் மீண்டும் நான் மறுத்ததால், கோபம் கொண்டு இன்று என்னைத் தீர்த்துவிட அவன் முடிவு செய்து விட்டான் போலும்! அல்லது ஒருவேளை ராம - லக்ஷ்மணர்கள் இவனால் போர்க்களத்தில் வீழ்த்தப்பட்டு விட்டார்களோ? அதுவும் இல்லை என்றால், மகனை யுத்த களத்தில் இழந்த துயரம் தாங்காமல் என்னைக் கொன்று பழி தீர்த்துக் கொள்ள இவன் முடிவு செய்து விட்டானோ?''

இவ்வாறெல்லாம் துக்கித்த ஸீதை, மேலும் கலக்கமுற்று சொன்னாள்: 'ஹனுமானின் ஆலோசனையை அன்றே நான் கேட்காமல் போனேன். அப்போதே ஹனுமானுடன் நான் இந்த இடத்தைவிட்டுப் போயிருந்தால் இப்போது இந்த நிலை எனக்கு வந்திருக்காது; மாறாக, என் கணவனுடைய பாதுகாப்பை அடைந்து நான் மகிழ்ந்திருப்பேன். ராமர் யுத்த களத்தில் இறந்திருந்தால் அதை கௌஸல்யை எப்படி தாங்கப் போகிறார்? அவரும் தன் வாழ்க்கையை முடித்துக் கொள்வார். இப்படிப்பட்ட நிலைக்குக் கௌஸல்யையைத் தள்ளிய பாவம் அந்த மந்தரையையே சாரும்.''

இப்படி ஸீதை அழுது புலம்பிக் கொண்டிருக்கையில், ராவணனின் அமைச்சர்களில் ஒருவனும், பெரும் புத்திமானுமாகிய ஸுபார்ச்வன் தனது மன்னனை நோக்கி சில வார்த்தைகள் பேசினான்: "வேதங்களை முறையாகக் கற்றறிந்த பிறகு, வைதீகக் கடமைகள் அனைத்தையும் நீங்கள் நிறைவேற்றியிருக்கிறீர்கள்.

அப்படிப்பட்ட நீங்கள் ஒரு பெண்ணைக் கொல்லத் துணியலாமா? நாளை அமாவாசை. உங்களுடைய பெரும் படை பின் தொடர, யுத்த களத்தில் புகுவீர்களாக! அறிவாளியும், வீரனுமாகிய நீங்கள் உங்களுடைய உன்னதமான தேரில் அமர்ந்து, வாளேந்தி போரிட்டு, எதிரிகளை வீழ்த்தி, தசரதனின் மகனான ராமனை வென்று, அதன் பின்னர் ஸீதையை அடையுங்கள். உங்கள் பெருமைக்கு அதுதான் உகந்தது.''

இந்த அறிவுரையை ராவணன் ஏற்று, தன்னுடைய அமைச்சர்கள் புடை சூழ, மீண்டும் தனது சபைக்குத் திரும்பினான். அங்கே அவனுடைய படைத் தலைவர்களைப் பார்த்து, ராமரின் படைகளைத் தாக்குமாறு உத்திரவிட்டு, அதன் பின்னர் தானும் யுத்தகளம் புகுவதாக ராவணன் கூறினான்.

ராவணனின் உத்திரவை ஏற்று, அவனுடைய படைகள் வானரர்கள் மீது தாக்குதலை நிகழ்த்தின. ஒவ்வொரு அரக்கனையும் சுமார் நூறு வானரர்கள் தாக்கினார்கள். அரக்கர்களும் கடுமையான பதில் தாக்குதல் நிகழ்த்தினார்கள். இறுதியில் வானரர்கள் ராமரின் பாதுகாப்பை நாட, அவர் அரக்கர்கள் மீது அம்பு மழை பொழிந்தார். ராமர் ஏவிய பாணங்களின் பாதிப்பு என்ன என்பதை அரக்கர்களால் உணர முடிந்ததே தவிர, அவர் எப்படித் தனது பாணங்களை ஏவுகிறார் என்பதைக் கூட அவர்களால் கவனிக்க முடியவில்லை. ராமர் எங்கு நிற்கிறார் என்பதையும் அவர்களால் பார்க்க முடியவில்லை. அந்த அளவுக்கு நினைத்துப் பார்க்க முடியாத வேகத்தில் ராமர் போர் செய்தார். 'இதோ ராமன் யானைப் படைகளை அழிக்கிறான்....' 'அதோ ராமன் தேர் வீரர்களை அழிக்கிறான்...' 'இதோ ராமன் குதிரை வீரர்களைக் கொன்று குவிக்கிறான்...' என்ற அரக்கர்களின் ஓலம் யுத்தகளத்தை நிரப்பியது. ஆயிரம் ராமர்களை ஒரே நேரத்தில் யுத்தகளத்தில் பார்ப்பது போல் நினைத்துக் கொண்டு, அரக்கர்கள் மிரண்டார்கள். காலச் சக்கரம் சுழன்று படைக்கப்பட்ட ஜீவராசிகளையெல்லாம் அழிப்பது போல், ராமர் அரக்கர் படையைக் கொன்று குவித்தார். கோபமுற்ற ருத்ரன், ருத்ரதாண்டவம் ஆடிய பூமி போல் யுத்தகளம் காட்சியளித்தது. தேவர்களும், கந்தர்வர்களும், சித்தர்களும், ரிஷிகளும் ராமரைப் பாராட்டினார்கள். தன்னைச்சுற்றி வியப்புற்று

நின்ற ஸுக்ரீவன், விபீஷணன், ஹனுமான், ஜாம்பவான் ஆகியோரிடம் ராமர், "இந்த மாதிரி பாணங்களை ஏவும் சக்தி என்னிடமும் முக்கண்ணனாகிய பரமசிவனிடமும்தான் இருக்கிறது" என்று விளக்கினார்.

இதற்கிடையில் குதிரைகள் கொல்லப்பட்டு, ரதங்கள் அழிக்கப்பட்டு, கொடிகள் அறுக்கப்பட்டு, பரிதாப நிலைக்குத் தள்ளப்பட்டு, உயிரை மட்டும் காப்பாற்றிக் கொண்ட அரக்கர்கள் இலங்கை நகரத்திற்குத் திரும்பி ஓடினர். கணவன்மார்களையும், மகன்களையும், உறவினர்களையும் யுத்தத்தில் இழந்து விட்ட அரக்கப் பெண்மணிகள் கதறி அழுதனர். "சூர்ப்பனகையினால் அல்லவோ நாம் இந்த கதியை அடைந்திருக்கிறோம்! அவளால்தான் ராவணன் இந்த மாபெரும் விரோதத்தையும், அதன் மூலம் தன் அழிவையும் தேடிக் கொண்டான். ஆனால், ஸீதையை அவன் அடையப் போவதில்லை."

அரக்கிகள் மேலும் பின்வருமாறு பேசிக் கொண்டார்கள் : "ஸீதையின் மீது ஆசை வைத்த விராதனை ராமன் அழித்துக் கொன்றான்; ராமனைப் பற்றி அறிந்து கொள்ள அது போதுமே! ஜனஸ்தானத்தில் கரனையும், தூஷணனையும், பதினான்காயிரம் அரக்கர்களையும் ராமன், தீ போல பொசுக்கி விட்டான்; ராமனைப் பற்றி அறிந்து கொள்ள அது போதுமே! மாபெரும் கைகளைக் கொண்டவனும், ரத்தத்தைக் குடித்தே வாழ்ந்தவனுமான கபந்தன் ராமனால் நொடியில் ஒழிந்தான்; ராமனைப் பற்றி அறிந்து கொள்ள அது போதுமே! மேரு மலையை நிகர்த்த வாலி, ராமனால் கொல்லப்பட்டான்; ராமனைப் பற்றி அறிந்து கொள்ள அது போதுமே!"

இவ்வாறு புலம்பிய அரக்கிகள் மேலும் சொன்னார்கள்: "தர்ம நியாயத்திற்கு உகந்த விபீஷணனின் அறிவுரைகள் ராவணனால் ஏற்கப்படவில்லை. விபீஷணனின் அறிவுரைகளை ராவணன் ஏற்றிருந்தால், நாமும் காப்பாற்றப்பட்டு இருப்போம்; இலங்கையும் இப்படி சுடுகாடாகியிருக்காது. பெரும் பலம் படைத்த கும்பகர்ணன் ராமனால் வீழ்த்தப்பட்ட போதும், அதிகாயன் கொல்லப்பட்ட போதும், லக்ஷ்மணனால் இந்திரஜித்

வெல்லப்பட்ட போதும் கூட, ராவணன் தனது நிலையை உணரவில்லையே! ரதங்களும், குதிரைகளும், யானைகளும், போர் வீரர்களும், ராமனால் அழிக்கப்பட்டார்கள். ராமன் உருவத்தில் ருத்ரனே வந்து நம்மை அழிக்கிறானோ? அல்லது வந்திருப்பது விஷ்ணுவோ? அல்லது காலனே வந்து விட்டானோ?

''ராமனால் தாக்கப்படுகிற போது, ராவணனைக் காப்பாற்ற தேவர்களாலும் முடியாது. தேவர்கள், அசுரர்கள், அரக்கர்கள் – ஆகியோரிடமிருந்து அழிவு கிடையாது என்றுதான் ராவணன் வரம் பெற்றிருக்கிறான். ஆனால் மனிதர்களிடமிருந்து அழிவு கிடையாது என்ற பாதுகாப்பு அவனுக்கு இல்லை. ப்ரம்ம தேவனிடமிருந்து வரம் பெற்ற பிறகு, தேவர்களை ராவணன் பெரிதும் துன்புறுத்தினான். அப்போது இந்திரன் தலைமையில் தேவர்கள் அனைவரும் சிவனை வேண்டிக் கொள்ள, அவர் 'உங்கள் நன்மைக்காக ஒரு பெண்மணி தோன்றுவாள்; அரக்கர்களின் அழிவுக்கு அவளே காரணமாவாள்' என்று கூறி அருளினார். அந்தப் பெண்தான் ஸீதை என்று இப்போது நமக்குப் புரிகிறது. அரக்கர் குலத்தை அழிக்கப் பிறந்தவள் அவள். நம்மைக் காப்பாற்றக் கூடியவர் யாரும் இப்போது இவ்வுலகில் இல்லை. காட்டுத் தீயில் சிக்கிக் கொண்ட, பெண் யானைகள் போல், நாம் தவிக்கிறோம். ராமனை சரணாகதி அடைந்த விபீஷணன் செய்ததுதான் அறிவுடைய செயல்.''

இப்படி அரக்கிகள் பலவாறு பேசிக்கொண்டு அழுதபோது, அவர்களுடைய அழுகுரல் ராவணனின் காதுகளையும் எட்டியது. பெரு மூச்சு விட்டவாறு, நீண்ட நேரம் சிந்தனையில் ஆழ்ந்த அவன், நெருப்பே உருவெடுத்து வந்தாற் போல் காட்சியளித்துக் கொண்டு, தனக்கு அருகில் இருந்த மஹாபார்ச்வன், விரூபாக்ஷன் ஆகியோரைப் பார்த்து, தனது முடிவை வெளியிட்டான்: ''என்னுடைய படைகளை அணி வகுத்து நிற்கச் சொல்லுங்கள். யுத்த களத்திற்கு நான் புறப்படுகிறேன்.''

இவ்வாறு ராவணன் கூற, அரக்கர் படைத் தலைவர்கள் அவனை வணங்கி விட்டு, வெற்றிக்கான பூஜைகளைச் செய்து விட்டு, யுத்தகளம் புறப்படத் தயாரானார்கள். ராவணன் பயங்கரமாக

சிரித்துக் கொண்டு பேசினான். ''ராமனையும், லக்ஷ்மணனையும் இன்று நான் எமனிடம் அனுப்புகிறேன்! கரன், கும்பகர்ணன், ப்ரஹஸ்தன், இந்திரஜித்... ஆகியோரின் மரணத்திற்குப் பழி வாங்குகிறேன். நான்கு திசைகள், வானம், பூமி, கடல் – ஆகிய எதுவும் கண்ணுக்குத் தெரியாதபடி, பெரும் மேகக்கூட்டங்கள் என, என் அம்புகள் எல்லாவற்றையும் மூடுகின்ற அற்புதத்தை நீங்கள் பார்ப்பீர்கள்! கடலிலிருந்து ஓயாமல் மீண்டும் மீண்டும் பொங்கி வரும் அலைகள் என என்னுடைய பாணங்கள் புறப்பட்டு, வானரர் கூட்டத்தை மீண்டும் மீண்டும் அழிக்கப் போகின்றன! மதம் கொண்ட யானை, குளத்திலுள்ள தாமரைகளை மிதித்து அழிப்பது போல், இந்த வானரர்களை நான் அழிக்கிறேன்! தாமரை இலைகள் எனவும், தாமரைத் தண்டுகள் எனவும், வானரர்கள் பூமியில் விழுந்து கிடப்பார்கள்! நான் ஏவுகிற ஒவ்வொரு அம்பும், நூறு வானரர்களைக் கொல்லும்! சகோதரர்களை இழந்தவர்கள், கணவன் மார்களை இழந்தவர்கள், உறவினர்களை இழந்தவர்கள் எல்லோருடைய கண்களையும் துடைக்கிற வகையில் எதிரிகளிடையே பெரும் நாசத்தை விளைவிக்கிறேன்! என்னால் வீழ்த்தப்பட்ட வானரர்கள், தரையில் விரிக்கப்பட்ட ஒரு பெரும் பாய் என பூமியின் மீது விழுந்து கிடக்கும்போது, வெறும் தரையை யாராலும் பார்க்க முடியாமல் போகும்! கழுகுகளுக்கும், நரி களுக்கும், மாமிசம் தின்னும் பிராணிகளுக்கும், பறவைகளுக்கும் இன்று நான் பெரும் உணவு படைக்கிறேன் – என்னுடைய ரதம் தயாராகட்டும்! என்னுடைய வில் கொண்டு வரப்படட்டும்! யுத்த களத்திற்கு என்னோடு புறப்பட அரக்கர்களும் தயாராகட்டும்!''

ராவணன் இப்படி பேசியதையடுத்து, ''விரைவில் படை அணி வகுக்கப்படட்டும்'' என்று மஹாபார்ச்வன் உத்திரவு பிறப்பித்தான்.

6. யுத்த காண்டம்

அத்தியாயம் - 32

யுத்த களத்தில் மீண்டும் ராவணன்

> ராவணன் **யுத்தத்திற்குப் புறப்படுவது;** வானரர்களுக்கும், அரக்கர்களுக்கும் நடுவே **யுத்தம் நடப்பது;** மஹாபார்ச்வன், மஹோதரன், விரூபாக்ஷன் - ஆகியோர் கொல்லப்படுவது; ராமருக்கும், ராவணனுக்குமிடையே போர் நடப்பது; விபீஷணனை, ராவணன் தாக்குவது; விபீஷணனைக் காப்பாற்ற முனைந்த லக்ஷ்மணன் மீது, ராவணனின் வேல் பாய்வது; ராமருடைய வீர உரை...

ராவணன் கூறியதற்கேற்ப, மஹாபார்ச்வன் பிறப்பித்த உத்திரவை அடுத்து, எண்ணற்ற யானை வீரர்களும், குதிரை வீரர்களும், தேர்களும், ஒட்டகங்களும், காலாட் படையினரும் அணி வகுக்கப்பட்டனர். ராவணனுடைய மிக உன்னதமான தேரும், யுத்த களத்திற்குப் புறப்பட தயார் செய்யப்பட்டது. நெருப்பை நிகர்த்த அந்தத் தேர் மீது, ராவணன் ஏறி அமர்ந்தான். பெரும் அரக்கர் படை பின்தொடர, அவன் நகரை விட்டு யுத்த களத்திற்குப் புறப்பட்ட போது, வாத்தியங்கள் முழங்கின. பேரிகைகள் ஒலித்தன. சங்குகள் ஊதப்பட்டன. பூமி நடுங்கியது. சூரியன் தன் ஒளியை இழந்தான். நான்கு திக்குகளையும் கவலை பற்றிக் கொண்டது.

இயற்கைக்கு விரோதமாக பறவைகள் சப்தம் செய்தன. வானத்திலிருந்து ரத்த மழை பொழிந்தது. ஒரு கழுகு பறந்து வந்து ராவணனுடைய கொடியின் மீது அமர்ந்தது. அவனுடைய இடது கண்ணும், இடது கையும் துடித்தன. வானத்திலிருந்து வால்

நக்ஷசத்திரம் விழுந்தது. இப்படிப்பட்ட அபசகுனங்களை யெல்லாம் சற்றும் பொருட்படுத்தாமல், மரணத்தினால் அழைக்கப் பட்டவன் போல, தனது முடிவை நோக்கி விரைகிற வகையில் ராவணன் யுத்த களத்தை நோக்கிச் சென்றான்.

(இந்த நிலையில் வால்மீகி ராமாயண சுருக்கத்தைச் சற்று நிறுத்தி, இந்திரஜித்தின் மரணம் பற்றிய செய்தி ராவணனை பாதித்த விதம் பற்றி, கம்ப ராமாயணம் கூறுவதைப் பார்ப்போம்.

இந்திரஜித்தின் மரணச் செய்தியை தன்னிடம் வந்து தெரிவித்த தூதர்கள் மீது கோபம் கொண்டு ராவணன், அவர்களை வெட்டிக் கொன்று விடுகிறான். பின்னர், தன் மகனை எண்ணிக் கதறுகிறான்: 'வெந்த புண்ணில் வேல் பட்டது போன்ற பெரிய துன்பத்தை அடைந்த ராவணன் 'ஓ மைந்தனே! சிறந்த மகனே! என் தந்தையே! என் உயிரே! உன்னைவிட மூத்தவனாகிய நான் இன்னமும் உயிரோடு இருக்கிறேனே'. அந்தப் பாடல் :

'மைந்தவோ!' எனும்; 'மா மகனே!' எனும்;
'எந்தையோ!' எனும்; 'என் உயிரே!' எனும்;
'முந்தினேன் உனை; நான் உளனோ!' எனும் –
வெந்த புண்ணிடை வேல் பட்ட வெம்மையான்.

மேலும் ராவணனின் ஒவ்வொரு தலையும், ஒவ்வொரு விதமாக துயரை வெளியிட்டு புலம்புவதாகவும் கம்பர் வர்ணிக்கிறார். அதன் பிறகு இந்திரஜித்தின் உடலைத் தேடி ராவணன் போர்க்களம் போகிறான். முதலில் அவனுக்கு இந்திரஜித்தின் கைதான் கிடைக்கிறது. பின்னர் உடலைப் பார்க்கிறான். அப்போது தலையைக் காணவில்லை... இவ்வாறெல்லாம் கம்பர் வர்ணித்துக் கொண்டு போவது போல், வால்மீகி ராமாயணத்தில் கூறப்படவில்லை.

இந்த நிலையில் ராவணன் அடையும் கோபத்தைக் கண்டு, தேவர்கள் எல்லாம் அஞ்சினார்கள். 'இவனுடைய கோபத்தினால் மும்மூர்த்திகளும், மூன்று உலகங்களும் அழிந்து விடுமோ என்று நினைத்து வருந்தி, தேவர்களும் முனிவர்களும் அஞ்சினார்கள்; வெளியே வருவதற்கு பயந்து அவர்கள் ஒளிந்தார்கள்' என்ற கருத்துடைய அந்தப் பாடல் :

தேவரோடு முனிவரும், சீரியோர்
ஏவரோடும், இடம் இன்றி நின்றவன் –
'மூவரோடும், உலகு ஒரு மூன்றோடும்
போவதேகொல், முனிவு?' எனும் பொம்மலான்.

இவ்வாறு புலம்புகிற ராவணன், 'கோபத்துடன் நின்று வெற்றியை நிறைவேற்றிக் கொள்ளவும், இந்திர பதவியை அடைய நினைத்தாலும் அதை முடித்துக் கொள்ளும் நிலையிலும் இருந்தேன். இப்போது அந்த நிலைமை மாறி ஒரு பெண்ணின் பொருட்டால் – எனக்கு நீ செய்ய வேண்டிய இறுதிச் சடங்குகளையெல்லாம், ஏங்கி ஏங்கி உனக்கு நான் செய்ய வேண்டியவனாகி விட்டேன். என்னைப் போன்ற துரதிர்ஷ்டசாலி உலகில் எவன் இருக்கிறான்?' என்றும் சொல்லி அழுகிறான்.

'சினத்தொடும் கொற்றம் முற்றி,
இந்திரன் செல்வம் மேனி,
நினைத்தது முடித்து நின்றேன்;
நேரிழை ஒருத்தி நீரால்,
எனக்கு நீ செய்யத்தக்க
கடன் எலாம், ஏங்கி ஏங்கி
உனக்கு நான் செய்வதானேன்!
என்னின் யார் உலகத்து உள்ளார்?'

இதையடுத்து அரக்கிகளும், மண்டோதரியும் வந்து இந்திரஜித்தின் உடலைக் கண்டு கதறி அழுகிறார்கள். அதன் பின்னர் ராவணன் தனது படையை அனுப்ப, ராமரால் அது அழிக்கப் படுகிறது. அதைத் தொடர்ந்து ராவணன் போருக்குப் புறப் படுகிறான்.

துளஸிதாஸரின் ராமாயணத்தில் இந்திரஜித்தின் மரணமும், ராவணனின் சோகமும் ஒரு சில வரிகளில் கூறி முடிக்கப் படுகின்றன.)

ராவணனைப் பின் தொடர்ந்து வந்த அரக்கர் படைக்கும், வானரர்களுக்குமிடையே போர் தொடங்கியது. கோபம் கொண்ட ராவணனும் போரில் இறங்கினான். பல வானரர்களின் தலைகளை

அவன் கொய்து எறிந்தான்; பலருடைய உடல்களை வெட்டினான்; பல வானரர்களின் தலையை தூள் தூளாக்கினான். தன்னுடைய ரதத்தில் அமர்ந்து யுத்த களத்தில் அவன் சென்ற பகுதியெல்லாம் வானரர்கள் நிற்கவும் முடியாமல் தவித்தனர். காட்டுத் தீயில் சிக்கிய யானைகள் போல் ஓலமிட்டுக் கொண்டு, அவர்கள் யுத்த களத்தை விட்டு ஓடினார்கள்.

இந்தக் காட்சியை கண்ட ஸுக்ரீவன், அரக்கர்களை கடுமையாகத் தாக்கத் தொடங்கினான். அவனுக்கும், அரக்கர் படைத் தலைவன் விரூபாக்ஷனுக்குமிடையே கடும் போர் மூண்டு, அதன் இறுதியில் விரூபாக்ஷன் கொல்லப்பட்டான். இதேபோல மஹோதரன், ஸுக்ரீவனால் வீழ்த்தப்பட்டு உயிர் இழந்தான். வானரர்கள் ஸுக்ரீவனை கொண்டாடினார்கள். அரக்கர்கள் ஓடத் தொடங்கினார்கள். இதன் பின்னர், பெரும் பலவானாகிய மஹாபார்ச்வன் அங்கதனால் மாய்க்கப்பட்டான். ''இந்தப் போர்க் களத்தில் உயிரிழந்த அரக்கர்கள் அனைவர் சார்பிலும் பழி தீர்க்கும் வகையில் ராமனையும், லக்ஷ்மணனையும் நான் கொல்கிறேன். ஸுக்ரீவன், ஜாம்பவான், ஹனுமான், ஸுஷேனன் போன்றவர்களை கிளைகளாகக் கொண்ட இந்த ராமன் எனும் மரத்தை வெட்டி வீழ்த்தி, அதன் பின்னர் அதனுடைய கனியாகிய ஸீதையை நான் பறிக்கிறேன்'' – என்று ராவணன் கூறினான்.

திசையெங்கும் பேரொலியைப் பரப்பிக் கொண்டு, ராவணனுடைய தேர், ராமரை நோக்கி விரைந்தது. நதிகள், மலைகள், வனங்கள் ஆகியவற்றைக் கொண்ட பூமி நடுங்கியது. சிங்கங்கள் உட்பட அனைத்து மிருகங்களும் மருண்டன. இப்படிச் சகல ஜீவராசிகளும் அஞ்சி நடுங்குகிற வகையில் போர் புரியத் தொடங்கிய ராவணனின் அம்புகளைத் தடுக்க, ராமரும் அம்பு மழை பொழிந்தார். இருவரும் எய்த பாணங்களால் வானமே மூடப்பட்டது. இருள் சூழ்ந்தது. போரிட்ட இருவருமே மிகப் பெரிய வீரர்கள்; இருவரிடமும் மிகச் சிறந்த ஆயுதங்கள் இருந்தன; இருவருமே போர்க் களத்தில் தங்கு தடையின்றி விரைவாகப் பாய்ந்து சென்றனர்; இருவருமே அஸ்திரங்களைப் பயன்படுத்தும் வகையை முழுமையாக அறிந்திருந்தனர்; இருவரிடமிருந்தும் அஸ்திரங்களும், பாணங்களும், அம்புகளும், கடல் அலைகளென

ஓயாமல் புறப்பட்டுக் கொண்டே இருந்தன. இந்த இருவரும் மோதியபோது, படைக்கப்பட்ட ஜீவராசிகள் அனைத்தும் பயத்தினால் நடுங்கின.

ராவணன் எய்த ஓர் அம்பு, ராமரை நெற்றியில் தாக்கியது; அதனால் ராமருக்கு எந்த வலியும் உண்டாகவில்லை. கோபமுற்ற அவர், ருத்ரனால் ஆசீர்வதிக்கப்பட்ட பாணத்தை ராவணன் மீது ஏவ, அது அவனுடைய சிறப்பு வாய்ந்த கவசத்தைத் தாக்கியது; ஆனால் அவனுக்கும் எந்த வலியும் உண்டாகவில்லை. ராவணன் எய்த அம்புகளையெல்லாம் ராமர் அர்த்தமற்றவையாக்கிக் கொண்டிருந்தார். அதேபோல ராமர் எய்த அம்புகளும் ராவணனிடம் வீணாயின. இதைப் பார்த்துக் கொண்டிருந்த லக்ஷ்மணன் ஏழு அம்புகளை எய்து, ராவணனின் கொடியை அறுத்து எறிந்து விட்டு, ஓர் அம்பின் மூலமாக ராவணனுடைய தேரோட்டியின் தலையையும் கொய்து விட்டு, மேலும் ஐந்து அம்புகளை எய்து ராவணனின் வில்லையும் ஒடித்தான். விபீஷணனோ, ராவணனின் குதிரைகளை தன்னுடைய கதையினால் அடித்துக் கொன்றான். அப்போது, தேரில் இருந்து கீழே குதித்து சண்டையிடத் தொடங்கிய ராவணன், தன்னுடைய தம்பியாகிய விபீஷணன் மீது பெரும் கோபம் கொண்டு, தீயைப் போல அனல் கக்குகிற ஒரு வேலை வீபஷணனை நோக்கி எறிந்தான். அந்த வேல் விபீஷணன் மீது பாய்வதற்கு முன்பாகவே, லக்ஷ்மணன் சில அம்புகளை எய்து அதை பொடிப் பொடியாக்கினான். ராவணன் மீண்டும் விபீஷணன் மீது எறிவதற்காக மற்றொரு வேலை கையில் எடுத்தான். அப்போது விபீஷணனின் உயிர் மிகவும் ஆபத்தான நிலையில் இருக்கிறது என்பதை உணர்ந்த லக்ஷ்மணன், அவனைக் காப்பாற்ற முனைந்து, வேலை கையில் பிடித்தவாறு நின்ற ராவணன் மீது பல அம்புகளை எய்தான்.

இதைக் கண்டு ராவணன், லக்ஷ்மணனைப் பார்த்து ''நான் இந்த விபீஷணனை விட்டு விடுகிறேன். அவனைக் காப்பாற்ற முனைந்த உன் மீதே இந்த வேலை எறிகிறேன். கதையை ஒத்த என் கையினால் எறியப்படுகிற இந்த வேல், உன் இதயத்தைப் பிளந்து விட்டு, உன்னிடமிருந்து விலகட்டும்'' – என்று கூறிவிட்டு, மயனால்

வால்மீகி ராமாயணம்

உருவாக்கப்பட்ட மிகச் சிறப்பு வாய்ந்த அந்த வேலை லக்ஷ்மணன் மீது எறிந்தான். இடியை நிகர்த்த அந்த வேல், லக்ஷ்மணனை நோக்கிப் பாய்ந்தது. அதைக் கண்ட ராமர், "லக்ஷ்மணனுக்கு ஓர் ஆபத்தும் நேராமல் இருக்கட்டும். இந்த வேல் பயனற்றதாகப் போகட்டும்" என்று கூறினார். பாம்புகளுக்கெல்லாம் அரசனாகிய வாசுகி போல், நெருப்பைக் கக்கிக் கொண்டு பாய்ந்து வந்த அந்த வேல், லக்ஷ்மணனின் அகன்ற மார்பைத் தாக்கியது. லக்ஷ்மணன் தரையில் வீழ்ந்தான்.

இதைக் கண்டு ராமரின் மனம் பெரிதும் கலங்கி விட்டாலும் கூட, அந்தக் கலக்கத்திற்கு அடிமையாகி விடாமல், யுத்தத்தைத் தொடர்ந்து நடத்த வேண்டும் என்ற மனஉறுதியோடு, அவர் ராவணனை அழித்து விட முனைந்தார். இதற்கிடையில் வானரர்கள் பலர் லக்ஷ்மணன் மார்பில் பாய்ந்திருந்த வேலை வெளியே எடுத்து விட முயற்சி செய்து தோல்வியடைந்தனர். ராவணன் எறிந்த வேகத்தின் காரணமாக, லக்ஷ்மணனின் மார்பைத் துளைத்துக் கொண்டு அந்த வேல், பூமியில் பதிந்து விட்டிருந்தது. தன்னுடைய கைகளினால் அந்த வேலை ராமரே பிடித்து வெளியே இழுத்தார். அவர் அவ்வாறு வேலை எடுப்பதில் முனைந்திருந்தபோது, ராவணன் பல அம்புகளினால் அவரைத் தாக்கினான். ஆனால் அதைப்பற்றிக் கவலைப்படாமல் ராமர், லக்ஷ்மணனை ஆறத் தழுவிக் கொண்டு ஹனுமானிடமும், ஸுக்ரீவனிடமும் சில வார்த்தைகளைப் பேசினார் :

"லக்ஷ்மணனுக்கு நீங்கள் பாதுகாப்பாக இருங்கள். என்னுடைய சக்தி அனைத்தையும் காட்ட வேண்டிய தருணம் வந்து விட்டது. கெட்ட எண்ணம் கொண்ட இந்த ராவணன் அழியும் நேரமும் வந்து விட்டது. இப்போது நான் சொல்கிற வார்த்தை மாறாது. விரைவில் இந்த உலகம் ஒன்று ராவணனை இழக்கும் – அல்லது ராமனை இழக்கும்.

"எந்த அரக்கன் காரணமாக, இந்த மாபெரும் வானர சேனையை இவ்வளவு தூரம் நான் அழைத்து வந்திருக்கிறேனோ – எந்த அரக்கன் காரணமாக, சமுத்திரத்தின் மீது பாலம் கட்டப்பட்டதோ – அந்த அரக்கன் யுத்த களத்தில் மீண்டும் என் கண் எதிரில் வந்து

யுத்த காண்டம்

விட்டான். கருடனின் பார்வையில் பட்டு விட்ட பாம்பு எப்படி உயிர் தப்ப முடியாதோ, அதே போல இப்போது மீண்டும் என் பார்வையில் பட்டு விட்ட ராவணன் உயிர் தப்புவது என்பது இனி கிடையாது. வானரர்களே! நீங்கள் அனைவரும் மலைக்குன்றுகளின் உச்சிகளின் மீது அமர்ந்து, எனக்கும், ராவணனுக்கும் இடையே நடக்க இருக்கும் பலப்பரீட்சையை கண்டு களியுங்கள். ஜீவராசிகளை இந்த பூமி எது நாள் வரை தாங்கப் போகிறதோ அது நாள் வரை, இந்த பூமியில் வாழ்கிற மக்களும், மற்றும் தேவர்களும் என்றென்றும் வியந்து வர்ணிக்கக் கூடிய வகையில், இந்த யுத்த களத்தில் போர்த் தொழில் விந்தைகளை நான் புரியப் போகிறேன்! பூமி, வானம், இடைப்பட்ட உலகம் - என்ற மூவுலகங்களும், கந்தர்வர்களும், ரிஷிகளும், தேவர்களும், ராமனுடைய ராமதத்துவத்தை இன்று காணட்டும்.''

இவ்வாறு சொல்லி விட்டு, ராவணனை நோக்கி ராமர் முன்னேறினார்.

6. யுத்த காண்டம்

அத்தியாயம் - 33

இந்திரனின் தேர் வந்தது!

ராமருக்கும், ராவணனுக்குமிடையே நடந்த கடும் போர்; ராவணன் யுத்த களத்தை விட்டு ஓடுவது; லக்ஷ்மணன் ரத்த வெள்ளத்தில் வீழ்ந்து கிடப்பதைப் பார்த்து, ராமர் புலம்புவது; ஸுஷேணன் ராமருக்கு தைரியம் சொல்லி விட்டு, மூலிகைகளைக் கொண்டு வர ஹனுமானை அனுப்புவது; ஹனுமான் மூலிகை களோடு மலையைக் கொண்டு வந்து விடுவது; ஹனுமான் கொண்டு வந்த மூலிகைகள் மூலமாக லக்ஷ்மணன் உடல் நிலை சீராவது; ராமருக்கு உதவி செய்வதற்காக இந்திரன் தனது தேரையும், தேரோட்டியையும் அனுப்புவது; ராமருக்கும், ராவணனுக்கும் இடையே மீண்டும் நடக்கிற யுத்தம்...

"மூவுலகங்களும் ராமனுடைய ராமத்துவத்தை இன்று காணட்டும்" என்று கூறிய ராமர், ராவணன் மீத பலவிதமான ஆயுதங் களையும், அம்புகளையும் ஏவத் தொடங்கினார். ராவணனும் ஒரு பெரும் மேகம் மலையின் மீது மழை பொழிந்து மலையையே மூடி விடுவது போல, ராமர் மீது அம்பு மாரி பொழிந்தான். அந்த இரு பெரிய வீரர்களும் தங்களுடைய வில்களில் நாணேற்றிய போது எழும்பிய ஒலி, சகல ஜீவராசிகளையும் நடுங்கச் செய்தது. அந்தப் போரின் இறுதிக் கட்டத்தில் ராமருடைய தாக்குதலைத் தாங்க முடியாமல், புயல் காற்றினால் சிதற அடிக்கப்பட்ட மேகம் போல ராவணன் யுத்த களத்திலிருந்து ஓடி மறைந்தான்.

யுத்த காண்டம்

அப்போது ராமர், ரத்த வெள்ளத்தில் வீழ்ந்து கிடந்த லக்ஷ்மணனை நெருங்கினார். அவருக்கு துக்கம் மேலிட்டது. அருகிலிருந்த ஸு‌ஷேணனைப் பார்த்து அவர், தன்னுடைய மனக்கவலையை வெளியிட்டார்: ''என் உயிரை விட மேலான லக்ஷ்மணன் இப்படி விழுந்து கிடப்பதைப் பார்க்கும்போது, என்னுடைய பலத்தை நான் இழந்து விட்டது போல எனக்குத் தோன்றுகிறது. யுத்தத்தில் என்னுடைய ஆர்வம் குறைகிறது. என் மனம் படாதபாடு படுகிறது. யுத்தம் செய்வதில் உள்ள பெருமையைப் பற்றி, ஓயாமல் பேசுகிற லக்ஷ்மணன் உயிரை இழந்து விட்டால், அதன் பின்னர் நான் வாழ்ந்து என்ன பயன்? என்னுடைய வில் என் கையிலிருந்து நழுவுகிறது. என்னுடைய அம்புகள் கீழே விழுந்து சிதறுகின்றன. கண்ணீரால் நிரப்பப்பட்ட என் கண்களின் பார்வை குறைகிறது. என்னுடைய அவயவங்கள் சோர்கின்றன. என்னுடைய கவலை கூடுகிறது. என்னுடைய வீரம் வெட்கமுற்று, தலை குனிந்து நிற்கிறது. காயமுற்று விழுந்து கிடக்கிற லக்ஷ்மணனின் முனகலைக் கேட்கும்போது, நான் உயிரை விட்டு விடவே விரும்புகிறேன்.

''எனக்கு வெற்றியினால் ஆகப் போவது எதுவும் இல்லை. கண் பார்வையற்றவனுக்கு முழு நிலவினால் என்ன பயனோ, அதே பயன்தான் எனக்கும் வெற்றியினால் ஏற்படும். எப்படி என்னைப் பின் தொடர்ந்து லக்ஷ்மணன் காட்டுக்கு வந்தானோ, அப்படியே அவனைப் பின் தொடர்ந்து நானும் மரணத்தை நோக்கிச் செல்கிறேன். மனைவிகளும், உறவினர்களும் எங்கு வேண்டுமானாலும் கிடைப்பார்கள்; ஆனால், லக்ஷ்மணன் போன்ற உடன்பிறந்த சகோதரனை வேறு எங்கு காண முடியும்? லக்ஷ்மணனின் தாயாரான ஸுமித்ரா தேவியாருக்கு நான் என்ன சொல்வேன்? கௌஸல்யையிடம் நான் கூறப்போவது என்ன? கைகேயியைப் பார்த்து நான் என்ன பேசுவேன்? சத்ருக்னனிடமும், பரதனிடமும் நான் சொல்லக் கூடியது என்ன? லக்ஷ்மணனோடு காட்டுக்குச் சென்ற நான், தனியாக அயோத்தி திரும்பியதற்கு அவர்களுக்கெல்லாம் என்ன விளக்கம் அளிப்பேன்? என் கண் எதிரிலேயே என் இளைய சகோதரன் தாக்கப்படுவதற்கும், அவன் தரையில் வீழ்ந்து கிடக்கும் காட்சியை நான் காண்பதற்கும் காரணம்

என்ன? என்ன பாவம் செய்து, இந்தத் துயரை நான் அனுபவிக் கிறேன்? வீரர்களில் சிறந்தவனே! மனிதர்களில் மேம்பட்டவனே! லக்ஷ்மணா! என்னைத் தனியாக விட்டு நீ மட்டும் மேலுலகம் செல்ல எப்படித் துணிந்தாய்? இப்படி நான் கதறுவது உன் காதுகளில் விழவில்லையா? என்னிடம் நீ பேசக்கூடாதா? எழுந்து நில். நான்கு புறமும் சுற்றிப் பார். ஏன் இப்படி விழுந்து கிடக்கிறாய்? நான் மனச்சோர்வை அடைந்த போதெல்லாம், எனக்கு சமாதானம் கூறியவன் நீ அல்லவா? துயரத்தினால் நான் பீடிக்கப்பட்ட போதெல்லாம், எனக்கு ஆறுதல் அளித்தவன் நீ அல்லவா? இப்போது ஏன் பேசாமல் இருக்கிறாய்?''

இவ்வாறு மன வருத்தம் தாங்க முடியாமல் ராமர் கதறியபோது, அவரைப் பார்த்து ஸுஷேணன், ''யுத்த களத்தில் பாய்ந்து வருகிற அம்புகளைப் போல மனிதர்களை துளைத்து விடக்கூடிய இந்த மனக்கவலையை விட்டொழியுங்கள்'' என்று கூறி விட்டு, மேலும் தொடர்ந்தான்: ''தான் இருக்கும் இடத்தில் நன்மையைக் கூட்டுகிற லக்ஷ்மணன், உயிரிழந்து விடவில்லை என்று நான் நிச்சயமாகக் கூறுவேன். அவனுடைய முகம் ஒளியை இழந்து விடவில்லை. அவனுடைய உள்ளங்கைகள் தாமரை இதழை ஒத்து இருக்கின்றன. அவனுடைய கண்கள் பிரகாசிக்கின்றன. உயிரை இழந்தவர்களின் உடல்களில் இம்மாதிரி தோற்றங்கள் காணப்படுவது இல்லை. ஆகையால், துயரத்தை விடுங்கள். லக்ஷ்மணன் உயிரோடுதான் இருக்கிறான். எதிரிகளை வதைப்பவரே! லக்ஷ்மணனின் இதயம் துடிப்பதைக் கூட என்னால் பார்க்க முடிகிறது. அவன் மரணமடைந்து விடவில்லை.''

இவ்வாறு ராமரைப் பார்த்துப் பேசிய ஸுஷேணன், ஹனுமானை அழைத்து, ''ஏற்கெனவே ஜாம்பவானால் அனுப்பப்பட்டு நீ கண்ட மஹோதய மலைக்கு உடனே மீண்டும் செல்வாயாக! அங்கிருந்து விசால்யகரணி, ஸாவர்ண்யகரணி, சஞ்சீவகரணி, ஸம்தானி – ஆகிய மூலிகைகளை எடுத்துக் கொண்டு வா'' என்று கூறினான்.

(விசால்யகரணி, உடலில் பாய்ந்து விட்ட அம்பை எடுத்து விடவும், அதனால் ஏற்பட்ட காயத்தை குணப்படுத்தி வலியை

நீக்கவும் உதவுகிற மூலிகை; ஸாவர்ண்யகரணி – ஒரு காயத்தினால் உடலில் ஏற்பட்டு விட்ட நிற மாற்றத்தை சரி செய்கிற மூலிகை; சஞ்சீவகரணி – நினைவிழந்து விட்ட மனிதனை மீண்டும் நினைவடையச் செய்கிற மூலிகை; ஸம்தானி – முறிந்து விட்ட எலும்புகளைச் சேர்த்து வைக்க உதவுகிற மூலிகை... என்று ராமாயண விளக்கவுரை ஒன்று கூறுகிறது.)

ஸுஷேனன் கூறியதை ஏற்று மஹோதய மலையை அடைந்த ஹனுமான், தன்னிடம் விளக்கப்பட்ட மூலிகைகளை அடையாளம் காண முடியாமல் திகைத்து நின்றார். சிறிது நேரம் யோசனையில் ஆழ்ந்த அவர், 'இந்த மலையையே நான் தூக்கிச் சென்று விடுகிறேன். மூலிகைகளை அடையாளம் காண முடியாமல், இங்கே நான் நேரத்தைக் கழித்துக் கொண்டிருந்தால், யுத்த களத்தில் அதனால் குழப்பம் நேரிடும். ஆகையால், மூலிகைகளுடன் சேர்த்து இந்த மலையையே தூக்கிச் சென்று விடுவதுதான் நல்லது' – என்று முடிவு செய்து, மலையைத் தூக்கிக் கொண்டு, வான வீதியைக் கடந்து, மலையைக் கொண்டு போய் யுத்த களத்தில் இறக்கிறார். ஹனுமானின் சாதனையைப் பாராட்டிய ஸுஷேணன், மூலிகைகளை நசுக்கி அவற்றை லக்ஷ்மணனுக்கு மூக்கின் வழியாகக் கொடுத்தான். அந்த மூலிகைகளின் வாசனையை நுகர்ந்த லக்ஷ்மணன், உடல் வலியெல்லாம் நீங்கப் பெற்றவனாக வெகு விரைவில் எழுந்து நின்றான். வானரர்கள் கொண்டாடினர். ராமர், லக்ஷ்மணனைக் கட்டி ஆரத் தழுவி, தாரை தாரையாகக் கண்ணீர் பெருக்கினார்.

''மரணத்தின் பிடியிலிருந்து நீ தப்பி வந்ததைப் பார்க்கும் அளவுக்கு நான் அதிர்ஷ்டசாலியாக இருக்கிறேன். உனக்கு ஏதாவது நேரிட்டிருந்தால், இந்த யுத்த களத்தில் வெற்றியோ, ஸீதையை மீட்பதோ எனக்கு ஒரு பொருட்டாக இருந்திருக்காது. நீ இல்லாமல் நான் அடையக் கூடிய பெருமை எது உண்டு?'' என்று ராமர் கூறினார்.

இதைக் கேட்ட லக்ஷ்மணன் மனம் நொந்து, ''ராவணனை யுத்தத்தில் மாய்ப்பது என்று தீர்மானித்துக் கொண்ட பிறகு, நீங்கள் இவ்வாறு பேசுவது உங்களுக்குத் தகாது. உண்மையையே

பேசுகிறவர்கள், தாங்கள் எடுத்த சபதத்தைத் தவறவிடுவதில்லை. சபதத்தை நிறைவேற்றுவதுதான் உங்களைப் போன்ற உத்தமர் களுக்கு அழகு. அதுவுமன்றி, என் பொருட்டு, நீங்கள் சோர்வுறுவது சற்றும் அழகல்ல. பாவமற்றவரே! ராவணனைக் கொன்று உங்கள் சபதத்தை நிறைவேற்றுங்கள். சூரியன் அஸ்தமனமாவதற்கு முன்பாகவே அந்தத் தீயவன் மரணமடைவதைப் பார்க்க நான் விரும்புகிறேன். ஸீதையைக் காண வேண்டும் என்று நீங்கள் விரும்பினால், செய்த சபதத்தை நிறைவேற்ற நீங்கள் விரும்பினால், கொடுத்த வார்த்தையைக் காப்பாற்ற நீங்கள் விரும்பினால், சற்றும் தாமதமின்றி ராவணனின் வாழ்க்கையை முடித்து வையுங்கள்'' என்று கூறினான்.

லக்ஷ்மணனின் பேச்சைக் கேட்ட பிறகு ராமர், தன்னுடைய வில்லில் மிகச்சிறந்த அம்புகளைப் பூட்டி, ராவணன் மீது அவற்றை ஏவினார். தேரில் அமர்ந்திருந்த ராவணன், ராமர் மீது கடுமையான அம்புகளை ஏவினான். இந்த இருவருக்கிடையே நடந்து கொண்டிருந்த யுத்தத்தைப் பார்த்துக் கொண்டிருந்த தேவர்களும், கந்தர்வர்களும், கின்னரர்களும், ''தரையில் நின்று ராமர் சண்டையிட, தேரிலே அமர்ந்து ராவணன் போரிட, அங்கே ஒரு சம வாய்ப்பில்லாத யுத்தம் நடந்து கொண்டிருக்கிறது'' – என்று தங்களுக்குள் பேசிக் கொண்டார்கள். அப்போது இந்திரன், தனது தேரோட்டியாகிய மாதலியை அழைத்து, ''என்னுடைய தேரை எடுத்துக் கொண்டு, ரகு குல திலகமாகிய ராமனிடம் விரைந்து செல்வாயாக! ராமன் தரையில் நின்று சண்டையிடுகிறான். அவனை எனது தேரில் அமர்ந்து சண்டை செய்யுமாறு கேட்டுக் கொண்டு, தேவர்களுக்குச் சிறந்த பணியாற்றிய பெருமையை நீ அடைவாயாக'' என்று உத்திரவிட்டான்.

தங்கத்தினால் செய்யப்பட்டதும், ரத்தினங்களால் இழைக்கப் பட்டதும், சிறந்த குதிரைகள் பூட்டப்பட்டதும், தங்கக் கோலின் மீது பறக்கின்ற கொடியை உடையதும், சூரியன் போல பிரகாசிக்கின்றதுமாகிய இந்திரனுடைய தேரைச் செலுத்திக் கொண்டு வந்த மாதலி, யுத்த களத்தில் ராமர் முன்னிலையில் கை கூப்பி நின்று, ''எதிரிகளை வதைப்பவரே! பெரும் திறன் படைத்தவரே! யுத்தத்தில் நீங்கள் வெற்றியை அடைவதற்காக

யுத்த காண்டம்

இந்தத் தேர் இந்திரனால் அனுப்பப்பட்டிருக்கிறது. இந்திரனுடைய சிறப்பு வாய்ந்த வில்லும், புகழ் பெற்ற ஆயுதங்களும், தூய்மையான சூலமும் இதோ இருக்கின்றன. இந்தத் தேரில் ஏறி அமர்ந்து, என்னைத் தேரோட்டியாகக் கொண்டு, ராவணனோடு போர் செய்து அவனைக் கொல்லுங்கள்'' என்று கூறினான்.

ராமர், தேரை வலம் வந்து, அதில் ஏறி அமர்ந்து ராவணனோடு போர் செய்யத் தொடங்கினார். இருவருக்குமிடையே மீண்டும் கடும் போர் நிகழ்ந்தது.

தன்னுடைய அம்புகளினால் ராமரை செயல் இழக்கச் செய்த ராவணன், மாதலியை தன்னுடைய பாணங்களினால் துளைத்தான். இந்திரனுடைய தேரில் பறந்து கொண்டிருந்த கொடியை அறுத்து வீழ்த்திவிட்டு, அந்தத் தேரில் பூட்டப்பட்டிருந்த குதிரைகளையும் தாக்கினான். ராமர், ராவணனின் பாணங்களால் பீடிக்கப்பட்டதைக் கண்ட தேவர்களும், கந்தர்வர்களும், சித்தர்களும் பெரும் கவலை கொண்டனர். அதேபோல, விபீஷணனும், வானரர்களும் கூட என்ன நடக்கப் போகிறதோ என்று அஞ்சத் தொடங்கினர். ராமன் என்கிற சந்திரன், ராவணன் என்கிற ராகுவினால் பீடிக்கப்பட்ட தாகவும், அந்த நிலை சகல ஜீவராசிகளுக்கும் தீமை பயக்கக் கூடியது என்றும் அனைவரும் நினைத்தார்கள். சூரியன் ஒளியை இழந்தான். கடல் பொங்கியது. கிரஹங்கள் நிலை தடுமாறின.

ராமரோ, தன்னுடைய வில்லில் அம்புகளைப் பூட்டவும் முடியாமல் தவித்தார். அவருடைய புருவங்கள் நெறிந்தன. அவர் முகம் கோபத்தில் சிவந்தது. ராவணனின் கை ஓங்கியதைக் கண்டு பெரும் கோபம் கொண்ட அவர், நான்கு புறமும் தன் பார்வையைச் செலுத்தியபோது, சகல ஜீவராசிகளும் நடுங்கின. மேகங்கள் வானிலே வட்டமிட்டு சுழன்றன. ராமருக்கு ஏற்பட்ட கோபத்தைக் கண்டு ராவணனும் அஞ்சத் தொடங்கினான்.

அப்போது இந்திரனின் வஜ்ராயுதத்தை நிகர்த்ததும், பெரும் சப்தத்தோடு பாய்வதும், எதிரிகளை கூட்டம் கூட்டமாக அழிக்கும் வல்லமை படைத்ததும், உலகத்தின் அழிவு காலத்தில் ஏற்படும் நெருப்பைப் போன்ற தோற்றமுடையதுமான பாணத்தை கையிலே எடுத்த ராவணன், ராமரைப் பார்த்துக் கோபமாகச் சொன்னான்:

''இந்த பாணம் உன்னையும், உன் அருகில் உனக்கு உதவியாக நிற்கும் உன்னுடைய இளைய சகோதரனையும் இப்போதே அழிக்கும். உன்னால் கொல்லப்பட்ட அரக்கர்கள் அனைவர் சார்பிலும் இப்போது இந்தப் பாணத்தின் மூலம் நான் பழி வாங்குகிறேன். ரகு குலத்தில் பிறந்தவனே! நீ அழிந்தாய்.''

இப்படிச் சொல்லி விட்டு ராவணன் எறிந்த அந்த பாணத்தை, அழிக்க ராமர் சில பாணங்களை ஏவினார். ஆனால் அவை யெல்லாம், பாய்ந்து வந்த ராவணனின் பாணத்தினால் பொடிப் பொடியாக்கப்பட்டன. இதைக்கண்ட ராமர், மாதலியினால் கொண்டு வரப்பட்ட இந்திரனின் சிறப்பு வாய்ந்த சூலத்தைக் கையில் எடுத்து வீச, அது ராவணன் எறிந்த பாணத்தை அழித்தது. இதையடுத்து, ராமர் ராவணனின் தேர் குதிரைகளை வீழ்த்தி விட்டு, ராவணனின் மார்பிலும் அம்புகளை ஏவினார். உடல் எல்லாம் ரத்தம் பெருக நின்ற ராவணன், சிவப்புப் பூக்கள் பூத்துக் குலுங்கிய மரம் போல காட்சியளித்தான்.

அந்த நிலையிலும் கூட களைத்து விடாமல் போரைத் தொடர்வதில் முனைப்பு காட்டிய ராவணனைப் பார்த்து ராமர், கோபத்துடன் சிரித்துக் கெண்டே சில வார்த்தைகளைக் கூறத் தொடங்கினார். ''பாதுகாப்பு எதுவும் இல்லாமல் இருந்த ஸீதையை, என்னுடைய பலத்தைப் பற்றி அறியாத நீ அபகரித்துச் சென்று விட்டு – உன்னை ஒரு சூரன் என்று நினைத்துக் கொண் டிருக்கிறாய்! கணவன் அருகில் இல்லாமல் இருந்த ஒரு பெண்ணை பலவந்தமாகக் கடத்திச் சென்ற நீ – உன்னை ஒரு சூரன் என்று நினைத்துக் கொண்டிருக்கிறாய்! மாற்றான் மனைவியை கோழைத்தனமாக அபகரித்த நீ – உன்னை ஒரு சூரன் என்று நினைத்துக் கொண்டிருக்கிறாய்! நிலையற்ற குணமுடையவனும், தர்மத்தின் பாதையிலிருந்து தவறியவனும், வெட்கமில்லாதவனு மாகிய நீ – உன்னை ஒரு சூரன் என்று நினைத்துக் கொண் டிருக்கிறாய்! திருட்டுத்தனமாக ஸீதையை அபகரித்துச் சென்ற பொழுது, யாருக்குமே ஏற்படக்கூடிய கூச்சம் கூட உன்னை தடுத்து நிறுத்தவில்லை என்பது ஒரு விந்தைதான். என் கண் எதிரில் அந்தக் காரியத்தை நீ செய்திருந்தால், அப்பொழுதே கரன் சென்ற இடத்திற்கு உன்னையும் நான் அனுப்பியிருப்பேன். உன்னுடைய

யுத்த காண்டம்

கர்வத்தின் காரணமாக நீ செய்த அந்தத் தீச்செயலின் பயனை இன்று அனுபவிப்பாயாக! உன்னை நான் மேலுலகிற்கு அனுப்புகிறேன். ஒளி வீசுகிற குண்டலங்களோடு காட்சி அளிக்கிற உனது தலையை நான் அறுத்துத் தள்ளுகிற போது, அந்தத் தலை பூமியிலே புரள, மாமிசத்தைத் தின்னும் மிருகங்களும், பறவைகளும், அதை நாலா புறமும் இழுத்துச் செல்லட்டும்! பல ஆபரணங்களைத் தாங்கிய உனது மார்பு என் அம்பினால் பிளக்கப்பட்டு, தரையில் கிடத்தப்படுகிறபோது, கழுகுகளும், பறவைகளும் வந்து அதைக் கொத்தி, அங்கே பெருகி வரும் ரத்தத்தை பருகட்டும்! பாம்பினுடைய உடலிலிருந்து மாமிசத்தைப் பிடுங்குவது போல, உன் உடலிலிருந்து பறவைகள் மாமிசத்தைப் பிடுங்கித் தின்னட்டும்.''

இவ்வாறு பேசிய ராமர், ராவணன் மீது மீண்டும் அம்பு மழை பொழியத் தொடங்கினார்.

6. யுத்த காண்டம்

அத்தியாயம் – 34

ராமர் செய்த 'சூரியன் துதி'!

ராவணன் களைத்து விட்டதைப் பார்த்த அவனுடைய தேரோட்டி, யுத்த களத்திலிருந்து தேரைத் திருப்புவது; தேரோட்டியின் மீது கோபம் கொண்ட ராவணன், அவனை ஏச, தேரை யுத்தகளத்திலிருந்து திருப்பியதற்கான காரணங்களை தேரோட்டி விளக்குவது; மனம் மகிழ்ந்த ராவணன் தேரோட்டிக்குப் பரிசளித்து, மீண்டும் யுத்த களத்திற்குத் தேரைச் செலுத்தச் சொல்வது; ராவணனை இறுதியாக வெல்வது எப்படி என்பதைத் தீர்மானிக்க முடியாமல் இருந்த ராமருக்கு, அகஸ்திய முனிவர் செய்த உபதேசம்; ஆதித்ய ஹ்ருதயம் என்கிற சூரிய துதியை, அகஸ்தியர் உபதேசித்தவாறே ராமர் செய்து முடிக்க, அவருடைய மனதிலே தெளிவு ஏற்படுவது; ராமரும், ராவணனும் மீண்டும் யுத்த களத்தில் சந்திப்பது; ராவணனுடைய அழிவைக் குறிக்கிற அபசகுனங்கள் பல தோன்றுவது; சகுன சாத்திரங்களை அறிந்த ராமர் மனமகிழ்வது...

ராமர் பொழிந்த அம்பு மழையும், வானரர்கள் வீசிய பாறைகளும் ராவணனைத் தாக்க, அவன் செய்வதறியாமல் பிரமித்து நின்றான். ராமரின் தாக்குதலை எதிர்கொள்ளும் வகையில் யுத்தம் புரிய முடியாமல், ராவணன் மனக்குழப்பத்தில் ஆழ்ந்து விட்டதை கவனித்த அவனுடைய தேரோட்டி, தேரை யுத்த களத்திலிருந்து திருப்பி வேறு புறமாக ஓட்டிச் செல்லத் தொடங்கினான்.

யுத்த காண்டம்

இவ்வாறு தன்னை யுத்த களத்திலிருந்து விலக்கிய தேரோட்டியின் செயல், ராவணனுக்குப் பெரும் கோபத்தை ஏற்படுத்த, சிவந்த கண்களோடு அவன் தேரோட்டியைப் பார்த்து, "என்னை சக்தியற்றவன் என்றும், வீரமற்றவன் என்றும், ஆண்மையற்றவன் என்றும், கோழை என்றும், அற்ப மதி படைத்தவன் என்றும், ஆயுதங்களை ஏவும் திறமையற்றவன் என்றும் நினைத்து, உன் இஷ்டப்படி தேரை ஓட்டத் துணிந்து விட்ட தீயவனே, கேள்!" என்று கூறிவிட்டு, மேலும் தொடர்ந்து பேசினான் : "என்னுடைய விருப்பம் என்ன என்பதை அறிந்து கொள்ள முயற்சி செய்யாமல், எதிரியின் கண் எதிரிலேயே, யுத்த களத்திலிருந்து தேரை அப்புறப்படுத்தி, என்னை இழிவு செய்ய நீ ஏன் துணிந்தாய்? என்னுடைய வீரத்தின் மீது நான் கொண்டுள்ள நம்பிக்கை, என்னுடைய போர்த்திறன், நீண்ட நெடுங்காலமாக நான் பெற்று வந்துள்ள கௌரவம் – எல்லாவற்றையும் ஒரு நொடியில் நீ நாசம் செய்து விட்டாய். பெரும் திறன் படைத்தவனும், யுத்தத்தை விரும்பி நிற்பவனுமாகிய எதிரியின் கண் எதிரிலேயே, என்னை ஒரு கோழையாகச் சித்தரித்து விட்டாய். நீ எதிரியின் பக்கம் சென்று விட்டாய் என்று நான் சந்தேகிக்கிறேன். எனக்கு நன்மையை நினைப்பவனால் இப்படிப்பட்ட ஒரு காரியம் செய்யப் பட்டிருக்காது. என்னிடமிருந்து நீ பெற்ற நன்மைகளையெல்லாம் இன்னமும் நீ மறந்து விடவில்லை என்றால், உடனே தேரை யுத்த களத்திற்கு திருப்பு."

ராவணன் மீது பெரும் மரியாதை வைத்திருந்த தேரோட்டி, மிகவும் அடக்கத்துடன், ராவணனுக்குப் பதில் கூறத் தொடங்கினான். "உங்களால் நான் பெற்ற நன்மைகளை நான் மறக்கவில்லை. நான் விசுவாசமற்றவனுமல்ல. என்னை எதிரிகள் அவர்களுடைய பக்கம் இழுத்து விடவுமில்லை. எனக்கு அச்சமும் தோன்றி விடவில்லை. நான் குழப்பத்தையும் அடைந்து விடவில்லை. உங்கள்மீது நான் கொண்டுள்ள அன்பின் காரணமாகவும், உங்கள் மீது நான் வைத்துள்ள மரியாதையின் காரணமாகவும், உங்களுடைய புகழைக் காப்பாற்ற வேண்டும் என்ற எண்ணத்தின் தூண்டுதலினாலும், உங்களுக்கு விருப்ப மில்லாத இந்தக் காரியத்தை நான் செய்தேன்.

"பேரரசே! சற்று நான் சொல்வதைக் கேளுங்கள். இடைவிடாத கடும் யுத்தத்தினால் உங்களுக்கு ஏற்பட்டு விட்ட களைப்பை நான் கவனித்தேன். அந்தக் களைப்பினுடனேயே, நீங்கள் யுத்தம் செய்து கொண்டிருந்தபோது, உங்களுக்கே உரிய வீரத்தை உங்களிடம் நான் காணவில்லை. எதிரியை விட மேம்பட்ட திறனை, உங்களிடம் நான் பார்க்கவில்லை. இந்தத் தேரினுடைய குதிரைகளும் கூட மிகவும் களைத்து விட்டன. பல துர்நிமித்தங்களையும் நான் காண்கிறேன். நமக்கு நன்மை நேரிடப் போவதில்லை என்பதையே அவை குறிக்கின்றன. நேரம், இடம் ஆகியவற்றின் தன்மைகள்; நல்ல, கெட்ட சகுனங்கள்; போர் செய்பவனின் முகத் தோற்றத்தில் ஏற்படும் மாறுதல்கள்; அவனுக்கு ஏற்படக்கூடிய ஆர்வம் அல்லது மனச்சோர்வு; அவனிடம் தோன்றி மறைகிற பலங்கள் மற்றும் பலவீனங்கள் – ஆகியவை எல்லாவற்றையும், ஒரு தேரோட்டி யுத்த களத்தில் மிகவும் கவனமாகப் பார்த்துக் கொண்டே இருக்க வேண்டும். இது மட்டுமல்ல – தேரைச் செலுத்துகிற பூமியின் பாங்கு; அந்தப் பூமியிலே காணப்படக்கூடிய மேடு பள்ளங்கள்; எதிரியிடம் காணப்படக்கூடிய பலவீனங்கள்; எதிரியின் மீது கடுமையாக மோதுவதற்கு உரிய நேரம் – ஆகியவற்றையும் கூட தேரோட்டி உன்னிப்புடன் கவனித்துக் கொண்டே இருக்க வேண்டும். எப்போது முன்னேறுவது? எப்போது தேரைப் பின்னுக்கு இழுப்பது? என்பவற்றையும் கவனித்துச் செயல்படுவது தேரோட்டியின் கடமை."

தேரோட்டி மேலும் தொடர்ந்து சொன்னான் : "உங்கள் களைப்பிலிருந்து நீங்கள் மீள்வதற்காகவும், தேரை இழுத்துச் செல்லும் குதிரைகளுடைய களைப்பு நீங்குவதற்காகவும், நான் தேரை யுத்த களத்திலிருந்து வேறு திசையில் திருப்பினேன். மனம்போன போக்கில் நான் செயல்படவில்லை. தீரஆலோசித்து, உங்களுக்கு எது நன்மை என்று தீர்மானித்து, அந்தத் தீர்மானத்தின் படியே நான் செயல்பட்டேன். நடைமுறை அவசியங்களை மனதில் நன்றாக நிறுத்திக் கொண்டு எனக்குக் கட்டளையிடுங்கள். எதிரிகளை அழிப்பவரே! உங்கள் ஏவலைச் செய்கிற பணியாள் நான். மனதிலிருக்கும் கவலைகளை நீக்கி, தெளிவாகச் சிந்தித்து எது உசிதமோ, அதைச் செய்யுமாறு எனக்கு ஆணையிடுங்கள். உங்கள் உத்திரவை நிறைவேற்றக் காத்திருக்கிறேன்."

தேரோட்டியின் பேச்சைக் கேட்டு, மகிழ்ந்த ராவணன், தன்னுடைய கையிலிருந்த சிறப்பு வாய்ந்த ஆபரணத்தைக் கழற்றி, அதைத் தேரோட்டிற்குப் பரிசாக அளித்து விட்டு, ''எதிரிகளை கொன்று வீழ்த்தாமல் ராவணன் யுத்த களத்தை விட்டு விலகுவதில்லை என்பது நீ அறிந்ததே! ஆகையால், விரைவாக ராமன் இருக்குமிடத்தை நோக்கித் தேரைச் செலுத்துவாயாக!'' என்று உத்திரவிட, தேரோட்டி அதை உடனடியாக நிறைவேற்ற, ராவணனுடைய சிறப்பு வாய்ந்த தேர் மீண்டும் யுத்த களத்தை நோக்கித் திரும்பியது.

இதற்கிடையில், ராமரும் கூட ராவணனோடு நடத்திய கடும் யுத்தத்தின் காரணமாக மிகவும் களைத்துப் போயிருந்தார். 'இவனை இறுதியாக வெல்வது எப்படி?' என்பது பற்றிய, ஒரு மனத்தெளிவு ஏற்படாத நிலையில், அவர் சிந்தனையில் ஆழ்ந்து விட்டார். அப்போது பல தேவர்களுடனும், கந்தர்வர்களுடனும், ரிஷிகளுடனும் சேர்ந்து, ராம, ராவண யுத்தத்தைக் கவனித்துக் கொண்டிருந்த பெரும் சிறப்பு வாய்ந்த அகஸ்திய முனிவர், ராமரிடம் வந்து, பேசத் தொடங்கினார் : ''பெருந்தோள் படைத்தவனே, ராமா! என்றுமே அழியாத ஒரு ரகசியத்தை உனக்கு உரைக்கிறேன். அதைக் கவனமாகக் கேட்பாயாக. நான் கூறப் போவது ஆதித்ய ஹ்ருதயம் என்கிற துதி. இது சாஸ்வதமானது; புனிதமானது; அழிவற்றது; எல்லா பாவங்களையும் ஒழிக்க வல்லது; எல்லா எதிரிகளையும் அழிக்க வல்லது; மனக் குழப்பத்தையும், துன்பத்தையும், வேரோடு அறுக்க வல்லது; ஆயுளை வளர்க்கவல்லது; பெரும் சிறப்பு வாய்ந்தது. தேவர்களாலும், அசுரர்களாலும் வணங்கப்படுபவனும், உலகுக்கே ஒளி தருபவனும், தினம் தவறாமல் தோன்றுபவனுமாகிய சூரியனைப் பற்றிய துதி இது. உலகை மட்டுமல்லாமல், தேவர்களையும் கூட வாழ்விப்பவன் சூரிய பகவான். அவனே பிரம்மா! அவனே விஷ்ணு! அவனே சிவன்! அவனே முருகன்! அவனே ப்ராஜபதி! அவனே இந்திரன்! அவனே குபேரன்! அவனே காலன்! அவனே யமன்! அவனே சோமன்! அவனே வருணன்! அவனே அனைத்து பித்ருக்களும் ஆவான்! அவனே வஸுக்கள் ஆவான்! அவனே அஸ்வினிகள் ஆவான்! அவனே மருத்துக்கள்

ஆவான்! அவனே மனு! அவனே வாயு! அவனே அக்னி! பருவங்களின் காரணம் அவனே! ஒளியின் இருப்பிடம் அவனே! உலகின் மூச்சுக்காற்று அவனே.''

இவ்வாறு தொடங்கி, சூரிய பகவானின் பெருமைகளையும், சிறப்புகளையும் வர்ணிக்கும் துதிகளைக் கூறிய அகஸ்தியர், இறுதியாக, ''ரகு குலத்தில் உதித்தவனே! சூரிய பகவானை மேற்கண்ட துதிகளால் போற்றுபவனுக்கு சிக்கலான நேரங்களிலும், சோதனை காலங்களிலும், பயத்தை ஏற்படுத்தக் கூடிய ஆபத்து காலங்களிலும், எந்த துன்பமும் நேரிடுவதில்லை. தெய்வங்களினாலேயே போற்றப்படுகிற அந்த சூரிய பகவானை, முனைப்புடன் கூடிய ஒருமித்த மனத்தோடு, மூன்று முறைகள் மேற்கண்ட துதிகளின் மூலமாக, வழிபட்டு வருபவன், யுத்த களத்தில் வெற்றியையே காண்பான். நான் கூறிய வகையில், சூரிய பகவானை வழிபட்டு, ராவணனை இந்த நொடியிலேயே வெல்வாயாக!'' என்று கூறிவிட்டு, அகஸ்திய முனிவர்தான் வந்தது போலவே விலகிச் சென்றார்.

மனதை அடக்கியவரும், பேராற்றல் படைத்தவருமான ராமர், அகஸ்திய முனிவரின் உபதேசத்தைக் கேட்டவுடன் மனதில் இருந்த குழப்பம் நீங்கியவரானார். அகஸ்தியர் கூறிய துதியை, சூரியனைப் பார்த்தவாறே மூன்று முறைகள் ஜபித்த ராமருக்கு பெரும் மனத்தெளிவு உண்டாகியது. இதற்குள்ளாக, தன் எதிரில் யுத்த களத்திற்கு மீண்டும் தனது தேரோடு வந்து கொண்டிருந்த ராவணனைப் பார்த்தவாறே, வென்று தீருவது என்ற மன உறுதியுடன் ராமர் வில்லைக் கையில் எடுத்தார். பல தேவர்களுடன் நின்று கொண்டிருந்த சூரிய பகவான், ராமருக்கு ஏற்பட்ட மனஉறுதியைப் பார்த்து, ராவணனின் முடிவு காலம் நெருங்கி விட்டது என்று உணர்ந்து மகிழ்ந்து, ''விரைந்து செயல்படு வாயாக!'' என்று ராமரை வாழ்த்தினார்.

(யுத்த களத்தில் ராமர், ராவணனை இறுதியாக வீழ்த்தும் வழி தெரியாமல் சிந்தனையில் ஆழ்ந்திருந்தபோது, அகஸ்தியர் தோன்றி உபதேசித்த சூரியனைப் பற்றிய துதிதான் 'ஆதித்ய ஹ்ருதயம்' எனப்படுவது. இது மிகவும் சக்தி வாய்ந்த, ஒரு துதியாகக் கருதப்

படுவது. 31 ஸ்லோகங்களைக் கொண்ட ஆதித்ய ஹ்ருதயத்தின் இன்றைய வடிவம் – 'சிந்தனையில் ஆழ்ந்திருந்த ராமரைப் பார்த்த அகஸ்தியர்...' என்று தொடங்கி, 'ராமரைப் பார்த்து மனமகிழ்ந்த சூரிய பகவான்...' என்பதோடு முடிவடைகிறது. இந்தத் துதியை தினந்தோறும் கூறுபவர்கள் எல்லா நன்மைகளையும் பெறுவார்கள் என்பது ஆஸ்திகர்களின் நம்பிக்கை.)

இடி போன்ற சப்தத்தை எழுப்பிக் கொண்டு, பெரும் மேகம் நகர்ந்து வருவதைப் போல், தன்னை நோக்கி ராவணனின் தேர் வருவதைக் கண்ட ராமர், தனது தேரோட்டியாகப் பணிபுரிந்து கொண்டிருந்த மாதலியிடம், "ராவணனின் தேர் விரைந்து வருகிற வகையைப் பார்க்கும்போது, அவன் என்னை அழித்து விடுவது என்ற தீர்மானத்தை, மனதில் நன்றாகவே நிலைநிறுத்தியிருக் கிறான் என்பது புரிகிறது. மிகவும் பலம் வாய்ந்த காற்று ஒரு மேகத்தைக் கலைத்து விடுவது போல, நான் இந்த ராவணனை அழிக்க உறுதி பூண்டுள்ளேன். எந்த வித குழப்பத்திற்கும் மனதில் இடம் தராமல், கடிவாளங்களை உறுதியாகப் பிடித்து, தேர் குதிரைகளை செலுத்துவாயாக! யுத்த களத்தில் எப்படி செயல் படுவது என்று இந்திரனின் தேரோட்டியான உனக்கு நான் கூறத் தேவையில்லைதான். ஆனாலும், இந்த யுத்தம் பற்றிய ஒரே முனைப்போடு என் மனம் நிலைபெற்றிருப்பதால், உனக்கு நான் இந்த வார்த்தைகளைச் சொன்னேன்" என்று கூறினார். மாதலி தேரை விரைந்து செலுத்தினான்.

இதையடுத்து, தங்கள் திறனிலே பெரும் நம்பிக்கை கொண்டு, ஒன்றை மற்றொன்று அழித்து விட உறுதி பூண்ட இரண்டு சிங்கங்கள் போல – ராமரும், ராவணனும் மோத, அங்கே ஒரு பெரும் யுத்தம் மூண்டது. தேவர்களும், கந்தர்வர்களும், சித்தர் களும், ரிஷிகளும் பெரும் ஆர்வத்துடன் அந்தப் போரை கவனிக்கலாயினர். அப்போது ராவணனுடைய அழிவைக் குறிக்கும் வகையில் பல துர்நிமித்தங்கள் தோன்றின. ராவண னுடைய தேர் மீது ரத்த மழை பொழிந்தது. பெரும் சுழற்காற்று இடது புறத்திலிருந்து, வலது புறமாக வீசியது. ராவணனுடைய தேர் சுழன்று சென்ற பாதைக்கு சரியாக மேலே ஒரு கழுகுக் கூட்டம் பறந்து சென்றது. இலங்கை நகரத்தை புழுதிக் காற்று மூடியது. வால்

நக்ஷத்திரங்கள் விழுந்து வெடித்துச் சிதறின. ராவணனுடைய தேர் நகர்ந்த திசைகளில் பூமி நடுங்கியது. ராவணனுடைய தேருக்கு முன்பாக விழுந்த சூரிய கிரணங்கள், இயற்கைக்கு மாறான நிறங்களில் காட்சியளித்தன. நரிகள் கோரமாக ஊளையிட்டன. வானத்தில் மேகங்கள் காணப்படாத நிலையிலேயே பேரிடிகள் தோன்றின. ஒரு பெரும் இருள் சூழ்ந்தது. காற்றினால் எழுப்பப்பட்ட புழுதியின் காரணமாக வானமே மூடப்பட்டது. பறவைகள் நூற்றுக் கணக்கில் ஆகாயத்திலிருந்து ராவணனின் தேர் மீது விழுந்து இறந்தன. அவனுடைய தேர்க் குதிரைகள் கண்ணீர் சிந்தின. ராவணனுக்கு பேராபத்து காத்திருக்கிறது என்பதை இந்த அபசகுனங்கள் எல்லாம் தெளிவாகவே காட்டின.

அதே சமயத்தில் ராமரைச் சுற்றிலும், நல்ல சகுனத்தைக் குறிக்கும் நிகழ்ச்சிகள் நடந்து கொண்டே இருந்தன. சகுனங்களைப் பற்றிய சாத்திரத்தை நன்கு அறிந்த ராமர் மனமகிழ்ந்தார்.

6. யுத்த காண்டம்

அத்தியாயம் – 35

ராவணன் மடிந்தான் !

தேவர்களும் வியக்குமாறு, ராம – ராவண யுத்தம் கடுமையாக நடப்பது; அதற்கு உவமையே இல்லை என்று கந்தர்வர்களும், அப்சரஸ்களும் கூறுவது; ராவணனைக் கொல்வது எப்படி என்ற சிந்தனையில் ஆழ்கிற ராமருக்கு, ப்ரம்மாஸ்திரத்தை ஏவுமாறு மாதலி யோசனை கூறுவது; ராமர் ப்ரம்மாஸ்திரத்தை ஏவ, ராவணன் மடிந்து வீழ்வது; வானம் பூமாரி பொழிவது; வானர சேனையின் மகிழ்ச்சி ஆரவாரம்...

மனித குலத்தைச் சார்ந்த ராமருக்கும், அரக்கர் குலத்தைச் சார்ந்த ராவணனுக்குமிடையே நடந்த பயங்கரமான யுத்தத்தைக் கண்டு, இரு தரப்புப் படைகளும், செயல் இழந்து பிரமித்து நிற்க, அனைத்து உலகங்களும் அந்த யுத்தத்தின் தன்மையைக் கண்டு அஞ்சி நடுங்கின. ராவணன் மீது வைத்த விழியை அகற்றாத அரக்கர் படைவீரர்களும், ராமர் மீது வைத்த பார்வையை திருப்பாத வானரர் படைவீரர்களும், இரண்டு சித்திரங்களைப் பார்ப்பது போல், அவர்களைப் பார்த்துக் கொண்டு வியந்து நின்றனர். வெற்றி பெறப் போகிறோம் என்று முழுமையாக நம்பிய ராமரும், மரணத்தைத் தழுவப் போகிறோம் என்பதை உணர்ந்து விட்ட ராவணனும், தங்கள் தங்கள் போர்த்திறனை முழுமையாகக் காட்டுவதில் முனைந்திருந்தார்கள்.

யுத்த காண்டம்

இந்திரனால் ராமருக்கு அனுப்பப்பட்டிருந்த தேரின் கொடியை அறுத்து வீழ்த்துவதற்காக ராவணன் எய்த அஸ்திரம் பயனற்றுப் போயிற்று. ராவணன் செய்த முயற்சியைக் கண்டு ராமர் எய்த அஸ்திரமோ, ராவணனின் தேர்க் கொடியை அறுத்து வீழ்த்தியது. இதையடுத்து, ராவணன் ராமருடைய தேரின் குதிரைகள் மீது பாணங்களை ஏவினான். தெய்வீகத் தன்மை படைத்த அந்தக் குதிரைகளோ சற்றும் அசைந்து கொடுக்கவில்லை. தாமரைத் தண்டுகள் மேலே விழுவது போல ராவணன் எய்த அம்புகளை அவை ஏற்றன.

தன்னுடைய அம்புகள் வீணானதைக் கண்டு கோபமுற்றாலும், சோர்வடைந்து விடாத ராவணன் மேலும் மும்முரமாக யுத்தம் புரிய, ராமரும் நூற்றுக்கணக்கான அம்புகளை ஏவினார். ராவணனோ, தான் பொழிந்த அம்பு மழையினால் வானத்தையே மூடினான். இந்த நிலையில் இருவரும் எய்த அம்புகள் ஒன்று கூட குறி தவறவில்லை. இருவரும் ஒருவரை ஒருவர் தாக்கி காயப்படுத்திக் கொண்டிருந்தார்கள். தேரைச் செலுத்துவதில் பெரும் திறன் படைத்திருந்த அவர்கள் இருவருடைய தேரோட்டிகளும், தங்கள் தங்களுடைய தேர்களை, நேராகவும் குறுக்காகவும், முன்னும் பின்னுமாகவும், வட்டமாகவும் செலுத்தித் தங்களுடைய திறமையை வெளிப்படுத்திக் கொண்டிருந்தார்கள். மலைகள், வனங்களோடு கூடிய பூமி நடுங்கியது. சூரியன் தன் ஒளியை இழந்தான். காற்று வீசவில்லை. கந்தர்வர்களும், கின்னரர்களும், சித்தர்களும், ரிஷிகளும் கவலைக்குள்ளாகி, 'ராமன், ராவணனை வெல்லட்டும்! அமைதி நிலவட்டும்! மூவுலகங்களும் நலமுடன் இருக்கட்டும்!' என்று துதிக்க ஆரம்பித்தனர்.

ராமர், ராவணனுடைய தலையை தனது அம்பினால் அறுத்து எறிந்தார். ஆனால் அப்படி நடந்த உடனேயே ராவணனுக்கு வேறு ஒரு தலை தோன்றியது. அதையும் ராமர் அறுத்து எறிந்த போது, மேலும் ஒரு தலை தோன்றியது. இப்படி மீண்டும் மீண்டும் ராவணனுடைய தலையை ராமர் அறுத்து எறிய, எறிய, புதியதாக ஒரு தலை தோன்றிக் கொண்டே இருந்தது. இப்படி நடந்து கொண்டிருக்கவே ராவணனை எப்படிக் கொல்வது என்று புரியாமல் ராமர் சிந்தனையில் ஆழ்ந்தார். 'மாரீசன், கரன், தூஷணன், விராதன்,

கபந்தன், வாலி போன்ற பலரை வீழ்த்திய என்னுடைய அஸ்திரங்கள் ராவணனிடம் பயனற்றுப் போய்க் கொண்டிருப்பது ஏன்?' என்று அவர் யோசிக்கத் தொடங்கினாலும், யுத்தத்தில் தான் காட்டி வந்த முனைப்பை கைவிடவில்லை. அவர் மேலும் ராவணன் மீது அம்புகளைப் பொழிய, அவனும் பற்பல விதமான ஆயுதங்களினால் அவரைத் தாக்கினான். இரவு, பகலாகத் தொடர்ந்து யுத்தம் நடந்து கொண்டிருந்தது.

அவர்கள் இருவரும் ஒருவர் மீது ஒருவர் எய்து கொண்டிருந்த அம்புகள் வானவெளியை மூடி, அவற்றுக்கிடையே காற்று புகுவதற்குக் கூட இடைவெளியே இல்லையோ என்ற பிரமிப்பை ஏற்படுத்தின. யுத்தத்தைக் கவனித்துக் கொண்டிருந்த தேவர்களும், யக்ஷர்களும், நாகர்களும், கந்தர்வர்களும், அப்சரஸ்களும், இதுவரை கண்டும் கேட்டுமிராத ஒரு யுத்தம் நடப்பதைப் பார்த்து வியந்தார்கள். 'வானத்திற்கு உவமை வானமேதான்; கடலுக்கு உவமை கடலேதான்; அதே போல ராம - ராவண யுத்தத்திற்கு உவமை, ராம - ராவண யுத்தமேதான்' - என்று கந்தர்வர்களும், அப்சரஸ்களும் கூறி வியந்தார்கள்.

(ராம - ராவண யுத்தத்தில் இருவரும் ஏவிய அஸ்திரங்கள், அம்புகள், ஆயுதங்கள் பற்றிய நீண்ட வர்ணனை வால்மீகி ராமாயணத்தில் காணப்படுகிறது. அதை இந்தத் தொகுப்பில் நான் தரவில்லை.)

ராவணனை எதிர்த்து யுத்தத்தில் ராமருக்கு வெற்றி நெருங்காத நிலையைக் கண்ட இந்திரனின் தேரோட்டி மாதலி, ராமரிடம் "ராவணனோடு சமமாகவே நீங்கள் யுத்தம் புரிந்து கொண்டிருப்பது எப்படி என்பது எனக்குப் புரியவில்லை. ப்ரம்மதேவனின் அருள் பெற்ற அஸ்திரத்தை எய்து, ராவணனை நீங்கள் கொல்ல வேண்டிய நேரம் நெருங்கி விட்டது" என்று கூறினான்.

முன்பு அகஸ்தியரால் தரப்பட்டதும் - உலகின் அழிவு காலத்தில் தோன்றக் கூடிய தீ போல, நெருப்பைக் கக்கக் கூடியதும் - யானைகள், குதிரைகள், காலாட் படைகள் ஆகிய அனைத்தையும் சிதற அடிக்கக் கூடியதும் - மலைகளையே பிளக்க வல்லதும் - இரும்புக் கதவுகளால் பூட்டப்பட்ட கோட்டை வாயில்களை

யுத்த காண்டம்

உடைத்து எறியக் கூடியதுமான அந்த அஸ்திரத்தை ராமர் வில்லில் பூட்டினார்.

ஜீவராசிகள் அனைத்தும் அச்சமுற்றன. பூமி நடுங்கியது.

ராமர் அந்த அஸ்திரத்தை ஏவினார்.

அது ராவணனுடைய இதயத்தைப் பிளந்து அவனுடைய உயிரை மாய்த்து விட்டு, மீண்டும் ராமரின் அம்பறாதூணிக்கே திரும்பியது.

ராவணன் வீழ்ந்தான். அவன் உயிர் பிரிந்த போது, அவனுடைய வில்லும், அவனுடைய கையை விட்டு நழுவியது. அவனுடைய உடல் தேரில் இருந்து சாய்ந்து தரையில் வீழ்ந்தது.

அரக்கர் படை சிதறி ஓடியது. வானரர்கள் சந்தோஷத்தால் ஆரவாரம் செய்தனர்.

தெய்வ வாத்தியங்கள் முழங்கின. தென்றல் வீசியது. எங்கும் நறுமணம் சூழ்ந்தது. ராமரின் தேரின் மீது வானிலிருந்து பூமாரி பொழிந்தது.

ரிஷிகள், ராமரை வாழ்த்தினர். தேவர்கள் மகிழ்ந்தனர். வானம் தெளிவுற்றது. பூமி அமைதியுற்றது. சூரியனின் ஒளி செவ்வனே பரவியது.

(கம்ப ராமாயணத்தில் ராம – ராவண யுத்தம் கிட்டத்தட்ட வால்மீகி ராமாயணத்தை ஒட்டியே வர்ணிக்கப்படுகிறது. இருக்கிற வித்தியாசங்களில் முக்கியமானது – அகஸ்தியர் தோன்றி ராமருக்கு சூரிய துதியான ஆதித்ய ஹ்ருதயத்தை உபதேசிப்பது, கம்ப ராமாயணத்தில் இல்லை. இது துளஸிதாஸரின் ராமாயணத்திலும் இல்லை. அந்தக் காவியத்தில் ராம – ராவண யுத்தம் மிகவும் சுருக்கமாகவே வர்ணிக்கப்பட்டு முடிகிறது.

துளஸிதாஸரின் ராமாயணத்தில் 'ராவணனின் வயிற்றில் அமிர்தம் தேங்கிக் கிடக்கிறது. ஆகையினால்தான் அவனுடைய உயிர் பிரியவில்லை' என்று கடும் போருக்கிடையே ராமரிடம் விபீஷணன் கூறுகிறான். ராமர், அவனுடைய வயிற்றின் மீதும் அம்பு

எய்து, தலைகளைக் கொய்கிறார். இம்மாதிரி கம்ப ராமாயணத்திலோ, வால்மீகி ராமாயணத்திலோ இல்லை.

ராம – ராவண யுத்தத்தை வர்ணிக்கும் போது கம்பர், ராவணன் எய்த அம்புகளைப் பற்றி இப்படிக் கூறுகிறார். 'அந்த அம்புகள் ஆகாயத்தை மூடின; திக்குகளை மூடின; மலைகளை மூடின; பார்த்தவர் கண்களை மூடின; கடலை மூடின; பூமியை மூடின; அறிந்தோர் எண்ணத்தை மூடின: வெறி பிடித்தவை போல் இருளைக் கவ்விக் கொண்டு அலைந்த ராவணனின் அம்புகளைப் பார்த்து, யானையின் தோலைப் போர்த்தி நின்ற சிவபிரான் – இந்த ராவணனின் வலிமை கொண்ட போர்த் தொழில் எவ்வளவு வியப்பாக இருக்கிறது? – என்று திகைத்து நின்றான்'. அந்தப் பாடல்:

விண் போர்த்தன; திசை போர்த்தன; மலை போர்த்தன; இமையோர்
கண் போர்த்தன; கடல் போர்த்தன; படி போர்த்தன; கலையோர்
எண் போர்த்தன; எரி போர்த்தன; இருள் போர்த்தன; 'என்னே,
திண் போர்த் தொழில்'என்று, ஆணையின் உரி போர்த்தவன்
திகைத்தான்.

ராவணன் திறன் இத்தகையது என்றால், ராமரின் போர் வல்லமையைப் பார்த்து ராவணன் இவ்வாறு நினைத்துத் திகைக்கிறான்: 'உண்மையான வரங்களையெல்லாம் பயனில்லாமல் செய்து விடுகிற இவன், சிவனாக இருக்க்லாமோ என்றால், அவனல்ல இவன். நான்முகனாக இருக்கலாமோ என்றால், அவனுமல்ல. திருமாலாகிய அந்த மூர்த்தியோ என்றால், அவனு மல்ல. தவமுடையவன் ஒருவனாக இருப்பானோவென்றால், இவ்வளவு பராக்கிரமச் செயலை செய்து முடிக்கும் தகுதி அவனுக்கு இருக்காது. ஒரு வேளை, இவன் அந்த வேதங்களுக்கெல்லாம் முதற்காரணமான பரம்பொருளோ – என்றான்' அந்தப் பாடல்:

'சிவனோ? அல்லன்; நான்முகன் அல்லன்; திருமாலாம்
அவனோ? அல்லன்; மெய் வரம் எல்லாம் அடுகின்றான்;
தவனோ என்னின், செய்து முடிக்கும் தரன் அல்லன்;
இவனோதான் அவ் வேத முதல் காரணன்?' என்றான்

ராவணனின் தலையை அறுத்து, ராமர் கடலில் வீழ்த்துகிறார். ஆனால், ராவணனின் தலை மீண்டும் முளைத்து விடுகிறது. ராமர், ராவணனின் கையை வெட்டுகிறார், அதுவும் மீண்டும் முளைக்கிறது. ராவணனின் தலைகளை ராமர் பலமுறை அறுத்துத் தள்ள, அவை உலகின் பல இடங்களில் விழுகின்றன. இறுதியில் ராமர், ப்ரம்மாஸ்திரத்தை ஏவுகிறார். ராவணனின் மார்பில் பாய்ந்து, அது அவனை மாய்த்து விட்டு, பாற்கடலில் விழுந்து தூய்மை பெற்று, பின்னர் ராமரின் அம்புறாத்தூணியை அடைகிறது. ராவணன் வீழ்ந்ததை வர்ணிக்கிற கம்பர், ‘ராமர் எய்த பரிசுத்தமான அந்த அஸ்திரம், ராவணனுடைய முக்கோடி ஆயுளையும்; அவன் முயன்று செய்த பெரும் தவத்தையும்; ப்ரம்ம தேவன் முற்காலத்தில் – முப்பத்து முக்கோடி தேவர்களில் எந்த வரிசையில் சேர்ந்தவராலும் நீ வெல்லப்பட மாட்டாய் – என்று கொடுத்த வரத்தையும்; மற்றும் எல்லா திசைகளையும் சேர்த்து, உலகம் முழுவதிலும் போரினால் வெற்றிகளை ஈட்டிய ராவணனின் உடல் வலியையும் ஒழித்து விட்டு; அவனுடைய மார்பிலே புகுந்து உயிரைப் பருகி விட்டு, பின்னர் விலகிச் சென்றது’ என்று கூறுகிறார். அந்தப் பாடல் :

முக்கோடி வாழ்நாளும் முயன்றுடைய
பெருந் தவமும், முதல்வன் முன்நாள்,
‘எக் கோடியாராலும் வெலப்படாய்’
எனக் கொடுத்த வரமும், ஏனைத்
திக்கோடும் உலகு அனைத்தும் செருக் கடந்த
புய வலியும், தின்று, மார்பில்
புக்கு ஓடி உயிர் பருகி, புறம் போயிற்று
இராகவன்தன் புனித வாளி.

கொல்லப்பட்டு ராவணன் விழுந்த பிறகும், அவனுடைய முகம் பொலிவோடு விளங்கியதாக கம்பர் இப்படி கூறுகிறார். ‘கொடிய சிங்கம் வெகுண்டது போன்ற கோபம் அடங்கவும், மனம் ஒடுங்கவும், வஞ்சம் ஒழியவும், பகைவர் ஒடுங்கும்படி போர் செய்த பெரிய கைகளின் செயல் அடங்கவும், காமம் அடங்கவும், பலம் ஒடுங்கவும், உயிர் விட்ட – அந்த நீதிமுறை துறந்த ராவணனுடைய முகங்கள், முன்னாளில் முனிவர்களை தலையடங்கச் செய்து,

முறியடித்த போது விளங்கியதை விட மூன்று மடங்கு பொலிவோடு விளங்கின'. அந்தப் பாடல் :

வெம் மடங்கல் வெகுண்டனைய சினம் அடங்க,
மனம் அடங்க, வினையம் வீய,
தெவ் மடங்க, பொரு தடக் கைச் செயல் அடங்க,
மயல் அடங்க, ஆற்றல் தேய,
தம் அடங்கு முனிவரையும் தலை அடங்கா,
நிலை அடங்கச் சாய்த்த நாளின்
மும் மடங்கு பொலிந்தன, அம் முறை துறந்தான்
உயிர் துறந்த முகங்கள் அம்மா!

தரையில் விழுந்து கிடந்த ராவணனைப் பார்த்த ராமர், அவனுடைய முதுகில் யானைகளின் தந்தங்கள் வெளிப்பட்டு கிடந்ததையும், அவற்றை அடுத்துத் தோன்றியிருந்த தழும்புகளை யும் பார்த்தார். ராவணன் முதுகில் தழும்பு ஏறியவன் என்பதைக் கண்டு, அவனை வென்றதனால் தனக்கு எந்தச் சிறப்பும் கிடையாது என்று நினைக்கிற அவர், 'கார்த்தவீரியனால் ராவணன் கட்டுண்டான் என்பது அறிந்தே சந்தேகப்பட்ட எனக்கு, இந்த முதுகுத் தழும்பு வெட்கத்தைத்தான் ஏற்படுத்துகிறது. இவனை வென்ற செயல் எனக்குப் புகழ் சேர்ப்பது அல்ல' என்று கூறுகிறார். இதைக் கேட்கிற விபீஷணன், 'கார்த்தவீரியன், வாலி ஆகியோர் ராவணனை வென்றது, தேவர்களின் சாபத்தினால் நடந்த நிகழ்ச்சிகள். திக்கு யானைகள் அவன் மார்பில் குத்திய போது, அவை முதுகின் வழியாக வெளிப்பட்டதே தவிர, போரில் அவன் புறமுதுகு காட்டுபவன் அல்ல... என்றெல்லாம் கூறி, ராவணனின் வீரத்தை விளக்குகிறான். அதன் பின்னரே ராமருக்கு மனச் சமாதானம் ஏற்படுகிறது. வால்மீகி ராமாயணத்தில் இவ்வாறு இல்லை.

வால்மீகி ராமாயணத்தைப் பார்க்கும் போது, ராவணனை ராமர் எளிதில் வென்று விடவில்லை என்பது தெளிவாகிறது. அகஸ்தியரின் உபதேசம் அவருக்கு துணை நிற்கிறது; இந்திரனின் தேரும், ஆயுதங்களும் அவருக்கு உதவுகின்றன; பெரும் முயற்சிக்குப் பிறகுதான் வெற்றி கிட்டுகிறது – அதுவும் ப்ரம்மாஸ் திரத்தை ஏவிய பிறகு! பொதுவாகவே நமது புராணங்களில்,

யுத்த காண்டம்

தீயவர்கள் பலவீனமானவர்களாக வர்ணிக்கப்படுவதில்லை. அவர்கள் பெரும் பலமும், வீரமும் படைத்தவர்களாகத்தான் விவரிக்கப்படுகிறார்கள். இது இன்றைய உலக நடைமுறை உண்மைகளையும் ஒட்டியே இருக்கிறது.)

ராவணன் வீழ்ந்ததைக் கண்டு பெரும் களிப்பெய்திய ஸுக்ரீவன், விபீஷணன், அங்கதன் – ஆகியோர் லக்ஷ்மணனைப் பின் தொடர்ந்து வந்து, ராமரை வணங்கி நின்று, பாராட்டி மகிழ்ந்தார்கள்.

6. யுத்த காண்டம்

அத்தியாயம் – 36

மண்டோதரியின் துயரம் !

இறந்து விட்ட ராவணனை நினைத்து, விபீஷணன் துயருறுவது; ராவணனைப் பற்றிய பெருமைகளை விபீஷணன் விவரிப்பது; விபீஷணனுக்கு ராமர் கூறுகிற ஆறுதல்; இறுதிச் சடங்கு நடத்த அவன் விரும்புவதும், ராமர் சம்மதிப்பதும்; ராவணனின் மனைவிமார்கள், அவன் உடலைக் கண்டு அழுவது; மண்டோதரியின் துயரம்...

தன்னுடைய மூத்த சகோதரனாகிய ராவணன் கொல்லப்பட்டு யுத்த களத்தில் விழுந்து கிடந்த காட்சியைக் கண்டவுடன், விபீஷணன் அளவு கடந்த துக்கத்தால் பீடிக்கப்பட்டவனாக, கதறத் தொடங்கினான். ''பெரும் புகழ் படைத்த வீரனே! ராஜநீதியை முற்றும் அறிந்தவனே! மிகவும் மேன்மையான படுக்கையின் மீது உறங்க வேண்டிய நீ, ஏன் இப்படித் தரையில் வீழ்ந்து கிடக்கிறாய்? காமத்தினால் கவரப்பட்டவனாக, என்னுடைய வார்த்தையைக் கேட்காமல், இந்த கதியை அடைந்து விட்டாயே! நான் சொன்னதுதான் நன்மை பயக்கும் என்பதை ப்ரஹஸ்தனோ, இந்திரஜித்தோ, கும்பகர்ணனோ, அதிகாயனோ, நீயோ – யாருமே உணராமல் போய் விட்டீர்களே!''

இவ்வாறு கூறி அழுத விபீஷணன் மேலும் சொன்னான்: ''இந்த வீரன் கீழே விழுந்து கிடப்பதால் – ஆயுதம் ஏந்தியவர்களில் சிறந்தவன் எவனோ, அவன் வீழ்ந்து விட்டான் என்றே ஆகிறது.

முறை அறிந்து நடப்பவர்களில் முதன்மையானவன் மறைந்து விட்டான். தர்மமே உருவானவன் மறைந்து விட்டான். பலத்தின் இருப்பிடமானவன் மறைந்து விட்டான். சிறந்த வீரர்களால் நாடப்பட்டவன் மறைந்து விட்டான். சூரியன் பூமியில் வீழ்ந்து விட்டது. சந்திரன் இருளில் கலந்து விட்டது. தீ மங்கியது. சக்தி ஒடுங்கியது. ராவணனே மறைந்து விட்டதால், இலங்கை மக்கள் பெற்ற சிறப்பே அழிந்து விட்டது.

''மன உறுதியை தனது இலைகளாகவும், பிடிவாதத்தைத் தனது மலராகவும், தவத்தினால் கிடைத்த பயனை தனது பலமாகவும், வீரத்தை தனது வேராகவும் கொண்ட ராவணன் என்கிற மரம் – ராமன் என்கிற புயலில் சிக்கி யுத்த களத்தில் வீழ்ந்து விட்டது.

''விடாமுயற்சியைத் தனது தந்தமாகவும், பெருமை வாய்ந்த முன்னோர்கள் தோன்றிய பரம்பரையைத் தனது முதுகெலும்பாகவும், கோபத்தைத் தனது கால்களாகவும், கண்டோர் வியக்கும் கவர்ச்சியைத் தனது துதிக்கையாகவும் கொண்ட ராவணன் என்கிற மதம் கொண்ட யானை – ராமன் என்கிற சிங்கத்தினால் வீழ்த்தப் பட்டு விட்டது.

''பராக்கிரமத்தையும், ஆர்வத்தையும் தனது ஜ்வாலையாகவும், பெருமூச்சைத் தனது புகையாகவும், உடன் பிறந்த பலத்தைத் தன்னிடமிருந்து வீசுகிற அனலாகவும், கொண்டு திகழ்ந்த ராவணன் என்கிற பெரும் தீ – ராமன் என்கிற பெருமழையினால் யுத்த களத்தில் அணைக்கப்பட்டது.

''தன்னைச் சார்ந்த அரக்கர்களை, தனது வால் மற்றும் கொம்புகளாகவும், தனது காம வேட்கையை காதுகள் மற்றும் கண்களாகவும் கொண்ட ராவணன் என்கிற, காற்றுக்கு நிகரான சக்தி படைத்த காளை – ராமன் என்கிற புலியினால் வீழ்த்தப்பட்டது.''

பெரும் துக்கத்தில் ஆழ்ந்து விட்டவனும், சரியான காரணங்களோடு கூடிய வார்த்தைகளைப் பேசியவனுமாகிய விபீஷணனைப் பார்த்து, ராமர் பேசத் தொடங்கினார் : ''சக்தியற்றுப் போனதால் உயிர் இழந்தவன் அல்ல ராவணன். பெரும் வல்லமை படைத்தவனாக இருந்தாலும், எடுத்த

காரியத்தில் ஆர்வம் குன்றாதவனாக இருந்தாலும், மன உறுதி தளராதவனாக இருந்தாலும் – ராவணன் வீழ்ந்தான் என்றால், அது உலக நன்மைக்காகவே. யுத்த களத்தில் முனைப்புடன் போரிட்டுக் கொண்டிருக்கும்போது உயிரை இழக்கிற க்ஷத்ரியர்களின் பிரிவு, வருத்தத்துக்குரியது அல்ல. மூன்று உலகங்களையும், தேவர்களின் அதிபதியான இந்திரனையும், அச்சுறுத்தும் வகையில் திகழ்ந்த ராவணனைக் குறித்து துக்கிப்பது தகாது. எப்போதுமே வெற்றியை மட்டுமே கண்டவர் எவருமில்லை. தவிர, யுத்த களத்தில் ஒரு வீரன் கொல்கிறான், அல்லது கொல்லப்படுகிறான். யுத்தம் புரிகையில் மடிகிற வீரனுக்காக, துக்கம் கொண்டாடக் கூடாது என்று சாத்திரங்கள் கூறுகின்றன. ஆகையால், விபீஷணா! துக்கத்தை விடுத்து, அடுத்து நடக்க வேண்டிய காரியங்களைப் பற்றி சிந்திக்கத் தொடங்குவாயாக!''

இவ்வாறு ராமர் ஆறுதல் கூறிய பிறகு, விபீஷணன், ''தேவர்கள் உட்பட எவராலும் வீழ்த்தப்படாத ராவணன், உங்களைப் போர்க் களத்தில் எதிர்கொண்டு வீழ்ந்து விட்டான்'' என்று கூறி விட்டு, மேலும் தொடர்ந்தான்: ''தன்னை நாடி வந்தவர்களுக்குப் பரிசளித்து, தன்னைச் சார்ந்தவர்களுக்குப் பாதுகாப்பு அளித்து, தன்னுடைய நண்பர்களுக்கு ஆதரவளித்து, எதிரிகள் மீது பழி தீர்த்து வாழ்ந்தவன் ராவணன். என்றும் அணையாத யாகத் தீயை வளர்த்து, கடுமை யான விரதங்களைக் கடைப்பிடித்து, வேதங்களை முழுமையாகக் கற்றுணர்ந்து, யாக விதிமுறைகளையும் நன்றாக அறிந்து திகழ்ந்தவன் ராவணன். உங்கள் ஆசியுடன், என்னுடைய மூத்த சகோதரனாகிய அவனுக்கு செய்ய வேண்டிய சடங்குகளைச் செய்ய நான் விரும்புகிறேன்.''

ராமர், ''மரணத்தோடு விரோதங்கள் மறைந்து விடுகின்றன. நமது காரியம் நிறைவேறியது. ராவணனுக்கு நடத்தப்பட வேண்டிய இறுதிச் சடங்குகள் முறையாக நடத்தப்படட்டும். **உன்னவனாகிய அவன், என்னவனுமாகிறான்**'' என்று கூறினார்.

(தன் சொல்லைக் கேளாமல் ராவணன் தீய வழியிலேயே சென்ற போது, விபீஷணன் அதைக் கண்டித்துப் பேச, ராவணன் அவனை அவமதிக்க, விபீஷணன் ராவணனிடமிருந்து அகன்று, ராமரைச்

மசனறு அடைகிறான். யுத்தத்தில் அரக்கர்களை வெல்லும் உபாயங்களை ராமருக்கு அவன் எடுத்துரைக்கிறான். குறிப்பாக, இந்திரஜித்தை வெல்வதற்கு லக்ஷ்மணனுக்கு விபீஷணன் பெரிதும் உதவுகிறான். இப்படியெல்லாம் செயல்பட்டு, ராவணனின் அழிவுக்கு வழி தேடிய விபீஷணன், இந்த கட்டத்தில் ராவணனின் பெருமைகளைப் பேசி கதறி அழுகிறான்.

தன்னுடைய மூத்த சகோதரனின் மரணம், விபீஷணனின் மனதை இளகச் செய்திருக்கலாம் – என்று எடுத்துக் கொள்ள வேண்டியது தான். விபீஷணன், ராவணனை 'தர்மமே உருவெடுத்தவன்' என்று வர்ணிக்கும் அளவுக்குப் போகிறான். வால்மீகியோ, விபீஷணன் பேசிய பிறகு 'சரியான காரணங்களோடு கூடிய வார்த்தைகளை' அவன் பேசியதாகக் குறிப்பிடுகிறார். விபீஷணனின் பேச்சு வெறும் புலம்பலாக வர்ணிக்கப்படவில்லை. பெண்களிடத்தில் ராவணன் நடந்து கொண்ட முறை, மிக மிகக் கேவலமானது. அதைத் தவிர்த்துப் பார்த்தால், அவனிடம் பாராட்டக் கூடிய அம்சங்களும் இருந்தன என்பதைத்தான் விபீஷணனின் பேச்சும், அதுபற்றிய வால்மீகியின் கருத்தும் நமக்குக் காட்டுகிறது.

விபீஷணனின் நடத்தையில் முரண்பாடு இருக்கத் தான் செய்கிறது. அது இதோடு முடியவில்லை. ராவணனின் இறுதிச் சடங்குகள் விஷயத்தில் அந்த முரண்பாடு மீண்டும் தலை யெடுக்கிறது. அந்தக் கட்டத்தில் அதைப் பற்றிப் பார்ப்போம்.)

இதற்கிடையில் ராவணனுடைய மனைவிமார்களாகிய பல அரக்கிகள், ராவணனின் உடலைக் காண ஓடி வந்தனர். பெரும் சோகத்தினால் பீடிக்கப்பட்ட அவர்களுடைய தலைமுடி கலைந்து கிடந்தது. கன்றை இழந்த பசுக்கள் போல் கதறிய அவர்கள், ராவணனின் உடல் மீது விழுந்து அழுதார்கள். சிலர் மயக்க மடைந்தனர்; சிலர் தரையில் விழுந்து புரண்டனர்; சிலர் ராவணனின் தலையை தங்கள் மடி மீது எடுத்து வைத்துக் கொண்டு கதறினர். ''உங்களுடைய அழிவுக்காகவே நீங்கள் ஸீதையைக் கொண்டு வந்தீர்கள். விபீஷணனின் வார்த்தைகளை நீங்கள் கேட்டிருந்தால், ராமர் நமக்கு நண்பராகியிருப்பார்; நாங்கள் விதவைகளாகி இருக்க மாட்டோம். நீங்களோ ஸீதையை

விடுவிக்க மறுத்தீர்கள். அரக்கர்கள், எங்களைப் போன்ற அரக்க பெண்மணிகள், நீங்கள் - ஆகிய மூன்று வகையினருமே உங்களுடைய பிடிவாதத்தினால் அழிவுற்றோம். ஆனால், உங்கள் மனம் போனபடி நீங்கள் நடந்து கொண்டது மட்டும் உங்கள் அழிவுக்குக் காரணமாகி விடாது. எல்லோரையுமே இயக்குவது விதிதானே! எவனுக்கு விதி முடிவை நிர்ணயிக்கிறதோ, அவனே உயிரை விடுகிறான். அரக்கர்களின் அழிவும், உங்கள் முடிவும் விதியினால் நிச்சயிக்கப்பட்டவையே. செல்வத்தினாலோ, ஆசை காட்டியோ, வீரத்தினாலோ, அரச உத்திரவினாலோ விதியின் முடிவை மாற்றி எழுத முடியாது. ஆகையினால்தான், இந்திரன், எமன் போன்றவர்களைக் கூட வென்ற உங்களுக்கு இந்த கதி நேர்ந்திருக்கிறது. தேவர்களாலும் வெல்லப்படாத நீங்கள், ஒரு மனிதனால் கொல்லப்பட்டீர்கள்!''

இப்படிப் பல அரக்கிகள் புலம்பிக் கொண்டிருந்த போது, ராவணனையே பார்த்து சிலை போலாகி விட்ட ராவணனின் மூத்த மனைவியாகிய மண்டோதரி, தன்னுடைய அதிர்ச்சியிலிருந்து விடுபட்டு, பேசத் தொடங்கினாள் : ''நீங்கள் கோபமுற்றால், உங்கள் முன் நிற்க இந்திரனும் அஞ்சி நடுங்குவான்'' என்பது எல்லோரும் அறிந்த விஷயம். சிறப்பு வாய்ந்த மகரிஷிகளும், புகழ்பெற்ற கந்தர்வர்களும் உங்களை நினைத்து பயந்து, நாற்திசையிலும் ஓடுவார்கள் என்பதும் அனைவரும் அறிந்ததே. அப்படிப்பட்ட நீங்கள் இப்பொழுது ஒரு மனிதனால் வெல்லப்பட்டு, தரையின் மீது கூச்சமில்லாமல் விழுந்து கிடப்பது எப்படி? மூவுலகங்களையும் வென்ற உங்களை வீழ்த்த, காட்டிலே திரிந்து அலைந்து கொண்டிருந்த ஒரு சாதாரண மானிடனால் எப்படி முடிந்தது? மனிதர்களால் அடைய முடியாத கோட்டையில், எவரும் நெருங்க முடியாத அரண்மனையில், நினைத்த மாத்திரத்தில் எந்த உருவத்தையும் எடுக்கும் வல்லமையோடு வாழ்ந்து கொண்டிருந்த நீங்கள், யுத்தத்தில் ராமனால் கொல்லப்பட்டீர்கள் என்பது காரண காரியங் களுக்கு உட்பட்ட விஷயமாக இல்லையே! எல்லா வித ஆயுதங்களையும் கொண்டிருந்த உங்களை ராமன் வென்றான் என்றால் - அது அவனுடைய சாதனை அல்ல. காலனே ராமன்

யுத்த காண்டம்

உருவத்தில் வந்திருப்பானோ? அல்லது ஒருவேளை, யுத்த களத்திற்கு வந்தது இந்திரனோ? ஆனால் அவனுக்கோ உங்களை ஏறிட்டுப் பார்க்கும் தைரியமும் கிடையாதே?

''புரிகிறது. சாஸ்வதமானவனும்; மூவுலகங்களையும் ஆள்பவனும்; யோகிகளில் முதன்மையானவனும்; ஆரம்பமோ, இடையோ, முடிவோ இல்லாதவனும்; மேன்மையானவர்களில் மேன்மையானவனும்; அறியாமை எனும் இருளைக்கடந்தவனும்; சங்கு, சக்கரம், கதை ஆகியவற்றை ஏந்தியவனும்; மார்பிலே ஸ்ரீவத்ஸம் கொண்டவனும்; என்றும் இருப்பவனும்; எவராலும் அழிக்கப்பட முடியாதவனும்; எல்லாமுமானவனான மஹா விஷ்ணு தான், வானர உருவில் வந்த தேவர்களோடு கூடி, எல்லா உலகங்களின் நன்மைக்காகவும், தேவர்களின் விரோதியாகிய உங்களை அழித்திருக்கிறார்.

''இந்திரியங்களை அடக்கி, மனதை ஒருமுகப்படுத்தி, தவ வலிமை பெற்று, மூன்று உலகங்களையும் நீங்கள் முன்பு வென்றீர்கள். இன்றோ, அந்த இந்திரியங்களே உங்களை வென்று விட்டன; ஆசைக்கு இடம் கொடுத்து, அழிவைத் தேடிக் கொண்டீர்கள்; முன்பு உங்களால் அடக்கப்பட்டதற்கு உங்களுடைய இந்திரியங்களே பழி வாங்கி விட்டன போலும்! எண்ணற்ற அரக்கர்களால் சூழப்பட்டும் கூட, கரன் எப்போது ராமனால் ஜனஸ்தானத்தில் கொல்லப்பட்டானோ, அப்போதே ராமன் சாதாரண மனிதன் அல்ல என்பது புரிந்து விட்டது. தேவர்களாலும் நுழைய முடியாத இலங்கையில் நுழைந்து பெரும் நாசத்தை ஹனுமான் புரிந்த போதே, நமக்கு வர இருக்கிற ஆபத்து புரிந்தது. ஆனால், நான் எவ்வளவோ முறை எடுத்துச் சொல்லியும் நீங்கள் கேட்கவில்லை. ராமனோடு விரோதம் வேண்டாம் என்று நான் மன்றாடியும் நீங்கள் செவி சாய்க்கவில்லை.

''உங்களுடைய ராஜ்யம், உங்களுடைய மக்கள், உங்களுடைய உயிர் – ஆகியவற்றின் அழிவிற்காகவே ஸீதை மீது நீங்கள் ஆசை கொண்டீர்கள் போலும்! அருந்ததி, ரோகிணி ஆகியவர்களை விட மேம்பட்டவளும், மரியாதைக்குரியவளும், பொறுமையில் பூமிக்கே பாடம் கற்றுத் தரக் கூடியவளும், அருளில்

மஹாலக்ஷ்மிக்கே வழி காட்டக் கூடியவளும், கணவன் மீது மாறாத அன்பு கொண்டவளுமாகிய ஸீதையை நீங்கள் அவமதித்தது பெரும் குற்றம். தனிமையிலிருந்த ஸீதையை கபடத்தின் மூலம் கவர்ந்த போதே, உங்கள் அழிவையும், உங்களைச் சார்ந்தவர்கள் அழிவையும், நீங்கள் நிச்சயப்படுத்திக் கொண்டீர்கள். அவளை அடைய வேண்டும் என்ற உங்கள் ஆசை பாழாகியது; எப்போதும் கணவனையே நினைத்திருக்கும் அந்தப் பெண்ணின் தவ வலிமை, உங்களை அழித்து விட்டது! இந்திரன் உள்ளிட்ட தேவர்கள் உங்களைக் கண்டு அஞ்சி நடுங்குவதால், ஸீதையை நீங்கள் பற்றிய உடனேயே உங்களுக்கு அழிவு நேரிடாமல் போயிற்று. ஆனால், செய்த குற்றத்திற்கான விளைவை அனுபவிக்க வேண்டிய நேரம் வருகிறபோது, தவறு செய்தவன் அதன் பயனை அனுபவித்தே தீருவான்; இதுபற்றி சந்தேகத்திற்கு இடமில்லை. நல்லதைச் செய்பவன், மகிழ்ச்சியை அடைகிறான்; தீயதைச் செய்பவன் துன்பத்தை எய்துகிறான். விபீஷணன், மகிழ்ச்சி அடைந்திருக்கிறான்; உங்கள் கதியோ நேர்மாறானதாக இருக்கிறது.''

மண்டோதரியின் துயரம் தொடர்ந்தது.

6. யுத்த காண்டம்

அத்தியாயம் - 37

விபீஷணன் பட்டாபிஷேகம்!

ராவணனின் மறைவு குறித்து புலம்பிய மண்டோதரிக்கு, அவனுடைய மற்ற மனைவிமார்கள் கூறுகிற ஆறுதல்; ராவணனின் இறுதிச் சடங்குகளை நடத்துமாறு ராமர், விபீஷணனிடம் கூறுவது; பெரும் தவறுகளை இழைத்து விட்ட ராவணனுக்கு, இறுதிச் சடங்கு நடத்துவது பற்றி விபீஷணனுக்கு ஏற்படுகிற தயக்கம்; விபீஷணனின் தயக்கத்தை விலக்கி அவனுக்கு அறிவுரை கூறி, இறுதிச் சடங்கு நடத்துமாறு அவனிடம் மீண்டும் ராமர் கூறுவது; ராவணனின் இறுதிச் சடங்குகள்; விபீஷணனுக்குப் பட்டாபிஷேகம் செய்விக்குமாறு, லக்ஷ்மணனை ராமர் பணிப்பது; விபீஷணன் பட்டாபிஷேகம்; ஸீதையைச் சந்தித்து யுத்தத்தில் ராவணன் வீழ்த்தப்பட்ட செய்தியைத் தெரிவித்து, அவளிடமிருந்து செய்தி பெற்று வருமாறு ஹனுமானை ராமர் கேட்டுக் கொள்வது; அசோக வனம் சென்று ஹனுமான், ஸீதையைச் சந்தித்து, ராமர் பெற்ற வெற்றி பற்றிய செய்தியைத் தெரிவிப்பது; ஸீதையின் மகிழ்ச்சி...

"என்னைத் தனியே விட்டு விட்டு, நீங்கள் எங்கே செல்லப் புறப்பட்டு விட்டீர்கள்! ஏன் என்னிடம் பேச மறுக்கிறீர்கள்? இந்த துர்பாக்கியவதியைக் கண்டு உங்கள் மனம் இரங்கவில்லையா? என்னைக் கண்டு உங்களுக்குக் கோபம் கூட வரவில்லையா? நகரத்தின்

கதவுகளைத் தாண்டி, கால்நடையாக, துணையில்லாமல் இப்படி வெளியே வந்து நிற்கிறேனே? அதைக் கண்டு உங்களுடைய கோபம் பொங்கி எழவில்லையா? என் துக்கத்திற்கு ஆறுதல் சொல்லக் கூடாதா?'' என்றெல்லாம் கதறி அழுத மண்டோதரி, மேலும் சொன்னாள்: ''நல்ல குலத்தில் பிறந்து, பெரியவர்களுக்குரிய மரியாதையைக் காட்டி, கணவனிடம் மாறாத அன்பு கொண்டு வாழ்ந்த, பல பெண்மணிகள் உங்களால் விதவைகளாக்கப்பட்டு விட்டனர். அவர்களுடைய சாபத்தின் காரணமாகத்தான் இன்று ராமரின் கையில் உங்களுக்கு இந்த கதி நேர்ந்திருக்கிறது. 'கணவனிடம் மாறாத அன்பு கொண்ட பெண்களின் கண்ணீர் பூமியில் விழுந்தால், அது வீணாவதில்லை' என்கிற பெரியவர்களின் வார்த்தை இப்போது நிரூபிக்கப் பட்டிருக்கிறது. நடந்ததையும், நடக்க இருப்பதையும் நன்றாக அறிந்த விபீஷணன், நீங்கள் ஸீதையைக் கடத்தி வந்தபோது, 'அரக்கர்களிடையே மேம்பட்டவர்களின் அழிவுகாலம் ஆரம்பித்து விட்டது' என்று கூறிய வார்த்தைகள் இன்று பலித்து விட்டன. துன்பத்தினால் பீடிக்கப்பட்டாலும் என் இதயம், ஆயிரம் துகள்களாக இன்னமும் சிதறாமல் இருப்பது, என்னுடைய துரதிர்ஷ்டமே!''

இவ்வாறெல்லாம் புலம்பிய மண்டோதரி, ராவணனின் உடல்மீது விழுந்தாள். மயக்கமுற்றாள். பின்னர் அவள் மூர்ச்சை தெளிந்து எழுந்தபோது, ராவணனின் மற்ற மனைவிகள், ''உலக வாழ்க்கை நிச்சயமற்றது என்பது நீங்கள் அறியாததா தேவி? காலம் மேற்கொள்ளும் கோலத்தின் காரணமாக, மன்னர்களின் செல்வமும், மேன்மையும் என்றுமே நிச்சயமற்றவைதான்'' என்று மண்டோதரியைப் பார்த்துக் கூறி விட்டு, அவளுக்கு ஆறுதல் சொன்னார்கள்.

இதற்கிடையில் ராமர், விபீஷணனைப் பார்த்து, ''அரக்க பெண்மணிகளுக்கு ஆறுதல் கூறப்படட்டும். உன்னுடைய மூத்த சகோதரனின் இறுதிச் சடங்குகள் முறையாக நடத்தப்படட்டும்'' என்று கூறினார்.

இப்படி ராமர் சொன்னவுடன், விபீஷணன், ''தர்மத்தின் பாதையிலிருந்து தவறியவனும், கொடூரமானவனும்,

கருணையற்றவனும், நன்னடத்தையைக் கைவிட்டவனும், மற்றவர்களின் மனைவிமார்களைக் கவர்ந்தவனுமாகிய ஒருவனுக்கு – இறுதிச் சடங்குகளை நடத்துவது என்னால் இயலாத காரியம். மற்றவர்களுக்குத் தீமை புரிவதையே லட்சியமாகக் கொண்ட ராவணன், சகோதரன் உருவில் வந்த என்னுடைய எதிரியே! மூத்த சகோதரன் என்றாலும் கூட, அவன் என்னுடைய மரியாதைக்குத் தகுதியானவன் அல்ல. அவனுடைய இறுதிச் சடங்குகளை நடத்த நான் மறுப்பதால், என்னை கொடுமை யானவன் என்று கூட சிலர் கருதலாம். ஆனால், ராவணனின் குற்றங்கள் எல்லாவற்றையும் அறிந்து கொள்ளும்போது, நான் உரிய முறையில்தான் நடந்து கொண்டேன் என்பது அனைவருக்கும் புரிய வரும்'' என்று கூறினான்.

இதைக் கேட்டு திருப்தியுற்ற ராமர், விபீஷணனுக்கு அறிவுரை சொன்னார் : ''யுத்தத்தில் வெற்றி பெற எனக்கு உதவிய உனக்கு நல்லதைச் செய்ய நான் கடமைப்பட்டிருக்கிறேன். இப்பொழுது எது செய்யத் தக்கது என்று உனக்கு எடுத்துரைப்பது என் கடமை. ராவணன், தர்மத்திற்கு விரோதமான வழிகளிலேயே சென்றான் என்பது மறுக்க முடியாத உண்மை. ஆனால், அதே சமயத்தில் அவன் பெரும் வீரனாகத் திகழ்ந்தான் என்பதும் மறுக்க முடியாததே. நூறு அச்வமேத யாகங்களைச் செய்த இந்திரனின் தலைமையில் தேவர்கள், ராவணனை எதிர்கொண்ட போதும் அவர்களால் வெற்றி காண முடியவில்லை. பலம் பொருந்திய ராவணன், பலரை துன்புறுத்தினாலும் கூட, அவன் பெரிய மனிதனே. ஒரு மனிதன் மரணமடையும் வரையில்தான் அவன் மீதான விரோதங்கள் வாழ்கின்றன. நமது காரியம் முடிந்து விட்டது. இப்பொழுது இறுதிச்சடங்குகள் நடத்தப்படட்டும். நான் முன்பு சொன்னது போல, அவன் உன்னவன் மட்டுமல்ல, என்னவனும் கூட. இந்த வீரனுக்கு சாத்திர விதிமுறை களின்படி இறுதிச் சடங்குகளைச் செய்து முடிப்பதுதான் உன்னுடைய கடமை. அப்படிச் செய்வதால், உனக்கு நற்பெயரே உண்டாகும்.''

ராமரின் இந்த அறிவுரையை ஏற்ற விபீஷணன், உடனடியாக இறுதிச்சடங்குகளுக்கான ஏற்பாடுகளைச் செய்யத் தொடங்கினான்.

அவனுடைய உத்திரவிற்கேற்ப, சந்தன மரக்கட்டைகள் உட்பட பலவிதமான மரக்கட்டைகளும், வாசனை திரவியங்களும், முத்துக்களும், பவழங்களும், ரத்தினங்களும் கொண்டு வந்து குவிக்கப்பட்டன. ராவணனால் முறையாக பராமரிக்கப்பட்டு வந்த மூன்று புனித அக்னிகளும் கொண்டு வரப்பட்டன. மால்யவானின் துணையுடன் விபீஷணன், ராவணனின் இறுதிச் சடங்குகளைச் செய்ய ஆரம்பித்தான். மிகவும் உயர்ந்த பட்டாடையில் போர்த்தப்பட்ட அந்த அரக்கர் மன்னனின் உடல், சடல மேடையின் மீது வைக்கப்பட்டது. ராவணனைப் பறிகொடுத்த துக்கத்தினால், கண்களில் நீர் ததும்ப நின்ற அந்தணர்கள் வேதம் ஓதினார்கள். கலைஞர்கள், பல்வேறு வாத்தியங்களை இசைத்துக் கொண்டு குளமாகி விட்ட கண்களோடு, ராவணனின் புகழைப் பாடினார்கள். யஜுர் வேதத்தில் பாண்டித்தியம் பெற்ற அந்தணர்கள், தாமிர பாத்திரங்களில் புனிதத் தீயை ஏந்திச் செல்ல, அந்தப்புரத்து பெண்மணிகள் பின் தொடர, மக்கள் பெரும் ஓலமிட்டுக் கொண்டே அவர்களைத் தொடர்ந்து வர, ராவணனின் உடல் தெற்கு நோக்கி எடுத்துச் செல்லப்பட்டு, ஏற்கெனவே குறிக்கப்பட்ட இடத்தில் வைக்கப்பட்டது. இறுதிச் சடங்குகள் முறையாக நடத்தி முடிக்கப்பட்டன. ராவணனின் உடலுக்கு விபீஷணன் தீ வைத்தான்.

பின்னர், அழுது கொண்டே நின்று கொண்டிருந்த பெண்மணிகளையெல்லாம் சமாதானப்படுத்தி, எல்லோரையும் அழைத்துக் கொண்டு, விபீஷணன் நகரத்திற்குத் திரும்பினான். வான வீதியில் நின்று இலங்கையில் நடக்கிற நிகழ்ச்சிகளை யெல்லாம் கவனித்துக் கொண்டிருந்த கந்தர்வர்களும், மற்றவர் களும், ராமரின் போர்த்திறன்; வானரர்களின் விடாமுயற்சி; ஸுக்ரீவனின் நல்ல ஆலோசனைகள்; ஹனுமானின் வீரம்; லக்ஷ்மணனின் போர்த்திறன் - மற்றும் பக்தி; ராமரிடம், ஸீதை கொண்டிருந்த மாறாத அன்பு... போன்றவற்றைப் பற்றியெல்லாம் வியந்து பாராட்டிக் கொண்டே, தாங்கள் வந்தவாறே திரும்பினர்.

ராமர், இந்திரனின் தேரோட்டியாகிய மாதலிக்குத் தனது நன்றியைத் தெரிவித்து, அவனுக்கு விடை கொடுத்து இந்திரனிடமே மீண்டும் அந்தத் தேரை அனுப்பி வைத்தார். பின்னர் லக்ஷ்மணன், ஸுக்ரீவன், மற்றும் எண்ணற்ற வானரர்கள் ராமரைக் கொண்டாடி

மகிழ, அனைவரும் தங்களுடைய படை முகாமிட்டிருந்த இடத்திற்குச் சென்றனர். அங்கே லக்ஷ்மணனை அழைத்து ராமர், ''மனதிற்கு இனியவனே! நமக்கு நன்மை புரிந்த விபீஷணனுக்குப் பட்டாபிஷேகம் செய்விக்க வேண்டும். நாம் உடனடியாகச் செய்ய வேண்டிய காரியம் இதுதான். ராவணனின் இளைய சகோதரனாகிய விபீஷணனை, இலங்கை அரசனாகப் பார்க்க நான் விரும்புகிறேன். பட்டாபிஷேகத்தை தாமதமில்லாமல் செய்து முடிப்பாயாக'' என்று கூறினார்.

(தசரதரின் கட்டளையை ஏற்று காட்டுக்கு வந்த ராமர், பதினான்கு வருடங்கள் நகரத்தில் நுழைவதில்லை என்று தீர்மானித்திருந்தார். வனவாசம் செய்கிறேன் என்று கூறிவிட்டு, அதற்கிடையில் ஒரு நகரத்திற்குள் புகுந்து விட அவர் மனம் விரும்பவில்லை. அதனால்தான் அவரே முன்னின்று விபீஷணனுக்கு பட்டாபிஷேகம் செய்விக்காமல், லக்ஷ்மணன் மூலமாக அதை அவர் நடத்தி முடிக்கிறார்.

விபீஷணனைப் பொறுத்தவரையில் அவன், முதலில் 'ராவணனுக்கான இறுதிச் சடங்குகளைச் செய்ய விரும்புகிறேன்' என்று கூறி விட்டு, அதற்கான நேரம் வரும்பொழுது, 'இந்தப் பாவிக்கு நான் இறுதிச் சடங்கு செய்வதா?' என்று தயங்க ஆரம்பிக்கிறான். விபீஷணனிடம் காணப்படும் இந்த மாதிரி முரண்பாடுகளுக்கெல்லாம் விளக்கம் பெற வேண்டுமென்றால், அவனைப் பற்றி ராமர் முதலில் கூறியதை நாம் நினைத்துப் பார்க்க வேண்டும். ராவணனை விட்டு விபீஷணன் தங்களிடம் வந்து சேர்ந்த போது, மற்றவர்கள் எல்லாம் அவனைச் சந்தேகக் கண்ணோடு பார்த்த நேரத்தில், ராமர் 'இவன் நமக்குத் தீங்கிழைக்க மாட்டான். ஏனென்றால் இவன் ராஜ்யத்தை விரும்பி நம்மிடம் வருகிறவன்' என்று கூறுகிறார். அதாவது, விபீஷணனுக்கு ஒரு காரியம் ஆக வேண்டியிருக்கிறது. அவனுக்கு ராஜ்யத்தின் மீது ஆசை வந்து விட்டது. ராவணனுடைய அதர்மம், கொடுமை ஆகியவற்றை யெல்லாம் விபீஷணன் மனதார எதிர்த்தது உண்மையே; ராவணனுக்கு நல்ல எண்ணத்துடன் அவன் உபதேசம் செய்ததும் உண்மையே; ராவணனை விட்டு பிரிவதற்கு அவனுக்கு நியாயமான காரணங்கள் இருந்ததும் உண்மையே; ஆனால், இவை எல்லா

வற்றுடன் கூடவே அவனுக்கு ராஜ்யத்தின் மீதான ஆசையும் ஏற்பட்டு விட்டிருந்தது. 'ராஜ்ய காங்க்ஷி' – அதாவது ராஜ்யத்தின் மீது ஆசை கொண்டவன் – என்று ராமர் விபீஷணனை வர்ணிக்கிறார். அவன் தங்களுக்கு தீமை செய்ய மாட்டான் என்று, அவர் மற்றவர்களுக்கு எடுத்துக் கூறுவதற்கு, இது ஒரு மிகப்பெரிய ஆதாரமாக அமைகிறது.

இப்படி விபீஷணனிடம் சுயநலமும் கலந்துதான் இருந்தது என்றே தோன்றுகிறது. இல்லாவிட்டால் ராமர் அவனை இப்படி வர்ணித்திருக்க வேண்டிய அவசியமில்லை. பண்டிதன், நல்லவன், வீரன், விவேகமுள்ளவன் என்ற பல வர்ணனைகள் விபீஷணனுக்குப் பொருந்தும்; அத்துடன் கூட சுயநலவாதி என்பதும் பொருந்தும் என்றே நான் நினைக்கிறேன். இது ராமாயண விளக்கவுரைகள் கூறுகிற கருத்து அல்ல. இது என் சொந்த விமர்சனம். அந்த அளவில் மட்டுமே இதை எடுத்துக் கொள்ளுமாறு கேட்டுக் கொள்கிறேன்.)

ராமரின் வார்த்தைகளை ஏற்று, விபீஷணனின் பட்டாபிஷேகத்திற்கான காரியங்களைத் தொடங்கிய லக்ஷ்மணன், வானரத் தலைவர்களின் கைகளில் பொற்குடங்களைக் கொடுத்து, நான்கு சமுத்திரங்களிலிருந்தும் தண்ணீர் கொண்டு வருமாறு அவர்களைக் கேட்டுக் கொண்டான். மனோவேகத்தில் விரைந்து சென்று காரியங்களை முடிக்கும் திறன்படைத்த அவர்கள், லக்ஷ்மணன் கேட்டுக் கொண்டபடியே சமுத்திரங்களிலிருந்து நீரைக் கொண்டு வர, சாத்திர விதிமுறைகளின்படி லக்ஷ்மணன், விபீஷணனுக்குப் பட்டாபிஷேகம் செய்து முடித்தான். விபீஷணனும், அவனைச் சார்ந்தவர்களும் பெருமகிழ்ச்சி அடைந்தார்கள். ராமருக்கும் பெரும் திருப்தியுண்டாயிற்று. விபீஷணன், ராமரைச் சென்று அடைந்து, அவரை வணங்கி மரியாதைகளைச் செய்தான்.

இதையடுத்து ராமர், ஹனுமானைப் பார்த்து ஓர் உத்தரவிட்டார். ''பேரரசனாகிய விபீஷணனின் அனுமதி பெற்று இலங்கை நகரத்திற்குள் சென்று, ஸீதையைச் சந்தித்து, அவளுடைய நலன் பற்றி விசாரிப்பாயாக! நான், லக்ஷ்மணன், ஸுக்ரீவன் போன்ற அனைவரும் நலமுடனே இருப்பதாக அவளிடம் நீ தெரிவிக்க வேண்டும். ராவணன், யுத்தத்தில் கொல்லப்பட்டான் என்பதையும் தெரிவிப்பாயாக! இந்த நல்ல செய்திகளை ஸீதையிடம் கூறி

விட்டு, அவள் என்ன சொல்கிறாள் என்று தெரிந்து கொண்டு திரும்புவாயாக!''

ராமரின், கட்டளையை ஏற்ற ஹனுமான், விபீஷணனின் அனுமதி பெற்று அசோக வனத்தில் நுழைந்து, சோகமே உருவாக அங்கே அமர்ந்திருந்த ஸீதையைக் கண்டு வணங்கி நின்று, பேசத் தொடங்கினார். ''ராமர் நலமுடன் இருக்கிறார். ஸுக்ரீவன், லக்ஷ்மணன் மற்றும் அனைவரும் நலமே. உங்களுடைய நலன் பற்றி ராமர், பெரிதும் விசாரித்தார். வானரர்கள் மற்றும் விபீஷணன் ஆகியோர் உடனிருக்க, ராமர் ராவணனை யுத்த களத்தில் கொன்றார். நீங்கள் ராமர் மீது கொண்ட பக்திதான் ராமருக்கு, போரில் பெரும் பலமாக அமைந்தது என்பதையும் தெரிவிக்க நான் கடமைப்பட்டிருக்கிறேன். ராமர் சொல்லச் சொன்ன தகவல் இது : 'எங்களுடைய நண்பனாகிய விபீஷணனின் அதிகாரத்தின் கீழ் இலங்கை வந்து விட்டது. ஆகையால் இனி நீ அஞ்சுவதற்கு எதுவுமில்லை. சொந்த இடத்திலேயே வசிப்பது போல நீ நிம்மதி கொள்ளலாம். விபீஷணனும் கூட உன்னைச் சந்தித்து மரியாதைகளைத் தெரிவிக்க ஆவலுடன் இருக்கிறான்' என்று ராமர் தெரிவிக்கச் சொன்னார்.''

இந்தச் செய்திகளையெல்லாம் கேட்ட ஸீதை, மகிழ்ச்சி மிகுதியால் பேசவும் முடியாமல் தடுமாறினாள். அப்போது ஹனுமான், ''தாங்கள் எதைப்பற்றி சிந்தித்துக் கொண்டிருக் கிறீர்கள்? ஏன் என்னிடம் பேச மாட்டேன் என்கிறீர்கள்?'' என்று கேட்டார்.

மனதில் ஏற்பட்ட மகிழ்ச்சியின் காரணமாக தொண்டை அடைத்துக் கொள்ள, ஸீதை கம்மிய குரலில், ''என் கணவரின் வெற்றிச் செய்தியால் ஏற்பட்ட மகிழ்ச்சியின் காரணமாக, என்னால் சிறிது நேரம் பேசவும் இயலாமற் போய்விட்டது. நான் எவ்வளவு யோசித்துப் பார்த்தாலும், நீ இப்பொழுது கொண்டு வந்துள்ள செய்திக்கு நிகரான ஒரு பரிசு எதுவாக இருக்க முடியும் என்பது எனக்குத் தெரியவில்லை. இந்த நற்செய்தியை எனக்குக் கொண்டு வந்துள்ள நீ செய்த காரியத்துக்கு ஈடாக, இந்த உலகிலோ, வேறு உலகங்களிலோ எதுவுமே இருக்க முடியாது. வெள்ளியோ, தங்கமோ, ரத்தினங்களோ, வைடூரியங்களோ, மூவுலகங்களின் அரசாட்சியோ, இந்தச் செய்திக்கு ஈடாகாது'' என்று கூறினாள்.

6.யுத்த காண்டம்

அத்தியாயம் - 38

ஸீதை வந்தாள் !

அரக்கிகளைக் கொல்வதற்கு ஸீதையின் அனுமதியை ஹனுமான் கேட்பது; ஸீதை, ஹனுமானுக்குக் கூறுகிற நல்லுபதேசம்; கணவரை உடனே பார்க்க விரும்புவதாக ஸீதை ஹனுமானிடம் கூறி அனுப்புகிற செய்தி; ஸீதையை அலங்கரித்து அழைத்து வருமாறு ராமர் கூறியது; விபீஷணனால் பல்லக்கில் அழைத்து வரப்படுகிற ஸீதையைப் பார்க்க வானரர்கள் கூடுவதும், அவர்களை அரக்கர்கள் விரட்டுவதும்; ராமரின் கோபம்; ஸீதை கால் நடையாகவே அழைத்து வரப்படுவது; ராமரைக் கண்ட ஸீதையின் மகிழ்ச்சி...

''நீங்கள் கூறிய இந்தப் பாராட்டுதான் மதிப்பிட முடியாதது. தேவர்களின் அரசாட்சியையும் விட, இது மேலானது'' என்று ஸீதைக்கு நன்றி கூறிய ஹனுமான், தொடர்ந்து, ''நீங்கள் அனுமதித்தால், உங்களுக்குக் காவலாக இருந்து, உங்களை அச்சுறுத்திக் கொண்டிருந்த இந்த அரக்கிகளையெல்லாம், ஒரு நொடியில் நான் அழித்து விடுவேன். கணவன் மீது மாறாத அன்பு கொண்ட உங்களிடம் கொடிய உருவம் படைத்தவர்களான இவர்கள், பேசிய கொடூரமான வார்த்தைகள் என் நினைவில் நிற்கின்றன. அனுமதி கொடுங்கள். இவர்களை நான் கொல்கிறேன்'' என்று கூறினார்.

ஸீதை, ஹனுமானுக்கு நிதானத்துடன் பதிலளித்தாள். ''அரசனின் கட்டளைக்குக் கீழ்படிந்து நடக்க வேண்டிய நிலையிலுள்ள இந்தப் பெண்மணிகள் மீது கோபம் கொள்வது முறையல்ல. விதியின் செயல் காரணமாகவோ, நான் முன்பு செய்த ஏதோ ஒரு பாவத்தின் காரணமாகவோ, இங்கே நான் துன்பத்தை அனுபவிக்கிறேன். நம்முடைய வினைப்பயனைத் தானே நாம் பெறுகிறோம். விதி மிகவும் வலிமை வாய்ந்தது. எனக்கு இந்த அனுபவமெல்லாம் நேரிட வேண்டும் என்பது ஏற்கெனவே நிச்சயிக்கப்பட்டிருப்பது. ராவணனின் அடிமைகளான இவர்களின் செயல்களை நான் மன்னிக்கிறேன். ராவணன் கூறியதால் தான் அவர்கள் என்னை அச்சுறுத்தினார்கள். இப்போது ராவணனே இறந்து விட்டதால், அவர்களுடைய அச்சுறுத்தலும் நின்று விட்டது.

''ஒரு புலியின் முன்னிலையில் ஒரு கரடி பேசியதாகக் கூறப்படுகிற தர்மம் நிறைந்த வார்த்தைகளைச் சொல்கிறேன் கேள். 'மற்றவர்களால் தனக்கு இழைக்கப்பட்ட தீங்கை, மேலான தன்மை படைத்தவர்கள் மனதில் கொள்வதில்லை. தீங்குக்கு பதில் தீங்கு இழைப்பதில்லை என்கிற விரதத்தை என்றும் கடைப்பிடிக்க வேண்டும். நல்லவர்களிடம் மட்டுமல்லாமல், பாவிகளிடமும், கொல்லப்படத் தக்கவர்களிடமும் கூட, நற்குணம் உடையவன் கருணை காட்டுவான். எப்போதும் தவறே செய்யாதவன் என்பவன் எவனும் கிடையாது. அப்படியிருக்கையில் குரூரமானவர்கள் இடத்திலும் கூட கருணை காட்டுவதுதான் நற்செயல். நல்லவர்களுக்கு நன்னடத்தைதான் ஆபரணம்.''

('புலியின் முன்னிலையில் கரடி பேசிய வார்த்தைகள்' என்று ஸீதை குறிப்பிடுகிற விஷயத்தைப் பற்றி ராமாயண விளக்கவுரைகள் கூறும் விவரம் இது : ஒரு புலி, ஒரு வேடனைத் துரத்தியது. வேடன் ஒரு மரத்தின் மீது ஏறினான். அங்கே ஒரு கரடி அமர்ந்திருந்தது. மரத்தின் அடிக்கு வந்த புலி, கரடியைப் பார்த்து, ''இதோ பார்! நீயும் நானும் இந்த வனத்திலே வாழும் சகோதரர்கள். இந்த வேடனோ நமக்குப் பொது எதிரி. ஆகையால், அவனை மரத்திலிருந்து கீழே என்னிடம் தள்ளி விடு' என்று கூறியது. ஆனால் கரடியோ, 'நான் இருக்கும் இடம் நாடி வந்து விட்டதால், இவன்

என்னிடம் சரண் புகுந்தவன் ஆகிறான். ஆகையால் அவனை நான் கீழே தள்ள முடியாது. அப்படிச் செய்தால், நான் என் கடமையிலிருந்து தவறியவனாவேன்' என்று கூறிவிட்டு, தூங்கத் தொடங்கி விட்டது.

அப்பொழுது வேடனைப் பார்த்து, அந்தப் புலி 'அந்தக் கரடியை நீ கீழே தள்ளிவிடு. அதை உணவாக உட்கொண்டு, உன்னை நான் விட்டு விடுகிறேன்' என்று கூறியது. இதைக்கேட்ட வேடன், தான் தப்பித்தால் போதும் என்று உறக்கத்தில் இருந்த கரடியை மரத்திலிருந்து தள்ளினான். ஆனால், கரடி சாமர்த்தியமாக ஒரு கிளையைப் பிடித்துக் கொண்டு கீழே விழாமல் புலியிடமிருந்து தப்பி, அந்த மரத்திலேயே நின்றது. அப்போது புலி மீண்டும் கரடியைப் பார்த்து, 'உன்னைக் கீழே தள்ளிவிட முயற்சித்து, நன்றி கொன்று, உனக்கு இந்த வேடன் தீங்கிழைத்தான். ஆகையால் இப்போது நீ அவனை கீழே தள்ளி விடு' என்று கூறியது. ஆனால் கரடியோ அப்படிச் செய்ய மறுத்து, மேலே ஸீதை கூறிய வார்த்தைகளை தனக்குத் தெரிந்த நியாயமாக எடுத்துக் கூறியது. அதைத்தான் ஸீதை இங்கே ஹனுமானிடம் குறிப்பிடுகிறாள்.)

ஸீதையின் பேச்சைக் கேட்ட ஹனுமான், "ராமருக்கு ஏற்ற மனைவி தாங்கள்! ஆகையால்தான் இப்படி பேசுகிறீர்கள். தாயே! ராமர் அனுப்பிய செய்திக்கு உங்கள் பதிலைத் தெரிவியுங்கள். அதைத் தாங்கி நான் ராமரிடம் செல்கிறேன்" என்று கேட்டுக் கொண்டார்.

ஸீதை, "தன்னை நம்புகிறவர்களைக் கை விடாமல், அவர்கள் மீது அன்பு வைக்கிற என் கணவர் ராமரைப் பார்க்க, நான் ஆவலோடு காத்திருக்கிறேன்" என்று மட்டும் கூறினாள். இதைக் கேட்டுக் கொண்ட ஹனுமான், "பௌர்ணமி நிலவையொத்த ராமரின் முகத்தை இன்றே நீங்கள் காணத்தான் போகிறீர்கள்! எதிரிகளை வென்று, நண்பர்கள் புடை சூழ, லக்ஷ்மணனோடு சேர்ந்து நிற்கிற ராமரை இன்றே பார்ப்பீர்கள்!" என்று கூறிவிட்டு, ஸீதையிடம் விடை பெற்று ராமர் இருக்கும் இடத்தைச் சென்று அடைந்தார்.

அவரை வணங்கி நின்று, ''தெய்வத்தை நிகர்த்த உங்கள் மனைவி துக்கத்தினால் வாடிப் போயிருக்கிறார். உங்களுடைய மாபெரும் வெற்றியைக் கேள்விப்பட்டு, உங்களைக் காண ஆவலுடன் அவர் காத்திருக்கிறார். கண்கள் குளமாகி நிற்க, 'என் கணவரைக் காண விரும்புகிறேன்' என்பதே என் மூலமாக அவர் கூறி அனுப்பியுள்ள செய்தி.

ஹனுமான் கூறியதைக் கேட்டபோது, ராமர் சிந்தனையில் ஆழ்ந்தார். அவர் கண்களில் நீர் மல்கியது. பெருமூச்சு விட்டுக் கொண்டு பூமியையே பார்த்தவராக விபீஷணனிடம், ''விதேஹ தேசத்து அரச குமாரி ஸீதையை நீராட்டி, நல்ல ஆபரணங்களை அணிந்தவளாக இங்கே அழைத்து வரப்படட்டும். தாமதம் வேண்டாம்'' என்று கூறினார்.

தனது அரண்மனைக்கு விரைந்த விபீஷணன், அங்கே இருந்த பெண்மணிகள் மூலமாக, ராமர் கூறிய செய்தியை ஸீதைக்குத் தெரிவித்தான். பின்னர் ஸீதையை நேரில் சென்று பார்த்து, கரம் குவித்தவனாக, ''நீராடி, நல்ல ஆபரணங்கள் அணிந்து, பல்லக்கில் ஏறி அமர்ந்து கொள்ளுமாறு கேட்டுக் கொள்கிறேன். தங்களுக்கு எல்லா நலமும் உண்டாகட்டும். உங்கள் கணவர் உங்களைக் காண விரும்புகிறார்'' என்று பணிவோடு கூறினான்.

ஸீதை ''இப்படியே என் கணவரை உடனே வந்து பார்க்கிறேனே'' என்று கூற, விபீஷணன், ''அவர் குறிப்பிட்டுக் கூறினார் என்பதால், அவர் சொன்ன மாதிரியே தாங்கள் செய்ய வேண்டும் என்று கேட்டுக் கொள்கிறேன்'' என்று கூறினான்.

கணவனை தெய்வமாகக் கருதிய ஸீதை, ''அப்படியே ஆகட்டும்'' என்று கூறி, ராமர் கூறியவாறே செய்து, மிகச்சிறந்த பல்லக்கில் ஏறி அமர்ந்தாள்.

அழகான ஆபரணங்கள் அணிந்து, பல்லக்கில் அமர்ந்து ஸீதை வருவதை விபீஷணன், ராமருக்குத் தெரிவித்தான். ஓர் அரக்கனுடைய இல்லத்திலே நெடுங்காலம் வாழ்ந்த ஸீதை வந்து கொண்டிருக்கிறாள் என்பதைக் கேட்டு, ராமரின் மனம் துன்பத்தையும், இன்பத்தையும் ஒரு சேர அனுபவித்தது. ஸீதையை

விரைவில் தன் முன் அழைத்து வருமாறு அவர் விபீஷணனைக் கேட்டுக் கொண்டார். ஸீதையின் பல்லக்கைச் சுற்றி, பெரும் ஆவலோடு கூடி விட்ட வானரர்களை விலக்கி, ஸீதைக்கு வழி விடுவதற்காக விபீஷணனும், மற்ற அரக்கர்களும் வானரர் கூட்டத்தைக் கலைப்பதில் முனைந்தனர். இப்படி விரட்டப்பட்ட போது, வானரர்கள் பெரும் சப்தத்தை எழுப்பினர். இந்தக் காட்சியை தூரத்தில் இருந்து பார்த்த ராமர் கோபமுற்று, விபீஷணனைப் பார்த்து, ''எதற்காக வானரர்களை இப்படி ஹிம்சை செய்கிறாய்? உடனே இந்தக் கொடுமையை நிறுத்து! வானரர்கள் என்னவர்கள்'' என்றுகூறி விட்டு மேலும் தொடர்ந்து பேசினார்.

''சிறந்த அரண்மனையோ, உயர்ந்த ஆடைகளோ, கோட்டை மதில் சுவரோ, அரச மரியாதைகளோ – ஒரு பெண்ணுக்கு பாதுகாப்பு அளிப்பவை அல்ல. அவளுடைய நன்னடத்தை ஒன்றுதான் அவளுக்கு உண்மையான பாதுகாப்பு. அதுதான் அவளுடைய கேடயம். பொதுமக்கள் நடுவில் ஒரு பெண் வருவதும் – சோதனை காலங்கள், ஆபத்து நேரங்கள் மற்றும் சுயம்வரம், யாகம், விவாஹம் ஆகிய சமயங்களில் ஏற்கக் கூடியதே. ஸீதை துன்புற்று துயரில் வீழ்ந்து கிடக்கிறாள். ஆகையால், பொதுமக்கள் மத்தியில் – அதுவும் என் முன்னிலையில் – அவள் தோன்றுவதில் தவறில்லை. ஆகையால் பல்லக்கை விட்டு இறங்கி கால்நடையாகவே ஸீதை என் முன்னிலைக்கு வரட்டும். விதேஹ தேச அரசகுமாரியை வானரர்கள் பார்க்கட்டும்'' என்று கடுமை யுடன் பேசினார்.

(கம்ப ராமாயணத்தில், ராமர் வென்ற செய்தியை ஸீதைக்கு ஹனுமான் தெரிவிக்கும்போது, ''பெண்களுக்குரிய பேதமையை உடையவளே! மங்களமுண்டாகியது; நீ வாழ்வாயாக, மங்கள முண்டாகியது; தீச்செயலின் எல்லையெனத் திகழ்ந்த அரக்கனாகிய ராவணனை, நன்கு மதிக்கத்தக்கவனாகிய ராமபிரான் என்கிற பட்டத்து யானை, மிதித்து அழித்து விட்டது, மங்களமுண்டாயிற்று' என்று தொடங்குகிறார். அந்தப் பாடல் :

யுத்த காண்டம்

'ஏழை, சோபனம்! ஏந்திழை, சோபனம்!
வாழி, சோபனம்! மங்கல சோபனம்!
ஆழி ஆன அரக்கனை ஆரியச்
சூழி யானை துகைத்தது, சோபனம்!'

இதன் பிறகு ஹனுமான், அரக்கிகளைக் கொல்ல ஸீதையிடம் அனுமதி கேட்கும்போது, ஸீதை பதில் கூறுவதற்கு முன்பாகவே அவர்கள் பயந்து போய், ஸீதையின் பாதுகாப்பை நாடுகிறார்கள். அதன் பிறகுதான் ஸீதை, ஹனுமானுக்கு நல்லுபதேசம் செய்கிறாள்.

நீராடி ஆபரணம் தரித்து வருமாறு விபீஷணன் கேட்டுக் கொள்ளும்போது, ஸீதை 'நான் இங்கே இருந்த கோலத்திலேயே என்னை ராமரும், அங்கே இருக்கிற முனிவர்கள் கூட்டமும், மற்றவர்களும் பார்க்கட்டுமே' என்று கூறுகிறாள். வால்மீகி ராமாயணத்தில் இவ்வாறு இல்லை; அதில் உடனே ராமரைப் பார்க்கும் விருப்பத்தைத்தான் ஸீதை தெரிவிக்கிறாள். விபீஷணன் மீண்டும் கேட்டுக் கொண்டவுடன், நீராடிப் புறப்பட சம்மதித்த ஸீதையை, தேவப் பெண்மணிகள் வந்து நீராட்டியதாக கம்ப ராமாயணம் கூறுகிறது. வால்மீகி ராமாயணத்தில் இதுவும் இல்லை.

பின்னர் பல்லக்கில் அழைத்து வரப்படுகிற ஸீதையைப் பார்க்க, வானரர்கள் கூட்டமாகக் கூடியதாகவும், அவர்களை விலக்க விபீஷணன் முயன்ற போது, ராமர் தடுப்பதாகவும் வால்மீகி ராமாயணம் கூறுவதைப் பார்த்தோம். ஆனால், கம்ப ராமாயணத்தில் – ஸீதை, தேவ மாதர்களுடன் விமானத்தில் அழைத்து வரப்படுகிறாள். ராமரை நெருங்குகிற போது, தேவர்களும், ரிஷிகளும், அவர்களுடைய மனைவிமார்களும், ஸீதையை நெருங்குகிறார்கள். அரக்கர்கள் அவர்களை துரத்துகிறார்கள். அப்போது பெரும் சப்தம் உண்டாகிறது. அதைக் கேட்டுத்தான் ராமருக்குக் கோபம் வருகிறது. இப்படி வால்மீகி ராமாயணத்திலிருந்து, சில மாறுதல்கள் இந்நிகழ்ச்சிகள் தொடர்பாக கம்ப ராமாயணத்தில் காணப்படுகின்றன.)

ராமர் கோபமாகப் பேசிய போது, சிந்தனையில் ஆழ்ந்த விபீஷணன், அவர் கூறியவாறே ஸீதையை, அவருடைய முன்னிலைக்கு அழைத்துச் சென்றான். ராமரின் உத்தரவைக்

கேட்டு, லக்ஷ்மணன், ஸுக்ரீவன், ஹனுமான் ஆகியோர் மனம் வருந்தினர். ஸீதையின்பால் அன்பு குறைந்த அவருடைய தோரணையைப் பார்த்து, அவருக்கு ஸீதையின் மீது ஏதோ மன வருத்தம் இருக்கிறது என்று அவர்கள் முடிவு செய்கிறார்கள்.

ஸீதை அடக்கத்துடன் ராமருக்கு முன்வந்து நின்று, பெரும் மகிழ்ச்சியுடனும், பொங்கி வரும் அன்புடனும், அவருடைய முகத்தை ஏறிட்டுப் பார்த்தாள். அவருடைய முகத்தைப் பார்த்த அந்த நொடியிலேயே அவளுடைய களைப்பு நீங்கியது. தன்னை மறைத்த மேகங்கள் விலகுகிற போது, முழுப் பொலிவுடன் காட்சி தருகிற பௌர்ணமி நிலவு போல் அவள் தோற்றமளித்தாள்.

6. யுத்த காண்டம்

அத்தியாயம் - 39

சுட்டெரிக்கும் சொற்களைப் பேசினார் ராமர்!

ஸீதையைக் கண்டு ராமரின் மனப்போராட்டம்; ஸீதையைப் பார்த்து அவர் பேசுகிற சுடு சொற்கள்; ஸீதை மனம் கலங்கி நிற்பது...

தன் அருகில் குனிந்த தலையுடன் நின்று கொண்டிருந்த ஸீதையை, உன்னிப்பாகப் பார்த்துக் கொண்டு, ராமர், தன் மனதில் எழுந்த எண்ணங்களை வார்த்தைகளில் வடிக்கத் தொடங்கினார்.

''சிறப்புடையவளே, ஸீதா! யுத்த களத்தில் எதிரியை வென்று என்னால் மீட்கப்பட்டு நீ இங்கே நிற்கிறாய்.

''மனித முயற்சியினால் செய்யத்தக்கது என்னால் செய்து முடிக்கப்பட்டது.

''வேண்டுமென்றே எனக்கு இழைக்கப்பட்ட தீங்கு, அதனால் எனக்கு ஏற்பட்ட அவமதிப்பு, இவற்றை இழைத்த எதிரி – எல்லாமே என்னால் அழிக்கப்பட்டன.

''இன்று என் ஆண்மை எல்லோராலும் பார்க்கப்பட்டது; இன்று என் முயற்சி பலனளித்தது; இன்று என் சபதம் நிறைவேறியது; இன்று என் புகழ் நிலை நாட்டப்பட்டது.

''நீ தனிமையில் இருந்தபோது, உன்னைக் கடத்திச் சென்ற அரக்கனால் உனக்கு இழைக்கப்பட்ட தீமைக்கு, அந்த அரக்கன்,

மனிதனாகிய என்னிடமிருந்து உரிய தண்டனையைப் பெற்றான்; தனக்கு இழைக்கப்பட்ட அவமானத்திற்குப் பழி தீர்க்காத அற்ப மனிதன், எவ்வளவுதான் சக்தி படைத்தவனாக இருந்து என்ன பயன்?

''புகழுக்குரிய ஹனுமான், கடலைத் தாண்டிச் சென்று இலங்கையில் நாசம் விளைவித்துப் புரிந்த பெரும் சாதனைக்கு, இன்று முழுமையான பலன் கிட்டியிருக்கிறது; யுத்த களத்தில் தனது படையுடன் சேர்ந்து பெரும் வீரத்தைக் காட்டியும், நல்ல ஆலோசனை கூறியும் உதவிய ஸுக்ரீவனின் முயற்சிகளுக்கு, இன்று முழுமையான பலன் கிட்டியிருக்கிறது; நற்குணங்களற்ற ராவணனை விட்டு, என்னிடம் வந்து சேர்ந்த விபீஷணனின் முனைப்புக்கு, இன்று முழுமையான பலன் கிட்டியிருக்கிறது.''

வியப்பினால் கண்களை அகல விரித்து, ஒரு பெண் மான் போல் காட்சியளித்த ஸீதை, ராமர் பேசிய வார்த்தைகளை கண்கள் குளமாக, கேட்டுக் கொண்டிருந்தாள். ஸீதையைப் பார்த்த போது, ராமரின் இதயம், மக்களிடையே ஏற்படக்கூடிய அவதூறுகளை நினைத்து துடியாய் துடித்தது. அங்கே நின்று கொண்டிருந்த வானரர்கள், அரக்கர்கள் ஆகியோர் முன்னிலையில் ராமர், தாமரை இதழையொத்த கண்களையுடையவளும், அழகிய கருங்கூந்தலும், சீரான அங்கங்களும் உடையவளுமான ஸீதையைப் பார்த்து, மீண்டும் பேசத் தொடங்கினார் :

''என்னுடைய கௌரவத்தை நிலைநாட்டுவதற்காக, ராவணனைக் கொன்று, தீங்கிழைக்கப்பட்ட மனிதன் பழி வாங்க என்ன செய்ய வேண்டுமோ, அதை நான் செய்து முடித்து விட்டேன்.

''இல்வலன், வாதாபி ஆகிய அரக்கர்களின் கையில் சிக்கிய தென்திசை, மனிதர்களால் அணுக முடியாத நிலையில் இருந்த போது, அதை, தான் செய்த தவங்களினால் தன்னையே உணர்ந்த அகஸ்திய முனிவர் வென்று மீட்டார். அதே போல ராவணன் வசம் நீ இருந்ததால், மனிதர்களால் அணுக முடியாத இடத்திலிருந்த உன்னை, தவங்களினால் தூய்மையடைந்த மனமுடையவனாகிய நான், வென்று வந்திருக்கிறேன்.

யுத்த காண்டம்

"நீ ஒன்றைப் புரிந்து கொள்ள வேண்டும்; என்னுடைய நண்பர்களின் உதவியோடு, வெற்றிகரமாக முடிந்துள்ள யுத்தம் என்கிற இந்தப் பெரும் முயற்சி - உன்னைக் கருதி மேற்கொள்ளப் பட்டது அல்ல. உனக்கு நலமுண்டாகட்டும்.

"இழுக்கற்றதாக என்னுடைய வரலாற்றை நிலை நாட்டிக் கொள்வதற்கும், பல திசைகளிலிருந்து தோன்றக் கூடிய அவதூறைத் தவிர்ப்பதற்கும், என் குலத்திற்கு ஏற்பட்ட இழுக்கை நீக்குவதற்கும் தான், இந்தப் பெரும் முயற்சியை நான் மேற்கொண்டேன்.

"உன்னுடைய சரித்திரம் பற்றிய சந்தேகம் தோன்றி விட்ட நிலையில் என் முன்னே நிற்கிற நீ, என் கண்ணை உறுத்துகிறாய்.

"ஆகையால், ஜனக மன்னனின் மகளே! நீ எங்கு விரும்புகிறாயோ, அங்கு செல்! அப்படி நீ செல்வதற்கு நான் இப்போதே அனுமதி அளிக்கிறேன். எல்லா திசைகளிலுமே நீ செல்லலாம்.

"இனி உன்னால் ஆகவேண்டியது எனக்கு ஒன்றுமில்லை.

"தன் மீது அன்பு காட்டியவள் என்ற ஒரே காரணத்திற்காக, மாற்றான் வீட்டில் வசித்த பெண்மணியை - தூய்மையானவனும், நற்குலத்தில் பிறந்தவனுமாகிய எந்த மனிதன்தான் ஏற்றுக் கொள்வான்?

"தூக்கிச் செல்லப்பட்ட போது, ராவணனின் கைகளுக் கிடையே சிக்கியவளும், அவனால் கெட்ட நோக்கத்தோடு பார்க்கப்பட்டவளுமாகிய உன்னை, குலப்பெருமையில் அக்கறை கொண்ட என்னால் எப்படி ஏற்க முடியும்?

"உன்னை வென்று மீட்டதால், எனக்கு இழைக்கப்பட்ட அவமதிப்பு, அழிக்கப்பட்டது. அதனால் என்னுடைய லட்சியம் அடையப்பட்டது.

"ஆகையால், இனிமேல் உனக்கு என் மனதில் இடமில்லை.

"நீ எங்கு வேண்டுமானாலும் செல்லலாம். பேசியவாறே நடந்து கொள்ளப் போகும் தீர்மானத்துடன்தான் இதை நான் சொல்கிறேன்.

"உம் மனவிருப்பத்திற்கேற்ப லக்ஷ்மணனுடனோ, பரதனுடனோ நீ வாழலாம்.

"அல்லது சத்ருக்னனுடனோ, ஸுக்ரீவனுடனோ, அரக்கனாகிய விபீஷணனுடனோ இருப்பதற்கு நீ முடிவெடுத்தாலும், அது உன் இஷ்டமே!

"உன் மனம் எதை விரும்புகிறதோ, அதைச் செய்.

"பார்ப்பதற்கு மிகவும் அழகியவளும், மனதைக் கவர்கிற தோற்றமுடையவளுமாகிய நீ, ராவணனுடைய இடத்திலிருந்த போது, அவன் உன்னிடமிருந்து பிரிந்திருப்பதை நெடுங்காலம் எளிதில் தாங்கியிருக்க மாட்டான்."

('ஸீதையிடம் ராமர் நடந்து கொண்ட முறை, சற்றும் ஏற்கத்தக்கதாக இல்லை. இப்படிப் பேசியதற்கான காரணத்தை பின்னர் அவரே கூறுகிறார். அதுவும் ஏற்கத்தக்கதாக இல்லை. ராமர் கூறுகிற காரணத்தைப் பார்க்கிற போது, இவ்விஷயம் பற்றிய என் கருத்தை விவரிக்கிறேன்.

அது ஒருபுறமிருக்க, கம்ப ராமாயணத்திலும் ஸீதையைப் பார்த்து, ராமர் பேசுகிற சுடு சொற்கள் விஸ்தாரமாகவே கூறப்பட்டிருக்கின்றன. அவற்றில் ஒரு பகுதியைப் பார்ப்போம். 'உன்னை மீட்டு அழைத்துக் கொள்வதற்காக, கடலை நிரப்பி அடைத்து, மின்னலையொத்த ஆயுதங்களையுடைய அரக்கர்களை வேரோடு அழித்து, மேலும் போர் செய்து, பெரும் பகைவனாகிய ராவணனை நான் அழிக்கவில்லை. மனைவியைக் கவர்ந்து சென்றவனைப் பழி தீர்க்காதவன் – என்ற பிழை வராமல் என்னை மீட்டுக் கொள்வதற்காகவே, நான் இலங்கை வந்து பகைவரை வென்றேன்' என்று ராமர் கூறுகிறார்: அந்தப் பாடல் :

'உன்னை மீட்பான்பொருட்டு, உவரி தூர்த்து, ஒளிர்
மின்னை மீட்டுறு படை அரக்கர் வேர்அற,
பின்னை மீட்டு, உறு பகை கடந்திலேன்; பிழை
என்னை மீட்பான்பொருட்டு, இலங்கை எய்தினேன்.

'என் மீது அன்பு நீங்கியவளே! மிருகங்களின் மாமிசத்தை அமிர்தத்தை விட சுவை மிக்கதாக நினைத்து, அங்கே நீ

உட்கொண்டாய் அல்லவா? மதுவைக் குடித்தாயே! உன்னோடு முன்பு உறவு கொண்ட எங்களுக்கும், அந்த விருந்தைப் படைக்க நினைத்தாயோ?' என்றும் ராமர் கேட்பதாகக் கம்பர் கூறுகிறார். அந்தப் பாடல் :

> 'மருந்தினும் இனிய மன்னுயிரின் வான் தசை
> அருந்தினையே? நறவு அமைய உண்டியே?
> இருந்தனையே? இனி எமக்கும் ஏற்பன
> விருந்து உளவோ? உரை - வெறுமை நீங்கினாய்!

ராமரின் கொடிய வார்த்தைகள் மேலும் இப்படித் தொடர்வதாகக் கம்பர் சொல்கிறார்; 'பெண்களுக்குரிய குணங்கள், இழி குணம் இல்லாமை, உயர்குலப் பிறப்புக்கேற்ற இயல்பு, பதிவிரதா தர்மம் என்கிற அசையா நிலை, நல்லொழுக்கம், அறிவுத் தேர்ச்சி, புகழ், பொய்யொழுக்கம் இல்லாமை ஆகிய இவை - நீ ஒருத்தி தோன்றியதால், வள்ளல்தன்மை இல்லாத அரசனுடைய கீர்த்தி அழிவது போல, அழிந்து தீர்ந்தன.' அந்தப் பாடல் :

> 'பெண்மையும், பெருமையும், பிறப்பும், கற்பு எனும்
> திண்மையும், ஒழுக்கமும், தெளிவும், சீர்மையும்,
> உண்மையும், நீ எனும் ஒருத்தி தோன்றலால்,
> வண்மை இல் மன்னவன் புகழின், மாய்ந்தவால்.

'உயர் குலத்துப் பெண்கள், தங்களுடைய கணவர்களைப் பிரிய நேரிடும்போது, இந்திரியங்களை அடக்கி வைப்பார்கள்; நல்லொழுக்கத்தை உறுதியாகக் கொண்டு, தலைமுடியை சடையெடுக்கும்படி விட்டு, தடையில்லாத, ஒப்பற்ற தவமுடையவர்களாக இருப்பார்கள். ஒரு பழி இடையே வந்து சேர்ந்தால், தங்கள் உயிரை விட்டு, அப்பழியைப் போக்கிக் கொள்வார்கள்' என்று மேலும் கூறி, இறுதியில், 'நான் மேலும் கூற வேண்டியது என்ன இருக்கிறது? உனது தீய ஒழுக்கம், என் மனதை அறுக்கிறது. நீ இப்போது செய்யத்தக்கது என்னவென்றால் - இறந்து ஒழி! அதில்லையென்றால், உனக்குத் தக்கதென்று தோன்றும் இடத்திற்குச் சென்று விடு - என்று கூறினான் ஞானிகள் மனதில் வீற்றிருக்கும் ராமன்.' இவ்வாறு இந்தக் கட்டத்தை முடிக்கிறார் கம்பர். அந்த இரு பாடல்கள் :

'அடைப்பர், ஐம் புலன்களை; ஒழுக்கம் ஆணியாச்
சடைப் பரம் புனைந்து, ஒளிர் தகையின் மா தவம்
படைப்பர்; வந்து இடை ஒரு பழி வந்தால், அது
துடைப்பர், தம் உயிரொடும் – குலத்தின் தோகைமார்.

'யாது யான் இயம்புவது? உணர்வை ஈடு அறச்
சேதியாநின்றது, உன் ஒழுக்கச் செய்தியால்;
சாதியால்; அன்று எனின், தக்கது ஓர் நெறி
போதியால்' என்றனன் – புலவர் புந்தியான்.)

மனதிற்கு இனிய வார்த்தைகளைக் கேட்டே பழகி விட்ட பெருமைக்குரிய ஸீதை, ராமர் பேசிய ஏற்கத்தகாத வார்த்தைகளைக் கேட்டு, கண்ணீர் சிந்தியவாறு நின்றாள். பிறகு, ஒரு பெரிய யானையின் துதிக்கையினால் அறுத்து எரியப்பட்ட கொடி போல காட்சியளித்துக் கொண்டு அழுதாள். இதுவரை தான் கேட்டறியாத சொற்களையெல்லாம், பலர் முன்னிலையில் ராமர் பேசக் கேட்டு, வெட்கித் தலைகுனிந்து நின்ற அவள், கொடிய வார்த்தைகள் எனும் அம்புகளினால் துளைக்கப்பட்டவளாக அழுதாள். பின்னர், முகத்தைத் துடைத்துக் கொண்டு, நா தழுக்க தழுக்க, அவள் ராமரைப் பார்த்துப் பேசத் தொடங்கினாள்.

6. யுத்த காண்டம்

அத்தியாயம் - 40

அக்னிப் பிரவேசம்

ராமர் பேசிய கடுமையான மொழிகளைக் கேட்டு மனம் வருந்திய ஸீதை, அவரிடம் முறையிடுவது; பின்னர், லக்ஷ்மணனிடம் அவள் தீ மூட்டச் சொல்வது; ஸீதையின் அக்னிப் பிரவேசம்; தெய்வங்கள் ராமருக்கு அவர் யார் என்பதைக் கூறுவது; ப்ரம்ம தேவனின் துதி; அக்னி பகவான் ஸீதையை ஏந்தி வருவது; ராமரின் தன்னிலை விளக்கம்; ஸீதை, ராமரோடு இணைவது...

"ஒரு மிகச் சாதாரண மனிதன், ஒரு மிகச் சாதாரண பெண்மணியிடம் பேசுவதுபோல, அன்பு நீங்கிய, பேசத்தகாத வார்த்தைகளை நீங்கள் ஏன் என்னிடம் பேசுகிறீர்கள்? நீங்கள் நினைப்பது போன்றவள் அல்ல நான். என்னுடைய நன்னடத்தை பற்றி நான் உங்களுக்கு உறுதி அளிக்கிறேன்" என்று தன் துன்பத்தையெல்லாம் அடக்கிக் கொண்டு, மெதுவான குரலில் பேசத் தொடங்கிய ஸீதை, ராமரைப் பார்த்து மேலும் சொன்னாள்: "ஒழுக்கமற்ற பெண்மணிகளின் நடத்தையை வைத்து, பெண்ணினத்தையே நீங்கள் எடை போடுகிறீர்கள் போலும்! ராவணனிடம் சிக்கியபோது நான் கதியற்றவளானேன். அப்பொழுது என் விருப்பப்படி எதையும் செய்யும் சக்தியை இழந்தவளானேன். இதற்கு என்னுடைய விதியை நொந்து கொள்வதைத் தவிர, எனக்கு வேறு வழியில்லை. ஆனால் அப்போதும் கூட என் வசத்தில் இருந்த என்னுடைய இதயம், உங்களை விட்டு அகலவில்லை.

மற்றவர்களுக்கு மதிப்பளிப்பவரே! நாம் ஒருவர் மீது ஒருவர் அன்பு கொண்டோம். ஒன்றாக வாழ்ந்தோம். அப்படியிருந்தும் என்னைப் பற்றி நீங்கள் அறிந்து கொள்ளவில்லை என்றால், அத்துடன் என் வாழ்வு முடிந்தது.

"நான் இலங்கையில் இருந்தபோது, என்னைச் சந்திக்க ஹனுமானை அனுப்பினீர்கள் அல்லவா? அப்போதே நீங்கள் ஏன் என்னைத் துறந்து விடவில்லை? நீங்கள் என்னைத் துறந்து விட்டீர்கள் என்ற செய்தியைத் தாங்கி ஹனுமான் என்னை வந்து சந்தித்திருந்தால், அந்த நொடியிலேயே நான் என் உயிரை விட்டிருப்பேனே? அப்படி ஒரு செய்தியை நீங்கள் அப்பொழுதே ஹனுமான் மூலமாக அனுப்பியிருந்தால், இந்த யுத்தமே தேவையற்றதாகி இருக்குமே? உங்கள் உயிரைப் பணயம் வைத்து, இவ்வளவு பெரிய ஆபத்தை எதிர்கொண்டு, உங்களுடைய நண்பர்களையும் சிரமப்படுத்தி, இப்படி ஒரு பயனற்ற முயற்சியில் நீங்கள் இறங்கி இருக்க வேண்டிய அவசியமே இருந்திருக்காதே! ஒரு மிகச் சாதாரண மனிதன் போல கோபத்திற்கு இடம் கொடுத்து விட்ட நீங்கள், பெண்மையின் பலவீனத்தைப் பற்றி மட்டுமே மனதில் நினைக்கிறீர்கள். நீங்களே அறிந்த என்னுடைய குணத்தை, நீங்கள் இந்நேரத்தில் எண்ணிப் பார்க்க மறந்து விட்டீர்கள். உங்கள் மீது நான் வைத்திருக்கும் பக்தியையும், என்னுடைய தூய்மையையும் நீங்கள் நினைத்துப் பார்க்க மறந்து விட்டீர்கள்."

'இப்படி ராமரைப் பார்த்துக் கூறிய ஸீதை தொடர்ந்து அழுதவாறே, லக்ஷ்மணனைப் பார்த்துச் சில வார்த்தைகள் கூறினாள். "எனக்கு நேர்ந்திருக்கும் துக்கத்திற்கு, ஒரே மருந்து நெருப்புதான். எனக்காக இங்கே தீ மூட்டுவாயாக! பொய்யான அவதூறுகளைக் கேட்டுக் கொண்ட நான், இனி வாழ விரும்ப வில்லை. என்னுடைய நற்குணத்தின் மீது நம்பிக்கையிழந்து விட்ட எனது கணவரால் இப்படிப் பலர் நடுவில் நான் நிராகரிக்கப்பட்ட பிறகு, அக்னிப் பிரவேசம் செய்வது ஒன்றுதான் எனக்கு உகந்த வழி."

ஸீதையின் வார்த்தைகளைக் கேட்டு மனம் நொந்து போன லக்ஷ்மணன், ராமரின் முகத்தைப் பார்த்தான். ஸீதை கேட்டுக்

கொண்டவாறே தீ மூட்டப்படுவதை, ராமர் ஏற்கிறார் என்பதை அவருடைய முகபாவத்திலிருந்து புரிந்து கொண்ட அவன், தீ மூட்டப்படுவதற்கு ஏற்பாடுகளைச் செய்யத் தொடங்கினான். உலகின் அழிவுகாலத்தில் எமன் எப்படி தோற்றமளிப்பானோ, அப்படிக் காட்சியளித்துக் கொண்டு நின்ற ராமரின் கோபத்தைத் தணிக்கவோ, அவரிடம் பேசவோ கூட எவரும் துணியவில்லை. அவர் முகத்தை ஏறிட்டுப் பார்க்கவும் கூட, அனைவரும் தயங்கியே நின்றார்கள். ராமரை வலம் வந்து, ஸீதை அக்னியை நெருங்கினாள். அந்தத் தீயின் சமீபமாக நின்று கையைக் குவித்தவாறு, தெய்வங்களை மனதில் நினைத்துத் துதிக்கத் தொடங்கினாள்.

''என்னுடைய இதயம் ராமரை விட்டு அகலாதது என்றால், அக்னி தேவனே! நான்கு திசைகளிலும் என்னைக் காப்பாயாக! என்னுடைய நடத்தை அப்பழுக்கற்றது என்றால், அக்னி தேவனே! நான்கு திசைகளிலும் என்னை காப்பாயாக! மனதாலோ, வாக்கினாலோ, சரீரத்தினாலோ, ஒரு பொழுதும் நான் ராமருக்குத் துரோகம் இழைத்தது இல்லை என்பது உண்மையானால், அக்னி தேவனே! நான்கு திசைகளிலும் என்னைக் காப்பாயாக! நான் தூய்மையான குணமுடையவள் என்பதை சூரிய தேவனும், வாயு தேவனும், நான்கு திசைகளின் அதிபதிகளும், சந்திரனும், இரவும், பகலும், மாலையும், பூமாதேவியும், நன்கு அறிவார்கள் என்பது உண்மையானால், அக்னி தேவனே! நான்கு திசைகளிலும் என்னைக் காப்பாயாக!''

இவ்வாறு வேண்டிக் கொண்டு அக்னியை வலம் வந்து, சற்றும் அச்சமில்லாதவளாக ஸீதை அக்னியில் பிரவேசித்தாள்.

அனைவரும் பார்த்துக் கொண்டு நிற்கையில் ஸீதை, தங்கத்தைப் போல் பிரகாசித்துக் கொண்டு அக்னியில் பிரவேசித்தாள்.

வேள்வித் தீயில், சேர்க்கப்படுகிற நெய் அக்னியோடு சேர்வது போல, ஸீதை அக்னியில் பிரவேசித்தாள்.

ரிஷிகளும், தேவர்களும், கந்தர்வர்களும், பார்த்துக் கொண்டிருக்கும்போதே ஸீதை அக்னியில் பிரவேசித்தாள்.

யுத்த காண்டம்

பெண்கள் கதறினர்.

மூவுலகங்களைக் காப்பவர்களும், தேவர்களும், கந்தர்வர்களும், தானவர்களும் - சாபத்திற்குள்ளான பெண் தெய்வம் சொர்க்கத்தில் இருந்து நரகத்தில் வீழ்வது போல், ஸீதை அக்னியில் பிரவேசிப்பதைப் பார்த்துக் கொண்டிருந்தார்கள்.

கூடியிருந்த வானரர்களும், அரக்கர்களும் 'ஓ' வென்று அலறினர்.

கண்கள் குளமாக, ராமர் சிந்தனையில் ஆழ்ந்தார்.

அப்போது எமனும், குபேரனும், பித்ரு தேவதைகளும், இந்திரனும், வருணனும், ப்ரம்ம தேவனும், சிவனும் அங்கே தோன்றி, ராமரைப் பார்த்துப் பேசத் தொடங்கினார்கள். "எல்லா வற்றுக்கும் அதிபதியான நீ, ஸீதை அக்னியில் பிரவேசிப்பதை எவ்வாறு பார்த்துக் கொண்டு நிற்கிறாய்? தெய்வங்களில் முதன்மை யானவன் அல்லவா நீ? தொடக்கத்திலும், இடையிலும், முடிவிலும், காட்சியளிப்பவன் நீயே அல்லவா? அப்படிப்பட்ட நீ, ஒரு சாதாரண மனிதன் போல, ஸீதையை இப்படி அலட்சியப் படுத்தலாமா?''.

உலகத்தின் நாயகர்கள் இவ்வாறு பேசியபோது ராமர், "தசரத மன்னனுக்குப் பிறந்த ராமன் என்கிற பெயருடைய மனிதனாகத் தான் என்னை நான் அறிவேன்'' என்று கூறிவிட்டு, ப்ரம்ம தேவனைப் பார்த்து, "நான் யார்? எங்கிருந்து வந்தேன்? - என்பதைச் சொல்லுங்கள்'' என்று கேட்டுக் கொண்டார்.

ராமர் கேட்டுக் கொண்டதற்கிணங்க ப்ரம்ம தேவர் பதில் உரைக்கத் தொடங்கினார். "நீயே ஸுதர்ஸன சக்கரத்தை ஏந்தி நிற்கிற நாராயணன்! நீயே அழியாத ப்ரம்மன்! தொடக்கம், இடை, முடிவு ஆகிய நிலைகளில், அழியாத உண்மை நீயே! அனைத்து உலகங்களையும் இயக்கி வைக்கிற விதி நீயே! நான்கு கைகளைக் கொண்ட விஷ்ணு நீயே! பெரும் பலம் படைத்த கிருஷ்ணன் நீயே! தேவர்களின் படைத்தலைவனாகிய முருகன் நீயே! அறிவும் நீயே! ஆற்றலும் நீயே! பொறுமையும் நீயே! தன்னை அடக்கும் தன்மையும் நீயே! நீயே தொடக்கம், நீயே முடிவு!

''அனைவருக்கும் பாதுகாப்பு நீயே! அனைவருக்கும் அடைக்கலம் நீயே! வேதங்கள் நீயே! மூவுலகங்களையும் படைத்தவன் நீயே! நீயே வேள்வி! 'ஓம்' எனும் பொருள் நீயே! உயர்ந்தவை எல்லாவற்றிலும் உயர்வு நீயே! உன்னுடைய தோற்றமோ, உன்னுடைய முடிவோ, உன்னுடைய உண்மை நிலையோ யாரும் அறியாததே! எல்லா உயிரினங்களிலும் இருப்பவன் நீயே! எல்லா திசைகளிலும் இருப்பவன் நீயே! ஆகாயத்திலும், மலைகளிலும், நதிகளிலும், இருப்பவன் நீயே! பூமி அழிகிற போது, ஆதிசேஷன் மீது காட்சியளிப்பவன் நீயே! மூவுலகங்களையும், கந்தர்வர்களையும், அரக்கர்களையும், படைக்கப்பட்ட அனைத்தையும், தெய்வங்களையும் ஆதாரமாக நின்று காப்பாற்றுபவன் நீயே!

''ராமா! ப்ரம்ம தேவனாகிய நான், உன்னுடைய இதயம். சரஸ்வதி உன்னுடைய நா! நீ கண் இமைக்கும் போது, உன் கண்கள் மூடினால், அது இரவு! அது திறந்தால் அது பகல்! உன்னுடைய கோபத்தின் சின்னம் தீ! உன்னுடைய சாந்தத்தின் சின்னம் சந்திரன்! உன்னுடைய உறுதியின் சின்னம் பூமி! மூன்று காலடிகளால் மூவுலகையும் அளந்த மஹாவிஷ்ணு நீயே! ராமா! ஸீதைதான் லக்ஷ்மி தேவி! படைக்கப்பட்டவை அனைத்துக்கும் அதிபதியாகிய நீ, ராவணனை அழிப்பதற்காக இந்த மனித உருவை எடுத்தாய். அந்தக் காரியம் முடிந்து விட்டது. உன்னுடைய புகழைக் கூறி உன்னைத் துதிப்பது என்றும் வீணாவதில்லை. உன் மீது பக்தி செலுத்துபவர்கள் தோல்வி அடைவதில்லை. உன்னுடைய பக்தர்கள், இம்மையிலும், மறுமையிலும் நன்மை பெறுவார்கள்.''

(ப்ரம்ம தேவன் ராமரைப் பார்த்து, கூறிய வார்த்தைகள் ஒரு துதியாகவே கருதப்படுகிறது. 20 ஸ்லோகங்களைக் கொண்ட இதைச் 'சொல்பவர்களுக்கு எந்தக் குறையும் ஏற்படாமல் இருக்கும்' என்று தனது ராமாயணத்தில் வால்மீகியே குறிப்பிட்டிருக்கிறார்.)

ப்ரம்ம தேவன் இவ்வாறு கூறி முடித்த போது, அங்கே மூட்டப்பட்டிருந்த தீயிலிருந்து அக்னி தேவன், ஸீதையைக் கையில் ஏந்தியவாறு வெளிப்பட்டான். ஸீதையோ, அக்னியில் எவ்வாறு பிரவேசித்தாளோ அவ்வாறே காணப்பட்டாள். ராமரைப் பார்த்து அக்னி தேவன், ''இதோ உன்னுடைய மனைவி ஸீதை!

அவளிடம் பாவமில்லை. மனதாலோ, வாக்காலோ, சரீரத்தினாலோ அவள் உனக்கு ஒரு துரோகமும் இழைக்காதவள். ராவணனால் கடத்திச் செல்லப்பட்ட போது, சக்தி இழந்தவளாகத் திகழ்ந்த அவள், அந்த நிலையிலும் கூட, மனதால் உன்னையே நினைத்தாள். அரக்கிகளால் சூழப்பட்டிருந்த போதும், அவள் உன்னையே நினைத்தாள். ஒரு பாவமும் இல்லாத, தூய்மையானவளான ஸீதையை, சுடு சொல் எதுவும் பேசாமல் ஏற்றுக் கொள்வாயாக! இது என் கட்டளை!'' என்று கூறினான்.

அக்னி தேவனின் பேச்சைக் கேட்டு, ராமர் பெரிதும் மகிழ்ந்தார். நற்குணத்தைப் போற்றுபவர்களில் முதன்மையானவராகிய அவர், அக்னி தேவனைப் பார்த்து, ''ராவணனுடைய இடத்தில் நெடுங் காலம் வாழ்ந்து விட்டதால் – மங்களகரமானவளாகிய இவள், மக்கள் மத்தியில் இப்படி ஒரு சோதனைக்கு உள்ளாக வேண்டிய வளாகி விட்டாள். அவளுடைய தூய்மையை நிரூபிக்காமல் நான் அவளை ஏற்றிருந்தால், ஆசைக்கு அடிமையாகி நான் செயல்பட்டேன் என்று உலகம் பேசி இருக்கும். ஸீதை என் மீது மாறாத அன்பு கொண்டவள் என்பது எனக்குத் தெரியும். அவளுடைய தூய்மையே அவளுக்குப் பாதுகாப்பாக இருந்த போது, ராவணனால் அவளை ஒன்றும் செய்திருக்க முடியாது என்பதையும் நான் அறிவேன். ஆனால், சத்தியத்திலிருந்து மாறாத நான், மூவுலகங்களுக்கும் அவளுடைய மேன்மையை நிரூபிப்ப தற்காகவே, அவள் அக்னிப் பிரவேசம் செய்த போது, பேசாமல் இருந்தேன்.

''ஸீதை நெருப்பு போன்றவள். அவளை அணுகவும் ராவணனால் முடிந்திருக்காது. சூரியனும், சூரிய ஒளியும் போல, நானும் ஸீதையும் ஆவோம்; அவள் என்னிடமிருந்து பிரிக்கப்பட முடியாதவள். நீங்கள் அனைவரும் கூறிய நல்வார்த்தைகளை நான் ஏற்கிறேன். ஸீதையை நான் விடுவது என்பது, ஒரு நல்ல மனிதன் தன் புகழை விடுவது போல.''

பெரும் சக்தி படைத்தவரும், இணையற்ற வீரருமாகிய ராமர், அக்னி தேவனையும், மற்ற தெய்வங்களையும் பார்த்து இவ்வாறு பேசி விட்டு, பெரும் மனமகிழ்ச்சியுடன் ஸீதையோடு இணைந்தார். அவர் மனம் நிறைவடைந்தது.

6. யுத்த காண்டம்

அத்தியாயம் – 41

பரமசிவன் காட்சியளித்தார்

> பரமசிவன் காட்சியளிப்பது.
>
> தொடக்க அத்தியாயங்களில் கூறப்பட்ட உத்தர காண்டப் பகுதி

ஸீதையுடன் மீண்டும் இணைந்து ராமர் மனமகிழ்ந்த அந்த நேரத்தில், பரமசிவன் அவருக்குக் காட்சியளித்து, "தர்மத்தைக் காப்பவர்களில் முதன்மையானவனே! ராவணனால் உலகம் முழுவதும் வியாபித்திருந்த அச்சம், யுத்த களத்தில் நீ காட்டிய திறன் மூலமாக விலகியது. பரதனுக்கு ஆறுதல் அளித்து, கௌஸல்யை, ஸுமித்திரை, கைகேயி ஆகியோரை மகிழச் செய்து, அச்வமேதயாகம் நடத்தி, பெரும் புகழ் பெற்று, மக்கள் அனைவரையும் மகிழ்ச்சி வெள்ளத்தில் ஆழ்த்தி, இக்ஷ்வாகு குலத்தின் பெருமையை நிலை நிறுத்தி, அயோத்தியை ஆண்டு, அதன் பின்னர், நீ மேலுலகம் திரும்புவாயாக. பெரும் பலம் படைத்த வீரனே, ராமா! உன்னுடைய தந்தை தசரதர் இதோ வந்திருக்கிறார். இந்திரனின் உலகில் வசிக்கிற அவர் உன்னையும், லக்ஷ்மணனையும் வாழ்த்துவதற்காக இங்கே காட்சி தருகிறார்" என்று கூறினார்.

(இதன் பிறகு தசரதர் காட்சி அளிக்கிற நிகழ்ச்சி வருகிறது. இந்த இடத்தில் கொஞ்சம் நிறுத்தி, சில விஷயங்களைப் பார்ப்போம்.

தேவர்கள் பலர் காட்சியளித்ததும், ப்ரம்ம தேவர் முதலானோர் ராமரிடம் பேசியதும் மற்ற அனைவராலும் அங்கே பார்க்கப்பட்டது

– என்பதற்கான குறிப்பு வால்மீகி ராமாயணத்தில் இல்லை. ஸீதை, அக்னிப் பிரவேசம் செய்து உயிருடன் மீண்ட போது, ஓர் அற்புதத்தை அங்கே அனைவரும் கண்டனர் – என்றுதான் வால்மீகி ராமாயணம் கூறுகிறதே தவிர, தேவர்கள் வந்ததையும், அவர்கள் ராமரிடம் பேசியதையும், தசரதர் தோன்றியதையும் அங்கே உள்ள வானரர்களும், அரக்கர்களும் பார்த்தார்கள் என்று வால்மீகி ராமாயணத்தில் குறிப்பாகச் சொல்லப்படவில்லை. ஆகையால் தேவர்கள், அங்கே வான வீதியில் தோன்றி, ராம – லக்ஷ்மணர்களுக்குக் காட்சி அளித்தது அவர்கள் இருவருமே கண்டறிந்த நிகழ்ச்சிகள் என்றுதான் கொள்ள வேண்டும்.

ஸீதை அக்னிப் பிரவேசம் செய்த நிகழ்ச்சியையும், ஸீதையிடம் ராமர் பேசிய கடுமையான மொழிகளையும் பார்த்தோம். மிகவும் துன்பத்தில் ஆழ்ந்திருந்து விடுதலை பெற்ற ஸீதையிடம், ராமர் இவ்வளவு கடுமையாகப் பேசுவானேன் என்கிற கேள்வி, எழத்தான் செய்யும். இக்ஷ்வாகு குலத்தின் பெருமையைப் பலர் அறியச் செய்யவும், ஆட்சியின் மீது ஒரு மாசு படிந்து விடக் கூடாது என்ற வகையில் செயலாற்றவும், ராமர் முடிவெடுத்தார் என்றுதான் இந்த விஷயத்தை நாம் புரிந்து கொள்ள வேண்டும். ஆனாலும் கூட ஸீதையிடம் அவர் பேசிய சுடு சொற்கள் மிகவும் கொடூரமானவை யாகவே தோற்றமளிக்கின்றன. 'லக்ஷ்மணனோடு போயிரு; ஸுக்ரீவனோடு போயிரு; விபீஷணனுடன் இரு....' என்ற அளவுக்கு ராமர் பேசியிருக்க வேண்டிய அவசியமில்லை என்றே தோன்றுகிறது. மற்றவர்களுக்கு ஸீதையின் புனிதத்தன்மையை நிரூபித்துக் காட்டுவதற்காகவே, தான் பேசியதாக ராமர் சொன்னாலும் கூட – ஆட்சியின் மாட்சிமையை நிலை நாட்டுகிற வகையில் ஓர் அரசனாக அவர் செயல்பட்டார் என்று எடுத்துக் கொண்டாலும் கூட – அவர் பேச்சிலிருந்த கடுமை அதிக மானதாகவே தெரிகிறது.

ஸீதையின் கோணத்திலிருந்து பார்க்கும்போதோ, அவள் சந்தித்த சோதனைகள் இத்துடன் நின்று விடவில்லை. ஏன் ஸீதைக்கு இவ்வாறு நேரிட வேண்டும்? மாயமானைத் துரத்தி ராமர் சென்ற போது, லக்ஷ்மணனிடம் ஸீதை நடந்து கொண்ட மிகவும்

வால்மீகி ராமாயணம்

ஆட்சேபிக்கத் தகுந்த முறையினால், ஸீதைக்கு நேர்ந்த விளைவோ இது – என்ற எண்ணமும் ஏற்படத்தான் செய்கிறது.

ஆனால் அந்தத் தவறுக்காக ஸீதை அனுபவித்த துன்பங்கள் மிகவும் அதிகம். யுத்தம் முடிந்து, நடந்த அக்னி பிரவேசத்தோடு ஸீதையின் துன்பங்கள் முடிவு பெற்று விடவில்லை. இந்த ராமாயணத் தொடரின் ஆரம்பத்தில் நாம் ஓர் உத்தர காண்ட நிகழ்ச்சியைப் பார்த்தோம். மக்கள் அவதூறுக்குப் பயந்து ராமர், ஸீதையை வெளியேற்றி விடுகிற அந்த நிகழ்ச்சி மனதை உலுக்கக் கூடியது. அதன் பின்னர் லவனும், குசனும் பிறக்கிறார்கள்; அவர்கள் ராமாயணக் கதையை வால்மீகி முனிவர் கூறியபடி ராம சபையில் பாடுகிறார்கள்; பிறகு ராமர் விருப்பப்படி ஸீதை அங்கே அழைத்து வரப்படுகிறாள்; மீண்டும் ஒரு சோதனை நடக்கிறது. இதுதான் கொடுமையிலும் கொடுமை. இப்படி ஏன் நடக்க வேண்டும்? அதற்குக் காரணமும் ராமாயணத்திலேயே கூறப்பட்டிருக்கிறது என்பதையும் – நாம் இந்தத் தொடரின் ஆரம்பத்திலேயே பார்த்தோம்.

நாம் முதலிலேயே சொல்லியபடி, பட்டாபிஷேகத்துடன்தான் இந்த ராமாயணத் தொடரை நாம் முடிக்கப் போகிறோம் என்பதால், அதற்குப் பிறகு வருகிற உத்தர காண்ட நிகழ்ச்சிகளில் சிலவற்றை இங்கேயே பார்த்து விடுவது நல்லது. ஸீதையின் துன்பங்கள் என்று வருகிறபோது, மக்கள் அவதூறுக்கு பயந்து ராமரால் அவள் அயோத்தியை விட்டு வெளியேற்றப்பட்ட நிகழ்ச்சியைத் தொடக்கத்திலேயே நாம் பார்த்து விட்டாலும் கூட, இப்போது மீண்டும் ஒருமுறை பார்ப்பது பொருத்தமாக இருக்கும்.

அக்னிப் பிரவேசத்தையடுத்து ஸீதைக்கு நிகழ்ந்த மற்ற இரண்டு சோதனைகளையும் பார்ப்பது, எப்பேற்பட்ட துன்பத்தை ஸீதை சகித்துக் கொள்ள நேரிட்டது என்பதை நமக்கு நன்றாக எடுத்துக் காட்டும் என்பதால் – ஆரம்பத்தில் நாம் பார்த்த ஸீதை பகிஷ்கார நிகழ்ச்சியையும் இப்போது மீண்டும் ஒருமுறை பார்ப்போம்.)

உத்தரகாண்டப் பகுதி

ராமர் மீண்டும் ஸீதையை ஏற்றது பற்றி மக்கள் அவதூறு பேசுகிறார்கள். ராமர் மனம் நொந்து லக்ஷ்மணனைக் கூப்பிட்டு, ஸீதையை அழைத்துக் கொண்டு போய் கங்கைக் கரையில் விட்டு விட்டுத் திரும்புமாறு ஆணையிடுகிறார். ''லக்ஷ்மணா! அவளைக் கொண்டு போய் கங்கை நதிக்கரையில் விட்டு விட்டு வா! இது என் மீது ஆணையிட்டு நான் உனக்கு இடும் கட்டளை!'' என்று கூறிவிட்டு, ஒரு யானை போல பெருமூச்சு விட்டுக் கொண்டு, தாங்க முடியாத துயரத்தை மனதிலே சுமந்து கொண்டு ராமர் தன்னுடைய அறைக்குச் சென்றார்.

பொழுது விடிந்தது. சுமந்தரரிடம் கூறி, தேரைப் பயணத்திற்காக, ஆயத்தம் செய்யச் சொல்லிவிட்டு, லக்ஷ்மணன் ஸீதையிடம் சென்று, ''தேவி! ரிஷிகளின் ஆச்ரமத்தைக் காண்பதற்காக கங்கை கரைக்கு உங்களை அழைத்துச் செல்லுமாறு, அரசர் கட்டளை யிட்டிருக்கிறார்' என்று கூறினான். பலவிதமான ஆடை, ஆபரணங்களை ரிஷிகளின் மனைவிமார்களுக்கு பரிசளிக்கப் போவதாகக் கூறி, அவற்றையெல்லாம் ஸீதை தன்னுடன் எடுத்துக் கொண்டாள். நடக்கப்போவதை அறியாமல் உற்சாகம் மிகுந்தவளாகவும், ஆச்ரமங்களைக் காண வேண்டும் என்ற தன்னுடைய ஆவலை உடனடியாகப் பூர்த்தி செய்த ராமரின் நற் குணத்தை மனதிற்குள் போற்றியவளாகவும், ஸீதை ரதத்தில் ஏறி அமர, அவளுடைய இந்த கள்ளமறியாத் தன்மையைக் கண்டு கலங்கித் தன் மனம் பட்ட பாட்டை வெளிக்காட்டிக் கொள்ளாமல், லக்ஷ்மணனும் அந்தத் தேரில் அமர்ந்து கொண்டான். சுமந்திரர் ரதத்தை வேகமாக ஓட்டிச் சென்றார்.

ரதம் சிறிது தூரம் சென்றபோது, லக்ஷ்மணனைப் பார்த்து ஸீதை, ''என்னுடைய வலது கண் துடிக்கிறது. என்னுடைய அவயவங்கள் சோர்கின்றன. இதயமோ, ஏனோ துன்புறுகிறது. பூமியே சூன்யமாகி விட்டது போல் ஒரு தோற்றம் என் மனதில் ஏற்படுகிறது. இந்த அபசகுனங்கள் என் மனதில் கவலையைத்

உத்தரகாண்டப் பகுதி

தோற்றுவிக்கின்றன. வரப் போகும் எந்த நிகழ்ச்சிக்கு இவை அறிகுறிகளாக இருந்தாலும், உன்னுடைய அண்ணன் நலமாக இருக்க வேண்டும் என்று நான் வேண்டிக் கொள்கிறேன். எனக்கு மாமியார் முறையாகும் உங்களுடைய தாயார்கள் மூவரும், நலத்தையே காணவேண்டும் என்று நான் பிரார்த்திக்கிறேன். அப்படியே நமது நகரங்களிலும், கிராமப்புறங்களிலும் வாழும் மக்கள் நலமுடனே இருக்க வேண்டும். இதுவே இப்போது என் பிரார்த்தனை'' என்று கூறினாள்.

தனக்கு நேரப் போகும் மிகப் பெரிய துன்பத்தை உணராமல், மற்ற எல்லோரும் நலமுடன் வாழ வேண்டுகிற ஸீதையின் பரிசுத்தமான உள்ளத்தைப் பார்த்து, சோகம் நிரம்பிய இதயத்தைக் கொண்டவனாக லக்ஷ்மணன், ''எல்லோரும் நலமே!'' என்று அவளுக்கு பதிலுரைத்தான். அடுத்த தினம், பாவங்களைப் போக்குகின்ற கங்கை நதியின் கரையைத் தேர் சென்று அடைந்தது. அங்கே அவர்கள் மூவரும் ஓய்வெடுத்தார்கள். நடக்க இருக்கும் நிகழ்ச்சி பற்றியே அப்போது சிந்தித்துக் கொண்டிருந்த லக்ஷ்மணனின் இதயம், தீயினால் சுடப்பட்டது போல் கொழுந்து விட்டு எரிந்தது. நேர இருக்கும் துன்பம், லக்ஷ்மணன் மனதை மீண்டும் மீண்டும் உறுத்த, ஒரு நிலையில் தன்னைக் கட்டுப்படுத்த முடியாதவனாகி விட்ட அவன், வாய் விட்டு 'ஓ' என்று கதறினான்.

அப்போதும் கூட ஸீதை, தனக்கு ஏதோ நேரிடப் போகிறது என்பதை உணரவில்லை. ''கங்கை கரைக்கு வந்து மகிழ வேண்டிய நேரத்தில், ஏன் இப்படி அழுகிறாய்? நீ அழுவதால் என் மனமும் துன்பப்படுகிறது. எப்போதும் ராமரின் அருகிலேயே இருக்கும் நீ, அவரைப் பிரிந்து இங்கு வந்ததால் துன்புறுகிறாய் என்று நினைக்கிறேன். அதனால்தான் நீ இப்படி அழுதிருக்க வேண்டும். எனக்கும் கூட ராமரிடமிருந்து பிரிந்து இருப்பது என்பது, ஒரு சிறிது நேரத்திற்குக் கூட தாங்க முடியாத விஷயம்தான். ஆனால் ராமரின் அனுமதியுடன் நாம் திட்டமிட்டபடி கங்கை நதியைத் தாண்டி, அந்நதியின் அந்தக் கரைக்குச் சென்று ரிஷிகளைப் பார்த்து விட்டு, ரிஷிகளின் மனைவிமார்களுக்கும் மற்ற பெண்மணிகளுக்கும் ஆடை ஆபரணங்களை அளித்து விட்டு, ரிஷிகளிடம் ஆசீர்வாதம் பெற்று, உடனடியாக அயோத்தி திரும்பி விடுவோம். சிம்மம்

போன்ற மார்பும், தாமரை இதழ் போன்ற கண்களும், எல்லா நற்குணங்களும் பொருந்திய அந்த ராமரைப் பார்க்காமல், எத்தனை நாள் நம்மால் இங்கு தங்கி விட முடியும்?''

ஸீதை பேசிய இந்தக் களங்கமற்ற வார்த்தைகளைக் கேட்டு, பகைவர்களில் மேம்பட்டோரையெல்லாம் பொசுக்கி விடும் வல்லமை படைத்த லக்ஷ்மணன், செய்வதறியாமல், தனது கண்ணீரைக் கட்டுப்படுத்திக் கொண்டு, கங்கை நதியை கடப்பதற்குப் படகை அமர்த்தி, ஸீதையைப் பார்த்து, ''படகு தயாராகி விட்டது. நாம் நதியைக் கடப்போம்'' என்று மட்டும் சொன்னான்.

தேருடன் சுமந்திரர், அவர்கள் முதலில் வந்து இறங்கிய கரையிலேயே நிற்க, ஸீதையும் லக்ஷ்மணனும் கங்கையின் அக்கரையை அடைவதற்காகப் படகில் ஏறினார்கள்.

படகு கங்கை நதியைக் கடந்தது.

ஸீதையும், லக்ஷ்மணனும் படகை விட்டுக் கீழே இறங்கினார்கள்.

லக்ஷ்மணன் கண்களில் நீர் வழிய, கை கூப்பி நின்று ஸீதையைப் பார்த்து, செய்தியைச் சொல்லத் தொடங்கினான். ''எல்லோரும் என்னை ஏசக் கூடிய வகையில் செயலாற்ற வேண்டிய கடமை எனக்கு விதிக்கப்பட்டிருப்பதால், என் இதயம் வேல் கொண்டு குத்தப்படுவது போல் நான் உணர்கிறேன். இதை விட நான் இறந்து போய் விட்டிருந்தால், எவ்வளவோ மேலாக இருந்திருக்கும். மக்களின் கடும் கண்டனத்திற்கு உள்ளாகப் போகிற காரியத்தைச் செய்து முடிக்கும் தன்மை உடையவன், நானல்ல. தேவி! உங்களை மன்றாடிக் கேட்டுக் கொள்கிறேன். நான் செய்யப் போகும் காரியத்தை என்னுடைய குற்றம் எனக் கருத வேண்டாம். புனிதமானவளே! என்னை மன்னித்து அருள்க!''

இப்படிக் கூறிய லக்ஷ்மணன் சாஷ்டாங்கமாக விழுந்து, ஸீதையை வணங்கி எழுந்து, இரு கைகளையும் கூப்பியபடி நின்றான். இறந்து போவதே மேல் என்று கூறி, பெரிதும் துன்புற்று நின்ற லக்ஷ்மணனைப் பார்த்து, ஸீதையின் மனம் கவலையில்

ஆழ்ந்தது. ''நீ என்ன சொல்லப் போகிறாய் என்பது எனக்குத் தெரியவில்லை. ஆனால் உண்மையைச் சொல்லி விடு. பெரும் சுமையை உன் மீது மன்னர் திணித்திருக்கிறார் என்று தோன்றுகிறது. என்ன அது? ஏன் இப்படி துன்பப்படுகிறாய்? என்ன விஷயம் என்பதை மறைக்காமல் சொல்வாயாக'' என்று அவள் கூறினாள்.

கண்கள் குளமாக, இதயம் வெந்து போக, வாய் உலர, லக்ஷ்மணன் பேசத் தொடங்கினான். ''புகழ் பெற்ற ஜனகர் பெற்றெடுத்த மகளே! எனக்கு இடப்பட்ட கட்டளையை நிறைவேற்றுகிறேன். மக்களிடையே உலவுகிற அபாண்டமான அவதூறைக் கேள்வியுற்ற ராமர், மனம் நொந்து போனவராக, இதயம் வெடித்தவராக, என்னிடம் கூறிய செய்தியை உங்களிடம் நான் விவரிப்பது முறையாக இருக்காது. அந்த அவதூறை உங்கள் முன்னிலையில் பேச, எனக்கு நா எழவில்லை. நீங்கள் அக்னிப் பிரவேசம் செய்து, அக்னியினால் அங்கீகரிக்கப்பட்டதோடு மட்டு மல்லாமல், தேவர்களாலும் அங்கீகரிக்கப்பட்டு, போற்றப்பட்டு, வாழ்த்தப்பட்ட காட்சியை நேரில் கண்டவர்களில் நானும் ஒருவன். அப்படிப்பட்ட என்னை – மக்கள் பேசுகிற அவதூறு காரணமாக உங்களை கங்கை நதிக்கரையில் ஆச்ரமங்களுக்கு அருகில் விட்டு வருமாறு, மன்னர் கட்டளையிட்டிருக்கிறார். மனம் தளர்ந்து போய் விட வேண்டாம் என்று உங்களை மன்றாடிக் கேட்டுக் கொள்கிறேன். இந்த ஆச்ரமங்களில், தவங்களினால் மேன்மையுற்ற ரிஷிகள் வாழ்கிறார்கள். என்னுடைய தந்தை தசரத மன்னருக்கு உற்ற நண்பரும், ரிஷிகளில் உயர்ந்தவருமாகிய வால்மீகியின் ஆச்ரமம் இங்கேதான் இருக்கிறது. ராமரை மனதில் நினைத்தவாறே அந்த மஹரிஷியின் ஆச்ரமத்தில் வாழுமாறு உங்களிடம் நான் விண்ணப்பித்துக் கொள்கிறேன். இதனால் ஏற்கெனவே ஒளி வீசுகின்ற உங்கள் சிறப்பு மேலும் ஓங்கத்தான் போகிறதே தவிர, தாழ்ந்து விடப் போவதில்லை.''

இப்படி லக்ஷ்மணன் பேசியதைக் கேட்ட ஸீதை, அதிர்ச்சி தாங்க முடியாதவளாக, மயக்கமுற்றுத் தரையில் சாய்ந்தாள். மூர்ச்சை தெளிந்து எழுந்தபோது, அந்தப் புனிதவதி கண்களில் நீர் தழும்ப, லக்ஷ்மணனைப் பார்த்துப் பேசினாள். ''துன்பத்தை அனுபவிப்பதற் காகவே என்னை ப்ரம்மன் சிருஷ்டித்திருக்கிறான் போலும். ஒரு

கணமேனும் நன்னடத்தையிலிருந்து, மனதாலோ, உடலாலோ தவறாத நான், இப்படிப் பட்ட துயரை அனுபவிக்குமளவுக்கு என்ன பாவம் செய்தேன்? ராமரை விட்டுத் தனிமையில் ஆச்ரமங்களில் நான் எப்படி வாழ்வேன்? என்ன காரணத்திற்காக ராமர் என்னை பகிஷ்கரித்தார் என்று ரிஷிகள் கேட்கும்பொழுது, நான் அவர்களுக்கு என்ன பதில் கூறுவேன்? ரகுவம்சத் திலகமான ராமரின் வாரிசு என் வயிற்றில் வளர்வதால், என்னால் தற்கொலை செய்து கொள்ளவும் முடியாது. லக்ஷ்மணா! மன்னரின் ஆணையை நீ நிறைவேற்றுவாயாக! இந்த அபாக்கியவதியை இங்கே விட்டு விட்டு நீ செல்வாயாக! ஆனால் மன்னருக்கு நான் தெரிவிக்க வேண்டிய சில வார்த்தைகள் இருக்கின்றன. அவற்றை மட்டும் கேட்டுக் கொண்டு, மன்னருக்கு என்னிடமிருந்து வருகிற செய்தியாக அவற்றைத் தெரிவிப்பாயாக!''

இப்படி சோகமுற்றுப் பேசிய ஸீதை மேலும் தொடர்ந்தாள். ''கூப்பிய கைகளுடன் என் மாமியார்கள் நலம் பற்றியும், மன்னரின் நலம் பற்றியும் நான் அக்கறை கொண்டுள்ளதாக அவர்களிடம் சொல். ஸீதை எந்தவிதக் களங்கமும் இல்லாதவள் என்பதும், ராமரிடம் மாறாத பக்தியுடையவள் என்பதும் – மன்னருக்கே தெரியும் என்பதையும் அவருக்கு நினைவுபடுத்துவாயாக! மேலும் மன்னரிடம் 'மக்களின் அவதூறுக்குப் பயந்து என்னை நீங்கள் கை விட்டிருக்கிறீர்கள். நிகரற்ற பலம் வாய்ந்தவரே! உங்களைத் தவிர வேறு கதி அறியாத நான், உங்களுக்கு நேரிடக்கூடிய அவ தூறிலிருந்து உங்களைப் பாதுகாக்கக் கடமைப்பட்டவள். ஆகையால் நேர்ந்திருக்கும் அவதூறு உங்களைப் பாதிக்காத வகையில் நான் விலகியே இருக்கிறேன். உங்கள் சகோதரர்களிடம் நடந்து கொள்வது போலவே, எல்லா மக்களிடமும் நீங்கள் நடந்து கொள்வீர்கள் என்பது எனக்குத் தெரியும். ஏனென்றால் அதுதான் நிலையான புகழைத் தரக்கூடியது. இந்த உடலுக்கு ஏற்பட இருக்கிற துன்பம் பற்றி நான் கவலைப்படவில்லை. ஆனால் மக்களுடைய அவதூறான குற்றச்சாட்டு, உண்மைக்கு முற்றிலும் மாறானது என்பதை அவர்கள் உணரும் வகையில் நீங்கள் நடந்து கொள்வீர்கள் என்று நம்புகிறேன். கணவரே ஒரு பெண்ணுக்கு

தெய்வம். அவரே எல்லா உறவினர்களுமாகிறார். அவரே குருவுமாகிறார். ஆகையால் அவர் கட்டளையை நான் ஏற்கிறேன்'' என்று நான் கூறியதாக ராமரிடம் சொல்வாயாக!''

இப்படி யாரும் கண்டும் கேட்டுமிராத மாபெரும் தியாகத்தைச் செய்து விடத் துணிந்தவளாக, ராமர் மீது எந்தவிதப் பழியையும் கூறாமல் மிகவும் தெளிவாகப் பேசிய ஸீதை, லக்ஷ்மணனைப் பார்த்து, ''கர்ப்பவதியாகி விட்ட நிலையில்தான், இங்கு உன்னால் நான் கொண்டு வந்து விடப்பட்டிருக்கிறேன் என்பதைச் சற்றும் சந்தேகமறப் பார்த்துக் கொள்வாயாக'' என்று கூறி, தன் வயிற்றை லக்ஷ்மணனுக்குக் காண்பித்தாள்.

லக்ஷ்மணன் பதறினான். தலையைத் தரை மீது வைத்து அழுதான். ''தாயே! களங்கமில்லாதவரே! உங்களுடைய காலடிகளைத் தவிர, வேறு எந்த அங்கத்தையும் உங்கள் உடலில் நான் கண்டவனல்ல. அப்படிப்பட்ட எனக்கு இப்படி ஒரு காட்சியா? என்னால் இதைத் தாங்க முடியவில்லை. இந்த பாவத்தைச் செய்கிற அளவுக்கு நான் துரதிர்ஷ்டசாலியாகி விட்டேன்.''

இவ்வாறு மனம் நொந்து பேசி விட்டு லக்ஷ்மணன், ஸீதையை நமஸ்கரித்து, படகில் ஏறி கங்கை நதியின் மறு கரைக்குச் செல்ல ஆரம்பித்தான். நிர்க்கதியாக விடப்பட்ட ஸீதை படகைப் பார்த்தவாறே நின்றாள். லக்ஷ்மணன் அக்கரையை அடைந்து தேரில் ஏற, அது புறப்பட்டது. தாங்க முடியாத துக்கத்தினால் ஸீதை உரக்கக் கதறி அழுதாள். மயில்கள் கூவிக் கொண்டிருந்த அந்த வனத்தில், ஸீதையின் கூக்குரலும் சேர்ந்து ஒலித்தது.

6. யுத்த காண்டம்

அத்தியாயம் - 42

ஸீதை பூமிக்குள் பிரவேசித்தாள்

உத்தர காண்ட நிகழ்ச்சிகள் - ஸீதை மீண்டும் தனது தூய்மையை நிரூபிக்க வேண்டும் என்று ராமர் கூறுவது; வால்மீகி முனிவர், ஸீதையை அழைத்து வருவது; ஸீதை சபதம் செய்வது; பூமி பிளந்து, ஒரு சிம்மாசனத்தில் அமர்ந்து வெளியே வந்த பூமாதேவி, ஸீதையை ஏற்றுக் கொண்டு, பூமிக்குள்ளேயே திரும்பிச் சென்று விடுவது; ராமரின் மன வருத்தம் ; ப்ரம்ம தேவனின் விளக்கம் ....

(இப்படி இரண்டாவது முறையும் ஸீதை சோதனைக்குள்ளாகியும், அவளுடைய துன்பங்கள் முடிவு பெறவில்லை. மூன்றாவது முறையாகவும் அவள் ஒரு சோதனையைச் சந்திக்க நேரிடுகிறது. லவ, குசர்கள் வால்மீகி இயற்றிய காவியத்தைப் பாடப் பாட, அதைக் கேட்டுக் கொண்டிருந்த ராமர் மனதில், 'இவர்கள் ஸீதை பெற்றெடுத்த மகன்களே' என்ற எண்ணம் ஏற்படுகிறது. அதைத் தொடர்ந்து நடந்த ஓர் அற்புதமான நிகழ்ச்சியை, உத்தர காண்டம் வர்ணிக்கிறது. அதைப் பார்ப்போம்.)

லவனும், குசனும் தன்னுடைய சரித்திரத்தைத் தொடர்ச்சியாகப் பல நாள் பாடக் கேட்ட பிறகு, ராமருக்கு அந்த இரு சிறுவர்களும் ஸீதை பெற்றெடுத்த மகன்களே என்பது புரிந்தது. அந்த நிலையில் அவர் அவையில் கூடியிருந்த பெரியவர்களைப் பார்த்து, ''வால்மீகி மஹரிஷியை அணுகி, அவரிடம் என் சார்பில் சில வார்த்தைகளைச் சொல்லுமாறு கேட்டுக் கொள்கிறேன்'' என்று கூறிவிட்டு, வால்மீகி

முனிவரிடம் தெரிவிக்க வேண்டிய செய்தியையும் சொன்னார் : 'ஸீதை தூய்மையான நடத்தையுடையவளாக இருந்தால் – அவளை பாவம் அணுகவில்லை என்றால் – தன்னுடைய புனிதத்தன்மையை அவள் நிரூபிக்கட்டும் . தன்னுடைய தூய்மையை நிரூபிக்க ஸீதை ஒப்புதல் தெரிவித்து, மஹரிஷியும் அதற்கு அனுமதி அளித்தால் – இந்தச் சபையின் முன்னே ஸீதை சத்தியப் பிரமாணம் செய்யட்டும்'.

இந்தத் தகவலை ஏந்தி, ராமரின் சார்பில் பலர் சென்று, வால்மீகி முனிவரை அணுகி, அவரை வணங்கி நின்று, ராமர் கூறிய வார்த்தைகளைச் சொன்னார்கள்.

வால்மீகி முனிவர், ''அப்படியே ஆகட்டும். ராமன் கூறிய மாதிரியே, அவனையே தெய்வமாக நினைக்கிற ஸீதை நடந்து கொள்வாள். இதை ராமனிடம் தெரிவியுங்கள். எல்லோருக்குமே நலம் உண்டாகட்டும்'' என்று பதில் சொல்லி அனுப்பினார். இப்படி மஹரிஷியின் சம்மதம் கிடைத்த தகவலை அறியப் பெற்ற ராமர், பெரிதும் மனம் மகிழ்ந்து, சபையில் கூடியிருந்த ரிஷிகளையும், பல்வேறு அரசர்களையும் பார்த்து, ''முனிவர்களும், மன்னர்களும், மற்றவர்களும், ஸீதை பிரமாணம் செய்யும் நிகழ்ச்சியைப் பார்க்கட்டும். மற்றபடி விருப்பமுள்ளவர்கள் அனைவரும் கூட, அந்த நிகழ்ச்சியைக் காணட்டும்'' என்று அறிவித்தார். அடுத்த தினம் ஸீதை சபதம் செய்யும் நிகழ்ச்சி நடக்கும் என்று ராமர் தீர்மானிக்க, சபை கலைந்தது.

யாகம் நடந்து கொண்டிருந்த இடத்திற்குச் சென்று ராமர், அங்கே இருந்த வசிஷ்டர், வாமதேவர், ஜாபாலி, காச்யபர், விச்வாமித்திரர், துர்வாஸர், புலஸ்தியர், பார்கவர், மார்க்கண்டேயர், மௌத்கல்யர், ஸதாநந்தர், கௌதமர், பாரத்வாஜர்... போன்ற பல ரிஷிகளையும், ஸீதை சபதம் செய்யும் நிகழ்ச்சிக்கு அழைத்தார். இந்த ரிஷிகளைத் தவிர, எண்ணற்ற அரக்கர்களும் , வானரர்களும் அடுத்த தினம் சபையில் கூடினார்கள். நான்கு வர்ணத்தவரும் வந்து குவிந்தனர்.

எல்லோரும் காத்திருக்கையில் ஸீதை பின் தொடர, வால்மீகி முனிவர் சபையில் நுழைந்தார். சபையில் இருந்த ஒவ்வொருவரும்

அசைவற்றுப் போயினர். கல்லாய் சமைந்து விட்ட அவர்களைக் கடந்து, ஸீதை தலை குனிந்து கரம் கூப்பி, ராமரையே இதயத்தில் தாங்கி மெள்ள நடந்து சென்றாள். ப்ரம்ம தேவனைத் தொடர்ந்து வேதம் செல்வது போல, வால்மீகி ரிஷியைத் தொடர்ந்து சென்று கொண்டிருந்த ஸீதையைக் கண்டு, சில நிமிடங்கள் ஆனவுடன் சபையோர் அவளை வாழ்த்தினர்.

அப்போது, ''தசரதன் பெற்றெடுத்த மகனே ராமா! நாட்டு மக்களின் அவதூறுக்கு அஞ்சி, என்னுடைய ஆச்ரமத்திற்கு அருகில் உன்னால் விடப்பட்ட இந்த ஸீதை தூய்மையான நடத்தை யுடையவள்'' என்று தொடங்கிய வால்மீகி முனிவர் மேலும் சொன்னார்: ''அவதூறுக்கு அஞ்சுகிற உன் முன்னிலையில், ஸீதை தன்னுடைய நன்னடத்தைக்கான பிரமாணத்தை இப்போது செய்வாள். அதற்கு அனுமதி தருவாயாக! இந்த இரண்டு சிறுவர்களும் உன்னுடைய மகன்களே! அவர்கள் யாராலும் வெல்வதற்கு அரியவர்கள். ராமா! நான் ஒருபோதும் பொய் பேசியது கிடையாது. இந்த இரண்டு சிறுவர்களும் உன் மகன்களே! நீண்ட நெடிய காலம் நான் கடுமையான தவம் புரிந்திருக்கிறேன்; ஸீதை நடத்தை தவறியவள் என்றால், அந்த என்னுடைய தவத்தின் பயனை நான் அடையாமல் போவேனாக! மனதாலோ, வாக்காலோ, செய்கையினாலோ, நான் எந்த பாவத்தையும் செய்தவன் அல்ல; ஸீதை பாவமற்றவள் என்றால் மட்டுமே, அந்த என்னுடைய நன்னடத்தையின் பலன் எனக்குக் கிட்டுமாக!''.

இவ்வாறு பேசிய வால்மீகி முனிவர் மேலும் சொன்னார்: ''ஸீதை குற்றமற்றவள் என்பதாலேயே நான் அவளுக்குப் பாதுகாப்பாக இருக்க இசைந்தேன். கணவனையே தெய்வமாகக் கருதுகிற இந்த ஸீதை, இப்பொழுது அவதூறுக்கு அஞ்சுகிற உன் மனம் திருப்தியுறுகிற வகையில் சபதம் ஏற்பாள். அவதூறுக்கு அஞ்சியவனே ராமா! இந்த ஸீதை தூய்மையானவள் என்பதை நான் தெய்வத்தின் விருப்பப்படி அறிந்தேன் என்பதையும் உணர்வாயாக!''

இப்படி வால்மீகி முனிவர் பேசி முடித்தவுடன் ராமர், இரு கரம் கூப்பி அவரைப் பார்த்து, ''உங்களுடைய புனிதமான வார்த்தைகளினால் நான் பெரும் நம்பிக்கை பெற்றேன்.

ஏற்கெனவே தேவர்களுக்கு முன்பாக ஸீதை தன்னுடைய தூய்மையை நிரூபித்தாள். அதன் பிறகுதான் அயோத்திக்கும் வந்தாள். ஆனால், முனிவரே! மக்களின் அவதூறு என்பது பெரும் வலிமை வாய்ந்தது. ஆகையால்தான் நான் ஸீதையைத் துறக்க வேண்டியதாயிற்று. ஸீதை பாவமற்றவள் என்று தெரிந்தும் கூட, மக்களின் அவதூறுக்கு அஞ்சி, அவளைத் துறந்த என் செய்கைக்காக என்னை மன்னியுங்கள். இந்த இரு சிறுவர்களும் என்னுடைய மகன்களே என்பதை நான் அறிவேன். ஸீதையின்பால் நான் வைத்திருக்கும் உண்மையான அன்பை, இந்த சபையோர் முன்னே நான் பிரகடனம் செய்கிறேன்.''

இதற்கிடையில் அங்கே நடக்க இருந்த அற்புதமான நிகழ்ச்சியைக் காண்பதற்காக, தேவர்களும் கூடினர். வாயு தேவன், தன்னுடைய ஆக்ஞையினால் நறுமணம் நிறைந்த மெல்லிய காற்று வீசுமாறு செய்தான்.

ஸீதை கைகளைக் கூப்பியவாறு, தரையைப் பார்த்துக் கொண்டே பேசத் தொடங்கினாள். ''ரகு குல திலகமாகிய ராமரைத் தவிர, வேறு எவரையும் நான் மனதாலும் நினைத்ததில்லை என்பது உண்மையானால் – பூமாதேவியே, எனக்கு நீ இடமளிப்பாயாக!

''மனதாலும், வாக்காலும், சரீரத்தாலும் நான் எப்போதும் ராமரையே வணங்கி நிற்கிறேன் என்பது உண்மையானால் – பூமாதேவியே! எனக்கு நீ இடமளிப்பாயாக!

''ராமரைத் தவிர, வேறு ஒருவரைப் பற்றிய எண்ணமும் என் மனதில் எழுந்ததில்லை என்பது உண்மையானால் – பூமாதேவியே! எனக்கு நீ இடமளிப்பாயாக!''

இவ்வாறு ஸீதை சபதமிட்டவுடன், பலவிதமான ஆபரணங்களால் அலங்கரிக்கப்பட்டதும், ஒப்பற்ற அழகுடன் விளங்கியதும், பார்ப்பதற்கே பிரமிப்பு ஊட்டுகிறதும், பெரிய நாகங்களால் தாங்கப்பட்டதுமான ஓர் அற்புதமான சிம்மாசனம் பூமியைப் பிளந்து கொண்டு வெளியே வந்தது.

அந்த சிம்மாசனத்தின் மீது அமர்ந்திருந்த பூமாதேவி, இரு கரம் நீட்டி, ஸீதையை அன்புடன் அழைத்து, தனக்கு அருகில், அந்த சிம்மாசனத்தில் அமர்த்திக் கொண்டாள்.

யுத்த காண்டம்

பூமாரி பொழிந்தது.

'அற்புதம், அற்புதம்' என்று கோஷங்கள் எழுந்து கொண்டிருந்த போதே, அந்த சிம்மாசனம் பூமாதேவியுடனும், ஸீதையுடனும் மீண்டும் பூமிக்குள்ளேயே சென்றது!

உலகமே ஸ்தம்பித்தது.

கோபத்தினாலும், துன்பத்தினாலும் ராமரின் கண்களில் நீர் வழிந்தது. ''இதுவரை நான் அடையாத துன்பத்தை இப்போது அடைந்தேன். முன்பு கடலைக் கடந்து சென்று, இலங்கையிலிருந்து ஸீதையை மீட்டேன். இப்போது அதே போல பூமியைக் குடைந்து, அவளை நான் மீட்பேன்'' என்று கூறிய அவர், பூமியைப் பார்த்து, ''பூமாதேவியே! வணக்கத்திற்குரியவளே! ஸீதையை என்னிடம் திருப்பி அளித்து விடு. இல்லாவிட்டால் என்னுடைய கோபம் எத்தகையது என்பதை நீ உணர்வாய்! ஜனக மன்னன் பொன்னால் செய்யப்பட்ட கலப்பையைக் கொண்டு பூமியை உழுதபோது, ஸீதையை நீ அவனுக்கு அளித்தாய். இவ்வகையில் ஸீதையைப் பெற்றவளாகிற நீ, எனக்கு மாமியாரும் ஆகிறாய். நான் கேட்கிறேன். ஸீதையை என்னிடம் திருப்பித் தந்து விடு. அப்படி நீ தராவிட்டால், மலைகளுடனும், வனங்களுடனும் கூடிய உன்னை நான் நாசம் செய்து விடுவேன். பூமி எங்கும் தண்ணீர் பிரவாகம் எடுத்து ஓடும்படியாகச் செய்வேன். ஒன்று ஸீதையை என்னிடம் கொடுத்து விடு; அல்லது அங்கே அவளுடன் எனக்கும் இடம் அளித்து விடு'' என்று உரக்கக் கதறினார்.

அப்போது ப்ரம்ம தேவன், ராமரைப் பார்த்து, ''நீ யார் என்பதை உனக்கு நீயே நினைவுபடுத்திக் கொள்வாயாக! நீயும், ஸீதையும் மீண்டும் மேலுலகில் இணைவீர்கள் என்பதை நான் சொல்லித்தான் நீ தெரிந்து கொள்ள வேண்டும் என்பதில்லை. உன்னைப் பற்றிய காவியமாகிய இந்த ராமாயணம், எல்லாக் காவியங்களிலும் சிறந்தது. இதுவரை நீ அனுபவித்த மகிழ்ச்சிகளையும், துன்பங்களையும் மட்டுமல்லாமல், இனிமேல் நீ அனுபவிக்கப் போகின்றவையையும் கூட, வால்மீகி முனிவர் இந்தக் காவியத்தில் விவரித்திருக்கிறார். இந்தக் காவியத்தில் மீதமிருக்கும் பகுதியையும் நீ கேட்க வேண்டும். எதிர்கால நிகழ்ச்சிகளை விவரிக்கும் பகுதி

அது. முனிவர்களோடு கூடி அதை நீ கேட்பாயாக!''. இவ்வாறு ப்ரம்ம தேவன் கூறிய பிறகு, அவனும் மற்ற தேவர்களும் மறைந்தார்கள்.

ராமர், வால்மீகி முனிவரைப் பார்த்து, "உங்கள் காவியத்தில் இனி நடக்க இருக்கும் விஷயங்களைப் பற்றி நீங்கள் சொல்லி யிருக்கும் பகுதியை நாளையே நான் கேட்க விரும்புகிறேன்" என்று கூறி விட்டு, லவனையும், குசனையும் அழைத்துக் கொண்டு, தன்னுடைய அரண்மனைக்குச் சென்றார். ஸீதையின் நினை வாகவே அன்றைய இரவு அவருக்குக் கழிந்தது.

(இப்படி ஸீதையை மீண்டும் மீண்டும் சோதனைக் குள்ளாக்கியது – ஸீதைக்கு ராமர் இழைத்த தீங்கு என்பது மறுக்க முடியாதது என்றாலும், அவர் தனக்குத் தானே இழைத்துக் கொண்ட மிகப் பெரிய துன்பம் இது என்பதையும் மறுக்க முடியாது. ஸீதையின் பிரிவினால் ராமர் எவ்வளவு துன்பப்பட்டார் என்பதைப் பல கட்டங்களில் நாம் இந்தக் காவியத்தில் பார்த்தோம். இப்படி துன்பப்படும் அவசியம் ராமருக்கு ஏன் ஏற்பட்டது? இந்த மாதிரி சோக நிகழ்ச்சிகள் ஏன் நடக்க வேண்டும்? ஸீதையையும் துன்பத்திற்குள்ளாக்கி, தன்னையும் அவர் வருத்திக் கொள்வானேன்? இந்தக் கேள்விகளுக்கெல்லாம் ஒரே ஒரு விடைதான் இருக்கிறது. இது சாபத்தின் விளைவு.

இந்தத் தொடரின் ஆரம்பத்தில் கூறிய ஒரு விஷயத்தை இந்த இடத்தில் நினைவுபடுத்துவது சரியாக இருக்கும். அது மேற்கூறிய சாபத்தை விளக்க உதவும். ராமரின் கட்டளையை ஏற்று, ஸீதையை கங்கை நதிக் கரையில் விட்டு திரும்பிய லக்ஷ்மணன் மனம் வருந்திப் பேசியபோது, ஸு~மந்திரர் அவனுக்கு ஒரு பழைய நிகழ்ச்சியை எடுத்துக் கூறினார். துர்வாஸ முனிவரிடம், ஒரு முறை தசரதர் பேசிக் கொண்டிருந்த போது, தானும் அருகில் இருந்ததாகவும், அப்போது பின்னால் நடக்கப் போகும் விஷயங்களைப் பற்றி துர்வாஸர் கூறிய வார்த்தைகளை லக்ஷ்மணனிடம் கூறுவதாகவும் சொன்ன ஸு~மந்திரர், கூறிய தகவல் இது...

"தன்னுடைய மகன்களாகிய ராமர், அவருடைய சகோதரர்கள் ஆகியோரின் வாழ்வு எப்படி அமையும் என்று தசரத மன்னன் கேட்ட

போது, துர்வாஸர், 'மன்னனே! கவனித்துக் கேள்' என்று கூறி, மேலும் சொன்னார். 'முன்னொரு காலத்தில் அசுரர்கள், பிருகு முனிவரின் ஆச்ரமத்தில் சரண் புகுந்து, அவருடைய மனைவியின் கருணையின் காரணமாகக் காக்கப்பட்டு, அங்கே அச்சமில்லாமல் வாழத் தொடங்கினார்கள். தேவர்கள் இது பற்றி விஷ்ணுவிடம் முறையிட, அவர் கோபமுற்று, தகுதியற்றவர்களுக்கு அடைக்கலம் கொடுத்து, அவர்களைக் காப்பாற்ற முனைந்த பிருகுவின் மனைவியின் தலையை, தன்னுடைய சக்ராயுதத்தின் மூலம் அறுத்துத் தள்ளினார். இதைக் கண்ட பிருகு முனிவர், முற்றிலும் நிதானத்தை இழந்தார். அவர் விஷ்ணுவைப் பார்த்து, 'கோபத்தினால் வெல்லப்பட்ட நீர், எந்த நியாயமுமில்லாமல் என் மனைவியைக் கொன்றீர். பாவங்களை எல்லாம் விலக்கும் வல்லமை படைத்தவரே! உம்மை நான் சபிக்கிறேன்! மனிதனாகப் பிறந்து, மனைவியைத் துறந்து, மனவேதனையுடன் நீண்ட காலம் வாழ்வீராக' என்று சபித்தார். தன் நிலை இழந்து இப்படி விஷ்ணுவுக்கே சாபமிட்டாலும், அப்படிச் செய்த உடனேயே பிருகு முனிவருக்கு பெரும் மனக்கஷ்டம் ஏற்பட்டது. அப்போது விஷ்ணு அவரை சமாதானப்படுத்தி, உலக நன்மைக்காக, அவருடைய சாபத்தை தான் ஏற்பதாகக் கூறினார். அதன்படியே அவதாரம் செய்துள்ள ராமர், அயோத்தி மன்னனாகப் பட்டம் சூடி, இந்தப் பூவுலகம் கண்டிராத வகையில் வியக்கத்தக்க அளவுக்கு ஆட்சி புரிந்து, தன்னிகரற்ற வீரனாகத் திகழ்ந்து, மக்களையெல்லாம் மகிழ்வித்து, இரண்டு மகன்களையும் ஸீதையின் மூலமாகப் பெற்று, அவர்களிடம் ராஜ்ய பாரத்தை ஒப்படைத்து விட்டு, சகோதரர்களுடன் மேலுலகம் செல்வார் – என்பதும், அவர்களுடைய பிரிவால் ஏற்படும் சோகத்தையும் ராமர் அனுபவிப்பார் என்பதும் ஏற்கெனவே விதிக்கப்பட்டவை. இது துர்வாஸர் மூலமாக, தசரதருக்குத் தெளிவாக எடுத்துரைக்கப் பட்டது. லக்ஷ்மணா! இது உன் சகோதரர்களில் கூட வேறு யாருக்கும் தெரிய வேண்டியதில்லை. ஸீதை பெற்றெடுக்கப் போகும் குழந்தைகளால், ரகு வம்சம் மேலும் தழைத்தோங்கப் போகிறது. ஆகையால் நீ வருந்துவதற்கு இதில் இடமில்லை. எல்லாம் விதித்தபடியே நடக்கிறது.''

வால்மீகி ராமாயணம்

...ஆக இது இப்படித்தான் நடக்கும் என்று ஏற்கெனவே விதிக்கப்பட்டிருந்தது. அது அவ்வாறே நடந்தது. இது ஒரு புறமிருக்க உத்தர காண்ட விவரங்கள் சிலவற்றை மேலும் பார்த்து விட்டு, அதன் பின்னர் – நாம் ஸீதையின் அக்னிப் பிரவேசத்திற்குப் பிறகு தசரதன் தோன்றிய காட்சியைப் பார்க்க இருக்கிறோம். நான் முன்பே கூறியபடி பட்டாபிஷேகத்துடன் இந்தத் தொடரை முடிக்க விரும்புவதால், உத்தர காண்ட நிகழ்ச்சிகளை முன் கூட்டியே சொல்லி விடுகிற வழியைப் பின்பற்றிக் கொண்டிருக்கிறேன். அந்த வழிமுறையையொட்டி மேலும் சில விவரங்களைப் பார்ப்போம்.

'இனி நடக்க இருக்கும் நிகழ்ச்சிகளையும் வால்மீகி முனிவர் கூறியிருக்கிறார்; அவற்றையும் லவ – குசர்கள் பாட, கேட்டுக் கொள்வாயாக' என்று ப்ரம்ம தேவன் கூறியதையொட்டி, ராமர் அடுத்த தினம் காவியத்தின் அந்தப் பகுதியைக் கேட்க விருப்பம் தெரிவிக்கிறார். அதே போல அடுத்த தினம் லவ – குசர்கள் மீண்டும் காவியத்தை இசைக்கத் தொடங்குகிறார்கள். அவ்வாறு கூறப்பட்ட விவரங்கள் சிலவற்றை இனி பார்ப்போம்.)

ஸீதை பூமிக்குள் பிரவேசித்த பிறகு, ராமருக்கு உலகமே ஒரு சூன்யப் பிரதேசமாகக் காட்சியளித்தது. ஸீதையை இழந்த துக்கத்தைத் தாங்க முடியாமல், அவர் மன நிம்மதியை இழந்தார். யாகத்திற்காகக் கூடி இருந்த மன்னர்கள் விடை பெற, வானரர்களும் விடை பெற்றுச் செல்ல, ராமர், ஸீதையையே மனதில் நிலை நிறுத்தியவராக, அயோத்தி நகரத்திற்குள் நுழைந்தார். அவர் வேறு யாரையும் மணம் புரியவில்லை. ஆயிரக்கணக்கான யாகங்களை நடத்திய போதும், ஸீதையைப் போலவே தங்கத்தினால் ஒரு பிரதிமை செய்து, அதையே தனது ராணியாகப் பாவித்து யாகங்களை நடத்தி முடித்தார்.

6. யுத்த காண்டம்

அத்தியாயம் - 43

உத்தர காண்டம்

லக்ஷ்மணன் மறைந்தான்!

> உத்தர காண்டப் பகுதிகள் - ராமரின் ஆட்சி சிறப்பாக நடப்பது; லக்ஷ்மணன், பரதன், சத்ருக்னன் ஆகியோரின் மகன்கள் வெவ்வேறு பிரதேசங்களுக்கு மன்னர்களாக முடி சூட்டப்படுவது; கால முடிவு - மரணம் - முனிவர் உருவத்தில் ராமரை அணுகுவது; லக்ஷ்மணன், ராமரைப் பிரிந்து சென்று ஸரயூ நதிக்கரையை அடைந்து, தேவர்கள் உலகத்தை எய்துவது; அயோத்தி மன்னனாக பரதனுக்கு முடி சூட்ட ராமர் விரும்புவது; பட்டம் ஏற்க மறுக்கிற பரதன், லவ - குசர்களுக்கு முடி சூட்டுவதே முறையாக இருக்கும் என்று சொல்வது; ராஜ்யத்தை விட்டுச் செல்ல விருப்பம் தெரிவிக்கிற ராமரைத் தொடர்ந்து தாங்களும் வருவதாக மக்கள் கூறுவது...

(உத்தர காண்டப் பகுதி தொடர்கிறது. ஸீதை பூமிக்குள் பிரவேசித்த பிறகு ப்ரம்ம தேவனால் ஆறுதல் கூறப்பெற்ற ராமர் - இனி நடக்க இருக்கிற நிகழ்ச்சிகளைப் பற்றி, வால்மீகி முனிவர் இயற்றிய காவியப் பகுதியை லவ - குசர்கள் பாட, கேட்கத் தொடங்கினார். அப்படிக் கூறப்பட்ட விவரங்களை இனி பார்ப்போம்.)

ஸீதையை பூமாதேவி தன்னோடு இணைத்து, பூமிக்குள் சென்று விட்ட பிறகு ராமர் வேறு யாரையும் மணம் புரியவில்லை. தான் செய்த ஒவ்வொரு யாகத்திலும் ஸீதையின் தங்கப் பிரதிமையையே தனது ராணியாக வைத்துக் கொண்டார். தர்மத்தின் பாதையிலிருந்து தவறாமல், அவருடைய ஆட்சி நடந்தது. மேகங்கள் சரியான பருவத்தில் மழையைப் பொழிந்தன. அறுவடை ஒவ்வொரு முறையும் சீராக இருந்தது. நகரங்களும், மற்ற இடங்களும் மகிழ்ச்சியில் திளைத்த மக்களால் நிரப்பப்பட்டன. சிறு வயதிலேயே மரணம் அடைந்தவர் எவரும் இல்லை. நோயினால் வாடியவர்களும் யாரும் கிடையாது. இயற்கையின் உபாதங்கள் எதுவும் நிகழவில்லை. இப்படி ராமராஜ்யம் நடந்து கொண்டிருக்கையில், புகழ் பெற்ற கௌஸல்யையும், ஸுமித்திரையும், கைகேயியும் காலப்போக்கில், ஒருவரைத் தொடர்ந்து ஒருவராக இயற்கை எய்தி, மேலுலகில் தசரத மன்னரோடு இணைந்தனர்.

தனது தாய்மார்களிடையே எந்த ஒரு வித்தியாசத்தையும் பார்க்காமல் ராமர், அவர்கள் நினைவாகப் பல தான தர்மங்களைச் செய்தார்.

லக்ஷ்மணனின் மகன்களாகிய அங்கதனும், சந்திரகேதுவும் முறையே காருபதம், சந்திரகாந்தம் என்ற பிரதேசங்களுக்கு அரசர்களாக முடி சூட்டப்பட்டார்கள். பரதனின் மகன்களாகிய தக்ஷன் மற்றும் புஷ்கலன் ஆகியோர் – ராமரின் கட்டளையை ஏற்று, பரதனால் வெல்லப்பட்ட கந்தர்வப் பிரதேசத்தில் அடங்கிய தக்ஷசீலம், புஷ்கலாவதி என்கிற இடங்களுக்கு அரசர்களானார்கள். சத்ருக்னனின் மகன்களாகிய ஸுபாஹு, சத்ருகாதி ஆகிய இருவரும் முறையே மதுரா, வைதிசம் என்கிற பிரதேசங்களுக்கு மன்னர்களானார்கள். இப்படி அரசர்களாகப் பொறுப்பேற்ற ராமரின் மூன்று சகோதரர்களின் மகன்கள், ராமரின் காலடிகளையே மனதில் பற்றியவர்களாக, அவருடைய மனதிற்குப் பிடித்த வகையில் முறையான ஆட்சியை நடத்தி வந்தார்கள்.

இப்படிப்பட்ட நிலையில், ஒரு தினத்தில் மரணம் – ஒரு முனிவராக வேடம் தரித்து, ராமருடைய அரண்மனை வாயிலுக்கு

யுத்த காண்டம்

வந்தது. அங்கே இருந்த லக்ஷ்மணனைப் பார்த்து, அந்த முனிவர் 'ஒரு முக்கியமான காரியமாக நான் இங்கு வந்திருக்கிறேன். என்னுடைய வரவு ராமருக்குத் தெரிவிக்கப்படட்டும்' என்று கூற, லக்ஷ்மணன் அந்தத் தகவலை ராமரிடம் தெரிவித்தான். பின்னர் அவருடைய அனுமதி பெற்று, லக்ஷ்மணன் அந்த முனிவரை ராமரிடம் அழைத்துச் சென்றான். அவரைப் பார்த்து ராமர், "உங்கள் வரவு நல்வரவாகட்டும். நீங்கள் யாரால் அனுப்பப்பட்டீர்களோ, அவர் கூறிய செய்தியைச் சொல்லுங்கள்" என்று கூறினார்.

அந்த முனிவர் "நான் தாங்கி வந்துள்ள செய்தி, உங்கள் காதுகளுக்கு மட்டுமே உரியவை. வேறு ஒருவன், நாம் பேசுவதை பார்த்தாலோ, அல்லது நான் உங்களிடம் கூறுகிற செய்தியைக் கேட்டாலோ, அவன் உங்களால் கொல்லப்படத்தக்கவன் ஆவான்" என்று கூறினார்.

ராமர் அதற்கு இசைந்து, லக்ஷ்மணனைப் பார்த்து, "லக்ஷ்மணா! நீ சென்று கதவின் அருகில் நிற்பாயாக! நாங்கள் இருவர் பேசுவதை பார்ப்பவனோ, கேட்பவனோ எவனாக இருந்தாலும், சரி அவன் கொல்லப்படுவான்" என்று கூறினார்.

லக்ஷ்மணன் வெளியே சென்ற பிறகு, ராமர் அந்த முனிவரைப் பார்த்து, "நீங்கள் சொல்ல வந்த செய்தி எதுவாக இருந்தாலும், தயக்கமின்றி இப்போது அதைச் சொல்லலாம்" என்று கூறினார்.

அந்த முனிவர் பேசத் தொடங்கினார். "நான் ப்ரம்ம தேவனால் அனுப்பப்பட்டிருக்கிறேன். அவர் தெரிவித்த செய்தியை அப்படியே சொல்கிறேன்" என்று கூறிவிட்டு, ப்ரம்ம தேவன் கூறிய செய்தியை அவர் இப்படித் தெரிவித்தார். 'ப்ரம்ம தேவனாகிய நான், படைப்பு தொடங்கிய காலத்தில் உங்கள் மகனானேன். உலகத்தைக் காப்பதற்காக அவதரித்த நீங்கள், அதற்கான காலத்தையும் நிர்ணயம் செய்திருந்தீர்கள். அந்தக் காலத்தின் முடிவு வந்து விட்டது. ராவணனின் வாழ்க்கையை முடித்து வைப்பதற்காக மனித உருவெடுத்து வந்த உங்களுக்கு நீங்களே நிர்ணயித்துக் கொண்ட வாழ்க்கை, முடிவை நெருங்கி விட்டது. ஆகையால் மரணத்தை உங்களிடம் நான் அனுப்பியிருக்கிறேன். மனிதர்களிடையே மேலும் சில காலம் வாழ்ந்து அவர்களுக்குப்

பாதுகாப்பு அளிப்பது அவசியம் என்று நீங்கள் கருதினால், அது அப்படியே ஆகுக! அது அன்றி, ஏற்கெனவே நிர்ணயித்தபடி மேலுலகம் திரும்பி மற்ற தேவர்களையெல்லாம் மகிழ்விக்க நீங்கள் முடிவெடுத்தாலும் சரியே!'

இப்படி அந்த முனிவர் பேசக் கேட்ட ராமர், ''இந்தச் செய்தி எனக்கு மகிழ்ச்சியையே அளிக்கிறது. நான் இங்கு வந்த காரியம் முடிந்து விட்டது. ஆகையால் இதில் சிந்திப்பதற்கு எதுவும் இல்லை. ஆகையால் நான் எங்கிருந்து வந்தேனோ அங்கேயே திரும்புகிறேன்'' என்று கூறினார்.

இதற்கிடையில் ராமரை உடனடியாகப் பார்த்தாக வேண்டும் என்ற கோரிக்கையோடு துர்வாஸ முனிவர், அரண்மனை வாயிலுக்கு வந்தார். அங்கே லக்ஷ்மணன் அவரைத் தடுத்து நிறுத்தினான். ''நீங்கள் என்ன காரியமாக வந்தீர்கள் என்று தெரிவியுங்கள். அதை நிறைவேற்ற நான் தயாராக இருக்கிறேன். ராமரை இப்போது பார்ப்பது இயலாது'' என்று அவன் துர்வாஸ முனிவரிடம் மிகவும் பணிவோடு கூறினான்.

கோபம் கொண்ட துர்வாஸர், ''ஸுமித்திரை பெற்றெடுத்த மகனே! நான் உள்ளே செல்வதை நீ தடுத்தால், உன்னையும், உன் சகோதரர்களையும், இந்த நாட்டையும் நான் சபித்து விடுவேன். நான் வந்திருக்கும் செய்தியை ராமனுக்கு நீ உடனடியாகத் தெரிவிக்காவிட்டால், என்னால் என் கோபத்தைக் கட்டுப்படுத்த இயலாமற் போகும்'' என்று எச்சரித்தார்.

இதைக் கேட்ட லக்ஷ்மணன், துர்வாஸரின் சாபத்தினால் நாடே துன்புறுவதை விட, தன்னுடைய மரணம் நேரிடுவதே மேலானது என்று நினைத்து, முனிவரோடு பேசிக் கொண்டிருந்த ராமர் முன் போய் நிற்க தீர்மானித்தான். அவ்வாறே அவன் சென்று துர்வாஸர் வந்திருக்கும் செய்தியை ராமருக்குத் தெரிவிக்க, அவர் வாயிலுக்கு வந்து துர்வாஸ முனிவரை வரவேற்றார். ராமரைப் பார்த்த துர்வாஸர், ''நீண்ட காலம் விரதம் இருந்து இன்று அதை நான் முடித்திருக்கிறேன். விரதம் முடிகிற நேரத்தில் முதல் உணவு உன்னிடமிருந்து பெறத் தகுந்தது என்று தீர்மானித்து இங்கு வந்துள்ளேன்'' என்று அறிவித்தார்.

யுத்த காண்டம்

துர்வாஸ முனிவர் கூறியதைக் கேட்ட ராமர், அவருக்கு விருந்து படைக்க, அதை உண்ட பிறகு துர்வாஸர் ராமரையும், மற்றவர்களையும் ஆசீர்வதித்து விடைபெற்றார். ஆனால் ராமரின் மனம் துக்கத்தில் ஆழ்ந்தது. முனிவர் உருவத்தில் வந்த மரணம் விதித்த நிபந்தனை, அவர் நினைவுக்கு வந்தது. தாங்கள் பேசுவதைப் பார்த்தவர்களோ, கேட்டவர்களோ ராமரால் கொல்லப்படத் தகுந்தவர்கள் – என்று முனிவர் உருவத்தில் வந்த மரணம் கூறியிருந்ததால், இப்பொழுது லக்ஷ்மணன், தன்னால் கொல்லப் படத் தக்கவன் ஆகிவிட்டான் என்பதை நினைத்து அவர் வருந்தினார்.

அப்போது லக்ஷ்மணன், ''நீங்கள் வருந்தும்படியாக எதுவும் நடந்து விடவில்லை. இது காலம் இயற்றியுள்ள சட்டம். என்னைக் கை விடுங்கள். உங்களுடைய வார்த்தையைக் காப்பாற்றுங்கள். சொன்ன சொல் தவறுகிறவர்கள் நரகத்திற்குச் செல்வார்கள். சற்றும் தயக்கமின்றி எனக்குத் தண்டனை அளியுங்கள்'' என்று கூறினான்.

ராமர், தன்னுடைய ஆலோசகர்களையும், பெரியவர்களையும் அழைத்து துர்வாஸ முனிவர் வந்ததையும், தான் ஒரு முனிவருடன் பேசிக் கொண்டிருந்த போது விதிக்கப்பட்ட நிபந்தனையையும் கூறி, அந்த நிபந்தனையில் இப்போது வக்ஷ்மணன் சிக்கி விட்ட விஷயத்தையும் கூறினார்.

இதைக் கேட்டு அதிர்ச்சி அடைந்த அனைவரும் பேசாமல் இருந்த போது, வசிஷ்டர் சில வார்த்தைகளைக் கூறினார். ''ராமா! உன்னுடைய காலத்தின் முடிவு நெருங்கி விட்டது என்பது புரிகிறது. லக்ஷ்மணனிடமிருந்து நீ பிரிந்துதான் தீர வேண்டும் என்பதும் புரிகிறது. இப்போது நீ லக்ஷ்மணனைக் கைவிட தீர்மானிப்பதுதான் சரி. காலம் மிகவும் சக்தி வாய்ந்தது. எந்தக் காரணம் கொண்டும் சொன்ன வார்த்தை தவறலாகாது. வார்த்தை தவறுவது என்கிற அதர்மம் கடைப்பிடிக்கப்பட்டு விட்டால், அதன் பிறகு மூவுலகங்களுக்கும் அழிவைத் தவிர வேறு எதுவும் கிட்டாது. ஆகையால், லக்ஷ்மணனை நீ கை விடுவதுதான் ஒரே வழி!''

இப்படி வசிஷ்டர் பேசிய பிறகு ராமர், லக்ஷ்மணனைப் பார்த்து அனைவர் எதிரிலும் ''நான் உன்னை விட்டு விட்டேன்.

உற்றவனைக் கை விடுவது, அவனைக் கொல்வதற்குச் சமம் என்று தர்ம சாத்திரம் கூறுகிறது. இப்போது உன்னைக் கொல்வதற்குச் சமமாக உன்னை நான் கை விட்டேன்'' என்று கூறினார்.

கண்கள் குளமாக லக்ஷ்மணன், அங்கிருந்து அகன்றான்.

பின்னர் நேராக ஸரயூ நதிக்கரைக்குச் சென்ற அவன், வேத நெறிப்படி சில நியமங்களைச் செய்து முடித்து, மூச்சை அடக்கி, அங்கேயே அமர்ந்தான்.

அப்போது இந்திரன், பல மஹரிஷிகள், அப்சரஸ்கள் ஆகியோர் சேர்ந்து அங்கே தோன்றி, லக்ஷ்மணன் மீது பூமாரி பொழிந்து, அவனை மற்றவர் கண்களுக்குப் புலப்படாமல் தேவலோகம் இட்டுச் சென்றனர்.

லக்ஷ்மணனின் பிரிவினால் பெரிதும் துன்புற்ற ராமர், ஒருநாள் தனது சபையில், ''அயோத்திக்கு பரதனை மன்னனாக முடிசூட்டி விட்டு, நான் காடு செல்ல விரும்புகிறேன். லக்ஷ்மணன் சென்ற வழியில் நானும் போகிறேன்'' என்று கூறினார்.

சபையில் கூடியிருந்த ஆலோசகர்களும், மக்களும் பெரிதும் துயருற்றார்கள்,

பரதனோ, ''இங்கே நான் ஒரு சத்தியம் செய்கிறேன். எனக்கு ராஜ்யத்தின் மீது விருப்பமில்லை. நான் ராஜ்யபாரம் ஏற்க மறுக்கிறேன்'' என்று அறிவித்து விட்டு மேலும் சொன்னான். ''கோசலத்தின் தெற்குப் பகுதியில் குசனையும், வடக்குப் பகுதியில் லவனையும் மன்னர்களாக முடிசூட்டுவதுதான் முறையாக இருக்கும் என்று நான் நினைக்கிறேன். நானும், ராமரும் இங்கிருந்து விடைபெற இருக்கிறோம் என்ற செய்தியை, சத்ருக்னனுக்கு உடனடியாகத் தெரிவிப்பதும் சரியாக இருக்கும்'' என்றான்.

இவ்வாறு பரதன் தீர்மானமாகச் சொன்ன பிறகு, வசிஷ்டர், ராமரைப் பார்த்து, ''சபையோர் அனைவரும் தரையில் வீழ்ந்து நமஸ்கரித்து உன்னை வேண்டிக் கொள்கிறார்கள். அவர்களுடைய விருப்பத்தை அறிந்த பிறகும் அதை நிராகரிப்பது உனக்கு அழகல்ல'' என்று கூறினார்.

யுத்த காண்டம்

அப்போது ராமர் சபையினரைப் பார்த்து, "நான் என்ன செய்தால் உங்களுக்குத் திருப்தியாக இருக்கும்?" என்று கேட்டார்.

அவர்கள் அனைவரும் ஒருமித்த குரலில் ராமரைப் பார்த்து, "நீங்கள் எங்கு போகிறீர்களோ, அங்கு உங்களோடு வர நாங்கள் விரும்புகிறோம். எங்கள் மீது உங்களுக்கு அன்பு இருந்தால், அவ்வாறே நடக்க எங்களை அனுமதியுங்கள். நீங்கள் செல்லும் காட்டுக்கு நாங்களும் வருகிறோம். உங்களைப் பின் தொடர்வது ஒன்றுதான் எங்கள் விருப்பம்" என்று கூறினார்கள்.

அவர்களுடைய அன்பினால் அடிமைப்படுத்தப்பட்ட ராமர், அவர்களுடைய வேண்டுகோளுக்கு இசைந்தார்.

6.யுத்த காண்டம்

அத்தியாயம் - 44

தசரதர் மகிழ்ந்தார் !

உத்தர காண்ட நிகழ்ச்சிகள்; லவ - குசர்கள் வட, தென் கோசலங்களுக்கு அரசர்களாக முடிசூட்டப் படுவது; தன்னைப் பின் தொடர்ந்து வர விருப்பம் தெரிவிக்கிற விபீஷணனுக்கு ராமரின் அறிவுரை; ராமர் ஸரயூ நதியில் இறங்குவது; ப்ரம்ம தேவன் அவரைத் துதிப்பது; அவர் விஷ்ணுவாக தன்னுடைய இயல்பை அடைவது....

யுத்த காண்டத்தில், தசரதர் தோன்றி ராமரிடம் பேசுவது; தனக்கு ஏற்பட்டுள்ள மகிழ்ச்சியை அவர் வெளிப்படுத்துவது.

(உத்தர காண்டப் பகுதி தொடர்கிறது)

ராஜ்யத்தை விட்டுச் செல்ல ராமர் தீர்மானித்த பிறகு, லவன் வட கோசலத்திற்கும், குசன் தென் கோசலத்திற்கும் மன்னர்களாக முடி சூட்டப் பெற்றார்கள். இந்தச் செய்திகளை அறிவிக்கப் பெற்ற சத்ருக்னன், விரைந்து வந்து ராமரை நெருங்கி வணங்கி நின்று, ''நீங்கள் கூறியவாறே மதுரா மற்றும் வைதிசம் ஆகிய பிரதேசங்களுக்கு எனது இரண்டு மகன்களை மன்னர்களாக்கி விட்ட நான், உங்களைப் பின் தொடர்ந்து உங்களோடு வருவது என்ற முடிவோடு இங்கு வந்திருக்கிறேன். இதை நிராகரித்து ஒரு வார்த்தையும் பேச வேண்டாம் என்று கேட்டுக் கொள்கிறேன். உங்களுடைய வார்த்தையை மீறியவன்

என்ற பெயரை வாங்க நான் விரும்பவில்லை. ஆகையால் என்னுடைய வேண்டுகோளை ஏற்று, உங்களைப் பின் தொடர்ந்து வருவதற்கு அனுமதி அளிக்க வேண்டுகிறேன்'' என்று கூறிவிட்டான்.

இதற்கிடையில், நடந்த நிகழ்ச்சிகளைக் கேள்விப்பட்ட வானரர்களும், விபீஷணனைச் சார்ந்த அரக்கர்களும் அயோத்தியில் வந்து குவிந்தனர். ரிஷிகளும், கந்தர்வர்களும் வந்து சேர்ந்தனர். வானரர்களுக்குத் தலைமை தாங்கி அழைத்து வந்த ஸுக்ரீவன், ராமரைப் பார்த்து, ''மனிதர்களில் மேம்பட்டவரே! வாலியின் மகனாகிய அங்கதனுக்கு முடி சூட்டி மகிழ்ந்து விட்டு, உங்களைப் பின் தொடர்ந்து செல்வதற்கு ஆயத்தமாக நான் இங்கு வந்து சேர்ந்திருக்கிறேன்'' என்று தெரிவித்தான்.

அதே தீர்மானத்துடன் விபீஷணனும் அங்கே வந்து நிற்க, ராமர் அவனைப் பார்த்து, ''சூரிய – சந்திரர்கள் இருக்கும் வரை, இந்த பூமி இருக்கும் வரை நீ இலங்கையை ஆள்வாயாக! மக்களைப் பாதுகாப்பதே உன் கடமை. அதிலிருந்து நீ மீறக்கூடாது. இதற்கு மறுவார்த்தை பேச வேண்டாம். விபீஷணா! இக்ஷ்வாகு குல தெய்வமாகிய ஜகந்நாதனை நீ தொடர்ந்து வழிபட்டு வருவாயாக!'' என்று உத்தரவிட்டார்.

பின்னர் ஹனுமானைப் பார்த்து ராமர், ''இந்த பூமியில் வாழ்வது என்று தீர்மானித்த நீ, அதை நிறைவேற்றுவதுதான் முறையாக இருக்கும். என்னுடைய சரித்திரம் மனிதர்களால் பேசப்படுகிற காலம் வரை, நீ இந்த பூமியிலேயே வாழ்வாயாக!'' என்று கூறி அருளினார்.

அன்றைய இரவு கழிந்தது.

அடுத்த தினம் பொழுது விடிந்தவுடன் வசிஷ்டர், சாத்திரங்கள் கூறியபடி பல நியமங்களைச் செய்து முடித்தார். பரதன், சத்ருக்னன் மற்றும் மக்களில் பலர் பின் தொடர ராமர், ஸரயூ நதிக்கரைக்குச் சென்றார்.

அங்கே ப்ரம்ம தேவனும், மேலும் பல தேவர்களும், முனிவர்களும், தோற்றமளித்தார்கள்.

வால்மீகி ராமாயணம்

வானம் அசாதாரண ஒளியுடன் விளங்கியது.

நறுமணம் கமழ காற்று வீசியது.

தொடர்ந்து பூமாரி பொழிந்தது.

தெய்வ வாத்தியங்கள் முழங்கின.

ராமர் ஸரயூ நதியில் இறங்கினார்.

ப்ரம்ம தேவன் பேசினான்: ''விஷ்ணுவே! வருக! எல்லோருக்கும் நலமே விளையட்டும். உன் சகோதரர்களோடு மீண்டும், உன் இயல்பை அடைவாயாக! உன்னை அறிந்தவர் எவரும் இல்லை. நீ அறியத்தகாதவன். அழிவற்றவன்.''

இதைத் தொடர்ந்து ராமர் மீண்டும் விஷ்ணுவின் இயல்பை அடைந்தார்.

கந்தர்வர்களும், அப்சரஸ்களும், நாகர்களும், யக்ஷர்களும், அரக்கர்களும், தேவர்களும், இந்திரனும், அக்னியும், பெரிதும் மனம் மகிழ்ந்து, ''எல்லாம் நலமே! எல்லாம் நலமே'' என்று வாழ்த்தினர்.

ராமரைப் பின் தொடர்ந்து ஸரயூ நதியில் இறங்கியவர்கள் அனைவருக்கும் நல்லுலகம் கிட்டியது.

தேவர்களின் அம்சங்களைக் கொண்டு பூமிக்கு வந்த வானரர்கள் மீண்டும் பழைய நிலையை அடைந்தனர்.

ஸுக்ரீவன் சூரியனோடு இணைந்தான்.

அன்று ஸரயூ நதியில் நீராடியவர்களும் நல் வாழ்க்கை நடத்தி, பிறகு நல்லுலகம் எய்தினர்.

மூவுலகங்களிலும் இருக்கிற அசையும் பொருட்களிலும், அசையாப் பொருட்களிலும் வியாபித்து இருக்கிற மஹாவிஷ்ணு மீண்டும் தன் நிலையை எய்தினார்.

இவ்வாறாக வால்மீகி முனிவரால் இயற்றப்பட்டு, ரிஷிகளாலும், கந்தர்வர்களாலும் போற்றப்படுகிற ராமாயணம் என்கிற காவியம் முற்றுப் பெறுகிறது. இந்தக் காவியம் நீண்ட

ஆயுளைத் தரக்கூடியது. பாவத்தை விலக்கக்கூடியது. வேதங்களுக்கு நிகரானது. மகப்பேறு இல்லாதவர்களுக்கு மகப்பேறை அளிக்கவல்லது. வறுமையில் வாடுபவர்களுக்குச் செல்வத்தை அளிக்கவல்லது.

இதன் கால்பாகத்தை ஒருவன் படித்தாலும், அவன் எல்லாப் பாவங்களில் இருந்தும் விடுபடுகிறான். இதன் ஒரு ஸ்லோகத்தை ஒருவன் படித்தாலும், அவனுடைய பாவம் நீங்குகிறது. இதை முழுவதுமாகக் கேட்கிறவன் ஆயிரம் அச்வமேத யாகங்கள் செய்த பலனை அடைகிறான். இதைச் சொல்பவனும், கேட்பவனும் பாவங்கள் விலக்கப் பெற்றவர்களாக நற்கதி எய்துகிறார்கள்.

இதை கவனத்துடனும், அக்கறையுடனும் கேட்பவன் அறம், பொருள், இன்பம், வீடு - என்கிற நான்கு தர்மங்களும் நிறைவு பெற்றவனாக நற்கதி பெறுகிறான்.

இவ்வாறாக இந்த வரலாறு முடிவு பெறுகிறது. இதை அறிபவர்களுக்கு எல்லா நலன்களும் விளைவதாக! மஹா விஷ்ணுவின் அருள் அனைவருக்கும் கிட்டுவதாக!

(இப்படி வால்மீகி ராமாயணத்தில், உத்தர காண்டம் முடிகிறது.

கம்ப ராமாயணத்தில் உத்தர காண்டம் இல்லை. பட்டாபிஷேகத்துடன் தனது ராமாயணத்தைக் கம்பர் முடிக்கிறார். துளஸிதாஸரின் ராமாயணத்தில், உத்தர காண்டம் 'லவ - குச காண்டம்' என்ற பெயரில் இடம் பெறுகிறது. இது வால்மீகியின் உத்தர காண்டத்திலிருந்து பெரிதும் மாறுபடுகிறது. துளஸிதாஸரின் லவ - குச காண்டத்தை மிகச் சுருக்கமாகப் பார்ப்போம்.

அவதூறுக்குப் பயந்து ஸீதையைத் துறந்த ராமர், அதன் பின்னர் ஸீதையின் தங்கப் பிரதிமையை வைத்துக் கொண்டு, அச்வமேத யாகம் நடத்துகிறார். 'திறமையுள்ளவன் எவனோ, அவன் இந்தக் குதிரையைக் கைப்பற்றட்டும். அதைச் செய்ய இயலாதவர்கள், ஒன்று கப்பம் கட்ட வேண்டும் - அல்லது கானகத்திற்கு ஓட வேண்டும்' என்ற வாசகத்தை எழுதி, யாகக் குதிரையின் தலையில் கட்டி, அதை அவிழ்த்து விட்டார்கள்.

குதிரையைக் கைப்பற்ற அஞ்சி பலரும் அயோத்தி ஆட்சிக்குப் பணிந்த போது, காட்டில் குதிரையைக் கண்ட லவனும், குசனும் அதைக் கட்டிப் போட்டு விடுகிறார்கள். குதிரையைப் பின் தொடர்ந்து வந்த 60,000 வீரர்களைக் கொண்ட ராமரின் படையினர், அந்த இரண்டு சிறுவர்களாகிய லவனையும், குசனையும் பார்த்துக் குதிரையை விட்டு விடுமாறு கேட்கிறார்கள். ஆனால் சிறுவர்களோ யுத்தம் புரியுமாறு கூறுகிறார்கள். யுத்தம் நடக்கிறது. ராமரின் வீரர்கள் தோல்விகண்டு, அயோத்திக்கு ஓடி, செய்தியைத் தெரிவிக்கிறார்கள்.

இதையடுத்து ராமர், சத்ருக்னனை அனுப்பி, அந்தச் சிறுவர்களை வென்று, குதிரையை மீட்குமாறு உத்தரவிடுகிறார். சத்ருக்னனும் தோல்வி அடைகிறான். அவனைத் தொடர்ந்து ராமரால் அனுப்பப் பட்ட லக்ஷ்மணன், பரதன், அங்கதன், விபீஷணன், ஹனுமான் போன்ற பலரும் அந்தச் சிறுவர்களிடம் தோல்வி அடைகிறார்கள்.

இதை அடுத்து ராமரே புறப்படுகிறார். யுத்தம் நடந்த இடத்திற்கு வந்து சேர்ந்த அவர், அந்தச் சிறுவர்களைக் கண்டு, அவர்களுடைய பெற்றோர்கள் யார் என்று அவர்களிடமே விசாரிக்கிறார். அவர்கள் 'எங்கள் தாயார் ஸீதை; எங்களை வளர்த்தவர் வால்மீகி முனிவர்; எங்கள் தந்தையைப் பற்றிய விவரம் எங்களுக்குத் தெரியாது. எங்களுடைய பெயர்கள் லவன் – குசன்' என்று சொல்கிறார்கள்.

இதைத் தொடர்ந்து சிறுவர்கள் யுத்தத்தை மீண்டும் ஆரம்பிக் கிறார்கள். மீண்டும் ஸுக்ரீவன் முதலியோர் தோற்கிறார்கள். எல்லோரையும் வீழ்த்தி விட்டு, ராமரோடு யுத்தம் செய்ய அவரை நாடி வந்த போது, அவர் தனது தேரில் படுத்து உறங்கிக் கொண் டிருப்பதைப் பார்த்து, அந்தச் சிறுவர்கள் தயங்கி நின்று விட்டு, ஒரு முடிவுக்கு வந்தவர்களாக, சிறைப்படுத்தப்பட்ட குதிரையோடு சேர்த்து, ஹனுமான் முதலியோரையெல்லாம் இழுத்துக் கொண்டு ஸீதையின் முன் சென்று வணங்கி நிற்கிறார்கள்.

நடந்த விவரங்களை அறிந்த ஸீதை அதிர்ச்சியுற்று, சிறுவர்களைக் கண்டிக்கிறாள். "சத்ருக்னன், லக்ஷ்மணன், பரதன், ஹனுமான் முதலியோரையெல்லாம் தாக்கியதால், உங்கள் குலத்திற்கே நீங்கள் இழுக்குச் செய்திருக்கிறீர்கள்" என்று ஸீதை

கூற, வால்மீகி முனிவர் அவளுக்கு ஆறுதல் கூறி விட்டு, யுத்தம் நடந்த இடத்திற்குச் சிறுவர்களை அழைத்துச் செல்கிறார்.

வால்மீகி முனிவர், ராமரை உறக்கத்திலிருந்து எழுப்பி, நடந்த விவரங்களைக் கூறி, 'இந்த லவனும், குசனும் உன்னுடைய மகன்களே!' என்றும் சொல்கிறார்.

ராமர் பெரிதும் மனம் மகிழ்ந்து, சிறுவர்களை ஆறத் தழுவிக் கொள்கிறார். அதைத் தொடர்ந்து ஸீதை சத்தியப் பிரமாணம் செய்ய வேண்டும் என்று அவர் கூற, அவள் பூமாதேவி மீது சத்தியம் செய்ய, பூமாதேவி தோன்றி, தன்னுடன் ஸீதையை இணைத்தவாறு பூமிக்குள் சென்று விடுகிறாள்.

லவ – குசர்கள் யாகக் குதிரையைப் பிடிப்பது, அவர்களுடன் சத்ருக்னன், பரதன், லக்ஷ்மணன் ஆகியோர் போர் புரிவது, சிறுவர்களிடம் அனைவரும் தோற்பது... போன்ற நிகழ்ச்சிகள் வால்மீகி ராமாயணத்தில் இல்லை... ஆனால் துளஸிதாஸரின் ராமாயணத்தில் வருகிற இந்த நிகழ்ச்சிகள், சில திரைப்படங்களில் வந்து விட்டதாலோ என்னவோ – இவை பலர் அறிந்த நிகழ்ச்சிகளாக இருக்கின்றன. ஆனால் வால்மீகியின் காவியத்திற்கும், இவற்றுக்கும் சம்பந்தமில்லை.

துளஸிதாஸரின் ராமாயணத்தில் ஸீதையின் பூமிப் பிரவேசத்திற்குப் பின்னர், வால்மீகி ராமாயணத்தை ஒட்டிய மாதிரியே நிகழ்ச்சிகள் நடக்கின்றன. இறுதியில் ராமர் ஸரயூ நதி தீரத்திற்குச் சென்று, அங்கிருந்து மேலுலகம் செல்கிறார்.

துளஸிதாஸரின் ராமாயணக் காட்சிகள் சிலவற்றைப் பார்த்த நாம், இப்போது மீண்டும் வால்மீகி ராமாயணத்துக்கு வருவோம். ஸீதை பூமியினுள் பிரவேசித்து விடுவது, ராமர் முதலானோர் மறைவது போன்ற நிகழ்ச்சிகளைக் கூறி, நெஞ்சில் சுமையை உண்டாக்குகிற வகையில் உத்தர காண்டம் முடிவதாலோ என்னவோ – பெரியவர்கள் பலர் ராமாயணம் சொல்லும்போது, பட்டாபிஷேகத்துடனேயே முடித்து விடுகிறார்கள். அதே வழியைப் பின் தொடர்ந்து – ஏற்கெனவே சில முறைகள் நாம் கூறிவிட்ட மாதிரி, நாமும், பட்டாபிஷேகத்துடன் இந்தத் தொடரை முடிக்க இருப்பதால், மீண்டும் யுத்த காண்ட நிகழ்ச்சிகளுக்குச் செல்வோம்.

யுத்த காண்டம்

ஸீதையின் அக்னிப் பிரவேசத்திற்குப் பிறகு, ப்ரம்ம தேவன் ராமரைப் பார்த்து பேசிய பின்னர், பரமசிவன் தோன்றி, ராமரோடு பேசுகிறார். அதைத் தொடர்ந்து தசரதர் அங்கே காட்சியளிக்கிறார். அந்தக் கட்டத்திற்கு மீண்டும் செல்வோம்.)

பரமசிவன் கூறியவாறே, ஒரு தெய்வீக ரதத்தின் மீது அமர்ந்து அப்போது அங்கே காட்சியளித்த தசரதர், ராமரை ஆறத்தழுவி, தன் மடி மீது அமர்த்தி மகிழ்ந்தார். ''ராமா! உன்னிடமிருந்து பிரிந்திருந்த காரணத்தினால் ஸ்வர்க்கமோ, தேவர்கள் எனக்களித்த ஆசிகளோ எனக்குப் பெரிதாகத் தெரியவில்லை. இப்போது உன்னைக் கண்டவுடன் நான் அடையும் மகிழ்ச்சிதான் எனக்குப் பெரிது. கைகேயி உன்னைக் காட்டுக்கு அனுப்ப வேண்டும் என்று கூறிய வார்த்தைகள் இன்னமும் என் மனதை விட்டு அகலவில்லை. ஆனால் இப்போது லக்ஷ்மணனுடன் சேர்ந்து உன்னைக் கண்டதால் என்னுடைய மனம் திருப்தியடைந்தது. என் துயரம் விலகியது.

''நீதான் புருஷோத்தமன் என்பதையும் இப்போது நான் உணர்ந்தேன். ராவணனை அழிக்க வேண்டும் என்பதற்காக தெய்வங்களால் நிச்சயிக்கப்பட்டவாறு நீ இங்கு வந்தாய் என்பதும் எனக்குப் புரிகிறது. எதிரிகளை வதைப்பவனே! நீ அயோத்திக்குத் திரும்புவதால் கௌஸல்யை பேரானந்தம் பெறுவாள். நீ அயோத்திக்குத் திரும்பி இந்த பூமியின் அரசனாக, முடி சூட்டப்படுவதை காணப் போகிறவர்கள் அனைவரும் பெரும் பாக்கியசாலிகள். உன் சார்பாகவே நின்று, நன்னடத்தையிலிருந்து சற்றும் விலகாத பரதனோடு நீ இணையப் போவது எனக்குப் பெரும் மகிழ்ச்சியைத் தருகிறது.

''உன்னுடைய பதினான்கு வருட வனவாசம் முடிவடைந்தது; கைகேயிக்கு நான் கொடுத்த வரத்தை நீ நிறைவேற்றினாய்; ராவணன் யுத்தகளத்தில் மாண்டதால், தேவர்கள் மகிழ்ந்தனர்; இவ்வாறு பெரும் சாதனை புரிந்து நீ ஈடு இணையில்லாத புகழை அடைந்தாய்! அயோத்தி மன்னனாக நீண்ட நெடுங்காலம் உன் சகோதரர்களோடு இணைந்து நீ வாழ்வாயாக!''

6. யுத்த காண்டம்

அத்தியாயம் – 45

ராமர் அயோத்திற்குப் புறப்பட்டார்!

> தசரதரிடம் ராமர் வைத்த வேண்டுகோள்; லக்ஷ்மணனையும், ஸீதையையும் தசரதர் வாழ்த்துவது; யுத்தத்தில் உயிர் இழந்த வானரர்கள் மீண்டும் உயிர் பெறுமாறு இந்திரன், ராமருக்கு வரமளிப்பது; புஷ்பக விமானத்தில் ஏறி விபீஷணன், ஸுக்ரீவன், ஹனுமான் ஆகியோரோடு ராம - லக்ஷ்மணர்களும், ஸீதையும் அயோத்திக்குப் புறப்படுவது...

தசரதர் பேசியவுடன், ராமர், இரு கரம் குவித்து, தந்தையைப் பார்த்து, "கைகேயியிடமும், பரதனிடமும் நீங்கள் கருணை காட்ட வேண்டும் என்று கேட்டுக் கொள்கிறேன். எது முறையானது என்பதை சந்தேகமற அறிந்தவரே! கைகேயியையும், அவளுடைய மகனாகிய பரதனையும் விலக்கி விடுவதாக நீங்கள் முன்பு சொன்னீர்கள். அந்தக் கடுமையான சாபத்திலிருந்து அவர்கள் இருவரையும் நீங்கள் விடுவிக்க வேண்டும்" என்று கேட்டுக் கொண்டார்.

"அப்படியே ஆகட்டும்!" என்று மனநிறைவோடு கூறி சம்மதம் தெரிவித்த தசரதர், அதன் பின்னர் லக்ஷ்மணனை ஆரத்தழுவி சில வார்த்தைகள் கூறினார். "ராமனுக்கும், ஸீதைக்கும் வனத்திலிருந்து பணிவிடை செய்து நீ பெரும் புண்ணியத்தைப் பெற்றாய்; அதன் மூலம் நான் பரிபூரண திருப்தியை அடைந்தேன். ராமனும், நீயும் பெரும் புண்ணியத்தையும், ஈடில்லா புகழையும் பெறுவீர்கள். தர்மத்தின் பாதையை அறிந்தவனே, லக்ஷ்மணா! ராமனுக்குத்

தொடர்ந்து பணிவிடை செய்வாயாக! உனக்கு நலமே விளையட்டும். ராமன் சித்தர்களாலும், தேவர்களாலும் பாராட்டப்படுகிறான். அவனே புருஷோத்தமன் என்று ரிஷிகளும் வணங்குகிறார்கள். ராமனை புலப்படாதவன் என்றும், அழிவற்றவன் என்றும் ப்ரும்ம தேவனே போற்றி கொண்டாடுகிறான். இப்படிப்பட்ட ராமனுக்குப் பணிவிடை செய்துள்ள நீ, அடைந்துள்ள புகழுக்கு ஈடு இணை கிடையாது.''

லக்ஷ்மணனைப் பார்த்து இவ்வாறு கூறி விட்டு தசரதர், ஸீதையைப் பார்த்து, ''என் மகளே!'' என்று கூறி அவளை அழைத்துச் சொன்னார்: ''இங்கு நடந்த நிகழ்ச்சி உன் மனதில் எந்த விதமான வருத்தத்தையும் உண்டாக்கக் கூடாது. உன் மீது அளவு கடந்த அன்பு வைத்திருக்கும் ராமன், உன்னுடைய தூய்மை அனை வருக்கும் தெரிய வேண்டும் என்பதற்காகவே, இவ்வாறு செய்தான். செய்வதற்கரிய சாதனையான அக்னிப் பிரவேசத்தை இங்கே நீ செய்ததால், மற்ற எல்லாப் பெண்மணிகளையும் விட, பெரும் புகழ் படைத்தவளாக விளங்குவாய்! கணவனுக்குப் பணிவிடை செய்யும் விஷயத்தில், நான் சொல்லி எதையும் நீ தெரிந்து கொள்ள வேண்டிய அவசியம் இல்லை என்றாலும், அவனே உனக்கு தெய்வம் என்பதை நினைவுபடுத்த உனக்கு நான் கடமைப் பட்டிருக்கிறேன்.''

இப்படிக் கூறிய தசரதர் அதன் பின்னர், தான் வந்த தெய்வீக ரதத்தில் ஏறி, மேலுலகை அடைந்தார்.

(ஸீதையின் அக்னிப் பிரவேசம் மற்றும் அதைத் தொடர்ந்து வருகிற நிகழ்ச்சிகள் ஆகியவை கம்ப ராமாயணத்தில் பெரும்பாலும் வால்மீகி ராமாயணத்தை ஒட்டியே அமைந்திருக்கின்றன. தசரதர் தோன்றி ராமர் முதலானவர்களோடு பேசுகிறபோது, ஸீதையிடம் அவர் 'தங்கத்தை நெருப்பில் போட்டு காய்ச்சுவது, அந்தத் தங்கத்தினுடைய மாசற்ற தன்மையைக் காட்டுவதற்கே பயன்படும் என்கிற இந்த விஷயத்தை நீ மனதில் கொள்வது நல்லது. சிறந்த நற்குணங்கள் படைத்த ராமன் - உனது கற்பின் சிறப்பைப் பின்னொரு சமயம் இப்படி எடுத்துக் காட்டுவது அரிதாக இருக்கும் என்று எண்ணியே, நீ கற்பின் அரசி என்பதை இந்த நேரத்தில்

நிரூபித்தான்' என்று சொல்வதாக கம்பர் எழுதியிருக்கிறார். அந்தப் பாடல் :

''பொன்னைத் தீயிடைப் பெய்தல் அப் பொன்னுடைத் தூய்மை
தன்னைக் காட்டுதற்கு'' என்பது மனக் கொளல் தகுதி;
உன்னைக் காட்டினன், ''கற்பினுக்கு அரசி'' என்று,''உலகில்,
பின்னைக் காட்டுவது அரியது'' என்று எண்ணி,இப்பெரியோன்.

தசரதரிடம் ராமர், கைகேயியையும், பரதனையும் மன்னித்து அங்கீகரிக்குமாறு கேட்கிறபோது, கைகேயியின் மீது தான் கொண்ட கோபம் எளிதில் நீங்காது என்று தசரதர் வாதாடுகிறார். 'வரங்களைத் தரும் ராமா! கேள்! – என்று தசரதன் கூறி – குற்றமற்ற பரதன் நீ கேட்டபடி அங்கீகாரத்தைப் பெறத் தக்கவன். ஆனால் உனக்கு முடி சூட்ட முடியாமல் தடுத்து, இந்தத்தவ வேடத்தை உனக்கு அளித்த அந்தப் பாவி கைகேயியின் மீது நான் கொண்ட கோபமானது, நிச்சயமாக நீங்காத ஒன்றாகும் என்று ராமரைத் தழுவிய கைகள் நழுவ தசரதன் பேசினான்' என்று கம்பர் கூறுகிற பாடல் :

'வரத கேள்!' எனத் தயரதன் உரை செய்வான்; 'மறு இல்
பரதன் அன்னது பெறுக! தான் முடியினைப் பறித்து, இவ்
விரத வேடம் மற்று உதவிய பாவிமேல் விளிவு
சரதம் நீங்கலதாம்' என்றான், தழீஇய கை தளர,

பின்னர் ராமர் மீண்டும் ஒருமுறை கேட்டுக் கொள்ள, தசரதன் தனது கோபத்தை விட்டு விட சம்மதிக்கிறார். இதைத் தொடர்ந்து வால்மீகி ராமாயணத்தில் இல்லாத ஒரு விஷயத்தை கம்பர் கூறுகிறார். ராமரைப் பார்த்து, தேவர்கள் 'வெற்றி பெற்ற வீரனே! நீ இன்றைக்கே புறப்பட்டுப் போய் பரதனோடு சேரவில்லை என்றால், அவன் அக்னியில் வீழ்ந்து உயிரை விடுவான். அவ்வாறு அவன் இறப்பதைத் தடுப்பதற்காக, நீ இப்போதே அயோத்தி போக வேண்டும்' என்று சொல்வதாக கம்ப ராமாயணம் கூறுகிறது.)

தசரதர் சென்ற பிறகு இந்திரன், ராமரைப் பார்த்து, ''ராமா! நீ எங்களைக் கண்டது வீணான நிகழ்ச்சியாகப் போய் விடக் கூடாது. நீ கேட்பதைச் செய்ய நான் காத்திருக்கிறேன். ஆகையால் உன் மனதில் இருப்பதைக் கேட்பாயாக!'' என்று கூறினான்.

வால்மீகி ராமாயணம்

ராமர், பணிவோடு பேசினார் : "எனக்காகத் தங்கள் சக்தி முழுவதையும் காட்டிப் போரிட்டு, யுத்தகளத்தில் உயிர் நீத்த வானரர்கள் அனைவரும் மீண்டும் உயிரோடு திரும்ப வேண்டும் என்பதே நான் கேட்கும் வரம். பெரும் வீரர்களான அவர்கள், எனக்காக அவர்கள் உயிரையும் மதிக்காமல் போரிட்டு மடிந்தனர். உன்னுடைய அருளால் அவர்கள் முழு ஆரோக்கியத்துடன், மீண்டும் உயிர் பெற வேண்டும் என்பதே என் விருப்பம்" என்று கேட்டுக் கொண்டார்.

"கொடுப்பதற்கு மிகவும் அரிய வரத்தை நீ கேட்டு விட்டாய்" என்று பதில் கூற ஆரம்பித்த இந்திரன், மேலும் சொன்னான்: "ஆனால் இதுவரை நான் சொன்ன வார்த்தை தவறியதில்லை. ஆகையால் நீ கேட்டதும் நடக்கும். யுத்தகளத்தில் உன் பொருட்டு போரிட்டு மடிந்தவர்கள் மீண்டும் உயிர் பெறட்டும். அவர்களுடைய உறவினர்களுடனும், நண்பர்களுடனும் அவர்கள் மீண்டும் இணையட்டும்."

இவ்வாறு இந்திரன் வரமளித்தவுடன் போரிலே விழுந்து மடிந்து விட்ட வானரர்கள், உடலில் ஒரு காயத்தின் சுவடு கூட இல்லாமல் மீண்டும் உயிர் பெற்று எழுந்தனர். உறக்கம் கலைந்து எழுந்த மாதிரி அவர்கள் எழுந்து வந்ததைக் கண்டு அனைவரும் மகிழ்ந்தனர். அங்கே ஏற்பட்ட மகிழ்ச்சிகரமான காட்சிகளைக் கண்டு, திருப்தியுற்ற தேவர்கள், ராமரைப் பார்த்து, "நீ மீண்டும் அயோத்திக்குப் புறப்படுவாயாக! உன்னிடமிருந்து பிரிய நேரிட்டதன் காரணமாக கடும் விரதங்களை மேற்கொண்டிருக்கும் பரதனையும், சத்ருக்னனையும், உன்னுடைய தாயார்களையும் மகிழ்விக்கும் வகையில் விரைவில் அயோத்திக்குச் செல்வாயாக! அயோத்தி மக்கள் திருப்தியுறுவார்களாக!" என்று கூறி மறைந்தனர்.

அடுத்த தினம் விபீஷணன் ராமரை அணுகி, "உங்களுக்காக புனிதமான நீர் கொண்டு வரப்பட்டிருக்கிறது. வாசனை திரவியங்களும், புதிய ஆடைகளும், ஆபரணங்களும், சந்தனக் குழம்பும் தயாராக இருக்கின்றன. நீங்கள் நீராடி நல்லாடை உடுத்தி, ஆபரணங்களை அணிந்து, எல்லோரையும் மகிழ்விக்கக் கோருகிறேன்" என்று கேட்டுக் கொண்டான்.

யுத்த காண்டம்

ராமர், ''விபீஷணா! ஸுக்ரீவனுக்கும், அவனைச் சார்ந்த வானரர்களுக்கும் இந்த வசதிகளைச் செய்து தருவாயாக! என்னைப் பொறுத்த வரையில், நான் பரதன் நினைவாகவே இருக்கிறேன். வசதியாக செல்வத்திலே திளைத்து வாழ வேண்டிய அவன், என் பொருட்டுக் கடும் விரதங்களை மேற்கொண்டு, தன்னையே சோதனைக்குள்ளாக்கிக் கொண்டிருக்கிறான். நான் உடனே அவனைக் காண விரும்புகிறேன். நான் விரைவில் அயோத்தி செல்ல என்ன வழி? அதைச் சொல்! நான் வந்தது போலவே மீண்டும் கால்நடையாகவே அயோத்தி திரும்புவது என்றால், அதற்கு நெடு நாட்களாகி விடும். அதுவரை பரதனின் துன்பத்தை நீடிக்க நான் விரும்பவில்லை'' என்று சொன்னார்.

''ஒரே நாளில் அயோத்தி திரும்புவதற்கு நான் வழி செய்கிறேன்'' என்று கூறிய விபீஷணன் மேலும் சொன்னான் : ''ராவணனால் அபகரித்து வரப்பட்ட, குபேரனின் புஷ்பக விமானம், இப்போது என் வசத்தில்தானே இருக்கிறது! அதில் அமர்ந்து நீங்கள் வெகு விரைவில் அயோத்தியைச் சென்று அடைந்து விடலாம். என்னிடம் உங்களுக்குக் கொஞ்சமாவது அன்பு இருந்தால், ஒரு சில நாட்களாவது இங்கே தங்கி, என்னை மகிழ்வித்துச் செல்ல வேண்டும் என்று கேட்டுக் கொள்கிறேன். இது என்னுடைய அன்பின் காரணமாக நான் உங்கள் முன் வைக்கும் வேண்டுகோள். நான் உங்களுடைய பணியாள். ஆகையால் உங்களை நிர்பந்திக்கும் சக்தியற்றவன்.''

''உன்னால் நான் கௌரவிக்கப்பட்டவனாகிறேன்'' என்று கூறிய ராமர், தொடர்ந்து சொன்னார். ''நீ எனக்கு நல்ல ஆலோசனைகளைக் கூறினாய். யுத்தகளத்தில் போர் புரிந்தாய். இவற்றையெல்லாம் விட மேலாக, உன்னுடைய நட்பையே நீ எனக்குத் தந்தாய். ஆகையால் உன்னுடைய விருப்பத்திற்கு மாறாக நடப்பது என்பதை என்னால் நினைத்தும் பார்க்க முடியாது. ஆனால் என்னுடைய மனமோ பரதனைப் பார்க்கத் துடிக்கிறது. என்னை எப்படியாவது அயோத்திக்குத் திரும்பி அழைத்துச் சென்று விட வேண்டும் என்பதற்காக அவன் சித்ரகூடத்திற்கு வந்தான். ஆனால், அப்போது அவன் கேட்டுக் கொண்டதைச் செய்ய

என்னால் இயலவில்லை. என்னுடைய தாயார்களான கௌஸல்யை, ஸுமித்திரை, கைகேயி ஆகியோரும், என்னுடைய நண்பனாகிய குகனும், அயோத்தி மக்களும் என்னைப் பார்க்க ஆவலாக இருப்பார்கள். ஆகையால் நீ எனக்கு விடை கொடுக்கு மாறு நான் உன்னைக் கேட்டுக் கொள்கிறேன். நீ எனக்கு எவ்வளவோ கௌரவம் செய்து விட்டாய். ஆகையால் உனக்கு ஏமாற்றம் அளித்தேன் என்ற நினைப்பை என்னால் தாங்க முடியாது. உன்னை நான் கேட்டுக் கொள்கிறேன். நீ கூறிய மாதிரி உன் புஷ்பக விமானத்தில் நான் செல்வதற்கு உடனே ஏற்பாடு செய்து தருவாயாக!''

ராமர் கேட்டுக் கொண்டபடி செயல்பட சம்மதித்த விபீஷணன், மிகவும் சிறப்பு வாய்ந்த புஷ்பக விமானம் புறப்படுவதற்கான ஏற்பாடுகளைச் செய்தான். பின்னர் மிகவும் மரியாதையுடன் ராமரை வணங்கி நின்று, மேலும் தான் என்ன செய்ய வேண்டும் என்று விபீஷணன் கேட்க, ராமர், ''தங்களுக்கு நேர இருந்த ஆபத்துக்களைப் பற்றி சற்றும் கவலைப்படாமல் போர்க்களத்தில் எனக்காகப் பல சாகசங்களைப் புரிந்த வானரர்களுக்கு, தங்கத்தையும், மேலும் பல ஆபரணங்களையும், பரிசுகளையும் அளித்து, அவர்களைக் கௌரவிக்க வேண்டும் என்று கேட்டுக் கொள்கிறேன்'' என்று கூறினார்.

விபீஷணனும் அவ்வாறே செய்து வானரர்களை மகிழ்வித்தான். அப்போது ராமர் அவர்களையெல்லாம் பார்த்து, ''நண்பர்களே! நீங்கள் பெரும் சாதனை புரிந்தீர்கள். இப்பொழுது உங்கள் விருப்பப்படி நீங்கள் எங்கு வேண்டுமானாலும் செல்லலாம். ஸுக்ரீவா! தீய நடத்தையைக் கண்டு அஞ்சுபவனே! உன்னுடைய அன்பின் காரணமாகவே நீ பெரும் காரியங்களைச் செய்து முடித்தாய். உன்னுடைய படை பின் தொடர, நீ கிஷ்கிந்தை செல்லலாம். விபீஷணா! இலங்காபுரியை நல்ல முறையில் ஆண்டு வருவாயாக! இந்திரன் உட்பட தேவர்களாலும் கூட, உன்னை எதிர்க்க முடியாது. நண்பர்களே! நான் அயோத்திக்குத் திரும்புகிறேன். உங்களிடமிருந்து விடை பெற விரும்புகிறேன்'' என்று கூறினார்.

யுத்த காண்டம்

ஆனால் விபீஷணனும், ஸுக்ரீவனும், வானரர்களும், இருகரம் கூப்பி ராமரைப் பார்த்து, "உங்களோடு அயோத்திக்குச் செல்லவே நாங்களும் விரும்புகிறோம். அங்கே கௌஸல்யை தேவியிடம் ஆசி பெற்று, நீங்கள் மன்னராக முடி சூட்டப்படும் அந்த பட்டாபிஷேகக் காட்சியைக் கண்டு விட்டு, நாங்கள் மீண்டும் எங்கள் இடங்களுக்குத் திரும்பி விடுகிறோம். இதற்கு நீங்கள் அனுமதி தர வேண்டும்" என்று கேட்டுக் கொண்டனர்.

ராமர், "என் நண்பர்களாகிய உங்களோடு நான் அயோத்தி திரும்புவது என்பது, விரும்பத்தக்கன எல்லாவற்றையும் விட, அதிகமாக விரும்பத்தக்கதாக இருக்கும். ஆகையால் விபீஷணா! ஸுக்ரீவா! வானரர்களே! எல்லோரும் புஷ்பக விமானத்தில் என்னுடன் ஏறி அமர்வீர்களாக!" என்று கூறினார்.

ராமர், லக்ஷ்மணன், ஸீதை ஆகியோரோடு விபீஷணன், ஸுக்ரீவன், ஹனுமார், வானரர்கள் எல்லோரும் ஏறி அமர்ந்து கொள்ள, புஷ்பக விமானம் பெரும் சப்தத்தை எழுப்பிக் கொண்டு புறப்பட்டது.

6. யுத்த காண்டம்

அத்தியாயம் – 46

விமானப் பயணம்

புஷ்பக விமானம் பறந்து செல்லும்போது, யுத்தம் நடந்த இடத்தை ராமர், ஸீதைக்குக் காட்டுவது; அதைத் தொடர்ந்து, மற்ற இடங்களையும் காட்டி, தாங்கள் கட்டிய அணையையும் காட்டுவது; அந்த இடத்தில்தான் மஹாதேவனின் அருள் தனக்குக் கிட்டியது என்றும் ராமர், ஸீதையிடம் சொல்வது; கிஷ்கிந்தையில் விமானம் இறங்கி, வானரப் பெண்மணிகளையும் ஏற்றிக் கொண்டு, மீண்டும் புறப்படுவது; பரத்வாஜ முனிவரின் ஆச்ரமத்திற்கருகில் விமானம் இறங்குவது; முனிவரை ராமர் வணங்குவது...

புஷ்பக விமானம் வானவீதியில் வெகு விரைவாகப் பறந்துசென்று கொண்டிருந்த போது, ராமர் நாலாபுறமும் பார்த்து விட்டு, சந்திரனையொத்த முகம் கொண்ட ஸீதையைப் பார்த்துப் பேசத் தொடங்கினார். ''விச்வ கர்மாவினால் அமைக்கப்பட்டதும், கைலாய மலையை ஒத்திருக்கும் திரிகூட மலையின் மீது நிலை கொண்டிருப்பதுமான, அழகிய இலங்கை நகரத்தைப் பார்! வானரர்கள் மற்றும் அரக்கர்களிடையே பெரும் நாசத்தை விளைவித்து மாமிசமும் ரத்தமும் கொண்ட சேற்று நிலமாகக் காட்சியளிக்கும் யுத்தகளத்தைப் பார்! ப்ரம்மனிடம் வரம் பெற்றவனும், எல்லோரையும் துன்புறுத்திக் கொண்டிருந்தவனு மாகிய ராவணனை நான் வீழ்த்திய இடம் அதோ தெரிகிறது பார்!''

இவ்வாறு கூறத் தொடங்கிய ராமர், அதைத் தொடர்ந்து யுத்தகளத்தில் எந்தெந்த இடத்தில், யார் யாரால், அரக்கர்களில் முக்கியமானவர்கள் வீழ்த்தப்பட்டார்கள் என்பதையும் ஸீதைக்குக் காண்பித்தார். அதையும் அடுத்து மண்டோதரி கதறி அழுத இடத்தையும் அவளுக்குச் சுட்டிக் காட்டினார். பின்னர் இலங்கைக் கடற்கரையில் தங்களுடைய படை வந்து இறங்கிய இடத்தையும் ஸீதைக்கு ராமர் காண்பித்தார்.

அதற்குப் பிறகு, விமானம் தொடர்ந்து பறந்து கொண்டிருக்கையில் ராமர், ''பேரழகு படைத்தவளே ஸீதா! உன்னை மீட்பதற்காகக் கடலின்மீது நாங்கள் கட்டிய நளசேது என்ற அணை அதோ தெரிகிறது பார்! எங்கும் வியாபித்திருக்கும் மஹாதேவன், அணை கட்டுவதற்கு முன்பாக எனக்கு அருள் புரிந்த இடம் இதுதான். இந்தக் கடற்கரையில் உள்ள இந்தப் புனிதமான இடம் சேதுபந்தனம் என்று அழைக்கப்பட்டு, மூவுலகத்திலும் கொண்டாடப்படும். எல்லாப் பாவங்களையும் நாசம் செய்து விடக் கூடிய புனிதத்தன்மை வாய்ந்த இடமாக இது திகழும்'' என்று கூறி விட்டு, அதைத் தொடர்ந்து, விபீஷணன் தன்னிடம் வந்த சேர்ந்த இடம், வாலி தன்னால் கொல்லப்பட்டு வீழ்ந்த இடம் போன்ற பல இடங்களையும் ஸீதைக்குக் காண்பித்துக் கொண்டே சென்றார்.

(ராமாயணத்தில் வருகிற இந்தக் கட்டம் பற்றி தீராத ஒரு தர்க்கம் இன்றுவரை தொடர்ந்து வருகிறது.

ராமேஸ்வரத்தில் ராமர், ஒரு சிவலிங்கத்தைப் பிரதிஷ்டை செய்து, அதை வணங்கி, பரமசிவனின் அருள் பெற்று, பாலத்தைக் கட்டி, கடலைக் கடந்தார் – என்ற ஒரு நம்பிக்கை உண்டு. ஆனால் இப்படி எதுவும் நடந்ததாக வால்மீகி ராமாயணத்தில் குறிப்பிடப்பட வில்லை. மேலே சொல்லியிருப்பது போல, 'இந்த இடத்தில்தான் மஹாதேவன் எனக்கு அருள் புரிந்தார்' என்று மட்டுமே ராமர், ஸீதையிடம் கூறுகிறார். அவர் சுட்டிக் காட்டிய இடம் இலங்கைக் கடற்கரையா, அல்லது ராமர் அணை கட்டத் தொடங்கிய – மறுபுறம் உள்ள கரையா என்பது பற்றிக் கூட தர்க்கவாதங்கள் தொடர்கின்றன. இலங்கைக் கடற்கரையை ராமர் சுட்டிக் காட்டி, 'இங்குதான் மஹாதேவன் எனக்கு அருள் புரிந்தார்' என்று கூறியிருந்தால், அது

அணை கட்டுவதற்குப் பரமசிவன் ராமருக்கு அருளியதாக ஆகாது. ஏனென்றால் அணை கட்டத் தொடங்கியது மறுபுறத்தில்.

ராமர், லிங்கப் பிரதிஷ்டை செய்து அதை வணங்கி அருள் பெற்றார் என்று கூறுபவர்கள், 'விமானம் வேகமாகப் பறந்து சென்று கொண்டிருக்கிறது; ஒவ்வொரு இடமாக ராமர், ஸீதைக்குக் காட்டிக் கொண்டே செல்கிறார். இலங்கைக் கடற்கரையில் வந்து இறங்கிய இடத்தைக் காட்டினார்; அதைத் தொடர்ந்து அணையைக் காட்டினார்; அதைத் தொடர்ந்து அது கட்டப்படத் தொடங்கிய இடத்தைக் காட்டினார்; அங்கு மஹாதேவனின் அருள் கிட்டியது என்றும் காட்டினார்' என்று சொல்கிறார்கள்.

மஹாதேவன் என்பதே பரமசிவனைக் குறிக்கவில்லை என்று கூறுகிறவர்களும் உண்டு. ஆனால், பரமசிவன்தான், தசரதரை ராமர் முன் காட்சியளிக்கச்செய்தார் என்பது தெளிவாகவே ராமாயணத்தில் கூறப்பட்டிருக்கிறது. அந்த இடத்தில் பரமசிவனை வால்மீகி முனிவர், மஹாதேவன் என்றே தனது காவியத்தில் குறிப்பிடுகிறார். ஆகையால் இந்த இடத்திலும்கூட மஹாதேவன் என்று ராமர் குறிப்பிட்டது பரமசிவனைத்தான் என்று அர்த்தம் செய்து கொள்வதில் தவறில்லை.

ஆனால் 'மஹாதேவனின் அருள் கிட்டியது' என்றுதான் ராமர் சொல்கிறாரே தவிர – 'நான் லிங்கப் பிரதிஷ்டை செய்து, அதற்குப் பூஜை செய்து, மஹாதேவனின் அருள் பெற்றேன்' என்று சொல்லவில்லை. அதே சமயத்தில், காலம் காலமாக ராமேஸ்வரத்தில் ராமர், லிங்கப் பிரதிஷ்டை செய்து பூஜை செய்தார் என்று நம்பிக்கை தொடர்ந்து வருகிறது. வால்மீகி ராமாயணத்தில் குறிப்பிடப்படாத இந்த விஷயம் பின் எப்படி ஒரு நம்பிக்கையாக வளர்ந்தது?

இதற்கு இரண்டு காரணங்கள் இருக்கலாம். துளஸிதாஸரின் ராமாயணத்தில் இவ்விஷயம் பற்றி வருகிற விவரத்தை நாம் ஏற்கெனவே யுத்த காண்டத்தின் 8-ஆவது அத்தியாயத்தில் பார்த்தோம்... "வார்த்தைகளால் வர்ணிக்கப்பட முடியாத அளவுக்கு அழகு நிரம்பிய இந்த இடத்தில், சிவலிங்கம் பிரதிஷ்டை செய்ய நான் விரும்புகிறேன்" என்று ராமர் கூற, ஸுக்ரீவன் வானரர்களை அனுப்பி, மஹரிஷிகள் சிலரை அழைத்து வரச் செய்ய, அவர்களைக்

கொண்டு, அவர்கள் முன்னிலையில் சிவலிங்கத்தை ராமர் அங்கே பிரதிஷ்டை செய்தார். "பரமசிவனை ஏற்காதவன் என்னைப் பூஜிப்பதால் ஒரு போதும் மேன்மையை அடைய மாட்டான். சிவனை அலட்சியம் செய்கிறவன் என்னை அடைந்து விட நினைத்தால், அவன் அறிவில்லாதவன். சிவனை ஆராதித்து, என்னை ஏற்க மறுப்பவர்களும் சரி, என்னை ஏற்று சிவனை மறுப்பவர்களும் சரி, ஒரு யுக காலம் நரகத்தில் வீழ்வார்கள்; இந்த ராமேஸ்வரத்திற்கு யாத்திரை மேற்கொள்பவர்கள் உயிர் நீங்கியவுடன் என் உலகத்தை வந்து அடைவார்கள்; கங்கையிலிருந்து நீர் கொண்டு வந்து, அதை இங்கே சிவலிங்கத்தின் மீது அபிஷேகம் செய்பவன் மோட்சத்தை அடைவான்' என்று ராமர் கூறினார்..." என்று துளஸிதாஸரின் ராமாயணம் கூறுகிறது.

சரி. துளஸிதாஸர் ஏன் இந்த மாதிரி விவரங்களைக் கொடுத்தார்? அதற்கும் ஒரு காரணம் கூறலாம். ஸ்காந்த புராணத்தில் சொல்லப்பட்டிருக்கிற ஒரு விவரம் ஒரு ராமாயண விளக்கப் புத்தகத்தில் காணப்படுகிறது... 'முனிவர்களைப் பார்த்து ராமன், தான் ராவணனைக் கொன்ற பாவத்தைப் போக்கிக் கொள்வதற்கு, பிராயச்சித்தம் செய்வதற்கு ஒரு வழியைச் சொல்லுமாறு கேட்டுக் கொள்கிறான். முனிவர்கள் அவர்கள் அப்போது இருந்த மஹேந்திர மலையில், மஹாதேவனை ப்ரதிஷ்டை செய்து பூஜித்தால், ராமரின் பாபம் நீங்கும் என்று சொல்ல, ராமர் சிவலிங்கம் ஒன்றைக் கொண்டு வருமாறு கூறி, ஹனுமானை அனுப்பினார். ஹனுமான் வர தாமதமாகிறது. அப்போது முனிவர்கள், காலதாமதம் ஆவதால், ஸீதையைக் கொண்டே மணலால் ஒரு லிங்கத்தைச் செய்யச் சொல்லி, அதைப் பிரதிஷ்டை செய்து பரமசிவனை ஆராதிக்குமாறு ராமரிடம் கூறினார்கள். ஆனி மாதம், சுக்ல பக்ஷம், ஸப்தமி திதி, புதன்கிழமை, ஹஸ்த நக்ஷத்திரத்தில், கன்னியில் சந்திரனும், ரிஷபத்தில் ரவியும் கூடிய பத்து யோகமும் சேர்ந்த நாளில், மஹாதேவனைப் பிரதிஷ்டை செய்து ராமர் பூஜித்தார். அது தற்காலம் ராமேஸ்வரம் என்று வழங்கும் க்ஷேத்திரமாகும். தனுஷ்கோடி என்ற இடம் சேது என்கிற அந்த அணையைக் கட்டிய இடமாகும்... பரமசிவன் 'ராமா! உன்னால் ப்ரதிஷ்டை செய்யப்பட்ட இந்த லிங்கத்தை யார் வழிபடுகிறார்களோ, அவர்கள் எல்லாவிதமான பாவங்களிலிருந்தும் விடுபடுவார்கள். மேலும் தனுஷ்கோடியில்

ஸ்நானம் செய்தால் எல்லாப் பாவங்களும் நீங்கும். ராமேஸ்வரத்தில் இந்த ராமலிங்கத்தைத் தரிசனம் செய்தால் எல்லாப் பாகங்களும் அகன்று விடும்...' என்று கூறினார்...

இப்படி ஸ்காந்த புராணத்தில் சொல்லப்பட்டிருப்பதாலும், துளஸிதாஸரின் ராமாயணத்திலும் இந்த விவரங்கள் வருவதாலும் தான் ராமேஸ்வரத்தில் ராமர், சிவலிங்கம் ப்ரதிஷ்டை செய்து பூஜித்தார் என்ற நம்பிக்கை தோன்றி வளர்ந்திருக்கிறது என்று கருத இடமுண்டு.

நான் ஏற்கெனவே சுட்டிக் காட்டியபடி வால்மீகி ராமாயணத்தில் இந்த விவரம் இல்லையென்றாலும், மஹாதேவனின் அருள் தனக்குக் கிட்டிய இடம் என்று, ராமர் ஸீதைக்கு ஓர் இடத்தைச் சுட்டிக் காட்டுவதால், இதற்கு வால்மீகி ராமாயணத்தில் ஓரளவு ஆதாரம் கிடைப்பதாக எடுத்துக் கொள்ளலாம். ஆனால் வால்மீகி ராமயணத்தில் லிங்கப் பிரதிஷ்டை பற்றி, ஒரு வார்த்தையும் இல்லாததால், சர்ச்சைக்கு நிறையவே இடமிருக்கிறது.)

கிஷ்கிந்தை நகரத்தை ராமர் காண்பித்த போது, ஸீதை அவரிடம் ''நாம் அயோத்திக்குச் செல்லும்பொழுது நம்முடன் ஸுக்ரீவனின் மனைவியும், தாரையும், பல வானரர்களின் மனைவிமார்களும், வர வேண்டும் என்று நான் விரும்புகிறேன்'' என்று கூறி, தனது ஆசையைத் தெரிவித்தாள். விமானம் கிஷ்கிந்தையில் இறக்கப் பட்டது. ஸீதையின் விருப்பத்தை அறிந்த வானரப் பெண்மணிகள் பெரிதும் மகிழ்ந்தனர். தாரையின் தலைமையில் அவர்கள் அனைவரும் வானரர்களோடு சேர்ந்து, ராமருடன் புஷ்பக விமானத்தில் அமர்ந்து கொள்ள, விமானம் புறப்பட்டது.

(இவ்வாறு ஸுக்ரீவன் முதலானோர் ராமரோடு சென்ற போது, கிஷ்கிந்தையில் ராஜ்யத்தை நிர்வகிப்பதற்காக அங்கதனுக்கு அதிகாரம் தரப்பட்டது என்று மஹாபாரதம் சொல்கிறது.

மஹாபாரதத்தில் வன பர்வத்தில் தர்மபுத்திரர் ரிஷிகளுடன் பேசிக் கொண்டிருந்த பொழுது, தங்களைப் போன்ற துன்பம் அனுபவித்தவர் உலகில் வேறு எவராவது உண்டா என்று மனம் நொந்து கேட்கிறார்.

அப்போது மார்க்கண்டேயர், 'எந்த உவமையும் கூற முடியாது அளவு பெரிய துன்பத்தை ராமர் அனுபவித்தார்' என்று தொடங்கி,

ராமாயண வரலாற்றின் சுருக்கத்தைத் தர்மபுத்திரருக்கு எடுத்துக் கூறுகிறார். அவ்வாறு அவர் சொல்லும்போது, 'எல்லோரும் புடை சூழ புஷ்பக விமானத்தில் ராமர், கிஷ்கிந்தையை விட்டுப் புறப்பட்ட போது ராஜ்ய நிர்வாகத்தைக் கவனிக்கும் பொறுப்பேற்ற இளவரசனாக, அங்கதன் முடி சூட்டப்பட்டான்' என்றும் சொல்கிறார். '

எதற்காக இதைச் சுட்டிக் காட்டுகிறேன் என்றால், அந்தக் காலத்திலேயே கூட, நிர்வாகத்தைக் கவனிக்கிற பொறுப்பு அக்கறையுடன் ஒருவரிடம் தரப்பட்டது என்பதைக் காட்டத்தான்.

ஆனால் ஒன்று, இந்த அங்கதன் விஷயம் வால்மீகி ராமாயணத்தில் இல்லை. சொல்லப்போனால் – ராம பட்டாபிஷேக நிகழ்ச்சியில் கலந்து கொண்ட வானரர்கள் பட்டியலில் அங்கதன் பெயரும் இடம் பெறுகிறது!)

விமானப் பயணம் தொடர்ந்த போது ராமர், ஸீதைக்கு மேலும் பல இடங்களைச் சுட்டிக் காட்டினார். ஸுக்ரீவனோடு தொடர்பு ஏற்பட்ட இடம், பம்பை நதி, சபரியைச் சந்தித்த இடம், கபந்தனைக் கொன்ற இடம், ஜனஸ்தானம், ஜடாயுவைச் சந்தித்த இடம், கரன், தூஷணன், த்ரிசிரன் என்கிற அரக்கர்களைத் தான் வீழ்த்திய பஞ்சவடி என்கிற இடம், தங்களுடைய ஆச்ரமம் அமைக்கப்பட்டிருந்த இடம், அகஸ்தியரின் ஆச்ரமம், விராதன் கொல்லப்பட்ட இடம், ஸீதை அனுசூயையை சந்தித்த அத்ரி முனிவரின் ஆச்ரமம், சித்ர கூடம், பரதன் வந்து தன்னைச் சந்தித்த இடம், யமுனை நதி, பரத்வாஜ முனிவரின் ஆச்ரமம், குஹன் வசிக்கிற ச்ருங்கவேரபுரம், ஸரயு நதி... போன்ற பல இடங்களை ராமர் காட்ட, ஸீதை அவற்றைப் பார்த்துக் கொண்டே சென்றாள். அங்கிருந்தே அயோத்தி நகரத்தையும் அவர்கள் கண்டார்கள்.

பின்னர், பரத்வாஜ முனிவரின் ஆச்ரமத்திற்கருகில் விமானம் இறங்கியது. முனிவரை வணங்கிய ராமர், "மேன்மை தங்கிய மஹரிஷியே! அயோத்தியில் எல்லோரும் நலமாக இருக்கிறார்களா? பரதன் முனைப்புடன் ஆட்சி நடத்திக் கொண்டிருக்கிறானா? என்னுடைய தாய்மார்கள் நலம்தானே? நாட்டில் அறுவடை நன்றாக இருந்ததா? நோயற்ற நிலை அங்கே நிலவுகிறதா?" என்றெல்லாம் விசாரித்தார்.

6. யுத்த காண்டம்

அத்தியாயம் – 47

பரதனைச் சந்திக்க ஹனுமான் புறப்பட்டார்

> பரத்வாஜர், பரதனைப் பற்றிய செய்தியைக் கூறிவிட்டு ராமருக்கு அருள் புரிவது; ராமர் பரதனைச் சந்திப்பதற்காகவும், வழியில் குஹனைச் சந்தித்து செய்தி தெரிவிப்பதற்காகவும், ஹனுமானை அனுப்புவது; பரதனின் மனநிலையைக் கூர்ந்து கவனிக்குமாறு, ஹனுமானிடம் ராமர் சொல்வது; ராமரின் உத்திரவை ஏற்று, ஹனுமான் புறப்படுவது...

தன்னிடம் பல கேள்விகள் கேட்ட ராமரைப் பார்த்து, புன்சிரிப்பு செய்து விட்டு பரத்வாஜர் பதில் அளிக்கத் தொடங்கினார். "மரவுரி தரித்து, உன்னுடைய பாதரக்ஷைகளை முன் வைத்து ஆட்சியை நடத்தி வருகிற பரதன், ஒவ்வொரு நிமிடமும் உன்னை எதிர்பார்த்தவாறே இருக்கிறான். அயோத்தியில் எல்லாம் நலமே!"

இவ்வாறு செய்தியைத் தெரிவித்த பரத்வாஜர் மேலும் சொன்னார். "ராமா! மரவுரி தரித்து, ராஜ்யத்தைத் துறந்து, கால்நடையாக நீ காட்டுக்கு வந்த போது, நான் மிகவும் மனம் நொந்தேன். இப்போது எடுத்த காரியத்தில் வெற்றி கண்டு, எதிரிகளை வீழ்த்தி, உன் நண்பர்கள் புடைசூழ, நீ மீண்டும் அயோத்திக்குச் சென்று கொண்டிருப்பது கண்டு, என் மனம் பெரும் மகிழ்ச்சியை அடைகிறது. காட்டிலே உனக்கு நேர்ந்த அனுபவங்கள் அனைத்தும் எனக்குத் தெரியும். மாரீசன்

தோன்றியதும், ராவணனால் ஸீதை அபகரிக்கப்பட்டதும், நீ பம்பை ஏரிக்கரையை அடைந்ததும், ஸுக்ரீவனைச் சந்தித்ததும், வாலியைக் கொன்றதும், ஹனுமான் இலங்கையைத் தாண்டியதும், சமுத்திரத்தின் மீது நளனால் ஒரு பாலம் கட்டப்பட்டதும், இலங்கை நகரத்திற்கே தீ மூட்டிய வானரர் படையின் திறனும், தன்னுடைய பலம் பற்றி பெரும் கர்வம் கொண்ட ராவணன் யுத்தத்தில் கொல்லப்பட்டதும், அவனுடைய உற்றாரும், சுற்றாரும் யுத்தகளத்தில் வீழ்ந்ததும், தேவர்களே நேரில் வந்து காட்சியளித்து உனக்கு அருள் புரிந்ததும் – எனக்குத் தெரிந்த நிகழ்ச்சிகளே. என்னுடைய தவ வலிமையின் காரணமாக, நடந்தது அனைத்தையும் நான் உணர்ந்து கொண்டேன். ராமா! நீ உன் நண்பர்களோடு நாளைய தினமே புறப்பட்டு அயோத்தி செல்வாயாக! நானும் உனக்கு வரம் தர விரும்புகிறேன். எது வேண்டுமோ, அதைக் கேள்'' என்று கூறினார்.

ராமர், ''நாங்கள் செல்லும் வழியில் உள்ள அயோத்தியைச் சார்ந்த பிரதேசத்தில் இருக்கிற மரங்கள் எல்லாம் செழித்து ஓங்கி வளர்ந்து பூத்துக் குலுங்க வேண்டும்'' என்று கேட்டுக் கொண்டார். பரத்வாஜ மஹரிஷியும் அவ்வாறே அருளினார்.

பின்னர் அங்கிருந்து புறப்பட்ட ராமரோடு சென்ற வானரர்கள், செல்லும் வழியில் எல்லாம் மரங்களில் காணப்பட்ட பழங்களையெல்லாம் தின்று களித்தனர். அப்போது ராமர், ஹனுமானிடம் சில வார்த்தைகளைக் கூறினார். ''விரைந்து சென்று அயோத்தியை அடைவாயாக! போகும் வழியில் ச்ருங்கவேர புரத்தில் குஹனைச் சந்தித்து, நாம் அனைவரும் நலமாக இருக்கிறோம் என்பதை அவனுக்குத் தெரிவித்து விடு. அந்தச் செய்தி கேட்டு அவன் மிகவும் மனம் மகிழ்வான். குஹன் எனது நண்பன். எனக்கு நிகரானவன். அதன் பின்னர் குஹனிடம் கேட்டு, பரதன் இருக்கும் இடத்தைத் தெரிந்து கொண்டு, பரதனைச் சென்று அடைந்து அவனிடம், வெற்றி கண்டு நாம் திரும்புகிறோம் என்பதை எடுத்துச் சொல். ஸீதையை, ராவணன் அபகரித்த செய்தியையும், அதற்குப் பின்னர் நடந்த நிகழ்ச்சிகளையும் அவனிடம் விவரிப்பாயாக.

"பரமசிவனின் அருளினால் எங்கள் தந்தை நேரில் காட்சியளித்து வாழ்த்தியதையும் தெரிவித்து விட்டு, விபீஷணன், ஸுக்ரீவன் மற்றும் வானரர்கள் பின் தொடர நான் அயோத்தியை நெருங்கி விட்டேன் என்ற செய்தியையும் அவனிடம் சொல்."

இவ்வாறு ஹனுமானிடம் கூறிய ராமர், அதைத் தொடர்ந்து ஓர் எச்சரிக்கையையும் செய்தார். "இந்தச் செய்தியை நீ பரதனுக்குத் தெரிவிக்கும்போது, அவன் முகத்தில் என்னவிதமான மாறுதல் ஏற்படுகிறது என்பதை நீ உன்னிப்பாகக் கவனித்து எனக்குத் தெரிவிக்க வேண்டும். பரதன் என்ன செய்ய நினைக்கிறான் என்பதைத் தெரிந்து கொள்ள நான் விரும்புகிறேன். நீ செய்தியைத் தெரிவிக்கும்பொழுது, அவனுடைய முகத்தில் ஏற்படக்கூடிய நிறமாற்றம், அவனது பார்வை செல்கிற விதம், அவனுடைய பேச்சு அமைகிற வகை, எல்லாமே உன்னால் உன்னிப்பாகக் கவனிக்கப் படத்தக்கவை. யானைகள், குதிரைகள், தேர்கள் கொண்ட படைகளும், மகிழ்ச்சியைப் பொங்கச் செய்யக்கூடிய பலவித வசதிகளும் நிறைந்த ராஜ்யம், யாரைத்தான் கவர்ந்து விடாது? ராஜ்யத்தை நிர்வகித்து வந்திருப்பதால், பரதனுக்கு அரசுரிமை மீது ஆசை ஏற்பட்டிருந்தால், அவனே இந்த பூலோகத்தை ஆளட்டும். அதில் எனக்கு வருத்தமில்லை. நாங்கள் அயோத்தியை ரொம்பவும் நெருங்கி விடுவதற்கு முன்பாக, பரதனின் மனதை அறிந்து கொண்டு, நீ வந்து என்னிடம் விவரங்களைத் தெரிவிக்க வேண்டும்."

ராமர் இவ்வாறு உத்திரவிட்ட போது, ஹனுமான் மனித உருவை எடுத்துக் கொண்டு அயோத்தி நோக்கி விரைந்தார்.

(வால்மீகி ராமாயணத்தில் ராமரைப் பற்றிய செய்தியை ஹனுமான் கொண்டு வரும்பொழுது, பரதன் துறவி போல் வாழ்ந்து கொண்டு, ராமரையே நினைத்தவாறு இருந்தான் என்று மட்டுமே கூறுகிறார். ஆனால் கம்ப ராமாயணத்தில் பரதனின் நிலை வேறு விதமாக வர்ணிக்கப்படுகிறது.

ராமன் வருவான் என்று எதிர்பார்த்து தெற்கு திசையைத் தவிர, வேறு எந்தத் திசையையும் பார்க்காதவனாக அண்ணனை நினைத்து ஏங்கி, சொன்ன சொல் தவறாத ராமன் நிச்சயமாக வந்து சேருவான்

என்று நம்பி, அவன் பிரிவால் வருந்திக் கொண்டு கண்ணீர் விட்டவாறு பரதன் இருந்தான் என்று சொல்கிறார் கம்பர்.

இந்த நிலையில் ஜோதிடர்களை அழைத்து ராமன் வர வேண்டிய தினம்பற்றி அவர்களிடம் பரதன் கேட்கிறான். 'ராமன் எப்பொழுது இங்கே வந்து சேருவான் என்று நினைத்தவனாகிய பரதன் - மாட்சிமை நிரம்பிய, ஜோதிடத்தில் திறமை கொண்ட, உண்மைப் புலவர்களை இங்கு அழைத்துக் கொண்டு வாருங்கள் - என்று கட்டளையிட, அவனுடைய ஏவலாட்கள் இந்தச் செய்தியை ஜோதிடர்களிடம் தெரிவிக்க, ஜோதிடர்கள் அங்கு வந்து சேர்ந்து - ஆண்மைக் குணமுடையவனாகிய ராமபிரானுக்கு இன்றைய தினம், பதினான்கு வருடம் முடிகிற காலம் - என்று கூறினார்கள்' என்று கம்பர் வர்ணிக்கிறார். அந்தப் பாடல் :

'யாண்டு வந்து இங்கு இருக்கும்?' என்று எண்ணினான்,
'மாண்ட சோதிட வாய்மைப் புலவரை
ஈண்டுக் கூய்த் தருக' என்ன, வந்து எய்தினார்,
'ஆண்தகைக்கு இன்று அறுதி' என்றார் அரோ.

இப்படி ஜோதிடர்கள் கூறியபோது, வந்து சேர வேண்டிய தினம் வந்தாகிய பின்னும், ராமன் வரவில்லை என்பதால், பரதன் பெரும் கவலை கொண்டு, மயங்கி விழுந்தான். பின்னர், வந்திருக்க வேண்டிய தினத்தில் ராமன் வந்து சேராததால், அவனுக்குக் காட்டில் ஏதாவது தீங்கு நேர்ந்திருக்குமோ என்று பரதன் கலங்குகிறான். அதையடுத்து, ராமனை எதிர்த்துப் போர் செய்யும் திறன் உலகில் எவருக்கும் இல்லை என்பதால், தீங்கு எதுவும் நேர வாய்ப்பில்லை என்று தீர்மானித்து, 'பதினான்கு ஆண்டுகள் அயோத்தியை ஆண்டது போதாமல், இன்னமும் பரதன் அரசாட்சி செய்வதில் விருப்பமுடையவனானால், அவனே அந்த ஆட்சியைத் தொடர்ந்து செய்யட்டும் என்று ராமன் நினைத்தானோ?' என்று நினைத்து பரதன் வருந்துகிறான்.

இந்த நிலையில் விரக்தியின் எல்லையைத் தொட்டு விடுகிற பரதன், 'ராமன் வனத்திலேயே இருக்கட்டும் அல்லது நாட்டுக்கு வரட்டும். இதில் எது நடந்தாலும் நடக்கட்டும்; இதையே சிந்தித்து இங்கிருந்து துன்பங்களை நான் அனுபவிக்க மாட்டேன். என்

உயிருடனே மனத்துன்பத்தையும் சேர்த்து நீக்கிக் கொள்கிறேன்' என்று உயிர் துறக்க தீர்மானிக்கிறான். அந்தப் பாடல் :

'அனைத்தில் அங்கு ஒன்றும் ஆயினும் ஆகுக;
வனத்து இருக்க; இவ் வையம் புகுதுக;
நினைத்து இருந்து நெடுந் துயர் மூழ்கிலேன்;
மனத்து மாசு என் உயிரொடும் வாங்குவேன்.'

இப்படித் தீர்மானித்த பரதன், சத்ருக்னனை அழைத்து வருமாறு தூதர்களிடம் கூற, அவ்வாறே சத்ருக்னன் அழைத்து வரப்படுகிறான். அவனை இறுகத் தழுவிய பரதன், 'உன்னிடம் ஒரு வரம் கேட்கிறேன். ராமன் குறிப்பிட்ட நாளில் அயோத்தி வந்து அடையவில்லை. ஆகையால் நான் முன்னமே கூறியபடி, நான் தீயில் விழுந்து உயிர் விடப் போகிறேன். என் சொல்லை மறுக்காமல் நீ மன்னனாக நாட்டை ஆண்டு வருவாயாக' என்று கூறுகிறான்.

இதைக் கேட்ட சத்ருக்னன் தன் கைகளால் காதுகளைப் பொத்திக் கொண்டு, விஷத்தை உண்டவன் போல் வருந்தி, மனம் நடுங்க, 'உனக்கு நான் என்ன பிழை செய்தேன்?' என்று பரதனைப் பார்த்துக் கேட்டு, மேலும் சொல்கிறான்; 'நாட்டின் ஆட்சியைத் துறந்து காட்டுக்குச் சென்ற அண்ணனைப் பாதுகாத்துக் கொண்டு, அவன் பின்னே போனவனாகிய லக்ஷ்மணன் ஒரு தம்பி ஆவான்; காடு சென்றவர்கள் மீண்டும் வருவதற்கு விதித்த காலக்கெடு கடந்து விட்டது என்று நினைத்து, துன்பப்பட்டு, உயிரை விட வேண்டும் என்று முயல்கிற நீயும் ஒரு தம்பி ஆவாய். ஆனால் கடைசித் தம்பியாகிய நான் மட்டும், சற்றும் கூச்சமின்றி இந்த நாட்டை ஆள வேண்டும்! இப்படி நாட்டை ஆளும் இந்த உரிமை ரொம்பவும் அழகானதுதான்!' இவ்வாறு கூறி, சத்ருக்னன் மறுக்கிறான்.

ஆனால் பரதனோ, 'நான் இறந்து விட்டால், நாட்டு மக்களை வருந்த விடக்கூடாது என்பதற்காகவாவது, ராமன் அயோத்தி திரும்பி, அரசு பொறுப்பை ஏற்பான். ஆகையால் நீ நெருப்பை மூட்டுவாயாக!' என்று சத்ருக்னனுக்கு உத்திரவிடுகிறான்.

நந்தி கிராமத்தில் நடந்த இந்த நிகழ்ச்சி, அயோத்தியில் கௌஸல்யையின் காதுகளுக்குப் போகிறது. அவள் துடி

துடிக்கிறாள். தளர்ச்சி அடைந்த உடலோடு பரதனை தீயில் விழாமல் தடுப்பதற்காக அவள் ஓடோடி வருகிறாள். பலவாறாக பரதனிடம் மன்றாடும் கௌஸல்யை, அவனைப் பார்த்து, 'பெருமையில் சிறந்தவனே! அனேகம் கோடி ராமர்கள் கூடி நின்றாலும், உன் ஒருவனது அன்புக்கு அவர்கள் ஈடாவார்களா? தர்மமே உருவெடுத்து வந்துள்ளது - என்று கூறத்தக்க அளவில் உள்ள உனது உயிர் அழிந்தால், அதன் பிறகு இந்தப் பூவுலகமும், விண்ணுலகமும், அவற்றில் வாழ்கிற ஜீவராசிகளும் இறக்காமல் இருக்குமோ?' என்று பேசுகிறாள். அந்தப் பாடல் :

'எண் இல் கோடி இராமர்கள் என்னினும்,
அண்ணல் நின் அருளுக்கு அருகு ஆவரோ?
புண்ணியம் எனும் நின் உயிர் போயினால்,
மண்ணும் வானும் உயிர்களும் வாழுமோ?'

பரதனோ கௌஸல்யையின் வார்த்தையைக் கேட்க மறுக்கிறான். 'உன் மகன் உன்னுடைய வார்த்தையைத் தடுத்துக் கூறினான் என்று நினைத்து விடாதே! ராமனது புகழும், சூரிய குல ஒழுக்கமும் தவறி அழிந்து விடும் வகையில், நான் உயிர் வாழ விரும்பவில்லை. நான் கூறிய சபதத்தை நிறைவேற்றியே தீருவேன். சொன்ன சொல் தவறக்கூடாது என்பதற்காகவே, தசரதர் உயிர் நீத்தார். நானும் அவர் மகன்தானே!' என்று பேசுகிற பரதன் மேலும் சொல்கிறான் :

'தாயின் பேச்சைக் கேட்டு நடப்பதும், தந்தையின் சொல்லைக் கேட்டு நடப்பதும், பாசம், அன்பு இவற்றையெல்லாம் அடியோடு நீக்குவதும், என் தலைவனான ராமனுக்கே உரியவை! நான் அவற்றைச் செய்ய உடன்பட மாட்டேன். இறந்து, அதன் மூலம் குற்றம் நீங்கி, ராமனிடத்தில் அன்புடையவன் என்பதை உங்களுக்குக் காண்பிப்பேன் - என்றான்' என்று கம்ப ராமாயணம் கூறுகிறது. அந்தப் பாடல் :

'தாய் சொல் கேட்டலும், தந்தை சொல் கேட்டலும்,
பாசத்து அன்பினைப் பற்று அற நீக்கலும்,
ஈசற்கே கடன்; யான் அஃது இழைக்கிலேன்;
மாசு அற்றேன், இது காட்டுவென், மாண்டு' என்றான்.

இவ்வாறு பரதன் தீர்மானித்து விட்டபோதுதான், ராமர் திரும்பி வருகிற செய்தியைத் தாங்கி ஹனுமான் திரும்பி வருகிறார். அவர் பரதனைப் பார்த்து, 'ராமபிரான் வந்தான்; பெரியவன் வந்தான்; சத்தியத்திற்கு உடல் போன்று ஆதாரமாக உள்ளவனான உனது உயிர் அழிந்து விட்டால், அந்த ராமபிரான் உயிர் வாழ்வானோ? – என்று உரைத்து, உள்ளே புகுந்து, கையினால் அந்த நெருப்பை அவித்து, கரியாக்கினான்' என்று அந்தக் காட்சியைக் கம்பர் வர்ணிக்கிறார். அந்தப் பாடல் :

'அய்யன் வந்தனன்; ஆரியன் வந்தனன்;
மெய்யின் மெய் அன்ன நின் உயிர் வீடினால்,
உய்யுமே, அவன்?' என்று உரைத்து, உள் புகா,
கய்யினால் எரியைக் கரி ஆக்கினான்.

இதன் பின்னர் ஹனுமான் எல்லா விவரங்களையும் எடுத்துரைத்து, ராமர் கொடுத்தனுப்பிய மோதிரத்தையும் பரதனிடம் காட்டுகிறார். பரதன் பேருவகை கொள்கிறான். வஞ்சனை செய்த கைகேயி, இனி அதற்கு வாய்ப்பின்றி சோர்ந்து விடுவாள் என்று கூறி மகிழ்ந்து, தோள் தட்டி, சுழன்று சுழன்று ஆடிப் பாடி, எல்லோரையும் தொழுகிறான்.

இப்படி ஹனுமான், ராமர் வந்து விட்ட செய்தியைப் பரதனுக்குத் தெரிவிக்கிற காட்சி, கம்ப ராமாயணத்தில், வால்மீகி ராமாயணத்தில் இருந்து மாறுபட்டதாக அமைக்கப்பட்டிருக்கிறது.

நாம் மீண்டும் வால்மீகி ராமாயணத்திற்கு வருவோம்.)

ராமரின் உத்திரவை ஏற்று வானத்தில் தாவி, விரைந்த ஹனுமான் ச்ருங்கவேரபுரத்தை அடைந்தார்.

6. யுத்த காண்டம்

அத்தியாயம் - 48

ராமர் இசைந்தார்

> குகனைச் சந்தித்து விட்டு, நந்தி கிராமத்தை அடைந்த ஹனுமான், பரதனின் துறவிக் கோலத்தைக் காண்பது; ராமர் திரும்பி வருகிற செய்தியைப் பரதனுக்குத் தெரிவித்து விட்டு, ஹனுமான், காட்டில் நடந்த நிகழ்ச்சிகளின் சுருக்கத்தை அவனுக்குக் கூறுவது; ராமரை வரவேற்க நடந்த ஏற்பாடுகள்; நந்தி கிராமம் வந்தவுடன், ராமர், பரதனை அணைத்து மகிழ்வது; கௌஸல்யை முதலியோருக்கு, ராமர் மரியாதை செலுத்துவது; பரதன் ராஜ்யத்தை ராமரிடம் ஒப்படைப்பது...

அயோத்தியை நோக்கி கருடன் செல்வது போல் வேகமாகப் புறப்பட்டு சிருங்கவேர புரத்தை அடைந்த ஹனுமான், அங்கே குஹனைச் சந்தித்து, ''என்றுமே குறையாத சக்தி வாய்ந்தவரும், உன்னுடைய நண்பருமாகிய ராமர், ஸீதையுடனும், லக்ஷ்மணனுடனும் சேர்ந்து உன்னுடைய நலன் பற்றி விசாரிக்கிறார். இன்று ஒரு நாள் பரத்வாஜ முனிவரின் ஆச்ரமத்தில் தங்கி விட்டு, அங்கிருந்து அவர் அயோத்தி புறப்படுகிறார்'' என்று கூறி, அவனை மகிழ்வித்து விட்டு, ராமருக்குச் சேவகம் செய்யக் கிடைத்த மற்றொரு வாய்ப்பை நினைத்து மனம் நிறைந்தவராக, மீண்டும் வானவீதி வழியே சென்றார்.

வெகுவிரைவில் நெடுந்தூரத்தைக் கடந்த பிறகு, வானரர்கள் திலகமாகிய அவர், நந்தி கிராமத்தின் அருகாமையை அடைந்து, அதன் எழிலைக் கண்டு வியந்தார். அயோத்தியிலிருந்து கொஞ்ச தூரத்திற்கு முன்பாகவே, பரதனை அவர் கண்டார். அவன் உடல் மெலிந்து, மான் தோல் அணிந்து, சடை முடி தரித்து, ஆச்ரமத்தில் வாழ்ந்து வருவதைக் கண்டு அவர் மனம் நெகிழ்ந்தார். ஒரு பிரம்ம ரிஷியைப் போல வாழ்ந்து கொண்டிருந்த பரதன், ராமரின் பாதுகைகளை முன்னே வைத்து, நேர்மையான அமைச்சர் களுடனும், குடும்பப் புரோகிதர்களுடனும், திறன் வாய்ந்த தளபதிகளுடனும் கூடி மக்களுக்கு ஓர் ஆபத்தும் நேரிடாத வண்ணம் அவர்களைப் பாதுகாத்து, ஆட்சி புரிந்து வந்தான்.

அயோத்தி மக்களோ, அவர்களுடைய அன்பைக் கவர்ந்த பரதன் எல்லாவற்றையும் துறந்து வாழ்ந்து கொண்டிருக்கும் பொழுது, தாங்கள் மகிழ்ச்சி தரும் விஷயங்களில் ஈடுபட விரும்பவில்லை. இந்த நிலையில் அங்கு சென்று சேர்ந்த ஹனுமான், இரு கரம் கூப்பி, பரதனை வணங்கி, தான் கொண்டு வந்த செய்தியைத் தெரிவிக்கத் தொடங்கினார்.

''எந்த ராமரை நினைத்து, நீங்கள் வருந்திக் கொண்டிருக் கிறீர்களோ, அவர் உங்களுடைய நலனைப் பற்றி விசாரிக்கிறார். உங்களுக்கு நான் நற்செய்தி கொண்டு வந்திருக்கிறேன். உங்களுடைய துன்பத்தை விடுவீர்களாக! ராமருடன் நீங்கள் இணையப் போகும் நேரம் வெகு அருகில் வந்து விட்டது. ராவணனைக் கொன்று, ஸீதையை மீட்டு, நண்பர்களுடனும், பெருமை வாய்ந்த லக்ஷ்மணனுடனும், ஸீதையுடனும், ராமர் திரும்பிக் கொண்டிருக்கிறார்.''

ஹனுமான் கூறிய நற்செய்தி ஏற்படுத்திய மகிழ்ச்சியைத் தாங்க முடியாமல், பரதன் மூர்ச்சித்து வீழ்ந்தான். பின்னர் அவன் மூர்ச்சை தெளிந்த பிறகு, ஹனுமானைக் கட்டித் தழுவிக் கொண்டு, ''நீர் ஒரு தெய்வமேயானாலும் சரி, அல்லது நீ மனிதனேயானாலும் சரி, நீ இங்கு வந்தது உன்னுடைய கருணையைக் காட்டுகிறது! இப்படிப் பட்ட ஒரு நற்செய்தியைக் கொண்டு வந்த உனக்கு நான், நூறாயிரம் பசுக்களையும், நூறு கிராமங்களையும், எல்லாவிதமான

நகைகளையும் பரிசாக அளிக்க விரும்புகிறேன்'' என்று கூறி விட்டு மேலும் தொடர்ந்தான்.

"பல ஆண்டுகளுக்கு முன்பாகக் காட்டுக்குச் சென்று விட்ட ராமருடைய நலன் பற்றி இப்பொழுதுதான் மிகவும் மகிழ்ச்சிகரமான செய்தியை நான் கேள்விப்படுகிறேன். ஒருவர் உயிரோடு இருந்து விட்டால், நூறு வருடம் கழித்தாவது அவருக்கு மகிழ்ச்சி வந்துதான் தீரும் என்ற பெரியவர்களின் வார்த்தை உண்மையாயிற்று! ராமருக்கும், வானரர்களுக்குமிடையே உறவு ஏற்பட்டது எப்படி? எல்லா விவரங்களையும் எனக்குச் சொல். நான் கேட்க மிகவும் ஆவலாக இருக்கிறேன்'' என்று பரதன் கேட்டுக் கொண்டான்.

இதற்குப் பதில் அளிக்கத் தொடங்கிய ஹனுமான், கைகேயிக்குத் தசரதர் கொடுத்த இரண்டு வரங்களோடு தொடங்கி, ராமர் காட்டுக்குச் சென்றது; தசரதர் உயிர் நீத்தது; பரதன் காட்டுக்குச் சென்று ராமரைச் சந்தித்தது; மீண்டும் அயோத்தி திரும்பியது; பாதுகைகளை வைத்துக் கொண்டு ராஜ்யம் நடத்தத் தொடங்கியது – ஆகியவற்றைக் கூறி, "இந்தச் செய்தியெல்லாம் நீங்கள் அறிந்ததே! நீங்கள் அயோத்திக்குத் திரும்பிய பிறகு நடந்த நிகழ்ச்சிகளை விவரிக்கிறேன். கேளுங்கள்'' என்று சொல்லி விட்டு மேலும் தொடர்ந்தார்.

"நீங்கள் திரும்பிய பிறகு ராமர், தண்டக வனத்திற்குள் நுழைந்தார். அங்கே அப்போது திடீரென்று விராதன் என்ற அரக்கன் தோன்றினான். அவனை அழித்து விட்டு ராமரும், லக்ஷ்மணரும் ஸீதை பின் தொடர, சரபங்க முனிவரின் ஆச்ரமத்தைச் சென்று அடைந்தார்கள். பின்னர் ஜனஸ்தானத்திற்கு அவர்கள் சென்றனர்'' என்று காட்டில் ராமருக்கு ஏற்பட்ட அனுபவங்களை விவரித்துக் கொண்டே சென்றார்.

சூர்ப்பனகை காதையும், மூக்கையும் இழந்தது; பதினான்காயிரம் அரக்கர்களை ராமர் வென்றது; கரனும், தூஷணனும், த்ரிசிரனும் கொல்லப்பட்டது; சூர்ப்பனகை ராவணனிடம் சென்று முறையிட்டது; மாரீசன் பொன் மானாகத் தோன்றியது; ஸீதை அந்தப் பொன்மானைப் பிடித்துத் தருமாறு ராமரைக் கேட்டுக்

கொண்டது; ராமர் மானைப் பிடிக்கச் சென்ற பிறகு, ஸீதையின் தூண்டுதலால், லக்ஷ்மணனும் அவர்களுடைய இடத்தை விட்டு அகன்றது; ராவணன் ஸீதையை அபகரித்தது; ஜடாயுவை வீழ்த்திவிட்டு ராவணன், ஸீதையைக் கவர்ந்து சென்றது; ராவணன், ஸீதையை அபகரித்துச் செல்லும் பொழுது ஸுக்ரீவனும், மற்றவர்களும் மலைச்சிகரத்தில் அமர்ந்திருந்தது; ஸீதையை ராவணன் அசோக வனத்தில் வைத்தது; ஸீதை காணமற் போய் விட்டது அறிந்து மனம் நொந்த ராமருக்கு, ஜடாயு தெரிவித்த செய்தி; கபந்தன் கொல்லப்பட்டது; கபந்தனின் ஆலோசனையை ஏற்று, ஸுக்ரீவனை ராமர் சந்தித்தது; வாலி, ராமரால் கொல்லப் பட்டது; பல திசைகளிலும் ஆயிரக்கணக்கான வானரர்களை ஸீதையைத் தேடுமாறு பணித்து, ஸுக்ரீவன் அனுப்பியது; ஜடாயுவின் சகோதரனாகிய ஸம்பாதி, ஸீதை ராவணனுடைய வசத்தில் இருக்கிறாள் என்ற செய்தியைத் தெரிவித்தது; ஹனுமான் கடலைத் தாண்டிச் சென்று ஸீதையைக் கண்டது; அவளிடம் ராமர் அளித்திருந்த மோதிரத்தை ஹனுமான் அளித்தது; அவள் அளித்த நகையைப் பெற்றுக் கொண்டு, ஹனுமான் திரும்பியது; ஸீதை உயிரோடு இருப்பது அறிந்து ராமர் கொண்ட மகிழ்ச்சி; நளன் தலைமையில் வானரர்கள் கடலின் மீது பாலம் கட்டியது; ப்ரஹஸ்தன், கும்பகர்ணன், இந்திரஜித், ராவணன் என்று பல அரக்கர்களும் யுத்தத்தில் வீழ்த்தப்பட்ட விவரம்; தேவர்கள் தோன்றி வரங்களை அளித்தது; எல்லோரும் புஷ்பக விமானம் ஏறி புறப்பட்டது... ஆகிய விவரங்களைக் கூறி முடித்த ஹனுமான் இறுதியில், ''நாளையே ராமர் வந்து சேருவார். நீங்கள் அவரைக் காண்பீர்கள். இதில் சந்தேகமில்லை'' என்று சொல்லி முடித்தார்.

பரதன் இரு கரம் கூப்பி, ''நீண்ட காலத்திற்குப் பிறகு என்னுடைய எண்ணம் நிறைவேறியது'' என்று பெரும் மனத் திருப்தியுடன் கூறிவிட்டு, பெரும் மனநிறைவோடு, ராமருடைய வரவேற்புக்கான ஏற்பாடுகளைச் செய்வதற்கு உத்தரவுகளைப் பிறப்பிக்கத் தொடங்கினான்.

''வாத்தியங்கள் முழங்க, தெய்வங்களின் வழிபாடு நடக்கட்டும். பாடகர்களும், வாத்தியங்களை இசைப்பதில் வல்லமை பெற்றவர் களும், நாட்டியக் கலையில் தேர்ச்சி பெற்றவர்களும், அமைச்சர்களும்,

படையினரும், இவர்கள் அனைவருடைய மனைவிமார்களும், அந்தணர்களும், போர் வீரர்களும், வர்த்தகர்களும், தசரத மன்னரின் மனைவிமார்களும், சந்திரனையொத்த ராமரை வரவேற்கத் தயாராகட்டும்'' என்று பரதன், சத்ருக்னனிடம் கூறினான்.

சத்ருக்னன் ஆணைகளைப் பிறப்பித்தான்: ''அயோத்தியிலிருந்து நந்தி கிராமம் வரை உள்ள நிலப்பகுதி மீது குளிர்ந்த நீர் தெளிக்கப்படட்டும். தானியங்கள் இறைக்கப்படட்டும். அயோத்தி நகரத்தின் வீதிகள் எங்கும் கொடிகள் பறக்கட்டும். எல்லோருடைய வீடுகளும் மலர்களால் அலங்கரிக்கப்படட்டும். ராமரைக் காண மக்கள் வீதியில் குவியும்போது, அவர்கள் இருபுறத்திலும் முறையாக நின்று, ராமர் வருவதற்கு வழி விடட்டும்...''

இதையடுத்து, போர் வீரர்கள் ரதங்களிலும், யானைகள் மீதும், குதிரைகள் மீதும் அமர்ந்து அணி வகுத்தனர். கௌஸல்யையின் தலைமையில் ஸுமித்திரையும், கைகேயியும் பல்லக்குகளில் அமர்ந்தனர். ராமர் வரப்போகும் செய்தியைக் கேட்டதனால், மகிழ்ச்சிக் கடலில் விழுந்து விட்ட பரதன், தலையிலே ராமருடைய பாதரக்ஷைகளைத் தாங்கி, வெண் குடையையும், தங்கத்தினால் அலங்கரிக்கப்பட்ட வெண்ணிற விசிறிகளையும் கையில் ஏந்திக் கொண்டு மக்களும், மந்திரிமார்களும், புரோகிதர் களும், போர் வீரர்களும், வர்த்தகர்களும் புடை சூழ, முரசுகள் ஒலிக்க, சங்குகள் ஊதப்பட, மான் தோல் உடுத்தியவாறே மற்ற எல்லோருக்கும் முன்பாகச் சென்றான்.

அயோத்தி நகரமே நந்தி கிராமத்திற்கு வந்து விட்டதோ என்று கூறத்தக்க வகையில், பெரும் மக்கள் வெள்ளம் அந்த இடத்தில் கூடியது. அங்கு போய்ச் சேர்ந்த பின்னரும் ராமர் வராமையால், பரதன் கவலை கொண்டு ஹனுமானைப் பார்த்து, ''நீ கொண்டு வந்த செய்தி – வானரர்களுக்கே உரிய பொறுப்பற்ற தன்மையினால் கூறப்பட்டதோ என்ற அச்சம் எனக்கு ஏற்படுகிறது. நான் ராமரையும் காணவில்லை; அவரோடு வருவதாக நீ கூறிய வானரர் களையும் காணவில்லை'' என்று குறிப்பிட்டான்.

அப்போது ஒரு பேரொலி எழும்பியது. வானம் புழுதியினால் மூடப்படத் தொடங்கியது. அதைப் பார்த்த ஹனுமான், ''அதோ

யுத்த காண்டம்

அவர்கள் அனைவரும் வருகிறார்கள்'' என்று அறிவித்தார். அதன் பின்னர் புஷ்பக விமானம் வானவெளியில் வருவதைப் பார்த்த அவர், அதையும் பரதனுக்குச் சுட்டிக் காட்டி, ''அதில்தான் ஸீதையும், ராமரும், லக்ஷ்மணனும், ஸுக்ரீவன், விபீஷணன் ஆகியோரோடு வந்து கொண்டிருக்கிறார்கள்'' என்று சொன்னார்.

ஒரு சில நொடிகளில் ''இதோ ராமர் வந்து விட்டார்'' என்று ஹனுமான் கூற, பெண்களும், சிறுவர்களும், இளைஞர்களும், வயோதிகர்களும், ராமர் வந்து விட்டார் என்று உவகை பொங்கக் கூறிக் கொண்டே, ஆகாயத்தை மேல்நோக்க, விமானத்தில் அமர்ந்திருந்த ராமர் அவர்கள் கண்களில் பட, பரதன் இரு கரம் கூப்பி, ராமரை நோக்கித் தொழுதவாறு நிற்க, ராமரைத் தாங்கி வந்த புஷ்பக விமானம் தரையில் இறங்கியது.

தரையில் நின்று கொண்டிருந்த பரதனும் தூக்கப்பட்டு விமானத்திற்குள் நுழைந்தான். ராமர் பெரும் மகிழ்ச்சி கொண்டு அவனைத் தன் மடி மீது அமர்த்தி, அணைத்துக் கொண்டாடினார். லக்ஷ்மணனையும் இறுகத் தழுவிவிட்டு பரதன், ஸீதைக்குத் தக்க மரியாதைகளைத் தெரிவித்தான். ஸுக்ரீவன், ஜாம்பவான், அங்கதன், மைந்தன், த்விவிதன், நீலன், ரிஷபன் ஆகியோரையும் அணைத்து பரதன் தன் நட்பைத் தெரிவித்தான். மனித உருவை மேற்கொண்டிருந்த வானரர்கள் மனமகிழ்ந்து பரதனின் நலனைப் பற்றி விசாரித்தனர்.

ஸுக்ரீவனைப் பார்த்து, ''நீ எங்களுடைய ஐந்தாவது சகோதரனாகி விட்டாய். நல்ல எண்ணம்தான் ஒரு நண்பனுக்கு அறிகுறி. தீய எண்ணம்தான் ஒரு விரோதிக்கு அறிகுறி. நீ நல்ல எண்ணம் படைத்தவன்'' என்று கூறி விட்டு பரதன், விபீஷணனிடம், ''ராமருக்கு உறுதுணையாக நின்று, செய்வதற்கரிய சாதனையை நீ செய்து முடித்திருக்கிறாய்'' என்று கூறினான். சத்ருக்னனும் ராமர், லக்ஷ்மணன் ஆகியோருக்குத் தன் வாழ்த்துக்களைத் தெரிவித்து, ஸீதையையும் வணங்கினான்.

அடுத்து, நிறம் வெளுத்து உடல் மெலிந்து போயிருந்த கௌஸல்யையின் கால்களைப் பிடித்துக் கொண்டு தன்னுடைய அன்பையும், மரியாதையையும் ராமர் தெரிவித்தார். அதையடுத்து

ஸுமித்திரைக்கும், கைகேயியிக்கும் அவர் வாழ்த்துக்களைத் தெரிவித்து விட்டு, வசிஷ்டரையும் வணங்கினார். அந்த நேரத்தில் அயோத்தி மக்கள் ராமரைப் பார்த்து, ''நீங்கள் இங்கே வந்தது எங்களுடைய அதிருஷ்டம்'' என்று கூறி வாழ்த்தினர். வெள்ளமென திரண்டு வந்திருந்த மக்கள் அனைவரும், ஒருவர் விடாமல் கைகளை மேலே தூக்கி இரு கரம் கூப்பி நின்ற அந்தக் காட்சி – 'ஆயிரக்கணக்கான தாமரை மலர்கள் ஒரே நேரத்தில் இங்கு குவிந்து விட்டனவோ' என்று எண்ணும்படியான ஒரு தோற்றத்தை ஏற்படுத்தியது.

பரதன், ராமரின் பாதரக்ஷைகளை அவருடைய கால்களுக் கருகில் வைத்து விட்டு, அவரை வணங்கி பேசத் தொடங்கினான் : ''நீங்கள் என்னிடம் ஒப்படைத்திருந்த ராஜ்யத்தை நான் மீண்டும் உங்களிடம் ஒப்படைக்கிறேன். மன்னராகிய நீங்கள் அயோத்திக்குத் திரும்பி வந்ததால், என்னுடைய பிறவிப்பயனை நான் இன்று பெற்றேன். கிடங்குகள், அரண்மனை, படை, பொக்கிஷம் – ஆகிய எல்லாவற்றையும் சரியாக இருக்கிறதா என்று நீங்கள் பார்க்குமாறு நான் கேட்டுக் கொள்கிறேன். தானியக் கையிருப்பும், பொக்கிஷ நிலையும் உங்களுடைய அருளின் காரணமாகப் பத்து மடங்காக உயர்ந்திருக்கின்றன.'' இவ்வாறு பரதன் பேசியதைக் கேட்ட வானரர்கள் கண்ணீர் உகுத்தனர். விபீஷணனும் கலங்கி நின்றான்.

மனதை நெகிழச் செய்கிற வகையில் பேசிய பரதனை மடியில் அமர்த்தியவாறே ராமர், மற்றவர்களுடன் சேர்ந்து புஷ்பக விமானத்திலேயே பரதனின் ஆச்ரமத்தை அடைந்தார். விமானம் அங்கே இறங்கியது. ராமரும் மற்றவர்களும் விமானத்திலிருந்து இறங்கினார்கள். குபேரனின் புஷ்பக விமானம் அவனிடமே மீண்டும் சென்று விட வேண்டும் என்று ராமர் விரும்பினார். அவ்வாறே அவர் உத்தரவு பிறப்பிக்க, ராவணனால் குபேரனிடமிருந்து அபகரிக்கப்பட்ட அந்த சிறப்பு வாய்ந்த விமானம் குபேரனிடமே மீண்டும் போய்ச் சேர்ந்தது.

இதற்கிடையில் பரதன் ராமரைப் பார்த்து மீண்டும் சில வார்த்தைகள் பேசினான் : ''என்னால் இந்த ராஜ்யபாரம் எனும்

பெரும் சுமையைத் தாங்க முடியவில்லை. ஒரு பெரிய எருது தாங்க வேண்டிய சுமையை, ஒரு கன்றுக் குட்டியினால் எவ்வாறு தாங்க முடியும்? பாய்ந்து வரும் நீரின் வேகத்தைத் தாங்க முடியாமல் ஓர் அணைக்கட்டு தண்ணீரைக் கசிய விட்டு விடுவது போல, இந்த நிர்வாகம் என்னிடமே தொடர்ந்து இருந்தால், அதில் குறைகள் மலியத்தான் செய்யும். குதிரையின் பாய்ச்சலைக் காண்கிற கழுதை தானும் அவ்வாறு பாய்ந்து செல்ல முயன்றால், அது தோல்விதான் அடையும்; அன்னத்தின் நடையைப் பார்க்கிற காக்கை, தானும் அவ்வாறு நடக்க முயற்சித்தால், அது நகைப்புக்குரியதாகத்தான் இருக்கும். இன்று என் நிலையும் இதுதான்; ஆகையால் அயோத்தியின் அரசுரிமையை நீங்கள்தான் ஏற்க வேண்டும். பூமி நிலைத்திருக்கும் வரை உங்கள் ஆட்சி நிலைத்திருக்கட்டும். சூரியனைப் போல் ஒளி வீசிக் கொண்டு, நீங்கள் அயோத்தியின் சிம்மாசனத்தில் அமர்ந்து ஆட்சி புரியும் சிறப்பை இந்த உலகம் காணட்டும்.''

பரதனின் இந்த வேண்டுகோளுக்கு ராமர் இசைந்தார்.

6. யுத்த காண்டம்

அத்தியாயம் - 49

ராம பட்டாபிஷேகம்

சடை முடியை அவிழ்த்து, நீராடி, ராமரும், லக்ஷ்மணனும் அலங்கரித்துக் கொள்வது; அயோத்தி நகரில் ராமரும், மற்றவர்களும் பிரவேசிப்பது; ஸுக்ரீவனின் ஆணையை ஏற்று வானரர்கள், நாற்புறங்களிலுமிருந்த சமுத்திரங்களிலிருந்து நீரைக் கொண்டு வருவது; ராம பட்டாபிஷேகம்; ஸுக்ரீவன் முதலானோர் தங்கள் இடத்திற்குப் புறப்படுவது; ராமராஜ்யம்; ராமாயணம் படிப்பதாலும், கேட்பதாலும் கிட்டுகிற பலன்கள்.....

ராமரின் சடை முடி அவிழ்க்கப்பட்டு, அவர் நீராடினார். அவருக்குப் பலவிதமான அலங்காரங்கள் செய்யப்பட்டன. அவருக்கும், லக்ஷ்மணனுக்கும் பரதனும், சத்ருக்னனும் கூட இருந்து மாலைகளைச் சூட்டி, சந்தனம் அளித்து, நல்ல ஆடைகளை உடுத்தினர். தசரதரின் மனைவிமார்கள், ஸீதைக்கு அலங்காரம் செய்வித்தனர். கௌஸல்யை தானே முன் நின்று வானரப் பெண்மணிகளை அலங்கரித்துக் கௌரவித்தாள். அரசனின் தேர், ஸுமந்திரரால் ஓட்டிக் கொண்டு வரப்பட்டது. ராமர் அந்தத் தேரில் அமர்ந்து ஸீதை, ஸுக்ரீவன், ஹனுமான், ஸுக்ரீவனின் மனைவி மார்கள் ஆகியோர் பின் தொடர, அயோத்தி நகருக்கு வந்தார். அவர் அமர்ந்திருந்த தேரில் பரதன் தேரோட்டியாகப் பொறுப்பேற்றான்.

யுத்த காண்டம்

சத்ருக்னன் வெண்குடை தாங்கினான். லக்ஷ்மணன் வெண்மை நிற விசிறியை வீசினான். மற்றொரு பக்கத்தில் நின்ற விபீஷணனும் அவ்வாறே மற்றொரு வெண்மை நிற விசிறியை வீசினான்.

வானத்திலே ரிஷிகள் வேதம் ஓதினர்.

தேவ கீதம் முழங்கியது.

முரசுகள் கொட்டப்பட்டன.

வாத்தியங்கள் ஒலித்தன.

போகும் வழியில் எல்லாம் மக்கள் ராமரைக் கண்டு களித்தனர்.

ஸுக்ரீவனும், மனித உருவை மேற்கொண்ட பல வானரர்களும் யானைகள்மீது அமர்ந்து வந்தனர். அமைச்சர்கள், அந்தணர்கள், போர் வீரர்கள், மக்கள் ஆகியோர் புடை சூழச் சென்று கொண்டிருந்த ராமர், நக்ஷத்திரங்களிடையே ஜொலிக்கிற சந்திரன் போல திகழ்ந்தார். பின்னர் ராமர், வானரர்களின் வீரம் பற்றியும், ஸுக்ரீவனோடு தனக்கு ஏற்பட்ட உறவு பற்றியும், விபீஷணன் பற்றியும், எல்லா விவரங்களையும் அமைச்சர்களுக்கு எடுத்துக் கூறினார். ராமருடைய உத்திரவின் பேரில், மிகவும் சிறப்பு வாய்ந்த அரண்மனை ஒன்று ஸுக்ரீவனுக்காக ஒதுக்கப்பட்டது.

பரதன் கேட்டுக் கொண்டதன் பேரில் ஸுக்ரீவன், "நாளை விடியற்காலைக்குள் பொற்குடங்களில் நான்கு புறங்களிலிருக்கும் சமுத்திரங்களிலிருந்து நீர் கொண்டு வரப்பட வேண்டும்" என்று கட்டளையிட்டான். அதை ஏற்ற ஜாம்பவான், ஹனுமான், கவயன், ரிஷபன் – ஆகியோர் நான்கு புறங்களிலுமிருந்த சமுத்திரங்களிலிருந்து நீரைக் கொண்டு வந்தனர். வேறு ஐநூறு வானரர்கள் பல நதிகளுக்கும் சென்று, அவற்றிலிருந்து நீரைக் கொண்டு வந்தனர். சத்ருக்னன் அந்த நீர் குடங்களையெல்லாம் வசிஷ்டரிடம் ஒப்படைத்தான்.

மிகவும் விலை உயர்ந்த ரத்தினங்களினால் அலங்கரிக்கப்பட்ட ஓர் ஆசனத்தில் ராமரும், ஸீதையும் அமர்ந்து கொள்ள – வசிஷ்டர், வாமதேவர், ஜாபாலி, காச்யபர், காத்யாயனர், கௌதமர், விஜயர் ஆகியோர் புனித நீரினால் ராமருக்குப் பட்டாபிஷேகம் செய்வித்தனர்.

நான்கு திசைகளின் அதிபர்கள், ராமர்மீது மருத்துவ சக்தி வாய்ந்த மூலிகை நீரைத் தெளித்தனர்.

சூரியனின் மகனாகிய மனுவினால் அணியப்பட்டு, பின்னர் அந்த வம்சத்தில் தோன்றிய மன்னர்களால் அணியப்பட்டு வந்த, ப்ரம்மன் சிருஷ்டி செய்து கொடுத்த சிறப்பு வாய்ந்த கரீடம் வசிஷ்டராலும், மற்ற புரோகிதர்களாலும் ராமருக்குச் சூட்டப்பட்டது. சத்ருக்னன் வெண்குடை ஏந்தி நின்றான்.

ஸுக்ரீவனும், விபீஷணனும் வெண் விசிறிகளை வீசினர்.

இந்திரனின் வேண்டுகோளை ஏற்ற வாயு தேவன், ராமருக்கு நூறு பொன் தாமரைகளைக் கொண்ட பொன் மாலையையும், முத்து மாலையையும், வேறு பல ஆபரணங்களையும் அளித்தான். கந்தர்வர்கள் இசைத்தனர்.

அப்சரஸ்கள் நடனமாடினர்.

பூமி பயிர்களால் நிரப்பப்பட்டது.

மரங்கள் கனிகளால் நிரப்பப்பட்டன.

கொடிகளில் மலர்ந்த மலர்கள் திசையெங்கும் நறுமணத்தைப் பரப்பின.

இவ்வாறாக ராமரின் பட்டாபிஷேகம் இனிதே நடந்து முடிந்தது.

அதைத் தொடர்ந்து ராமர் பல தான தர்மங்களைச் செய்தார். ஸுக்ரீவன், அங்கதன் போன்றவர்களும் பரிசுகளால் கௌரவிக்கப் பட்டனர். அப்போது ராமர் தனக்கு வாயுதேவனால் அளிக்கப்பட்ட முத்து மாலையை ஸீதைக்குக் கொடுக்க, அவள் அதையும் ஹனுமானையும் மாறி மாறிப் பார்க்க, அவள் மனதைப் புரிந்து கொண்ட ராமர், ''உன்னுடைய நன்மதிப்பைப் பெற்றவனுக்கு நீ அதை மகிழ்ச்சியோடு கொடுப்பாயாக'' என்று கூற, ஸீதை வாயுதேவனின் மகனாகிய அந்த ஹனுமானுக்கு, அந்த மாலையைப் பரிசாக அளித்தாள்.

உறுதி, புகழ், சாமர்த்தியம், திறமை, அடக்கம், விவேகம், உழைப்பு, சக்தி, அறிவு என்ற எல்லாக் குணங்களும் படைத்த

யுத்த காண்டம்

ஹனுமான், அந்த நகையை அணிந்து கொண்டு வெண் மேகத்தினால் அலங்கரிக்கப்பட்ட, மலை போல திகழ்ந்தார்.

ராமரால் பரிசளித்து கௌரவிக்கப்பட்ட வானரர் தலைவர்களும், மற்ற வானரர்களும் ஸுக்ரீவன் தலைமையில் கிஷ்கிந்தைக்குப் புறப்பட்டனர். விபீஷணன் இலங்கைக்குப் புறப்பட்டான்.

(கம்ப ராமாயணத்தில் குஹனும் கூட வந்து, பட்டாபிஷேக வைபவத்தில் கலந்து கொள்கிறான் என்று கூறப்பட்டிருக்கிறது. இது தவிர, தேவர்களே வந்து ராமருக்கு அபிஷேகத்தை நடத்தியதாகவும், கம்பர் கூறுகிறார். 'மங்கல கீதங்கள் பாடவும், வேத ஒலி முழங்கவும், சங்குகள் ஒலிக்கவும், தாளமும், மத்தளமும் ஒலிக்கவும் குற்றமில்லாத ஒலியை எழுப்புகிற பல்வகை வாத்தியங்கள் ஆரவாரிக்கவும், பூமழை பொழியவும், தேவர்கள் – எங்களுடைய நாயகனான ராமரை வெவ்வேறாக எதிர்ப்பட்டு அபிஷேகம் செய்தனர்' என்று கம்பர் கூறுகிறார். அந்தப் பாடல் :

மங்கல கீதம் பாட, மறை ஒலி முழங்க, வல்வாய்ச்
சங்குஇனம் குமுற, பாண்டில் தண்ணுமை ஒலிப்ப, தா இல்
பொங்கு பல்லியங்கள் ஆர்ப்ப, பூ மழை பொழிய, விண்ணோர்
எங்கள் நாயகனை வெவ்வேறு எதிர்ந்து, அபிஷேகம் செய்தனர்.

கடைசி கட்டத்தில் கம்பர் 'திருப்பாற்கடலில் யோக நித்திரை புரிவதை விட்டு, அயோத்தியில் வந்து அவதரித்த, அருளும் தன்மை கொண்ட, மேலோடு இவ்விடம் வரை உள்ள மேல் ஏழு, கீழ் என்ற பதினான்கு உலகத்தில் உள்ளவரும், எம்பெருமான் என்று துதித்து வணங்கி நின்று சேவகம் புரிய, தம்பிகளோடு சேர்ந்து, தர்மத்தின் பால் நின்று, பூமியைப் பாதுகாத்தான்' என்று கூறுகிறார்.

உம்பரோடு இம்பர்காறும் உலகம், ஓர் ஏழும் ஏழும்,
'எம் பெருமான்!' என்று ஏத்தி, இறைஞ்சி நின்று, ஏவல் செய்ய,
தம்பியரோடும், தானும், தருமமும், தரணி காத்தான் –
அம்பரத்து அனந்தர் நீங்கி, அயோத்தியில் வந்த வள்ளல்.

இதையடுத்து 'பரம்பொருள் ராமனாய் வந்து, திருஅவதரித்து ராவணனை அழித்து, தம்பியும் தானுமாகப் பூமி முழுவதையும்

பாதுகாத்து, இவ்வாறாகி நின்ற பண்புள்ள சரிதையைச் சொல்பவர்கள் மன்னர்களாகி, பின்னும் யமனையும் வெல்லும் தன்மை பெறுவார்கள்' - என்று கூறி கம்பர் முடிக்கிறார்.

வால்மீகி ராமாயணத்தின் இறுதிக் காட்சிகளுக்கு வருவோம்.)

எதிரிகளை வென்று, பெரும் புகழ் பெற்று, எல்லோரும் மகிழத்தக்க வகையில் ஆட்சி புரியத் தொடங்கிய ராமர், லக்ஷ்மணனை அழைத்து, "என்னோடு சேர்ந்து நீயும் ஆட்சிப் பொறுப்பை ஏற்க வேண்டும். எது முறையானது என்பதை உணர்ந்த வனே ! இளவரசனாகப் பட்டம் சூட்டப் பெற்று, நமது முன்னோர்கள் செய்த மாதிரி நீயும், ஆட்சிச் சுமையை ஏற்க வேண்டும்" என்று சொன்னார்.

ஆனால், லக்ஷ்மணன் இதற்கு மறுத்து விட்டான். ராமர் மீண்டும் மீண்டும் பலமுறை கேட்டுக் கொண்டும் அவன் இதற்குச் சம்மதிக்கவில்லை. ஆகையால் ராமர், பரதனுக்கு இளவரசு பட்டாபிஷேகம் செய்வித்தார்.

பற்பல யாகங்கள் ராமரால் நடத்தப்பட்டன. ஏராளமான தான தர்மங்கள் செய்யப்பட்டன. அகன்ற மார்பு படைத்தவரும், முழங்கால்களைத் தொடுகிற அளவுக்கு நீளம் கொண்ட கைகளை உடையவரும், பெரும் சிறப்புகள் பெற்றவருமான ராமர், லக்ஷ்மணனைத் தொண்டனாகக் கொண்டு, இந்தப் பூமியை ஆண்டார்.

ராமர் ஆட்சி செய்த போது, அயோத்தியில் விதவைகள் தோன்றவில்லை.

நோய் நொடி பற்றிய அக்கறை மக்களுக்கு அறவே இல்லாமற் போயிற்று.

மிருகங்களினால் யாருக்கும் எந்தப் பயமும் தோன்றவில்லை.

திருடர் பயம் இருக்கவில்லை.

யாருக்கும் எந்தத் தீங்கும் விளையவில்லை.

சிறியவர்களுக்கு ஈமச்சடங்குகள் செய்ய வேண்டிய துர்பாக்கியம் பெரியவர்களுக்கு ஏற்படவில்லை.

ஒவ்வொரு ஜீவராசியும் மனம் களித்தது.

ஒருவரும் தர்மத்தின் பாதையை விட்டு விலகவில்லை.

மக்கள் அனைவரும் நீண்ட ஆயுள் படைத்து, நல்ல மகன்களைப் பெற்று, துன்பத்திலிருந்து விடுபட்டவர் களாக வாழ்ந்தார்கள்.

மரங்கள் பூத்துக் குலுங்கி காலத்தில் பழுத்தன.

மேகங்கள் பருவம் தவறாமல் மழையைப் பொழிந்தன.

தூய்மையான காற்று வீசியது.

நான்கு வர்ணத்தவரும் தம் தம் கடமைகளைச் செய்து கொண்டு, ஒற்றுமையாக வாழ்ந்தனர்.

யாருக்கும், எவர் மீதும் பொறாமை இருக்கவில்லை.

மக்கள் பக்தி நிறைந்தவர்களாக இருந்தார்கள்.

யாரும் பொய் பேசியது இல்லை.

இவ்வாறு பற்பல ஆண்டு காலம் ராமராஜ்யம் நடந்தது.

மன்னர்களுக்கு வெற்றிகளைத் தருவதும், வேதங்களைச் சார்ந்து நிற்பதும், புண்ணியத்தைத் தருவதுமாக– வால்மீகி முனிவரால் இயற்றப்பட்ட இந்தப் பழமையான காப்பியம், கேட்பவர்களின் பாவங்களை அகற்றுகிறது.

இந்த வரலாற்றைக் கேட்பவன், மகப்பேறு இல்லாமல் இருந்தால், அதை அடைகிறான்.

செல்வம் விழைபவன் செல்வத்தை அடைகிறான்.

அரசனாக இருந்து இதைக் கேட்பவன் பூமியை வெல்கிறான்.

இதைக் கேட்கும் பெண்மணிகள் கௌஸல்யைக்கு ராமர் இருந்ததுபோல், ஸுமித்திரைக்கு லக்ஷ்மணனும் – சத்ருக்னனும் இருந்தது போல், கைகேயிக்கு பரதன் இருந்ததுபோல், மகன்களைப் பெறுவார்கள்.

நீண்ட ஆயுளும், நோயற்ற வாழ்வும், குறைவற்ற செல்வமும் – இதைக் கேட்பவர்களுக்குக் கிட்டுகிறது.

இதைக் கேட்பவனிடம் எல்லாத் தெய்வங்களுமே மகிழ்ச்சி அடைகின்றன.

இந்தக் காப்பியத்தின் ஒரு பிரதி எவன் வீட்டில் இருக்கிறதோ, அவனுக்குத் தடைகள் எல்லாம் நீங்குகின்றன.

நன்றாக வணங்கி நம்பிக்கையுடன் இதைப் படிப்பவன், எல்லா பாவங்களிலிருந்தும் விடுபட்டு நீண்ட ஆயுளைப் பெறுகிறான்.

வால்மீகி முனிவர் இயற்றிய இந்த ராமாயண காவியத்தைத் தினந்தோறும் ஒருவன் படித்தாலும் சரி, அல்லது கேட்டாலும் சரி, அவனிடம் ராமர் அன்பு கொள்கிறார்.

அந்த ராமர் வேறு யாருமல்ல, அவர்தான் என்றுமுள்ள மஹாவிஷ்ணு.

அவர்தான் ராமராக இந்த பூவுலகிற்கு வந்தார்.

வால்மீகி முனிவரால் இயற்றப்பட்டு, எல்லோருக்கும் நலம் விளைவிக்கிற இந்த ராமாயண காவியம், இதைத் தொடர்ந்து கேட்கும் தூய மனம் படைத்தவர்களுக்கு நீண்ட ஆயுள், நல்ல ஆரோக்கியம், சிறந்த புகழ், சகோதர அன்பு, ஆழ்ந்த அறிவு, மாறாத சக்தி ஆகியவற்றைக் கொடுக்கவல்லது.

ராமரைப் போற்றுவோம்; எல்லோருக்கும் நலமே விளையட்டும்!

.... – என்று – வால்மீகி இயற்றிய ராமாயண காவியத்தை ராமர் முன்பாகப் பாடிய லவ, குச சகோதரர்கள் கூறினார்கள்.

(காப்பியங்களில் மிகவும் பழமையானதும், வால்மீகி முனிவரால் படைக்கப்பட்டதுமான, சிறப்பும் புனிதத் தன்மையும் கொண்ட ராமாயண காவியத்தின் – நமது சுருக்கம், இத்துடன் முழுமை பெறுகிறது.)

ராமாயண அனுபந்தம் – 1

தத்துவங்களின் தொகுப்பு

ராமாயணத்தில் ஆங்காங்கே, பல பாத்திரங்கள் வாயிலாகப் பற்பல நீதிகள் கூறப்படுகின்றன. இவற்றில் சில, தன் செயலை நியாயப்படுத்துவதற்காக – ஒரு பாத்திரம் கூறுகிற வாதமாகவும் இருக்கும்; வேறு சில இன்றைய உலகில் கடைப்பிடிக்க முடியாத வழிமுறையைக் கூறுவதாகவும் தோன்றலாம். ஆனால், இந்த நீதிகள் எல்லாவற்றுக்குமே ஒரு பொதுச் சிறப்பு உண்டு – அது, ஆழ்ந்த சிந்தனை. அந்தச் சிந்தனையின் விளைவாகவே, இவ்வளவு நீதியுரைகள் இந்த இதிகாசத்தில் காணப்படுகின்றன.

அந்த நீதியுரைகள் – பொன் மொழிகள் – ஒரு தொகுப்பாக இருந்தால், ஓரளவாவது பயன் தரும் என்ற எண்ணத்தில், ராமாயண அனுபந்தத்தின் முதற் குறிப்பாக, இந்தத் தொகுப்பைப் பிரசுரிக்கிறோம். சொல்லப்பட்ட தத்துவத்தின் தன்மை எத்தகையது என்பதை நினைவில் கொள்வதற்காக – எந்த நீதி உரை, யாரால், கூறப்பட்டது என்ற விவரமும் தரப்படுகிறது.

வால்மீகி ராமாயணம்

குவித்து வைக்கப்பட்டவை, குறைந்து அழிவதும்; உயரத்தை எட்டியவை வீழ்ந்து தாழ்வதும்; இணைந்து கொண்டவை, பிரிந்து விலகுவதும்; பிறப்பெய்தியவை, அழிவு எய்துவதும் – விலக்க முடியாத நியதிகள். எல்லாமே பிரிவிற்கும், அழிவிற்கும், விலகுவதற்கும் உட்பட்டவை என்பதால், மனைவி, மக்கள், உறவினர்கள், நண்பர்கள், செல்வம் – ஆகியவற்றுடன் ஏற்படக் கூடிய தாற்காலிக ஈடுபாடு தவிர்க்கப்பட வேண்டிய தாகும்.

(ராமரிடம், லக்ஷ்மணன் கூறுவது)

எதைக் கொடுக்கும்போதும் மலர்ந்த முகத்துடன், தாராள மனதுடன் கொடுக்க வேண்டும். தானம் கொடுக்கும்போது அக்கறையின்மையோ, அலட்சியமோ காட்டப்பட்டால், அது மன்னனுக்குக் கேடு விளைவிக்கும். ஆகையால், கொடுப்பதை மரியாதையுடன் கொடுங்கள்

(வசிஷ்டர், தசரதனிடம் கூறுவது)

ஒரு காரியத்தைச் செய்கிறேன் என்று சொல்லிவிட்டு, அந்த வார்த்தையை நிறைவேற்றாதவனுக்கு எல்லாத் தர்மங்களும் பயனற்றுப் போகும்.

(வசிஷ்டர், தசரதனிடம் கூறுவது)

அரச தர்மம் விசேஷமானது. தீய செயலாக இருந்தாலும் சரி, நற்செயலாக இருந்தாலும் சரி, பாவத்தைக் கொடுக்கக்கூடிய செயலாக இருந்தாலும் சரி, புண்ணியத்தைப் பெறவல்ல செயலாக இருந்தாலும் சரி, மக்களைக் காப்பாற்றும் பொருட்டு, எந்தச் செயலையுமே செய்து முடிக்க வேண்டியது அரசர்களின் கடமை. தங்கள் ஆளுகைக்கு உட்பட்ட பிரதேசத்தைக் காப்பது என்பது அரசர்கள் மேற்கொள்ளும் விரதம்.

(விச்வாமித்திரர், ராமரிடம் கூறுவது)

பெண்களுக்காகட்டும், ஆண்களுக்காகட்டும், பொறுமைதான் மிகச் சிறந்த ஆபரணம். பொறுமையைப் போன்ற ஒரு தானம் கிடையாது. பொறுமையைப் போன்ற ஒரு சத்தியம் இல்லை. பொறுமையைப் போன்ற ஒரு யாகம் கிடையாது. பொறுமையைப்

தத்துவங்களின் தொகுப்பு

போன்ற ஒரு புகழ் கிடையாது. பொறுமையைப் போன்ற தர்மம் இல்லை. பொறுமையினால்தான் உலகமே நிலைத்து நிற்கிறது.

(விச்வாமித்திரர், ராமரிடம் கூறுவது)

எவை எவை பெரும் சிறப்புடையனவோ, அவையெல்லாம் அரசனிடமே இருக்க வேண்டும் - என்று தர்ம சாத்திரங்கள் கூறுகின்றன.

(விச்வாமித்திரர், வசிஷ்டரிடம் கூறுவது)

எதை இழந்தாலும், அறிஞன் புகழை இழக்க மாட்டான்.

(வசிஷ்டர், விச்வாமித்திரரிடம் கூறுவது)

எப்போதுமே தர்ம நெறியின் பாதையிலிருந்து மாறாதவர்கள் கூட, பிறருடைய உயர்வைக் கேட்டு மகிழ்ச்சி அடைவார்கள் என்பது - மிகவும் அபூர்வமாக நடக்கிற விஷயம்.

(தசரதர், ராமரிடம் கூறுவது)

ஒருவனை நினைத்து மற்றொருவன் பயம் கொள்ள நேரிட்டால், அந்த ஒருவனுக்குப் பயத்தினால் பீடிக்கப்பட்டவனிடமிருந்து ஆபத்து நேரும்.

(மந்தரை என்கிற கூனி, கைகேயியிடம் கூறுவது)

அரசாட்சி என்பது கூட்டுப் பொறுப்பு அல்ல. அப்படி இருந்தால் அரசு பதவி சீரழிந்து விடும். ஆகையால் ஒரு மன்னனுடைய மகன்கள் அனைவரும் ஒரே சமயத்தில் அதிகாரத்தில் பங்கு பெற்றுவிடுவதில்லை. இந்தக் காரணம் கொண்டுதான், தன்னுடைய மகன்களில் எவன் எல்லாச் சிறந்த குணங்களும் பெற்று, உயர்வுடையவனாகத் திகழ்கிறானோ - அவனிடம் ஆட்சியைக் கவனிக்கும் பொறுப்பை அரசர்கள் விடுகிறார்கள்.

(மந்தரை, கைகேயியிடம் கூறுவது)

எது சரி, எது தவறு என்று பாகுபாடு செய்யும் தன்மையை இழந்து, தவறான பாதையில் சென்று அகங்காரம் பிடித்து எதிர்த்து

வருபவன், ஆச்சார்யனாக இருந்தாலும், தந்தையாக இருந்தாலும், அவன் அடக்கப்படத்தக்கவனே என்பது சாத்திரத்தின் கட்டளை.

(லக்ஷ்மணன், ராமரிடம் கூறுவது)

அறம், பொருள், இன்பம், வீடு – என்கிற நான்கு தர்மங்களுக்குமே ஆதாரமானது அறம்தான். சொன்ன சொல் தவறாமல் இருப்பது என்பதோ, அறங்களில் எல்லாம் மிகச் சிறந்த அறம் எனக் கொண்டாடப்படுகிறது. தந்தை, தாய், ஆச்சார்யன் – ஆகியவர்களின் வார்த்தையை நிறைவேற்றுவதாகச் சொல்லி விட்டு, பிறகு அந்த வார்த்தையைப் பொய் ஆக்குவது என்பது கூடாது.

(ராமர், லக்ஷ்மணனிடம் கூறுவது)

பொருளைத் தேடுவதிலோ, இன்பத்தை அடைவதிலோ முழுமையான நாட்டம் கொண்ட மனிதன், உலகத்தாரால் இகழப்படுகிறான்; ஆனால் அறத்தையே குறிக்கோளாக வைத்து நடப்பவன், எல்லோராலும் போற்றப்படுகிறான்.

(ராமர், லக்ஷ்மணனிடம் கூறுவது)

எந்த ஒரு செயலுக்கு, காரண காரியங்களை நம்மால் அறிந்து சொல்ல முடியவில்லையோ, அந்தச் செயல்தான் தெய்வச் செயல் எனப்படுவது. இதுதான் காரணம் – என்று மனதில் ஒரு சமாதானம் ஏற்படுத்திக் கொள்வதற்கு வழியே இல்லாத வகையில் ஒரு காரியம் நடக்கும் என்றால், அதுதான் தெய்வச் செயல். அதை எதிர்த்துப் போர் செய்யும் வல்லமை உடைய மனிதன் எவனும் இல்லை. எந்த ஒரு இன்பத்திற்கோ, துன்பத்திற்கோ, வியாதிக்கோ, கோபத்திற்கோ – ஏற்கக் கூடிய ஒரு காரணத்தைக் கூற முடியாமல் இருந்தால், அது ஈச்வரனின் செயல்.

(ராமர், லக்ஷ்மணனிடம் கூறுவது)

தந்தையின் சொல்லை நிறைவேற்றுவது என்பதில் எல்லா தர்மங்களும் அடங்கி நிற்கிறது.

(ராமர், லக்ஷ்மணனிடம் கூறுவது)

தத்துவங்களின் தொகுப்பு

தர்மத்தைக் காப்பாற்றுகிறவர்கள், தர்மத்தினால் காப்பாற்றப் படுகிறார்கள்.

(கௌஸல்யை, ராமரிடம் கூறுவது)

செல்வமும், அந்தஸ்தும் பெற்றுள்ள மனிதர்கள், தங்கள் முன்னிலையில் மற்றொருவன் புகழப்படுவதை விரும்ப மாட்டார்கள்.

(ராமர், ஸீதையிடம் கூறுவது)

நன்னடத்தையினாலும், நல்ல முயற்சி கொண்ட பணிவிடையினாலும், மன்னர்கள் மகிழ்ச்சி அடைவார்கள். இதற்கு மாறாக நடந்து கொள்பவர்களிடம் அவர்கள் கோபம் கொள்வார்கள். தனக்கு எதிராக நடந்து கொள்பவர்களை, சொந்த மகன்களேயானாலும் அரசர்கள் புறக்கணித்து விடுவார்கள்; தங்களுக்கு உகந்த முறையில் நடந்து கொள்பவர்கள், சம்பந்தம் இல்லாதவர்களாக இருந்தாலும் அவர்களை அரசர்கள் ஏற்பார்கள்.

(ராமர், ஸீதையிடம் கூறுவது)

தந்தை, தாய், சகோதரன், மகன், மருமகள் – ஆகியோர், தங்கள் தங்கள் முன்வினைக்கேற்ப நன்மை தீமைகளை அனுபவிக் கிறார்கள்; ஆனால், மனைவி மட்டுமே, தன் கணவனைச் சார்ந்து நின்று, அவனுடைய இன்ப துன்பங்களையே பகிர்ந்து கொள் கிறாள்... தந்தை, மகன், தாய், தோழிகள் யாருமே ஒரு பெண்ணுக்கு அடைக்கலமாக மாட்டார்கள். கணவன் ஒருவனே எல்லாக் காலத்திலும் அவளுக்கு அடைக்கலம்.

(ஸீதை, ராமரிடம் கூறுவது)

கண் எதிரே தெரிகிற, நேரடியாகவே உத்திரவிடுகிற தாய், தந்தை, ஆச்சார்யன் – ஆகியோரைத் திருப்தி செய்ய முடியாத மனிதனால், கண்ணுக்குத் தெரியாமல் எங்கிருந்தோ கட்டளை யிடுகிற தெய்வத்தை எப்படி திருப்தி செய்ய முடியும்?

(ராமர், ஸீதையிடம் கூறுவது)

போதைப் பொருள் விலக்கப்பட்ட மதுபானம். இன்பத்தைத் தராது. செல்வங்கள் எல்லாம் பறிக்கப்பட்ட ராஜ்யம், அந்த மதுபானம் போன்றதுதான்.

(கைகேயி, தசரதரைப் பார்த்துக் கூறுவது)

ஒரு நல்ல யானையைத் துறந்து விட்டு, அதனுடைய அம்பாரியை மட்டும் தன் வசம் வைத்துக் கொள்ள விரும்புகிறவன் மூடன் அல்லவா?

(ராமர், கைகேயியிடம் கூறுவது)

எல்லா வகையிலும் கணவனுக்கு நிகரானவள் மனைவி என்று தர்ம சாத்திரங்கள் சொல்கின்றன. கணவனின் அம்சமே மனைவியிடம் குடிகொள்கிறது.

(வசிஷ்டர், கைகேயியிடம் கூறுவது)

குறிக்கப்பட்ட காலம் வந்து சேராத வரையில், ஒரு மனிதனின் உயிர் பிரிவதில்லை.

(தசரதர், ஸுமந்திரரிடம் கூறுவது)

தன்னிடம் அன்புடன் நடந்து கொள்கிற கணவன் சோதனைக் காலத்தைச் சந்திக்க நேரிடுகிற போது, அவனிடம் மரியாதை குறைவாக நடந்து கொள்கிற பெண் மிகவும் தீயவள் என்று இந்த உலகத்தால் கருதப்படுகிறாள். அந்த மாதிரி தீய பெண்கள், கணவன் மூலமாக வாழ்க்கையின் வசதிகளையெல்லாம் அனுபவித்து விட்டு, அவனுக்கு ஒரு சிறிய சறுக்கல் ஏற்படும்போது அவனை அவமதிக்கிறார்கள். அவனை விட்டுப் பிரிந்தும் விடுகிறார்கள். பெண்களுடைய இயற்கை இது. கெட்ட எண்ணத்தில் உறுதியாக நிற்பது, பொய் பேசுவது, உணர்ச்சிகளால் உந்தப்பட்டு நடப்பது, இதயமில்லாமல் நடந்து கொள்வது – ஆகிய குணங்களைக் கொண்ட இந்தத் தீய பெண்கள், மற்றவர்களால் புரிந்து கொள்ள முடியாதவர்களே. மனம் ஒரு நிலையில் இல்லாத இவர்களுக்கு நல்ல குணம், நல்ல செயல், நல்ல கல்வி – ஆகியவை பற்றி எந்த மரியாதையும் இருப்பதில்லை. நல்ல குணமுடைய பெண்களோவெனில், உண்மையையே பேசுவது, பெரியோரின் வார்த்தையை மதித்து நடப்பது, கணவனையே தெய்வமாகக் கொண்டு வாழ்வது – ஆகிய மேன்மையான குணங்களைக் கொண்டு திகழ்கிறார்கள்.

(கௌஸல்யை, ஸீதையிடம் கூறுவது)

தத்துவங்களின் தொகுப்பு

கம்பிகள் இல்லாத வீணையும், சக்கரம் இல்லாத தேரும் எந்தப் பயனும் அற்றவை. அதே போல, நூறு மகன்கள் இருந்தாலும் கூட, கணவன் இல்லாத மனைவி எந்த சுகத்தையும் காண மாட்டாள். அளவோடுதான் உதவி செய்கிறான் தந்தை; அளவோடுதான் உதவி செய்கிறான் சகோதரன்; அளவோடுதான் உதவுகிறான் மகன்; ஆனால் கணவனோ எல்லையற்ற உதவிகளைச் செய்கிறான்.

(ஸீதை, கௌஸல்யையிடம் கூறுவது)

மூத்த சகோதரனுக்குக் கட்டுப்பட்டுத்தான் இளைய சகோதரன் நடக்க வேண்டும் என்பது, இந்த உலகில் வாழ்ந்த தலைவர்களால் விதிக்கப்பட்ட வழிமுறை. தானங்களைச் செய்வதும், யாகங்களை நடத்துவதும், யுத்த களத்தில் உடலைச் சாய்ப்பதும்தான் ஒரு க்ஷத்ரி யனின் தர்மம்

(ஸுமித்திரை, லக்ஷ்மணனிடம் கூறுவது)

ஒருவன் விடைபெற்றுச் செல்லும்போது, அவன் விரைவில் திரும்பி வர வேண்டும் என்று நாம் நினைத்தால், அப்போது அவனைப் பின் தொடர்ந்து நாம் வெகுதூரம் செல்லக் கூடாது.

(சில அமைச்சர்கள், தசரதரிடம் கூறுவது)

தர்மத்தையும், செல்வத்தையும் துறந்து, ஆசை ஒன்றிலேயே மனம் கொண்டவனாக நடந்து கொள்ளும் மனிதன், துயரத்தில் வீழ்வான் என்பதில் சந்தேகமில்லை.

(ராமர், லக்ஷ்மணனிடம் கூறுவது)

வீரத்தைக் காட்டுவது என்பது எல்லா நேரங்களிலும் சிறந்த தர்மமாகி விடாது. தந்தையின் சொல்லை நிறைவேற்றுவதுதான் மகனின் கடமை. அதுதான் மேலுலகத்திலும்கூட நன்மையைத் தரும். தந்தைக்கும் அதுதான் மேன்மையைப் பெற்றுத் தரும்.

(ராமர், லக்ஷ்மணனிடம் கூறுவது)

ஒரு பெண்ணுக்கு ஆதாரம் – முதலாவதாக கணவன்; இரண்டாவதாக மகன்; மூன்றாவதாக நெருங்கிய உறவினர்; நான்காவது ஆதாரம் என்று எதுவும் ஒரு பெண்ணுக்குக் கிடையாது.

(கௌஸல்யை, தசரதரிடம் கூறுவது)

நற்குணங்கள் நிரம்பிய கணவன், தன் மனைவியிடம் மன்றாடி வேண்டிக் கொள்ளும் நிலை வந்தால், அந்த மனைவி நல்ல குடியில் பிறந்தவளாக இருக்க மாட்டாள்.

(கௌஸல்யை, தசரதரிடம் கூறுவது)

துக்கம் பொறுமையை அழிக்கிறது; துக்கம் கல்வி அறிவை அழிக்கிறது; துக்கம் எல்லாவற்றையும் அழிக்கிறது; துக்கத்திற்கு நிகரான விரோதி வேறு எதுவும் இல்லை. எதிரியின் கோரமான தாக்குதலைத் தாங்கி ஒரு மனிதன் நிற்க முடியும்; ஆனால் திடீரென நேரிடும் ஒரு சிறிய துக்கம் கொடுக்கிற அடியை எவனாலும் தாங்க முடியாது.

(கௌஸல்யை, தசரதரிடம் கூறுவது)

தான் செய்த காரியத்தின் தன்மைக்கேற்ற விளைவுகளை ஒவ்வொரு மனிதனும் அனுபவித்தே தீருவான். தன்னுடைய செயலைப் பற்றிய கவலை சற்றும் இல்லாமல் காரியத்தில் இறங்குபவன், அறிவற்றவன் என்று பண்டிதர்களால் அழைக்கப் படுகிறான்.

(தசரதர், கௌஸல்யையிடம் கூறுவது)

தான் செய்யும் நல்ல காரியங்களுக்கு ஏற்ற பலனை ஒரு மனிதன் அடைவது போல, தன்னுடைய தவறுகளின் விளைவுகளையும் ஏற்றுத்தான் தீர வேண்டும்.

(ஒரு முனிவர், தசரதரிடம் கூறுவது)

நல்ல உணவோடு சேர்ந்து, கெட்ட உணவையும் உட் கொண்டால், வியாதி வந்துதான் தீரும். அதே போல, பல நற்காரியங்களைச் செய்திருந்தாலும், அதனுடன் சேர்ந்து நாம் செய்யும் ஒரு தவறு அதன் பலனைத் தராமற் போகாது.

(ஒரு முனிவர், தசரதரிடம் கூறுவது)

அரசன் இல்லாத நாட்டில் – விவசாயம் நடக்காது; மகன் தந்தையின் கட்டுப்பாட்டுக்குள் அடங்கி இருக்க மாட்டான்; யாராலும் தங்களுடைய சொத்துக்களைக் காப்பாற்றிக் கொள்ள முடியாது; பொதுமக்கள் வசதிக்கான பொது இடங்களை யாரும்

தத்துவங்களின் தொகுப்பு

நிர்மாணிக்க மாட்டார்கள்; வழக்குகள் தீர்த்து வைக்கப்பட மாட்டாது; பெண்கள் நல்ல நகைகளை அணிந்து நந்த வனங்களுக்குச் செல்ல முடியாது; வீட்டின் கதவைத் திறந்து வைத்து யாரும் உறங்க முடியாது; வணிகர்கள் தங்கள் வர்த்தகத்திற்காகப் பொருளை எடுத்துக் கொண்டு பிரயாணம் செய்ய மாட்டார்கள்; சேனைகள் விரோதிகளை எதிர்த்து நிற்காது; ஆயுதப் பயிற்சி நடக்காது; சாத்திர ஆராய்ச்சியும் நடக்காது; எந்த ஒரு மனிதனும், எந்தப் பொருளையும் தன்னுடையது என்று நினைக்க முடியாமற் போய் விடும்; மனிதர்கள் மீன்களைப் போல ஒருவரை ஒருவர் அழிப்பார்கள்; நாத்திகர்கள் தங்கள் கருத்தைப் பிரசாரம் செய்வார்கள்.

(பெரியவர்களும், ராஜதந்திரிகளும், மந்திரிகளும் வசிஷ்டரிடம் கூறுவது)

அரசன் இல்லாத ராஜ்யம் – தண்ணீர் இல்லாத நதி; செடிகளற்ற காடு; மடியற்ற பசு. அரசனே மக்களுக்கு தாய்; அரசனே அவர்களுக்குத் தந்தை; அரசனே அவர்களுக்கு நன்மை புரிபவன்; அரசனே சத்தியம்; அரசனே தர்மம்; நன்மை தீமைகளை வகுத்துப் பிரித்து, ஒழுங்கு முறையை நிலை நிறுத்தும் அரசன் இல்லா விடில் – உலகை இருள் சூழ்ந்துவிடும்.

(பெரியவர்களும், ராஜதந்திரிகளும், மந்திரிகளும், வசிஷ்டரிடம் கூறுவது)

கழுதை பூட்டிய வண்டியில் ஏறி ஒருவன் செல்லும் நிகழ்ச்சி – கனவில் தோன்றினால், அந்த மனிதனுடைய சிதையிலிருந்து வெகு சீக்கிரம் புகை கிளம்பும்.

(பரதன், தன் நண்பர்களிடம் கூறுவது)

தர்மத்தை அறிந்தவனுக்கு, மூத்த சகோதரனே தந்தையாகிறான்.

(பரதன், கைகேயியிடம் கூறுவது)

உறங்கிக் கொண்டிருக்கிற பசுவைக் காலால் எட்டி உதைத்த பாவம்; முறையாக ஆட்சி புரிந்து கொண்டிருக்கும் அரசனுக்குத் தீமை செய்த பாவம்; வேலையாளிடம் வேலையை வாங்கிக்

வால்மீகி ராமாயணம்

கொண்டு, கூலியைக் கொடுக்காமல் இருக்கிறவன் செய்கிற பாவம்; மக்களிடம் ஆறில் ஒரு பங்கு வரியை வசூலித்துக் கொண்டு அவர்களைப் பாதுகாக்காமல் விட்டு விடுகிற அரசன் செய்கிற பாவம்; போர்க்களத்தில் யுத்த நெறிகளை மீறுகிறவன் அடைகிற பாவம்; நண்பனுக்குத் துரோகம் செய்யும் எண்ணம் கொண்டவன் அடைகிற பாவம்; பெரியோர்களைப் பற்றி அவதூறு பேசுகிறவன் அடைகிற பாவம்; தன்மீது நம்பிக்கை வைத்து தன்னிடம் ஒருவன் ஒப்புக் கொண்ட தவறை வெளியே சொல்லி விடுகிறவன் அடைகிற பாவம்; நன்றி கெட்டு இயங்குகிறவன் அடைகிற பாவம்; மனைவி, மக்கள், பணியாட்கள் ஆகியோருக்குத் தராமல், தான் மட்டுமே நல்ல உணவை உண்கிறவன் அடைகிற பாவம்; குழந்தையைக் கொன்ற பாவம்; வயோதிகனைக் கொன்ற பாவம்; தன்னைச் சார்ந்திருப்பவர்களைக் காப்பாற்றாமல் விட்ட பாவம்; அரக்கு, தேன், மாமிசம், இரும்பு – ஆகியவற்றை விற்று தன்னைச் சார்ந்திருப்பவர்களைக் காப்பாற்றுகிறவன் அடைகிற பாவம்; யுத்தத்தில் புறமுதுகு காட்டி ஓடுகிறவன் அடைகிற பாவம்; விடியற்காலையிலும், மாலையிலும் தூங்குகிறவன் அடைகிற பாவம்; பிறர் உடமைகளுக்குத் தீ இடுகிறவன் அடைகிற பாவம்; நம்பிக்கைத் துரோகம் செய்கிறவன் அடைகிற பாவம்; பசு, கன்றை ஈன்று பத்து தினங்கள் முடியாமல் இருக்கும்போதே, அந்தப் பசுவிடம் பால் கறப்பவன் அடைகிற பாவம்; தன்னுடைய மனைவியை விட்டு, பிறன் மனைவியை நாடுகிறவன் அடைகிற பாவம்; நீர் நிலைகளை அசுத்தப்படுத்துகிறவன் அடைகிற பாவம்; தன்னிடம் உதவியை நாடி வருபவர்களுக்குப் பொய்யாக வாக்களிப்பவன் அடைகிற பாவம்; இருவரிடையே வாக்குவாதம் நடக்கிறபோது நியாயம் அறிந்தும் கூட, பாரபட்சமாக நடந்து கொள்கிறவன் அடைகிற பாவம் – ஆகிய பாவங்கள், ராமர் காட்டுக்குப் போக வேண்டும் என்று விரும்பியவனைச் சென்று அடையட்டும்.

(பரதன், கௌஸல்யையிடம் கூறுவது)

படைக்கப்பட்ட ஜீவராசிகள் அனைத்திலும், துன்புறுத்தலுக்கு உட்படுத்தத் தகாதவர்கள் பெண்கள்தான்.

(பரதன், சத்ருக்னனிடம் கூறுவது)

தத்துவங்களின் தொகுப்பு

அறிவற்றவர்கள், ஆயிரம் பேரைக் காட்டிலும், அறிவுள்ளவன் ஒருவன், சிக்கலான நேரங்களில் பெரும் உதவியாக இருப்பான்; அறிவற்றவர்கள் பல்லாயிரம் பேர் இருந்தாலும், அவர்களிடம் எந்த உதவியும் கிடைக்காது; மனதில் உறுதி, எண்ணத்தில் தூய்மை, காரியத்தை நிறைவேற்றுவதில் சாமர்த்தியம் ஆகியவை கொண்ட ஒரு மந்திரி – அரசனுக்குப் புகழ் சேர்ப்பான்...

(ராமர், பரதனிடம் கூறுவது)

செல்வத்திலேயே நாட்டம் கொண்டு, மக்களுக்குத் தீங்கிழைத்து, கெட்ட வழி காண்பதில் நிபுணனாக இருப்பவன் – அடக்கப்படவில்லை என்றால், அது பேராபத்தில் முடியும்.

(ராமர், பரதனிடம் கூறுவது)

ஊழியர்களுக்கு ஊழியத்தை அளிப்பதில் கால தாமதம் நிகழ்ந்தால், அவர்களுடைய விசுவாசம் கெடுகிறது.

(ராமர், பரதனிடம் கூறுவது)

ஒரு அரசன், மற்ற மன்னர்களின் பதினெட்டு அதிகாரிகளையும், தன்னுடைய பதினைந்து அதிகாரிகளையும் ஒற்றர்கள் மூலம் கண்காணிக்க வேண்டும்.

(ராமர், பரதனிடம் கூறுவது)

(இங்கே, 'பதினெட்டு அதிகாரிகள் என்று குறிப்பிடப் படுகிறவர்கள் யார் யார் என்பது பற்றி பல ராமாயண உரை நூல்களில் குறிப்புகள் தரப்பட்டிருக்கின்றன. 1. மந்திரி, 2. குல குரு, 3. இளவரசன், 4. படைத் தலைவன், 5. அரசனின் உத்திரவிற்கேற்ப தண்டனைகளை நிறைவேற்றுபவன், 6. மலை, காடு, நீர் ஆகிய வற்றால் அமைந்துள்ள அரண்களை நிர்வகிப்பவன், 7. ராஜ்யத்தின் எல்லையைக் காப்பவன், 8. சிறைச் சாலையை நிர்வகிப்பவன், 9. பொக்கிஷ நிர்வாகி, 10. அரசனின் உத்திரவுகளை அறிவிக்கும் அதிகாரி, 11. வழக்குகளை விசாரிப்பவன், 12. நகர சோதனையை நிர்வகிப்பவன், 13. பங்காளிகளின் சண்டையை தர்ம சாத்திரப்படி தீர்த்து வைப்பவன், 14. படை வீரர்களுக்கு ஊதியங்களை விநியோகிப்பவன், 15. படை வீரர்கள் நீங்கலாக மற்றவர்களுக்கு

ஊதியங்களை விநியோகிப்பவன், 16. அந்தப்புர நிர்வாகி, 17. அரச சபையை நிர்வகிப்பவன், 18. கோட்டை வாயிலுக்குப் பொறுப்பாளி.

மற்ற அரசர்களுடைய இந்தப் பதினெட்டு அதிகாரிகளையும் ஓர் அரசன் வேவு பார்க்க வேண்டும். தன்னுடைய இந்தப் பதினெட்டு அதிகாரிகளில், மந்திரி, குலகுரு, இளவரசன் - ஆகிய மூவர் நீங்கலாக, மற்ற பதினைந்து அதிகாரிகளையும் கூட, ஒற்றர்கள் மூலமாக அரசன் கண்காணிக்க வேண்டும் - என்று ராஜநீதி கூறுகிறது.)

பணியாட்கள் அரசனை எப்போது வேண்டுமானாலும் சந்திக்கலாம் என்ற நிலையும் தவறானது; அவர்களால் அரசனைச் சந்திக்கவே முடியாது என்ற நிலையும் தவறானதே. இவ் விஷயத்தில் நடுத்தரமான நிலைதான் நன்மை பயக்கும்.

(ராமர், பரதனிடம் கூறுவது)

ஓர் அரசனிடம் பதினான்கு குறைகள் ஏற்படக் கூடும். நாத்திகவாதம்; பொய் பேசுதல்; காரணமின்றிக் கோபம் கொள்ளுதல்; அஜாக்கிரதை; காரியம் செய்வதைத் தாமதப் படுத்தல்; அறிவாளிகளைச் சந்திக்காமல் இருத்தல்; சோம்பல்; இந்திரியங்களை அடக்காமல் இருத்தல்; அரசின் நடவடிக்கைகளைப் பற்றி, தான் மட்டுமே தனியாக யோசித்தல்; அறிவற்றவர்களைக் கலந்து ஆலோசித்தல்; முடிவு செய்யப்பட்ட காரியங்களைத் தொடங்காமல் இருப்பது; ரகசியத்தைக் காப்பாற்றுவதில் அலட்சியம்; எல்லோருக்கும் நன்மை புரிவதில் அக்கறையின்மை; ஒரே சமயத்தில் பல பக்கங்களில் போருக்குச் செல்வது.

(ராமர், பரதனிடம் கூறுவது)

அரசன் தவிர்க்க வேண்டிய பத்து குறைகள் :

வேட்டையாடுவது; சூதாடுவது; பகலில் உறங்குவது; வீண் பேச்சில் காலம் கழிப்பது; பெண்களோடு உறவு; குடிப்பழக்கம்; நடனத்தில் ஆர்வம்; இசைக் கலையில் காலம் கழிப்பது; வாத்தியம் வாசிப்பதில் நேரம் செலவிடுவது; தேசத்தை விட்டு வெளியே செல்வது.

தத்துவங்களின் தொகுப்பு

அரசனுக்கு ஏற்படக்கூடிய ஐந்து விரோதங்கள் :

பகைவர்கள் வேண்டும் என்றே வளர்த்துக் கொள்கிற விரோதம்; பொருளாசையினால் ஏற்படுகிற விரோதம்; பெண்களால் ஏற்படுகிற விரோதம்; கடும் சொல்லினால் ஏற்படும் விரோதம்; தீங்கிழைப்பதால் ஏற்படும் விரோதம்.

அரசன் கையாள வேண்டிய உபாயங்கள் நான்கு :

சாம, தான, பேத, தண்டம்.

அரசன் தவிர்க்க வேண்டிய மூன்று :

செய்யக் கூடாத காரியத்தில் முனைவது; செய்ய வேண்டிய காரியத்தில் முனையாமல் இருப்பது; செய்ய வேண்டிய காரியத்தில் காலதாமதம் செய்வது.

எதிரிகளிடம் கையாள வேண்டிய இரண்டு வழி முறைகள் :

நட்பு, பிளவு.

(ராமர், பரதனிடம் குறிப்பிடுபவை)

பிறரால் காப்பாற்றப்படுபவனுக்குத் துன்பம் இல்லை; பிறரைக் காப்பாற்றும் பொறுப்பை ஏற்பவனுக்கு இன்பம் இல்லை.

(பரதன், ராமரிடம் கூறுவது)

தன்னுடைய இஷ்டத்துக்கு ஏற்ப நடப்பது என்ற வாய்ப்பு மனிதனுக்கு இல்லை. மனிதன் சுதந்திரமற்றவன். முன் பிறவிகளின் வினைப்பயன் அவனை அங்குமிங்கும் இழுக்கிறது. சேகரித்து வைக்கப்பட்டவை எல்லாம் அழிவையே முடிவாகக் கொண்டவை. மனிதனின் உயிரோ எனில் மரணத்தை முடிவாகக் கொண்டது. உறுதியான தூண்களை உடையதாகக் கட்டப்பட்ட வீடு காலப்போக்கில் பலவீனமடைந்து இடிந்து விழுகிறது. வலிமை பொருந்திய ஒரு மனிதன் காலப் போக்கில் வயோதிகம், மரணம் ஆகியவற்றை எய்தி அழிகிறான். கழிந்து போன இரவு மீண்டும் வருவதில்லை; சமுத்திரத்தில் கலந்து விடுகிற நதியின் நீர் மீண்டும் திரும்புவதில்லை. இரவும் பகலும் கொஞ்சம் கொஞ்சமாக எடுத்துச் செல்கிற மனிதனின் ஆயுள் மீண்டும் திரும்புவதில்லை;

மனிதனுடைய ஆயுள் குறைந்து கொண்டே போகிறது; இந்த விதிக்கு உட்பட்ட மனிதன், தான் நற்கதியை அடையும் வழியைப் பற்றிச் சிந்திக்காமல், உயிருடன் இருக்கும் மற்றவர்களைப் பற்றியோ அல்லது மேலுலகம் சென்று விட்ட பிறரைப் பற்றியோ சிந்தனையில் ஆழ்வது ஒரு விந்தைதான்.

(ராமர், பரதனிடம் கூறுவது)

எமன் எப்போதும் உன் கூடவே நடந்து வருகிறான். நீ செல்கிற வழி நீண்ட வழியாக இருந்தாலும், உன்னுடனே சென்று மீண்டும்உன்னுடனே திரும்புகிறான். தன்னுடைய உடலில் சுருக்கம் விழுவதையும், தன்னுடைய தலை முடி நரைப்பதையும் கூட தடுக்க முடியாதவன் மனிதன். சூரியன் உதிக்கும் போதும், அஸ்தமிக்கும்போதும் தன்னுடைய ஆயுள் குறைந்து கொண்டே போகிறது என்பதை உணராத மனிதன், மகிழ்ச்சியில் திளைக்கிறான். பருவங்கள் மாறி மாறி வரும்போது, தன்னுடைய ஆயுள் குறைந்து கொண்டே போகிறது என்பதை உணராத மனிதன், அந்த பருவ மாறுதல்களினால் உற்சாகம் எய்துகிறான்.

(ராமர், பரதனிடம் கூறுவது)

கடலில் மிதக்கின்ற இரண்டு கட்டைகள் ஒரு நேரத்தில் ஒன்று சேர்கின்றன; சிறிது நேரம் அப்படி இணைந்திருந்து விட்டு, அவை பிரிந்து விடுகின்றன. அம்மாதிரியே மனைவி, மக்கள், உறவினர்கள், செல்வம் எல்லாம் ஒரு மனிதனுடன் சிறிது காலம் சேர்ந்திருந்து விட்டு, பிறகு பிரிந்து விடுகின்றன; பிரிவு என்பது மட்டுமே இவற்றுக்கு நிச்சயமான ஒன்றாகிறது. முன் பிறவிகளின் வினைப்பயனை விலக்கி விடும் சக்தி பெற்ற ஜீவராசி உலகில் எதுவும் இல்லை. அப்படியிருக்க, இறந்தவனுக்காக வருந்துவதால் எந்த ஒரு பயனும் உண்டாகப் போவதில்லை. பாதை தெரியாமல் நிற்கும் ஒரு மனிதன், வழியை அறிந்த ஒரு கூட்டம் செல்லும்போது, தானும் அவர்களோடு சேர்ந்து பயணத்தை மேற்கொள்கிறான். அதே போல, தந்தை, பாட்டன் என்று தலைமுறை தலைமுறையாகக் கடைப்பிடிக்கப்பட்டு வந்த நிரந்தரமான தர்மநெறியையொட்டி நடப்பவன் – பாதை தவற மாட்டான்.

(ராமர், பரதனிடம் கூறுவது)

தத்துவங்களின் தொகுப்பு

அழிவு காலத்தை நெருங்கும்போது, மனிதனின் புத்தி தடுமாறுகிறது.

(பரதன், ராமரிடம் கூறுவது)

தர்மநெறி தவறிய தந்தையின் செயலை, எந்த ஒரு மகன் திருத்தி முறையாக அமைக்கிறானோ, அவனே நல்ல மகன் என்று கொண்டாடப்படுகிறான்.

(பரதன், ராமரிடம் கூறுவது)

யார், எவனுக்கு உறவினன்? ஒரு மனிதனால் இன்னொரு மனிதனுக்கு ஆக வேண்டிய காரியம் என்ன இருக்கிறது? ஒவ்வொரு ஜீவராசியும் தனியாகவே பிறக்கிறது. தனியாகவே மடிகிறது. ஆகையால், தாயார் என்றும், தந்தை என்றும் கூறி, பிறர் மீது பாசம் வைக்கும் மனிதன், முழுமையான பைத்தியக்காரன் என்று நம்மால் அறியத்தக்கவன். ஏனென்றால் யாருக்கும் எவனும் உறவினன் அல்ல. ஒரு மனிதன் பயணம் செய்கையில் ஓர் ஊரில் ஓர் இரவைக் கழிக்கிறான்; அடுத்த நாள் – முந்தைய இரவில் தான் தங்கிய இடத்தை விட்டு விட்டுப் புறப்பட்டு விடுகிறான்; தாய், தந்தை, வீடு, செல்வம் எல்லாமே இவ்வாறான – சில பொழுதுகள் தங்குமிடங்களே! ஆகையால், அறிவுடையவர்கள் யாரிடமும் பாசம் வைக்க மாட்டார்கள்.

ஆண், பெண் வீர்யங்கள் கலப்பதால், கரு உருவாகிறது; ஆகையால் அப்படிப் பிறக்கிற ஜீவனுக்கு, தந்தை என்று அழைக்கப்படுபவன் ஒரு கருவி மட்டுமே. மரணம் என்பதோ மனிதர்களுக்கு இயல்பானது.

இறந்தவர்களுக்குச் சிராத்தம் செய்வது ஒரு பழக்கமாகி இருக்கிறது. இறந்தவனால் எதையும் உண்ண முடியாது எனும் போது, இப்படிச் சிராத்தத்தில் படைக்கப்படும் உணவு வெறும் தண்டமே. உணவு, இறந்து விட்ட மனிதனுக்குப் போய்ச் சேரும் என்றால் – ஒன்று செய்யலாமே? வெளியூர் செல்பவனுக்கு இங்கே சிராத்தம் செய்து விட்டால் அவனுக்கு உணவு கிடைத்து விடுமே? கையில் கட்டுச் சாதம் எடுத்துக் கொண்டு போக வேண்டிய அவசியம் இல்லையே? யாகம் செய்வது, தானம் கொடுப்பது

போன்றவையெல்லாம் தான தர்மங்களை வளர்ப்பதற்காகச் சிலரால் சாமர்த்தியமாக விதிக்கப்பட்டிருக்கும் வழிமுறைகள் – அவ்வளவே.

(வனவாசத்தை முடிக்காமல் அயோத்திக்குத் திரும்புவதில்லை – என்ற ராமரின் தீர்மானத்தை எப்படியாவது மாற்றி விட வேண்டும் என்பதற்காக, ஆத்திகரான ஜாபாலி, வேண்டுமென்றே கூறும் நாத்திக வாதத்திலிருந்து...)

மரியாதையை விடுத்து, பாவ வழியில் சென்று தர்மத்திற்கு விரோதமான நடத்தையை மேற்கொள்கிற மனிதன், நல்லவர்களின் மதிப்பைப் பெறுவதில்லை. ஒருவன் நற்குலத்தில் பிறந்தவனா, அல்லது தாழ்ந்த குலத்தில் பிறந்தவனா – வீரனா அல்லது கோழையா – நேர்மையானவனா அல்லது நேர்மையற்றவனா – என்பதெல்லாம் அவனது நடத்தையைப் பொறுத்தே இருக்கிறது.

(ராமர், ஜாபாலியிடம் கூறுவது)

சத்தியமே ஓர் அரசனுக்கு மிகவும் முக்கியமான குணம் என்று சாத்திரங்கள் விதித்திருக்கின்றன. ஒரு ராஜ்யத்தின் உயிர் நாடியே சத்தியம்தான். உலகத்திற்கு ஆதாரமும் அதுவே. பாம்பைக் கண்டு நடுங்குவது போல், பொய் பேசுகிற மனிதனைக் கண்டு மனிதர்கள் நடுங்குகிறார்கள். ஈச்வரன் என்று கூறப்படுவதே சத்தியம்தான். சத்தியத்தை ஆதாரமாகக் கொண்டே, இயற்கை பல விதங்களில் வியாபிக்கிறது.

(ராமர், ஜாபாலியிடம் கூறுவது)

ஒரு மனிதனின் மனதில் தீய எண்ணம் உதிக்கிறது; அதை நிறைவேற்ற அவன் தனது நாவினால் பொய் பேசுகிறான்; பிறகு தன் உடலினால் அந்தத் தீச்செயலைச் செய்து விடுகிறான்; இப்படி மூவகை தீமைகளினால் ஒரு பாவச் செயல் உருவாகிறது.

(ராமர், ஜாபாலியிடம் கூறுவது)

இவ்வுலகில் பிறக்கிற ஒரு மனிதனுக்கு, தாய், தந்தை, ஆசார்யன் – என்ற மூன்று குருமார்கள் உண்டு. இவர்களில் தாயும் தந்தையும் மனிதனின் பிறப்புக்குக் காரணமாகி நின்றாலும்,

அவனுக்கு அறிவு புகட்டுபவன் ஆசாரியனே. ஆகையால் மூவரில் அவரே உயர்ந்தவர் என்று கூறப்படுகிறது.

(வசிஷ்டர், ராமரிடம் கூறுவது)

தங்களால் இயன்றது எல்லாவற்றையும் மிச்சம் வைக்காமல், மகனுக்குத் தந்து விடுகிற தாய் – தந்தையரின் கடன், ஒரு மகனால் தீர்க்க முடியாதது.

(ராமர், வசிஷ்டரிடம் கூறுவது)

தந்தை, ஒரு பொருளை விற்றாலோ, வாங்கினாலோ, அடமானம் வைத்தாலோகூட, அந்தப் பரிவர்த்தனையை மறுதலிக்கும் உரிமை மகனுக்குக் கிடையாது. இந்த விஷயங்களுக்கே இப்படி என்றால், தந்தையின் சொல்லை மாற்றக் கூடிய உரிமை மகனுக்கு நிச்சயமாக இருக்க முடியாது.

(ராமர், பரதனிடம் கூறுவது)

நாட்டிலிருந்தாலும், காட்டிலிருந்தாலும் – மேன்மையான நிலையிலிருந்தாலும், தாழ்வான நிலையை அடைந்தாலும் – கணவன்மீது மாறாத அன்பு கொண்ட பெண்மணி, எல்லா நலன்களையும் பெறுகிறாள். மேன்மை கொண்ட குணமுடைய பெண்கள், கணவன் எந்த கதியில் இருந்தாலும் சரி, அவன் எத்தகைய குணங்களைக் கொண்டவனாக இருந்தாலும் சரி, அவனைத் தெய்வமாக மதிப்பார்கள். அழியாத பலனைக் கொடுக்கிற தவங்களைப் போல, ஒரு பெண்ணுக்கு நலனையெல்லாம் தருபவன் கணவனே!

(அனஸூயை, ஸீதையிடம் கூறுவது)

ஆசையினால் உந்தப்பட்டு நடந்து கொள்கிற தீய பெண்மணிகள், கணவனைத் தெய்வமாக மதிக்காமல், நல்லது கெட்டது பாராமல், அவன்மீது அதிகாரம் செலுத்த முற்படுகிறார்கள். அவ்வாறான பெண்கள் நிந்தனைக்குரியவர்கள்.

(அனஸூயை, ஸீதையிடம் கூறுவது)

மக்களிடமிருந்து ஆறில் ஒரு பங்கு வரி வசூலித்துக் கொண்டு, அவர்களைத் தன் குழந்தைகள் போல் காப்பாற்றாமல் விடுகிற அரசன், பெரும் அநீதியை இழைத்தவனாகிறான். தன் பிள்ளைகளைக் காப்பாற்றுவது போலவும், தன் உயிரைக் காப்பாற்றிக் கொள்வது போலவும், எல்லா மக்களையும் காப்பாற்றுகிற அரசனின் புகழ், மேலுலகிலும் திகழ்கிறது. கிழங்கு களையும், கனிகளையும் தின்று கொண்டு கடும் தவம் புரியும் ரிஷிகள் அடைகிற பலனில் நான்கில் ஒரு பங்கு, அம்மாதிரி அரசனைச் சென்று அடைகிறது.

(சில ரிஷிகள், ராமரிடம் கூறுவது)

மிகவும் நல்ல மனிதர்கள் கூட சந்தர்ப்ப சூழ்நிலை களின் காரணமாக, தங்களையும் அறியாமல் தர்மத்துக்கு விரோதமான பாதையை அடைந்து விடுகிறார்கள். விருப்பத் தினால் ஏற்படும் விளைவுகளைத் தவிர்ப்பதால் மட்டுமே இந்த நிலையிலிருந்து ஒரு மனிதன் தப்ப முடியும். விருப்பத்தினால் விளைகிற தவறுகள் மூன்று. பொய் பேசுதல், பிறன் மனைவியை அடைதல், விரோதமின்றியே ஒருவனைக் கொடுமைக் குள்ளாக்குதல்.

(ஸீதை, ராமரிடம் கூறுவது)

தீயின் அருகில் வைக்கப்படுகிற எரிபொருள், அந்த அக்னியின் வேகத்தை வளர்க்கிறது; க்ஷத்ரியனுக்கு அருகில் வைக்கப்படுகிற வில், அவனுடைய சூரத்தன்மையை வளர்க்கிறது. ஆயுதங்களைக் கையில் ஏந்திய பிறகு ஒருவன் அமைதியை நாடுவது கடினம். ஆயுதத்தின் சேர்க்கை, தீயோடு கூடி நிற்பது போன்றது.

(ஸீதை, ராமரிடம் கூறுவது)

அறம், பொருள், இன்பம், வீடு – என்கிற நான்கு நிலைகளுக்கும் அறம்தான் அஸ்திவாரம் போன்றது. இந்த உலகமே தர்மத்தினால்தான் காப்பாற்றப்படுகிறது. உடலை வருத்தி, சிரத்தையுடன் தவம் புரிகிறவன் தர்மத்தின் பாதையை அடைகிறான். அந்த நலம் எளிதாகப் பெற்றுவிடக் கூடியது அல்ல.

(ஸீதை, ராமரிடம் கூறுவது)

ஒரு மனிதன் நன்றாக இருக்கும்போது அவனிடம் அன்பு காட்டுவதும், அவனுக்குச் சோதனைகள் வரும்போது அவனை விட்டு விலகுவதும், ஜீவராசிகளின் சிருஷ்டி ஆரம்பிக்கப்பட்ட காலத்திலிருந்தே பெண்களின் இயற்கையாக இருந்து வருகிறது. பெண்கள் மின்னலைப் போல் கண நேரத்தில் மாறும் தன்மை கொண்டவர்கள்; ஆயுதங்களைப் போல் கூர்மையானவர்கள்; கழுகைப் போலவும், சூறைக் காற்றைப் போலவும் வேக முடையவர்கள்.

(அகஸ்தியர், ராமரிடம் கூறுவது)

பொதுவாக மனிதர்கள் தாயாரின் குணத்தைக் கொண்டவர் களாகத்தான் விளங்குகிறார்கள்; தந்தையின் குணத்தைக் கொண்டவர்களாக விளங்குவதில்லை – என்று உலகில் பேசப்படுகிறது.

(லக்ஷ்மணன், ராமரிடம் கூறுவது)

இதயத்தில் ஈரமில்லாமல் கொடிய செயல்களில் இறங்குபவன், ஈச்வரனாக இருந்தாலும் நிலையாக நிற்க மாட்டான். பருவ காலம் வந்தடைகிறபோது, மரங்கள் மலர்கின்றன. அதேபோல் உரிய காலம் வந்தவுடன், பாவம் செய்தவன் அதற்குரிய பலனை அடைகிறான்.

(ராமர், கரனிடம் கூறுவது)

காமத்தில் மூழ்கிக் கிடக்கிற மன்னனை அவனுடைய மக்கள் மதிக்க மாட்டார்கள். எந்த ஓர் அரசன் செய்ய வேண்டிய காரியத்தை, அதைச் செய்யத்தக்க சமயத்தில் செய்யாமல் விடுகிறானோ, அவன் தனது ராஜ்யத்தோடு சேர்ந்து அழிகிறான். ஒற்றர்கள் மூலம் நாட்டு நிகழ்ச்சிகளை அறிந்து கொள்ளாதவனும், மக்கள் தன்னைப் பார்க்க சந்தர்ப்பம் அளிக்காதவனுமாகிய மன்னன், மக்களால் புறக்கணிக்கப்படுகிறான். தன்னுடைய ராஜ்யத்தில் தனது கட்டுப்பாட்டிலிருந்து விலகி விட்ட பகுதிகளை மீட்டுக் கொள்ளாமல் விட்டு விடுகிற அரசன், கடலில் மூழ்கி விட்ட சிறு மலையைப் போல் ஆகிவிடுகிறான்.

(சூர்ப்பனகை, ராவணனிடம் கூறுவது)

ஒற்றர் படை, பொக்கிஷம், எதிரிகளை அடக்குகிற திட்டம் – ஆகியவற்றை தன்னுடைய நேர் பார்வையில் வைக்காதவன் மன்னன் அல்ல, சாதாரண மனிதன்.

(சூர்ப்பனகை, ராவணனிடம் கூறுவது)

காய்ந்து போன கட்டைகளால் ஏதாவது பயன் கிடைக்கலாம்; துருப்பிடித்த இரும்பு எதற்காவது உதவலாம்; தூசியினால் ஏதாவது ஒரு காரியம் சாதிக்கப்படலாம்; ஆனால், தனது உயர்ந்த பதவியில் இருந்து நழுவி விட்ட அரசனால், யாருக்கும் எந்தப் பயனும் கிடையாது. கிழிந்து போனதால் தூக்கி எறியப்பட்ட துணி; வாடிப் போனதால் கசக்கி எறியப்பட்ட பூமாலை – ஆகியவற்றுக்கு நிகரானவன் அப்படிப்பட்ட அரசன்.

(சூர்ப்பனகை, ராவணனிடம் கூறுவது)

எளிதில் ஏமாந்து போகாதவனாகவும், தனது இந்திரியங்களை அடக்கியவனாகவும், ராஜ நீதியை உணர்ந்தவனாகவும், நாட்டின் நடப்பை அறிந்தவனாகவும், எந்த ஒரு மன்னன் திகழ்கிறானோ அவனே நீண்ட காலம் ஆட்சி புரிகிறான். தன்னுடைய இரு கண்களை மூடிக் கொண்டு அவன் உறங்கிக் கொண்டிருக்கும் போதும், ராஜநீதி என்ற அவனுடைய கண் விழித்துக் கொண் டிருந்து அவனைக் காப்பாற்றுகிறது. அப்படிப்பட்ட மன்னனே மக்களால் கொண்டாடப்படுகிறான்.

(சூர்ப்பனகை, ராவணனிடம் கூறுவது)

தங்களுடைய கௌரவத்தை மதிப்பவர்கள், திருமணமாகாத பெண் வீட்டில் இருப்பதால் கவலை கொள்கிறார்கள். தாய் வீடு, தந்தை வீடு, தான் கைப்பிடிக்கப் போகும் கணவனின் வீடு – ஆகிய மூன்றுக்குமே அவப்பெயர் உண்டாக்கி விடக் கூடிய தன்மை நிறைந்தவள், திருமணமாகாத பெண்.

(ஸுமாலி, தன் மகள் கைகஸியிடம் கூறுவதாக, அகஸ்தியர் ராமரிடம் கூறுவது)

தாய், தந்தை, ஆச்சார்யன் ஆகியோரை நிந்திப்பவன் அதற்குரிய விளைவை அனுபவித்தே தீர வேண்டும்; ஒழுக்கத்தையும்

தத்துவங்களின் தொகுப்பு

கட்டுப்பாட்டையும் கடைப்பிடிக்காதவன் இறுதியில் அதற்கான பலனை அனுபவித்தே தீர வேண்டும்; வினை விதைத்தவன், வினை அறுப்பான்; பாவத்தின் பலன் துன்பம்.

(குபேரன், தசக்ரீவனிடம் கூறுவது)

தீய எண்ணம் கொண்டவனுகவும், கட்டுக்கடங்காதவனாகவும், பாவிகளை ஆலோசகர்களாகக் கொண்டவனுமாக ஒரு மன்னன் இருந்தால், அவன் தன்னையும் அழித்துக் கொள்வான்; தன்னைச் சார்ந்தவர்களையும் அழிப்பான்; தன் நாட்டின் அழிவிற்கும் அவனே காரணமாவான்!

(மாரீசன், ராவணனிடம் கூறுவது)

தன்னிடம் அபிப்பிராயம் கேட்கப்படும்போது, இரு கை கூப்பி, பணிவுடன் தன் கருத்தைக் கூறுகிறவனே ஓர் அரசனுக்குரிய நல்ல ஆலோசகன் ஆவான். ஓர் அரசன் முன்னிலையில் அர்த்தமுள்ள கருத்துக்களைக் கூறும்போது கூட, பேச்சில் பணிவிருக்க வேண்டும். பேசப்படுகிற வார்த்தைகளில் நல்ல அர்த்தம் இருந்தாலும், அவை பேசப்படுகிற தொனியில் ஏளனம் இருந்தால், அவற்றைக் கூறுகிற மனிதனை எந்த மன்னனும் மதிக்க மாட்டான். அரசர்களுக்கு ஐந்து உருவங்கள் உண்டு. அக்னி தேவன், இந்திரன், சந்திரன், எமன், வருணன் – ஆகிய ஐவரின் அம்சங்கள் அரசனிடம் அடங்கி இருக்கின்றன. இதையொட்டியே அரசர்கள் வெவ்வேறு சமயங்களில் சுட்டெரிக்கும் தன்மை, வீரம், மென்மை, தண்டனை அளிக்கும் தன்மை, இதமளிக்கும் தன்மை – ஆகியவற்றை வெளிக் காட்டுகிறார்கள்.

(ராவணன், மாரீசனிடம் கூறுவது)

அரசனை எதிர்ப்பவன், நல்லபடியாகத் தன் வாழ்க்கையை நடத்திச் செல்ல முடியாதவனாகிறான்.

(ராவணன், மாரீசனிடம் கூறுவது)

காமத்தினால் பீடிக்கப்பட்ட மன்னன், தீய வழிகளை நாடும்பொழுது அவனைத் தடுத்து நிறுத்துவதே அமைச்சர்களின் கடமை. நற்குணமும் புகழும் அரச பதவியில்தான் வேரூன்றி

இருக்கின்றன. அரசன் தறிகெட்டு அலைந்தால், அவன் ஆட்சிக்கு உட்பட்ட ராஜ்யத்தில் உள்ள மக்களும் அதே கதியை அடைகிறார்கள். கொடுமையான வழிகளினால் ஒரு ராஜ்யத்தைத் திறமையாக ஆள முடியாது. கரடுமுரடான பாதையில் கண்மூடித்தனமாகத் தேரைச் செலுத்தி, அதைக் கவிழ்த்து அழித்து விடுகிற தேரோட்டி போல, தவறான வழியில் அரசனை இட்டுச் செல்கிற அமைச்சர்கள், ராஜ்யத்தின் அழிவுக்குக் காரணமாகிறார்கள். வன்முறையிலும், தீய வழிகளிலும் நாட்டமுடைய மன்னனால் ஆளப்படுகிற மக்கள், நரியினால் பாதுகாக்கப்படுகிற ஆடுகள் போன்றவர்களே!

(மாரீசன், ராவணனிடம் கூறுவது)

அழிவை நெருங்கி விட்ட மனிதர்கள், நல்ல நண்பர்களின் உயர்ந்த அறிவுரைகளைச் செவி மடுப்பதில்லை என்பது உலக நியதி.

(மாரீசன், ராவணனிடம் கூறுவது)

கடும் மொழிகளை ஒரு பெண் பேசுகிறாள் என்பது வியப்புக்குரியது அல்ல. இது பெண்களின் இயற்கை என்பது உலக அனுபவத்தில் கண்டறியப்பட்ட உண்மை. நெறிமுறைகளைக் காற்றிலே எறிந்து மனதை ஒரு நிலையில் நிறுத்தாமல் கொடுமையுடன் நடந்து கொண்டு, உறவுகளிலே பிரிவினைகளை ஏற்படுத்துபவர்கள் பெண்கள்.

(லக்ஷ்மணன், ஸீதையிடம் கூறுவது)

தீய காரியத்தின் பலன் உடனே கண்ணுக்குத் தெரிவது இல்லை. காலத்தினால் பழுக்கும் தானியங்கள் போல, தீய காரியமும் கூட உரிய காலத்தில் பலனைத் தந்து விடும்.

(ஸீதை, ராவணனிடம் கூறுவது)

மாற்றான் மனைவியைத் தீண்டுபவனுக்குப் பெரும் கேடுகள் நேரும். மற்ற மனிதர்களால் இகழத்தக்க காரியத்தை, எந்த ஒரு மனிதனும் செய்யக் கூடாது. மற்றவர்கள் தீண்டாத வண்ணம் தன்

தத்துவங்களின் தொகுப்பு

மனைவியைக் காப்பாற்றுவது போலவே, பிறர் மனைவிகளையும் கூட ஒருவன் காப்பாற்ற முனைய வேண்டும்.

(ஸீதை, ராவணனிடம் கூறுவது)

ஓர் அரசன் எவ்வகையான நெறிமுறைகளைப் பின்பற்று கிறானோ, அவ்வகையான நெறிமுறைகளையே மக்களும் பின் பற்றுகிறார்கள். அதனால்தான், நன்மையும் சரி, தீமையும் சரி, அரசனிடமே நிலை பெற்று அவனிடமிருந்தே பரவுகின்றன.

(ஸீதை, ராவணனிடம் கூறுவது)

அழிவு காலத்தை நெருங்கி விட்ட மனிதன், வழி தவறி நடந்து கொள்கிறான்.

(ஸீதை, ராவணனிடம் கூறுவது)

மன உறுதி உள்ளவர்கள் இதயச் சோர்வு அடைவதில்லை. செய்து முடிப்பதற்குக் கடினமான காரியங்களை மேற்கொள்ளும் போது, மனத் தளர்ச்சி அடையக் கூடாது.

(லக்ஷ்மணன், ராமரிடம் கூறுவது)

கொடுமை நடக்கும்போது, கருணை காட்டிக் கொண்டு பேசாமல் இருந்தால், பரமசிவனையே கூட உலகம் இகழும்.

(ராமர், லக்ஷ்மணனிடம் கூறுவது)

பாய்ந்து வருகிற தீயைப் போல், மனிதனை நெருங்குகிற துன்பம் திடீரென ஒரு நொடியில் மறைந்துவிடும் தன்மை உடையது. துன்பங்களைச் சந்திக்காத ஜீவராசி ஒன்று உண்டா? எல்லாவற்றையும் பொறுத்துக் கொள்ளும் பூமாதேவிமீது : எரி மலை வெடிக்கிறது; பேரொளி படைத்த சூரியனும், குளிர் நிலவும் – கிரஹணத்தினால் பீடிக்கப்படுகின்றன. விதியின் வசத்திற்கு யாருமே விலக்கல்ல.

(லக்ஷ்மணன், ராமரிடம் கூறுவது)

நன்மை, தீமைகளை ஆராய்ந்து செய்யப்படாத காரியம் நிலையாக நிலைத்து நிற்கக் கூடியது அல்ல. ஆனால் அக்காரியத்தின்

விளைவோ தவிர்க்க முடியாதது. பேரறிவாளர்கள் ஒரு காரியத்தின் நன்மை தீமையை ஆராய்ந்த் பிறகுதான் அதில் இறங்குகிறார்கள்.

(லக்ஷ்மணன், ராமரிடம் கூறுவது)

விதியின் விளைவை எந்த ஜீவராசியாலும் விலக்க முடியாது; விதியை மீறக் கூடியவன் எவனும் இல்லை; சிறந்த வீரர்களாயினும் சரி, அஸ்திர வித்தையில் நிபுணர்களாயினும் சரி, விதியை வெல்ல முடியாமல், மணலால் கட்டப்பட்ட அணைகள் பெரும் வெள்ளத்தில் கரைவது போல, கரைந்து விடுகிறார்கள்.

(ராமர், லக்ஷ்மணனிடம் கூறுவது)

மிகக் கொடிய துன்பத்திற்கு ஆளாகிறவனுக்குத் தேவையான உதவி, அதே போன்ற துன்பத்தை அனுபவித்த மற்றொருவனிடம் தான் கிட்டும்.

(கபந்தன் என்கிற அரக்கன், ராமரிடம் கூறுவது)

முயற்சி இல்லாமல் எந்தக் காரியமும் சாதிக்கப்படுவது கிடையாது; மிகவும் சக்தி வாய்ந்தது முயற்சியே; முயற்சியுடைய மனிதனுக்கு அடையப்பட முடியாதது என்று எதுவும் இல்லை.

(லக்ஷ்மணன், ராமரிடம் கூறுவது)

பிரிவினாலோ, பொருளை இழப்பதாலோ, ஆபத்தில் சிக்குவதாலோ, உயிர் போகிற சூழ்நிலை ஏற்படுவதாலோ – உண்டாகிற மனக்குழப்பத்திற்கு அடிமையாகாமல், அறிவைக் கொண்டு சரியான வழிமுறையை ஆலோசித்துச் செயல்படுபவன், மனத்தளர்ச்சி அடையாமல் இருக்கிறான். பிரச்னை ஏற்படும் பொழுது மனக் குழப்பத்திற்கு இடம் கொடுத்து, சோகத்தில் ஆழ்ந்து விடுபவன் – அதிக சுமை ஏற்றப்பட்ட ஓடம் தண்ணீரில் மூழ்குவது போல் துயரத்தில் மூழ்கி, அழிவு எய்துகிறான். சோகத்திலிருந்து விடுபடாதவர்களுக்கு, மன நிம்மதி என்பது கிடையாது; அவர்களுக்கு இயல்பாக உள்ள பலமும் குன்றிப் போய் விடுகிறது; மித மிஞ்சிய சோகத்தினால் ஒருவன் மரணத்தையும் கூட, தழுவி விடக் கூடும்.

(சுக்ரீவன், ராமரிடம் கூறுவது)

தத்துவங்களின் தொகுப்பு

மனதை அடக்குவதும், மன்னிக்கும் மனப்பான்மை உடைய வனாக இருப்பதும், சத்தியத்தில் இருந்து தவறாதவனாக நடந்து கொள்வதும், தீயவர்களைத் தண்டிக்கும் குணமுடையவனாக இருப்பதும் அரசனின் லட்சணங்கள். மனம் போன போக்கில் நடந்து கொள்வது மன்னர்களுக்கு அழகல்ல.

(வாலி, ராமரிடம் கூறுவது)

அரசனைக் கொல்பவன், பிராமணனைக் கொல்பவன், பசுவைக் கொல்பவன், உயிர்களை வாட்டுபவன், நாத்திகன் – ஆகிய எல்லோருமே நரகத்திற்குச் செல்கிறார்கள்; கருமி, காட்டிக் கொடுப்பவன், ஆச்சார்யனின் மனைவியை அடைய முயற்சிப் பவன், நண்பனையே கொலை செய்யத் துணிபவன் – ஆகியோர் பெரும் பாவம் செய்தவர்களாக நரகத்தை அடைகிறார்கள்.

(வாலி, ராமரிடம் கூறுவது)

தமையன், தந்தை, ஆச்சார்யன் – ஆகிய மூன்று பேரையுமே தர்ம வழியில் செல்பவன் தந்தையாகக் கருதுகிறான். தம்பி, மகன், சீடன் ஆகிய மூவருமே மகனாகக் கருதப்படத்தக்கவர்கள்; இந்த அணுகுமுறைக்கு தர்ம சாத்திரங்களே ஆதாரம்.

(ராமர், வாலியிடம் கூறுவது)

குற்றங்களைச் செய்த மனிதர்கள் அரசனிடம் தண்டனை பெற்று அதை அனுபவித்து விட்டால், அவர்கள் பாவம் நீங்கியவர் களாவார்கள். குற்றத்திற்கான தண்டனை பெற்றாலும் சரி, மன்னிப்பைப் பெற்றாலும் சரி, குற்றச்சாட்டுக்கு உட்பட்டவன் பாவத்திலிருந்து விடுபடுகிறான்; குற்றவாளியைத் தண்டிக்காத அரசன், அந்தக் குற்றத்திற்குரிய பாவத்தைப் பெறுகிறான்.

(ராமர், வாலியிடம் கூறுவது)

குற்றத்திற்குத் தண்டனை பெறுகிறவன், தண்டனைக்குரிய வனுக்குத் தண்டனை அளிப்பவன் – ஆகிய இருவருமே குறை இல்லாதவர்கள்.

(ராமர், வாலியிடம் கூறுவது)

வால்மீகி ராமாயணம்

தந்தையும், அவர் இல்லாதபோது சிறிய தந்தையும்தான் ஒரு மகனுக்கு உற்ற நண்பர்களே தவிர, தாயார் அல்ல.

(தாரை, ஹனுமானிடம் கூறுவது)

இறந்தவனைக் குறித்து மற்றவர்கள் சோகத்தினால் சூழப்பட்டு நின்றால், அதனால் அவனுக்கு நன்மை விளைவதில்லை. உலகில் நடக்கும் எந்த ஒரு நிகழ்ச்சிக்கும் விதிதான் காரணம். எல்லா ஜீவராசிகளின் கூடவே இருந்து, விதிதான் அவர்களைச் செலுத்துகிறது. எந்த ஒரு நிகழ்ச்சிக்கும் நடத்துபவன் என்பவன் வேறு ஒருவன் அல்ல; விதிதான். விதி தனது எல்லையை மீறுவதில்லை; கூடுவதும் இல்லை; குறைவதும் இல்லை; அதற்கு விலக்காகவும் எவன் ஒருவனும் இல்லை; விதிக்கு வேண்டியவன், வேண்டாதவன் என்பது கிடையாது; விதியின் எதிரே உறவும் இல்லை, பலமும் இல்லை, பராக்கிரமும் இல்லை; அறம், பொருள், இன்பம் யாவும் விதியின் பயன்களே!

(ராமர் – தாரை, சுக்ரீவன், அங்கதன் ஆகியோரிடம் கூறுவது)

எதையும் அதற்குரிய காலத்தில் செய்ய வேண்டும் என்பதை அறிந்து, எவன் ஒருவன் தனக்கு உதவியவர்கள் விஷயத்தில் நடந்து கொள்கிறானோ – அவனுக்கு ராஜ்யம் நிலைக்கிறது; புகழ் பெருகுகிறது; செல்வாக்கு கூடுகிறது; ஆகையால், எவன் ஒருவன் தனது சொந்தக் காரியங்களைக் கூட ஒதுக்கி வைத்து, தனக்கு உதவி புரிந்தவனுடைய காரியத்தில் ஊக்கமுடன் ஈடுபடுகிறானோ – அவன்தான் தீமைகளால் தாக்கப்படாமல் விளங்குகிறான்.

(ஹனுமான், சுக்ரீவனிடம் கூறுவது)

கையில் இருக்கும் காரியம் உடனே கவனிக்கப்படத்தக்கது; அதை நிறைவேற்றுவதில் விடாமுயற்சி என்பது கை கொள்ளத் தக்கது; ஆனால் அதன் பலன் என்ன என்பது நினைத்தப் பார்க்கத் தகாதது.

(ராமர், லக்ஷ்மணனிடம் கூறுவது)

எவன் ஒருவன் தனக்கு உதவி செய்தவர்களுக்கு ஒரு காரியம் செய்வதாக வாக்களித்து விட்டு, அதைச் செய்யாமல் இருக்

தத்துவங்களின் தொகுப்பு

கிறானோ, அவன் உலகிலேயே மிகவும் கீழ்ப்பட்டவன். சொன்ன சொல்லை நிறைவேற்றுவது கடினமாக இருந்தாலும் சரி, எளிதாக இருந்தாலும் சரி, அதைச் செய்து முடிப்பவன் எவனோ, அவன்தான் பிறவிகளில் மேம்பட்டவன். உதவி செய்தவனுக்கு, தான் செய்ய வேண்டிய கடமையைச் செய்யாதவன், உயிர் இழந்து பிணமாகும் போது, நாய் நரிகள் கூட அவன் உடலைத் தீண்டாது.

(ராமர், லக்ஷ்மணனிடம் கூறுவது)

நட்பை அடைவது சுலபம்; அதைக் காப்பாற்றிக் கொள்வது கடினம். மனங்களின் சஞ்சலத் தன்மையினால் அற்பக் காரணங்களுக்காகக் கூட, நட்புகள் குலைந்து விடுகின்றன.

(சுக்ரீவன், தனது அமைச்சர்களிடம் கூறுவது)

பெரிய மனிதர்கள், பெண்களின் மனம் நோகும்படி நடந்து கொள்ள மாட்டார்கள்.

(சுக்ரீவன், தாரையிடம் கூறுவது)

அறத்தினால் ஏற்படும் நன்மைகளை, குடிப்பதால் அடைய முடியும் என்று எங்கு சொல்லி இருக்கிறது? குடிப்பதால் பொருள் அழிகிறது; அறம் அழிகிறது; இறுதியில் இன்பமும் அழிகிறது.

(லக்ஷ்மணன், தாரையிடம் கூறுவது)

தன்னைச் சார்ந்தவர்களிடத்தில் அதிகக் கோபம் அடையத்தக்க தில்லை. சிறந்த குணங்களையுடைய ஒருவன், சாதாரணமான வரிடம் கோபத்தைக் காட்டலாமா?

(தாரை, லக்ஷ்மணனிடம் கூறுவது)

சிற்றின்பத்தினால் கவரப்பட்டவன் காலம், நேரம், இடம் ஆகியவற்றைப் பற்றிக் கவலைப்பட மாட்டான். அறம், பொருள் ஆகியவற்றையும் நினைக்க மாட்டான். தர்மத்திலும், தவத்திலும் ஈடுபட்டிருக்கும் மஹரிஷிகள் கூட, காமத்தினால் இழுக்கப்பட்டு தவறி இருக்கிறார்கள்.

(தாரை, லக்ஷ்மணனிடம் கூறுவது)

உதவி புரிந்த நண்பர்களுக்குக் கொடுத்த வாக்கை, காப்பாற்றாத மன்னனைக் காட்டிலும் கொடியவன் இல்லை. ஒரு குதிரையை

தானம் செய்கிற விஷயத்தில், பொய் சொல்பவன், நூறு குதிரைகளைக் கொன்றவன் ஆகிறான். ஒரு பசுவை தானம் செய்கிற விஷயத்தில் பொய் சொல்கிறவன், நூறு பசுக்களைக் கொன்றவனாகிறான். செய்நன்றி கொன்றவன், அவனைக் காண்பவர் யாராயினும் அவரால் கொல்லத்தக்கவன். பிராமணனைக் கொன்றவன், கள்ளுண்டவன், திருடன், விரதம் தவறியவன் – ஆகியோருக்கு பிராயச்சித்தம் உண்டு. ஆனால், செய்நன்றி கொன்றவனுக்குப் பிராயச்சித்தம் என்பது கிடையாது.

(லஷ்மணன், சுக்ரீவனிடம் கூறுவது)

அறம், பொருள், இன்பம் – ஆகிய மூன்றையும் அது அதற்கு உரிய காலத்தில் முறையாக அனுபவிப்பவனே அரசனாவான். அறம், பொருள் ஆகிய இரண்டையும் மறந்து, இன்பத்திலேயே ஊறித் திளைத்திருக்கும் அரசன் வீழ்ச்சியடைகிறான்.

(ராமர், சுக்ரீவனிடம் கூறுவது)

அங்கதனுக்கு எட்டுவித அங்கங்கள் கூடிய புத்தி, நான்கு வகை பலம், பதினான்கு குண விசேஷங்கள் ஆகியவை இருப்பதாக ஹனுமார் நினைத்தார் என்று வால்மீகி கூறுகிறார். இதுபற்றிய விவரங்கள் வால்மீகி ராமாயணத்தில் தரப்படவில்லை என்றாலும், ராமாயணக் குறிப்புகளை எழுதி வைத்திருக்கிற பண்டிதர்கள் இவற்றைப் பின்வருமாறு விளக்குகிறார்கள்.

புத்திமானின் அறிவில் அடங்கியுள்ள எட்டு அங்கங்கள் :

பிறர் பேச்சை உடனடியாகப் புரிந்து கொள்வது; புரிந்து கொண்டதை மனதில் நிறுத்துவது; மனதில் நிறுத்தியதை வேண்டியபோது நினைவுக்குக் கொண்டு வருவது; அப்படி நினைவுக்குக் கொண்டு வருவதைப் பிறர் புரிந்து கொள்ளும் வகையில் எடுத்துச் சொல்வது; சாமர்த்தியமாகப் பேசுவது; பிறர் தவறான வழியில் சாமர்த்தியத்தைக் காட்டும் போது, அதைப் புரிந்து கொள்வது; பிறர் மனதில் நினைப்பதை அறிந்து கொள்வது; ஒவ்வொரு விஷயத்தின் உண்மையான சாராம்சத்தைப் புரிந்து கொள்வது – ஆகியவை.

தத்துவங்களின் தொகுப்பு

நான்கு வித பலங்கள் :

தன்னுடைய உடல் வலிமை; தன்னுடைய மன வலிமை; தன்னுடைய யுக்தி வலிமை; தன்னுடைய கூட்டாளிகள் சேர்க்கும் வலிமை.

பதினான்கு குண விசேஷங்கள் :

காலம், தேசம், இடம் - இவற்றின் தன்மையை அறிதல்; மன உறுதி; சோதனைகளைப் பொறுத்துக் கொள்ளும் தன்மை; எல்லா விஷயங்களைப் பற்றிய அறிவு; சாமர்த்தியம்; ஊக்கம்; தனது ரகசியங்களைக் காப்பாற்றிக் கொள்ளும் தன்மை, வார்த்தை தவறாமல் இருப்பது; வீரம்; தனது சக்தியை மட்டுமல்லாமல் எதிரியின் சக்தியையும் அறிந்திருப்பது; நன்றியுணர்வு; அண்டியவர்களைக் கை விடாமல் இருப்பது; அறியாமல் செய்த தவற்றை மன்னிப்பதும், அறிந்து செய்த தவற்றை தண்டிப்பதும்; கலக்கத்திற்கு ஆளாகாமல் இருப்பது – ஆகியவை.

கெடுதல்களுக்கெல்லாம் ஆரம்பமே அதைரியம் தான். தோல்வி மனப்பான்மை எவனைப் பீடிக்கிறதோ, அவனுக்குத் தோல்விதான் நிச்சயம்.

(அங்கதன், வானரர்களிடம் கூறுவது)

அமைச்சர்களுடன் கூடி ஆலோசித்து ஓர் அரசனால் எடுக்கப் படும் முடிவு, திறமையற்ற ஒரு தூதனால் பாழாகி விடக்கூடும்.

(ஹனுமான், நினைத்துக் கொள்வது)

உயிர் வாழ்வது முக்கியம். உயிரை முடித்துக் கொள்வது விவேகமல்ல. ஒருவன் தன் உயிருக்கு முற்றுப்புள்ளி வைப்பதால், ஒரு நற்பயனும் விளைவதில்லை. மாறாக, தொடர்ந்து முயற்சி யுடன் வாழ ஒருவன் தீர்மானித்தால், அவனுக்கு ஏதாவது ஒரு நிலையில் காரியம் கை கூடுகிற வாய்ப்பு தோன்றக் கூடும். வாழ்பவன்தான் வெற்றியைக் காண முடியும்.

(ஹனுமார், நினைத்துக் கொள்வது)

தன் மனத்தைக் கட்டுப்படுத்த முடியாதவனும், நியாயமற்ற முறையில் நடந்து கொள்பவனுமாகிய ஒரு மன்னன் ஒரு

ராஜ்யத்திற்குக் கிட்டினால், அந்த ராஜ்யமும், அதைச் சார்ந்த மக்களும் அழிவு எய்துவார்கள்.

(ஸீதை, ராவணனிடம் கூறுவது)

அமைதியாகப் பேசும் மனிதனை, பெண்கள் விரும்புவார்கள் என்பது உலக இயல்பு.

(ராவணன், ஸீதையிடம் கூறுவது)

தன்னை விரும்பாத பெண்மணியினால், ஒரு மனிதன் துன்பத்தையே அடைகிறான்; தனக்காக ஏங்குகிற பெண்மணி யினால் ஒரு மனிதன் அடையக் கூடிய இன்பத்திற்கு எல்லை கிடையாது.

(மந்தோதரி, ராவணனிடம் கூறுவது)

விதிக்கப்பட்ட முடிவு காலம் வராத வரையில் மனித உயிர்கள் பிரிவதில்லை.

(ஸீதை, அரக்கிகளிடம் கூறுவது)

தன்னை அறிவாளி என்று நினைத்துக் கொள்கிற தூதன், பல சமயங்களில் தான் மேற்கொண்ட காரியத்தை நாசம் செய்கிறான்.

(ஹனுமான், நினைத்துக் கொள்வது)

எடுத்த காரியத்தில் வெற்றியடைய நான்கு வழிகள் இருக் கின்றன. அவை – பேச்சு வார்த்தை, தானம் கொடுப்பது, பிளவை ஏற்படுத்துவது, தண்டனை – என்பவையாகும்.

(ஹனுமான், நினைத்துக் கொள்வது)

தான் செய்து முடித்துவிட்ட முக்கியமான சாதனைக்குப் பழுதில்லாத வகையில், வேறு சில காரியங்களையும் செய்து முடிப்பவனே நல்ல தூதுவனாகிறான். ஒரு காரியத்தைச் செய்து முடிக்க ஒரே ஒரு வழிதான் உள்ளது என்பது இவ்வுலகில் இல்லை. ஒரே காரியத்தைப் பல வழிகளில், எந்த ஒரு வழியினாலும் செய்து முடிக்கக் கூடிய திறன் படைத்தவனே இவ்வுலகில் போற்றப் படுகிறான்.

(ஹனுமான், நினைத்துக் கொள்வது)

நற்குணத்திற்கு விரோதமானதும், பெரும் தீமைகளை விளைவிப்பதும், செயல்படுபவனைக் கிளையோடும், வேரோடும் அழித்து விடக் கூடியதுமான காரியத்தை அறிவு படைத்தவர்கள் செய்ய மாட்டார்கள்.

(ஹனுமான், ராவணனிடம் கூறுவது)

எந்த இடமாயினும் சரி, எந்த நேரமாயினும் சரி, தூதுவர்களைக் கொல்லக் கூடாது என்றுதான் கற்றறிந்தவர்கள் கூறுகிறார்கள். உண்மையான சக்தி படைத்தவர்கள் கோபத்திற்குப் பலியாகி விடுவதில்லை.

(விபீஷணன், ராவணனிடம் கூறுவது)

தீயைத் தண்ணீரினால் அணைத்து விடுவது போல, தங்களுக்கு ஏற்படுகிற கோபத்தை அடக்கிவிடுகிற மேன்மையாளர்கள் பாக்கியம் செய்தவர்கள். கோபம் கொண்ட மனிதன் எந்த பாவத்தைத்தான் செய்ய மாட்டான்? கோபமுற்றவன் தன்னுடைய மூத்தோர்களைக் கொல்வான்; மதிக்கத் தகுந்த பெரியவர்களை அவமரியாதையாகப் பேசுவான்; எதைப் பேசலாம், எதைப் பேசக் கூடாது என்ற பாகுபாட்டையெல்லாம் மறந்து விடுவான்; கோபம் கொண்ட மனிதனால் பேசத் தகாத வார்த்தை என்று ஒன்று கிடையாது; செய்யத் தகாத தீமை என்று எதுவும் கிடையாது; பாம்பு தனது தோலை உரித்துத் தள்ளுவது போல, கோபத்தைத் தன்னிடமிருந்து விலக்கி விடுபவனே, மனிதன் என்ற சொல்லுக்கு அருகதை உடையவனாகிறான்.

(ஹனுமான், நினைத்துக் கொள்வது)

கடமையைச் செய்து முடித்தவர்கள் வரம்பு மீறி நடக்கும்போது, அது மன்னிக்கப்பட வேண்டும்.

(ஸுக்ரீவன், ததிமுகனிடம் கூறுவது)

அதிகாரம் என்ற போதை எல்லோருக்கும் மமதையைத்தான் தரும்.

(வானரர்கள், அங்கதனிடம் கூறுவது)

பணி புரிபவர்கள் மூன்று வகையானவர்கள்: சொன்ன காரியத்தைச் செய்து முடிக்காதவன், சொன்னதை மட்டும் செய்து முடிப்பவன், சொல்லப்பட்ட காரியத்திற்கு உகந்த வகையில், மேலும் சில காரியங்களைச் செய்து விட்டு வருபவன். இந்த மூவரில் முதலில் சொல்லப்பட்டவன் – தாழ்ந்தவன்; இரண்டாவதாகக் கூறப்பட்டவன் – இடைப்பட்டவன்; மூன்றாவதாகக் கூறப்பட்டவன் – சிறப்பானவன்.

(ராமர், ஹனுமானிடம் கூறுவது)

சோகம், தோல்வியைத் தருவது; சோகம் வீரத்தை அழிப்பது; வீரமும், ஆர்வமும்தான் வெற்றியைத் தேடித் தருவன.

(ஸுக்ரீவன், ராமரிடம் கூறுவது)

காலம் கடந்தால், துன்பத்தின் சுமை குறையும்.

(ராமர், லக்ஷ்மணனிடம் கூறுவது)

வெற்றி என்பது, ஒருவனுக்குக் கிடைக்கும் நல்ல ஆலோசனையைப் பொறுத்தது என்று அறிஞர்கள் கூறுகிறார்கள்.

(ராவணன், அரக்கர்களின் சபையில் கூறுவது)

ஒரு விஷயத்தில் சரியான முடிவைக் கூறக்கூடிய நண்பர்களுடனோ, உறவினர்களுடனோ, அல்லது தன்னைக் காட்டிலும் உயர்ந்தவர்களுடனோ, ஆலோசனை செய்து முடிவெடுத்து, அதன் பின்னர் தெய்வத்தையும் நம்பிச் செயல்படுபவன் சிறப்புற்று விளங்குகிறான்; தானே தனக்குள் ஆலோசனை செய்து, தானாக ஒரு காரியத்தில் முனைபவன் நடுத்தரமான மனிதனாகக் கருதப்படுகிறான்; ஒரு காரியத்தின் பலாபலனை ஆராயாமல், சாதக பாதக அம்சங்களை அலசிப் பாராமல், நான் இதைச் செய்வேன் என்று தெய்வத்தையும் நம்பாமல் முனைபவன் தாழ்ந்த மனிதனாகக் கருதப்படுகிறான்.

(ராவணன், அரக்கர்களின் சபையில் கூறுவது)

மனிதர்களால் எடுக்கப்படும் முடிவுகளும் மூன்று வகைப் பட்டவை. சாத்திர வழி முறைகளின்படி ஏற்கத்தக்க முடிவு, ஒருமித்த கருத்தோடு எடுக்கப்பட்டால் – அது சிறப்பானதாகக்

தத்துவங்களின் தொகுப்பு

கருதப்படுகிறது. மாறுபட்ட அபிப்பிராயங்கள் இருந்தாலும், எளிதில் ஒருமித்த கருத்து உருவாகும்போது எடுக்கப்படுகிற முடிவு – நடுத்தரமானது; அவரவர்கள் தங்கள் தங்கள் கருத்தைப் பிடிவாதமாக வலியுறுத்தி, பேச்சு மறுபேச்சு என்று விவாதம் நடத்தி, ஒற்றுமை காணாமலே ஒரு முடிவு எடுக்கப்படும்போது - அது தாழ்வானது.

(ராவணன், அரக்கர்களின் சபையில் கூறுவது)

எச்சரிக்கையுடன் இருப்பவனும், உபாயங்களைக் கையாள்வதில் நிபுணனாக இருப்பவனும் எவனோ, அவன்தான் எதிரிகளை வெல்வான்.

(வஜ்ரதம்ஷ்ட்ரன், ராவணனிடம் கூறுவது)

எந்த ஒரு காரியம் சாம, தான, பேதம் – என்ற மூன்று வழிமுறைகளினால் சாதிக்க முடியாமல் இருக்கிறதோ, அந்தக் காரியத்திற்குத்தான் அடுத்த உபாயமான தண்டனை என்பதைப் பயன்படுத்த வேண்டும். இதைப் பெரியோர்கள் வற்புறுத்திச் சொல்லி இருக்கிறார்கள்.

(விபீஷணன், ராவணனிடம் கூறுவது)

நன்கு ஆலோசனை செய்து, நியாயத்திலிருந்து தவறி விடாமல் முடிவெடுத்து, அரசு காரியங்களைச் செய்கிற மன்னன், பின்னால் வருந்த நேரிடுவதில்லை. முறைப்படி நடத்தப்படாத யாகங்கள் போல, நெறி தவறி செய்யப்படுகிற காரியங்கள் கேட்டையே விளைவிக்கின்றன; பின்பு செய்யப்பட வேண்டிய காரியங் களை முன்கூட்டியே செய்பவனும், விரைவில் செய்யப்பட வேண்டிய காரியங்களைத் தாமதித்துச் செய்பவனும் – நன்மை எது தீமை எது என்று அறியாதவர்களாகிறார்கள். ஆலோசனை எதுவும் இல்லாமல், தன்னுடைய பலத்தையே பெரிதாக நினைத்து செயலில் முனைபவனை, எதிரிகள் விரைவில் வீழ்த்துகிறார்கள்.

(கும்பகர்ணன், ராவணனிடம் கூறுவது)

ஆபத்தில் சிக்கியுள்ள அரசனை, அவனுடைய ஆதரவாளர்கள் ஒன்று கூடி, பலாத்காரத்தைப் பயன்படுத்தியாவது, அவனுடைய

முடியைப் பிடித்து இழுத்தாவது – பேய் பிடித்தவனை உறவினர்கள் காப்பாற்றுவது போல் – காப்பாற்ற வேண்டும்.

(விபீஷணன், ப்ரஹஸ்தனிடம் கூறுவது)

எதிரியின் பலத்தையும், தங்கள் தரப்பு பலத்தையும் சீர்தூக்கி, சூழ்நிலையையும் ஆராய்ந்து அரசனுக்கு நல்ல பயன்தரத்தக்க யோசனையைச் சொல்பவனே மந்திரி எனப்படுகிறான்.

(விபீஷணன், ப்ரஹஸ்தனிடம் கூறுவது)

நண்பன் என்று கூறிக் கொண்டு, நமது விரோதிக்கு விசுவாசமாக இருப்பவனோடு வாழ்வதை விட, கொடுமையான கோபத்துடன் இருக்கிற கடுமையான விஷம் கொண்ட பாம்புடன் வாழ்வது மேல். உலக வழக்கில், ஒருவனுக்குத் துன்பம் நேரிடும்பொழுது, அவனுடைய உறவினன் மகிழ்கிறான். ஒருவன் புகழ் வாய்ந்த வனாக இருந்து விட்டால், அவன் எவ்வளவு சிறப்பாக தனது கடமைகளைச் செய்தாலும் சரி, அவனுடைய உறவினர்கள் அவனை அவமதிக்கிறார்கள்; அவனுடைய வீழ்ச்சியை நாடு கிறார்கள்; உறவினர்களிடையே பொறாமைதான் நிலவுகிறது. கெட்ட எண்ணமே மேலோங்கி நிற்கிறது. அவர்கள் அஞ்சத் தகுந்தவர்கள்.

(ராவணன், விபீஷணனிடம் கூறுவது)

அரசனிடம் செல்வம் இருக்கிறது; அந்தணனிடம் தவம் இருக்கிறது; பெண்களிடம் சபலம் இருக்கிறது; உறவினர்களிடம் ஆபத்து இருக்கிறது.

(ராவணன், விபீஷணனிடம் கூறுவது)

தாமரை இலை மீது விழுந்த நீர், அதை ஈரமாக்கி விடுவ தில்லை; தகாதவர்களிடம் வைத்த அன்பு, அவர்களுடைய இதயத்தை ஈரமாக்குவதில்லை; பெரும் கோடையில் வரண்டு கிடக்கிற பூமியை, பெரும் மழை ஈரமாக்கி விடுவதில்லை; தகாத மனிதர்களிடம் வைத்த அன்பு அவர்களுடைய இதயத்தை ஈரப்படுத்துவதில்லை; ஒரு மலரிலிருந்து தேனைப் பருகுகிற வண்டு, அந்த மலரிடம் அன்பு காட்டுவதில்லை.

(ராவணன், விபீஷணனிடம் கூறுவது)

தத்துவங்களின் தொகுப்பு

தன்னை அடக்காதவனும், தன்னுடைய அழிவு காலத்தை நெருங்கி விட்டவனும், தன்னுடைய நலனை விரும்புகிற வர்களுடைய நல்ல அறிவுரைகளைக் காதில் போட்டுக் கொள்வ தில்லை. ஒருவனுடைய மனதிற்குப் பிடித்தமான வார்த்தைகளையே பேசுகிறவர்களை எங்கு வேண்டுமானாலும் பார்க்கலாம். ஆனால், கேட்பதற்கு கசப்பாக இருந்தாலும், நலனை மட்டுமே விளை விக்கக் கூடிய வார்த்தைகளைப் பேசுபவர்களைப் பார்ப்பதும் அரிது, அப்படிப்பட்ட வார்த்தைகளைக் கேட்பவர் களைப் பார்ப்பதும் அரிது.

(விபீஷணன், ராவணனிடம் கூறுவது)

கேடு காலம் வந்து விட்டால், வீரனும் பலவானும் கூட, மணலினால் கட்டப்பட்ட அணை போல சாய்கிறான்.

(விபீஷணன், ராவணனிடம் கூறுவது)

ஒருவனுடைய வாழ்வு காலம் முடிந்து, அவன் தன்னுடைய கேடு காலத்தை நெருங்குகிற போது, எந்த நல்ல மொழியும் அவன் காதுகளில் விழுவதில்லை.

(விபீஷணன், ராவணனிடம் கூறுவது)

கூட்டாளிகள், வனத்திலே வாழ்பவர்கள், தொன்று தொட்டு வேலை செய்கிற பணியாட்கள், தேவையான சம்பளம் பெற்று பணிபுரிபவர்கள் – ஆகியோரிடமிருந்து கிட்டும் உதவிகள் ஏற்கப்படத்தக்கவை; ஆனால், எதிரியிடமிருந்து கிடைக்கும் உதவி நிராகரிக்கத்தக்கது.

(ஸுக்ரீவன், ராமரிடம் கூறுவது)

தங்களை நம்பியவனுக்கு நன்மை விளைவிப்பதற்காக, தங்கள் மனதைத் திறந்து, எல்லா நேரங்களிலும் தங்களுடைய உண்மை யான கருத்தைப் பேசுவது – நண்பர்களுக்கு உரிய லட்சணம்.

(ராமர் – ஹனுமான் உள்ளிட்ட வானரர்களிடம் கூறுவது)

ஒரு காரியத்தில் முனைவதால் நமக்கு நன்மை கிடைக்குமா, தீமை கிடைக்குமா என்பதை ஆராய்ந்து, நன்மை கிட்டும் என்றால்

அதில் நாம் இறங்க வேண்டும். இல்லையென்றால் அதைத் தவிர்க்க வேண்டும்.

(அங்கதன், ராமரிடம் கூறுவது)

ஒருவனிடம் ஏதாவது ஒரு காரியத்தை ஒப்படைத்து விட்டு, அதன் பிறகு அந்தக் காரியத்தில் அவன் எப்படி நடந்து கொள்கிறான் என்று கவனித்தால் ஒழிய, அவனுடைய மனநிலையை நம்மால் புரிந்து கொள்ள முடியாது.

(ஹனுமான், ராமரிடம் கூறுவது)

உளவு வேலை செய்கிற எண்ணத்தோடு வருகிற மனிதனின் முகம், அவனைக் காட்டிக் கொடுத்துவிடும். கெட்ட எண்ணத்தோடு வருகிறவனின் பேச்சில் தெளிவு இருக்காது.

(ஹனுமான், ராமரிடம் கூறுவது)

காலம் அறிந்து, திட்டமிட்டுச் செய்யப்படும் செயல் வெற்றியைக் காண்கிறது.

(ஹனுமான், ராமரிடம் கூறுவது)

சரண் அடைந்தவனை எந்தக் காரணம் கொண்டும் நிராகரிக்கக் கூடாது. அவன் மனதில் தீய எண்ணம் இருந்தாலும் கூட, அவனை ஏற்பதை நல்லவர்கள் நிந்திக்க மாட்டார்கள்.

(ராமர், ஸுக்ரீவனிடம் கூறுவது)

ஒரு மன்னனுக்கு ஆபத்து நேரும்போது, அவனுடைய அண்டை நாட்டு அரசர்களும், அவனுடைய உறவினர்களும் அவனைத் தாக்கி ராஜ்யத்தைக் கைப்பற்ற முயற்சிக்கிறார்கள். இது உலக இயல்பு.

(ராமர், ஸுக்ரீவனிடம் கூறுவது)

சாதாரணமாக, உறவினர்கள் நண்பர்களைப் போல் பார்க்கப்படுகிறார்கள் என்றாலும், அரசர்கள் விஷயத்தில் நல்ல குணம் படைத்த உறவினன் கூட சந்தேகத்துடன் பார்க்கப்படத்தக்கவனே.

(ராமர், ஸுக்ரீவனிடம் கூறுவது)

கை கூப்பி, பாதுகாப்பு வேண்டி வந்துவிட்டவன் விரோதியே ஆனாலும், அவனைத் தாக்கி விடக் கூடாது. இதுதான் மனிதத் தன்மை. ஒருவனுடைய விரோதிகளிடமிருந்து பாதுகாப்பு நாடி, நமது விரோதி நம்மை நாடி வந்தால், நமது உயிரையே பணயம் வைத்து அவனுக்குப் பாதுகாப்பு அளிக்க வேண்டும். அதுதான் தன் மனதை வென்றவன் செய்யக்கூடிய காரியம். அச்சத்தினாலோ, அறியாமையினாலோ, அல்லது ஒரு பயனைக் கருதியோகூட ஒரு மனிதன் தன்னிடம் அடைக்கலம் கோரி வந்தவனைப் பாதுகாக்கத் தவறிவிட்டால் – உலகமே நிந்திக்கிற மிகப் பெரிய பாவத்தை அவன் அடைகிறான். ஒருவனிடம் அடைக்கலம் கோரி வந்தவன், தான் அவனால் பாதுகாக்கப் படாததால், அவன் கண் எதிரிலேயே அழிந்து விட்டால், அப்பொழுது பாதுகாப்பளிக்கத் தவறியவனின் புண்ணியம் எல்லாம் அவனிடம் அடைக்கலம் நாடி வந்து அழிந்து விட்டவனைப் போயச் சேர்ந்து விடுகிறது. ஆகையால் அடைக் கலம் நாடி வந்தவர்களைப் பாதுகாக்கத் தவறுவதால், பாவமே வந்து சேருகிறது. அந்த மாதிரி நடத்தை நல்லுலகை நாட முடியாமல் தடுத்து விடும். இகழ்ச்சியைத் தேடித் தரும். பலத்தையே அழிக்கும்.

(ராமர், ஸுக்ரீவனிடம் கூறுவது)

தன்னை அனுப்பி வைத்தது யாரோ, அவன் காட்டிய வழியைப் பின்பற்றாமல், அவன் கூறிய தகவலையும் மாற்றி தன்னுடைய கருத்துக்களைக் கூறுகிற தூதுவன்தான் கொல்லப்படத் தகுந்த வனாகிறான். எந்தத் தகவலை ஏந்தி வந்தானோ, அந்தத் தகவலை முறையாகத் தெரிவிக்கும் தூதன் கொல்லப்படத் தகாதவன் அல்ல.

(சுகன், ராமரிடம் கூறுவது)

பொறுமை, மன்னிக்கும் மனப்பான்மை, தந்திரமின்மை, மனதுக்கு இதமான பேச்சு என்கிற நல்லவர்களின் குணங்கள்–அந்த நற்குணங்கள் இல்லாதவர்களிடம் காட்டப்படுகிறபோது, பலவீனங்களாகக் கருதப்பட்டு விடுகின்றன. தன்னைத் தானே புகழ்ந்து கொண்டு, கண்டவர்களையும் கண்மூடித்தனமாகத் தண்டிப்பவனுக்கு இந்த உலகம் மரியாதை அளிக்கிறது. புகழோ,

செல்வாக்கோ, வெற்றியோ சமாதானமான அணுகுமுறையினால் கிட்டி விடுவதில்லை .

(ராமர், லக்ஷ்மணனிடம் கூறுவது)

நன்றி கெட்டவர்களிடம் தண்டனையைத் தவிர வேறு எதுவும் பலிக்காது; சமாதானம், பொறுமை ஆகியவை அவர்களிடம் பயனற்றவையே.

(நளன், ராமரிடம் கூறுவது)

நூறு ஆயிரங்களை நூறினால் பெருக்கினால், வருவது கோடி என்று கணக்கறிந்தவர்கள் கூறுகிறார்கள். லக்ஷம் கோடிகள் சேர்ந்தது ஒரு சங்கு. ஒரு லக்ஷம் சங்குகள் சேர்ந்தது ஒரு மஹா சங்கு. ஒரு லக்ஷம் மஹா சங்குகள் சேர்ந்ததை வ்ருந்தம் என்று கூறுகிறார்கள். ஒரு லக்ஷம் வ்ருந்தங்கள் சேர்ந்தால் அது மஹா வ்ருந்தம். ஒரு லக்ஷம் மஹா வ்ருந்தங்கள் பத்மம் என்று அழைக்கப் படுகிறது. ஒரு லக்ஷம் பத்மங்கள், மஹா பத்மம் என்று அறியப்படுகிறது. ஒரு லக்ஷம் மஹா பத்மங்கள் கர்வம் என்று கூறப்படுகிறது. ஒரு லக்ஷம் கர்வங்களுக்கு மஹா கர்வம் என்று பெயர். ஒரு லக்ஷம் மஹா கர்வங்கள் ஸமுத்திரம் என்று கூறப்படுகிறது. ஒரு லக்ஷம் ஸமுத்திரங்கள் சேர்ந்தால், அது ஓகம். ஒரு லக்ஷம் ஓகங்கள் சேர்ந்தால் அது, மாஹகம்.

(சுகன், ராவணனிடம் வானரப் படைகளின் எண்ணிக்கை பற்றிக் கூறுவது)

தண்டிக்கவோ பரிசளிக்கவோ சக்தி படைத்த மன்னனைச் சார்ந்து நிற்கும் அமைச்சர்கள், அவனுக்கு வெறுப்பை ஏற்படுத்தக் கூடிய வார்த்தைகளைப் பேசுவது என்பது முறையில்லை. யுத்தம் செய்வதற்காக வந்து நிற்கிற எதிரிகளைப் புகழ்வது என்பது நேரம் கெட்ட காரியம்.

(ராவணன், சுகனையும் ஸாரணனையும் பார்த்துக் கூறுவது)

நல்ல அறிவு படைத்த மன்னர்கள், ஒற்றன் மூலமாக எதிரியின் நடவடிக்கைகளையும், அவனுடைய பலத்தையும், பலவீனத்

தையும் அறிந்து கொண்டு, அவனை மிக விரைவில் வென்று விடுகிறார்கள்.

(ராவணன், தனது ஒற்றர்களிடம் கூறுவது)

மனைவிக்கு முன்பாக கணவன் உயிர் இழப்பது என்பது, பெரும் துயர சம்பவம் என்று கூறப்பட்டிருக்கிறது.

(ஸீதை, ராமரை நினைத்துக் கூறுவது)

விவேகத்தின் பாதையில், செல்கிற மன்னன் நீண்ட காலத்திற்குத் தன்னுடைய ஆட்சியையும் காப்பாற்றிக் கொண்டு, எதிரிகளையும் அடி பணிய வைக்கிறான். எதிரிகளோடு சாமாதானம் செய்து கொள்ள வேண்டிய நேரமும் உண்டு; அவர்களோடு போரிட வேண்டிய நேரமும் உண்டு. இந்த நேரங்களை அறிந்து செயல்படுகிற அரசன் பெரும் சக்தி வாய்ந்தவனாகத் திகழ்கிறான். தன்னுடைய பலத்தில் இழப்பை அனுபவிக்கிற அரசனும், தனக்கு நிகரான பலம் கொண்ட எதிரியைச் சந்திக்க நேரிடுகிற அரசனும், எதிரியோடு சமாதானத்தையே நாட வேண்டும். எதிரியின் பலத்தைக் குறைவாக மதிப்பிட்டு, யுத்தத்தில் இறங்கக் கூடாது.

(மால்யவான், ராவணனிடம் கூறுவது)

ப்ரம்ம தேவனின் அனைத்து படைப்புகளும் இரண்டே வகைகளில் அடங்குகின்றன. தர்மத்தின் பாதையில் செல்கிறவர்கள் – இது தேவ வகை; அதர்மத்தின் பாதையில் செல்பவர்கள் – இது அசுர வகை. நற்குணம் என்பது தேவ வகையைச் சார்ந்தவர்களின் அஸ்திவாரமாக இருக்கிறது; அசுரர்கள் ராக்ஷஸர்கள் – ஆகியோருக்குத் தீய வழியே அடிப்படையாக அமைந்து விடுகிறது. க்ருத யுகத்தில் நன்மை, தீமையைக் காணாமற் போக்கி விடுகிறது. கலியுகத்தில் தீமை, நன்மையை விழுங்கி விடுகிறது

(மால்யவான், ராவணனிடம் கூறுவது)

அளவுக்கு மிஞ்சிய உணர்ச்சிக் கொந்தளிப்பு அழிவுக்குத்தான் வழிவகுக்கும்.

(விபீஷணன், ஸுக்ரீவனிடம் கூறுவது)

எந்தவித ஆபத்தும் இல்லாமல், இயற்கையாக வருகிற மரணத்தை விட, யுத்த களத்தில் ஏற்படும் மரணமே மேலானது.

(ராவணன், ப்ரஹஸ்தனிடம் கூறுவது)

வீரர்கள் போர்க்களத்தில் தங்கள் பெருமையைப் பேசிக் கொண்டு நிற்பதில்லை.

(லக்ஷ்மணன், ராவணனிடம் கூறுவது)

ஒருவன் செய்கிற பாவத்திற்கான பலன் விளைந்தே தீரும்.

(கும்பகர்ணன், ராவணனிடம் கூறுவது)

தன்னுடைய பலத்திலேயே பெரும் நம்பிக்கை வைத்து, விரைவில் செய்யப்பட வேண்டிய காரியத்தை தள்ளிப் போடுகிறவனும் சரி – சற்று தள்ளிப் போட வேண்டிய காரியத்தை உடனேயே செய்து முடித்து விடுபவனும் சரி – செய்யத்தக்கதற்கும் செய்யத் தகாததற்கும் இடையே பாகுபாடு காணத் தவறுகிறவர்கள் ஆகிறார்கள்.

(கும்பகர்ணன், ராவணனிடம் கூறுவது)

தன்னை எதிர்க்கிற அரசனிடம், ஒரு மன்னன் கையாள வேண்டிய மூன்று விதமான அணுகுமுறைகளில் 'ஐந்து வகையான அம்சங்கள் எப்போதுமே மனதில் வைக்கத் தக்கவை. அவற்றின்படி நடந்தால், காரியம் கை கூடும். மந்திரிகளிடம் முறையாகக் கலந்து ஆலோசனை செய்து, ராஜநீதியை நன்றாகப் புரிந்து கொண்டு, எந்த ஒரு மன்னன் தன்னுடைய கடமையை உணர்ந்து செயல்படு கிறானோ, அவன் சரியான வழியில் செல்வான். அறம், பொருள், இன்பம் - ஆகியவற்றுக்கும் கூட, உகந்த நேரங்களும் வகுக்கப் பட்டிருக்கின்றன. இவற்றில் சிறந்ததாகிய அறத்தைப் பற்றி நன்கு கற்றறிந்த மன்னன் மிகவும் கவனம் கொள்கிறான்.

(கும்பகர்ணன், ராவணனிடம் கூறுவது)

(தன்னை எதிர்க்கிற அரசர்களிடம் காட்ட வேண்டிய மூன்று அணுகுமுறைகளின்ஐந்து அம்சங்கள் என்று கும்பகர்ணன் கூறுவது பற்றி ராமாயணப் புத்தகங்கள் சிலவற்றில் கூறப்பட்டுள்ள விளக்கம்.

தத்துவங்களின் தொகுப்பு

சமாதானத்தை நாடுவது; பொருள் கொடுத்துக் கூட்டுறவை ஏற்படுத்திக் கொள்வது; போர் செய்வது - ஆகியவை தன்னை எதிர்த்து வருகிற அரசனிடம் ஒரு மன்னன் காட்டக் கூடிய அணுகு முறைகள். இதில் தன் பலமும், எதிர்க்கிறவனின் பலமும் கிட்டத்தட்ட ஒரே அளவில் இருந்தால், முதல் வழி முறையை நாட வேண்டும்; தன்னுடைய பலம் தாழ்ந்தும், எதிரியின் பலம் ஓங்கியும் விளங்குகிற கால கட்டமாக இருந்தால், அப்போது இரண்டாவது வழியை மேற்கொள்ள வேண்டும். தான் பலம் மிகுந்தும், எதிரி பலவீனப்பட்டும் இருக்கிற நிலையில் மூன்றாவது வழியை நாட வேண்டும்.

இந்த மூன்று அணுகு முறைகள், ஐந்து அம்சங்களை உள்ளடக்கியவை: ஒரு காரியத்தைத் தொடங்குகிற விதம்; அந்த காரியத்தைச் செய்து முடிப்பதற்கான மனிதர்களையும், பொருட் களையும் சேமிப்பது; காரியத்தைச் செய்து முடிப்பதற்கான நேரம், இடம் ஆகியவற்றை முடிவு செய்து கொள்வது; போடப்பட்ட திட்டம் தவறுமானால் என்ன செய்வது என்பதை ஆலோசித்து வைத்துக் கொள்வது; வெற்றிக்கான வாய்ப்பு எவ்வளவு கனிந்து வந்திருக்கிறது என்பதை நிர்ணயம் செய்து கொள்வது - ஆகியவை அந்த ஐந்து அம்சங்கள்.

அறம், பொருள், இன்பம் - பற்றிய கும்பகர்ணனின் பேச்சுக்கு - மன்னர்களைப் பொறுத்தவரையில், அவர்கள் அறத்தின்பாற்பட்ட காரியங்களைக் காலையிலும், பொருளின்பாற்பட்ட காரியங்களை பகலிலும், இன்பத்தின்பாற்பட்ட காரியங்களை இரவிலும் செய்ய வேண்டும் என்று ராஜ நீதியை வகுக்கிற நூல்கள் விளக்குகின்றன. அறம், பொருள் - ஆகிய இரண்டுக்கும் தொடர்புள்ள காரியங் களையும், காலையில் செய்ய வேண்டி வரலாம்; அதேபோல பொருள், இன்பம் - ஆகிய இரண்டுக்கும் தொடர்புடைய காரியங் களும் இரவு நேரங்களில் செய்து முடிக்க வேண்டிய அவசியம் ஏற்படலாம். ஆனால் எந்த ஓர் அரசன் இன்பத்தை அனுபவிப்பதில் மட்டுமே நாட்டமுடையவனாக இருக்கிறானோ, அவன் வீழ்ச்சியடைகிறான் - என்றும் ராஜநீதியை வகுக்கும் நூல்கள் கூறுகின்றன.)

தங்களுடைய அறிவைக் கொண்டே வாழ்கிற அமைச்சர்கள் கூறுகிற ஆலோசனைகளை நன்றாகக் கருத்தில் கொண்டு, சரியான

வழி முறையை நாடுகிற மன்னன் வீழ்ச்சியைக் காண்பதில்லை. மிருகங்களின் அறிவுக்கு நிகரான அறிவையே படைத்தவர்களுக்கு, அரச சபையில் இடம் அளிக்கப்பட்டால், அவர்கள் எல்லா வற்றையும் உணர்ந்தவர்களாகத் தங்களைப் பற்றித் தாங்களே முடிவு செய்து கொண்டு, சாத்திரங்களின் தன்மையை அறியாமல், தங்களுடைய கர்வத்தினால் தூண்டப்பட்டு, கண்டபடியும் ஆலோசனை சொல்வார்கள். பொருள் ஈட்டுவதையே மனதில் கொண்டு, ராஜநீதி பற்றி எதுவும் அறியாமல் பேசுகிற, அம்மாதிரி யானவர்களின் கருத்துக்களை ஏற்கக் கூடாது. அப்படிப் பட்டவர்களை ஓர் அரசன் தன்னுடைய ஆலோசனைகளிலிருந்து தவிர்த்துவிட வேண்டும். எதிரிகளோடு சேர்ந்து கொண்டு, தன்னுடைய அரசனின் வீழ்ச்சியை நாடுகிற ஆலோசகர்களும் உண்டு. இப்படி எதிரியினால் கவரப்பட்டு, தனக்குத் தீமையை உண்டாக்கக் கூடிய வழிமுறைகளை எடுத்துச் சொல்கிற ஆலோசகர்களை, அரசன் புரிந்து கொள்ள வேண்டும். முடி வெடுக்கும் நேரத்தில் அரசன், நண்பர்கள் வேடத்தில் இருக்கிற இந்தப் பகைவர்களின் உட்கருத்தைப் புரிந்து கொண்டு செயல்பட வேண்டும். எதிரியின் பலத்தை அறியாமல், தன்னைப் பாதுகாத்துக் கொள்ளத் தவறுகிற அரசன், ஆட்சியை இழக்கிறான்.

(கும்பகர்ணன், ராவணனிடம் கூறுவது)

நடந்து போனவைகளைப் பற்றி, விவரமறிந்தவர்கள் வருந்துவது இல்லை. நடந்தவை, இனி நம்மால் சீர் செய்ய முடியாதவை.

(ராவணன், கும்பகர்ணனிடம் கூறுவது)

துர்ப்பாக்கியத்தினால் பீடிக்கப்பட்ட நிலையில் இருப்ப வனுக்கு உதவி செய்பவனே நண்பன் எனப்படுகிறான். நேர் பாதையிலிருந்து திசை மாறிச் சென்றவனுக்கு உதவுகிறவனே உறவினன் என்று கூறப்படுகிறான்.

(ராவணன், கும்பகர்ணனிடம் கூறுவது)

அறம், பொருள், இன்பம் மூன்றுக்குமே 'செயல்பாடு' என்பது! வேர் போன்றது. அந்தச் செயல்பாடுகளைப் பொறுத்துத்தான்

தத்துவங்களின் தொகுப்பு

பாவமும், புண்ணியமும் மனிதனை வந்தடைகின்றன. அறத்தின் பாற்பட்ட செயல்பாடு கூட, ஊக்கமின்றிச் செயல் பட்டால், அதன் பலன் மாறிப் போகிறது. பொருளின்பாற்பட்ட காரியங்களில் சிறிய தவறு கூட, இழப்புக்குக் காரணமாகி விடுகிறது. ஆனால், இன்பத்தைத் தேடியே ஒருவன் விடாமுயற்சியுடன் முனைந்தால், அவன் இந்தப் பிறவியிலேயே அதை அடைகிறான்.

(மஹோதரன், கும்பகர்ணனிடம் கூறுவது)

யுத்தமின்றி எதிரிகளை வென்று விடுகிற மன்னன், நீண்ட காலம் புகழோடு வாழ்ந்து, தன்னையும் தன் மக்களையும் அழிவிலிருந்து காப்பாற்றுகிறான்.

(மஹோதரன், ராவணனிடம் கூறுவது)

சாதிக்க முடியாதது என்று மற்றவர்கள் நினைப்பதை ஒரு வீரன் சாதித்துக் காட்டுகிறான். அப்படிப்பட்ட வீரன் பேசுகிற வார்த்தைகள், வெறும் வார்த்தைகள் அல்ல. மழையைத் தாங்காத மேகங்கள் இடியை உண்டாக்குவதுபோல, வீரன் வெறும் சப்தத்தை எழுப்புவதில்லை.

(கும்பகர்ணன், ராவணனிடம் கூறுவது)

வெறும் பேச்சினால் ஒருவன் வீரனாகி விடுவதில்லை; பெருமை பேசுவதால் மட்டும் ஒருவன் உயர்ந்தவனாகி விடுவதும் இல்லை.

(லக்ஷ்மணன், அதிகாயனிடம் கூறுவது)

ஒரு பெண்ணைக் கொல்வது என்பது, எல்லோராலும் வெறுக்கத்தக்க காரியங்களைச் செய்பவர்கள் கூட வெறுக்கிற காரியம்.

(ஹனுமான், இந்திரஜித்திடம் கூறுவது)

எதிரிக்கு எது பாதிப்பை ஏற்படுத்துமோ, அது செய்யத்தக்கது தான்.

(இந்திரஜித், ஹனுமானிடம் கூறுவது)

படைக்கப்பட்ட உயிரினங்களுக்கு மகிழ்ச்சி என்ற உணர்வு ஏற்படுவதை நாம் பார்க்கிறோம்; ஆனால் அந்த உணர்வுக்குத்

தர்மம்தான் காரணம் என்று காட்டுவதற்கு, எந்த ஆதாரமும் நமக்குத் தெரிவதில்லை. ஆகையால், மகிழ்வுக்குக் காரணம் தர்மம் அல்ல.

(ராமரின் நிலை கண்டு வருந்துகிற லக்ஷ்மணன், வேதனையான சூழ்நிலையில், தர்மத்தை நிந்தித்து, ராமரிடம் கூறுவது)

அசையும் பொருள் இன்னது என்பது நமக்குத் தெரிகிறது. அசையாப் பொருள் இன்னது என்பதும் நமக்குப் புரிகிறது. ஆனால் அந்த மாதிரி தர்மம் என்ன என்பது நமக்குப் புரிவதில்லை. அசைகிற பொருள் மாதிரி, அசையாத பொருளும் படைப்பின் ஒரு பகுதியே. அந்த அசையாத பொருள் தர்மத்தைப் பின்பற்றுவதாலா இந்த உலகில் இருக்கிறது? அதே போல, அசைகிற ஜீவராசிகளும், தர்மத்தைப் பின்பற்ற வேண்டிய அவசியம் இல்லை.

(தர்மத்தை நிந்தித்து, லக்ஷ்மணன் ராமரிடம் கூறுவது)

தர்மத்தைக் கடைப்பிடிப்பவன்தான் மேன்மையுறுவான் என்ற எண்ணத்திற்கு, எந்த விதமான ஆதாரமும் இல்லை.

(தர்மத்தை நிந்தித்து லக்ஷ்மணன், ராமரிடம் கூறுவது)

தீயவனை அவன் செய்த அதர்மமே அழிக்கும் என்று கூறப்படுகிறது; அவ்வாறு செயல்படும்போது, அந்த அதர்மமானது ஒருவனைக் கொல்கிறது; அவன் தீயவனாகவே இருந்தாலும்கூட, அவனைக் கொன்ற பாவம் அந்த அதர்மத்திற்கு வந்து சேருகிறதே? அப்படியானால் அந்த அதர்மமும் உடனே அழிந்து போய் விடுகிறது அல்லவா? அப்படி அழிவெய்தக் கூடியதுதான் அதர்மம் என்றால், அதனால் ஏற்படக்கூடிய நிரந்தரமான ஆபத்து ஒன்றும் கிடையாதே! அல்லது ஒருவன் கொல்லப்படுவது என்பது விதியின் செயல் என்றால், அதனால் ஏற்படுகிற பாவம் விதியைத்தானே சென்று அடைய வேண்டும்? அந்த நிலையில் கொன்றவனுக்கு எந்தப் பாவமும் கிடையாது அல்லவா?

(தர்மத்தை நிந்தித்து, லக்ஷ்மணன், ராமரிடம் கூறுவது)

தர்மம் கண்ணுக்குப் புலப்படாதது. ஆகவே இல்லாதது என்றே கருதப்படக் கூடியது; பதிலுக்குப் பதில் தாக்குதலில் இறங்காத

தத்துவங்களின் தொகுப்பு

தெரியாதது தர்மம்; இப்படிப்பட்ட தர்மத்தினால் – யார் வீழ்ச்சிக்குரியவன் என்பதை அறிந்து கொள்ள முடியுமா?

(தர்மத்தை நிந்தித்து லக்ஷ்மணன், ராமரிடம் கூறுவது)

கையாலாகாமலும், பலவீனமாகவும் திகழ்ந்து கொண்டு, பலவான்களைச் சார்ந்தே தர்மம் இருக்கிறது என்றால், திறனற்ற அந்தத் தர்மத்தை நம்பி எந்தப் பயனும் கிடையாது. சுயமாகத் திறனற்றுக் கிடப்பதால், பலத்தைச் சார்ந்தே தர்மம் நிற்கும் என்கிற போது, அந்தத் தர்மத்தை நம்புவதைவிட, அது எந்தப் பலத்தை நம்புகிறதோ, அந்தப் பலத்தையே நாமும் சார்ந்து விடலாம்.

(தர்மத்தை நிந்தித்துப் பேசுகையில், லக்ஷ்மணன், ராமரிடம் கூறுவது)

மலையிலிருந்தே அருவிகள் பாய்ந்து ஓடுகின்றன; அதே போல செய்கையினால் கிட்டுகிற செல்வத்திலிருந்துதான், பலவித நற்காரியங்களும் நிகழ்கின்றன. செல்வத்தை ஈட்டுகிற செயல் பாட்டைப் புறக்கணிக்கிற, அற்ப புத்தி கொண்ட மனிதனுடைய காரியங்கள், கோடை காலத்தில் அருவிகள் வற்றி விடுவதைப் போல், வறண்டு போய் அழிகின்றன. செல்வத்தைத் துறக்க முடிவு செய்கிற மனிதன், ஏற்கெனவே தான் அனுபவித்த சுகங்களை மீண்டும் அனுபவிப்பதற்காகத் திருட்டிலும் கூட இறங்க வாய்ப்புண்டு; அதனால் அவன் பாவமே செய்கிறான்.

(தர்மத்தை நிந்தித்து லக்ஷ்மணன், ராமரிடம் கூறுவது)

செல்வம் உடையவனிடம் நண்பர்கள் சேர்கிறார்கள்; செல்வம் உடையவனிடம் உறவினர்கள் சேர்கிறார்கள்; செல்வம் உடைய வனிடம் கல்வியும், அறிவும் நிறைந்திருப்பதாகக் கருதப்படுகிறது; செல்வம் உடையவன் தைரியம் மிக்கவனாக நினைக்கப்படு கிறான்; செல்வம் உடையவனே புத்திமானாகப் போற்றப்படு கிறான்; செல்வம் உடையவனே எல்லாச் சிறப்புகளும் பெற்று விளங்குகிறான். செல்வத்தைத் துறப்பவனோ, மேற்கண்ட எல்லா வாய்ப்புகளையும் இழந்து, அதற்கு நேர் எதிரான பலன்களைப் பெறுகிறான்.

(லக்ஷ்மணன், ராமரிடம் கூறுவது)

அறம், பொருள், இன்பம் என்ற மூன்றில் – பொருள் இருந்தால்தான் அறத்தை மேற்கொள்ள முடியும், இன்பத்தை

அடைய முடியும். பொருள் இல்லாதவனுக்கு அறமும் இல்லை; இன்பமும் இல்லை. பொருள் இல்லாதவன், என்ன நற்காரியத்தைச் செய்துவிட முடியும்? செல்வம் உடையவனுக்குத்தான் இன்பம் கிட்டுகிறது. செல்வம் உடையவனுக்குத்தான் உயர்வும் கிட்டு கிறது. செல்வம் உடையவன்தான் நற்குணத்தைக் காட்டுகிறான். செல்வம் உடையவன்தான் மனதை அடக்குதலும் செய்ய முடியும். இப்படி எல்லாச் செயல்பாடுகளுமே செல்வம் உடையவனுக்கே உரியவை ஆகின்றன.

(லக்ஷ்மணன், ராமரிடம் கூறுவது)

தன்னைச் சார்ந்தவர்களுடன் வாழ்வது, எதிரிகளிடம் சரணடைவது - என்ற இரண்டு நிலைகளும் ஒன்றுக்கொன்று நேர் எதிரானவை. ஒருவனுடைய உறவினன், நற்குணம் இல்லாத வனாக இருந்தாலும்கூட, எதிரி சிறப்பு வாய்ந்தவனாக இருந்தாலும் கூட, அந்த நிலையிலும் உறவினருக்குத்தான் முதன்மை அளிக்க வேண்டும். எவனொருவன் தன் உறவினர்களை விட்டு, எதிரிகளின் பக்கம் போகிறானோ, அவனை, உறவினர்கள் அழிந்த பிறகு, அந்த எதிரிகளே அழித்து விடுவார்கள்.

(இந்திரஜித், விபீஷணனிடம் கூறுவது)

தர்மத்தின் பாதையிலிருந்து தவறி, பாவங்களைச் செய்யத் துணிந்து விட்ட மனிதனை ஒருவன் உதறினால், அவன் தன் கையைச் சுற்றிவிட்ட பாம்பை உதறியவன் போல நிம்மதியை அடைகிறான். மற்றவன் சொத்தை அபகரிப்பவனும், மாற்றான் மனைவியோடு உறவு கொள்பவனும் தவிர்க்கத்தக்கவர்கள். தீயின் நடுவில் வாழ்கிற வாய்ப்பை ஒதுக்குவது போல அவர்களோடு வாழ்வதை ஒதுக்கி விடவேண்டும் என்று அறிஞர்கள் கூறு கிறார்கள். மற்றவன் சொத்தை அபகரிப்பது மாற்றான் மனைவி யோடு உறவுகொள்வது, தன்னுடைய நண்பர்கள் மீது அனாவசிய மாகச் சந்தேகப்படுவது - ஆகிய மூன்று குற்றங்கள் ஒருவனை அழிவுக்கு இட்டுச் செல்கின்றன.

(விபீஷணன், இந்திரஜித்திடம் கூறுவது)

எவனொருவன் வெறும் வார்த்தைகளினால் அன்றி, செயல் மூலமாக, தன்னுடைய திறனைக் காட்டுகிறானோ அவனே அறிவுடையவனாவான்

(லக்ஷ்மணன், இந்திரஜித்திடம் கூறுவது)

எப்போதுமே வெற்றியை மட்டுமே கண்டவர் எவருமில்லை; தவிர யுத்த களத்தில் ஒரு வீரன் கொல்கிறான், அல்லது கொல்லப் படுகிறான். யுத்தம் புரிகையில் மடிகிற வீரனுக்காகத் துக்கம் கொண்டாடக் கூடாது என்று சாத்திரங்கள் கூறுகின்றன.

(ராமர், விபீஷணனிடம் கூறுவது)

எவனுக்கு விதி முடிவை நிர்ணயிக்கிறதோ, அவனே உயிரை விடுகிறான். செல்வத்தினாலோ, ஆசை காட்டியோ, வீரத்தினாலோ, அரச உத்தரவினாலோ விதியின் முடிவை மாற்றி எழுத முடியாது.

(ராவணனின் மனைவிமார்களான அரக்கிகள், ராவணனின் இறந்த உடலைப் பார்த்துப் புலம்புவது)

செய்த குற்றத்திற்கான விளைவை அனுபவிக்க வேண்டிய நேரம் வருகிறபோது, தவறு செய்தவன் அதன் பயனை அனுபவித்தே தீருவான் ; இது பற்றிச் சந்தேகத்திற்கு இடமில்லை. நல்லதைச் செய்பவன் மகிழ்ச்சியை அடைகிறான்; தீயதைச் செய்பவன் துன்பத்தை எய்துகிறான்.

(மந்தோதரி, ராவணனின் உடலைப் பார்த்துப் புலம்புவது)

கணவனிடம் மாறாத அன்புகொண்ட பெண்களின் கண்ணீர் பூமியில் விழுந்தால், அது வீணாவதில்லை.

(மந்தோதரி, ராவணனின் உடலைப் பார்த்துப் புலம்புவது)

காலம் மேற்கொள்ளும் கோலத்தின் காரணமாக மன்னவர் களின் செல்வமும், மேன்மையும் என்றுமே நிச்சயமற்றவைதான்.

(ராவணனின் மற்ற மனைவிகள், மந்தோதரியிடம் கூறுவது)

ஒரு மனிதன் மரணமடையும் வரையில்தான், அவன் மீதான விரோதங்கள் வாழ்கின்றன.

(ராமர், விபீஷணனிடம் கூறுவது)

நம்முடைய வினைப்பயனைத்தான் நாம் பெறுகிறோம். விதி மிகவும் வலிமை வாய்ந்தது. நேரிடுகிற அனுபவமெல்லாம் ஏற்கெனவே நிச்சயிக்கப்பட்டிருப்பதுதான்.

(ஸீதை, ஹனுமானிடம் கூறுவது)

மற்றவர்களால் தனக்கு இழைக்கப்பட்ட தீங்கை மேலான தன்மை படைத்தவர்கள் மனதில் கொள்வதில்லை. தீங்குக்குப் பதில் தீங்கு இழைப்பதில்லை என்கிற விரதத்தை என்றும் கடைப்பிடிக்க வேண்டும். நல்லவர்களிடம் மட்டுமல்லாமல், பாவிகளிடமும், கொல்லப்படத்தக்கவர்களிடமும்கூட, நற்குணம் உடையவன் கருணை காட்டுவான். எப்போதும் தவறே செய்யாதவன் என்பவன் எவனும் கிடையாது. அப்படியிருக்கையில் குரூரமான வர்கள் இடத்திலும்கூட, கருணை காட்டுவதுதான் நற்செயல். நல்லவர்களுக்கு நன்னடத்தைதான் ஆபரணம்.

(ஒரு புலியின் முன்னிலையில் ஒரு கரடி பேசியதாகக் கூறப் படுகிற இந்த வார்த்தைகள் – ஸீதை, ஹனுமானிடம் கூறுவது)

சிறந்த அரண்மனையோ, உயர்ந்த ஆடைகளோ, கோட்டை மதில் சுவரோ, அரச மரியாதைகளோ – ஒரு பெண்ணுக்குப் பாதுகாப்பு அளிப்பவை அல்ல. அவளுடைய நன்னடத்தை ஒன்றுதான் அவளுக்கு உண்மையான பாதுகாப்பு. அதுதான் அவளுடைய கேடயம்.

(ராமர், விபீஷணனிடம் கூறுவது)

தன்மீது அன்பு காட்டியவள் என்ற ஒரே காரணத்திற்காக, மாற்றான் வீட்டில் வசித்த பெண்மணியைத் தூய்மையானவனும், நற்குலத்தில் பிறந்தவனுமாகிய எந்த மனிதனும் ஏற்றுக் கொள்ள மாட்டான்.

(ராமர், ஸீதையிடம் கூறுவது)

உற்றவனைக் கை விடுவது, அவனைக் கொல்வதற்குச் சமம் என்று தர்ம சாத்திரம் கூறுகிறது.

(ராமர், லக்ஷ்மணனிடம் கூறுவது)

உன்னுடைய புகழைக் கூறி, உன்னைத் துதிப்பது என்றும் வீணாவதில்லை. உன்மீது பக்தி செலுத்துபவர்கள் தோல்வி அடைவதில்லை. உன்னுடைய பக்தர்கள் இம்மையிலும், மறுமையிலும் நன்மை பெறுவார்கள்.

(ப்ரம்ம தேவன், ராமரிடம் கூறுவது)
(தத்துவங்களின் தொகுப்பு நிறைவு பெறுகிறது)

ராமாயண அனுபந்தம் – 2

பெயர் அகராதி

அகஸ்தியர் : முனிவர். ராம – ராவண யுத்தத்தின் போது ராமருக்கு, 'ஆதித்ய ஹிருதயம்' என்ற சூரியனைப் பற்றிய துதியை உபதேசம் செய்தவர்.

அஹல்யை : கௌதமரின் மனைவி. அவள் செய்த தவறுக்காக, கௌதமரால், கல்லாகும்படிச் சபிக்கப்பட்டவள். பின்னர், ராமரின் பாதம் பட்டதால், சாபம் நீங்கப் பெற்றவள்.

அகம்பனன் : அசுரன். கரன், தூஷணன் முதலியோர் ராம – லக்ஷ்மணர்களால் வீழ்த்தப்பட்ட செய்தியை ராவணனுக்கு இவன் தெரிவிக்கிறான்.

அங்கதன் : வாலியின் மகன். ஸீதை இருக்கும் இடத்தைத் தேடி கண்டு பிடிக்குமாறு, ஸுக்ரீவனால் அனுப்பப்பட்டவர்களில் இவனும் ஒருவன். ராவணனிடம், ராமரால் தூதுவனாக அனுப்பப் பட்டவன். யுத்தம் முடிந்த பிறகு, கிஷ்கிந்தையின் இளவரசனாக ராமரால் முடி சூட்டப்பட்டவன்.

அசோக வனம் : இலங்கையில் இருந்த எழில் நிறைந்த பூங்காவனம். ராவணனால் கவர்ந்து செல்லப்பட்ட ஸீதை, இங்குதான் வைக்கப்பட்டாள்.

அச்வமேதம் : பல பாவங்களையும் அழித்து, நன்மை செய்யக்கூடிய இந்த யாகத்தை, பல மன்னர்கள் நடத்தி இருக்கிறார்கள்.

அக்ஷன் : ராவணின் மகன். பெரும் வீரன். யுத்தத்தினால் ஹனுமானால் கொல்லப்பட்டான்.

அஞ்சனை : ஹனுமானின் தாயார். கேஸரியின் மனைவி.

அதிகாயன் : ராவணனின் மகன். போரில் லக்ஷ்மணனால் கொல்லப்பட்டவன்.

வால்மீகி ராமாயணம்

அதிபலை : ராம – லக்ஷ்மணர்கள் சிறுவர்களாக இருந்த போது, அவர்களைக் காட்டுக்கு அழைத்துச் சென்ற விச்வாமித்திர முனிவர், களைப்பு, சோர்வு, பசி, தாகம் எதுவும் தோன்றாமல் இருக்க, இரண்டு மந்திரங்களை அவர்களுக்கு உபதேசித்தார். அவற்றின் பெயர்கள் பலை, அதிபலை.

அத்ரி : முனிவர். ராவணனோடு யுத்தம் முடிந்த பிறகு, அயோத்தி திரும்பிய ராமரை வந்து சந்தித்த ரிஷிகளில் இவரும் ஒருவர்.

அம்பரிஷன் : இக்ஷ்வாகு குல வம்சத்தில் தோன்றிய ஓர் அரசன்.

அம்ஸுமான் : அரசன்.

அருணன் : ஸம்பாதி, ஜடாயு ஆகியோரின் தந்தை.

அருந்ததி : வசிஷ்ட முனிவரின் மனைவி.

அயோத்தி : இக்ஷ்வாகு குல மன்னர்கள் ஆண்ட ராஜ்யத்தின் தலை நகரம்.

அயோமுகி : அசுரப் பெண்மணி. காட்டில் லக்ஷ்மணனைச் சந்தித்து, அவன்மீது உள்ள தனது ஆசையைத் தெரிவித்து, அவனால் தண்டிக்கப்பட்டவள்.

அனலை : மால்யவானின் மகள்.

அனஸூயை : அத்ரி முனிவரின் மனைவி. பதிவிரதை. ஸீதைக்கு இவள் நல்லுபதேசம் செய்தாள்.

இந்திரன் : அருணியிடம், வாலியைப் பெற்றெடுத்ததால், வாலிக்கு இவன் தந்தையாகிறான். ராம – ராவண யுத்தம் நடந்து கொண்டிருந்த போது, ராமருக்கு மிகவும் அற்புதமான ஒரு தேரை இந்திரன் அனுப்பி வைக்கிறான். யுத்தத்தில் இறந்த வானரர்கள் எல்லாம் மீண்டும் உயிர் பெற்று எழுமாறு, ராமருக்கு இவன் வரமளித்தான். ராவணனின் மகன் மேகநாதன், இவனைச் சிறை யெடுத்தான். இப்படி இந்திரனையே வென்றதால்தான், மேகநாதன் இந்திரஜித் என்ற பெயரையும் பெற்றான். இந்திரனுக்கு மேகவாகனன், புரந்தரன், ஜிஷ்ணு, சகஸ்ராக்ஷன் – என்ற பெயர்களும், வேறு பல பெயர்களும் உண்டு.

இந்திரஜித் : ராவணனின் மகன். பெரும் வீரன். இந்திரனை வென்று, அதனால் இந்திரஜித் என்று பெயர் பெற்றவன். போரில் லக்ஷ்மணனால் வீழ்த்தப்பட்டவன்.

இக்ஷ்வாகு : மனுவின் மகன். அயோத்தி மன்னர் பரம்பரையை ஸ்தாபித்தவர். ஸீதையை ராமருக்கு மணம் முடிக்க நிச்சயித்த ஜனகரின் அழைப்பை ஏற்று, மிதிலைக்குச் சென்ற தசரதர் கேட்டுக் கொள்ள, வசிஷ்டர், விச்வாமித்திரரின் அனுமதி பெற்று, அயோத்தி மன்னர்களின் குலமுறையைக் கூறினார். அந்த விவரம் – ப்ரம்மனிடமிருந்து மரீசி உண்டானான்; மரீசியின் மகன் காச்யபர்; காச்யபரின் மகன் விவஸ்வான் என்கிற சூரியன்; விவஸ்வானுடைய மகன் மானிடப் பிறவிகளின் தந்தையாகிய மனு; மனுவின் மகன் அயோத்தியின் முதல் மன்னனாகிய இக்ஷ்வாகு; இக்ஷ்வாகுவின் புதல்வன் மூவுலகிலும் புகழ் பெற்ற குக்ஷி; குக்ஷியின் மகன் கீர்த்தி பெற்ற விகுக்ஷி; விகுக்ஷியின் மகன் பெரும் சூரனாகிய பாணன்; பாணனின் மகன் அனரண்யன்; அனரண்யனின் மகன் ப்ருது; ப்ருதுவின் மகன் த்ரிசங்கு; த்ரிசங்குவின் மகன் பெரும் புகழ் படைத்த துந்துமாரன்; துந்துமாரனின் மகன் மஹாவீரனாகிய யுவனாச்வன்; யுவனாச்வனின் மகன் மாந்தாதா; மாந்தாதாவின் மகன் ஸுஸந்தி; ஸுஸந்திக்குத் துருவஸந்தி – ப்ரஸேனஜித் என்ற பெயர்களுடைய இருமகன்கள்; துருவஸந்தியின் மகன் சிறப்பு மிக்க பரதன்; பரதனின் மகன் அஸிதன்; அஸிதனின் மகன் ஸகரன்; ஸகரனின் மகன் அஸமஞ்ஜன்; அஸமஞ்ஜனின் மகன் அம்சுமான்; அம்சுமானின் மகன் திலீபன்; திலீபனின் மகன் பகீரதன்; பகீரதனின் மகன் ககுஸ்தன்; ககுஸ்தனின் மகன் ரகு; ரகுவின் மகன் ஒரு சாபத்திற்குள்ளாகி கறுப்பு கால்களைப் பெற்று, அதன் காரணமாக கல்மாஷபாதன் என்ற பெயரைக் கொண்ட ப்ரவ்ருத்தன்; ப்ரவ்ருத்தனின் மகன் சங்கணன்; சங்கணனின் மகன் சுதர்சனன்; சுதர்சனனின் மகன் அக்னி வர்ணன்; அக்னி வர்ணனின் மகன் சீக்ரகன்; சீக்ரகனின் மகன் மரு; மருவின் மகன் ப்ரசுச்ருகன்; ப்ரசுச்ருகனின் மகன் அம்பரீஷன்; அம்பரீஷனின் மகன் நஹுஷன்; நஹுஷனின் மகன் யயாதி; யயாதியின் மகன் நாபாகன்; நாபாகனின் மகன் அஜன்; அந்த அஜனின் மகன்தான் இந்த தசரதன்! ராமரும், லக்ஷ்மணனும் தசரதனின் மகன்கள்.

ஊர்மிளை : ஜனகரின் மகள். இவள் லக்ஷ்மணனுக்குத் திருமணம் செய்விக்கப்பட்டாள். அங்கதன், சந்திரகேது என்ற இரு மகன்களை இவள் பெற்றெடுத்தாள்.

ஊர்வசி : ஓர் அப்சரஸ்.

ஏகஜடை : அசோக வனத்தில் ஸீதைக்குக் காவலாக வைக்கப்பட்ட அரக்கப் பெண்மணிகளில் ஒருத்தி.

கபந்தன் : ஓர் அரக்கன். ராம - லக்ஷ்மணர்களால் கொல்லப்பட்டவன். ஸுக்ரீவனைச் சென்று சந்திக்குமாறு, இறுதியில் ராம - லக்ஷ்மணர்களிடம் இவன் கூறுகிறான்.

கஜன் : ஒரு வானரன். ராமர் தரப்பில் நின்று, ராவணனை எதிர்த்துப் போரிட்ட வானரர்களில் ஒருவன்.

கண்டு : ஒரு முனிவர்.

கரன் : அரக்கன். ராமரால் கொல்லப்பட்டவன்.

கவயன் : ராமர் தரப்பில் நின்று ராவணனை எதிர்த்துப் போரிட்ட வானரர்களில் ஒருவன்.

கவாக்ஷன் : ராமர் தரப்பில் நின்று ராவணனை எதிர்த்துப் போரிட்ட வானரர்களில் ஒருவன்.

காமதேனு : கேட்டதைத் தரும் பசு. ஸுரபி, நந்தினி என்றும் இதற்குப் பெயர்கள் வழங்குகின்றன. வசிஷ்டரிடமிருந்து இதைப் பெற வேண்டும் என்பதற்காகப் போர் செய்யவும் முனைந்த கௌசிகன் மன்னன்தான் - இறுதியில் கடும் தவங்கள் புரிந்து பிரம்ம ரிஷியாகிய விச்வாமித்திரர்.

காச்யபர் : ப்ரம்ம தேவனின் மகன் (காச்யபர் ப்ரம்ம தேவனின் மகனாகிய மரீசியின் மகன் - என்று மஹாபாரதம் கூறுகிறது.)

கார்க்யர் : ஒரு முனிவர். ஒரு கழியை அவர் எவ்வளவு தூரம் எறிகின்றாரோ அதுவரை உள்ள பசுக்களையெல்லாம் அவர் பெற்றுக் கொள்ளலாம் என்று ராமர் கூற, அவ்வாறே கழியை எறிந்து பல பசுக்களைப் பெற்றவர்.

கார்த்தவீர்யார்ஜுனன் : இவனோடு போரிட முனைந்த ராவணன், இவனிடம் தோற்றான்.

கிஷ்கிந்தை : வானரர்களின் ராஜ்யம்.

குஹன் : நிஷாத மன்னன். கங்கை கரையில் இருந்த சிருங்கவேர புரத்தை ஆண்டவன். ராமருக்கு உற்ற நண்பனானவன்.

குபேரன் : ராவணனின் ஒன்று விட்ட சகோதரன் – விச்ரவஸின் மகனாகிய இவனை வென்று ராவணன், புஷ்பக விமானத்தைக் கைப்பற்றினான். இலங்கையையும், குபேரனிடமிருந்து ராவணன் பறித்தான்...

கும்பகர்ணன் : விச்ரவஸின் மகன். இவனும் ராவணனும், விபீஷணனும், விச்வரஸிற்குக்கைகஸியிடம் பிறந்தவர்கள். ப்ரம்ம தேவரிடம் தவறாக வரம் கேட்டதால், பெரும் உறக்கத்திற்கு ஆளானவன். ராவணனுக்கு நல்லுபதேசம் கூறி, அதை அவன் ஏற்காத போது, அவனுக்காக ராமரை எதிர்த்துப் போரிட்டு, அவரால் கொல்லப்பட்டவன்

கேகயம் : ஒரு ராஜ்யம். கேகயன் என்கிற மன்னால் ஆளப்பட்டது. கைகேயி, கேகய மன்னனின் மகள்.

கேசரி : அஞ்சனையின் கணவன். ஹனுமானின் தந்தை. வாயு பகவானின் அருள் பெற்று, அவனால் ஹனுமானை அஞ்சனை மகனாகப் பெற்றாள்.

கைகஸி : ராவணனின் தாயார். ஸுமாலியின் மகள். விச்ரவஸின் மனைவி.

கைகேயி : தசரதரின் மனைவிகளில் ஒருத்தி. ராமர் காட்டுக்குச் செல்லக் கரரணமானவள். பரதனின் தாயார்.

கோசலம் : ஸரயு நதிக்கரையில் அமைந்த ராஜ்யம். அயோத்தியைத் தலைநகராகக் கொண்டது. இக்ஷ்வாகு குல மன்னர்களால் ஆளப்பட்டது.

கோதாவரி : இந்த நதியின் கரையில் அமைந்த பஞ்ச வடியில், தன்னுடைய வனவாசத்தின் போது ராமர், ஸீதையுடனும், லக்ஷ்மணனுடனும் தங்கினார்.

கௌதமர் : முனிவர். அஹல்யையின் கணவர். தன்னால் சபிக்கப்பட்டு, பிறகு ராமரால் சாப விமோசனம் பெற்ற மனைவியை அவர் ஏற்றுக் கொண்டார்.

கௌஸல்யை : தசரதரின் மூத்த மனைவி. ராமரின் தாயார்.

சத்ருக்னன் : இவனும், லக்ஷ்மணனும் தசரதருக்கு, ஸுமித்திரையிடம் பிறந்தவர்கள். இவன் மனைவி ச்ருதகீர்த்தி. இவனுடைய மகன்கள் மதுராபுரியை ஆண்டனர்.

சந்திரகாந்தம் : சந்திரகேது இந்த நகரத்துக்கு மன்னன்.

சந்திரகேது : லக்ஷ்மணனின் மகன்.

சபரி : ராமரால் மோட்சம் அடையப் பெற்றவள்.

சரபங்கர் : ஒரு முனிவர், ராமரைப் பார்த்த பிறகே தேவலோகம் செல்ல வேண்டும் என்று காத்திருந்தவர்.

சாரணன் : ராவணனின் அமைச்சர்களில் ஒருவன்.

சித்ரகூடம் : ஒரு மலைப் பிரதேசம்.

சுதீக்ஷ்ணர் : வனவாசம் செய்யும்பொழுது ராமர் இந்த முனிவரின் ஆச்ரமத்திற்குச் சென்றார்.

சூர்ப்பனகை : விச்ரவஸின் மகள். ராவணனின் சகோதரி. ராமர் மீதும், பிறகு லக்ஷ்மணன்மீதும் காதல் கொண்டு, லக்ஷ்மணனால் தண்டிக்கப்பட்டு, ராவணனிடம் ஓடி, ஸீதையைப் பற்றிய ஆசையை அவனிடம் உண்டாக்கியவள்.

சூரிய வம்சம் : சூரியன், கச்யபரின் மகன் என்றும், அவருடைய ஒன்பது மகன்களில் ஒருவனாகிய இக்ஷ்வாகு மன்னன் ஸ்தாபிதம் செய்த வம்சம்தான் சூரிய வம்சம் என்றும் தேவி பாகவதம் கூறுகிறது.

சிருங்கவேரபுரம் : கங்கையைக் கடந்து ராம – லக்ஷ்மணர்களை அழைத்துச் சென்ற குஹனால் ஆளப்பட்ட பிரதேசம்.

ச்ருதகீர்த்தி : சத்ருக்னனின் மனைவி. ஜனகரின் சகோதரனாகிய குசத்வஜரின் மகள்.

ஸகரன் : சூரிய வம்ச மன்னர்களில் ஒருவன்.

சதபலி : ஸுக்ரீவனின் தலைமையில் இயங்கிய வானரர்களில் ஒருவன். ஸீதையைத் தேடுவதற்காக ஸுக்ரீவனால் அனுப்பப் பட்டவர்களில் இவனும் ஒருவன்.

ஸரயு : ஒரு நதி. அயோத்தி நகரம் இந்த நதிக்கரையில் அமைந்தது. ராமர் இந்த உலக வாழ்வை முடித்துக் கொள்ளத் தீர்மானித்த போது, இந்த நதியில்தான் இறங்கினார்.

சாரணன் : ராவணனின் அமைச்சர்களில் ஒருவன்.

சுகன் : ராவணனின் தூதன். இவனும், சாரணனும், ராமர் இலங்கையில் புகுந்த பிறகு, அவருடைய நடவடிக்கைகளை, ராவணனுக்காக வேவு பார்த்தவர்கள்.

ஸுக்ரீவன் : வாலியின் சகோதரன். வானரன். அருணி என்பவளுக்கு இந்திரனின் அருள் மூலமாக வாலியும், சூரியனின் அருள் மூலமாக ஸுக்ரீவனும் பிறந்தார்கள். வாலியைக் கொன்ற ராமரால், கிஷ்கிந்தையை ஆளும் வாய்ப்பைப் பெற்றவன். ஸீதையைக் கண்டு பிடிப்பதிலும், ராவணனை எதிர்த்துப் போரிடுவதிலும், ராமருக்குப் பேருதவி புரிந்தவன்.

ஸுஷேனன் : வாலியின் மனைவியாகிய தாரையின் தந்தை. ராம – ராவண யுத்தத்தில் ராமர் தரப்பில் நின்று போரிட்டவன். மருத்துவம் அறிந்தவன். விசால்யகரணி, ஸௌவர்ண்யகரணி, சஞ்சீவனி.... போன்ற மூலிகைகளின் உபயோகத்தை அறிந்தவன்.

சூரிய வம்சம் : இக்ஷ்வாகு குலம் சூரிய வம்சத்தைச் சார்ந்தது. ப்ரம்ம தேவனின் மானசீக மகனாகிய மரீசிக்குக் கச்யபர் பிறந்தார். சூரியன், கச்யபரின் மகன். இக்ஷ்வாகு, நாபாகன், சர்யாதி, நரிஷ்யந்தன்... போன்ற மகன்கள் சூரியனுக்குப் பிறந்தவர்கள். இவர்களில் இக்ஷ்வாகு அரசனானான்.

சூரியன் : அதிதியின் மகன் என்பதால் ஆதித்தியன் என்ற பெயரைப் பெற்றவன். இவனைத் துதித்து அகஸ்திய முனிவர், உபதேசித்த 'ஆதித்ய ஹிருதயம்' என்கிற ஸ்லோகத்தை, த்யானித்து ராமர், யுத்த களத்தில் சோர்வு நீங்கினார். திவாகரன், பாஸ்கரன், பிரபாகரன்,

விவஸ்வான், ரவி, லோகபந்து... போன்ற வேறு பல பெயர்களும் சூரியனுக்கு உண்டு.

தசரதர் : இக்ஷ்வாகு குலத்தில் தோன்றிய மன்னர். ராமர், பரதன், லக்ஷ்மணன், சத்ருக்னன் – ஆகியோரின் தந்தை. தனது மனைவிகளில் ஒருத்தியாகிய கைகேயிக்குக் கொடுத்த வரத்தின் காரணமாக, ராமரைக் காட்டுக்கு அனுப்பும் நிலை இவருக்குத் தோன்றியது. ராவணன் கொல்லப்பட்ட பிறகு, வானத்தில் தோன்றி, ராம – லக்ஷ்மணர்களையும், ஸீதையையும் வாழ்த்தினார்.

தண்டகாரண்யம் : ஒரு காடு. ராமர் தனது வனவாசத்தின்போது இங்கு ஒரு குடிலை அமைத்துக் கொண்டார். இங்குதான் சூர்ப்பனகை, ராம – லக்ஷ்மணர்களால் தண்டிக்கப்பட்டாள். கரன், தூஷணன், த்ரிசிரன் போன்றவர்கள் இங்கேதான் ராம – லக்ஷ்மணர்களால் கொல்லப்பட்டார்கள். மாரீசன் ராமர் கையில் மரணம் அடைந்ததும், ஸீதை கவர்ந்து செல்லப்பட்டதும், ஜடாயு மரணமும் இங்கேதான் நிகழ்ந்தன.

ததிமுகன் : ஒரு வானரன்.

தத்தாத்ரேயர் : முனிவர். ராவணன் பெற்ற சாபங்களில் ஒன்று இவர் இட்டது.

தமஸா : ஒரு புனிதமான நதி. இந்த நதிக்கரையில்தான் ஒரு க்ரௌஞ்ச பறவையின் துன்பத்தைக் கண்டு மனம் பொறுக்காத வால்மீகி இட்ட சாபம், ஒரு கவிதையாக வெளியாகி, ராமாயண காவியத்தின் நடைக்குக் காரணமாயிற்று.

தாடகை : அரக்கி. விச்வாமித்திரர் நடத்திய யாகத்திற்கு இடையூறு செய்ய முனைந்த இவள், ராமரால் கொல்லப்பட்டாள்.

தாரை : வாலியின் மனைவி. வாலியின் மறைவுக்குப் பிறகு, ஸுக்ரீவனோடு வாழ்ந்தாள்.

திலீபன் : இக்ஷ்வாகு குலத்திற்குப் பெருமை சேர்த்த மன்னர்களில் ஒருவன்.

துந்துபி : அசுரன். ஒரு வகையில் ராவணனின் மனைவி மந்தோதரிக்கு இவன் சகோதரனாகிறான்.

தும்புரு : முனிவர். வனவாசம் முடிந்து ராமர் அயோத்திக்குத் திரும்பிய பிறகு, அவரை வந்து சந்தித்த ரிஷிகளில் ஒருவர்.

துர்முகன் : அரக்கன். மால்யவானின் மகன் என்றும், கூறப்படுகிறது.

துர்வாசர் : முனிவர். ராமரின் வாழ்க்கை எப்படி அமையும் என்பதை முன்கூட்டியே தசரதருக்குக் கூறியவர். இவர் விதித்த நிபந்தனையின் காரணமாக, ராமாயணத்தின் இறுதிக் கட்டத்தில் ராமர், லக்ஷ்மணனைத் துறக்க நேரிடுகிறது.

தூம்ராக்ஷண் : ராவணனின் அமைச்சர்களில் ஒருவன்.

த்ரிசங்கு : சூரிய வம்சத்து அரசன். இவனுக்காக விச்வாமித்திரர் ஒரு புதிய உலகையே சிருஷ்டி செய்தார்.

த்ரிசிரஸ் : அரக்கன். கரன், தூஷணன் ஆகியோரோடு ராமனைத் தாக்கியவன். பின்னர் அவரால் கொல்லப்பட்டவன்.

த்ரிஜடை : அரக்கி. அசோக வனத்தில் ஸீதைக்குக் காவலாக வைக்கப்பட்ட அரக்கிகளில் ஒருத்தியாகிய இவள், ஸீதைக்குப் பெரும் ஆறுதலாக அமைந்தாள்.

த்ருஷ்டி : தசரதரின் அமைச்சர்களில் ஒருவர்.

த்விவிதன் : வானரன். ஸுக்ரீவன் படையைச் சார்ந்தவன்.

நந்தி கிராமம் : அயோத்திக்கு அருகில் ஓர் இடம். இங்குதான் பரதன், ராமரின் பாதுகைகளைப் பூஜித்து, அவர் சார்பில் ஆட்சியை நடத்தி வந்தான்.

நராந்தகன் : ராவணன் படையைச் சார்ந்தவன்.

நளகுபேரன் : குபேரனின் மகன். ரம்பையின் கணவன். விருப்பமில்லாத பெண்ணை ராவணன் தீண்டினால், அவனுடைய தலை தூள் தூளாகக் கடவது என்று ராவணனைச் சபித்தவன்.

நளஸேது : ராமரும், ஸுக்ரீவனின் வானர சேனையும் சமுத்திரத்தைக் கடப்பதற்காக, நலனால் கட்டப்பட்ட பாலம்.

வால்மீகி ராமாயணம்

நளன் : வானரன். சமுத்திரத்தின்மீது பாலம் அமைக்க ராமருக்கு உதவியாக இருந்தவன். இவனுடைய மேற்பார்வையில் தான் அந்தப் பாலம் அமைக்கப்பட்டது.

நாரதர் : முனிவர். இவருடைய தூண்டுதலின் பேரில்தான் வால்மீகி, ராமாயணத்தை இயற்றினார்.

நிகும்பன் : அரக்கன். கும்பகர்ணனின் மகன். வஜ்ரமாலை இவனுடைய தாயார். இவனுக்குக் கும்பன் என்ற மூத்த சகோதரனும் உண்டு. யுத்தத்தில் ஹனுமனால் கொல்லப்பட்டவன்.

நீலன் : வானரர் தலைவர்களில் ஒருவன். ஸீதையைத் தேடி ஸுக்ரீவனால் அனுப்பப்பட்ட வானரர்களில் இவனும் ஒருவன்.

பஞ்சவடி : ராமர் தனது வனவாசத்தின்போது இங்கு ஆச்ரமம் அமைத்து அதில் தங்கினார். இது கோதாவரி நதிக்கரையில் அமைந்துள்ளது.

பரசுராமர் : மஹாவிஷ்ணுவின் அவதாரங்களில் பரசுராம அவதாரமும் ஒன்று. க்ஷத்ரியர்களையே பூணடோடு ஒழித்து விட, சபதமேற்றவர். ஸீதையை மணந்த பிறகு ராமர் அயோத்திக்குத் திரும்பும்போது, அவரை மறித்து சண்டையிட்டவர். ராமரால் தோற்கடிக்கப்பட்ட இவர், ராமரை வாழ்த்தி விடை பெற்றார்.

பரதன் : தசரத மன்னனுக்குக் கைகேயிடம் பிறந்தவன். ராமருக்கு நிகரான குண நலன்களைக் கொண்டவனாக, ராமாயணத்தில் பல இடங்களில் பரதன் வர்ணிக்கப்படுகிறான்.

பரத்வாஜர் : முனிவர். ராமர், தன்னுடைய வனவாசத்தின்போது இவரைச் சந்தித்து வாழ்த்து பெற்றார்.

புஷ்பகம் : ஆகாய விமானம். தேவ தச்சனாகிய விச்வகர்மாவினால் செய்யப்பட்டது. இதைக் குபேரனுக்கு ப்ரம்ம தேவர் அளித்தார். குபேரனிடமிருந்து, ராவணன் இதை அபகரித்தான். தனது பட்டாபிஷேகம் முடிந்த பிறகு, ராமர் இதை குபேரனிடம் அனுப்பி வைத்தார்.

பூமாதேவி : ஸீதை இறுதியில் இவளோடு ஐக்கியமானாள்.

ப்ரஹஸ்தன் : ராவணனின் அமைச்சர்களில் ஒருவன்.

ப்ரம்மன் : ராமாயணம் எழுத வால்மீகிக்கு இவர் அருள் புரிந்தார். தேவர்களாலோ, அசுரர்களாலோ, யக்ஷர்களாலோ கொல்லப்பட முடியாதவன் என்ற வரத்தை ராவணனுக்கு அளித்தவர் ப்ரம்ம தேவன்தான். ராமரின் இறுதி காலம் நெருங்கியபோது, இவர் காலனை அனுப்பி வைத்தார்.

ப்ருகு : முனிவர். மனிதனாகப் பிறந்து, மனைவியைப் பிரியும் துக்கத்தை அனுபவிக்க வேண்டும் என்று, மஹாவிஷ்ணுவுக்கு இவர் சாபமிட்டார். ராமாவதாரம் தோன்றியதற்கு, இதுவும் ஒரு காரணம்.

மகராக்ஷன் : கரன் என்ற அரக்கனின் மகன். ராமரால் கொல்லப்பட்டவன்.

மஹாபார்ச்வன் : அரக்கன். ராவணனின் படையைச் சார்ந்தவன்.

மஹாமாலி : ராவணன் படையைச் சார்ந்த ஓர் அரக்கன்.

மஹாமேரு : ஒரு மலை.

மந்தோதரி : ராவணனின் மனைவி. பேரழகு படைத்தவள். இலங்கைக்குச் சென்ற ஹனுமான், முதலில் இவளைப் பார்த்து ஸீதை என்றே நினைத்து விடுகிறார்.

மதங்கர் : முனிவர். வாலிக்கு சாபமிட்டவர். இவருடைய சாபத்திற்கு பயந்து வாலியினால் நுழைய முடியாமல் போன பிரதேசத்தில், ஸுக்ரீவன் வாழ்ந்து வந்தான்.

மதுவனம் : ஸுக்ரீவனுக்குச் சொந்தமான ஒரு நந்தவனம்.

மந்தரை : கூனி என்றும் இவளைக் குறிப்பிடுவது உண்டு. கைகேயியின் பணிப் பெண். பரதனுக்கே முடி சூட்ட வேண்டும் என்று தசரதரிடம் வற்புறுத்துமாறு கைகேயியைத் தூண்டி விட்டவள்.

மாண்டவி : பரதனின் மனைவி.

மாயாவி : அரக்கன். வாலியினால் கொல்லப்பட்டவன். இவனுக்கும், வாலிக்கும் ஏற்பட்ட யுத்தத்தில் வாலியே மடிந்தான்

என்று தவறாக நினைத்த ஸுக்ரீவன், இவர்கள் போரிட்டுக் கொண்டிருந்த குகையின் கதவை அடைத்துச் சென்று விடுகிறான். இதன் காரணமாக வாலி – ஸுக்ரீவ விரோதம் உண்டாயிற்று.

மாரீசன் : ராவணனின் மாமன். ராமரோடு மோத வேண்டாம் என்று ராவணனுக்கு எடுத்துரைத்தவன். ராவணனின் விருப்பத்திற் கிணங்க பொன் மானாக உருவமெடுத்து, ராமரை ஸீதை யிடமிருந்து பிரித்து, ஸீதையை ராவணன் அபகரிக்க உதவி செய்தவன். ராமரால் கொல்லப்பட்டவன்.

மாலி : அரக்கன். மஹா விஷ்ணுவினால் கொல்லப்பட்டவன்.

மால்யவான் : ஸீதையை ராமரிடமே திருப்பி அனுப்புமாறு, ராவணனுக்கு அறிவுரை கூறியவன்.

மேகநாதன் : இந்திரஜித்தின் இயற்பெயர். பிறக்கும்போதே இடிபோல் முழக்கமிட்டவன் என்பதால், இந்தப் பெயரைப் பெற்றான்.

மைந்தன் : வானரன். ஸீதையைத் தேடுவதற்காகச் சென்றவர்களில் ஒருவன்.

மைனாகம் : ஒரு மலை.

மிதிலை : விதேஹ தேசத்தை ஆண்ட ஜனக மன்னரின் தலைநகரம்.

ம்ருதசஞ்சீவினி : மூலிகை. ஜாம்பவானின் யோசனையின் பேரில், ஹனுமானால் கொண்டு வரப்பட்ட இந்த மூலிகை, ராம – ராவண யுத்தத்தில் லக்ஷ்மணனைக் காப்பாற்ற உதவியது.

ரகு : சூரிய வம்சத்தில் ஒரு மன்னன். திலீபனின் மகன். இவன் பெயரை வைத்து, இவனுக்குப் பிறகு வந்த இக்ஷ்வாகு குல மன்னர்கள், ரகு வம்சத்தினர் என்று வர்ணிக்கப்பட்டதும் உண்டு.

ரபஸன் : இந்தப் பெயரில் ஒரு வானரனும் உண்டு; ராவணன் தரப்பைச் சார்ந்த ஓர் அரக்கனும் உண்டு.

ராமர் : மஹாவிஷ்ணுவின் அவதாரம். தேவர்களுக்கு அளித்த வாக்குறுதியின்படியும், ப்ருகு முனிவரின் சாபத்தைப் பலிக்க வைக்கும் நோக்கத்துடனும், மஹாவிஷ்ணு, தசரதருக்கு

பெயர் அகராதி

அவருடைய மனைவி கௌஸல்யையிடம் மகனாகப் பிறந்தார். லவனும், குசனும் இவருடைய மகன்கள்.

ராமாயணம் : உலகிலேயே முதலில் இயற்றப்பட்ட காவியம் என்பதால், 'ஆதி காவியம்' என்ற பெயரை இந்த இதிகாசம் பெற்றது. இதை இயற்றிய வால்மீகி முனிவரும் 'ஆதிகவி' என்ற பட்டத்தைப் பெற்றார். ராமாயணம் த்ரேதா யுகத்தில் நடந்தது என்பது நம்பிக்கை.

ராவணன் : இலங்கையை ஆண்ட அரக்க மன்னன். விச்ரவஸ் என்ற முனிவருக்குக் கைகஸியிடம் பிறந்தவன். பல வரங்களையும், சாபங்களையும் பெற்றவன். ஸீதையை அபகரித்து, ராமரை யுத்தத்தில் சந்தித்து, அவரால் கொல்லப்பட்டவன்.

ரிசீகர் : ஒரு முனிவர்

ரிக்ஷரஜஸ் : வாலி, ஸுக்ரீவன் ஆகியோரின் வளர்ப்புத் தந்தையாகிய ஒரு வானரன். ப்ரம்ம தேவனின் அருளால் கிஷ்கிந்தையின் மன்னனானான். இவனுக்குப் பின்னர் வாலி, கிஷ்கிந்தையின் அரச பதவியை ஏற்றான்.

ரிஷ்யச்ருங்கர் : முனிவர். விபாந்தக முனிவரின் மகன். மக்கட் பேறு இல்லாத தசரத மன்னருக்காகப் புத்திரகாமேஷ்டி யாகத்தை நடத்தியவர்.

ரேணுகா : ஜமதக்னி முனிவரின் மனைவி.

ருமை : வானரப் பெண்மணி. ஸுக்ரீவனின் மனைவி. இவளை வாலி அபகரித்தான். ராமரால் வாலி கொல்லப்பட்ட பிறகு, ருமை மீண்டும் ஸுக்ரீவனோடு இணைந்தாள்.

லவன் : ராமரின் மகன். கர்ப்பவதியாக இருந்த நிலையில் ராமரால் வெளியேற்றப்பட்ட ஸீதை, வால்மீகி முனிவரின் ஆச்ரமத்தில் இவனையும், குசனையும் பெற்றெடுத்தாள். இந்த இரட்டைக் குழந்தைகள், சிறுவர்களாக வளர்ந்த பிறகு, வால்மீகி முனிவரால் அயோத்திக்கு அனுப்பப்பட்டனர். வால்மீகி இயற்றிய ராமா யணத்தை ராமர் முன்னிலையில் இவர்கள் இசைத்தனர். அதன் பிறகுதான் ராமர், ஸீதையை மீண்டும் அயோத்திக்கு வர

வழைத்தார். அதைத் தொடர்ந்து, ஸீதை பூமாதேவியோடு ஐக்கியமானாள்.

லக்ஷ்மணன் : தசரத மன்னரின் மகன். ஸுமித்திரைக்கு இவனும், சத்ருக்னனும் பிறந்தார்கள். ஜனக மன்னரின் மகளாகிய ஊர்மிளையை இவன் மணந்தான். ராமாயணத்தின் இறுதிக் கட்டத்தில் துர்வாச முனிவரின் நிபந்தனையை மீறிய காரணத் தினால், ராமரால் துறக்கப்பட்டான். பின்னர் மேலுலகம் எய்தினான். இவனும் விஷ்ணுவின் அம்சமே.

லோபாமுத்திரை : அகஸ்தியரின் மனைவி.

வசிஷ்டர் : இவருடைய மனைவியின் பெயர் அருந்ததி. இவரோடு ஏற்பட்ட மோதலின் காரணமாக, கௌசிக மன்னன் பெரும் தவங்களைச் செய்து விச்வாமித்திரர் என்ற புகழ் பெற்ற ரிஷி யானார். தசரத மன்னரின் குலகுருவான இவர், ராமருக்குச் செய்த உபதேசம் 'யோகா வசிஷ்டம்' என்கிற தனி நூலாக அமைந்திருக்கிறது.

வானரர்கள் : இவர்கள் குரங்குகள் அல்ல. ஆனால் சாதாரண மனிதர்களில் இருந்து மாறுபட்டவர்கள். போர்த் தொழில் கற்ற வர்கள். ராஜநீதி அறிந்தவர்கள். அழகான நகரத்தை நிர்மாணித்து, அங்கே வாழ்ந்தவர்கள். வாலி, ஸுக்ரீவன், அங்கதன், மைந்தன், கவயன், த்விவிதன், கவாக்ஷன், கஜன் போன்ற பலரும், ஹனு மானும் வானரர்களே.

வாயு : ஹனுமானின் தந்தை. எண்திசை காவலர்களில் ஒருவன்.

வாலி : இந்திரனின் அருளால் அருணிக்குப் பிறந்த வானரன். தனது தம்பியாகிய ஸுக்ரீவனின் மனைவியைக் கவர்ந்தவன். ராவணனையே தோற்கடித்த, இவன் ராமர் கையினால் மாண்டான்.

வால்மீகி : முனிவர். இவருடைய ஆச்ரமம் தமஸா நதிக்கரையில் அமைந்திருந்தது. இங்குதான் அவர் ராமாயணத்தை இயற்றினார்.

விசால்யகரணி : ம்ருத சஞ்சீவினி போல் ஒரு மூலிகை.

விச்வகர்மா : தேவதச்சன். இலங்கை நகரை நிர்மாணித்தவனும், புஷ்பக விமானத்தைச் செய்தவனும் இவனே.

விச்வாமித்திரர் : குசநாபரின் மகன். கௌசிகன் என்ற பெயருடைய மன்னன். வசிஷ்டரோடு ஏற்பட்ட போட்டியின் காரணமாக, நினைத்தும் பார்க்க முடியாத தவங்களைச் செய்து பிரம்ம ரிஷியானவர்.

விஜயன் : தசரதரின் அமைச்சர்களில் ஒருவன்.

விதேஹம் : மிதிலையைத் தலைநகராகக் கொண்ட ராஜ்யம். ஜனக மன்னன் இதை ஆண்டான்.

வித்யுத்ஜீவன் : ராவணனோடு இருந்த முக்கியமான அரக்கர்களில் ஒருவன்.

வித்யுன்மாலி : அரக்கன். ராவணனைச் சார்ந்தவன்.

விபீஷணன் : ராவணனின் சகோதரன். இவன் கூறிய நல்ல அறிவுரையை ஏற்காமல், ராவணன் இவனை அவமதித்தான். விபீஷணன் ராமரிடம் சரணடைந்து, அவரோடு சேர்ந்து ராவணனின் படையை எதிர்த்துப் போரிட்டான். இறுதியில் இவன் இலங்கை மன்னனாக முடி சூட்டப்பட்டான்.

விராதன் : பயங்கரமான அரக்கன். ராம – லக்ஷ்மணர்களால் தண்டகாரண்யத்தில் கொல்லப்பட்டவன்.

விரூபாக்ஷன் : அரக்கன். ராவணனின் தரப்பில் போரிட்டவர்களில் ஒருவன்.

வைகுந்தம் : மஹாவிஷ்ணுவின் இருப்பிடம்.

ஜனகர் : விதேஹ மன்னன். ஸீதையின் வளர்ப்புத் தந்தை.

ஜனஸ்தானம் : தண்டகாரண்யத்தில் இது ஒரு பகுதி. இங்குதான் ராமர் – கர, தூஷணர்களையும், அவர்களோடு வந்த பல்லாயிரக் கணக்கான அரக்கர்களையும் கொன்றார்.

ஜடாயு : பறவை இனம். ஸம்பாதியின் சகோதரன். ஸீதையை, ராவணன் அபகரித்துச் சென்ற போது, அவனை எதிர்த்துப் போரிட்டு அடிபட்டு வீழ்ந்தவன். ஸீதையைக் கண்ட தகவலை, ராமரிடம் கூறி விட்டு உயிர் துறந்தவன்.

ஜமதக்னி : முனிவர். பரசுராமரின் தந்தை.

ஜாபாலி : முனிவர். ராமரைக் காண பரதன் காட்டுக்குச் சென்ற போது, அவனுடன் சென்றவர்களில் ஒருவர். அங்கே நாத்திக வாதம் புரிந்து, ராமரின் மனதை மாற்றி, அவரை மீண்டும் அயோத்திக்கு அழைத்துச் செல்ல முயன்றவர்.

ஜாம்பவான் : ஸுக்ரீவனின் அமைச்சர்களில் ஒருவர்.

ஹனுமான் : கேஸரியின் மனைவி அஞ்சனைக்கு, வாயு பகவானின் அருளால் பிறந்தவர். கூர்மையான அறிவு, உயர்ந்த குணங்கள், பெரும் வீரம் – போன்ற பல மேன்மைகளைக் கொண்டவர். ஸீதையைத் தேடி ராமரால் அனுப்பப்பட்டபோது, இலங் கையை அடைந்து, ஸீதையைக் கண்டு ஆறுதல் கூறி, ராவணனோடு ஏற்பட்ட மோதல் காரணமாக, இலங்கை நகரத்தையே எரித்தவர்.

இந்து
தர்மம்
சோ

இந்து தர்மம்

– சோ –

காஞ்சி காமகோடி பீடாதிபதி மஹா ஸ்வாமிகள்
ஸ்ரீ சந்த்ர சேகரேந்திர ஸரஸ்வதி ஸ்வாமிகள்
அவர்களின் அருளுரைச் சுருக்கம்

இந்நூலைப் பற்றி பாரத முன்னாள் ஜனாதிபதி
திரு. ஆர். வெங்கட்ராமன் அவர்களின் கருத்து

மகா சுவாமிகள் என்று போற்றப்படும் காஞ்சி காமகோடி பீடாதிபதி ஜகத்குரு பூஜ்யஸ்ரீ சந்த்ரசேகரேந்திர ஸரஸ்வதி ஸ்வாமிகள் ஓர் 'ஜீவன் முக்தர்.' தனது வாழ்நாளிலேயே மெய் உணர்வு கண்டவர்.

சிறு சிறு விஷயங்களில்கூட மஹா ஸ்வாமிகளுக்கு இருந்த ஞானம் மக்களைப் பிரமிக்க வைப்பதை நாம் பலமுறை கண்டிருக்கிறோம்.

தான் அறிந்தவற்றைக் கேட்போர் புரிந்து கொள்ளும்படி விளக்கும் சக்தி அவரிடம் பெருகி இருந்தது. எழுபது, எண்பது ஆண்டுகளாக மஹா ஸ்வாமிகள் ஆயிரம் ஆயிரம் உபந்யாஸங்களைப் புரிந்துள்ளார்கள்.

இந்த உபந்யாஸங்களையெல்லாம், மஹா ஸ்வாமிகளின் வாசகத்தைச் சிறிதும் மாற்றாமல் எழுதக் கூடிய திறமை பெற்ற சோ அவர்களின் ''இந்து தர்மம்'' என்ற இந்த நூலை ஓர் அற்புதம் என்றே சொல்ல வேண்டும். இந்த நூலைப் படிக்கும்போது மஹா ஸ்வாமிகளே நேராகப் பேசுவது போன்ற உணர்வு ஏற்பட்டது.

ஐயாயிரம் பக்கங்களுக்கும் மேலான, அவருடைய உபந்யாஸங்களை 256 பக்கங்களுக்குள் தெளிவாகப் படைத்துள்ள 'சோ' அவர்களை எவ்வளவு புகழ்ந்தாலும் நிறைவு தராது.

விலை ரூ.40.00/-

அல்லயன்ஸ் கம்பெனி, மயிலாப்பூர், சென்னை - 600 004.